நந்திபுரத்து நாயகி

(மூன்று பாகங்கள் இணைந்தது)

தஞ்சை தமிழ்ப்பல்கலைக்கழகத்
'தமிழன்னை' பரிசு பெற்ற
கலைமாமணி

விக்கிரமன்

TM
யாழினி பதிப்பகம்

[தமிழ் நூல் வெளியீட்டாளர்கள்]

புதிய எண் : 18, அம்பர்சன் தெரு,
முதல் மாடி, (குறளகம் எதிரில்),
பிராட்வே, சென்னை - 600 108
தொலைபேசி : 044-2536 9892, 2536 3186

நூல் விவரக் குறிப்பு

நூலின் பெயர்	:	**நந்திபுரத்து நாயகி**
		(மூன்று பாகங்கள் இணைந்தது)
நூலாசிரியர்	:	கலைமாமணி விக்கிரமன்
மொழி	:	தமிழ்
பொருள்	:	வரலாற்று புதினம்
திருத்திய மறுபதிப்பு	:	2022
உரிமை	:	ஆசிரியருக்கு
நூலின் அளவு	:	டெம்மி சைஸ்
		(14.5 × 22.5 செ.மீ.)
பக்கங்கள்	:	1264
விலை	:	₹ 888/-
ISBN	:	978 - 81 - 928829 - 8 - 7
வெளியீடு	:	**யாழினி பதிப்பகம்**
		புதிய எண் : 18, அம்பர்சன் தெரு,
		பிராட்வே, சென்னை - 600 108.
		தொ.பேசி. 25369892, 25363186
நூலழகு	:	எஸ்.எஸ். கிராபிக்ஸ்,
		செல் : 9843534436
அச்சிட்டோர்	:	தி நெல்லை பிரிண்டர்ஸ்,
		சென்னை - 21.

முன்னுரை

நான் இளைஞனாக இருந்த காலத்தில் 'காலயந்திரம்' என்ற நூலை படித்திருக்கிறேன். இப்படி ஓர் இயந்திரம் நமக்குக் கிடைத்தால், அதில் ஏறி அமர்ந்து, காலத்தில் பின் நோக்கிச் சென்று சேர, சோழ, பாண்டியர்கள் தமிழகத்தை ஆண்டு கொண்டிருந்த அப் பொன்னான நாள்களை அனுபவித்தும், அக்கால நாடகளை யெல்லாம் நேரில் கண்டு உறவாடியும் மகிழலாமே! என்று நினைத்துக் கண்களை மூடிக்கொண்டு, அந்தக் கற்பனை சுகத்தில் ஆழ்ந்து விடுவேன். அந்தக் கற்பனை தான் எத்தனை இனிமை யானது!

ஆனால்... அந்தக் கற்பனை ஒரு நாள் நனவாகி விடும் என்று நினைத்துக் கூடப் பார்த்ததில்லை. கலைமாமணி விக்கிரமன் அவர்கள் தன்னுடைய அற்புதமான படைப்பான 'நந்திபுரத்து நாயகி' புதினத்தின் மூலம் அந்தக் கதை நிகழ்ந்த காலத்துக்கே என்னை இழுத்துக் கொண்டு சென்று விட்டார். அந்தக் காலத்துத் தமிழகத்தைச் சுற்றிப் பார்க்க வைத்ததோடன்றி அரச குடும்பத் தினரோடும் சாதாரண மக்களோடும் என்னைப் பழக வைத்து விட்டார். நினைத்துப் பார்க்க முடியாத ஓர் அனுபவத்தில் என்னைத் திளைக்க வைத்து விட்டார்.

ஒரு குறிப்பிட்ட காலத்தில் சோழப் பேரரசு இருந்த நிலையை நந்திபுரத்து நாயகியில் மிக விரிவாக காண முடிகிறது. அரசியல் அனுபவங்கள், கதையில் வரும் நிகழ்ச்சிகளுக்கு வலுவூட்டும்படி விவரிக்கப் பட்டிருக்கின்றன. கிட்டத்தட்ட 1264 பக்கங்களுக்குக் கதை ஓடுகிறது.

அவசியமில்லாதது என்று ஒரு வரியைக் கூடச் சொல்லமுடியாது. எல்லாச் சம்பவங்களும், எல்லா வருணனைகளும் எல்லா உரை யாடல்களும், காட்சியமைப்புகளும் கதையை நடத்திச் செல்லத் தேவையானவையாகவே உள்ளன. ஒரு மகோன்னதமான அரச குடும்ப அந்தரங்கங்களையும், அரசியல் ஈடுபாட்டையும் நமக்குச் சொல்கிறது.

பேராசிரியர் 'கல்கி' அவர்களின் உரைநடைப் பெருங் காவியமான 'பொன்னியின் செல்வன்' புதினத்தைப் படித்த ஊக்கத்தின் விளைவாக எழுதப்பெற்ற 'நந்திபுரத்து நாயகி'யில் வரும் பாத்திரங்கள் எல்லாமே ஜீவனுள்ள பாத்திரங்கள்.

எத்தனையோ ஆண்டுகள் அவர்களுடன் நாம் பழகிவிட்ட அனுபவ உணர்வைக் கதை நம்முள் ஏற்படுத்தி விடுகிறது.

வரலாற்றுப்படி வாழ்ந்த மெய்யான பாத்திரங்களுக்கும் ஆசிரியரின் கற்பனைப் பாத்திரங்களுக்கும் வித்தியாசம் தெரியாத வண்ணம் எல்லாப் பாத்திரங்களும் இந்தச் சரித்திர நாவலில் இடம் பெற்றுள்ளன. கதை நிகழ்ச்சிகள் ஒரு நாடகம் போல நம்முன் விரிவதால் எல்லாமே நடந்தவையாக, நம்முன் நிகழ்பவையாகவே நமக்குத் தோன்றுகின்றன.

காஞ்சி நகரம், மயில் வடிவில் அமைந்த கோட்டை, கோயில்கள், பாலாறு, அதில் செல்லும் படகுகள், பழுவூர் அரண்மனை, தஞ்சைக் கோட்டை, பிரம்மாண்டமான அரச மாளிகை, நாணயச் சாலை பாதாளச் சிறை, இயற்கையெழில் கொஞ்சும் முல்லைத்தீவு, மாமல்ல புரம், அங்குள்ள சிற்பங்கள், கற்கோவில்கள், ஆனைமலைக்காடு, வஞ்சி மாநகரம், திருக்குடந்தை, நந்திபுரம், பழையாறை, திரு நாராயணபுரம், தில்லையம்பதி... இன்னும்... இன்னும் எத்தனை இடங்களைச் சுற்றிப் பார்த்து விட்டோம்! அந்தக் காலத் தமிழகத்தின் முக்கிய நகரங்களையும் அவற்றின் சிறப்பம்சங்களையும் கண்டு, மகிழ்ந்து அனுபவித்து, வியக்க வைத்துவிட்டார் ஆசிரியர் விக்கிரமன் அவர்கள்.

அது மட்டுமா...?

வானவன் மாதேவியார், குந்தவைப் பிராட்டியார், கல்யாணிப் பாட்டி, செம்பியன் மாதேவியார், சுந்தர சோழர், வல்லவரையர் வந்தியத்தேவன், பார்த்திபேந்திர பல்லவன், அருண்மொழி வர்மன், ஆதித்த கரிகாலர், சிறிய பழுவேட்டரையர், ரவிதாசன், சோமன் சாம்பவன், பரமேசுவரன், மதுரன் கண்டராதித்தன், காளாமுகர், அமரபுஜங்கன், கார்மேகன், கலபதி, முதிய சிற்பி, அநிருத்த பிரம்மராயர், குடந்தைச் சோதிடர், சங்கரதேவன், ஓவியன் வாகீசன், சதுரானன பண்டிதர், யாரென்று கடைசி வரை நமக்குத் தெரியாத பாண்டியர்களின் அந்தத் தலைவி, இன்பவல்லி, மூதாட்டி திலகவதி, பழையாறை மாணிக்கம், சுமதி... இதென்ன, இப்படிப் பெயர்களை

அடுக்கிக் கொண்டே போகிறீர்களே என்றுதானே கேட்கத் தோன்றுகிறது!

இவை வெறும் பெயர்களல்ல, உடலும், உணர்வும் நிறைந்தது. 'நந்திபுரத்து நாயகி' என்ற உரைநடைக் காவியத்துக்கு உயிரூட்டும் பாத்திரங்கள். அறிமுகமானதோடு மட்டுமல்லாமல் நமக்கு மிகவும் நெருங்கியவர்களாகி விட்டவர்கள்.

காளாமுகர் கதையில் பெரும்பகுதி வரை ஒரு புதிராகவே இருக்கிறார். புதிர் விடுபடும் பொழுது, மின்னல் தாக்குவது போல் நம்மை ஓர் அதிர்ச்சி தாக்குகிறது.

பிசிறு தட்டாமல் கதைதான் எவ்வளவு இயல்பாக எத்தனையோ பாத்திரங்களுடனும், எத்தனையோ சம்பவங்களுடனும் எப்படி நடைபோடுகிறது!

இடை இடையே வரும் தேவாரப் பதிகங்களும் ஆசிரியரின் சொந்தப் பாடல்களும் கதையைத் திரைப் படமாகவே ஆக்கி விடுகின்றன.

முக்கியமாக, இன்பவள்ளி அடிக்கடி பாடும் 'குமரன் வரக் கூவுவாய்!' என்ற பாட்டின் அடிகள் ஏதோ ஓர் இசையில் கலந்து நம் காதில் ஒலித்துக் கொண்டே இருக்கின்றன.

தொடக்கக் காலத்தில் கவிதையெழுதி வந்த ஆசிரியரின் தமிழ் நடை, கவிதை நடையாகவே பல இடங்களில் அழகுடன் ஒலிக்கிறது.

'முல்லைத் தீவின் மோகனத் தோற்றத்தை, இன்னும் இன்னும் எழிலுடன் தோன்றச் செய்ய, கீழ்க்கடலின் அடித்தளத்திலே வட்ட முழுமதி தோன்றிக் கொண்டிருந்தது. அந்தச் சிறு தீவின் சௌந்தர்யத் தோற்றத்துக்குச் சிகரம் வைத்தாற் போன்று, மறையும் கதிரவனும், தோன்றும் தண்மதியும் தங்கள் வண்ணத் திறமையால் வானத்துத் திரைச் சீலையில் அற்புத ஓவியந் தீட்டி, நிலமகள் மகிழத் துகிலாக அளித்துக் கொண்டிருந்தனர். அத்தீவின் சிறு குன்றின் மறுபுறம் இருந்து கடலில் மறையும் கதிரவன், செந்நிறப் பஞ்சுகளை ஆகாயத்தில் பறக்கவிட்டான். கரு நீல அலைகடலில் மூழ்கி எழுந்து வருவது போன்று உதயமான வெண்மதியோ தங்கத் தட்டிலே அத்தீவிற்குப் பரிசொன்றை எடுத்து வந்து கொண்டிருந்தது.'

...முல்லைத் தீவு இப்படி ஓர் அழகான சூழலில் நமக்கு அறிமுகமாகிறது.

குந்தவைப் பிராட்டியாருக்கும் வல்லவரையர் வந்தியத் தேவனுக்கும் இடையே படரும் மௌனமான ஆழ்ந்த காதலும், பௌர்ணமி நிலவில் மகிழ்ச்சிக் கூத்தாடும் வெள்ளலைகளைப் போல ஆரவாரிக்கும் இரத்தின வியாபாரிக்கும் இன்பவல்லிக்கும் இடையில் நிகழும் காதலும் மறக்க முடியாதவை.

இசை, சிற்பம், நாட்டியம் என்று கலையின் பல துறைகளிலும் தமிழகம் செழித்தோங்கிய காலம் அது. இன்பவல்லி போன்ற இசையும் நடனமும் நன்கு கற்றுணர்ந்து கலைவாணிகள் பாடி ஆடினால் பரவசம் அடையாதவர்கள் யார்?

இன்பவல்லி நடனம் ஆடுவதை ஆசிரியர் கண்முன்னே எப்படிக் கொண்டு வந்து நிறுத்தி விடுகிறார் பாருங்கள்!

'இன்பவல்லியின் பாதங்கள் ஒலித்தன. வலை குலுங்கும் கரங்கள் வளைந்தன. விரல்கள் நெளிந்து, நெளிந்து, பலவிதத் தோற்றங் களைக் காட்டின. அவை என்ன நான்முகனின் கரங்களா? பலபல தோற்றங்களைப் படைக்கின்றனவே! துள்ளும் மானைப் புலப் படுத்துகின்றன. அசையும் யானையை, நெளியும் பாம்பை, ஆடும் மயிலை, குவியும் மலரை, விரியும் பூவை, வட்ட மதியை, வானத் தாமரையை, கடும் புயலை, கொடிய வில்லை, நெடிய மலையை, அடர்ந்த மரங்களை... இன்னும் இன்னும் விளங்காதவற்றை அங்கே கொண்டு வந்து நிறுத்தின.'

படிக்கும்போது கண்முன்னே நடனம் நிகழ்கிறது. இன்பவல்லியின் நாட்டியத்தை நாம் பார்த்துக் களித்துக் கொண்டிருக்கிறோம். தூரிகையாவது நிலைத்த ஒரு தோற்றத்தைத் தான் வரை முடியும். சொற்கள் அப்படியல்ல! அவை காட்சியோட்டத்தையே திரைப்படம் போல நம்முன் சுழல வைத்துவிட முடியும் என்பதைத் தான் மேலே சுட்டிக் காட்டிய வரிகள் நமக்குப் புலப்படுத்துகின்றன.

போர்க்களத்தை ஆசிரியர் வருணிக்கும்போது, சொற்கள் வாளாகவும் அம்புகளாகவுமே பாய்ந்து வருகின்றன.

'வேல்களோடு வேல்கள் உராய்ந்தன. வாள்களோடு வாள்கள் தாக்கும் போது, தீப்பொறி எழுந்தது. கேடயங்கள் மீது படீர் படீர் என்று ஈட்டிகள் பாய்ந்து, முன் மழுங்கி வீழ்ந்தன. அறுபட்ட தலைகள் வானில் சுழன்று வீழ்ந்தன.

குதிரை மீது ஏறித் தாக்கி வரும் வீரர்களின் தலைகள் தடாரென அறுபட்டும். தலையற்ற உடல்கள் மட்டும் சிறிது தூரம் விரைந்தன. அதைக் கண்டு அஞ்சி ஓடிய வீரர்கள் தாக்குண்டு வீழ்ந்தனர்!'

படிக்கும் போது 'கலிங்கத்துப் பரணி'யில் வரும் போர்க் காட்சிகள் தாம் நினைவுக்கு வருகின்றன.

முடியாட்சி நடந்து கொண்டிருந்த காலத்தில், அந்தக் காலத்து மக்களுக்கு நாட்டுப் பற்று என்பதே ராஜ விசுவாசமாகத் தான் இருந்திருக்கிறது. வல்லவரையன் வந்தியத் தேவன் குற்றம் சாட்டப்பட்டுச் சிறையில் அடைக்கப்பட்டதையும் அருண்மொழி வர்மர் எங்கோ தொலைதூரப் பயணம் மேற்கொண்டு நாடு திரும் பாததையும் அவர்கள் வேதனைக்குரிய நிகழ்ச்சிகளாகக் கருதினார்கள். எனவே, வந்தியத்தேவன் விடுதலை அடைந்துவிட்டார், அருண்மொழி வர்மர் நாடு திரும்பிவிட்டார் என்ற செய்திகளைக் கேட்டு அவர்கள் எல்லையற்ற மகிழ்ச்சி அடைகிறார்கள்.

நாடே விழாக் கோலம் பூண்டு விடுகிறது. வீதியெங்கும் தோரணங்கள் மாவிலை, தென்னங்குருத்தோலைகள், புலிக் கொடிகள் என அலங்காரம் செய்து அந்தத் திருநாளை மக்கள் கொண்டாடுகிறார்கள்.

அருண்மொழி வரும் வழியிலே அவரைக் காண நகர மக்கள் திரண்டு வந்த வீதியின் இருமருங்கிலும் நிற்கின்றனர். மேன் மாடத்திலும் வீட்டுத் தாழ்வாரங்களிலும் மக்கள் நெருக்கியடித்துக் கொண்டு நிற்கின்றனர். கடை வீதியிலே, வணிகர்கள் வியாபாரத்தை நிறுத்திவிட்டு இளவரசரைக் காண விரைகின்றனர்.

சோழ நாட்டில் ராஜ விசுவாசம் எப்படி இருந்தது என்பதை இத்தகைய காட்சிகள் நமக்கு எடுத்தியம்புகின்றன.

அன்றாட அரசியலில் நிகழும் செய்திகளைத் தெரிவிக்க இன்றிருப்பதைப் போல சாதனங்கள் அன்று இல்லாதிருந்த போதும், செவிவழிச் செய்திகளே காட்டுத் தீ போல் பரவி விடுகின்றன. மக்கள் கூடும் இடங்களில் அரசியல் விவகாரங்கள் தாம் அன்றும் பேசப் பட்டிருக்கின்றன என்கின்றன கதை நிகழ்ச்சிகள்.

"பொக்கிஷ அறையிலிருந்து ஏராளமான செல்வத்தைக் களவாடிச் சென்றார்களாமே!"

''இதே தஞ்சை நகரில் பாண்டிய நாட்டு ஒற்றன் வெகு காலம் இருந்திருக்கிறான் பாருங்கள்!''

''ஒருவர் என்ன, பலர் இருந்திருக்கலாம். காவி உடையில் கொடியவர், தாடிக்குள்ளே துரோகிகள் இப்படி நாம் பழகிப் பழகி ஏமாந்திருக்கிறோம்.''

''உண்மையான குற்றவாளி யார் என்று நாளை தெரிந்து விடும். வழக்கு விசாரணையில் எல்லா விவரங்களும் வெளிப்பட்டு விடப்போகின்றன!''

செய்தித்தாள் மூலம் செய்தியறிந்து இன்று பொது மக்கள் பேசுவதைப் போலவேதான் அன்றும் செவிவழிச் செய்தி மூலம் விவரமறிந்த மக்கள் பேசிக் கொண்டிருந்திருக்க வேண்டும்.

'நந்திபுரத்து நாயகி' வரலாற்றுப் புதினத்தை எழுதத் தொடங்கின போது ஆயிரம் பக்கங்களுக்கு மேல் அந்த நாவல் பக்க அளவில் அமையும் என்று நான் எதிர்பார்க்கவில்லை என்று ஆசிரியர் கூறுகிறார். கதை தன்னை எழுதிக் கொண்டு போகும் வேகத்தில் 'பக்க அளவு' என்பது கதையின் தேவையாகி விட்டது என்பதை நாம் உணர முடிகிறது.

சேர, சோழ பாண்டிய அரசுகளும், பல்லவப் பேரரசைச் சார்ந்தவர் களும் கதையில் முழு அங்கம் வகிக்கிறார்கள். அவர்களுடைய முழு உணர்வுகளும் கதையில் பேசப்படுகின்றன.

கதையின் கடைசி அத்தியாயத்துக்கு 'காதல் சிகரம்' என்று தலைப்புத் தந்திருக்கிறார் ஆசிரியர்.

தாம் அமைக்க இருக்கும் தஞ்சை பெருங்கோயிலின் விமானத்தை ஒரே கல்லால் அமைக்க எண்ணுகிறார் அருண்மொழி வர்மர்.

கம்பீரமான குரலில் அவர் கூறுகிறார் பாருங்கள்: ''இன்ப வல்லியின் உயர்தரமான காதல் நெஞ்சம் என்னைக் கவர்ந்துவிட்டது. அவள் என் அபிமான வல்லியாக என்றும் திகழ்வாள். ஒரே கல்லால் செய்யப்பட்ட பிரம்மாண்டமான கலசம் ஒன்றை இன்ப வல்லியின் தூய காதலின் பிரதிபலிப்பாக இந்த சிகரத்தை அமைப்போம்!''

'நந்திபுரத்து நாயகி'யைப் படித்துவிட்டு தஞ்சைக்குச் செல்பவர்கள் கணகளில் அந்த விமானம் தென்படும்போது, வெறும் விமானம் மட்டுமல்லாமல் இன்பவல்லியின் காதல் சிகரமாகவும் தான் அது தோன்றும் என்பதில் ஐயமில்லை.

'இன்பவல்லி இராசராசன் தொடர்பு எப்படி இருந்தது? அது மற்றொரு காவியம்' என்று கதையை முடிக்கிறார் ஆசிரியர். சரித்திரமும் சரித்திரக் கதையும் தொடரத் தான் செய்யும்.

மனித வாழ்க்கை என்ற ஜீவநதி என்றும் வற்றாமல் ஓடிக் கொண்டுதான் இருக்கும். அந்த ஜீவநதியின் ஒரு துறைதான் நந்திபுரத்து நாயகி. இதில் மூழ்கிக் குளிக்கும்போது கிடைக்கும் அனுபவம் மறக்க முடியாதது!

இந்த அனுபவப் பேற்றைத் தமிழ்மக்கள் எல்லோரும் அனுபவிக்க வேண்டும் என்பது தான் என் ஆசை.

வாருங்கள் வந்திந்தப் பேரானந்தத்தைப் பகிர்ந்து கொள்ளுங்கள்.

கவிமாமணி நா.சீ. வரதராசன்

என்னுரை

நாற்பதாண்டுகளுக்கு முன்பு பேராசிரியர் கல்கி அவர்கள் 'பொன்னியின் செல்வன்' எனும் மகத்தான வரலாற்றுப் புதினத்தை எழுதினார். அந்தக் கதைக்குப் பிறகுதான் தமிழ் மக்கள் சோழ சாம்ராஜ்யத்தின் மகோன்னதப் பொற்காலத்தைப் பற்றித் தெரிந்து கொண்டனர் எனலாம். அந்த மகத்தான நவீனத்தில் அவர் வரலாற்று கதாபாத்திரங்களைச் சிறந்த முறையில் உருவகப்படுத்தி அழியாத ஜீவசித்திரமாக மாற்றிவிட்டார். தஞ்சை பெரியகோயிலைக் கட்டிய இராஜராஜ சோழருக்கு இளம் பருவத்தில் அருண்மொழிவர்மர் என்று பெயர். அக்கால நிகழ்ச்சிகளையும் அவர் பட்டத்திற்கு வருவதற்கு முன்பு சோழ நாட்டில் ஏற்பட்ட பெரும் குழப்பங்களையும், அரியணைக்காகப் பலர் செய்த சூழ்ச்சிகளையும்,சோழர் குலத்துத் தலைப் பிள்ளை ஆதித்த கரிகாலன் கொலை செய்யப்பட்டதையும் கொண்டு, அவர் பெரும் புதினத்தைப் படைத்தார். அதனால் 'பொன்னியின் செல்வன்' ஒரு மகத்தான அமர இலக்கியமாகியது.

'பொன்னியின் செல்வன்' வரலாற்று நவீனத்தைப் படித்தவர்கள் ஆசிரியரின் கற்பனையில், கதை கூறும் திறனில், சரித்திர ஆதாரங் களைக் கொண்டு அந்தந்த இடங்களிலேயே தாம் நேரிடையே சென்று பாத்திரங்களைச் சந்திப்பது போன்ற கண்கூடான கதை கூறும் திறமையில் மனத்தைப் பறி கொடுத்திருக்கின்றனர். கிட்டத்தட்ட மூன்றாண்டுகள் தொடர்ந்து தொடர்கதையாக வெளிவந்த அந்தக் கதையை, மாபெரும் நாவலான பொன்னியின் செல்வனை ஒரு சமயம் ஒரு குறிப்பிட்ட இடத்தோடு முடிவுக்குக் கொண்டு வந்தார் அவர்.

அவர் கதையை முடித்ததில் பலருடைய ஆவல் தணியவில்லை. இன்பக் கனவில் மூழ்கியிருந்தவர்களுக்கு திடீரென கனவு கலைந்து விட்டால்? அந்த நிலைதான். ஆசிரியருக்குக் கடிதங்கள் எழுதினர் பல பேர். கதையைப் பாராட்டிக் கதையின் முடிவையும் பாராட்டி யிருந்தார்கள். சட்டென்று முடித்து விட்டதற்காகவும் பல கதாபாத்திரங்கள் பின்னால் என்ன ஆனார்கள் என்று செல்லாமலேயே

கதையை முடித்து விட்டதற்காகவும் வருந்தியிருக்கிறார்கள். ஆனால் சமூகக் கதைகளுக்கும், சரித்திரக் கதைகளுக்கும் வேற்றுமை உண்டு. முடிப்பதிலும் வேற்றுமை உண்டு. இதைப் பேராசிரியர் கல்கி அவர்களே கூறுகிறார்.

''முற்றிலும் கற்பனை செய்யப்பட்ட கதைகளில் வரும் பாத்திரங் களில் எல்லோருக்கும் கதை ஆசிரியர் சுலபமாக முடிவு சொல்லி விடலாம். கதாநாயகனும் கதாநாயகியும் கலியாணம் செய்து கொண்ட பிறகோ, அல்லது கதாநாயகன் தூக்குமேடை ஏறியும் கதாநாயகி கடலில் விழுந்தும் இறந்த பின்னரோ கதையில் வரும் மற்ற பாத்திரங்களை ஒரு பாராவில் சரிப்படுத்தி விடலாம். கலியாணம் செய்துகொண்ட தம்பதிகள் பிள்ளை குட்டி, பேரர்களைப் பெற்று நெடுங்காலம் சுகமாக வாழ்ந்தார்கள் என்றும், மற்ற கதா பாத்திரங்களில் நல்லவர்கள் எல்லோரும் சுகமடைந்தார்கள் என்றும், கெட்டவர்கள் எல்லோரும் பல கஷ்டங்கள் பட்டுச் செத்தொழிந் தார்கள் அல்லது தக்க தட்டணையடைந்தார்கள் என்றும் கூறிக் கதையைத் திருப்திகரமாக முடிக்கலாம். சரித்திரக் கதைகளை இந்தவிதத்தில் முடிப்பது அவ்வளவு எளிய காரியமும் அன்று. உசிதமும் ஆகாது. சரித்திரக் கதைகளில் வரும் பாத்திரங்களில் இறந்து போனவர்களைத் தவிர மற்றவர்கள் எல்லோரும் பிற் காலத்திலும் பற்பல காரியங்களில் ஈடுபடுவார்கள். அவற்றைக் குறித்து முன்னதாகவே சொல்லிவிடுவது முறையாகுமா? அல்லது ஆதாரங்களுடன் கூடிய விவரங்கள் இல்லாமல் முடிவான நிகழ்ச்சி களைப் பற்றி மட்டும் சொல்வதுதான் உசிதமாகுமா? கதையை எந்தக் காலத்தில் முடிக்கிறோமோ, அந்தக் காலத்தில் பாத்திரங்கள் இருந்த நிலையிலேயே விட்டுவிடுவது தான் முறையென்று கருதினேன்...

இந்தக் கதையின் ஆசிரியரைக் காட்டிலும் அறிவிலும் ஆற்றலிலும் ஆராய்ச்சியிலும் மிக்கவர்கள் வருங்காலத்தில் சோழ சரித்திரத்தை அடிப்படையாகக் கொண்ட பல மகோன்னதமான நவீனங்களை எழுதித் தமிழகத்துக்கு மேலும் தொண்டு செய்வார்கள் என்று நம்புகிறேன்'' என்றும் எழுதி அவர் முடித்திருந்தார்.

இப்படியாகக் குறிப்பிட்டு விட்டு ஆசிரியர் கல்கி முடிவுரையில் அந்தந்தக் கதாபாத்திரங்களின் பிற்கால நிலையையும் குறிப்பாகக் கொடுத்தார். அவரை பெரும் சரித்திரக் கதைகளுக்கு ஆதாரம் என்பது

சரித்திரம் படித்தவர்களுக்கும், சரித்திர ஆராய்ச்சியாளர்களுக்கும் தெரியும்.

அவர் கூறிய முதல் வரியில் சொல்லப்பட்ட அருகதை எனக்கு இருக்கிறதா என்பது வேறு விஷயம். தமிழக வரலாற்றை ஒவ்வொரு தமிழ் அன்பரும் படித்துக் கற்க வேண்டும் என்ற துடிதுடிப்பு எனக்கு உண்டு. அதுவும் மகோன்னதப் பொற்காலத்தைப் படைத்த சோழர்களின் எழுச்சியையும் வீழ்ச்சியையும் அனைவரும் படிக்க வேண்டுமென்ற ஆவல் எனக்கு உண்டு. குறிப்பாக இளைஞர்கள் அவற்றை அறிந்து வருங்காலத்தைப் படைப்பதற்குச் சென்ற கால சரித்திரத்தைப் படிப்பினையாக, எடுத்துக் காட்டாகக் கொள்ள வேண்டும் என்பதற்காக 'பொற்காலத்தின் கதை' என்ற நூலை இளைஞர்கள் படித்துணரும் வகையில் எழுதினேன். அந்த நூல் சோழர் வரலாற்றைச் சுருக்கமாக முழுவதும் படிப்பதற்கு முன் ஓர் நுழைவாசலாக அமைய வேண்டும் என்று எழுதினேன். அதை எழுதிய பின்பு எனக்குப் 'பொன்னியின் செல்வ'னுக்குப் பிறகு நடந்த நிகழ்ச்சிகளைத் தொடர்ந்து கதையாக எழுத வேண்டுமென்ற ஊக்கம் பிறந்தது. தொடர்ந்து என்றால் அதில் அவ்வளவு கஷ்டங்கள் இருக்கின்றன. அவற்றையெல்லாம் கூறி உங்களைக் கலங்க அடிக்க விரும்பவில்லை. ஆனால் கஷ்டத்தையெல்லாம் மிஞ்சி ஆழ்கடலில் குதித்து முத்தெடுத்துக் கோத்தளிப்பதுதான் சிறப்பு. அதனால் 'பொன்னியின் செல்வ'னில் தமிழ் அன்பர்கள் படித்து மகிழ்ந்த சரித்திரக் கதாபாத்திரங்கள், பிற்காலத்தில் சான்றுகளுடன் கூடிய கதை நிகழ்ச்சிகள் நடக்கும் அளவுக்கு என்ன என்ன செய்தார்கள்? ஒரு புதினம் புனையும் அளவுக்கு அவர்களுடைய நடவடிக்கைகள் என்ன என்பதைக் கொண்டு, சரித்திரச் சான்றுகளுடன் கூடிய கதா பாத்திரங்களை மட்டும் நான் கதாநாயக நாயகியாக எடுத்துக் கொண்டு, என் கற்பனைப் பாத்திரங்களையும் படைத்து 'நந்திபுரத்து நாயகி'யை எழுதினேன். பேராசிரியர் கல்கி படைத்த கற்பனைப் பாத்திரங்களைக் கற்பனை வளம் தொடரக்கூடிய வரலாற்று முற்றுப்பெறுவதில்லை என்று முன்பு சொன்னேன் அல்லவா? அதைப்போலவே 'நந்திபுரத்து நாயகி'யை எழுதிக் கொண்டே வந்து, ஒரு கட்டத்தில் அதை முடிக்க வேண்டுமென்ற நிலை எழுந்த பொழுது மீண்டும் முதலில் தொடங்கிய பிரச்சனையே ஏற்பட்டது. அருண் மொழிவர்மரும், வந்தியத்தேவனும் இளைய பிராட்டியான குந்தவை தேவியாரும் மதுராந்தக சோழ தேவரும் சிரஞ்சீவியாகவா இருந்தார்கள்? அவர்கள் என்ன செய்தார்கள்? என்பதை அறிய அன்பர்கள் துடித்துக் கொண்டிருப்பது இயற்கைதான்.

தஞ்சையிலே வானளாவி நிற்கும் பெரிய கோயிலை எடுத்த இராஜஇராஜ சோழர், எப்பொழுது பட்டம் ஏறினார்? அக்கோயிலைக் கட்டும்போது நடந்த நிகழ்ச்சிகள் என்ன? அவருடைய முதற்போர் எவ்வாறு அமைந்தது? கடற்படையிலும் சோழர் அரசர் வல்லவர் என்ற கருத்தை உண்டாக்கிக் கொடுத்தவர் அவராயிற்றே. அதற்கு என்ன சான்று? வானதி தேவி பெற்ற குழந்தையை வளர்க்கும் பொறுப்பை ஏற்ற குந்தவை தேவி, தன் கடமையை எவ்வாறு நிறைவேற்றினார் என்பவற்றை விளக்க ஏராளமான சான்றுகள் இருந்தன. அதனால் 'நந்திபுரத்து நாயகி'யை மூன்று பாகங்களோடு நிறுத்திக் கொண்டு பிறகு வாசகர்களைச் சந்திக்கலாம் என்ற எண்ணத்தில் அப்பொழுது விடைபெற்றுக் கொண்டேன்.

ராஜராஜன் சபதம் எனும் பெயரில் ராஜராஜனின் முதல் கடல் போரை நிலைக்களனாகக் கொண்டு புதினமொன்று எழுதினேன்.

கல்கியின் பொற்பாதங்களில் சமர்ப்பிக்கப்பட்ட இந்த நூலைப் பாராட்டிப் பலவகைகளில் உற்சாகம் கொடுத்த அன்பர்களுக்கு இந்தப் பதிப்பில் நன்றி கூறுவது மிகவும் முக்கியம். குறிப்பாகப் 'பொன்னியின் புதல்வன்' வாழ்க்கை வரலாற்று நூல் எழுதிய திரு. 'சுந்தா' அவர்கள் தமது நூலில் 'நந்திபுரத்து நாயகி' நவீனத்தைக் குறிப்பிட்டுள்ளார். அவருக்கு எனது வணக்கத்தையும் நன்றியையும் தெரிவித்துக் கொள்கிறேன். அவரும் அமரராகிவிட்டார்.

'நந்திபுரத்து நாயகி' நான் ஆசிரியராக இருந்த 'அமுதசுரபி' மாத இதழ் தொடராக வெளிவந்த போது பிரபல எழுத்தாளர் 'வேங்கடம் முதல் குமரி வரை' எழுதிப் புகழ்பெற்ற தொ.மு. பாஸ்கர தொண்டைமான், இந்தத் தொடர் நூல் வடிவில் வரும்போது நான் முன்னுரை எழுதுவேன் என்று பாராட்டுரை வழங்கினார்.

அவ்வடிவில் 1964ல் வந்த போது முன்னுரை எழுத அவரில்லை. தொடர் முடிந்தவுடன் இந்த நவீனம் அச்சாகி வெளிவர வேண்டும் என்பதில் மிகவும் ஆர்வங்காட்டிய அமரர் திரு.பி.எஸ். சுவாமிநாத அய்யர், டாக்டர் கிருஷ்ணா ஸ்ரீநிவாஸ், புலவர் நாகசண்முகம் ஆகியோரை நான் மறக்க முடியாது.

இரண்டாம் பதிப்பு வெளியீட்டு விழாவில் செட்டி நாட்டரசர், முன்னாள் அமைச்சர் எஸ். ராமசந்திரன், கல்கி ஆசிரியர் திரு. கி. ராஜேந்திரன், பல்கலைக் கழகத் தமிழ்த்துறைத் தலைவர் சி. பாலசுப்பிரமணியன், டாக்டர் இரா. நாகசாமி ஆகியோர் கலந்து

கொண்டு இந்த நவீனத்தின் சிறப்பைப் பாராட்டிப் பேசியதை என்னால் மறக்க முடியாது.

இந்தப் பதிப்பை புதுப்பொலிவுடன் யாழினி பதிப்பகத்தார் வெளியிடுகிறார்கள். முதல் இரண்டு மூன்று பதிப்புகளுக்கு மேலட்டையாக அமைந்த அமரர் மணியம் அவர்களுடைய ஓவியத்தை மேலட்டை ஓவியமாக வெளியிடுவதில் பெருமகிழ்ச்சியடைகிறேன். அவருக்கு நன்றி.

இப்புதிய திருத்திய பதிப்பிற்கு அட்டைப்படம் ஓவியம் வரைந்த திரு.மாருதி அவர்களுக்கு எனது பாராட்டுதலை தெரிவிக்கிறேன்.

'நந்திபுரத்து நாயகி' மூன்று பாகங்களையும் படித்து அதற்கு முன்னுரை எழுதி வழங்கிய இன்று அமரராகி விட்ட கவிமாமணி நா.சீ.வரதராசன் அவர்களை என்றும் மறக்க முடியாது.

விக்கிரமன்

காணிக்கை

தமிழகத்து இலக்கிய வளத்தைத் தன் பணியால் பெரிதும் வளர்த்து, வரலாற்று நவீனத்தைத் தமிழ் மக்கள் விரும்பிப் படிக்குமளவுக்குத் தமது எழுத்தால் தூண்டிய

அமரர்

பேராசிரியர் கல்கி

அவர்களின் கழலடிகளில் இந்தப் புதினத்தை காணிக்கையாக்கி வணங்குகிறேன்.

விக்கிரமன்

நந்திபுரத்து நாயகி

முதல் பாகம்
பொன் மாளிகை

அத்தியாயம் 1

குந்தவையின் சிந்தனை

முருகபிரானின் எழில் மயிலின் உருவம் போன்ற வடிவுள்ள காஞ்சிக் கோட்டையின் மீது வேற்றுமையின்றி வெண்மதி தண் நிலவைப் பொழிந்து கொண்டிருந்தது.

முதல் ஜாமப் பூசையை அறிவிக்கும் மணியோசை காஞ்சி நகரத்துப் பல கோயில்களினின்றும் ஒலித்து மக்களிடையே நாழிகையை அறிவித்தது. கடைவீதிகளில் பண்டம் விற்போர் அங்காடிகளில் கூட்டம் குறைந்தது. காஞ்சி நகரினின்று பலவிதப் பொருள்களை வாங்கி வெளியூருக்கு எடுத்துச் செல்வோர் பொதிகாளைகளின் பேரிலும், கோவேறிக் கழுதைகளின் பேரிலும் ஏற்றும்போது ஏற்பட்ட ஆரவாரம் மட்டும் ஆங்காங்கே எழுந்தது.

தமிழ்மறைப் பள்ளிகளிலும் வடமொழி பயில்விக்கும் கடிகைகளிலும் உள்ள மாணவர்களும்கூட இரவு உணவு அருந்தி விட்டு மேன்மாடத்தில் இளைப்பாற இருவர், மூவர் எனத் தொகுதி தொகுதியாகக் கலந்து உலவினர். பல நாட்டு மாணவர்கள் அந்தக் கடிகைகளில் கல்வி பயின்றனர். வான நூல் பயிலும் மாணவர்களும், தர்க்கசாஸ்திரம் பயில்வோரும் இலக்கணம் கற்க வந்தவருமாகப் பல திறத்து மாணவர்களது நெஞ்சங்களையும் நீல வானத்தில் பூத்த வெண்ணிலவு கவர்ந்தது.

மூன்றடுக்குகளுக்கு மேலிருந்த திறந்தவெளி மேடையில் உலவிக் கொண்டிருந்த மாணவர்கள், தங்கள் கண்களுக் கெட்டிய தொலைவு வரை தெரிந்த காஞ்சி நகர் தோற்றத்தை ஒருவருக்கொருவர் சுட்டிக் காட்டி ரசித்த வண்ணமிருந்தனர். தொலைவில் மின்னும் பொன் மாளிகை அவர்களைக் கவராமலில்லை.

காஞ்சி நகரின் பெருமையை உயர்த்தும் பொன் மாளிகை, அந்த நிலவொளியில் சொப்பனபுரி போன்று தோன்றியது. வெண்மதியின் தூதுவர்கள் அந்த மாளிகையின் மேனியை அழகுபடுத்திக் கொண்டிருந்தனர். வட்ட மதியினின்று இறங்கி வந்த எழிற்கன்னி தங்கத் தகடுகள் பதிக்கப்பட்ட மாளிகைக் கதவுகளுக்குப் புது மெருகு கொடுத்துக் கொண்டிருந்தாள். மாளிகையின் பொறகலசங்களை மதிவாணனே முன்னின்று சிறக்கச் செய்து கொண்டிருந்தான்.

அந்த மாளிகை முன்பிருந்த எழிலுடன் இப்போது இல்லை. பதினைந்து ஆண்டுகட்கு முன்பு ஆதித்த கரிகாலன் எந்த எண்ணத்துக்காக அதைக் கட்டினானோ அந்த எண்ணம் ஈடேறவில்லை. பல்லவநாட்டுக் கலைத்திறனும் சோழநாட்டுச் செல்வமும் உழைப்பும் சேர்ந்து உருவான அந்த மாளிகை கடந்த பத்தாண்டுகளாகக் கவனிப்பாரின்றி, எழில் குன்றி யிருந்தது. பிரம்மாண்டமான அந்த மாளிகையின் பொற் தூண்களில் மாசு படிந்து கிடந்தது. அரச சபையில் ஆளரவம் இன்றித் தூசு நிறைந்திருந்தது. மாளிகைக்குள்ளே பகலவனே புகுந்து விட்டானோ என்று எண்ணத்தக்க ஒளி கொடுக்கக் கூடிய விளக்குகளை ஏற்ற அங்கே இப்போது ஆளில்லை; ஆளிருப்பினும் ஆக்ஞையிடுவோரில்லை.

ஆதித்த கரிகாலன் பொற்கனவின் விளைவாக எழுந்த அந்த அரண்மனை முற்றிலும் பாழடைந்து விடவில்லை. மாளிகை யின் மேன்மாடத்துத் தெற்குச் சாளரப் பகுதி எப்போதும் 'கலகல' வென்று இருக்கும். பகல் வேளைகளில் திரைச் சீலைகள் தென்றல் காற்றில் அசைந்தாடி வெப்பக் கொடுமையைத் தடுத்து நிறுத்தும். மாலை வேளைகளில் உள்ளே மின்னும் விளக்கொளியினையும், அங்கே நடமாடும் மங்கையரையும் நிழலுருவில் காண வழி செய்யும்.

அன்று அந்தத் தெற்குச் சாளரமும், அதை அடுத்து அமைந் திருந்த வெளிமாடமும் சந்தடியற்றுக் காணப்பட்டன. சோழர் குலத்தின் புகழ் ஓங்கச் செய்தவரும் பாண்டியன் சுரம் இறக்கியவருமான சுந்தர சோழரின் திருமகள் இளைய பிராட்டியார் குந்தவைத் தேவியார் வெளிமாடத்து மஞ்சத்தில் அமைதியாக வீற்றிருந்தாள். அவளருகே எப்போதும்

சூழ்ந்திருக்கும் பணிப்பெண்கள் இப்போது இல்லை; அவளருமைத் தோழி கொடும்பாளூர் அரச மகள், வானதி தேவியைக் காணவில்லை. இனி தனக்கு யார் ஆதரவு என்று கலங்கியபோது, கண்ணீர் துடைத்து எப்போதும் அவளருகே இருக்கும் கல்யாணிப் பாட்டியையும் அவள் ஏனோ இப்போது அங்கிருந்து போகச் சொல்லிவிட்டாள்.

குந்தவைப் பிராட்டியாருக்கு இடையிடையே மனித குலத்தின் பேரிலேயே வெறுப்பு ஏற்படுவது உண்டு. அது போன்ற பொழுதிலெல்லாம் அவளுடைய பாட்டியார் கல்யாணி தேவியாரின் தோற்றமே அந்த எண்ணத்தை மாற்றிவிடும். முதிர்ந்த பருவத்திலும் கல்யாணிப் பாட்டி அழகு மாறாது இருப்பதையும், உற்சாகம் குன்றாது இருப்பதையும் காணும்போது குந்தவைக்கு உலகப் பற்றுதல் மீண்டும் துளிர்த்து எழும்.

கல்யாணிப் பாட்டி இருக்குமிடம் எப்போதும் 'கலகல' வென்றிருக்கும். நகை முகத்துடன் அவள் கூறும் கதைகளைக் கேட்க இளம் பெண்கள் எப்போதும் சூழ்ந்திருப்பர். குந்தவை தனது முன்னோர்களின் வீரசாகசங்களைப் பற்றியும், அவர்கள் புரிந்த தீரச் செயல்களைப் பற்றியும் பல சமயங் களில் பலர் வாயிலாகக் கேட்டறிந்திருந்தாலும், பாட்டியார் கல்யாணி தேவியார் கூறுவதில் தனிச் சுவையிருப்பதை அவளறிவாள்.

கடந்துபோன சம்பவங்களை இதயத்தில் புதைத்துப் பனி படிந்த ஆடி போன்ற முகச் சாயலுடன் திகழும் குந்தவையை நோக்கிக் கல்யாணி கூறுவாள்: "நீ உலகமறியாத குழந்தையடீ குந்தவை! உனக்குத் தெரியாது இந்த உலகத்து இன்ப துன்பங்கள் எதையும் பொறுத்து ஏற்றுக்கொள்ளும் இதயம் வேண்டும் அதிலும் முக்கியமாக அரச குடும்பத்தினருக்கு அவசியம் வேண்டும். என் அழகைப் பார்த்து உன் பாட்டனார் பரகேசரி அரிஞ்சய சோழ தேவர் என்னை மணந்தாரோ அல்லது போர் உடன்படிக்கை அதற்குக் காரணமோ தெரியாது. வைதும்ப நாட்டுச் சிறு எல்லைக் குள்ளே இருந்த நான் எதிர்பாராத விதமாக மாபெரும் சோழ நாட்டு இளவரசியானேன். இன்பப் பொழிலை இரு மருங்கும்

வளர்த்து வரும் பொன்னி பாயும் வளநாட்டு அரச குடும்பத் தாருள் ஒருத்தியானேன். புகுந்த இடத்தில் மழவரையர் மகள் செம்பியன் மாதேவியாரின் கருணை உள்ளமும், சிவ பக்தியும், அடக்கமும், கம்பீரமும் அரண்மனைக்குள் நுழைந்த அன்றே என்னைக் கவர்ந்தன. சோழ நாட்டு அரசியாகும் வாய்ப்பைத் தேடிக் கொள்ளுமாறு பிறந்த வீட்டில் சிலர் எனக்கு யோசனை கூறி அனுப்பியிருந்தனர். அந்த எண்ணம் செம்பியன் மாதேவியாரைக் கண்டவுடனேயே மறைந்து விட்டது. அவரோடு சிவத்திருத்தலங்களுக்குச் செல்வதும், அங்கே நடக்கும் திருப்பணிகளைக் கண்டு களிப்பதுமாகக் குதூகலமாகக் காலம் கழித்தேன்; இன்பத்தின் உயர் நிலையையே அடைந்தேன்.''

''உனது பெரியபாட்டனார் இராசகேசரி கண்டராதித்தர் திடீரென்று சிவபதம் சேர்ந்தார். அவர் இறக்கும்போது உத்தம சோழர் இளம் பருவத்தினர். சோழ மகாசாம்ராஜ்யத்தை ஆளும் பொறுப்பு உன் இளைய பாட்டனார் அரிஞ் சயருக்குக் கிடைத்தது. எதிர்பாராதவிதமாக நான் சோழ சாம் ராஜ்ய அரசியானேன். என் அழகுக்கு அழகு செய்து செம்பியன் மாதேவியார் மகிழ்ந்தார்கள். அந்த நாள் எங்கே...?'' கல்யாணிப் பாட்டி சற்று நிறுத்திப் பெருமூச்சு விட்டார்.

அப்போது குந்தவை குறுக்கிட்டு ''அந்த நாள் எங்கேயா? இப்போது மட்டுமென்ன? வயது ஆனாலும் தங்கள் இயற்கை அழகு எங்கும் போகவில்லையே?'' என்று கூறி நகைப்பாள்.

கல்யாணிப் பாட்டி சொல்ல வந்ததைத் தொடர்ந்து, ''அதைச் சொல்ல வரவில்லையடி, பெண்ணே! சகல சௌபாக்கியங்களும் வந்தடைந்தன. இந்த உலகத்திலேயே, ஈடிணையற்ற எழில் வாய்ந்த உன் தந்தையைப் பெற்றெடுத் தேன். ஆனால் உன் பாட்டனார் அரிஞ்சய சோழர் மறு வருடமே இரட்டர்களோடு நடந்த போரில் ஆற்றூரில் இறந்தார்'' என்றாள்.

''ஓகோ! அதனால் தான் பாட்டனாரை 'ஆற்றூரில் துஞ்சிய தேவர்' என்கிறார்களோ?'' என்று குந்தவை கேட்டாள்.

எத்தனை முறை இதைக் கேட்டாலும் அவளுக்கு பழைய கதை கேட்பதில் அலுப்பே ஏற்படுவதில்லை. பழைய கதை கேட்பதன் மூலம் சிறிது நேரமாவது அவள் தன் வேதனையை மறக்க முயல்வாள்.

ஆனால், அன்று பொழுது சாய்ந்ததும் கல்யாணிப் பாட்டி மேன்மாடத்துக்கு வந்தாள். காஞ்சியைச் சுற்றிக் கண் ணோட்டம் விட்டாள். அப்போது தான் கீழ்த்திசையில் சந்திரன் உதயமாகிக் கொண்டிருந்தான். வட்டமதி உதயம் அந்த மூதாட்டியாருக்குப் பழைய நினைவை ஊட்டியிருக்க வேண்டும். மஞ்சத்தில் தனியே அமர்ந்திருக்கும் குந்தவையை, நோக்கி, "உன் பாட்டனார் அரிஞ்சய சோழ சக்கரவர்த்திக்கு மூத்த சகோதரர் ஒருவர் இருந்தார். அவரும் உன் பாட்டனாரும் தக்கோலத்துப் போரில்..." என்று கதையைத் தொடங்கியதும் வழக்கத்துக்கு விரோதமாக அவள் கல்யாணிப் பாட்டியைக் கதை கூறுவதை நிறுத்துமாறு கேட்டுக் கொண்டாள். தன்னைச் சிறிது நேரமாவது தனியே விட்டுச் செல்லுமாறு வேண்டினாள்.

குந்தவையின் மனநிலை அந்த மூதாட்டிக்கு ஒருவாறு புரியும். பழையாறை எனப்படும் நந்திபுர நகரத்தில் சில நாட்கள் தங்குவதும், பிறகு காஞ்சிப் பொன் மாளிகைக்கு வருவதும்; தஞ்சைக்குச் செல்வதுமாக நாட்களைப் போக்கிக் கொண்டிருந்த அவளது மனச் சஞ்சலம் மூதாட்டிக்குப் புரிந்து தானிருந்தது. அவ்வளவு எளிதில் அக்காரணம் குறித்துக் கேட்க இயலுமா?

ஆதித்த கரிகாலன் எதிர்பாராத விதமாக மரணமடைந்ததும், அதைத் தொடர்ந்து தன் இளைய சகோதரன், சோழ மகுடத்தைத் தன் சிறிய தந்தை உத்தம சோழருக்கு அளித்து விட்டுக் கடல் கடந்து நாடுகளைக் கண்டறியச் சென்றதுங் கூடக் குந்தவையைக் கலங்க வைக்கவில்லை. அருண்மொழி வர்மரை அயல்நாடுகளுக்குச் செல்லுமாறு செய்து, சோழ நாட்டு அரசுரிமைப் போட்டி ஏற்படுவதைத் தான் எளிதில் தடுத்த பெருமையை அவளே எண்ணி மகிழ்வாள். மூத்த குமாரன் படுகொலை செய்யப்பட்டது, இளையவன் கடல் கடந்து சென்றது போன்ற சம்பவங்களால் தன் தந்தை சுந்தர

சோழரின் மனம் அதிர்ச்சியடையாமல் கவனித்துக் கொள் வதிலேயே குந்தவை தன் கருத்தைச் செலுத்தினாள். இடை யிடையே வருங்காலத் திட்டங்களைப் பற்றியும் அவள் மனம் எண்ணும், சுந்தர சோழர் அரண்மனையிலேயே அடைபட்டுக் கிடப்பதை அவள் விரும்பவில்லை. ஆதித்த கரிகாலன் ஆசையோடு கட்டிய காஞ்சிப் பொன் மாளிகைக்குத் தன் தந்தையை அழைத்துச் செல்ல வேண்டும் என்று விரும்பினாள். அதற்கு அவள் பட்டபாடு!

சுந்தர சோழர் அவ்வளவு எளிதில் சம்மதித்து விடவில்லை.

"அம்மா குழந்தாய்! என்னைத் தொந்தரவு செய்யாதே. தஞ்சை அரண்மனையில் இந்த மஞ்சத்தில் படுத்துக் கொண்டே வாழ்நாளைக் கழித்து விடுகிறேன். காஞ்சி என்றும், பொன் மாளிகை என்றும் கூறி என் இதயத்தில் ஆதித்தனது நினைவை எழச் செய்யாதே. கட்டிளங்காளை யாய் நாட்டின் வட எல்லையைக் கட்டிக் காக்கும் வீரனான அவன் மார்பிலே தாக்கப்பட்டு இறந்தானா? இல்லை, இல்லை; அவன் மடியவில்லை. அவனை யாரும் சதி செய்து கொல்லவில்லை. என்னை தொடர்ந்து அழைத்துக் கொண்டே இருந்தான். தான் கட்டிய பொன் மாளிகையை வந்து காணப் பலமுறை என்னை அழைத்துக் கொண்டிருந்தான். நான் போகவில்லை; போகாததுடன் அவன் கட்டிய மாளிகையைப் பற்றிக் குறையும் கூறினேன். அதனால் அவன் மனந்தாளாமல் இறந்து விட்டான். அவன் ஆவி பொன்மாளிகையில் சுற்றிக் கொண்டேயிருக்கும்; 'அப்பா அப்பா' என்று அலறும். அடி பெண்ணே குந்தவை! நான் அங்கு சென்றால் அவன் இரவில் வந்து என்னை 'அப்பா' என்றழைப்பான். நான் எந்த முகத் தோடு அவனைக் காண்பேனடீ குழந்தாய்? பகல் வேளை களில் வருவான், என் மஞ்சத்தருகே அவன் உடைவாள் உறையையும் மீறி ஒளி வீசும்! அவன் மார்புக் கவசங்கள் அவனது பரந்த மார்புக்கு எடுத்துக்காட்டாக மின்னும். அவனது கூர்மையான கண்கள் மாற்றார் எண்ணத்தை நொடியில் அறிந்து கொள்ளும் சக்தி வாய்ந்த கண்கள் வேண்டாம். வேண்டாம்; என்னை அங்கே அழைக்காதே.."

சுந்தர சோழர் கண்ணீர்விட்டு அலறுவார். 'இராசகேசரி' என்ற பட்டப் பெயர் பூண்ட மன்னாதி மன்னர் சுந்தரசோழர்

உள்ளம் நொந்து புலம்புவார். 'மதுரை கொண்ட மன்னர்' மனம் வெடிக்க விம்முவார்.

அருகே பட்டத்து ராணி வானவன் மாதேவியார் கண் கலங்கத் தன் மகள் குந்தவையை நோக்கியவாறு நிற்பாள். குந்தவையின் புத்திசாலித்தனத்தை அவளறிவாள். 'ஆணாகப் பிறக்க வேண்டியவள் தப்பிப் பெண்ணாகப் பிறந்து விட்டாள்' என்று பலர் பேசிக் கொள்வது தேவியின் காதில் விழும்போதெல்லாம் பெருமையடைவாள்.

தன் தந்தை காஞ்சிக்கு வர மறுத்துக் கூறியதைக் கேட்ட குந்தவை, "அப்பா! ஆதித்த கரிகாலர் தங்களிடம் கொண்ட அன்பு நாடறிந்தது. எனக்கு ஒருமுறை ஓலை அனுப்பிய போதுகூட, 'பொன்னி நதிக்கரையில் பல்லவ அரசனொருவன் கோட்டை கட்டி, நந்திபுரம் என்ற நகரமைத்தான். நான் பாலாற்றங்கரையில் சோழர் பெருமையைப் பறைசாற்றப் பொன் மாளிகை கட்டியுள்ளேன்' என்று எழுதியிருந்தார் தங்களைக் காஞ்சிக்கு வருமாறு பலமுறை அனுப்பிய ஓலைகள் ஒன்றையாவது உங்கள் பார்வைக்கு எவரும் கொண்டு வரவில்லை. சோழ நாட்டிற்கே ஏதோ தீங்கு நேரிடும் போலிருக்கிறது என்ற செய்தி ஆதித்த கரிகாலருக்கு எட்டவே, அவரே தங்களைக் காணக் காஞ்சியிலிருந்து புறப்பட்டார்" என்றாள்.

வானவன் மாதேவியார் இப்போது குறுக்கிட்டு, "உன் சகோதரனை விரைந்து தஞ்சை வருமாறு நீயன்றோ ஓலை அனுப்பியதாகக் கூறுகிறார்கள்?" என்றாள்.

குந்தவை வியப்பு நிறைந்த விழிகளால் அன்னையை உற்று நோக்கி, "அப்படியே தான் இருக்கட்டும்; அடக்கி வைத்திருந்த அவரது ஆவல் அதனால் பொங்கி எழுந்தது. தந்தையைத் தஞ்சையில் சிறையில் வைத்திருப்பதுபோல் வைத்திருக்கிறார்கள் என்ற எண்ணம் நீண்ட நாட்களாகவே அவருக்கு உண்டு. அது உண்மை என்றறிந்த அவர் துள்ளி ஓடி வந்தார். வரும் வழியில் அந்தத் துக்ககரமான முடிவுக்கு இலக்கானார். தந்தையின் மனம் துடிதுடிக்கும்படி அவர் மாளக் காரணம் - தந்தையே! உங்கள் மீது பேரன்பு பூண்ட

என் சகோதரர் ஆதித்த கரிகாலரின் கடைசி விருப்பம் என்ன தெரியுமா? இறப்பதற்குச் சிறிது நேரம் முன்புகூட அவர் என்ன பேசிக்கொண்டிருந்தாராம் தெரியுமா? தங்களைப் பொன் மாளிகையில் இரத்தின வைர வைடூரியங்கள் கொண்ட அரியணையில் அமர வைத்து மகுடாபிஷேகம் செய்விக்க வேண்டுமென்பதைப் பற்றித்தான். அவர் தன் உள்ளக் கிடக்கையைப் பலரிடம் கூறியிருக்கிறார்... அப்பா! உங்கள் அருமை மகனின் கடைசி ஆசையை நிறைவேற்றாவிட்டால் அவர் ஆவி இங்கு மட்டும் வந்து உங்களைக் கேள்வி கேட்காதா?...''

குந்தவைப் பிராட்டியார் நெஞ்சு தழுதழுக்கக் கூறிய வார்த்தைகளில் கொஞ்சங் கொஞ்சமாகச் சுந்தர சோழர் மனம் மாறியிருக்க வேண்டும்.

விஜயாலய சோழ மன்னர் நிர்மாணித்த தஞ்சை மாநகரத் தினின்று சுந்தர சோழர் காஞ்சி நோக்கிக் கிளம்பினார். தஞ்சை மக்கள் கண்கலங்க அவர் எல்லோரிடமும் விடை பெற்றுக் கொண்டார். சோழ சாம்ராஜ்யாதிபதியாக ஆகும் காலம் எப்போது வரும் என்று உள்ளத்தே எண்ணிக் கொண்டிருந்த உத்தம சோழ தேவரின் கண்கள் கூடக் கலங்கின. "அதிக நாட்கள் தங்காமல் விரைவில் வந்துவிட வேணும்'' என்று அவரும் உடைந்த சொற்களுடன் தழுதழுத்த குரலில் கூறினார்.

சிறிது நாட்கள் தங்கியிருந்துத் திரும்பும் எண்ணத்துடன் தான் சோழ நாட்டினின்று நடுநாடு கடந்து தொண்டை நாடடைந்தார் சுந்தர சோழர். காவிரியின் நீரில் குளித்துக் களித்த அவரைப் பாலாற்று நீர் பரிமளிக்கச் செய்தது. பொன் மாளிகையின் கம்பீரம் அவரைக் கவர்ந்தது. பரந்து விரிந்த பாலாற்றங் கரையிலமைந்த மாளிகை அவர் உள்ளத்துக்கு அமைதியைக் கொடுத்தது.

புன்முறுவல் கண்டு பல ஆண்டுகள் கடந்த அவர் முகத்தில் அடிக்கடி முறுவல் ரேகை படர்ந்தது. கயிலாச நாதர் ஆலயத்து மணியோசை அவர் இதயத்தில் தன்னம்பிக்கையை யூட்டியது. காலையிலே ஆண்டவன் திருநாமங்களைக் கூறும்

அழகிய பதிகங்கள் அவர் உடலில் புத்துணர்ச்சியை யூட்டின. அவரது உடல் நலம் கேட்டுப் போகச் சிற்றரசர்கள் அவ்வப்போது வந்து போயினர். வாணகப்பாடி நாட்டினின்று வந்தியத் தேவன் அடிக்கடி வந்து சுந்தர சோழரின் உடல் நலம் விசாரித்தான்.

ஆதித்த கரிகாலருக்குப் பிறகு பொலிவிழந்து போன பொன் மாளிகையைக் காணும்போது வந்தியத் தேவனுக்குத் தான் மிக வருத்தம் உண்டாகும். அது கட்டப்படும் போது ஆதித்தனோடு அவன் அருகேயே இருந்தான். ஒவ்வொரு தூணும் எழும்பும்போதும் அவன் கண்டிருக்கிறான். யாருக்காக அந்த மாளிகையை ஆதித்த கரிகாலர் கட்டினாரோ அந்தப் பேரரசர் சுந்தர சோழர் பொன் மாளிகையை வந்தடைந்த போது களிப்படைவதில் அவனைத் தவிர வேறு எவருக்கு அதிகப் பங்குண்டு? குந்தவைப் பிராட்டியாரின் பெருமுயற்சிக்கு அவரைப் பாராட்ட வேண்டி வாணகப் பாடியினின்று காஞ்சிக்கு வந்தார்.

பல்லவ அரச பரம்பரையில் வந்த பார்த்திபேந்திர பல்லவனும் காஞ்சியிலேயே நிரந்தரமாகத் தங்கிவிட்டான். சுந்தர சோழரின் மஞ்சத்தருகே வந்தியத்தேவன் சிரிக்கச் சிரிக்க உரையாடும்போது குந்தவையும் அங்கு நின்று ரசித்துக் களிப்பாள். ஆனால் பார்த்திபேந்திரன் அங்கு வந்தவுடன் அவள் முகம் மாலைத் தாமரையாகி விடும். அங்கிருந்து விரைந்து சோலைக்கு செல்லுவாள்; சில சமயங்களில் வந்தியத்தேவனும் உடன் சென்று விடுவான். பல்லவ குலப் பெருமையைப் பற்றி ஓயாது பேச வந்த பார்த்திபேந்திரன் எழுந்து அவர்களைத் தொடரவும் முடியாமல், அங்கே அமர்ந்திருக்கவும் இயலாமல் துடிப்பான். அவனிடமிருந்து வெப்பமான பெருமூச்சு எழும்.

◻ ◻ ◻

இந்த நிகழ்ச்சிகளை பத்து ஆண்டுகளுக்கு முன்பு இதே பொன் மாளிகையில் நடந்த சம்பவங்களை இப்போது குந்தவை தேவியார் எண்ணிப் பெருமூச்சு விட்டாள்.

அவற்றை நினைவுக்குக் கொண்டுவர வேண்டும் என்பதற் காகத்தானோ என்னவோ அவள் நந்திபுரம் விட்டு வந்து காஞ்சிப் பொன் மாளிகையிலேயே தங்கியிருந்தாள். எண்ணக் கனவு கலையாமல் இருப்பதற்காகவே அவள் அமைதியை நாடி மேன்மாடத்தில் வந்தமர்ந்தாள். வேதனையால் குமுறும் உள்ளத்துக்குப் பழைய இன்ப நினைவுகள் அமுதமாக இருக்கட்டுமே என்று தான் கல்யாணிப் பாட்டியையும் அப்பால் போகுமாறு கூறிவிட்டு அங்கு அமர்ந்திருந்தாள்.

அவள் அமர்ந்திருந்த இடத்தினின்று பாலாற்றின் முழுத் தோற்றமும் தெரிந்தது. பொன்னியைப் போன்று நாணிக் கோணிச் செல்லும் பெண்ணல்லள்; பால் வண்ணக் குமரி. அவளது கம்பீரமான தோற்றத்தைக் குந்தவை ரசித்துக் கொண்டிருந்தாள். வானத்தே தனியரசு செலுத்திய மதியின் ஆட்சியில் ஆற்றின் நடுவே செல்லும் படகுகள் தெரிந்தன.* பாய் விரிந்த கலங்கள் தெரிந்தன. சிறு படகுகள் காணப் பட்டதுடன் அவற்றைத் தள்ளத் துடிப்பு செலுத்துவோரின் பாடல்களும் தெளிவாக ஒலித்தன.

அதோ ஒரு ராஜ ஹம்ஸப் படகு சம்புவரையர் குடும்பத் தினர் அதில் ஏறிக் கடல் மல்லை செல்லுகிறார்கள் போலும்! நிலவொளியில் அந்தப் படகின் அழகு குந்தவையைக் கவர்ந்தது.

நதிப் பிரவாகத்தில் ராஜ ஹம்ஸப் படகில் செல்வதே இன்பம், ஆற்றின் இருபுறமும் விளங்கும் இயற்கைக் காட்சி களைக் கண்டு சென்றாலே பேரின்பம். படகை ஓட்டு கிறார்களே அவர்கள் நாள்தோறும் சுவர்க்க இன்பத்தை அன்றோ அடைகிறார்கள்! பலமுறை அவள் காவிரி நதியில் படகில் சென்றிருக்கிறாள். என்றாலும் அந்த ஒரு நாள் பத்தாண்டுகளுக்கு முன்பு நிகழ்ந்த அந்த அனுபவம்... ஐயோ! அதை நினைவுபடுத்திக் கொள்ளவா இப்போது பாலாற்றை நோக்கினோம்? ஏன், பார்த்ததில் தவறு என்ன? அந்த நிகழ்ச்சியில் இன்பமும் துன்பமும் கலந்து தாமே இருந்தன?

---

* அக்காலத்தே பாலாற்றில் கடற்கரையினின்று பெரும் மரக்கலங்கள் சென்று கொண்டிருந்தன. சீன யாத்ரீகர் ஹுவான் சுவாங்க் இதைப்பற்றி குறிப்பிட்டுள்ளார்.

விக்கிரமன்

காஞ்சி வந்த சிறிது காலத்திற்குள்ளேயே தன் தந்தையின் உடல் நிலை குணமடைந்து வருவதை அறிந்த குந்தவை மாறுதல் வேண்டி நந்திபுரம் செல்ல எண்ணங் கொண்டாள், நந்திபுரத்தில் அவனது அருமைத் தோழி வானதி தோழி என்றா சொன்னோம்? சோழ மண்டலத்து இளவரசி வானதி வந்து தங்கியிருக்கிறாள். அவளைக் கண்டு உரையாட வேண்டும். அங்கே அந்தப் பொல்லாத பஞ்ச வர்ணக்கிளி இருக்கிறது. அது என்ன கூறும்? 'வாருங்கள் வாருங்கள், வந்தியத்தேவரே! வாருங்கள். தங்களுக்காக எங்கள் பிராட்டியார் காத்திருக்கிறார்' என்று மழலை பேசும். அந்தக் கிளிக்கு ஏது இத்தனை பொல்லாத்தனம்? எல்லாம் அந்தக் கொடும்பாளூர்க் குமரி வானதி இருக்கிறாளே அவள் கற்றுக் கொடுத்தவைதான்! இப்போது உண்மையாகவே வந்தியத் தேவனுடன் நந்திபுரம் சென்றால் அது என்ன வென்று கூப்பிடும்?

வானதியைக் காண்பதற்கு மட்டுமல்லாமல் குந்தவைப் பிராட்டிக்கு மற்றொரு முக்கியக் காரணமும் இருந்தது. நீண்ட நாட்களாக வந்தியத்தேவனைச் சந்தித்துப் பேச வேண்டும் என்று துடித்துக் கொண்டிருந்தாள். அதற்கான வாய்ப்பே ஏற்படவில்லை. 'திருவரங்கத்தில் என் இளவயதுத் தோழன் ஒருவன் இருக்கிறான்; அவனைச் சந்திப்பதற்காகச் செல் கிறேன்' என்று வந்தியத்தேவன் கூறியபோதுதான் குந்தவைக்குப் பளிச் சென்று அந்த யோசனை தோன்றியது. 'திருக்குடந்தையிலிருந்து உறையூருக்குக் காவிரி நதியில் ராஜஹம்ஸப் படகில் சென்றால் படகு மெல்ல நகரும். வாணர் குல வீரரையும் அதில் அழைத்துச் செல்லலாம். அவரிடம் பேச எவ்வளவோ இருக்கிறது. முக்கியமாக ஆதித்த கரிகாலன் கொலை செய்யப்பட்டது சம்பந்தமாகச் சில ஐயப்பாடு களைப் போக்கிக் கொள்ளலாம்' என்று எண்ணினாள்.

தஞ்சையில் தன் தந்தை சுந்தர சோழரைக் காணக் காஞ்சி யினின்று விரைந்து வந்த ஆதித்த கரிகாலன் கடம்பூர் சம்புவரையர் மாளிகையில் கொல்லப்பட்டார். இரத்த வெள்ளத்தில் ஆதித்த கரிகாலர் கிடந்த இடத்தில் இருந்தது வந்தியத்தேவனுடைய வாள். அதுவரை அவருடன் தங்கி

யிருந்த வந்தியத்தேவன் சூழ்ச்சி செய்து கொன்றுவிட்டான் என்று பலத்த கூச்சல் எழுந்தது. அந்தச் சூழ்நிலையில் அருண்மொழி வர்மர் தலையிட்டு வந்தியத்தேவனின் சினத்துக்குப் பொறுப்பேற்றதால் கூச்சல் அடங்கியது. குற்றச் சாட்டை முன் நின்று முழங்கிய பார்த்திபேந்திரனும் அடங்கி னான். ஆனால் அருண்மொழிவர்மன் கடல் கடந்த நாடு களுக்குச் சென்ற பிறகு நாட்டில் ஆதித்த கரிகாலர் கொலை சம்பந்தமாக முணுமுணுப்பு எழுந்தது. குற்றவாளியாக வந்தியத் தேவனைக் கூற இரண்டு தடயங்கள் கிடைத் திருந்தன. ஒன்று வந்தியத்தேவன் வாள்; மற்றொன்று அவன் குந்தவை தேவியாருக்கு எழுதியதாகக் கூறப்படும் ஓலை. அதைப்பற்றி வந்தியத்தேவனிடம் பேச வாய்ப்பை எதிர்பார்த்திருந்தாள். படகில் இருவரும் தனியே செல்வதைப் போன்ற வாய்ப்புக் கிடைக்குமா? நந்திபுரத்து அரண் மனையில் தன்னைச் சந்திக்குமாறு வந்தியத்தேவனுக்குச் சொல்லியனுப்பி விட்டுக் குந்தவை காஞ்சியினின்றும், பல்லக்கில் புறப்பட்டாள் நந்திபுரம் நோக்கி.

தேவியாரின் கட்டளை கிடைத்ததும் வந்தியத்தேவன் குதூகலமாகப் புறப்பட்டான். குதிரையின் குளம்படியோசை இதயத்து உணர்ச்சிக்குத் தாளம் போட்டது.

நந்திபுரத்து அரண்மனையில் வானதி தேவி குந்தவைப் பிராட்டியாரை வரவேற்றாள். பல மாதங்களுக்குப் பிறகு சந்தித்ததால் வானதியின் கண்களில் உணர்ச்சி மேலீட்டால் நீர் ததும்பியது.

“அக்கா, அக்கா! இப்பொழுதுதாவது இங்கு வர வழி தெரிந்ததா? உங்கள் தம்பியாருக்குத்தான் இந்த நாட்டு நினைவே மறந்து விட்டதென்றால் உங்களுக்கும் மறந்து விட்டதா?” என்று வானதி, குந்தவையை அணைத்தவாறு கேட்டாள்.

குந்தவை செல்லமாக வானதியின் கன்னங்களைத் தட்டி, “போடி குறும்புக்காரி! உன் இதய மன்னர் அருண்மொழி வர்மன் உன் நலன் கேட்டு இதுவரை ஓலை அனுப்பாததை நேரிடையாகச் சொல்லிவிடேன்! அதற்காக என்னையும் ஏன்

இழுக்கிறாய்? ஆமாம், இருபது நாட்களுக்கு முன்பு கூடச் செண்பகத் தீவு போய்வந்த வணிகர்கள் அருண்மொழியைக் கண்டதாகச் சொன்னார்களே, அவர்களிடம்கூட அவன் உனக்குச் செய்தி அனுப்பவில்லையா? எனக்குத்தான் அனுப்பவில்லை!'' என்றாள்.

''செண்பகத் தீவியினின்றா? வணிகர்கள் அவரைப் பார்த்தார்களா? எனக்கு ஒன்றும் தெரியாதே!''

''அவர்கள் வந்ததே உனக்குத் தெரியாதா? வியப்பாக இருக்கிறதே! அரசாங்கச் செய்தி ஒன்றையும் நீ அறிய முயல்வதில்லையா? அந்தப்புரத்து மெய்க்காவலராக மங்கள பூபதிதானே இருக்கிறார்?''

''அக்கா! இங்கு நடப்பதெல்லாம் எனக்கு ஒன்றுமே புரிவதில்லை. மங்கள பூபதியை ஏதோ வேறு பணியிட்டு ராசாதித்தபுரம் அனுப்பிவிட்டார்கள். என் உயிருக்கு உயிரான சேடிகளைக் கூடத் தஞ்சைக்கு அனுப்பிவிட்டார்களே! நாம் கொடும்பாளூர் போவதென்றால்கூட...''

''என்ன! உன்னைத் தொடர்ந்து ஒற்றர்களா? இருக்காது பெண்ணே, இருக்காது! உனக்குரிய எசமான் அருண்மொழி வரும் வரையில் உன்னைப் பத்திரமாகக் காப்பாற்றிக் கொடுக்க வேண்டாமா? அதற்காக இருக்கும்...''

''அக்கா! எனக்கு என்னவோ இந்த வாழ்க்கையே பிடிக்கவில்லை என்னையும் அவருடன் மரக்கலமேற்றி ஏன் அனுப்பவில்லை? இராமபிரானுடன் சீதை வனாந்திர வாசம் அனுபவிக்கச் செல்லவில்லையா? அவ்வாறு இல்லாவிடில் உங்களுடனாவது என்னை அழைத்துச் செல்லுங்கள்.''

''அடீ வானதி! இந்தச் சோழ சாம்ராஜ்யத்து அரியணையில் வீற்றிருக்கப் போகும் உனக்கு இன்னும் உலக விவகாரமே தெரியவில்லை. என் தம்பி அருண்மொழியைக் கடல் கடந்த நாடுகளுக்குச் செல்லுமாறு கூறியது சோழ நாடு இரண்டாகப் பிரியவேண்டாம் என்பதற்காகத்தானே? ஆனால் உன் தந்தை தன் மருமகனுக்குப் பட்டம் கிடைக்காமல் நான் செய்துவிட்டேன் என்று குறை கூறுகிறார். உன்னையும்

சேர்த்து அனுப்பியிருந்தால் நிச்சயமாக என்னைச் சூழ்ச்சிக்காரி என்றே வர்ணித்து விடுவார்!''

"அக்கா! அவர் அப்படியா கூறுகிறார்? அவரைப் பொறுத்தருளுமாறு உங்களை நான் வேண்டிக் கொள்கிறேன். எனக்குத் தெரியும் அக்கா, உங்கள் நல்ல எண்ணம்! இந்த உலகத்து மக்களுடைய, திருவாய் எப்படியும் பேசும். ஆரம்பத்திலிருந்தே இளையவர் மீதுதான் உங்களுக்கு அன்பு அதிகம் என்றும், அவருக்கே சோழ நாட்டையளிக்க வேண்டும் என்றும் திட்டமிட்டு வந்தீர்களாம். அதற்காகவே ஆதித்த கரிகாலரைக் கொல்லச் சூழ்ச்சி செய்தீர்களாம். உத்தம சோழருக்கு உரிமையில்லை எனப் பேசினீர்களாம். ஆனால் தாங்களோ யாரும் எதிர்பாராதவகையில் ஒரு செயல் செய்தீர்கள். தங்கள் இளையவரைக் கடல் கடந்து போகச் செய்தீர்கள். உத்தம சோழருக்குத்தான் முடி என்று முடி வேற்பட வழி செய்தீர்கள்.''

"வானதி! நீ அழுத்தமானவள். பிழைத்து விடுவாய். என்மீது உனக்குக் கோபமாயிருக்கும். நீ விரும்பிய வண்ணமே மணந்த அருண்மொழி வர்மருடன் காதல் வாழ்வு நடத்த உன்னை விடாமல் என் தம்பியைப் பிரித்து அனுப்பினேன். இப்போது அதை நினைக்கும் போது என் உள்ளம் கசிகிறது. நான் அதே நிலையில் இருந்தால் எப்படி யிருக்கும் என எண்ணிப்பார்த்தால் மனத்தில் பயங்கரம் தோன்றுகிறது. விரைவில் திரும்பி வருமாறு நான் என் இளையவனுக்கு ஓலை அனுப்பப் போகிறேன்...''

"அக்கா! அக்கா! எனக்காக நீங்கள் அப்படியெல்லாம் செய்துவிடாதீர்கள். நான் ஏதோ நினைத்ததைக் கூறினேன். நாகப்பட்டினத் துறைமுகத்தில் அவர் அன்று விடை பெறும் போது அவர் பேசாமல் பேசினார். கலங்காமல் காத்திருக்குமாறு விழிகளாலேயே பேசினார். வெற்றியுடன் திரும்பி வர ஆரத்தி எடுத்தபோது, தீபஒளியில், அவர் வீரத் திருவிழியின் பார்வையில் அவர் என் இதயத்தை எடுத்துச் செல்வதைக் கண்டேன். பேரும் புகழும் ஓங்க அவர் பயணம் சிறக்க முருகனை வேண்டினேன். இடையே எனக்காக அவரை வருமாறு எழுதினால் எடுத்த காரியத்தை அரைகுறையாக

அவர் விட்டு வந்தால், அவர் புகழும் பெருமையும் ஓங்க வழியில்லாது போய்விட்டால், அந்தப் பழி என்னைச் சேரும் அக்கா!..."

குந்தவை 'கலகல'வென நகைத்தாள். வானதியின் கண்களில் நீர் ததும்புவதைக் கண்டாள். "அடிபேதைப் பெண்ணே! கண் கலங்காதே. உன் கணவரின் புகழ் குறைய வழி செய்யமாட்டேன். என் சகோதரனை வழி அனுப்பும் போது நாங்கள் மௌன மொழியுடன் நிற்கவில்லை. அதோ நிற்கிறாரே வாணர் குலவீரர். அவர் கேட்டார்: 'உங்களுடன் வராமல் நான் எப்படித் தனித்திருப்பது?' என்று. என் தம்பி பொல்லாதவன். அவன் கூறினான்: 'தனியே இருக்கப் பயம் ஏன்? என்னைக் காப்பாற்றி வீரனாக்கிய வனிதை என் சகோதரி. அவள் உம்மைக் கைவிடமாட்டாள். மூன்றே ஆண்டுகளில் நான் வந்து விடுவேன். அதற்குள் நாட்டின் நிலைமை சரியாகிவிடும். உங்கள் அன்பு வளர்ந்து திருமண நாளையும் நிச்சயம் செய்து கொண்டு விடுவீர்கள் என்று. அந்த நாள்..." முடிக்கவில்லை.

"அக்கா! அக்கா! திருமண நாள் குறித்து விட்டீர்களா? எப்போது எங்கே?" என்று பரபரப்புடன் கண்களைத் துடைத்தவாறு கேட்டாள் வானதி.

குந்தவை உதட்டில் விரல் வைத்து 'உஸ்' என்று கூறி "அதெல்லாம் இன்னும் முடிவாகவில்லை. அதற்கு முன்பாக வேறு ஒரு முக்கியமான பணி இருக்கிறது. என் சகோதரன் ஆதித்த கரிகாலனைக் கொன்றவர்களைக் கண்டுபிடித்தாக வேண்டும். அதை அறியும் வரையில் எங்கள் திருமண நாள் முடிவாகாது. எனினும் அருண்மொழியை விரைவில் நாடு திரும்புமாறு செய்தி அனுப்பப் போகிறேன்...." என்று பேசிக் கொண்டே இருந்தாள். அதற்குள் யாரோ கனைக்கும் ஓசை கேட்டது. நேரமாகிறது என்பதற்கு அறிகுறியாக வந்தியத் தேவன் தொண்டையைச் சரிசெய்வது போல் கனைத்தான்.

"உறையூர் வரையில் போய்வந்து விடுகிறேன். வந்தபின் உன்னுடன் சாவகாசமாகப் பேசுகிறேன்" என்று கூறிக் குந்தவை புறப்பட்டாள்.

குடந்தை நகரை அழகுபடுத்தும் காவிரியின் தோணித் துறையில் ராஜஹம்ஸப் படகு நின்று கொண்டு இருந்தது. அதன் அருகே வீர நாராயணன் யாருடைய வருகையையோ எதிர்பார்த்துக் காத்திருந்தான். சிறிது நேரத்தில் அவன் எதிர்பார்த்தவாறு இளைய பிராட்டியார் குந்தவைத் தேவியார் பல்லக்கிலும், வந்தியத்தேவன் குதிரையிலுமாக வந்து இறங்கினர். வீர நாராயணன் படகில் இருந்தவர்கள் சிலருக்குச் சைகை காட்ட, அவர்கள் இறங்கி அங்கிருந்து அகன்றனர். படகின் பொறுப்பாக இருந்தவனிடமிருந்து வீரநாராயணன் படகு செலுத்தும் பொறுப்பை ஏற்றான். காவிரியின் எதிர் வெள்ளத்தைக் கிழித்துக் கொண்டு படகு செலுத்தப்பட்டது. இருபுறமும் நகர்ந்து வரும் பசுஞ்சோலைகளை வந்தியத் தேவன் பார்த்தவாறிருக்க, குந்தவைப் பிராட்டியார் ஏதோ சிந்தனையில் மூழ்கியவாறிருந்தாள்.

அவர்கள் சென்ற படகு அந்தத் துறையை விட்டுப் புறப்பட்ட சிறிது நேரத்திற்கெல்லாம் குதிரை மீது சில வீரர்கள் விரைந்து வந்தனர். தோணித் துறை அருகில் குதிரையை நிறுத்திக் கீழே இறங்கினர். அப்போது தான் குந்தவையைச் சுமந்து வந்த பல்லக்கு திரும்பிக் கொண்டிருந்தது. வந்தியத்தேவனின் குதிரை மரத்தில் கட்டப்பட்டிருந்தது.

"சிறிது கால தாமதம் செய்துவிட்டோம்; அதனால் காரியமே கெட்டுவிட்டது" என்றான் வந்தவர்களுள் ஒருவன்.

"எல்லாம் இந்த மூக்கரையனால்தான் நேர்ந்தது. பெருமாள் கோயிலை வழியில் பார்த்து விட்டானல்லவா? பிரசாதம் சாப்பிட்ட பிறகுதான் கிளம்பினான்."

"இப்போது அந்தக் காவலர் தலைவர் பழுவேட்டரையரிடம் எல்லாருமே சேர்ந்து பிரசாதம் வாங்க வேண்டுமே!"

"அதனால் ஒன்றும் கவலைப்படாதீர்கள். குதிரையை இப்படியே உறையூரை நோக்கிச் செலுத்துங்கள். கரை ஏறும் முன்னர் சிக்காத அந்த வந்தியத்தேவனை இறங்கும்போது பிடித்துவிடுவோம்" என்றதும் குதிரை வீரர்கள் உறையூரை நோக்கி விரைந்தனர்.

❑ ❑ ❑

உறையூரில் கரையிறங்கியவுடன் நேர்ந்த அந்தச் சம்பவத்தை நினைக்கும்போது குந்தவைப் பிராட்டியாருக்கு இன்றும் உடல் சிலிர்க்கிறது. சோழ சாம்ராஜ்யத்தையே மாற்றி அமைக்கும் சக்தி வாய்ந்தவள் என்று நாடே கூறும் அவளால் அந்தக் கணம் ஏதும் செய்ய முடியவில்லை.

அந்தக்கணம் என்ன? பத்தாண்டுகள் கழித்தும் ஏதும் செய்யமுடியவில்லையே! வெப்பப் பெருமூச்சுவிடவும், நந்திபுரத்துக்கும் காஞ்சிக்கும் தஞ்சைக்கும் சென்று இதய வேதனையை மறக்க முயல்வதையும் தவிர அவளால் வேறு ஏதும் செய்ய இயலவில்லையே?

அந்த அரசப் படகில் அவர் வல்லரையர் அன்று என்ன கம்பீரமாகப் பேசினார்! பண்பாடு விலகாமல் நடந்து கொண்ட அவரது பெருந்தன்மை ஒன்றே போதுமே. அவர் இதயத்தில் சிக்குண்டவளாக நான் இருப்பினும் அரச குடும்பத்து மகள் எனும் மரியாதை மாறாது நடந்து கொண்டாரே! அவர் கூறிய சம்பவங்கள் மட்டும் சாதாரணமானவையா? ஆதித்த கரிகாலருடன் அவர் பழகியதையும், அவர் கண்ட கனவு களையும், தீட்டப்பட்ட திட்டங்களையும் பற்றி அவர் கூறினாரே அவற்றை இப்போது எண்ணும் போதும் தித்திக் கின்றன. அதன் பிறகு அருண்மொழி வர்மரிடம் அவர் அறிமுகமானவுடன் அவரிடம் தெய்வ நம்பிக்கையேயன்றோ அவர் வைத்து விட்டார்! அதைப் பற்றியெல்லாம் அவர் விடாமல் கூறிவந்தார். இடையில் நாம் கேட்டோம்: "வாணர் குல வீரரே. இன்னும் உங்களுக்குத் தெரியவில்லையா. என் சகோதரர் ஆதித்த கரிகாலனைக் கொன்றவர் யாரென்று? அந்த இடத்தில் இருந்தவர்களுள் நீங்கள் ஒருவர் தாமே இப்போது இருக்கிறீர்கள்?''

அவர் கூறிய மறுமொழி: "தேவி! நீங்கள் கேட்பதில் கேட்காதது ஒன்றும் புதைந்திருப்பதை நானறிவேன். தங்களிடம் தெளிவுபடுத்த இதுவரை சமயம் எதிர்பார்த் திருந்தேன். அருண்மொழி வர்மரின் சொல்லுக்குக் கட்டுப் பட்டு அன்று என்னைப் பற்றி ஏதும் கூறாமல் விட்டு விட்டார்கள். இன்று என்மீது ஐயப்பாடுடையவர்கள் இருக்கிறார்கள். முக்கியமாக நான் தான் உண்மைக் குற்றவாளி

என்று பார்த்திபேந்திர பல்லவன் பகிரங்கமாகக் கூறுகிறான். அதற்குச் சாட்சியாக அவன் உடைவாளைத் தவிர ஓலை யொன்றையும் அவன் வைத்துள்ளானாம். நான் ஆண்ட வனைச் சாட்சியாகக் கூப்பிடுவதைத் தவிர வேறென்ன செய்ய முடியும்? இன்னொரு பயங்கரப் பொய்யைப் பார்த்திபேந்திரன் சுமத்துகிறான். ஆதித்த கரிகாலரைக் கொன்று விட்டு அருண்மொழிவர்மரைக் கடல்கடந்து போகச் செய்து விட்டால் சோழ சாம்ராஜ்ஜியத்தை நானே அடைந்து விட முடியும் என்ற கபட எண்ணமாம் எனக்கு.''

அப்போது குந்தவை கலகலவென நகைத்தாள்.

''ஏன் இருக்கக் கூடாது?'' என்றாள்.

வந்தியத்தேவன் திடுக்கிட்டான். ''தேவி!'' என்று கூறிப் பரபரப்புடன் எழுந்தான்.

முதன் முறையாக அவன் கரங்களைப் பிடித்துக் குந்தவை அமர்த்தினாள். அந்தக் கணத்தில் கோடி சந்திர ஒளி உடலெங்கும் பாய்ந்தது போன்று இருவரும் உணர்ந்தனர்.

அதை இப்போது நினைத்துக் கொண்டாலும் குந்தவையின் உடலிலும் ரோமாஞ்சலி ஏற்படும். அந்த நாள் மீண்டும் எப்போது வரும்? அன்று பேசிய அந்தச் சொற்கள் தாமே கடைசி. மீண்டும் வல்லவரையருடன் பேச முடியுமா?

''எல்லோரும் அப்படித்தானே நினைக்கிறார்கள்? ஆதித்த கரிகாலனை நீங்கள் கொன்றீர்கள். நான் பக்கபலமாக இருக்கிறேன் என்ற எண்ணத்தில்! அருண்மொழியை நான் கடல் கடந்து போகச் சொன்னேன். பிறகு என் தந்தை என் சொற்படிதானே கேட்பார்? சோழ சாம்ராஜ்ஜியத்தில் பெண்ணொருத்தி இதுவரை அரியணை ஏறியதில்லை. அதற்குப் பதில் உங்களைக் கைப்பாவையாகக் கொண்டு நான் ஏன் நாட்டை ஆளக் கூடாது?''

''என்ன பயங்கரமான பழிச்சொல்!''

''சொல்கிறார்கள்; கேட்கிறார்கள்; அதை உறுதிப்படுத்தத் திட்டமிடுகிறார்கள் - ஆனால் நிறைவேற்றி வைக்கத் தடை சுந்தரசோழர் நம்பமாட்டாரே!''

குந்தவை இதைக்கூறி வாய்மூடவில்லை; உறையூர் வந்துவிட்டது. அவர்களுடைய பயணத்தின் கடைசிக் கட்டம் இருவரும் ஒன்றாகச் சென்ற அந்த இன்ப நேரத்தின் முடிவு...

புலிக்கொடி தாங்கியிருந்த அந்த வீரர்களில் நடுநாயகமாக விளங்கிய பார்த்திபேந்திர பல்லவன் வந்தியத்தேவனிடம் புலி இலச்சினையைக் காட்டி, ஓலைச் சுருள் ஒன்றை நீட்டினான். பார்த்திபேந்திரனை அலட்சியமாகப் பார்த்தபடி ஓலையைப் பெற்ற வந்தியத்தேவன் திடுக்கிட்டான். அவன் உடலில் பதற்றம் தோன்றியது. அவனது கரங்கள் உடைவாளைத் தொட்டன.

அவனிடமிருந்து ஓலையைப் பற்றி குந்தவையும் அதைப் படித்தாள். கலங்கா உள்ளம் படைத்த அவளும் நடுங்கினாள். ஓலையில் இருந்தது. இதுதான்...

"வீர பாண்டியன் தலைகொண்ட ஆதித்த கரிகாலரைச் சூழ்ச்சி செய்து கொன்றதற்குத் தகுந்த தடயங்கள் இப்போது கிடைத்துள்ளமையால், மந்திரி மண்டலத்தாரின் கருத்துப்படி வாணகப்பாடி நாட்டு வந்தியத்தேவ வல்லவரையரான உம்மை, குற்றச்சாட்டை விசாரித்து தண்டனையளிக்கச் சிறை பிடித்து, தஞ்சைச் சிறையில் வைக்க உத்தரவிடுகிறேன். இரண்டாம் பராந்தக சுந்தர சோழ சக்கரவர்த்திகளின் கட்டளைப்படி - உள்படு கருமத் தலைவர்."

மூன்று ஆண்டுகளுக்கு முன்பிருந்த வந்தியத் தேவனாயிருந் திருந்தால் இதுவரை உடைவாளில் வைத்த கரத்தை அப்படியே வைத்திருக்கமாட்டான். ஆனால், ஏனோ அவன் படபடப்பை அடக்கிக் கொண்டான்.

சுந்தர சோழ மன்னரின் கட்டளை...

அந்தக் கட்டளை உறையூரில்தானா நிறைவேற்றப்பட வேண்டும்? உயிர் நண்பரைக் கொன்றவரைப் பற்றிய தடயங் களை அறிய வந்த இடத்திலா சிறைப்பட வேண்டும்? வந்தியத்தேவனை இரு வீரர்கள் பிடிக்க வந்தனர். அவர் களைக் கையமர்த்தி சாதுப்பிள்ளை போல் பின் தொடர்ந்தான். அவன் ஒரு முறைகூடக் குந்தவைத் தேவியாரின் பக்கம் திரும்பிப் பார்க்கவில்லை.

சோழ சாம்ராஜ்யத்தை ஆட்டிப் படைக்கும் கோமகள் என்று எல்லோரும் வருணிக்கும் குந்தவை செய்தவறியாது நின்றாள்.

அருண்மொழி வர்மரைச் சிறந்த வீரராகவும், அறிவாளி யாகவும் வளர்ந்த சோழர் குலக்கொடி சிலையென நின்றாள்.

வீரர்களைச் செல்லுமாறு சைகை காட்டிய பார்த்திபேந்திர பல்லவன், வெற்றிப் புன்னகை உதிர்த்த வண்ணம், தொண்டையைக் கனைத்த வண்ணம் ''தேவி'' என்றான்.

பெண் புலியின் சீற்றமென விழித்து நோக்கிய குந்தவை விரைந்து சென்று மீண்டும் படகில் ஏறிக்கொண்டாள். ''படகு மீண்டும் குடந்தைக்குச் செல்லட்டும்'' என்று கர்ஜித்தாள்.

❑ ❑ ❑

''**இ**து என்ன அநியாயம்!'' என்று குந்தவை பழைய சம்பவத்தை எண்ணி வாய்விட்டுக் கூவிவிட்டாள். அந்தச் சமயம் யாரோ அங்கு வரும் காலடி அரவம் கேட்டது. மங்கிய நிலவொளியில் கம்பீரமான ஓர் உருவம் நின்று கொண்டிருந்தது.

குந்தவை திடுக்கிட்டு எழுந்து நின்றாள். யார் வந்திருப்பது வாணர்குல வீரர் வந்தியத்தேவனா? பத்தாண்டுகளாக யாருடைய விடுதலைக்காகப் பாடுபடுகிறோமோ அவர் விடுதலையடைந்து விட்டாரா?

'இல்லை... அவர் இல்லை, அவர் தஞ்சை பாதாளச் சிறையிலன்றோ வாடுகிறார்!'

'என் இளைய சகோதரர் அருண்மொழியா? நாடு நகரமெல்லாம் பேசிக் கொள்கிறது, அருண்மொழி வர்மர் கடல் கடந்த நாடுகளிலிருந்து திரும்பி வந்து கொண்டிருக்கிறார் என்று. நாகைப்பட்டினத்துத் துறைமுகத்தில் அவர் வருகையைத் தினந்தோறும் எதிர்பார்க்கிறார்களாம்; வானதியும் அதற்காகத் தானே விரைந்து இருக்கிறாள்! நானும் கூடத்தான் என் இளவளை வரவேற்கச் சென்றிருக்க வேண்டும். செல்ல வில்லை! இதுவரை நான் அனுப்பிய ஓலைகளுக்கு மதிப்பு வைக்காத அவனை நான் ஏன் சென்று வரவேற்க வேண்டும்?

விக்கிரமன் ❖ 37

வல்லரையர் வந்தியத் தேவரைச் சூழ்ச்சி செய்து பாதாளச் சிறையில் தள்ளி விட்டார்கள் என்ற செய்தியை நான் அறிவித்துப் பத்தாண்டுகள் ஆகியும் ஏனென்று கேளாத, நான் வளர்த்த இளவல் வருகிறான்! வந்துவிட்டுப் போகட்டுமே. ஆனால், ஆனால் நாகைப்பட்டினத்துக்கு நான் வரவில்லை என்பதை அறிந்த அருண்மொழி கரை சேர்ந்ததும் என்னைக் காண விரைந்து இங்கு வந்துவிட்டானோ?'

'இல்லை இல்லை. அருண்மொழியின் கண்கவர் தோற்றமெங்கே' அருண்மொழியின் நிழல் கூட அன்றோ எழிலுற விளங்கும்!

'பின் யார்? பல்வரிசை தெரிய நகைத்து நிற்பது ஆதித்த கரிகாலனின் ஆவியோ?'

"யாரது?" குந்தவை நெஞ்சிலிருந்து சொல்லை வரவழைத்துக் கூவினாள்.

நிலவு பட்டு அதனால் தூணின் நீண்ட நிழல் விழுந்த பகுதியில் நின்றிருந்த அந்த உருவம் 'ஹோ ஹோ' என நகைத்தது.

"தேவி, நான் தான்" என்றது.

அத்தியாயம் 2
ஓலை மாறியது

"**தே**வி நான்தான்!" என்ற குரல் குந்தவையின் செவிகளில் விழுந்தவுடன் அவள் உள்ளத்தே ஒரு கணத்தில் எழுந்த பரபரப்பு அடங்கியது. உருவத்தை இன்னார் என அறிந்து கொள்ளும் திறமைகூடத் தன்னிடமிருந்து போய் விட்டதோ என அவள் எண்ணினாள்.

"தேவி! என்னை மன்னித்துவிடுங்கள். அமைதியாக வீற்றிருந்து நிலவின் எழிலைப் பருகிக் கொண்டிருக்கும் நேரத்தில் நான் வந்து இடையூறு விளைவித்ததற்கு மன்னித்து

விடுங்கள்..." என்று கூறிய பார்த்திபேந்திர பல்லவன் நிலவொளியில் தன் முகம் தெள்ளெனத் தெரியும் வண்ணம் இளைய பிராட்டியார் குந்தவை தேவியின் முன் வந்து நின்றான்.

அண்மையில் பார்த்திபேந்திர பல்லவனை அவள் சந்தித்ததில்லை. பத்தாண்டு காலத்தில் காஞ்சி மாளிகையில் தங்கியிருந்த பொழுதில் ஓரிரு முறை அவன் குந்தவையைச் சந்திக்க முயன்றிருக்கிறான். அதற்கு முன்னர் காஞ்சி மாளிகைக்கு அவன் வராத நாளே கிடையாது. முன்பைவிட அவன் தோற்றத்தில் சிறு மாறுதல் ஏற்பட்டிருக்க வேண்டும். இல்லாவிடில் குந்தவை தேவியார் ஏன் அவனை ஒருமுறைக்கு இருமுறை ஊடுருவிப் பார்த்திருக்க வேண்டும்? சதா ஒளிவீசிக் கொண்டிருக்கும் அந்தக் கூர்மையான கண்களில் கூடச் சற்று பழுப்பு நிறமேறி அளவில் குறைந்து காணப்பட்டது. இளமையின் செழுமையைப் பறைசாற்றிக் கொண்டிருந்த கன்னப் பிரதேசங்களில் பளபளப்பு குறைந்து காணப்பட்டது.

சாதாரண நாட்களிலே உமிழ்ந்து கொப்புளிக்கும் தீப்பிழம்புடன் கூடிய அவன் கண் நோக்கினைக் காண விரும்பாது தலை குனிந்து கொள்ளும் குந்தவை தேவியார் இப்பொழுது அவன் தோற்றத்தைக்கூடக் காண விரும்பவில்லை.

"தேவி! வானத்து முழுமதியை நோக்கிய வண்ணமிருந்த தங்களைக் கலைத்து நான் வந்து நிலம் நோக்கச் செய்துவிட்டேனோ?" என்று கேட்டுப் பார்த்திபேந்திரன் அந்த இடத்திலே நிலவிய மௌனத்தைப் போக்க விரும்பி அதே சமயம் குந்தவையுடன் தொடர்ந்து பேச வாய்ப்பு ஏற்படுத்திக் கொள்ளவும் முயன்றான்.

குந்தவை மெல்ல நகுதல் செய்தாள்.

"ஆம்! என் அமைதியைக் கலைத்துத் தான் விட்டீர்கள். எப்படி அதை அறிந்தீர்கள்? பல்லவ அரச குமாரர்கள் மனோதத்துவ ஆராய்ச்சியிலும் வல்லவர்கள் போலும்! நான் உள்ளத்தில் நினைத்ததை அப்படியே சொல்லிவிட்டீர்களே!" என்று குந்தவை கூறினாள். அவள் குரலில் அலட்சிய பாவம் இருந்தது.

குந்தவை தன் செவ்விதழ்களைத் திறந்து உரையாடு வதைப் பார்த்திபேந்திரன் எதிர்பார்த்தது உண்மையே. ஆனால், இப்படிச் சொல்லால் கணை விடுப்பாள் என்று அவன் எதிர்பார்க்கவில்லை.

"தேவி! பொறுத்தருள வேண்டும். இந்த நேரத்தில் வந்து தங்களை நான் தொந்தரவு செய்திருக்கக் கூடாது. தாங்கள் எத்தகைய சிந்தனையில் மூழ்கியிருக்கிறீர்கள் என்பதை நான் அறிவேன். அரண்மனை கீழ்க் கூடத்தில் தங்கள் பாட்டியார் ராஜமாதா கல்யாணிதேவியார் அமர்ந்திருக்கிறார். அவர் கூறினார், நீங்கள் அருண்மொழியை எண்ணிய வண்ணம் வீற்றிருக்கிறீர்கள் என்று. தங்கள் இளவலிடமிருந்து கிடைத்த செய்தியைக் கொண்டு நேரே நாகைப்பட்டினத்தினின்று வரு பவனாதலால் தங்களிடம் செய்தி ஓலையைக் கொடுப்பதில் ஒரு கணமும் தாமதிக்கக் கூடாது என ஓடோடி மேன்மாடம் வந்தேன். அந்தரங்க நேரத்தில் அமைதியான வேளையில் தொந்தரவு செய்வது சற்றும் முறையன்று என்றாலும் எனக்கு அது புதிதன்றே. தாங்களே அறிவீர்கள். பல முக்கியமான செய்திகளை நான் கொண்டு வந்த பொழுதெல்லாம் தாங்களும் அரச குடும்பத்தினரும் அந்தரங்கமாக உரையாடிக் கொண்டிருந்திருக்கிறீர்கள். நான் சோழ குடும்பத்து அரச குமாரனாகப் பிறக்கவில்லையே தவிர, உங்கள் குடும்பத் தாருள் ஒருவனாக மாறத்தானே துடித்துக் கொண்டிருக் கிறேன்? நான் பல்லவ அரச பரம்பரையினன் என்பதைத் தாங்கள் அறிவீர்கள். சோழர் படையில் சாதாரண ஒரு வீரனாக மாறினாலும் போதும். சோழ வம்சாவளியில் என் பெயரும் சேர்வது ஒன்றே போதும் என்றல்லவா எண்ணி ஏங்குகிறேன்."

❑ ❑ ❑

குந்தவைப் பிராட்டியாரின் செவிகளில் இச்சொற்கள் வீழ்ந்தன. அவை அவளது இதயத்தில் பழைய ஏடுகளைப் புரட்டின. ஒவ்வொரு சொல்லும் அவள் மன அரங்கில் புதுவகைக் கூத்தை நடத்திக் கொண்டிருந்தன. அந்த இடத்தை விட்டு அவள் மெல்ல நகர்ந்து மாடத்துக் கைப்பிடிச்சுவரருகே

சென்று தோட்டத்தை நோக்கிய வண்ணம் நின்றாள். பிறகு சட்டெனத் திரும்பி, "பல்லவ குல அரசகுமாரரே! இதுவரை தங்களைப் பெரும் வீரர் என்று மட்டும்தான் எண்ணியிருந் தேன். சாளுக்கிய புலகேசியை ஓட ஓட விரட்டிய நரசிம்ம வர்மரின் வழிவந்த வீரர் என்று மட்டும்தான் எண்ணியிருந் தேன். சிறுவயதிலேயே பட்டமேற்று மாற்றார்க்குக் கூற்ற மெனத் திகழ்ந்த நந்திவர்ம அரசரின் குலத்துதித்தவர் என்று மட்டும் தான் எண்ணினேன். நீங்கள் கவிதை பேசுகிறீர்கள், அரச குமாரரே! கவிதை பேசுகிறீர்கள். உடைவாளை எடுத்துப் போட்டு விட்டு எழுத்தாணியைக் கைக்கொண்டு காவியம் எழுதும்...." இவற்றைக் கூறும்போது அவள் உள்ளத்தே கோபமிருந்தாலும் மெல்லிய சிரிப்பை வரவழைத்துக் கொண்டாள்.

நிலவில் தேவியாரின் உதடுகளில் நெளிந்த புன்னகையை வெண்ணிலவில் மலர்ந்த மெல்லரும்பு என எண்ணிப் போதை கொண்ட பார்த்திபேந்திரன், "தேவி! என்ன அப்படிக் கூறி விட்டீர்கள்? பல்லவ மரபினர் புஜபல பராக்கிரமசாலிகள் மட்டும் அல்லர்; அவர்கள் சிறந்த அறிஞர்களும்கூட; மகேந்திர பல்லவ சக்கரவர்த்தியின் மந்தவிலாச நாடகத்தை நீங்கள் அறிந்ததில்லையா? ராஜசிம்மரும் நந்திவர்மரும் காவிய அழகு பெரிதும் உணர்ந்தவர்களாயிற்றே... நானும் அப்படித் தான். எழுத்தாணியும் உடைவாளும் என் இருகரங்களின் அணிகலன்கள். போர்க்காலத்தே வாளைச் சுழற்றுவேன்; போரற்ற போது கவிதை எழுதுவேன்... அதுவும் காதல் கவிதை!" இதைக் கூறிவிட்டு 'கடகட' வென நகைத்தான். 'ஹோ ஹோ' எனச் சிரித்தான் என்ன நினைத்தானோ சட்டென்று சிரிப்பை அடக்கிக்கொண்டான்.

அந்த ஆண் சிங்கத்திற்கும் சிறிது வெட்கம் வந்துவிட்டது. அதை மாற்ற விரும்பி, "அந்த ஆசை அந்தக் கலைத்திறன் யாவும் சோழர் குலச்சேர்க்கையால் வந்த விளைவுதான் தேவி! தங்கள் சகோதரர் ஆதித்த கரிகாலர் எனக்கு வாளெடுத்துச் சுழற்றக் கற்றுக் கொடுத்தார். அவருடன் போர்க் களங்களுக்குச் சென்றேன். வீரபாண்டியனை எதிர்த்துப் போரிட்ட போது எங்களிருவருக்கும் என்ன வயதிருக்கும் என்பதைத் தேவி

நீங்களே அறிவீர்கள். சிங்கக் குட்டிப்போல் ஆதித்த கரிகாலர் போர்க்களத்தே வாள் சுழற்றினார். நான் மட்டும் சளைத் தேனா? என் வாள் சுழலும் போது எதிரியின் தலைகள் பந்து போல் உருண்டன. அப்பொழுதெல்லாம் சதா போர் நினைவு தான். ஈழத்தில் தங்கள் இளையவர் அருண்மொழி வர்மரை முதன் முதல் சந்தித்ததனின்று போர் நினைவோடு சிறிது கலை நினைவும் என் உள்ளத்தே கலந்தது. சோழ நாட்டின் பெரும் படைத் தலைவனாக நான் இப்போது இருந்தாலும் என் எண்ணமெல்லாம் கவிதை எழுதுவதே."

பார்த்திபேந்திரன் தொடர்ந்து பேசிக்கொண்டே சென்றான். குந்தவைக்கு மேன்மாடத்தில் இருக்கப் பிடிக்கவில்லை. மெல்லக் கீழே இறங்கினாள். அவள் தலையில் அணிந்திருந்த ஒற்றைச் செண்பக மலரின் மனத்தை நுகர்ந்த வண்ணம், பார்த்திபேந்திரன் பின்தொடர்ந்தான். சுய பெருமை பேசத் தொடங்கினால் ஓயாது பேசும் பார்த்திபேந்திரனுக்கு இப்போது நல்லதொரு சந்தர்ப்பம் கிடைத்தது.

அப்பா! எவ்வளவு காலமாக இதுபோன்ற தனிமையான சந்தர்ப்பத்தை அவன் எதிர் நோக்கியிருக்கிறான்! அவன் சிறு வயதாயிருக்கும் போது குந்தவையின் பேரெழில் பற்றிப் பிறர் பேசக் கேள்விப்பட்டிருக்கிறான். மதுரையில் பாண்டியனை வென்று வாகைசூடி ஆதித்த கரிகாலனோடு தஞ்சைக்குத் திரும்பி வந்தபோது சுந்தரசோழருடன் குந்தவையும் நின்றிருந் தாள். ஒருகணம் கண்களைக் கசக்கிக்கொண்டு பார்த்தி பேந்திரன் குந்தவையை நோக்கினான்.

மெல்ல ஆதித்த கரிகாலனைச் சீண்டி, "அரசே! ஓயாமல் பேசிக்கொள்வீர்களே, 'என் சகோதரி குந்தவை; என் சகோதரி குந்தவை' என்று; அவர்தானே இவர்கள்? 'அவள் அழகில் ரதி தோற்றுவிடுவாள்; மேனகை மண்டியிட்டு விடுவாள்; திலோத்தமை தலைகுனிந்திடுவாள்;' என்றெல்லாம் பேசு வீர்களே. இவர்கள்தாம் உங்கள் சகோதரியா?" என்று கேட்டான். அவனுக்குத் தெரியும் குந்தவையின் அழகுக்கு இந்த ஈரேழுலகும் இணையில்லையென்று. இருந்தாலும் ஆதித்த கரிகாலரின் வாயைக் கிளறி, அவர் சீற்றத்துடன் பேசுவதை ரசிப்பதில் பெருத்த ஆசை அவனுக்கு.

ஆதித்த கரிகாலர் துள்ளித் திரும்பினார். ''என்ன சொன்னீர் பல்லவ வீரரே! எங்கே உங்கள் நாவை நீட்டும்! என் சகோதரியை விட்டே அதை ஒட்ட நறுக்கச் சொல்கிறேன். அழகைப்பற்றி உமக்கு என்ன தெரியும்? அழகு என்பதே என்னவென்று மறந்து இரண்டு தலைமுறையான குலமன்றோ உங்கள் குலம்?'' என்று கூறித் தந்தையின் பக்கம் திரும்பி, ''தந்தையே! இந்தப் பல்லவச் சிறுவன் என்ன கூறிவிட்டான் பார்த்தீர்களா? நம் குந்தவைப் பிராட்டியாரின் அழகு ஓர் அழகா என்கிறான். அசட்டுப்பிள்ளை! இந்த அழகற்றவளை உன் தலையில் கட்டவா நான் யோசனை செய்தேன்?'' என்று படபடவெனக் கூறினான்.

அங்கிருந்தோரெல்லாம் பெரிதாக நகைத்தனர். குந்தவையும் கலகலவென நகைத்தாள். பார்த்திபேந்திரன் தலை குனிந்து கொண்டான். மீண்டும் குந்தவையைச் சந்தித்து, வேடிக்கை யாகத் தான் கூறியதைத் தவறாக எண்ண வேண்டாம் எனக் கேட்டுக் கொள்ளத் துடித்தான். சந்தர்ப்பமே ஏற்பட வில்லை. ஆதித்த கரிகாலருடன் காஞ்சிக்குச் செல்ல வேண்டிய கட்டாயம் ஏற்பட்டது. காஞ்சியிலிருந்து வடஎல்லைப் பாதுகாப்பைப் பலப்படுத்துவதிலும், ஆதித்த கரிகாலருடன் பல ஊர்களுக்குச் செல்வதிலுமாகக் காலம் கழிந்தது என்றாலும் அவனுக்குக் குந்தவையின் நினைவு மாறவில்லை.

காஞ்சி பொன் மாளிகையில் ஆதித்த கரிகாலருக்குக் குந்தவையிடமிருந்து ஓலை வரும். அவர் ஓலையைப் பல முறை படிப்பார். செய்தி கூறப்பட்டிருக்கும் விதரணையைப் புகழ்வார். யோசனை கூறப்பட்டிருந்தால் அதன் சிறப்பைப் புகழ்வார்.

''எனக்கு மட்டும் அதிகாரம் இருந்தால் இந்தச் சோழ சாம்ராஜ்ஜியத்தை மட்டுமென்ன? இமயமலையிலிருந்து தென்கடல் வரையிலுள்ள இந்த நாட்டைக் குந்தவைப் பிராட்டியிடமே ஒப்படைத்து விடுவேன்'' என்று கூறுவார். பார்த்திபேந்திரனது மெய்சிலிர்க்கும். தன் இதயத்தில் ஏற்றி அமர வைத்திருக்கும் தேவி சாதாரணமானவளல்லள்; தன் வருங்காலம் மனோன்னதமானது என்று எண்ணுவான். அதற்குத் தூபம் போடும் வகையில் ஆதித்த கரிகாலரும்

உல்லாசமாகப் பேசிக் கொண்டிருக்கும் "வேளையில் பல்லவ சாம்ராஜ்ஜியம் என்ன சாமான்யமானதா? இதோ நான் வீற்றிருக்கிறேனே, இந்த பூமியில் தானே மாவீரர் நரசிம்ம வர்மர் அரசாண்டார்? ஆ! அவர்கள் பெருமை கேட்க என் உள்ளம் பூரிக்கிறது. பார்த்திபேந்திரரே! உங்கள் நாட்டை நாங்கள் கவர்ந்தது மிகத் தவறுதான். என் தந்தைக்குப் பிறகு நான்தான் சோழ சாம்ராஜ்ய அரசர். பட்டாபிஷேகத் தினத்தன்று நான் என்ன செய்வேன் தெரியுமா...?" என்றார்!

அப்பொழுது அங்கு வந்துகொண்டிருந்த வந்தியத்தேவன், "தெரியுமே! சிம்மாசனத்தில் உட்கார்ந்து கொள்வீர்கள்!" என்றான்.

பார்த்திபேந்திரன் மிகச் சீற்றத்துடன் திரும்பி, "ஆமாம், உன்னைப் போன்ற நாடற்றவர்கள் தாம் அவசர அவசரமாக ஓடோடிப்போய் உட்கார்ந்து கெட்டியாகப் பிடித்துக் கொள் வார்கள். அரசர் என்ன கூறுகிறார் என்பதைத்தான் கேளேன்" என்று கூறவும், "கேட்கிறேன்! மகாமகா மகா பல்லவ சாம்ராஜ்யாதிபதியே! நாட்டை இரு கைகளாலும் அணைத்துக் கொண்டிருக்கும் இளவரசரே! அப்படியே கேட்டுக் கொண்டிருக்கிறேன்" என்று கூறி முகத்தை ஒரு விதமாகக் கோணிக்கொண்டு வந்தியத்தேவன் சீறினான்.

கிட்டத்தட்ட சம வயதினரான இருவரும் ஆதித்த கரிகாலரை விட்டு நொடி நேரமும் பிரிவதில்லை. ஆனால் இருவரும் சிறு விஷயங்களுக்கெல்லாம் தர்க்கம் செய்வார்கள். ஒருவரை ஒருவர் ஏசிக்கொள்வார்கள். சொற்களில் சிலேடை வைத்துப் பேசுவார்கள். அடிக்கடி ஆதித்த கரிகாலர் தலையிட்டுத் தடுக்க வேண்டியிருக்கும். இப்பொழுதும் ஆதித்த கரிகாலர் இருவரையும் சமாதானப் படுத்திவிட்டு, "நான் அரியணை ஏறியவுடன் முதலில் தென்பெண்ணைக்கு வடக்கே இருக்கும் நாட்டை மீண்டும் பல்லவ மரபினருக்குத் தந்துவிடப்போகிறேன். பார்த்திபேந்திரனுக்கு மீண்டும் முடிசூட்டப் போகிறேன். அப்பொழுது சோழ சாம்ராஜ் யத்திற்கு இணையாகப் பல்லவ சாம்ராஜ்யம் இருக்கும். ஆனால், பார்த்திபேந்திரனை நம்பக் கூடாது. சமயம் பார்த்துச் சோழ சாம்ராஜ்யத்தை விழுங்கி விடுவான். அதனால்

இவனுக்குச் சரியான மேலதிகாரியை ஏற்படுத்த வேண்டும், அதற்கு என் சகோதரி குந்தவை தேவிதான் ஏற்றவள்...'' என்று கூறினார்.

பார்த்திபேந்திரனுக்கு அந்தக் கணம் உடல் பூமியிலேயே இல்லை. மெல்ல மெல்ல அவன் காற்றிலே பறந்தான். வானத்திலே மயிலூர்தியிலே அமர்ந்து விர்ரெனப் பறந்தான். நேரே நந்திபுரத்திற்குச் செல்கிறான். நந்திபுரத்து அரண்மனைத் தோட்டத்து வாவியுள் ஆம்பல்வாய் கூம்பிய அந்த நேரத்தில், குந்தவை தேவியார் வாவிக்கரையிலமர்ந்து தாமரை மலரொன்றைப் பறித்துச் சூடிக் கொண்டிருக்கிறாள். வழியிலே ஒரு செங்குமுத மெல்லரும்பைப் பார்த்திபேந்திரன் தண்டுடன் பறித்து வந்திருக்கிறான். அவளைத் திகைக்க வைக்க எண்ணிப் பின்புறமாக வந்து அம்மலரரும்பை மெல்ல நீட்டுகிறான். குந்தவை திடுக்கிட்டுத் திரும்பும் முன்னர் அப்பொழுது மற்றோர் உருவம் தன் கரங்களிலே மலர்ந்த செங்குமுத மலரை வைத்திருக்கிறது. மலரா மெல்லரும்பைவிட மலர்ந்த செவ்வல்லி அவளைக் கவர்கின்றது. குந்தவை அதைக் கரம்நீட்டிப் பெறுகின்றாள். இதைக்கண்ட பார்த்திபேந்திரன் உள்ளம் துடிக்கிறான். அவனுக்குப் போட்டியாக...! சே! என்ன ஏமாற்றம்...

அதற்குப் பிறகு எத்தனை ஆண்டுகள் காத்திருப்பது! தேவியாரைச் சந்திக்க வாய்ப்பு ஏற்பட்டாலும், அவை அவள் உள்ளம் அறிய முடியாத சந்தர்ப்பங்களாயின. இந்த வாணர்குல வீரன் மட்டும் இல்லாவிட்டால் என் இதயத் தாபம் எப்போதோ தீர்ந்திருக்குமே? அவன் மட்டும்தானா எனக்கு எதிராக முளைத்தான்? காலமும் சந்தர்ப்பமும் அப்படியே யன்றோ சதி செய்கின்றன. இல்லாவிட்டால் அன்று ஆதித்த கரிகாலர் தன் சகோதரிக்கு ஓலை எழுதி வந்தியத்தேவனிடம் கொடுத்தனுப்புவாரா? தஞ்சையிலுள்ள தன் சகோதரியிடம் மட்டும் சேர்க்க வேண்டும் என்று வந்தியத் தேவனைத் தேர்ந்தெடுத்திருப்பாரா? "இந்த ஓலை மிக முக்கியமானது. என் சகோதரி குந்தவைப் பிராட்டியார் கரங்களுக்கு இது போய்ச் சேரவேண்டும். வழியில் எத்தனையோ இடை யூறுகள் வரும். நாட்டிலே இப்பொழுது என்னென்னவோ

கேள்விப்படுகிறேன். வழியிலே வலுச்சண்டைக்கு எவரிடமும் போய் விடாதே. வலுச்சண்டை மட்டுமன்று; வரக் கூடிய சண்டையைக்கூட விட்டுவிட வேண்டும். உன் வாட் திறமையைக் காட்டாதே. உன் திறமை எனக்குத் தெரியும்'' என்று அவர் இவ்வளவு உபதேசங்கள் செய்து வந்தியத் தேவனை அனுப்பினாரே, வந்தியத் தேவனைவிட என்னிடம்தானே ஆதித்த கரிகாலருக்கு மதிப்பு அதிகம். என்னையன்றோ அவர் அனுப்பியிருக்க வேண்டும்? அந்த வாணர் குலத்தான் என்ன கூறி மயக்கினானோ? எனக்குக் கிடைக்க வேண்டிய அந்த வாய்ப்பு அவனுக்குக் கிடைத்தது. ஆதித்த கரிகாலர் தவறான ஆளை அந்தக் காரியத்திற்குத் தேர்ந்தெடுத்தார். அந்த வாணர் குல அசட்டுப் பிள்ளை அந்த இரகசிய ஓலையைப் பழுவேட்டரையரிடம் சிக்குமாறு செய்தான். ஓலை போனால் என்ன? குந்தவைப் பிராட்டியார் வாணர்குல வந்தியத்தேவனைப் பெரிதும் நம்பும் சந்தர்ப்ப மல்லவா ஏற்பட்டுவிட்டது? எனக்குக் கிடைக்க வேண்டிய அந்தச் சந்தர்ப்பத்தை வாணர்குல வீரன் அன்றோ தட்டிக்கொண்டு போய்விட்டான்!

அதற்குப்பிறகு இதுகாறும் கிடைக்காத சந்தர்ப்பம் இப்போது காஞ்சி மாளிகையில் கிடைத்ததென்றால் பார்த்தி பேந்திரன் சுலபமாக நழுவவிடுவானா? அவனுக்குத் தெரியும், குந்தவை தேவியாருக்குத் தன் பேரில் அடங்காக் கோபம் இருக்குமென்று. சோழ சாம்ராஜ்ய சேனாதிபதி பதவி தனக்குக் கிடைத்தவுடன் முதன் முதலில் செய்த காரியம் வந்தியத் தேவன் பேரிலுள்ள கொலைக் குற்றச்சாட்டை நிரூபித்து, அவனைச் சிறைப்பிடித்ததே. அதற்காகக் குந்தவைப் பிராட்டியாருக்குக் கோபம் ஏற்படலாம். நிலையை விளக்கித் தேவியார் மனம் மாறும்படிக் கனிவாகப் பேசினால், தன் இதயத்தைத் திறந்து தேவியாரிடம் பேசினால், நிச்சயம் தேவியார் தன்னை ஏற்றுக்கொள்வார்.

குந்தவையும் ஏதோ சிந்தித்த வண்ணம் சென்றாள். சிந்திப்பது ஒன்றே இப்போது அவள் தொழில் என்றாலும், இப்போது அவள் சிந்திப்பது பார்த்திபேந்திரனுடன் முகங் கொடுத்துப் பேசலாமா, கூடாதா என்பதே. சுலபமாக

அவனை அலட்சியப்படுத்தி விடலாம். யாருடைய உத்தரவைக் கொண்டு அந்தப்புரத்துள் நுழைந்தார் என்று கேள்வி கேட்டுத் திணற அடிக்கலாம். பணியாட்களை அழைத்து அவர்கள் முன்னிலையில் பார்த்திபேந்திரனைக் கடிந்து பேசி அவமானப் படுத்தலாம்; இன்னும்... இன்னும் தன் இதய ஆத்திரம் தீரச் சுடுசொற்களால் சுட்டு எரிக்கலாம். எல்லாவற்றையும் விடப் பேசாமல் மௌனமாக இருந்து அவனை வாய் நோகுமளவுக்குப் பேச வைத்து வேடிக்கை பார்த்து, வெட்கித் தலைகுனிந்து செல்லுமாறு செய்து அனுப்பலாம்.

குந்தவை அவ்வாறெல்லாம் செய்ய விரும்பவில்லை. அரண்மனையில் அப்போது எவரும் இல்லாத சமயம். பார்த்திபேந்திரரிடம் தான் கேட்க வேண்டியதைக் கேட்கலாம். சீற்றத்தை விட்டுச் சினத்தை விட்டுப் பேசிப் பார்த்திபேந்திரரிடம் அந்த இரகசியத்தைக் கேட்டறியலாம். வந்தியத் தேவரைச் சிறையிலிடத் தூண்டியவர் எவர் என்பதைப் பேச்சின் மூலம் அறியலாம். ஆதித்த கரிகாலரைக் கொன்றதாக வந்தியத்தேவர் மீது பழி சுமத்தியவருள் முதன்மையானவர் பார்த்திபேந்திரனாதலால், அவருடைய மனத்தில் மறைந் திருக்கும் எண்ணம் யாதென்றும் அறியலாம். இன்னும் அறிய வேண்டியவை ஆயிரமாயிரமுள்ளன. அவற்றை அறியக் கூடிய இந்த வாய்ப்பை ஏன் வெறுப்பு உணர்ச்சி மூலம் கெடுக்க விரும்புகிறாயே, மனமே!

குந்தவை ஒருமுறை பார்த்திபேந்திரனைத் திரும்பிப் பார்த்தாள். மண்டபத்து நடுவே இருந்த மஞ்சத்தில் வந்து அமர்ந்தாள். ஒருவர் முகத்தை ஒருவர் அவ்வளவாக அறிய முடியாத அளவு வெளிச்சத்தையே அங்கிருந்த விளக்குகள் அளித்துக் கொண்டிருந்தன. அந்த விளக்குகளையும் சுற்றி விட்டில்கள் வட்டமிட்டுக் கொண்டிருந்தன. தென் சாளரத்தின் வழியே காற்று விர்ரென்று வீசும்போது அந்த விட்டில்கள் வட்டமிட்டுத் துள்ளின.

பார்த்திபேந்திரன் முகத்தில் ஆர்வமும், மிகுந்த ஆசையும், தன்னுடன் பேசுவதனால் எழும் ஆனந்தமும் தளும்பி நிற்பதைக் கண்டாள் குந்தவை. அவள் உதடுகளில் புன்னகை பிறந்தது. அதில் குறும்புத்தனம் இருந்தது.

"பல்லவகுல இளவரசே! இல்லை... இல்லை... சோழ சாம்ராஜ்யச் சேனாதிபதியே! தங்கள் மெய்க்கீர்த்தியைச் சரியான படி நான் கூறவில்லை. வட எல்லைக்கு அரண் போன்றிருந்த ஆதித்த கரிகாலரின் அருமைத் தோழரே! வீரபாண்டியன் தலைகொள்ள உதவி நின்ற வீரரே! என்னைப் பொறுத்தருள வேண்டும். இத்தனை நேரம் தங்களை நிற்கச் சொல்லியே உரையாடிக் கொண்டிருந்து விட்டேன். என்ன இருந்தாலும் பெண்ணன்றோ? பொறுத் தருள்வீர்! இப்படி உட்கார்ந்து கொள்ளுங்கள்" என்று குந்தவை வாய்திறந்து பேசியதும் பார்த்திபேந்திரனது தலை சுழன்றது.

"தேவி! தேவி! என்ன வார்த்தை கூறினீர்கள்! மன்னிப்பது நானா, நீங்களா? ஒரே வார்த்தையில் என்னை வெட்டி வீழ்த்தி விட்டீர்களே. ஆயிரம் ஆயிரம் சொல் பேசி இனி நான் வெல்வது ஏது? உண்மையில் என்னையன்றோ நீங்கள் பொறுத்தருள வேண்டும்? காஞ்சி அரண்மனையில் இது காறும் தாங்கள் இருந்தீர்களே, உங்களை ஒருமுறையாவது நான் வந்து சந்தித்தேனா? தங்கள் இதயத்தில் எத்தனையோ துயரங்கள் படிந்து கிடக்கின்றன. ஒன்றிற்காவது நான் ஆறுதல் கூறினேனா?"

"ஆகா! சேனாதிபதி, இப்படிப் பேசலாமா? சோழ சாம்ராஜ்யத்து மக்களின் துயர் முழுவதையும் துடைத்துக் காக்கவே இருக்கும் நீங்கள், தனிப்பட்ட ஒருத்தியின் துயரை மட்டும்தானா துடைக்காது இருந்திருப்பீர்கள்? எத்தனையோ வேலையிருந்திருக்கும்."

"ஆம், தேவி! எவ்வளவோ வேலைகள்! ஒவ்வொரு நாளும் புதுப்புதுச் செய்திகள் வந்து என் வேலைப்பளுவை உயர்த்திய வண்ணமிருக்கின்றன. வடக்கே சாளுக்கியர்கள் படை திரட்டுகிறார்கள். ஈழத்தில் தொந்தரவு; மேற்கே கொல்லி மலையில் சலசலப்பு..."

"தெற்கிலும் கிழக்கிலும் ஏதும் இல்லை போலும்?"

"ஏனில்லை? என் ஒற்றர்கள் அங்கிருந்து செய்தி அனுப்பியவண்ணம் இருக்கிறார்கள். ஆதித்த கரிகாலரால்

கொலையுண்ட வீரபாண்டியன் மகன் அமர புஜங்க பாண்டியன் என்ற பெயருடன் எங்கோ காட்டில் ஒளிந்து படை திரட்டிக் கொண்டிருக்கிறானாம்.''

''ஓகோ! உங்கள் ஒற்றர்கள் பிரமாத வேலை செய்கிறார் கள். ஆனால் அவர்கள் கடல் கடந்துபோன அருண்மொழி வர்மரைப் பற்றி மட்டும் செய்தி அறிய முடியவில்லை. அல்லவா?''

''இல்லை, இல்லை, மிகவும் சிரமப்பட்டுச் செய்தி சேகரித்து விட்டேன். உங்கள் இளைய சகோதரர்.... சோழ சாம் ராஜ்யத்து இளவரசர்... நாடு திரும்பிக் கொண்டிருக்கிறார் என்ற செய்தி எனக்குத்தான் முதலில் எட்டியது!''

''அப்படியா? மெச்சுகிறேன், ஒற்றர் படைத் திறமையை. வெளிநாட்டுச் செய்தியை அவ்வளவு எளிதில் அறிய வைக்கும் ஒற்றர் படையாளர்கள் அருண்மொழிக்கு மட்டும் இந்தநாட்டுச் செய்தியை அறிய வைக்க முடியாதது வியப்புத் தானே!'' குந்தவை சற்று அழுத்தமான குரலில் கூறினாள்.

பார்த்திபேந்திரன் திடுக்கிட்டான். பேச்சின் திசை மாறிப் போவது அறிந்து வருந்தினான்.

''எதைக் கூறுகிறீர்கள் தேவி?''

''எதையென்று புரிந்துகொள்ளப் படைத் தலைவரால் இயலவில்லையா? உண்மையைக் கூறும் பார்த்திபேந்திரரே! இந்த நாட்டுச்செய்தி எள்ளளவையேனும் என் இளையவன் அறிவானா? பத்தாண்டுக் காலமாக அவன் எந்த நாட்டில் இருக்கிறான் என்பதையாவது தாங்கள் அறிய முற்பட்டீர் களா? அப்படி அவன் அறிந்திருந்தால், இந்த நாட்டுக்கு நேர்ந்த இரண்டு துயரமான செய்திகளை அவன் அறிந்திருந் தால், தாய்நாடு நோக்கி அவன் ஓடோடி வாராது இருந்திருப் பானா? அப்படி அவன் வருவதற்கான வாய்ப்பு இல்லா விடினும் செய்தியாவது அனுப்பியிருக்கமாட்டானா?'' குந்தவையின் குரலில் வேகம் படிப்படியாகத் தணிந்தது; சீற்றத்திலும் துயரம் கலந்திருந்தது.

பார்த்திபேந்திரன் கீழ் உதட்டைக் கடித்துக் கொண்டான். 'நாம் வந்தது இத்தகைய வார்த்தைகளைப் பிராட்டியாரிட

விக்கிரமன்

மிருந்து கேட்கவா? கோபம் தணிக்க வந்த இடத்தில் அதற்குத் தூபம் போட்டு வளர்த்து விட்டோமே.'

"தேவி! என்ன இப்படியெல்லாம் கூறுகிறீர்கள்? இந்த நாடு தங்களுடையது. இந்த நாட்டு அரியணையில் தாங்கள் அமர்ந்து செங்கோலோச்சவில்லையே தவிர, சோழ நாட்டு மக்களின் இதய அரியணையில் வீற்றிருக்கிறீர்கள். தங்கள் சிறிய தந்தையும் சோழ மண்டலேசுவரருமான மதுராந்தக சோழ தேவருக்கு மட்டும் தங்கள் மீதுள்ள அன்புக்குக் குறைவா? அவருக்கு அரியணை தந்ததே தாங்கள் தாமே! அப்படியிருக்கும்போது இந்த நாட்டுச் செய்திகள் தங்கள் இளவலை எட்டாமல் தடுக்க எவரால் முடியும்? என்ன சொல் சொல்லிவிட்டீர்கள். தேவியாரே! அப்படியெல்லாம் நினைத்துக் கொண்டிருப்பீர்கள்அயல் நாட்டினின்று அருண் மொழி வர்மர் திரும்பி வரும்போது அத்தகைய எண்ணத்தை அவருக்குத் தெரிவித்து அவர் மனம் கொதித்தெழச் செய்வீர்கள் என்ற சந்தேகத்தால்தான் நான் ஓடோடி வந்தேன். தங்கள் தப்பெண்ணம் போக்க..."

குந்தவைக்குச் சிரிப்புத்தான் வந்தது. பார்த்திபேந்திரன் சமத்காரமாகப் பேசக் கற்றுக் கொண்டு விட்டதறிந்து அவளுக்கு வியப்பே. சாதுர்யமான பேச்சோ, அல்லது ஒரு வேளை உள்ளது உள்ளபடியே பேசும்பழைய அசட்டுத் தனம் தானோ...

"அரசகுமாரரே! நன்று பேசுகிறீர்கள். என்னை உயரப் புகழ்வதற்கு என்ன பிரதிபலன் செய்யப் போகிறேன்? செய்வேன், செய்வேன். பல்லவ சாம்ராஜ்யத்தை மீட்டுத் தங்களுக்கு அளிக்கும் பணியை நான் மேற்கொண்டிருக் கிறேன். ஆதித்த கரிகாலரின் ஆசை அது தானே? சிறிய தகப்பனார் மதுராந்தக சோழதேவர் ஏன் இன்னும் மௌனமாக இருக்கிறார்? உரிமையைப் பற்றி அவரிடம் தாங்கள் கேட்க வில்லையா? பல்லவ சாம்ராஜ்ய மன்னராக வேண்டிய தாங்கள் சோழர் படைகளுக்குத் தலைவராவதா? தங்கள் உரிமையை எப்போது அடையப் போகிறீர்கள்?" குந்தவை வெகு சாமர்த்தியமாகக் கேட்டுப் பார்த்திபேந்திரனை ஒரே கணத்தில் நிலை தடுமாறச் செய்து விட்டாள்.

பார்த்திபேந்திரன் எழுந்து நின்று, "தேவி! தங்கள் சகோதரரின் அந்த எண்ணம் தங்களுக்குத் தெரியுமா? அற்ப ஆயுளில் அந்த மாவீரர் மாண்டிருக்காவிடில் நிச்சயம் நான் பல்லவ மண்டலாதிபதியாகியிருப்பேன்? அது மட்டுமா? என்னைக் கட்டிக் காக்க மேலதிகாரியாகத் தாங்களும் வந்திருப்பீர்கள், பல்லவ மண்டலத்துக்கு மட்டுமா நான் அரசராயிருப்பேன். எவரும் அடைய முடியா சுவர்க்கப் பேரின்ப சாம்ராஜ்யத்து அரசனாக நான்..."

"அரசகுமாரரே! இவ்வளவு எண்ணத்தை அடக்கி வைத்துக்கொண்டு அதை நிறைவேற்ற முயலாமல் வெறும் படைத்தலைவர் பதவி வகித்துக் காலத்தைக் கழித்துவந்தால் தங்கள் எண்ணம் ஈடேறுவது எப்போது?" குந்தவை எழுந்து சென்று தீபத் திரியைத் தூண்டி விட்டுவந்தாள். அந்தக் கூடம் முன்னர் எப்போதையும்விட அதிகப் பிரகாசமாகியது. பார்த்திபேந்திரன் முகம் எத்தனையோ ஆண்டுகளுக்கு முன்னர் இழந்த ஒளியை மீண்டும் பெற்றது. திட்டமிட்டுச் செயலில் வெற்றி பெற்று வந்த குந்தவையின் கண்கள் மீண்டும் ஒளிபெற்றன.

"தேவி! தங்கள் இதயம் எத்தகைய மென்மையானது! தங்கள் உள்ளக் கிடக்கையை அறியாது இதுவரை நான் சிறுமதிச் சூழ்ச்சியிலேயே சிக்கிக் கிடந்தேனே போகட்டும்; இன்று தெளிவு பெற்றேன். அருண்மொழி வர்மர் நாகைப் பட்டினத்துக்கு வந்து சேர்வதற்குள் என் நெஞ்சக் கதவைத் திறந்து காட்டவே இங்கு வந்தேன். அதற்கு உறுதுணையாகத் தங்கள் இளையவர் அருண்மொழி வர்மரின் செய்தி ஓலை சுமந்து வந்தேன். தங்கள் இதயம் இன்பமடைய அந்த ஓலையுடன் என் சொல்லும் சேரும் என்ற நம்பிக்கையுடன் வந்தேன். என் நெடுநாளைய எண்ணத்தை வெளிப்படுத்து வதன் மூலம் வருங்காலம் சிறப்படையும் எனும் திடசிந்தை யுடன் வந்தேன்!"

குந்தவை நீண்ட பெருமூச்சுவிட்டாள். அந்தப் பெருமூச்சு காலத்தைக் கணித்துக் கூறுவதாக இருந்தது. சென்று போன சம்பவங்களின் மணத்தைப் பரப்பும் காற்றாக அமைந்தது. ஒரு கணம் அவளுக்குப் பார்த்திபேந்திரன் பேரில் அடங்காக் கோபம் பிறந்தது.

அன்று உறையூரில் வாணர் குல வீரர் வந்தியத் தேவருடன் காவிரி நதியினின்று கரை இறங்கியவுடன் கூற்றுவனின் தூதர்போல் வந்து நின்றாரே, அப்போது இந்தக் கனிவான சொற்கள் எங்கே போயின? சோழ சாம்ராஜ்ய ராணியாம் நான்! என்னைக் கேட்டுத்தானோ வந்தியத்தேவரைச் சிறைப் படுத்தினார்கள்? ஆளுங்கணத்தாரும், எண்பேராயத்தாரும் வந்தியத்தேவரை விசாரணை செய்யும்போது என்னைக்கூட அழைக்கவில்லையே! ஹூம்! அவர்கள் என்ன செய்வர்? என் தந்தையே கட்டளையிட்டுக் கொலைக் குற்றத்திற்காக வந்தியத்தேவரைச் சிறை செய்யச் சொல்லியிருக்கும் போது அவர்கள் என்ன செய்வார்கள்? சிறிய தந்தை அரசர் மதுராந்தகர்தாம் என்ன செய்வார்?.... ஆனால் விழியிலே நஞ்சைத் தேக்கி வைத்திருக்கும் பார்த்திபேந்திர பல்லவர் தன் வஞ்சகத்தைத் தீர்த்துக் கொண்டு விட்டார். வாணர் குல வீரர் வந்தியத்தேவர் ஒருவர் தாம் அவருக்குப் போட்டியாக இருந்தார். அவரை நாட்டினின்றே ஒழித்துவிடத் திட்டம் தீட்டினார்; வெற்றியடைந்தார். அத்தகையவர் இன்று வந்து நடிக்கிறார். சாம்ராஜ்யமென்கிறார் ராணி என்கிறார் சுவர்க்க நாடு என்கிறார்... என் சகோதரன் திரும்பி வருகிறான் என்ற செய்தி கிடைத்தவுடன் நடிக்கிறார். சே! இப்படியும் சில மனிதர்களா? இப்படிப்பட்டவர்கள் வாழும் இடத்திலிருப் பதைவிடக் கண்காணாத காட்டில் வாழலாமே! அதுதான் சரி! வாணர் குல வீரரையும் விடுதலை செய்து அனுப்பிவிட்டால், இருவரும் எங்கேயாவது போய்விடுவோமா? சாம்ராஜ்யமும் வேண்டாம், சாம்ராஜ்ய மக்களும் வேண்டாம். எல்லோரும் நன்றியற்றவர்கள். துணிந்து கூறிச் செயலாற்றத் தெம்பில்லாத வர்கள். சோறும் துணியும் கிடைத்துவிட்டால் சுவர்க்கமென மதிப்பவர்கள்... ஹூம்; போகட்டும். இப்போது நாம் பார்த்திபேந்திரர் பேரில் கோபங் கொள்வதால் பயனில்லை. இவரிடமிருந்து அறிய வேண்டியவை ஏராளம். முதலில் அருண்மொழியின் செய்தியை அறிவோம், என்று எண்ணிப் பார்த்திபேந்திரனைப் பார்த்து, "தாங்கள் சோழ சாம் ராஜ்யத்துக்குக் கைம்மாறு எதிர்பாராமல் செய்யும் சேவை மகத்தானது. போனது போகட்டும். என் தம்பியிடமிருந்து செய்தி ஓலை கொண்டு வந்ததாகக் கூறினீர்களே, அதை

இவ்வளவு நேரம் தாமதப்படுத்தியும் தெரிவிக்காமல் இருக்கிறீர்களே, நியாயமா?" என்றாள்.

பார்த்திபேந்திரன் திடுக்கிட்டுப் பரபரப்புடன், "தேவி! அப்படியெல்லாம் தாமதிக்க வேண்டும் என்ற எண்ண மிருந்திருந்தால் நாகைப்பட்டினத்தினின்று நான் நேற்றுப் பொழுது புலரா முன்னர் புறப்பட்டு இடையே வினாடி கூடத் தங்காமல், குதிரையையும் மாற்றாமல் உடன் மெய்க்காவல் வீரரையும் அழைத்து வராமல் ஓடோடி வருவேனா? இதோ பாருங்கள், உங்கள் இளவலிடமிருந்து கிடைத்த ஓலை..." என்றான்.

இளைய பிராட்டியார் குந்தவைதேவி எழுந்து நின்றாள். பத்தாண்டு காலமாகக் காணாத அருண்மொழிவர்மரின் எழுத்தைக் காணக் கண்களை விசாலமாக்கிக் கொண்டாள். பத்தாண்டுகளாகச் சுக துக்கம் அறியாத இளவலின் செய்தி அறிய, கருத்தைக் கூர்மைப்படுத்திக் கொண்டாள். நற்செய்தி அறியும் மகிழ்ச்சியை ஏற்க இதயத்தில் இடமேற்படுத்திக் கொண்டாள்.

அந்தக் கூடம் முழுவதும் ஜகஜ்ஜோதியாக ஒரு கணம் ஒளிவிட்டது போன்று குந்தவை உணர்ந்தாள்.

தன் இதயத் துயரத்துக்கெல்லாம் விடிவெள்ளி போன்று, கதிரவன் உதித்தது போன்று, ஒரு கணம் இளையபிராட்டியார் உணர்ந்தாள்.

தான் அனுப்பிய ஓலைகளுக்கெல்லாம் செவி சாய்க்காது மறுமொழி எழுதாது தன் தம்பி இருந்துவிட்டான் என்றிருந்த வருத்த நிலையை மாற்ற ஓலை வந்துவிட்டது என உணர்ந்தாள்.

பார்த்திபேந்திரன் தன் இடையிலிருந்த ஓலையை நீட்ட, குந்தவை அதை எடுத்து விளக்கொளியில் படிக்கத் தொடங்கினாள். ஆவலுடன் முதலிரண்டு வரிகளைப் படித்த குந்தவையின் முகத்தில் மாறுதல் காணப்பட்டது. ஒரு கணம் அவள் பார்த்திபேந்திரனைத் திரும்பிப் பார்த்தாள்.

"இதுதான் என் இளவல் அனுப்பிய செய்தியோ?"

"ஆம் தேவி! நாகைப்பட்டினத்தில் வந்து இறங்கிய வணிகரொருவர் கொண்டு வந்து கொடுத்தார். மிகவும் அவசரத்தில் தங்கள் சகோதரர் எழுதினாராம். இலச்சினையைப் பொறிக்கவும் அவருக்கு நேரமில்லையாம். அதிகம் எழுதவும் பொழுதில்லையாம்..."

"ஓகோ, என் தம்பி அயல் நாடுகளுக்குச் சென்றவுடன், புத்தி மாறிவிட்டானா?"

"ஏன் தேவி? நான்தான் முன்னே சொன்னேனே அவருக்கு இந்நாட்டுச் செய்திகள் ஏதும் தெரிந்திருக்கவில்லையென்று. அதற்காக அவரைக் குறை கூறலாமா?"

"இந்த ஓலையையா நான் அறிவதற்காகக் கொண்டு வந்தீர்கள்? இதை நீங்களே படித்துப் பாருங்கள்!" குந்தவை ஓலையைப் பார்த்திபேந்திரன் முன்பாக வீசினாள். அவன் அதைப் பெற்றுப் படித்தான்.

"மதுரை கொண்ட சுந்தரசோழப் பெருமானாரின் திருக்குமாரத்தியே! நந்திபுரத்து வாழ் நாயகியே! சோழ சாம்ராஜ்யத்து மக்கள் உள்ளம் குடிகொண்டவளே! எத்தனை எத்தனையோ காலமாக ஏங்கித் தவிக்கும் பல்லவ குலத் தோன்றல்... வருங்காலப் பேரரசர் பார்த்திபேந்திர பல்லவன் உணர்ச்சியை எழுத்தாணியாக்கி, இதயத்தை ஏடாக்கி எழுதுவது..."

பார்த்திபேந்திரன் தடுமாறினான். அவன் கரங்கள் நடுங்கின. ஏதோ தவறு நடந்துவிட்டதென்பது அவனுக்குப் புரிய அதிக நேரமாகவில்லை.

குந்தவை அவள் விழிப்பதைக் கண்டு, 'ஹோ ஹோ' என்று நகைத்தாள். "படைத்தலைவரே! பல்லவகுலத் தோன்றலே! பாராளப் போகிறவரே! ஓலையொன்றைச் சரிவரக் கொண்டு கொடுக்க முடியாத நீங்கள் தானே ஆதித்த கரிகாலரைக் கொன்றவர் இன்னார் என நிரூபிக்க ஓலையைச் சாட்சியாகக் கொண்டு வந்தீர்கள்?"

பார்த்திபேந்திரனால் ஏதும் பேசமுடியவில்லை. தன் இடையிலே பத்திரமாக வைத்திருந்த இளவரசரின் ஓலை எங்கே சென்றது என்று எண்ணித் தடுமாறினான்.

குந்தவை மேற்கொண்டு ஏதும் கூறுவதற்குள் வெளியே பலர் வரும் சந்தடி கேட்டது.

கல்யாணிப் பாட்டி கோயிலுக்குப் போய்விட்டுப் பல்லக்கில் வந்து இறங்கியிருக்கிறாள். குதிரைகளின் மீதிருந்து இறங்கி அவற்றை மரத்தில் கட்டிவிட்டு மற்றும் சிலர் வருகிறார்கள்...

கல்யாணிப் பாட்டியைத் தொடர்ந்து ஓர் உருவம் வந்தது. வயது முதிர்ந்து போனாலும் அந்த உருவத்தின் கம்பீரம் குறையவில்லை. நெடுந்தூரம் பயணப்பட்டு வந்த களைப்பால் சற்று வாடியிருந்தாலும், இளைய பிராட்டிக்குக் கொண்டு வந்திருக்கும் செய்தியின் முக்கியத்துவத்தால் அவன் நிமிர்ந்து நடந்தான்.

அவன்தான் பத்தாண்டுகளுக்கு முன்பு படகுத்துறையில் சந்தித்தோமே... அதே வீரநாராயணன்! இளையபிராட்டியின் நம்பிக்கைக்குப் பாத்திரமான அவன் தன் இடுப்பில் வைத்திருந்த ஓர் ஓலைச் சுருளை எடுத்து நீட்டினான்.

"தாயே! தங்கள் இளையவர் அருண்மொழி வர்மர் அனுப்பிய செய்தி இது. இதைக் கொண்டுவரும் பேறு பெற்றது முன் பிறவியின் புண்ணியம்தானே..." வீரநாராயணன் முடிக்கவில்லை.

அந்த ஓலையைக் கண்ட பார்த்திபேந்திரன் திடுக்கிட்டான். "உன்னிடம் எப்படி வந்தது அது? என்னிடமிருந்து களவாடி விட்டாய் திருடா! உன்னை இப்போதே என்ன செய்கிறேன் பார்!" என்று அவன் சீறினான்.

குந்தவை கையமர்த்தி, "வீரரே! இது என் அரண்மனை; உங்கள் அதிகாரம் இங்கு செல்லாது. நீங்கள் நழுவவிட்ட ஓலையை அவன் கொண்டு வந்திருக்கிறானே? அதற்காகத் தண்டனையா?" என்று கூறி மீண்டும் ஆவலுடன் அந்த ஓலையைப் படிக்கலானாள். ஓலையிலிருந்த அருண் மொழியின் கையெழுத்தை அவள் கண்டுவிட்டாள்.

ஓலையில் அதிகமாக எதுவும் எழுதப்பட்டிருக்கவில்லை. எழுதப்பட்டிருந்தவற்றைப் படிக்கும்போது குந்தவைப் பிராட்டியாரின் கண்கள் கலங்கின. விம்மியறியாத அந்த மங்கையின் நெஞ்சம் விம்மியது.

"தம்பி... தம்பி!" என்று வாய்விட்டுக் கூவினாள்: அவள் தலை சுழன்றது. கீழே வீழ்வதற்குள் அவளைக் கல்யாணிப் பாட்டியும் வீர நாராயணனும் தாங்கிக் கொண்டனர்.

நழுவி வீழ்ந்திருந்த ஓலையை எடுத்துப் பார்த்திபேந்திரன் படிக்கலானான்.

அருண்மொழியின் ஓலையிலுள்ள செய்தியை அவன் முன்னர் பார்க்கவில்லை. இப்போது அதை எடுத்துப் படிக்கும் போது, வந்தியத்தேவனைப் பற்றி அருண்மொழி எழுதி யிருந்ததைப் படிக்கும்போது, பார்த்திபேந்திரன் கலங்கினான்; அவனை அறியாமல் அவன் உடல் நடுங்கியது.

அத்தியாயம் 3
பழுவேட்டரையர் மகள்

பழுவூர் அரண்மனை கலகலப்பு மிகுந்து காணப்பட்டது. அரண்மனையைச் சுற்றியிருந்த கோட்டைமீது பழு வேட்டரையர்களின் சின்னமான பனைமரச் சின்னம் கொண்ட கொடி தவழ்ந்து பறந்தது. இருபத்து நான்கு போர்க்களங் களிலும் வீரப்போர் செய்து பெயர் பெற்ற பெரிய பழு வேட்டரையரின் நினைவுநாள் கொண்டாட்டம் அன்று! அந்த நாளினைக் குறிக்கும் விழாவிற்கு மக்களை வா வா என்று அழைப்பது போல் அது காற்றில் அசைந்தாடியது. அந்தப் பனைமரச் சின்னம் பொறிக்கப்பட்ட கொடியைக் கண்டால் சோழ மண்டலத்துச் சிற்றரசர்களுக்கு நடுக்கம் தான். சோழ மன்னருக்கு அடுத்த படியாக நாட்டில் பெரிதும் மதிக்கப் பட்டவர்கள் பழுவேட்டரையர்கள் தாம். அவர்கள் குறுநில மன்னர்களிடமிருந்து கப்பம் வசூலித்தனர். பண்டக சாலையைப் பாதுகாத்தனர். நாளடைவில் தஞ்சைக் கோட்டைப் பாதுகாவலும் அவர்களிடமே வந்தது. பல காலமாகச் சோழ அரசர்களுடன் மணவினைத் தொடர்பு கொண்டவர்கள் பழுவேட்டரையர்கள். அவர்கள் குலத்தில்

பிறந்த பெரிய பழுவேட்டரையரான கண்டன் அமுதன் சோழ சாம்ராஜ்யத்தின் பெருமையில் பங்கு கொண்டவர். அவரது வீரதீரப் பராக்கிரமங்களை நாடறியும்.

அந்த அரண்மனையில் இன்று பெரிய பழுவேட்டரையர் எனப்பட்ட அந்த முதிய வீரர் இல்லை. அவர் இருக்கும் போதிருந்த கலகலப்பே தனி! அவர் ஆதித்த கரிகாலன் கொலையுண்டபோது ஏற்பட்ட கலவரத்தில் படுகாயமுற்று இறந்து விட்டார். அவர் உயிருடன் இருந்திருந்தால் ஆதித்த கரிகாலரைக் கொன்றவர் இன்னார் எனக் கூறியிருப்பார். ஆனால் அவர் இறக்கும்போது, தம் தம்பி சிறிய பழு வேட்டரையரான காலாந்த கண்டர் எனப்படும் கண்டர் மாறனிடம் அவர் காதுகளில் மட்டும் கேட்கும்படியாக உண்மைக் குற்றவாளியைக் கூறினார். வந்தியத் தேவனைக் குற்றவாளியாகச் சபையோர் முன் நிறுத்தியபோது, அவன் மீதிருந்த கோபத்தால் சிறிய பழுவேட்டரையர் வாய்திறக்க வில்லை. கண்டர் அமுதனார் இறந்த பிறகு, அவரது பொறுப்பை அவரது தம்பி சின்னப் பழுவேட்டரையர் ஏற்றுக் கொண்டார். சிறிது காலத்திற்கு அவருக்கு மனத்தில் குழப்பம் மிகுந்திருந்தது. மக்கள் எல்லாம் அருண்மொழி வர்மர்மீது தணியாத அன்பு வைத்திருந்தனர். ஆதித்தகரிகாலர் இறந்த பிறகு அருண்மொழி வர்மரே பட்டமேற வேண்டும் என்று சிற்றரசர்களும் வேண்டினர். சோழநாடு எந்த நிலைக்காகுமோ என்ற அச்சம் அவர் மனத்திலிருந்தது.

ஆனால், நிலைமை திடீரென மாறியது. யாரைக் கண்டு சிறிய பழுவேட்டரையர் பயந்திருந்தாரோ, யாரால் சோழ நாடு இரண்டாகி விடுமோ என்ற அச்சம் இருந்ததோ, அந்தப் பெண்மகள் இளைய பிராட்டியார் குந்தவை தேவியார் கடைசி நொடியில் புது யோசனை ஒன்றைத் தெரிவித்தாள். அதன்படி அருண்மொழி வர்மர் கடல் கடந்த நாடுகளைச் சுற்றிப்பார்த்து பரந்த உலக அனுபவம் பெற்றுவரப் புறப்பட்டுவிட்டார். சுந்தரசோழருக்குப்பின் உத்தம சோழதேவர் மதுராந்தக சோழர் என்ற பெயருடன் அரியணை ஏறினார்.

இருப்பினும் குந்தவைப் பிராட்டியாரின் பேரில் உள்ளூர அச்சமிருந்தது. தன் செல்வாக்கை என்றும் நிலை நாட்டிக்

கொள்ள அவர் திட்டமிட்ட வண்ணமிருக்க வேண்டி யிருந்தது. மதுராந்தக சோழர் பட்டமேற்றவுடன் நாட்டில் அமைதி நிலவியது. அவருடைய தலையிடாக் கொள்கை யினால் புதுப் பூசல்கள் ஏதும் ஏற்படவில்லை. மக்களிடையே அதிகம் செல்வப் புழக்கம் ஏற்படலாயிற்று. நாணய சாலையில் பொற்காசுகளை நிறையத் தயாரித்து, நாட்டில் புழங்க விட்டார். அவருக்கு மட்டும் அடிக்கடி வாதநோய் வராதிருந்தால் அவர் ஒரு பொற்காலத்தையே சிருஷ்டித் திருப்பார்.

சின்ன பழுவேட்டரையர் தன் சாகசத்தாலும், திறமை யாலும் சோழநாட்டின் நலனுக்காக சிற்றரசர்கள் பாடுபட வழி செய்தார். இருந்தாலும் அவருக்கு வந்தியத்தேவன் பேரில் சந்தேகம் இருந்து கொண்டு தானிருந்தது. வாணர் குலத்து இளவரசனான அந்த வீரனுக்குத் தஞ்சை அரண்மனையில் அதிகச் சலுகை இருப்பதை அவர் முதலிலிருந்து அறிந்து தானிருந்தார். அருண்மொழி வர்மர் வெளிநாடுகளுக்குச் செல்ல நாகைப்பட்டினத்தில் மரக்கலம் ஏறிய பிறகு வந்தியத் தேவனை வட்டமிட ஆட்களை நியமித்தார். சுந்தரசோழர் தஞ்சையினின்று காஞ்சி அரண்மனைக்குச் சென்ற பிறகும் வந்தியத்தேவன் அவரருகே எப்போதும் இருப்பதும் சிறிய பழுவேட்டரையரின் சந்தேகத்தைப் பெரிதும் அதிகப் படுத்தியது.

பார்த்திபேந்திர பல்லவன் யோசனையினால் வந்தியத் தேவன் பேரில் குற்றஞ்சாட்டப் பெற்று, அதை நிரூபிக்கும் வரை எச்செய்தியும் அருண்மொழி வர்மருக்கு எட்டாது செய்து வந்தார்.

எப்போதும் தஞ்சையிலேயே இருந்து மதுராந்தக சோழ தேவனுக்கு உதவி வர நேர்ந்தபடியால் பழுவூரில் தங்கியிருக்க அவரால் முடிவதில்லை. தன் சகோதரர் மகளைக் காண்பதற் காக மட்டும் அவ்வப்போது பழுவூருக்குச் சென்று வந்தார்.

தன் சகோதரர் இறந்த பிறகு, சிறிய பழுவேட்டரையருக்குச் சிறிது காலம் எல்லாமே வெறுப்பாகத் தோன்றியது. ஆனால், இரண்டுவிதக் கடமைகள் அவரை முன்னிலும் அதிகப்

பொறுப்புடன் நடக்கச் செய்தன. சோழ நாட்டு அரசியலில் விழிப்பு உணர்ச்சியுடன் இருக்க வேண்டியதொன்று; தன் சகோதரர் மகள் பஞ்சவன் மாதேவியைச் சிறப்புற வளர்த்து அவளுக்கேற்ற மணவாளனைத் தேடிக் கொடுப்பது மற்றொன்று.

அவருடைய அண்ணன் இருந்திருந்தால் அவருக்கு எந்தவிதக் கவலையுமில்லை. தஞ்சைக் கோட்டைக் காவல் பொறுப்பை மட்டும் செவ்வனே பாதுகாத்து தன் உயிரும் உடலும் சோழ நாட்டிலே மண்ணோடு மண்ணாகச் அர்ப்பணித்திருப்பார். அந்தப் பெரு வீரர்தாம் மாண்டு விட்டாரே! அவர் மாண்டாலும் அவரது கம்பீரத் தோற்றம் சின்னப் பழுவேட்டரையரின் மனத்தில் மறையவில்லை. அவருடைய இரும்பு போன்ற உறுதியான உள்ளம் மறையவில்லை. அவருடைய கண்டிப்பு மிகுந்த பாரபட்ச மற்ற குணம் மறையவில்லை. கடமை, வீரம், கண்டிப்பு மூன்றுமே உருவெடுத்த தன் அண்ணனுக்குச் சிலை செய்து, பழுவூர் அரண்மனையின் நடுக்கூடத்திலே நிலை நாட்டினார். பழுவூர் மூதாதையர் சிலைகள் பல அங்கே இருந்தன. எனினும் பெரிய பழுவேட்டரையரின் சிலைதான் அவற்றுள் மிகக்கம்பீரமாகத் திகழ்ந்தது.

பழுவூர் அரண்மனையில் கொண்டாடப்படும் தன் சகோதரரின் நினைவுநாளில் மட்டும் அவர் கலந்துக்கொள்ளத் தவறமாட்டார். அவர் சிலையருகே கைகட்டிக் கண்ணீர் மல்க நிற்பார்? அப்போது தன் சகோதரர் வீரப்போர் செய்த போர்க்களங்கள் அவரது நினைவுக்கு வரும். சோழ நாட்டைக் காப்பதற்காக வாளெடுத்து சபதம் செய்தது நினைவுக்கு வரும். அந்த வீரவாள் சிலையின் பாதத்தடியில் இருக்கும். அதற்கு செவ்வரளிப் பூவைச் சூடியிருப்பார். அந்த வீரவாளை உறுதியான நெஞ்சுடன் உயர்த்தி முகத்தெதிரே பிடித்து, "அண்ணா! அஞ்சா நெஞ்சம் படைத்த மாவீரரே! பழுவேட்டரையர்கள் குலம் செழிக்க வந்தவரே! சோழ மகா சாம்ராஜ்யத்து எல்லை எக்காலத்தும் குறுகாது பாதுகாத்த பெருவீரரே, எக்காலத்தும் வறுமை தலைகாட்ட திருக்க பண்டகசாலையின் பொறுப்பேற்ற பெருந்தகையே! தங்கள் உறுதி என்னை விட்டு அகலாதிருக்கட்டும். தங்கள் வஜ்ரம்

போன்ற இதயத்துணிவு என்னிடம் மாறாதிருக்கட்டும். அண்ணா! என் உள்ளத்து வேட்கை ஒன்றே ஒன்றுதான்! தங்கள் எண்ணப்படி சோழ சாம்ராஜ்யத்துடன் மணவினைத் தொடர்புகொண்டு, அக்குலப்பெருமை பழுவேட்டரையர் களால் வளர்கிறது என்ற பெயர் காலாகாலத்திற்கும் ஒலிக்கச் செய்ய வேண்டும்" என்று கூறி வணங்குவார். உடைவாளை எடுத்து கம்பீரமாக அணிவார்.

அவரது திருமகள் பஞ்சவன்மாதேவி தன் சிறிய தந்தையின் செய்கையைப் பயத்துடன் கவனித்துக் கொண்டிருப்பாள்.

தாரை தப்பட்டைகள் ஒலிக்கும், பழுவூர் வீரர்கள். "வீர வேல்! வெற்றிவேல்!" என்று முழங்குவர். "பழுவேட்டரை யர்கள் வாழ்க. சோழ மகா சாம்ராஜ்யாதிபதி உத்தம சோழ மாமன்னர் மதுராந்தக சோழ தேவர் வாழ்க!" என்று வாழ்த்தொலிகளை எழுப்புவர்.

அன்று பெரிய பழுவேட்டரையரின் நினைவு நாள். முதல் நாளே பழுவூர் வந்திருக்க வேண்டிய சிறிய பழுவேட்டரையர் வரவில்லை. ஆனால் விழாவுக்கு வேண்டிய ஆயத்தங்கள் வழக்கம் போல் சிறப்பாக நடைபெற்றன.

அன்று பொழுது புலரா முன்னரே பஞ்சவன்மாதேவியைத் தோழிகள் துயிலிலிருந்து எழுப்பி விட்டனர்.

"இத்தனை நேரம் தந்தை உறையூர் தாண்டி வந்திருப்பார். இன்னும் நீங்கள் எழுந்திருந்து குளித்துவிட்டுப் புத்தாடை அணியாதிருந்தால் எங்களுக்கல்லவா வசைமொழி கிடைக்கும்?" என்று கூறி எழுப்பி விட்டனர். தந்தைக்குள்ள கம்பீரமும், சேரர்களின் கிளைமரபினரான பழுவூர் பரம்பரைக் குள்ள அழகும் ஒன்று சேரத் திகழும் பஞ்சவன் மாதேவியார் வெகுவிரைவில் நீராடிப் புத்தாடை அணிந்து தந்தையின் வருகைக்கு எதிர்நோக்கிக் காத்திருந்தாள். தாயற்ற அவளுக்குத் தோழிகள் தாம் தாய் நிலையில் இருந்து வந்தனர். "நேற்றே வந்துவிடுவதாகத் தந்தை செய்தி கூறியனுப்பியிருந்தாரே!" என்றாள் பஞ்சவன்மாதேவி தோழிகளைப் பார்த்து.

"அப்படித்தான் முதலில் செய்தி கிடைத்தது. பிறகு தஞ்சாவூரில் முக்கிய வேலை இருக்கின்றதென்றும், அதனால்

அதிகாலையில் வந்து சேருவதாகவும் செய்தி சொல்லி யனுப்பினார்'' என்றாள் ஒருத்தி.

''மதுராந்தகச் சோழ தேவரும் என் சகோதரி தேவியாரும் உடன் வருவார்களா?'' என்று ஆவலுடன் கேட்டாள் பழுவூர் அரச மகள்.

''எங்களுக்கு எப்படித் தெரியும் தேவி? தங்கள் தந்தை எந்த நொடியில் எதை மாற்றுகிறாரோ?''

''அதென்ன அப்படிப்பட்ட அவசர வேலை?'' என்றாள் அரச மகள்.

''அவசர வேலையா? ஊரும் உலகமும், அமர்க்களப் படுகின்றனவே! இளவரசர் அருண்மொழிவர்மர் நாடு திரும்பு கிறாராம். அவரை வரவேற்பதற்கான ஏற்பாடுகளைச் செய்ய வேண்டாமா? அதனால் தந்தைக்கு வேலை சரியாக இருக்கும்.''

அருண்மொழி வர்மர் நாடு திரும்புகிறார் என்ற செய்தி பஞ்சவன்மாதேவியின் உள்ளத்தில் குதூகலத்தை யூட்டி யிருக்க வேண்டும். பத்துப் பன்னிரண்டு ஆண்டுகளுக்கு முன்பு இருக்கலாம். அவள் சிறுமியாக இருந்தாள். உலகத்தை உணரா முடியாப் பருவம். ஈழத்தினின்று அருண்மொழிவர்மர் வரப்போவதாகப் பேசிக்கொண்டார்கள். அவரது வருகையை எதிர்பார்த்துப் பல நாட்கள் காத்திருந்தாள். ஒருநாள் அவள் காலை விழித்தெழுந்த போது, அருண்மொழிவர்மர் வந்து விட்டார் என்று சொன்னார்கள். ஆடம்பரமின்றி, அவர் கோட்டைக்குள் நுழைந்தது அவளுக்கு ஆச்சரியத்தை அளித்தது. அவரைப் பார்க்க வேண்டும் என்று அவள் அரண்மனையில் அங்குமிங்கும் அலைந்தாள். ஆவல் நிறைந்த கண்களுடன் சுற்றி வரும்போது, ஒரு முறை சிறிய தந்தையின் கண்களில் அவள் பட்டுவிட்டாள். 'இப்படி யெல்லாம் சுற்றியலைவதாயின் இன்றே பழுவூருக்குத் திரும்பிப் போ' என்று அவர் கர்ஜனை புரிந்தார். அவள் தந்தை கண்டிப்பு மிகுந்தவரானாலும் தன் மனம் நோக ஒரு வார்த்தை கூறியறியாத அவர் ஏனோ அன்று தன்னை அப்படிக் கோபித்தார் என்றெண்ணினாள்.

அவளால் அருண்மொழியைக் காணாமலிருக்க இயல வில்லை. குந்தவைப் பிராட்டியும் வானதியும் பேசிக் கொண்டிருக்கும் போது அருண்மொழி அங்கே திடுதிப் பென்று பிரவேசித்து விட்டார். அவர் தான் அருண்மொழி வர்மரா என அறியத் தந்தையை விரைந்தோடி அழைத்து வந்து, தொலைவிலிருந்து சுட்டிக்காட்டிக் கேட்டாள் பஞ்சவன் மாதேவி.

அப்பொழுது குந்தவைப் பிராட்டியார் வானதிக்கு ஏதோ அறிவுரைகள் கூறிக் கொண்டிருந்தாள்.

“அடி பெண்ணே! இப்படி நீ வேளா வேளைக்கு உண்ணா மலும் உறங்காமலும் இருந்தால் உன் உடல் என்னத்திற்காகு மடி? உன்னைப்பற்றி உனக்கும் என் சகோதரனுக்கும் மட்டும் கவலை என நினைக்காதே! இந்தச் சோழ நாட்டு மக்கள் அனைவருக்கும் உன்னைப் பற்றிய கவலை உண்டு. உன் திரு வயிற்றில் உதிக்கப்போகும் செல்வனன்றோ வருங்கால சோழ சாம்ராஜ்யத்தைக் காக்கப் போகும் அரசன்!” இன்னும் இன்னும் என்னவெல்லாமோ குந்தவை கூறி வந்தாள்!

“அப்பா, அதோ குனிந்த தலையுடனிருக்கிறார்களே, அவர்கள் யார்?” என்று வானதியைச் சுட்டிக்காட்டிக் கேட்டாள் பஞ்சவன்மாதேவி.

சிறிய பழுவேட்டரையர் ஆக்ரோஷம் மிகுந்த குரலுடன், “உன் இடத்தைக் கவர்ந்தவள்!” என்று கூறினார்.

பிறகு என்ன தோன்றியதோ என்னவோ, சிறு பெண்ணிடம் போய் இப்படி எல்லாம் கூறுகிறோமே என்று எண்ணினாரோ என்னவோ, அமைதியடைந்து, “மகளே! இந்தச் சோழ நாட்டிலே பல சிற்றரசர்கள் இருக்கிறார்கள். நம் பழுவூரைப் போன்று கொடும்பாளூர் என்ற ஊர் இருக்கிறது. அந்த அரசருடைய மகள்தான் வானதி. என் மகள், உன் சகோதரியை உத்தம சோழ தேவருக்குக் கல்யாணம் செய்து கொடுத்ததுதான் உனக்குத் தெரியுமே; அதைப்போல் கொடும்பாளூர் அரசர் தன் மகளை அருண்மொழி வர்மருக்குத் திருமணம் செய்து கொடுக்கப் போகிறார்” என்றார் சிறிய

பழுவேட்டரையர். விவரம் அறியாதவளாயிருந்த அவளுக்கு அதெல்லாம் அப்பொழுது விளங்கவில்லை.

மெல்லரும்பு மலராகியது. பெரிய பழுவேட்டரையர் மகள் பஞ்சவன் மாதேவியும் பருவ எழில் பூத்துக் குலுங்கப் பழுவூர் அரண்மனையின் இளவரசியெனத் திகழ்ந்தாள். அருண்மொழி வர்மரைப்பற்றி எப்போதாவது இலேசான நினைவு தோன்றும். அருண்மொழிவர்மர் வரப்போகிறார் என்று தோழிகள் கூறியவுடன் அவளுக்குப் பழைய நினைவு வந்தது.

"ஆமாம், நாம் எப்போதும் பழுவூரிலேயே கிடந்தால், எப்போதுதான் ஊர் உலகத்தைப் பற்றி அறிகிறதாம்?" என்று அவள் தோழியை நோக்கி வினவினாள்.

"அதைத்தான் நாங்களும் கேட்கிறோம். இங்கேயே சுற்றிச் சுற்றி வந்தால் தஞ்சை புரியை எப்போது பார்ப்பது? காஞ்சியை எப்போது காண்பது? இதோ அருகில் இருக்கிறது தில்லை. அதைக்கூடப் பார்க்க இயலவில்லை. இளைய ராணி! நீங்கள் தாம் ஏற்பாடு செய்யவேண்டும்" என்று தோழிகள் அவளைச் சூழ்ந்து மொய்த்துக் கொண்டனர்.

"நான் உங்களைக் கேட்டால் நீங்கள் என்னைக் கேட்கிறீர்களே? தஞ்சை அரண்மனையில் யார் யார் இருக்கிறார்கள்? குந்தவைப் பிராட்டியார் எங்கேயடி இருக்கிறார்? அவரை எனக்கு மிகவும் பிடித்திருக்கிறதடி! அவருடைய கனிவான பேச்சும், அன்பொழுக அவர் என்னை அழைப்பதும் போது மடி! அவற்றை என்னால் மறக்க முடியவில்லை" என்று பஞ்சவன்மாதேவி கூறவும், தோழிகள் கலீரென நகைத்தனர்.

இளவரசி ஏதும் புரியாமல் விழித்தாள். "ஏனடி சிரிக் கிறீர்கள்? என்ன அதிசயம் கண்டீர்கள்?"

"அதற்கில்லையம்மா; நல்ல புளியங் கொம்பாய்த்தான் பிடித்து விட்டீர்கள்! குந்தவைப் பிராட்டியார் மனசு வைத்தால் நடக்காதது உண்டா?"

"அவர்கள் எங்கே இருக்கிறார்கள்?"

"அவர்கள் இப்போது காஞ்சியில் இருக்கிறார்கள். எவருடனும் கலந்து பேசுவதுகூட இல்லையாம்."

"ஏனடி அப்படி?"

"அதுவா, அது பெரிய கதை!" என்று கூறிய தோழிகள், சட்டென வாய்பொத்தி, "ஐயோ நமக்கெதற்கு? அதெல்லாம் பெரிய இடத்துப் பேச்சு!" என்றனர்.

இப்படியே இவர்கள் பேசிக் கொண்டிருந்ததில் நாழிகை கழிந்தது தெரியவில்லை. கதிரவன் உச்சியை நெருங்கி வந்து கொண்டிருந்தான். அரண்மனைக்கு வெளியே ஜனத்திரள் சேர்ந்திருந்தது. பெரிய பழுவேட்டரையரின் நினைவு நாளில் அவர் சிலையைக் காணவும் சின்னப் பழுவேட்டரையரைக் காணவும் அவர்கள் கூடியிருந்தனர். அத்துடன் அரண்மனையில் விருந்து வேறு இருந்தது அவர்களுக்கு!

மக்கள் கூட்டம் வர வர அதிகமாகி வந்தது. அவர்கள் ஒருவருக்கொருவர் மெல்லப் பேசிக் கொண்டிருந்தது பெரும் கடல் ஒலிபோல் எழுந்து எங்கும் பரவியது. அவர்கள் பேச்சொலியில் தொலைவில் வரும் குதிரைக் குளம்படி யோசை எவர் காதிலும் விழவில்லை. கொஞ்சம் கொஞ்சமாக ஓசை அதிகமானது. ஏழெட்டுக் குதிரைகள் வந்தன. நடுவே பனைகொடி பிடித்தவர்களும் சுற்றிலும் புலிக்கொடி தாங்கியவர்களுமாக அவர்கள் விரைந்து வந்தனர்.

"பழுவேட்டரையர் வந்துவிட்டார்! வந்துவிட்டார்!" என்று எல்லோரும் பேசிக்கொண்டனர். அதற்குள் அரண் மனைக்குச் செய்தி எட்டியது.

"தந்தை வந்துவிட்டாரா?" என்று கேட்டவண்ணம் தந்தையை வரவேற்க ஓடோடி வந்தாள் பஞ்சவன்மாதேவி.

சிறிய பழுவேட்டரையர் வரவில்லை. அதற்குப் பதில் அவரிடமிருந்து செய்தி வந்திருந்தது. வீர வணக்கப் பூசையை முடித்துக்கொண்டு, உடனே இளைய ராணியைத் தஞ்சைக்குத் தக்க துணையுடன் அனுப்பி வைக்குமாறு பழுவேட்டரையர் எழுதியிருந்தார்.

"எங்கே? தஞ்சைக்கா?" என்று அரண்மனைப் பெரிய அதிகாரியைக் கேட்டாள் தேவி.

"ஆமாம் அம்மா! சீக்கிரமாகப் புறப்பட வேண்டும். இரதத்தை ஆயத்தப்படுத்தச் சொல்லியிருக்கிறேன்" என்றார். பஞ்சவன் மாதேவிக்குக் குதூகலம் தாங்கவில்லை.

தக்க ஆயத்தங்களுடன் தேரில் ஏறப்போகும் சமயத்தில் அரண்மனைப் பெரிய அதிகாரி, "அம்மா! குழந்தை! தஞ்சைக்குப் போய்விட்டால் எங்களை எல்லாம் மறந்து விடாதே" என்றார். அவர் கண்கள் பாசத்தில் கலங்கி நின்றன.

பஞ்சவன்மாதேவிக்கு ஒன்றும் புரியவில்லை என்றாலும் தஞ்சைக்குப் போகிறோம் என்ற களிப்பில் எல்லாரிடமும் விடைபெற்றுக் கிளம்பினாள். பொழுதைப் போல்தான் காலமும், பொழுதாவது மாறி மாறி வரும். காலமோ சென்றது திரும்புவது ஏது?

அத்தியாயம் 4
பழகிய குரல்

பழுவூர் அரண்மனையில் பெரிய பழுவேட்டரையரின் நினைவு நாளைக் கொண்டாட மக்கள் குழுமியிருந்தபோது, ஊரின் வடமேற்கே அடர்ந்த காடுகள் தொடங்கும் இடத் தருகேயிருந்த பழைய கோயிலருகே ஓர் உருவம் மெல்ல நடந்து வந்தது. சுற்றும் முற்றும் பார்ப்பதும் உதட்டை மடித்து ஒருவிதமாகச் சீழ்க்கை ஒலி எழுப்புவதுமாக அந்த உருவம் வெகுநேரம் செய்தது. சூரியன் உச்சிவேளையைத் தாண்டியபிறகு அதன் பொறுமை குறைந்தது. கையிலிருந்த மூட்டையை அவிழ்த்து அதிலிருந்து இரண்டு கவளம் சோற்றை எடுத்து வாயில் போட்டுக் கொண்ட போது எங்கிருந்தோ சீழ்க்கை ஒலி கேட்டது. அதற்கு மறுமொழி கொடுக்கும் வகையில் மீண்டும் ஒலி எழுப்ப முதலுருவத்தால் இயலவில்லை. அதற்குள் புதரின் மறைவினின்று இரண்டா வது உருவம் வெளிப்பட்டு விட்டது. அதன் தலையெல்லாம் சடை வீழ்ந்திருந்தது. முகமெல்லாம் ரோமம் வளர்ந்து பயங் கரமாகக் காணப்பட்டது. கண்கள் கலங்கியிருந்தன.

''யார் ரவிதாசனா?'' என்று முதல் உருவம் சோற்றை விழுங்கிக் கொண்டே கேட்கவும், ரவிதாசன் கடகடவென நகைத்துவிட்டு, ''சோமன் சாம்பவா! என்னை அவ்வளவு சீக்கிரம் மறந்து விட்டாயா? நான் வராமலே போய்விடுவேன் என்ற எண்ணமா உனக்கு? இன்று எப்படியும் உன்னைச் சந்திப்பதாகச் செய்தி அனுப்பியிருந்தேனே, அதில்கூட நம்பிக்கை இல்லையா?'' என்று கூறி மீண்டும் பயங்கரமாக நகைத்தான்.

அவனுடைய சிரிப்பிலே இருந்த பயங்கரம் சோமன் சாம்பவனையே ஒருமுறை கலக்கியது. சிரிப்புக்கு ஏற்ற வகையில் முகத்தோற்றமும், நெற்றியிலே குங்குமப் பொட்டும் அவனைச் சாதாரண காலங்களில் அஞ்ச வைக்கும். நடுநிசியில்கூட அஞ்சாது எப்பேர்ப்பட்ட காடுகளிலும் மலை களிலும் அலையும் தம் தம்பி ரவிதாசனின் அஞ்சா நெஞ்சத்தை எண்ணும் போது சோமன் சாம்பவனின் குலை நடுங்கும். அவனும் எதற்கும் துணிந்தவன் தான். திருப்புறம் பியம் காடுகளில் அவன் நாள் கணக்காகத் திரிந்திருக்கிறான். சோழநாட்டின் வடக்கிலிருந்து தெற்குவரை அவன் போகாத இடமில்லை என்றாலும் அவனுக்கு இப்போ தெல்லாம் அவ்வளவு துணிவு ஏற்படுவதில்லை. எங்கிருந்தோ அகோரப்பசி அடிக்கடி வந்து அவனை ஆட்கொண்டு விடுகிறது. வயதில் சிறியவனாயினும் ரவிதாச பஞ்சவன் பிரமாதிராஜன் துணிவு மிகுந்தவன். அவன் அருகேயிருந்து யோசனைகள் கூறிவந்தால்தான் சோமன் சாம்பவனின் சப்தநாடிகளும் இயங்கும்.

ஐந்தாண்டுகளாக அவன் ரவிதாசனைச் சந்திக்க முடிய வில்லை. தன்னைப் பழூர் காளிகோயில் பூசாரியாக நியமித்து விட்டு எங்கோ சென்றவன், இதுவரை திரும்ப வில்லை. ஒருமுறை அவனுடைய சிற்றப்பன் மகன் பரமே சுவரன் வந்திருந்தான். அவன் காட்டுமன்னார் கோயிலில் அரசாங்க அலுவல் பார்ப்பவன். அவனிடம் விசாரித்தபோது ரவிதாசன் பாண்டி நாட்டில் எங்கோ சென்றிருக்கிறான் என்று கூறிவிட்டான். தன் சகோதரனைத் தைரியமாக இருக்குமாறும் இனி எவ்விதப் பயமுமில்லை என்றும் கூறிச் சென்றான்.

சோமன் சாம்பவனுக்கு மட்டும் ரவிதாசனைக் காணாமல் இருக்க முடியவில்லை. இரு தினங்களுக்கு முன்பு ரவிதாசனிடமிருந்து செய்தி கொண்டு வந்த பழூர் அரண்மனைச் சேவகன் சொல்லிச் சென்றான். அதன்படி பெரிய பழுவேட்டரையரின் நினைவு நாள் கொண்டாடப்படும் அன்று ஊரின் வடமேற்கே உள்ள காட்டுப் பள்ளிப்படைக் கோயிலில் சந்திக்கக் காலையினின்றே காத்திருந்தான். கையில் கட்டுச் சாத மூட்டை மணத்துக் கொண்டிருந்தது.

“அண்ணா! அப்படி ஏன் பார்க்கிறாய்? உன் உடம்பு ஏன் இப்படி நடுங்குகிறது? அஞ்சா நெஞ்சக் காரியங்களைச் செய்ய வல்ல நீ கோழையாகிவிட்டாயா? உன் மனம் தைரியமிழந்து விட்டதா?” என்று ரவிதாசன் கரகரத்த குரலில் கேட்டான்.

சோமன் சாம்பவன் கண்களில் நீர் தளும்பியது. “தம்பி ரவிதாசா! என் நெஞ்சம் இன்னும் கோழையாகி விடவில்லை. என் உடல் நடுக்கம் பயத்தாலன்று; உன்னைப் பார்த்தவுடன் வஜ்ரம் போன்ற உன் உடல் தளர்ந்து போய் விட்டதைக் கண்டவுடன் கலங்காத என் கண்கள் கலங்கிவிட்டன. தம்பி! இதுகாறும் நீ எங்கே போயிருந்தாய்? என்ன செய்து கொண்டிருந்தாய்? என்னைப் பழூர் காளிகோயில் பூசாரியாக மாற்றி விட்டுச் சென்றாய். தேவமாதாவின் சந்நிதானத்தில் தினமும் நான் உன் சௌக்கியத்திற்காகத்தான் வேண்டிப் பிரார்த்திக்கிறேன்!”

“என் சௌக்கியத்திற்கா? அண்ணா! உன் கோழைத் தனத்தை இங்குதான் காண்கிறேன். காளியை நோக்கி என்னைப்பற்றியா பிரார்த்தனை செய்கிறாய்? காட்டிலே வளர்ந்து இன்று கம்பீரமான தோற்றத்துடன் தக்க சமயத்தை எதிர்நோக்கித் துடிக்கிறாரே நம் அரசர் அமர புஜங்க பாண்டியர், அவரது நல்வாழ்வுக்கன்றோ பிரார்த்திக்க வேண்டும்? அவரது வெற்றிக்காக அன்றோ வேண்ட வேண்டும்? அண்ணா! நீ மறந்துவிட்டாயா? திருப்புறம்பியம் பள்ளிப் படைக் கோயிலில் அவர் சிறுவயதுப் பாலகனாக இருக்கும் போது சபதம் செய்து கொடுத்தோமே, அதை மறந்து விட்டாயா” என்று ரவிதாசன் கர்ஜனை புரிந்தான்.

"நான் மறக்கவில்லை தம்பி! மறக்கவும் முடியாது. ஆனால், நீயும் நானும் மற்றவர்களும் உடல் நலத்துடன் இருந்தாலன்றோ பாண்டிய மன்னர் எண்ணம் நிறைவேறும்? உன் உடலில் இவ்வளவு தளர்ச்சியேன் தம்பி? அதைப் பற்றிச் சொல், இதுகாறும் எங்கே போயிருந்தாய், என்ன காரியம் செய்தாய்? இதுபோல் நாம் அரச காரியங்களில் ஈடுபட்டு வந்தால் வாழ்நாள் இப்படியே முடிந்துவிடும் போலிருக்கிறதே..." சோமன் சாம்பவன் குரல் தழுதழுத்தது.

ரவிதாசன் எழுந்த சீற்றத்தை அடக்கிக் கொண்டு தன் அண்ணனின் முதுகைத் தட்டிக்கொடுத்து, "அண்ணா! அஞ்சாதே. எல்லாவற்றிற்கும் ஒரு முடிவு காலம் வரும். பன்னிரண்டு வருடகாலம் வாழ்ந்தவருமில்லை. பன்னிரண்டு வருடகாலம் கெட்டவரும் இல்லை. நமது நீண்ட நாள் சிரமத்திற்கு முடிவு வருகிறது. அரசாங்க நாணய சாலையில் தம்பி பணியாற்றுகின்றானே, அவன் இதுவரை நமக்குச் சிறுகச்சிறுக அனுப்பிய பொன் ஆயிரத்துக்கு மேல் இருக்குமே அதைப் பரமேசுவர இருமுடிச் சோழனிடம் காட்டுமன்னார் கோயிலுக்கு அனுப்பி வரச் செய்திருக்கிறேன். நம் திட்டம் முதலில் ஒன்றுதான்; ஆனால் அது இரண்டானது. பிறகு மூன்றானது ஒவ்வொன்றாக முடிந்தால் மற்றொன்று புதிதாக இராவணன் தலைமாதிரி எழுகிறது. மீதி இருக்கும் இரு திட்டங்களையும் ஒரே சமயத்தில் முடிப்போம்..."

சோமன் சாம்பவன் கற்பனா சக்தியையே இழந்து விட்டான். முதல் திட்டம் என்ன? இரண்டு மூன்று என்ன என்றே அவனால் அறியமுடியவில்லை.

அண்ணன் விழிப்பதைக்கண்டு ரவிதாசன் கலகலவென நகைத்து, "அண்ணா! நீ மாறிப் போய்விட்டாய். நடந்து போனதை மறந்துவிட்ட நீ நடக்கப் போவதையா நிறை வேற்றப் போகிறாய்? உன்னால் இனி இடையூறுதான் ஏற்படும். இனி உன்னைப் பழுவூரில் வைத்திருப்பதில் பலனில்லை. அமர புஜங்க பாண்டியர் காட்டில், குகையில் தனியே வாழ்கிறார். அவருக்குத் துணையாக நீ போய்விடு. நமக்கு ஒரே திட்டம்தான் அண்ணா! அமரபுஜங்க பாண்டி யருக்கு மீண்டும் மதுரையில் முடிசூட்டிவைப்பது. ஆனால்

அந்த முக்கியக் காரியத்தில் முளைத்தது ஆதித்த கரிகாலனின் இடையூறு.''

''அவரைத் தான் வந்தியத்தேவன் தீர்த்து விட்டானே; நமக்கு உதவியாக வந்து சேர்ந்த வந்தியத்தேவன் தஞ்சைச் சிறையில் வாடுகிறானே!''

''ஹூம்! தஞ்சைச் சிறையில் வாடுகிறானா? தம்பி பரமேசுவரன் அவ்வப்போது காண்கிறான். சிறையில் பாட்டும் கூத்துமாக உல்லாசமாகக் காலங்கழிக்கிறானாம்! வாழ்நாளை அப்படியே கழித்து விடுவான் போலிருக்கிறது.''

''ஆனால் தம்பி! நீயாவது சொல்லு. அவன் ஏன் ஆதித்த கரிகாலரைக் கொன்றான்?''

''நீ நம்புகிறாயா?''

சோமன் சாம்பவன் மறுமொழி பகரவில்லை. ரவிதாசன் தொடர்ந்து, ''சரி, சரி; அதைப் பற்றி இப்போது என்ன பேச்சு? வந்தியத்தேவன் இடத்தில் நீ போய் அமர்கிறாயா?'' என்றான்.

சோமன் சாம்பவன் கடகடவென நகைத்தான்.

''பிறகு அதைப்பற்றி நமக்கென்ன பேச்சு? நமது அரசர் அரியணை ஏற முதல் தடையாக இருந்த ஆதித்த கரிகாலன் தொலைந்தான். அவருக்குப் பிறகு நம் காரியங்களில் தலையிடக் கூடிய வந்தியத்தேவன் சிறையில் வீழ்ந்தான். ஆனால் அண்ணா! இன்னும் இரண்டு இடையூறுகள் உள்ளன. ஆபத்தான அந்த இடையூறுகளை நாம் இப்போதே கிள்ளி எறிய வேண்டும்.''

''யார் சின்னப் பழுவேட்டரையரையும், மதுராந்தக சோழ தேவரையுமா கூறுகிறாய்?''

ரவிதாசன் 'ஹோ ஹோ' எனப் பயங்கரமாக நகைத்து ''ஐயோ, அண்ணா! இத்தனை இலட்சணமாக அரசியல் அறிந்த உன்னையா பாண்டிய நாட்டு அமைச்சராக நியமிக்க விரும்பினேன்? நான் ஒரு முட்டாள்! சிறிய பழுவேட்டரையர் நம் பக்கமே திரும்பமாட்டார். அவரது எண்ணமெல்லாம்

இப்போது தன் மகளைச் சோழ குளத்தோடு சம்பந்தப்படுத்தி வருங்காலத்தில் தன் பதவியை நிலைநாட்டிக் கொள்வது தான். மதுராந்தக சோழ தேவரைப் போன்ற உத்தமர், விரோதிக்குக் கூடத் தீங்கு நினையாத நல்லவர். நம்மிடம் ஏன் வரப் போகிறார்? அவர் வாழட்டும். இன்னும் பொற்காசுகளை நாணயச் சாலையில் அச்சடித்து வெளியிட்டு நம்மிடம் சேரும் படி செய்யட்டும்!''

''பிறகு யாரைச் சொல்கிறாய்?''

''கடல் கடந்து சென்றாரே, அருண்மொழி வர்மர், அவரைத் தான்!''

சோமன் சாம்பவன் துள்ளி எழுந்தான். ''தம்பி, தம்பி! உன் எண்ணம் ஏன் இப்படிப் பயங்கரமாகத் திரும்புகிறது?''

''அவர் மட்டுமா? அவரை வளர்த்த அந்த நச்சுப் பாம்பு... பெண் நாகம் குந்தவை... இவர்கள் இருவரையுமே ஒழித்தால் தான் நம் காரியம் நிறைவேறும்.''

சோமன் சாம்பவன் ஏதும் பேசவில்லை. சிறிது நேர மௌனம் அங்கு நிலவியது.

''அண்ணா! நான் கூறுவது உனக்கு ஆச்சரியமாயிருக் கலாம். ஆதித்த கரிகாலன் இறந்து வந்தியத்தேவன் சிறை சென்று விட்டதால், நம் காரியங்கள் முடிந்துவிட்டன என உன் எண்ணமா? அருண்மொழி வர்மரைத் தொடர்ந்து நான் கடல் கடந்து சென்றேன்...'' என்று ரவிதாசன் கூறவும், சோமன் சாம்பவன் வியப்புடன் சகோதரனை நோக்கினான்.

ரவிதாசன் எனப் பெயர் பூண்ட பஞ்சவன் பிரமாதிராசன் சோழ நாட்டினன் தான். அரசாங்கத்தில் முக்கியப் பதவி வகித்து வந்த அவனுக்குப் பாண்டிய மன்னரது தொடர்பு ஏற்பட்டது. வீரபாண்டியனுக்குச் சோழ நாட்டில் ஒற்றனாக அமர்ந்து சேவை செய்தான். ஆதித்த கரிகாலன் பாண்டிய நாட்டின்மீது படையெடுத்துப் போகும் செய்தி அறிந்த ரவிதாசன் முன்னதாக விரைந்து வீரபாண்டியனை ஆயத்தப் படுத்தினான். ஆனால் ஆதித்த கரிகாலனுடன் ஏற்பட்ட போரில் வீரபாண்டியன் உயிரிழந்தான். போர்க்களத்தில் உயிர் விட்டாலும் பாதகமில்லை; தப்பியோடிய வீரபாண்டியனை

ஆதித்த கரிகாலன் துரத்தி வந்து ஒளிந்திருந்த இடத்தில் நிராயுதபாணியாக இருக்கையில் தலையைக் கொய்தான். இதை எல்லாம் பார்த்துக் கொண்டிருந்த ரவிதாசன் உடல் கொதித்தது. இத்தகைய அடாத செயல் செய்த ஆதித்த கரிகாலனைப் பழிக்குப் பழி வாங்க பொங்கிப் பெருகி வந்த அந்தக் குருதியிலேயே சபதம் செய்தான். வீரபாண்டியனுக்கு அச்சமயம் ஐந்து வயது மகன் ஒருவன் இருந்தான். அவனைக் காப்பாற்ற வேண்டிய பொறுப்பு ரவிதாசனுக்கு ஏற்பட்டது.

ஆதித்த கரிகாலன் இறந்த பிறகு அருண்மொழி வர்மருக்கும் மதுராந்தகருக்கும் பட்டத்தில் போட்டி ஏற்படும் என்று எதிர் பார்த்தான். அச்சமயத்தில் அருண்மொழிவர்மரை ஒழித்து விடுவது என்றும் திட்டமிட்டிருந்தான். ஆனால் அருண் மொழிவர்மர் கடல் கடந்த நாடுகளுக்குச் சென்ற செய்தி அறிந்ததும் ரவிதாசனுக்குப் புதுப் பொறுப்பு ஏற்பட்டது. அருண்மொழியைக் கண்காணாத நாட்டில் தீர்த்து விடுவதன் மூலம் சோழ பரம்பரைக்கே முடிவு ஏற்படுத்திவிடத் திட்ட மிட்டான். அருண்மொழி வர்மர் சென்ற பிறகு மற்றொரு நாவாயில் அவனும் பயணமானான். ஆனால், அவனால் அருண்மொழியைச் சந்திக்கவே முடியவில்லை. ரவிதாசன் சென்ற மரக்கலம் மாயிருடிங்கம் தீவில் கரை தட்டி உடைந் தது. அதனால் மனமுடைந்த ரவிதாசன் தன் காரியத்தைக் கைவிட்டு நாடு திரும்பத் துடித்தான். எங்கெல்லாமோ சுற்றிப் பாண்டி நாட்டை வந்தடைந்தது பெருங்கதை!

அருண்மொழி வர்மரைப் பழிதீர்க்க முடியாதது பெரும் வருத்தமாக ரவிதாசனின் நெஞ்சில் பட்டது. அதனுடன் குந்தவைப் பிராட்டியார் தன் சகோதரர் ஆதித்த கரிகாலரைக் கொன்றவர் இன்னார் என்பதை அறியப் பெருமுயற்சி எடுத்து வருவதையும் அறியும்போது, குந்தவை தனது காரியத்திற்குப் பெரும் இடையூறாக இருப்பாள் என்பது அவனுக்குப் புரிந்தது. அதனால் அந்தப் பெண் புலியையும் மாய்க்கத் திட்டமிட வேண்டியதாயிற்று.

ரவிதாசனின் இந்தத் திட்டங்களைக் கேட்டுச் சோமன் சாம்பவன் நடுநடுங்கினான்.

"தம்பி! வேண்டாம், வேண்டாம். செய்த பாவங்கள் போதும். இவையெல்லாம் வேண்டாம். தம்பி! அப்படியே நீ செய்வதானாலும் என்னை விட்டுவிடு. நான் இப்படியே காளிதேவிக்குப் பூஜை செய்துகொண்டு காலங்கழிக்கிறேன். காளிஅருள் கொடாவிட்டால் என் தலையை அவளுக்குக் காணிக்கையாக்குகிறேன்..." என்று நெஞ்சு தழுதழுக்கக் கூறினான்.

ரவிதாசன் துள்ளி எழுந்தான். கலங்கியிருந்த அவன் கண்களில் தீக்கனல் பறந்தது.

"அண்ணா! உன்னைக் கொலை செய் என்று வர்ணித்த போது கோபம் கொண்டாய். என் உடன் பிறந்த சகோதரன் என்பதால் உன்னை இப்போது சும்மா விடுகிறேன். இல்லா விடில் நமது குழுவிலிருந்து இவ்வளவு எளிதில் தப்பிப்போக விரும்புகிறவர்களைக் கோடியக்கரை ஓநாய்க்கு இரையிட்டிருப்பேன். நடுக்கடலில் கல்லைக்கட்டிப் போட்டிருப்பேன். நடுக்காவிரியில் கல்லைக் கட்டிப் போட்டிருப்பேன். அதுவும் இயலாவிடில் அண்ணா, மறந்து விட்டீர்களா, கடம்பூர் அரண்மனையில் அன்று.... ஆதித்தன் அங்கு வந்த கடைசி தினத்தன்று..."

சோமன் சாம்பவன் நடுநடுங்கினான். இரு காதுகளையும் கரங்களால் பொத்திக்கொண்டு, "தம்பி வேண்டாம்; வேண்டாம்; வேண்டாம்! அதை நினைவுபடுத்தாதே! நீ என்ன செய்ய வேண்டும் என விரும்புகிறாயோ சொல்லு. என் உடலில் உயிர் இருக்கிற வரையில் நான் உன் கட்டளையை நிறைவேற்றுவேன்" என்று விம்மினான்.

ரவிதாசன் தன் சகோதரனை அணைத்துக்கொண்டு, "அண்ணா! என்னைப் பொறுத்தருளுங்கள். உங்களுக்கு வேதனை கொடுப்பது என் நோக்கமன்று. சகோதர பாசத்தை விட அரசகுல சேவை என் உள்ளத்தில் முந்திக் கொண்டு நிற்கிறது. இன்னும் இரு ஆண்டுகளில் நமது மன்னர் அமரபுஜங்க பாண்டியர் மதுரை அரியணை ஏற வேண்டும். அதற்கு நீங்கள் செய்ய வேண்டியது என்ன தெரியுமா?"

"தம்பி கூறு! கூறுவதைச் சீக்கிரமாகக் கூறிவிடு. இப்போதே போய் அந்தக் காரியத்தை முடித்து வருகிறேன்.

யாரைக் கொல்ல வேண்டும்? எந்த அரண்மனையை அழிக்க வேண்டும்? எந்தக் களஞ்சியத்தைக் கொள்ளையிட வேண்டும்? சொல்! சொல்! சீக்கிரம்...!" சோமன் படபடத்தான்.

ரவிதாசன் மெல்ல நகைத்து, "அண்ணா, இப்படிப் படபடத்தால் ஏதும் நடக்காது. நான் சொல்வதைக் கவனமாகக் கேள். நான் உன்னிடம் ஒரே ஒரு காரியத்தைத் தான் ஒப்படைக்கிறேன். அதை நீ செவ்வனே முடித்துவிடு. இளைய பிராட்டியார் குந்தவை தேவியார் காஞ்சிப் பொன்மாளிகையில் இப்போது உன்மத்தம் பிடித்தவள் போலிருக்கிறாள். அரண்மனைக்குக் கட்டுக் காவல் இல்லை. அவள் எண்ணம் முழுமையும் இழந்த ஆதித்தன் பேரிலும் கடல் கடந்து போன அருண்மொழி பேரிலும், சிறையிலே துடிக்கும் வந்தியத் தேவன் பேரிலும் தான் இருக்கிறது. அவள் எவரையும் அருகே சேர்ப்பதில்லை. நீ அங்கே சென்று சமயம் பார்த்துக் குந்தவையை அவளது சகோதரன் ஆதித்த கரிகாலனிடம் சேர்ப்பித்துவிடு. நான் அருண்மொழி வர்மரைப் பார்த்துக் கொள்கிறேன்."

சோமன் சாம்பவன் நடுங்கினான். அவன் உடல் நடுங்கியது. அவன் கரங்கள் நடுங்கின. அவன் மீசை நடுங்கியது. அவன் தேகத்தில் குத்திட்டு நின்ற ரோமங்கள் நடுநடுங்கின. அவன் கால்கள் பூமியில் நிற்க முடியாமல் நடுங்கின. தம்பி, தம்பி! என்ன சொல்கிறாய்? இளைய பிராட்டியையா? குந்தவை தேவியையா..." எனக் குழறினான்.

"ஆம்; அந்த நாகத்தைத்தான்! உன்னால் முடியாது என்றால் நீ இந்த மண்ணில் வாழவே தகுதியற்றவன்; சொல்லிவிடு, முடியும் என்று கூறி ஏதாவது குளறிக் காரியத்தைக் கெடுத்தாயானால் கடம்பூர் மாளிகையில் நீ செய்த செயலை நான் எப்படியும் இராமேசுவரத்தில் இருக்கும் முன்னாள் அமைச்சர் அநிருத்தப் பிரம்மராயர் காதில் எட்டச் செய்வேன். அருண்மொழியின் காதில் விழச் செய்வேன். மதுராந்தகரிடம் அறிவிக்க வழிசெய்வேன். உன்னை உடனே வீரர்கள் சூழ்வர். உனக்குத் தண்டனை என்ன தெரியுமா?" 'ஹோ ஹோ' என்று ரவிதாசன் நகைத்தான்.

சோமன் சாம்பவன் கண்கலங்க, "முடியாது! முடியாது. என்னை என்ன வேண்டுமானாலும் செய்துகொள்! முடியவே முடியாது" என்று கூறி, அங்கிருந்து ஓடத் தலைப்பட்டான். அச்சமயம் பாழடைந்த கோயிலின் மறைவிலிருந்த ஓர் உருவம் வந்தது. அது உடல் முழுவதும் திருநீறு பூசி யிருந்தது. மண்டையோட்டு மாலையை அணிந்திருந்தது. உடலைப் புலித்தோல் மறைத்திருந்தது. அதன் சடைமுடி முகத்தை மறைத்திருந்தது. அதன் விரல்களிலே நகங்கள் வளர்ந்து காணப்பட்டன. நீண்ட தூரம் வந்ததால் கால்களிலே புழுதி படிந்திருந்தது. அவ்வுருவம் சாம்பவனைத் தடுத்து நிறுத்தியது.

"சாம்பவா! ஏன் ஓடுகிறாய்? நான் உனக்கு உதவு கிறேன்?" என்றது அந்த உருவம்.

ரவிதாசனுக்குப் பழகிய குரல் அது.

அந்தக் குரலைக் கேட்டு ரவிதாசனும், சாம்பவனும் முன்னிலும் அதிகமாக நடுநடுங்கினர்.

அத்தியாயம் 5
இரவில் சென்ற பல்லக்கு

பார்த்திபேந்திர பல்லவனின் உடல் நடுங்கியது. அவன் உள்ளத்தில் இதற்கு முன்பு எப்போதும் ஏற்படாத படபடப்பு ஏற்பட்டது. அந்த மாளிகையின் கூடத்திலிருந்த விளக்கு களின் சுடு திரி கொண்டு உடலின் அங்கங்களையெல்லாம் யாரோ தீய்ப்பது போன்று தோன்றியது. அந்த ஓலையில் அவன் நடுங்குமளவுக்கு செய்தி ஏதுமில்லை. என்றாலும் அவன் மனம் ஏனோ சஞ்சலப்பட்டது. ஏமாற்றத்தால் ஏற்பட்ட வருத்தம் மீறி, வீரநாராயணன் மீது ஆத்திரமாக மாறியது. ஓலை மாறாட்டம் ஏற்பட்டு அருண்மொழியின் ஓலையைக் கொடுப்பதற்குப் பதிலாக, தான் எப்போதோ எழுதிவைத்திருந்த காதல் காவிய ஓலையை இளைய

பிராட்டியிடம் நீட்டி விட்டது கூட அவனுக்கு வருத்தத்தை அளிக்கவில்லை; தான் நழுவவிட்ட ஓலையை வீரநாராயணன் சமயத்தில் கொண்டு வந்து குந்தவையிடம் கொடுத்துச் சோக நாடகத்தின் சிகரமாக்கியது தான் பார்த்திபேந்திரனுக்கு தாங்கமுடியா ஆத்திரத்தை அளித்தது.

அருண்மொழித் தேவர் வரப்போகிறார் என்ற செய்தி நாடு நகரமெல்லாம் பரவியதற்குக் காரணம், அதற்கு முன்பு நாகைப் பட்டினத்தில் வந்திறங்கிய வணிகர்கள் தாம். அப்படியும் அருண்மொழி வர்மரின் மரக்கலம் நாகையை அடைய இரு திங்கட்கு மேலாகும் என அவர்களில் சிலர் கூறினர். "காற்று இப்போது சாதகமாக அடிப்பதில்லையாதலால், மரக்கலத்தின் போக்கை நிர்ணயிக்க முடிவதில்லை" என்று அவர்கள் கூறினர்.

இவற்றையெல்லாம் அறிந்த பார்த்திபேந்திரன், நாகைப் பட்டினத்திற்கே வந்தான். வேறு ஏதாவது செய்தி கிடைக்கிறதா வென அங்குச் சுற்றி வட்டமிட்டான். துறையிலிருக்கும் வணிகர்களைச் சந்தித்துப் பேசினான். ஒருநாள் வெகு தொலைவிலிருந்து வந்த நாவாயிலிருந்து முதுபெரும் வணிகர்கள் சிலர் இறங்கினர். அவர்கள் தமிழ்த் திருநாட்டின் பலபகுதியினர். அவர்கள் தாய் நாட்டை விட்டு அயல்நாடுகளுக்குச் சென்று பல ஆண்டுகள் ஆகியிருந்தன. போதுமான செல்வத்தை அவர்கள் சேர்த்திருந்தனர். தாய்த்திரு நாட்டைக் காணவேண்டும் என்ற ஆவல் அவர்களுக்கு எழுந்தது. தங்களுடைய புதல்வர்கள் வளர்ந்து வாலிபர்களாகியிருப்பார்கள் என அவர்கள் கனவு கண்டனர். புதல்வியர் மண வயதினையடைந்து திருமண நன்னாளை எதிர்நோக்கிக் காத்திருப்பர் என அவர்கள் எண்ணமிட்டனர். அதனால் விரைந்து தாயகம் திரும்ப முனைந்தனர். அப்படி அவர்கள் சீன நாட்டினின்று திரும்பி வரும்போது காற்று சாதகமாக அடிக்காததால், செண்பகத் தீவில் சிறிது காலம் தங்கினர். அங்குதான் அவர்கள் அருண்மொழி வர்மரைச் சந்தித்தனர். அருண்மொழி என்று அவர்களுக்கு முதலில் தெரியாது. வணிகர்களில் முதுமைப் பிராயத்தினரான ஒருவர் மட்டும் கம்பீரத் தோற்றத்தினரான அருண்மொழியைக் கண்டு ஐயங்

கொண்டார். அவரது அகன்ற நெற்றியையும் சிவந்த உதடு களையும் கண்டு அவர் மனத்தில் இன்னார் என உருவகப் படுத்திக் கொண்டார். தன் மனத்திலெழுந்த சந்தேகத்தை மற்றவர்களிடம் தெரிவித்தார். அச்சமயம் அருண்மொழி வர்மர் செண்பகத் தீவில் மரக்கலங்கள் கட்டுமிடத்தில் நின்றவாறு யாருடனோ பேசிக் கொண்டிருந்தார். வணிகர்கள் அவரிடம் நெருங்கினர். தங்கள் மனத்தில் எழுந்த சந்தேகத்தைப் போக்கிக் கொள்ள அவரிடமே விசாரித்தனர். அருண்மொழி முதலில் தன்னை இன்னாரென்று தெரிவிக்க விரும்பவில்லை. ஆனால் அவர்கள் அன்புடன் கேட்கும் போது அவர் மறுக்க விரும்பவில்லை. தாயகம் திரும்பும் வணிகர்களிடம் சோழ நாட்டைப் பற்றி விசாரித்தார். அந்நாட்டின் அரச குடும்பத்தினரின் நலன் பற்றி வினவினார். அவர்கள் எப்படி அறிவர்? அவர்கள் தாம் சுந்தர சோழர் ஆட்சிக் காலத்திலேயே அயல்நாடு சென்று விட்டவர் களாயிற்றே!

"இளவரசே! எங்களுக்கு எப்படித் தெரியும்? சோழ நாட்டை விட்டு நாங்கள் கிளம்பும்போது தங்களுக்குப் பன்னிரண்டு வயதிருக்கலாம். காயாரோகண ஈசர் கோயிலின் திருப்பணியைக் காணத் தங்கள் பாட்டியார் செம்பியன் மாதேவியார் தங்களுடன் வந்திருந்தார்கள். தங்களுடன் தங்கள் சகோதரி குந்தவையும் வந்திருந்தார். அப்பொழுது தங்களை நாங்கள் கண்டோம். அந்த நினைவில் தான் நாங்கள் மீண்டும் தங்களை அடையாளம் காணமுடிந்தது. தாங்கள் இங்கு வருகை தந்திருப்பதன் நோக்கம் நாங்கள் அறிவது முறை என்றால் எங்களுக்குச் சொல்லுங்கள். எங்களிடம் சோழ நாட்டு நலன் வினவுவதைப் பார்த்தால், தாங்களும் சோழ நாட்டினின்றும் புறப்பட்டு வெகுகாலம் ஆகிறதோ என்று எண்ணத் தோன்றுகிறது. ஒரே இருண்ட நிலையில் எங்கள் மனம் வேற்றுலகச் செய்தியில் இருக்கிறது அரசே!..."

அவர்கள் பேசும்போது அருண்மொழி வர்மர், எங்கோ சிந்தனையிலாழ்ந்த வண்ணமிருந்தார். தமக்கை குந்தவைப் பிராட்டியைப் பற்றிப் பேசியபோது அவர் சிந்தனை கலைந்தது. தான் நாடு திரும்பும் நாளைக் குறிப்பிட்டுத்

தமக்கைக்குச் செய்தி அனுப்புவது பற்றி முடிவு செய்தார். அப்போதே ஓலையும் எழுத்தாணியும் கொண்டு தன் நலம் எழுதி, அவர்கள் நலம் கேட்டு முத்திரையிட்டு முதியவரிடம் அளித்தார். தம் தமக்கையிடம் அந்த ஓலையைச் சேர்ப்பிக்கச் சொல்லிக் கேட்டுக் கொண்டார்.

நாகைப்பட்டினத்தில் அந்த நாவாய் வந்து இறங்கியது. பண்டங்களை இறக்கும் பொறுப்பைப் பணியாட்களிடம் விட்டு விட்டு அந்த வணிகர்கள் களைப்புடன் விடுதியை அடைந்தார்கள். அவர்கள் வந்து இறங்கியிருக்கும் செய்தியையும், அவர்கள் பேசிக்கொள்வதையும் ஒற்றர்கள் மூலம் அறிந்த பார்த்திபேந்திரன் அந்த விடுதிக்கு விரைந்தான். வணிகர்களுக்கு நாகைப்பட்டினத் தோற்றமே வியப்பை அளித்தது. சில ஆண்டுகளுக்கு முன்பு கடல் ஏற்றத்தால் கடல் ஊருக்குள் பரவியிருந்தது. சூளாமணி விகாரம் பொலி விழந்துக் காணப்பட்டது. விடுதித் தலைவருடன் அவர்கள் நாட்டு வளப்பத்தைப்பற்றிப் பேச முற்படுமுன் பார்த்தி பேந்திரன் வீரர்களுடன் அங்கு வந்தான். அருண்மொழி வர்மரிடமிருந்து அவர்கள் கொணர்ந்திருக்கும் ஓலையைத் தருமாறு கேட்டான். முதலில் முதிய வணிகர் மறுத்தார். சோழ சாம்ராஜ்யத்தின் படைத்தலைவன் பார்த்திபேந்திரன் என்று அவர் அவனைப் பற்றி அறிந்தவுடன் ஓலையைக் கொடுத் தார். பத்திரமாக அதை இளையபிராட்டியிடம் சேர்ப்பிக்கும் படி கேட்டுக் கொண்டார்.

"அதைப்பற்றிக் கவலையே வேண்டாம், பெரியவரே! பிராட்டியார் காஞ்சியில் இருக்கிறார்கள். அவர்களிடம் ஓலை உடனே போய்ச்சேர வேண்டுமானால், அதை எம்மிடம் ஒப்படைப்பதே நல்லது. இல்லையெனில் இங்கிருந்து நீங்கள் காஞ்சிக்குச் செல்வதற்கு நாட்கள் பல ஆகலாம். தேவியாரும் தன் இளவலிடமிருந்து செய்தி ஏதும் வராமல் ஏங்கியிருக்கிறார்கள்" என்று கனிவாகப் பேசினான். அவன் கண்களிலே பரிவு மிகுந்திருந்தது. முதியவரிடம் இனிமை யாகப் பேசும்போது ஓலையை எடுத்துக் கொண்டு குந்தவைப் பிராட்டியைச் சந்திக்கப் போகிறோம் என்ற இன்ப நினைவு நிறைந்திருந்தது. மிகுந்த யோசனையின் பேரில்

முதிய வணிகர் ஓலையைக் கொடுத்தார். அதனுடன் அவர் ஒன்று கேட்டுக் கொண்டார். "ஐயா! இந்த ஓலையைப் பிராட்டியாரிடம் சேர்ப்பித்து விடுங்கள். ஆனால், தலைவரே! ஒன்று உங்களை வேண்டிக் கொள்கிறோம். இந்த நாட்டு இளவரசர் ஓலையை எங்களிடம் கொடுத்தனுப்புவதன் மூலம் எங்கள் நல்லெண்ணத்தை நம்பினார். எங்கள் நற்செய்கையில் நம்பிக்கைக் கொண்டார். சோழ நாட்டு வணிகர்கள் நேர்மை மிகுந்தவர்கள். சொன்ன சொல்லைத் தவறாதவர்கள். இதை நாங்களே கொண்டு தருவதுதான் முறை. ஆனால் தாங்கள் சொல்வதில் நியாயமிருக்கிறது. சோழநாட்டின் மிகப்பொறுப்பு வாய்ந்த பதவி வகிக்கும் தாங்கள் சொல்வதை ஏற்றுத் தங்களிடம் கொடுக்கிறோம். ஆனால் இந்த ஓலையை எக்காரணம் கொண்டும் தாங்கள் படிக்கக் கூடாது. தங்களின் உறுதுணையான வீரவாள்மேல் ஆணையாகத் தாங்கள் அதை வேறு எவர் கையிலும் சிக்கிவிடாமல் இளையபிராட்டி யிடம் சேர்ப்பித்து விடுங்கள். நாங்கள் இப்படிக் கூறுவதற்கு எங்களைப் பொறுத்தருள வேண்டும்."

பார்த்திபேந்திரன் அப்படியே செய்வதாக வாக்களித்தான். ஓலையிலுள்ள செய்தியைப் படிப்பதைவிட அந்த ஓலையைக் குந்தவையிடம் சேர்ப்பித்து அதன் மூலம் அவளுடன் பேச வாய்ப்பு ஏற்படுத்திக் கொள்வதை அவன் பெரிதாகக் கருதினான்.

காஞ்சியை அவன் வந்தடைந்து களிபொங்கும் இதயத் துடன் ஓலையை எடுத்து நீட்டிய போது, அது அருண்மொழி வர்மரது ஓலையாக இராமல் தன் ஓலையாகவே இருந்ததை அறிந்தபோது அவன் திடுக்கிட்டான்; அது ஏமாற்றத்தால் ஏற்பட்டது. வீரநாராயணன் வந்து அருண்மொழி வர்மரின் ஓலையைக் கொடுத்தபோது திடுக்கிட்டான். அது ஆச்சரியத் தால் ஏற்பட்டது. கீழே நழுவி வீழ்ந்திருந்த ஓலையை எடுத்துப் படித்தபோது அவன் மனம் திடுக்கிடவில்லை; ஆச்சரியப்படவில்லை. நடுங்கினான். கலங்கினான்.

இளையபிராட்டிக்கு முதலில் வணக்கம் செலுத்தி விட்டுத் தொடங்கியிருந்த அந்த ஓலையின் அடுத்த வாக்கியம்...

"திருச்சிற்றம்பலத்துறை ஆடவல்லான் அருளால் எல்லோரும் நலன் என நம்புகிறேன். தாங்களும் வாணர்குல வீரர் வல்லவரையர் வந்தியத்தேவரும் நலனோடு இருக்கிறீர்கள் என்று பூரணமாக நம்புகிறேன். எனக்கு அழைப்பு அனுப்பாமலே தாங்கள் திருமணம் புரிந்து கொண்டிருப்பீர்கள். அப்படி நடக்க வேண்டும், வல்லவரையர் சோழ சாம்ராஜ்ய சேனாதிபதிப் பதவியை ஏற்று வாழவேண்டும் என்பதற்காகத்தானே வல்லவரையரை என்னுடன் அயல் நாட்டுக்கு அழைத்துச் செல்லாமல் அங்கேயே தங்கியிருக்குமாறு பணித்தது! இளவரசர் உத்தமசோழ தேவர் ராஜ்யபாரங் களைப் புரிந்து செவ்வனே நடத்தி வருவார் என நம்புகிறேன். மதிப்புக்குரிய தந்தையாருக்கும் தாயாருக்கும் என் கோடானு கோடி வணக்கங்களைத் தெரிவிக்கவும். தக்க மரக்கலம் அமைந்து காற்றும் சாதகமாக வீசினால் விரைவில் அங்கு வந்து சேர்வேன்; யுகயுகமாகப் பேசவேண்டியவை உள்ளன.

இப்படிக்குத் தங்கள்,
அன்பினால் வளர்த்த
அருண்மொழி"

குந்தவை மயங்கி வீழ்வதற்கோ பார்த்திபேந்திர பல்லவன் நடுங்குவதற்கோ பயங்கரச் செய்தி ஏதும் அந்த ஓலையில் இல்லை. என்றாலும், அவள் கண்கள் கலங்கின. விம்மியறியாத அவள் நெஞ்சம் விம்மியது. பார்த்திபேந்திரன் சிறிது அஞ்சியதற்காவது காரணம் இருந்தது. சோழ சாம்ராஜ்யத்தில் நடைபெற்ற நிகழ்ச்சி ஏதும் அறியாத அருண்மொழி வர்மர் நாளை இங்கு வந்தவுடன் உண்மை அறிந்தவுடன் என்ன நினைப்பார்?

குந்தவை மீதும், வந்தியத் தேவரிடமும் அடங்கா மதிப்பும் அன்பும் பூண்டிருக்கும் அவர் இங்கு வந்தவுடன் அவர்கள் நிலையறிந்தவுடன் என்ன நினைப்பார்? மற்றும் உத்தம சோழர் இன்னும் இளவரசராகவே இருக்கிறார் என்று அவர் எண்ணியிருக்கிறார். உத்தமசோழ தேவர் மதுராந்தக சோழ தேவரெனப் பட்டப் பெயருடன் மாமன்னராகி ஆண்டு பல ஆகிவிட்ட செய்தி அறிந்தவுடன், தனக்கு அச்செய்தி

எட்டாது செய்தவர்களைப் பற்றி என்ன நினைப்பார்? எல்லா வற்றிற்கும் மேலாக சோழ சாம்ராஜ்யப் படைத்தலைவர் பதவியில் தான் இருப்பதையும் வந்தியத்தேவன் சிறையி லிருப்பதையும் காணும்போது அருண்மொழி வர்மர் என்ன நினைப்பார்? நினைப்பதா! என்ன செய்வார்?

அவற்றை நினைக்கும் போதுதான் பார்த்திபேந்திரன் கலங்கினான். அருண்மொழி வர்மருக்குத் தன்மீது வெறுப்பு எப்போதுமே கிடையாது என அறிவான். என்றாலும் வந்தியத் தேவனே அருண்மொழி வர்மரின் இதயத்தில் நெருங்கிய இடத்தைப் பிடித்துக் கொண்டு விட்டான்.

'இனிய பேச்சு; உம் என்பதற்கு முன் காரியத்தைச் செய்வதாகப் பாவனை; பணிவோடு இருந்ததாகப் பாசாங்கு; சோழ நாட்டிற்கு உண்மையாக உழைப்பவன் போன்ற போலித்தோற்றம், எல்லாவற்றையும் விட அவன் ஈழத்தில் அருண்மொழியுடன் நெருங்கியிருந்து பல ஆபத்துக்களுக் குள்ளாகிப் பெரும் அனுதாபத்தைப் பெற்று விட்டபடியால் என்னைவிட அழுத்தமான இடத்தை அருண்மொழியின் இதயத்தில் நிலைநாட்டி விட்டான்... ஆனால் அருண்மொழி வர்மர் நாகைப் பட்டினத்துக்கு வந்திறங்கியவுடன் அவருடன் நெருங்கிப் பழகி வந்தியத்தேவன் இடத்தை நாம் பெற்று விடலாம். அதனுடன் ஆதித்த கரிகாலரை அவன் கொன்ற தற்குக் கிடைத்த தடயங்களையும், அதை ஒப்புக் கொண்டு மந்திரி மண்டலத்தாரும் ஊர்ச் சபையாரும் நீதி வழங்கிய விவரங்களையும் அவர் அறிந்தால் நிச்சயம் வந்தியத்தேவன் பேரில் இதுகாறும் வைத்திருந்த நம்பிக்கையை மாற்றிக் கொள்வார். தன் சகோதரிக்கும் வல்லவரையருக்கும் திரு மணம் நடைபெறாதது மிக நல்லதாயிற்றென்று நிம்மதி யடைவார். அதற்குள் நம் பேரில் நன்மதிப்பை நிலைநாட்டிக் கொள்ள வேண்டும். குந்தவைப் பிராட்டியார் அருண்மொழி வர்மரைச் சந்திப்பதற்கு முன்பு நாம் அவரைச் சந்திக்க வேண்டும். அதற்கு உபாயம் குந்தவை மயக்கமுற்றுக் கீழே விழுந்த சம்பவம் மிக உதவும். அரச வைத்தியரை உடனே அழைத்து வரச்செய்து இல்லை இங்கு அவரை நாமே அழைத்து வரவேண்டும். வரும் வழியிலேயே ''தேவியார் இன்னும் இரு திங்கள் பூரண ஓய்வுடன் இருக்க வேண்டும்''

என் யோசனை கூறுமாறு வைத்தியரிடம் தெரிவித்து விடுவோம் பிறகு வெற்றி! வெற்றி!"

பார்த்திபேந்திரன் உடல் நடுக்கம் நீங்கி, உள்ளக் கலக்கம் நீங்கி, வெகு விரைவாக அந்த இடத்தை விட்டு அகன்றான். அதற்குள் குந்தவையை அடுத்திருந்த அறையில் மெல்லிய பஞ்சணை மேல் படுக்கச் செய்திருந்தார்கள். சாளரக் கதவுகள் திறந்து வைக்கப்பட்டிருந்தன. தோழிகள் விசிறிக் கொண்டிருந்தனர். பஞ்சிலே தோய்த்த பனிநீர் கொண்டு குந்தவையின் முகத்தைக் கல்யாணி தேவியார் துடைத்து, அவள் களைப்பைப் போக்க முயன்று கொண்டிருந்தார்கள். வீர நாராயணன் அறைக்கு வெளியே கவலையுடன் நின்று கொண்டிருந்தான்.

குந்தவை கண்திறந்து சுற்று முற்றும் நோக்கினாள். தான் கட்டிலில் கிடத்தப்பட்டிருப்பதையும், தோழிகள் பணிவிடை செய்து கொண்டிருப்பதையும், பாட்டி இந்த வயதான காலத்திலும் கவலையோடு தன் பக்கலில் அமர்ந்திருப்பதையும் காணக் குந்தவைக்கே வெட்கமாயிருந்தது. உதட்டில் புன்முறுவல் படர எழ முயன்றாள். அவளை அமர்த்திப் படுக்க வைத்த கல்யாணி தேவி, "குழந்தாய்! இப்போது எப்படி இருக்கிறது? ஏனம்மா உடம்பை என்ன செய்தது?" என்று கனிவுடன் கேட்டாள்.

"பாட்டி! பொறுத்தருளுங்கள். உங்களுக்கெல்லாம் நான் பணிவிடை செய்வது போக, தாங்கள் இந்த முதிய பிராயத்திலும் என் போன்ற சிறியவர்களுக்குப் பணிவிடை செய்ய நேரிட்டு விட்டதே..."

கல்யாணிதேவி அவள் வாயைப் பொத்தி, "அப்படி யெல்லாம் கூறி மேலும் கவலையை வரவழைத்துக் கொள்ளாதே" என்று தடுத்தாள்.

குந்தவை சைகை காட்ட தோழிகள் அங்கிருந்து அகன்றனர். குந்தவை மெல்லத் தலையணையின்மீது சாய்ந்து கொண்டு, "பாட்டி, எனக்கு என்ன நேர்ந்தது?" என்று கேட்டாள்.

“நீ அருண்மொழியின் ஓலையைப் படித்தாய். முழுவதும் படித்தாயோ, இல்லையோ தெரியாது. ‘தம்பீ! தம்பீ!’ என்று கூவிக் கொண்டே கீழே சாய்ந்தாய்; நல்ல வேளையாக உன்னைத் தாங்கிக் கொண்டோம். ஆமாம். அந்த ஓலையில் அப்படி என்ன எழுதியிருந்தது குழந்தாய்? என் பேரன் அருண்மொழிக்கு என்ன நேர்ந்து விட்டது? அவன் இப்போது எங்கே இருக்கிறான்? எப்போது திரும்பி வருகிறான்? இதெல்லாம் சொல்லு குழந்தாய்!” என்று கல்யாணிப் பாட்டி கேட்டாள்.

உணர்ச்சி மிகுதியால் குந்தவையின் நெஞ்சு தழுதழுத்தது. “அந்த ஓலையில் ஆபத்தான செய்தி இல்லை, பாட்டி! என் இளவல் இன்னும் விவரம் அறியாத சிறு குழந்தை போலிருக் கிறானே என்பதை எண்ணும்போது எனக்கு வேதனை சூழ்ந்தது. ‘தம்பீ!’ என்று என்னையறியாமல் கூவிவிட்டேன். நாட்டில் பத்தாண்டுகளாக நடந்தவற்றை அறியாமல், அனைவர் நலன்களையும் கேட்டு எழுதியிருக்கிறானே; அந்த வெகுளித் தன்மைக்காகத் தம்பீ என்றலறி விட்டேன். அவன் இந்த நாட்டில் இருந்திருக்க வேண்டியவன் தானே பாட்டி! அரச பீடம் ஏறுபவர்கள் கடல் கடந்து செல்ல வேண்டும் என்ற நியதி ஏதாவது இருக்கிறதா? விஜயாலய சோழர் சென்றாரா? ஆதித்த சோழர் சென்றாரா? பொன் வேய்ந்த பராந்தகர் போனாரா? என் தந்தை சுந்தர சோழர் ஆயிர மாயிரம் யோசனை தொலைவு கடலில் சென்றா அனுபவம் பெற்றார்? என்னால் வந்த விளைவுதானே பாட்டி! ‘சில திங்களுக்குச் சென்று வா’ என யோசனை கூறினேன். பத்தாண்டுகள் பாராமுகமாய் இருந்து விடுவான் என்று எனக்குத் தெரியுமா?

மணமலர்கூட வாடாநிலையில் கொடும்பாளூர்ப் பெண் வானவன் மாதேவியையும் விட்டுச் சென்றானே; அந்தப் பெண் இதயம் என்ன பாடுபடும்? அதற்கு யார் காரணம் பாட்டி? நானே காரணம். அதை நினைக்கும்போது என்னை வேதனை வாட்டியது. அவளைப்பற்றி ஓலையில் ஒருவரி கூட இல்லை; என்னைப்பற்றி வல்லத்து வீரரைப் பற்றிக் கேட்டிருக்கிறான் என் இளவல்! பாட்டி. அவன் வந்து

இறங்கியவுடன் இரண்டு செய்திகளையறிந்தால்; அவன் மனம் என்ன பாடுபடும் என்பதை நினைக்கும்போது என் தலை சுழலாமல் என்ன செய்யும்?''

குந்தவை இவ்வாறு கூறிக்கொண்டிருக்கும் போது பார்த்திபேந்திரன் காஞ்சி நகர அரச வைத்தியருடன் அங்கு வந்தான். வைத்தியர் வந்திருப்பதை, பணி மகள் தெரிவித்தாள்.

"எனக்கா! வைத்தியமா?" குந்தவை குலுங்கக் குலுங்க நகைத்தாள். "பாட்டி! நீங்களே போய் என் உடலுக்கு ஏதும் இல்லை என்று கூறிவிட்டு வாருங்கள். வைத்தியர் போக முனைந்தாலும் அந்தச் சேனாதிபதி விடமாட்டார் போலிருக்கிறது. எப்படியாவது அவர்களை அனுப்பிவிடுங்கள். அவர்கள் வந்தால் நிச்சயம் எனக்கு மயக்கமே வந்துவிடும்'' என்றாள்.

குந்தவையின் மனப்போக்கை ஒருவாறு புரிந்துகொண்ட தேவியாரும் வெளியில் வந்து ''பிராட்டிக்கு உடலுக்கு ஒன்று மில்லை. கொஞ்சம் ஓய்வு தேவை. இப்போது அவரை யாரும் தொந்தரவு செய்யாதிருப்போம். தேவைப்பட்டால் சொல்லி யனுப்புகிறேன். சேனாதிபதி, உங்களுக்கு மிகத்தொல்லை. நாழிகை ஆகிக் கொண்டே போகிறது. நாளை நாம் சந்தித்துப் பேசுவோமே!' என்றாள்.

வைத்தியரும் பார்த்திபேந்திரனும் ஒருவரையொருவர் ஒருகணம் பார்த்துக் கொண்டனர். ராஜ மாதாவான கல்யாணி தேவியார் பேச்சுக்கு எவரும் மறுத்துப் பேசியது கிடையாது. எனவே அவர்கள் அங்கிருந்து அகன்றனர்.

அந்தக் கூடம் சிறிது நேரத்தில் சந்தடியற்று விளங்கியது. வீரநாராயணனைக் குந்தவை அழைத்து ஏதோ கூறினாள். அவனும் தலையசைத்து அங்கிருந்து அகன்றான். வெகு நேரம் குந்தவையும், கல்யாணி தேவியும் பேசிக்கொண்டிருந்தனர். அந்த அறையிலிருந்த விளக்கும் தூண்டுவாரின்றி மங்கிய வண்ணமிருந்தது.

"என்ன இருந்தாலும் குந்தவை! உன்னைப் போன்ற தைரியமான உள்ளமும், தாங்கும் சக்தியும் கொண்டவளை நான் பார்த்ததேயில்லை. நாங்களும் தான் இருந்திருக்கிறோம்.

உன் பாட்டனார் அரிஞ்சயசோழ தேவர் காலமான பிறகு உங்களுடைய மழலைத் திருமுகங்களைப் பார்த்தே நான் அமைதி அடைந்தேன். உன் பெரிய பாட்டியார் செம்பியன் மாதேவியார் மட்டுமென்ன! கண்டராதித்த தேவர் சிவத்திருத் தலங்களைச் சுற்றிப் பார்த்து வருகிறேன் என்று மேற்குதிசை சென்றார். பிறகு வெகுகாலம் அவரைப் பற்றிய செய்தியே வரவில்லை. மேற்கிருந்து துஞ்சிய தேவர் என்று அவரை அழைக்கலாயினர். செப்பேடுகளில் எழுதுமாறும் செய்தனர். தேவியார் நிலையில் நாமிருந்தால்? நல்ல வேளையாகக் கோயில் திருப்பணிகள் அவர் இதயத்தைக் கவர்ந்தன. துயரத்தை மாற்றின. உனக்கோ... நீ இதயத்தைத் திறந்து கூறுவதைப் பார்த்தால் நீ அபூர்வப் பெண்மணிதான். இன்று சொல்கிறேன். நான் காணக் கொடுத்து வைத்திருக்கிறேனோ இல்லையோ, நீ இந்த நாடு புகழும் நல்ல மகளாவாய். ஆமாம்; நீ எவ்வளவு தடவை சொன்னாலும் எனக்குப் புரியவில்லை. மறுபடியும் சொல்லு; படகேறிச் சென்று நீயும் அந்த வாணர் குலத்துப் பிள்ளையும் உறையூரில் இறங்கியவுடன் சுந்தர சோழர் உத்தரவு காட்டி வாணர் குலத்துப் பிள்ளையைச் சிறை பிடித்தார்கள். நீ அதைத் தடுக்க முயலவில்லையா?" என்று கேட்டார் கல்யாணி தேவி.

குந்தவை சிரித்தாள். மங்கிய வெளிச்சம் நிறைந்த அந்த அறையில் வெண்ணிலவின் சிறு கதிர்கள் சாளரக் கண்கள் வழியே அவள் முகத்தில் தெளித்திருக்கும்போது அந்தச் சிரிப்பிலே தெரிந்த பற்கள், கோத்த முத்து வடமென மின்னின. சிதறிய மாணிக்கப் பரல்களின் ஒலி போல் நகையொலி இருந்தது.

"பாட்டி எவ்வளவு தடவை உங்களுக்குச் சொன்னாலும் எனக்கு அலுப்பு ஏற்படாது. என் வாழ்நாளிலேயே மறக்க முடியாத செய்தியை அடிக்கடி நினைவு கொள்வது நல்லதுதானே! எனக்கு அப்போது எழுந்த அதிர்ச்சியிலும் ஆத்திரத்தில் இன்னது செய்ய வேண்டும் என்றே தோன்ற வில்லை. என் சொல் கேட்டால் சோழ சாம்ராஜ்யமே ஆடும் என்று எண்ணியிருந்த போதல்லவா அது நிகழ்ந்தது! என் தந்தையே கட்டளையிட்டாரா, வந்தியத்தேவரைக் குற்றவாளி

யெனச் சிறைப்படுத்துமாறு? உடனே அவரிடம் கேட்போம் நியாயத்தை! தந்தையாயின் என்ன? அரச நீதி எல்லாருக்கும் சமம்தானே! என்று துடிதுடித்தேன். அந்த வேகத்தில், 'படகைக் காஞ்சியை நோக்கிச் செலுத்து!' என்று வீரநாராயண னிடம் கட்டளையிட்டேனாம். பாவம்! அவன் இதை அடிக்கடி கூறிச் சிரிப்பான். 'தேவியாருக்குள்ள அவசரத்தில் காவிரி நதி காஞ்சிவரை கூடப் பாய்ந்துவிடுமோ என்னமோ?' என்று கேட்பான். விரைந்து குடந்தை வந்தடைந்து வானதி யிடமும் கூறாமல் காஞ்சியை நோக்கிப் பறந்தேன். பறந்தேன் என்றே கூறலாம். ஏனெனில் என் மனம் பல நூறு காதங் களுக்கு வெவ்வேறு திக்குகளுக்குப் பாய்ந்து பரவியது.

காஞ்சி வந்தேன். நகரில் நுழையும்போதே மக்கள் கூடிப் கூடிப் பேசிக் கொண்டிருப்பதைக் கண்டவுடனேயே எனக்கு ஒரு மாதிரியான எண்ணம் மனத்திலெழுந்தது. இதயத்தை யாரோ பிழிந்தது போன்ற உணர்ச்சி. உடலெங்கும் முள் குத்துவது போன்ற பிரமை. பொன் மாளிகையில் நான் சென்ற போதிருந்த கலகலப்பில்லை. எல்லோரும் வாட்டமாகக் காணப்பட்டனர். பாட்டி, உங்களுக்குத் தெரியாதா? அந்தச் சமயம் இங்குதானே பொன் மாளிகையில் இருந்தீர்கள்? 'தந்தையே' என்று கூவிய வண்ணம் தந்தை இருக்குமிடம் நோக்கி ஓடினேன். அவர் மஞ்சத்தில் படுத்திருந்தார். அவரருகே மௌனமாக அமைச்சர் அநிருத்தப் பிரம்மராயர் நின்றிருந்தார். தோழிப் பெண்கள் இருவர் தந்தையின் உள்ளங்கால்களுக்கு ஒத்தடம் கொடுத்துக் கொண்டிருந்தனர். பாட்டி! நான் என்னவென்று என் தந்தையைக் கேட்பது? 'எதைக் கொண்டு வாணர் குல வீரர்மீது குற்றம் கண்டீர்கள்?' என்று கோபித்துக் கேட்பதா? 'என்ன தடயங்கள் கண்டு அவரைச் சிறைப்படுத்துமாறு கூறினீர்கள்?' என்று கேட்பதா? 'என்னை ஒரு வார்த்தை கேளாது இப்படிச் செய்து விட்டீர்களே' என்று கோபித்துக் கேட்பதா? 'என் இதய மறிந்தும், அந்த இதயத்தில் நான் ஏற்றி வைத்திருப்பவர் இன்னார் என அறிந்தும் அவரைப்பிரிக்கச் சூழ்ச்சி செய்து விட்டீர்களே' என்று கேட்பதா? பாட்டி, நான் எப்படிக் கேட்டிருக்க முடியும்? நீங்களே சொல்லுங்கள்..." குந்தவை உணர்ச்சி மிகுதியால் பேசினாள்.

கல்யாணி தேவியார் தலையசைத்தார். பேச்சை வேறு பக்கம் திருப்ப எண்ணி, "ஆமாம். இத்துடன் நூறாவது தடவையாகக் கூறி விட்டாய்; என்றாலும் என் முதிய வயதில் என் மனச் சோகத்தைக் கிளறிவிடாதே. நாழிகை ஆகிறது. படுத்துறங்கு அம்மா. என் கண்களை உறக்கம் சுழற்றுகிறது" என்று கூறி கல்யாணி தேவியார் மெல்ல அந்த இடத்தை விட்டகன்று தன் மஞ்சத்தில் படுத்தாள். படுத்த மறுவினாடி உறக்கத்திலாழ்ந்து விட்டாள்.

அங்கிருந்து அப்போதே சென்ற பார்த்திபேந்திர பல்லவனின் மனத்தில் சொல்லொணாக் குழப்பம். ஓலை மாறிய அந்த நிகழ்ச்சிதான் அவன் மனத்தை வாட்டிய வண்ணம் இருந்தது. எப்படியாவது விடிந்தவுடன் எவரையாவது விட்டு வீர நாராயணனை அழைத்து வரச் செய்து ஓலையைத் திருடிக் கொண்டு வந்த விதத்தை நான்குவித உபாயங்களைப் பிரயோகித்தாவது அறியவேண்டும் என்று எண்ணியவாறு கண்ணயர்ந்துவிட்டான். முதல் நாள் இடைவிடாது செய்த பயணக் களைப்பு அவனை ஆட்கொண்டது.

நடுநிசி தாண்டி ஒரு நாழிகைப் போதிருக்கலாம். வானத்து வெண்ணிலவும் கூட்டங்களிடையே மறைந்துவிட்டது. பொன்மாளிகை தொலைவில் அமைதியாக இருந்தது. பாலாற்றில் படகு செலுத்திச் செல்லும் ஓசை கூட எழ வில்லை. எப்போதாவது உறக்கம் கலைந்து சிறகைப் படபட வென அடித்துக் கொள்ளும் ஓரிரண்டு பறவைகள் கூட மிக அமைதியாக இருந்தன. வெளவால்கள் சில அங்குமிங்கும் பறந்து இருளுக்கு உதவின.

அரண்மனைத் தோட்டத்து நந்தவனத்தில் அப்போது பூத்த மலர்களின் நறுமணம் காற்றிலே கலந்து வீசியது. தென்னங் கீற்றுகள் ஒன்றுடன் ஒன்று உரசும் ஒலியைத் தவிர வேறு அரவமில்லாத அந்தச் சமயத்தே வீர நாராயணன் அரைத் தூக்கத்துடன் அமர்ந்திருந்த அந்த இடத்திற்கு முக்காடிட்ட ஓர் உருவம் வந்தது. அச்சமயம் இளநீர்க்காய் ஒன்று மரத்தினின்று வீழ்ந்ததால் விழித்துக் கொண்ட வீரநாராயணன் திடுக்கிட்டு எதிரே நின்ற உருவத்தைக் கண்டான். முதிர்ந்த அந்தப் பருவத்திலும் அவன் கண்கள் தெளிவான பார்வை யுடையனவாய் இருந்தன.

அவன் பரபரப்புடன் எழுந்து நின்றான். அந்த உருவம் மெல்லிய குரலில் அவன் காதுகளில் ஏதோ கூறியது; மறுகணம் அவன் விரைந்து பல்லக்கு சுமப்போர் உறங்கு மிடம் சென்று அவர்களை எழுப்பினான். எல்லாம் வெகு விரைவில் நடந்தேறின.

வெள்ளி முளைப்பதற்குள் காஞ்சி நகர எல்லையை அந்தப் பல்லக்கு கடந்து கொண்டிருந்தது. வீரநாராயணன் இளம் குளிருக்காகப் போர்த்தியபடியே குதிரை மீதமர்ந்து பல்லக்கைத் தொடர்ந்து மெதுவாகச் சென்றுகொண்டிருந் தான்.

தன் அரண்மனையில் ஆழ்ந்து உறங்கிக் கொண்டிருந்த பார்த்திபேந்திரனின் உறக்கத்தை ஏதோ கனவு கலைத்தது. அவ்வேளை காவல் வீரனொருவன் அவனை எழுப்பிய வண்ணமிருந்தான்.

திடுக்கிட்டு விழித்த பார்த்திபேந்திரனை, "ஐயா! பொன் மாளிகையினின்று பல்லக்கு ஒன்று இரவு புறப்பட்டுச் சென்ற தாக அம்மாளிகைப் பணியாள் தெரிவிக்கிறான் ஐயா" என்றான்.

"பல்லக்கு புறப்பட்டுச் சென்றதா?" என்று பதறினான் பார்த்திபேந்திரன்.

அத்தியாயம் 6
வானதியின் வருகை

தஞ்சை அரண்மனையின் மகளிர் வதியும் அந்தப்புரம் அன்று கலகலப்பு மிகுந்து காணப்பட்டது. அரசிளங்குமரிகள் யாவரும் குழுமியிருந்தனர். உத்தம சோழ தேவர் நகர இயலாது படுத்த இடத்திலேயே இருப்பதால் பட்டத்து இளவரசி திரிபுவன மாதேவியார் அரசரின் அருகேயே எந் நேரமும் இருக்க வேண்டியதாயிற்று. சிறிய பழுவேட்டரை யரின் மகள் மூத்த பஞ்சவன் மாதேவி மட்டும் அந்தப்புரத்தில்

தோழிகள் புடைசூழ எப்போதும் இருந்து பாட்டும் கூத்தும் வேடிக்கையும் கேளிக்கையுமாகக் கழித்து வந்தாள். கலகலப்புடன் அந்தப் பகுதி காணப்பட்டால் மூத்தபஞ்சவன்மாதேவியார் அங்கு இருக்கிறார்கள் என்று பொருள். பஞ்சவன்மாதேவியார் காலையில் பொழுது புலர்ந்ததிலிருந்து கட்டளையிடுவதிலேயே அவள் காலம் செலவாகிக் கொண்டிருந்தது. கடிகையோர் நாழிகை வட்டிலைக் கொண்டு பொழுது அறிவிக்க, பெரும் மணியோசையை எழுப்பும் போதெல்லாம் அவள் பரபரப்பு இன்னும் அதிகமாகும்.

பழையாறை நகரினின்று இளவரசி வானதி வரப்போகிறாள் என்ற செய்தி எட்டியிருந்தது. பழுவூரினின்று பெரிய பழு வேட்டரையரின் மகள் இளைய பஞ்சவன்மாதேவி வரப் போகிறாள் என்று சிறிய பழுவேட்டரையர் முதல் நாளே தெரிவித்துவிட்டார்.

"தாயில்லாப் பெண்; அவளை நீதான் சரிவரக் கவனித்துக் கொள்ள வேண்டும்" என்று சிறிய பழுவேட்டரையர் கூறிய போது மூத்த பஞ்சவன் மாதேவிக்குப் புரியவில்லை.

"இனி இளையவளுக்குப் பழுவூரில் வேலையில்லை. தஞ்சை அரண்மனையில் உங்களுடன் இருந்து பழகப் போகிறாள்" என்று கூறிய பிறகுதான் மூத்தவளுக்குப் புரிந்தது. அந்தப் புரத்திலுள்ள பெண்களில் யாரும் அவளைக் கவனித்துக் கொள்ளக்கூடாது என்பதற்காகவே தந்தை இப்படி எச்சரித்திருக்கிறார் என்று அவள் எண்ணினாள். அவளால் புரிந்துகொள்ள முடியவில்லை. புரிந்து கொள்ளத் தனக்கு அதிக நேரமாவதைப் பார்க்கும் போது சிறிய பழுவேட்டரையர் வானதி தேவியையும், குந்தவைப் பிராட்டியையுமே உதாரணமாகக் காட்டுவார்.

"மகளே! என் வயிற்றில் நீயன்றி அவர்கள் பிறந்திருந்தால் வெகு எளிதாக இன்னும் மகோன்னதமாக விளங்கியிருப் பார்கள்" என்று அவர் கூறும்போது மூத்த பஞ்சவன்மாதேவி, 'ஐயோ பாவம்! அவர்கள் பழுவூரில் பிறக்காமல் தஞ்சையில் பிறந்து விட்டார்கள்' என்று எண்ணுவாளேயன்றி, தந்தை யின் கூற்றிலுள்ள மறை பொருளை அறியமாட்டாள்.

"அசடு என்றால் உன்னைத்தான் சொல்ல வேண்டும். அடி, அசட்டுப் பெண்ணே! உன்னை எதற்காக நான் உத்தம சோழ தேவருக்கு மணம் புரிவித்தேன்?" என்று மகளைச் சிறிய பழுவேட்டரையர் கேட்டார்.

"நான் அழகாயிருந்தேன். அவரும் மிக அழகர். அதனால் திருமணம் புரிவித்தீர்கள்" என்று அவரது மகள் தன் முகத்தில் எந்தவிதக் களங்கமுமின்றிக் கூறும்போது சிறிய பழு வேட்டரையர் கரம் துடிக்கும்; உடல் துடிக்கும். அந்தத் துடிப்பின் சின்னமாய்க் கம்பீரமான மீசை துடிக்கும். வேறு எவராவது இப்படி அசட்டுத்தனமாகப் பேசியிருந்தால் அவர் நடந்திருக்கும் விதமே வேறுதான்! மகளின் முதிராத அறிவை எண்ணித் தமக்குள்ளே நொந்துகொண்டே அவர் நயமாகத் தம் மகளுக்குச் சகலமும் கற்றுக் கொடுக்க முயலுவார்.

"மகளே, நீ சாதாரணப் பெண்ணல்லள்."

"ஆம், தந்தையே! நான் சாதாரணமானவளல்லள். இருபத்து நான்கு போர்க்களங்களில் தொண்ணூற்றாறு விழுப் புண்களைப் பெற்ற பெரிய பழுவேட்டரையரின் இளைய வருடைய திருமகள், இந்த மாபெரும் தஞ்சைக் கோட்டை அதிபரின் திருமகள். 'இந்த நாட்டிற்கும் அரச குடும்பத்திற்கும் உடல், பொருள், ஆவி அனைத்தையும் தியாகம் புரிய எக்கணமும் ஆயத்தமாயிருக்கிறேன்' என்று கொற்றவை முன் 'சபதம்' செய்திருக்கும் வேளக்காரப் படையினரின் தலைவரது மகள் நான். இப்போது இந்த மாபெரும் சோழ நாட்டின் தனாதிகாரியாக மிகக் கம்பீரத் தோற்றமுடைய அருமகனார் திருமகள் நான்" என்று பஞ்சவன் மாதேவியார் நடிப்புடன் கூறியது கேட்ட பழுவேட்டரையருக்குச் சிரிப்பதா, சினந்து கொள்வதா என்றே புரியவில்லை.

'ஐயோ! இந்தப்பெண் தந்தையின் பெருமையெனும் நிழலில் வாழ விரும்புகிறாளேயன்றி தன் மணாளன் மாபெரும் சோழசாம்ராஜ்யாதிபதி என்பதை மறந்து விட்டாள்! பரகேசரி உத்தம சோழ தேவரின் அபிமானம் மிகப் பெற்ற மனைவி என்பதைப் பெருமையாகக் கொள்ளாதது ஏன்? தான் சோழ சாம்ராஜ்யராணி எனும் பெருமை அவளுக்

கிருந்தால் தன் வயிற்றுதிக்கும் திருமகனை அடுத்துப் பட்ட மேற்ற வழி செய்து கொண்டிருக்கமாட்டாளா? நல்ல வாய்ப்பும் இருக்கிறது. பட்டத்தரசியான திருபுவனமாதேவி யாரின் செல்வத் திருக்குமாரனுக்குத் தன் பாட்டனாரைப் போன்று ஆட்சி முறையில் பற்றில்லை. தன் பாட்டியார் செம்பியன் மாதேவியாருடன் திருத்தலங்களைச் சுற்றி வருகிறான். ஆகா! என் மகள் வயிற்றில் மட்டும் ஒரு மகன் பிறந்துவிட்டால்அந்த ஒரு சிறுவனைக் கொண்டே சோழ சாம்ராஜ்யப் பரம்பரையை நிலைநாட்டுவேனே! இந்த அசட்டுப்பெண்ணுக்கு ஆட்சிஅரசியல்பட்டம் என்று எடுத்துக் கூறும் பொறுப்புத் தன்னுடையது' என்று எண்ணிய சிறிய பழுவேட்டரையர் அவளுக்குப் பல உபதேசங்கள் செய்வார். ஆனால் மூத்த பஞ்சவன்மாதேவியாரின் நினைவு தோழி களிடம் இருக்கும். சிவத்திருத்தலங்களில் நடைபெறும் திருவிழாக்களின் மீது இருக்கும். இப்போது இளையவளும் பழுவூரிலிருந்து வருகிறாளென்றால் அவளுக்குத் தந்தையின் திட்டம் ஏதும் பிடிபடவில்லை. தனது கேளிக்கைப் போக்கிற்குப் பங்கம் வராமலிருந்தால் சரிதான் என்று இருந்தாள்.

ஆனால், பழையாறையினின்று வானதி தேவி வரப் போகிறாள் என்றவுடன் அவள் உள்ளத்தில் மகிழ்ச்சி பொங்கியது. வானதியைக் கண்டால் அவள் உள்ளம் துள்ளும்.

பழையயாறையினின்று வானதி தஞ்சை மாநகருக்கு வந்து விட்டாள். அவள் உள்ளம் இப்போது ஒரு நிலையில் இருப்பதில்லை. தஞ்சைக்குக் குந்தவை வருவாள் என்று அவள் எண்ணிப் பழையாறையை விட்டுக் கிளம்பினாள். இளைய பிராட்டியார் அங்கு வரமாட்டார் என்று செய்தி தெரிந்ததால் அங்குத் தங்கியிருக்க அவளுக்கு விருப்ப மில்லை. நாகைப்பட்டினத்துக்கருகேயுள்ள திருக்கயிலாயம் எனும் ஊரில் செம்பியன் மாதேவியார் தற்போது தங்கியிருந்து திருப்பணிகளைக் கவனித்து வருவதை அவள் அறிவாள். அங்கே போய் இருந்து தன் இதயராஜன் திரும்பி வந்து நாகைப்பட்டினத்தில் இறங்கும் போது அவரை வரவேற்கலாம் என்ற எண்ணத்துடன் இருந்தாள்.

பல ஆண்டுகளுக்குப் பிறகு அவள் தஞ்சை புரிக்கு வருகிறாள். எவ்வளவோ மாற்றங்கள். தஞ்சைக்கு வெளியே பாடி எழுந்திருந்தது. புதிய வீடுகள் கட்டப்பட்டு வந்தன. அயல்நாட்டு வணிகர்கள் பலர் கூடித் தங்களுக்குத் தனி இடம் அமைத்து வாழ்ந்தனர்.

பல்லக்கின் பக்கத்திரையின் சிறு இடைவெளி வழியே வானதி வீதியை நோக்கி வந்தாள். மக்கள் ஆங்காங்கே கூடி நின்று பேசிக்கொண்டிருந்தனர். சிலர் வானதியின் பல்லக்கைக் கண்டனர். அவர்கள் முகத்தில் களிபொங்கியது.

‘‘இளவரசி வானவன் மாதேவியார் வாழ்க வாழ்க! அருண்மொழி வர்மர் வாழ்க வாழ்க!’’ என்று மகிழ்ச்சிக் குரல் எழுப்பினர்.

வானதிக்கு உடல் புல்லரித்தது. தஞ்சை மக்களுக்குத் தான் தங்கள் மேல் எவ்வளவு அன்பு! பத்து வருடங்கள் கழிந்தும் அவர்கள் அன்பு மறவாமல் இருக்கும் பெருங்குணத்தை எண்ணி மகிழ்ந்தாள். அவளுடைய திருமணத் தினத்தன்று தான் மக்கள் எவ்வளவு குதூகலமாயிருந்தனர்! வீதியெல்லாம் மலர் மாரிதான்! தோரணங்களைக் கட்டத்தான் எத்தனை நேரத்தைச் செலவிட்டார்களோ? அவர்களுடைய வாழ்த் தொலி, தஞ்சைக்கருகே கடல் வந்துவிட்டதோ என ஐயுறும் படி செய்தது.

❑ ❑ ❑

வானதியை வரவேற்க மூத்த பஞ்சவன் மாதேவி வெளியே வந்து விட்டாள்.

‘‘அடி, வானதி! உனக்குத் தஞ்சைக்கு வழி தெரிந்ததா?’’ என்று அன்புடன் கூறி அவளை அணைத்துக் கொண்டாள். வானதியும் முறுவல் பூத்து முகமன் கூறினாள்.

‘‘நீ நலமாய் இருக்கிறாயா? உன் தந்தை நலமா?’’ என்று குசலம் விசாரித்தாள்.

வானதி சற்று இளைப்பாறிய பின் அவள் தங்கியிருக்கும் இடத்திற்குத் தோழிகள் வந்தனர். ஒருத்தி கையிலே முகம் பார்க்கும் ஆடி ஏந்தியிருந்தாள்; ஒருத்தியின் கையிலே புதுப்

புடவை; மற்றொருத்தியின் கையிலே அணிகலன்கள். சிலர் வண்ணமும், சுண்ணமும் கஸ்தூரிக் குழம்பும் ஏந்தி வந்தனர்.

"இளவரசி வானவன் மாதேவி வாழ்க வாழ்க!" என்று மூத்த பஞ்சவன் மாதேவியார் வாழ்த்தொலி கூற, அவர்கள் வானதி இருக்குமிடம் வந்தனர்.

இவையெல்லாம் என்ன என்று கேட்கும் பாவனையில் வானதி நோக்கவும்; "உன்னை அரண்மனை வாயிலில் வரவேற்கும்போது சில முறைகளை மறந்து விட்டேன். இளவரசிக்குரிய வாழ்த்தொலி கூறவேண்டாமா?" என்று கூறி நகைக்கவும், வானதியும், "சோழ சாம்ராஜ்ய அரசி பஞ்சவன் மாதேவி வாழ்க வாழ்க!" என்று கூறி நகைத்தாள்.

"மூத்த பஞ்சவன் மாதேவி என்று கூறு!" என்று அவள் திருத்தினாள்.

"மூத்தவளா! அப்படியென்றால்?" என்று வானதி சந்தேகக்குறி எழுப்பவும், மூத்த பஞ்சவன் மாதேவி கூறினாள்: "பழுவூரிலிருந்து என் பெரிய தகப்பனார் பழு வேட்டரையரின் புதல்வி வந்திருக்கிறாள். அவள் பெயரும் என் பெயரேதான். இனி அரண்மனையில் வித்தியாசம் தெரிய வேண்டுமே! அதனால் நானே என்னை மூத்த பஞ்சவன் மாதேவி என்று பெயரிட்டுக் கொண்டேன்."

வானதி கலீரென நகைத்தாள். "பெரிய பழுவேட்டரையரின் திருமகளா? அவர்களை நான் பார்க்க வேண்டுமே" என்று அவள் கூறினாள்.

"அவளே இப்போது வருவாள்; உங்களையெல்லாம் காண்பதற்காகத்தானே அவளை என் தந்தை பழுவூரிலிருந்து வரவழைத்திருக்கிறார். இளவரசர் அருண்மொழிவர்மர் தஞ்சைக்கு வரும்போது அவள் அவசியம் இருக்க வேண்டும் என்று கூறியிருக்கிறார்" என்றாள் பஞ்சவன் மாதேவி.

வானதி அவளை நோக்கினாள். அவளுடைய பேச்சிலே மறைந்திருக்கும் செய்தியை அறிய ஆவலுற்றாள்.

"இளவரசர் வரப்போகிறாரா?" என்று கேட்டுப் பேச்சைத் தொடர்ந்தாள்.

"தேவி! என்ன ஒன்றுமே தெரியாதது போல் கேட்கிறாய்! அவரை வரவேற்கத்தானே நீயே இங்கு வந்திருக்கிறாய்?" என்றாள் பஞ்சவன் மாதேவி.

"இருக்கலாம்; அது மட்டும் காரணமன்று. என் தந்தை இங்கு வந்திருக்கிறார், அவரைக் காண வந்தேன். இளவரசரை வரவேற்பதென்றால் நேரே நாகைப்பட்டினம் போயிருக்க மாட்டேனா? ஆமாம்; எப்போது வருகிறாராம்?"

"வருகிறார்! வருகிறார்!" என்றுதான் கூறுகிறார்கள். எப்போது என்று கூற யாருக்கும் தெரியவில்லை. இன்றுகூட அரசரிடம் மந்திராலோசனை நடத்தப் பல மாராயர்கள் கூடியிருக்கிறார்கள்."

"என் தந்தை வந்திருக்கிறாரா தெரியுமா?" என்று வானதி வினவவும், அப்போது பொன்னிற மேனியனாய்த் திருநீறு பூசிய வாலிபனொருவன் அங்கு வந்தான். அவன் பஞ்சவன் மாதேவியாரை நோக்கி மெல்லிய குரலில், "சித்தி! இங்கு கொடும்பாளூர் இளவரசியார் வந்திருக்கிறாரென அவரைக் காண கொடும்பாளூர் வேளிர் பூதி விக்கிரமகேசரி வந்திருக் கிறார். அதைத் தெரிவிக்கச் சொன்னார்" என்று கூறிவிட்டு நிலம் நோக்கியிருந்த கண்களை நேரே எதிர்நோக்காமலே விரைந்து சென்றுவிட்டான்.

அந்த இளம்பிராயத்தானின் தோற்றத்தையே ஒரு கணம் நோக்கி நின்றாள் வானதி. பால் வடியும் முகம், நெற்றியிலே துலங்கும் திருநீறு, கழுத்துவரை தொங்கும் சிகை, காதிலே குண்டலங்கள், கழுத்திலே மணிமாலை, வெண்பட்டு உடுத்தியிருந்தான். மேலே மெல்லிய சிவப்பு நிறப்போர்வை.

"அக்கா, யார் இந்த இளைஞன்?" என்று வினவினாள் வானதி.

"தெரியாதா உனக்கு? என் மகன்."

"உன் மகனா?"

"ஆம்; என் வயிற்றில் பிறந்தால்தான் மகனா? பட்டத்து அரசியின் புதல்வன்; செம்பியன் மாதேவியாரின் செல்லப் பேரன். பாட்டியார் அவனை ஒரு கணம்கூடப் பிரிவதில்லை. அவனுடைய தந்தையோ தன் தந்தையின் பெயரான

கண்டராதித்தன் என்றே அவனுக்குப் பெயர் சூட்டியுள்ளார். பாட்டி அவனை 'மதுரன்' என்று அன்புடன் அழைக்கிறார். பெண்களைக் கண்டால் அவ்வளவு வெட்கம் அவனுக்கு. ஆனால் அவனுக்குப் பெருந்தனத்து அதிகாரிகள் எல்லாம் நட்பினர்'' பஞ்சவன் மாதேவியார் பேசிக் கொண்டே சென்றார்.

அப்போது இளைய பஞ்சவன் மாதேவி அங்கே வந்தாள். தன் சகோதரியின் அருகே வானதி நிற்பதை ஒரு கணம் கண்டாள்.

'இவள்.... இவள்' பஞ்சவன் மாதேவி யோசிக்கலானாள். 'யாராயிருக்கும்? ஓ! கொடும்பாளூர் அரசகுமாரி வானவன் மாதேவியா? நம் சிறிய தகப்பனார் கூறினாரே, 'உன் இடத்தைக் கவர வந்தவள்' என்று. அவள்தானோ? அப்பப்பா! கண் கூசும் மேனி படைத்திருக்கிறாளே! விழிகளை எதிர்நோக்கும் சக்தி நமக்கில்லையே! கருநாகந்தான் தலையைச் சுற்றி அமைந்திருக்கிறது என்றல்லவா கூந்தல் இருக்கிறது? என்ன! இரு பவளங்களை உதட்டில் ஒட்ட வைத்துக்கொண்டிருக்கிறாளா? அவளது தோள்கள் தாம் எத்தனை அழகு! பெண்ணே கண்டு மோகிக்கும் வடிவு கொண்ட இவளைக் கண்டு அருண்மொழிவர்மர் கவரப் பெற்றதில் வியப்பேது?

''தங்காய்! என்ன அப்படி விழுங்கிவிடுவது போல் வானதியைப் பார்க்கிறாய்? நெடியோன் குன்றம் முதல் தொடியோள் பெளவம் வரை பரந்து விரிந்திருக்கும் பொன்னி வளநாட்டின் இளவரசரான அருண்மொழித் தேவரின் கைப்பிடித்த பொற்செல்வி, கொடும்பாளூர் குலக்கொழுந்து வானவன் மாதேவி இவள்'' என்று மூத்த பஞ்சவன் மாதேவி இளையவளின் வெறித்த பார்வையை மாற்றக் கூறினாள்.

வெட்கமும், சிறிது கோபமும் மேலிட்ட இளையவள் தன் முகத்தைத் திருப்பிக்கொண்டாள்.

வானதி அவளை நெருங்கி அவள் முகத்தைத் தன்புறம் திருப்பி, ''பெண்ணே! என்னைக் கண்டு உனக்கு என்ன வெட்கம்? உன்னைக் காணவே நான் விரும்பினேன். உன் தந்தை பெரிய பழுவேட்டரையர் இந்த நாட்டிற்குச் செய்

திருக்கும் சேவைகள் சொல்லில் அடங்கா. உன் வாழ்நாளில் நீ சீரும் சிறப்புமாகத் திகழ அந்த விடங்க ஈசர் அருள் புரியவேண்டும்'' என்று கூறினாள்.

இளையவள் கண்களில் நீர் தளும்பியது. கர்வம் பிடித்தவள் என்றும், நம் இடத்தைப் பிடித்துக்கொண்டவள் என்றும் வருணிக்கப்படும் வானதியா இத்தகைய மென்மையான உள்ளம் படைத்தவள்? ஒரு கணத்தில் வெறுப்பால் முகத்தைத் திருப்பிக் கொண்டோமே உலக அனுபவம் என்பது இதுவரை பழுவூர் அரண்மனை மட்டோடு இருந்தது. அது அவ்வளவு சிறியதன்று; மிகப் பெரியது, மிக மிகப் பெரியது' என்று எண்ணினாள் அவள்.

அவள் கண்களில் கார்கால மேகம்போல் நீர் தேங்கியது. அந்தச் சமயம் செம்பியன் மாதேவியார் அங்கு வந்திராவிடில் அவள் கோவெனக் கதறியிருப்பாள்.

❑   ❑   ❑

செம்பியன் மாதேவியார் அந்தக் கூடத்திற்குள் நுழைந்தார். பல நாட்களை வெளியூர்களிலேயே கழித்து அப்போதுதான் அவர் தஞ்சை திரும்பியிருந்தார். வயதின் ஏற்றத்தால் உடலில் முதிர்ச்சி காணப்பட்டது. நெற்றியில் அணிந்திருந்த திரு நீற்றுக்குப் போட்டியாகத் தும்பைப் பூவைப் போன்று தலைமுடி தோற்றமளித்தது. இதுகாறும் இல்லாமல் இப்போது கையில் கோல் துணையாக இருந்தது.

வானதி, மூதாட்டியாரை வணங்கி எழுந்து நின்றாள்.

''யார் கொடும்பாளூர்ப் பெண்ணா? வா குழந்தாய் வா! எப்போது வந்தாய்? பழையாறையினின்றுதானே வருகிறாய்? அங்கே எல்லோரும் நலமா? குந்தவை அங்கிருக்கிறாளா? காஞ்சியிலா? காஞ்சியில் என்றுதான் கூறினார்கள். எனக்குக் கூடக் காஞ்சிக்குச் செல்லவேண்டும். வழியே கூத்த பிரான் திருநடம் செய்யும் சிற்றம்பலத்தைக் காணவேண்டும். முடிவடையாத பொன் வேய்ந்த அந்த விமானத்தை மற்றும் ஒருமுறை கண்டு களிக்க வேண்டும்! ஹூம்! திருவுளம் எப்படியோ? அந்தப் பெண் பிடிவாதமாகக் காஞ்சியிலேயே அமர்ந்து விட்டாளே அவளுக்குச் செய்தி போயிருக்கிறதா

அருண்மொழி வரப்போவது பற்றி?'' என்று மூச்சுவிடாமல் பேசினார். பேசும்போதே சுற்றுமுற்றும் பார்த்தார். இளைய பஞ்சவன் மாதேவியிடம் குசலம் விசாரித்தார்; மூத்த பஞ்சவன் தேவிக்கு விபூதி எடுத்துக் கொடுத்து விரைவில் குழந்தை பெற ஆசி கூறினார்.

"நல்ல ஆசியாகச் செய்யுங்கள்; ஆண் குழந்தையாகப் பெறுமாறு ஆசி கூறுங்கள்'' என்று கூறியவாறு சின்னப் பழுவேட்டரையர் அங்கு நுழைந்தார்.

அவர் கண்கள் ஒருமுறை வானதியை நோக்கின. பிறகு "இளவரசி! தங்கள் தந்தையார் உங்களைக் காணக் காத்திருக் கிறார். இப்போது அவர் மன்னர் உத்தமசோழ தேவரிடம் உரையாடிக் கொண்டிருக்கிறார். நீங்கள் அங்கேயே கூடச் செல்லலாம்'' என்று கூறிவிட்டுச் செம்பியன் மாதேவியாரை நோக்கி, "தேவி! குழந்தைகள் எல்லாம் நாணய சாலையைப் பார்க்க ஆசைப்படுகிறார்கள். இப்போது சில தினங்களாகப் புதிய நாணயங்கள் வார்க்கத் தொடங்கியிருக்கிறோம். தாங்களும் காணவேண்டாமா?'' என்று கேட்டார்.

செம்பியன் மாதேவியார் மற்றும் பஞ்சவன் மாதேவிகள் இருவர், சில அந்தரங்கத் தோழிகள் ஆகியோர் புடைசூழ சிறிய பழுவேட்டரையர் கம்பீரமாக நடந்து மாளிகைக்குள் இருந்த இரகசிய வழியின் மூலம் தங்க நாணயங்கள் வார்க்கும் சாலையை நோக்கிச் சென்றார்.

வானதி கூடத்தில் தனியே விடப்பட்டாள். 'என்னையும் வாவென்று அழைக்க இந்தப் பழுவேட்டரையருக்குச் சொல் இல்லாமலா போய்விட்டது? நாமும்தான் நாணயங்களைப் பார்ப்போமே. நம்மைத் தடுப்பது யார்?' என்று எண்ணிய வண்ணம் சிறிது நேரம் நின்ற அவள், அவர்கள் எல்லோரும் போன திசை நோக்கிச் சென்றாள்.

மாளிகையின் ஒருபுறத்தே இருந்த சுரங்கப் பாதை வழியே பழுவேட்டரையர் கையில் தீவர்த்தியுடன் வழிகாட்ட, பெண்டுகளும் பின்தொடர்ந்தனர்.

"மூதாட்டியாரை நான் மிகத் தொந்தரவு செய்கிறேன். பொறுத்தருள வேண்டும். இன்றும் நாளையும்தான் இந்த

நாணயங்கள் வார்க்கும் வேலை நடைபெறும். பழுவூரிலிருந்து அண்ணனின் மகள் வந்திருக்கிறாள் பார்த்தீர்களா? என் மகள் சோழ சாம்ராஜ்ய ராணி என்று பெயர்தான்; அவள் இன்னும் நாணய சாலையைப் பார்த்ததே இல்லையாம் அதனால் அவளையும் என் மகளையும் அழைத்துப் போக வந்தேன்" என்றார்.

"எனக்கென்ன சிரமம்? கல்லிலும், மேட்டிலும், முள்ளிலுமாகக் கடந்து நடந்து சிதிலமாகி அழியும் நிலையிலுள்ள செங்கற்கோயில்கள் அனைத்தையும் கற்றளிகளாக மாற்றி வருகிறேனே கோயிலைக் கட்டிக்கொடுக்கிறேன்; அதன் நித்திய பூசைகள் செவ்வனே நடைபெற வேண்டாமா? அங்குப்படும் சிரமத்தைவிடவா? அதற்கு ஊரிலுள்ளோர் நிரந்தரமாகப் பொருள் அளித்தால்தானே? அதையும் நானே இறையிலியாக அளிக்க வேண்டியிருக்கிறது" என மூதாட்டியார் செம்பியன் மாதேவியார் கூறினார்.

'கிளிங் கிளிங்' என்று ஒலி கேட்கத் தொடங்கிவிட்டது. சிற்றுளி கல்லிலே எழுப்பும் நாதம்போல் செம்பியன் மாதேவியாருக்குத் தோன்றியது. நூபுரத்தின் ஓசை ஒலிக்க நடனமிடுவது போன்று மாதேவியாருக்குத் தோன்றியது.

பலத்த காவல் சூழ மாளிகையின் இரகசிய இடத்திலே அந்த நாணய சாலை இருந்தது. நாணய சாலையின் ஒருபுறம் தங்கக் கட்டிகளாக அடுக்கி இருந்தனர். ஒருபுறம் பெரும் அடுப்பு, தீயை உமிழ்ந்த வண்ணம் எரிந்து கொண்டிருந்தது. அதற்குத் தீயை அதிகப்படுத்த ஒருவன் சக்கரம் போன்ற ஒன்றைச் சுழற்றிய வண்ணம் காற்று வரச்செய்து கொண்டிருந்தான். குழம்புபோல் தங்கம் உருகிக் கொண்டிருந்தது. அதை ஒருவன் பதம் பார்த்து பெரும் அகப்பையில் தங்கக் குழம்பை முகந்து சிறு அச்சிலே வார்த்துக் கொண்டிருந்தான். மேலே ஓர் அழுத்தமான கருவியால் அழுத்தி ஒவ்வொரு காசாக எடுத்து அரத்தால் மெருகிட்டுக் கொண்டிருந்தான். உருவான காசுகள் பட்டுத் துணி விரிப்பில் பரவலாக ஆற வைக்கப்பட்டிருந்தன.

பழுவேட்டரையர் கைநிறையப் பொற்காசுகளை எடுத்துச் செம்பியன் மாதேவியாரிடம் நீட்டினார். தேவியார் ஒரு காசை எடுத்துப் பார்த்தார். தீவர்த்தியின் வெளிச்சத்தில் அந்த மஞ்சள்

நிறப் பொன் நாணயத்தில் புலியின் உருவம் கம்பீரமாகத் திகழ்ந்தது; உத்தம சோழர் என்று பெயர் பொறிக்கப் பட்டிருந்தது.

“பொற்காசு வெளியிடத் தொடங்கிய பிறகு நாட்டில் பலவித நன்மைகள் ஏற்பட்டதோடு வெளிநாட்டு வாணிபத்தி லும் நம் நாடு மிகுந்த பயன்பெற்றிருக்கிறது!” என்று தனாதி காரியான பழுவேட்டரையர் கூறினார்.

“பழுவேட்டரையரே! உங்கள் சகோதரர் இந்த நாட்டிற் காகவே வாழ்ந்து நாட்டிற்காகவே உயிர் நீத்திருக்கிறார்கள். ஏழேழு தலைமுறைக்கு ராஜவம்சம் உங்கள் வம்சத்துக்குக் கடமைப் பட்டிருக்கிறது. உங்கள் மகளுக்குத் தான் என்ன தெய்வ பக்தி, என்ன தெய்வ பக்தி! உம். இனி கோயில் நிவந்தங்களாகப் பொற்காசையும் கொடுக்கலாம்” என்று மாதேவியார் கூறினார்.

வெளியுலகத் தொடர்பு இல்லாத அந்த இடத்திலும் குளிர்ந்த காற்று எங்கிருந்தோ வீசியது.

“இனிய காற்று வருகிறதே, எப்படியப்பா?” என்று பஞ்சவன் மாதேவியார் கேட்டாள்.

“அதோ பார் சாளரம். அதற்குப்பின் வெண்ணாற்றங் கரை இருக்கிறது. அதனால் குளிர்ந்த காற்று வீசுகிறது” என்று கூறிய பழுவேட்டரையர் கண்கள் அந்தச் சாளரத்தையே நோக்கின.

அவர் காண்பதற்குச் சற்று முன்புதான் அந்த நாணயச் சாலையில் பணியாற்றும் ரவிதாசனின் சகோதரன் பரமேஸ் வரன் பொற்காசுகள் அடங்கிய பையை அந்தச் சாளரம் வழியே வெளியே போட்டுவிட்டு வந்தான். அவன் பொற்காசு களை வெளியே எடுத்துச் செல்ல அந்தச் சிறு சாளரத்தைப் பயன்படுத்தினான். வெகு உயரத்தில் இருக்கும் அந்தச் சாளரத்தின் மேல் ஏற அவன் வழியைக் கண்டுபிடித்திருந்தான். இருளான பகுதியிலிருந்த அந்தச் சாளரத்தருகே அவன் இருந்த போதுதான் பழுவேட்டரையரும் அரசகுலப் பெண்மணி களும் அங்கே வந்தனர். திடீரென அங்கிருந்து இறங்கினால் ஐயமெழும் என்பதற்காகச் சற்றுநேரம் மூச்சுவிடாமலே

இருந்து, பழுவேட்டரையர் கவனம் கைநிறைய இருக்கும் காசுகளின்பேரில் இருந்தபோது கீழே இறங்கி விட்டான். அது வரை சாளரத்தை அவன் மறைத்திருந்தான். அடைபட்டிருந்த சாளரம் தடை விலகியதால் குளிர்ந்த காற்றை அங்கு அனுப்பியது. அந்தச்சாளரத்தை நோக்கிய வண்ணம் பழு வேட்டரையர் இருக்கும்போது சுரங்க வழியாக நாணய சாலைக்கு வர இறங்கிய வானதிக்கு இருளில் திக்குத் திசை தெரியவில்லை; மெல்ல மெல்லத் தட்டுத் தடுமாறி நடந்தாள். அவள் உடலெல்லாம் வியர்த்தது. இதயம் படபடவென அடித்துக் கொண்டது.

அதோ அந்தச் சிறு பொந்தின் வழியாக ஏதோ வெளிச்சம் தெரிகிறதே வானதி அந்த இடைவெளி வழியே எட்டிப் பார்த்தாள். சற்றுத் தொலைவில் ஒரு பெரும் மண்டபம் தெரிந்தது. அங்கே யாரோ நடமாடும் ஓசை கேட்டது. தீவர்த்தியைப் பிடித்துக்கொண்டு யாரோ நிற்கிறார்கள். அவரருகே சிறிய பழுவேட்டரையர். அவருடன் வந்த பெண்டிர் எங்கே?

அவர்கள் நின்ற இடம் சோழ சாம்ராஜ்யத்தின் பொக்கிஷ நிலஅறை. அந்த இடத்துக்கு வரும் வழி சோழசாம் ராஜ்யத்திலே குறிப்பிட்ட ஓரிருவருக்குத்தான் தெரியும். சிறிய பழுவேட்டரையர் தனாதிகாரியாகப் பொறுப்பை ஏற்றுக் கொண்ட பிறகு ஊமைகளையும் செவிடர்களையும் தாம் காவல் வீரர்களாக நியமித்தார். மலை மலையாகப் பொன், வெள்ளி ஆபரணங்கள் குவிந்து கிடந்தன. இளைய பிராட்டி குந்தவை தேவி அந்த நில அறையைப் பற்றி முன்பு கூறி யிருக்கிறாள். அங்கே போக முடியாது என்று சொல்லி யிருக்கிறாள். போனவர்கள் எவரும் திரும்பியதில்லை என்றும் கூறியிருக்கிறாள். பராந்தக சோழர் காலத்திலிருந்து சேகரிக்கப் பட்ட வைர வைடூரிய ஆபரணங்கள் ஏராளமாகக் கிடப் பதைப் பிராட்டி கூறியிருக்கிறாள். எத்தனையோ தலைமுறை களுக்குப் பயன்படும் நிதிக்குவியல் அங்குக் குவிந்திருப் பதைத் தெரிவித்திருக்கிறாள். பல நாட்டு மன்னர்களின் இரத்தின கிரீடங்கள் அங்குக் கிடப்பதையும், அவர்களின் வைடூரியம் பதித்த வாள்கள் அங்கு மழுங்கிக் கிடப்பதையும் செப்பு நாணயங்கள் பாசை பிடித்துக் கிடப்பதையும் தெரிவித்

திருக்கிறாள். எல்லாவற்றையும் விட அந்த நிலவறைக்குள்ளே உள்ள மற்றோர் இரகசிய அறையில் முசுகுந்த சக்ரவர்த்திக்கு தேவேந்திரன் அளித்த பரிசுகள் புதைக்கப் பட்டிருப்பதையும் இரகசியமாகக் கூறியிருக்கிறாள்.

“ஏன் அக்கா, இவ்வளவு செல்வத்தையும் பூமிக்கடியில் புதைத்து வைப்பதில் என்ன பலன்?” என்று வானதி குந்தவையைக் கேட்டாள். குந்தவை அதற்கு நேரிடையாகப் பதில் கூறாமல், “வானதி, நீயொன்று இப்போதே செய்வதாக வாக்களிப்பாயா?” என்று மாற்றுக்கேள்வி கேட்டாள்.

“நீங்கள் கூறி நான் எந்தக் காரியத்தையாவது தட்டியிருக் கிறேனா அக்கா?”

“போடி, சாகஸக்காரி! நீ மறுத்தவற்றையெல்லாம் நான் விரல்விட்டுக் கூறட்டுமா? இப்போது சொல்வதைச் செய்வ தாக ஒப்புக்கொள்கிறாயா?”

“எதைதை அக்கா நான் மறுத்தேன்? சரி, இப்போது சொல்லுங்கள், செய்கிறேன்.”

“நீ பட்டத்து ராணி ஆனவுடன் இந்த நிலவறையில் உள்ள செல்வங்கள் அனைத்தையும் மக்களுக்காகச் செலவிட வேண்டும் என்று அருண்மொழிக்கு யோசனை கூறுவாயா?”

“அக்கா! மிக நல்ல யோசனைதான். நூறு லட்சம் ஆயிரம் லட்சம் என்று நவரத்தினக் குவியல்களைப் பயனின்றி இருக்க விடக் கூடாதுதான். அதை எப்படிச் செலவு செய்ய முடியும்?”

“ஏன் முடியாது?”

“அக்கா! தங்களிடம் நான் முன்பு செய்த சபதத்தை மறந்து விட்டீர்களா? நான் தங்கள் தம்பியோடு சமமாக அமர்ந்து பட்டத்து அரசியாக அங்கம் வகிக்க மாட்டேன்.”

“வானதி! எதோ வேடிக்கையாகச் செய்த சபதத்தை வாழ்நாளில் நிலைநாட்டவா போகிறாய்? இந்த நவரத்தினக் குவியலைத் தீர்க்கவாவது ஒரே ஒரு நாள் அரசியாக இரேன்!”

''அக்கா! நாம் அந்தப் பொக்கிஷ அறையைப் பார்க்க வேண்டாமா? எத்தனை விதமான நிதியங்கள் அங்கு இருக்கின்றன என்று காணவேண்டாமா?''

அந்தச் சமயம் தனாதிகாரியாகப் பெரிய பழுவேட்டரையர் இருந்தார். குந்தவை வாயைப் பொத்திக் கொண்டு, ''ஐயோ, நிலவறைக்கு மட்டும் போகக் கூடாது. அங்கே போகும் எவரும் திரும்புவதில்லை. பழுவேட்டரையரின் கெடுபிடி அதிகம். அதனுடன் அந்த நிதிக் குவியலைப் பார்த்தால் நாம் அங்கேயே மயங்கி வீழ்ந்து இறந்துவிடுவது நிச்சயம் நம் இதயம் தாங்காது'' என்று கூறினாள்.

❑ ❑ ❑

இளைய பிராட்டி தடுத்த அந்தப் பொக்கிஷ நிலவறையை இப்போது காண்கிறோம். முழு இடத்தையும் பார்க்கா விட்டாலும் அந்த இடைவெளி வழியே பழுவேட்டரையரின் அருகே இருந்தவன் பிடித்திருந்த தீவர்த்தி ஒளியில் பொக்கிஷ அறையின் ஒருபகுதி தெரிந்தது. நவரத்னங்கள் ஒளியில் பிரகாசித்தன. அந்தப் பிரகாசம் பல படியாகத் தோன்றியது. நாக சர்ப்பத்தின் கண்களைப் போன்றிருந்தது. புலியின் தீ கக்கும் விழிகளைப் போன்றிருந்தது. காட்டுப் பூனையின் பயங்கரத் தணற் கண்களைப் போன்று காட்சியளித்தது; மின்மினிப் பூச்சிகள் லட்சோப லட்சம் அங்கு அமர்ந்திருந்து நித்தியவாசம் செய்வன போல் தோன்றியது.

அங்கே நின்றிருந்த பழுவேட்டரையரும், அந்தத் தீவர்த்தி பிடித்திருந்த வீரனும் பேசிய வார்த்தைகள் அரைகுறையாகக் கேட்டன.

உத்தம சோழரது ஆட்சிக் காலத்தில் பழுவூர் நக்கன் பெருந் தொண்டாற்றி, அரசரது அபிமானத்தைப் பெரிதும் பெற்றான். அவன் கங்க மண்டலத்திலுள்ள குவளால புரத்தி லிருந்து வந்து பழுவூரில் தங்கியவன். பெரிய பழு வேட்டரையர் கருத்தைக் கவர்ந்த அந்த இளவீரன் படிப்படி யாக உயர்ந்து, பொக்கிஷ சாலையின் அதிகாரியாக நியமிக்கப் பட்டான். குவளாலமுடையான் அம்பலவன் பழுவூர் நக்கனான அவன் சேவையைப் பாராட்டி விக்கிரம சோழ

மாராயன் என்ற பட்டப்பெயர் அளித்து, உத்தம சோழர் பாராட்டினார். அவனை விக்கிரம சோழமாராயன் என எல்லோரும் அழைத்தனர். அடர்ந்த மீசையும், உயர்ந்த நெற்றியும், திரண்ட தோள்களும் உடைய அவன் சற்றுக் குள்ளமாக இருந்தாலும், காண்போர் அஞ்சும் தோற்றம் உடையவனாயுமிருந்தான். ஆனால், அவன் இதயமோ பூப்போன்று மிக மென்மையானது.

"மாராயா!" என்று சிறிய பழுவேட்டரையர் சுற்றும் முற்றும் நோக்கிவிட்டு அவனிடம் பேசத் தொடங்கினார். "அதிக நேரம் இங்கு உன்னுடன் இன்று என்னால் பேச முடியாது. செம்பியன் மாதேவியார் நாணய சாலையில் கோயிலுக்குத் தேவையான ஆபரணங்களையும் அணிகலன் களையும் பற்றிப் பேசிக்கொண்டிருக்கும் போது கிடைத்த நேரத்தில் உன்னிடம் இந்த அவசரச் செய்தியைத் தெரிவிக்க வந்தேன். நாணய சாலை, பொக்கிஷ சாலை, பாதாள நிலவறை, பாதாளச் சிறைக் காவல் எல்லாம் மிகக் கவனத்துடன் இருக்கின்றனவா?"

"ஆம், ஐயா! காற்றுகூட என் அனுமதியின்றி நுழைய முடியாது. பாதாளச் சிறைக்காவல் பொறுப்பு மட்டும் என்னிட மில்லை."

"உன்னிடமில்லாவிட்டாலும், உன் மற்ற காவல்களைக் கடந்துதான் பாதாளச் சிறைக்குச் செல்லவேண்டும். நாணய சாலைக்கு வந்து, பொக்கிஷ அறையைக் கடந்து வேங்கைக் கூண்டைக் கடந்துதானே பாதாளச் சிறைக்குச் செல்ல வேண்டும்? அதனால் அதைப் பற்றி நீ கவலைப்பட வேண்டாம். எனக்கென்னவோ கடந்த சில தினங்களாக நாணய சாலையினின்றும் பொற்காசுகள் களவு போவதாகச் சந்தேகம் தோன்றியிருக்கிறது."

மாராயன் படபடப்பாகப் பேசக்கூடியவன். சட்டென்று, அவனுக்கு முன்கோபம் துள்ளிவரும். எதிரே எவரிருப்பினும் தூக்கி எறிந்து பேசி விடுவான். அடுத்தகணம் அவன் கோபம் தணிந்து நீரிலிட்ட காய்ச்சிய இரும்புபோல் ஆகிவிடுவான். சிறிய பழுவேட்டரையரைத் தவிர வேறு எவராவது இப்படிக் கூறியிருந்தால் அவன் சும்மாயிருந்திருக்கமாட்டான்.

‘‘ஐயா, பொருத்தருள வேண்டும். அப்படிச் செய்தி கேள்விப்பட்டிருந்தால் அதற்கு ஆதாரமிருக்காது!’’ என்றான்.

சிறிய பழுவேட்டரையர் துள்ளித் திரும்பினார். இடை வெளி வழியே கவனித்துக் கொண்டிருந்த வானதி தன்னைத் தான் அவர் பார்த்துவிட்டாரோ என அஞ்சி, முகத்தை இழுத்துக் கொண்டாள்.

‘‘ஆதாரமா? மாராயா! கவனமிருக்கட்டும். யாரிடம் பேசு கிறாய்? சந்தேகம் உறுதிப்படாமல் நான் பேச மாட்டேன். பொற்காசுகள் பாண்டியநாடு செல்கின்றன. தொண்டித்துறை முகத்தில் இப்போது புதிய முத்திரை இடப்பட்ட நாணயங் களை யவனர்களுக்கும், சீனர்களுக்கும் கொடுத்து அதற்கு மாற்றாகப் பல பண்டங்களைப் பெறுகிறார்களாம் சிலர்.’’

‘‘ஆகா!’’

‘‘அது மட்டுமா? அநிருத்தப் பிரம்மராயர் இராமேசுவரத்தில் பல நாள்களைக் கழித்தவர்; நேற்று வந்தார். அவருடன் நாட்டு வளப்பங்களைப் பற்றி உரையாடிக்கொண்டிருந்தேன்; மன்னர் உத்தமசோழர் புதிய நாணயத்தை எடுத்துப் பெருமை யுடன் பிரம்மராயரிடம் காட்டினார். அவர் புன்முறுவலுடன் அமைதியாகத் தன் இடுப்பில் செருகியிருந்த பையிலிருந்து அதே போன்ற நாணயத்தை எடுத்து நீட்டினார்!’’

‘‘ஐயோ, இதென்ன ஆபத்து! சதிகாரர்கள் இங்கே இருக்கிறார்களா?’’

‘‘அதற்காகத்தான் எச்சரிக்க உன்னை இங்கு அழைத்தேன். நான் பெரும் சந்தேகக் குணம் படைத்தவன்; யாரைச் சந்தேகிப்பேன் என்று தெரியாது. இன்று நாணயங்கள் வெளியே கள்ளத்தனமாகச் செல்கின்றன. நாளை பாதாளச் சிறையிலுள்ள வந்தியத் தேவனே பறந்தோடினாலும் ஆச்சரியப்படுவதற்கில்லை. ஆமாம்; அந்த வாணர் குலத்துப் பிள்ளை எப்படிச் சிறையில் வாழ்கிறான் என்பதைக் காண வேண்டுமே...’’ என்று சிறிய பழுவேட்டரையர் கூறியதும், வானதிக்குக் ‘குப்’பென வியர்த்து விட்டது. காற்று அதிகம் புகாத அந்த இருட்டுப் பாதையில் நின்றதால் அவள் தலை சுழன்றது. வந்தியத்தேவன் இங்கு தானிருக்கிறார் என்பது

கேட்டதும் அவளது உடல் படபடத்தது. 'இங்குதான்... இங்குதான்' என்று அவள் முணுமுணுத்தவாறு சுவரோர மாகவே மெல்லப் பிடித்தவண்ணம் நடந்தாள். அவளுக்குச் சட்டென ஒரு வழி தென்பட்டது. படிக்கட்டுகளும் இன்னும் எங்கோ இறங்கி, பிறகு மேலே ஏறின. சற்றுத் தடுமாறினாள். அவள் பாதம் மடங்கியது; சுண்டுவிரல் கூட எதிலோ மோதி வலித்தது. இரத்தமும் வந்திருக்கும். அச்சமயம் எங்கிருந்தோ ஓர் உறுமல் சப்தம் ஒலித்தது. 'கிரீச்' என்ற சப்தம் கேட்டது. வௌவால்கள் படபட வென அடித்து ஓடும் ஓசை எழுந்தது. அதைத் தொடர்ந்து யாரோ முணுமுணுக்கும் குரல் கேட்டது.

'அதோ வெளிச்சம் தெரிகிறது. வந்து விட்டோம் நாணய சாலைக்கு. அப்பாடா! பிழைத்தோம். நாம் ஏன் திடீரென இம்மாதிரிக் காரியத்தில் தலையிட்டோம்? நமக்கெதற்கு இந்தச் செய்கையெல்லாம்? இப்படி எவரும் அழைக்காமலா நாணய சாலையைப் போய்ப் பார்க்க வேண்டும்? இன்னும் சில காலம் பொறுத்திருந்தால் அவருடன் வந்து பார்க்கலாம். வீரர்கள் தீவர்த்தியுடன் முன் செல்ல, கம்பீரமாக அவர் நடப்பார். அவரோடு இந்தச் சுரங்கப்பாதையில் செல்லலாம். சற்று அவருடலோடு ஒட்டித்தான் இங்குச் செல்ல வேண்டிய இன்பக் கட்டாயம் ஏற்பட இருளே நீ வாழி! இக்கட்டான இடமே நீ வாழி! அவர் என் கரங்களைக் கெட்டியாகப் பிடித்துக் கொள்வார். அவர் 'வானதி பயமாயிருக்கிறதா?' என்பார்.

'ஆம்; என்று தலையாட்ட வேண்டும். அப்போதுதான் இன்னும் சற்று நெருக்கமாக நம்மை அணைத்துக் கொள்வார். கடல் கடந்து நாடுகள் எல்லாம் சுற்றித் திரும்பிய பிறகு அவர் ஸ்பரிசத்திலே புதுக்கவர்ச்சி இருக்கிறது. அப்பப்பா! நம் உடல் ஏன் இப்படி நடுங்குகிறது? மயிர்க் கூச்சம் ஏன் எழுகிறது? அவரது கைவிரல்கள் என் கை விரல்களோடு பின்னிப் பிணைத்திருக்கின்றன. அவை என்ன கூறுகின்றன? அவை என் இதயத்துக்கு ஏதோ செய்தி கூறியனுப்புகின்றன. அந்தரங்க பாஷை பேசுகின்றன.'

'அரியணை எதற்கு? வெண் கொற்றக் குடை எதற்கு; மென்பஞ்சு மலரணை எதற்கு? இப்படியே இந்த இருண்ட

சுரங்கப் பாதையிலே இருந்துவிடலாமே... வேண்டுமென்றால் இங்குள்ள சுரங்கச் சிறையிலே இருந்துவிடலாம், அதெப்படி முடியும்? முன்பே நாம்தான் அவரது இதயச் சிறையிலிருக்கிறோமே! பாதாளச் சிறையில் அந்த வாணர் குல வீரரன்றோ வாடுகிறார்! அந்தப் பாதாளச் சிறையிலிருக்கும் வீரரை இன்னும் நம் அரசர் விடுதலை செய்யவில்லையா? உடனே விடுதலை செய்யக் கட்டளையிடுவோம். நம்மால் எப்படிக் கட்டளையிட முடியும்? அவர் சிறிய தந்தை உத்தம சோழரன்றோ செய்ய வேண்டும்? உம்... யோசிப்போம்.'

வானதியின் சிந்தனையூடே திடீரென்று ஒரு பயங்கரச் சப்தம் கேட்டது.

'ஹோ! ஹோ! கர் புர்! ஹோ...!'

'இதென்ன கர்ஜனை? புலியின் உறுமல்!'

'நாணயங்கள் குலுங்கும் ஒலி, நூபுரத்தின் ஒலிபோல் இருக்கும் என்பார்களே, பெண்கள் பேசுவதுபோல் இருக்குமென்பார்களே, நாணய சாலையைக் காணவந்த அந்த மகளிர் குழுவினர்கூடச் சிரிக்கக் காணோமே? விளக்கு ஒளியைக் காணோமே... கானகத்தின் சாயலாயிருக்கிறதே! நாம் நடந்து நடந்து அடர்ந்த காடுகளுக்கு வந்துவிட்டோமோ? ஐயோ... எங்கே வந்துவிட்டோம்?

அதோ... அதோ, பலமான இரும்புக் கம்பிகள்; கண்களே! நீங்கள் காண்பது உண்மையா? மங்கிய வெளிச்சத்தில் நீங்கள் காண்பது பேருண்மையா? என் அக்கா இளைய பிராட்டி குந்தவை தேவியின் மனங்கவர்ந்த வல்லவரையர் வந்தியத் தேவரைக் கண்களே நீங்கள் காண்பது மிக மெய்தானா? அவரே பார்க்க வாய்ப்பேற்படா அந்த வீரரைக் கண்களே நீங்கள் கண்டுவிட்டீர்களோ? மிக நன்று; எத்தனையோ ஆண்டுகளுக்குப் பின் வாணர்குல வீரரைப் பார்க்கிறோம். இந்த நிலையிலா பார்க்க வேண்டும்? பழி ஏற்றுப் பாதாளச் சிறையில் திக்கற்றுத் துணையின்றி வாடும் அவரை இந்த நிலையிலா பார்க்க வேண்டும்? அக்காவிடம் போய் அவரைப் பார்த்ததைப் பற்றிக் கூறுவோம்...'

'ஹோ... கர் கர் புர்!'

'அதென்ன வேங்கையின் பசி நிறைந்த உறுமல்?'

ஐயோ அதென்ன! வந்தியத்தேவரின் சிறைக்குள்ளேயே வேங்கையும் இருக்கிறதே! அவர் அதோ வேங்கையுடன் கட்டித் தழுவுகிறாரா? அல்லது கட்டிப் புரளுகிறாரா? அவரைக் கொல்வதற்கு அந்தக் காலாந்த கண்டர் சிறிய பழுவேட்டரையர் இப்படியும் சதி செய்திருக்கிறாரா? கடல் கடந்த நாடுகளிலிருந்து இளவரசர் திரும்பி வருவதற்குள் வந்தியத்தேவரைத் தீர்த்துக் கட்டிவிட விரும்புகிறாரா? இப்படிக் கொடூரமான செய்கை எங்கோ கண்காணா நாட்டில் நடக்குமென்று அக்கா குந்தவை கூறக் கேட்டிருக்கிறேன். எங்கோ ஆயிரம் பதினாயிரம் காத தூரத்தில் இருக்கும் நாடொன்றில் சிங்கத்துடன் வீரனைக் கட்டிப் பிடித்துச் சண்டையிடச் செய்து வேடிக்கை பார்ப்பார்கள் என்று கூறக் கேட்டிருக்கிறேன். சிவபக்தி மிகுந்த சோழ நாட்டிலும் இத்தகைய சித்திரவதை எப்படி வந்தது?

புலியின் கூர்மையான நகங்கள் அவருடைய உடலுக்கு ஊறு செய்யுமே? நரம்பை, சதையைப் பிய்த்துக் குதறி விடுமே! இதைக் காணவா நான் வந்தேன்? வேண்டாம். வேண்டாம்! திரும்பிப் போய் விடுகிறேன்.

'அக்காஅக்காஅப்பா. ஐயோ... அப்பா! இந்த மாதிரியான பயங்கரக் காட்சிகளையெல்லாம் இனி நான் காணவே மாட்டேன்...'

குழந்தைபோல் வானதி விம்மினாள். உலகமெல்லாம் போற்றி மிதக்கும் வீரத்திருமகனைப் பெற்று மகிழப் போகும் அந்தச் சிறந்த பெண் நல்லாள் விம்மினாள்.

அந்தப் பாதாளச் சிறைக்கு இயற்கையாய் வந்து கொண்டிருந்த ஒளியுடன் இப்போது தீவர்த்தியின் ஒளியும் சேர்ந்தது. வேறு திசையினின்று யாரோ வரும் காலடி ஓசை கேட்டது. சின்னப் பழுவேட்டரையரும், விக்கிரம மாராயனும் அங்கு வந்து கொண்டிருந்தனர். இன்னும் சிறிது நேரத்தில் அந்தத் தீவர்த்தியின் ஒளி வானதியின் மேல் தெளித்து அவள் அங்கிருப்பதைப் புலப்படுத்திவிடும். இளவரசி அங்கு ஏன் வந்தாள், எப்படி வந்தாள் என்ற கேள்விகள் எழும். இளவரசியே! திரும்பிப் போய்விடு! திரும்பிப் போய்விடு!

ஆனால், இளவரசி வானதி ஆடாமல் அசையாமல் அந்தக் குறுகிய பாதையில் கல்லோடு கல்லாக நின்றாள்.

அத்தியாயம் 7

‘தப்பி ஓடி விடு!’

தஞ்சைக் கோட்டையின் பாதாளச் சிறை வந்தியத் தேவனுக்காகக் கட்டப்பட்டதன்று. அவன் பிறப்பதற்குப் பல நூறு ஆண்டுகளுக்கு முன்னரே அதைக் காரிய நிமித்தம் அமைத்தார்கள். அரசியலில் வேண்டாதவர்களை அங்குக் கொண்டு அடைத்தார்கள். பகை நாட்டினின்று கைப்பற்றி வந்த முக்கியமானவர்களை அதில் அடைத்து வைத்தார்கள். பாதாளச் சிறை பிரம்மாண்டமானதாக முன்பு ஒரு காலத்தில் இருந்தது. சிவநேசச் செல்வர் கண்டராதித்த சோழர் அந்தக் கொடுங்கோன்மையைச் சகியாமல் அந்தச் சிறைச் சாலையையே மூடிவிடக் கட்டளையிட்டார். அவர் கட்டளைப்படி பாதாளச் சிறை முழுமையும் மூடப்படாது போயினும் வேங்கைப்பாழ் கொட்டடியும் மற்ற சிறு அறை ஒன்றும் அப்படியே தம் பெயரும் பெருமையும் மாறாம லிருந்து வந்தன. கோட்டைப் பொறுப்பாளியாக இருந்த சிறிய பழுவேட்டரையரும், தனாதிகாரி பெரிய பழுவேட்டரை யரும் தங்கள் செயல்களுக்கு இடையூராக இருப்பவர்களைப் பயமுறுத்த அந்தப் பாதாளச் சிறையைப் பயன்படுத்தி வந்தனர். பெரிய பழுவேட்டரையருக்குப் பிறகு தனாதிகாரி யாகப் பொறுப்பேற்றதும் நாணய சாலை முழு மூச்சுடன் வேலை செய்யத் தொடங்கியபோது, சுற்றியுள்ள இடங் களையும், பண்டக சாலையையும், நிலவறைப் பக்கச் சுவர்களையும் பழுது பார்த்தார். பாதாளச் சிறையில் எவரும் அடை பட்டில்லை. அதற்கடுத்த அறையில் வேங்கை யொன்று கர்ஜித்த வண்ணமிருக்கும். இரண்டு வேங்கைகள் அந்தத் தனியிடத்தில் ஆட்சி செலுத்தியதைச் சிறிய பழு வேட்டரையர் அறிவார். ஒரு வேங்கை, நோய் காரணமாகத் திடீரென இறந்து விட்டது.

ஒருமுறை அவர் நின்று தனிப்பட்ட வேங்கையின் உறுமலைக் கேட்டபோது அவர் கண்களில் நீர் தளும்பியது.

அவர் சகோதரர் பெரிய பழுவேட்டரையரின் பார்வையில் வேங்கையின் கொடூரம்; உறுமும்போது வேங்கையின் சீற்றம்! அவர் சிந்தனையுடன் மேல் மாடத்தில் உலாவும் பொழுது வேங்கையின் கம்பீரம் இருக்கும். 'இப்போது அந்த வேங்கை எங்கே? கூண்டிலே ஒரு வேங்கை. சோழ நாட்டிலும் ஒரு வேங்கை. ஆம்! புலிக்கொடியின் பெருமை தாழாது பறக்க வேண்டுமானால் இந்த வேங்கையின் வலிமை குன்றாதிருக்க வேண்டும்' என எண்ணிக் கொள்வார்.

வேங்கைக் கூண்டைப் பழுது பார்த்துப் பல காலமானதால் மிக மோசமான நிலையில் இருப்பதைச் சிறிய பழு வேட்டரையர் பார்த்ததும் அவர் உடனே கூண்டைச் செப்பனிடக் கட்டளையிட்டார். அப்போது அடுத்து இருந்த பாதாளச் சிறைக்கும் அதிர்ஷ்டம் அடித்தது.

பாதாளச்சிறை புதுப்பிக்கப்பட்ட முகூர்த்தம் வல்ல வரையன் வந்தியத் தேவனுக்கு இடமளித்தது. முன்பு ஒரு முறை அவன் அந்தச் சிறையில் பழுவேட்டரையரின் விருந் தினனாகத் தங்கியிருக்கிறான். சொல்லிக் கொள்ளாமல் காவலர் கண்களில் பொடியைத் தூவிவிட்டு ஓடிவிட்டிருக்கிறான். அப்போதைக்கும் இப்போதைக்கும் அவனிடம் எவ்வளவோ வித்தியாசம். அப்போது சோழ அரச குடும்பத்தாருள் ஒவ் வொருவரும் அவனை அன்பு இதயத்துடன் நோக்குவார். இனிய சொல் கூறி வரவேற்பர். செம்பியன் மாதேவியார் என்ன, மலையமான் மகள் என்ன, கொடும்பாளூர் சிற்றரசர் என்ன எல்லோரும் நல்லிதயத்துடன் விளங்கினார்கள். அவர்களைக் கூறப்போவானேன்? சோழ நாட்டை ஆளும் மன்னர் மதுராந்தக சோழ தேவர்க்கு மட்டும் அந்தக் காலத்தில் அவனைக் கண்டால் கசப்பா? அவர் என்ன செய்வார்? சோழ அரசியல் அவ்விதம் அமைந்திருக்கிறது. மந்திரி மண்டலத் தாரும், ஊர்ச் சபையாரும், ஐம்பெருங்குழுவினரும் கூடியிருந்த மன்றத்தில் எல்லோரும் தலையை 'ஆம், ஆம்; குற்றவாளியே' எனக் கூறும்போது, தனாதிகாரி நடுநாயகமாக வீற்றிருந்து குற்றவாளிக்கு விரைவில் தண்டனை வாங்கிக்

கொடுக்கத் துடிக்கும்போது படைத் தலைவர் பார்த்திபேந்திரன் குற்றத்தை நிரூபிக்கப் படபடப்பாகப் பேசும் போது, செம்பியன் மாதேவியார் திருவயிறுத்தித்த செம்மல் மதுராந்தக சோழ தேவர் என்ன செய்வார்? அவர் செய்தது இதுதான். நாற்சந்தியில் வந்தியத்தேவனைக் கழுவில் ஏற்றாமல்.. ஆயுள் தண்டனையளித்துப் பாதாளச் சிறையில் தள்ளியதே!

கழுவில் ஏற்றியிருக்கலாம்; அப்படிச் செய்திருந்தாலும் நாம் ஒருவரையும் பார்க்க மாட்டோம். தம்பி, தம்பி என்று கூப்பிடும் அருண்மொழி வர்மரைக் காணமாட்டோம். வாணர் குலத்து வீரரே என்று அழைக்கும் இளைய பிராட்டியைக் காண மாட்டோம். வேண்டியவர் வேண்டாதவர் எவரை யுமே கண் எடுத்துப் பார்க்க மாட்டோம். நமக்கு அவர்கள் தெரிந்தாலும் அவர்களுக்கு நாம் புலப்பட மாட்டோம். இப்பொழுது மட்டுமென்ன, இந்த பாதாளச் சிறைக்கு யார் வருகிறார்கள்? நாள்தோறும் வரும் அதே காவல்காரன். சோறு கொண்டு வரும் பாத்திரத்தைக் கொடுப்பதும் பிறகு அதை எடுத்துப் போவதுமாகக் கடமையை வழுவாமல் செய்து வருபவன். அவன் வாழட்டும்! அவனும் வராவிடில் இந்த இடம் கொடும்புலிக் காட்டைவிட எந்த விதத்திலும் தாழ்ந்த தன்று. ஏன் இதைக் காடு, கானகம் என்று கூறக் கூடாது? நன்றாகக் கூறிக் கொள்ளலாம். நம்மைத் தடுப்பவர் எவர்? காவல்காரனும் போய்விட்டால் இந்த இடத்துத் தனி அமைதியைப் புலியின் கர்ஜனை தெளிவாக எடுத்துக் காட்டும். எப்போதாவது வெளவால்கள் பறந்து ஓடும். தப்பித் தவறிக் குளிர்ந்த காற்று ஒருமுறை விஜயம் செய்து மேலேயுள்ள சாளரத்தின் வழியே தப்பிப் போகும்போது அன்று பரம சுகம்தான்! அவன் எதையும் சர்வசாதாரணமாக நினைக்கும் தன்மையை இளம் வயதினின்றே வளர்த்து விட்டவன். அவன் ஜாதக விசேஷமே தனி. திடீரென முன்பின் அறியாதவர்கள் அறிமுகம் ஏற்பட்டு அவர்களால் வானளாவப் புகழ்தலுக்கு ஆளாகிப் பெருமை பிடிபடாமல் வான மார்க்கத்தில் சஞ்சரிப்பான். திடீரெனக் கீழே தள்ளப் படுவான். அவன் எதிரே மலைபோல் இடர் நிற்கும். இம்முறை வாணர் குலத்து வீரன் தொலைந்தான் என்று எண்ணத் தோன்றும். புண்முறுவல் பூத்தப்படி அந்த வீரன் இடை

யூற்றை நொடியில் கடந்து வந்து நிற்பான். நடுக்கடலில் வீழ்ந்து உயிருக்கு மன்றாடித் தவித்தானே, அதை விடவா பேராபத்து வந்திருக்கிறது? அப்போது அருண்மொழி வர்மர் காப்பாற்றினார்.

இப்போது அந்த ஆபத்துதவி எங்கே? அவனுக்கு அதுதான் புரியவில்லை. 'நாகைப்பட்டினத்திலிருந்து நாவாயில் ஏறி வெளிநாடு சென்றாரே, இன்னுமா அவர் வரவில்லை? வந்திருந்தால் அவர் என்னைப்பற்றி அறிய முற் பட்டிருக்க மாட்டாரா? ஒருவேளை வராமல் இருந்திருந்தாலும் என்னைப் பற்றிய செய்தியை அவருக்கு அறிவித்திருக்க மாட்டார்களா? அதைக் கேட்ட உடன் அவர் ஓடோடி வந்திருக்கமாட்டாரா? என்னைக் காப்பாற்ற என்று இல்லா விடினும் அவர் அன்று எல்லார் எதிரிலும் தெரிவித்த கருத்து என்ன ஆவது? ஆதித்த கரிகாலர் இறந்த மறுநாளே அவரைக் கொன்றவர் எவர் எனக் கேட்டு நாடே துடித்து எழுந்தது. அந்த இடத்தில் இருந்தது நான்தான். என்னைப் பிடிக்காதவர் களும், அருண்மொழி அரசபீடம் ஏறக்கூடாது என்ற எண்ண முள்ளவர்களும் நான்தான் குற்றவாளி என்று முணு முணுத்தனர். அப்பொழுது அருண் மொழி எழுந்து கூறினார்.'

'வந்தியத்தேவன் இந்த நாட்டிற்கு உதவி செய்ய வந்தவன். அவன் இக் கொடுங்குற்றத்தைச் செய்திருக்க மாட்டான் என உறுதியுடன் கூறுகிறேன். அவன் மீது அபாண்டமாகப் பழி சுமத்தாதீர்கள். என் சகோதரனைக் கொன்றவனைக் கண்டு பிடிக்க வேண்டியது என் கடமை.'

'அதனால் அந்தத் தன் சொல்லை மீண்டும் நிலை நாட்டு வதற்காகவாவது வந்திருக்க வேண்டாமா? உம், யாரை நொந்து கொள்வது என்று எண்ணி எண்ணிச் சோர்வுற்றுப் பிறகு எதைப்பற்றியும் எண்ணாமல் இருந்துவிடுவான். ஆனால், ஒன்றை மட்டும் அவனால் மறக்க முடியவில்லை. அதுதான்.. கவலை கொண்டிருப்பவன் கவலையைப் போக்கும் மந்திரம்; அது புதுக் கவலையை அளித்தாலும் அதன் நினைவே பேரின்பத்தை அளிக்கும் சக்தி. கோடிச் செம் பொன்னையும் குபேர ஐஸ்வர்யத்தையும் குவலயம் ஆளும் பெருமையையும் துச்சமாக ஏறியவல்ல பலம் கொண்ட அந்த மூன்றெழுத்து. அது தான் காதல்!'

‘காதலா வந்தியத் தேவா! அப்படிக்கூட நீ நினைத்த துண்டா? பார்க்கும் பெண்களிடத்திலெல்லாம் அந்த மந்திர சக்தியைப் பயன்படுத்திக் கொள்ளத் தயங்காதவனாயிற்றே?’

‘சே! என்ன அப்படி எண்ணிவிட்டீர்கள்? பொன்னி பாயும் தீரத்திலே எதைப் பார்த்தாலும் பேரழகு. ஆழகைக் கண்டு மயங்கி அசையாது நிற்பது காதலா? வீரநாராயணபுரத்து ஏரியின் முப்பத்திரண்டு கால்வாய்கள் வழியாக நீர் சுழன்று ஓடுவதைக் கண்டு மயங்கி நின்றேன். தன் இரு கரைகளிலும் சோலை நல்லாள் துணை இருக்க நெளிந்து ஓடும் பொன்னியின் பேரெழிலில் மயங்கியிருக்கிறேன். சிற்பத்திலே மயங்கியிருக்கிறேன். சோலையில் திரியும் வண்ண மயில் கண்டு மயங்கியிருக்கிறேன். அரண்மனையில் வளர்க்கப் படும் கூண்டுக் கிளியின் மழலையில் மயங்கி இருக்கிறேன்.’

‘அவ்வளவுதானா? உன் நெஞ்சைத் தொட்டுக் கூறு. சோழ நாட்டுக் கட்டிளங் கன்னியர் எவரைக் கண்டும் நீ பல்லை இளித்ததில்லையா?’

‘ஏன் மௌனமாயிருக்கிறாய்? இங்கே யார் இருக்கிறார்கள்? யார் வரப்போகிறார்கள்? சொல்லு. ரொம்பவும் நேரிடையாகக் கேட்டதற்காகக் கோபமா? உடைவாளுக்குப் பதிலாக மன்மதனின் மலர் அம்பைச் சுமந்துகொண்டு எவர் மீதாவது குறிபார்த்தாயா?’

வந்தியத்தேவன் தனக்குள்ளே நகைத்துக் கொண்டான். பல ஆண்டுகளுக்கு முன்பு நடந்ததை இப்போது நினைவு படுத்திக் கொள்வானேன்? இருந்தாலும் அந்தக் கேள்வியிலும் பொருள் இல்லாதில்லை. தன்மீது மலர்ப் பாணத்தை எய்து சிக்கவைக்க முயன்றவர்களும் உண்டு. அப்போது அரசாங்கக் கடமை ஒன்று இருந்தால் அவன் மலர்ப்பாண விளையாடலில் இறங்கவில்லை. ஆனால், அரசாங்கச் செய்தியை விரைவாய்க் கொண்டு செல்ல உத்தரவிட்ட அதிகாரியே அவன்மீது அம்பை வீசிய போது.

ஆதித்த கரிகாலரின் சகோதரி குந்தவைக்கு ஓலை எடுத்துக் கொண்டு கிளம்பிய வேலை தொடர்ந்து ஓலை சுமக்கும் பணியாகவே வந்தது. குந்தவையிடமிருந்து அச்சமயம்

ஈழத்தில் இருந்த அருண்மொழிக்கு அவசரச் செய்தி எடுத்துப் போகும் பணி ஏற்பட்டது. அதனுடன் குந்தவையின் புரிந்து கொள்ள முடியாத கூரிய விழி தன் இதயத்தில் எழுதிவிட்ட காவியத்தையும் அல்லவா சுமந்து செல்ல நேர்ந்தது! இதயத்துக் காவியத்தை அவ்வப்போது புரட்டுவான். எவராலும் புரிந்து கொள்ளமுடியாத குந்தவையின் வேல் விழிகள் எழுதிய அந்த வரிகளைத் தன்னால் மட்டும் எப்படிப் புரிந்து கொள்ள முடியும்?

ஒவ்வொரு சமயம் குந்தவையின் மோகனப் புன்முறுவல் அவன் கண்கள் வழியாக இதயத்துக்கு ஓலை அனுப்பும்.

ஒவ்வொரு சமயம் நேரிடையே உரையாட நேரும்போது அவள் பேச்சுகள் முன்பு ஆக்கிய ஓலைகளுக்குப் பொருள் விளக்க முற்படும். ஆனால் அவன் எல்லாவற்றையும் இதயத்தைவிட்டு அழிக்காமல் வைத்திருந்தான். அருண் மொழிவர்மர் அவ்வப்போது குறும்பாகப் பேசுவது அவனுக்கு உடலெங்கும் தேனை எடுத்துப்பூசும். அவன் அந்தக் காதல் எனும் காவியத்துக்குப் பொன்மாளிகையில் குந்தவையைச் சந்திக்க வாய்ப்புக் கிடைத்தபோது மாளிகையே கட்டி விட்டான். சிகரமாகப் பொற்கலசம் வைக்க வேண்டியதுதான் மீதி. அதற்குள் தான் அந்தப் பேரிடி வந்ததே! குந்தவைப் பிராட்டியிடம் ஒரு வார்த்தைக்கூடச் சொல்லிக் கொள்ளாமல் பார்த்திபேந்திரனைப் பின்தொடர்ந்து விட்டானே வந்தியத்தேவன். அப்போது அதை அவ்வளவு பயங்கரமாக நினைக்கவில்லை. எளிதில் குற்றத்தை நிரூபித்து வந்து விடலாம் என எண்ணினான். ஆனால் நிலைமை வேறுவிதமாக இருந்தது. சோழ சாம்ராஜ்யத்தின் பட்டத்துக்கு உரிமை மிக்கவனும், தலைப்பிள்ளையுமான ஆதித்த கரிகாலனைக் கொன்றவனைக் கண்டுபிடித்துத் தண்டிக்க வேண்டும் என்றே எல்லோரும் துடித்துக் கொண்டிருந்தனர். குற்றவாளி சிக்கிவிட்டான். ஆதாரங்கள் அசைக்க முடியாம லிருக்கின்றன என்றவுடன் எல்லோரும் வழக்கை ஆவலுடன் எதிர்பார்த்தனர்.

குந்தவைத் தேவியால் எப்படியாவது தனக்கு விடுதலை வாங்கித் தந்துவிட முடியும் என முதலில் எண்ணியிருந்த

அவனுக்குச் சோழ நாட்டு வழக்கு விசாரணை முறை அமைப்பும், விதமும் எண்ணத்தை மாற்றச் செய்தன. விசாரணை நடக்கும் இடத்திற்குக் கூட குந்தவையும் மற்றும் எந்தப் பெண்களும் அனுமதிக்கப்படவில்லை என்பதை அவன் அறிவானா?

அந்த நிலையில் குந்தவை ஒன்றும் செய்ய முடியவில்லை. முன்பே திட்டமிடப்பட்ட செயல் என்று அவளறிவாள். உறையூரில் படகைவிட்டு இறங்கியவுடனேயே வந்தியத் தேவனிடம் பார்த்திபேந்திரன் அரசரின் ஓலையை நீட்டினான். சிறிது காலமாக எங்கும் பரவிவந்த வதந்தியினின்று தன்மீது ஆதித்த கரிகாலரின் கொலைக் குற்றத்தைச் சுமந்தப் பலர் முயலுகிறார்கள் என்பதை அவன் அறிவான். சுந்தர சோழரின் கட்டளை என்றபோதுதான் அவனுக்கு வேதனை இதயத்தை அழுத்தியது. குந்தவை எப்படியும் தந்தையிடம் சென்று அது குறித்து விவரம் அறிவாள் என அவன் எண்ணினான். ஆனால், குந்தவையால் அதை நிரூபிக்க முடியவில்லை. பொன்மாளிகையில் பேச்சு மூச்சற்றுப் படுத்திருந்த சுந்தர சோழ சக்கரவர்த்தி நாடே துயரில் மூழ உயிர் நீத்தார். மதுரை கொண்ட கோ இராசசேகரி வர்மன் எனவும், பாண்டியனை சுரம் இறக்கின பெருமான் எனவும் பெயர் பூண்ட இரண்டாம் பராந்தகரான சுந்தர சோழ சக்கரவர்த்தி காஞ்சிப் பொன் மளிகையில் ஆதித்த கரிகாலன் ஆசையுடன் கட்டிய மாளிகையில் மீளாத் துயில் கொண்டார். அதைவிடத் துயர் தரும் செய்தி என்னவென்றால், கடந்த பல ஆண்டுகளாக அல்லும் பகலும் அரசரை இடைவிடாது காத்து, அவர்மேல் உயிரையே வைத்திருந்த மலையமான் திருக்குமாரி அரசி வானவன் மாதேவியார் அரசருடன் உடன்கட்டை ஏறினாள். இருபெரும் துயரங்களும் எங்கும் சூழ்ந்தன. இப்பெரும் அரச குடும்பத் துயரை எண்ணி மற்றவர் இருக்கும்போது வாணர்குலத்து வந்தியத்தேவனை யார் நினைப்பார்கள்? வழக்கு அரசசபையில் நடக்கும் வரையில் வந்தியத்தேவன் சிறையில் வாடினான்.

பயத்தை விட்டொழித்தான்; கவலையை விட்டொழித் தான்; புன் முறுவலுடன் தண்டனையை ஏற்கக் காத்திருந்

தான்; மரண தண்டனையை அவன் எதிர்பார்த்தான்; ஆனால், ஆயுள் தண்டனைதான் அவனுக்குக் கிடைத்தது. 'என்றாவது ஒரு நாள் அருண்மொழியையும் குந்தவையையும் சந்திப் பதற்கான வாய்ப்பை ஏற்படுத்தவாவது நீண்ட ஆயுளை எனக்களி ஆண்டவனே' என வேண்டுவான்.

அவனுக்கு அந்த இடம் பிடித்திருந்தது. அந்தக் குறுகிய அறையில் அவன் குறுக்கும் நெடுக்கும் அலைவான். உயர மேடையினின்று கீழே தொப்பென்று குதிப்பான். அவனுக்குத் தெரிந்த பாடல்களைப் பாடுவான். உணவு கொண்டு கொடுக்கப்பட்ட தட்டத்தை வைத்துக்கொண்டு தாளம் போடுவான். தாளத்தைக் கேட்டவுடன் வேங்கையின் உறுமல் நின்றுவிடும். சமுத்திர கோஷம் போன்று வேங்கை யின் கர்ஜனையைக் கேட்டுப் பழகிப்போன அவனுக்கு ஒரு நொடி அக்குரலைக் கேட்காது போனாலும் சரிப்படாது. 'சோழர் குலக் காவலரே! ஏன் உங்கள் சங்கீதத்தை நிறுத்தி விட்டீர்கள்? என் பாடலை ரசிப்பதாலா? அல்லது கேட்கச் சகிக்கவில்லையா?

''உம் நீ பேசமாட்டாய். நீ ஏன் பேசுவாய்? நீயும் நானும் ஒரே விதக் குற்றத்தைச் செய்ததற்காக இங்கு வாழ்நாள் முழுமையும் இருக்கக் கடமைப் பட்டிருக்கிறோம். நீ காட்டிலே கம்பீரமாகச் சுதந்திரமாக அலைந்தாய். அதுதான் காரணம்'' என்று கூறிக் கடகடவென நகைப்பான்.

இப்போதும் வேங்கை உறுமவில்லை. சோர்வடைந்து உறங்குகிறது போலும்! ஆனால், அது என்ன பெருச்சாளி பிறாண்டுவதுபோல் ஓசை..?

ஓசை வந்த திசையைப் பார்த்தான். அடுத்த பக்கத்துச் சுவரிலிருந்துதான் ஓசை வருகிறது. அங்கே என்ன இருக்கிறது? யாருக்குத் தெரியும்?

வந்தியத்தேவன் கூர்ந்து கவனித்தான். தொடர்ந்து சப்தம் கேட்டுக் கொண்டேயிருந்தது. சுவரில் காதை வைத்துக் கேட்டான். யாரோ மறுபக்கம் சுவரை இடிக்கிறார்கள். ஏன் இடிக்கிறார்கள்? யார் இடிக்கிறார்கள்?

வந்தியத்தேவன் அதைப்பற்றிக் கவலைப்படவில்லை. 'யாராயிருந்தாலும் எந்த ராஜாவாயிருந்தாலும் தானே உள்ளே வருகிறார்' என்று அவன் அறையின் மூலையைப் பார்த்துக் கொண்டிருந்தான். அந்த மூலையில் சிறு குன்றைப்போல் காரைகட்டிகள் சேர்ந்திருந்தன. அவன் சிறைச்சாலைக்குள் நுழைந்த சில நாட்கள் கழித்து எவ்வளவு நாட்களைக் கழிக்கிறோம் என்பதறிய ஓர் உபாயத்தைக் கைக்கொண்டான். கற்பாறைகளை ஒன்றாக அமைத்துக் கட்டப்பட்டது சிறைச் சாலை. ஒவ்வொரு பாறையின் இடைவெளிக்கும் சுண்ணாம்புக்காரை வைத்துப் பூசியிருந்தார்கள். அதை முயன்று பெயர்த்தால் சில இடங்களில் காரையின் ஒரு பகுதி கையுடன் வந்துவிடும். அதைப் பல சிறுசிறு பகுதிகளாக உடைத்து ஒவ்வொரு நாளுக்கு ஒவ்வொன்று என மூலையில் போட்டு வந்தான். ஒன்று, இரண்டு, பத்து, நூறு என முதலில் எண்ணி வந்தான். அவனுக்கு அலுப்பு ஏற்பட்டு விட்டது. இரண்டு நாளைக்கு சேர்த்துப் போடவும் தொடங்கினான். அவை சிறு குன்றுபோல் மூலையில் சேர்ந்துவிட்டன. அவை என்ன ஆயிரம், இரண்டாயிரம் இருக்குமா? யார் எண்ணு வது? எவ்வளவு நாட்கள் என்று எண்ணி யாருக்கு என்ன பயன்?

பாறையைப் பெயர்க்கும் சப்தம் அன்று நின்றிருந்தது. அன்று திடீரெனப் பாறை நகர்த்தப்படும் ஓசை கேட்டது. ஒன்று, இரண்டு, மூன்று பாறைகளை யாரோ மெல்ல மெல்ல எடுத்துவிட்டார்கள். அப்பப்பா! அந்த ஆள் பலசாலியாகத் தான் இருக்க வேண்டும். வந்தியத்தேவன் அமர்ந்தவாறு மௌனமாக நடக்கப்போவதைக் கவனித்த வண்ணமிருந் தான்.

மிகவும் சிரமப்பட்டு அந்த இடுக்கு வழியாக பரமேசுவர இருமுடி சோழ பிரமாதிராஜன் வந்து கொண்டிருந்தான். பழுவூர் அருகேயுள்ள காட்டில் சந்தித்தோமே, அதே ரவிதாசனான பஞ்சவன் பிரமாதிராஜன். சோமன் சாம்பவன் ஆகியவர்களுடைய சகோதரன் பரமேசுவரன் (நாணய) அச்சு சாலையில் பொறுப்பு வாய்ந்த அதிகாரியாகப் பலகாலமாகப் பணியாற்றுகிறான். அச்சு சாலையில் பணியாற்றுபவர்கள்

அடிக்கடி வெளியே செல்ல அனுமதிக்கப்படுவதில்லை. வாரத்தில் ஒருநாள்தான் அவர்கள் வீடு செல்ல முடியும். அப்போதும் ஒற்றர்கள் அவர்களை பின்தொடர்வர். பரமேசுவரனை ஒருவரும் சந்தித்ததே கிடையாது. அவன் நீண்ட காலமாகப் பொக்கிஷ சாலையிலும், பண்டகசாலையிலும் கணக்கெழுதும் வேலைபார்த்து வந்தான். சிறிய பழு வேட்டரையர் காலத்தே அச்சு சாலைக்கு மாற்றப்பட்டான். அவன் திட்டமே தனி.

பரமேசுவரனை வந்தியத் தேவனுக்குத் தெரியாது. ஆனால், வந்தியத் தேவனது ஒவ்வொரு நடவடிக்கையையும் அவன் அறிவான். வந்தியத்தேவனைப் போன்று திறமையும் தீரமும் உள்ள இளைஞர்கள் இப்படிச் சிறையில் வாடுவது அவனுக்குப் பிடிக்கவில்லை.

அவன் அந்த இடைவெளி வழியாக வந்தவுடன் வந்தியத்தேவன் ஒருகணம் அவனையே உற்று நோக்கி விட்டு, ஒருவரைத் திடீரென்று 'யார்? எவர்?' என்ற கேள்விகளைக் கேட்டுத் திகைக்க வைக்கக்கூடாது என்ற எண்ணத்தில் "ஐயா! வருக, வருக. உங்கள் வரவு நல்வரவாகுக" என்று நகைத்தவாறு வரவேற்றான்.

பரமேசுவரன் தொண்டையைக் கனைத்துக் கொண்டான். உடல் ஆடையில் ஒட்டிக் கொண்டிருந்த புழுதியைத் தட்டி விட்டுக் கொண்டான். மீண்டும் பாறைகளை எடுத்துப் பெயர்த்த அடையாளமே தெரியாது வைத்து விட்டான். அவன் செய்கை ஏதும் வந்தியத் தேவனுக்குப் புரியவில்லை.

"வாணர்குல வீரனே, ஏன் திகைக்கிறாய்? ஏன் பெயர்த்தான், ஏன் மீண்டும் அதே இடத்திலும் பாறைகளை வைக்கிறான் என்றுதானே? தம்பி! எல்லாம் உனக்காகத்தான்" என்று கூறி அந்தக் குறுகிய இடத்தில் கட்டப்பட்டிருந்த மேடையில் அமர்ந்து வந்தியத்தேவனையும் அமருமாறு கூறினான். வந்தியத் தேவனுக்குப் பரமேசுவரனுடைய செய்கை, சொல் ஒன்றும் புரியவில்லை. இவனும் பழு வேட்டரையர் அனுப்பிய ஒற்றனாக இருக்குமோ என்று ஐயப்பட்டான்.

அவன் மனத்தை எளிதில் புரிந்துகொண்ட பரமேசுவரன் "தம்பி! உன்னைப் பார்ப்பதற்காகவே நான் இங்கு வந்தேன். நேர் வழியே வர இயலாது. அரசகுலத்தவர்க்கே இங்கே வந்து காண அனுமதி இல்லையென்றால் அரசியலில் சிறு ஊழியம் செய்யும் எனக்கு மட்டும் வழி ஏது?" என்றான்.

'அரசாங்க ஊழியனுக்கு என்னிடம் என்ன வேலை?' வந்தியத்தேவன் எண்ணினான்.

"தம்பி! என்னை உனக்குத் தெரியாது. ஏன். எவருக்கும் தெரியாது. இந்தச் சோழ சாம்ராஜ்யத்திலுள்ள ஆயிரக் கணக்கான ஊழியர்களில் நானும் ஒருவன். எனக்குச் சுந்தரச் சோழ மகாராஜா காலத்திலேயே இருமுடி பிரமாதிராஜன் எனப் பட்டப்பெயர் என் சிறந்த உழைப்பிற்காகக் கிடைத்து விட்டது. அவரது காலத்திற்குப் பின் நான் வேலையை உதறித் தள்ளிவிட்டுப் போயிருக்க வேண்டும். உம்; அது வேறு கதை. நான் வந்த கதையைக் கூறிவிடுகிறேன். நீ சோழ சாம்ராஜ்யத்திற்கு உழைத்த உழைப்பிற்கு உனக்குக் கிடைத்த சன்மானத்தைப் பார்த்தாயா? ஆயுள் தண்டனை."

"அதனால்...?"

"அதனால் தான் கூற வந்தேன், இந்த நாட்டின் சிறையிலே ஏன் இருக்க வேண்டுமென்று?"

"ஏன்..வேறுநாட்டுச் சிறைக்கு என்னைப் போகச் சொல்கிறாயா?"

"உனக்கு எதற்குத் தம்பி சிறை? இளவயதினன், இந்த உலகில் நீ சாதிக்க வேண்டியவை ஏராளமாக உள்ளன. உன்னைப் போன்ற வீரர்களின் கரங்கள் காரைக்கட்டிகளைப் பெயர்த்துக் கொண்டு உட்கார்ந்திருக்கக் கூடாது. பாசறையில் அமர்ந்துபோருக்குத் திட்டம் தீட்டவேண்டிய உன் மூளை, இந்த இருட் சிறையில், சென்று போனதை எண்ணிக் குழம்பிக் கொண்டிருக்கக் கூடாது. அதிலும் தம்பி! காதல் சிந்தனையே கூடாது. காதல் சிந்தனையிலும் இளவரசி குந்தவையை நினைத்துக் கொண்டிருப்பதில் எள்ளளவும் நன்மை இல்லை."

பரமேசுவரன் இப்படிக் கூறியபோது அவன் பற்களை உதிர்த்து விடலாமா என வந்தியத்தேவன் துடித்தான். அவசர மில்லாமல் யோசனை செய்யப் பழகிபோனதனால் துடிக்கும் கரங்களைத் தடுத்து நிறுத்திக் கொண்டான்.

பரமேசுவரன் தொடர்ந்தான். ‘‘வீர இளைஞனே! உன் நன்மையைக் கருதித்தான் நான் இங்கு வந்தது. எனக்கு இவ் விஷயத்தில் கடுகளவு ஆதாயமும் இல்லை. நீயோ அரச பரம்பரையைச் சேர்ந்தவன். என்றாவது ஒருநாள் நாட்டை ஆள வேண்டியவன். ஆள இயலாது போனாலும் பெரும் பதவியையாவது வகிக்க வேண்டியவன். அதனால் இங்கிருந்து தப்பிப்போய்விடேன்!’’

வந்தியத்தேவன் சிறிது யோசித்தான். குறுக்கே எதிர்த்துப் பேசாமல் அவன் கூறுவதைக் கேட்டறிவோம் என எண்ணினான்.

‘‘இங்கிருந்து தப்பிப்போய்?’’

‘‘அப்படிக்கேளு தம்பி! தப்பி ஓடிப்போகும் உனக்கு ஒன்பதாம் மடத்தில் ராஜா, ஆனைமலைக் காடு உன்னை எதிர்பார்த்து நிற்கிறது. அங்கே அமர புஜங்க பாண்டியர் பதினாறு வயதுப் பிராயத்தினராய்ச் சிங்கக்குட்டிபோல் துடிதுடிப்புடன் படைக்கு ஆட்களைச் சேர்த்து வருகிறார். போருக்கு ஆயுதங்களை ஆயத்தப் படுத்தி வருகிறார். பண்டங்களை சேர்த்து வருகிறார். நீ போய் அவருடன் சேர்ந்துகொள். பாண்டிய நாட்டு வீர இளைஞர்கள் நூற்றுக் கணக்கில் அவரிடம் வந்து சேர்கிறார்கள். ஆயிரம் பதினாயிரம் என்று ஆனவுடன் அவர் சோழநாட்டின் மீது படையெடுத்து வருவார். அவர் தந்தைக்கு இழைத்த அநீதிக்குப் பழிவாங்கு வார். தம்பி! நீ போய் அந்த வீர இளைஞர்களுக்கு வாட் பயிற்சி கற்றுக்கொடு. குதிரைப் பயிற்சி கற்றுக்கொடு. ஆதித்த கரிகாலரிடம் நீ கற்றுக்கொண்ட வாள் சுழற்றும் கலையைச் சொல்லிக் கொடு. அருண்மொழி வர்மரிடம் அறிந்த போர்முறைகளைச் சொல்லிக்கொடு. பாண்டிய நாட்டவர் நன்றி மறவாதவர்கள். வீர சிம்மாசனத்தை அளிப்பார்கள். இரத்தின கிரீடத்தைக் கொடுப்பார்கள். வைரவாளை அளிப் பார்கள். ‘உம்’ என்று சொல்.’’

"இங்கிருந்து எப்படித் தப்பிச் செல்வது?" வந்தியத்தேவன் கேட்டான்;

"அப்படிப் கேளடா என் அரசிளங்குமரா! இப்பொழுது நான் கற்களைப் பெயர்த்து வந்தேனே, அந்த இடம் நாணய சாலையில் விறகுகள் சேமிப்பு இடம். இந்தக் கற்களைப் பெயர்த்துக் கொண்டு நீ அந்தப் பக்கம் வந்து மீண்டும் கற்களை அதே இடத்தில் வைத்துவிடவேண்டும். விறகுக் கட்டைகளுக்குப் பின்னால் ஒளிந்து கொண்டிரு. வெளியே யிருந்து விறகுச் சுமைகளைக் கொண்டு போகவரும் விறகு வெட்டி கடைசிச்சுமையைப் போட்டவுடன் நான் ஆந்தை கூவுவது போல குரல் எழுப்புவேன். நீ அந்த விறகு வெட்டி மீது பாய்ந்து அவனைக் கட்டிப்போட்டுப் பேசமுடியாது செய்து, உன் உடைகளைக் கழற்றி விட்டு அவன் உடையை அணிந்து கொண்டு வெளியே வரவேண்டும். உன் மீது யாரும் சந்தேகங்கொள்ள மாட்டார்கள். அங்கிருந்து நீ பழுவூர்க் காடுகளுக்கு விரையவேண்டும். அங்கே என் சகோதரர்கள் இருப்பர். அவர்கள் உனக்கு வேண்டியதைச் செய்வார்."

"உன் சகோதரர் யார்? ரவிதாசனா?"

"ஆம்; நீ எப்படிக் கண்டு பிடித்தாய்?"

"ஆந்தை ஒலி! முன்பெல்லாம் மாயமந்திர வேலைக ளெல்லாம் செய்து வந்தானே, இப்போதும் அவை தொடர் கின்றனவா?"

"மந்திர வேலையையெல்லாம் அவன் விட்டுவிட்டான். அவனுடைய நோக்கம் முழுமையும் இப்போது அமரபுஜங்கர் வெல்வதிலேயே இருக்கிறது. அமரபுஜங்கரை வளர்த்த வனல்லவா என் அண்ணன்!"

வந்தியத்தேவன் மௌனமாயிருந்தான். 'அடுத்த கூண்டில் வேங்கை தன் உறுமலைத் தொடங்கிவிட்டது. இன்னும் சிறிது நேரத்தில் காவலர்கள் அதற்கும் தனக்கும் உணவிட வந்து விடுவர். அதற்குள் இந்தப் பரமேசுவரனை இங்கிருந்து அனுப்பிவிட வேண்டும்.'

"தம்பி! என்ன யோசிக்கிறாய்? சரி என்று சொல்லு."

வந்தியத்தேவன் கடகடவென நகைத்தான்.

"சிறையினின்று தப்புவது என்பது மட்டும் முடியாத காரியம்."

"அது முறையன்று."

"முறையாவது, ஒழுங்காவது!"

"ஆம். என்னை வேண்டுமென்று சிறையிலடைக்க வில்லை. விசாரணை நடத்தித் தீர்ப்பு வழங்கியிருக்கிறார்கள்."

"விசாரணையா சோழ நாட்டில் நீதியா" என்று கேலியாகச் சிரித்து, "அப்போது உன் குற்றத்தை ஒப்புக் கொள்கிறாயா? தண்டனையை அனுபவிக்க ஆயத்தமாயிருக்கிறாயா?"

"அது வேறு விஷயம்! என்னால் சிறையினின்று தப்பி ஓடமுடியாது."

"நல்ல அருமையான வாய்ப்பை இழக்கிறாய், போகட்டும், அதிர்ஷ்டம் உன்னுடன் பிறந்ததன்று. வருகிறேன், நான் இங்கு வந்ததையோ தெரிவித்தவற்றைப் பற்றியோ மூச்சு விட்டாயோ, பிறகு ஆதித்த கரிகாலருக்கு நேர்ந்த கதிதான் உனக்கும்" என்று கூறி இடைவெளி வழியாக வெளியேறினான். மறுகணம் பாறைகளை எடுத்து இடைவெளி தெரியாது மறு பக்கத்தினின்று அடைக்கும் ஓசை கேட்டது.

வந்தியத்தேவனுக்கு நடந்தவையெல்லாம் கனவுபோல் தோன்றியது. கனவு அன்று என்பதற்குச் சாட்சியாக பரமேசுவரன் வந்த இடத்தின் அருகே சிறு பை இருந்தது. வந்தியத்தேவன் அதை எடுத்துக் குலுக்கினான். கலகலவென ஓசை. அதைப் பிரித்தான். பொன் நாணயங்கள்; அவ்வளவும் பொன் நாணயங்கள்.

பிறகு வெகு காலம் வரை அந்தச் சிறைச்சாலைக்கு யாரும் விஜயம் செய்யவில்லை. தினந்தோறும் உணவு கொண்டு வருபவன் முகத்தைப் பார்த்துப் பார்த்து அவனுக்கு அலுப்பு ஏற்பட்டு விட்டது.

சிலகாலம் கழித்து அழகிய இளைஞன் ஒருவன் சிறைக் கம்பிகளுக்கு எதிரில் வந்து நின்றான். இடுப்பிலே வெண்

பட்டாடை. வெளுத்த செந்நிறமுள்ள அங்கவஸ்திரத்தை அணிந்திருந்தான். நெற்றியிலே பளிச்சென்று திருநீறு. அவன்தான் மதுராந்தக உத்தம சோழ தேவரின் மகன் கண்டராதித்தன்.

''ஐயா, வருக, வருக! இந்தப் பாதாளச் சிறை தேடி நீங்களும் வந்த காரணம் யாதோ? அரச குடும்பத்தவர் போல் இருக்கிறீர்கள்.''

கண்டன் மதுரன் கலகலவென நகைத்தான். ''சிவ! சிவ! கொலை எனும் நெடுஞ்சொல்லையே நான் நினைப் பவனல்லன். உங்களைத்தான் காணவேண்டி வந்தேன். என் பெயர் மதுராந்தகன் கண்டராதித்தன்.''

வந்தியத்தேவன் மறுமொழி பேசவில்லை. இன்று தான் முதல் தடவையாக அவன் காண்கிறான். ஆனால், அவனைப் பற்றிக் கேள்விப்பட்டிருக்கிறான். உத்தம சோழ மதுராந்தக தேவரின் ஒரே அருமை மகன். பாட்டியார் செம்பியன் மாதேவியிடம் வளர்ந்து வருவதைப் பற்றிக் காற்று வாக்கில் கேள்விப்பட்டிருக்கிறான். நிலமாளும் மன்னனின் புதல்வன் இந்த நிலவறைக்கு வருவானேன்?

''உங்களைப் பற்றி நான் நிறையக் கேள்விப்பட்டிருக் கிறேன்'' என்று தொடங்கினான் மதுராந்தகன் கண்ட ராதித்தன்.

''அப்படியா! மிக்க நன்றி. என்ன கேள்விப்பட்டிருக் கிறீர்கள்? சோழக் குலத் துரோகி என்றா? ஆதித்த கரி காலனைக் கொன்று இந்தச் சூரிய குலத்தவர்களின் அரியணையை அபகரிக்கச் சூழ்ச்சி செய்தவன் என்றா? எப்படிக் கேள்விப்பட்டிருக்கிறீர்கள்?''

''சிவ! சிவ!'' எனச் செவிகளை மூடிக்கொண்டு, ''என்ன வார்த்தை புகன்றீர் வாணர்குல வீரரே! சந்தர்ப்ப சூழ்நிலைகள் உங்களுக்குச் சதி செய்து விட்டன. தங்களுக்குத் தண்டனை யளித்த பேரரசரின் புதல்வன் என்று என்னை வெறுக்காதீர் கள். என் தந்தைக்கு உங்களிடம் மதிப்பும் மரியாதையும் அதிகம். என் பாட்டியார் செம்பியன் மாதேவியார் நடந்த சம்பவங்களைக் கதை போல் சொல்லியபோது தங்களைப்

பற்றி மதிப்பு உயரும் வகையில் கூறியிருக்கிறார்கள். என் சிறிய தந்தை அருண்மொழித்தேவர் மட்டும் இருந்திருந்தால் இப்படியெல்லாம் நடந்திருக்குமா?"

"இளவரசர் அருண்மொழித் தேவர் சோழ நாட்டில் நடந்ததேதும் அறிய மாட்டாரா?"

"ஐயோ, அவர் ஏதும் அறியாரே! தன் தந்தை பொன் மாளிகையில் துஞ்சிய செய்தியைக்கூட அவர் அறிய மாட்டாரே! ஈழத்திலிருந்தார்; பூதத் தீவிலிருந்தார்; செண்பகத் தீவிலிருந்தார்; மாநக்கவாரத்தில் இருந்தார். அப்போதெல்லாம் இங்குக் குறிப்பிடும்படியான சம்பவம் ஏதும் நடைபெற வில்லை. அதன் பிறகு அவர் இருப்பிடம் யாருக்கும் தெரிய வில்லை. அவரைக் கண்டதாக ஒருவரும் கூறவில்லை. எவ்வளவு நாட்களாகத் தங்களைக் காண வேண்டும் என்று நான் துடித்தேன்! என் அத்தை குந்தவைப் பிராட்டியாரையும் காஞ்சி சென்று காண வேண்டும்."

"அருமைத் தம்பி, கண்டரதேவரே" என்று வந்தியத்தேவன் வாஞ்சையுடன் அழைத்தான். அழகன் அவன் பேச்சிலும், தோற்றத்திலும் வந்தியத்தேவன் மயங்கிவிட்டான்.

"இல்லை, இல்லை, என்னை மதுரா என்று அழையுங்கள். என் பாட்டியார் என்னை மதுரா என்று அழைப்பார்கள். என் தந்தை என் பாட்டியார் விருப்பத்திற்கு மாறாக ஆள ஆசைப் பட்டார். ஆனால், என்னை ஆண்டவன் திருப்பணிக்கு மட்டுமே வளர்க்கிறார். நான் ஒன்று கூறுகிறேன் கேட்பீர்களா?"

"இதோ, எவ்வளவோ சொல்லி வருகிறீர்கள்' கேட்டுக் கொண்டிருக்கிறேனே."

"இது வேறு விஷயம். நான் சொல்வதைத் தவறாகக் கொள்ளக்கூடாது."

"கூறுங்கள்."

"நீங்கள் இருப்பதற்கு ஏற்ற இடம் இந்தச் சிறைச் சாலை அன்று. நீங்கள் தப்பிச் செல்ல வழி கூறுகிறேன். தப்பிச் செல்லுங்கள். இளவரசர் அருண்மொழி வர்மரைக் கண்டு

பிடித்து அழைத்து வாருங்கள். அவர் உங்களைக் காப்பாற்றுவார்."

"மதுரா! உன் அன்பு இதயத்தைப் போற்றிப் புகழ்கிறேன். ஆனால், முறைப்படி விசாரணை நடத்தித் தண்டனை பெற்றோர் தப்பிச் செல்வது தவறாகும். நான் தப்பிச் செல்வதால் என் பேரிலுள்ள குற்றம் நிலைபெற்று விடும்" என வந்தியத்தேவன் கூறித் தன் கரங்களைக் கம்பிகளுக்கு வெளியே நீட்டினான். மதுரன் அவற்றைப் பிடித்துக் கொண்டு, "என்னைப் பொறுத்தருளுங்கள். நான் கூறியது தவறெனில் அதற்காக என்னைப் பற்றித் தவறாக எண்ண வேண்டாம்" என்று கண் கலங்கக் கூறினான்.

"மதுரா! வருத்தப்படாதே. என் மீது உனக்குள்ள அன்பு தெரிய வருகிறது. நட்புக்கு வெகு காலம் பழகவேண்டும் என்று அவசியமில்லை, உணர்ச்சியே போதும். எனக்கு ஏதாவது உதவி செய்ய விருப்பங்கொண்டால் நான்கேட்கும் உதவி செய்."

"என்ன வேண்டும்? கேளுங்கள். உங்கள் கம்பீரமான முகத்தை மறைக்கும் தாடியினை ஒழிக்க நாவிதரை அனுப்பவா? தலைக்கு எண்ணெய் அனுப்பவா? வேற்றுடை அனுப்பவா."

வந்தியத்தேவன் நகைத்து, "அவையும் தேவைதான். எனினும் வேண்டா. இருளடர்ந்த இந்தச் சிறைச் சாலையில் பொழுதைக் கழிக்க நல்ல பல தமிழ் இலக்கியச் சுவடிகள் இருப்பின் கொடு. உனது பாட்டனார் கண்டராதித்த தேவர் திருச்சிற்றம்பலத்தான் மீது அற்புதப் பாடல்களைப் பாடியுள்ளாராம்' அவற்றையும் கொணர்ந்து கொடு."

"ஆகா! இதைவிடப் பெரும் பேறு வேறுண்டா? என் பாட்டியாரும் நானும் சிவப் பெருந்தலங்களைக் காணச் செல்வோம். அங்கே ஈசன் மீது பெரியவர்கள் அற்புதப் பாடல்கள் பாடியிருக்கிறார்கள். அவை நானூறு, ஐநூறு ஆண்டுகட்கு முற்பட்டவை. அவற்றைப் பாட்டியார் கேட்டறிவார். நான் ஓலைச் சுவடியில் எழுதிக்கொள்வேன். என்ன அற்புதமான பாடல்கள்! ஒரு பாட்டைக் கேளுங்கள்:

'வேயுறு தோறி பங்கன் விடமுண்ட கண்டன்
மிக நல்ல வீணை தடவி
மாசறு திங்கள் கங்கை முடிமேல் அணிந்தென்
உளமே புகுந்த அதனால்
ஞாயிறு திங்கள் செவ்வாய் புதன் வியாழன்
வெள்ளி சனி பாம்பிரண்டு முடனே
ஆசறு நல்ல நல்ல அவை நல்ல நல்ல அடியார்
அவர்க்கு மிகவே'

''இந்தப் பாடலை மனனம் செய்து கொள்ளுங்கள். தீய கோள்கள் சிவபிரானின் அருளால் ஓடிவிடும். உங்கள் மனக் குழப்பம் தீரும். உங்கள் துயரமே தீர்ந்துவிடும் பாருங்க ளேன்! நான் தினம் ஒரு பாடல் வீதம் எழுதி உங்களுக்கு உணவு கொண்டு வருபவன் மூலம் அனுப்புகிறேன்.''

''யாராவது உங்களைத் தவறாக எண்ணப் போகிறார்கள்.''

''தவறாகவா? ஆண்டவனது அற்புதப் பாடல்களை எழுதி அனுப்புவது தவறு என்று கூறுமளவுக்குச் சோழ நாடு தாழ்ந்து விடவில்லை'' என்று கூறி நகைத்த வண்ணம் மதுராந்தக கண்டராதித்தன் அங்கிருந்து விடைபெற்றுக் கொண்டான்.

எதற்கு வந்தானோ வந்ததில் நல்ல காரியம் ஒன்று முடிந்தது என்று வந்தியத் தேவன் சந்தோஷமடைந்தான். ஆனால் வருபவர்கள் எல்லோரும் தன்னைத் தப்பி ஓடுமாறு ஏன் கூறுகிறார்கள் என்ற சிந்தனையில் ஈடுபட்டான்.

தினமும் பாடல் எழுதப்பெற்ற ஓலையொன்று கிடைக்கும். அதைத் திருப்பித் திருப்பிப் பாடுவதும், படிப்பதுமாகக் காலங்கழிக்கலானான். யார் சிறைக் கதவுக்கருகே வந்தாலும் அவன் கவலைப்படுவதில்லை.

அன்று... நல்ல பகல் வேளையிலே பலர் நடமாடும் ஓசை அந்தப் பகுதியில் கேட்டது. அவன் மனமும் அன்று ஒரு நிலையில் இல்லை. கூண்டிலிருந்த வேங்கையின் உறுமல் மிக அதிகமாக இருந்தது. அதற்கு உணவிடுபவர்கள் இரு தினங்களாக வரவில்லை. அகோரப்பசியுடன் அது அலறியது. வந்தியத் தேவன் கதவுக் கம்பிகளைப் பிடித்தவாறு நின்று கொண்டிருந்த போதுதான் இளவரசி வானதி எதிரேயுள்ள

சுரங்கப் பாதையில் நின்று கொண்டிருப்பது அவன் கண்களுக்குத் தெரிந்தது.

அவன் பெண்களின் திருமுகம் கண்டு எத்தனையோ ஆண்டுகளாகிவிட்டன. ஆனால், அவன் இதயச் சிறையில் தீட்டி வைத்துள்ள பெண் நல்லாளின் அழகுத் திருமுகத்தை அகக் கண்ணால் எவ்வளவோ முறைக் கண்டு கவலை தீர்ந் திருக்கிறான். அதே சமயம் புதுக் கவலையைப் பெற்றிருக் கிறான். அவனுக்குப் பல பெண்களின் கண்கள் இப்போதும் ஒரு கரிக்குச்சியைக் கொடுத்தால் சிறைப்பாறைச் சுவரில் விதவிதமான கண்களை வரைந்துவிடுவான்.

வேல் போன்ற விழிகள். அவற்றிலே மோகனாஸ்திரத்தை வீசும் மாய சக்தி அதிகம் இருக்கும்.

மீன் போன்ற விழிகள். அதிலே கனிவு இருக்கும். கர்வம் இருக்கும். பரிவு இருக்கும். பிடிவாதமும் இருக்கும். இதயத்தைப் புரிந்து கொள்ள முடியாத தன்மை இருக்கும். அதே சமயம் பிறர் இதயம் கவரும் சாந்தமும் இருக்கும்.

மருட்சிமிக்க மான் போன்ற கண்கள். ஒளியிருக்கும், உயர்ந்த இதயம் காட்டும் சாயையிருக்கும். அதே மான் விழியைத்தான் இப்போது காண்கிறோம். அந்தக் கண்களுக் குரிய இளவரசி வானதி தேவி இங்கே பாதாளச்சிறைக்கு எங்கே வந்தார்கள்?

அவர்கள் இங்கே வரவேண்டிய அவசியமே இல்லை. ஒரு வேளை தேவியின் பின்னால் அருண்மொழி வந்திருக் கிறாரோ?

வந்தியத்தேவன் உடல் சிலிர்த்தது. நாகைத் துறைமுகத்தில் பல ஆண்டுகளுக்கு முன்னர் சந்திக்க அருண்மொழிவர்மரை மீண்டும் காண்கிறோம். ‘வாழ்க, ஈழம் கொண்டு திரும்பிய சூரர் வாழ்க!’ என்று வாழ்த்தொலி எழுப்பத் துடித்தான். ஆனால் இளவரசியைத் தொடர்ந்து எவரும் வரவில்லையே! அங்கே நின்று கொண்டிருக்கிறாரே! அதோ வேறு பாதையாக யாரோ வரும்காலடி ஓசை கேட்கிறதே? தீவர்த்தியின் ஒளி தெரிகிறதே. இடி முழக்கம் போல் தொண்டையைக் கனைக்கும் ஒலி கேட்கிறதே! சின்னப் பழுவேட்டரையர்

வருகிறார். அவருடன் இன்னும் பலர் வருகின்றனர். அவர் வரும்பொழுது வானதிதேவி அங்கு நிற்கக் கூடாதே. போய்விட வேண்டும். 'தேவி! போய் விடுங்கள், போய் விடுங்கள்' என்று கூறலாமா? அப்படிக் கூவுவதால் வருகிறவர் களின் காதுகளில் வீழ்ந்துவிடுமே. பிறகு... அதோ! வானதி கீழே உட்காருகிறார்களா? அல்லது சாய்கிறார்களா? ஐயோ இதென்ன கஷ்டம் தேவி! உங்களைக் கண்டுவிட்டால், பழு வேட்டரையர் அதுபற்றிய கற்பனையைப் பெரிது படுத்தி விடுவாரே. பாதாளச் சிறைச்சாலைக்குக் கொடும்பாளூர் இளவரசி ஏன் வந்தாள் என்று ஆராய்ச்சி செய்வார். முன்பே அவருக்குக் கொடும்பாளூர் சிற்றரசர் பூதிவிக்கிர கேசரியைக் கண்டால் பிடிக்காது. இப்பொழுது என்ன செய்வார்? நான் தப்பிச் செல்லக் கொடும்பாளூரார் தன் மகளது உதவியுடன் சதிசெய்கிறார் என்று குற்றம் சாட்டுவாரே! ஐயோ, இதென்ன சோதனை..?

"அந்த வேங்கை ஏன் அப்படிக் கர்ஜிக்கிறது?" என்று கேட்டவாறு பழுவேட்டரையர் அதோ வந்து கொண்டிருக் கிறார். தீவர்த்தியின் ஒளியும் அதோ நெருங்கிவந்து விட்டது. இன்னும் கொஞ்சம்தான். ஒளி தெளிவாக வானதி சாய்ந்து கிடக்கும் இடத்தில் வீழும். அவர் வானதியைக் கண்டு விடுவார். வந்தியத்தேவன் இதயம் படபடத்தது. அப்போது ஓர் எதிர்பாராத நிகழ்ச்சி நடந்தது. அதைக் கண்டோ என்னவோ வந்தியத்தேவன் 'ஆ' எனக் கூவினான்.

அத்தியாயம் 8

நிலவில் எழுந்த பெண் குரல்

பழுவூரை அடுத்த காட்டில் ரவிதாசனும், சோமன் சாம்பவனும் காளாமுகரின் வடிவத்தில் குரல் கொடுத்து வந்த உருவத்தைக் கண்டு நடுநடுங்கினர்.

புதைகுழிச் சேற்றுக்கும், நள்ளிரவு இருட்டுக்கும், அடர்ந்த கானகத்துக்குக் கொடும் விலங்குகளுக்கும் அஞ்சாத ரவிதாசன்

அஞ்சினான் என்றால் அந்த உருவம் அதிமுக்கியமானதாகத் தானிருக்க வேண்டும். இப்போதெல்லாம் ரவிதாசன் எந்தக் காரியத்தையும் எச்சரிக்கையாய்ச் செய்தான். அளந்து எண்ணிச் செய்தான். ஆனால் அப்போது சாம்பவனிடம் பேசிய பொழுது அந்த இடத்துக்கு அயலாரின் வாடையே வராது என்று எண்ணினான். ஆனால், ஆனால்..

'நான் சோமன் சாம்பவனிடம் இதுவரை கூறியதை அந்தக் காளாமுகர் கேட்டிருப்பாரோ? கேட்டிருக்கட்டும் கேட்காதிருக் கட்டும் இவர் ஏன் இந்த வடிவு தாங்கினார்? போலி வடிவா? நிஜ வடிவா? பயங்கரக் கோட்பாடுகள் கொண்ட காளாமுகராய் என்றும் இருக்கப்போகிறாரா? அல்லது எடுத்த காரியம் ஏதேனும் வெற்றியடைவதற்காக ஒருகணம், இத்தகைய வடிவு பூண்டிருக்கிறாரா?' ரவிதாசன் சிந்தித்தான். சோமன் சாம்பவன் விழித்த விழியை மாற்றாமல் அப்படியே நின்று கொண்டிருந்தான்.

'காளாமுக வடிவு மெய்யோ, பொய்யோ அதற்குரியவர் நிஜமானவர். சோழ நாட்டு அரசியலில் முக்கியப் பங்கு வகிப்பவர். அவர் ஏன் இங்கு வந்தார்? நாம் சோமனை இங்கு சந்திப்போம் என்பது அவருக்கு எப்படித் தெரியும்? சாம்பவா, ஏன் ஓடுகிறாய்? நான் உனக்கு உதவுகிறேன்' என்று ஏன் கூறினார்? அவர் நமக்கு உதவுவது மெய்தானா? பாண்டியப் பேரரசை ஆதரிக்கும் நமக்கு உதவ முன் வந்ததில் உள் எண்ணம் ஏதாவது இல்லாதிருக்குமா? எதற்கும் போகப்போகப் பார்ப்போம்' என்று எண்ணிய ரவிதாசன், "சுவாமி! தாங்களா? எங்கே இவ்வளவு தூரம்? இது என்ன கோலம்?" என்று பேச்சை ஆரம்பித்துத் தன் நடுக்கத்தைக் குறைத்துக் கொள்ள முயன்றான்.

"எல்லாம் உன்னைக் காணத்தான். எப்போது வெளி நாட்டினின்று வந்தாய்?" என்று காளாமுகர் கேட்டார்.

தான் கடல்கடந்து சென்ற விவரம் இவர் எப்படி அறிந்தார் என்று வியந்த ரவிதாசன் அதை மறைக்க விரும்பி, "வெளி நாடா? எனக்கு எல்லாம் வெளிநாடு தானே சுவாமி! சோழ நாட்டுக்குப் பாண்டியநாடு வெளிநாடு, பாண்டியநாட்டிற்குச்

சேரநாடு வெளிநாடு. யாதும் ஊரே! இன்று இங்கு இருப்பேன், நாளை வேறோர் இடம்'' என்றான்.

காளாமுகர் கடகடவென நகைத்தார். ''ரவிதாசா! முன்பு மந்திரம் மட்டும் அறிந்திருந்தாய். இப்போது தந்திரமாகப் பேசவும் கற்றுக் கொண்டாய். எனக்குத் தெரியாது என நினைக்காதே. என்னிடம் சொல்லுவதில் உனக்கு ஏன் தயக்கம்? சோழ நாட்டுப் பதவிப் பிடிப்பையெல்லாம் எப் போதோ விட்டுவிட்டேன். பழுவேட்டரையர் அதிகாரமும், அந்தச் சிறுவன் பார்த்திபேந்திரனின் அட்டகாசமும், மதுராந்தகரின் மௌனமும் எனக்குப் பிடிக்கவில்லை.''

''சுவாமி! நான் கேட்கிறேன் என்று கோபிக்காதீர்கள். பதவியை உதறிவிட்டதால் சோழசாம்ராஜ்யத்தை வெறுத்து விட்டீர்கள் என்று அர்த்தமா? நாங்கள் முன்பு ரகசியமாகப் பாண்டியநாட்டை ஆதரித்தோம்; இப்போது பகிரங்கமாக ஆதரிக்கிறோம். ஆனால் அவ்வளவு எளிதில் சோழ நாட்டின் முக்கியமானவர்களிடம் சிக்கிவிட மாட்டோம்.''

''ரவிதாசா! என்னை என்ன, இப்போது ஏதாவது ஆணையிடச் சொல்கிறாயா? நான் அரசியலைத் துறந்தவன். சிறிது காலத்திற்கு என் அடையாளம் சோழ நாட்டினருக்குத் தெரிய வேண்டாம் என்பதற்காக இவ்வேடம். ஆனாலும் என் மனத்தை நீண்ட நாள்களாக ஒன்று உறுத்திக் கொண்டிருக் கிறது. அதை நிறைவேற்றிவிட்டால் குறைகாலத்தையும் மேற்கு நாட்டிற்குப் போய்க் கழிப்பேன்?''

''சுவாமி! நான் பேசியதில் உங்கள் மனம் புண்பட்டிருந் தால் பொறுத்தருளுங்கள். உங்கள் உள்ளத்தில் சோழ நாட்டின் பேரில் ஏற்பட்ட வெறுப்புணர்ச்சி எனக்குத் தெரியாது. உங்கள் மனத்தில் நீண்ட நாள்களாக அப்படி என்ன குறை உறுத்திக் கொண்டிருக்கிறது?''

''சோழ மன்னர்கள் பாண்டிய மன்னர்களுக்கும், பாண்டிய நாட்டிற்கும் இழைத்த அநீதி என் மனத்தே வேதனையை யளிக்கிறது. முதற் பராந்தக சோழ மன்னர் இராசசிம்ம பாண்டியனை நடத்திய விதம் இன்றும் எனக்கு வேதனை யளிக்கிறது. சுந்தரசோழ தேவர் மட்டுமென்ன, வீர

பாண்டியனை எளிதில் விட்டாரா? எத்தனை தடவை போர்! அவரது மகன் ஆதித்த கரிகாலன் தந்தையையே மிஞ்சி விட்டான். வீரபாண்டியனது தலையைக் கொய்தான். அவனுடன் பாண்டி வம்சமே நிர்மூலமாகிவிட்டது. இவற்றை நினைத்தால் என் மனம் வேதனையடைகிறது."

"நீங்கள் நினைப்பது போல் பாண்டிய வம்சம் அழிந்துவிடவில்லை. இளந்துளிர் ஒன்றைப் பொன்னேபோல் பாதுகாத்து வருகிறோம். இன்று அந்தத் தளிர் அழகிய செடியாக மலர்ந்திருக்கிறது. சோழ சாம்ராஜ்யத்தைப் பழிக்குப்பழி வாங்கத் துடிதுடித்து நிற்கிறது, அந்த வீர இளைஞன் அரச பரம்பரையைச் சேர்ந்தவன். அவனைச் சார்ந்து பாண்டியநாட்டுக் குடிமக்கள் துடிப்புடன் நிற்கிறார்கள். வீரபாண்டியன் தலையைக் கொய்த அந்தக் கிறுக்கன் ஆதித்த கரிகாலனைக் கொல்ல சபதம் நிறைவேற்றியது போல் செய்ய இயலவில்லை. வேறோர் இளைஞன் அந்தப் பெயரைத் தட்டிக் கொண்டு போய் விட்டான்."

"யார்? வந்தியத்தேவன் கொன்று விட்டதைத்தானே கூறுகிறாய்?"

"ஆமாம்' அந்த இளைஞன் சொந்த நண்பரையே அரசியல் காரியத்திற்காகப் பலியாக்கிவிட்டான்."

"என்ன அரசியல் காரியம்?"

"சுவாமி! ஒன்றுமே தெரியாதது போல் கேட்கிறீர்கள். என்னைச் சோதனை செய்கிறீர்களா?"

"அடடா. எனக்கு உள்விவரம் ஏதுமே தெரியாதப்பா! ஆதித்த கரிகாலரைக் கொன்றதாகப் பலர்மீது சந்தேகமிருக்கிறது. மதுராந்தகர், பெரிய பழுவேட்டரையர், வந்தியத் தேவன், கடம்பூர் மாளிகையில் இருந்த மற்றொரு பெண் நல்லாள் இன்னும்"

"சுவாமி! அதைப்பற்றி நமக்கு என்ன? பாண்டிய நாட்டினருக்கு ஆதித்த கரிகாலனைக் கொல்லும் பாக்கியம் கிடைக்கவில்லை" என்று கூறியவாறு சோமன் சாம்பவனைக் கண்ஜாடை காட்டிவிட்டு, "வந்தியத்தேவன் ஆதித்த கரிகாலனின் நெருங்கிய நண்பனாகத்தான் இருந்தான். இளவரசி

குந்தவையைச் சந்தித்த பிறகு அவன் மனம் மாறிவிட்டது, குந்தவை இட்ட கோட்டைத் தாண்டாதவன் அருண்மொழி. பிற்காலத்தில் அவன் சோழ சாம்ராஜ்யாதிபதியாக மாறினால் குந்தவை தன் எண்ணப்படி ஆளலாமல்லவா? அதற்காக ஆதித்த கரிகாலனை ஒழித்துவிட விரும்பினாள். ஆனால், இவ்வளவு சீக்கிரம் அந்தச் சம்பவம் நடந்துவிடும் என்று நினைக்கவில்லை. அது எப்படியோ? எங்கள் முதல் விரோதி ஒழிந்தான். இன்னும் இரண்டு விரோதிகள்.."

"அவர்கள்தாம்... நான் வரும்பொழுது நீங்கள் பேசிக் கொண்டிருந்தீர்களே கருநாகம் ஒன்று, அதன் சகோதரன் மற்றொன்று" எனக்கூறிக் காளாமுகர் சிரித்தார். ரவிதாசனும் சிரித்தான். சோமன் சாம்பவன் சிரிக்க முடியாமல் மௌனமாக நின்றான்.

"அந்தப் பொறுப்பைத்தான் என் சகோதரனிடம் ஒப்படைத்திருக்கிறேன். அவன் தயங்குகிறான். எனக்கு எத்தனையோ பொறுப்பு.."

காளாமுகர் சோமன் சாம்பவனை நெருங்கினார். அவன் கரங்களைப் பிடித்தார். "சாம்பவா, அஞ்சாதே உனக்கு நான் உதவுகிறேன்" என்றார்.

"நிஜமாகவா?" என்று ரவிதாசனும், சோமன் சாம்பவனும் ஒரு சேரக் கேட்டார்கள்.

காளாமுகர் சோமன் சாம்பவனைத் தனியே அழைத்து ஏதோ கூறினார். அவன் முகம் மலர்ந்தது.

ரவிதாசனை அழைத்தும் அவனிடம் சிலவற்றைக் கூறினார். அவன் முகமும் கொடூர நிலைமாறி மலர்ந்தது.

"அப்பொழுது நான் என் பணிகளைக் கவனிக்க ஆனை மலைக் காட்டிற்குச் செல்லலாமா?"

"கவலையின்றிச் செல்லலாம்" என்று காளாமுகரும், சோமன் சாம்பவனும் சேர்ந்து கூறினார்.

ரவிதாசன் மனத்தில் ஆயிரம் சந்தேகங்கள் உதித்த வண்ண மிருந்தாலும் அவன் ஆனைமலைக் காடுகளை நோக்கி

விரைந்து சென்று கொண்டிருந்தான். வீரபாண்டியன் உயிரிழந்து பன்னிரண்டாண்டுகள் நெருங்கிக் கொண்டிருந்தன.

பாண்டியநாட்டு அரியணையை மீட்டுத்தர அமரபுஜங் கனின் ஆதரவாளர்கள் ஒவ்வொரு பௌர்ணமியன்றும் குறிப்பிட்ட இடத்தில் கூடுவர். தங்கள் வேலைத் திட்டத்தையும் இதுவரை நடந்தவற்றையும் ஒருவருக்கொருவர் பேசிக் கொள்வர்.

மறுநாள் பௌர்ணமி. இந்தத் தடவை கூட்டம் ஆனை மலைக் காட்டில் அமரபுஜங்கன் வாழும் இடத்திலேயே நடைபெற இருந்தது. அவ்வளவு எளிதில் எவரும் வழி கண்டு அந்த இடத்திற்குப் போய்விட முடியாது. ஒரு காலத்தில் அந்தப் பகுதியில் பல சமண முனிவர்கள் வாழ்ந்து வந்தனர். அவர்கள் இலக்கியங்களை அங்கிருந்து படைத்தனர். சிற்பக் கோயில்களை அமைத்தனர். சமண சமயத்திற்கு ஆதரவு குறைந்ததால் அங்கிருந்து முனிவர்கள் அகன்ற பிறகு அவ்விடம் மக்கள் நடமாட்டம் அற்றதாய் விட்டது. ஒரு நூற்றாண்டில் அடர்ந்த கானகம் அப்பகுதியில் நிறைந்தது. அந்தக்கானகத்தைக் கடந்தால் எளிதில் மதுரையம்பதியை அடைந்துவிடலாம். கடப்பதுதான் இயலாது.

ரவிதாசனுக்கு அந்தப் பகுதியெல்லாம் மனப்பாடம். மறுநாள் பௌர்ணமி. அதற்குள் குறிப்பிட்ட இடத்தை அடைந்து விட வேண்டும் என்ற வேகத்தில் அவன் சென்று கொண்டிருந்தான்.

அடர்ந்த மரக்கிளைகளின் இடைவெளி வழியாக வட்ட முழுமதியின் இளங்கதிர்கள் மெல்ல இந்தப் பகுதியில் படித்துக் கொண்டிருந்தன. இருளாயிருந்த அந்த இடம் கொஞ்சங் கொஞ்சமாக ஒளிபெற்று வந்தது. வழவழப்பாக இயற்கையாக அமைந்திருந்த அந்தச் சரிவுப் பாறையில் நூற்றுக்கணக்கானவர் அமர்ந்திருந்தனர். அவர்கள் மௌனமாகப் பிரார்த்தனை செய்து கொண்டிருந்தனர்; சந்திரனின் ஒளிக்கற்றைகள் அவர்கள் முகங்களில் சிறிது சிறிதாக வீழ்ந்தன. காற்றின் அசைவிலே மரங்களிலிருந்து மென்மலர்கள் உதிர்ந்தன. அருகேயிருந்த மண்டபத்திலிருந்து அகிலின் மணம் மிதந்து வந்தது. சந்தனமும், அகிலும் பாண்டியநாட்டு வளப்பங்களன்றோ?

இப்போது பிரார்த்தனை நின்றது. அங்கு கூடியிருந்தோர் ஒருவருக்கொருவர் மெல்லப் பேசிக் கொண்டனர். அவர்கள் மெல்லப் பேசினும் அது கூட்டை அடையும் பறவைகளின் சலசலப்பையும் வென்றது. அப்போது எவரோ "அமைதி, அமைதி, அரசர் வருகிறார்" என்று கூறினார். அரசருக்கு உரிய கட்டியங் கூறப்படவில்லை. 'வாழ்க' வாழ்த்தொலிகள் இல்லை. அடுத்துள்ள மண்டபத்தின்று தீவர்த்தி ஒளியை ஒருவன் முன் தாங்கி வந்தான். அவனைப் பின்தொடர்ந்து மீன்கொடியை மற்றவன் தாங்கிவந்தான். அவனுக்குப் பின்னால் உருவிய கத்தியுடன் வீர நரசிங்கன் வந்தான். அவனைத் தொடர்ந்து கட்டிளங்காளையாய்த் திகழும் அமரபுஜங்க பாண்டியன் வந்தான்.

பதினாறாண்டு வயதினன். அரச குடும்பத்திற்குரிய களை முகத்தில் இருந்தது. எனினும் காட்டிலும் மேட்டிலும் பாறையிலும் குகையிலுமாக வாழ்ந்தால், சற்று ஒளி இழந்திருந்தது. ஆனால் கடின உழைப்பின் காரணமாக உடலில் வைரம் பாய்ந்திருந்தது. அகன்ற நெற்றியும், ஆழ்ந்த கண்களும் எடுத்ததை முடிக்கும் ஆற்றலை விளக்கின. துடி துடிப்பான நடை இளமைத் துடிப்பைக் காட்டியது. நிலவொளி அவன் முகத்தே படும்போது பால் வடியும் அம்முகத்திலும் பராக்கிரமம் மிகுந்திருப்பது தெரிந்தது.

கூடியிருந்தோர் அனைவரும் எழுந்து நின்றனர். அமர புஜங்கள் சற்று உயர்ந்திருந்த பாறையில் அமர்ந்தான். வீர நரசிம்மன் அமரபுஜங்கன் அருகே நின்றான். அவன் தோற்றம் காண்போர் நெஞ்சையே அஞ்சச் செய்தது. அவன் அங்கு கூடியிருப்பவர்களைப் பார்த்துக் கூறினான்.

"பாண்டிய நாட்டு ஆபத்து உதவிகளே! இந்த இடத்தில் ஆண்டுக்கு ஒரு முறை கூடுகிறீர்கள். இது பதினோராவது தடவை என்பது உங்கள் நினைவில் இருக்கட்டும். பன்னிரெண்டாவது கூட்டம் எங்கு என்று தெரியுமா?"

அங்கு கூடியிருந்தோர். "தெரியும், தெரியும். மதுரை மாநகரில்" என்று கூவினர்.

"மதுரை மாநகரில் கூடவேண்டும். நமது அரசர் ஆகாயமே பந்தலாகவும், பாறையே அரியணையாகவும் கொள்ளாது

நம்முன்னோர்களின் வழிவந்த அரியணையில் அமர வேண்டும்''

''ஆம், ஆம்.''

''ஆம் என்று கூறிவிட்டால்? அதற்கான அறிகுறிகள் இன்னும் காணோமே! லட்சம் வீரர்களைத் திரட்டுமாறு சென்ற திங்களில் முடிவுசெய்தோம். முப்பதாயிரம் கூட ஆகவில்லை. ஆயிரம் யானைகள் சேகரிக்க வேண்டு மென்றோம்; பத்துகூடக் கிடைக்கவில்லை..''

இந்தச் சமயம் கூட்டத்தாரில் ஒருவன் எழுந்து, ''யானை களை எந்த நொடியிலும் கொடுத்து உதவச் சேர மன்னர் ஆயத்தமாக இருக்கிறார். அவற்றை நாம் எங்கே கட்டிக் காப்பது, அவற்றிற்கு உணவு எங்கிருந்து போடுவது? படை யெடுப்புக்கு நாள் குறிப்பிட்டவுடன் யானைகள் புயல்போல் வரும்'' என்றான்.

வீரநரசிங்கன் அதைக் காதில் போட்டுக் கொள்ளாமலே, ''சோழநாட்டு நிலவரம் எப்படியிருக்கிறது? அதைப்பற்றி இன்று கூற ரவிதாசனைக் காணோமே!'' என்றான்.

கூட்டத்தில் ரவிதாசன், ரவிதாசன் என்று பேச்செழுந்தது. அமரபுஜங்கனும் வாய்திறந்து, ''மாமா, ரவிதாசன் எங்கே? அவரை நான் கண்டு பல நாள்கள் ஆகிவிட்டனவே'' என்றான்.

அப்பொழுது எங்கிருந்தோ சீழ்க்கையொலி கேட்டது. கூட்டத்தினர் அமைதி அடைந்தனர். தொடர்ந்து மூன்று முறை அவ்வொலி எழுந்தது.

''அதோ! ரவிதாசனின் அடையாளக் குரல்'' என்று ஒருவன் கூறினான். 'ரவிதாசன், ரவிதாசன்' என்று எல்லோரும் ஒலிவந்த திக்கை நோக்கினர். இரண்டொரு பறவைகள் சடசடத்துப் பறந்து சென்றன. புதரில் மறைந் திருந்த முயல்கள் குடுகுடு வென ஓடின.

ரவிதாசன் கூட்டத்தாரை விலக்கிக் கொண்டு அரசர் அருகே சென்று வணங்கி நின்றான். அமரபுஜங்கன் மெல்லிய ஆனால் கம்பீரம் குறையாத குரலில், ''ரவிதாசா! ஏதாவது செய்தி உண்டா?'' என்று கேட்டார்.

"நல்ல செய்திதான் அரசே! சோழ சாம்ராஜ்யத்தில் முன்னாள் சிறப்பாக உழைத்த பெரும்புள்ளி ஒருவர் நமக்கு உண்மையாக உழைக்க முன்வந்திருக்கிறார். இனி நம் வெற்றியை எவராலும் அசைக்க முடியாது."

கூட்டத்தினர் களிப்புடன் ஆரவாரம் செய்தனர். 'அமர புஜங்க மன்னர் வாழ்க! அமரபுஜங்க மன்னர் வாழ்க' என்று கூவினர்.

"அற்ப சந்தோஷம் அடையாதீர்கள். சோழநாட்டு முக்கியப் புள்ளி யார்? எதற்காக உதவ வந்திருக்கிறார் என்பதைக் கேட்டறியாமல் ஆரவாரம் செய்கிறீர்களே! இதுதான் ராஜ தந்திரமோ!" என்று கர்ஜித்தது ஒரு பெண் குரல். அந்தக் குரல் அங்கேயிருந்த மண்டபத்தின்று வந்தது. அமரபுஜங்கன் தங்கும் அந்த மண்டபத்திலிருந்து வந்த பெண் குரலைக் கேட்டு ரவிதாசன் உள்பட பலரும் திடுக்கிட்டனர்.

அமரபுஜங்கன் மட்டும் மௌனமாக, புன்னகையுடன் வீற்றிருந்தான்.

அத்தியாயம் 9

எதிர்பாராத சந்திப்பு

சிறையில் வாழும் வந்தியத்தேவன் எப்படி இருக்கிறான் எனக் காணச் சிறிய பழுவேட்டரையர் மாராயனை அழைத்தார். காவலர்களிடமிருந்த தீவர்த்தியை மாராயன் பெற்றுக் கொண்டான். பகல் வேளையானாலும் அந்தப் பகுதியில் வெளிச்சத்திற்குத் தீவர்த்தி தேவையாயிருந்தது. சிறிய பழுவேட்டரையருக்கு வந்தியத்தேவனைக் காணவேண்டும் என்ற எண்ணம் உள்ளூர இல்லை. நாணயச் சாலையினின்று நாணயங்கள் களவு போவதுபோல் பாதாள நிலவறை வழியும் சரிவர இல்லாதிருந்தால் பொக்கிஷ அறைக்கு அன்றோ ஆபத்து வந்துவிடும் என எண்ணியவர் உடனே அதைக் காணக் கிளம்பிவிட்டார். அவருக்கு அநிருத்த பிரம்மராயர் மீது

கோபம்தான். என்ன இருந்தாலும் அவர் அரசர் எதிரே நாணயங்களை எடுத்துக் காட்டியிருக்க வேண்டாம். ஒரு நொடியில் தன்னுடைய காவல் திறமையின் மதிப்பு ஒரு மாத்திரை குறைந்து விட்டது; கட்டுக் காவல் திட்டம் பலமா யிருக்கும் பொழுது களவு போகிறதென்றால் இது என் திறமைக்கே ஓர் அறைக் கூவல். விழிப்பாக நாம் இருக்கி றோமா என எவரோ சோதனை செய்கிறார்கள் போலும் என எண்ணினார் பழுவேட்டரையர்.

'அரண்மனைக்குள் அத்தகையோர் யார் இருப்பர் என்பதை முதலில் கண்டுபிடிக்க வேண்டும். அருண்மொழி நாடு திரும்பும் வேளையில் நாம் சற்றுக் கவனமாக இருக்க வேண்டும்' என அவர் எண்ணினார். அவருக்குத் திடீரென ஏனோ அருண்மொழிவர்மர் மீது அன்பு பிறந்தது. பத்தாண்டு களாக அவரது இருப்பிடத்தை அறிய முயலாமல் தாம் இருந்ததைப் பற்றித் தவறாக அவர் எண்ணுவதற்கு முன்னரே அதற்குத் தக்க சமாதானங்களைச் சிருஷ்டிக்க வேண்டும் என எண்ணினார். 'முதலில் அவர் வந்தவுடன் வந்தியத் தேவனைப் பற்றித்தானே விசாரிப்பார்? விசாரித்துவிட்டுப் போகட்டுமே, நமக்கென்ன? நாமா அவனைச் சிறையி லிட்டோம்? நம் கட்டளையைக் கொண்டு பார்த்திபேந்திரன் அவனைச் சிறைப்படுத்தவில்லையே! நம்மால் இயன்றது வந்தியத்தேவனுக்குத் தேவையான வசதிகளைப் பாதாளச் சிறையிலும் செய்துதரக் கட்டளையிட்டதுதான். அதற்குமேல் நம்மால் என்ன முடியும்? நம்மைக் கேட்பவர் எவர்? அது போகட்டும்; அரண்மனையிலுள்ள கள்ளனைக் கண்டு பிடிப்பது எவ்வாறு?'

"மாராயா! இன்று முழுவதும் நீ சிந்தனை செய்ய வேண்டும். நாணயங்கள் எப்படிக் களவு போகின்றன? பூர்த்தியான நாணயங்கள் வைத்திருக்கும் பெட்டிக்குள்ள பூட்டுக்குத் திறவுகோல் உன்னிடம்தானே இருக்கிறது" என்று கேட்டார்.

மாராயன் காய்ந்திருந்த தொண்டையைக் கனைத்துக் கொண்டு, "ஐயா! நாணயங்கள் களவு போகின்றன என்பதை என்னால் நம்ப முடியவில்லையே" என்றான். பழு

வேட்டரையர் சற்றுக் கடுமையான குரலில், ''அநிருத்தர் அரசரிடம் காட்டியது பொய்யா?'' என்று கேட்டார்.

''இருக்கலாம்.''

''என்ன?''

''பொய் நாணயமாக இருக்கலாம். கள்ள நாணயமாக ஏன் இருக்கக் கூடாது? நமது அளவு அச்சுமுறை போன்றே ஏன் அமைந்திருக்கக் கூடாது? ''

பழுவேட்டரையர் சற்று நேரம் மௌனமாய் இருந்தார். அப்படியும் இருக்கலாம். ஆனால் சாளரத்தருகே பார்த்த வுருவம் பற்றி மாராயரிடம் விவாதிப்பது சரியன்று என எண்ணிய பழுவேட்டரையரை வேங்கையின் கர்ஜனை கலைத்தது.

''அந்தப் புலி ஏன் அப்படி உறுமுகிறது?''

''அதனுடைய வழக்கம், அதற்குப் பசியாக இருக்கலாம். தினமும் ஆட்டுக்கும் மாட்டுக்கும் எங்கே போவது?''

பழுவேட்டரையர் ஏனோ 'ஹோ ஹோ' என நகைத்தார். அந்தச் சமயம்தான் வந்தியத்தேவன் 'ஆ' எனக் கூவினான். கண் எதிரே தெரிந்த வானதியைப் பழுவேட்டரையர் கண்டு விடப் போகிறாரே என்று அவன் பயந்தபோது வானதி நிற்க முடியாமல் மயங்கிக் கீழே விழ இருந்தாள். ஆனால், அவளை அச்சமயம் ஓர் உருவம் தாங்கிக் கொண்டது.

அதைக் கண்டவுடன் வந்தியத்தேவனுக்கு வியப்பைவிட அச்சமே அதிகமாயிற்று.

வந்தியத் தேவனுடைய கூச்சல் பழுவேட்டரையரின் காதுகளிலும் விழுந்தது.

''அது யார் புலியுடன் போட்டி போடுவது?'' என்று சற்று நகைச்சுவையுடன் கேட்டார்.

''பாதாளச் சிறைவாசி!'' என்றான் மாராயன்.

''ஏன்? அந்தப் பிள்ளைக்கும் பசியா என்ன?''

''பசியாக இருக்காது, நாம் வருகிறோமல்லவா? நம் கவனத்தைக் கவர்வதற்காக இருக்கலாம்.''

"நம் கவனத்தைக் கவர்ந்து என்ன ஆகப் போகிறது? அவன் முகத்தில் விழிக்க எனக்கு இஷ்டமில்லை, நாளைய தினம் ஒரு ஜோடி புது ஆடைகள் அவனுக்குக் கொடுத்துவிடு. ஒரு வருடமாக அழுக்கைக் கட்டிக் கொண்டிருக்கிறான்."

"அப்படியில்லை. அரசருடைய பிறந்த நாளன்று புது ஆடைகள் கொடுத்தோம்."

"சரி சரி" என்று அவர் கூறியபோது இரு காவலர்கள் அங்கு வந்து பழுவேட்டரையரை வணங்கினர்.

"ஐயா! பெரிய மகாராணியாரும் ராணியாரும் புறப்பட வேண்டும் என்கிறார்கள். நாணயசாலையின் வெளியே காத் திருக்கிறார்கள். சுரங்கப் பாதை வழியாகப் போக வேண்டாம் என்று கூறிவிட்டார்கள்" என்று கூறிக் கைகட்டி வாய் பொத்தி நின்றனர்.

அப்போதுதான் பழுவேட்டரையருக்கு நினைவுக்கு வந்தது. செம்பியன் மாதேவியார் நாணய சாலையில் பொற் கொல்லருடன் பேசிக் கொண்டிருக்கும்போது தான் கிளம்பி வந்தது. பழுவேட்டரையர் அந்த இடத்தைவிட்டு விரைந்தார். மாராயனும், மற்றவர்களும் அவரைத் தொடர்ந்தனர்.

வந்தியத்தேவனுக்கு அப்போதுதான் உயிர் வந்தது. வானதி தேவி பிழைத்தாள்.

கொடும்பளூர் இளவரசியே நீங்கள் மட்டுமா அந்தக் காலாந்த கண்டரிடமிருந்து தப்பினீர்கள்? இருளும் காற்று வசதியில்லாத இடமும் ஒன்று சேர்ந்ததால் மயங்கி விட இருந்த உங்களைக் காப்பாற்றிய இளைய பிராட்டியும் அன்றோ காப்பாற்றப்பட்டார்? சமயசஞ்சீவியாக அவர் வந்து சேர்ந்தது இருக்கட்டும்; அவரை இந்த நிலையில் இந்த நேரத்தில் கண்டால் சிறிய பழுவேட்டரையர் என்ன எண்ணுவார்!

"தேவி! உங்களிருவரையும் தியாகை ஈசர்தான் காப் பாற்றினார்" வந்தியத்தேவன் கண்களில் ஏனோ நீர்த்துளி தளும்பியது.

❑   ❑   ❑

பொழுது புலரா முன்னர் காஞ்சிப் பொன் மாளிகை யினின்று ஏனோ திடீரென்று பல்லக்கில் புறப்பட்ட குந்தவை நேராக நாகைப்பட்டினம் செல்வதாகத்தான் திட்டமிட்டிருந் தாள். பல்லக்கின் வேகம் ஆமை ஊர்வது போல் அவளுக்குத் தோன்றியது. அவளுடைய மனக் குதிரையின் வேகத்துக்குத் தக்கபடி மனிதர்களால் செல்ல முடியுமா? பல்லக்கைச் சற்று நிறுத்துமாறு கூறிப் பின்தொடர்ந்து குதிரைமேல் வந்து கொண்டிருந்த வீரநாராயணனை அழைத்து இன்னும் விரைந்து செல்ல ஏதாவது வழி கூறுமாறு கேட்டாள். குதிரையைத் தவிர விரைந்து செல்ல சாதனம் ஏது? வீர நாராயணன் சற்று யோசனை செய்தான். பல்லக்கைத் தொடர்ந்து சென்று கொண்டிருக்குமாறு கூறிவிட்டுக் குதிரையை வேகமாகச் செலுத்தி எங்கோ சென்றான்.

பொழுது புலர்ந்து பொற்கிரணங்கள் சாலை மரத்திடுக்கு களின் வழியே பாய்ந்து கொண்டிருந்தபோது எதிரே புழுதியைக் கிளப்பியவாறு ரதமொன்று வந்து கொண்டிருந் தது. பல்லக்கின் சற்றுத் தொலைவில் அது நின்றது. வீர நாராயணனும் குதிரை மீதிருந்து வந்து இறங்கிக் குந்தவையை நோக்கி. ''தேவி! இதோ ரதம். இதன் சாரதி நம்பிக்கை மிகுந்தவன். இதிலே ஏறிக் கொள்ளுங்கள்'' என்றான்.

''நாராயணா! ரதம் எங்கே கிடைத்தது?''

''நமக்கு வேண்டியவர்களுடையது தான். கடம்பூர் மாளிகையைச் சேர்ந்தது. அமர்ந்து கொள்ளுங்கள்'' என்றான்.

குந்தவை சற்று யோசித்துப் பிறகு பல்லக்கினின்று இறங்கி ரதத்தில் ஏறினாள். வீரநாராயணன் சிவிகை சுமப்போரை நோக்கி ''நீங்கள் இங்குச் சற்று இளைப்பாறிவிட்டுச் செல்லுங்கள்'' என்று கூறி, குதிரை மீதேறி ரதத்தைத் தொடர்ந்தான்.

குந்தவை திடீரென்று நாகைப்பட்டினத்துக்குச் செல்லாமல் தன் போக்கை மாற்றிக் கொண்டாள். சாரதியை நோக்கிப் பழையாறைக்குச் செல்லுமாறு கட்டளையிட்டாள். தேர் குடந்தையை நெருங்கிக் கொண்டிருந்த போது என்ன எண்ணினாளோ என்னவோ தஞ்சையே நோக்கிச் செலுத்தக் கேட்டுக் கொண்டாள்.

தஞ்சைக் கோட்டையின் பிரதான வாயில் வழியாகத் தேர் நுழைந்தது. நகர வீதியிலே விரைந்தது. தஞ்சையைக் கண்டு பல ஆண்டுகள் ஆகிவிட்டன. அந்த வீதிகள் அவளுக்குப் புதுமையாகப் பட்டன. பழைய வீடுகளைப் புதுப்பித்திருந் தார்கள். அவையும் குந்தவைக்குப் புதுமையாகப் பட்டன. அவள் கண்ணெடுத்து நகர வீதியைக் காண விரும்பவில்லை. மாளிகைகளைக் காண விரும்பவில்லை. மக்களைக்கூடக் காண விரும்பவில்லை.

வீதியிலே தேர் விரைந்தபோது அதற்கு வழிவிட்டு ஒதுங்கி நின்றவர்களில் சிலர் குந்தவையை அடையாளங் கண்டு கொண்டனர். அவர்கள் மற்றவர்களிடம் கூற முற்படு முன்னரே தேர் ஓடி மறைந்தது. தேரின்மீது சோழ நாட்டுக் கொடி இல்லை. சிங்காரிக்கப்பட்ட அரசத் தேரன்று அது.

விஜயாலய சோழரின் பரம்பரையில் வந்த சுந்தர சோழரின் திருமகள் சந்ததியின்றிப் போகிறாள். வாழ்தொலிகளும் வரவேற்பும் நிறைந்த அரச மரியாதையுடன் வரவேண்டிய இளையராணி அமைதியாக அரண்மனைக்கு வருகிறாள். பல ஆண்டுகளுக்குப் பிறகு தஞ்சைக்குத் திரும்பி வரும் குந்தவையின் வருகை குறித்து எவருக்குமே தெரியாது.

தேர் அரண்மனை வாயிலில் வந்து நின்றது. குந்தவை குதித்து இறங்கினாள். எவருக்கும் காத்திராமல் நேரே அந்தப் புரம் நோக்கி விரைந்தாள். காவலர்களுக்குக் கூட ஒரு கணம் திகைப்பாயிருந்தது. இளைய பிராட்டிதானா என்று ஒருகணம் ஐயமுற்றனர்.

குந்தவை தஞ்சை அரண்மனைக்கு வந்ததே இருவரைக் காண. பாட்டியார் செம்பியன் மாதேவி அங்கிருப்பார்கள். இளவரசி வானதி தேவி ஒருவேளை தஞ்சையில் இருக்கக் கூடும்...

அந்தப்புரத்து நடுமுற்றத்தில் பணிப்பெண்கள் கூடியிருந் தனர். திடீரென்று குந்தவையின் வருகை அவர்களைத் திகைக்க வைத்தது. ஒருவருக்கொருவர் பேசுவதால் எழும் பேச்சொலி சட்டென அடங்கியது. அவர்கள் எழுந்து அடக்கவொடுக்கமாக நின்றனர்.

குந்தவை அவர்களுடைய நலன்களை விசாரித்துவிட்டு செம்பியன் மாதேவியாரைப் பற்றியும் வானதியைப் பற்றியும் வினவினாள்.

"பெரிய ராணியாரும், அரசியும், தனாதிகாரியும் நாணய சாலையைக் காணச் சென்றிருக்கிறார்கள்" என்றாள் பணிப் பெண் ஒருத்தி.

"வானதி எங்கே?" என்ற குந்தவை கேட்டாள். வானதி எங்கே, எங்கே என்று அங்கிருந்தோர் ஒருவருக்கொருவர் கேட்டுக் கொண்டார்.

அதிகமாகப் பேசாத ஒரு பெண் மட்டும், "கொடும்பாளூர் இளவரசியும் சிறிதுநேரம் கழித்து ரகசிய வழி நோக்கிச் சென்றார்கள்" என்றாள்.

குந்தவை திடுக்கிட்டாள். வானதிக்கு அந்தக் குறுகிய வழி யெல்லாம் தெரியாதே. எங்காவது வழி தடுமாறி வேதனைப் படப்போகிறாள் என்ற கவலையில் ரகசியப் பாதை இருக்கும் இடம் நோக்கி விரைந்தாள். சிறிய பழுவேட்டரையர் வானதியையும் உடன் அழைத்துச் செல்லாததை நினைக்கும் போது அவளுக்கு வேதனையாகத் தான் இருந்தது. இன்னுமா சிறிய பழுவேட்டரையர் பழைய மனப்பான்மையுடன் இருக்கிறார்? அவர் விருப்பப்படி அவர் மகளை மணந்திருந்த மதுராந்தகர் பட்டத்துக்கு வந்துவிட்டார். இன்னும் என்ன குறை அவருக்கு என எண்ணிக் குந்தவை வியந்தாள்.

சுரங்கப்பாதை வழியாகக் குந்தவை தட்டுத் தடுமாறி இறங்கினாள். வழி நீண்டு செல்வது போன்ற பிரமை அவளுக்கு. 'வானதி... வானதி' என்று உதடுகள் முணு முணுத்தன. எங்கும் ஒரே இருட்டு. ஒரு விளக்கையாவது எடுத்து வந்திருக்கலாம். அவசரத்தில் என்ன தவறு செய்துவிட்டோம் என்று எண்ணிய குந்தவை ஒவ்வோர் அடியாக எடுத்து வைத்து நடந்தாள்.

வெகுநேரத்திற்குப் பிறகுதான் அவளுக்கு நம்பிக்கை பிறந்தது. தான் போவது தவறான பாதையன்று என்பதை உணர்ந்தாள். ஓரிடத்தில் பாதை திரும்பியது. அந்த இடத்திற்கு வந்தவுடன் குந்தவை திடுக்கிட்டாள்.

தொலைவில் வெளிச்சம் தெரிந்தது. சுரங்கப்பாதை பாதாளச் சிறையுடன் சேரும் இடத்தருகே வானதி நின்று கொண்டிருப்பது தெரிந்தது. அதற்குச் சற்றுத் தொலைவில் சிறை. அதன் கம்பிகளைப் பிடித்தவாறு வந்தியத்தேவன் நிற்கிறான்.

குந்தவை ஒருகணம் மௌனமாக நின்றாள். யாரோ பேசும் குரல் கேட்டது. பழுவேட்டரையரின் குரல்தான். சரி, இன்று நாமும் வானதியும் அவர் கண்ணில் பட்டுவிடுவோம், என எண்ணினாள் குந்தவை.

அந்த சமயம் ஏன் இந்த வல்லவரையர் இப்படி 'ஆ' என்று கூவுகிறார்?

வேங்கை ஏன் இப்படிக் கர்ஜிக்கிறது? அதோ! வானதிக்கு என்ன? அவள் தடுமாறுகிறாளே! மயங்கி, வெளிப்புறத்தில் வீழ்ந்தால் பழுவேட்டரையர் கண்டுவிடுவாரே!

குந்தவை ஓடோடினாள். வானதியைக் கீழே விழாமல் தாங்கிக் கொண்டாள்.

அந்தச் சமயம் காவலர்கள் வந்து பழுவேட்டரையரை அழைத்தனர். மேலே தொடர்ந்து செல்லாமல் அவர் திரும்பி விட்டார்.

வானதியை மெல்ல அணைத்தவாறு சற்று விசாலமான இடத்திற்குக் குந்தவை எடுத்துச் சென்று தன் மேல் சாய்த்துக் கொண்டாள்.

'தண்ணீர்... தண்ணீர்' என்று கேட்டவுடன் கிடைக்க அரண்மனையா? மயில் தோகையால் வீச இங்கே என்ன பணிப்பெண்களா? தன் முந்தானையால் வானதியின் முகத்தைத் துடைத்தாள் குந்தவை.

காற்று வசதிக் குறைவான அந்த இடத்திலேயே மங்கிய வெளிச்சம் நிறைந்த அந்த இடத்திலேயே அந்தப் பெண் நல்லார் இருவரும் ஏன் இருக்க வேண்டும்? அரண்மனையில் அன்னத்தைத் தூவி அனிச்ச மலர்ப் பஞ்சணையில் கிடக்க வேண்டிய அவர்களுக்குக் கருங்கல் பாறை ஏன்? பணிப் பெண்கள் பலவிதச் சேவை செய்யக் காத்திருக்க, சோழ

சாம்ராஜ்ய இளவரசியின் மயக்கம் தெளிவிக்கக் குந்தவைப் பிராட்டிதானா கஷ்டப்பட வேண்டும்?

"அடி பெண்ணே வானதி! கண்விழித்து என்னைப் பார். உனக்கு ஏன் இந்த வேதனை? ரகசியப் பாதை வழியே வந்து எந்தச் சதியைக் கண்டுப்பிடிக்கப் போகிறாய்? எவருடைய சூழ்ச்சியையும் தகர்க்கும் பலம் நமக்குக் கிடையாதடி பெண்ணே! எந்தச் சமயத்தில் யாரை எந்தப் பாதாளச் சிறையில் தள்ளுவர் என்று யாருக்கும் தெரியாது" என்று குந்தவை வானதியின் நெற்றியில் அரும்பியிருந்த வியர்வையைத் துடைத்தவாறு கூறினாள்.

வானதி மெல்லக் கண் விழித்தாள். குந்தவையைக் கண்டவுடன் அவள் துயர் நீங்கியது.

"அக்கா...அக்கா... நீங்களா! அவருக்கு ஒன்றும் ஆபத்தில்லையே?" என்று மெல்லிய குரலில் கேட்டாள்.

"யாருக்கு ஆபத்து?" குந்தவை வானதியை வினவினாள்.

"அதோ அந்தச் சிறையில் வாடுகிறாரே, வாணர்குல வீரர். அவரை இவ்வளவு நேரம் புலி விழுங்க இருந்தது" என்றாள்.

அவள் காட்டிய திசையில் குந்தவை நோக்கினாள். சிறைக் கம்பிகளைப் பிடித்தவாறு வாணர் குலத்து வீரன் வந்தியத் தேவன் நின்று கொண்டிருந்தான். பல ஆண்டுகளுக்குப் பின் எதிர்பாராத விதத்தில் எதிர்பாராத இடத்தில் சந்திப்புஅந்தச் சந்திப்பு இந்த நிலையிலா நிகழ வேண்டும்?

அத்தியாயம் 10

கலிங்கத்துக் கலம்

முல்லைத் தீவின் மோகனத் தோற்றத்தை இன்னும் இன்னும் எழிலுடன் தோன்றச் செய்யக் கீழ்கடலின் அடித்தளத்திலே வட்ட முழுமதி தோன்றிக் கொண்டிருந்தது. அந்தச் சிறு தீவின் செளந்தர்யத் தோற்றத்துக்குச் சிகரம்

வைத்தாற் போன்று மறையும் கதிரவனும், தோன்றும் தண்மதியும் தங்களது வண்ணத் திறமையால் வானத்துத் திரைச் சீலையில் அற்புத ஓவியந் தீட்டி, நிலமகள் மகிழத் துகிலாக அளித்துக் கொண்டிருந்தனர். அத்தீவின் சிறு குன்றின் மறுபுறம் இருந்து கடலில் மறையும் கதிரவன் செந்நிறப் பஞ்சுகளை ஆகாயத்தில் பறக்கவிட்டான். கருநீல அலைகடலில் மூழ்கி எழுந்து வருவது போன்று உதயமான வெண்மதியோ தங்கத் தட்டிலே அத்தீவிற்குப் பரிசொன்றை எடுத்து வந்து கொண்டிருந்தது.

நீண்டுயர்ந்த தென்னை மரங்கள் சலசலத்து ஆடின. அடர்ந்து பரந்திருந்த புன்னை மரச் சோலை மலர்கள் பூத்துக் குலுங்கின. மடலவிழ்ந்த தாழையின் இனிய நறுமணம் வீசிக் கொண்டிருந்தது. ஒவ்வொரு முறையும் சிற்றலை கரையில் வந்து மோதிச் சென்றவுடன் கனவேகமாக நண்டினங்கள் ஓடின. ஒவ்வொரு சமயம் பெருமளவுக்கு உயர்ந்து எழும் அலைகள் 'தடார் படார்' என்று மோதி அத்தீவின் சிறு குன்றில் எதிரொலி எழுப்பின.

அந்த அலை ஓசைக்கு உறுதுணை கொடுப்பதுபோல் இப்போது எங்கிருந்தோ 'தம் தம் தம்' என்ற ஓசை மெல்ல மெல்ல எழுந்தது. தீவின் கடற்கரையை ஒட்டிய அடர்ந்த தோப்பையும் மணல் மேட்டையும், தாண்டிப் பார்த்தால் அந்த ஒலி எங்கிருந்து எழுகிறது என்பது தெரியும். சிறுகுன்றின் அடிவாரத்தே இருந்த திறந்தவெளியில் அந்தத் தீவிலுள்ளோர் ஒவ்வொருவராகக் கூடினர். அந்த மக்கள் அந்த முழுநிலா நாளில் ஒன்று கூடினர். உருண்ட கரமும், திரண்ட தோளும், பரந்த மார்புமுடைய ஆடவர்கள் புத்தாடை அணிந்து கையில் வேலுடன் வந்து கொண்டிருந்தனர்.

இடையில் ஓராடையும், மேலே ஒரு துகிலும் அணிந்த பெண்கள் கையில் மலர்களுடன் வந்து கொண்டிருந்தனர். ஆடம்பரமற்ற ஆடை அணிந்திருந்தனராயினும் அவ்வாடை கள் கண்ணைப் பறிக்கும் வண்ணத்துடனிருந்தன. தலைவாரி எடுத்து வித வித வனப்புடன் சிங்காரித்திருந்தனர். காட்டு மல்லிகைப் பூவையும், வெண் கூதாளப் பூவையும் சேர்த்துத் தொடுத்த மாலையை அணிந்திருந்தனர் அவர்கள். அவர்

களுள் சிலரது சீரடிகளில் நூபுரம் ஒலிக்கிறது. நடந்து செல்லும்போது 'கலீர் கலீர்' என ஓசை எழுகின்றது.

அடர்ந்து வளர்ந்து மூங்கில் சுற்றி நிற்க அந்த இடத்தில் பூரண வெண்மதியின் தங்க நிறம் பரவ, அங்கொன்றும் இங்கொன்றுமாக ஏற்றப்பட்டிருக்கும் தீவர்த்திகள் ஒளியை உமிழ்ந்து அந்த இடத்தில் நடக்கவிருக்கும் கோலாகலத்தை எடுத்தியம்பின.

முல்லைத் தீவிற்குள் நுழைந்து தென்னஞ் சோலையின் இன்ப வனப்பைக் கண்டவர்கள் ஒருசமயம் சோழ நாட்டில் இருக்கிறோமோ என எண்ணுவர்.

தீவின் நடுவிலிருக்கும் சிற்றருவி ஓரிடத்தில் கீழே குதித்து ஓடி வருகிறது. அது குதிக்கும்போது நெடுந் தொலைவி லிருந்து காண்போருக்கு வெண்மையான கொடி காற்றில் அசைவது போல் தோன்றும். இழும் என ஒலியோடு விழும் அருவியும் அதைச் சார்ந்த இடமும் காண்போருக்குப் பாண்டி நாடோ என்ற பிரமிப்பை உண்டாக்கும்.

விரிந்த மணற்பரப்பும், ஓரிடத்தே மணற் குன்றும் அக் குன்றத்துக்கருகே சற்றே உட்புகுந்த கடல் கழியும், அக்கழியிலே அமைக்கப்படும் புதிய மரக்கலத்திற்குக் கட்டப் பட்டிருக்கும் சாரக் கொம்புகளும் காணக் கடற்கரையருகே கோயிற் திருப்பணி நடக்கும் தொண்டை நாட்டின் ஓர் ஊரோ என வியக்கத் தோன்றும்.

தமிழகத்துத் தென் கிழக்கே பல காத தூரத்தில் அலை கடலின் நடுவே பல தீவுகள் இருந்தன. மாநக்கவாரம் தீவுகளுக்கும் இலாமுரிநாட்டுத் தீபகற்பத்திற்கும் இடையே திகழும் அந்த முல்லைத் தீவு குறிஞ்சியும், நெய்தலும், மருதமும் ஒன்று கலந்தாற்போல செழிப்பாகத் திகழ்ந்தது. அந்தத் தீவில் வாழ்வோர் பல தலைமுறைகளுக்கு முன்னர் தமிழகத்தினின்று அங்கு வந்து எப்படியோ சேர்ந்தவர்கள். முழுநிலா நாளிலே அவர்கள் ஒன்று சேர்ந்து குன்றக் குரவை ஆடுவர்; குமரன் புகழ் பாடிக் களிப்பர்.

அந்தத் திறந்த வெளியின் நடுவே வேலொன்று நடப் பட்டிருந்தது. அதற்குக் குங்குமம், சந்தனமிடப்பட்டிருந்தன.

காட்டு மலர்கள் சூடப்பட்டிருந்தன. அதன் எதிரே அந்தக் கோலாகலத் திருவிழாவைக் கொண்டாடக் கோழிக் கொடியை உயர்த்தி இருந்தார்கள். தமிழகத்தைத் தாயகமாகக் கொண்ட அத்தீவின் குடிகள் முருகனைத் தெய்வமாக வழிபட்டு வந்தனர்.

முருகனுக்குப் பிடித்தமான குரவைக் கூத்தை அவர்கள் ஆடி மகிழ்ந்தனர். அக்குரவைக் கூத்து செவ்வனே நடை பெறாவிடில் அத்தீவிற்கே தீங்கு வருமென நம்பிக்கை உடையவர்கள் அவர்கள். ஏற்றத் தாழ்வு ஏதுமின்றி ஆட வரும் மகளிரும் ஆடும் அந்தக் கூத்தைக் காண வெவ்வேறு தீவுகளினின்றும் சிற்சில போதில் மக்கள் வருவர். பற்பல நாடுகளுக்குச் செல்லும் நாவாய்களும், மரக்கலங்களும் பழுது பார்க்கப்பட அத்தீவில் தங்குவது வழக்கம். இயற்கையாக அமைந்த அந்தத் துறையில் மரக்கலங்களை நிறுத்திப் பழுது பார்க்க வசதியிருந்தது. புதிய மரக்கலங்களைக் கட்டவும் வாய்ப்பிருந்தது.

பௌர்ணமிக்கு நெருக்கமாக அத்தீவினையடைவோர், மரக்கலங்களுள்ள அத்தீவில் சில காலம் இளைப்பாறி, குன்றக் குரவையைக் கண்டுகளித்தே செல்வர்.

முல்லைத் தீவில் அன்று நடக்க இருக்கும் குன்றக் குரவையை அறிவிக்கச் சந்திரன் உதயமானவுடனேயே முரசு முழங்க ஆரம்பித்துவிட்டது. 'தம்தம் அதம்தம்' என்று மெல்ல அந்த முழக்கம் எழுந்து மரங்கள் மீது மோதியது; கர கரவென்று உராயும் தென்னங்கீற்றுகளின் மீது மோதியது; குன்றில் மோதியது; குன்றிலிருந்து விழும் அருவியொலி யோடு மோதி எதிரொலித்தது. முரசொலி கேட்டனர். அத்தீவில் வாழ்வோர். ஆணும் பெண்ணும் கைகோர்த்து வந்தனர். மணமாகாத மங்கையர் விதவித அழகுடன் தோன்றினர். முல்லைத் தீவில் மலர்களுக்குக் குறைவில்லை. செவ்வாம்பல் மலரைப் பறித்து இரட்டை வடமாலையாய்த் தொடுத்து அணிந்திருந்தனர். மார்பிலே மலர்; இடையிலே மலர். இலைகளையும் தழைகளையும் ஆடைகளாக அணிந்திருக்கின்றனரோ என்ற ஐயம் ஏற்படும் வகையில் அவைகளை அணிந்திருந்தனர். காலிலே நூபுரம் கொஞ்ச,

தளிர் நடை போட்டு அவர்கள் வந்த போது மயில் கூட்டங் கூட வெட்கி விலகியது. அசைந்தாடும் அவர்கள் இளங் கொங்கையிலே பூசப்பட்டிருந்த நறுஞ் சந்தனத்து மணம் எங்கும் பரவியது.

அறிவிக்கும் முரசின் ஓசை கடற்கரையில் கூடாரமடித்துத் தங்கியிருந்த வணிகர்கள் செவிகளிலும் வீழ்ந்தது. அன்று பகல்தான், அந்த மரக்கலம் அத்தீவை அடைந்திருந்தது. கலிங்க நாட்டினின்று புறப்பட்ட அந்தக் கம்பீரமான மரக் கலம், மயிலின் தோற்றமுடையதாய் அமைக்கப்பட்டிருந்தது. கலிங்கத்தினின்று பண்டங்களையும், வணிகர்களையும் ஏற்றிக்கொண்டு கிளம்பிய அம்மரக்கலம் கடல் மல்லைத் துறையில் ஓரிரு தினங்கள் தங்கிவிட்டு, நாகைத் துறை முகத்தை அடைந்தது.

அன்று நாகைப்பட்டினத் துறைமுகம் மக்கள் சந்தடி மிகுந்து காணப்பட்டது. அன்றிருந்த சந்தடி, அன்றிருந்த மக்கள் கூட்டம் பிறகு அத்துறையில் இல்லவே இல்லை. குனிந்த தலையுடன் சிலர் காணப்பட்டனர்; சோர்ந்த முகத்துடன் சிலர் தோன்றினர்; தேன் சொட்டும் மான்விழிகளிலே கண்ணீர் தேங்கி நின்றது. சோழ நாட்டு மக்கள் அவ்விதம் சோர் வுற்றிருந்ததே இல்லை. அவர்களுக்குத் தொடர்ந்து துன்பங் கள் சூழ்ந்த வண்ணமிருந்தன. வட எல்லையைக் காக்க மாவீரனாய் நின்ற இளவரசர் ஆதித்த கரிகாலன் இறந்த துயரம் அவர்களைவிட்டுப் பிரியாமுன்னம் நாட்டுமக்கள் அனை வராலும் இதயத்தில் வைத்துப் பூசிக்கப்பட்ட அருண்மொழி வர்மன் தனக்கு நியாயமாகச் சேரவேண்டிய பட்டத்தைத் தியாகம் செய்து, தன் சிறிய தகப்பன் உத்தம சோழருக்குக் கொடுத்துவிட்ட செய்தி அவர்களுக்கு இன்னும் அதிர்ச்சியை அளித்தது. அதைத் தொடர்ந்து கிடைத்த அந்தச் செய்தியோ அவர்களைத் துயரத்தின் உச்சநிலைக்கே கொண்டு போய் விட்டது. சோழநாட்டு அரியணையைத் தன் சிற்றப்பனுக்குக் கொடுத்துவிட்ட அருண்மொழி வர்மன் சோழநாட்டை விட்டுச் செல்லப் போகிறான் என்ற செய்தி கேட்டு வருந்தியவர் பலர்; சீறியவர் பலர்; கொதித்தெழுந்தவர் பலர்.

"இளவரசர் இந்த நாட்டைவிட்டே போகிறாராமே; செய்தி உண்மைதானா?"

"நம்மைப் போன்ற துரதிருஷ்டசாலிகள் வேறு யார் இருக்கிறார்கள்?"

"இதுபோன்ற சம்பவங்களைக் காணவா நாம் வாழ்கிறோம்!"

இவ்வாறு நாட்டுமக்கள் பேசிக் கொண்டனர். அவர்கள் பேசிக் கொண்டதில் உண்மை இல்லாமலில்லை.

யாரும் எதிர்பாராத வகையில் உத்தமசோழருக்குக் கோலாகலமாக முடிசூட்டு விழா நடத்தி, சோழநாட்டு முடியை அளித்துவிட்டு அருண்மொழி வர்மன் தன் சகோதரி குந்தவையின் இருப்பிடம் அடைந்தான். அன்றே நந்தி புரத்துக்குப் புறப்படக் குந்தவை ஏற்பாடுகள் செய்து கொண்டிருந்தாள். செயற்கரிய செயலைச் செய்து வந்து கம்பீரமாக வணங்கி நின்ற மகனைத் தந்தையும் தாயும் புன்முறுவலால் வாழ்த்தினர். குந்தவையோ "இது முடிவன்று, தொடக்கம் தம்பி! இன்று பழையாறை செல்கிறேன். அங்கு வந்தால் பேசலாம்" என்று கூறினாள்.

அக்கா குந்தவையின் சொல்லின் ஓரெழுத்தைக்கூட மீறியறியா அருண்மொழி அவ்வாறே பழையாறைக்குச் சென்றான். அருண்மொழியை அடையும் பேறுபெற்றிருந்த வானவன் மாதேவியின் தகப்பனாரான கொடும்பாளூர் வேளாருக்குக் கோபம் தாங்கவில்லை. தன் மகள்கூட தன் கணவர் செய்தது சரி என்றும் பட்டத்தைத் துறந்தது நியாயமே என்றும், வாதாடும்போது அவர் தன் சீற்றத்தை அடக்கிக் கொள்ள வேண்டியிருந்தது. பழையாறை வரை அருண்மொழியுடனே சென்று கொடும்பாளூர் சிற்றரசர் விடை பெற்றுக் கொண்டார்.

அருண்மொழியும், குந்தவையும் மாளிகையின் வெளிமுற்றத்தில் அமர்ந்து அளவளாவினர். பற்பல பேச்சுகள் எழுந்து மறைந்தன.

"அக்கா! எனக்கு இப்போதுதான் மனம் நிம்மதியாக இருக்கிறது. உரிய இடத்தில் முடியைச் சேர்த்துவிட்ட பிறகுதான் எனக்குச் சஞ்சலம் நீங்கியது. தாங்கள் தக்க சமயத்தில் அக்கருத்தைக் கூறியிருக்காவிடில் இந்த மாபெரும்

சோழநாட்டில் பட்டத்துக்காக வீண் கலகமல்லாவா நடந்திருக்கும்? தியாகை விடங்கர்தான் காப்பாற்றினார்!'' என்று அருண்மொழி வர்மன் அதைக் கூறும்போது அவனது கண்களில் நன்றியுணர்ச்சி நிறைந்தது.

''என் கருத்து என்ன தம்பி! நியாயமுள்ள எவர் கருத்துமே அதுதான். பாட்டியார் செம்பியன் மாதேவியார் விரும்பா விட்டால் கூட உத்தம சோழருக்கு இதயபூர்வ விருப்பம் இருந்திருக்கிறதே, அதை நிறைவேற்றுவது நமது கடமை யல்லவா? அது சரி, இனி உன் பொறுப்பு மகத்தானது. உனக்குக் கடுமையாகப் பரீட்சை வைக்கப் போகிறேன்'' என்று குந்தவை கூறினாள்.

''என்ன பரீட்சை அக்கா? செம்பியன் மாதேவியார் விருப் பத்தை நான் நிறைவேற்றுகிறேன். அவருடன் கோயில்களைக் கற்றளியாக்க உதவுகிறேன். சோழநாட்டில் மலைகளில்லாதது எவ்வளவு குறை பார்த்தீர்களா? தொண்டை நாட்டினின்று ஏராளமாகப் பாறைகளைப் பெயர்த்துவரச் செய்ய வேண்டும்'' அருண்மொழி கூறிப்போகவும் குந்தவை நகைத் தாள்.

''தம்பி! இந்தக் கடமையைக் கூற வரவில்லை நான், பாட்டியாரோடு தலங்களைச் சுற்றிவர அவர் பெயரனே இருக்கிறான். உன் கடமை இந்த நாட்டைவிட்டுச் செல்வதே!''

இதை அழுத்தம் திருத்தமாகக் குந்தவை கூறினாலும் அவள் நெஞ்சு ஏனோ அடைத்தது; கண்கள் கலங்கின. அவள் கூறியதைக் கேட்ட வண்ணம் வானதி வந்தாள். சற்று நேரத்திற்கெல்லாம் வந்தியத் தேவனும் வந்தான்.

இளைய பிராட்டியின் கண்களில் ஏற்பட்ட மாற்றத்தைக் கண்ட அருண்மொழி, ''அக்கா, அக்கா! அதைத்தான் நானும் கூற வந்தேன். சோழநாட்டை விட்டுச் சென்று இமயம் முதல் குமரிவரை கண்டுகளிப்பதே என் எண்ணம்'' என்று படபட வென மொழிந்தான்.

''இங்கிருந்து நான் என்ன செய்யப் போகிறேன்? நான் வெளியே சென்றால் 'அருண்மொழி வர்மர் வாழ்க' என்று

வாழ்த்தொலி எழுப்புகிறார்கள். மக்கள் நின்று மகிழ்ச்சியுடன் ஆரவாரித்துப் பின் மற்றப் பணியைக் கவனிக்கிறார்கள். அரண்மனை அதிகாரிகள் என் மீது தனி வாஞ்சையுடன் இருக்கிறார்கள். தங்களுக்குள்ள குறைகளைக் கூறுகிறார்கள். படைவீரர்கள் என்னைப் பற்றி பேசிய வண்ணமிருக் கிறார்கள்.''

"அதற்குத்தான் தம்பி, கூறுகிறேன்; நாட்டை ஆளும் அரசர் ஒருவர் இருக்கும்போது அவரிடம் செலுத்த வேண்டிய அன்பை நாட்டில் மற்றொருவர் பங்கு போட்டுக் கொண்டால் சூழ்ச்சியாளர்கள் எப்படியும் பயன்படுத்திக் கொள்வர்!''

"அதை அறிவேன் அக்கா! என்மீது அன்புடையவர்கள், நான் அரசனாக வந்திருக்க வேண்டுமென்று இன்னமும் வாதிடு பவர்கள் எல்லோரும் நாட்டில் நாளடைவில் குழப்பத்தை ஏற்படுத்திவிடக்கூடாது என்பதை நானறிவேன். அதனால் தான் கங்கை பாயும் நாடு முதல் கோடிக் கடற்கரை வரை கண்டுவரப் போகிறேன்.''

"அதுவும் சரியல்ல தம்பி!''

"அக்கா!''

"ஆம்' மற்ற நாடுகளை அவ்வளவு எளிதில் சுற்றிப் பார்த்து வர முடியாது.''

"மாற்றுடையில் சென்றால் ''

"அந்த நாட்டு ஒற்றர்கள் சந்தேகப் படுவர். இங்கோ அலர் வேறுவிதமாக எழலாம்.''

"பிறகு?''

"கடல் கடந்து செல்?''

"ஈழத்திற்கா?''

"இல்லை; நம் நாட்டு வணிகர்கள் எங்கெங்கு செல்கிறார் களோ அங்கெல்லாம் செல். தம்பி! சோழநாட்டை எப் பொழுதும் இந்த நிலையில் வைத்திருக்க உன் எண்ணமா? சீனர்களைப் பார், யவனர்களைப் பார்; சோனகர்களைப் பார். அவர்கள் எப்படி எல்லாம் பார் முழுவதும் சுற்றிப் பண்டம்

விற்கிறார்கள்! திரவியம் தேடி வந்து தங்கள் நாட்டை வளப்பமாக்குகிறார்கள்! நம் வணிகர்களும் சிறந்த முறையில் வாணிபம் செய்கிறார்கள். ஆனால் அது போதாது. அரசாங்க ரீதியாக வாணிபத்தை முறையாக வளர்க்க வழிகளைத் தேட வேண்டும். வணிகர்களுக்கு எப்படி எப்படி உதவலாம் என்பதை அறிந்து வரவேண்டும். தம்பி! நீ யாரும் செய்யாத ஒன்றைச் செய். திரைகடலில் வேறு கோடியில் பல நாடுகள் இருக்கின்றனவாம். ஸ்ரீவிஜயமாம், காம்போஜமாம், சாவகமாம், சீனமாம் அங்கெல்லாம் போய் அந்தந்த நாட்டைக் கண்டு உன் திறமையை வளர்த்துக் கொள்ள வேண்டும். நம் சோழ நாட்டுப் பெருமை அங்கெல்லாம் பரவ வேண்டுமடா! இதுவே என் நீண்ட நாளையக் கனவு. தந்தையிடம் இதை நான் பலமுறை முன்பு வெளியிட்டிருக் கிறேன். அதற்கு அவர் கூறுவார்: 'கடல் கடந்த நாட்டு அரசகுமாரனுக்கு உன்னை மணம் புரிவித்து விடுகிறேன். அப்போது பாரெல்லாம் சுற்றிப் பார்க்கலாம்' என்று. தம்பி! எனக்குத்தான் அதில் விருப்பமில்லையென்று உனக்குத் தெரியுமே! சோழநாட்டை விட்டுத் தாண்டி நான் வேறெங்கும் போகவே மாட்டேன்; அப்படிப் போவதாக இருந்தால் எனக்கு மணமே ஆக வேண்டாமே!" என்று நகைத்தவாறு கூறினாள்.

அப்பொழுது உள்ளே நுழைந்த வந்தியத்தேவன் தொண்டையைக் கனைத்துக் கொண்டான். வானதி திரும்பிப் பார்த்துவிட்டு அர்த்தம் நிறைந்த சிரிப்பை உகுத்தாள்.

"அக்கா! அவருக்கு என்ன யோசனை சொல்கிறீர்களோ, அதை எனக்கும் சேர்த்துச் சொல்லுங்கள்" என்றாள் வானதி.

"உன் கட்டளைத்தான் என் சகோதரி மூலமாக எனக்கு வருகிறது. பட்டம் ஏறமாட்டேன் என நீ சபதம் செய்தாய், என்னையும் ஏறாதே என்று கட்டளையிட்டு விட்டார், இளைய பிராட்டியார்!" என்று அருண் மொழி நகைத்தவாறு கூறினான்.

"தம்பி, தம்பி! அப்படியெல்லாம் கூறி விடவில்லை. இப்போதே சோழ நாட்டு மக்கள் என் மீது கோபமாக இருக்கிறார்கள். எப்போதுமே உனக்கு அரசுரிமை வேண்டாம்

என்று கூறினால் என் மீது அவர்கள் கொதித்தெழுந்து விடுவார்கள்!" என்றாள்.

அருண்மொழி சிறிதுநேரம் மௌனமாக ஏதோ சிந்தித்த வண்ணம் இருந்தான். பிறகு குந்தவையை நோக்கி, "அக்கா! நல்ல யோசனை கூறினீர்கள். ஈழத்துக்கு நான் சென்றபோதே கடற் பயணத்தின் மீது எனக்கு ஆசை ஏற்பட்டுவிட்டது. அயல்நாடுகளைப் பற்றி நான் பல பல கேள்விப்படுகிறேன். பொற் கோயில்கள் இருக்கின்றனவாம், இராமாயண மகாபாரதக் கதைகள் சிற்ப வடிவில் அற்புதமாகச் செதுக்கப் பட்ட கோயில்கள் அங்கு இருக்கின்றனவாம். செல்வமும் செழிப்பும் நிறைந்த நாட்டில் மக்கள் களிப்புடன் வாழ் கின்றனராம். அங்கெல்லாம் சென்று நான் சுற்றிப் பார்ப்பேன். அந்த நாட்டு மன்னர்களுடன் அன்பு முறையில் அளவளாவி நட்புக் கொள்வேன். பயணத்துக்குத் தக்க மரக்கலத்தை ஆயத்தப்படுத்த இப்போதே ஏற்பாடு செய்கிறேன்!" என்றான்.

விரைந்து எழுந்தவனைக் குந்தவை கையமர்த்த "தம்பி, அவசரப்படாதே, பயணத்திற்கான திட்டங்களை யோசித்து முடிவு செய்வோம்" என்று கூறினாள்.

அவள் கூறிய யோசனை அருண்மொழிக்கு மிகவும் பிடித்திருந்தது. சோழநாட்டு அரச குமாரன் என்கிற முறையில் கடல் கடந்த நாடுகளுக்குச் செல்வதில் சங்கடங்கள் பல இருப்பதை அவன் உணர்ந்தான். சோழ நாட்டுப் பிரஜையாக தன்னந்தனியனாகப் போவதில் ஆர்வங் கொண்டான்.

அருண் மொழி கடல் கடந்த நாடுகளுக்குப் புறப்படும் செய்தி எங்கும் பரவியது. பட்டமேறிய மதுராந்தக சோழ தேவர் திடுக்கிட்டார். ஆனால் அருண்மொழி ஒவ்வொரு வரையும் தனியே சந்தித்து தக்கபடி பேசிச் சமாதானம் கூறினார்.

குறிப்பிட்ட நாளன்று நாகைப்பட்டினத்துக் கடற்கரையில் மக்கள் கூட்டம் என்றும் காணாத அளவுக்குக் கூடியிருந்தது. துறையில் பல மரக்கலங்கள் இருந்தன. கடற்கரைக்கு நெருங்கி வரமுடியாமல் சற்று தொலைவிலேயே சில மரக்

கலங்கள் நிறுத்தி வைக்கப்பட்டிருந்தன. அவற்றுள் கலிங்கத் தினின்று சீனத்துக்குச் செல்லும் மரக்கலமும் ஒன்று. அருண் மொழியின் வருகையை எல்லோரும் எதிர்பார்த்து நின்றிருந் தனர். எதிர்பார்த்திருந்த முகங்களுள் ரவிதாசனின் முகமும் ஒன்று. அவன் தன் உருவம் தெரியாமல் மாறி விளங் கினாலும், அவனது கொடுங்கண்கள் அவனைக் காட்டிக் கொடுக்க முயன்றன. கடந்த ஏழெட்டு நாட்களாக அவன் அருண்மொழியின் பயண விவரங்களைச் சேகரித்து வந்தான். அதற்கு அவனது சகோதரன் பரமேஸ்வரன் உறுதுணையாக இருந்தான். அப்போது அவன் நாணயச் சாலையில் பணி யாற்றவில்லை. மாளிகையில் முக்கிய அலுவலில் இருந்தான். நாகைப்பட்டினத்துக்கு வரும் வேற்று நாட்டுக் கலம் ஒன்றில் அருண்மொழி பயணமாகப் போவதை மட்டும் அவன் அறிந்தான். உடன் எவரெவர் செல்வர் என்பதை அவனால் அறியமுடியவில்லை.

அருண்மொழியை வழியனுப்ப இளைய பிராட்டியார் குந்தவை நாகைப்பட்டினத்துத் துறைக்கு வந்திருந்தாள். கொடும்பாளூர்ப் பெண் இளவரசி வானதி தேவி வந்திருந்தாள். வல்லத்து வீரன் வந்தியத் தேவன் வந்திருந்தான். இன்னும் அரசியல் அதிகாரிகள் வந்திருந்தனர். அருண்மொழியின் வேண்டுகோளுக்கிணங்க அதிகாரிகள் சிறிது தூரத்திலே அங்கிருந்து விடைபெற்றுக் கொண்டனர். அருண் மொழியைப் பிரிவதிலே வானதிக்கு ஏற்பட்ட வருத்தத்தை, குந்தவையின் அன்பான சொற்கள் மாற்றின. தன் கணவன் வெற்றியுடன் திரும்பி வர அவள் எல்லாத் தெய்வங்களையும் வேண்டிக் கொண்டாள்.

"எனக்கு மட்டும் பிரிந்திருக்க வேண்டும் என்ற ஆசையா கண்ணே! விரைவில் வந்துவிடுகிறேன். அக்கையார் இளைய பிராட்டியார் இருக்கிறார்கள் உனக்கு உறுதுணையாக" என்று அருண்மொழி வானதியைச் சமாதானப் படுத்தினான். அப்பொழுது இளைய பிராட்டியும் வந்தியத் தேவனும் அங்கு வந்துவிட்டனர். வந்தியத் தேவன் கடைசி நிமிடத்திலாவது இளவரசருடன் பயணத்தில் சேர்ந்து கொள்ள வேண்டும் என்ற எண்ணத்துடனே வந்தான். இருவருக்கும் ஆறுதல் கூறுவது போல், "பார்க்க பல ஆண்டுகள் போல் பிரிவு காலம்

இருப்பினும் போனோம் வந்தோம் என வந்துவிடுகிறோம். கவனமாக இருப்பதற்கு நான் சொல்ல வேண்டியதில்லை'' என்று கூறிப்போன வந்தியத் தேவனை அருண்மொழி நோக்கி, ''வல்லவரையரே! நீர் உங்கள் நாட்டிற்குச் சென்று விடப் போகிறீரா அல்லது காஞ்சியில் இருப்பீரா? திரும்பவும் கிடைத்த வாணகப்பாடி நாட்டிற்குச் சென்று சில காலம் இருந்து வருவீர் என நினைக்கிறேன்'' என்று கூறவும், வந்தியத் தேவனுக்குத் தூக்கிவாரிப் போட்டது. வானதி 'களுக்'கென்ற சிரித்து விட்டாள். குந்தவையின் கண்களில் குறும்புத்தனம் மிகுந்திருந்தது.

வந்தியத் தேவன் பேசமுடியாமல் ''நானா... நானா?'' என்று நெஞ்சடைக்கப் பேசினான்.

''வாணர்குலத்து வீரரே! வருத்தப் படக்கூடாது. எப்போதும் உம்மைப் பிரியாதிருக்க வேண்டுமென்று நான் எண்ணியிருந்தேன். ஆனால் உமக்கு இங்கு ஆற்ற வேண்டிய பணிகள் பல உள்ளன. மேலும் நான் சோழ நாட்டு அரச குமாரன் என்ற முறையில் இப்போது செல்ல வில்லை. உம்மை அழைத்துச் செல்வதில்... ''

''ஆமாம்; ஆமாம்! அவரது துடுக்குத்தனம் காட்டிக் கொடுத்து விடும். அத்துடன் புதுநாடு கிடைத்த சிற்றரசரை சாதாரண மக்கள் போல் நடிக்கச் செய்விக்க முடியுமா?'' என்று குந்தவை பேச்சை முடித்தாள்.

''வல்லவரையரே! ஆமாம்; ஆமாம்! மறந்துவிட்டேன். பல காரணங்கள் இருக்கின்றன நீங்கள் இங்கேயே தங்கியிருக்க. நான் கடல் கடந்த நாடுகளை இப்போது ஒரு முறை பார்த்து விட்டு வருகிறேன். பிறகு இருவரும் மற்ற வீரர்களுடன் செல்வோம். புலிக்கொடியை நாட்டச் செல்வோம். நான் வருவதற்குள் உங்கள் திருமண நாளைக் குறித்து வையுங்கள்'' என்று அருண்மொழி கூறினான்.

வானதி 'கல கல'வென நகைத்து 'அக்கா' என்று குந்தவையைத் தழுவிக் கொண்டாள். பொதுவாக இது போன்ற பேச்சையே ரசிக்க விரும்பாதவளானாலும் குந்தவையை அப்போது ஏனோ வெட்கம் வந்து சூழ்ந்து கொண்டது.

இவர்கள் தங்கியிருந்த இடத்துக்கருகிலும் மக்கள் கூடி விட்டனர். அருண்மொழியை ஒருமுறை காணவேண்டும் என ஆரவாரம் செய்தனர். அருண்மொழி வெளிமண்டபத்திற்கு வந்து மக்களுடன் பேசினான். அமைதியாக வாழுமாறும், அறநெறி பிடித்து ஒழுகுமாறும் கேட்டுக்கொண்டான். விரைவில் திரும்பி வந்துவிடுவதாக அறிவித்த போது மக்கள் ஆரவாரம் செய்தனர்.

அந்தச் சமயம் ஒரு பணியாள் வந்து வணங்கினான். சிறிது நேரத்தில் மரக்கலத்தின் நங்கூரம் தூக்கப்படும் என்றும், காற்று தக்க முறையில் வீசுகின்றது என்றும் அவன் கூறினான்.

அருண்மொழி உள்ளே சென்றான். அவன் திரும்பி நடுக் கூடத்தை அடையும் போது மற்றவர்கள் அவனைக் கவனித்தும் கவனியாததுபோல் இருந்தனர். அலட்சியமன்று அதற்குக் காரணம். அருண்மொழியின் தோற்ற மாற்றத்தை ஒருவராலும் புரிந்து கொள்ள முடியவில்லை. தலையில் பெரிய முண்டாசு; காதிலே தங்கத்தாலான பெரிய வளையம். இரண்டு கைகளிலும் கெட்டிக் காப்பு. காலிலே வெள்ளியால் ஆன கழல், நெற்றியிலே திருநீறு. நடுவே பெரிய குங்குமப் பொட்டு, தோளிலே பெரிய மூட்டை.

அருண்மொழி 'ஹஹஹ' என நகைத்தான். 'வெற்றி... வெற்றி' என்று கூறி "அக்கா! இப்போது யாராவது கூறுவார் களா என்னை ஓர் அரச குமாரன் என்று?" எனக் கேட்டான்.

குந்தவையின் கண்களிலே ஏனோ நீர் தளும்பியது. அருண்மொழியை அணைத்துக்கொண்டு, "தம்பி! உனது விஜயம் வெற்றியடையட்டும். உனக்கு ஏதாவது நேர்ந்து விட்டால், தம்பி! என்னைத்தான் எல்லோரும் தூற்றுவார்கள். ஆனால் ஆனால், நான் திடமான நம்பிக்கையுடையவள், உனக்கு தியாகை ஈசர் அருளினால் ஏதும் நேராது. எத்தனையோ இடர்கள் உனக்கு வந்தன. பிறந்தவுடன் உனக்குக் காவிரியில் நேர்ந்த ஆபத்தைவிடவா? ரேகை சாஸ்த்திரம் உண்மையானால் உன் கரங்களில் ஓடும் சங்கு சக்கர ரேகை அரச பதவி உன்னை தேடி ஓடிவரச் செய்யும். கவலையின்றிச் சென்று வா. இங்குள்ளவர்களைப் பற்றி நீ எந்தக் கவலையும் மனதில் கொள்ள வேண்டாம். உன் உடல்

நிலையைக் கவனித்துக் கொள். மறைந்திருந்து தாக்கவல்ல சோழ விரோதிகள் விஷயத்திலும் கவனமாக இரு" என்றாள்.

அருண்மொழி அங்கிருந்து விடைபெற்றுக் கொண்டான். மாளிகையினின்று வெளியே வரும்போது கூடி இருந்த மக்கள் அருண்மொழியை அடையாளம் கண்டு கொள்ள வில்லை. அருண்மொழி இன்னும் இளைய பிராட்டியுடன் மாளிகைக்குள் பேசிக் கொண்டு இருக்கிறார் என்றே எண்ணினார்கள். ஆனால் முதுகிலே மூட்டையைச் சுமந்து கொண்டு நடந்து செல்வதைப் பலகணி வழியே வானதியும் குந்தவையும் கவனித்துக் கொண்டிருந்தனர். மீன் போன்ற வடிவுடைய அந்தச் சாளரக்கண்கள் வழியே மீன் விழிகள் நான்கும் அருண்மொழி வணிகர் போல் நடந்து செல்வதை நோக்கின. கம்பீரமாக ஆறடி உயரம் இருந்த அருண் மொழியின் தோற்றம் காந்தார நாட்டு வணிகரைப் போல் இருந்தது. முதுகிலே ஏறியிருந்த பாரமான அம்மூட்டையைச் சுமப்பதில் அவனுக்குத் தனி ஆனந்தம் இருந்திருக்க வேண்டும்.

மக்கள் கூட்டத்தின் இடையே புகுந்து, மரத்தாலான பாத அணி 'கடக் கடக்' என்று சப்தம் எழுப்ப அருண்மொழி கடற்கரையை நோக்கிச்சென்று கொண்டிருந்தான்.

கடற்கரையினின்று சற்றுத் தொலைவில் நின்று கொண்டிருந்த அந்தக் கலிங்கத்துக் கலத்தை நோக்கிச் செல்ல சிறுபடகில் பயணம் செய்வோர் ஏறிய வண்ணமிருந்தனர். விரைந்து சென்று அருண்மொழியும் அதில் ஏறி அமர்ந்தான். மக்களோடு மக்களாகப் பயணம் செய்வதில் அவனுக்கும் பேரானந்தம்!

படகு நகரும் சமயம் அதோ யாரோ ஓடி வருகிறார்களே! ரவிதாசப் பிரமாதி ராஜன் விரைந்து வந்து கொண்டிருந்தான். அருண்மொழியின் வருகைக்காகக் கடற்கரையில் காத்திருந்த ரவிதாசன், அருண்மொழி இன்னும் வரக்காணாது தவித்தான். கலிங்கத்துக் கலத்தில் அருண்மொழி பயணமாகப் போவதாகத் தான் அவன் அறிந்திருந்தான். ஒருவேளை முன்பே கலத்தை அடைந்திருப்பானா? கலத்தை அடையும் கடைசிப்படகு அதுதான். அதை விட்டுவிட்டால் ஏமாற்றத்துடன் தோல்வி

யுற்ற திட்டத்துடனிருக்க வேண்டியதுதான் என்பதையறிந் திருந்த ரவிதாசன் விரைந்து சென்று படகில் ஏறி அமர்ந்தான்.

அருண்மொழியின் கண்கள் ரவிதாசனைக் கண்டு விட்டன. ரவிதாசனைப் பற்றி அவன் அறிவான். இவன் 'எங்கே செல்கிறான்? ஏன் படகில் ஏறுகிறான்?' என்ற எண்ணம் அவனை வந்து சூழ்ந்து கொண்டது. எனினும் ஏதும் அறியாதவன் போல் கடற்கரையை நோக்கிய வண்ணமிருந்தான் அருண் மொழி.

நாகைப்பட்டினம் சிறிது சிறிதாக அவனிடமிருந்து விலகி வந்தது. அதுவா விலகியது? நாமன்றோ நகர்ந்து செல்கிறோம் என்று எண்ணும்போது அவனுக்கு ஒரு கணம் கலக்கமேற் பட்டது. உற்ற நண்பர்களைப் பிரிகிறோமே என்ற எண்ணம், முக்கியமாக வானதியின் இதயம் என்ன பாடுபடும் என்று எண்ணினான். இனி இப்படியே எண்ணிக் கொண்டிருந்தால் செல்லும் காரியத்தை வெற்றிகரமாக முடிக்க இயலாதே என்பதை நினைத்தவுடன் அவன் படகில் அமர்ந்திருப்பவர் களை நோக்கலானான். கலத்தை அடையும்வரை அந்தப் படகில் இருந்தவர் ஏதும் பேசாமல் இருந்தனர். அவர்களுடைய பண்டங்கள் முன்பாகவே மற்றொரு படகில் சென்று கலிங்கத்துக் கலத்தில் ஏற்றப்பட்டு விட்டன.

அதோ! கலிங்கநாட்டு மாபெரும் கலம் பாய்விரித்துப் புறப்பட ஆயத்தமாக இருந்தது. அதை அறிவிக்க மணி யோசையெழுந்தது. மணியோசை கேட்டுப் படகில் இருந்தவர் பரபரத்தனர். அருண்மொழி கம்பீரமாக கலத்தை நோக்கினான். அதற்கு அருகே சோழ நாட்டு மரக்கலம் நின்றிருந்தது. சோழ நாட்டு நாவாயில் ஏறிச் செல்லாது வேற்று நாட்டுக் கலத்தில் செல்கிறோமே என்ற எண்ணம் அவனுக்கு எழாமல் இல்லை. படகினின்று கலத்துள் ஏற ஏணி இறக்கப்பட்டது. ஒவ்வொருவராகக் கலத்தில் ஏறினர்.

கலிங்கத்துக் கலம் மிகப் பெரியது. அதில் மூன்று அடுக்குகள் இருந்தன. மேல்தளம், இடைத்தளம், அடித்தளம். அடித் தளத்தில் வணிகர்களின் பண்டங்கள் சேமிக்கப்பட்டிருந்தன. இடைத்தளத்தில் கலத்தில் பயணம் செய்வோர் தங்கியிருந் தனர். ஒரு புறத்தில் கலம் செலுத்துவோர், அதற்கான பணியாட்கள் காவலர் அனைவரும் தங்க வசதியிருந்தது.

ரவிதாசன் ஒருமுறை மரக்கலம் முழுமையும் சுற்றி வந்தான். ஒவ்வொருவரையும் கூர்ந்து நோக்கி வந்தான். அருண்மொழி இந்தக் கலத்தில் ஏறவில்லையா? நாம் ஏமாந்து விட்டோமா? அருண்மொழியைத் தொடர்ந்து செல்லாமல் வீணே இந்தக் கலத்தில் பயணம் செய்து பொன்னையும் பொருளையும் செலவு செய்வதில் என்ன பயன்?

ரவிதாசன் மற்றொரு முறை ஒவ்வொருவரிடமும் நிற்பதும் பேச்சுக் கொடுப்பதுமாக இருப்பதை அருண்மொழி கண்டு கொண்டான். தன்னிடம் அவன் வருவதற்கு முன்னரே கலபதி யிடம் சென்று பேச்சுக் கொடுத்தான். ரவிதாசன் அவ்விடத் திற்கு வர இயலவில்லை. ஆனால் ரவிதாசன் சந்தேகம் அங்கு தான் வலுத்தது.

மற்ற வணிகர்களிடம் பேச்சுக் கொடுத்து அவன் அருண் மொழியைப் பற்றி உண்மையை அறிய முயன்றான். அந்த வணிகர் காந்தார நாட்டினின்று வருவதாகத்தான் அவர்கள் தெரிவித்தனர். பார்க்கும்போதும் தோற்றம் அவ்விதமே இருந்தது. ரவிதாசனுக்கு ஒன்றும் புரியாத நிலையில் கலம் கடலில் சென்று கொண்டிருந்தது. கதிரவன் உதித்து, மறையும் பல காட்சிகளை அருண்மொழி மேல் தளத்திலிருந்து கண்டு அனுபவித்துக் கொண்டிருந்த ஒரு நாள், தொலைவில் முல்லைத் தீவு தென்பட்டது.

கலபதி அதைச் சுட்டிக்காட்டி, "அதுதான் முல்லை தீவு. நமக்கு தேவையான உணவுப் பொருள்களை அங்குதான் சேகரிக்க வேண்டும். அதனுடன் மரக்கலத்தின் இருபுறமும் சேர்ந்திருக்கும் கனமான பாசிகளை அகற்றிச் சிறிது பழுது பார்க்க வேண்டும். நமது கலமும் முல்லைத் தீவை அடைகிறது" என்று கூறவும் அருண்மொழி வியந்து, 'முல்லைத் தீவு! என்ன அற்புதமான பெயர்!' என்று வாய்விட்டுக் கூறினான்.

அவன் பேசிய சொற்கள் ரவிதாசனின் காதுகளில் விழவில்லை. ஆனால் குரல் சட்டென்று கேட்டது. 'கேட்ட குரல்; பழைய குரல்...' என்று அவன் வாய் முணு முணுத்தது.

முல்லைத் தீவில் உட்புறத்தே வளைந்து செல்லும் ஆழமான பகுதியில் கலிங்கத்துக்கலம் நங்கூரம் பாய்ச்சி

நின்றது. மூன்று நாட்கள் கலம் அங்கே தங்குமென்றும், மூன்றாவது நாள் பொழுது சாயு முன்னர் கலம் புறப்படுமென்றும் கலபதி அறிவித்து விட்டான்.

கடற்கரையின் வெண்மணல் பரப்பில் கூடாரமடித்துக் கொண்டு வணிகர்கள் தங்கினர். பொதுவாகத் தீவைச் சுற்றிப் பார்க்க எவரும் தனியே செல்வதில்லை; கூட்டமாகவே செல்வர்.

மாறு வேடத்திலிருந்த அருண்மொழி, குறுகிய காலத் திற்குள் அங்கிருந்த வணிகர்களிடையே நன்மதிப்பைப் பெற்று விட்டான். அவர்களுடைய வாணிபப் பிரச்சனை களை விடுவித்தான். யோசனைகள் பல கூறினான். அவர் களிடம் தன் பெயரைச் சித்திரசேனன் என அறிவித்தான்.

மறுநாள் மாலை பூர்ண சந்திரன் உதயமான போதுதான் முல்லைத்தீவில் குரவைக் கூத்து தொடங்கியது. அதன் அறிவிப்பு ஒலி, கடற்கரையில் தங்கியிருந்த வணிகர்களை வாவென்று அழைத்தது.

❏   ❏   ❏

நடப்பட்டிருந்த வேலுக்கு வெள்ளரிசி தூவி, செவ்வரளி மலர் சூட்டி, ஆட்டுக்கிடா வெட்டிப் பூசை செய்துவிட்டுப் படிமத்தான் சைகை செய்தான். சிறுபறை முழங்கிற்று; உடுக்கை ஒலித்தது; 'கலீர் கலீர்' என்று தண்டை ஒலிக்கக் கையிலே வேலந்தி அந்தத் தீவின் தலைவரது மகள் வந்தாள். அவளுக்கு முதற்கை கொடுத்து ஆட இளைஞன் ஒருவன் வந்தான். சுற்றிலும் ஆண்களும் பெண்களும் ஒருவர்க் கொருவர் கைகோர்த்து கொட்டும் பறைக்கு ஏற்ப ஆடத் தொடங்கினார்கள்.

குன்றக் குரவையைப் பார்த்துக் களித்துக் கொண்டிருந்த ஒரு சிலருள் முல்லைத் தீவின் மரக்கலத் தொழிலை நடத்தி வரும் கார்மேகன் மகள் இன்பவல்லியும் ஒருத்தி. அவளும் அவள் தந்தையும் மரத்தடியில் அமர்ந்து அந்தக் கூத்தைக் கவனிப்பர். அவளுக்கும் ஆட வேண்டும் என்ற துடிப் புண்டாகும். அவளது தந்தையின் அனுமதி கிடைக்காது. 'உன்கரம் பற்ற எந்த இளைஞனுக்கும் தகுதியில்லை மகளே'

என்று அந்த முதியவர் முரட்டுத் தனமாகக் கூறிவிடுவார். ஆட்டத்தின் உச்சநிலையில் தாளங்கள் முழங்கின. முழவுகள் ஒலித்தன. சங்கம் முழங்கியது. சல்லியம் ஒலித்தது. சிறுபறை தடதட என்று வேகமாக அதிர்ந்தது. தாளத்துக்கேற்ப விரைந்து ஆடினர். அதன் உச்சிநிலையில் நடுவில் ஆடும் தேவராளனுக்கும், தேவராட்டிக்கும் சந்நதம் வந்து விடும். அவன் மேல் அரோகணிப்பான்.

இன்பவல்லிக்கு ஏனோ அதற்குமேல் காணப்பிடிக்க வில்லை. சட்டென்று எழுந்து அவள் விரைந்து வெளியே வருவதற்கும் அருண்மொழி மெதுவாக நடந்து கூத்து நடக்கும் இடத்தை அடைவதற்கும் சரியாக இருந்தது.

பத்தொன்பது வயதுப் பருவத்தினளாய் அழகின் ஆட்சி ஒவ்வோர் அங்கத்திலும் பூரணமாகத் திகழ்ந்திருக்க இன்ப வல்லி, அந்த வெண்ணிலவில் தேவ மகள் போல் விளங்கி னாள். ஏக்கத்தால் கலங்கியிருந்த அந்தக் கண்களில் கூட ஒரு தனிக் கவர்ச்சி காணப்பட்டது.

அருண்மொழி கம்பீரமாக அங்கு நிற்க ஒரு கணம் அவனைப் பார்த்துத் திகைத்தாள் அவள். அந்தப் புதிய மனிதனை மற்றொருமுறை காண ஆவல் கொண்டு திரும்பி னாள். ஆனால், அவள் பாரா முன்னர் அவளைப் பார்த்து விட்டு அவள் காணும்போது பாராமல் கூத்து நடக்குமிடம் நோக்கிச் சென்று கொண்டிருந்த அருண்மொழியைத் தொடர்ந்து வரத் துடித்தாள் இன்பவல்லி.

அத்தியாயம் 11
நிலவில் மலர்ந்த நெஞ்சம்

முல்லைத்தீவு மக்கள் முழுநிலவு காயும் வேளையிலே எல்லையிலா இன்பத்துடன் ஆடும் அந்தக் குன்றக் குரவையை அருண்மொழிவர்மன் கண்டதும், அவர்கள் தாளத்துக்கு ஏற்பப்பாடும் பாடலின் பொருளைக் கேட்டதும் அவனுக்கு வியப்பு அதிகமாகியது.

இந்தத் தீவின் மகளிர்தான் எத்துணை அழகுடன் விளங்கு கிறார்கள்! அவர்களின் தலைக்கோல அழகும், அதிலே குடியிருக்கும் மலர்களின் அழகும், அதற்குப் போட்டியிடும் மதிமுக அழகும் அந்த நிலவொளியில் சௌந்தரிய புரியை அவனுக்கு நினைவூட்டின. பெண் நல்லாள்களின் அழகு ரசனை மகத்தானது. செக்கச் செவேலென்றிருக்கும் அழகு மலரைச் சுற்றி கருநீல வண்ணமுள்ள குவளையை வைத்துத் தொடுத்து அவர்கள் அணிந்திருக்கும் அழகு ஒன்றே போதுமே.

அவர்கள் ஆடினர். கைகோர்த்து ஆடினர். பாதங்களைத் தாளங்கட்டு ஏற்ப மாறி மாறி வைத்து ஆடினர். குதித்து ஆடினர். குனிந்து ஆடினர். பம்பரம் போல் சுழன்றனர். ஒரு சமயம், வில்போல் வளைந்தனர் ஒரு போது. வேல் போல் பாய்ந்தனர் ஒரு போது. ஆகா! அந்தக் கூத்துக் குழாத்தின் நடுவே வனப்பு மிக்க திண்தோள் ஆடவன் அந்த அழகியர் கைப்பிடித்தாடுவது எத்துணைச் சிறப்பாக இருக்கிறது.

அருண்மொழியின் பாதங்கள் அசைந்தன. கைவிரல்கள் இலேசாகத் தொடையில் தாளமிட்டன. உதடுகள் மெல்ல முணுமுணுத்தன.

''கோழிக் கொடியோன் வாழ்கவென்று கூத்திடுவோமே
குன்றமர் செல்வன் வெல்கவெனக் கூத்திடுவோமே..''

என்ன அருமையான பாடல்! இது போன்ற பாட்டிலும் பரதத்திலும் மனத்தைப் பறிகொடுக்காமல் நமக்கு எதற்கு அரசியல் விவகாரங்கள்? குறிஞ்சி நிலத்துக் குமரன் புகழ்பாடிக் கூத்தாடியே காலத்தைக் கழிக்கலாம் போலிருக்கிறதே. இங்கே ஆடுகிறவர்கள் மனிதர்தானா? அல்லது தேவலோகத்திலிருந்து இறங்கி வந்து இரவிலே பாடி ஆடிப் பொழுது புலரா முன்னர் போய்விடும் தேவதேவிகளா? இந்தத் தீவு தேவர்கள் வந்து வாழும் தீவா? அப்படியென்றால் கலபதி ஏன் இங்குக் கலத்தை நங்கூரம் பாய்ச்சினான்? கலபதியே மாய மனி தனோ? கலிங்கக்கலமே மாயமோ? உடன் வந்த வணிகர்கள் எல்லோரும் மாயந்தானோ? இருக்காது, இருக்காது; அந்தக் கொடுங்கண் ரவிதாசன் இருக்கும்வரை அந்த ஐயத்திற்கிட மில்லை. அப்படித்தான் இருக்க வேண்டும்; மாயமாய்

இருக்கக் கூடாது. மாயமாய் இருந்தால் இப்போது சந்தித் தோமே ஒரு கணம் அந்தப் பொற்பாவை, அவளும் சொப்பனமாகி விடுவாளே!

'ஹூம்.'

அதோ ஹூம் என்று பெருமூச்சிடுவது யார்? அருண் மொழி திரும்பினான்; இன்பவல்லி அருண்மொழியின் தோற்றத்தை ரசித்தவள் சட்டெனத் திரும்பி உச்ச நிலையில் செல்லும் கூத்தினை ரசிப்பதுபோல் பாவனை செய்தாள். அவன் பார்த்தபோது அவள் நிலம் நோக்கினாள். வெண்மணல் தரையில் கால் விரலால் கோலமிட்டாள். வண்டுபோல் உருளும் விழியால் மெல்ல நோக்கினாள்.

இவள் வயதொத்த மற்றவர்கள் ஆடி மகிழும்போது தீவின் அழகு மகள்போல் திகழும் இவள் ஏன் கூத்தில் கலந்து கொள்ளவில்லை? நமக்கு ஏன் கவலை? கருத்தைக் கலந்து கொண்டு காட்சியைத் தவறவிட்டு விடக்கூடாது.

அதோ இசைக்கருவிகள் ஒலிப்பது சட்டென்று நிற்கிறது. வேல் நட்ட இடத்திற்கு இப்போது தேவராளனும், தேவ ராட்டியும்* செல்கின்றனர். ஆட்டுக்கிடா வெட்டி பச்சரிசியைத் தூவி சந்தனம் தெளித்து தூபம் காட்டுகின்றனர். 'செவவரளி' மலரைத் தூவி வைத்து வணங்குகின்றனர்.

இப்போது தேவராட்டியும் பாடுகிறாள். இது காறும் மிக அமைதியாக இருந்த இடத்தில், தொலைவில் விழும் அருவியின் ஒலிமட்டும் தெளிவாகக் கேட்டுக் கொண்டிருந்த அந்த இடத்தில், காற்றினால் அசைவுறும் இலைகளின் சப்தம் தவிர வேறு ஓசை எழாத அந்த இடத்தில் சட்டென இசைக்கருவிகள் ஒலிக்கின்றன. தொண்டகப்பறை முழங்கு கிறது; தேவராட்டி மெய்மறந்து பாடுகிறாள். குறிஞ்சி நிலக் கடவுள் முருகனை வாழ்த்திப் பாடுகிறாள். அந்தத் தீவையும் தீவிலுள்ளவர்களையும் வாழ்த்திப் பாடுகிறாள். அவளது

* விழாக் காலங்களில் சிறப்பாகப் பூசனை செய்ய வரும் ஆடவனுக்குத் தேவராளன் என்றும் பெண்ணுக்குத் தேவராட்டி என்றும் பெயர், வெறியாடுவதால் அவளுக்கு வெறியாட்டி என்றும் பெயருண்டு.

பாடலும், துடியின் முழக்கமும் அதற்கேற்ப பாதங்களை மாற்றி வைத்து 'ஜல் ஜல்' என்று எல்லோரும் தாளமிடுவதும் ஒவ்வொருவர் உடலிலும் புத்துணர்ச்சியை ஊட்டின. இக்கூத்தைக் காணும் வணிகர்கள் கூட மெய்மறந்தனர்.

திடீரென்று பாடல் உயர்நிலைக்குச் செல்கிறது. வாத்யங்கள் ஒரே காலத்தில் முழங்குகின்றன.

தேவராட்வடி கூவுகிறாள்; பம்பரம் போல் சுழல்கிறாள் 'ஹஹ்ஹா' என்று சிரித்துக் குதிக்கிறாள். அவளுக்கு ஆவேசம் வந்து விட்டது. அவள் ஏதோ கூறுகிறாள்.

அந்தத் தீவிற்குப் புதிய மனிதர்கள் வந்திருப்பதைப் பற்றிக் கூறுகிறாள். அவர்களுள் நல்லவரும் தீயவரும் கலந்திருப்பதைக் கூறுகிறாள். முல்லைத் தீவிலுள்ள பெண்ணொருத்தி காமன் கணை வசப்பட்டு இத்தீவை விட்டுப் போகத் துடிக்கப் போகிறாள் என்பதையும் கூறுகிறாள். அதனுடன் அத்தீவிற்கு இன்னும் சில காலத்துள் பேராபத்து ஒன்று வரப்போவதைப் பற்றியும் கூற பயங்கர ஒலி எழுப்பிவிட்டுச் சாய்கிறாள்.

அருண்மொழியின் உடல் சிலிர்த்தது. அவனருகே இப்போது இன்பவல்லி எப்படியோ நெருங்கி நிற்கிறாள். அவள் உடல் ஆடுகிறது. ஊடலெங்கும் ரோமாஞ்சலி ஏற்பட்டிருக்கிறது. அவளது கால்கள் நடுங்குகின்றன. அதோ அவள் சாய்கிறாளே.!

இன்பவல்லியைச் சுற்றி எல்லோரும் சூழ்ந்து கொண்டனர். அவள் முகத்தில் குளிர் நீர் தெளித்தனர். முருகனின் படிமத்துக்கு அருகிலிருந்த நீறும், குங்குமமும் கொண்டு வந்து இடுகின்றனர். அப்போது அத்தீவில் மரக்கலம் கட்டுந் தொழிலில் ஈடுபட்டு இருப்பவர்களின் தலைவனான கார்மேகம் ஓடோடி வந்து "இன்பவல்லி, இன்பவல்லி! என் குழந்தாய்! என்ன நேர்ந்தது?" என்று பதறிப்போய் அவள் முகத்தோடு முகம் வைத்து அலறுகிறான். மற்றவர்களும் திகைத்து நிற்கின்றனர்!

தேவராட்டியின் ஆவேசத்திலும் குன்றச் சிறுபறையின் ஒலியிலும், குறிஞ்சிப் பெண்ணின் இனிமையிலும் மனத்தைப் பறிகொடுத்திருந்த அருண்மொழி, நொடியில்

நேர்ந்துவிட்ட இந்நிகழ்ச்சி கண்டு திடுக்கிட்டான். மயங்கி வீழ்ந்தவர்க்குக் காற்றுப் புகவும் இடைவெளி இராது மக்கள் சூழ்ந்திருப்பதைக் கண்டு விரைந்து வந்து அவர்களை விலக்கிக் குளிர்காற்று நன்றாகப் படுமாறு செய்தான். மகள் மீது வீழ்ந்து விம்மும் கார்மேகனைச் சற்று விலக்கினான். இன்பவல்லி மெல்லக் கண்விழித்தாள். கண் விழித்தவுடன் அவள் கண்டது சந்தர வதனத்துடன் கம்பீரமாக நிற்கும் அருண்மொழியைத்தான். சற்று நேரத்திற்கு முன்பு அவள் அவனருகே நின்று கடைக் கண்ணால் அவனைக் கண்டிருக் கிறாள். அது மற்றொரு பாதி முகம்; இப்போதோ அவன் முழு முகம். அதோ... புருவம், அதன் கீழ் ஒளி நிறைந்த கண்கள், செவ்வுதடுகள், காதிலே தங்க வளையம், கழுத்திலே மணி மாலைகள், பரந்த மார்பை மறைத்திருக்கும் சால்வை, நீண்ட துதிக்கை போன்ற கரங்கள். கரங்கள்... அவை என்ன, பாதத்தைத் தொட முயல்கின்றனவா?

சந்நதமே நீ வாழி! தேவராட்டியே, உனக்கு வந்த ஆவேசமே நீவிர் வாழ்க! மயக்கமே நீ வாழ்க! வாழ்க! இல்லாவிட்டால் அந்த சுந்தரரூபனைக் கண்கொட்டாமல் தலைமுதல் பாதம் வரை கண்டு இதயத்தில் பதித்திருக்க முடியுமா?

அவள் கண்விழித்து விட்டாள் என்றறிந்த அருண்மொழி அங்கிருந்து மெல்ல அகன்றான். அவன் நினைவெல்லாம் அந்தக் குன்றக் குரவையின் மீதிருந்தது. குன்றக் குரவை ஆடும் மகளிர் மீது இருந்தது. அந்த மகளிர்க்குக் கைகொடுத்து ஆடும் ஆடவர் மீது இருந்தது. அவர்கள் இடையில் வேலோடு ஆடிய தேவராளன் மீது இருந்தது. ஆவேசம் வர ஆடிய வெறியாட்டி மீதிருந்தது. அவற்றிற்கும் மேலாக அந்த இசையால், முழக்கத்தால், ஆடலால், பாடலால் நினைவிழந்து விட்ட இன்பவல்லியின் இன்முகத்தின் மீதும் இருந்தது.

வணிகர்கள் தங்கியிருந்த கூடாரத்தை நோக்கி அருண்மொழி மெல்ல நடந்தான். மற்றவர்கள் முன்னதாகவே உறங்கச் சென்று விட்டனர். அவனைத் தொடர்ந்து யாரோ வரும் காலடி ஓசை. அருண்மொழி திரும்பினான். அவ்வுருவம் மர நிழலோடு நிழலாக மறைந்தது. வேறு எவராக இருக்க

முடியும்? ரவிதாசன் தான்! அவன் ஏன் தன்னைத் தொடர்கிறான்? தன் உண்மைத் தோற்றத்தைக் கண்டு கொண்டானா? ஆடையைச் சரிசெய்து கொண்டான் அருண்மொழி. தலை முண்டாசை ஒழுங்குப்படுத்திக் கொண்டான்.

கூடாரத்தில் அவன் படுத்து உறங்குவதற்குக் கண்களை மூடிக் கொண்டான். துயில் அவனை வந்து அடையவில்லை. பல நினைவுகள், அலை கடலின் ஒலி, காற்றின் ஓசை, கலத்தின் காவலர்கள் எல்லாம் ஒன்று சேர்ந்து அவர்கள் மொழியில் பாடும் ஓசை, சில வணிகர்கள் வாய்ப்பிதற்றலால் ஏற்படும் புரிய முடியாத சப்தம் எல்லாமாக வந்து அவனைச் சூழ்ந்தன. 'யார் அது?' அருண்மொழி துள்ளி எழுந்தான். கூடாரத்து வாயிலில் யாரோ வந்து சென்றது போன்ற ஓசை. மெல்ல எழுந்து அருண்மொழி வெளியே வந்தான். எங்கிருந்தோ மெல்லிய இசை மிதந்து வந்தது.

'குன்றெறிந்துக் குலம் காத்த குமரன்வந்து
காவானோ தோழி! காவானோ தோழி?
மன்றமும் பொதியிலும் மகிழ்ந்தே விளங்குவான்!
மலையிடைப் பொழிலிடை மலர்ந்தே வாழ்பவன்
இன்றிங்கு வந்தெனக் காறுதல் கூறியே
இடரொழித் தினிமை கூட்டுவானோ தோழி.'

ஆகா! நம் கையில் சுருதியெழுப்ப இசைக்கருவி இல்லையே! உடன்பாட இசை கற்றோமா? அதுவும் இல்லையே! இதுவரை நாம் கண்டதென்ன? அரண்மனை வாழ்வு... போர்களத்துச் சூழ்நிலை இதுதான் வாழ்க்கையா? இசையில் உயிரைப் பறிக்கொடுக்க மாட்டோமா? இனிய நடனத்தில் சிந்தனைச் செலுத்தமாட்டோமா? இவற்றை இப்படியே இதயச் சுவரில் ஓவியமாகத் தீட்டி வைத்துக் கொள்ள மாட்டோமா?

'இளைய பிராட்டியாரே! நீங்கள் நீடூழி வாழ வேண்டும். நீங்கள் என்னை வெளிநாட்டிற்கு அனுப்பாவிடில் இம் மரகத பூமியின் சௌந்தர்யம் காண்பேனோ? நீலவானத் தடாகத்தில் பூத்த வெண்தாமரை மதியின் குளிர்கிரணச் சூழலில் தேவ மாதரைப் போல இசை பாடும் மகளிரைக் காண்பேனோ?'

இப்படிச் சிந்தித்தபடியே அருண்மொழி காற்றிலே இசை வந்த திசை நோக்கி இரண்டடி எடுத்து வைத்தான்.

அப்போது யாரோ அவனது கரத்தைப் பிடித்துத் தடுத்து நிறுத்தினர்.

''யார்?'' என்று அருண்மொழி திரும்பினான்.

''சித்திரசேனரே! இந்த நேரத்தில் எங்குச் செல்கிறீர்?'' என்று கேட்ட வண்ணம் கலபதி நின்று கொண்டிருந்தார்.

''என் கூடாரத்தில் அருகே யாரோ நடமாடுவது போன்ற காலடி அரவம் கேட்டது. திடுக்கிட்டு வெளியே வந்தேன். எங்கிருந்தோ இனிய நாதம் மிதந்து வருகிறது! மீண்டும் கூத்து நடக்கிறதோ என்று காணச் செல்கிறேன்'' என்று கூறியவனைக் கலபதி தடுத்து, ''இளம் வணிகரே! காற்றிலே கேட்கும் ஓசையை நம்பிச் செல்வது தவறு. இந்தத் தீவில் மோகினிப் பேய்கள் நடமாட்டம் அதிகம். பௌர்ணமியன்று மோகினிக்குக் களிப்பு மிகுதி. இசை கேட்டுமயங்கிச் சென்றால் திரும்பி வருவது என்பது கிடையாது. காந்தார நாட்டினின்று பொருள் தேடி வரும் தாங்கள் இவ்வளவு எளிதில் உயிரை மாய்த்துக் கொள்ள விரும்புகிறீர்களா? உங்களை நமபி ஊரில் உங்கள் மனைவி காத்திருக்க மாட்டாளா? வயது முதிர்ந்த பெற்றோர் வாடியிருக்க மாட்டார்களா?'' என்று உருக்கமாகக் கூறினார்.

அருண்மொழி அதை மறுத்துப் பேச விரும்பவில்லை. கலபதி கூறியதற்கு நன்றி தெரிவித்தான்.

''கலம் பழுது பார்ப்பது இன்னும் எவ்வளவு நாட்களுக்கு நடக்கும்?'' என்று கேட்டான்.

''இந்தத் தீவில் தாமதம் என்பது மட்டும் கிடையாது. மரக்கலத்தைப் பழுது பார்க்கும் தொழிலாளர் தலைவர் கார்மேகன் சுறுசுறுப்பு மிகுந்தவர். அவரிடம் பேச்சுக் கொடுக்காமல் இருந்தால் வேலை விரைவில் முடிந்து விடும். இரண்டு நாள்களில் புறப்பட்டு விடலாம். இங்கு எவ்வளவு நாள்கள் வேண்டுமானாலும் தங்கலாம். கடலில் செல்வதை விட இங்குத் தங்கியிருப்பதில் பாதுகாப்பு அதிகம்.''

''என் அப்படி?''

''கடற் கொள்ளைக்காரர்கள் தொல்லைகள் இப்போது மிக அதிகமாகி விட்டது.''

''கொள்ளைக்காரர்களா?''

''ஆம்; அவர்களால் தான் இப்போது கடலில் கலங்கள் தனித்துச் செல்வது குறைந்து விட்டது. கலிங்கத்துக் கலத்தில் பாதுகாப்புக்கு வீரர்களை வைத்திருக்கிறோம். சோழநாட்டுக் கலங்களில் அத்தகைய பாதுகாப்பு இல்லை. புலிக்கொடி தெரிந்தால் கொள்ளைக்காரர்களுக்குக் களியாட்டம்தான்.''

அருண்மொழி உதட்டைக் கடித்துக் கொண்டான். அவன் கரம் உடைவாளைத் தொட்டது. சோழநாட்டின் புகழ் பராந்தகச் சக்கரவர்த்தி காலத்தில் எங்கும் பரவியிருந்தது. கடலில் சோழர் கலங்கள் கம்பீரமாக எங்கும் சஞ்சரித்தன. பராந்தகன் வளர்த்த புகழ், பெருமை எல்லாம் அதற்குள் சாய்ந்து விட்டனவே! மேலும் பேச்சுக் கொடுக்க அவனுக்கு எண்ணம்தான். ஆனால் கலபதி கொட்டாவி விட்டுத் தூக்கக் கலக்கத்தில் ஆட ஆரம்பித்ததால் அருண்மொழி பேச்சை நிறுத்திக் கொண்டான். அதற்குப் பிறகு அன்று இரவெல்லாம் கடற் பயணத்தைப் பற்றியே அருண்மொழிக்கு நினைவு.

மறுநாள் பொழுது புலர்ந்தது அருண்மொழி தீவைச் சுற்றிவரக் கிளம்பினான். அவனுடன் மற்றும் இரு வணிகர்களும் வந்தனர். அவர்கள் வந்த கலிங்கத்துக் கலத்தைப் பழுது பார்க்கும் வேலை விரைந்து நடந்தது. கார்மேகன் எல்லாருக்கும் கட்டளையிட்ட வண்ணமிருந்தார். அவர் மகள் இன்பவல்லி சற்றுத் தொலைவில் பாறைக்கருகே அமர்ந்து கொண்டு கலத்தின் பாயில் ஏற்பட்டிருந்த ஓட்டைகளைத் தைத்துக் கொண்டிருந்தாள்.

கார்மேகன் அருண்மொழியைக் கண்டார். சட்டென அவன் அருகே வந்து ''ஐயா! தாங்கள் தாமே நேற்று என் மகள் மயக்கம் தெளிய உதவியது?'' என்று கேட்டார்.

அருண்மொழி புன்சிரிப்புடன், ''மயக்கம் தெளிவிக்க நான் ஒன்றும் மந்திரம் போடவில்லையே!'' என்றான்.

"மாயமோ, மந்திரமோ? குன்றக் குரவைக் கூத்தைப் பார்த்து மயங்கி வீழ்ந்தவர்கள் அவ்வளவு எளிதில் மயக்கம் தெளிவதில்லை. ஆனால் என் மகளோ வழக்கத்தைவிடச் சுறுசுறுப்புடனிருக்கிறாள். உங்கள் அங்க அடையாளங் களைக் கூறி 'எங்கே, எங்கே?' என்கிறாள்."

"அப்படியா?"

"ஆமாம்; நானே காலையில் நீங்கள் தங்கியிருக்குமிடம் வருவதாக இருந்தேன்."

"நன்றி" என்று கூறிவிட்டு அருண்மொழி தொடர்ந்து செல்லப் புறப்பட்டான்.

கார்மேகன் அவனை மறித்து, அவன் கரங்களைப் பிடித்து, "அவ்வளவு எளிதில் நீங்கள் இங்கிருந்து போய்விடலாம் என எண்ணுகிறீர்களோ? முடியாது முடியாது. என்னுடன் என் குடிலுக்கு வரவேண்டும். நான் அளிக்கும் அமுதை ஏற்க வேண்டும். என் மகளும் களிப்படைவாள். அவள் எந்த ஆட வரையும் லட்சியம் செய்யாத பிறவி. அவள் நேற்றைக் கெல்லாம் உறங்கவில்லை" என்று கூறி, அவருக்கே உரித்தான புதுச்சிரிப்பை உகுத்தார்.

அருண்மொழியின் கைபிடித்து அருகேயுள்ள குடில் நோக்கி அவரை அழைத்துச் சென்றார் கார்மேகன்.

கார்மேகத்தின் குடில் மற்றவர்களது குடிலைவிட சற்றுப் பெரிதாக இருந்தது. அந்தத் தீவில் இருவருடைய குடில்களும் பெரியவை. ஒன்று தீவின் தலைவனுடையது; மற்றொன்று கார்மேகத்தினுடையது. கார்மேகன் குடும்பத்தார் பல தலைமுறைகளுக்கு முன்பு தமிழகத்தில் நடு நாட்டினின்று வந்து அத்தீவில் குடியேறியவர்கள். முல்லைத் தீவில் கார் மேகத்தின் தொழில் சிறப்பாக நடந்து வந்தது. ஒரு நாவாயோ, மரக்கலமோ அந்தப் பக்கம் பழுது பார்க்கப் பெற வந்தாலே அந்த ஆண்டு முழுமைக்கும் அவருக்கு வருமானம் கிடைத்துவிடும்.

ஆனால், இப்போது சில காலமாகக் கடலில் கொள்ளைக் காரர் தொல்லை அதிகமாகிவிட்டபடியால் மரக்கலங்கள்

தனியே பயணம் செய்வதில்லை. அவர்கள் நேரே மாயிருடிங் கத்திற்கோ, ஸ்ரீவிஜயத்திற்கோ சென்று விடுகின்றனர். அதனால் முல்லைத் தீவிற்குக் கலங்கள் வருவது குறைந்து விட்டது. அதனால் வெளிநாட்டுச் செய்தி ஏதும் அங்கு அதிகமாகத் தெரிய வாய்ப்பில்லை. எனினும் கார்மேகன் அருண்மொழியிடம் பேச்சுக் கொடுத்தார்.

"தங்களைப் பார்த்தால் சோழ நாட்டைச் சேர்ந்தவர் போலிருக்கிறது. ஆனால் காந்தார நாட்டவர் என்கிறீர்களே? எப்படி நன்றாகத் தமிழ் பேசுகிறீர்கள்?"

அருண்மொழி மனதிற்குள்ளே நகைத்துக் கொண்டான்.

"அதுவா? நான் பல மொழிகளும் நன்றாகப் பேசுவேன். ஆனால் என் பழக்கம் தமிழ்நாட்டில் அதிகம். அதனால் சிறப்பாகப் பேசுகிறேன்."

"ஓகோ! அப்படிச் சொல்லுங்கள். சோழ நாட்டில் இப்போது யார் ஆட்சி நடத்துகிறார்கள்? பழுவேட்டரையர் நலமா? சிவபக்தி மிகுந்த செம்பியன் மாதேவியார் நலமா? வெகு காலத்திற்கு முன்பு கண்டராதித்த தேவர் இந்தத் தீவிற்கு வந்திருக்கிறார் என என் தந்தை கூறியிருக்கிறார். ஐயா! அதைப் பற்றியெல்லாம் நீங்கள் அறிந்ததைக் கூறுங்கள். அதற்குள் என் மகள் அறுசுவை உண்டி தயாரித்து விடுவாள். என் மகள் சமையல் செய்வதில் கெட்டிக்காரி. தீவில் கிடைக்கும் கிழங்கையும் செந்நெல்லையும் கனியையும் காயையுங் கொண்டுதான் எங்கள் குடும்பம் விருந்து படைப்பது வழக்கம்" என்று பேசிக் கொண்டே போனார்.

இன்பவல்லி அறைக் கதவின் மறைவில் நின்று கொண்டு அவர்கள் பேசுவதைக் கவனித்துக் கொண்டிருந்தாள்.

தன் பெரிய பாட்டனார் கண்டராதித்த சோழதேவர் அங்கு வந்திருந்த செய்தியைக் கார்மேகன் கூறுவதை அருண்மொழி ஆவலுடன் கேட்டான். மேற்கிருந்து எழுந்தருளிய கண்ட ராதித்த சோழர் எனப் பெயர் பெற்ற தன் பெரிய பாட்ட னாரைப் பற்றி அவன் அறிந்திருக்கிறான். சிவ பக்தி மேலீட்டால் நாட்டை ஆள விருப்பமின்றி, மேற்கு நாட்டிலுள்ள தலங்களைத் தரிசித்து வருவதாகப் புறப்பட்டுச்

சென்ற கண்டராதித்தரைப் பற்றித் தகவலே இல்லை. அவர் அங்கேயே சிவனடி சேர்ந்து விட்டதாகப் பிறகு தகவல் வந்தது. ஆனால் இப்போதோ கார்மேகன் கூறுவது வேறு விதமாக இருக்கிறது. இன்னும் விவரம் கேட்க வேண்டும் என்று எண்ணினான் அருண்மொழி.

கார்மேகனோ, தான் பேசாமல் அருண்மொழியையே பேசச் செய்தார். இடையிடையே பணியாட்கள் வந்து மராமத்து சம்பந்தமாக யோசனைக் கேட்டுச் சென்றனர்.

தான் அறிந்த சோழ நாட்டுச் செய்தியைக் கூறினான் அருண்மொழி சுவையுடன். கார்மேகன் அவற்றைக் கேட்ட வண்ணம் இருந்தார். உள்ளே அறுசுவை உண்டி ஆயத்த மாகி வந்தது. அதை ஆக்கும் இன்பவல்லியின் இதயத்திலும் புதுப் புதுச் சுவைகளும் உணர்ச்சிகளும் பொங்கிக் கொண்டிருந்தன.

"ஆமாம், சோழ நாட்டில் இப்போது மதுராந்தக உத்தம சோழர் பட்டமேறியிருக்கிறார். இளவரசர் அருண்மொழி வர்மர் என்ன செய்கிறார்? அவரது நற்குணங்களைப் பற்றி நாங்களும் கேள்விப்பட்டிருக்கிறோம். ஈழ நாட்டிற்குச் சென்று போரிட்டு வென்ற அவரது வீரத்தை அறிந்திருக்கிறோம். இதுவரை சோழ நாட்டு அரசர்கள் பெற்றில்லாத பேரழகு அவரிடம் குடிகொண்டிருக்கிறதாமே உண்மைதானா?" என்று கார்மேகன் கேள்வி மேல் கேள்வி கேட்டு அருண் மொழியைத் திணற அடித்தார்.

ஒரு கணம் திகைத்த அருண்மொழி, பிறகு சிறிதும் தயங்காமல் "ஐயா! இதுபோன்ற கேள்விகளை எல்லாம் என்னைக் கேட்டால் நான் என்ன மறுமொழி கூறுவேன்? அருண்மொழியை நான் நேரே சந்தித்தது கிடையாது. போர் களம் விட்டால் அரண்மனை, அரண்மனைவிட்டால் சகோ தரியின் இருப்பிடம் என்றிருக்கும் அவரை யார் கண்டார்கள்? சரி, சரி நான் இங்குள்ள அருவியைக் கண்டு வருகிறேன். அதற்குள் உணவு..." என்று கூறிக்கொண்டே எழுந்தான்.

"அப்பா, அவருக்கு வழி தெரியாமல் போய்விடப் போகிறது. நீங்களும் உடன் போங்களேன்" என்ற இன்பவல்லி உள்ளிருந்து குரல் கொடுத்தாள்.

ரவிதாசனுக்கு ஒரே குழப்பமாக இருந்தது. ‘இந்தக் காந்தார வணிகன் அருண்மொழியா இல்லையா’ என்று சிந்தித்துச் சிந்தித்து மண்டையை உடைத்துக் கொண்டான். அவனுக்கு அப்போது பசி அதிகம் எடுத்தது. மெல்லத் தீவில் வாழ்வோர் குடில் பக்கமாகச் சென்று அவர்களிடம் பேச்சுக் கொடுக்க முயன்றான் அவன். அவர்கள் முதல்நாள் நடந்த குன்ற குரவையையும், அதில் தேவராட்டிக்குத் சந்நதம் வந்ததையும் பற்றிப் பேசிக் கொண்டிருந்தனர்.

“இந்தத் தீவுக்கு ஏதோ ஆபத்து வரும் என்று தேவராட்டி கூறினாளே, என்ன ஆபத்தோ?” என்று அவர்கள் பேசினர்.

“இந்த வெறியாட்டி கூறியது என்ன பெரிய விஷயமோ? எங்கள் நாட்டிலும் இப்படித்தான் தேவராளன் பேரில் ஆவேசம் வந்தது. அவன் நடக்கப்போகும் ராஜாங்க விஷயம் முழுமையும் கூறிவிட்டான்...”

ரவிதாசனின் முகத்தில் பெருமை கூத்தாடியது.

“நீங்கள் எந்த நாட்டைச் சேர்ந்தவர்கள்?” என்று அங்கிருந்தவர்களில் ஒருவர் ரவிதாசனிடம் கேட்டார்.

“எனக்கு எந்த நாடும் கிடையாது.”

“இல்லை, எங்கள் நாடு என்றீரே?...”

“அதுவா? நான் சோழ நாட்டில் பிறந்தவன் தான்.”

“அப்படிச் சொல்லுங்கள், எங்கே போகிறீர்கள்?”

ரவிதாசனுக்கு என்ன மறுமொழி சொல்வதென்று புரிய வில்லை. சட்டென்று பொய்யைத் துணிந்து வீசினான், “நான் இந்தக் கலத்தில் வந்திருக்கும் காந்தார நாட்டு வணிகன் சித்திரசேனனுடைய பணியாள். அவர் எங்கெங்குச் செல்வாரோ அங்கெல்லாம் நானும் செல்வேன்!”

ஆஜானு பாகுவாய் அழகிய தோற்றத்துடன் விளங்கும் அருண்மொழியை ஒருமுறை பார்த்தவர்கள் மறுமுறை காணாது இரார். மரக்கலத்தினின்று அவன் சித்திரசேனன் உருவில் இறங்கும்போது அவர்கள் கண்டார்கள்; கூத்து முடிந்து கார்மேகனின் மகள் மயக்கம் தீர்க்கும்போது கண்டார்கள். கார்மேகனுடன் பேசிக் கொண்டிருக்கும்போது

கண்டார்கள். அவனுடைய பணியாள் என்றவுடன் அவர்கள் ரவிதாசனுக்கு மிக மரியாதை செலுத்தினர். அவனுக்கு கனிகளும் கிழங்குகளும் கிடைத்தன. எல்லாவற்றிற்கும் மேலாக மூங்கில் குழாயை ஒருவன் கொண்டு வந்தான். அதிலிருந்து தேனை எடுத்து ஒரு பாண்டத்தில் ஊற்றிக் கொடுத்தான்.

"இது என்ன?" என்று ரவிதாசன் கேட்டான்.

"மது."

"மதுவா?"

"ஆம், இந்தமலையில் சேரும் தேனை எடுத்து இந்த மூங்கில் குழாயிலிட்டு மண்ணில் புதைத்து விடுவோம், நாளாக ஆக சுவை அதிகமாகும். மிக வேண்டியவர்க்கு மட்டுமே கொடுப்போம்."

ரவிதாசன் மதுவைச் சுவைத்தான், 'ஆகா! ஆகா, என்ன சுவை, என்ன சுவை! இன்னும் இன்னும் சுவைக்கலாம் போலிருக்கிறது. அவர்களை எப்படி கேட்பது?' அவர்களின் மனம் களிக்கக் களிக்கப் பேசிப்பேசித் தேனுண்ண முயன்றான். அதற்காகத் தானறிந்த மந்திர தந்திரங்களைப் பயன் படுத்தி அவர்கள் ஒவ்வொருவருடைய தனிப்பட்ட குறை களையும் கேட்டறிந்து பரிகாரம் கூற முயன்றான். ரவிதாசனின் தந்திரம் நிறைந்த பேச்சும், உண்மைபோல் கூறும் கற்பனைச் சம்பவங்களும் கேட்டு அவர்கள் மகிழ்ந்து, அவன் கேட்பதையெல்லாம் கொடுத்தனர்.

❑   ❑   ❑

பௌர்ணமிக்கு மறுநாள். அன்று முழுமையும் கார்மேகனுடன் பேசிப் பேசி அருண்மொழிக்குச் சலிப்பு ஏற்பட்டு விட்டது என்று கூற வேண்டும். தூண்டித் துருவி அவர் கேட்கும் கேள்விகளுக்கு விடை கூறி வரும்போது தவறிப்போய்த் தன் உண்மைத் தோற்றத்தை எங்கே வெளியிடுமாறு நேர்ந்து விடுமோ என்று கூட எண்ணினான் அருண்மொழி.

"சித்திரசேனரே! உமது பாடு யோகம்தான். வாணிபம் செய்கிறேன் என்று அயல்நாடுகளைச் சுற்றிப் பார்க்கக் கிளம்பி விட்டீர்கள். என்னை பாரும்-இந்தத் தீவில் இருந்து இங்குள்ள வர்கள் முகத்தையே திரும்பித் திரும்பிப் பார்க்கவே எனக்குப் பிடிக்கவில்லை. என்னையும் நீங்கள் போகும் தீவுகளுக்கு உடன் அழைத்துச் செல்லுங்களேன்?" என்றார் கார்மேகன்.

அவருக்கு இதுவரை மனதுக்குப் பிடித்தவர் என்று ஒருவரும் ஏற்படாதிருந்தனர். சித்திரசேனனைக் கண்டவுடன் அவர் நீண்ட நாட்கள் பழகியவர் போல் மதிக்க ஆரம்பித்து விட்டார்.

அருண்மொழி சிரித்தவாறு, "என்னுடன் வருகிறேன் என்கிறீர்களே, உங்கள் தொழில் என்ன ஆவது?" என்று கேட்டான்.

"மரக்கலம் கட்டுவதுதானே? எப்படியோ போகட்டும். ஒருவரும் உண்மையாய் உழைப்பதில்லை. என்னிடம் அவர்கள் அன்பு பாராட்டுவது எல்லாம் வெளி வேஷம். நான் சேர்த்து வைத்திருக்கும் செல்வத்திற்கும், என்னிடம் வளர் கிறாளே இன்பவல்லி, அவளை அடைவதற்குமே உழைப்ப தாகப் பாவனை செய்கிறார்கள். அவர்கள் ஒருவரையும் நான் அண்ட விடுவதில்லை. அதனாலேதான் என் மகளையும் குரவைக் கூத்து ஆடவும் அனுமதிப்பதில்லை. இந்தத் தீவின் இளைஞர்கள் முரடர்கள், அவர்கள் அனைவரையும் தமிழகத்துக்கு அனுப்ப வேண்டும். அறிஞர்களோடு பழகச் செய்ய வேண்டும். பண்பாடு கற்றுக் கொள்ளச் செய்ய வேண்டும். கோயிலுக்குச் செல்லும் வழக்கத்தை ஏற்படுத்த வேண்டும்.."

அருண்மொழி நகைத்தான்.

"சரி! அந்த இளைஞர்களைத்தான் அப்படிச் செய்ய விடலாம். உங்களிடம் வளர்கிறாளே அந்த மகளை..." அருண்மொழி 'உங்களிடம் வளர்கிறாளே' என்பதைச் சற்று அழுத்தமாகக் கூறினான், "என்ன செய்வதாக எண்ணம்?"

கார்மேகன் சிந்தனையிலாழ்ந்தார். பிறகு அருண்மொழியை ஏறெடுத்து நோக்கி, "ஐயா! நல்ல கேள்வி கேட்டீர்! இன்ப

வல்லியைப் பற்றித்தான் எனக்குக் கவலை. ஒவ்வோராண்டும் அவள் வளர வளர எனக்கு வேதனை வந்து முட்டுகிறது. பருவம் வந்த பெண்ணை வேலியிட்டுக் காக்க முடியுமா? இன்பவல்லி துடுக்கு மிகுந்தவள். யாருக்கும் அஞ்சமாட்டாள். இத்தீவு வாழ்மக்களிடம் கூட எனக்கு பயமில்லை. திடீர் திடீர் எனக் கடற்கொள்ளையர் இத்தீவிற்கு வருகிறார்கள். அவர்கள் கண்களில் என் மகள் பட்டுவிட்டால் தடாகத்துத் தாமரை யைத் தாவும் மந்தி கவர்ந்தது போல்தான். அவளுக்குச் சதா கடற்கரைப் பாறைத்தான் பொழுது போக்குமிடம். இப்போது கூடப் பாருங்களேன்..''

அருண்மொழியின் காதுகளில் இப்போது முதல் நாளிரவு கேட்ட அதே பாடலோடு இசை கேட்டது. மெல்ல அங்கிருந்து எழுந்தான் அருண்மொழி. இசை அவனை அழைத்தது. இசைபாடும் எழிலணங்கு அவனை அழைத்தாள்.

அருண்மொழி வெண்மணற் பரப்பில் நடந்து கடற் கரையை அடைந்தான். தாழை சூழ்ந்த தடாகத்துக் கரையில் நீண்டு நிமிர்ந்த பாறையின் மேல் இன்பவல்லி அமர்ந்து வானத்தைப் பார்த்துப் பாடிக் கொண்டிருந்தாள். அவள் பாடலுக்கு மினுமினுக்கும் தாரைகள் தாளம் போட்டன. காற்றில் அசைந்தாடும் தென்னங் கீற்றுகள் சுருதி மீட்டின. உதிரும் புன்னை மரங்கள் கைகொட்டி ஆரவாரித்தன. வெண் நுரை கக்கி விரைந்து விரைந்து வந்து கரையைத் தழுவும். வெண் திரைகள் ஆடிப்பாடின.

அருண்மொழி தன் தலைப்பாகையை மெல்லக் கழற்றினான்.

''ஆஹா...'' என்று மெல்லக் கூறினான்.

இன்பவல்லி திடுக்கிட்டு எழுந்தாள். பாட்டை நிறுத்தினாள்.

''ஏன் நிறுத்தி விட்டாய்? பாடு!..... 'குமரன் வரக் கூவுவாய் குயிலே' என்று பாடேன்.''

இன்பவல்லி மெல்ல நகைத்தாள். வெட்கத்தால் அவள் தலை குனிந்தாள்.

"பெண்ணே, ஏன் நிறுத்தி விட்டாய்?"

"பெண்ணா? இன்பவல்லி என்பது என் பெயர்."

"இன்பமாக இருக்கிறது."

"உங்கள் பெயரை அறிவது தவறாகுமா?"

"தவறென்ன? என் பெயர் சித்திரசேனன்."

"ஊர்?"

"எங்கள் ஊர் காந்தார தேசம்."

"இல்லை, இல்லை; இல்லவே இல்லை!"

"பிறகு..."

"எனக்குத் தெரியாது.."

அருண்மொழி அவள் கண்களை நோக்கினான். அந்தப் பேச்சை மாற்ற விரும்பி, "இன்பவல்லி! நீ இவ்வளவு அழகாகப் பாடுகிறாயே, நீ ஏன் குரவைக் கூத்தில் கலந்து கொள்வதில்லை?" என்றான்.

இன்பவல்லியின் கண்களில் கண்ணீர் தளும்பியது. "என் தந்தை என்னை அனுமதிப்பதில்லை."

"உனக்கு குரவைக்கூத்து நல்ல பாடமா?"

"ஆகா! அதை நான் யாரிடமாவது ஆடிக் காட்டாவிடில் என் நெஞ்சு வெடித்துவிடும் போலிருக்கிறது. யாரிடமாவது ஆடிக் காட்டாவிடில் கால்கள் முறிந்துவிடும் போலிருக்கின்றன!"

"எனக்கு ஆடிக்காட்டேன்!"

"ஆட்டுவித்தால் யாரொருவர் ஆடாதாரே?"

"இன்பவல்லி! நீ தமிழ் இலக்கியம் படித்திருக்கிறாயா?"

"எதையும் நான் கற்றதில்லை; கேட்டிருக்கிறேன்"

"இந்தத் தீவில் உனக்கு இவற்றைக் கற்றுக்கொடுத்தவர் யார்?"

இன்பவல்லி மௌனமாக இருந்தாள். அவள் இப்போது அருண்மொழியையே உற்று நோக்கினாள். அவளுடைய கண்கள் ஒளி வீசின.

"நான் கேட்டது உனக்குப் பிடிக்கவில்லை யென்றால் நீ மறுமொழி கூற வேண்டாம்" என்று அருண்மொழி கூறினான்.

"அப்படியெல்லாம் எண்ணி விடாதீர்கள். என் மௌனம் தவறுதலாகப் பட்டால் பொறுத்துக் கொள்ளுங்கள். என் பிறப்பின் ரகசியம், நான் வளர்ந்த ரகசியம் யாருக்கும் தெரியாது. இதுவரை என் தந்தையோ நானோ யாருக்கும் கூறியதுமில்லை. உங்களிடம் என் இதயத்தையே ஒப் படைத்து விடவேண்டும் எனும் எண்ணம் ஏனோ ஏற்பட்டு விட்டது. என் இதயம் உங்களை வேண்டியவர்கள் எனக் கூறிக் கொண்டிருக்கிறது. விட்ட குறை ஏதேனும் இருக்கும் போல் தோன்றுகிறது" இன்பவல்லி உணர்ச்சி வசப்பட்டுப் பேசினாள்.

அருண்மொழிக்கே அந்த நிலை மிகப் புது அனுபவமாக இருந்தது. 'சோழநாட்டிலிருந்து பல காத தொலைவுக்கப்பால் கடல் சூழ்ந்த தீவொன்றில் இப்படி ஒட்டி உறவாடும் நிலை தனக்கு எப்படி வந்தது? முன்பின் அறியா மங்கை ஒருத்தியின் எதிரே அவளது தந்தையின் சம்மதம் பெறாமல் தனித்துப் பேசத் துணிவு எப்படி வந்தது? இளவரசன் எனும் எண்ணம், துணிவு உள்ளத்தில் இருப்பதால் இப்படித் திடீரெனப் பழகுகிறோமா?' அவன் தன்னை விசாரித்துக் கொண்டான்.

இன்பவல்லி இப்பொழுது எழுந்து நின்றாள். "என் கதையை மற்றொரு நாள் கூறுகிறேன். இப்போது வேளை வந்து விட்டது. இது காறும் நான் கற்றிருந்த கலையை யெல்லாம் எவரெதிரேயாவது அரங்கேற்ற வேண்டிய வேளை ஏற்பட்டு விட்டது" என்று கூறினாள். கால்களில் சதங்கையை அணிந்தாள்.

அகக் கூத்து ஆடத் தொடங்கினாள். பாடியவாறு ஆடினாள். ஆடியவாறு பாடினாள். மாயவன் ஆடும் அல்லி ஆடினாள்; முக்கண்ணன் ஆடும் பாண்டரங்கமாடினாள்,

நெடியோன் ஆடும் துடியாடினாள். திருமகள் ஆடும் பாவைக் கூத்தாடினாள். ஆட்டத்துக்கு உறுதுணையாக 'கலீர்' எனச் சதங்கை ஒலி மட்டுமே எழுந்தது. கடற்கரைப் பகுதி முழுமை யும் அமைதியுடன் அவள் ஆட்டத்தை ரசித்தன. புள்ளி னங்கள் உறங்கியவாறே அவள் கூத்தைக் கேட்டு மகிழ்ந்து மறுநாள் பொழுது விடியும்போது உற்சாகமாகச் செல்ல வழிகோலின. வெண்திரை தன் கரங்கொட்டி ஆர்ப்பரித்தது.

அருண்மொழிக்கு அத்தீவில் இருப்பது போன்ற உணர்வே இல்லை. இன்பவல்லி தேவ கன்னியாகவும், தான் தேவ ராஜனாகவும் ஒரு கணம் மாறிவிட்டது போன்று உணர்ந்தான். அவள் இப்போது பரவைக் கூத்தாடத் தொடங்கினாள். அவளுக்கு முதற்கை கொடுக்க இப்போது அருண்மொழி முன் வந்தான். முதல் நாள் கண்ட ஆட்டத்தை நொடியில் கற்றுக் கொண்ட அவன் ஆடுவதைக் கண்டு அதிசயப்பட்டாள்.

முதற்கை கொடுக்க அவள் கரத்தை அவன் பிடித்தபோது அவள் உடல் சிலிர்த்தது.

அவள் கை விரல்களுடன் அவனது விரல்கள் பிணைந்த போது அவள் உடல் சிலிர்த்தது.

'இந்த அனுபவம் அடையவா கடற் பயணம் கிளம்பி னோம்?' அந்த நிலைக்குமேல் அவனால் ஆட இயலவில்லை. பாறை அருகே சென்றமர்ந்தான். இன்பவல்லியும் மெல்ல நடந்து வந்தமர்ந்தாள்.

"என் ஆடல் எப்படி?"

"நீ ஆடப் பிறந்தவள், இன்பவல்லி!"

"பொல்லாத புகழ்ச்சி!"

"இல்லவே இல்லை; இந்தச் சொற்களை மட்டும் கூறுகிறோமே, இன்னும் இன்னும் புகழ முடியவில்லையே என்ற தாபம் எனக்கு. உன் ஆட்டத்தை புகழ்வதா? அங்க அசைவுகளைப் புகழ்வதா? இவற்றையெல்லாம் எங்கே கற்றாய் இன்பவல்லி? நான் மரக்கலத்தில் வருவேன். என் எதிரே ஆடிக் காட்டவேண்டும் என்ற காத்திருந்தாயா?"

"ஆமாம், முற்பிறவியில் நான் சோழ நாட்டில் பிறந் திருந்தேன், நீங்கள் அரசகுமாரராய்ப் பிறந்திருந்தீர்கள். நான் அட வல்லவள். உங்கள் எதிரே என் கலைத் திறமையைக் காட்ட விழைந்தேன். ஆனால் அது நிறைவேறவில்லை. ஒரு பிறவி தவஞ் செய்தேன். காலமெல்லாம் காத்திருந்தேன். இந்தப் பாறையில் நின்று நெடுந்தூரத்துக்கு நெடுந்தூரம் மேற்கு திக்கு நோக்கி நீங்கள் வருவீர்களா எனப் பார்த்திருந் தேன். வந்து விட்டீர்கள். என் ஒரு கனவு பலித்தது."

"ஒரு கனவா? மற்றொன்று?"

இன்பவல்லி பேசவில்லை. முகம் தாழ்த்திக் கொண்டாள். பக்கமாகக் கன்னத்தைத் திருப்பினாள். முகத்தைத் தோளின் மீது சாய்த்தாள். இரு விழிகளையும் மூடித்திறந்தாள்.

"சொல்லமாட்டாயா இன்பவல்லி? மற்றொரு கனவு என்ன? இதுவே கனவுபுரிதானே! இல்லாவிடில் எனது இவ்வளவு பிராயத்தில் காணாத நிகழ்ச்சியில் கலந்து கொள்வேனா? வேலும் வாளும் எடுத்துச் சுழற்றுவதன்றி வேறு கவனம் செலுத்தாத நான் உனது மென் பஞ்சுக் கரங ்களைப் பிடிப்பேனா? நாட்டியக்கலை என்னைக் கவர்ந்து விட்டது. இங்கே பார், சொல்லமாட்டாயா இன்பவல்லி? இன்னொரு கனவு என்ன?" என்று கேட்டபடி அவள் முகத்தைத் திருப்பிய சித்திரசேனன், சட்டெனத் திடுக் கிட்டான். 'அவசரத்தில் என்ன வார்த்தை புகன்றோம்? வேலும், வாளும் எடுத்துச் சுழற்றுவது என்று கூறினோமே! என்ன தவறு செய்துவிட்டோம்.!'

"மற்றொரு கனவா? கலையின் இருப்பிடமாம் சோழ நாட்டிற்குச் செல்ல வேண்டும் என்பதே எனது இன்னொரு கனவு!" என்று கூறி இன்பவல்லி சித்திரசேனனை ஏறெடுத்துப் பார்த்தாள்.

இன்னும் தன்னை இன்னார் என்று அவள் புரிந்து கொள்ள வில்லை என்று அறிந்து ஆறுதல் கொண்ட அருண்மொழி, "சோழ நாட்டிற்கா? அங்கு என்ன அத்தனை பெருமை இருக்கிறது?" என்று கேட்டான்.

"ஏனில்லை! நீங்கள் பிறந்த மண் ஆயிற்றே அது ஒன்றே போதாதா?"

"நானா!"

"ஐயா! காந்தார நாட்டு வியாபாரியே! இன்னும் என்னிடம் மறைக்கப் பார்க்காதீர்! உம்மைப் பற்றி எல்லா உண்மை களையும் என் தந்தை கூறிவிட்டார்."

"என்ன கூறிவிட்டார்?"

"நேற்று நீங்கள் அவருடன் பேசிக் கொண்டிருக்கும் போதே அவர் எல்லாம் அறிந்து கொண்டார். அவர் கூர்மை யான அறிவுடையவர். உங்கள் தோற்றத்தையும், நடை, உடை, பாவனைகளையும் கண்டு அவர் உங்களைச் சோழ நாட்டவரென்று மதிப்பிட்டு விட்டார். அதிலும் சாதாரண சோழ நாட்டுப் பிரஜை அன்று நீங்கள். நீங்கள் ஓர் அரச குமாரர்! உங்களுடைய அங்க அடையாளங்கள் நீங்கள் அரச குலத்தவர் என்பதைக் கூறினவாம். அவர் என்னிடம் கூறி விட்டார். அவருக்கு உங்களைப் பிடித்துவிட்டது, ஆமாம்; அவர் சொல்வது இருக்கட்டும், உங்கள் தலைப்பாகைகூட நீங்கள் ஒரு வணிகரல்லர் என்பதைக் கூறுகிறதே! நீங்கள் எங்கே செல்லுகிறீர்கள்? ஏன் செல்லுகிறீர்கள்?" என்று கேட்டாள் இன்பவல்லி.

"அதுவா? அது ஒரு பெரிய கதை!" என்று கூறிச் சிரித்தான் அருண்மொழி. அவளும் நகைத்தாள். இரு வருடைய நகை ஒலிகளும் கலகல சலசலவெனப் பறந்து காற்றில் கலந்தன.

இதுகாறும் மறைந்திருந்து இவர்கள் பேசுவதைக் கேட்ட வண்ணமிருந்த ரவிதாசனின் சந்தேகத்தை அந்த நகையொலி அறவே அகற்றியது. அவனது தீக்கண்கள் இன்னும் அதிக மாக நெருப்பைக் கக்கின. அவனது பழிவாங்கும் இதயம் இன்னும் வைரமாகியது. அவனுக்குக் கொஞ்ச நஞ்சமிருந்த சந்தேகமும் தீர்ந்தது. வணிகனுக்குள் மறைந்திருப்பவரின் உண்மையை அவன் அறிந்துகொண்டான்.

"இந்த ரவிதாசன் சந்தேகப்படுவது எப்போதும் பொய் யாகாது. அவன் எடுத்த காரியம் தோல்வியடையாது. சோழ இளவரசே! இனி என்னிடமிருந்து நீர் தப்ப முடியாது!" என்று முணு முணுத்தான் ரவிதாசன்.

சந்திரன் மேகக்கூட்டங்களுக்கிடையே மறைந்தான். அந்தக் கடற்கரை இருண்டு காட்சியளித்தது. அச்சத்திற்குக் கட்டியங் கூறியது.

அத்தியாயம் 12
காத்திருப்பாய், வந்திடுவேன்!

அருண்மொழிக்கு, பின்னிரவிலும் உறக்கம் வரவில்லை. கூடாரத்திற்குள்ளே காற்றேயின்றி ஒரே புழுக்கமாக இருந்தது. அவன் வெளியே வந்து வெண்மணற் பரப்பில் கீழே துணியை விரித்துப் படுத்தான். சந்திரன் தீவின் மறு புறத்துக்குச் சென்று விட்டான். அடர்ந்த மரங்களும், தீவின் இடையேயுள்ள சிறு குன்றமும் மதியை மறைக்க முயன்றன. அந்த மங்கிய நிலவொளியில் அருண்மொழி வானத்தைப் பார்த்தவாறு சிந்தனையிலாழ்ந்திருந்தான். அவன் உள்ளக் கடல் கொந்தளித்துக் கொண்டிருந்தது. அந்தக் கொந்தளிப்பில் புயலால் ஏற்படும் பயங்கரமும் இருந்தது; தண்ணிலவால் ஏற்படும் இன்பமும் இருந்தது.

அவன் செவிகளில் இன்பவல்லியின் குரல் ரீங்காரமிட்டுக் கொண்டிருந்தது. அவளது பாதச் சதங்கையின் 'கலீர் கலீர்' என்ற நாதம் எதிரொலித்துக் கொண்டிருந்தது. தலையில் சூடியிருந்த மலர்களின் அற்புத மணம் நாசியின் இடையே உலாவிக் கொண்டிருந்தது. இன்பவல்லி இப்போதும் அருகே அமர்ந்து இனிய சொற்களால் பேசிக் கொண்டிருப்பது போன்ற உணர்ச்சி ஏற்பட்டது அவனுக்கு. 'கலகல'வெனச் சிரிக்கும் ஒலி அருண்மொழி துள்ளி எழுந்தான். எவரையும் காணோம். விடியும் வேளை நெருங்குகிறது போலும்! தீவில் வாழும் ஒரு சிலர் துணங்கலில் விளக்கேற்றி வைத்துக் கொண்டு கடலில் மீன் பிடிக்கச் செல்ல ஆயத்தமாயினர். அவர்கள் போடும் கூச்சல் அந்த அமைதியான வேளையில் பயங்கரமாக எதிரொலித்தது. விழித்தெழும் நிலையில் அரைத் துயிலில் ஆழ்ந்திருந்த புள்ளினங்களையும் எழுப்பி விட்டது.

இரு நாட்களின் சம்பவங்கள் ஒவ்வொன்றையும் மீண்டும் நினைத்துப் பார்க்கும்போது அவனுக்கே வியப்பாக இருந்தது. இன்பவல்லியின் இன்முகமும், அவள் தம்முன் தன்னந் தனியாய் ஆடிய ஆடலும், அவளது இன்குரலினின்று எழுந்த பாடலும், அவளது பருவ எழிலும் அவன் நினைவின் முன் தோன்றின. அவளைப் பிரிந்து வந்து சில நாழிகை நேரங் கூட ஆகியிருக்காது. ஆனால் ஏதோ யுகயுகமாகக் காலத் தினிடையே இடைவெளி ஏற்பட்ட உணர்வு எழுந்தது.

ஏன் இப்படித் தன் மனத்தில் மாறுதல்? தன் போக்கில் முல்லைத்தீவு ஏன் மாறுதலைத் தோற்றுவிக்க முயலுகிறது? சௌந்தர்யத் தீவு தன் மாயா ஜாலத்தால் தன்னை மயக்குகிறதோ? அன்றி அத்தீவின் மோகன வடிவால் தனது போக்கில் புதுப்பாதையைத் தோற்றுவிக்கிறாளா. தன் மனம் அங்கு லயிக்குமாறு கவர்ந்தது எது என அவனுக்குப் புரிய வில்லை. தஞ்சை அரண்மனையிலும் எத்தனையோ எழிலார்ந்த இள நங்கைகளைக் கண்டிருக்கிறான் அவன்; அவர்கள் முகத்தைக் கூட அவன் ஏறெடுத்துப் பார்த்தது கிடையாது.

அவன் வளர்ந்ததே விசித்திரமானது. இள வயது முழுமையும் அக்கையர் குந்தவையாருடனும் பாட்டியார் செம்பியன் மாதேவியாருடனுமே கழித்திருக்கிறான். அவர்கள் அவனுக்கு ஒழுக்க நெறிகளைப் பற்றிய கதைகளைக் கூறுவர். தயை, ஈவு, இரக்கம் இவற்றைப் பற்றிய கதைகளைக் கூறுவர். பிறகு படை வீரர்களுடன் பொழுதைக் கழித்திருக்கிறான். வாட் பயிற்சி, குதிரையேற்றம், யானை ஏற்றம் இவற்றைக் கற்பதில் காலம் ஓடியதே தெரியவில்லை. பிறகு ஈழத்துப்போர் அவனைப் பெரிதும் ஈடுபடுத்தியது.

அரண்மனையில் அரை நொடிக்கூட வீணே காலங்கழித் தால்தானே மனத்தை அலையவிட இயலும். அவன் தஞ்சை அரண்மனைக்கு வந்தால், தாய் தந்தையரருகே இருந்து அவர் களிடம் தான் சென்ற இடங்களைப் பற்றியும் தான் பெற்ற அனுபவங்களைப் பற்றியும் கூறுவான். குந்தவைப் பிராட்டி யாருடன் உரையாடும்போது கொடும்பாளூர்ப் பெண் வானதி அங்கு வருவாள்; அவளோ பெண் இனத்திலேயே பெரும்

புதிர். வெட்கம் எனும் உணர்ச்சியால் முழுதும் படைக்கப் பட்டவள். செம்மை நிறத்தை அவள் முகம் எங்குதான் ஒளித்து வைத்துக் கொண்டிருக்குமோ? அவள் கரங்கள், முகத்தை மூடி வெட்கத்தை ஒளிக்க முயலும், எதிரே நிற்கும் எழிலார்ந்த யுவனான அருண்மொழியைக் காண்பதால் ஏற்படும் கூச்சத்தைத் தடுக்க முயலும். கொவ்வைச் செவ்வாயில் பூக்கும் குமிண் சிரிப்பை மறைக்க முயலும்.

‘‘எத்தனை நாளைக்கு உன் மென் விரல்களால் முகத்தை மறைப்பாயடி வானதி?’’ என்று கூறிக் குந்தவை அவள் கரங்களை முகத்தினின்று வலியப் பறித்து, ‘‘என் தம்பியும் உன்னைவிடக் கூச்சம் மிகுந்தவன்தான். போர்களத்தே தலை குனியா அந்த மாவீரன் பெண் இனத்தைக் கண்டால் வெட்க முறுவதைத் தடுக்க நான் முயன்று கொண்டிருந்தால் நீயே அவன் வெட்கத்தை இன்னும் வளர்த்து விடுவாய் போலிருக் கிறதே’’ என்று கூறுவாள். அருண்மொழிக்கு இப்போது கூச்சம் திடீரென எங்கிருந்தோ வந்து சூழும்.

‘‘அக்கா நான் வருகிறேன் அவசரமாக பணியொன்று இருக் கிறது’’ என்று அந்த இடத்தைவிட்டு நழுவுவாள் வானதி. பாவம் அவள் குழந்தை மனம் படைத்தவள். குந்தவையின் பேரபிமானத்தைப் பெற்று விட்டதால் எப்போதும் அவளருகேயே இருந்தாள். அதனால் அடிக்கடி அருண்மொழி அவளைச் சந்திக்க நேரும். தனக்கென முடிக்கப்பட்டவள் என்று பிராட்டியும், தாயாரும் அவ்வப்போது கூறி வந்ததால் அவன் உள்ளத்தில் மெல்ல மெல்ல அவள் இடம் பிடித்துக் கொண்டாள். கோலாகலமாக அவர்களது திருமணம் நடை பெற்றது. ஆனால் அந்தப் பெண் வானதி அதிர்ஷ்டமற்றவள். சேர்ந்தாற்போல் சில வினாடி கூட அவளுடன் பேச எங்கே பொழுது இருந்தது அருண்மொழிக்கு? அரண்மனை வாழ்வே அப்படித்தானா? இப்போதாவது உடன் அவளையும் அழைத்து வந்திருக்கலாம். உடலில் மட்டும் அன்றி உள்ளத் திலும் வலுக்குறைந்த அவளை உடன் அழைத்து வந்திருந் தால் ஒருநாள் கூட இந்தத் தீவில் தங்கியிருக்க முடியுமா?

அருண்மொழியின் மனம் குழம்பியது. இன்பவல்லிக்குக் கை வந்திருக்கும் இசைக் கலை, நாட்டியக் கலை அவளுக்கு வரப் பிரசாதமாக இருக்க வேண்டும். தனது தாய் தனக்குக்

கற்றுக் கொடுத்ததாக அவள் கூறுகிறாள். அப்படியானால் அவள் தாய் பெருங் கலைச்செல்வியாக இருந்திருக்க வேண்டும். அதுசரி, நமக்கெதற்குப் பாட்டும் கூத்தும், அவற்றைக் கற்று நாமென்ன செய்யப்போகிறோம்? நாடு திரும்பியவுடன் நமது பணியின் போக்கே வேறாக இருக்கப் போகிறதே, இப்போது நாம் புறப்பட்ட நோக்கமென்ன? செல்லும் நோக்கமென்ன? இத்தீவில் தங்கிய நாட்களுக்குள் நம் மனப்போக்கை வீணே மாற்றிக் கொள்ள வேண்டுமா? இந்த அனுபவம் பெறவா நம்மை வேறு நாடுகளைச் சுற்றி பார்த்து வருமாறு அக்கையார் இளையபிராட்டியார் கூறினார் கள்? ஏன் தவறு என்ன? இசை, நாட்டியம், சிற்பம் ஆகிய வற்றில் நம் கருத்தைச் செலுத்துவதில் தவறு என்ன? பெருமளவிற்கு நாட்டை விரிவுபடுத்திய மகேந்திர பல்லவர் சிறந்த கலையன்பராக இருந்ததாகக் கேள்விப் பட்டிருக்கி றோம்; சித்திரத்தில் புலியாக அவர் இருந்திருக்கிறாரே! இசையில் தன் மனத்தை லயிக்கவிட்டு இசைக்கருவி யொன்றையே புதிதாகச் சிருஷ்டித்திருக்கிறாரே! பெரும் பெரும் பாறைகளைக் குடைந்திருக்கிறாரே! அவருக்குத் தொடர்ந்து தொல்லை கொடுத்த புலிகேசியினை எதிர்த்துப் போரிட்டு, அதே சமயம் கலையிலும் பெரும் புரட்சி செய் திருக்கிறாரே! காஞ்சி கயிலாயநாதர் ஆலயத்தின் சிறப்பை என் இதயத்தினின்று என்றும் மறக்க முடியவில்லையே!

அந்தக் கோயிலிலுள்ள சிற்ப அற்புதங்களும், வண்ண ஓவியங்களும்... அடடா! இராசசிம்ம பல்லவர் அத்தகைய கலையுள்ளமும், ஆர்வமும் படைத்தவராயிருந்திராவிடின் அந்தக் கோயிலைப் படைத்திருக்க இயலுமா? நாட்டிய சாஸ்த்திரத்தையே கல்லிலே வடித்திருக்கிறார். வண்ண ஓவியங்களில் இள மங்கையரின் நடனத் தோற்றங்கள்! அந்தச் சிறு மாடங்களிலே ஜீவகளையுடன் திகழும் அந்தச் சித்திரங்களைச் சிருஷ்டிக்க அவருக்கு ஆர்வம் எப்படி வந்தது? போர்க்கலன்களை மட்டுமே அரசர்கள் அணிகலன் களாகக் கொள்ள வேண்டும் என்ற முறையை அல்லவா அவர் மாற்றிவிட்டார்! இன்பவல்லி போன்ற கலையரசியின் உறுதுணை இன்றி இராச சிம்மரால் கலைக் கோயிலைப் படைத்திருக்க முடியுமா? சோழ நாடு திரும்பியவுடன் நாம்

பாட்டியார் செம்பியன் மாதேவியாருடன் கோயில்கள் தோறும் சென்று கவின்கலைகளை அழகுபட அமைப்போம். இன்னும்இன்னும் அழியாத அமரப் படைப்புகளைக் காண வழி வகை செய்வோம். எனது கடற் பயணத்தில் எத்தகைய பலன் ஏற்படுகிறதோ இல்லையோ முதற் பயன் ஏற்பட்டு விட்டது.

இப்படியெல்லாம் கலைப் பொக்கிஷங்கள் கொண்டு வருவேன் என்ற நம்பிக்கையால் தானோ என் அக்கையார் இளைய பிராட்டியார் என்னை வெளிநாடுகளைக் காணச் சொல்லி அனுப்பினார்? அவர்மீது அப்போது பலர் சீறி விழுந்தனரே. நான் நாடு திரும்பியவுடன், நான் அறிந்த நான் கற்ற கலைகளைக் கொண்டு கலைக்கோயில் அமைக்கும் போது இளைய பிராட்டியாரின் பெருமை வெளிப்படும்.'

இவ்விதம் சிந்தித்த வண்ணம் நித்திரையெனும் பெரும் படகில் அமர்ந்தவாறு அலைகடலில் மிதந்த அருண் மொழியைக் காலை இளஞ்சூரியனின் பொற்கிரணங்கள் தட்டி எழுப்பின. அயர்ந்து உறங்கிய போது குறுக்கும் நெடுக்கும் இருமுறை சென்ற ரவிதாசன் பரந்த வெண் மணலில் தன்னை மறந்து உறங்கிக் கொண்டிருந்த அருண் மொழியின் முகத்தாமரையைக் கண்டான்.

அரண்மனையில் பஞ்சணை மெத்தையில் துயில வேண்டிய அரசகுமாரன் இந்தத் தீவில் வெறுந்தரையில் உறங்குவதேன்? சோழப் பேரரசின் வருங்கால மன்னர் தன்னந்தனியே இப்படி பயணம் செய்வதேன்? நவரத்தின வியாபாரியின் வடிவில் கடல் கடந்து செல்வதேன்?' ரவி தாசன் சிந்தனையில் இவைதான் சதா வட்டமிட்ட வண்ண மிருந்தன. ஒரு வேளை ஸ்ரீவிஜய மன்னருடன் தொடர்பு கொண்டு தேவைப்பட்ட போது படை உதவி பெறப் போகிறானா? அல்லது அந்த நாடுகளைப் பற்றி வேவு பார்த்து நாடு திரும்பி, படைகளைக் கொண்டு சென்று அவற்றை வெல்லப் போகிறானா? எதுவாயிருந்தால் நமக்கென்ன? நம் கண்ணில் மண்ணைத் தூவி மாற்று உருவில் சென்றால் நான் கண்டுபிடிக்க மாட்டேன் என்று உமக்கெண்ணமோ? சோழ நாட்டு இளவரசரே, ஐயோ, இளவரசரே! நீங்கள் சோழ

குலத்தை வாழவைக்கப் போகிறீர்கள் என்று உமது சகோதரியார் கனவு காண்கிறாள்! பெண் புலியான அவள் அந்த அரண்மனையையே அன்றோ ஆட்டி வைக்கிறாள்! அந்தப் பெண் புலியின் இந்தத் திட்டம்தான் அவளுக்கு மகத்தான தோல்வியை ஏற்படுத்தப் போகிறது. அவளது கனவு சீர்குலையப் போகின்றது. எந்தத் தம்பி பல அனுபவங் களுடன் நாடு திரும்பி, சோழ அரியணை ஏறிச் சீரும் சிறப்புடன் ஆளப் போகிறான் என அவள் கனவு காண் கிறாளோ, அந்த அருமைச் செல்வன் கண்காணாத பூமியிலே... இதை ஏன் நாம் இப்போது மனத்தினால் கூட எண்ண வேண்டும்?

இதோ! என் கண் எதிரே அந்தக் காட்சி தோன்றுகிறது. சகோதரனைப் பற்றிய செய்தி அறியாது நீ துடிக்கும் துடிப்பு எனக்குப் புலப்படுகிறது. கடைசியாக, பல ஆண்டுகள் கழித்து எவரோ சொல்கிறார்கள், சித்திரசேனன் என்ற வணிகர் மாண்டு போனதாக அவரது கை மோதிரத்தைக் கண்டு குந்தவையே, நீ துடிக்கும்போது...

'என் தலைவர் வீரபாண்டியரை இழந்த அவரது துணைவி எப்படித் துடித்திருப்பாள் என்பது உனக்குத் தெரியுமா? தெரியாவிட்டால் நீ இப்போது அனுபவி.'

'நிராயுதபாணியாகத் தனி இடத்தே சிக்கிய வீரபாண்டியரை உன் தமையன் ஆதித்த கரிகாலன் தன் வாள் கொண்டு தாக்கினானே, அப்போது பாண்டிய அரசி ஆதித்த கரி காலனைக் கெஞ்சியபோது, உயிர்ப்பிச்சை கேட்டு ஓலமிட்ட போது தன் மாங்கல்யம் வாழ வழி செய் என்று மன்றாடிய போது விட்டுவிட்டால் இந்தப் பாண்டிய மண்டலத்திலேயே இல்லாமல் எங்காவது கண் காணாத பூமிக்கு ஓடிவிடுகிறேன் என்று அந்த அழகு விழியாள் தாரை தாரையாகக் கண்ணீர் பெருக, பரம்பரை பரம்பரையான பாண்டிய வீரத்தின் சிறப்பையும் புறமுதுகிடா வீரத்தன்மையையும் மீறி மண்டி யிட்டு மன்றாடிய போது உன் அண்ணன் முரடன் என்ன செய்தான் தெரியுமா? அவரது தலையைச் சீவினான். அந்தச் சம்பவத்தை இப்போது நினைக்கும்போது என் உடல் துடிக்கிறது. பாண்டிய ராணி பதறி உருகி பரிதவித்தது போல்

நீ தவிக்க வேண்டாமா? அதைச் செய்யும் மகத்தான பணியை நான் ஏற்கிறேன்... சோழர் குலகொடியெனத் திகழும் குந்தவையே, நீ வாடித் துடிக்க வேண்டும். உன் கண்ணெதிரே சோழ சாம்ராஜ்யம் அழிவுபட்டு, மீன் கொடியின் கீழே தஞ்சமடைய வேண்டும்!'

ரவிதாசன் தன் கண்ணெதிரே இந்தச் சம்பவங்கள் நடை பெறுவது போலக் கையை மடக்கிக் கொண்டான். முஷ்டியை உயர்த்திக் கொண்டான். பல்லை நறநற வெனக் கடித்தான். வேறு இடமாக இருந்திருந்தால் 'ஹாஹா' எனப் பேய்ச் சிரிப்பு சிரித்திருப்பான்.

அந்தச் சமயம் கலபதியும் கார்மேகனும் பேசிக் கொண்டே அங்கு வருவது தெரிந்தது. கலபதி மிக்க கோபத்துடனிருந்தார். கலிங்கக் கலம் அத்தீவிற்கு வந்து மூன்று நாட்கள் முடியப் போகின்றன. பழுது பார்க்கும் வேலை பாதியளவிற்குக்கூட இன்னும் முடியவில்லை. இதுவரை அமைதியாக இருந்ததில் வானத்தில் சாதகமான காற்று வீசத் தொடங்கி விட்டது. தாமதப்படுத்தினால் இன்னும் பல நாள்கள் முல்லைத் தீவிலேயே இருக்க வேண்டியது தான். திட்டமிட்டு சேமிக்கப் பட்டிருந்த உணவுப் பண்டங்கள் குறைந்து விட்டதால் கலபதி கோபமாகக் கார்மேகனின் குடிலுக்கு வந்தார்.

கார்மேகனின் மகள் வீட்டின் வாசலில் கோலமிட்டுக் கொண்டிருந்தாள். அவள் அதிகாலையிலேயே எழுந்து விட்டாள், குளித்துத் தலையை வாரி முடித்துச் செந்நிற மலர் ஒன்றைச் சூடி அவள் குனிந்து கோலமிடும் போது அந்தக் கோலக்கரங்களின் நளினம் கலபதியின் சீற்றத்தைக் குறைத்தது. யாரோ வருவதறிந்து கடைக் கண்ணால் கண்டும் காணாதது போல் சற்று ஒதுங்கி நின்று வழிவிட்ட போது அந்த விழிக் கோணங்கள் வானவில்லின் வண்ண ஜாலம் தரும் இன்பத்தைத் கலபதிக்குக் கொடுத்தன. சற்று நகர்ந்து மீண்டும் தன் வேலையைக் கவனிக்க, குனிந்து நிமிர்ந்தபோது அவள் மேனியில் பூத்துக் குலுங்கும் எழில் மலர்கள் அசைந்தாடி அழகு சிந்தி கலபதியை நிலைகுலையச் செய்தன். சீற்றம் தணிந்தது.

விக்கிரமன் ❖ 185

அந்த தீவிற்கு வந்தபின் இரு நாட்களாக அவர் இன்ப வல்லியைக் காணவில்லை. கார்மேகனுக்குப் பெண்ணாக தேவமகள் வந்திருக்கிறாள் என்பதையும் அவர் அறியார். சிப்பி வயிற்றில் முத்து பிறப்பது போல் கன்னங்கரிய கார் மேகன் மகளாக இவள் எப்படிப் பிறந்தாள்? கலபதி எத்தனையோ நாட்டுப் பெண்களைக் கண்டிருக்கிறார். சீனப் பெண்களைப் பார்த்திருக்கிறார். யவன மங்கையரைக் கண்டிருக்கிறார். முகத்திரைச் சீலை திறந்து நோக்கி எழில் சிரிப்பு சிந்தும் சோனக நாட்டுப் பெண்களைப் பார்த்திருக் கிறார். இன்னும் இன்னும் அவரது கலம் சென்ற தீவுகளில் அழகி என்று கூறப்படுவோரின் திரு உருவங்களைக் கண்டிருக்கிறார். ஆனால் கார்மேகன் பெற்ற கந்தர்வ மகள் போல் அவர் எங்கும் யாரையும் கண்டதில்லை.

அவரது ஐம்பதாண்ட அனுபவத்தில் இதற்கு முன்பு முல்லைத் தீவில் நான்கு முறை தங்குவதற்கு வாய்ப்பு ஏற்பட்டிருக்கிறது. ஆனால் இந்த மின்னல் கொடியாளை அவர் கண்டதில்லையே! இவளைத் தன் கலத்தில் ஏற்றித் தன் நாடு சென்றால் கலிங்கத்து மன்னர் களிப்படைவார். கார் மேகன் சம்மதிப்பாரா? கண்டிப்பான குணமுடைய அவர் இப்படி நாம் நினைப்பதை அறிந்தால் இரவோடு இரவாகக் கலத்தை மூழ்கடித்துவிடுவாரே!

கலபதி குடில் தேடி வந்தது கண்ட கார்மேகன் ''வர வேணும் வரவேணும்'' என்று முகமலர்ச்சியுடன் வர வேற்றார். கலபதியின் கோபம் காற்றில் பறந்தது.

''காலை வேளையிலே கலபதி தேடி வந்தக் காரணம் யாதோ?'' என்று வினவினார் கார்மேகன்.

கலபதி சொல்லிழந்து நின்றிருந்தார். உட்காரவும் அவருக்கு முடியவில்லை.

''ஒன்றுமில்லை; கலம் பழுது பார்த்து இன்று முடிந்து விடுமல்லவா?'' என்ற கூறிப் பொருளற்றுச் சிரித்தார். இன்பவல்லி குடிலுக்குள் சென்றுவிட்டாள். கலபதியைச் சூழ்ந்திருந்த மயக்கம் விலகியது. அந்த இடத்தை மெல்ல ஆத்திரம் ஆக்கிரமித்தது.

‘‘தங்கள் வேலைதான் நடந்து கொண்டிருக்கிறது. இரவும் பகலுமாக முடித்திருப்போம். குரவைக் கூத்தில் கலந்து கொள்ளப் பணியாட்கள் போய்விட்டனர். முதல் நாள் கூத்தென்றால் மறுநாளும் அவர்கள் வருவதில்லை. இந்தத் தலைமுறை இளைஞர்களை ஒன்றும் கேட்க முடிவதில்லை. அவர்கள் மனம் போனபடிதான் வேலை செய்கிறார்கள்..’’ என்றார் கார்மேகன்.

கலபதியின் கோபம் மெல்ல மெல்ல அதிகமாகியது.

‘‘உங்கள் வேலைக்காரர்களைப் பற்றி நீங்கள் கூறுகிறீர்கள். எங்கள் கஷ்டத்தையும் நீங்கள் கவனிக்க வேண்டாமா? நாங்கள் போக வேண்டிய தொலைவை நீங்கள் மறந்து விட்டீர்களா? சாவகமும் தாண்டிச் சென்று சீனத்தில் பல துறைகளை அடைய வேண்டும். அங்கிருந்து பண்டங்களை ஏற்றிக் கொண்டு மீண்டும் எங்களூர் அடைய வேண்டும். ஒரு நாள் இரண்டு நாட்களில் ஆகிவிடுமா? ஊர் திரும்ப எவ்வளவு ஆண்டுகள் ஆகுமென்று தெரியவில்லை. என்னைப் பற்றி நான் கவலைப்படுவது கிடையாது. கலத்தின் வேலையாட்களின் வீடுகளில் அவர்கள் திரும்பும் நாளை எதிர்பார்த்துக் கொண்டிருப்பார்கள். கலத்துக் காவல் வீரர்களுக்குக் கொடுக்க வேண்டிய ஊதியமோ மிக அதிகமாகிவிடும். இப்படி ஒவ்வோர் இடத்திலும் தாமதமாகி விட்டால்’’ கலபதி இடைவெளியின்றிப் பேசினார்.

கார்மேகன் மிக முன்கோபக்காரர். எந்தக் காரியமும் திட்டப்படி முடியவேண்டும் என்பதில் கண்டிப்பு மிக்கவர். குறிப்பிட்ட நேரத்தில் எந்தப் பணியாளராவது இட்ட வேலையை முடிக்கவில்லை யென்றால் தீவே அதிரும்படிக் கூவுவார். தலைவலி, கால்வலி என்று கூறினாலும் ஒப்ப மாட்டார். அப்படிப்பட்டவர் குன்றக் குரவை காணப் பணியாட்கள் செல்வதை அனுமதித்தார் என்றால், மறுநாளும் வேலைக்கு வராததை அவர் கண்டும் காணாதிருந்தார் என்றால் அதற்கு ஏதோ ஒரு காரணம் இருக்க வேண்டும்.

காரணம் கலிங்கத்துக் கலத்தைத் தாமதப்படுத்துவதன் நோக்கமே அந்தக் கலத்தில் பயணம் செய்யும் சித்திரசேனனுக்காகத்தான். சித்திரசேனனுக்காகவா? வியப்பாயிருக்கிறதே!

அந்த வணிகர் சீனத்துக்கோ புட்பகத்துக்கோ செல்கிறார். கார்மேகன் அவரை முன்பின் அறியார்! அவருக்காகக் கலிங்கத்துக் கலத்தைத் தாமதப்படுத்துவானேன்?

கார்மேகனுக்குச் சித்திரசேனனை முன்பின் தெரியாது. ஆனால் அவர் மகள் இன்பவல்லிக்கு அவனைத் தெரியும். இருவரும் கந்தர்வ லோகத்தில் கைகோர்த்துப் பேசிக் களித் திருக்கிறார்கள்.

சந்திர மண்டலத்திலே அவர்கள் இசையிலும் நடனத்திலு மாகக் காலங்கழித்திருக்கிறார்கள்.

குபேர புரியிலே இருவரும் சொல்லின் பத்திலே பிணைந்து போதை கொண்டிருக்கிறார்கள்.

இப்போது முல்லைத்தீவின் மோகன நிலவில் நேரம் போவதே தெரியாது இதயமும் இதயமும் கலக்கப் பேசியிருக் கிறார்கள்.

கண்ணோடு கண் காவிய மொழியிலே கதை கூறக்கேட்டு மகிழ்ந்திருக்கிறார்கள்.

இன்பவல்லிக்கு ஏற்பட்ட திடீர் மாற்றத்தைக் கார்மேகன் அறிந்தார். இரண்டு நாட்களாக மிகக் குதூகலத்துடன் அவள் இருப்பதை அவர் அறிந்து தானிருந்தார். அவள் களிப்படைந் திருப்பதன் காரணத்தை அவர் அறிந்து கொண்டார். அந்தத் தீவின் மற்ற இளைஞர்களுடன் அவள் பேசுவதைக்கூட விரும்பாத அவர் வேற்று நாட்டவருடன் பேசுவதில், அவனுடன் தனித்து அளவளாவுவதில் ஆட்சேபணை தெரிவிக்கவில்லை என்றால் அதில் அவருடைய முழுச் சம்மதமும் இருக்கிறது என்றுதான் பொருள்!

சித்திரசேனன் அன்று குடிலுக்கு வந்து பேசிக் கொண்டிருந்த போதே அவனைப் புரிந்து கொண்டுவிட்டார் கார்மேகன். அவன் உண்மையில் வணிகனல்லன் என்பதை அறிந்து கொண்டார். தமிழை மிகத் தெளிவாக அவன் பேசியது கண்டு அவன் சோழ நாட்டவன் என்று மனத்தில் யுகம் செய்து கொண்டார்.

அவனுடைய தோற்றத்தை அங்க அடையாளங்களையும் அவன் கரத்திலுள்ள அற்புத ரேகையையும் அவர் கூர்ந்து

கவனித்தார். உண்மையில் சித்திரசேனன் வணிகனல்லன்; சோழ நாட்டைச் சேர்ந்த உயர் குடியில் பிறந்த இளைஞன். ஏதோ காரணமாக இப்படி மாற்றுருவில் கடல் கடந்து செல்கிறான் என்பதாக முடிவு செய்து கொண்டார். தன்மகள் அவனுடன் கடற்கரையருகே புன்னைச் சோலைப்பாறைக்குச் செல்வதில், அவன் எதிரே நடனமாடுவதில் அவர் எவ்விதத் தடையும் செய்யவில்லை. அந்தத் தீவின் தலைவனின் மகன் இன்பவல்லியின் மீது காதல்கொண்டு அவளுடன் பேசப் பலமுறை முயன்றான். வழக்கமாக அவள் சென்று கடற் கறையையே உற்று நோக்கியவாறிருக்கும் பாறையருகே அவளைத் தொடர்ந்து சென்று அவளுடன் பேச முற் பட்டான்; இதை அறிந்த கார்மேகன் கோபங்கொண்டார். தன்கைத்தடியைச் சுழற்றியவாறு அவனிடம் சென்று, இனித் தன் மகளைத் தொடர்ந்து செல்ல முயல்வானாகில் அவன் காலை முறித்துவிடுவதாக எச்சரித்தார். சிறிதுகாலம் அத்தீவின் தலைவனுக்கும் அவருக்கும் பேச்சு வார்த்தை இல்லாமல் இருந்தது. நாளடைவில் கார்மேகனுடைய உண்மைக் குணமறிந்த அவர் தன் கோபத்தை மாற்றிக் கொண்டார். அப்படிப்பட்டவர் தன் மகளின் போக்கை ஆதரிக்கிறார் என்றால்...

‘‘அப்பா! அவர் சாதாரண வணிகரல்லப்பா!’’ என்று குதூகலமாக இன்பவல்லி கூறியது கேட்டுக் கார்மேகன் களிப்படைந்தார்.

‘‘மகளே! உனக்கு அவரைப் பிடித்திருக்கிறதா? உன் நல்வாழ்வு என் நல்வாழ்வு; ஆனால் பார்த்துப் பிழை’’ என்று கார்மேகன் இன்பவல்லியின் தலையைக் கோதியவாறு கூறியபோது இன்பவல்லி வெட்கத்தால் தலைகுனிந்தாள். அந்த வெட்கம் முதல்நாள் இரவு பாறையிலே அருண் மொழியிடம் அவள் கொண்ட வெட்கத்தினின்று வேறு பட்டிருந்தது. அவள் இதயம் பொங்கப் பூரித்தது. அவள் அங்கிருந்து குதித் தோடினாள்.

அருண்மொழி வர்மன் கண் விழித்தபொழுது அவனால் எழுந்திருக்க இயலவில்லை. உடலில் சோர்வும் வலியும் சேர்ந்திருந்தன. மெல்ல எழுந்து உட்கார்ந்தான். கார்மேகனும் கலபதியும் அங்கு வந்தனர்.

"என்ன சித்திரசேனரே, சோர்வுற்றுக் காணப்படுகிறீர்?" என்று வினவினார் கலபதி.

"இரவு முழுவதும் திறந்தவெளி மணலிலா படுத்துறங்கினீர்? உடல் எல்லாம் மரணவலி வலிக்குமே?" என்று கார்மேகன் கேட்டார்.

அருண்மொழி மெல்ல எழுந்திருக்க முயன்றான்.

"சுவர்ணரேகா அருவியில் நீராடுங்கள்; உடல் களைப்பு போய்விடும்" என்று கலபதி கூறினார்.

"எங்கள் தீவைப் பற்றி நீங்கள் நிறையத் தெரிந்து வைத்திருக்கிறீர்களே?" என்று கேட்டார் கார்மேகன்.

"கலபதி யாவற்றையும் அறிந்திருக்க வேண்டும். சில இடங்களில் பயங்கர நோய் தரும் தண்ணீர் இருக்கும்; சில இடங்களில் உணவுப் பொருளுடன் விஷச் சத்தும் சேர்ந்திருக்கும். அவற்றையறிந்து கலத்திலுள்ளவர்களை எச்சரிப்பது என் கடமை!" என்றார் கலபதி.

"அப்படியென்றால் அருவியில் குளிப்பது நல்லது என்கிறீர்களா?" என்று அருண்மொழி கேட்டான்.

"சந்தேகமென்ன! நானும் வருகிறேன்!" என்று கலபதியும் கிளம்பினார்.

"கவனித்துத் துறையில் இறங்குங்கள்; குளித்துவிட்டு உடனே வந்துவிடுங்கள். ஒற்றையடிப் பாதையின் வழியே வேறு எங்காவது போய்விடப் போகிறீர்கள்" என்று எச்சரித்தார் கார்மேகன்.

"போவதா? குளித்துவிட்டு வந்தவுடன், அங்கேயிருந்து கலத்தின் வேலையை விரைவில் முடிக்க நான் நேரிடையே கவனிக்கப் போகிறேன்."

"கலபதி! உங்களுக்குச் சந்தேகமா? நாளைய தினம் கலம் ஆயத்தமாகிவிடும். உங்கள் வேலையை முடித்துவிட்டால் தானே வேறு மரக்கலம் வருவதற்குள் துறையைச் சரிசெய்ய முடியும்? சந்தேகமே வேண்டாம். நாளை உங்கள் கலம் கம்பீரமாகப் பாய்விரித்தோடும்" என்று கார்மேகன் அருண் மொழியை நோக்கியவாறு கூறினான்.

அருண்மொழியும் கலபதியும் சுவர்ணரேகா அருவியை நோக்கிக் கிளம்பினர். வழியை நன்கறிந்தவர் போன்று கலபதி முன் செல்ல அருண்மொழி பின் சென்றான். அடர்ந்த புதர் களுக்கு நடுவே சென்ற ஒற்றையடிப் பாதையின் வழியே அவர்கள் சென்றனர். மெல்லிய பூங்காற்றோடு பலவித மூலிகைகளின் மணமும் கலந்து வீசின. புதர்களினின்று குழி முயல்கள் விழுந்தடித்து ஓடின.

கலபதி தன் கடலனுபவத்தைக் கூறிக் கொண்டே வழி நடந்தார். முன்பெல்லாம் கடல் பயணம் எப்படிப் பயமற்று இருந்ததென்பதையும், இப்போது எவ்விதம் பயத்தை மடியில் கட்டிக்கொண்டு செல்ல நேரிடுகிறதென்பதையும் பற்றி அவர் கூறினார். சோழ நாட்டவர்கள் தங்கள் கலங் களைச் சரிவரப் பாதுகாக்க அறியாமல் போவதால் கடற் கொள்ளைக்காரர்கள் எளிதில் அவர்களைத் தாக்கினார்கள் என்றும், அதே சமயம் மற்ற நாட்டுக் கலங்கள் வரும்போதும் அவர்கள் தாக்க முயல்கின்றனர் என்றும் கூறினார். தொடர்ந்து “இந்தத் தமிழ் நாட்டவர்கள் பேசுவதில்தான் கெட்டிக்காரர்கள். செயலில் ஏதும் இல்லை. மற்ற நாட்டவர்களைப் போல் கலம் ஓட்ட ஆசை; ஆனால் அதற்குப் பரம்பரைப் பழக்கம் இருக்க வேண்டும். கலிங்க நாட்டவர்கள் மகாபுத்தரின் காலந் தொட்டுக் கடலில் கலமோட்டிப் புகழ்பெற்றவர்கள்!” என்றார்.

அருண்மொழி வர்மன் தொண்டையைக் கனைத்துக் கொண்டு, “ஐயா, கலபதியே! கடற்கொள்ளைக்காரர்கள் கலங்களுக்குத் தொந்தரவு கொடுப்பது பற்றி இப்போதுதான் நான் அறிகிறேன். ஆனால் தமிழ் நாட்டவர்களின் கல மோட்டும் திறமையைப் பற்றிக் குறைவாக மட்டும் மதிப் பிடாதீர்கள். அந்த நாட்டில் நான் சுற்றியலைந்தவரை அந்த இனத்தவர் பல நூறு ஆண்டுகளுக்கு மேலாக வாணிபத்திலும், கடலில் கலஞ்செலுத்துவதிலும் சிறந்திருக்கின்றனர். அவர் களது பெருமையை ஒரு பாடல் தெரிவிக்கிறது. கூறுகிறேன், கேளுங்கள்.”

“உலகு கிளர்ந்தன்ன வுருகெழு வங்கம்
புலவுத்திரைப் பெருங்கட னீரிடைப் சோழ

விரவு மெல்லையு மசைவின் றாகி
விரைசெல லியற்கை வங்கூழாட்டக்
கோடுயர் திணிமண லகன்றுறை நீகான்...''

''ஐயா, போதும் போதும் நீங்கள் இப்போது பேசுவது எந்தப் பாஷை?'' என்று கலபதி வினவினார்.

''தமிழ்மொழி. அந்த தெய்வ மொழியில் ஆயிரம் வருடங்களுக்கு முன்பிருந்த பாடலாம் இது. அந்தக் கால தமிழர்கள் பெருங்கலன்கள் அமைத்து, அதில் திரளான மக்களையும் பொருள்களையும் சுமந்து செல்வர், உங்களைப் போன்ற கப்பல் தலைவனுக்கு 'நீகான்' என்ற பெயர்.''

''ஓகோ!''

''தமிழரது கலம் சீன நாட்டிற்கு வருகிற தென்றல் அந் நாட்டவருக்குக் களிப்பு. சீனநாட்டவர் கப்பல் கட்டத் தெரிந்திரார் அப்போது. அந்தக் காலத்தே கலமோட்டித் தலைநிமிர்ந்து நின்றவன் தமிழன்.''

''அப்படியா?''

''மரக்கலச் சாஸ்த்திரத்தில் மிகச் சிறந்த பல கலங்களின் பெயர்விதம் தெரியுமா? வங்கம், தோணி, யானம், தங்கு, மதலை, திமில்பாறு, அம்பி, பஃறி, சதாவேபாரதி, நவ்வே, போதந் தோள்ளை, நாவாயென்றியை மேதகு நீர்மேல் ஓடு மரக்கலம்.''

''சித்திரசேனரே! நீர் சகலகால வல்லவர் போலும்! எல்லாம் அறிந்திருக்கிறீர். ஆனால் கடற்கொள்ளைக்காரர்கள் தமிழ் நாட்டுக் கடற்கரையோரமாகத் தான் அலைகிறார்கள். அவர்களை அழிக்க நீர் வழியறியவில்லை!''

''கொள்ளையர்களைப் பற்றிச் சரியான தகவல் கிடைத்தால்தான் அதைச் சோழ நாட்டரசரிடம் சென்று கூறுவேன். படை திரட்டி வந்து அவர்களை நசுக்க வழிசெய்வேன்.''

''வழியில் நீர் அவர்களைப் பற்றி அறியாமலா போகப் போகிறீர்?''

அவர்கள் பேசிக்கொண்டே அருவிவீழ் இடமருகே வந்து விட்டனர்.

சிறு குன்றின் பிளவுபட்ட இடத்தினின்று 'இமு' மென்ற ஒலியுடன் அந்த அருவி வீழ்ந்து கொண்டிருந்தது.

அருவிநீர் வீழ்வதால் 'ஹோ' என்று ஒலி எழுந்த வண்ண மிருந்தது. அது வீழ்ந்த இடத்தினின்று நீர்த்திவலைகள் புகைபோல் எழுந்து காற்றிலே கலந்து எங்கும் பரவின. நீரிலே செந்நிறப் பூக்கள் மிதந்து வந்தன. பச்சை நிறக்கொடிகள் பறந்து பரவி வந்தன.

கலபதி அருவியின் அழகைக் காணவில்லை. நீர்த்துளிகள் தெறித்துச் சிதறும்போது சூரியனின் கதிர்கள் எழ, அற்புத வண்ண ஜாலங்கள் ஏற்படும் அழகைக் கவனிக்கவில்லை. அருவிநீர் வழிந்து சுழன்றோடும் சிறப்பைக் கவனிக்கவில்லை.

''சித்திரசேனரே, நன்றாக அமிழ்ந்து குனியுங்கள். நான்ஒரு மூலிகையைத் தேடி வருகிறேன்'' என்று கூறிவிட்டு அவர் அருகே இருந்த புதரை விலக்கிக் கொண்டு எங்கோ சென்றார்.

சித்திரசேனன் அருவியில் நீராட ஆயத்தமானான். அப்போது எங்கிருந்தோ இனிய குரல் மெல்லக் கேட்டது.

> 'குமரன் வரக் கூவுவாய் குயிலே!
> குளிர் நறுஞ்சோலை மலைத் திருநாடன்'

என்ற பாடலின் மெல்லிய சிலிர்ப்பொலி எங்கிருந்தோ எழுந்தது.

சித்திரசேனன் காது கொடுத்துக் கேட்டான். உயர்ந்து நின்ற பாறை மறைவினின்று யாரோ வரும் அரவம் கேட்டது.

ஒலிவந்த பக்கம் நோக்கினான் சித்திரசேனன். அருகே இருந்த பாறை மறைவில் அமர்ந்தான்.

இன்பவல்லி அருவிக்கரையை நோக்கி வந்தாள். அருகே இருந்த பாறையின் மீது ஏறி இரு கரங்களையும் மேலே உயர்த்தினாள்; குனிந்து எழுந்தாள், அதோ! விர்ரென்று பந்தினைப் போல் எழும்பி மடுவில் குதித்துவிட்டாளா! அவள் குதித்ததால் சிதறிய நீர்த்திவலைகள் அருண்மொழியின் மீது பட்டன. உடல் சிலிர்த்தது. எழுந்து நின்ற அவனை

மடுவில் குதித்த இன்பவல்லி நீச்சல் அடித்தவாறு கண்டு விட்டாள்.

'உம்உம்' என்ற சைகை செய்தாள். அருண்மொழியும் மடுவில் குதிக்க ஆயத்தமானான். ஆனால் மடுவில் குதித்த இன்பவல்லியைக் காணோம். இங்குமங்கும் தேடினான். சிறிதுநேரம் அருவி நீரின் இன்பத்தில் திளைத்து இருந்து விட்டுத் திரும்பினான். மற்றொரு கரையில் இன்பவல்லி நின்று கொண்டிருந்தாள்.

"எப்படிக் கரை ஏறினாய்?" அருண்மொழி வியப்புடன் வினவினான்.

"பாறைக்கடியிலே சுரங்கவழி இருக்கிறது."

"அதற்குள் நுழைந்து வர மூச்சுப் பிடித்தாயா?"

"அங்கேயே கூட என்னால் இருக்க முடியும்."

"கடல் கன்னி நீ!"

"கடல் கள்ளியா?"

இருவரும் கலகலவென நகைத்தனர். அவர்கள் நகைத்த ஒலி அருவி ஓசையுடன் சேர்ந்திழைந்தது. புள்ளினங்கள் கலகலப்புடன் இணைந்து ஒலித்தன.

"இங்கு எதற்காக வந்தாய் இன்பவல்லி?"

"நீங்கள் எதற்காக வந்தீர்கள்?"

"நீராட... நீ?"

"நானாட!"

மீண்டும் சிரிப்பு.

"எப்படி வந்தாய்? நான் இங்கு வருவேனென்று தெரியுமா?"

"நீங்கள் எப்படி வந்தீர்கள்? நான் இங்கு வந்திருப்பேன் என்று தெரியுமா?"

"நான் கலபதியுடன் வந்தேன். நீ வருவாய் என தெரியாது."

"கலபதியுடன் மட்டும்தான் வந்தீர்களா?"

"ஆம்."

"உங்கள் பின்னால் மற்றொருவர் வந்தாரே!"

"இருக்காது."

"நான் பார்த்தேன். இரு தினங்களாக உங்களை நிழல்போல் தொடர்கிறாரே அவர்."

"கலத்தில் வந்த வணிகராயிருக்கலாம்."

"அவர் வணிகரல்லர்."

"உனக்கு எப்படித் தெரியும்?"

"நான் எதையும் எளிதில் எடை போட்டுவிடுபவள்."

"என்னையுமா?"

"ஆகா! நீங்களும் வணிகரல்லர், ஆனால் கள்ளர்."

"கள்ளனா?"

"ஆமாம்! அதுவும் பேதைப் பெண்கள் கிடைத்தால், கள்ளத் தொழிலைத் தொடங்குவீர்கள்."

"அப்படிச் சொல்லாதே, இன்பவல்லி! பெண்ணின் கூர் விழியை எதிர்த்து நோக்கச் சக்தியற்ற நானா பேதைகளிடம் திருடுவேன்?"

"உங்களைவிட எளியவள் ஒருத்தியிருந்தால்?"

"அப்படி எவரும் இதுவரை..."

"பொய் கூறாதீர். முல்லைத் தீவில்... மோகனப் புன்னகை உகுத்த பெண் நல்லாள் ஒருத்தியின் இதயம் கவர்ந்து விட்டீர். அதை எங்கே வைத்திருக்கிறீர்? அவள் அனாதைப் பெண்; அவளிடம் திருப்பிக் கொடுத்துவிடுங்கள். முத்தும் மரகதமும் நிறைந்த பையினில் வைத்துள்ளீரா? அல்லது திறக்க இயலா நெஞ்சப் பேழையுள் புதைத்து விட்டீரா?"

"இன்பவல்லி!...."

"சுவாமி?"

‘‘என்ன கூறுகிறாய்? கிள்ளையின் மொழி போன்று கிளு கிளுப்புடன் பேசுகிறாயா? வான்மதியின் தண் நிலவை உருக்கிச் சொற்களைத் தோய்த்தெடுத்துப் பேசுகிறாயா? வண்ணமலர் தேனெடுத்து வளர்தினையின் மாவுடன் கலந்து இன்சுவை நிரப்பிப் பேசுகிறாயா? யாழின் இசை கூட்டிப் பேசுகிறாயா? குழலின் இனிய நாதங் கலந்து பேசுகிறாயா? என்ன பேசுகிறாய் பெண்ணே! உன் பேச்சை என் இதயத்தில் எழுதுவேன், அந்த எழுத்து அழியாதிருக்க. உன் முகத் தாமரை மலரை அதன்மீது மூடுவேன். எங்களூர் சென்று அந்தச் சொல்லின்பத்தின் அற்புதத்தை மீண்டும் மீண்டும் கூறிக் கூறிப் பார்த்துக் களித்துக் கூத்தாடுவேன்.’’

இன்பவல்லி பேசவில்லை; அவள் விழிக் கோடியில் இரண்டு நல்முத்துகள் ஒளிவிட்டு நின்றன.

‘‘இன்பவல்லி! கண் கலங்குவது ஏன்?’’

கண்களைத் துடைத்து இன்பவல்லி சட்டெனத் திரும்பி னாள்; அவள் தோள்களைத் தன்புறம் திருப்பி, ‘‘இன்ப வல்லி! முகத்தாமரை அதற்குள் கூம்பி விடுகிறதே, உள்ளத்தில் அதற்குள் வேதனையா?’’ என்று அவள் கூந்தலினின்று மென் மலரொன்றை எடுத்து முகர்ந்தான்.

‘‘இது போன்ற இடத்திற்குத் தனியே வரக்கூடாது’’ என்று மெல்லிய குரலில் பேசினாள் இன்பவல்லி.

‘‘கடல் கடந்து பல நாடுகளைச் சுற்றித்தனியே விலை மதிப்பற்ற பொருளுடன் வந்திருக்கும் எனக்கு இங்குத் துணை ஏன்?’’

‘‘இல்லை; இல்லை. நீங்கள் இன்னும் எச்சரிக்கையுடன் இருக்க வேண்டும். எனக்கென்னவோ உங்கள் பணியாள் மீது மிகவும் சந்தேகம்.’’

‘‘என் பணியாளா?’’

‘‘அவன்தான்; தலையில் முண்டாசு கட்டிச் சிவந்த கண் களுடன் அடர்ந்த மீசையுடன் காவி ஏறிய பற்களுடன் நெற்றியில் குங்குமமிட்டு...’’

அருண்மொழி புரிந்து கொண்டான். 'ரவிதாசனை அவன் சோழநாட்டில் ஓரிரு முறை கண்டிருக்கிறான். அவன் பாண்டிய நாட்டு ஒற்றன் என்ற வகையில் அறிந்திருந்தான்; நாகைப்பட்டினத்தினின்று அவன் தொடர்ந்து வருகிறான்; ஏன் வருகிறான், எங்கு வருகிறான் தன்னை இன்னார் எனத் தெரிந்து கொண்டிருப்பானா? தெரிந்திருக்க முடியாது. அறிந்திருந்தால் இதுகாறும் கலத்திலுள்ளவரிடம் சோழநாட்டு இளவரசரென்ற செய்தியைப் பரப்பியிருக்கமாட்டானா..?' அருண்மொழி இவ்வாறு எண்ணுவதற்குள் திடீரென்று அருவியின் மேற்குத் திசையிலிருந்து பெருங்கூச்ச லெழுந்தது.

சடசட படபடவெனப் பறவைகள் சிறகுகளை அடித்துக் கொள்ளும் ஓசை கேட்டது.

'அதோ' என்று இன்பவல்லி குறிப்பிட்ட திக்கை அருண் மொழி நோக்கினான்.

வானத்தே நூற்றுக்கணக்கான பறவைகள் திடீரெனக் கூச்சலிட்டுப் பறந்து சென்றன.

"பறவைகள் குதூகலமாகப் பறக்கின்றன!" என்றான் அருண்மொழி.

"குதூகலமல்ல; குழப்பம்!" என்றாள் இன்பவல்லி. அருண் மொழியும், இன்பவல்லியும் அருகே இருந்த கொடிவழி வழியே அருவி விழும் குன்றின் உச்சிக்கு வந்தனர். அங்கிருந்து தீவின் எல்லாப் பகுதிகளும் தெரிந்தன. கலம் கட்டும் துறை தெரிந்தது.

சுற்றிலும் நீல வண்ணக் கடல் சூழ்ந்திருக்க நடுவே பசுமை யுடன் திகழும் அந்தத் தீவின் அழகில் மெய்ம் மறந்த அருண் மொழியின் கரம்பிடித்து அழைத்துத் தீவின் மறுபக்கம் காட்டினாள் இன்பவல்லி. பறவைகள் நூற்றுக் கணக்காக வானத்தில் பறந்து சென்ற இடத்திற்கு நான்கு பேர் முதுகில் பெரும் பெரும் பெட்டிகளைச் சுமந்து வந்து கொண்டிருந் தனர்.

பறவை அமைதியாகத் தங்கும் அந்த இடத்திற்குத் தீவிலுள்ளோர் எப்போதும் செல்வதேயில்லை. அடர்ந்த

மரங்கள் அந்த இடத்தில் நிறைந்திருக்கின்றன. முட்புதர்கள் மண்டிக் கிடக்கின்றன. கொடிய உயிரினங்கள் வாழ்கின்றன. இப்போது யாரோ அங்கு வரவும், பறவைகள் அமைதி கலைந்து பறந்திருக்கின்றன.

அருண்மொழி உற்று நோக்கினான். பலம் பொருந்திய உடற்கட்டுப் பெற்றிருந்தனர் அவர்கள். தாங்கள் கொண்டு வந்த பெட்டிகளை அங்கிருந்த பள்ளத்தில் போட்டனர். ஒரு வருக்கொருவர் ஏதோ பேசிக் கொண்டனர். குன்றின் உச்சியிலிருந்து கண்டதால் அவர்கள் பேட்டு காதில் விழவில்லை.

அருண்மொழி திரும்பி இன்பவல்லியை நோக்கினான். இன்பவல்லி நடுங்குக் குரலுடன் கூறினாள்: 'இந்தத் தீவிற்கும் கடற்கொள்ளையர்கள் வர ஆரம்பித்து விட்டனர்!'

இன்பவல்லியின் கரங்களிப் பிடித்துக்கொண்டு அருண் மொழி, "இன்பவல்லி, இந்தத் தீவிற்கும் என்றால் என்ன பொருள்?" என்று கேட்டான்.

"கடற்கொள்ளைக்காரர்கள் கலங்களைக் கொள்ளையடித்து அதிலிருக்கும் பொருட்களைக் களவாடிச் சென்று எங்கோ ஒரு தீவில் சேமித்து வைப்பதாகக் கேள்விப்பட்டிருக்கிறோம். ஆனால், அவர்கள் முல்லைத் தீவின் பக்கம் வந்ததில்லை. இப்போது வருகிறார்கள் என்றால் இனி அவர்களுடைய போக்குவரத்து இப்பகுதியில் அதிகரிக்கும் என்றுதான் அர்த்தம்."

"உனக்கு எப்படித் தெரியும், அவர்கள் கொள்ளைக் காரர்கள் என்று?"

"என் தாய் எனக்குக் கூறியிருக்கிறார்."

"உன் தாய் உனக்குச் சகல விஷயங்களையும் கூறியிருக் கிறார். எனக்கு அந்தப் பெரிய கதையை எப்போது கூறப் போகிறாய்?"

"சொல்லாமல் இருப்பேனா? உங்களைப் போன்று உள்ளொன்று வைத்துப் புறமொன்று பேசமாட்டேன். என்னைப்பற்றி உள்ளது உள்ளபடி கூறுவேன். அதைக் கேட்ட பிறகு நீங்கள் கொள்ளவோ தள்ளவோ செய்யலாம்."

இன்பவல்லியின் குரல் தழுதழுத்தது. இருவரும் சற்று நேரம் மௌனமாயிருந்தனர்.

"சரி, சரி... நான் வீட்டை விட்டுக் கிளம்பி நேரம் ஆகிறது. தந்தை தேடுவார். அருவிக் கரைக்கே வந்தாலும் வந்து விடுவார். நான் குறுக்கு வழியாகச் செல்லுகிறேன்" என்று கூறி இன்பவல்லி வேகமாகக் குன்றினின்று இறங்கினாள். அருண்மொழியும் பின் தொடர்ந்தான். அருவி விழும் அற்புதத்தை மீண்டும் ஒரு முறை அருண்மொழி ரசித்த வண்ணமிருந்தான்.

திடீரெனக் 'கிரீச்' என்ற ஒலி கேட்டது. அது இன்பவல்லியின் மெல்லிய குரலாக இருந்தது. அவள் பதைபதைத்துக் கூவிய ஓலமாக இருந்தது. அருண்மொழி அந்தப் பக்கம் ஓடினான்; இன்பவல்லி திகைத்து நின்று கொண்டிருந்தாள்.

கீழே கலபதி பேச்சு மூச்சின்றி வீழ்ந்து கிடந்தார்.

அருண்மொழி பரபரப்புடன் கலபதியின் அருகே அமர்ந்து மூச்சு வருகிறதா என்று ஒருமுறை நோக்கினான். கலபதியின் உயிருக்கு ஒன்றும் ஆபத்தில்லை; ஆனால் அவர் தலையை மெல்லத் தூக்கி மடிமீது வைத்துக்கொள்ள முயன்ற போது பின்பக்கம் தலையில் பெரும் அடி வீழ்ந்திருந்ததால் வீழ்ந்திருந்ததால் அது புடைத்திருக்கக் கண்டான். கலபதி மூர்ச்சையடைந்து வீழ்ந்திருக்கும் காரணம் புரிந்தது. அவர் தலை அங்கிருந்த பாறையில் மோதுண்டிருக்கிறது.

இன்பவல்லி நொடியில் நடந்தவற்றைப் புரிந்து கொண்டாள். ஈரப் புடவையின் தலைப்பால் அவர் முகத்தில் பிழிந்தாள். கலபதியின் மயக்கம் சிறிது தெளிந்தது. அவரால் எழ முடியவில்லை.

"சற்று இருங்கள்; நான் போய்த் துறையினின்று ஆட்களை அழைத்து வருகிறேன்" என்று இன்பவல்லி விரைந்தாள். சிறிது நேரத்தில் கலம் பழுது பார்ப்போரும் கலத்திலுள்ள வீரர்களுமாகப் பலர் விரைந்து வந்தனர். கலபதியைச் சுமந்து சென்று கூடாரத்தில் மஞ்சத்தில் கிடத்தினர்.

அருண்மொழியின் சிந்தனை எங்கெங்கோ சுழன்றது. கலபதி தாக்குண்டது; பெரும் பெட்டிகளை எவரோ தீவில் மறைத்து வைத்தது; இன்பவல்லி கூறும் கடற்கொள்ளைக் காரர்கள் கதை யாவும் அவன் உள்ளத்தில் பெரும் கிளர்ச்சியை ஏற்படுத்தின. அன்று இரவு சந்திப்பதாகக் கூறி இன்பவல்லி பிரிந்தாள்.

❑ ❑ ❑

முமுழுமதி உதயமாக அன்று சற்றுத் தாமதமாகியது. ஆனால் இன்பவல்லியும், சித்திரசேனனும் சந்திப்பில் எந்தவிதத் தாமதமுமில்லை. கடற்கரைப் பாறை மீது இன்பவல்லி அமர்ந்திருந்தாள். அவள் கரங்களில் சங்குமுக யாழ் இனிய ஒலி எழுப்பிய வண்ணமிருந்தது. யாழின் எழிலிசைக்கேற்ப அவள் செவ்விதழ் திறந்து பாடினாள்.

''மின்னாருருவ மேல்விளங்க
வெண்கொடிமா ளிகைசூழப்
பொன்னார் குன்ற மொன்றுவந்து
நின்றது போலுமென்னாத்
தென்னாவென்று வண்டுபாடுந்
தென்றில்லை யம்பலத்துள்
என்னாரமுதை யெங்கள் கோவை
யென்றுகொ லெய்துவதே''

''இலையார் கதிர்வே லிலங்கைவேந்த
னிருபது தோளுமிற
மலைதானெடுத்த மற்றவற்கு
வாளொடு நாள் கொடுத்தான்
சிலையாற்புரமூன் றெய்தவில்லி
செம்பொனி னம்பலத்துக்
கலையார்மறி பொற் கையினானைக்
காண்பது மென்றுகொலோ...''

அருண்மொழியின் கண்களில் நீர் துளிர்த்தது. இப்பாடல் களை அவன் பலமுறை கேட்டிருக்கிறான். இதுபோன்று பத்துப் பாடல்கள், தில்லைச் சிற்றம்பலத்துக் கூத்தரசன் மீது பாடிய பதிகங்கள், பெரிய பாட்டியார் செம்பியன் மாதேவி யார் நெஞ்சம் நெகிழ, கேட்போர் இதயம் நெகிழ கண்களில்

ஆனந்தக் கண்ணீர் பெருகப் பாடுவதைக் கேட்டிருக்கிறான். கையிலே சிறுதாளம். ‘கிணிங் கிணிங்‘ என்று அது ஒலிக்கும். பாட்டியாரின் கணீரென்ற குரல் அந்தத் தாளத்தோடு இழைந்து ஒலிக்கும். அருண்மொழியும் குந்தவையும் பயபக்தியுடன் மெய்மறந்து அமர்ந்து கரதாளம் தப்பாமல் போட்டு மெய்மறந்து நிற்பர். பதிகங்களைப் பாடி முடித்தபின் செம்பியன் மாதேவியார் தான் வணங்கும் நடராசப் பெரு மானின் திரு உருவுக்கு மலர்சூட்டி, பழம், பால் நைவேத் தியம் செய்து தீபம் காட்டும்போது அங்கே தில்லை யாண்டவனே வந்து ஆடுதல் போன்ற பிரமை ஏற்படும். அதே பாடலைக் கடல் சூழ்ந்த இந்த தீவில், சோழ நாட்டினின்று பல காதத் தொலைவிலுள்ள இடத்தில் மங்கை நல்லாள் ஒருத்தி, சுருதியும் தாளமும் தவறாமல், ஆனால் புது முறையில் பாடுகிறாள் என்றால் அருண்மொழிக்கு அதில் பெரும் வியப்பு ஏற்படாதிருக்குமா?

கூத்தும் அதற்கு ஏற்ற பாடலும் கற்றறிந்த இன்பவல்லி, தன் பாட்டனார் கண்டராதித்த சோழரின் தெய்வப் பாடல்களை அறிந்திருந்தது அவன் வியப்பை அதிகப்படுத்திற்று. முதலாம் பராந்தகனது இரண்டாவது திருக்குமாரன் கண்டராதித்தன், சிறு வயதிலேயே தந்தையுடன் திருச்சிற்றம்பலத்துக் கோயில் விமானத்துக்குப் பொன்னாலான கூரை வேய்ந்து கொண் டிருந்தார். நடராசனின் திரு உருவம், அதன் தத்துவம், சமயக் குரவர் மூவரும் ஆடலரசனின் மீது பாடியுள்ள பாடல்களின் சிறப்பு ஆகியன இளம் வயதிலேயே அவர் மனத்தைக் கவர்ந்தன. தந்தையுடன் அவ்வப்போது தில்லைக்கு வரும் வாய்ப்பு கிடைத்து வந்ததால் கண்டராதித் தனுக்குச் சிவ பக்தி மேலிட்டது. தமிழ்ப்பற்று மிகுந்த அவரது உள்ளத்திலே சிவனது திருத்தாண்டவக் கோலங்கள் பதிந்தன. அருளாளனது தோற்றம் உள்ளத்திலே உணர்ச்சியை ஊட்டிய வண்ண மிருந்தது. இதயத்துள்ளே அவை ரீங்காரமிட்டன. உதடுகள் சதா ஏதோ முணுமுணுத்தன. தன் மகனது சிவபக்தி பராந்தகனுக்கு மகிழ்ச்சியை அளித்தது. ஆனால் அவர் உள்ளம் அதைக்கண்டு பெருமைப்படும் நிலையில் இல்லை. ராஜ்ய விவகாரங்கள் அவருக்குப் பெருங்கவலையை அளித்து வந்தன. விரிவு படுத்திய சோழ மகா ராஜ்யத்திற்கு நான்கு

பக்கங்களிலுமிருந்து எதிர்ப்புகள் தோன்றிய வண்ண மிருந்தன. மூதிர்ந்த அந்தப் பருவத்தில் அவருக்கு உறுதுணை யாய் வடஎல்லையைக் காத்துவந்த மூத்த குமாரன் இராசாதித் தன் தக்கோலப் போரில் இரட்டர்களால் கொல்லப்பட்டான்; பராந்தகன் மகள் வீரமாதேவியை மணந்திருந்த கோவிந்தன் நாடிழந்து தஞ்சையில் தஞ்சம் புகுந்தான். தொண்டை மண்டலமும், நடுநாடும் இராட்டிரகூடர்களால் கவரப்பட்டன; சோழப் படை வீரர்கள் தக்க தலைவரின்றி அஞ்சி ஓடி வந்தனர்; இவற்றால் கவலையுற்று மனமுடைந்த பராந்தகன் துயரமும், துக்கமும் தாங்காமல் படுத்த படுக்கையானான். தனக்கடுத்து, கண்டராதித்தனைப் பட்டமேறுமாறு திட்டப் படுத்தினான்.

கண்டராதித்தன் கனவில்கூட எதிர்பார்க்கவில்லை. சாம் ராஜ்யம் தனக்குக் கிடைக்குமென்று, சிவசாம்ராஜ்யத்து அடியாராக என்றென்றும் வாழ விரும்பிய கண்டராதித் தனிடம் பெரும்பாரத்தை, கட்டுப்பாட்டை ஏற்றினால்... பெயருக்குத்தான் அவர் அரசராயிருந்தாரேயன்றி, அவரது தம்பி அரிஞ்சயந்தான் நாடாளும் பெரும் பொறுப்பைக் கவனித்து வந்தான். கண்டராதித்தர் சிவனுறை தலங்களைச் சுற்றிப் பார்த்து, சிவனார் வடிவில் மனத்தைப் பறிகொடுத்து உள்ளத்தே எழுகின்ற உணர்ச்சியைத் தீஞ்சுவைப் பாடல் களாக அந்தந்தத் தலத்தே பாடியருளினார். கண்டராதித்தனின் மனம் அறிந்து நடப்பவளாக அமைந்தாள், பழுவேட்டரையர் மகளார் செம்பியன் மாதேவியார்.

அரசர் இவ்வாறு சிவத்தலங்களைச் சுற்றி வருவதும் பாடல் களைப் பாடுவதுமாக இருப்பதறிந்த மந்திரி மண்டலத்தார் கவலையுற்றனர். அவருக்குப் பின் பட்டமேறுதற்கு மகப் பேறில்லையே என வருந்தினர்.

கண்டராதித்தர் அதற்காகக் கவலைப்பட்டதாகத் தெரிய வில்லை. தனக்குப் பிறகு தன் சகோதரனே அரசாள வேண்டும் என்று நியமித்தார். ஆனால் அரசாங்கக் குழுவின் யோசனைப் படியும், மந்திரி மண்டலத்தார் வேண்டுகோள் படியும் தனக்குப் பிறகு தன் சடங்குகளைச் செய்ய மகன் ஒருவன் தேவையென்பதை உணர்ந்தார். அவர் விருப்பப்படி

ஆண் குழந்தை பிறந்தது. உத்தமசீலி என்று அக் குழந்தைக்குப் பெயரிட்டனர். அவன் பிறந்த முகூர்த்தம், மேற்குத் திசை நாட்டினின்று வந்த சிவனடியார், மேற்குக் கடற்கரையில் உள்ள சோமநாதபுரத்தில் விளங்கும் சோமேஸ் வரர் ஆலயத்து அற்புத அழகு பற்றியும், வடக்கே பெரு மலைகளையெல்லாம் தாண்டிச் சென்றால் கபித்தலம் எனும் நகரிலுள்ள சுயம்புலிங்கத்தைப் பற்றியும், வடதிசைக் கோடியில் பனி சூழ் பகுதியில் அமைந்திருக்கும் கயிலாச நாதரைப் பற்றியும் கதை கதையாகக் கூறினர். கண்டராதித் தருக்குத் தஞ்சையில் இருப்புக் கொள்ளவில்லை. அந்த அற்புத சிவத்தலங்களைத் தரிசிக்க ஆசை கொண்டார். பயண விவரங்களை விசாரித்தறிந்தார். ஒரு நாள் எல்லாரிடமும் விடைபெற்றுக் கிளம்பிவிட்டார். தலயாத்திரையை முடித்துக் கொண்டு அவர் விரைவில் திரும்புவார் என எல்லோரும் எண்ணினர். ஆனால் ஆண்டுகள் பல கழிந்தன. பிறகு கிடைத்த செய்தி எல்லாரையும் திடுக்கிட வைத்தது. மேற்குக் கடற்கரையருகிலுள்ள பட்டினம் ஒன்றினின்று புறப்பட்ட கண்டராதித்தரின் கலம் நடுவழியில் பெரும் புயலில் சிக்கிக் கவிழ்ந்தது எனும் செய்தி கேட்டு எல்லோரும் வருந்தினர். பிறகு அவரைப் பற்றிக் குறிக்கும்போது 'மேற்கிருந்து எழுந்தருளிய சோழ தேவர்' என்று அழைத்தனர்.

இதுவரை தன் பெரிய பாட்டனாரைப் பற்றிய கதை அருண்மொழி அறிந்ததே. கண்டராதித்தர் எத்தனையோ பதிகங்கள் இயற்றியிருந்தும் பத்து பாடல்கள் மட்டுமே அவனுக்குத் தெரியும். அவன் அறிந்திருந்த அந்தப் பாடல் களை இங்கே இன்பவல்லி பாடுகிறாள்; இசையுடன் கலந்து பாடுகிறாள்; சங்குமுக யாழின் இனிய ஒலியுறு துணையாய்க் கொண்டு அவள் பாடுகிறாள். காலினில் சலங்கை, அதற் கேற்பத் தாளமிட, அந்தத் தெய்வப் பாடல்களை இசைக் கிறாள். இரண்டு நாட்களாக அவள் எவ்வளவோ பாடியிருக் கிறாள். ஆனால் அவள் கண்டராதித்தரின் பாடல்களைப் பாடும்போது அருண்மொழிக்கு அந்தத் தீவிலிருக்கும் உணர்ச்சியே இல்லை.

நிலவினின்று இறங்கி வந்து இசைபாடும் கந்தர்வமாது போன்று ஒரு கணம் தோன்றினாள்; வெண்மதியின் தண்

கிரணத்தைச் சாறாக்கி யாழிசையாய்ப் பொழியும் தேவமாதாக ஒரு கணம் தோன்றினாள். மோகன பூமியிலே அன்னத்தின் தூவியினாலான வெண்மலர்ப் படுக்கையில் அமர்ந்து அந்தப் பாடல்களை ரசித்து மகிழ்வது போன்ற உணர்ச்சி உண்டாயிற்று. பாடல்களின் உட்பொருளான பக்தி அவன் உடலில் தெய்வீக உணர்ச்சியை ஊட்டியது. மெல்லிய யாழ் நரம்புகள் அளிக்கும் நாதத்தில் மூழ்கித் திளைத்தான். அவன் எதிரே முல்லைத் தீவு இல்லை; புன்னை மரச் சோலை இல்லை; கடற்கரை வெண்மணல் இல்லை. அற்புதமான படகு ஒன்றிலே அவன் படுத்திருக்கிறான். வான மண்டலத் தினின்று இறங்கிய தந்தம் போன்ற மேனியளான தேவமகள் அந்தப் படகைத் தள்ளுகிறாள்; படகு மிதந்து செல்கிறது; அசைந்து செல்கிறது; உவர்நீர்க் கடலைவிட்டுப் பாற்கடலில் செல்கிறது. தேவமகள் இதழ் திறந்து பாடும் இன்பம் அவனுக்கும் உணர்வை ஏற்றுவித்தது. அவனும் இப்போது அதே பாடலைச் சேர்ந்து பாடுகிறான். இருவரது குரலோசையும் திக்குத் திசையெல்லாம் பரவுகிறது. அலைத் திவலைகள் எல்லாம் அந்தப் பாடலை எதிரொலித்துத் துள்ளு கின்றன. வானத்து விண்மீன்கள் இசை கேட்டு ஆடுகின்றன. அதோ, அதோ படகு மீண்டும் கடலிலே இறங்குகிறது. கடலினின்று கரையை நோக்கி வருகிறது. படகைத் தள்ளும் தேவமாதைக் காணோம்!

அருண்மொழி கண் விழித்தான். எங்கும் நிசப்தம். இன்பவல்லி பாடுவதை நிறுத்தியிருந்தாள். அவளது கரங்கள் அவன் கன்னத்தை மெல்லத் தடவின. அவன் இமையின் மீது விரல்கள் வீணையென எண்ணி உலவின. அவள் அவன் முகத்தருகே குனிந்து எதைத் தேடுகிறாள்?

"உறக்கமா?" அவள் குரல் அவனைச் சுயநினைவுக்குக் கொண்டு வந்தது.

"உறக்கமா!" அருண்மொழி மெல்ல நகைத்தான். "உறங் கினால் வானமண்டலத்தில் உலவ முடியுமா? கந்தர்வ மங்கை யுடன் கைகோர்த்துப் பறக்க முடியுமா? வெண்மதியின் தண்கிரணத்தை மேனியெல்லாம் பூசிக் களிக்க முடியுமா? தேவலோகப் பாரிஜாத மலரின் இன்ப மணம் நுகர முடியுமா?" அருண்மொழி பேசிக் கொண்டே சென்றான்.

"இன்னும்.."

"தேவமகள் தான் கற்ற பாடலை எனக்குக் கற்றுக் கொடுத்ததை அறிந்திருக்க முடியுமா?"

"ஓகோ! அதுதான் நீங்களும் பாடினீர்களா?"

"இன்பவல்லி! என்ன பாடினேன்? உன்னுடன் சேர்ந்து பாடினேனா?"

"இல்லை, இல்லை; தேவமகள் கற்றுக் கொடுத்த தெய்வீகப் பாடலை எழுத்துப் பிசகாமல் பாடினீர். அந்தத் தேவமகளை விட்டு ஏன் வந்தீர்?"

"தேவமகளை விட்டுவிடுவேனா? சிக்கெனப் பிடித்தேன் எங்கு எழுந்தருளுவதினியே" என்று கூறி அவளது இருகரங் களையும் அழுத்தமாகப் பற்றினான். ஒரே சமயத்தில் எழுந்த 'கலகல' வென்ற நகைப்பொலியால் மரத்தின்றும் பொல பொலவென மலர்கள் உதிர்ந்தன.

"இன்பல்லி! கண்டராதித்த தேவரின் பாடலை நீ எப்படி அறிந்தாய்? உன்னைப் பற்றிக் கூறமாட்டாயா? நாளைக்குக் கிளம்பும் கலத்திலே நானேறிப் போகும் போது உன்னைப் பற்றி அறியாதவனாக நான் செல்ல வேண்டுமா?"

இன்பவல்லி பேசவில்லை. அருண்மொழியின் முகத்தையே கூர்ந்து நோக்கிய வண்ணமிருந்தாள்.

"நாளைய தினம் நீங்கள் புறப்படுவது உறுதிதானா?" அவள் குரல் கம்மியது.

"ஆம்; இங்கிருந்து கலம் செல்லும்போது நானும் போகாமல் என்ன செய்வேன்?"

இன்பவல்லி மௌனமாயிருந்தாள்.

"இன்பவல்லி! உன்னைப்பற்றி நான் அறியலாகாதா? ஏன் இப்படி மௌனம்? கண்டராதித்த தேவரின் பாடலைக் கேட்டதனின்று நீ சோழ நாட்டுப் பெண் என அறிந்தேன். பெருமகிழ்ச்சி கொண்டேன்."

"சோழ நாடென்றால் உங்களுக்கு மிகவும் பிடிக்குமோ?"

"அப்படியில்லை பெண்ணே! அந்த நாட்டவர்கள் மிகவும் நல்லவர்கள்."

"இல்லை, இல்லை; அப்படியில்லை. அந்த நாட்டு ஆண் மகன்களெல்லாம் பொல்லாதவர்கள். அவர்கள் நாட்டுப் பெண்கள் மிக வெகுளிகள் என்பதை அறிந்து, அவர்களை ஏமாற்றுவதையே தொழிலாகக் கொண்டவர்கள்; சோழ நாட்டுப் பெண்கள் ஆம்பலைப் போன்றவர்கள். புன்னை மரத்தில் ஏறி அமர்ந்த அன்னத்தைக் கண்டு வெண்மதி தான் உதயமாகி விட்டதென எண்ணி மலர்ந்து விடுமாம் ஆம்பல் மலர். அத்தகைய ஏமாளிகள். இல்லாவிடில் என் தாயைப் போன்று நானும் முன்பின் தெரியாதவரிடம் ஏமாந்து போவேனா? சட்டென இதயத்தைப் பறிகொடுப்பேனா? உள்ளம் நெகிழப் பேசுவேனா? கற்ற கலையெல்லாம் கொட்டிப் பாடி மகிழ்வேனா? ஆண் முகம் ஏறெடுத்துப் பார்க்காத நான் நேரம் தெரியாமல் உங்களிடம் தனியே பேசிப் பழகுவேனா?''

அருண்மொழி இப்போது சட்டெனக் குறுக்கிட்டுச் சற்று கோபங்கொண்டவன் போல், "இன்பவல்லி! என்ன வார்த்தை புகல்கிறாய்? பெண்ணை ஏமாற்றுபவன் நானல்லன். உன் தாயைப் பற்றி நேற்றே கூறினாய். உனக்குச் சகல கலை களையும் கைவரச் செய்த அந்த மாதரசியைப் பற்றி எனக்குக் கூறேன்..."

"என் தாயின் துரதிருஷ்டம் எனக்கு மட்டுமென்ன, பெண்ணினத்துக்கே வரவேண்டாம். என் தாயின் கதை ஒன்றும் பரம இரகசியமில்லை. ஆனால், என் கதைதான் இந்தத் தீவில் எவரும் அறியாதது.''

இன்பவல்லி கண்களில் நீர்மல்கப் பேசினாள்' இது காறும் தன் இதயம் விட்டு எவரிடமும் கூறியறியாதவற்றைக் கூறினாள்.

❏   ❏   ❏

தொண்டை மண்டலத்தில் கடிகாசலம் எனப்படும் சோழ சிங்கபுரத்தில் மருதசேனர் எனப்படும் சிற்பிக்கு இரத்தினவல்லி எனும் இளமங்கை இருந்தாள். இரட்டர்கள் படையெடுப்பு

நேர்ந்தபோது அவர்கள் குடும்பம் திருநாவலூரில் வந்து குடியேறியது. மருதசேனர் தன் மகளை மகன் போலவே பாவித்துச் சகல கலைகளையும் கற்றுக் கொடுத்து வளர்த்து வந்தார். மருதசேனர் சிற்பக்கலை பயிலும்போது எல்லா மத உண்மைகளையும் கற்றறிந்து, கடைசியில் சைவ சமயம் தான் சிறந்ததென்ற முடிவுக்கு வந்தார். கண்டராதித்த தேவர் ஒவ்வொரு சிவத்தலமாக விஜயம் செய்தபோது இராசாதித்த புரத்திற்கும் வந்திருந்தார். மருதசேனர் அவரைச் சந்தித்தார். மருதசேனரின் சிவபக்தியையும் அவர் கலைத் திறமையையும் அறிந்த கண்டராதித்தர் அவரைக் கொண்டு பல தலங்களைக் கற்றளியாய் மாற்ற எண்ணினார். அப்போது சோமநாத புரத்தைப் பார்க்க அவர் புறப்படவே, மருதசேனருக்குத் தன் ஒரே மகளை விட்டுப் பிரிய மனம் வரவில்லை. அப்போது கண்டராதித்த தேவரின் அனுமதியுடன் இரத்தினவல்லியை யும் உடன் அழைத்துக் கொண்டு புறப்பட்டார். இரத்தின வல்லியின் இனிய குரலையும், அவள் தேவாரப் பதிகங்களை இசையுடன் பாடுவதையும் கேட்டுக் கண்டராதித்தர் மகிழ் வார். அதனால் பயணத்தின்போது மருதசேனரின் புதல்வியும் உடன் வருவதில் அவருக்கு ஆட்சேபணை இருக்கவில்லை. இறைவன் மீது அவர் பாடிய பாடல்களை ஒருமுறை கேட்டவுடனே அவள் இசையுடன் மீண்டும் அதைப் பாடுவாள்.

மேற்குக் கடற்கரைப் பட்டினத்தினின்று கிளம்பிய கலம் நடுக்கடலில் சென்று கொண்டிருந்தபோது பாய்மரத்தில் திசை மாற்றப்பட்டது. வடக்கு நோக்கிச் செல்வதற்கு மாறாக தெற்கு நோக்கிச் செல்லத் தொடங்கியது கண்டராதித்தர் இதை அறியவில்லை. மருதசேனருடனும் மற்றவர்களுடனும் அமர்ந்து சிவபிரானது திருவிளையாடல்களைப் பற்றி அள வளாவிக் கொண்டிருந்தார். கண்டராதித்தரின் பரிவாரங் களுடன் வந்தவர்களுள் துருவசேனனும் ஒருவன். அவன் இளைஞன். வீரன், கட்டுடல் வாய்ந்தவன். கண்டராதித்தரின் சகோதரி வீரமாதேவியின் மகன். தன் தாய் மாமன் கண்டராதித்தர்பால் அளவற்ற மதிப்புக் கொண்டவன். மேற்கு நாடுகளுக்குக் கண்டராதித்த தேவர் செல்கிறார் என்றறிந்த வுடன் அவனும் பிடிவாதமாக அவர் குழுவில் சேர்ந்து கொண்டான்.

மேற்கு நாட்டுக் கடற்கரையை அடையவே பல திங்கள் பிடித்தன. கரடு முரடான பாதையில் துன்பப்பட்டுப் பயணம் செய்ய வேண்டியிருப்பினும், துருவசேனன் உற்சாகமாகச் சென்றான். இரத்தினவல்லியின் இனிய முகமும், அழகிய வடிவும், காந்தம் போல் ஈர்க்கும் கண்களும் அவனைக் கவர்ந்தன. மேடும் பள்ளமும் நிறைந்த இந்தப் பூமி என்ன, எப்பேர்ப்பட்ட பாலை வனத்திலும் அவன் செல்லத் சித்த மாயிருந்தான், அந்த மீன்விழி இரண்டின் சுழலும் துணை யிருந்ததால்!... மருதசேனருக்குத் துருவனைக் கண்டால் ஏனோ பிடிக்கவில்லை. தன் மகள் அவனுடன் பேசு வதைக்கூட அவர் விரும்பவில்லை. ஆனால் கண்டராதித்தரின் மருமகன் என்ற மதிப்பால் அடக்கிக் கொண்டார்.

கடற்பயணம் மருதசேனருக்குப் புதிது. கொந்தளிக்கும் கடலால் கப்பலின் ஆட்டம் மிகுந்திருந்தது. அவர் உடல் அதற்கு ஒத்திருக்கவில்லை. அவர் தலை சுழன்றது. அவர் படுத்த வண்ணமிருந்தார். மரக்கலம் கடலில் சென்று கொண்டிருந்த பல நாள்கள் கழித்துத்தான் கண்டராதித்தரின் குழுவில் இருந்த ஒருவர் மரக்கலம் தவறான திசையில் சென்று கொண்டிருப்பதையும் கலத்தில் கழுகுக் கொடி ஏற்றப் பட்டிருப்பதையும் கண்டு கூவினார். மரக்கலத் தலைவர், அதில் பணியாற்றுவோர் அனைவரும் பயங்கரக் கூட்டத்தைச் சேர்ந்தவர் என்பதை நொடியில் கண்டு கொள்ள அதிக நேரம் பிடிக்கவில்லை. கண்டராதித்த தேவரிடம் வழிச் செலவுக்காக இருந்த பொருளுக்காக மட்டும் கடல் கொள்ளையர் அவருடைய கலத்தைக் கைப்பற்றவில்லை. சோழ நாட்டரசர் செல்கிறார் என்பதை அறிந்தவுடன் சேர மன்னரின் தூண்டு தலால் அவரைச் சிறைப்பிடித்து அதன் மூலம் சோழ நாட்டினின்று ஏராளமான பணம் பெறலாம் என்பதற்காகக் கலத்தைக் கைப்பற்றினர். அதனால் கண்டராதித்தர் ஏற்பாடு செய்திருந்த கலத்தின் தலைவனுக்குக் கையுறை* கொடுத்து அந்த இடத்தில் கொள்ளைத் தலைவன் நின்றான். கலம் செல்லும் திசையை ஒருவரும் அறியாமல் மாற்றினான்.

* லஞ்சம்

இப்போது உண்மையை அறிந்தவுடன் கலத்தில் அமைதி யின்மை ஏற்பட்டது. உருவிய வாளுடன் கண்டராதித்தரின் குழுவிலிருந்தோர் எழுந்தனர். ஆனால் கலத்தில் இருந்த கொள்ளைக்காரர் பலர் உயிரிழந்தனர். ஒரு மூலையில் பயந்து நடுக்கத்துடன், துருவனின் வலிமையும், லாகவமாக அவன் கத்தியைப் சுழற்றுவதையும் வியந்த வண்ணம் இரத்தின வல்லி நின்று கண்டு கொண்டிருந்தாள். கண்டராதித்தர் கண்ணை மூடியபடி சிவநாமத்தை உச்சரித்துக் கொண்டிருந் தார்.

அப்போது வானம் இருண்டது. கரிய வானில் 'பளீர் பளீர்' என மின்னல் கற்றைகள் வானத்தைப் பிளப்பன போல் பாய்ந்து சென்றன. 'விர் விர்' எனக் காற்று வீசியது. நொடிக்கு நொடி காற்றின் வேகம் அதிகமாகியது. கலத்தில் ஏற்பட்ட குழப்பத்தைப் புயல் அதிகமாக்கியது. அண்ட சராசரங்களை யும் கிடுகிடுக்க வைப்பது போன்ற பேரிடி ஒன்று இடித்தது. அதைத் தொடர்ந்து ஒரு மின்னல் கலத்தின் கூம்பின்மீது தாக்கியது. பாயைச் சுருட்டாததால் கூம்பும், பாயும் தீப் பிடித்துக் கொண்டன. மரக்கலம் பலமாக ஆடியது. இரண்டு மூன்று தென்னை உயரத்திற்கு எழுந்த அலைகள் கலத்தினுள் புகுந்தன. கலம் பலமாக ஆடியது. பயங்கரமாக ஆடியது. இரத்தினவல்லி துருவனின் அணைப்பில் இருந்தவாறு இயற்கையின் ஊழித்தாண்டவத்தைக் கண்டு நடுங்கிக் கொண்டிருந்தாள். வாட்போரில் உயிரிழந்த கொள்ளையரின் சடலங்கள் கடல் நீரில் மறைந்தன. கலத்தின் பாகங்கள் 'படார் படார்' என்று உடைந்தன. இன்னும் சிறிது நேரத்தில் பெரும் கூம்பு சாய்ந்துவிடும். அது வீழ்ந்தால், விழும் இடத்தி லிருப்பவர்களை உருத்தெரியாது நசுக்கிவிடும். துருவன் இரத்தினவல்லியை இரு கரங்களாலும் தூக்கிக் கொண்டான். மருதசேனன் அந்தப் பேராபத்து வேளையிலும் "இரத்தின வல்லி, இரத்தினவல்லி!" எனக் கூவுவது இடியையும் பிளந்து கேட்டுக் கொண்டிருந்தது. 'நமச்சிவாய, நமச்சிவாய' என்று சிவ நாமத்தைக் கண்டராதித்தர் உச்சரிப்பதும் கேட்டுக் கொண்டிருந்தது.

துருவன் இவை எவற்றையும் இலட்சியம் செய்யவில்லை. இரத்தினவல்லியுடன் கடலில் குதித்துவிட்டான். அவன்

குதித்த மறு நொடியில் அண்டம் கிடுகிடுவெனும்படி மின்னல் மின்னியது! இடியும் இடித்தது. மின்னல் ஒளியில் கலம் மூழ்குவது தெரிந்தது. அவ்வளவே அவன் அறிவான்.

மறுநாள் பொழுது புலர்ந்தது. உடைந்த மரக்கட்டை ஒன்றைப் பற்றியபடி இரத்தினவல்லியும் அவனும் சோர்வுற்று வெகுதூரம் மிதந்து வந்திருந்தனர். களைப்பு அவர்கள் உடலை வாட்டியது. அப்போது அந்தப் பக்கம் ஒரு பெரும் மரக்கலம் வந்தது. அதிலுள்ளவர்கள் நடுக்கடலில் சிக்கித் திணறும் அவர்களைக் கண்டுவிட்டனர் போலும்! படகு ஒன்றை அவர்கள் கலத்தினின்று இறக்கி அனுப்பினர். துருவனும் இரத்தினவல்லியும் அதில் ஏற்றப்பட்டனர்.

அவர்கள் களைப்புத் தீர இரண்டு நாட்கள் பிடித்தன. துருவன் மெல்ல எழுந்து கலத்துத் தலைவரிடம் சென்று அந்தக் கலம் எங்கு போகிறதென்று கேட்டறிந்தான். அந்தக் கலம் யவன நாட்டினின்று ஸ்ரீவிஜயத்திற்குச் சென்று கொண்டிருந்தது என்றும், சோழ நாட்டிற்கு அது செல்லாது என்றும் துருவன் புரிந்து கொண்டான். உடைந்த கலத்திலிருந்த கண்டராதித்த தேவரும் மருதசேனனும் என்ன ஆயினர் என்று அறிய அவன் துடித்தான். அவர்களைப் பற்றிச் சொல்பவர் யார் இருக்கிறார்கள்? துயரடைந்த உள்ளத்தினரான துருவனும் இரத்தினவல்லியும் சிறிது சிறிதாக ஒருவரையொருவர் அதிகம் விரும்புவதன் மூலம் சோர்வைப் போக்கிக் கொண்டனர். மனம் விட்டுப் பேசி மயக்கந் தீர்த்துக் கொண்டனர்.

மரக்கலம் பலநாட்கள் பயணம் செய்து கடைசியில் தீவொன்றை வந்தடைந்தது. அங்கே துருவனையும், இரத்தின வல்லியையும் மரக்கலத் தலைவன் இறக்கிவிட்டு சோழ நாட்டிற்கு வரும் கலம் அங்குத் தங்குமென்றும், அதில் ஏறிச் செல்லுமாறும் கூறினான். அதன்படி ஒரு வாரம் கழித்துச் சோழ நாட்டிற்குச் செல்லும் கலம் வந்தது. இரத்தின வல்லியும், துருவனும் அதில் ஏறினர். ஆனால் அந்தக்கலம் சோழநாடு செல்லவில்லை; கலத்தில் பெரும் பழுது ஏற்பட்டதால் அது முல்லைத் தீவிற்குச் சென்றது.

துருவனும் இரத்தினவல்லியும் அந்தத் தீவின் அழகில் மயங்கினர். ஒருவர் இதயத்திலிருந்து மற்றவரைப் பிரிக்க முடியாத அளவுக்கு இணைந்துவிட்ட அவர்களை அந்தத் தீவின் இயற்கைக் காட்சிகள் பெரிதும் கவர்ந்தன. மரக்கலம் கட்டும் துறைத் தலைவருக்கு அவர்களைப் பெரிதும் பிடித்திருந்தது. விருந்தாளியாக அவர்கள் தங்கினர். அந்த இடத்தில் தான் இரத்தினவல்லி தன் உடலில் புது உணர்ச்சியை உணர்ந்தாள். உணவு செல்லாமல் இரண்டு மூன்று நாள்கள் துயறுற்றாள். அவளது வயிற்றுள் மற்றொரு ஜீவன் உதயமாயிருப்பது அப்போது அவளுக்குத் தெரியாது.

தலைவரின் குடும்பத்தார் இரகசியமாகப் பேசிக் கொள்வதி னின்றும் விவரம் அறிந்து துருவனுக்கு மகிழ்ச்சி தாங்க வில்லை. ஆனால் திடீரென்று அவனைத் துயரம் வந்து சூழ்ந்துகொண்டது. சோழநாட்டு நினைவு வந்துவிட்டது. அரச குடும்பத்தினரான அவனுக்கு இயற்கையாக அமைந் திருந்த பிடிவாதம் சூழ்ந்தது. கண்டராதித்த சோழருக்கு நேர்ந்த முடிவைச் சோழ நாட்டையடைந்து கூற வேண்டும் என்ற துடிப்பு ஏற்பட்டது. தலைவரிடம் தன் கருத்தைத் தெரிவித் தான். இரத்தினவல்லி அந்த நிலையில் கடற் பயணம் செய்யக் கூடாது எனத் தலைவர் தெரிவித்தார். துருவனுக்கு ஏனோ அந்தத் தீவில் இருப்புக் கொள்ளவில்லை. சோழ நாடு சென்று விரைவில் திரும்பி விடுவதாகத் தெரிவித்தான். இரத்தின வல்லிக்குத் துயரம் தாங்க முடியவில்லை. தந்தையைப் பிரிந்து, காதலனைப் பிரிந்து இருக்க அவளால் முடியவில்லை. ஆனால் தந்தைக்கு மேலாகக் கலம் கட்டும் துறைத் தலைவர் அன்பு செலுத்தியது அவளுக்கு ஆறுதலைத் தந்தது. தன் வயிற்றிலிருக்கும் சிசுவுக்காகவாவது கடற் பயணத்தை மேற்கொள்ளாதது சரியென அவள் முடிவு செய்தாள். துருவனின் உறுதிமொழியை நம்பினாள்.

எத்தனையோ வசந்தங்கள் வந்து சென்றன. ஆனால் இரத்தினவல்லிக்கு மட்டும் வரும் வசந்தங்கள் கொடுமை யாகக் காட்சியளித்தன. திரும்பி வருவதாக உறுதியளித்துச் சென்ற துருவன் திரும்பி வரவில்லை. சோழநாடு சென்று திரும்பியவர்கள் அவனைப்பற்றிய செய்தி ஏதும் அறிய முடியவில்லை எனக் கூறினார்கள். இரத்தினவல்லி கடற்

கரைப் பாறையில் தான் பெற்றெடுத்த செல்வத்திருமகளை அணைத்தவாறு கடலை நோக்கி அமர்ந்திருப்பாள். அந்தத் திருமகள் தான் இன்பவல்லி. கலங்கட்டும் துறைத்தலைவர் தான் கார்மேகன். இன்பவல்லி கார்மேகனை வெகுகாலம் தன் தந்தையென்றே எண்ணி வந்தாள். இன்பவல்லிக்காகவே உயிரைத் தாங்கியிருந்த இரத்தினவல்லி மகளின் நல் வாழ்வுக்கு வழி செய்தாள். தான் கற்ற சகல கலைகளையும் அவளுக்குக் கற்றுக் கொடுத்தாள்.

அத்தீவில் திடீரென அனைவருக்கும் கடும்நோய் ஒன்று கண்டது. பலர் நோய்க்குப் பலியாயினர். நோய்ப் படுக்கை யில் இருக்கும்போதுதான் இரத்தினவல்லி தன் மகளுக்குத் தன் வரலாறு முழுமையும் கூறினாள். 'கார்மேகனின் சொல்லை எந்தக்காலத்தும் மீறக்கூடாது' என்று உறுதிமொழி கேட்டுப் பெற்றாள். என்றாவது அவள் அவளுடைய தந்தையைச் சந்திக்க நேர்ந்தால், தான் அவர் நினைவாகவே இருந்து உலகைவிட்டுச் சென்றதாகக் கூறும்படிச் சொன்னாள்.

இன்பவல்லி கூறிய இந்தக் கதையைக் கேட்டபோது அருண்மொழியின் உள்ளத்தில் பரபரப்பு ஏற்பட்டது. "இன்ப வல்லி! நீ அரச குடும்பத்தவளா?" என்று கேட்டுவிடத் துடித் தான். இன்பவல்லியின் கரத்தை பிடித்தவாறு அருண்மொழி கூறினான்.

"இன்பவல்லி! உன் தாயின் கதை உள்ளத்தை நெகிழ வைக்கிறது. உன் தாயை ஏமாற்றிவிட்டுத் துருவன் சென்று விட்டதாகக் கூறுகிறாய். இப்போது நான் ஒன்று கூறுவேன்; உன் தந்தை சோழ நாட்டில் எங்கு இருந்தாலும் நான் என் ஆயுளில் கண்டுபிடித்து விடுவேன். இது போல் இருவரும் சந்தித்துப் பேசும் வாய்ப்பு கிடைத்தால்.."

அந்தச் சமயம் "சித்திரசேனரே! சித்திரசேனரே!" என்று பல குரல்கள் தொலைவிலிருந்து எழ, பலர் ஓடி வருவது கேட்டது.

அருண்மொழி எழுந்து நின்றான். பரபரப்புடன் ஓடி வருவதால் மூச்சுத் திணற, கலத்திலுள்ள வணிகர்கள் சிலர், "சித்திரசேனரே, சித்திரசேனரே! கலபதிக்கு உடல்நலம் குன்றியிருக்கிறது. உங்கள் பெயரைச் சொல்லி அழைக்கிறார்.

உடனே வாருங்கள் சீக்கிரம், சீக்கிரம்!'' என்று படபடப்புடன் பேசினர்.

அருண்மொழி அங்கிருந்து கலபதி படுத்திருக்கும் கூடாரம் நோக்கி விரைந்தான்.

அத்தியாயம் 13

காளிக்குப் பலி கொடு!

கூடாரத்தின் நடுவே இருந்த கயிற்றுக்கட்டிலில் கலபதி படுத்திருந்தார். அவர் முகம் வெளுத்திருந்தது. அவர் கண்கள் அடிக்கடி செருகின; மயக்க உணர்ச்சி அவரை விட்டு அகல வில்லை. மயக்கம் தெளியும்போது அவர் தலையின் பின்புறம் ஏற்பட்டிருந்த பெரும் அடியால் முனகினார்.

ரவிதாசன் சில வீரர்களுடன் கலபதியைக் கண்டு விட்டு அவர்களுடன் கூடாரத்தின் வெளியே வந்தான். பிறகு அவர்கள் ஒருவருக்கொருவர் வியப்புடனும் திகைப்புடனும் பேசிக் கொண்டனர். ரவிதாசன் சற்றுக் கோபமாகவே அவர்களுடன் பேசினான். கலிங்கத்துக் கலத்தில் ரவிதாசன் ஏறியவுடனேயே முன்பே அந்தக் கலத்தில் பயணம் செய்து வந்த வீரர்களுள் ஐவர் அவனுக்கு பழக்கமாயினர். ரவி தாசனின் சாதுர்யமான பேச்சு அவர்களைக் கவர்ந்தது. முத்து ரத்தின வியாபாரி சித்திரசேனரின் அந்தரங்கப் பணியாள் என்று அவன் தன்னைக் கூறிக்கொண்டது கேட்டவுடன் அவர்கள் ரவிதாசனுடன் இன்னும் நெருக்கமாகப் பழகினர். கலிங்கத்துக் கப்பலில் பெருமளவிற்குப் பண்டங்கள் நிறைந் திருந்தன. நவரத்தினம் விற்போர், தந்தங்கள் விற்போர் என்று பெரும் நிதியங் கொண்டு செல்வோர் நிறைந்திருந்தனர். அவர் களைத் தவிர சீனத்து வணிகர்கள் பலர் வங்கத்திலும், சாளுக்கிய நாட்டிலும், சோழ நாட்டிலும் பெருமளவிற்கு வாணிபஞ் செய்து பொருளீட்டி, அவற்றை எடுத்துக் கொண்டு தங்கள் தாயகங்களுக்குத் திரும்பிக் கொண்டிருந்

தனர். பாதுகாப்பு மிகுந்த கலிங்கக் கலம் என்பதால் அவர்கள் அந்தக் கலத்தில் ஏறிக் கவலையின்றி இருந்தனர்.

கடற்கொள்ளையருக்கோ கலிங்கத்துக் கலத்தின் மீது பல நாட்களாக ஒரு கண்; அதை இம்முறை சமயம் பார்த்துத் தாக்க வேண்டி கலம் புறப்பட்ட இடத்திலேயே படைவீரர்கள் குழுவில் தங்கள் ஆட்களைச் சேர்த்து விட்டனர். வாய்ப்பு ஏற்பட்டு அந்தக் கலம் கொள்ளைக்காரர்களால் தாக்கப்படும் போது அந்த ஐந்துபேரும் கலத்திலிருந்து கொள்ளைக்காரர் களுக்கு தக்கப்படி உதவ வேண்டும் என்பது அவர்கள் திட்டம்.

ரவிதாசன் நவரத்தின வணிகரின் ஆள் என அவர்கள் அறிந்தவுடன் மெல்ல அவனுடன் பேச்சுக் கொடுத்தனர். கூர்மையான அறிவு படைத்த ரவிதாசன் அந்த ஐவருடைய உள்ளங்களையும் அறிந்து கொண்டான். அவர்கள் உண்மை யான போர் வீரர்கள் அல்லர் என்பதையும் புரிந்து கொண் டான். அவர்களைக் கொண்டு தன் இலட்சியத்தை நிறை வேற்ற முடிவு செய்தான். அவர்களுடைய எண்ணம் நிறை வேற, தன்னால் வழிசெய்ய முடியுமென்றும், தன்னிடம் மந்திரசக்தி இருப்பதால் தன்னால் நினைத்த போது எந்தக் காரியத்தையும் முடிக்க முடியுமென்றும் ரவிதாசன் சாமர்த்திய மாக சொற்களைக் கூறி அவர்கள் பெரிதும் நம்பும்படி செய்தான். அருண்மொழியைத் தன் கையால் கொல்வதை அவன் விரும்பவில்லை. இதுவரை அவன் வாளெடுத்துப் போரிட்டதேயில்லை. ஆனால் அவனுடைய அறிவு வாளை விடக் கூரியது. அழிவுச் சக்தியால் அறிவை இயக்க இயக்க அவன் இதயம் கடுமையாகிக் கொண்டு வந்தது.

முல்லைத் தீவில் கலம் நின்றதும் அந்தப் போர் வீரர்களும் ரவிதாசனும் பல முறை சந்தித்துப் பேசினர். பௌர்ணமி கழித்த பத்து நாள்களுக்குப் பின் கலிங்கத்துக் கலத்தைக் கொள்ளையரின் கப்பல் தாக்குவதாகத் திட்டம் இருந்தது. ஆனால், எதிர்பாராத விதமாக முல்லைத் தீவில் கலத்தை நிறுத்தியதால் தங்கள் திட்டம் பாழாகி விடுமே என்று அந்த ஐந்து சதிகாரர்களும் கவலைப்பட்டனர்.

தன்னை அவர்கள் யோசனை கேட்டபோது ரவிதாசன் கூறினான்: "உங்கள் எண்ணம் ஈடேறாது என்று எனக்குத் தோன்றுகிறது."

"ஐயோ, அப்படிப்பட்ட வார்த்தை கூறாதீர்கள். குறிப்பிட்ட நாளில் கலிங்கத்துக் கலம் வராவிடில், எங்களை வெட்டிப் போட்டு விடுவார் எங்கள் தலைவர்" என்று பதறினான் ஒருவன்.

"நானென்ன செய்ய? ரணபத்திரகாளி என் கண்ணெதிரே வந்து கூறுகிறாள், உங்கள் எண்ணம் ஈடேறாது. 'கலிங் கத்துக் கலம் பத்திரமாய்ப் போய்ச் சேரும்' என்று."

"காளி கூறுகிறாளா? ஐயா, ஐயா! காளியின் கட்டளையை மாற்றிக் கொள்ளுமாறு நீங்கள் கேட்டுக் கொள்ள முடியாதா?"

'ஹஹ்ஹா' என்று ரவிதாசன் சிரித்தான். இத்தகைய சிரிப்பு சிரித்து எத்தனையோ நாட்களாகி விட்டன. மீசையை முறுக்கிக் கொண்டு, தணல் விழியைக் குத்திட்டு வைத்து, "ஏன் முடியாது? என் அம்மை ரணபத்திரகாளியின் தேவையைப் பூர்த்தி செய்தால் அவள் பசிக்கு ஏற்றத்தைக் கொடுத்தால் எல்லாம் நடக்கும். இந்தக் கலிங்கத்துக் கலம், இதிலுள்ள பண்டங்கள் யாவும் உங்கள் தலைவனுக்குக் கிடைக்கும்?" என்றான்.

"காளியின் பசியா? அதற்கு என்ன செய்யவேண்டும் சுவாமி? கூறுங்கள்; உடனே செய்கிறோம். எங்களில் ஒருவரின் தலையை வெட்டிக் கொடுக்கவா?"

ரவிதாசன் மேலும் பயங்கரமாக நகைத்து, "உங்கள் தலையா? சே! அறிவாற்றலற்ற தலையைத் தேவமாதா விரும்பமாட்டாள். இளம் ரத்தம் கேட்கிறாள்; முடியுமா?" என்றான்.

அவர்களிடையே மௌனம் நிலவியது. ஒருவன் கூறினான் "இந்தத் தீவிலிருந்து ஒரு வாலிபனைப் பிடித்து வருவோம்.."

"கூடாது, இத்தீவின் வாலிபன் என்றால் இந்தத் தீவிற்குத் தான் பலன் கிடைக்கும்."

"பிறகு!"

விக்கிரமன்

"கலிங்கத்துக் கலத்தின்று ஓர் இளம் தலை தேவை. அங்க லட்சணத்துடன் கூடிய இளைஞனின் குருதி தேவை" ரவிதாசன் குரலில் பயங்கரம் மிகுந்திருந்தது.

மற்றவர்கள் மறுமொழி கூற இயலாது விழித்தனர். "முட்டாள்களே! உங்களிடம் உங்கள் தலைவர் மாபெரும் பணியை ஒப்படைத்திருக்கிறாரே, பௌர்ணமி கழிந்து பத்து நாள்களுக்குள் கலத்தைக் கொண்டு வருமாறு கட்டளை யிட்டிருக்கிறாரே, எப்படிச் செய்வீர்? உடல் வலிமை மட்டும் போதாது. மூளை வேலை செய்ய வேண்டும்."

மீண்டும் மௌனம் நிலவியது.

"பிழைத்துப் போங்கள். உங்களிடம் பழகியதற்காக நான் ஆளைக்காட்டுகிறேன். ஆனால் அவசரப்படாமல் செயலாற்ற வேண்டும். துளி தவறினாலும் காளிதேவிக்கு நம் எல்லாருடைய தலைகளும் பறிபோய் விடும்."

அந்தச் சதிகாரர்கள் காளி பக்தர்கள். ரவிதாசன் சொல் கேட்டு நடுங்கினர். அவர் கூறுவது போல் கவனத்தோடு நடப்பதாகக் கூறினர். அவர்களை அவன் மறைவான இடத்திற்கு அழைத்துச் சென்று பலிக்கு ஏற்றவனின் பெயரைக் கூறினான். 'ஹா' என்று அந்தக் கொடியவர்கள் அஞ்சி அலறினர்.

"உங்கள் எஜமானரையா?"

"உஸ்... சத்தம் போடாதீர்கள். அவர் உண்மை வணிக ரல்லர். சோழநாட்டில் பெரும் கொலை ஒன்றைச் செய்து விட்டுத் தப்பி ஓடிவந்திருக்கிறார். அவரைப் பலியிடுவது தவறில்லை. மரக்கலம் நடுக்கடலில் சென்று கொண்டிருக்கும் போது சைகை செய்கிறேன். தீர்த்து விடுங்கள். இந்தச் செய்தியை யாருக்காவது வெளியிட்டீர்களோ காரியம் கெட்டு விடும்!" என்று எச்சரித்தான்.

❏   ❏   ❏

கலபதி மூர்ச்சை தெளிந்து விழித்தவுடன், அவர் கூறிய வார்த்தை 'சித்திரசேனன்' என்பதுதான். அவரை அழைத்து வருமாறு சைகை காட்டினார் அவர்.

அருண்மொழி வந்தவுடன் மற்றவர்களை அவ்விடம்விட்டு விலகுமாறு சைகை காட்டினார் கலபதி.

பிறகு மெல்லிய குரலில், "ஐயா சித்திரசேனரே! எனக்கேற் பட்ட இவ்விபத்துக்காக கலம் புறப்படுவதைத் தடை செய்யக் கூடாது. நாளைய தினம் கலம் புறப்படட்டும் என்று உங்களைக் கேட்டுக் கொள்ளவே உம்மை அழைத்து வந்தேன். என்னால் நின்று கட்டளையிட்டு கலம் ஓடுவதைக் கவனிக்க இயலாது. தாங்கள் எனக்கு உதவியாகக் கலத்தின் தலைவர் பொறுப்பை ஏற்க வேண்டும்... உங்களுக்கும் கலத்தைப் பற்றிய அறிவு ஓரளவு இருக்கிறது. நேர்மை நிறைந்தவராயிருக்கிறீர்கள். தடை கூறாதீர்கள். என் உடல் நிலைசரியாகும் வரை உதவி புரியுங்கள்" என்று வேண்டினார்.

அருண்மொழி தடை கூறவில்லை.

இன்பவல்லியிடம் விடைபெற அருண்மொழி அவள் குடிலுக்குச் சென்றான். கார்மேகன் அங்கே இல்லை.

இன்பவல்லி அவனை இன்முகத்துடன் வரவேற்றாள். அருண்மொழி தன்னிடம் விடைபெற வந்திருப்பதை அவள் அறிவாள். பரபரப்பு மிகுந்த குரலில், அருண்மொழி ஏதும் பேசுவதற்கு முன்னமே, "நாளைய தினம் கலம் புறப்பட ஆயத்தமாகிவிடும். நீங்கள் இந்தக் கலத்திலேயே போக வேண்டுமா? நானும் உடன் வருகிறேனல்லவா?" என ஆர்வத்துடன் கேட்டாள் இன்பவல்லி.

அருண்மொழி சட்டென அதற்கு மறுமொழி கூறவில்லை. அவன் மனத்தில் இப்போது பெரும் குழப்பம். அவன் கண்ணெதிரே கடற்கொள்ளையரின் தோற்றம் தெரிந்தது. அவர்களது இருப்பிடம் அறிந்து, அவர்கள் போக்கு அறிந்து அவர்களைப் பூண்டோடு அழிக்க வழி வகுக்க வேண்டுமே என்ற கவலை தோன்றியது. அதனால் அவன் உடனே ஏதும் பேசவில்லை. இந்தச் சில நாட்களின் அனுபவத்தை எண்ணிப் பார்க்கும்போது, அங்கு தன்னைப் பற்றியே ஆராயும் அளவுக்கு வேதனை தோன்றியது. தான் புறப்பட்டது எங்கே? வந்தது எங்கே? தீவிலே கலையின் எழிலில் மனத்தைப் பறிகொடுத்தது எப்படி என்று அவனையும் மீறி

அவனை ஆட்டுவித்த அந்தச் செயலை ஒரு கணம் எண்ணிப் பெருமூச்சு விட்டான். இன்பவல்லி அவனையே நோக்கிக் கொண்டிருந்தாள். அவள் சூடியிருந்த மலரின் மணமும் அவளது கண்களிலே தெரிந்த குழந்தைக் குணமும் அவனை ஒரு நிலை கொள்ளாமல் செய்தன.

"நாளைய தினம் கலம் கிளம்புவதும் நீங்கள் கிளம்புவதும் உண்மைதானே?" வேதனையுடன் மீண்டும் இன்பவல்லி கேட்டாள்.

அருண்மொழி சற்று மௌனமாக இருந்தான். பிறகு நெஞ்சிலிருந்து சொற்கள் மெல்ல வர, "ஆம்" என்றான்.

"நானும் உடன் கிளம்புவதற்கு வேண்டிய ஆயத்தம் செய்யட்டுமா?"

அருண்மொழி மெல்லச் சிரித்தான். பிறகு தொண்டையைக் கனைத்து, "இன்பவல்லி! நான் சொல்வதைக் கவனமாகக் கேள். இப்போது நான் எங்கெங்கு செல்கிறேன் என்று கூறமுடியாது. சீன நாடு வரை செல்ல நான் உத்தேசிக்கிறேன். அங்கெல்லாம் உன்னையும், அழைத்துச் செல்ல இயலுமா? நான் சோழ நாடு திரும்பும் போது இங்கு மீண்டும் வருவேன். உன்னையும் உன் தந்தையையும் அழைத்துச் செல்வேன். உன் வரவால் சோழ நாட்டில் நாட்டியக் கலை புத்துணர்வடையும்.." என்று அவன் கூறிக்கொண்டே போகும்போது இன்பவல்லி விம்மினாள். அவள் கண்களில் பாண்டிநாட்டு முத்தைப் போன்று நீர்துளிகள் கோர்த்து நின்றன.

அருண்மொழி அவள் கண்களைத் துடைத்து, "இன்பவல்லி! நீ கூட அழலாமா? சாதாரணப் பெண் அல்லவே நீ. இந்த மூன்று நாள் மாறுதலால் இதயம் நோக விடலாமா?" என்று தேற்றினான்.

"மூன்று நாட்களா? மூன்று யுகங்களாக அல்லவா நான் காத்திருக்கிறேன்!" என்று இன்பவல்லி விம்மினாள்.

அருண்மொழி பேசவில்லை. பிறகு, "இன்பவல்லி! நான் வாக்குப்படி நடப்பவன். கொடுத்த வாக்கை மீறியதும் இல்லை. என்னை நம்பலாம்; விரைந்து திரும்புவேன்.

உன்னை அழைத்துச் செல்வேன்'' என்று கூறி, அவன் கை விரல்களின் மென்மையை மெல்ல உணர்ந்தான்.

இன்பவல்லி தன் கூந்தலிலிருந்து மலர் ஒன்றை எடுத்து அவனிடம் நீட்டி. "இந்த மலரை நீங்கள் அடையாளமாக வைத்திருங்கள். வாடிப்போனாலும் மணம் மாறா மலர் இது'' என்றாள்.

கள்ளங் கபடமற்ற அவளது உள்ளத்தைக் கண்டு வியந்த அவனுக்கு மேலும் அவள் மீது மதிப்பு அதிகமாகியது.

"இன்பவல்லி! இந்தத் தீவில் தினமும் காலையில் கீழ்த்திசையில் கதிரவன் தோன்றுவது எவ்வளவு நிச்சயமோ, அவ்வளவு நிச்சயம் நான் விரைந்து திரும்புவதும், உன்னை அழைத்துச் செல்வதும். அதற்குச் சாட்சியாக இதோ இந்த அடையாளத்தை வைத்துக்கொள்'' என்று ரத்தினக்கல் ஒன்றை நீட்டினான்.

மதியொளியில் அந்த ரத்தினக் கல்லின் செந்நிறம் கண்ணைப் பறித்தது. அந்த ஒளி அருண்மொழியின் முக ஒளியை ஒத்திருந்தது. கண்களின் ஜ்வலிப்பை நிகர்த்திருந்தது. மேனி அழகுடன் போட்டியிட்டது. அவன் குணத்துக்கே நிகராக இருந்தது. இன்பவல்லி அதை மார்பிலே அணைத்துக் கொண்டாள்.

கலிங்கத்துக்கலம் முல்லைத் தீவினின்றும் புறப்பட்டது. தீவின் கரையிலே தீவின் மக்கள் குழுமியிருந்து கையசைத்து வழியனுப்பினர். கலத்தின் மேல் தளத்தில் அருண்மொழி கலபதிக்குப் பதிலாகக் கட்டளைகளை இட்ட வண்ணம் நிற்பதை ரவிதாசன் கண்டதும் திடுக்கிட்டான். அவனருகே கலத்தின் மெய்க்காவல் வீரர்கள் இருந்தனர்.

அருண்மொழியின் கண்கள் கரையில் யாரையோ தேடின.

அதோ! இன்பவல்லி அதே பாறையின் மீது நின்றுகொண்டு கையை அசைக்கிறாள்.

"கூவுவாய்க் குயிலே!
குமரன் வரக் கூவுவாய் குயிலே"

அவள் இயற்றிய அந்த மெல்லிய இசை மிதந்து வந்து அருண்மொழியின் செவிகளில் விழுந்தது.

கலிங்கத்துக் கலம் மெல்ல மெல்ல நகர்ந்தது. தீவின் சோலைகள் மறைந்தன. கோடு போன்ற தோற்றமும் மறைந்து, எங்கும் கருநீலக் கடலின் தோற்றமே சூழ்ந்தது. அருண்மொழியின் கண்களிலே நீர் தளும்பியது. தொலைவில் நின்று ரவிதாசன் தன்னைக் கவனிப்பதறிந்து கண்களைத் துடைத்துக் கொண்டான் அருண்மொழி.

அத்தியாயம் 14
மின்னிய வாள்

கண்ணீர்த் திரை எதிரே கருநீலத் திரைக்கடலின் தோற்றமே எங்கும் நிறைந்திருந்ததைக் கண்டான், அருண்மொழி, பாய் மரத்தில் இழுத்துக் கட்டப்பட்டிருந்த பாய்களிலே காற்று மோதியது. அதனால் கலம் நகர்ந்தது. வேகமாக நகர்ந்தது. கலத்திலுள்ளோர் களிப்புறும் அளவிற்கு கலம் சென்றது. சாதகமான காற்று தொடர்ந்து பதினைந்து நாட்களுக்குக் குறையாமல் வீசும்; அதனால் குறிப்பிட்ட இடத்தைக் குறிப்பிட்ட நாட்களுக்கு முன்னரே அடைந்து விடலாம். கலத்திலுள்ள பயணிகளுக்குக் களிப்பு பொங்கியது. வணிகர்களுக்குப் புதுத்தெம்பு பிறந்தது. அவர்கள் மேல்தளத்தில் நின்று பார்வையை நாற்புறமும் சுழல விட்ட வண்ணமிருந்தனர்.

பாய்மரத்துக்கு மேலே கூம்பு இருந்தது. அதன் மீது கலிங்கக் கொடி அசைந்தாடிப் பறந்தது. கொடியின் கீழே ஏழெட்டு வெண்புறாக்கள் கயிற்றின் மீது அமர்ந்திருந்தன. முல்லைத் தீவில் கலம் புறப்பட்ட போதே அவை கலத்தில் வெவ்வேறிடத்தில் அமர்ந்து சுற்றிச் சுற்றி வந்தன.

பொழுது சாயத் தொடங்கியதும் அவை மீண்டும் ஓரிடத்தில் கூடின. அவை ஒன்றையொன்று பார்த்துக் கொண்டன. அவற்றின் மொழியிலே ஒன்றோடு ஒன்று

பேசிக் கொண்டன. மெல்லிய கீச்சுக் குரலில், ‘‘நாம் இந்தக் கலத்தோடு செல்கிறோமா?’ என்று கேட்டுக்கொண்டன. ‘‘இல்லை, இல்லை, நமக்கு என்ன கவலை? முல்லைத் தீவில் கிடைக்கும் கனியை விட்டுவிட்டுக் கலத்தோடு செல்வதால் நமக்குப் பயன் என்ன? நாம் போய் விடுவோம்’’ எனக் கூறின. ‘ஜிவ்’வென்று அவை பறந்து சென்றன. ஒரேயொரு வெண்பறவை மட்டும் அந்தக் கூம்பின் மேலேயே அமர்ந் திருந்தது. கொடி பறப்பதைப் பார்த்து ரசித்ததா? மெல்லிய அலைகள் கலத்தின் பக்கவாட்டில் வந்து மோதுவதைக் கண்டு மகிழ்ந்ததா? எல்லாவற்றிற்கும் மேலாகத் திசை திருப்பும் பெரும் சுக்கான் சக்கரம் அருகே நின்று கொண்டிருந்த அருண்மொழியின் வனப்பைக் கண்டு வியந்ததா?

அந்தப் பறவை கூம்பினின்று பறந்து வந்து பாய் மரக்கயிற்றின் மீது அமர்ந்தது. பிறகு சுற்றி வந்து நூலேணி மீது அமர்ந்தது. பொழுது சாய்ந்து கொண்டிருந்தது; அதற்கு ஒன்றும் தோன்றவில்லை. அதன் மற்றத் தோழர்கள் இருந் திருந்தால் அது தன் கீச்சுக் குரலில் பேசிக் கொண்டிருக்கும். அவர்கள் தாம் முன்பே பறந்து சென்றுவிட்டனரே! அந்தப் பறவைக்கு ஒன்றும் தோன்றவில்லை. மரக்கலத்தோடு கூடச் சென்று கொண்டிருக்கலாம். உடலில் அலுப்பு ஏற்படாமல் செல்லலாம். வனப்பு மிக்க இடங்களையெல்லாம் காணலாம்.

கண்டு பயனென்ன? நம் இனத்தவரை விட்டுவிட்டு எந்த இன்ப உலகத்திற்குச் சென்று பயனென்ன? அவர்களுடன் சுற்றிப் பறந்து திரிந்து கவலையற்று வாழ்வது போய் இப்போது நமக்குக் கவலை மனத்திலெழுந்து விட்டதே. அவர்களைக் கூப்பிடுவோமா?

‘கீச்கீச் கீச்கீச் கீச்’ அந்தப் பறவை கூவியது. சிறகு சடசட வென ஒலிக்கும்படி சப்தித்தது. தத்தித்தத்தி நடந்தது.

கண்ணைக் கவிந்திருந்த நீர்திரையை விலக்கி அருண்மொழி இப்போது தளத்தை ஒருமுறை சுற்றி வந்தான். கலபதி மஞ்சத்தின் மீது சாய்ந்து அமர்ந்திருந்தார். அவர் அருண் மொழிக்குக் கலத்தின் மேற்பார்வையைப் பற்றிச் சிலவற்றைக் கூறினார். அருண்மொழியின் நினைவு ஏனோ அங்கில்லை. அவன் நினைவு மாறச் சில நாட்களாவது ஆகலாம். ‘அந்தத்

தீவிலேயே இருந்திருக்கலாம். இப்போது கலத்தில் ஏறிச் செல்வதில் என்ன பயன்? எங்கே அவசரமான பணி இருக்கிறது? உடனடியாகப் போகாவிடில் என்ன இடையூறு வந்துவிடும்?' அருண்மொழி சிந்தனை செய்தான். அப்படிப் பார்த்தால் சோழ நாட்டை விட்டே வந்திருக்க வேண்டாம். சிறிய தந்தை ஆட்சிப் பொறுப்பேற்றால் நாம் அங்கிருப்பதில் எந்தவித இடையூறு வந்துவிடும்? அண்ணன் விட்டுவிட்டுச் சென்ற வட எல்லைப் பாதுகாப்பை ஏற்று நடத்தி இருக்க லாமே? இளவரசர் பட்டமேற்ற பிறகும் ஆதித்த கரிகாலன் காஞ்சியினின்று வட எல்லையைக் கட்டிக்காக்கவில்லையா? தொண்டை மண்டலத்து மன்னர் போல் ஆட்சி நடத்த வில்லையா? நாம் ஏன் அப்படிச் செய்திருக்கக் கூடாது? வந்தியத் தேவனுடைய உறுதுணையுடன் காஞ்சிப் பொன் மாளிகையில் வாழ்ந்திருக்கலாம். தந்தையைச் சில காலம் அழகிய காஞ்சிப் பொன் மாளிகையில் வந்து வாழுமாறு செய்ய ஆதித்த கரிகாலர் ஆசைப்பட்டார். அவர் எண்ணம் ஈடேறவில்லை. நாமாவது தந்தையை அழைத்து வந்து காஞ்சியில் தங்குமாறு செய்திருக்கலாம். அண்ணனின் கடைசி ஆசையை ஈடேறச் செய்திருக்கலாம். அதைச் செய்யாமல் ஏன் புறப்பட்டோம்?

'ஆஹா! ஆதித்த கரிகாலன்! அவரை நினைக்கும் போது என் உடல் சிலிர்க்கிறதே! என் தமக்கையார் அடிக்கடி கூறுவார்: திருப்புறம்பியத்தில் வாளைச் சக்கரம் போல் சுழற்றிய முப்பாட்டனார் ஆதித்த சோழ தேவரின் வீர சாகசத்தைப் பற்றி. அப்போது அந்த மாவீரரைக் கற்பனைக் கண்களால் காண முயல்வேன். அவரது பெயரர் இராசாதித் தரின் அஞ்சா நெஞ்சத்தைப் பற்றிக் கூறுவார். அந்த மாவீரரை ஒரு சமயம் நாற்புறமிருந்து நால்வகை நாட்டுப்போர் வீரர்கள் சூழ்ந்தனராம். இரட்டர்களும், வைதும்பர்களும், பாணர் களும், கதம்பர்களும் சூழ்ந்து தாக்க முயன்றனராம். அப்போது இராசாதித்தர் செய்த வீரப்போரை நினைக்கையில் நான் அந்த மாவீர மன்னரின் தோற்றத்தை நினைக்க முயல் வேன். அந்தப் போதிலெல்லாம் என் அகக் கண்முன் என் தமையனார் ஆதித்த கரிகாலரே தோன்றுவார். ஆதித்த சோழரும் இராசாதித்தரும் சேர்ந்து மறுபிறவி எடுத்துக்

கரிகாலனாகப் பிறந்தனரோ? ஏறு போன்ற பீடுநடை கொண்ட அஞ்சா நெஞ்சம் ஆதித்தனை அரசராக அடைய முடியாக் கொடும்பேறு பெற்றுவிட்டதே இந்தச் சோழ நாடு? யார் செய்த தீவினையோ இளவயதிலேயே அந்த நன்மகன் மாண்டாரே!'

ஆ! என் மூத்தவரை மாளச் செய்தார்கள். துன்ப முடிவு ஏற்படுத்தினார்கள். மகனைப் பிரிந்து மாளாத் துயருறுமாறு என் தந்தையை வாடச் செய்த சதி, யார் செய்த சூழ்ச்சி? அரியணை ஆசை யாரை விட்டது? அதனால்தானோ இளைய பிராட்டியார் என்னை நாட்டை விட்டு இங்கெல்லாம் சுற்றி அலையத் தூண்டினார்? சோழ நாட்டிலேயே இருந்தால் சதிச் சூழ்ச்சியில் தொடர்பு கொள்ளுமாறு எவராவது செய்யலாம். நாம் விரும்பாமலே நம்மைச் சிக்கிக் கொள்ளு மாறு செய்யலாம். இல்லாவிடில் வாணர்குல வீரர் வந்தியத் தேவன் மீது ஆதித்த கரிகாலனைக் கொன்ற பழியைச் சுமத்தி யிருப்பார்களா? நல்ல வேளையாக நாமிருந்தோம். நம் சொல்லைக் கேட்பவர்கள் இருந்தார்கள். நம் பேச்சில் நம்பிக்கை வைத்தவர்கள் இருந்தார்கள். அந்த அபாண்டமான பழியினின்று வந்தியத் தேவனை நாம் விடுவித்தோம். நம் பேச்சை எல்லோரும் ஏற்குமாறு செய்தோம்.

சோழநாட்டிற்கு உதவ வந்த அந்த வீரனுக்குக் கிடைத்த பழியை நினைக்கும் போது காலம் செய்யும் கோலத்தை வியக் காமல் இருக்க முடியவில்லை. பழிஅவதூறுதுன்பம் இவ் வளவும் ஏற்பட்டாலும் வந்தியத்தேவன் மிக பாக்கியசாலி. அவர் பெற்ற பேறு இதற்கு முன்பு எந்த நாட்டு வீரரும் பெற்றிருக்க மாட்டார்கள்.. இனியும் பெருவரோ என்பதும் ஐயமே. சோழநாட்டுப் பெருந்தனக்காரர்கள் வியக்கும் மதிநுட்பம் படைத்த அவர் மக்களால் போற்றப்படும் என் சகோதரி இளைய பிராட்டியாரின் இன்சொல் பெறத் துடித்து நிற்கும் போது வாணர்குலத்து வீரர் எளிதிலே என் தமக்கை யாரின் இதயம் கவர்ந்து விட்டாரே? அதற்காகவாவது அவருக்குக் கடுந்தண்டனை கொடுக்க வேண்டும். என்ன தண்டனை கொடுக்கலாம்? ஆயுள் தண்டனை கொடுக்க வேண்டும். சோழகுலக் கொடி படரக் கொழுகொம்பாய் என் றென்றும் நின்று தவழும் தண்டனையைக் கொடுப்போம்.

நாம் வரும் வரை அவர்கள் காத்திருப்பார்களா? தந்தையின் அனுமதி பெற்று அவர்கள் திருமணம் நடந்திருக்கும். திருமண ஓலை எனக்கு எந்த இடத்திற்கு அனுப்புவார்கள்? முல்லைத் தீவைத் தாண்டி ஒருகாத தூரம் சென்று கொண்டிருக்கும் மரக்கலத்துக்கு வந்து சேர எந்தப் பறவையின் கழுத்திலாவது ஓலையைக் கட்டியனுப்புவார்களா? ஆம்; அப்படித்தான். அதோ வெண் பறவை தத்தித் தத்தி நடந்து வருகிறதே; ஓலை கொண்டு வந்திருக்கிறதோ?

அருண்மொழி அதன் அருகே சென்றான். அந்தக் கலத்தை விட்டுப் பறந்து சென்றுவிடத் திட்டமிட்ட அந்தப் பறவை அருண்மொழி அருகே வந்தவுடன் விரைந்து பறந்தது.

மேல் தளத்தில் ஏதோ சிந்தனையாய் அருண்மொழி நின்றிருந்தபோது ரவிதாசன் சதிகார வீரர்களைத் தேடிச் சென்றான்.

அருண்மொழி தளத்தை ஒருமுறை சுற்றி வந்தான். இப்போது அந்தப் பறவை பறந்து வந்து மீண்டும் கூம்புக் கயிற்றின் மீது அமர்ந்தது. அருண்மொழி தனக்குள்ளே நகைத் தான். அவனுக்கு அந்தப் பறவையைக் கண்டு இரக்கம் ஏற்பட்டது. கடற்பறவை இனத்தினின்று பிரித்துவிட்ட அதை எண்ணி அவனால் இரக்கப்படாமலும் இருக்க முடியவில்லை. திருமால் அடியவரொருவர் பாடிய பாடல் ஒன்று அவன் நினைவுக்கு வந்தது. அவர் சேர நாட்டு அரசராம். இது போன்று கடல் கடந்து கலத்தில் சென்றிருக்க வேண்டும். கலத்திலே அமர்ந்திருந்த பறவை கரையைத் தேடுவதற்காக இங்கும் அங்கும் அலைந்து விட்டு மீண்டும் கலத்தை அடைந் திருப்பதைக் கண்டிருக்க வேண்டும். அதைக் கண்டுவிட்ட அந்தப் பெரியவர் மனத்தில் அற்புதமான உவமை ஒன்று தோன்றியிருக்கிறது.

"எங்கும் போய்க் கரைகாணாது
ஏறிகடல் வாய் மீண்டேகும்
வங்கத்தின் கூம் பறும்
மாப்பறவை போன்றேனே!"

அருண்மொழி ஒருமுறை அந்தப் பாடலை முணுமுணுத் தான். பொழுது சாய்ந்து கொண்டிருந்தது. தளத்தில் விளக்

கேற்றுபவன் வந்து தன் பணியைச் செய்து கொண்டிருந்தான். கலம் ஒரு சிறு நகரம் போலவே காட்சியளித்தது. அந்த நகரைப் பாதுகாக்கும் பணியைக் கலபதி தன்னிடமிட்டிருக்கிறார்.

"சித்தரசேனரே! மரக்கலத்தைப் பற்றிப் பிரமாதமாக நீங்கள் வேறெதுவும் தெரிந்திருக்க வேண்டிய அவசியமில்லை. நீங்கள் அறிந்த அளவுகூட என் உதவியாளர்களுக்குத் தெரியாது. அன்றாடப் பணிகள் செவ்வனே நடக்கின்றனவா என்று கவனிப்பதற்கு ஓர் ஆள் இருந்தால் போதும். கண்டிப்பும், மிரட்டலும் இல்லாவிட்டால் அவரவர் தங்கள் பணியில் சோம்பிவிடுவார்கள். பலருடைய தாமதம் என்பது எத்தனையோ காரியங்களைக் கெடுத்துவிடும். உங்களை எனக்குப் பிடித்துவிட்டது. நான்கு நாட்கள் எனக்காகச் சிரமப் படுங்கள். அதற்குப் பிரதிபலனாக இந்தக் கலம் போய்ச் சேரும் நாட்டரசனுக்கு உங்களை அறிமுகம் செய்து உங்களிடமுள்ள நவரத்தினங்கள் அனைத்தையும் வாங்கிக் கொள்ளச் செய்கிறேன்!" என்று கலபதி கூறியது அருண்மொழியின் மீது எத்தகைய நம்பிக்கை அவருக்கு இருக்கிறது என்பதைப் புலப்படுத்தியது.

அருண்மொழி கீழ்த்தளத்தில் இறங்கினான். அதற்கும் அடித்தளத்தில் வியாபரத்திற்கு எடுத்துச் செல்லப்படும் பண்டங்கள் நிறைந்திருந்தன. அடித்தளத்தில் கசிவு ஏதும் ஏற்படாதிருக்கிறதா எனக் காணப் படிக்கட்டுகளின் வழியாக இறங்கினான். ரவிதாசனும் வீரர்கள் வடிவிலிருந்த கடற் கொள்ளையரும் பஞ்சுப் பொதிகளின் மறைவில் நின்று ஏதோ பேசிக்கொண்டிருந்தனர்.

"காளிதாசரே! நம் எண்ணம் நிறைவேறாது போலிருக்கிறதே?" என்று சதிகாரர்களில் ஒருவன் ரவிதாசனைக் கேட்டான். காளி மீது அதிபக்தி கொண்டவன் ரவிதாசன் என்பதால் காளிதாசன் என்றே அவனுக்குப் பெயர் சூட்டிவிட்டான்.

ரவிதாசன் கண்களை உருட்டிப் பயங்கரத்தை வரவழைத்து, "உங்களைப் போன்ற கோழைகள் இருந்தால், எந்தக் காரியமும் நிறைவேறாது. உங்கள் தலைவரை எப்படியும் நான் சந்திப்பேன். அவரிடம் தெரிவிக்கிறேன் எங்கள் கோழைத்தனத்தை" என்று அதட்டலுடன் கூறினான்.

அங்கிருந்தவர்கள் ஒன்று சேர்ந்து பரிதாபக் குரலில், "ஐயா! ஐயா! என்ன அப்படிக் கூறிவிட்டீர்கள், நாங்கள் கோழைத் தனத்தோடு அஞ்சுகிறோமோ?" என்றனர்.

"ஆம்! காளிமாதேவிக்குத் தரவேண்டிய பலிக்காக ஆளைச் சுட்டிக்காட்டினேன். தக்க தருணம் பார்த்து முடிக்க வேண்டியது உங்கள் கடமை. அதற்குள் 'எண்ணம் நிறைவேறாது போலிருக்கிறதே' என்று சந்தேகப்படுவதில் கோழைத்தன மில்லாமல் வேறு என்ன இருக்கிறது?"

"உங்களுக்குத் தெரியாது என்னைப்பற்றி, ரவிதாசன் கிரமவித்தன். இப்படிக் கலத்தில் வேறு வேலையின்றிப் பயணம் செய்பவனல்லன். எனக்கிருக்கும் வேலை ஏராளம். இதுவரை நான் திட்டமிட்டு அவை நிறைவேறாதிருந்த தென்பது குறைவு. என் பூஜைக்கு வேண்டியதெல்லாம் காளி மாதாவிற்குப் பலிதான். ஜகன் மாதாவின் பசிக்குப் பலி கொடுப்பதன் மூலம் எதையும் சாதிப்பேன். என்னை ஒரு தேசத்து ராஜகுமாரன் ஓர் உதவிக்கு அழைத்திருக்கிறான். அவன் இழந்த நாட்டைத் திரும்பப் பெற விரும்புகிறான். பழிக்குப்பழி தீர்க்க விரும்புகிறான். அவன் இந்த ரவிதாசக் கிரமவித்தன் பேரில் பெரும் மதிப்பு கொண்டவன். அவன் எண்ணும் ஒவ்வொரு காரியத்தை முடிக்கவும் ஒவ்வொரு பலி, மூன்று பலிகள் அஹ்ஹ்ஹா.." ரவிதாசனால் அகோரச் சிரிப்பை அடக்க முடியவில்லை. ஒன்று, இரண்டு, மூன்று என்று விரல் விட்டு எண்ணினான்.

"ஒன்று முடிந்தது; இரண்டாவது முடியும்; மூன்றாவது முடிக்க விரைவேன்." என்று அவன் கூவியது அவர்களுக்குப் புரியவில்லை. "என்ன கூறுகிறீர்கள் ஐயா?" பயத்துடன் வினவினர்.

"என்ன கூறுகிறேனா? விழியில் விளக்கெண்ணெய் போட்டு எடுத்த காரியத்தை விரைவில் முடிக்குமாறு கூறுகி றேன்."

"சித்திரசேனன் இந்தக் கலத்தைப் பாதுகாக்கும் பொறுப்பை ஏற்பார் என நாங்கள் எதிர்பார்க்கவில்லையே!"

"எல்லாம் திட்டமிட்டபடி நடப்பதென்றால் சதிசெய்யும் உங்கள் மூளைக்கு வேலை இல்லை."

‘‘புரியவில்லையே?’’

‘‘சக்தியிருந்தால் போதாது! புத்தி வேண்டும்.’’

‘‘சொல்வதைத் தெளிவாகக் கூறுங்கள் சுவாமி!’’

‘‘காளியின் அருள் உங்கள் கையில் வந்து விழாது. நீங்களாகவே அதைத் தேடிப் போகவேண்டும்.’’

‘‘அவரைச் சுற்றி மெய்க்காவலர்.’’

‘‘இருக்கட்டுமே. நீங்களும் கலத்தின் வீரர்கள்தாமே? அந்தப் பொறுப்பை ஏற்க முடியாதா? நாளைய தினம் உங்களில் இருவர் அவர்களோடு சேர்ந்து விடுங்களேன்’’ ரவிதாசன் ஏதோ புதிர் அவிழ்த்தது போல் தலையசைத்தான். அப்போது மேல்தளத்தினின்று யாரோ பலர் ஓடிவரும் ஓசை கேட்டவுடன் அவர்கள் அங்கிருந்து விரைந்து தனித்தனியே பிரிந்தனர்.

விரைந்து ஓடிவந்தவர்கள் ‘‘சித்திரசேனரே, சித்திர சேனரே!’’ என்று மூச்சுத் திணறக் கூவினர். அருண்மொழி வர்மன் மேல்தளத்துப் படிக்கட்டுகளில் ஏறி வந்து கொண்டு இருந்தான். இரண்டாவது தளத்தில் பயணிகள் தனித்தனியே அமர்ந்து பேசிக் கொண்டிருந்தனர். கலம் நகரவில்லை. ஏதோ புதைகுழியில் சிக்கித் தடுமாறுவது போன்ற உணர்வு சித்திரசேனனுக்குத் தோன்றியது. சித்திரசேனன் விரைந்தான். இருக்கையில் அமரவும் முடியாமல் நிற்கவும் முடியாமல் கலபதி தவித்துக் கொண்டிருந்தார்.

விரிந்திருந்த பாய்மரத்தில் காற்று ‘விர் விர்’ என்று தாக்கிக் கொண்டிருந்தது. அந்தக் காற்று வீசும் வேகத்திற்குக் கலம் விரைந்து சென்றிருக்க வேண்டும். ஆனால் கலம் நகர முடியாமல் திணறிக் கொண்டிருந்தது. நன்றாக இருட்டியிருந்ததால் ஒன்றுமே புரியவில்லை. ‘கர் கர்’ என்று பாய்மரக் கயிறுகள் செய்யும் ஓசை தெளிவாகக் கேட்டது.

தளத்தில் எரிந்த விளக்குகளின் ஒளியில் கலத்துப் பணி யாளர் இங்குமங்கும் ஓடுவதும் நூலேணி வழியாகக் கூம்பின் மீது ஏறுவதும் இறங்குவதுமாகப் பரபரப்பு மிகுந்திருந்தது.

சித்திரசேனன் கலபதியிடம் வந்து சேர்ந்து, ‘‘என்ன, என்ன நேர்ந்தது?’’ எனப் பரப்பரப்புடன் கேட்டான். ‘‘பாறையிலே

கலம் மோதிவிட்டதா? கரை தட்டி விட்டதா?'' என்று வினவினான்.

"பாறையில் மோதியிருந்தால் சுக்கு நூறாகியிருக்கும். கலம் நகராமல் கடலடியில் ஏதோ பிடித்திருக்க வேண்டும்'' என்றார் கலபதி. பிறகு ஏதோ யோசித்துச் சித்திரசேனனை நோக்கி, "பாயைச் சுருட்ட உத்தரவிடுங்கள்" என்று கூறினார்.

"விரைந்து பாயைச் சுருட்டுங்கள். மேல்கயிற்றை இழுத்துக் கட்டுங்கள்" என்று சித்திரசேனன் வாயில் கையை வைத்துக் குவித்து உரத்த குரலில் கூவினான். அதற்குள் பாயில் ஓரிரு இடங்களில் கிழிசல் ஏற்பட்டு விட்டது.

"கலம் நகராமல் பாயை மட்டும் விரித்து வைத்திருந்தால் காற்று தாக்குவதால் கூம்பு முறிந்துவிடும்" என்று கலவதி கூறினார். மையிருள் எங்கும் சூழ்ந்திருந்தபடியால், அவர்களால் ஒன்றுமே செய்ய முடியவில்லை. கவலை மிகுதியால் மேல் தளத்திற்கு வந்துவிட்ட வணிகர்களையும், மற்றவர்களையும் சித்திரசேனன் நல்ல வார்த்தை கூறி கீழ் தளத்திற்கு அனுப்பினான்.

"காளியின் கோபம்" என்று ரவிதாசன் மற்றவர்களிடம் கூறிக் கொண்டிருந்தது பரபரப்புடன் அலைந்து கொண்டிருந்த சித்திரசேனன் செவியில் வீழ்ந்தது. கலம் நகராததற்கு ரவிதாசன் காரணமாயிருப்பானோ? என்று ஒரு கணம் எண்ணினான். ரவிதாசனின் நடவடிக்கைகளைப் பற்றி முன்பே அவன் அறிந்திருந்தான். ரவிதாசன் பழு வேட்டரையர் அரண்மனைக்கு இரகசியமாக வந்து கொண்டிருந்த செய்தி அப்போதே அவன் செவிகளுக்கு எட்டியிருந்தது.

ரவிதாசன் யார்? அவனுக்கும் ராஜ்ய விவகாரங்களுக்கும் என்ன தொடர்பு என்பதைப் பற்றி முன்பு அவன் கவலை கொள்ளவில்லை. இப்போது ரவிதாசனைப்பற்றி அறிய வேண்டிய சந்தர்ப்பம் வந்துவிட்டது. கீழ்த்தளத்தில் அவன் வீரர்களுடன் சற்று முன்பு பேசியதும் அவன் அறிந்திருந்ததால் ரவிதாசனை விசாரிக்க வேண்டிய கட்டாயம் அருண் மொழிக்கு ஏற்பட்டு விட்டது. 'காளி... பலி... தாமதம்...

காளியின் கோபம்...' ரவிதாசன் சொற்களுக்கும், கலம் நகராததற்கும் தொடர்பு இருக்க வேண்டும் எனக் கருதினான்.

கலபதி அதற்குள் நீர்மூழ்கி ஒருவனைக் கடலின் அடியில் சென்று கலத்தின் அடித்தளத்தில் ஏதாவது பழுது ஏற்பட்டுள்ளதா எனப் பார்க்கக் கட்டளையிட்டிருந்தார். நீர்மூழ்கி சிறிது நேரத்தில் மேலே வந்தான். அவன் உடலின் பல இடங்களிலிருந்தும் ரத்தம் கசிந்து கொண்டிருந்தது. தளத்தி லிருந்து மங்கிய தீவர்த்தி ஒளியில் நீர் மூழ்கியின் உடலின் பல பாகங்களில் வடிந்து கொண்டிருந்த இரத்தத்துளிகளைப் பார்க்க பயங்கரமாயிருந்து.

"என்ன, என்ன நேர்ந்து விட்டது?" எனச் சித்திரசேனன் கூவினான்.

"கவலைப்படாதீர்கள் சித்திரசேனரே! கலத்தைத் தடுப்பது எவை என்பது புரிந்து விட்டது. லட்சோப லட்சம் மீனினங் கள் நம் கலத்தைச் சூழ்ந்திருக்கின்றன. அதனால் கலம் நகருவது தடைப்பட்டிருக்கிறது" என்றார் கலபதி.

"மீன்களா? அவை ஏன் சூழ்ந்து கொண்டு தாக்குகின்றன!"

"பசை இருந்தால் மீன் என்ன... மனிதர்களே தாக்குவரே! கலத்தின் அடித்தளத்திற்குப் பூசப்பட்டுள்ள ஒரு வகை பிசினின் கவர்ச்சியால் மீனினங்கள் படையெடுத்திருக் கின்றன. இந்தப் பகுதியில் பெரும் பெரும் மீன்கள் அதிகம்."

"அவற்றை விரட்டுவது எப்படி?"

"கீழ்த்தளத்தில் அடுக்கி வைத்திருக்கும் தவிட்டு மூட்டையைப் பிரித்து மேலிருந்து கொட்டுங்கள். அவை விலகிவிடும்."

அருண்மொழியின் கண்கள் வியப்பால் விரிந்தன. உடனே கீழ்த்தளத்திற்கு ஓடித் தவிடு நிறைந்த மூட்டையைப் பிரித்து கடலில் கொட்டுமாறு அருண்மொழி கட்டளையிட்டான். பணியாட்கள் விரைந்தனர்.

ரவிதாசன் மறைவான இடத்தினின்று சதிகாரர்களிடம் பேசினான். "மூட்டாள்கள்! காளியின் பசிக்குத் தவிட்டைக் கொட்டுகிறார்கள். நீங்கள் இனி மிகக் கவனத்துடனிருக்க

வேண்டும். அமாவாசை நாள் நெருங்குகிறது. உங்கள் தலைவன் போர்க்கலத்துடன் எதிர்பார்த்திருப்பான். அதனால் காளியின் பசிக்கு இரை கொடுங்கள். அப்படி முடியவில்லை என்றாலும் பாதகமில்லை. உங்கள் தலைவனுடைய கலம் தாக்க வரும் போது அந்தக் காந்தார நாட்டு வியாபாரியைக் கட்டிப்பிடித்து உங்கள் தலைவனிடம் ஒப்படைத்து விடுங் கள். ஜாக்கிரதை! மறந்துவிடப் போகிறீர்கள். யாரைத் தெரியுமா? கலிங்கக் கலக் காவலனாக நின்று உங்களுக்கு உத்தரவிடுகிறானே அவனை. அந்த இளம் வாலிபனை. சாமுத்ரிகா லட்சணம் நிறைந்தவனை. மறந்துவிடாதீர்கள்.''

அருண்மொழியின் காதில் இவை விழாமலில்லை. அவன் இவற்றை அறியாதவன் போல், ''யாரங்கே? ஏன் சும்மா நிற்கிறீர்கள்? விரைந்து சென்று மூட்டைகளை எடுத்து வாருங்கள்'' என்று கர்ஜனை புரிந்தான். ரவிதாசனை நோக்கி, ''நீ ஏன் சும்மா நிற்கிறாய்? நீயும் மூட்டையைச் சுமந்துவா, ஓடுஓடு'' என்று விரட்டினான்.

சுளீர் சுளீர் என்ற சாட்டையின் சொடுக்குச் சப்தம் கேட்டது. மிக விரைவாகத் தவிட்டு மூட்டைகளைக் கொணர்ந்து மேல் தளத்திலிருந்து கலத்தின் பக்கவாட்டத்தில் கொட்டினர். அந்த இருளில் கருநீலக் கடலில் தவிடும் உமியும் கலந்து விரவின.

சிறிது நேரத்திற்கெல்லாம் கலம் மெல்ல மெல்ல நகரத் தொடங்கியது. ''உம்! பாயை விரியுங்கள். கயிற்றை அவிழ்த்துப் பாயைப் பிரியுங்கள்'' என்ற குரல் கலத்தில் சூழ்ந்தது. கலிங்கத்துக்கலம் மெல்ல நகரத் தொடங்கியது. அனைவர் முகத்திலும் களி கூத்தாடியது.

''எப்படி நீங்கள் ஆபத்தைத் தவிர்க்கத் தெரிந்து கொண் டிருக்கிறீர்கள்?'' என்று சித்திரசேனன் கலபதியை வின வினான்.

''இருபதாண்டு அனுபவத்தில் இதுகூடத் தெரியாவிடின் எனக்குக் கலபதி என்ற பட்டம் ஏன்? முதுகு கூறும் நான் பெற்ற அனுபவத்தை'' என்று கூறித் தன் மேலங்கியைக் கழற்றித் தன் முதுகைக் காட்டினார் கலபதி. அவர் முதுகில்

ஆங்காங்கு சாட்டை அடியால் எழுந்த தழும்புகள் குறுக்கும் நெடுக்கும் வீழ்ந்திருந்தன.

“இவை ஒவ்வொன்றும் எனக்கு அனுபவ முத்திரைகள். இப்போது சாட்டையால் அடிக்க அஞ்சினீர்கள். ஈவு இரக்கம் என்பதை இதயத்தினின்று கழற்றி வைத்துவிட வேண்டும். புன்முறுவல், மென்பேச்சு ஏதும் கலத்துப் பணியாட்களிடம் கூடாது. எல்லா அனுபவமும் பெற்றுவிட்டேன். ஆனால் நாளாக ஆக எனக்கு ஏனோ கடற் பயணத்தில் உற்சாகம் குறைந்து வருகிறது. எந்த நிமிடம் ஆபத்து வருமோ என்ற அஞ்சுதல் நிறைந்திருக்கிறது. கீழ்க்கடலின் தென் கோடியில் பல நூறு காததூரம் போயிருக்கிறேன். முப்பது நாழிகை நேரமும் கதிரவன் ஒளிவீசிப் பிரகாசிக்கும் இடத்தைத் தாண்டியிருக்கிறேன். பெரும் பனிப்பாறைகளெல்லாம் வழியே குறுக்கிட்டிருக்கின்றன.

அவற்றில் சிக்காது கலத்தை நடத்தியிருக்கிறேன். ஆனால் கொடுங்குணம் வாய்ந்த கடற் கொள்ளையரை நினைத்தாலே எனக்குக் குலை நடுங்கும். சோழ நாட்டுக் கலங்கள் எத்தனை எத்தனையோ அவர்களிடம் சிக்கியிருக்கின்றன. பெருஞ் செல்வந்தர்களான வணிகர் பலர் அவர்களிடம் சிக்கி உயிரிழந் திருக்கின்றனர். பொன்னும், வெள்ளியும், வைர வைடூரியங் களும் இழந்தோர் பலர். என் வாழ்நாளில் இந்தக் ‘கலிங்க ராணி’க்கு எந்த வித ஆபத்தும் ஏற்படக் கூடாது. என் செல்வத் திருமகள் போல் இந்தக் கலத்தை வளர்த்திருக் கிறேன். ஒரு சிறு பொத்தல் விழுந்தாலும் அதை என் கையாலேயே அடைப்பேன். ‘கலிங்கராணி’யின் பாயைப் போன்று உறுதியான பாய் வேறு கலங்களுக்கில்லை. கலத்தின் அடியில் இரு பெரும் சக்கரங்களை அமைத்திருக் கிறேன். அவை சுழன்று சுழன்று நீரைச் சுழித்துச் செல்வது போன்று வேறு எந்த நாட்டுக் கலத்திலும் வசதி இல்லை. என்னுடைய அறையில் நான் ஆராய்ந்து கண்டு பிடித்த பல்வேறு கருவிகளை வைத்திருக்கிறேன். வாருங்கள் போகலாம்” என்று கூறிக் கலபதி மெல்ல அருண்மொழியின் தோளைத் தாங்கி எழுந்து படிக்கட்டின் வழியே கீழ்த் தளத்திற்கு இறங்கிச் சென்றார்.

கலிங்கத்துக் கலம் சென்று கொண்டிருந்தது. பொழுது புலர்ந்து, சாய்ந்து, புலர்ந்து சாய்ந்து நாட்கள் விழுங்கிக் கொண்டிருந்தது. காற்றின் உதவி பூரணமாக நிறைந்திருந்தது. மதியின் அளவு தேய்ந்து மங்கிக் காணப்பட்ட இரவுகளில் அருண்மொழி வானத்தை நோக்கிய வண்ணம் தான் அடுத்துச் செல்ல வேண்டிய இடத்தைப்பற்றிய திட்டத்தை எண்ண லானான். அவனுக்கு இடையிடையே ரவிதாசன் நினைவு வரும். அவனையும் அவனுடன் கூடிப் பேசும் மற்ற சதிகாரர் களையும் கண்காணிக்க இருவரை நியமித்திருந்தான். அவர் களிடமிருந்து ஐயுறும் எந்தவிதச் செயலையும் கண்டு பிடிக்க இயலவில்லை. கலிங்கத்துக் கலத்தின் அமைப்பு நுணுக்கம் ஒவ்வொன்றையும் கண்டறிந்தான். அருண்மொழி சோழ நாட்டுக் கலங்கள் இந்தகைய சிறப்புடனிருப்பதில்லை என்று கலபதியிடமிருந்து கேள்வியுறும் போது அவனுக்கு வேதனை உண்டாகும். சோழ நாட்டு வணிகர் நடுக்கடலில் உற்றார் உறவினரை விட்டு, செல்வங்களை விட்டுக் கொள்ளையர் கையில் சிக்கி உயிரிழக்கும் நிகழ்ச்சி அவன் இதயத்தில் துயரத்தை ஏற்படுத்தும். துயரம் பெருஞ்சினத்தை ஏற் படுத்தும். சோழநாட்டுப் படைத் தலைவர்கள் இவற்றை அறிய மாட்டார்களா? அறிந்தும் ஏன் இப்படி இருக்கிறார்கள்? பராந்தக சக்கரவர்த்தி கடற்போரில் சிறந்தவராயிற்றே? அவர் கையாண்ட முறைகள் சோழ நாட்டினின்று மறைந்து போயினவா? சோழநாடு திரும்பியதும் கடற்படையில் நம் கவனத்தைச் செலுத்த வேண்டும். மன்னர் மதுராந்தகனுக்கு உதவியாகக் கடற் பகுதியில் புலிக் கொடியைப் பறக்க விட வேண்டும். இவற்றை அறிந்துதானோ என்னை இளைய பிராட்டியார் கடல் கடந்து ஒருவரும் அறியா வடிவில் சொல்லி அனுப்பினார்.

அவன் படுத்திருந்த அறையின் வெளியே யாரோ நடமாடும் மெல்லிய காலடியோசை கேட்டது. அருண்மொழி படுத்தபடியே கண்விழித்துப் பார்த்தான். அறைக் கதவை மெல்ல எவரோ திறப்பது தெரிந்தது. சட்டென உடைவாளை அருகே தேடினான்; காணோம்.

"யாரது?" அருண்மொழி கர்ஜித்தான். திடுதிடுவென யாரோ ஓடும் ஓசை; அருண்மொழி மெல்ல எழுந்து மேல்

தளத்திற்கு வந்தான். அவன் உடலில் ஒரு வித உணர்ச்சி. புரியாத படபடப்பு. வானம் இருண்டிருந்தது. அமாவாசை நெருங்குகிறது போலும்! காற்று முன்போல் வீசவில்லை. மெல்ல வீசும் காற்றில் கலம் நகர்ந்து கொண்டிருந்தது.

பொழுது புலர்ந்தது. கலபதியின் உடல் பூரணமாகத் தேறியது. புதுத்தெம்புடன் அன்று உலவிக் கொண்டிருந்தார். கலத்தின் ஒவ்வொரு பகுதியாகச் சென்று பார்த்தார். அவர் முகத்தில் சுருக்கங்கள் வீழ்ந்தன. அவரிடம் எதிர்பாராத பரபரப்பு காணப்பட்டது. தளத்தினின்று கீழே நோக்கினார். வழக்கத்துக்கு விரோதமாகப் பேரலைகள் எழுந்து தணிந்தன. இங்குமங்கும் அவர் ஓடினார். யார் யாரையோ கூப்பிட்டார். அவரைத் தொடர்ந்து சித்திரசேனனும் உடன் சென்றான்.

''ஏன் திடீரென்று பரபரப்படைந்து விட்டீர்கள்?'' என்று அவன் வினவினான்.

''ஆமாம்; இன்னும் சிறிது நேரத்தில் கலம் ஒரு துளிக் கூட நகராது.''

''ஏன்?''

''காற்றடிப்பது நின்று விடும். இலைகூட அசைய முடியாதபடி சூன்யம் நிறைந்திருக்கும்.''

''அதனால்?''

கலபதிக்கு ஏனோ ஆத்திரம் வந்தது.

''காற்று இல்லையென்றால் கலம் நகராது. புயல் வருவதற்கு முன் அமைதிதானே! இங்கேயே கல்போல் நிற்க வேண்டியது தான்; பிறகு எப்படிச் செல்ல முடியும்?'' என்றார் கலபதி.

அருண்மொழி மறுமொழி பேசவில்லை. வானத்தைப் பார்த்துக் கலபதி எப்படிக் கூறுகிறார்?

''காற்றடிப்பது நின்று விடும் என்பதை எப்படி அறிந்தீர்கள்?''

''கலபதி என்றால் வெறும் பலசாலியாகத் தாடி மீசை வைத்திருந்தால் போதாது; உரத்த குரலில் பேசினால் போதாது; வான சாஸ்த்திரம், பூமி சாஸ்த்திரம் கற்றிருக்க வேண்டும்.''

"ஓ!" அருண்மொழி மீண்டும் சிந்தனையிலாழ்ந்தான். கலபதி இங்குமங்கும் அலைந்துவிட்டுத் தன் அறைக்குப் போய்விட்டார்.

அருண்மொழி புறங்கையைக் கட்டிக் கொண்டு தளத்தின் ஓரமாக நடந்து வந்தான். அவன் பின்புறம் சதிகார வீரன் ஒருவன் தொடர்ந்து வந்து கொண்டிருந்தான். அவன் இப்போது சற்று நின்றான். அவன் இடுப்பினின்று சிறு கத்தி யொன்றை எடுத்தான். குறி பார்த்தான். அருண்மொழியின் முதுகை அவன் குறி பார்த்தான். அதோ வீசும் நிலையை அடைந்துவிட்டான். ஆனால் அருண்மொழி சட்டெனத் திரும்பி நூலேணியின் வழியே கூம்பின் மேலே உள்ள சிறு மாடத்தை நோக்கி ஏறத் தொடங்கினான்.

ரவிதாசன் எங்கிருந்தோ அந்த வீரன் எதிரே முற்பட்டு, "அலை ஓய்ந்த பிறகு குளிக்கப் பார்க்கிறாய்" என்று கூறி நகைத்தான். அந்தச் சதிகார வீரன் தலை குனிந்து உதட்டை கடித்து, "உம்! இப்போது ஒன்றும் மூழ்கி விடவில்லை. இங்கிருந்தே தீர்த்துவிடுகிறேன்" என்றான்.

"பயன்படாது! அந்த முயற்சியை விட்டுவிடு. நாளை அமாவாசை. தெரியுமா?"

அந்த வீரன் நடுநடுங்கினான். "ஐயோ" என்று அலறினான்.

"பதற்றப்படாதே. காளிதேவி அருள் புரிவாள். நமக்கு அவள் மனமுவந்து அருள் புரிகிறாள். அதோ பார்! அவள் காற்றைக் கட்டிவிட்டாள். காற்றை நிறுத்தினாள். சூறா வளியை ஏவுகிறாள். இன்று இரவு தானே உங்கள் தலைவரின் கலம் வருகிறது?" என்றான் ரவிதாசன்.

"காற்று நின்று விட்டதா?"

"அதோ பார்."

அங்கே பாய்மரத்தில் பாய் துவண்டு கிடந்தது. கொடி ஆடி அசையாமல் தாழ்ந்திருந்தது. சுக்கான் சக்கரத்தருகே நின்றிருந்த பணியாள் பலங்கொண்ட மட்டும் அதைத் திருப்பிக் கொண்டிருந்தான்.

‘‘ஆமாம்! ஆமாம் காற்று நின்று விட்டது. இதே தொல்லை எங்கள் தலைவர் கலத்துக்கும் ஏற்படுமல்லவா?’’

‘‘ஏற்படலாம். ஆனால் உங்கள் தலைவர் உங்களைப் போல் முட்டாளாயிருந்தால் அவரும் நின்ற இடத்திலேயே கலத்தோடு இருக்கவேண்டியதுதான். சிறு சிறு தோணி களிலும் திமில்களிலும் வீரர்களோடு புறப்பட்டிருக்க வேண்டும். அருகே தீவு ஏதாவது இருக்கிறதா?’’

‘‘இருக்க வேண்டும். அதோ ஏதோ தொலைவில் கோடு போல் தெரிகிறதே. அது ஏதாவது தீவில் தெரியும் சோலையாய் இருக்கலாம்.’’

ரவிதாசனும் அந்த திக்கில் நோக்கினான். கூம்பின் மேல் ஏறியிருந்த அருண்மொழியும் நோக்கினான். அவன் கண் களுக்குத் தெரிந்தது தீவன்று. மற்றொரு கலம்!

கலிங்கக் கலம் ஆடாமல் அசையாமல் நின்று கொண் டிருந்தது. கலபதியுடன் அருண்மொழி பேசிக் கொண்டிருந் தான்.

‘‘வேறு வழியில்லாமலில்லை. எப்படியும் இன்றிரவு மெல்லக் காற்றடிக்கலாம். அதுவரை நாம் சும்மாயிராமல் கலத்தை இழுத்துச் செல்ல ஏற்பாடு செய்யலாம்.’’

‘‘இழுத்துச் செல்லவா?’’

‘‘ஆம்; இதுவரை உண்டு ஒரு வேலையுமில்லாமல் உறங்கும் வீரர்களைத் துடுப்புப் போடச் சொல்லுவோம்.’’

‘‘மரக்கலத்தில் எப்படித் துடுப்புப் போடுவது?’’

‘‘நீங்கள் பார்த்ததில்லையா, இரண்டு பெரிய படகுகள் தளத்தில் கட்டப்பட்டிருப்பதை?’’

‘‘ஆமாம்; அவசரக் காலத்தில் தப்பிச் செல்லப் பயன்பட இருக்கலாம்.’’

‘‘அதற்கும்தான். ஆனால், இப்போது கலிங்கத்துக் கலத்தைக் கட்டி இழுக்கப் பயன்படட்டும். வயிறு நிறையச் சோறு போட்டு அவர்களைத் துடுப்புப் போடச் சொல்லு வோம். படகுகள் இரண்டும் கலத்தை இழுக்கும். போகும் தொலைவுவரை போகட்டுமே!’’

அருண்மொழி ஒன்றும் பேசவில்லை. கலபதி உடனே அங்கிருந்து தளத்திற்கு வந்து படகுகளை அவிழ்த்து எடுக்கு மாறு உத்தரவிட்டார். பெரும் படகு இரண்டும் ஆயத்த மாயின. வெகு காலமாகப் பயன்படுத்தப்படாத துடுப்புகள் வெளியே எடுக்கப்பட்டன. இன்னின்னார் படகுகளில் ஏறவேண்டும் என்ற கட்டளையையும் கலபதி பிறப்பித்தார்.

அருண்மொழி இப்போது குறுக்கிட்டு, சதிகார வீரர் நால் வரைச் சுட்டிக் காட்டி, அவர்களையும் துடுப்புப் போடுமாறு உத்தரவிடக் கேட்டுக் கொண்டான். கலபதியின் பார்வை அவர்கள் மீது திரும்பியது. "ஓ! இவர்கள்தாமே? இவர்கள் புதிதாகச் சேர்ந்தவர்கள். இந்தப் படகில் இருவர் அந்தப் படகில் இருவராகச் செல்லட்டும். பகல் கழியுமுன்பு ஆகாரத்தை முடித்துக் கொண்டு படகைக் கீழே இறக்குங்கள். படகில் ஒருவரும் தூங்கக் கூடாது. யாராவது உறங்கினால் பின்னால் சாட்டை ஆயத்தமாயிருக்கும்" என்றார்.

கலிங்கத்துக் கலத்தைப் படகுகள் இழுத்தன. பெரும் வடங்கள் படகுகளுடன் பிணைக்கப்பட்டன. ரவிதாசன் புழுவினைப் போல் துடித்தான். சதிகார வீரர்கள் படகுக்குப் போய்விட்டால்...

உற்சாகமான பாட்டு எழப் படகில் துடுப்புப் போட படகு கள் வேகமாகக் கடலைக் கிழித்துச் சென்றன; அவை கலத்தை இழுக்கக் கலிங்கத்துக் கலம் மெல்ல நகர்ந்தது. கலம் நகர்வதற்கு அறிகுறியாக மணியோசை எழுந்த வண்ண மிருந்தது.

கலபதி தன் அறையில் விளக்கெதிரே அமர்ந்து ஓலையில் ஏதோ எழுதிக் கொண்டிருந்தார். அருண்மொழி அங்கு வந்தான். அவனை ஏறிட்டுப் பார்த்துவிட்டுத் தொடர்ந்து எழுதினார் கலபதி.

"என்ன எழுதுகிறீர்கள்? ஊருக்குச் செய்தியா?" என்று வினவினான்.

"செய்தி அனுப்புவது ஏது? விசித்திரமான அனுபவங்கள் ஏற்படுகின்றன. அவற்றைக் குறித்து வருகிறேன். மீன்களால் கலம் தடைப்பட்டது, காற்றின்மையால் படகுகள் கலத்தை

இழுப்பது; இவையெல்லாம் விசித்திர அனுபவங்கள் அன்றோ!"

"அவற்றுடன் நான் தங்களுக்கு உதவியதும் விசித்திர மன்றோ?" என்றான் அருண்மொழி.

"ஆம் ஐயா! உங்கள் உதவியில்லையேல் நான் முல்லைத் தீவை விட்டுக் கலத்தைக் கிளம்புமாறு செய்திருக்க மாட் டேன். உங்கள் உதவியை நான் என்றும் மறக்க மாட்டேன். தெய்வானுகூலத்தால் கலம் எந்தவித இடையூறுமின்றிச் சென்றால் ஸ்ரீவிசய நாட்டின் கிழக்குக் கடற்கரையை அடையலாம். தாங்கள் அங்குச் செல்கிறீர்களா? அல்லது மப்பாளத்தில் இறங்கி உள்நாடு வழியாக சீனாவிற்குச் செல்கிறீர்களா? உங்களுக்கு எங்கு செல்ல வேண்டுமோ அங்கு நானும் உங்களுடன் வந்து அந்த நாட்டு மன்னரிடம் உங்களை அறிமுகப் படுத்துகிறேன்" என்று உணர்ச்சியால் நெஞ்சடைக்கப் பேசினார்.

அருண்மொழி கலபதிக்கு நன்றி தெரிவித்துவிட்டு, "எல்லா இடங்களையும் காணவே எனக்கு ஆசை ஐயா! புத்த பிரானின் பெருங்கோயில்களைக் காண எனக்கு ஆசை; சிற்ப அற்புதம் எங்கெங்குண்டோ அங்கெல்லாம் செல்ல ஆசை" என்றான்.

"எனக்குச் சிற்பமும் தெரியாது; அற்புதமும் புரியாது. எங்கள் நாட்டிலே பௌத்த பிட்சுக்கள் ஏராளமாகச் சிற்பங் களைச் சமைத்திருக்கிறார்கள். அவற்றைக் காண எனக்குப் போது ஏது? அது சரி, நவரத்தின வியாபாரிக்குச் சிற்பத்தின் மீது என்ன ஐயா அப்படி ஆசை? உமது ஆபரணங்களை அவற்றிற்கு அணிவிக்கப் போகிறீர்களா?" என்று கூறிக் கடகடவென நகைத்தார். அவருடைய நகையொலிக்குப் போட்டியாக 'கடகட'வென சுக்கான் சக்கரம் திரும்பும் ஒலி கேட்டது. "இன்றைய இரவு மூன்றாம் சாமத்தின்போது கலத்தைத் தென்கிழக்கு திசையாகத் திருப்ப வேண்டும். அதுவரை படகு இழுக்கும் வரை இழுக்கட்டும்" என்றார் கலபதி.

'சொடேர் சொடேர்' என்று சாட்டையின் சொடுக்கல் இடையிடையே கேட்டது. படகை ஓட்டுபவர்கள்

துடுப்பைத் தள்ளும்போது பாடும் ஒரு வகைப் பாடல் எழுந்தது.

நடுநிசி தாண்டியிருக்கலாம். கலத்தில் எல்லோரும் உறங்கிக் கொண்டிருந்தனர். தெப்பம் போல் கலம் மிதந்து சென்றது.

ரவிதாசன் தளத்தின் ஒரு பகுதியில் எவரும் அறியா வண்ணம் நின்று கொண்டு மாலையில் புறப்பட்ட கலம் தெரிகிறதா எனக் கண்ணைக் குவித்துப் பார்த்துக் கொண்டிருந்தான். அந்த மையிருளில் ஏதும் புலப்படவில்லை.

ஆனால் அவன் கழுகுக் கண்களுக்கு கடலில் யாரோ பலர் நீந்தி வருவது தெரிந்தது. அவர்கள் கலத்தின் மறுபுறமாக நீந்தி வருவது தெரிந்தது. அவர்கள் கலத்தை நோக்கி நீந்தி வந்து கொண்டிருந்தனர். ரவிதாசன் தனக்கே உரித்தான ஆந்தை அலறுவது போன்ற குரலில் ஒலி எழுப்பினான். படகை ஓட்டிக் கொண்டிருந்த சதிகார வீரர்களுக்கு அந்தச் சங்கேத ஒலியை முன்பே கற்றுக் கொடுத்திருந்தான். நடுநிசியில் எழுந்த ஆந்தைக் குரலைக் கேட்ட அவர்கள் இதுவரை ஏற்பட்டிருந்த சோர்வை மறந்தனர். மறு அடையாளமாக ஒருவன் ஆந்தை போல் கூவினான். கண்மூடித் திறக்கும் நேரத்தில் அவர்கள் படகினின்று குதித்தனர். விரைந்து நீந்திக் கலத்தை அடைந்தனர். ரவிதாசன் நூலேணியை இறக்கினான்...

அருண்மொழி சுக்கான் சக்கரத்தருகே சென்ற போது எவரோ ஏறிவருவது கண்டான். அவர்கள் இந்தக் கலத்தைச் சேர்ந்தவர்கள் என்றெண்ணி வேறு பக்கமாகச் செல்ல முயன்றபோது தளத்தில் குதித்தவர்கள் சுக்கானை இயக்கிக் கொண்டிருந்தவனின் பின்புறமாக வந்து அவன் கழுத்தைத் தங்கள் கரங்களால் மடக்கிக் கீழே வீழ்த்துவதைக் கண்டான். அதைத் தவிர தளத்தில் பலர் குதித்தோடி வருவதையும் கண்டான்.

ஏதோ ஆபத்து என்று வாளை உருவிக்கொண்டு பாய்ந்தான் அருண்மொழி. அந்த வாள் பல வருடங்களுக்குப் பிறகு மீண்டும் சுழன்றது. அந்தக் காரிருளில் மின்னல் போல் அது மின்னிப் பாய்ந்தது.

தளத்தின் மீது 'ஹி ஹி' என்ற ஓசை கேட்டது. கலபதி ஓடோடி வந்தார். மங்கிய ஒளியில் சித்திரசேனன் வாளெடுத்து வீசுவது கண்டு கலபதி பிரமித்து நின்று விட்டார்.

ஒருவனே பலரை எதிர்த்துப் போரிட்டது அவருக்கு வியப்பை அளித்தது. என்ன நடக்கிறது என்று அவருக்குப் புரியவில்லை.

படகினின்று நான்கு பேர் தப்பியோடியதும் மணியோசை நின்றதும் கண்ட படகிலிருந்த வீரர்கள் படகை ஓட்டுவதை நிறுத்தினர். கலத்தின் தளத்தின் மீது ஏதோ அமர்க்களம் நடப்பது அவர்களுக்குத் தெரிந்தது. அவர்கள் கலத்தை நோக்கி விரைந்தனர். அவர்களும் அருண்மொழிக்கு உதவியாகச் சேர்ந்தனர்.

கடற்கொள்ளைக்காரர்கள் தங்கள் திட்டப்படி அமாவாசை இரவன்று கலிங்கத்துக் கலத்தை எதிர்பார்த்துச் சில படகுகளில் திரிந்து கொண்டிருந்தனர். தொலைவில் கலிங்கக் கலம் வருவது தெரிந்தவுடன் அவர்கள் நடுநிசியை எதிர்பார்த்திருந்தனர். கலம் மெல்ல நகர்வது அவர்களுக்கு வசதியாகப் போயிற்று. ஆனால் கலத்தில் இத்தகைய மாபெரும் வீரன் வாளைத் திகிரிபோல் சுழற்றுவான் என்பது அவர்களுக்குத் தெரியாது.

தளத்தில் பலர் தலைகள் உருண்டன; கரங்கள் துடிக்கத் துவண்டு பலர் வீழ்ந்தனர். 'ஆகா'காரம் எங்கும் எழுந்தது; 'ஐயோ' ஒலியும் கூடவே 'குத்து வெட்டு' ஓசையும் எங்கும் சூழ்ந்தது.

இடைத்தளத்திலிருந்து வணிகர்கள் பயத்தால் ஐயோ என்று அபாயக் குரலிட்டு ஓலமிடுவது அந்தக் காரிருளில் எங்கும் பயங்கரமாகப் பரவியது.

ரவிதாசன் ஓடி ஒளிந்தான். உயிர் தப்பினால் போதும் என்று கள்வர்கள் பலர் தளத்தினின்று கீழே கடலில் குதித்தனர். அவர்களுடன் ரவிதாசனும் கடலில் குதித்து விட்டான்.

கிழக்கே செங்கதிர் உதயமாவதற்கான அறிகுறிகள் தோன்றின. செங்கோடுகள் பரவின. கலத்தின் மேல் தளம் போர்களம் போல் காணப்பட்டது. பலர் உயிரிழந்து

கிடந்தனர். சிலர் அங்கம் இழந்து காணப்பட்டனர். குருதி ஓடிக் கறை படிந்திருந்தது. அருண்மொழி சோர்ந்து போய்க் கிடந் தான். வணிகர் பலர் பயந் தெளிந்தவர்களாய் தளத்தின்மீது வந்து செய்வதறியாது நின்றிருந்தனர். கலபதி மெல்ல எழுந்து அவர்களுக்குச் சைகை காட்டி அழைத்தார்.

உயிர் இருப்பவர்களுக்கு மயக்கந் தெளிவிக்கப் பாடுப்பட்டனர். அருண்மொழி மெல்ல எழுந்தான். கலபதி ஓடிவந்து அவனை அணைத்துக் கொண்டார்.

"அந்தக் கொடியோன் எங்கே?" என்று அருண்மொழி கேட்டான்.

"யார்? யாரைக் கேட்கிறீர்?"

"கழுகுக் கண்ணுடன் கொடும் பார்வையுடன்."

"அவனா? உங்கள் உதவியாளன்.."

"என் உதவியாளனா? உங்களிடம் அப்படிச் சொல்லி யிருந்தானா? அவனைப் பிடித்துக் கட்டுங்கள்?"

"உங்கள் உதவியாளனல்லவா அவன்?"

"அவன் சதிகாரன்! அவன் சதிகாரன்! அவனைப் பிடியுங்கள். ஒருவேளை அவன் உயிரிழந்து கிடக்கலாம். தேடுங்கள்."

ரவிதாசன், அந்த நேரத்தில் கடற்கொள்ளைக் காரர்கள் கலத்தின் கம்பமொன்றில் கட்டப்பட்டுக் கிடந்தான். அவன் உடல் நடுங்கியது. தோல்வி கண்ட கடற்கொள்ளைக்காரத் தலைவன் தன் ஆத்திரத்தைக் கலிங்கத்துக் கலத்தினின்று கவர்ந்து வந்தவர்களைச் சித்திரவதை செய்வதன் மூலம் தீர்த்துக் கொள்ள முயன்றான். அந்த வேளையில் சதிகார வீர னொருவன் உயிர் பிழைத்து வந்திராவிடில் ரவிதாசன் திரும்பிப் தப்பிப் பிழைத்துப் பாண்டிநாடு வந்திருக்க முடியாது. அமரபுஜங்க பாண்டியனுக்கு ஆலோசனை கூறிச் சோழநாட்டின் மீது வஞ்சம் தீர்க்கச் சதித்திட்டங்கள் தீட்டி யிருக்க முடியாது.

கலிங்கத்துக் கலபதி விம்மி விம்மி அழுதார். தளத்தின் மீது கலத்தில் பயணம் செய்யும் வணிகர்கள் குழுமியிருந்தனர்.

"ஐயா, சித்திரசேனரே! நீர் தெய்வம்தான். நீங்களில்லா விடில் கலிங்கத்துக்கலம் கொள்ளையிடப் பட்டிருக்கும். நீங்கள் வாளைச் சுழற்றியது கண்டபோது நீங்கள் நவரத்ன வணிகரல்லர் என முடிவு செய்துவிட்டேன். எங்கள் நவரத்ன ஒளியையும் வாளின் ஒளி மிஞ்சியது. வைர வைடூரியங் களின் பிரகாசத்தையும் அது தோற்கடித்து விட்டது. நீங்கள் யார் ஐயா? வானுலகினின்று வந்த இந்திரனோ? வஜ்ஜிரா யுதங் கொண்டு கொள்ளையரை விரட்டினீரோ? வேலாயுதம் பிடித்த கந்தபிரானோ? வில் ஏந்திய விசயனோ? சொல்லுங் கள் ஐயா?" என்று கலபதி கேட்கும் போது அவர் நெஞ்சு தழுதழுத்தது. கண்ணீர் பெருகியது.

கலிங்கத்துக் கலத்தைக் காப்பதற்காக உயிர்த்தியாகம் செய்தவர்களுக்கு எல்லோரும் மௌனமாய் நின்று வணக்கம் செலுத்தினர். தளத்தில் சிதறியிருந்த கொள்ளைக்காரர்களின் சடலத்திலிருந்து ஆடை அணிகளிலிருந்து சில தடயங்களைச் சேகரித்து எடுத்த அருண்மொழியின் மனத்தில் அப்போது பல திட்டங்கள் உருவாகிவிட்டன.

காற்று சாதகமாக வீசியது. கலிங்கத்துக் கலம் புத்துணர்வு பெற்று இரவு பகல் கடந்து *ஸ்ரீவிஜய நாட்டின் துறைமுக மான கடாரத்தில் போய் நின்றது. வணிகர்கள் சிலருடன் அருண்மொழி வர்மன் அந்த நாட்டைச் சுற்றிப் பார்க்க இறங்கினான். கலிங்கத்துக் கலபதியிடம் அவன் விடை பெறும்போது இருவர் கண்களும் கலங்கின.

"இறையருள் கூட்டுவிப்பின் மீண்டும் சந்திப்போம் சித்திரசேனரே! நவரத்தினங்களை விற்றுப் பெரும் நிதியத்துடன் ஊர் திரும்ப வாழ்த்துகிறேன்" என்றார் கலபதி.

உள்ளத்தே நகைத்தவாறு அருண்மொழி தோளிலே சுமந்த மூட்டையுடன் இடையிலே வாளுடன் வணிகர்களுடன் ஊருக்குள் சென்றான். வழியே இருந்த பௌத்த விஹாரம் அவனைக் கவர்ந்தது. பௌத்த விஹாரத்தின் வாயிலில் நின்று கொண்டிருந்த நெடிய தோற்றமுடைய பிட்சு ஒருவரைக் கண்டவுடன் அருண்மொழி சிறிது நின்றான். வணிகர்களை விட்டுப் பிரிந்து அந்தப் பிட்சுவை நோக்கி நடந்தான்.

* இப்பொழுது கூறப்படும் மலேயா

அத்தியாயம் 15
உதவ நாங்களிருக்கிறோம்

தஞ்சை மாளிகை மேன்மாடத்தில் நடுக் கூடத்தில் சித்திர விசித்திரமாய் அமைந்த மணிக் கட்டிலில் மதுராந்தக உத்தம சோழ தேவர் அன்னத்தின் தூவி போன்ற வெண் பஞ்சுத் தலையணையில் சாய்ந்தவாறு அமர்ந்திருந்தார். அவர் கண் எதிரே ஆடவல்லான் திருச்சிலை இருந்தது. அதன் கழுத்தில் கொன்றை மலர் மாலை இடப்பட்டிருந்தது. பரகேசரி என்ற பட்டப் பெயர் பூண்டு இதுவரை செவ்வனே செங்கோ லோச்சி வரும் அவர் இதயத்தில் இப்போது சில நாட்களாக சொல்லொணாத வேதனை நிறைந்திருந்தது. எந்த அரச பீடத்தில் ஏறும்போது அவர் அகமும் முகமும் மலர்ந்திருந் தனவோ அதே அரச பீடத்தைத் துறந்தால் தேவலை என்பது போன்ற உணர்ச்சி எழுந்து அவரை வாட்டி வந்தது. கடந்த ஈராண்டுகளாக அவரால் எங்கும் நடந்து செல்ல இயலாதபடி கால்களை முடக்கு வாதம் வந்து பிடித்துக் கொண்டது. மாளிகையின் அந்தக் கூடத்தை விட்டு எங்கும் செல்வ தில்லை. கோலாகலமான எந்த விழாவிலும் கலந்து கொள்வ தில்லை. அடிக்கடி தாய் சைவ மூதாட்டி செம்பியன் மாதேவி யாரின் நினைவு எழுந்துவிடும். அவர் தன்னருகேயே இருக்கக் கூடாதா என்ற ஆவல் துளிர்த்து நிற்கும். அவர் கூறியுள்ள அறிவுரைகள் அவர் கண்ணெதிரே நேரே அவரே வந்து கூறுவது போன்ற உணர்ச்சியை ஊட்டும்.

அவருடன் சிவபிரானுறைத் திருத்தலங்களைக் கண்டுகளிக்க இயலவில்லையே எனும் கவலை உண்டாகும். சிறிய பழுவேட்டரையர் அவ்வப்போது வந்து நாட்டு நடப்பைக் குறித்துக் கூறும்போது ஒப்புக்காகத் தன் தலையை ஆட்டி வைப்பாரே தவிர, அதை ஆழ்ந்து தன் மனத்தில் பதிய வைத்துக் கொள்வதில்லை.

அன்று அநிருந்தப் பிரம்மராயர் வந்து போலி நாணய நடமாட்டம் குறித்துக் கூறியவையும், சிறிய பழு

வேட்டரையரும் அவரும் விவாதத்தில் இறங்கியதையும் அவர் சென்ற பிறகு கொடும்பாளூர் சிற்றரசர் வந்ததையும், நலன் விசாரித்ததையும் அவர் கேட்டும் கேளாதவர் போல் இருந்தார். அவர் நினைவெல்லாம் தாயார் செம்பியன் மாதேவியார் வந்திருக்கிறார் எனும் செய்தியிலேயே இருந்தது. அவர் வரமாட்டாரா என மனம் ஏங்கியது.

யாரோ அதுபோது வரும் அரவம் கேட்டது. அவர் மகன் மதுராந்தகன் கண்டராதித்தன் வந்து கொண்டிருந்தான். அவன் கையில் மலர் மாலை இருந்தது. ஒருகையில் தீப தூபத்திற்கான பூசைக் கலன்கள் இருந்தன. வரும்போதே அவன் வாய் பாட்டொன்றை முணுமுணுத்தது.

‘‘குழந்தாய்’’ என்று உத்தம சோழ தேவர் அன்புடன் அழைத்தார்.

கண்டராதித்தன் வியப்புடன் திரும்பினான். தந்தை இது வரை இவ்வளவு வாஞ்சையுடன் அழைத்ததில்லை. ‘‘தந்தையே! அழைத்தீர்களா?’’ என்று பரிவும் பயமும் மரியாதையும் விரவி நிற்க அரசரருகே வந்தான்.

‘‘குழந்தாய், மதுரமான குரலில் மனமகிழ இப்போது மனத் துள்ளே முணுமுணுத்து வந்தாயே, அதைச் சற்று உரக்கத்தான் பாடேன், கேட்போம்’’ என்றார்.

கண்டராதித்தன் உடல் சிலிர்த்தது. தந்தை கேட்கிறார். தன்னைத் தேவாரப்பதிகம் பாடுமாறு அழைக்கிறார். ஆகா, என்ன புண்ணியம் செய்தேன். தந்தை எதிரே பாட என்ன பேறு பெற்றேன்..

‘‘பெரும்புலர் காலை மூழ்கிப்
பித்தர்க்கும் பக்த ராகி
அரும்பொடு மலர்கள் கொண்டு
ஆர்வத்தை உள்ளே வைத்து
விரும்பிநல் விளக்குத் தூபம்
விழியினால் இடவல்லார்க்குக்
கரும்பினிற் கட்டி போல்வார்
கடவூர் வீரட்டனாரே’’

மதுரன் கண்டராதித்தன் மதுரமான குரலில் பாடினான். தமிழின் இனிமையோடு அவனது தெய்வப் பாடலின்

அருளும் சேர்ந்து உத்தமசோழ தேவரை மெய்மறக்கச் செய்தது.

"குழந்தாய்! உன் பாட்டியார் இதை உனக்குக் கற்றுத் தந்தாரா?"

"ஆம், தந்தையே!"

"பாடலோடு பொருளும் கூறியிருப்பாரே?"

"எப்போதும் அவர் பாடலைக் கூறி உடன் அதன் பொருளையும் உட்கருத்தையும் விளங்க வைத்து விடுவார் தந்தையே!"

"அதைக் கூறு கேட்போம்"

"தந்தையே! பாட்டியாரும் நானும் திருக்கடவூர் வீரட்டானம் சென்றிருந்தோம். அங்கே ஆளுடைப் பிள்ளையார் நம்பியாண்டார் நம்பி வந்தார். அவர் திருக்கடவூர் திருநாவுக்கரசடிகள் பாடிய பாடலைச் சேகரித்துக் கொண்டிருந் தார். பாட்டியாரைக் கண்டவுடன் நம்பியடிகளாருக்குக் களி பொங்கியது. இந்தப் பாடலைச் சொன்னார்; அதன் பொருளையும் கூறினார். தந்தையே! அந்தப் பாடலையும் அதன் கருத்தையும் கேட்ட போது எனக்கு நம்பியடியவர் களை விட்டு வரவே மனமில்லை. 'விடியற்காலை நீராடி, அருட் பித்தராகிய சிவபிரானிடத்துப் பக்தியுடையவராய், அரும்புகளையும் மலர்களையும் கொண்டு இறைவனுக்கு அர்ச்சனை செய்வதில் ஆர்வத்தை உள்ளத்தில் கொண்டு திருவிளக்கையும், தூபத்தையும் முறைப்படி இடவல்லவர்க்குத் திருக்கடவூர் வீரட்டானப் பெருமான் கரும்பினின்று பெற்ற வெல்லக்கட்டிபோல் இனியவராயிருப்பார்' என்று அவர் கூறும்போது எந்தையே என கண்ணினின்று என்னை யறியாமல் கண்ணீர் வழிந்தோடியது" என்று மதுராந்தக கண்டராதித்தன் கூறவும் உத்தம சோழ தேவர் அனுபவித்துக் கொண்டிருந்தார். மூடியிருந்த அவர் கண் இமைகளைக் கண்ணீர் நனைத்திருந்தது.

"குழந்தாய்" என்று அழைத்தவாறு பட்டத்துராணி லோகமா தேவியார் அங்கு வந்தார். மெய்மறந்து தன் மகன்

நிற்பதையும் அரசர் கண்ணை மூடியவாறு படுத்திருப்பதை யும் தூபத்தின் இனிய மணத்தாலும் மலரின் மென் மணத் தாலும் அந்தக் கூடம் நிறைந்திருப்பதையும் கண்டு அவள் பரவசமடைந்தாள். அந்தச் சூழ்நிலையை அவள் குரல் மாற்றியது.

அரசரருகே வந்தமர்ந்து அவர் பாதங்களை மெல்லப் பிடித்தவாறு இருந்தபோது உத்தமசோழர் எழுந்து உட்கார்ந்து, ‘‘அரண்மனை நந்தவனத்தைக் காணவேண்டும் போலிருக்கிறது’’ என்றார்.

கண்டராதித்தன் ஒருபுறமும் லோகமா தேவியார் மறுபுறமும் தாங்கிக் கொள்ள, பரகேசரி மதுராந்தக உத்தம சோழதேவர் செம்பியன் மாதேவியாரின் திருக்குமாரர் அருண் மொழித் தேவரின் சிறிய தகப்பனார் மெல்ல மெல்ல நடந்து சாளரத்தருகே வந்தமர்ந்தார். மெல்லிய பூங்காற்று அவர் முகத்தைத் தழுவிச் சென்றது. அவர் பார்வை தோட்டத்துப் புன்னை மரத்தடியில் இருக்கும் சிவிகையின் மீது சென்றது. அதன் அருகே நிற்கும் இரு பெண்களின் மீது சென்றது. அவர் முகம் வியப்பால் மலர்ந்தது.

‘‘தேவி அதோ பார்! கொடும்பாளூர்ப்பெண் வானவன் மாதேவியும், நந்திபுரத்து இளவரசி இளைய பிராட்டியார் குந்தவை தேவியாரும். நான் கூறுவது சரிதானே? என் யூகம் தவறில்லையே!’’ என்று புன்முறுவலுடன் கேட்டார்.

‘‘ஆம், அரசே! வானதியும் குந்தவையும் தாம்’’ என்றார் லோகமா தேவி.

‘‘எப்போதோ கண்டது. திடீரென்று இளையபிராட்டி இங்கு வருகை தந்ததை எனக்கு ஏன் தெரிவிக்கவில்லை’’ என்று கேட்டார் உத்தமசோழர். மகனும் தாயும் ஒரு முறை பார்த்துக் கொண்டனர்.

‘‘தந்தையே! நான் அறியேன். அண்ணியார் கொடும்பாளூர் இளவரசியார் வந்ததை அறிவேன். பாட்டியார் திருநீறு எடுத்தளித்து அவர்களுக்கு ஆசி கூறினார்கள். அக்கையார் இளைய பிராட்டியார் காஞ்சியினின்று எப்போது வந்தார்கள் என்பது தெரியாது’’ என்றான் கண்டரன்.

"வரவர என் கவனத்துக்கு ஏதுமே கொண்டு வருவ தில்லை. இளையபிராட்டியாருக்கு ஓலை அனுப்புமாறு கூறி யிருந்தேன். அவருக்கு இளவல் பல ஆண்டுகளுக்குப் பிறகு திரும்பி வருவதாகச் செய்தி கிட்டியிருக்கிறதே. அவனை வரவேற்க பிராட்டி வந்திருக்கலாம். அவர்களுக்கு வேண்டிய நலன்களெல்லாம் செய்துதர ஏற்பாடாயிருக்கிறதா? எள்ளள வாவது வரவேற்பில் குறைவு காணப்பட்டாலும் என் மகள் குந்தவை சகியாள் என்பது உங்களுக்குத் தெரியுமா? பத் தாண்டுகளாக ஒரு முறைக்கூட அவளை நான் சந்திக்க வில்லை. நாளைக் காலையில் சந்திக்க விரும்புவதாகக் கூறி வா" என்று மகனைப் பார்த்துக் கூறினார்.

மதுராந்தகன் கண்டராதித்தன் அங்குச் செல்வதற்குள் சிவிகை அங்கிருந்து புறப்பட்டுச் சென்று விட்டது.

கண்டராதித்தன் திரும்பி வந்து அவர்கள் சென்று விட்டதைக் கூறியபோது சிறிய பழுவேட்டரையர் அங்கு வந்தார்.

"இளைய பிராட்டியார் வந்தாரா?" என்று வியப்புடன் வினவினார். ஒருவரும் அறியாமல் அவள் வந்த காரணத்தை அவர் யோசித்தார். நிலவறைச் சிறைச் சாலையில் வந்தியத் தேவனைக் காண வந்திருப்பாரோ என ஐயுற்றார். அவர்கள் சந்தித்ததைத் தன்னிடம் வந்து காவலர் ஏன் கூறவில்லை என்ற ஆத்திரத்தால் உடனே விருட்டென்று அங்கிருந்து சென்றார்.

ஆனால், குந்தவை வந்தியத்தேவனைத் திரும்பியும் பாராமல் வானதியின் மூர்ச்சையைத் தெளிவித்து அழைத்து வந்ததை அவரறிவாரா?

சிறைக்கம்பிகளுக்கிடையே வந்தியத்தேவன் இளைய பிராட்டியாரை ஒரு முறை கண்டான். பத்தாண்டுகளுக்கு முன்னர் கடைசியாக உறையூர்ப் படகுத் துறையில் தானே அவன் கண்டது? அதன் பிறகு வழக்கு விசாரணை மண்டபத்திற்கு இளைய பிராட்டியார் வரவில்லை.

இப்போதாவது குந்தவை வந்தியத் தேவனுடன் பேசியிருக் கலாம். சொல்லால் உள்ளத்துணர்ச்சியை வெளிப்படுத்த விருப்பமில்லாவிடில் நயன மொழிதான் அவள் அறிந்த

தாயிற்றே. கண்டவர் உள்ளக்கிடக்கையை அறியவல்ல அந்த விழிகள் ஏன் வந்தியத் தேவனை ஏறெடுத்துப் பாராமல் சென்று விட்டன?

ஒருகணம் வந்தியத் தேவனுக்கு வேதனை நிறைந்தது. இருண்ட சூழ்நிலையில் பலநூறு நாட்களைக் கழித்து வரும் அவனுக்கு ஒரு கணம் அண்ட கோடிப் பிரகாசமாய்த் தோன்றிய ஒளிவிளக்கு மறைந்து விட்ட வேதனையை அளித்தது. ஆனால் இளையபிராட்டியார் தன்னைச் சந்திக் காதது எவ்வளவோ நல்லது என்று எண்ணினான். பழு வேட்டரையரின் பார்வையில் சிக்காது பிராட்டி சென்று விட்டது அவனுக்கு நிம்மதியாயிருந்தது.

ஆனால், குந்தவையின் உள்ளத்தில் சொல்லொணா வேதனை நிறைந்திருந்தது. தஞ்சை அரண்மனையைப் பார்க்கும் போது அவளுக்கு வேதனை மிகுந்தது. அந்த அரண்மனைப் பூங்கா நறுமணம் துயரத்தை வளர்த்தது. தந்தை படுத்திருந்த அந்த மஞ்சம்; தான் தோழிகளுடன் சுற்றியலைந்த நாடகக் கரை ஒவ்வொன்றும் அவளது பழைய இன்ப நினைவைக் கிளறின. அதனால் வந்த சுவடே தெரியாது புறப்பட்டுவிட விரும்பினாள். வானதி சுரங்க வழியே வந்ததும் அவள் மயக்க முற்றதும் தக்கசமயம் தான் வந்து காத்ததும் அவளுக்குக் கண நேரத்தில் நடந்தவையாகத் தோன்றின. காஞ்சியினின்று வருவானேன், உடனே திரும்பு வானேன்? அவள் மனத்தை அவளாலேயே புரிந்துகொள்ள முடியவில்லை. அவளுக்கு எவரைக் கண்டாலும் பிடிக்க வில்லை. புன்முறுவலுக்குள்ளே பூநாகம் மறைந்திருப்ப தாகவே அவள் கருதினாள். பார்த்திபேந்திரன் காஞ்சியில் தன்னைக் காணாது நிச்சயம் தஞ்சைக்கு வருவான் என்பது அவளுக்குத் தெரியும். அவன் முகத்தைக் காண அவளுக்கு விருப்பமில்லை.

வானதி மூர்ச்சை தெளிந்தவுடன் பத்திரமான இடத்தில் தானிருப்பதை அறிந்தாள்.

“அக்கா” என்று அவள் உதடுகள் வியப்பாள் மலர்ந்து கூறின.

"அடி வானதி! நீ என்ன காரியம் செய்யத் துணிந்தாய்? உனக்கு எங்கிருந்து இவ்வளவு துணிவு வந்தது? உன் கணவர் வரும்வரை அந்தத் துணிவை மூட்டை கட்டி வைத்துக்கொள். அவரெதிரே உன் சாமர்த்தியத்தைப் புலப்படுத்தினால் அவர் மெச்சுவார். உன்னைத் தைரியசாலி எனப் புகழ்வார்" என்று கூறவும், வானதியின் முகம் மென் நகையால் பூத்தது.

"அக்கா! அவர் வருகிறாராமே, அது தெரிந்துதான் நீங்கள் வந்தீர்களா?" என்றாள் குந்தவையின் மடியில் படுத்தவாறு, "உன்னைக் காணத்தானடி வந்தேன். அவன் வந்தால், வந்து விட்டுப்போகிறான். இந்த நாட்டைப் பற்றியே நினைவில்லாத வனைப் பற்றி நமக்கு மட்டுமென்ன நினைவு? மூன்றாண்டு களுக்கு முன் வருவதாகச் சென்ற அவன் இந்த நாட்டு நினைவு துளிக்கூட எழாது கல் இதயத்துடன் சுற்றி அலைந்தா னென்றால் நமக்கு மட்டும் மலரிதயமா? அன்புள்ள சகோதரியின் நினைவுதானில்லை. அருமைத் துணைவியின் நினைவுதான் எள்ளளவு கூட இல்லை; இந்த நாட்டில் அவன் மீது உயிரையே வைத்திருந்த அன்பு மக்களின் நினைவு கூட அவனுக்கு வரவில்லையா? அவனைப் பெற்றெடுத்த தந்தை மறைந்த செய்தியறிந்தும் அவன் விரைந்து வரவில்லை யென்றால் அவன் இதயம் பாறையாகிவிட்டதென்றுதான் பொருள். அவன் வரட்டும்! அந்த இதயப் பாறையில் எந்த வடிவத்தைச் செதுக்கியிருக்கிறானெனக் காண்போம்" என்றாள்.

வானதி இளைய பிராட்டியாரின் முகத்தையே நோக்கிய வண்ணமிருந்தாள். அந்த முகத்திலிருந்து இதயத் துணர்ச்சியைத் துளிக்கூட அவளால் அறிய முடியவில்லை. அவள் கூறும் இந்த வார்த்தைகள் நிஜமாகத் தான் வரு கின்றனவா என்று அவளால் அறிய முடியவில்லை. இவ்வளவு நேரமும் குழந்தைபோல் இளையபிராட்டி மடியில் படுத்திருந்தவள் சட்டென எழுந்து வெட்கமுற்றவளாகக் கன்னங்குழிய, "அக்கா! உங்கள் தம்பி நாகைப்பட்டினத்தில் வந்து இறங்கும்போது வரவேற்பு கொடுக்காதே என்று நீங்களே சென்று எல்லாரிடமும் கூறுவீர்கள் போலிருக்கிறதே" என்றாள்.

"ஆம்; அவன் நாகைப்பட்டினத் துறையில் வந்து இறங்கும் போது நான் அவனை அழைக்கச் செல்லமாட்டேன். அவன் என் கருத்தை மீறி ஆடம்பரமாக வந்திறங்கும்போது அரச அதிகாரிகள் அவனை வரவேற்பர். பழுவேட்டரையர் வரவேற்பார். படைத் தலைவர் பார்த்திபேந்திர பல்லவர் வரவேற்பார். எனக்கு இங்கென்ன வேலை? சுந்தர சோழரின் மகள் ஒருத்தி இருக்கிறாள்; இந்த நாடு நலமுற அவள் எத்தனையோ தியாகங்கள் செய்திருக்கிறாள் என்பதை மறந்துவிட்டதே இந்த நாடு?"

இளைய பிராட்டியாரின் சொற்களில் உணர்ச்சி பூர்வமாக சோகம் நிறைந்திருந்தது. வேடிக்கை விளையாட்டின்றி முழு உண்மை கலந்திருந்தது. குந்தவையின் மீது வானதிக்கு ஆழ்ந்த அன்பும் மரியாதையும் இருந்தன. எனினும் அவள் தன் கணவரைக் குறித்து இப்படிப் பேசியதில் சிறிது வருத்தம் ஏற்படாமல் இல்லை.

"அக்கா! உங்கள் இளையவர் அப்படியொன்றும் உங்களை மறந்திருக்க மாட்டார். அவர் சென்றிருக்கும் நாடுகளில் ஒவ்வொருபோதும் உங்கள் உயர்ந்த எண்ணத்தைப் போற்றி புகழ்வார். அக்கா! அவர் மூன்றாண்டுக்குள் வந்துவிடுவார் என்றுதான் நானும் எண்ணிக் களிப்போடு விடை கொடுத்தனுப்பினேன். இவ்வளவு நாள் தாமதமாகும் என்றால் நானும் உடன் சென்றிருப்பேன். என் இதயம் உங்களைத் தவிர வேறுயாருக்குத் தெரியும்? அவரைக் காணாது வேதனையுறும் என் புலன்கள் ஒவ்வொன்றும் புலம்புவது உங்கள் செவிகளில் விழச் செய்யட்டுமா? அவர் இங்கிருக்கும்வரை அவரைக் கண்டு நெருங்கிப் பேசக்கூட வெட்கமுற்றேன். நாணம் எப்படியோ மூடிக்கொள்ளும். நாணமுற்ற போது பாழும் மயக்கம் வந்து சூழ்ந்துவிடும். இதயத்தைப் புலப்படுத்தமுடியாது வீணே காலங்கழித்ததை நினைக்கும்போது, இப்போது எனக்கு அழுவதா, சிரிப்பதா என்று கூடத் தோன்றவில்லை. இப்போது சில நாட்களாகத் துணிவு கொண்டுவிட்டேன். அவர் வந்தவுடன் எப்படி வரவேற்பது என்பதைப் பற்றி இதயத்தில் ஒத்திகை செய்து முடிவு செய்து கொண்டுவிட்டேன். அவருடன் நேரம்

போவதே தெரியாது என்னவெல்லாம் உரையாடுவது என்பதைப் பற்றி முடிவு செய்து விட்டேன். அப்படி இருக்கும் போது, அக்கா! நீங்கள் இப்படி வெறுப்பாகப் பேசலாமா? அவர் உங்களை அலட்சியப்படுத்தி விட்டார் என்று எண்ணலாமா? அக்கா! புறப்படுங்கள், நாகைப்பட்டினம் சென்று அங்கு தங்கியிருப்போம். அவர் வரும் கலம் நோக்கிக் காத்திருப்போம். எந்தப் போதிலும் அவர் வந்துவிடலாம்'' என்றாள்.

குந்தவை அவள் பேசுவதையே உற்று நோக்கியவாறிருந் தாள். அவளுக்குச் சிரிப்புப் பொங்கியது. வானதியை அணைத்தவாறு, ''அடி வானதி! நீ நன்றாகப் பேசக் கற்றுக் கொண்டுவிட்டாய். இவ்வளவு நாட்களாக இத்தனை வார்த்தைகளையும் எங்கே வைத்திருந்தாய்? இவ்வளவு வக்கணையாகப் பேச கற்றிருக்கும் நீ இதுகாறும் மௌனியாக இருந்திருப்பானேன்? அப்பப்பா! காலம் எப்படி மாறுகிறது? நீ ஊமை நிலை மாறி விட்டாய். ஆனால் நான் ஊமையாக மாறப்போகிறேன்!..... '' என்றாள்.

''அக்கா.!''

''ஆமாம்! பேசாத நாளே பிறவாத நாள். இந்த உலகத்தில் அதிக காலம் நான் வாழ விரும்புகிறேன். அரண்மனை, சுகவாழ்வு விட்டு, ஆடம்பர ஆடை ஆபரணம் நீக்கி ஆனந்த வாழ்க்கையின் வித்தான எண்ணங்கள் நீக்கி வாழ்ந்தால் என்ன? பெரிய பாட்டி செம்பியன் மாதேவியார், எப்படி இந்த வயதிலும் எவ்வளவு சுறுசுறுப்பாயிருக்கிறார்? அவருக்கு நேராத துயரங்களா? அரச குமாரிகள் அனு பவிக்கும் இன்பத்தை அவர்கள் அனுபவித்தாரில்லையே. அவர் கண் எதிரே எத்தனை பெரும் துக்கங்களைக் கண்டிருக் கிறார்! சிங்கத்துக்கு நிகரான அவர் பெயரன் ஆதித்த கரி காலனுக்கு நேர்ந்த துரதிர்ஷ்டத்தை விட வேறு கொடுந்துயரா இவருக்கு நேரவேண்டும்? அப்படியும் அவர் இன்முகம் மாறாமல் நடமாடுகிறார் என்றால் அவர் உள்ளத்திலிருக்கும் சிவபாத சிந்தனையேதான். நானும் அவருடன் சேர்ந்து சிவநெறி கடைப்பிடிப்பேன், திலகவதியாரைப் போல், காரைக்கால் அம்மையாரைப் போல்...''

இளைய பிராட்டியார் கூறிவரும்போது வானதி துள்ளி எழுந்து குந்தவையின் வாயைத் தன் இரு கரங்களாலும் பொத்தி, "அக்கா! அக்கா! என்னவெல்லாம் கூறுகிறீர்கள்? நான் உயிர் வாழ உங்களுக்கு விருப்பமில்லையா? நான் இந்தச் சோழ சாம்ராஜ்ய இளவரசியாக ஆனது எவரால்? உங்கள் ஆதரவும் யோசனையுமிருந்ததாலே தான். நீங்களே என்னைக் கைவிட்டு விட்டால் எனக்கு வேறுயார் ஆதரவு அக்கா? கொடும்பாளூர் சென்றால் எனக்கு இருக்கவே பிடிக்கவில்லை. என் தந்தைக்கு ஏனோ நொடிக்கு நொடி ஆத்திரம் வருகிறது. அவரது மருமகனுக்கு பட்டம் கிடைக்காததும் அவர் அயல்நாடு சென்றதும் அவருக்கு ஆத்திரத்தை யூட்டுகின்றன. தஞ்சை அரண்மனையின் வாழ்வே விசித்திமா யிருக்கிறது. நந்திபுரத்து மாளிகையோ, நீங்களில்லாமல் பொலிவிழந்திருக்கிறது. அதனால் தங்களுடன் வாழவே நான் வந்தேன். நீங்கள் இப்படி கைவிடலாமா? நான் பேசியதில் தவறும் இருக்கலாம். அறியாதவள்; என்னைக் கண்டுதானோ என்னவோ பெண்ணினத்தையே பேதை என்று அழைக்கின்றனர் போலும்! கருணை கூர்ந்து இனியும் மறுமுறை அப்படிப் பேசாதீர்கள்" என்றாள்.

வானதி விம்மினாள். குந்தவை வானதியை அணைத்தவாறு அவள் தலையைக் கோதி, அவள் உடலில் அருண்மொழியின் பிரிவால் பசலை படர்ந்திருப்பதைக் கண்டு வானதியின் வேதனைக்குப் பலவழியில் தான் காரணம் என்ற முடிவு கொண்டு, "வானதி! கண்ணே, வருந்தாதே. உன்னை அவ்வளவு எளிதில் பிரிந்துவிட மாட்டேன். ஏதோ என்னை அறியாமல் எழுந்த வேதனை பீரிட்டுப் பொங்கிவிட்டது. இன்று தஞ்சை அரண்மனைக்கு வராதிருந்தால் இத்தகைய உணர்ச்சியை நான் அடைந்திருக்க மாட்டேன். இந்த இரும்புக் கம்பிகளுக்கிடையே அவரை நான் காணாதிருந்தால், எனக்கு ஏனடி வானதி, இத்தகைய சோர்வும் வெறுப்பும் கலந்த பேச்சு உதித்திருக்கப் போகிறது?" என்றாள்.

வானதிக்கு இதைக் கேட்கும்போது துக்கம் பொங்கியது.

"அக்கா! அவருடன் நீங்கள் ஒன்றுமே பேசவில்லையே எப்படி அக்கா, இதயத்தைக் கல்லாக்கி கொண்டீர்கள்? உங்கள்

மூத்தவரை அவர்தான் கொன்றார் என்று நீங்களும் நம்பு கிறீர்களா?"

குந்தவை விம்மினாள். "அடி வானதி! என்னால் இந்த நாட்டில் எத்தனையோ பேருக்குத் துன்பம் நேர்ந்திருக்கிறது. நான் தீட்டிய திட்டங்கள் எல்லாம் சரிவர முடியுமுன்னர் பலர் இடர் அனுபவித்து விட்டார்கள். அருண்மொழியைக் கடல் கடந்து போகச் சொன்னேன். அவன் எத்தகைய இன்னல்களில் சிக்கி துன்பப்படுகிறானோ? வாணர்குலத்து வீரர் ஏன் சிறையில் வாட வேண்டும்? சோழ நாட்டு அரசியல் விவகாரம் எக்கேடு கெட்டால் அந்த வீரருக்கு என்ன? ஆதித்த கரிகாலனிடமிருந்து ஓலையை எடுத்துக்கொண்டு முதன் முதலில் என்னிடம் வந்தார். நான் அவரை ஈழத்துக் கனுப்பினேன். பிறகு காஞ்சிக்கனுப்பினேன். சென்ற வழியில் தான் இத்தகைய அவப்பெயருக்கும் ஆளாகி விட்டார். அதை நினைக்கும் போதுதான், வானதி! இந்த நாட்டில் என்துயரை ஏனென்று கேட்க ஆளில்லாது போய் விட்டனரே என்று பெரும் வேதனை ஏற்படுத்துகிறது. இதைத் தவிர, என் உதவிக்கு வர எவருமில்லாது போய்விட்டதும் துயரத்தை அளிக்கிறது. அநிருத்தப் பிரம்மராயர் கூட என் பக்கமே திரும்புவதில்லை. என் சிறிய தகப்பனார் மதுராந்தகருக்கு நான் என்ன தீங்கு செய்தேன்? என்னை அழைத்து ஒரு வார்த்தைக் கூடப் பேசவில்லை. அவர் இன்று ராஜ்யபாரம் நடத்து கிறாரே, அந்த வாய்ப்பு யாரால் கிடைத்தது, நான் செய்த முடிவடி பெண்ணே, நான் செய்த முடிவு. இந்த நாட்டில் அரசுரிமைக்காகக் குழப்பம் ஏற்படக் கூடாது என விரும்பினேன். நல்வாழ்வுக்கு வழி வகுத்த நான் காஞ்சியை விட்டு வர முடியாமலே போய்விட்டது."

"அக்கா! வேதனைப் படாதீர்கள். இந்தத் தஞ்சை மாளிகை உங்களுக்குத் துயரத்தைத் தோற்றுவிக்கும். நாம் இங்கு இருக்க வேண்டாம். நந்திபுரம் சென்று விடுவோம். காவிரியின் தண்புனலில் ஆடி மகிழ்வோம். குளிர் நறுஞ் சோலையில் குதூகலமாய்ப் பேசி மகிழ்வோம். புறப்படுங்கள். ஒரு வினாடி கூட இங்கே நாம் தங்க வேண்டாம்.." என்றாள்.

குந்தவைக்கு வானதி அளித்த உற்சாகம் புதுத் தெம்பையூட்டியது. ஒருவரிடமும் சொல்லிக் கொள்ளாமல் புறப்பட்டனர். வெளியே சிவிகை காத்திருந்தது. அதில் ஏறிக் கொண்டனர். தஞ்சையினின்று சிவிகை விரைந்தது. வழியில் ஒரு கணம் குந்தவை சிவிகை சுமப்போரை அழைத்துக் காஞ்சி நோக்கிச் செல்லுமாறு கட்டளையிட்டாள்.

"அக்கா! காஞ்சிக்கா? நந்திபுரம் செல்லலாம் என்றேனே" என்று வானதி கேட்டாள்.

"வேண்டாம் வேண்டாம். நந்திபுரத்து அரண்மனைக்கு நான் வேதனையுடன் வரமாட்டேன். என் எண்ணங்கள் ஈடேறிய பிறகு குதூகலமாக அந்தப் புனிதமான மாளிகையில் நுழைவேன். நீ தொண்டை மண்டலத்தைக் காண வேண்டாமா? மாமல்லபுரத்தில் திகழும் சிற்ப சௌந்தர்யங் களைக் காண வேண்டாமா? அதனால் உன்னைக் காஞ்சிக்கு அழைத்துச் செல்கிறேன். நீ இருக்குமிடத்தில் நானிருந்தால் தான் உன் கணவர் என்னைத் தேடி வருவார்" என்றாள்.

வானதி முகத்தில் செம்மை படர்ந்தது. கன்னங்கள் குழிந்தன.

காஞ்சிப் பொன் மாளிகை சோழநாட்டு இளவரசியின் வருகையால் இன்னும் சிறப்படைந்தது. மிக விரைவில் திரும்பி வந்தது கண்டு பணியாட்கள் வியந்தனர். மேன் மாடத்து முன் மண்டபத்தமர்ந்து குந்தவை வானதிக்குப் பாலாற்றங்கரையைச் சுட்டிக் காட்டினாள். அழகிய அந்த நந்தவனத்தைச் சுட்டிக் காட்டினாள். தொலைவில் தெரியும் கயிலாய நாதர் ஆலயத்தைச் சுட்டிக் காட்டினாள்.

மாளிகையில் ஒவ்வோர் இடமாக வியப்புடன் வானதி கண்டு வந்தாள். ஆதித்த கரிகாலர் தாமே முன் நின்று கட்டிய மாளிகையைப் பற்றி குந்தவை கூறி வந்தாள். அப்போது வானதி கேட்டாள்: "அற்புதமாக இந்தப் பொன் மாளிகையை எழுப்பிய அந்த மாவீரரை ஏன் அப்படிப் படுகொலை செய்துவிட்டார்கள்? யார் அந்தக் கொடுஞ் செயலைச் செய்தது?"

குந்தவை ஒரு கணம் கலக்கமுற்றாள். மீண்டும் மீண்டும் பழைய துன்ப நினைவுகள் எழுகின்றனவே என எண்ணும் போது அவளுக்கு வேதனை ஏற்படாமலில்லை. "வானதி! நீ கேட்கும் கேள்வியைத்தான் நானும் கேட்கிறேன். என் சகோதரன் ஆதித்த கரிகாலன் யாருக்கு என்ன தீங்கு செய் தான்? அவன் கூட எல்லையினின்று சோழ நாட்டைக் காத்து வந்தான். தஞ்சையின் ராஜ்ஜிய விவகாரங்களின் பேரில் அவன் அவ்வளவு கவலைப்படவில்லை. தந்தைக்குப் பிறகு தனக்குச் சோழ அரியணை கிடைத்துவிடும் எனும் நம்பிக்கை அவனுக்கு இருந்தது. அவனுக்கு மட்டுமென்ன, நாட்டு மக்களுக்குமிருந்தது. அமைதியாயிருந்த அரசியல் குளத்தைப் பெரிய பழுவேட்டரையர் கலக்கினார். மதுராந்தகருக்குத் தன் சகோதரன் மருமகனுக்கு வாதிட்டார். என் தந்தைக்கு அப்போது உடல்நிலை சரியாயில்லை. அவர் எழுந்து நடமாடவும் முடியவில்லை. அந்த நிலையில் அவர் என்ன செய்வார்? காஞ்சியிலிருந்த ஆதித்த கரிகாலனுக்கும் செய்தி எட்டியது. அவன் சீற்றங்கொண்டான். பழுவேட்டரையர் களின் போக்கு அவனுக்குப் பிடிக்கவில்லை. பழுவேட்டரை யர்களிடம் பகைமை கொள்ள எவரும் துணியமாட்டார்கள். ஆதித்தன் எவருக்கும் அஞ்சாதவன். இளம் வயதிலேயே பாண்டியன் தலையைக் கொய்து பந்தாடியவனன்றோ? பகிரங்கமாகப் பழுவேட்டரையரை எதிர்த்தான். அதன் விளைவுதான்..."

"அக்கா! பழுவேட்டரையர்கள் இளவரசரைக் கொன்றிருப் பார்களோ?"

"இல்லை, இல்லை. அதை நான் ஒருபோதும் கூறவே மாட்டேன். அதுவும் பெரிய பழுவேட்டரையர் இந்த நாட்டிற்குச் செய்திருக்கும் தியாகங்களை மறந்தவர்கள் வேண்டுமானாலும் அப்படிக் கூறலாம். சிறிய பழு வேட்டரையர் வேண்டுமானாலும் இன்று எல்லாவற்றையும் மறந்து வாணர் குலத்து வீரரைச் சிக்க வைப்பதில் முனைந் திருந்து தண்டனை வாங்கிக் கொடுத்தாலும் நான் என் நெஞ்சறிய ஒருபோதும் அந்தப் பழி சொல்லைக் கூற மாட்டேன்."

“அப்படியென்றால், யார்தான் கொன்றது? ஐம்பெருங் குழுவினர், மந்திரி மண்டலத்தார் முடிவுப்படி வந்தியத்தேவர் தாமா? உயிர் நண்பரான இளவரசரை அவர் கொல்ல எந்தவிதக் காரணமும் எனக்குப் பிடிபடவில்லை.”

“வானதி! நீ அரசியல் விவகாரங்களை இவ்வளவு தூரம் தெரிந்து வைத்துக் கொண்டிருக்கிறாயே..”

“அக்கா! என் செவிகளில் பல செய்திகள் வீழ்கின்றன. நாட்டில் சிலர் பேசிக் கொள்கிறார்கள். அதைக் கூறவும் எனக்குக் கூசுகிறது. தான் பட்டமேற ஆதித்தர் தடையா யிருப்பார் என்று உத்தமசோழ தேவரே சதி செய்து கொன்றிருப்பார் எனப் பேசிக் கொள்கிறார்கள். அதை மறைப்பதற்காகவே அவரது மாமன் சிறிய பழுவேட்டரையர் பழியை வேறு விதமாக மாற்றி விட்டார் என்கிறார்கள்..”

குந்தவை செவிகளை மூடிக் கொண்டாள். “அந்தச் சொல்லைப் பரவ விடாதே வானதி! என் சிறிய தந்தையின் குணம் எனக்குத் தெரியும். ஈ, எறும்புகளுக்குத் தீங்கெண்ணா குணசீலர். அவர் அத்தகைய பாபமான செயலை மனத்தில் கூட எண்ணியிருக்க மாட்டார். அதனால்தான் நான் அதை ஒரு போதும் நம்பவே மாட்டேன். நான் முன் பிறவியில் செய்த பாவம் எனக்கு இத்தகைய துயரங்கள் வந்தன. வாணர்குல வீரர் மீது பழி சுமத்தப்ப பட்டபோது அதை மறுக்கவே முடியாத அளவுக்கு, பழி சுமத்தியவர்களின் வாதங்கள் இருந்தன.”

“உங்களால் எண்ணிப் பார்க்கவே முடியவில்லையா அக்கா? உங்கள் இளையவர் திட்டவட்டமாக வாணர்குலத் தவர் மீது கொலைக் குற்றம் இல்லை என முடிவு செய்த பிறகும் மீண்டும் அவரைக் குற்றவாளியாக்கத் தடயங்கள் சேகரித்த நோக்கத்தை உங்களால் எண்ணிப் பார்க்கவே முடிய வில்லையா?”

“எண்ணினேன், எண்ணினேன். பல நாட்கள் துயருற்ற இதயத்தோடு, கண்ணீரால் நனைந்த உள்ளத்தோடு எண்ணி னேன். என்ன பயன்? என் தந்தையே கட்டளையிட்டிருந் தாரே, வாணர்குல வீரரைச் சிறை செய்த பிறகு நான் யாரிடம்

முறையிடுவது? ஆனால் எவர் கொன்றார் என்பதை நான் என் வாழ்நாளில் கண்டுபிடித்து விடுவேன். வயது முதிர்ந்த காலத்திலாவது வாணர்குல வீரரைக் குற்றமற்றவர் என நிரூபித்து விடுதலை செய்வேன். எனக்கு உதவ யார் இருக்கிறார்கள்? என் இளவல் வந்தால் அவன் எப்படி எண்ணுகிறானோ. அவனும் மற்றவருடன் சேர்ந்து வாணர் குலத்தவர் குற்றவாளி என்கிறானோ என்னவோ? என் பக்கம் பேச ஒருவர் உறுதுணையாயிருந்தால் போதும்; நான் ஊண் உறக்கமின்றி அலைந்து திரிந்து காணுவேன்.''

குந்தவை வீராங்கனை போல் பேசினாள். அவள் கண்கள் வெற்றி பெற்றவள் போல் மிளிர்ந்தன. ஆனால் அதில் ஏக்கமும் கலந்திருந்தது. 'என் பக்கம் பேச ஒருவர் உறு துணையிருந்தால் போதும்' என்று அவள் பேசும்போது அவள் நெஞ்சு தழுதழுத்தது.

"அக்கா! நான் இருக்கிறேன். உங்கள் இளவல் வந்து உங்கள் எண்ணத்துக்கு எதிர்ப்பேச்சு பேசுவாராகில் நான் அவருடன் வாதிடுவேன்'' என்றாள் வானதி.

''இந்த நாடு அப்படியொன்றும் ஆதரவு தருபவர்களை இழந்துவிடவில்லை. உண்மைக் குற்றவாளியைக் கண்டு பிடிப்பதில் நாங்களும் உங்களுக்கு உறுதுணையாயிருப் போம். எங்களுக்குக் கிடைத்த தடயங்களுடன் நாங்கள் இன்னும் உண்மை சேகரிக்க அலைவோம்'' என்று அப்போது அசரீரி போல் எவரோ பேசும் குரல் கேட்டது.

மேன் மாடக் கூடத்தின் வெளிப்புறத்தே பலர் நின்று கொண்டிருந்தனர். ஒருவர், முன்பே நாம் சந்தித்தோமே அந்தக் காளாமுகர். அவர் உடையும் தோற்றமும் புதுமையாக இருந்தன. ஆனால் இதயத்தை அறியும் சக்தி வாய்ந்த குந்தவையின் கண்கள் அவர்களிருவரையும் இன்னாரெனத் தெரிந்து கொண்டதால் அவள் உடல் சிலிர்த்தது. புரிய முடியாத படபடப்பு எழுந்தது.

''வானதி!'' என்று கூறி அவள் கரங்களை அழுத்தமாக குந்தவை பிடித்துக் கொண்டாள்.

அத்தியாயம் 16

சீனத்து வணிகர்

கடல்மல்லைத் துறைமுகம் கலகலப்புக் குறைந்து காணப்பட்டது. இப்போதெல்லாம் முன்போன்று அதிகமாகப் பண்டங்கள் கலங்களினின்று வந்திறங்குவதும் ஏறுவது மில்லை. பல்லவ சாம்ராஜ்யம் மறைந்து நூறாண்டுகளுக்கு மேலாகி விட்டது. மாவீரப் பரம்பரையினரான பல்லவ மன்னர்களின் சந்ததியர் சிற்றரசராக மாறி வலுவிழந்து போனபிறகு தலை நகரான காஞ்சியின் பெருமை குறைந்தது. துறைமுகப்பட்டினமான கடல் மல்லைக்கருகிலுள்ள மாமல்ல புரத்தில் பல்லவ மன்னர்களின் அற்புத சிருஷ்டிகள் பொலி விழந்து காணப்பட்டன. மன்னர் நடமாட்டக் குறைவினாலும் கவனிப்பார் இல்லாததனாலும் புதர்கள் மண்டிக்கிடந்தன. மகேந்திர மாமன்னரும், நரசிம்ம மாமல்லரும், ராஜசிம்மரும் படைத்த சிற்ப அற்புதங்கள் மௌனத் தவம் கொண் டிருந்தன.

காஞ்சிக் கடிகைகளுக்கும், மற்றும் பண்டங்கள் விற்கும் அங்காடிகளுக்கும் வரும் வேற்று நாட்டினர் மாமல்லபுரத்தில் புதைந்திருக்கும் சிற்ப சௌந்தர்யங்களைக் காண அவ்வப் போது செல்வர். அவர்கள் குடைவரைக் கோயில்களையும், ஐந்து விதக் கோயில்களையும், பெரும் பாறைச் சிற்பத் தொகுதியையும் கண்டு மகிழும்போது அங்கே பாறை களெங்கும் சுற்றியலையும் முதியவரொருவரை அவர்கள் காணாதிருக்க மாட்டார்கள்.

கம்பீரமான தோற்றமுடைய அந்த முதியவர் அடர்ந்த தாடி மீசையுடன் காணப்பட்டார். அவர் கண்களிலே தனிவித ஏக்கம் குடிகொண்டிருந்தது. அதேசமயம் எதையோ ஊடுருவி ஆராய்ந்து இதயத்தில் பதிய வைக்கும் பொலிவும் இருந்தது. அவர் மாமல்லபுரத்திற்கு வந்து பல ஆண்டுகள் ஆகிவிட்டன. அவர் வந்து சேர்ந்து போது மாமல்லபுரம் கலகலப்பு மிகுந்திருந்தது. சோழநாட்டில் சுந்தர சோழர் ஆண்டு வந்தார். காஞ்சியில் பொன் மாளிகையை ஆதித்த கரிகாலர் கட்டிக் கொண்டிருந்தார். அம்மாளிகை கட்டுவதற்

கான கற்களை வெட்டியெடுக்கப் பலர் வருவர். யானைகள் வரும், குதிரை மீது இளவரசன் ஆதித்த கரிகாலனே நேரிடையே வருவான். ஐந்து கோயில்களின் ஐந்து வித விமான அமைப்பையும் பலமுறை ஆதித்தன் உற்று நோக்குவான். தன்னுடன் வரும் சிற்பிகளுக்கு அவற்றை விளக்கிக் கூறுவான். அவர்களிடம் பல கருத்துகளைக் கேட்பான்.

அந்த முதியவர் அப்போது அந்தப் பகுதியில் பித்தனைப் போல் அலைந்து கொண்டிருந்தார். சில வீடுகளே அந்தப் பட்டினத்தில் இருந்தன. அவ்வீடுகளில் இரவில் கவளஞ்சோறு பெற்று உண்டு, ஏதாவது ஒரு மண்டபத்தில் படுத்துக் கொள்வார். அவர் உதடுகள் ஏதோ முணுமுணுக்கும். உரத்த குரலிலும் ஏதோ பேசுவார். கடற்கரையை நோக்கி விரைந்து ஓடுவார். 'பிணங்களிடு காடதனுள் நடமாடும் பிஞ்ஞகனான சிவபிரானது' திருக்கோயில் படிக்கட்டில் அமர்ந்து எதிரே வந்து மோதும் பேரலைகளை உற்று நோக்கிக் கொண்டிருப்பார். அந்த இருள் வேளையிலும் அவர் யாரையோ எதிர் பார்ப்பது போல் தோன்றும். விடியும் வரை அங்கிருப்பார். பிறகு மெல்லத் தள்ளாடி நடந்து வந்து குளத்தில் நீராடிவிட்டு மகிஷா சுரமர்த்தினி மண்டபத்துக்குப் போய் விடுவார், படுத்துறங்க. அங்கு நல்ல காற்று வீசும். மதியொளியும் தெளிவாகப்படும். உச்சிவேளை தாண்டியவுடன் என்றாவது காஞ்சியினின்று மூத்தசிற்பி ஆனந்தர் வருவார். ஆனந்தர் வந்துவிட்டால் முதியவர் மகிழ்ச்சிக்கு எல்லை இராது. முதியவரும் சிற்பியும் அந்தச் சிற்ப நகரத்தை ஒருமுறை வலம் வருவார்கள்.

ஐந்து கோயில்களையும், அதனெதிரேயுள்ள பெரும் யானையையும், சிங்கத்தையும் இருவரும் பார்த்து ரசிப்பார்கள். ஒரே கல்லில் அமைக்கப்பட்ட யானையைப் போன்று அப்போது சோழநாட்டில் பிரும்மாண்டமான சிற்பம் ஏதுமில்லை.

"இவ்வளவு பெரிய அளவில் யானையைப் பல்லவர்கள் சிருஷ்டித்த நோக்கமென்ன?" என்று அந்த முதியவர் கேட்டார்.

ஆனந்த சிற்பி மெல்ல நகைத்து, "பல்லவர்களுக்கு எதையும் சின்னஞ் சிறியதாக அமைப்பதில் திருப்தி ஏற்படுவதில்லை. சாம்ராஜ்யத்தைப் பெரிதாக வளர்த்தது போல் எல்லாவற்றையும் பெரிதாகச் சிருஷ்டிப்பதில் அவர்கள் ஆசை கொண்டனர். கடற்கரையின் அருகேயுள்ள கோயிலைக் காணுங்கள். நீங்கள் காஞ்சிக்கு வந்திருக்கிறீர்களா? அங்கே கயிலாசநாதர் ஆலயம் இருக்கிறது. அதன் விமானம் போல், தெற்கே நீங்கள் எங்கேயாவது கண்டிருக்கிறீர்களா? கோயில் எதிரே நந்தி இருக்கிறது. அதன் உயரத்தைப் பார்த்தால் வியப்பீர்கள்" என்று கூறுவார்.

முதியவர் மௌனமாகக் கேட்டவண்ணமிருந்து, "ஐயா! எனக்கும் அதுபோன்ற மாபெரும் விமானங்களை, அமைக்கும் திருப்பணி செய்யுமிடங்களில் தொண்டாற்ற ஆசையாக இருக்கிறது. கடற்கரைக் கோயிலைப் போன்று ஒரு விமானம் கட்ட வேண்டும். ஐந்தாவது கோயிலைப் போன்று மாடக் கோயில் அமைக்க வேண்டும். சிற்பத் திருப்பணி நடக்கும் இடம் எங்காவது இருந்தால் அங்கு என்னை அழைத்துச் செல்லுங்கள் ஐயா!" என்பார்.

ஆனந்தர் ஏதும் பேச மாட்டார். மனத்திற்குள்ளேயே நகைத்துக் கொள்வார். அந்த முதியவரின் முன் வாழ்க்கை அவர் அறிவார். அவர் பட்டிருக்கும் துயரங்களும் அவர் அனுபவித்திருக்கும் கஷ்டங்களும் அவர் அறிவார். அவர் இந்த மாமல்லபுரத்தில் திரியத் தேவையில்லை. சகல சுக போகங்களுடன் வாழ வேண்டியவர். அந்தச் சிற்பக் காட்டில் அலைவானேன்? முள்ளிலும் கல்லிலும் ஏறி இறங்கி எதையோ தேடுவானேன்? வெறும் தரையில் படுத்துறங்கு வானேன்? கடல் மல்லையைக் காண வருபவர்களுக்கு அந்தப் பகுதி முழுமையும் சுற்றிக்காட்டி அவர்கள் மகிழும்போது தானும் மகிழ்வானேன்?

சிற்பி ஆனந்தர் அந்த முதியவரைப் பற்றி நன்கு அறிவார். அந்த முதியவர் வடநாட்டிலும் பல கடல் கடந்த நாடுகளிலும் சுற்றியலைந்து அங்குள்ள கோயில்கள் பலவற்றைக் கண்டு அவர் பெற்றிருக்கும் அனுபவம் அவருக்குத் தெரியும். ஆனால் அவர் யார், எங்கிருந்து வந்தவர் ஏன் அப்படி அலை

கிறார் என்பதை மட்டும் அவரால் அறிய முடியவில்லை. பரதநாட்டிய கலையிலும், சிற்ப சாஸ்திரத்திலும் இணையற்ற திறமை பெற்றிருக்கும் அவரது உதவி கொண்டு புதிய புதிய சௌந்தர்யச் சிற்பங்களைப் படைக்க ஆனந்தர் விரும்பினார். ஆனால் அந்த முதியவர் ஒரு சமயம்போல் மறுசமயம் பழைய நினைவோடு இருப்பதில்லை.

“ஆனந்தரே! நேற்று நான் பெரும் அதிசயம் கண்டேன். இவ்வளவு நாள் நான் யாருக்காகக் காத்திருந்தேனோ அவள் இங்கு வந்துவிட்டாள். சேவடிகளில் கிண்கிணி கட்டியிருந் தாள். அதன் 'ஜல்ஜல்' ஒலி பாறைகளின் மறைவிலிருந்து கேட்டது. அந்த ஓசை என்னை அழைத்தது. நான் அந்தத் தாழைக்காட்டுப் பாறைக்கு ஓடினேன். அவள் மெல்ல நடந்து வந்தாள். நூபுரத்தின் ஓசை 'கலீர் கலீர்' என்று ஒலிக்க, செஞ்சீரடிகள் மென்நடை பயில அவள் மெல்ல ஆடினாள். இவ்வளவு அற்புதமான நடனத்தை அவள் எப்போது கற்றாள் என்று நான் வியந்தேன்!” அவர் கூறும்போது ஏதோ அதிசயம் ஒன்றைக் கண்டுவிட்ட உணர்ச்சி அவருள்ளத்தே இருந்தது. அவர் முகத்திலே பிரதிபலித்தது. அவர் சொல்லிலே மிளிர்ந்தது. அதை வெளிப்படுத்திய கைகளிலே அந்த உணர்ச்சி மிளிர்ந்தது.

“ஐயா, பெரியவரே! அடிக்கடி இவ்வாறு கூறுகிறீர். நீங்கள் நேற்று நிலவில் கண்ட பெண் யார்? உங்கள் முன் வந்து நடன மாடிவிட்டு மறைந்த மங்கை எவள்? அவளது அழகிய நடன தோற்றத்தைச் சிலையாக வடிப்போமே! அவளது சௌந்தர்ய முகத்தை ஜீவசிற்பத்திற்கு முன் மாதிரியாகக் கொள்வோம். அவள் எங்கே இருக்கிறாள் சுவாமி? பொன் மாளிகையில் சிற்பக்கூடமொன்று அமைக்க எனக்கு அவா” என்று சிற்பி ஆனந்தர் கேட்டார்.

அந்த முதியவர் ஏதும் பேசவில்லை. மௌனமாயிருந்தார். பேசும் சக்தி இழந்தவர் போன்றிருந்தார். எதிரே சிற்பி ஆனந்தர் இருக்கிறார் என்ற நினைவே அவருக்கு மறந்துவிட்டது போலும். திடீரென அவர் வெறிபிடித்தவர் போல் ஓடினார். “இதோ வருகிறேன். இதோ வருகிறேன்” என்று கூறியவாறு ஓடினார்.

ஆனந்தர் அதற்கு மேல் அவருடன் பேசவில்லை. முதியவரின் போக்கே அவருக்குப் புலப்படவில்லை. ஒரு வேளை இப்படிப் போலியாக நடித்து இந்த நாட்டுச் செய்தியை அறிய வந்த ஒற்றனோ அவர் என்று கூட ஒரு கணம் எண்ணினார். அதை ஆராய்ந்து அறிய அவர் பிறகு அங்கு வரவில்லை. அந்த முதியவர் யார் எனும் செய்தி அறிய அவர் மீண்டும் மாமல்லபுரத்துக்கு வரவில்லை. இனி எங்கு வரப்போகிறார்? மாமல்லபுரத்திற்கு என்ன. இந்த உலகத்துக்கே எங்கே வரப்போகிறவர்? ஆதித்த கரிகாலரும் இறந்துவிட்டார். அதன் பிறகு மாமல்லபுரத்தைத் திரும்பிப் பார்ப்பவர்கள் எவருமிலர். முதியவர் மட்டும் அந்தச் சிற்பராஜ்யத்தில் தனிமனிதனாக அரசு செலுத்தினார்.

அப்படி அவர் காலங் கழித்துப் பல ஆண்டுகள் சென்ற ஒருநாள் கடல்மல்லைத் துறைமுகத்தில் வந்து நங்கூரம் பாய்ச்சிய அயல்நாட்டுக் கலத்தினின்று பல வணிகர்கள் இறங்கினர். அவர்கள் தம்முடன் ஏராளமான பொருள்களைக் கொண்டு வந்திருந்தனர். தொண்டை நாட்டிற்கும், நடுநாட்டிற்கும், கங்க நாட்டிற்கும் செல்லும் வணிகர்கள் அவர்கள். நாகைப் பட்டினத்துத் துறையைவிட கடல் மல்லைத் துறைதான் அவர்களுக்கு எளிதாக இருக்கும். துறையினின்று நேரே காஞ்சிக்குப் போகும் படகுகள், அவர்களுடைய பண்டங்களைச் சுமந்து செல்லும்.

வந்த வணிகர்களுள் சீனநாட்டு வணிகர் சிலர் இருந்தனர். அவர்கள் மாமல்லபுரத்தைப் பற்றிக் கேள்விப்பட்டிருந்தனர். சீனநாட்டரசனுக்கும், ராஜசிம்ம பல்லவனுக்கும் தொடர்பு இருந்ததையும் அவர்கள் அறிவார்கள். அந்த உரிமை மட்டு மின்றி ஒரு சமயம் மகான் புத்தர் விஜயம் செய்த காஞ்சி நகரையும் அவர்கள் காண விரும்பினார்கள். தங்கள் நாட்டு யாத்திரீகர் யுவான் சுவாங் விஜயம் செய்து புகழ்ந்து எழுதிவந்த காஞ்சியைக் காண விரும்பினார்கள். திராவிட மக்கள் மிக நல்லவர்கள் என்று அவர் எழுதியிருந்தாரே, அதை கண்டுவிடுவோம் என அவர்கள் எண்ணினார்கள். அவர் களுக்கு தமிழ் பேச வரும் என்பது அந்த வணிகர் முன் நின்று அழைத்துச் சென்றதிலிருந்து தெரியவந்தது.

நன்றாக மழை பெய்து ஓய்ந்து இரண்டு நாட்கள் தாமத மாயிருந்தமையால் அந்த வெயில் வேளையிலும் மாமல்ல புரம் குளுகுளு வென்றிருந்தது. தென்னை மரங்கள் அசைந்த படி இனிய கீதம் எழுப்பின. ஆங்காங்கே தேங்கி நின்ற நீரில் பறவைகள் தங்கள் இறகுகளை நனைத்து உதறிச் சிலிர்த்துக் குதூகலமாக விளையாடின.

பகீரதன் தவம் பாறைச் சிற்பத்திலே இயற்கையாகப் பிளந்திருந்த பகுதியின் வழியே பாறைகளிலே தேங்கி நின்ற நீர் அருவி போல் வீழ்ந்தது. கங்கையே பூமிக்கு வருவது போன்றிருந்தது. சீனத்து வணிகர்கள் அவற்றைக் கண்டு ரசித்துக் களித்திருக்கும்போது அருகே இருந்த மண்டபத் தினின்று முதியவர் மெல்ல வந்தார். சீனயாத்ரீகர்களைப் பார்த்து மலர்ச்சியுடன் முகமன் கூறினார். தமிழ் தெரிந்திருந்த உயர்ந்த தோற்றமுடைய சீன யாத்ரீகர்கள் வாய் திறந்து தமிழில் பேசவும் முதியவருக்கு வியப்பு அதிகமாகியது. சீனத்து வணிகர்களை அழைத்துச் சென்று ஒவ்வோர் இடமாகக் காட்டி விளக்கிக் கூறினார். தமிழறிந்த சீன வணிகன் மிக அழகாக சீன மொழியில் மற்றவர்களுக்கு அதை விளக்கிக் கூறினான். மூவுலகும் ஈரடியால் அளக்கும் பேருருவம் எடுத்த வாமனர் கதையையும், பூமியைப் பந்தாகச் சுருட்டி எடுத்தோடிய அரக்கனை ஒழிக்க வராஹ அவதாரமெடுத்த கதையையும், பெண்மையின் வெற்றியைத் தெரிவிக்கும் மகிஷாசுர மர்த்தினி கதையையும் விளக்கும் சிற்ப அற்புதங் களை எல்லாம் முதியவர் கூறிக் கண்டுகளிக்கச் செய்து வரும் போது, பொழுது சாயத் தொடங்கியது.

காஞ்சிக்குச் செல்லும் படகுகள் புறப்பட ஆயத்தமாயின. ஐப்பசி மாதத்துச் சந்திரன் துல்லியமான வானத்திலே நீல வண்ணப் பின்னணியோடு வெண் சந்தன வண்ணத்திலே ஒளிவீசத் தொடங்கினான். துறையிலே கலகலப்பு குறைந்து விட்டது. கடல் மல்லையிலிருந்து செல்லும் கடைசிப் படகும் புறப்படச் சிறிது நேரமே இருந்தது. சீனத்து வணிகர்கள் சிறந்த அனுபவம் பெற்ற நிறைந்த மனத்துடன் படகில் ஏறினர். ஆனால் அவர்களுள் உயர்ந்த தோற்றமும் மற்றவர் களினின்று வேறு பட்டுத் தோன்றும் நிறமும் கொண்ட சீன வணிகன் மட்டும் படகில் ஏனோ ஏறவில்லை.

அதை அறிந்தபோது மற்ற வணிகர்களும் படகிலிருந்து வணக்கம் தெரிவித்து விடை பெற்றுக் கொண்டனர். சீனத்து முறையில் குனிந்து வணங்கி விட்டு அந்த வணிகன் சிற்பக் கோயில்கள் இருக்குமிடம் நோக்கி விரைந்து நடந்தான். நடக்க நடக்க மாளாதுபோல் தோன்றியது. அன்று முழுமையும், அடக்கி வைத்திருந்த வேகம் அப்போது அவனுள்ளத்தே பொங்கிப் பீரிட்டது. கடலோசை தவிர வேறு ஒலியெழும்பா அந்தப் பூமியின் அமைதியிலேயே அந்த முதியவருடன் பேசவேண்டும் என அவன் துடித்தான். அவன் பிறந்தது எங்கேயோ பின்னர் திரிந்தது எங்கேயோ? அவன் ஏன் மாமல்லபுரத்தின் மீது அவ்வளவு காதல் கொண்டான்? மீண்டும் ஏன் அவன் அந்தக் கல் யானையைப் பார்க்க ஆசை கொள்ளுகிறான்? யாளி போன்ற ஒரு வித மிருக முகமும், முதலை உடலுங்கொண்ட உருவத்தைத் தன் நாட்டில் கண்டு கண்டு களைத்துப் போன அவனுக்கு மாமல்லபுரத்துச் சிற்பத் தொகுதிகள் வியப்பையூட்டின. சாவகத் தீவிலும், புட்பகத் தீவிலும் அவன் கண்ட அற்புதச் சிற்பங்களுக்கு இணையாக அவை இருக்கின்றன என்பதை எண்ணும்போது அவ்விரு நாடுகளுக்கிடையே உள்ள தொடர்பை ஆராய்ந்தது அவன் மனம்.

அந்த முதியவருக்கு இருந்த கலை ஆர்வம் அவனைக் கவர்ந்தது. அவர் சொல் நயம் அவனைக் கவர்ந்தது. அவருடன் இன்னும் ஓரிரு நாட்கள் தங்கியிருந்து பல விஷயங்களைக் கண்டு கேட்டு மகிழவேண்டும் போலிருந்தது.

முதியவர் அப்போது கடற்கரைக் கோயிலருகே அமர்ந்திருந் தார். அவர் மனம் ஏனோ குதூகலமாய் இருந்தது. கோயிலில் அமர்ந்து அண்ணாந்து காணும்போது மேகங்கள் தடை ஏதுமின்றித் தெளிவாக இருக்கும் நீல வாணமாயிருக்கலாம். ஏன் அன்று முழுமையும் கலை நினைவாகவே சீன வணிகர் களுடன் கழித்த நல்ல பொழுதும் காரணமாக இருக்கக் கூடாது?

சீனத்து வணிகன் முதியவரைக் கண்டுபிடித்து விட்டான். அவன் மீண்டும் காண விரும்பிய கடற்கரைக் கோயிலருகே

அவர் அமர்ந்திருந்தார். அவரிடம் அக்கோயிலைப்பற்றி வினவுவோம். அக்கோயிலின் புதுவித அமைப்பைக் குறித்து அறிய முயலுவோம் என்ற எண்ணத்தில் மணலில் கால் பதியப்பதிய நடந்து மெல்ல அவரை அணுகினான்.

''பாட்டா'' என்று மெல்ல அழைத்தான். முதியவர் திரும்பிப் பார்த்தார்.

''பாட்டா!'' என்று திரும்பக் கூறி அவர் முணு முணுத்தார்.

''ஆம்! நான் பாட்டன்தான். தாத்தாதான். முதுமையின் அரவணைப்பில் துயிலுபவன்தான். சீனத்து வணிகரே வாரும்! நானும் உம்மைப் பற்றித்தான் எண்ணிக் கொண்டிருந்தேன். பல நூறுகாதத் தொலைவிலிருக்கும் சீன நாட்டிலிருந்து வந்த தாங்கள் இவ்வளவு அழகாகத் தமிழ் பேசுவதைக் கேட்கும்போது என் உள்ளம் மகிழ்கிறது. தங்களுக்குச் சிற்பங்களைக் காணும் ஆர்வம் இருப்பதுபோல் சோழ நாட்டில் ஒருவருக்காவது இருந்தால் கலைக் கூடங் களை அமைத்திருப்பார்களே...!''

முதியவரின் பேச்சை மாற்ற எண்ணி, ''ஐயா! கலையார்வம் இல்லாமலா உங்கள் நாட்டில் பல கோயில்கள் எழுகின்றன?'' என்று கூறினான் சீனத்து வணிகன்.

''ஆம், ஆம். இப்போதுதான் பல செங்கற் கோயில்கள் கற்றளிகளாக மாறி வருகின்றன. ஹும். அது இருக்கட்டும். உங்களுடன் வந்த வணிகர்கள் எங்கே? நீங்கள் மட்டும் ஏன் தங்கிவிட்டீர்கள்? உங்கள் பொருள்களை வைத்துக் காப்பதற்கு ஏற்ற பாதுகாப்பான இடம் ஏதுமில்லையே! காஞ்சியில் ஆதித்த கரிகாலன் இருந்தபோது இந்த மண்டலமே நடுநடுங்கும். இப்போதோ, இந்தப் பகுதியில் வறுமை தாண்டவமாடுகிறது. செல்வாக்கு மிகுந்த மாமல்லபுரத்தின் செல்வாக்கு குறைந்தது. ஆனால் சிற்பச் செல்வம் குறைய வில்லை. இந்தப் பகுதியின் அடர்ந்த குட்டைக் காடுகளை நோக்கிப் பலர் வருகிறார்கள். வண்டி வண்டியாக ஆயுதங்கள் வருகின்றன. அவை பற்றி உம்மிடம் எதற்குக் கூற வேண்டும்? உங்களுடைய விலையுயர்ந்த பண்டங்களுடன் நீங்கள் இந்த வனாந்தரப் பகுதியில் தங்க முடியாதே என்று

எச்சரிக்க விரும்பியே சொன்னேன்..'' முதியவர் குரலில் பரிவு இருந்தது.

சீனத்து வணிகன் சிரித்தான். தொண்டையைக் கனைத்த வாறு, ''ஐயா! நான் வாணிபம் செய்ய இங்கு வரவில்லை. இந்தப் புண்ணிய பூமிக்கு எங்கள் நாட்டினின்று இருபெரும் யாத்ரீகர்கள் வந்திருக்கிறார்கள். இந்த நாட்டினின்றும் பல கலைத் தூதர்கள் சீனத்திற்கு வந்திருக்கிறார்கள். எங்களுக்கும் உங்களுக்கும் பலவித ஒற்றுமையுண்டு. சோழநாட்டு வேந்தரைக் காண நான் எங்கள் நாட்டினின்று புறப்பட்டேன். இப்போது சோழ நாட்டை ஆளும் அரசர் யார்? காஞ்சியி லிருக்கிறாரா? தஞ்சையில் இருக்கிறாரா?'' என்று கேட்டார்.

முதியவர் சீனத்து வணிகரை உற்று நோக்கி, ''தூதுவரா நீங்கள்? சோழ நாட்டரசரைக் காணக் கடல் மல்லையில் ஏன் இறங்கினீர்கள்?'' என்று கேட்டார்.

''என்னுடன் வந்தவர்கள் இங்கே இறங்க விரும்பினர். எங்கள் நாட்டுப் புது மரக்கலம் இங்கு தங்கியது. அந்தக் கலத்தின் வடிவத்தைப் பார்த்தீர்களா? மலை மிதந்து வருவது போல் தோன்றும்.''

''ஓ! அப்படியா! எனக்கு ராஜய விவகாரங்கள் தெரியாது. அந்த அரசியல் மணத்தை மறந்து பல ஆண்டுகளாகி விட்டன. நான் இந்தக் கலைப் பூமியைத் தாண்டி வேறு எல்லையை மிதித்ததில்லை. ஏன் என்று என்னைக் கேட்காதீர்கள். என்னைப் பாட்டா என்றழைத்தீர்கள். நான் பாட்டனாக ஆகும் வயதுதான். எனக்கு மகனோ மகளோ பிறந்திருப்பார்கள்; அவர்கள் வளர்ந்து பெரியவர்களாயிருப் பார்கள். அப்படி பிறந்து உயிருடன் இருந்திருந்தால் கிட்டத் தட்ட உங்களுக்கு இளையவராயிருக்கலாம். எனக்கு நம்பிக்கை இல்லை ஐயா! அவள் உயிருடனிருப்பாள் என்று. நான் விரும்பி நேசித்த அவளைப் பிரியும்போது அவள் குழந்தையைத் தன் கருவில் வளர்த்து வந்தாள். அவளை ஏமாற்றி வந்துவிட்டேன். அந்தத் துக்கம் தாளாது அவள் இறந்திருப்பாள். அவளுடன் அவள் வயிற்றுச் சிசுவும் இறந்திருக்கலாம். இறந்தால்தானே ஐயா, அவள் இங்கு வந்து

என்னுடன் பேசுகிறாள்? முழுமதி நிலவில் மாமல்லபுரத்துப் பாறையிலே வந்து கால் சலங்கை சலசலக்க ஆடுகிறாள். அவளைக் காணாது என்னால் இருக்க முடியாது. அதனால் தான் இங்கிருந்து எங்கும் போவதில்லை. என் வயது வளர வளர இங்குள்ள சிற்பங்களின் அழகும் குன்றி வருகிறது. இங்குள்ள அடர்ந்த புதர்களில் இப்போது எவரெவரோ சுற்றுகிறார்கள். வைக்கோல் போர்களிலே மறைக்கப்பட்டு வேலும் வாளும் வருகின்றன. சோழ நாட்டினர் இன்னும் சிறிது காலத்தில் இங்குள்ள மண்டபங்கள் முழுவதையும் போர்க் கலங்களால் நிரப்பி விடுவர். ஏன் அப்படிச் செய்கிறார்கள் எனத் தெரியாது. இங்குள்ள மண்டபங்கள் பாழ்படும் முன்னர், சிற்பபுரி போர்புரியாக மாறும் முன்னர் ஆண்டவன் என்னை அழைத்துக் கொள்ளக் கூடாதா? என்னை நம்பி எவரும் இல்லை. நானும் எவரை நம்பியும் இல்லை. ஆனால் ஒரே ஓர் ஆசை எனக்குண்டு. என்னை நேசித்தவளின் அற்புத நடனத் தோற்றங்களை அழியாதிருக்க வடித்து வைக்கவேண்டும். எண்ணப் பீடத்தில் அழியாத காதல் மாளிகை ஏற்படுத்தியவளுக்கு ஓர் அழகிய கோபுரம் அமைக்கவேண்டும். இவை இரண்டையும் நான் எப்படி முடிப்பேன்? இதயத்திலே எப்போதும் எண்ணி எண்ணி உருகுவதைத் தவிர, வேறு நான் என்ன செய்யப்போகிறேன்? நான் செய்த மகா பாபத்திற்குப் பிராயச்சித்தம் என் வாழ்நாளில் செய்து விடுவேனா?...."

முதியவர் பேச்சை நிறுத்திவிட்டார். சீனத்து வணிகனுக்கும் உடன் நெஞ்சிலிருந்து சொல் பிறக்கவில்லை. அவர் கூறியபோது எழுந்த சிந்தனைகள் அவன் மனத்தை வட்ட மிட்டனவோ? சோழ நாடு செல்லத் திட்டமிட்டனவோ? எனினும் அந்த முதியவரிடம் பேச்சுக்கொடுத்துப் பல பல அறிய விரும்பி, "ஐயா! நீங்கள் செய்த மகாபாபம் என்ன? பாபத்தை உணருபவன் உடனே அதற்குப் பிராயச்சித்தம் தேடியவனாகிறான். நான் அறியும் வண்ணம் உங்களுடைய கதையைக் கூறினால் நான் உங்கள் துயரத்துடன் பங்கு கொள்வேன். முடிந்தால் அதைத் தீர்க்க எனக்குத் தெரிந்த யோசனை கூறுவேன். தேவைப்பட்டால் மீண்டும் கடல்

கடந்து சென்று உங்களுக்கு வேண்டியதை முடித்து வருவேன்'' என்றான்.

முதியவர் மெல்ல நகைத்திருக்க வேண்டும். அவர் முகத்தில் அடர்ந்திருந்த தாடி மீசைகளைத் தாண்டி அது லேசாகப் புலப்பட்டது.

"என் கதை கூறவேண்டிய ஒன்றுதான். இளம் வாலிபர்கள் அறிய வேண்டியதொன்றுதான். அறிந்த அவர்கள் தங்கள் காதல் வாழ்க்கையை எப்படி நடத்த வேண்டுமென்பதற்கு எச்சரிக்கை எடுத்துக் கொள்ள வேண்டியதுதான். ஆனால் நீங்கள் அறிந்து என்ன செய்யப் போகிறீர்கள்? சீனத்து நாட்டிலே உங்கள் காதல் அனுபவம் எப்படி இருக்கிறதோ! காதலும், காமமும் இங்கு வெவ்வேறானவை. தெய்வ நம்பிக்கையின் அடிப்படையில் எழுபவை. அதனால் அவற்றை விளக்கி விட்டல்லவா நான் உமக்கு எனது முப்பது வருட அனுபவத்தைக் கூற வேண்டும். இதுவரை எவரிடமும் கூறாத கதையை முன் பின் அறியா உம்மிடம் கூற வேண்டும் என்றும் என் உள்ளத்தின் உள்ளம் கூறுகிறது?"

சீனத்து யாத்ரீகன் ஒரு கணம் பெரியவரை உற்று நோக்கினான். இவரென்ன புத்தி சுவாதீனம் அற்றவரோ எனக் கூட ஒரு கணம் எண்ணினான். அதற்குள் அந்த முதியவர், "என் கதையை உங்களுக்குச் சொல்லத்தான் போகிறேன். நீங்கள் சீனத்துத் தூதுவர். உங்கள் நாடு சென்றவுடன் குறிப்புகள் எழுதுவீர். அப்போது என்னைப் பற்றிக் கட்டாயம் எழுதுவீர்களல்லவா? அந்தக் குறிப்புகள் எத்தனை எத்தனையோ ஆண்டுகள் வரை அழியாதிருக்கும்" என்று கூறி, கடகடவென நகைத்தார்.

அப்போது 'ஜல் ஜல்' என்ற ஓசை எழுந்தது. அவர் கதை சொல்ல ஆயத்தமானார். வானத்தைப் பார்த்தார். வெண்மதி உச்சிவானைத் தாண்டிக்கீழே இறங்கிக் கொண்டிருந்தது. எங்கும் ஒரே அமைதி. தன்னிடம் களங்கமிருந்தாலும் ஏற்றத் தாழ்வின்றி வெண்மதி தன் கிரணங்களைத் தெளித்துக் கொண்டிருந்தான். கடலில் செல்லும் கலத்துக்கு எச்சரிக்கை யாக வழிகாட்டிக் கொண்டிருக்கும் கலங்கரை விளக்கத்தின் தூண்மீது தீ எரிந்து கொண்டிருந்தது. சந்திரனின் நிலவில்

செந்தீயின் தழல் ஒளி பயங்கரமாக இருந்தாலும் அதிலே காக்கும் சக்தி இருந்தது.

முதியவர் எழுந்தார். அவர் பார்வை இப்போது அருகே யிருந்த சீனத்து வணிகர் மீது விழவில்லை. அவர் தன்னிடம் நெருங்கித் தன் பூர்வ கதையைக் கேட்டதை மறந்தார். அவர் கண்கள் நெட்டுக் குத்தாய் எங்கோ வெறித்து நோக்கின. ஏதோ ஒருவித ஒலியை ஓசையை சப்தத்தை உருவத்தை உற்று நோக்கின.

"இதோ வருகிறேன். இதோ வருகிறேன்" என்று அவர் உதடுகள் முணுமுணுத்தன. "அவள் வந்து காத்திருப்பாள்; அபூர்வ உணர்ச்சிகளை ஆடிக்காட்டுவாள். நான் போகிறேன். நான் போகிறேன்" என்று அந்த முதியவர் முணுமுணுத்தார்.

சீனத்து வணிகரை அவர் கவனிக்கவில்லை. அவருக்குச் சொல்வதாகக் கூறிய கதையைப் பற்றி நினைக்கவில்லை. இளைஞர்களுக்கு இலட்சியமாகத் தன் வாழ்க்கை அமையும் என்றோமே அதை விளக்கிக் கூற வேண்டாமா எனும் எண்ணம் அவருக்குத் தோன்றவில்லை. ஓடினார்; ஓடினார். ஏதோ ஒரு பொருளைப் பெற விழைபவர்போல் ஓடினார்.

சீனத்து வணிகன் திகைத்து நின்றான். அவரிடமிருந்து எவ்வளவோ அறிய எண்ணினோமே, இயலாது போயிற்றே என வருந்தினான். அவர் கூறுவதுபோல் அவருடைய காதலி வந்து நிலவொளியில் ஆடுகிறாளா? அவர் போன திசையை நோக்கி மெல்ல நடந்தான். மணலில் அவன் பாதங்கள் இதயத்தில் அமிழ்த்தும் எண்ணத்துக்கு ஒப்ப அழுந்தின. அந்த முதியவர்க்குள்ள கலையார்வத்தை எண்ணி அவன் வியந்தான்.

அந்த நிலவின் ஒளியில் அவன் மகிஷாசுரமர்த்தினி மண்டபத்துச் சிற்பத்தை ஒருமுறை காண எண்ணங் கொண்டான். காலையில் மற்ற வணிகர்களுக்கு முதியவர் காட்டிய வழியை உத்தேசமாக மனத்தில் கொண்டு நடந்தான். தக்க பாதையில்லை. கொடியும் புதரும் வழியில் மண்டிக் கிடந்தன. சிறு வண்டுகள் தனிவித ஒலியை எழுப்பிய வண்ணமிருந்தன. கலங்கரை தீப வெளிச்சம் வழிகாட்டி உதவி செய்தது.

சீனத்துக் காலணி 'சரக் சரக்' என ஒலிக்க அவன் நடந்து சென்றபோது, பின்புறமிருந்து அவனை யாரோ ஓட்டமும் நடையுமாய்த் தொடர்வது போன்ற ஓசை கேட்டது. அவன் நின்றான். ஓசையும் ஓய்ந்தது. அவன் மீண்டும் நடந்தான்; காலடியோசை கேட்டது.

ஒரு காலத்தில் இந்த பட்டினத்தில் எத்தனை எத்தனையோ ராஜகுமாரர்கள் உலவியிருப்பர். அரசிளங்குமரிகள் தங்கள் பாதங்கள் சிவக்க நடந்து இந்த சிற்பச் செல்வங்களைக் கண் டிருப்பர். அற்புதமான சிற்பங்களைப் பார்த்து, அவற்றி னழகைக் கண்டு ஒரு கணம் அவர்கள் தங்கள் அழகைவிட அதிமேலான அழகைக் கண்டு பொறாமைப்பட்டிருப்பர்.

சிற்பத்திலுள்ள எழில் மங்கையரின் தலையணி, ஆடை, ஆபரணம் முதலியவற்றைக் கண்டு மோகித்திருப்பர். யுவனும் யுவதியுமாக அந்தச் சிற்பங்கள் ஒருவருக்கொருவர் கடைக் கண்ணால் காதல் காவியம் பேசுவதைக் காணும்போது அவர்கள் நெஞ்சு விம்மும்; உடலின் உணர்ச்சி தாங்காது அருகே தங்கள் காதலர்தான் இருக்கிறாரோ என அவருடைய கை விரல்களோடு தங்கள் விரல்களைக் கோர்த்து இன்புற விரல்களைப் பற்றி அழுத்துவர். அது தோழியரின் கரங்களாக இருக்கும். 'தேவி' என்று அவர்கள் குரல் கொடுக்கும்போது, அவர்கள் முகம் வெட்கத்தாலும், கோபத்தாலும் சிவக்கும். பல நாட்டுக் கலைஞர்கள், அறிஞர்கள் வந்து இந்தக் கலை பூமியிலே கால்பதித்து மகிழ்ந்திருப்பர்.

அந்த மண்ணிலே இப்போது நாமும் நடக்கிறோம். சுதந்திரமாக நடக்கிறோம். உடன் தொந்திரவுக்கு எவரும் வராமல் நடக்கிறோம். நம் இஷ்டப்படி சிற்ப சௌந்தர்யங் களைக் கண்டு மகிழ்வோம். நம் விருப்பப்படி இந்த இடத்திலே அலைந்து திரிவோம். அப்படி அலைந்து திரியும் போது ஆயுதங்களைப் பதுக்கி வைத்திருப்பதாக அந்த முதியவர் கூறினாரே, அந்த இடத்தைக் காண நேரிட்டாலும் நேரிடலாம். அதை அறிந்து வைத்திருப்பது மிக நல்லது. ரொம்ப ரொம்ப நல்லது. அது கிடக்கட்டும். இப்படி தன்னந் தனியனாய்ச் செல்கிறோமே; ஏதாவது விஷ ஜந்து இருந்தால், கொடிய விரோதி இருந்தால்? இருக்கட்டுமே, நம் தோள் வலிமை எங்கே சென்றது?

அவனைப் பின்தொடர்ந்து இப்போது யாரோ மிக நெருக்கமாக வருவது தெரிந்தது. அவர்கள் விடும் மூச்சுக் காற்றின் ஓசை கூடக் கேட்கிறதா?

"யாரது?" சீனத்து வணிகன் திரும்பினான். சடை முடியும் மண்டையோடும், புலித்தோலும் கையில் திரிசூலமும் தரித்து இரண்டு பயங்கரக் காளாமுகர்கள் நின்று கொண்டு அவன்மீது பாய ஆயத்தமா யிருந்தார்கள். சீனத்துவணிகன் இதுபோன்ற திடீர்த் தாக்குதல்கள் பலவற்றைக் கண்டவன். ஒரு கணம் திகைத்துப் பின் வாங்குவதுபோல் பாவனை செய்து ஒரு காளாமுகர் மீது பாய்ந்து கீழே வீழ்த்தினான். மற்றவன் தன் முதுகின் மீது தாக்கி அமிழ்த்துவதற்குள் சட்டென நகர்ந்து முதலாமவன் கீழே வீழ்ந்து விடுமாறு செய்தான்.

சீனத்து யாத்ரீகன் அப்பப்பா, மிகப் பலசாலி! அவன் கொடுத்த முதல் குத்தைத் தாங்காமலே அந்த இரு காளாமுகர்களும் திகைத்து நிற்கையில், எங்கிருந்தோ மற்றொருவன் பாறையின் மீதிருந்து ஒருவிதச் சைகையொலி எழுப்பவும் அவர்கள் அங்கிருந்து விரைந்து ஓடி மறைந்தனர். பாறையின் மீதிருந்து இறங்கியவர் நாம் முன்பே ஆனைமலைக் காடுகளில் சந்தித்தோமே அதே காளாமுகர்தாம்.

அவர் குதித்துக் கீழே இறங்கிச் சீன யாத்ரீகன் முன் வந்து நின்றார். அந்த மங்கிய நிலவொளியில் இருவரும் ஒருவரை யொருவர் சந்தித்துக் கொண்டனர். சீன யாத்ரீகன், கரத்தைப் பற்ற அந்தக் காளாமுகர் முயன்றபோது, சீன யாத்ரீகன் வெகு எளிதில் அந்தக் கரங்களைத் தட்டிவிட்டான். காளாமுகர் கடகடவென நகைத்தார். அதில் பயங்கரம் ஏதுமில்லை. சிநேகிதன் ஒருவன் மற்றொரு நண்பனைப் பார்த்து நகைப்பது போன்றிருந்தது.

"ஏன் சிரிக்கிறாய்? உனக்குத் திறமை இருந்தால் உன் பலத்தைக் காட்டு. கபாலிகர்களும் காளாமுகரும் பல்லவர் காலத்திலேயே தொண்டை மண்டலத்திலிருந்து சென்று விட்டதாகக் கேள்விப்பட்டிருந்தேன். இந்த அமைதியான இடத்தில் என்ன செய்கிறீர்கள்?" என்று சினந்த வண்ணம் கேட்டான்.

காளாமுகர் மீண்டும் நகைத்துவிட்டு, ‘‘தங்களைப் போன்றவர்கள் வந்தால் அவர்களை வழிப்பறி செய்வதற் காகவே இப்போது நாங்களிருக்கிறோம்’’ என்றார். அவர் இயற்கைக் குரலில் பேசவில்லை.

‘‘ரொம்பவும் நன்றாயிருக்கிறதுசோழ நாட்டில் கேள்வி முறையே கிடையாதா? அயல் நாட்டினர் வந்தால் அவர் களுக்கு இதுதான் வரவேற்பா? ஆட்சி நடைபெறுகிறதா இல்லையா?’’ என்று சினந்து சீனத்து யாத்ரீகன் வினவினான்.

‘‘இருந்தது. இருந்தது; ஒரு காலத்தில் இருந்தது. சுந்தர சோழ சக்கரவர்த்தி இருந்தவரை இருந்தது. அவரது மகன் ஆதித்த கரிகாலன் இந்தப் பகுதியில் ஆட்சி புரிந்தவரை இருந்தது. அவன் இறந்தான். அவன் தம்பி எங்கோ கடல் கடந்து சென்றான். மூன்று ஆண்டுகளுக்குள் வருவதாகச் சென்றான். பத்தாண்டுகள் மறைந்து விட்டன. சோழ நாடென்று ஒன்று இருக்கிறது; அதைக் காப்பாற்ற வேண்டும் எனும் நினைவே இல்லாமல் சென்று விட்டான். இந்த நாட்டைவிட அந்த நாடுகள் இளவரசனுக்குப் பிடித்தமாக இருக்கும். அங்கேயே கல்யாணம் செய்து கொண்டு சுக, சௌக்கியமாக வாழ்கிறான் போலும். உரிமையுடைய இளவரசனே மறந்துவிட்ட போது இந்த நாட்டின் மீது மற்றவர்களுக்கு என்ன கவலை? சைவர்களாலும் இந்த நாட்டிடை ஒற்றமை நிலை நாட்ட முடியவில்லை. பௌத்தர் களும் சமணர்களும் நாட்டை விட்டே சென்று விட்டார்கள். நாங்கள் எங்கள் சாம்ராஜ்யத்தை ஸ்தாபிக்கப் போகிறோம் ரணபத்ர காளியாம் எங்கள் தேவி பராசக்தியின் பெயரால். பாலாறு முதல் காவிரியாறுவரை மகத்தான சாம்ராஜ்யத்தை ஸ்தாபிக்கப் போகிறோம். அதற்கு உங்களைப் போன்றவர் களின் பொருளும் உயிரும் தேவை’’ என்று கூறிக் காளாமுகர் நகைத்தார். ஆனால் அதில் பயங்கரம் இல்லை.

சீன யாத்ரீகன் சீறியெழுந்தான். ‘‘என்ன! கபாலிகர், காளாமுகரின் ராஜ்யமா? ஒருகாலும் நான் அப்படி ஏற்பட விடமாட்டேன். என் உயிருள்ளவரை நான் முழுமூச்சுடன் உங்களைப் பூண்டோடு ஒழிக்கப் பாடுபடுவேன்’’ என்று கர்ஜித்து அந்தக் காளாமுகரின் முகத்தை நோக்கி, முஷ்டியை

மடக்கிக் குத்து ஒன்றால் தாக்க முயன்றான். மிகவும் சாமர்த்தியமாகக் காளாமுகர் நகர்ந்து கொண்டு, "சீனத்துப் பிள்ளையே உமக்கென்ன இத்தனை அக்கறை? திரும்பி வரும் இளவரசர் அருண்மொழிகூட இந்த நாட்டில் நடந்து போனவற்றையும், நடப்பவற்றையும் எண்ணி இவ்வளவு ஆத்திரப்பட மாட்டார் போலிருக்கிறதே?" என்று கேட்ட வண்ணம் சீனத்து யாத்ரீகன் தோள்மீது தன் கைகளைப் பதித்து, "யாத்ரீகரே, போதும் உமது வேடம்! உம்மை யாரென்று அறிவதற்காகவே இவ்வளவும் பேசினேன். இனியும் இப்படி மறைமுகமாக நாம் பேசிப் போனால் காரியங்கள் வேறு விதமாக மாறிவிடலாம்" என்று கூறி நகைத்தார்.

அப்படியும் சீனத்து யாத்ரீகன் தன் சீற்றத்தை மாற்ற விரும்பாமல், "ஐயா, கையை எடுங்கள். என் குத்துக்குத் தப்ப இப்படிப் பேசுகிறீர்களா? காளாமுகர்களின் அட்ட காசத்தை மன்னனிடம் நான் தெரிவித்து விடுவேன் என்ற பயத்தால் என்னை மாற்ற இப்படிப் பேசுகிறீர்களா?" என்று கூறவும், காளாமுகர் அவனருகில் நெருங்கி, "ஐயா, கோபிக் காதீர்கள்; தாங்கள் என்னதான் உடையை மாற்றிக் கொண்டாலும், உருவத்தை மாற்றிக் கொண்டாலும் தங்கள் கண்ணொளியை மறைக்க முடியவில்லையே இளவரசே! தங்களுக்கு இங்கே நேர்ந்த தொல்லைக்குப் பொறுத் தருளுங்கள் இளவரசே! தங்களை ஏற்ற முறையில் வரவேற் காமல் துவந்த யுத்தத்தில் வரவேற்க நேர்ந்ததே இளவரசே, அதற்காகப் பொறுத்தருளுங்கள்" என்று கூறிக் காளாமுகர் சீனத்து யாத்ரீகனை அணைத்துக் கொண்டார்.

சீனத்து யாத்ரீகன் வடிவில் வந்த இளவரசன் அருண்மொழி வர்மன் பெரிதும் திகைத்தான். "ஆ" என்ற சொல் அவன் குரலினின்று வெளி வந்தது. எவரும் அடையாளம் காண முடியாத தன் தோற்றத்தைக் கண்டு கொண்ட இந்தக் காளாமுகர் யார்?

திகைத்து நின்ற இளவரசரை நோக்கி காளாமுகர், "என்னை இன்னும், இன்னார் என அடையாளங் கண்டு கொள்ள வில்லையா, இளவரசே?" என்று கேட்டார்.

அருண்மொழி 'தெரியாது' என்பதாகத் தலையசைத்தான்.

"தாங்களும் என்னை அறியவில்லையென்றால் நான் நிச்சயம் வெற்றி பெற்றுவிட்டேன்; யாரும் கண்டுபிடிக்க முடியா வண்ணம் வேடம் புனைந்துள்ள தாங்களே என்னைக் கண்டு பிடிக்க வில்லையென்றால் நான் தங்களை விடச் சாமர்த்தியசாலிதான்."

"நீங்கள் கெட்டிக்காரர்தான். நீங்கள் யார்?"

"ஐயா! தியாகேசர் மீது ஆணையாகக் காரியம் முடியும் வரை எவரிடமும் தாங்கள் தெரிவிப்பதில்லையென்றால் கூறுகிறேன்!"

"அது என்ன ஐயா, அற்பத்துக்கெல்லாம் ஆணை! என்னை அடையாளம் கண்டு கொண்டதற்காக உங்களை இன்னார் என நான் எவருக்கும் தெரிவிக்க கூடாதா? விசித்திரமாயிருக்கிறதே. உம் வேடத்தை கலைக்க எனக்கு வெகு நேரமாகுமோ?"

காளாமுகர் நகைத்தார். "இளவரசே! கடல் கடந்து சென்று வந்த பிறகு நீங்கள் பதின்மடங்கு துணிவு பெற்று விட்டீர்கள். பதின்மடங்கு வீரம் பெற்றுவிட்டீர்கள். ஈழத்துப் போரில் காட்டிய பராக்கிரமத்தை விட நூறு மடங்கு புஜபலம் பெற்று விட்டீர்கள். இளைய பிராட்டி உங்களை அனுப்பியது மிகவும் சரிதான்; அவர்களைப் பலர் ஏசியதுண்டு."

இளைய பிராட்டி என்றவுடன் அருண்மொழியின் உடல் சிலிர்த்தது. அருமைத் தமக்கையாரைக் காணத் துடிக்காமல் வீண் பொழுது போக்கி விட்டோமே என்று கிலேசமுற்ற வனாய், "ஐயா! இதுவரை சொன்னவற்றிற்குப் பொறுத் தருளுங்கள்; என் தமக்கையார் எங்கே இருக்கிறார்கள்? அவர்கள் நலமாயிருக்கிறார்களா? என் தந்தை நலமுடன் இருக்கிறாரா? அவர் தஞ்சையிலிருக்கிறாரா? நந்திபுரத்திலிருக் கிறாரா? சொல்லுங்கள் ஐயா, சொல்லுங்கள்" என்ற காளாமுகரின் இரு கரங்களையும் பிடித்துக் குலுக்கியவாறு கேட்டான்.

காளாமுகர் கண் சிமிட்டியவாறு மெல்ல நகைத்து, "இளவரசே! நான் கேட்டதற்கு மறுமொழி கூறவில்லை. ஒரு

நொடியில் என் வேடத்தைக் கலைத்து இன்னார் என அறிந்து விடுவதாகக் கூறினீர்களே. அதேபோல் நீங்களே எப்படி யாவது செய்து அறிந்து கொள்ளுங்கள்'' என்று பொய்யாகக் கோபங் கொள்பவர்போல் நடித்தார்.

அருண்மொழி காளாமுகரை நெருங்கி, ''ஐயா, ஐயா! இதுவரை என் அக்கையாரைப்பற்றி நினைக்கவில்லை. இப்போது அவர்கள் நினைவு வந்துவிட்டது. ஒரு கணம் கூட அவர்களைப் பற்றி என்னால் அறியாதிருக்க முடியாது'' என்று கூறினான்.

''ஐயா! முதலிலேயே கூறிவிட்டேன்; முதலில் நான் கேட்டுக் கொண்டது போல் என்னை இன்னார் என எவருக்கும் தெரிவிப்பதில்லை எனும் உறுதி கொடுங்கள்.''

''அப்படியே! உறுதி கூறுகிறேன் ஐயா!''

''இளைய பிராட்டியாரிடங்கூடத் தாங்கள் கூறக் கூடாது.''

''கூற மாட்டேன்.''

''தங்கள் தேவியார் வானதியிடங்கூடச் சொல்லக் கூடாது.''

வானதி என்றவுடன் அருண்மொழியின் உள்ளத்தில் புத்துணர்ச்சி பிறந்தது. சீக்கிரமாக இளை பிராட்டியாரைப் பற்றியும், வானதியைப் பற்றியும் அறிந்து கொள்ளும் பரபரப்பில், ''ஐயா, ஐயா! எவரிடமும் கூறமாட்டேன் என்று உறுதி கூறிவிட்டேன். தாங்கள் முதலில் இன்னாரெனத் தெரிவியுங்கள். பிறகு நான் கேட்டதற்கெல்லாம் மறுமொழி கூறுங்கள்'' என்று கூறினான்.

காளாமுகர் அருண்மொழியை நோக்கியவாறு நகைத்தார். தன் தாடியை ஒரு புறமாக மெல்ல அவிழ்த்தார்.

''ஹ, நீங்களா? என்று அருண்மொழி கூவினான்.

''ஆம், நான்தான். என்னை இந்த வடிவில் காணுவதற்கு ஆச்சரியப்படுவீர்கள். ஆபத்தான வேளையில் இதுபோன்று நான் வேடமணிய நேரிட்டுவிட்டது. இங்கு இனித் தங்கி யிருப்பதில் பலனில்லை. மிகவும் களைத்துப் போயிருப்பீர் கள். உடன் குதிரை ஏறித் திருக்கழுகுன்றம் செல்வோம்.

அங்கு யாத்ரீகர்கள் விடுதியில் தங்கி விவரமாகப் பேசுவோம்'' என்றார்.

அருண்மொழிக்கு மாமல்லப்புரத்தை விட்டு வர மனமில்லை. அந்த முதியவரைப் பற்றி முழுவதும் அறியாமல் போகிறோமே என வருத்தமில்லாமலில்லை. அதனுடன் போர்கலங்கள் ஏராளமாகச் சேகரிக்கப்படும் இடத்தைக் காணவேண்டும் என்ற பரபரப்பும் அவனிடமிருந்தாலும், குதிரைமீது செல்லும்போது காளாமுகர் பேசத் தொடங்கியதும் சொன்ன முதல் செய்தியே அவனைத் திடுக்கிடச் செய்தது.

அத்தியாயம் 17

காஞ்சி மாளிகைக்குக் காவல்

“வானதி!'' எனக் குந்தவை அழைத்த குரலில் வானதிக்கு எத்தனை எத்தனையோ பொருள் விளங்கியிருக்க வேண்டும். பீதியும், திகைப்பும், வாஞ்சையும், வியப்பும் அவள் மனத்தில் விரவின. அவளுடைய அழுத்தமான பிடிப்பால் அவள் உடல் சிலிர்த்தது. இளைய பிராட்டியாரின் கரங்களின் மென்மையை அவள் உணர்ந்தாள். மென்மையுடன் கலந்த ஒருவித கடினத் தன்மையை அவள் அறிந்தாள். அவள் உள்ளத்திலே புது தெம்பு பிறந்தது. இளைய பிராட்டிக்கு உதவுவதாகக் கூறிய சொல்லால் அவள் மிகுந்த உற்சாகத்துடன் இருந்ததால், இருளிலிருந்து எழுந்த அந்தக் குரல் கேட்டு அவள் திடுக்கிடவில்லை.

மற்ற வேளையாக இருந்து மங்கிய வெளிச்சத்தில் மேன் மாடத்தில் இரு புது உருவங்கள் திடீரெனத் தோன்றிக் குரல் கொடுத்திருந்தால் அவள் வீறிட்டலறியிருப்பாள். நடுநடுங்கியிருப்பாள். அக்காவின் மடியில் சாய்ந்திருப்பாள். இதுதான் முதன் முறை அவள் துணிவோடு நிற்பது. 'இந்தத் துணிவு எப்போதுமே நீடிக்கக் கூடாதா? இந்தத் தைரியம் என்றுமே என்னுடன் சேர்ந்து வாழக்கூடாதா? துணிவு கொண்ட உள்ளத்துடன் அக்காவின் துயர் தீர்க்க உதவுவோம்...' என்று

அவள் எண்ணித் திகைத்து நிற்கையில் குந்தவை அவளது கரங்களைப் பற்றி, ''அடி வானதி! வா, நாம் உள்ளே செல்வோம்'' எனப் பரபரப்புடன் அழைத்தாள். குந்தவையின் முகத்தில் தோன்றிய உணர்ச்சியை அவ்வளவு எளிதில் வானதியால் புரிந்து கொள்ள முடியவில்லை.

கண்டால் பயமெழும் வடிவமுடைய காளாமுகர், மற்றொருவர் சீனத்து வணிகர் போல் தோன்றுகிறார். இவர்கள் இருவரும் இங்கு ஏன் வந்தனர்? காவலர்கள் கீழே இல்லையா? அவர்கள் எப்படி இவர்களை அனுமதித்தனரோ? ஒருவேளை காவலர் அறியாது வந்தனரோ? என வானதி எண்ணினாள். இப்படியெல்லாம் திடுக்கிடும் சம்பவங்கள் நடக்கும் இந்தப் பொன்மாளிகையில் எப்படி இளைய பிராட்டியார் பயமின்றி இவ்வளவு காலம் வாழ்ந்தாரோ? இளைய பிராட்டியாரின் நெஞ்சத்தில் தைர்யக் கோட்டை இருக்கிறதா? வானதி வியப்பும் கோபமும் அதேபோது ஒருவித அச்சமும் கொண்டு நிற்கையில் குந்தவை அவளது கரத்தை மீண்டும் பற்றி, ''வானதி! வா, உள்ளே செல்வோம். இன்னும் நடுக்கூடத்து விளக்குகள் ஏற்றப்படவில்லை. ஏனென்று கேட்போம்'' என்று கூறியவாறு உள்ளே வானதியையும் அழைத்துக் கொண்டு சென்றாள்.

வானதி அந்தச் சீனத்து யாத்திரீகனை ஒரு முறை திரும்பிப் பார்த்தவாறு சென்றாள்.

''அக்கா! அவர்கள் யார்? இன்னார் என விசாரிக்காமலேயே வந்து விட்டீர்களே?'' என வானதி வினவவும், குந்தவை கண்களில் நீர் தளும்ப, உடலில் ஒருவிதப் படபடப்புத் தோன்ற, நெஞ்சிலிருந்து வார்த்தைகள் குழறிக் குழறி வர, ''வானதி! நீ இன்னும் அந்தச் சீனத்து வணிகர் உடையிலிருப்பவரை அறியவில்லையா?'' என்று கேட்டாள்.

வானதி மீண்டும் ஒரு முறை வெளி வாயிற் பக்கம் திரும்பி மலர்ந்த விழிகளுடன் நோக்கினாள். மங்கிய இருளில் எவரென்று புரியவில்லை. ஆனால் இளைய பிராட்டியாரிடம் ஏற்பட்ட பரபரப்பு அவளுக்குப் புரிந்தது.

''வானதி! நீ இளவரசியாக இருந்து என்ன பயன்? உன் உடலை உன்னால் புரிந்து கொள்ள முடியவில்லையே. உன்

உயிரை நீ புரிந்து கொள்ள முடியவில்லையே. உன் ஏக்கம் தீர்க்க வந்த ஏந்தலை அறிந்து கொள்ள முடியவில்லையே? வாட்டம் நீக்க வந்த வடிவழகனை நீ மறந்து போனாயோ?'' குந்தவையின் குரலில் சிலிர்ப்பு மிகுந்தது.

சீனத்து யாத்திரீகன் வடிவில் வந்த அருண்மொழி மெல்ல மெல்ல உள்ளே வந்து கொண்டிருந்தான். நெடிய தோற்றம், ஒளி படைத்த கண்கள். நிமிர்ந்த நெஞ்சம். வீரனுக்கேற்ற தோள்கள். தொங்கும் மீசையும் சிறுதாடியும் முகத்தை மறைத்திருந்தாலும் அதன் பின்னே மறைந்திருக்கும் சிவந்த உதடுகளின் துடிப்பை மறைக்க முடியுமா? அந்த நடையில் சீன யாத்திரீகரைக் காணவில்லை. அவளது மோனத் தவத்து மாறனைக் கண்டாள். அந்தத் தோற்றத்திலே அயல் நாட்ட வரைக் காணவில்லை அவளது கயல் விழிகளால் காத்துக் காத்துச் சோர்ந்துபோன கந்தனைக் கண்டாள். அவள் உதடுகள் காய்ந்தன. நாவு மேல் அண்ணத்துடன் ஒட்டிக் கொண்டது. இளைய பிராட்டியாருக்கு உறுதுணை கூறிய அந்தச் சொல் எங்கேபோனது? அவர் வந்தவுடன் கேட்பேன் என்று கூறிய வார்த்தைகள் எங்கே போயின?

''அக்கா'' என்று வார்த்தை தடுமாற, பெருமூச்சுப் பொங்கக் கூறி இளைய பிராட்டியாரின் அரவணைப்பில் சோர்ந்தாள் வானதி.

அருண்மொழி வெளியே நின்ற காளாமுகருக்குச் சாடை காட்ட அவர் அங்கிருந்து அகன்றார். வந்த வழியே அவர் திரும்பியிருக்க வேண்டும். குந்தவை பிராட்டி கை தட்டிப் பணிப்பெண்ணை அழைக்கச் சென்றாள். அருண்மொழி அவளைத் தடுத்து, ''அக்கா! கருணை கூர்ந்து இன்னும் சிலகாலம் நான் இங்கு இருப்பதும், நான் இன்னார் எனத் தெரிவதும் கூடாது'' என்றான்.

குந்தவை வியந்தாள். அவளால் பேச இயலவில்லை. அந்தக் கூடத்து வெளிக் கதவை மூடித் தாழிட்டாள். தானே கூடத்து விளக்கை ஏற்றினாள்.

விளக்கின் ஒளி அந்தக் கூடத்தில் பரவியது. அருண் மொழியின் முகத்தில் அது மெல்ல வீழ்ந்தது. சற்று முன்னர்

சீனத்து யாத்ரீகன் உடையில் தோன்றிய அருண்மொழி இப்போது அவள் அன்புக்குரிய அருண்மொழியாகக் காட்சி யளித்தான். யாருக்காக இதுவரை காத்திருந்தாளோ அந்த இளவரசராகக் காட்சியளித்தான்! எவரிடமிருந்து செய்தி வர வில்லையே என ஏங்கியிருந்தாளோ அதே அருண்மொழி ஆயிரமாயிரம் செய்திகள் கூற நேரே வந்து விட்டான். இது கனவா? எதிர்பாராமல் நேருவதை அற்புதம் என்பரே, இது அற்புதமா? கண்களே! நீங்கள் என் தம்பியையா காண் கிறீர்கள்? கடல் கடந்து சென்ற என் இளவலையா காண்கிறீர் கள்? செவிகளே! அவன் பேசிய சொற்களையா கேட்கிறீர்கள்? ''கருணை கூர்ந்து நான் வந்தது எந்த வகையிலும் எவருக்கும் தெரிய வேண்டாம்'' என்று கூறினானே, அந்தச் சொற் களையா கேட்கிறீர்கள்? கதவைத் தாழிட்டுத் தீபத்தை ஏற்றி விட்டு அவள் வரும்போது அருண்மொழியும், வானதியும் ஒரு கணம் ஒருவரையொருவர் பார்த்தவாறிருப்பது தெரிந்தது. ஆகா, இந்தப் பெண்ணுக்குத் தான் எத்தகைய தாங்கக்கூடிய இதயம்? அவள் எதிர்பார்த்திருப்பாளா தன் உயிரை இங்கே சந்திக்கப் போகிறோமென்று...

குந்தவை வந்தாள். வானதி மெல்ல எழுந்து நின்றாள். ஒரு கணம் அங்கு அமைதி நிலவியது. அங்கிருந்து மூன்று ஜோடிக் கண்களும் மாறி மாறிப் பேசிக் கொண்டன. பிரிந்தவர் கூடும் போது பேச்சு அவ்வளவு எளிதில் பிறந்து விடுமா?

''அக்கா! நான் கீழே சென்று உணவுக்கு வேண்டிய ஏற்பாடுகளைச் செய்ய கட்டளையிடுகிறேன்'' என்று கூறி எழுந்த வானதியைக் கைப்பிடித்திழுத்து அமர்த்த முற்பட்ட குந்தவையைப் பார்த்து அவளைப் போக விடு என சைகை காட்டினான் அருண்மொழி.

இளைய பிராட்டியும் அருண்மொழியும் நேருக்கு நேர் சந்தித்துக் கொண்டனர். அருண்மொழியின் கண்களில் நீர் தளும்பியது. அவன் வந்தவுடனேயே இது வரை நடந்த வேதனை தரும் நிகழ்ச்சிகளைக் கூற வேண்டாமென்று முதலில் அவன் நலங்களையெல்லாம் விசாரித்துப் பேச்சைச் சற்று இனிமையாகத் தொடங்கினாள். ஆனால் அருண் மொழிக்கு சோழ நாட்டில் நடந்த சம்பவங்கள் யாவும்

தெரியும். திருக்கழுக்குன்றத்து யாத்ரீகர் விடுதிக்குச் செல்லும் போதே அந்தக் காளாமுகர் அனைத்தையும் கூறிவிட்டார்.

சுந்தர சோழர் இறந்தது, ஆதித்த கரிகாலனைக் கொன்ற குற்றத்திற்காக வந்தியத் தேவனைச் சிறையில் அடைத்து வைத்திருப்பது போன்ற முக்கிய சமாசாரங்கள் அனைத்தை யும் கூறினார். அவற்றைக் கேட்கும்போது அருண்மொழிக்கு இருப்பே கொள்ளவில்லை. அவனால் அங்குத் தங்கி யிருக்கவே முடியவில்லை. துடிதுடித்து எழுந்தான். அப்போதே இளைய பிராட்டியாரைச் சந்திக்கத் துடித்தான். ஆனால் அந்தக் காளாமுகர் யோசனையாலும் வற்புறுத்த லாலும் அவன் அமைதி அடைந்தான். கடல் கடந்த நாட்டி லிருந்த தனக்குத் தந்தை இறந்த செய்தி தெரியாது போனது எவ்வளவு துர்ப்பாக்கியம் என்று மனத்தில் தன்னைத்தானே நொந்து கொண்டான்.

பொழுது சாயும் நேரத்தில்தான் அவர்கள் காஞ்சிக்குள் நுழைய எண்ணியிருந்தார்கள். அப்படியே செய்தார்கள். குந்தவையும், வானதியும் மேன்மாடத்தில் இருப்பது தெரிந்ததும் அவர்கள் நேரிடையாக முன் வழியே மாளிகை யில் நுழையாமல் அடர்ந்து படர்ந்திருந்த கொடியைப் பற்றி ஏறி, அந்த இடத்திற்கு வந்தனர். இளைய பிராட்டி அவ்வளவு எளிதில் தன்னை அடையாளம் கண்டு கொள்வாள் என அருண்மொழி நினைக்கவில்லை.

காளாமுகரையும் சைகை காட்டிப் போகச் சொல்லி விட்டுக் கீழே சென்று உணவுக்கு ஆயத்தம் செய்கிறேன் என்று வானதி கூறிச் சென்ற போது, அவள் செல்வதையும் தடுக்காமல் தமக்கையார் தன் எதிரே அமர்ந்தவுடனேயே அவன் கண்கள் கலங்கிவிட்டன.

“தம்பி!”

“அக்கா!”

குந்தவை முகத்தில் பேரானந்தத்தை வரவழைத்துக் கொண்டாள். முகத்தில் துக்கக் குறியைச் சிறிதும் காட்ட வில்லை. உள்ளத்தில் புதைந்து கிடக்கும் துன்ப நினைவு களை வெளியில் காட்டவில்லை. கண்களிலே மின்னிடும்

நீர்த்திரையைச் சற்றே மறைத்து அதை ஆனந்தக் கண்ணீராக மாற்றிக் கொண்டாள். சற்றுமுன் தானும் வானதியும் பேசிக் கொண்டவற்றை நிச்சயம் அருண்மொழி கேட்டிருப்பான் என்பதால் அவள் நடந்தவற்றைத் தெளிவாகக் கூறப் பூர்வபீடிகை ஏதும் தேடவில்லை. எனினும் தான் கலங்கிய உள்ளத்துடனிருப்பதாக இளவலுக்குக் காட்டிக் கொள்ளக் கூடாது என்பதற்காகத் தொண்டையிலிருந்து மெல்லச் சொற்களைக் கூட்டி, "தம்பி! நலமுடன் இருக்கிறாயா? ஆரத்தி எடுத்து வரவேற்க முன்வாயில் வழியே வராமல் இப்படி ஏன் குறுக்கு வழியே வந்தாய்? நான் சற்றுமுன் வானதியுடன் பேசிக் கொண்டதைக் கேட்டிருப்பாய்; என் மீது கோபமும் இருந்திருக்கு மல்லவா? பயந்தாங் கொள்ளியாக இருந்த வானதி எப்படி மிகத் தைரியசாலியாக மாறியிருக் கிறாள் என்பதை உனக்குத் தெரிவிக்கவே அப்படி நடித் தேன்" என்று கூறி மென் பவள அதரங்கள் மெல்ல விரிய முத்தன்ன பற்கள் மலர மெல்ல நகைத்தாள்.

"அக்கா! என்ன வார்த்தை கூறினீர்கள்? எனக்கென்ன கோபம்? கோபப்பட வேண்டியவர்கள் தாங்களன்றோ! சீற்றங் கொண்டு சினமடைய வேண்டியவர் தாங்களன்றோ? விரைவில் வருவதாகக் கூறிச் சென்றேன். அப்பப்பா, உங்களுடைய பேரறிவுக்கு நான் தலை வணங்க வேண்டும். வெளிநாடுகளுக்குப் போகச் சொன்னதால் ஏராளம் ஏராளமாக புத்தறிவு பெற்றேன். பல பல நாடுகளைக் கண்டேன். பற்பலவித மனிதர்களுடன் பழகி அனுபவம் பெற்றேன். அவற்றை யெல்லாம் உங்களிடம் எடுத்துக் கூறத் துடித்து நின்றேன். ஆனால் நான் இங்கில்லாத போது நிகழ்ந்தவை அனைத்தையும் நான் நேற்றே அறிந்து விட்டேன். இவ்வளவு மெல்லிதயம் எப்படித் தாங்கியதோ? நான் இங்கிருந் திருந்தால் துயரகரமான சம்பவங்கள் நேருவதைத் தடுத்திருப் பேன். உங்கள் துயரத்தில் பங்காவது கொண்டிருப்பேன். அந்தக் கடமையைச் செய்ய இயலாது என் வாழ்நாளில் பல ஆண்டுகளைக் கழித்துவிட்டேனே, அக்கா! கழித்து விட்டேனே..." அருண்மொழி மெல்லத்தான் பேசினான். ஆனால் அதில் துயரம் பொங்கித் ததும்பியது.

"தம்பி! வருந்தாதே. விதியின் விளையாட்டை நாம் எளிதில் வெல்ல முடியாதே! அந்தத் துக்க நினைவு இப்போது ஏன்? உன்னைக் கண்டுவிட்ட மகிழ்ச்சி என்னுள்ளத்தே துள்ளி நிற்கும்போது அதைக் குறைவுப்படுத்த ஏதும் சொல்லாதே. நான் முதலில் கேட்டதற்கு நீ மறுமொழி கூறவில்லையே. நீ ஏன் இப்படி மாற்றுருவில் வந்தாய்?"

"அக்கா! கம்பீரமாக நாகைப்பட்டினத்தில் வந்திறங்க வேண்டும் என்பதுதான் என் எண்ணம். ஆனால் இங்கிருந்து கிளம்பும்போது அப்படி ஆரவாரத்துடன் செல்லவில்லையே! இரத்தின வியாபாரியாகச் சென்றேன், சீனத்துத் தூதனாக வந்தேன். இப்படி வந்ததனாலன்றோ முழு விவரம் அறிய முடிந்தது?"

"என் இதயத்திலிருந்து இரண்டு விதச் சுமைகுறைந்தது. ஒன்று நீ வந்தது. இரண்டாவது உன்னுடைய பிரிவால் வேதனையுற்றிருக்கும் வானதியின் துயர் நீங்கியது. வானதி பாக்கியசாலி. அவள் உன்னைத் தேடி வராமல் நீயே அவளைத் தேடி காஞ்சி மாளிகைக்கு வந்து விட்டாயன்றோ! யார் அந்தக் காளாமுகர்? சோழ நாட்டில் இப்போது புதிதான வர்கள் நடமாடுகிறார்கள். யார் உண்மைத் தோற்றமுடைய வர்கள், யார் பொய்த் தோற்ற முடையவர்கள் என்பதே புரியவில்லை."

"அக்கா! நீங்கள் எதைக் குறிப்பிடுகிறீர்கள் என்பதை நானறிவேன். இதோ சீன உடைகளைக் களைந்து விடு கிறேன். காளாமுகர் யார் என்று மட்டும் என்னைக் கேட்காதீர் கள். உங்கள் நன்மைக்காக அலையும் அந்தக் கடமை வீரரின் பெயரை இப்போது கேட்காதீர்கள்."

அறைக் கதவு மெல்லத் தட்டப்படும் ஓசை கேட்டது. "அக்கா, அக்கா.." வானதியின் குரல் கேட்டது.

"உணவு பரிமாறியாகி விட்டது; நேரமாகவில்லையா?" என்று கேட்டவாறு வானதி உள்ளே வந்தாள். அவள் உடல் நடுங்கிக் கொண்டிருந்தது. மேனி முழுவதும் ஒரு விதப் புரிய முடியாச் சிலிர்ப்பு. அதில் அருவிக் கரையின் இனிய சாரல் தெரிந்தது.

"அக்கா! எனக்குப் பசிக்கவில்லை. நீங்கள் உணவருந்த வாருங்கள்" என்றான் அருண்மொழி.

குந்தவை வானதி பக்கம் திரும்பி, "அடி வானதி! உன்னைக் கண்டவுடன் அவனுக்குப் பசி தாகம் எல்லாம் பறந்து விட்டன. உனக்கும் அப்படித்தானா? செம்பிலே பாலும் சில பழங்களும் மட்டும் கொண்டுவரச் சொல்லு. நீ ஏன் இப்படி ஓடி ஒளிகிறாய்?" என்று கூறிக் கீழே இறங்கிச் சென்றாள். செல்லும் முன் அவள் நம்பிக்கைக்குப் பாத்திர மான பணிப்பெண்ணை அழைத்து, "இந்த அறைக்குள் எவரையும் நுழையவிடக் கூடாது" என்று எச்சரித்து விட்டுப் படிக்கட்டுகளின் வழியே கீழே இறங்கினாள். அப்போது அங்கே உட்கார்ந்திருந்தவரைக் கண்டு ஒரு கணம் திகைத்தாள்.

பல ஆண்டுகளுக்குப் பிறகு குந்தவை, அநிருத்த பிரம்ம ராயரைச் சந்திக்கிறாள். சுந்தரசோழர் இறந்த பிறகு அநிருத் தருக்குத் தொடர்ந்து அமைச்சர் பதவி வகிக்கப் பிடிக்க வில்லை. அவர் தனது ஊரான அன்பிலுக்குச் சென்று சிலகாலம் தங்கினார். பிறகு அவர் எங்குச் சென்றார், என்ன செய்கிறாரென்று எவருக்கும் தெரியாது. எப்போதாவது மதுராந்தகச் சோழ தேவரைச் சந்தித்து அந்தரங்கமாக உரையாடுவார். குந்தவையை அவர் சந்திக்க முயன்றதே யில்லை.

இப்போது அநிருத்தப் பிரம்மராயர் காஞ்சிப் பொன் மாளிகைக்கு இரவில் பல நாழிகைக்குப் பிறகு வந்திருக்கிறா ரெனில், அதில் ஏதோ முக்கிய விஷயம் இருக்க வேண்டும். அநிருத்தர் நடுக்கூடத்து மஞ்சத்தில் அமர்ந்திருந்தார். அவர் எதிரே கல்யாணி தேவி அமர்ந்து பொதுவான விஷயங்களைப் பற்றிப் பேசிக் கொண்டிருந்தார்கள்.

"வரவேண்டும், வரவேண்டும், இவ்வளவு பெரிய மனது வைத்து இந்த எளியவளைக் காணவந்த தங்கள் பெருந் தன்மையைப் போற்றுகிறேன்" என்று கூறி குந்தவை அநிருத்தரை உபசரித்தாள்.

"தேவி! நலமா? காஞ்சி வாசம் தங்களுக்கு ஏற்றதாயிருக் கிறதா? நான் இந்த நாட்டிலேயே இல்லை. பற்பல ஊர்களைச்

சுற்றிப் பார்த்து வருகிறேன். அரசியல் அதிகாரமின்றி, அலுவலின்றி இப்போது என்னால் ஒவ்வோர் இடத்தையும் சுற்றிப் பார்க்க முடிகிறது. ஆதிசங்கரர் உதித்த காலடிக்குப் போயிருந்தேன். அந்த அற்புத பூமியிலேயே காலங்கழித்து விடத் தீர்மானித்தேன். அங்கேயே இருந்தால் அத்வைத சித்தாந்தத்தை எப்படிப் பரப்புவது? எல்லாச் சமய உணர்வுகளையும் நான் ஆராய்ந்து விட்டேன். சங்கர பகவத் பாதாளின் பொன்மொழிகளைப் போன்று, அவருடைய சித்தாந்தத்தைப் போன்று இனி உலகத்தில் ஏற்படப்போவதில்லை. நமது மதத்தில்தான் எத்தனை பிரிவுகள்! அனைத்தையும் அவரன்றோ ஒன்று படுத்தினார்? உம்; அவர் ஸ்தாபித்த தேவி காமாட்சியம்மனைத் தரிசிக்கக் காஞ்சி வரவேண்டும் என்ற அவா எனக்கு வெகு நாட்களாக உண்டு. அப்படியே அவரது மடத்து அலுவல்களிலே என் உதவி ஏதாவது தேவையிருந்தால் அதையும் அளிப்போம் எனப் புறப்பட்டு வந்தேன். காமாட்சி தேவியைத் தரிசித்து வெளியே வந்தபோது, காஞ்சிப் பொன்மாளிகை நினைவுக்கு வந்தது. தங்கள் தந்தை காலமானபோது இங்கு வந்தது. காஞ்சிக்கு வந்து தங்களைக் காணாமல் செல்வது என் மனதிற்குச் சம்மதமளிக்கவில்லை. உங்கள் இளவல் அருண்மொழி நாகைப்பட்டினத்திற்கு வரப் போகிறார் என ஊரும் உலகமும் பேசிக் கொள்ளும்போது அவரை வரவேற்காமல் தாங்கள் இங்கிருப்பது விசித்திரமாயிருக்கிறதே'' என்று மூச்சு விடாமல் பேசிக் கொண்டே போனார் அநிருத்தர்.

குந்தவை அவரையே சற்று நேரம் பார்த்துக் கொண்டிருந்து விட்டு, ''இளவரசர் வந்தால் வரட்டுமே. வரவேற்க மன்னர் மதுராந்தகர் இருக்கிறார். தனாதிகாரி பழுவேட்டரையர் இருக்கிறார். சேனாதிபதி பார்த்திபேந்திரர் இருக்கிறார். நான் வேறு அங்கு செல்ல வேண்டுமா?'' என்று கேட்டாள்.

அநிருத்தர் தலையசைத்து விட்டு, ''தேவி! உங்கள் மன வேதனையனைத்தையும் நான் தொலைவிலிருந்து கவனித்துக் கொண்டுதான் வருகிறேன். நீங்கள் மிகவும் நம்பிக்கை வைத்த அந்த வாணர் குலத்தவன் இப்படிச் செய்வான் என நானே எதிர்பார்க்கவில்லை. போகட்டும் ஒரு செய்தி கேள்விப் பட்டேன். நீங்கள் இரண்டொரு நாள் முன்பு

தஞ்சைக்கு அவசர அவசரமாகச் சென்றீர்களாம். சிறையில் வந்தியத்தேவனைச் சந்தித்துப் பேசினீர்களாம். அங்கே அரண்மனையில் ஒரே பரபரப்பாக இருக்கிறது. அதுவன்று நான் இங்கே கூறவந்தது. மிக முக்கியமான செய்தி யொன்றைக் கூறவே நான் வந்தேன். அதைக் கூறி உங்களை எச்சரிக்காவிடில் என் கடமையினின்று தவறியவனாவேன். தங்களுக்கு ரவிதாசன் எனும் மந்திரவாதியைத் தெரியு மல்லவா? அவன் சிறிது நாட்களாக இந்தப் பக்கம் வட்டமிட்ட வண்ணமிருக்கிறான். சேனாதிபதி பார்த்திபேந்திரரையும் இன்று சந்தித்தேன். அவரிடம் ரவிதாசன் பற்றி எச்சரிக்கை யாயிருக்குமாறு கூறியிருக்கிறேன். இந்த மாளிகைக்குத் தக்க காவல் போடுமாறு யோசனை கூறியிருக்கிறேன். பார்த்தி பேந்திரன் தங்களைச் சந்திப்பார். உங்களுக்கு அவர் மீது பழைய கோபமிருக்கலாம்; அதை மறந்து அவர் கூறுவதையும் சற்றுக் கேளுங்கள்" என்றார்.

பார்த்திபேந்திரன் என்ற பெயர் கேட்டவுடன், குந்தவை சீறியெழுந்தாள்.

"ஐயா! எனக்குப் பாதுகாவலாக எவரும் வரவேண்டாம். ரவிதாசனுக்கு நானொரு தீங்கும் செய்யவில்லை. எனக்கு அவன் ஏன் இடர் விளைவிக்கப் போகிறான்? நான் அஞ்சுவ தெல்லாம் அந்தச் சேனாதிபதியைக் கண்டு தான். அவன் பேச்சும் பார்வையும் எனக்குத் துளிக்கூடப் பிடிக்கவில்லை. எனக்கு பாதுகாப்பு வேண்டுமென்றால் பார்த்திபேந்திரனிட மிருந்து அன்று" என்று கூறினாள்.

அநிருத்தர் எழுந்தார், "தேவி! எனக்குத் தெரிந்ததை நான் கூறிவிட்டேன். பிறகு உங்கள் இஷ்டம். எதற்கும் நீங்கள் மிக எச்சரிக்கையுடன் இந்த மாளிகையில் இருக்க வேண்டும். இந்த மாளிகையில் தாங்கள் தங்காதிருப்பது மிக நல்லது. இந்த மாளிகையில் படர்ந்திருக்கும் கொடிகள் பகைவர்கள் எளிதில் உள் நுழைய வழிசெய்கின்றன. சிறிது நேரத்திற்கு முன்பு கூட நான் மாளிகைத் தோட்டத்துள் நுழைகையில் யாரோ இருவர் கொடிகளைப் பற்றி மேலே வருவதைக் கண்டேன். அதனால்தான் உடனே பார்த்திபேந்திரனுக்குச் சொல்லி யனுப்பியிருக்கிறேன், இன்று இரவே காவல் போடுமாறு'

என்று கூறிவிட்டுப் புறப்பட்டார் அநிருத்தர். அவர் மாளிகையின் வெளிக் கூடத்தைத் தாண்டியிருக்க மாட்டார்; பார்த்திபேந்திரன் ஏழெட்டு வீரர்கள் சூழ அங்கு நுழைந்தான்.

"ஐயா! உங்கள் விருப்பப்படி இந்த மாளிகைக்கு நான் காவலிருக்கக் காவலருடன் வந்து விட்டேன். தேவியார் என்னை வெறுத்தாலும் சோழ நாட்டுப் பிரஜை ஒவ்வொரு வரையும் காக்கும் கடமை காரணமாக நான் வந்திருக்கிறேன். முதலில் என் வீரர்கள் மாளிகையின் இருளடைந்த பகுதிகளில் எவராவது ஒளிந்து கொண்டிருக்கிறார்களா எனச் சோதனை புரிவார்கள். இளவரசர் வரவிருக்கும் இந்தச் சமயத்தில் காஞ்சி மாளிகையில் இளைய பிராட்டியாருக்கு ஊறு ஏதாவது நேர்ந்துவிட்டால்..." என்று கூறி வீரர்களை அழைத்து கையில் தீவர்த்தியுடன் அந்த மாளிகைக்குள் தேடுமாறு கட்டளையிட்டான்.

அத்தியாயம் 18
பார்த்திபேந்திரன் சீற்றம்

"அப்படியே நில்லுங்கள் படைத்தளபதியே! இந்த மாளிகையில் எந்த ஒற்றனும் ஒளிந்திருக்கவில்லை. இந்த மாளிகையின் இருளடர்ந்த பகுதிகளில் எனக்கு ஆபத்து உண்டாக்கும் எவரும் ஒளிந்து கொண்டிருக்க முடியாது. எனக்குத் தீங்கு விளைவிப்போர் இருளில் இருப்பாரென நான் எண்ண வேண்டியதில்லை. பட்டப்பகலிலே ஒளிவீசும் நேரத்திலேதான் அத்தகையோரை எதிர்பார்க்கலாம். நீங்கள் போகலாம். தங்களுடைய கடமை உணர்ச்சிக்கு மிக நன்றி" என்ற இளைய பிராட்டி குந்தவை தேவி பெண்புலியெனச் சீறினாள். காற்றிலே அலைபாயும் விளக்கொளி மாறிமாறி அவள் முகத்தில் நிழலையும், ஒளியையும் படச்செய்யும் போது முகத்திலே பொங்கிப் படர்ந்திருந்த ஆத்திரம் தெளிவாகத் தெரிந்தது.

அநிருத்தப் பிரம்மராயர் அங்கு நிற்கவில்லை. அவர் மெல்ல அங்கிருந்து சென்று விட்டார். குந்தவையின் குணத்தை அவரறிவார். இளைய பிராட்டிக்கே உரித்தான பிடிவாதம்; குறைகண்ட இடத்து அதைத் தைரியமாகச் சுட்டிக் காட்டும் தன்மைஇவ்வளவும் அவர் அறிந்தவையே! சுந்தர சோழர் ஆட்சிக்காலத்தில் அவர் அமைச்சராக இருந்தபோது இளைய பிராட்டியார் விஷயம் என்றால் யோசித்தே தலையிடுவார். பார்த்திபேந்திரனுக்குக் கிடைத்த வரவேற்பை எண்ணி மெல்ல நகைத்தப்படி அவர் கைத்தடியை ஊன்றியவாறு அந்த மாளிகையை விட்டகன்றார்.

பார்த்திபேந்திரன் உதட்டில் பற்களை மெல்லப் பதிய வைத்துக் கொண்டு நெற்றியில் துளிர்த்த வியர்வையைத் துடைத்தவாறு பின்பக்கம் திரும்பி அநிருத்தர் இருக்கிறாரா எனப் பார்த்தான். தன்னைக் காவலர்களுடன் அந்த அரண் மனைக்கு வருமாறு கேட்டது அவர்தாம். அவர் சொன்ன செய்தியோ மிகப் பயங்கரமாக இருந்தது. பாண்டிய நாட்டு ஒற்றர்கள் பலர் காஞ்சியில் சுற்றியலைந்ததையும் இளைய பிராட்டியைப் பழி தீர்ப்பதென்பது அவர்களின் திட்டங்களி லொன்று என்றும், அன்று மாலையினின்றே ஐயப்பட வேண்டிய தோற்றமுடையோர் பலர் அப்பகுதியில் அலைவ தாகவும் அநிருத்தர் கூறினார். அவற்றைக் கூறிவிட்டு "பார்த்தி பேந்திர பல்லவரே! தஞ்சையைவிட்டுத் திடீரென நீங்கள் இந்தப் பகுதியில் சுற்றியலைகிறீர்களே, ஏதாவது அரசியல் முக்கியத்துவம் இருக்குமோ?" என்று கேட்டார்.

இந்தக் கேள்வியைப் பார்த்திபேந்திரன் எதிர்பார்க்கவில்லை கூரிய மதி படைத்த அநிருத்தரின் கேள்விக்கு முக்கியம் ஏதாவது இருக்கும் என்பதை அவன் அறிவான். இளவரசர் அருண்மொழி வரும் வேளையிலே தஞ்சையிலோ நாகைப்பட்டினத்திலோ இராமல் இங்கு ஏன் வந்தாய் என்ற கேட்காமல் கேட்கிறார் முன்னாள் முதலமைச்சர் என்று உணர்ந்தவனாக, தன் சாதுர்யத்தையும் வெளிப்படுத்த விரும்பி, "இளவரசர் வருவார் வருவார் எனக் காத்திருந்து தஞ்சைக்கும் நாகைக்கும் அலைந்து அலைந்து பொழுது வீணே போய்விட்டது. சோழநாட்டின் வட எல்லைக் காவல்

எத்தகையதாய் இருக்கிறது என்று நேரிடையே காண விரும்பினேன். சாளுக்கியர்களுக்கு இப்பொழுது திடீரெனப் போர் வெறிபிடித்திருக்கிறதாம். அதனுடன் என் தாய் மாமன் கம்பவர்மன் படுத்த படுக்கையாயிருக்கிறார் என்ற தகவல் வந்தது" என்றான்.

பார்த்திபேந்திரன் கூறியபோது அநிருத்தர் குறுக்கிட்டு, "யார்? கம்பவர்மனா? உடல் நிலை சரியாயில்லையா? பாவம்; முதிர்ந்த பருவம்; அந்த நாளிலே அவர் புஜ பலத்தைப் பார்க்க வேண்டும். மாமல்லர் பரம்பரையல்லவா? ரிஷபக் கொடியை கம்பீரமாகப் பறக்க விட்ட சந்ததி யல்லவா?" என்று கூறி, பார்த்திபேந்திரன் முகத்தை நோக்கினார். பிறகு தொடர்ந்து, "வடஎல்லையைப் பலமாகக் காக்க வேண்டியதுதான். அந்தக் காலத்தில் ராஜாதித்தன் திருநாவலூரிலேயே தண்டிறங்கியிருந்து வடபுலத்தார்க்குக் கூற்றுவன்போல் விளங்கினான். பிறகு ஆதித்த கரிகாலனை அந்த மாவீரனுக்குச் சமமாகக் கூறலாம். உம்...! ஆதித்த கரிகாலன் என்றவுடன் நினைவுக்கு வருகிறது. அந்த மாவீரன் கட்டிய பொன் மாளிகையைக் காணவேண்டும், இளைய பிராட்டியார் இங்குதானே இருக்கிறார்கள்?" என்று கேட்டு விட்டுப் பார்த்திபேந்திரனின் மறுமொழியை எதிர்பாராமல் சென்று விட்டார். பிறகு மாலை மயங்கும் வேளையில் அவர் பார்த்திபேந்திரன் மாளிகைக்கு வந்து தான் கேள்விப்பட்ட பாண்டிநாட்டு ஒற்றர்கள் விஷயத்தைக் கூறி காஞ்சி மாளிகையைப் பாதுகாக்குமாறு எச்சரித்தார். பார்த்திபேந்திரன் உடலில் புத்துணர்ச்சி உண்டாகியது. கடந்த ஒரு வாரமாக அவன் செய்துவரும் ஒரு பெருங்காரியத்திலே ஏற்படும் களைப்பு, சலிப்பு யாவும் காஞ்சி மாளிகையில் மீண்டும் இளைய பிராட்டியாரைச் சந்திப்பதால் நீங்கிவிடும் என்று எண்ணினான். பொழுது நன்றாகச் சாய்ந்து எங்கும் இருள் கப்பியபோது, அநிருத்தரின் ஆள் என்று கூறி ஒருவன் வந்து அநிருத்தர் சொல்லியனுப்பியதாகச் செய்தி ஒன்று கூறினான். அதைக் கேட்டவுடன்தான் பார்த்திபேந்திரன், காஞ்சி மாளிகையைச் சோதனையிடப் புறப்பட்டான்.

குந்தவை துளிக்கூட ஈவிரக்கமின்றித் தன் உதவியை மறுத்த தோடன்றி, எந்த விதமான ஆபத்தும் காஞ்சி மாளிகை

யில் ஏற்படாது என்று கூறியது கேட்டு ஏமாற்றமடைந்த பார்த்திபேந்திரன், அநிருத்தரிடம் குந்தவையின் கூற்றைப் பற்றிக் கூற அவரைத் தேடினான். அநிருத்தர் அங்கில்லை. கண்ணுக்கெட்டிய தொலைவு வரை அவன் விரைந்து சென்று பார்த்ததும் யாரையும் காணவில்லை. முன்பே உள்ளத்தில் புதைந்து கொண்டிருந்த ஆத்திரம், இப்போது ஏற்பட்ட தோல்வி, ஏமாற்றம் யாவும் ஒன்று சேர்ந்து பார்த்திபேந்திரன் உடலைக் குலுங்க வைத்தன.

குந்தவையின் சீற்றம் தணியவில்லை. மேல் மாடத்தி லிருந்து அருண்மொழி கீழே நடப்பதைக் கேட்டுக் கொண் டிருந்தான். அவனுக்குத் தெரியும், பார்த்திபேந்திரன் அந்த மாளிகையில் அடியெடுத்து வைக்க முடியாதென்று. இவ்வளவு தைரியமுடைய அக்கையார் எவ்வாறு அவ்வளவு நாள் மௌனமாயிருக்கிறாள்? வாணர் குலத்தவன் குற்றஞ் சாட்டப் பெற்றுப் பயங்கரத் தண்டனைக் குள்ளாயிருப் பதைப் பார்த்துச் சும்மா இருப்பதேன்? அவனுக்கு அது பெரும் வியப்பாயிருந்தது. கீழே இத்தகைய சந்தடி நடக்கும் போது வானதி கற்சிலை போல் நின்று கொண்டிருந்தாள். அருண்மொழியுடன் பேசவும் அவளுக்குத் துணிவில்லை. ஆனால் அருண்மொழியின் தோற்ற மாற்றத் திறமையை எண்ணி மனத்திற்குள் வியந்து கொண்டிருந்தாள்.

அருண்மொழி மெல்ல மஞ்சத்தை நோக்கி வந்து கொண்டிருந்தான். அவன் நெஞ்சிலே ஆயிரமாயிரம் எண்ணங்கள் நிறைந்தன. "வானதி! நான் அயல்நாடு சென்ற பிறகு எத்தனை எத்தனையோ மாறுதல்கள் தோன்றியிருக் கின்றன. அத்தனை மாறுதலுக்கும் உன்னிடமிருந்து எத்தகைய பிரதிபலிப்பு ஏற்பட்டது..?" என்று அருண்மொழி வானதியைக் கூர்ந்து நோக்கியவாறே கேட்டு மஞ்சத்தில மர்ந்தான்.

வானதி அந்த வார்த்தை அவள் காதில் அமுததாரையாகப் பொங்கிப் பெருகியது. நெஞ்சிலே ரீங்காரமிட்ட வண்ணம் சுற்றியலைந்த ஆசையெனும் வண்டுக்குத் தேன்மலரை அளித்தது, எதிர்பார்த்துத் தவம் புரியும் மனம் எனும் சக்ரவாகப் பறவைக்கு மழைத்துளியாக அந்தச் சொல் அமைந்தது.

எத்தனையோ எத்தனையோ விஷயங்கள் பேச வேண்டும் போலிருந்தது அவளுக்கு. பொய்யாகக் கோபம் கொண்டு ஊடல் நிகழ்த்த வேண்டும் என்று ஒரு சமயம் தோன்றியது அவளுக்கு. கடல் கடந்த தீவுகளிலே கிடைக்கும் அற்புதப் பொருள்கள் அவர் வாங்கி வருவார்; அவை கிடைத்த விதத்தைக் கேட்க வேண்டும். அவர் கதை கதையாகக் கூறுவார். அக்கதையிலே வீரப்பிரதாபம் இருக்கும். அவ் வளவுதானா? அவர் பல நாட்டவர்களோடு பழகியிருப்பா ரல்லவா? அந்த நாட்டு மங்கையரும் நாரீமணிகளும் நம் நாட்டவரைப் போன்றிருப்பார்களா? வானதி பல பல எண்ணினாள். எண்ணியதைக் கேட்க நாவெழவில்லை. அவளுடைய இதய வேந்தனது சொல்லொன்றிலேயே மயங்கி நிற்கின்றாளே!

பிறகு நாள் கணக்காகப் பேசிப் பொழுதைக் கழிக்கும்போது என்ன ஆவாளோ?

''வானதி! கண்ணிமையைத் துயில் வந்து தழுவுகிறதா? பாங்கியரை அழைக்கட்டுமா? எனக்குச் சிறு கம்பளமும் தலையணையும் இருந்தால் கொடு. நான் வெளி முற்றத்தில் படுத்துக் கொள்கிறேன். எத்தனையோ இரவுகளை வான கூரையின் கீழ் கழித்திருக்கிறேன். விண்மீன் தோரணங் களினடியே கழித்திருக்கிறேன்'' என்று அருண்மொழி மீண்டும் பேசினான்.

வானதிக்குச் சிரிப்புதான் வந்தது. இவர் இப்படிப் பேச எங்கே கற்றுக் கொண்டார் என்று வியந்தாள். வெளி முற்றத்தில் படுத்துக் கொள்கிறாராமே! நன்றாகப் படுத்துக் கொள்ளட்டும்! இராமபிரான் காட்டிலும் மேட்டிலும் மண்ணிலும் தரையிலும் உறங்கியபோது சீதாதேவி என்ன செய்தாள்? வானதி இதை நினைத்துக் கொண்டபோது ஒருகணம் பெருமையுற்றாள். இனி அவரைப் பிரிந்திருக்கக் கூடாது. அவர் மீண்டும் கடல் கடந்து செல்வராயின் நாமும் அவருடன் செல்ல வேண்டும். இப்போது அதைப் பற்றி என்ன கவலை? அவர் இதே மாறுவேடத்துடன் சில நாட்கள் இங்கே தங்கியிருப்பார். அக்கா காஞ்சிக்கு அழைத்து வந்தது எவ்வளவு நல்லதாயிற்று எனப் பலபல எண்ணியவாறு

மறுமொழி பேசாது நின்ற அவளை நெருங்கி வந்து கொண்டிருந்தான் அருண்மொழி. இதோ ஒரு கணத்தில் வானதியின் மெய் முழுவதும் சிலிர்க்கப் போகிறது. புத்தம் புது மலரென்று மணம் வீசுவது போன்ற உணர்ச்சி ஏற்படப் போகிறது. அவள் இந்த உலகம் விட்டு அற்புதபுரிக்கு தங்க விமானத்தில் பறக்கப் போகிறாள்.

"தம்பி!" என்றழைத்தவாறு குந்தவை அங்கு வந்தாள். சிறிது நேரத்திற்கு முன்பு இருந்த படபடப்பு அவளிடம் குறைந்திருந்தது.

"தம்பி! நீ இங்கு வந்திருப்பது வேறு யாருக்காவது தெரியுமா? படைத் தளபதிக்குக் காஞ்சி மாளிகைமீது திடீரென அக்கறை வந்துவிட்டதன் உள்ளர்த்தம் தெரியுமா? நீ வந்து விட்டாய் என்று தளபதிக்கு யாராவது கூறியிருப் பார்களா?" குந்தவை மூச்சு விடாமல் கேட்டாள்.

அருண்மொழி மெல்ல நகைத்து, "அக்கா! உங்களுக்குக் கோபம் வந்து இப்போதுதான் பார்க்கிறேன். எத்தனையோ போர்களைக் கண்டஞ்சாத பார்த்திபேந்திரன் உங்கள் கர்ஜனையில் கலங்கி விட்டானே? நான் வந்திருப்பது அவனுக்குத் தெரியாது. அப்படித் தெரிந்திருந்தால் இப்படி யெல்லாம் வந்திருக்க மாட்டான். யாரோ அவனுக்குத் தவறாக ஏதோ கூறியிருக்கிறார்கள். இருந்தாலும் நான் இங்கு இரண்டொரு நாட்களுக்கு மேல் தங்கியிருக்க முடியாது. நான் இங்கிருந்து புறப்பட்டது முதல் திரும்பி வந்தவரை ஒன்று விடாமல் கூறவேண்டும் என்ற துடிப்பு எனக்கிருக்கிறது. முழுவதும் கூறமுடியுமா என்பது சந்தேகமே. அந்தக் காளாமுகருடன் வந்து சேர்ந்து கொள்வதாகக் கூறியிருக் கிறேன்" என்றான்.

"மீண்டும் பயணமா அக்கா?" என்று வானதி கேட்டாள்.

"ஆகா! கற்சிலை பேசுகிறதே!" என்றான் அருண்மொழி நகைத்தவாறு. வானதியும் குந்தவையும் சேர்ந்து சிரித்து விட்டார்கள்.

"இந்தப் பேசா மடந்தையுடன் எப்படி இவ்வளவு நாட்களைக் கழித்தீர்கள்?"

"வானதியா பேசாதவள்? அவள் என்னிடம் கலகலப்பாகப் பேசாமல் வேறு யாருடன் பேச ஆசைப்படுவாள்? வானதி யுடன் இவ்வளவு ஆண்டும் நான் உடனிருந்திருந்தால் ஒரு வேளை அவளைப் பெரிய வாயாடியாக ஆக்கியிருப்பானோ என்னவோ? நீ வந்தவுடனேயே பேசவில்லையென்றால் அதுதான் பெண்களுக்கு ஏற்பட்டு இருக்கும் ஒரு சிறப்பான குணம்.''

''அவரைக் கேள்விமேல் கேள்வி கேட்டுத் திணறச் செய்கிறேன் பாருங்கள் அக்கா!'' என்றாள் வானதி. குந்தவையும் அருண்மொழியும் நகைத்தனர்.

அங்கு சிரிப்பொலி எழுந்து கொண்டிருந்தபோது மாளிகை யின் வெளிமதிலைத் தாண்டிக் குதிரைமீது மெல்ல அமர்ந்து சோர்ந்த உள்ளத்தோடு சென்று கொண்டிருந்தான் பார்த்தி பேந்திரன்.

பொன்மாளிகையில் இரண்டாவது முறையாக இளைய பிராட்டியார் அவனை அவமானப்பட வைத்துவிட்டார். அவனுக்குத் தன் கோபத்தை யார் மீது காட்டுவது என்றே புரியவில்லை. சிறிது காலமாக அவன் கோபமெல்லாம் சோழ சாம்ராஜ்யத்தின் மீதே திரும்பி இருந்தது. அது அவன் உள்ளத்துக்குள்ளேயே புகைந்து கொண்டிருந்தது. சோழ நாட்டில் தன் தகுதிக்கேற்ற மதிப்புக் கொடுக்கவில்லை என்று உணர ஆரம்பித்தான். பழுவேட்டரையர் தனாதிகாரியாகவும் அமைச்சராகவும் ஆட்சி செலுத்த முனைந்ததோடன்றித் தன் வேலையிலும் தலையிடுவது அவனுக்குக் கோபத்தை விளைவித்தது. நாட்டில் கள்ள நாணயப்புழக்கம் பெருகிற்று. நாணய சாலையிலிருந்து பொன் நாணயங்கள் களவு போவது போன்ற செயல்களில் மறைமுகமாக நாட்டுக் காவல் படையை அவர் குறை கூறுவது கேட்டு அவன் மனம் வருந் தினான். அதுபற்றிப் பழுவேட்டரையரிடம் பேசியபோது பேச்சு வளர்ந்து சற்று கடுமையாகவே முடிந்தது.

அதிலிருந்து பார்த்திபேந்திரன் உற்சாகம் குறைந்தான். அவனுடைய இளமைக் கனவை நனவாக்க அவன் தீட்டி வந்த பல திட்டங்கள் கைகூடி வந்தன. அவனுக்குப் போட்டி என்று கருதிய ஒரே ஒருவன் வல்லவரையன் வந்தியத்

தேவனையும் இனி தலை எடுக்க முடியாதவாறு செய்தபிறகு அவன் கனவு பலித்து வருவதுபோல் தான் காணப்பட்டது. ஆனால், சோழ நாட்டுப் படைத் தலைமைப் பதவி என்பது பிறகு அவனுக்கு ரசிக்காமல் போய்விட்டது. அவன் வீரம் திரண்ட தோள்களையுடையவன். சேவூர் போர்க்களத்தில் ஆதித்த கரிகாலனுடன் ஒன்று சேர்ந்து வீர பாண்டியனை எதிர்த்துப் போரிட்டுத் தன் வலிமையை உணர்த்தியவன். வழி வழியாக வந்த பெரும் பல்லவர்கள் பரம்பரையில் வந்தவன். அவன் படைத் தலைமை ஏற்ற பிறகு சோழ நாட்டில் யுத்தமொன்று கூட வரவில்லை. சிறு குழப்பங்கூட நடைபெறவில்லை.

காஞ்சிமா நகருக்கு வரும்போது அவனுக்கு அந்த ஆர்வம் உறுதிப்படும். பழைய பல்லவ அரண்மனை பாழடைந்து கிடப்பதும் புதிய பொன்மாளிகை பொலிவுடன் திகழ்வதும், அந்த மாளிகைமீது புலிக்கொடி கம்பீரமாகப் பறப்பதும் அவன் மன வேதனையை அதிகமாகச் செய்யும்.

மாமல்லபுரத்தில் மோனத் தவம் செய்யும் சிற்பங்களைக் காணுந்தோறும் அவன் இதயக்கனல் கொழுந்து விட்டெரியும். புதரும், காடும் மண்டி மல்லைச் சிற்பங்களை மறைத்திருந்தது, பல்லவப் பெருமையை மறைத்திருப்பது போன்று அவனுக்குத் தோன்றும். அவனுடைய மாமன் கம்பவர்மன் கூரத்தில் வாழ்ந்து வந்தார். அவரைப் போய்ப் பார்க்கும்போது அவர் பழைய பல்லவ பெருமையைக் கூறுவார். களப்பிரர்களைக் காஞ்சியிலிருந்து விரட்டியடித்த பல்லவ மன்னரைப் பற்றிக் கூறுவார். சமுத்திர குப்தன் எனும் வடநாட்டு மன்னன் படையெடுத்து வந்தபோது அவனைத் தடுத்து நிறுத்திய விஷ்ணுகோபனைப் பற்றிக் கூறுவார். வாதாபியை வென்று அதைக் கொளுத்தி மானங்காத்த மாமல்லரைப் பற்றிக் கூறுவார். கயிலாசநாத ஆலயம் அமைந்த ராஜசிம்மரின் பெருமை கூறுவார். சோழ நாட்டிலே நந்திபுரக்கோட்டை கட்டியவரைப் பற்றியும் தமிழகத்து மூவேந்தர்களைப் புறங்காட்டித் தெள்ளாற்றுப்போரில் வாகை சூடிய நந்திவர்மனின் வீரத்தைப் பற்றியும் கூறுவார்.

எல்லாவற்றையும் கூறிவிட்டு அவர் பார்த்திபேந்திரனை அருகே அழைத்து, ‘‘அப்படியெல்லாம் பெருமையாக

வாழ்ந்த குலம் என்று அடிமைப் பணி புரிகிறது. தம்பி! நீ மனத்திலே பெரும் பதவி வகிப்பதாக எண்ணி விட வேண்டாம். உன் குலத்தை அழித்தவனுக்கு நீ பணி புரிகிறாய். நீ பழைய கதை மறந்து விட்டாயா? பல ஆண்டுகளுக்கு முன்பு இதே காஞ்சிமாநகரில் அபராஜித வர்மர் ஆட்சி புரிந்து வந்தார். அப்போது இந்தச் சோழ சாம்ராஜ்யம் கையகலம்கூட இல்லாத நாடு. சீறிப்பாயும் புலிக்கு நமது காளையைக் கண்டால் அப்போது நடுக்கம். இருந்தாலும் அபராஜிதனுக்கு ஆதித்த சோழனுக்கும் நெருங்கிய நட்பிருந்தது. சோழரை எதிர்த்துப் பல நாட்டு மன்னர்கள் திரண்டு வந்தனர். அபராஜிதர் திருப்புறம்பியத்தில் ஆதித்த சோழனுக்குப் பேருதவி செய்தார். நன்றி மறந்த அந்த ஆதித்தன் என்ன செய்தான் தெரியுமா? அந்தச் சிநேகிதத் துரோகி என்ன செய்தான் தெரியுமா? அபராஜிதனை வஞ்சக மாக யானைமீது இருக்கும்போது கொன்று விட்டான். அந்தப் பாவம் வீண் போகவில்லை. பராந்தகனின் தலைமகனும் காளை வயதில் கொல்லப்பட்டான். நம் பல்லவ சந்ததி அழிந்தது. வெகு எளிதில் பல்லவ சாம்ராஜ்யத்தைத் தன் நாட்டுடன் சேர்த்துக் கொண்டான். நம் பெருமையை மறக்க அடித்தான். சிற்றரசர் என்று பெயர்கூட நமக்குக் கிடையாது. திருக்கோவலூராருக்குத் தனிப் பெருமை. வைதும்பருக்குத் தனிப்பெருமை. கடம்பூராருக்குத் தனிப் பெருமை. ஏன் பழுவூராருக்குத் தனிப் மதிப்பு! அவர் சோழ நாட்டையே ஆட்டி வைக்கிறார். தனிக்கொடி அவருக்கு. ஹர்ஷரைக் கலக்க அடித்த புலகேசியையே நடுநடுங்கச் செய்த பல்லவருக்குச் சாண் இடம் கிடையாது. பல்லவக்குலத் தோன்றல் படைத் தளபதியாகப் பதவி வகித்துச் சோழர் பெருமை உயர வழி செய்கிறார்!'' என்று கூறிப் பெருமூச்சு விடுவார்.

கம்பர்வர்மன் கூறி வரும்போது பல்லவேந்திரனின் ரத்தம் கொதிக்கும். 'இன்றே படைத்தலைவர் பதவியை உதறித் தள்ளி போர்க்கொடி பிடித்துப் பல்லவ சாம்ராஜ்யத்தை ஸ்தாபித்து விடலாம். இப்போது இது வெகு எளிது' என ஒரு கணம் அவன் உள்ளம் துள்ளும். பார்த்திபேந்திரன் அவ்வளவு அவசரக்காரனல்லன். அவன் புது சாம்ராஜ்ய ஆசையைத் திடீரென வெளியில் காட்டிக் கொள்ளவில்லை. மெல்ல

ஆயுதங்களைச் சேகரித்தான். அவற்றை ஜன நடமாட்டமற்ற மாமல்லபுரத்துக் காடுகளில் ஒளித்து வைத்தான். அதற்காக அவன் அடிக்கடி தஞ்சையினின்று காஞ்சிக்கு வர நேர்ந்தது. சோழ சாம்ராஜ்யப் படைத் தலைவனாக இருந்ததால் அவன் செயல் மீது ஐயம் கொள்ளும் அளவிற்கு எவருக்கும் துணிவு ஏற்படவில்லை.

காஞ்சி மாளிகைச் சம்பவத்திற்குச் சில நாள்கள் கழித்து மாமல்லபுரத்து வடகோடியில் அடர்ந்து வளர்ந்திருந்த குறுங்காட்டின் ஒற்றையடிப் பாதை வழியாய்ப் பார்த்தி பேந்திரன் மெல்லச் சென்று கொண்டிருந்தான். கொடி வழியின் மூலம் மெல்ல நடந்து அடர்ந்த காட்டினுள் நுழைந்து கொண்டிருந்தான். தன் குதிரையை மறைவான ஓர் இடத்திலேயே கட்டிவிட்டுச் சுற்றும் முற்றும் பார்த்துவிட்டு நடக்கலானான். அவன் சுற்றும் முற்றும் பார்க்க வேண்டிய அவசியமே இல்லை.

அந்த வனாந்தரப் பகுதிக்கு எவரும் வர மாட்டார்கள். எனினும் அவனுடைய குற்றம் நிறைந்த குறுகுறுத்த இதயம் ஏனோ அஞ்சியது. அவன் சுதந்திர பல்லவ சாம்ராஜ்யத்தை நிறுவத் துணிந்து விட்டான், என்றாலும் பழம் பழுக்கும் முன்னர் வெம்பி விழுந்துவிடக் கூடாது என்ற ஒரே எண்ணம் தான். அருண்மொழி வரவிருக்கும் இச்சமயத்தில் தன் திட்டம் தெரிந்துவிட்டால்... அருண்மொழி முதலில் நம்ப மாட்டான். ஏன் சோழ நாட்டில் எவருமே நம்ப மாட்டார்கள். தக்க தடயத்துடன் அருண்மொழி அறிய வந்தால் ஒரு வேளை தன் மனத்தை மாற்றிவிடலாம்; அல்லது தன் செயலுக்கு நேர் விரோதமாக நின்று அழிக்க முற்பட்டாலும் முற்படலாம், அதனால் பார்த்திபேந்திரன் மிகக் கவனமாச் செயல்களைச் செய்து கொண்டிருந்தபோது..

அவனைத் தொடர்ந்து அவன் அறியாமல் இரண்டு பேர் வந்து கொண்டிருந்தனர். ஒருவர் காளாமுகர்' மற்றொருவன் ரவிதாசன்.

ரவிதாசனென்ன மாயாவியா? அவன் ஏன் இப்படிச் சுற்றுகிறான்? இரவு பகலைப் பாராமல் ஏன் இப்படி அலை

கிறான்? ஆனைமலைக் காடு எங்கே? மாமல்லபுரம் எங்கே? ராஜிய விவகாரத்தை இப்படி இழுத்துத் தலையில் போட்டுக் கொண்டு பத்துப் பதினைந்து ஆண்டுகளாக அலைகிறானே அவனுக்கு என்ன குறிக்கோள்? சோழ சாம்ராஜ்யத்தைப் பிடித்துத் தஞ்சையில் முடிசூடப் போகிறானோ? பின் ஏன் போகிறான்? பின் ஏன் சோழ சாம்ராஜ்ய வீழ்ச்சிக்குப் பாடுபடுகிறான்? அதன் தூணாக இருப்பவர்களைத் தீர்த்து விடத் திட்டம் தீட்டி நிறைவேற்ற வழி செய்கிறானா? அது தான் ரவிதாசனைத் தவிர வேறு எவரும் அறியாதவொன்று. பாண்டி நாட்டு ஆபத்துதவிகள் கோஷ்டியில் சபதம் எடுத்து வீரபாண்டியனுக்கு ஏற்பட்ட இடருக்குப் பழிக்குப் பழி வாங்கி, 'ரத்தத்தால் ஏற்பட்டதை ரத்தத்தால் கழுவ வேண்டும்' என்று துடிதுடிப்பவன் அவன். அருண்மொழியின் உயிருக்கு எப்படியாவது ஒரு முடிவு ஏற்படுத்திவிடுவது என எண்ணிச் சென்ற அவன் நடுக்கடலில் துயருற்றுச் செத்தோம், பிழைத் தோமென ஓடோடி வந்தும் அவன் எடுத்தக் காரியத்தை விட மனம் ஒப்பவில்லை. ஆனைமலைக் காட்டில் அமர புஜங்கருடைய கம்பீரமான தோற்றத்தையும், அவருக்கு உதவுவதற்காக நாளுக்கு நாள் படைபலம் சேர்ந்து வருவதையும் காணும்போது அவன் உள்ளத்துணர்ச்சி இன்னும் தீக்கொழுந்து போல் எழுந்தது. மேலும் அந்தக் காளாமுகர். அவர் யோசனைகள் அவனுடைய துணிவைப் பன் மடங்கு அதிகமாக்கின. அந்த வடிவில் இருப்பவர் இன்னார் என அவன் அறிவான். அறிந்துதான் அவன் அவரை நம்பினான். சோழ சாம்ராஜ்ய எதிரிகள் அனைவரும் தன் நண்பர்கள் எனும் கொள்கையினால் அவன் காளாமுகரது யோசனைகளை ஆதரித்தான். அவரை ஆனைமலைக் காட்டிற்கே அழைத்துச் சென்றான். அமரபுஜங்க பாண்டி யனுடன் வாதாடி அவரையும் நம்ப வைத்தான். "எப்போ தாவது இந்தக் காளாமுகர் தனக்குத் துரோகம் செய்கிறார் எனத் தெரிந்தால், சந்தடியின்றி அவர் உடல் காக்கைக்கும் நரிக்கும் இரையாக்கப்படும்" என்று கூறியிருக்கிறான். ஆனால் அமரபுஜங்கனின் செவிலித் தாயாகவும், ஆனைமலைக் காட்டில் கூடியிருக்கும் வீரர்கள் அனைவருக்கும் தலைவி யாகவும் விளங்குபவள் மட்டும் ரவிதாசனின் யோசனை

யையும், கூற்றையும் ஒப்புக் கொள்ளவில்லை. திரைச் சீலைக்கு வெளியே வராமல் தன் குரலில் ஏவுதல் ஒன்றின் மூலமாகவே கட்டளைகள் பிறப்பித்து நிர்வகித்து வரும் தலைவியை நேருக்குநேர் சந்தித்துத் தன் எண்ணத்திற்குச் சம்மதம் பெற முயன்றான். ஆனால் எக்காரணம் கொண்டும் தலைவியைச் சந்திக்க இயலவில்லை.

‘‘ஏன், நானே ஒரு நாள் உங்கள் ராணியைச் சந்தித்து எனது தூய உள்ளத்தை வெளிப்படுத்துகிறேன். சோழ சாம்ராஜ்யத்தின் மீது எனக்குள்ள வெறுப்பையும் நானடைந்த ஏமாற்றத்தையும் நானே எடுத்துக் கூறுகிறேனே’’ என்று காளாமுகர் ரவிதாசனைக் கேட்டார்.

‘‘ஐயோ, சாமி! அது மட்டும் வேண்டாம். அப்படித் தாங்கள் முயன்றால் உங்கள் உயிருக்கு நான் பொறுப் பில்லை. ஆதித்த கரிகாலரை யார் கொன்றார்கள் என்றறியாமல் எல்லோரும் விழித்தார்களே, அப்படி உங்கள் சாவைப் பற்றியும் எல்லோரும் கூறுவார்கள். வந்தியத் தேவனைப் போன்று ஒருபிள்ளை வரவேண்டும், குற்றத்தை ஏற்க. ஆனால் வந்தியத் தேவனுக்கு அந்தத் தண்டனை நன்றாக வேண்டும். என்னைப் புதைகுழிச் சேற்றில் தள்ளி உயிருக்கு மன்றாட வைத்தானே பாவி, அதற்கு அவன் அனுபவிக்க வேண்டாமா?’’

‘‘ரவிதாசா! ஆதித்த கரிகாலன் கொலையுண்டது மர்மக் கொலைதானே? அதற்கு வந்தியத்தேவன் பொறுப் பில்லையா?’’

‘‘சாமி! அதை ஏன் இப்போது கிளறுகிறீர்கள்? மெல்லப் பன்னிரண்டாண்டு காலத்தைக் கழித்துவிட்டால் பிறகு உண்மைக் குற்றவாளி இன்னார் எனத்தெரிந்தாலும் பாதக மில்லை. வந்தியத்தேவன் வெளியே வந்தால் இவ்வளவு நாள் நம் நடவடிக்கைக்குச் சும்மா இருப்பானா?’’

‘‘யார் கண்டார்கள்? யாரை எப்படி நம்புவது, இந்த காலத்தில்? உங்கள் அரசருக்கு மிக நல்ல காலம் வருகிறது ரவிதாசா! மிக நல்ல காலம் வருகிறது’’ என்று காளாமுகர் அதிர்ச்சிகரமான செய்தி ஒன்றை எடுத்து வீசினார்.

‘‘சாமி சாமி! நல்ல காலமா? எப்படிச் சாமி?’’

‘‘இப்போது நான் கூறமுடியாது. காஞ்சியில் என்னை வந்து பார். அங்கே கண்கூடாக உனக்குக் காட்டுகிறேன்.’’

‘‘காஞ்சிக்குத்தானே! இதற்கு முன்னரே என் சகோதரன் அந்தப் பொன் மாளிகையை வட்டமிட்டுக் கொண்டிருக் கிறான். அந்தக் கருநாகத்தைத் தொலைக்க மீன, மேஷம் பார்த்துக் கொண்டிருக்கிறான். நான் நேரே போய் அவனைத் துரிதப்படுத்தவேண்டும். காஞ்சி மாளிகையில் மூன்றாவது பலி காளி மாதாவிற்குச் சேர்க்க வேண்டாமா?’’ என்று கூறி ரவிதாசன் கடகடவென நகைத்தான்.

‘பலிபலி’ என காளாமுகர் உதடுகள் முணுமுணுத்தன. காளாமுகர் குறிப்பிட்ட நாளன்று ரவிதாசன் காஞ்சியில் அவரைச் சந்தித்தான். முன்னைப்போல் அவனால் பகிரங்க மாக நடமாட முடியவில்லை.

‘‘ஏதோ நல்ல காலம் குறித்துச் சொல்வதாகக் கூறினீர்களே?’’ என்று கேட்டான் ரவிதாசன், காளாமுகரிடம்.

அதன்படி காளாமுகரும், ரவிதாசனும் மாமல்லபுரத்து வடகோடிக் காட்டிற்குப்போகும் வழியில் பெரிய பாறை மறைவில் காத்திருந்தனர். பாண்டிய மன்னருக்கு நல்ல காலம் இந்த பாறை இடுக்கினின்று வரப்போகிறதோநினைக்கும் போது அவனுக்குச் சிரிப்புப் பொங்கியது.

‘‘நல்ல காலம்நரசிம்மர் போல் பாறையைப் பிளந்து வரப்போகிறதா?’’ என்று கேட்டான் ரவிதாசன். காளாமுகர் அவன் வாயைச் சட்டென மூடி, ‘‘அவசரக்காரா! இப்படித் தான் நீ கடம்பூர் மாளிகையில் ஒளிந்திருந்தபோது சத்தம் போட்டு உன் உதவியாளர்களுடன் பேசினாயோ?’’ என்று மெல்லிய குரலில் கேட்டு, ‘‘அதோ பார். குதிரையின் குளம்படியோசை கேட்பதை’’ என்றார்.

ரவிதாசன் உற்றுச் செவிமடுத்தான். யாரோ வந்து கொண்டிருந்தனர். அவனால் பார்க்க முடியவில்லை. குளம்படி ஓசை இவர்கள் ஒளிந்துகொண்டிருந்த பாறையில் வெகு அருகில் நின்றது. மூச்சைக்கூட அடக்கிக் கொண்டு

விக்கிரமன்

இருவரும் அங்கிருந்தனர். சிறிதுநேரம் கழித்துக் காளாமுகர் மெல்லத் தலையை நிமிர்த்தினர். ரவிதாசனுக்கும் சைகை செய்தார். ரவிதாசன் மெல்லத் தலைத்தூக்கிப் பார்த்தான். பார்த்திபேந்திரன் வெகு விரைவாகக் கொடிவழி வழியே காட்டிற்குள் சென்று கொண்டிருந்தான். அவனைத் தொடர்ந்து காளாமுகரும் ரவிதாசனும் சென்றனர். காளாமுகர் ரவிதாசனை விடப் பல வருடங்கள் மூத்தவர். என்ன மறைத்தாலும் முதுமையின் சாயையை மறைக்க முடிய வில்லை. என்றாலும் அவர் மர இடுக்குகளில் குனிந்தும், புதர்களை விலக்கியும் வளைந்தும் நெளிந்தும் சென்றது ரவிதாசனுக்கே வியப்பாக இருந்தது. அவர் மீதிருந்த மதிப்பையும் நம்பிக்கையையும் அதிகப்படுத்தியது.

குறிப்பிட்ட இடத்தில் மரங்கள் இல்லாமல் வெட்ட வெளி யாகக் காணப்பட்டது. ஒரு சிறு பள்ளம் தெரிந்தது. அந்தப் பள்ளத்தில் சிறுகுடிசை இருந்தது. ஓர் உலைக்கூடம் தெரிந்தது. ஆனால் யாரும் வேலை செய்யவில்லை.

காளாமுகரும், ரவிதாசனும் அந்தப் பள்ளத்தை எட்டிப் பார்த்தனர். "ஆ" என்ற பேராச்சரியம் ரவிதாசனிடமிருந்து வந்தது. அவன் ஆச்சரியப்படாமல் என்ன செய்வான்? நூற்றுக்கணக்கான வேலும் வாளும் பளபள என மின்னிக் கிடந்தன. கேடயங்களும் குத்தீட்டிகளும் குவிந்தன. பள்ளத் திற்குள் செல்ல அமைந்திருந்த படிக்கட்டுகளின் வழியே பார்த்திபேந்திரன் மெல்ல இறங்கிச் சென்றான்.

"சாமி! என்ன இது? என்னை எதற்காகச் சோழ நாட்டு ஆயுதசாலைக்கு அழைத்து வந்திருக்கிறீர்கள்? நம் பலத்துக்கு எதிரே சோழர்கள் பலம் எந்த நிலையிலுள்ளது என்பதை விளக்கவா?"

"அதற்கில்லை, ரவிதாசா! இது சோழர்களின் ஆயுதசாலை அன்று. பார்த்திபேந்திரனின் சொந்த ஆயுதக் கூடம்."

"அவனுக்கு எதற்காகச் சொந்தத்தில் ஆயுதசாலை?"

"அமரபுஜங்க பாண்டியர் ஏன் ஆனைமலைக் காட்டில் படைகளைச் சேர்க்கிறார்?"

‘‘பாண்டிய நாட்டை மீண்டும் பெற.’’

‘‘பார்த்திபேந்திரன் சேர்ப்பது இழந்த பல்லவ நாட்டை மீண்டும் பெற.’’

‘‘படைத் தலைவராக இருந்து இப்படிச் செய்யலாமா?’’

‘‘அதனால்தான் அன்றே சொன்னேன். அமரபுஜங்கருக்கு அதிர்ஷ்டம் வருகிறது என்று. சோழர்கள் கிடுக்கித் தாக்குதலில் நிச்சயம் அகப்படுவர்.’’

‘‘சாமி!’’

‘‘ஏன் ரவிதாசா?’’

‘‘இதை எப்படிச்சாமி கண்டு பிடித்தீர்கள்?’’

‘‘அற்புதம் கண்டுபிடித்துக் கூறினாலும் என்னை உங்கள் தலைவி பாண்டிய ராணி நம்பப்போவதில்லை.’’

‘‘ஏன்மன்னர் அமரபுஜங்கர் உங்களை விரும்புகிறாரே?’’

‘‘ஆனால் அவர் தலைவியின் கோட்டைத் தாண்டாதவர்.’’

‘‘அதெப்படிக் கூறமுடியும்? நான் அரசரை இந்தத் தோள்மீது போட்டு வளர்ந்தவன். நான் அவரிடம் சொல்லு கிறேன்.’’

‘‘யாரும் கூறவேண்டாம். எனக்காக என கடமைகள் சில உள்ளன. அதைச் செய்து முடித்துவிட்டு, நான்...’’

காளாமுகர் முடிக்கவில்லை. பார்த்திபேந்திரன் மீண்டும் படிகளிலேறி மேலே வந்து கொண்டிருந்தான். மீண்டும் ஒரு முறை ஆயுதங்களை நோக்கினான். அவனைத் தொடர்ந்து காளாமுகரும், ரவிதாசனும் வந்தனர். ஒரு முறை பார்த்தி பேந்திரன் ஏதோ காலடியோசை கேட்கிறதென்று திரும்பிப் பார்த்தான். யாரும் கண்ணுக்குத் தோன்றாததால் விரைந்து குதிரை கட்டப்பட்டிருந்த இடம் வந்தான்.

காளாமுகர் ரவிதாசனைச் சைகை காட்டி மறைந்து கொள்ளுமாறு கூறிவிட்டுத் திடீரென்று, ‘‘ஜெய் சிவ சக்தி, ஜெய் சோமதேவ்!’’ என்று கூச்சலிட்டார். காட்டு மிருகங்கள் இடும் சப்தம் தவிர, வேறு ஒலி எழாத அந்தப் பகுதியில்

இப்படியொரு குரல் கேட்டவுடன் அவன் சட்டென உடைவாளை உருவி குரல் வந்த திசையை நோக்கிப் பாய்ந்தான். ''யார் நீ?''

''அதற்கு இப்போது வேலையில்லை தளபதி! அதன் பசிக்கு இந்தக் காளாமுகனை ஏன் அளிக்கப் பார்க்கிறாய்? சோழ மாவீரர்களின் ரத்தத்தில் முழுக விட வேண்டிய அந்த வாளை இந்தக் காளாமுகன் உடலில் பாய்ச்சுவதா?'' என்று கூறியவாறு காளாமுகர் அவனுக்குச் சிறிது தொலைவிலே நின்றார்.

இதைக் கூறும்போது காளாமுகர் தன் கூர்மையான விழியால் பல்லவேந்திரனை ஊடுருவிப் பார்த்தார். பார்த்தி பேந்திரன் சீறினான். தன் வாளை, காளாமுகரை நோக்கி நீட்டி, ''யார் நீ என்று கேட்ட கேள்விக்கு மறுமொழி சொல்லாமல் என்னென்னவோ பேசுகிறாயா? உன்னை என்ன செய்கி றேன் பார்'' என்றவுடன் காளாமுகர் தன் கையிலிருந்த சூலாயுதத்தால் மிக எளிதாகப் பார்த்திபேந்திரன் வாளைத் தட்டி, ''தளபதியாரே! இவ்வளவு அவசரம் கூடாது. நானும் உங்கள் கட்சியைத் சேர்ந்தவன்தான். என்னதான் பல்லவர்கள் எங்கள் சமயத்தை வெறுத்தாலும் உங்களுடைய வளநாடு சோழரிடம் அடிமைப்பட்டிருப்பது எனக்குத் துளி கூடப் பிடிக்கவில்லை. ஓர் ஊரும், ஒரு நாடுமின்றி அலைந்துவரும் என்னைப் போன்றவர்கள் குறிப்பிட்ட விஷயத்தில் ஈடுபடு கிறார்களென்றால், அதில் முக்கியம் இருக்குமென்று நினைக்க லாம். நீர் ஆயுதங்களைக் கொண்டு சேர்ப்பது எனக்குப் பல நாட்களாகத் தெரியும்'' என்று அவர் கூறியவுடன் பார்த்தி பேந்திரனுக்குச் சிறிதளவு நடுக்கம் ஏற்பட்டது. தன் வாளை உறையிலிட்டு குரலில் முன்பு இருந்த கொடுமையைச் சிறிது தாழ்த்தி, ''நீ யார்? உமக்கு இதெல்லாம் எப்படித் தெரியும்? அவற்றைக் கூறினால்தான் நான் உங்களுடன் பேசமுடியும்'' என்றான்.

''அடடா, தளபதியாரே! அப்படியெல்லாம் சொல்வது நியாயமா? என்னுடன் பேசாமல் போவதென்றால் போங்க ளேன். நான் தடுக்கவில்லை. எனக்கு ஏதும் நஷ்டமில்லை. நஷ்டமடையப் போவது தாங்கள்தான். உங்களுடைய

சுதந்திர பல்லவ அரசு ஏற்படுத்தும் திட்டத்தில் என் ஒத்துழைப்பு கிடைக்காமல் போவதால் எனக்கா நஷ்டம்?''

பார்த்திபேந்திரனுக்குத் தர்ம சங்கடமாயிற்று. யாரும் அறியாவண்ணம் செய்து வந்த இச்செயலை இந்தக் காளா முகர் எப்படி அறிந்தார்? நம்மைப் பின்தொடர்ந்து நம் காரியத்தை கவனிக்கப் பழுவேட்டரையர் ஒருவேளை இந்தக் காளாமுகரை நியமித்திருப்பாரோ?

பார்த்திபேந்திரனின் குழப்பத்தைக் கண்டு காளாமுகர் அவனைச் சற்று நெருங்கி மிகவும் நெருங்கி உறவு கொண்டாடு பவர்போல், ''பார்த்திபேந்திரா! உமது மனக் குழப்பம் நியாயமானதே. இவ்வளவு ரகசியமான திட்டத்தை மூன்றாவது மனிதரொருவர் அறிந்து விட்டாரென்று பயம் இருக்கலாம். உங்களுக்கு அந்தக் கவலை வேண்டாம். நான் யாருடைய ஒற்றனுமல்லன். பாண்டிய நாட்டைச் சேர்ந்த வன். ஆனால், இங்கு நடக்கும் ஒவ்வொரு காரியத்தையும் நானறிவேன். ஆதித்த கரிகாலர் கொலையுண்டபோது பெரிய பழுவேட்டரையர் எங்களுடைய தோற்றத்தில் வந்து சில உண்மைகளைக் கண்டு பிடித்ததனால், காளாமுகர்களைக் கண்டாலே சிறிது காலத்திற்கு நாட்டில் வெறுப்பு இருந்து வந்தது. அப்போது நானும் என் இனத்தவரும் பாண்டி நாடு சென்றுவிட்டோம. பாணடிய நாடடில் அமரபுஜஙகன படை திரட்டுகிறார்'' என்றார்.

காளாமுகர் இவற்றைக் கூறி வரும்போது, காளாமுகர் எல்லாம் அறிந்தவர் எனப் பார்த்திபேந்திரன் முடிவு செய்து விட்டான். அவரை எளிதில் விட்டுவிடக் கூடாது; அவரிட மிருந்து பல செய்திகள் அறியவேண்டும் எனும் நோக்கத் துடன், ''பாண்டியன் படை திரட்டுகிறாரா? ஐயோ பாவம்!'' என்றான்.

''ஏனய்யா அப்படிச் சொல்லுகிறீர்கள்?'' என்றார் காளாமுகர்.

''இல்லை; சோழ சாம்ராஜ்யத்தின் மீது மோதி மோதி வீணே உயிரிழக்கிறார்களே பாண்டியர்கள் என்றுதான் அனுதாபப்பட்டேன்..''

''உங்களை ஒன்று கேட்கலாமா? கோபப்பட மாட்டீர்களே? உங்களுக்கும் அந்த வாதம் பொருந்து மல்லவா?''

பார்த்திபேந்திரன் மறுமொழி பேசவில்லை. தன் களங்கம் அறிந்த அந்தக் காளாமுகருடன் பேசி வெல்ல முடியாது என்ற முறையில் ''ஐயா, காளாமுகரே! உமது பாண்டிய நாட்டுப் பக்திக்கு மகிழ்கிறேன். அதனால் எனக்கு என்ன ஐயா பலன்?'' என்றான்.

''பலனா? அதைக் கூறி, அதுபற்றிப் பேசத்தானே இங்கு வந்திருக்கிறோம்?''

''வந்திருக்கிறீர்களா? இன்னும் யார்?''

காளாமுகர் சற்றுக் கனைத்து, ''பாண்டிய அமைச்சரே! சற்று வெளியே வாருங்கள். தங்களைச் சோழ நாட்டுத் தளபதி இல்லை இல்லை சுதந்திரப் பல்லவ சாம்ராஜ்ய மன்னர் பார்க்க விரும்புகிறார்'' என்று ரவிதாசன் மறைந்திருந்த இடம் நோக்கிக் கூப்பிட்டார். ''ரவிதாசா, ரவிதாசா'' என்ற அவருடைய மாற்றுக் குரல் அந்த வானந்தரப் பிரதேசங்களில் எதிரொலித்தது.

பார்த்திபேந்திரனுக்கு உள்ளத்தில் ஏற்பட்ட நடுக்கம் போகவில்லை. காளாமுகர் பார்த்திபேந்திரனை நெருங்கி, ''பார்த்திபேந்திரரே! கவலை கொள்ளாதீர்கள். உம்முடைய திட்டம் ரவிதாசன் மூலம் வெளியே தெரிந்துவிடாது என்று நான் உறுதி கூறுகிறேன். அவனுக்கு ஏனோ உங்களை நேரே சந்திக்கப் பிரியமேற்படவில்லை. ஒரு வேளை பயமாயிருக்க லாம். வீரபாண்டியர் தலையைக் கொய்து ஆதித்த கரிகாலர் பந்தாடிய போது அவருக்கு உறுதுணையாக நீங்களும் இருந் தீரல்லவா? அந்தக் கோபமாயிருக்கலாம். அல்லது ஆதித்த கரிகாலர் கொலையில் சம்பந்தப்பட்டவன் ரவிதாசனென்பது நீங்கள் அறிந்ததாயிற்றே, அதனால் ஏற்பட்ட பயமாயிருக்க லாம். அவற்றை நான் போக்கிவிடுகிறேன். பைத்தியக்காரன்! ஆதித்த கரிகாலரைக் கொன்றதற்காக நீங்கள் வேறொரு வருக்குத் தண்டனை வாங்கிக் கொடுத்துவிட்டது ரவி தாசனுக்குத் தெரியாது போலும்! நான் சொல்கிறேன். நாம்

அடிக்கடி சந்தித்து நிறைய பேசவேண்டும்'' என்று மடமடவென்று பேசினார். பார்த்திபேந்திரனுக்குச் சப்த நாடியும் ஒடுங்கி விட்டதென்றே சொல்லலாம். தன்னைப் பற்றி முழுமையும் அறிந்து வைத்திருக்கும் காளாமுகரைக் கண்காணாத இடத்தில் சிறையிலடைத்துவிட வேண்டும்; அல்லது அவருடன் நெருங்கிப் பழகி உயிர் நட்பினராகி விடவேண்டும். இரண்டிலொன்றை யோசித்து முடிவு செய்ய எண்ணிப் பார்த்திபேந்திரன் காய்ந்திருக்கும் தன் தொண்டையைச் சிறிது ஈரப்படுத்திக் கொண்டு, ''ஐயா காளாமுகரே! நாளை கழித்து மறுநாள் என் அரண்மனையிலேயே சந்திக்கலாமே!'' என்றான்.

''பல்லவேந்திரர் அரண்மனையில் காவல் அதிகமா யிருக்குமோ அல்லது பொன் மாளிகையில் நுழைவதைப் போல் நுழையலாமா?'' என்று காளாமுகர் கேட்டார். சட்டென்று பார்த்திபேந்திரன் காளாமுகரை நோக்கி, ''அப்படியென்றால் பொன்மாளிகைக்குள் சிறிது நாட்களுக்கு முன்பு நீங்கள் எவரும் அறியாவண்ணம் நுழைந்தீர்களா? அநிருத்த பிரம்மராயர் பார்த்ததாகக் கூறினார். அவரிடம் சற்று எச்சரிக்கையாயிருங்கள்'' என்று கூறினான், பார்த்திபேந்திரன்.

''எனக்கு எவரிடமும் பயம் இல்லை. நீங்கள் சற்று எச்சரிக்கையாயிருங்கள். மறந்துபோய் எதையாவது அநிருத்தரிடம் சொல்லிவிடப் போகிறீர்'' என்றார் காளாமுகர்.

குறிப்பிட்ட நாளன்று காளாமுகர் தன் அரண்மனைக்கு வரும்போது அவரைத் திடீரென சிறைப்பிடித்து விடத் திட்டமிட்டிருந்தான் பார்த்திபேந்திரன். அவரைக் கண்காணாச் சிறையில் தள்ளிவிட்டுத் தஞ்சைக்குப் போகத் திட்டமிட்டிருந்தான்.

குறிப்பிட்ட நாளன்று காளாமுகர் வருகையை எதிர்பார்த்திருந்த பல்லவேந்திரன் இடையில் எங்கோ வெளியே சென்று திரும்பி வரும்போது அரண்மனை வாயிலில் பல்லக்கொன்று நிறுத்தப்பட்டிருப்பதைக் கண்டான். உள்ளே நுழைந்தபோது நடுக்கூடத்தில் அநிருத்தர் கம்பீரமாக அமர்ந்திருந்தார்.

இந்தச் சமயத்தில் காளாமுகர் வந்துவிடப் போகிறாரே என்ற பயத்திலும் ஏமாற்றத்திலும் ஓர் அசட்டுச் சிரிப்புடன் பார்த்திபேந்திரன் அநிருத்தரை வரவேற்றான். காளாமுகர் எச்சரித்திருந்தது அவன் காதுகளில் ஒலித்த வண்ணமிருந்தது. அநிருத்த பிரம்மராயரே பேச்சைத் தொடங்கினார்.

"காஞ்சியை விட்டுப் புறப்பட்டுத் தஞ்சைக்குச் செல்கிறேன். மதுராந்தகரைச் சந்தித்துப் பல காலமாகிறது. போகுமுன் தங்களைக் கண்டு செல்ல வந்தேன். செல்லும் வழியில் திருக்கோவிலூர் மலையமானையும் சந்திக்க விருப்பம். தில்லைச் சிற்றம்பலத்திற்கு நம்பியாண்டார் நம்பி வருகிறாராம். அவருக்கு அப்பர், சுந்தரரர், சம்பந்தர் பாடிய தேவாரப் பதிகங்கள் எழுதப்பட்ட சுவடியை எப்படியாவது கண்டுபிடித்துவிட வேண்டும் எனும் ஆவல். அவரையும் தரிசித்துச் செல்லலாம் எனும் எண்ணம். அத்வைதத்திற்கும் சைவ சித்தாந்தத்திற்கும் வேற்றுமை இருந்தாலும் அறிவுக்குத் தலை வணக்கம் செய்ய வேண்டுமல்லவா? சைவசமயக் குரவர்கள், பல்லவ சாம்ராஜ்யம் செழிப்பாக இருந்த காலத்தில் தானே அற்புதமான பதிகங்களைப் பாடினர்?"

அநிருத்தர் ஏதேதோ பேசிக் கொண்டு போவதையும் அவன் கவனம் அப்போது அங்கில்லாததையும், அவன் தெரிவிக்க விரும்பி, "ஐயன்மீர்! நானும் இன்னும் சிறிது நேரத்திற்கெல்லாம் தஞ்சைக்குக் கிளம்புகிறேன்.." என்றான்.

"மிகவும் நல்லதாகப் போயிற்று. நான் போவதற்கு முன்பு நீங்கள் தஞ்சைக்குச் சென்றுவிட்டால் அரசரிடம் நான் விரைவில் வருகிறேன் என்று சொல்லுங்கள்" என்று கூறிவிட்டு அங்கிருந்து பிரம்மராயர் தன் கைத்தடியை டக்டக்கென்று ஊன்றியவாறு புறப்பட்டார்.

பார்த்திபேந்திரன் ஆவலுடன் காளாமுகரை எதிர்பார்த்தவாறு இருந்தான். வெகுநேரங்கழித்துப் பார்த்திபேந்திரனுடைய ஒற்றன் ஒருவன் காளாமுகரொருவரைக் காஞ்சி மாளிகைக்கருகே கண்டதாக வந்து கூறினான். அவருடன் மற்றொருவரும் இருந்ததாகக் கூறியது கேட்ட பார்த்திபேந்திரனுக்கு குழப்பமாக இருந்தது.

அத்தியாயம் 19
வேளை வந்தது!

குந்தவையும், அருண்மொழியும் கலகலவென நகைத்தார்கள். வானதியும் அந்தக் கலகலப்பில் சேர்ந்து கொண்டாள். கீழே நடுக் கூடத்தில் அமர்ந்திருந்த கல்யாணிப் பாட்டியின் காதுகளில் அந்த ஒலி விழுந்திருக்க வேண்டும். அப்படியொரு கலகலப்பு அந்த மாளிகையில் இருப்பதையறிந்து கல்யாணி தேவி அதிசயித்தார்கள்.

ஏன்குந்தவைக்கே வியப்பாயிருந்தது. அந்தப் பொன் மாளிகை தோற்றத்தில் பளபளப்பாயிருந்ததேயன்றி, மாளிகையின் 'உள்ளத்தில்' கலகலப்பு இல்லை. இன்று அந்தக் கலகலப்பு அடங்கிவிட்டது. குந்தவை வானதியின் முகத்தை நோக்கினாள். நேற்றுக் கண்ட வானதியா அவள்! பசலை படர்ந்த உடலுடன் கூடிய வானதியா அவள்?

திடீரென ஒரு கணத்தில் வியப்பேற்படும் வகையில் அவள் மாறிவிட்டாளே! அவள் வதனத்தில் புதுச் சோபை ஏற்பட்டு விட்டதே! அவள் மேனி பளபளக்கிறதே! பாவம்வானதி! அவள் எப்படித்தான் பிரிவாற்றாமையைத் தாங்கினாளோ! தாயற்ற அந்தப் பெண் தனக்குப் பரிவளிப்பவரின்றி இது வரை எப்படிப் பொறுத்திருந்தாளோ? அவளுக்கும் விடிவு வந்து விட்டது. அவள் வேதனையைத் தீர்க்க அருண்மொழி வந்துவிட்டான். அவன் பொருளை அவனிடம் ஒப்படைத்து விட்டோம். கால வரையறையின்றி வேதனைக் கடலில் தத்தளித்திருந்த இதய ஓடத்திற்குக் கரைசேர வழி காட்டி விட்டோம். அது என் கடமை. அவளிடமிருந்து அவள் தலைவனைப் பிரிக்க நானொரு காரணம். இப்போது நானே சேர்த்துவிட்டேன்.

"அக்கா! இது போன்ற உயிர்ச் சிரிப்பு கேட்டுப் பல காலமாகிறது. அதிலும் தங்களைப் போன்று வேதனைச் சுமையை அழுத்தி வைத்திருப்பவர்களிடமிருந்து கவலை யற்ற சிரிப்பு எப்படி வருகிறது?" என்று அருண்மொழி கேட்டான்.

"சிரிப்பதற்கென்ன? சிரிப்பும், முறுவலும் மகிழ்வும் தானே வேதனை தீர்க்கும் மருந்து? இந்தப் பிரபஞ்சத்தைச் சரிவர நடத்த வேண்டிய பெரும் கடமை கொண்டுள்ள அந்தக் குஞ்சிதபாதன் முகத்தைப் பாரேன். குமிழ்ச் சிரிப்பு அரும்பி நிற்கவில்லையா? எனக்கு மட்டுமா வேதனை? பார்க்கப் போனால் எனக்கு எந்தவித வேதனையுமில்லை. என்னைப் போன்ற எத்தனையோ பெண்களின் கதைகளை நான் கேட்டிருக்கிறேன். திலகவதியாருக்கும், காரைக்காலம்மை யாருக்கும் வராத துன்பமா? அவர்கள் கவலை நிறைந்தா வாழ்ந்தார்கள்?"

"அக்கா! நீங்கள் இப்பொழுது நன்றாகப் பேசக் கற்றுக் கொண்டு விட்டீர்கள்."

"பேச்சா? பேசவே வேண்டாம் என்பதே என் விருப்பம். பேசாத நாளெல்லாம் பிறவாத நாள் என்று மகான் ஒருவர் கூறியுள்ளார். அப்படிப் பேசாமல் இருந்து விட்டால் இன்னும் இந்த மண்ணில் எத்தனை காலம் வாழ நேரிடுமோ என்பதற் காகவே பேசுகிறேன், பேசுகிறேன் அப்படிப் பேசுகிறேன். நான் மௌனமாயிருந்தாலும் வானதியால் சும்மாயிருக்கவே முடியாது" என்றாள் குந்தவை. மீண்டும் மெல்லச் சிரிப்பு.

"அக்கா! அப்படிப் பார்த்தால் வாணர்குல வீரர்தாமே நீண்ட நாள் வாழ்வார்? அவர் எங்கே யாருடன் பேசப் போகிறார்?" என்றால் வானதி.

குந்தவை அந்தப் பேச்சின் போக்கைச் சட்டென மாற்ற விரும்பி, "இப்படியே நாம் பேசிக்கொண்டே போனால் இன்றைய இரவைச் சிவராத்திரியாகவே கழிக்கலாம். அடி வானதி! அவன் எப்போது உணவுண்டானோ? உனக்குத் தான் அவனைப் பார்த்தவுடன் பசி, தாகமெல்லாம் போய் விட்டன. பாவம், எப்படிப் பசியுடனிருப்பான்? அதற்கு நான் பொறுப்பாளியாக வேண்டாம். முதலில் அவனுக்கு உண வளிக்கும் வேலையைக் கவனி" என்றவுடன் அருண்மொழி குறுக்கிட்டு மெல்ல வானதியைக் கடைக் கண்ணால் பார்த்த படி, "அக்கா! இன்றைய இரவை இப்படியே பேசிக் கழிக்கலாமே! நான் நாகைப்பட்டினத்தில் புறப்பட்டது முதல்

இங்கு வந்து சேர்ந்தது வரை கூறுகிறேன். முக்கியமாக ஒன்று என் இதயத்தில் இத்தனை ஆண்டுகளாக இருப்பதையும் கூறிவிட வேண்டும். வானதியும் அவற்றைக் கேட்கலாம்" என்று கூறியபோது குந்தவை சட்டென்று எழுந்து, "தம்பி! மிக நன்றாயிருக்கிறது. கதை சொல்லப் போகிறாயா கதை? எனக்கு இப்போது எந்தக் கதையும் வேண்டாம். நீ எங்கே போய்விடப் போகிறாய்? நான்தான் எங்கே போய்விடப் போகிறேன்? மெதுவாகக் கேட்டுக் கொள்கிறேன். உன்னோடு எத்தனை எத்தனையோ பேச வானதி துடித்துக் கொண் டிருப்பது எனக்குத் தெரியும். பத்தாண்டுகளாக அவளைப் பிரிவாற்றாமையில் ஆழ்த்திய நான் இன்னும் அந்தப் பாவச் சுமையை ஏற்க விரும்பவில்லை. உன் பிரதாபங்களை வானதியிடம் கூறு. உன் சாகசத் திறமைகளை உன் சரிபாதி உடலிடம் கூறு. வானதி பிறகு எனக்குக் கூறுவாள். தம்பி! உன்னை எதிர்பார்த்து ஏக்கத்தின் உச்ச நிலைக்கே நாங்கள் வந்துவிட்டோம். சகோதர பாசத்தால் வரும் ஏக்கம் வேறு; தன் உயிரையே உன்னிடம் ஒப்படைத்திருக்கும் வானதியின் ஏக்கம்வேறு. அவள் இதயத் துடிப்பை நீ அறிய வேண்டாமா? இன்னும் மூன்று நாட்கள் கழித்துத்தானே நீ காளாமுகரைச் சந்திப்பதாகக் கூறியிருக்கிறாய்? அந்த மூன்று நாட்களுக்கும் உனக்குக் கடுங்காவல் தண்டனை விதித்திருக் கிறேன். இது என் மாளிகை. இங்கிருந்து நீ எங்கும் நகரக் கூடாது. உனக்கு மெய்க்காவலாக வானதியை நியமித்திருக் கிறேன். மூன்று நாட்களுக்குப் பிறகு உனக்குள்ள கடமை களை நிறை வேற்றுவதற்காகவாவது நீ என் தண்டனையை ஏற்றுக் கொள்" என்றாள்.

கயிலாய நாதர் ஆலயத்து மணியோசை காற்றில் மிதந்து வந்தது. 'ஆம், ஆம்' என்று குந்தவையின் சொல்லை ஆமோதிப்பது போன்றிருந்தது. கீழே இருந்து கல்யாணிப் பாட்டியின் குரல் கேட்டது. "குழந்தாய், குழந்தாய்" என்று அவர்கள் பல முறை கூப்பிட்டுவிட்டார்கள். அந்த மாளிகை யில் அன்று மாலையினின்று ஏற்பட்டிருக்கும் கலகலப்பின் காரணம் அவளுக்குப் புரியவில்லை. யார் யாரோ வந்தார்கள். நேரம் ஆகியும் மேன்மாடத்தினின்று வானதியும் குந்தவை யும் கீழே வரவில்லை. மனுநீதிச் சோழனைப் பற்றிய

கதையை வானதிக்குக் கூற அன்று கல்யாணிப் பாட்டிக்கு எண்ணம்.

"அதோ, பாட்டியார் கூப்பிடுகிறார்கள். தம்பி! நீ வந்திருப்பது ஒருவருக்கும் தெரியாது. பாட்டிக்குக் கூடத் தெரியாது. நான் வருகிறேன்" என்று கூறிவிட்டு, வானதி யிடம் நெருங்கி, "வானதி! நீ பெரும் பாக்கியசாலி, இன்று நன்னாள். உன் தவம் பலிக்கும் நாள். உன் தலைவனை உன்னிடம் ஒப்படைத்து விட்டேன். இனி கட்டிக் காப் பாற்றும் பொறுப்பு உன்னுடையது. சோழ சாம்ராஜ்யத்து இளைய ராணியே! இளவரசரின் திக் விஜயச் செய்திகளை ஒன்று விடாமல் கேட்டு வந்து எனக்குக் கூறு. நான் வருகிறேன்" என்று கூறிச் சட்டென வானதியின் கரங்களை எடுத்து அருண்மொழியின் கரங்களோடு சேர்த்து வானதியின் கன்னத்தை மெல்லத் தடவி, தன் இதழ்களில் அக்கரத்தை முத்தமிட்டு அங்கிருந்தகன்றாள்.

வானதிக்குத் தாயின் நினைவு வந்துவிட்டது. அவளிடம் எழுந்த பலவித உணர்ச்சிகளும் ஒன்று கலக்கவே அவள் கண்களில் நீர் அரும்பியது. அக்கா என விம்மினாள். குந்தவை திரும்பிப் பாராமல் அந்த இடத்தின் கதவைச் சாத்தி வெளிப்புறம் தாழிட்டாள்.

கண்ணீர் விட்டு விம்மும் வானதியை அருண்மொழி மெல்ல அணைத்து அவள் கண்களைத் துடைத்து, "வானதி! ஏன் அழுகிறாய்? உன்னைத் தனியே விட்டுப் போய் விட்டாளே எனும் வருத்தமா?" எனக் கேட்டான்.

சட்டென வானதி கண்களைத் துடைத்து நனைந்திருந்த இமையைப் படபடவென சிறகுபோல் அடித்து, "இல்லை வருத்தமொன்றுமில்லை. இளைய பிராட்டியாரின் வாஞ்சை எனக்குத் தாயின் அன்பை நினைவுபடுத்திற்று. எனக்காக அவர்கள் வேதனையுற்றதை நினைக்கும்போது கண்ணீர் என்னையறியாமலேயே பெருகிற்று" என்றாள்.

"அக்காவின் அன்புக்கு ஈடு, இணையே கிடையாது. எனக்குத் தாயிருந்தாள். ஆனால் அவளிடம் நான் வளர வில்லை. என் பாட்டியாரும், அக்கையாரும் அன்புடன் வளர்த்தார்கள். முக்கியமாக அக்கையாரின் அன்பும், கனிவும்

தான் என்னை இப்படி வளர்த்தன. பத்து வருடங்களாய் நான் அவர்களை நினைக்காத நாளே கிடையாது.''

"ஓகோ! அதற்குக்கூடப் பொழுதிருந்ததா? நாகைப் பட்டினத்திலிருந்து புறப்பட்டு நடுக்கடலில் செல்லும் போதே யாரோ உங்களுக்கு மறதி மருந்தைக் கொடுத்து விட்டார்கள் என நினைத்தேன்'' என்றாள் வானதி.

அருண்மொழி வானதியின் கன்னத்தைச் செல்லமாகக் கிள்ளி, "அடி கள்ளி! இப்படிப் பேச யார் கற்றுக் கொடுத்தார்கள்? என்றும் உன் நினைவுதான். உன்னை நினைக்காத நேரமே கிடையாது'' என்று கூறிய அருண்மொழி, மரக்கலம் நாகைப்பட்டினத்தினின்று புறப்பட்டது முதல் முல்லைத் தீவை அடைந்தது வரையில் கூறினான்.

வானதி அவற்றைக் கேட்டவாறு அருண்மொழியின் மடியில் சாய்ந்தாள். அருண்மொழி அவளது கேசத்தை வருடியவாறு அவள் கண்கள் துயிலின் அணைப்பிற்குத் தவிப்பதைக் கண்டு, "பொழுது விடியும் வரை நாம் இப்படிப் பேசிக்கொண்டிருப்பது இளைய பிராட்டியாருக்குத் தெரிந்தால் கோபிப்பார்கள்'' என்றான்.

வானதி மெல்ல நகைத்தாள். அந்தச் சிரிப்பு எங்கோ தடாகத்தில் மெல்ல மலரும் மலர் போன்றிருந்தது. அருண் மொழியின் கண்களும் சுழன்றன.

மறுநாள் பொழுது புலர்ந்ததும் வானதி, அருண்மொழி முகங்காண வெட்கி, கீழிறங்கிச் சென்றாள், பணிப்பெண்கள் சுறுசுறுப்பாகப் பணியாற்றிக் கொண்டிருந்தனர். நறுமணப் பொருள் நிறைந்த வெந்நீர்ப் பாத்திரத்தை இரு பெண்கள் சுமந்து மேல் மாடம் சென்றனர். காலை உணவைக் கொணர்ந்து குந்தவை அளித்தாள். குந்தவை ஏதும் பேச வில்லை; மேல் மாடத்தில் அதிக நேரம் நிற்கவும் இல்லை. வானதி புத்தாடை அலங்காரத்துடன் சென்றாள். அவளுடைய ஆசையெனும் மலரை மூடியிருந்த கூச்ச மெனும் பனித்திரை விலகியது.

குந்தவையின் விருப்பதிற்கிணங்க அன்று பொழுது சாய்ந்ததும் வானதி வீணையை எடுத்து மீட்டினாள்.

வீணையின் நாதம் மெல்லப் பரவியது. அவன் பெருமூச்சு விட்டான். முல்லைத் தீவிலே இப்படித்தானே இன்பவல்லி பூர்ணிமை நாளன்று அற்புதமாக யாழுடன் இணைந்து பாடினாள்! அவள் நினைவு அழியாததாயிற்றே! அவளுக்குக் கொடுத்த வாக்கு அந்த அடையாள ரத்தினக் கல்லைப்போன்று ஒளி மங்காததாயிற்றே. இன்பவல்லி எங்கே இருக் கிறாளோ...? நேற்றே வானதியிடம் அவளைப் பற்றிக் கூறியிருக்க வேண்டும்.

இருளடர்ந்ததும், பின் நிலவாதலால் சந்திரன் உதய மாகவில்லை. இருண்ட வானத்தில் எண்ணற்ற நட்சத்திரங் களைப் பார்த்தவாறு வானதி அமர்ந்திருந்தாள். சிறு குழந்தை போல் அவள் மடியில் தலை வைத்து அருண்மொழி படுத்து ஏதோ சிந்தனையிலாழ்ந்திருந்தான். திடீரென அவன் வானதியை நோக்கி, "முல்லைத்தீவை பற்றி நான் சொல்லி நேற்றுப் பாதியில் விட்டு விட்டேனே, அங்கே இருந்த மூன்று நாட்களும் எனக்கு உன் நினைவே தான்" என்றான்.

வானவெளியின்று தன் கவனத்தை மண்ணுலகிற்குக் கொண்டுவந்த வானதி, "அப்படியா? அந்த மோகனத் தீவிலும் இந்த ஏழையின் நினைவு தங்களுக்கு இருந்ததா? நினைவு எப்படி வந்தது? அந்தத் தீவின் அற்புத மாளிகையில் வீற்றிருக்கும்போது நான் உங்களருகே இல்லையே என எண்ணினீர்களா?" என்று கேட்டாள். அவளுடைய மூச்சு அருண்மொழியின் முகத்திலேயே தென்றலைவிட இனிமையாகப் பரவியது.

அனிச்ச மலரைவிட மென்மையான அவளது கரங்கள் அவன் நெற்றியிலே தவழும்போது அவன் பழைய நினைவிலே இன்னும் இன்னும் அமிழ்ந்தான். அவன் கண்களை மூடியவாறு "அந்தத் தீவிலே மாளிகை கிடையாது. எல்லாம் மண்குடிலே. எழில் மகளின் முழு அருள் பெற்றிருக்கும் அந்தத் தீவிலே கடற்கரை வெண்மணற் பரப்பிலே வானத்தில் முழுமதி குதித்துக் கொம்மாளம் போடும் வேளையிலே கரங்கொட்டி அலைக்கடல் கூத்தாடும் சூழலில், நான் இதே போன்று வானத்தைப் பார்த்திருந்தேன். அப்போது நான் தனிமையாக இருக்கவில்லை, உன்னுடன் இருப்பது போன்றே உணர்ந்தேன்."

"ஓகோ!"

"என்னருகே இருந்து நீ யாழை மீட்டி இன்னிசைப் பண்பாடினாய், பிறகு அதையொட்டி அற்புத நடனம் ஆடி காட்டினாய்."

"நானா?"

"ஆம்; எத்தனையோ வித நடன பாவங்களைக் கண்டேன். இருவரும் கைகோர்த்து மேகமண்டலத்தில் சஞ்சரித்தோம். இந்திரனுடைய வெள்ளை யானை வந்து துதிக்கையால் எங்களைத் தூக்கி மதி மண்டலத்திலே இறக்கியது. ஒரு நாள் அந்தத் தீவைவிட்டு நான் புறப்படும்படி நேர்ந்தது."

"நீங்கள் இப்போது கவிதை பேசுகிறீர்களா?"

"ஆம் வானதி! காவிய உலகில் சஞ்சரிக்கிறேன். பல வருடங்களுக்கு முன்பு நடந்த அந்த இனிய நிகழ்ச்சிகளை நினைவுபடுத்திக் கொண்டு தலை தூக்க முயலும் துன்ப உணர்ச்சியை அடக்க முயல்கிறேன். நான் சொல்வதைக் கேட்கும்போது உனக்கு என்மீது வருத்தம் ஏற்படலாம். கோபம் உண்டாகலாம். இருந்தாலும் நான் சொல்வதை நீ கவனமாகக் கேட்க வேண்டும்."

"கோபமா? எனக்கு ஏன் கோபம்? கோபங் கொள்வதால் உங்கள் இதயத்தை வேதனைப்படுத்த வேண்டுமா? நீங்கள் அப்படி என்ன செய்திதான் சொல்லி விடுவீர்கள்? எதையும் தாங்குமளவுக்கு நான் இதயத்தை உறுதிப்படுத்திக் கொண்டு விட்டேன்."

"வானதி! எதையும் தாங்கும் இதயம் நாட்டு இளவரசிக்கு மிகத் தேவையானது தான். வெற்றிகளையும் தோல்விகளையும் காணப்போகும் உனக்கு அந்த மனப்பாங்கு தேவைதான். நான் சொல்லப் போகும் செய்தியால் நீ வருத்தமடையவில்லையென்றால் நான் மிகப் பாக்கியசாலி தான்" என்று முல்லைத் தீவில் இன்பவல்லியுடன் தனக் கேற்பட்ட அனுபவத்தையும், அவள் கூறிய கதையையும் ஒன்று விடாமல் தெரிவித்தான். இடையில் வானதியிட மிருந்து பெருமூச்செழும். அவள் மார்பு விம்மித் தணியும்.

விழியின் கடைக் கோடியில் நீர் அரும்பும். அது மங்கிய ஒளியில் முத்தினைப் போன்று தோன்றும்.

“வானதி! முல்லைத் தீவினின்று விடை பெற்றுக் கொண்டு கலம் ஏறினேன். மீண்டும் வந்து சந்திப்பதாக உறுதி கொடுத்துச் சென்றேன். அவளுடைய தந்தை சாதாரணமான வரல்லர். அரச குலத்தவர், அவரை எப்படியும் கண்டுபிடித்து விடுவதாயும் வாக்களித்திருந்தேன். நான் அரச குமாரனென் பது அவளுக்கும், அவளுடைய வளர்ப்புத் தந்தைக்கும் தெரியாது. அவர்கள் என்னை நம்பினார்கள். நானும் முல்லைத் தீவிற்குத் திரும்பி வந்து இன்வல்லியைச் சோழ நாட்டிற்கு அழைத்து வருவதாகவே முடிவு செய்திருந்தேன். அவளுடைய அபிநய முறைகள் என்னைக் கவர்ந்திருந்தன. இயற்கையாக அவளுக்குக் கை வந்திருந்த தெய்வீக நடனத் தோற்றங்களில் நான் பெரிதும் ஈடுபட்டு விட்டேன். என் இதயத்தில் பல காலமாக ஊறிக்கிடக்கும் ஓர் உணர்ச்சியை அவள் தட்டி எழுப்பினாள். ஈழத்தில் நான் போரில் ஈடுபட்டுச் சுற்றுகையில் அற்புதமான புத்த விகாரைகளைக் கண்டிருக் கிறேன். நெடிதுயர்ந்து விளங்கும் புத்தபிரானின் சிலைகள் என் நெஞ்சில் அழியாது புகுந்தன. வண்ண ஓவியங்கள் பல என்னைக் கவர்ந்தன. சோழ நாட்டின் என் மூதாதையர்கள் எல்லாரையும் விட ஏதாவது அற்புதமொன்று செய்ய வேண்டும் எனும் எண்ணக் கரு அப்போதே விதைக்கப் பட்டு விட்டது. அது நாளாக ஆக வளர்ந்தது, சோழ நாட்டிலிருந்த வரை இங்கு நடந்த குழப்பங்களால் அதன் வளர்ச்சி தடைப்பட்டது. கடல் கடந்து போனபோது அந்த எண்ணம் மிகப் பெரிதாக வளர்ந்தது, சாவகத்திலும் ஸ்ரீவிஜயத்திலும் நான் கண்ட கோயில்களும், கோயில் களிலுள்ள பிரமாண்டமான சிலைகளும் என் ஆவலைத் தூண்டின. இன்பவல்லியின் கலை ஆர்வத்தைச் சிறந்த முறையில் பயன்படுத்த வேண்டும் என்று உறுதி செய்து கொண்டேன்.”

“ஆனால் என்னால் குறிப்பிட்ட காலத்தில் திரும்ப முடியாமல் போய்விட்டது. நான் வெகுதூரத்துக்கு வெகுதூரம் சீன நாட்டிற்குள் சென்றுவிட்டேன். அங்கே நான் கண்ட வற்றையும், கேட்டவற்றையும், அனுபவித்தவற்றையும் இப்போது கூறுவதால் நான் சொல்லவந்தவை மறைந்து

போகும்; மறந்தும் போகலாம். அவற்றைப் பிறகு சொல்கிறான். சோழநாடு திரும்பவேண்டும் எனும் தணியா ஆவல் ஏற்பட்டவுடன் எப்படியோ புறப்பட்டுவிட்டேன். முல்லைத் தீவிற்கு வந்து இன்பவல்லியைச் சந்தித்து அவளுடன் புறப்படத் திட்டம் தீட்டினேன். அவளது கலைப் புலமையைக் கொண்டு தக்க இடத்திலே ஓர் சிற்பக்கூடம் அமைத்து, அதில் அவளது ஒப்பற்ற நடனத் தோற்றங்களைச் சிற்பங்களாக அமைக்கும் என் எண்ணத்தை அவளிடம் தெரிவிக்க விரும்பினேன். எனது உண்மையான தோற்றத்தை அவளிடம் தெரிவித்து விடவே ஆசை கொண்டேன். சோழ நாட்டு அரசகுமாரன் நான் என்பதை அவள் அறியும் போது அவள் எப்படி ஆச்சரியப்படுவாள் என்பதைக் கற்பனை செய்து கொண்டேன். என் பெயர் அருண்மொழி என்றும், நான் தான் அடுத்து சோழ அரியணையை அடையப் போகிறவன் என்பதையும் தெரிவிக்கும் போது அவள் எவ்வித வியப்பால் பூரித்துப் போவாள் என்பதை மனத்திலே கற்பனை செய்து கொண்டேன். எல்லாவற்றிற்கும் மேலாக நான் அவளிடம் ஒரு பெரும் பாக்கியசாலி என்பதையும் என்னை மணந்திருப்பவள் கொடும்பாளூர் நாட்டு அரசகுமாரி வானதி தேவி என்பதையும், அவள் மிக மிக அழகி என்பதையும் அவளுக்கு இசை, நாட்டியம் ஆகியவற்றைக் கற்றுக் கொடுக்க வேண்டும் என அவளிடம் கேட்பது என்றும் முடிவு செய்து கொண்டேன். எனக்குத் திருமணம் ஆகி விட்டது என்பதை கேட்கும்போது அவளுடைய முகம் சற்று மாறும் என்று எனக்குத் தெரியும். இருந்தாலும் அவள் கலைச் செல்வி. அவளுக்கு உள்ளத்தில் பொறாமை ஏற்படாது. தன் கலை பரிமளிக்கப் போகிறது என்ற ஆர்வத்தில் மிக மகிழ்ச்சியுடன் என்னுடன் கலம் ஏறி வருவாள் என்பதையும் நான் கற்பனை செய்து கொள்ளும் போது என் உள்ளம் அந்த மரக்கலத்தில் இல்லை. அந்த மரக்கலத்தில் பாயும் அனுமனின் கொடி பறந்தது. அதுபோன்று அனுமனைப் போன்று உடனே தாவிச் சென்று இன்பவல்லியின் அருகில் சேர்ந்து விட வேண்டும் என்ற துடிப்பு எனக்கு உண்டாகியது. ஆனால் வானதி! அதைச் சொல்லவே எனக்கு வேதனை ஏற்படுகிறது. முல்லைத்தீவில் இறங்கியவுடனேயே நான்

துணுக்குற்றேன். அழகிய சோலை அழிந்த அசோக வனம் போலிருந்தது. பூத்துக் குலுங்கிய புதுமலர்சோலை காய்ந்து கருகிக் களை இழந்திருந்தது. மரக்கலம் கட்டும் இடம் பாழ்பாட்டுக் கிடந்தது. அத்தீவிலே எவரையும் காணோம். 'இன்பவல்லி இன்பவல்லி' என்று நான் கூவினேன். 'சடபட சடபட' வென்று பறவைகள் அவ்வொலி கேட்டுப் பறந்து வந்தன. அவற்றிடம் நான் இன்பவல்லி எங்கே என்று கேட்க முடியுமா? ஓய்வில்லாது வீசிக் கொண்டிருக்கும் வெண்ணலைகளைக் கேட்க முடியுமா? பரந்த மணற்பரப்பில் சிதறிக் கிடக்கும் பவழங்களையும், கிளிஞ்சல்களையும் கேட்க முடியுமா? தீவிற்குள்ளே மேலும் சென்றேன். அருவி வீழ் குன்றின் மீதேறினேன். அங்கிருந்து கூவினேன். மலை களிலும், மரங்களிலும் குரல் எதிரொலித்ததைத் தவிர வேறொன்றும் நிகழவில்லை.''

''அந்தத் தீவிலிருந்தோர் எங்கே என்று எனக்குச் சொல் பவர் எவருமிலர். கலம் அதிக நாட்கள் அங்கு தங்கமுடியாது. காற்று சாதகமாக வீசிக்கொண்டிருக்கும்போது பாய் விரித்தோடி னால்தானே நல்லது? பேசவும் சக்தியற்று நான் மெல்ல நடந்து போய்க் கலத்தில் ஏறிக்கொண்டேன். சீனத்து வணிகன் உடையிலிருந்த என் செய்கையைக் கண்டு என்னுடன் வந்த மற்ற சீனத்தவர் காரணம் கேட்டனர். நான் என்னவென்று கூறுவது? உன்னைப்போல் எதையும் தாங்கும் இதயத் தவனாக மாறி வந்து சேர்ந்தேன். இது தான் கதை. வானதி! என்னை நம்பிய இன்பவல்லி என்ன ஆனாள்? எங்கு சென்றாள்? எதுவும் தெரியவில்லை. ஆனால் இங்கே மாமல்லபுரம் வந்தவுடன் அங்கிருந்த முதியவர் மீண்டும் எனக்கு இன்பவல்லியின் நினைவைக் கிளறி விட்டார். அவர் ஓர் அரைப் பைத்தியமோ என்னவோ? ஜல்ஜல் எனச் சதங்கை ஒலிக்க ஒரு பெண் வந்து அவர் முன் ஆடுவதாகக் கூறினார். நானன்றோ அப்படிக் கூறவேண்டும்? என் இதய அரங்கில் நடமாடும் இன்பல்லி அன்றோ எதிர்வந்து ஆடுவதாக எனக்குத் தெரிந்திருக்க வேண்டும்? நான் அந்த மனப்பான்மையுடன் இருந்தால் மற்ற காரியங்கள் என்ன ஆவது?...''

வானதியிடமிருந்து விசும்பல் ஒலி கேட்டது. அருண்மொழி அவள் முகத்தைப் தன் பக்கத்திற்குத் திருப்பி ''வருத்தப் படுகிறாயா வானதி? நான் என்ன செய்வேன்? என் மனத்தி லுள்ளதை நான் ஒளிக்க விரும்பவில்லை. உன்னிடம் நான் கூறாமல் இருந்தால் பெருந்தவறு செய்தவனாக மாட்டேனா?'' என்றான்.

வானதி மெல்லப் பேசினாள். ''வருத்தமேதுமில்லை; அன்பே! நீங்கள் கூறியவற்றைக் கேட்டபோது என் உள்ளம் நெகிழ்ந்துவிட்டது. நான் இன்பவல்லியாகி விட்டேன். ஆனால், அவளைவிட நான் பாக்யசாலி. அவளும் பத்தாண்டு கள் காத்திருந்தாள்; காண முடியவில்லை; நான் உங்களைக் கண்டு விட்டேன். இன்பவல்லி என் அபிமானவல்லி, சோழ சாம்ராஜ்யத்தின் அரியணையில் நீங்கள் ஏறும் போது உங்களுடன் சரி சமமாக அமரவேண்டுமல்லவா? அதற்குத் தகுதி பெற்றவர்கள் வேண்டுமே. எப்படியாவது இன்ப வல்லியைத் தேடிக் கண்டுபிடியுங்கள். நீங்கள் ஏற்றிருக்கும் வேலையோடு வேலையாக அதையும் செய்யுங்கள்'' என்றாள்.

அருண்மொழி திடுக்கிட்டான். ''வானதி! என்ன வார்த்தை சொல்கிறாய்? வருத்த மேற்படவில்லை என்று கூறிவிட்டு என் இதயத்தில் புதியதொரு வேதனையை வளர்த்து விட்டாயே! பட்டமேறுவது பற்றி உனக்குத் திடீரென ஏன் எண்ணம் தோன்றியது? உனக்குள்ள உரிமையை மறுத்து ஏன் நீ அப்படிப் பேசுகிறாய்? பழைய சபதத்தை இன்னுமா நினைவில் கொண்டிருக்கிறாய்? ஏதோ விளையாட்டாக நீ கூறியதை இன்னும் வலியுறுத்தலாமா! உனக்கன்றி உரிமை யாருக்குண்டு வானதி?'' அருண்மொழி வேதனையுடன் கேட்டான். வானதி தன் மலர் கரத்தால் அவன் தோள்களில் தழுவி, ''இப்போது அது பற்றி பேச்சு ஏன்? இன்ப வல்லியைத் தேடி கண்டு பிடியுங்கள். என் சகோதரியிடம் நான் எவ்வளவோ கற்றுக் கொள்ள வேண்டியவை உள்ளன. முழுமனத்துடன் தான் நான் சொல்கிறேன். ஒரே ஒரு வரம் மட்டும் எனக்குத் தாங்கள் கொடுக்க வேண்டும். அதை இதே முகூர்த்தத்தில் கேட்பதற்கு மன்னிக்கவும். என்னை விட்டுப் பிரிந்து தாங்கள் வேறு நாட்டிற்குப் போகவே கூடாது

என்பதே அது'' என்றாள். அவள் முகத்தில் கம்பீர உணர்ச்சி விளங்கியது.

''இவ்வளவு தானே வானதி? நீ சொல்வது போலவே நடக்கிறேன். ஆனால் எனக்கு மகத்தான பணிகள் பல இருக்கின்றன. காளாமுகர் எந்த நொடியிலும் என்னை அழைத்து வந்துவிடுவார்.''

''அன்பே, யார் அவர்? எனக்குக் கூறக்கூடாதா?''

''அதை மட்டும் கேட்காதே. அவரிடம் நான் வாக்குக் கொடுத்துள்ளேன். அவருடைய நிஜ உருவத்தை நான் தெரிவித்துவிட்டால் பல காரியங்கள் பழுதாகி விடும். சமயம் வரும்போது சொல்கிறேன். அவருடன் பல இடங்களில் சுற்ற வேண்டும். முதல் வேலையாக ஆதித்த கரிகாலனைக் கொன்ற குற்றத்திற்காக பழி சுமத்தப்பட்டுப் பாதாளச் சிறையில் வாடும் வந்தியத் தேவனைப் விடுவிக்க வழி செய்ய வேண்டும். அதற்காக நான் உன்னை பிரிந்திருப்பதற்கு வருந்தாதே. அந்தக் காரியத்திற்குப் பிறகு எனக்கு வேறென்ன வேலை? தஞ்சையில் எப்போதும் களிப்புடன் இருப்போம். புதிய கோயில்களைக் கட்டத் திட்டம் வகுப்போம். நான் சென்று வரும் வரையில் இளையபிராட்டியாரோடு தங்கி இரு'' என்றான்.

''இன்னொரு காரியத்தை மறந்து விட்டீர்களே, இன்ப வல்லியைக் கண்டுபிடிக்க வேண்டாமா?'' என்றாள் வானதி.

அருண்மொழி மெல்ல அவள் கன்னத்தைத் தட்டி, ''அதுவும்தான்'' என்றான்.

இப்போது சந்திரன் உதயமாகி விட்டான். பூந்தோட்டத்து மலர்களினின்று பூத்த புதிய மலரின் மணம் வீசியது; நகரமே ஆழ்ந்த உறக்கத்தில் அமிழ்ந்திருந்தது. சந்திரன் உதயத்தில் விழித்துக் கொண்ட ஓரிரு புள்ளினங்கள் சடசடவென இறக்கைகளை அடித்துக்கொண்டன. ஒரு பறவை மற்றொரு பறவையிடம் 'கீச்கீச்' என்று ஏதொ பேசியிருக்க வேண்டும். மேன்மாடத்தில் அமைதி நிலவியிருந்தது. பெருமூச் சொலியும், வளை குலுங்கும் ஒலியும், கால் சிலம்பு ஒன்றோ

டொன்று மோதுவதால் உண்டாகும் சிற்றொலியும் தவிர வேறொன்றும் காணோம்.

வெகு நேரம் கழித்து வானத்தில் விண்மீன் ஒன்று இடம் பெயர்ந்து வெகு வேகமாக எங்கோ பறந்து சென்றது. விடிகாலை வேளையாயிருக்க வேண்டும். காஞ்சி மாளிகையில் பணியாளன் வீரநாராயணன் எழுந்து நீராடி விட்டுப் பாசுரங்களை வாய்விட்டுக் கூறிக்கொண்டிருந்தான்.

'மாணிக்கம் கட்டி வயிரமணி இடைகட்டி...
கோவிந்தன் வந்தெனைப் புல்குவான்'

என்று ஆழ்வார் பாடலை அவன் பாடிக் கொண்டிருந்தான். வானதிக்கும் அப்போது நல்ல கனவு ஒன்று. வானத்தே வெண்மதியினின்று வெண்யானை மீது இளம் பாலகன் ஒருவன் மெல்ல மெல்ல வருகிறான். அவன் முகத்தருகே வந்து அவள் இதழ்களில் முத்தம் ஈந்து அவள் உடலோடு உடலாக ஐக்கியமாகி விடுகிறான்.

வானதியின் மெய் சிலிர்த்தது. இன்பச் சுவையை உண்டு உதட்டில் புன்னகை நெளிய ஏதோ முணுமுணுத்தாள். அருண்மொழி சட்டென விழித்தெழுந்தான் "வானதி! கூப்பிட்டாயா?" என்று கேட்டான். அவள் மெய்மறந்து உறங்கிக் கொண்டிருந்தாள்.

காலைப் பொழுது விடிந்தது, வானதி விரைந்தெழுந்து இளைய பிராட்டியாரிடம் சென்று தன் கனவைக் கூறினாள். குந்தவை மலர்ந்த முகத்துடன் கண்ணேறு கழித்து. "அதி காலையில் கண்ட கனவு பலிக்கும். நான்தான் சொன்னேனே, நல்ல சுபநாள் என்று. இந்த நாட்டின் வருங்கால இளவரசன் உதயமாகி விட்டான்" என்றாள். வானதியின் முகத்தில் செம்மை படர்ந்தது. நன்றாக நீராடிவிட்டுப் புத்தாடை அணிந்து கையில் மலர்கொத்துடனும், பழவகை உணவு வகையுடனும் குந்தவையும், வானதியும் மேன்மாடம் சென்ற போது அங்கே அருண்மொழியைக் காணவில்லை. அதற்குப் பதில் தாடியும் மீசையும் அணிந்து சிவநேசச் செல்வராய் ஒருவர் கையில் மணி மாலையுடன் நெற்றியில் திருநீறு துலங்க 'சிவ சிவ' என்று ஜபித்தவாறு அமர்ந்திருந்தார்.

விக்கிரமன்

"யாரது?" என்று குந்தவை அதட்டிக் கேட்டாள்.

"நான்தான் சிவபாதசேகரன்" என்றார் அந்த சிவநேசச் செல்வர்.

குந்தவை புரிந்து கொண்டாள். "அருண்மொழி! அதிகாலையில் இதென்ன வேடம்?"

"ஆம்; காளாமுகருக்கு வாக்களித்த நாள் நெருங்கி விட்டது. இன்று எந்த நேரத்திலும் அவரிடமிருந்து அழைப்பு வரலாம். சீனத்து வணிகன் வடிவில் எங்கும் சுற்றியலைய முடியுமா? சந்தேகக் கண் கொண்டு எல்லோரும் காணுவரே" என்றான்.

வானதியின் விழிகளில் எங்கிருந்தோ நீர் நிறைந்து ததும்பியது. அதற்குள் பிரிவு என்பதை அவளால் தாங்க முடியவில்லை. குந்தவை அருண்மொழியின் அருகே சென்று வானதி கண்ட கனவை மெல்லக் கூறினாள்.

அருண்மொழி இரு கைகளையும் மேல் நோக்கிக் குவித்து, "எல்லாம் ஈசன் செயல்" என்றான். அந்த நிலையிலும் வானதிக்குச் சிரிப்பு வந்துவிட்டது.

"வானதி, கண்கலங்காதே! இனி உன் நாயகன் எங்கும் போய்விட மாட்டான். நீ விரும்பியபோது தோன்றத் தவற மாட்டான். அவன் செல்லும் காரியம் வெற்றியடைய மலர்ந்த முகத்துடன் விடை கொடு" என்றாள் குந்தவை.

வானதி கண்களைத் துடைத்துக் கொண்டாள். அப்போது தோட்டத்தின் எங்கோ ஒரு மூலையினின்று ஒரு வித ஒலி கேட்டது. அருண்மொழி இல்லை சிவபாதசேகரன் மேன் மாடத்தினின்று மெல்ல எட்டிப் பார்த்துவிட்டு இருவரிடமும் விடைபெற்றுக் கொண்டு மறைவான இடத்தில் இருக்கும் கொடிகளைப் பற்றி மெல்ல இறங்கி இருபுறமும் சுற்று முற்றும் பார்த்தவாறு நடந்தான்.

குந்தவையும் வானதியும் அருண்மொழி போகும் திசையைக் கண்கொட்டாமல் பார்த்தவாறிருந்தனர்.

அத்தியாயம் 20
காதலும் கலையும்

சிறிய பழுவேட்டரையர் தன் மாளிகையின் முன் கூடத்தில் உலவிக் கொண்டிருந்தார். அதிகாலை வேளையிலும் அவரால் ஒருகணம் கூட அமைதியாக இருக்க முடியாது. அவர் மூளை ஏதாவது யோசித்துக் கொண்டிருக்கும். எத்தனை எத்தனையோ பிரச்சனைகளுக்கு முடிவு காணுவார். இப்போது முதல் நாள் பல பணிகளுக்கு அனுப்பியிருந்த பணியாட்களும் ஒற்றர்களும் காவலர்களும் ஒருவரொருவராக வந்துத் தாம் முடித்தவற்றைக் கூறிச் செல்வர்.

அந்த பெரிய மாளிகை கலகலப்பு குறைந்து காணப் பட்டது. இரண்டொரு வேலையாட்களும், பணிப்பெண் களும் தவிர அந்த மாளிகையில் வேறு யாருமில்லை. அந்த மாளிகையில் குழந்தைகள் துள்ளி விளையாட வேண்டு மென்பது பழுவேட்டரையர் அவா. கடின நெஞ்சங் கொண்ட அந்த இரும்பு மனிதர், மழலை மொழியில் மயங்கி விடுவார். தன் மகள் வயிற்றில் ஒரு குழந்தை பிறக்கக் கூடாதா என ஏங்குவார். அந்த ஏக்கத்தில் ஒருவித உள்ளர்த்தம் உண்டு. தன் சந்ததி தொடர்வது என்பதொன்று; மற்றொரு மிக முக்கிய மானது. சோழ அரியணையில் அடுத்தபடி ஏறி அமர்வது தன்னுடையவனாயிருக்க வேண்டும் என்பதே! பழு வேட்டரையர் மனத்தில் நீண்ட நாட்களாக இருந்து வந்த இந்த எண்ணம் எப்படி ஈடேறும் என்று அவருக்குப் புரியவில்லை. அதனால் பலவிதத் திட்டங்களைத் தீட்டி வலை விரித்திருந் தார். அதிலொன்று; தன் மூத்த சகோதரர் பெரிய பழு வேட்டரையரின் திருக்குமாரத்தி பஞ்சவன் மாதேவியை அருண்மொழிக்கு மணம் புரிவித்துவிட வேண்டும் எனும் உள் எண்ணம். கொடும்பாளூர்ப் பெண் வானதிக்குக் கிடைத்த பேரதிர்ஷ்டத்தை எண்ணி அவர் அடிக்கடி ஆத்திர மடையா திருப்பதில்லை. இளையபிராட்டியுடன் எப்போதும் தங்கியிருந்ததால்தான் கொடும்பாளூர் மகள் இளைய

ராணியாகும் பேறு பெற்றாள் என்பது அவருக்குத் தெரியும். பஞ்சவன் மாதேவியையும் அதேபோல் இளையபிராட்டி யுடன் பழகவிட அவருக்குச் சம்மதமே. ஆனால், இளைய பிராட்டி தஞ்சையிலோ நந்திபுரத்திலோ இருப்பதில்லையே!

நாகைப்பட்டினத்தில் முன் வந்த கலங்களினின்றும் அருண்மொழி வந்திறங்கவில்லை என்பதை முதலில் வந்த ஒற்றன் அறிவித்தான். பழுவேட்டரையர் ஏதும் பேச வில்லை. அவனை அனுப்பிவிட்டார்.

'அருண்மொழி முன்பே புறப்பட்டுவிட்ட சேதியை வணிகர்கள் கூறினார்களே, பின் ஏன் இன்னும் இளவரசர் வந்து சேரவில்லை' எனப் பழுவேட்டரையர் எண்ணினார். உடனே அரண்மனை சென்று மன்னனிடம் தெரிவிக்க வேண்டும் என விரும்பினார். இந்தப் பெண் பஞ்சவன் மாதேவி இன்னும் சிங்காரித்து முடிக்கவில்லை..

"குழந்தாய்" என்று குரல் கொடுத்தார் பழுவேட்டரையர். "இதோ முடிந்துவிட்டதப்பா" என்று உள்ளேயிருந்து கீச்சுக் குரலில் மறுமொழி வந்தது. பஞ்சவன் மாதேவி புத்தாடையும், முத்தாபரணங்களும் அணிந்து கால் சதங்கை ஒலிக்க பொதிகை பிறந்த நறுமணங்கமழ வந்தாள். அவள் தோற்றங்கண்டு பழுவேட்டரையரே அயர்ந்து போனார். கேரளத்துக் கிளை மரபினராதலால் பஞ்சவன் மாதேவியின் உடலில் பொன் நிறம் படர்ந்திருந்தது. பழுவூரார்களுக்கு இயற்கையாக அமைந்திருந்த செழுமை பொங்கித் தவழ்ந்தது. தந்தையின் கம்பீரமும் அவளிடம் கலந்திருந்தது. பாலாவி போன்ற மெல்லிய துகிலின் மறைவினின்று பெண்மை எழிலின் பூரண முத்திரைகள் இலை மறைவில் தோன்றும் கனி போன்று காண்போரை மயக்கும் சக்தி வாய்ந்து திகழ்ந்தன. பழுவேட்டரையர் பெருமூச்சு விட்டார். சோழநாடு இவளை அரசியாக அடையப் பேறு பெற்றிருக்க வேண்டுமே! தன் தலையெழுத்து எப்படியிருக்கிறதோ? என எண்ணினார். தன் மகளைவிடப் பெரியவர் மகள் அழகில் சிறந்தவள் என்பதில் அவருக்கு ஐயமே இல்லை.

வெளியே சிவிகை தயாராக இருந்தது; கம்பீரமாக புரவியும் வந்து நின்றது.

"குழந்தாய், புறப்படலாமா?" என்று பழுவேட்டரையர் கேட்டார். கடுமைக் குரல் எழுப்பும் இந்த மனிதரிடமிருந்தா இத்தகைய கனிமொழி வருகிறது!

"ஓ! புறப்படலாமே! இன்றைக்கு இளவரசர் வருகிறாரா அப்பா?" என்று அவள் கேட்டாள். பழுவேட்டரையர் ஒரு கணம் மகளை உற்றுப் பார்த்தார். தான் தூண்டிவிட்ட 'இளவரசர்' எண்ணம் அந்த மங்கை மனத்தில் வேரோடி யிருக்கிறதோ என அவருக்குத் தோன்றியது.

"குழந்தாய்! இன்னும் சேதி தெரியவில்லை. அரண் மனைக்குச் சென்றால் தெரியும். அது சரி; நான் ஒன்று கூறுகிறேன்; நீ கவனமாக வைத்துக் கொள். இளவரசரைப் பற்றி அதிகமாகப் பேசாதே. பொறாமை பிடித்தவர்கள் பலர் அரண்மனையிலுண்டு. சதிகாரர்கள் உண்டு. அதனால், உன் எண்ணத்தை வெளிப்படையாக ஏதும் கூறாமலிருப்பது உனக்கு நல்லது!" என்றார். பஞ்சவன் மாதேவி 'களுக்' என்று சிரித்தாள். அவள் மனத்திலே ஒருவித எண்ணமும் இன்னும் சிருஷ்டித்துக் கொள்ளவில்லை. தந்தை தானே அடிக்கடி இளவரசர், இளவரசர் எனக் கூறி அப்படி ஓர் எண்ணம் ஏற்படச் செய்தார்? இளவரசர் எப்படி இருப்பார் என்று அவளால் கற்பனை செய்து கொள்ளக்கூட இயல வில்லை. ஆனால், அவர் அரண்மனையில் அடிக்கடி வளைய வரும் மதுராந்தகன் கண்டராதித்தனைப் போன்றிருப்பாரோ? சிவப்பு மேனியாய் அகன்ற மார்புடன், இனிய குரலுடன் இருப்பாரோ?

அவள் ஓரிரு முறை மதுராந்தகன் கண்டராதித்தனைக் கண்டிருக்கிறாள். நெற்றியில் திருநீறும், கழுத்தில் ருத்ராக்ச மாலையும் இடையில் வெண்பட்டும் சரசரக்க, அவன் இங்கும் அங்கும் போய்வருவதை அவள் கண்டிருக்கிறாள்.

"குழந்தாய்! புறப்படு. அரண்மனையில் இன்னும் சில நாட்கள் இரு. உன் சகோதரி உன்னிடம் அன்பாக இருக்கிறாளா?" என்று கேட்டார் பழுவேட்டரையர்.

சிவிகை புறப்பட்டது. அதே பழைய சிவிகை. பெரிய பழு வேட்டரையர் பயன்படுத்திய பானை இலச்சினை பொறிக்கப் பட்ட சிவிகை. பழுவேட்டரையர் குதிரை மீதமர்ந்து

கம்பீரமாக வந்தார். பழுவூர் மாளிகைக்கும், சோழ மன்னரின் மாளிகைக்கும் அதிகத் தொலைவில்லை.

மன்னர் மதுராந்தக சோழ தேவர் வைகறை வேளையில் எழுந்துவிட்டார். அவரது மனத்தில் இப்போது சொல் லொணாக் கவலை. நாட்டில் மக்களுக்கு எவ்விதக் குறைவு மில்லை என்றாலும் அவர் மனத்தில் ஏதோ குறைபாடு அவருக்குத் தோன்றி, அது அவரை உள்ளூற அரித்து வந்தது. மதுரன் எங்கிருந்தோ பக்திப் பாடல்கள் பாடுவது அவர் காதுகளில் வீழ்ந்தன. சில நாட்களுக்கு முன்னர் தாம் நம்பி யாண்டார் நம்பி அடிகளார் அங்கு வந்து சென்றிருந்தார். தேவாரப் பதிகங்கள் அடங்கிய ஓலைச் சுவடிகளை எப்படி யாவது கண்டுபிடிக்க வேண்டும் என்பதை அவர் பெரும் வேலையாகக் கொண்டு அலைகிறார். 'அவர் வாழ்விலாவது ஓர் இலட்சியம் இருந்தது. நமக்கென்று ஒன்றுமே இராது போய்விட்டதே. நம் ஆட்சிக் காலத்திலே அழியாதது ஒன்றும் செய்ய முடியவில்லையே. கடல் வாணிபங் குறைந்து வருகிறது என்று வணிகர்கள் முறையிடுகின்றனர். நம்மால் நேரிடையே சென்று காண முடியாதபடியால் தானே இது போன்ற குறை' என்று எண்ணும் போது அவருக்கு வேதனை யாக இருந்தது.

பழுவேட்டரையர் வரும் செய்தியைப் பணியாள் பணி வோடு அறிவித்து அகன்றான். மன்னருக்கு வாழ்த்துக் கூறி அவர் நலன் கேட்டுவிட்டுப் பழுவேட்டரையர் அரசர் முன் மஞ்சத்திலமர்ந்தார். மன்னர் கேட்கும் முதல் கேள்வியை அவர் அறிவார். இளவரசரிடமிருந்து செய்தி வந்ததா என்பதே அக்கேள்வி. இல்லை என்று நாள்தோறும் அறிவிக்க வேண்டியிருக்கிறதே என்ற வேதனை பழுவேட்டரையருக்கு உண்டு. அன்றும் அதைப் போன்றுதான் மறுமொழி கூற வேண்டும் என நினைக்கும்போது அவருக்கே சங்கடமாகத் தான் இருந்தது.

இன்று மதுராந்தகர் முதலில் அந்தக் கேள்வியைக் கேட்கவில்லை.

"இளைய பிராட்டியாரைப் பற்றி விசாரித்தீர்களா?" என மதுராந்தகர் கேட்டபோது பழுவேட்டரையர் ஏதும்

மறுமொழி கூற முடியவில்லை. தஞ்சை அரண்மனைக்கு இளையபிராட்டி வந்ததும், பாதாளச் சிறைக்குச் சென்றதும், திரும்பிப் போகும் போது வானதியையும் உடன் அழைத்துச் சென்றதும் குறித்து அவர் விசாரித்தார். வந்தியத் தேவனுடன் அவள் ஏதும் பேசவில்லை என்பதையும் அறிந்து கொண்டார். பிறகு அவர்கள் எங்கு சென்றனர் என்று அறிந்துவர ஆள் அனுப்பவில்லை. அதை அவர் ஏனோ செய்யவில்லை.

பழுவேட்டரையரின் மௌனம் கண்ட மதுராந்தகருக்குச் சிறிது வேதனைதான். இளைய பிராட்டியைப் பழு வேட்டரையர் அலட்சியம் செய்கிறார் என்ற சந்தேகம் அவருக்குத் தோன்றியதுண்டு.

"நாம் இப்படிக் கவனியாமல் இருப்பது சரியன்று. இவ்வளவு ஆண்டுகளாக நாம் மறந்துவிட்டதே மன்னிக்க முடியாததொன்று. அருண்மொழி இவற்றை அறிந்தால் என்னைப் பற்றி என்ன நினைப்பான்?" என்று அவர் மெல்லப் பேசினார்.

அருண்மொழி என்றவுடன் மதுராந்தகருக்கு அவன் நினைவு வந்து விட்டது. "பழுவேட்டரையரே! இன்றாவது ஏதாவது சேதி கிடைத்ததா?" என்று அவர் கேட்பதற்கு முன்னரே பழுவேட்டரையர் தொண்டையைக் கனைத்துக் கொண்டு, "இன்றும் சேதி கிடைத்தது. நேற்று வந்த கலங்கள் எதிலிருந்தும் அருண்மொழி வந்திறங்கவில்லை. காரணம் ஏதும் தெரியவில்லை. வேறு முக்கியமான செய்தி கிடைத் திருக்கிறது. கடற்பகுதியில் திடீர் திடீரெனக் கொள்ளைக் காரர்களின் தாக்குதல் மிக அதிகமாக இருக்கிறதாம். அவர் களுடைய அட்டகாசத்தால் கலமொன்று மூழ்கியே விட்டதாம்" என்றார்.

"இப்பொழுது கடற்கள்ளர்களைப் பற்றிய செய்தியே அதிகமாக வருகிறது. நான்கு நாட்களுக்கு முன்பு இங்கு வந்திருந்த நகரத்து வணிகர் தலைவர் அது பற்றி முறை யிட்டார். சோழநாட்டிற்குக் கலங்கள் வர மிக அஞ்சுகின்றன வாம். இந்நிலை நீடித்தால் அயல்நாட்டு வாணிபம் நமக்கு

மிகக் குறைந்து விடும். புதுப்புது வகையாக நமது கிராமப் பகுதியில் நெய்யும் ஆடைகளை வெளிநாடுகளுக்குக் கொண்டு செல்ல முடியாமல் இங்கேயே தேங்கி மங்கி விடும்.''

''நானும் கேள்விப்பட்டு வருகிறேன். அதைத் தடுக்க என்ன செய்யலாம் என்றே சிந்தித்து வருகிறேன். குறிப்பாக கொள்ளையர் இருப்பிடம் சென்று தாக்க வேண்டுமெனில் பெரும்படைகளைத் திரட்டி ஏராளமான வீரர்களுடன் அனுப்பலாம். கொள்ளைக்காரர்களை எங்கிருந்து கண்டு பிடிப்பது என்பதைப் பற்றியே யோசித்து வருகிறேன்.''

மதுராந்தகர் மெல்ல நகைத்தார். ''இந்தச் செய்தியை யெல்லாம் கேள்விப்பட்டு நான் இருப்பதில் என்ன பலன்? மன்னரெனப் பேர் படைத்து என்ன பலன்? அப்போதிருந்த இளமை ஆசையில் சோழசாம்ராஜ்ய மகுடத்தைத் தலையில் தாங்கினேன். இளமைக்கனவின் வேகத்தில் எட்டுத்திக்கும் சென்று சோழர்தம் பெருமையை நிலைநாட்ட ஆசைப் பட்டேன். அருண்மொழி வெளிநாடுகளுக்குச் சென்றபோது நான் அவனைத் தடுக்கவில்லை. என் குடும்பத்தவரைப் பற்றிக் கவனிக்க மறந்தேன். அதனால்தானே எனக்கு நோய் வந்தது? கால்கள் நடக்கமுடியாது போயின?'' என்று மனவேதனையுடன் பேசினார்.

பழுவேட்டரையர் மன்னரின் வேதனைப் பேச்சை மாற்ற எண்ணி, ''சேர நாட்டினின்று கைவந்த வைத்தியர் ஒருவர் வந்திருக்கிறார். அவர் வைத்திருக்கும் மூலிகைகள் எந்தவித நோயையும் அகற்றிவிடும். அவரை அழைத்து வரட்டுமா?'' என்றார்.

மதுராந்தகர் கையசைத்து, ''தமிழகத்து வைத்தியரை விடவா? அகத்தியரும் தேரையாரும் எழுதி வைக்காத எந்த மருந்தையும் வேறு யார் கொடுத்து விடப் போகிறார்கள்? எனக்கு எதிலும் நம்பிக்கையில்லை; என் மன நோய் மாறினால் போதும். அதற்கு மருந்து கொண்டு வருபவன் அருண்மொழிதான். ஒரு வேளை அவன் கடற்கொள்ளை யரிடம் சிக்கியிருப்பானோ? அவனை இழந்து விட்டால்

இந்தச் சோழ நாட்டைக் கூறுகூறாகப் போட்டு குறுநில மன்னர்களே ஆள விட்டுவிட வேண்டியதுதான்'' என்றார்.

பழுவேட்டரையருக்கும் வேதனையாகத்தானிருந்தது. மன்னருக்கு இன்று ஏன் இவ்வளவு வேதனை என அவருக்குப் புரியவில்லை. ஏதோ சொல்ல வாயெடுத்த போது அங்கே மதுராந்தகன் கண்டராதித்தன் வந்து கொண்டிருந்தான். அவன் உதடுகள் ஏதோ பாடலை முணுமுணுத்தன. பழு வேட்டரையர் அவனை ஒருகணம் பார்த்தார். அவன் யாரையும் கவனிக்காமல் விக்கிரகத்தினின்று பழைய மலர்களை அகற்றி எடுத்துக் கொண்டு சென்றான்.

அவன் கையில் மலர் கூடையொன்று இருந்தது. நந்த வனத்தில் மலர் பறித்து அவற்றைத் தொடுத்து அவன் கொண்டு வந்திருந்தான். அரண்மனை நடுவே அழகிய கோயில் அமைக்கப்பட்டிருந்தது. அற்புதமான நடராசர் விக்கிரகம் அங்கிருந்தது. அரச குடும்பத்தார் வீழ்ந்து வணங்க ஏற்ற வகையில் அந்த இடமிருந்தது. மதுரன் தினந்தோறும் நடராசருக்கு விதவிதமாக அலங்கரிப்பான், சிலையின் முன் நின்று இதயம் உருகப்பாடுவான்.

பஞ்சவன் மாதேவி சிறிய தந்தையுடன் அரண்மனைக்கு வந்தவுடன் தன் சகோதரியும் மற்றவர்களும் நீராடச் சென்றிருப்பதை அறிந்து அரண்மனையைச் சுற்றிப் பார்த்து வரக் கிளம்பினாள். மதுரன், நடராசர் விக்கிரகத்திற்கு அலங்காரம் செய்து கொண்டிருந்தான்.

திருநீறு துலங்கும் முகத்தினனாய், அவன் நீலப் பட்டாடையுடுத்திப் பாடலொன்றை முணுமுணுத்தவாறு ஆண்டவனை அலங்கரித்துக் கொண்டிருந்தான். அவன் தோற்றமும் ஆடை அலங்காரமும் பஞ்சவன் மாதேவியைக் கவர்ந்தன. மெல்ல அவள் கோயில் மண்டபத்திற்கு வந்தாள். மலரின் மணத்தையும் மிஞ்சும் மணவாடை வீசுவது அறிந்து மதுரன் திரும்பிப் பார்த்தான். பஞ்சவன் மாதேவி நின்று கொண்டிருந்தாள். ஒரு கணத்திற்கு மேல் அவன் அவளை நோக்கவில்லை. அப்படிப் பார்க்கவும் மாட்டான். ஆனால், ஏனோ அன்று அவன் மீண்டும் ஒரு முறை திரும்பிப் பார்த் தான். பெரிய பழுவேட்டரையரின் திருக்குமரி அவள் என்று அவன் அறிவான்.

ஆண்டவனுக்குத் தான் செய்யும் அலங்காரத்தை வியப்புடன் அவள் நோக்குகிறாள் என அவன் எண்ணினான். பஞ்சவன் மாதேவியின் தோற்றம் அவனைக் கவர்ந்தது. அவளே மெல்ல அவனிடம் பேச்சுக் கொடுத்தாள்.

"இந்த விக்கிரகம் ரொம்பவும் புராதனமானதோ?" என்று அவள் பேச்சைத் தொடங்கினாள். மதுரன் உடல் சிலிர்த்தது. நேருக்கு நேர் அவன் பெண்களுடன் பேசியறியாதவன். இன்று இப்படிச் சந்தர்ப்பம் நேர்ந்து விட்டதே! அவன் நெஞ்சிலிருந்து வார்த்தைகள் வெளிவரச் சங்கடப்பட்டன.

"ஆமாம்... பல ஆண்டுகளாக இந்த விக்கிரகம் இருக்கிறது" என்று கூறி முடிப்பதற்குள், அவனுக்கு வியர்த்து விட்டது. பஞ்சவன் மாதேவிக்குக் களிப்பும், தைரியமும் பிறந்தன. மதுரனுடன் இன்னும் மதுரமாகப் பேச வேண்டும் போலிருந்தது.

அவள் சிறிது நேரம் நடராசர் சிலையை உற்று நோக்கிய வாறிருந்தாள். பிறகு மதுரனைப் பார்த்தாள். இரண்டில் எதனால் அவள் இதயம் நெகிழ்ந்தது என்று அவளுக்கே புரியவில்லை. சிலையைக் காரணமாகக் கொண்டு மதுரனோடு பேச விரும்பினாள்.

நடராசரைப் போன்று அவளுக்கும் இடப்பாதம் தூக்கி ஆடவேண்டும் போலிருந்தது. மதுரனின் இனிய குரலுக்கு ஏற்ப ஆடலாம். எப்படி ஆடுவது? நடராசர் எப்படி ஆடுகிறார்? ஏன் ஆடுகிறார்? அவளுக்கு அவற்றைப் பற்றி எல்லாம் அறிய ஆவல் மிகுந்தது.

மதுரனை நோக்கி மெல்லத் திரும்பி, "ஆமாம், ஆண்டவனின் மற்ற தோற்றங்களைவிட இடப் பாதம் தூக்கியாடும் இந்தத் தோற்றம் ஏன் நம்மை மிகவும் கவர்கிறது?" என்று கேட்டாள். பெரிய கேள்வியைக் கேட்டுவிட்டோமா? இதற்கு மதுரன் விடையளிப்பாரோ, மாட்டாரோ என்ற ஐயமும் அவளுக்குத் தோன்றியது. 'ஒரு வேளை இப்படியெல்லாம் கேட்டதற்காகக் கோபித்துக்கொண்டு விட்டாரோ? கோபிக்கட்டும்! அந்தக் கோபத்தையுந்தான் பார்த்து விடுவோம். அந்தச் சிவந்த மேனிக்கு கோபம் வந்தால் இன்னும் அழகாகத் தானிருக்கும்.'

மதுரன், பஞ்சவன் மாதேவியை ஒருகணம் நோக்கினான். எப்பேர்பட்ட கேள்வியைக் கேட்டுவிட்டாள் இந்தப் பெண் என்று வியந்தான்.

ஆண்டவனின் மற்ற தோற்றங்களை விட நடேசனின் தோற்றம் ஏன் அதிகம் கவர்கிறது? அதை விளக்கிச் சொன்னால் அவளுக்குப் புரியுமா? விளக்கிச் சொல்லத்தான் முடியுமா? இருந்தாலும் அவனும் ஏதாவது பேச விரும்பினான்.

"நடராசர் தோற்றம் நம்மை மட்டுமா கவர்கிறது? பிரம மனைக் கவர்ந்தது; விஷ்ணுவைக் கவர்ந்தது; கலைத் தேவியாம் கலைமகளைக் கவர்ந்தது. ஆதிசேஷன் நடனம் காண ஓடோடி வந்தான்; எல்லாருடைய உள்ளமும் அமைதி யடைந்தது. நாம் எவ்வளவோ இன்சொல் பேசுகிறோம்; ஆனால் இனிய இசை கேட்டவுடன் உள்ளத்திற்குத் திருப்தி ஏற்படுகிறதல்லவா? நாம் எவ்வளவோ வாடுகிறோம். எனினும் நீரைக் குடித்தவுடன் தெம்பு ஏற்படுகிறதல்லவா? ஆயிரமாயிரம் தீவர்த்திகளின் ஒளியைக் காண்கிறோம். எனினும் கதிரவனைக் கண்டவுடன் புதுத்தெம்பு பிறக்கிற தல்லவா? அதுபோன்று நடராசரது தாண்டவத் தோற்றங் கண்டவுடன் நம்மை அறியாமல் நம் இதயத்து மாசு நீங்கு கிறது. நம் இதயமாகிய மேடையிலே அவர் நடனமிடுவதால் நம் இதயத்தில் புதுமலர்ச்சி ஏற்படுகிறது."

"ஓகோ" என்ற சொல் மட்டுமே பஞ்சவன் மாதேவியிட மிருந்து வெளிவந்தது. அவள் என்ன புரிந்து கொண்டாள்? அவள் இதயமேடையிலே இப்போது புதுப் புது எண்ணங்கள் அன்றோ நடமாடுகின்றன!

"ஆமாம்? அவரது வலக்கையில் என்ன வைத்திருக் கிறார்?"

"உடுக்கை எனும் இசைக்கருவி. அதை ஒலிக்க ஆரம்பித்த வுடன் இந்தப் பிரபஞ்சத்தில் படைப்புத் தொழில் ஆரம்ப மாகிறது."

"மற்றொரு வலக்கரத்தில்?"

"அதுவா! பிறந்த ஜீவராசிகளை அஞ்சேல் என்று காத்து அபயமளிக்கிறது அக்கரம்!"

"உம்... இடக் கையில் ஏன் அவர் நெருப்பைத் தாங்கியிருக்கிறார்?"

"ஆம்; படைத்துக் காக்கும் நடராசர் தீமையை அழிக்க வேண்டாமா? தீமையையும் கொடுமையையும் அழித் தாலன்றோ தக்கப்படி காத்ததாக கொள்ளமுடியும்?"

பஞ்சவன் மாதேவி மெல்லச் சிரித்தாள். "ஆமாம், அரசர் களும் தான் அத்தகைய காரியங்கள் செய்கிறார்கள்!" என்றாள்.

"ஆகா! ஆண்டவனுக்குள்ள சக்தி அரசர்க்கு வந்து விட்டால் பிறகு சாம்ராஜ்யாதிபதிகளைப் பிடிக்க இயலாதே! அழிப்பர், காப்பர், அவர்களால் படைக்க இயலுமா? அரசர்க்கெல்லாம் அரசர் நடராசர்; தேவர்க்கெல்லாம் தேவர். அவர் மகாதேவர்" என்றான் மதுரன்.

"படைத்துக் காத்து அழிக்கும் நடராசர் தமது இடக்கரத்தால் ஏதோ சுட்டிக் காட்டுகிறாரே, அது என்ன தத்துவம்?" என்று பஞ்சவன் மாதேவி கேட்டாள். இப்போது அவள் மதுரனின் வெகு அருகிலிருந்தாள்.

"அம்பலவாணரின் இடக்கரம் குறிப்பிடும் இடத்தைப் பாருங்கள். அவரது வலக் காலடியில் கிடக்கிறானே அவன் தான் முயலகன் என்னும் அரக்கன். தாருக வனத்து ரிஷிகள் ஏவிவிட்ட அரக்கன்."

"தாருக வனமா?"

"தேவி, இப்படியெல்லாம் பேசிக் கொண்டேபோனால் இன்றைக்கெல்லாம் கூறிக்கொண்டே இருக்கலாம். நம் முன்னோர் மாபெரும் அறிவாளிகள். கடவுள் தத்துவத்தை அழகாக விளக்க முற்பட்டார்கள். அதனுடன் அவர்களுடைய கலை உள்ளமும் சேர்ந்துகொண்டது. இந்த மாபெரும் உலகம் எங்கும் நிறைந்த ஆண்டவனை விளக்க வட்டவடிவமான திருவாசிக்குள் ஈசனது முடி முதல் பாதம் வரை தொட்டு நிற்கும்படி அதி அற்புத உருவத்தைச் சமைத்தனர். அவனது பாதகமலத்திலுள்ள மகரமீனின் வாயினின்று தொடங்கும்

திருவாசி வட்டமாகச் சுற்றி வருகிறது பாருங்கள். ஓம் எனும் பிரணவ தத்துவத்தை அந்த வட்டவடிவு விளக்கவில்லையா? ஆகா! அவர் நடனமிடும்போது அவரது விரிந்த செஞ்சடை எப்படி ஆடியிருக்கவேண்டும்! அதைச் சிற்பி அற்புதமாகச் செதுக்கியுள்ளான். அவரது இதழ்களிலுள்ள மென் முறுவல் தான் எத்தகைய அழகு! இதைத்தான் அப்பர் பெருமானும் பாடுகிறார்!'' என்று மதுரன் கூறிவிட்டுக் கண்களைத் திறந்தான். பஞ்சவன் மாதேவி இவற்றையெல்லாம் கேட்டாளா? அவளுக்குப் புரிந்திருக்குமா? ஏன் அவள் தன்னை அவ்வாறு கேள்விகள் கேட்டாள்? பொதுவாக நாள்தோறும் இந்நேரத்தில் மணியடித்துத் தீப தூபங்களைக் காட்டியிருப்பான். மணியோசை கேட்ட பிறகல்லவா தன் தந்தை காலை உணவு ஏற்பார்! அவருக்குத் தாமதத்தை விளை வித்துவிட்டோமே! திடீரென இதென்ன மாயை என்று எண்ணியவனாய் பஞ்சவன் மாதேவியை நோக்கினான்.

பஞ்சவன் மாதேவி கீழே குனிந்து சிதறிக்கிடக்கும் நாகலிங்க மலரைக் கையிலெடுத்து, ''இதைப் பார்த்தீர்களா? மலரின் மெல்லணையில் ஈசன் விளங்குவதை?'' என்றாள். அவளுடலினின்று பொங்கிவரும் மணம் அவன் நாசியில் பரவியது. அந்தப் பெண் நல்லாளின் சொல்லமுதம் தேனென அவன் காதுகளில் வீழ்ந்தது. அவன் மீண்டும் கண்களை மூடிக் கொண்டான். ''நடேசா! இதென்ன சோதனை!'' என முணு முணுத்துக் கொண்டான்.

''ஓகோ, நீங்கள் பூசையில் ஈடுபட்டு விட்டீர்கள். நீங்கள் இனிமையாகப் பாடுவீர்கள் எனக் கேள்விப்பட்டேன். பூசை முடித்துப் பாடுவீரல்லவா? பாடியபிறகு பிரசாதம் தருவீர் களல்லவா? அதற்குப் பிறகு உங்களுக்கு ஓய்வுதானே? எனக்கு நடராச தத்துவத்தை விளக்கிக் கூறுங்களேன். அவருடைய ஒரு காதிலே குண்டலமும் மற்றொரு காதிலே பெண்கள் அணிந்து கொள்ளும் தோடுமிருக்கின்றனவே. ஏன்? அவற்றைப் பற்றியெல்லாம் நீங்கள் கூறிக்கேட்க வேண்டும் எனும் ஆசை எழுகிறது. இந்த மாளிகையில் எனக்குப் பொழுதே போகவில்லை. பழுவூரில் என் உயிர்த் தோழி இருப்பாள் இங்கே ஒவ்வொருவருக்கும் ஒவ்வோர்

அவசர வேலை இருக்கிறது" என்றாள் பஞ்சவன் மாதேவி கண்மூடி நிற்கும் மதுரனைப் பார்த்தவாறு. இப்போது அவள் கூச்சமின்றி அவனை ஒரு முறை பார்த்தாள்.

மதுரனால் மௌனமாக இருக்க முடியவில்லை. "தேவி! நடராச தத்துவம் எடுத்துக் கூறுவது அவ்வளவு எளிதன்று. எனினும் என் சிற்றறிவிற்கு எட்டியவரை விளக்கிக் கூறு வேன். இன்று எனக்கு முக்கிய அலுவல் இருக்கிறது. நாளைக்குச் சொல்வேன்" என்றான்.

"நாளைக்கா? ஒரு வேளை இளவரசர் வந்துவிட்டால் இந்த இடமெல்லாம் சந்தடி மிகுந்து காணப்படும். அப்போது உங்களைச் சந்திக்கமுடியாதே! ஏன் இன்று மிக அவசரமான அரசாங்கப் பணியோ? நீங்கள் தாம் அரசாங்க அலுவல் ஏதும் கவனிப்பதில்லை எனக் கேள்விப்பட்டேனே. ஒருவேளை என்னுடன் பேச உங்களுக்கு விருப்பமில்லாமல் இருக்கலாம்" பஞ்சவன் மாதேவி இப்பொழுது மெல்லக் கண்களை மூடிக் கொண்டாள்.

அவளுடைய துணிவு நிறைந்த பேச்சைக் கேட்ட மதுரன், மாளிகைக்கு வந்த சில நாட்களிலேயே விஷயங்களையும் அறியத் துடிக்கும் அவள் குணம் கண்ட மதுரன், அவளை மெல்ல ஒரு முறை நோக்கினான். அவனுடல் சிலிர்த்தது. மனங்கலைவதைத் தடுக்கவேண்டி, "தேவி! எனக்கு முக்கிய அலுவல் ஏதும் இல்லைதான்; ஆனால் நான் என் அத்தானைச் சென்று கண்டு பல நாட்களாகின்றன. இன்று அவரைப் பார்க்க வேண்டும்" என்றான்.

மதுரனும் பஞ்சவன் மாதேவியும் பேசிக் கொண்டிருக்கும் போது பழுவேட்டரையர் மதுராந்தகரிடமிருந்து விடை பெற்றுக் கொண்டு அந்த வழியே வந்தார். பூசை மண்டபம் அருகே யாரோ இருவர் பேசுவது அவர் காதுகளில் வீழ்ந்தது. ஒரு குரல் தன் மகளுடையதாயிருக்கவே தூண் மறைவில் சற்று நின்றார்.

"அத்தானா! யார் உங்கள் அத்தான்?" பஞ்சவன் மாதேவி பேச்சை வளர்க்க வினவினாள். அவள் கண்களில் கேள்விக்குறி இருந்தது.

"எனக்கு உறவுமுறையெல்லாம் சரிவரத் தெரியாது. நான் வல்லவரையர் வந்தியத் தேவரை அத்தான் என்றே அழைப்பது வழக்கம்."

"வல்லவரையரா? பாதாளச் சிறையிலிருக்கிறாரே அவரா? அவரைக்காண யாருக்கும் அனுமதி கிடையாது என்கிறார்களே, கதிரொளி புகாத கடுஞ்சிறையிலுள்ள அவரைக் காண எவருக்கும் அனுமதி கிடையாது என்கிறார்களே?"

"ஆமாம்! ஆனால் எனக்கு இல்லாத சலுகையா? இந்த நாட்டு அரசர் மகனுக்கு இல்லாத உரிமையா?"

பழுவேட்டரையர் காதில் இச்சொற்கள் வீழ்ந்தன. சற்று முன்னர்தான் அவர் இதைப்பற்றிப் பேசிவிட்டு வந்திருந்தார். மதுராந்தகர் ராஜ்யபாரத்தை உடனே எவரிடமாவது ஒப்படைக்க விரும்பினார். அதைப் பெற அருண்மொழி வரக்கூடாதா என அவர் ஏங்கினார். பழுவேட்டரையர் அந்த வாய்ப்பைப் பயன்படுத்தியவாறு கூறினார்.

"அரசே! தங்களுக்குத் தெரியாதது ஒன்றுமில்லை. தாங்கள் உடல் நிலை காரணமாக ஆட்சிப் பொறுப்பை எவரிடமாவது ஒப்படைக்க விரும்பினால் தங்கள் திருக்குமரன் மதுரன் இருக்கிறானே, அவனுக்கு இளவரசுப் பட்டம் சூட்டுவோம்" என யோசனை கூறினார்.

மதுராந்தகர் முகத்தில் கடுகடுப்பு உண்டாயிற்று.

"பழுவேட்டரையரே! உங்கள் யோசனை எனக்கு வியப் பளிக்கிறது. நாடும் நகரமும் அறிய அருண்மொழிக்கு இளவரசுப் பட்டம் சூட்டியிருக்கிறோம். எனக்குப் பிறகு அருண்மொழிதான் அரியணை ஏறவேண்டும் என்ற ஒப்பந்தம் அனைவரும் அறிந்ததே. தியாகசீலனான அருண் மொழி நாட்டிலிருந்தால் ஆட்சிக்கு ஏதாவது இடையூறு நேரலாம் என இந்த நாட்டைத்துறந்து கடல் கடந்து சென்றானே அவனுக்கு துரோகம் செய்யுமாறு சொல்லு கிறீர்களா? என் தாயின் விருப்பத்தை மீறி நான் இந்த ஆட்சிப் பொறுப்பேற்றதே இப்பொழுது எனக்குச் சொல்ல முடியாத வேதனையாயிருக்கிறது. சிவநேசச் செல்வனாய், நான் பக்தி மார்க்கத்திலீடுபட வேண்டும் என என் தாய் விரும்பினாள்.

காலத்தின் சதியில் சிக்கினேன். ஆனால் என் மகன் தாயின் விருப்பத்தை நிறைவேற்றுகிறான். அவன் பாட்டியாருடன் கோயில்கள் தோறும் சென்று வருகிறான். ஆகா! அவன் காதலாகிக் கசிந்து கண்ணீர் மல்கிப் பாடும்பாடல் என்னைத் தெய்வ சாந்நித்யத்தில் கொண்டு நிறுத்தி விடுகிறது. நான் இந்தச் சோழ சாம்ராஜ்யத்தையே மறந்துவிடுகிறேன். சிவபிரானது அழியாத பெருவள நாட்டிலே அடியார் கடியாராய் நிற்கிறேன். என் மகன் இத்தகைய பேறு பெற்றிருப்பது என் தந்தை செய்த புண்ணியம்தான். அப்படியே வளரட்டும், வாழட்டும். அவன் சாம்ராஜ்யச் சூழலில் சிக்க வேண்டாம், அவனுக்கும் விருப்பம் இராது'' என்றார்.

பழுவேட்டைரையர் அப்போது மன்னரிடம் அது குறித்து வாதிட விரும்பவில்லை. அவரிடமிருந்து விடைபெற்றுக் கொண்டு வரும்போது அவர் ஏதேதோ சிந்தனையிலாழ்ந்தார். பூசை மண்டபத்தில் தன் மகளும் மதுரனும் பேசிக் கொண்டிருப்பது அவர் காதுகளில் வீழ்ந்தது. அவர்களிரு வரும் நிற்கும் தோற்றம் அவர் கற்பனையை வளர்த்தது. ‘‘இந்த நாட்டு அரசர் மகனுக்கு இல்லாத உரிமையா?'' என்று மதுரன் அழுத்தந்திருத்தமாகக் கூறிய வார்த்தைகள் அவர் இதயத்தில் புது எண்ணத்தை ஊக்குவித்தன.

மதுரனுக்கும் தான் பேரரசருடைய மகன் எனும் நினைவு இருப்பது பழுவேட்டரையருக்கு மகிழ்ச்சியை அளித்தது. சட்டென்று ஓர் எண்ணம் அவருக்குத் தோன்றியது. பஞ்சவன் மாதேவி மதுரன் மீது அன்பு கொண்டுவிட்டால் மதுரனைச் சோழநாட்டின் அரச பதவி மீது மோகங்கொள்ளச் செய்து விட்டால்... ஆகா; நல்ல யோசனை.

பழுவேட்டரையர் பூசை மண்டபத்துக்கு வர வேகமாக நடந்தார். அப்போது வீரனொருவன் அவசர அவசரமாக வந்து ஓலையொன்றைக் கொடுத்தான். மதுரையினின்று வந்த செய்தி அது. பொற்கொல்லர் ஒருவர் வீட்டில் சோழ நாட்டுப் பொன் நாணயங்கள் ஏராளமாக இருப்பதாகவும் அவர் உருக்கி அழகிய மகுடம் ஒன்றை மறைந்திருக்கும் பாண்டிய மன்னனுக்குத் தயாரிப்பதாகவும் அதில் கண்டிருந்தது.

பழுவேட்டரையர் ஓலையை இடையில் மறைத்துக் கொண்டு வீரனைப் போகச் சொல்லிவிட்டு, ஏதும் அறியாதவர்போன்று பூசை மண்டபத்துக்குள் சென்றார். நடராசர் திருமுன் நின்று பக்தி பூர்வமாக வணங்கினார்.

மதுரனுக்கு வியப்பாக இருந்தது. திருநீறு எடுத்து அளித்தான். முகத்தில் மலர்ச்சி பொங்க பழுவேட்டரையர் அதைப் பெற்றுக்கொண்டு அன்பு குழைந்த குரலில் "மதுரா" அழைத்தார். பழுவேட்டரையரிடமிருந்து அத்தகைய இன்சொல்லை அவன் என்றுமே கேட்டதில்லை.

"மதுரா! பாட்டியார் நலமா? இப்போது எந்தக் கோயிலில் திருப்பணி நடைபெறுகிறது?" என்று விசாரித்தார்.

மதுரன் வியப்பு நிறைந்த குரலில், "தற்சமயம் எங்கும் நடைபெறவில்லை. அதனால் நான் எங்கும் வெளியூருக்குப் போகாமல் தங்கிவிட்டேன்" என்றான்.

"அப்படியா? பல ஊர்களுக்குச் சென்று வருவதால் மிக்க அனுபவம் ஏற்படும். மக்கள் மனம் அறியலாம். நாளைக்கு நீ ஆட்சிப் பொறுப்பு ஏற்கும்போது அதைக் காணக் கொடுத்து வைப்பேனோ மாட்டேனோ? எனினும் அனுபவம் மிகுந்தவர் எனும் பெயர் வரவேண்டும்" என்றார் பழுவேட்டரையர்.

"பாட்டா" என்று அழைக்க ஏதோ கூற முனைந்தான் மதுரன். அவனை மேலே பேசவிடாமல் தன் இடையினின்று ஓலையை எடுத்து அவனிடம் நீட்டினார். மதுரன் அதைப் படித்துவிட்டு வியப்பும் திகைப்பும் நிறைந்த பார்வையுடன், "பொன் நாணயங்கள் எப்படிப் பாண்டிய நாடு செல்கின்றன?" என்று கேட்டான்.

"அதுதான் எனக்கும் வியப்பாக இருக்கிறது. அது சரி, எனக்கோர் உதவிசெய்வாயா? பாதாளச் சிறைக்கு அடிக்கடி சென்று வல்லவரையரைச் சந்திக்கிறாயே; வல்லவரையரைக் கேட்டு ஒரு தகவல் விசாரிப்பாயா? பாதாளச் சிறைப்பக்கமாக வேறு யாராவது நடமாடுகிறார்களா என்று வந்தியத் தேவனைக் கேட்டு விசாரித்துக் கூற முடியுமா?" என்று கேட்டார் பழுவேட்டரையர்.

‘‘அவர் முனைந்தால் தன்னைக் கேட்காமலேயே எளிதில் அச்செய்தியை விசாரித்துவிடலாம். எனினும் தன்னை அவர் ஏன் கேட்கிறார்?’’ என மதுரன் எண்ணினான். மறுமொழி கூறாதிருக்கவும் இயலவில்லை. மதுரன் தலையசைத்தான்.

‘‘மதுரா! உன்னுடன் பேசவேண்டிய விஷங்கள் பல உள்ளன. உனக்கொரு புதுப்பொறுப்பும் கொடுக்கப் போகிறேன். என்னை இன்று மாலை வந்து சந்திக்கிறாயா?’’ என்று கேட்டார் பழுவேட்டரையர். மதுரன் தலையசைத்தான். பழுவேட்டரையர் அங்கிருந்து சென்று விட்டார். விதையைத் தூவி விட்ட பெருமை அவர் உள்ளத்தில் கூத்தாடியது.

மதுரனும், பஞ்சவன் மாதேவியும் சிலகணம் ஒருவரையொருவர் பார்த்துக் கொண்டனர். ‘‘பெரிய இடத்துக் கட்டளையே உங்களுக்கு வந்து விட்டது. என்னையும் பாதாள சிறைக்கு அழைத்துப்போக இயலுமா?’’ என வினவினாள் பழுவேட்டரையர் மகள். மதுரன் ஏதும் பேசவில்லை. மணியடித்து தீபதூபம் காட்டினான். தீபத்தைப் பஞ்சவன் மாதேவி எடுத்துக் கண்களில் ஒற்றிக் கொண்டாள். தீப ஒளியில் அவளது முகத்தில் பிரதிபலித்த எழில், மதுரனைத் தடுமாறச் செய்தது. அங்கு ஒரு கணம் கூடத் தங்க அவன் விரும்பவில்லை.

‘‘நான் வருகிறேன்...’’ என்று கூறி, மதுரன் விரைந்து புறப்பட்டான்.

‘‘இன்று மாலை...’’ என்று பஞ்சவன் மாதேவி ஏதோ கூறி வாயெடுத்தபோது தன் சகோதரி இளைய ராணியும் பட்டத்து ராணி லோகமாதேவியும் வந்து கொண்டிருப்பது இவள் கண்களில் பட்டது. ஆனால் அவள் வார்த்தைகளை முடிக்கவில்லை.

மதுரன், காலையில் நடைபெற்ற சம்பவ நினைவாகவே பாதாளச் சிறைக்குச் சென்றான். வழக்கத்தைவிட அதிகம் இருள் அடர்ந்திருந்தது பாதை. மெல்லத் தட்டுத் தடுமாறிச் சென்றபோது வந்தியத் தேவனுடைய சிறைக் கூடத்திலிருந்து பேச்சுக் குரல் கேட்டது. வந்தியத்தேவன் கோபமாகப் பேசியிருக்க வேண்டும்.

"நான் கடைசி முறையாக எச்சரிக்கிறேன். இனி இந்தப் பக்கம் வந்தால் நான் உன்னைக் காட்டிக்கொடுக்கக் கூச்சல் போடுவேன். இந்த ரகசிய வழியையும் அடைக்கச் சொல்லி விடுவேன்."

"வந்தியத்தேவா! கோபிக்காதே. உனக்கு ஆத்திரமும் கோபமும் வருவது இயல்புதான். வாழ்வின் வளமான பகுதிகளைச் சிறையில் கழிப்பதால் உனக்கு எரிச்சல் வரலாம். அதனால்தான் கூறுகிறேன். நீ என்னுடன் தப்பி வந்துவிடு. நான் இன்று இந்த நாணய சாலைக்கு ஒரு கும்பிடு போட்டு விடப் போகிறேன். உன்னையும்.."

"கும்பிடு போட்டு மாகாராஜனாகப்போ. என்னைப் பிடித்த சனியன் விட்டதென்று சந்தோஷப்படுவேன். நீ வருவதும் பேசுவதும் அறிந்தால் அந்தப் பழுவேட்டரையர் எனக்குத் தூக்குத்தண்டனையே விதித்துவிடுவார். எனக்கு உயிர் மீது இன்னமும் நம்பிக்கை இருக்கிறது."

"உனக்கு உயிர்மீது மகா ஆசை உண்டு என அறிந்தே தான் கூறுகிறேன். ஆனைமலைக்காட்டில் அமரபுஜங்கர் பூரணபலம் பெற்றுவிட்டார். அற்புதமாக மகுடம் தயாரிக்க வேண்டித் தங்கத்தைச் சோழ பொக்கிஷத்திலிருந்தே அனுப்பி விட்டேன். மகுடம் தயாராகிவிடும். மகுடாபிஷேகத் தினம் குறிப்பிடப்பட வேண்டியது தான் பாக்கி. அச்சமயம் நாம் போய் அங்கு இருக்கவேண்டாமா? உனக்கு அபாண்டமானச் சிறைத் தண்டனை கொடுத்த இந்தச் சோழ நாட்டின் மீது உனக்கு இன்னமும் பிரியமா? இந்த மண்ணில் பிறந்தவனும் அல்லேனே நீ! அப்படி இருக்கும்போது ஏனப்பா விடுதலையை வெறுக்கிறாய்?"

"பரமேசுவரா! நீ போய்விடு. எனக்கு விடுதலை அளிக்க நீ யார்? நான் இப்போது பூரண சுதந்திரத்துடன் தான் இருக் கிறேன். வெளியே இருந்தால் வீண் வம்பில் சிக்கியிருப்பேன். இப்போது எனக்கு என்ன குறை? தெய்வப்பாடல்களைப் பாடி காலங்கழிக்கிறேன். அது உனக்குப் பிடிக்கவில்லையா? நீயும் என்னுடன் இந்தப் பக்கமே இருந்துவிடு. அதற்கு வழி செய்து கொடுக்கட்டுமா? கை தட்டிக் கூச்சல் போட்டுக் காவலர்களைக் கூப்பிட்டு உன் நடவடிக்கையைச்

சொல்லட்டுமா? அப்போது உனக்கு உண்மையான விடுதலை கிடைக்கும்" என்றான்.

பரமேசுவரன் ஒன்றும் பேசவில்லை. கடைசியாக "வந்தியத் தேவா! உன் தலையெழுத்து அப்படியானால் நான் என்ன செய்யட்டும்? ஆனால் ஒன்று மட்டும் எச்சரிக்க விரும்புகிறேன். உனக்கு விடுதலை இந்த ஜன்மத்திலில்லை. இளவரசர் அருண்மொழி உன்னை வந்து விடுவிக்கப் போவதில்லை. அத்துடன் தஞ்சைப் பாதாளச் சிறையின் பாது காவலில் பழுவேட்டரையருக்கே சந்தேகம் வந்துவிட்டது. உன்னைக் கோவூருக்குக் கொண்டு போய்விடுவார்கள். அப்படிப் போகும் போதும் தப்பிவிடலாம். உன் இஷ்டம். எப்படியாயினும் நான் வந்தது பற்றியோ தப்பிப் போவது பற்றியோ மூச்சு விட்டாயானால் உனக்கும் ஆதித்த கரிகாலன் கதிதான்" என்று கூறிவிட்டு வந்த ரகசிய வழியாக வெளியேறி வழி சிறிதும் தெரியாது மூடிவிட்டான்.

மதுரன், சிறைக் கம்பிக்கு வெளியே வந்து நின்றான். வந்தியத்தேவன் மதுரனை ஆவலுடன் வரவேற்றான்.

"ஐயா! வல்லவரையரே! சற்று முன்பு இங்கு ஏதோ பேச்சுக்குரல் கேட்டதே! யார் வந்தார்கள்? அல்லது நீங்களே பேசிக் கொண்டீர்களா?" என்று மதுரன் கேட்டான்.

வந்தியத் தேவன் திடுக்கிட்டான். ஒரு கணம் மௌனமாக இருந்தான். அப்போது நடந்தவற்றைச் சொல்லலாமா கூடாதா என்று அவன் மனம் போராடியது. கடைசியில் தொண்டையைக் கனைத்துக் கொண்டு பேசலுற்றான்.

அத்தியாயம் 21
குதிரையில் பறந்தான்

மாலை மெல்ல மங்கிக் கொண்டு வந்தது. சாய்ந்து வீழ்ந்திருந்த கதிரவனின் கதிர்கள் தஞ்சைக் கோட்டையின் மதில் மீது விழுந்து அதன் பழைமையைப் புலப்படுத்த

முயன்றன. அக்கோட்டையின் பெருமையை எடுத்துக் கூறிய வண்ணம் உள்ளுக்குள்ளும் நுழைந்தன. கோட்டைக் குள்ளிருக்கும் அரண்மனைகள் மீது தழுவிச் சென்றன. மாற்றானின் மூச்சுக்கூடத் தன் மேல்பட ஒப்பாத பழு வேட்டரையரின் அரண்மனை மீது மாலை மஞ்சள் வெயில் தாராளமாகப் படர்ந்தது. அந்த மாளிகையின் முன்புறம் நின்றிருந்த குதிரைகள் மீதும், சிவிகைகள் மீதும் மஞ்சள் வெயில் தவழ்ந்தது.

மெல்ல மெல்லக் கதிரொளியின் ஆட்சி சுருங்கியது. அரண்மனையில் விளக்கேற்றுவோர் விரைந்து சென்று கொண்டிருந்தனர். வெளித்தோட்டத்தின் நிழல்கள், பரவி யிருந்தன இருளோடு ஐக்கியமாக முனைந்தன. வெளிப்புறம் நின்றிருந்த குதிரைகளும், சிவிகைகளும் மங்கிய இருளில் பயங்கரமாகக் காட்சியளிக்கத் தொடங்கின. அந்தக் குதிரை களுக்கும் சிவிகைகளுக்கும் சொந்தக்காரர்கள் பெரும் வணிகர் கள். சோழ நாட்டினின்று வெளிநாட்டுக்குச் சென்று பண்டங் களை விற்று அங்கிருந்து பண்டங்களைப் பெற்று வருபவர் கள். அவர்களில் பலர் அவ்வப்போது சோழநாடாம் தம் தாயகத்திற்குத் திரும்பி வருவர். திரும்பி வந்து தங்கள் சொந்த ஊரில் பலநாட்கள் தங்கியிருப்பர். நாடு சுற்றி வந்த செய்தியைக் கதை கதையாகக் கூறுவர். திரைக்கடல் ஓடித் திரவியம் தேடிவரும் அவர்களுக்கு சமூகத்தில் மதிப்பு மிக இருந்தது. அவர்கள் கிராமங்களுக்கு வந்தனர் என்றால் அரசர்களுக்குண்டான வரவேற்பு கிடைக்கும். அடுத்த முறை அயல்நாடு செல்லும்போது தாமும் உடன் வருவதாகப் பலர் அச்சாரம் கொடுப்பார்கள். அந்த வணிகர்கள் சிலபோது திரும்பி வருகையில், அயல் நாடுகளில் தாம் சந்தித்த மங்கை நல்லாள்களை அழைத்து வருவர். அந்த நாடுகளில் உள்ளவர் கள் பொன் வண்ணத்து மேனியர். தமிழக மங்கைகளை விட அழகில் மிகுந்தவர்களல்லர் அவர்கள். ஆனால் நிறத்திலே மாறுபட்டதனால் அவர்களை வியப்புடன் இங்குள்ளவர்கள் காண்பர். பரம்பரை பரம்பரையாக இந்த நாட்டிற்கே உரிய இனிய முகமும், நல்வரவேற்பும் காட்டி மகிழ்விப்பர். அவர்களை அழைத்து வந்த வணிகர்களுக்குப் பெருமதிப்பு!

செல்வத்தைக் கொண்டு வந்து சேர்க்கும் வணிகர்கள் சிறிது காலமாகச் சிரமப்பட்டு வந்தனர். அவர்கள் உற்சாகமிழந்து காணப்பட்டனர். அவர்கள் பண்டங்களை ஏற்றிச் செல்லும் கலங்கள் நடுவழியில் கடற்கள்ளர்களால் தாக்கப்பட்டன. பெரும் நஷ்டம் அவர்களுக்கு ஏற்பட்டது. அவர்களுள் பலர் உயிரிழந்தனர். பெருங்கலங்களை மூழ்க விட்டனர். பொருளிழந்து ஓட்டாண்டியாகும் நிலைக்கும் வந்தனர். நாளுக்கு நாள் அவர்கள் துயரம் மிகவே, அவர்கள் அரசரிடம் முறையிட முயன்றனர். பல்லவ நாட்டுப் படைத்தலைவர் பார்த்திபேந்திரனிடம் சிலர் முறையிட்டனர். மன்னனிடம் பேசி ஆவன செய்வதாகப் படைத் தலைவர் கூறினாரேயன்றி, விடிவு ஏதும் ஏற்படவில்லை. அதற்குள் படைத்தலைவரின் மனப் போக்கில் பெறும் மாறுதல் ஏற்பட்டமையால் கடலில் செல்லும் கலத்தின் பாதுகாப்பிற்கான எவ்வித முயற்சியும் சோழ நாட்டில் ஏற்படவில்லை. கடைசியாக வணிகர்கள் பழுவேட்டரையரிடம் சென்று முறையிட முடிவு செய்தனர். அவரைச் சந்திக்காமல் மதுராந்தகரிடம் செல்லுதல் எளிதன்றே! அப்படியும் வேறு சில வணிகர்கள் மதுராந்தகர் செவிக்கும் எட்ட விட்டிருந்தனர்.

பழுவேட்டரையர் மதுரனின் வரவிற்காகக் காத்திருந்த போது வணிகர்கள் குழுவினர் மளமளவென நுழைந்தனர். பழுவேட்டரையருக்கு வாழ்த்துக் கூறி வணக்கம் தெரி வித்தனர். அவர்களுள் பலரை பழுவேட்டரையர் அறிவார். சோழநாட்டுப் பொக்கிஷத்திற்குப் பெருமளவிற்குப் பணம் கொடுக்கும் அவர்களை அவர் அவ்வளவு எளிதில் மறந்து விடுவாரா? அவர்களை வரவேற்று அமரச் செய்து அவர்கள் நலன்களை விசாரித்தார் பழுவேட்டரையர். அவர்கள் வந்திருக்கும் காரணத்தை நொடியில் புரிந்து கொண்ட பழு வேட்டரையர் உடனடியாக அதைப் பற்றிப் பேச விரும்பாமல் எடுத்த எடுப்பிலே பேச்சை வேறு திசையில் திருப்பினார்.

“வணிகப் பெருமக்களே! நீங்கள் நலம்தானே? உங்கள் நலன்தான் இந்தச் சோழ சாம்ராஜ்ய நலனும். தங்கள் நலன் களைக் கடல்கடந்த நாட்டிலும் அறிந்து வரவேண்டுமென்று

நாமும் அருண்மொழி வர்மனைக் கடல் கடந்து அனுப்பி னோம்" என்று பழுவேட்டரையர் பேசியபோது வணிகர்கள் ஒருவர் முகத்தை ஒருவர் பார்த்துக் கொண்டனர்.

"ஆமாம். அருண்மொழியைத் தங்களுள் எவராவது அண்மையில் சந்தித்தீர்களா!" என்ற கேட்டார் பழு வேட்டரையர்.

அருண்மொழியிடமிருந்து ஓலை கொண்டு வந்த வணிக ரொருவர் அங்கு இருந்தார். அருண்மொழி நாடு திரும்பக் கலம் ஏறிப் பல நாட்கள் ஆன செய்தியை அவர் தெரிவித்தார்.

"பலரும் அப்படித்தான் சொல்கிறார்கள், அருண்மொழி எப்போதோ புறப்பட்டு விட்டதாக. ஆனால் அருண் மொழியைக் காணோமே என்றுதான் உங்களைக் கேட்டேன்" என்றார் பழுவேட்டரையர்.

"எங்கும் அதைப்பற்றித்தான் பேசிக் கொள்கிறார்கள். இளவரசர் இன்னும் நாடு திரும்பவில்லையே எனக் கவலை கொள்கிறார்கள். ஒவ்வொரு கலமும் வரும்போது கடற் கரையில் குழுமியிருக்கும் மக்களின் ஆவலைப்பார்க்க வேண்டுமே" என்றார் வணிகரொருவர்.

"அயல்நாட்டில் அவரைச் சந்தித்தவர் இங்கு எவராவது இருக்கிறார்களா?" என்று பழுவேட்டரையர் வினவினார். அவர் கேள்வி அப்போது மிகச் சாதாரணமாகவே இருந்தது.

"நாங்கள் இருமுறை சந்தித்திருக்கிறோம். ஆனால் அவரை இளவரசர் என எவரும் கண்டுகொள்ள முடியாது. அவ்வளவு தத்ரூபமான மாறுவேடம். இளவரசர் எப்படி அப்படி வேடம் பூணக் கற்றுக்கொண்டாரே?" என்றார் வணிகரொருவர்.

பழுவேட்டரையர் சிறிது நேரம் மௌனமாயிருந்தார். "சரி அயல்நாடு சென்றிருந்தீர்களே, உங்களுக்கு இந்த நாட்டில் நடந்தவை ஏதுமே தெரியாதா? சுந்தர சோழர் சிவகதி யடைந்தது பற்றி கூடவா தாங்கள் அறியமாட்டீர்கள்?" எனக் கேட்டார்.

"இங்கு நடக்கும் செய்தியோ அங்கு நடக்கும் செய்தியோ தெரியா வண்ணம்தான் கடற்கொள்ளையர் செய்து

விட்டனரே! தங்களுடைய மேற்பார்வையில் இருக்கும் போதுகூட இவ்வாறு நேரலாமா ஐயா! அலை பற்றி முறையிடவே இன்று நாங்கள் வந்தோம். அருண்மொழி வர்மர் கடற்கொள்ளையரைப் பற்றி நிச்சயம் அறிவார். அவர் நாடு திரும்பியிருந்தால் முதல் வேலையாக அவர்களை ஒழிக்கவே முயலுவார். ஐயா தனாதிகாரி அவர்களே! தாங்கள் உடனே கட்டளையிடக் கூடாதா கடற்கொள்ளையரை அழிக்க? சோழ நாட்டிலிருந்து இனி ஒருகலங்கூட வெளிநாடு களுக்குச் செல்லாது. இப்படி நாம் பயந்து கலம் செலுத்தா திருந்தால் அந்தக் கொள்ளைக்காரர்கள் துணிந்து கரையில் இறங்கி ஊர்களைக் கூட கொள்ளையடிக்கத் தயங்க மாட்டார்கள்'' என்றார்.

பழுவேட்டரையர் சிறிது நேரம் யோசித்தார். ''அப்படி யானால், அருண்மொழி மாறுவேடத்தில் அலைவதாகவா கூறுகிறீர்கள்? கடற் கொள்ளையரைப் பற்றி அவருக்கு தெரியும் என்றா கூறுகிறீர்கள்? ஹூம்! தெரிந்தா அவர் சும்மா இருந்தார்?'' என்று கேட்டார் பழுவேட்டரையர்.

வணிகருள் ஒருவருக்கு ஆத்திரம் பொங்கியது. பெரு நஷ்டமடைந்தவர் அவர். ''ஐயா, இதென்ன பேச்சு? அருண் மொழி அறிந்துதான் என்ன செய்வார்? அவரிடம் போர் வீரர்கள் இருந்தனரா? ஆயுதங்கள் இருந்தனவா? தன்னந் தனியாய் அவர் போரிட்டு உயிரிழக்க வேண்டும் என்பது உங்கள் எண்ணமா? பராந்தக சக்கரவர்த்தி காலத்தில் ஏராள மான கலங்கள் ஈழத்தீவின் மீது படையெடுத்துச் சென்றன. இப்போது சோழநாட்டின் மீது போர்கலங்கள் படையெடுத்து வந்தால் ஆச்சரியப்படுவதற்கில்லை'' என்றவுடன் பழு வேட்டரையர் சீற்றமடைந்தார். எனினும் அவர் கோபத்தை அடக்கிக் கொண்டு, ''பொறுமை, பொறுமை, வணிகரே! உங்களுக்கு ஏற்படும் தொல்லைகளைக் கண்டு சும்மா இருக்க மாட்டோம். இப்பொழுதுதானே இவற்றைப் பற்றி முறை யிட்டுள்ளீர்கள்! இனித் தொல்லையைப் போக்க வழி செய்வோம்'' என்றார் பழுவேட்டரையர்.

வணிகர்கள் பழுவேட்டரையருடன் பேசிக்கொண்டிருக்கும் போது மதுரன் அரண்மனையை நோக்கி வந்து கொண்டிருந்

தான். அன்று மாலை அவனை வருமாறு பழுவேட்டரையர் வேண்டியிருந்தார். மதுரன் மனத்திலே அப்பொழுது பெரும் சுமை இருந்தது. வந்தியத் தேவனிடம் தான் சென்று வந்ததைக் குறித்துப் பழுவேட்டரையர் தன்னைக்கேட்பார். வந்தியத்தேவன் கூறிய விஷயங்களோ மிகப் பயங்கரமாக உள்ளன. அவற்றைப் பற்றி பழுவேட்டரையர் அறிய மாட்டாரா? அறிந்திருந்தால் கணம் கூடத் தாமதப்படுத்த நியாயமில்லையே?

நாணய சாலையில் பணியாற்றும் பரமேசுவரன் பாண்டிய நாட்டு ஆபத்துதவிகளுடன் தொடர்பு கொண்டவன். மிகப் பயங்கரவாதியான ரவிதாசனின் சகோதரன். அமர புஜங்க பாண்டியன் மீண்டும் தலை தூக்க வேண்டிய பொருளுதவி சோழ நாட்டுப் பொக்கிஷத்தினின்று செல்கிறது. அதைத் திருட்டுத் தனமாகக் கொள்பவன் பரமேசுவரன். சோழநாட்டுப் பொன் நாணயங்களை எவ்வளவு காலமாக எடுத்து செல்கிறானோ? அதைக் கண்டுபிடிக்காமல் விட்ட குற்றம் யாருடையது? பாண்டிய நாட்டு அரசுரிமை கோரி அமர புஜங்கன் என்பவன் ஆனைமலைக்காடுகளில் படைதிரட்டி வருகிறானாம். அவன் செயலை அறிந்து ஒடுக்காதது யாருடைய தவறு? இப்போது ஆனைமலைக்காட்டில் அந்த அமரபுஜங்கன் பாண்டிய மன்னன் என முடிசூடிக்கொள்ளப் போகிறான். அந்த உரிமையோடு, பெரும் படைபலத்துடன் சோழ நாட்டின் மீது படையெடுத்து வரப் போகிறான். அவ்வளவு தூரம் வளரவிடக் காரணமானவர் எவர்? வந்தியத் தேவன் இதுவரை நடந்தவற்றையெல்லாம் கூறியபோது மதுரன் கண்டராதித்தனுக்கு மெய் துடித்தது.

வந்தியதேவன் மனம் வைத்திருந்தால் தானும் வெகு எளிதில் தப்பித்துக் கொண்டு ஓடியிருக்கலாம். பாதாளச் சிறை என்பது எவரும் எளிதில் அடையமுடியா இடம். ஒருவரும் எளிதில் தப்பமுடியா கடுஞ்சிறை. அந்த இடத்திற்கும் ரகசிய வழி! அந்தப் பரமேசுவரன் மிகச் சாமர்த்தியசாலியாக இருக்க வேண்டும். இல்லாவிடில் என்ன துணிவுடன் வந்தியத் தேவனையும் உடன் தப்பி ஓடிவரக் கூப்பிட்டிருப்பான்? அவன் தூண்டுதலுக்குச் செவிசாய்த்திருப்பான், வந்தியத்

தேவனைப் போன்று செய்யாத குற்றத்திற்குத் தண்டனை விதிக்கப்பட்ட மற்றொருவராயிருந்தால் பழிதீர்ப்பதற்காகப் பரமேசுவரனுடன் தப்பி ஓடியிருப்பார். வந்தியத் தேவனைப் போன்று மற்றொரு புஜபலபராக்ரமம் பொருந்தியவரா யிருப்பின் ஏற்பட்ட சந்தர்ப்பத்தை எளிதில் நழுவ விடவே மாட்டார். ஆனால் வந்தியத் தேவனுடைய உறுதி மனப் பான்மை இந்த உலகில் வேறு எவருக்காவது வருமா? இராட்டிரகூடப் பேரரசர்களின் வழிவழி வந்த அந்த அரசகுமாரர் ஆதித்த கரிகாலனுடன் நட்பு பூண்டு பழகியதால் தானே, சோழநாட்டு அரசியலுடன் பிணைந்ததால் தானே இப்படியொரு குற்றம் சாட்டப்பெற்றார்? அவர் அளித்த தண்டனையைத் தடுக்க எவருமே முன்வரவில்லையே! மதுரன் எண்ணிக்கொண்டே போனான். வந்தியத் தேவனை நினைக்கும் போது அவன் கண்களில் நீர் தளும்பியது. சோழ நாட்டின் மீது அவர் கொண்டுள்ள மரியாதையும், அன்பும் தானே சதிகார பரமேசுவரனைப் பற்றிக் கூற முன்வந்தன? பரமேசுவரன் மூலம் இன்னும் பல ரகசியங்களை அறியலாம் என்று வந்தியத் தேவன் சொன்னாரே. அந்தப் பரமேசுவரன் இன்றிரவு தப்பி ஓடப்போகிறான். அவனைத் தடுத்துப் பிடித்துச் சிறையில் தள்ளாவிடில் நாட்டிற்கே பேராபத்து வந்து விடுமே. இதை உடனே பழுவேட்டரையரிடம் கூறவேண்டும்.

மதுரன் இவ்வாறு எண்ணி வந்தபோது, பழுவேட்டரை யருடன் நாட்டு வணிகர்கள் முக்கியமாக ஏதோ உரையாடு வதறிந்து அவர்கள் பேச்சிடையே புகுந்து கலைக்க விரும்பாமல் அரண்மனையின் அருகே இருந்த பூந் தோட்டத்துக்குள் நுழைந்தான். அடர்ந்து வளர்ந்திருந்த மரங்களும், மரத்தின் மீது தாவிப் படரும் கொடிகளும், அக்கொடிகளில் பூத்துக் குலுங்கும் விதவித மலர்களும், மரங்களின் பழுத்துத் தொங்கும் கனிகளும், இடையிடையே அமைக்கப்பட்ட மேடைகளும், செயற்கை வாவிகளும் அவன் மனத்தை கவர்ந்தன. இருள் கவிந்தபடியால் தோட்டத்திற்குள் அதிக தூரம் போக முடியவில்லை. ஏதோ அங்கொன்றும் இங்கொன்றும் ஏற்றப்பட்ட கம்ப விளக்குகள் மங்கிய ஒளியை கொடுத்துக் கொண்டிருந்தன. கோட்டை

மதில் வெகு அண்மையில் இருந்தது. மதிலின் கரிய நிழல் பெரும் யானை போல் தோற்றமளித்தது.

குப்பென்று எங்கிருந்தோ மல்லிகை மணம் வீசியது. 'ஆகா! இந்த நந்தவனத்திலும் நல்ல மலர்கள் உள்ளனவா? தெரிந்திருந்தால் இங்கிருந்தும் பறித்துப்போய் நடராசருக்கு அணிவித்திருக்கலாமே?' என்று எண்ணிய மதுரன் செவிகளில் இப்போது மெல்லிய சிலம்பொலி கேட்டது. வளையல்கள் ஒன்றோடொன்று உராய்ந்து குலுங்கும் ஓசை கேட்டது. எவரோ வரும் அரவம் எழுந்தது. அங்கே வரு பவரிடமிருந்து தான் மல்லிகை மணம் வீசியிருக்க வேண்டும்.

பெரிய பழுவேட்டரையரின் திருக்குமாரத்தி இளைய பஞ்சவன் மாதேவி வந்து கொண்டிருந்தாள். மாலையில் வந்து தன்னைச் சந்திக்குமாறு மதுரனைத் தனது சிறிய தந்தை கேட்டிருப்பதை அவளறிவாள்; மதுரனும் தவறாமல் வருவான். அவள் காலையிலிருந்தே நாழிகைப் பொழுதை எண்ணிக் கொண்டிருந்தாள். மாலையில் மீண்டும் மதுரனைச் சந்திக்கப் போகிறோம் என்ற குதூகலம் அவளிடம் எழுந்து கொண்டிருந்தது. அவள் அன்றைய காலை நிகழ்ச்சியையே நினைத்துக் கொண்டிருந்தாள். மதுரன் போனவுடன் அங்கு வந்த தன் சகோதரி மூத்த பஞ்சவன் மாதேவியும் பட்டத்து ராணி லோக மாதேவியும் ஏதோ கேட்டது கூட அவள் செவிகளில் விழவில்லை. அவள் கரங்களில் திகழ்ந்த அந்த நாகலிங்க மலரை அவள் அழகு பார்த்துக் கொண்டிருந்தாள். அம்மலரும் அம்மலரைச் சூடியிருக்கும் நடராசர் சிலையும் அச்சிலைக்குப் பூசை செய்யும் மதுரனும் அவள் இதயத்தில் வட்டமிட்டனர். நேற்று இல்லாத சலனம், இன்று விழித் தெழும்போது இல்லாத சலனம் இப்போது எங்கிருந்து வந்தது? சிறிது நேரம் முன்பு வரை ஆவல் மட்டுமே இதயத்தில் இருந்தது. இப்போது சலனமும் சேர்ந்து விட்டது. இளவரசர் அருண்மொழி வரப்போகிறார். அவர் எப்படி இருப்பாரோ? எவ்விதம் பழகுவாரோ என்ற ஆவலும் துடிப்பும் மட்டும் இருந்தன. இப்போது மதுரனின் தோற்றம், மதுரனின் பேச்சு, மதுரனின் இனிய குரல் அவளால் உணர முடியாப் புதுச் சலனத்தை ஏற்படுத்தி விட்டன. அவள்

அரண்மனையில் தங்கவில்லை. அவள் அமைதியாகச் சிந்திக்க அங்குள்ள தோழிகளும் பணிப் பெண்களும் ஏன் அவளுடைய சகோதரியும் கூட விடவில்லை. நேரே தன் சிறிய தந்தை பழுவேட்டரையர் அரண்மனைக்கு வந்து சேர்ந்தாள். வெயில் கொளுத்திக் கொண்டிருந்தது. அவள் உடலை ஏதோ தகிப்பது போலிருந்தது. அரண்மனையை விட்டு நந்தவனத் திற்குள் நுழைந்தாள். கலகலவெனக் கிளிகள் கூச்சலிட்டுப் பறந்தோடின. குக்கூ குக்கூ என எங்கிருந்தோ குயில் மெல்ல மெல்லக் குரல் கொடுத்தது. அசைந்து அசைந்து மயிலொன்று நடந்து வந்தது. அது கழுத்தை ஆட்டி ஆட்டி நடக்கும் அழகே தனிதான். அவள் மனம் எதிலும் ஈடுபடவில்லை. குயிலின் குரல் மதுரனின் பாடலை நினைவூட்டின. என்ன இது மனத் துயரத்தைத் தடுத்து நிறுத்த விரும்பிச் சோலைக்கு வந்தால் இங்குமா சோதனை? அவள் விரைந்து நடந்து செயற்கைக்குளத்துக்கு அருகே வந்தாள். அந்த குளத்தில் ஒரே ஓர் அல்லி மலர். அது கூம்பி இருந்தது. அதற்கு ஆதவனைக் கண்டால் பிடிக்காது. மதியரசன் வரவேண்டும். வாவிக்கரையில் அமர்ந்து மெல்லத் தண்ணீரில் தன் முகத்தைப் பார்த்தாள். அவள் முகம் ஆடாமல் அசையாம லிருந்த நீரில் தெரிந்தது. முகம் அகத்தைக் காட்டும் என்பார் களே என் முகத்தில் இதய வேதனையைக் காணோமே? ஹூம் வேதனை இல்லையா? வேண்டாத குழப்பம்தான் இருக்கிறதே! நாம் ஏன் மதுரனை சந்தித்தோம்? நாம் ஏன் அவருடன் போனோம்? நாம் ஏன் அவரிடம் சந்தேகம் கேட்டோம்? கேட்டதில் தவறென்ன? அந்த அற்புத நடராசர் தாண்டவத்தைப் புரிந்து கொண்டோம். நடனத்தின் மற்ற விஷயங்களை அவரைக் கேட்டுத் தெரிந்து கொள்ளாமல் விட்டுவிட்டோம். அவரைப் பார்க்கும்போது நெஞ்சத்துப் பேச்சு வெளியே வர மறுக்கிறதே. அவருடைய முகத்தையே பார்த்துப் பரவசமாக நிற்கிறோமே! இளவரசர் அருண்மொழி வந்தால் அவரைக் காண்பதற்கே நமக்கு வெட்கம் வந்து விடுமோ? அருண்மொழி வருவார்; அவரைக் காண்போம்; அவருடன் பேச முயலுவோம்; படபடக்கும் இதயத்தில் வேகத்தைத் தணித்துக் கொண்டு அவரைக் காண்போம் என்றெல்லாம் எண்ணியிருந்த இதயத்தில் இப்போது மற்றோர் இன்ப வேதனையும் துளிர்த்து விட்டதே! பஞ்சவன்

மாதேவியால் இந்தச் சோதனையைத் தாக்க முடியவில்லை. கீழே இருந்த சிறு கூழாங்கல்லை எடுத்து அந்தக் குளத்து நீரில் வீசினாள். அமைதியாய் இருந்த தடாகத்து நீரில் கல்விழுந்த இடத்திலிருந்து மெல்ல மெல்ல வட்டமாக அலைகள் எழுந்தன. அவை பெரிய, பெரிய மிக பெரிய வட்டமாக விரிந்தன. குளத்தின் நடுவில் அல்லி மலர் இருக்கும் இடம் வரை அந்த வளையங்கள் விரிந்தன. மலரின்மீது மோதி வளையம் மறைந்தது. மலர் வளையத்தை தன்னுள் ஐக்கியப்படுத்தி விட்டதா? சலனமற்றிருந்த மனக் குளத்தில் இப்போதுள்ள வளையமும் அது போன்று அமைதியுறுமா? அமைதியடைய வேண்டுமெனில் இந்தச் சோதனையில் வெற்றியடைய வேண்டும்.

ம...து...ர....ன்! அவர் ஏன் என் சிந்தையில் குடிபுகுந்தார்? கலையார்வம் அவரைத் துணைக்கழைத்திருக்குமா!

அ...ரு...ண்...மொழி! அவர் விரைவில் வரக்கூடாதா? பஞ்சவன் மாதேவியின் எண்ணச் சுழலில் வேகம் அதிக மாகியது. அவளது போராட்டத்தைத் தீர்க்க அப்போது பாங்கி வந்தாள். மீண்டும் அரண்மனைக்குள் சென்றாள்.

மாலை வந்தது. மதுரன் வருவான் என்ற எண்ண மெழுந்தது. காலையில் எடுத்து வந்த அந்த நாகலிங்க மலர் வைத்திருந்த இடம் சென்று பார்த்தாள். மலர் அப்படியே இருந்தது. ஆனால் அதன் நடுவே இருந்த லிங்கம், எங்கோ பிய்ந்து விழுந்து விட்டிருந்தது. மெல்ல அவள் அதன் மணத்தை முகர்ந்தாள். மேல் மாடத்தில் நின்று கொண்டு பலகணியின் வழியே வெளியே நோக்கிக் கொண்டிருந்தாள்.

கலகலவெனப் பட்சிஜாலங்கள் வரிசை வரிசையாக நந்தவனத்திற்குள் அடைபடப் புகுந்து கொண்டிருந்தன. தொலைவில் மதுரன் வருவது அவளுக்குத் தெரிந்தது. மதுரன் நந்தவனத்தின் பக்கம் போவதையும் அவள் கண்டாள். மளமளவெனக் கீழே இறங்கிச் சென்றாள்.

பஞ்சவன் மாதேவியை அந்த மங்கிய ஒளியில் கண்ட வுடன் மதுரன் ஒரு கணம் சிலையென நின்றான். அன்று முழுமையும், மனத்திலிருந்து மாயை போன்ற நிலையை மறைக்க அவன் முயன்றான். அவனுக்கே புரியாதவாறு

பஞ்சவன் மாதேவி வந்து கண்முன் நின்றாள். அவள் சந்தேகங்கேட்டதில் தவறில்லை. அவள் நடராசத் தத்துவத்தைக் கேட்கட்டும்; நடராசர் ஆடிய ஆனந்த தாண்டவத்தைப் பற்றிக் கேட்கட்டும். நடனமே ஆடப் பயிலட்டும், ஆனால் என் இதய மேடையில் நடனமிட முயல வேண்டாமே.

மதுரனுக்குப் பல பல அலுவல்கள் இருந்தமையால் அவன் காலைச் சம்பவத்தைப் பிறகு நினைக்கவில்லை. அவனுக்கு அதைவிடப் பெரிய பிரச்சனை ஏற்பட்டுவிட்டதால் பஞ்சவன் மாதேவியால் ஏற்பட்ட சலனத்தைப் பொருட்படுத்தவில்லை. மீண்டும் இப்போது பழுவேட்டரையர் அரண்மனையில் பஞ்சவன் மாதேவியை சந்திப்போமென்று அவன் சற்றும் எதிர் பார்க்கவில்லை என்பதால் அங்கே அவளைக் கண்டதும் அவனுக்கு உடலெங்கும் வியர்த்து விட்டிருந்தது.

''யாரது, இளைய தேவியா?'' என மதுரன் மெல்லக் கேட்டான்.

''ஆமாம், சாஷாத் நானேதான். தங்கள் வருகைக்காக விழிவைத்துக் காத்திருக்கும் நானேதான்! சொன்னால் சொன்னபடி வந்து விட்டீர்களே? எல்லா வேலைகளையும் முடித்து விட்டுத்தானே வந்தீர்கள்? அவசரமில்லாமல் செல்லலாமல்லவா? வந்தியத் தேவரைச் சந்தித்தீர்களல்லவா? என் சிறிய தந்தை சொன்ன விஷயத்தை விசாரித்தீர்களல்லவா?'' என்று பஞ்சவன் மாதேவி கேள்வி மேல் கேள்வி கேட்டாள்.

தனக்காக அந்தப்பேதை காத்திருப்பது அவனுக்கு வியப்பை அளித்தது. அவள் கேட்கும் கேள்வி இன்னும் திகைப்பை அளித்தது, 'அவசரமில்லாமல் மெள்ளச் செல்லலாமாவது? இங்கே நந்தவனத்தில் பேசிக் கொண்டிருந்தால் அங்கே சாம்ராஜ்யத்திற்கு ஆபத்து ஏற்பட்டுவிடும்' என்று எண்ணியவனாய் அவள் பக்கம் திரும்பினான். ஏதாவது பேசவேண்டும். மௌனமாக நின்றால் அவள் சும்மாயிருக்க மாட்டாள். கேள்விமேல் கேள்வி கேட்டுத் திணற அடிப்பாள்.

''வந்தியத் தேவரைச் சந்தித்துவிட்டேன்; இப்போது தங்கள் சிறிய தந்தையைச் சந்திக்க வேண்டும். மிக முக்கிய செய்தியைத் தெரிவிக்க வேண்டும்'' என்றான் மதுரன்.

"தந்தை தங்கள் வரவுக்காகக் காத்திருந்தார். ஆனால், இந்த நாட்டு வணிகர்கள் பலர் வந்துவிட்டனர். அவர்களும் மிக முக்கியமான செய்தியைத் தெரிவித்துப் பேசிக் கொண்டிருக் கின்றனர். இப்போது வருவதெல்லாம் மிக முக்கியமான செய்திகள் தாம். நாம் பேசுவது மட்டும் முக்கியமில்லா விட்டால் நீங்கள் கேட்பீர்களா? நீங்கள் இந்த நந்தவனத்திற்கு ஏன் வந்தீர்கள்?" என்று கேட்டாள், இளைய பஞ்சவன் மாதேவி. மதுரனுக்குச் சற்று எரிச்சலாக இருந்தது. 'இந்தப் பெண் கேள்வி கேட்கவே பிறந்து விட்டாளா? இவளை மணப்பவன் இவளது வினாக்களுக்கு விடையளிக்க வல்ல வனாயிருக்க வேண்டுமே' என்று எண்ணியவனாய் "நீங்கள் எதற்கு இங்கு வந்தீர்கள்!" என்றான்.

பஞ்சவன் மாதேவி இதை எதிர்பார்க்கவில்லை. மேலும் மதுரன் 'தாங்கள், நீங்கள்' என்று அழைப்பது அவளுக்கு என்னவோ போலிருந்தது. 'ஆம்; நாம் எதற்குத்தான் இங்கு வந்தோம்? தன்னை இந்த நேரத்தில் இங்கே இழுத்து வந்தது எது? அதுதானே அவளுக்கும் புரியவில்லை. மதுரனை சந்தித்துப்பேசும் எண்ணம் அவளை இழுத்திருக்கலாம். நடராசரைக் குறித்துக் கேள்வி கேட்கும் எண்ணம் அவளை இழுத்திருக்கலாம். நாகலிங்க மலரில் சிவலிங்கம் எப்படி அமைந்திருக்கிறது என்ற கேட்டுணரும் எண்ணம் அவளை இழுத்து இருக்கலாம். கேட்டுணரும் எண்ணம் அவளை அங்கு அழைத்துவந்ததா? அல்லது மதுரனைக் காண வேண்டும் எனும் சொல்ல முடியாத ஆவல் அவளை அழைத்து வந்ததா?

பஞ்சவன் மாதேவி மறுமொழி பேசச் சிறிது நேரம் ஆனதால் மதுரன் மெல்ல இந்த இடத்தை விட்டு நழுவ விரும்பிச் சிறிது நடந்தான்.

"நான் இங்கு வருவதற்கு ஆயிரம் எண்ணங்கள். முதல் காரணம்தாங்கள் காலையில் சொல்லாமல் விட்டீர்களே அதைக் கேட்க எனக்கு எண்ணம்."

"என்ன சொல்லாமலிருந்தேன்?"

பஞ்சவன் மாதேவி சிறிது யோசித்தாள். 'மதுரனை என்ன கேட்டோம். என்ன பிறகு சொல்லுவதாகக் கூறினார்?' என

யோசித்தாள். 'நடராசர் ஆடிய நடனக் கலையைப் பற்றிக் கேட்டோமா? ஆம்; இருக்கலாம். நாட்டியக் கலை பயிலும் விதம் கேட்டறிவோம்' என எண்ணியவளாய், "நடராசர் ஆடிய ஆட்டத்தைப் போல் நாமும் ஆட முடியாதா? அந்தக் கலை உங்களுக்கு வருமா? வந்தால் எனக்குக் கற்றுத் தருவீர்களா?" எனக் கேட்டாள்.

மதுரன் மெய் சிலிர்த்தது. பஞ்சவன் மாதேவி போகும் பாதை மெல்ல மாறுவது கண்டு அப்பாதையைத் தக்கபடி சீர்திருத்த விரும்பி, "தேவி! நடனக் கலை தெய்வீகக் கலை; அதைப் பயிலும் எண்ணம் தங்களுக்கு எழுந்தது, அந்த நடேசன் அருள் இருப்பதால்தான். பரதம் அறிந்தவர் அரண் மனையில் எவரையும் காணோம். தில்லையில் ஒருவர் இருப்பதாக அறிந்தேன். காஞ்சியிலும், ஒற்றியூரிலும், திருக் காளத்தியிலும் அக்கலையை வழி வழியாகப் பயின்றவர் இருப்பதாகக் கேள்விப்பட்டிருக்கிறேன். அவர்களை வரச் சொல்கிறேன்" என்றான். அவன் இப்பொழுது நந்தவனத்திலிருந்து மெல்ல வெளியேறத் தொடங்கினான்.

அந்த மங்கிய ஒளி நிறைந்த இடத்தில் இரு நிழலுருவம் மட்டுமே அங்கே தோன்றின. இன்னும் மதுரனிடம் பேச வேண்டும் போலிருந்தது, பஞ்சவன் மாதேவிக்கு. தன்னை விட்டுச் சற்றுத் தொலைவில் செல்லும் மதுரனின் எதிரே ஓடிச் சென்று நின்று, "நடன ஆசிரியர்களை எப்போது வரச் சொல்கிறீர்கள்? இன்றே ஆள் அனுப்புகிறீர்களா?" என்று கேட்டாள்.

மதுரன் நினைவு அப்போது அங்கில்லை. பாதாளச் சிறைக்கருகிலிருந்த நாணய சாலையினின்று பரமேசுவரன் தப்பி ஓடுவதைத்தடுக்க வேண்டும் என்பதிலேயே இருந்தது. அதனால் அவன் பஞ்சவன் மாதேவி கேட்ட கேள்விக்குச் செவி சாய்க்காமல் 'விர்'ரென்று நடந்தான். என்னக் கூறி அவரை அழைப்பதென்று புரியாத அவள் சிறிது தூரம் அவனைத் தொடர்ந்து வந்து நின்று விட்டாள். மதுரன் விரைந்து பழுவேட்டரையர் அரண்மனைக்குச் சென்றான். அங்கே பழுவேட்டரையர் இல்லை. சற்று முன்னர்தாம் எங்கோ வெளியில் புறப்பட்டுச் சென்றுவிட்டார் என அவன் அறிந்தான். 'ஆ! என்ன தவறு செய்து விட்டோம். பழு

வேட்டரையரிடம் செய்தி கூற வந்த நமக்கு நந்தவனத்தில் ஏன் கவனம்? நந்தவனம் வந்த நமக்கு அந்தப் பெண்ணிடம் என்ன பேச்சு? இப்போது காரியம் கெட்டுவிட்டதே. ஆபத்து நெருங்கிவிட்டதே. வல்லவரையர் என்ன கூறியனுப்பினார்? உடனே பழுவேட்டரையரிடம் சென்று பரமேசுவரனைப் பற்றித் தெரிவித்துவிடச் சொன்னாரே. பாதாளச்சிறையிலுள்ள கள்ள வழியைப் பற்றிச் சொல்லிவிடச் சொன்னாரே. அவற்றைத் தெரிவிக்காமல் நாம் இப்படிப் பொழுதைப் போக்கினோமே. இப்போது என்ன செய்வது?' என்று ஒன்றும் புரியாமல் மதுரன் துடித்தான். இங்குமங்கும் பார்த்தான். சந்திரோதயத்திற்கு முன்னர் பரமேசுவரன் தப்பிவிடுவான். உடனே அவனைத் தடுத்து நிறுத்திச் சிறை பிடிக்க வேண்டும் என்ற பரபரப்புடன் மதுரன் ஓடினான்.

தஞ்சைக் கோட்டையின் தென்கிழக்கு மதிலின் ஓரமாகச் சிற்றாறு ஒன்று அணைத்துக் கொண்டு ஓடியது.

அந்த இடத்தில் ஆழமதிகம். கரையென்று தனியே இல்லாமல் மதிலை ஒட்டியே ஆறு ஓடியது. அதனால் அகழி யென்று தனியே அங்கு இல்லை. காற்று 'விர்.. விர்..' என்று வீசிக்கொண்டிருந்தது. அப்போது மேலே உள்ள பலகணி யினின்று 'சீழ்கை' ஒலி ஒன்று எழுந்தது. அதைத் தொடர்ந்து ஆற்றின் அக்கரையில் நின்றிருந்த மற்றோர் உருவம் பதில் குரல் அதே சங்கேத ஒளியில் கொடுத்தது. உடனே கயிறு ஒன்று சர சரவெனப் பலகணியினின்று இறங்கியது. அதைத் தொடர்ந்து பலகணியில் உள்ள கம்பிகளைப் பெயர்த்தெடுத்து விட்டு அந்த உருவம் கயிற்றைப் பிடித்துக்கொண்டு இறங்கியது. அப்பா! எவ்வளவு உயரமான மதில்! அந்த மதில் கூட பரமேசுவரனுக்குத் துரும்பு போலல்லவா இருக்கிறது. பரமேசுவரன் மெல்ல இறங்கினான். பிறகு ஆற்றில் தொப்பென்று குதித்து எதிர் கரையை நோக்கி நீந்தினான்.

எதிர்க்கரையில் இருந்தவன் சோமன் சாம்பவன். காஞ்சியில் பொன் மாளிகையைச் சுற்றி வட்டமிட்டுக் கொண்டிருந்த அவனை ரவிதாசன் தஞ்சைக்கனுப்பி பரமேசுவரனைத் தப்பி வருமாறு தகவல் கூறக் கட்டளையிட்டிருந்தான். இனி அவர்கள் சோழ நாட்டிலிருப்பதில் பலனில்லை என்ற

முடிவுக்கு வந்த ரவிதாசன், அப்படி இருப்பதால் என்றைக்கும் ஆபத்துதான் என்று கண்டு கொண்டதால் விரைந்து சோமன் சாம்பவனைத் தஞ்சைக்குச் செல்லக் கட்டளையிட்டான். ஆற்றின் எதிர்க்கரையில் முன் திட்டப்படியே காத்திருந்த சோமன் சாம்பவன் குரல் கொடுத்தான். பரமேஸ்வரன் பலகணியினின்று மெல்ல இறங்கினான். சோமன் சாம்பவன் இரு குதிரைகளைக் கொண்டு வந்திருந்தான். அவை மர நிழலில் கட்டப்பட்டிருந்தன. இப்போது மூன்றாவது உருவம் புரிந்து கொண்டது. பரமேசுவரன் ஆற்றில் குதித்தவுடனே மூன்றாவது உருவம் மெல்ல சோமன் சாம்பவனின் பின் புறமாகச் சென்று கையிலிருந்த தடியால் ஓங்கி அவன் தலையில் அடித்தது. எதிர்பாராத தாக்குதலால் சோமன் சாம்பவன் சுருண்டு விழுந்தான். பரபரவென்று அவனுடலை இழுத்து அருகிலிருந்த புதருக்குள் போட்டுவிட்டு மறைந்து விட்டது.

அப்பப்பா! அந்த உருவத்திற்கு இவ்வளவு தைரியம் எங்கிருந்து வந்தது? தைரியம் வராவிடில் மாபெரும் காரியங்கள் பாழாகிவிடுமே. தன் இதயம் கவர்ந்த வந்தியத் தேவனை எவ்வளவு நாள் சிறையில் வாட விடுவது? சோழ சாம்ராஜ்யத்திலேயே எதிரிகளின் ஒற்றர்களை எவ்வளவு நாள் நடமாட விடுவது? அவற்றிற்கெல்லாம் ஒரு முடிவு எப்போது ஏற்படுத்துவது? இவற்றை எண்ணினான் மதுரன். இதுவரை ஒரு சிறு எறும்புக்குக்கூடத் தீங்கு செய்யாத மதுரன், சோமன் சாம்பவனின் தலையில் தைரியமாக ஓங்கி அடித்தான். என்னத்தான் இருந்தாலும் அவன் அரச குமாரனல்லவா? அவன் உடலில் பராந்தக சோழரின் வீர ரத்தம் ஓடுகிற தல்லவா? சோழ ராஜ்யத்திற்கு ஆபத்து வரும்போது கோயில் திருப்பணி, பக்திப்பாடல், அன்பு, அமைதி என்று இருந்துவிட முடியுமா? அவன் உடலில் புத்துணர்ச்சி எழுந்தது.

பரமேசுவரன் மெல்ல நீந்தி வந்து கரையேறினான், 'வெட வெட' என்று அவன் உடல் நடுங்கியது. ஆடைகள் சொட்டச் சொட்ட நனைந்திருந்தன.

"தம்பி" என்று பரமேசுவரன் சோமன் சம்பவனை அழைத் தான். தம்பிதான் நின்று கொண்டிருக்கிறான் என்ற பாவனையில் அவரும் மறுமொழி கூறவில்லை.

"தம்பி! குதிரை கொண்டு வந்திருக்கிறாயா? நீ நேரே மதுரைக்குப் போய்விடு, நான் நம் ஊர் வரை போய்வர வேண்டும். அவ்வப்போது ஊருக்குப் பொன்னும், பொருளும் அனுப்பி வந்தேன். அவற்றைக் கொண்டு நிறைய நிலம் வாங்க சொல்லியிருந்தேன். வருங்காலத்தில் நாம் எந்த வேலையும் இல்லாவிடினும் உட்கார்ந்து உண்ண வேண்டு மல்லவா? நான் நேரே ஆனைமலைக்கு வந்து சேர்ந்து விடுவதாக ரவிதாசனிடம் கூறு" என்றான்.

மதுரன் ஏதும் பேசாது நின்று கொண்டிருந்தான். பரமேசு வரனுக்குச் சிறு சந்தேகம் வந்தது. சிறிது நேரத்திற்கு முன் சங்கேத ஒலி கொடுத்த தம்பி எங்கே? இப்போது எவரையும் காணோமே? "தம்பி, என்ன பேசாமல் நிற்கிறாயே?" என்று மீண்டும் கேட்டான். மறுமொழி காணோம். அவனுக்கு சந்தேகம் வலுத்தது. இனியும் அங்கிருந்தால் ஆபத்து தானென்று நொடியில் அங்கிருந்த குதிரை மீது ஏறி ஓட்டம் பிடித்தான். மதுரனும் அந்த இருளில் அவனைத் தொடர்ந்து செல்வதற்காக, அங்கு கட்டப்பட்டிருந்த மற்றொரு குதிரை மீதேறி, முன் குதிரை ஓடிய திக்கு நோக்கி விரைந்தான்.

பரமேசுவரன் சென்ற குதிரை வெகுதூரம் போய்விட்டது. எனினும் மதுரனும் தன் குதிரையை வேகமாகச் செலுத்திப் பின் தொடர்ந்தான்.

அத்தியாயம் 22
பார்த்திபேந்திரன் உள்ளம்

காஞ்சியினின்று புறப்பட்ட சிவனடியார் வடிவிலிருந்த அருண்மொழியும், சோழ நாட்டிற்கு உழைப்பதற்காக அந்த வயதிலும் காளாமுகர் போல் வேடம் பூண்டிருந்தவரும் மெல்லப் பேசிக்கொண்டே சென்றனர். சிவனடியார் கையில் கமண்டலம் இருந்தது. காளாமுகர் கையில் கோல் இருந்தது. சிவனடியார் தூய வெண்ணிற ஆடை அணிந்திருந்தார்.

புலித்தோலும், மான்தோலும் உடுத்தியிருந்தார் காளாமுகர். மண்டையோட்டு மாலையும் தாடியும் அவரை இன்னார் என எவராலும் காண முடியாதவாறு செய்தன. இயற்கையாக இருந்த வெண்ணிறப் பற்களை மறைத்து கருமையாகக் காட்சியளிக்க கருஞ்சாந்து பூசியிருந்தார்.

அவர்கள் தில்லைச் சிற்றம்பலத்தை நெருங்கும்போது பொழுது சாயத் தொடங்கியது. அன்றைய பொழுதை அருகிலிருந்த மண்டபமொன்றில் கழிக்கத் திட்டமிட்டு அமர்ந்தனர் அவர்கள்.

''என்ன இருந்தாலும் உங்களைச் சிரமப்படுத்துகிறேன் அன்றோ?'' என்றார் காளாமுகர்.

''சிரமமா? எனக்கு வேகமும் பரபரப்பும் நிறைந்துள்ள இந்த நிலையில் கண் துஞ்சாமல், மெய்வருத்தமும் பாராமல் உண்மை நிலைகளைக் கண்டு பிடித்தால்தான் அமைதி அடைவேன். தங்களுடைய உறுதுணை எனக்குக் கிடைத்த பிறகு என் உற்சாகம் பதின்மடங்காகி விட்டதே?''

நாம் வரும்போது பலர் நம்மை உற்று நோக்கியதைக் கவனித்தீர்களா?'' என்று வினவினார் காளாமுகர்.

''அப்படியா? நம் தோற்றங்கண்டு சந்தேகப்படு கிறார்களோ?'' என்று கேட்டார் சிவனடியாரான சிவபாத சேகரன்.

''சந்தேகங் கொள்ளவில்லை. அவர்கள் வியப்படைந் தார்கள். காளாமுகரும் சைவப் பெரியாரும் சேர்ந்து செல்வது அவர்களுக்கு வியப்பாக இருக்கலாம். எல்லாப் பாதையும் சிவனடி சேர்கின்றன என்றாலும் எவ்வளவு வித்தியாசம்?''

''அப்படிச் சொல்லாதீர்கள். கபாலிகமும், காளாமுகமும் மக்கள் மனத்தில் சிறிது அச்சத்தை ஊட்டுகின்றன. அன்பே சிவமான எம்பிரானை அடைவதற்கு அச்சம் கொள்ளலாமா?''

''அன்பே சிவமான பெருமான் தோற்றம் மட்டும் எப்படி இருக்கிறது? சுடலையாண்டிதானே?'' என்று கூறி நகைத்தார் காளாமுகர்.

‘‘உங்களுடன் தெய்வநெறிச் சாத்திரத்தில் என்னால் வாதிட முடியுமா? சகல கலைகளும் கற்றுணர்ந்தவராயிற்றே தாங்கள்!’’ என்றார் சிவனடியார்.

‘‘கற்று என்ன பயன்? சோழ நாட்டை ஆபத்தினின்று தப்ப வைக்க என் கலை பயன்படாது போலிருக்கிறதே! பார்த்திபேந்திரனையும், ரவிதாசனையும் சந்திக்க வைக்க முயன்றேன். முடியவில்லை. இப்போது இருவருமே என் மீது சந்தேகப்பட்டால் ஆச்சரியப்படுவதற்கில்லை.’’

‘‘பார்த்திபேந்திரன் ஏன் சுவாமி அப்படி மாறி விட்டான்? நான் அவனைப் பெரிதும் மதித்தேன்’’ என்றார் சிவனடியார்.

‘‘அவனை மதிப்பதில் இப்போதும் மாசு ஏதும் இல்லை. அவன் அரச வம்சத்தைச் சேர்ந்தவன். சுதந்திரமாக நாடமைத்து வாழ விரும்புகிறான். சோழ நாட்டின் இப் போதைய பலவீனத்தை முற்றும் உணர்ந்திருக்கிறான். காதலில் வேறு அவனுக்குத் தோல்வி. எல்லாம் சேர்ந்து அவனைச் சீறியெழச் செய்து விட்டன.’’

‘‘ஆமாம் கட்செவி படைத்த பழுவேட்டரையர் பார்த்தி பேந்திரனை எப்படி முற்றிலும் நம்பினார்?’’

‘‘அவர் நம்பவும் இல்லை; நம்பாமல் இருக்கவுமில்லை. அவனுடைய திறமையும் பலமும் அவருக்குத் தெரியும்.’’

‘‘தெரிந்துதான் அன்று பார்த்திபேந்திரன் வந்தியத் தேவன் மீது குற்றஞ் சாட்டியபோது நம்பினாரா?’’

‘‘அதுவேறு விஷயம். அவருக்குஎவராக இருப்பினும் விரோதிகள் ஒழிய வேண்டும். அதனுடன் சுந்தர சோழருடைய கட்டளை வேறு இருந்தது.’’

‘‘சுவாமி! வந்தியத்தேவர் பேரில் என் தந்தை குற்றஞ் சுமத்தியிருப்பார் என நம்புகிறீர்களா?’’

‘‘இளவரசே! எனக்கு எப்படி உள் விஷயம் முழுமையும் தெரியும்? வழக்கு விசாரணை நடக்கும்போது நான் சோழ நாட்டிலேயே இல்லை. பிறகுதான் நாடு போகும் போக்கைப் பார்த்துச் சில உண்மைகளை அறிய இப்படி வேடம்

பூண்டேன். அதுவும் நீங்கள் முன்பே நாடு திரும்பியிருந்தால், இவ்வளவு சிரமும் நான் பட்டிருக்கமாட்டேன்."

"சுவாமி! இப்போது அதுபோல் செய்து விடாதீர்கள். முதலாவதாக எனக்குத் தெரியவேண்டியது வந்தியத் தேவன் மீது சுமத்தப்பட்ட குற்றம் நியாயமானது தானா என்பது. அதை அறிந்த பிறகுதான் நான் என் தோற்றத்தையே வெளிப்படுத்துவேன்" அருண்மொழி வீராவேசத்துடன் பேசினான்.

காளாமுகர் மெல்லக் கையமர்த்தினார். பிறகு தன் புறக்கரத்தை நெற்றியில் வைத்துக்கொண்டு சாலையில் தொலைவில் ஏதோ நோக்கினார். பார்த்துவிட்டு, "இளவரசே! சற்று தாங்கள் இந்தப் புறம் எங்காவது மறைந்து கொள்ளுங்கள். சீக்கிரம் சீக்கிரம்" என்றார்.

"எதற்கு சுவாமி?" என்றான் அருண்மொழி.

"எல்லாம் காரியமாகத்தான்" என்றார். அவரும் எழுந்து நடப்பது போல் பாவனை செய்தார். சிவனடியார் விரைந்து சென்று மரத்தின் மறைவில் பதுங்கினார்.

பல்லவ சாம்ராஜ்யத்தை உயிர்ப்பிக்கப் பாடுபடுபவனும் சோழ சாம்ராஜ்ய சேனாதிபதியுமான பார்த்திபேந்திரன் புரவியின் மீது வெகு வேகமாக வந்து கொண்டிருந்தானே யொழிய, அவன் மனம் எல்லாம் எங்கோ வட்டமிட்டுக் கொண்டிருந்தது. பற்பல எண்ணங்கள் தோன்றிய வண்ண மிருந்தன. தஞ்சைக்குச் சென்று மன்னரிடம் தன் உரிமை யைப் பற்றிக் கேட்பது; அவர் மறுத்தால் தன் பதவியைத் துறந்து விரைந்து திரும்பி வந்து எவரும் எதிர்பாராத விதமாகக் காஞ்சி கோட்டையில் பல்லவக் கொடி உயர்த்துவது என்பது அவன் திட்டம். அதற்கான முன் திட்டங்களையும், போர் வீரர் களையும், போர்க் கலன்களையும் அவன் ஆயத்தப்படுத்தி யிருந்தான்.

செல்லும் வேகத்தில் அவன் காளாமுகரைத் தாண்டிச் சென்று விட்டான். சிறிது தூரம் சென்றவுடன் அவனுக்குக் காளாமுகர் வந்து கொண்டிருந்தது தெரிந்தது. குதிரையைத் திருப்பி, "என்னிடமிருந்து தப்பிச் செல்ல முற்பட்டீரே,

முடியுமா காளாமுகரே" என்று எண்ணியவனாய்க் காளாமுகர் அருகே வந்து நின்றான்.

"காளாமுகரே! ரொம்பவும் சாமர்த்தியமாக என்னிடமிருந்து தப்பி விடலாமென்றுதானே பார்த்தீர்கள்?" என்று சீறினான் பல்லவேந்திரன்.

காளாமுகர் கடகடவென்று நகைத்தார். "பல்லவ சாம்ராஜ்ய சேனாதிபதியே! உம்மிடமிருந்து நான் ஏன் மறைய வேண்டும்? சோழ நாட்டுச் சேனாதிபதியாகத் தாங்கள் அதிகாரம் செலுத்தினாலாவது நான் உங்களிடமிருந்து ஓடி ஒளிய வேண்டும். நான் மேற்கொண்டிருக்கும் சோழ நாட்டு விரோத நடவடிக்கை காரணமாகக் குறிப்பிட்டபடி அன்று மாலை தங்கள் அரண்மனை வந்தேன். ஆனால் அங்கே அநிருத்த பிரம்மராயருடைய சிவிகை இருந்தது. ஒருவேளை நீங்கள் அநிருத்த பிரம்மராயருடன் சேர்ந்து புதிய சதி ஏதோ செய்கிறீர்கள் என்று மெல்ல நழுவி விட்டேன். அப்படித்தானே பல்லவரே? அந்தக் கிழவர் அநிருத்தர் பேச்சை நீங்கள் இன்னும் நம்புகிறீர்களா?" என்று கண்களைச் சிமிட்டியவாறு கேட்டார்.

பல்லவேந்திரன் கோபம் சற்றுத்தணிந்தது. "காளாமுகரே! உம்மைக் காணாதபோது உம்மீது சிறைப்படுத்துமாறு கட்டளையும் இட்டிருக்கிறேன். உம்மைக் கண்டு விட்டாலோ... ஆகா! உமக்கு எப்படி எல்லாச் செய்திகளும் தெரிகின்றன?"

"பல்லவேந்திரரே! நாம் இப்படி நடு வீதியில் நின்று பேசவேண்டாம். காளாமுகரோடு சேனாதிபதி பேசுகிறார் என்றால் சட்டென்று எல்லோரும் சந்தேகப்படுவார்கள். அதனுடன் இன்று வீதியிலே ஜன நடமாட்டம் அதிகம். யாரோ நம்பியாண்டார் நம்பியாம். தில்லைக்கு வருகிறாராம். அவரைக் காண மக்கள் சாரிசாரியாகச் செல்லுகிறார்கள். வாருங்கள், அப்படி மண்டபம் பக்கமாகப் போவோம்" என்றார் காளாமுகர்.

பார்த்திபேந்திரனுக்கு இப்போது களைப்பு மேலிட்டிருந்தது. சற்று இளைப்பாறிச் செல்லலாம் என்று விரும்பி

னான். அவனால் காளாமுகரை நம்பவும் முடியவில்லை. நம்பாதிருக்கவும் முடியவில்லை. அதே சமயம் உள்ளத்து உணர்ச்சியை எவரிடமாவது தெரிவிக்காமல் இருக்கவும் முடியவில்லை. காளாமுகர் சோழ சாம்ராஜ்ய விரோதியாயிருந்தால் மிக நல்லதுதான் என எண்ணியவனாய்க் காளாமுகருடன் மண்டபத்தை நோக்கி நடந்தான். அப்பாடா என்று அமர்ந்த அவன் காளாமுகரை நோக்கி "சுவாமி!, தாங்கள் எங்கே புறப்பட்டீர்கள்?" என்று கேட்டான்.

"நானா? தஞ்சைக்கு" என்றார் காளாமுகர். பல்லவேந்திரன் ஒரு கணம் திடுக்கிட்டான். "தஞ்சைக்கா? அங்கு ஏன் செல்லுகிறீர்கள்? தங்களைச் சந்தேகப்பட்டுப் பழுவேட்டரையர் சிறைப்படுத்தவா?" என்றான் பார்த்திபேந்திரன். காளாமுகர் மெல்ல நகைத்து, "என்னையா? இத்துடன் பலமுறை நான் தஞ்சைக்குச் சென்றிருக்கிறேன். என்னைச் சிறைப்படுத்தும் துணிவு எவருக்குண்டு?" என்றார்.

பார்த்திபேந்திரனுக்குச் சிறிது ஆத்திரம் வந்தது. காளாமுகர் தொடர்ந்து, "தஞ்சைக்காவல் அவ்வளவு மோசம் என்று எண்ணுகிறீரோ சேனாதிபதி? என்ன செய்வது? எனக்கு வேண்டியவர் பலர் உளர்; நான் நாணயசாலைக்குப் போவேன். அங்கே வந்தியத்தேவனைப் பார்ப்பேன்" என்றார்.

பார்த்திபேந்திரன் சட்டென நிமிர்ந்து உட்கார்ந்து "வந்தியத்தேவனையா? அந்தக் குற்றவாளியையா? அவனுக்கும் உங்களுக்கும் என்ன ஐயா தொடர்பு? அந்த வல்லவரையனுக்கு இன்னும் துன்பப்பட வேண்டும் போலிருக்கிறது" என்று சீறினான்.

காளாமுகர் பார்த்திபேந்திரன் முகவாயை மெல்லத் தொட்ட "சேனாதிபதியே! அப்படியெல்லாம் தாங்கள் கூறி விடலாமா? இன்னும் தங்களுக்கு வந்தியத்தேவன் மீது துவேஷமா? அவனிடம் பேசும்போது அவன் இதயம் நானறிந்தேன். அவனுக்கு உம்மீது கோபமே இல்லை. ஆனால் இந்தச் சோழ சாம்ராஜ்யத்தின் மீதும், இளவரசர் அருண்மொழியின் மீதும் அவனுக்கு மகா கோபம்.

இன்னும்.." என்று கூறி பார்த்திபேந்திரனை நெருங்கி, "அந்த இளையபிராட்டி இருக்கிறாளே, அவள்மீது இவனுக்குள்ள ஆத்திரம் சொல்லி முடியாது. அவளால்தான் இந்தக் கதிக்கு ஆளானதாக அவன் வருந்துகிறான். இளையபிராட்டியின் மீது காதல் கொண்டதால்தான் உம்முடைய விரோதத்தைச் சம்பாதித்துக் கொண்டதாகவும் அவன் வருந்துகிறான். அது மட்டுமல்லாமல் நீங்களே பாருங்களேன் பத்தாண்டுகளாகச் சிறையில் வாடுகிறானே அவனைப் போய்ப் பார்ப்போ மென்று ஒருமுறை கூட குந்தவை முயலவில்லையாமே? அது அநியாயமல்லவா? அதை நினைக்கும் போதுதான் வந்தியத்தேவனுக்கு ஆத்திரம் ஆத்திரமாக வருகிறதாம்" என்றார் காளாமுகர்.

"ஹா... பாதாளச் சிறைக்கு ஈ எறும்பு கூடப்போக முடியாத படியன்றோ நான் காவல் போட்டிருக்கிறேன்? இளைய பிராட்டி நிச்சயம் போக முடியாது. நீர் எப்படிச் செல்கிறீர் என்பது எனக்கு ஆச்சரியமாக இருக்கிறது. போகட்டும். வந்தியத் தேவனுக்கு என்மீது கோபமே இல்லையா?" என்று வியப்புடன் கேட்டான் பார்த்திபேந்திரன்.

"உம் மீது அவன் ஏன் கோபப்பட வேண்டும்? நீர் என்ன தீங்கு செய்தீர் அவனுக்கு? அவன் செய்த குற்றத்திற்குத் தண்டனை அனுபவிக்கிறான்" என்று கூறிக் காளாமுகர் மெல்லப் பார்த்திபேந்திரனைப் பார்த்தார்.

பார்த்திபன் ஏதும் மறுமொழி பேசவில்லை. அவன் மௌனமாகப் பெருமூச்சு விட்டான். அந்தச் சந்தர்ப்பத்தைப் பயன்படுத்திக் கொண்டு காளாமுகர், "வந்தியத் தேவனை நான் இப்போது வற்புறுத்தி வருகிறேன். சிறையினின்று தப்பி ஆனை மலைக்காட்டிற்குப் போகுமாறு அவனைத் தூண்டுகிறேன்.''

பார்த்திபேந்திரன் காளாமுகர் வாயை மூடுவதற்குத் தன் கரங்களைக் கொண்டு சென்று, "சுவாமி! தாங்கள் அப்படி யெல்லாம் செய்யாதீர்கள். இச்சமயத்தில் அந்தக் குழப்பத் தையும் ஏற்படுத்திவிடாதீர்கள். வந்தியத் தேவன் மீது எனக்கு ஆரம்பத்திலிருந்தே ஏற்பட்ட பொறாமைதான் அவனுக்கு இவ்வளவு சங்கடங்களையும் ஏற்படுத்துமாறு தூண்டியது.

அவனை ஆதித்த கரிகாலர் நம்பினார். அவனுடன் அருண்மொழி வர்மர் அதிகமாக நெருங்கிப் பழகினார். இளைய பிராட்டியாரின் காதலையும் கவர்ந்தார். இப்படிப்பட்ட நிலையில் நான் எப்படி அமைதியுடனிருப்பது? நாட்டுரிமை யின்றி, உள்ளத்து எண்ணமும் நிறைவுபடாமல் நான் இந்த உலகில் உலவி என்ன பயன்? வாய்ப்பு ஏற்பட்டது. சதியில் வந்தியத் தேவனை நான் சிக்க வைத்தேன். அவனை மீள முடியாதவாறு செய்தேன். அப்படிச் செய்து என்ன பயன் கண்டேன்? இந்தச் சோழ நாட்டிற்குப் பெரும் உதவி செய்து என்ன பலன் கண்டேன்? என் உரிமை எனக்கு வர வில்லையே! வந்தியத்தேவனுக்கு அபாண்டமாகத் தண்டனை வாங்கிக் கொடுத்து எனக்கு என்ன இலாபம் சுவாமி?" என்று மடமடவென்று பார்த்திபேந்திரன் உள்ளத் துணர்ச்சியைக் காளாமுகரிடம் கொட்டினான்.

"பல்லவேந்திரரே! அதற்காக வருத்தப்படாதீர்கள். நீங்கள் செய்தது தவறாக இருக்கலாம். பதவி உயர்வு வேண்டு பவர்கள் செய்யும் செயலைத்தான் தாங்கள் செய்தீர்கள். ஆனால் மிகவும் கெட்டிக்காரத் தனமாகச் செய்திருக்கிறீர்கள். வந்தியத் தேவன் மீது தாங்கள் சாட்டிய குற்றத்திற்கான சாட்சியம் இரண்டு. ஒன்று; ஆதித்த கரிகாலன் இறந்த இடத்தி லிருந்த வாள்; மற்றொன்று வந்தியத்தேவன் எழுதியதாகக் கூறப்பட்ட ஓலை. இவ்வளவுதானே?"

"எப்படித் தாங்கள் இவற்றையெல்லாம் அறிந்திருக்கிறீர் கள் ஐயா? நீர் உண்மைக் காளாமுகர் அல்லர்! நீர் ஒரு பசுத்தோல் போர்த்திய புலி.."

"இல்லை, இல்லை, புலித்தோல் போர்த்திய பசு" என்று கூறி நகைத்த காளாமுகர், "அந்த இரண்டு தடயங்களுடன் மற்றொன்றும் உமக்குச் சேர்ந்து கொண்டது. அதுதான் சுந்தரசோழ மாமன்னரின் உத்தரவு...?" என்று கூறிவிட்டு, காளாமுகர் நகைத்தார். பார்த்திபேந்திரன் 'ஹோ ஹோ'வென்று நகைத்தான்.

"ஆமாம் சுவாமி! ஆமாம், பேரரசர் சுந்தர சோழர் கையாலேயே வந்தியத் தேவனைச் சிறை செய்யுமாறு கட்டளையில் ஓலையைச் சிருஷ்டித்தேன்."

"சிருஷ்டித்தீரா?"

"ஆமாம்! அங்குதான் என் திறமை முழுமையையும் கொட்டினேன். இனி எனக்குப் பயம் ஏன்? இனி அவற்றைச் சொல்வதில் தவறில்லை. அந்த உத்தரவு ஒன்றே வந்தியத் தேவனின் தண்டனைக்கு உதவியது சுவாமி! உதவியது. உம்; அப்படியெல்லாம் செய்து என்ன பலன் கண்டேன்? அப்படிச் செய்து வந்தியத்தேவனை ஒழித்தால் இளைய பிராட்டியை அடைய முடியுமென எண்ணினேன். இளைய பிராட்டியை அடைந்தவுடன் என் அந்தஸ்திற்கு ஏற்ற வகையில் பல்லவ சாம்ராஜ்யம் கிடைக்குமென எண்ணி னேன். ஏமாந்தேன். சுவாமி! இவ்வளவு தீங்கு செய்தும் வந்தியத் தேவன் என் மீது கோபப்படாமல் இருக்கிறான் என்கிறீர்களே; ஆகா! அவன் என்ன மகானா? இன்னா செய்தவருக்கும் இனியவை செய்ய விரும்புவானா? இருக்காது, இருக்காது. என் மீது அவனுக்குக் கோபமில்லை போல் நடித்திருப்பான், சுவாமி! அவனைத் தப்பி ஓடச் செய்யாதீர்கள். அவனை நம்பமுடியாது. அவன் தப்பி ஓடிப் பாண்டிய நாட்டுடன் சேரமாட்டான். என்னுடைய சுதந்திரப் போராட்டத்தில் குறுக்கிடுவான். சுவாமி! நீங்கள் தஞ்சைக்குப் போய் அவனை விடுதலை செய்யுமுன்பு நான் அங்குச் சென்று பாதாளச்சிறைக்குப் பலத்த காவலிடச் செய்து விடுகிறேன். அவன் விடுதலைக்கு நீங்கள் முயலுவதைவிட ஆனைமலைக் காட்டிற்குச் சென்று பாண்டியர்கள் தாக்கு வதற்கு நாள் குறிப்பிடச் செய்யுங்கள்" என்றான்.

படபடவெனப் பேசியதால் அவன் மூச்சுத் திணறியது. மேற்கொண்டு அவன் அங்கு இருக்க விரும்பாமல் குதிரை மீது தாவி ஏறிக்கொண்டு, "சுவாமி! மறந்து விடாதீர்கள். நீங்கள் யாரோ, எவரோ என்று அறியாமலே நம்பிவிட்டேன்; என் வெற்றிக்கு உதவுங்கள்" என்று கூறி விரைந்து குதிரையைச் செலுத்தினான்.

மரத்தின் மறைவில் இருந்து அவற்றையெல்லாம் கேட்டுக் கொண்டிருந்த அருண்மொழியின் கண்களில் ஏனோ நீர் தளும்பியது.

''ஐயா! இந்தச் சோழநாட்டில் உண்மை எது பொய் எதுவென்று தெரியாமல் போய்விட்டதா? அநியாயச் செயலொன்றுக்குத் தந்தையின் பெயரா! வெட்கம் வெட்கம்! இந்த மாசைப்போக்குவேன்?'' என்று அருண்மொழி கூவினான். ''இப்போதே தஞ்சைக்குச் செல்லுவோம்'' என்று எழுந்தான்.

காளாமுகர் கையமர்த்தி, ''அவசரப் படாதீர், இளவரசே! நாம் நாளைக்குச் செல்லலாம். நம்பியாண்டார் நம்பியைத் தரிசித்துச் செல்வோம். அதற்குள் ஏதும் நேர்ந்துவிடாது'' என்றார்.

அவசரத்தால் துள்ளும் இதயத்துடன் கூடிய அருண்மொழிக்குக் காளாமுகரின் மெத்தனம் புரியவில்லை. ஆனால் பிறகு நேர்ந்த அந்தச் சம்பவத்தால் அருண்மொழி, காளாமுகரின் அமைதியை வியந்தான்.

அத்தியாயம் 23

சிவனடியார் சிந்தனை

தில்லைச் சிற்றம்பலத்து எல்லையைத் தாண்டியபோது சிவனடியார் வடிவிலிருந்த அருண்மொழிவர்மன் காளா முகரைக் கைகூப்பி வணங்கினான். திடீரெனக் காளாமுகர் அங்கு அருண்மொழியைப் பிரிந்து வேரிடம் போவதாக முடிவு செய்தார். அருண்மொழி முதலில் திடுக்கிட்டான்; காளாமுகரின் அவசர முடிவு புரியவில்லை.

''என்ன சுவாமி! இப்படி திடீரென என்னை விட்டு எங்கோ செல்வதாகக் கூறுகிறீர்கள்? சற்றுமுன் ஒருவரைத் தாங்கள் கண்டு தனியே பேசியவுடன் மனம் மாறுபட்டது போலும் தங்களுக்கு'' என்று அருண்மொழி கேட்டான்.

காளாமுகர் மெல்ல நகைத்து, ''ஆமாம்; ஆமாம், எப்படிக் கண்டு கொண்டீர்கள்? நான் அவனுடன் சென்று பேசியது எவருக்குமே தெரியாது என்று எண்ணினேன். தெரியக்

கூடாது என்றல்லவா அவனும் விரும்பினான்? நானும் விரும்பினேன். உம் கண்ணுக்குள் ஏதாவது காந்தக் கருவி வைத்திருக்கிறீரா?'' என்றார். பிறகு தொடர்ந்து, ''உங்களுக்கு யாரெனத் தெரிகிறதா?'' என்று கேட்டார்.

''உடனே அடையாளம் காண முடியவில்லை. ஆனால் எங்கோ பார்த்திருப்பதாக உள்ளுணர்வு கூறுகிறது. அவனது முகமும் கண்களும் நல்லவிதமான ஆள் என உணர்ந்த வில்லையே ஐயா?'' என்றான் அருண்மொழி.

''அப்படியெல்லாம் சொல்லாதீர்கள். இப்போது நான் அவன் கட்சி. உமக்கு அவனைத் தெரியாது. அவனுக்கு உம்மைத் தெரியாது. உம்மை இன்னார் என அவன் அறிந்து கொண்டால் எல்லாக் காரியமும் கெட்டது. ஒரு கணங்கூட அமைதியின்றி ஏதோ ஆபத்தில் சிக்கியவனைப் போன்று மிரண்டு மிரண்டு பார்க்கிறான். நாடி நரம்புகள் துடிக்கின்றன.''

''என்ன? அவன் கட்சியா? அப்போது அவன்...'' என்று அருண்மொழி வியப்பால் அவனை இன்னான் எனக்கூறும் முன்பு காளாமுகர் உதட்டில் விரலைப் பதித்து உஸ் என ஒலி எழுப்பி, ''ஆமாம்; ஆமாம். பாண்டியர்களின் ஆபத்துதவி தான். சோழ நாட்டினின்று ஒரு முக்கியமான ஆள் தப்பிச் செல்கிறான்..'' என்று கூறும் போது அருண்மொழி, ''என்ன? தப்பிச் செல்கிறானா? அவனைத் தடுக்க இயலாதா?'' எனக் கேட்டான்.

''உம்...ஏன் முடியாது? தடுப்பதை விடத் தடுக்காமல் இருப்பதில்தான் பயன் அதிகம் எனத் தோன்றுகிறது. என்னைக் கண்டவுடன் அவனுக்கு மிகுந்த சந்தோஷம். ஓரிரு முறை அவனைத் தஞ்சையில் சந்தித்திருக்கிறேன். ரவிதாசன் கூறி அவனைத் தொடர்ந்து நான் செல்ல வேண்டும். அவன் என்னை விடவும் மாட்டான். இங்கே ஒரு கணமும் தங்கவும் மாட்டான். சிறிது நேரம் இங்குத் தங்கியிருந்து வேறு குதிரையைப் பிடித்துக் கொண்டு புறப்படத் திட்டமிட்டான். இந்தச் சமயம் நான் அவனுடன் செல்வதில்தான் பெரும் பலன் உண்டு என எண்ணுகிறேன்; அவன் பெயரைக் கூறவில்லையே. பரமேசுவரன். தன்னுடைய சொந்த ஊரான காட்டுமன்னார் கோயிலருகேயுள்ள சிற்றூருக்கு நேராக அவன்

சென்று விட்டு என்னை உறையூர் செல்லும் குறுக்குப் பாதையில் சந்திப்பதாகக் கூறியிருக்கிறான். அதனால் நான் உங்களைப் பிரிய வேண்டி நேரிடுகிறது. நான் கூறியவற்றை மறக்காமல் மனத்தில் கொள்ளுங்கள்; என்ன காரணம் பற்றியும் நீங்கள் சிவனடியார் திருஉருவைக் கலைக்கக் கூடாது" என்று கூறி விடைபெற்றுக் கொண்டார்.

அருண்மொழி மனத்திலே ஒரு புறம் பேரார்வம். ஒரு புறம் பெருந்துடிப்பு. முதல் நாள் நம்பியாண்டார் நம்பியின் அருள்வாக்கினைக் கேட்டது முதல் அருண்மொழியின் மனத்திலே அவருடன் பல தலங்களுக்குச் சுற்றுப் பயணம் செல்ல வேண்டும் எனும் ஆவல். எத்தனையோ ஆண்டுகட்கு முன்னர் சிவநேசச் செல்வர்கள் பாடிச் சென்றிருந்த பல தீஞ்சுவைப் பதிகங்களின் பெருமையை விளக்கியதைக் கேட்டபோது அருண்மொழி உருகிவிட்டான். காளாமுகர் அந்தப் பிரசங்கத்தைக் கேட்கவில்லை. சிவபிரானை முழுமுதற் கடவுளாக அவரது சமயம் ஏற்றாலும், சைவர்களது கொள்கை அவர்களுக்கு ஒத்து வரவில்லை. அதனால் அவரோடு கூட்டத்திலிருக்கப் பிரியப்படவில்லை.

கடைசியாக நம்பி அடிகளார் இது போன்ற ஏராளமான பாடல்கள் எங்கோ ஏட்டுச் சுவடியில் புதைந்து கிடப்பதாகவும் அதை எடுத்துச் சேகரித்துத் தொகுக்கவே தாம் சோழ நாட்டில் அலைவதாகவும் கூறியபோது அருண்மொழியின் உள்ளத்தில் பேரார்வம் பிறந்தது.

இப்படி மாறுவேடம் பூண்டு அரசியல் செயலுக்காக அலைவதைவிட நம்பி அடிகளாருடன் அற்புதப் பாடல் சுவடிகளைத் தேடியலைவது பயனளிக்கும் என எண்ணினான். ஆனால் அடிகளாரின் உபதேசம் முடிந்து மக்கள் திரள் திரளாகக் கலைந்து செல்லவும் அரண்மொழியும் காளா முகரிடம் வந்து சேர்ந்தான். அவர் இரவெல்லாம் திட்டங் களையும், நடத்த வேண்டிய செயல்களையும் பற்றிப் பேசிக்கொண்டிருந்ததால் அருண்மொழியின் எண்ணம் பழையபடியே அரசியல் செயலில் நின்றது. மறுநாள் பொழுது புலர்ந்து. அவர்கள் தஞ்சையை நோக்கிச் செல்லப் புறப் பட்டதும், வழியில் காளாமுகர் விடை பெற்றதும் நேர்ந்த பிறகு ஆர்வமும், பெருந்துடிப்புமே அருண்மொழியின்

உள்ளத்தில் எழுந்தன. தஞ்சையினின்று தப்பிச் செல்லும் எதிரிகளின் ஒற்றனை அவ்வளவு எளிதில் தப்ப விட்டு விடுகிறோமே எனத் துடிப்பு. கொள்ளிடக் கரையினின்று நீராடி விட்டு அந்த அதிகாலை வேளையிலே செல்லும் பெண்கள் பாடிச் செல்லும் பாடல்களின் இனிய குரல் கேட்டதனால் உள்ளத்தே எழுந்த ஆர்வம்..

ஒரு பெண் பாடுகிறாள்.

> ''நன்றாக நால்வர்க்கும் நான் மறையின் உட்பொருளை
> அன்று ஆலின் கீழ் இருந்து அங்கு அறம்
> உரைத்தான் காண். ஏடி!''

அவள் சிவபெருமானைக் குறித்துத்தான் அப்படிப் பாடி கேள்வி கேட்கிறாள்; அதற்கு மற்றொரு பெண் விடை பகர்கிறாள்.

> ''அன்று ஆலின் கீழ் இருந்து, அங்கு அறம்
> உரைத்தான் ஆயிடினும்
> கொன்றான், காண், புறம் மூன்றும் கூட்டோடே;
> சாழலோ?''

மற்றொருத்தி பாடுகிறாள்:

> ''கோயில் சுடுகாடு, கொல்புலித்தோல் நல் ஆடை,
> தாயும் இலி, தந்தை இலி, தான் தனியன் காண்; ஏடி!''

அதற்கு மற்றொருத்தி விடை பகிர்கிறாள்.

> ''தாயும் இலி, தந்தை இலி, தான் தனியன் ஆயிடினும்
> காயில், உலகு அனைத்தும் கல் பெகடி, காண் சாழலோ!''

அவர்களுடைய இனிய குரல் அருண்மொழியைக் கவர்ந்தது. அவர்களுடைய கலகல வென்ற பேச்சொலி அருண்மொழியைக் கவர்ந்தது. அந்தப் பேச்சொலியுடன் மோகனப் புன்னகை அவனைக் கவர்ந்தது. பேச்சிலும் நகைப்பிலும் பளிச்சிடும் முத்துப் பற்கள் அவனைக் கவர்ந்தன.

அவர்கள் பாடும் அந்தப் பாடல்களில் உள்ள அற்புதமான கருத்து அவனைக் கவர்ந்தது. சிவபிரானைக் குறித்துக் கேள்வி கேட்டு மறுமொழி பகரும் விதமாக அமைந்திருந்த அந்தப் பாடல்கள் அவன் உடலில் புதுத்தெம்பை ஊட்டின. மெய்

மறந்து நின்றுவிட்ட அவனது தோற்றங்கண்டு சிவனடியார் என்றெண்ணி அந்தக் கன்னிகள் வணங்கிச் சென்றனர்.

"தாயும் இலி தந்தை இலி தான் தனியன்..." என்ற வரிகள் அவன் நெஞ்சைக் கலக்கின. ஆகா; அந்தச் சிவபிரானும் தன்னைப்போன்று தாய் தந்தை அற்ற அனாதை தானா? தன்னைவிட அவர் மிகப்பெரிய அனாதை. தனக்காவது யாவற்றிலும் உறுதுணையாக நிற்கும் சகோதரி இருக்கிறாள். பாவம்; சிவபெருமானுக்கு?

அருண்மொழி காதுகளில் அந்தப் பாடல்கள் ஒலித்துக் கொண்டிருந்தன. கொள்ளிடத்துக் கரையை அடைந்த அவன் ஒருமுறை திரும்பி நோக்கினான். வெகுதொலைவில் தில்லைச் சிற்றம்பலத்து விமானம் தெரிந்தது. காலைப் பொற்கதிரவன் ஒளியில் அதன் தங்கத்தகடுகள் கண்ணை அல்லவா பறிக்கும்! அதன் ஒளி எதை எடுத்துக் காட்டுகிறது? பளிச்பளிச்சென்று ஒளி உமிழும் அது என்ன கூறுகிறது? தனது முப்பாட்டனார் பராந்தகரின் தெய்வ பக்தியைக் கூறுகிறது. கம்பீரமாக விளங்கும் விமானத்துப் பொன் தகடு பராந்தகனது வீரத்தை எடுத்தியம்புகிறது.

வீரன்பராந்தகன் ஆண்ட சோழ நாடு. அந்த சோழ நாட்டிற்கு இப்போது வந்திருக்கும் சோதனைகள் கொஞ்சமா? பராந்தக பாட்டனாருக்குக் கடைசி காலத்தில் வந்த சோதனைகள் போல் அன்றோ இப்போதும் சோழ நாட்டிற்கு வந்துள்ளன! பெண்ணையாறு முதல் குமரிக்கடல்வரை நாட்டை விரிவுபடுத்திய பராந்தக சோழரது அருமை மகளும், மருமகனும் இரட்டர் நாட்டினின்று விரட்டப்பட்டுப் பிறந்த வீட்டிலேயே வந்து தஞ்சம் புகுந்தனர். மகளுக்கு நேர்ந்த துயரம் தாளாது இராசாதித்தன் இரட்டர்கள் படையை எதிர்த்துப் போரிட்டுத் தக்கோலத்தில் மாண்டாரேதலை மகனைப் போரிலே பலிகொடுத்தது இரண்டாவது வேதனை. அவர் கண்ணெதிரேயே சோழ நாடு குறுகியது மூன்றாவது வேதனை. இவ்வளவு முடிந்து சோழ நாடு மீண்டும் தலையெடுத்து வளர்ந்து வந்தபோது அதன் பெருமையைக் குறைக்கும் நிகழ்ச்சிகள் தோன்றின. அரியணை ஏற வேண்டிய அருமை மகன் ஆதித்தனைக் கொன்றவர்களைக் கண்டு பிடிக்காத ஓர் ஆட்சி! அதற்கு மாறாக வேறொருவனைச்

சிறைப்படுத்தி வேடிக்கை பார்க்க ஓர் ஆட்சி! சதிகாரர்கள் பகிரங்கமாக நடமாட பார்த்திருக்க ஓர் ஆட்சி!

இவற்றை நினைக்கும்போது அருண்மொழிக்கு வேதனை மிகுந்தது. மாறு வேடத்தைக் களைத்தெறிந்துவிட்டு வாளை உருவி எடுத்து நயவஞ்சகர்களைத் தொலைத்துக் கட்டி விடலாம் எனும் துடிப்பு எழுந்தது. அந்தத் துடிப்பை அடக்க துடுப்புத் தள்ளியவாறு அப்போது ஓடமொன்று வந்தது. அக்கரையினின்று ஆட்களைச் சுமந்து கொண்டு அது வந்தது. இக்கரையையும் அக்கரையையும் தொட்டுச் செல்லும் கொள்ளிடத்தை அந்த ஓடக்காரன் தயவில்லாவிடில் எவரும் கடக்க இயலாது.

வந்த ஓடம் கரையில் பிரயாணிகளை இறக்கிவிட்டு விட்டு மீண்டும் எதிர்க்கரை செல்லப் புறப்பட்டது. அருண் மொழியும் இன்னும் பலரும் ஏறிக் கொண்டனர். அக்கரை சென்று இறங்கிய அருண்மொழி ஏதோ சிந்தனையிலாழ்ந்த வாறு நடக்கலானான். தஞ்சைக்குச் செல்வதற்குள் பல திருத்தலங்களைக் காணலாம். கண்டு மனம் பறிகொடுத்துத் தங்கியிருக்கலாம். அதற்கு எல்லாம் நேரம் எங்கே? தஞ்சைக்கு விரைந்து செல்ல வேண்டுமல்லாவா? தஞ்சையில் ஆக வேண்டிய காரியங்கள் ஏராளமாக உள்ளனவே!

அந்தச் சாலையில் தொடர்ந்து பயணம் செய்யும் முன்னர் நதியில் நீராடிவிட்டுச் செல்ல அருண்மொழிக்கு விருப்பம் எழுந்தது. படகுத்துறையை விட்டுச் சற்றுத் தள்ளிச் சென்று குளித்தால்தான் தன்னை இன்னார் என எவரும் அறிய மாட்டார்கள் என்ற நோக்கத்தில் சற்று அங்குள்ள மரநிழலில் நின்று கொண்டிருந்தான். கீழ்த்திசைக் கதிரோனின் பொற் கதிர்கள் கொள்ளிடத்து நீரைப் பொன் மயமாக்கிக் கொண் டிருந்தன. காலையில் அதிக நேரமாகாவிடினும் வெயிலின் கொடுமை அதிகமாகத்தானிருந்தது. கரையிலிருப்பவர்கள் தாம் போய்க் காணப் போகும் தில்லைநகரைப் பற்றிப் பேசிய வண்ணமிருந்தனர். சிலர் பொதுவான உலக விஷயங்களைப் பற்றிப் பேசினார். சிலர் உள்நாட்டு விஷயங்களில் கவனம் செலுத்தினர். அருண்மொழி இன்னும் அயல்நாட்டினின்று வராததைப் பற்றி அங்கும் பேச்செழுந்தது. இவ்வளவு நாள்

இளவரசர் வராமலிருக்கமாட்டார்; அவருக்கு ஏதோ இடை யூறு நேர்ந்திருக்கிறது என்று கூறினர். கடற்கொள்ளைக் காரர்கள் அவரைச் சிறைப் பிடித்துப் போயிருப்பர் என்று சிலர் பேசினர். அந்தப்பேச்சு இப்போது சோழ நாட்டு ஆட்சிப் பிரச்சனையை நோக்கித் திரும்பியது.

"ஏதோ வானத்தில் கரிய மேகம் திரள்கிறது போல் தோன்றுகிறது" என்றார் ஒருவர்.

எல்லோரும் கூசும் கண்களுடன் வானத்தைப் பார்த்தனர்.

"அதைச் சொல்லவில்லை ஐயா! பொதுவாக இப்போது சோழ நாட்டு நிலையைப் பற்றிச் சொல்கிறேன். ஒன்றும் சுவாரஸ்யம் இல்லை. உமக்குத் தெரியுமா? யாரிடமும் வெளியே சொல்லி விடாதீர்கள்.." என்று மெல்லிய குரலில் ஒருவன் கூறினான்.

அதைக் கேட்டவர், "ஆ! அப்படியா! ஒருநாளும் இருக்காது; படைத்தளபதி எங்காவது புரட்சி செய்வாரா?" என்று வியந்தார்.

"ஆமாம் ஐயா; எனக்குத் தெரியும். நான் உங்களைப் போன்று காலாட்டிக்கொண்டு வேளைக்குச் சாப்பிடும் சோழ நாட்டினின்று வரவில்லை; நான் தொண்டை நாட்டவன். உங்களூர்த் தலங்களைக் காண வந்தேன். எங்கள் பக்கத்தில் இப்போது இதே பேச்சு. பார்த்திபேந்திரர் ஏராளமான படைக் கலன்களைச் சேகரித்துவிட்டார். எனக்கு அவர் போக்குத் துளிக்கூட பிடிக்கவில்லை. அதனால்தான் சொல்கிறேன். நீங்கள் இதைப்பற்றி மூச்சுவிடாதீர்கள்" என்று பகிரங்கமாகக் கூறினார்.

"அப்போ யுத்தம் ஒன்று வருகிறது என்று சொல்லுங்கள்."

"ஆமாம்; நீங்கள் என்ன செய்யப்போகிறீர்கள்?"

"நாங்களா! ஒரு காசுக்கு எண்ணெய் வாங்கித் துருபிடித் திருக்கும் வேலுக்கும் வாளுக்கும் தடவிப் பள பளப்பாக்கு வோம். சண்டையைப் பார்த்து ரொம்ப நாளாகிவிட்டது. நீங்கள் சொல்லுவதுபோல் உட்கார்ந்து உண்டு உடம்பை

வளர்க்கக் கூடாது. தொண்டை நாட்டவருக்குத் தக்க பாடம் கற்றுத் தரவேண்டும்.''

அவர்கள் பேச்சு சட்டென நின்றது. ஓடம் திரும்பி வந்தது. கரையிலுள்ளவர்கள் ஓரிடத்தில் ஏற நான் முந்தி நீ முந்தி என விழுந்தடித்து ஓடினர். அந்த வேகத்தில் சிலர் தவறித் தண்ணீரில் விழுந்து உடலை நனைத்துக் கொண்டனர். அவசர அவசரமாக ஏறியதால் ஓடம் ஆடியது. எல்லோரும் ஏறியாகிவிட்டது. ஓடம் மெல்ல நகர்ந்தது.

அப்போது சாலையிலே வெகு வேகமாக குதிரையொன்று ஓடிவந்தது. அதன் மீதியிருந்தவன், ''சற்று நிறுத்துங்கள், நானும் வருகிறேன். சற்று நிறுத்துங்கள்'' எனக் கூவினான். ஆனால் அவன் குரல் ஓடக்காரன் காதில் வீழ்ந்தாலும் ஓடத்தில் இடமில்லாததால் அவன் நிறுத்தவில்லை. ஓடம் போய்க்கொண்டே இருந்தது.

குதிரை மீதிருந்து கீழே குதித்த அந்த இளைஞன் பரபரப்புடன் ஓடத்தைப் பிடித்து விடுவது போன்று கரை வரை ஓடி வந்தான்.

பிறகு மெல்லத் திரும்பும்போது சிவனடியாரொருவர் மரநிழலில் நிற்பதைக் கண்டான். ஓடக்காரன் நிறுத்தாது போன கோபமும், ஓடோடி வந்த களைப்பும் ஒன்று சேர, மெல்ல சிவனடியாரருகே சென்று, ''ஐயா! ஏன் இந்த ஓடக்காரன் நிறுத்தாமல் செல்கிறான்? மீண்டும் ஓடம் வராதா? நீங்கள் ஏன் தங்கிவிட்டீர்கள்?'' என்று கேட்டான்.

குதிரையினின்று அந்த இளைஞன் குதித்தபோதே இன்னார் என மனத்தில் ஊகித்த அருண்மொழி அவன் நெருங்கி வாய் திறந்து பேசியவுடன் தன் ஐயத்தை உறுதிப்படுத்திக் கொண்டான்.

ஆ! இவன் கண்டரன் அமுதன் போலன்றோ இருக்கிறான். சிறுவனாயிருக்கும்போது இவனைக் கண்டேன். இப்போது எப்படி வளர்ந்து விட்டான்! இவன் ஏன் இப்படிக் குதிரைமீது ஓடிவருகிறான்? இவனைப் பார்த்தால் நீண்ட நேரம் பயணம் செய்தவன் போல் தோன்றுகிறதே! இவனுடைய பொன்னிற மேனி புழுதி படிந்திருக்கிறதே! பட்டாடைகள் கசங்கியும் கிழிந்தும் காணப்படுகின்றனவே! அரும்பிய வியர்வை

உடலில் ஆறாய்ப் பெருகியுள்ளதே! எங்குச் சென்றாலும் சிவிகையன்றி வேறு அறியா இவன் குதிரை ஏறி இப்படி ஓடோடி வருவது வியப்பை அளிக்கின்றதே, என எண்ணியவனாய் அருண்மொழி அன்பும் கம்பீரமும் கலந்த குரலில், கேட்டான்.

"தம்பி! நீண்ட தொலைவினின்று நீ வருகிறாய் போலிருக் கிறது. கவலைப்படாதே. இன்னும் சிறிது நேரத்தில் ஓடம் திரும்பி வரும். ரொம்பவும் களைத்துப் போயிருக்கிறாய் போலிருக்கிறதே. குதிரையை மரத்தில் கட்டிவிடு. அது எங்கேயாவது போய்விடப் போகிறது" என்றான்.

மதுரனுக்கு அக்குரல் மதுரமாகப்பட்டது! அவன் குதிரையை மரத்தில் கட்டிவிட்டு வந்து, "அடியவரே! வணக்கம். உங்களைக் கண்டவுடன் வணக்கம் செலுத்தவும் முடியாமல் ஏதேதோ பேசிவிட்டேன். பொறுத்தருளுங்கள்" என்று பணிவான குரலில் கூறினான்.

"சிவசிவ... தம்பி! அன்புருவமான சிவனருள் உனக்கு நிறைந்திருக்கட்டும். தம்பி! நீ யார்? உன்னைப் பார்த்தால் ராஜ குடும்பத்தவன் போல் தெரிகிறது. இப்படிப் பதை பதைப்புடன் ஏன் ஓடோடி வருகிறாய்?"

"அடியவரே! சிவனருளால் உங்களுக்கு எதையும் சட்டென உணரும் சக்தியிருக்கிறது. நீங்கள் எண்ணுவது போல் நான் ராஜ குடும்பத்தவன் தான். உங்களிடம் பொய் கூறலாமா? நான் அரசகுமாரனேதான். இந்த நாட்டை ஆளும் மாமன்னர் மதுராந்தக உத்தம சோழ தேவரின் திருக்குமாரன் நான். அரச விஷயங்களுக்கு அப்பாற்பட்ட சிவநெறி ஒன்றையே சிந்தையில் ஏற்றியிருந்த எனக்குத் திடீரென இப்பணி ஏற்பட்டது சுவாமி."

"தம்பி! உன்னைப் பார்த்தால் மிகவும் நல்ல பிள்ளையாகத் தோன்றுகிறது. சிவனருள் பரிபூரணமாக உன்னிடம் குடி கொண்டிருப்பது தெரிகிறது. அவனது இடப்பாகம் அமர்ந்த அந்தப் பார்வதி தேவியின் கடைக்கண் என்றும் உன்னிடம் நின்று நிலவட்டும்."

"பெரும் பேறு பெற்றேன் அடிகளாரே நான்.'

'கருவே கிடந்து உன் கழலே நினையும் கருத்துடையேன்
உருவாய்ப் பிறந்து உன் நாமம் பயின்றேன்...'

என்று அடிகளார் பாடியவாறு, "நான் பிறந்தது முதல் என் பாட்டியார் என்னைச் சிவநாமத்தில் திளைக்கச் செய்து விட்டார். செம்பியன் மாதேவியாரைப் பற்றிக் கேள்விப் பட்டிருப்பீரே.."

அருண்மொழியின் மெய்சிலிர்த்தது. புரியமுடியா புளங் காங்கிதத்தால் அவன் கண்களில் நீர் தளும்பியது. அதை மெல்ல மறைத்து, "ஆகா! மழவராயர் மகள் செம்பியன் மாதேவியாரா? அவரை அறியா சிவநேசச் செல்வர் இருக்க முடியுமா? எம்பிரான் செழு நீர் புனல் கங்கை செஞ்சடை மேல் வைத்த தீ வண்ணப்பிரானுக்குக் கற்றளிகள் எழுப்பிச் சிவத் தொண்டு புரிந்து வருகிறாரே, அவரை அறியாது இருப்பது எவ்வாறு? உம்; தேவியார் இப்போது எவ்விடத்தில் இருக்கிறார்?" என்று கேட்டான்.

"என் பாட்டியார் தஞ்சையில் தான் வாசம் செய்கிறார்கள். அவர்கள் தஞ்சையிலேயே தங்கி இருப்பதால் தான் நானும் இங்கேயே இருக்க நேரிட்டது. அங்குத் தங்கியிருந்தால்தான் இப்படி அரசியல் காரியத்தில் சிக்க நேரிட்டது."

"அரசியல் காரியம் அரசகுமாரனுக்கு அப்பாற் பட்டதன்றே!"

"அப்படி இல்லை, அடியாரவர்களே!"

"அப்படி இருக்கலாமா? நாளைக்கு அரியணை ஏறப் போகும் அரசகுமாரனான நீ ஏதும் அறியாதிருக்கலாமா?"

"சிவசிவ; அடிகளாரே என் மனப் பாங்கு நீங்கள் அறிய மாட்டீர்கள். சோழ அரியணையா? எனக்கா? ஒரு நாளும் விரும்பேன். என் மூத்த அண்ணன் அருண்மொழி சோழ தேவருக்கு இளவரசர் பட்டம் முன்னரே சூட்டப்பட்டு விட்டதே நீங்கள் அறியீரோ? அவரிருக்க நான் அரசு ஏறுவதா?"

''இல்லை தம்பி! எனக்குச் சோழ நாட்டு விவகாரம் தெரியாது; அதனால் கேட்டேன். உன் முகத்தில் ஓடும் ராஜகளை அப்படிக் கேட்க செய்தது''இவற்றைக் கேட்கும் போது சிவனடியார் பார்வை மதுரன் முகத்தை ஊடுருவியது.

சலனமற்ற முகம் உடைய மதுரன் மெல்ல நகைத்து ''அடியவரே! அருள் சிந்தையுடைய உங்களைப் போன் றோர் வாக்குப் பொய்க்காது என்று சொல்லுவர். ஆனால், என் உள்ளத்து முடிவை ஒருவராலும் மாற்றி அமைக்க முடியாது'' என்றான்.

''பின் ஏன் இப்படிக் குதிரைமீது ஏறி யாரையோ தேடி, ஓடி வருபவர் போல் ஓடோடி வந்திருக்கிறாய்? அரசியல் காரியமல்லவா இது?''

''சுவாமி! நீங்கள் எல்லாவற்றையும் உணர்ந்தவர் போலிருக்கிறதே! இப்படி உங்களை நிற்க வைத்தே பேசு கிறேன். இப்படி மர வேரில் அமருங்கள். உண்மையில் நான் ஒரு பாதகனைத் துரத்திக்கொண்டுதான் ஓடி வருகிறேன். அந்தக் கதைகளைக் கேட்டால் நீங்கள் ஆச்சரியப்படுவீர்கள். என் செய்வது சுவாமி! நானே விரும்பாவிடினும் அந்தச் சுழல் என்னை அமிழ்த்தி விடும் போலிருக்கிறதே. இப்படியொரு குதிரையும் குதிரைமீது ஒரு கட்டைக் குட்டையான ஆளும் ஓடி வந்ததைக் கண்டீர்களா?'' என்று கேட்ட மதுரன் முதல் நாள் இரவு, தஞ்சைக் கோட்டையின் வெளிப்புறத்தே மறைந்திருந்ததிலிருந்து பரமேசுவரனைத் துரத்தி ஓடிவந்தது வரை சுருக்கமாகக் கூறினான்.

அருண்மொழிக்கு மதுரனை அப்படியே அணைத்துக் கொள்ளவேண்டும் போலிருந்தது. எனினும் தன் உருவை எக்காரணம் கொண்டும் வெளிப்படுத்த விரும்பாமல், ''பார்த்தாயா! அரசகுமாரனாய்ப் பிறந்ததில் எவ்வளவு தொல்லைகள் என்று. ஆமாம்; உனக்கு எப்படித் தெரியும் பரமேசுவரன் தப்பிச் செல்லப் போகிறானென்று?'' என்று கேட்டான் அருண்மொழி.

மதுரனுக்குச் சிவனடியார் மீது மிக்க மரியாதை ஏற்பட்டு விட்டது. தனது சக்தியால் பரமேசுவரன் ஓடிச் சென்ற

திசையைக் கூற அவரால் இயலும் எனும் எண்ணம் மிகுந்த வனாய் தன் மனத்திலுள்ளவற்றைத் தெரிவிக்க விரும்பிய வனாய்ப் பஞ்சவன் மாதேவியை நடராசர் சிலை அருகே சந்தித்ததனின்று ஒன்று விடாமல் கூறினான்.

''அடியவரே! தஞ்சையிலேயே தங்கியிருந்தால் இப்படித் தான் அரசியல் சூழலில் சிக்க வேண்டி வரும் போலும். அங்கே பஞ்சவன் மாதேவியார் நடராசர் சிலையைக் கண்டவுடன் தானும் நடனம் பயில விரும்புகிறாள். எப்படியாவது தக்க நடன ஆசிரியரை அழைத்து வருவதாகக் கூறியுள்ளேன். தில்லையில் நாட்டிய விற்பன்னர்கள் இருப்பர் அல்லவா? நடனம் பயின்ற பெண்கள் இருப்பரே! தில்லை அருகே தானே இருக்கிறது? அதிருக்கட்டும்; ஐயா, இந்தப் பக்கமாக ஓடி வந்த அந்தப் பரமேசுவரன் போன திசையைச் சொல்வீரா ஐயா!''

அருண்மொழி, மதுரன் கூறியவற்றைக் கவனமாகக் கேட்டு வந்தான். மதுரன் வந்தியத்தேவனைச் சந்தித்ததைப் பற்றிக் கூறும்போது அருண்மொழியின் கண்கள் கலங்கின. வந்திய தேவனுக்கு உள்ள கடமையுணர்ச்சி அவனைப் பற்றிய மதிப்பை மேலும் அதிகப்படுத்தியது. உடனே உதவ வேண்டும் என்ற துடிப்பு எழுந்தது. மதுரனை அந்த இடத்தை விட்டுப் பரமேசுவரனைத் தொடர்ந்து போக விட்டால் துன்பம் ஏதாவது நேரலாம் எனும் எண்ணத்தில் மதுரனது நெற்றியில் துளிர்திருந்த வியர்வையை மெல்லத் துடைத்துத் தன்னிடமிருந்த பையினின்று வெண்ணீறு எடுத்தளித்து, ''சிவபிரான் உன்னைக் காப்பாற்றுவாராக! இளவரசே! நீர் இப்பொழுது அந்தப் பரமேசுவரனைத் தொடர்ந்து செல்வது பலனளிக்காது என்பது என் கருத்து'' என்றான்.

''ஐயா! என்னை இளவரசே இளவரசே என அழைக்காதீர் கள். இளவரசருக்கு ஏற்ற பட்டத்துகுரியவர் என் சகோதரர் அருண்மொழிதான். என்னை அப்படி அழைக்காதீர்கள். நான் சாதாரண சிவத் தொண்டன்; ஆரூர் அடிகள் கூறியது போல் அடியார்க்கு அடியவன்.''

அருண்மொழியின் உள்ளத்தில் புரிய முடியாப் பெருமை பிறந்தது. 'என் சிறிய தந்தை மதுராந்தக சோழ தேவரின் திருக்குமரன் இத்தகைய அரும்பெரும் குணங்களுடன் பெரும் அருளாளனாகத் திகழ்கின்றானே' என வியந்தான். தன் மீது அன்பும் மதிப்பும் மதுரன் கொண்டிருப்பது கண்டு பெருமை கொண்டான். பரமேசுவரனைத் தொடர்ந்து காளாமுகர் சென்றிருப்பதால் மதுரன் செல்வது நல்லதன்று எனும் எண்ணத்தில், "மதுரா! பாண்டிய நாட்டு ஒற்றனைத் தொடர்ந்து இவ்வளவு தூரம் வந்தது வரை பெருமகிழ்ச்சி தான். ஆனால் அவனை நீ தொடர்வதால் எந்தப் பயனும் கிடைக்காது. நீயோ நிராயுதப்பாணியாக வருகிறாய். அவனைத் தொடர்ந்து சென்று அவனைப்பிடிக்க உன்னால் இயலாது என்று நான் எண்ணுகிறேன். அப்படிச் செய்வதை விட உடனே தஞ்சைக்குத் திரும்பிப் பழுவேட்டரையரிடம் தெரிவித்து விடு" என்றான்.

மதுரன் கண்களில் நீர் தளும்பியது. சிவனடியார் அவன் மனத்தை முழுவதும் கவர்ந்து விட்டார். ஆனால் அவரை விட்டுப்பிரிய மனம் வரவில்லை. அவர் யார், எங்குச் செல்கிறார் எனும் ஆவல் அவனுக்குள் எழுந்தது.

"அடியவரே! என்னைப் பற்றியே இதுவரை பெரிதாகச் சொல்லி வந்தேன். தங்களைப்பற்றி நான் விசாரிக்கவே இல்லை. அடிகளார் வசிப்பது எங்கே? இப்போது சுவாமி எங்கே செல்கிறார் என்பதை அறியலாமா?"

சிவனடியார் மெல்ல நகைத்து, "சிவத் தொண்டனுக்கு எல்லா ஊரும் தன் ஊரே. மகேசுவரன் வதியும் இடமெல்லாம் நான் வாழும் இடமே. ஆனால், இக் கட்டைக்கு பூர்வாச்ரமம் சோழ நாடுதான். அதில் காவிரி பாயும் வளமான பூமியான நந்தி புரத்தில் தான் நான் பிறந்தேன்; கல்வி கேள்வியில் தேர்ந்தேன். பிறகு வடக்கு காசி எனும் புண்ய பூமிக்குச் சென்று விட்டேன். அங்கே பல கலைகளைக் கற்றேன். சைவ ஆகமங்களைக் கற்றுணர்ந்தேன். கலைகளைக் கற்றேன். சைவ ஆகமங்களைக் கற்றுணர்ந்தேன். இப்போது தென்னாடு வந்தேன். தென்னாடுடைய சிவனே போற்றி என்று ஒவ் வொரு திருப்பதிகளாகத் தரிசித்து வருகிறேன். அடுத்து நான்

செல்ல எண்ணியுள்ள இடம் திருத்தோணிபுரம். அங்குத்தானே பல நூறு ஆண்டுகட்கு முன்னர் ஞான சம்பந்தர் பிறந்தார்? அந்த ஊர்க் குளக்கரையிலன்றோ அவர் உமையின் அருட்பாலை உண்டார்? அத்தலத்தை நான் தரிசிக்க விரும்புகிறேன்."

"அடியவரே! என்னுடைய சிறு வேண்டுகோளை ஏற்க வேண்டும். எல்லா சிவத்தலங்களுக்கும் நானும் உம்முடன் வருகிறேன். இப்போது நீர் என்னுடன் தஞ்சைக்கு வரவேண்டும். பாட்டனார் பழுவேட்டரையரிடம் நான் நடந்தவற்றைக் கூறிவிட்டு உங்களுடன் வருகிறேன். நாம் வீரட்டங்களைக் காண்போம். நாகை காரோணம் காண்போம். எல்லாத் தலங்களையும் காணலாம். கருணை கூர்ந்து என்னுடன் வாருங்கள்" என்று பணிவுடன் அழைத்தான் மதுரன்.

"தம்பி! உன் கருணை உள்ளத்துக்கு மகிழ்கிறேன். இப்போது என்னால் தஞ்சைக்கு வர இயலாது. நானும், நீயும் நடந்து தஞ்சையை அடைய நேரமாகலாம். நான் குதிரை ஏறிவருவதும் நன்றன்று. நீ விரைந்து தஞ்சைக்குச் செல். நான் உன்னைச் சில நாள்களில் தஞ்சையில் வந்து காண்கிறேன்" என்றார் சிவனடியார்.

மதுரனுக்கு அந்த இடத்தை விட்டகல மனம் வரவில்லை. "அடிகளே! காலையில் ஏதாவது உணவு கொண்டீர்களா? நான் சென்று அருகே உள்ள ஊரினின்று உணவு பெற்று வருகிறேன்" என்று கேட்டான்.

சிவனடியார் அவனைத் தடுத்து, "தம்பி! நீ கவலைப் படாதே. நான் பகல் ஒரு வேளைத்தான் உணவு கொள்வது வழக்கம். நீ உடனே விரைந்து செல். உன்னை நான் கட்டாயம் தஞ்சையில் சந்திப்பேன். அரச குடும்பத்தில் பிறந்த சிவ நேசனைச் சந்திப்பதே பெரும் பாக்யம். உனது உதவி எனக்கு மிக மிகத்தேவை மதுரா! அழகிய பெயரை உடைய உன்னைச் சிவபிரான் காப்பாற்றுவாராக! நான் தென்னாடு வந்ததே மகத்தான செயலொன்று புரியத்தான். அதற்காக

உன்னிடம் வருவேன். அப்போது உன் கருணைக் கரங்களை நீட்டி உதவு'' என்றார்.

மதுரன் கண்களில் நீர் மல்க, ''சுவாமி! அடியேன் காத்திருக்கிறேன். இந்த முக்கியமான காரியம் இல்லாவிடில் நான் உங்களுடனேயே இருப்பேன். சோழர்கள் பரம்பரையே சிவபக்தி மேலிட்டது சுவாமி! உங்களுக்குத் தெரியாததில்லை. என் முன்னோரில் ஒருவரான ஆதித்த சோழர் காவிரி கரையெங்கும் சிவனுக்குக் கோயில் எடுப்பித்தார். அவருக்குக் பிறகு பராந்தக சோழர் தில்லைக்குப் பொன் வேய்ந்தார். அவர் புதல்வர் கண்டராதித்தர் என் பாட்டனார் அற்புதமான திருப்பதிகங்கள் பாடியுள்ளார். நீங்கள் அதைக் கேட்க வேண்டாமா?''

''இலையார் கதிர்வே லிலங்கை
வேந்த னிருபது தோளுமிற
மலைதா னெடுத்த மற்றவற்கு
வாளோடு நாள் கொடுத்தார்
சிலையாற்புர மூன் றெற்தவில்லி
செம்பொனி னம்பலத்துக்
கலையார் மறி பொற்கையினானைக்
காண்பது மென்று கொலோ''...

மதுரன் பாடியபோது அருண்மொழி கண்களை மூடிக் கொண்டான். 'ஆகா; இந்தப் பாடலை முன்பு எப்போதோ கேட்டிருக்கிறோமே, ஏன், என் மெய் சிலிர்க்கிறது? உள்ளத்தே ஏன் இப்படிப் படபடப்பு உண்டாகிறது? ஆகா; இதனால் பாடலை எங்குக் கேட்டிருக்கிறோம் என்பது மறந்தா விட்டது? இல்லை; இல்லை மறக்க முடியுமா? முல்லைத் தீவின் மோகன நிலவில் இன்பவல்லி பாடியதன்றோ? இன்பவல்லி எங்கிருக்கிறாளோ? அவளது இருப்பிடம் காணாது இப்படிச் சும்மாயிருக்கிறோமே...' என எண்ணும் போது அவன் கண்களில் நீர் தளும்பியது.

''அடியவரே! கண்டராதித்தரின் பாடல் உள்ளம் உருக வல்லது. இந்த நேரம் நான் தஞ்சை அரண்மனையில் நடராஜருக்குப் பூசை செய்வேன். என் தந்தை மனம் மகிழப்

பாடுவேன். எப்படியோ அதே வேளையில் என் கடமையை நிறைவேற்றி விட்டேன்.''

மதுரன் பேசிக் கொண்டே போனான். அருண்மொழியின் செவிகளில் அவன் சொல் விழவில்லை. அவன் சிந்தனை பலநூறு காத தூரத்திற்கப்பால் உள்ள முல்லைத்தீவில் லயித்தது. அங்கிருந்து கால் சதங்கை ஒலிக்க நடனாமாடி திரைகடல் கடந்து வந்தாள் இன்பவல்லி.

அத்தியாயம் 24

கடற்கரை நடனம்

பல காதத் தொலைவினின்று இன்பவல்லி வந்துவிட்டாள். தனது தாயகமாம் சோழ வள நாட்டிற்கு வந்து சேர்ந்து விட்டாள். அவள் வந்தது அருண்மொழிக்குத் தெரியாது. அருண்மொழி கொள்ளிடக்கரை மர நிழலில் அவளை மனத்தில் எண்ணியதை அவளறியமாட்டாள். அவள் அருண்மொழியையே அறிய மாட்டாளே! சித்திரசேனர் எனும் இரத்தின வியாபாரியைத்தானே அறிவாள்! தன்னுடன் முல்லைத் தீவில் இன்பக் கோட்டைகள் கட்டியவர் சோழ நாட்டு அரசகுமாரர் என்பதை அறிய மாட்டாளே? யாரோ ராஜகளை நிறைந்த வணிகர் என்றுதானே அவள் அறிவாள்?

அவள் முல்லைத்தீவில் காத்திருப்பாள். அவளிடமிருந்து அவன் விடைபெற்றுச் சென்ற அந்தக் கலம் கண்ணுக்கு மறையும்வரை எந்தப் பாறை மீது நின்று கையசைத்த வண்ணமிருந்தாளோ அதே பாறையில் நாள் தோறும் வந்து நிற்பாள்.

''கூவுவாய் குயிலே,
குமரன் வரக் கூவுவாய் குயிலே.''

அந்தப் பாடலை அடிக்கொரு தரம் முணுமுணுப்பாள் வாய்விட்டுப் பாடுவாள். காற்று அப்பாடலைக் கேட்கும். கடலலைகள் அந்தப் பாடலைக் கேட்கும். கானப்பறவைகள்

அந்தப் பாடலைக் கேட்கும். அவற்றால் வேறென்ன செய்ய இயலும்?

மஞ்ஞையும், அழகிய மயிலும் மெல்ல மெல்ல நடந்து வந்து தமது அழகு நடையால் உள்ளத்துக்கு இன்ப மூட்டலாம்.

குயிலும் பேடையும் 'குக்கூ குக்கூ' எனக் கூவி அவள் இதயத்துக்கு ஆறுதலளிக்கலாம்.

மொட்டவிழ்ந்து பூத்த புது மலர் மகரந்தம் தூவி மணம் வீசி அவள் மனத்தில் இன்பலாகிரியை ஊட்டலாம். அசைந்து அசைந்து காற்று வந்து அவள் அங்கங்களில் எல்லாம் மோதி அவளைப் பரவசப்படுத்தலாம். வேறென்னதான் அவளுக்கு அவை உதவ முடியும்?

அவர் வந்து விடுவார் என அவள் நம்பினாள். அவளது வளர்ப்புத் தந்தையும் நம்பினார். "மகளே! அவன் பார்த்தால் நல்லவனாகத்தான் தோன்றுகிறான். நிச்சயமாய் வருவானடி மகளே" என்று ஆறுதல் கூறுவார். அவர் வந்துவிடுவார்என்ற அந்தச் சொல் அவளுடைய செவியில் தேனாகப் பாயும். குடுகுடுவெனப் புன்னை மர நிழலுக்கு ஓடுவாள். அதே சங்குமுக யாழ் எடுத்து மீட்டுவாள். அவர் பேசிய அந்த இன்ப வார்த்தைகளை அவள் மனப்பாடம் செய்து வைத்திருந்தாள். அவை என்ன தேன் கலந்த வாசகமா?

அவர் கரம்பட்ட இடங்களை மீண்டும் தொட்டுப் பார்த்துப் புளகமடைந்து பூரித்துப் போனாள். சொல்லின்பத்தின் அற்புதத்தை மீண்டும் மீண்டும் கூறிப்பார்த்தவாறு, சென்ற இடத்தில் அப்படியே இருக்கிறாரே? விரைவில் திரும்பி வருவேன் என்று கூறிச் சென்றதை மறந்தாரோஇப்படியாக இன்ப நினைவும், வேதனை எண்ணமுமாக இன்பவல்லி மாறி மாறி அடைந்து முல்லைத் தீவில் நாட்களை ஓட்டி வந்தாள். எத்தனையோ பௌர்ணமி வந்து போய்விட்டன. மரஞ் செடி கொடிகள் கூட எவ்வளவோ மாறுதலை அடைந்து விட்டன. குறுத்துவிட்ட சின்னஞ் சிறு செடி வளர்ந்து பூத்துக் காய்த்து நல்ல கனியையும் கொடுத்து விட்டது. பள்ளமாயிருந்த கடற்கரைப் பகுதிகள் பல மேடாயின. மேடாயிருந்த பகுதிகள்

பலவற்றின் மீது கடலலைகள் மோதி அதன் மேட்டிமையைக் குறைந்தன.

முல்லைத் தீவில் கலியாணமாகாத கன்னியர் பலருக்குத் திருமணம் நடந்து விட்டது. அவர்கள் மண இன்பத்தை நுகர்ந்து தங்க மதலைகள் ஈன்று மகிழ்ந்தனர். காலம் யாருக்காகவும் காத்திராமல் ஓடியது. அது இன்பவல்லியின் யௌவனத்தை வளர்த்தது. மிளிரச் செய்தது. காண்போரைத் தடுமாறச்செய்தது. பிரிவாற்றாமையால் பசலை படர்ந்து அவள் சற்று மெலிந்து போனாலும் அந்த அழகும் தனியழகாகத்தானிருந்தது.

கலகலப்புக் குறைந்த தன்மகளின் கவலையறிந்த கார்மேகன் மௌனக் கண்ணீர் விடுவார். இவளும் அவள் தாயைப்போல் ஏமாற வேண்டியதுதானா? காலமெல்லாம் காத்திருக்க வேண்டியதுதானா? சே! என்ன காரியம் செய்தோம்? முன்பின் அறியாத வணிகரோடு பழக விட்டோமே. கண்டிப்பும் கட்டுப்பாடும் விதித்திருந்தால் இப்போது அவள் வேதனைப்பட வேண்டியதில்லையே.

அவர் இப்படி மனத்துள் வேதனைப்படுவாரே தவிர மகளுக்கு நல்ல வார்த்தைகள் கூறிச் சமாதானப்படுத்துவார்.

"அப்பா! அவர் தங்களிடமாவது எந்தத் தேசம் போவதாகச் சொல்லிப்போனாரா?" என்று இன்பவல்லி கேட்பாள்.

இதற்கு விடை கூறாதிருந்தாலும் கஷ்டம். விடை கூறுவதும் சிரமம். எனினும் மகள் மனத்தில் நம்பிக்கை எழுவதற்காக, "ஆமாம் மகளே! என்னிடம் சித்திரசேனன் கூறித்தான் சென்றார். ஸ்ரீவிஜயம் முழுமையும் சுற்றப்போவதாகக் கூறினார். சீனத்தின் உள்ளே வெகு தூரம் சென்று அந்த நாட்டரசரை சந்திக்கப் போவதாகக் கூறினார்" என்பார்.

"இவ்வளவு தூரம் சென்று திரும்ப நாளாகுமே?"

"ஆமாம்! மகளே!"

"திரும்பி இங்கு வந்துதானே செல்ல வேண்டும்?"

"ஆமாம்; இந்தத் தீவிற்கு வந்துதான் செல்ல வேண்டும். திரும்பி வரும்போது நானும் சோழ நாட்டிற்கு வருவதாகக் கூறியிருக்கிறேன்.

"இந்தத் தீவை விட்டா?"

"ஆமாம், அம்மா! நீ இங்கிருந்து போய்விட்டால் எனக்கு என்ன வேலை? வரவரத் தொழில் குறைந்து வருகிறது. நான் தனியே இருந்து என்ன செய்யப்போகிறேன்? சோழ நாட்டிற்கு வந்து உன் தாயைத் தவிக்கவிட்டுச் சென்ற அரச குமாரனைக் கண்டுபிடிப்பேன்."

"அப்பா! அவர் இன்னும் அரசகுமாரராகவே இருப்பாரா?"

"ஆமாம்; இருக்க மாட்டார். எவ்வளவு வயதான தொண்டு கிழவராயிருந்தாலும் கண்டு பிடித்துத் தீருவேன்."

"கண்டுபிடித்து?"

"உன் திருமணத்தின்போது உன் தந்தை இருக்க வேண்டாமா?"

"அப்பா! ஏன் இப்படியெல்லாம் பேசுகிறீர்கள்? உங்களை யன்றி வேறு எவரையும் நான் நினைக்கவில்லையே? என் திருமணத்தின்போது நீங்கள் இல்லாமல் வேறு எவர் இருப்பதாம்?"

"மகளே! அதைப் பற்றி இப்போது என்ன? உன் இதயங் கவர்ந்தவன் வந்து விடட்டும்."

"அப்படியென்றால் அவர் வரமாட்டாரா?"

கார்மேகனுக்குத் தர்ம சங்கடமாகிவிடும். எப்படிப் பேசினாலும் இன்பவல்லி அவர் வராததால் உண்டான ஏமாற்றத்தையே பிரதிபலிக்கிறாள். இப்படியே சிலகாலம் இருந்தால் அதே நினைவில் சித்தம் கலங்கினாலும் கலங்கி விடுமே என அஞ்சுவார். மனத்தைப் பலவிதத்தில் மாற்றப் புது வழிகளைக் கையாளலானார். தீவின் எழில் மிக்க பகுதிகளைக்காண அழைத்துச் செல்வார்.

ஒருநாள் அந்தத் தீவிற்கு பழுது பார்ப்பதற்காக அயல் நாட்டுக் கலம் ஒன்று வந்து நங்கூரம் பாய்ச்சி நின்றது. அந்தக் கலத்தைப் பழுதுபார்த்துக் கொண்டிருந்தபோது திடீரென்று தோன்றிய கடற்கொள்ளையர் அந்தக் கலத்தைத் தாக்கினர். தீவிற்குள்ளும் நுழைந்து சூறையாடினர். விலை மதிக்க

வொண்ணாப் பெரும் பண்டங்களை ஏற்றி வந்த அந்தக் கலத்திலிருந்தவற்றை அவர்கள் கொள்ளையடித்தனர். எதிர்த்தவர்களைக் கொன்று குவித்தனர். அவர்கள் புது முறையான ஆயுதங்களுடன் போரிட்டதால் எதிர்த்துத் தாக்க எவ்வளவுபேர் வந்தாலும் இயலாது போய் விட்டது. முல்லைத் தீவினின்றும் இளைஞர்களும், முதியவர்களும் திரண்டெழுந்து தாக்கினர். ஒன்றும் பலனில்லை. நடந்த சண்டையில் கார்மேகன் படுகாயமுற்றார். முல்லைத் தீவிலுள்ள பல பெண்களைக் கொள்ளையர் தூக்கிச் சென்றனர். நல்ல வேளையாக இன்பவல்லி காயமுற்ற தந்தையைப் புதரொன்றின் மறைவில் கிடத்திச் சிகிச்சை செய்து கொண்டிருந்தபடியால் அவளை யாரும் கவனிக்கவில்லை.

பெரும்புயலடித்து ஓய்ந்தது போன்று நிலைமை ஏற்பட்டது. முல்லைத்தீவின் வனப்பு குலைந்தது. எங்கும் எரிந்து கொண்டிருக்கும் நிலை. கொழுந்து விட்டு எரியா விடினும் புகை மட்டும் சில இடங்களினின்றும் எழுந்து கொண்டிருந்தது. பழுது பார்க்க வந்த கலம் பாழாய்ப்போனது. தீவிலே எஞ்சியிருந்த மக்கள் மேலும் அங்கு தங்கியிருக்கப் பிரியப்படாமல் கிடைத்த தோணிகளிலும் படகுகளிலுமாக வேற்றிடங்களுக்குப் புறப்பட்டனர். கார்மேகனையும், இன்பவல்லியையும் அவர்கள் தம்முடன் வருமாறு அழைத்தனர். தந்தையின் மரண அவஸ்தை நிலையில் அவரை விட்டு வர இன்பவல்லிக்குச் சிறிதும் மனம் வரவில்லை. தீவிலுள்ள மக்கள் யாவரும் போய்விட்டனர். பறவைகள் கூடப் பயத்தால் பறக்கவில்லையா? அல்லது வட்டமிடும் வல்லூறுக்கு அஞ்சி ஓடி ஒளிந்தனவா?

தந்தையின் தலைப்பக்கம் இன்பவல்லி அமர்ந்து விம்முவாள். ஒரே ஒரு வேதனையில் ஏங்கித் தவித்தவளுக்கு மற்றொன்றும் சேர்ந்தது. தந்தையின் உடல் நிலை சரியாகா விட்டால்? அதை நினைக்கும்போதே அவளுக்கு மிகப் பயமாக இருந்தது. கார்மேகன் மெல்ல ஒரு நாள் கண் விழித்தார். இன்பவல்லி கண்ணீர் பெருக அமர்ந்திருப்பதைக் கண்டு அவர் மகளை அருகே அழைத்தார். தன் நடுங்கும்

கரங்களால் அவள் கண்ணீரைத் துடைத்தார். மெல்லிய குரலில் கூறினார்:

"மகளே! நீ எதற்கும் அஞ்சாதே. உன் தாய் பட்ட கஷ்டத்தைவிட இனி யாரும் படப்போவதில்லை. உனக்கு எந்தவிதத் துயரும் வராது. உறுதியை மட்டும் இழக்காதே. பெண்களுக்கே இயற்கையான நால்வகைக் குணமும் உன்னிடம் உள்ளன. அதனால் நீ புத்தியாய்ப் பிழைத்து விடுவாய். நான் இறந்து விடுவேனோ என அஞ்சவேண்டாம். நான் விரைவில் பிழைத்து விடுவேன். பிறகு இருவரும் சோழநாடு செல்வோம். அங்குள்ள பெரும் பட்டினங்களில் முதலில் சித்திரசேனரைக் குறித்து விசாரிப்போம்."

"உனக்காக அவர் காத்திருப்பார். எப்படியும் அவரைத் தேடிக் கண்டுபிடித்து விடுவோம். சோழநாடு செல்வதால் நமக்கு மற்றொரு பலனும் உண்டு. உன் தந்தையைப் பற்றியும் விசாரித்தறியலாம். இரண்டும் முடிந்து விட்டால் எனக்கு இந்த உலகில் வேலையே இல்லை."

இன்பவல்லி விம்மினாள். தந்தை வாய் திறந்து இவ்வாறு பேசியது அவளுக்குப் புதுத் தெம்பை ஊட்டியது. இன்னும் பச்சிலை மூலிகையை ரணத்திற்கு இட்டுக் கட்டினாள். தந்தையின் நோய் தீரும் என்றெண்ணியவளாக மூலிகையைக் கொண்டுவர சுவர்ணரேகா அருவிக்குச் சென்றாள். அருவி எப்பொழுதும் போல் 'இழும்' எனும் ஒலியோடு வீழ்ந்து கொண்டிருந்தது. மீண்டும் அவளுக்குப் பழைய நினைவு வந்தது. சித்திரசேனன் இங்கு நின்று உரையாடிய சம்பவம் நினைவுக்கு வந்தது. கலபதி இங்குதானே அடிபட்டு வீழ்ந்து கிடந்தான்? இன்பவல்லி ஒரு முறை கண்களை மூடித் திறந்தாள். அந்தச் சம்பவத்தை மறக்க முயன்றாள். விரைந்து மூலிகையுடன் தந்தை இருப்பிடம் செல்ல விரும்பினாள்.

அவள் தந்தை இருப்பிடம் வந்தடைந்தபோது கார்மேகன் இறந்து கிடந்தார். முதலில் அவளுக்குத் தந்தையின் நிலை தெரியவில்லை. மயக்க முற்றிருப்பதாக எண்ணினாள். ஆனால் தலை துவண்டு வீழ்ந்து உடல் சில்லிட்டிருந்ததை

அறிந்தவுடன் இன்பவல்லி புரிந்து கொண்டாள். அந்தத் தீவே அதிரும்படி கதறி அழுதாள்.

அவள் அழகிய பாடல் பாடும்போது எதிரொலித்த அதே எதிரொலி அழுகையின் போதும் எழுந்தது.

ஆனந்தக் கண்ணீர் விட்டபோது கலகலவெனக் கரங்கொட்டிய கடலலைகள் துன்பக் கண்ணீரின் போதும் சோக கீதம் இசைத்தன.

கீதம் எழுப்பாத பறவைகள் கலங்கி, மௌனத்தால் துக்கத்தைத் தெரிவிப்பது போன்றிருந்தன. கருகி நின்ற மரங்கள் சோபை இழந்து துயரம் காப்பவைபோல் தோன்றின.

துயரத்தின் உச்ச நிலையைக் கண்டும் இறைவன் மௌன மாயிருப்பதில்லை. அந்தப் பேதைப் பெண் உயிரற்ற உடலைப்போட்டுக் கொண்டு அந்தத் தன்னந்தனித் தீவில் தவிப்பதைத் தடுக்க எல்லையற்ற பரம்பொருளைத் தவிர வேறு யாரால் இயலும்?

"அன்பே! இப்போதாவது நீங்கள் வரக்கூடாதா? நீங்கள் கொடுத்துச் சென்ற அந்த இரத்தினக்கல் நினைவு கூட இல்லையா?" என்று வாய்விட்டுப் புலம்பினாள் இன்பவல்லி.

அவளுடைய இதய ஒலிக்குப் பயன் இருந்தது. தொலைவில் கட்டுமரம் ஒன்று வந்து கொண்டிருந்தது. ஆனால் அதில் வந்தவர் இரத்தின வியாபாரி அல்லர். முல்லைத் தீவின் தலைவனுடைய மகனும் மற்றுமொருவரும் அந்தத் தீவில் புதைத்துச் சென்றிருந்த சேமிப்பை எடுத்துச் செல்ல அவர்கள் வந்தனர். கடற்கரையில் இன்பவல்லி நின்று கோவெனக் கதறுவது அவர்கள் செவியில் வீழ்ந்தது. அவர்கள் திடுக்கிட்டனர்; திகைத்தனர். கார்மேகனும், இன்ப வல்லியும் இறந்துபோய் விட்டனர் என்றல்லவா அவர்கள் எண்ணியிருந்தனர்? கார்மேகனுடைய முடிவு அவர்களுக்குப் பெருந்துயரத்தை அளித்தது. துயரமடைந்து என்ன பலன்?

கார்மேகன் உடலைப் புதைத்து விட்டு, ஆகவேண்டிய பிற காரியங்களை முடித்துவிட்டு அவர்கள் திரும்பவும் அங்கிருந்து புறப்பட ஆயத்தமாயினர். இன்பவல்லியையும் அவர்கள் உடன் அழைத்தனர். அவள் மறுத்து விட்டாள். முன்பு ஒரு முறை அவளுடைய காதலுக்கு ஏங்கிய தீவின் தலைவர் மகன் அவன். தனக்குப் பழைய எண்ணம் ஏதும் இல்லை என்றும் அந்தத் தீவில் தன்னந்தனியளாய் அவள் இருப்பதில் எந்தவிதப் பலனும் இல்லை என்றும், அவள் எதிர்பார்ப்பது போல் இரத்தின வியாபாரி அந்தத் தீவிற்கு வரமாட்டான் என்றும், வேண்டுமென்றால் ஸ்ரீவிஜய நாட்டிலே அவரைத் தேடிப்பார்க்கலாம் என்றும் தலைவன் மகன் கூறினான். கடைசியாக அவன் ஓர் உறுதி கூறினான்: "கார்மேகன் மகளே! ஒரு காலத்தில் உன் மீது பெரும் ஆசை கொண்டிருந்தேன். இப்போது என் உள்ளத்தில் எனக்கு அந்த எண்ணமே இல்லை. நான் மணந்து மூன்று குழந்தைகளுக்குத் தந்தையாகி விட்டேன். என் இளைய சகோதரியாகவே கருதுகிறேன். இளைய சகோதரியை எவ்விதம் நடத்த வேண்டுமோ அத்தகைய முறையுடன் நடத்துவேன். வேண்டுமெனில் உன்னைத் தக்க துணையுடன் நீ விரும்பிச் செல்லவேண்டிய நாட்டிற்கு அனுப்புவேன்" என்றான்.

அவனுடைய உறுதியும், சொல்லும், பணிவும், பரிவும், பாசமும், பண்பும் இன்பவல்லியின் மனத்தை மாற்றின. முல்லைத்தீவில் தனியே இருந்து வாடுவதைவிட அண்ணனுடன் சென்று தக்க கலம் ஏறிச் சோழநாடு செல்வது நலமல்லவா? இன்பவல்லி அவனுடன் செல்லச் சம்மதித்தாள். இவர்கள் சென்ற நான்கு நாட்கள் கழித்துதான் அருண்மொழி இன்பவல்லியைத் தேடி அத்தீவிற்கு வந்து, அந்த தீவின் அழிவுற்ற நிலையைக் கண்டு திடுக்கிட்டுத் துயருற்றுச் சென்றான்.

முல்லைத்தீவின் தலைவன் மகன் தான் கொடுத்த வாக்குறுதியை மீறவில்லை. கடல் மல்லைத் துறைக்குச் செல்லும் கலமொன்றில் இன்பவல்லியை ஏற்றி அனுப்பினான். இன்ப வல்லி சோழ நாடு செல்லப் போகிறோம் என்ற களிப்புடன் தனியே கலம் ஏறினாள். பல நாட்கள் பயணம் செய்த அந்தக் கலம் கடல் மல்லைத் துறையில் வந்து

நின்றது. அங்குதான் சில நாட்களுக்கு முன்னம் அருண்மொழி சீன வணிகன் வடிவில் வந்திறங்கினான்.

மாமல்லபுரத்தைக் கண்டவுடனேயே இன்பவல்லிக்கு பயணத் துயரமெல்லாம் மறைந்தது. அவற்றைவிட ஏதோ ஒரு குரல், ''வா, அம்மா குழந்தாய்?'' என்று வாஞ்சையுடன் அழைத்தது கேட்டு அவள் திடுக்கிட்டாலும் குரலின் நயம், அக்குரல் எழுந்த இதயத்தின் அடித்தளத்திலிருக்கும் இயற்கையான அன்பு அவளது மனப்பளுவில் பாதியைக் குறைத்தது போன்றிருந்தது.

மாமல்லபுரத்தில் அலைந்துகொண்டிருந்த அந்த முதியவர் தான் இன்பவல்லியை அவ்வாறு அழைத்தது.

சிற்பங்களை ஆவல் நிறைந்த கண்களுடன் அவள் பார்ப்பதும் தயங்கி தயங்கி நடப்பதும், அந்த முதியவருக்கு உள்ளத்தில் திடீரென ஒருவிதப் பாசமும் பிறந்தது. இன்பவல்லி வருவதைத் தொலைவிலிருந்து கண்டபோதே அவர் அயர்ந்து நின்றார்.

''யார்யார்'' என்று அவர் உதடுகள் முணுமுணுத்தன. ''என் சிந்தை கவர்ந்தவளா?'' என்று ஒரு முறை சொல்லிப் பார்த்துக் கொண்டார். பாதச் சலங்கை கலீர் கலீர் என ஆடும் அதே பெண் அழகியைப் போன்றேதான் இவள் இருக்கிறாள். அதே நடை, அதே முகத் தோற்றம், அதே தெளிவு. கனவிலும் கற்பனையிலும் ஆடி ஆடி நமது உள்ளத்தில் ஆர்வத்தையும், ஆர்வத்தால் வேதனையையும், வேதனையால் சோர்வையும் தூண்டிவிட்டு வரும் இவள் இப்போது அவற்றைப் போக்க மோகினி வடிவு நீங்கி மோகன வடிவுடன் நேரிடையாக வந்து விட்டாளா? அல்லது எப்போதும் போல் நமக்குப் பிரமைதானா? இல்லை, இல்லை. இவளுடைய கூந்தல் அசைவதை காண்கிறேன். இவள் முகம் கனவில் காணும் 'என்னுடையவள்' போன்று தான் இருக்கிறது. எனினும் ஒரு வித்தியாசம் இருக்கத்தான் செய்கிறது. இவள் முகத்தில் முதிராத இளமை துள்ளுகிறது. உலகம் அறியாத வெண்மை இவள் முகத்தில் பள்ளுப்பாடுகிறது. இவள் அவளல்லல்! என்றாலும் என் சோக உள்ளத்துக்கு மருந்து கொண்டு வந்தவளாய் இருக்கலாம், என்ற எண்ணத்தில் அந்த முதியவர்

மெல்ல இன்பவல்லியை அணுகி ''குழந்தாய்'' என்றழைத்தார்.

அந்தச் சொல்லில் பாசம் புதைந்திருப்பதை இருவரும் உணர்ந்தனர். ஏன் புதைந்தது என்பதை எவரும் உணர முடியவில்லை. இன்பவல்லி அப்போது மலையைக் குடையாகப் பிடித்து ஆயர்களைக் காத்த பாறைச் சிற்பத்தில் லயித்திருந்தாள். அவள் கண்ணபிரானின் திருவுருவை இப்போதுதான் முதன் முதலாகக் காண்கிறாள். காக்கும் அவரது தோற்றத்தின் கம்பீரம்தான் என்ன? அருகே இருக்கும் தாய்ப்பசு தன் கன்றை நாவால் சுவைத்துப் பரிவைப் புலப் படுத்தும் அழகுதான் என்ன? இப்போது கேட்ட 'குழந்தாய்' என்ற சொல் கூட அத்தகைய உணர்ச்சியை அன்றோ ஊட்டுகிறது.

இன்பவல்லியின் கண்களில் நீர் நிறைந்தது. இயற்கையான ஒரு வித நடுக்கமும் இருந்தது. அது முதியவரின் தோற்றத்தால் விளைந்ததாய் இருக்கலாம். அவரது தோற்றம் நாளுக்கு நாள் பார்க்கப் பைத்தியத்தைப் போல் மாறிக் கொண்டு வந்தது. எதையோ அடையாத ஏக்கம் அவருள்ளத்தில் இருந்ததால் அது முகத்தில் பிரதிபலித்தது. ஏதோ தவறு செய்துவிட்ட குறுகுறுப் புணர்ச்சி அவர் முகத்தில் நிறைந்திருந்தது. ஆனால் அவர் பேசும் போது அதில் கொடுமை இல்லை; பைத்தியக் காரத்தனம் இல்லை. சோகம் இல்லை. சோர்வு இல்லை. சிற்பத்தைப் பற்றி ஏதாவது கேட்க ஆரம்பித்து விட்டாலோ அதில் கலை நுணுக்கம் நிறைந்திருக்கும். எடுத்துக் கூறுவதில் ஆர்வம் பொங்கி நிற்கும்.

முதியவர் அழைத்தவுடன் இன்பவல்லி ஒரு கணத்தில் தன்னைத் தேற்றிக்கொண்டு காற்றிலே கலைந்திருந்த ஆடையைச் சரிசெய்து கொண்டு சிற்பத்தை மற்றொரு முறை உற்றுக் கவனிப்பது போல் நின்றாள்.

''குழந்தாய்! இந்தச் சிற்பத்தின் கதை உனக்குத் தெரியுமா? ஒரு சமயம் கோபங் கொண்ட இந்திரன் ஸப்த மேகங்களை ஏவினான். அண்டம் பிளக்கும்படியான பேரிடியுடன் பெரு மழை பெய்தது. வானமே பொத்துக் கொண்டதோ என்று

நடுங்கும்படியாக மழை தாரை தாரையாகக் கொட்டியது. சூறாவளி போன்று பொய்க் காற்று வீசியது. ஆயர்பாடியில் ஆடுமாடுகளை மேய்த்துக் காக்கும் இடையர்கள் அஞ்சி நடுநடுங்கினர். கண்ணா கண்ணா என்று கதறினர். ஆபத்தில் காக்கவல்ல கண்ணபிரான் சட்டென கோவர்த்தன மலையைப் பெயர்த்தெடுத்துத் தன் கரத்திலே தூக்கிக் குடைபோல் பிடித்தார். அதனடியில் ஆயர்பாடியே அடைக்கலம் புகுந்தது. இந்தக் கதையைச் சிற்பி கல்லிலே செதுக்கியுள்ள அற்புதத்தைப் பார்த்தாயா?" என்றார்.

இன்பவல்லி ஒரே கணத்தில் முதியவரை நம்பி விட்டாள். சோழ மண்ணில் மிதித்தவுடன் திக்குத் திசை தெரியாது, உற்றார் உறவினர் புரியாது வாடியவளுக்கு முதியவர் ஏதோ ஏழேழு ஜன்மத்து உறவு போலாகி விட்டார்.

"எனக்கு இந்த கதை தெரியுமே. என் தாயார் இந்தக் கதையைத் தெரிவிக்கும் ஒரு பாடலுக்கு அபிநயம் பிடிப்பாள். கண்ணனாக மாறுவாள். மலையைக் குடையாகப் பிடிப்பாள். அபயம் அடையும் மக்களாய் மாறுவாள். கண்ணன் காலடியில் சரணம் புகுவாள். அவற்றைக் கண்டு களிப்பேன்' என்று சைகைகளால் தாய் அபிநயித்த விதம் சட்டெனச் செய்து காட்டினாள். தான் இருக்குமிடம், நேரம் ஏதும் கருதாமல் அப்படிச் செய்தது கலையார்வத்தைக் கட்டுப்படுத்த முடியாததால். கலை, சூல் கொண்ட மேகம் போன்றது. பிறர் உத்தரவிட்டால் பெய்யாது. ஒருவர் தடுத்தாலும் நிற்காது."

முதியவர் அப்படியே இமை கொட்டாது நின்று விட்டார்.

"உன் தாய் இந்தக் கதைக்குப் பரதம் ஆடுவாளா?"

"ஆம்; தாத்தா!"

தாத்தா, தாத்தா... ஆகா! உறவு ஒரு தலைமுறைக்கு முன்பு போகிறதே! பந்தப் பிணைப்பு வெகு காலத்துக்கு முன்பு ஓடினாலும் பாச உணர்ச்சிக்கு எல்லை ஏது?

"உன் தாய் எங்கேம்மா இருக்கிறாள்?" முதியவர் மெல்லக் கேட்டார்.

இன்பவல்லி சட்டெனத் திரும்பினாள். தாயைப் பற்றிய நினைவு எழுந்து விட்டதே! உள்ளத்தில் மறைந்திருக்கும்

எத்தனையோ நினைவுகளை அது கீறி எடுத்து விடுமே. எரிமலைபோல் நினைவுகள் பொங்கிப் பாயுமே. மடைதிறந்து வரும் வெள்ளத்தைப் போல் அது குமுறி ஓடி வருமே. அதைத் தடுப்பவர்கள் எவர்?

'என் தாய் எங்கே இருக்கிறாள்? அவர்கள் என்னுடன் இருந்திருந்தால் நான் ஏன் இப்படி அனாதையாய் வருகிறேன்? இப்படித் தனியே சிற்பங்களைக் கண்டு ரசிக்கிறேன்? அடுத்த நொடியில் என்ன நேருமோ என்று வேதனையோடு ஏன் இருக்கிறேன்?' என்று எண்ணியவளாய் இன்பவல்லி அந்த முதியவரை நோக்கினாள். அந்தப் பார்வையிலே மருட்சி இருந்ததை அவர் புரிந்து கொண்டார். இன்னும் அவளது கண்களிலே தளும்பத் துடிக்கும் கண்ணீரையும் அவர் உணர்ந்தார்.

"மகளே! எனக்கு இப்படித்தான் அழைக்க வேண்டும் போல் தோன்றுகிறது. உன்னை இந்தக் கேள்வி கேட்டதற்காக வருந்தாதே. உன் தாயின் கலை அறிவைப் பற்றிச் சொன்னாய். நுட்பமான பாவத்துக்கு அபிநயிக்கும் திறமை கைவரப்பெற்றவர்கள் மிகக் குறைவே. அதனால் தான் அந்தக் கலைப் பேரரசியை அறியத்தான் நான் கேட்டேன். உடனே சொல்ல வேண்டும் எனும் கட்டாயமில்லை. உன்னைப் பார்த்தால் மிகவும் களைப்படைந்தவள் போல் தோன்றுகிறது. உன்னை எப்போதோ எங்கோ பார்த்திருக்கிற பிரமையும் உண்டாகிறது. நீ இந்தச் சிற்பங்களைப் பார்க்கும் கண்களைக் கண்டவுடன் நீ கலையார்வம் மிக்கவள் என்பது தெரிகிறது மகளே! உனக்கு என்னால் ஆன உதவியைச் செய்வேன். நான் சிறு குடிலொன்று அமைத்துக் கொண்டிருக்கிறேன், அந்தக் குடிலில் நீ இளைப்பாறு. இந்தக்கலை பூமி முழுமையும் உனக்குச் சுற்றிக் காட்டுகிறேன். ஐந்து விதக் கோயில்களைக் காட்டுகிறேன். பகீரதன் செய்யும் தவத்தைக் காட்டுகிறேன். பெண்ணின் பெருமையுணர்த்தும் மகிஷாசுர மர்த்தினியின் கோபத்தைக் காட்டுகிறேன். மூவுலகும் ஈரடியால் அளந்து மற்றோர் அடி எங்கே எனக்கேட்ட மாலின் பெருந்தோற்றத்தைக் காட்டுவேன். திருமால் கிடந்த திருக்கோலத்தைக் காட்டுவேன். ஒவ்வொரு சிற்பத்திலும் ஒவ்வோர் அற்புதமான பாவத்தைக் காணலாம்; நீ கண்டு

களிக்கலாம். அதன்பிறகு நீ உன் கதையைக் கூறு. மெல்லக் கூறு. மனவேதனையின்றிக் கூறு. உன்னை இன்னார் என அறிந்துதான் உதவி செய்ய வேண்டுமா? எனக்கு ஒரு மகனோ மகளோ இருந்திருந்தால் உன் வயதுதானிருக்கும். அவர்களுக்கு நான் நாட்டிய சாஸ்திரத்தைப் பூரணமாகக் கற்றுக் கொடுத்திருப்பேன்.''

இன்பவல்லி அந்த முதியவரைப் பார்த்த கண் திரும்பாது நின்று கொண்டிருந்தாள். முதியவர் முகத்தில் புதிய களை பிறந்தது. இன்பவல்லியை அழைத்துக் கொண்டு தன் குடிலுக்குச் சென்றார். சற்று அச்சத்தோடு தான் அவள் பின் தொடர்ந்தாள்.

முதியவரின் குடில் தூய்மையாக வைக்கப்பட்டிருந்தது. மண் சுவரில் சுண்ணாம்பு பூசப்பட்டு விதவிதமான ஓவியங் கள் வரையப்பட்டிருந்தன. அரச குமாரனொருவன் கவிழ்ந்த மரக்கலத்தின்று இளமங்கையைக் காப்பாற்றுவதும், இரு வரும் ஒருவரையொருவர் காதலிப்பதும், ஏகாந்தமான தீவொன்றில் அவர்கள் இன்பமாக வாழ்வதும், பிறகு அந்த அரசகுமாரன் அவளைப் பிரிந்து வருந்துவதும், பிறகு அந்த அரசகுமாரன் அவளைப் பிரிந்து வருந்துவதும், கலை ஆர்வ மிகுதியால் நாடு முழுமையும் சுற்றி அந்தப் பெண்ணை மறந்து திரிவதும், கடைசியில் அந்தப் பெண்ணைப் போன்ற அழகிய சிலைகளைச் செய்து காலத்தைக் கழிப்பதுமாக அந்த ஓவியங்கள் விளங்கின.

இன்பவல்லி அவற்றைப் பார்க்க நினைப்பதற்குள் முதியவர் இன்பவல்லியை அழைத்து அருகேயிருந்த சுனை யொன்றைச் சுட்டிக்காட்டி அதில் குளித்து வருமாறு கூறி உணவு கொண்டு வர அவர் எங்கோ சென்றார்.

நீராடி விட்டு முதியவர் அளித்த உணவை உண்டபின் அவள் கண்களைத் துயில் ஆட்கொண்டது. அப்படியே தரையில் படுத்தவள் நன்றாக உறங்கிவிட்டாள்.

''பாவம்! சரியான தூக்கம் தூங்கி எவ்வளவு நாட்கள் ஆயினவோ, யார் பெற்ற செல்வமோ'' என்று முணுமுணுத்த வண்ணம் அந்த முதியவர் வெளியே சென்றார்.

விக்கிரமன் ❖ 387

இன்பவல்லி விழித்தெழுந்த போது கதிரவன் மேற்றிசையில் சாய்ந்து விட்டான். பரபரப்புடன் எழுந்த இன்பவல்லியின் முகத்தைக் கடற்காற்று இன்பமாகத் தழுவியது. கடலலையின் கோஷம் கேட்டது. கடற்கரைக்குச் சென்று அமர்ந்திருக்க வேண்டும் என்ற துடிப்பு ஏற்பட்டது. இன்பவல்லி கால்போன திசையை ஒரு குறிப்பாகக் கொண்டு கடற்கரை நோக்கி நடந்து சென்றாள்.

அங்கே கடற்கரைஆகா! கடற்கரையில் ஒரு தெய்வபுரி இருக்கிறதா? என்ன அற்புதமான கோயில்! மணற்பரப்பைத் தவிர வேறு அறியா அவளுக்குக் கம்பீரமாக நிற்கும் கோயில் கருத்தைக் கவர்ந்தது. மெல்ல நடந்து சென்று அதன் இரு விமானங்களையும் நிமிர்ந்து நோக்கினாள் இன்பவல்லி.

கடலினின்று வட்ட முழுமதி உதயமாகிக் கொண்டிருந் தான். திரண்டெழும் பேரலைகள் கரைகளை நோக்கி வேகமாக வந்து அங்கு பரவி நிற்கும் பறவைகள் மீது மோதுவதை அந்த நிலவொளியில் காணும்போது பல முகங்கொண்ட குதிரைகள் விரைந்து விரைந்து ஓடிவந்து பகையரசன் பேரில் மோதுவது போன்றிருந்தன.

வெண்மதியின் ஒளி கடற்கரைக் கோயிலின்மீது படர்ந்தது. இவ்வளவு நேரம் கடுமையாக இருந்த அந்தக் கோபுரங்கள் வெள்ளித் தகடு வேய்ந்தவை போலாயின. கடலுக்கும் கோயிலுக்கும் இடையே அமர்ந்திருந்தாள் இன்பவல்லி. வட்ட முழுமதியையும் கோயிலையும் மாறி மாறி நோக்கினாள் இன்பவல்லி.

அவள் உள்ளக் கடல் உவகையுடன் கொந்தளித் தெழுந்தது. ஏதோ பெரும் சுவர்ணபுரிக்கே வந்துவிட்டது போன்ற களிப்புடன் அவள் அந்த மணலில் உலவினாள். துல்லியமாக நிற்கும் வானத்தை நோக்கினாள். வான்மதியை நோக்கினாள். அந்த வட்ட மதியிலே வடிவழகு முகம் ஒன்று தோன்றியது. அந்த முகம் சித்திரசேனருடையதாக இருக்கக் கூடாதா என எண்ணினாள்.

ஆகா; வட்ட முழுமதியில் சித்திரசேனன் சிரித்து நிற்கிறாரே! அங்கேயே வந்து விடுமாறு அழைக்கிறாரே. அங்கே போவதற்குத் தடை என்ன இன்பவல்லி? அந்த முதியவரிடம்

சொல்லிவிட்டுச் செல்ல வேண்டாமா? சொல்வதென்ன? நீ எதற்காக இவ்வளவு தூரம் கடல் கடந்து வந்தாய்? உன் இதய வேந்தனைத் தேடத்தானே. அதோ அவரே அழைக்கும்போது அந்தக் குளிர்ந்த பூமியிலே குமரனுடன் கைக்கோர்த்து உலவலாமே. அவன் மென்தோள் அணைப்பில் இன்பம் சுவைக்கலாமே. வலியகரத்தின் இறுகிய பிடியிலே சிக்கித் தவிப்பதிலே தனித்தவோர் இன்பங்காணலாம்.

அவள் அந்த மதிமண்டலத்திற்குச் செல்லப் புறப்பட்டு விட்டாள்.

'மதியரசனின் சாம்ராஜ்யத்தில் வீற்றிருக்கும் என் காதலரிடம் செல்ல இப்படி நடந்து செல்லுதல் சரியா? வெண்மலர் விரிந்து கிடக்கும் அந்தப் பாதையிலே நாம் அற்புதமாக நடனமாடி, நடனமாடிச் செல்வோம். நம் கலைத்திறன் முழுமையும் புலப்படுத்திச் செல்வோம்.'

இன்பவல்லி தன் நிலை மறந்தவளாய் அங்கிருந்த உயர்ந்த பாறைமீது ஏறினாள். ஆடினாள். ஆடப்பிறந்தவள் போன்று ஆடினாள். சந்திர மண்டலத்துக்குச் சென்று தன் உள்ளங் கவர்ந்தவனை அடையப்போகும் ஆர்வத்தில் ஆடினாள். வானுறு மதியில் விளங்கிடும் அழகன் மனங்குளிரப் பலவித நடனமாடினாள். அவள் ஆடிக்கொண்டே இருந்தாள். ஒரு சமயம் பம்பரம் போல் சுழன்றாள். ஒரு கணம் மின்னல் கீற்றெனத் துள்ளினாள். மானினம்போல் மருண்டோடினாள். மயில் போல் நடை பழகினாள். முல்லைத்தீவில் ஆடிய கொடுகொட்டி ஆடினாள். பாண்டரங்கமாடினாள். குரவைக் கூத்தாடினாள். அவள் தன்னிலை மறந்ததால் என்ன ஆடுகிறோம் என்பதறியாது ஆடினாள். அப்போது அவள் ஆட்டத்தின் இன்பத்தை இரு பெண்கள் வியப்புடன் கண்டுகளித்த வண்ணமிருந்தனர். அவர்கள் தாம் இளைய பிராட்டியார் குந்தவை தேவியாரும், கொடும்பாளூரார் மகள் இளவரசி வானதியும்.

காஞ்சிப் பொன் மாளிகையை விட்டு அருண்மொழி சிவனடியார் வடிவில் சென்றவுடன் வானதிக்கு ஏதோ தன் உயிரே வெளியே செல்வது போன்றிருந்தது. இவ்வளவு ஆண்டுகள் பிரிவாற்றாமையின் துயர் அவளுக்குத் தெரிய

வில்லை. இப்போது மூன்று நாள் சேர்ந்திருந்து அருண்மொழி சட்டென்று பிரிந்து சென்றது அவள் இதயத்தில் வேதனையையூட்டியது. அவளால் அதை வெளிப்படுத்த இயலவில்லை. தன்மீது பேரன்பு பூண்டிருக்கும் இளைய பிராட்டியார் நலனுக்காக மாறுவேடம் பூண்ட அவரை அவளால் தடுக்க முடியுமா? தடுப்பதுதான் நியாயமா? தமக்கையின் துயர் தீர்க்க எல்லா விதங்களிலும் உதவுவதாக வாக்களித்திருப்பதை அதற்குள் மீறிவிடலாமா? நேற்று அவள் உள்ளம் அப்படி வேதனைப்படவில்லை. இன்று பட்டது. ஒவ்வொரு வினாடியும் தன்னிடமிருந்து அவர் பிரிந்து வெகு தூரம் சென்று விடுவது போன்ற உணர்ச்சி அவளுக்கெழுந்தது. சோர்வு அவளைப் பற்றியது. காலையில் வானதியால் சீக்கிரம் எழ முடிவதில்லை. இரவில் வெகுநேரம் தூக்கம் பிடிக்காமல் புரண்டு படுப்பாள். மஞ்சத்தில் மெல்லிய பஞ்சணை அவளுக்கு முட்கள் பரப்பியது போல் துன்பப்படுத்தும்.

"வானதி! ஏன் கலத்திலுள்ள பாலிட்ட அன்னத்தை அப்படியே ஒதுக்கித் தள்ளிவிட்டாயே! நன்றாக உண்டு உறங்காவிடில் உடல் எதற்கடி ஆகும்?" என்று குந்தவை செல்லமாகக் கடிந்து கொள்வாள்.

ஆனால் வானதிக்கு ஏதோ பிரமை பிடித்தது போன்ற நிலை. பதியின் பிரிவு ஒவ்வோர் அணுவிலும் அவளுக்குத் தெரிந்தது.

அவர் அமர்ந்திருந்த மஞ்சம்; அவர் கரம் நீட்டிப் பெற்ற பால் கிண்ணம்; அவர் துயின்ற படுக்கை; அந்தப் படுக்கையில் உள்ள தலையணைகளை எடுத்துத் தன் மடிமீது ஒரு கணம் வைத்துக் கொண்டாள். பின்பு தானே மனத்திற்குள் சிரித்தவாறு பூங்காவை நோக்கியுள்ள பலகணி அருகே சென்று அவர் பற்றி இறங்கிச் சென்ற கொடிகளைக் கண்டவாறு சிறிது நேரம் நின்றாள்.

வானதியின் உடலில் பசலை படர்ந்தது. கைவளைகள் நழுவின. அவளது மனத்தை மாற்ற ஏதாவது செய்ய வேண்டும் என்று தோன்றியது குந்தவைக்கு. காஞ்சி மாளிகையை விட்டுச் சற்று எங்காவது போய்வர முடிவு

செய்தாள். காஞ்சி மாளிகையில் வானதி எவ்வளவு நாள் இருப்பாளோ; அதற்குள் அவளுக்கு மாமல்லபுரத்துச் சிற்பங்களைக் காட்டிவிட வேண்டும் என்று முடிவு செய்தாள். அங்கு இருக்கும் நேரத்திலாவது வானதி பிரிவுத் துன்பம் மறந்திருப்பாளன்றோ?

கடல் மல்லைக்கு ராஜஹம்ஸப் படகில் ஏறிக் குந்தவையும் வானதியும் சென்றனர். ஓரிரு காவலர்களும் வந்தனர்.

மாமல்லபுரத்துச் சிற்பங்களைக் கண்டுவிட்டு, கடற்கரை கோயிலுக்கு வந்தபோதுதான் இன்பவல்லி நடனம் ஆடிக் கொண்டிருப்பதை அவர்கள் கண்டனர். இன்பவல்லியைக் கண்ட மாத்திரத்தில் குந்தவைக்கு அவளைப் பிடித்து விட்டது.

தன்னிலை அடைந்த இன்பவல்லி நடனத்தை முடித்துத் திரும்பியபோது குந்தவை அவளருகே வந்து அவள் கரங்களைப்பிடித்து “பெண்ணே! யாரம்மா நீ? அற்புதமாக ஆடுகிறாயே!” என்றாள்.

குந்தவையின் இந்த பரிவுக் குரல் இன்பவல்லிக்கு எங்கோ கேட்டது போன்றிருந்தது.

குந்தவையின் வருடலை முன்பே எங்கோ அடைந்தது போன்றிருந்தது. அவளுடல் சிலிர்த்தது!

“தன்னந்தனியாய் கடற்கரையோரத்தே நடனமாடும் பெண்ணே நீயார்?” என்று வானதி கேட்டாள்.

“நான் யார்? நான் யார்?” இன்பவல்லி விம்மினாள். தன்னை யார் என்று எப்படிக் கூறிக் கொள்வது? முல்லைத் தீவினின்று வந்தவள் என்று கூறுவதா? இரத்தினவல்லியின் மகள் என்று கூறுவதா? என்னவென்று கூறிக்கொள்வது?

இன்பவல்லி இப்போது வாய் திறந்தாள். “நானா? நான் ஓர் அனாதை” என்றாள்.

இதைக் கூறியபோது அவள் இதயமே வெடித்து விட்டது போன்ற உணர்வு ஏற்பட்டது. கடல்மடை திறந்தது போன்று விம்மி விம்மி அழுதாள்.

குந்தவை அவளை அணைத்துக் கொண்டு, "பெண்ணே அழாதே. அனாதையென்று எவருமிலர். அப்படிப் பார்த்தால் இதோ நான் அனாதைதான். என்னருகே நிற்கும் சோழநாட்டு இளவரசி வானதியைக் கேள். அவள் கூறுவாள்.." என்றாள்.

"சோழநாட்டு இளவரசியா?" இன்பவல்லி நிமிர்ந்து நோக்கினாள்.

"பெண்ணே! கவலைப்படாதே. நீ யாரென்று எனக்குத் தெரிய வேண்டிய அவசியமே இல்லை. நீ கலை அரசி. கலையுள்ளம் படைத்த நீ அனாதையாகத் திரியலாமா? என்னுடனேயே நீ வந்துவிடு. அனாதை என்ற உணர்வே உனக்கு எழாமல் நான் பார்த்துக் கொள்கிறேன். வா, அதோ சிவிகை இருக்கிறது. அதில் ஏறிக்கொள்" என்றழைத்தாள்.

இன்பவல்லி திகைப்பால் மறுமொழி கூற எத்தனிப் பதற்குள் வானதியும் குந்தவையும் அவள் கரங்களைப் பிடித்தழைத்துச் சென்று சிவிகையில் ஏற்றினர். சிவிகை புறப்பட்டது.

அந்தப்போதில் இருளில் எங்கிருந்தோ அந்த முதியவர் இன்பவல்லியைத் தேடி அலைந்து, "குழந்தாய், குழந்தாய்" என்று பலத்த குரலில் கூப்பிடும் ஓலம் கேட்டது. அது அந்தப் பகுதி முழுமையும் எதிரொலித்தது.

அத்தியாயம் 25
வஞ்சிமா நகரில்...

வைகைப் பேராறு அந்த இடத்தில் வளைந்தும் குறுகியும் காணப்பட்டது. சிறுசிறு பாறைகளும் மணல் திட்டுகளுமாக அந்த ஆற்றின் நெடுகப் பாலம் போட்டது போல் காணப் பட்டது. சலசலவென மணலை அரித்துக் கொண்டுவந்த அந்த மோகன நதி பாறைகளின் வழியே புகுந்து, சமபகுதியில் துள்ளி, குடுகுடுவென பாறையின் அணைப்பில் துயின்று

கொண்டிருந்த பச்சைப் பாசிக் கொடிகள் சிறிது தூரம் பிரவாகத்துடன் வர முயன்று, பிடிக்காமலோ என்னவோ பாறையின் பிடியைவிடாது நின்றன. ஆனால் துள்ளித் திரியும் மீனினங்கள் மட்டும் அங்கேயே வட்டமிட்டு அன்றைய உணவுக்கு வழி செய்து கொள்ளப் பார்த்தன. அதிகமாக வெளியே தலை நீட்டித் துள்ளிக் குதிக்க அவற்றால் இயலவில்லை. கதிரொளியில் வெள்ளிக்கட்டியொன்று நீரிலே துள்ளுவது போல் தோற்றமளிக்கும் அவற்றைக் கௌவிச் செல்ல வானத்தே எப்போதும் வட்டமிட்டுக் கொண்டிருந்தன வெண்ணிறக் கழுத்தை உடைய பருந்துகள். அப்படியும் ஓரிரண்டு மீன்கள் அவற்றின் கண்களிலிருந்து தப்பாம லில்லை. ஒரே ஒரு பெரிய மீன் மட்டும் தனது பரிவாரங் களை வெகு பாதுகாப்பாக இருக்குமாறு எச்சரித்து வந்தது.

‘‘குழந்தைகளே, நமது வீட்டிற்கு மேல் தலையைக் காட்டாதீர்கள். நம் வருகைக்காகப் பருந்தும், கொக்கும், நாரையும் ஆவலுடன் காத்திருக்கின்றன’’ எனப் பெரிய மீன் எச்சரித்தது.

‘‘அதெப்படி முடியும்? எப்போதும் இந்தத் தண்ணீருக் குள்ளேயே இருளில் அடைபட்டுக் கிடந்தால் முடியுமா? வெளியே சூரியனின் வெளிச்சத்தைக் காண வேண்டும் போலிருக்கிறது’’ எனறு இளம் மீன் துள்ளியது. பிறகு பெரியவர் பேச்சைக் கேட்காமல் துள்ளியபோது வாடியிருந்த கொக்கின் அலகிலே சிக்கிக்கொண்டது. ஆனால் மிகவும் சாமர்த்தியமாக வெகு வேகமாகத் துள்ளி அதன் பிடியிலிருந்து மீண்டும் தண்ணீருக்குள் குதித்தது. செத்தோம்; பிழைத்தோ மென ஓடியது.

இதைக்கண்டு கலகலவென யாரோ சிரிக்கும் ஒலி கேட்டது. தடதடவென்று கரங்கொட்டும் ஓசை எழுந்தது. நாரையின் வாயில் சிக்கிய அந்த இள மீன் தன் உயிரை மீட்டுக் கொண்டது. கரையில் நின்று கொண்டிருந்த அந்த இளைஞனுக்கு அக்காட்சி அதிசயமாக இருந்தது. உயிரைக் காக்க மீனும், உணவைப் பெற நாரையும் முயன்ற போராட்டம் அவனிடம் புதிய உணர்ச்சியையும் சுறுசுறுப் பையும் ஊட்டின.

அந்த ஆற்றை எப்படிக் கடப்பது என்று பிரமித்து நின்று கொண்டிருந்த அவனுக்குப் புதிய சக்தி பிறந்தது. ஆற்றின் மறுகரையில் பிரம்மாண்டமாக நிற்கும் மலைத்தொடரை எப்படித் தாண்டுவது என்று பிரமித்த அவனுக்கு அக்காட்சி உற்சாகத்தை ஊட்டியது. அவனைப் போன்று கம்பம் போல் நின்று விடாமல், அவன் ஏறி வந்த குதிரை ஆற்றங்கரையோரமாக வளர்ந்திருந்த புற்களைச் சுவைத்துக் கொண்டிருந்தது. அதை மெல்லத்தட்டி, அழைத்து அணைத்த அந்த இளைஞன், ''இனி நமக்குப் பயமே இல்லை; இந்த ஆற்றைத் தாண்டுவோம். கானகத்திற்குள் புகுந்து செல்வோம். மேரு போன்ற மலையைக் கடப்போம். பின்னர் நமக்கு எந்தவித இடருமில்லை'' என்று அதனிடம் பேசினான்.

அந்த அசுவத்திற்கு ஏது அச்சம்? அடர்ந்த கானகத்திற்குள் செல்லும் பழக்கமுடையதாயிற்றே! அதன் மீது ஏறி அமர்ந்து பல வீரர்கள் பல காத தூரம் சென்று வந்திருக்கின்றனரே! 'பாவம், அரசராவது ஆனைமலைக் காட்டைத்தாண்டி வெளியே வந்ததில்லை' என அது எண்ணியதோ என்னவோ?

ஆம்; இளமை கொழிக்கும் வடிவினன். பாண்டிய மன்னன் அமரபுஜங்கன் ஆனைமலைக்காட்டைத் தாண்டியதில்லை. அதைத் தாண்ட அவனை யாரும் விடுவதில்லை. மற்றவர் விரும்பினாலும் அவனைப் பேணி வளர்க்கும் அந்தத் தாய் விடுவதில்லை. சோழர்களின் பிடியினின்று பாண்டிய நாட்டை விடுவிக்க உறுதி பூண்ட அந்தக் கூட்டத்திற்கு வழி காட்டி போன்று விளங்கிய உறுதி நெஞ்சம் கொண்ட அந்தத் தாய், அமரபுஜங்கனின் நல்வாழ்வு ஒன்றிலேயே கண்ணுங் கருத்துமாக இருந்தாள். பாண்டிய நாட்டு ஆபத்துதவிகள் கூட்டத்தாரில் அவளை நேரிடையே கண்டவர் எவரும் இலர். ஆனால், அந்தக் குரல் அவர்களை ஆட்டுவித்தது. மென்மையும், இனிமையும் அதேபோது கண்டிப்பும் கடுமையும் நிறைந்த அந்தக் குரல், திரை மறைவிலிருந்து வரும். பெரும்பொழுது அவள்தலைவிஆக வேண்டிய செயல்களுக்கான திட்டங்களை அமரபுஜங்கனிடமே கூறிவிடுவாள். அமரபுஜங்கன் அவளை 'அம்மா' என்றே அழைத்தான். அவள் தனது சொந்தத் தாயா, இல்லையா என்பதைப்

பற்றி அவன் கவலை கொண்டது கூடஇல்லை. ஓர் இலட்சியம், ஒரு கடமை, ஓர் உறுதி இவற்றின் பிணைப்பலே இயங்கி வந்த அவன் அவசியமற்று எந்தச் செய்தியையும் பற்றி நினைப்பதில்லை. கேட்பதுமில்லை. வானத்து வட்ட வெள்ளி நிலா நாட்களில் அந்தப் பாறைச் சரிவில் பாண்டிய நாட்டு ஆபத்துதவிகளும், ஒற்றர்களும், ஆதரவாளர்களும் கூடும்போது ஆலோசனைக்காகப் பேசுவதைத் தவிர அதிகம் பேசியறியான் அவன்.

அவன் எண்ணம் முழுமையும் தன் தந்தையின் தலையைக் கொய்து பந்தாடிய சோழ குலத்தவரது அழிவின் மீதே இருந்தது. தங்கள் நாட்டு முடியையும் வாளையும் வேற்று நாட்டிலே கொண்டு மறைத்து வைக்குமளவுக்குச் சோழ மன்னர்கள் வெறிப்போர் செய்ததால் உண்டான அழிவைத் தீர்க்க அவன் உள்ளம் சீறியது. தன் தந்தையின் தலையைக் கொய்த ஆதித்த கரிகாலன் கொலையுண்ட போது அமரபுஜங் கனுக்கு விவரம் அறியும் வயதாகவில்லை. ஆனால் சோழ நாட்டின் வளப்பமான பகுதிகளைப் பற்றித் தாய் கூறுவாள். தஞ்சை அரண்மனையின் பகுதிகளைப் பற்றிக் கூறுவாள். அந்த நாட்டிலே விளங்கும் கோயில்களைப் பற்றிக் கூறுவாள். 'தாயே, தாங்கள் எப்படி அவற்றையெல்லாம் அறிந்து வைத்திருக்கிறீர்கள்?'' எனப் பாண்டிய குமாரன் கேட்டான். தாய் தான் அறிந்தவற்றின் விவரம் கூற வாய் எடுப்பாள். பிறகு ஏனோ அடக்கிக் கொண்டு விடுவாள்.

பொலிவிழந்த பாண்டியர்களது பெருமையை உயர்த்தும் உணர்வு அமரபுஜங்கனுக்கு ஊட்டப்பட்டதோடு, தக்கவர் களைக் கொண்டு வாள் வித்தை கற்றுக்கொடுக்கப்பட்டது. சேர நாட்டு வில்லவர்கள் வந்து மழை போன்று அம்பெனைப் பொழிவதற்குக் கற்றுக் கொடுத்தார்கள்.

சேர நாட்டினின்று வில்லவர்கள் மட்டும் வரவில்லை. ஏராளமான யானைகள் வந்தன; அவற்றைப் பழக்கப் பெரும் பாகர்கள் வந்தனர். அப்படி வந்தவர்களுள் முதிய வயதின ரொருவர், பாண்டிய மன்னர்களுக்கும் சேர மன்னர்களுக்கும் கொள்வினை கொடுப்பினையைப் பற்றி உணர்ச்சியுடன் கூறினார்.

இராசசிம்மன் எனும் பாண்டியனுடைய தாய் வானவன் மாதேவி சேர நாட்டைச் சேர்ந்தவள். பராந்தக சோழரிடம் தோற்று ஓடிய இராச சிம்மனை வானவன் மாதேவி, தன் பிறந்தகமாகிய சேரநாட்டு வஞ்சிமா நகரில் வைத்துக் காத்தாள். இது போன்ற செய்திகளை அமரபுஜங்கன் அறியும்போது அவனுக்குச் சேர மன்னனிடம் அன்பும் மரியாதையும் உயரும். நூறு நூறு ஆண்டுகளாகத் தங்கள் வம்சத்தைக் தாக்கித் துன்புறுத்தும் சோழ குலத்தவர்பால் வெறுப்பும் விரோதமும் வளரும்.

சேர நாடு சென்று அம்மன்னரை நேரே சந்திக்க வேண்டும் எனும் துடிப்பு அமரபுஜங்கனுக்கு இருந்து வந்தது. சோழநாட்டைத் தாக்கத் தான் படை திரட்டுவதைக் கேள்விப் பட்டவுடனேயே பல நூறு யானைகளை அனுப்பி உதவிய சேர மன்னனின் பெருந்தன்மைக்கு நன்றி கூறுவாவது சேரநாடு செல்ல வேண்டும் என அவன் துடித்துக் கொண் டிருந்தான். சோழ நாட்டுப் படைத்தலைவர் பார்த்திபேந் திரனின் அசிரத்தையையும், அவர் சோழ நாட்டுக்கெதிராகப் படை திரட்டத் திட்டமிட்டுள்ளதையும் தலைவி அறிந்த வுடனே, சேரர்கள் உதவியை இன்னும் வளர்த்துக் கொள்ள வேண்டும் எனத்திட்டமிட்டாள். முக்கியமாக ஆயிரம் வில்லவர்களைத் சேர மன்னன் கொடுத்துதவினால் சோழ நாட்டின் மீது படையெடுத்து எளிதில் வெல்லலாம் என அறிந்திருந்த அவள், அதைக் கேட்க அமர புஜங்கனையே அனுப்புவது என முடிவு செய்தாள்.

காமனைப் போன்ற தோற்றத்தினனாய் இளமையும், வலிமையும் சேர்ந்து திகழ அமரபுஜங்கன் சேரநாட்டை நோக்கிப் புறப்பட ஆயத்தமானான். அவனுடன் கூட எவரும் செல்ல வேண்டாம் எனத் தலைவி கூறிவிட்டாள்.

அரசரைத் தனியே அனுப்புவதில் பலருக்குச் சம்மத மில்லை. இப்போது பிரிவுபட்ட கருத்துகள் அங்கிருந் தோரிடையே பல முறை ஏற்பட்டன. உள்ள படைகளைக் கொண்டு சோழ நாட்டைத் தாக்க வேண்டும் என்பது சிலர் கருத்து; தலைவி அதற்குச் சம்மதிக்கவே இல்லை. அவள் அரசாட்சி முறை நூல்களைக் கொண்ட ஓலைச் சுவடியை நிறையப் படித்து வந்தாள். மாற்றார் வலிமையை அறிய

ஒற்றர்களை அனுப்ப, அவர்கள் கருத்துப்படி திட்டம் தீட்டிக் காத்திருந்தாள். ரவிதாசனிடமிருந்து தக்க செய்தி கிடைக்காததால், படையெடுப்பைத் தள்ளிப் போட்டுக் கொண்டு வந்தாள். அருண்மொழி வர்மன் கடல் கடந்த நாட்டினின்று இன்னும் வரவில்லை என்பதை அவள் அறிந்து வைத்திருந்தாள். அவன் வருவதற்குள் திடீர்த் தாக்குதல் நடத்தி விட வேண்டும் என்பது அவள் எண்ணமாயினும், தக்க போர்க் கருவிகள் போதா என்பதை அறிந்து அவள் மௌனமாயிருந்தாள்.

சேர மன்னனுடைய உதவியைப் பெறும் காலம் அருகில் நெருங்கி விட்டதென்பதை உணர்ந்தவுடன் அமரபுஜங்கனையே சேர நாட்டிற்கனுப்பினாள். ஆனைமலைக் கானகத்தை விட்டு வெளியே சென்றறியா அமரபுஜங்கனை அந்நிய நாட்டுக்கனுப்புகிறோம் என அவள் கவலைப்படவே இல்லை.

குதிரை மீதேறி ஆனைமலைக் காட்டைத் தாண்டியவுடன் அமரபுஜங்கனுக்கு உற்சாகம் குறைந்தது. கானகமாயிருந்தாலும் எப்போதும் கலகலப்பாக வீரர்களுடனும் மற்ற நண்பர்களுடனும் பொழுது போக்கிய அவனுக்குத் தனிமை வேதனையளித்தது. வழியே வீசும் காட்டுப் பூக்களின் நறுமணமகூட அவனுக்கு உற்சாகத்தை அளிக்கவில்லை. வைகையாற்றங்கரையை அடைந்தவுடன் மீன்நாரைப் போராட்டம் அவனுக்குத் தெம்பை அளித்தது.

ஆற்றைக் கடந்து, மலையைக் கடந்து அமரபுஜங்கள் மதுரையினின்று வஞ்சிமா நகரம் செல்லும் பாதையை வந்தடைந்தான். அவனைக் காண்போருக்கு அவனை அடையாளம் தெரியாது. மீன் பொறித்த சின்னம் அணிந்திருக்கவில்லை. இடையிலே உடைவாள்; மார்பிலே கவசம்; அவ்வளவு தான். அவை போர் வீரனுக்கு ஏற்ற சின்னங்கள். ஆனால் அவனுடைய ஒளி நிறைந்த முகத்தை மாற்ற முடியுமா? பார்வையிலே திகழும் கம்பீரத்தை மறைக்க முடியுமா?

அவன் பிறக்கும்போது அரசனாகப் பிறக்கவில்லை. ஆனால் மன்னர், மன்னர் என்று எல்லோரும் அழைத்தார்கள்.

ஒரு பிடி மண்ணை அவனுக்குச் சொந்தமில்லாதபடி சோழ நாட்டினர் ஆக்ரமித்திருந்தனர். காட்டிலும் மேட்டிலும் வளர்ந்தான். பஞ்சணை மெத்தையில் உறங்க வேண்டிய பால பருவத்தை வைக்கோல் மேட்டில் கழித்திருக்கிறான். கூட கோபுர மாளிகையில், தங்க வேண்டிய அவன், கூரைக் குடிசையில் கழித்திருக்கிறான். ஆனால் அவனை 'மகாராஜா!' என்றழைத்தனர். தலை வணங்கிக் கைகட்டி நின்றனர்.

ஆனைமலைக் காட்டிற்குத் தான் வந்து சேர்ந்த பிறகு அவன் வாழ்வு புதுத் திருப்பமொன்றை அடைந்தது எனலாம். அங்கே ஒரு வீடு கட்டப்பட்டது. தாய் பல நூல்களைக் கற்றுக் கொடுத்தாள். சமண முனிவர் ஒருவர் வந்து தமிழ்ப்பாடங் களையும், ஸம்ஸ்கிருத சாஸ்திரங்களையும் கற்றுக் கொடுத் தார். தர்க்கமும், நியாயமும், திருக்குறளும் காப்பியங்களும் அவன் கற்றான்.

பழந்தமிழ்ப் பாடல்களைப் பாண்டிய நாட்டையும் அந்நாட்டு மன்னர், வீரர்களையும் பற்றிப் புகழ்ந்து எழுதிய வற்றையெல்லாம் படித்திருக்கிறான். முத்தும் பவளமும் செழிக்கும் பாண்டிய நாட்டுப் பெருமை எங்கே? அவற்றை எண்ணும்போது அவன் உள்ளத்தில் பரபரப்பு எழும். அப்போதே சோழ நாட்டின் மீது படையெடுத்துச் சென்று வென்று விடத் துடிக்கும். ஆனால் தாய் அவர்கள் ஒவ் வொன்றையும் காலமறிந்து செய்கிறார்கள். இப்போது வஞ்சிமா நகருக்குப் போகச் சொல்லியிருப்பதே பெரும் காரியத்தை மனத்தில் கொண்டுதானிருக்கும்.

சேரநாட்டின் எல்லையைக்கூட அவன் கண்டவனல்லன். அவனுடன் துணைக்குக் கூட ஒருவரையும் அனுப்பாத அந்தத் தாயின் துணிவுதான் என்ன? உடன் எவரும் வராதது அமரபுஜங்கனுக்கு மிக நல்லதாகப்பட்டது. முடி தெரியாது வளர்ந்திருக்கும் மலைகளைப் பார்த்துக் கொண்டே அவன் நிற்பதை எவராவது கண்டால்... 'கருமேகங்களும் மெல்ல மெல்ல மலைச் சிகரத்தில் பரவிப் படிந்து நிற்கின்றனவே; அவை என்ன செய்கின்றன? மலையரசனுக்கு முடிசூட்டி மகிழ்கின்றனவா?'

'முடி! ஆகா! பாண்டிய நாட்டின் மூதாதையர் தம் மகுடம் எங்கே இருக்கிறதென்றே தெரியவில்லை. வானுலகத்தினின்று தேவேந்திரன் அளித்த அந்தக் கிரீடம் எத்தனை ஆயிரம் ஆண்டுகளாகவே இருந்து வந்தது. அதன் மீது சோழ மன்னர் ஆசை கொண்டதாலன்றோ என் பாட்டனார் அதை மறக்க நேர்ந்தது!'

'அது ஈழத்திலிருக்கிறதோ? அல்லது சேர நாட்டிலிருக்கிறதோ? சேர நாட்டிலிருந்தால் நமக்குக் கிடைக்காமலா போய் விடும்?' என்று பலப் பல எண்ணியபடி அமரபுஜங்கள் விரைந்து குதிரையைச் செலுத்தினான். பொழுது சாயு முன்னர் வழியிலுள்ள சிற்றூரில் இரவைக் கழித்தான்.

இரவில் கண்ணயரும் போது கூட அவன் தன் இடையிலுள்ள அடையாள மோதிரத்தையும் ஓலைச் சுருளையும் மட்டும் மிக கவனத்துடன் பாதுகாத்து வந்தான். புதிதாக வந்து பேச்சுக் கொடுக்கும் அந்நியருடன் மிக்க கவனத்துடன் நடந்து கொண்டான். வஞ்சிமா நகரை அடைந்து விட்டால் அவன் வந்த காரியம் வெற்றிதான்.

பொழுது இன்னும் சரியாகக்கூடப் புலர்ந்திடவில்லை. வஞ்சி மாநகர் நெருங்கிவிட்டது. ஆன் பொருனையாற்றினைக் கடந்து விட்டால், சேர நாட்டின் தலைநகரான வஞ்சி கம்பீரமாகத் திகழும். ஆன் பொருனை எனப்படும் பெரியாறு அந்த நகரத்தைச் சுற்றியோடி, அந்த நகருக்குப் பூமாலை போல் விளங்கியது. வஞ்சியைப் பற்றி அவன் தாய் வர்ணித்திருப்பதை அவன் அறிவான். வஞ்சியைச் சுற்றி அமைக்கப்பட்டிருக்கும் பெருங்கோட்டையின் கிழக்குக் கோட்டை வாயிலின் வழியாகவே அவன் உள் நுழைய வேண்டும். குணவாயில் கோட்டம் என்று அழைக்கப்படும் அந்த இடத்தில் அல்லவா ஒரு காலத்தில் அரசு துறந்த முனிவராகிய இளங்கோவடிகள் வீற்றிருந்தார்! அவர் வசித்த திருக்குண மதிலகம் மாளிகையைக் காணலாம். மற்றும் வாவிகளையும், சோலைகளையும், அருவிகளையும் காணலாம்.

அமரபுஜங்கன் பெரியாற்றைக் கடக்கும்போது பொழுது புலர்ந்து விட்டது. சுறுசுறுப்பு மிகுந்த சேர நாட்டினர் காலையிலேயே விழித்தெழுந்து, தாங்கள் முதல் நாள் சேகரித்த யானைத் தந்தத்தையும், அகிலையும், சந்தனத்தையும்

சுமந்து வர ஆரம்பித்துவிட்டனர். பெரும்பெரும் பலாக்கனி களையும் சிலர் சுமந்து வந்தனர். ஏலமும், மிளகும் கொண்டு வந்தனர் பலர்.

யானைகள் கம்பீர நடை போட்டுக் கோட்டைக்குள் சென்று கொண்டிருந்தன. கோட்டையைச் சுற்றியிருந்த அகழியே பெரும் நதி போல் காணப்பட்டது. அதில் முதலைகளும் பெரிய பெரிய மீன்களும் நடனமாடின. அகழியிலே நகரத்தின் கழிவு நீர் வந்து வீழ்ந்து கொண்டிருந்தது.

கோட்டை வாயிலைக் கடந்து உள்ளே நுழைந்த அமர புஜங்கனுக்குப் பெரும் அதிசயம் காத்திருந்தது. எங்கே செல்வது என்று தெரியா வண்ணம் நகரிலே அந்த வேளையிலும் பெரும் சுறுசுறுப்பு. முதலில் நகரை ஒரு முறை சுற்றிப் பார்த்துவிட்டு எங்காவது குளத்திலோ சுனையிலோ நீராடி வரலாம் என்று குதிரை மீதேறிப் புறப்பட்டான் அமரபுஜங்கன்.

நகரில் வெகு தூரம் அவன் வந்திருக்க வேண்டும். ஏனெனில் மலைப்பாங்கான பகுதிகள் அங்கு நிறைந்திருந்தன. அடர்ந்த மரங்கள் நிறைந்த சோலைகள் காணப்பட்டன. அங்கொன்றும் இங்கொன்றுமாகத்தான் வீடுகள் இருந்தன. இனியும் சென்று கொண்டே இருப்பதில் பயனில்லை எனக் கருதிய அமர புஜங்கன் ஒற்றையடிப் பாதை வழியாக எங்காவது சுனையோ, குளமோ இருக்கிறதாவெனக் காணச் சென்றான்.

குதிரையின் குளம்படியோசை 'டக்டக்' என்று ஒலிப்பது மலைப் பகுதியில் எதிரொலித்தது. சந்தனப் பூக்களின் நறுமணமும், எங்கும் பூத்திருக்கும் காட்டு மலர்களிடை தேன் உண்ண வட்டமிடும் வண்டுகளின் இனிய கீதமும், வானமே தெரியாதது போல் உயர்ந்து வளர்ந்திருந்த மரங்களின் மீதிருந்த கானப் பறவைகள் கலகலவென பாட்டு இசைக்கும் ஒலியும், அந்த இளங்காலை வேளையில் உடலுக்கும், மனத்துக்கும் புதுத் தெம்பை அளித்தன. இவ்வளவு நாள் அனுபவித்து வந்த பயணக் களைப்பு பாதி மறைந்துவிட்டது. இன்னும் பாதிக்களைப்பு அதோ தெரியும் வாவியில் நீராடினால் பறந்தோடி விடும். யாரோ அங்கு வருவது போல்

காலடியோசை கேட்கவே ஒரு கணம் நின்று அவன் திரும்பப் பார்த்தான். எவரையும் காணோமே?

அந்த வாவியில் ஆம்பல்கள் நிறைந்திருந்தன. அந்த வாவிக்குச் சற்று தொலைவில் மலையிலிருந்து விழும் அருவியினின்று தண்ணீர் வரவேண்டும். அருவி நீரில் குளித்துக் களிப்பதென்றால் அமரபுஜங்கனுக்குத் தணியாத ஆசை. குதிரையை அருகேயுள்ள மரக்கிளையில் கட்டி விட்டுத் தன் இடையிலுள்ள ஓலையையும், இலச்சினையை யும் மரத்தின் மறைவில் வைத்துவிட்டு அவன் சுனையின் கரையருகே வந்தான். பளிங்கு போன்ற நீரை இரு கைகளிலும் எடுத்தான்.

அப்போது செடி, கொடிகள் சலசலத்தன. யாரோ காய்ந்த சருகுகளின் மீது நடந்து வரும் அரவம் கேட்டது. உடை வாளை எடுப்பதற்காக அவன் மீண்டும் மரத்தடிக்கு வந்த போது, தண்டைகளின் ஒலியும், வளையல் குலுங்கும் ஓசையும், நறுமணமும் எழவே அவன் சற்று நின்றான். ஓசை வந்த பக்கம் நோக்கினான்.

அருகே நின்ற செடிகளை விலக்கிக் கொண்டு ஓர் அழகு மகளின் முகம் தெரிந்தது. வானத்தினின்று முழுமதி அங்கு வந்து விட்டதோ எனும் வண்ணம் அந்த எழில் மகளின் முகம் தோற்றமளித்தது. அமரபுஜங்கன் கண்கள் ஏன் அப்படி அசையாது நிலைபெற்று நின்றுவிட்டன? காலையில் பிறந்த சுறுசுறுப்பை இன்னும் வளர்க்க வாவியில் குளிக்க எண்ணிய அவன் ஏன் செய்வதறியாது நின்று விட்டான்? அந்த அமைதி யான சோலைக்கு வந்த ஆரணங்கு யாரென்ற எண்ணமோ? அல்லது அந்த மதிமுகத்தில் துள்ளும் இரண்டு கயல் விழிகள் விடுத்த கணைகள் அவனைச் செயலிழக்கச் செய்தனவோ?

அமரபுஜங்கள் ஒரு கணம் செயலிழந்தான். பிறகு அந்த எழில் மங்கை மதிமுகம் காணாமல் மீண்டும் நீரில் இறங்கினான்.

"ஐயா! யார் நீங்கள்?" என்ற குரல், அந்த அழகு முகத்தின் பவளச் செவ்வாயினின்று எழுந்தது. ஆயிரம் பறவைகள் கூடி ஒலித்தனவா? முத்துப் பேழையினுள் உள்ள முத்துகள் ஒன்றோடொன்று மோதினவா? மலைமுகட்டில் கூடுகட்டி

யிருக்கும் தேனீக்கள் சுவைத்த தேனைப் பிழிந்தனவா? அந்த மதிமுகமா பேசுகிறது!

அமர புஜங்கன் குரல் வந்த இடம் நோக்கினான்.

"ஐயா நான் கேட்பது காதில் விழவில்லையா? நீங்கள் யார்?" என்று மீண்டும் அந்த அழகு மகளின் குரல் ஒலித்தது. அதில் கண்டிப்பும் இருக்கிறதே!

அமரபுஜங்கனுக்குச் சற்றுக் கோபம் பிறந்தது. அமைதியாக சோலையில் இயற்கை அன்னையின் இன்ப அரவணைப்பில் இருக்கும் ஏகாந்த இடத்தில், கட்டுக்காவல் தேவையற்ற மலைச்சுனையில் நீராட வருபவர் கூடத் தங்கள் பட்டயங்களையும், விருதையும் கூறி வரவேண்டுமா? அதிலும் பெண்ணொருத்தி அதட்டலான குரலில் கேட்கிறாளே. இது போன்ற கேள்வியை அவன் கேட்டறியாதவன்; இருந்தாலும் கோபத்தை வெளியில் காட்ட அவன் விரும்பவில்லை. பெண் குரலில் கடுமை இருந்தாலும் அவன் மனத்தில் அது இதமாகப் பட்டது. அவன் அத்தகைய அனுபவம் அடைவது இதுவே முதல் முறை. தாயின் முகமன்றி வேறு மங்கை முகங்காணா அவனுக்கு அந்த மதிவதனத்தை இன்னும் சற்று நேரம் பார்த்துக்கொண்டே இருக்க வேண்டும் போலிருந்தது. அந்த வட்டவடிவமான முகம் அந்தத் தடாக நீரில் பிரதிபலிப்பதை இன்னும் சற்று நேரம் பார்த்துக் கொண்டிருக்கலாம் போலிருந்தது. நீரில் முகத்திற்கும், அருகிலுள்ள மலருக்கும் வேற்றுமை காண அவன் முயன்றான். மூன்றாவது முறையாகவும் அக்குரல் எழுந்துவிட்டது. அதிலே கேலியிருந்தது.

"பாவம், ஊமைச் செவிடு போலிருக்கிறது. அதனால் தான் கேட்கும் கேள்விக்கு மறுமொழி கூற முடியவில்லை" என்று அவளே பேசிக் கொண்டாள். அமரபுஜங்கனுக்குச் சும்மா இருக்க முடியவில்லை.

"அடடா! சேரநாட்டிற்கு வருபவர்கள் கட்டியக் காரனையும் அழைத்து வந்திருக்க வேண்டுமென்பது எனக்குத் தெரியாது!" என்றான், குரலில் குறும்புத்தனம் மிளிர. அதற்கு அவள் என்ன மறுமொழி கூறுகிறாள் என்பதைக் கேட்க அவனுக்கு ஏனோ ஆசை பிறந்துவிட்டது.

"நீர் இந்த நாட்டிற்குப் புதியவரா? அதனால் தான் உங்களுக்கு இந்தச் சோலையைப் பற்றித் தெரிந்திராமல் போய்விட்டது."

"ஏன் இந்தச் சோலையில் பூதப் பிசாசங்கள் உண்டா?"

"வஞ்சிமா நகரத்தில் அவற்றிற்கு வேலையில்லை. அவை வடக்கே சென்று விட்டன; இந்தச் சோலையும், சோலை வாவியும் இந்த நாட்டு மன்னர் மட்டும் பயன்படுத்த என்று அமைக்கப்பட்டிருக்கின்றன."

"ஓகோ..."

"நீங்கள் அயல் நாட்டினர். அதனால் தெரியாது போலும்! இந்தச் சோலைக்குள் நுழைவதே குற்றம்."

"அப்படியா?"

"ஆமாம்; தாங்கள் யார்?"

"அயல் நாட்டினர்."

"அயல் நாடு என்றால் அங்க, வங்க, கலிங்க, காந்தார..."

அமரபுஜங்கனுக்கு ஒரு கணம் தன்னை இன்னான் என அறிமுகப்படுத்திக் கொள்ளத் தோன்றியது. செடி கொடிகளின் மறைவினின்று அந்த மங்கை மெல்ல வெளியே வந்தாள். அவள் தன் இரு கரங்களையும் பின்புறம் மறைத்திருந்தாள்.

"தாங்கள் எந்த நாட்டினரென நான் அறியலாமா?"

அமரபுஜங்கனுக்குச் சற்று கோபம் வந்தது. அரசருக்கே உரிய சோலையில் இப்படி அதிகாரம் செய்ய இந்த ஆரணங்கு யார்? அவள் கூறட்டுமே.

"நான்தான் அயல் நாட்டவன் என்று கூறிவிட்டேனே. நீ யார்? இவ்வளவு தூரம் கேள்விகள் கேட்க நீ அரண் மனையைச் சேர்ந்தவளா?"

அவள் கலகலவென நகைத்தாள். "அதிகாரம் இல்லாமல் இப்படி உங்களைக் கேள்விமேல் கேள்வி கேட்பேனா? நான் இந்நாட்டு இளவரசியின் உயிர்த்தோழி. இன்னும் சற்று நேரத்தில் அவர்கள் நீராட வரப்போகிறார்கள். நீங்கள் இங்கு

இருக்கக் கூடாது. அதனால்தான் கேட்டேன், நீங்கள் யார் என்று?''

'ஓர் இளவரசியின் உயிர்த் தோழியே இவ்வளவு பேரெழி லுடன் இருக்கும்போது இளவரசி இன்னும் எத்தகு வடிவினராய் இருப்பாளோ? காலையில் யானைத் தந்தங்கள் பார்த்தோமே, அவை இவளது மேனிக்கருகில் நிற்குமா? சந்தன மரங்களைக் கண்டோமே, அதன் மணம் இவளெதிரே வருமா? பூத்த காட்டு மலர்களைப் பார்த்தோமே, அவை இவளது முகத்துக்கு இணையாமோ? பலாக் கனியும், தேனும் இவள் சொற்களுக்கு இணையாமோ? தோழியே எழில் தேவதை என்றால் இளவரசி எத்தகையவளோ! மண்ணிலே இத்தகு வனப்புடையவர் பிறந்திருக்கின்றனரா? காவியங் களில் படிக்கும்போது அழகான பெண்களை வர்ணித்திருப் பதைப் படிக்கும்போது அவையெல்லாம் கவிஞரது கற்பனை என எண்ணுவோமே அவை கற்பனையன்று. கந்தர்வமாதும், தேவ அரம்பையரும் தனியே வானுலகம் என்ற இடத்தில் இல்லை, இந்தப் பூவுலகில் இருக்கிறார்கள்; அவர்கள் சேர நாட்டிலிருக்கிறார்கள்!'

''ஐயா! நேரமாகிக் கொண்டே போகிறது. நீங்கள் தக்க மறுமொழி கூறாவிடில் நான் கைதட்டிக் காவலரை அழைக்க நேரிடலாம்'' என்றாள் அவள்.

அமரபுஜங்கன் நகைத்துவிட்டான், பாண்டிய மன்னனுக்கு அத்தகைய வரவேற்புதான் தேவை. 'உறவுகொள்ள வேண்டி வந்த இடத்தில் சிறைப்படுவதுதானே பெருமை! ஆனால் அமரபுஜங்கன் சிறைப்படுவதா? அவன் வாள் வலிவிழந்து போனதா? அவன் தோள்கள் அல்லித் தண்டல்ல' இவ்வாறு எண்ணியவனாக, ''பெண்ணே! கூப்பிடு காவலர்களை, அதுதான் முறை. பாண்டிய நாட்டு வீரனை முதல் முதல் உங்கள் நாட்டில் ஒரு பெண் வரவேற்பதைவிட வீரன் வரவேற்பது சிறப்புடையது அல்லவா? வேல் போன்ற விழியிடம் போராடுவதைவிடச் சுத்த வீரனின் கத்தியுடன் போராடுவது நல்ல தல்லவா? கூப்பிடு பெண்ணே! கூப்பிடு. அயல் நாட்டவனை வரவேற்க வழி செய். பாண்டிய வீரனது வாளின் வலிமையை தெரிந்து கொண்டு உங்கள் இளவரசி

யிடம் போய்க் கூற வேண்டுமல்லவா?'' என்றான். இவ்வளவு எப்படிப் பேசினோம் என்பது அவனுக்கே ஆச்சரியமாக இருந்தது.

அந்தச் சேரநாட்டு மங்கையின் வதனத்தில் மெல்லிய நகை பூத்தது. "ஓகோ பாண்டிய நாட்டு வீரனா? கானகத்தில் ஒளிந்து கொண்டிருக்கிறாரா, அந்தக் காவலருக்கும் ஒரு வீரனா?'' என்றாள். அவளிடமிருந்து சிரிப்பு பொங்கியது.

அமரபுஜங்கன் முகம் சிவந்தது. வேறு யாராவது பேசியிருந் தால் அவன் அவரது நாவைத் துண்டித்திருப்பான், பாண்டிய நாட்டு வீரன் என்று தன்னை மறைத்துக் கூறியதற்கே தோழி இவ்வாறு பேசுகிறாளே, நான்தான் அரசன் என்று கூறி விட்டால் மதிப்பே போயிருக்குமோ? பாவம் பேதை! பாண்டிய மன்னன் இன்னும் சிறிது காலத்தில் சோழ நாட்டிற்கும் சேர்ந்து சக்கரவர்த்தியாகப் போகிறாரென்பதை அறியமாட்டாள்; அவளுடன் என்ன பேச்சு?

'இந்த வாவிக்கரையில் நமக்கென்ன வேலை? இங்கிருந்து போய்விடுவோம். நாம் வந்த வேலையைக் கவனிப்போம்' என்றெண்ணியவனை அடுத்து அவள் பேசியது திடுக்கிட வைத்தது.

"பாண்டி நாட்டு மகா வீரரே! கத்தியை எடுத்துச் சுழற்றினால் எதிரிகளையெல்லாம் அழித்துச் சிதைத்துவிட வல்லவரே! இவ்வளவு தூரம் தாங்கள் மறைத்துப் பேசினாலும் முக்கியமான செய்தியை மறைக்க முடியாது போய்விட்ட தாங்கள் எப்படி எடுத்த காரியத்தில் வெல்லப் போகிறீர்கள்? மரத்தடியில் வைத்த ஓலையையும், அடையாள மோதிரத்தையும் மரம் பாதுகாக்கும் என எண்ணினீரோ?'' என்று கூறவும், அமரபுஜங்கன் திடுக் கிட்டான். அந்த மங்கையின் கரத்தில் ஓலைச்சுருள் இருந்தது. அவன் வைத்திருந்த இடத்திலிருந்து அவள் அதை எடுத்துக் கொண்டிருக்கிறாள். அமரபுஜங்கன் கண்ணெதிரே இப்போது அந்த எழில் மங்கை நிற்கவில்லை. இளவரசியின் உயிர்த் தோழி நிற்கவில்லை. அவனது ஓலைச்சுருளைக் கவர்ந்தவள் நின்றாள். அதை ஒரு பெண் அபகரித்துவிட்டதால் எழுந்த ஆத்திரமும், அதை அவள் படித்திருந்தால் தன்னை இன்னான்

எனக் கண்டுகொண்டிருப்பாள் என்பதை நினைக்கும்போது தோன்றிய அவமானமும் அவனை இன்னது செய்கிறோ மென்று நினைக்கவிடவில்லை. அவள் கையில் வைத்திருந்த ஓலைச்சுருளையும், அடையாள இலச்சினையையும் பறிக்கத் தாவினான்.

அந்த மங்கை ஒரு நொடியில் அந்த இடத்திலிருந்து துள்ளி ஓடினாள். ஓடும்போது சொன்னாள்: "ஐயா! அமரபுஜங்க பாண்டியரே! வஞ்சிமா நகரம் ஆனைமலைக் காடன்று. இன்னும் தாங்கள் சர்வ ஜாக்கிரதையாக இருக்க வேண்டும். நீர் கற்க வேண்டியவை ஏராளம் ஏராளம்!"

அமரபுஜங்கனுடைய கோபத்தை அவை தூண்டின. துள்ளித் துள்ளி ஓடும் அவளைத் தடுத்து நிறுத்தத் தன் சக்தியைப் பயன்படுத்தினான். அதோ! தாவி அவள் கரங் களைப் பிடித்து விட்டானே! மலர்க்கொடி போன்ற அவளா அவனை இவ்வளவு தூரம் அலைக்கழித்தாள்! துவண்டு விழும் தன்மையளான அவளா புஜபல பராக்கிரமம் மிகுந்த அவனை ஏமாற்றப் பார்த்தாள்!

அமரபுஜங்கன் ஓலையைத் தாவிப் பறித்த வேகத்தில் அவள் கால், படர்ந்திருந்த கொடியொன்றில் சிக்கியதால் அவள் கீழே சாய்ந்தாள்.

கையிலே ஓலைச் சுருளைப் பெற்றுவிட்டான். எனினும் ஒரு பெண் கீழே விழுந்து விட்டததால் எழுந்த அனுதாபமும், பயமும் அவன் உடலில் நிறைந்தன.

கீழே விழுந்த அந்த எழில் மங்கை வருந்தவில்லை, கலகல வென நகைத்தாள்.

"ஆகா! அமரபுஜங்கப் பாண்டியர் சாதாரணப் போர் வீரரல்லர்!" என்று கூறினாள். தான் சாதாரண வீரனல்லன், பாண்டிய மன்னன் என்பதை நொடியில் அந்தத் தோழி கண்டு கொண்டாளே என்று நினைக்கும்போது அவனுக்கு வேதனை யாகத்தான் இருந்தது. ஆனால் அந்த வேதனை அவள் கால்களில் சிக்கியிருந்த கொடிகளிலிருந்து அவளை மீட்பதில் மறைந்தது. கைலாகு கொடுத்து அவளைத் தூக்கியபோது மறைந்தது.

ஆகா! அவனுக்கு என்ன, திடீரெனப் புது அனுபவ மொன்று ஏற்பட்டுவிட்டது! அந்த மங்கையின் கரங்களில் என்ன மாய சக்தி இருக்கிறது? அந்த விரல்கள் இலவம் பஞ்சால் ஆனவையா? அந்தக் கரங்கள் என்ன, வாழையின் அடித் தண்டால் ஆக்கப் பட்டனவா? அவள் உருவமே இயற்கையின் பலபல பொருள்களைக்கொண்டு படைக்கப் பட்டதா? அதோ படபடக்கும் அந்த இமைகள் அவன் இதயத்துடன் என்ன பேச முயல்கின்றன? கீழே விழுந்ததால் சரிந்த ஆடைகளை அவள் சரி செய்தபோது, அவன் உடலில் ஏன் அப்படி ரோமாஞ்சலி ஏற்படுகிறது? சந்தனக் குழம்பு போன்ற அவள் மேனியின் ஒவ்வோர் அங்கமும் ஏன் அவனை அப்படி நிலையிழக்கச் செய்கின்றன? 'இதென்ன; நாம் கனவிலே இந்தச் சோலைக்கு வந்து விட்டோமோ? சேர மன்னரின் மாளிகைக்கு நேரே செல்லாமல் வாவிக்கரையில் எழில் மங்கையுடன் பேசாமல் பேச வந்து விட்டோமா? இலட்சிய வேகத்தை நிறைவேற்ற வந்த இடத்தில் இதயத் தாபத்தை வளர்க்க வந்துவிட்டோமா? சேர நாட்டு இளவரசி யின் உயிர்த் தோழியே நம்மை இப்படிக் கலங்கவைக்கும் போது இளவரசியையே பார்த்து விட்டால்...

நம் செயல்யாவும் மறந்து போய்விடும். உடைவாளைத் தொட முடியாது. நமது கரங்கள் அவளது வளைக்கரம் பற்ற நினைக்கலாம். படைதிரட்ட உதவி பெற வந்த நாம் அவளுடைய அன்பைப் பெறத் தவங்கிடக்க நேரிடலாம். வேண்டாம். வேண்டாம்; நாம் அரசியைச் சந்திக்கவே வேண் டாம். இங்கிருந்து ஓடியே போய் விடுவோம். போகும்போது தோழியிடம் ஒன்றேயொன்று கேட்டுக் கொண்டு செல் வோம்.

"இளவரசியின் தோழியே, கருணை கூர்ந்து இன்னும் சிறிது நாட்களுக்கு என்னை இன்னாரெனத் தங்கள் அரசிக்குத் தெரிவிக்காதீர்கள்!" இதைத் தெரிவிக்க அவன் பட்டபாடு! அவன் நடுங்கும் உடல் பரபரத்துக் கொண்டிருந்தபோது மாபெரும் ஒரு செயல் நிகழ்ந்தது.

பெண்கள் பலர் கலகலவெனப் பேசி வரும் ஓசை கேட்டது. அவர்கள் அமரபுஜங்கனையும் அவன் எதிரே ஓவியம் போல் நிற்பவளையும் கண்டுவிட்டனர்.

அவர்கள் ஓடோடி வந்து, "தேவி! தாங்கள் இங்கேயா இருக்கிறீர்கள்? எங்கெல்லாம் தேடி அலைந்து வருகிறோம்!" என்று கூறிவிட்டு எதிரே நிற்கும் அமரபுஜங்கனையும், சிலை போல் நிற்கும் சேர நாட்டு இளவரசி மாதங்கியையும் மாறி மாறிப் பார்த்தனர்.

"யார்... யார்...! இளவரசியா... இளவரசியா!" என்று அமரபுஜங்கன் கூறிக்கொண்டான். அவன் உடல் வியர்த்தது.

சேர மன்னரிடம் செல்லும் முன்பாக வேறு யாரையும் சந்தித்துப் பேசவேண்டாம் என்று எச்சரித்திருந்த தலைவியின் சொற்கள் நினைவுக்கு வந்தன.

சேர மன்னரிடம் தான் நாடி வந்த பெரும் பணியும், எழிலே உருவாக அமைந்து கண்ணெனும் வேலினால் அவன் உடலைத் துளைத்துத் துன்புறுத்தும் இளவரசியின் அழகு வடிவமும் தோன்றி அவனைத் திணற வைத்தன.

அத்தியாயம் 26

விழியும் வீரமும்

கண் எனும் கூரிய வேலினால் அமரபுஜங்கனைத் தாக்க முற்பட்ட இளவரசி மாதங்கி அங்கிருந்து சென்று கொண் டிருந்தாள். சிறிது தூரம் சென்றபின் அவள் ஒருமுறை திரும்பியும் பார்த்தாள். பாண்டிய மன்னன் மனத்தைத் திடப் படுத்திக் கொண்டான். அவர்களைத் தொடர்ந்து சென்றால் அரண்மனையை அடைந்து விடலாம். ஆனால் அவன் அப்படிச் செய்ய விரும்பவில்லை.

தன் வருகையை எவரும் அறியக்கூடாது என்ற எண்ணத்துடன் வந்த அவனை இளவரசி அறிந்து விட்டாளே! அவள் போய்த் தன் தந்தையிடம் கூறிவிடுவாள். சேர மன்னர் ஒரு வேளை ஆடம்பரமாக வரவேற்புக்கு ஏற்பாடு செய்து விட்டால்? வீதியின் இருபுறமும் மக்கள் நிறைந்திருப்பர். பாண்டிய மன்னர் வருகிறார் என ஆவலுடன் எதிர்பார்ப்பர். தன் வருகை எல்லாருக்கும் தெரிந்துவிடும். அயல்நாட்டு ஒற்றர்களும் அறிந்து கொள்வர். சோழ நாட்டிற்கும் அது தெரிந்துவிடும். அதனால் தன் திட்டங்கள் பாழாகலாம். ஐயோ, அது கூடவே கூடாது. இளவரசி தன் தந்தையிடம் சென்று கூறும் முன்னர் தான் அரண்மனையை அடைந்து விட வேண்டும் என எண்ணியவனாய்க் குதிரை மீதேறி, சேர மன்னர் அரண்மனையை நோக்கி விரைந்தான்.

வஞ்சிமா நகரத்திலேயே மிகவும் கம்பீரமான தோற்றத்துடன் கூடியதாய் விளங்கியது சேரமன்னர் அரண்மனை. அண்மையில் வஞ்சி நகரத்து மக்கள் வருவாயில் மிகுந்து காணப்பட்டனர். சேர நாட்டு மங்கையர் கழுத்திலே பொதுவாகத் திகழும் தந்தமும், புலி நகமும் கொண்ட ஆபரணங்களுக்கு மாறாகச் சோழ நாட்டுத் தங்கமும் பாண்டிய நாட்டு முத்தும் கலந்த அணிகள் தவழ்ந்தன. சீனத்துப் பட்டாடை அவர்கள் உடலை அழகு படுத்தின. பசியும், வறுமையும் அங்கு நிலவக் காணவில்லை. அமர புஜங்கன் கேள்விப் பட்டிருக்கிறான், சேர நாட்டிற்கு அவ்வப்போது பாண்டிய நாட்டினின்றுதான் உணவுப் பொருட்கள் செல்ல வேண்டுமென்று. மலையில் விளையும் பொருள்களையும், தந்தங்களையும், யானைகளையும் கொடுத்து மாற்றாக மற்ற தேவைப் பொருள்களைப் பெற்று வருவோர்க்குப் பல ஆண்டுகளாக அப்படி இயலாமல் போய் விட்டதென்பதை அவன் அறிவான். பாண்டிய நாட்டைச் சோழர்கள் கைப் பற்றிய பிறகு நாட்டிலே பலமுறை பஞ்சம் தலைவிரித்தாடியதுண்டு என அவன் அறிந்திருக்கிறான். அப்படிப்பட்ட நாட்டிலே திடீரென வளப்பம் மிகக் காரணம்? அண்மையில் அவர்கள் வேற்று நாட்டின் மீது போரிட்டுச் சென்று அந்நாட்டுச் செல்வங்களைக் கொள்ளையிட்டு வந்ததில்லை, பிறகு மக்கள் இன்புற்று வாழ வழி?

அந்த வேளையில் அமரபுஜங்கனுக்கு அந்தச் சிந்தனை தேவையற்றதுதான். ஆனால் தர்க்க சாஸ்திரத்தைக் கற்றுக் கொடுத்த அவனது குரு தருமசேனர் ஒன்றைச் சிந்திக்கும் போது வெவ்வேறு விஷயத்தையும் ஆராயச் சொல்லி யிருக்கிறார்.

அரண்மனையைச் சுற்றிப் பெரும் மதில் இருந்தது. அதன் வாயிலை அமரபுஜங்கன் அணுகினான். அரண்மனைக்குள் அந்நியர் எவரும் எளிதில் நுழையாதவாறு பலத்த காவல் இருந்தது. தன்னைப் பாண்டிய மன்னன் என்று அறிமுகப் படுத்தியவாறு நுழைய அவன் விரும்பவில்லை. காவலரை ஏமாற்றித்தான் நுழைய வேண்டும். அப்படிச் செல்ல வாய்ப்பை எதிர்பார்த்து மாளிகையின் மதில் ஓரமாக அவன் நின்றான்.

அந்தப் போதில் பெருத்த ஆரவாரத்துடன் இருபது பேர் கொண்ட வீரர்கள் அரண்மனையை நோக்கி வருவது தெரிந்தது.

அவர்களின் முன்னே வந்தவன் பிடித்திருந்த விற்கொடி யினின்றும் இடையிலே அணிந்திருந்த வாளினின்றும், மார்பிலே பூண்டிருந்த கவசத்தினின்றும் தான் அவர்களை வீரர்கள் என்று கூற இயன்றதேயன்றி, அவர்களிடம் போர் வீரர்களுக்குண்டான ஒழுங்கைக் காணவில்லை. ஒவ்வொரு வரும் முதுகில் பெரும் மூட்டைகளைச் சுமந்திருந்தனர். அதனுடன் அவர்களில் சிலர் இழுத்து வந்த வண்டி நிறையப் பல்வேறு பொருட்கள் நிறைந்திருந்தன. கட்ட முடியாமல் கட்டப்பட்டிருந்த மூட்டையிலிருந்து ஆபரணங்களும், ஆடைகளும் வெளியே வழிந்து நின்று கதிரொளியில் மின்னின. அவ்வீரர்களின் உடைகள் கிழிந்தும் தூசு படிந்தும் இருந்தன. உடல்கள் அழுக்குப் படிந்து பல நாள் குளிக்காததை அறிவித்தன. கண்கள் பஞ்சடைந்திருந்தாலும் அவற்றிலே வெறித் தன்மையிருந்தது. அவர்கள் ஏதோ பாடலை முணு முணுப்பதும் அதே சமயம் ஒருவர் கூறும் ஏதோ சொல் கேட்டு 'ஓஹோஹோ' வெனச் சிரிப்பதுமாக அவர்கள் அட்டகாசம் புரிந்து வந்தனர்.

அந்த அட்டகாசக் குழுவினர் அரண்மனை வாயிலை நெருங்கு முன்னரே வாயில் காப்போர் கதவுகளைத் திறந்து விட்டு ஓடிச் சற்று ஒதுங்கி நின்றனர். இல்லாவிடில் அந்த வெறியர்கள் வீண்வம்பு வளர்க்கலாம். கலகம் விளை விக்கலாம். அவர்களைக் கேட்போர் யார்? அரசர் செவிகளில் எட்ட வைத்தாலும் அவர் புன்சிரிப்புடன் மௌனமாகவே இருந்து விடுவார். அமரபுஜங்கன் குதிரையை அருகிலுள்ள மரத்திலே கட்டினான். சட்டென்று அந்த வெறிக் கூட்டத் தோடு கூட்டமாக உள்ளே நுழைந்து விட்டான். ஆனால் அவர்களுடன் தொடர்ந்து செல்ல வேண்டிய கட்டாயம் இல்லையே.

அரண்மனைப் பகுதியின் வனப்பு மிகுந்த தோற்றத்தைக் கண்ட வண்ணம் அவன் மெல்ல நடந்தான். அவரவர்கள் தத்தமது பணியைச் சுறுசுறுப்பாகக் கவனித்தவாறிருந்தனர். சிற்ப வேலைப்பாடமைந்த மண்டபங்களும் செயற்கை வாவிகளும் அதிலே பூத்திருக்கும் தாமரையும் இடை யிடையே வளர்ந்திருக்கும் நறுமண மலருடன் கூடிய மரங்களும் நிறைந்த அரண்மனைப் பகுதியைக் கண்ட வண்ணம் மெல்ல நடந்த அவன் தோள்களை யாரோ இருவர் தொட்டனர். சட்டெனத் திரும்பினான் அமரபுஜங்கன்.

“அப்பனே நீவிர் யாரோ? வெளிநாட்டவர், போல் தோற்ற மளிக்கும் நீர் எப்படி அரண்மனைக்குள் வந்தீர்கள்?” என்று அவன் தோளைத் தொட்ட காவலன் ஒருவன் கேட்டான்.

அமரபுஜங்கன் மறுமொழி ஒன்றும் கூறவில்லை. ஒரு முறை அவனை ஏற இறங்கப் பார்த்தான்.

“என்ன, யாம் கேட்பது உமது செவியில் விழ வில்லையோ?” மற்றவனும் கேட்டுவிட்டான்.

அமரபுஜங்கனுக்கு அவர்கள் பேச்சும், பார்வையும் சிரிப்பை அளித்தன. அவர்கள் மீண்டும் அவன் தோளைப் பிடித்து உலுக்கியவுடன் அமரபுஜங்கனுக்குக் கோபம் வந்தது. அவர்கள் கரங்களை உதறி விட்டு, “ஏன்? நான் யார் என்று சொல்லித்தான் ஆக வேண்டுமா? எப்படி அரண் மனைக்குள் நுழைந்தேன் என்பதைத் தெரிவித்துத் தான் ஆகவேண்டுமா? சற்று முன்பு கொள்ளைக்காரர்கள் போன்ற

தோற்றமுடைய சிலர் வந்தார்களே அவர்களை எந்த நாட்டவர் என்று கேட்டீர்களா? அவர்கள் உள்ளே நுழைந்தது எவ்வாறு எனக் கேட்டீர்களா? அப்போது ஓடி ஒளிந்த நீங்கள் இப்போதுதான் பயந்தெளிந்து வந்தீர்களா?'' என்று கேலியும், கோபமும் நிறைந்த குரலில் பேசினான்.

''ஓகோ'' என்றான் ஒரு காவலன்.

''அப்படியென்றால் அந்தக் கோஷ்டியைச் சேர்ந்தவரா நீரும்?'' என்றான் மற்றவன்.

''நீர் எந்தெந்த நாடுகளுக்குச் சென்று கொள்ளையடித்து வந்தீர்கள்? பொன்னும் பொருளும் கொணர்ந்திருக்கிறீர்களா? அவை எங்கே?'' என்று கேட்டான் முதல் காவலன்.

அமரபுஜங்கனுக்கு இருந்த ஐயம் நீங்கி விட்டது. சற்று முன்னர் அவன் கண்ட வெறியர்கள் உண்மையிலேயே கொள்ளைக்காரர்கள் என்பதை அவன் அறிந்து கொண்டான். ஏதோ கூற வாயெடுத்த அவனை நோக்கி காவலரில் ஒருவன், ''சரி, சரி, இப்படியே பேசிக்கொண்டிருப்பதால் இருவருக்கும் பலனில்லை. உம்; புறப்படுங்கள். அரண்மனைக் காவற் கூடத்தலைவரிடம் போவோம்'' என்றான்.

''எதற்கு?''

''அரண்மனைக்குள் உத்தரவின்றி நுழைந்ததற்காக விசாரணை செய்ய.''

அமரபுஜங்கள் நகைத்தான்.

''ஏன் சிரிக்கிறீர்?''

அமரபுஜங்கன் மீண்டும் சிரித்தான்.

காவலர்கள் சீற்றத்துடன் அவன் கரங்களைப் பிடிக்கப் போகும் சமயம், ''நிறுத்துங்கள்'' என்ற குரல் கேட்டது. அமரபுஜங்கன் உட்பட காவலர்கள் குரல் வந்த திசை நோக்கித் திரும்பினர்.

அந்தப்புரத்துக் காவலன் ஒருவனும், அவன் அருகே இளவரசியின் தோழி ஒருத்தியும் நின்றிருந்தனர்.

"சற்றுத் தாமதித்து வந்திருந்தால் சேர நாட்டுக்கே அழியாத கெட்ட பெயர் ஏற்படுமாறு செய்திருப்பீர்கள்" என்று அந்தப் புரத்துக் காவலன் கோட்டை வாயில் காவலர்களை நோக்கிக் கூறி, பிறகு அமரபுஜங்கனை நோக்கி, "ஐயன்மீர்! பொறுத்தருளுக. தங்களை இவர்கள் அறியமாட்டார்கள். தங்கள் அடையாளத்தை எனக்குக் கூறி இந்தத் தோழியை அனுப்பித் தங்களை இளவரசி அழைத்து வருமாறு கூறினார்கள்" என்று கூறினான்.

தோழியையும் காவலனையும் அலட்சியப் பார்வையுடன் பார்த்துவிட்டு, "உங்கள் மன்னன் இருப்பிடம் எங்கே?" என்று கோபமாகக் கேட்டான் அமரபுஜங்கன். முதலில் அவனைக் காவல் தலைவரிடம் அழைத்த வீரர்களுக்கு ஏதும் புரியவில்லை. கட்டியங் கூறிய வண்ணம் அரசரின் சபை மண்டபத்தினின்று அமைச்சரும், காவற்கூடத் தலைவரும், மற்றவர்களும் வந்த போதுதான் தெரிந்தது.

"ராஜாதிராஜ ராஜமார்த்தாண்ட ராஜ கம்பீர சந்திர குலத் தோன்றல் ராஜசிம்ம பாண்டியர் வழி வழி வந்த அமரபுஜங்க பாண்டியரே, வருக வருக!" என்று வரவேற்பு உரை கூறி, அமரபுஜங்கனை வரவேற்றனர். அமரபுஜங்கனுக்குச் சேரர்களின் போக்கே ஒரு கணம் பிடிபடவில்லை. எனினும் அன்புடன் அமைச்சர் வரவேற்று நிற்கும்போது அவனுடைய கோபம் பறந்தோடியது.

"தங்கள் வருகையை முன்னரே அறிவித்திருந்தால் குணவாயிற் கோட்டத்துக்கே வரவேற்க வந்திருப்போம். சற்று முன்புதான் தாங்கள் வந்திருப்பதை அறிந்தோம். இப்படித் தன்னந்தனியாய் வரலாமா? உபசரணையில் ஏதாவது குறை இருந்தாலும் பொறுத்தருளுமாறு மன்னர் சார்பிலும் மக்கள் சார்பிலும் கேட்டுக் கொள்கிறோம்" என்று காவற்கூடத் தலைவர் கூறும்போது மாறனையொத்த அவன் மதிமுகத்தில் சிறுநகை பூத்தது.

சேர மன்னன் பாஸ்கர ரவிவர்மனின் இருக்கை மண்டபம் மிகப்பெரிதாக இருந்தது. அதை அடையப் பல கூடங்களைக் கடக்க வேண்டியிருந்தது. சிற்ப அற்புதங்களுடன் கூடிய மிகப் பெரிய தூண்களையும், சுவரில் வண்ண ஓவியங்

களையும், பளிங்கு போன்ற தரையையுமுடைய அந்த மண்டபத்தின் நடுவே இரத்தினங்களாலும், வைர வைடூரியங் களாலும் மாணிக்கக் கோமேதகங்களாலும் இழைக்கப்பட்ட அற்புத பீடத்தில் சேர மாமன்னர் பாஸ்கர ரவிவர்மன் அமர்ந் திருந்தார். அவர் எதிரே தரையிலே ஏராளமான வைர ஆபரணங்கள் கிடந்தன. தங்க அணிகள் கிடந்தன; அற்புத அற்புதமான பொருள்கள் பரவிக் கிடந்தன. விலை மதிப்பட முடியாத பட்டாடைகள் குவியலாகக் கிடந்தன. சேர மன்னன் அவற்றைக் கையிலெடுப்பதும், பார்ப்பதும் பிறகு கீழே போட்டுவிட்டு வேறொன்றை எடுப்பதுமாக இருந்தார்.

"மாதங்கி, மாதங்கி! இங்கே வாயேன். இந்த முத்து மாலையைப் பாரேன். உன் கழுத்தில் இந்த மாலை தவழ்வ தால் இந்த மாலையின் அழகு அதிகமாகும்" என்று மெல்ல நகைத்தவாறு தன் மகளை அழைத்தான் மன்னன். மாதங்கி யின் கவனமெல்லாம் அப்போது அந்த மண்டபத்தின் வாயிற் புறத்தை நோக்கியே இருந்தது. அவள் எண்ணமெல்லாம் பாண்டிய மன்னரை எதிர்நோக்கியே இருந்தது. அவளது சிந்தனையெல்லாம் சிறிது முன்னர் சென்ற தனது தோழியின் வருகையை எதிர்பார்ப்பதிலேயே இருந்தது.

"பாயும் புலியின் உருவம் பதிக்கப்பட்ட அந்தத் தங்கப் பதக்கத்தைப் பார்த்தாயா? என்ன அழகு? என்ன அற்புதமான அமைப்பு!" என்று மீண்டும் சேரமன்னர் கூறினார். மாதங்கி யின் செவிகளில் அவை வீழ்ந்ததாகவே தெரியவில்லை.

"மாதங்கி, மாதங்கி! நான் கூறுவது உன் செவிகளில் விழவில்லையா? ஏன் எங்கோ எண்ணத்தை நிலை நிறுத்திய வாறிருக்கிறாய்?" என்று மகளை நோக்கிப் பார்வையைச் செலுத்திக் கேட்டார் மன்னர்.

சற்றுச் சிந்தனை கலைந்தவளாய் மாதங்கி தந்தையை நோக்கி "ஹூம்...ஹூம்... தந்தையே... எங்கும் எனக்கு கவனமில்லை. பாயும் புலியையே பார்த்துக்கொண்டிருக் கிறேன். பாயும் புலியின் மீது வில்லினின்று சீறிவரும் அம்பு பாய்ந்தால் என்ன கதியாகும் என்று பார்த்தேன்" என்றாள் மெல்ல நகைத்தவாறு. ரவிவர்மனும் பெரிதாகச் சிரித்தபடி, "ஆமாம், ஆமாம்! பாய்ந்து வரும் பதினெட்டடி புலி யானாலும் நம் வில்லின் முன் நிற்குமா! நன்றாகச் சொன்னாய்

மகளே, நன்றாகச் சொன்னாய். பாயும் புலியின் கொட்டமொடுக்குவதற்குத்தானே நாம் ஒவ்வொரு கணமும் பாடுபட்டு வருகிறோம்? இன்னும் நம் திட்டம் முழுமையும் நிறைவேற சந்திர குல மன்னர் வருகிறார்."

சட்டென்று மாதங்கி திரும்ப, "சந்திரகுலத்து மன்னரா?" என்ற ஆவலுடன் கேட்டாள்.

"ஆம், மகளே!"

"சந்திர மண்டலத்திலிருந்து இறங்கி வந்தவரா? சந்திரனின் அழகைத் தன்னிடத்தே கொண்டவரா? மதி போன்ற முக முடையவரா? மதியின் தண்ணொளியைப் போன்ற சொல்லுடையவரா? கம்பீர நடை கொண்டவரா?"

சற்றுமுன் மௌனமாக இருந்த மகள் கேள்விமேல் கேள்வி கேட்கத் தொடங்கவும், வியப்புற்ற மன்னர் தம் மகளை நோக்கி, "மாதங்கி! வரப்போகிறவர் சந்திர குலத்து மன்னர், பாண்டிய மன்னர்களை அவ்வாறு கூறுவது வழக்கம். பாண்டிய மன்னர்களைச் சோமசுந்தரபிரானது அருள் பெற்றவர் என்று தொன்று தொட்டுக் கூறிவருகிறார்கள். அந்த வம்சத்து வழி வந்த பாண்டிய மன்னர் நம் நாட்டிற்கு வருகிறார்."

"வருகிறாரா? வந்து விட்டார் என்று சொல்லுங்கள்" என்று கூறிவிட்ட மாதங்கி சட்டென உதட்டைக் கடித்துக் கொண்டாள். வாவிக்கரையில் அமரபுஜங்க பாண்டியனைச் சந்தித்த செய்தியை அவள் தந்தையிடம் கூறவில்லை. அமர புஜங்கனுக்கு வழி கூற அவள் தோழி ஒருத்தியையும், வீரனொருவனையும் அனுப்பியிருந்த செய்தியையும் அவள் கூறவில்லை.

மாதங்கிக்குத் தெரியாது, சேரநாட்டு ஒற்றர்கள் பாண்டிய மன்னரின் வருகையை முன்பே அறிந்து அரசரிடம் கூறி விட்ட விவரம். மாதங்கிக்குத் தெரியாது, தன் தோழியும் அரண்மனை வாயிலில் அமரபுஜங்கனைச் சந்தித்துவிட்ட செய்தி. பாஸ்கர ரவிவர்மன் மெல்ல மனத்திற்குள்ளேயே நகைத்துக் கொண்டார்.

"மகளே மாதங்கி! வருகிறஇல்லை இல்லை வந்து விட்ட பாண்டிய மன்னனுக்கு இப்போது ஒரு சாண் பூமி கூட ஆள்வதற்கு இல்லை என்பது உனக்குத் தெரியுமா?"

தந்தை எதற்காக இதைக் கூறுகிறார் என்பதை மன்னனின் மகளான மாதங்கி அறியமாட்டாளா?

"இல்லாவிட்டால் போகட்டும். கையகல மண்ணுக்குக் காவலனாயில்லா விடினும், ஞாலம் நடுநடுங்க அரசோச்சும் சேர மன்னர் வரவேற்கும் அளவுக்கு அவர் மகா வீரராயிருக் கிறாரே!"

"எம்மைத் தேடி வருகிறார். அதனால் வரவேற்கிறேன்."

"எதற்காகப் பல காதத் தொலைவிலினின்று வருகிறார்?"

"உனக்குத் தெரியாது மகளே! வருகிற அமரபுஜங்கன் சிறு பாலகனாயிருக்கும்போது அவனுடைய தந்தை வீரபாண்டி யனைச் சோழர்கள் கொன்று விட்டனர்."

"வீரபாண்டியர் யார்? நீங்கள் சொல்வீர்களே, ராஜ சிம்ம பாண்டியனுடைய மகன்தானே?"

"ஆமாம்; வீரபாண்டியனைப் போர்க்களத்தில் கொல்ல வில்லை. போரிலே குற்றுயிரும் குலை உயிருமாய்க் கிடந்த வனின் தலையைத் துண்டாடிப் பந்தாடினர் சோழர்கள்."

"ஐயோ! அப்படியா?"

"அந்த வீரபாண்டியனின் திக்கற்ற குமாரன் தான் அமர புஜங்கன்."

"ஆகா இதையெல்லாம் நீங்கள் பார்த்துக் கொண்டிருந் தீர்களா? திக்கற்ற பாண்டிய குமாரன் திண்டாடுவதை வேடிக்கை பார்த்துக் கொண்டிருந்தீர்களா?"

"இல்லை மகளே! அண்டை நாட்டை மற்றொரு மன்னர் வந்து தாக்கும் போது ஒன்று அவருடன் சேர்ந்து தாக்க வேண்டும். அல்லது மாற்றானை விரட்டியடிக்க உயிருள்ள வரை போரிட வேண்டும். அதுவே அரச தர்மம்."

"நீங்கள் என்ன செய்தீர்கள்?"

"நான் வீரபாண்டியனுக்கு உதவவில்லைதான். வீர பாண்டியன் எனக்கு அயலான் இல்லை. அவன் தந்தைக்கு நம்நாட்டில் தான் தஞ்சம் அளித்தோம். பல காலம் ராஜசிம்மன் நம் நாட்டில் தங்கியிருந்தான். அவன் தாய் எனக்குச் சிறிய

பாட்டி உறவு வேண்டும். ஆனால் அவன் மகன் வீர பாண்டியன் பட்டத்துக்கு வந்ததும் என்னிடம் வீண் மனத் தாங்கல் கொண்டான். பாண்டிய நாட்டுப் பரம்பரை மகுடத்தைச் சேர நாட்டில்தான் தன் தந்தை விட்டுச் சென்றிருப்பதாக வீரபாண்டியன் வீணே சந்தேகப்பட்டான். அதனால் தனக்கு ஏற்பட்ட சங்கடங்களை எனக்குக் கூறுவ தில்லை. அதே போன்று நல் வாழ்வையும் தெரிவிப்பதில்லை. திடீரென்று சோழர்கள் படையெடுத்து வீரபாண்டியனைக் கொன்றுவிட்ட செய்தி எனக்கு மிகத்தாமதமாகவே கிடைத்தது. அவனுடைய மகனைப் பிறகு ஆபத்துதவிகள் எங்கோ எடுத்துச் சென்றுவிட்டனர்."

மாதங்கி பெருமூச்சு விட்டாள். அவள் பார்வை வெளி வாயிலை எதிர் நோக்கியிருந்தது. சேர மன்னர் மேலும் தொடர்ந்தார். "அந்த இளம் பாண்டியன் தான் ஆனைமலைக் காட்டில் வளர்வதாக எனக்கு ஒற்றர்களிடமிருந்து செய்தி கிடைத்தது. அவனை வளர்த்த மங்கை நல்லாள் அவனைப் பெரும் வீரனாக ஆக்கியிருக்கிறாள் என்றும் அறிந்தவுடன் தான் அவனுக்கு உதவ யானைகள் பலவற்றை அனுப்பி னேன். பொன்னும் பொருளும் அனுப்பி வருகிறேன்."

மாதங்கி திடீரெனச் சிரித்தாள்.

"ஏன் மகளே, நகைக்கிறாய்?"

"இல்லை; நம் நாட்டிற்கே பொன்னும் பொருளும் வேறு இடத்தினின்று வருகிறதே. நீங்களா ஆனைமலைக் காட்டிற்குத் தானம் செய்தீர்கள் என்று நினைத்துச் சிரித்தேன்."

சேர மன்னன் அதைப் பொருட்படுத்தவில்லை. "ஆனை மலைக் காட்டில் அமரபுஜங்கன் பல நூறு வீரர்களைச் சேர்த் திருக்கிறானாம். அவன் இங்கு வரும் செய்தி எனக்குத் தாமத மாகவே கிடைத்தது. முன்பே தெரிந்திருந்தால் எல்லைக்கே சென்று வரவேற்றிருப்பேன்..." என்றார்.

மாதங்கி இப்போது எழுந்து சட்டெனத் திரை மறைவிற்குச் சென்றாள். வெளியே யாரோ பலர் வரும் அரவம் கேட்டது. அமரபுஜங்க பாண்டியன் வருகையை ஒரு வீரன் அறிவித் தான். பல நாள்கள் குதிரை மீது ஏறி வந்த களைப்பு சூழ்ந்திருந்

தாலும் அமரபுஜங்கனின் முகம் கம்பீரமாகத் திகழ்ந்தது. சேர மன்னர் இருக்கையை விட்டெழுந்து வரவேற்றார். அமர புஜங்கனை அன்புடன் அணைத்தார். அவன் கொற்றம் வாழ வாழ்த்தினார். தன் அருகே அமரச் செய்து நலன் பல கேட்டறிந்தார். பயணக் களைப்பு நீங்க உணவளித்து, நல்ல உடை உடுத்த ஏற்பாடு செய்தார்.

களைப்பு நீங்கி வந்த அமரபுஜங்கன் புதுத்தெளிவோடு பாஸ்கர ரவிவர்மன் எதிரே கம்பீரமாக அமர்ந்திருந்தான். தரையிலே கிடந்த பல்வகை ஆபரணங்களைக் காண்பதும், அந்த மண்டபத்துப் பிரம்மாண்டமான தூண்களைக் காண் பதும், அவற்றிலுள்ள சிற்ப வேலைப்பாடுகளைக் காண்பதும் சுவரில் தீட்டப்பட்டிருந்த வண்ண ஓவியங்களைக் காண்பது மாக அவன் தன் விழிகளைச் சுழல விட்டவாறிருக்கையில், திரையின் மறைவிலே முகத்தாமரையை மட்டும் காட்டி அதிலே தேனுண்ணும் வண்டு வட்டமிடுவது போல் சுழலும் கருவிழிகளை மட்டும் காட்டி, தோன்றித் தோன்றாமலிருந்த மாதங்கியைக் கண்டுவிட்டான். ஒரு கணம் அவனுக்குக் கோபம் பொங்கினாலும் அவன் உடலில் அப்பொழுது படர்ந்த மின் வெட்டைப் போன்ற உணர்வு கோபத்தால் ஏற்பட்டதன்று. அதன் பிறப்பு பற்றி அவனால் புரிந்து கொள்ள முடியவில்லையே...

''பாண்டிய மன்னரே! தங்களைத் தக்க முறையில் வரவேற்கவில்லை என்பது குறித்துத் தங்களுக்கு மனக் கவலை ஏற்படலாம். தாங்கள் வருவது எமக்குத் தெரியாது. தெரிந்திருந்தால் நாமே நேரில் வந்திருப்போம்'' என்று பேச்சைத் தொடங்கினார் சேர மன்னர்.

'தங்கள் நாட்டில் நுழைந்தவுடனேயே தக்க வரவேற்பு கிடைத்துவிட்டது. இளவரசியின் உபசரணை பிரமாதம்' என்று கூற வாயெடுத்தான் அமரபுஜங்கன். திரைமறைவி லிருந்த மாதங்கியின் இரு விழிகளும் ஏதோ சைகை செய்தன. அதனால் தான் அவன் மௌனமாகவே தரையில் கிடந்த விலையுயர்ந்த பொருட்களைப் பார்த்த வண்ணமிருந்தான். மன்னருடன் என்ன பேசுவது என்றே அவனுக்குப் புரிய வில்லை. அமரபுஜங்கனின் மௌனத்தைப் புரிந்து கொண்ட

சேர மன்னர், பொதுவாக ராஜ்ய விவகாரங்கள் பற்றிப் பேசினார். பாண்டிய மன்னர்களின் பழம் பெருமைகளைக் கூறினார். அவர்களுடைய அதிவீர பராக்கிரமங்களைப் பற்றிக் கூறினார். ராஜசிம்மனைவிட, வீரபாண்டியன் எப்படி வீரமாகப் போர் புரிந்து மாண்டார் என்பதை உருக்கமாக எடுத்துப் பேசினார்.

"உங்கள் தந்தையைக் கொன்ற சோழ இனத்தைப் கூண்டோடு நாசமாக்க வேண்டாமா?" என்று சேர மன்னர் கேட்டார்.

"அதைப் பற்றிய திட்டத்தைத்தான் எங்கள் தலைவி கூறியிருக்கிறாள். ஆபத்துதவிகள் சோழ சாம்ராஜ்யம் முழுமையும் பரவி இருக்கிறார்கள். என் தந்தையை அநியாய மாகக் கொன்ற சோழ இளவரசனும் படுகொலை செய்யப் பட்டான்."

"ஆமாம்; எனக்கும் செய்தி எட்டியது. அற்பாயுளில் மாண்டானாம் அவ்விளவரசன். அதே சூட்டோடு மற்ற ராஜவம்சத்தினரையும் கூண்டோடு கயிலாயம் அனுப்பி யிருக்க வேண்டாமா?"

"அதில்தான் கருத்து வேற்றுமை மன்னவா! ரகசியமாக மற்ற சோழ அரச குடும்பத்தவரைத் தீர்த்துவிடத் திட்டம் தீட்டினர். ஆனால் தலைவி தடுத்து விட்டாள். சோழ நாட்டின் மீது படையெடுத்துச் செல்வது அவர்கள் திட்டம்."

"யார் அந்தத்தலைவி?"

"அதை மட்டும் கேட்காதீர்கள் ஐயா! இன்னார் என வெளியே கூறுவதில்லை என அவர்களிடம் உறுதியளித் துள்ளேன்."

சேர மன்னர் சிறிது நேரம் மௌனமாக இருந்தார். பிறகு, "சோழநாட்டைத் தாக்கி அதை வெற்றி கொள்வது இப்போது எளிதன்று என்பது என் எண்ணம்" என்று தொடங்கினார்.

"தங்கள் கருத்தையும் உதவியையும் பெறவே நான் வந்தேன். உங்கள் ஆலோசனைகளைக் கருணை கூர்ந்து கூறுங்கள்" என்றான் அமரபுஜங்கன்.

“அமரபுஜங்கரே! நான் கூறுவதைக் கவனமாகக் கேளும். நீர் பாண்டிய மன்னர். ஆனால் உமக்கு நாடில்லை. பாண்டிய நாட்டு அரியணையில் சோழ நாட்டுப் பிரதிநிதி ஒருவன் அமர்ந்திருக்கிறான். அவனை ஒழித்து விட்டு மதுரையில் முடிசூடிப் பிறகு சோழநாட்டின் மீது படையெடுப்பதுதான் எளிது. மதுரையிலுள்ள சோழ அரசப் பிரதிநிதியை ஓட்டா விடில் சோழ நாட்டின் மீது படையெடுத்துப் போகும்போது முதுகுப் பக்கமாக மதுரையினின்று படை வந்து தாக்கலாம். பாண்டிய நாட்டு மக்களைக் கொண்டே பாண்டிய மக்கள் மீது ஏவி விடலாம். அதனால் மதுரையை நோக்கிப் படை புறப் பட்டுச் செல்லத் திட்டம் தீட்டுங்கள். அதற்கு முன்னர் சோழ நாட்டு எல்லைப்புற ஊர்களில் கொள்ளையடிக்கச் செய்யுங் கள். மதுரையிலும் அதன் சுற்றுப் புறத்திலும் உள் நாட்டுக் குழப்பத்தைக் கிளப்பிக் கொள்ளை, தீயிடல் முதலியவற்றை நடத்தச் செய்யுங்கள். மக்கள் சோழ மேலாட்சியை வெறுப்பர். இதுதான் நமக்கு வாய்ப்பு.”

“மதுரையைப் பிடிக்கப் படை வீரர்கள்”

“வீரர்களுக்கா சேரநாட்டில் பஞ்சம்? வில்லவர்களையும், வேழப் படைகளையும், ஏராளமான பொருட்களையும் உதவிக்குத் தருகிறேன். அவற்றுடன் நான் கடற்படைகளை அனுப்பிச் சோழநாட்டுக் கடற்கரைப் பகுதிகளைத் தாக்குமாறு செய்வேன். சோழர்களை இங்கும் அங்கும் திண்டாடித் திணற வைப்பேன்.”

“கடற்படையா?”

“ஆமாம்; எனது கடற்படை வீரர்கள் உலகம் முழுமையும் சுற்றிக் கொணர்ந்து சேர்த்த பொருட்கள் தாம் இவை. இதோ பாருங்கள் தங்க நகைகள். இவற்றையெல்லாம் எடுத்துச் செல்லுங்கள். இவற்றை உருக்கி நாணயமாக்குங்கள்” என்றார் மன்னர்.

அமரபுஜங்கனுக்குப் புரிந்து விட்டது. ‘காலையில் கண்ட வெறியாட்ட வீரர்கள் கடற்படை வீரர்களா? ஆகா! இந்தச் சேர மன்னர்க்குத்தான் எவ்வளவு துணிவு?” என எண்ணி னான் பாண்டிய மன்னன்.

‘‘உங்கள் யோசனை மிகச்சிறப்பாக இருக்கிறது. என் தலைவியிடம் கூறி முடிவு சொல்கிறேன்’’ என்றான் அமர புஜங்கன்.

‘‘இதில் ஆலோசனை செய்வதற்கு ஒன்றும் இல்லை. அவசரமாக முடிவு செய்ய வேண்டியிருக்கிறது; நான் பதினா யிரம் யானைப்படைகளை அனுப்புகிறேன். வில்லவர்கள் ஏராளமாக வருவார்கள். உடனே மதுரையை நோக்கிச் செல்லுங்கள். மதுரையில் இப்போது சோழர்களின் பிரதிநிதி எவரும் இல்லை. படைகளும் பாண்டிய நாட்டில் காணோம். நானே இங்கிருந்து படைகளுடன் சென்று வெகு எளிதில் மதுரையைப் படித்து விடுவேன். ஆனால் பிற்காலத்தில் பாண்டிய நாட்டைச் சேரர்கள் கைப்பற்றினர் என்ற பெயர் வந்துவிடும்.’’ என்று கூறினார்.

அமரபுஜங்கன், ‘‘மன்னரே! இவ்வளவு எளிதில் தாங்கள் எமக்கு உதவி செய்ய முன் வருவீர் என எதிர்பார்க்கவே யில்லை’’ என்று மேலும் பேசத் தொடங்கும் முன் பாஸ்கர ரவிவர்மன் குறுக்கிட்டு, ‘‘பாண்டிய மன்னரே! இப்போது ஒருவரையொருவர் புகழ்வதற்கு நேரமில்லை. உங்களுக்குக் கிடைக்காத சோழநாட்டுச் செய்தி எமக்கு இங்கு கிடைத்த வாறு இருக்கின்றது. சோழ நாட்டுப் படைத்தலைவரே, அந்த நாட்டிற்கு விரோதியாக மாறியிருக்கிறாராம். கடல்கடந்து சென்ற அந்த நாட்டு இளவரசரைப் பற்றிய பேச்சேயில்லை. கொடும்பாளூர், திருக்கோயிலூர் குறுநில மன்னர்கள் சோழ மன்னர் மீது மனத்தாங்கல் கொண்டிருக்கின்றனர். அதனால் இன்றே ஆனைமலைக்குப் புறப்படுங்கள். விரைந்து செல்லும் அராபியக் குதிரை தருகிறேன். குறுக்கு வழி கூற உதவியாளர்கள் அனுப்புகிறேன். ஆனால் மதுரைப் படை யெடுப்பு ரகசியமாக இருக்கவேண்டும்’’ என்றார்.

‘‘இன்றே புறப்படுகிறேன்’’ என்று கூறி எழுந்தான் அமரபுஜங்கன்.

‘‘இன்றா?’’ என்ற குரலுடன் திரை மறைவினின்று விசும்பல் ஒலியும் கேட்டது.

அமரபுஜங்கன் அரண்மனையைச் சுற்றியிருந்த பூங்காவில் மன அமைதி நாடி உலவிக் கொண்டிருந்தான். அவன்

உள்ளத்தில் சொல்ல முடியாத பரபரப்பு. வஞ்சி மாநகரில் தன் பணி இவ்வளவு எளிதில் முடிந்துவிடும் என அவன் எதிர் பார்க்கவில்லை. உதவி கோரி சேர மன்னரைத் தன் பேச்சு வன்மையால் மாற்றுவது மிகவும் கடினமாக இருக்கும் என எண்ணினான். மன்னன் உறுதியளித்ததுடன் யானைப் படை களை ஒழுங்குபடுத்துமாறு படைத் தலைவரிடமும் கட்டளை யிட்டு விட்டான். ஆனை மலைக்குத் திரும்ப வேண்டியது தான். மாலை வரையில் காத்திருக்க வேண்டியதில்லை. உடனேயே புறப்படலாம். பின் ஏன் அவன் மனம் தயங்குகிறது? அவன் மனம் ஏன் சஞ்சலமடைகிறது? உடலில் ஒருவிதப் பரபரப்பு ஏன் உண்டாகிறது? வந்த காரியம் வெற்றியடைந்ததால் துள்ளும் உடலில் ஓர் ஏக்கம் சூழ்வதேன்?

காலையில் வாவிக் கரையில் நடைபெற்ற சம்பவமும், அந்தச் சம்பவத்தின் போது கண்ட இளவரசியின் தோற்றமும் அரண்மனையில் திரைமறைவில் தோன்றித் தோன்றா முகமலராய் அவன் உள்ளத்தேரைப் போட்டுப் பற்றியிழுத்த நிலையும் அவன் மனத்திலே தோன்றித் தோன்றி மறைந்தன. சேர மன்னருடன் உரையாடிக் கொண்டிருந்தபோது ஒரு முறையாவது இளவரசி தந்தையிடம் பேச வருவாள் என எதிர்பார்த்து ஏமாற்றமடைந்தான். அது என்ன சக்தி? இவ்வளவு காலமாக இல்லாத மனக் கலக்கத்தை அளிக்கும் பெண்ணினத்து முகமலரிடையில் என்ன போதை தரும் சக்தி இருக்கிறது? சுழலும் கண்கள் மோகன பாணத்தை வீசினவா? மொட்டவிழ்ந்து இதழ் விரியும் மலரென நகை பூக்கும் வெண்பற்கள் காந்தக் கதிர்களை வீசினவா? மலைத்தேனின் இனிய ருசி போன்று அவளது சொற்கள் மனக் குளத்தைக் கலக்கினவா? என்ன சக்தி அது? போர்க் களங்களில் அம்பு மழை பொழியும் போதுகூட இத்தகைய கலக்கம் வராது போலிருக்கிறதே?

அமரபுஜங்கன் அருகிலிருந்த செடியினின்று மல ரொன்றைப் பறித்து முகர்ந்தான். அதன் மணம் ஒன்று, ஆனால் வீசும் மணம் வேறாக இருக்கிறதே! ஒரு மலருக்கு

இருவித வாசனையா? சட்டென்று அமரபுஜங்கன் மணம் வீசிய திக்கில் திரும்பினான்.

காலையில் கண்ட அதே வடிவம். ஆனால் அரசிக்கேற்ற ஆபரணங்களுடன் இப்பொழுது விளங்கினாள். அதே துறு துறுப்பான முகம். ஆனால் அதில் ஒருவித ஏக்கம் இப்போது. சிறிது நேரம் அமைதி. அங்கே மர இலைகளில் தென்றல் தவழ்ந்து வரும் சலசலப்பு மட்டுமே இருந்தது. தென்னங் கீற்றுகள் ஒன்றோடு ஒன்று காதல் பேசும் முணுமுணுப்பு மட்டும் கேட்டது. இன்னும் செவியை நுட்பமாக்கிக் கூர்மை யாக்கிக் கவனித்தால் கண் இமைகள் இரு ஜோடி படபடக்கும் மெல்லிய ஒலியும் கேட்கும்.

அமரபுஜங்கன் அங்கே நிலவிய அமைதியைக் கலைத்து, "இந்தப் பூஞ்சோலை பெண்கள் மட்டும் உலவும் இட மில்லையே!" என்று கேட்டவுடன் அவனுக்கும் சிரிப்பு வந்தது. அவளும் நகைத்துவிட்டாள்.

"நீங்கள் இன்றே உங்கள் நாட்டிற்குப் போகிறீர்களா?" மாதங்கியின் விழிகளில் ஆர்வம் தேங்கி நின்றது.

"என் நாட்டிற்கா? எனக்கு ஏது நாடு? இனித்தான் நாட்டைப் பிடிக்க வேண்டும். என் நாடு கானகம். அடர்ந்த மரங்களும், படர்ந்த கொடிகளும், உயர்ந்த மலைகளும், சதா வண்டுகள் ரீங்காரமிட்டு ஒலிக்கும் இருண்ட இடங்களும், வனவிலங்குகளின் ஒலிகளும் பாடிநகரும் ஓடைகளும், கூட்டங் கூட்டமாக வந்தமர்ந்து செல்லும் புள்ளினங்களும் நிறைந்த கானகம் என் நாடு. அங்கேயுள்ள வெண்ணிறப் பாறை மீது தேவதாரு மரக்கிளையின் நிழலிலே மலர் சிந்தி செங்கோலோச்சுவேன். அந்த 'என் நாட்டிற்குத் தான்' நான் புறப்பட்டு விட்டேன்."

"இந்த நாடும் மலைநாடுதானே? கருமேகங்கள் மலைப் பெண்ணை அரவணைக்கும் இன்ப நாடுதானே? இந்நாட்டின் வளத்தைத் தாங்கள் சுற்றிக் காணவேண்டாமா?"

"இல்லை இல்லை; உல்லாசப் பொழுது போக்கும் வேளை இதுவன்று. உன் தந்தையின் கட்டளை வேறு என்னைச் சுறு சுறுப்பாகப் பணியாற்ற வைக்கிறது. வஞ்சிமா நகரில் நுழைந்த

வுடன் தோழியெனக் கூறி வரவேற்றாய். வந்த பணியை மறந்து நான் திக்குமுக்காடி விடுவேனோ என அஞ்சினேன். எத்தனையோ வாளுக்கு அஞ்சாது நிமிர்ந்து நிற்கவல்ல நான் உன் விழிப்படையின் தாக்குதலில் ஒருகணம் கட்டுண்டேன். ஆனால், என் நாட்டுத் தாயின் அறிவுரை என் கண்முன் நின்றது. அதனால்தான் வென்றேன். இப்போது சொல் கிறேன். பாண்டிய நாட்டை இன்னும் சில திங்களுள் பெற்று விடுவேன். பாண்டியப் பெருநாட்டின் பேரரசன் என்ற முறையில் சேர நாட்டிற்கு வருவேன். அப்போது நீ உன் திரு நாட்டுப் பெருமைகளை எனக்கு எடுத்துக் கூறலாம். சிறப்பான இடங்களுக்கு அழைத்துச் செல்லலாம்.''

மாதங்கி மறுமொழி ஏதும் கூறவில்லை. அவள் கால் விரல்கள் மண்ணிலே கோலமிட்டவாறிருந்தன. அவள் விழிகள் மழைக்கால மேகங்களாகி விட்டனவா?

"ஆனைமலைக் காடு வெகு தொலைவோ? அதற்கு நேரான பாதை இருக்கிறதா? காட்டின் நடுவே அரண்மனை அமைத்திருக்கிறீர்களா?'' மாதங்கி கேள்வி மேல் கேள்வி கேட்டாள்.

"இரண்டு நாள் பயணத்தில் ஆனைமலைக்காட்டை அடைந்து விடலாம். காட்டின் நடுவே சிறுவீடு ஒன்று தான் அமைத்திருக்கிறோம். மற்றவை எல்லாம் குடிசைகளே. மாளிகை வாசிகளுக்கு மண் வீட்டைக் கண்டால் பிடிக்காது'' என்றான் அமரபுஜங்கன்.

"ஏன் பிடிக்காது?'' என்று மெல்ல முணுமுணுத்த மாதங்கி "மதுரை அரண்மனை மிகப் பெரிதா?'' என்று கேட்டாள்.

"மதுரை மாநகர் மிகப் பெரிது. தஞ்சையைவிடப் பெரிது. வஞ்சியைவிட மிகப் பெரிது.''

"அந்த மதுரையை எப்போது காணுவேன்?'' மாதங்கி பெருமூச்சு விட்டாள். பிறகு தொடர்ந்தாள். "ஆனை மலையின் அரண்மனையையே காண வரவேற்பில்லாத வளுக்கு மதுரையைப் பற்றி எண்ணம் உதித்து என்ன பலன்?''

அமரபுஜங்கன் சிரித்தான், "இளவரசி ஆனைமலைக் குடிசை என்று கூறு. உனக்கில்லாத வரவேற்பா? அங்கே

எம்மைப் போன்ற முரட்டுத்தனமான ஆட்கள் தாம் வசிப்பர். மென்பஞ்சுப் பாதங்கள் நோவக் கல்லிலும் முள்ளிலும் அங்கே நீ வரமுடியுமா?''

''நீங்கள் அழைத்தால் கல்லென்ன, முள்ளென்ன? கடலின் மீதும் நடந்து வருவேன்.''

''அப்படியென்றால் இளவரசியின் அனுதாபம் பெற்ற பாண்டிய மன்னன் பாக்கியசாலிதான்.''

''அந்தப் பாக்கியம் சேர நாட்டிளவரசிக்கும் கிடைக்க வேண்டும்.''

''என்ன சொல்கிறாய்?'' என்று அமரபுஜங்கன் கேட்டான். அவளுடைய கேள்விகளை ஒருபுறம் அவன் விரும்பினான். அதே போது அக்கேள்விகளின் உட்பொருளை அறிய முடியாமல் திண்டாடினான்.

''வஞ்சியை விட, தஞ்சையை விடப் பெரிதான மதுரை மாநகருக்கு என்னையும் அழைத்துச் செல்வீர்களா?''

''இளவரசி! மதுரைமா நகரை நீ காண விரும்பினால், அந்த ஆசையைத் தெரிவித்தால், உன் தந்தை ஒரு நொடியில் அழைத்துச் சென்று விடுவாரே! அந்தப் பெரும் நகரையே பரிசாக அளிப்பாரே.''

மாதங்கியின் இதழ்க் கடையில் சிறு மல்லிபோன்று நகை பூத்தது. அமரபுஜங்கனின் முகத்தை ஏறெடுத்து நோக்கி, ''என் தந்தை மதுரைக்கு அழைத்துப் போவதைப் பற்றி உங்களை ஏன் கேட்கிறேன்?'' என்று கூறிப் பெருமூச்சு விட்டு, ''மதுரையை நோக்கி நீங்கள் கரம் நீட்டி அழைத்துப் போவதைப் பற்றிக் கனவு கண்டேன். அந்த நகரத்து அழகிய வீதிகளில் பவனி வருவது போல் எண்ணினேன். அரண் மனையின் நடுவேயுள்ள சபை மண்டபத்து சிங்காதனத்தில் உங்களுடன் கைகோர்த்து ஏறுவது போன்று எண்ணினேன். அதனால் தங்களைக் கேட்டேன்...'' என்று கூறினாள்.

அதற்கு அமரபுஜங்கன் விடை கூறவில்லை. தொண்டை யைக் கனைத்துக் கொண்டு வேறொருவர் மறுமொழி கூற வந்தார். மர நிழலின் மறைவினின்று மன்னர் பாஸ்கர ரவி வர்மன் வந்தவுடன் மாதங்கியும் அமரபுஜங்கனும் திடுக் கிட்டனர்.

"மாதங்கி! நான் சற்று முன்னர் கூறியதை மறந்து விட்டாயா? பாண்டிய நாட்டு மன்னர் தன் நாட்டைத் திரும்பப் பெறும் பணியில் செல்லும்போது அவர் வழியில் குறுக்கிட்டுத் தடை செய்வது நல்லதன்று மகளே, நல்ல தன்று!" என்று மன்னர் கூறிவிட்டு அமரபுஜங்கன் பக்கம் திரும்பி, "மன்னரே! என் மீது வருத்தப்படாதீர்கள். எனது ஒரே மகள் மாதங்கி. அவள் இந்த நாட்டிலேயே பேரழகி என்பதை நான் கூறுவது உயர்வாகாது. தாயற்ற அவள் இந்த நாட்டு மக்களுக்கே செல்லப் பெண். சேர நாட்டுப் பெண் களுக்கு இயற்கையாய் உள்ள துணிவை விட அவளுக்கு ஒரு பங்கு அதிகம் எனலாம். அவளைப் பெண் கேட்டு எத்தனையோ நாட்டு மன்னர்கள் தூதுவர்களை அனுப்பி விட்டனர். சோழ நாட்டு மன்னர் கூடத் தன் புதல்வருக்கு மணம் முடிக்கத் தன் தூதுவரை அனுப்பினார். சேர நாட்டின ருடன் சோழ நாட்டினர் தொடர்பு கொள்வதால் இமயம் முதல் குமரி வரை மன்னர்களை நடுநடுங்க வைக்கலாம். ஆனால் நாம் சம்மதிக்கவில்லை. அமரபுஜங்கரே நீர் வயதில் இளையவர்; உங்களுக்கு நல்லுரைகளை எடுத்துக் கூறுவது தவறன்று. மதுரை அரியணையை அடைவதே உமது குறிக்கோளாக இருக்க வேண்டும்! மாதங்கியை அன்று..."

மன்னனின் குரல் மாதங்கியை நடுங்க வைத்தது. கண் களில் தளும்பிய நீர் மெல்ல முத்தினைப் போன்று நழுவியது. அமரபுஜங்கனோ கடகடவென நகைத்தான். சேர மன்னரை ஏற இறங்கப் பார்த்தான். சட்டென தன் இடையிலிருந்து வாளை வெளியே உருவி எடுத்து, "சேர மாமன்னரே! உங்கள் நல்லுரைக்கு நன்றி. மின்னலென ஒளிவிடும் இந்த வாளை முன் வைத்து நாங்கள் பல நூறு பேர் உறுதி பூண்டிருக்கிறோம். சோழர் மீது வஞ்சம் தீர்க்கும் வரையிலும், பாண்டிய நாட்டை மீட்டுப் பழம் பெருமையை நிலை நாட்டும் வரையிலும், நாங்கள் பஞ்சணையில் துயில்வ தில்லை என உறுதி பூண்டிருக்கிறோம். திருவிழா போன்ற கேளிக்கையில் கலப்பதில்லை எனச் சபதம் பூண்டிருக் கிறோம். நான் சேர நாட்டிற்கு வந்தது வெற்றித் திருவை மணப்பதற்குத் தங்கள் உதவியை நாடவே; தங்கள் மகளை யன்று, அது உறுதி. போய் வருகிறேன்; என்றும் உங்கள்

உதவியை விரும்புகிறேன்'' என்று கூறிப் பளபளக்கும் வாளை மீண்டும் உறையில் சரேலென இட்டு அவ்விடம் விட்டுப் புறப்பட்டான்.

சேர மன்னன் பாஸ்கர ரவிவர்மனின் இதழ்களில் எவரும் அறியாப் புன்னகை நெளிந்தது.

மருண்ட விழியோடு கூடிய மாதங்கியிடமிருந்து எவர் காதிலும் விழாத விம்மலொலி பிறந்தது.

மாளிகையின் வெளிப்புற வாயிலைத் தாண்டிச் செல்லும் அமரபுஜங்கனின் உள்ளத்தில் முன் எப்போதையும் விட உறுதி எழுந்தது.

அத்தியாயம் 27
பழுவேட்டரையர் சீற்றம்

மதுரன் கண்டராதித்த சோழ தேவரின் பாடலை மதுரமாக இசையுடன் பாடியபோது அந்த அற்புதப் பாடலை முல்லைத் தீவில் கேட்ட நினைவாக சிவனடியார் வடிவிலிருந்த அருண் மொழி கண்களை மூடிக்கொண்டு அந்த எண்ணத்திலே சிறிது நேரமிருந்தான். மதுரன் அடியவரையே உற்றுப் பார்த்த வண்ணம் இருந்து சிவனடியார் கண் விழித்தவுடன், ''சுவாமி'' என்று மெல்ல அழைத்தான்.

சிவனடியார் மெல்ல எழுந்து மதுரனை நோக்கி, ''ஏதோ பழைய நினைவுகளால் சற்று மௌனமாயிருந்தேன். பேசிக் கொண்டே செல்வோம்'' என்றார். மதுரன் குதிரையை அவிழ்த்துக் கொண்டு நடந்தான்.

''சுவாமி! நாம் எவ்வளவு தொலைவு இவ்வாறே நடப்பது? தங்களுக்குச் சிவிகை ஏற்பாடு செய்கிறேன். திருத்தோணிபுரம் சென்றால் வேண்டிய வசதிகள் கிடைக்கும்'' என்றான்.

''சிவிகை ஏதும் வேண்டாம் தம்பி! நான் மனிதர் சுமக்கும் அந்த வாகனத்தில் ஏறுவதில்லை. கூடியவரை நடந்து

செல்வது எனக்குப் பழக்கம். குதிரை கிடைத்தால் ஏறிச் செல்வேன்."

"சுவாமி! தங்களுக்குக் குதிரை ஏற்றம் பழக்கம் உண்டா?"

"குதிரை ஏற்றம், யானை ஏற்றம் எல்லாம் பழக்கமே!"

"அப்படியென்றால் மாற்றுக் குதிரை வைத்திருக்கும் விடுதிக்குச் சென்று குதிரை பெறுவோம்" என்று மதுரன் கூறினான்.

திருத்தோணிபுரத்தில் மாற்றுக் குதிரைகள் கிடைக்கும் இடத்திற்கு மதுரனும், சிவனடியாரும் சென்றனர். குதிரை லாயம் வெறிச்சோடியிருந்தது. குதிரைக்காரன் ஒருவன் மட்டும் அந்தக் காலை வேளையிலும் உட்கார்ந்துத் தூங்கி வழிந்தான்.

அவனை மதுரன் தட்டியெழுப்பக் குதிரையொன்று தருமாறு கேட்டான். அரைத் தூக்கத்திலிருந்தபடியே குதிரைக் காரன் குதிரை இல்லையென்பதாகக் கையசைத்தான்.

"குதிரை இல்லையென்பதுதான் தெரிகிறதே. இன்னும் சிறிது நேரத்திலாவது குதிரை ஏதாவது வருவதற்கு வாய்ப் பிருக்கிறதா?" என்று மதுரன் சற்றுக் குரலை அழுத்தமாக்கிக் கொண்டு கேட்டான்.

குரலில் கடுமை கண்ட குதிரைக்காரன் திடுக்கிட்டு விழித்துத் தன் எதிரே இருவர் நிற்பதைக் கண்டு எழுந்து நின்று, "குதிரையா? இனிக் குதிரை எப்போது கிடைக்குமென்று நான் எப்படிச் சொல்ல முடியும்? படைத்தலைவர் தான் எல்லாக் குதிரைகளையும் கொண்டு போய் விட்டாரே" என்றான்.

"படைத்தலைவரா! யார் பார்த்திபேந்திரப் பல்லவனையா சொல்லுகிறீர்கள்? அவர் ஏன் குதிரைகளைக் கொண்டு போகிறார்?"

"எங்கோ யுத்தம் நடக்கிறதாம். எல்லாக் குதிரைகளையும் காஞ்சிபுரத்திற்கு அனுப்பச் சொல்லி விட்டார்" என்றான் குதிரைக்காரன்.

"காஞ்சியில் யுத்தமா? எனக்கு ஒன்றுமே புரிய வில்லையே!" என்றான் மதுரன்.

சிவனடியார் அப்பொழுது குறுக்கிட்டு கொள்ளிடக் கரையில் தான் கேட்ட செய்தியைக் கூறி, யுத்தம் யுத்தம் என்று சாதாரண மக்கள் பேசிக்கொள்கிறார்கள். தம்பி! உனக்கு அதைப்பற்றி ஒன்றும் தெரியாதா? வடக்கே இருந்து ஏதாவது படையெடுப்பு நேரலாம்" என்றார்.

மதுரன் உடனே "அடியாரே! வடக்கிலிருந்து ஆபத்து வருவதற்கு ஒன்றும் இல்லை. எனக்கு எல்லா விஷயமும் புரிந்துதான் இருக்கிறது. உள் நாட்டிலேயே ஆபத்து நெருங்கிக் கொண்டிருக்கிறது. இங்கு நாம் நேரத்தைப் போக்குவதை விட, ஊர்ச் சபைத் தலைவரிடம் சென்று என்னை இன்னான் என்று கூறிக்கொண்டு குதிரை கேட்கிறேன்" என்று கூறி அந்த இடத்தை விட்டு மெல்ல நகர்ந்தான்.

சிறிது தூரம் சென்றவுடன் சிவனடியாரை நோக்கி, "இது வரை எனக்கு அரசியல் குழப்பங்களும் சூழ்ச்சிகளும் சதிகளும் தான் மனத்திலே பதியாமல் இருந்தன. ஆனால் வல்லவரையர் வந்தியத் தேவனைப் பாதாளச் சிறையில் சந்தித்த பிறகு ஒரு வாறாக சோழ நாட்டில் நடைபெறுபவை தெரிய வந்தன. அதன் விளைவாகத் தான் நான் குதிரை மீது ஏறி இவ்வளவு தொலைவும் வந்தேன்" என்றான்.

வல்லவரையர் வந்தியத்தேவன் என்றவுடன் சிவனடியார் வடிவில் இருந்த அருண்மொழி உடலில் மீண்டும் புல்லரித்தது. அந்த அருமை நண்பர் சிறையிலே வாடும் வேதனையை நினைத்த போது அவன் உள்ளம் வருத்த முற்றது. அப்பொழுதே பாதாளச் சிறைக்குச் சென்று வந்தியத் தேவனைச் சந்திக்க வேண்டும் போல் அவனுக்குத் தோன்றியது. நாட்டிலுள்ள குதிரைகளையெல்லாம் படைத்தலைவர் சேகரித்து வைத்திருக்கிறார் என்பதை அருண்மொழி உணர்ந்து கொண்டான்.

பார்த்திபேந்திர பல்லவன் திட்டமிட்டுச் செயலாற்றுகிறான் என்பதை உணர்வதற்கு அவனுக்கு அதிக நேரம் பிடிக்க வில்லை. அருண்மொழி மதுரனை நோக்கி வினவினான்.

"மதுரா! சிவத்தொண்டு ஒன்றையே குறிக்கோளாகக் கொண்ட உனக்கு அரசியல் நினைவும் சேர்ந்துவிட்டது. ஆபத்தான சம்பவங்கள் பல நேரிடும் போல் தோன்றுகிறது.

இந்நிலையில் நீ வீணாக நேரத்தைக் கழிக்க வேண்டாம். தஞ்சைக்கு விரைந்து பழுவேட்டரையரிடமும், மன்னரிடமும் செய்திகளைத் தெரிவிப்பாயாக. நான் எப்படியும் விரைவில் தஞ்சையை வந்து அடைந்து விடுவேன்" என்றான்.

மதுரன் ஒரு கணம் சொல்வதறியாது நின்று கொண்டிருந்து அடியவரை நோக்கி, "சுவாமி! தங்களை விட்டுப் பிரியவே எனக்கு மனமில்லை" என்றான்.

"மதுரா! உன் அன்பான உள்ளத்தை நான் அறிவேன். என்றாலும் என்னைவிட நாடு பெரிதன்றோ? குதிரை ஏறி விரைந்து செல்வாய்" என்றார் அடியார்.

மதுரனும் பிரிய மனமில்லாமல் பிரிந்து விரைந்தான். அருண்மொழி அந்த இடத்திலேயே சிறிது நேரம் நின்றிருந்து அடுத்து என்ன செய்வது என்பதைப் பற்றி யோசித்தான். பார்த்திபேந்திரனுடைய போக்கை அருண்மொழி யோசித்துப் பார்த்தான். வல்லவரையன் வந்தியத்தேவனும் அவன் கண்முன் வந்தான். தன் சகோதரர் ஆதித்த கரிகாலருக்கு இருவரும் நண்பர்களே. இருவரும் புகழ் வாய்ந்த அரச குடும்பத்தைச் சேர்ந்தவர்கள். விதி வசத்தால் நாடிழந்தவர்கள். ஆனால் வந்தியத்தேவன் சிறையில் வாட, பார்த்திபேந்திரன் சுதந்திரப் பல்லவ நாடு அமைக்கத் திட்டம் தீட்டுகிறான். சோழநாட்டிலுள்ள குதிரைகளை ஒன்று திரட்ட அவனுக்கு என்ன தைரியம்?

ஆனால் தைரியமின்றிப் பார்த்திபேந்திர பல்லவன் சுதந்திரப் பல்லவ நாட்டுப் போராட்டத்தில் இறங்கவில்லை. அவன் உள்ளத்தில் என்றுமே கனன்று கொண்டிருந்த சுதந்திர உணர்ச்சி இரண்டு காரணங்களால் தூண்டி விடப்பட்டது.

சோழ நாட்டு இளவரசி குந்தவையைத் தான் எப்படியும் மணந்து விடுவதன் மூலம் சீதனப் பரிசாகப் பல்லவ நாடு கிடைக்கும் என எண்ணியிருந்தான். அந்த முயற்சி வெற்றி யடையவில்லை; சோழ நாட்டு நிலைமை பலமற்று இருந்தது மற்றொன்று; அதைத் தன் விருப்பத்திற்கு ஏற்ப நிறை வேற்றிக் கொள்ள வேண்டும் எனும் எண்ணம் தீவிரமாக எழுந்தது.

போராட்டம் ஏதும் இல்லாமல், கத்திக்கும் கேடயத்திற்கும் வேலையின்றிப் பல்லவநாடு கிடைப்பதென்றால் நல்லதென்ற கடைசி ஆசையொன்றைப் பரீட்சித்துப் பார்க்கவே காஞ்சி யினின்று தஞ்சை நோக்கிப் பயணமானான், பார்த்திபேந்திரன்.

தஞ்சைக்குப் பார்த்திபேந்திரன் சென்றபொழுது பழு வேட்டரையர் தன் அரண்மனையில், முகத்தில் கோபம் தாண்டவமாட அங்கிருந்த காவலர்களிடம் பெரிதாக இரைந்து கொண்டிருந்தார். நாணய சாலையின் மேற்புறத்தில் யாரோ வழியொன்று செய்துகொண்டு தங்க நாணயங்களுடன் தப்பி ஓடி விட்டான் என்ற செய்தியை அதிகாலையிலேயே காவலர்கள் வந்து கூறினர். பழுவேட்டரையர் விரைந்து நாணயசாலைக்குச் சென்றார். அன்று இரவு அதிகப்படி வேலை ஏதும் நடைபெறவில்லை. காலையிலும் வேலை யாட்கள் இன்னும் வரவில்லை. நாணயசாலை சந்தடியற்றுக் கிடந்தது. பூட்டப்பட்டிருந்த அதன் வெளிப்புறத்துப் பெருங் கதவுகளின் அருகே நான்கைந்து காவலர்கள் ஏந்திய வேலுடன் நின்று கொண்டிருந்தனர். அந்தச் சாலையில் பகல் வேளை களில் கிணிங் கிணிங் என்ற ஒலியும் சடக்சடக் என்ற ஓசையும் கேட்ட வண்ணமாக இருக்கும். அந்த இடம் அமைதியுடன் இப்போதிருந்தது. சோழநாட்டுப் பொருளா தாரம் உயிர்பெறும் அந்த இடம் இப்போது மௌனமாக இருந்தது.

''கதவைத் திறவுங்கள்'' என்று பழுவேட்டரையருடன் வந்திருந்த பழுவூர் நக்கன் விக்கிரம சோழ மாராயன் உத்தர விட்டான். அவன் தோற்றத்திற்கு ஏற்றபடியே குரலும் மிகக் கடுமையாக இருந்தது. பழுவேட்டரையர் ஒன்றும் பேச வில்லை. அவர் பேசாததுதான் பெரும் ஆபத்தாக அப்பொழு திருந்தது. இரண்டு வார்த்தை கோபமாகப் பேசிவிட்டால் பிறகு அடங்கி அமைதியுற்று விடுவார். புயல் வருவதற்கு முன்பு பெரும் அமைதியுடன் இருக்கும் வானம் போன்று பழு வேட்டரையர் ஒன்றும் பேசாமல் இருந்தார். ஆனால் அவர் முகம் கடுகடுத்திருந்தது. அவர் விழிகள் நிறம் மாறி நின்றன. உடல் முழுமையும் ஒரு விதப் படபடப்பு நிறைந்திருந்தது.

இந்தப் பூட்டைத் திறக்க இவ்வளவு நேரமா? தப்பிச் செல் பவர்கள் எவ்வளவு விரைவில் திறந்து விடுகின்றனர்?'' என்று

மாராயன் கர்ஜித்தான். காவலர்கள் பயந்து விட்டனர். கதவு திறந்தது, கிரீச்சென்ற ஒலியுடன், பழுவேட்டரையரும் மாராயனும் விரைந்து உள்ளே சென்றனர். சுற்றும் முற்றும் பார்த்தவாறு சென்றனர். அவர்களுக்கு ஒன்றுமே புலப்பட வில்லை.

"எனக்குத் தெரிந்து இங்கிருந்து வெளியேற வேறு வழியிருக்க முடியாது" என்றான் மாராயன். பழுவேட்டரையர் அவனை ஒருமுறை ஏற இறங்கப் பார்த்தார்.

"உன் எதிரேதானே ஆற்றங்கரையில் அகப்பட்டவன் கூறினான்?" பழுவேட்டரையரின் சொல்லில் கடுமை இருந்தது.

அன்று காலையில் தஞ்சைக் கோட்டை வெளி மதில் ஓரமாக ஓடும் ஆற்றிலே தோணியில் வந்த சில வீரர்கள் கரையோரமாக ஓர் உருவம் மயங்கி வீழ்ந்து கிடப்பதைக் கண்டார்கள். முதல் நாள் மதுரனால் தாக்குற்று வீழ்ந்திருந்த சோமன் சாம்பவன் மயக்கம் தெளிய வெகுநேரம் பிடித்தது. வீரர்கள் மயங்கியிருந்த அவனைத் தூக்கிக் கொண்டு கோட்டைக்குள் கொண்டு வந்தனர். தெளிவு பெற்று அவன் எழுந்து உட்கார்ந்து சுற்றுமுற்றும் பார்த்து விட்டு நடுநடுங் கினான். "நான் எங்கே இருக்கிறேன்" என்று தடுமாற்றத் துடன் கூறினான். காவலர்களுக்கு அவன் மீது சந்தேகம் தோன்றியது. குறுக்குக் கேள்விகளும், சரமாரியான கேள்வி களும் கேட்டு சோமன் சாம்பவனிடமிருந்து உண்மையைப் பெற மிகவும் சிரமப்பட்டனர்.

அப்படியும் அவன் முழுச் செய்தியையும் கூறவில்லை. கோட்டை மதிலின் வழியாக ஓர் உருவம் இறங்கி ஆற்றிலே நீந்தி வந்ததென்றும், தன்னைத் தாக்கிவிட்டு ஓடிவிட்டது என்றும் கூறினான். சோமன் சாம்பவன் எந்த ஊரைச் சேர்ந்தவன் என்பதையெல்லாம் அவர்கள் விசாரிக்கவில்லை. அந்தச் சமயம் சிறிய பழுவேட்டரையர் வெளியே உலவச் சென்றவர் அங்கு வராதிருந்தால் சோமன் சாம்பவனைக் காவலர்கள் என்னதான் செய்திருப்பார்களோ? சோழ நாட்டின் வரலாறே மாறியிருக்கும். அப்படிப் போகவிட்டிருந்தால் பல உண்மைகள் வெளிப்பட வாய்ப்பே இல்லாது போயிருக்கும்.

ஆனால் ஒன்றும் தெரியாதவன் போல் இருக்கும் சோமன் சாம்பவன் பழுவேட்டரையர் கண்ட முதல் நோக்கிலேயே முன்பு எப்போதோ அவனைப் பார்த்திருக்கும் உணர்வடைந்தார். எப்போது எங்கே என்று யோசித்துப் பார்த்தார்.

நினைவு வரவில்லை எனினும், அவருக்குச் சோமன் சாம்பவன் மீது ஐயம் ஏற்பட்டது. மாராயனுக்கு ஐயம் எழவில்லை. பழுவேட்டரையரே சோமன் சாம்பவனைக் கேள்வி மேல் கேள்வி கேட்டார்.

"நீ ஏன் அந்த நள்ளிரவில் ஆற்றின் அக்கரையிலே இருந்தாய்?"

பழுவேட்டரையரின் இடி முழக்கம் போன்ற இந்தக் கேள்விக்கு அவனால் தக்க மறுமொழி கூற முடியவில்லை.

"நீ எந்த ஊரைச் சேர்ந்தவன்?"

இதற்கும் உடனே சாம்பவன் விடை கூறவில்லை. எந்த ஊர்ப்பெயரைக் கூறலாம் என்று யோசனை செய்தானா? அல்லது இப்படி வந்து சிக்கிக் கொண்டோமே என்று அஞ்சினானா? அவன் நீலிக்கண்ணீர் வடிக்கத் தொடங்கி, "ஐயா! நேற்று என் மண்டையில் வீழ்ந்த அடி இன்னும் வலி எடுக்கிறது. சோர்வாய் இருக்கிறது. மயக்கமாய் வருகிறது. நான் போய் வருகிறேன். என்னை விட்டு விடுங்கள். நான் ஒன்றும் அறியேன்" என்று பாசாங்கு செய்தான்.

பழுவேட்டரையர் உதட்டில் குறும்புச் சிரிப்புடன்; "அடடா, மயக்கமாய் வருபவரைத் தனியே அனுப்பலாமா? எங்காவது வீழ்ந்து விட்டால்? மண்டையில் அடிபட்ட வருக்கு மருந்து போட வேண்டாமா? ஆதுர சாலைக்குச் சென்று வைத்தியரை அழைத்து வரச் சொல்கிறேன்" என்று கூறிவிட்டு, "அது கிடக்கட்டும் ஐயா, கோட்டை மதிலினின்று யாரோ இறங்கியதாகக் கூறினீர்களே, அவர் உம்மிடம் ஏதும் கூற வில்லையா?" என சட்டெனக் கேட்டார்.

சாம்பவன் தன்னை விட்டால் போதும் என்ற முறையில், "அந்த ஆள் என்னிடம் ஒன்றும் கூறவில்லை. கையில் மூட்டையொன்றை வைத்திருந்தார். நான் அவருடன் பேச முயல்வதற்குள் என் மண்டையில் யாரோ அடித்து

விட்டார்கள். மயங்கி வீழ்ந்து விட்டேன். சோழநாட்டில் இந்த அநியாயம் நடக்கலாமா?'' என்று கண்ணீர் வடித்தான்.

கோட்டை மதிலினின்று யாரோ இறங்கி வந்த செய்தியை அவன் கூறியிருக்க வேண்டாம். அந்தச் செய்தியைக் கூறுவதன் மூலம் கவனத்தைத் தன் மீதிருந்து திருப்பிவிடலாம் என அவன் எண்ணினான். ஆனால், பழுவேட்டரையரின் குறுக்குக் கேள்வியில் சட்டெனச் சிக்கிக் கொண்டான்.

"ஐயா! உம்மை இரண்டு பேர் அடித்து விட்டார்களா?'' எனப் பழுவேட்டரையர் கேட்டார்.

"இல்லை ஐயா! ஒருவர்தான்''

"தலையின் முன் பக்கமா?''

"முன்னால் வந்து என்னை அடிக்கத் தைரியம் எவருக்கு உண்டு? பின்புறமாகத் தாக்கி இருக்கிறான்.''

"ஓகோ! முதலில் சொன்னீரே, ஆற்றிலே நீந்த வந்தவன் அடித்துவிட்டான், என்று?'' எனப் பழுவேட்டரையர் அதட்டினார். சோமன் சாம்பவன் நடுநடுங்கி விட்டான். தான் பொய் கூறி விட்டதை உணர்ந்தான். திருதிருவென விழித் தான். பரிதாபமாகப் பார்த்தான். என்ன கூறித் தப்பலாம் என்று யோசிக்க முயன்றான்.

பழுவேட்டரையர் மாராயன் பக்கம் திரும்ப, "இவனை இப்படியெல்லாம் கேட்டால் ஒன்றும் கூறமாட்டான். இவன் எதையோ மறைக்கிறான்; இவன் இந்த நாட்டைச் சேர்ந்தவன் அல்லன் என்று என் உள்ளுணர்வு கூறுகிறது. இவனைச் சிறையில் தள்ளிவையுங்கள். பிறகு விசாரிக்கிறேன். பாதாளச் சிறையில் வந்தியத் தேவன் இருக்கிறானோ? அல்லது தப்பி ஓடியவன் அவன் தானோ?'' என்று பழுவேட்டரையர் கூறியபோது, சோமன் சாம்பவன் இதுவே தான் தப்பித்து ஓடிவிடச் சரியான சமயமென்று, "ஆமாம், ஆமாம்; நேற்று ஆற்றிலே நீந்தி வந்தவன் வந்தியத்தேவன்தான். ஆதித்த கரிகாலனைக் கொன்ற அதே ஆள்தான்'' என்று கூறினான். வந்தியத் தேவன் தப்பி விட்டான் என்றால் அங்கே பரபரப்பு ஏற்படும் என்றும், வீரர்கள் நான்கு மூலைக்கும் ஓடுவர் என்றும், பழுவேட்டரையர் பதறிவிடுவார் என்றும் எண்ணிய

சோமன் சாம்பவனைப் பழுவேட்டரையர் அலட்சியமாகப் பார்த்து, "ஓகோ, ஆதித்த கரிகாலரைக் கொன்ற செய்தி உனக்குத் தெரியுமா? பெருச்சாளியா நீ? இப்போது புரிந்து விட்டது" என்று கூறி மாராயனை நோக்கி, "இவனது காலிலும் கையிலும் சங்கிலிகளைப் பிணைத்துச் சிறையில் தள்ளுங்கள். இந்தப் பெருச்சாளி அப்போதாவது தெரிந்து கொள்ளட்டும், வந்தியத்தேவன் இன்னும் தப்பி ஓடவில்லை என்பதை?" என்று கூறிவிட்டு, "மாராயா! வா! நாணயச் சாலையைப் போய்ப் பார்ப்போம். முன்பே ஒரு முறை கூறினேன். நாணயசாலையினின்று நாணயங்கள் களவு போவதைப் பற்றி. நேற்று மதில் வழியாக எவரோ இறங்கிச் சென்றனர் என்றால் அது நாணயசாலை வழியாகத் தானிருக்கும்!" என்றார்.

நாணய சாலையில் சுற்றுமுற்றும் பார்த்து இருவரும் ஆராய்ந்தனர். பழுவேட்டரையர் சட்டெனக் குனிந்து ஓரிடத்தில் கூர்ந்து கவனித்தார். உலைக்குப் போடும் உமியும் தவிடும் நிறைந்திருந்த இடத்தில் தரையில் சிதறிக் கிடந்த தவிடு, உமிமீது அடிச்சுவடு தெரிந்தது. ஆனால் அது எங்கே செல்கிறதென்பதைக் கண்டுபிடிக்க முடியவில்லை.

நாணயசாலையில் காலையில் வேலை தொடங்கிய போதுதான் பரமேசுவரன் வராதது தெரிய வந்தது. அவன் தான் தப்பிச் சென்றிருக்க வேண்டும் என்று முடிவு செய்தனர். பரமேசுவரன் யார், ஏன் அவன் தப்பிச் செல்ல வேண்டும் எனப் பழுவேட்டரையருக்குப் புரியவில்லை. வழக்கமான எந்தப் பணியிலும் அவர்மனம் செல்லவில்லை. சிறிது கால மாகச் சோழநாட்டு நிலையே அவருக்குக் கவலை அளித்தது. குறுநில மன்னர்கள் தன்னை மதிப்பதில்லை என அவரறிவார். என்றாலும், சோழ நாட்டுக் கருவூலம் குறையாது அவர் காத்து வந்தார். தஞ்சை கோட்டைக் காவல் வழக்கம்போல் சிறந் திருந்தது. மன்னர் மதுராந்தகர் அதிகமாக அரசு விஷயங் களைக் கவனிக்காதது அவருக்கு முன்பெல்லாம் பெரிதாகப் படவில்லை. இப்போது அவர் மனத்தில் கவலை எழுந்தது.

தன் மாளிகை உட்கூடத்தில் கூண்டுப் புலியென உலவிக் கொண்டிருந்தார். அப்படி அவர் உலவுகிறார் என்றால் அவர் உள்ளே எரிமலை புகைகிறது என்று கூறலாம். இந்தச்

சமயத்தேதான் சோழ நாட்டுப் படைத் தளபதி பார்த்திபேந்திர பல்லவன் பழுவேட்டரையர் மாளிகைக்கு வந்து சேர்ந்தான். முதலில் நேரே மன்னர் மதுராந்தகரைச் சந்திக்கவே அவன் திட்டமிட்டிருந்தான். நயமாகத் தன் கோரிக்கையை அவரிடம் தெரிவிக்க விரும்பினான். என்னதான் அவரிடம் கூறினாலும், பழுவேட்டரையரைக் கேளாமல் அவர் என்ன செய்வார்? உடல் வலிமை குன்றிய மதுராந்தகரால் தன் கோரிக்கையைப் பூர்த்தி செய்ய முடியுமா? அப்படி இருக்கும்போது மதுராந்தகரைச் சந்திப்பதில் என்ன பலன்?

அதனால் பழுவேட்டரையரைச் சந்திப்பதற்காக அவன் அவர் மாளிகைக்கு விரைந்தான். அவன் துணிவுடன் இருந்தான். பழுவேட்டரையர் வேறுவித முடிவைக் கூறினாலும் அவனுக்குக் கவலையில்லை. போருக்கு வேண்டிய ஆயத்தங் களை அவன் முன்பே செய்துவிட்டான். சோழ நாட்டைப் பிடிக்க வேண்டும் என்ற ஆசை அவனுக்கு இல்லை. பல்லவ மன்னர்கள் செங்கோலோச்சிய காஞ்சி நகரத்தில் மீண்டும் வீற்றிருந்து தொண்டை நன்னாட்டை ஆண்டால் போது மானது என்பதே அவன் எண்ணம், அதற்குச் சபதமெடுத்த ஏராளமான வீரர்கள் ஆயத்தமாக இருந்தார்கள். பல்லாயிரக் கணக்கான வேலும் வாளும் குவிந்து கிடந்தன. மகேந்திர வாடியில் குதிரைப் படையைச் சேர்த்து வைத்திருந்தான். அவன் செயலை யாரும் சந்தேகிக்கவில்லை. வடபுறத்துத் தாக்குதலைத் தடுக்கத்தான் சேனாதிபதி ஏற்பாடு செய்கிறார் என்ற எண்ணமே எவருக்கும் ஏற்பட்டது.

சிம்ம விஷ்ணுவும், மகேந்திரவர்மனும், மாமல்லனும் வாழ்ந்த பழம்பெரும் அரண்மனையையன்றோ இடித்துப் பொன் மாளிகையை அமைத்தான் ஆதித்த கரிகாலன்! அது கட்டப்படும்போது பார்த்திபேந்திரனும் அவனுடன் இருந்தான். எழிலுற அம்மாளிகை எழ அவன் பல கருத்துகளைத் தெரிவித்திருக்கிறான். அப்போது அவனுக்குத் தன் சொந்த நாட்டை அடைய வேண்டும் என்ற எண்ணம் துளிர்விட வில்லை.

அவன் உள்ளத்தில் பலவிதத் தோல்விகள் ஏற்பட்ட பிறகு, காஞ்சிப் பொன் மாளிகையைக் காணும் போதெல்லாம் அதை மீண்டும் எப்போது அடைவோம் என ஏங்குவான். இப்போது

அவன் துணிந்து திட்டம் தீட்டி விட்டான். மன்னரோ பழுவேட்டரையரோ தன் கோரிக்கையை ஏற்காவிடில் அடுத்த பூர்ணிமையின் போது ஒரே நேரத்தில் திருக்கழுக் குன்றத்து ஆயுத சாலையையும், கோவூர் படைப்பயிற்சி நிலையத்தையும், மாமண்டூர் தானியக் கிடங்கையும் தாக்கிக் கைப்பற்றுவது என்பது அவன் திட்டம்.

காஞ்சிப் பொன்மாளிகையை நினைக்கும் போது அவனுக்கு இனிய நினைவும் வராது இருப்பதில்லை. இளைய பிராட்டியார் அவனை அலட்சியப்படுத்திப் பேசியிருப்பனும் அவனால் குத்தவையை மறக்க முடியவில்லை. ஒருதலைக் காதலாகப் போன ஏமாற்ற நினைவு பொன் மாளிகையைக் காணும் தோறும் அவனுக்கு எழத் தவறுவதில்லை. இன்னும் பொன் மாளிகையில் தான் குந்தவை இருக்கிறாள்; இன்னும் இளவரசி வானதியும் அங்கு தங்கியிருக்கிறாள். எதிர்பாராத விதமாகப் பொன் மாளிகையைச் சூழ்ந்துகொண்டு, அம் மாளிகையின் மீது பறக்கும் புலிக்கொடியை இறக்கி ரிஷபக் கொடியைப் பறக்கவிட்டால் அம்மாளிகையே அவன் வசம் தானே; அம்மாளிகையிலுள்ளோர் அவன் அடிமைதானே, அப்பொழுது குந்தவை என்ன செய்வாள்? அவளை மீட்கச் சோழப்படைகள் வரும். தென் பெண்ணையாற்றங்கரையில் அவர்களைச் சந்திப்போம். முன்பு திருப்புறம்பியத்தில் பல்லவ வாழ்வின் முடிவை எழுதியதற்கு எதிராக இப் பொழுது தக்க பாடம் கற்றுத் தருவோம். அவர்கள் சிதறி ஓடுவதைக் கண்டு மகிழ்ந்து கூத்தாடும் நம் படைகளுக்கு ஏராளமான வெகுமதி கொடுப்போம். அந்தச் செய்தி கேட்டுக் கூட குந்தவையின் மனம் மாறாதா? படைக்குத் தலைமை தாங்கி நடத்திவரும் பழுவேட்டரையர் போரில் வீர சுவர்க்கம் அடைந்தார் என்ற செய்தி கேட்டுக் கூட இளைய பிராட்டி மனம் மாறாதா? சோழ நாட்டுச் சாதாரண படைத்தலைவர் பெரும் சாம்ராஜ்யத்தை வென்று மன்னாதி மன்னனாகி விட்டான் என்பது கேட்டுக் கூடவா அவள் மனம் மாறாது! மாறாவிட்டால் காஞ்சிநகரில் இருட்டறையில் வாடி வதங் கட்டும், அவள் மனம் மாறி என்னை மணக்கும் வரையில். நான் மட்டும் குதூகலமாக இருப்பேனா? ஒரு பல்லவ அரசன் திருமணமாகாமலேயே கடைசி வரை வாழ்வைப் போக்கினான் என்று பிற்காலத்தில் கூறுவர்.

இப்படியாகப் பல எண்ணப் பின்னல்கள் மனத்திலே எழப் பழுவேட்டரையர் மாளிகைக்குள் நுழைந்தான் பார்த்திபேந்திரன். புதிய சாம்ராஜ்ய அரசனாகப் போகிறோம் எனும் செருக்கு உள்ளத்தில் இருந்ததால் முன் எப்போதையும் விட இன்னும் நிமிர்ந்து நடந்தான். பார்வையிலே தனி அலட்சியம் நிறைந்திருந்தது. கலைந்திருந்த தலையை மெல்ல ஒரு கையால் கோதிவிட்டவாறு உள் நுழைந்த பார்த்திபேந்திரன் வருகையைக் காவலர் பழுவேட்டரையரிடம் கூறினர். பழுவேட்டரையர் அவனை உள்ளே அழைக்கத் தாமே வெளிக் கூடத்திற்கு வந்தார்.

'வருக' என்ற சொல்கூட எரிமலைபோல் கொதித்து நின்ற பழுவேட்டரையரிடமிருந்து வரவில்லை.

இருவர் கண்களும் ஒருமுறை சந்தித்தன. பார்த்திபேந்திரன் பழுவேட்டரையர் உள்ளத்தை உணரவில்லை.

"ஒரு முக்கியமான விஷயம் பேசவந்தேன்" என்று தொண்டையைக் கனைத்தவாறு கூறினான், பார்த்திபேந்திரன். சிறிது குளிர்ந்த உளத்தினராய், பழுவேட்டரையர், கடற் கொள்ளையரைப் பற்றியோ, அல்லது நாட்டிலுள்ள அந்நிய ஒற்றர்களைப் பற்றியோ அவசரமாக ஏதோ கூறப்போகிறான் என்ற எண்ணத்தில் அவனை அமருமாறு கூறித் தானும் அமர்ந்தார். ஓரிரு வார்த்தைகளில் அவன் நலனைக் கேட்டார். பார்த்திபேந்திரன் அதேபோன்று சுருக்கமாக விடையளித்து விட்டு, "உங்களுடைய பழைய வாக்குறுதியை நினைவு படுத்தி அதைப்பெற இப்போது வந்திருக்கிறேன்" என்று பேச்சைத் தொடங்கினான்.

அவனுடைய அவசரப் பேச்சையும், முக்கியமான விஷயம் என்பது அவன் சொந்தக் காரியத்தைத் தவிர வேறு ஏதும் கிடையாது என்பதையும் நொடியிலுணர்ந்த பழு வேட்டரையர் அவன் உள்ளத்தை இன்னும் அறிய விரும்பி, "படைத்தலைவரே! இப்போதுதான் காஞ்சியினின்று வருகிறீர்கள் போலிருக்கிறது?" என்று பேச்சைத் தொடங் கினார்.

"ஆம்" என்று கூறி மேலே பேச விரும்பிய அவனைப் பேசவிடாமல் பழுவேட்டரையர், "காஞ்சியில் இளைய

பிராட்டியார் நலமா? கொடும்பாளூர் இளவரசி வானதி தேவி நலமா? காஞ்சி மாளிகைக்குப் புதுச் சுண்ணம் அடித்துப்பல ஆண்டுகளாகின்றன. பழுதுபார்க்கவும் இல்லை. நானே அந்த மாளிகையை ஒருமுறைதான் பார்த்திருக்கிறேன். சுந்தரசோழ சக்கரவர்த்தி அந்த மாளிகையில் துஞ்சியபோது வந்தது'' என்றார்.

''ஆம்! அப்போதுதான் வந்தீர்கள். அப்போது நாம் இருவரும் பாலாற்றங்கரையில் அமர்ந்து நீண்ட நேரம் பேசிக்கொண்டிருந்தோம்'' என்று பார்த்திபேந்திரன் தன் எண்ணத்தை வெளிப்படுத்தும் விதமாகப் பேச்சை இழுத்தான்.

''ஆமாம்; ஆமாம். நீண்ட நேரம் பேச வேண்டிய அவசியம் அப்போதிருந்தது. நாட்டிலே அப்போது இருந்த நிலையை நீங்கள் மறந்து வீட்டீர்களா? ஆதித்த கரிகாலர் கொலையுண்டதால் நாட்டிலே பெருங்குழப்பம், சோழ நாட்டின் கண்போன்ற என் சகோதரர் படுகாயமுற்று இறந்த துக்கச் செய்தி, நாட்டில் குறுநில மன்னர்களின் சீற்றம், இவ்வளவு நிறைந்த போதிலே நீங்களும் நானும் பாலாற்றங் கரையில் நாழிகைக் கணக்காகப் பேசக் கேட்க வேண்டுமா?''

''நாம் பொழுதுபோக்கப் பேசவில்லை?''

பழுவேட்டரையர் கண்களில் குறும்புத்தனம் மிளிர மெல்ல நகைத்தவாறு, ''நமக்கு அப்போது பொழுது போதவில்லை. உங்களுடைய படைத்தலைவர் பதவி நிலைக்க நீங்கள் அரும்பாடுபடுவதைப் பற்றிப் பேசினீர்கள். சுந்தர சோழரின் கடைசி கால உத்தரவு பெற்றிருப்பதையும் வந்தியத் தேவனை மறுநாள் சிறை செய்யப் போவதையும் பற்றிப் பேசினீர்.''

''நான் மட்டுமா அதில் பங்கு கொண்டேன்? தாங்களும் வந்தியத் தேவன் மீது ஏற்பட்டுள்ள கொலைக்குற்றத்தை விசாரணை செய்ய, சபையைக் கூட்டுவதைப் பற்றியும் பேசினீர்கள்.''

''ஆம். அது பற்றி என்ன இப்போது? வந்தியத்தேவனைத் தான் ஆயுள் முழுமையும், சிறையில் வாடச் செய்தாகி

விட்டது. இளவரசரைக் கொன்ற குற்றத்திற்காகத்தான் அவன் வாடுகிறானே...''

''நான் அவை பற்றிப் பேசவில்லை. என்னைச் சுந்தரசோழ சக்ரவர்த்தி படைத்தலைவராக நியமித்த போது நான் உங்களுக்கு நன்றி தெரிவிக்க வந்தேன். அப்பொழுது நான் உங்களிடம் ஒரு வேண்டுகோளைத் தெரிவித்தேன்.''

''இளைய பிராட்டியை மணக்க வேண்டுமென்பது தானே? அதற்கு நானென்ன செய்ய இயலும்? அவர்கள் இசைய வேண்டாமா? எனக்குந்தான் என் மூத்தசகோதரர் பெரிய பழுவேட்டரின் மகளை மதுரனுக்கு மணம் புரிவிக்க எண்ணம். அதெல்லாம் நம் கையிலா இருக்கிறது?''

''எனது திருமணம் இருக்கட்டும். நாடற்ற ஒரு சாதாரண படைத்தளபதியை இளையபிராட்டிமகா பெரிய சோழ சாம்ராஜ்ய அரச மகள் மணப்பாளா?''

''நீங்கள் மட்டும் என்ன சாதாரண படைத்தளபதியா? மகா மகா பெரிய சோழ நாட்டுப் படைத்தளபதியன்றோ? நீங்களே ஏன் குறைவாகக் கூறிக்கொள்கிறீர்கள்? உங்கள் பதவியை நீங்களே மதிக்காவிட்டால் உங்களையும், இந்த நாட்டையும் கண்டு யார் அஞ்சுவார்கள்? கடல் கடந்த நாட்டிலெல்லாம் சோழர்கலத்தை மிக எளிதில் கொள்ளையடிக்கிறார்கள்; இங்கோ நாணய சாலையினின்று வெகு எளிதில் தங்க நாணயத்தைக் கொள்ளையடிக்கிறார்கள். படைத் தலைவரிடம் பயமிருந்தால் இப்படி நேருமா?''

பார்த்திபேந்திரன் உதட்டைக் கடித்துக் கொண்டான்.

''தங்களிடமிருந்து நற்சாட்சிப் பத்திரம் பெற நான் வரவில்லை.''

''இல்லை; தருவதற்கு வந்தீர்; அதுதானே முக்கியச் செய்தி?''

''உங்கள் உறுதிமொழியை நினைவுபடுத்தி அதை நிறை வேற்றிக் கொள்ள வந்தேன்...''

''உறுதிமொழி?''

‘‘ஆம்; எனது மூதாதையரின் சாம்ராஜ்யமான பல்லவ நாட்டை மீண்டும் எனக்குத் தருவதாக அளித்த உறுதிமொழி. இருநூற்றைம்பது ஆண்டுகளுக்கு முன்பு எங்கள் நாட்டை அபகரித்தீர்கள்.’’

‘‘போர் முனையிலே பெற்றது அபகரித்ததாகுமா?’’

‘‘நட்புக்குத் துரோகம் செய்தீர்கள். பாண்டியர்களிடமிருந்து கையகலச் சோழ நாட்டை மீட்டுத் தரப்போராடிய அபராஜித வர்மனை மறைந்திருந்து கொன்றீர்கள்.’’

‘‘யுத்த தர்மம்.’’

‘‘எந்த தர்மமோ! பத்தாண்டுகள் நான் காத்திருந்தாகி விட்டது. என் நாட்டை என்னிடம் தாருங்கள். நாட்டை ஆளவேண்டிய நான் உங்களிடம் கை கட்டிச் சேவை செய்தது போதும்...’’

‘‘பார்த்திபேந்திரரே!’’

‘‘மகா மகா சாம்ராஜ்யத்திற்குத் தளபதியாயிருப்பதை விட சாணகல மண்ணிற்குச் சக்கரவர்த்தியாயிருப்பது நல்லது...’’

‘‘பார்த்திபேந்திரப் பல்லவரே!’’

‘‘நீங்கள் உங்களுடைய உறுதிமொழியை நிலை நாட்டப் போகிறீர்களா இல்லையா எனக் கேட்க வந்தேன்.’’

‘‘பல்லவ நாடு! அப்படியொரு நாடு இருந்ததாகக் கதை கூறுபவர்கள் கூட மறந்து விட்டனரே. எங்கும் வியாபித் திருந்த சோழ நாட்டை உங்கள் பல்லவ மன்னர்கள் அப கரித்துக் கடைசியாக வெண்ணாற்றங்கரையில் வென்றார்கள். அந்தச் சரித்திரம் திரும்பியது. ஏன், எங்களை எடுத்துக் கொள்ளுங்களேன்! பழுவூர் நாட்டவனான நான் சோழ சாம்ராஜ்யத்திற்குத் தொண்டாற்றுகிறேன்.’’

‘‘உங்களுக்குத் தனிக்கொடி, தனி மதிப்பு. நீங்கள் குறுநில மன்னர்...’’

‘‘பார்த்திபேந்திரரே! கவனித்துப் பேசும்...’’

‘‘மன்னரைச் சிங்காதனத்தில் அமர்த்துவதும் நீர்; தள்ளுவதும் நீர்.’’

‘‘பார்த்திபேந்திரரே...!’’

‘‘மதுராந்தககரை அரியணையில் ஏற்றி உமது மனம் பூரித்தீர். அருண்மொழியை அயல்நாட்டிற்கனுப்பினீர். இப்போது உமது சகோதரர் மகளை அவர் மகனுக்கு மணம் புரிவிக்கத் திட்டமிடுகிறீர்.’’

‘‘வார்த்தையைச் சிதற விடாதீர் பார்த்திபேந்திரரே!’’

‘‘சிதறிய சாம்ராஜ்யத்தைச் சேர்க்க வந்தேன்...’’

‘‘கனவு உலகிலிருந்து பேசுகிறீரா?’’

‘‘சாம்ராஜ்யத்தை மீண்டும் பெறுவது கனவாகத் தோன்றும். ஆனால் கனவை நனவாக்கும் உறுதி உண்டு.’’

‘‘இப்போது நீங்கள் இங்கு வந்ததெதற்கு? பல முக்கியமான பிரச்சனையில் நான் என் சிந்தனையை ஓடவிட்டிருக்கும் போது...’’

‘‘என் கோரிக்கையை நிறைவேற்றுங்கள். சோழ நாட்டின் தொல்லை எதுவாயினும் நீக்குவேன். உங்களை வேண்டு மானாலும் அரியணையில் அமர்த்துவேன்.’’

‘‘பார்த்திபேந்திரரே! சுயநிலை மறந்து பேசுகிறீரா? இது காறும் தாங்கள் காஞ்சியினின்று கற்று வந்த பேச்சா இது? நாட்டுப் படைத்தளபதி இப்படிப் பேசுவது ராஜத்துரோகக் குற்றம் என்பது உமக்குத் தெரியுமா? என் சீற்றத்தைக் கிளப்பாதீர்கள். ‘தலையை வெட்டிக் கொடுத்தாவது சோழ நாட்டைக் காப்போம்’ என்று சபதமெடுத்துள்ள வேளக்காரப் படையின் தலைவன் நான் தெரியுமா? என் எதிரே இப்படிப் பேச உமக்கு எப்படித் துணிவு வந்தது? உமது கோரிக்கையை மன்னரிடம் போய்க் கேளும். என் எதிரே ஒரு கணம் நின்று சுதந்திரப்பல்லவ நாட்டைப் பற்றிப் பேசினாலும் அதற்கு மறுமொழி இதுதான் எனக்கூறும்...’’ என்று வாளை உருவினார் பழுவேட்டரையர். அவர் இவ்வளவு சாந்தமாகப்

பேசிப் படிப்படியாகக் கோபச் சிகரத்துக்குச் சென்றது எப்போதும் கிடையாது.

பழுவேட்டரையர் வாளை உருவியவுடன் பார்த்திபேந்திரனும், வாளை எடுக்க வெகுதூரம் பிடித்திருக்காது. சோழநாட்டில் வேளக்காரப்படை இருக்கிறதென்றால் பல்லவ நாட்டில் பல்லாயிரம் வீரர்கள் இருக்கிறார்கள் என்று கூற அவனுக்கு வெகு நேரம் பிடித்திருக்காது. ஆனால் பார்த்திபேந்திரனின் உள்ளம் ஒருகணம் யோசித்தது. பழுவேட்டரையரை அந்த இடத்தில் வாளால் வெல்ல முடியாது. அவர் கண் அசைத்தால் நூற்றுக்கு மேற்பட்டவர் தன்னைச் சூழ்ந்து கொள்வர் என்பது அவனுக்குத் தெரியும். தன் மாபெரும் காரியம் நிறைவேறாமல் போகலாம். அதனால் அவன் சட்டென்று குரலைத் தாழ்த்திக்கொண்டு, "ஐயா! பழுவேட்டரையரே! உங்களுடன் கத்தி முனையில் பேச நான் வரவில்லை. என் கோரிக்கையை உங்கள் முன் சமர்ப்பிக்கத் தான் வந்தேன். நீங்கள் மனம் வைத்தால் காரியமாகும் என எண்ணித்தான் இவ்வளவு தூரம் வந்தேன். இவ்வளவும் பேசினேன். உங்களுக்குப் பல்லவ நாட்டை அளிப்பதில் எண்ணமில்லையென்றால் நான் ஏன் வற்புறுத்தப் போகிறேன்?" என்று கூறி அவருடைய மறுமொழியை எதிர்பாராமல் சட்டெனத் திரும்பி விரைந்து நடந்தான். குதிரை மீது தாவி ஏறினான். எடுத்தவுடனே குதிரையை மிக விரைவாக விரட்டினான். அவன் மனம் சிந்தனையிலாழ்ந்தது. தனக்குப் பல்லவ நாட்டை அமைப்பதில் எண்ணமில்லாதது போல் பழுவேட்டரையரிடம் நடித்தாகி விட்டது. இனி நாம் அவர் எதிர்பாரா வண்ணம் போர் முரசும் கொட்ட ஏற்பாடு செய்ய வேண்டியதுதான். என்றவாறெல்லாம் மனத்தே எண்ணிய வாறு குதிரையைச் செலுத்தினான். கால்கள் பூமியில் படாத வாறு அந்தக் குதிரை பறந்தது. பெரும் சாலையில் வந்தவுடன் அதன் வேகம் அதிகமானது. அதனுடைய வேகத்திற்கும் அதிகமாகப் பார்த்திபேந்திரன் சிந்தனை வேகம் இருந்தது; அவன் புழுதியைக் கிளப்பியவாறு அந்தச் சாலையில் சென்றதைச் சிவனடியார் காணத் தவறவில்லை.

அத்தியாயம் 28
பழுவேட்டரையர் மனமாற்றம்

தஞ்சை வந்தடைந்த மதுரன் கண்டராதித்தன் நேரே பழு வேட்டரையரைக் காணச் சென்றான். பழுவேட்டரையரின் மாளிகை அமைதி நிறைந்திருந்தது. அதிகப் பணியாட்களைக் காணவில்லை. ஒரே ஒரு காவல் வீரன் தான் நின்று கொண்டிருந்தான். மதுரன் மாளிகையினுள் நுழைந்தான். பழுவேட்டரையர் மாளிகையில் இல்லை. அவர் மன்னர் மதுராந்தகரைக் காணச் சென்றிருந்தார்.

நடுக்கூடத்தில் சுற்றும் முற்றும் பார்த்துவிட்டுத் திரும்ப நினைத்த நேரத்தில் வளையல் குலுங்கும் ஒலியும், கால் சிலம்பொலியும் கேட்டன. மதுரன் திரும்பப் பார்த்தான். இளைய பஞ்சவன் மாதேவி மேன் மாடத்திலிருந்து இறங்கி வந்து கொண்டிருந்தாள்.

"நீங்கள் தோட்டத்திற்குள் நுழையும்போதே பார்த்தேன். இன்று காலையில் தங்களைக் காணவில்லையே? நட ராஜருக்குத் தாங்கள் பூசை செய்யும் நேரத்தில் தங்களைத் தேடினேன். பெரிய பாட்டியார் செம்பியன் மாதேவியாரும் தங்களைத் தேடினார்" என்று கூறிய வண்ணம் வந்து ஒயிலாக நின்றாள் அந்த இளம் மயில். மதுரன் அவளைச் சந்திக்க வேண்டாம் என்ற எண்ணத்துடன்தான் வந்தான். பழுவேட்டரையர் இருந்து விட்டால் அவன் ஏன் அவளைச் சந்திக்கப் போகிறான்? சமயம், பொழுது தெரியாமல் அவள் பேச ஆரம்பித்துவிட்டால் அவளிடமிருந்து தப்ப முடியாது. ஆனால் தப்பாமலும் இருக்க முடியவில்லையே. அவள் சொல்லில் தேன் இருக்கிறதா? அல்லது அவளது பார்வையில் தான் மாயமிருக்கிறதா?

'செம்பியன் மாதேவியார் தேடினார்கள் என்று இவள் சொல்கிறாளே? பாட்டியார் எதற்காகத் தேடியிருப்பார்கள்? நாகைக் காரோணத்திற்கருகே புதிய சிவன் கோயிலின் திருப்பணி நடைபெறுகிறதே, அதைக் காண இருக்குமோ? அல்லது வேறு கோயில்களுக்கு நிவந்தங்கள் அளிக்கத்

திரவியம் கேட்க இருக்குமோ? என்னை அவர்கள் தேடியிருப் பார்கள்; என்னைக் காணாதது அறிய வருத்தப்படுவார்கள்; என் கதை கேட்டால் வருத்தப்படுவார்கள். அரசாங்க விஷயங் களில் நான் தலையிடுவது குறித்து மிகவும் வருந்துவார்கள். நாம் என்ன செய்வோம். ஆபத்து நேரும் போது பார்த்து விட்டுச் சும்மாயிருக்க முடியுமா? அவர்கள் இதயத்தைக் கல்லாக்கிக் கொண்டதுபோல் நம்மால் இயலுமா?'' என்று எண்ணியவனாக பஞ்சவன் மாதேவியை நோக்கி, ''தேவி செம்பியன் மாதேவியார் என்னைக் குறித்து விசாரித்தார்களா? நீங்கள் என்ன சொன்னீர்கள்?'' என்று கேட்டான்.

பஞ்சவன் மாதேவி விழிகளைச் சுழலவிட்டு, ''நீங்கள் நீங்கள் என்று என்னை அழைத்தால் ரொம்பவும் கோபம் கொள்வேன். என்ன நீங்கள் வேண்டிக் கிடக்கிறது! நான் என்ன பாட்டியாகி விட்டேனா?'' என்றாள் பொய்க் கோபத்துடன். பிறகு தொடர்ந்து, ''பாட்டியார் தேடினார் அவ்வளவுதான். ஏன், நான் தேடினேனே நான் என்ன விசாரித்தேன் என்று கேட்டீர்களா?'' என்று பஞ்சவன் மாதேவி அவன் முகத்தை ஏறிட்டு நோக்கியபடி கேட்டாள்.

''கேட்கத்தான் நினைத்தேன். நான் சென்ற இடத்தில் அதே நினைவுதான். காலையில் உன்னையும் நினைத்துக் கொண் டேன். நடராஜர் திருஉருவை நினைத்தபோது நேற்று உன்னுடன் பேசிக் கொண்டிருந்ததை நினைத்தேன்...'' என்று மதுரன் கூறினான். சற்று உட்கார வேண்டும் போன்ற உணர்வு அவனுக்கு ஏற்பட்டது. அருகே கிடந்த மஞ்சத்தில் அமர்ந்தவாறு கலைந்திருந்த தலையைச் சரிசெய்து கொண்டான். திருநீற்றை என்றுமே மறந்தறியா நெற்றி வெறுமையாய் இருப்பதை எண்ணி, ''சிறிது திருநீறு இருந்தால் கொண்டுவா'' என்றான்.

''இருந்தால் என்ன? செம்பியன் மாதேவியாரிடமிருந்து நிறைய வாங்கி வைத்திருக்கிறேன். உங்களைப் போன்று நானும் பட்டை பட்டையாக அணியலாம் என்று நினைக்கி றேன். உங்கள் குணங்கள் எனக்குப் பிடித்திருக்கிறது. அவற்றையெல்லாம் நான் கற்றுக் கொள்ள முயல்கிறேன்'' என்று கூறியவள், உள்ளே சென்று விபூதிப் பேழையை எடுத்து வந்து மிக்க மரியாதையுடன் கரங்களில் வைத்துக்

கொண்டு நீட்டினாள். மதுரன் உடலில் ரோமாஞ்சலி எழுந்தது.

“சிவ சிவ” என்று கூறியவாறு திருநீற்றை அணிந்து “என் வாழ்நாளில் இன்றுதான் விடிந்தவுடன் குளிக்காமல் இருப்பது” என்றான்.

“ஏன் இன்னும் நீராடவில்லை? தாங்கள் மிகக் களைத் திருக்கிறீர்கள் போலிருக்கிறதே. ஆகாரம் ஏதாவது கொண்டு வரட்டுமா?”

“வேண்டாம் வேண்டாம். நான் இங்கு மிக முக்கியமான செய்தி தெரிவிக்க வந்தேன். உன் சிறிய தகப்பனார் எங்கே?”

“முக்கிய செய்தியா? அவரன்றோ தங்களிடம் முக்கியமான செய்தி கூற அன்றே தங்களை அழைத்தார்? ஆனால் அவருக்குக் காலையிலிருந்தே மிகமிக அவசரமான செய்திகள்” என்றாள் பஞ்சவன் மாதேவி. உடனே எழுந்து சென்று ஒரு தட்டில் பழங்களை எடுத்து வந்தாள்.

“இப்போது எல்லாம் மிக விரைவாக நிகழ்கிறது போலும். அமைதியான சோழநாட்டில் இப்படி ஒரு பரபரப்பு எங்கிருந்து வந்தது?” என்றான் மதுரன்.

“அமைதியே வடிவமான தங்களிடம் அவசரம் எங்கிருந்து வந்தது? களைத்துப்போய் மேனி கறுத்து வந்திருக்கும் தங்களிடம் மாறுதல் காணுவதேன்?” பஞ்சவன் மாதேவி கேட்டாள்.

வந்ததிலிருந்து அவள் விழிகள் மதுரனையே அளந்த வாறிருந்தன. அவன் சிவந்த மேனி வெயிலில் கறுத்துப் போயிருப்பதையும், அழகிய சுருண்ட கேசம் புயலில் சிக்கிய நாணல் புதர் போல் தாழ்ந்திருப்பதையும், பட்டாடை ஆபரணங்கள் புழுதி படிந்திருப்பதையும், அவள் வந்ததி லிருந்து கவனித்தாள்; அவனுடைய கண்களில் சோர்வு நிறைந்திருப்பதையும் கண்டாள்.

இளஞ்சூடான வெந்நீர் எடுத்து அதிலே வாசனைத் திரவியங்கள் கலந்து பட்டுத் துணியிலே நனைத்துப் புழுதி படிந்த அவர் மேனியைத் துடைக்க வேண்டும் என்ற ஆசை அவளுக்கு எழுந்தது.

நறுமண எண்ணெய் கொண்டு கலைந்த தலையில் தடவி முன்போல் சுருள் சுருளாகச் சிங்காரிக்க வேண்டும் எனும் ஆர்வம் அவளுள் எழுந்தது. இன்னும் அவருடைய அழகிய கண்களுக்கு மை இடலாம்; நெற்றியிலே புனுகும் ஜவ்வாதும் கலந்துத் திலகமிட்டு மகிழலாம்.

'பேதைப் பெண்ணே! என்ன ஆசை இது? இளவரசர் மேனியைத் தீண்ட நினைக்கும் எண்ணம் உனக்கு எவ்வாறு எழுந்தது?...' அவள் உள் மனம்.

"இல்லை இல்லை; அவருடைய அற்புதத் திருமேனி ஒளி குன்றியதை என் கண்களால் காண முடியவில்லை. இனிய பேச்சிற்கு அலங்கோலத் தோற்றம் தடை செய்கிறதே என எண்ணினேன். இன்னும் இன்னும் அவருடன் பேசிக் கொண்டிருக்க வாய்ப்பு ஏற்படுத்திக் கொள்கிறேன். அவ்வளவுதான்..." அவள் கள்ள மனம்.

"இந்தப் பழங்களை எடுத்துக் கொள்ளுங்களேன்! பசியோடு இருக்கிறீர்கள்!" என்று பஞ்சவன் மாதேவி கூறினாள்.

"வேண்டாம், வேண்டாம். நான் மாளிகைக்கே செல்கிறேன். தந்தையும் தாயும் என்னைத் தேடலாம். அங்கேயே உன் சிறிய தந்தை இருந்தால் அவரிடம் நான் அறிந்தவற்றைக் கூற வேண்டும். சிவனடியார் கூறியது போல் நான் ஒரு கணமும் தாமதிக்கக் கூடாது."

"யார் அந்தச் சிவனடியார்? எங்கே சென்றீர்கள்? எப்போது கண்டீர்கள்?"

"அது ஒரு பெரிய கதை தேவி! பிறகு உனக்குக் கூறலாம் என எண்ணினேன். கொள்ளிடத்துத் தென்கரையில் சிவனடியாரொருவரைக் கண்டேன். அங்கிருந்தே தில்லைச் சிற்றம்பலத்துப் பொன் விமானத்தைக் கண்டு களித்தேன்."

"தில்லையைக் கண்டீர்களா? எனக்கு நடனம் கற்றுக் கொடுக்க அந்த ஊரினின்று தக்கவரை அழைத்து வருவதாகக் கூறினார்களே?"

"நான் தில்லைக்குப் போக வேண்டும் என்ற திட்டத்துடன் செல்லவில்லை. ஒரு கொடியவனைப் பின் தொடர்ந்து

ஓடினேன். கோட்டையினின்று தப்பி ஓடிய பாதகன் அவன். அவனை ஓடாமல் தடுத்துவிட வந்தியத்தேவன் எச்சரித்தார். பின் தொடர்ந்து பலனில்லை."

"ஆ! கோட்டையினின்று ஒருவன் தப்பிச்சென்றது உண்மைதானா?" என்று பஞ்சவன் மாதேவி விழிகளை வியப்பில் மலரவிட்டுக் கேட்டாள்.

"ஒருவன் தப்பி ஓடிய விவரம் உன் சிறிய தந்தை அறிவாரா?"

"எவரோ தப்பியிருக்கிறார் என்று அறிவார். முக்கியமான ராஜாங்கக் காரியம் அதில் அடங்கியிருக்கிறதாம்."

"ஆமாம்; ஆமாம். பல ரகசியங்கள் வெளியாகும் அதனால்."

"கோட்டையினின்று தப்பியவர் வந்தியத்தேவன் என எல்லோரும் அதற்குள் பேசிக் கொண்டனர்."

மதுரன் துள்ளி எழுந்தான், "வந்தியத்தேவனா? அந்தக் கடமை வீரரா? தன் வாழ்வையே இந்த நாட்டிற்குக் காணிக்கையாக்கிவிட்ட உத்தமரா? அவர் ஏன் தப்பி ஓடப் போகிறார்? பாதாளச் சிறையினின்று தப்பியிருக்க வேண்டுமானால் ஒரு நொடியில் அவர் தப்பியிருக்க முடியும் சதிகாரர்களுடன் சேர்ந்து இச் சோழநாட்டை நொடியில் கவிழ்த்திருக்க முடியும். ஆனால் அந்தக் கடமை வீரர் அப்படிச் செய்ய வில்லை. அதற்கு மாறாக நாட்டிற்கு விரோதமாகச் சதி செய்பவர்களைப் பற்றிக் கூறினார். நேற்று மாலை நான் உன் சிறிய தந்தையைத் தேடி வந்தேன்."

"நேற்று அதற்காகவா வந்தீர்கள்? என்னிடம் கூற வில்லையே?"

"உன் தந்தையைச் சந்திக்க இயலவில்லை. நானே சதிகாரர்களைச் சந்திக்க முயன்றேன். முதன் முதலாக ஒரு பாதகனை அடித்து வீழ்த்தினேன். அன்பு நெறிக்கு இது மாறானதுதான். ஆனால் ஆபத்திற்குத் தவறில்லை. ஆனால் நான் யாரைப் பிடித்துவிட வேண்டும் என எண்ணினேனோ அவன் தப்பி விட்டான்."

"எல்லாம் சுவையான கதைபோல் இருக்கிறதே! நீங்கள் கூறுவதற்கும் காலையில் நான் கேள்விப்பட்டதற்கும் தொடர்பு இருக்கிறது. வந்தியத்தேவனை எல்லோரும் இதுவரை தவறாக எண்ணினார்களே! அவர் இந்த நாட்டிற்கு மாபெரும் உதவி செய்திருக்கிறாரா?"

"முக்கியமாக உன் தந்தை உணர வேண்டும். அவர் கடந்த பல ஆண்டுகளாய்ச் சிறையில் வாடுவதற்கு உன் தந்தையும் காரணம். என் தந்தையும் அதனின்று விடுபட்டவரல்லர். வந்தியத்தேவன் மீது மாபெரும் கொலைக் குற்றத்தைச் சாட்டினார்கள். அது நீங்கும் காலம் வந்துவிட்டது" என்று கூறி, மதுரன் தான் சிறையில் வந்தியத்தேவனைச் சந்தித்தது முதல் எல்லாவற்றையும் விவரமாகக் கூறினான்.

மிகப்பெரிய ராஜதந்திரியும், வீரரும் சோழ நாட்டிற்கு உயிரையே தியாகம் செய்தவருமான பெரிய பழுவேட்டரையரின் மகளன்றோ பஞ்சவன் மாதேவி! அந்த அறிவு ரத்தம் அவள் உடலில் ஓடாமலிருக்குமா? அவள் இதுவரை இருந்த காதல் மயக்கநிலை மறந்தாள். அரசியல் செய்திகள் அவளுடலில் புத்துணர்வை ஊட்டின. அவள் கண்களில் புத்தொளி படர்ந்தது.

"இளவரசே! இதுவரை நான் அரசியல் சம்பந்தமான வற்றைச் செவிகளில் நுழையவிட்டதே கிடையாது. என் சிறிய தந்தை அவ்வப்போது கூறும்போது நான் அலட்சியமாக இருந்து வந்தேன். ஆதித்த கரிகாலர் கொலை செய்யப்பட்டதும், அதைத் தொடர்ந்து என் தந்தை படுகாயமுற்று இறந்ததும் என் மனத்தில் பதிந்தன. வல்லவரையர் வந்தியத்தேவன் மீது பழி சுமத்திய செய்தியும் தெரியும். அதனால் வந்தியத்தேவன் என்றால் வெறுப்புணர்ச்சியோடு இருந்தேன். பழுவூரினின்று தஞ்சை வந்தவுடன் என் சிறிய தந்தை அவ்வப்போது புதிய யோசனைகளைத் தெரிவிப்பார். ஆனால் நான் அவற்றைக் கேட்பதில்லை. எனக்குத் தஞ்சை வாழ்வு புதிதாக இருந்தது. நியாயம் எங்கே இருக்கிறது என்று என் சிறிய தந்தை ஏன் உணரவில்லை? அதனால்தான் இப்போது மனம் வருந்துகிறார். படைத்தலைவர் பார்த்திபேந்திரனுக்கும் அவருக்கும் காலையில் பெரும் தர்க்கம் நடந்தது. பார்த்திபேந்திரனைச் சிறை செய்யுமாறு உத்திர

விட்டுத் தான் அவர் மன்னரைக் காணப் போயிருக்கிறார்'' என்று புத்துணர்ச்சி நிறைந்த குரலில் கூறினாள். நியாயத்தை நிலை நாட்ட வேண்டும் என்று எண்ணம் அவள் உள்ளத்தில் எழுந்துவிட்டது.

பார்த்திபேந்திர பல்லவன் பழுவேட்டரையரைச் சந்தித்தான் என்ற செய்தி கேட்டவுடன் மேலும் நடந்தவற்றை அறிய மதுரன் விரும்பினான்.

"நான் வழியில் ஒரு குதிரை கூடக் கிடைக்காது இன்னலுற்றேன். எல்லாப் பரிகளையும் படைத்தலைவர் கொண்டு போய் விட்டார் என்று அறிந்தேன். ஒரு குதிரை கிடைத்திருந்தாலும் சிவனடியாரை நான் அழைத்து வந்திருப்பேன்'' என்றான் மதுரன்.

"ஆமாம்; காலையில் வெகுநேரம் பார்த்திபேந்திரன் வாதிட்டார். அமைதியாக ஆரம்பத்த பேச்சு கடுமையாகிக் கடைசியில் என் தந்தை வாளை எடுத்துக் கொள்ளும் நிலைக்கு வந்துவிட்டார்...''

"அப்படியா? பழுவேட்டரையர் பார்த்திபேந்திரனை எதிர்த்து வாளை எடுத்தாரா?''

"சீவியிருப்பார் சீவி! ஏன் அமைதியுற்றார் என்பதே வியப்பை அளிக்கிறது!''

"பார்த்திபேந்திரனுடன் இதுகாறும் பழகிய தோஷமா யிருக்கலாம்.''

"இவற்றையெல்லாம் கேட்கக் கேட்க எனக்கு என்னவோ பயமாயிருக்கிறது.''

"பெரும் வீரர் பழுவேட்டரையரின் மகளான உனக்குப் பயம் ஏன்?''

"பார்த்திபேந்திரன் சூழ்ச்சி செய்து வந்தியத்தேவனைச் சிறையிலடைத்திருக்கிறார். அதற்கு என் சிறிய தந்தையும் உடந்தை. உண்மை இப்போது வெளிப்பட்டால் தந்தையின் நிலை என்னவாகும் என்பதை எண்ணும்போது பயமாக இருக்கிறது'' என்றாள் பழுவேட்டரையரின் மகள்.

"பழுவேட்டரையர் சூழ்ச்சி செய்திருக்கமாட்டார். தடயம் ஏதுமின்றி அவர் குற்றம் சாட்டியிருக்கமாட்டார். அமைதியாக இரு. நான் எல்லாவற்றையும் தெளிவாக்குகிறேன். ஆனால் நீ செய்ய வேண்டிய மகத்தான காரியம் ஒன்றுண்டு உன் சிறிய தந்தையிடம் வந்தியத்தேவனைப் பற்றிய உண்மை களை எடுத்துக் கூறவேண்டும். நான் கூறியவற்றையெல்லாம் ஒன்று விடாமல் எடுத்துக்கூற வேண்டும். நான் கூறிய வற்றையெல்லாம் ஒன்று விடாமல் எடுத்துச் சொல்வதுடன் வல்லவரையரைப் பற்றிய உன் உயர்ந்த அபிப்பிராயத் தையும் கூற வேண்டும். இச்சமயத்தில் நாம் வந்தியத்தேவன் விடுதலைக்கு ஏற்பாடு செய்யாவிடில் பார்த்திபேந்திரன் சோழ நாட்டைக் கவர்ந்து விடுவார்.''

"நான் உடன் என் தந்தைக்கு எடுத்துச் சொல்வேன். நாடு நன்றாக இருந்தால்தானே நாம் சிறப்பாக வாழ முடியும்? நான் பரத நாட்டியம் பயில முடியும்? உங்கள் இன்சொற்களைக் கேட்க முடியும்'' என்றாள் பழுவேட்டரையர் மகள்.

மதுரன் அவள் கலையார்வத்தைக் கண்டு வியந்தான். அவளிடமிருந்து விடைபெற்றுக் கொண்டு வெளியேறினான். அவன் போகும் திக்கை நோக்கியவாறிருந்த பஞ்சவன் மாதேவியிடமிருந்து பெருமூச்செழுந்தது.

மதுரன் அரண்மனைக்குள் நுழையும்போது செம்பியன் மாதேவியார் எதிரே வந்துவிட்டார். அவர் மதுரனைக் கண்டவுடன் மனம் மகிழ்ந்தார். அவர்களால் மதுரனை விட்டு ஒரு கணம் கூட இருக்க முடியாது. சிவநெறி குறித்து அவனுக்கு எடுத்துக் கூறாமல் ஒருநாள் கூட இருக்க முடியாது.

"மதுரா, மதுரா'' என்றழைத்தார் செம்பியன் மாதேவியார். பாட்டியாரின் குரல் கேட்டவுடன் மதுரன் தாயின் குரல் கேட்ட கன்றினைப் போல் ஓடிவந்தான். அவன் கண்களில் நீர் தளும்பியது. தந்தையைக் காண விரைந்து வந்த அவன் பாட்டியாரைக் கண்டவுடன் தான் செல்லும் காரியம் மறந்தான்.

பாட்டியார் கேட்டால் என்ன கூறுவது என்ற எண்ணத் துடனிருந்த அவனை நோக்கி, "நீ இன்னும் நீராடவில்லை.

நீராடி ஆண்டவனைத் துதித்துவிட்டு வா. உன்னுடன் பேச வேண்டியது நிறைய உள்ளது" என்றார்.

மதுரன் வந்த செயல் மறந்தான். பாட்டியாரின் அன்புக் கட்டளையை நிறைவேற்ற விரைந்தான்.

மதுராந்தக உத்தம சோழ தேவரிடம், பழுவேட்டரையர் அன்று நடைபெற்றவற்றைக் கூறி ஆலோசனை நடத்தி விட்டுத் தன் மாளிகைக்கு வந்தார். பார்த்திபேந்திரன் கோரிக்கையை மன்னரும் ஒப்புக்கொள்ளவில்லை. திடீ ரெனப் பார்த்திபேந்திரனுக்குச் சுதந்திர நாட்டை அமைக்கும் எண்ணம் எப்படி எழுந்ததென்றே அவருக்குப் புரியவில்லை. அவசரமாக மந்திராலோசனை சபை கூட்டுமாறு அரசர் கூறியிருந்ததைப் பற்றியும் யோசித்தவாறு அவர் மஞ்சத்தில் அமர்ந்திருந்தபோது பஞ்சவன்மாதேவி அங்கு வந்தாள். பழுவேட்டரையர் அவளெதிரே கவலை முகத்தைக் காட்டக் கூடாதென்று முகத்தில் சிரிப்பை வரவழைத்துக் கொண்டு, "நீ அந்தப்புரத்திற்குச் சென்றிருப்பதாகவன்றோ நினைத்தேன். இன்று அரண்மனையில் நடராஜர் பூசையை இளவரசர் மதுரன் நடத்தும்போது நீ போகவில்லையா?" என்று கேட்டார்.

"இளவரசர் இன்று பூஜை செய்யவில்லை. அவரால் தான் இன்று மிக முக்கியமான செய்தி வெளியாயிற்று" என்று கூறி மதுரன் முன் நாளிரவு சோமன் சாம்பவனை அடித்து வீழ்த்தி யதிலிருந்து திரும்ப வந்து தன்னிடம் பேசிக்கொண்டிருந்தது வரை கூறினாள். தன் மகள் இவ்வளவையும் கூறும்போது பழுவேட்டரையர் வியப்புடன் கேட்டார்.

"மதுரன் வந்தானா? உன்னிடம் இவ்வளவையும் பேசினானா? இந்த இளம் வயதிலேயே இவ்வளவு திறமை சாலியாய் இருந்தால் தான் நாளை நாட்டைச் செவ்வனே ஆளலாம்" என்று கூறிய பழுவேட்டரையர் மனக்கண்ணில் மதுரனின் முகமும், தன் மகளின் முகமும் சேர்ந்துத் தெரிந்தன. இருவரையும் சேர்த்துக் காண்பதில் மகிழ்ந்தார். ஆனால், பஞ்சவன் மாதேவி இடைமறித்து, "இப்படியே தாங்கள் திட்டமிடுங்கள்; முன்பு அப்படித்தான் தவறாகத் திட்ட மிட்டே நிரபராதியைத் தண்டித்தீர்கள்..." என்று பேசினாள்.

பழுவேட்டரையர் திடுக்கிட்டார். "என்ன சொல்கிறாய் மகளே?" என்று கேட்டார்.

"வல்லவரையர் வந்தியத்தேவனுக்குப் பாதாளச் சிறைத் தண்டனை கிடைக்க நீங்கள் பெரும் பங்கு கொண்டீர் களன்றோ?" என்றாள்.

தன் மகளா பேசுகிறாள் என்ற வியப்புடன் பழு வேட்டரையர், "குற்றம் புரிந்தவருக்குத் தண்டனையளிப்பது தவறில்லையே?" என்றார்.

"தந்தையே, என்னைப் பொறுத்தருளுங்கள். நான் பேசுவது வயதுக்கு மீறி இருந்தால் என்னைப் பொறுத்துக் கொள்ளுங்கள். வல்லவரையர் ஆதித்த கரிகாலரைக் கொன்றார் என்பதற்கு என்ன தடயம் இருந்தது?"

"உனக்கு அவற்றைக் கூறினால் விளங்காது பெண்ணே! நீதிமன்றம் விசாரித்தது; சுந்தர சோழரின் உத்தரவு இருந்தது. வந்தியத்தேவன் எழுதிய ஓலை கிடைத்தது. கொலையுண்ட ஆதித்த கரிகாலர் அருகே கிடந்தது வந்தியத்தேவன் வாள். வேறு என்ன வேண்டும்? வந்தியத்தேவன் மீது குற்றம் சுமத்த பெண்ணே! இவற்றையெல்லாம் கூட மதுரனா சொன்னான்?"

"ஆமாம் தந்தையே! மதுரன் எனக்கு யாவற்றையும் விளக்கிக் கூறினார். இன்னும் அவர் கொள்ளிடக் கரையில் மக்கள் யுத்தம் வரப்போவதாகப் பேசிக் கொண்டதைப் பற்றிக் கூறினார். மாற்றுக் குதிரை ஒன்றுகூடக் கிடைக்க முடியாமல் எல்லாவற்றையும் படைத்தலைவர் காஞ்சிக்குக் கொண்டு சென்று விட்டதைப் பற்றிக் கூறினார். தந்தையே! தாங்கள் பார்த்திபேந்திரன் பேச்சின் துணையுடன்தானே, முன்பு இப்படியெல்லாம் செய்தீர்கள். இப்போது பார்த்திபேந்திரன் மாறிவிட்டாரே..." பஞ்சவன்மாதேவி பேசிக் கொண்டே போனாள்.

பழுவேட்டரையர் மனத்தில் குழப்பம் அதிகமாயிற்று.

"தஞ்சை அரண்மனையிலேயே விரோதிகளின் ஒற்றர்கள் இருந்ததாக மதுரன் கூறுகிறார்" என்றாள். பழுவேட்டரையர் திடுக்கிட்டார். தன் உணர்ச்சிகளை வெளியே புலப் படுத்தாமல்.

‘‘மதுரன் எங்கே? நான் வரும் வரையில் இருக்குமாறு சொல்லக் கூடாதா? மதுரன் சொல்கிறான் என்றால் அதில் உண்மை இருக்கத்தான் செய்யும்’’ என்று கூறினார். அவர் அதற்குமேல் பேசவில்லை. மௌனமானார். அன்றும் மறுநாளும் அவர் எவருடனும் பேசவில்லை.

மறுநாள் பஞ்சவன் மாதேவி தன் சிறிய தகப்பனார் இருந்த இடத்திற்கு வந்தாள். தந்தையின் மௌனம் அவள் உள்ளத்தில் ஒருவிதப் பயத்தை விளைவித்திருந்தது. அவருக்கு விரோதமாக அவர் கொள்கைக்கு நேர்மாறாக ஏதாவது பேசிவிட்டோமோ என்று அவள் அஞ்சினாள். அதனால்தான் அவர் தன்னுடன் பேசாமல் மௌனமாக இருப்பதாக எண்ணினாள். பழுவேட்டரையரோ பலவித சிந்தனைகளில் மனத்தைச் செலுத்தியவராக மனச்சஞ்சலத்தி லிருந்தபடியால் அவர் யாரையும் பார்க்க விரும்பவில்லை. பார்த்திபேந்திரன் நடவடிக்கைகளைக் கண்காணிக்கத் தக்க ஒற்றர்களை அனுப்பிவிட்டார். மன்னர் உத்தரவுப் படி, மந்திராலோசனை சபையைக் கூட்டக் குறுநில மன்னர்களுக்கு ஓலை அனுப்பினார். இவ்வளவும் அவர் வெளியே வராமலேயே நடந்தன. வேளக்காரப் படையினர் இப்போது நகரெங்கும் நடமாட ஆரம்பித்தனர்.

பஞ்சவன் மாதேவி வந்தவுடன், பழுவேட்டரையர் முகத்தில் உள்ள கவலையை மாற்றிக் கொண்டு, ‘‘வா குழந்தாய்’’ என வரவேற்றார். தந்தை கோப உணர்ச்சி யுடனில்லை என்பதை உணர்ந்தாள் பஞ்சவன்மாதேவி.

‘‘குழந்தாய்! மதுரனைச் சந்தித்தாயா?’’ என்று கேட்டார் பழுவேட்டரையர்.

‘‘சந்தித்தேன், தந்தையே!’’

‘‘இங்கு வருமாறு அழைக்கவில்லையா?’’

‘‘சொல்லவில்லை தந்தையே!’’

‘‘ஏன்?’’ என்று பழுவேட்டரையர் கேட்கவில்லை. மகள் முகத்தைத் தன் கூரிய கண்களில் நோக்கினார். அவளுடைய இதயம் அவருக்குப் புரிந்தது.

‘‘தந்தையே! அவரைத் தங்களிடம் வருமாறு நான் கூறி என்ன பயன்? தாங்கள்தாம் மௌனமாகவும் கோபமாகவும் இருந்தீர்களே?’’ என்றாள் பஞ்சவன்மாதேவி.

பழுவேட்டரையர் சிரித்தார். பஞ்சவன் மாதேவி தொடர்ந்து ‘‘தந்தையே! அவருடைய உள்ளத்திலும் இப்போது வேதனை நிறைந்திருக்கிறது. அதனால் அவர் தங்களைச் சந்திக்க விரும்பமாட்டார்’’ என்றாள்.

‘‘அவர் வேதனைக்கும், என்னைச் சந்திக்காததற்கும் என்ன தொடர்பு?’’

‘‘ஆம்; தொடர்பு இருக்கிறது. நாணயசாலையினின்று தப்பி ஓடியவனை அவர் பின் தொடர்ந்ததிலிருந்து அவர் பல செய்திகளை அறிந்துவிட்டார். சிறையில் வாடும் வந்தியத் தேவன் இன்னும் விடுதலையாகாதது அவருக்கு வேதனை யளிக்காமல் என்ன செய்யும்?’’ என்று மீண்டும் வந்தியத் தேவனைப் பற்றிய பேச்சிற்குக் கவனத்தைத் திருப்பினாள்.

‘‘வந்தியத்தேவனைக் குறித்து மதுரன் ஏன் இவ்வளவு கவலை கொள்கிறார்? அரசியல் விவகாரம் எதைப்பற்றியும் கவனம் செலுத்தாமல் எப்போதும் அந்தச் சைவ மூதாட்டி யாருடன் ஊர் ஊராய்ச் செல்லும் இளவரசருக்கு வந்தியத் தேவனைக் குறித்துக் கவலை எவ்வாறு வந்தது?’’

‘‘மதுரன் குணத்தைத் தாங்கள் அறிவீர்கள். வந்தியத் தேவனை அவர் மிகவும் மதிக்கிறார். இளையபிராட்டியாரை மிக மிக மதிக்கிறார். இந்த நாட்டிற்குப் பலவிதத் தொண்டுகள் ஆற்றியிருக்கும் வல்லவரையர் சிறையில் வாடுவதை அவர் விரும்பவில்லை.’’

‘‘வல்லவரையருடன் மதுரனுக்கு அவ்வளவு தொடர்பா?’’

‘‘ஆம், தந்தையே! சிறையில் பலமுறை சந்தித்துப் பேசி அவரது உயர்ந்த குணங்களை அவர் அறிந்திருக்கிறார்.’’

‘‘அப்போது வந்தியத்தேவன் தன்னை விடுதலை செய்யு மாறு மதுரனை வேண்டியிருக்கலாம்.’’

இது கேட்டுப் பஞ்சவன்மாதேவிக்குக் கோபம் வந்தது. தன் தந்தையின் குயுக்தி எண்ணத்தை அவள் விரும்பவில்லை.

"தந்தையே! என்ன வார்த்தை பேசுகிறீர்கள்! வந்தியத் தேவனைப் போன்ற சுத்த வீரரை நாம் எங்கும் காண முடியாது. அவர் விரும்பியிருந்தால் பாதாளச் சிறையினின்று எப்பொழுதோ தப்பியிருக்கலாம்."

பழுவேட்டரையர் நகைத்தார்.

"ஏன் சிரிக்கிறீர்கள் தந்தையே? அதற்கு அவருக்கு வாய்ப்பில்லை என எண்ணுகிறீர்களா? பல சந்தர்ப்பங்கள் நேர்ந்திருக்கின்றன."

"பல சந்தர்ப்பங்களா? சிறைக் காவலர்கள் உறங்கி யிருந்தார்களா? சிறைக் கதவு பூட்டப்படாமல் கிடந்ததா? என் மகளே சொல்லு, எவ்விதம் என்று சொல்லு."

"சிறைக் கதவும் பூட்டப்படவில்லை. உங்களுடைய ஆணையின் கீழுள்ள காவலர்களுக்கு உறக்கம் ஏது? தப்பிப் போவது இருக்கட்டும். இளவரசர் மதுரன் பலமுறை அவர் விடுதலைக்கு வழி செய்வதாகக் கூறியிருக்கிறார். தன்னுடன் சிறையினின்று வந்துவிடுமாறு வற்புறுத்தியிருக்கிறார். அந்த வாய்ப்பைப் பயன்படுத்தி அவர் வந்திருக்கக்கூடாதா? அப்படி வெளியே வந்து தனக்கு நியாயம் கூறும் மக்களை ஒன்று திரட்டி உங்களுக்கு விரோதமாகப் புறப்பட்டிருக்கக் கூடாதா? மதுரன் ஆதரவும் இருந்திருக்குமே, அதுமட்டுமா பல காலமாகப் பாண்டி நாட்டு ஒற்றன் நாணயசாலையில் இருந்திருக்கிறானே! அவன் வந்தியத்தேவனைப் பல தடவை சந்தித்துத் தன்னுடன் ஓடிவந்து விடுமாறு வற்புறுத்தியிருக் கிறானே, அப்போதாவது வந்தியத் தேவன் மனம் மாறியிருக்காதா?"

"பாண்டியநாட்டு ஒற்றனா? நாணய சாலையிலா? யாரைச் சொல்லுகிறாய்?" பழுவேட்டரையர் பரபரப்புடன் கேட்டார். "தப்பி ஓடினானே பரமேசுவரன் அவனா?"

"யாரோ எனக்குப் பெயரெல்லாம் தெரியாது. அந்த ஒற்றன் வந்தியத்தேவனைப் பலமுறை சந்தித்திருக்கிறான். அவரைப் போன்ற பெருவீரரின் ஒத்துழைப்பு பாண்டிய நாட்டிற்கு வேண்டும் என்று அவன் விரும்பினான். வல்ல வரையரைப் பாண்டியர் படையில் சேனாதிபதியாக நியமிப்ப தாகக் கூறியிருக்கிறான். அதை வந்தியத்தேவன் ஒப்புக்

கொள்ளவில்லை. அவன் ஒப்புக்கொள்ளும் அளவில் அந்தச் சதிகாரன் வந்தியத்தேவனுக்குப் பலபல எடுத்துக் கூறினான். தன்னை சிறையில் அநியாயமாகச் சோழர்கள் அடைத்து வைத்திருக்கிறார்கள் என்று கூறினானாம்."

"அநியாயமாக அடைத்தோம் என்று பாண்டிய நாட்டவன் கூறுகிறானோ? வெகு அழகுதான்!"

"ஆதித்த கரிகாலரை வேறு எவரோ கொன்றிருக்க உன்மீது அடாத பழி சுமத்தி விட்டார்கள் என்றும் வருத்தப்பட்டுக் கூறினானாம்."

"ஆதித்த கரிகாலனை வேறு எவரோ கொன்றார்கள் என்று பாண்டிய ஒற்றன் கூறினானா? என் சகோதரர் கூட அப்படித் தான் கடைசி காலத்தில் சொல்லியிருக்கிறார். ஆனால் அதை நான் நம்பவில்லை. நம்பாததற்குக் காரணங்கள் இருந்தன."

"அந்த ஒற்றன் இன்னும் இன்னும் வந்தியத்தேவனுக்கு ஆசை காட்டியிருக்கிறான். தங்க நாணயங்களைக் குலுக்கிக் காட்டியிருக்கிறான். கள்ளத்தனமாகப் பாண்டிய நாட்டிற்கு நாணயங்களை அனுப்புவதைப் பற்றியும் கூறியிருக்கிறான். ஆனால் அதற்கெல்லாம் வல்லவரையர் சம்மதிக்கவில்லை. நான் கேட்கிறேன். தந்தையே அவர் தப்பி ஓடிவிட விரும்பி னால் வெகு எளிதில் சென்றிருக்கலாம். கடைசியாக அவன் பயமுறுத்துகிறான். 'இந்தச் செய்தியை வேறு எவரிடமாவது தெரிவித்தாயோ, ஆதித்த கரிகாலனுக்கு நேர்ந்த கதிதான் உனக்கும் நேரும்' என்று எச்சரித்திருக்கிறானாம்..."

பழுவேட்டரையர் சட்டென எழுந்து, "என்ன என்ன? ஆதித்த கரிகாலனுக்கு நேர்ந்த கதி நேரிடும் என்று ஒற்றன் சொல்லுகிறானா?" என்று கேட்டவர் சிறிது நேரம் மௌன மாயிருந்தார். அந்தச் சொல்லில் ஏதோ மர்மமிருப்பதை உணர்ந்தார். இவற்றை மதுரன் தான் மகளிடம் கூறியிருப்ப தால் அதில் உண்மை இருக்குமென அறிந்தார். அவர் சிந்தனையிலாழ்ந்தார். தப்பி ஓடியவனிடம் பெரும் ரகசியம் புதைந்திருப்பதாக எண்ணினார். சட்டென மகளை நோக்கிக் கேட்டார்.

"மகளே! வந்தியத்தேவனை அந்தச் சதிகாரன் எப்படிச் சந்தித்துப் பேசினான்? இத்தனை ஆண்டுகளாக அவன்

சந்தித்துப் பேசுவது எப்படிக் காவலர்க்குத் தெரியாமல் இருந்தது...?"

"தந்தையே! இங்குதான் வந்தியத்தேவன் புகழ் உயர்த்தும் உண்மை இருக்கிறது. பாதாளச் சிறைக்கும், நாணய சாலைக்கும் இடையே குறுகலான வழி இருக்கிறது. அந்த இரகசிய வழி மூலமாகத்தான் பாண்டிய நாட்டுச் சதிகாரன் அவரைத் தப்பிப் போக அழைத்தது" என்றாள் பஞ்சவன் மாதேவி. அவள் முகத்தில் பெருமிதம் நிலவியது.

"இரகசிய வழியா?" என்று திடுக்கிட்டார் பழு வேட்டரையர். தஞ்சைக் கோட்டையின் மூலை முடுக்கு களையும் அறிந்துள்ள அவருக்கு அதிர்ச்சியாகக் கூட இருந்தது. அதை அறியாது இவ்வளவு காலத்தையும் கடத்தி விட்டதைப் பிறர் அறிந்தால் என்ன நினைப்பார்கள்? இதை அறிந்துவிட்ட மதுரன் தன் திறமையைப் பற்றி என்ன நினைக்கமாட்டான்! அவர் மூளை குழம்பியது. ஒரு கணம் அவர் தனது மாபெரும் சக்தியைப் பற்றிய நம்பிக்கையை இழந்தார். பல பெரும் போர்களில் தீரமாகப் போரிட்டு உடலிலே விழுப்புண்களைப் பெற்றிருந்த பழுவேட்டரை யரின் உள்ளத்தில் நடுக்கமும் ஏற்பட்டது. இரகசிய வழி ஒன்றிருக்கிறது என்பது அவரை மிகவும் குன்றிப்போகச் செய்தது.

"தந்தையே! அந்த இரகசிய வழியின் மூலமாக வல்லவரையர் எளிதில் தப்பியிருக்கலாமே. அப்படி அவர் செய்தாரா? எவ்வளவோ வாய்ப்புகள் ஏற்பட்டிருந்தும் அவர் ஏன் இருட்டறையில் வாழ்நாளைக் கழிக்கிறார்? தப்பி ஓடி வந்து உங்களைப் பழி வாங்கியிருக்கக் கூடாதா? இந்தச் சோழ சாம்ராஜ்யத்தின் மீது பழி வாங்கியிருக்கக் கூடாதா? அவர் காலத்தின் தீர்ப்புக்குக் காத்திருக்கிறார். எந்தச் சபை அவரைக் குற்றவாளி என்று கூறியதோ அதே சபைதான் அவரை மீண்டும் உண்மையறிந்து விடுவிக்க வேண்டும் என்று காத்திருக்கிறார். தந்தையே, இப்போதாவது வல்லவரையர் நேர்மையானவர் என்பதை உணர்வீர்களா? அப்படிச் சந்தேகமிருந்தால் ரகசிய வழி ஒன்று இருப்பதை அறிந்த பிறகு அவருடைய குணத்தையும், குற்றமற்ற தன்மையையும்

முடிவு செய்வீர்களா?" என்று உருக்கமாகக் கூறினாள் பஞ்சவன்மாதேவி. இன்னும் ஏதோ கூறமுயன்றாள்.

பழுவேட்டரையர் தன் செவிகளை மூடிக்கொண்டு "குழந்தாய் போதும் போதும், என் உள்ளத்திற்கு அளிக்கப்பட்ட சம்மட்டி அடி போதும். இரும்பு இதயத்தை நிமிர்த்திக் கொடுக்கப்பட்ட தாக்குதல் போதும். இதோ இப்போதே நான் கடந்த காலப் பிழைகளுக்குப் பிராயச் சித்தம் செய்யப் போகிறேன். இரகசிய வழி இருப்பது உண்மையானால் வந்தியத்தேவன் குற்ற மற்றவன் என்பதும் உண்மையே! அதைச் சபை கூற வேண்டாம். நான் கூறுகிறேன். என்னுடைய கடந்தகாலச் செய்கைகளுக்குப் பிராயச்சித்தம் செய்து கொள்கிறேன்" என்று கூறி நாணயசாலையை நோக்கி விரைந்தார்.

நாணயசாலைக்கும், பாதாளச் சிறைக்கும் பரமேசுவரன் ஏற்படுத்திய ரகசிய வழியைப் பழுவேட்டரையர் கண்டு விட்டார். அவர் உள்ளத்தில் நடுக்கம் ஏற்பட்ட உடனே கடந்த பல ஆண்டுகளாக வந்தியத்தேவன் வாடும் பாதாளச் சிறை நோக்கி பழுவேட்டரையர் விரைந்தார். காவலர் ஒருவரது துணையுமில்லாமல்.

அத்தியாயம் 29
பொன் மாளிகையைப் பரிவதா?

மாமல்லபுரத்தினின்று சிவிகை புறப்பட்டது. அதைச் சுமப்போரின் 'ஹோ ஹோ' என்ற ஒலியுடன் அது நகர்ந்தது. வானத்தில் முழுமதி பூத்து, சாலையிலே வெள்ளி வீசிக் கொண்டிருந்தாலும், குதிரை மீது ஒருவன் தீப்பந்த ஒளியைக் காட்டியவண்ணம் மெல்லச் சென்று கொண்டிருந்தான். மாசிமாதத்து இரவு நேரமாதலால் இலேசான குளிரும் இருந்தது.

இன்பவல்லி இளையபிராட்டியுடன் சிவிகையில் ஏறிய வுடனேயே தொலைவில் 'குழந்தாய், குழந்தாய்' என்று அந்த

மாமல்லபுரத்து முதியவர் ஓலமிட்டது காற்றில் கலந்து வந்து இன்பவல்லியின் உடலைச் சிலிர்க்க வைத்தது. ஏதோ ஒரு பொருளை அறிந்தே பிரிவது போன்ற உணர்வு எழுந்தது 'இதோ இங்குதானே இருக்கிறேன்' என்று குரல் கொடுத்திருக்கலாம். ஆனால் இன்பவல்லிக்கு ஒரு வார்த்தை கூட நெஞ்சினின்று வெளியே வரவில்லை. எல்லாம் கனவில் நடப்பன போன்ற பிரமையான நிலை அவளுக்கு. ஆனால் குந்தவையின் பிரேமை நிறைந்த சொற்கள் அவளை மயங்க வைத்தன. எடுத்த எடுப்பிலேயே குந்தவை தனக்குச் சொந்தம் என்ற உணர்வு அவளுக்கு உண்டாயிற்று.

சிவிகை திருக்கழுக்குன்றத்தின் பக்கமாகச் செல்லவில்லை. சிவிகை சுமப்போர் பாலாற்றின் கரை பக்கமாகச் செல்லும் வழியாகச் சென்றனர். காஞ்சி வரை சிவிகையில் செல்வதை குந்தவை விரும்பவில்லை. காஞ்சி செல்வதற்குப் பாலாற்றில் ராஜஹம்சப் படகு ஆயத்தமாக நின்று கொண்டிருந்தது. மூவரும் படகில் ஏறினர்.

வானதிக்குக் கண்களைச் சுழற்றி உறக்கம் வந்து தாலாட்டியது. என்றாலும் அந்தத் தண்மதி வேளையில் படகில் செல்வது குதூகலத்தை அளித்தது. இன்பவல்லிக்கும் குந்தவைக்கும் சந்திரனைக் கண்டாலே ஏனோ வெறுப்பு! சந்திரனுக்குச் சகோதரிகள், உடன்பிறந்தார்கள் யாரும் இருக்க மாட்டார்களா? அவன் பிறந்த ஊரில் பெண்களே கிடையாதா? அப்படி அவன் பெண் மனம் அறிந்தவனாயிருந்தால் இப்படி பெண்களை வருத்தமாட்டான்.

முல்லைத்தீவில் அவனுடைய மென் கரங்கள் இன்ப மழை பொழியச் செய்து இன்பவல்லியின் இதயத்தைக் குளிர்விக்கும் அதே சந்திரன்தானே இங்கும்? இல்லை, இவன் வேறு ஒருவனோ? கொடிய சித்தம் கொண்டவனோ? அவன் மீது வெறுப்பு கொண்டு வஞ்சம் தீர்க்க வந்தவனோ? காற்றைக் கூட அவன் தன் வசப்படுத்திக் கொள்கிறான். குயிலையும் மற்றபுள்ளினங்களையும் தடை விதித்து வாயடைக்கச் செய் திருக்கிறானோ? அவள் இதயம் விம்மித் தணிந்தது. சற்றே கலைந்திருந்த மேலாடைகள் காற்றிலே கொடிபோல் அசைந் தாடிப் பருவத் துடிப்பின் பிரதிபலிப்பை அறிவித்தன. சந்தனக்

குழம்பும் அதிலே மென்தளிர்களும் கலந்து பூசப்பட வேண்டிய எழிற் பகுதிகள் எல்லாம் சுடுநீரைக் கொட்டியதால் அடையும் துடிதுடிப்பையுற்றன. மதியரசனும் ஆண் வர்க்கத்தைச் சேர்ந்தவன்தானே? இரத்தின வியாபாரியைப் போன்று ஏமாற்றும் குணமுடையவன்தானே? இல்லாவிடில் இவ்வளவு துன்பத்தை விளைவிப்பானா?

ராஜஹம்சப் படகு காஞ்சியை வந்தடைந்தது. படகினின்று இறங்கு முன்னர் பொன்மாளிகை காட்சியளித்தது. வெண்ணிலவின் நீராட்டலால் அம்மாளிகை பருவ மங்கை போன்று எழிலுடன் திகழ்ந்தது. மாளிகைக் கூடகோபுரங்கள் மீது திகழும் கலசங்களின் பளபளப்பு, மஞ்சள் நீராடித் தெளிவு பெற்ற முகத்துடன் திகழும் மடந்தையர் போலிருந்தது.

படகினின்று இறங்கிய குந்தவை இன்பவல்லியைக் கைகொடுத்து இறக்கு முன்னர் அவளே மிகப் பழக்கப் பட்டவள் போல் குதித்திறங்கினாள். வானதிக்குச் சாதாரண மாகக் கைலாகு கொடுத்து அணைத்து இறக்குபவள் அப் பொழுது அதை மறந்து, இன்பவல்லிக்குத் தொலைவிலுள்ள பொன்மாளிகையைச் சுட்டிக்காட்டி "அதோ பார்த்தாயா?" என்றாள்.

மெல்லிய பனிப்படலம் படர்ந்திருந்த அவ்வேளையில் நிலவொளியில் தெரியும் அம்மாளிகை புகை போன்று மெல்லிய முகிலினைப் போர்த்து, நாணத்துடன் நிற்கும் பெண் போல் காட்சியளித்தது.

"அக்கா, என்னை விட்டுவிட்டீர்களே..." என்று வானதி படகிலிருந்தபடியே கூவினாள்.

"அம்மா, அங்கே தெரிகிறதே அது என்ன மாளிகை?" என்று இன்பவல்லி கேட்டாள்.

இரு சொற்களும் ஒரே பொழுதில் குந்தவையின் செவி களில் வீழ்ந்தன.

'அம்மா...' என்ற சொல்லில் உள்ள பாசம், 'அக்கா' என்ற சொல்லில் உள்ள பரிவு இரண்டும் அவள் உள்ளத்தில் சிலிர்ப்பை ஊட்டின. இரு கொடிகளுக்கும் தான் கொழு கொம்பா? சிறு வயதிலிருந்து நந்திபுரத்தில் தன்னுடன் வாழும்

வானதிக்கும், இப்போது தன்னிடம் வந்து சேர்ந்துவிட்ட இன்பவல்லிக்கும் நான்தானே ஆதரவு...

குந்தவை பரபரவென வானதியிடம் ஓடினாள். மெல்ல அவளை அணைத்துக் கீழே இறங்க உதவி செய்தாள். "இன்பவல்லி! அதே தெரிகிறதே, அதுதான் நம் மாளிகை. அங்குதான் நாம் போகப் போகிறோம்" என்றாள்.

இன்பவல்லிக்குப் பிரமிப்பாக இருந்தது. இவ்வளவு பெரிய மாளிகையை அவள் கண்டதே இல்லை. இவ்வளவு ஒளியுடன் திகழும் மாளிகையை அவள் கண்டதே இல்லை. எத்தனை பலகணிகள், எத்தனைவித மாடங்கள்...!

அதே பிரமையும் வியப்பும் அவளுக்கு அன்று இரவு முழுமையும் இருந்தன. மாளிகையின் கம்பீரத் தூண்கள்; வழவழப்பான தரைகள்; விதவிதமான விளக்குகளைத் தாங்கித் தொங்கும் உயரமான கூடம். மாடத்திற்குச் செல்லும் படிக்கட்டுகள்; மாடக்கூடம்; நிலா முற்றம்; விதவிதமான காலதர்கள்; பலகணிகள்; ஆசனங்கள். உணவின் சுவையை உணர்ந்த அந்த நாவினால்கூடப் போற்றிப் புகழ இயலாதே. இன்பவல்லி பேச முடியா அளவுக்குத் திகைத்தாள். தன்னைத் தவறாகக் குந்தவை அழைத்து வந்து விட்டாளோ என்ற சந்தேகம் அவளுக்கு ஒரு கணம் தோன்றிற்று. குந்தவையின் உபசாரமும், பரிவும் சித்தப் பிரமை கொண்டவளோ என்று சந்தேகப்படவும் செய்தன. ஆனால் குந்தவையின் பேச்சும் செயலும் அவள் சந்தேகத்தை மாற்றிவிட்டன. அதனால் இன்பவல்லிக்குக் குந்தவையின் பேரில் அளவு கடந்த மதிப்பு ஏற்பட்டது. பழைய துன்ப நினைவை மறந்தாள்.

அந்த மாளிகையை வந்தடைந்த இரு நாட்கள் வரை வானதியும் கலகலப்பாக இன்பவல்லியிடம் பேசிக் கொண் டிருந்தாள். திடீரென அவள் இன்பவல்லியிடம் அதிகம் பேச வில்லை. அவளைச் சோர்வு பற்றிக் கொண்டது. மஞ்சத்தை விட்டு அவளால் சுறுசுறுப்புடன் எழ முடியவில்லை. குந்தவை அவள் எழுந்து செய்ய வேண்டிய பணிகளைத் தானே செய்தாள்.

இன்பவல்லிக்கு அன்று வெகு நேரம் உறக்கமே வரவில்லை. குந்தவையின் வற்புறுத்தலின் பேரில் அவள்

முல்லைத் தீவைப் பற்றிய கதைகளைக் கூறிக்கொண்டிருந்தாள். பெரும் பெரும் கலங்களைக் கட்டுவதைப் பற்றியும் பல தேசத்துக்கலங்களின் விதங்களைப் பற்றியும் அவள் கூறினாள். திடீர் திடீர் என வரும் கடற் கொள்ளையரைப் பற்றிக் கூறியபோது இளையபிராட்டியும், வானதியும் ஆவலோடு கேட்டனர்.

அவள் சுவையாகக் கூறிக் கொண்டிருக்கும் போதே வானதி உறங்கிவிட்டாள். குந்தவையின் கண்களையும் உறக்கம் சுழற்றியது. 'உம் உம்' என்று கூறி வந்தவளிடமிருந்து அந்தக் குரலும் மறைந்தது.

இன்பவல்லி தனியே விழித்துக் கொண்டிருந்தாள். கடற் கொள்ளையரும், முல்லைத் தீவும், முல்லைத் தீவின் புன்னைமர நிழலும், அருவிக் கரையும், மணற்பரப்பும், பாறையும் அவள் நினைவிலே நிழலாடின. கடற்கரை மணலில் வெகுநேரம் அவள் விழித்துக் காத்திருப்பது நினைவுக்கு வந்தது. அவள் விழிக்கு வேதனை ஏன் தோன்றியது? இரத்தின வியாபாரியின் வருகையை விழிகள் ஏன் அப்படி எதிர்பார்த்திருக்கின்றன? பொல்லாத விழியால் அன்றோ மனத்துக்கு இவ்வளவு சங்கடம்! விழி என்ன செய்யும்? மனமிட்ட கட்டளைதானே! இப்படியாக எண்ணியவள் நினைவு அலையை எங்கெல்லாமோ வீசிய வண்ணம் உறங்கிவிட்டாள்.

அவள்தான் உறங்கினாள். ஆனால் அவள் உள் மனம் உறங்கவில்லை. அது விழித்திருந்தது. அதற்குத் தூரம், தொலைவு என்ற கட்டுப்பாடே இல்லை. அது வானத்தே சஞ்சரித்தது. கடலிலே மிதந்து சென்றது. சந்திரனைப் போய்த் தொட்டது. நட்சத்திர மண்டலத்திலே உலவியது. ஆகா! அது இரத்தின வியாபாரியைக் கண்டுபடித்துவிட்டதே! அதோ அவர் தான் வராததற்குக் காரணங்களைக் கூறுகிறார். அவை நியாயமாகப்பட்டன. பிரிவும் ஏக்கமும் தொலைந்துவிட்டன. அதோ அவருடன் கைகோர்த்துச் சுற்றுகிறாள்; அவர் கொடுத்த இரத்தினக்கல் அவள் கைகளில் ஒளிவீசுகிறது.

"இன்பவல்லி!" என்றழைக்கிறார்.

‘‘ஹூம்...’’ என்று இனிய குரலை எதிரொலிக்கிறாள், அவள்.

‘‘என் நினைவிலே உன் முகம் அப்படியே மாறாமல் பதிந்து விட்டது அழகு மகளே!’’ என்றார் அவர்.

‘‘ஓஹோ...’’

‘‘என் இதய பீடத்தில் நீ ஆடுகிறாய். உன் பாதச் சலங்கை ஒலிக்கிறது இன்பவல்லி!’’ என்றார் அவர்.

இன்பவல்லி நகைக்கிறாள்.

‘‘உன் இதய கீதம் எப்பொழுதும் என் செவிகளில் ரீங்கார மிடுகின்றது... அதை மீண்டும் கேட்கவே வந்தேன்’’ என்கிறார் அந்த அழகன்.

‘‘அப்படி என்றால் என்னைக் காணவரவில்லையா? நான் வேண்டாமா? என் இசையும், ஆட்டமும்தான் உங்களுக்கு வேண்டுமா? இப்பொழுது அதையே தருகிறேன். எடுத்துப் போங்கள்’’ என்கிறாள் இன்பவல்லி.

அவள் ஆடத் தொடங்குகிறாள். பாடத் தொடங்குகிறாள். இரத்தின வியாபாரி ஏதோ கூறி அவளை நெருங்குகிறார். அவள் முகத்தை மெல்லத் திருப்புகிறார். அவளது மலர்க் கன்னங்களை வருடுகிறார். மெல்லதரங்களைச் சுவைத் துண்ண அவள் முகத்தருகே நெருங்கி விடுகிறார்! அதோ அவர் விடும் மூச்சின் ஸ்பரிசம். இன்பவல்லியின் கரங்கள் அவரை அணைக்கத் துடிக்கின்றன.

கடும் உழைப்பை மேற்கொண்டிருக்கும் இரத்தின வியாபாரியின் உடல் மென் பஞ்சுபோல் இருக்கிறதே! பட்டுத் துணியைத் தொடும் உணர்வு ஏற்படுகிறதே! இன்பப் பூக்களின் மெல்லிதழ்கள் ஒட்ட வைத்தாற் போலிருக்கிறதே. கடலும் மலையும் காடும் காவும் அலையும் அவர் உடலில் ஒன்று சேர்ந்தனவா? ஆகா! மனமே உன் தவம் பலித்தது. உன் அந்தரங்க ஏக்கத்திற்கு விடிவு வந்தது. கரங்களே, நீங்கள் பாக்கியசாலிகள்! தோள்களே, உங்களுக்குத்தான் என்ன தைரியம்?

இன்பவல்லியின் கரங்கள் தன்னை நெருங்கும் மென் உடலைச் சுற்றிச் சுழன்று வளைந்தன.

ஆ! ஏன் வானக் கப்பல் கிடுகிடுவென பூமி நோக்கி வருகிறது? முழு அழகுடன் பூத்த மலர் கிளையினின்று ஏன் கீழே மண்ணை நோக்கி விழுகிறது?

இன்பவல்லி சட்டெனக் கண் விழித்தாள். அவள் எதிரே நிற்பது சித்திரசேனரா? அவள் கன்னத்தை வருடியது சித்திர சேனரா? முகத்தருகே வந்தது அந்த வியாபாரியின் முகமா? தன் கரங்கள் யாழைத் தடவுவது போல் தடவியது யாருடைய உடலை? இல்லை... இல்லை. ஐயோ இதென்ன பித்தான செயல்?

இன்பவல்லி துள்ளி எழுந்தாள். அவள் அருகே குந்தவை நின்று கொண்டிருந்தாள். அவள் முகத்தில் ஒளி நிறைந்த சிரிப்பு பரவியிருந்தது. இன்பவல்லியின் தோளைப் பற்றி மெல்ல அவளை அமர வைத்து, ''இன்பவல்லி! கனவு கண்டாயா? உன் உதடுகள் இன்ப இசையை முணு முணுத்தன. உன் பாதங்களிலே அசைவு. நீ என்னென்னவோ கூறினாய்!'' என்று அவள் தலையை வருடியவாறு கேட்டாள்.

இன்பவல்லியை வெட்கம் சூழ்ந்து கொண்டது. அவள் கனவுதான் கண்டாள் எனினும் அந்தக் கனவின் சம்பவங்கள் நேருக்கு நேர் அறிவது போல்தானே தோன்றின? 'நம் உயிருக்குயிரான சித்திரசேனர் என எண்ணி நாம் நடந்து கொண்ட விதத்தை இளையபிராட்டி அறிந்திருப்பாளோ! ஐயோ! இதென்ன ஒரு கணத்தில் மதியிழந்தோம். இன்ப ஸ்பரிசம் என இளைய பிராட்டியையா அணைத்தோம்?' வெட்கம் மாறி திடீரென அழுகை அழுகையாகப் பொங்கியது. துடித்த உதடுகள் விம்மலை வெளிப்படுத்தின. உள்ளமும் உடலும் நடுங்கின. 'கோ'வென்று கதறிவிட வேண்டும் போலிருந்தது.

குந்தவையின் மார்பில் திடீரென முகத்தைப் புதைத்து விம்மினாள் இன்பவல்லி. வானதி மஞ்சத்தில் சாய்ந்தபடி இந்த அபூர்வக் காட்சியை வியப்புறும் கண்களால் கண்டவாறிருந் தாள்.

இன்பவல்லியைச் சமாதானப்படுத்தக் குந்தவை தன் அன்புச் சொற்கள் முழுவதையும் பயன்படுத்தினாள். "அசடே, நீ கனவிலே அற்புதப் பாடலொன்று பாடினாய்; நான் எழுந்து வந்தேன். அதைக் கேட்டவுடன் இன்னும் இன்னும் கேட்க வேண்டும்போல் ஆசையெழுந்தது. உன்னருகே வந்தேன். நீ எழுந்தாய். இதற்காக அழுவதேன்?" என்று அவளது கண்ணீரைத் துடைத்தாள். அப்பா! கண்ணீர் அவள் மார்பில் ஆடைகளைத் நனைத்து விட்டிருந்தது.

வானதி ஏனோ தன் முகத்தைத் திருப்பிக்கொண்டாள். ஆனால் சற்று நேரத்தில் 'ஜல் ஜல்' என்று நூபுரத்தின் ஓசை அங்கு ஒலிக்கவும் அவள் திரும்பிப்பார்த்தாள். இன்ப வல்லியின் பாதங்கள் ஒலித்தன. வளை குலுங்கும் கரங்கள் வளைந்தன. விரல்கள் நெளிந்து நெளிந்து பலவிதத் தோற்றங் களைக் காட்டின. அவையென்ன நான் முகனின் கைகளா? பல பல தோற்றங்களைப் படைக்கின்றனவே! துள்ளும் மானைப் புலப்படுத்துகின்றன. அசையும் யானையை, நெளியும் பாம்பை, ஆடும் மயிலை, குவியும் மலரை, விரியும் பூவை, வட்ட மதியை, வானத் தாமரையை, கடும் புயலை, கொடிய வில்லை, நெடிய மலையை அடர்ந்த மரத்தை இன்னும் இன்னும் வாய்ப் பேச்சால் விளங்காத வற்றை அங்கே கொண்டு நிறுத்தின.

மனித நடமாட்டம் மட்டும் இருந்த அந்த மாளிகையின் கூடங்கள்கூட இசை கேட்டுப் பொலிவடைந்தன. சதங்கை ஒலி கேட்டுச் சிரித்து மகிழ்ந்தன. வியப்பின் ஒலி கேட்டு வாட்டம் நீங்கின. ஒரு கணம் அந்தக் கூடம் சுவர்க்கத்தின் பகுதியாகியது. ஒரு கணம் இந்திரன் இல்லாது அரம்பையர் மட்டும் ஆடும் கூடமாகக் காட்சியளித்தது.

இன்பவல்லிக்கு இன்பப் பொழுதாகக் கழிந்தது. அவள் தனது காதல் அனுபவம் தவிர மற்றவற்றைக் குந்தவையிடம் கூறினாள். சங்குமுக யாழோடு பாடியதைத் தவிர மற்ற வற்றைக் குந்தவையிடம் கூறினாள். பம்பரம்போல் சுழன்று தினப்படி வேலைகளைச் செய்தாள். வானதிக்கு வேளைக்கு வேளை உணவு கொண்டு வந்தாள். பாலும் பழமும் கொண்டு வந்தாள். குந்தவையின் தேவைகளைக் கவனித்து வந்தாள்.

இன்பவல்லியின் இளமையும் வனப்பும் கள்ளங்கபட மற்றுப் பழகும் இயல்பும் கண்டு குந்தவை உள்ளத்தே பெருமை கொள்வாள். ஆனால் அவளும் பெண்தானே! அச்சிறு வயதில்கூட அவளால் இதுபோல் துள்ளித் திரிய முடியவில்லை. அரச மகள் என்ற கட்டுப்பாடா, அல்லது இயற்கையான சுபாவமா? அவள் பேச்சு, அவள் நடையுடை பாவனைகள் எல்லாமே கம்பீரமானதாயும் தனிப்பட்ட முறையிலும் இருக்கும். மாறனின் கணையினின்று இரு மலர்கள் அவள் மீதும் தெளிக்கப்பட்டதுண்டு. அந்தக் கணையை வந்தியத்தேவனின் மீது குறிபார்த்து வீசி விட்டாள். எத்தனை எத்தனையோ நாட்டு இளவரசருக்கு நேராத பெரும் பேறு வல்லவரையருக்கு ஏற்பட்டது. இளைய பிராட்டியின் இனிய நோக்குக்கு அவன் ஆளானான். அவனா ஆளானான்? குந்தவை அன்றோ வல்லவரையரைத் தன் இதயபீடத்தில் ஏற்றிக் கொண்டாள்! அவர்களிருவரும் வாய்மொழியால் பேசியதே கிடையாது. இருவர் கண்களும் தங்களுக்குள் பேசிக் கொண்டன; அந்தக் குறுகிய காலத்தில் குந்தவை தன் மன அமைதியை வல்லவரையரிடம் கண்டாள்! காதல் மொழி பேசவில்லை; காவியங்கள் கூறும் வர்ணனையைப் போல் பேச அவளுக்குப் பிடிக்காது. கனவு காண்பதென்பதும் அவளறியாள். இதய பீடத்தில் அமர்ந் திருக்கும் வல்லவரையருடன் மௌன மொழியில் பேசுவாள். காஞ்சி மாளிகைதான் இன்றும் இருவரிடையேயும் நெருக் கத்தை வளர்த்தது. சுந்தரசோழர் நோய் வாய்ப்பட்டிருந்த போதுதான் அவர்களிடையே பிணைப்பைப் பலமாக்கிற்று. ஒருவரையொருவர் அதிகம் புரிந்துகொள்ள வாய்ப்பளித்தது. வாய்ச் சொல்லுக்கும், உள்ளத்து உணர்ச்சியைப் பரிமாறிக் கொள்வதற்கும் மாளிகையின் நந்தவனம் உதவியது. மேலும் அவர்களின் காதல் மாளிகை கலசம் வரை கட்டப்பட்டிருக்கும்.

சிராப்பள்ளி மலை மீது ஏறி நேரம் போவது தெரியாது தங்கள் இதயக்கோட்டையைப் பலப்படுத்த முயன்றனர். ஆனால், காவிரியாற்றில் படகிலிருந்து இறங்கியவுடனேயே தான் பார்த்திபேந்திரன் பிரித்து விட்டானே? குந்தவை இந்த இன்ப நினைவை எண்ணிப் பார்ப்பதே கிடையாது. அதற்கிட மளித்து வருத்தச் சுழலில் ஆழ்வதை அவள் விரும்பவில்லை. ஆனால் இன்பவல்லி வந்தவுடன், அவள் தோற்றமும், காட்டு

மலர்போல் அவள் வளர்ந்திருக்கும் நேர்த்தியும் அவளுள்ளத்தில் கிளுகிளுப்பை ஊட்டின. பாலையில் செல்லும் தன் வாழ்க்கைப் பயணம் என்றுமே சோலையைக் காணாது என்று முடிவு செய்தவளுக்குக் கண்களிலே பசுமைக் கோடுகள் புலப்பட ஆரம்பத்து விட்டன. காஞ்சி மாளிகையில் வளர்ந்த தன் காதலை மீண்டும் வளர்க்க முடியும் எனும் நம்பிக்கைக்கு வரலானாள். இன்பவல்லியைப் போன்று தான் புதுப்பொலிவோடு வாழ வேண்டும் எனும் எண்ணக் குருத்து அவளுள்ளத்தில் எழுந்தது.

இளையபிராட்டி இன்பவல்லியிடம் நெருங்கிப் பழகுவதும் வாஞ்சையுடனிருப்பதும் வானதியின் உள்ளத்து மூலையிலே சிறு கசப்பை வளர்த்தன. ஆனால், இன்பவல்லியின் கபடமற்ற பேச்சும், எப்போதும் நகைத்தவாறிருக்கும் முகமும் அந்தக் கசப்புணர்வை மறைத்தன. காஞ்சியை விட்டுப் புறப்பட்டுப் பல ஊர்களைக் கண்டு மீண்டும் தஞ்சையை அடைய வேண்டும் எனும் எண்ணமும் அவளுக்கு உதித்தது. தன் எண்ணத்தை இளையபிராட்டியிடம் கூறவேண்டும் எனத் துடித்தாள் அவள்.

அவள் கூறுவதற்கு முன்னரே தஞ்சைப் பயணம் ஏற்படச் சம்பவமொன்று நிகழ்ந்தது.

அன்று பொழுது புலரா முன்னர் குந்தவை எழுந்து விட்டாள். முதல் நாள் எல்லாம் உற்சாகமாக இருந்த அவளுக்கு அன்று பொழுது பிறக்கும்போதே கசப்புணர்ச்சி ஏற்பட்டது. கல்யாணிப் பாட்டிகூட இன்னும் எழவில்லை.

மேன்மாடத்தின் கைப்படிச் சுவரருகே நின்று அவள் வெளித் தோட்டத்தையும், செங்கோடுகளை வானத்திலே தீட்டியவாறு கிழக்கே எழும் ஞாயிறையும், அதற்கு வரவேற்புக் கொடுக்க இனிய இசை பாடிப்பறந்து செல்லும் பறவைகளையும், நந்தவனத்தினின்று வரும் மலரின் நறுமணத்தையும் கண்டவாறு இருந்த குந்தவை வெளி வாயிலின் வழியாகக் குதிரை மீது வீரநாராயணன் வருவதைக் கண்டாள்.

குதிரை மீதிருந்து இறங்கி வேகமாக அவன் நடந்து வருவது கண்ட குந்தவை ஏதாவது முக்கியச் செய்தி இருக்கலாம் என்றுணர்ந்து கீழே கூடத்திற்கு வந்தாள்.

வீரநாராயணன் அந்த முதிய பருவத்திலும் குதிரை மீதேறி விரைந்து வருவது இளையபிராட்டிக்கு வியப்பாக இருந்தது. கடமை வீரனான அவன் சுற்றும்முற்றும் பார்த்துவிட்டு, "தேவி, தாங்கள் இந்த மாளிகையை விட்டு உடனே புறப் பட்டுவிட வேண்டும்!" என்று கூறினான்.

அவனுடைய பேச்சு ஒரு கணம் குந்தவைக்கு விளங்க வில்லை. "வீர நாராயணா, என்ன சொல்கிறாய்? எனக்கு ஒன்றுமே புரியவில்லை" என்றாள்.

"தேவி! ஆபத்து நெருங்கிக் கொண்டிருக்கிறது" என்றான். அவன் மீண்டும்.

குந்தவை மெல்ல நகைத்து, "ஆபத்துக்கென்ன? அதுதான் இந்த மதிலின் மீதே உட்கார்ந்து கொண்டிருக்கிறதே. இந்த மாளிகை தோற்றத்துக்குத்தான் கம்பீரமானது. அழகானது. ஆனால் இதன் பசி அதிகம். இது கட்டியவரைக் கொன்றது. ஆசையாய் வந்து தங்கிய என் தந்தையைக் கொன்றது. என்னையும் தன் பசிக்கு விருந்தாக்கிக் கொண்டாலும் நான் இந்த மாளிகை மீது கோபங் கொள்ள மாட்டேன்" என்று விரக்தியுடன் பேசினாள் இளையபிராட்டி.

வீரநாராயணன் அவள் பேச்சைக் கேட்டுத் திடுக்கிட்டான். "தேவி! என்ன வார்த்தை இது! உங்களை விழுங்கப் பார்த் திருக்க நாங்கள் என்ன பித்தர்களா? திடீரென ஏன் இப்படிப் பேசுகிறீர்கள்? தேவி! நீங்கள் இருக்கும் தைரியத்தால் தானே நாங்கள் வாழ்கிறோம்? இந்தச் சொல்லை இளவல் கேட்டால் வருத்தமுறமாட்டாரா? வானதிதேவி அறிந்தால் திடுக்கிட மாட்டார்களா? ஏன் இப்படிப் பேசுகிறீர்கள்? இந்த மாளிகையின் தனிமை தங்கள் மனத்தை மாற்றுவதா? நாம் இப்படிப் பேசிக் கொண்டிருக்கக் கூட நேரம் இல்லை! இந்த மாளிகையை விட்டு நாம் புறப்பட வேண்டியதற்கான ஆயத்தங்களைச் செய்யுங்கள்" என்றான்.

"திடீரென இங்கிருந்து ஏன் புறப்பட வேண்டும் என்கிறாய் வீர நாராயணா?"

"தேவி! நாட்டு நிலைமை அவ்வளவு மோசமாக இருக்கிறது. உங்களுக்குத் தெரியாது. படைத்தலைவர் பார்த்தி

பேந்திரர் சோழநாட்டுக்கு விரோதமான நடவடிக்கைகளில் இறங்கி விட்டார். அவர் ரகசியமாகச் சேர்த்து வைத்திருக்கும் படைகளுடன் இந்த நகரத்தையே தன் வசப்படுத்திக் கொள்ளப் போகிறாராம்."

"செய்யட்டுமே, அதனால் நமக்கென்ன ஆபத்து?"

"என்ன தேவி, இப்படிக் கேட்கிறீர்களே! அவர் சோழ நாட்டிற்கு விரோதமாகக் கிளம்பித் தனி நாடு அமைக்கிறார். நாம் எல்லோரும் அவருக்கு விரோதிகள். இந்த மாளிகையில் உள்ளவர்களைச் சிறையிலடைத்து விடுவார்."

"அடைத்து விட்டுப் போகட்டுமே. நமது வீரர்கள் பல மற்றவர்களா? பெரும் படையுடன் வந்து மீட்பார்கள்."

"தாயே! இளவரசி வானதியும் கல்யாணி தேவியும் சிறை சேர்வதா? நீங்களா பேசுகிறீர்கள்?" வீரநாராயணனின் சொற்களில் ஆத்திரமும் அதே போது பரிவும் நிறைந்திருந்தன.

குந்தவை அமைதியாக அமர்ந்து யோசித்தாள். அப்போது வானதி அங்கு வந்து சேர்ந்தாள்.

"அக்கா, நான் ஒன்று கேட்க விரும்புகிறேன்" என்றாள்.

"கேளேன், வானதி! அதற்குக்கூட என்னிடம் அனுமதி கேட்க வேண்டுமா?"

"எனக்கென்னமோ திடீரென்று காஞ்சி வாசம் அலுத்து விட்டது. இங்கிருந்து புறப்படலாமா?"

குந்தவை திடுக்கிடவில்லை. அவள் முகத்தில் சலனமே இல்லை. பிறகு வானதியைப் பார்த்து, "அலுப்பு ஏற்பட்டாலும் ஏற்படாவிடினும் காஞ்சியினின்று புறப்பட்டுத் தானாக வேண்டும்" என்றாள்.

வானதி திடுக்கிட்டு, "ஏன் அக்கா?" என்று கேட்டாள்.

"காஞ்சியில் யுத்தம் ஏற்படப் போகிறதாம்."

"யுத்தமா? யாருக்கும் யாருக்கும்?"

"வேலிக்கும் பயிருக்கும்" என்று கூறி நகைத்த குந்தவை வானதிக்கு முழு விவரத்தையும் விளக்கினாள். வானதி பரபரப்

புடன், "அப்படியா? நாம் உடனே புறப்பட ஆயத்தம் செய்ய வேண்டுமே! உடனே பணிப்பெண்களுக்கு உத்தரவு இடுகிறேன்" என்றாள்.

"அப்படியே உத்தரவிடு; கல்யாணிப் பாட்டிக்கு வேண்டியவற்றை எடுத்து வை. இன்பவல்லிக்கு வேண்டிய துணிமணிகளையெல்லாம் உன் பொறுப்புக்கு விடுகிறேன். எனக்கு வேண்டியவை மட்டும் இங்கேயே இருக்கட்டும்" என்றாள்.

அந்தப் பேச்சைக் கேட்டு வீரநாராயணனும் வானதியும் திடுக்கிட்டனர்.

"அக்கா! நீங்கள் சொல்வது எனக்குப் புரியவில்லையே. உங்களுக்கு மட்டும் துணை வைத்துச் செல்லும்படி சொல் கிறீர்களே. இதன் பொருள் எனக்குப் புரியவில்லையே."

"வானதி! நீங்களெல்லாரும் இன்றே புறப்பட ஆயத்த மாகுங்கள். நான் இங்கேயே தான் தங்கியிருக்கப் போகிறேன்."

"நீங்கள் இங்கேயே இருக்கப் போகிறீர்களா? காஞ்சி மாளிகைக்கு ஆபத்து ஏற்படும்போது நீங்கள் இங்கிருப்பதா? நாங்கள் மட்டும் உயிருக்கஞ்சிப் போவதா?"

"வானதி! வீர நாராயணன் என் நல்வாழ்வை விரும்பு பவன், அவனே கூறுகிறான், என்னை உடனே புறப்படு மாறு. ஆனால் நான் புறப்பட மாட்டேன். என் இளவல் ஆதித்த கரிகாலன் கட்டிய இந்த மாளிகையை விட்டு நான் கிளம்பமாட்டேன். என் தந்தை தன் பொன்னுடல் நீத்த இந்த மாளிகையை விட்டு நான் ஓடுவானேன்? வானதி! நீ போய்த் தானாக வேண்டும். சோழ நாட்டு இளவரசி மாளிகையில் சிறைப்பட்டாள் என்ற அவப்பெயர் வரக்கூடாது" என்றாள் குந்தவை. வானதி செய்வதறியாது நின்றாள். இன்பவல்லியும் ஏதும் புரியாது நின்றாள்.

அந்தப் போதிலே மாளிகையின் வெளியே கற்றைச் சடையும், வெண்ணீறும், கமண்டலமும் கொண்டவரொருவர் ஓலையொன்று வாயில் காப்போனிடம் கொடுத்தார். அது

குந்தவைக்கு எழுதப்பட்டிருந்தது. சிவனடியார் ஒருவர் கொடுத்ததாக வந்தவர் கூறினார். அதைக் கொணர்ந்து குந்தவையிடம் கொடுத்தான். அதில் கண்டுள்ள செய்தியைப் படித்த குந்தவையின் மனத்தில் பெரும் மாறுதல் ஏற்பட்டது. அந்த ஓலையில் என்ன எழுதியிருக்கிறதென்பதை அறியாது வீரநாராயணன் வியப்புடன் நின்றவாறிருந்தான்.

அத்தியாயம் 30
வந்தியத்தேவன் பிடிவாதம்

சிறைக் கம்பகளின் மீது முகத்தைப் புதைத்துக் கொண்டு வந்தியத்தேவன் நின்றிருந்தான். அவன் எதிரே சற்றுத் தள்ளிச் சுரங்கப்பாதையொன்று அரண்மனைக்குள்ளிருந்து வந்தது. அடர்த்தியான இருளில் எங்கிருந்தோ வரும் ஒளிக்கோட்டின் மங்கிய வெளிச்சத்தால் அந்த வழி புலப்பட்டது. கதிரவன் உச்சி வேளைக்கு வரும்போதுதான் அந்த வெளிச்சத்தைத் தன் மனத்திற்கு வழிகாட்டும் பெரு வெளிச்சமாக வந்தியத் தேவன் கொள்வது வழக்கம். அந்த வெளிச்சத்தில்தான் ஓலைச் சுவடிகளைப் படிப்பான். சிறு அகலும் அதில் திரியும் அந்தச் சிறையின் மூலையில் இருந்தன. அதற்கு எண்ணெயும் திரியும் அளிக்க எவருளர்? அவன் வாய் திறந்து எதையும் கேட்க மாட்டான். 'அப்பா! அதிகம் பேசாமல் மௌனமாக இருப்பதால் உடலுக்கு எவ்வளவு தெம்பு ஏற்படுகிறது! மன அமைதி எவ்விதம் உண்டாகிறது? உள்ளக் குழப்பங்கள் எல்லாம் எவ்விதம் தீர்கின்றன! ஆஹா! புது மனித வடிவமன்றோ எடுக்க முடிகிறது. பேசாத நாளெல்லாம் பிறவாத நாள் என்று பெரியவர் கூறியது முற்றிலும் உண்மை, அவர் அதைத் தன் சொந்த அனுபவத்தில் கண்டுதான் சொல்லியிருக்க வேண்டும். நம் அனுபவமும் அதற்கு ஒத்துப் போகிறது. இந்தக் காராக்கிருஹவாசம் அல்லவா அம்மா பெரும் உண்மையை எடுத்துக் கூறுகிறது? கூறட்டும். இந்தத் தவம் இன்னும் பலபல உண்மைகளை

நமக்குக் கூறட்டும்! நாமும் அவற்றை ஏட்டில் எழுதி வைப்போம். கண்டரன் அமுதனிடம் கூறி மகிழ்வோம். எங்கே, கண்டரன் அமுதனைக் காணோம்?'

வந்தியத்தேவனை அடிக்கடி கண்டரன் அமுதன் சந்தித்து வராவிடில் வந்தியத்தேவன் உடலாலும் உள்ளத்தாலும் மெலிந்து போயிருப்பான். அவனுடைய வீர உடல் பாதாளச் சிறையின் மண்ணுடன் மண்ணாயிருக்கும். கண்டரன் அமுதன் வந்து கொண்டிருந்தது தான் அவன் இதயத்தில் நம்பிக்கைச் சுடரை ஏற்றி வைத்தது. அந்த ஒளி மட்டும் இருந்ததால் அவன் கவலை ஏதுமற்ற முனிவனாயிருப்பானே! வளரும் தாடியும், வெளுக்காமல் அவ்வப்போது துவைத்துத் தருவதால் பழுப்பேறிய ஆடையும் முனிபுங்கவனாகவே அவனைத் தோன்றுமாறு செய்திருக்குமே. அப்படியெல்லாம் அவனைக் கவலையற்றவனாக ஆக்கிவிடப் பரமேசுவரன் விடவில்லை. அவனை அடிக்கடி வந்து சந்தித்துத் தப்பிப் போக யோசனைகள் கூறிவந்தது அவனுள்ளத்தில் கவலையை வரவழைத்தது. அவனை அவ்விதம் தப்பிச் செல்லுமாறு அவன் ஒருவன் மட்டுமா கூறினான்? கண்டரன் அமுதன் கூடக் கூறினான். "நீங்கள் இருப்பதற்கு ஏற்ற இடம் இந்தச் சிறைச்சாலை அன்று. நீங்கள் தப்பிச் செல்ல வழி கூறுகிறேன்" என்று அந்த அரச மகன் கூறினானே; அன்பால் கூறிய அவ்வார்த்தைகளை ஏற்றுத் தப்பிச் சென்றிருக்கலாம். பரமேசுவரன் சிலநாள்களுக்கு முன்பு வந்து என்ன கூறினான்? அவன்மீது எரிந்து விழுந்ததைக் கேட்டு அவன் என்ன கூறினான்? "வந்தியத் தேவா! உனக்கு ஆத்திரமும் கோபமும் வருவது இயற்கைதான். வாழ்வின் வளமான பகுதிகளைச் சிறையில் கழிப்பதால் உனக்கு எரிச்சல் வரலாம், அதனால் கூறுகிறேன். நீ என்னுடன் தப்பி வந்துவிடு!"

அவனுக்கு என்ன துணிவு இருந்தால் அப்படிக் கூறியிருப்பான்! துணிவு ஏன் வராது? நாணயசாலைக்கும் பாதாளச் சிறைக்கும் ரகசிய வழி ஏற்படுத்தும் வரை எவரும் காணாமல் இருக்கும்போது அவனுக்கு ஏன் துணிவு வராது? சோழ நாட்டுப் பொக்கிஷங்களைக் களவாடிச் செல்வதை எவரும் காணாமல் இருக்கும்போது அவனுக்கு ஏன் துணிவு வராது? வாழ்வின் வளமான பகுதிகளைச் சிறையில் நான் கழிக்கின்

றேனாம். அதனால் எனக்கு எரிச்சலும் ஆத்திரமும் வருகிறதாம். எது வளமான பகுதி? வெளியே இருப்பதா? இங்கே இருளில் இருப்பதா? அருண்மொழி வர்மரும் சுந்தர சோழரும் ஆதித்த கரிகாலரும் இல்லாத சோழநாட்டில் இருந்துதான் என்ன பயன்? நாள்தோறும் ஏற்படும் பிரச்சனை களைத் தீர்த்து முன்னேற வேண்டியிருக்கும். பயங்கரப் பழுவேட்டரையருடன் தினமும் போரிட வேண்டியிருக் கலாம். சோழநாட்டுப் படைகளுள் இரு பரிவு ஏற்பட்டுவிடும். அவர்களின் மோதலைத் தீர்க்கத் தந்திரங்களை உபயோகப் படுத்த வேண்டியிருக்கும். ஆனால், இளையபிராட்டியாரை அவ்வப்போது சந்திப்போம். அவளது கடைவிழியின் பார்வையிலே சிக்கித் தத்தளிப்போம். ஒருவேளை திருமணமே நடந்திருக்கலாம்...

உம்...! இளையபிராட்டியாரின் மனம் இன்னும் மாறாமல் இருக்கும் என்பது என்ன நிச்சயம்? இல்லாவிடில் பாதாளச் சிறைக்கு வானதியுடன் வந்தவள் என்னைச் சந்தித்துப் பேசாமல் சென்றுவிட்டது ஏன்? அந்தச் சம்பவம் கனவோ என்றுகூட நாம் நினைத்தோமே! நம் உடலை நாமே கிள்ளிப் பார்த்துக் கொண்டோமே. கனவன்று! அந்த விழிகள் நம்மைப் பார்த்தன. ஆனால் எந்தவித உணர்ச்சியும் இல்லை. கண் மூலம் காவியமே கூறவல்ல அந்த விழிகள் ஆழ்கடலைப் போல் சலனமற்றிருந்தன. எத்தனையோ ஆண்டுகளுக்குப் பிறகு சந்திக்கிறோமே! ஒரு வார்த்தை...?

இதை நினைத்தபோதுதான் வந்தியத்தேவனுக்குத் தன் இதயத்தை யாரோ பிழிவது போன்ற உணர்வு ஏற்பட்டது. பாதாளச் சிறைவாசத் தண்டனை ஏற்பட்டபோது அவன் அதைப் பெரிய காரியமாக நினைக்கவில்லை. சில நாட்களில் பூமாலையுடன் வரவேற்பு விடுதலை கிடைத்துவிடும் என எண்ணினான். தவறாகத் தண்டனை வழங்கப்பட்டு விட்டது என்று முடிவு ஏற்பட்டு, தனக்குக் கௌரவமான முறையில் விடுதலை கிடைத்துவிடும் என எண்ணினான். வெளியே வந்ததும் தன்னை அபாண்டமாகச் சிறையிலிட்டவர்களைக் கேலி செய்து, சீறவேண்டியவர்கள் மீது சீறி, தன்னை மிகமிகப் பெரியவனாக ஆகுமாறு செய்து கொள்ளலாம் என எண்ணினான். தன்னை இளையபிராட்டி விடுவிக்கத் தன்

அதிகாரம் செல்வாக்கு முழுவதையும் உபயோகிப்பாள் என்றும் எண்ணினான். இரவு பகல் எனக் கழிந்தன. இரவையும் பகலையும் புலப்படுத்தச் சிறையின் வெளியே எங்கிருந்தோ வரும் வெளிச்சக் கோடுகள் தாம் உதவும். நாட்கள், மாதங்கள் எனக்கழிந்தன. பருவகாலம் பலமாறி வந்திருக்க வேண்டும். அடுத்து ஓடும் ஆற்றின் வெள்ளப் பெருக்கால் சிறையில் ஓதங் காப்பதிலிருந்து அவன் மழைக்காலத்தை அறிந்தான். வெளிச்சத்தையே காணாது பல நாட்களைக் கழித்திருக்கிறான். பழுவேட்டரையரின் அனுமதியின்றி ஈ எறும்பும் நுழைய முடியா அந்தப் பகுதிக்குள் வெளியே இடிக்கும் மழைக்காலப் பேரிடியோசை நுழைந்து அதிர வைப்பதனின்று மழைக்காலத்தை நன்கு உணர்ந்தான்.

குறுக்கும் நெடுக்குமாக நடப்பான். காலை நீட்டித் தரையில் படுத்துப் பார்ப்பான். முழங்காலைக் கட்டிக் கொண்டு மணிக் கணக்காக உட்கார்ந்திருப்பான். ஹோ எனக் கூவிப் பார்ப்பான். அவனுடைய குரலுக்கு பதில் கொடுக்கக் கூடியது அடுத்த கூண்டிலே நடமாடும் வேங்கைதான். அது களிப்பாலோ, கோபத்தாலோ, பசியாலோ, பாசத்தாலோ கர்ஜிக்கும். அந்த வேங்கை என்ன தவறு செய்தது? அந்த வேங்கையை மீட்க உறவினா எவரும் இல்லையா? அதற்கு ஒரு காதலி இல்லாமலா போய்விடும்? கானகத்தில் வேங்கையும், அதன் காதலியும் கம்பீரமாக உலவியபோது அவை காதல் மொழி பேசாமலா இருந்திருக்கும்? வருங்காலத் திட்டத்தைப் பற்றி பேசாமலா இருந்திருக்கும்? காதலனைப் பிரிந்து அந்தப் பெண் புலி வாடாமல் இருக்குமா? வந்து மீட்காமல் இருக்குமா? நாமும்தான் திட்டங்கள் வகுத்தோம். எத்தனையோ நாட்கள் மௌனமொழியிலே இதயத்து உணர்ச்சியைப் பரிமாறிக் கொண்டோம்! குந்தவையின் கம்பீரப் பார்வைகூட நம் விழியின் எதிரே குனிந்து குழைந்தது கண்டு பெருமை கொண்டோமே, அங்கே வங்க கலிங்க நாட்டரச குமாரருக்குக் கிடைக்காத பேறு நாம் பெற்றோம் எனப் பெருமை கொண்டோமே. சோழ நாட்டின் முடிசூடா இளவரசராகத் திகழ்வோம் எனக் கர்வம் கொண்டோமே. ஓடும் நதியிலே சிந்து பாடும் பறவை

இனங்கள் குதூகலிக்க, படகிலே குந்தவையின் எதிரே அமர்ந்து சென்றோம். காவிரியின் பிரவாகத்தைக் கிழித்துக் கொண்டு ஓடம் சென்றது. அவையெல்லாம் கனவாயினவா? நாம் உண்மையிலேயே ஆதித்த கரிகாலனைக் கொன்றவன் என நம்பித்தான் குந்தவை நம் விடுதலைக்கு வழி செய்யாமல் இருந்து விட்டாளா? அப்படி இல்லாவிடில் ஒரு முறையாவது வந்து சந்தித்திருக்க மாட்டாளா? ரகசியமாகச் சந்திப்பதில் அரச குடும்பக் கௌரவம் குறைந்து விடுமோ? எப்படிக் குறையும்? சிறையில் வாடும் வீரனை ரகசியமாக அரசகுமாரி சந்தித்து அவனை மீட்டுச் செல்ல வழி கூறிய எவ்வளவோ கதைகள் அவளுக்குத் தெரியாதா? நம்மைச் சந்திக்கும் எண்ணம் இளைய பிராட்டிக்கு இருந்திருக்க முடியாது. அப்படி இருந்திருந்தால் வானதியுடன் சுரங்க வழியே வந்தவள் நம்மைப் பார்த்து ஒரு வார்த்தை கூடவா பேசாது போயிருப்பாள்? ஒரு வார்த்தை வேண்டாம்; உள்ளத் தினின்று பொங்கி வந்து தேங்கிநிற்கும் கண்ணீரில் ஒரு சொட்டையாவது உதிர்த்துவிட்டுச் சென்றிருக்கக் கூடாதா? அந்த விழியின் பிரதிபலிப்பு இதயத்துக்கு ஆறுதலாயிருந் திருக்குமே! அவள் முக தரிசனம் இதயத்துக்கு மருந்தா யிருக்குமே! அவளுடைய தோற்றம் இருளிலே வரு பவனுக்குப் பேரொளியாயிருந்திருக்குமே...

உம்... போகட்டும்; அவற்றை எண்ணுவதால் என்ன பயன்? நம்மைச் சோழ அரச குலத்தவர் ஒரேயடியாய் மறந்துவிடவில்லை. அருண்மொழி வர்மருக்காவது நினை விருக்கிறதோ இல்லையோ? மதுராந்தகரின் மகனுக்கு என் மீதிருக்கும் அன்பு ஒன்றே போதும். கள்ளங்கபடமற்ற அவ்வெள்ளை உள்ளத்துச் சிவநேசனது பேச்சு ஒன்றே போதும். உள்ளப் பயிர் வாடிக் கருகிப் போகாதிருக்க அவன் தந்த தமிழ்ச் செல்வங்களே போதும். அவனுக்காகவாவது அந்தச் சோழ நாடு வாழ வேண்டும். விரோதச் சக்திகளின் பிடியின்று தப்ப வேண்டும்.

தப்பி விடுமா? பரமேசுவரன் கூறியவற்றைக் கேட்டால் சோழநாட்டைப் பெரும் அபாயம் நெருங்கிக் கொண்டிருக் கிறது என்றல்லவா தோன்றுகிறது! சோழ நாட்டு உப்பைத்

தின்று விட்டுச் சோழ நாட்டிற்குத் துரோகம் இழைப்பவனை இன்னும் கண்டு பிடிக்காமல் இருக்கிறார்களே! பாதாளச் சிறைக்கும், நாணயச் சாலைக்கும் அவன் வழி ஏற்படுத்தும் வரை ஒருவரும் கண்டு பிடிக்காமல் இருந்திருக்கிறார்களே! அவன் தப்பிச் சென்று விட்டால் பெரும் ரகசியங்கள் எல்லாம் அவனுடன் கூட மறைந்துவிடுமே. 'ஆதித்த கரிகாலன் கதி உனக்குத் தான்' என்று அடிக்கடி அவன் கூறிவந்தானே, குற்றவாளியைக் குறித்த ரகசியத்தை அவன் அறிவானா? ரகசியம் அறிந்தவனைத் தப்பிப் போகச் செய்துவிட்டால் நம்மைப் பற்றிய அபவாதம் நீங்க வழியில்லாது போய் விடுமே. அவன் தப்பிச் செல்ல முடியாது. நாம்தான் கண்டரன் அமுதனிடம் கூறிவிட்டோமே! எச்சரிக்கையாய் இருக்குமாறு அறிவித்திருக்கிறோமே. கண்டரன் அமுதன் இந்தச் செய்தியை மன்னரான தன் தந்தையிடம் கூறியிருப்பான். மன்னர் பழுவேட்டரையரிடம் கூறியிருப்பார். பழுவேட்டரையர் உடனே செய்ய வேண்டியவற்றையெல்லாம் செய்திருப்பார். பரமேசுவரனை உடனே சிறை செய்திருப்பார். அவனைச் சித்திரவதை செய்ய உத்தரவிட்டிருப்பார். பாவம், பாவம், அந்தப் பரமேசுவர வர்மன் படப்போவதை நினைக்கும் போது நமக்கே வருத்தமாக இருக்கிறது. நன்றாக அனுபவிக் கட்டும்; ஆனால் அவனது உயிரின் கடைசி அணு போவ தற்குள் அவனிடமிருந்து எல்லா ரகசியங்களையும் அறிந்து விட வேண்டும். அப்படிச் செய்வாரா? பழுவேட்டரை யருக்கு ஆத்திரம் ஆத்திரமாக வரும். அவர் துடித்து எழுவார். தானே கண்டுபிடிக்கு முன்னர் என் மூலம் தான் பரமேசு வரனைப் பற்றிய உண்மை வெளி வந்தது என்பதை அறிந்தால் அவருக்கு ஆத்திரம் இன்னும் அதிகமாகும். பரமேசுவரனுடன் சேர்ந்து நம்மையும் கழுவிலேற்ற வழி செய்வார். செய்துவிட்டுப் போகட்டுமே. தூக்கு மேடையிலே நான் பகிரங்கமாகவும் கூவுவேன்; பரமேசுவரன் கூறிய வற்றையெல்லாம் சொல்லிப் பொது மக்கள் தீர்ப்புக்கு விட்டுவிடுவேன்...

வந்தியத்தேவன் அதற்கு மேல் சிந்திக்கவில்லை. அவன் உடலில் என்றுமில்லாப் பரபரப்பு நிறைந்திருந்தது. நாணய சாலையின் பக்கமிருக்கும் ரகசிய வழியின் மூலம் பரிசோதிக்க

வீரர்கள் வரலாம்; அல்லது தன்னை விசாரிக்க எவராவது வரலாம். என்ன பேசுவது. எப்படிப் பேசுவது என்பதைப் பற்றி அவன் சிந்திக்க முயன்றான். நான் ஏன் பேச வேண்டும்? ஒன்றுமே பேசப்போவதில்லை. நன்றி இல்லாத இந்தச் சோழ நாட்டிற்கு உதவுவானேன்? அவர்களுக்கே திறமை இருந்தால் எல்லாவற்றையும் விசாரித்து அறியட்டும். படைத் தலைவர் இருக்கிறார்; பல்லவ நாட்டின் வழிவழி வந்தவர். அவர் தன் திறமையை எல்லாம் செலவு செய்து பாண்டிய ஒற்றர்களைக் கண்டு அறியட்டுமே!

வந்தியத்தேவன் உட்கார மனமில்லாமல் நடமாடத் தொடங்கினான். அவன் உள்ளத்தில் ஏனோ பரபரப்பு அதிக மாகியது. இவ்வளவு நாள்களாக இல்லாத ஒரு விதச் சலிப்பு அதிகமாகியது. எங்கிருந்தோ இரு வௌவால்கள் சடபட வெனப் பறந்து சென்றன. யாரோ பூமி அதிர நடந்து வருகிறார்கள். அதோ வேங்கை கர்ஜிக்கிறது.

அதைத் தொடர்ந்து, ‘‘வந்தியத் தேவரே, வந்தியத் தேவரே!’’ என்ற குரலுடன் யாரோ வேகமாக வருகிறார்கள். அந்தக் குரல் தொலைவிலிருந்தே ஒலித்தது அவன் காதுகளில் வீழ்ந்தது. அவன் கண்களை மூடிக்கொண்டான்.

தஞ்சைக் கோட்டைத் தளபதி, சோழப்பெரு நாட்டின் தனாதிகாரி, வேளக்காரப் படைகளின் தலைவர் பழுவூர் குறுநில மன்னர், பல போர்களில் உடலெங்கும் விழுப்புண் களைப் பெற்று வீரப்போர் செய்த பெரிய பழுவேட்டரை யரின் திருச்சகோதரர், அஞ்சாநெஞ்சர், நீதிக்குச் சுற்றமும் மாற்றாரும் ஒன்றெனக் கருதுபவர், ‘‘வந்தியத்தேவா, வந்தியத்தேவா’’ எனக் கூவியவாறு பெரும் யானை நடப்பது போல் நடந்து வந்து கொண்டிருந்தார். நடந்தார் என்று கூறமுடியாது, ஓடோடி வந்தார். அவர் மனோ வேகத்துக்கு ஏற்ற முறையில் அவரது சரீரமும் சரீரத்தைத் தாங்கும் கால்களும் உதவுமெனின் அவர் வந்து குதித்திருப்பார். அவர் தன்னுடன் காவலர் எவரையும் அழைத்து வரவில்லை. ஆங்காங்கே நின்று காவல் பணி புரிவோரையும் போய்விடு மாறு கூறிவிட்டார். அவர் நெஞ்சில் அப்போது நிறைந்திருந்த தெல்லாம் வந்தியத்தேவனிடம் நெஞ்சு நிறைந்து பேச வேண்டுமென்பதே.

பாதாளச் சிறையின் இரும்புக் கதவுகளை, போடப்
பட்டிருந்த பூட்டுகளை எல்லாம் மளமளவெனத் திறந்தார்
பழுவேட்டரையர். அவர் உடலில் பதற்றம்; வந்தியத்தேவன்
வருபவர் எவரென்று காணாமலும், யார் திறக்கிறார்கள்
என்பதை அறியாமலும் கண்ணை மூடிக்கொண்டு உட்கார்ந்
திருந்தான். ஆனால் அவன் காதுகளில் தன்னைக் கூப்பிடும்
பெயரின் ஒலி ஒலித்துக் கொண்டிருந்தது. அந்தக் குரலுக்
குடையவர் எவர் என்று அவன் மனம் கூறியும் விட்டது.
அவன் கண்ணைத் திறக்க விரும்பவில்லை.

"வல்லத்து நாட்டு வந்தியத் தேவரே! நான்தான் தனாதிகாரி
பழுவேட்டரையர் வந்திருக்கிறேன்" என்று பழுவேட்டரையர்
குரல் கொடுத்தார்.

வந்தியத்தேவன் புரிந்து கொண்டான். பழுவேட்டரையர்
வந்துவிட்டார். நான் நினைத்தது நடந்து விட்டது! என்னை
நேரே விசாரிக்கப் பழுவேட்டரையர் வந்துவிட்டார். தப்ப
முயன்ற பரமேசுவரன் சிக்கியிருப்பான்; அவன் அவ்வப்
போது என்னைச் சந்தித்ததைக் கூறியிருப்பான். கோப
மடைந்த பழுவேட்டரையர் என்னிடம் வந்துவிட்டார். எவர்
துணையுமின்றி வந்திருக்கிறார். ரகசியமாக என்னை வேலை
தீர்ப்பதற்கு இருக்கலாம். காவலர்கள் அவரைப் பின்தொடர்ந்து
வரலாம். என்னைப் பிணைத்துச் சபை மண்டபத்துக்கு
அழைத்துச் செல்லலாம். முன்னர்பல ஆண்டுகளுக்கு முன்பு
இப்படித்தான் சபை மண்டபத்துக்கு அழைத்துச் செல்லப்
பட்டோம். அங்கே பல குறுநில மன்னர்கள் கூடியிருந்தனர்.
அங்கே நம்மைக் குற்றவாளி என முடிவு செய்தனர்.
இப்போதும் அந்த மண்டபத்திற்கு...

துணிந்து செல்வோம். அப்படி இல்லாமல் பழு
வேட்டரையர் தன் கையால் இங்கேயே எனக்குச் சமாதி கட்ட
விரும்பினால் ஏற்போம். ஹூம்! ஏற்போமா? அவர் கையில்
வாளை உருவி எடுப்பார்; நம்மிடம் வாள் ஏது? வாளைத்
தாங்கக்கூட உடலில் வலிமை இல்லையே.

இல்லாவிடினும் அவரை ஒரு கை பார்ப்போம்; அவர்
தாக்குவதைத் தடுக்கக்கூடவா நம்மால் இயலாது? நம்மிட
மிருந்து பலமாக ஒரு குத்தையாவது வாங்காமல் போய்

விடுவாரா? அந்தக் குத்து வேகமாக அவரைத் தாக்கினால் கிழவர் உயிர் பொட்டெனப் போய்விட்டால்...

வந்தியத்தேவன் கண்களைத் திறந்து சட்டென எழுந்து நின்று கொண்டான். பழுவேட்டரையர் இருகரங்களையும் அகல விரித்திருந்தார். அன்புடன் தழுவும் பாவம் அதில் இருந்தது. பல ஆண்டுகள் கழித்துப் பழுவேட்டரையரைக் காண்கிறான் வந்தியத்தேவன். இவரா பழுவேட்டரையர்? வஜ்ஜிர தேகம் படைத்த பழுவேட்டரையரா? பழு வேட்டரையர் உருமாறியிருப்பதாக வந்தியத் தேவனுக்குப் பட்டது. முதுமைக் கோடுகள் முழுதும் நிறைந்த முகம், பழுப்பு நிறம் படர்ந்த உடல், தலையில் முடிகூட முன் எப்போதையும் விடக் குறைந்து போய்விட்டது. அரசியல் கவலைகளினால் நரைத்த தலை... வந்தியத்தேவன் ஒன்றுமே பேசாமல் பழுவேட்டரையரையே உற்று நோக்கிய வாறிருந் தான். அவரது பாதி முகத்தில் ஒளியும், பாதியில் நிழலும் வீழ்ந்திருந்தது. அது அவருடைய இயற்கையான கடுமை யையும், கடுமைக்குள்ளும் மறைந்திருக்கும் தயாள குணத்தையும் பிரதிபலித்தது.

பழுவேட்டரையர் இன்னும் சற்று நெருங்கி, ‘‘வந்தியத் தேவரே! என்னை அடையாளம் தெரியவில்லையா? நான் தான் பழுவேட்டரையர் வந்திருக்கிறேன். இத்தனை ஆண்டு கள் இருளில் கழித்த உங்களுக்குப் பார்வை குறைந் திருக்கலாம். அதனால் என்னை நீங்கள் அடையாளம் கண்டு கொள்ளாமல் இருக்கலாம். நான் தான் பழுவேட்டரையர் வந்தியத்தேவரே!’’ என்றார்.

‘உங்களுக்கு... நீங்கள்’ ஆகா! பழுவேட்டரையரா இவ்வளவு மரியாதையுடன் பேசுகிறார்? ‘வல்லத்துப் பிள்ளை’ என்றும் ‘துடுக்குக்காரன்’ என்றும் ஒருமையிலேயே அழைத்து வந்த அவர் சொல்லிலும் மரியாதை அளிக்கிறார்.

அது எதற்கோ? பன்னிரண்டாண்டுகளுக்கு முன்னர் நான் இளைஞன்தான். என் உள்ளமும் தோற்றமும் அப்படிக் கூறுவதற்கு ஒத்திருந்தன. செய்கையினின்றும் அப்படிக் கூறலாம். வம்பும், தும்பும் வரவழைக்க எப்போதும் துடித்த வாறிருப்பேன். காலம் ஒருவரையும் கேட்காமல் மாறிவிடும்; நான்கு சுவர்களுக்கு நடுவே அது என்னை மாற்றிவிட்டது.

"வந்தியத் தேவரே! உங்களைத் தேடி வந்திருக்கும் என்னை வாவென்று கூட அழைக்காமல் நிற்கிறீர்களே; உள்ளத்துக் கோபத்தை மௌனத்திலே காட்ட வேண்டாம். வாய் திறந்து பேசுங்கள். ஏன் வந்தீர்கள் கொடியவரே? என்றாவது கேட்கக் கூடாதா?"

வந்தியத் தேவன் திடுக்கிட்டான். 'இதென்ன! பேசுவது பழுவேட்டரையரா? சொல்லிலே கடுமை, செயலிலே கண்டிப்பு நிறைந்தவரா இவ்வாறு குழைந்து பேசுகிறார்! இது எதற்கோ? இப்படிப் பேசுவது என்ன தந்திரமோ?' அதுவரை அவன் பழுவேட்டரையரை அங்கம் அங்கமாக உற்று நோக்கியவாறிருந்தான்.

"என்னை மறந்துவிட்டீரா வல்லவரையரே?" பழு வேட்டரையர் மீண்டும் கேட்டார்.

வந்தியத்தேவன் வாய் திறந்தான். "எப்படி மறக்க முடியும்?" அந்தச் சொல் மெல்லியதாக இருந்தது. ஆனால் அதிக அழுத்தம் இருந்தது.

"என்னை உங்களால் மறக்க முடியாதுதான். சோழ நாட்டிலுள்ள எத்தனையோ பேரை நீங்கள் மறந்திருக்கலாம். ஆனால் என்னை மறக்க உங்களால் முடியாது!..." பழு வேட்டரையர் சோக உணர்ச்சியிலே எழும் நகைப்புடன் கூறினார்.

"சோழ நாட்டிலுள்ள ஒருவரையும் நான் மறக்கவில்லை. தனாதிகாரியவர்களே! மறந்து வாழும் நெஞ்சினன் நானல்லன்" என்று அவருடைய பேச்சினிடையே வந்தியத் தேவன் புகுந்தான்.

"மற்றவரை மறக்க வாய்ப்பு ஏற்படலாம்; என்னை மறக்க முடியுமா?"

"ஆம்; தங்களை என்றுமே மறக்க முடியாதுதான்."

"ஆம்; அதைத்தான் நானும் சொல்கிறேன். மற்றவரை விட நான் உங்கள் மனத்தில் அழியா இடம் பெற்று விட்டேன்."

"என் இதயத்தில் தங்களுக்குத் தனி இடமுண்டு. இந்த நாட்டிற்குக் கண் துஞ்சாது செய்து வரும் சேவையாளர் என்ற முறையில் மறக்க இயலாது."

"இந்த நாட்டிற்கு அயராது உழைப்பது இருக்கட்டும்; இந்த நாட்டிற்குச் சேவை செய்ய வந்தவரைக் கொடுமைப்படுத்திய தீயகுணம் கொண்டவன் என்ற முறையிலும் என்னை நீங்கள் மறக்க முடியாது."

"நாட்டுச் சேவை எனும் பெரும் அமுதத்தில் சிறு நஞ்சு கலந்தாலும் அமுதம் முழுமையும் அழிவது இயற்கை தானே?"

"வந்தியத்தேவரே! நீர் என்ன கூறுகிறீர்? சொல்லின் மறைவிலே என்னைத் தாக்கினால் எனக்குப் புரியாது. என்னை நேரிடையாகவே தாக்கிவிடுங்கள்..."

"உம், தங்களை நான் ஏன் தாக்கப் போகிறேன்? அரச குடும்பத்து ஆருயிரை அழித்துவிட்டதாக மாபெரும் குற்றஞ் சாட்டப் பெற்றுக் காரிருளில் வாழும் நான், இந்த நாட்டுப் பெரியவரைச் சொல்லிலே தாக்கிவிட்டு இன்னும் ஈரேழு ஜென்மத்துக்கும் தண்டனையுற்று வாழ வேண்டுமா?"

"வந்தியத்தேவரே! உம்மிடம் நான் சொல்லாட வரவில்லை. எனக்கு உம்மைப் போன்று சொற்சிலம்பம் வீசத் தெரியாது."

"ஆம். நீர் வாள் சிலம்பத்தில் வீரர் என நான் அறிவேன். உங்கள் முன் பேசுவதற்குத் தகுதிகூட எனக்கில்லை பெரியவரே! தவறிருந்தால் பொறுத்தருளுங்கள்."

"ஐயோ, என்னைச் சுடாதீர் வந்தியத்தேவரே! சித்திரவதை செய்யாமல் என்னை மாய்க்கலாம்."

"ஆகா! அப்படியெல்லாம் ஒன்றுமில்லை ஐயா! உங்களைத் தாக்க வேண்டும் என விரும்பினால் நான் கூர்மையான ஆயுதத்தால் தாக்கி விடுவேன். சொல்லினால் தாக்கமாட்டேன். ஐயா! மதுரன் என்னும் நல்ல பிள்ளை எனக்குக் கற்றுத் தந்திருக்கிறான். நாவினால் சுட்டவடு என்றுமே ஆறாது என்று கூறியிருக்கிறான். அதனால் என்

நாவை அடக்கிக் கொள்ள இவ்வளவு காலமாக நான் இந்தச் சிறையில் தவஞ் செய்து வருகிறேன்.''

"தவம்? வந்தியத்தேவரே! இந்தச் சொல் என் கடுமையான இதயத்தைக்கூட உருக்குகிறது. அந்த நல்ல பிள்ளை மதுரன் உங்களுக்கு மட்டுமா நல்லது கற்றுத் தந்தான்? என் கண்ணைத் திறந்ததும் அவன்தான். இல்லாவிடில் இந்தப் பாதாளச் சிறையில் எனக்கு என்ன வேலை?"

வந்தியத்தேவன் திடுக்கிட்டான். என்ன சொல்கிறார் பழுவேட்டரையர்? மதுரன் அவர் கண்களைத் திறந்தானா? அவன் என்ன கூறியிருக்கிறான்? எதைக் கேட்டுக்கொண்டு பழுவேட்டரையர் இங்கு வந்தார்? அவர் கூறுவதெல்லாம் உண்மைதானா? தன்னைச் சோதிக்கிறாரா, அல்லது வயதான காலத்தில் வரும் சித்தப்பரமை ஏதாவது பழுவேட்டரையருக்கு ஏற்பட்டு விட்டதா?

பழுவேட்டரையர் தொடர்ந்தார். "தவம் என்ற அந்தச் சொல் என்னை வாட்டினாலும் அந்தத் தவத்தைச் செய்யவே நான் இங்கு வந்திருக்கிறேன். ஒரு குற்றமும் செய்யாத நீங்கள் இங்கு வாட நான் மட்டும் அரண்மனையில் வாழ்வானேன்?"

வந்தியத்தேவன் கண் எதிரே ஆயிரம் மின்னல்கள் மின்னினாற் போன்று பெரும் வெளிச்சம் தோன்றியது. அழுத்தமாக மூடப்பட்டிருந்த பெரும் பாறையொன்று விலகியது போன்ற தோற்றம் ஏற்பட்டது. 'பழுவேட்டரையர் என்ன சொன்னார்? ஒரு குற்றமும் செய்யாதவன் நான் என்றாரா? உண்மையிலேயே அப்படிச் சொன்னாரா? வாய் தவறிக்கூட ஏதும் சொல்ல மாட்டாரே! அவர் இவ்வளவு காலமும் இந்தப் பாதாளச் சிறைக்கு வராதவர் வந்தார். வந்தவர் குழைவாகப் பேசினார்; குழைவாகப் பேசியவர் தன்னைப் பெரும் உயரமான மலைச்சிகரத்திற்கே அழைத்துப் போய்விட்டாரே பழுவேட்டரையர் மனம் மாறவில்லை. என்னை ஏனோ சோதனை செய்கிறார்...'

பழுவேட்டரையர் மேலும் பேசினார்: "வந்தியத்தேவரே! உங்கள் உள்ளம் சந்தேகத்தில் அமிழ்ந்திருக்கிறது. நியாயமே. ஆட்டை அரவணைக்கப் புலி வந்தால் யார்தான் நம்புவர்? வந்தியத்தேவரே! என்னைப் பூரணமாக நம்பலாம். இந்த

இடத்துக்கு நான் வரக்கூடியவனா? இம்மாதிரிப் பேசக்கூடிய வனா? என் கண்ணை ஒரு கணம் பெரும் மாயை மறைத்தது. அம்மாயையினால் மதி இழந்தேன். உங்களுக்குப் பெரும் துன்பம் இழைத்தேன். அந்தத் துன்பத்திற்குப் பரிகாரம் காண வந்திருக்கிறேன். நான் இந்தச் சிறையில் தங்கிவிடப் போகிறேன். உங்களை வெளியேற்றப் போகிறேன். நீங்கள் எவ்வளவு காலம் சிறையில் வாடினீர்களோ அவ்வளவு காலம் நானும் இந்தச் சிறையில் வாடப்போகிறேன். இங்கு வரும் போது தங்களை விடுதலை செய்து அழைத்துச் செல்வது என்ற எண்ணத்துடனேயே வந்தேன். இங்கு வந்த பிறகு என் மனம் மாறிவிட்டது. வந்தியத்தேவரே! மனம் மாறி விட்டது. இந்தப் பாதாளச் சிறையை அமைத்தவர்களே நாங்கள்தாம். இந்தச் சிறை எத்தனையோ விரோதிகளின் உயிர்களைக் குடித்திருக்கிறது. இந்த இடத்தில் உங்களை வாட வைத்தேனே, அதற்குப் பரிகாரமாக நான் அதை அனுபவிக்க வேண்டாமா? நான் கட்டிய சமாதியில் நானே அமர வேண்டாமா?"

"ஐயோ! தனாதிகாரி அவர்களே! தாங்கள் என்ன பேசுகிறீர்கள்?"

"இருட்சிறையில் உங்கள் இளமையின் பகுதியைக் கழிக்க வழிசெய்த நான், என் முதுமையை இந்த இடத்தில் கழிக்க வேண்டாமா?"

"ஐயோ, என்ன தவறு செய்தீர்கள்?"

"வந்தியத்தேவரே! இந்த வார்த்தைகள் என் இதய உணர்ச்சிகள் ஆயிரத்திலொன்று. தவறு செய்பவர்களைத் தண்டிக்கும் நானே தவறு செய்தால் எனக்கு நானே தண்டனை தரவேண்டாமா?"

"நீங்கள் என்ன தவறு செய்தீர்கள்?"

"இன்னும் என்ன தவறு செய்ய வேண்டும்? உங்களை இங்கே வாடச் செய்தது தவறல்லவா?"

"உங்கள் தவறா அது?"

"என் தவறுதான். நான் தீர ஆலோசிக்கவில்லை; குற்றத்திற் கான தடயங்கள் சரியா என ஆலோசிக்கவில்லை."

‘‘இப்போது கண்டுபடித்து விட்டீர்களா? உண்மைக் குற்றவாளி அகப்பட்டு விட்டாரா?’’ வந்தியத் தேவன் வேறு எந்தவித அர்த்தத்துடனும் கேட்கவில்லை.

‘‘ஆதித்த கரிகாலரைக் கொன்றவர் எவரென இன்னும் எனக்குத் தெரியாது. ஆனால் நீங்கள் அல்லர் என முடிவுக்கு வந்துவிட்டேன்.’’

‘‘அரசரும் ஐம்பெருங் குழுவினரும் மற்றையோரும் முடிவு செய்ய வேண்டியதாயிற்றே.’’

பழுவேட்டரையர் சட்டெனத் தன் இடையிலிருந்த வாளை உருவினார். பளபளக்கும் அந்த வாளை வந்தியத் தேவன் முன் நீட்டினார். ‘‘அதைப் பற்றி நீங்கள் கவலைப் படாதீர்கள். உங்களை விடுதலை செய்ய வேண்டியது என் பொறுப்பு. இதோ என்னுடைய வாள்! இதோ என்னுடைய முத்திரை மோதிரம்! இதை எடுத்துக் கொண்டு கோட்டைப் பாது காவலை ஏற்றுக் கொள்ளுங்கள்’’ என்று வாளை வந்தியத் தேவனிடம் நீட்டினார். தன் விரலிலிருந்து முத்திரை மோதிரத்தைக் கழற்றினார்.

வந்தியத் தேவனின் திகைப்பு எல்லையை மீறியது. பழுவேட்டரையரின் சொல் கொஞ்சங் கொஞ்சமாக உணர்ச்சி வயப்பட்டு உண்மை நிலையை உணர்த்தியது என்பதை அவன் அறிந்தான். அவர் வாளை உருவியவுடன், தன்னிடம் பொறுப்பை ஒப்படைக்கிறேன் என்று கூறியவுடன், அவனுக்கு ஏனோ கண் கலங்கியது. பழுவேட்டரையரின் நிலை கண்டு உள்ளம் உருகினான். அவரருகே துள்ளிச் சென்று அவர் கரங்களைப் பிடித்துக்கொண்டு, ‘‘ஐயன்மீர்! நான் செய்துள்ள பாவங்கள் போதாவா? பெரியவர் தாங்கள் இப்படியெல்லாம் கூறி என் மீது பாபச்சுமையை ஏற்றா தீர்கள். நீங்கள் குற்றம் செய்தவரல்லர். விதியும் வேளையும் விளையாடியதற்கு நீங்கள் பொறுப்பாவீரா? நீங்கள் ஏன் சிறையில் வாடவேண்டும்? எனக்குத் தண்டனை அளித்தவ ரெல்லாம் சிறையில் வாட முடியுமா? கத்தியை உறையில் போடுங்கள். இந்தக் காராக்கிருகத்தில் நீங்கள் நிற்பதே சரியன்று. உண்மைக் குற்றவாளியைக் கண்டுபிடித்துச் சபையோர் முன் நிற்கவைத்து, அவர்கள் உத்தரவிட்டவுடன்

என்னை விடுதலை செய்யுங்கள். தனாதிகாரி அவர்களே! போய்விடுங்கள். யாராவது பார்த்தால் உங்கள் மதிப்புக்குப் பங்கம் நினைக்கப் போகிறார்கள். போய்விடுங்கள். வெளியே வருவதைவிட இந்த இடமே எனக்குப் பிடித்திருக்கிறது'' என்றான்.

அவன் முடிக்கும் முன்னரே பழுவேட்டரையர் குரலை உயர்த்திக் கொண்டு, ''வந்தியத் தேவரே! இந்தச் சொல் ஒன்றுக்காகவே உமக்கு ஆயிரமாயிரம் பரிசுகள் தரலாம். உம்மை விடுதலை செய்யவே வந்தேன். நான் இங் கிருப்பதும் நீங்கள் வெளியே இருப்பதும்தான் சரி. இப்படி நான் செய்தால் தான் வருங்காலத்தவர்கள் அச்சமடைவார்கள். இந்தாரும், இதோ திறவுகோல்; இதோ சங்கிலி இருக்கிறது. போட்டு என் கரங்களைக் கட்டுங்கள்'' என்றார்.

வந்தியத்தேவனும் தன் குரலை உயர்த்தினான். ''ஐயா! இதென்ன வார்த்தைகளை உயர்த்திக் கொண்டே போகிறீர்கள்? என்னை அமைதியாக விட்டுவிட்டுப் போங்கள். நடக்கிற செயலாகப் பார்த்துப் பேசுங்கள். உங்களை இங்கே அடைத்து விட்டு நான் உங்கள் வாளுடன் முத்திரை மோதிரத்துடன் சென்றால் சும்மாயிருப்பார்களா நாட்டில்? ஏன் என்னைத் தூக்கிலிட இது ஒரு சூழ்ச்சியா? போங்கள் ஐயா...?'' என்று கூறி முகத்தைத் திருப்பிக் கொண்டான்.

பழுவேட்டரையர் கண்கள் கலங்கிவிட்டன. வந்தியத் தேவனின் உயர்ந்த எண்ணமும், குணமும் அவர் உள்ளத்தை நெகிழச் செய்தன. அவன்மீது மதிப்பு இன்னும் அதிக மாகியது. வந்தியத் தேவன் முகத்தைத் தன் வஜ்ரக்கரங்களால் திருப்பி, ''வல்லவரையரே! நீர் கூறுவது நியாயமே. யோசிக்காமல் அப்படிக் கூறிவிட்டேன். உங்கள் குணத்தை எப்படிப் போற்றிப் புகழ்வது? இது ஒன்று போதுமே, நீங்கள் குற்றமற்றவர் என்று நிரூபிக்க. அந்தத் திடநம்பிக்கையால் நான் இங்கு வந்தேன். என் வேண்டுகோளைத் தட்டாதீர்கள். உம்மை இனியும் இங்கு வாடவிட்டால் மதுரன் மனம் நொந்து போவான். என் சகோதரர் மகள் சபிப்பாள். இப்படி ஒவ்வொருவருக்கும் செய்தி பரவிவிடும். என்னைத் தூற்றத் தொடங்குவர். வந்தியத்தேவரே! என்னுடன் வந்துவிடுங்கள்.

உம்மை யானைமீது ஏற்றி ஊர்வலம் வருவேன். நாளாவிதப் படைகள் அணிவகுக்க உம்மை அரண்மனைக்கு அழைத்துச் செல்வேன். என் வேண்டுகோளை நீர் நிறைவேற்றாவிடில் நானும் இங்கேயேதான் இருப்பேன்'' என்று நெஞ்சு தழுதழுக்கக் கூறினார் பழுவேட்டரையர்.

ஆனால் வந்தியத்தேவன் முடியாது எனத் தலையசைத் தான். பழுவேட்டரையர் முகம் மாறியது. அவர் உடல் பட படத்தது. "என்ன சொன்னீர் வந்தியத்தேவரே! இங்கிருந்து வரமாட்டீரா? என் வேண்டுகோளை நிறைவேற்ற மாட்டீரா? நான் செய்த பிழைக்கு மாற்றாக நான் செய்ய விரும்புவதற்குச் சம்மதிக்க மாட்டீரா? நான் யார் என்பதை மறந்து விட்டீரா? இதோ கட்டளையிடுகிறேன். வெளியே வாரும்..."

வந்தியத்தேவன் அப்போதும் தலையசைத்தான். தடதட வெனப் பழுவேட்டரையர் வெளியே வந்தார். கையைத் தட்டினார். "யார் அங்கே?" என்று கர்ஜித்தார். அவருடைய குரல் அந்தச் சுரங்கப்பாதையில் எதிரொலித்தது. கையிலே ஏந்திய ஈட்டிகளுடன் காவலர்கள் ஓடிவரும் ஓசைகேட்டது.

அத்தியாயம் 31
தலைவியின் கட்டளை

ஆனைமலைக் காட்டில் அமரபுஜங்கன் வாழும் பகுதி கலகலப்பற்றிருந்தது. வழக்கம்போல் அடர்ந்த மரக்கிளை களில் பலவிதப் புள்ளினங்கள் அமர்ந்து இசை பாடிக் கொண்டிருந்தன; வழக்கம் போல் மதுவுண்ணும் வண்டினங் கள் ரீங்கார ஒலி எழுப்பியவண்ணம் சுற்றிச் சுழன்று வந்து கொண்டிருந்தன. பாண்டியர்களின் ஆபத்துதவிப் படை வீரர்களும், பாண்டிய நாட்டை மீண்டும் பெற உறுதி பூண்டு, பாண்டிய நாட்டை விட்டு ஓடி வந்து கானகத்திலே வாழும் மக்களும் வழக்கம் போல் சுறுசுறுப்பாகத் தத்தமது பணிகளைச் செய்து கொண்டிருந்தனர். ஒரு பக்கம் மல்லர்கள் போல் மல்யுத்தம் பழகிக் கொண்டிருந்தனர் வீரர்கள்; ஒரு

புறம் உடல் வலுவை அதிகப்படுத்தப் பலவிதப் பயிற்சிகள் செய்து கொண்டிருந்தனர் சிலர். பெரும் ஈட்டிகளை எடுத்துக் கொண்டு பலங்கொண்ட மட்டும் அதை வீசி எறியப் பழகிக் கொண்டிருந்தனர் சிலர். வாட் பயிற்சி நடந்து கொண் டிருந்தது. ஒரு பகுதியிலே பெரும் அடுப்புகளின் மீது அண்டாக்களில் எல்லோருக்கும் உணவு சித்தமாகிக் கொண்டிருந்தது. அங்கிருந்து எழும் விதவிதமான நறுமணம் போர் வீரர்கள் நாசியில் புகுந்து அவர்கள் சிந்தையைக் கவர்ந்தாலும் அவர்கள் மயங்காது தத்தமது பணியில் ஈடுபட்டிருந்தனர்.

'கிடிங் கிடிங்' என்று வாள் மோதும் ஒலி 'ஹஹஹ' என்று மல்லர்கள் எழுப்பும் ஒலி. 'மம்ஹூம்...' என்று ஈட்டி எறிவோர் எழுப்பும் ஒலி. சுற்றி நின்று ரசிப்போர் அவ்வப்போது கைதட்டும் ஓசை, எல்லாம் இருந்தாலும் அங்கே ஏதோ குறைவாக இருந்தது தெரியவந்தது. அதுதான் பாண்டியநாட்டு நியாயமான வாரிசான அமருபுஜங்க பாண்டியன் வஞ்சிமா நகரம் சென்றிருந்தது. அமரபுஜங்கன் அங்கு இருந்திருந்தால் அவர்கள் வாட் போர் செய்யும் போது உற்சாகப்படுத்தும் வார்த்தைகளைக் கூறுவான். ஈட்டியை அதிகத் தொலைவு எறிய முடியாது திணறும் வீரனைப் பார்த்து, "என்ன செய்வது? உடல் பெருத்து விட்டது!" என்று நகைச்சுவை உதிர்ப்பான். வியர்வை ஒழுக மற்போர் புரிபவர் பகுதியில் சென்று அவர்களை உற்சாகப்படுத்து வான். வாட்போரில் தவறாகக் கத்தி வீசுபவரை எச்சரித்துச் சரியான முறையைக் கூறுவான். சமையல் நடை பெறும் இடம் சென்று உணவை ருசி பார்த்துக் குறைவு, நிறைவு கூறுவான். 'நம் எண்ணம் நிறைவேறும் வரையில் அறுசுவை உண்டி கிடையாது. இருப்பதைத் தான் நாவுக்குக் கொடுக்க வேண்டும்' என்பான். அரசர் மேல் இயற்கையாகவுள்ள பக்தியும் அமரபுஜங்கனின் குணத்தால் ஏற்பட்ட மரியாதை யும் சேர, அங்கிருப்பவர்களுக்குப் புதுத்தெம்பு எப்போதும் இருந்தவாறிருக்கும் கலகலப்பான ஒலி எங்கும் நிறைந்திருக்கும்.

நடுவேயுள்ள வீட்டின் பலகணி வழியே தலைவி எல்லா வற்றையும் பார்த்தவாறிருப்பாள். அந்தப் பலகணியை மெல்லிய திரை மறைத்திருந்தது. அதில் சிறு இடைவெளி

வழியே தலைவி தான் காண்பது மற்றவர்களுக்குத் தெரியாத வாறு பார்த்துக் கொண்டிருப்பாள். அவளுக்குத் தெரியாத செயல் அங்கு ஒன்றுமில்லை; ஆனால் அவளை யாரும் பார்த்தது கிடையாது. அவள் யார், அங்கு ஏன் இருக்கிறாள், ஏன் தன்னை எவரும் காண விரும்புவதில்லை என்று ஒருவரும் பேசிக்கொள்ளக்கூடாது... அப்படி மெல்லிய ரகசியப் பேச்சுப் பேசவும் எவரும் துணிவதில்லை. 'தலைவி' என்றால் எல்லாருக்கும் அச்சங்கலந்த மரியாதை, அவளுடைய விசேஷ சக்தியால்தான் பாண்டிய நாட்டை மீண்டும் அடையப் போகிறோம் என்று நம்பிக்கை. அதனால் தலைவியின் குரலொன்றைக் கேட்டே இயங்கி வந்தனர்.

பாண்டியர்கள் ஆபத்துதவிப் படையில் முக்கிய மானவனும், மிகப்பயங்கரக் குணமுடையவனுமான ரவி தாசனே தலைவியை ஆனைமலைக் காட்டில் சந்தித்தது கிடையாது. சோழநாடு எங்கே, நடு நாடெங்கே, கடல் கடந்த பகுதி எங்கே, தென்பாண்டிய நாடு எங்கே, மலைப் பகுதி எங்கே என்று எப்போதும் அலைந்தவாறிருக்கும் அவனுக்கு நேரிடையே அவளைச் சந்திக்க வாய்ப்பு ஏற்படவில்லை.

அமரபுஜங்கன் வஞ்சிமா நகர் சென்றிருக்கும் சமயத்தில் ரவிதாசன் காஞ்சியினின்று விரைந்து ஆனைமலைக் காட்டிற்கு வந்திருந்தான். பல நாட்கள் பயணம் செய்ததால் அவன் உடல் முழுமையும் புழுதி படிந்திருந்தது. அவனது தலை, வழக்கம் போல் சடை மண்டிக் கிடந்தது. அவனது தலைப்பாகையும் அவிழ்ந்து கிழிந்து காணப்பட்டது. சிவந்த கண்கள் மேலும் சிவந்து காணப்பட்டன. எப்போதும் குரூர சிந்தனையைக் கொண்ட அகத்தினைப் பிரதிபலிக்கும் முகத்தில் ஏதோ முடிவு ஒன்றைக் கூறும் திடத்தன்மை இருந்தது.

ரவிதாசன் ஆனைமலைக் காட்டிற்குள் நுழையும்போது பொழுது சாய்ந்துவிட்டது. மெல்ல மெல்ல அவன் செடிகளையும், கொடிகளையும் விலக்கியவாறு சரியான பாதையுள் நுழையும்போது உயர்ந்த, அடர்ந்த மரத்தின் மீது பரண் அமைத்துக் காவல் காத்ததுடன் வேற்று மனிதர் எவரும் நுழைந்துவிடாது எச்சரிக்கையாகக் கவனித்து வந்த காவலன், மெல்லிய சங்கேத ஒலியொன்று எழுப்பினான். ரவிதாசன் மனம் வேறுநோக்கில் இருந்தபடியால் அதைக் கவனிக்க

வில்லை. தக்க மறுமொழி அளிக்காததால் வேற்று மனிதரென எண்ணிவிட்டான் காவலன். சட்டென மேலிருந்து சரசர வெனக் கயிறொன்று தன் கழுத்தை நோக்கி இறங்கியபோது தான் ரவிதாசன் உணர்ந்தான். முதலில் எழுந்த சங்கேதக் குரலுக்கு மாற்றுக் குரல் எழுப்பிய பிறகுதான் காவலன் இறக்கிய கயிறு மறைந்தது. கழுத்தை ஒருமுறை தடவிப் பார்த்துக்கொண்டு மரத்தை அண்ணாந்து பார்த்த அவன் கண்களுக்கு ஏதும் புலப்படவில்லை.

இருள் அடர்ந்து சூழ்ந்துவிட்டது. ரவிதாசன் காட்டின் நடுப்பகுதியை அடைந்தான். அந்தக் கானக இருள் அவனுக்கே அச்சத்தைத்தான் அளித்தது. எவ்வளவு காலம் இப்படிக் காட்டிலும், கழனியிலும் மேட்டிலும், மலையிலும் அலைவது? விடிவு காலம் என்பது வரவேவராதா? பாண்டியர்கள் முன்போல் செங்கோல் செலுத்த முடியாதா? ஒரு கணம் இவ்வாறு எண்ணினான். இதுவரை அவன் தோல்வி என்பது பற்றி எண்ணியதே கிடையாதே. அவன் பார்வை, அவன் எண்ணம், அவன் குறிக்கோள் எல்லாம் வெற்றிப்பாதை நோக்கித்தான். அப்படிப்பட்ட அவன் மனத்தில் இப்பொழுது ஒருவிதக் குழப்பம். பார்த்திபேந்திர பல்லவனைச் சந்தித்ததிலிருந்து ரவிதாசனுக்கு எண்ணங்கள் வெவ்வேறு விதமாக இருந்தன. பார்த்திபேந்திர பல்லவன் திடீரென்று படையெடுக்கும் போது பாண்டியர்கள் படை யெடுப்பை நடத்தலாம். ஆனால் அதில் அவனுக்கு நம்பிக்கை யில்லை. அவன் மனம் மறைந்து நெளியும் பச்சைப் பாம்பைப் போன்றது. பெரும் சோழநாட்டை, வெகு எளிதில் ரகசியமாகச் சரிய வைக்க வேண்டும் என்பது அவன் எண்ணம். அவன் எண்ணத்திற்குத் தலைவி உடன்பட வேண்டுமே...!

அன்று அவன் தலைவியைச் சந்திக்க விரும்பினான். அங்குக் கூடியிருக்கும் மற்றவர்கள் கண்களில் படாமல் மெல்லத் தலைவியின் இருப்பிடம் செல்ல விரும்பினான்.

அங்கிருப்பவர்கள் அவனைக் கண்டுவிட்டால் அவனுடைய சுக சௌக்கியங்களை வினவுவர். அவனுடைய வீரப்பிரதாபச் செயல்களைக் கேட்பர். அவன் பேச்சைக் கேட்பதில் அவர்களுக்குக் களிப்பதிகம். இப்போது அவன்

அவர்களிடம் சிக்க விரும்பவில்லை. நேரே தலைவியிடம் சென்று பேச விரும்பினான். தலைவியிடம் நேருக்கு நேர் பேச விரும்பினான். மற்றவர்கள் கண்களெதிரே படாமல் வாழத் தலைவி விரும்பலாம். ஆனால் தன்னைக்கூட ஏன் சந்திக்க விரும்பமாட்டேன் என்கிறார்கள்? பாண்டிய அரச குமாரனைப் பேணி வளர்த்த தன்னை நேரிடையே காண ஏன் அவர்களுக்கு விருப்பமில்லை? ரவிதாசனுக்கு இந்த எண்ணம் எப்போதும் உள்ளத்து மூலையில் எழுவதுண்டு. அதைப் பெரிதாக எண்ணாமல் இதுவரை காலங்கழிக்க முடிந்தது. இப்போது நேருக்கு நேர் சந்தித்துப் பேசியே ஆக வேண்டும்.

ரவிதாசன் தலைவி இருந்த சிறு குடிலை அடைந்தான். எங்கிருந்தோ இரு கூகைகள் கூவின. அந்தக் குரலுடைய ஆண் கூகையும், பெண் கூகையும் காதல் மொழி பேசும் ஒலி அது. அக்குரலே பயங்கரமாக இருந்தது. ஒருவித நடுக்க ஒலியை அது ஏற்படுத்தியது. திருப்புறம்பியம் காட்டில் எத்தனையோ பயங்கர ஒலியைக் கேட்டும் கூட அஞ்சாத அவனுக்கு அன்று ஏனோ நடுக்கம் ஏற்பட்டது.

ரவிதாசன் குடிலின் வெளிப்புறத்தே எப்போதும் நின்று பேசும் இடத்தினின்று சங்கேத ஒலி எழுப்பினான். தலைவிக்குத் தெரியும். அது ரவிதாசன் குரலென்று.

"யாரது?" உள்ளேயிருந்து குரல் வந்தது. ஆஹா! அந்தக் குரலில் பழைய நளினம் மாறவில்லை. அந்தக் குரலிலே பழைய சௌந்தர்யம் மறையவில்லை. அந்தக் குரலிலே கட்டளையும், கண்டிப்பும் கலந்திருந்தாலும் கனிவு மாற வில்லை. அற்புதமான அந்தப்புரத்திலே அழகிய செடிகள் சூழ இருக்க வேண்டியவர்களுக்கு இந்தக் கானகமா இருப்பிடம்? எடுத்த காரியத்தை நிறைவேற்ற எத்தகைய கடுமையான செயலையும் மேற்கொண்டு தியாகம் செய்யும் தன்மை எப்படி அந்தப் பஞ்சு உள்ளத்திற்கு வந்தது? பஞ்சு உள்ளமா? அவனுக்குத் தெரியாதா பெண் உள்ளம் பஞ்செனினும் தீக்குத் துணைப்பட்டால் என்னாகுமென்று? மரத்தில் தீ மறைந்திருப்பது போல் அவள் உள்ளத்தில் பழிவாங்கும் குணம் எப்படி மறைந்திருக்கிறது என்று அவன் அறியமாட்டானா? எத்தனையோ ஆண்டுகளாக அவன் பழகியிருக்கிறான். அவள் உள்ளத்தை அவனால் புரிந்து

கொள்ள முடியவில்லை. பாண்டிய நாட்டிற்கு இழைக்கப் பட்ட பெரும் அநீதியை மாற்றக் கங்கணம் கட்டிக் கொண்டிருக்கிறாள் தலைவி என்பதை அவன் அறிவான். ஆனால் ஏன் காலதாமதப் படுத்துகிறாள்? அவனுக்குப் புரியவில்லை. இப்போது ஏற்பட்டிருக்கும் வாய்ப்பை எளிதில் பயன்படுத்திக்கொள்ள வேண்டும் என்பது அவன் கருத்து. காளாமுகரும் அதைத்தானே கூறினார்?

ரவிதாசன் மறுமொழி கூறாது சிந்தனையிலாழ்ந்திருந்ததால் உள்ளிருந்து மீண்டும் குரல் எழுந்தது.

"தேவி! நான்தான், என் குரல் அடையாளங்கூட மறந்து விட்டதா?" ரவிதாசன் கேட்டான். அவனிடமிருந்து சிரிப்பொலி எழுந்தது. அந்த ஒலியிலே என் குரலைக் கூடவா மறந்து விட்டீர்கள் என்று கேட்பது போன்ற உணர்ச்சி இருந்தது.

"யார், ரவிதாசனா? எப்போது வந்தாய்?" என்று தலைவி உள்ளிருந்தே கேட்டாள்.

"இப்போதுதான் வருகிறேன். வந்ததும் வராததுமாகத் தங்களைச் சந்தித்துப் பேச ஓடோடி வருகிறேன்..."

"எனக்குத் தெரியுமே! ஒரு நொடிகூட நீ தாமதப் படுத்தமாட்டாய் என்பது எனக்குத் தெரியாதா? சென்ற காரியங்கள் எல்லாம் வெற்றிதானே?"

"தேவி! நான் இப்போது எந்தக் காரியத்தையும் முடிப் பதற்குச் செல்லவில்லையே. ஆனால் எளிதில் முடிக்கக் கூடிய அருமையான வாய்ப்பு இப்போது கிடைத்திருக்கிறது எனும் செய்தியுடன் வந்திருக்கிறேன்."

தலைவி ஏதும் பேசவில்லை. 'தேவி' என்று ரவிதாசன் எப்போதும் அழைத்தது கிடையாது. அவன் குரல் மாறுதலைத் தலைவி அறிந்தாள்.

"எதைச் சொல்லுகிறாய் ரவிதாசா?"

"நான் வேறு எதைப்பற்றிச் சொல்லுவேன் தேவி? பாண்டிய நாட்டு மணி மகுடத்தை நம் மன்னர் சிரசில் சூட்டும் நாள் நெருங்கிவிட்டது."

''அவ்வளவு எளிதிலா? மதுரையினின்று சோழர்கள் ஓடி விட்டனரா? அல்லது அவர்கள் படைபலம் குறைந்து விட்டதா''

ரவிதாசன் சற்று மௌனமாய் நின்றான். ''மதுரையிலிருந்து சோழர்கள் ஓட அவர்களுக்குப் பித்தா? அவர்களை நாம் ஓட்ட வேண்டுமெயன்றி அவர்கள் ஓடுவது ஏது? நாம் தான் தேவி, ஓட்ட வேண்டும்'' என்றான் ரவிதாசன்.

''அதற்குப் படைபலம் தேவை. சேர மன்னரை உதவி கேட்கத்தான் மன்னர் போயிருக்கிறார்.''

''அதற்கு முன்னரே மிக நல்ல வாய்ப்புக் கிடைத்திருக்கிறது தேவி! அதை நாம் பயன்படுத்த வேண்டும். தாங்கள் உத்தரவு தந்தால் மிக எளிதில் நிறைவேற்றி விடலாம். நமது பக்கம் அதிகச் சேதமின்றி வெற்றியடையலாம்.''

''சொல் ரவிதாசா! நரியைப் போன்று தந்திரத்தில் தேர்ந்த வனாயிற்றே நீ!''

''எல்லாம் தங்கள் பாடம்தான் தேவி!''

''இருக்கட்டும்; நீ சொல்ல வந்தது என்ன?''

''பார்த்திபேந்திரன் சோழ நாட்டிற்கு விரோதமாகப் புறப்படுகிறான்.''

தலைவியின் இதழில் மெல்லிய சிரிப்பு நெளிந்தது. ரவிதாசனுக்குத் தெரிய நியாயமில்லை.

''சோழ நாட்டுத் தலைவரே விரோதமாகச் செல்கிறாரா?'' தலைவியின் கேள்வியிலே பல அர்த்தங்கள் நிறைந்திருந்தன.

ரவிதாசன் நகைத்தான். திரை மறைவிலே நடுவே தடை யிருந்தும், ரவிதாசன் முகமறியாதிருந்தும், தலைவி அச்சிரிப்பின் பொருளை நொடியில் உணர்ந்து கொண்டாள். இன்று ரவிதாசனின் பேச்சும், போக்கும் ஒருவிதமாக இருந்ததைத் தலைவி உணர்ந்து கொண்டாள்.

இவ்வளவு காலமாக இல்லாத சலுகையை இன்று ரவிதாசன் அடையப் பார்க்கிறான். பணிவும், பயமும் கலந்து சொல்லை அளந்து பேசும் ரவிதாசன் பேச்சிலே அதிகப் பிரசங்கம் இருந்ததைத் தலைவி கவனிக்காமலில்லை.

ரவிதாசன் மெல்லச் சிரிப்பை முடித்துக்கொண்டு, ''தேவி! தாங்கள் உண்மையிலேயே இக்கேள்வியைக் கேட்டீர்களா? சோழ நாட்டின் நிலை தாங்கள் அறியாததா?'' என்று கேட்டான்.

தலைவி, குரலில் சற்றுக் கடுமையை வரவழைத்துக் கொண்டு, ''ரவிதாசா! கேள்விக்கு உன்னால் விடைகூற முடியுமானால் சொல்லு. வீணாக நேரத்தைப் போக்காதே. நீ சொல்ல வந்ததைச் சொல்லிவிட்டுப் போகலாம்!'' என்றாள்.

ரவிதாசன் மனத்தில் தனித்துணிவு இருந்தது. அவன் இந்தக் கடுஞ்சொல்லுக்கு அஞ்சுபவன் அல்லன்.

''நேரத்தை வீணாக்க நான் ஒருபோதும் விரும்பமாட்டேன். இப்போதிருக்கும் நிலையில் ஒவ்வொரு நொடியும் எத்தனை எத்தனையோ மாற்றங்களைச் செய்யவல்லது. பார்த்தி பேந்திரன் சோழநாட்டிற்கு ஏன் விரோதமானான் என்பதை எடுத்துக்கூறும் நேரத்தில் மற்ற திட்டங்களைக் கூறலா மென்று எண்ணினேன்... எனினும் தேவி கட்டளையிட்டால் நான் மீறுவேனா!''

''உம். சொல்லு''

''தேவி! பார்த்திபேந்திரன் எண்ணங்கள் யாவும் சிதைந்தன. அவன் காதல் ஈடேறவில்லை. சீதனப் பரிசாக சோழ நாடு கிடைக்கும் என எதிர்பார்த்து ஏமாந்தான். அரச பரம்பரையில் வந்த அவன் அடிமையாக வாழவிரும்பவில்லை. அதனால் சுதந்திரப் பல்லவ நாட்டை அமைக்கத் திட்டமிட்டான். மாற்றாரான நம் உதவியையும் கேட்டான். தேவி! அதனால் தான் சொன்னேன், தக்க வாய்ப்பு வந்துவிட்டதென்று.''

''குந்தவை ஏன் பார்த்திபேந்திரனை மணக்க விரும்ப வில்லை? உனக்கு ஏதாவது காரணம் தெரியுமா?'' என்று தலைவி கேட்டாள். குந்தவை என்ற சொல்லை உச்சரித்த வுடனேயே அவனுக்கு மெய் சிலிர்த்தது.

''எனக்கெப்படித் தெரியும்? அந்த நாகப்பாம்பு காஞ்சியை விட்டு நகர விரும்பவில்லை என்றாலும் பார்த்திபேந்திரனை மிகமிக அலட்சியம் செய்கிறாள் அவள். ஹும் பாவம். அவள்

எண்ணம் எப்படி ஈடேறப் போகிறதோ? அவள் என்றும் கன்னியாய் துயருற்று வாழ்நாளைக் கழிக்க வேண்டியது தான்.''

ரவிதாசன் இப்படிச் சொல்லும்போது தலைவி தன் இரு செவிகளையும் மூடிக் கொண்டாள். ஒரு காலத்தில் இப்படிப் பட்ட பேச்சினை அவள் ரசித்திருக்கிறாள். இப்படிப்பட்ட சம்பவம் நிகழ்வதை வரவேற்றும் இருக்கிறாள். ஆனால் காலப்போக்கின் தூரிகை அவள் இதயத்துணர்ச்சியை அழித்து மாற்றி எழுதிவிட்டது. மற்றொரு பெண் கன்னியாகக் காலங்கழித்து வாடி வதங்குவதை அவள் விரும்பவில்லை. பாண்டிய நாட்டை மீண்டும் பெறுவதற்காக மற்றொரு பெண்ணின் வாழ்வு நாசமடைய நினைப்பதை அவள் விரும்பவில்லை. சோழநாட்டில் அவள் இருந்தபோது குந்தவையைக் கண்டிருக்கிறாள். அவள் எவரையும் மதிக்காத சுபாவம் உடையவள்தான். சோழநாட்டு அரச குல ஆண் பிள்ளைகள் அவள் கிழித்த கோட்டைத் தாண்டுவதில்லை தான். அதற்காக அவள் அழிவதைத் தலைவி இப்போது விரும்பவில்லை. பாண்டிய நாட்டை மீட்கப் போர்முனை இருக்கும்போது, சோழநாட்டு உள்விவகாரங்களில் அவள் தலையிட விரும்பவில்லை. சுயவாழ்வின் சுகபோகங்களைத் துறந்துவிட்ட அவள், மண்ணாசையையா மனத்தில் நினைப்பாள்?

''ரவிதாசா! நமக்குச் சோழநாட்டு இளவரசியைப் பற்றி என்ன பேச்சு? நம் காரியம் வெற்றியடைய வேறு திட்ட முண்டா?'' என்று தலைவி பேச்சைத் திருப்ப முயன்றாள்.

''தேவி! சோழநாட்டு இளவரசியை நாம் ஒழித்தால் தான் நம் காரியம் வெற்றியடையும். இப்போதே உள்ளத்தால் அணு அணுவாகச் சிதைந்து வரும் அவளை முழுதும் தீர்த்துவிட வேண்டும்'' ரவிதாசன் ஆக்ரோஷமாகப் பேசினான்.

''இளவரசியின் உள்ளத்தை மந்திரத்தால் அறிந்தாயோ ரவிதாசா? இன்னும் மந்திர தந்திரத்தை விடவில்லையா?''

''தேவி! இதில் மந்திரம் என்ன செய்யும்? வல்லவரையன் வந்தியத்தேவன் என்ற அகம்பாவம் படித்த ஒரு பிள்ளை

இருந்தானே, உங்களுக்குத் தெரியுமா? அவனை இந்த ஆனைமலைக் காட்டிற்கு அழைத்துவரத் திட்டமிட்டுள் ளேன். அவன் சம்மதித்திருப்பான். இந்நேரம் அவன் தப்பிப் புறப்பட்டிருப்பான். அப்படி இல்லாவிடில் இருட்டுச் சிறையில் உயிருள்ளவரை அவன் வாடி மடிய வேண்டியது தான். அதனால் குந்தவையும் அணு அணுவாகச் சிதைய வேண்டியது தானே? ஏனென்று நான் கூற வேண்டிய தில்லையே?'' என்று ரவிதாசன் முகத்தில் அசட்டுச் சிரிப்பு மலரக் கூறினான்.

வந்தியத் தேவன் ஆனைமலைக் காட்டிற்கு வரப் போகிறான் என்ற செய்தியை ரவிதாசன் வாய் வழியே கேட்டவுடன் தலைவி திடுக்கிட்டாள். வல்லவரையன் வர மாட்டான் என்பதை அவள் அறிவாள். அவனுடைய முகம் லேசாக அவள் மனக் கண்முன் தோன்றியது. துடுக்குத் தனம் நிறைந்த முகம்; மெல்லிய அரும்பு மீசையிலே சதா பரபரப்பும், வீரமும் துடிதுடிக்கும் அவனுடைய சாதுர்யமான பேச்சு... ஆஹா! அவன் சோழ நாட்டுச் சிறையில் வாடு கிறானா? எப்பேர்ப்பட்ட பழிச்சொல்லை ஏற்று வாழ்கிறான்? ஆதித்த கரிகாலனைக் கொன்ற குற்றம். ஹும்! ஆதித்த கரிகாலன்... கிடுகிடுவென அவள் உள்ளத்தில் பழைய சம்பவங்கள்சம்பவங்களில் சேர்ந்தவர்களின் தோற்றங்கள் யாவும் பளிச்சிட்டன.

'வேண்டாம்; வேண்டாம். மீண்டும் பழைய நினைவே வேண்டாம். எந்த நினைவுகளை நம் உள்ளத்திலிருந்து மறந்து அழித்து விட்டோமோ, அவை மீண்டும் துளிர் விடு வானேன்? அவற்றை ஏன் ரவிதாசன் நினைவுபடுத்துகிறான்? இந்த வேளையில் வந்து அவற்றைக் கூறுவதால் நம் நாட்டுக்கு என்ன பலன்? ரவிதாசன் மூளை குழம்பிவிட்டதா? அல்லது பழைய உரிமையை வைத்துக்கொண்டு தேவை யற்ற விஷயங்களைப் பேச முற்படுகிறானா?'

''ரவிதாசா, ரவிதாசா! பழைய சம்பவங்களையும் செய்திகளையும் விட்டுவிட்டு புதிதாக ஏதாவது ஆக வேண்டியது இருந்தால் கூறு. இல்லாவிடில் இங்கிருந்து போய்விடு. என்னைக் குழப்பாதே... நேரத்தை வீணாக் காதே'' என்று பரபரப்புடன் பேசினாள் தலைவி.

‘‘தேவி! உங்கள் பேச்சு இன்று விசித்திரமாக இருக்கிறதே! நான் கூறவந்த விஷயத்தைச் சொல்லவே முற்படவில்லை! அதற்குள் தாங்கள் கோபப்பட்டால்? தேவி! இப்படித் திரைமறைவில் என்னை நிற்கவைத்துப் பேசுவது நியாயமா? என் முக உணார்ச்சிகளைப் பார்த்து என் பேச்சைக் கேட்டால் தாங்கள் என் யோசனைகளை ஏற்பீர்கள். அதுவுமின்றி நான் வெளியே மற்றவர்களைப் போல் நின்று பேசுவதால் என் கௌரவம் எப்படி உயரும்? கருணை கூர்ந்து தங்களை நேரிடையே காண உத்தரவு கொடுங்கள்... பிறர் அறியாது கூறவேண்டியவை பல உள்ளன தேவி!’’ என்று ரவிதாசன் கூறி, முன்னே ஓர் அடி எடுத்து வைக்க முற்பட்டான்.

தலைவியின் கடுமையான குரல் கேட்டது. ‘‘நில் ரவிதாசா! ஒரு சாண்கூட நகர முயலாதே. எவரையும் நான் பார்ப்ப தில்லை என்ற என் விரதத்தைப் பங்கப்படுத்தி விடாதே. நீ கூறப்போவதை நான் அறிந்து கொண்டேன். பார்த்திபேந்திர பல்லவன் காஞ்சியைத் தாக்க முற்படும்போது இங்கிருந்து சோழநாட்டின் மீது படையெடுக்க வேண்டும் என்பது உன் திட்டம். காஞ்சியில் குந்தவையை இந்த உலகத்தை விட்டுப் போய்விட வழிசெய்ய வேண்டும். அது இரண்டாவது திட்டம். இந்த இரு திட்டங்களும் சரியல்ல, ரவிதாசா!’’

‘‘ஏன் சரியில்லை? இம்மாதிரித் திட்டங்களுக்கு யோசனை கள் கூறியது தாங்கள்தானே?’’

‘‘இருக்கலாம்; அது ஒரு காலம்.’’

‘‘சுந்தர சோழரைக் குறிவைத்தது; அருண்மொழியைத் தீர்க்கத் திட்டம் தீட்டியது; ஆதித்த கரிகாலரை மாய்த்தது...’’

‘‘ரவிதாசா! உன் பேச்சை நிறுத்தமாட்டாயா?’’

‘‘நான் ஏதும் புதிதாகப் பேசவில்லையே!’’

‘‘பயமுறுத்துகிறாய். இப்போது பயமுறுத்தல்களுக்கும் கட்டு மீறிய செயல்களுக்கும் தண்டனை என்னவென்று தெரியுமா?’’

ரவிதாசன் பயங்கரமாக நகைத்து, ‘‘தேவி! நான் தங்களைப் பயமுறுத்த முடியுமா? பயமுறுத்தும் துளி நோக்கங்கூட இதயத்தில் இருந்திருந்தால் என் முகம் தங்களுக்குக்

காட்டிவிடும். என் முகத்தைப் பாருங்கள் தேவி! என்னைப் பாருங்கள். இந்தப் பாண்டிய நாட்டிற்கென்று எனது ஆயுளில் பாதியையே அளித்துவிட்ட என்னைப் பாருங்கள். நேரிடையே பார்த்துப் பேசிவிட்டுப் பிறகு நீங்கள் கட்டளை யிடுங்கள்.''

"ரவிதாசா! உன்னை நான் நன்றாகப் பார்க்கிறேன். உன் முகம் எனக்கு நன்றாகத் தெரிகிறது. இத்தனை வருடங்களும் பார்த்துக் கொண்டுதான் வருகிறேன். உன் அறிவுத்திறமையை நான் போற்றி வருகிறேன். புதுப் புதுத்திட்டங்களை உருவாக்கி எப்படியாவது மதுரை அரியணையில் அமர புஜங்கனை அமர்த்திவிட விரும்பி நீ பாடுபட்டு வருவது எனக்குத் தெரியாமலில்லை...''

"தெரிந்துமா தேவி!''

"ஆமாம்; நன்றாகத் தெரிந்துதான்! ஆனால் உன் கடும் உழைப்பு ஒன்றும் பலன் தருவதில்லை. பயங்கரமாகத் திட்டம் தீட்டிச் செயல்படுத்துகிறாயே, அதில் வெற்றி கண்டாயா?''

"ஏன் காணவில்லை?''

"அருண்மொழியைத் தொடர்ந்து சென்றாயே. உன் எண்ணம் நிறைவேறியதா?''

ரவிதாசன் மௌனமாய் நின்றான்.

"காஞ்சி மாளிகையைச் சுற்றினாயே, அரச மகளிரை என்ன செய்துவிட முடிந்தது?''

அவன் ஒன்றும் பேசவில்லை.

"வந்தியத்தேவனை எவரும் உள்ளே நுழைய முடியாத பாதாளச் சிறையில் சந்திக்க ஆளை ரகசியமாக அனுப்பினாய்; அதன் பலன் என்ன? ஏன் மௌனம் ரவிதாசா? பேசு, பேசு, உன் குரலில் தோல்வி தொனிக்குமே என்ற பயமா?''

ரவிதாசன் சீறினான்: "தேவி! என்ன பேசுகிறீர்கள்? என் குரலில் தோல்வியா? நீங்கள் கூறிய ஒவ்வொன்றிற்கும் என்னால் தக்க மறுமொழி கூறமுடியும். மனிதர் போடும் திட்டங்கள் எல்லாம் வெற்றியடைந்து விட்டால் ஒரு

ஜீவராசியும் இவ்வுலகில் வாழ முடியாது. தங்களையே எடுத்துக் கொள்ளுங்கள். தாங்கள் பழிவாங்கும் இதயத்துடன் புதுத்தோற்றத்துடன் சோழ நாட்டிலிருந்தீர்களே, தங்களால் முழுவெற்றியடைய முடிந்ததா? நான் தொட்டதெல்லாம் தோல்வியாயிற்றா என்று தங்கள் இதயத்தைத் தொட்டுச் சொல்லுங்கள். சோழ நாட்டிலே ஏற்பட்ட பெரும் குழப்பங்களுக்கு யார் காரணம்? மறந்து விட்டீர்களா தேவி? பச்சை மரத்தைப் பற்றி எரியச் செய்தேன். அதைக் கொளுத்தி விட்ட பழி, வேறு ஒருவன் பேரில் வீழ்ந்துவிட்டது. அருண்மொழி அயல்நாடு போவதற்கும் அந்தக் குழப்ப நிலை காரணமல்லவா? ஆம் என்று கூறுங்களேன் தேவி!... தஞ்சை அரண்மனையில் இவ்வளவு காலமாக என் சகோதரனை நடமாட வைத்திருந்தேனே. அவன் எவ்வளவு செல்வங் களைச் சேர்ப்பித்தான்? வந்தியத்தேவன் மனத்தைக்கூட மாற்றி வருகிறான் தேவி! வந்தியத்தேவன் மட்டும் இங்கு வந்துவிட்டால்? வந்துவிடுவான் என்ற நம்பிக்கையும் எனக்கு இருக்கிறது. எல்லாவற்றிற்கும் மேலாக, காளாமுகரை அழைத்து வந்தேன். அவர் உதவியால் நான் சோழநாட்டு ரகசியம் பலவற்றை அறிந்தேன். பார்த்திபேந்திரனின் உதவி பெற்றுத் தர வாக்களித்ததும் அவரேதான். அவர் நேரே என்னுடன் வந்திருக்க வேண்டியவர்; இன்னும் பல ரகசியங் களை அறிந்து வருவதாகக் கூறிச் சென்றிருக்கிறார்... இப்போது கூறுங்கள் தேவி! நான் போடும் திட்டங்கள் யாவும் தோல்வியுற்றனவா என்று" ரவிதாசன் குரலில் தனியொரு கம்பீரம் இருந்தது.

தலைவி சிரித்தாள். ரவிதாசன் உடல் சிலிர்த்தது. 'இன்னும் பழைய சிரிப்பு அவளிடமிருந்து போகவில்லை. பழைய தோற்றமும் இருக்குமா? முன் போல் மோகனத் தோற்ற முடையவளானால் இந்தக் காட்டில் வீரரொருவரிடமும் கட்டுப்பாடென்பதே இராது போய்விடுமே. அதனால்தான் அவள் மறைந்திருக்கிறாளோ? எதுவாயிருந்தால் என்ன? நமக்கு இல்லாத உரிமையா? நாம் எப்படியும் நேருக்கு நேர் கண்டு தான் ஆகவேண்டும்' என நினைத்தபோது தலைவியின் குரல் எழுந்தது. சிரிப்பொலியைத் தொடர்ந்து, "ரவிதாசா! இவ்வளவு ஆண்டுகள் பழகியும் உனக்கு

வெற்றிதோல்வியைப் பற்றி அறிய முடியவில்லையே! நான் என் பழைய சோதனைகளில் தோல்வியுற்றதைப் பகிரங்கமாக ஒப்புக் கொள்கிறேன். அதனால்தான் நான் என் திட்டத்தை மாற்றிக் கொண்டேன், ரவிதாசா! மதுரை அரியணையைக் கைப்பற்றி மீண்டும் நமது ஆட்சியை நிலைநாட்டுவது நம் நோக்கமாயிருக்க வேண்டுமேயன்றி, சோழ நாட்டில் கலவரத்தைக் கிளப்பிவிடுவதால் நம் இலட்சியம் நிறை வேறாது. அரச குடும்பத்தவரைக் கொலை செய்வதால் நம் இலட்சியம் நிறைவேறாது.''

ரவிதாசன் கனைத்துக் கொண்டான்.

''ரவிதாசா! நான் சொல்வதை நீ ஒப்புக்கொள்ள மாட்டாய். அதனால் எனக்குத்தான் ஆபத்து என்பதை எச்சரிக்க விரும்புகிறேன்.''

''பயமுறுத்துகிறீர்களா தேவி!''

''பயமுறுத்தலா? உன்னைப் பயமுறுத்த இயலுமா? மந்திர தந்திரம் கைவரப் பெற்ற உன்னைப் பயமுறுத்தக் கூடியவர் கள் எவருளர்?''

''கேலி செய்கிறீர்களா?''

''அதற்கு நேரம் இல்லை ரவிதாசா! இந்த நேரத்தில் வீணே பேசிக் கொண்டிருக்கப் பொழுதும் இல்லை. இதுபோன்று நான் இதுவரை எவரிடமும் பேசியதில்லை. நீ கட்டுப்பாட்டைக் குலைத்து விடாதே. நீ தீட்டியிருக்கும் திட்டங்கள் வெற்றி பெறுவது சந்தேகம் என்பதை மீண்டும் எச்சரிக்க விரும்புகிறேன்.''

''ஏன் வெற்றியடையாது? வந்தியத்தேவன் வர மாட்டானா? காளாமுகர் உதவுவது எல்லாம் பொய்யாகி விடுமா? காஞ்சி மாளிகையில் மீண்டும் கொலையொன்று நடவாது என்று நினைக்கிறீர்களா? பார்த்துக் கொண்டே இருங்கள்!'' என்று ரவிதாசன் சற்றுக் கடுமையாகவே கூறினான்.

தலைவியின் குரலிலும் கடுமை நிறைந்தது. ''ரவிதாசா! நீ இப்பொழுது கூறிய திட்டங்கள் வெற்றி பெறுவது முடியாது. நீ வெளியே சென்று பேசுகிறாய். உன் குரல் மாற்றம்

கட்டுப்பாடின்மையைக் கூறப் போகிறது. மற்ற வீரர்களும் மாறிவிடப் போகிறார்கள்.''

''அதற்குத்தான் நான் தங்களை நேரிடையே சந்தித்துப் பேச விரும்புகிறேன்.''

''வேண்டாம் வேண்டாம்; நேரே முகத்துக்கு முகம் பார்த்துப் பேசுவதால் உன் திட்டங்களை நான் ஒப்புக் கொண்டு விடுவேன் என்று கூற முடியாது. நம் வெற்றிக்கு உன் எண்ணம் மட்டும் உதவி செய்ய முடியும் என்றால் நாம் இந்தக் காட்டிலே மறைமுகமாகப் போர் வீரர்களைச் சேர்க்க வேண்டியதில்லையே...''

ரவிதாசன் மீண்டும் சிரித்தான். ''தேவி! உங்கள் ஊகம் தவறு என்று கூறுகிறேன். பெண்கள் அரசியலில் என்றுமே வெற்றியுற்றதில்லையே... அவர்கள் கருத்தும் யோசனையும் என்றும் வெற்றிபெற்றதில்லையே...'' அவன் மேலே பேசுவதற்குள் தலைவியின் கடுங்குரல் எழுந்தது. அக்குரல் கட்டளையாக மாறி வருவதற்குள் அங்கே பலர் வரும் காலடி ஓசை கேட்டது.

காவல் வீரர்கள் சிலர் அங்கு வந்தனர்.

''தலைவி அவர்களே! வணங்குகிறோம். காட்டின் எல்லையில் புதியவர்கள் இருவர் வந்திருக்கின்றனர். ஒருவர் பெயர் பரமேசுவரனாம். மற்றவர் காளாமுகர். இருவரும் தங்களைச் சந்திக்க விரும்புகிறார்கள். அவசரச் செய்தி கொண்டு வந்திருக்கிறார்கள். அழைத்து வரலாமா? சந்தேகப் பேர்வழிகள் எனின் அங்கேயே மரத்தில் ஊசலாடச் செய்துவிடலாமா?'' என்று பணிவுடன் கேட்டனர்.

ரவிதாசன் முகத்தில் வெற்றிப் பெருமிதம் மிளிர்ந்தது. ஆனால், தலைவி என்ன கூறுவாளோ? சற்றுமுன் பேசியதற் கிணங்க ஆத்திரத்தில் அவர்களைச் சந்தேகப் பேர்வழிகள் எனக் கூறிவிட்டால், 'ஐயோஉடனே அவர்கள் தூக்கிலே அல்லவா ஆடுவார்கள். என் அருமைச் சகோதரனும், அந்தப் பழுத்த தந்திர காளாமுகரும் ஆனைமலைக் காட்டிலா உயிர்

நீக்க வேண்டும்?' என்று எண்ணிய அவன், என்ன கட்டளை வருமோ என எதிர்பார்த்தான். தலைவி கட்டளையிட்டாள்:

"வந்திருப்பவர்களைத் தக்க இடத்தில் இளைப்பாறச் செய். ஆனால் அவர்களை எவரும் சந்திக்குமாறு விடாதே. நாளைக் காலையில் பார்த்துக் கொள்ளலாம்" என்றாள் தலைவி.

ரவிதாசனுக்குப் போன உயிர் மீண்டது. பரமேசுவரன் தஞ்சையினின்று என்ன செய்தி கொண்டு வந்திருக்கிறானோ என அறிய அவன் துடித்தான். காளாமுகரும் அவனுடன் வந்திருக்கிறார் என்றால் ஏதோ முக்கியமான செய்தி இருக்க வேண்டும். பார்த்திபேந்திர பல்லவனிடமிருந்து இன்னும் பல திட்டங்களை அவர் அறிந்து வந்திருப்பார். என்று எங்கே தாக்குவது என்பதை அறிந்து வந்திருப்பார். காளாமுகரின் யோசனைகளும், சேவைகளும் தக்கமுறையில் உதவுவதை எண்ணி ரவிதாசன் மகிழ்ந்தான். ஆனால் தலைவி அறிந்து கொள்ளவில்லையே! காளாமுகரின் நல்லெண்ணத்தை அவள் ஒப்புக் கொண்டதாகத் தெரியவில்லையே. யாரைத்தான் அவள் பாராட்டுகிறாள்? என்னையும் சந்தேகிக்கிறாள். தலைவியின் குணம் இப்பொழுது மிகமிக மாறிவிட்டது.

'என் சகோதரன் பரமேசுவரன் வெகு காலத்திற்குப் பிறகு வெளியே வருகிறான். தன் உயிரையும் துரும்பென மதித்து அவன் தஞ்சை அரண்மனையில் வாழ்ந்தானே, அவனை உடனே வரவேற்றுப் பாராட்ட வேண்டாமா? தலைவி ஏன் உடன் சந்திக்க முயலவில்லை?'

ரவிதாசன் தலைவியின் குடிலை விட்டு மெல்ல நகர்ந்தான். எங்கும் அமைதி குடி கொண்டிருந்தது. காட்டிற்கே இயற்கை யான ஒருவித பயங்கர ஓசையும், வண்டுகளின் சப்தமும், எங்கோ கொடிய மிருகங்கள் இடும் ஓலமும் தவிர வேறுவித அரவமற்ற அந்தக் காட்டிலே ரவிதாசன் உறக்கம் கொள்ளா மல் நடந்து கொண்டிருந்தான். உடனே காளாமுகரையும், பரமேசுவரனையும் சந்திக்க வேண்டும் எனும் துடிப்பு அவனிடம் நிறைந்திருந்தது. யாரையும் சந்திக்க விட வேண்டாம் என்று கூறியிருக்கிறாள் தலைவி. அவர்களை

வேறு யார் போய் இந்த வேளையில் சந்திக்கப் போகிறார்கள்? தலைவி ஏன் இவ்வாறு உத்தரவிடுகிறாள்?

அவன் மெல்ல நடந்து காளாமுகரும், பரமேசுவரனும் தங்கியிருந்த குடில் நோக்கிச் சென்றான். அந்தக் குடிலின் வாயிலில் உருவிய வாளுடன் காவலர் நின்றிருந்தனர். ரவிதாசனுக்கு வியப்பாக இருந்தது. ஒருபுறம் அச்சமும் இருந்தது. கோபமும் வந்து கொண்டிருந்தது. இந்தக் காட்டிலும் காவலா? ரவிதாசனுக்கு ஒரு கணம் சீற்றம் பொங்கியது.

ஓகோ? தலைவியின் கட்டளையா? அவர்களை யாரும் சந்திக்கக் கூடாதன்றோ? அதற்காகத்தான் காவலா?

ரவிதாசன் விரைந்து குடிலுக்குள் நுழையச் சென்றான். தூங்கிக் கொண்டிருந்தவர்களை எழுப்பிப் பேச வேண்டும் எனும் ஆவல் அவனிடம் துள்ளி நின்றது. ஒவ்வொரு கணமும் மிக முக்கியமாக இருந்துவரும் போது இப்படி இவர்களைத் தூங்க வைத்திருப்பது சரிதானா என அவன் எண்ணினான்.

ரவிதாசன் குடிலின் வெளி வாயிலருகே நுழைய முயன்ற தோடு இரு வீரர்கள் தலைவியின் உத்தரவைக் கூறி அவனைத் தடுத்தனர். அவர்கள் அந்த இடத்தினின்று நகரவில்லை.

ரவிதாசன் காவலரை ஏற இறங்கப் பார்த்தான். "தலைவியின் கட்டளை எனக்கு அன்று வீரர்களே! என்னை இன்னார் என உங்களுக்குத் தெரியாதா?" என்றான்.

காவலர் ஏதும் பேசவில்லை. அவர்கள் வைத்திருந்த ஈட்டி, வழியை மறைத்து நின்றது. ரவிதாசன் மேலே செல்ல முயன்ற போது காவலர்கள் இருந்த இடத்தினின்று வேகமாக நகர்ந்தனர். தங்கள் ஈட்டியை ரவிதாசன் மார்பை நோக்கி நீட்டினர்.

"ஓர் அடி எடுத்து வைத்தாலும் ஈட்டிதான் பேசும்" என்றனர். ரவிதாசன் திகைத்தான்.

அத்தியாயம் 32
நெஞ்சும் நிலவும்

இளையபிராட்டி குந்தவை தேவியார் இருமுறை கையிலுள்ள ஓலையைப் படித்தாள். ஓலையிலுள்ள செய்தியைப் படிக்கும் போது ஏற்படும் முகமாறுதலை அறிய வீர நாராயணன் விரும்பினான். குந்தவையின் குறிப்பறிந்து நடக்கக்கூடியவன் அவன். குந்தவையின் முகத்தோற்றத்திலிருந்து எவ்வித உணர்ச்சியையும் அறிய முடியவில்லை. சலனமற்றிருந்த அந்த முகத்தையுடைய அவளுடைய இதயத்தில் அந்தப் போதில் பெரும் பெரும் எண்ணங்கள் எழுந்தன. அவள் சற்றுமுன் சொல்லியதற்கு நேர்மாறாக நடக்க வேண்டிய அவசியமும் அந்த ஓலையில் இருந்தது. பிடிவாதமான அவளுடைய எண்ணம் மாறுவதற்கான அறிகுறி அந்த ஓலையில் காணப்பட்டது.

வானதியும், இன்பவல்லியும் ஒன்றும் புரியாமல் திகைத்து நின்றவாறிருந்தனர். குந்தவை படிக்கும் ஓலையில் இன்னும் திடுக்கிடும் செய்தி ஏதேனும் வந்திருக்கப் போகிறதோ என வானதி அஞ்சினாள். இன்பவல்லிக்கு ஒன்றும் புரியவில்லை. வானவெளியையும், விரிந்த மணற் பரப்பையும், வீசும் அலையையும் மட்டுமே கண்டு சதா வட்டமிட்டு வந்த அவளுக்கு அரண்மனையின் அற்புதத் தூண்கள்கூட விசித்திரமாகத் தோன்றின. வழவழப்பான தரை காண வேடிக்கையாயிருந்தது. வானதி, குந்தவை இருவரின் குண விசித்திரங்களைக் காணும்போது இன்னும் வேடிக்கையாக இருந்தது. 'அரச குலத்துப் பெண்கள் இப்படித்தான் இருப்பார்களோ? சாதாரண மக்களின் மனப்பாங்கினின்று அவர்கள் குணம் மாறித்தான் இருக்குமோ? சட்டெனக் கோபம் வரும்; உடனே புகழும் தன்மை ஏற்படும். நினைத்தவுடன் ஓரிடம் விட்டு மற்றோரிடம் போகத் தோன்றும்; போகும் கட்டாயம் ஏற்பட்டாலும் அங்கேயே இருந்துவிடத் தோன்றும். இப்படிப் பட்ட குணவிசேஷங்கள் இன்பவல்லிக்குப் புதுமையாக இருந்தன. அதேபோன்று, என்மீது அன்பு கொண்டுள்ள

இளைய பிராட்டியார் இந்த அரண்மனையிலேயே தங்கி யிருக்க நான் மட்டும் தஞ்சைக்குச் செல்வதா? முடியாது. முடியவே முடியாது. அப்படித்தான் போயாகவேண்டும் என்று இளையபிராட்டி கூறுவார்களேயானால் நாம் மறுத்து விடுவோம். மீண்டும் நம்மை மாமல்லபுரத்துக்கே கொண்டு விட்டுவிடச் சொல்வோம்' என்று எண்ணினாள் இன்பவல்லி, குந்தவை சொல்லிலுள்ள அன்பின் அளவும், தரமும் வானதியிடமிருந்து கிடைக்கவில்லை என்பதை அவள் உணர்ந்துதானிருந்தாள்.

ஓலையினின்றும் கருத்தை மாற்றிச் சற்று ஏதோ சிந்தனையிலிருந்த குந்தவையிடமிருந்து என்ன வார்த்தை வருகிறதோ என்று எதிர்பார்த்து நின்றாள் வானதி. குந்தவை வானதியை நெருங்கி, "அடி வானதி! உன் விருப்பப்படிதான் எல்லாம் நடக்கிறதடி! என் உடைகளையும், என் பொருட்களையும் கூட எடுத்து வைக்க ஏற்பாடு செய்" என்றாள்.

வானதி சிறு குழந்தைபோல் இரு கரங்களையும் கொட்டிக் குதித்தவாறு, "அக்கா! அப்படியென்றால் நீங்களும் என்னுடன் வருகிறீர்களா?" என்று கேட்டாள்.

வானதியின் கன்னத்தில் தன் விரல்களால் மெல்லத் தட்டி, "ஆமாம் வானதி! உங்களுடன்தான் வருகிறேன். உன்னைப் பிரிவது அவ்வளவு எளிதா?" என்றாள் குந்தவை.

"தேவி! நீங்களும் புறப்படுகிறீர்களன்றோ? இப்போது தான் எனக்கு நிம்மதி ஏற்பட்டது" என்றான் வீரநாராயணன். அந்த ஓலையில் கண்டுள்ள செய்தியால்தான் அவள் மனம் மாறினாள் என்று அவன் உணர்ந்தான். 'வாழ்க அந்த ஓலை!' என்று வாழ்த்தினான். இளைய பிராட்டியும் வருகிறார் என்ற செய்தி இன்பவல்லிக்குக் களிப்பை ஊட்டியது. குந்தவையின் ஆடை, ஆபரணங்கள் மற்றுமுள்ள பொருட்களையெல்லாம் ஒன்று விடாமல் எடுத்துப் பெட்டியில் வைத்தாள்.

ஒவ்வொரு பணிப் பெண்ணுக்கும் ஏற்ற உத்தரவு இட்டுக் குந்தவை நடுக்கூடத்திற்கு வந்தாள். கல்யாணிப் பாட்டியை மெல்ல வானதியும் இன்பவல்லியும் அழைத்து வந்தனர். திடீரென இந்த மாளிகையைவிட்டு ஏன் புறப்படவேண்டும்

என்று கல்யாணி தேவிக்குப் புரியவில்லை. எனினும் தஞ்சை அரண்மனைக்குச் செல்கிறோம் என்றவுடன் கல்யாணியின் இதயத்தில் தனித்தொரு மகிழ்வு ஏற்பட்டது. திருக்கோயிலூர் மலையமான் மகளார் செம்பியன் மாதேவியைச் சந்திக்கலாம்; செம்பியன் மாதேவி என்றும் கொடுத்து வைத்தவள்; சிவநெறியும், பூஜையும் வழிபாடும் என்று பொழுதை நல்ல வகையில் போக்கி வருகிறாள் என்று கல்யாணிதேவி நினைத்துப் பெருமூச்சு விடுவாள். அவளுக்கு மட்டும் என்ன குறைவு? நாட்டுத் தொல்லைகளோ, சச்சரவுகளோ ஏதும் அவள் காதில் வீழ்வதில்லை. குந்தவையின் அன்பும் மரியாதையும் பணிவிடையும் அவளுக்குப் புதுத் தெம்பை ஊட்டி வந்தன. குந்தவை திடீரெனப் புறப்படவேண்டும் என்று கூறியபோது கல்யாணிப்பாட்டி ஏன் என்று கேட்கவில்லை.

அந்த மாளிகையின் ஒவ்வோர் இடத்தையும் பிரியநேரும் போது குந்தவைக்கு வருத்தமாயிருந்தது. நடுக்கூடத்தையும், கூடத்தின் நடுவே மேல் மாடத்திற்குச் செல்லும் அழகிய படிக்கட்டுகளையும், படிக்கட்டுகளின் கைப்பிடிச் சுவரில் செய்யப்பட்டுள்ள விசித்திர சித்திர வேலைப்பாடுகளையும், மேன்மாடத் தூண்களையும், மேன்மாடத்தில் தொங்கும் அழகிய விளக்குகளையும் அவள் மீண்டும் ஒருமுறை பார்த்தாள். மாடத்திற்குச் சென்று அங்கிருந்து சுற்றிலுமுள்ள மலர்வனத்தைப் பார்த்தாள். அந்தத் தோட்டத்தின் ஒவ்வொரு செடியையும் அவள் அறிவாள். ஒவ்வொரு மரத்தையும் அவள் அறிவாள். அதோ இருக்கிறதே, அந்த மகிழ மரத்தடியிலுள்ள மேடையில் அவளும் வந்தியத்தேவனும் பல வருடங்களுக்கு முன்பு அமர்ந்திருக்கின்றனர். மகிழ மலருக்குத் தான் எத்தகைய மணம்! அந்த மலரை அவள் கோர்த்தாள். பேசிக்கொண்டிருக்கும் போதே காற்று சற்று வேகமாக வீசியது. கையிலுள்ள கோர்த்த மகிழ மலர் மாலை கீழே வீழ்ந்தது. தேர்ச் சக்கரம்போல் அது உருண்டு வேகமாகச் சென்றது. வல்லவரையர் நகைத்தார். அவள் தாவிப்பிடிக்க ஓடினாள். மேலிருந்து வானவர் மலர்மாரி பொழிவது போல் 'பொல பொல' வென மலர்கள் உதிர்ந்தன. மலர் பட்ட இடமெல்லாம் நறுமணம் எழுந்தது. அந்த இன்பச் சம்பவம் இனிவருமா? அந்த நிலை மீண்டும் ஏற்படுமா? அதே

மரத்தடியில் மீண்டும் மகிழ மலர் உதிருமா? அவள்தான் மகிழ மரத்தைத் திரும்பிப் பார்க்கவில்லையே?

அந்த மல்லிகைக் கொடி மட்டும் இலேசானதா? அவள் கரங்களால் நடப்பட்ட அந்தக்கொடி இப்போது எவ்வளவு அழகாகப் படர்ந்துவிட்டது! அது கொழு கொம்பினைச் சுற்றிப் பின்னிப் படர்ந்திருக்கும் அழகே அழகு! அவை தம் மெல்லிய அதரம் திறந்து நகைத்து வழி அனுப்புவதுபோல் பூத்துக் குலுங்கியிருக்கின்றன. அவற்றிலிருந்து இரண்டு இலையும் ஒரு மொட்டுமாகப் பறித்து இன்பவல்லியின் தலையில் சூட்ட வேண்டும். அது இரவுக்குள் மலர்ந்துவிடும். பருவத்தின் தலைவாயிலில் பரிமளம் வீசி நிற்கும் அந்த மங்கைக்கு அது ஏற்றதாயிருக்கும்.

அந்தச் செயற்கைத் தடாகத்தில் கமலமலர் இதழ்விரித்து நிற்கிறதே! அதை விட்டுவிட்டு எப்படிப் போவது? அதோ அந்த மாமரம் பூக்கத் தொடங்கிவிட்டது. இந்த ஆண்டு ஏராளமாகப் பழுக்கும். பழுத்துவிட்டுப் போகட்டும்; யாருக்கு வேண்டும்? இவ்வளவு காலம் தொடாத மாங்கனியை இனித்தான் தொடப் போகிறோமா? இருந்தாலும் அந்த மரத்தை எப்படிப் பிரிவது? பாரிஜாத மலரையும் அரளியையும், சரக்கொன்றையையும் பிரிந்து எப்படி இருப்பது? குந்தவை மேலும் அந்த இடத்தில் நிற்க விரும்ப வில்லை. சிவிகைகள் மாளிகை வாயிலுக்கு ஆயத்தமாக வந்து நின்றுவிட்டன.

காஞ்சி மாளிகையின் முன்புற வாயில் வழியாக நான்கு சிவிகைகள் சென்று கொண்டிருந்தன. மஞ்சள் வெயில் தழைத்து வளர்ந்திருந்த மர இடுக்குகளின் வழியே சாலையில் வீழ்ந்து பொன்னிறத்தை ஏற்படுத்திக் கொண்டிருந்தன. மேய்ச்சலிலிருந்து ஆடு, மாடுகளை ஓட்டி வருபவர்கள் சாலையில் ஓரமாக ஒதுங்கி நின்று கொண்டிருந்தனர். மந்தை வருவதால் சாலையில் எழுந்த புழுதிப் படலத்தில் மஞ்சள் வெயில் பட்டபோது வண்ணப் பொடியைத் தூவியது போலிருந்தது. இங்கும் அங்கும் ஓடியும் நகர்ந்தும் செல்லும் ஆடுகளின் கழுத்து மணிகளின் ஓசையும், சிவிகை சுமப்போர் சப்தமும், காற்றினிலே தென்னங்கீற்றுகள் அசைவதால் எழும் ஒலியும், சாலையின் இருபுறமும் செல்லும் பாலாற்றுக்

கால்வாயில் ஓடும் நீரின் சலசல ஓசையும் அந்த மாலை வேளைக்குப் புதுப் பொலிவை ஊட்டின.

குந்தவை எவருடனும் பேசவில்லை. அவள் கண்களில் நீர் தளும்பி நின்றது. பொன் மாளிகையை விட்டு அவ்வளவு சீக்கிரம் புறப்படும்படி நேரிடும் என அவள் கனவிலும் நினைக்கவில்லை. இடையில் ஒரே ஒரு தடவை தஞ்சைக்குப் போய்த் திரும்பி வந்தபோதுகூட அவளுக்குப் பொன் மாளிகையைப் பிரிந்தது என்னவோ போலிருந்தது. ஹூம்... அவளிடமிருந்து அழுத்தமான பெருமூச்சு எழுந்தது. திரையை விலக்கிக் கொண்டு ஒருமுறை வெளியே நோக்கினாள். வளைந்து செல்லும் அந்தச்சாலையின் தொலை வில் பொன்மாளிகை கம்பீரமாகத் திகழ்வது தெரிந்தது. அந்த மாளிகையின் பொற் கலசங்கள் மீது கதிரவனின் கிரணங்கள் தழுவிப் பிரகாசிக்கச் செய்தது தெரிந்தது. மாளிகை மீது அசைந்தாடும் புலிக்கொடியின் கம்பீரம் தெரிந்தது. அவற்றிற்கும் மேலாக அவள் சகோதரன் ஆதித்தனின் முகமும் பொன்மாளிகையில் துஞ்சிய சுந்தர சோழ தேவரின் தோற்றமும் தெரிந்தன. அவர்கள் நன்றி கூறி வாழ்த்துவது போன்ற உணர்ச்சி அவளுள் எழுந்தது. அவளால் இன்னமும் இதயத்தில் குமுறி மோதிக் கொண்டிருந்த துக்கத்தைத் தடுக்க முடியவில்லை. அவள் கரங்கள் அந்தக் காட்சியைப் பிறர் காணவொட்டாமல் செய்து விட்டன.

பொன் மாளிகையும் மறைந்தது. இளவரசி வானதி தேவியும் அமைதியாகவே அமர்ந்திருந்தாள். அந்தச் சிவிகையில் வானதியும் குந்தவையுமே எதிரும் புதிருமாக அமர்ந்திருந்தனர். இன்பவல்லியும் மற்றவர்களும் மற்ற சிவிகைகளில் வந்தனர். கண்களில் நீர் தளும்பிக் குந்தவை ஏதோ சிந்தனையில் ஆழ்ந்திருப்பதையும், அடிக்கடி பெருமூச்சு விடுவதையும் கண்டு கூட அவளைத் தொந்தரவு செய்யாமல் மௌனமாக இருந்தாள் வானதி. இளைய பிராட்டியார் கண்கலங்குவதைக் கண்டது இதுவே முதல் முறை. என்னவென்று அவர்களைக் கேட்பது? என்ன கூறி, அவர்கள் துயரம் துடைப்பது? அதிகப் பிரசங்கித் தனமாக ஏதாவது கூறி அதனால் அவர்கள் மனம் மேலும் நொந்தால்? வானதி ஏதும் பேசாமல் வந்தாள். சிவிகை சில சமயம் குலுங்கியது. கழுத்தில் பூண்டுள்ள மணி மாலைகள்

குலுங்கின. மனமும் சலனமுற்றது என்றுதான் கூறவேண்டும். மீண்டும் தஞ்சைப் பயணம். இந்தப் பயணத்தில் இளைய பிராட்டி கலந்து கொள்ளாமல் இருந்தால் சுவையே இருக்காது. நல்ல வேளையாக அந்த ஓலை வந்து காப்பாற்றியது என்று எண்ணினாள். முதலில் அந்த ஓலையை எழுதியவரும் அதில் கண்டிருந்தவையும் அவளுக்குத் தெரியாமல் இருந்தன. மெல்ல வானதி, குந்தவையின் வாய் மூலமே அதை வரவழைத்து விட்டாள்.

‘‘வாழ்க அந்த ஓலை; ஓலை வந்ததோ நான் பிழைத் தேனோ!’’ என்று மேன்மாடத்திலிருக்கும் போது பேச்சைத் தொடங்கிக் கேட்டாள் வானதி. குந்தவை பொருள் நிறைந்த விழி நோக்கை வானதியின் பக்கம் வீசிவிட்டு மெல்ல நகைத்து, ‘‘ஆமாம், ஓலையும் வாழவேண்டும், ஓலையை எழுதியவரும் வாழ வேண்டும்’’ என்றாள்.

வானதிக்கு உண்மையிலேயே புரியவில்லை. பொது வாகவே அவள் கூறினாள். ‘வாழ்க ஓலை’ என்று வானதி திகைத்தவாறு பார்ப்பதைக் கண்டு, ‘‘கள்ளி! உன்னை எனக்குத் தெரியாதா? சிவனடியார் ஓலை எழுதியிருக்கிறார் என்றவுடன் ஓலை வாழ வேண்டுமாம். ஓலையை எழுதிய வரும் வாழ வேண்டுமாம்!’’ என்றாள் பொய்க் கோபங் கொண்டு.

மறுகணம் வானதி புரிந்து கொண்டு விட்டாள். அவள் இதயம் நிறைந்தவர், சக்ரவாகப் பறவைக்கு மழைத்துளி போல் அமைந்தவர். மீண்டும் எப்போது சந்திப்போம் என்று ஏங்க வைத்துப் போய்விட்ட அவர்தான் இளையபிராட்டிக்கு ஓலை எழுதி அனுப்பியிருக்கிறார். சிவனடியார் வடிவில் அன்று காஞ்சிப் பொன் மாளிகையினின்று புறப்பட்டதி லிருந்து அதே வடிவில்தான் இருக்கிறாரா? அதே வடிவில் இருந்துதான் பல உண்மைகளை அறியப் போகிறாரா? அந்த ஓலையையும் இளைய பிராட்டியார் வானதியிடம் காட்டினாள்.

ஆகா! ஓலையில் எழுதப்பட்ட எழுத்துகளிலே அவள் இதயங் கவர்ந்த அருண்மொழியின் முகம் தோன்றியது. ஓலையிலுள்ள செய்தியைப் படிக்கும்போது அவரே அதைப் படித்துக் காட்டுவது போன்றிருந்தது.

‘‘அன்பும் மதிப்பும் நிறைந்த இளைய பிராட்டியார் அவர்களுக்கு வணக்கம். காஞ்சி அரண்மனையிலிருந்து இது கண்டவுடன் புறப்பட்டு வரவும். ஒருவரும் அங்கே தங்க வேண்டாம். இங்கே அவசரப்பணி இருக்கிறது. தங்களைத் தஞ்சையில் சந்திக்கிறேன்.

இப்படிக்கு,
சிவபாத சேகரன்’’

வானதி ஒவ்வொரு வரியாகப் படித்தாள். கடைசியில் சிவபாத சேகரன் என்ற பெயரையும் படித்து விட்டாள். அவளை வெட்கம் வந்து சூழ்ந்து கொண்டது. உருமாற்றத் துடன் பெயர் மாற்றமும் பூண்டுவிட்ட அருண்மொழி தன்னைப் பார்த்து நகைப்பது போல் தோன்றியது. ஓலையை ஒருகணம் மார்புடன் சேர்த்து அணைத்துக் கொண்டாள்.

‘‘ஓலையில் மனனம் செய்யும் அளவுக்கு ஒன்றும் விஷயம் இல்லையே?’’ என்று பிராட்டி கூறிய வார்த்தைகள் அவளைச் சுயநினைவுக்குக் கொண்டுவந்தன.

‘‘போங்கள் அக்கா’’ என்று முகஞ்சிவக்க, வெட்கம் மேலிடக் கூறிவிட்டு, அந்த ஓலையை இளைய பிராட்டி யிடமே திருப்பக் கொடுத்துவிட்டு அந்த இடத்தை விட்டு ஓடிவிட்டாள்.

மீண்டும் அந்தச் சம்பவத்தை வானதி நினைத்துக் கொண்ட போது அவள் உடல் சிலிர்த்தது. தஞ்சையில் தன் ஆருயிர் அன்பர் இளவரசர்இளையபிராட்டியைச் சந்திப்பதாகக் கூறியிருக்கிறார். தன்னைச் சந்திப்பதாகக் கூறவில்லையே, தன்னை மறந்துவிட்டாரோ? இந்த முறை சந்தித்தால் அவரை விட்டுப் பிரியக் கூடாது. மாறுவேடத்தில் அலையும் அவருடன் நாமும் காவி உடை அணிந்து வேடம் பூண்டு சிவபக்தையாகச் செல்வோமே என்று எண்ணினாள். தஞ்சையில் அவர் எங்கே தங்கியிருப்பார் என்று அறிந்து கொள்ள வேண்டும் என்ற ஆவல் வானதிக்கு எழுந்தது.

வானதி அருண்மொழி வர்மரை நினைத்துக் கொண்ட அதே வேளையில், தஞ்சை மாநகரின் கோட்டைக்குச் சிவனடியார் வடிவில் அருண்மொழி நுழைந்து கொண்டிருந்தார். கழுத்திலே

ருத்திராக்க மாலை, நெற்றியில் பளிச்சிடும் நீறு, நடுவே குங்குமம், கற்றைச் சடைமுடியும், தாடியும் பழுத்த துற வறத்தைப் புலப்படுத்தின. அருண்மொழியை நன்றாக அறிந்தவர்கூட இப்போது அடையாளம் காண இயலாது. பல ஆண்டுகளுக்குப் பிறகு தஞ்சையை அவர் காண்கிறார். ஒவ்வோர் இடமும் முன்பே அவருக்குத் தெரியும். ஒவ்வொரு மாளிகைக்கும் அவர் சென்று வந்திருக்கிறார். அதே காவல் கூடம்! அதே பழுவேட்டரையர் மாளிகை! பெரிய பழுவேட்டரையர் வாழ்ந்த மாளிகையில் இப்போது சிறிய பழுவேட்டரையர் இருப்பார். ஒரு கணம் அவர் கண் எதிரே சிறிய பழுவேட்டரையர் தோன்றினார். சிறிய பழு வேட்டரையர் அஞ்சா நெஞ்சர். சோழ நாட்டு நலன் ஒன்றையே கருத்தில் கொண்டுள்ளவர். அவர் இப்போது முளைத்துள்ள ஆபத்தினை எப்படிச் சமாளிக்கப் போகிறாரோ! பார்த்திபேந்திர பல்லவனின் திட்டங்களைச் சிறிய பழுவேட்டரையர் எப்படி முறியடிக்கப் போகிறாரோ?

பார்த்திபேந்திரனின் சதித் திட்டங்கள் அருண்மொழி வர்மருக்குக் காளாமுகர் மூலம் முன்னரே தெரியும். வழியில் குதிரைகள் கிடைக்காததால் கொள்ளிடக்கரை ஓரமாக கால்நடையாக வந்தபோது வழியில் மக்கள் பேசிக் கொண்டிதிலிருந்து பார்த்திபேந்திரனின் யுத்த முயற்சி தெளிவாகத் தெரிந்தது. பார்த்திபேந்திரன் குதிரை மீதேறி விரைந்து பறந்தபோது கண்ட சிவனடியார் மனத்தில் பார்த்திபேந்திரனின் நடவடிக்கையைப் பற்றி இருந்த ஐயம் தெளிவாயிற்று. சோழ நாட்டிற்கெதிராக அவன் புரட்சிக் கொடி உயர்த்துவது உண்மைதான் என்பது தெளிவாயிற்று. அவன் போன வேகம் ஒன்றிலிருந்தே அவன் நோக்கத்தை அறிந்து விட்டார் சிவனடியார். காஞ்சிக்குப் போனவுடன் அவன் செய்யக் கூடியவற்றை ஒரு கணம் சிந்தித்துப் பார்த்தார். அதனாலேயே அவர் தக்கவரைக் கொண்டு குந்தவைக்கு ஓலை எழுதி அனுப்பினார். ஓலை அனுப்பிய பிறகுதான் அருண்மொழியின் மனம் அமைதியடைந்தது.

தஞ்சை நகரில் மக்கள் கூட்டங் கூட்டமாகக் கூடிப் பேசிக் கொண்டிருந்தனர். பொழுது சாய்ந்துவிட்டது. உயரமான மதிலின் கருநிழல் வீழ்ந்து இருளைத் துணைக்கு அழைத்தது.

பலநூறு பறவைகள் வரிசை வரிசையாகத் தத்தமது கூட்டை நோக்கிப் பறந்து கொண்டிருந்தன. வேளக்காரப் படையினர் அணிவகுத்துக் காவல் கூடத்திற்குச் சென்று கொண்டிருந் தனர். அந்தி வேளையின் நேரம் குறிக்கும் சேமக்கல ஓசை நுழைவாயிலினின்று எழுந்தது. புறப்பாடிக்குச் சென்று பண்டம் விற்று வருவோர் திரும்பக் கொண்டிருந்தனர். மறுநாள் நகரில் கூடும் சந்தைக்குத் தேவையான பொருட் களைச் சுமந்து பாரவண்டிகள் தடக்தடக்கென்ற ஒலியுடன் வந்து கொண்டிருந்தன.

கோட்டை மதிலின் நுழைவாயிலின்று சற்றுத் தொலைவு சென்றால் பெரும் வெளியும் அதன் நடுவே சிறு சிவாலயமும் இருந்தன. 'தஞ்சைத் தளிக்குளத்தார்' என்று அப்பர் பெருமான் அழைத்த சிறுகோயில் அமைதியே வடிவாகத் திகழ்ந்தவாறிருந்தது. அருண்மொழி மெல்ல அக்கோயிலை அணுகினார். அந்தக் கோயிலை இதற்கு முன்னர் பார்த்திருக் கிறார். அந்த இறைவனைக் கும்பிட்டுச் சென்றிருக்கிறார். என்றாலும் இப்போது இருப்பது போன்ற அமைதியான சூழ்நிலை முன் எப்போதும் எழுந்ததில்லை. சோழவள நாட்டின் தலைநகரில் பெரும் மாட மாளிகைகளும், கூடங் களும், கூடத்தின் மீது கலசங்களும், கலசத்தின் அருகிலே புலிக்கொடியும் திகழ்ந்து கொண்டிருந்தாலும் இறைவன் திருக்கோயில் எங்கோ அமைதியாக, சின்னஞ்சிறு வடிவத் தோடு இருப்பதைக் காணுந்தோறும் அருண்மொழியின் மனத்தில் கவலை எழும். தில்லைச் சிற்றம்பலமும், காஞ்சி கயிலாய நாதரும், ஏகாம்பரரும், திருவரங்கத்துத் திருமாலும் அந்தந்த இடத்துக்குப் பெருமை தேடித்தந்த வண்ணமிருக்க தஞ்சைக்கு இறைவன் திருவருளால் பெருமை ஏற்பட வழியில்லையா?

இப்போது அதைப் பற்றி எண்ணப் போதிய நேரமிருந்தது. தளிக்குளத்தார் தனியே தான் இருந்தார். கருவறையில் மினுக் மினுக்கென்று விளக்கெரிந்து கொண்டிருந்தது. ஓரிருவர் வந்து சேவிப்பதும் செல்வதுமாக இருந்தனர். சிவனடியார் கைகளைக் கட்டிக்கொண்டு நின்று இறைவனைப் பார்த்த வாறிருந்தார். அப்போது அங்கே சிவிகையொன்று வந்தது. அதைத் தொடர்ந்து குதிரைமீது அழகிய இளம் வாலிபன்

ஒருவன் அமர்ந்து வந்தான். கோயிலுக்கருகே சிவிகையை இறக்கி வைத்தனர். குதிரை மீதிருந்த அந்த இளைஞன் குதித்து சிவிகையினின்று இறங்க முயலும் செம்பியன் மாதேவி யாருக்குக் கைலாகு தந்து மெல்ல அழைத்துச் சென்றான். சிவனடியார் அவனை அடையாளங் கண்டு கொண்டார். முன் தினத்தைவிட இன்று அவன் அதிகப் பொலிவுடன் திகழ்ந் தான். மஞ்சள் நிறப் பட்டாடை அவனை அலங்கரித்தது. வெளுத்த நீல ஆடையொன்றை இடுப்பைச் சுற்றி முடிந் திருந்தான். நெற்றியிலும் உடலிலும் பளிச்சென்று திருநீறு துலங்கியது. பொன்னிற மேனியுடன் கூடிய அவனுக்கு வெண்ணீறு அதிக சோபையை அளித்தது. காதுக் குண்டலங்கள் அசைந்தாடின. கழுத்து மணியாரங்களிலுள்ள வைரக் கற்கள் பளிச்சிட்டு மின்னின. கோயில் பூசை செய் வோர் ராஜ மாதாவையும் மன்னர் மகனையும் அன்புடனும் மரியாதையுடனும் வரவேற்றுத் திருநாமம் பல கூறி வழிபட்டு கற்பூர தீபங்காட்டிப் பிரசாதம் வழங்கினர். பய பக்தியுடன் அவற்றை எடுத்து அணிந்து கொண்டு செம்பியன் மாதேவி யார் மதுரனைப் பார்த்து, ''மதுரா! இந்த ஊரில் தங்கும் நாளெல்லாம் தளிக்குளத்தாரைக் கண்டு வணங்க முடியாது போய்விடுகிறது. இது நல்ல நாள்; ஆண்டவனைத் தரிசிக்கவும் அவன் சித்தம் வேண்டுமே. எங்கே நல்ல பாடலொன்றைப் பாடு'' என்று பணித்தார்.

கணீரென்ற குரலில் மதுரன் கண்டரன் பாடினான். கேட்போர் மெய்சிலிர்க்கப் பாடினான். பாடல் கேட்டு மென்காற்றும் வியந்து மலர்களைக் கொண்டு வந்து அவன் மீது தூவியது. அவன் பாட்டில் மெய்மறந்து நின்ற சிவனடியார் தன்னை அறியாமலே 'ஆஹா! அற்புதமான பாடல்' என்று வியந்து கூறினார்.

மதுரன் சட்டெனத் திரும்பினான். மங்கிய ஒளியிலும் சிவனடியார் நிற்பது நன்றாகத் தெரிந்தது. அதே சிவனடியார் தான் சொன்னவாறு வந்துவிட்டார். அவரைக் கண்டவுடன் ஏன் அவனுடலில் புத்துணர்வு ஏற்படுகிறது? அவரைக் கண்டவுடன் ஓடோடிச் சென்று உரையாட வேண்டும் என்ற உணர்வு ஏன் ஏற்படுகிறது? அந்தச் சிவனடியார் கண் களிலுள்ள காந்த சக்திதான் என்ன? அவரது பேச்சிலே உள்ள

புதுமைதான் என்ன? அந்தக் குரலிலே குமிழிடும் இன்பந்தான் என்ன?

''சுவாமி, வந்து விட்டீர்களா?'' என்று கூறியவாறு சிவனடியாரிடம் விரைந்தான் மதுரன். கைகூப்பி வணங்கியவாறு வந்த அவனுக்கு ஆசி கூறி, ''வந்துவிட்டேன். வந்தவுடன் தளிக்குளத்தாரை வணங்கினேன். உன் பாடலில் மெய்மறந்தேன். உடலும், உள்ளமும் புனிதமடைந்தன. மதுரா!'' என்றார் சிவனடியார்.

சிவனடியார் செம்பியன் மாதேவியாரைக் கண்டு விட்டார். 'ஆ! தேவியார் எதிரே இப்போதுள்ள பொய் வேடத்துடன் பேசுவதா? அது சரியா?' எனக் கவலை கொண்டார்.

மதுரன் அடிகளாரை நோக்கி, ''சுவாமி! சற்று என்னுடன் வாருங்கள்; என் பாட்டியார் அரசகுலத் தாய் செம்பியன் மாதேவியார் அதோ இருக்கிறார். என் பாட்டனார் கண்டராதித்தரின் பாடலை மெய்மறந்து கேட்டு வியந்து பாராட்டினீர்களே, அவரது சிவத்தொண்டினைத் தொடர்ந்து நடத்தி வரும் செல்வியார் அவர். என்னை இத்தகைய நற்பாதையிலே செலுத்திவரும் அந்தத் தேவியாரைத் தாங்கள் காண வேண்டாமா? முன் தினம் தங்களைச் சந்தித்ததைப் பற்றிப் பாட்டியாரிடம் கூறியிருக்கிறேன். தங்களைப் போன்ற சிவனடியார்களைக் கண்டு பேசி, உபசரிப்பதில் பெரு மகிழ்வு கொள்வார் தேவியார். தங்களைப் போன்று இந்தக் கண்டமெல்லாம் சுற்றிச் சிவபெருமானுறையும் திருத்தலங்கள் கண்டு வரும் அடியார்களைக் கண்டால் என் பாட்டியாருக்குப் பெருமை பிடிபடாது. கருணை கூர்ந்து வாருங்கள், சுவாமி'' என்று மதுரன் அழைத்தான்.

உள்ளத்துள்ளே திடுக்கிட்டார் சிவனடியார். எனினும் வெளியில் புலப்படுத்தாமல் மெல்ல நகைத்து மதுரனை அணைத்தவாறு, ''அன்புள்ள மதுரா! ஒரு பகல்தான் பழகினோம். அதற்குள் உயிரையும் ஈய வல்ல அன்பு என்னிடம் பூண்டு விட்டாய். உன்னைச் சந்திக்கவே இங்கு வந்தேன். உன் பாட்டியாரை இந்த நேரத்தில் இங்கு சந்திப்பது சரியன்று; நான் இனிச் சிறிது நாள் இங்கு தான் தங்கியிருக்கப் போகிறேன். அப்போது நானே மாதேவியார் இருப்பிடம்

வந்து கண்டு மகிழ்கிறேன்'' என்றார். மெல்ல அந்த இடத்தை விட்டுச் செல்லவும் தொடங்கினார். மதுரன் பேசுவதறியாது நின்றான். சிவனடியார் எங்குத் தங்குவார் என்பதைக் கேட்க மறந்து விட்டோமே என்று அவரைப் பின் தொடர்ந்து வேகமாகச் சென்றான். தாம் எங்கே தங்கியிருக்கப் போகிறோ மென்பதை மதுரனுக்குக் கூறுவது மிகவும் முக்கியமாயிற்றே என்று அவனிடம் கூறச் சிவனடியாரும் மெல்லத் திரும்பினார்.

''சுவாமி! இந்த நகரத்திலே தாங்கள் தங்குவதற்கு வசதியான ஏற்பாடுகளை நான் செய்து தருகிறேன்'' என்று மதுரன் அன்புடன் கூறினான். சிவனடியார் மெல்ல நகைத்து ''அப்பா! வேண்டாம்; சந்தடி மிகுந்த இந்த நகரில் நான் தங்க விரும்பவில்லை. நாடும் காடும் பட்டியும் தொட்டியும் பள்ளமும் மேடும் சுற்றி வருபவனுக்குத் தங்குவதற்கு என்று தனியே ஓரிடம் வேண்டுமா? நீல நிற விசும்பலும் நல்லதொரு மண்ணிலும் வீசும் காற்றிலும் விளங்கும் ஈசனைப் போன்று தங்குவதற்குச் சாண் இடம் போதும். கோட்டைக்கு வெளியே ஆற்றங்கரையோரமாய் உள்ள பூந்தோட்டம் உனக்குத் தெரியுமல்லவா? அந்தத் தோட்டத்திலே சிறு குடிலொன்று உண்டு. அங்கே வெகு காலமாக மூதாட்டி ஒருத்தி வசித்து வருகிறாள். அவளை எப்போதோ சந்தித்தது. என்னுடைய இளமைப் பருவத்தினின்று என்னை அவள் அறிவாள். ஆனால் அவள் இப்போது என்னை மறந்திருக்கலாம். நான் அந்த இயற்கைச் சூழலில் வசிக்க விரும்புகிறேன். இன்றிரவு அந்தக் குடிலையடைந்து இளைப்பாறுகிறேன். என்னைக் காண விரும்பினால் அங்கு வந்து நீ காணலாம்'' என்று கூறி மெல்ல நகர்ந்தார் சிவனடியார். பிறகு என்ன நினைத்துக் கொண்டாரோ என்னவோ, ''மதுரா, மதுரா'' என அழைத்து, ''மற்றொன்று உன்னிடம் கூற விரும்புகிறேன். யாரிடமும் நீ இப்போது கூறிவிடாதே. காஞ்சி மாநகரினின்று சில பெண்மணிகள் அரண்மனைக்கு வருவார்கள். சோழ அரச குலத்தைச் சேர்ந்தவர்கள் அவர்கள். அவர்களுள் இளையபிராட்டி குந்தவை தேவி என்பது ஒருத்தியின் பெயர். நான் காஞ்சி கயிலாயநாதர் ஆலயத்தில் அவளைச் சந்தித் தேன். சிவபெருமான் மீது அன்பு ஏற்பட வழி கூறினேன்.

தஞ்சை நகருக்கு வந்தால் என்னை வந்து காண்பதாகக் கூறியிருக்கிறாள் அந்த அரச குமாரி. அவள் வந்தால், உன்னிடம் கேட்டால், என் இருப்பிடத்தைக் கூறுவாயா?'' என்றார் மெல்லிய குரலில். அவர் கண்கள் மதுரனின் முகத்தையும், முகத்தின் வழியே உள்ளத்தையும் அளந்தன.

மதுரன் உடல் சிலிர்ப்பது அவருக்கு நன்றாகத் தெரிந்தது. அவன் முகம் முன்னைவிட மலர்வதும் தெரிந்தது. ''சுவாமி! இளையபிராட்டியார் குந்தவை தேவியாரைத் தாங்கள் சந்தித்தீர்களா? அவர்கள் தஞ்சை வருவதாகக் கூறினார்களா? என் அத்தையார் இங்கு வருகிறார்களா? மிக நல்ல முகூர்த்தம் அடிகளே! காஞ்சியை விட்டு வராமல் வேதனையுற்றிருக்கும் அவர் இங்கு வருவதில் மிகப் பொருத்தம் இருக்கிறது. சுவாமி! கட்டாயம் உங்கள் இருப்பிடம் கூறுவேன். சோழ அரச குலத்தவர்கள் சிவனருளில் திளைப்பதால் வருங்காலச் சந்ததிகளுக்குத் தானே நல்லது?'' என்று கூறினான்.

''மதுரா, மதுரா'' என்று மாதேவியார் அழைக்கும் குரல் கேட்டது. மதுரன் விடைபெற்றுக் கொண்டு பிரியா மனத்துடன் சென்றான். சிவனடியாரும் மெல்ல நடப்பது போல் முதலில் பாவனை செய்து பிறகு விரைந்து நடந்து கோட்டையின் புறவாயிலைக் கடந்து ஆற்றங்கரை யோரமாகச் செழித்து வளர்ந்திருந்த பூங்காவினுள் நுழைந்தார்.

அந்த மலர்வனம் களையிழந்திருந்தது. இயற்கைத் தாயின் இன்ப விளையாடலால் செழித்திருந்த மரம், செடி, கொடிகள் வழிவகையின்றி வளர்ந்திருந்தன. சரிவரக் கவனிப்பார் இல்லாமையால் எங்கும் புதர் மண்டிக் கிடந்தது. ஒரு காலத்தில் பல நறுமண மலர்ச்செடிகள் நிறைந்திருந்த அந்தத் தோட்டத்தில் இப்போது அவை இருக்குமிடமே தெரிய வில்லை. அழகிய நடைபாதை இருந்தவிடம் தெரியவில்லை. முன்னம் சின்னஞ்சிறு செடியாய் இருந்தவை இப்போது பிரம்மாண்டமான மரங்களாய் விளங்கின. அரச மரங்களும் ஆல மரங்களும் நிறைந்திருந்தன. 'ஞொய்' என்ற வண்டின் ரீங்காரம் சூழ்ந்திருந்தது. கூட்டையடைந்ததும் தங்கள் குரலோசையை விடாத பறவை இனங்களின் சப்தம் நிறைந்திருந்தது. கீழே சாய்ந்து வீழ்ந்திருந்த சருகுகளின் மேல்

முயல்களும், கீரிகளும் ஓடும்போது சலசலவென ஓசை எழுந்தது.

பசுமையும் செழுமையும் நிறைந்த அப்பெரும் மலர்க் காவின் மீது வானத்தே விளங்கிய வெண்மதி தண் நிலவைப் பொழிந்து கொண்டிருந்தது. எங்கோ மறைந்திருந்த பூத்த புது மலர்களின் நறுமணம் 'குப்' பென்று காற்றிலே கலந்து மிதந்து வந்தது. வெண்ணிலவின் தண்ணொளியையும் வீசும் காற்று சுமந்து வரும் மணத்தையும் ரசித்தவாறு சிவனடியார் மெல்ல அந்த மலர் வனத்திற்குள் நுழைந்து நீண்ட நாட்கள் பழக்கப்பட்டவர் போல் ஒற்றையடிப் பாதை வழியே நடந்து சென்றார்.

அந்த இடத்திலே ஆறு வளைந்து தோட்டத்தைத் தழுவிக் கொண்டு சென்றது. நதித் தேவிக்கு மரங்களெனும் தோழர்கள் வந்தனை கூறுவதுபோல் ஆற்றங்கரையில் வளைந்து நின்றன. சரக்கொன்றை மரத்துக் கிளையொன்று தாழ்ந்து வளைந்து ஓடும் நீரைத் தொட்ட வண்ணமிருந்தது. அந்த மரத்தினருகே படித்துறை. அரச குடும்பத்து மகளிர் வந்து நீராடும் இடம் இது. இப்போது அங்கே எவரும் வருவதில்லை என்பதைப் புலப்படுத்துவதுபோல் அந்த நீராடுமிடத்துப் படிக்கட்டுகள் பழுதுபட்டுக் கிடந்தன. படிக்கட்டுகள் சிதைந் திருந்தன. பாறை இடுக்குகளில் செடிகள் முளைத்திருந்தன. படிக்கட்டுகள் ஆரம்பமாகுமிடத்தில் அழகிய மேடை. வழவழப்பான அந்த மேடை சந்திரகாந்தக் கல்போல் மிளிர்ந்தது. அது பழுதடையவில்லை. நமது சிவனடியாருக் கென்றே அது அழகுடன் விளங்கியது போலும்!

'அப்பாடா' என்ற ஓய்வொலியுடன் அந்த மேடை மீது அமர்ந்தார் சிவனடியார் வடிவிலிருந்த அருண்மொழி. முற்றும் துறந்த முனிவராக அவர் வெளியில் தோன்றினாலும் அவர் உள்ளம் அப்படியெல்லாம் எளிதில் துறவறம் பூணச் சம்மதிக்கவில்லை. அந்த நிலவு வேளையும், ஓடும் ஆறும், அழகிய படித்துறையும், மிதந்து வரும் நறுமணமும், பசுமையான சோலையும் அவர் இதயத்தில் புதுப்பொலிவை ஊட்டின. அவர் ஆகாயத்தை நிமிர்ந்து பார்த்த வண்ணம் அந்த மேடையில் படுத்தார்.

அந்த ஆற்றங்கரைப் பகுதிகளில் ஆர்வமுடன் அவர் நடமாடியிருக்கிறார். அந்தப் படித்துறையில் அமர்ந்து தனியே சிந்தனை செய்திருக்கிறார். திருமணமான பிறகு ஒருநாள் அமர்ந்து பேசிக் கொண்டிருந்த சம்பவம் மறக்க முடியாத ஒன்று.

மாலை மங்கிவிட்டது. பௌர்ணமிநாள். அப்பொழுது தான் சந்திரன் உதயமாகிக் கொண்டிருந்தான். இருண்ட நேரத்தில் அவனுடைய முதல் ஒளி சற்று மங்கலாகத் தான் இருந்தது. அந்த ஒளியே வானதிக்கு இதமாக இருந்தது. இளையபிராட்டியுடனும் மற்ற தோழிகளுடனும் நீராட வந்திருந்தாள் அவள். நீராடிக் களித்து வெகுநேரம் கேளிக்கை களில் ஆழ்ந்த பிறகு திடீரென வானதிக்குக் காலை வலித்தது. அங்கேயிருந்த மரவேரில் அமர்ந்தாள். இளையபிராட்டியும் சேடிகளும் நந்தவனத்தில் எங்கோ சென்றுவிட்டனர். வானதிக்கு வேடிக்கை காட்ட அவர்களுக்கு எண்ணம். வானதியும் பிடிவாதமாக அங்கே அமர்ந்திருந்தாள். பிறகு மெல்ல எழுந்து பழையபடி நீர்த்துறைக்கே வந்தாள். கடைசி படிக்கட்டு வரை இறங்கினாள். காலைத் தொங்கவிட்டுக் கொண்டு அமர்ந்தாள். அந்த நிலை இன்பமாக இருந்தது. அப்பொழுது அருண்மொழி மெல்லப் பின்புறமாகச் சந்தடியின்றி வந்தார். திடீரென அவள் கண்களை மூட விரும்பினார். அவள் அஞ்சி விடுவாள் என்பது அவருக்குத் தெரியும்; எனினும் மெல்ல மெல்ல அவளருகே வந்து அவள் கண்களைச் சட்டென மூடிவிட்டார்.

திடீரெனக் கண்கள் மூடப்பட்டதால் வானதி நடுங்கியே போய்விட்டாள். தன் வளைக்கரங்களால் மூடிய கரத்தைத் தொட்ட பிறகுதான் அவளுக்கு உயிரே மீண்டது.

சட்டென எழுந்து நின்ற வானதியைப் பார்த்து அருண் மொழி கலகலவென நகைத்தார். அந்தச் சிரிப்பின் அழகை வானதி அனுபவித்தாள். அந்தக் கூரிய நாசியின் கீழே செவ்வுதடுகள் சிந்திய அந்த முத்துப் பல்வரிசை அவள் இதயத்தில் மோகன மயக்கத்தை ஊட்டியது. வட்டக் கரிய விழியில் தளும்பும் அமுத குணமும் ஒளியும் அவள் உடலில் இன்பக் கிளுகிளுப்பை ஊட்டின. கொடி போன்ற அந்த

இளமங்கை துவண்டாள். மதி கண்டு மலர்ந்த குமுதம் போன்று அவள் உடலும் உள்ளமும் மலர்ந்தன. அருண் மொழி தன் நீண்ட கரங்களால் அவளை அணைக்கவில்லை யானால் துவண்ட அந்தப் பொற்கொடி கீழே வீழ்ந்திருப்பாள்.

“வானதி! பயந்துவிட்டாயா? இன்று சோழ நாட்டு இளவரசி நாளை மகாராணி பட்டம் சூடி, சோழ நாட்டு மக்களிடையே அச்சமின்மையும், அன்பும், அறமும் வளர்க்க வேண்டிய நீ அஞ்சலாமா?” என்று அருண்மொழி கேட்டார்.

பெண் புறாவின் குரல் போன்று வானதியிடமிருந்து ஏதோ ஒலி வந்தது. அருண்மொழியின் விரிந்த மார்பில் முகத்தைப் புதைத்துக் கொண்டாள். அவள் கண்களில் இன்பக் கண்ணீர் தளும்பியது. அருண்மொழி மேலும் பேசினார்: “வானதி! என் தமக்கையார் இளையபிராட்டி உன்னை அஞ்சா நெஞ் சினளாக வளர்ந்திருப்பாள் என எண்ணினேன்; இன்னும் நீ பயத்தை விடவில்லையா?” என்று கேட்டார். அவர் பிடி இறுகியது.

வானதி அவரை நிமிர்ந்து நோக்கினாள். அவள் பார்வை யிலேயே ஏதோ பெருங் கேள்வி கேட்பது போலிருந்தது.

“என்ன பார்க்கிறாய் வானதி? உன் விழிகள் ஏதோ கூற முயலுகின்றனவே! தைரியசாலிதான் என்கிறாயா? தைரியம் மட்டும் இருந்தால் போதாது வானதி! உடலில் வலுவையும் அதிகப்படுத்திக் கொள்ள வேண்டும்... சோழநாட்டு மகுடம் அதிகப் பளுவானது. அதில் நவரத்தினங்கள் ஏராளம். தங்கத்தின் எடை அதிகம். அதை அணிந்து கொள்ள விசேஷ பலம் வேண்டும். அதற்காகவேனும் நீ இன்னும் உடலை அதிகத் தெம்புடன் வைத்திருக்க வேண்டாமா?”

வானதி சட்டெனத் திரும்பி, “மகுடம்... வைர வைடூரிய மகுடம்...! அதற்கு நான் ஆசை கொண்டதே கிடையாதே! சோழ நாட்டுப் பேரரசியாக வேண்டும் என்ற எண்ணத்தை எப்போதோ விட்டுவிட்டேன். நான் விரும்பியது எனக்குக் கிடைத்துவிட்டது! உங்களுடைய இதய சாம்ராஜ்யத்து ராணியாக விரும்பினேன். உங்கள் பரந்த தோள்களைத் தழுவி என்றென்றும் இருக்கும் பேரின்ப நாட்டில் வாழ ஆசைப் பட்டேன். உங்கள் அழகுத் திருஉருவை என் இதய

மண்டபத்தில் வைத்துப் பூசிக்கும் இலட்சியத்தைக் கொண்டிருந்தேன். அவை கிடைத்து விட்டன. என் ஆசை நிறைவேறி விட்டது. நான் உங்கள் இதயராணி! அதற்கு மகுடம் ஏது? கிரீடம் ஏது? வைர வைடூரியமும், கோமேதக மரகதமும், தங்கமும், வெள்ளியும், முத்தும் கோர்த்த அதிகக் கனமான மகுடம் அதற்கு ஏது? முடிசூடா ராணியாக மாற எண்ணினேன்; வென்றேன். எனக்கு எதற்குச் சோழ நாட்டு அரியணை? முன்பேதான் நான் சபதம் செய்திருக்கிறேன். என்னை இன்னுமா சோதிக்கிறீர்கள்?" வானதி பேசிக் கொண்டே போனாள்.

அருண்மொழி இந்தச் சொற்களை எதிர்பார்க்கவில்லை! "வானதி!" என்று உரத்த குரலில் கூப்பிட்டார்.

"ஏன், நான் கூறுவது தவறா?"

"வானதி! நீ பயந்தவள், பலமற்றவள் என மட்டும் எண்ணினேன்; நீ ஒரு குழந்தையுங் கூட!"

"ஆம், நான் குழந்தைதான்! உங்கள் அன்புக்கு ஏங்கி நிற்கும் குழந்தைதான்!"

வானதியின் குரல் தழுதழுத்தது. அருண்மொழி அவள் கண்களைத் துடைத்து, "வானதி! இதுபோல் எப்போதும் பேசாதே. நீ பேசுவதை யாராவது கேட்டால் விபரீதம் விளையலாம்" என்றவாறு அவளை அணைக்க முயன்றார்.

"என்னைப் பொறுத்தருளுங்கள்; நான் கூறியது தவறு என்று தாங்கள் எண்ணலாம். ஆனால் நான் எப்போதோ உறுதி பூண்டு விட்டேன். நான் என்றுமே சோழ நாட்டின் ஒரு சாதாரணப் பிரஜைதான். ஏன், அப்படி இருக்கக் கூடாதா? மன்னரை மணந்தால் ராணியாகத்தான் வேண்டும் என்ற கட்டாயமா?" என்று வானதி கேட்டாள்.

தொடர்ந்து அந்தப் பேச்சை வளர்க்க அருண்மொழி விரும்பவில்லை. ஆனால் வானதியின் கடைசிச் சொற்களைக் கேட்டவாறு குந்தவை வந்துவிட்டாள். தோழிகள் சற்றுத் தொலைவிலேயே நின்றனர்.

"ஆம்; வானதி! மன்னரை மணந்தால் அரசியாகத்தான் வேண்டும். இது என்ன ஆச்சரியம்! நீ சபதம் செய்தாய்

என்றால் என் அருண்மொழி மன்னராவதையும் தடுத்து விடுவாயா? இன்னும் குழந்தை போல் பேசாதே. எப்போதோ வேடிக்கையாகச் செய்த சபதத்தை இன்னும் பிடிவாதமாகச் சாதித்து வருகிறாயே, நீ சபதம் செய்தால் நான் மட்டும் சபதம் செய்ய மாட்டேனா? வானதி! உன்னை இந்த நாட்டு அரசியாக்கி என் கைகளினால் உன் தலையில் மகுடத்தை அணிவிப்பேன்'' என்றாள். சபதம் நிறைவேற்றுவது போன்ற குரல் அழுத்தம் அவளிடமிருந்து வந்தது.

வானதி ஏதோ பேச வாயெடுத்தாள். குந்தவை அவள் வாயை மூடி, ''விளையாட்டு போதும்; தோழிகள் காதில் விழுமாறு ஏதாவது பேசாதே. அது போகட்டும்; உன்னை எங்கெல்லாம் தேடி நாங்கள் அலைவது? என்னுடன் வந்து கொண்டிருக்கிறாய் என எண்ணினேன். அருண்மொழியைப் பார்த்தவுடன் மெல்ல நழுவி விட்டாயா எங்களிடமிருந்து?'' என்றாள்.

வானதியின் முகத்தில் வெட்கம் சூழ்ந்தது. 'அக்கா' என்று எதோ கூற அருண்மொழி வாயெடுத்தார். ஆனால் தோழி களின் 'கலகல' வென்ற சிரிப்பு அவர் பேச்சை நிறுத்தியது. அந்தச் சிரிப்பொலி நந்தவனம் எங்கும் சூழ்ந்தது.

நகைப்பொலி அருண்மொழி காதுகளில் இப்போது வீழ்ந்தது. சட்டென விழித்தார். அந்த ஆற்றங்கரை மேடையில் அப்படியே தூங்கிப் போயிருக்கிறார். பொழுது புலரப் போகும் சமயம்; சுறுசுறுப்பாக விழித்தெழுந்த பறவைகள் 'கலகல' வென ஒலி எழுப்பிக்கொண்டிருந்தன. அந்த ஒலிதான் நகைப்பொலி போல் அவர் செவிகளில் வீழ்ந் திருக்க வேண்டும். பழைய நினைவு கனவாக மாறினாலும், அந்த நினைவு அதிகாலையிலும் அவர் உள்ளத்தில் நடமாடிக் கொண்டிருந்தது. குந்தவையும் வானதியும் அன்று எப்படியும் தஞ்சை வந்து விடுவார்கள். அவர்கள் வந்த பிறகு எத்தனையோ நிகழ்ச்சிகள் நடைபெறலாம் என எண்ணிய அருண்மொழி கலைந்திருந்த தன் வேடத்தைச் சரிசெய்யும் முன் நீராட ஆற்றில் இறங்கினார்.

குந்தவையும், வானதியும், இன்ப வல்லியும் ஏறிவந்த சிவிகைகள் தஞ்சை அரண்மனைக்குள் நுழைந்தன.

குந்தவை சிவிகைத் திரையின் இடுக்கு வழியாகச் சிவனடி யார் தென்படுகிறாரா எனப்பார்த்துக் கொண்டே வந்தாள். மதுரன் நடராசர் சிலைக்கருகே நிற்பதைக் குந்தவை கவனித்து விட்டாள். மதுரனும் இளையபிராட்டியைக் கவனித்து விட்டான். சிவனடியார் கூறிய சொற்கள் அவனுக்குச் சட்டென நினைவுக்கு வந்தன. "அக்கா!" எனக் கூறியவாறு விரைந்து வந்தான். மற்றவர்களைப் போகுமாறு சைகை காட்டிய குந்தவை மதுரன் அருகே சென்றாள். மதுரன் சுற்று முற்றும் பார்த்துவிட்டு "அக்கா! தங்களைச் சிவனடியார் ஒருவர் விசாரித்தார். தங்களுக்குச் சிவநெறியில் பல உபதேசங்கள் செய்தவராம். தாங்கள் தஞ்சைக்கு வருவீர்கள் என்றும் கூறினார். அவர் முற்றும் உணர்ந்தவர் போலும். நீங்கள் வரப்போவது அவருக்குத் தெரிந்திருக்கிறதே!"

குந்தவையின் உதடுகளில் புன்னகை நெளிந்தது. "ஆம், மதுரா! உங்களையெல்லாம் பார்த்துப் பல நாட்கள் ஆகின்றனவன்றோ? அதனால் வந்தேன். வந்தேன் என்று கூறுவதைவிட வந்தோம் என்று கூறலாம். என்னுடன் இளவரசி வானதி தேவி வந்திருக்கிறாள். இன்னொரு பெண், நீ எப்படி நன்றாகப் பாடுகிறாயோ அதைப்போல நன்றாக ஆடவல்லவள் வந்திருக்கிறாள். அது சரி, சிவனடியார் எங்கு தங்கியிருப்பதாகக் கூறினார்?"

"அரண்மனையில் இவ்வளவு இடம் இருக்கும் போது, இந்த நகரத்தில் எத்தனையோ மடங்கள் இருக்கும்போது அவர் நகரின் புறத்தே உள்ள நந்தவனத்தில் தங்குகிறாராம். அக்கா! நீங்கள் இனி இங்குதானிருக்க வேண்டும். உங்களுக்குத் தெரியுமா? வல்லவரையர்..." என்று ஏதோ கூற முயன்ற வனின் எதிரே குந்தவை நிற்கவில்லை; அவள் அந்த இடத்தை விட்டு விரைந்து நடந்து கொண்டிருந்தாள்.

அந்த வெளி முற்றத்தைக் கடந்து, தாழ்வாரத்தைக் கடந்து, மாளிகை வெளிக் கூடத்தைக் கடந்து அவள் விரைந்து நடந்தவாறிருந்தாள். குந்தவை அங்கிருந்து செல்வதற்கும், வல்லவரையரை இருவர் மெல்ல அணைத்துக் கொண்டு அங்கு வருவதற்கும் சரியாக இருந்தது.

அவர்கள் பின்னே பழுவேட்டரையர் கம்பீரமாக நடந்து வந்தார். காலையில் சோகமும், தாபமும், தடுமாற்றமும், குற்ற

நெஞ்சின் குறுகுறுப்பும் தவழப் பாதாளச் சிறைக்குச் சென்றவர், இப்போது கம்பீரமாக நடந்து வந்தார். முகத்தில் வெற்றிப் பெருமிதம் சூழ நடந்து வந்தார். வந்தியத் தேவனைச் சிறைக்கு வெளியே அழைத்துவர அவர் பட்ட பாடு கொஞ்ச நஞ்சமன்று. கைதட்டிக் காவலரை அழைத்தார். காவலர்கள் திடுதிடுவென ஓடிவரும் ஓசை கேட்டது.

“வல்லவரையரே! நீங்கள் என்னை அவமானப்படுத்த வேண்டும் என்ற சங்கல்பம் செய்து கொண்டு விட்டீர்கள் போலிருக்கிறதே! நான் உள்ளம் திறந்து கேட்கிறேன். அன்புடன் அழைக்கிறேன்; என் அதிகாரத்தின் பெயரால் கட்டளையிடுகிறேன். நீங்கள் சம்மதிக்கவில்லை எனின் இதோ காவலர்கள் வரப்போகிறார்கள்; அவர்களைக் கொண்டே என் கரங்களில் விலங்கை மாட்டச் சொல்லப் போகிறேன். அவர்களும் சம்மதியாவிடில் என் உடைவாளால் என் தலையை நானே சீவிக்கொண்டு உயிர்த் தியாகம் செய்து கொள்ளப் போகிறேன்!” என்றார்.

வந்தியத்தேவன் திடுக்கிட்டான். சொன்னதைச் செய்ய வல்லவர் பழுவேட்டரையர். “ஐயா, தனாதிகாரி அவர்களே! இந்தச் சிறுவன் பொருட்டு நீர் உயிர் விடுவதா? வேண்டாம், வேண்டாம். உங்களிஷ்டப் படியே செய்யுங்கள். இதோ என்னை உங்களிடம் ஒப்டைத்துக் கொண்டேன்” என்று கூறி, பழுவேட்டரையரை நெருங்கினான்.

பழுவேட்டரையர் கையில் பூமாலை இல்லை; இருந்தால் சூட்டியிருப்பார். அங்கே, துந்துபி, முரசம், எக்காளம் இல்லை. இருந்தால் முழங்கியிருக்கும். வந்தியத்தேவனை மெல்ல அணைத்தவாறு அழைத்துச் சென்றார். ஓடிவந்த காவலர் களும் அதில் பங்கு கொண்டனர். சுரங்கவழி கடந்து வெளிச் சத்திற்கு வரும்போது வந்தியத்தேவன் கண்கள் இருண்டன. இதென்ன மற்றொரு சுரங்கப் பாதையா? கோடி சூரியப் பிரகாசமான ஒளியிருந்தும் நம் கண்ணைத் திறக்க முடிய வில்லையே என வந்தியத்தேவன் எண்ணினான். கண்கள் தெரிந்திருந்தால் அவன் ஒருவேளை குந்தவையைப் பார்த் திருப்பானோ? அங்கிருந்து விரைந்து செல்லும் இளைய பிராட்டியைக் கண்டிருப்பானோ?

அத்தியாயம்33

கண்டோம் இளவரசரை!

தஞ்சை அரண்மனையின் அந்தப்புரம் கலகலப்பு மிகுந்து காணப்பட்டது. அந்த உயரமான தூண்களும், கூடங்களும் 'ஹோ' என்று காணப்பட்டன. இங்கும் அங்கும் ஓடும் சின்னஞ்சிறு குருவிகளும் நந்தவனத்திலிருந்து ஜிவ்வென்று பறந்து சென்று அமரும் கிளிகளும் அமைதி நிறைந்த அந்த அரண்மனைக் கூடத்திலும் அறைகளிலும் பூரண சுதந்திரமாக நடமாடும். கூடங்களில் தொங்கும் அழகு நிறைந்த விளக்குகளின் மேல் தங்கள் கூடுகளைக் கட்டியிருக்கும். தூண்களின் மூலைகளில் செய்யப்பட்டுள்ள சிற்ப வேலைப் பாடுகளிலும், கர்ஜித்துப் பாயும் புலிச் சிற்பத்து வாயிலிலும் கூடுகளைக் கட்டி, கீச்கீச் சென்று கத்தித் தங்கள் ஆட்சி முறையை நிலைநாட்டிக் கொண்டிருக்கும். அந்தக் குருவிகள் கூட அன்று வியப்புடன் உயர அமர்ந்து பார்த்தன.

பணியாட்கள் சுறுசுறுப்பாக மஞ்சங்களைத் துடைத்துக் கொண்டிருந்தனர். புழுதி படிந்திருந்த இருக்கைகளில் தூசுகளைப் போக்கிக் கொண்டிருந்தனர். சாளரத்தின் திரைச் சீலைகள் புதிதாக மாற்றப்பட்டன. மூடப்பட்டிருந்த கதவுகள் திறக்கப்பட்டு, வெளியில் நிறைந்திருந்த ஒளி உள்ளே புக வசதி செய்து தரப்பட்டது. அந்த அரண்மனைக்கூடம் புத்துயிர் பெற்று விட்டது. வானதியும் இன்பவல்லியும், பெரிய பஞ்சவன் மாதேவியும், சிறியவளுமாக ஒருவருக் கொருவர் நலன் விசாரித்துக் கொண்டதாலும் முகமன் கூறிக் கொண்டதாலும் எழுந்த 'கலகல' வென்ற ஒலி பறவைகள் அதிகாலையில் எழுப்பும் ஒலியையும் மிஞ்சியது. பெண் களின் குரலில் இயற்கையாக உள்ள கீச்சொலியும் அவ்வப் பொழுது எழும் சிரிப்பொலியும் அந்த அரண்மனையில் இவ்வளவு நாள் இல்லாத கலகலப்பை ஊட்டின. கலகலப்பு புதுமையை அளித்தது. அந்தப் புதுமையால் பறவைகள் வியந்தன போல் பணிப்பெண்களும் வியந்தனர். அவர் களிடமும் உற்சாகம் எழுந்தது. தனியே அமர்ந்து ஏட்டுச்

சுவடிகளைக் கூர்ந்து கவனித்துக் கொண்டிருந்த சைவ மூதாட்டியார் செம்பியன் மாதேவி அந்தக் கூடத்திற்கு வந்தார்.

மூதாட்டியார் வந்தவுடன், கட்டுப்பாடின்றிப் பேசியும் நகைத்துக் கொண்டுமிருந்த பெண்கள் சட்டென்று அமைதி யுற்றனர். பட்டத்தரசி லோகமாதேவி செம்பியன் மாதேவி யாரை அணுகி, ''கொடும்பாளூர் இளவரசி வந்திருக்கிறாள்'' என்றாள்.

இன்பவல்லியைச் சூழ்ந்து கொண்டு இரண்டு பஞ்சவன் மாதேவியரும் அவளது தோற்றத்தையும் மிரண்ட பார்வை யையும் பார்த்து வியந்து நின்றவர்கள் மூதாட்டியார் வந்த வுடன் அவளிடமிருந்து நகர்ந்து மூதாட்டியாரிடம் சென்றனர். வானதியும் மூதாட்டியார் அருகே வந்தாள்.

''இந்தக் கூடத்தில் வெளிச்சமே போதவில்லை. உதயமாகி இரண்டு நாழிகை ஆகியும் இன்னும் இருள் கவிந்ததுபோல் இந்த இடம் இருக்கிறதே'' என்று தனக்குள்ளே முணுமுணுத்த வாறு, ''கல்யாணி தேவியும் வந்திருப்பதாகக் கூற வில்லையே?'' என்று கேட்ட வண்ணம் கல்யாணி தேவியின் அருகே சென்றார். செம்பியன் தேவியை விட ஓரிரு வயது சிறியவர்தான் கல்யாணி தேவியார். எனினும் செம்பியன் மாதேவியாருக்குக் கல்யாணி தேவியின் மீது மதிப்பும் மரியாதையும் உண்டு. பல ஆண்டுகள் இருவரும் சந்தித்துக் கொள்ளவேயில்லை. குந்தவையோடு காஞ்சிப் பொன் மாளிகையிலேயே வசித்து வந்தார்கள். எனினும் இருவர் உள்ளத்திலும் மற்றவரைப் பற்றிய நினைவு இருந்து கொண்டே இருக்கும். செம்பியன் மாதேவியார் சைவப் பற்று மிகுந்து சிவத்தொண்டு செய்து செங்கற்களாலான கோயில் களைக் கற்றளிகளாக மாற்றிய வண்ணம் தொண்டாற்றும் போது, கல்யாணி தேவியார் காஞ்சியில் குந்தவைக்குத் துணையாக இருந்து அவள் துயரம் போக்கப் பழங்கதை களைப் பேசிய வண்ணமிருப்பார்கள். இப்போது நினைவு கல்யாணிதேவியாருக்குச் செம்பியன் மாதேவியாரிடமே இருந்தது.

கண்களில் நீர் தளும்பி ஒருவரையொருவர் தழுவிக் கொண்ட அந்தக் காட்சியைக் கண்டு மற்ற இளம் பெண்கள்

மௌனமாக நின்றனர். செம்பியன் மாதேவியார் தன்னிடமிருந்த விபூதிப் பேழையினின்று திருநீறு எடுத்துக் கல்யாணியிடம் அளித்த போது கல்யாணி கூறினாள்: "தினமும் காலையில் நான் காஞ்சியில் திருநீறணியும் போது உங்களையே நினைத்துக் கொள்வேன். அடிக்கடி குந்தவையைக் கேட்பேன், எப்போது தஞ்சைக்குச் செல்லப் போகிறோமென்று..." என்றாள். அந்தக் குரலில் முதுமையின் தடுமாற்றத்துடன் பிரிந்தவரை மீண்டும் காணும்போது ஏற்படும் தழுதழுப்பும் இருந்தது.

குந்தவை என்றவுடன் செம்பியன் மாதேவியார் திரும்பச் சுற்றும் முற்றும் பார்த்தார். "ஆமாம், குந்தவை எங்கே? குந்தவை; குந்தவை!" என்று குரல் கொடுத்தார். பிறகு 'குந்தவை! உன் பாட்டி கூப்பிட்டுத் தான் நீ வர வேண்டுமா? உன் வேதனையெல்லாம் தீரும் நாள் வந்துவிட்டதம்மா, வா, இந்தப் பரசாதத்தை வாங்கிக்கொள். உனக்காகப் பல நாட்களாகச் சேமித்து வைத்திருக்கும் காயாரோகணரின் பிரசாதம் இது" என்று கூப்பிட்ட போது தான் அங்கே இளைய பிராட்டியார் இல்லை என்பதை எல்லோரும் உணர்ந்தனர்.

"இளையபிராட்டி எங்கே? இளையபிராட்டி எங்கே?" என்று எல்லோரும் கேட்டனர்.

இளையபிராட்டி, மதுரன் கண்டரனிடம் பேசிவிட்டுச் சிவனடியாரைக் காணச் சென்றது வானதிக்குத் தெரியாது; இன்பவல்லிக்கும் தெரியாது. குந்தவை எங்கே, எங்கே என ஒரு கணம் அங்கே பரபரப்பு நிகழ்ந்தது.

"அக்கா எங்களுடன் தான் வந்தார்; ஆனால் அரண்மனை முன் மண்டபத்திற்குள் நுழைந்த பிறகு நான் பார்க்கவில்லை" என்றாள் வானதி. அந்தச் சமயம் மதுரன் கண்டரன் விரைந்து அங்கு வந்தான். வந்தியத்தேவனைப் பழுவேட்டரையரும் மற்றவர்களும் அழைத்துச் செல்வதை அவன் கண்டு விட்டான். தானும் அவர்களுடன் அரசரிடம் செல்ல எண்ணினான். ஆனால் வந்தியத்தேவனின் விடுதலையைப் பற்றிய மகிழ்ச்சிகரமான செய்தியைப் பழுவேட்டரையர் மகளிடமும், தன் பாட்டியாரிடமும் தெரிவித்து விடுவோம் என்பதற்காகப் பரபரப்புடன் வந்தான்.

'பெரிய பழுவேட்டரையரின் மகள் பஞ்சவன்மாதேவி யன்றோ வந்தியத்தேவன் விடுதலைக்குப் பெரிதும் காரண மானவள். வந்தியத்தேவன் விடுதலையடைந்து விட்டான் என்பதை அறிந்தால் அவள் பெரிதும் மகிழ்வாள்' என்ற எண்ணத்தில் கண்டரன் விரைந்தான்.

கூடத்தில் பெண்களனைவரும் கூடியிருப்பதைக் கண்டதும் சற்றுத் திகைத்த கண்டரன், தன் பாட்டியாரைப் பார்த்துச் சற்றுத் தைரியமடைந்து, வல்லவரையர் வந்தியத் தேவனைப் பாதாளச் சிறையினின்று விடுதலை செய்துவிட்ட செய்தியை அவரிடம் தெரிவித்தான்.

''பார்த்தீர்களா? இனி நல்ல காலம்தான் என்று குந்தவைக்குக் கூறினேன். ஆண்டவன் திருவருள் இருந்தால் எத்தகைய இடரையும் வெல்லலாம். இப்படித்தான் வாகீசப் பெருமானுக்குத் துன்பம் வந்தது. அவர் என்ன செய்தாராம் தெரியுமா?

''சொற்றுணை வேதியன் சோதி வானவன்
பொற்றுணைத் திருந்தடி பொருந்தக் கைதொழக்
கற்றுணைப் பூட்டியோர் கடலிற் பாய்ச்சினும்
நற்றுணை யாவது நமச்சிவாயவே!''

என்று ஆண்டவனைப் பாடித் தொழுதார். குந்தவைக்கு எந்தக் குறையும் வராது'' என்று கூறிய செம்பியன் மாதேவி யார் சற்று நேரம் மற்றவர்களுடன் பேசிக் கொண்டிருந்து விட்டு, கண்டரன் அமுதனை நோக்கி, ''நானும் அந்த வல்லத்துப் பிள்ளையைப் பார்க்க வேண்டுமே'' என்றார்.

கண்டரன் அமுதன் நினைவு அப்போது அங்கில்லை. அமைதியுடன் இருந்த அவன் உள்ளத்தில் இப்போது பலவித சிந்தனைகள் அலைமோதிக் கொண்டிருந்தன. இளைய பிராட்டியார் சிவனடியாரைக் காணச் சென்றிருப்பது இங்குள்ளவர்களுக்குத் தெரியாதா? ஏன் இப்படிப் பரபரப் புடன் தேடுகிறார்கள்; அவன் கண்கள் அங்கிருந்தவர்கள் பக்கம் மெல்ல வட்டமிட்டன; கொடும்பாளூர் இளவரசியை அவன் அறிவான். மற்றொரு பெண் யாரென்று யோசித்தான். காஞ்சியினின்று வந்த பணிப்பெண்ணாக இருக்கலாம். இருக்காது. அப்படி இருந்தால் குந்தவை ஏன் அவளைப்

பற்றித் தனக்குக் கூறுகிறாள்? ‘‘நீ எப்படி நன்றாகப் பாடுகிறாயோ, அப்படி நன்றாக ஆட வல்லவள்!’’ என்று அந்தப் பெண்ணைப் பற்றிக் கூறினாளே, அப்பொழுது அவளைச் சரிவரக் காணத் துணிவு இல்லை. இப்போது அவன் பெண்கள் கூட்டத்திடையே அங்குமிங்கும் நடக்கும் போது அவளுடைய தோற்றம் அவன் மனத்தில் மெல்லப் பதிந்தது.

அவள் சாதாரணப் பணிப்பெண் அல்லள்; இந்த நாட்டிலே பூத்த மலருமல்லள் அவள். அவளது வனப்பை மற்றொரு முறை காண வேண்டும் போலிருந்தது. காணவும் துணி வில்லை. மூதாட்டியார் அளித்த திருநீற்றின் மணம் அவன் நாசி வரையில் புகுந்து ஒரு கணம் அவன் மனச் சலனத்தைத் தணித்தது. இப்போது செம்பியன் மாதேவியார் கேட்டது அவன் செவிகளில் வீழ்ந்தது.

வல்லத்துப் பிள்ளையைக் காண வேண்டுமே என்று செம்பியன் மாதேவியார் கேட்டாரேயன்றி, அவர் கவனம் இப்போது இன்பவல்லியின் பக்கம் சென்றது? ‘‘வானதி! இந்தக் குழந்தை யார்? புது முகமாக இருக்கிறதே?’’ என்று கேட்டவாறு திருநீறெடுத்து அவளுக்களித்தாள்.

மனித நடமாற்றமற்ற கானகத்தினின்று தவறி ஓடிவந்த மானைப் போன்று இன்பவல்லி மருண்ட விழிகளுடன் அங்கு நடமாடினாள். ஒவ்வோர் இடமும், ஒவ்வொரு மனித உருவும் அவளுக்கு விசித்திரமாகத் தோற்றமளித்தன. தஞ்சை அரண்மனை என்றவுடன் அவளுக்குத் தன் தாயின் நினைவு வந்தது. தாயின் முகம் அவளுக்கு நினைவில்லாவிடினும் தாய்பட்ட துயரத்தையும், வேதனையையும் அவள் மறந்து விடவில்லை. தஞ்சை அரண்மனையைச் சேர்ந்த அரச குமாரர்தானே தன் தாயின் துயரத்துக்கெல்லாம் காரணம் என்ற நினைவு அவளை வந்தடைந்தது. செம்பியன் மாதேவி அளித்த திருநீற்றை வாங்கி அணிந்து கொள்ள வேண்டும் என்ற நினைவுகூட இல்லாமல் சைவ மூதாட்டியாரை உற்று நோக்கியவாறிருந்தாள். அந்தத் திருமுகத்தில் புரிய முடியாத தனிக்கவர்ச்சி இருப்பதை அவள் அறிந்தாள். அந்த மூதாட்டியார் பேசும் ஒவ்வொரு சொல்லும் தெய்வ மணம்

பரப்புவதை அவள் உணர்ந்தாள். அதிக வயது ஆகியும் அவரது சொற்களிலே ஏன், சற்று முன்னர் பாடினாரே, அந்தப் பாடலிலே கூட அழுத்தம் நிறைந்திருப்பதை அவள் தெரிந்து கொண்டாள்.

இன்பவல்லி யார் என்று எப்படி அறிமுகப்படுத்துவதென்று வானதிக்குப் புரியவில்லை. வந்த இடத்தில் சட்டென்று பிறர் கவனத்தை அவள் ஈர்த்து விடுகிறாளே என்று வானதி எண்ணினாள். இளையபிராட்டியின் முழு அன்பும் இன்ப வல்லியின் மீது படிந்து விட்டதென்பதொன்றே வானதியின் மனத்தில் சஞ்சலத்தை ஊட்டியிருந்தது. இன்பவல்லிக்கு இளைய பிராட்டியார் எந்த ஸ்தானத்தை அளிக்கிறார்? பணிப் பெண்ணாக அவளைச் சேர்த்திருக்கிறாரா? தோழியாகக் கொண்டிருக்கிறாரா? அனாதையாயிருப்பதால் அபிமானமாக வளர்க்கப்போகிறாரா? நாட்டியக் கலையில் சிறந்திருப்பதால் அவள் மீது மதிப்பும் பூண்டு விட்டாரா? இப்பொழுது மூதாட்டியார் கேட்கும்போதுதான் என்னவென்று கூறுவது என்று குழம்பினாள்.

''இந்தக் குழந்தையின் முகச்சாயல் எனக்கு யார் நினைவையோ அளிக்கிறது'' என்று மூதாட்டியார் கேட்டார். நெஞ்சுலர்ந்து, என்ன கூறுவது தன்னைப்பற்றி என்று புரியாது நின்று கொண்டிருந்த இன்பவல்லி மெல்ல, ''என் பெயர் இன்பவல்லி'' என்றாள்.

மதுரன் செவிகளில் அந்தச் சொல் இன்பமாக விழுந்தது. 'இன்பவல்லி இன்பவல்லி' என்று தனக்குள்ளே சொல்லிக் கொண்டான். 'இதென்ன பாட்டியார் சொல்லுகிறார்கள்? இவள் முகம் யார் முகத்தையோ நினைவுபடுத்துகிறதென்று யார் முகமாய் இருக்கலாம்?' என்று மதுரனும் சற்று யோசித் தான். எந்தப் பெண்ணின் முகத்தையும் கூர்ந்து கவனிக் காதவன் அவன்; எப்போதாவது எந்தப் பெண்ணின் முகமாவது அவனுக்கு நினைவுக்கு வருமென்றால் நடராஜர் விக்கிரகத்தின் ஓரமாக அருள் வடிவாக நிற்கும் சிவகாமி அம்மையின் முகம்தான் அவனுக்குத் தோன்றும். இதெல்லாம் என்ன விசாரம்? தன் பணி என்ன? தன் செயல் என்ன? தன் குறிக்கோள் என்ன? தான் வந்து நிற்குமிடம் எங்கே...? சட்டென்று அவனை வெட்கம் சூழ்ந்தது.

வந்தியத்தேவன் விடுதலையைக் குறித்துப் பாட்டியாரிடம் கூறிவிட்டு, அரசரிடம் விரைந்து செல்ல எண்ணிய அவன் அந்தப்புரத்திலே நின்றுவிட்டானே. இன்னும் சற்று நேரம் அங்கேயே நின்றால் மற்ற கவனங்களெல்லாம் சிதறிப் போக வேண்டியதுதான். பாட்டியார் வந்தியத்தேவனைக் காண வருகிறேன் என்றார்களே, அரசாங்க நினைவே இராமல் எப்போதும் திருப்பணி நினைவு மேலிட்டிருக்கும் பாட்டி யாருக்கே வல்லவரையரைச் சந்திக்க வேண்டும் எனும் ஆவல் ஏற்படுகிற தென்றால், தான் மட்டும் அவ்வுணர்வு மங்கியவனாய் இருக்கலாமோ?

ஆனால் செம்பியன் மாதேவியார் வல்லவரையரைச் சந்திக்க வேண்டும் என்ற கருத்தைத் தெரிவித்தார்களேயன்றி அடுத்த கணம் தன்னைக் காண வெளியே காத்திருக்கும் ஊர்ச் சபையாருடன் பேசப் போய்விட்டார். கோயில் பூசைக்குரிய நிபந்தங்களை அளிப்பது, பழைய கோயில்களைப் பழுது பார்க்கப் பொருள் அளிப்பது, முன்பே கற்றளியாக மாற்றப் பெற்ற கோயில்களின் நடைமுறையைப் பற்றி விசாரித்து அறிவது, என அம்மூதாட்டியாரின் பணிகள் ஓய்வு ஒழிவின்றி இருக்கும். கோயில் சொத்தைச் சரியான முறையில் நிர்வகிக்கவில்லை எனும் புகார்கள் பல வரும். அவற்றை விசாரிக்கும் போது தான் மூதாட்டியாரின் மனம் நோகும். இறைவனது பொருளையும் கவர நினைக்கிறார்களே என வருந்துவார். கண்டரன் அமுதனும் பல வேளைகளில் உடன் இருப்பான்.

மூதாட்டியார் வல்லவரையரைக் காண வராது வேறெங்கோ செல்வதறிந்த கண்டரன் அமுதன் அவ்விடத்தில் மேலும் நில்லாமல் தன் தந்தை அரசர் வீற்றிருக்கும் மேன்மாடம் நோக்கிச் சென்றான்.

வந்தியத் தேவன் தான் காண்பதை, நடப்பதை இன்னும் அவ்வளவு எளிதில் நம்பி விடவில்லை. பல ஆண்டுகள் கவனிப்பாரற்று இருட்சிறையில் உழன்ற அவனுக்குத் திடீரென ஒருநாள் ஒளி கிடைத்தது. காலைச் சூரியோதயங் கூடத் திடீரென ஏற்படுவதில்லையே! வெள்ளி முளைத்து, செங்கோடுகள் விரித்து, தங்கம் உருக்கிய துகில் போன்ற

ஆடை பறக்க வட்டக் கதிரோனின் தீப்பிழம்பு எழுகிறது. ஆனால் வந்தியத்தேவன் வாழ்வில் எழுந்த சூரியோதயமோ திடீரெனப் பிறந்துவிட்டது. தன்னைச் சோழ குலத்தின் பெரும் விரோதி என யார் எண்ணியிருந்தாரோ அவரே இப்போது தன்னால்தான் சோழ குலம் தழைக்க வேண்டும் என்கிறார். கொடுங்குற்றஞ்சாட்டி. மீளாத தண்டனை ஏற்பட வழி செய்தவரே இப்போது விசாரணை ஏதுமின்றித் தனக்குப் பரிபூரண விடுதலை அளிக்கிறார். இவையெல்லாம் உண்மை யாக இருக்குமா? பழுவேட்டரையரின் பேச்சையும் செய்கை யையும் பார்த்தால் முற்றிலும் நிஜமாகத் தோன்றுகிறது. ஒருவேளை பரமேசுவரன் கூறிபடி தன்னைக் கோவூர்ச் சிறைக்கு அழைத்துச் சென்றுவிடத் திட்டமிட்டிருப் பார்களோ?

வந்தியத்தேவன் பலவாறாக எண்ணிப் பழு வேட்டரையரைப் பின் தொடர்ந்தான்.

வெளியுலகக் காற்று இன்பமாக அவன் மீது பட்டது. கூசும் கண்களால் தஞ்சை அரண்மனையைச் சரிவரக் காண இயலாவிடினும் இதே தஞ்சை அரண்மனைக்குள் தெரிந்தும் தெரியாமலும் முன்பு அவன் வந்திருக்கிறான். கட்டுக் காவலிட்டுப் பிடித்து வந்த தனாதிகாரியின் பிடியினின்று தப்பி ஓடியிருக்கிறான். இப்போதும் அதேபோல் செய்ய இயலும். ஒரு நொடியில் அந்த இடத்திலிருந்து ஓடிவிடலாம். அதில் என்ன பயன்? ஏன் அவ்விதம் நினைக்க வேண்டும்? தோளிலே தூக்கிச் செல்லாத குறையாகத் தன்னை அழைத்துச் செல்கிறார்களே! அதே நறுமலரின் மணம் வீசுகிறது. பூசைப் பொருளின் வாசனை எழுகிறது; எங்கோ பெண்கள் கலகலவென நகைக்கும் ஒலி கேட்கிறது.

எங்கோ, படிக்கட்டுகளில் ஏறுகிறோமே? இப்பொழுது பார்வை தெரிகிறது. பாதையும் புரிகிறது. நம்மை எங்கே அழைத்துச் செல்கிறார்கள்?

"மன்னர் மதுராந்தகரால் நடக்க இயலவில்லை. இல்லை யெனில் அவரே தங்களை இங்கு வந்து வரவேற்றிருப்பார்" என்று பழுவேட்டரையர் கூறுகிறார். 'மன்னர் மதுராந்தக சோழ தேவருக்கு என்ன உடல் நோய்? அவரை எப்போதோ

பார்த்தது. அழகும், கம்பீரமும் நிறைந்த அந்தத் தோற்ற முடையவரின் உள்ளத்தில் அமைதியும், கருணையும் மூன்பு இல்லாது போய்விட்டது. அவருக்குத் தெரியாதா என்ன? அரச குடும்பத்துத் தலைப் பிள்ளையைக் கொன்று விட்டதாகக் குற்றம் சுமத்தி, விசாரணை நடத்தி எனக்குப் பெரும் தண்டனை வழங்கினார்களே. அப்போது நாட்டி லுள்ளவர்கள் என்ன நினைத்திருப்பார்கள்? கொலைகாரன், சதிகாரன் என்று என்னைப் பற்றி எண்ணியிருக்க மாட்டார்களா? இப்போது என்னை விடுதலை செய்து விட்டால் நாட்டு மக்கள் மனம் சட்டென மாறிவிடுமோ? முறைப்படி மீண்டும் சபைகூட்டி குறுநில மன்னர்களையும், மந்திரி மண்டலத்தாரையும் வரவழைத்து அன்றோ என்னை நிரபராதி என்று தீர்மானிக்க வேண்டும்? அப்போது உண்மைக் குற்றவாளி யார் என்பதைக் கண்டுபடிக்க வேண்டாமா?...' வந்தியத்தேவன் மனத்தில் வட்டமிட்ட இந்த எண்ணங்கள் தாம் மதுராந்தக சோழதேவரைச் சந்தித்தபோது நடந்த உரையாடலின் போதும் முக்கியப் பிரச்சனையாக இருந்தது.

பழுவேட்டரையர் தன் மாசினைத் துடைத்து பெரு மிதத்துடன் விளங்கினார். மதுராந்தக சோழ தேவரோ தன் உடல் நோய் முழுவதும் தீர்ந்துவிட்ட உணர்ச்சியுடன் நிமிர்ந்து உட்கார்ந்தார். எங்கே அநிருத்த பிரம்மராயரைக் காணோமே என்று வந்தியத்தேவன் சுற்றுமுற்றும் பார்த்தான். நீராடி புத்துடை உடுத்தி நல்லுணவு உண்ட பிறகு மேலே பேசலாம் என்று மதுராந்தகர் கூறியும் வந்தியத்தேவன் சம்மதிக்கவில்லை.

‘‘அரசே! நான் வெளியே நாட்டில் உலவுவதும் ஒன்றுதான்; இருட்சிறையில் கிடப்பதும் ஒன்றுதான். அவையைக் கூட்டித் தக்கபடி என்னை கௌரவமாக விடுதலை செய்வதை நான் விரும்புகிறேன். அதுவரை என்னைச் சிறையிலேயே வைத்திருங்கள். ஒளி நிறைந்த இந்தக் கூடங்கள் என்னைப் பார்த்து நகைக்கின்றன. அதோ தெரிகிறதே நந்தவனம். அது என்னைப் பார்த்துப் பரிகசிக்கிறது. கீழே கூடங்களும் தாழ்வாரங்களும் அங்கே நடமாடும் இள மகளிர், அரச குடும்பத் தேவிகளும், பணி யாட்களும் மற்றவரும் ரகசியம் பேச முயல்வார்கள். என்மீது

குற்றமில்லை என்று முடிவு செய்த தங்கள் நல்லெண்ணத்துக்குத் தலை வணங்குகிறேன். அத்தகைய நல்லெண்ணம் தங்களுக்கு இதயத்தின் ஒரு மூலையில் இருப்பதாலேயே தங்கள் திருக்குமரன் கண்டரன் மதுரன் என்மீது அன்பையே பொழிந்துவிட்டான். அன்பு வடிவமாகவே திகழ்கிறான். மதிப்பு மிகுந்த மன்னாதி மன்னரே! நான் குற்றமுள்ளவன் என்று நீங்கள் மட்டும் மனத்தில் தண்டனை விதிக்கவில்லை. சிபிக்காகத் தன் உயிரையும் கொடுத்த சோழ மூதாதையரின் அரியணையில் வீற்றிருக்கும் தாங்கள் தங்களுடைய எண்ணத்திற்காக மட்டும் எனக்குத் தண்டனை கொடுத்திருக்க மாட்டீர்கள். தேவ இந்திரனுக்கு உதவும் அளவுக்குச் சர்வ வல்லமை பொருந்திய முசுகுந்த சக்கரவர்த்தியின் பரம்பரையில் வந்த தாங்கள் நேர்மை தவறியிருக்க மாட்டீர்கள். இழந்த கன்றுக்கு இளவரசனே காரணம் என்று தன் மகனையே இழக்க முடிவு செய்த பேரரசன் மனுவின் வழிவழி வந்த தாங்கள் கேவலம் இந்த வல்லவரையனைப் பூண்டோடு நசுக்கத் தங்கள் மனத்தில் மட்டும் எழுந்த முடிவைக் கொண்டு தண்டனை விதித்திருக்கமாட்டீர்கள். தங்கள் எதிரே சோழநாட்டுச் சிற்றரசர்கள் வீற்றிருந்தனர். பெரியவர் அநிருத்த பிரம்மராயர் வீற்றிருந்தார். பல்லவ குலத்தோன்றல் பார்த்திபேந்திரன் வழக்கை எடுத்துரைத்தான். மதிப்புக்குரிய பழுவேட்டரையர் குற்றச் சாட்டினை விளக்கிக் கர்ஜனை புரிந்தார். நான் கொன்றதாகக் கூறப்படும் வாள் சபைக்குக் கொண்டு வரப்பட்டது. அது, என்னுடைய வாள்தான் என அடையாளங் காட்டப்பட்டது. இறந்த இளவரசன் ஆதித்தன் குருதி தோய்ந்த உடலுக்கு அருகே கிடந்ததும் அதே வாள்தான் என்றும் சாட்சியம் கூறப்பட்டது. அந்த மாபெரும் குற்றத்தைப் புரிய நான் செய்த சதிக்குச் சாட்சியாக நான் இளையபிராட்டியாருக்கு எழுதிய ஓலை கொண்டு வரப் பட்டது. ஆனால் இளைய பிராட்டியாரை அழைத்து விசாரிக்கவில்லை. நான் அந்தச் சபை மண்டபத்திலே பேச வில்லை. நான் ஓவென்று கூவி என் மீதுள்ள குற்றச்சாட்டை மறுத்திருக்கலாம். என் திறமையான வாதத்தால் என் மீதுள்ள குற்றச்சாட்டை மாற்றியிருக்கலாம். ஆனால் எனக்கு அப்போது பேசவே நா எழவில்லை. மன்னவா! பேசவே நா

எழவில்லை. அழுகைதான் என் தொண்டையை அடைத்துக் கொண்டது. துக்கம் பீரிட்டுக் கொண்டு வந்தது! வாதம் செய்து தப்பிச் செல்வதற்குப் பதிலாக ஓலம் எழுப்பிக் குலுங்கி அழவேண்டும் போலிருந்தது. என் உயிர் நண்பர் ஆதித்த கரிகாலர்; அவரை நான் கொன்று விட்டேனென்று மதிப்பு வாய்ந்தவர்கள் கூறும் போது நான் அழுத்தமாகப் பேசியிருந்தால் யார் யாருடைய கௌரவங்களோ குறைந் திருக்கும். யார் யாரோ அந்த நீதி சபையின் முன் வந்து நின்று மறுமொழி கூற வேண்டியிருந்திருக்கும். அதனுடன் என் பூசைக்குரிய பெரியவர் அமரத்துவமடைந்த சுந்தர சோழ உடையார் என்னைச் சிறைபடுத்துமாறு கட்டளையிட்டிருக் கிறார். அவரது கட்டளையே தவறு என்று கூறியிருக்க நேர்ந் திருக்கும். அது மட்டுமின்றி அவர் கட்டளையும், உத்தரவும் பொய் எனக் கூற நேர்ந்திருக்கும். இவற்றை நான் ஏன் அப்போது வாதிடவில்லை? கடுந் தண்டனையையும் கொடும் பெயரையும் ஏற்றுக்கொண்டு அமைதியாகப் புன்முறுவ லுடன் தண்டனை ஏற்றேனே, அது ஏன்? காலம் தவற்றைத் திருத்திவிடும் என நம்பினேன். ஒரு நாளோ, ஒரு வாரமோ தான் நான் கடுஞ்சிறையில் கொடுமைப்பட வேண்டியிருக்கும் என் எண்ணினேன். ஆனால் விதி தன் தவற்றையுணர இவ்வளவு காலத்தை எடுத்துக் கொண்டது. இப்போது ஏன் இவ்வளவு மூச்சுவிடாமல் மரியாதையும் அடக்கமும் இல்லா மல் பேசுகிறேன் என்றால், என்னைக் காலாகாலத்துக்கும் பிறர் தூற்ற வழிசெய்து விடாதீர்கள் என்று மன்றாடிக் கேட்டுக் கொள்ளவே தான்! என் மீது எழுந்த குற்றச்சாட்டை நீக்க மீண்டும் மன்றம் கூட்டுங்கள் மன்னரே என்று மன்றாடிக் கேட்டுக் கொள்கிறேன்'' என்றான் வந்தியத்தேவன்.

பழுவேட்டரையரும், மன்னர் மதுராந்தக சோழ தேவரும் மட்டுமிருந்த அந்தக் கூடத்தில் வந்தியத்தேவன் குரல் சன்னமாக ஒலித்தாலும், அதிலே அழுத்தமும் கம்பீரமும் இருந்தன. மதுராந்தகர் கண்களில் நீர் தளும்பி நின்றது. சமீப காலமாக அவர் அடிக்கடி உணர்ச்சிவசப்பட்டுவிடுகிறார். அவர் உடலில் அடிக்கடி ரோமாஞ்சலி ஏற்பட்டு வந்தது. அவர் நாடியும் நரம்பும் அடிக்கடி துடிதுடித்து அவர்

இதயத்தை என்னவோ செய்தது. அவரது உடலில் பாயும் குருதி சட்டெனத் துள்ளித்துள்ளி ஓடுவது போன்று ஒரு சமயம் தோன்றும். ஒரு சமயம் பாலை நிலத்தில் செல்வது போன்ற உணர்ச்சியை அது எழுப்பும்; ஒரு சமயம் குற்றாலச்சாரலில் மஞ்சு கொஞ்சி நிற்கும் மலை மீது உலவுவது போல் தோன்றும். தன்னை நாடி வருபவர்கள் மீது ஒரு சமயம் அன்பு கனிந்து நிற்கும். ஒரு சமயம் கடுமையும், சீற்றமும், எரிச்சலும் பொங்கி நிற்கும். ஒரு சமயம் முடங்கிக் கிடந்த கால்கள் இரும்பு போன்று உறுதியுடன் கூடியதாக மாறும். ஒரு சமயம் கால்களே இல்லாது போய்விட்டனவோ என்று தோன்றும். இப்போது வந்தியத்தேவனைக் கண்ட போதே அவர் இதயம் படபடத்தது. அவன் பேசிக் கொண்டு வரும்போது அவர் இதயம் நெகிழ்ந்தது. அவர் கண்களில் கண்ணீர் ததும்பாமல் என்ன செய்யும்? இவ்வளவு நாட்களாக வேதனைப்பட்டுக் குமுறிக் கொண்டிருந்த ஒரு விஷயத்திற்கு முடிவு ஏற்படும்போது கண்கள் மௌனக் கண்ணீர் வடிக்காது என்ன செய்யும்? பழுவேட்டரையருக்கு வந்தியத் தேவனுடைய வார்த்தைகள் அதிசயத்தையோ, ஆச்சரியத்தையோ அளிக்கவில்லை. அவர்தான் அவன் பொருட்டு உயிரை மாய்த்துக் கொள்ளவும் துணிந்தாரே! மன்னர் மெல்லப் பேசினார். பரிவும், பாசமும், தயவும், தன்மையும், கெஞ்சலும், கொஞ்சலும், பணிவும், பக்தியும் விரவி நிற்கப் பேசினார். அதிகம் பேசவில்லை. ஆனால் அந்தப் பேச்சில் எல்லாம் கலந்து நின்றது.

"வல்லவரையரே! புதுப்புனல் ஆடி, புத்தாடை அணிந்து இளைப்பாறும். தாங்கள் கூறுவனவற்றிற்கெல்லாம் முடிவு காணுவோம். சபையைக் கூட்ட வேண்டும் என்ற எண்ணம் தான் எனக்கும். தங்களுக்குத் தண்டனை தந்தபோது எப்படி நான் என் விருப்பப்படி மட்டும் நடந்து கொள்ளவில்லையோ, அதுபோல் தங்களை விடுதலை செய்த விஷயத்திலும் என் இச்சையான கட்டளையுடன் மட்டும் நடக்கவில்லை. தக்க ருசுக்களை வெகுநாட்களாகச் சேகரித்தேன்; சூழ்நிலையும் சேர்ந்தது. சபையைக் கூட்டி மாபெரும் விழாவே நடத்த வேண்டும் என்பது என் எண்ணம். அதற்கு ஏனோ

ஆண்டவன் காலத்தைக் கடத்துகிறான். கடல் கடந்து சென்றிருந்த என் இளவல் அருண்மொழி நாடு திரும்ப விட்டான் என்ற செய்தி வந்தும் அவன் இன்னும் தஞ்சை வந்தடையவில்லை. அதுவே எனக்குப் பெருங்கவலையாக இருக்கிறது. நாகையில் கரை இறங்கினதாகவும் தெரிய வில்லை; நமது ஒற்றர்களின் திறன் குறைந்து விட்டதா என்றும் தெரியவில்லை. இளவரசனைப் பற்றிய விவரம் அறியாது உறக்கமே வருவதில்லை. இன்னும் வெளியே சொல்ல முடியா வேதனைகள் சூழ்ந்திருக்கும் நேரத்தில் தாங்களும் பிடிவாதம் செய்தால்..." இதைக் கூறும்போது மன்னர் குரல் தழுதழுத்தது.

சோழ சாம்ராஜ்யத்தின் மாமன்னர்களான விஜயாலயனும், ஆதித்தனும், பராந்தகனும், சுந்தரசோழனும் வீற்றிருந்து செங்கோலோச்சிய அரியணையில்தான் மதுராந்தக சோழ தேவரும் வீற்றிருந்தார். அரியணை ஏறுமுன் இருந்த ஆசையும், ஆர்வமும் பிறகு அவரிடம் குறைந்துவிட்டன. அவருடைய உடல் நலிவுற்றது மட்டும் அதற்குக் காரண மன்று. அவருடைய இதய வேதனை. அது செய்த சோதனை பெருமளவிற்குக் காரணமாயிற்று.

அருண்மொழி வர்மரைப் பற்றிய பேச்சு எழுந்தவுடன் வந்தியத்தேவன் மெய்சிலிர்த்தது. இன்னும் அவர் தஞ்சை திரும்பவில்லை என்பதை நினைக்கும்போது அவனுக்கும் வேதனை வந்து சூழ்ந்தது. சோழநாட்டு ஒற்றர்களைப் பற்றி அரசர் பேசியது கேட்டுப் பழுவேட்டரையருக்கு வருத்தம் சூழ்ந்தது. வந்தியத்தேவன் விழிகளும், பழுவேட்டரையர் விழிகளும் ஒரு கணம் சந்தித்துக் கொண்டன.

பழுவேட்டரையர் தொண்டையைக் கனைத்துக் கொண்டார். "நம் ஒற்றர்கள் பல திடுக்கிடும் சம்பவங்களைத் தெரிவிக்கப் போகிறார்கள். அரசே! தாங்களும் அறியா வண்ணம் எதிர்பாரா வண்ணம் சோழநாட்டு ஒற்றர் படையில் பெரும் புள்ளிகளெல்லாம் தொண்டாற்றுகிறார்கள். நெடு நாட்களாக அத்தகையவர்களிடமிருந்து நான் செய்தி எதிர் பார்த்துக் கொண்டிருக்கிறேன். இவ்வளவு காலமாகக் கருத்து

வேற்றுமையும் கட்சிப் பாகுபாடுகளும் மிகுந்தவர்கள் எல்லாம் மனம் விட்டு ஒன்றுபட்டுத் தொண்டாற்றுகிறார்கள். எந்த நொடியிலும் இளவரசரைப் பற்றிய செய்தி கிடைக்கும்'' என்றார்.

அந்தச் சமயம் கண்டரன் அமுதன் அந்த இடத்தில் விரைந்து நுழைந்தான். வந்தியத்தேவனைக் கண்டதும் ''அத்தான்'' என்று கூவியவாறு அவர் இருப்பிடம் ஓடிச் சென்றான். வந்தியத் தேவனும் எழுந்து அவனை மார்புறத் தழுவிக் கொண்டான்.

''அரசே! சோழநாட்டு ஒற்றர் படையில் சேராமல் சேர்ந்து பெரும் செய்திகளை எனக்கு விளக்கியவர் தங்கள் திருக் குமாரர். வல்லவரையரின் விடுதலைக்கு இவர்தான் மூலக் காரணம். பிற்காலத்தில் சோழநாட்டைத் திறமையுடன் ஆட்சி புரிவதற்கான அறிகுறியை இப்போதே காண்கிறேன்'' என்றார். அவர் அறிந்து தான் கூறினாரோ, அறியாமல்தான் கூறினாரோ மதுராந்தகர் முகம் கணத்தில் மாறியது; சற்று முன்னர் இருந்த மென்மையும் அன்பும் அவர் குரலில் காணோம். ''பழுவேட்டரையரே! என்ன வார்த்தை கூறினீர்கள்?'' என்று கடுகடுத்த குரலில் கூற முற்பட்டவரைத் தடுத்து நிறுத்தின, இரண்டு வீரர்கள் அங்கு நுழைந்து பயபக்தியுடன் பழுவேட்டரையரின் செவிக்கு எட்டுமாறு கூறியவை.

பழுவேட்டரையர் துள்ளி எழுந்தார். ''அரசே! நம் ஒற்றர்கள் திறமைமிக்கவர்கள் என்பதைப் புலப்படுத்திக் கொண்டார்கள். இளவரசர் அருண்மொழிவர்மர் இருக்கும் இடத்தைக் கண்டுபடித்து விட்டார்கள்'' என்று உற்சாகத் துடன் கூறினார்.

''என் அருமைச் சகோதரர் இருக்குமிடம் தெரிந்து விட்டதா?'' என்று துள்ளினான் கண்டரன்.

''வாழ்க இளவரசர்! என் வாழ்வு மலர்ந்தது'' என்று கூவினான் வந்தியத்தேவன்.

அத்தியாயம் 34

வருக, இளவரசரே வருக!

ஆற்றங்கரை நந்தவனத்தினின்று குந்தவை தேவியார் திரும்பவும் சிவிகை ஏறித் தஞ்சை அரண்மனையை நோக்கித் திரும்பும்போது முன்பு தான் நிறுவிய ஆதுர (வைத்தியச் சாலை) சாலையைக் காண விரும்பினாள். இப்போது அவள் உள்ளம் ஒருவிதக் கலக்கமுமின்றி இருந்தது. மேகம் கலைந்து பளிச்செனத் திகழும் ஐப்பசி மாதத்து வானம்போல் இருந்தது. தன் இளவல் அருண்மொழியை அங்கு சந்தித்துப் பேசிய பிறகு அந்தச் சொற்ப நேரத்திலேயே அவள் இதய வேதனை ஏதோ பன்மடங்கு குறைந்து விட்டது போன்ற உணர்வு அவளுக்கு ஏற்பட்டது. தஞ்சை அரண்மனையிலே தங்காமல் அன்றே நந்திபுரம் சென்றுவிட வேண்டும் எனும் எண்ணத்துடனேயே தான் அவள் வந்தாள். அது குறித்தும் காஞ்சிப் பொன்மாளிகையிலிருந்து அவ்வளவு விரைவில் புறப்பட்டு விடுமாறு ஓலை எழுதியனுப்பியது குறித்தும் கேட்கத்தான் அவள் நந்தவனத்திற்கு விரைந்து சென்றாள்.

தம் தம்பி இவ்விதம் மாறுவேடம் பூண்டு சொந்த நாட்டிலேயே உலவி வருவது அவளுக்குச் சம்மதம் அளிக்க வில்லைதான். எல்லாவற்றிற்கும் விரைவில் முடிவு ஏற்பட்டு விடும் என்று அருண்மொழி கூறுவது கேட்ட அவளுக்குச் சற்று நிம்மதி ஏற்பட்டது. அதற்கும் மேலாக வல்லவரையர் வந்தியத் தேவனுடைய விடுதலை குறித்து மன்னர் மதுராந்தகரைச் சந்தித்துப் பேசப் போவதாகவும், பாதாளச் சிறைக்குச் சென்று வந்தியத்தேவனைச் சந்திக்கப்போவ தாகவும் அருண்மொழி கூறியபோது மேலுக்காகத் தனக்கு அதிகப்பற்று அந்த விஷயத்தில் இல்லாதது போல் புலப்படுத்திக் கொண்டாலும், அவள் உள் இதயம் மகிழ்ந்தது. கவலையாலும் வேதனையாலும் மூடியிருந்த இதயத்தின் போர்வை கலைந்தது.

அந்த நிறைவோடு அவள் சிவிகை ஏறித் திரும்பும் போது இவ்வளவு நாட்களாக மறந்திருந்தவற்றை நினைவுபடுத்திக்

கொள்ள விரும்பினாள். பிணி தீர்க்கப் பாட்டியாரும் அவளும் சேர்ந்து ஏற்படுத்திய வாகீசர் ஆதுரசாலை வழியிலேதான் இருந்தது. அந்தச் சாலைக்குப் பல நிவந்தங்களை அவள் அளித்திருந்தாள். சத்திர சிகிச்சை செய்யவும், தீராத நோய்கள் தீர்க்கவும், மருந்தும், மூலிகைகளும் அவ்வப்போது வாங்க வருவாய்க்கும் ஏற்பாடு செய்திருந்தாள். ஆனால் ஆதுர சாலையில் கூட்டமில்லை. நகரத்தில் நோய் குறைந்து விட்டதா, பணியாட்கள் இல்லாது போயினரா என்ற வியப்பில் குந்தவை ஆதுர சாலைக்குச் சென்று பார்த்தபோது வருத்தப்பட்டாள்.

அந்த வைத்தியசாலையை மக்கள் அதிகமாகப் பயன் படுத்துவதில்லை. பிணி தீர்க்கும் மருந்துகள் பல அந்த வைத்திய சாலையில் வாங்கிப் பலநாட்கள் ஆகிவிட்டன. எப்போதாவது கிடைக்கும் மருந்துகளையும் கையீடு பெற்று வேண்டுபவருக்கு அளித்துவிடும் கொடியவர்கள் வைத்திய சாலையில் தொண்டாற்றத் தொடங்கினர். மக்களுக்கு இலவச வைத்தியத்தின் மீது நம்பிக்கை குறைந்து, தனிப்பட்ட வைத்தியர்களை நாடிச் சிகிச்சை பெற்றனர். இந்த ஒழுங்கீனங் களைக் கண்காணிக்கத் தக்கவர்கள் இல்லாது போயினர். வறுமைப் பிணி இல்லாததால் இந்தக் குறைபாடுகளை எடுத்துச் சொல்ல ஆளில்லாமல் போயினர்.

குந்தவைக்கு வேதனைதான். அந்த வைத்தியசாலையில் அவளை அடையாளங் கண்டு கொள்ளக் கூடியவர்கள் எவரும் இலர். குந்தவை அங்கிருந்து புறப்பட்டு நகர வீதி வழியே செல்லும்போது, மக்கள் ஏதோ ஒரு விஷயம் குறித்துக் கூடிநின்று பரபரப்பு இன்றிப் பேசிக் கொண்டிருந் தனர். ஏதோ முக்கியமான பிரச்சனையில்லாது இப்படித் தங்கள் வேலையை விட்டு அவர்கள் வீதியில் கூடி நிற்க மாட்டார்கள்.

வந்தியத்தேவன் திடீரென விடுதலை செய்யப்பட்டான் எனும் செய்தி நகரமெங்கும் முரசு அறிவிக்காமலே, சங்கம் மூலம் அறிவிக்காமலே பரவியது. வந்தியத் தேவனைத் தஞ்சைநகர மக்கள் மறந்துவிடவில்லை. ஆனால் கொஞ்சங் கொஞ்சமாக அவன் மீது ஏற்பட்ட குற்றச்சாட்டையும், நாட்டு

முதல் இளவரசரான ஆதித்த கரிகாலன் படுகொலை செய்யப் பட்டதையும் மக்கள் மறக்கவில்லை. இது குறித்து அப்போதே இரண்டுவிதக் கருத்துகள் நிலவின. ஆதரிப்போரும் எதிர்ப் போருமாகக் காரசாரமாகப் பொழுது போவது தெரியாமல் விவாதித்திருக்கின்றனர். பழுவேட்டரையர் கட்சி, அநிருத்தர் கட்சி என்று வலக்கட்சி, இடக்கட்சி என ஏற்பட்டன.

ஆனால் நாளாக ஆகப் பழுவேட்டரையரின் மீது மக்களுக்குக் கோபம் ஊறி வரவே அவர்கள் பழு வேட்டரையரை உள்ளூர வெறுக்கலாயினர். அவர் வரி வசூலித்துத் தனம் சேர்ப்பதிலேயே கண்ணுங் கருத்துமாய் இருந்தாரேயன்றி, உள்நாட்டு விஷயத்தில் அக்கறை செலுத்தாதிருந்ததே பலருக்கு வெறுப்பை ஊட்டியது. அதனுடன் அவரது தலைமையின் கீழிருந்த வேளக்காரப் படையினரின் போக்கினால் மக்கள் அதிருப்தியுற்றிருந்தனர். வேளக்காரர்களுக்கு அளித்திருந்த அசாதாரண உரிமைகளால் நாளுக்கு நாள் அதைத் துஷ்பிரயோகம் செய்யவும் அவர்கள் தயங்கவில்லை. இந்த ஒழுங்கீனங்களைக் கண்டு வெளியே சொல்ல இயலாமல் தஞ்சை நகர மக்கள் புழுங்கி வந்தனர்...

இப்போது வந்தியத்தேவன் விடுதலை அடைந்தான் என்னும் செய்தி கேட்டவுடன் மக்கள் இரட்டிப்பு மகிழ்ச்சி யடைந்தனர். அதைப்பற்றியே கூடுமிடங்களிலெல்லாம் பேசிக்கொண்டனர். குந்தவையின் பெயரும் அந்தப் பேச்சின் இடையே எழுந்தது. அவர்கள் பேசிக்கொண்டிருக்கும் போதுதான் இளையபிராட்டியாரின் சிவிகை அந்தப் பக்கமாக வந்தது.

தஞ்சைக் கோட்டைக்குள்ளே முதலில் நுழைந்த போது வீதிகளில் மக்கள் கூட்டம் இல்லாததைக் குந்தவை கண்டிருந்தாள். மீண்டும் கோட்டைக்கு வெளியே சென்று திரும்பி வருவதற்குள் இவ்வளவு பரபரப்பு மக்களிடையே எழுந்தது கண்டு அதன் காரணம் அறியக் குந்தவை ஆர்வங்கொண்டாள்.

இதுபோன்று தனியே அவள் சென்று வந்ததே முன் எப்போதும் கிடையாது. உடன் தோழி ஒருத்தியாவது, அல்லது காவல் வீரனாவது வருவர். மெல்லச் சிவிகையை

நிறுத்தச் சொல்லி என்ன செய்தி என்று விசாரிக்கவும் சொன்னாள்.

வல்லவரையர் வந்தியத்தேவன் விடுதலை செய்யப்பட்ட சேதியைக் குந்தவை அறிந்தபோது எழுந்த ஆச்சரியத்தைச் சொல்லி முடியாது. மெய்தானா? வல்லவரையர் விடுதலை அடைந்து விட்டாரா? சற்று முன்னர் தானே அருண்மொழி இதைக் குறித்து மன்னரிடம் பேசப் போவதாகக் கூறினான்? இந்தச் செய்தி உண்மையாக இருக்குமா? வதந்தியை யாராவது பரப்பி விட்டிருப்பார்களா? இப்படி எண்ணியவாறு சிவிகையைப் புறப்படும்படி கூறவும், அங்குக் குழுமியிருந் தோரில் சிலர் குந்தவையை அடையாளங் கண்டு கொண்டனர். இளைய பிராட்டியாரின் மீது தஞ்சை நகர மக்களுக்கு என்றுமே தனிப்பட்ட அன்பும், மதிப்பும் உண்டு. அவளது அறிவையும் ஆற்றலையும் அவர்கள் அறிந்து வைத்திருந்தனர். முன்பு சிறியவர்களாயிருந்து, இப்போது பொறுப்பேற்கும் வயதினரான வாலிபர்களாக மாறியிருந்தவர் களைத் தவிர மற்ற முதியவர்கள் இளையபிராட்டியை அடையாளங்கண்டு கொண்டனர்.

"இளையபிராட்டியார் வாழ்க!"

"அருண்மொழிவர்மர் வாழ்க!"

"இளையபிராட்டியார் வாழ்க!"

என்ற வாழ்த்தொலி திடீரென எழுந்தது. இடையிலே "வல்லவரையர் வந்தியத்தேவர் வாழ்க" என்ற குரலும் ஒலித்தது. குந்தவை உடல் சிலிர்த்தது. மெல்லச் சிவிகை யினின்று வெளியே எட்டிப் பார்த்து, மக்களது அன்புக்கு மரியாதை செலுத்தும் வகையில் கையசைத்தாள்.

தஞ்சை மக்கள் தன்னை மறந்துவிடவில்லை. அதனுடன் இந்த நாட்டிற்குத் தொண்டு செய்திருக்கும் வல்லவரை யரையும் மறந்துவிடவில்லை என்பதை எண்ணும்போது அவளுக்கு ஏற்பட்ட மகிழ்ச்சி இத்தனை ஆண்டுகள் அடைந்த துன்பத்தையும் வென்றது.

அருண்மொழிவர்மர் இருக்குமிடத்தை ஒற்றர்கள் அறிந்து வந்து கூறியவுடன் மன்னரும், கண்டரன் அமுதனும் வந்தியத்தேவனும் மகிழ்ச்சிக் கடலில் மூழ்கினர்.

"எங்கே இருக்கிறார்? சொல்லுங்கள்! சொல்லுங்கள்! என் அன்பார்ந்த சகோதரனை நான் சென்று அழைத்து வருகிறேன்" என்று கண்டரன் மதுரன் துள்ளி எழுந்தான்.

"சொல்லுங்கள்! இளவரசரை அதற்கு மேலாக என் உயிர் நண்பரை நான் சென்று என் தோள்களில் தூக்கி வருகிறேன்" என்று துடித்து எழுந்தான் வந்தியத்தேவன்.

"இவ்வளவு நாளாக அருண்மொழி ஏன் இப்படி மாறுவேடம் பூண்டு சுற்றிவர வேண்டும்? என் மேல் கோபம் கொண்டானா என் திருமகன்? தில்லை அம்பலத்து நடராசரே! எத்தனையோ மனவேதனைகளை இதுவரை அளித்தீர்கள். என் மகனும் என்னைத் தவறாக இன்னும் நினைக்கும் அளவுக்குப் பெருந்தண்டனையை அளித்து விடாதீர்கள்" என்று வாய்விட்டுக் கூறினார் மன்னர்.

பழுவேட்டரையர் ஏதும் பேசவில்லை. அவர் எண்ணமும், கவனமும் வேறெங்கோ இருந்தன. ஆனால் மதுராந்தக சோழ தேவர் அங்கே அமைதி நிலவ விடவில்லை.

"மாறுவேடத்தில் அருண்மொழி தஞ்சையிலேயே இருப்பதை மக்கள் அறிந்துவிட்டால் பலவிதமாகப் பேசத் தொடங்கிவிடப் போகிறார்கள். அதற்கு முன்னர் நாம் சென்று அவரை அழைத்துவர ஏற்பாடு செய்ய வேண்டும். நம் ஒற்றர்கள் எவ்வாறு உணர்ந்தனர்?" என்று மன்னர் வினவினார்.

சோழநாட்டு ஒற்றர் படையினர் மாறுவேடம் பூண்டிருந்த அருண்மொழி வர்மரை அடையாளங் கண்டு கொண்டது சற்று முன்னர்தான். கொள்ளிடக் கரையினின்றே ஒற்றன் ஒருவன் சிவனடியாரைக் கவனித்து வந்திருக்கிறான். கண்டரன் மதுரன் சந்தித்துப் பேசிவிட்டுச் சென்ற பிறகு அந்த ஒற்றன் மறைந்திருந்து சிவனடியாரின் செயலையும் போக்கையும் கவனித்து வந்தான். பார்த்திபேந்திரன் பழுவேட்டரையரைச் சந்தித்த பிறகு மிகக் கோபத்துடன் புழுதி பறக்கக் காஞ்சி செல்லும் சாலையில் பறந்தபோது சிவனடியார் கூர்ந்து கவனித்ததையும், பிறகு அதைப் பற்றிச் சிலரிடம் விசாரித்ததையும் ஓரிடம் சென்று ஓலையிலே குந்தவைக்குச் செய்தி அனுப்பியதையும் அந்த ஒற்றன் கூர்ந்து கவனித்தவாறிருந்தான்.

சிவனடியார் மறுநாள் தளிக்குளத்துக் கோயிலில் கண்டரன் மதுரனைச் சந்தித்துப் பேசிய போதுதான் ஒற்றனின் சந்தேகம் வலுவடைந்தது. மறுநாள் காலையில் இளையபிராட்டியார் நந்தவனத்திற்குச் சென்றபோது அங்கே நடைபெற்ற உரையாடல் ஒற்றனின் சந்தேகத்தைப் பெரிதும் தீர்த்துவிட்டது. உடனே செய்தி பழுவேட்டரையருக்குப் பறந்தது.

"ஒற்றர்கள் திறமைமிக்கவர்கள். அவர்கள் எப்படி அறிந்தனர் என்கிற விபரம் எனக்கே இப்போது தெரியாது!" என்று பழுவேட்டரையர் கூறினார்.

மதுராந்தக சோழ தேவருக்கு, அப்பொழுதே விரைந்து சென்று அருண்மொழியை அழைத்து வந்து விடலாமா என்று தோன்றியது. தன் உடல்நிலை அப்போதே சுகமடைந்து விட்டதுபோல் தோன்றியது.

"பழுவேட்டரையரே! இனியும் நாம் தாமதம் செய்யக் கூடாது. உடனே இளவரசன் அருண்மொழி எங்கிருக் கிறானோ அங்கு சென்று, தக்க முறையில் அழைத்துவர ஏற்பாடு செய்யுங்கள். கோலாகலமாக வரவேற்பு அளியுங்கள். அதற்குள் வேறு எங்காவது சென்றுவிட்டால் பிறகு தேடி அழைத்து வருவது சிரமமாகி விடலாம்" என்றார். அவர் உள்ளத்தில் ஏற்பட்ட பரபரப்பைத் தக்க முறையில் வெளியிடுவதற்கான வார்த்தைகள்கூட வருவதற்குச் சிரமப்பட்டன.

அருண்மொழி சிவனடியார் உருவில் தஞ்சைக் கோட்டைக்கு வெளியே நந்தவனத்துத் தோட்டத்தில் தங்கியிருக்கிறார் என்று ஒற்றர்கள் கூறினார்கள். அதைக் கேட்கும்போதே மதுராந்தகர் கண்களில் நீர் தளும்பியது.

'சிவனடியார் வடிவில் வெயிலிலும், பனியிலும் அலையு மாறு என்ன நேர்ந்துவிட்டது இந்த நாட்டில்?' என்று மதுராந்தகர் உள்ளத்திலே நொந்து கொண்டார்.

"சிவனடியார் வடிவிலா? சிவனடியாரா என் சகோதரர்? கற்றைச் சடைமுடிச் செல்வரா அருண்மொழிவர்மர்? அவரைச் சந்தித்திருக்கிறேனே, அவருடன் பேசினேனே!

அவருக்கு நல்ல பதிகங்கள் பாடிக் காட்டினேனே! அவருக்கு என் மீது பிரியமுடியாப் பேரன்பு அப்போதே ஏற்பட்டு விட்டது. என்னை இன்னான் எனத் தெரிந்து கொண்டுமா என்னிடம் தன் உண்மை வடிவைத் தெரிவிக்கவில்லை? சற்று முன்னர் என்னைப் புத்திசாலி எனப் பழுவேட்டரையர் புகழ்ந்தாரே. நான் புத்திசாலி அல்லன்; அருண்மொழி வர்மரை அடையாளங் கண்டு கொள்ளாத நான் ஒரு புத்திசாலியா? இளையபிராட்டியாரைச் சந்திக்க ஆற்றங்கரை நந்தவனத்திற்கு வரச் சொல்லுமாறு என்னிடம் கூறினாரே, அப்போதே நான் புரிந்து கொண்டிருக்க வேண்டாமா? அவர் கூறியதை இளைய பிராட்டியாரிடம் சொன்னவுடனேயே மறுபேச்சுப் பேசாமல் இளையபிராட்டியார் நந்தவனத்திற்குச் சென்றாரே! அப்போதாவது நான் புரிந்து கொண்டிருக்க வேண்டாமா? அரசே! பழுவேட்டரையரே! நானே தக்க ஏற்பாடுகளுடன் சென்று இளவரசரை அழைத்து வருவேன். எனக்கு அனுமதி அளியுங்கள்'' என்று உணர்ச்சி வயப்பட்டுப் பேசினான் கண்டரன்.

பழுவேட்டரையர் முகத்தில் எளிய புன்னகை மலர்ந்தது. மன்னர் மதுராந்தக சோழ தேவர் மெல்லிய குரலில் நகைத்தே விட்டார். ''கண்டரா! நீ என்ன செய்வாய்? எளிதில் அடையாளங்கண்டுகொள்ளுமளவுக்கு மாறுவேடம் பூண்டால் அதற்கு மாறுவேடம் என்ற பொருள் உண்டா? இளவரசரைத் தக்க முறையில் வரவேற்க வேண்டும்'' என்று கூறுவதற்குள் வந்தியத்தேவன் குறுக்கிட்டு, ''மன்னாதி மன்னன்! இளவரசரை வரவேற்க நான் செல்கிறேன்...'' என்று முன்வந்தான்.

மன்னரும் பழுவேட்டரையரும் அவனைக் கையமர்த்தினர். மன்னரே பேசினார்: ''வல்லவரையரே! தாங்கள் இன்று பூரண ஓய்வு எடுத்துக் கொள்ள வேண்டும். இடமும் உணர்ச்சியும் சட்டென மாறும்போது உடல் நிலை பாதிக்கப்படலாம். நீங்கள் சற்று இளைப்பாறத்தான் வேண்டும். இது என் கட்டளை'' என்றார்.

''ஆமாம்; நான் என் அரண்மனையிலே அதற்கு வேண்டிய ஏற்பாடுகள் செய்திருக்கிறேன். நீராடி, புத்தாடை உடுத்தி, சுவையான உணவு உண்டு இளைப்பாறுங்கள்;

மற்றவற்றைப் பிறகு பேசுவோம்; வாருங்கள் போகலாம்" என்றார்.

மதுராந்தகர் பழுவேட்டரையரை அழைத்து, "இப்பொழுதே யாராவது ஆற்றங்கரை நந்தவனத்திற்குச் சென்றால் நல்லது. நான் ஒரு திருமுகம் அனுப்புகிறேன். தங்கப் பேழையில் இட்டு அதை இளவரசரிடம் அளித்து, என் சார்பல் வேண்டிக் கொள்ள வேண்டும்" என்றார்.

பழுவேட்டரையரும், கண்டரனும் செல்வதாக ஏற்பாடு ஆகியது. அதற்குள் தக்கமுறையில் வரவேற்பு அளிப்பதற்கான திட்டங்களைப் பழுவேட்டரையர் கூறினார். கண்டரன் மதுரனும் பழுவேட்டரையரும் மன்னரின் திருமுகத்துடன் ஆற்றங்கரை நந்தவனத்தை நோக்கிச் சென்றனர். அந்தப் போதில் அருண் மொழி வர்மர் நந்தவனத்தைச் சுற்றிப் பார்த்துவிட்டு அந்த நந்தவனத்தின் ஒரு மூலையில் உள்ள குடிலில் இருந்த மூதாட்டியாரிடம் ஏதோ பேசிக் கொண்டிருந்தார். அந்த மூதாட்டியார், சிவனடியார்தான் அருண்மொழி என்று எப்படி அறிவார்? அந்த மூதாட்டியின் மகனை அருண்மொழி அறிவார். அவன் கைக்கோளப் படையில் வீரனாகப் பணியாற்றி வந்தான். அவர்களுக்குத் தனி இருப்பிடம் உண்டு. எனினும் மூதாட்டியார் அமைதி விரும்பி நந்தவனத்தின் ஒரு பகுதியில் சிறு குடிலமைத்து வாழ்ந்து வந்தார். சிவனடியாரைக் கண்டவுடன் அவளுக்கு மகிழ்வு பொங்கியது. கம்பு மாவினால் ஆன அடையை அப்போதுதான் சுட்டுக்கொண்டிருந்தார். சுடச்சுட இரண்டு அடைகளைக் கீரைக் குழம்பு வார்த்து, மண் மூடியில் பணிவுடன் கொண்டு கொடுத்து ஏற்றுக் கொள்ள வேண்டினாள். அந்த வேளையில் தேவ அமுதமாக அவை தோன்றின. கனிந்து வீழ்ந்த கொய்யாப் பழங்களும், செவ்வாழைப் பழம் இரண்டும் கொணர்ந்தளித்தாள் மூதாட்டி.

"உங்கள் மகன் நலமாக இருக்கிறானா?" என்று சிவனடியார் கேட்டவுடன் மூதாட்டியார் திடுக்கிட்டார். தன் மகனை இவர் தெரிந்து வைத்திருக்கிறாரே! இவர் முற்றும் உணர்ந்தவரோ என்று எண்ணியவுடன் அவர் மீது மூதாட்டிக்குப் பக்தி பெருகியது.

‘‘நலமாகவே இருக்கிறான். கோட்டைக்குள்ளே தன் சகோதரியுடன் குடித்தனமிருக்கிறான். அவன் மட்டும் வாரம் ஒருமுறை என்னைப் பார்த்துப் போகிறான். எனக்கு இந்த நந்தவனத்தை விட்டுப் பிரிய மனமில்லை. என் கணவர் இந்த நந்தவனத்தைத் தன் உயிர்ப்போல் காத்து வந்தார், ஒவ்வொரு பூவும் அவர் அறிவார். ஒவ்வொரு செடியும் அவருக்குத் தெரியும். அப்போது இந்தத் தோட்டம் எவ்வளவு செழிப் போடு இருந்தது? அரச குமாரிகள் வந்து இன்பமாகப் பொழுது போக்குவார்கள். இளையபிராட்டியாருக்கு இந்தத் தோட்டத்தின் மீது உயிர். இங்கு வரும்போதெல்லாம் அவர் என்னை ‘நீலா நீலா’ என்று அன்புடன் அழைக்கும் முறை ஒன்றே போதுமே. தேவியாரைப் பார்த்து எத்தனையோ ஆண்டுகள் ஆகிவிட்டன! இளவரசி வானவன் மாதேவி மட்டும் அன்புக்குச் சளைத்தவளா? அந்தப் பெண் தங்கக் கம்பி! சோழ நாட்டு மக்கள் பெரும் பாக்கியம் செய்தவர்கள். வானவன் மாதேவியாரைப் போன்ற ராணியைப் பெறுவதற்கு அவர்கள் மாதவம் செய்திருக்க வேண்டும். ஆனால் பாவம், இரு பெண்களும் அதிருஷ்ட மற்றவர்கள். இல்லாவிட்டால் வானவன் மாதேவியார் தன் இளவரசரைப் பற்றிய செய்தி ஏதும் அறியாது வாடுவாளா? ஹூம்! அரச குடும்பத்தவர்கள் என்றால் சகல சுகபோகங்களுடன் வாழுபவர்கள் என்று சொல்கிறார்கள். அவர்களுக்குள்ள வேதனையும் தொல்லையும் சாதாரண மக்களுக்குக் கூட இல்லை...’’ என்று பேசிக்கொண்டே போனாள். அருண் மொழியின் உள்ளம் நெகிழ்ந்தது. மூதாட்டியாரின் அன்பு உள்ளங் கண்டு ஆனந்தமடைந்தார். இளவரசர் பதவி, நாடு, நகரம், மாளிகை வாழ்வு எல்லாம் விட்டு இப்படியே குடிசையருகே மணம் கமழும் கம்பு அடையைத் தின்று கொண்டு காலங்கழிக்கலாமே என்றும் தோன்றியது.

அவர் அப்படியெல்லாம் நினைத்துக்கொண்டு அதன்படி சாதாரணப் பிரஜையாக ஆகிவிடப் பழுவேட்டரையர் விட்டு விடுவாரா? ‘கடக் கடக்’ என்று குதிரையின் குளம்படியோசை கேட்டது. கீச் கீச் என்ற பறவை ஒளியும் ஞொய் என்ற வண்டோசையும் மட்டும் நிறைந்திருந்த அந்த நந்தவனத்தில் குதிரைக் குளம்படியோசை புதுச் செய்தியைக் கொண்டு வருவது போன்றிருந்தது.

மூதாட்டியாரும், சிவனடியாரும் திடுக்கிட்டுத் திரும்பிப் பார்த்தனர். பழுவேட்டரையரும், கண்டரனும் குதிரை யினின்று கீழே இறங்கி வந்தனர். அவர்கள் நந்தவனம் முழுமையும் சுற்றிப் பார்த்தும் காணாமல், கடைசியில் அந்த இடத்திலே பேச்சுக் குரல் கேட்கவே அங்கு வந்தனர். பழுவேட்டரையரும் கண்டரன் அமுதனும் மன்னரின் திருமந்திர ஓலையைச் சிவனடியாரிடம் கொடுத்தனர்.

பழுவேட்டரையரும், அருண்மொழியும் மனம்விட்டுப் பேசினர். மதுரன் கண்டரன் கண்களில் நீர் ததும்பி அருண்மொழியிடம் பேசி, அவரை உடனே அரண்மனைக்கு வருமாறு அழைத்தான்.

எல்லாருக்கும் தெரிந்த பிறகு இனியும் மாறுவேடத்தில் இருப்பது உசிதமன்று என்று எண்ணங்கொண்ட அருண் மொழி, வந்தியத்தேவனின் விடுதலையைப்பற்றி அறிந்த வுடன் அரண்மனைக்குத் திரும்ப முடிவு செய்தார். ஆதித்த கரிகாலனைக் கொன்றவரைக் கண்டுபடிக்கும் பணியை வந்தியத் தேவனுடன் சேர்ந்துதான் முடிவு செய்ய வேண்டும்.

தஞ்சை மாநகரமே களிப்பில் மூழ்கியிருந்தது. கடந்த பன்னிரண்டாண்டுகள் காணாத குதூகலம் எங்கும் நிறைந்திருந்தது. வந்தியத்தேவன் விடுதலை, அருண்மொழி நாடு திரும்பி விட்டார் என்று செய்தி ஆகிய இரண்டுமே மக்களுக்கு ஆனந்தத்தை ஊட்டின. நல்ல செய்திகளை அளித்த அந்த நாளை அவர்கள் போற்றினர். பரபரவென்று வீதிகளிலே தோரணங்கள் கட்டியிருந்தனர். மாவிலையும், தென்னங் குருத்தோலையும் காற்றிலே அசைந்தாடின. புலிக்கொடி கம்பீரமாக அசைந்து, இளவரசரை வா வா என்றழைத்தது. வீடுகளின் வாயில்களில் தண்ணீர் தெளித்துக் கோலமிட்டிருந்தனர். அருண்மொழி வரும் வழியிலே அவரைக்காண நகர மக்கள் திரண்டுவந்து வீதியின் இரு மருங்கிலும் நின்றனர். மேன்மாடத்திலும் வீட்டுத் தாழ்வார மேடையிலும் மக்கள் நெருக்கி அடித்துக் கொண்டு அருண் மொழியைக் காண நின்றனர். தங்கள் குழந்தைகளுக்கு இளவரசரின் பெருமையை எடுத்துக் கூறினர். கடைவீதியிலே

வாணிபம் தடைப்பட்டது. வணிகர்கள் இளவரசரைக் காண விரைந்தனர்.

“அதோ வருகிறார்! அதோ வருகிறார்!” என்று மக்கள் ஆரவாரம் செய்தனர். குதிரை மீது ஏறி யாராவது வீரன் ஓடிவந்தால் தொடர்ந்து அருண்மொழி என அந்தத் திக்கை நோக்கினார்.

“அருண்மொழிவர்மர் வாழ்க!”

“இளவரசர் வாழ்க! ”

“நாடு பல சென்று நலனுடன் திரும்பிய இளவரசர் அருண்மொழி வாழ்க வாழ்க!” என்ற வாழ்த்தொலி எங்கும் எழுந்தது. மக்களின் ஆரவாரமும், வாழ்த்தொலியும், நாகைக்கு அருகிலிருந்த கடலே தஞ்சை வீதிக்கு வந்து விட்டதோ என எண்ணத் தோன்றின. குதிரைப் படைகள் அணிவகுத்து வந்தன. குதிரைகள் அசைந்தாடிச் செல்வதற் கேற்ப, அவற்றின் மீது வீரர்கள் குதித்தவாறு கம்பீரமாக அமர்ந்து வந்தனர். புழுதிப் படை வீரர்கள் பெருமையுடன் மார் நிமிர்ந்து வந்தனர். தேரிலேறி முக்கிய அதிகாரிகள் வந்தனர். யானைமீது முரசு ஏற்றி அதை அதிரச் செய்த வண்ணம் வந்தனர். எக்காளம் முழங்கியது; துந்துபி ஒலித்தது; கொம்பும் தாரையும் தப்பட்டையும் முழங்கின.

சோழ நாட்டுப் பட்டத்து யானை முகபடாம் முதலிய அலங்காரங்களுடன் அசைந்தாடி வந்தது. அதன் மீது தங்க அம்பாரி மேல் அருண்மொழி எளிய உடையுடன் இனிய முகத்துடன் அமர்ந்திருந்தார். அவர் முகத்தில் புன்முறுவல் பூத்திருந்தது. அவர் வீதியின் இருபுறங்களிலும் திரும்பிப் பார்த்துக் கையை அசைத்துத் தன் அன்பினை மக்களுக்குத் தெரிவித்த வண்ணம் வந்தார்.

ஊர்வலம் மெல்ல நகர்ந்து அரண்மனை வாயிலை அடைய வெகுநேரம் பிடித்தது. மாலைக் கதிரவனின் கிரணங்கள் மேற்குத் திக்கிலிருந்து வீசி, ஊர்வலத்துக்குத் தனிச் சோபையை ஏற்படுத்தின. அரண்மனை வாயிலில் மன்னர் மதுராந்தகர் சிவிகையில் வீற்றிருந்தார். அவர் மெல்ல மாடத்திலிருந்து கீழிறங்கி அரண்மனை வாயிலுக்கே வந்து

விட்டார். உடல் நோயெல்லாம் நீங்கிவிட்டது போன்ற உணர்ச்சி அவருக்கு. அவரருகே பழுவேட்டரையர் கம்பீரமாக நின்றார். வல்லவரையர் வந்தியத்தேவன் களைப்பு நீங்கி புத்தாடை அணிந்து சிவிகையின் அருகே நின்று கொண்டிருந் தான். மற்றும் அமைச்சர் பிரதானிகள் ஒருபுறமாக நின்றிருந் தனர். மதுரன் கண்டரன் புத்தாடை அணிந்து, திருநீறு நெற்றியில் அணிந்து பளிச்சிட இங்குமங்கும் சென்றவாறிருந் தான். அரண்மனை முன்வாயில் மேன்மாடத்தில் அரசிளங் குமரிகள் குழுமியிருந்தனர். குந்தவை முகத்தில் குதூகலம் கூத்தாட நின்றிருந்தாள். அவளருகே, வானதி. அவள் இதயத்தில் ஏற்பட்ட மகிழ்ச்சி உடலையே ஒருவிதப் படபடப்பு ஏற்படுமாறு செய்தது.

பெரிய பழுவேட்டரையர் மகளுக்கு உடலில் ஒருவிதப் பரபரப்பு. மதுரன் கண்டரனைக் காண்பதும், சற்றுக் கண்களை மூடி மெய்மறந்து ஏதோ யோசிப்பதும், பிறகு ஊர்வலம் கோட்டை வாயிலைக் கடந்துவிட்டதா எனக் காணுவதுமாக இருந்தாள். இன்பவல்லிக்கு வியப்பு தாங்க வில்லை. அவளும் வரப்போகும் இளவரசரை எதிர்பார்த்துக் காத்திருந்தாள். அரச குமாரர்கள் மேல் அவளுக்கு உள்ளூற ஆத்திரமிருப்பினும் அன்றையக் கோலாகலத்திற்குக் காரணமானவரைக் காணும் துடிப்பு அவளுக்கிருந்தது.

இளையபிராட்டியார் குந்தவை தேவியார் மேன்மாடத்தில் இருப்பது வந்தியத்தேவனுக்குத் தெரியும். ஒருமுறை சட்டென்று கண்டுவிட்டான். என்றாலும் மீண்டும் அப்பக்கம் திரும்பாமல் வைராக்கியத்துடன் நின்று கொண்டிருந்தான். மதுரன் கண்டரன் அவன் அருகே வரும்போது உற்சாகமாக ஏதாவது பேசி அவனை நகைக்க வைப்பதும், பிறகு மௌனமாக இளவரசர் வருகையை எதிர்பார்த்து விழியைக் கோட்டை வாயிலிலேயே நிறுத்தி இருப்பதுமாக நின்றிருந் தான்.

பழுவேட்டரையரின் முகத்தில் ஒருவிதச் சலனமும் இல்லை. ஆனால் அவர் இதயத்தில் புரியமுடியாப் படபடப்பு. அவர் அவ்வப்போது பணியாட்களுக்கு ஏதோ உத்தரவிடுவதும், பிறகு மன்னரிடம் பேசுவதுமாக நின்று கொண்டிருந்தார். ஊர்வலம் அரண்மனையை நெருங்கும் ஒலி

பலமாகக் கேட்டது. படைவீரர்கள் இருபுறமும் அணிவகுத்து நின்று விட்டனர். வாத்திய கோஷ்டியினர் தத்தமது இடங்களிலே போய் நின்று கொண்டனர். பன்னீரும், மலர்க் கூடையும், ஆரங்களும் ஏந்தி நின்றோர் ஆயத்தமாயினர். அரண்மனை முரசம் வேகமாக முழங்கியது. எல்லார் கண்களும் யானை மீதிருந்த அருண்மொழியை நோக்கின. மங்கள முழக்கம் எழுந்தது. மாரிபோல் மலர் தூவப்பட்டது. மழைபோல் பன்னீர் தெளிக்கப்பட்டது.

இளவரசர் நடந்து வரப் பாதையில் பட்டுத் துணி விரிக்கப்பட்டது. பட்டத்து யானை மெல்லக் கீழே குனிந்தது. அருண்மொழி யானை மீதிருந்து இறங்கினார்.

மதுரன் கண்டரனும் பழுவேட்டரையரும், வந்தியத் தேவனும் அருண்மொழியின் அருகே சென்றனர். அருண் மொழி ''வந்தியத்தேவா! நலமா?'' என்று கூறியவாறு வந்தியத்தேவனைத் தழுவிக் கொண்டார். வாத்திய ஒலிகளுக் கிடையே, வாழ்த்தொலிகளுக் கிடையே அவர்கள் பேசியது எவர் செவியிலும் விழவில்லை. கோலாகலமாக மக்கள் குதூகல வரவேற்பு நடத்திக் கொண்டிருக்கிற வேளையிலே மேன்மாடத்தில் இன்பவல்லி வைத்த கண் வாங்காமல் அருண்மொழியையே பார்த்துக் கொண்டிருந்தாள். கண்களை மலர விரித்துப் பார்த்தாள். கண்களைக் கசக்கிக் கொண்டு பார்த்தாள். 'இரத்தின வியாபாரி போல் தோன்றுகிறதே' என்ற பரபரப்பான எண்ணம் அவள் உள்ளத்தே எழுந்தது. தன் மார்பு மாலையோடு சேர்த்துத் தொங்கிவிட்டுக் கொண்டிருந்த இரத்தினக் கல் மோதிரத்தை ஒரு தடவை பார்த்துக் கொண்டாள். 'குமரன் வரக் கூவுவாய் குயிலே' என்ற பாடலை அவள் மெல்ல முணுமுணுத்தாள்.

நான்கு பெண்கள் ஆரத்தி சுற்றித் திருஷ்டி கழித்ததையும் அவள் பார்த்தாள். பட்டத்து ராணி லோகமாதேவி நெற்றியில் திலகமிட்டு வரவேற்றதைக் கண்டாள். அருண்மொழி மெல்ல மன்னர் அருகே நடந்து வந்து கொண்டிருந்தார். அவர் உருவம் இன்பவல்லியின் கண்களிலே ஒளி மங்கியும், ஒளி வீசியும் மாறி மாறித் தெரிந்தது. அவள் உடலில் ஒருவிதச் சலனம். தான் இவ்வளவு நாட்கள் தேடிக் கொண்டிருந்த இரத்தின வியாபாரிதான் இங்கு யானை மீது வருகிறாரோ? இத்தனை

கோலாகலமும் அவருக்குத்தானா? 'அருண்மொழி அருண் மொழி' என்று இளையபிராட்டியார் எப்போதும் சொல் கிறாரே, அவர்தான் இவரா? அல்லது அதே முகச்சாடையுள்ள மற்றொருவரா இவர்? இளையபிராட்டியாரை அணுகி ஏதோ கேட்பதற்காக மற்றப் பெண்களை விலக்கியவாறு அவள் வேகமாக வந்து கொண்டிருந்தாள். இன்பவல்லி வேகமாக வருவதையும், பரபரப்படைந்திருப்பதையும் வானதி காணத் தவறவில்லை.

சிறிய பழுவேட்டரையர் இந்தக் கோலாகல வைபவங் களைக் கண்டவாறு நின்று கொண்டிருந்தார். இந்த மாதிரியான வரவேற்பை அவர்தான் ஏற்பாடு செய்திருந்தார். ஆனாலும் அவருக்கு இந்த மங்கல முழக்கமும், வாழ்த்தொலிகளும் ஏனோ பிடிக்கவில்லை. அருண்மொழி கடல் கடந்து சென்று நலமாகத் திரும்பியதில் ஒருபுறம் மகிழ்ச்சி. மற்றொரு புறம் நாட்டு மக்களுக்கு அருண்மொழியிடத்தில், எத்தகைய அன்பு! இவ்வளவு அன்பையும் வைத்துக் கொண்டு பொதுமக்கள் எவ்வாறு அமைதியாக இருந்தனர்! இத்தகைய முறையில் அவர்கள் ஆர்வம் இருக்கும் போது தான் தீட்டும் திட்டங்கள் நிறைவேற வழியுண்டா என்ற எண்ணத்தொடர்.

பழுவேட்டரையர் வைரம் போன்ற உடற்கட்டுப் பெற்றவர்; அதைப் போன்றுதான் அவர் இதயமும், ஒரு பிரச்சனையில் அவர் எடுக்கும் முடிவு மீண்டும் யோசித்துக் குழப்பம் தந்து மனஅமைதியைக் குலைக்காது. அதனால் விளைவு வெற்றியோ தோல்வியோ, இப்படிச் செய்ய வேண்டும் எனும் முடிவு உறுதியுடனிருக்கும். இப்போது அவர் இதயத்தில் ஊஞ்சலைப் போன்ற சலனம். அவரது எண்ணங்கள் ஒவ்வொன்றும் வெவ்வேறு திசையில் சென்று கொண்டிருந்தன. அவரும், அவர் சகோதரர் பெரிய பழுவேட்டரையரும் செய்த முடிவின்படிதான் மதுராந்தக உத்தம சோழ தேவர் அரியணையைக் கண்டரனுக்கு அளிப்பதா, அருண்மொழிக்கு அளிப்பதா, என்ற குழப்பம் அவர் மனத்தில் எழுந்தது. சகோதரர் மகள் பஞ்சவன் மாதேவியை அருண்மொழிக்கு மணம் செய்து கொடுத்து அதன் மூலம் பட்டத்துக்கு வரும் அரச பரம்பரையைத் தன் குடும்பத்தவர் வசமே வைத்துக் கொள்ளலாம் என்று

எண்ணினார். அதனாலேயே பஞ்சவன் மாதேவியைப் பழுவூரிலிருந்து தஞ்சைக்கு வரவழைத்தார். பஞ்சவன் மாதேவியின் மனப்போக்கையும் கவனித்தார். மதுராந்தக சோழ தேவரின் பட்டத்து ராணியின் திருவயிறு உதித்த கண்டரன் அமுதனிடம் பஞ்சவன் மாதேவிக்குப் பற்றிருப்பது கண்ட பழுவேட்டரையர் மனம் மாறியது. கண்டரன் அமுதனுக்குத் தன்மகளை மணம் புரிந்து விட்டால்...? இதிலும் சிறு தொல்லை இருந்தது. இளவரசர் என முடி சூட்டப்பட்டவர் அருண்மொழிவர்மர்; மதுராந்தகருக்குப் பிறகு அவர்தான் சோழ நாட்டு அரியணையில் அமர வேண்டும். மதுராந்தகரின் உண்மையான வாரிசான மதுரன் கண்டரன் நிலை என்ன? பஞ்சவன் மாதேவி அவனை மணப்பதால் பழுவூர்ப் பரம்பரைக்கு என்ன பயன்? அப்படியெனில் கண்டரன் அமுதன் பட்டமேற வேண்டும். அது இயலுமா? தன் திட்டங்கள் சரிவர நடவாமல் போனதற்கு வந்தியத்தேவனைச் சிறையிட்ட சம்பவமே சான்று. இறுதியில் தன் மகள் விருப்பப்படி, மதுரன் கண்டரன் விருப்பப்படி வந்தியத்தேவன் விடுதலைக்கு வழி செய்தோம். பொதுமக்களும், மற்ற அரச குடும்பத்தவர்களும் அருண் மொழியை ஆதரிக்கும்போது தான் மட்டும் வேறுவிதமாக எண்ணுவதால் பலனுண்டா?... பழுவேட்டரையர் குழம்பினார். பலவித ஒலிகளுடன் வெளியே குதூகலம் நிகழும்போது அவருள்ளம் குழப்பத்தாலும், வேதனையாலும் வெந்தது. அதை வெளியில் புலப்படுத்தாமல் அடக்குவதற்கு மிகவும் சிரமப்பட்டார். இவற்றைத் தவிர அவர் மனத்தில் மற்றொரு பரபரப்பும் இருந்து கொண்டிருந்தது. பார்த்திபேந்திர பல்லவன் தன்னிடம் காரசாரமாகப் பேசிவிட்டு விரைந்து சென்றவுடன், அவனது நடவடிக்கைகள் அறிய அனுப்பப்பட்ட ஒற்றர் இன்னும் செய்தியை அனுப்ப வில்லை. பார்த்திபேந்திரன் யாது செய்வான் என்று பழு வேட்டரையருக்குத் தெரியும். ஆனால் உண்மைச் செய்தி அறியாது மேல் நடவடிக்கை எடுப்பதை மிகவும் ரகசியமாக வைத்துக் கொண்டிருந்தார். பார்த்திபேந்திரன் நடவடிக் கையைச் சாதாரணக் கலகமாகக் கொள்ள வேண்டுமேயன்றி, அதைப் போர் எனக் கொள்ளக்கூடாது எனவும் எண்ணினார். அதனாலேயே படை திரட்டக்கூடிய அவர் அவ்விதம் செய்யவில்லை.

முரசம் முழங்கிக் கொண்டிருந்த போது துந்துபி வாத்தியம் நிறைந்திருந்தபோது, குதிரைமீது புலிக்கொடி பிடித்த வீரர்கள் காஞ்சியினின்று வரும் சாலையில் விரைந்து வந்து கொண்டிருந்தனர். அவர்கள் முகங்களிலே பரபரப்பு மிகுந்திருந்தது. வேலுடன் சேர்ந்த புலிக்கொடி ஏந்திய வீரர்கள் அரசாங்க அலுவலில் தூதுவர் பதவி கொண்டவர்கள். அவர்களது அவசரமான வருகை எப்போதும் முக்கியமான செய்தியைக் கொண்டிருக்கும்.

குதிரையிலிருந்து இறங்கிய வீரர்கள் அரண்மனை வாயிலில் நிகழும் கோலாகலத்தைக் கண்டு அயர்ந்து நின்றுவிட்டனர். தாங்கள் கொணர்ந்திருக்கும் அவசரமும் முக்கியமும் நிறைந்த செய்தியைப் பழுவேட்டரையரிடம் எவ்வாறு தெரிவிப்பது என்ற தயக்கத்துடனே மெல்ல நடந்து வந்து கொண்டிருந்த போது பழுவேட்டரையர் அவர்களைக் கண்டுவிட்டார். அவர் விரைந்து அவர்களை நோக்கி வந்தார். இவை எவர் கண்களிலும் படவில்லை. எல்லோரும் அருண்மொழியின் கம்பீரத் தோற்றத்தையும், அழகையும் காண்பதிலேயே இருந்தனர். வல்லவரையன் வந்தியத்தேவன் காணவில்லை. மன்னரும் காணவில்லை. மற்ற முக்கிய அதிகாரிகள் காணவில்லை. ஆனால் இளைய பிராட்டி யாருடைய கண்கள் புலிக்கொடி பிடித்து வந்திறங்கிய வீரர்களையும், அவர்களிடம் பழுவேட்டரையர் விரைந்து சென்றதையும் கண்டன.

அந்தக் 'குதிரை வீரர்கள் கூறிய செய்தி மிக முக்கியமானது தான். இங்கு கோலாகலமாக வரவேற்பு நடந்து கொண்டிருக்கும் போது காஞ்சியை நோக்கிப் பார்த்திபேந்திரனுடைய கலகப் படைகள் முன்னேறிக் கொண்டிருந்தன. திருக்கழுக் குன்றத்துச் சிறைச் சாலையையும், கோவூர்ப் படை வீட்டையும், ஆத்தூர் களஞ்சியத்தையும் காஞ்சிப் பொன் மாளிகையையும் தாக்கிக் கைப்பற்றத் திட்டமிட்ட பார்த்திபேந்திரன் படைகள் ரிஷபக் கொடி பிடித்து அணி வகுத்து ஆயத்தமாயின.

மகேந்திரவதி ஏரிக்கரையருகே மோதும் நீர் அலைக்குப் போட்டியாகப் பல்லவர் படைகள் படையெடுக்கும் ஆர்வத் துடன் மோதி நின்றன. படைகள் குறைவுதானெனினும் வேறு

பல நாட்டுப் படைகள் அவற்றுள் இருந்தன. காஞ்சி மாளிகையின் மீது தவழும் புலிக்கொடியை இறக்கிப் பல்லவக் கொடியை ஏற்றுவதற்கான பெரும் ரிஷபச் சின்னம் பொறிக்கப்பட்ட பட்டுக் கொடியைப் பார்த்திபேந்திரன் அருகேயிருந்த வீரன் தாங்கியிருந்தான். இரண்டு சிவிகைகள் ஆயத்தமாயிருந்தன. ஒரு வேளை குந்தவையை ஏற்றிவர இருக்கலாம்.

காஞ்சியை நோக்கிப் பார்த்திபேந்திரனின் படைகள் முன்னேறுகின்றன என்பதை உணர்ந்த பழுவேட்டரையர் அதை வெளியே தெரிவிக்காமல் பரபரப்பைப் புலப்படுத் தாமல் தன் அருகே நின்ற பழுவூர் நக்கனைக் கூப்பிட்டு அவன் காதுகளில் மட்டும் விழுமாறு, “உடனே வேளக்காரப் படைகளைக் கோட்டை வெளியே அணிவகுத்து நிற்கச் சொல். குதிரைப் படையில் ஒரு பிரிவும் ஆயத்தமாகட்டும். இன்னும் ஒரு சாமப்போதில் அனைவரும் போர்க்கோலத் துடன் புறப்பட வேண்டும். நானும் வந்து சேருகிறேன். வெண்புரவியைக் கவசம்பூட்டி அழைத்துச்செல். அவர் களைத் தொடர ஆயுதவண்டிகளும், போர்க்கலன்களும் சித்தமாகட்டும். படைகளுக்கு நானே தலைமை வகிக்கிறேன். இதைக் காதும் காதும் வைத்தாற்போல் ஏற்பாடு செய்” என்று கூறிவிட்டு அருண்மொழியின் அருகே சென்றார் பழு வேட்டரையர். அருண்மொழியிடம் இந்தச்செய்தியை எப்படிச் சொல்வது? அரண்மனைக்குள் நுழையும் வேளையில் போர்ச்செய்தி கேட்டால் அருண்மொழி ஒருவேளை தானே போர்க்கோலம் கொண்டு விடலாம் வந்தியத்தேவன் அறிந்தால் பார்த்திபேந்திரனை முறியடிக்கத் தானே புறப்படுவதாக முன் வருவான். அதனால் தானொரு வனே அந்தச் சிறு பூச்சியைச் சிறுபடைகளுடன் நசுக்கிவிட முடியும் என்ற துணிவு அவருக்கு இருந்தது. நீண்ட நாளாக உணவின்றி உறையில் கிடந்த அவருடைய உடைவாளுக்கு வேலை அளிக்க அவரது கரம் துடிதுடித்தது.

அரண்மனை வெளி வாயிலிலிருந்து பெரும் வாழ்த் தொலியுடன் அருண்மொழி பல ஆண்டுகளுக்குப் பிறகு மகிழ்ச்சியுடன் உள்ளே நுழைந்து கொண்டிருந்தார். அவரைத் தொடர்ந்து வந்தியத்தேவன் சென்றான். மதுரன் கண்டரன்

சென்றான். மன்னர் மதுராந்தகரை இருவர் மெல்லக் கைலாகு கொடுத்து அழைத்துச் சென்றனர்.

அரண்மனைக்குள் மாலைப்பொழுதின் விளைவால் வெளிச்சம் குறைந்திருந்தாலும் விதிவிதமான விளக்குகளின் ஒப்பனைகளால் சபைமண்டபம் இந்திரலோகம் போல் காட்சி அளித்தது. அண்மையில் அந்த மண்டபம் இத்தகைய குதூகலத்துடனும் கலகலப்புடனும் திகழ்ந்ததில்லை. அருண் மொழியின் வரவால் இளம் ஞாயிறு கண்ட மலர் போல் அந்த மண்டபம் புத்துயிர் பெற்றது. அரண்மனையில் அரசிளங் குமரிகளும், இளைஞர்களும், முதியவர்களும், அதிகாரிகளும், பணியாட்களும் சபை மண்டபத்தில் தங்கள் நெருங்கிய உறவினர்களைக் கண்டுவிட்டது போன்ற மகிழ்ச்சியில் உலவினர்.

அரசரது அழகிய அரியணை எழிலுடன் தோன்றியது. பரம்பரைப் புகழ்பெற்ற அந்த அரியணையில் மன்னர் பரகேசரி மதுராந்தக உத்தமசோழ தேவர் அமர்ந்திருந்தார். சிறு சபையே கூடுவது போன்ற தோற்றம் அப்போது ஏற்பட்டது. பட்டத்து ராணி லோகமாதேவி அவரருகே பெரும் பேறு பெற்றவள் போல் மகிழ்ச்சி முகத்தில் நிலவ அமர்ந்திருந்தாள். பழுவேட்டரையரின் திருக்குமாரத்தி மதுராந்தகரின் மற்றொரு மகிஷிபஞ்சவன் மாதேவி அருகே வீற்றிருந்தாள்.

அந்தப்புரத்திலுள்ள மகளிர் எல்லோரும் அங்கு கூடிநின்றனர். கொடும்பாளூர் பெண் இளவரசி வானவன் மாதேவி புத்தாடை உடுத்தி, குந்தவையும் இளைய பஞ்சவன் மாதேவியும் இருபுறமும் வர, கம்பீரமாக நடந்து வந்து கொண்டிருந்தாள். இடையில் அவள் ஒரேயொரு வார்த்தைதான் கூறினாள். "அக்கா! அதோ பார்த்தீர்களா, வல்லவரையர் வந்தியத்தேவர் பீடத்தில் கம்பீரமாக அமர்ந் திருப்பதை! சிறைச்சாலையில் மிகவும் நலிந்து வாடி இளைத்துப் போயிருந்தாலும், இன்று தங்களைக் காணப் போகிறோமென்ற பேராவலில் அவர் திளைத்திருப்பதும் தெரிகிறதே." இதைக்கேட்டவுடன் குந்தவை அவள் கரங் களை மெல்லக்கிள்ளி, "அடி, போதும். உன்னுடன் வாதிட நான் ஆயத்தமாக இல்லை" என்றாள். இளம்பெண்களின் உள்ளங்கள் இன்பத்தால் நிறைந்திருந்த அந்தப்பொழுதில்

முல்லைத் தீவினின்று வந்த மோகினிப் பெண்ணான இன்பவல்லி அந்தச் சபைக்கு வராமல் அந்தப்புரத்தில் இருள் நிறைந்த பகுதிக்கு சென்று ஏனோ விம்மி அழும் ஓசையை எவரும் அறியவில்லை. இளவரசர் அருண்மொழி தான் இரத்தின வியாபாரி என அவள் அறிந்து கொண்டு விட்டாளோ? அதனால்தான் அவள் இதயம் பிழிய அழு கிறாளோ? கலகலவென்று பேச்சொலியும், சிரிப்பொலியும் நறும் பொருளின் இனிய மணமும், ஆவல் நிறைந்த முகங்களும் எங்கிருந்தோ எழும் மெல்லிய இசை ஒலியும் நிறைந்த சபையில் ஒரு பீடம் மட்டும் ஒருவரும் அமராமல் வரிதே காணப்பட்டது. அருண்மொழியைக் குசலம் விசாரிப் போரும், அவர் கதையை வினவுவோருமாக எல்லாரது கவனமும், இளவரசர் பக்கம் திரும்பியிருந்த அச்சமயத்தில், அந்தப் பீடத்துக்கு உரிய பழுவூர் சிற்றரசரும், பரம்பரையாக சோழ நாட்டின் உயர்வுக்கு உழைப்பவரும், வேளக்காரப் படையின் தலைவரும், தஞ்சைக் கோட்டைத் தளபதியும், சோழநாட்டுத் தனாதிகாரியுமான சிறிய பழுவேட்டரையர் கோட்டையின் வெளியே வெண்புரவி ஏறி வெகு வேகமாய்ப் படைத் தலைமை ஏற்றுச் சென்று கொண்டிருந்தார்.

அன்று காலையில் களிப்புடன் சோழ நாட்டிற்கு நல்ல செய்திகள் பல அளிப்பதற்காக எழுந்த கதிரவன் மேற்குத் திசையின் அடிவானத்து அரண்மனைக்குள் மெல்ல நுழைந்து கொண்டிருந்தான். தகதகவென்று வட்ட வடிவமாகக் காய்ச்சிய இரும்புக் குழம்புபோல் தோன்றிய கதிரவனை மேகக் கூட்டங்கள் மறைக்க முயன்று கொண்டிருந்தன. மறையும் கதிரவனின் செந்நிற ஒளிபட்டதால் செம்மைக் குழம்பில் குளித்தனபோல் மேகங்கள் தோன்றின. அந்தக் காட்சி, காஞ்சியருகே நடக்க இருந்த போர்க்களத்தின் ஓவியத்தை வானத்திரைச் சீலையில் கால ஓவியன் தீட்டியிருந்தது போல் தோன்றியது.

தஞ்சை தளிக்குளத்துச் சிறுகோயிலில் சந்தியா கால பூசை மணி ஓசை மெல்ல எழுந்து, எங்கும் பரவியது.

(முதல் பாகம் முற்றும்)

நந்திபுரத்து நாயகி

இரண்டாம் பாகம்
காதல் சிகரம்

அத்தியாயம் 1

காளாமுகரின் புதுக் கருத்து

செந்திலாண்டவனின் திருக் கரங்களில் தவழும் வடிவேலினைப் போன்று கூர்மையான வேல்கள் பாண்டிய வீரர்கள் கரங்களில் மிளிர்ந்தன. தீவர்த்தியின் ஒளியில் பளபளக்கும் அந்த வேல்கள் மாற்றார் குருதியைச் சுவைக்கத் துடிப்பதுபோல் காட்சியளித்தன. எஃகினால் ஆகிய கேடயங்கள் ஒரு புறம் மலைபோல் குவிந்திருந்தன. வீரர் களின் இடையில் வாள்கள் வெளியே வரத் துடிதுடித்துக் கொண்டிருந்தன. மார்பைத் தாக்கும் வேலையும் தாங்கும் உறுதிபடைத்த கவசங்கள் வீரர்களின் மன உறுதியைப் புலப்படுத்திக் கொண்டிருந்தன. அகன்ற மார்பு படைத்த இவ்வீரர்களின் திண்தோள்கள் தங்கள் தாய்நாட்டைக் காக்கப் போரிடத் தினவெடுத்துத் துடித்துக் கொண்டிருந்தன. நெடுநாள் எதிர்பார்த்த போர் வரப் போகிறது.

அணிவகுத்து நின்ற வீரர்களைச் சரிபார்த்து ஆங்காங்கே சிற்சில கருத்துகளைக் கூறியவாறு, ஆபத்துதவிப் படையின் தலைவன் செழியன் பேரரையன், அமரபுஜங்க பாண்டிய னுடன் நடந்து வந்து கொண்டிருந்தான். அமரபுஜங்கன் தன் கூர்மையான கண்களை அந்த வீரர்களை நோக்கி வீசி வந்தது, அவர்களுடைய பலத்தை ஆராய்வது போலிருந்தது.

''காளிங்கா! நீ ஒருவனே போதுமே! உன் பிரிவுப் படையில் இவ்வளவு பேர் வேண்டுமா?'' என்று அமர புஜங்கன் அணி வகுத்து நின்ற ஒரு வீரனைப் பார்த்துக் கேட்டான்.

காளிங்கன் ஒன்றும் பேசவில்லை. ஒன்றும் பேசக் கூடா தென்பது அணிவகுத்து நிற்கும்போது கடைப்படிக்க வேண்டிய மரபு. மன்னரின் புகழ்ச்சியை ஏற்று

மரியாதையாகப் புன்னகை புரிந்தான். தலைதாழ்த்தாது மார்பு முன்னுக்குவர, நிமிர்ந்து நின்ற அவன் முகத்தில் தனிக் கம்பீரம் இருந்தது.

"காளிங்கன் குணம் தங்களுக்குத் தெரியாதா? மதுரையை மீட்டு மன்னரின் மகுடத்தை மீண்டும் பெறும் முயற்சியில் தான் ஒருவனே பெயர் பெற்றுவிடக் கூடாது என்று நல்ல எண்ணம் அவனுக்கு" என்று கூறிச் சிரித்தான் செழியன். நகைச்சுவை ததும்பி அவன் அவ்வப்போது பேசினாலும் கண்டிப்பு மாறாத குணமுடையவன்.

வரிசை வரிசையாக நின்று கொண்டிருந்த படைகளைப் பார்த்து வெளியே களிப்படைந்தாலும், அமரபுஜங்கன் உள்ளத்தில் சிறிது சந்தேகமிருக்கத்தான் செய்தது. மதுரையை மீட்க இந்தப் படைகளின் எண்ணிக்கை போதுமா எனும் கவலையும் அவனுக்கு இல்லாமலில்லை. ஆனால், மதுரை யினின்று வந்த ஒற்றர்கள் கூற்றின்படி, நூறுபேர் வந்து தாக்கி னால்கூட எதிர்த்துப் போரிடச் சோழர் படைகள் அங்கில்லை என்பதை அமரபுஜங்கன் தெரிந்துதான் வைத்திருந்தான். மதுரையை மீட்டுவிடுவது எளிது; ஆனால் தோற்றோடிய சோழர்படைகளைத் தொடர்ந்து தஞ்சையினின்று மேலும் படைகள் அலையலையாய் வரமாட்டா என்பது என்ன நிச்சயம்? எந்தச் சமயத்திலும் கண்ணை இமை காப்பதுபோல் எல்லையில் பெரும் படைகளைக் கொண்டு காத்திருக்க வேண்டும். இப்போது மதுரையை நோக்கிச் செல்லச் சேர நாட்டுப் படைகளின் உதவி வேண்டாமே. பிறகு வேண்டு மானால் சோழ நாட்டின் மீது தொடர்ந்து படையெடுத்துச் செல்வதற்குச் சேர மன்னனின் படையைப் பயன் படுத்து வோம் என்றும் எண்ணினான். இரண்டு விதக் குழப்பங்கள் அவன் உள்ளத்தில் புகுந்து சிந்தனையைக் கலைத்தன. வீரர்களின் அணிவகுப்பைப் பார்த்து முடிந்தபின், அவன் தலைவியின் இருப்பிடம் நோக்கி விரைந்தான்.

அணிவகுத்து நின்ற படையினரைப் பலகணியின் வழியாய்க் கண்டவாறிருந்தாள் தலைவி. மங்கிய நில வொளியில் தீவர்த்தியின் வெளிச்சத்தில், மின்னும் வேலு டனே உயர்த்திய வாளுடனே நிற்கும் உண்மை வீரர்களின் தோற்றம். அவளுள்ளத்தில் பெரும் பரபரப்பை ஏற்படுத்

தியது. இதுவரை எந்த ஒரு மகத்தான செயலுக்காக அவள் அந்தக் கானகத்தில் தங்கியிருந்தாளோ, அந்தச் செயல் நிறை வேறுங்காலம் நெருங்கி விட்டதற்கான ஆரம்ப வாயிலை அவள் கண்டாள். தன் சொல்லுக்குக் கட்டுப்பட்டு, இம்மா பெரும் பணியை முடிக்க இத்தனை ஆண்டுகளையும் கழித்த வீரர்களை அவள் புகழ்ந்து பாராட்டினாள்.

அந்தக் காட்டிற்குப் பல ஆண்டுகளுக்கு முன்னர் தான் குதிரை மீதேறி ஆத்திரத்துடனும் பழிவாங்கும் எண்ணத் துடனும் வந்து சேர்ந்ததை அவள் மறந்துவிடவில்லை. அப்பொழுது ஆனைமலைக் காட்டின் பயங்கரம் அஞ்சா நெஞ்சினரையே திகைக்க வைக்கும். அவள் துணிந்து காட்டில் வாழத் தீர்மானித்தாள். எரிமலை போன்று குமுறிக் கொண்டிருந்த அவள் இதயத்திற்குக் காட்டின் அமைதி தண்மையை அளித்தது. ரவிதாசன் போன்ற பாண்டியனின் ஆபத்துதவிகளும் அமரபுஜங்கனுடன் வந்து சேர்ந்தனர். அமரபுஜங்கன் அப்போது எட்டு வயதுப் பாலகன்; அரண்மனையில் தாதிகள் புடைசூழ வாழ வேண்டியவன். பஞ்சணை மெத்தையில் படுத்துறங்க வேண்டியவன். அவனை வளர்த்துப் பெரியவனாக்கி அரச குமாரனுக் குண்டான பண்பும், பாசமும், அறிவும், ஆற்றலும் உள்ள வனாக்கி, மதுரை அரியணையில் அவனை ஏற்ற வேண்டிய பெரும் பொறுப்பு அவளுக்கு ஏற்பட்டது.

காட்டிலே வாழ்வது சில காலத்திற்கு மிகவும் கடினமாக இருந்தது. சோழ வீரர்களின் கண்களுக்குத் தெரியாமல் வசிக்க வேண்டியிருந்தது. கொடிய பிராணிகளுடனும், மிகக் கொடிய ஜந்துக்களுடனும் போராட வேண்டி நேர்ந்தது. ரவி தாசனையும், செழியன் பேரரையனையும் தவிர, மற்ற ஆபத்துதவிகள் கடுங் காய்ச்சலால் இறந்தனர். இத்தகைய கொடுந் துன்பங்கள் தலைவியின் இதயத்தைக் கலக்கிட வில்லை. நாளுக்கு நாள் அவளுடைய மென்மையான இதயம் கடினமாகி வந்தது. பழி வாங்கும் உறுதி பலப்பட்டு வந்தது. ஆனால், அந்த உறுதியிலே பயங்கரமில்லை. அந்த உறுதி யிலே கொடும் குணமில்லை. பாண்டிய நாட்டை மீட்டு அமரபுஜங்கனை அரியணையில் அமர்த்தும் ஒரே எண்ணம் மட்டுமே இருந்ததால், அவளுக்கு அடுத்த நாட்டு

அரசியலிலும், அதிக அக்கறை ஏற்படவில்லை. நாளாக ஆகப் பாண்டிய நாட்டின் பல பகுதிகளிலிருந்து உண்மை ஊழியர்கள் ஆனைமலைக் காட்டை வந்தடைந்தனர். போர் வீரர் பரம்பரையினர் வந்து சேர்ந்தனர்.

காட்டையே தங்கள் வாழிடமாகக் கொண்ட சமணத் துறவிகள் பலர் அவ்வப்போது வந்தனர். அவர்கள் அமர புஜங்கனுக்குக் கல்வி அறிவு போதித்தனர். அந்த இடத்திற்கு வரும் ஒவ்வொருவரையும் கடுமையான சோதனைக்கு உட்படுத்தியே தான் அவள் அங்கு தங்கியிருக்க அனுமதித்தாள். தன் உருவத்தை வெளியில் காட்டவே இல்லை. தன் உருவத்தை எவரும் அறியமுற்படாதவாறு கண்டிப்புடன் வாழ்ந்து வந்தாள்.

அமரபுஜங்கன் மட்டுமே அந்தச் சிறு குடிலுக்குள் வாழ்ந்து வந்தான். இலட்சிய வெற்றிக்குப் பாடுபட்ட ஆபத்துதவிகள் அனைவரும் அவளுடைய கட்டளையைத் தலையாய கட்டளையாய்க் கொண்டு நிறைவேற்றினர்.

ரவிதாசன் தலைவியைத் தொடக்கத்தில் சந்தேகித்தது உண்டு. ஆனால், அவளுடைய ஆற்றலை உணர்ந்த அவனும் மற்றவரைப் போன்று அவள் கட்டளைகளை ஏற்று, அவள் திட்டத்தை மதித்து நடந்து வந்தான். பல நாட்கள் அவன் ஆனைமலைக் காடுகள் பக்கமே திரும்பாமல் அலைந்து கொண்டிருப்பான். இரவும், பகலும், மழையும், வெயிலும், காடும், மேடும், முள்ளும் புதரும் அவனுக்குச் சமம்தான். ஒரே குறிக்கோள் கொண்டவனாயினும் அவனுக்குச் சில நாட்களாகத் தலைவியின் திட்டத்தில் நம்பக்கைக் குறைவு ஏற்பட்டது.

தலைவி அவற்றை அறியாமலில்லை. ரவிதாசனின் மனப் போக்கு அவளுக்குப் பிடிக்கவில்லை. கோழை போன்று மறைந்திருந்து சோழவர்க்கத்தையே நிர்மூலமாக்குவதற்கு அவள் ஒப்பவில்லை. கடைசியாக அவனுடைய திட்டத்தைக் கேட்டுத் தலைவி சம்மதம் தெரிவிக்கவில்லை. அதனுடன் அவன் நெருங்கிப் பழகும் காளாமுகர் பேரிலும் அவளுக்கு நம்பிக்கை இல்லை. சோழர்களிடம் வெறுப்புப் பூண்டவர் போல் நடிக்கும் அவரால், என்றைக்கும் பாண்டியர்களுக்கு

ஆபத்து என்ற திடமுடிவுடன் இருந்தாள். அவள் முடிவை எளிதில் ரவிதாசன் நம்பமாட்டான் என்பதும் அவளறிவாள். அவனுடைய திட்டத்திற்கு ஆதரவாக இருக்கும் காளாமுகர் மீது அவன் ஒரு நாளும் சந்தேகம் கொண்டுவிட மாட்டான் என்பதும் அவளுக்குத் தெரியும். கடைசியாக, காட்டிற் குள்ளே வந்துவிட்ட காளாமுகரையும், பரமேச்வரனையும் ரவிதாசன் சந்திக்கவொட்டாமல் திட்டம் தீட்டினாள். என்ன பயன்? காளாமுகர் ஒரு மாயாவியா? மறுநாள் காலையே அந்தக் காட்டினின்று மறைந்து விட்டாரே. அவருடன் ரவிதாசனையும் காணவில்லை. இப்போது அமரபுஜங்கன் ரவிதாசனைத் தேடுவான்.

"தாயே, ரவிதாசன் எங்கே?" என்று கேட்பான் அமர புஜங்கன். அமரபுஜங்கன் ரவிதாசனைப் பற்றி வினவுவான் என்பது தலைவிக்குத் தெரியும். ஆபத்துதவிகள் படையில் முதன்மை இடம் கொண்டவனன்றோ ரவிதாசன்? சோழ நாட்டில் எதிரிகள் நடுவே நடமாடிப் பல செயல்களை முடித்தவனன்றோ அவன்!

காளாமுகரும், பரமேச்வரனும் வந்த அன்று, அவர்களைச் சந்திப்பதற்குத் தலைவி தடைவிதித்திருந்தாளன்றோ? ரவிதாசன் அவர்கள் தங்கியிருந்த குடிலுக்குச் சற்றுத் தொலை விலுள்ள மரத்தடியில் சிந்தனையிலாழ்ந்த வண்ணம் கண்ண யர்ந்தான். தலைவியின் மீது அவனுக்கு ஒரு கணம் கோபம் வந்தது. மற்றொரு கணம் சோழ வம்சத்தைப் பூண்டோடு நசுக்குவதற்குத் தடையாகத் தலைவி ஏனிருக்கிறாள் என்ற ஐயமும் அவனுக்கு எழுந்தது. எனினும், தனக்கும் தடை விதிக்கும் அளவுக்குப் புதிய நிலை உருவாகிவிட்டதென்றால், இனி இந்த இடத்தில் இருப்பதால் பலனில்லை என எண்ணினான்.

பொழுது புலரச் சில நாழிகைகள் இருக்க வேண்டும். தன்னை யாரோ தட்டி எழுப்புவது போன்ற உணர்ச்சி ஏற்படவே ரவிதாசன் துள்ளி எழுந்தான். புதரின் மறைவில் ஓர் உருவம் தெரிந்தது. அது காளாமுகருடையதாகத் தானிருக்க வேண்டும்; ரவிதாசனைத் தன்னுடன் வருமாறு சைகை செய்தது அந்த உருவம். காட்டின் கொடி வழிகளின் வழியே புகுந்தும் நெளிந்தும், குனிந்தும் செல்வதைக்கண்ட

ரவிதாசனே வியப்பில் ஆழ்ந்தான். காளாமுகருக்கு அந்தக் காட்டின் ஒவ்வொரு பகுதியும் மனப்பாடமா? காவல் வீரர்களுக்குத் தெரியாமல் அவர் எப்படித் தன்னை எழுப்பினார் என்பதெல்லாம் அவனுக்கு வியப்பாக இருந்தது. அவனைப் பேசவிடாமல் சைகை செய்த காளாமுகர் வேகமாகச் சென்று கொண்டிருந்தார். குறிப்பிட்ட இடத்தில் பரமேச்வரனும் நின்று கொண்டிருந்தான். ரவிதாசன் அடைந்த வியப்புக்கு எல்லையில்லை. மந்திர தந்திரம் அறிந்தவனென்று அவனைக் கூறுவார்கள். காளாமுகர் அவனையும் வென்று விட்டாரே! காளாமுகர் மீது உள்ள நம்பக்கை அவனுக்கு உயர்ந்தது. பருத்த உடலையும் தாங்கிக் கொண்டு வயதின் நிலையையும் பொருட்படுத்தாமல் அவர் பாறைகளைத் தாண்டியும் புதர்களை விலக்கியும் தாழ்ந்த கிளைகளில் குனிந்தும் சென்ற நிலை கண்டு அவனுக்கு அவர்மீது மதிப்பு உயர்ந்தது.

கடைசியில் கீழ்வானத்தில் கதிரவன் பொன்னொளி வீசிப் புறப்பட்டபோது, சலசலவென்று ஓடும் காட்டாறு ஒன்றின் கரைக்கு வந்து சேர்ந்தனர். பரமேச்வரனுக்கு அந்தக் குளிர் வேளையிலும் உடல் வியர்த்து விட்டிருந்தது. அவன் தஞ்சையைத் தவிர வேறெங்கும் சென்றறியாதவன். இது போன்று விரைந்து நடந்ததனால் அவனுக்கு உடல் வியர்த்திருக்கலாம். அல்லது சில நாட்களாக எப்படி ஆகுமோ என்று எதிர்பாராதவை நடப்பதால் ஏற்பட்ட நடுக்கத்தால் அவனுடலில் வியர்வை ஆறு பெருகியிருக்கலாம்.

"சாமி! இன்னும் எவ்வளவு தொலைவு நாம் நடக்க வேண்டும்?" என்று பரமேச்வரன் கேட்டான்.

"ஜெய் மகாதேவ்" என்று கூறிய காளாமுகர், ரவிதாசனை நோக்கி நகைத்து, "அபாய எல்லையைத் தாண்டும் வரை!" என்றார்.

"அபாய எல்லையை எப்போது தாண்டுவோம்?" என்று கேட்டான் பரமேச்வரன், மேல் மூச்சு வாங்க.

"எந்த அபாயத்தைக் கூறுகிறீர்கள் சாமி?" என்று கேட்டான் ரவிதாசன். உண்மையிலேயே அவன் தெரிந்து கொள்வதற்காகத் தான் கேட்டான்.

காளாமுகர் மீண்டும் நகைத்தார். "ரவிதாசா! எந்த ஆபத்து என்று உனக்குத் தெரியாதா? ஆபத்துடனேயே எப்போதும் உறவாடும் உனக்கு நான் சொல்ல வேண்டுமா?" என்று கேட்டார்.

ரவிதாசன் பயமும், பக்தியும் நிறைந்த குரலில் பேசினான். இதற்கு முன்பு இப்படிப்பட்ட வார்த்தைகளை அவன் கேட்டிருந்தால் கடகடவென்று நகைத்திருப்பான். அவன் விழிகளும் சிரிப்புக்கு ஏற்றவகையில் சிவக்கும். இப்போது அவனுக்கு இன்னது செய்வதென்று தெரியவில்லை. 'ஆனை மலைக் காட்டைவிட்டு யாரும் அறியாமல் புறப்பட்டாகி விட்டது. தலைவியின் உதவியும் யோசனையும் இனிக் கிடைக்காது. தன் எண்ணங்களை நிறைவேற்றக் காளாமுகர் உதவிதான் வேண்டும்; அவர் உதவுவாரா! ஆபத்தான பகுதி என்று அவர் கூறுகிறாரே, அவர் எதைச் சொல்கிறார்?' உண்மையில் அவன் அறிந்து கொள்ள விரும்பினான்.

"சாமி, உண்மையில் எனக்குத் தெரியவில்லை; சொல்லுங்கள்" என்றான்.

"இதோ இந்தக் காட்டாற்றைத் தாண்டிவிட்டால் தலைவியின் வீரர்கள் வந்து உங்களைப் பிடித்துவிட முடியாது. இனி நாம் சோழநாட்டில் நுழையலாம்" காளாமுகர்.

"சோழ நாட்டிலா?" என்று பரமேச்வரன் திடுக்கிட்டுக் கேட்டான்.

"ஆம்! சோழநாட்டில் தானே இனி உன் வேலைகள் எல்லாம் ரவிதாசா?" என்று கேட்டார் காளாமுகர். ரவிதாசன் தலையை அசைத்தானே தவிர, அவனால் பேச முடிய வில்லை.

"ரவிதாசா ஏன் மௌனமாகி விட்டாய்? சரி சரி; நாம் ஆற்றைக் கடந்தவுடன் இளைப்பாறிவிட்டுப் பேசுவோம்" என்றார்.

காட்டாற்றில் தண்ணீர் குறைவாகத்தான் ஓடிக் கொண் டிருந்தது. இடையிடையே உள்ள சிறு சிறு பாறைகளின் மீது

காலை மெல்ல ஊன்றியவாறு அந்தப் பாறையில் அவர் எப்படி லாகவமாகக் கால்களை ஊன்றிச் சென்றார் என்பது ரவிதாசனுக்கு வியப்பாக இருந்தது. காளாமுகர் மந்திர சக்தி படைத்தவரோ என எண்ணினான்.

விசாலமான புல்வெளி ஒன்றிற்கு அவர்கள் வந்து சேர்ந்தார்கள். புல்வெளியைச் சுற்றி மரங்கள் நிறைந்திருந்தன. நெல்லி மரமும், மாதுளை மரமும், கொய்யா மரமும் செழித்து வளர்ந்திருந்தன. ஒவ்வொரு மரத்திலும் பழங்களும் காய்களும் குலுங்கிய வண்ணமிருந்தன. காளாமுகர் மரங்களினருகே சென்று, கைத்தடியால் நெல்லிக் காயையும், மாதுளையையும், கொய்யாவையும் தட்டி உதிர்த்து எடுத்து வந்து கீழே பரப்பி, அந்த இடத்தில் தானும் அமர்ந்து மற்றவர்களையும் அமரச் சொன்னார்.

"இங்கிருந்து வெகு தொலைவிற்கு எந்த ஊரும் இல்லை என நினைக்கிறேன். இருந்திருந்தால் இந்த மரங்களில் இப்படித் தன்னிச்சையாகப் பழங்கள் நிறைந்திருக்க விடுவார்களா?" என்று காளாமுகர் பேச்சைத் தொடங்கி, பரமேசுவரனுக்கும் ரவிதாசனுக்கும் பழங்களைக் கொடுத்து, "உம். ஆகட்டும்; உங்கள் பயத்தை விட்டுச் சற்றுக் கோபத்தைப் பழங்களிடம் காட்டுங்கள். சம்ஹாரம் செய்யுங்கள். இவற்றைச் சோழ அரச பரம்பரையினர் என எண்ணி நசுக்குங்கள்!" என்றார். மாதுளையை ரவிதாசனிடம் நீட்டினார்.

"மாதுளை இருக்கிறதே ரவிதாசா. அது உடலில் புது ரத்தத்தை ஊட்டும். அத்துடன் வயிற்றுச் சங்கடங்களைப் போக்கும்" என்றார்.

ரவிதாசன் காளாமுகரையே உற்று நோக்கியவாறிருந்தான். அவனுக்கு நல்ல பசி. ஆனால், பரபரப்பான காரியங்கள் நடைபெறும் போது பசி என்ன செய்யும்? காளாமுகர் வேளை அறிந்து பழங்களைக் கொண்டு வந்து கொடுத்ததைக் கண்டு, மெல்லக் கொய்யாப் பழத்தை எடுத்துக் கடிக்கலானான். பரமேச்வரனோ கொய்யாப் பழத்தை நசுக்கி விதைகளை எடுத்து விட்டு உண்ணலானான்.

"ரவிதாசா! ஆபத்துதவிப் படைகளில் சேர்ந்த பிறகு உன் குலதர்மத்தையே நீ விட்டு விட்டாயல்லவா! எச்சில், தீட்டு

எல்லாம் உனக்கு நண்பர்களாகி விட்டனவல்லவா?" என்றார் காளாமுகர் நகைத்தபடி. ரவிதாசன் அமணர் குடிப்பிறந்த அந்தணன். அமணர்களின் உயிரை நேசிக்கும் அன்பு நெறியும், அந்தணர்களின் ஒழுக்கமும் அவனிடமிருந்து மறைந்து பலகாலமாகி விட்டது. அவன் உடலில் ஷத்ரிய வேகம்தான் துள்ளி நின்றது. ஆனால், பரமேச்வரன் செய்கையில் தீமை இருந்தாலும் அவன் மத தர்மத்தை விடவில்லை.

"சாமி! இப்போது மதத்தையும் குலத்தையும் பற்றி ஏன் பேசுகிறீர்கள்? காரியம் என்று எடுத்தால் மறந்துவிட வேண்டியதுதான். தங்களைத்தான் எடுத்துக் கொள்ளுங்களேன். தாங்கள் எந்தத் தர்மத்தையும் இப்போது கடைப்பிடிப்பதாகத் தெரியவில்லையே" என்றான்.

காளாமுகர் குலுங்கக் குலுங்க நகைத்தார். அவன் கூறியதை அவர் ஆமோதிக்கவும் இல்லை. எதிர்க்கவும் இல்லை. ரவி தாசன் சும்மாயிருக்கவில்லை. "சாமி, இப்போது எதற்கு என் குலத்தையும் குடியையும் இங்கு இழுக்கிறீர்கள்? என்னால் அந்தத் தூய மதத்திற்கு இழுக்குக் கற்பிக்கப் பார்க்கிறீர்களா? பாண்டிய சேவையை ஏற்று உயிரையும் உடலையும் தியாகம் செய்யத் தீர்மானித்த பிறகு எனக்குச் சமய நம்பிக்கையும், குல நம்பிக்கையும் அற்று விட்டன சாமி! அதெல்லாம் இப்போது எதற்கு? சோழ நாட்டெல்லையில் எங்களை உட்கார வைத்துவிட்டு கனியைக் கொடுத்துப் பசியைப் போக்கினீர். பயத்தைப் போக்கினீரா?" ரவிதாசனின் குரலில் உறுதி இருந்தது. பரமேச்வரன் அங்குள்ளவற்றைத் தீர்ப்பதிலும், ஒன்றிரண்டு எடுத்து ஆடையில் முடிந்து கொள்வதிலும், கருமமே கண்ணா இருந்தான்.

"பயமா ரவிதாசா? உனக்கா? உன் உள்ளத்தில் பயம் இருந்தால் இப்போதே கூறிவிடு. நான் என் வழியே போகிறேன். எனக்கு ஆகவேண்டியது ஒன்றுமில்லை. குடகு மலைச் சாரலுக்குப் போய் அமைதியாய் என் காலத்தைக் கழிப்பேன். உன் திட்டங்களுக்கும் எண்ணங்களுக்கும் தலைவி உடன்பாடு தெரிவிக்கவில்லையே. அதை நாமாவது நிறைவேற்றுவோம் என்பதற்காகவே, இவ்வளவு தொலைவு

அழைத்து வந்தேன்...'' என்று கூறி எழுந்திருப்பது போல் பாவனை செய்தார்.

ரவிதாசன் திடுக்கிட்டான். தஞ்சை அரண்மனையிலுள்ள அரச பரம்பரையினர் அனைவரையும் கொன்று விட்டால் தான் பாண்டியப் பேரரசு நிலைக்கும் எனும் அவனுடைய எண்ணத்தைத் தலைவி ஒப்புக் கொள்ளாவிட்டாலும் காளா முகரே அதை நிறைவேற்ற வருகிறார் என்றால், அவன் அந்தச் சந்தர்ப்பத்தை நழுவ விட்டுவிடுவானோ!

''சாமி, சாமி! கோபப்படாதீர்கள். என் எண்ணங்கள் நிறைவேறாமல் போய்விடுமோ, சோழநாட்டில் அகப்பட்டுக் கொண்டு விடுவோமோ, என்ற அச்சத்தால் தான் அப்படிக் கேட்டேன். உங்களை நம்பித்தானே இப்போது நானிருக்கி றேன்? சொல்லுங்கள் சாமி; நான் அப்படியே செய்கிறேன். என் சகோதரனும் அப்படியே செய்வான். ஆனால், சோமன் சாம்பவன் நிலைதான் என்ன ஆனதென்று தெரியவில்லை. அவன் இன்னும் வந்து சேரவில்லை. செலவுக்கு என்று பொன்நாணயங்கள் எதையும் வைத்திராமல் எல்லா வற்றையும் தலைவியிடம் செலுத்தி விட்டேன்...'' என்றான். அவன் குரலில் கவலை நிறைந்த தழுதழுப்பு இருந்தது.

காளாமுகர் அவன் முதுகைத் தடவி, ''ரவிதாசா! கவலைப் படாதே. எல்லாப் பொன்னையுமா ஆனைமலைக் காட்டில் கொண்டு சேர்த்துவிட்டாய்? வெகுளி நீ! உன்னுடைய பிற்காலத்துக்கென ஏதாவது சேர்க்க வேண்டாமா?'' என்றார்.

பரமேச்வரன் குறுக்கிட்டு, ''நல்லவேளையாக ஏதோ சொற்பம் சேர்த்திருக்கிறோம். நஞ்சை, புஞ்சை நிலங்களாக வாங்கி வைத்திருக்கிறோம்'' என்றான்.

''ஆகா, ரவிதாசா! உன் சகோதரன் மிகக் கெட்டிக்காரன், இல்லாவிடில் பழுவேட்டரையரின் கண்களில் மண்ணைத் தூவிப் பொற்கட்டிகளாக வெளியே அனுப்பி இருப்பானா? சாமர்த்தியமாகச் சொத்துச் சேர்த்திருப்பானா? எங்கே நிலம் வாங்கியிருக்கிறீர்கள்?'' என்று கேட்டார் காளாமுகர்.

''காட்டு மன்னார் கோயில் அருகில். அதிலிருந்து வரும் வருவாயைக் கொண்டு, என் எண்ணத்தை நிறைவேற்றிக் கொள்ளப் போகிறேன். என் காரியம் வெற்றியடைந்த பிறகு

தலைவி பாராட்டுவாள். அமரபுஜங்க பாண்டியர் ஆனந்த மடைவார். அப்போது தான் சொல்வேன்: 'பேரரசே! என் பணி முடிந்து விட்டது!' என்று ஒரே வார்த்தை கூறிவிட்டுப் புறப்பட்டு விடுவேன்.''

''எங்கு?''

''தங்களுடன் குடகுமலைச் சாரலுக்கு. நானும் உங்கள் மதத்தில் சேர்ந்துவிடுவேன்.''

''மத நம்பிக்கையற்ற நீயா பேசுகிறாய்? அது போகட்டும். வெயில் ஏறுமுன் நாம் பயணத்தைத் தொடங்குவோம். பேசிக் கொண்டே போவோம்'' என்றார் காளாமுகர்.

அன்று மாலைப்பொழுதில், அவர்கள் கிராமமொன்றை அடைந்தனர். ரவிதாசனும், பரமேச்வரனும் செய்ய வேண்டிய திட்டங்கள் அனைத்தும் பேசி முடிவு செய்யப் பட்டன. ரவிதாசனும், பரமேச்வரனும் மாறுவேடத்தில் தஞ்சையிலும், நந்திபுரத்திலும் உலவித் தக்க தருணத்தை எதிர்பார்த்திருப்பது என்ற முடிவுக்கு வந்தனர்.

''மதுரையில் அமரபுஜங்கனுடைய படைகள் நுழையும் போது, நீங்கள் உங்கள் திட்டத்தை முடித்து விட்டால், பிறகு பாண்டியப் பேரரசை வீழ்த்த ஆள் இனிப் பிறக்க வேண்டும். மண்ணியாற்றங்கரையில் திருப்புறம்பியத்தில் உங்கள் மூதாதையரான பாண்டியர்களைக் கொன்றுதான் விசயாலயன் சோழ சாம்ராஜ்யத்தை நிறுவினான், தெரியுமா?'' என்று கேட்டார் காளாமுகர்.

''அது மட்டுமா? சேவூரிலே எங்கள் அரசர் வீர பாண்டியனை, நிராயுதபாணியாயிருந்தவரைக் கண்டதுண்ட மாக வெட்டினவனும் சோழன்தான் சாமி'' என்றான் ரவிதாசன்.

''சோர்வடையும் போது இவற்றை நினைத்துக் கொண்டால் போதும்'' என்றார் காளாமுகர்.

''சோர்வா? இனி என் கண் உறங்காது; வயிறு எதையும் கேட்காது'' என்று ரவிதாசன் சபதம் செய்வது போல கையை மடக்கி உயர்த்தினான்.

ரவிதாசன் பாண்டிய நாட்டிற்காகத் தன் உயிரையும் பெரிதாகப் பொருட்படுத்தாது, சோழ நாட்டிலே நடமாடி, மிகப் பயங்கரமான காரியங்களைச் செய்ய முற்பட்டபோது, ஆனைமலைக்காட்டில் அமரபுஜங்க பாண்டியன் ''ரவிதாசன் எங்கே?'' என்று தலைவியை நோக்கிக் கேட்டான். ''படைகள் அணிவகுத்து நிற்கும் இந்தக் காட்சியை ரவிதாசன் கண்டால் மிகவும் மகிழ்வாரே. அவர் எங்கே தாயே?'' என்று பாண்டிய குமாரன் கேட்டான். ரவிதாசனும், காளாமுகரும், பரமேச்வரனும் தப்பிப் போய் விட்டதை அவளறிவாள். ரவிதாசன் கூறிய கருத்தையும், அவர்களுக்குத் தான் தடை விதித்ததையும் அவர்கள் தப்பிச் சென்றதையும் தலைவி அமரபுஜங்கனுக்கு விளக்கிக் கூறினாள். அமரபுஜங்கன் முகத்தில் வியப்பும், சீற்றமும், ஆவலும் மாறிமாறித் தோன்றின. சோழர் குலத்தைப் பூண்டுடன் நசுக்கும் கருத்தை ஏன் தலைவி எதிர்க்கிறாள் என்பது அவனுக்குப் புரிய வில்லை.

''தாயே! ரவிதாசனின் திட்டம் சரிதானே! தன் உயிரையும் பொருட்படுத்தாமல் பெரும் செயலை நிறைவேற்ற முற்படும் அவரை நீங்கள் ஏன் கண்டிக்கிறீர்கள்? எனக்குப் புரிய வில்லையே. நம் படைகள் மதுரையை அடையும் போதில் ரவிதாசனும் தன் திட்டத்தைத் தஞ்சையில் நிறைவேற்றினால் நமக்கு நல்லதுதானே?'' என்று அமரபுஜங்கன் படபடப் புடன் கேட்டான்.

தலைவியின் முகம் கறுத்தது; அமரபுஜங்கன் தூய வீரனாக வளர்ந்து அரியணை ஏற வேண்டும் என்பது அவள் எண்ணம். அவனோ பழிக்குப்பழி வாங்க வேண்டும் என்ற எண்ணத்தை இதயத்தில் வளர்க்கிறான்.

''அமரபுஜங்கா! பழிக்குப்பழி வாங்குவது எளிதுதான். அதனால் விளையும் பலன்தான் கடுமையாக இருக்கும்'' என்றாள் தலைவி.

''மாற்றானிடம் தர்மம் பார்க்கவா சொல்கிறீர்கள்?''

''யுத்த தர்மத்தை நான் மறுக்கவில்லை.''

''போர்க் காலத்தில் வேவு பார்ப்பதும், கொலை புரிவதும் தவறில்லையே?''

‘‘போர்க்காலத்தில் கொலை புரியலாம். போர் நடக்காத இடத்தில் அதைச் செய்வது கொலைக் குற்றம்.’’

‘‘தாயே! என் தந்தையை நிராயுதபாணியாக இருக்கும் போது கொன்ற செய்தியை நீங்கள் தானே கூறினீர்கள்? அதை அவ்வப்போது எடுத்துக் கூறித்தானே என் உள்ளத்தில் வீர உணர்வை ஊட்டினீர்கள்?’’

‘‘ஹும், வீர உணர்வை ஊட்டிப் போர்க்களத்தில் விந்தை பல செய்யப் பலத்தை வளர்த்தேன். மறைந்திருந்து கோழைத் தனமாகக் கொல்வது நியாயமன்று.’’

‘‘ரவிதாசன் செய்வது கோழைத்தன மென்கிறீர்களா?’’

‘‘ஆம்; அதை நான் ஒப்புக்கொள்ளவில்லை.’’

‘‘சோழ நாட்டு அரச குமாரனைக் கொன்று, பெரும் கலக்கத்தை விளைவித்த சம்பவம் மட்டும் கோழைத்தன மில்லையா?’’

‘‘ஆம்; அதுவும் நேர்மையற்ற செயல்தான். அப்போதே சோழ நாட்டில் மூன்று பெருங்கொலைகள் நேர்ந்திருக்கும். நல்ல வேளையாக அப்படி நடக்கவில்லை. பாண்டியர் ஆபத்துதவிகள் அனைவரும் கோழைகள் என்ற பெயர் ஏற்படவில்லை.’’

‘‘அந்தச் செயலை நீங்கள் தடுத்திருக்கலாமே? அப்போது அப்படிச் செய்யாமல் இப்போது குறைகூறுவது சரியா? ஆதித்த கரிகாலனை அப்போது மறைந்திருந்து கொல்லாமல் இருந்தால், அவனுடன் நான் நேருக்கு நேர் சண்டையிடு வேன். அவன் வாட் போரில் வல்லவன் என்ற பெயரை நான் பரீட்சை செய்திருப்பேன். சிங்கக் குட்டிபோல் வீர பாண்டியன் தலையைப் பந்தாடிய அந்த இளங்கன்றின் ஆற்றலுக்கு ஒரு முடிவு கட்டியிருப்பேனே...’’ அமர புஜங்கன் கூறிவரும் போது தலைவி தன் செவிகளை மூடிக்கொண்டாள்.

‘‘ஆம்; கொன்றிருக்கக் கூடாதுதான்; சோழ குலத்துத் தலைப் பிள்ளை சாய்ந்திருக்கக் கூடாதுதான்; அதைத் தடுக்க முடியாத நிலையில் இருந்துவிட்டேன். அதை எண்ணி

இப்போது வேதனைப் படுகிறேன்'' என்று வாய்விட்டுக் கூவியவள், மனதில் நினைத்தாள்; 'ஆதித்தன் அற்ப ஆயுளில் இறந்து போகாதிருந்தால் எல்லாருடைய தலைவிதியுமே மாறியிருக்கும். நேரக்கூடாதது நேர்ந்திருக்கும். சோழ நாட்டில் பெருங்கலவரம் பல காரணங்களுக்காக நிகழ்ந்திருக்கும். அமர புஜங்கனை மாபெரும் வீரனாக வளர்க்க முடியாது போயிருக் கலாம். ஆபத்துதவிகளுக்கு நான் கொடுத்த வாக்கு நிறை வேறாது போயிருக்கலாம். என்றுமே பாண்டியர்கள் அரியணை ஏற முடியாது நேர்ந்திருக்கலாம். ஐயோ! அந்த நினைவு இந்தச் சமயத்தில் ஏன் வருகிறது? மறைந்து மறந்து போயிருந்த சம்பவங்களும், எண்ணங்களும் மீண்டும் ஏன் தோன்றுகின்றன? இதயத்தில் மறைந்து மண் மூடிப்போன ரகசியங்களை மீண்டும் தோண்டி வெளிப்படுத்துவானேன்?'

தலைவியின் சொல் அமரபுஜங்கனை உருக்கியது. 'அதை எண்ணி இப்போது வேதனைப்படுகிறேன்' இந்தச் சொற்கள் அமரபுஜங்கன் செவிகளில் ரீங்கார மிட்டன. 'எதை எண்ணித் தலைவி வேதனையடைகிறாள்? என்னை மாபெரும் வீரனாக வளர்த்த தேவி, தாய்க்குத் தாயாக, ஆசானுக்கு ஆசானாக, மதி மந்திரிக்கு மந்திரியாக விளங்கும் தாய் எதை எண்ணி வேதனைப் படுகிறாள்? மதுரையில் மீண்டும் நாம் அரியணை ஏறவேண்டும் என்பதில் கண்ணும் கருத்துமாக இருந்த தலைவி எதை எண்ணி வேதனைப்படுகிறாள்? சோழர்களை முறியடிக்கச் சேரர் உதவி பெற யோசனை கூறி அனுப்பிய தலைவி எதை எண்ணி வேதனைப் படுகிறாள்? எதிரியின் முகாமிலே புகுந்து கொன்ற செய்கைக்கா? நெஞ்சில் இரக்க மின்றிப் படுபாதகம் புரிந்து சோழ அரசகுமாரனைக் கொன்ற செய்கைக்காக வேதனைப்படுகிறாள்?' அவன் கேட்கத் துடித்தான். உறுதிபடைத்த நெஞ்சினளாயினும், கண்ணீர் உகுக்கத் தயாராக இருந்த தலைவியை, அவன் காரணம் கேட்கத் துடி துடித்தான்.

பிறர் நெஞ்சில் இருப்பதை நொடியில் அறியவல்ல தலைவி, அமரபுஜங்கனை நோக்கி, "அமரபுஜங்கா! நீ கேட்கத் துடிப்பதை இப்போது கேட்க வேண்டாம். நீ கேட்டுவிட்டு அதற்கு மறுமொழி கூறாது உன்னிடம் மறைக்க நான் விரும்பமாட்டேன். என் இதயத்தில் எங்கோ ஒரு மூலையில்

மறைந்திருக்கும் அந்த ரகசியத்தைச் சமயம் வரும்போது கூறுவேன். இப்போது நீ கேட்பதாலும் நான் கூறுவதாலும் நடைபெற வேண்டிய செயல்கள் யாவும் உற்சாகக் குறைவால் தடைப் படலாம். மதுரை மாநகரில் உன் முடியில் பொற்கிரீடம் விளங்கும்போது, நான் அந்தக் கதையைக் கூறுவேன். நீ போகலாம். மேலே ஆக வேண்டியதைச் செய்யலாம்'' என்று கூறி அந்த இடத்தைவிட்டு எழுந்து விட்டாள்.

அமரபுஜங்கன் சிறிது நேரம் திகைத்து நின்றான். வீரனாக வளர்க்கப்பட்டவன்; அறநூல் படித்தவன். தலைவி கூறிய கடைசிச் சொற்களை அவன் மதித்தான். அங்கு நிற்காமல் வெளியே வந்த அமரபுஜங்கனுக்கு அற்புதச் செய்தி நிறைந்த ஓலையொன்று காத்திருந்தது. அந்த ஓலை சேரநாட்டிலிருந்து வந்திருந்தது. அந்த ஓலையை எழுதியிருந்தவர், சேர நாட்டு மாமன்னர் பாஸ்கர ரவிவர்மனின் அருமைக் குமாரி இளவரசி மாதங்கி தேவி. அதைக் கொண்டுபோய் வெளிச்சத்தில் படித்தான். அமரபுஜங்கனுக்குச் சற்று முன்னர் ஏற்பட்ட குழப்ப மனநிலையை ஒரு நொடியில் அந்த ஓலை மாற்றி விட்டது.

அத்தியாயம் 2
அவர் தானா இவர்!

ஐப்பசி மாதத்துச் சதய நாள், அருண்மொழிவர்மரின் பிறந்த நாள். தஞ்சை அரண்மனை விழாக்கோலம் பூண்டு விளங் கியது. இளைய பிராட்டி குந்தவை தேவியார் தன் இளவலின் பிறந்த நாளைச் சிறந்த முறையில் கொண்டாட வேண்டும் என விரும்பினாள். ஆனால், முன் தினம்தான் அதுபற்றி நினைத்தபடியால் நகரமும், முழுவதும் அறிவித்து ஊரையே கோலாகலமாக்க இயலவில்லை. அரண்மனையில் மட்டும் அந்தச் செய்தி தெரிந்தது. கண்டரன் மதுரன் அதை அறிந்து பெருமகிழ்ச்சியடைந்தான். அரண்மனையை இயன்றவரை

அலங்கரிக்க வழி செய்தான். எல்லா அழகு அலங்காரங் களையும் விட அரண்மனையில் நடுமுற்றத்தில் அமைந் திருந்த நடராசருக்கு விசேஷ அபிஷேக ஆராதனை செய்வது சாலச் சிறந்ததாயிருக்கும் என எண்ணினான். பூக்குடலையை எடுத்துக்கொண்டு, முதல் நாளே மலர்களைப் பறிக்க நந்தவனத்திற்குச் சென்றான்.

பழுவேட்டரையர் மாளிகை நந்தவனத்தில்தான் விதவித மான நறுமண மலர்கள் அதிகம். மதுரன் நந்தவனத்தில் நுழைந்தவுடனேயே மலர்கள் தங்கள் இனிய முகத்தை அவன் எதிரே காட்டின. நகைத்தன. இருவாட்சி இனிய குரல் கொடுத்தது. பொன்னரளி புதுப்புன்னகை செய்தது. குண்டு மல்லிகை குதூகலமாக நகைத்தது; சரக்கொன்றை சலசலத்து ஆடியது. சண்பகமும் சாமந்தியும் களுக்கென்று சிரித்தன. பவழமல்லிகை அவன் காலடியில் வீழ்ந்து வணங்கியது. குவளை கண் விழித்து நோக்கியது. மதுரன் கரம்படாதா என மலர்கள் ஏங்கின. ஆண்டவன் கழுத்தை அலங்கரிக்கும் பேறு நமக்குத்தான் கிடைக்கும் என எதிர்பார்த்து, ஒவ்வொரு மலரும் மணம் வீசி நின்றன.

பாடலொன்றை முணுமுணுத்தவாறு மதுரன் எந்த மலரைப் பறிக்கலாமென்று தேடினான்.

"நந்தவனத்தில் வந்து சிந்தனையிலாழ்ந்து விட்டீர்களே! என்ன புதுத் திட்டமோ?" என்ற குரல் கேட்டு மதுரன் திடுக் கிட்டுத் திருப்பினான். மலர்கள் உருப்பெற்று வந்து விட்டனவா? ஆம்; மலர்கள்தாம் வடிவெடுத்த வந்துவிட்டன. காட்டு மல்லிகையான இன்பவல்லியும், தோட்டத்து மெல்லரும்பான பஞ்சவன் மாதேவியும் லதா மண்டபத்திலிருந்து வெளியே வந்தனர். பஞ்சவன் மாதேவிக்கு பொழுது போவதே இப்பொழுது தெரியவில்லை. இன்பவல்லியை அவள் ஒரு கணம் கூடப் பிரிவதில்லை. இளைய பிராட்டியாருக்கு மூச்சு விடக் கூட முடியாத அளவுக்குத் தஞ்சை வந்தது முதல் அலுவல்கள் இருந்தன. நீண்ட காலத்திற்குப் பிறகு அவள் தஞ்சைக்கு வந்திருப்பதால், இளைய பிராட்டியைச் சந்திக்க வருபவர்கள் அதிகமாயினர்.

தான தரும கைங்கர்யத்தில் இளைய பிராட்டிக்கு ஈடுபாடு அதிகம். கற்றளியாக மாறிய பல கோயில்களுக்கு வேண்டிய பூசைக் கலன்கள், விளக்கெரிக்க நெய் முதலியவற்றிற்காகப் பல நிபந்தங்களைத் தன் பெயரில் அளித்து வந்தாள். வெள்ளாடும் பசுக்களும், இறையிலி நிலங்களும் தன் சொந்தச் சொத்தில் இருந்து அளித்து வந்தாள். சிவன் கோயிலுக்கும் விண்ணகரங்களுக்கும் உதவி வந்ததைக் கேள்விப்பட்ட பௌத்தர்களும் பிராட்டியை அணுகி உதவி கேட்க முயன்ற னர். காஞ்சிக்குச் சென்று கேட்கத் திட்டமிட்டும் இயல வில்லை. இப்போது தஞ்சைக்கு வந்திருப்பதை அறிந்து அவர் கள் கூட்டமாக வந்தனர். அவர்களுள் சிலர் அருண் மொழியைக் கண்டு பேச முயன்றனர். கவனிப்பாரற்றுப் போன ஆதுர சாலைகளை மீண்டும் சீர்ப்படுத்த ஏற்பாடுகள் செய்ய வேண்டியிருந்தன.

இவற்றால் எல்லாம் அரண்மனையில் இளையபிராட்டி யாருக்குத் தொடந்து பணிகள் இருந்தன. இன்பவல்லிக்கு இளையபிராட்டியை அணுக முடியவில்லை. அருண்மொழி வர்மருக்கு வரவேற்புக் கோலாகலம் நடந்த அன்று இரவு, இருட்பகுதியில் விம்மியவாறே கீழே படுத்திருந்த இன்ப வல்லி, கண்ணீர் மாலையை மண் மாதாவுக்குச் சூட்டியவாறு தூங்கி விட்டாள். அப்படியே எவ்வளவு நேரம் உறங்கியிருப் பாளோ காலையில் அவளை யாரோ தட்டி எழுப்புவது தெரிந்தது. பஞ்சவன் மாதேவி அவள் எதிரே நின்று கொண் டிருந்தாள். அவளுடைய கருணை நோக்கு இன்பவல்லிக்குப் பிடித்திருந்தது. இனிய விழிகள் சுழல, நொடிக்கு ஒரு தடவை முத்துப் பற்கள் தெரிய அவள் சிரித்தவாறு பேசுவது அவளுக்குப் பிடித்திருந்தது. நெஞ்சைத் துயரம் வந்து தாக்க, ஊர்வலம் கொண்டு வந்த செய்தி அவள் இதயத்தைப் பிழிய, விம்மி விம்மி அழுதவாறு அவள் கண்ணுறங்கினாளே, அவளை வந்து தேற்றியவர் யார்? கண் விழித்தபோது முதல் நாள் வேதனை லேசாக இருந்து கொண்டுதானிருந்தது. அதைத் துடைக்க வந்தவள் பஞ்சவன்மாதேவி. அவள் இதயத்துக்கு இனியவளாகவும் ஆகிவிட்டாள்.

வானதிதேவி இன்பவல்லியைத் திரும்பிப் பார்ப்பதில்லை. பஞ்சவன் மாதேவியின் ஆறுதல் சொற்கள் கூடிய இனிய

பேச்சைக் கேட்டுத் துயர் மறந்திருந்த இன்பவல்லி, பஞ்சவன் மாதேவியைத் தன் பாடல்களால் மகிழ்வித்தாள்.

இன்பவல்லி ஆடும் அழகு கண்டு பெருமூச்சு விட்டாள் பஞ்சவன்மாதேவி.

"ஏன் தேவி பெருமூச்சு விடுகிறீர்கள்? என் நடனம் தங்களுக்குச் சோர்வளிக்கிறதா?" என்று கேட்டாள்.

"சோர்வா? இவ்வளவு காலமாக எதிர்பார்த்திருந்த எண்ணம் நிறைவேறும் காலம் வந்துவிட்டதையெண்ணி மகிழ்ச்சி ஏற்பட்டு விட்டது. அதற்காக நான் பெருமூச்சு விடவில்லை. ஒருவர் மிக அழகிய குரலில் பாடுவார்; அவர் பாடலுக்கு ஏற்ப அபிநயம் பிடிக்க வேண்டும் எனும் ஆசை எனக்கு. பரதக் கலையை எனக்குப் பயில்விக்குமாறு அவரைக் கேட்டேன். 'தில்லையம்பதிக்குச் செல்கிறேன்; அங்குத் தக்கவர்கள் கிடைப்பார்கள்' என்றார். அவர் மறந்துவிட்டார். அதை நினைத்துப் பெருமூச்சு விட்டேன்" என்றாள் பஞ்சவன் மாதேவி.

"யார் அவர் தேவி?" என்றாள் இன்பவல்லி. அவளுக்கு அந்த அரண்மனையில் எவரையும் புரிந்து கொள்ள முடிய வில்லை. ஆடவர்கள் அந்தப் பக்கமே வருவதில்லை. அவள் இதயத்திற்கு வேதனை மூட்டிய அந்தச் சித்திரசேனரையே மற்றொரு முறை பார்க்க விரும்பினாளே; முடியவில்லையே! அரண்மனை என்பது சகல வசதிகளும் உடைய சிறைக் கூடமா? முல்லைத் தீவோடு சுதந்திரம் போய்விட்டதா? வண்ணப்பறவை தானே கூண்டில் அடைபட்டுக் கொண்டு விட்டதா?

"அவரா? அவர் இனிமையாகப் பாடுவார். உன் குரலின் இனிமை அவருக்கும் இருக்கிறது. கர்வமில்லாதவர், வனப்பு மிக்கவர், எளிமையானவர், நீ பார்த்ததில்லையா? இளங் காலை வேளையில் நடராசர் திரு உருவத்திற்குப் பூசை செய்துவிட்டுப் போகிறாரே..."

"ஓகோ பூசாரியா?"

பஞ்சவன் மாதேவி நகைத்து விட்டாள். "பூசாரியா? அவர் இளவரசர் இன்பவல்லி. அவர் இளவரசர்!" என்றாள்.

"இளவரசரா?" என்று வியப்புடன் கேட்டவள், மேலே பேசாமல் மௌனமானாள். சோழநாட்டில் இளவரசர்களுக்குக் குறைவே இல்லை போலிருக்கிறது! ஆண்கள் எல்லோரும் இளவரசர்களாகிப் பேதைப் பெண்களை ஏமாற்றிப் பேசுவதே வழக்கமாகிவிட்டது போலிருக்கிறது!

"என்ன சொல்கிறாய் இன்பவல்லி? ஏன் சட்டென வாயடைத்துவிட்டாய்? நீ அழகாகப் பாடும் அந்த அரச குமாரனைப் பார்த்திருக்கிறாயா?" என்று பஞ்சவன் மாதேவி கேட்டாள்.

இன்பவல்லி பார்த்திருக்கிறாள். ஒரே கண நேரம் வந்த அன்று கண்டிருக்கிறாள். அவளுக்கும் தெரியாது. அந்த அழகன் தான் பஞ்சவன் மாதேவி கூறும் அரசகுமாரனென்று. ஆனால் இன்பவல்லி அந்தப் பேச்சை மாற்ற விரும்பினாள்.

"அரசகுமாரன், அரண்மனை எல்லாம் எனக்குப் புதியவை யாக இருக்கின்றன" என்றாள். பஞ்சவன் மாதேவி அவள் தோளைப் பிடித்துக்கொண்டு, "இப்படித்தான் ஏதாவது அரை குறையாக உன்னைப் பற்றிச் சொல்கிறாயே தவிர, உன் முழுக் கதையையும் நீ எங்கே கூறுகிறாய்? எனக்குச் சொல்ல மாட்டாயா?" என்று கெஞ்சினாள். அவள் முகவாய்க் கட்டையைப் பிடித்து இழுத்துக் கன்னத்தை மெல்லக் கிள்ளினாள்.

"சொல்கிறேன் தேவி! சொல்லாமல் போய்விட மாட்டேன். இந்த அபாக்கியவதியின் கதையைக் கேட்டு என்மீது வெறுப்படைந்து என்னைவிட்டுப் பிரிந்துவிட எண்ணமா தேவி? என் சோகம் நிறைந்த கதையைக் கேட்டுத் துன்பம் அறியா உங்கள் இதயம் துயரமடைவானேன்...?" என்றாள்.

"அடி பைத்தியமே! பெண் உள்ளத்தில் துன்பமும் இன்பமும் மாறி மாறித்தான் வரும். கண்ணீர் சிந்தினால் தான் களிப்பின் மதிப்பும் புரியும்."

"நான் அனாதை தேவி!"

"நானும் அப்படித்தான். என் தந்தை இந்தச் சோழ சாம் ராஜ்யத்தின் தனாதிகாரியாக இருந்தவர் பழுவூரின் அரசராய்

இருந்தவர். தாயைச் சிறு வயதில் இழந்தேன். தந்தையையும் இழந்தேன். இங்கே அரண்மனையில் ஆதரவுக் கொம்பைத் தேடி அலைந்து கொண்டிருக்கிறேன். நானும் பெற்றோரற்ற வள். நீயும் அப்படியே. ஆனால் நீ கலை அரசி உன் கதையைக் கூற மாட்டாயா?" என்று பஞ்சவன் மாதேவி பிரிவுடன் கேட்டாள்.

"சொல்கிறேன் தேவி. மற்றொரு நாள் சொல்கிறேன். பாடலொன்று கேட்டீர்களே!" என்று அவள் கூறியபோது தான். மதுரன் மலர் பறிக்கப் பாடலொன்றை மெல்ல முணு முணுத்த வாறு அந்தப் பக்கம் வந்தான்.

"அதோ, பார்த்தாயா, அந்தக் குரல்தான். நான் கூறினேனே அரச குமாரன். அவருடையது" என்று கூறியவாறு, பஞ்சவன் மாதேவி சட்டென அங்கிருந்துப் புறப்பட்டு மதுரன் இருக்குமிடம் வந்தாள்.

மதுரன் உடல் சிலிர்த்தது. இருமலர்கள். ஒரு மலர் செம்பவழ வாய் திறந்து பேசுகிறது. ஒரு மலர் கண்களால் பேசுகிறது. அங்கே நிற்காமல் போய் விடலாமா என்று ஒரு கணம் எண்ணினான். அவன் கால்களில் ஒருவிதப் படபடப்பு. அருகே இருந்த பொன்னரளி ஒன்றைப் பறித்தான்.

"இதோ மல்லிகை; இதைத் தொடுத்துப் போட்டால் ஆண்டவனுக்கு அழகாயிருக்கும்" என்று பஞ்சவன் மாதேவி தன் அருகே அருந்த மல்லிகைப் பந்தலிலிருந்து மல்லிகையைப் பறித்தாள்.

இன்பவல்லிக்கு ஏதாவது பேசவேண்டும் போலிருந்தது. பஞ்சவன் மாதேவியை நோக்கி, "இங்கெல்லாம் மருக் கொழுந்து கிடைக்காதா?" எங்கள் தீவில் அவை ஏராளம்" என்றாள்.

"ஓ! இருக்கிறதே! உம்; அதையும் பறித்துத் தருவோம். ஆண்டவனுக்கு அளிக்கப்படும் மலர் மாலைத் திருப்பணியில் நமது பங்கும் கொஞ்சம் இருக்கட்டுமே!" என்று கூறியவாறு. மாதேவி மதுரனை நோக்கினாள். அவன் கண்கள் தாழ்ந்தன. அவன் கரங்கள் மளமளவென்று பொன் அரளியைப் பறித்துக் கொண்டிருந்தன. பஞ்சவன் மாதேவியின் கரங்கள் மல்லிகையைப் பறித்தன.

"தினமும் எங்கள் நந்தவனத்திலிருந்தே மலர்களைப் பறித்துப் போகலாமே. தாங்கள் வருவது தெரிந்தால் நானும் உதவி செய்ய வந்துவிடுவேன். இந்த வனத்து மலர்கள் பறிக்கப்படாமல் வீணே செடியிலேயே கருகி வீழ்ந்து விடுகின்றன. தங்கள் கரம் பட்டால் அவற்றிற்குப் பெருமை தானே?" என்றாள் பஞ்சவன் மாதேவி. அந்தச் சொற்களைக் கேட்டு இன்பவல்லி களுக்கென்று சிரித்தாள். மதுரனைக் கடைக்கண்ணால் நோக்கினாள்.

பஞ்சவன் மாதேவியின் பேச்சும், இன்பவல்லியின் சிரிப்பும் மதுரனின் கூச்சத்தை அதிகப்படுத்தின. அவன் அரண்மனைக் கூடத்திலேயே இன்பவல்லியைக் கண்டிருக் கிறான். ஆனால், நேருக்கு நேர் அவளைக் கண்டது இதுதான் முதல் தடவை. ஆனால், கூச்சமற்ற பார்வை. உள்ளத்துக் கள்ளம் கபடமற்ற தன்மையைப் பிரதி பலிக்கும் முகம். பஞ்சவன் மாதேவியின் கண்கள் வட்ட வடிவமானவை. இன்பவல்லியின் கண்கள் கூரிய வேலைப் போன்றவை. பஞ்சவன் மாதேவியின் உதடுகள் மாதுளை மொக்கைப் போன்று குவிந்திருந்தன. இன்பவல்லியின் அதரங்கள் கோவைப் பழம் பிளந்தாற்போல் இருந்தன. பஞ்சவன் மாதேவியின் முகம் வட்ட வடிவமானது. இன்பவல்லியின் முகம் சற்று நீண்டிருந்தது.

போதும்...போதும் கண்டரன் மதுரன் இனியும் அங்கிருக்க விரும்பவில்லை. அவன் மனக்குளத்தில் மெல்லச் சலனம் ஏற்பட்டது. அவன் அங்கிருந்து மெல்ல நகர விரும்பி, "தேவி! எனக்கு அரண்மனையில் ஏராளமான வேலைகள் இருக்கின்றன. நாளைக்கு இளவரசரின் பிறந்தநாள் விழா. எத்தனையோ ஆண்டுகளுக்குப் பிறகு நம் அரண்மனையில் கொண்டாடப் போகிறோம். நடராசருக்கு விசேடமான அபிஷேக ஆராதனைகள் செய்யத் திட்டமிட்டுள்ளேன். நாமெல்லாம் கூடி இளவரசர் நீடூழி வாழ இறைவனைப் பிரார்த்திக்க வேண்டாமா?" என்றான். அவன் அதற்கு மேல் அங்கு நிற்கவில்லை. மீண்டும் ஒருமுறை அவர்களைத் திரும்பிப் பார்க்க விரும்பினான். வேண்டாம் என உள்ளம் எச்சரித்தது. விரைந்து சென்று விட்டான்.

அவன் சென்ற பிறகு இன்பவல்லி பரபரப்புடன் கேட்டாள்: ‘‘தேவி! நாளை யாருக்குப் பிறந்த நாள் விழா? குரவைக் கூத்தும் பாட்டும் அமர்க்களப்படும் அல்லவா?’’

முல்லைத் தீவில் பிரபலமானவர் பிறந்த நாள் விழா என்றால் அது திறந்த வெளியில் நடைபெறும். ஆடவரும் பெண்டிரும் அழகாகக் கூடி ஆடுவர். அந்த நினைப்பு அவளுக்கு வந்தது.

விரைவில் வருகிறேன் என்று கூறிச்சென்று சொற்கள் ஒலித்தன. அவர்தானோ இங்கு இளவரசர்? தான் கண்டது கனவாநனவா அதை உறுதிப்படுத்திக் கொள்ள இயல வில்லையே! இப்போது இளவரசருக்குப் பிறந்த நாள் விழா என்கிறார்களே! அவருக்கேதானா? சித்திர சேனருக்குத் தானா?

இன்பவல்லி கேட்ட கேள்விக்கு உடனே மறுமொழி கூற பஞ்சவன் மாதேவியால் இயலவில்லை. மதுரன் செல்லும் திசையை உற்று நோக்கியவாறிருந்தாள்.

‘‘தேவி! யாருக்கு நாளை பிறந்த நாள்?’’ என்று மீண்டும் இன்பவல்லி கேட்ட பிறகு தான், பஞ்சவன் மாதேவி சுய உணர்வு பெற்றாள்.

‘‘யாருக்கா? இளவரசருக்குத்தான்?’’

‘‘யார் இளவரசர்? தஞ்சையில் பல இளவரசர்கள் இருக்கிறார்கள் போலும். அதில் யார் என நான் அறியலாமா?’’

‘‘ஆகா; இளவரசர்கள் இருவர். ஒருவர் அருண்மொழி வர்மர். மற்றவர் இப்போது வந்து சென்றாரே மதுராந்தக சோழதேவரின் திருக்குமாரர்.’’

‘‘இருவரும் இளவரசர்கள். இருவருக்கும் இந்த நாட்டில் உரிமை உண்டல்லவா?’’

‘‘அதெல்லாம் எனக்குத் தெரியாது. யாருக்கு உரிமை என்று முடிவு செய்ய வேண்டியவர் என் சிறிய தந்தை.’’

‘‘நான் உங்கள் சிறிய தந்தையைப் பார்த்ததாக நினை வில்லையே?’’

‘‘அவசர நிமித்தமாக அவர் காஞ்சிக்குப் படைகளுடன் போயிருக்கிறார்.’’

“அருண்மொழி வர்மரை வரவேற்கும் போதுகூட அவர் இருந்தாரல்லவா?”

“ஓ! அருண்மொழி வர்மரை நீ பார்த்தாயா?”

“ஆம், உங்கள் அருகே நின்று கோலாகலமாக வரவேற்பைக் கண்டேன்; அணிவகுத்து வந்த படை வீரர்களைக் கண்டேன். திருச்சின்னம் தாங்கி வந்தவர்களைக் கண்டேன். யானை மீது இளவரசர் கம்பீரமாக அமர்ந்து வருவதைக் கண்டேன். தேவி! அவர் இப்போது தான் தஞ்சைக்கு வருகிறாரா?”

“ஆமாம்! அவர் இந்த நாட்டை விட்டுப் போய்ப் பல ஆண்டுகள் ஆகின்றன. அவரது அண்ணன் அகால மரண மடைந்த பிறகு இளைய பிராட்டியார் அவரைக் கடல் கடந்த நாடுகளைச் சுற்றிப் பார்த்துவர அனுப்பினார். அவர் போய்ப் பல ஆண்டுகள் ஆகிவிட்டன. கடைசியாக அவர் திரும்பி வரும் சேதி கிடைத்தது. அவர் வருகிறார் வருகிறார் என எதிர்பார்த்து அனைவரும் காத்திருந்தார்கள். என் சிறிய தந்தையும் அதற்காகத் தான் என்னைப் பழுவூரினின்று வரவழைத்தார்.”

“தங்களை எதற்காக வரவழைத்தார்?”

“எதற்காக வரவழைத்தார்...?” பஞ்சவன் மாதேவி தன்னையே ஒருமுறை கேட்டுக் கொண்டாள். அதன் காரணம் அவளுக்குத் தெரியும். அதை அவள் எப்படிச் சொல்வாள்?

“ஆமாம்; நீ கேட்கும் கேள்விகளுக்கு ஒவ்வொன்றாக நான் மறுமொழி கூறி வருகிறேன். என் வாய்மூலம் எல்லா வற்றையும் வரவழைத்து விடு. நீ மட்டும் ஒன்றும் சொல்லமாட்டேன் என்கிறாயே...” என்று பஞ்சவன் மாதேவி அலுத்துக் கொண்டாள்.

துயரம் கொஞ்சங் கொஞ்சமாக இப்போது அவள் இதயத்தை அழுத்த முயன்றாலும், அவள் மெல்ல நகைத்து, “என் கதையிலே ஒருவிதச் சுவையும் இருக்காது தேவி! நீங்கள் பழுவூரினின்று ஏதோ முக்கியக் காரணத்திற்காக வரவழைக்கப்பட்டீர்கள். நானோ ஒரு குறிக்கோளும்

இல்லாமல் வந்தேன். உங்கள் கதையும் என் கதையும் சமமாகி விடுமா?'' என்றாள்.

''இப்போது சமம் பற்றிச் சீர்தூக்கிப் பேசவேண்டாம். நான் பழுவூரினின்று இங்கு வந்த காரணமே வேறு. வருங்கால ராணியாக என்னை உருப்படுத்த என் சிறிய தந்தையார் வரவழைத்தார் ஆனால்...''பஞ்சவன் மாதேவி பெருமூச்சு விட்ட வண்ணம் கூறினாள்: ''ஆம், யாருக்கும் கிடைக்காதது தான். என் சிறிய தந்தைக்கோ சோழநாட்டுப் பேரரசியாக நான் ஆகவேண்டும் எனும் எண்ணம்... ஆனால்...''

''ஏன் அந்த ஆசை நிறைவேறாதா?''

''யார் மன்னராவார் என்றே தெரியவில்லையே!...''

இந்தச் சொல் இன்பவல்லிக்கு எரிச்சலை ஊட்டியது. அரசராக யார் வருவர் எனத் தெரிந்து அவரை மணப்பது எனும் முடிவு அவளுக்கு உடன்பாடாக இல்லை. இன்பவல்லி தொடர்ந்து அதைப்பற்றிப் பேச விரும்பவில்லை. அவள் உள்ளம் வேறொன்றை அறியத் துடித்தது.

''தேவி! நாளை யாருக்குப் பிறந்த நாள் விழா என்று கேட்டேன்...'' என்று பேச்சைத் தொடங்கினாள்.

''கோலாகலமான வரவேற்பு நிகழ்ந்ததே அவருக்குத் தான்... அருண்மொழி வர்மருக்குத்தான்'' என்றாள் பஞ்சவன் மாதேவி.

அருண்மொழி வர்மருக்குப் பிறந்த நாள் விழா; இரத்தின வியாபாரியாக நடித்தாரே அவருக்குப் பிறந்த நாள் விழா. 'காத்திரு வருவேன்' என்று உறுதி கூறிச் சென்றாரே அவருக்குப் பிறந்த நாள் விழா. இன்பவல்லி தன் தலைப்பின் ஒரு மூலையில் முடிந்து கொண்டிருந்த ரத்தினக் கல்லை ஒருமுறை தடவிப் பார்த்துக் கொண்டாள். அவளால் அங்கு நிற்க முடியவில்லை. தனியே சென்று விம்மி அழ வேண்டும் போல் தோன்றியது.

மறுநாள் பொழுது புலர்ந்தது. கதிரவனின் தங்கக் கதிர்கள் தஞ்சை அரண்மனையில் மூலை முடுக்குகளிலெல்லாம் புகுந்து புத்தொளி கொடுத்த வேளையிலே, நடுமுற்றத்தில்

திகழ்ந்த மண்டபத்தில் நடராஜரின் திருஉருவம் எழிலுடன் விளங்கியது. பளபளத்த விக்கிரகத்தின் திருமேனியின் மீது அழகிய மலர் மாலை திகழ்ந்தது. பொன் அரளியும், மல்லிகையும் தொடுக்கப்பட்ட அந்த மாலை அழகுக்கு அழகு செய்து கொண்டிருந்தது. அகிலின் புகையும், சந்தன நறுமணமும் கலந்து அந்த இடத்தை தெய்வீக நிலைக்கு உயர்த்திக் கொண்டிருந்தன.

கண்டரன் மதுரன், 'நமச்சிவாய வாழ்க, நாதன் தாள் வாழ்க' என்று மெல்லரும்பு எடுத்துக் குஞ்சித பாதத்தில் சமர்ப்பத்துக் கொண்டிருந்தான். செம்பியன் மாதேவியார் ஐந்தெழுத்தை உச்சரித்தவாறு கண்மூடிய நிலையில் நின்று கொண்டிருந்தார். மூத்த பஞ்சவன் மாதேவியார், பூஜை மண்டபத்தருகே நின்று பூஜையைக் கவனித்துக் கொண்டிருந்தார். மேன்மாடத்தில் பூசை மண்டபம் தெரியும் இடத்தில் அமர்ந்து மதுராந்தக சோழ தேவர் அங்கு நடப்பதைக் கண்டறிந்தார். அவரருகே பட்டத்து அரசி லோகமாதேவியார் நின்று மன்னருக்கு வேண்டிய பணிவிடை செய்வதும் பூஜையைக் கவனிப்பது மாக இருந்தார். மன்னரின் உடல்நிலை முன் எப்போதையும் விட மோசமாகியது. அவர் இடப்புறப் பாகம் ஏதும் இயங்க மறுத்து விட்டது. தாய் கூறியது போல் முன்னே சிவநெறியில் செல்லாததால் ஏற்பட்ட தண்டனையோ என்றுகூட எண்ணி அவர் மனம் புழுங்குவார். கணவனைக் கண்கண்ட தெய்வ மாக மதித்த லோகமாதேவி ஒரு கணம்கூட மன்னரைப் பிரிவதில்லை. சோழ நாட்டில் சிற்றரசர்கள் பலரும் அருண் மொழி வந்துவிட்ட செய்தி அறிந்து ஒவ்வொருவராக வந்து சேர்ந்திருந்தனர். அவர்தம் மகிஷிகளும், பெண்களும் உடன் வந்திருந்தனர். அவர்கள் அனைவரும் அங்கு நடக்கும் பூஜையில் கலந்து கொண்டனர்.

இளைய பஞ்சவன் மாதேவி ஆடை ஆபரணப் பேரழ குடன் அங்கு நின்றிருந்தாள். வானதி, இளைய பிராட்டியார் வந்தவுடன் அவள் அருகே நின்று கொண்டாள். பிரிவாற்றா மையால் பசலை படர்ந்த அவள் மேனியில் பசலை மறைந் தாலும், அவள் கருவில் வளரும் ஜீவனால் அவள் மேனி புதுமெருகு பெற்றிருந்தது. இன்பவல்லி இளைய பிராட்டியார்

அருகே வந்து நிற்கும் முன்பே, வானதி அங்கு வந்து விட்டாள்.

வானதியும், இளையபிராட்டியும் ஏதோ சிறிது நேரம் பேசினர். உடனே இளையபிராட்டி அங்கிருந்து வெளியே சென்றாள். இன்பவல்லியின் கண்கள் பூஜையைக் காண வில்லை. வாயிலை நோக்கியே இருந்தன. இந்த வழியாகத் தானே அருண்மொழி வரவேண்டும். அப்போது நாம் நன்றாகப் பார்த்து விடலாம். இரத்தின வியாபாரியும் அவரும் ஒருவர் தாமா என்று. சித்திரசேனரும், அருண்மொழியும் ஒருவரேயெனின் அடையாளமாக அவரளித்த அந்த இரத்தினக் கல்லையே பிறந்தநாள் பரிசாக அளித்து விடலாமன்றோ?

அருண்மொழிவர்மர் சபை மண்டபத்தருகே இருந்த கூடத்தில் ஆனைமங்கலத்தினின்று வந்திருந்த பிட்சுக்களுடன் பேசிக் கொண்டிருந்தார். அவரருகே வந்தியத் தேவன் அமர்ந்திருந்தான். அவனும் அருண்மொழியும் சிறிது நேர மாவது தனித்துப் பேச முயன்றும் இயலவில்லை.

அவர்களுடன் நாகைப்பட்டினத்துப் பௌத்த மடால யத்தைச் சேர்ந்த பிட்சுவும் வந்திருந்தார். விசயோத்துங்க வர்மனிடமிருந்து வந்திருந்த ஓலையொன்றை அவர் கொண்டு வந்திருந்தார்.

அந்தத் திருமுகத்தை ஆவலுடன் படிக்க விரும்பிய போது தான் இளைய பிராட்டி அங்கு வந்தாள். தன் இளவலுக்குத் தன் பிறந்த நாளைப் பற்றித் தெரியுமோ தெரியாதோ என்ற ஐயம் அவளுக்கிருந்தது. தீப ஆரத்தி நடக்கும் வேளையில் பூசை மண்டபத்தில் அருண்மொழி இருக்க வேண்டும் என அவள் விரும்பினாள்.

இளைய பிராட்டியார் வருவதை அறிந்த மற்றவர்கள் அனைவரும் மரியாதை செலுத்த விரும்பி எழுந்து நின்றனர். அருண்மொழியும் எழுந்து சென்று தமக்கையாரை வர வேற்றார். வந்தியத் தேவனும் எழுந்து பிட்சுக்களோடு பிட்சுக் களாகக் கலந்து கொண்டான். அவன் இளையபிராட்டியைக் கண்டு விட்டான். இளைய பிராட்டியாரின் கண்களும் அவனைச் சந்தித்து விட்டன.

"தம்பி, மறந்துவிட்டாயா? உன் தம்பி பூஜை மண்டபத்தே பூஜை செய்கிறான். அவனுடைய இனிய குரல் உள்ளத்தைக் கவர்கிறது. இன்று உன் பிறந்த நாள் என்பதை நீ மறந்து விட்டாயா? தீபாராதனை நடக்கப் போகும் வேளை நெருங்கிவிட்டது. உன்னை அழைப்பதற்காகத்தான் வந்தேன்" என்றார் இளையபிராட்டி. இதைச் சொல்லி முடிப்பதற்குள் அவள் பட்ட பாடு! அஞ்சா நெஞ்சம் படைத்த அவள் குரல் எங்கே? குதூகலத்துக்குக் குதூகலமாகவும், கண்டிப்புக்குக் கண்டிப்பாகவும் பேசவல்ல அவள் இப்போது தடுமாறுவானேன்...

கூடி நின்ற பிட்சுக்கள், அன்று அருண்மொழியின் பிறந்த நாள் என் அறிந்து, குதூகலம் கொண்டனர். புத்தபிரானின் அருள் பெருக வாழ்த்தினர்.

அருண்மொழி அவர்களிடம் விடைபெற்றுக் கொண்டு புறப்பட்டான். வந்தியத்தேவன் மட்டும் மேல் விதானத்தைப் பார்த்தவாறு நின்று கொண்டிருந்தான். இளையபிராட்டி சற்று நின்றாள். இவர் மட்டும் வராமல் இங்கேயே உட்கார்ந்திருக்கப் போகிறாரா? ஏன் ஒதுங்கி வாழ விரும்புகிறார்?... இளைய பிராட்டி ஒரு கணம் இவ்வாறு நினைத்தாள். ஒருவேளை அவர் குணம் மாறிவிட்டதோ? நொடி நேரமேனும் சும்மா யிருக்க விரும்பாத அவர் பழுவேட்டரையர் மாளிகையை விட்டு வெளியே வருவதில்லை. அப்படி வந்தாலும் அவருடன் மதுரன் வருவான்; அல்லது அருண்மொழி வருவார்.

"தம்பி! அவரையும் வரச் சொல்லேன்..." என்று குந்தவை எப்படியோ பேசி விட்டாள். அருண்மொழியை நோக்கிக் கூப்பிட்டாலும், அவளுடைய கூரிய விழியின் கடைக் கோடியில் நின்று வந்தியத் தேவனின் முக உணர்ச்சிகளை நோக்கத் தவறவில்லை.

அருண்மொழி திரும்பிப் பார்த்தார். மெல்ல நகைத்து, "அக்கா! என்னைத் தூதனாக மாற்றி விட்டீர்களே! அவரை வரச் சொல்வதற்கு நான் என்ன நடுவில்? தாங்கள் கட்டளை யிட்டால் இந்த நாடே பணி செய்யக் காத்திருக்கும்போது, பூஜைக்கு வாவென்றழைத்தால் வல்லவரையர் வர

மாட்டாரா?'' என்று கேட்டார். அருண்மொழிகூட கேலி செய்யக் கற்று விட்டாரா? குந்தவையின் பொன்னிற மேனியும் வெட்கத்தால் சிவந்தது. நாணம் எங்கிருந்தோ வந்து சூழ்ந்து கொண்டது.

''ஓகோ! இரண்டு பேருக்கும் கோபமா? சரிசரி நானே கூப்பிடுகிறேன். வல்லவரையரே! என்னுடைய பிறந்த நாள் விழாவை இளையபிராட்டியார் கொண்டாடுகிறார். ஐம்பத்து நான்கு தேசத்து மன்னர்களுக்கும் செய்தி அனுப்பியிருக் கிறார்கள். வாணகப்பாடி நாட்டு அரசகுமாரருக்கு மட்டும் செய்தி அனுப்பவில்லை. அவரை அவர் நாட்டில் காண வில்லையாம். கடைசியாக இங்கே கண்டுபிடித்து விட்டார் கள். அழைப்புக் கூறச் சொற்கள் நாவினின்று வெளியே வர ஏனோ மறுக்கின்றனவாம். அவர்கள் சார்பில் என்னை அழைக்குமாறு பணித்தார்கள். வருக, வருக வல்லவரையரே! வருக, வருக வல்லவரையரே! வருக!'' என்று அருண்மொழி அபிநயத்துடன் நயமான குரலில் பேசினார். ''இளவரசே!'' என்று கூவியவாறு வந்தியத் தேவன் எழுந்திருந்தான்.

இளைய பிராட்டி அதோ வந்துவிட்டார். அவரைத் தொடர்ந்து வரப்போவது, இளவரசர் அருண்மொழிதான். பூஜை மண்டபத்தில் கூடியிருந்த அனைவர் கண்களும் வாயிற்புறத்தை நோக்கியிருந்தன. இன்பவல்லியின் இதயம் பட படத்தது. கண் இமைகள் படபடத்தன. உடலில் அவளறியாமல் ஒருவித உணர்ச்சி பரவியது. அவள் இரத்தினக் கல்லைக் கையில் எடுத்துக் கொண்டாள்.

அத்தியாயம் 3

கதை சொல்லு இன்பவல்லி!

ஆற்றங்கரையை ஒட்டி அமைந்திருந்த நந்தவனம் கலகலப்பு மிகுந்து காணப்பட்டது. புள்ளினங்களின் குதூகல ஓசையுடன் வேறு ஒலியும் சேர்ந்ததால் புதுப்பொலிவு அங்கே மிளிர்ந்தது. புல்லும் பூண்டும் கொடியும் புதரும்

அடர்ந்திருந்த நடைபாதைகள் செப்பனிடப்பட்டு நடப்பதற் கேற்ற வகையில் செய்யப்பட்டிருந்தன.

மழை பெய்து சிறிது நாட்கள்தாம் ஆகியிருந்தபடியால் மரங்கொடி செடிகளில் புதுமெருகு தென்பட்டது. ஆற்றிலே நீர் இரு கரைகளையும் தொட்டுச் சென்று கொண்டிருந்தது. நந்தவனத்தின் நடுவேயுள்ள செயற்கை வாவியில் தண்ணீர் தளும்பிக் கொண்டிருந்தது. காற்றிலே அசைந்தாடும் அல்லியும் தாமரையும் சுற்றுச்சுவரின் மீது அமர்ந்திருந்த இன்பவல்லியைப் பார்த்துச் சிரித்தன.

"ஏன் சிரிக்கிறீர்கள்! நீங்களும் என்னைப் பரிகாசம் செய்கிறீர்களா?" என்று கேட்டாள் இன்பவல்லி, தடாகத்துத் தாமரையைப் பார்த்து.

"உன்னைப் பார்த்து நாங்கள் ஏன் சிரிக்கிறோம்! உன் கரங்களில் உள்ள சிவப்புக் கல்லைப் பார்த்தோம்; எங்கள் நிறத்துடன் அது போட்டி போட முயலுகிறதே என்பதை நினைக்கும்போது சிரிப்பு வந்தது. சிரிக்கக் கூடாது என்றால் சொல்லிவிடு. நீ இளையபிராட்டியாரின் அபிமானவல்லி ஆச்சே!" என்று கூறியது தாமரை.

"ஆமாம், ஆமாம்; இளையபிராட்டியாரின் அன்புக் குரியவள் என்று எல்லோரும் நினைக்கிறார்களே தவிர, பிராட்டியார் என்னைப் பார்த்துப் பேசி எவ்வளவோ நாட்களாகின்றன. தன் கருணை நோக்கை என்னிடம் செலுத்தாவிடினும், என் இதயத் துடிப்பின் குறுக்கேயன்றோ அன்று வந்து நின்றுவிட்டார்கள்!" என்று இன்பவல்லி முணுமுணுத்துக் கொண்டாள்.

அது முணுமுணுப்பு மட்டுமன்று. இதயத்தில் நீங்காத தாபமாகவும் ஆகிவிட்டது. அருண்மொழியின் பிறந்த நாள் விழாவன்று பூஜை மண்டபத்தில் அருண்மொழியின் வரவை எதிர்நோக்கிக் கூட்டத்தில் ஒருத்தியாக இன்பவல்லி காத்திருந் தாள். அவள் உள்ளங் கையில் இரத்தினக் கல் திகழ்ந்தது. அதை ஒருமுறை காண்பதும், இளவரசர் வரும் வழியை நோக்குவதுமாக இருந்தாள். பூஜை மணி ஒலித்துக் கொண் டிருந்தது அவள் செவிகளில் விழவில்லை. 'நமச்சிவாய வாழ்க! நாதன் தாள் வாழ்க' என்று மதுரன் இனிய குரலில்

இறைவன் திருப்பெயரைக் கூறி, மலர் எடுத்து அருச்சித்துக் கொண்டிருந்தது கூட அவள் செவிகளில் விழவில்லை. வானதி இளையபிராட்டியார் அருகில் சென்று நின்று பேசிக் கொண்டிருந்ததை அவள் கண்கள் காணவில்லை. திருக் கோவலூரினின்றும், மழபாடியினின்றும், கடம்பூரினின்றும் கொடும்பாளூரினின்றும் வந்திருந்த அரசகுலப் பெண்கள் செய்து கொண்டிருந்த விதவிதமான ஆடை, ஆபரண அலங்காரங்களை அவள் கண்கள் காணவில்லை. அவர்கள் கூந்தலிலிருந்து எழுந்த நறுமணத்தை அவள் உணரவில்லை. அவள் எண்ணமெல்லாம் இரத்தின வியாபாரியின் வருகையை நோக்கி இருந்தது. இல்லைஇல்லை; இந்த வணிகரும் இளவரசரும் ஒருவரே என்பதை உறுதிப்படுத்திக் கொள்வதில் இருந்தது.

அதோஇளவரசர் அருண்மொழித்தேவர் வருகிறார். அவருக்கு முன்பே இளையபிராட்டியார் வந்துவிட்டார். அவர் வானதியிடம் ஏதோ தெரிவிக்கவும் அதற்கு மாறாக வானதி ஏதோ கூறவும், குந்தவை அவள் கன்னத்தை இலேசாகத் தட்டியதும், அதோ அருண்மொழியைத் தொடர்ந்து பீடு நடையுடன் வரும் வந்தியத்தேவனைக் குறித்துத்தானிருக்க வேண்டும். முன்பெல்லாம் வானதிக்கு இவ்வளவு துணி வில்லை. சிறிது காலமாக அவள் இளையபிராட்டியிடம் வேடிக்கையாகப் பேசும் அளவுக்கு நெஞ்சுறுதி பெற்று விட்டாள். அதனுடன் உள்ளத்தில் புதுத் தெம்பு வேறு சேர்ந்து விட்டது. கருவிலே திருவுடைய பெரும் பேற்றினைப் பெற்றிருக்கிறாள்.

சங்கம் முழங்கி, கணகணவென மணி ஒலித்து, அகண்ட தீபாராதனை முடிவடைந்து, தீபத்தின் ஒளியை எல்லோரும் கண்களில் ஒற்றிக் கொண்ட போதுகூட, இன்பவல்லியின் கண்கள் அருண் மொழியையே நோக்கிக் கொண்டிருந்தன. ஆம், அவரேதான்! இரத்தின வணிகராய் வந்த சித்திரசேனரே தான்! முல்லைத்தீவில் மோகன நிலவில் சந்தித்தோமே அவரேதான்! புன்னை நிழலில் முன்பிறவியில் தொடர்புடைய வரைப் போன்று பேசி மகிழ்ந்தோமே அவரேதான்! இதோ அவர் அளித்த இரத்தினக்கல், அவரது வஜ்ஜிரம் போன்ற கரங்களின் நிறத்தின் மறுபதிப்புப் போன்று இந்தக் கல்

என்னிடம் இருக்கிறது. அன்று கண்ட அந்தக் களையான முகம் இன்னும் பேரழகு பெற்று விளங்குகிறது. சோழநாட்டு இளவரசரைத்தான் நாம் இதய பீடத்தில் அமர்த்திக் கொண்டோமா? எட்டாப் பெருந்தொலைவில் உள்ள நட்சத்திரத்தின் மீதா மனத்தைப் பறிகொடுத்தோம்?

ஏன்அவநம்பிக்கை ஏன்? ஏமாற்ற உணர்வு ஏன்? தோல்வி மனப்பான்மை ஏன்? அவரைக் காதலித்தது தவறாக ஏன் இருக்க வேண்டும்? அரசகுமாரரை ஒரு சாதாரணப் பெண் விரும்பக்கூடாதா? இரத்தினக் கல்லே நீதான் சாட்சி. நல்ல வேளையாக நீயாவது இப்போது என்னுடன் இருக்கிறாயே. உன்னைச் சாட்சிக்கழைத்து கூறி அவரிடம் பழைய சம்பவத்தை நினைவூட்டுவேன். என்னைக் கண்டவுடன் அவர் வியப்பால் திகைப்பார். அவருக்குப் பழைய நினைவுகள் வராமல் போகுமா? குரவைக் கூத்து அவர் நினைவுக்கு வராமல் போகுமா? 'விரைவில் வருவேன்' என்று உறுதி கூறிச் சென்றதாவது நினைவுக்கு வராமலிருக்குமா? என்னைத் தெரிந்து கொண்டவுடன் அவர் மனநிலை எவ்வாறு இருக்கும்...! பாவம். என்னை ஏமாற்றியதற்காக அவர் வருத்தமடையலாம்...

இன்பவல்லி நினைத்ததுபோல் நடக்கவில்லை. ஆராதனை முடிந்தது. செம்பியன் மாதேவியார் திருநீறெடுத்து அங்குக் குழுமியுள்ளோர் ஒவ்வொருவருக்கும் அளித்தவாறு இருந்தார். இன்பவல்லியைச் சுற்றி இப்போது அரசமகளிர் மயம். அவர்களைத் தள்ளி நெருக்கி அடித்துக் கொண்டு, அவள் அருண்மொழியை நெருங்க வேண்டும். இரத்தினக் கல்லை அவள் கெட்டியாகப் பிடித்துக் கொண்டாள். உள்ளங் கையில் வியர்வை அரும்பியது. அவள் உடல் முழுமையும் நடுக்கத்துடன் வியர்த்துவிட்டது. இன்னும் சிறிது தூரம்தான். அருண்மொழி வந்தியத்தேவனுடன் பேசிக் கொண்டிருந்தார். இளையபிராட்டியாரை அங்கு காணவில்லை. பணிப்பெண் ஒருத்தி வந்து அவளிடம் ஏதோ கூறவும், இளையபிராட்டி யார் பூசை மண்டபத்து வெளிவாயிலுக்கு விரைந்தார். அங்கு காஞ்சியினின்று வந்த தூதுவன் நின்றிருந்தான். இடை விடாமல் வந்த பயணக்களைப்பு அவனிடம் குடிகொண்

டிருந்தது. அவன் கரங்களில் செய்தி ஓலை ஒன்றிருந்தது. இளவரசரைக் காண வந்திருப்பதாக அவன் கூறினான்.

இளையபிராட்டி உடனே அருண்மொழியை அணுகி அவரிடம் அவசரமாக வந்துள்ள தூதுவனைப் பற்றித் தெரிவித்தாள். அருண்மொழியின் முகம் மாறியது. காஞ்சியினின்று செய்தி வந்திருக்கிறதென்றால் அது பழுவேட்டரையர் அனுப்பியதாயிருக்க வேண்டும். இரண்டு நாட்களாகவே இளவரசருக்குக் காஞ்சியின் நினைவுதான். பார்த்திபேந்திரன் படைதிரட்டி சுதந்திரப் பல்லவநாடு அமைக்க முற்பட்டுள்ள தையும், பழுவேட்டரையர் யாருக்கும் தெரிவிக்காமல் வேளக் காரப்படைகளுடன் விரைந்திருக்கும் செய்தியையும் கேள்வியுற்றதிலிருந்து அருண்மொழியால் ஒரு கணம்கூட அமைதியாக இருக்க முடியவில்லை. போர் பல ஆண்டுகளுக்குப் பிறகு சோழ நாட்டில் யுத்தம்! யுத்தத்தின் முடிவு பற்றிக் கூறவேண்டாம். வெற்றி சோழர்கள் பக்கம்தான். வெற்றிப் பெருமையைப் பழுவேட்டரையர் அன்றோ அடைந்து விடுகிறார்! பழுவேட்டரையரே முன் நின்று சென்றிருக்கும் போது குறுக்கிட்டுச் செல்லும் எவர் உதவியையும் அவர் விரும்பமாட்டார். காஞ்சியில் என்ன ஆயிற்றோ என்று எதிர்பார்த்துக் கொண்டிருக்கும்போது, பழுவேட்டரையரிடமிருந்து செய்தி வந்திருக்கிறது என்றால் அருண்மொழி பூஜை மண்டபத்திலா நின்று கொண்டிருப்பார்? அருண்மொழி அங்கிருந்து விரைந்து சென்றார். வந்தியத்தேவன் இளவரசரைப் பின்தொடர்ந்தான். அவன் விழிகள் சற்றே குந்தவையை நோக்கித் திரும்பின. 'என்ன செய்தி கொண்டு வந்தாய்? இளவரசர் விரைந்து செல்கிறாரே' என்று கேட்பது போல் அந்த விழிக்கோணம் அமைந்திருந்தது. இளைய பிராட்டி வாயிற்படி வரையில் சென்றாள்.

எப்பேர்ப்பட்ட அவசரச் செய்தியாயிருந்தென்ன? ஒரு கணம் எனும் அந்தப் 'பொல்லாத வேளை' இளவரசரைச் சந்திப்பதினின்று இன்பவல்லியைத் தடுத்துவிட்டதே. காலம் எனும் கொடியவன் அவளுக்கு எதிராக வேலை செய்கிறானா? இன்பவல்லி திக்பிரமை பிடித்தவள் போல் நின்றாள்.

அங்கு குழுமி இருந்தவர்களின் சிரிப்பொலியும், வளைய லொலியும் மெல்லக் குறைந்து வந்தன.

அவள் எவ்வளவு நேரம் அங்கிருக்கும் பெருந்தூணைப் பிடித்துக் கொண்டு நின்றிருந்தாளோ? அங்கு எவருமே இல்லை. அகிலின் நறுமணங்கூட மெல்ல மெல்லக் குறைந்து விட்டது. நடராஜ விக்கிரகத்தின் எதிரே ஏற்றப்பட்டிருந்த குத்துவிளக்கு தூண்டுவாரின்றிச் சுடர்விட்டு எரிந்தது. விக்கிரகத்தின் கழுத்திலே தவழ்ந்த மாலை மெல்லக் காற்றிலே அலைந்தது. மாலை அசைவதும், நடராஜரின் தூக்கிய திருவடியின் வனப்பு மிகுந்த தோற்றமும் இன்பவல்லிக்குப் புத்துணர்வூட்டின. விக்கிரகத்தின் காலடியில் குவிந்து கிடந்த மலர்களினின்று, செண்பகமலர் ஒன்றை எடுத்துத் தலையில் அணிந்தாள். கையிலிருந்த இரத்தினக்கல்லை அங்கே வைத்தாள். அவள் இதய தாபத்தை அங்கிருக்கும் சூழ்நிலை சற்றுத் தணிக்கும் போலிருந்தது.

ஆனந்தத் தாண்டவமிடும் கூத்தரசன் எதிரே ஆட வேண்டும் போல் அவளுக்குத் தோன்றியது. காலிலே சதங்கை இல்லை; இதய தாபம் தணிவதற்குச் சதங்கை வேண்டுமா? அவள் பாதங்கள் தரையில் தாளமிட்டன: கைகள் வளைந்தன. கண்கள் மூடிக் கொண்டன. இப்பொழுது அவள் அந்த அரண்மனையை மறந்தாள். அந்தப் பூஜை மண்டபத்தை மறந்தாள்; சற்றுமுன்னர் அடைந்த ஏமாற்றத்தை மறந்தாள்.

அவள் ஆடும் ஆட்டத்தின் இலக்கணம் அவளுக்குத் தெரியாது. ஆனால், அது அறுபத்து நான்குவிதத் தாண்டவத்துள் ஒன்றாகத் திகழ்ந்தது. பம்பரம்போல் சுழன்றாள். மின்னல் கீற்றினைப்போல் மிளிர்ந்தாள். பட்டத்து யானை போல் அசைந்தாள். காலத்தின் கண்களெல்லாம் அந்த அற்புத ஆட்டத்தைக் காண விரைந்து விரைந்து வந்தன. கதிரவன் ஆகாய வீதியில் பரபரப்புடன் இறங்கினான். நடனம் முடியவில்லை. அவள் கால்கள் துவண்டன. மூடியகண்கள் இன்னும் இருண்டன. பம்பரம் போல் சுழன்ற அவள் வேகம் குறைந்து தள்ளாடித் தவித்தாள். கீழே சாய்ந்தாள்.

அந்தப் போதில் பஞ்சவன் மாதேவியைத் தவிர வேறு யாருமில்லை. தன் மாளிகைக்குச் செல்வதற்காகப் புறப்பட்ட அவள், இன்பவல்லி நடனமாடுவதைக் கண்டு நின்றாள். 'ஆகா, அற்புத நடனம்' என்று அவள் உள்ளம் மகிழ்ந்தது. நாட்டியம் பிறர் ஆடக் கண்டிருக்கிறாள். ஆனால் அந்த நடனங்கள் அவளுக்கு ஏனோ பிடிப்பதில்லை. கையையும், காலையும் அங்கங்களையும் அசைக்கும் ஒருவிதக் கேளிக்கை ஆட்டமாகவே அவை இருந்திருக்கின்றன. இப்போது தெய்வீகக் கலையை இன்பவல்லியின் மூலம் கண்ட அவள் உள்ளத்தில் சொல்ல முடியாப் பரபரப்பு. அவள் அங்கு இன்பவல்லியைக் காணவில்லை. இணையற்ற தேவலோக நடனமாதையே கண்டாள். கண்களுக்கு அவள் தோற்றம் தெரியா அளவுக்கு அவள் 'பரபர' வென்று சுழன்றாடும் போது அவள் தலையும் சுழன்றது. இன்பவல்லி கீழே சாய்ந்தபோது ஒருகணம் பஞ்சவன் மாதேவிக்குத் தன்னிலை தெரியவில்லை. பிறகுதான் இந்த உலகத்துக்கு வந்தவளாய், 'அடடா' என்று கூறிப் பரபரப்புடன் அவள் விழுந்த இடத்திற்கு ஓடினாள்.

நடராஜர் பாதத்தில் வைக்கப்பட்டிருந்த பாத்திரத்திலிருந்து தண்ணீரெடுத்து இன்பவல்லியின் முகத்தில் தெளிக்க விரைந்தாள். அந்தப் பாத்திரத்தை எடுத்தபோது, அங்கே செவ்வொளி வீசும் கல்லொன்றைக் கண்டாள். நடனமாடத் தொடங்கு முன்பு இன்பவல்லி அந்த இரத்தினக் கல்லை நடராஜரின் பாதத்தில் வைத்திருந்தாள். அந்த அடையாளக் கல்லையும் கூத்தரசரின் குஞ்சித பாதத்தையும் மனத்திலே கொண்ட வண்ணம் தான் அவள் நடனமாடத் தொடங்கி யிருக்கிறாள்.

அழகொளி வீசும் அந்த அற்புதக் கல் பஞ்சவன் மாதேவியின் உள்ளத்தைக் கவர்ந்தது. அதற்குள் இன்ப வல்லியின் மூர்ச்சையைத் தெளிவிப்பது அவளுக்கு முதன்மை யாகப் படவே, தண்ணீருடன் விரைந்தாள். முகத்திலே குளிர்ந்த நீர் பட்டவுடன் இன்பவல்லியின் புறஇருள் மெல்ல நீங்கியது. திடீரென வந்து சேர்ந்த தலைப்பாரம் குறைந்தது.

கால்களில் புது உணர்வு ஏறியது. அவள் கண் விழித்தாள். தாம் எங்கிருக்கிறோம் என்ற நினைவு அவளுக்கு உடனே தோன்றவில்லை.

மண்டியிட்டு அமர்ந்து இன்பவல்லியின் முகத்தையே வேதனையுடன் பார்க்கும் பஞ்சவன் மாதேவி அவள் கண்களில் பட்டாள். மயக்கமுற்று விழுந்து விட்டோம் என்ற உணர்வே அவளுக்கில்லை. அவள் ஆடிக்கொண்டிருந்த போது அவள் உள்ளம் காஞ்சியில் சஞ்சரித்தது. மாமல்ல புரத்தில் நடனமாடியது; முழுமதி தவழும் வேளையில் கடற்கரையில் ஆடிய அற்புத நடனத்தின் மீது சென்றது. அங்கிருந்து முல்லைத் தீவிற்குச் சென்றது. அவள் உள்ளம் கவர்ந்த சித்திரசேனரிடம் சென்றது. அவர் கரங்களோடு அவள் கரங்கள் இணைந்தன. பால் நிலவின் மலர்ப்பாதையில் இருவரும் நடனமாடிச் செல்கின்றனர். எங்கோ 'ஜல்ஜல்' என்ற ஒலி கேட்கிறது. சிவகாமி அம்மையும், நடராஜரும் ஆடும் நடனம் தோன்றுகிறது. அவர் காலடியில் ஒளிவீசும் இரத்தினக்கல் அவளை வாவா வென்றழைக்கிறது. அந்த நடனம் அவள் ஆர்வத்தைத் தூண்டிவிடுகிறது. அவள் ஆடினாள் ஆடிக்கொண்டே ஆடலரசரை நெருங்கி விடுவது போன்ற உணர்வெழுந்தது. அவ்வளவே அவளறிவாள்.

பஞ்சவன் மாதேவியைப் பார்த்தவுடன் தான் அவளுக்குச் சந்தேகம் பிறந்தது.

"நான் எங்கிருக்கிறேன்?" இன்பவல்லியின் உதடுகள் முணுமுணுத்தன. பஞ்சவன் மாதேவி மெல்ல அவளைத் தூக்கித் தன்மீது சாய்த்துக் கொண்டு, "இன்பவல்லி! என்ன நேர்ந்து விட்டது உனக்கு? இங்குதான் இருக்கிறாய்..." என்று கூறி, ஒரு வாய் தண்ணீரைக் குடிக்கக் கொடுத்தாள்.

'மடக் மடக்' என்று இரண்டு வாய் குடித்தவுடன் இன்ப வல்லிக்குத் தெம்பு வந்தது. இரத்தினக் கல்லின் நினைவும் வந்துவிட்டது.

"அது எங்கே...? அது எங்கே...?" இன்பவல்லி திடுக்கிட்டுக் கேட்டாள்.

"எதைக் கேட்கிறாய் இன்பவல்லி? உன் உடம்புக்கு என்ன? சற்று நேரம் முன்புகூட நன்றாகத்தானிருந்தாயே?" பஞ்சவன் மாதேவி வியப்புடன் கேட்டாள். அவள் இரத்தினக் கல்லைத் தேடுகிறாள் என்பதைப் பஞ்சவன் மாதேவி அறிந்து கொள்ளவில்லை. இன்பவல்லி எழுந்து விட்டாள். இரத்தினக் கல்லின் நினைவு அவளுக்கு வந்துவிட்டது. இங்குமங்கும் சுற்றிப் பார்த்தாள்.

"என்ன தேடுகிறாய் இன்பவல்லி?" என்று கேட்டுக் கொண்டே இருந்தாள் பஞ்சவன் மாதேவி. அவள் என்ன வென்று கூறுவாள்? ஒரு நொடியில் அதைக் காணாமல் போக்கிவிட்டாளே, அதைப்பற்றிச் சொல்வதா? அடையாள மாகப் பிரியாமல் வைத்துக் கொண்டிருந்த அற்புதக் கல் என்று கூறுவதா? இரத்தின வியாபாரி அன்பின் அடையாளமாகக் கொடுத்த பரிசு என்று கூறுவதா? என்னவென்று கூறுவது? தன் கவனக் குறைவைக் கூறுவதா? அவரைத் தேடும் ஆவலைக் கூறுவதா? துக்கம் அவளை மெல்லச் சூழ்ந்து விடும் போலிருந்தது.

"என்ன தேடுகிறாய் இன்பவல்லி? சொல்லாமல் தேடினால் எப்படிக் கண்டுபிடிப்பதாம்? நானும் உன்னுடன் சேர்ந்து தேடுவேன்."

"தேடுவீர்களா? அரசகுமாரிக்கு அவ்வளவு சிரமம் வைக்கலாமா? மயக்கம் தெளிவித்த தங்களுக்கு இன்னும் வேலை வைப்பதா?"

"அதனாலென்ன! நீ கவலைப்படும்போது நான் கவலைப்படுவேன்."

"துயரப்படப் பிறந்தவள் இந்தத் துர்பாக்கியவதி. களித்து மகிழப் பிறந்த உங்களுக்கு ஏனம்மா மன வேதனை?"

"அப்படிச் சொல்லாதே... உன் துயரத்தில் பங்கு கொள்வது போல் இன்பத்திலும் பங்கு கொள்வேன். சற்று முன்னர் நீ ஆடிய அற்புத நடனம் என்னை உன்னருகே இழுத்து வந்து விட்டது. எனக்கு நீதான் குரு..."

"குருவா?"

''ஆம்; என் நீண்ட நாள் ஆசையை நிறைவேற்ற வந்தவள் நீ...''

''உங்கள் ஆசையையா? ஐயோ, என் மன ஆசையைத் தீர்க்கவே வழி தெரியாமல் தவிக்கும் நான், உங்கள் ஆசையை எப்படித் தீர்ப்பேன்?''

''தீர்க்க முடியும் இன்பவல்லி! தீர்க்க முடியும். நீ ஆடும் அற்புத நடனக் கலையின் மூலமாகத் தீர்க்க முடியும்!''

'ஹூம்' என்ற பெருமூச்சு விட்டாள் இன்பவல்லி. நடனம்... நடனம்! அந்த நடனக் கலை கைவரப் பெற்ற தனாலன்றோ இவ்வளவு துயரங்களும்! முல்லைத் தீவில் இருந்த எத்தனையோ சாதாரணப் பெண்களைப் போல் இருந்திருந்தால் சித்திரசேனரின் கவனத்தில் வீழ்ந்திருக்க வேண்டாமே! அவருடன் கைகோர்த்துக் குரவைக் கூத்து ஆடியிருக்க வேண்டாமே! கடற்கரை மணலில் சங்குமுக யாழெடுத்துப் பாடியிருக்க வேண்டாமே! உள்ளத்தை அவரிடம் பறிகொடுத்திருக்க வேண்டாமே! அவரைப் பரிந்து துயரடைந்து, கடல் கடந்து இங்கு வந்திருக்க வேண்டாமே! ஆம்; வந்திருக்க வேண்டாம். அந்த அடையாளக் கல் எப்போதோ தொலைந்திருந்தால் வந்திருக்கவே வேண்டாம். ஈடேறாத காதல் நெஞ்சத்தோடு அந்த மனித சஞ்சாரமற்ற தீவிலே எலும்புந் தோலுமாக ஆகி உயிருக்குயிரானவரைச் சந்திக்கும் நேரத்தில் அந்த அற்புதக் கல்லைத் தொலைத்து விட்டோமே' என்று எண்ணியவளாய், ''நடனத்தின் ஆர்வத்தில் தான் அந்த அற்புதக் கல்லைப் பெற்றேன். அதே ஆர்வத்தில் தான் அதைத் தொலைத்தேன்'' என்று விம்மிய வாறு கூறினாள் இன்பவல்லி.

''அற்புதக் கல்லா? எதைக் கூறுகிறாய் இன்பவல்லி? சற்று விளக்கிக் கூறமாட்டாயா? அதை உனக்குத் தேடித் தருவேன்'' என்றாள் பஞ்சவன் மாதேவி.

''தேடித் தருவீர்களா? நான் ஆடும் போது விழுந்து ஓடி விட்டதா? அந்த வழவழப்பான தரையில் அது உருண்டோடி யிருக்குமா? உள்ளங்கையில் இருந்த அந்த இரத்தினக் கல் தாமரை மலர்போல் விரிந்த என் அபிநய பாவத்தில் எங்காவது

விழுந்திருக்கும். என் இதயத் தாமரை வாடுகிறது. தேவி...'' என்று மெல்லிதயம் விம்ம, நெஞ்சு தழுதழுக்கக் கூறினாள் இன்பவல்லி.

பஞ்சவன் மாதேவி தெரிந்து கொண்டாள், அந்த இரத்தினக் கல் இன்பவல்லியினுடையது என்று. அந்த இரத்தினக் கல்லில் ஏதோ பெரும் இரகசியம் புதைந்திருக்கிறது என்றும் அறிந்தாள். அதைக் கொண்டுதான் இன்பவல்லியின் கதையை அறிய வேண்டும் என்றும் முடிவு செய்தாள். இன்பவல்லியின் வாழ்க்கை வரலாற்றை அறியப் பஞ்சவன் மாதேவி துடித்தாள். இன்பவல்லி சோழநாட்டின் எந்த நகரத்தினின்றும் வந்தவளல்லள் என்பதை அவள் முதலிலேயே புரிந்து கொண்டாள். அவள் எந்தச் சிற்றரசர் மகளுமல்லள்; அப்படி இருக்கும்போது இளையபிராட்டியார் அபிமானத்துடன் அவளை அழைத்து வந்ததெவ்வாறு? தஞ்சை அரண் மனையில் அரசகுமாரிகளுடன் பழகவேண்டுமென்றால் அவள் முக்கியமானவளாக இருக்கவேண்டும். இன்ப வல்லியின் கதையை அறிய ஆவல் கொண்டிருந்த அவளுக்கு அன்று பெரும் வாய்ப்பு ஏற்பட்டது.

''இன்பவல்லி! இரத்தினக் கல்லைத் தேடுகிறாயா? அதைத் தேடித் தந்தால் எனக்கு என்ன தருவாய் இன்பவல்லி?'' என்று பஞ்சவன் மாதேவி உதட்டில் குறும்புச் சிரிப்புடன் கேட்டாள்.

இன்பவல்லி திடுக்கிட்டாள். இரத்தினக் கல் கிடைத்தால் போதும் என்றிருந்தது அவளுக்கு. ''தேவி! எப்படிக் கேட்கிறீர்கள்? செல்வத்திலேயே பறந்து செல்வத்திலே வளர்ந்து திளைத்திருக்கும் தங்களுக்கு இந்த ஏழை என்ன தர முடியும்?'' என்றாள் இன்பவல்லி.

பஞ்சவன் மாதேவி 'கலகல' வென்று நகைத்து, ''நீ ஏழையா! நான் ஒருநாளும் ஒப்புக் கொள்ள மாட்டேன்...'' என்றாள்.

''ஆம், நான் ஏழையல்லள்; நானும் ஓர் அரசகுமாரனின் மகள். பெரும் செல்வந்தரான இரத்தின வியாபாரியின் இதயத்தில் அமர்ந்தவள். அவரே இப்பொழுது இப்பெரும்

சோழநாட்டின் இளவரசர். அதனால் நான் ஏழை இல்லை" என்று கூறத்தான் இன்பவல்லி எண்ணினாள். ஆனால் வார்த்தை வெளியே வரும்போது, "தேவி! என்னை ஏழையென்று நீங்கள் நிச்சயமாக ஒப்புக்கொள்ள மாட்டீர்கள். நான் அனாதை; நான் பிறந்த இடத்தை விட்டு உற்றார் உறவினரின்றிச் சோழ நாட்டில் அடைக்கலம் புகுந்தேன். நான் அரசகுமாரியல்லள். ஒரு சாதாரணக் குடியானவனின் மகளாகக்கூட இல்லை. அப்படி இருக்கும்போது நான் எப்படி ஏழையில்லாமல் இருக்க முடியும்?" என்றுதான் கூறியது. அவள் கண்களில் நீர் தளும்பி இருக்க வேண்டும்.

பஞ்சவன் மாதேவி இனியும் அவளுடன் வேடிக்கைப் பேச்சுப் பேச விரும்பவில்லை. "அதைச் சொல்ல வரவில்லை இன்பவல்லி! பொன்னும், பொருளும் அழியக் கூடியது. அதைக் கொண்டு ஏழை, செல்வர் என நான் மதிப்பட வில்லை. உன்னிடம் அற்புதமான கலை விளங்குகிறது. கலைச் செல்வம் பெற்றிருக்கும் நீ ஏன் ஏழை என்று சொல்லிக் கொள்கிறாய்? உன் கலைத்திறமை உனக்கே தெரியாது. நான் அந்தக் கலையைப்பெற விரும்புகிறேன். அந்த விதத்தில் நீ அரசி! நீ எனக்கு கலையைக் கற்பக்க வேண்டிய குரு. அது இருக்கட்டும்; நான் அந்த இரத்தினக் கல்லைத் தேடித் தந்தால் எனக்கு என்ன தருவாய்...?"

"தேவி, நான் தருவதென்ன? நீங்கள் என்னிடமிருந்து எடுத்துக்கொள்ளலாம். எங்கே, அந்தக் கல் இருக்குமிடம் கூறுங்கள். அதைக் காணாவிடில் நான் உயிர் வாழ்ந்தே பயனில்லை."

"எதை வேண்டுமானாலும் நான் எடுத்துக் கொள்ளலாமா? அப்படித் தியாகம் செய்யுமளவுக்கு அந்தக் கல்லில் சக்தி இருக்கிறதா?"

"தேவி, என்னைச் சோதிக்காதீர்கள். எங்கே அந்த அடையாளக் கல்? சொல்லுங்கள் தேவி..."

"சொல்லுகிறேன் இன்பவல்லி, சொல்லுகிறேன்... இன்ப வல்லி! அந்தக் கல்லைத் தேடிக் கொடுத்தால் என்ன வேண்டு மானாலும் தருவாய் அல்லவா? தேவைப்படும்போது நான்

பெற்றுக் கொள்கிறேன். அப்பொழுது மறக்காதே, அதற்கு முன்பு உன் கதையை எனக்குச் சொல்வாயா?''

''கதையா? என்கதையா?'' இன்பவல்லி வருத்தத்துடன் சிரித்தாள். தன் கதையை அறிய, தன்னைப் பற்றி அறியப் பழுவூர் இளவரசி பல நாட்களாகத் துடிக்கிறாள். இரத்தினக் கல்லைத் தேடிக் கொடுத்தால் தான் நாம் நம் கதையைக் கூறவேண்டுமா? இல்லாவிடினும் யாரிடமாவது நம்மைப் பற்றிக் கூறிக் கொள்ளத்தானே வேண்டும்? நாளைக்குத் திடீரென இளவரசருடன் சந்தித்துப் பேசும்போது யாரோ அனாதை உறவு கொண்டாடுகிறாள் என்று நினைத்துவிடக் கூடாதல்லவா? அதற்கு முன்னரே கடந்த காலத்தின் சரித்திரத்தைச் சொல்லி வைப்போம் என்று எண்ணியவளாய், ''தேவி, அந்த அற்புதக் கல்லைத் தேடித் தந்தால்தான் நான் தங்களுக்கு என்னைப் பற்றிச் சொல்வேன் என்பதில்லை. அதற்கு முன்னாலும் சொல்லிவிடுவேன். ஆனால், கல்லைத் தேடிக் கண்டு பிடிக்க வேண்டும் எனும் ஆர்வம் என்னுள் பெருகுகிறதே...'' என்றாள்.

''அப்பொழுது நிச்சயம் சொல்வாய்'' என்று கூறியவள், இன்பவல்லியின் மெல்லிய கரங்களைக் கொஞ்சலாகப் பிடித்துக் குலுக்கிவிட்டு, ''எங்கே நீ கண்ணை மூடிக்கொள். நான் மந்திரம் போட்டு வரவழைக்கிறேன்'' என்று கூறினாள். பஞ்சவன் மாதேவியின் விளையாட்டுத் தனத்தை எண்ணி, அந்தத் துயரவேளையிலும் களிப்படைந்து கண்களை மூடிக் கொண்டாள் இன்பவல்லி.

பஞ்சவன் மாதேவி துள்ளும் நடையுடன் நடராஜர் விக்ரகத்தின் அருகே சென்று, அந்த இரத்தினக் கல்லை எடுத்து வந்து, ''இன்பவல்லி! இன்பவல்லி! கண்ணை திற, கண்களை மூடிக்கொள் என்றால் நிஜமாகவே மூடிக்கொண்டுவிட வேண்டுமா? ரொம்பவும் கபடமறியாதவளாக இருக்கிறாயே. இதோ பார், இதைத்தானே தேடினாய்? கண்களைப் பறிக்கும் இரத்தினக் கல் இதோ?'' என்றாள்.

இன்பவல்லி அவசரம் அவசரமாக அவள் கரங்களினின்று அதைப்பெற்று மார்புடன் அணைத்துக் கொண்டாள். பெரு

மூச்சால் அவள் இதயம் விம்மித் தணிந்தது. அவள் செய்கையைப் பார்த்துக் கொண்டிருந்த பஞ்சவன் மாதேவி, "சரி, சரி, அந்தக் கல்லுடன் கொஞ்சிக் கொண்டிருந்து விட்டால் 'கதை சொல்' என்று கெஞ்சிய என் நிலை என்னாவது?" என்று அவள் கரங்களைப் பிடித்தாள்.

யாரோ பேசிக்கொண்டு வரும் அரவம் கேட்கவே, பஞ்சவன் மாதேவி அவள் கரங்களைப் பிடித்துக் கொண்டு, "வா வா மாளிகைக்குப் போய்விடுவோம். அங்குபோய் நேரம் போவது தெரியாமல் பேசுவோம்" என்றழைத்தாள். அவர்கள் இரண்டடி எடுத்து வைத்திருப்பார்கள்.

"இன்பவல்லி, இன்பவல்லி? உன்னை எங்கெல்லாம் தேடுவது?" என்று கேட்டுக்கொண்டே குந்தவை வந்தாள். அவளைத் தொடர்ந்து வானதியும் வந்தாள்; குந்தவைக்கு அரண்மனையிலிருப்பதைவிட ஆற்றங்கரை நந்தவனத் திற்குச் செல்ல வேண்டும் போல் இருந்தது. அந்த நந்த வனத்தைச் சீர்ப்படுத்துமாறு அவள் முன்பே கட்டளை யிட்டிருந்தாள்.

இளைய பிராட்டியைத் தொடர்ந்து வானதியும் பிறகு அவளைத் தொடர்ந்து ஆகார வகைகளையும் குடிநீர்க் குடங் களையும் ஏந்தியவாறு பணிப் பெண்களும் சென்றார்கள். பஞ்சவன் மாதேவியும், இன்பவல்லியும் ஒருவரை ஒருவர் பார்த்துக் கொண்டனர். அவர்கள் விழிகள், "என்ன செய்வது! இளையபிராட்டியின் கட்டளையாயிற்றே!" எனப்பேசிக் கொண்டனர்.

ஆற்றங்கரை நந்தவனத்தில் பகல் பொழுது சென்றதே தெரியவில்லை. வேடிக்கையான பேச்சும், விளையாட்டுமாக அவர்கள் சிறு குழந்தைகள்போல் விளையாடினர். முக்கியமாக இளையபிராட்டி பஞ்சவன் மாதேவியிடம் அதிகம் பேச்சுக் கொடுத்து, அவள் மறுமொழிகளைக் கேட்டு மகிழ்ந்தாள். அவள் பேசும்போது அவள் முகத்தையே உற்று நோக்கிய வாறிருப்பாள். "பாவம் இந்தப் பெண்!" என்று அவள் மெல்லச் சொல்லிக் கொள்வது எவர் காதிலும் விழவில்லை. பழுவேட்டரையருக்கு இளைய பிராட்டியாரைக் கண்டால்

அந்தக் காலத்தில் பிடிக்காது. ஆனால், குந்தவையோ, அனாதையான பஞ்சவன் மாதேவி மீது இரக்கங் கொண்டாள்.

இன்பவல்லிக்கு அங்கே இருப்புக் கொள்ளவே இல்லை. தன் இதயம் திறந்து பஞ்சவன் மாதேவியிடம் பேசவும் வழியில்லை. இளவரசரைச் சந்திக்கவும் இயலவில்லை. இளைய பிராட்டியின் மனத்தைப் புரிந்து கொள்ளவும் முடியவில்லை. ‘மாமல்லபுரத்து மூதியவர் குடிலிலேயே இருந்திருக்கலாம். தாயின் பாசம்போல் அழைத்த இளைய பிராட்டியுடன் மறுபேச்சுப் பேசாமல் வந்தோமே. இங்கே இதய வேதனைதான் அதிகமாகிறது...’ என்று அவள் சோர்வுடன் நினைத்துக் கொண்டிருக்கையில், இளைய பிராட்டி சட்டென ஏதோ நினைத்துக் கொண்டவள் போல் எழுந்தாள்.

‘‘இந்தத் தோட்டத்தைக் கவனித்துக் கொண்டிருந்த தோட்டக்காரர் குடில் இங்கு இருக்கிறது. அவர்களைப் பார்த்து நாளாகிறது! வாருங்கள் போவோம்’’ என்றழைத்தாள். நந்தவனத்தின் ஒரு பகுதியில் இருந்த அந்தக் குடிலை நோக்கிப் பெண்கள் குழாம் சென்றது.

குடிலின் வாயிலில் அந்த மூதாட்டி குளிர் காய்ந்து கொண்டிருந்தாள். கலகலவென்ற ஒலி வரவும் அவள் அந்தத் திசையை நோக்கினாள். இளைய பிராட்டியை அவள் அடையாளம் கண்டுவிட்டாள். இன்னும் பதினெட்டு வயது மங்கை போன்று அழகு மங்காதிருக்கும் அவள் வனப்பை எண்ணி மனமகிழ்ந்த அந்த மூதாட்டி, பிராட்டியை வரவேற்கக்கூட வார்த்தைகள் அகப்படாமல் முகத்தில் பரபரப்புடன் கூடிய களிப்புப் பொங்க நின்றாள்.

இளையபிராட்டி முதலில் பேசினாள்: ‘‘சௌக்கியமாக இருக்கிறீர்களா திலகவதி?’’ என்று கேட்டாள்.

‘‘சோழ மவராசா புண்ணியத்தினாலும் ஆண்டவன் அருளினாலும் ஒரு குறையுமில்லாமல் இருக்கிறேன். தாயே’’ என்று களிப்பு மிகுதியால் வார்த்தைகள் வெளிவராமல் தழுதழுக்கக் கூறினாள்.

"தேவி, இங்கே உட்காருங்கள்" என்று திலகவதி சுட்டிக் காட்டினாள். எங்கே உட்காருவது? சிறு குடிலின் முன்புறம் சாணத்தால் சுத்தமாக மெழுகப்பட்டிருந்தது. சிறு பந்தல்! அதிலே முல்லைக் கொடி படர்ந்திருந்தது. ஏழெட்டு முல்லை மொக்குகள் மலரக் காத்திருந்தன. கூரையின்மீது பூசணிக் கொடி படர்ந்திருந்தது. எப்போதோ போட்ட விதை. இரண்டு பானைகள் ஒன்றன் மேல் ஒன்று அடுக்கப்பட்டிருந்தன. இரவு உணவுக்காக உள்ளே மூட்டப்பட்ட அடுப்பினின்று புகை மெல்லக் கூரை வழியே வெளியேறிக் கொண்டிருந்தது. குடிசையின் அருகே பட்டுப்போன மரம் ஒன்றின் அடிவேர் அகலமாக இருந்தது. மழமழப்பாக உட்கார வசதியாக இருந்தது.

"உட்காருகிறேன். உங்களைப் பார்க்க வேண்டும் போல் இருந்தது. உடனே வந்தேன்" என்று இளைய பிராட்டி பேசினாள். மிக்க மரியாதை நிறைந்த அந்த வார்த்தைகளைக் கண்டு அங்குள்ளோர் வியந்தனர் என்றே சொல்ல வேண்டும். தோட்டத்தின் மூலையிலே குடிசையில் உள்ளவளைப் பார்த்து மிக்க மரியாதையுடன் இளைய பிராட்டியார் பேசுகிறாள் என்றால் அந்த மூதாட்டி மதிப்புக்குரியவளாக இருக்க வேண்டும் என்றே எண்ணிக் கொண்டனர்.

"உங்கள் மகன் நலமாயிருக்கிறாரா?" என்று பிராட்டி அடுத்தபடியாக விசாரித்த போது திலகவதியின் முகம் பெருமையால் விரிந்தது. இளைய பிராட்டியாரின் மதிப்பு மிக உயர்ந்தது.

"தேவி! தங்களுக்குத் தெரியாதா? என் மகன் காஞ்சிக்குச் சென்றிருக்கிறான், போர்புரிய. திடீரென்று பழுவேட்டரை யரிடமிருந்து அழைப்பு வந்தது" என்றாள் திலகவதி. போருக்கு அனுப்பிய தன் மகனைக் குறித்துப் பெருமைப் பட்டாள் அந்த வீரத்தாய்.

அவர்கள் பேசிக்கொண்டிருந்த போதுதான், இன்பவல்லி மெல்ல அந்த இடத்தைவிட்டு நகர்ந்து, அருகே செயற்கைக் குளத்தின் கரைமீது சென்றமர்ந்தாள். மண்டைக்குள் ஏதோ புகுந்து குடைவதுபோல் அவளுக்குத் தோன்றியது.

நந்தவனமும், நதி வெள்ளமும், தடாகமும் பறவையும் பேச்சொலியும் அவளைக் கவரவில்லை. விம்மி விம்மி அழ வேண்டும் போலிருந்தது. தனிமை அவளைப் பயமுறுத் தியது. நல்லவேளையாக அவள் தனிமையில் அதிக நேர மிருக்கவில்லை. பஞ்சவன் மாதேவி மெல்லப் பின்புறமாக வந்து அவள் கண்களை மூடினாள்.

"தேவி, கையை எடுங்கள்" என்றாள் இன்பவல்லி.

"நான்தான் கண்களை மூடினேன் என்று எப்படி அறிந்து கொண்டாய்?"

"உங்களைத் தவிர வேறு யார் என்னிடம் உரிமை கொண்டாடுவார்கள்?"

"ஏன், இளைய பிராட்டி இல்லையா? இளவரசி வானதி இல்லையா?"

"இளைய பிராட்டியாரை என்னால் புரிந்து கொள்ள முடியவில்லை. ஒரு சமயம் அன்பு மழையைப் பொழிகிறார். மற்றொரு சமயம் கவனிப்பதில்லை. நான் அவரை நேற்றுச் சந்தித்துப் பேசப்போன சமயத்தில் தான் காஞ்சியினின்று செய்தி வந்திருக்கிறது என்று இளைய பிராட்டியார் கூறி விட்டார்கள்."

"யாரைச் சந்தித்துப் பேச முயன்றாய்?"

இன்பவல்லி மறுமொழி கூறவில்லை. தன் கதை முழுவதும் கூறினாலன்றோ பஞ்சவன் மாதேவிக்குப் புரியும்!

"யாரையா? என் உள்ளங் கவர்ந்தவரை, அது சரி, உங்களுக்கு என்னைப் போன்ற வேதனையே ஏற்பட்ட தில்லையா?" என்று கேட்டாள் இன்பவல்லி.

"என்ன வேதனை?" பஞ்சவன் மாதேவி தெரிந்தும் தெரியாதது போல் கேட்டாள்.

"என்னவென்று கூறச் சொல்கிறீர்கள்? நீங்கள் அரச குடும்பத்தவர் என்பதால் உங்களுக்குக் காதல் உணர்ச்சியே இல்லையா?" என்று இன்பவல்லி சற்று எரிச்சலுடனே கேட்டாள்.

“காதல் உணர்ச்சியா? இன்பவல்லி! அது எப்படி இருக்கும்? சொல்ல மாட்டாயா? குருவாகிய தாங்கள் எனக்கு எல்லாவிதக் கலைகளையும் கற்றுத்தர வேண்டும்” என்று வணங்கிக் கேட்கும் தோரணையில் நடித்தாள்.

“காதல் உணர்ச்சியை எப்படி விளக்குவது தேவி? அதை உணர்ந்தவர்களுக்குத் தான் பிறர் வருத்தம் தெரியும். இளைய பிராட்டியாரும், இளவரசியாரும் அந்த அனுபவம் பெறாதவர்கள் போலிருக்கிறது.”

“அப்படிச் சொல்லாதே இன்பவல்லி! நான் கேள்விப் பட்டிருக்கிறேன்; இளைய பிராட்டியாரைப் போல் துயரம் எவ்வளவு வரினும், கலங்காது இருப்பவர்கள் வேறு யாரும் இருக்க முடியாது.”

“அப்படிச் சொல்லாதீர்கள். அவர்களைவிட மௌனமாக அடக்கமுடையவர்கள் பலரிருக்கிறார்கள். நான் ஒருவரிடம் மனத்தைப் பறிகொடுத்தேன். விரைவில் வருகிறேன் என்று கூறிச் சென்றார். காத்திருந்தேன். வரவில்லை. அவர் ஊர் தெரியாது. பேர் தெரியாது. காதல் அவற்றையெல்லாம் மீறியது. என்னைவிடத் துயரமுடையவர்கள் இருப்பார் களா?”

“ஹும்! இளைய பிராட்டியாரைப் பற்றி நினைத்துப் பார்த்தால் தெரியும். இந்த நாட்டிற்கே கண்போன்றவர்கள். அவர்கள் மனம் வல்லவரையரை நாடியது. காதல் மலரு முன்னர் வல்லவரையரைச் சிறையில் தள்ளிவிட்டார்கள். பாவம், அவர்கள் அமைதியாகக் காத்திருந்தார்கள்.”

“அப்படியா? இன்று இளவரசரைத் தொடர்ந்து வந்தாரே, அவர் தானே வல்லவரையர்?”

“ஆம்; இளையபிராட்டியார் சுண்டு விரலை அசைத்தால் எல்லாம் நிறைவேறும். ஆனால் காதல்...”

“அது மகத்தானது தேவி. அந்த மகத்தான காதல் என்னை மிக வாட்டுகிறது தேவி.”

“நீ தான் உன் வரலாற்றைச் சொல்லவே மாட்டேன் என்கிறாயே.”

“மாட்டேன் என்று கூறவில்லை. நான் சொல்லித் தானாக வேண்டும். என் இதயத்தில் புதைந்து கிடப்பதை யாரிட மாவது கூறாவிட்டால் என் இதயத் தாமரை வாடிவிடும் தேவி.”

“உன் நடனத்தைப்போல் உன் பேச்சும் இனிமையாக இருக்கிறது; சுவையாக இருக்கிறது.”

“என் கதையைக் கேட்டுப் பரிகசிப்பீர்கள். இருந்தாலும் உண்மைச் சம்பவத்திற்குப் பரிகாசமும் புகழும் ஒன்று தானே...” என்றாள் இன்பவல்லி.

“என் கதையைக் கேட்டால் ‘ஹோஹோ’ என்று சிரிப்பாய் அரச குலத்திற் பிறப்பதைவிடச் சாதாரண குடும்பத்தில் பிறந்து விடலாம். என் மனம் இன்னும் ஒரு நிலையை அடைய வில்லை. அப்படிச் சொன்னால் நீதான் பரிகசிப்பாய். உன் அனுபவம் கேட்டு மனம் தேறலாம் என்றுதான் உன்னை வற்புறுத்துகிறேன்...” என்றாள் பஞ்சவன் மாதேவி.

“சில நாட்களுக்கு முன்பென்றால் என் கதையை என் துயரக் கதையை நான் விரும்பிச் சொல்லத் துடித்தேன். இப்போது எனக்கே சற்று வெட்கமாக இருக்கிறது. வெட்கம் ஒருபுறம் இருந்தாலும் அச்சந்தான் அதிகமிருக்கிறது.”

“பயம் என்ன இன்பவல்லி? நான் என்ன கரடியா, புலியா?”

“கரடி, புலி என்றால்கூடப் பரவாயில்லை. மனித வடிவில் கொடிய மிருகங்கள் அன்றோ நடமாடுகின்றன?”

“நான் அப்படியெல்லாம் மாறிவிட மாட்டேன். நான் ஒரு சாதுவான மான்...”

“தங்களைச் சொல்லவில்லை. தேவி! தங்களிடம் என் அந்தரங்கத்தைக் கூறத் துணிந்து விட்டேன்” என்று கூறிய இன்பவல்லி, தன் கதையைச் சொல்லத் தொடங்கினாள்.

“இங்கிருந்து வெகு தொலைவுக்கு அப்பால் கடலெல்லாம் கடந்து போனால் சிறு தீவொன்று உண்டு; அதற்கு முல்லைத் தீவு என்று பெயர்...” என்று தொடங்கினாள் இன்பவல்லி.

பஞ்சவன் மாதேவி நிமிர்ந்து உட்கார்ந்து கொண்டாள். இன்பவல்லியின் முகத்தையே உற்று நோக்கியவாறு இருந்தாள். இன்பவல்லி பேசும்போது, அவள் உதடு அசையும்போது மாதுளையின் மொக்கு பிரிவது போன்றிருந்தது. முல்லைத் தீவின் அழகைப் பற்றியும், அங்குக் கலங்கட்டும் தொழில் செய்து வந்த கார்மேகனைப் பற்றியும், அவள் தாய் சித்திரவல்லியைப் பற்றியும், அவளிடம் உடனே வருவதாகக் கூறிச் சோழநாடு வந்தடைந்த தன் தந்தையைப் பற்றியும் கூறிவந்தாள்.

"ஊம்" கொட்டிக்கொண்டு மிக ஆர்வத்துடன் பஞ்சவன் மாதேவி கேட்டவாறிருந்தாள். இடையிடையே அவள் கேள்விகள் கேட்டாள்.

"உன் தந்தையை நீ பார்த்ததில்லை அல்லவா?"

"எப்படி தேவி இயலும்? நான் என் தாயின் வயிற்றில் இருந்தேன்."

"நிறை கர்ப்பிணியை விட்டுப் பிரிய உன் தந்தைக்கு எப்படி மனம் வந்தது?"

"அவர் அரச குமாரர்."

"இருக்கட்டும்; இதயம் எல்லாருக்கும் ஒன்றுதானே..."

"இல்லை; அரச குடும்பத்தவர் இதயம் இரும்பாலானது..."

"சரி சரி; உனக்கு அரச குமாரர்கள் மீது ஏனோ துவேஷம். உன்னை எந்த அரசகுமாரனாவது பார்த்தால் தூக்கிக் கொண்டு போய் விடுவான்...!"

இருவரும் உரக்கச் சிரித்தனர். இன்பவல்லி சிரித்தாளே தவிர 'இனி ஓர் அரசகுமாரன் தனியே என்னை வந்து பார்த்து விடப் போகிறானா? கண் எதிரே நடமாடும் என்னைக் காண முடியாத இளவரசர் இருக்கும் இந்த நகரத்தில், தூக்கிப் போகும் இராவணர்கள்கூட இருக்கிறார்களா?' என்று எண்ணிய வளாய்த் தொடர்ந்து கதையைக் கூறிக்கொண்டே சென்றாள். முல்லைத் தீவில் வந்து தங்கிய கலத்தில் வந்திறங்கிய இரத்தின வணிகரைப் பற்றியும், அவரைப் பௌர்ணமி நிலவில்

குரவைக் கூத்தன்று சந்தித்ததையும் அவருடன் நடன மாடியதையும், அவரெதிரே ஆடிய நடனத்தையும், பாடிய பாடலைப் பற்றியும், நிலவில் கடற்கரை மணலில் நேரம் போவது தெரியாமல் பேசியதையும், சுவையாகக் கூறி வந்தாள். அவள் அனுபவித்துக் கூறினாள். அவள் மன அரங்கில் பழைய சம்பவங்கள் ஒன்றன்பின் ஒன்றாக வந்தன. கம்பீரமான புருடன் இரத்தின வியாபாரி வந்து நின்றார். முழங் காலைத் தொடும் நீண்ட கரங்களுடன் சிவந்த முகத்துடன் அழகு குமிழிடும் வனப்பு மிகுந்த தோற்றத்துடன் அவள் முன்னே அவர் வந்து நின்றார். அந்த அழகை ரசித்து அவள் பேசாமல் மௌனமாக இருந்தாள்.

பஞ்சவன் மாதேவியின் பின்புறம் இளைய பிராட்டியார், அவள் கூறிய கதையைக் கேட்டவாறு நின்றிருந்தாள். கதை கேட்கும் ஆர்வத்திலும், கதை கூறும் அனுபவத்திலும், இருவரும் இளைய பிராட்டியைக் காணவில்லை.

திலகவதியிடம் பேசிக் கொண்டிருந்த போதே இளைய பிராட்டியாரின் எண்ணம் எங்கெங்கோ பரவியது. இதே நந்தவனத்தில் குதூகலமாக விளையாடிய நினைவு வந்தது. அருண்மொழி இளம் வயதில் தன்னைவிட்டுப் பிரியாதிருந்த நினைவு வந்தது. நந்திபுரத்தில் துயர எண்ணமே உணராமல் காலங்கழிந்த நினைவு வந்தது. அந்த நினைவு நந்திபுரத்தையே அவள் மனக்கண்முன் கொண்டு நிறுத்திவிட்டது. அங்கு அவளுக்காகப் பைரவி காத்திருப்பாள்.

பைரவி நந்திபுரத்து அரண்மனையில் மிகவும் நம்பக்கை வாய்ந்த பணிப்பெண். வயதும், அனுபவமும், இயற்கையாக அமைந்த அருங்குணமும் அவள் மீது யாவர்க்கும் அன்பும் மரியாதையும் ஏற்படச் செய்தன. காஞ்சிக்கே வந்துவிடு கிறேன் என்று இளையபிராட்டி குந்தவையிடம் பலமுறை அவள் வேண்டிக் கொண்டிருக்கிறாள். குந்தவை, அவளை நந்திபுரத்து அரண்மனையிலேயே இருக்குமாறு வற்புறுத்தி னாள். அப்போதே அவளுக்கு ஆறு வயதுடைய மகள் இருந்தாள். இப்பொழுது அவள் வளர்ந்து பெரியவளாகி யிருப்பாள். அவர்களையெல்லாம் காண வேண்டும் எனும் ஆவல் குந்தவைக்கு ஏற்பட்டது. ராஜ அந்தஸ்து தன்

பாசத்தில் குறுக்கிடுவதை அவள் எப்போதும் விரும்பாதவள். அந்தஸ்து குறுக்கிட்டிருந்தால் அவள் இதய மலரில் வல்லவரையரின் திரு உருவம் எப்படி அமர்ந்திருக்கும்?

வல்லவரையன்ஆ! அந்த வீர இளைஞன் எப்படி மாறி விட்டான்? காலம் என்பது ஒருவர் அறியாமலேயே எப்படியெல்லாம் மாற்றிவிடுகிறது? இருட் சிறையினின்று வெளிவந்த பிறகு ஒருமுறைகூட அவன் குந்தவையைச் சந்திக்கவில்லை. இளைய பிராட்டிக்கும் காணவேண்டும் எனும் ஆவல் இருக்காதா?

இளைய பிராட்டியின் உள்ளம் நடுக்கடல் போன்றது. அலை வீசாது. ஆனால் அதன் ஆழத்தைக் கூறமுடியாது. வல்லவரையரைக் காண அவள் இதயம் துடிப்பதை உணர்ந்து கூறக் கூடியவர் யார் இருக்கிறார்கள்? சந்தடி நிறைந்த தஞ்சையிலே மாறனின் மலர்க்கணைகளால் தாக்குண்ட பல இளம் பெண்கள் இருக்கும் போது தான் மட்டும் காதலினால் வல்லவரையரைச் சந்திக்கத் துடிப்பதா எனும் எண்ணத்தில் அவள் மௌனமாக இருந்தாள். ஆனால் அவள் விழிகள் அமைதியாக இருக்கவில்லை. மெல்ல மெல்ல வல்லவரையர் விழிகளைத் தேடின.

நந்திபுரம் சென்றுவிட்டால் அவள் உள்ளத்து எண்ணங்கள் ஒவ்வொன்றாக நிறைவேறும். முக்கியமாக வல்லவரையரை அங்கு அழகிய சூழலில் பலமுறை சந்திக்கலாம். அவர் இதயத்தை இன்னும் புரிந்து கொள்ளலாம்.

அந்த எண்ணத்துடனே இன்பவல்லியையும், பஞ்சவன் மாதேவியையும் காணாது தேடிய குந்தவை செயற்கைக் குளத்தருகே வந்தாள். இன்பவல்லி கதை கூறுவதை மௌனமாக நின்று கேட்டுக் கொண்டிருந்தாள். இன்பவல்லி சட்டெனக் கதை கூறுவதை நிறுத்தினாள் இளைய பிராட்டியைக் கண்டவுடன். குந்தவை தான் அங்கு சிறிது நேரமாக நிற்பதையோ அவள் கூறியதைக் கேட்டதையோ புலப்படுத்தாமல், "இன்பவல்லி, உன்னை எங்கெங்கோ தேடினேனே? இங்கா இருக்கிறாய்? நாளைப் பொழுது புலரும் முன்பு நாம் நந்திபுரத்துக்குப் புறப்படுகிறோம். படகின் வழியாகச் செல்ல முடிவு செய்திருக்கிறேன்.

புறப்படும் சமயத்தில் எங்காவது போய்விடாதே...'' என்று கூறிய குந்தவை அந்தத் தோட்டத்தினின்றும் புறப்பட ஆயத்தமானாள்.

இளைய பிராட்டியார் நந்திபுரத்துக்குச் செல்ல முடிவு செய்து கொண்டிருந்த அதே வேளையில் அருண்மொழியும் வந்தியத் தேவனும் அமர்ந்து மிக அவசரமான பிரச்சனைக்கு முடிவு எடுக்கத் தீவிரமாக ஆலோசனை செய்து கொண்டிருந்தனர்.

அத்தியாயம் 4

காஞ்சிப் போர்

காஞ்சிமா நகரத்தின் வீதிகள் மக்கள் நடமாட்டமற்று வெறிச்சோடியிருந்தன. பல நாட்டு வணிகர்கள் வந்து வாணிபம் செய்யும் கடை வீதிகளில் கடைகள் அடைக்கப் பட்டிருந்தன. தேரோடும் பெரும் வீதிகளிலும் பண்டகசாலை களிலும், முக்கிய இடங்களிலும், வேல் தாங்கிய வீரர்கள் நின்று கொண்டிருந்தனர். வீதியில் செல்பவர்கள் திரும்பிப் பாராமல் யாருக்கோ அஞ்சிச் செல்பவர்போல் விரைந்து சென்று கொண்டிருந்தனர்.

நான்கு திசைகளிலும் கோட்டையின் பிரம்மாண்டமான கோட்டைக் கதவுகள் அடைக்கப்பட்டிருந்தன. அந்தக் கோட்டைக் கதவுகள் பல ஆண்டுகளாக மூடப்படவில்லை. காஞ்சிக்கு விரோதிகளின் அபாயம் ஏதும் ஏற்படுவதற்குக் காரணமில்லாததால் கோட்டைக் கதவுகளைப் பற்றி எவரும் கவலைப்படவே இல்லை. மிகப் பிரயாசையுடன் கதவுகளை அடைக்குமாறு நேர்ந்தது. துருப்பிடித்திருந்த குமிழ்கள் எழுப்பிய கிரீச்சென்று ஒலி பயங்கரமாக எழுந்து மக்கள் மனத்தில் பெரும் அச்சத்தை விளைவித்தது.

எங்கோ முழங்கும் 'தம் தம்' என்ற முரசொலி, யுத்த நினைவை மக்கள் மனத்தில் எழச் செய்தது. காஞ்சி நகர

மக்கள் காதில் இதுவரை விழுந்த அபாயம் அப்போது தலைவாசலில் வந்து நின்றது.

"யுத்தம் வருகிறதாமே" என்று ஒருவரையொருவர் சந்திக்கும் போது பேசிக் குசலம் விசாரித்தனர்.

"யாருக்கும் யாருக்கும் சண்டை?" என்று கேட்டார் வயதானவர் ஒருவர்.

காஞ்சிக்கு அருகே நடந்த பெரும் யுத்தத்தை இளம் பருவத்திலேயே அவர் நேரிடையே கண்டிருக்கிறார். தக்கோலத்தில் நடைபெற்ற அந்த மாபெரும் யுத்தம் பெரும் ரத்த ஏரியையே ஏற்படுத்திவிட்டது. இராட்டிரகூடர்களுக்கும், சோழர்களுக்கும் பெரும் போர் அங்கே நடந்தது. மூன்று நாட்கள் இடைவிடாது போர் நடைபெற்றது. குருஷேத்திரத்தில் பதினெட்டு நாட்கள் சண்டை நடந்ததென அந்தப் பெரியவர் கேள்விப்பட்டிருந்தார். ஆனால் தக்கோலத்தில் நடைபெற்ற அந்த மாபெரும் போரின் விளைவுகள் குருஷேத்திரத்தையே வென்று விடுமோ எனும் அளவுக்கு இருந்ததாக அவர் எண்ணினார். அந்தப் போரிலே சோழர் குலத்துதித்த மாபெரும் வீரன் பராந்தக சோழ சக்கரவர்த்தியின் தலைப்பிள்ளை இராசாதித்தன் வீரப்போர் புரிந்தான். அவனை ஏற்றியிருந்த பட்டத்து யானை எதிரிகளைச் சிதறி ஓடச் செய்தது. அந்த மாவீரன் திருமாலின் கையிலுள்ள சக்கரத்தைப் போல் சுழற்றிச் சுழற்றி வாளை வீசிக் கொன்று குவித்தான். வீரலட்சுமி அவனை வந்தடையும் தருணத்திலே, எங்கிருந்தோ பெரும் படைகளுடன் வந்து குதித்த இரண்டாம் பூதுகன் எனப்படுபவன் கபடமாகப் பின்புறம் வந்து, யானை மீதிருந்த வண்ணம் விரோதிகளின் படைகளை எமனுலகுக்கு அனுப்பக் கொண்டிருந்த இராசாதித்தனைக் கொன்று விட்டான். *தலைவனை இழந்ததால் சோழர் படைகள் செத்தோம் பிழைத்தோம் எனச் சிதறி ஓடின. குபுகுபுவென இராட்டிரகூடர்கள் சோழ நாட்டில் புகுந்தனர். அது பழைய கதை. அப்படி இழந்து சரிந்த சாம்ராஜ்யத்தை நிலைநாட்டப் பராந்தக சோழ தேவரும், அரிஞ்சயனும், சுந்தரசோழரும் பெரும்பாடு பட்டனர்.

✸ யானைமேல் துஞ்சியவர் என்று சரித்திரம் கூறுகிறது.

'யாருக்கும் யாருக்கும் சண்டை?' என்று கேட்ட பெரிய வருக்குப் பழைய கதை தெரியும். பயங்கரப்போர் தெரியும். போருக்குப்பின் காஞ்சிக்கு நேர்ந்த அல்லல் தெரியும். காஞ்சி பழையபடி அழகு நகரமாவதற்கு ஒரு தலைமுறைக் காலம் செல்ல வேண்டியிருந்தது. சுந்தர சோழரின் தலைப்பிள்ளை ஆதித்த சோழன் வடஎல்லைத் தளபதியாகப் பதவியேற்றுக் காஞ்சியில் வந்து தங்கி நின்ற பிறகுதான் காஞ்சியின் நிலை உயர்ந்தது. மக்கள் அமைதியாக வாழலாயினர். புதுப் பொலிவுடன் வீதிகளும் வீடுகளும் திகழ்ந்தன. வாணிபம் சிறந்தது. காஞ்சியின் நியாயமான உரிமையாளர்களான பல்லவர்கள் ஒரு காலத்தில் ஆண்டு வந்ததைக் கூட மக்கள் மறந்தனர். சான்றோர் நிறைந்த தொண்டை நாட்டின் கோட்டத்துத் தலைவர்கள் பலரும் சோழ மேலாட்சியை ஏற்றுக்கொண்டனர். பல்லவ மன்னரின் நேர் சந்ததியில் வந்தவன் எனத்தன்னைக் கூறிக்கொண்ட பார்த்திபேந்திரனும் சோழநாட்டு தளபதி பொறுப்பை ஏற்றுக் கொண்ட பின்னர் சோழ ஆட்சியை வெறுப்பதற்கு எவருமே இல்லாது போயினர்.

பார்த்திபேந்திர வர்மன் திடீரென ஒருநாள் சோழ நாட்டிற்கு எதிராகப் பேசத் தொடங்கியதும், மறைமுகமாக ஏராளமான ஆயுதங்களைச் சேகரிக்கத் தொடங்கியதும், காஞ்சியிலுள்ள முக்கியமானவர்கள் அதிசயித்தார்கள். படை திரட்டத் தொடங்கியதும் திடுக்கிட்டார்கள். ஒரு நாள் அதிகாலையில் வந்த செய்தி அவர்களை அதிர்ச்சியில் ஆழ்த்தியது. பார்த்தி பேந்திரன் ஆயிரக்கணக்கான படைகளுடன் காஞ்சியை நோக்கி வருகிறான் என்றவுடன் காஞ்சியில் குழப்ப நிலையே ஏற்பட்டுவிட்டது.

இருபது ஆண்டுகளுக்கு மேலாகப் போரை மறந்திருந்த காஞ்சி மக்கள் தங்கள் அமைதியான வாழ்வில் ஏற்படப் போகும் சலனத்தை எண்ணிக் கலங்கினர். துடிப்புள்ள இளையோர், வீட்டில் மூலையில் கிடந்த துருப்பிடித்த வேல்களைச் செப்பனிடத் தொடங்கினர். சிலருக்குப் பழைய சுதந்திர உணர்வு ஏற்படவே, கோட்டைக்குள் நுழைய விருக்கும் பார்த்திபேந்திரனுக்கு உதவ மறைந்திருக்கலாயினர். பார்த்திபேந்திரன் செய்வது நியாயமென்று வாதித்தவரும்,

நியாயமன்று என்று வாதித்தவர்களுமாகச் சொற்போரில் தொடங்கி மற்போரில் முடித்துத் தெரு மண்ணிலே புரண்டனர். அவர்களுள் யார் வெற்றி பெறுகிறார்கள் என்பதை வீட்டுத் திண்ணையிலும் தெரு ஓரத்திலுமாக ஆண்களும் பெண்களும் கூடி நின்று பார்த்தனர்.

மாலை வேளையிலே நீர் தெளித்துக் கோலமிடப்பட்டுக் கோலாகலமாக இருக்கும் வீதிகள் குப்பையுங் கூளமுமாகக் கிடந்தன. தெரு விளக்குகளை ஏற்றக் கூட மறந்து, வீதியின் மூலைகளில் நின்று பேசியவாறு, கடமையாற்றுவோர் வீண்காலங் கழித்தனர்.

"தெருவிலே வீணே கூடாதீர்கள்; போங்கள் போங்கள்" என்று குதிரை மீதேறி எச்சரித்தவாறு. காவலர் அவ்வப்போது வந்து சென்றனர்.

"என்ன வந்துவிட்டது திடீரென்று இந்த ஊருக்கு?" என்று ஒருவர் கேட்டார். கேட்டவர் வேறு எவருமிலர்; மாமல்ல புரத்து முதியவர். மாமல்லபுரத்தில் இன்பவல்லியைக் காணாமல் அந்த இருள் வேளையில் "குழந்தாய் குழந்தாய்" என்று கூறியவாறு அலைந்தாரே அவர்தான், அன்று முழுமையும் அலைந்து கொண்டிருந்தார்.

மாமல்லபுரத்து மண்டபம் ஒவ்வொன்றையும் கையில் தீவர்த்தி ஒளியுடன் சென்று பார்த்தார். பாதை மறைவில் பார்த்தார். குன்றின் உச்சியில் தேடினார். கடற்கரையிலே மோதி முழங்கும் அலையோசை எதிரே நின்று 'குழந்தாய் குழந்தாய்' என்று கூவினார். அவர் அவளுடைய பெயரைக் கேட்டுக் கொள்ள மறந்துவிட்டதால் தங்களைத்தான் 'குழந்தாய்' என்று கூப்பிடுவதாக எண்ணித் தவழ்ந்து தவழ்ந்து வந்த அலைக் குழந்தைகள் அவர் காலடியில் வந்து வந்து சென்றன.

இன்பவல்லியைக் காணாத அவர், ஏதோ இழந்ததைப் போல் இருந்தார். மாமல்லபுரத்தினின்று சாலை வழியே கிளம்பினார். போகும் வழியெல்லாம் "என் குழந்தையைப் பார்த்தீர்களா?" என்று கேட்டுக் கொண்டே சென்றார்.

முன்னமே அவர் குணத்தைப் பற்றி ஒரு மாதிரியாக அறிந்தவர்கள் மெல்லச் சிரித்துக்கொண்டே போய்விட்டனர்.

ஆனால் அவர் 'ஒரு மாதிரியான' மன நிலையுடன் அப்போது தேடிக் கொண்டு செல்லவில்லை. அவர் மனத்தில் தெளிவு ஒன்று ஏற்பட்டிருந்தது. மாயம் போல் இன்பவல்லி வந்து ஒரு பகலே அவருடன் பழகியிருந்தாலும், உயிரையே அவளுக்குக் கொடுத்து விடும் அளவுக்கு உணர்ச்சி அவருக்குப் பிறந்தது. அவளைக் கண்டுபடித்துத் தீர வேண்டும் எனும் துடிப்பு அவருக்கு ஏற்பட்டது.

சாலை வழியே அவர் நடந்துகொண்டே இருந்தார். மழை பெய்தது; பொருட்படுத்தவில்லை. வெயில் காய்ந்தது. களைப்படையவில்லை. வீரர்களைச் சுமந்து குதிரைகள் விரைந்து பறந்தன. கவனிக்கவில்லை. திருக்கழுக்குன்றத்துப் பண்டக சாலையைத் தகர்க்க வழியில் பார்த்திபேந்திரன் ஆட்கள் மறைந்திருப்பதையும் அவர் காணவில்லை.

காஞ்சியை அவர் அடைந்த பிறகுதான், தடதட வென்ற ஒலியுடன் கோட்டைக் கதவுகளை மூடிவிட்டனர். சோபை இழந்த காஞ்சி நகரத்தின் நிலை அவருக்குப் புரியாததால் "என்ன திடீரென்று வந்துவிட்டது இந்த ஊருக்கு?" என அவர் கேட்டார்.

"சண்டை வரப்போகிறது. தாத்தா! சண்டை வரப் போகிறது! கோட்டைக் கதவுகளை மூடிவிட்டார்கள் தெரியுமா? இரவிலே வீதியில் சந்தேகம் தோன்றும் வகையில் யாரும் நடமாடக் கூடாது தெரியுமா?" என்று இளவட்டத்துப் பிள்ளை ஒருவன் கூறினான்.

"போரா? தெரியுமே! முன்பே எனக்குத் தெரியும், யுத்தம் வந்துவிடும் என்று. அழகிய சிற்ப மண்டபங்களிலே ஏராளமான ஆயுதங்களை மறைத்து வைத்திருந்த போதே எனக்குத் தெரியும்" என்றார் முதியவர்.

இப்பொழுது எல்லோர் கவனமும் அவர் பக்கம் திரும்பியது.

"ஓகோ? உங்களுக்கு முன்பே தெரியுமா? தெரிந்தும் அதை ஏன் அதிகாரிகளிடம் சொல்லவில்லை" என்றார் கூட்டத்தில் ஒருவர்.

"இவரும் உடந்தையாக இருப்பார்."

“தாடியை வளர்த்துத் திரியும் ஒற்றன்.”

“வேஷதாரியைப் பிடியுங்கள்.”

“பிடித்துக் கட்டுங்கள்.”

“இப்படிப்பட்டவர்களால் தான் நமது அமைதி கெடுகிறது” என்று ஆளுக்கொன்று பேசத்தொடங்கினர். சிலர் அடிக்கவும் கையை ஓங்கினர். கூட்டத்தினர் முடத்தனமாக மாறியது கண்ட முதியவர் திகைத்தார். இப்படிப்பட்ட வெறித்தனத்தை அவர் கண்டதில்லை. சற்றுப்பின் வாங்கினார்.

“ஏய் முட்டாள்களா! எனக்கு ஒன்றும் தெரியாது. என் குழந்தையைத்தேடி நான் வந்தேன்” என்று அவர் கூறியதை யாரும் காதில் போட்டுக்கொள்ளவில்லை. கெக்கலியும் குரோதச் சொல்லும் கிண்டலும் நிறையவே, முதியவருக்கு ஆத்திரம் பிறந்தது. சட்டென அருகே நின்றவரின் கைத் தடியைப் பறித்து ஒரு சுழற்று சுழற்றினார். ‘விர் விர்’ என்று அந்த ஒலியே அங்கே கூடி, கொக்கரித்தவர்களைச் சிதறி ஓடச் செய்தது.

அங்கு இருந்தால் இனி வீண் சண்டைதான் என்று முதியவரும் அங்கிருந்து நகர்ந்து செல்ல முயன்றபோது, “பெரியவரே, சற்று நில்லுங்கள்!” என்று குரல் ஒன்று அவரை நிறுத்தியது. முதியவர் திரும்பப் பார்த்தார். அந்தக் குரலுக் குடைய சங்கரத்தேவன் முதியவரை நோக்கி வந்தான். பார்த்தி பேந்திரனுடைய படைகளை நாலாபுறமும் சூழ்வதற்காகப் பழுவேட்டரையரின் படைகள் பிரிந்த போது, அவர் சில வீரர்களைக் காஞ்சிக்கு அனுப்பி வைத்தார். போர் வெளியே நடக்கும்போது மக்களைக் காப்பாற்றப் பழுவேட்டரையர் முன் யோசனையுடன் சங்கரத் தேவனை அனுப்பியிருந்தார்.

“இந்த வயதிலும் வெகு லாவகமாக வாள்போல் கோலைச் சுழற்றுகிறீர்களே!” என்றான் சங்கர தேவன். முதியவர் ஒன்றும் பேசவில்லை.

“ஐயா, சற்று முன்னர் நீங்கள் கூறினீர்களே, எதிரிகள் ஆயுதங்களைச் சேர்த்து வருவதுபற்றி உமக்கு முன்பே தெரியுமா?”

“தெரிந்ததைச் சொன்னால்தான் தாக்க வருகிறார்களே...”

"அவர்கள் பாமரர்கள், நீங்கள் அறிந்த இந்தச் செய்தி பிறகு வழக்கு விசாரணையின் போது மிக உபயோகமாக இருக்கும்."

"வழக்காவிசாரணையா?"

"ஆம் சோழநாட்டுத் தளபதியாக இதுவரை இருந்தவர், திடீரெனப் படை திரட்டி யுத்தகோஷம் புரிந்தது ராஜத் துரோகம் ஆகும். சதி செய்து அரசைக் கவிழ்க்க முயன்ற குற்றத்திற்கு என்ன தண்டனை தெரியுமா?"

"மரண தண்டனை."

"மரண தண்டனை விதிக்குமுன் செய்த குற்றத்தை நிரூபிக்க வேண்டுமல்லவா? அப்போது தங்கள் சாட்சியங்கள் பயன்படும். அதனால் ஐயா, கருணை கூர்ந்து என்னுடன் தஞ்சைக்கு வரவேண்டும்" என்றான் சங்கர தேவன்.

முதியவர் அவனைச் சிறிது நேரம் உற்று நோக்கினார். "நான் என் மகளைத் தேடி வந்தேன். நீங்கள் என்னைச் சாட்சிக்குக் கூப்பிடுகிறீர்கள். என் குழந்தையைக் கண்டு பிடிக்காமல் என்னால் வரமுடியாது" என்று கூறியவர், சட்டென இப்படியும் அப்படியும் பார்த்து, அருகே இருண்டிருந்த சந்தொன்றில் வேகமாகப் புகுந்து சென்று மறைந்தார்.

சங்கரத் தேவன் திகைத்து நின்றான். ஆனால் அவர் கூறியதுபோல் ராஜத்துரோகம் செய்த பார்த்திபேந்திரனைச் சிறைப்பிடித்து வழக்கு விசாரணையில் நிற்க வைக்கும் நிலை ஏற்படவில்லை. பார்த்திபேந்திரன் படைகளைப் பழு வேட்டரையர் தலைமையில் வந்த சிறு படைகள் சூழ்ந்து கொண்டன. போர் முறையில் மிகவும் தேர்ந்த சோழர் படையின் தாக்குதலின் எதிரே, அந்தச் சந்தர்ப்பத்திற்காக வாளெடுத்த பார்த்திபேந்திரனது படைவீரர்களால் நிற்க முடியவில்லை. பார்த்திபேந்திரன் மட்டும் கடுமையாகப் போர் புரிந்தான். அவன் கண் முன்னர் இரு பெரும் இலட்சியங்கள் வந்து நின்றன; இளைய பிராட்டியை மணந்து கொள்வது; சுதந்திரப் பல்லவ நாட்டை அமைப்பது. போரிலே தோற்றுக் காஞ்சியைக் கவர முடியாதுபோனால், இரண்டு இதய

ஆசைகளும் நிறைவேறா. அதனாலே அவன் வீரப் போர் புரிந்தான். கிழவர் கம்பவர்மனும் போர்க்களத்திற்கு வந்திருந்தார். ஆனால் போர்க்களம் முதியவர் பெரியவர், குழந்தை, குமரன் என வித்தியாசம் பார்க்காது. கம்பவர்மன் மீது 'விர்'ரென்று பாய்ந்து வந்த அம்பு அவரை வீழ்த்தியது. கம்பவர்மனின் இழப்பு பார்த்திபேந்திரனின் ஆத்திரத்தை அதிகப்படுத்தியது. அவன் வாளுக்குப் பல சோழ வீரர்கள் இரையாயினர். பழுவேட்டரையரிடம் நேருக்கு நேர் நின்று போர் புரிந்தான் அவன். மலையுடன் மலை மோதுவது போன்றிருந்தது அந்த யுத்தம்.

பார்த்திபேந்திரன் பெரும் வீரன். வாளெடுத்துப் போர் புரிவதில் சமர்த்தன். இளம் வயதிலேயே சேவூர்ப் போர்க் களத்தில் ஆதித்த கரிகாலனுடன் சேர்ந்து கொண்டு வீர பாண்டியன் தலை மண்ணில் உருண்ட போது களித்தான்; கூத்தாடினான்.

பார்த்திபேந்திரனின் போர் வன்மையைக் கண்டு பழு வேட்டரையர் வியந்தார். ஆனால் அந்த வீரத்தன்மை தவறான வழியில் பயன்பட்டுவிட்டதே என்று அவர் வருந்தாமலில்லை.

இருவர் வாட்களும் மோதின. கரிய மேகங்கள் சூழ்ந்த வானத்திலே ஏற்படும் மின்னலைப் போல வாளும் வாளும் மோதும்போது தோன்றியது. கதிரவன் மறைந்து காரிருள் சூழ்ந்த பிறகும் அவர்கள் சளைக்காமல் போர் புரிந்தனர்.

பல்லவர் படைகள் சிதறுண்டு ஓடியபோதே தஞ்சைக்கு செய்தி அனுப்பவிட்டார் பழுவேட்டரையர். அந்தச் செய்தி அடங்கிய ஓலையைத்தான் பூசை மண்டபத்தில் அருண் மொழி இருக்கும் போது தூதன் எடுத்து வந்தான். அதில், 'போரின் முடிவு குறித்துக் கவலைப்பட வேண்டாம்' என்று பழுவேட்டரையர் எழுதியிருந்தார்.

அருண்மொழி போரின் முடிவு குறித்துக் கவலைப் படவில்லை. காலம் எப்படியெல்லாம் மனிதரை மாற்றுகிறது என்றுதான் கவலைப்பட்டார்.

"பழுவேட்டரையர் பார்த்திபேந்திரனுடன் போர் புரியுமாறு நேர்ந்து விட்டதே" என்று அருண்மொழி கூறினார்.

"திடீரென்று இந்தப் போர் ஏற்பட்டுவிட்டது போலிருக்கிறது. பழுவேட்டரையர் படைகளுக்குத் தலைமை தாங்கிப் போயிருக்க வேண்டாமே. எனக்கு உத்தரவு கொடுத்திருந்தால் நானே போயிருப்பேன்" என்றார் வந்தியத்தேவன்.

அருண்மொழி நகைத்தார். "பழுவேட்டரையர் செய்தது தான் சரி. நீங்களோ நானோ படைகளுடன் செல்வதைவிட அவர் சென்றதுதான் சிறந்தது. மேலும் நீங்கள் செல்வதால் எழும் வதந்தியின் வேரைப் பிறகு களைய முடியாது போய்விடும்..."

அதைப் புரிந்து கொண்டவன்போல் வந்தியத்தேவன் நகைத்தான்.

"வல்லவரையரே! நீங்கள் சிறிது காலத்திற்கு ஓய்வு எடுத்துக் கொள்ள வேண்டும்" என்று அருண்மொழி நகைத்த வாறு கூறினார்.

"பல ஆண்டுகள் ஓய்வுதான் கிடைத்ததே."

"அந்த ஓய்வைச் சொல்லவில்லை..." என்று கூறிய அருண்மொழியால் மேலே பேச இயலவில்லை.

"எனக்கு ஓய்வு ஏது? என் முன் பல கடமைகள் இருக்கின்றன. பாண்டியர்களின் படை திரட்டலைப் பற்றி முன்பே நான் கேள்விப்பட்டதை எச்சரித்திருக்கிறேன். நானே நேரில் சென்று அவர்களுடைய நிலையை அறிந்துவர வேண்டும். அதற்கும் மேலே இங்கிருந்து தப்பி ஓடிய பரமேச்வரனையும் அவன் சகோதரன் ரவிதாசனையும் எப்படியாவது கண்டுபிடித்துக் கொண்டுவர வேண்டும். அவர்களிடமிருந்து பல செய்திகள் கிடைக்கும். முக்கியமாக என்மீது ஏற்பட்ட அபவாதம் நீங்குவதற்கு வழி கிடைக்கும்" என்றான் வந்தியத்தேவன்.

வந்தியத்தேவன் கூறுவதும் சரியென்றுதான் அருண் மொழிக்குத் தோன்றியது. 'ஆதித்த கரிகாலனைக் கொன்றவர் களை இன்னும் கண்டுபிடிக்கவில்லை. தஞ்சை வந்திருக்கும் சிற்றரசர்கள் இதைப்பற்றிக் கேட்டுவிட்டார்கள். பாண்டியர் களின் நடவடிக்கையையும் அறிய வேண்டியதுதான். ஆனால், அதற்கு முன்னால் வல்லவரையரின் சொந்தப் பிரச்சனையையும் காண வேண்டாமா? இளைய பிராட்டியார்

உள்ளத்தில் வேதனையை எவ்வளவுதான் வளர்த்து விடுவது? அரச குலத்து முதல் பெண்ணின் திருமணத்தை நடத்தாமலே எவ்வளவு நாட்கள் தள்ளுவது?' என்று அருண்மொழி யோசித்தார். வல்லவரையன் இன்னும் இளைய பிராட்டியைச் சந்திக்கவில்லை என்பதையும் அவர் அறிவார். அதற்கு ஏற்ற சூழ்நிலையை அமைக்க வேண்டும் என்று எண்ணியவராய், "அது சரி வல்லவரையரே! பாண்டியர்களைக் கவனிக்க வேண்டியது தான். சதிகாரர் களைப் பிடிக்க வேண்டியதுதான். அதற்கும் மேலாகச் சோழ நாட்டிற்குச் செய்ய வேண்டிய தங்கள் பணி ஒன்றிருக்கிறதே..." என்றார் அருண்மொழி.

"என்ன? என்ன? கூறுங்கள். என் கடன் பணி செய்து கிடப்பதுதானே?" என்று மெல்ல நகைத்தவாறு கூறினான் வல்லவரையன்.

"ஓகோ! பணி செய்துவிட்டு அப்படியே கிடந்து விடலாம் என நினைக்கிறீர்களா? அது முடியாது. ஏராளமான வேலைகள் இருக்கின்றன. அதற்கு முன்னர் தாங்கள் நந்திபுரம் வரை சென்று வரவேண்டும்."

"நந்திபுரத்திற்கா? பழையாறையைத் தானே சொல்கிறீர்கள்?"

"ஆம்; அங்கே பம்பைப் படை வீட்டையும், மணப்படை வீட்டையும், புதுப்படை வீட்டையும் மீண்டும் செப்பனிட வேண்டும். நமது படை பலத்தைப் பெருக்கி, அங்கு வீரர்கள் சென்று தங்கியிருக்க ஏற்பாடு செய்ய வேண்டும். அந்தப் படை வீடுகளை எங்கள் முன்னோர் சிறப்பாக அமைத் தார்கள். காலப்போக்கிலே அவை கவனிக்கப்படாது போய் விட்டன. படைவீடுகள் பாழடைந்தன. எல்லோரும் தஞ்சைக்கு வந்து சேர்ந்ததால், பழையாறையை கவனிக்க ஆளில்லாமல் போய்விட்டது. என் தந்தையை நந்திபுர மன்னன் என்றே புகழ்ந்து பாராட்டியிருக்கிறார்கள். அந்தப் பாடல் தெரியுமா வல்லவரையரே?"

'பவளச் செழுஞ்சுடர் மரகதப் பாசடைப்
பசும்பொன் மாச்சினை விசும்பகம் புதைக்கும்
போதியந் திருநிழற் புனிதநிற் பரவுதும்
மேதகு நந்திபுரி மன்னர் சுந்தரச்

சோழர் வன்மையும் வனப்பும்
திண்மையு முலகிற் சிறந்துவாழ் கெனவே.'

என்று அருண்மொழி இசையுடன் பாடவும், வல்லவரையன் பாடலை அனுபவிப்பது போல் தலையை அசைத்தான். பிறகு மெல்லச் சிரித்தவாறு, ''எனக்குக் கூட இசையில் இப்போது ருசி வந்திருக்கிறது'' என்றான்.

''இசையின் ருசியை இன்னும் அதிகப்படுத்திக் கொள்ள வாய்ப்பு இருக்கிறது! வல்லவரையரே நீங்கள் நந்திபுரத்திற்குச் சென்று செய்யவேண்டியவை ஏராளம்; ஏராளம். படை வீடுகளைச் செப்பனிடுங்கள். அரண்மனையைப் புதுமைப் படுத்துங்கள். நந்திவர்ம பல்லவ மன்னர் கட்டிய விண்ணகரம் கவனிப்பாரின்றி இருக்கிறதாம். அதைச் செப்பனிடுங்கள்'' என்று கூறிக்கொண்டே போனார் இளவரசர்.

''அதைவிட ஆபத்தானதெல்லாம் இருக்கிறதே, இளவரசே!'' என்றான் வந்தியத் தேவன். அவனுக்குத் தஞ்சையை விட்டுப் போக மனமில்லை. மனமில்லாததற்குக் காரணமில்லாமல் இருக்குமா? இளைய பிராட்டி தஞ்சையில் தானே இருக்கிறார்?''

''ஆபத்தை, நொடியில் ஒழிப்போம். இப்பொழுது நந்திபுரத்தில் முக்கிய வேலை இருக்கிறது வல்லவரையரே'' என்று அருண்மொழி கூறினார்.

இளவரசர் பேச்சுக்கு மறுபேச்சுப் பேசியறியா வந்தியத் தேவன் நந்திபுரத்துக்குப் புறப்படுவதாகத் தலையசைத்தான்.

மறுநாள் பொழுது புலரும்போது இரண்டு ராஜஹம்சப் படகுகளில் குந்தவையும், வானதியும், இன்பவல்லியும், பஞ்சவன் மாதேவியும் திருக்குடந்தைக்குப் பயணமாயினர். அங்கிருந்து நந்திபுரத்திற்கு ரதத்திலோ, பல்லக்கிலோ சென்று விடலாம். புது வெள்ளம் சுழன்றோடும் நதியில் படகில் செல்வது இன்பமாகத்தான் இருந்தது. இன்பவல்லி செல்கிறாள் என்றவுடன், பஞ்சவன் மாதேவியும் உடன் புறப்பட்டு விட்டாள். இன்பவல்லியிடம் பேச வேண்டியவை ஏராளமாக உள்ளனவே! வானதிக்குப் பழை யாறைப் பயணம் பிடிக்கவில்லை. எனினும் இளைய

பிராட்டியின் வேண்டுகோளை அவளால் தட்ட முடிய வில்லை.

சூரியனின் கதிர்கள் சுளீர் என்று முகத்தில் பட்ட பிறகு வந்தியத்தேவன் விழித்தெழுந்தான். நந்திபுரத்திற்குப் பயணமாக வேண்டும் எனும் எண்ணம் தோன்றவே, அவசர அவசரமாக ஆயத்தப் படுத்திக் கொண்டு குதிரை மீதேறிப் புறப்பட்டான்.

குதிரை மெல்லச் சென்று கொண்டிருந்தது. அவன் மனம் தஞ்சையிலே இருந்தது. குந்தவையைச் சந்திக்காமல் தானிருப்பது நியாயமா என்று மனத்தில் எண்ணிக் கொண்டான். நந்திபுரம் போய்த் திரும்பும்வரை குந்தவையின் முகத்தை எப்படி மறந்திருப்பது என்றே அவனுக்குத் தோன்றவில்லை. நந்திபுரத்தில் பொழுது எப்படிப் போகும் என்பதும் அவனுக்குப் புரியவில்லை. கண்டரன் மதுரன் இருந்தாலாவது பேசிக்கொண்டே பொழுதைக் கழிக்கலாம். அவனிடம் சொல்லாமல் வந்து விட்டோமே என்று எண்ணிய வந்தியத்தேவன் குதிரையைச் சட்டென நிறுத்தினான். மீண்டும் திரும்பிப் போய் மதுரனிடம் சொல்லிவிட்டு வந்துவிடலாம் என்று குதிரையைத் திருப்ப முயன்றான்.

பாதையை ஓட்டி ஓடிவரும் நதி அங்கே வளைந்து நெளிந்து சென்றது. நதியின் புதுப்புனலின் ஓசையுடன் பெண்களின் சிரிப்பொலியும், பாட்டொலியும், படகுத் துடுப்பு தள்ளும் ஓசையும் கேட்டன. ராஜஹம்சப் படகு வந்து கொண்டிருந்தது. முதல் படகிலே அரச குடும்பத்துப் பெண்கள் அமர்ந்திருந்தனர். இரண்டாவது படகிலே குந்தவை அமர்ந்திருந்தாள்.

வந்தியத் தேவன் கண்கள் அந்தப் படகை ஒருமுறை நோக்கின. கண்கள் கண்டு விட்டன. அந்தப் படகில் இளைய பிராட்டியார் அமர்ந்திருந்தாள். அவர்கள் எங்கே செல்கிறார்கள்? தஞ்சையை நோக்கிச் செல்வதா, அல்லது அந்தப் படகு செல்லும் திசையிலேயே குதிரையை நடத்திச் செல்வதா என்று தெரியாமல் திகைத்து நின்றான் வந்தியத் தேவன். படகு சென்று கொண்டிருந்தது.

அத்தியாயம் 5
அண்ணலும் நோக்கினான்

பல ஆண்டுகளுக்குப் பிறகு பழையாறை நகரம் குதூகல மாகக் காணப்பட்டது. மக்கள் முகத்தில் புதுவிதக் களிப்புத் தவழ்ந்தது. பழைமையான வீடுகளுக்குப் புதுச் சுண்ணம் அடித்துப் புதுமைப்படுத்தப் பலர் முயன்றனர். தெருக்களில் மண்மேடிட்டுப் போன குப்பை, கூளங்களை அகற்றுவதில் பலர் முனைந்தனர். இருவர் சந்தித்துக் கொள்ளும்போது இதுவரை வெறும் புன்முறுவல் மட்டும் பூத்துச் சென்றவர்கள், இப்போது "நலமா?" என்று கேட்டார்கள். அதற்கடுத்தபடியாக, "இளையபிராட்டியார் வந்து விட்டார் களாமே!" என்று கேட்டார்கள். இந்தச் செய்தியை அரை குறையாகக் கேள்விப்பட்டவர்கள் முழுச் செய்தியை அறிய அடுத்த வீட்டிற்கோ எதிர் வீட்டிற்கோ சென்றார்கள். ஓரிருவர் கூடிப்பேசும்போது அதைப்பற்றித் தெரிந்து கொள்ள அங்கே வந்து மெல்ல நின்றார்கள். இவர்கள் பேசுவதைக் காது கொடுத்துக் கேட்க இளம்பெண்கள் பலகணியருகே முகத்தை வெளியில் காட்டியும், காட்டாமலும் நின்றார்கள். தங்களைப் பிறர் பார்த்துவிடக்கூடாது என்ற ஆர்வத்தில் அவர்கள் தங்கள் சுழல் விழிகளால் மற்றவரை நன்றாகக் கவனித்தார்கள். சற்று வயது முதிர்ந்த பெண்மணிகள் தெருத் தாழ்வாரத்துக்கே வந்து நின்று, தங்கள் மந்தமான செவிகளைத் தீட்டிக்கொண்டு ஆடவர்கள் பேசிக்கொள்வதைக் கூர்ந்து கவனித்தார்கள்.

நந்திபுரத்துக்கு இளைய பிராட்டியாரின் விஜயம் பெரும் திருவிழாபோல் தோன்றியது. அவர் வருவதை முன்பாக அறிந்திருந்தால் மக்கள் கோலாகலமான வரவேற்புக்கே ஏற்பாடு செய்திருப்பார்கள். வீதிகளிலே தோரணங்கள் அசைந்தாடும்; நீர் தெளிக்கப்பட்ட வீதிகளிலே அழகுக் கோலங்கள் மிளிரும்; இளைய பிராட்டியார் வரும் வீதியின் இருபுறத்திலும் நெருக்கியடித்துக்கொண்டு ஆடவரும் பெண்டிரும் முதியவரும் குழந்தைகளும் கூடிநின்று வாழ்த் தொலிகூறி வரவேற்பர். இளம் பெண்களின் கண்கள் இளைய

பிராட்டியாரின் வனப்பை நோக்கும்; கம்பீரமான முகத்திலே சுழன்று சுழன்று பார்க்கும் விழிகளைக் காணும். எடுப்பான நாசியும், இதய அழுத்தத்தைக் கூறும் உதடுகளும், அவர்கள் பார்வையினின்று தப்பி விடா. இளமை மாறா அவர்கள் வடிவைப் பற்றி வியந்து நினைப்பார்கள். சற்று வயதானவர்கள் இளைய பிராட்டியாருக்கு ஏற்பட்ட துயரங்களை எண்ணிப் பெருமூச்சு விடுவர். தியாகேசர் அருளால் அத் துன்பங்கள் மறைந்ததை எண்ணிச் சந்தோஷப்படுவார்கள். கண் பார்வை சற்று மங்கிய முதியவர்கள் அருகேயுள்ள இளைஞர்களைப் பார்த்து, "இளைய பிராட்டியார் மட்டுமே தான் வருகிறார்களா?" என்று கேட்பார்கள். கலியாணமாகி, அவர் தன் கணவனுடன் வருகிறாரோ என்று தெரிந்துகொள்ள அப்படிக் கேட்பார்கள்.

"இளைய பிராட்டியார் மட்டும் வரவில்லை; அவர்களுடைய பரிவாரங்களும் வருகின்றன. சேடியர் வருகிறார்கள். தோழியர் குழாம் வருகிறது. மங்கள வாத்தியங்கள் வருகின்றன" என்று குறும்புத்தனமாக இளைஞர்கள் விடையிறுப்பார்கள். முதியவர்களின் தோள்களிலே அமர்ந்து வேடிக்கைப் பார்க்கும் பாலகர்கள், என்ன நடக்கிறது என்று விளங்காமல், "தாத்தா! யார் வரப் போகிறார்கள்?" என்று கேட்பார்கள். அவர்களுக்கு விவரம் தெரிந்து திருவிழாவைத் தவிர இப்படிக் கூட்டம் கூடி அவர்கள் கண்டதில்லை.

ஆனால், இவ்வாறெல்லாம் நேர்ந்துவிடவில்லை; வீதியிலே கூடி நின்று வாசமலர் தூவவில்லை; தோரணங் கட்டி வரவேற்கவில்லை; மங்கள வாத்தியம் முழங்கவில்லை; இளையபிராட்டியார் சாதாரண சோழநாட்டு மக்களைப் போல், ஆடம்பர ஆரவாரமின்றி நகருக்குள் நுழைந்தார்கள். இளைய பிராட்டியாருடன் வந்த பெண்களின் கலகலப்பு ஒலிதான் ஆரவாரத்தை உண்டாக்கியது.

குந்தவை பழையாறையில் வசித்த வரை அந்த நகரத்து மக்களுடைய உள்ளத்தில் ஏதோ ஒருவிதத் தெம்பு குடிகொண்டிருந்தது. இனிய சொற்களும், அபிமானம் மிக்க வார்த்தையும், கனிந்த பார்வையும் குழந்தையைப் போன்ற சிரிப்பும் அவர்களைப் பெரிதும் கவர்ந்து ஆழ்ந்த மதிப்பை

அவர்பால் ஏற்படுத்திவிட்டன. செம்பியன் மாதேவி யாருடனும், இளவல் அருண்மொழியுடனும் செல்லும் குந்தவையை ஒரு நாளில் ஒரு பொழுதேனும் மக்கள் காணாதிருக்கமாட்டார்கள்.

சிலர் இளையபிராட்டியின் அறிமுகத்துக்குப் பாத்திரராகி இருந்தார்கள். அவர்களுள் பழையாறை மாணிக்கம் ஒருத்தி.

பழையாறை மாணிக்கத்தின் வீடு நந்திபுர விண்ணகரத் திற்கருகே இருந்தது. அவள் கணவன் கோயிலில் திருவிளக் கேற்றுவது, நந்தவனத்தினின்றும் திருத்துழாய் கொய்து வருவது, மலர் பறித்து மாலை தொடுப்பது போன்ற பணி களில் ஈடுபட்டிருந்தான்; அதிகமாக எதுவும் பேசாமல் எப்போதும் ஒருவிதச் சிந்தனையிலாழ்ந்திருப்பவன் போல் தோன்றுவான். அவர்கள் கலியாணம் நடந்து பத்து ஆண்டு களுக்குப் பிறகு தான் சுமதி பிறந்தாள். இளைய பிராட்டியார் அந்தக் குடும்பச்செய்தியைத் தெரிந்து வைத்துக் கொண்டிருந் தாள். அதுபோல் பழையாறையில் பல குடும்பங்களின் செய்தி அவளுக்குத் தெரியும். அதுபோல் பழையாறையில் பல குடும்பங்களின் செய்திகள் அவளுக்குத் தெரியும். அவர்கள் வாழ்வில் நடக்கும் சுக துக்கங்களைக் கூர்ந்து நோக்குவாள். அரசகுடியில் பிறந்தாலும் சுகதுக்கம், நன்மை தீமை என்பது மனிதப் பிறவி எடுத்து விட்டால் அனைவருக்கும் ஒன்றுதானே!

மாணிக்கம் அவள் கணவனைப் போல் பேசாமடந்தை அல்லள். எப்போதும் ஏதாவது பேசிக் கொண்டிருக்க வேண்டும். ‘கல கல‘ வென்று சிரிக்க வேண்டும். உள்ளத்தில் ஒன்றையும் ஒளிக்காமல் கூறும் வெள்ளை உள்ளத்தவள். சுமதி பிறந்தவுடன் கோயிலருகே இளைய பிராட்டி மாணிக்கத்தைக் கண்டு விட்டாள். அவளை அழைத்து வருமாறு பணிப்பெண்ணை ஏவினாள்.

பச்சைக் குழந்தை சுமதியின் பஞ்சு விரல்களும், முகமும், முகம் பார்த்துப் பொக்கை வாயால் சிரிக்கும் மோகன அழகும், கால்களையும் கைகளையும் ‘விண் விண்’ என்று உதைத்துக் கொண்டு ‘ங்கா’ பாஷையில் அது வாழும் சொப்பனபுரியின் மொழியில் பேசுவதும் இளைய பிராட்டியைக் கவர்ந்தன.

பெண்ணிற்கே இயற்கையான தாய்மை உணர்ச்சியைத் தட்டி எழுப்பின.

குழந்தைகள் என்றால் அவள் உடலில் புதுச்சிலிர்ப்பு. அந்தச் சிலிர்ப்புக்கு அப்போது சில நாட்களுக்கு முன்னர் குடந்தை ஜோசியர் வீட்டில் சந்தித்த வல்லவரையரும் காரணமாயிருந்திருக்கலாம். அந்த நினைவுடன் கூடிய இளைய பிராட்டிக்குக் குழந்தை சுமதி பேரின்பமளித்தாள்.

குழந்தையை இரு கரங்களிலும் ஏந்தி நின்று, மாணிக்கத்தைப் பார்த்து, "மாணிக்கம்! குழந்தை உன் சாயலா? அல்லது உன் கணவர் சாயலா?" என்று கேட்டாள் குந்தவை. மாணிக்கம் மெல்லத் தலை குனிந்தாள். அவளுக்கு ஒன்றும் குறைந்த வயதில்லை. இளமையின் பாதியைக் கழித்துவிட்டாள் அவள். நாள் கழித்துப் பிறகு குழந்தை தான் என்றாலும் பெண்மையின் பெரும் பொக்கிஷமான நாணம் அவளை வந்து சூழ்ந்தது.

"சாயல் எப்படியோ போகிறது. உன்னைப் போல் வாயாடியாக இவள் இருந்துவிட்டால் இவளைவிட அதிக வாயாடியை அல்லவா இவளுக்குத் தேட வேண்டும்?" என்றாள் குந்தவை அருகே இருந்தவர் குபீரெனச் சிரித்தனர். குந்தவையின் உதடுகளிலும் மெல்ல நகை மலர்ந்தது. அவளைப் பற்றியும்தான் அவள் தந்தை கூறியிருக்கிறார். பாட்டியார் கூறியிருக்கிறார்; ஏன் ஆதித்த கரிகாலனே கூடச் சொல்லியிருக்கிறான். "குந்தவை இப்படியெல்லாம் நீ எல்லாரையும் அடக்கி ஆண்டு கொண்டு வெட்டொன்று துண்டிரண்டு என்று பேசிக் கொண்டிருந்தால், எந்த தேசத்து ராஜகுமாரன் உன்னை மணக்கச் சம்மதிப்பான்?"

அப்போது சிறுவயது; விவரம் அதிகம் புரியாத பருவம். "கல்யாணம் செய்து கொள்ளாமல் போனால் போகிறார்கள். நான் கல்யாணமே செய்து கொள்ளப் போவதில்லை" என்று அவள் மறுமொழி கூறியிருக்கிறாள். அதை நினைத்துப் பார்த்தால் இப்பொழுதுகூட அவளுக்குச் சிரிப்புத்தான் வருகிறது. கல்யாணமே செய்து கொள்ளப் போவதில்லை என்ற பிடிவாதம் வல்லவரையரைப் பார்க்கும் வரையில் தான் இருந்தது. காஞ்சியினின்று ஓலை கொண்டுவந்த அந்த

வாணர்குல வீரனைக் குடந்தையில் முதன் முதல் சந்திக்கும் வரையில் தான் இருந்தது.

பழையாறைக்குள் ஆடம்பரமின்றிப் பிரவேசித்து விட்ட குந்தவை மற்றவர்களுடன் தன் மாளிகையை நோக்கிச் சென்றாள். ஆம், அவளுடைய மாளிகைதான். அவளுடைய அருமைத் தந்தை சுந்தர சோழ சக்கரவர்த்தி வாழ்ந்த மாளிகைதான். அந்த மாளிகைக்கு அடுத்துத்தான் செம்பியன் மாதேவியாரின் மாளிகை இருந்தது. கண்டராதித்த சோழ தேவர் கட்டிய மாளிகை அது. சுந்தர சோழர் அரியணையில் அமர்ந்தவுடன் அந்த மாளிகையைச் செம்பியன் மாதேவியார் வாழ அளித்து விட்டுத் தனக்கெனப் பெரும் மாளிகையைக் கட்டினார். கடைசிக் காலத்தில் தஞ்சையிலேயே தங்கியிருக்கச் சென்ற பிறகு அந்தப் பெரிய மாளிகையில் இளைய பிராட்டியார் வசித்து வரலானாள்.

ஆதித்த கரிகாலன் இறந்து, சுந்தர சோழச் சக்கரவர்த்தி காஞ்சிக்குச் சென்றபிறகு, குந்தவையும் காஞ்சிப் பொன் மாளிகைக்குச் சென்றுவிட்டாள். ஆனால் பழையாறையை ஒரேயடியாக மறந்துவிட வேண்டும் எனும் எண்ணம் அவளுக்கில்லை. எந்த வேளையில் பழையாறையினின்று புறப்பட்டாளோ அந்த வேளை பல துன்பங்களை அவளுக்குத் தொடர்ந்து அளித்தது.

அவள் இதயங் கவர்ந்த வல்லவரையர் வந்தியத் தேவன் மீது கொலைக்குற்றம் சாட்டப்பட்டது. அவள் அருமைத் தந்தை சுந்தர சோழர் பொன் மாளிகையில் காலமானது; இவை எல்லாவற்றையும் விட, கற்புக்கரசியான அவள் அன்னை சோழ நாட்டு அரசி வானவன் மாதேவியார் கண வருடன் உடன் கட்டை ஏறி அமரலோகம் சென்றது இவை எல்லாம் மாபெரும் துன்பமாக அவள் மனத்துள் உறைத்தன. குந்தவையைத் தவிர வேறொரு பெண்ணாயிருந்தால், ஏற்பட்ட துயரத்திலிருந்து மீண்டிருக்கவே முடியாது. எதையும் தாங்கும் இதயத்துடன் கூடிய குந்தவை இடுக்கண் வரும்போது இன்முகத்துடனிருந்தாள். பழையாறையில் மாளிகையைக் காணும்போதே, அவளுக்குப் பழைய நினைவுகள் வந்துவிட்டன. தந்தையின் நினைவு, சகோதரன்

ஆதித்தன் நினைவுஅவ்வளவு தானா?... வல்லவரையர் நினைவு அவளுக்கு எழவில்லையா? ஒருமுறை இதே மாளிகையில் அவருடன் உரையாடியது கூடவா நினைவுக்கு வராமல் போகும்! குந்தவையின் உள்ளம் மென்மையானது. ஆனால், அடக்கி வைத்துக் கொள்ளும் சக்தி இருக்கிறதே அது, அந்த மென்மையை, ஆழ்கடலின் அடித்தளத்திற்குக் கொண்டு சென்று விடுகிறது. தஞ்சையில் வல்லவரையரைச் சந்தித்திருக்கலாமே? ஏன் அவர் தான் காண வந்திருக்கக் கூடாதா? அருண்மொழியைப் பூசை மண்டபத்திற்கு அழைக்க வந்தபோது அவர்தான் பேசியிருக்கக் கூடாதா?

இந்த நினைவுகளோடு இளைய பிராட்டியார் மாளிகைக்குள் நுழைந்தாள். மாளிகையில் வாழும் பணிப் பெண்கள் இளைய பிராட்டியை வரவேற்க நுழைவாயிலில் கூடிவிட்டனர். அவர்களுக்கு எப்படித் தெரியும்? முன் மண்டபம் சுத்தமாகப் பெருக்கி, வைக்கப்பட்டிருந்தது. புதிய திரைச் சீலைகள் அசைந்தாடின.

குந்தவையின் கண்கள் வியப்பால் விரிந்தன. 'இந்த அரண்மனை எப்போதும் இப்படித்தான் இருக்கிறதா? ஒட்டடையும், தூசியும், குப்பையும் இல்லாமல், மலர் மணமும் மகிழ்ச்சியும் நிறைந்து விளங்குகிறதா? தான் இல்லாவிடினும் தானிருப்பது போன்ற நினைவுடனே இங்கிருப்பவர்கள் பணிகளைச் செய்கிறார்களா?'

குந்தவை மேன் மாடத்திற்கு விரைந்தாள். அங்கே பஞ்சணை ஆசனங்களும், ஒருவகை மரப்பீடங்களும் தக்க இடத்தில் விளங்கின. இளைய பிராட்டியுடன் வந்த வானதியும் வியப்பால், "அக்கா, இங்கு யார் தங்கியிருக் கிறார்கள்? பாழடைந்து பார்க்கப் பயங்கரமாக இந்த இடம் இருக்கு மென்றல்லவா எண்ணினேன்..." என்றாள்.

மேன்மாடத்தின் விசாலமான கூடத்தில் இருபுறத்திலும் விளங்கிய பல அறைகளின் வண்ணச் சீலைகள் காற்றில் படபடத்து அசைந்தாடின. நடுக்கூடத்திலுள்ள அகன்ற மரமேடையில் வைக்கப்பட்டிருந்த இசைக்கருவிகளில் நிச்சயம் தூசு படிந்திருக்கும்.

குந்தவை அருகே சென்று வீணையின் நரம்புகளில் தன் செங்காந்தள் விரல்களால் மெல்லத் தடவினாள். ட்ரிங் ட்ரிங் ட்ரிங்... அந்தக் கூடம் முழுமையும் வீணையின் நாதம் மெல்லப் பரவியது. அது அந்த அரண்மனையில் இதுகாறும் நிலவியிருந்த அமைதியைக் கலைத்தது. அடுத்த அறையினின்று பஞ்ச வர்ணக்கிளி தன் சிறகைச் சடசடவென அடித்துக் கொள்ளும் ஓசை கேட்டது. அதனுடன் யாரோ நடமாடும் காலடி யோசையும் கேட்டது.

"பைரவி, யார் அங்கே? மறந்து விட்டேனே 'ரங்கா' எங்கே? கிளி நோய் நொடியில்லாமல் நலமாக இருக்கிறதா? அதைப் பார்த்து எவ்வளவு காலமாகிறது!" என்று குந்தவை தோழியை வினவியவாறு, தன் செவிகளை அடுத்த அறையில் நடமிடும் காலடி ஓசையில் வைத்தவாறு கேட்டாள்.

"பஞ்சவர்ணக் கிளியை இப்போதுதான் அடுத்த கூடத்திற்கு எடுத்துச் சென்றார்கள்..." என்றாள் பைரவி.

"ஏன்? யார் எடுத்துச் சென்றார்கள்? நடுக்கூடத்திலே அதை வைத்திருப்பதுதானே?" என்று குந்தவை கேட்டவாறு சுற்றுமுற்றும் பார்த்தாள். "கிளியை இங்கே கொண்டுவா" என்று கட்டளையிட்டாள் இளையபிராட்டி.

பைரவி ஏதோ வாயெடுத்தவள் மறுகணம் விரைந்து அடுத்த கூடத்திற்குச் சென்றாள். திரும்ப வந்து, "தேவி, கிளி இங்கேயே இருக்கட்டும் என்று அவர் கூறுகிறார்" என்றாள். இளைய பிராட்டி திடுக்கிட்டு, "யார்? எவர்?" என்று கேட்டாள். தோழி சற்றுத் தயக்கத்துடன், "அவர்தான்... உம்..." என்று தலையைத் தாழ்த்திக் கொண்டாள். அதற்குள் கிளியின் குரல் கேட்டது. 'கீச் கீச்' சென்று கூவியது. "பிராட்டி பிராட்டி" என்று அது கூப்பிட்டது.

இளைய பிராட்டியின் உதடுகளில் மெல்லிய புன்னகை மிளிர்ந்தது. "சொன்னதைச் சொல்லுமாம் கிளிப்பிள்ளை; பழமொழி சரியாகத்தான் இருக்கிறது" என்று, தானே சொல்லிக் கொண்டே, குந்தவை தோழியைப் பார்த்து, "அவர் என்றால் யாரடி?" என்றாள் சற்றுக் கடுமையான குரலில். அவளுக்குத் தெரிந்துவிட்டது. யார் அங்கே இருக்கிறார்கள்

என்று. வார்த்தையில் கடுமை இருந்ததேயின்றி, உள்ளத்தில் மெல்ல நடுக்கம் ஏற்பட்டது. அந்த நடுக்கம் அச்சத்தால் அன்று; நாணத்தால் யார் என்று தனக்குத் தெரிந்து விட்டதென்பதைத் தெரிவித்துக் கொள்ள விரும்பாமல், "பைரவி! என்ன மௌனமாகி விட்டாய்?" என்று மீண்டும் கேட்டாள். அவள் அதைக் கேட்டிருக்க வேண்டாம்.

"தேவி! எனக்கு அவர் பெயர் தெரியாது. காலையில் இங்கே வந்தார்; நீங்கள் வரப்போவதைத் தெரிவித்தார். இளவரசரின் முத்திரை மோதிரத்தைக் காட்டினார். அவருடன் இரண்டு வீரர்களும் வந்தார்கள். மாளிகையைச் சுத்தப் படுத்துமாறு கட்டளையிட்டார். இதோ போய் அவர் பெயரைக் கேட்டு வருகிறேன்" என்று ஓடினாள்.

"பைரவி! பைரவி!" என்று குரல் கொடுத்து அவளைத் தடுத்து நிறுத்த முற்படுவதற்குள் ஓடிவிட்டாள்.

இளைய பிராட்டியின் இதயம் படபடத்தது. அருகே நின்றிருந்த வானதிக்கு ஒன்றும் புரியவில்லை. அவள் கருத்தெல்லாம் எங்கோ இருந்தது. "பைரவி" என்று மீண்டும் குரல் கொடுத்து, அவள் போன இடம் நோக்கி விரைந்து, காற்றில் மெல்ல அசையும் திரைச் சீலையைப் பிராட்டி தள்ளவும், அங்கே நின்று கொண்டிருந்தவர்

பழையாறைக் கோயில்களில் 'டண் டண்' என்று மணி ஓசை எழுந்தது. வீசிய தென்றலிலே மலர்கள் எல்லாம் மிதந்து வந்து வீழ்ந்தன. மது நிறைந்த அந்த மலர்களைத் தொடர்ந்து வண்டினங்கள் ஓடி வந்தன. கதிரவன் காய்ந்து கொண்டிருக்கும் அந்த வேளையில் ஆயிரம் கோடி மின்னல் மின்னியது போன்ற உணர்ச்சி உடலின் மேல் அமுத தாரை பொழிந்தது போன்ற பிரமை.

இதயங்கள் பிறர் அறிந்து கொள்ள முடியாத மொழியில் செய்தியை அறிவித்தன. நொடியில் யுக யுகங்களுக்குப் பேச வேண்டியவை பேசப்பட்டன. கண் இமையின் பட படப்பிலே எழுதாமல் எத்தனையோ காவியங்கள் எழுதப் பட்டன. எத்தகைய பலம் பொருந்தியவர் வந்தாலும் தலை குனியா வந்தியத்தேவனின் சிரம் தாழ்ந்தது. எப்போதும்

சுழன்று சுழன்று வட்டமிடும் குந்தவையின் விழிகளை ஒரு தரம் பார்க்கும்போது முருகன் கைவேல் போலிருந்தது. இன்னொரு முறை பார்க்கும்போது இமைக்குள்ளே அங்குமிங்கும் நகரும் துள்ளும் மீனைப் போன்றிருந்தது. மற்றொரு தடவையோ தாமரை மொட்டைப் போலிருந்தது.

வந்தியத்தேவன் ஏன் தலையைத் தாழ்த்திவிட்டான்? என்றுமே வணங்கா அந்தச் சிரம் ஏன் தாழ்ந்தது? எவர் விழியையும் நொடியில் சந்தித்து எடைபோடவல்ல அவன் விழிகள் ஏன் மூடித் திறக்கின்றன? ஒருமுறை அவன் விழிகள் குந்தவையின் வேல் விழிகள் மூடியிருப்பதைக் கண்டன. ஒரு முறை குந்தவையின் விழிகள் சாதுபோல், குனிந்திருக்கும் வந்தியத் தேவனின் தலையைக் கண்டன. தெய்வப் புலவர் வள்ளுவர் அவர்களுக்காகத் தான் இந்தக் குறளை எழுதினாரோ?

''யான்நோக்குங் காலை நிலன்நோக்கும் நோக்காக்கால்
தான்நோக்கி மெல்ல நகும்''

ஆம்! இதோ இருவர் உதடுகளிலும் புன்னகை மிளிர்கிறது. அதோ அவர்கள் விழிகள் நேர்க் கோணத்தில் சந்திக்கின்றன. அறுந்த தந்தி சேர்ந்தது. சிதைந்த கூடு கூடியது. பிரிந்த கூந்தல் அழகிய கொண்டையாகக் காட்சியளித்தது. பூத்த மலர் மாலையாகியது. மதியை மூடியிருந்த மேகம் விலகியது. வறண்ட பூமிக்கு வளம் கொடுக்க வான்மழை பொழிந்தது.

எங்கோ 'ஜல் ஜல்' எனும் ஓசை கேட்கிறது. கரும்பு வில்லுடன் மன்மதனும் அன்னத்தின் மீது ரதியும் வருகிறார் கள். மலர் அம்பு வீசப்பட்டது. செந்தில் ஆண்டவனின் பன்னிரு கரங்களில் வதுவை சூட்டும் கரத்தின் அருள் அங்கு வந்து பொலிந்தது.

மறுகணம் இளைய பிராட்டியார் முகஞ் சிவக்க, வெட்கம் சூழ உடல் சிலிர்க்க, தாமரைக் கண்களில் இன்பக் கண்ணீர் ததும்பி, சட்டென அங்கிருந்து துள்ளித் திரும்ப, வானதியின் கர்ங்களைப் படித்து இழுத்துக் கொண்டு வீணையின் நரம்புகளை மீட்டிவிட்டு, அந்த ஒலியின் ரீங்காரம் பரவிப் பாயுமுன்பே தடதடவெனப் படிக்கட்டுகளின் வழியே

கீழிறங்கினாள். இளைய பிராட்டியார் இழுத்த வேகத்திற்குச் சரியாக உடன் வர முடியாத வானதி, "அக்கா, அக்கா! மெல்ல! மெல்ல!" என்று கூவினாள். இளைய பிராட்டியார் புதுப்பொலிவோடு வருவது கண்டு திகைத்துப் பஞ்சவன் மாதேவியும் இன்பவல்லியும் நின்றனர்.

இந்த அற்புதச் சந்திப்பு எப்படி வாய்த்தது என்று எல்லோரும் வியக்கலாம். வல்லவரையரைச் சிறைச் சாலையில் சென்று இளையபிராட்டி சந்திக்க முற்படவில்லை. காஞ்சியினின்று தஞ்சை வந்த பிறகும் சந்திக்கவில்லை. இதற்கு வேறு எவ்விதக் காரணமும் இல்லை; வல்லவரையர் மீது அழிக்க முடியா அன்பு ஏற்பட்டுவிட்டது. பிரிவு எனும் வேதனை இதயத்தில் சூழந்திருக்கும் போது எந்தவிதச் செய்கையையும் உணர முடிவதில்லை. தஞ்சை வந்தவுடன் வல்லவரையர் விடுதலை அவ்வளவு எளிதில் ஏற்பட்டுவிடும் என்று இளைய பிராட்டியார் எதிர்பார்க்கவில்லை. வல்ல வரையர் விடுதலையாகி விட்டார் என்றவுடன் அடங்க வொண்ணா மகிழ்ச்சி உதயமாயிருப்பனும், என்ன செய்வது என்று இளையபிராட்டிக்குப் புரியவில்லை. அதனால், அவரைச் சந்திக்கும் துணிவு அவளுக்கு ஏற்படவில்லை.

ஆண் இதயமே வேறு பெண் இதயமே வேறு. பெண் வலுவில் சென்று ஆடவருடன் பேச முற்படுவதில்லை. காதலைப் புலப்படுத்துவதிலும் அப்படித்தான். தஞ்சையி லிருந்திருந்தால் சந்திப்புக்கு வாய்ப்பே ஏற்படாதோ என எண்ணித்தான், திடீரென்று நந்திபுரத்திற்குச் செல்ல முற்பட்டாள் அவள். வல்லவரையரைச் சந்திக்க முடியும் எனும் உள் நம்பிக்கை அவளுக்கிருந்தது. ஆனால் பழை யாறைக்குள் நுழைந்த சில நாழிகையிலேயே வல்ல வரையரைச் சந்தித்துவிடும் அற்புத நிகழ்ச்சி ஏற்பட்டுவிடும் என அவள் எதிர்பார்க்கவில்லை.

தஞ்சையினின்று ராஜஹம்ஸப் படகில் புறப்பட்ட இளைய பிராட்டியாரின் குழாம் திருக்குடந்தையில் இறங் கிற்று. நேரே பழையாறைக்குச் சென்றிருக்கலாம், என்றாலும் திருக்குடந்தையைக் காணவேண்டும் எனும் ஆர்வம் இளையபிராட்டியாருக்கு எழுந்தது. திருக்குடந்தைக் கோயில்

தோறும் சென்று தரிசிக்க விரும்பினாள். அதனோடு திருக் குடந்தைக்கு வந்து தங்கியிருக்கும் சதுரானன பண்டிதரைத் தரிசிக்க வேண்டும் எனும் ஆவல் அவளுக்கு நெடு நாட்களாகவே இருந்தது.

சதுரானன பண்டிதரைப் பற்றி இளையபிராட்டியார் அறிவாள். அவரைப் பற்றியும் அவரது வாழ்க்கையைப் பற்றியும் கல்யாணிப் பாட்டியார் கூறியிருக்கிறார்கள். சதுரானன பண்டிதராக இன்று திகழ்பவர் ஒரு காலத்தில் சோழ நாட்டில் பிரசித்திபெற்ற தளபதியாக இருந்த வெள்ளன் குமரனாவார். பராந்தக சக்கரவர்த்தியின் காலத்தில் *இளவரசர் இராசாதித்தனோடு தோளோடு தோள் நின்று உதவிபுரிந்த அந்த மாவீரன் வாழ்விலே ஏற்பட்ட பெரும் ஏமாற்றமே, அவர் இளவயதிலேயே துறவியாகக் காரணமாய் அமைந்தது. துறவியாக மாறியதோடு, அவர், வியாகர்ணம், தர்க்கம் முதலிய சாத்திரங்களைக் கற்றார். மந்திர வித்தைகள் பயின்றார். வருங்காலம் கூறும் மகத்தான சக்தி பெற்றார். சைவ சமய சாத்திரத்தை ஆராய்ந்து வல்லவரானார். சோழ நாட்டில் ஏற்பட்ட பல மாறுதலின்போது, அவர் வடக்கே இமாசலப் பகுதிகளிலும் வங்கத்திலும் சுற்றுப் பயணம் செய்து விட்டுக் கடைசியில் திருவொற்றியூரில் மடம் ஒன்றை அமைத்துக் கொண்டு வியாகர்ணம், தர்க்கம், நியாயம், தாந்திரிகம் முதலிய கலைகளைச் சிஷ்யர்களுக்கு எடுத்துக் கூறி வந்ததோடு சைவ சமயத்தில் புதிய முறை காணலானார். அண்மையில் அவர் திருக்குடந்தை வந்து சேர்ந்தார். பழைய வரலாறுகளைக் கல்யாணிப் பாட்டி கூறி வரும்போது சதுரானன பண்டிதரைப் பற்றியும் கூறியிருந்ததனால், குந்தவை அவரைக் காண விரும்பினாள். முக்கியமாக வருங் காலத்தைப் பற்றி அறிய அவளுக்கு ஆவல் மிகுந்தது. தன் வருங்காலத்தைப் பற்றி மட்டுமின்றி, வானதியைப் பற்றியும், தன் இளவலைப் பற்றியும் அறிய விரும்பினாள். இதுவரை அவளுக்குத் தன் வருங்காலத்தைப் பற்றிச் சிந்திக்கவே முடியாதிருந்தது. வந்தியத்தேவன் விடுதலை நிகழ்ச்சிக்குப் பிறகு, இளையபிராட்டியார் மிகத் தீவிரமாகத் தன்

* விக்கிரமன் எழுதிய ராசாதித்தன் சபதம் புதினத்தில் காணலாம்.

வருங்காலத்தைப் பற்றிச் சிந்திக்கலானாள். வல்லவரையரை விடுதலை செய்து விட்டார்களே தவிர, உண்மைக் குற்றவாளியை அறியும் முயற்சி எப்போது ஏற்படும்? வல்லவரையர் தன் இதயத்தில் இன்னும் தன்னை மறவாது வைத்திருக்கிறாரா என்பதையெல்லாம் அறிய விரும்பினாள். அவள் தன் திருமணத்தைப் பற்றியும் எண்ணலானாள். அதைப் பற்றியும் சதுரானன பண்டிதரைக் கேட்டுவிடலாமே! கன்னியாகவே காலங்கழிப்பதா, திருமணம் செய்து கொள்வதா என்ற முடிவுக்குத் தன் இதயத்தில் ஒரு முடிவும் ஏற்படாத நிலையில், நியதியின் முடிவு என்ன என்பதைப் பற்றி வானநூல் என்ன கூறுகிறதென்பதை அறியலாமே.

குடந்தைச் சோதிடர் முன்பே கூறியிருக்கிறார். அவர் கூறியவை ஒவ்வொன்றும் பலித்துத்தான் வருகிறது. மேலும் அவரைக் கண்டு விசாரிக்கச் சோதிடரில்லையே! பல ஆண்டுகளுக்கு முன்பு அடித்த புயலிலே அவர் வீடு படுநாசமாகியது. பிறகு அவர்களைப் பற்றிய செய்தியே தெரியவில்லை.

ராஜஹம்ஸப் படகினின்று இறங்கியவுடன், இளைய பிராட்டி சதுரானன பண்டிதர் வீட்டுக்குச் செல்ல விரும்பினாள்.

படகோட்டிக்கும் சிவிகைக்கும் ஏற்பாடு செய்வதற்காக மற்றவர்களை ஆற்றங்கரைச் சோலையில் தங்கி இருக்கச் செய்து விட்டு, வானதியை மட்டும் அழைத்துக்கொண்டு இளைய பிராட்டி சதுரானன பண்டிதர் தங்கி இருக்குமிடம் நோக்கிச் சென்றாள்.

சதுரானன பண்டிதர் தங்கியிருக்கும் இடம் ஊரின் கோடியில் ஆற்றங்கரை ஓரத்தில் இருந்தது. அழகிய பர்ணசாலை அமைத்து அதில் வசித்து வந்தார் பண்டிதர்.

அவருடைய குரு நிரஞ்சனன் பண்டிதரிடமிருந்து சாத்திரம் முழுமையும் அவர் கற்றிருந்தபடியால் முறைப்படியே ஆசிரமத்தை அமைத்திருந்தார். சீடர்கள் நூற்றுக்கணக்காக இருந்தார்கள். ஒருபுறம் வடமொழி ஸ்லோகங்களைக் கணீரென்று சீடர்கள் பயிலும் குரல் கேட்டது. மற்றோர்

இடத்தில் மந்திரங்களைத் தெளிவாக உச்சரிக்கும் குரல் கேட்டது. மணி ஒலியும் உடுக்கைச் சப்தமும் விதவிதமான வாத்தியங்களின் ஓசையும் கேட்டன. அகிலின் நறுமணமும் மலர்களின் வாசனையும் எங்கும் எழுந்தன. அடுத்த இடத்திற்கு வருபவரைச் சற்றுத் தொலைவிலேயே கவர்ந்து அவர்களை ஈடுபடும்படி செய்யும் தன்மையுடன் விளங்கின. 'ஹர ஹர மகா தேவ' எனும் குரல் அவ்வப்போது எழுந்தது. அந்தக் குரலின் கம்பீரமே எல்லோரது உடல்களையும் சிலிர்க்க வைத்தது.

அங்குமிங்கும் செல்லும் அந்த மடத்தைச் சேர்ந்தவர்கள் உடல் முழுமையும் திருநீறு பூசி, நெற்றியில் மூன்று பட்டையாகக் கீற்றுச் சந்தனம் இட்டு, அதன் நடுவில் குங்குமப் பொட்டு வட்டமாக அணிந்து, சடைமுடி தொங்க நடமாடும் போது பார்ப்பவர்களுக்குப் பயங் கலந்த மரியாதை உணர்வு தோன்றாமலிராது.

அந்த மடத்தின் எல்லையிலே அரசனும் ஆண்டியும் சமம். செல்வரும் வறியரும் சமம். அதனால் இளைய பிராட்டி வந்தவுடன் அவளை வரவேற்க எவரும் வரவில்லை. ஆனால், ஓர் உருவம் மட்டும் இளையபிராட்டியை அடையாளம் கண்டு கொண்டது. முன்பு குடந்தைச் சோதிடரிடம் சீடராய் இருந்தவன் தான் இப்போது உருத்தெரியாமல் அவ்விதம் மாறியிருந்தான்.

கற்றைச் சடை முடியும், விபூதி பூசிய உடலும், ருத்திராக்க மாலையும் குங்குமப் பொட்டும் சிவந்த கண்களுடன் கூடிய அவனை அந்தச் சோதிடரே வந்தால்கூட அடையாளம் கண்டு கொள்ள முடியாது.

அவன் இளைய பிராட்டியாரை அணுகினான். அவர்கள் அங்கு வந்த காரணம் வினவினான். தன்னை அறிமுகப் படுத்திக் கொள்ளாமலே அவன் பேசினான். சதுரானன பண்டிதரை இன்று பார்க்க முடியாதென்றும், மறுநாள் அவரைத் தரிசிப்பதற்கு ஏற்பாடு செய்வதாகவும் கூறினான். இளைய பிராட்டியாருக்குச் சற்று ஏமாற்றமே. எனினும் சற்று அமைதியாக அவகாசம் அதிகம் எடுத்துக்கொண்டு தான் பேசவேண்டும் என்ற எண்ணத்தினளாய் இளைய பிராட்டி

உடனே திரும்பி விட்டாள். வானதிக்கு ஒன்றும் புரிய வில்லை.

"அக்கா, ஏன் வந்தோம், போகிறோம்?" என்று கேட்டாள்.

"அவரைப் பார்க்க முடியவில்லை."

"இங்கு யார் இருக்கிறார்கள்? மந்திரம் ஓதும் குரலும் பூசை நடக்கும்போது எழும் மணமும் சிவநாம ஒலியுமாய் இருக்கின்றனவே!"

"ஆம், இங்கே ஒரு பெரியவர் தங்கியிருக்கிறார். அவருக்கு வயது தொண்ணூறுக்கு மேலிருக்கும். முற்றும் உணர்ந்தவர். நடந்ததைச் சொல்வார்; நடக்கப் போவதையும் சொல்வார்."

"நடக்கப் போவதை அறிந்து என்ன செய்வோம்?"

"ஏன்? உன்னுடைய சபதம் ஈடேறுமா என்று அவரைக் கேட்க வேண்டாமா?"

"சபதமா? மும்மூர்த்திகள் வந்தாலே நான் மாற்றிக் கொள்ளாத போது இந்தப் பண்டிதரா மாற்றிவிடுவார்? மந்திரம் போடுவாரா?"

"உன் மனத்தை மாற்ற நான் வரவில்லை. வானதி! என்ன நடக்குமென்பதை நான் தெரிந்து கொள்ள விரும்புகிறேன்..."

"முன்பு அப்படித்தான் ஆரூடம் சொன்னார் குடந்தைச் சோதிடர். 'தங்கள் வல்லவரையரை மணந்து சுகமாக வாழ்வீர்கள்' என்றார். இந்தச் சாம்ராஜ்யத்தை ஆளும் பெரும் பெயர் பெறப்போகும் பிள்ளையை நான் பெறுவேன் என்றார். வல்லவரையரையே காணவில்லை..."

வானதி சோர்வாய் இப்படிக் கூறும்போது, குந்தவை பெருமூச்சு விட்டாள். 'சோதிடர் கூறியது வானதி சொல்லுவது போல் நடக்காதா? வல்லவரையரை மணந்து சுகமுடன் நான் வாழ வழி ஏற்படாதா?' என ஒரு கணம் துணுக்குற்றவள், பிறகு மனத்தைத் திடப்படுத்திக் கொண்டு, "அப்படிச் சொல்லாதே வானதி! சோதிடம் பொய்க்காது; அது விதியைப் பிரதிபளிப்பது. எப்படியும் நிறைவேறும்..." என்றாள்.

‘‘என்னவோ எனக்கு நம்பிக்கையைக் காணோம். என் உறுதியில்தான் எனக்கு நம்பிக்கை...’’ என்றாள் வானதி.

‘‘வானதி! அதென்ன அவ்வளவு வைராக்கியம் உனக்கு? எப்போதோ விளையாட்டாகக் கூறியதையே வற்புறுத்தி வருகிறாயே! இந்தச் சோழப் பெரும் நாட்டிற்கு நீ அரசியாகா விட்டால் வேறு யார் ஆவதாம்?’’என்று சிரித்தவாறு கேட்டாள் குந்தவை.

‘‘அக்கா, எனக்கென்னவோ சாம்ராஜ்ய ஆசையே பிடிக்க வில்லை. மாளிகையில் வாழ்வதென்றால், கசக்கிறது. அவருடன் ஒரு நாழிகை பேசுவதற்குக்கூட முடியாத பெரும் நாடும், சுகபோகமும் அரசி எனும் பட்டமும் இருந்து என்ன பயன்? மேலும் உங்கள் தம்பிக்கே சாம்ராஜ்ய மன்னர் பதவி கிடைக்கும் என்பதுதான் என்ன நிச்சயம்?’’ என்றாள்.

வானதி பேசக் கற்றுவிட்டாள். மறுமொழி கூற முடியாத அளவுக்குப் பேசுகிறாள்; வந்த இடத்தில் விவாதிப்பது நல்ல தன்று என இளையபிராட்டி பேச்சை மாற்ற விரும்பினாள்.

‘‘இவையெல்லாம் உண்மைதானா? குடந்தைச் சோதிடர் கூறியது சரியா என்று கண்டறியவே இங்கே வந்தேன். அடி அம்மா! உனக்கு அருண்மொழியை ஒரு கணமும் பிரிய முடியாது என்பது எனக்குத் தெரியாதடி. இப்போதே ஓலை அனுப்பி அவனைப் பழையாறைக்கு வரவழைத்து விடுகிறேன். ஒரு நாழிகையென்ன் ஒரு யுகமே நீங்கள் பேசிக் கொண்டிருங்கள். இப் பெரும் சாம்ராஜ்யத்தை ஆளப்போகும் உன் இதய அரசனின் பேச்சிலே காலங்கழிவது தெரியாமற் பேசிக்கொண்டிரு. உன் வயிற்றிலே வளரும் வீரமகனுக்கு என்ன பெயர் வைப்பது என்றும் யோசனை செய்து வை’’ என்று கூறிவிட்டு சிவிகையை நோக்கி நடந்தாள். வெட்கமும் கோபமும், அதேபோலச் சொல்லொணா இன்பமும் கலந்து உடலில் பரவ, ‘‘அக்கா, அக்கா’’ என்று கூறிக்கொண்டே அவளைப் பின் தொடர்ந்தாள் வானதி.

சிவிகை செல்லும்போது வேடிக்கையான உரையாடல்கள் தாம் அவர்களிடையே நிலவின. அந்தக் குதூகலச் சூழ்நிலையை மேலும் அதிகப்படுத்தியது. பழையாறை

அரண்மனைக்குள் நுழைந்தவுடனேயே வாய்த்த வத்தியத்தேவன் சந்திப்பு!

வல்லவரையர் வந்தியத் தேவனும், அந்த இடத்தில் அந்தப் போதில் இளையபிராட்டியைச் சந்திப்போம் என நினைக்க வில்லை. அருண்மொழியின் யோசனைப்படி புறப்பட்ட அவன் நந்திபுரத்திற்கு விரைந்து வந்து சேர்ந்தான்.

பழையாறை அடையாளம் தெரியாமல் மாறித்தான் போயிருந்தது. வளர்ந்து விடவில்லை அதற்கு மாறாகப் பொலிவிழந்திருந்தது. படை வீரர்களின் பாசறைகளில் எவரும் காணப்படவில்லை. மாளிகைகள் மூடித் தாளிட்டுக் கிடந்தன. இளைய பிராட்டியின் மாளிகையில் மட்டும் சிலர் இருந்தனர். 'இளைய பிராட்டி எப்படியும் இன்று மாலைக்குள் மாளிகைக்கு வந்து விடுவார்கள். அதற்குள் மாளிகையைத் தூய்மைப்படுத்தி வைக்க வேண்டும்' என்று எண்ணினான். பணியாட்களிடமும், தாதிகளிடமும் இளையபிராட்டியார் வருகையைக் குறித்துத் தெரிவித்து விட்டுப் படைவீட்டுத் தெருக்களைக் காணச் சென்றான். அங்கு இருந்த முக்கிய மானவர்களுடன் பேசிவிட்டு மீண்டும் மாளிகைக்குத் திரும்பினான். இளைய பிராட்டியாரின் வருகையை அந்த மாளிகைப் பணியாளர்கள் எப்படி அன்புடன் வரவேற் கின்றனர் என்பதை அவர்கள் சுறுசுறுப்பாக ஆற்றிய பணியினின்று அவன் தெரிந்து கொண்டான். அவர்களில் சிலர் வந்தியத் தேவனை அடையாளங் கண்டு கொண்டு விட்டார்கள். அவர்கள் ஒருவரோடொருவர் ரகசியமாக ஏதோ பேசினார்கள்.

வந்தியத்தேவன் அந்த மாளிகையின் ஒவ்வோர் இடமாகப் பார்த்துவிட்டு, மேல்மாடத்திற்கு வந்த போதுதான் கிளிக் கூண்டைக் கண்டான். கூட்டிலேயே வாழும் கிளியைக் கண்டவுடன், அவனுக்குத் தன்னுடைய சிறைவாச நினைவு வந்தது. அந்தக் கிளியும் நீண்ட காலமாகக் கூண்டிலேயே காலங்கழிப்பதை அவன் அறிவான்.

இப்போது மட்டுமன்று. ஞானசம்பந்தர் காலத்தில் கூட அப்படித்தான் என்பது அவனுக்கு நினைவுக்கு வந்தது. கிளிக்

கூண்டைக் கையில் எடுத்துக்கொண்டு அந்தக் கூடத்தின் மறுபுறத்திலிருந்த திறந்தவெளி முற்றத்திற்குச் சென்றான்.

'சிறையாரு மடக்கிளியே இங்கேவா
தேனொடுபால் முறையாலே உணத் தருவன்'

என்ற சம்பந்தர் பாடலைப் பண்ணோடு பாடலானான்.

அந்தப் பதிகத்தை நம்பி அடிகளின் சீடர் கந்தரன் பாடக் கேட்டிருக்கின்றார்.

அப்போது தான் இளையபிராட்டியார் பைரவி, வானதி ஆகியோருடன் மேல்மாடத்திற்கு வந்தாள். இளைய பிராட்டியைச் சந்தித்து வேகமாய் அவர்களுடன் பேசியதால் அவனுக்கு ஏற்பட்ட படபடப்பு அடங்குவதற்கு நீண்ட நேரம் ஆகியது.

மேன் மாடத்திலிருந்து இறங்கி வருவதற்கே அவனுக்குக் கூச்சமாக இருந்தது. ஆடவருக்குக் கூச்சமா? சுத்தவீரனுக்கு நாணமா? அருண்மொழி இதையெல்லாம் எதிர்பார்த்துத்தான் தன்னை உடனே பழையாறைக்குப் போகுமாறு அனுப்பி னாரா? இளைய பிராட்டியாரைச் சந்திக்காமலேயே இருக்க வேண்டும் என எண்ணிய அவன் திடமான எண்ணம் என்னவாயின? பழந்தமிழ் இலக்கியங்களைப் படித்தும், சோழநாட்டின் விரோதிகளை ஒழிக்க முனைந்தும் காலத்தைக் கடத்த எண்ணியவனுக்கு, இளைய பிராட்டியின் தரிசனம் மனச்சலனத்தை ஏற்படுத்தியது.

கல்யாணமே செய்து கொள்ளாமல், சிவனடியார்களைப் போன்று காலத்தை ஓட்டவேண்டும் என்று சிறையிலிருந்த போதெல்லாம் எண்ணியவனது மனத்தை அந்த வேல் விழிகள் சிதற அடித்துவிடும் போலிருக்கிறதே...

பஞ்சவன் மாதேவியும், இன்பவல்லியும் வந்தியத் தேவனைக் கண்டனர். இந்தப் பக்கம் அந்தப்பக்கம் திரும்பாமல் செல்லும் வல்லவரையரை மற்றொருமுறை திரும்பிப் பார்த்தாள் இன்பவல்லி.

"தேவி இவர்தான்...?" என்று தன் சந்தேகத்தைக் கேட்க முனைந்தாள் இன்பவல்லி.

"ஆம். இவர்தான் வல்லவரையர் வந்தியத்தேவர்; இளைய பிராட்டியாரின் பேரபிமானத்தைப் பெறும் பேறு பெற்றவர்..." என்றாள் பஞ்சவன் மாதேவி.

"இனி இளையபிராட்டியார் நம்மைக் கவனிக்கவே மாட்டார்கள்" என்றாள் இன்பவல்லி, மெல்ல நகைத்தவாறு.

"நம்மை என்று ஏன் சேர்த்துச் சொல்கிறாய்? என்னை அவர்கள் எப்போதும் கவனித்ததேயில்லை. என் சிறிய தந்தை அவர்களுடன் பழக வேண்டுமென்றுதான் என்னைப் பழுவூரினின்று அழைத்து வந்தார். உம்; நினைப்பது ஒன்று, நடப்பது வேறாக இருக்கிறது" என்று கூறி, பெருமூச்சு விட்டாள் பஞ்சவன் மாதேவி.

"என்ன சொல்கிறீர்கள்? எனக்கு ஒன்றும் புரியமாட்டேன் என்கிறதே..." என்றாள் இன்பவல்லி.

"சரி, சரி; நாம் வேறெங்காவது போவோம். இந்த மாளிகையைச் சுற்றிப் பார்ப்போம். இந்த மாளிகையை ஒட்டிக் காவிரியின் பழைய கிளை ஓடுகிறது. அதை அழகாகச் செப்பனிட்டுப் படித்துறை கட்டி வைத்திருக்கிறார்களாம். நீந்திக் குளிப்பதற்கு ஏற்ற இடம்" என்று அவள் கையைப் பிடித்து அழைத்துக் கொண்டு சென்றாள் பஞ்சவன் மாதேவி.

முல்லைத் தீவில் வாழ்ந்த இன்பவல்லிக்கு நீச்சல் என்றவுடன் பேராசை ஏற்பட்டது.

அத்தியாயம் 6
அவளும் நோக்கினாள்

அன்று பின்னிலவு நாள். மாலைக் கதிரவன் மறைந்த வுடனேயே இருள் கவிழ்ந்து கொண்டது. இருள் என்றால் மிகக் கருமையான இருள். எங்கும் அமைதி. சில சமயம் வேகமாக வீசும் காற்று ஊளையிடுவது போன்றெழுப்பும் ஒலியைத் தவிர, வேறு சந்தடியில்லை. இருளும் மிக அமைதியும் நிறைந்த பழையாறையில் இளையபிராட்டி

யாரது மாளிகையின் மேன்மாடத்துத் திறந்த முற்றத்தில் இன்பவல்லியும் பஞ்சவன் மாதேவியும் மட்டும் அமர்ந் திருந்தனர்.

இருளில் ஒருவர் முகம் மற்றவர்களுக்குத் தெரியவில்லை. அந்த அமைதியும் இருளும் அவர்களுக்குத் தேவையாக இருந்தன. பஞ்சவன் மாதேவியார் இன்பவல்லியை விட்டுப் பிரியவே முடியவில்லை. இன்பவல்லியோ இளையபிராட்டி யாருடன் இருந்த நேரம் போக மீதிப் போதில் பஞ்சவன் மாதேவியுடனே இருக்க விரும்பினாள். திடீரென்று பஞ்சவன் மாதேவி, ''இன்பவல்லி! உன் கதையைப் பாதிதானே சொல்லியிருந்தாய். மீதியைச்சொல்லு!'' என்று தொந்தரவு செய்யத் தொடங்கி விட்டாள்.

இன்பவல்லிக்குத் தன் பழைய கதையைத் திரும்பவும் கூறக் கூடிய மனநிலை இல்லை. தஞ்சையிலிருந்தாலாவது அருண்மொழியைச் சந்திக்கும் வாய்ப்பு இருந்திருக்கும். இங்கு எங்கோ வந்திருக்கிறோமே என எண்ணலானாள் இன்பவல்லி. 'ஒருவேளை இளையபிராட்டிக்குத் தன் கதை தெரிந்திருக்குமோ? அதனால் இளவரசரைச் சந்திக்காம லிருக்கத்தான் இவ்வாறு செய்கிறார்களோ?' என்ற சந்தேகங் கூட இன்பவல்லிக்கு எழுந்தது. தன் காதல் ஈடேறுமா ஈடேறாதா என்ற நிலையில் அவளுக்குக் கதை கூறும் தெம்பில்லை.

எவ்வளவு நேரம்தான் மௌனமாக இருக்க முடியும்? உள்ளத்தில் குமுறலை வைத்துக் கொண்டு, மேலும் மௌனமாக எப்படி இருக்க முடியும்? வேதனைத் துடிப்பு நிறைந்த ஆறு உள்ளங்கள் பழையாறையில் விளங்கின.

செம்பியன் மாதேவியாரின் மாளிகையில் வந்தியத்தேவன் மௌனமாகப் படுக்கையில் படுத்துப் புரண்டு கொண்டிருந் தான். கண்களை மூடினால் துடிக்கும் உதடுகளும், வெட்டிய மாவடுவின் பாகத்தைப் போன்ற கரிய விழிகளும் அவன் எதிரே கூத்தாடின. பாதாளச் சிறையிலாவது அவன் இரவு வேளைகளில் அமைதியுடன் படுத்திருக்கிறான். படுத்தவுடன் உறக்கம் வந்து விழிகளைக் கவ்விவிடும். சிறைக்கு மேலான

இந்த மாளிகை அவனை உறங்க விடவில்லை. வளையல்கள் குலுங்கும் ஓசை எழும்.

யாரோ நடமாடுவது போன்ற அரவம் கேட்கும். வந்தியத் தேவன் மூச்சுவிடாமல் சட்டென்று எழுந்து உட்கார்ந்து இருளிலும் விழியைக் கூர்மையாகச் செலுத்தி நோக்குவான்.

அங்கோ இளையபிராட்டியாரால் படுத்திருக்கவும் முடிய வில்லை. அவள் எவ்வளவோ ஆண்டுகள் பழகிய இடமாயிருந்தாலும் புதிய இடம் போன்ற தோற்றம். காற்று விரைந்தடித்தாலும் புழுக்கம் நிலவுவது போன்ற நிலை. அவளால் இதயத்திலுள்ள அமைதியற்ற நிலையை அடக்க முடியவில்லை. இளவரசி வானதி தேவிக்கும் பிரிவு எனும் வேதனைக் குமுறலிருந்தது. ஆனால் அவள்தான் வென்றாள். நித்திரைக் கன்னியின் துணை இருந்ததால் அவள் இந்த உலகையே மறந்தாள். இந்த ஐந்து அமைதியற்ற உள்ளங் களுடன் ஆறாவது உள்ளத்தை இங்கு சேர்க்கக் கூடாதுதான். அந்த உள்ளம் காதலால் வேதனையுற்ற உள்ளமன்று; வெஞ்சினத்தால் வெதும்பும் உள்ளம். பழி தீர்க்க அலை பாயும் உள்ளம். வாய்ப்பை எதிர்பார்த்துப் பச்சைப் பாம்பைப் போல மறைந்திருக்கும் உள்ளம். அந்த உள்ளத்தை உடையவரைப் பற்றி இங்குக் கூறுவதன் மூலம், காதல் மெல்லரும்புகள் மலரும் நறுமணத்தை நுகர்வதினின்று தடை செய்தவராவோம். எனினும் அந்த வெஞ்சினம் கொண்ட உள்ளத்துக்குரிய உருவம் பழையாறைக்கும் வந்து விட்டதை நம்மால் கவனிக்காமல் இருக்க முடியவில்லை.

''வெளிச்சத்திலிருந்தாலாவது உன் முகத்தையாவது நான் பார்த்துக் கொண்டிருப்பேன்; இருட்டில் எவ்வளவு நேரம் இப்படியே அமர்ந்திருப்பது?'' என்றாள் பஞ்சவன் மாதேவி.

''என் முகம் என்ன அவ்வளவு அழகோ? உங்களுக்கு உறக்கம் வந்தால் நீங்கள் போய்த் தூங்குங்களேன். எனக்குத் தூக்கமே வராது போலிருக்கிறது'' என்றாள் இன்பவல்லி.

''ஹஹெம்... எனக்குத் தூக்கம் வரவில்லை. அப்படி வந்தாலும் உன்னை விட்டுவிட்டுத் தூங்க முடியுமா? தூங்கும் வேளையில் கூட உன்னைப் பிரியப்போவதில்லை இன்ப வல்லி!'' என்றாள் பஞ்சவன் மாதேவி.

"எவ்வளவு நாளைக்கு முடியும்?" என்று கூறிச் சிரித்தாள் இன்பவல்லி. அவள் சிரித்தபோது தெரிந்த முத்துப்பல் வரிசையின் ஒளிதான் வானத்தில் ஒளிவீசியதா?

கீழ்வானத்தில் சந்திரன் உதயமாகி இருந்தான். பௌர்ணமி நாளில் தோன்றும் வட்டமுழுமதி அன்று, பரமசிவன் தலையில் உள்ள பறை வடிவமும் அன்று. ஆனால் வெள்ளிச் சந்தனக் கிண்ணத்தைச் சாய்த்தது போன்ற வடிவம். கிண்ணத்துச் சந்தனம் முழுமையும் வழிந்திருப்பது போன்ற வடிவம்.

இன்பவல்லி சந்திரனைக் கண்டுவிட்டாள். அந்த வடிவத்தை அவள் முல்லைத் தீவில் பல முறை பார்த்திருக்கிறாள். இப்பொழுது நடுநிசியைத் தாண்டியிருக்கும் அங்கே. அந்தச் சந்தனக் கிண்ணச் சந்திரனைப் பார்த்து எவ்வளவோ நாட்களாகின்றன. அவள் இதயக் கடலின் அலைகள் அந்த வானத்து மதியை நோக்கி ஆர்ப்பரித்தன. அவை அவள் உடலில் புத்துணர்ச்சியை ஊட்டின. அவள் பாதங்கள் ஜதி சேர்த்தன. கைகள் வளைந்தன. அந்த மயங்கிய நில வொளியில் அவள் முல்லைத் தீவில் இருப்பதுபோல் ஒரு கணம் உணர்ந்தாள். தன் தாயுடன் இருப்பதுபோல் உணர்ந்தாள். குன்றக் குரவையாடும் தீவிலிருக்கும் மக்களிடையே இருப்பதுபோல் உணர்ந்தாள்.

பஞ்சவன் மாதேவி இன்பவல்லியின் கை அசைவுகளை, உடலசைவுகளை, விரல் அசைவுகளை, தோற்றத்தில் அவை வெளிப்படுத்தும் உருவங்களில் லயித்திருந்தாள்.

இன்பவல்லி முதலில் மௌனமாக ஆடினாள். பிறகு அவள் உதடுகள் அசைந்தாடின. அவள் பாடினாள். பாடிக்கொண்டே ஆடினாள்.

'தேன் பழச்சோலை பயிலும்
சிறுகுயிலே! இது கேள்நீ
வான்பழித்து இம்மண் புகுந்து
மனிதரை ஆட்கொண்ட வள்ளல்
ஊன்பழித்து உள்ளம் புகுந்து
என் உணர்வ தாய ஒருத்தன்

மான் பழித்து ஆண்ட மெல்நோக்கி
மணாளனை நீ வரக் கூவாய்'

என்று பாடிக்கொண்டே ஆடினாள். குயிலை நோக்கி அவள் கேட்பது, யாரிடமோ தூது செல்லப் பணிப்பது போல் தோன்றியது. தன் உள்ளத்தைப் பறித்துக் கொண்டு போனவரிடம் தேன் போன்று இனிமையான பழங்களைக் கொடுக்கும் சோலையில் திரியும் குயிலை நோக்கிக் கேட்பது போல் தோன்றியது. பஞ்சவன் மாதேவி இமை கொட்டாமல் அந்த நடனத்தையே பார்த்துக் கொண்டு நின்றாள்.

மறுநாள் அதேபோன்று இன்பவல்லி ஆடினாள். இனிய குரலில் அற்புதமாகப் பாடிக்கொண்டே ஆடினாள்.

'கை ஆர் வளை சிலம்பக் காதார் குழை ஆட
மை ஆர் குழல்புரளத் தேன்பாய வண்டு ஒலிப்பச்
செய்யானை வெண்ணீறு அணிந்தானைச் சேர்ந்தறியா'

என்று அவள் பாடி ஆடும்போது பஞ்சவன் மாதேவியும் எழுந்து விட்டாள். அவளை அறியாமலேயே அவள் பாதங்கள் குலுங்கின. ஏதோ திட்டமிட்டு முன்பாகவே அவள் சதங்கை அணிந்திருந்தாள். இன்பவல்லியின் கால்களிலும் அவை இருந்தன.

'ஜல்ஜல்' என்ற ஒலி அந்த நிலா முற்றத்தில் எழுந்தது. 'கை ஆர் வளை சிலம்ப' என்று ஆடும்போது இன்பவல்லியின் கை விரல்கள் வளைகள் ஒலிப்பதுபோல் அசைந்தன. 'காதார் குழை ஆட' என்பதுபோல் குழையைப் போன்ற பாவம் எழுந்தது. (மை ஆர் குழல்) கருமை பொருந்திய கூந்தல் புரளவும், அதில் வண்டுகள் ஒலிக்கவும் என்பவற்றை உணர்த்த அபிநயம் செய்யும் போது, பஞ்சவன் மாதேவியும் அதேபோல் அபிநயித்தாள்.

'சூடுவேன் பூங்கொன்றை சூடிச் சிவன்திரள் தோள்
கூடுவேன் கூடி மயங்கி நின்று
ஊடுவேன் செவ்வாய்க்கு உருகுவேன் உள்ளுருகித்
தேடுவேன் தேடிச் சிவன் கழலே சிந்திப்பேன்
வாடுவேன் பேர்த்தும் மலர்வேன் அனல் ஏந்தி
ஆடுவேன் சேவடியே பாடுதும் காண் அம்மானாய்!'

என்று இன்பவல்லி பாடினாள். பாடி விட்டுப் பஞ்சவன் மாதேவியை நோக்கி, "தேவி! சிவபெருமான்மேல் பேதைப் பெண்ணொருத்தி காதல் கொண்டாள். சிவனுக்குப் பிரியமான பொருளையெல்லாம் அவள் விரும்பினாள். அவருக்குக் கொன்றை மாலை ஏற்றது. அந்த மங்கை கொன்றை மாலை எடுத்துச் சூடிக்கொண்டாள். அத்துடன் நின்றாளா? கொன்றை மாலையை அணிந்தவளாக, சிவபெருமானது திரண்ட தோள்களை அணைய ஆசைகொண்டு அவரது தோள்களைத் தழுவினாள். ஆகா! அந்தத் தழுவலின்பம்தான் எத்தனை சுகத்தை அளிக்கிறது! அவள் அந்த இன்பத்தில் மயங்கி நின்றாள். இன்பச் சுவையின் மதிப்பு உணர்வதற் காகச் சற்று விலகிப் போய் கோபம் கொள்பவள் போல் நடித்தாள். பிறகு விரைந்து வந்தாள். அவள் உதடுகள் துடித்தன. சிவனின் சிவந்த உதடுகள் அவள் கண்களில் பட்டன. அவற்றுடன் கலக்க அவள் துடித்தாள். ஆனால் அவரைக் காணவில்லை. அவரைத் தேடி ஏங்கினாள். அவர் உருவம் அவள் இதயத்தில் தோன்றியது. அவரது பசுமைப் புகழைப் பாடத் தொடங்கினாள். அற்புதமான இந்தக் கருத்துடைய பாடலுக்கு நான் ஆடட்டுமா? சிவபெருமான் தோற்றத்திற்கான அபிநயத்தைக் காண்கிறீர்களா? கொன்றை மாலையைச் சூடிக்கொள்வதைப் பார்க்கிறீர்களா? அவரது தோள்களை ஆசையுடன் தழுவிக்கொள்வதைக் காண்கிறீர் களா? துடிக்கும் உதட்டின்பம் அடைவதை அனுபவிக்கிறீர் களா?" என்று கூறிக் கொண்டே ஆடத் தொடங்கினாள். இன்பவல்லியா ஆடினாள்? வானுலகிலிருந்து இறங்கி வந்த கந்தர்வ மாது ஆடினாள். கயிலாயத்திலுள்ள உமையவள் ஆடினாள். சிவபெருமான் மீது காதல் கொண்ட மங்கை ஆடினாள். கொன்றை மலர் அணிந்து ஆடினாள். திரண்ட தோள்களைத் தழுவி ஆடினாள். செவ்வுதடுகளோடு தன் உதடுகளைப் புதைத்து ஆடினாள். சற்று ஊடல் கொண்டாள். அந்தத் தலைவனைக் காணாது ஏங்கினாள். அவன் உருவத்தை நினைந்து மகிழ்ந்தாள்.

அவள் முகத்திலே காதல் உணர்ச்சி தோன்றியது. ஆசைத் தோற்றம் பூத்தது. இன்பவெள்ளம் பெருக்கெடுத்தது.

கூடலின்பத்தின் குதூகலம் கூத்தாடியது. ஊடலின் சோகம் ததும்பி நின்றது. பரிவு, பாசம், வியப்பு, திகைப்பு, ஏக்கம், இன்பம் போன்ற ரச உணர்ச்சிகள் மாறி மாறித் தோன்றின.

பஞ்சவன் மாதேவி திகைத்து வியப்புடன் இன்பவல்லியை உற்றுப் பார்த்தாள். அவள் ஆடும்போது அவள் பாதங்கள் பூமியில் படுகின்றனவா என்று சந்தேகத்துடன் உற்று நோக்கினாள்.

இன்பவல்லிக்கு அன்று தன்னுணர்வு தோன்றவில்லையா? அவளது இசையும், சலங்கையின் கலீர் கலீரென்ற ஒலியும், இளையபிராட்டியை இடத்தை விட்டுத் துள்ளி வரச்செய்தன. மேன் மாடத்து நிகழ்ச்சி தெரியும் இடத்திற்கு நேரே கீழே தோட்டத்தில் நின்று கொண்டிருந்தாள். வந்தியத் தேவனுக்கும் மாளிகையில் இருப்புக் கொள்ளவில்லை. நடு நிசியில் காற்றிலே மிதந்து வந்த சலங்கை ஓசை அவனைத் தட்டி எழுப்பியது. இசையின் இன்பகீதம் அவனை எழுந்து நடந்துவரச் செய்தது.

இளையபிராட்டி நின்ற இடத்திற்கும், வந்தியத் தேவன் நின்ற இடத்திற்கும் நடுவே மலர்ச்செடி மறைத்து நின்றது. இன்ப வல்லியின் திறமை இளைய பிராட்டிக்குத் தெரியும். ஆனால் இவ்வளவு அற்புதமான பொருள் பொதிந்த பாடல்களைப் பாடி ஆடுவாள் என்பது தெரியாது.

வந்தியத் தேவனுக்கு இன்பவல்லியையும் தெரியாது. இவ்வளவு அற்புதமாகப் பாடி ஆடுபவர்களையும் அறிய மாட்டான். இசை அவனைக் கவர்ந்தது. செவ்வடிகளின் ஓசை அவனைக் கவர்ந்தது. மாளிகைக்குள் நுழைந்து மேன் மாடம் வந்து ஆடும் அழகியைக் காணலாமா என எண்ணினான். எப்படிச் செல்வது? இளையபிராட்டி இருப்பாள்; இந்த நேரத்தில் தான் வந்ததைத் தவறாக எண்ணிவிட்டால்...

ஜல் ஜல் ஜல்...! ஆகா! இதென்ன, இன்பவல்லிக்குப் பித்துப் பிடித்து விட்டதா? இசையில் மூழ்கி விட்டாளா? நாட்டிய வடிவமாகிவிட்டாளா? பொருள் பொதிந்த அந்தப் பாடல்களை அவளுக்காகவே எழுதினார்களா?

'முத்தணி கொங்கைகள் ஆடஆட
மொய்குழல் வண்டினம் ஆடஆடச்
சித்தம் சிவனொடும் ஆடஆடச்
செற்கயற் கண்பனி ஆடஆடப்
பித்து எம்பிரானொடும் ஆடஆடப்
பிறவி பிறரொடும் ஆட ஆட
அத்தன் கருணையொடு ஆட ஆட
ஆடற்பொற் சுண்ணம் இடித்தும் நாமே...'

ஆட ஆட என்ற சொல்லுக்கு ஏற்ப அவள் ஆடினாள்: பஞ்சவன் மாதேவியும் ஆடினாள். கூத்தரசனோடு சேர்ந்து ஆடுவது போல் அவள் எண்ணிவிட்டாளோ? இல்லை இல்லை; சிவபிரான் இடத்திலெல்லாம் அவள் முல்லைத் தீவிற்கு வந்த இரத்தின வணிகரை நினைத்துக் கொண்டாள். உயர்ந்த தோற்றமுடைய அந்த வணிகர் சிவனிடத்தில் நின்றார். கற்றைச் சடைக்குப் பதில் அலை அலையாகத் திகழும் கருங்குழல் தோன்றியது. செவ்வுதடுகள் அந்த அன்பரின் உதடுகளாகக் காட்சி அளித்தன. பரந்த அழகிய திண்தோள்கள் இரத்தின வியாபாரியாகவும், இளவரசராகவும் திகழ்ந்த அருண்மொழி வர்மனின் தோள்களாகத் தோன்றின.

வந்தியத் தேவனுக்கும் அப்போது கைகளை அசைத்து ஆட வேண்டும் போல் தோன்றியது. அவனை அறியா மலேயே அவன் கைகளை அசைத்தான். சுற்றினான்; சுழன்றான்.

'களுக்' கென்ற சிரிப்பொலி எழுந்தது. வந்தியத் தேவன் தலை சுற்றியது. தட்டாமாலை போல் சுற்றியதால் அவன் தலை சுற்றியது. யாரது நகைத்தது? வந்தியத் தேவன் கொடி மறைவினின்று வந்தான். மங்கிய நிலவொளியில், முகத்திலே முறுவல் தவழ அப்போது அலர்ந்த அல்லிபோல் குந்தவை நின்றாள். அந்த முகத்திலே முன் எப்போதுமில்லாத கம்பீரம் இருந்தது.

"உங்களுக்கும் ஆட வரும் போலிருக்கிறதே!" என்றாள் இளையபிராட்டி. இளையபிராட்டி முதலில் பேசிவிட்டாள். வந்தியத் தேவன் என்ன மறுமொழி கூறப் போகிறான்? வந்தியத்தேவன் தொண்டையைக் கனைத்துக்கொண்டான்.

வார்த்தைகள் வரவில்லை. தலையுடன் கண்களும் சுழன்றன. ஹூம்ஹூம் ஒன்றுமே பேசக் கூடாது. வந்தியத் தேவன் மெல்ல நடந்தான். அவன் தங்கியிருந்த மாளிகைக்குச் சென்று படுக்கையில் வீழ்ந்தான்.

மறுநாள் இரவு மேன் மாடத்தில் பஞ்சவன் மாதேவியும் இன்பவல்லியும் வந்தமர்ந்தார்கள். அதே போன்று வந்தியத் தேவன் முதல் நாள் வந்த இடத்திற்கு மெல்ல வந்தான். அவன் எதிர்பார்த்தது போல் குந்தவை அங்கு நின்று கொண்டிருந்தாள். வந்தியத் தேவனே இன்று முதலில் பேசினான்.

"எனது அற்புத நடனத்தைக் காணத் தாங்கள் வந்து விட்டீர்கள் போலிருக்கிறது?" என்றான் மெல்லிய குரலில். என்னதான் சிரிப்பை அடக்கினாலும் குந்தவையால் சிரிக்கா மலிருக்க முடியவில்லை. மறுமொழி கூற உடனே வார்த்தை களும் வரவில்லை.

"இவ்வளவு பிரமாதமாகப் பாடுபவரைக் கண்டதில்லை" என்று வந்தியத் தேவன் மீண்டும் பேசினான், மேன் மாடத்தைப் பார்த்தவாறு.

"சோழ மண்ணின் பெருமை, இசையும் கலையும் இங்கே சர்வசாதாரணமாக வருமே" என்றாள் குந்தவை. இதைக் கூறுவதற்குள் அவள் பட்டபாடு எப்படிச் சொல்வது! இன்னும் பாட்டினோசையும், நடனமிடும் கால் சலங்கை ஒலியும் கேட்கவில்லை. அப்படியே அங்கு நின்று கொண்டிருப்பதைவிட இளையபிராட்டி எங்காவது அமர்ந்து கொள்ள விரும்பினாள். மாளிகையே ஆழ்ந்த நித்திரையி லிருந்தது. எங்கேயோ ஓரிரண்டு காவல்காரர்கள் விழித் திருந்தும் விழித்தபடியே உறங்கிக் கொண்டுமிருந்தனர்.

வானில் மதி உதயமாகி மங்கிய ஒளியை வீசத் தொடங்கி விட்டது. மாதவிக் கொடிகளாலான சிறு மண்டபம் அருகே இருந்தது.

"அற்புதமாய்ப் பாடும் இன்பவல்லி நான் கண்டெடுத்த மாணிக்கம், தாய் தந்தை அற்ற அனாதை" என்று மீண்டும் பேச்சைத் தொடங்கினாள் குந்தவை.

"ஓகோ! அதுதான் கலையின் சிகரமாகத் திகழ்கிறாள் போலிருக்கிறது" என்றான் வந்தியத்தேவன். மகிழ்ச்சியும் முகஸ்துதியும் வார்த்தைகளில் சேர்ந்து வந்தன.

"இங்கே கால் கடுக்க நிற்பதை விட அங்கே சென்று உட்காரலாமே. அங்கிருந்து அவர்கள் நடனமிடும் இடம் தெரியும். பாடும் ஓசையும் கேட்கும்" என்றாள் இளைய பிராட்டி. வந்தியத் தேவன் சம்மதம் கேட்காமலேயே மெல்ல மாதவிப் பந்தலை நோக்கி நடக்கலானாள் அவள். போர்க் களங்களிலே கம்பீரமாக நடக்கக்கூடிய வந்தியத்தேவன் கால்கள் பின்னின. தடுமாறின எனினும் ஒருவிதச் சக்தி அவனை உந்தித் தள்ளியது.

இன்பவல்லியை மாமல்லபுரக் கடற்கரையில் கண்ட விதத்தை இளையபிராட்டி கூறினாள்.

"இன்பவல்லி பழந்தமிழ்ப் பாடல்கள் பலவற்றைக் கற்றிருக்க வேண்டும் என நினைக்கிறேன். அற்புதக் கருத்துடன் கூடிய மாணிக்கவாசகர் பாடல்கள் என்னை மெய்சிலிர்க்க வைத்துவிட்டன" என்றான் வந்தியத்தேவன்.

இளையபிராட்டியின் புருவம் நெருங்கியது.

"மாணிக்கவாசகர் பாடலா? உங்களுக்கு எப்படித் தெரியும்?"

"அதைப் போன்ற அற்புதத் தமிழ்ப்பாடல்களைப் படிக்கவாவது மீண்டும் பாதாளச் சிறைக்குச் செல்லலாமோ என எண்ணுகிறேன். கண்டரன் மதுரன் ஒருவன் மட்டும் இல்லாவிடில் வந்தியத்தேவனை இப்போது பார்த்திருக்க முடியாது..."

"கண்டரன் மதுரனா? என் சகோதரனா? உங்களை அவ்வப்போது சிறையில் வந்து சந்தித்தானா? அவன் தந்தை தடுக்கவில்லையா? பழுவேட்டரையர் எதுவும் தலையிட்டு ஆட்சேபிக்க வில்லையா?"

"ஹூம் அதெல்லாம் எனக்கு எப்படித் தெரியும்? மதுரனின் மதுரமான சொற்களும் அவனளித்த மதுரமான பாடல்கள் நிறைந்த ஓலைச் சுவடிகளும் இல்லையென்றால்,

எனக்கு இந்த வாழ்க்கையே வெறுத்திருக்கும். நல்ல வேளையாக அவன் ஒருவனாவது என்னைக் குற்றவாளி என்று சந்தேகிக்க வில்லையே!''

வந்தியத்தேவனின் இந்தச் சொற்கள் இளையபிராட்டியின் நெஞ்சில் முள்ளெனத் தைத்தன. 'நானும் அவரைக் குற்றவாளியென எண்ணியதாக நினைக்கிறாரோ? ஐயோ! அதனால்தான் இவ்வளவு நாள் என்னுடன் பேசவும் முற்படவில்லையோ?' என நினைத்தாள். 'எப்படியாவது அந்தக் கருத்தை மாற்ற வேண்டுமே. உற்சாகமான எண்ணத்துடன் உல்லாச வேளையாகக் கருதி வந்த இடத்தில் வேதனை வந்து சூழ்ந்து விடக்கூடாதே?'

''தங்களைக் குற்றவாளியென்று நான் நினைக்க வில்லையே! நீங்களாக ஏன் பிரமை அடைகிறீர்கள்?'' என்றாள் இளைய பிராட்டி.

''இப்போது நினைக்காமல் இருக்கலாம். ஆனால், பழைய நிலை வேறு'' என்றான் வந்தியத்தேவன்.

தன்னைச் சுட்டுகிறாரோ எனக் குந்தவை எண்ணி விட்டாள். 'ஆம்; ஒருமுறைகூட அவரைச் சிறையில் சென்று காணவில்லை. ஒரே ஒருமுறை சென்றோம். மயங்கி வீழ்ந்த வானதியை விரைந்தெடுத்து வந்தோம். அதை அவர் பார்த்திருக்கலாம். நம் இதய வேதனையை எப்படிச் சொல்வது?'

''மேகங்களிடையே மறைந்திருப்பதால் சந்திரனுக்கு ஒளி கொடுக்க மனமில்லை என்று பொருளில்லை'' என்றாள் குந்தவை.

வந்தியத்தேவனும் அந்த வேளையில் மறைமுகமாகப் பேசுவதை விரும்பவில்லை. குந்தவையின் குரலில் சோகம் ஒலிப்பது தெரிந்தது. சோழநாட்டின் அரசகுமாரியை நாடற்ற அனாதை யொருவன் கலங்க வைப்பதா?

''தேவி! நான் குறிப்பட்டு ஒருவரையும் குறை கூற வில்லை. என் விதியைத்தான் நான் நொந்து கொண்டேன். நான் நாடற்றவன். சாதாரணமான ஒரு வீரன். தாங்களோ

பெரும் சாம்ராஜ்யத்தின் அரசகுமாரி. உங்கள் இதயத்தைப் புண்படுத்துமாறு ஏதாவது கூறியிருந்தால் என்னைப் பொறுத்தருளுங்கள்" என்று கூறி வந்தியத்தேவன் சட்டென எழுந்தான்.

இளையபிராட்டி திடுக்கிட்டாள். 'இன்னும் இவர் கபடமற்ற உள்ளத்துடனேயே இருக்கிறாரே... இவரா சாதாரண வீரர்? இவரா நாடற்றவர்? பொறுத்தருளுமாறு வார்த்தைகள் பேசுகிறாரே... எழுந்து விட்டாரே...' இளையபிராட்டி ஒரு கணம் என்ன செய்கிறோம் என்பதறியாமல், அவர் கரங்களை உடனே பிடித்து அமரச் செய்து "வல்லவரையரே! என்ன வார்த்தை கூறிவீட்டீர்? தாங்களா நாடற்றவர்? தாங்களா ஒரு சாதாரண வீரர்? உங்கள் பரம்பரையே வீரப் பரம்பரை என உலகமறியுமே. ஒரு காலத்தில் வாணர் குலத்து மன்னரைத் தங்கள் கட்சியில் சேர்த்துக் கொள்வதற்காகப் பெரும் பெரும் சாம்ராஜ்யத்து மன்னர்கள் முயன்றனரே! நீங்கள் அனாதை என்றால் நானும் அனாதைதான். நீங்கள் நாடற்றவரானால் நானும் நாடற்றவள் தான். நாடற்றிருப்பது நல்லது வல்லவரையரே! சிறு வயதில் நான் வேடிக்கையாகச் சொல்வேனாம்; 'கல்யாணமே செய்து கொள்ளப் போவதில்லை. செய்து கொண்டாலும் சோழ நாட்டைவிட்டுச் செல்லப் போவதில்லை' என்று. நாடற்ற அரச குமாரன்தானே என் எண்ணத்தை ஈடேற்றுவார்..." இளையபிராட்டி கூறிவரும் போது அவள் கண்களில் நீர் தளும்பியது. மை தீட்டிய அந்தக் கண்கள் ஏரியைப் போல் நீரைத் தேக்கி விட்டன. கலக்கமடையா அந்தக் காரிகையின் கண்களில் கண்ணீர் குளமாகியது. வந்தியத் தேவனும் உணர்ச்சி வசப்பட்டு விட்டான்.

இளைய பிராட்டியின் கண்ணீரைத் துடைக்க விரும்ப அவன் கரங்கள் துடித்தன. அவ்வளவு துணிவு வரவில்லை. "தேவி இன்னுமா இந்தக் குற்றவாளியின் மீது தங்களுக்கு அபிமானம்? இன்னும் தங்கள் இதயத்தில் எனக்கு இடமிருக்கிறதா?"... வந்தியத்தேவன் குரல் தழுதழுத்தது. அவன் உண்மையிலேயே இதயம் நெகிழ்ந்து கூறினான்.

வல்லவரையரின் சொற்கள் குந்தவையின் உள்ளத்தை நெகிழ வைத்தன. தன் இதயத்தை விளக்கிக் கூற இளைய பிராட்டி முற்பட்டாள். வந்தியத் தேவனைத் திடீரெனச் சிறைப் படுத்தியதற்குப் பிறகு ஏற்பட்ட நிகழ்ச்சிகளைக் கூறினாள். சிறிய பழுவேட்டரையரின் கெடுபிடியும். அவர் எப்படிப் பார்த்திபேந்திர பல்லவனையே நம்பியிருந்தார் என்பதையும் கூறினாள். காஞ்சிப் பொன்மாளிகையில் தான் எப்படி அஞ்ஞாத வாசம் செய்தாள் என்பதையும் கூறினாள்.

''உங்களைச் சுற்றி இருள் வேதனை, அதேபோல் என்னைச் சுற்றி வெளிச்சமிருந்தாலும், இதயத்தில் இருள் வேதனை! அரச குடும்பத்தவர் எவரையும் காணக் கூடாது என்றே காஞ்சியில் காலங்கழித்தேன்'' என்றாள் குந்தவை.

''என்னைப் பொறுத்தருளுங்கள். தேவி! நான் தவறாக எண்ணி விட்டேன். என் அவசரம் என்னை விட்டு இன்னும் மறையவில்லை!'' என்றான் வந்தியத்தேவன்.

''அதனாலென்ன... என் மீதும் தவறிருக்கிறது. தங்கள் விடுதலையைக் கோரி நான் கட்சி சேர்த்து நாட்டிலேயே பெரும் பிளவை ஏற்படுத்தியிருக்கலாம்; ஆனால், நாட்டில் குழப்பம் உண்டாகக் கூடாது என்ற காரணத்திற்காகத் தானே அருண்மொழியைக் கடல் கடந்த நாடுகளைச் சுற்றி வருமாறு கூறி அனுப்பினேன்? அதே நிலையில் நான் விரோதமான செயலில் ஈடுபடலாமா? என் கனவுகளை அடக்கி, ஆசைக் கோட்டைகளை மறைத்து, காஞ்சியில் வாழ்ந்து வந்தேன்...''

''என்ன கோட்டைகள் கட்டினீர்கள்? பிறகு மறைத்தீர்கள் தேவி?'' வந்தியத்தேவன் கேட்டான். குறும்புத்தனம் சொல்லில் மிளிர.

இளைய பிராட்டியின் முகம் சிவந்திருக்க வேண்டும். ஏனெனில், அருகில் இருந்த சிறு தடாகத்தில் உள்ள தாமரை மொட்டுகள் சிவக்கத் தொடங்கிவிட்டன. எங்கோ பறவை யொன்று குரல் கொடுத்துவிட்டது. பொழுது புலரும் வேளை நெருங்கிவிட்டதா?

''தேவி, என்ன கனவுகள் கண்டீர்கள்?...'' வந்தியத்தேவன் மீண்டும் கேட்டான். பன்னிரண்டாண்டுகளாக மறைந்திருந்த துணிவு மீண்டும் பிறந்தது.

'ஹூம்' என்று பெருமூச்சு விட்ட இளையபிராட்டி கூறினாள்: "யாராயிருந்தாலும் சரி, ஆண்குலமே பெண் துன்பம் அறியாது, உங்கள் வடிவத்தை இதயச் சிறையில் வைத்துப் புழுங்கினேன்."

"ஓகோ! எனக்கு இரட்டைத் தண்டனையோ?" வந்தியத் தேவன் கூறவும் இளையபிராட்டி மெல்ல முறுவல் பூத்து, "இப்படியே கன்னியாகவே கழித்து விடுவோமோ என்று கூடப் பயந்தேன்" என்றாள்.

"பயமா? தங்களுக்கா? தங்களைக் கண்டல்லவா மற்றவர்கள் பயப்படுகிறார்கள்?"

"ஆம்; என்னைக் கொடிய நாகத்தோடு ஒப்பிட்டாள் ஒரு ராணி. என்னைக் கர்வக்காரி என்றும் கூறினார்கள்."

"ஹூம்! இப்போது ஏன் மறைந்த அந்தப் பழுவூர் ராணியைப் பற்றிப் பேச்செடுக்கிறீர்கள்? தாங்கள் கர்வமாயும் கொடியவளாயும் இருந்தால் எனக்கும் பெருமைதான்."

"பெருமையா?"

"ஆம்; கர்வக்காரியின் கணவர் என்றும், பொல்லாதவளின் மணாளன் என்றும் பிற்காலத்தில் கூறுவார்களல்லவா?"

"கணவனா... மணாளனா? வல்லவரையரே தங்களுக்கும் இந்த குற்றவாளியின் மீது இன்னும் அபிமானம் இருக்கிறதா?"

வந்தியத்தேவன் உணர்ச்சி வசப்பட்டான்: "தேவி! நான் கூறியதையே திருப்பிக் கூறுகிறீர்களா? அப்பொழுதே நம் திருமணம் ஆரூர் தியாகேசர் சந்நிதியிலே நடந்திருக்க வேண்டும். காலத்தின் படி தள்ளிப் போட்டது."

"ஆடம்பரமற்ற முறையில் திருமணமா? என் தந்தை அப்போது விரும்பியிருக்க மாட்டாரே..."

"ஆம்; தாங்களும் தங்கள் இளவல் அருண்மொழியும் விரும்பினால், ஆடம்பரமற்ற முறையில்தான் நடக்கும். அதுவும் என் எண்ணம் ஒன்றும் நிறைவேறிய பிறகு; என் பணி ஒன்று முடிவடைந்த பிறகு...!"

"என்ன அது?" இளையபிராட்டி பரபரப்புடன் கேட்டாள்.

"ஆதித்த கரிகாலரைக் கொன்ற குற்றவாளியைக் கண்டு பிடிப்பது என் முதல் வேலை... அதை நிறைவேற்றாமல்..."

என்று கூறுவதற்குள் அந்தக் கொடி வீட்டில் ஏதோ சலசலப்புக் கேட்டது. யாரோ வரும் காலடியோசை கேட்டது.

உண்மைதானா? அங்கே வந்தவர் அவர்தானா? வந்தியத் தேவனும், குந்தவையும் திடுக்கிட்டு எழுந்து நின்றனர்.

அரை குறையான அந்த வெளிச்சத்தின் சூழலில் அங்கு அருண்மொழி நின்று கொண்டிருந்தார். இன்னும் ஓர் உருவமும் அங்கே இருக்க வேண்டும். அந்த உருவம் சமயம் சரியில்லையென ஓடிப் பதுங்கி விட்டது. அருண்மொழி புன்முறுவலுடன், "உள்ளே வரலாமா? தங்கள் பேச்சில் குறுக்கிடுவதற்குப் பொறுக்க வேண்டும் வல்லவரையரே!" என்றார்.

"யார்! யார்!" என்று திடுக்கிட்டதால் வார்த்தை தடுமாற எழுந்த வல்லவரையரை நோக்கி, "வல்லவரையரே! இந்த நேரத்தில் நான் இங்கு எங்கே வந்தேன் என்று ஆச்சரியப் படலாம். அதெல்லாம் பிறகு சொல்கிறேன். தாங்கள் ஒரு சபதம் செய்ய முற்பட்டீர்களே, நல்ல வேளையாக அதை நிறைவேற்ற முன் வந்து விட்டேன். ஆதித்த கரிகாலரைக் கொன்ற குற்றவாளியைக் கண்டு படித்த பின் திருமணம் செய்து கொள்வேன் என்றெல்லாம் கூறாதீர்கள். அந்த வேலை துரிதமாக நடக்கும். திருமணத்தை முடித்துக் கொண்டு உற்சாகத்துடன் ஈடுபடுங்கள்!"

மாளிகையின் மேல் முற்றத்தில், முதல் நாள் இரவு வந்தமர்ந்த இன்பவல்லியும், பஞ்சவன் மாதேவியும், சிறிது நேரம் பேசிக் கொண்டிருந்தனர். ஆனால் பேசியபடியே பஞ்சவன்மாதேவி உறங்கிவிட்டாள். இன்பவல்லி மட்டும் விழித்தவாறு அமர்ந்திருந்தாள். அவள் சிந்தனைக் குதிரை எங்கெங்கோ சுற்றியலைந்தது. பொழுது விடியும் நேரத்திற்கு அறிகுறியாக கீழ்வானம் வெளுத்தது. இன்பவல்லிக்கு முல்லைத் தீவின் நினைவு வந்துவிட்டது. தஞ்சையில் இருக்கும் இளவரசரின் நினைவு வந்தது. சோகம் மனத்திலே சேர அவள் மெல்ல முணுமுணுக்கத் தொடங்கினாள்.

'குன்றெறிந்து குலம் காத்த குமரன் வந்து
காவானோ தோழி? காவானோ தோழி?'

என்று அவள் பாடினாள். சிறிது சிறிதாக அவள் குரல் கணீரென்று உயர்ந்தது. மாளிகையில் இருக்கிறோம் என்பதை மறந்தாள். பொழுது புலரும் சமயம் வந்துவிட்டதென்பதை மறந்தாள். அவள் தன்னை மறந்திருக்க வேண்டும். அவள் அத்துடன் நிறுத்தவில்லை. அவளுடைய சோகம் எல்லையை அடைந்திருக்க வேண்டும்.

'குமரன் வரக் கூவுவாய் குயிலே
குளிர் நறுஞ் சோலை மலைத் திருநாடன்'

என்று பாடினாள்.

மாதவிக் கொடி வீட்டினுள் இருந்த அருண்மொழியின் செவிகளில் இந்தப் பாடல் விழுந்தது. முதலில், ஏதோ கேட்ட பாட்டினைப்போல் இருந்தது. 'குமரன் வரக் கூவுவாய்' என்ற பாடலின் இனிமை, அதே குரல், அவரைத் திடுக்கிட வைத்தது.

மாதவிப் பந்தலினின்று வெளியே சட்டென வந்தார் அருண்மொழி. தொடர்ந்து குந்தவையும் வந்தியத்தேவனும் வந்தனர்.

பெருஞ் சூறாவளி அடித்தது. மரம் கொடிகள் சடபடவென முறிந்தன. பேரிடி இடித்தது. மின்னல் வெட்டிச் சென்றது. பேய்க் காற்று 'ஹோ' என இரைந்தது.

அருண்மொழியின் உதடுகள், 'இன்பவல்லி, இன்பவல்லி' என முணுமுணுத்தன.

'குமரன் வரக் கூவுவாய் குயிலே' ஆ! அவளேதான்! அருண்மொழி இசை வந்த இடம் நோக்கி விரைந்து ஓடினார். குந்தவையும், வந்தியத்தேவனும் ஒரு கணம் ஒன்றும் புரியாது திகைத்து நின்றனர். அருகருகே இருந்த அவர்களது கரங்கள் மெல்ல ரகசியம் பேசின. மென்காந்தள் விரல்களும், வயிரம் பாய்ந்த வீரரின் விரல்களும் ஒன்றுடன் ஒன்று கலந்தன. அவர்கள் விழிகள், மாளிகையின் மேல் மட்டத்தை நோக்கியே இருந்தன.

அத்தியாயம் 7

வெற்றித் திரு வீசிய மாலை

காஞ்சிக்கருகிருந்த புள்ளலூர் பெரும் யுத்தங்களைக் கண்டிருக்கிறது. அந்தப் பூமியின் வெகு தூரத்துக்கு வெகு தூரம் செங்குருதி பாய்ந்து ஊறியிருந்தது. வராகக் கொடி பிடித்து பல்லவப் பெரு நாட்டையே கவரத் துணிந்த சாளுக்கிய மன்னனுடன் பல்லவ மன்னர் நரசிம்ம வர்மன் வீரப்போர் நடத்திய இடம் அங்குதான். இராமஇராவண யுத்தம் பற்றியும், குருஷேத்திரப் பெரும்போர் பற்றியும் இதிகாசத்திலே கேட்டவர்கள் கூடத் திகைத்து நடுங்கு மளவுக்கு அங்குப் போர் நடந்தது. அந்தப் போர் நடந்து பல நூற்றாண்டுகள் ஆகிவிட்டன. பல்லவர் வாழ்விலே பெரும் திருப்பத்தைப் படைத்த போர் அது. சாளுக்கியரைத் தலை யெடுக்க வொட்டாமல் நசுக்கிய போர்க்களம் அது. அந்தப் பூமியிலேதான் பார்த்திபேந்திரனது சுதந்திரப் படைகளுக்கும், பழுவேட்டரையருடைய வீரப்படைகளுக்கும் கடும்போர் நடந்தது.

சோழ நாட்டின் மானங்காப்பதற்காக மட்டும் சிறிய பழுவேட்டரையர் கடும்போர் புரியவில்லை. தனது சொந்தக் கௌரவத்தையும் இவ்வளவு நாள் அழியாது வளர்த்து வந்த மரியாதையையும் காப்பதற்காகவும் அவர் போரிட்டார். யுத்த தந்திரம் ஒன்றையும் பயன்படுத்தும் அவசியம் அவருக்கு நேரவில்லை. கடுமையாகப் பலம் முழுமையையும் வீசித் தாக்கும் எதிரிகளுக்கும், அதே முறையில் திருப்பத் தாக்க வேண்டியிருந்தது. பழுவேட்டரையர்கள் பரம்பரை சாதாரண மானதா? பனை மரச் சின்னம் பொறித்த தனிக் கொடியைக் கொண்டிருந்த அவர்கள் தனியரசே செலுத்தினர் எனலாம்.

பராந்தக சோழ மன்னர் காலத்தில், இதே பழு வேட்டரையரின் முன்னோர் பாண்டியர்களுடனும், ஈழத்து மன்னர்களுடனும் கடும்போர் புரிந்து பெருவெற்றி கண்டிருக் கிறார்கள். சின்னப் பழுவேட்டரையர் மட்டுமென்ன காணாத போர்க்களமா? பெறாத விழுப்புண்களா? அப்படியெல்லாம்

உடலில் காயம் பட்டுக் காத்த சோழநாட்டை, வெகு எளிதில் இளைஞன் ஒருவன் ஏமாற்றப் பார்த்தான் என்று சொல்வதை விடப் பழுவேட்டரையரைத்தான் கண்கட்டி விட்டான் என்று கூறலாம். இல்லாவிடில், பார்த்திபேந்திரனைச் சோழ சாம்ராஜ்யத்துத் தளபதியாக அவர் நியமித்திருப்பாரா? வந்தியத்தேவனைச் சிறையில் தள்ளப் பார்த்திபேந்திரன் கூறிய யோசனைகளை ஆமோதித்து அவற்றைச் செயல்படச் செய்திருப்பாரா? அதென்ன அப்படி ஒரு கணம் மயங்கிவிட்டார்! பார்த்திபேந்திரன் பேச்சில் கெட்டிக்காரனா? வந்தியத்தேவனாவது வாக்கு வல்லமை மிகுந்தவன். பார்த்திபேந்திரனால் சாதுர்யமான பேச்சில் ஈடுபட முடியாதே. பின் எப்படிப் பழுவேட்டரையர் மயங்கினார். வல்லவரையர் மீது உள்ளூர இருந்த வெறுப்புத்தான் காரணமாயிருந்திருக்க வேண்டும். அதனுடன் பார்த்திபேந்திரனின் போதனையும் சேர்ந்திருக்கும். பழுவேட்டரையரின் மாயை விலகிய உடனேயே, பார்த்திபேந்திரன் போர் முரசத்துடன் தன்னை அணுகியதும் பழுவேட்டரையர் சீற்றம் மிகக் கொண்டார். சோழ நாட்டுப் பெரும் படைகள் உதவியின்றிக் கோட்டைக் காவல் படையையும், வேளக்காரப் படையினரில் ஒரு பகுதியினரையும் மட்டும் அழைத்துக் கொண்டு காஞ்சி நோக்கி விரைந்தார்.

பார்த்திபேந்திரன் பல்லவ மரபில் வந்தவன். தோள் வலிமை மிக்கவன். ஆதித்த கரிகாலனுடன் போர்க் களங்கள் பலகண்ட அனுபவமும் அவனுக்குச் சேர்ந்திருந்தது. ஏமாற்றமும், தோல்வியும் அவனுடைய உணர்ச்சியைத் தூண்டி விடவே, படைவீரர்களுக்கு ஆவேசத்தை ஊட்டினான்.

காடாக இருந்த தொண்டை மண்டலத்தைத் திருத்திக் காடு வெட்டிகள் என்ற பெயர் பெற்ற முன்னோர்களை நினைவூட்டினான். மணிமங்கலத்திலும், புள்ளலூரிலும் சாளுக்கியர்களை விரட்டியடித்த சம்பவத்தை நினைவூட்டினான். நரசிம்ம சக்கரவர்த்தியும் பரஞ்சோதியும் வாதாபிவரை சென்று அந்த நகரைத் தீக்கிரையாக்கிய வரலாற்றை, வீரம் ததும்பும் சொற்களால் விளக்கினான். பஞ்சம் பீடித்தபோது அஞ்சாமல் ஆண்டு, அற்புதக் கோயில் பல படைத்த

இராஜசிம்ம சக்கரவர்த்தியைப்பற்றிக் கூறினான். சிறுவனா யிருந்தும் பட்டம் ஏறிய நந்திவர்மனை எதிர்த்து வந்த பாண்டியர்களையும், சாளுக்கியர்களையும் எவ்விதம் வீரத் தளபதி உதயசந்திரன் புறமுதுகிட்டோடச் செய்தான் என்பதையும், பிறகு மூன்றாம் நந்திவர்மனை வெல்ல மூவேந்தர்களும் பல்லவ நாட்டிற்குள் வந்து விட்டதையும், தெள்ளாற்றில் நந்திவர்மன் அவர்களை வென்ற சம்பவத்தையும் கூறினான். இப்படி, பல்லவ குலத்தின் தீரத்தையும் மாற்றார்க்கஞ்சாத வீரத்தையும், படிப்படியாகக் குரலை உயர்த்திக் கூறிவந்து, கடைசியாக, ''என் வீரர்களே! மாற்றார்க்கு இடம் கொடாது வாழ்ந்த நம் பரம்பரையின் நன்றி உணர்ச்சியைக்கூடச் சோழர்கள் கொன்றார்கள். நம் கடைசி மன்னரான அபராஜிதவர்மரின் உற்ற நண்பனாக இருந்த ஆதித்த சோழன் என்ன செய்தான் தெரியுமா? அரிசிலாற்றங் கரையில் சோழர்களுக்கு உதவி பாண்டியர்களை ஓட்ட வீரப்போர் புரிந்ததற்குப் பலனாகக் கபட எண்ணத்துடன் திருப்புறம்பியத்தில் யானைமீதிருந்து போர் புரிந்த நம் அரசர் அபராஜிதனைக் கொன்றான். *நம் நாட்டையும் விழுங்கினான். நட்புக்கொண்டவரை மாய்த்தான். நம்பின வரைக் கெடுத்தான். நம் முன்னோர்களின் பிணங்களின் மீது நடந்து சோழக் கொடியைப் பறக்கவிட்டான். தாய்நாட்டைக் காக்கத் தன்னுயிர் ஈந்த நம் வீரர்களின் குருதியாற்றிலே குளித்துப் புலிக்கொடியைப் பறக்கவிட்டான் ஆதித்தன்.''

''அபராஜித பல்லவரின் பட்டத்துத் தேவியாரின் உள்ளம் எப்படி வருந்தியிருக்கும்? உதவி செய்யப்போன கணவரின் உயிரற்ற சடலத்தைக் கண்ட அரசியின் நெஞ்சு எப்படி விம்மியிருக்கும்? இதய வேதனை சாபமிட்டிருக்காதா? சிந்திய கண்ணீர் சீறியெழுந்து சாபமிட்டிருக்காதா? அந்த மாதரசியின் சாபம் நிறைவேறும் காலம் வந்துவிட்டது. மாவீரர்களே! அபராஜித வர்மனைக் கபடமாகக் கொன்ற அந்தப் பரம்பரையை வீழ்த்து முன்னர் நாம் விடுதலை யடைவோம். கபடமாகவே சோழநாட்டை என்னால்

* அதனால் அபராஜித வர்மனை 'யானை மேல் துஞ்சியவர்' என்று வரலாறு கூறுகிறது.

கலகலக்கச் செய்திருக்க முடியும். பெருந்தளபதியாக நான் இருக்கிறேன். நொடியிலே அந்தப் படைகளை என் வசமாக்கியிருக்க முடியும். ஆனால், வீரமற்றவரல்லர் நாம். நம் வீரத்தின் அற்புதத்தைக் காட்டுவோம். காஞ்சி மாளிகையில் பறக்கும் புலிக்கொடியைப் பொலிவிழக்க வீழ்த்துவோம். புறப்படுங்கள். பொல்லாத சோழரைப் பொடிப் பொடியாக்குவோம். அவர்கள் காஞ்சியை வந்தடையும் முன்பே நாம் கோட்டைக்குள் நுழைந்து விடுவோம். நம்முடைய பழம்பெருமையை நிலைநாட்டுவோம். முதியவர் கம்பவர்மனை அரியணையில் ஏற்றுவோம்'' என்று முழங்கினான்.

அதன்படியே திட்டம் வகுத்தான். மகேந்திரபுரத்தினின்றும் புறப்பட்ட படைகள் புள்ளலூர் அருகே வரும்போது பழுவேட்டரையரின் படைகள் சந்தித்தன. பார்த்திபேந்திரன் சோழர் படைகளை எதிர்பார்க்கவில்லை. பழுவேட்டரையர் தலைமை வகித்து அந்தப் படைகளை அழைத்து வருவார் என்றும் நம்பவில்லை.

ஆனால், அந்தப் படைகளைப் பார்த்துப் பார்த்திபேந்திரன் சிரித்தான். அந்தச் சிரிப்பல் கேலி நிறைந்திருந்தது. வெள்ளம் போன்ற தன் படைகள் எங்கே! ஒரு காலத்தில் போர் என்றால், அணிவகுத்து நிற்கும் சோழ வீரர்களின் எண்ணிக்கையைக் கணக்கெடுக்க முடியாது. வீரர்களின் முன்னணியிலிருந்து இறுதியில் வரும் உணவுப் பொருள்கள் தாங்கிய வண்டிகள் வரை, பலகாத தூரம் அதன் நீளம் இருக்கும். பாடி வீடமைத்துத் தங்குவதற்கு அவர்கள் முனைந்தால் சிறு நகரமே உருவாகிவிடும். அவை வரும் ஓசை வெகு தொலை விலேயே கேட்கும். யானைகளும், குதிரைகளும் வரும் போது எழும் புழுதி வானமண்டலத்தையே மறைக்கும். இரவிலே பாடி வீட்டில் கட்டப்பட்டிருக்கும் யானைகள் பிளிறும் குரலும், குதிரைகள் கனைக்கும் ஒலியும் சேர்ந்து, போர்க்களத்தின் பயங்கரத்தை அதிகப்படுத்தும். அந்தப் படைகளின் பிரம்மாண்டமான தன்மையைப் பார்த்தே எதிரிகளின் படைகள் அஞ்சி நடுங்கி ஓடிவிடும். அப்படிப் பட்ட சோழர்ப்படைகள் மெலிந்து தேய்ந்துத் தன்னை

எதிர்க்க வருவதைக் கண்டபோதுதான் பார்த்திபேந்திரன் நகைத்தான். எளிதில் வெற்றி பெற்றுப் பல்லவ நாட்டை அடைந்து விடுவோம் என எண்ணினான்.

தேர்ந்தெடுத்த வேளக்காரப்படையினரின், நாட்டைக் காப்பதற்காகத் தம்முயிரையும் தருவதற்குச் சபதமெடுத்தவர் கள். அவர்களுடைய முறையான வாள்வீச்சின் எதிரே பார்த்திபேந்திரன் படைகள் திணறின. ஒவ்வொரு சோழ வீரனும் பத்துப்பேரை ஒரே தடவையில் தாக்கினான். தலைகள் உருண்டன. கைகால்கள் சிதறின. புறமுது கிட்டோடியவர்கள் ஓட முடியா அளவுக்குப் பிணங்கள் குவிந்தன.

மாலை வந்து சேர்ந்தது. அறம் இன்னும் அழியவில்லை. அதனால் போர் நின்றது. பழுவேட்டரையர் வியந்தார். 'சில நாழிகை நேரத்தில் பார்த்திபேந்திரனின் படைகளை முறியடித்து விடலாமென எண்ணினோமே; முடிய வில்லையே!' என எண்ணினார். 'ஒருவேளை போரின் முடிவு வேறுவிதமாக இருந்து விட்டால்!' அவரால் அப்படி நினைக்கவே முடியவில்லை; படுத்தபடியே மெல்லச் சிந்தனை செய்தார்.

சோழ நாட்டில் இனி அவருக்கு ஆகவேண்டியவை குறைவுதான். கோட்டைக் காவல் பொறுப்புடன், பெரிய பழுவேட்டரையரின் தம்பி என்ற உரிமை மட்டுமிருந்த அவருக்குத் தனாதிகாரி பதவியும் உடன் சேர்ந்திருந்தது. மதுராந்தக உத்தம சோழருக்குத் தன் மகளை மணம் புரிவித்துக் கொடுத்துப் பழுவூருக்கும், சோழ அரச பரம்பரைக்கும் உள்ள பிணைப்பை அதிகப்படுத்தினார்.

முதல் அமைச்சராயிருந்த அநிருத்தப் பிரம்மராயர், வேதாந்த ஞானமார்கங்களில் ஈடுபட்டு, இராமேச்வரம் எங்கே காசி எங்கே புண்ணியத் தலங்கள் எங்கே என்று அலைந்து கொண்டு தம் பதவியை விட்டுவிட்ட படியால், அமைச்சர் பதவியை சுமக்க நேர்ந்தது. மதுராந்தக உத்தம சோழ தேவர் நோய்வாய்ப்பட்டு, படுத்த படுக்கையாக ஆனவுடன் பழுவேட்டரையரது செல்வாக்கு அதிகமாயிற்று. அவர்கண்ட

கனவுகள் ஏதும் நடைபெற வழி காணவில்லை. தன் மகள் மூத்த பஞ்சவன் மாதேவியை மதுராந்தக சோழ தேவருக்கு மணம் புரிவித்தும் அவள் வயிற்றில் குழந்தை பிறக்கவில்லை. பட்டத்து ராணி லோகமாதேவிக்குத் தான் மதுரன் கண்டரன் பிறந்தான். பழுவூர்ப் பரம்பரை அரியணை ஏற வாய்ப்பில்லா திருந்தபடியால் அவர் உள்மனம் எப்போதும் சிந்தனை செய்து கொண்டிருந்தது. தன் சகோதரர் பெரிய பழு வேட்டரையரின் மகளை வளர்க்கும் பொறுப்பு அவருக்கு ஏற்பட்டிருந்தது. இளைய பஞ்சவன் மாதேவி பெரியவரின் முதிய பருவத்தில் பிறந்தவள். அவர் உயிர் நீத்தபோது தன் தம்பியை அழைத்து, தன் மகளைக் காப்பாற்றிப் பழுவூர்க் குலம் சிறக்கச் செய்விக்கும் பொறுப்பை ஏற்குமாறு கேட்டுக் கொண்டார்.

அண்ணனிடம் தம்பிக்குப் பயங்கலந்த மரியாதை அதிகம். அவரை வளர்த்துச் சிறந்த வீரனாக்கியவரே பெரிய பழுவேட்டரையர்தான். மரணப்படுக்கையில் அவர் வேண்டிக் கொண்டதை நிறைவேற்ற வேண்டும் என்ற எண்ணம் அவர் இதயத்தில் எப்போதும் வட்டமிட்டு வந்தது. மதுராந்தக உத்தம சோழ தேவருக்குப் பிறகு அருண்மொழி வர்மர் பட்டமேறுவது உறுதி என்பதை அறிந்தவுடன், அவர் திரும்பி வரப்போவதை அறிந்த சோழ நாட்டு மக்கள் பேரார்வத்துடன் வரவேற்றதையும் கண்டவுடன் அவர் ஒரு முடிவுக்கு வந்தார்.

இளைய பஞ்சவன் மாதேவியாரை அருண்மொழிக்கு எப்படியும் மணம் புரிவித்துவிட வேண்டும் என்ற எண்ணம் வளர்ந்து வந்தது. கொடும்பாளூராரின் மகள் சோழ நாட்டு அரசியாகும்போது பழுவூரார் சும்மாயிருக்க முடியுமா? அதற்கு நல்ல வாய்ப்பு என்று அந்த எண்ணத்தில் சிறந்த உறுதி கொண்டார். பழுவூரிலிருந்து பஞ்சவன் மாதேவியை வரவழைத்தார். ஆனால் அவர் எண்ணம் திடீர் என்று மாறியது. கண்டரன் மதுரனைக் கண்டவுடன் அவர் உள்ளத்தில் புதிய திட்டம் முளைவிட்டது. அவனுடைய தோற்றம், அவனுடைய பேச்சு, அவனுடைய குணம் எல்லாவற்றையும் பழுவேட்டரையர் கண்டவுடன், சோழநாட்டு இளவரசனாக அவன் உருவெடுத்தான்;

மதுராந்தக தேவருக்குப் பிறகு கண்டரன் மதுரன் ஏன் அரசனாகக் கூடாது என்ற எண்ணம் அவருள் எழுந்தது. இளைய பஞ்சவன் மாதேவி கண்டரனுடன் பேசிப் பழகுவதையும் அவர் கண்டார். அந்த எண்ணம் அவரிடம் வலுப்பெற்றது.

அவர் உள்ளத்தில் இப்படி ஓர் எண்ணம் மோதிக் கொண்டிருந்த போது எதிர்பாராவிதமாகப் பல சம்பவங்கள் நிகழ்ந்துவிட்டன. வந்தியத் தேவனை அவரே சென்று விடுவிக்கும்படியான நிலை. பார்த்திபேந்திரனின் திடீர் மாறுதல். அருண்மொழி வருகை; எல்லாம் மாயம் போல் நிகழ்ந்தன. பார்த்திபேந்திரனின் போர்க்கோலச் செய்தி கிடைத்தவுடன் தானே படைகளுடன் விரைந்ததற்குக் காரணமே, அவர் எதிர் பாராத விதமாக எல்லாம் சேர்ந்து வந்ததே. காஞ்சியில் பல்லவக் கொடியைப் பார்த்திபேந்திரன் ஏற்று முன்பாகவே வெகு எளிதில் அவர்களை முறியடிக்கலாம் என்று வந்த பழுவேட்டரையருக்கு கடல் போன்ற பார்த்திபேந்திரன் படைகள் திகைப்பை ஊட்டின; ஆனால் போர் முறை அறியாது, தந்திர முறை அறியாது வெறும் எண்ணிக்கையில் மட்டும் அதிகமாயிருந்த அப்படைகளுடன் போர் புரியத் தொடங்கிய மறுகணமே, பழுவேட்டரையர் தெரிந்து கொண்டுவிட்டார் அவர்கள் சக்தியை. மறுநாள் பகலுக்குள் எல்லாம் முடிந்துவிடும்... ஒரு வேளை வேறுவிதமாக முடிந்துவிட்டால்...? ஏன் அதையே நினைக்கிறது அவர் மனம்? அவர் கண் முன்னால் இளைய பஞ்சவன்மாதேவி தான் மீண்டும் வந்தாள். அவளுடைய சாதுர்யமான பேச்சு அவர் செவிகளில் ஒலித்தது. அவளால் அன்றோ சோழ நாட்டிற்கு ஏற்படவிருந்த பெரும் ஆபத்தை முன் எச்சரிக்கையாக அவர் அறிந்தார்! அது ஒன்றே போதுமே அவளுக்கு அரசியாவதற்கு ஏற்ற தகுதி இருக்கிற தென்று! ஆனால் அப்பேறு அவளுக்குக் கிடைக்குமா? பார்த்திபேந்திரனை அடக்கிவிட்டுத் தஞ்சை திரும்பியவுடன், பஞ்சவன்மாதேவியின் மணவாளனைத் தேர்ந்தெடுக்க வேண்டும். அடுத்துப் பட்டம் பெற உரிமை உடை யோருக்குத் தான் அவளை மணம் புரிவிக்க வேண்டும்.

அவளுடைய மனத்தில் என்ன இருக்கிறதோ? நிச்சயம் கண்டரன் மதுரன் மீதுதான் அவளுக்கு அன்பு இருக்கும்.

இப்படியாக எண்ணியவாறு பழுவேட்டரையர் படுத்திருந்தார். சங்கரதேவன் அவர் படுத்திருக்குமிடம் வந்தான். போர்க்களத்தில் காயமுற்றவர்களுக்குச் சிகிச்சை அளித்து அவர்கள் நிலையை அவ்வப்பொழுது சென்று பார்த்து, ஆறுதலும் உற்சாகமும் கூறிவரும் பொறுப்பு சங்கர தேவனிடம் ஒப்படைக்கப்பட்டிருந்தது. காயமடைந்தவர்கள் கூட உற்சாகமாக அமர்ந்து பாடிக்கொண்டும், பேசிக் கொண்டும் மறுநாள் பொழுதுவிடிவதை எதிர்பார்த்துக் கொண்டும் இருந்தனர். காயமுற்றவர்களைக் கண்டு அதைப் பற்றிக் கூறுவதற்காகச் சங்கரதேவன் பழுவேட்டரையரின் கூடாரத்திற்கு வந்தான். காயமடைந்தவர்களின் நிலை குறித்துத் தெரிவித்த சங்கரதேவனை நோக்கிப் பழு வேட்டரையர், ‘‘சற்று ஓய்வு எடுத்துக் கொள் சங்கரதேவா! எதிரிகள் நாளை எப்படியும் புதுச் சக்தியுடனும் இன்னும் அதிக வீரர்களுடனும் வருவார்கள். விழிப்புடன் நாம் போர்புரிய வேண்டும்’’ என்றார்.

‘‘அவர்கள் பாசறைக்கும் சென்று வந்தேன்...’’

படுத்திருந்த பழுவேட்டரையர் எழுந்து நிமிர்ந்து உட்கார்ந் தார். தான் எதிரிகளின் பாசறைக்குப் பிறர் அறியாது சென்று வந்ததைச் சங்கரத் தேவன் தெரிவித்தான். பார்த்திபேந்திரன் உறங்காமலிருந்ததை விவரித்தான். பார்த்திபேந்திரன் கண் உறங்கவில்லை. உறக்கம் எப்படி வரும்? எடுத்த மகத்தான காரியத்தை மிக எளிதில் முடித்துவிடலாம் என்றெண்ணி வந்தவன், சோழப் படைகள் குறுக்கே நின்றது கண்ட வுடனேயே திடுக்கிட்டான். சோழப் படைகளை எதிர் பார்க்கவில்லை என்பது தளபதியாய் இருந்தவனுக்கு ஏற்ற போர் அறிவன்று. பழுவேட்டரையரிடம் சூளுரைத்துவிட்டு வந்தபோதே தன்னைப் பின்தொடர்ந்து சோழர் படைகள் வரும் என எதிர்பார்த்திருக்க வேண்டும். அதைப் பற்றிச் சிந்திக்காமல் உடனே காஞ்சிக் கோட்டையைப் பிடித்து விடப் போகிறோம் என்ற ஆர்வத்தில் ஆசையில் விரைந்து வந்தான். பல்லவ நாட்டை மீட்க முன் வந்தவர்களுக்கெல்லாம் வேலும்,

வாளும், கேடயமும் கொடுக்கப்பட்டன. ஆயிரம், பதினாயிரம் என்று படைகளின் எண்ணிக்கை பெருகி யிருப்பது அவன் உள்ளத்தில் வெற்றி பெற்றுவிட்ட உணர்ச்சியையே அளித்தது.

முதல் நாள் போரில் பல்லவப் படைகளுக்கு ஏற்பட்ட சேதம் பார்த்திபேந்திரனின் கலக்கத்தை அதிகப்படுத்தியது. படை வீரர்கள் தங்குவதற்குக் கூடாரங்கள் கூட அமைக்க முடியவில்லை. திறந்தவெளியிலும் மரத்தடியிலுமாக வீரர்கள் இளைப்பாறினார்கள். ஓரிரண்டு கூடாரங்கள் அமைக்கப் பெற்றிருந்தன. பார்த்திபேந்திரன் ஆழ்ந்த சிந்தனையில் அமர்ந்திருந்தபோது காவல் வீரன் ஒருவன் வந்து கூறிய செய்தி அவனுக்கு ஏமாற்றம் ஒரு புறமும், புத்துணர்ச்சி மறுபுறமுமாக ஏற்படச் செய்தது.

காஞ்சி பொன் மாளிகையினின்று இளைய பிராட்டியார் தஞ்சைக்குச் சென்றுவிட்டார்கள் என்ற செய்தி அவனை ஏமாற்றத்தில் ஆழ்த்தியதுடன் சோர்வையும் அளித்தது. மிக எளிதில் பொன் மாளிகையைக் கைப்பற்றிப் பிடித்து, இளைய பிராட்டியின் எதிரே தன் வீரத்தை நிலைநாட்டலாம் என்று எண்ணியவனுக்கு, அச்செய்தி ஏமாற்றத்தை அளிக்காமல் என்ன செய்யும்? அவன் உடல் துடித்தது. பெருமூச்சிலே தணல் கலந்தது. ''முன் ஏற்பாடாகக் காஞ்சி நகரில் காத்திருந்த நமது ஒற்றர்கள் என்ன ஆனார்கள்?'' என்று சீறினான்.

''சந்தேகப்பட்டவர் அனைவரையும் சோழர் காவல் வீரர்கள் சிறைப்பிடித்தனர். காஞ்சி மாளிகையைச் சூழ்ந்து கொண்டு சோழர்களின் வீரர்கள் நின்றார்கள்'' என்று அந்த வீரன் தெரிவித்தான்.

பார்த்திபேந்திரன் குறுக்கும் நெடுக்குமாகக் கோபமாக நடந்தான். யுத்த தர்மத்தையும் மீறி அந்த இரவுப் பொழுதிலேயே மீண்டும் போர்க்கோலம் பூண்டு தாக்கலாமா என்றும் எண்ணினான். அவனுடைய படபடப்பையும், சீற்றத்தையும் காவலன் கூறிய அடுத்த சொல் குலைத்தது. பல்லவ குலத்தின் நேர் வாரிசு முதியவர் கம்பவர்மன் விரைந்து வருகிறார் என்பதைக் கேட்டவுடன், பார்த்திபேந்திரனுக்குப் புத்துணர்ச்சி பிறந்தது. சீற்றம் குறைந்தது; மாற்றம் எழுந்தது.

முதியவர் கம்பவர்மன் போர்க்கோலம் பூண்டு வந்திருக்கும் செய்தி பழுவேட்டரையரையும் திகைக்க வைத்தது. அவர் சங்கரதேவனிடம் கூறியது போலவே, மறுநாள் போர் மிக உக்கிரமாக நடந்தது. வயது முதிர்ந்த கம்பவர்மன் வாளெடுத்துச் சுழற்றியது கண்ட பழுவேட்டரையர் வியந்தார். முதியவரின் போர்த்திறன் கண்ட பார்த்திபேந் திரனின் வீரர்கள் வீராவேசத்துடன் போர் புரிந்தனர்.

ஒவ்வொரு வேளக்காரப் படை வீரரையும் நான்கு பல்லவ வீரர்கள் சூழ்ந்து கொண்டு தாக்கினர். ஒருவர் நான்கு பேரை எதிர்த்துப் போர் புரிவதற்குத் தனித்திறமையும் வலிமையும் பெற்றிருக்க வேண்டும். சிலர் வீர சுவர்க்கம் அடைந்தனர்.

பார்த்திபேந்திரன் உற்சாகக் குரல் கொடுத்து வீரர்களுக்கு ஊக்கமூட்டி வந்தான். ''உச்சிப்பொழுதிற்குள் வெற்றி! வெற்றி! உங்கள் அடிமை நிலை தீர்ந்தது. உம் போராடுங் கள்!'' என்று முழங்கினான். போர்ப்பறை பலமாக ஒலித்தது. ஒரு காலத்தில் போர்க்கள வீரர்களுக்குப் புதுத்தெம்பு ஊட்டுவதற்கென்றே கடிமுக வாத்யம், சமுத்திர கோஷம் எனும் இசைக்கருவிகள் பயன்படுத்திப்பட்டன. அவற்றின் ஒலிகள் தோள்களைத் துடிக்கச் செய்யும். ஒரு சமயம் அந்த ஒலியின் இனிமை பிறந்த நாட்டின் சிறப்பைப் பாடுவதுபோல் இருக்கும். ஒரு சமயம் அதன் கடுமை ஒலி, வீராவேசம் கொள்ளச் செய்யும். அந்த அற்புத இசைக்கருவிகளின் மீது சாளுக்கியர்கள் மோகங்கொண்டார்கள். பாண்டியர்கள் கவர எண்ணினார்கள். கடைசியாக யார் அதை அபகரித்துச் சென்றனர் என்பதே தெரியாமல் போய்விட்டது. அந்த வாத்தியங்களைப் பற்றி பல்லவேந்திரன் கேள்விப்பட்டிருக் கிறான். அப்பொழுது இருக்கும் முரசத்தையும் பறையையும் பேரிகையையும் கொண்டு அதுபோன்று புது ஒலிகளை எழுப்பச் செய்தான்; அவனைப் பொறுத்தவரையில் பெரிதும் நம்பிக்கை இருந்தது.

வேல்களோடு வேல்கள் உராய்ந்தன. வாள்களோடு வாள்கள் தாக்கும்போது தீப்பொறி எழுந்தது. கேடயங்களின் மீது படீர் படீர் என்று ஈட்டிகள் பாய்ந்து முனைமழுங்கி வீழ்ந்தன. அறுபட்ட தலைகள் வானில் சுழன்று வீழ்ந்தன.

குதிரைமீது ஏறித்தாக்கி வரும் வீரர்களின் தலைகள் தடாரென அறுபட்டும் தலையற்ற உடல்கள் மேலும் சிறிது தூரம் விரைந்தன. அதைக் கண்டு அஞ்சி ஓடிய வீரர்கள் தாக்குண்டு வீழ்ந்தனர்.

'ஹா ஹா' கோஷமும் 'வெற்றி வேல் வீர வேல்' முழக்கமும், 'பார்த்திபேந்திர மாமன்னர் வாழ்க' என்ற கோஷமும் கலந்து ஒலித்தன. கணப் பொழுதில் வீராவேச மாகப் போர்புரிந்து கொண்டிருந்த பழுவேட்டரையரைப் பல்லவப் படைகள் சூழ்ந்து கொண்டன. வஜ்ஜிரம் போன்ற அந்தக் கரங்கள் வாளைத் திகிரி போல் சுழற்றின. அவர் கரங்களுக்கு அவ்வளவு பலம் எங்கிருந்து வந்ததோ? அவரை நெருங்கவிடாமல் அந்த வாள் சுழன்றது.

கம்பவர்மன் போர்க்களத்திற்குள் புகுந்த சில கணங்களிலே சரமாரியான அம்புகள் அவர்மீது பாய்ந்து அவர் கீழே சாய்ந்தார். அவரைத் தூக்கிக் கொண்டு சிலர் விரைந்தார்கள். அவரது வீழ்ச்சி பார்த்திபேந்திரனின் ஊக்கத்தை இன்னும் அதிகப்படுத்தியது. சோழநாட்டின் மீது அவனது ஆத்திரம் உச்ச நிலையை அடைந்தது. 'ஹா ஹா' காரம் எழுப்பிக் கொண்டு குதிரையை வேகமாகச் செலுத்திக்கொண்டு சென்று தீவிரமாகப் போர் நடக்குமிடத்தில் பாய்ந்தான் பார்த்தி பேந்திரன். பழுவேட்டரையரை வீரர்கள் சூழ்ந்து கொண்டிருப்பதைக் கண்டு அவர்களை உற்சாகமூட்டி வாளைத் தானும் சுழற்றிக்கொண்டு இங்குமங்கும் மாற்றாரின் தலைகளைச் சீவியவாறு அலைந்தான். போர் வெறியே அவனைச் சூழ்ந்து கொண்டது. ஒரு கணம் அவன் கண் எதிரே வெற்றி மகள் தோன்றினாள். அவள் கரங்களில் பூ மாலை நல்ல மணம் வீசும் மலர்மாலை. புன்முறுவலுடன் அவள் கரங்கள் அசைகின்றன. அவளது நடையிலே ஒரு குலுங்கல்! அவள் விழிகளில் இன்பம் பாய்கிறது.

அவள் உதடுகள் ஏதோ கூறத் துடிக்கின்றன. பார்த்தி பேந்திரன் குதிரையை நிறுத்தினான். மாலையுடன் வருவது வெற்றித் திருவா? இல்லை இல்லை. என்னிடம் இதுவரை சிக்காது தப்பிவரும் அரசகுமாரிதான்!

"ஏ அரசகுமாரியே! கரிகால் பெருவளத்தான் மரபிலும், கோச்செங்கணான் குலத்திலும், விஜயாலயன் பரம்பரையிலும் வந்த அரசகுமாரியே! அப்பொழுதே என் கோரிக்கைக்கு இணங்கியிருக்கலாம். இவ்வளவு செங்குருதியை வீணாக்கி ஆறாக ஓடச் செய்யும் பயங்கரம் நேர்ந்திருக்காது. என்றும் தாழாப் புலிக்கொடியை, பொன்மாளிகையினின்று இறக்கியிருக்க நேர்ந்திருக்காது. பாவம்! அந்தப் பெரியவர் பழுவேட்டரையர். உங்கள் குல மானத்தைக் காக்க இந்தத் தள்ளாத வயதிலும் வாளெடுத்து வீசியிருக்க நேர்ந்திருக்காது. உம்... போனது போகட்டும். இப்போதாவது உங்களுக்குத் தோன்றியதே! மணமாலையை யார் தொடுத்துக் கொடுத்தார்கள்? பொன் மாளிகையினின்று எனக்குக்கூடச் சொல்லாமல் போனாலும், அதே பொன்மாளிகையில் வாழ்வதற்கு வந்துதானே ஆக வேண்டும்! அரண்மனையிலேயே உங்களைக் காவல் வைக்க எண்ணினேன். சோழர் குலத்து அரசகுமாரி சிறை வைக்கப்பட்டாள் என்று வருங்காலத்தவர் கூறுவர். அதற்கு வழியில்லாமல் செய்து விட்டீர்கள். மிகவும் சரி. ஆனால் அதைவிடப் பெரிய சிறையிலன்றோ தங்களை வைக்கப் போகிறேன்? என் இதயம் மிகப் பெரியது. விசாலமானது. இல்லாவிடில் மகத்தான பல்லவ சாம்ராஜ்யத்து வழிவந்த நான் உங்கள் நாட்டில் தளபதியாகப் பணியாற்றச் சம்மதித்திருப்பேனா? உங்கள் அன்பைப் பெறத் தானே அந்தப் பதவியை என் தகைமைக்கும் மீறி ஏற்றேன்? கடைசியில் நான் சுதந்திர நாட்டின் மன்னனாகிவிடுவேன் என்று தெரிந்தவுடன் வந்து விட்டீர்களா? நடந்ததை மறந்துவிடுகிறேன். பழிக்குப் பழி வாங்கும் குணம் எனக்கில்லை. உங்களை மிக்க மகிழ்ச்சியுடன் வரவேற்கிறேன். இரு கரங்களையும் நீட்டி ஆவலுடன் வரவேற்கிறேன். போர்க்களங்கள் எப்போதும் அரசகுமாரிகளைப் பரிசாக அளிப்பது வழக்கம். என் மூதாதையர் நந்திவர்மனுக்கு, போர்க்களத்திலே பரிசாக ரேவா தேவி கிடைத்தாள். அவள் பெயரனுக்குக் குறுக்கோடு போர்க்களம் சங்காதேவியை அளித்தது. தெள்ளாறு போர்க்களம் மகோதையாரை அளித்தது. அந்தப்பரம்பரையில் வந்த ராஜராஜஸ்ரீ வல்லப காடுபட்டி பார்த்திபேந்திர போதாதி

ராஜனுக்குச் சோழநாட்டு இளவரசி கிடைக்கிறாள். வருக இளையபிராட்டியாரே, வருக! எவருக்கும் தலைவணங்காப் பார்த்திபேந்திரன் இதோ தலை குனிகிறேன். கையிலே கொண்டு வந்திருக்கும் அந்த மாலையை எனக்குச் சூட்டுங்கள். என்ன? சோழநாட்டில் மலருக்குப் பஞ்சமாகி விட்டதா? செண்பகமும், இருவாட்சியும் முல்லையும், மல்லியும், கடம்பும், காந்தளும், குவளையும், குமுதமும் இருக்கும்போது, தேவி எங்கேயிருந்து இந்த அரளியைப் பிடித்தீர்கள்? ஓஹோ ஹோஹோ! யுத்த களத்தில் செம்மையைக் குறிப்பதற்காகச் செவ்வரளியைக் கொண்டு வந்தீர்களா? மிகப் பொருத்தம்தான்! எதுவாயிருந்தால் என்ன? வாசனையற்ற மலராயிருந்தாலும் உங்கள் கரம்பட்டு அவை மணம்பெறும். மணமற்ற மலராயிருந்தாலும் என்ன? உங்கள் மென்கரம்பட்டு அவை மணக்கும்! இதோ! இதோ! என் கரத்தில் உள்ள வாளை வீசியெறிந்துவிட்டேன். குதிரை மீதிருந்து கீழே இறங்குகிறேன். உங்கள் மாலையை ஏற்க... வாருங்கள்... வாருங்கள்'' பார்த்திபேந்திரன் வாளைக் கீழே வீசினான். குதிரையினின்று கீழே குதித்தான்.

மறுகணம் பார்த்திபேந்திரனின் உடலைச் செந்நிறக் குருதி மறைத்தது. போர்க் கவசங்களிலே ரத்தம் படிந்தது.

செவ்வரளி மாலையென்றானே, அந்த மாலை அணிந்திருப்பது போல் சிவந்த ரத்தம் அவன் உடலைக் குளிப்பாட்டியது.

குதிரை மீது ஏறிப் புது உற்சாகத்துடன் பாய்ந்த பார்த்திபேந்திரன், ஒரு கணம் இந்த உலகத்து நினைவையே மறந்து, தன் காதல் கைகூடிவிட்டது போன்றும் குந்தவை தேவியார் தன்னை நோக்கி வருவது போன்றும் உணரவே, குதிரையைச் செலுத்திச் செல்வதை நிறுத்தினான். அப்போது வேளக்காரப் படையினர் சூழ்ந்து கொண்டு ஈட்டிகளாலும், வாளாலும் அவனைத் தாக்கினர். பார்த்திபேந்திரன் வாளைக் கீழே போட்டான். குதிரையினின்று குதித்தான். அப்போதும் அவன் நினைவு குந்தவை அணிவிக்கப் போகும் மாலையை ஏற்பதற்காக நீண்டிருந்தது.

உள்ளத்திலே உள்ள காதல் நினைவோடு அந்த வீரன் சாய்ந்தான். வேளக்காரப் படையினர் வெற்றி முழக்கத்தோடு ஓடினர். உயிரிழந்து பிணமாகக் கிடக்கும் நூற்றுக்கணக்கான வீரர்களோடு வீரர்களாகப் பல்லவர் குலத்தோன்றல் குருதி மாலை அணிந்து கிடந்தான். அவனுடைய உயிர் இன்னும் நீங்கவில்லை; அவன் நினைவு இன்னும் தவறவில்லை. வடபெண்ணை முதல் காவேரி ஆறுவரை ஒரு காலத்தே விரிந்து பரந்திருந்த பல்லவ சாம்ராஜ்யம் அவன் நினைவில் நடமாடியது. கம்பீரமாகப் பறக்கும் ரிஷபக் கொடி அவன் முகத்தெதிரே மெல்ல ஆடுவது போல் தோன்றியது. காளையைக் கொடும்புலி தாக்குவது போன்ற பிரமை. அவன் உதடுகள் முணுமுணுத்தன. அதிக வயது ஆகாமலேயே அற்ப ஆயுளில் மரணமடையப் போகும் அவனை எடுத்து மடியில் கிடத்தி வருந்த யார் இருக்கிறார்கள்? கம்பவர்மன் மடிந்து, பார்த்திபேந்திரன் வீழ்ந்த பிறகு பல்லவ விடுதலைப் படைகள் நிற்கப் போகின்றனவா? கலியாணமாகா கட்டிளங்காளை யாகவே உயிர் நீக்கப் போகும் அவனது முடிவு குறித்துக் கண்ணீர் சிந்த யார் இருக்கிறார்கள்? நிறைவேறாக் காதல் நினைவோடு இந்த மண்ணை நீத்து, எல்லையற்ற சுவர்க்க நாட்டை நோக்கி மெல்ல நீந்திச் செல்லப் போகும் அவன் நெஞ்சத்தை அறிந்து வேதனைப் படப்போகின்றவர்கள் எவராவது உள்ளனரா?

இருந்தார்கள். அதோ வேகமாக வருகிறதே ஓர் உருவம்! காபாலிகர்கள் போர்க்களத்தில் மண்டை ஓட்டைத் தேடி வருவார்கள். காளாமுகர்களும் அப்படியே. மணிமங்கலப் போர்க்களத்து வேதனையைக்காண அந்தக் காளாமுகர் ஏன் இப்படி விரைந்து வருகிறார்? ஒவ்வோர் உயிரற்ற சடலமாக கூர்ந்து பார்த்து வந்த காளாமுகர் பார்த்திபேந்திரனைக் கண்டவுடன், தேடியவர் கிடைத்த மகிழ்ச்சியில் கீழே குனிந்து அவனை மெல்லத் தூக்கித் தோளிலே சாய்த்துக் கொண்டு பிணங்களின் மேல் கால்படாமல் தாண்டித் தாண்டி நடந்தார். சில இடங்களில் தாவ வேண்டி நேர்ந்தது. சில இடங்களில் சுற்றி வளைத்துச் செல்லவேண்டியிருந்தது. கடைசியாகப் பார்த்திபேந்திரனை மரங்களடர்ந்த பகுதியில் மெல்லக் கிடத்தி

அருகேயிருந்த நீரோடையினின்று தண்ணீர் கொண்டுவந்து கொடுத்து அவனுடைய மரண தாகத்தைத் தீர்க்கமுயன்று அவன் முகத்தையே உற்று நோக்கிக் கொண்டிருந்தார். அப்போது பார்த்திபேந்திரன் மெல்லக் கண்களைத் திறந்தான். அவனுடைய நினைவு தவறத்தொடங்கியது, நா குழறியது.

"நான்...ன்...நான்" என்று ஏதோ கூறினான்.

"அமைதியடைவாய், பார்த்திபேந்திரா! அமைதி" என்று காளாமுகர் பேசினார். அவன் உதடுகளிலிருந்து வழிந்த ரத்தத்தை மெல்லத் துடைத்தார். அந்தக் குரலுக்கு உரியவரை பார்த்திபேந்திரன் உணர்ந்துவிட்டான் போலும்.

"சுவாமி! தாங்களா?" என்று மெல்லக் கேட்டான்.

"ஆம்; நானேதான் மிகவும் அவசரப்பட்டு விட்டாய் பார்த்திபேந்திரா! பாண்டியர் உதவி வருமுன் போரில் இறங்கலாமா?" என்றார் காளாமுகர்.

அவன் அந்த வார்த்தையைக் காதில் வாங்கியதாகவே தோன்றவில்லை. "சுவாமி! வெற்றி என் பக்கம்தான். பல்லவ நாடு முழுமைக்கும் நான் அரசனாகிவிட்டேன். என் கழுத்திலே மலர்மாலையைப் பாருங்கள். சோழ இளவரசியைப் போர்க் களப் பரிசாகப் பெற்றுவிட்டேன்..." என்று குழறினான். அவன் கண்கள் மெல்லச் சுழன்றன. செருகத் தொடங்கின. உடற்காயங்களினின்று பெருகிய ரத்தங்கூட காய்ந்து கட்டி தட்டத்தொடங்கியது. காதலும், சாம்ராஜ்ஜியப் பற்றுதலும் சேர்ந்து போர்க்களத்திற்குள் அவனை அழைத்தன. காளாமுகர் அதை அறிந்தார். கடைசி நிலையிலும் அவன் இதே நினைவுடன் தான் இருக்கிறான் என்பதையும் உணர்ந்து கொண்ட காளாமுகர், "பார்த்திபேந்திரா! நீ பெரும் வீரன். சோழ நாட்டுத் தளபதி!" என்று கூற முயன்றவரை நோக்கிய பார்த்திபேந்திரன், "இல்லை... இல்லை... நான் சோழநாட்டுத் தளபதியல்லன்... பல்லவ சாம்ராஜ்ய மன்னன்... அந்த நினைவோடுதான் நானே இதோ அற்புத விமானத்தில் ஏறுகிறேன். இதய மஞ்சத்தில் சோழ அரசகுமாரியையும் அழைத்துச் செல்கிறேன்... சுவாமி! அதற்காக எவ்வளவு முயற்சிகள்! எனது நண்பன் வந்தியத்தேவனைப் பிரிந்ததே

இதற்காகத்தான் சுவாமி! அவன் கடுஞ்சிறையில் வாடத் தண்டனை வாங்கித் தந்ததற்கு இதோ இதுதான் பலன் சுவாமி! என்னுடைய இந்த நெஞ்சத்து நினைவை நீங்களாவது புரிந்து கொள்வீர்களா?" என்று தடுமாறிப் பேசினான் பார்த்திபேந்திரன்.

அவனது உடலை மெல்ல அணைத்த காளாமுகர், "பார்த்தி பேந்திரா! கவலையை நீக்கு. நீண்ட காலமாக உன்னை ஒன்று கேட்க வேண்டும் என்று நினைத்தேன். இப்போதுதான் அதற்குச் சந்தர்ப்பம் கிடைத்தது. உனது உயிர் நண்பராக விளங்கிய ஆதித்த கரிகாலரைக் கொன்றவர் யார் என்று உனக்குத் தெரியுமல்லவா? உண்மைக் குற்றவாளியைத் தெரிந்து கொண்டு தானே நீ வேறுவிதமாகச் செய்தாய். அதை எனக்கு மட்டும் சொல்லு. நீ அதைக் கூறினால் உன் கடைசி இதய ஆசையை உன் கடைசி எண்ணத்தை நான் எங்கும் பறை அறிவிப்பேன். உன் இதயத்தில் இளைய பிராட்டிக் குள்ள இடத்தை சோழ நாடு சென்று இளையபிராட்டியிடமே சொல்வேன்..." என்றார்.

"சொல்வீர்களா சுவாமி...?" என்று பார்த்திபேந்திரன் கேட்டபோது, அவன் முகத்தில் புத்தொளி பிறந்தது. அணையப் போகும் தீபம் மிக்க ஒளி வீசுவது போல், அவன் முகம் பளிச்சிட்டது. அவன் ஏதோ கூற வாயெடுத்தான்.

சைகை காட்டி அவரை முகத்தருகே அழைத்தான். அந்த வார்த்தைகளைக் கேட்டுக் காளாமுகர் குனிந்து செவிகளை உதட்டருகே பதித்தார். காளாமுகருக்கு ஏன் இந்தக்கவலை காளாமுகர் யார்?

'விர் விர்' என்று வீசிய காற்றுக்கும் அந்த வார்த்தைகள் தெரியும். அவை அந்தப் பரம ரகசியத்தைச் சுமந்து திக்குத்திசைகளெல்லாம் சென்றன.

காளாமுகர் மெல்ல எழுந்தார். சிறிது நேரம் மௌனமாகத் தலை குனிந்து நின்றார். அருகே கிடந்த வாளையெடுத்து, அவன் மார்புமீது வைத்துவிட்டு மெல்ல நடந்தார். அவர் கண்களும் கலங்கின. ஒரு வீரனின் கடைசி முடிவை யெண்ணி.

அத்தியாயம் 8

போகாதே, நில்!

பழையாறை நகரத்து இளைய பிராட்டியின் மாளிகையின் மேல் மாடத்தில் எழுந்த இனிய கீதம் அருண்மொழியின் சிந்தையைக் கவர்ந்தது. நொடியில் பழைய சம்பவங்களுக்கு இழுத்துச் சென்றது. அலைகடல் மீது சிந்தனைக் கலத்திலே மிதந்து சென்றது. அவர் தோளிலே ரத்தின, வைர, வைடூரியக்கற்கள் வாணிபம் செய்வதற்காக இருந்தன. அவற்றின் நினைவை விட ஒப்பற்ற ரத்தினமான இன்ப வல்லியின் இனிய முகம் அவர் சிந்தனையில் மீண்டும் சீர்பெற்றது. அவர் அடியோடு அவளை மறந்துவிடவில்லை. கடாரத்தினின்று திரும்பியபோது, அவர் முல்லைத் தீவிற்கு மீண்டும் வந்தார். தனது வாக்கை அவர் மறந்துவிடவில்லை. அவளுடைய அற்புத நடனம், அவர் உள்ளத்தில் பதிந்து விட்டது. அவளுடைய ஒவ்வோர் அங்க அசைவும் அவர் இதயத்தில் நடனமாடிக் கொண்டிருந்தது. அவை அழியா வண்ண ஓவியமாக இதயத் திரையில் ஆர்வமெனும் தூரிகையால் தீட்டப்பெற்றன. அந்த ஓவியத்தை அகக் கண்களால் அவ்வப்போது கண்டுகளித்துக் கொண்டிருந்தார். முல்லைத்தீவில் இன்ப வல்லியைக் காணாதபோது அவர் பெரும் பரபரப்பை அடைந்தார். அவர் இன்பவல்லியைப் பற்றி யாரைக் கேட்பார்? அந்தத் தீவின் சோலை அழிந்து பாலையாகக் காணப்பட்டது. மக்கள் நடமாட்டமின்றிச் சூன்யப் பிரதேசம் போல் தோன்றியது.

முன்பு பாடிய குயில்களைக் கேட்போமென்றால் அவற்றைக் காணவில்லை. அவரும், அவளும் அமர்ந்து நேரம்போவது தெரியாது உரையாடிய புன்னை மரம் நிலைகுலைந்திருந்தது. கடற்கரையில் உள்ள அந்தப் பாறை மண்மேடிட்டுக் கிடந்தது. சோர்ந்த உள்ளத்தோடு திரும்பிய அருண்மொழி சோழநாடு வந்தடைந்த பிறகு, சங்கிலி போல் தொடர்ந்து சம்பவங்கள் காத்திருந்தன. இதயராணி வானதி யருகில் அவரால் அதிக நேரம் தங்கியிருக்க முடியாத

நிலையில், அவர் முல்லைத் தீவைப் பற்றி நினைக்க நேர மில்லை. இன்பவல்லி சோழநாட்டிற்கு வந்திருப்பாள் என்றும் அவர் கருதவில்லை. அப்படி வந்திருந்தாலும் நந்திபுரத்தில் இளையபிராட்டியின் அரண்மனைக்கு வந்திருப்பாள் என்று அவர் எதிர்பார்க்கவில்லை. மேலும், அவரே அந்த நேரத்தில் நந்திபுரத்திற்கு வந்தது திடீரெனச் செய்த முடிவுதானே!

வந்தியத்தேவனை நந்திபுரத்திற்குப் போகுமாறு கூறிய போது, அவ்வளவு சீக்கிரம் இளையபிராட்டியும் அங்கே சென்று விடுவார்கள் என்று அவர் எதிர்பார்க்கவில்லை.

எத்தனையோ புதுமைகள் விளையப் போகின்றன என்று எண்ணினார். அந்தப் புதுமையைக் காண அவரும் பழை யாறைக்குச் செல்ல வாய்ப்பு ஏற்பட்டது. தஞ்சை அரண் மனையில் சோழநாட்டினின்று குறுநில மன்னர்கள் வந்து குழுமியிருந்தனர். மதுராந்தக உத்தம சோழர் மகா சபையைக் கூட்டுவதற்காக குறுநில மன்னர்களுக்கு விரைந்து ஓலை யனுப்பியிருந்தார் கொடும்பாளூர் இளைய வேளார், திருக்கோவலூர் மலையமான், கடம்பூர் சம்புவரையர், மழபாடியார் இப்படியாக நெடுங்காலத்திற்குப் பிறகு மீசையை முறுக்கிவிட்டபடியும், மாரை நிமிர்த்தி நடந்த படியும் தங்கள் குடும்பத்தவர்களுடன் தஞ்சை நகருக்கு வந்து சேர்ந்தனர். மிக முக்கிய விஷயங்களை மதுராந்தக தேவர் அமைச்சர் குழாத்துடனும், சிற்றரசர்களுடனும் ஐம்பேராயத் துடனும் ஆலோசிக்கப் போகிறார். அருண்மொழியுடனும் மதுராந்தகர் நீண்ட நேரம் பேசிக்கொண்டிருந்தார்.

அநிருத்தப் பிரம்மராயர் அப்போது இருந்திருந்தால் அருண்மொழிக்கு எவ்வளவோ உதவியாக இருந்திருக்கும். அவர் எப்பொழுது வருவார் என்று தெரியாது. மனத்திலே குழம்பி நிற்பவர்களைப் பற்றிய பேச அக்கையார் குந்தவை பிராட்டியை நாட எண்ணி, அருண்மொழி நந்திபுரத்திற்கு விரைந்தார். பொழுது புலர்ந்தும் புலரா முன்னரே பழையாறை வந்தடைந்த அருண்மொழி வந்தியத்தேவனும் குந்தவையும் மாதவிக்கொடிப் பந்தல் வீட்டினுள் நுழைந்ததைக் கண்டதும், கொடி வீட்டின் வெளியே மறைந்து நின்றார். தக்க தருணத்தில் உள்ளே நுழைந்தார்.

அப்போதுதான் எதிர்மாளிகையில் மேல் மாடத்தினின்று 'குமரன் வரக் கூவுவாய் குயிலே' என்று இன்பவல்லி விடி வெள்ளியை நோக்கிப் பாடினாள். மாதவிப் பந்தலினின்று வெளியே அருண்மொழி சட்டென வந்தார். இசை வந்த இடம் நோக்கி ஓடினார். மாளிகையின் முன்வாயிலைக் கடந்து நடுக்கூடத்தில் அமைந்திருந்த மேல் மாடத்திற்குப் போனார். படிக்கட்டுகளில் ஓடிச் சென்றவர் ஒரு கணம் நின்றார். பல எண்ணங்கள் ஒரே சமயத்தில் உருவாயின.

இன்பவல்லியாகத்தான் இருக்கவேண்டும். அவள் இங்கே எவ்வாறு வந்தாள்? இளைய பிராட்டியின் மாளிகைக்கு வந்திருக்க வேண்டும் என்றால், இன்பவல்லி இளைய பிராட்டியை அறிவாளா? அவளை அறிந்தும் பிராட்டி தன்னிடம் கூறாதிருக்கிறாளா? என்றெண்ணியவர் மேன் மாடம் செல்வதை நிறுத்தித் திரும்பினார். கீதக்குரல் காதில் வீழ்ந்தவுடனேயே அப்படி அவசரமாக ஓடிய நிலையை நினைக்கும்போது அவருக்கு வெட்கம் சூழ்ந்தது. 'என்ன?' என்று பிராட்டி கேட்டால் என்ன காரணம் சொல்வது என்று தயக்கத்துடன் அருண்மொழி நடந்தார். நடையில் முன்பருந்த வேகமும் அவசரமுமில்லை. முன் கூடத்தில் மங்கிய வெளிச்சம்தான் சூழ்ந்திருந்தது. மூலையில் எரியும் விளக்கும் கூட எண்ணெய் இல்லாமல் கருகிச் சுடர்விட்டுக் கொண்டிருந்தது. இன்னும் பலமாகக் காற்று வீசினால் அது முற்றிலும் அணைந்துவிடும். கூடத்துத் தூண்களின் நிழல்கள் அந்த மங்கிய ஒளியில் சாய்ந்து வீழ்ந்திருந்தன. அந்த மாளிகையை அருண்மொழி கண்டு எத்தனையோ ஆண்டு கள் ஆகின்றன. இப்போது காணும்போது புதுமையாகவே அது காட்சியளித்தது.

அருண்மொழி மெல்ல வெளியே வந்தார். இளைய பிராட்டியும் வந்தியத்தேவனும் மேன்மாடத்தைப் பார்த்த வாறு நின்று கொண்டிருந்தனர். அருண்மொழி உடனே திரும்பி விடுவாரென்று அவர்கள் எதிர்பார்க்கவில்லை. அருண்மொழி மெல்ல வெளிவாயிலுக்கு வந்தார். வந்தியத் தேவன் அருண்மொழியை நோக்கி விரைந்து வந்தான். அவன் அவரை அணுகுவதற்குள் குதிரையொன்று வந்து நின்றது.

அதன் மீதிருந்த இளைஞன் ஒருவன் இறங்கினான். போர் வீரனுடையிலிருந்தான்.

அவனை முன்னரே நாம் கண்டிருக்கிறோம். காஞ்சி மாநகரில் முதியவருடன் பேசி அவரைத் தஞ்சைக்கு அழைத்த அதே வீரன். பழுவேட்டரையர் பாசறையில் எதிரியின் பலத்தை அறிந்து வந்து சொன்ன அதே வீரன் சங்கரதேவன் தான் அவன். வெகு தொலைவிலிருந்து விரைந்து வந்த களைப்புக் காணப்பட்டது அவன் முகத்தில். களைப்பால் மட்டும் அந்த வீரன் முகம் மாறியிருக்கும் என்று சொல்வதற்கில்லை. அவன் அவசரச் செய்தி ஒன்று கொண்டு வந்திருந்தான். அச்செய்தியை அவன் இதயம் தாங்கிக் கொண்டிருந்ததால் முகம் களையிழந்திருக்கலாம்.

அவன் கொண்டு வந்திருந்த செய்தி, அவசரச் செய்தி மட்டுமின்றி, மிகப் பயங்கரச் செய்தியுங்கூட. சோழ நாடே திடுக்கிடும்படியான செய்தி அது; கேட்டோர் அனைவரும் என்ன ஆகுமோ என்று துடிதுடிக்கும் சம்பவம் நேர்ந்து விட்டது.

மணிமங்கலப் போர்க்களத்தில் பார்த்திபேந்திரன் தாக்குண்டு நிலைகுலைந்து விழுந்தவுடன், எஞ்சியிருந்த பல்லவப் படைகள் அஞ்சி ஓடின. நாடும் வேண்டாம், காளைக் கொடியும் வேண்டாம் என்று திக்குக்கொருவராக உயிர் மிஞ்சினால் போதுமென ஓடி ஒளிந்தனர். வேளக்காரப் படைகள் வீரமுழக்கத்துடன், எடுத்த காரியத்தில் வெற்றியுடன், எக்காளமிட்ட வண்ணம் வந்தனர். ஆனால், அவர்கள் தலைவரும், போர்ப் படைகளுக்குத் தலைமை பூண்டு வந்தவரும், சோழ நாட்டின் முதுகெலும்பு போன்று திகழ்ந்தவருமான சிறிய பழுவேட்டரையர் படுகாயமுற்றுக் கிடந்தார். அவரைப் பல வீரர்கள் சூழ்ந்து ஒரே சமயத்தில் தாக்கினர். அந்த முதிய வயதிலேயும் அவர் தன் போர்த்திறமை அனைத்தையும் புலப்படுத்தி வாளைச் சுழற்றினார். வாளின் பசிக்குப் பலர் இரையாயினர். சிறிது நேரத்திலே சூழ்ந்தவர் அனைவரும் இறந்தோ அல்லது அஞ்சி ஓடியோ மறைந்தனர். ஆனால் பழுவேட்டரையர் உடல் எங்கும் விழுப்புண்கள் நிறைந்தன. ஐம்பத்து நான்கு போர்க்களங்களில் உடலெங்கும்

அறுபத்து நான்கு விழுப்புண் ஏற்றுப் போரின் முத்திரை பதிந்த பெரிய பழுவேட்டரையரைப் போன்று, புள்ளலூர் போர்க்களம் சிறியவர்க்கும் உடலெங்கும் வாளின் வடுவைப் பதித்தது. ஈட்டியின் முனையைப் பதித்தது; வேலின் வலிமையை உடலில் கண்டது.

பழுவேட்டரையர் கீழே விழுந்தார். அவரைச் சிறிது நேரம் கவனிக்க யாருமில்லை. அப்படியே இருந்திருந்தால் அந்தப் போர்க்களத்துச் சாதாரண வீரர்களுடன் கிடந்து, மேலே வட்டமிட்டு விருந்துண்ணப் பறக்கும் வல்லூறுகளின் கூரிய நகங்களுக்கு இரையாயிருப்பார். இரவானதும், நெருப்புப் போன்ற கண்களுடன் ஊளையிட்டுவரும், நரிகள், ஓநாய்களின் பிடியில் சிக்கிச் சதைகள் கிழிந்து எலும்புகள் நொறுங்கி நிணமாலையாக மாறியிருப்பார். சங்கர தேவன் பழுவேட்டரையரைக் கண்டு விட்டான். நிற்க இயலாது அவர் தள்ளாடிக் கீழே வீழ்ந்ததைத் தொலைவில் போரிட்டவாறே கண்டவன் ஓடோடி வந்தான். புழுதியிலே படுத்தறியாப் பழுவேட்டரையர் உடல் மண்ணிலே வீழ்வதா? பன்னீரும் சந்தனமும் தெளிக்கப்பட்ட பஞ்சணையில் சாயும் அவருடல், சிந்திய செங்குருதியால் சேறான பூமியிலே சாய்வதா? சங்கரதேவன் பாய்ந்து வந்து அவர் தலையைத் தூக்கித் தன் மடியில் கிடத்திக் கொண்டான். அவன் அஞ்சியபடி உயிர் போய்விடவில்லை. கண்கள் மூடிக் கிடந்தன. மார்பின் அருகே பட்ட காயத்தினின்று ரத்தம் வழிந்து கொண்டிருந்தது. தோளிலே பலமாக வாளின்வெட்டு, முழங்காலுக்குக் கீழே ஈட்டியால் தாக்கப்பட்ட காயம். பேடி ஒருவன் பின்புற மிருந்து தாக்கியதால் பின் தலையிலே பலத்த அடி.

சங்கரதேவன் பரபரப்புடன் உடலெங்கும் பார்த்தான். மார்பினருகிலிருந்த காயம்தான் அவனுக்குக் கவலையளித்தது. தன் மேலங்கியைக் கிழித்துக் காயத்துக்குக் கட்டினான். விரைந்து ஓடித் தண்ணீர் கொண்டு வந்தான். உடன் சில வீரர்களை அழைத்து வந்தான். மெல்ல வாயைத்திறந்து நீரைக் குடிக்கச் செய்தான். மற்ற வீரர்களது உதவியுடன் அவரைக் கூடாரத்திற்கு அழைத்துச் சென்றான்.

அவசர காலத்திற்குத் தேவையான உடன் வந்திருந்த மருத்துவர் விரைந்து வந்தார். பச்சிலைகள் பிழியப்பட்டன. உடலின் ரணத்திற்கெல்லாம் மருந்திடப்பட்டுக் கட்டுகள் போடப் பட்டன. எதற்கும் கலங்காத பழுவேட்டரையர் கண்களினின்று கண்ணீர் வடிந்தது. குன்றென நிமிர்ந்த தோளில் ஏற்பட்டிருந்த காயத்தைக் கண்ட வைத்தியரே சற்று அச்சமடைந்தார். ஈட்டியின் முனை உடைந்து அங்கே தங்கியிருந்தது. வாளால் அறுத்துச் சுட்டு மிக கவனமான ரண சிகிச்சை செய்ய வேண்டுமென்று கருதினார் மருத்துவர். உடனே தஞ்சைக்குக் கொண்டு செல்ல வேண்டும் எனக் கூறிவிட்டார்.

காஞ்சி மாநகரிலில்லாத ஆதுரசாலையா தஞ்சையிலிருக்கப் போகிறது? காஞ்சிக்கே அழைத்துச் சென்றுவிடுவோம் என்று சிலர் கூறினார்கள். சங்கரதேவன் பிடிவாதமாக மறுத்து விட்டான். பல காரணங்களுக்காகத் தஞ்சைக்குச் செல்வதே சிறந்ததெனக் கூறினான்.

பழுவேட்டரையர் மெல்லக் கண்விழித்தார். சங்கரதேவனும் மற்றவர்களும் அருகே அமர்ந்திருந்தனர். போரின் முடிவு என்னவாகியதோ என்ற கவலை அவருக்கு. சோழ நாட்டிற்கு ஏற்படவிருந்த களங்கத்தைப் போக்கவன்றோ படைகளுடன் விரைந்து வந்தார்! ‘‘நமது கொடி உயர்ந்து பறக்கிறதா?’’ என்ற மெல்லியகுரலில் கேட்டார். நேரமாக ஆக உடலில் நோவு தெரிந்தது. ‘ஹூம் ஹூம்’ என்று மெல்ல முனகினார்.

‘‘தலைவரே! வெற்றி! வெற்றி! பார்த்திபேந்திரன் ஒழிந்தான்’’ என்று சங்கரத்தேவன் உற்சாகத்துடன் கூறி பழு வேட்டரையருக்குத் தெம்பூட்ட முயன்றான்.

‘‘இந்த வாளால்தான் பார்த்திபேந்திரனை வெட்டினேன்’’ என்று வேளக்காரப் படையினரில் ஒருவன் கூறினான். பழு வேட்டரையர் மெல்லக் கண்விழித்து நோக்கிப் புன்முறுவல் பூத்தார். அவர் ஏதோ கூற முயன்றிருக்க வேண்டும். படுகாயப்படுத்துவது வெற்றியைத் தேடித் தந்துவிடாது என்பதைத் தன் நிலையைச் சுட்டிக்காட்டித் தெரிவிக்க விரும்பினார். கை கால்களை அசைக்க முடியவில்லை.

பேசவும் முடியவில்லை. மேலும் அங்குத் தாமதப்படுத்த விரும்பாது, சுற்றிலும் வேளக்காரப் படை சூழ, சிவிகையில் பழுவேட்டரையரைப் படுக்கவைத்துத் தஞ்சையை நோக்கி விரைந்தனர். ஆடாமல் அசையாமல் மிக கவனமாகச் சுமந்து செல்ல வேண்டியிருந்தது. இந்தச் செய்தியை முன்பாகவே இளவரசர் அருண்மொழிக்குத் தெரிவிக்க விரும்பியே, சங்கரதேவன் இருள் என்றும் பாராமல், களைப்பென்றும் பாராமல் தஞ்சையை நோக்கி விரைந்தான். தஞ்சையை அவன் அடையும் போது இருள் கப்பியிருந்தது. விடிவெள்ளி முளைக்கவில்லை. சிலுசிலுவென்று இளங்காற்று வீசிக் கொண்டிருந்தது. தஞ்சைக் கோட்டைக் காவலர்களுக்கும் உறக்கம் கண்ணை அழுத்தும் வேளை. பொதுவாக கோட்டைக் காவலர் உத்தரவின்றி இரவில் கோட்டைக்கு வெளியே செல்வதோ, வருவதோ கூடாது.

சங்கரதேவன் கோட்டையின் அகழிக் கதவருகில் நின்று சங்கேத ஒலியை எழுப்பிக் கூவவே காவலர் விழித்தனர்.

சங்கரதேவனை அவர்கள் அடையாளம் தெரிந்து கொண்டனர். அருண்மொழி சற்று முன்னர்தாம் அவசரமாகச் சென்ற செய்தியை அவன் அவர்களிடமிருந்து அறிந்தான். சங்கரதேவன் அவசரத்தை உணர்ந்த அவர்கள், அருண்மொழி சென்றிருக்கும் இடத்தையும் ஊகித்துக் கூறினர். குதிரையை அப்படியே திருப்பிக்கொண்டு சங்கரதேவன் பழையாறையை நோக்கி விரைந்தான்.

குதிரைமீதிருந்து இறங்கிய இளைய வீரன் தன்னை நோக்கி விரைந்து வருவதைக் கண்டு, அருண்மொழி அங்கேயே நின்றார். மேன்மாடம் நோக்கி ஓடிய வேகமும், பிறகு மாற்றிக் கொண்டு திரும்பிய அமைதியும் மாறி, இப்போது வியப்பு எதிர் நோக்கியிருந்தது. சங்கரதேவனை அவர் இதற்கு முன்னர் இளம் வயதில்தான் கண்டிருக்கிறார். சங்கரதேவன் ஆஜானு பாகுவாய் வளர்ந்துவிட்டான். வயதிற்கேற்ற வளர்ச்சியுடன் வீரனுக்குரிய கட்டுவாய்ந்த உடலுடன், அவன் தோற்றம் காண்பவர் மனம் கவரும் வகையில் இருந்தது. அந்த நேரத்தில் அவ்வளவு அவசரத்துடன் வரும் வீரனைப் பார்த்து கண்களாலேயே வினவினார் அருண்மொழி.

காஞ்சிப் போர்க்களத்தைப் பற்றிச் சுருக்கமாய்க் கூறிப் பழுவேட்டரையர் படுகாயமுற்றதையும், அவரைச் சுமந்து தஞ்சைக்கு வருகிறார்கள் என்பதையும் தெளிவாகக் கூறினான் சங்கரதேவன். அருண்மொழியை அவன் நகர வருகையன்று கண்டிருக்கிறான். அவர் உருவத்தை இன்னும் சிறிது நேரம் பார்த்துக்கொண்டிருக்கலாம் போல் தோன்றியது. அந்தத் தோற்றத்திலே கவரக்கூடிய சக்தி ஒன்றிருப்பது அவனுக்குத் தெரிந்தது.

அவசரமான செய்தியை மட்டும் கொண்டு வராமல் இருந்தால், அருண்மொழி அவனைப்பற்றி பல விசாரித் திருப்பார். அவன் குடும்பத்தைக் குறித்தும் எந்த ஊரைச் சேர்ந்தவன் என்றும், எப்போது படையில் சேர்ந்தான் என்பதையும் கேட்டு அறிந்திருப்பார். அவன் அணிந்திருந்த உடையினின்று வேளக்காரப் படையை சேர்ந்தவன் என்பதை அருண்மொழி அறிந்து கொண்டார்.

அதனால் அவன் கொண்டு வந்திருந்த செய்தியைக் குறித்து எந்தவித ஐயமும் ஏற்படவில்லை.

பழுவேட்டரையர் போர்க்களத்திலே காயமடைந்த செய்தி அருண்மொழியைக் கலக்கியது. பார்த்திபேந்திரன் போர்க்கோல மறிந்த பழுவேட்டரையர், யாருக்கும் சொல்லாமல் விரைந்து சென்ற அன்றே, தானும் உடன் செல்லலாமா, வேண்டாமா என்று சற்று யோசித்தார் அருண்மொழி. தாமொருவரே பார்த்திபேந்திரனை அடக்கிய பெருமையைப் பழு வேட்டரையர் அடைய விரும்புகிறார் என்று எண்ணித்தான், அருண்மொழி காஞ்சிநோக்கிச் செல்லவில்லை. காஞ்சிச் செய்தி ஏதும் வராததால் உள்ளத்தில் வேதனையுற்றிருந்த நிலையில் சங்கரதேவன் வந்து கூறிய செய்தி அவரைத் திடுக்கிடச் செய்தது.

அங்கே வந்தியத் தேவனும், குந்தவையும் இருப்பதையும் மறந்தார். மேன்மாடத்திலிருப்பது இன்பவல்லி தானா என்பதை அறிந்து கொள்ள எண்ணியதையும் மறந்தார். சங்கரதேவனை அழைத்துக் கொண்டு, மேலும் செய்தி களைக்கேட்டு அறிந்த வண்ணம் அந்த மாளிகையை விட்டு

அகன்றார். பிறகு குதிரை மீதேறியமர்ந்து, சங்கரதேவனை நோக்கி, ‘‘நீ மிகவும் களைத்திருக்கிறாய் எனத் தோன்றுகிறது. உன் தோளிலே பட்ட காயத்திற்கும் மருந்திட்டுக் கட்ட வில்லை. இன்று இளைப்பாறிவிட்டுப் பிறகு நீ வரலாம். வல்லவரையரும் இங்குதானிருக்கிறார். அவரிடமும் எல்லா வற்றையும் கூறு’’ என்று சொல்லி விட்டு தஞ்சையை நோக்கி விரைந்தார்.

அருண்மொழி செல்லும் திசையைத் தொலைவிலிருந்து பார்த்தவாறிருந்த குந்தவையும் வந்தியத்தேவனும் ஒருவரை யொருவர் பார்த்துக் கொண்டனர். அப்பொழுது நடந்தவை கனவு போல் அவர்களுக்குத் தோன்றின. கனவா? அதெப்படி கனவாயிருக்க முடியும்? அவர்கள் பேசிக்கொண்டிருந்தது கனவா? அவர்களுடைய விரல்கள் பேசிய மொழிகள் கனவா? அருண்மொழி புன்முறுவலுடன் வந்துநின்று ‘திருமணத்தை முடித்துக் கொள்ளுங்கள்’ என்று கூறினாரே, அது கனவா?

மறுநாள் சங்கரதேவன் நன்கு களைப்பு நீங்கியவனாய்ப் போர் உடையைக் களைந்து பீடுநடை போட்டவண்ணம், இளையபிராட்டியாரின் மாளிகையை நோக்கி நடந்தான். அங்கே வல்லவரையரைச் சந்திக்க வேண்டும் எனும் ஆவல் அவனை உந்தியது. வல்லவரையரைப் பற்றிப் பிரமாதமாகப் பேச்சு அடிபட்ட காலத்தில் அவன் சிறுவனாய் இருந்தான். வந்தியத்தேவனின் வீரப் பிரதாபங்களைப் பற்றி அருகிலுள்ள பெரியவர்கள் பேசிக் கொள்வர். இளம் பிள்ளையானாலும் துடுக்கு மிகுந்தவன் என்று பேசிக் கொள்வார்கள். தஞ்சைக் கோட்டையினின்று ஒரு நாள் மாயமாய் மறைந்துவிட்டான் என்றும், அவனைத் தேடப் பழுவேட்டரையர் நாலா திக்குகளிலும் வீரர்களை அனுப்பியுள்ளார் என்பதைப் பற்றியும் அவர்கள் பேசிக் கொள்வார்கள். கோட்டைக் காவலர்களை வெகு எளிதில் ஏமாற்றிவிட்டு அரண் மனைக்குள் நுழைந்ததைக் கதைபோல் கூறி, மந்திர தந்திரம் தெரிந்த மாயாவி என்று வருணிப்பர். இவற்றையெல்லாம் கேட்டுக் கொண்டிருக்கும் சிறுவன் சங்கரதேவனுக்கு இளம் பிராயக் கற்பனைகள் எங்கெங்கோ தாவும். தானும் வந்தியத் தேவனைப் போல் ஆகவேண்டுமெனக் கனவு காண்பான்.

கோட்டை மதிலை ஒரே தாண்டாகத் தாண்டுவது போலவும் வடவாற்று வெள்ளத்தில் மூழ்கி, சாமர்த்தியங்களைக் காட்டுவது போலவும் கனவு காண்பான்.

அவன் ஆற்றங்கரை நந்தவனக் குடிசையில் பெற்றோருடன் வாழும் அக்காலத்தே, ஒரு நாளாவது வந்தியத் தேவனை நேரே காணவேண்டும் என விரும்பினான்.

நந்தவனத்து நுழைவாயிலில் நேரம் போவது தெரியாமல் காத்திருந்தான். ஒரு நாள் அவன் தாயாரைக் கேட்டுவிட்டான். அவன் தாய் அவனை வியந்து நோக்கி, ''வல்லவரை யரையா? அய்யோ! உனக்கேனடா அந்த வம்பு? பழு வேட்டரையர் செவிகளில் வீழ்ந்தால் உன்னைமட்டுமின்றி எங்களையும் சும்மாவிடமாட்டார். அவர் பெரிய அரக்கர் குழந்தாய்!'' என்று கூறி, அவன் ஆசையைக் கிள்ளி எறிந்துவிட்டாள்.

காலக்காற்று எப்படியெல்லாமோ வீசியது. அவன் தந்தை இறந்தார். அவர் வகித்துவந்த வேளக்காரப்படையில் அவனுக்கு இடம் கிடைத்தது. வாள்வீச்சு, குதிரையேற்றம், வேலெறிதல் முதலியவற்றில் தேர்ந்தான். எடுப்பான தோற்றமும், துடுக்கான பேச்சும் திறமையும் அவனிடம் ஒன்று சேர்ந்தன. அந்தச் சமயம் வல்லவரையர் பெருங்குற்றஞ் சுமத்தப்பட்டு பாதாளச் சிறையில் வாடினார்.

சங்கர தேவனுக்குப் பழைய கனவுகள் நினைவில் இல்லை. வேளக்காரப் படைத்தலைவர் பழுவேட்டரையரைத் தெய்வ மாய்க் கொண்டு தன் காரியத்திலேயே கண்ணாயிருந்தான். கோட்டைக்குச் சென்று தாயைக் காண்பதுகூட வாரம் ஒருமுறை என்றாகியது. தஞ்சை நகரின் ராஜவீதிக்கு அருகில் உள்ள ஒரு சிறு சந்து ஒன்றில் சிறு வீட்டில் அவனும், அவன் சகோதரியும் வசித்து வந்தனர். தாயையும் தன்னுடனிருக்க வற்புறுத்திக் கூப்பிட்டும் அவள் நந்தவனச் சூழலை விட்டு வர ஒப்பவில்லை.

இப்போது பழையாறையில் அருண்மொழியைச் சந்தித்து அவர் வாய்வழியாக வல்லவரையரையும் சந்திக்கும் உத்தரவு பெற்றவுடன், அவனுக்கு இளம்பருவ நினைவுகள் வந்து

குதித்தன. வல்லவரையர் விடுதலையாகிவிட்டார். பழு வேட்டரையரே நேரில் சென்று அவரை விடுதலை செய்து அழைத்து வந்தார் என்ற செய்திகள் வல்லவரையர் மீது அவனுக்கு மதிப்பை இன்னும் அதிகமாகச் செய்தன.

நந்திபுர விண்ணகரக்கோயிலில் பூமாலை கட்டிக் கைங்கர்யம் செய்யும் மாணிக்கத்தின் வீட்டைத் தேடி அவன் சென்றான். அவளுடைய தாய் மாணிக்கத்தைப் பற்றிக் கூறியிருக்கிறார். அவளும் மாணிக்கத்தின் தாயும் சிறு வயதில் இணைபிரியாத் தோழிகளாய் இருந்தனர். கலியாண வயதில் நீலாம்பிகை வீரனொருவனை மணந்தாள். மாணிக்கமோ வேலைவெட்டி ஏதுமற்றவனை மணந்து, வாழ்நாளைத் தர்க்கத்திலும், பிணக்கிலும் பூசலிலும், கோபத்திலும், தாபத்திலும், அதிகாரத்திலும், அடக்குமுறையிலுமாகக் கழித்து வந்தாள்.

பழையாறைக்கும் தஞ்சைக்கும் நெடுந்தொலைவு இல்லை யெனினும், இருவரும் ஒருவரையொருவர் சந்தித்துக் கொள்ள வாய்ப்பு ஏற்படவில்லை. ஆனால் ஒருவருக்கொருவர் வந்து போகிறவர்கள் மூலம் விசாரித்துக் கொண்டிருந்தனர். நீலாம்பிகைக்கு மகன் பிறந்த செய்தி கேட்ட மாணிக்கம் ஓடோடி வந்து கண்டாள். தன் வயிற்றிலும் குழந்தை பிறக்கவில்லையே என்ற தாபம் அவளை அப்போதிருந்து வாட்டியது. தாபம் சோகமாகி சோகம் உடல்நிலையைப் பாதித்து துயரின் எல்லையை அடையும் போது சுமதி பிறந்துவிட்டாள். மாணிக்கத்தின் வாழ்வில் புதுமலர்ச்சி ஏற்பட்டது. சுமதியை வந்து நீலாம்பிகை காணவில்லை; ஆனால் அடிக்கடி மாணிக்கத்தைப் பற்றிப் பேசி வந்தாள்.

தன் மகனிடம் மாணிக்கத்தின் நல்ல குணத்தையும், அவள் குணத்திற்கு மாறாக அவள் கணவன் அமைந்துவிட்டதையும் கூறுவாள். அவளை ஒருமுறை போய்ப் பார்த்துவர வேண்டுமென்றும் சொல்லிக் கொள்வாள்.

சங்கரதேவன் அன்று மாணிக்கத்தின் வீட்டைத் தேடிச் சென்ற போது, மாணிக்கம் தன் கணவன் கார்மேகனிடம் கோபமாகப் பேசிக் கொண்டிருந்தாள்.

"உன் போக்கே எனக்குப் பிடிக்கவில்லை. நீ இன்னும் இப்படியெல்லாம் நடந்து கொண்டாயென்றால் நான் நாளைக்கே அரண்மனையில் போய்ச் சேர்ந்து விடுவேன். சுமதியைப் பற்றி எனக்குக் கவலையில்லை. இளையபிராட்டி வந்துவிட்டார்கள். இளையபிராட்டி அவளைக் காப்பாற்றி விடுவார். என்னையும் வேண்டாமென்று சொல்லிவிட மாட்டார். உன்பாடுதான் திண்டாட்டம்!" என்றாள் மாணிக்கம்.

"ஏன் புள்ளே கூவுறே? என்னத்தைக் கண்டுட்டேன்னு இப்படி ஓலமிடுறே?" என்றான் கார்மேகம்.

"ஆமாம்! ஆமாம்! நான் பார்க்கவில்லைன்னு நினைக் காதே. யார் வர்றாங்க, யார் போறாங்கன்னு பார்த்துக் கிட்டுதான் இருக்கேன். சேரிடமறிஞ்சு சேருன்னு பெரியவங்க எதற்குச் சொல்லியிருக்காங்க? உன்னைத் தேடி வரவங்க மூஞ்சியும் முகரக்கட்டையும் பார்க்கச் சகிக்கலை" என்று மாணிக்கம் கூவுவதற்கும் 'அம்மா' என்று வெளியே இருந்து அழைப்பதற்கும் சரியாக இருந்தது.

"இது யாரு அய்யா போய் அம்மாவைக் கூப்பிட வந்திட்டாங்க?" என்று இரைந்து கொண்டே வெளியே வந்தவள், மேலே பேசாமல் நின்று விட்டாள்.

உள்ளேயிருந்து கார்மேகன் குரல் கொடுத்தான். "யார் வந்திருக்கிறது மாணிக்கம்? யாராவது குரங்கு மூஞ்சி வந்திருக்காங்களா? உனக்காக இனிமே மன்மதனைப் போல் மூஞ்சியை வைச்சுட்டு வர பிரம்மாவுக்குச் சொல்ல வேண்டியதுதான்" என்றான்.

அவள் பார்வையில் பட்டவன் எப்பொழுதும் போல தன் கணவனைத் தேடிவரும் புதுமுகத்தவர்களில் யாருமல்லன். சங்கரதேவன் அவள் கண்களில் பட்டான்.

எப்போதும் பார்த்துக்கொண்டிருக்கக் கூடிய இனிய தோற்றம். அரும்பு மீசை, தனி அழகு, வீரத் திருவிழியில் கனிவு ததும்பும் பார்வை; தனி எழில், யார் என்று கேட்கக் கூட மாணிக்கத்திற்கு நா எழவில்லை. ஆனால் அந்த முகம் எங்கோ எப்போதோ பார்த்தது போல் தோன்றியது.

அவள் மௌனத்தைச் சங்கரதேவன் கலைத்தான். ''அம்மா, மாணிக்கத்தம்மாளின் வீடுதானே இது?'' என்று அந்தக் குரல் அவள் நினைவை வரவழைத்தது. அப்பொழுதும் அவள் பேசாமல் அவனையே பார்த்துக் கொண்டிருந்தாள். தலைமட்டும், 'ஆமாம்' என்பதற்கு அறிகுறியாக அசைந்தது.

''என் பெயர் சங்கரன். தஞ்சை நீலாம்பகையின் மகன். பழையாறைக்குச் சென்றால் தங்களைப் பார்த்துவிட்டு வரச் சொல்லியிருந்தார்கள்... என் தாயார்'' என்று அவன் சொல்லி வாய்மூடவில்லை.

''நீலாம்பிகைநீலாநீலா!'' அந்தப் பெயர் மாணிக்கத்தின் செவிகளில் அமுதம் என விழுந்தது. நீலாம்பிகையின் மகனா? ஏனிருக்கக் கூடாது? இப்பொழுதுதான் பிறந்தது போல் தோன்றுகிறது. சுமதி எப்படி வளர்ந்துவிட்டாள்? வயதிற்கு மீறிய வளர்ச்சி கொண்ட சுமதியைப் பார்க்குந்தோறும் அவள் பூரித்தல்லவா போகிறாள். ஐயோ? வாவென்று கூடக் கூறாமல் இப்படி நிற்பது அவளுக்கே நாணமாகிவிட்டது.

''நீலாம்பிகையின் மகனா! வாப்பா; 'உள்ளே வா' என்று கூப்பிடாமல் நிற்கிறேனே' என்று பரபரப்புடன் கூப்பிட்டாள். உபசரித்தாள். சுகசௌக்கியங்களை வினவினாள். கார்மேகன் ஒன்றும் பேசாமல் மௌனமாக உட்கார்ந்திருந்தான். சங்கர தேவனுக்குச் சற்றுக் களைப்பாற வேண்டும் போல் இருந்தது. வீரனுக்காக உடைகளைக் கழற்றும்போது, அவன் தோளில் ஏற்பட்டிருந்த காயத்தை மாணிக்கம் கண்டுவிட்டாள்.

''ஆ! இதென்ன காயம்?'' என்று கூவினாள். சங்கரதேவன் காஞ்சிப் போர்க்களத்தைப் பற்றிச் சற்று வருணித்துவிட்டுத் தனக்கு அதிகம் காயம் ஏற்படாமலிருந்ததையும் கூறினான். காஞ்சிப் போர்க்களம், பார்த்திபேந்திரன் இறந்தது, பழுவேட்டரையர் படுகாயமடைந்தது, இவ்வளவையும் கேட்டுக் கொண்டிருந்த கார்மேகன், உடனே எழுந்து வெளியே சென்றான். அவன் போவதைப் பார்த்த மாணிக்கம் உதட்டைக் கடித்துக் கொண்டாள்.

சங்கரதேவனின் தோள் புண்ணுக்கு மருந்திட்டு அவனுக்கு உண்ண உணவளித்துவிட்டு, அமைதியாக அவனிடம் தஞ்சையைக் குறித்தும், அவனுடைய தாயைக் குறித்தும், நாட்டு வளப்பத்தையும் விசாரிக்கலானாள். சங்கரதேவன் சளைக்காமல் பேசிக்கொண்டே வந்தான். வல்லவரையரைச் சந்திக்க வேண்டுமென்ற எண்ணம் இடையிடையே அவனுக் கெழுந்தது. ஆனால் அவனால் அதிக நேரம் உட்கார்ந்து பேச முடியவில்லை. களைப்பும், உறக்கமும் கண்களைச் சுழற்றின. அவன் எவ்வளவு முயன்றும் தூக்கத்தைத் தடுக்க இயலவில்லை.

"சுமதி மட்டும் இப்போது மாளிகையிலிருந்து வந்து விட்டால் நீ கூறுவதைக் கேட்டுப் பெரிதும் ரசிப்பாள்" என்றாள் மாணிக்கம்.

சுமதி என்ற வார்த்தை மட்டும்தான் அவன் செவிகளில் எங்கோ கிணற்றுக்குள்ளிருந்து கேட்பதுபோல் விழுந்தது. அவன் கண்ணயர்ந்து விட்டான். கும்பகர்ணனே தோற்று விடுவான் போல அப்படித் தூங்கினான். பகல் கழிந்து இரவு வந்தது. அவனுடைய குறட்டை ஒலியையும் ஆழ்ந்த உறக்கத்தையும் கண்ட மாணிக்கம் அவனை எழுப்ப விரும்பவில்லை.

கார்மேகன் இரவு உணவுக்காக வந்தான். சங்கர தேவனைக் குறித்து மாணிக்கத்திடம் பலவாறாக வினவினான். மாணிக்கம் பேசவில்லை.

மறுநாள் கதிரவனின் முதல் கதிர் வந்து பூமியைத் தொட்டவுடன் குதூகலமாக எங்கும் பறவையினங்கள் இனிய கீதம் இசைக்கும் ஒலி எழுந்தவுடன், நந்திபுரத்துச் சிவன் கோயிலிலும் விண்ணகரத்திலும் மணியோசை கேட்டவுடன், சங்கர தேவன் திடுக்குற்று எழுந்தான். ஒரு கணம் தான் எங்கிருக்கிறோம் என்றே அவனுக்குப் புரியவில்லை. உடல் நோவு நீங்கிப் புதுத்தெம்பு வந்த உணர்ச்சி உடலெங்கும் பரவியிருந்தது. மாணிக்கத்தின் கனிவான சொல்லும், கருணை ததும்பும் பணிவிடையும் அந்த வீட்டின் இனிய சூழலும், அடுத்திருந்த நந்தவனத்தினின்று பொங்கிவரும் புதுமலரின்

மணமும், அவனுக்கு இன்னும் இன்னும் புத்துணர்ச்சியை ஊட்டின.

நீராடி, உணவுண்டு அவன் வெளியே புறப்பட ஆயத்தமானான். "இன்னும் இரண்டு நாள் தங்கிவிட்டுப் போ தம்பி! சுமதியைப் பார்க்காமல் போகக் கூடாது. உன்னை அவளுக் காட்டாமல் இருந்துவிட்டால் என்னுடன் அவள் சண்டைபிடிப்பாள்" என்றாள் மாணிக்கம்.

சங்கரதேவனுக்கு சுமதியை மாணிக்கம் அறிமுகப்படுத்து வதற்கு முன்னரே, அவனே அறிமுகப்படுத்திக் கொள்ளும்படி நேர்ந்துவிட்டது. பீடுநடை போட்டவண்ணம் இளைய பிராட்டியார் மாளிகையை நோக்கி நடந்து அவன் போகும் போது, பகலுக்குள் பழையயாறையினின்று புறப்பட்டுத் தஞ்சை போய் விட வேண்டும்; அதற்குள் வந்தியத் தேவனைச் சந்தித்துவிட வேண்டும் என்று திட்டமிட்டுக் கொண்டான். வந்தியத் தேவன் தங்கியிருந்த மாளிகையில் விசாரித்ததில் அவர் அங்கு இல்லை என்பதை அறிந்தான். இளையபிராட்டியார் மாளிகையில் விசாரித்ததில் இளைய பிராட்டியாரும், வல்லவரையாரும் நந்தவனத்திற்குள்ளே சென்றிருக்கிறார்கள் என்று தெரிந்து கொண்டான்.

வல்லவரையரை நந்தவனத்தில் சந்தத்து விடலாம் என்று நந்தவன வாயிலை அணுகியவனை, "யாரய்யா நீங்கள்? நந்தவனத்திற்குள் இப்போது போகக் கூடாது" என்ற அதட்டலான குரல் கேட்டது. ஆடம்பரமற்ற எளிய உடை அணிந்தவளாயினும், குறுகுறுப்பான பார்வையும், இளமை பொங்கி வழியும் உடலும் கூடிய அந்த இளமங்கை மேலே செல்லாமல் அவனைத் தடுக்கும் பாவனையில் நின்று கொண்டிருந்தாள்.

பூர்ண சந்திரனின் வண்ணத்தையெல்லாம் சேர்த்து உரவாக்கிய நிறமுடையவள் என்றோ, கயல் இரண்டு துள்ளி நிற்கும் விழியாள் என்றோ, கொவ்வைக் கனி எனும் இதழுடையாள் என்றோ வருணிக்க இயலாதெனினும், அவள் சங்கரதேவன் கண்களுக்கு அழகாகத்தான் விளங்கினாள்.

சங்கரதேவனை இதற்கு முன்னர் இப்படி யாராவது தடுத்திருந்தால் குமுறி எழுந்து தடையை மீறிச் சென்று விட்டிருப்பான். வேளக்காரப் படையினருக்கு அளிக்கப் பட்டிருந்த பல சலுகைகளில் அவர்கள் நடவடிக்கையை தடுக்கும் எவரையும் தண்டிக்கும் உரிமையும் அளிக்கப் பட்டிருந்தது. ஆனால், சங்கர தேவனுக்கு சிறிதும் கோபம் வரவில்லை. அதற்கு மாறாக, அவன் புன்சிரிப்பு தவழ அவளை நெருங்கினான்.

சுமதி துணிவு மிக்கவள் தாம். என்றாலும் ஓர் ஆடவன் இப்படி நெருங்கி வருவது அவளுக்கு அச்சத்தையும் நாணத்தையும் அளித்தது. அவள் ஓரடி பின் நகர்ந்தாள். அவளை இன்னார் என சங்கர தேவன் தெரிந்து கொண்டுவிட்டான். மாணிக்கத்தின் சாயல் அவளிடம் உரித்து வைத்திருந்தது. அதனுடன் மாணிக்கம்மாள் வருணித்தபடி ஒரு சிறு மரு அவளது கன்னத்தில் இருப்பது அவளது அழகை அதிகப்படுத்திக் கொண்டிருந்தது.

"இந்த நந்தவனத்துக் காவலாளியாக உன்னை எப்பொழுது நியமித்தார்கள் சுமதி? இளைய பிராட்டியின் மாளிகையிலன்றோ இருந்தாய்?" என்று உதட்டில் குறும்புத்தனம் தவழக்கேட்டான் சங்கரதேவன்.

சுமதி திடுக்கிட்டாள். அவள் அவனை இதற்கு முன்பு எப்போதும் பார்த்ததேயில்லை. அவள் உடல் படபடத்தது. சுமதி என்று அவன் உச்சரித்தது, அவள் செவி வழியாக உடலெங்கும் பரவி, படபடத்த உடலுக்குத் தனிக் குளிர்ச்சியை அளித்தது. குளிச்சியும் படபடப்பும் சேர, உடலெங்கும் புல்லரித்தது. எனினும் தன்னுடைய அதிகாரச் சொற்களை கைவிட விரும்பாமல், "நீங்கள் யார் என்பதற்கு மறுமொழி கூறாமல் ஏதேதோ பேசுகிறீர்களே! என் பெயர் உங்களுக்கு எப்படித் தெரியும்?" என்றாள்.

சங்கரன் கடகடவென நகைத்தான். "நான் மந்திர தந்திரம் தெரிந்தவன்: உன் பெயர் எனக்குத் தெரியும். உன் தாயார் பெயரும் தெரியும். உன் தாயார் பெயர் மாணிக்கம். உன் தந்தை பெயர் கார்மேகம். அது மட்டுமில்லை! உன்

விக்கிரமன் ❖ 683

தந்தையின் நடவடிக்கை இப்போது ஒரு மாதிரியாக இருக்கிறது. இல்லையா?'' என்று சற்று அழுத்தமான குரலில் கேட்டான்.

சுமதி திகைத்தாள். அவளிடமிருந்து அதிகாரம் பறந் தோடியது. அவன் தோற்றமும், பேச்சிலே கலந்திருக்கும் குழைவும், அவளை அந்த இடத்திலே நின்று அவளைப் பார்க்காமல் ஒளிந்து கொள்ளத் தூண்டின. கரங்கள் முகத்தை மூடிக் கொள்ள முயன்றன. அவள் ஒருமுறை தலை முதல் பாதம் வரை அவனறியாமல் நோக்கினாள். அவளுடைய கரிய நிறம் செம்மையாக முயன்றது.

''இவ்வளவும் சொன்னேனே, நான் யார் என்று நீ கேட்கவில்லையே? நான்தான் சங்கரதேவன், மணிமங்கலப் போர்க்களத்தில் நூற்றுக் கணக்கான விரோதிகளின் தலைகளைக் கொய்த வேளக்காரப் படை வீரன்'' என்றான்.

'வேளக்காரப்படை' என்ற சொல்லைக் கேட்டவுடன் சுமதி நடுங்கினாள்.

''பயப்படாதே சுமதி! நான் அந்தப்படை வீரர்களுக்குள்ள உரிமையைப் பயன்படுத்த இங்கு வரவில்லை. வல்ல வரையரைச் சந்திக்க வந்தேன். இங்கே பூந்தோட்டத்தில் இருப்பதாகக் கூறினார்கள்'' என்றான் சங்கரன்.

சுமதி பெருமூச்சுவிட்டாள். ''அப்பாடா! இவர் பொல்லாதவர். இவருடைய பேச்சு இனிக்கிறது. பார்வைதான் நம்மை வேதனைப்படுத்துகிறது'' என்று எண்ணியவளாய், ''வல்லவரையர் இப்போது யாரையும் சந்திக்க மாட்டார். இளைய பிராட்டியாருடன் அவர் பேசிக் கொண்டிருக் கிறார்...'' என்று மெல்ல நகைத்தவாறு கூறினாள். வெண் பற்கள் அந்தக் கரிய முகத்துக்கு எடுப்பாய் இருந்தன.

''இளையபிராட்டியாருடன் பேசுகிறாரா? அப்படி என்னதான் இவ்வளவு நாழிகையாகப் பேசுவார்?'' என்றான் சங்கரன்.

''என்ன பேசுவாரா? நான் எப்படி அறிவேன்?'' என்று எண்ணியவளாய் நாணம் மேலிட, ''நான் மந்திர தந்திரம்

அறிந்தவளல்லள்'' என்றாள். சங்கரதேவனும் சுமதியும் சேர்ந்து நகைத்தனர்.

அதற்குமேல் சங்கரனைத் தடுத்து நிறுத்தியிருக்க அவள் விரும்பவில்லை. வல்லவரையர் இருக்குமிடம் நோக்கி அவனை அழைத்துச் சென்றாள் சுமதி. போகும் போது, சங்கரதேவன் முதல் நாள் அவளுடைய வீட்டில் தங்கியிருந்ததைப் பற்றியும், இன்றே வந்தியத் தேவனைச் சந்தித்துவிட்டுத் தஞ்சைக்கு அவசரமாகப் போக இருப்பதைப் பற்றியும் கூறினான்.

"இன்றே போக வேண்டுமா?" என்று சுமதி கேட்டாள். எதற்காக அவள் கேட்டாள்? ஏன் கேட்டாள்? அவன் போனால் என்ன? திடீரென அவளுக்கு அவன் மீது என்ன அக்கறை வந்துவிட்டது?

அதற்கு நாமா விடையளிக்க முடியும்? பெண்கள் இதயத்தில் இயற்கையாகத் தோன்றும் அந்த உணர்ச்சி வித்து எப்போது விதைக்கப்படுகிறதென்றோ, அது வளர்ந்து செடியாகிப் பூத்துப் பழுத்துக் குலுங்க யார் வழி செய்கிறார்களென்றோ எப்படிக் கூற முடியும்? பழையாறையின் வானத்திலே ரதியும் மன்மதனும் சஞ்சரித்து, அங்கு காணும் காதலர்கள் மேல் மலரம்புகளை வீசுகின்றனர் என்பதும் எவருக்கும் தெரியாது.

வந்தியத்தேவனும், இளையபிராட்டியும் எதிர்பார்த்தபடி நந்தவனத்திலில்லை. நந்தவனத்தை ஒட்டி ஓடிக் கொண்டிருந்த ஆற்றில் சிருங்காரப் படகு ஒன்று சென்று கொண்டிருந்தது. இதிலே இரு உருவங்களை அமர்ந்திருந்தன. அவர்கள் வந்தியத் தேவனும், இளையபிராட்டியுமாகத்தான் இருக்கவேண்டும். அவர்களுடைய மனக்கோட்டையில் இப்போது எந்தவித வெளியுலக நடவடிக்கைகளும் புகவில்லை. அவர்கள் கற்பனையில் சஞ்சரித்தனர். அற்புதத் திட்டங்களிலே மிதந்தனர் காதல் கோபுரத்திற்குச் சிகரம் வைக்கும் பணியிலே!

"நீங்கள் தேடி வந்த வல்லவரையரைச் சந்திக்க முடியாது என்று கூறினேனே; அதோ அவரும் இளைய பிராட்டியும் ஓடத்திலேறிச் செல்கின்றனர்..." என்றாள் சுமதி.

வல்லவரையரிடம் இளையபிராட்டிக்கு ஏற்பட்டிருக்கும் காதலைச் சங்கரதேவன் கேள்விப்பட்டிருக்கிறான்.

பல வருடங்கள் பிரிந்திருந்தாலும், இளைய பிராட்டியோ வல்லவரையரோ ஒருவரையொருவர் மறக்கவில்லை என்றறிந்த சங்கரதேவன், "காதல் என்றால் இதுதான் காதல், பல வருடங்கள் கழித்து இருவரும் மீண்டும் சந்திப்போமா எனும் உறுதியின்றிப் பிரிந்திருந்தும், மீண்டும் சந்தித்துள்ள போது அவர்கள் அன்பு வளர்ந்துதானிருக்கிறது!" என்றான்.

"அதில் என்ன ஆச்சர்யம்? காதல் என்பது கணத்தில் தோன்றக்கூடியது என்றாலும், கணத்திலே மறையக் கூடிய தன்றே. பாறையிலே செதுக்கப்படும் எழுத்து அது." என்றாள் சுமதி.

"மிகச் சாதுர்யமாகப் பேசுகிறாயே! எல்லாக் காதலர்களுக்கும் அப்படித்தானா?" என்றான், சங்கரன்.

"அப்படி இருந்தால்தான் உண்மைக் காதல்..." என்றாள் சுமதி.

"உன் வாழ்க்கையில் அப்படி ஏதாவது நேர்ந்திருக்கிறதா?" என்று ஒருகேள்வி கேட்டான் சங்கரன். சுமதியின் இதயம் ஒரு குலுங்கு குலுங்கியது. தேன் வண்டுகள் ஆயிரம் ரீங்காரம் செய்கின்றனவா? முல்லை மெல்லரும்புகள் கூடை கூடையாக அவள்மேல் பொழிகின்றனவா? அவள் இதுவரை அறியாத நாணம் வந்து சூழ்ந்து கொண்டது. எனினும், முன்பின் சந்தித்தறியா ஆடவனொருவன் மிகத் துணிவுடன் இப்படிக் கேட்டது அவளுக்குப் பிடிக்கவில்லை. நாணத்தைக் கோபம் வென்றது. வேறு எவராவது அவளிடம் இவ்விதம் கேட்டிருந்தால், இவள் கரங்கள் எதிராளியின் கன்னத்தைப் பதம் பார்த்திருக்கும். அவளால் அங்கே நிற்க முடியவில்லை. அவனைக் கோப விழிகளால் ஏறெடுத்து நோக்கினாள். அதிலே கோபம் தொனித்தது: ஆத்திரம் பொங்கியது. அங்கிருந்து விரைந்து ஓடிவிட்டாள்.

அத்தியாயம் 9

நள்ளிரவில் நடந்தது

சங்கரதேவன் சுமதி செல்லும் திசையையே குறிப்பாக நோக்கிச் சென்றான். அவ்வளவு எளிதில் சுமதி கோபித்துக் கொண்டு போய்விடுவாள் என்று அவன் எதிர்பார்க்கவில்லை. சுமதியின் இனிய பேச்சு இவனை மயக்கியதா, வெண் முல்லை கட்டவிழ்த்தாற் போன்ற அவருடைய பற்களின் ஒளி அவனைக் கவர்ந்ததா என்று அவன் யோசனை செய்ய வில்லை. அவளுடனேயே பேசிக் கொண்டு இருக்க வேண்டும் போல் அவனுக்குத் தோன்றியது. ஆனால், அவ்வளவு பெரிய கேள்வியைத் தூக்கிப் போட்டு அவளைக் கோபித்துச் செல்லுமாறு செய்திருக்க வேண்டாம்.

'என் நாக்கில் சனியன் இருந்துவிட்டதோ?' என்று கூறி மெல்ல உதட்டைக் கடித்துக் கொண்டான். 'என்ன இருந்தாலும் இவ்வளவு முரட்டுத்தனம் கூடாது. வேளக்காரப் படையில் இருப்பவர்கள் என்ன வேண்டுமானாலும் செய்யலாம்; என்ன வேண்டுமானாலும் பேசலாம் என்பது தவறு' என்பதைச் சுமதி ஒரு நொடியில் சுட்டிக் காட்டி விட்டாளே!

'அவளுக்குக் கோபம் வந்திருக்க வேண்டும். அவள் விழி அதைத் தெரிவித்துவிட்டதே! நேரே சென்று தன் தாயிடம் என் பேச்சைப்பற்றி புகார் செய்திருப்பாளோ? இருக்காது வீட்டிற்கு அவள் போயிருக்க மாட்டாள். அரண்மனைக்குச் சென்றிருப்பாள். இளைய பிராட்டி திரும்பி வந்ததும் அவர்களிடம் நம்மைப்பற்றி ஒன்றுக்கு மூன்றாகக் கூறுவாள். அதற்கு முன்பாக நாம் இளைய பிராட்டியைச் சந்தித்துவிட வேண்டும்' என்று எண்ணிய சங்கரதேவன் ஆற்றங்கரையில் படகுத் துறையை நோக்கி விரைந்தான். திடீரென இளைய பிராட்டியிடம் எப்படிப் பேச முடியும்? வல்லவரையரை அறிமுகம் செய்து கொண்ட பிறகல்லவா இளைய பிராட்டியிடம் பேசலாம் என்று எண்ணியவாறு நடையை இன்னும் வேகமாக்கினான். இடையே யாரோ பின் தொடர்ந்து

வருவது போன்ற ஓசை கேட்டது. இரண்டு மூன்று முறை திரும்பித் திரும்பிப் பார்த்தான். கீரியொன்று குடுகுடுவென்று ஓடியது. இரண்டு காகங்கள் ஒன்றொடொன்று சண்டை யிட்டுக் கீழே சருகுகளின் மீது வீழ்ந்து புரண்டன. மரக்கிளை யொன்றில் கட்டப்பட்டிருந்த கூட்டிலிருந்து 'கீச்கீச்' சென்று குஞ்சுகள் கத்திக் கொண்டிருந்தன. குரங்கொன்று அங்கு மிங்கும் தாவியது.

சங்கரதேவன் இவற்றையெல்லாம் நிமிர்ந்து பார்த்தவாறு விரைந்தான். தோளிலே ஏற்பட்டிருந்த புண்ணின் நோவு இதுவரை தெரியாதிருந்தது. இப்போது இலேசாக வலித்தது.

கட்டு நழுவியிருக்குமோ? நேற்று மாணிக்கத்தின் வீட்டில் சுமதி இருந்திருந்தால் மருந்திட்டு அவள் கட்டுப் போட்டிருக்கக்கூடும். மருந்து போடாமலேயே அந்தக் காயம் சரியாகப் போயிருக்கும். உம்; என்ன செய்வது, இனியும் அப்படி நேர இயலாமல் போய்விட்டதே! நாவே என்ன சதி செய்தாய் நீ! ''நாகாக்க'' என்று தெரியாமலா வள்ளுவப் பெருந்தகை கூறியிருக்கிறார்! ஹூம்' என்று பெருமூச்சு விட்டவாறு சங்கரதேவன் நடந்தான். அப்பா வலிமாள மாட்டேன் என்கிறதே. அதோ இளையபிராட்டியார் வல்வரையர் ஏறியிருந்த படகு கூடத் திரும்பிக் கொண்டிருக்கிறதே...

சங்கரதேவன் வேகமாக நடப்பதை விட்டுவிட்டு ஓடினான். அந்த நடைபாதை அங்கே குறுகியது: வளைந்து திரும்பியது. அந்த இடத்தில் மரஞ்செடி கொடிகள் அடர்ந்திருந்தன. மறுபக்கத்தில் இருப்பவர்கள் எவர் என்று அடையாளம் புரிந்து கொள்ள முடியாத அவ்வளவு அடர்த்தி. பசுமையான கொடிகள் மரத்தைச் சுற்றிப் பின்னிக் கிடந்தன. விதவிதமான பூக்கள் பூத்துச் சிரித்து நின்றன. சற்று நேரத்திற்கு முன்பு விதவிதமான பூக்கள் மிளிர, பச்சை வர்ணப் புடைவையைத் தானே உடுத்தியிருந்தாள் அவள்! அந்த நினைவுதான் அவனுக்கு. கிரீச், கிரீச் என்று மரத்தின் மேலிருந்து குரங் கொன்று அவனை நோக்கிப் பல்லை இளித்து 'அழகு' காட்டியது. அவனுக்கு ஏற்பட்டிருந்த சோர்விலே அந்தக் குரங்கை அப்படியே சம்ஹாரம் செய்து விடலாமா எனும்

ஆத்திரம் ஏற்பட்டது. ஆனால், அவன் கோபத்தை ஒரு குரல் தணித்தது.

"தம்பி!" யாரோ கூப்பிட்டார்கள். சங்கரதேவன் திரும்பினான். சுமதியின் தந்தை நின்று கொண்டிருந்தார். 'தம்பி' என்று குரலில் கோபமில்லை. ஆனால், அவர் எல்லாவற்றையும் அறிந்திருப்பாரோ? நம்மைத் தொடர்ந்து வருவது போன்ற காலடியோசை கேட்டதே ஒருவேளை அவருடையது தானா? அவர் மறைந்திருந்து எல்லா வற்றையும் கேட்டுக் கொண்டிருந்திருப்பாரோ? அவர் பொல்லாதவராக இருக்கலாம்; நேற்று வீட்டிலே இருந்தவர் நம்மிடம் ஒரு வார்த்தை கூடப் பேசவில்லை. இப்போது நம்மைத் தம்பி என்றழைக்கிறார்...சங்கரதேவனால் ஒன்றும் முடிவு செய்ய முடியவில்லை.

அவரைத் தெரிந்து கொள்ளாதவன் போல் பாவனை செய்தவன்; "யார்? யார்?" என்று குரலில் ஒருவிதத் தீவிரத்தை வரவழைத்துக் கொள்ள முயன்றான்.

"தம்பி, என்னைத் தெரியவில்லையா? நான்தான் மாணிக்கத்தின் கணவன். அரண்மனையில் பணியாற்று கிறாளே சுமதி. அவளுடைய தகப்பன்" என்றார் கார்மேகன்.

அவருக்கு எந்தவிதக் கோபமும் ஆத்திரமும் இல்லை என்பது தெரிந்துவிட்டது. இப்பொழுதுதான் அதைத் தெரிந்து கொண்டவன் போன்று அசட்டுச் சிரிப்பை வரவழைத்துக் கொண்டு, "ஓகோ....ஆமாம் ஆமாம்...நேற்றுச் சரியாகத் தங்களைப் பார்க்கவில்லை...ஹி...ஹி" என்றான்.

அவர் சங்கரதேவனை ஏற இறங்க ஒருமுறை பார்தது, "தம்பி, இந்த நந்தவனத்திற்குள் வேற்று மனிதர் யாரும் வரக்கூடாதே? நீ எப்படியப்பா வந்தாய்?" என்றார்.

சங்கரதேவன் இரண்டு காரணங்களுக்காக அவரைத் திரும்பி ஏற இறங்கப் பார்த்தான். தான் வேற்று மனிதனல்லன் என்பதை அவர் அறிவார். வேற்று மனிதர்கள் வரக்கூடாது எனும் கேள்வி, கேட்காமலே அவன் கண்கள் மூலம் எழுந்தது.

“தெரிகிறது தெரிகிறது...நான் அப்படி இங்கே வந்தேன் என்கிறாயே? எனக்குத் தடை ஏதும் கிடையாது. நான் இங்கே வராவிட்டால் நந்தவனத்துப் பூக்களின் கதி என்ன ஆவதாம்? அவற்றைக் கிள்ளி மாலை கட்டி விண்ணகரக் கோயிலுக்கும், சிவன் கோயிலுக்கும் அனுப்புகிறேன். அந்தக் கைங்கர்யத்தில் தான் என் ஜீவனமே நடக்கிறது என்பது உனக்குத் தெரிந்திருக்குமே!” என்று கூறி நகைத்தார்.

காவி படிந்திருந்த அவர் பற்கள் வெளியே தெரியும் போது அவர் இதயத்தில் படிந்திருக்கும் காவியும் வெளியே தெரிந்தது.

சங்கரதேவன் அவ்வளவு தூரம் சிந்தனையை ஓடவிட வில்லை. தனக்கும் நந்தவனத்திற்குள் வருவதற்கு உரிமை இருப்பதைத் தெரிவிக்க விரும்பினான்.

“நீங்கள் பூக்களைக் கிள்ளி மாலை தொடுப்பதால் உரிமை பெற்றிருக்கிறீர்கள். நானும் விரோதிகளின் தலைகளைக் கிள்ளி எறியும் தொழில் செய்வதால் தனி உரிமை உண்டு எனக்கு!” என்று கூறிய சங்கரதேவன், தானும் தன் வெண்பற்கள் தெரிய நகைத்து, “சிறிது நாட்களுக்கு முன்னர் அந்தத் தொழிலைச் செய்தேன். ஆகா! பல்லவ வீரர்களின் எத்தனை தலைகள் உருண்டன! ரத்த ஆறு என்பதைக் கண்ணால் கண்டேன்; மாற்றார் தலைகளைக் கொய்வது மட்டுமன்று என்தொழில். அரசருக்கும் அரசாங்கத்துக்கும் தன் உயிரையே கொடுப்பதாகச் சபதம் செய்துள்ள வேளக்காரப் படை வீரன் நான்... எனக்கு இந்த நந்தவனத்தில் மட்டுமா, அரண் மனையிலும் நுழையும் உரிமையுண்டு...” என்றான்.

கார்மேகன் திடுக்கிட்டவர் போல் பாவனை செய்து, “ஆ! வேளக்காரப் படையைச் சேர்ந்தவனா தம்பி? அடடா, நான் யாரோ என்றன்றோ நினைத்துவிட்டேன்? மிக மிகச் சந்தோஷம். உன்னைத் தம்பி தம்பி என்று அழைத்து விட்டேன்... என் மகளுக்குத் தெரிந்தால் மிகவும் சந்தோஷப் படுவாள்...” என்றார்.

சுமதியைத் தான் சந்தித்துப் பேசியதை இவர் அறியவில்லை என்ற தெரிந்து கொண்ட பிறகுதான் அவனுக்குச் சற்றுத் தெம்பு வந்தது.

‘‘ஆமாம்; இங்கே நந்தவனத்திற்குள் இப்படி வந்து விட்டாயே..இப்படி உலாவி விட்டுப் போகிற அளவுக்கு அவகாசம் போலிருக்கிறதே?’’ என்று பேச்சை இழுத்தார் கார்மேகன்.

‘‘அவகாசமா? அவகாசமேது? வல்லவரையரைச் சந்திக்க வேண்டும். அதற்காகவே தங்கினேன். ஒவ்வொரு நொடியும் ஆபத்து நிறைந்திருக்கிறது.’’

‘‘ஆபத்தா...சோழ நாட்டிற்கு ஆபத்தளிக்கும் ஒருத்தர் இருக்கிறாரா?’’

‘‘அந்த ஆபத்தைச் சொல்லவில்லை. உமக்குத் தெரியாதா? பழுவேட்டரையர் படுகாயமடைந்து விட்டார்; அவரைத் தஞ்சைக்கு அழைத்துச் செல்கிறார்கள்...’’

‘‘பழுவேட்டரையரா?....’’ கார்மேகனுக்கு உண்மையில் அச்செய்தி தெரியாது. அதனால் திடுக்கிட்டுக் கேட்டார். அந்தக் கேள்வியை உரத்த குரலில் கேட்டார். மற்ற ஒருவருக்கும் காதில் விழ வேண்டும் எனும் நோக்கத்துடன்.

ஆம்; மற்றும் ஓர் உருவம் புதரின் மறுபகுதியில் நின்று கொண்டிருந்தது.

பழுவேட்டரையர் படுகாயமடைந்தார் என்ற செய்தி கார்மேகனுக்கு மட்டுமல்லாமல், அந்த உருவத்திற்கும் வியப்பை அளித்தது, மேலும் செய்தி கேட்டறிய அந்த உருவம் துடித்தது.

‘‘பழுவேட்டரையரா படுகாயமடைந்தார்?’’ என்று, மீண்டும் ஊர்ஜிதம் செய்யக் கேட்டார் கார்மேகன்.

‘‘போர்க்களத்திலே மார்பிலே விழுப்புண் பெறுவது, வீரனுக்குக் சாதாரணம். பழுவேட்டரையர் பரம்பரை புறமுதுகிட்டோடாத பரம்பரை. வெற்றியின்றித் தோல்வி அறியாக் குலம் அவருடையது. படுகாயமுற்றாலும் பார்த்திபேந்திரனின் தோல்வியையும், மரணத்தையும், செவி குளிரக் கேட்டார் பழுவேட்டரையர்!’’

இதைக் கூறும்போது சங்கர தேவன் முகத்தில் பெருமை கூத்தாடியது. மேலும் அவன் தன் பெருமையைக் கூறினான்.

"சோற்றமுக்கி வீரர்களாக எண்ணிக்கையில் அதிகமாகப் பார்த்திபேந்திர பல்லவன் அழைத்து வந்தது உண்மைதான். ஆனால் தலையைக் கொடுத்து சோழநாட்டைக் காப்பாற்றச் சபதம் பூண்டிருக்கும் கைக்கோளப் படைகளின் எதிரே அவர்கள் ஈசல்போல் சிறகிழந்து சிதறினர். இனி வடக்கே சோழ நாட்டிற்கு அபாயமே இல்லாத அளவுக்கு வெற்றி கிடைத்தது..." உற்சாகமாகச் சங்கரதேவன் கூறிக் கொண்டே போனான்.

கார்மேகனுக்கு அந்தச் செய்திகளில் அவ்வளவாக அக்கறை இல்லை. யார் வீழ்ந்தாலும் யார் வாழ்ந்தாலும் அவர் கவலைப் படப் போவதுமில்லை. அவருக்கு வேண்டியதெல்லாம் பணம். கலகலவென்று ஓசைப்படும் தங்க நாணயம். துளைப் பொன்னாக அமைந்த பழுவேட்டரையர் பொக்கிஷத்து நாணயங்களாகச் சேர்த்து விடவேண்டும் என்ற பேராசை அவரைச் சூழ்ந்து கொண்டது. ஆசையின் விளைவு ஆளையே மாற்றியது. அவர் கேட்ட கேள்விகள் எல்லாம் புதர்மறைவிலிருக்கும் உருவத்திற்காகத்தான்..

சங்கர தேவன் காஞ்சிப் போர்க்களத்தைப் பற்றிச் சொல்லிக் கொண்டே போகும்போது, அந்த உருவம் துடித்தது. பார்த்தி பேந்திரன் மாண்டு வீழ்ந்தான் என்று கூறியபோது, அவன் கரங்கள் இடுப்பில் செருகியிருந்த குறுவாளைத் தடவியது. பழுவேட்டரையர் படுகாயமடைந்தார் என்று கூறியபோது முகத்தில் தனி ஒளி எழுந்தது. அந்த ஒளி உடனேயே ஒரு திட்டத்தைத் தீட்டியது. அருண்மொழிவர்மர் நந்திபுரம் வந்ததையும் உடனே தஞ்சைக்கு விரைந்திருப்பதையும் கூறிய போது, அந்த உருவத்தின் முகம் மாறித்தானிருக்க வேண்டும்.

அடர்ந்த நிழலிருளில் மறைந்திருந்ததால் உணர்ச்சியின் தன்மையை அறிந்து கொள்ள முடியவில்லை.

கார்மேகனுக்கு அதற்குமேல் ஏதும் கேட்கக் கேள்விகள் இல்லை. அவனுக்குக் கற்றுக் கொடுத்தவை அவ்வளவே. கரிய திருமேனியின் பெரிய தொந்தியைத் தடவி விட்டுக் கொண்டு, காவிப் பல் தெரியச் சிரித்து, "தம்பி, உன்னை

இப்படி நிறுத்தி வைத்துவிட்டேனே! வல்லவரையரை உடனே போய்ப் பார். அப்புறம் பார்க்க முடியாது போனாலும் போய் விடலாம். பார்த்துவிட்டுப் பகல் உணவுக்கு வீட்டிற்கு வந்துவிடு. இன்றைக்குச் சிறப்பான சமையல்! கீரை கடைந்து முருங்கைக்காய் போட்டுக் குழம்பு, காலையிலேயே மணம் மூக்கைத் துளைத்தது, வந்து விடுகிறயா? மறந்து விடாதே, தம்பி? உன் பேச்சு கேட்பதற்கு நன்றாக இருக்கிறது. சுமதி கேட்டால் விழுந்து விழுந்து சிரிப்பாள்..'' என்று கூறிவிட்டுக் கார்மேகன் நகர்ந்தார். அவர் நடப்பதே விசித்திரமாக இருந்தது. கரிய சிறிய அந்த உருவத்தின் நடை சிறு கரடி நடப்பது போன்றிருந்தது. இந்தக் குரூபிக்குச் சுமதி போன்ற பெண் எப்படிப் பிறந்தாள் என்று சங்கரதேவன் வியந்தான். 'சுமதி கேட்டால் சிரிப்பாள்' என்று கார்மேகன் கூறிச் சென்றதை நினைக்கும்போது, அவனுக்குச் சோர்வு தட்டியது. 'என் பேச்சு அவளுக்கு வேம்பாகி இருக்கும். எப்படி அவளை மீண்டும் நம் வயப்படுத்துவது....?' என்று எண்ணியவாறு சங்கரதேவன் மெல்ல நடந்தான்.

சங்கரதேவன் சென்ற பிறகு, கார்மேகன் மெல்லக் குரல் கொடுத்தார். புதரின் மறைவினின்று அந்த நெடிய உருவம் வெளிவந்தது. இருளிலும், மறைவிலும், பாழிடத்திலும் மறைந்திருந்த அவ்வுருவம் தெளிவாகத் தன் முகத்தைக் காட்டியது.

ஆ! இளையபிராட்டியாரின் மாளிகைத் தோட்டத்து மாதவிப்பந்தலின் அடர்ந்த செடிகளுக்கு இடையே மறைந்திருந்த அந்த உருவம் ரவிதாசனா?

ரவிதாசன்

வல்லவரையரையும், இளையபிராட்டியையும் குறிபார்த்து அவன் கரத்தில் குறுங்கத்தி பளபளத்ததே?

ரவிதாசன் தான் செய்த சபதத்தை எடுத்த காரியத்தை நிறைவேற்றுவதில் தீவிரமாகச் செயலாற்ற முனைந்து விட்டான்.

ரவிதாசன்! ஆனைமலைக் காட்டினின்றும், தப்பி ஓடி வந்து, காளாமுகர் யோசனைப்படி சோழநாட்டில் அவனும் பரமேச்வரனும் நுழைந்துவிட்டனர். காளாமுகர் அவனிடம் விடைபெற்றுக் கொண்டார்.

"சாமி, தங்களை எப்போது மீண்டும் சந்திப்பது?" என்று ரவிதாசன் காளாமுகரைக் கேட்டான்.

"நினைத்தபோது வந்து நிற்பேன். உன்னுடைய காரியத்தில் கவனமாக இரு ரவிதாசா! இளவரசர் அருண் மொழியும் வெளிநாட்டினின்று வந்துவிட்டதாகச் செய்தி."

'வந்து விட்டாரா?'

அருண்மொழியும் நந்திபுரத்திற்கு வந்திருப்பதில் ரவிதாசன் மகிழ்ந்தது எதற்காக? இப்போது நந்தவனத்தில் மறைந்து திரிவது எதற்காக?

"ஆச்சரியப்படாதே ரவிதாசா! ஒரு புறம் உன் செயல்கள் எளிதில் நடைபெறும்; மறுபுறம் நீ மிகக் கவனமாக இருக்க வேண்டும்."

"வேண்டியவற்றைத் திட்டமிட்டுச் செய்வேன்."

"ஆமாம். ஆமாம். உற்சாகமாகப் பேசிவிடுகிறாய். உன் அரசருக்குக் கொடுத்த வாக்கை நிறைவேற்ற வேண்டும். உனக்கு ஆத்திரம் மட்டும் இருக்கிறது. ஆனால் நொடியிலே தவறு செய்து காரியத்தைக் குட்டிச் சுவராக்கி விடுவாய்..."

"என்ன சாமி சொல்கிறீர்கள்?"

"உம்... எதற்குப் பழைய கதையைக் கிளற வேண்டும்? தஞ்சை அரண்மனையில் நீயும், உன் சீடர்களும் வசதியாக நடமாடி வந்தீர்கள். பழுவேட்டரையர் மாளிகைக்கும் சுந்தரசோழர் படுத்திருந்த இடத்திற்கும் அடிக்கடி சென்று வரும் வாய்ப்பு உனக்கிருந்தது. எனினும் உன் திட்டத்தை நிறைவேற்ற முடியவில்லை."

"சாமி, நீங்கள் சொல்வது போல் பழைய கதையை ஏன் கிளறவேண்டும்? பிறரை நம்பியதால் என் திட்டங்கள் பாழாயின. இப்போது என் யோசனைக்கு நான் ராஜா!"

அதுதான் சோமன் சாம்பவன் பழுவேட்டரையர் ஆட்களிடம் சிக்கிய பிறகு அவனை மீட்க ரவிதாசன் முயலவில்லை. அவனிடமிருந்து எள்ளளவு கூட விஷயத்தை அறிய முடியாது. அவன் சதையைத் துண்டு துண்டாக்கினாலும் அவன் கூறமாட்டான். என்றாலும் அவனைத் தப்ப வைக்க ஏதும் செய்யாதது வெட்கமாகவும், வருத்தமாகவும் இருந்தது ரவிதாசனுக்கு. எனினும் திடமான நம்பிக்கையோடு அவன் கூறினான். "எல்லாவற்றிற்கும் ஒரு முடிவு ஏற்படுத்தி வருகிறேன் சாமி. நீங்கள் காசி யாத்திரைக்குப் போவதற்கு முன்பே சோழநாட்டிலே பெரிய திடுக்கிடும் செய்திகளைக் கேட்டுவிட்டுச் செல்வீர்கள்" என்று.

காளாமுகர் நகைத்தார். தன் கரங்களைத் தூக்கி, "ரவிதாசா! கடந்த காலத்தில் உன்னுடைய புத்திசாலித்தனத்தால் நீ பிழைத்தாயோ இல்லையோ, இனிமேல்தான் மிக ஜாக்கிரதையாகச் செயலாற்ற வேண்டும்" என்றார்.

"ஏன் சாமி? தங்களுக்கு அப்படித் திடீரென சந்தேகம் வந்துவிட்டது?"

"என் மனத்தில் பட்டதைச் சொல்கிறேன். நானும் அதிக நாள் இங்கே நடமாட முடியாது. உன்னுடன் பேசுவதையோ, உனக்கு உதவி செய்வதையோ, உனக்கு யோசனைகள் கூறுவதையோ யாராவது அறிந்தால், வயதான காலத்தில் நான் காரக்கிரக வாசம் அனுபவிக்க வேண்டியதுதான்."

"சாமி, சாமி! நீங்கள்கூட இப்படிப் பேசலாமா? தங்களைக் கண்டுகொள்ளக் கூடியவர்கள் யார் இருக்கிறார்கள்? அருண்மொழி வருவதற்குள் எத்தனையோ மாறுதல்களை நீங்கள் கண்டுவிடலாம். என்னைப் பற்றியே சோழநாட்டில் மறந்திருப்பார்கள்."

"தவறு... அகப்பட்டுக் கொண்டானே சோமன் சாம்பவன். அவன் கக்கி விட்டால்..."

"ஒருநாளும் முடியாது சாமி! அவனுடைய நெஞ்சுத் துணிவு எனக்குக் கூட வராது. இவ்வளவு நாள் அவன் எப்படிச் சிறையிலிருந்து தப்பிப் போகாமல் இருக்கிறான் என்பது ஆச்சரியமே... நீங்கள் வேண்டுமானால் பாருங்கள்

சாமி! இந்தச் சிறு கத்தி சோழப் பூண்டையே வெட்டி எறியப் போகிறது..."

காளாமுகர் உடலில் சிலிர்ப்பு ஏற்பட்டது.

"சாமி! என் திட்டத்தைச் சொல்லிவிடுகிறேன். நானும் என் சகோதரனும் நேரே காஞ்சிக்குப் போகப் போகிறோம். அங்கே அவனைப் பொன் மாளிகையில் நிறுத்தி வைத்துவிட்டு, நான் தஞ்சைக்கு வரப் போகிறேன். மதுராந்தகரைச் குறி வைத்துத் தீர்க்கப் போகிறேன். அவர் மகளையும் சரி செய்து விடுகிறேன். அதற்குள் நீங்கள் கூறுவதுபோல் அருண் மொழியும் வந்துவிட்டால்? எவ்வளவு நேரம் ஆகிவிடும் என் ஆத்திரத்தைத் தீர்த்துக் கொள்ள? இவற்றிற்கு முன்னர் உறையூரில் சற்று வேலை இருக்கிறது. எனக்கு எப்போதும் உதவி செய்யச் சிராப்பள்ளிக் குன்றிலே ஆயத்தமாக இருக்கிறார்கள். தங்க நாணய ஓசை ஒன்றே அவர்களுக்குப் போதும். அவர்களையும அழைத்துக் கொண்டு என் திட்டங் களை முடித்து விடுவேன்" என்று பெருமிதத்தோடு பேசிக் கொண்டே சென்றார் ரவிதாசன்.

காளாமுகர் குறுக்கிட்டு, "ரவிதாசா! உன் திட்டத்தில் சிறு மாற்றம் தேவை. வீணே காஞ்சிக்குச் செல்லாதே. பார்த்தி பேந்திரனுடைய வேலையில் குறுக்கிடாதே. காஞ்சி மாளிகையைச் சுற்றி, அவன் ஆட்கள் வட்டமிடுகிறார்கள். இளையபிராட்டியைப் பார்த்திபேந்திரன் அடையத் துடிக்கும்போது, நீ அழிக்க முனைந்தால் உன்னை வெட்டி வீழ்த்திவிடுவான். காஞ்சிக்குச் செல்லாமல் நேரே தஞ்சைக்குப் போய்விடு. உன் முகத்தைக் காட்டாதே. யாராவது கண்டுபிடித்துவிடுவார்கள்" என்றார்.

ரவிதாசன் சிறிது நேரம் யோசித்தான். அதற்குள் காளாமுகர் நடந்து கொண்டே, "சரி ரவிதாசா நான் போய் வருகிறேன். இனி உன்னை எப்போது பார்ப்பேனோ தெரியாது. ஆனால் பார்க்க வேண்டும் என்று தோன்றியவுடன் வருகிறேன். உம்; ஒன்று நினைவுக்கு வருகிறது. நீ உறையூருக்குத்தானே போகிறாய்? அங்கே அடுத்திருக்கும் ஊரில் எனக்குச் சிறிது வேலை இருக்கிறது. நானும் வருகிறேன்" என்றார்.

மூவரும் அங்கிருந்து நடந்தவாறு சோழ நாட்டிற்குள் புகுந்து உறையூரை நோக்கி நடக்கலாயினர்.

உறையூரில் காளாமுகரை விட்டு, ரவிதாசனும் அவன் சகோதரனும் பிரிந்தனர். ரவிதாசன் சிராப்பள்ளிக் குன்றிலிருந்த குகைப் பகுதியை நோக்கிச் சென்று, அங்கே சந்திக்க வேண்டியவர்களைச் சந்தித்துவிட்டுக் காளாமுகர் கூறியது போன்று தஞ்சையை நோக்கிப் பயணமானான். ஆனால் அவர்கள் தஞ்சையை அடைவதற்கு முன்னரே, சோழ நாட்டில் ஏற்பட்டிருந்த பெரும் மாறுதல்களை ரவிதாசன் அறிந்து திடுக்கிட்டான்; திகைத்தான். அருண்மொழி வந்து விட்ட செய்தியும், குந்தவை காஞ்சியினின்று தஞ்சை வந்த செய்தியும் அறிந்து திகைத்தான். எல்லாவற்றிற்கும் மேலாக வந்தியத் தேவன் விடுதலையடைந்த செய்தி அவனைத் திடுக்கிடச் செய்தது.

பழுவேட்டரையன் பேரில் அவனுக்கு ஏனோ கோபம் கோபமாக வந்தது. சோழ வம்சத்தின் மீது பழி தீர்க்கும் பட்டியலில் அவரையும் சேர்த்துவிட மனத்திலே முடிவு செய்தான். காஞ்சிக்குச் செல்லாமல் ஒரே இடத்தில் எல்லாரையும் கூண்டோடு கயிலாயம் அனுப்பி விட முடிவு செய்தான். அவனுடைய சிந்தனை சுழன்றது.

மறைந்திருந்து கூடிப் பேசப் பழையபடி திருப்புறம்பியம் காடுகள் அடைக்கலம் அளித்தன. முன்பைவிட இப்போது அந்தக் காடுகள் அதிபயங்கரமாகக் காட்சியளித்தன. அவனுக்கே அந்தப் பகுதியில் செல்வது அச்சத்தை அளித்தது. குடந்தை நகரத்தில் சுற்றியலைந்த தன்னுடைய பழைய நண்பர்களைத் தேடிப் பிடித்தான். பாண்டியர்களின் ஆபத்துதவிப் படைகளுக்கு அந்தக் காலத்தில் மறைமுகமாக உதவியவர்கள். இப்போது தங்களை இன்னார் என வெளிப் படுத்திக் கொள்ளாமல் வெவ்வேறு தொழில்களில் ஈடு பட்டிருந்தனர். பரமேச்வரன் நாணயச் சாலையில் பணி யாற்றிய காலத்தே பல சமயங்களில் அவர்களுடன் தொடர்பு கொண்டிருக்கிறான். தங்க நாணயங்களை அவர்கள் மூலம் பாண்டிய நாட்டிற்கு அனுப்பியிருக்கிறான். போலி நாணயப் புழக்கமும் அவர்களால் ஏற்பட்டது.

ரவிதாசனைக் கண்டவுடன் அவர்களுக்கு மட்டற்ற மகிழ்ச்சி. தங்கள் உதவியைப் பல விதங்களில் அளிக்க அவர்கள் முன்வந்தனர். திருப்புறம்பியத்திலும், மற்றும் குடந்தையில் அவர்களுடைய இல்லங்களிலும் தங்கி, ரவிதாசன் தனது பயங்கரச் செயலை நிறைவேற்ற வழிவகுத்துக் கொண்டிருந் தான். குடந்தையில் சதுரானன் பண்டிதர் மடத்தில், பழைய சோதிடரின் சீடன் ரவிதாசனுக்கு அறிமுகமானான்.

அவன் மூலமாக இளையபிராட்டியார் பழையாறையில் தங்கியிருப்பதை அறிந்து கொண்டான். நந்திபுர விண்ணகரக் கோயிலில் பூமாலைக் கைங்கர்யம் செய்யும் கார்மேகனின் நட்புக் கிடைத்தது. கார்மேகனுடைய மகள், மாளிகையில் பணியாற்றுவதை ரவிதாசன் அறிந்து கொண்டான். கார்மேகன் அரண்மனைக்குப் பூமாலைகள் கொண்டுவரும் போது அவருடன் வயோதிகக் கிழவர் போன்ற வேடத்தில் நுழைந்து, இளையபிராட்டியையும் வந்தியத் தேவனையும் கொல்லக் குறிபார்த்துக் கூரிய கத்தியுடன் பதுங்கியிருந்தான்.

வந்தியத் தேவன் விடுதலையாகிவிட்டான் என்ற செய்தி கேட்டவுடனேயே ரவிதாசனின் படபடப்பு அதிகமாக இருந்தது. சீக்கிரமாகக் காரியத்தை முடிக்காவிடில் பெரும் ஆபத்து சூழ்ந்துவிடும் என்பது அவனுக்குத் தெரியும்.

ஆதித்த கரிகாலனைக் கொன்றவர்களைக் கண்டுபிடிப்பதில் பழுவேட்டரையர் எப்படியும் தீவிரமாக முனைவார் என்பது அவனுக்குத் தெரியும். பிளவு பட்டிருந்த சோழ நாட்டு முக்கியஸ்தர்கள் ஒன்றுபட்டுவிட்டால், சோழ நாட்டில் உலவுவது கடினம் என்பதை அவன் உணர்ந்து கொண்டான்.

இளவரசர் அருண்மொழி பழையாறையில் தங்கியிருப்பார் என்று எண்ணியவனுக்கு அவர் திடீரென்று திரும்பியதால் ஏமாற்றம் ஏற்பட்டது. என்ன காரணம் என்று தெரியாமல் திகைத்திருந்த அவனுக்குச் சங்கரதேவன் கூறியவை புது சிந்தனையை ஊட்டின. சங்கரதேவன் இன்னும் சில நாட்கள் பழையாறையில் தங்கியிருப்பதால் பல நன்மைகள் ஏற்படும் என்றும் எண்ணினான், ரவிதாசன். அவனுடைய குழப்பம் நிறைந்த மனத்திற்குச் சங்கரதேவன் கார்மேகனிடம்

கூறியவை சற்றுத் தெம்பை அளித்தன. பழுவேட்டரையர் படுகாய முற்றுத் தஞ்சைக்கு எடுத்துச் செல்லப்பட்ட சேதி அவனுக்குப் புது யோசனைகளை ஏற்படுத்தியது.

"கார்மேகா, போய்விடுவோம்?" என்றான் ரவிதாசன்

"நந்தவனத்தில் தங்கியிருந்து உன் வேலைகளை முடித்துக் கொள்ளப் போவதாகக் கூறினாயே?" என்றார் கார்மேகன்.

"இப்போது வேண்டாம்; இன்றிரவு ஆரியப்படை வீட்டுக் கோடியிலே உள்ள பாழ் மண்டபத்தில் கூடுவோம்..."

"கூடி...?"

"கூடிப் பேச வேண்டியவை பல இருக்கின்றன. நீ செய்ய வேண்டியது என்னவென்றால், சங்கரதேவனிடம் பேச்சுக் கொடுத்துச் செய்திகளை அறிந்து வா. அவசரப் பட்டுக் காரியத்தைக் கெடுத்துவிடாதே" என்று கூறிவிட்டு, ரவிதாசன் அங்கிருந்து சென்றுவிட்டான்.

பழையாறையின் ஒரு பகுதியான ஆரியப்படை விட்டுப் பகுதியில் அந்தப் பாழடைந்த கோவிலும் மண்டபமும் இருந்தன. ஒரு காலத்தில் வஜ்ர தாரா எனும் தெய்வத்தின் கோயிலாக இருந்து கவனிப்பாரற்றுப் போனதால் பாழடைந்து போயிற்று. அந்தக் கோயிலைச் சுற்றிப் புதர்களும், செடிகளும் மண்டிவிட்டன. உள்ளே இருப்பவர்கள் வெளியே தெரியா வண்ணம் பெரும் மரங்கள் வளர்ந்திருந்தன.

ரவிதாசனுடைய திட்டத்தின்படி ஒவ்வொருவராக அங்கு வந்து கூடத் தொடங்கினர். அங்கு வருபவர்களைப் பற்றியும் அங்கு கூடப் போகிறவர்களைப் பற்றியும் சந்தேகப்படக் கூடிய காவலர் எவரும் இல்லை. சோழப்படைகளுக்குத் தக்க முறையில் கட்டளையிட்டுச் செயல் நடத்தத் தக்கவர்கள் எவரும் இல்லாது போய்விட்டதால், இட்ட வேலையை மட்டும் செய்துவிட்டுச் சும்மாயிருக்கும் குணம் வந்து சேர்ந்து விட்டிருந்தது. அத்துடன் பழையாறையில் எவரும் கவனம் செலுத்துவதில்லை. மறைந்திருந்து ஒரு காலத்தில் சதி செய்த ரவிதாசன், இப்போது வெளிப்படையாகவே நடு நகரத்திலேயே யோசனை செய்யக் கூடினான்.

பார்த்திபேந்திரன் போர்க்களத்திலேயே இறந்தது. பழு வேட்டரையர் படுகாயமடைந்தது. அருண்மொழி நாடு திரும்பிவிட்டது போன்ற செய்திகளை ரவிதாசன் வந்திருந்த வர்களுக்குக் கூறினான். இரு நாட்களாகக் குந்தவையையும் வந்தியத் தேவனையும் குறிபார்த்தும் அதற்குத் தனக்கு வாய்ப்பு கிடைக்காது போனதையும் தெரிவித்தான்.

ரவிதாசன் பேசியவுடன் பரமேச்வரன் மெல்லிய குரலில் கூறினான். ''எனக்குத் தெரிந்தவரையில் ஒரே சமயத்தில் சோழகுலத்தின் முக்கியமானவர்களைத் தீர்த்து விடுவது என்பது நடக்காது என்று தோன்றுகிறது. தஞ்சையில் காரியத்தை முடித்தாலும் பழையாறையில எச்சரிக்கையாகி விட மாட்டார்களா? அதனால் திட்டத்தை மாற்றிக் கொள்ள வேண்டியதுதான்'' என்றான்.

அவன் கூறியதை எல்லோரும் ஆமோதித்தனர். பரமேச்வரன் தொடர்ந்தான். ''குழப்பம் நிறைந்திருந்த சோழ நாட்டின் நிலை சிறிது சிறிதாகச் சீரடைந்து வருகிறது. வந்தியத் தேவன் ஒரு நொடியும் சும்மாயிருக்க மாட்டான். நம்மைத் தேடிப் பிடிப்பதுதான் அவனுடைய நோக்கமாயிருக்கும். மீண்டும் அவன் உற்சாகத்தைக் குறைக்கும் காரியம் ஏதாவது செய்யவேண்டும்.''

ரவிதாசனுக்குப் பளிச்சென்று யோசனை ஒன்று தோன்றியது. ''நீ சொல்வதும் சரிதான். முன்பே கர்வம் பிடித்தவன் வல்லவரையன். அவன் சிறைபுகக் காரணமா யிருந்தவரே அவனுக்கு விடுதலை தந்து விட்டார் என்றால், இனி அவனைப் பிடிக்க முடியாது. அந்தப் பெண் புலியின் பூரண அபிமானம் இருக்கும்போது சோழ நாட்டின் சிம்மாசனத்துக்குக்கூட அவன் போட்டியிடலாம்'' என்று கூறும்போது, வந்திருந்தவர்களில் ஒருவர் குறுக்கிட்டு, ''அப்படியென்றால் மித்திரபேத உபாயத்தைப் பிரயோகித்து வல்லவரையனுக்கும், அருண்மொழிக்கும் பேதத்தை உண்டாக்குவோமே!'' என்றான்.

ரவிதாசன் சிரித்தான். பயங்கரமாகச் சிரித்தான். அவன் அவ்வாறு சிரித்து எத்தனையோ ஆண்டுகளாகிவிட்டன. ''மித்திரபேதம்!'' என்று கூறிவிட்டு மீண்டும் நகைத்த அவன்,

"பேத உபாயம் தேட நாமிங்கு கூடவில்லை. தண்டத்தின் மூலம் நமது இலட்சியத்தை நிறைவேற்றிக் கொள்ள வேண்டும். அடுத்துச் சோழ நாட்டின் அரியணை ஏற ஆளைப் பிடிப்பதா நமது கவலை? அரியணைக்கு ஆளில்லாமல் அடித்துப் பாண்டிய மன்னரை அழைத்து வந்து செம்பியன் மகுடத்தைச் சூட்டுவது அல்லவா நமது வேலை? 'தஞ்சையும் காஞ்சியும் கொண்ட அமரபுஜங்கர்' என்று புகழ்ப் பெயரைத் தேடித் தருவதல்லவா நமது வேலை?" என்றான் கம்பீரமாக.

ரவிதாசனின் அழுத்தமான பேச்சும், அவனது சிரிப் பொலியும் எல்லாரையும் நடுங்கி அச்சமடையச் செய்தன. ரவிதாசன் மீண்டும் கூறினான்.

"நமது நடவடிக்கைகளில் நம்பிக்கையற்றவர்கள் எவராவ திருப்பின், அவர்கள் இப்போதே இங்கிருந்து சென்று விடலாம். அல்லது சோழர்களுக்கு ஒற்றர் வேலை செய்யக் கையீடு பெற்றவர்கள் இருப்பின், அவர்களும் இப்போதே சென்றுவிடலாம். அவரை மன்னித்துவிடச் சித்தமே! ஆனால் பிறகு அப்படிப்பட்ட சதிகாரரைக் கண்டுபிடித்துவிட்டால், உயிருடன் விடமாட்டேன்" என்று கூறும்போது, அங்கிருந்தவர் உடல்கள் சிலிர்த்தன.

"எனக்கு யாரிடமும் அச்சமில்லை; தலைவியின் போக்கு சரியில்லை என்றவுடன் அவர்கள் விரோதம் ஏற்பட்டாலும் கவலையேதுமில்லையென்று ஆனைமலைக் காட்டினின்று ஓடிவந்தவன் நான். அதனால் நான் கூறப்போகும் இந்த கடைசித் திட்டத்தை எல்லோரும் கவனமானக் கேட்டு, அதன்படி செய்யவேண்டும்" என்று சிம்ம கர்ஜனை போன்ற குரலில் கூறினான்.

"நாங்கள் ஆயத்தமாயிருக்கிறோம்" என்று எல்லோரும் ஒரு முகமாகக் குரல் கொடுத்தனர்.

"பாண்டிய மன்னரின் ஆட்சி காஞ்சி முதல் கன்னியா குமரிவரை பரவியிருக்க வேண்டும் என்பது எங்கள் ஆசை. அது நிறைவேற உடல் பொருள் ஆவி மூன்றையும் அளிக்கச் சித்தமாக இருக்கிறோம். இயலாவிடில் எங்கள் உறை

வாளால் நாங்களே குத்திக் கொண்டு மாளச் சித்தமே!'' என்றனர்.

ரவிதாசன் சற்று சாந்தமடைந்தான். பிறகு, ''இப்போது கிடைத்திருப்பது போன்ற வாய்ப்பு இனி எப்போதும் கிடைக்காது. இதைப் பயன்படுத்திக் கொள்ளவே திட்ட மிட்டுள்ளோம்'' என்றான்.

அவன் கூறி வந்தவற்றைக் கேட்கும்போது அங்கிருந்தவர் உடல்கள் சிலிர்த்தன. அவர்கள் இதயங்களும் பயங்கர மானவைதாம். எனினும் ரவிதாசனின் இதயம் எதற்கும் அஞ்சாத திடச்சித்தம் கொண்டது என்பது கண்டு அவர்களே நடுங்கினர். என்றாலும், அவர்கள் நெஞ்சில் புதுத் தெம்பும் உறுதியும் உண்டாயின.

தஞ்சையில் செய்ய வேண்டியவற்றையும், பழை யாறையில் நடைபெற வேண்டியவை பற்றியும் ரவிதாசன் கூறிவந்தான். இளையபிராட்டியைப் பற்றி ரவிதாசன் கூறியபோது 'ஆகாகா' ரம் செய்தனர்.

அப்போது, ஆந்தை அலறுவது போன்ற ஒலியொன்று எழுந்தது. ரவிதாசன் பேச்சை நிறுத்தி அக்குரலைச் செவிமடுத்தான். மும்முறை கூவியதும் ரவிதாசன் மீண்டும் குரல் கொடுத்தான். புதரை விலக்கிக் கொண்டு கார்மேகன் வந்து சேர்ந்தான்.

''வாரும் ஐயா, பூக்காரரே! உமது வரவிற்காகத் தான் காத்திருந்தேன்'' என்று வரவேற்றான் ரவிதாசன். தன் கரிய பெரிய தேகத்தைச் சுமந்து கொண்டு அவர் வந்ததால் அவர் உடல் வியர்த்து விட்டிருந்தது. விரைந்து வந்ததால் மேல் மூச்சு வாங்கியது.

''அவசர அவசரமாக ஓடி வந்தீரோ கார்மேகன் அவர்களே?'' என்று பரமேச்வரன் கேட்டான்.

''முக்கியமான செய்தி, உடனே சொல்வதற்கு ஓடோடி வந்தேன். சொல்லலாமா?'' என்றார் கார்மேகன்.

ரவிதாசன் தலையசைத்தான்.

"பழையாறையினின்று அரச குடும்பத்தவர் எல்லோரும் நாளை தஞ்சாவூர் புறப்பட்டுச் செல்கிறார்கள் என்பது தான் அந்தச் செய்தி."

இது பெரிய அவசரச் செய்தியோ? என்று மற்றவர் 'ச்சூ' கொட்டினர். ஆனால், ரவிதாசன் கார்மேகனை நோக்கி, "குந்தவையும் செல்கிறாளா?" என்று கேட்டான்.

"ஆமாம்; இளையபிராட்டி கூடத்தான். என் மகளும் செல்கிறாள். என் மகள் போனால் மாணிக்கமும் போய் விடுவாள். மாணிக்கம் போனால் எனக்குச் சோறு?" என்று வயிற்றைத் தடவினார் கார்மேகன்.

"குந்தவையும் போகிறாளா? அப்படியானால் நம் திட்டம் நிறைவேறிவிடும்" என்றான் ரவிதாசன். பிறகு அருகிலிருந்த சொக்கவேல் எனும் முறுக்கு மீசைக்காரனைப் பாரத்து, "உங்கள் ஆரூடம் என்ன சொல்கிறது?" என்று கேட்டான்.

சொக்கவேலின் நெற்றிக் குங்குமப் பொட்டும் அவருடைய முறுக்கிவிட்ட மீசையும் காண அச்சத்தை விளைவிக்கும்.

மதுரையை அடுத்த ஊரினரான அவர் பல ஆண்டுகளுக்கு முன்பே குடந்தை நகருக்கு வந்து விட்டார். தன் மகாராசா வெற்றியடைய வேண்டும் என்பது அவர் பேரார்வம். அதற்காக அவர் இவ்வளவு காலமும் பல வகைகளில் ஆபத்துதவிகளுக்கு உதவி வந்தார். ஆரூடம் சொல்லித் தன் பிழைப்பை நடத்தி வந்தார். ரவிதாசனுக்கு ஆரூடத்தில் பூரண நம்பிக்கை இல்லையெனினும், சொக்கவேலைத் திருப்திப்படுத்துவதற்காக அவ்வப்போது ஏதாவது கேட்ட வண்ணமிருப்பான்.

சொக்கவேல் தன் கண்களைச் சிறிது நேரம் மூடி இருந்துவிட்டு, "ரவிதாசா! பைரவித் தாய் உனக்குத் துணையாகக் காற்றை அனுப்புகிறாள். காரியத்தை முடித்துக் கொள்" என்றார்.

ரவிதாசன் சிரித்தான். ஹோஹோ என்று சிரித்தான். அதற்கு ஆமோதிப்பது போல் காற்று விர்ரென்று வீசியது. மரங்கள் பேயாட்டம் ஆடின. மண்டப மறைவில் இருந்த தீவர்த்தியும் குபீரென அணைந்தது. தீய்ந்த நாற்றம் எங்கும் பரவியது. எல்லோரும் எழுந்தனர்.

மறுநாள் நந்திபுரத்தினின்று தஞ்சை செல்லும் சாலையில் இரண்டு காததூரம் தள்ளி, அடர்ந்த சோலை மறைவில் ஆட்களை நிறுத்திவிட்டு, ரவிதாசனும் பரமேச்வரனும் தஞ்சைக்கு விரைந்து சென்றனர்.

அத்தியாயம் 10
இரு உள்ளங்கள்

பழுவேட்டரையருக்குப் பலமுறை நினைவு தவறி மீண்டது. என்னதான் தகுந்த முறையில் சிவிகையிலே அவரைக் கிடத்தியிருந்தாலும், ஆடாமல் அசங்காமல் கொண்டு வருவதற்கு ஏற்பச் சிவிகை சுமப்போர் முயன்றாலும், ஒவ்வொரு நொடியும் அவர் உடலில் மரண வேதனை ஏற்பட்டது. கல் போன்று கடினமான உடலாக இருந்தபடியால், அத்தகைய காயங்களை அவரால் தாங்க முடிந்தது. ஒரு பக்கம் உபாதை ஏற்பட்டாலும், மறுபக்கம் அவர் சிந்தனை முழுமையும் சோழ நாட்டின் வருங் காலத்தைப் பற்றி இருந்தது. வலியை மறைப்பதற்காக இன்னும் இன்னும் அவர் சிந்தனை செய்தார் மூளைக்கு அதிகமாக வேலையும் ரணத்தின் அதிர்ச்சியும் அவரை நினைவு தப்பிப் போகுமாறு செய்தன. வீரனொருவன் சிவிகை அருகே வந்து கொண்டிருந்தான்.

கட்டியம் ஏதும் கூறாமல் பழுவேட்டரையரைச் சுமந்து வந்த சிவிகை ஒவ்வொரு கிராமமாகக் கடந்து சென்றது. மறுநாள் பொழுது விடிவதற்குள் பழுவேட்டரையர் படுகாய முற்ற செய்தி எங்கும் பரவி விட்டது.

கடம்பூரிலிருந்து சம்புவரையர், பழுவேட்டரையரைச் சுமந்து சிவிகை வரும் செய்தி அறிந்தவுடன், நெடுஞ் சாலையில் கடம்பூர் எல்லையிலேயே வந்து நின்று விட்டார்.

அவர் வயதில் இளைஞர்; சோழ நாட்டின் மீது பேரன்பு பூண்டவர்; சிறிய பழுவேட்டரையர் பேரில் மதிப்பும் மதியாதையும் மிக்கவர்.

ஆனால், மெய்க்காவலர்கள் அவர் எங்கும் தங்க இயலாது என்பதை வற்புறுத்தித் தெரிவித்துவிட்டனர். சம்புவரையர் வந்திருக்கிறார் என்றறிந்த பழுவேட்டரையர் சைகை மூலம் ஏதோ தெரிவித்தார். தஞ்சைக்கு வருமாறு அழைக்கிறார் என்பதைப் புரிந்து கொண்டார் சம்புவரையர்.

இடிமுழக்கம் போன்ற குரலில் பேசவல்ல பழுவேட்டரை யருக்கு நேர்ந்த நிலையைப் பார்த்துப் சம்புவரையர் கண்ணீர் விட்டார். உடனே தஞ்சைக்குப் பின் தொடர்ந்து வர ஏற்பாடுகள் செய்ய அரண்மனைக்குத் திரும்பினார்.

கிராமப் பகுதியிலிருப்பவர்கள் பலர் பழுவேட்டரையர் காய மடைந்தது பற்றிக் கவலை கொள்ளவில்லை. ஏதோ திருவிழா நிகழ்ச்சியைப் பார்ப்பவர்போல் சாலையின் இருபுறத்திலும் கூடி நின்றிருந்தனர். பழுவேட்டரையர் பரம்பரை ஒரு காலத்தில் சோழ மக்களின் பேரபிமானத்தைப் பெற்றிருந்தது. பராந்தக சோழர் காலத்திலிருந்து போர்க் களங்களில் உறு துணையாய் நின்ற பழுவேட்டரையர்களின் வீரத்தை மக்கள் பாராட்டினர். மண தொடர்பு மூலம் பழுவேட்டரையர் மதிப்பு தஞ்சையில் உயர்ந்தது. கொஞ்சங் கொஞ்சமாகப் பழு வேட்டரையர் தன் காலத்தில் அரசரின் அபிமானத்தைப் பெற்று அதனுடன் அதிகாரத்தையும் சிறிது சிறிதாக அடைந்து வந்து, கடைசியில் சோழநாட்டுத் தனாதிகாரியாகவும் ஆனார். தனாதிகாரிப் பதவியும், கோட்டைக் காவல் பொறுப்பும் பெற்றுவிட்ட பழுவேட்டரையரின் அதிகார நிலை உயர்ந்தது. தஞ்சைப் பொக்கிஷத்தில் செல்வத்தைக் கொண்டு சேர்ப்பதில் அவர் காட்டிய கண்டிப்பு சில சமயம் அளவு மீறிப் போனது. அவருடைய சிப்பந்திகள் வரியை வசூலிப்பதில் ஈவு, இரக்கமின்றிக் காட்டிய கண்டிப்பு மக்களிடையே வெறுப்பை வளர்த்தது.

சுந்தர சோழருக்குப் பிறகு, பட்டத்தை அவர் தன் குமாரனுக்குச் சூட்டாமல், மதுராந்தக சோழரை அரியணை யில் அமர்த்தச் சூழ்ச்சி செய்யத் தொடங்கிய போது நாட்டு மக்களிடையே கருத்து வேற்றுமை ஏற்பட்டது. பழு வேட்டரையர் நடவடிக்கையைக் கண்டிக்கும் மக்கள் தொகை பெருகியது. உள்நாட்டுக் கலகமே ஏற்படும் அளவுக்கு மக்கள் கொதித்திருந்தனர்.

திடீரென ஏற்பட்ட மாறுதலால் மக்கள் கோபம் கட்டுக்கு அடங்கியது. ஆதித்த கரிகாலன் படுகொலை செய்யப் பட்டதும், அதைத் தொடர்ந்து பெரிய பழுவேட்டரையர் காலமானதும், மக்களின் கொதிப்பு சற்று அடங்கியது. அருண்மொழிக்குப் பட்டம் கிடைக்கும் என்று எண்ணியிருந்த மக்களுக்கு, அருண்மொழி பெருந்தியாகம் செய்துவிட்டுக் கடல் கடந்த நாடுகளுக்குச் செல்லப் புறப்பட்டது வேதனையை அளித்தது. அவர்கள் என்ன செய்ய இயலும்? அருண்மொழியின் முடிவை அவர்களால் எப்படி மாற்ற முடியும்? பிறகு சுந்தர சோழர் அங்கேயே இறந்ததும், மதுராந்தகர் பட்டமேறியதும், ஆதித்த கரிகாலரைக் கொன்ற குற்றத்திற்காக வந்தியத்தேவன் சிறையிலடைக்கப்பட்டதும் தொடர்ந்து நடைபெற்றன. ஆச்சரியமும், அதிர்ச்சியும் அவர்களை ஏதும் செயலாற்ற முடியாமல் செய்துவிட்டன. ஆனால், வந்தியத்தேவனைச் சிறையிலிட்ட சம்பவம் மட்டும் மக்களிடையே முணுமுணுப்பை ஊட்டியது. சிறிய பழுவேட்டரையர் மீது அந்த முணுமுணுப்புத் திரும்பியது.

அருண்மொழி நாடு திரும்பி வராததும், பழுவேட்டரையரே முழு அதிகாரம் செலுத்தி வருவதும், மக்களின் அதிருப்தியை வளர்த்து வந்தன. கிராமப் பகுதிகளுக்கு அவர் விஜயம் செய்யும் போது உற்சாகமாக அவர்கள் வரவேற்பதில்லை. பல ஊர்ச் சபைகள் சரிவர இயங்காமல் போயின. அதை மீண்டும் நிலைநாட்டப் பழுவேட்டரையர் அக்கறை கொள்ள வில்லை. அப்படிப்பட்ட ஊர்ச் சபைகளைக் கலைத்துவிட்டு அந்த ஊர்களின் வருமானத்தைத் தஞ்சைப் பொக்கிஷத்தில் சேர்த்து வந்தார். ஆதுர சாலைகள் பல சரிவர நடைபெற வில்லை. கோயில்களுக்குச் செம்பியன் மாதேவியாரும், இளைய பிராட்டியாரும் அளித்த நிபந்தங்களைத் தவறான வழியில் பயன்படுத்துபவர் தண்டிக்கப்படவில்லை. பல கோயில்களில் சரிவரப் பூஜை நடைபெறவில்லை.

சோழ நாட்டினின்று அயல் நாடுகளுக்கு வணிகர்கள் பயமின்றிச் செல்ல முடியாமல் போய்விட்டது. சோழ மண்டலக் கடற்கரைப் பகுதிகளின் வெகு அருகிலேயே கடற் கொள்ளையர் வந்து தாக்கி உயிரையும் உடைமையையும்

பறித்து வந்தனர். அதை அடக்குவதற்குச் சோழ நாட்டில் சக்தி இல்லாது போய்விட்டதா? எனறு மக்கள் பேசிக் கொண்டனர்.

ஊர் ஊராக மக்கள் கூடிப் பேசிக் கொள்வதற்கு நிறையக் குறைகள் இருந்தன. அந்தக் குறைகள் பழுவேட்டரையர் மீது அதிருப்தியை வளர்த்தன. அவர் பெரிதும் நம்பிய பார்த்தி பேந்திரன் சோழ நாட்டிற்கு விரோதமாக கிளம்பியதும் குற்றவாளியெனத் தண்டிக்கப்பட்ட வல்லவரையரைப் பழு வேட்டரையரே நேரில் சென்று விடுதலை செய்ததும், பழுவேட்டரையர் முன் செய்த தவறுகளை ஊர்ஜிதம் செய்ததால், அவர்கள் பகிரங்கமாகவே அவரைப் பற்றிக் குறை கூறத் தொடங்கினார்கள்.

அவர் இப்போது படுகாயமுற்று வரும்போது அவர் மீதுள்ள கோபத்தை மக்கள் மறந்தாலும், வேதனையுற்று வருத்தமடையாமல் மௌனமாக நின்றிருந்தனர்.

பழுவேட்டரையர் இவற்றை அறியாமலில்லை. நெடுமூச்சு விடுவதைத் தவிர, அந்த நிலையில் அவர் வேறென்ன செய்ய முடியும்?

பழுவேட்டரையரைச் சுமந்து வந்த சிவிகை தஞ்சைக் கோட்டை வாயிலினுள் நுழையும் போது வீரர்கள் மௌன மாக அணிவகுத்து நின்றனர். கோட்டை வாயிலில் சிற்றரசர் கள் கூடி இருந்தனர். கொடும்பாளூர் வேளாருக்குப் பழு வேட்டரையர் மீது என்னதான் உள்ளூறக் கோபம் இருந்தாலும், போர்க்களத்தில் வாகைசூடி அதே சமயம் படுகாயமுற்று வரும்போது அவரை வரவேற்கக் கோட்டை வாயிலுக்கு வராமலிருக்க முடியவில்லை.

மந்திராலோசனைச் சபையில் கலந்து கொள்ளக் கூடியிருந்த சிற்றரசர்கள் அனைவரும் கோட்டை வாயிலுக்கு வந்து விட்டனர். அரண்மனைப் பெரிய வைத்தியரும் ஆயத்தமாக இருந்தார். மதுராந்தக சோழதேவரும் மூத்த பஞ்சவன் மாதேவியாரும் கோட்டை வாயிலருகே வந்துவிட்டனர். பொதுவாக அவர்கள் அங்கெல்லாம் வந்ததில்லை.

பழுவேட்டரையர் மாளிகையில், முன்பே ஆயத்தமாக அமைக்கப்பட்டிருந்த கட்டிலில் பழுவேட்டரையர் கிடத்தப்

பட்டார். அவரைக் காண நெருக்கியடித்துக் கொண்டு சிற்றரசர்களும் அமைச்சர் குழுவினரும் மாளிகைக்குள் நுழைந்தனர். செய்தி அறிந்த தஞ்சை நகரத்து மக்கள் பலர் கூடிவிட்டனர்.

பழுவேட்டரையர் களைத்துப் போயிருந்தார். வைத்தியரின் பரிசோதனைக்குப் பிறகு, மதுராந்தக சோழ தேவர் பழுவேட்டரையரை வந்து பார்த்தார். அப்போது பழுவேட்டரையர் சற்றுக் கண் விழித்தார். மன்னரைப் பார்த்து மெல்லப் புன்னகை பூத்தார். எழுந்திருக்க முயன்றார். மதுராந்தகர் அவரைத் தடுத்து, தானே அவரருகே அமர்ந்து, தேறுதல் கூறினார். சோழநாட்டின் பெருமை அவரால் உயர்ந்ததாகப் புகழ்ந்து கூறினார். உடல் காயங்கள் விரைவில் ஆறிக் குணமாகிவிடும் என்று கூறினார். அவருடைய மூதாதையரின் சேவையை அந்தச் சமயம் எடுத்துக் கூறிப் புகழ்ந்தார். பழுவேட்டரையரின் செவிகளில் அவை விழவில்லை. அவர் நினைவெல்லாம் வேறொன்றின் மீது இருந்தது. அவரால் அதிகம் பேச முடியவில்லை. தன் மகள் மூத்த பஞ்சவன் மாதேவியை அருகிலழைத்து, அவளது கரங்களைப் பிடித்துக் கொண்டார்.

தன் தந்தை அப்படிப் பரிவுடன் அருகிலழைத்துப் பேசிப் பலகாலமாகி விட்டதால், அவள் முகத்தில் களிப்புக் கூத்தாடியது. ‘‘இவ்வளவு நாட்களாக தங்களைக் காணவில்லையே?’’ என்று கூறி அசட்டுச் சிரிப்புச் சிரித்தாள். பழுவேட்டரையர் மெல்லிய குரலில், ‘‘உன் தங்கை எங்கே?’’ என்று வினவினார்.

பெரிய பழுவேட்டரையரின் மகள் இளைய பஞ்சவன் மாதேவி பழையாறைக்குப் போயிருப்பது அவளுக்குத் தெரியாது. மதுராந்தக சோழ தேவரும் அறியமாட்டார்.

அருகே இருந்த பட்டத்து அரசி லோகமாதேவி மட்டும், மதுராந்தகர் காதில் விழுவதுபோல், ‘‘பழையாறைக்கு இளையபிராட்டியாருடன் சென்றிருக்கிறாள்’’ என்றார்.

‘‘அவளைக் கூப்பிட்டனுப்புங்கள்’’ என்று பழுவேட்டரையர் கூறினார். அவளை உடனே காண வேண்டும் போலிருந்தது அவருக்கு.

பஞ்சவன் மாதேவிக்குத் தன் சிறிய தந்தை விழுப்புண் களுடன் காஞ்சியினின்று தஞ்சைக்கு வந்து கொண்டிருப்பது தெரியாது. இன்பவல்லியுடன் பாட்டும் கூத்தும் கதைகளு மாகப் பழையாறையில் பொழுதைக் கழித்துக் கொண்டிருந் தாள். பழையாறையின் சூழ்நிலை அவளுக்குப் பிடித் திருந்தது. அரண்மனையையொட்டிச் செலலும் அழகிய ஆறும், ஆற்றங்கரைச் சோலையும், ஊரிலே காணும் இடமெங்கினும் பசுமையான மரங்களும், கானப்பறவைகள் எப்போதும் இனிய கீதம் எழுப்புவதும் பிடித்திருந்தன. அவற்றையெல்லாம்விட இன்பவல்லியின் பேச்சுப் பிடித்திருந்தது; அவள் நடனம் பிடித்திருந்தது; இனிய குரல் பிடித்திருந்தது.

''உனக்கு இத்தகைய குரலைக் கொடுத்தது யாரடி இன்பவல்லி?'' என்று பஞ்சவன் மாதேவி கொஞ்சும் மொழியில் கேட்டாள்.

இன்பவல்லி சற்று நேரம் மௌனமாயிருந்தாள். அவளுக்கு அன்று ஏதும் பேசவே பிடிக்கவில்லை. அவள் காலையில் கேள்விப்பட்ட செய்தியொன்று அவள் உள்ளத்தில் பெரும் பரபரப்பை ஊட்டியிருந்தது. மாளிகைப் பெண்கள் மெல்லிய குரலில் இளவரசர் வந்துவிட்டுத் திடீரெனச் சென்றுவிட்ட செய்தியைப் பேசிக் கொண்டனர். ஒவ்வொருவரும் தாமே நேரில் பார்த்தது போன்று இளவரசரின் தோற்றத்தை வர்ணித் தனர். அவருடைய கண்கள் தோட்டத்து வாவியிலுள்ள செங்கழுநீர் மலரைப் போன்றிருந்தன என்றனள் ஒருத்தி, ஒருத்தி அவருடைய உயரத்தை வர்ணித்தாள். ஒருத்தி அவர் முகத்தைப் புகழ்ந்தாள். நேரே கண்ட ஓவியம்போல் அவர்கள் புகழ்ந்து உரைப்பதைக் கேட்ட இன்பவல்லி, இதயத்தை அழுத்திப் பிடித்துக் கொண்டுகொண்டாள். செவிகளை மூடிக்கொண்டாள். அங்கிருந்து ஓடிவிட்டாள். அவர்கள் இளவரசரைப் பார்க்கும்பேறு பெற்றுவிட்டார்கள்.

நின்று நிதானமாய் வருணிப்பதைப் பார்க்கும் போது இளவரசர் நெடுநேரம் தங்கியிருக்க வேண்டும். 'நாம் எங்கே போய்விட்டோம்? அருமையான வாய்ப்பை இழந்து விட்டோமே. என்னைப் போன்ற துரதிருஷ்டசாலி யார்

விக்கிரமன்

இருப்பார்கள்? உரிமையுள்ள தேவகியும் வசுதேவரும் அடையமுடியாத இன்பத்தை நந்தகோபரும் யசோதையு மன்றோ அடைந்தார்கள்? ஒருவேளை விடிகாலை வேளையில் இன்பக் கனவு கண்டு கொண்டு கண்ணுறங்கி னோமே, அப்போது இளவரசர் வந்து போயிருப்பாரோ' அவள் மெல்ல கோதையின் பாட்டை முணுமுணுத்தாள். 'ஒருத்தி மகனாய் பிறந்து...' பஞ்சவன் மாதேவி இதைக் கேட்டுக் கொண்டே வந்தாள். "உனக்கு இத்தகைய இனிய குரலைக் கொடுத்தது யார்? என்று கேட்டாள். ஒன்றுமே பேச வேண்டாம் என்று தான் இன்பவல்லி நினைத்தாள். ஆனால், அவளால் அப்படியிருக்க முடியவில்லை. பஞ்சவன்மாதேவி யிடமிருந்து கேட்டறிய வேண்டியவை பல இருக்கும்போது அவள் எப்படிச் சும்மாயிருக்க முடியும்? "இனிய குரல் கொடுத்தது யார் இன்பவல்லி?" மீண்டும் கேட்டாள் பஞ்சவன் மாதேவி.

இன்பவல்லியின் செவ்விதழ் விரிந்தது.

"முல்லைத் தீவிலே நான் பிறந்தேன்..." என்று இன்பவல்லி கூறத் தொடங்கினாள். "அதைத்தான் கூறியிருக்கிறாயே, உன் தாயின் பெயர் என்னவென்று கூறினாய்?"

"என் தாயின் பெயர் சித்திரவல்லி. என்னைப் பெற்றெடுத்துப் புன்னை மர நிழலில் வளரவிட்டுவிட்டு, என் தாய் கடற்கரையிலே என் தந்தை வரவை நோக்கிக் காத்திருந்தாள். நான் தாயைக் காணாமல் அழுதேன். முல்லைத் தீவின் மாஞ்சோலையிலே அமர்ந்திருந்த குயிலொன்று ஓடிவந்தது. என் அருகே வந்து அமர்ந்தது, தென்றலடித்தது. தென்றல் இனிய மணத்தைச் சுமந்து வந்தது. குயிலுக்குச் சந்தோஷம் தாங்கவில்லை. என்னை சுற்றி வந்து கீதமிசைத்தது. நான் அழுகையை நிறுத்தினேன். மெல்லக் கண் மலர்ந்தேன். விழித்துக் கொண்டேன். குயில் ஓடிச் சென்று தேன் வண்டை அழைத்து வந்தது. வண்டு பார்த்தது. என் பசியறிந்தது. உடனே பறந்தது. இதுவரை உண்ணாத மலரின் தேனைச் சேமித்து வந்து பிழிந்தது, என் பசி அடங்கியது. நான் என் பொக்கை வாயைக் காட்டிச் சிரித்தேன். காலையும்,

கையையும் விண் விண் என உதைத்துக் கொண்டேன். குயில் ஓடிச் சென்று மயிலை அழைத்து வந்தது. மயில் என்னை கூர்ந்து கவனித்தது. வானம் கறுத்திருந்தது. எங்கோ இடி முழக்கம் கேட்டது. மயில் தன் தோகையை விரித் தாடியது. இவைதான் தேவி எனக்கு இனிய குரலைக் கொடுத்தன; இன்ப நடனமாடக் கற்றுக் கொடுத்தன.''

பஞ்சமவன் மாதேவி கலகலவெனச் சிரித்துவிட்டாள். அவர்கள் பேசிக் கொண்டிருந்த இடத்திற்கு குந்தவை வந்தாள், இன்பவல்லியை அழைக்க. இன்பவல்லி முல்லைத் தீவைப் பற்றிச் சொல்லிக் கொண்டிருந்ததைக் கேட்டவுடன் சற்று மறைந்து நின்றாள்.

வானதியும் வந்தாள், இளையபிராட்டியைத் தேடி. இளையபிராட்டி அங்கிருப்பது தெரியாமல் இன்பவல்லியும் பஞ்சவன்மாதேவியும் பேசிக் கொண்டிருப்பது என்ன என்று அறிய ஆவலுற்றவளாய், அவளும் பிறர் அறியா வண்ணம் நின்றாள்.

ஒருவர் இருப்பது மற்றவருக்குத் தெரியாது. இவ்விருவர் இருப்பது மற்றவருக்கும் தெரியாது.

பஞ்சவன்மாதேவி கலகலவெனச் சிரித்தவுடன், இன்ப வல்லி கேட்டாள். ''எனக்கு இனிய குரலைக் கொடுத்தது யார் எனக் கேட்டீர்கள். எனக்கு இனிய நடனமாடக் கற்றுக் கொடுத்தவர் யார் எனக் கேட்டீர்கள். ஆனால் உங்களை ஒன்று கேட்கிறேன். பதில் கூறுங்கள். உங்கள் நாட்டிலேயே இருப்பவர் ஒருவருக்கு இனிய குரலைக் கொடுத்தது யார்? எனக் கேட்கவில்லையே?''

''எங்கள் நாட்டிலே இனிய குரலுடன் பாடக் கூடியவர்கள் பலர் இருக்கலாம். அவர்கள் அனைவரையும் எனக்குத் தெரியுமா?''

''உங்கள் நாட்டில், உங்கள் ஊரில், உங்கள் மாளிகையில்?''

''எங்கள் நாட்டில், எங்கள் ஊரில், எங்கள் மாளிகையிலா?''

“ஆம் தேவி...”

“புதிர் போடுகிறாயா?”

“புதிரன்று தேவி; புரிந்து கொள்வீர்கள் நீங்கள். அவர் புதியவர் அல்லர். அவர் இந்த நாட்டில் எல்லாராலும் மதிக்கப்படுகிறவர். இனிய குணம் படைத்தவர் என்று பாராட்டப்படுகிறவர்.”

“ஆண் மகனா?”

“ஆமாம்! இளவரசர்...”

“யாரைக் கூறுகிறாய்? மன்னரின் மகன் மதுரனையா?”

“இல்லை. அவருக்குப் பாடத் தெரியும் என்று எனக்குத் தெரியாது...”

“அவரும் இல்லை என்றால் வேறு யார்? சொல் இன்பவல்லி.”

“அவர் இந்த நாட்டின் செல்வர்.”

“யாரைச் சொல்லுகிறாய் இன்பவல்லி? அருண்மொழிவர் மரையா?” வியப்புடன் கேட்டாள் பஞ்சவன்மாதேவி. பரபரப்பும், படபடப்பும் மிகுந்திருந்தன அவளிடம்.

இன்பவல்லி அமைதியாகப் பேசினாள்.

“ஆம். தேவி! உங்கள் இளவரசருக்கு ஆடத் தெரியும்; பாடத் தெரியும்.”

“அவை எப்படி உனக்குத் தெரியும்?” பஞ்சவன்மாதேவி உடனே கேட்டாள்.

இன்பவல்லி உதட்டைக் கடித்துக் கொண்டாள். ‘சொல்ல வேண்டாம். சொல்லவேண்டாம்’ என்று எண்ணிக் கொண்டிருந்த ஒன்றைச் சொல்லிவிட்டோமே என்று ஒரு கணம் எண்ணினாள். நேரிடையாக அவள் கேள்விக்கு மறுமொழி கூறாமல், தான் வேறு கேள்வியைக் கேட்டாள்.

“ஏன் தேவி, நேற்று அவர் வந்திருந்தாராமே. உங்களுக்குத் தெரியுமா?”

"வந்திருந்தாரா? எனக்குத் தெரியாதே! உனக்குத் தெரியுமா?"

"தெரியும். அவர் என்னுடன் பேசினார். என் பாடலைக் கேட்டு ஓடோடி வந்தார். அவரும் நானும் குன்றக் குரவை ஆடினோம்."

"குன்றக் குரவையா?"

"ஆம், கைகோர்த்து ஆடினோம். அவர் முருகனானார்; நான் வள்ளியானேன். அவர் கண்ணனானார்; நான் நப்பின்னையானேன். அவர் மாறனானார்; நான் ரதியானேன்...அவர் கிளியானார்; நான் பழமானேன். அவர் குழலானார்; நான் காற்றானேன். அவர் களிறானார்; நான் பிடியானேன். அவர் வண்டானார்; நான் தேனானேன். அவர் இடியோசையானார்; நான் மின்னொளியானேன். நான் மண்ணானேன்; அவர் மழையானார்.'

"ஆகா. இன்பவல்லி உனக்கு என்ன வந்து விட்டது? இளவரசரைச் சம்பந்தப்படுத்தி இப்படியெல்லாம் கற்பனை செய்கிறாயே..."

"கற்பனை...கனவு முதலில் கற்பனை, பிறகு கனவு. அதன்பிறகு நனவு."

"என்ன சொல்கிறாய் இன்பவல்லி? அருண்மொழிவர்மரை நீ பார்த்தாயா? அழகே உருவெடுத்த அவரைக் கண்டாயா? ஏன் என்னைக் கூப்பிடவில்லை..?"

"அழகே உருவான அவரை அரண்மனைப் பணிப் பெண்கள் அனைவரும் கண்டனர். ஆஜானுபாகுவான உருவம்; மாந்தளிரின் இனிய வண்ணம்; கோவைக் கனி இதழ்ச் செவ்வாய் குவளைக் கண்கள்; கூரிய நாசி; சுருள் சுருளான கேசம்..."

"அடி கள்ளி நீ அவரைப் பார்த்துவிட்டு வர்ணிக்கிறாய். பிற ஆடவரை இப்படி இமை கொட்டாது பார்த்து அங்கம் அங்கமாக வர்ணிக்கலாமா?"

"பணிப் பெண்களும் பெண்கள் தாமே; அவர்கள் மட்டும் வர்ணிக்கலாமா? தோளை வர்ணித்தார்கள்; முழங்காலுக்கு

மேலாக நீண்டு வளர்ந்த கரங்களை வர்ணித்தார்கள்; ஏறு நடையை வர்ணித்தார்கள்; முல்லை நகையை வர்ணித்தார்கள்; முகத்தின் ஒளியை வர்ணித்தார்கள். அவர்கள் அங்கம் அங்கமாக வர்ணித்தபோது நான் வர்ணிக்கக் கூடாதா?''

''அவர்கள் பணிப்பெண்கள்.''

''பணிப்பெண்களுக்கு அத்தகைய பேறு கிடைக்குமானால், நானும் அடிமைக்கு அடிமையாகிவிடச் சித்தமே!''

''நீ அரச குடும்பத்தவள் என்று கூறியிருக்கிறாய்!''

''இருக்கலாம். முன்பே ஒருவருக்கு அடிமையாகி விட்டோம். அவரது சாம்ராஜ்யத்தில் அடிமையாகவே இருந்து, அவரை என்றென்றும் கண்டு கண்டு வர்ணித்துக் காலங் கழிக்க விரும்புகிறேன்...''

இந்தச் சொல்லை அவள் சொன்னவுடன் இளைய பிராட்டி புரிந்து கொண்டாள். அவள் உடல் படபடத்தது; உடலெங்கும் புல்லரித்தது.

இந்தச் சொல்லை அவள் சொன்னவுடன் வானதி முகத்தைச் சுளித்தாள். இளவரசரரைப் பற்றி இவர்கள் ஏன் பேசுகிறார்கள்? என்று வேதனையுற்றாள். அங்கம் அங்கமாக ஏன் வர்ணிக்கிறார்கள்? என்று கோபங் கொண்டாள்.

'பருவத்தின் எழிலைத் தாங்கி நிற்கும் பெண்களாக இல்லாமல் ஓர் ஆடவரைப் பற்றிஇளவரசரைப்பற்றி அதிலும் மேலாக என் இதய மன்னரைப் பற்றிப் பேச அவர்களுக்குத் துணிவு எப்படி வந்தது?' எனக் குமுறினாள். எல்லாம் இளையபிராட்டி கொடுக்கும் இடம் என அலுத்துக் கொண்டாள். இருவரும் தாம் நிற்பது கூடத் தெரிவிக்காது இருந்தனர்.

பஞ்சவன் மாதேவி இன்பவல்லியை நோக்கிக் கேட்டாள். ''இன்பவல்லி நீ என்னென்னவோ சொல்கிறாய். நீ அருண்மொழி வர்மருடன் பேசினாயா? என்னை ஏன் எழுப்ப வில்லை இன்பவல்லி? நான் தூங்கியவுடன் அவர் வந்தாரா? உன் பாட்டைக் கேட்டு நிச்சயம் அவர் மயங்கியிருப்பார். உனக்காகவே மாணிக்கவாசகப் பெருமான் காதலால்

வேதனையுற்ற பெண்படும் நிலையைத் தெரிவிக்கும் பாடலை எழுதி வைத்திருக்கிறாரோ? அருண்மொழிவர் மருடன் நடனமாடினாயா? அவருடன் சேர்ந்து பாடினாயா? அவர் ஆடினாரா? நீ பாடினாயா? அவர் பாடினாரா? நீ ஆடினாயா? இன்றும் வருவாரா?''

இன்பவல்லி பெருமூச்சு விட்டாள். ''அவர் வருவாரா? யாருக்குத் தெரியும். நானும்தான் காத்திருக்கிறேன்.''

''நான் கூடக் காத்திருக்கிறேன் இன்பவல்லி. பெரிய பழு வேட்டரையரன் மகள் காத்திருப்பதாக நீ சொன்னால் அவர் சந்தோஷப்படுவார்.''

''நான் பல நாட்களாகக் காத்திருக்கிறேன்.''

''என்ன சொல்கிறாய் இன்பவல்லி?''

''முல்லைத் தீவில் மோகன நிலவொளியில் கடற்கரையில் நின்று கண் சோராது காத்திருக்கிறேன்...''

''ரத்தின வியாபாரியை எண்ணியல்லவோ காத்திருந்தாய்?''

''என்றேனும் திரும்பி வருவார் என எண்ணிக் காத்திருந் தேன்...''

''பாதி கூறி நிறுத்தினாயே, அந்தக் கதையைக் கூறுகிறாயா?''

''ஆமாம். கதைதான். காதல் கதையில் ஏமாற்ற காண்டம் நீங்கி, சோக காண்டம் நீங்கி, நம்பிக்கைக் காண்டம் பிறந்திருக் கிறது. என் தாய்க்கு நேர்ந்த கதி எனக்கும் நேரும் என என் தந்தை எச்சரித்தும் காத்திருந்தேன்...''

''உன் தாயை அரசகுமாரனொருவன் ஏமாற்றினா னென்றாய்...''

''அரசகுமாரர்கள் சாதாரணப் பிரஜையாக வேடம் பூணுவர் என்பது எனக்குத் தெரியாது. இருந்தாலும் நான் நம்பினேன்.''

''சொல்லு. சுவாரசியமாயிருக்கிறதே..''

"அதைவிடச் சுவாரசியமானது. நான் என் தாயைப் போன்று முல்லைத் தீவில் காத்திராமல், சோழ நாட்டிற்கே தேடி வந்தது."

"ரத்தின வியாபாரியையா?"

"ரத்தின வியாபாரியா? அவர் ரத்தின வியாபாரி. வைர வணிகர். வைடூரிய வணிகர். மரகதம், கோமேதகம் என்று இந்த உலகத்துச் செல்வம் எவ்வளவு உண்டோ அவ்வளவும் படைத்த பெரும் வணிகர். அவையெல்லாவற்றையும் விடப் பெருங்கள்வர்."

"கள்வரா?"

"ஆம். மக்களின் உள்ளத்தைக் கொள்ளை கொண்ட கள்வர்."

"எந்த நாட்டு மக்களுள்ளத்தை இன்பவல்லி? உன் உள்ளங்கவர் கள்வன் ஓர் அரசகுமாரனென்கிறாயா? எந்த நாட்டு அரசகுமாரன் இன்பவல்லி உன்னை ஏங்கித் தவிக்க வைத்து விட்டு இருப்பவன்? காணும் அரசகுமாரர்களை வர்ணித்து வேதனையுறும் அளவுக்கு உன்னை ஏங்க வைத்தவரெவர்? இப்போது கூறு நான் என் தந்தையிடம் அந்த அரசகுமாரரை வென்று உன்னிடம் சேர்ப்பிக்கச் செய்கிறேன்."

"முடியாது தேவி! முடியாது. அவரை வெல்ல யாராலும் முடியாது என்பதை நான் தெரிந்து கொண்டு விட்டேன். அவர் விழிகளைக் கண்ட மாத்திரத்தில் எல்லோரும் அடிமையாகி விடுவர்."

"இல்லை, இல்லை. இந்த நாட்டு வீரர்களின் பலம் உனக்குத் தெரியாது!"

"இந்த நாட்டு வீரர்களுக்கு அவர் வீரர்!"

"இன்பவல்லி. நீ பேதை! உனக்கு ஒன்றும் தெரியாது."

"அது உண்மை. நான் பேதைதான். பேதையுடன் அனாதையுங்கூட. முல்லைத் தீவில் இருக்கும்போதே நான் அந்த வணிகரை அரசர் என்று அறியவில்லை. அறிந்திருந்தால்,

என் இதயத்தைப் பறிகொடுத்திருக்க மாட்டேன். அல்லது அவரை விட்டுப் பிரிந்திருக்கமாட்டேன்..''

"இப்போதும் ஒன்றும் மூழ்கிப் போய்விடவில்லையே. உம் என்று ஒரு வார்த்தை சொன்னால் அந்த அரச குமாரரை நான் தேடிக் கண்டுபிடித்துச் சொல்வேன்..''

"உண்மையாகவா தேவி!''

"ஆம்..இன்பவல்லி!''

"கண் எதிரே காண்பவரைக் கண்டுபிடிப்பதற்கு அரசகுமாரி யால்தான் முடியுமோ?''

"என் சொல்லை எவரும் தட்டமாட்டார்கள். இன்பவல்லி. உன் உள்ளம் கவர்ந்த அரசகுமாரர் யார் என்று கூறு. நான் மதுரனிடம் கூறுகிறேன். முன்பே எனக்கு நாட்டியம் கற்றுக் கொடுக்கத் தக்க ஆசானை அழைத்து வருமாறு வேண்டி னேன் நீயே வந்துவிட்டாய். மதுரனால் இயலாவிடில் இளவரசியிடம் கூறுவேன்.''

இன்பவல்லி தன்னை மீறி நகைத்துவிட்டாள். ஆனால் அந்தச் சிரிப்பில் ஏளனம் இல்லை. ஏக்கம் இருந்தது.

"ஏன் நகைக்கிறாய் இன்பவல்லி? என்னால் இயலாது என்றா? என் திறமை உனக்குத் தெரியாது. என் தந்தை பெரும் வீரர். இந்த நாட்டை ஆட்டிப் படைத்தவர். எங்கள் மூதாதையர் சேரநாட்டைச் சேர்ந்தவர்கள். சேரநாட்டினர் பெரும் வீரர்கள். என்னைப் பற்றித்தான் நான் உனக்கு முன்பே கூறியிருக்கிறேன். என் சிறிய தந்தை என்னை இந்த நாட்டு அரசியாக்க எண்ணுகிறார். அரசியாகும் தகுதியை நான் ஏற்படுத்திக் கொள்ள வேண்டாமா?''

பஞ்சவன் மாதேவி கூறிய இந்தச் சொல் வானதியின் இதயத்தைக் கலக்கியது.

இன்பவல்லி இதுவரை கூறிவந்ததில் குழப்பங் கொண்டிருந்த அவள், பஞ்சவன் மாதேவியின் வார்த்தையால் வேதனையடைந்தாள். இளையபிராட்டிக்கு எல்லாம் புதிராக இருந்தது.

‘‘சொல் இன்பவல்லி! சொல்; உன் உள்ளங் கவர்ந்த அரசிளங்குமரன் யார், சொல். சொன்னாலன்றோ உன் கதை பூரணமாகும்!’’

‘‘ஆம். என் கதை பூரணமாகும். இவ்வளவு நாள் மனத்துள் அடக்கி வைத்திருக்கும் காதல் காவியமே பூர்த்தி யடையும். ரத்தின வணிகரைக் காணலாம் என எண்ணி யிருந்தேன். ஆனால் இவ்வளவு விரைவில் கண்டுவிடுவேன் என்று நான் எதிர்பார்க்கவில்லை. கோலாகலமான வரவேற்பின் போது அவரைக் கண்டேன். பிறகு காண வில்லை. ரத்தின வணிகரும், இந்த நாட்டுப் பெரும் மக்களின் உள்ளங்களைக் கொள்ளை கொண்டவரும், என்னுள்ளங் கவர்ந்தவரும் ஒருவர் என்பதைக் கண்டேன். என்றாவது அவரைச் சந்திப்போம் என்ற எண்ணத்தில் வாழ்கிறேன். தேவி. முடியுமா தங்களால், அவரை என்னிடம் கொண்டு சேர்க்க? அரசியாகும் தகுதியுடையவர்களாயிற்றே. உங்களால் முடியும். அவர் மாளிகையில் பணிப்பெண்ணாக இருந்தாவது காலங்கழிப்பேன். ஏனெனில் பணிப் பெண்ணுக்குத் தானே ஆடவரைக் காண உரிமையுண்டு? பணிப் பெண்ணுக்குத்தானே இளவரசரை வர்ணிக்கும் உரிமையுண்டு?’’

இன்பவல்லியின் குரலில் குழைவு இருந்தது. இதயத்தைத் திறந்து உணர்ச்சிகளைக் கொட்டிவிட்ட நிம்மதி இருந்தது.

காற்று ‘விர் விர்’ என்று அடிக்கவில்லை. பூமி பிளந்து எவரையும் விழுங்கவில்லை. எவரும் நிலை தடுமாறி விழவில்லை. எல்லாம் எப்போதும் போலவே இருந்தன. மறைந்து கேட்டுக் கொண்டிருந்த வானதி, இன்பவல்லி பேச்சை முடிக்கும் முன்பே வந்த சுவடு தெரியாமல் சென்றுவிட்டாள்.

இன்பவல்லியின் கடைசிச் சொல்வரை இருந்து பெரு மூச்சுடன் குந்தவை அங்கிருந்து ஒன்றும் தெரியாதவள் போல, அவர்களைத் தேடி வருவதுபோல் வர எத்தனித்தாள். பஞ்சவன் மாதேவியிடமிருந்து எதிரொலி வரும் முன்னரே அவர்களுக்கிடையே வந்துவிடக் குந்தவை விரும்பினாள்.

அத்தியாயம் 11

புயல் எழுந்தது

“இன்பவல்லி, இன்பவல்லி” என்று கூப்பிட்டுக் கொண்டே இளையபிராட்டி பஞ்சவன் மாதேவிக்கும் இன்ப வல்லிக்கும் நடுவே சென்று நின்றாள். இளையபிராட்டி அப்போது அங்கு வருவாள் என்று யாரும் எதிர்பார்க்க வில்லை. தாங்கள் பேசிக் கொண்டிருந்ததை இளையபிராட்டி கேட்டிருப்பாள் என்ற ஐயம் அவர்களிருவருக்கும் ஏற்பட வில்லை. பஞ்சவன் மாதேவியின் கண்ணெதிரே இளவரசர் அருண்மொழி வர்மர்தாம் நின்றார். இன்பவல்லி கூறிய இதய ரகசியம் அவளுடலெங்கும் இறக்கை கட்டிப் பறந்து புதுச் செய்தியை அறிவித்தது. அவள் அமைதியாகவும், எவ்விதச் சலனமும் புலப்படுத்தாமலிருந்தது, வியப்பாகத் தான் இருந்தது. என்ன பேசுவோமென்றே அவளுக்குப் புரிய வில்லை. இன்பவல்லியின் மேல் அவளுக்குப் பொறாமையோ, கோபமோ ஏதும் ஏற்படவில்லை. அவளால் மௌனமாக நிற்கவும் முடியவில்லை. இன்பவல்லி பாடிய பாடல் அவள் காதில் ரீங்காரமிட்டது. ‘குமரன் வரக் கூவுவாய் குயிலே என்ற பாட்டிற்குத்தான் எத்துணைச் சக்தி! அந்தக் கீதத்தின் ஒலி கேட்டன்றோ இளவரசர் ஓடோடி வந்திருக் கிறார். பழையாறை மாளிகையினின்று எழுந்த அப்பாட் டொலியைக் காற்று சுமந்து சென்றிருக்கும். காற்றிலே மிதந்து வரும் இசைகேட்டுப் பறவை இனங்கள் சுறுசுறுப்படைந்துத் தாங்களும் குரலெழுப்பியிருக்கும். அது கேட்டு விழித்த இளவரசர் ஓடோடி வந்திருப்பார். நாமும் பாடினால் என்ன? அந்தப் பாடலை முழுமையாக அறியும் வரையிலாவது இன்ப வல்லியிடம் சுமூகமாகப் பேசுவோம்...’ என்று எண்ணிய பஞ்சவன் மாதேவி, சற்றுக் கண்ணை மூடிக் கொண்டாள். உலகம் இருண்டு விடவில்லை. கண்ணின் இமைத் திரையையும் தாண்டிக் கோடானுகோடி சூரியப் பிரகாசம் தெரிந்தது. சுடவில்லை. தண்ணென்றிருந்தது. தண்ணொளி நடுவே ஒரு முகம் இளவரசர் முகமாகத்தான் இருக்க வேண்டும் குரல் எழுகிறதே? மீண்டும் அக்குரல் ‘இன்பவல்லி

இன்பவல்லி' எனப் பேசுகிறது. பஞ்சவன் மாதேவி கண் திறந்தாள். எதிரே இளையபிராட்டி நின்று கொண்டிருந்தாள். 'இளவரசர் வந்தாரென்பது உண்மையா என இளைய பிராட்டியாரையே கேட்டு விடுவோமே...' என்று பஞ்சவன் மாதேவி நினைத்தாள்.

“நீயும் இங்கேதான் இருக்கிறாயா? உங்களிருவரையும் காணவே முடியவில்லையே என்று தேடி வந்தேன்” என்று ஏதாவது பேசவேண்டும் என்பதற்காக இளையபிராட்டி பேசினாள். பஞ்சவன் மாதேவி மறுமொழி ஏதும் கூறவில்லை.

இளையபிராட்டியையே சற்று நேரம் இமைக்காமல் அவள் பார்த்துக் கொண்டிருந்தாள். முன்பு எப்போதோ சிறிய தந்தை பழுவேட்டரையர் கூறிய சொற்கள் நினைவுக்கு வந்தன. 'கொடும்பாளூர்ப் பெண் வானதி, இளையபிராட்டியாரின் மனத்தைக் கவர்ந்துவிட்டதால், அருண்மொழியின் அன்புக்குப் பாத்திரமானாள். நீயும் தஞ்சை அரண்மனைக்குச் சென்றால், இளையபிராட்டியின் கவனத்தை கவர்ந்து அவளுடைய நன்மதிப்பைத் தேடிக் கொள்ள வேண்டும்' என்று ஒரு சமயம் சொன்னது, இப்போதுதான் கூறியதுபோல் அவள் காதுகளில் ஒலித்தது.

வெளிக்கு அமைதி தெரிந்தாலும், உள்ளத்தின் மறு பகுதியில் கொந்தளித்துக் கொண்டிருந்த வேதனையை மறந்து, இளையபிராட்டியை நோக்கி மெல்லப் புன்முறுவல் பூத்தாள். பஞ்சவன்மாதேவி வரவேற்றாள்: 'உட்காரக் கூடச் சொல்லாமல் நிற்க வைத்திருக்கிறேன்' என்று பரபரப்புடன் கூறினாள்.

இளையபிராட்டி, மென்னகை பூத்து, “பழையாறைக்கு வந்தால் உட்காரவே தோன்றுவதில்லை...” என்று கூறி விட்டு, இருவரையும் நோக்கி, “உங்களுக்கு இந்த மாளிகை யிலேயே பொழுது கழிந்து விடுகிறது போலிருக்கிறது. மாளிகைத் தோட்டத்தில் உலாவலாம்.. அங்கே பூத்துக் குலுங்கும் மலர்கள் எப்போதும் இன்பமாகவே காலங் கழிக்கின்றன. சிரித்துத் தென்றலிலே ஆடுகின்றன. வண்டுகள் ரீங்காரமிட்டு மலர்களைச் சுற்றி வருவதைப் பார்க்கும் போது

நாமும் வண்டுகளாக மாறிவிடலாமா என்று தோன்றுகிறது'' என்று கூறி இன்பவல்லியைக் கண்ணின் கடைக் கோணத்தின் வழியே நோக்கினாள்.

பஞ்சவன்மாதேவி ஏதோ கூற வாயெடுத்தாள். அதற்குள் இளையபிராட்டி முந்திக் கொண்டு, ''உனக்கு இன்ப வல்லியின் நட்பு கிடைத்துவிட்டது. அவளுடைய விதவித மான நடனங்களை இன்றெல்லாம் பார்த்துக் கொண்டிருந்தால் பொழுது போவதே தெரியாது. நான் கூட இன்பவல்லியிடம் நடனம் கற்றுக் கொள்ளலாமா என நினைக்கிறேன்..'' என்றாள். பஞ்சவன்மாதேவி இளையபிராட்டி கூறியதை நகைச்சுவையாக எடுத்துக் கொண்டு மெல்ல நகைத்தாள். 'இளவரசர் நேற்று வந்தாரா?' என்று இளையபிராட்டியைக் கேட்கத் துடித்த பஞ்சவன் மாதேவிக்கு, இளையபிராட்டியின் நகைச்சுவை சற்றுத் துணிவை ஊட்டியது.

''ஆமாம். தேவி. இன்பவல்லியின் நடனம் என்னை மயக்கித்தான் விட்டது. அந்த மயக்கத்திலே நான் இளவரசர் வந்ததைக்கூட அறியவில்லை... ஆமாம். இளவரசர் மாளிகைக்கு வந்தாரா?..'' பஞ்சவன் மாதேவி பரபரப்பும், ஆவலும் மிகக் கேட்டாள். இளையபிராட்டியின் கண்களிலே குறும்புததனம் மிளிர்ந்தது. ''மாளிகையே பேசிக்கொள்கிறது; இளவரசர் வந்ததை இந்தப் பேதைதான் அறியவில்லை'' என்று துயரம் மிகுந்த குரலில் கூறினாள். இளையபிராட்டி இன்பவல்லியை நோக்கி, ''உனக்குத் தெரியுமா இளவரசர் வந்தார் என்பது?'' என்று கேட்டாள்.

''எந்த இளவரசர்?'' படீரெனக் கேட்டுவிட்டாள் இன்ப வல்லி. ஏன் அப்படிக் கேட்டாள்? அவளுக்கே தெரியாது. அப்படிக் கேட்டதன் காரணம். 'வந்தார்' என்று சொன்னால் அவள் நேரில் பார்க்காததைக் கூறியது போன்றாகும், வரவில்லை என்று சொன்னால் இவ்வளவு நேரம் பழு வேட்டரையர் மகளுடன் பேசியது கற்பனையாகும். மேலும், அவளுக்கும் எப்படித் தெரியும். யார் இளவரசர், யார் அரசர், யார் அரசகுமாரர் என்று யாராவது ஒவ்வொருவரையும் இன்னார் எனக் குறிப்பிட்டு அறிமுகப்படுத்தி இருக்கிறார்களா? முன்பிறவி ஊழ்வினைத் தொடர்பால் சோழநாட்டு

இளவரசரை அறிந்து கொண்ட செய்தியை அவள் எப்படிக் குந்தவையிடம் கூறுவாள்?

இன்பவல்லியின் திறமையை இதுவரை குந்தவை எடை போடவில்லை. இன்பவல்லியின் மன உணர்ச்சியை இதுவரை இளையபிராட்டி மதிப்பிடவில்லை. இப்போது பாதாதிகேசம் வரை ஒரு முறை இன்பவல்லியைக் கண்டு அவள் இதயத்தையே மதிப்பிட்டு விட்டாள். 'ஆகா! இந்தப் பெண் இவ்வளவு சாமர்த்தியசாலியா?' என்று வியந்தாள்.

முல்லைத்தீவு எனும் கடல் கடந்த தீவு சோழ மண்ணை விட வளம் நிறைந்தது போலும் என்று முடிவு செய்தாள். சற்று முன்பு அவள் பேசியதைக் கேட்டுக் கொண்டிருந்தோம் என்ற சுவடே தெரியாமல், "அடடா! உனக்கு இன்னும் தஞ்சை மாளிகையிலிருப்பவர்களைப் பற்றியே தெரியாதா? பழுவூர்ப் பெண்ணே இன்பவல்லிக்கு நீ அறிமுகப்படுத்தக் கூடாதா? அரச குடும்பத்தாரோடு பழகி அவர்களை இன்னார் என அறியாமல் இருப்பது வியப்பாய் இருக்கிறது. தஞ்சைக்குச் சென்றவுடன் எல்லோரையும் அறிமுகப்படுத்தி விடு. இன்பவல்லியை யார் என யாராவது கேட்டால், 'நான் கண்டெடுத்தவள். என் அபிமானமிக்கவள்' என்று கூறு" என்றாள். இன்பவல்லி வியந்தாள். பஞ்சவன் மாதேவி திடுக் கிட்டாள். 'நாம் கேட்ட கேள்விக்கு நேரிடையாக இளைய பிராட்டி மறுமொழி கூறாமல் வேறு என்னென்னவோ கூறுகிறாரே' என அவளுக்கு வருத்தம் ஏற்பட்டது. இன்பவல்லி இளையபிராட்டியின் அபிமானம் பெற்றவள்; அப்படி யென்றால் நாம்? நம்மை இன்னும் தம் அன்புக்குரியவளாக இளையபிராட்டி எண்ணவில்லையா? வலிமை மிகுந்த குறுநில மன்னரின் மகளான நான், அவர்களின் நம்பிக்கைக்குப் பாத்திரமாகவில்லையா?

'ஹூம்; நான் அவ்வளவு எளிதில் இளையபிராட்டியை விட்டு விடமாட்டேன். அவர்கள் அன்பைப் பெறாமல் நான் ஒரு பெண்ணாக இந்த நாட்டில் இருந்து என்ன பயன்?' இப்படி எண்ணிய பஞ்சவன்மாதேவி இளையபிராட்டியை மகிழ்விக்க எண்ணி, "தேவி! இன்பவல்லியும் என் மனத்தைக் கவர்ந்தவளே! எல்லோரிடமும் நான் அவளைப் பற்றி

உயர்வாகக் கூறுவேன்... தேவி! உண்மையாக இளவரசர் பழையாறைக்கு வந்தாரா? '' என்று குழைவு நிறைந்த குரலில் கேட்டாள்.

மேலும் அவர்களைச் சோதனை செய்ய விரும்பாத இளையபிராட்டியும், “ஆம், என் இளவல் வந்தான். ஆனால் வந்தவுடனேயே தஞ்சையினின்று அவசரச் செய்தி வந்தது. வந்த சுவடை மிதித்துக் கொண்டு உடனே திரும்பிவிட்டான். அதற்குள் அந்தச் செய்தி இங்குள்ளவர்களுக்கு எப்படி தெரிந்தது. இவர்களது திறமைக்காகவே ஒற்றர் படையில் சேர்க்கலாம் போலிருக்கிறதே'' என்றாள்.

பஞ்சவன்மாதேவியின் உதடு துடித்தது. இளவரசர் வந்த செய்தி இன்பவல்லிக்கும் தெரியுமென்பதைக் கூற முயன்றாள். சற்று முன்னர் தானே 'எந்த இளவரசர்?' என்று கேட்டாள். இளைய பிராட்டியின் அபிமானமிக்க இன்பவல்லிக்கு இளவரசர் தெரியுமென்பதை இப்போது சொல்லிவிடலாமா? இவள் பாடியவுடனே இளவரசர் பறந்து வந்த செய்தியைச் சொல்லி விடுவோமா? அப்படிக் கூறினால் இளைய பிராட்டிக்கு இன்பவல்லியின் மீதுள்ள மதிப்பு உடனே சரிந்துவிடாதா? சொல்லிவிடுவோம்சொல்லி விடுவோம்.

யாரோ வரும் காலடி ஓசைக் கேட்டது. பணிப் பெண் வணங்கினாள். இளையபிராட்டியை நோக்கி, “தஞ்சை யினின்று பழுவூர் இளவரசிக்குச் செய்தி கொண்டு வந்திருக் கிறான் மாளிகை வீரனொருவன்'' என்று கூறினாள். அந்த ஓலையை வாங்கி வருமாறு இளையபிராட்டி கூறினாள். அரச முத்திரை பதித்த அந்த ஓலையின் மேலே பஞ்சவன்மாதேவி பெயர் கண்டிருந்தது.

இளையபிராட்டி அதைப் பெற்றுப் பஞ்சவன் மாதேவியிடம் கொடுத்தாள்.

“நீங்களே பாருங்கள் தேவி! தாங்கள் பார்த்து எனக்குத் தரக்கூடாதா? தாங்கள் அறியக்கூடாத ரகசியமா?'' என்றாள் பழுவூரார் மகள். இளையபிராட்டிக்குப் பெருமை ஏற்படட்டுமே என்றுதான் அப்படிக் கூறினாள். இளைய

பிராட்டி ஓலையைப் பிரித்துப் படித்தவுடன் அவள் முகம் மாறியது. கூர்ந்து நோக்கினால் உடலில் இலேசான நடுக்கம் புலப்பட்டிருக்கும்.

அவள் எப்படி அதில் கண்டுள்ள செய்தியைப் பஞ்சவன் மாதேவியிடம் கூறுவாள்? பழுவேட்டரையர் தன் மகளைக் காண விரும்புகிறார். உடனே புறப்பட்டு வரும்படி மன்னர் மதுராந்தகரே திருமுகம் அனுப்பியிருக்கிறார். இளைய பிராட்டி சற்று யோசித்தாள். ஏதோ முக்கியமான சம்பவம் இந்த ஓலைச் செய்தியின் பின்னே மறைந்திருக்கிறது என்று அவளுக்குப் புரிந்துவிட்டது.

"தேவி, என்ன வரைந்திருக்கிறார்கள்?"

இளையபிராட்டி சற்று மௌனமாக இருந்தாள். பிறகு மெல்லிய குரலில், "உன்னையும் மற்ற எல்லோரையும் உடனே தஞ்சைக்குப் புறப்பட்டு வருமாறு எழுதியிருக் கிறார்கள்."

"யார் எழுதியிருப்பது?"

"அரசரே எழுதியுள்ளார்."

"அரசரா?"

"ஆம்; நாம் எல்லோரும் உடனே புறப்பட ஏற்பாடு செய்வோம். அவசர காரியம் ஏதேனும் இருக்க வேண்டும்?"

"என்னவென்று ஓலையில் காணவில்லையா?"

இளையபிராட்டி இதற்கு மறுமொழி கூறவில்லை. அப்போது வானதி வந்து கொண்டிருந்தாள்.

"வானதி. நாமெல்லோரும் தஞ்சைக்குப் புறப்படுகிறோம்" என்றாள் இளையபிராட்டி.

"என்ன? வந்து சில நாட்களுக்குள்ளேயே மீண்டும் தஞ்சைக்கா?"

"ஆமாம். ஏதோ முக்கியக் காரியம்."

"அப்படி என்ன?"

"மன்னரே எழுதியிருக்கிறார்."

"விவரம் கூறலாமா?"

"பழுவூர்ப் பெண்ணை அழைத்திருக்கிறார்."

"நாமெல்லாம் ஏன் புறப்பட வேண்டும்?"

"எல்லோரிடமும் சொல்லச் சொல்லித்தான் மன்னர் எழுதியிருக்கிறார்."

"அதனால்..."

"அதனால்... அதனால் தஞ்சைக்குச் சென்றால் என் தம்பியை நான் பார்க்கலாம். அருண்மொழியைக் காணலாம். நீயும்...உன்.."

வானதிக்கு அந்தச் சமயம் இளையபிராட்டியின் பேச்சை ரசிக்க முடியவில்லை.

"தங்கள் உத்தரவை இதுவரை யாராவது மீறியதுண்டா?" என்று கூறிய வானதி, இளையபிராட்டியை அழைத்துக் கொண்டு, அவ்விடம் விட்டுப் புறப்பட முயன்றாள்.

"நாளைப் பொழுது புலராமுன்னர் நாம் புறப்படுகிறோம். அதற்குத் தக்கபடி ஆயத்தமாகுங்கள்" என்று கூறிவிட்டுக் குந்தவை வானதியை அழைத்துக் கொண்டு சென்றாள்.

"உடனே தஞ்சைக்குத் திரும்புவது என்றால் உனக்குச் சிரமமாக இருக்கும். நீ கோபிக்காவிடில் உன் வயிற்றில் வளரும் இளவரசன் கோபிப்பானல்லவா?"

வானதிக்கு அப்பொழுது வேடிக்கையாகப் பேச வேண்டும் எனும் மனநிலை இல்லை. எனினும், தன்னுள்ளத்து வேதனையை வெளிக்காட்டிக் கொள்ளாமல், "இளவரசன் தான் வளருகிறான் என்று எப்படிச் சொல்கிறீர்கள்?" என்று கேட்டாள். பொதுவாக இப்படியெல்லாம் கேட்கும்போது அவள் கள்ளங்கபடமின்றிச் சிரிப்பாள். இப்பொழுது சிரிக்க முயன்றும் அவளால் இயலவில்லை.

"எனக்குத் தெரியுமடி வானதி! உன் வயிற்றில் மாபெரும் வீரன் வளருகிறான். இந்த வம்சத்தின் பெயரை உலகெலாம்

விக்கிரமன்

பெருமைப்படுத்தக் கூடிய செல்வன் வளருகிறான் என்று எனக்கு சோதிடம் தெரியும்" என்றாள் குந்தவை.

வானதி ஏதும் பேசவில்லை. மௌனமாய் இருந்தாள். 'என் வயிற்று மகன் சோழ சாம்ராஜ்யத்துப் பெயரை உலகில் சிறக்கச் செய்ய வேண்டுமென்றால், தாய் அரியணையிலேறி அமர்ந்தால் தானே அது இயலும்? இப்பொழுது ஏற்படும் சம்பவங்களைப் பார்த்தால், பிற்காலத்தில் என்ன விளையும் என்பதே குழப்பமாயிருக்கிறதே. சற்று முன்னர் பழுவூர்ப் பெண்ணும் அனாதைப் பெண்ணும் பேசிக் கொண்டதிலிருந்து நம் சபதம் நம் முயற்சியில்லாமலேயே நிறைவேறிவிடும் போலிருக்கிறதே. மிகவும் நல்லதுதானே! யார் வேண்டு மானாலும் இந்தச் சோழநாட்டுப் பட்டமகிஷியாகட்டும். நமக்கு இந்தச் சுகபோகங்களே வேண்டாம். எங்காவது அமைதியான இடத்தில் போட்டியும், சதியுமில்லாத இடத்தில் காலத்தைக் கழிப்போம்' என்று எண்ணினாள்.

வானதி மௌனமாக நிற்பதைக் கண்ட குந்தவை, "வானதி என்ன கற்சிலையாகிவிட்டாய். தஞ்சையிலிருந்து உன்னைப் பிரித்து அழைத்து வந்தது தவறுதான். இப்போது போகிறோமே அதற்குப் பிறகு நீ இளவரசரைப் பிரியாமல் இருந்துவிடலாம். வேண்டும் போதெல்லாம் நான் உன்னைப் பார்க்கிறேன். இப்போது சற்று நீ இளைப்பாறு. நாளைக் காலையிலே நாம் தஞ்சைக்குப் புறப்படுகிறோம்" என்றாள்.

அன்றிரவு தனித்தனியே மூன்று உள்ளங்கள் மறுநாள் தஞ்சைப் பயணத்தைப் பற்றிச் சிந்தனை செய்து கொண்டிருந்தன. பஞ்சவன் மாதேவியும், இன்பவல்லியும் தஞ்சை அரண்மனையில் நடந்து கொள்ளும் விதத்தைப் பற்றிச் சிந்தனை செய்து கொண்டிருந்தனர். வானதியோ வேறுவிதமாக யோசித்த வண்ணமிருந்தாள். அவளுக்குத் தூக்கமே பிடிக்கவில்லை.

பொழுது புலரா முன்னர் இளையபிராட்டி எழுந்து விட்டாள். வானதியும் தூங்கி எழுந்தவள்போல் வந்தாள். "வானதி! புறப்பட வேண்டாமா? சீக்கிரம் நீராடி ஆடை ஆபரணங்கள் அணிந்து வா" என்றாள் குழந்தைக்குத் தாய் கூறுவது போல்.

"அக்கா! இப்போது தஞ்சைக்கு நான் வரப்போவதில்லை" என்றாள் வானதி.

குந்தவை திடுக்கிட்டாள். "ஏன் வானதி, தஞ்சைக்கு வராமல் என்ன செய்யப் போகிறாய்?" என்று கேட்டாள்.

"எனது வருங்காலத்தை நான் முடிவு செய்து கொள்ள வேண்டும்."

"உனது வருங்காலத்தையா? அதை முடிவு செய்வது யார்? சோழ நாட்டு மக்களின் வருங்காலத்தையே முடிவு செய்யும் இளவரசியாகிய உன் வருங்காலத்தை முடிவு செய்யும் துணிவு யாருக்கிருக்கிறது..?"

"இருக்கிறது... நான் அரசியாகாதிருக்கச் சிலர் முனை கின்றனர் அக்கா!"

இளையபிராட்டி புருவத்தை நெறித்துக் கொண்டாள். இந்தப் பெண் திடீரென இப்படிப் பேசுகிறாளே, என்ன காரணமோ? என்று ஐயமுற்றாள்.

"இளவரசியாக மாட்டேன் என்று நீ தானே சபதம் செய்து கொண்டிருக்கிறாய்."

"அப்படித் தோன்றியது கூறினேன். இனி நான் பழைய வானதி அல்லள்."

"ரொம்ப சந்தோஷம்... நீ பழைய வானதி அல்லள் தான். தாயாகப் போகும் வானதி. தைர்யம் மிகுந்த வானதி. அப்படி மாற வேண்டும் என்றுதானே அல்லும் பகலும் பாடு பட்டேன்? அதனுடன் நீ இந்த நாட்டு அரசியாக அமர்வதைப் பார்க்க வேண்டும் என்ற ஆசையும் எனக்கிருக்கிறது."

"கட்டாயம் நான் அரசியாகத்தான் போகிறேன். ஆனால், என்னுள்ளத்துள்ளே ஒருவிதக் கலக்கம் எப்போதும் இருந்து கொண்டே இருக்கிறது."

"என்ன கலக்கம் வானதி? என்னிடம் கூறக்கூடாதா? அந்தக் கலக்கத்தை நான் போக்க மாட்டேனா?"

"இல்லை அக்கா? அது மனிதர்களால் ஆகாது. ஊழ்வலி என்று சொல்வீர்களே, அதை மாற்ற முடியுமா?"

"ஊழ்வினையை நீ எப்படி அறிந்து கொண்டாய்? நீ என்ன சோதிடம் படித்தவளா?"

"இல்லை. சோதிடம் படித்தவரிடம் அதுபற்றிக் கேட்க வேண்டும் அக்கா! குடந்தையில் சதுரானன பண்டிதர் வீட்டிற்குச் சென்றோமே.. அப்போது அவரைப் பார்க்க முடியவில்லை. பிறகு பார்க்கலாம் என்று சொன்னீர்கள். என்னைப் பற்றி முக்கியமாக விசாரித்து அறிய வேண்டும் என்று நீங்கள்தானே சொல்லிக் கொண்டிருந்தீர்கள்? இன்று நம் குடந்தை நகருக்குச் செல்வோம்.." என்றாள் வானதி. வானதிக்குத் துணிவு வந்துவிட்டது.

இளையபிராட்டி மௌனமானாள். வானதியின் மாறுதல் அவளை மௌனமாக்கியது போலும்.

"வானதி குடந்தைப் பண்டிதர் எங்கும் போய்விட மாட்டார். மற்றொருமுறை வந்து விசாரித்துக் கொள் வோமே.. தஞ்சையில் நாமெல்லோரும் போக வேண்டிய அவசரமான வேலை இருக்கிறது வானதி!"

வானதியின் மனத்தைத் திருப்புவதற்கு ஏற்ற சமயம் இதுதான் என்று நினைத்த இளையபிராட்டி, "பழு வேட்டரையர் பஞ்சவன் மாதேவியைப் பார்க்க விரும்புவதாக அரசர் எழுதியிருக்கிறார்" என்றாள்.

"அவசரமான மாறுதல் அதில் என்ன இருக்கிறது?"

இளையபிராட்டி கலகலவென நகைத்து, "அரசியல் காரியங்களை நேரிடை அறிவைக் கொண்டு காண முடியாது; தன் மகளைக் காணவேண்டுமென்று பழுவேட்டரையர் எழுதாமல் அரசர் எழுதுவானேன்? அதனால் அதில் ஏதோ முக்கியக் காரியம் இருக்கிறது" என்றாள்.

வானதி சற்று யோசித்தாள். அவளுடைய மனம் எண்ணாததையெல்லாம் எண்ணி எதை எதையோ சம்பந்தப் படுத்தியது. மனத்தைத் திடப்படுத்திக் கொண்டு, "அதனால் தான் அக்கா சொல்கிறேன். சதுரானன பண்டிதரிடம் சென்று வருங்காலத்தைப் பற்றிக் கேட்டறிவோம்" என்றாள்.

இளையபிராட்டி வானதியை மேலும் சமாதானப்படுத்த விரும்பி, “வானதி! வருங்காலத்தைப் பற்றி அறிய மிகவும் துடிப்பவர்களுள் என்னைவிட ஆவலுள்ளவர்கள் எவரும் இருக்க முடியாது. என் வருங்காலம் எப்படி இருக்கும் என்றறிய ஆவல் எனக்கும்தான் இருக்கிறது என்றான்.

“ஆமாம் அக்கா! நீங்களும் தான் கேட்டுக் கொள்ள வேண்டும். நீங்கள் எல்லா நலன்களுடன் இருந்தால் தானே எனக்கும் நல்லது. அதற்காவது நீங்கள் சதுரானன பண்டி தரிடம் வரவேண்டும். ஆமாம், நீங்கள் தானே சொல்லிக் கொண்டிருந்தீர்கள். வருங்காலத்தைக் கேட்டுத் தெரிந்து கொள்ள வேண்டும் என்று. முக்கியமாக என்னைப் பற்றிக் கேட்டுத் தெரிந்து கொள்ள வேண்டும் என நீங்கள்தானே விரும்பினீர்கள்..” என்று வானதி கூறியதும், இளைய பிராட்டியாரால் மறுக்க முடியவில்லை.

இன்பவல்லியும் பஞ்சவன் மாதேவியும் பயணத்திற்கு ஆயத்தமாயினர். இன்பவல்லியுடன் வழக்கம் போலவே பஞ்சவன் மாதேவி பேசினாலும், அதிலே ஏதோ மறை பொருள் இருந்தது. இதயத்திலே ஒரு திரை விடப்பட்டது. எண்ணங்களும் சொறகளும அத்திரையை ஒவ்வொரு முறையும் தள்ளித் தள்ளித்தான் வந்தன.

இன்பவல்லி எதைப்பற்றியும் கவலைப்படவில்லை. எதையும் தாங்கும் அளவுக்கு அவள் இதயம் வலுவுடன் இருந்தது. தோன்றாத் துணையாயிருந்து தன் தாய் உதவுவாள் எனும் தைர்யம் அவளுக்கிருந்தது. பஞ்சவன் மாதேவியோ, நேற்று இளையபிராட்டி கூறிய ஒரு வார்த்தையை அடிக்கடி நினைத்துக் கொண்டாள். ‘தஞ்சை அரண்மனையிலுள்ள ஒவ்வொருவரையும் இன்பவல்லிக்கு அறிமுகப்படுத்த வேண்டுமாமே! தஞ்சைக்குப் போனபிறகு இன்பவல்லியை யார் கவனிக்கப் போகிறார்கள்? அந்தப்புரத்தைவிட்டு வெளியே வரமுடியாதவாறு செய்துவிடுகிறேன்’ என்று மனத்திலெண்ணிக் கொண்டாள். சேடி ஒருத்தி அங்கு வந்து இளையபிராட்டியார் அவர்களை அழைப்பதாக கூறிச் சென்றாள்.

பஞ்சவன் மாதேவியும், இன்பவல்லியும் இளையபிராட்டி இருக்குமிடம் சென்றார்கள். பொழுது நன்றாகப் புலர்ந்து கதிரவனின் மென்கிரணங்கள் மாளிகையின் இருளைப் போக்க முயன்று கொண்டிருந்தன.

பஞ்சவன் மாதேவியின் நடையில் இப்போது தனிக் கம்பீரம் இருந்தது. இன்பவல்லி அவளைப் பின் தொடர்ந்து சென்று கொண்டிருந்தாள்.

"நீயும் இன்பவல்லியும் தஞ்சைக்குப் புறப்பட்டுச் செல்லுங்கள். நாங்கள் பிறகு வருகிறோம்..." என்றாள் இளையபிராட்டி. பஞ்சவன் மாதேவி வியப்புறவில்லை.

தஞ்சைக்குச் செல்ல வேண்டும் எனும் பேராா்வம் அவளை உந்தியது. இன்பவல்லியை உடன் அழைத்துச் செல்ல வேண்டும் எனும் போது தான் அவளுக்கு என்னவோ போல் இருந்தது

"இன்பவல்லி! தஞ்சையில் மௌனமாக இருந்துவிடாதே மாளிகை முழுமையும் சுற்றிப் பார்த்து தெரிந்து கொள்" என்றாள் இளையபிராட்டி.

தஞ்சைக்கு அப்போது செல்லவேண்டும் என்ற எண்ணம் இன்பவல்லிக்கு இல்லை. பஞ்சவன் மாதேவிக்கு உடனே போகவேண்டும் எனும் துடிப்பிருந்தாலும், இளைய பிராட்டியின் கவனத்தைக் கவர்வதற்காக, "நீங்களும் வந்தால் எல்லோரும் ஒன்றாகச் செல்லலாம் என்று எண்ணினேன்" என்றாள். இளையபிராட்டியுடனே இருக்கவேண்டும் என்று தான் இன்பவல்லி நினைத்தாள். ஆனால் அதை எப்படிக் கூறுவது, அரச குடும்பத்துத் தொடர்பையே விட்டுவிட்டுச் சென்று விடலாம் என்று ஒரு கணம் அவளுக்குத் தோன்றியது. சாதாரண மக்களின் உள்ளத்தினின்று இவர்கள் உள்ளமும், செய்கையும் மாறுபட்டிருக்கும் போலிருக்கிறதே என்ற எண்ணம் தோன்றியபோது, அவள் மனிதரே இல்லாத இடத்திற்குப் போய்விடவேண்டும் என்று நினைத்தாள்.

பழையாறையினின்று மூன்று சிவிகைகள் புறப்பட்டன. ஒன்றிலே பஞ்சவன் மாதேவி ஏறிக் கொண்டாள். உடன் அவளுடன் இன்பவல்லி ஏறி அமரவில்லை. அடுத்த

சிவிகையில் இன்பவல்லியும் மற்றுமொரு பணிப்பெண்ணும் அமர்ந்தனர். மூன்றாவது சிவிகையில் மாளிகைப் பணிப் பெண்கள் இருவர் அமர்ந்தனர். சிவிகையின் முன்னே புலிக்கொடி ஏந்திய வீரன் ஒருவன் குதிரை மீதேறிச் சென்றான்.

மாளிகையின் முன்புற வாயிலைக் கடந்து திரும்பிய போது இன்பவல்லி ஒரு முறை திரையை விலக்கிக் கொண்டு மாளிகையின் மேல் மாடத்தை நோக்கினாள். வானதியும், குந்தவையும் அங்கே நின்று கொண்டிருப்பது தெரிந்தது. இன்பவல்லியின் கண்களில் ஏனோ நீர் அரும்பியது.

கதிரவன் கடமையாற்ற வழக்கப்படி காலையில் உதித்தான். சற்று நேரத்திற்கெல்லாம் காற்று எங்கிருந்தோ மெல்ல மேகங்களைக் கொண்டு சேர்க்கத் தொடங்கியது. பொழுதே புலராதது போன்ற பிரமை. சற்று நேரம் மரஞ்செடி கொடிகள் அசையாத அளவுக்கு வான மண்டலமே மௌனமாயிற்று.

தஞ்சை செல்லும் சாலையில் மூன்று சிவிகைகளும் செல்வதை மறைந்திருந்த ரவிதாசனின் ஆட்கள் கண்டனர். சிவிகைகளைப் பின் தொடர்ந்து மக்கள் நடமாட்டமற்ற பகுதியில் எதிர்பார்த்த இடம் வரும் வரை அவர்களும் மறைந்து மறைந்து பின் தொடர்ந்தனர். ரவிதாசன் கூறிய வாறு, பனைமரச் சின்னம் பொறிக்கப்பட்ட பல்லக்கி லிருப்பவர்களை ஏதும் செய்யக்கூடாது என்பதை உணர்ந்து, அவர்கள் வாய்ப்புக் கருதிச் சென்று கொண்டிருந்தனர். திடீரென வானம் இருண்டதைக் கண்ட அந்தக் கூட்டத்துள் ஒருவனான மீசைக்காரன், ''நேற்று நம்ப ஐயா சொன்னது சரிதான். காற்று நம் துணைக்கு வரப்போகிறது'' என்று வானத்தைப் பார்த்தபடி கூறினான். உடனிருந்த மற்றவர்கள் சிரிப்பில் அலட்சியமிருந்தது.

இப்போது காற்று வீசியது. அசையாதிருந்த மரங்கள் சடசடவென ஆடின; மேகங்கள் வேகமாக நகர்ந்தன. சூரிய ஒளி தென்பட்டது. மீண்டும் மறைந்தது. காற்று முன் எப்போதையும் விட இன்னும் பலமாக வீசியிருக்க வேண்டும். ஏனெனில் உயர்ந்த தென்னை மரத்தின் ஓலைகள் அசைந்தன. காய்ந்த மட்டைகள் சடசடவென முறிந்தன.

‘ஹூஊ’ என்ற சப்தம் எங்கோ கேட்டது. அது இந்த மண்ணுலகத்தில் எவரும் எழுப்பும் ஒலியன்று. காற்றில் அழுத்தம் அதிகமில்லாப் பகுதிக்கு அழுத்தம் அதிகமிருக்கும் பகுதியினின்று பாயும்போது எழும் ஒலி. பறவைகள் ‘கீச் கீச்’ என்று கூவிக் கொண்டு இங்கும் அங்கும் பறந்தோடின. காற்று வேகமாக அடித்தது. சுழன்று சுழன்று அடித்தது. அது எழுப்பிய ஒலி பயங்கரமாயிருந்தது. மரக்கிளைகள் முறியும் சப்தம் கேட்டது. காற்று புழுதியை வாரி இறைத்தது. அதன் பெயர் காற்றா? சூறாவளியென்றுதான் கூறவேண்டும்.

சிவிகையைச் சுமப்போர் மேலே செல்ல முடியாமல் திகைத்தனர். குதிரை வீரன் கண்களை மணல் மூடியது. சிவிகையைச் சுமப்போர் சிவிகையைக் கீழே இறக்கி வைத்து விட்டு, கீழே உட்கார்ந்து தலையை கவிழ்த்துக் கொண்டனர். எங்கோ மளமளவென பெரும் மரம் சாயும் பேரோசை கேட்டது. ரவிதாசனின் ஆட்கள் சிவிகை அருகே பாய்ந்தோடி வந்தனர்.

இரண்டாவது சிவிகையின் திரையை விலக்கினர். இன்பவல்லியை இமைக்கும் நேரத்தில் கவர்ந்தனர். அவள் கத்த முடியாதபடி ஏதோ ஒருவித மணமுள்ள துணி அவள் முகத்தில் கிடந்தது. இன்பவல்லியைத் தோளில் போட்டுக் கொண்டு திடகாத்திரமான ஒருவன் முன் ஓட, அவனைத் தொடர்ந்து மற்றவர்கள் ஓடி மறைந்தனர்.

காற்றின் ஓலம் சிறிது நேரம் இருந்தது. பேயாட்டம் ஆடிய மரக்கிளைகள் அமைதி அடைந்தன. கணநேரத்தில் நடந்து விட்ட இச்சம்பவத்தைக் காற்றைத் தவிரக் கண்டவரெவர்? இன்பவல்லியுடன் சிவிகையிலமர்ந்திருந்த பணிப்பெண், அபூர்வமாக ஏற்பட்ட வாசனை ஒன்றை நுகர்ந்ததால் பாதி மயங்கிய நிலையில் சிவிகையில் சாய்ந்திருந்தாள்.

புயல் அடங்கியது. கண்ணைக் கசக்கிக்கொண்டு, மேலேயுள்ள புழுதியைத் தட்டிவிட்டுக் கொண்டு, குதிரை வீரன் புறப்பட்டான். சிவிகையைச் சுமப்போரையும் புறப்படச் சொன்னான். சிவிகை சுமப்போர் தங்கள் பணியை மீண்டும் தொடர்ந்தனர். தஞ்சை செல்லும் பாட்டையில் அவர்கள் விரைந்தனர்.

அத்தியாயம் 12

வீரன் மகள்

தஞ்சை மாளிகையில் மன்னரது மந்திராலோசனை மண்டபத்தில், சோழ நாட்டுச் சிற்றரசர்கள் அனைவரும் கூடியிருந்தனர். மதுராந்தக சோழ தேவர் அங்கு வருவதற்கு முன்னர் கூடியிருந்தவர்கள் ஒருவரோடொருவர் காதில் விழுந்ததையும், கண்ணால் கண்டவற்றையும் கூட்டியும் குறைத்தும் புகழ்ந்தும், பரிகசித்தும் வேடிக்கையாகவும் விறுவிறுப்பாகவும் பேசிக் கொண்டிருந்தனர்.

இரட்டைக் குடை ராஜாளியாரும், மழவரையரும், திருக் கோவலூர் மலையமானும், வைதும்பரும், இடைநாடரும், கொடும்பாளூராருமாகக் கூடிப் பேசிய பேச்சு மண்டபத்தையே அதிர வைத்தது.

கொடும்பாளூரார் கம்பீரமானவர். யுத்த காலத்தில் எதிரிக்கு அறைகூவல் விடுக்கும்போது இடியோசை போன்று அக்குரல் ஒலித்து அனைவரையும் நடுங்க வைக்கும். அவரோ இப்போது மெல்லிய குரலில் பேசினார். வைதும்பராயரோ நடவாதது நடந்துவிட்டது போன்ற முழக்கம் செய்து கொண்டிருந்தார். சோழத் தளபதியாயிருந்த பார்த்திபேந்திரன் பல்லவன் திடீரெனப் புரட்சி செய்து போர்முரசம் கொட்டியதைப் பற்றிய பேச்சில் தொடங்கியது அவர்களது பேச்சு.

"சேனைத்தலைவர் பொறுப்பை ஒப்படைக்கும் போதே பல விதமாக யோசனை செய்திருக்க வேண்டும். பல வருடங்களுக்கு முன் செய்த தவற்றின் விளைவை இப்போது அனுபவித்துத் தானே ஆகவேண்டும்?" என்றார்.

"தவறின் விளைவு என்று பொதுப்படையாக எல்லார் மேலும் பழி சுமத்த முடியுமா? பார்த்திபேந்திரனைச் சேனைத் தலைவராக நியமிக்கும்போது நாம் ஒப்புக் கொண்டோமா? என்று மலையமான் முழங்கினார்."

“இப்போது இறந்துபோன சம்பவத்தின்மீது தீர்ப்பைத் தெரிவித்துக் கொண்டிருப்பதால் என்ன பலன்?” என்று கூறிப் பேச்சை வேறு திசையில் திருப்ப விரும்பினார் கொடும் பாளூரார். அவருக்குப் பழூவூர் வம்சத்தைக் கண்டாலே பிடிக்காது என்றாலும், போர்க்களத்திலே வாகைசூடி விழுப் புண்ணுடன் கிடக்கும் பழுவேட்டரையர் மீது அனுதாபமே தோன்றியது.

“இறந்துபோன சம்பவம் என்று பல்லவ இளைஞனின் முடிவைப் பற்றித்தானே கூறுகிறாய்?” என்றார் மலையமான்.

அங்கு இருப்பவர்களுள் வயது முதிர்ந்தவர் அவர்தான். அதனால் அவர் அங்கிருப்பவர்களை ஏக வசனத்திலேயே அழைத்தாலும் ஒருவரும் தவறாக எண்ணுவதில்லை.

“தக்க சமயத்தில் பழுவேட்டரையர் விரைந்திராவிடில், சோழவம்சத்திற்கு அவப்பெயர் ஒன்று ஏற்பட்டிருக்கும். ஆதித்த கரிகாலன் கட்டிய அற்புத மாளிகை பல்லவகுமாரன் வசம் சேர்ந்திருக்கும்” என்றார் வைதும்பர்.

சம்புவரையர் இதுவரை வாய் திறவாமல் இருந்தவர். இப்போது தொண்டையைக் கனைத்துக் கொண்டார். அங்கிருப்பவர்களுள் வயதில் இளைஞர் அவரே. சிறிய பழு வேட்டரையர், பார்த்திபேந்திரனுக்கு மிகவும் பொறுப்புள்ள பதவியைக் கொடுத்தபோதே, அதைக் கண்டு கோபங் கொண்டு, தஞ்சைப் பக்கமே திரும்பாதிருந்தவர். அவர் எண்ணத்தை இப்போது மற்றவர்களுக்குத் தெரிவிக்க விரும்பி, மீண்டும் தொண்டையைக் கனைத்துவிட்டு, “தக்க சமயத்தில் பழுவேட்டரையர் படைகளுடன் சென்றிராவிடில் அதற்குண்டான பலனை அவரே அனுபவித்திருப்பார். ஈழத்து போரிலும், பாண்டியர்களுடன் நடந்த போரிலும் வென்ற பழுவேட்டரையர் குலத்துக்கே அவப்பெயரையன்றோ தேடியிருப்பார்? பார்த்திபேந்திரன் போக்கைக் கண்காணிக்கா திருந்த மாபெரும் தவறையன்றோ அவர் செய்திருக்கிறார்?” என்றார்.

கொடும்பாளூரார் சட்டெனக் குறுக்கிட்டு, “இப்போது நாம் அப்படியெல்லாம் பேசுவது நியாயமன்று. பழுவேட்டரையர்

உயிர் ஊசலாடிக் கொண்டிருப்பதை நாம் சற்று முன்னர்தாம் பார்த்தோம். மார்பிலே வேலைத் தாங்கி, வேலின் முனை உடைந்துபோகும் அளவுக்கு வஜ்ரம் போன்ற உடல் படைத்த பழுவேட்டரையரின் உண்மைத் தொண்டைப் பற்றி மட்டும் நாம் இப்போது பேசுவோம்'' என்றார்.

கொடும்பாளூரார் உண்மையில் அப்படிப் பேசுகிறாரா என்று எல்லோரும் ஒரு கணம் அவர் முகத்தையே நோக்கினார். பழுவூர்க்குலமும், கொடும்பாளூர்க் குலமும் ஒருவரோடொருவர் போட்டி போட்டுக் கொண்டு சோழ அரசகுலத்திற்குத் தொண்டாற்றினர். போர்க் காலங்களில் தங்கள் அற்புதமான உயிரை ஈயவும் தயங்கவில்லை. அதனுடன் மணவினைத் தொடர்பில் கொடும்பாளூராரைப் பழுவேட்டரையர்கள் மிஞ்சிவிட்டனர். அப்போது தான் அருண்மொழி வர்மருக்குத் தன் மகள் வானதியை மணம் புரிவித்துத் தொடர்பு கொண்டார், கொடும்பாளூரார். அந்த விஷயத்தில் அவர்மீது பழுவேட்டரையருக்குப் பொறாமை தான். பழுவேட்டரையரின் விரோத மனப்பான்மையைக் கொடும்பாளூரார் அறிவார். எனினும், இந்தப் போதில், மரணப் படுக்கையில் பழுவேட்டரையர் இருக்கும்போது, அவரைப் பற்றிச் சிறுமைப்பேச்சு உலவுவதை அவர் விரும்பவில்லை.

சிறிய பழுவேட்டரையர் வலையில் கட்டுண்ட புலியாக இருக்கும்போது கொடும்பாளூரார் சென்று பார்த்தார். தன்னை வந்து காணமாட்டார் என்றுதான் பழுவேட்டரையர் எண்ணியிருந்தார். கொடும்பாளூரார் மீது, இயற்கையாகவே முன்பு அவருக்கிருந்த பொறாமையையும் நினைக்கும்போது அவருக்குச் சிரிப்புதான் வந்தது.

மனிதன் இருக்கும் தன் வாழ்நாளின் சிறிது காலத்திற்குள் எப்படியெல்லாம் புனிதமான உள்ளத்தைப் பாழ்படுத்திக் கொள்கிறான் என்பதை நினைக்கும்போது, அவருக்கு வேதனையாக இருந்தது. போர்க்குணமும் யுத்த களமும், நாட்டாசையும் அவருக்கு இப்போது விளையாட்டுத் தினமாக தோன்றின. கொடும்பாளூரார் வந்து அவரது வீரத்தைப் புகழ்ந்தபோது, காயமுற்றிருந்த அவரது தோள்கள் கூட விம்மி

எழுந்தன. சோழநாட்டிற்கு நேர இருந்த பெரிய ஆபத்தைத் தடுத்த தீரன் என்று கொடும்பாளூரார் புகழும்போது, தன் காதுகளையே அவரால் நம்பமுடியவில்லை. நன்றிகூடக் கூற முடியாத அளவுக்குப் புகழ்ச்சியில கட்டுண்டிருந்தார் பழுவேட்டரையர். இவ்வளவு நேரம் இருந்த உடல் உபாதைகூட இப்போது கொடும்பாளூராரின் சொற்களால் சற்று விலகியிருந்தது போல் தோன்றியது.

பழுவேட்டரையரின் கண்களின் ஓரத்தில் இரு கண்ணீர்த் துளிகள் பளபளத்தன. கொடும்பாளூராரின் கரங்களைப் பிடித்து கொண்டு, அவரது நலனை மெல்ல விசாரித்தார். அவரது மகள் வானதியின் சௌக்யம் குறித்தும் வினவினார். அருண்மொழி நாடு திரும்பியது பற்றி தன் மகிழ்ச்சியும் தெரிவித்துக் கொண்டார்.

இந்தச் சந்தர்ப்பத்தில் கொடும்பாளூரார் கூறிய செய்தி, இதுவரை அவர் கொண்டிருந்த சந்தோஷத்தை சிதற அடித்தது. வானதி கருவுற்றிருப்பதை மகிழ்ச்சியுடன் அவர் கூறியதைப் பழுவேட்டரைரயர் கேட்டவுடனேயே, அவர் உள்ளத்தில் ஆயிரம் மின்னல் தாக்கியதைப் போன்ற உணர்ச்சி எழுந்தது. அவர் மெல்ல மெல்லக் கட்டும் கோட்டையின் அடித்தளத்தையே அந்தச் செய்தி ஆட்ட முயல்வது போன்ற உணர்வை அடைந்தார்.

சோழ சாம்ராஜ்யத்து வாரிசாக ஆகும் பெரும்பேறு கொடும்பாளூராரின் மகளால் பெறப்போகும் பெருமைமிக்க செய்தியைக் கூறுவதன் மூலம், தம் உயர்வைத் தெரிவிக்கக் கொடுபாளூரார் விரும்புகிறார் என்ற எண்ணத்தில் சாயை அவர் உள்ளத்தில் பட்டது. பழுவேட்டரையர் கண்களை மெல்ல மூடிக் கொண்டார். நோயின் கொடுமை தாங்காது பழுவேட்டரையைர் வேதனை அடைகிறார் என்ற கோணத்தில் கொடும்பாளூரார் மெல்ல அங்கிருந்து நகர்ந்தார். மற்றவர் எவரையும் அவரிடம் செல்லவும் கூடாதெனத் தடுத்துவிட்டார்.

கண்களை மூடிக் கொண்டிருந்த பழுவேட்டரையர் மனத்தில் பெரும் போராட்டம் ஏற்பட்டது. ஆயிரமாயிரம் யானைகள் மோதும் போர்க்களத்தைவிட மனப்போராட்டம்

அதிகப் பயங்கரமாயிருந்தது. பல நூறு ஈட்டிகள் ஒன்றோடொன்று மோதுவதால் ஏற்படும் பொறியைவிட அவர் மனத்திலெழுந்த எண்ணங்களில் தாக்குதல் சுட்டெரித்தது. அவர் எப்படியெல்லாம் கனவு கண்டு கொண்டிருந்தார்?

தனக்கோ, தன் சகோதரர் பெரிய பழுவேட்டரையருக்கோ சந்ததி விளங்க ஓர் ஆண் மகவு இல்லாதது பெருங்குறை யாயினும், பிறந்த பெண் குழந்தையின் வயிற்றிலாவது குலம் விளங்க ஒரு குழந்தை ஹூஹூம்! பெரிய பஞ்சவன் மாதேவியாவது குழந்தையைப் பெற்றிருந்தால் அவள் ஆண் குழந்தையைப் பெற்றிருந்தால் அடுத்துவரும் சோழ அரியணை உரிமையைப் பழுவேட்டரையர் குலம் நிச்சயம் அடைந்திருக்கும். அதற்கு வழியில்லாது போய்விட்டதே! அந்த வேதனை நிறைந்த நேரத்திலும் பழுவேட்டரையர் பட்டத்துரிமையைப் பற்றியே எண்ணினார்.

சாதகமான காற்று எப்படியெல்லாம் தங்களுக்கு உதவியாக வீசியது என்பதை நினைத்துப் பார்த்துக் கொண்டார் பழுவேட்டரையர். பழுவூரில் குறுநில மன்னராக இருந்த பழுவேட்டரையர்கள், போர்க்களங்களில் சோழ மன்னர் களுக்கு உறுதுணையாக இருந்து வெற்றியைத் தேடித் தந்து நற்பெயரைப் பெற்றார்கள். அதனால் சிறிது சிறிதாகத் தஞ்சைக் கோட்டைக் காவல் பொறுப்பைப் பெற்றார்கள். அத்துடன் கருவூல அறைப் பொறுப்பையும் பெற்றார்கள். தனாதிகாரியானார்கள். சோழநாட்டில் வரி வசூலிதது கருவூலத்தில் சேர்க்கும் உரிமை பெற்றார்கள்.

அவர்களது யோசனையும், தந்திரமும், சுந்தரசோழர் காலத்தில் பெருமளவுக்கு உதவியாய் இருந்தனவாதலால், அவர்கள் மதிப்பு உயர்ந்தது. முக்கியமாகப் பெரிய பழுவேட்டரையர் செல்வாக்கு மிகுந்தது. அப்போது சிறிய பழுவேட்டரையர், அண்ணனின் சொல் தட்டாதவராய் இருந்து வந்தார்.

செல்வாக்கு மிகுந்த பழுவேட்டரையரின் நெஞ்சில் புது ஆசை எழுந்ததும், சோழநாட்டு அரியணை உரிமையைப் பற்றிப் புதுக்கேள்வியை எழுப்பினார். சுந்தர சோழரின்

சகோதரர் உத்தம சோழரின் மனத்தை மாற்றிச் சோழநாட்டு அரசுரிமை அவரையே சேரும் என்று விவாதித்து, அதில் வெற்றியும் பெற்றார். அதெல்லாம் பழைய கதை.

சிறிய பழுவேட்டரையர் அந்தச் சம்பவங்களை இப்போது நினைக்கும்போது உற்சாகங் கொள்ளவில்லை. பட்டமேறிய மதுராந்தகருக்குத் தன் மகளை மணம் புரிவித்ததால் என்ன பயன் ஏற்பட்டது? வேறொருத்தியின் வயிற்றில் பிறந்த கண்டரன் மதுரன் அன்றோ பட்டமேறப் போகிறான்.

கண்டரன் மதுரன் என்று நினைத்தவுடன் அவர் உடலில் புதுத் தெம்பு பிறந்திருக்க வேண்டும். இன்னும் சிறிது நாள் கண்டரன் பழகியிருந்தால் அவன் மனத்தை மாற்றி சிவபக்தியென்றும், பூசையென்றும் காலங்கழிப்பதை மாற்றி பட்டத்துரிமையை அவனுணரச் செய்தால், தன் எண்ணம் நிறைவேறிவிடும். அதிலும் பெரியவர் மகள் பஞ்சவன் மாதேவியின் பங்கும் நிறைய இருக்கிறது. அவளைக் கண்டரனுக்கு மணம்புரிவிக்க வேண்டிய வாய்ப்பிருக்கிறது என்று எண்ணினார். ஆனால், இப்போது எப்படி நிலையோ, இளையபிராட்டி பழையாறைக்குப் பஞ்சவன் மாதேவியை அழைத்துச் சென்றிருக்கிறாள் என்றால், அவள் மனம் மாறிவிடும் வாய்ப்பு இருக்கிறதே, நானிருந்தால் அவளை அப்படிப் பழையறைக்குப் போக விடுவேனா?

பழுவேட்டரையர் பெருமூச்சு விட்டார். பழைய நினைவுகளும், புதிய யோசனைகளும், அலை அலையாய் வந்து அவர் இதயத்தில் மோதின. நாளை அல்லது மறுநாள் கரூரிலிருந்து பெரிய வைத்தியர் வருகிறார். அவர் ரணசிகிச்சை செய்து மார்பிலே உடைந்திருக்கும் வேல் முனையை எடுத்து விடுவார்.

ஆபத்து நிறைந்தது தான் அந்த சிகிச்சை. இவ்வளவு நாள் மார்பிலே அதைத் தாங்கியிருப்பதென்பது பொதுவாக யாராலும் முடியாது. வலுவான உடலும், இரும்பு இதயமும் படைத்திருந்தால்தான் பழுவேட்டரையர் அதைத் தாங்கிக் கொண்டிருக்கிறார். சிகிச்சைக்குப் பிறகு ஒருவேளை பிழைத்துவிடலாம். பிழைத்தாலும் பிழைக்காவிட்டாலும்

பஞ்சவன் மாதேவியை அழைத்துச் சொல்லவேண்டிய காரணங்கள் பல உள.

பஞ்சவன் மாதேவி என்று அவர் உதடுகள் முணுமுணுத்தன. அவர்களை உடனே அழைத்து வர ஏற்படாகிவிட்டதென்று செய்தி அவருக்குக் கிடைத்ததும், அவள் வரும் வரையில் ஒவ்வொரு நொடியும் ஒரு யுகமாக அன்றோ இருக்கிறது ?

அதோ யாரோ வருகிறார்கள். அந்த அறை முழுவதும் நறுமணத்தால் நிறைந்தது. கண்டரன் மதுரன் பூசைப் பிரசாதத்துடன் வந்து கொண்டிருந்தான். யார் வருகிறது ?

‘‘யார் ....யார்?’’ என்று பழுவேட்டரையர் மெல்லிய குரலில் கேட்டார். ஆகா? அந்தக் குரலின் கம்பீரம் எங்கே சென்றது ?

கண்டரன் மதுரன் அங்கே வந்து நின்றவுடன், பழுவேட்டரையர் அவனை அடையாளங் கண்டுவிட்டார். இப்போதுதான் உன்னைப் பற்றி நினைத்தேன் என்று கூற அவர் நா துடித்தது. இருந்தாலும் பிறவிக் குணம் எங்கே போகும்? வெறும் சொல்லால் கூடப் பிறரைப் புகழ விரும்பாத நாவன்றோ!

‘‘நடராசருக்கு அபிஷேக ஆராதனைகள் செய்தேன். திருநீறு கொண்டு வந்திருக்கிறேன். நீங்கள் நலத்துடன் பிழைத்தெழ அம்பலவாணனைத் தினம் வேண்டி வருகிறேன்’’ என்று மதுரமான குரலில் பேசினான் மதுரன்.

ஆகா, அந்தக் குரலுக்குத்தான் எத்தனை சக்தி அது அவர் செவி வழியே புகுந்து, அவர் உடல் நோயைக் குறைக்கிறதே. இப்படித்தான் உத்தமசோழ தேவரும் இருந்தார். அவரை மாற்றி அரசாங்க அலுவல்களில் பற்றுக் கொள்ளச் செய்வது பெரும்பாடாகிவிட்டது.

‘‘மதுரா!’’ என்று அழைத்தார் பழுவேட்டரையர். கண்டரன் மதுரன் உடல் சிலிர்த்தது. விபூதியை எடுத்து பழுவேட்டரையர் நெற்றியில் பூசிய மதுரனைப் பார்த்து, ‘‘கோட்டைக் காவல் எல்லாம் சரிவர இருக்கிறதா?’’ என்று கேட்டார்.

மதுரனுக்கு அதைப் பற்றிக் கவலை என்ன? இந்த உலகத்தைக் காத்து அருள்புரியும் கருணைக் கடலின் நினைவில் திளைத்து இருக்கையில், சாதாரணக் கோட்டையைப் பற்றி அவனா கவலைப்படப் போகிறான்? அவன் மெல்லச் சிரித்தான்.

அவனுடைய மௌனத்தை நினைக்கையில் பழு வேட்டரையருக்கு வேதனையாயிருந்தது. "கோட்டைக் காவல், பொக்கிஷ அறைக்காவல், இவற்றைக் கண்ணுங் கருத்துமாக அன்றாடம் கவனிக்கவேண்டும். இல்லாவிடில் சதிகாரர்களின் கொட்டம் ஓங்கிவிடும்" என்றார்.

"அவற்றில் சிந்தை செலுத்த என் பாட்டியார் எனக்குக் கற்றுக் கொடுக்கவில்லை" என்றான் கண்டரன்.

"அரச குமாரர்களுக்கு இதையெல்லாம் ஒருவர் கற்றுக் கொடுப்பார்களா? மீன் குட்டிக்கு நீந்தக் கற்றுக் கொடுப்பவர் எவர்?"

"விண் மீன் நீந்துவதில்லையே!"

"கோட்டையினின்று தப்பிச் சென்றவனைப் பின் தொடர்ந்து ஓடிப் பெரும் உண்மைகளைக் கண்டுபிடிக்க கற்றுக் கொடுத்தவரெவர்!"

"இறையருளால் ஏற்பட்ட செய்கை.."

பழுவேட்டரையர் ஒன்றும் பேசவில்லை. மற்ற வேளையாயிருந்தால் வேறெவராவது இப்படிச் சொல்லியிருந் தால், அவர் பொங்கி எழுந்திருப்பார். நாம் சொல்வதைவிடப் பஞ்சவன் மாதேவி சொல்வதில்தான் மதுரன் மனம் மாறுவான் என்று நம்பிய பழுவேட்டரையர், சற்று நேரம் ஒன்றும் பேசாமல் இருந்தார்.

பிறகு, ஏதாவது பேசவேண்டுமே என்பதற்காக மதுரனை நோக்கி, "பஞ்சவன் மாதேவியை அழைத்து வரப் பழையாறைக்கு யாரை அனுப்பியிருக்கிறார்கள் தெரியுமா?" என்று கேட்டார்.

பஞ்சவன் மாதேவி என்றவுடன்தான் மதுரனுக்கு அவள் நினைவு வந்தது. நாள்தோறும் பூசை நேரத்தில் அங்கு வந்து

நிற்கும் பழுவூர் இளவரசியைச் சிறிது நாட்களாக காணாததை அவன் அறிந்திருந்தான். அவளுடன் மற்றொரு பெண்ணை நந்தவனத்தில் சந்தித்ததிலிருந்து, நாள்தோறும் பூசை வேளையில் அவர்கள் வருகையை எதிர்பார்த்து, அவன் மனம் ஒரு கணம் சஞ்சலமடையும். பழுவேட்டரையர் கேட்கும்போது, இதுபற்றிக்கூடத் தக்க மறுமொழி கூறாம லிருப்பது குறித்து, நாண உணர்ச்சி அவனிடம் எழுந்தது. மதுரன் ஏதும் மறுமொழி கூறாமலிருக்கும் அந்த வாய்ப்பைப் பயன்படுத்திக் கொள்ள விரும்பிய பழுவேட்டரையர், "என் மகள் என்னுடைய இந்தக் கோலத்தைக் கண்டு கண்ணீர் விடுவாள்" என்றார்.

"உங்களுடைய இந்த நிலைமையைக் கண்டு வருந்தாதவர் எவர் இருக்கமுடியும்? சோழநாட்டின் வளர்ச்சிக்காக தாங்கள் உயிரையே தியாகம் செய்ய முன்வந்ததை வருங்காலச் சந்ததியார் எப்படி மறக்கமுடியும்?"

பழுவேட்டரையர் மெல்ல நகைத்தார். அதில் விரக்தி இருப்பதுபோல் கண்டரனுக்குத் தோன்றியது. 'தான் கூறியதில் தவறு ஏதாவது இருக்குமோ?' என்று அஞ்சினான். அச்சம் முகத்தில் பிரதிபலிக்கப் பழுவேட்டரையர் என்ன கூறுவாரோ என்று மெல்லக் குனிந்தான்.

பழுவேட்டரையர் நெடு மூச்சு விட்டுக் கூறினார், "பொன்னி பாயும் வளநாட்டிற்கு எங்கள் பரம்பரையினர் உழைத்திருக்கிறார்கள். தியாகம் செய்திருக்கிறார்கள். அவர்கள் பெயரை இந்த நாட்டு மக்கள் நாள்தோறும் நினைவிற் கொள்கிறார்களா? எங்களை விட்டு விடுங்கள். சோழ நாட்டிற்காக அரும்பெரும் தியாகங்களைச் செய்த தங்கள் பாட்டன், முப்பாட்டன்களை இந்தக் காலத்து இளைஞர்கள் எப்போதோ வருடமொருமுறைதானே நினைக்கிறார்கள்? அப்படியிருக்க, என் பெயரையும் என் சேவையையும் எப்படி நினைக்கப் போகிறார்கள்?"

கண்டரன் பரபரப்புடன், "அப்படிக் கூறாதீர்கள்...சோழ நாட்டில் நன்றியுணர்ச்சி மாறிவிடவில்லை..."என்றான்.

“மதுரா உனக்கு இந்த நாட்டைப் பற்றியும் நாட்டு மக்களைப் பற்றியும் இப்போது தெரியாது. ஆனால், தெரிந்து கொள்ளவேண்டும். என்னை மறந்து விடுவது மட்டுமன்று, நான் இறந்தவுடன் என் மீது வசைமாரியும் பொழிவார்கள்...”

“இல்லவே இல்லை. அப்படியெல்லாம் நடக்காது...”

“நடந்தால்தான் நான் என்ன செய்ய முடியும்? என் சந்ததியார் எவராவது அப்படிப் பொய் கூறினவர்களுடன் சண்டை போடப்போகிறார்களா?”

கண்டரன் ஒன்றும் பேசவில்லை.

“மதுரா! நான் மரணப் படுக்கையில் ஏதோ பேசுகிறேன் என்று நினைக்காதே. எனக்குப் பிறகு என் பெயர் மறைந்துவிடத்தான் போகிறது. கடைசி கடைசியாக சோழ நாட்டைக் காப்பாற்றிய என் புகழைச் சூடி இந்த நாட்டில் கம்பீரமாக உலவா எனக்கு மகனிருக்கிறானா? அல்லது என் மகளுக்காவது ஒரு குழந்தை பிறந்திருக்கிறானா...என்னை விட்டு விடுங்கள். என் சகோதரரின் பெயரைச் சொல்லவும் கூட ஆளில்லாமல் போய் விட்டதே...” பழுவேட்டரையர் பேசத் திணறினார்.

மதுரன் துடித்தான். தான் வந்ததால் அன்றோ பழு வேட்டரையர் இப்படியெல்லாம் பேசித் தொல்லைப்படுகிறார் என்று எண்ணியவனாய் மெல்லப் பேச்சினின்று விடுபட்டுப் போக விரும்பி, “ஐயா, தாங்கள் மிகக் கலக்கங் கொண்டிருக் கிறீர்கள் போலிருக்கிறது. பழுவேட்டரையர்களை இந்த நாடு மறக்காது என்று உறுதி கூறுகிறேன். உங்கள் மகள், என் சிற்றன்னை இந்தச் சாம்ராஜ்யத்து அரசியாக உள்ளவரை, உங்கள் பெயர் ஏன் மறந்துவிடும்? பெரிய பழு வேட்டரையரின் புதல்வி பஞ்சவன் மாதேவியைக் குறித்து நீங்கள் கவலைப்படவேண்டாம். என் பாட்டியார் இந்த நாட்டுக்கே பெரும் தாய்போல் விளங்கும் செம்பியன் மாதேவியாரிடம் நேற்றுப் பேசிக் கொண்டிருந்தேன். பஞ்சவன் மாதேவியைப் பற்றி மிகவும் அன்புடன் அவர்கள் விசாரித்தார்கள். அவள் சிறந்த பேரும் புகழும் பெற்று பெருமையுடன் விளங்குவாள் என்றும் கூறினார்கள்...”

பழுவேட்டரையர் நகைத்தார்.

"நான் வேடிக்கைக்காகக் கூறவில்லை...பஞ்சவன் மாதேவியாரின் வருங்காலம் மகோன்னதமானது என்று என் பாட்டியார் தன் திருவாயால் கூறினார் என்றால், அப்படியே நடந்துவிடும்..." என்றான் கண்டரன்.

பழுவேட்டரையர் கண்கள் மூடியிருந்தன. கண்டரன் மதுரனுடன் இப்படியே பேச்சுக் கொடுத்துக் கொண்டே பஞ்சவன் மாதேவியை மணக்க அவனது இசைவு பெற்றுவிட வேண்டும் என்று எண்ணினார்.

'கண்டரன் தன் சம்மதம் தெரிவித்துவிட்டால் அதற்குப் பிறகு கவலையே இல்லை. எப்படியும் தன்னை மன்னர் மதுராந்தகரும் மற்றும் குறுநில மன்னர்களும் காண வருவர். அவர்களிடம் கண்டரன் மதுரனுக்கே அடுத்த பட்டம் சூட்ட வேண்டும் என்று வற்புறுத்துவேன்...' என்று எண்ணினார்.

பழுவேட்டரையர் கண்களை மூடிச் சிந்தனையிலாழ்ந் திருந்த போது, அவரை இனியும் தொந்தரவு செய்யக்கூடாது என்று எண்ணிய கண்டரன் திருநீறெடுத்து ஓர் இலையில் மடித்து அதைப் பழுவேட்டரையரிடம் நீட்டியவாறு, "தாங்கள் எதற்கும் பயப்பட வேண்டாம். மரண பயத்தை விடுங்கள். கூன்பாண்டியனுக்கு ஏற்பட்ட நோயை இந்தத் திருநீறு கொண்டு போக்கிய சம்பந்தப் பெருமானின் பாடலைப் பாடுகிறேன். உங்கள் நோய் நீங்கிவிடும்" என்று கூறிவிட்டு.

"மந்திரமாவது நீறு.." என்ற பாடலைக் கணீரென்று பாடினான்.

இசையின் நயத்தை என்றுமே ரசித்தறியாத பழு வேட்டரையரின் உள்ளங்கூட, கண்டரன் இசையில் உருகியது.

ஆனால், இப்படி பக்தியிலும், இசையிலும் மூழ்கியிருக்கும் இந்தப் பிள்ளையா வருங்காலத்தில் சோழநாட்டை ஆளச் சம்மதிக்கப் போகிறான்? என்று எண்ணினார்.

பஞ்சவன் மாதேவி தஞ்சைக் கோட்டைக்குள் நுழைந்த உடனேயே, தன் சிறிய தந்தைக்கு ஏற்பட்ட விபத்தை அறிந்து, ஓடோடி அவரைக் காண வந்தாள். தந்தை படுத்திருக்கும் இடத்தின் உள்ளேயிருந்து இனிய பாடலின் ஓசை எழுவதைக் கேட்டாள்.

பழுவேட்டரையர் படுத்திருந்த மஞ்சம் நோக்கி விரைந்தாள். அவள் செல்வதற்கும் மதுரன் பாடி முடிப்பதற்கும் சரியாக இருந்தது.

பஞ்சவன் மாதேவியைக் கண்டவுடன் மதுரன் மெல்லிய புன்னகை பூத்து, அங்கிருந்து செல்ல விரும்பி, ''தேவி தங்களுக்கு வயது நூறு. இப்போதுதான் தங்கள் தந்தை கவலையுடன் விசாரித்தார்'' என்றான்.

பஞ்சவன் மாதேவியின் கண்கள் மதுரனின் விழிகளை ஒருமுறை சந்தித்தன. அவள் தன் முகத்தைத் தாழ்த்திக் கொண்டாள். பாடல் நின்றவுடனேயே பழுவேட்டரையர் கண் விழித்தவர், மதுரனும், தன் மகளும் பேசிக் கொள்வதைக் கண்டார்.

தந்தை விழித்துக் கொண்டதை அறிந்த பஞ்சவன் மாதேவி, தந்தையின் நிலை கண்டவுடன் 'கோ' வெனக் கதறித் தந்தையின் மார்பில் தன் முகத்தைப் புதைத்துக் கொண்டு விம்மினாள்.

பழுவேட்டரையர் அவள் தலையைப் பரிவுடன் கோதிக் கண்ணீரை மெல்லத் துடைத்து, ''பெண்ணே, நீ அழலாமா? எனக்கு என்ன நேர்ந்துவிட்டது?'' என்றார்.

விம்மியவாறு, பஞ்சவன் மாதேவி, ''என்னிடம் கூடச் சொல்லாமல், தாங்கள் இப்படி திடீரென போர்களஞ்சென்று படுகாயமுற்றுத் திரும்பினீர்களே'' என்றாள்.

''படுகாயமுற்றுத் திரும்பினேன். ஆனால், வெற்றியுடன் திரும்பினேன். வீரனுக்கு அதைவிடப் பரிசு என்ன வேண்டும்? நீ வீரனின் மகள். உன் தந்தை மாவீரர். உன்னை வளர்க்கும் நானும் அந்த இடத்தை அடையப் பாடுபடு கிறேன்.''

பஞ்சவன் மாதேவி விம்மிக் கொண்டிருந்தாள்.

"பெண்ணே, நீ அழலாமா? யார் அழுவார்கள் தெரியுமா? கோழைகள் அழுவர். சாதாரணப் பெண்கள் அழுவார்கள். நீ வீரனின் மகள். நீ சாதாரணப் பெண்ணல்லள். மாதேவி நீ இந்த நாட்டிலேயே உயர்ந்த இடத்தை அடையப் போகிறவள். நீ அழக்கூடாது. நீ இன்னும் கம்பீரமாக வாழப் பழகிக் கொள்ளவேண்டும்."

பஞ்சவன் மாதேவியிடமிருந்து விசும்பல் ஒலி நின்றது. ஆனால், கண்ணீர் மாலை மாலையாகப் பெருகியது. இந்த நாட்டிலேயே உயர்ந்த இடத்தை அடையப் போகிறாய் என்று தந்தை கூறியது கேட்டு, அவள் மார்பு விம்மியது. ஆம். இந்த நாட்டு அரசியாகத் தன்னை ஆக்குவதாக முன்பே கூறியிருக்கிறாரே...!

"அன்புள்ள மகளே! நீ என்றும் வருத்தப்படவே கூடாது. அரசியின் நெஞ்சம் எப்போதும் கலக்கத்தைக் கொள்ளக் கூடாது. அதனுடன் உனைப்பற்றி உயர்வாக நினைக்கும் கண்டரன் மதுரனின் எதிரே நீ கலங்கலாமா? இந்த நாட்டின் வருங்கால மன்னராக வரப்போகும் கண்டரன் எதிரே நீ சாதாரணப் பெண்ணாகக் காட்சியளிக்கலாமா?" என்று கேட்டார்.

பஞ்சவன் மாதேவி திடுக்கிட்டாள். புயலின் வேகத்தை அவர் நேரிடையே கண்டிருக்கிறாள். அதே புயல் அவள் இதயத்தில் வீசினால் எப்படியிருக்கும் என்ற நிலையை அப்போதுதான் உணர்ந்தாள். "அப்பா" என்று தன்னை யறியாமலேயே அவள் கூவிவிட்டாள். அடுத்துப் பட்ட மேறப் போவது கண்டரன் மதுரனா?...அவள் செவிகளில் வீழ்வது நிஜம்தானா? அப்படியென்றால், அவள் இதயத்தில் நேற்றினின்று வளரும் ஆசைப் பயிர் என்ன ஆவது?

"தந்தையே, அடுத்து இந்த நாட்டின் சக்கரவர்த்தியாகப் போகிறவர் யாரென்று கூறினீர்கள்? "

"மகளே! ஏன் என் பேச்சு சரிவரப் புரியவில்லையா? பழைய இடி போன்ற குரல் போய்விட்டது. என்ன செய்வது? அடுத்து இந்த நாட்டின் அரசராக இப்போது

சென்றானே அந்த அழகன் கண்டரன் மதுரன்தான் ஆகப்போகிறான். ஆகவும் வேண்டும்" என்றார். பஞ்சவன் மாதேவியின் தலை சுழன்றது. "அப்பா"! என்று அலறினாள்.

அத்தியாயம் 13

ஓவியன் கண்ட இன்முகம்

புயல் வந்த சுவடும் தெரியவில்லை. போன வழியும் தெரிய வில்லை. புயல் ஓய்ந்துவிட்டது. எவ்விதமும் ஆண்டில் இரண்டு மூன்று முறை புயலரசனின் கண் வீச்சு அந்தப் பகுதியில் ஏற்படும். அவன் வந்துபோன பிறகு ஓங்கி வளர்ந் திருந்த மரங்கள் தலை சாய்ந்திருக்கும். பிரம்மாண்டமான நிழல் தரும் மரங்களின் வேர்கள் வெளியில் தெரிய, பெரும் சாம்ராஜ்யம் சரிந்தது போன்று, அவை வீழ்ந்து கிடக்கும். ஓலைக் குடிலிலிருப்பவர்கள் ஓலம் எழுப்ப, எங்கும் கூரையற்ற வீடுகள் காட்சியளிக்கும். போர்க்களத்தில் சிதைந்த உடல்களைப் போன்று இடிந்த வீடுகளின் பாகங்கள் சிதறிக் கிடக்கும்.

ஆனால், அன்று அடித்த புயல் சில கணந்தாம் தன் உருவத்தைப் புலப்படுத்தியதால், அதிகமான சேதம் எங்கும் ஏற்படவில்லை. அந்தப் புயல் ரவிதாசனுக்கு உதவியது என்று அவனது உதவியாளர்கள் எண்ணினர். இட்ட பணியை நிறைவேற்றிவிட்டோம் என்ற எக்காளத்துடன் அவர்கள் வயலும் மேடும் ஓடையும் கடந்து, குறுக்கு வழியாக ரவிதாசன் எதிர்பார்த்திருந்த இடத்துக்கு வந்து சேர்ந்தனர்.

ரவிதாசன், அந்தப் பாழ்மண்டபத்து வாயிலில் வேங்கையைப் போல உலவிக் கொண்டிருந்தான். தான் போட்ட திட்டம் பெரும் வெற்றியடைந்துவிடும் என்று அவனுக்கு நம்பிக்கை இருந்தது. தஞ்சையிலும் அவன் செயல்கள் நிறைவேறிவிட்டால்... அமரபுஜங்கனுக்கு அவன்

செய்தி சொல்லி அனுப்பியிருந்தான். படைகளுடன் சோழ நாட்டிற்குள் புகுவதற்குத் தக்க ஏற்பாடுடன் ஆயத்தமாக இருக்க, அவன் அவசரமாகக் செய்தி சொல்லி அனுப்பியிருந்தான். சோழ அரண்மனை அல்லோல கல்லோலப்படும் போது, அமரபுஜங்கன் அரியணை அமர வழி செய்து விடலாம் என்று மனப்பால் குடித்துக் கொண்டிருந்தான்.

புயல் அடித்ததைப் பார்த்தபோது ரவிதாசனுக்குப் பெரும் மகிழ்ச்சி ஏற்பட்டது. ''ஆஹா! சொக்கவேல் கூறியது எவ்வளவு உண்மை! ஏதோ விளையாட்டாகக் கூறுகிறார் என்றல்லவா எண்ணினோம்? உண்மையிலேயே நடந்து விட்டதே! புயல் துணை புரிந்துவிட்டது. தாரகேச்வரியின் அருள் இருக்கிறது'' என்று கூறிக் கண்ணை மூடிக் கொண்டவாறு நெற்றியைச் சுருக்கிக்கொண்டான். அவன் உதடுகள் ஏதோ முணுமுணுத்தன.

நேரமாக ஆக, ரவிதாசனுக்கு இருப்புக் கொள்ளவில்லை. நேரம் மெல்ல நகர்வது போன்ற பிரமை அவனுக்கு ஏற்பட்டது. புயலின் உதவியால் சிவிகை சுமப்போர் கண்களில் மண்ணைத் தூவிவிட்டு, இளைய பிராட்டியைத் தூக்கி வந்தாலும், வரும் வழியிலே யாராவது கண் விழித்துவிட்டால்...ரவிதாசன் துணுக்குற்றான். எந்தச் சமயத்திலும் ஆபத்து நிச்சயம்.

அருகே யாரோ வரும் அரவம் கேட்டது. பல பேர் வராமல் ஒருவர் மட்டும் வருவது போன்ற ஓசை, ரவிதாசன் திரும்பினான். கார்மேகன் ஓடி வந்து கொண்டிருந்தான். எப்போதும் ஓட்டமும் நடையுமாயிருக்கும் அந்த உடல் இளைப்பதில்லை. இன்னும் சற்றுப் பருமன் குறைந்திருந்தால் இன்னும் வேகமாகக்கூட ஓடலாம். என்ன செய்வது? அந்த மேனி இளைப்பதில்லை. ஒருவேளை உணவை ஒழித்தாலும் மேனி வாடுவதில்லையே. விண்ணகரத்து மடைப்பள்ளியில் பிரசாதம் உண்பதை நிறுத்திப் பார்த்தால் ஒருவேளை உடல் இளைக்கலாம்.

கோயில்பட்டர் அவனை எங்கே தப்பவிடுகிறார். பிரசாதம் தரும் வேளையில் சற்று தாமதமானால், ''எங்கே அப்பனே போய்விட்டாய்? வாசனை மூக்கை துளைக்கிறதே.. உன்

நாசிக்கெட்டவில்லையா? ஆகா. நெய் உறைந்துவிடும் போலிருக்கிறதே?'' என்று கூப்பிட்டு, இரு கைகளிலும் அள்ளிக் கொடுத்துவிடுவார். பிறகு அந்தச் சுவையினின்று எப்படி தப்புவது? கோயில் பிரசாதம் வளர்த்த உடல் எப்படி வாட முடியும்?

கார்மேகன் ஓடி வந்தான்.

மூச்சு வாங்கியது. வியர்த்துக் கொட்டியது. எதற்காக இந்தச் செயலிலெல்லாம் தலையிட்டோம் என்று கூட அவனுக்குத் தோன்றிவிட்டது. என்ன செய்வது,? சூரியனைப் போல் ஒளி வீசம் தங்க நாணயத்திற்காகத் தான், தன் நாணயத்தைக்கூடக் குறைத்துக் கொள்ளத் துணிந்தான் கார்மேகன்.

கார்மேகன் செடி கொடியையும் புதரையும் விலக்கிக் கொண்டு ரவிதாசன் எதிரே வந்து நின்றான். காலிலே வேல முள் ஒன்று சுருக்கென்று குத்தியது. பொறுக்க முடியாத அளவுக்கு வலி எடுத்தது.

குனிந்து முள்ளை எடுத்த வண்ணம் ரவிதாசனை நோக்கி, ''ஐயா, போச்சு, போச்சு. காரியம் கெட்டுப்போச்சு!'' என்றான்.

கார்மேகன் ஓடி வந்ததையும் ஏதோ கூற முற்படுவதையும் கண்ட ரவிதாசன், ஆவலும் பரபரப்பும் உந்த, ''கார்மேகரே! என்ன நேர்ந்தது?'' என்றான்.

''போச்சு, போச்சு'' என்று கார்மேகன் கூறியது ரவிதாசன் செவிகளில் விழவில்லை.

கார்மேகன் முள்ளை எடுத்துப் பார்த்தான்; வரவில்லை.

நொண்டிக்கொண்டு நடந்து வந்து, ''ஐயா, நாம் போட்ட திட்டப்படி நடக்கவில்லை. இளையபிராட்டி இன்று தஞ்சைக்குப் பயணப்படவில்லை'' என்றான்.

ரவிதாசன் திடுக்கிட்டான்; ''என்ன! இன்று போக வில்லையா?'' என்று கேட்கும்போது, அவன் குரலில் சோர்வு தெரிந்தது.

''ஏன்?''

"ஏனென்று எனக்கு எப்படித் தெரியும்?"

"அதைத் தெரிந்து கொள்ள உமக்கு முடியவில்லையா? உம் மகள் கூறவில்லையா?"

"ஹூம்...என் மகள் புதிதாக வந்தானே அந்தச் சங்கர தேவனுடன் பேசுவதிலேயே காலத்தைப் போக்குகிறாள்..."

"பிராட்டியார்... போகவில்லை என்று உமக்கு எப்படித் தெரியும்?"

"இளைய பிராட்டியார் வந்தியத்தேவனுடன் பேசிக் கொண்டிருந்ததைப் பார்த்தேன்."

"பிறகு போயிருக்கலாம். போயிருக்கிறார்கள் என்று எனக்குத் தெரியும்."

"தெரியுமா?"

"புயலடித்தது, சொக்கவேல் கூறியபடியே புயலடித்தது. அவர் தேவதைகளை ஏவி விட்டிருக்கிறார். அதைப் போன்று ராஜபாட்டையில் பயணமான இளையபிராட்டியையும் என் சீடர்கள் இதற்குள் கவர்ந்து வந்திருப்பார்கள்.."

"இருக்காது ஐயா!"

"ஏன்?"

"ஆம்; இளையபிராட்டி தஞ்சை செல்லவில்லை. குடந்தை மடத்திற்குச் செல்ல ஆயத்தம் செய்ததை இந்தக் கண்ணால் பார்த்தேன்."

"உடனே ஏன் வந்து சொல்லவில்லை?"

"உடனே தான் வந்து சொல்கிறேன்; மடத்தில் பூசைக்குப் பூக்கள் வேண்டுமென்று கூறினார்கள். உடனே நந்த வனத்திற்குச் சென்று மலர் கொய்து குடலையில் போட்டுக் கொண்டு வந்து கொடுத்தேன். அவற்றை மாலையாகக் கட்டித் தரவேண்டுமென்றார்கள்."

"சொல்லுவாள் சொல்லுவாள், சோழநாடே தன் சுண்டு விரலுக்கு அசையவேண்டும் எனும் எண்ணம் கொண்டவள் ஆயிற்றே உம்... பிறகு?"

"உடனே ஒன்றும் பாதியுமாக மாலையைத் தொடுத்துக் கொடுத்துவிட்டு, இதோ ஓடோடி வருகிறேன். நம்பிக்கை இலலையென்றால் இதோ என் கையை முகர்ந்து பாருங்கள். மல்லிகை வாசனையும் துளசியின் மணமும்" என்று தன் உள்ளங்கையை ரவிதாசன் நாசி எதிரே நீட்டினான் கார்மேகன்.

ரவிதாசன் அவன் கரத்தைத் தள்ளிவிட்டு, "நீர் சொல்வது சரியில்லை. எனக்கு நம்பிக்கை இருக்கிறது. ராஜபாட்டையில் நமது ஆட்கள் காரியத்தை முடித்திருப்பார்கள் என்று; வேண்டுமானால் பாருங்கள். அவர்கள் இப்போது வரும் நேரம் தான். சோழ நாட்டுச் சர்வாதிகாரிணியான குந்தவை தேவியார் இந்தக் கணத்தில் வந்து தலை குனிந்து நிற்கப் போகிறாள். கண்களால் பிறரைச் சுட்டெரித்து விடுவது போலப் பார்க்கும் அவளது கண்கள், அபயம் வேண்டி நீரைச் சொரியப் போகின்றன. தன் கட்டளையாலும், உத்தரவாலும் இந்த நாட்டையே ஆட்டி வைக்கும் அவள் படும் வேதனையைப் பார்க்கப் போகிறீர். இந்த நாட்டைத் தாண்டிப் போகமாட்டேன் என்று வீம்பு பேசும் தேவியார், கடல் கடந்து கண்காணாத இடத்திற்குச் சென்று அணுஅணுவாக வருந்திச் சாகப் போகிறாள்..." என்று ஆவேசம் வந்தவன் போலப் பேசினான்.

கார்மேகன் நடுநடுங்கினான். "ஐயா ரவிதாசரே. இளையபிராட்டியார் இங்கே வரும்போது நான் இங்கிருக்கக் கூடாது. அவர்கள் முகத்தை நான் பார்க்கமாட்டேன். நான் இதுபோன்ற நடவடிக்கைகளில் ஈடுபடுவதாகத் தெரிந்தால் கூட, என் மகளே என்னைக் கத்தி எடுத்துக் கொன்று விடுவாள்... நான் போய் விடுகிறேன் ஐயா...எனக்குத் தருவதாக வாக்களித்த பணத்தைக் கொடுத்துவிடுங்கள்" என்று கார்மேகன் கெஞ்சினான்.

ரவிதாசன் 'ஹோ ஹோ' என்று சிரித்தான். சிரிப்பதால் அவன் விழிகள் சிறுத்தன. "அட பயந்தாங்கொள்ளி! அந்த விஷப் பாம்பைப் பார்த்து நீ ஏனய்யா நடுங்க வேண்டும்? உன்னைப் பார்த்தல்லவா அவள் நடுங்கிச் சாக வேண்டும்? பயப்படாதே! அவள் மயங்கும் நிலையில் வருவாள். சுயநினைவு தெரியாது. பெரிய நந்தவனம் வைத்திருக்கிறாயே,

இந்த மலரைத் தெரியுமா?'' என்று கேட்டு, அருகே இருந்த நீல நிறமுள்ள மலர் ஒன்றை எடுத்து, கார்மேகன் முகத்துக்குச் சற்றுத் தொலைவில் நீட்டினான்.

'குப்'பென்ற மணம் எழுந்தது. மணத்தை நுகர்வதோடு கூடக் கார்மேகன் தலையும் சுழன்றது. அவன் நிலை தடுமாறினான். அந்த இடம் சுழன்றது. எதிரேயுள்ள மரங் கொடிகள், மண்டபம் எல்லாம் சுழன்றன. ரவிதாசன் கூடத் தலை சாய்த்துத் தொங்குகிறானே!ஓ! உலகமே சுழல்கிறதே!

கார்மேகன் மயக்கந்தரும் மலரின் நெடி தாளாமல் மயங்கிக் கீழே சாய்ந்தான்.

ரவிதாசன் கார்மேகன் கால்களைப் பிடித்துத் தரதரவென இழுத்து மண்டபத்தில் பின்புறம் கிடத்திவிட்டு வந்தான். 'அப்பா! என்ன கனம்! என்ன பருமன்!'

அவன் எதிர்பார்த்தபடி சற்று நேரத்திற்கெல்லாம் அவனது சீடர்கள் பெண்ணொருத்தியைச் சுமந்து கொண்டு வந்தனர்.

போரில் வெற்றி வாகை சூடியவர்கள் போலும், நடுவே பெண்ணைச் சுமந்தவனுமாக, நான்கு பேர் வெற்றி நடைபோட்டு வந்தனர்.

''ஆ! வந்துவிட்டீர்களா! இந்த முட்டாள் தவறான செய்தியன்றோ சொன்னான். குந்தவை தஞ்சைக்குச் செல்ல வில்லை என்றானே? வெறும் பணத்துக்கு ஆசைப்பட்டு எதை வேண்டுமானாலும் சொல்லியும் செய்தும் விடுவார்கள் போலிருக்கிறதே. உம்'' என்றான் ரவிதாசன்.

அவனை நோக்கி வந்தவர்கள், ''வெற்றி வெற்றி'' என்று கோஷமிட்டார்கள். தாங்கள் சுமந்து வந்த மங்கையை மெல்லக் கீழே கிடத்தினார்கள்.

''டேய் முட்டாள்! சோழ நாட்டின் இளைய ராணியடா. அவர்களை வெறும் தரையிலே கிடத்துகிறீர்களே! அன்னத்தின் தூவி, அனிச்சமலர் எடுத்து, இலவம் பஞ்சுடன் கூடி இன்ப மெத்தையிலே உறங்கும் தேவியை அந்த மண்டபத்திலே கிடத்துங்கள். ஒரு காலத்திலே அந்த மண்டபம் புத்த விஹாரையாக இருந்தது. சோழராட்சியில்

கேட்பாரற்றுப் போய்விட்டது. அந்தப் பாழடைந்த மண்டபத்திலே அவர்களைக் கிடத்து'' என்று கூறி கடகட வென நகைத்தான் ரவிதாசன். அந்தச் சிரிப்பின் வேகத்திலே அங்கிருந்தவர்கள் அதிர்ந்தனர். அவளை மண்டபத்தில் கிடத்த விரைந்தபோது ரவிதாசன் அவளருகே சென்று, ''மெல்ல, மெல்ல! தேவியார் உடல் நோகப் போகிறது'' என்று கூறினான். ஆனால் மறுகணம் தீயை மிதித்தவன் போலத் துள்ளினான். சுருள் கத்தி முதுகில் பாய்ந்தது போன்று அலறினான்.

ரவிதாசன் மனத்தில் இவ்வளவு நேரம் ததும்பி நின்ற உற்சாகம் தவிடு பொடியாகியது. சோழநாட்டையே அழித்துவிட்டோம் என்று கட்டிய எண்ண மதில் சரிந்தது. அவன் உடல் நடுங்கியது. அவன் கண்கள் ஏமாற்று கின்றனவா? அவன் காண்பது நிஜமல்லவா? ஒருவேளை மாயையா? ரவிதாசன் கண்களைக் கசக்கிக் கொண்டான். இல்லை. அவன் கண்முன் தோன்றுவது உண்மை வடிவம்தான். அவ்வளவு நேரம் எண்ணியது போன்று குந்தவை தேவி அல்லள் அவள். பின் இந்தப் பெண் யார்? வட்ட வடிவமான அந்த முகம் துவண்டு கிடக்கிறதே... வளைந்த புருவத்தின் பாதுகாப்பிலே திகழும் கண்மலர் மூடி வாடிக் கிடக்கிறதே. இவளை எங்கோ கண்டிருப்பதுபோல் தோன்றுகிறதே. எங்கே? எங்கே?

'சரியாகத்தானே அடையாளங் கூறி அனுப்பினோம்? பனைமரச் சின்னம் பொறித்த பல்லக்கில் செல்பவளை ஒன்றும் செய்யாதீர்கள் என்று கூறி அனுப்பினோமே. அது தவிர மற்றப் பல்லக்கில் குந்தவைதானே இருப்பாள்? இவர்கள் எப்படித் தவறிழைத்தனர்? ஒன்றும் புரிய வில்லையே?'

ரவிதாசன் முகமாறுதலை அங்கிருந்தவர்கள் நொடியில் புரிந்து கொண்டனர். இரவில் தெரியும் பூனையின் கண் களைப் போன்று ரவிதாசன் கோபத்தால் தகிப்பது கண்டு, அவர்கள் அஞ்சினர்.

''முட்டாள்களே!'' என்று கர்ஜித்தான் ரவிதாசன். எல்லாரையும் அப்படியே நசுக்கி விடுபவன் போல் கையை

வீசி, முஷ்டியை ஆட்டி, "ஒரு சாம்ராஜ்யத்தை வளர்க்க ஆயிரம் கெட்டிக்காரர்கள் இருந்தாலும் அதைக் கெடுக்க ஒரு முட்டாள் போதும்" என்று கூவினான்.

"குந்தவை எங்கேடா?" ரவிதாசனுக்கு ஆத்திரத்தில் வார்த்தைகள் கூடத் தெளிவாக வரவில்லை. அவன் உடல் கொதித்தது.

உடல் அச்சத்தால் உதற, கைகட்டி நின்றவர்களுள் ஒருவன் "இதோ" என்று காட்டினான். அப்படி சொன்னவன் முகத்தைப் பார்த்து ஒரு குத்து விட்ட ரவிதாசன், "ஆமாம், இதோ இருப்பவள் சோழ நாட்டு அரசகுமாரி! இல்லையா? அரச குமாரியைப் பார்த்திருக்கிறீர்களா, காட்டு மிராண்டிகளா? அரசிக்கும் சாதாரணப் பணிப்பெண்ணுக்கும் வித்தியாசம் தெரியாத உங்களை அனுப்பினேனே இந்தக் காரியத்திற்கு? என்னை நானே வருத்திக் கொள்ள வேண்டும்" என்றான். கோபக் குரல் சற்றுத் தணிந்தது.

"ஆமாம், உன்னைத்தான் குறை கூறவேண்டும்., இதுபோன்ற காரியங்களில் கவனம் மிகத் தேவை" என்று கூறிக்கொண்டே காளாமுகர் வந்தார்.

சமயத்திற்கு வந்திருக்கிறார் காளாமுகர் என்று எண்ணிய ரவிதாசன் கோபம் சற்று தணிந்தது.

"சாமி, வாருங்கள், இதோ பாருங்கள் சாமி! இந்த முட்டாள்கள் செய்த காரியத்தை. காரியத்தையே கெடுத்து விட்டார்கள் சாமி" என்று ரவிதாசன் கூறும் போது அவன் நா தழுதழுத்தது.

காளாமுகர் மெல்ல நகைத்தார். அவர் நகைத்த ஒலி மட்டும்தான் கேட்டது. தாடியும், மீசையும், உடையும் அந்த நகை வடிவத்தை மறைத்தன.

"இதனாலென்ன ரவிதாசா? எப்படியோ உன் நல்ல காலம் அவர்கள் தவறுதலாக வேறு யாரையோ தூக்கி வந்து விட்டார்கள். இளையபிராட்டியை நீ அபகரித்து வந்திருந்தா யானால், இதுபோல் நீ சர்வ சாதாரணமாக வாழ முடியுமா?"

"இல்லை சாமி. அதற்கும் ஏற்பாடு செய்திருந்தேன். கடல் கடந்த தீவுக்குப் போய்ச் சேர்ந்துவிடுவதாக..."

"உம்... இந்தப் பெண் யார்? இவளைத் தூக்கி வந்ததால் உன் காரியத்திற்குப் பயனுண்டா ரவிதாசா?"

பயனா? இடையூறு ஏற்படாதிருந்தால் போதாதா? இந்தப் பெண்ணை இதற்கு முன்னர் எங்கோ பார்த்த நினைவாக இருக்கிறது..

"பழுவூர் அரண்மனையில் உங்கள் தலைவியின் தோழியாக இருந்தபோது பார்த்திருக்கலாம்."

"இல்லை. இல்லை; அப்போது பார்த்திருந்தால் இப்போது இவ்வளவு இளமையானவளாக இருந்திருக்க மாட்டாளே..."

"பாண்டி நாட்டு ஒற்றர் குடிலில் பார்த்திருக்கலாமே...!"

"இல்லை. இல்லை ஆ! நினைவுக்கு வந்துவிட்டது. ஒரு சமயம், நான் அருண்மொழியைத் தொடர்ந்து கலத்தில் சென்றேனே அப்போது முல்லைத் தீவில் பார்த்த நினைவு. அப்பா, எவ்வளவு நாட்களாகியும் அந்த முகம் என் நினைவை விட்டு மாறவில்லை."

"முல்லைத் தீவா? தீவிற்குக்கூட அருண்மொழி போனாரா? அது கிடக்கட்டும்; இப்போது இந்தப் பெண்ணால் உனக்குப் பயன் ஏதும் இல்லை. அதற்குப் பதில் தொந்தரவு தான்.."

"என்ன செய்யச் சொல்கிறீர்கள் சாமீ? அவசரமாக நடக்க வேண்டிய வேலைகள் ஏராளமாக இருக்கும் போது..."

"ஆமாம். இப்படி இந்தக் காட்டில் ஏதோ ஒரு பெண்ணைத் தூக்கி வந்து பேசிக் காலங் கழித்தால்...? வழிப்பறிக் கூட்டத்தினராயிருந்தால். சரி..."

"ஐயோ, நாம் ஏன் திருடராக வேண்டும்? எங்கள் நாட்டைக் கவர்ந்த கள்ளர்களை ஒழிக்க நான் பாடுபடும் போது ஒரு வினாடியும் வீணே கழிக்க முடியாது. இன்னும் தஞ்சையில் நிறைய வேலை இருக்கிறது..."

"ரவிதாசா, இப்போது தஞ்சைக்குப் போகாதே. தஞ்சைக்குச் சென்றால் நீ எளிதில் அகப்பட்டுக் கொள்வாய். அங்கே சிற்றரசர்கள் அனைவரும் கூடியிருக்கிறார்கள். பழுவேட்டரையர் இப்போதோ நாளையோ என்று கிடக்கிறார்..."

“இதுதானே தக்க தருணம் சாமி?”

“ஆம்; நீ அகப்பட்டுக் கொள்ள ரவிதாசா. இந்தப் பெண்ணைக் காணோம் என்றவுடனேயே, பரபரப்பு ஏற்பட்டிருக்கும். நாலா திசையிலும் ஆட்கள் விரைவார்கள். நீ இங்கிருப்பதே தவறு. உடனே போய்விடு. ஆற அமர, வேறு எங்காவது சென்று யோசனை செய். தஞ்சையில் சிற்றரசர்கள் கூடிப் பல முக்கியமான காரியங்களை முடிவு செய்யப் போகிறார்கள். இந்தச் சமயத்தில் தஞ்சை மாளிகையில் உன்னால் செயலாற்ற முடியாது. பரபரப்பு இல்லாமல் அமைதியாக நீ முடிவு செய்ய வேண்டும்” என்றார் காளாமுகர்.

“சாமி! இவ்வளவும் தாங்கள் எப்படித் தெரிந்து கொண்டு விடுகிறீர்கள்? இன்று ஏற்பட்ட சிறு தவறு திட்டங்களையே பாழடித்துவிட்டது. உம் அதற்காக நான் அஞ்சப் போவ தில்லை. சிற்றரசர்கள் பேசக் கூடியிருக்கும் வேளை தான் சரியான நேரம். பழுவேட்டரையர் உயிர் ஊசலாடும் இந்தச் சந்தர்ப்பத்தை எப்படியாவது பயன்படுத்திக் கொண்டுவிட வேண்டும். ஆனால், நீங்கள் கூறியது போன்று, இந்த இடத்திலேயே இருக்க மாட்டேன்” என்று ரவிதாசன் கூறினான்.

காளாமுகரும் ரவிதாசனும் சற்று நேரம் பேசிக் கொண்டிருந்தனர். பிறகு காளாமுகர் ரவிதாசனிடமிருந்து விடைபெற்றுக் கொண்டு சென்றார். அவர் சென்ற பிறகு ரவிதாசன், இப்படியும் அப்படியும் உலவிய வண்ணம் யோசித்துக் கொண்டிருந்தான். அவன் சகோதரன் பரமேச்வரன் அங்கில்லை. காட்டுமன்னார் குடிக்கருகிலுள்ள தனது சொந்த ஊருக்குச் சென்றிருந்தான்.

ரவிதாசன் ஏதோ ஒரு முடிவுக்கு வந்தவன் போல் எழுந்தான். அங்கிருப்பவர்களுள் தனது நம்பிக்கைக்கு அதிகம் பாத்திரமானவனைக் கூப்பிட்டு, ஏதோ சொன்னான். அவன் தான் சற்று முன்னர் மூக்கில் குத்துப்பட்டவன். அவன் தலையசைத்தான்.

ரவிதாசன் அங்கிருந்து எங்கோ சென்றுவிட்டான். இன்னும் மயக்கமுற்ற நிலையில் இருந்த இன்பவல்லியை மீண்டும் தூக்கிக் கொண்டு அவர்கள் சென்றனர். பகிரங்கமாகச் சாலை வழியே செல்ல இயலாததால், குறுக்கு வழியாகவும், ஒற்றையடிப் பாதையின் வழியாகவும் சென்றனர்.

கதிரவன் உச்சிப் பொழுதைத் தாண்டியபிறகு, அவர்களுக்குப் பசியெடுத்தது. அதனுடன் இன்பவல்லியின் மயக்க நிலையும் மெல்லக் கலைந்ததால் அவள் அசைந்தாள். சுமந்து செல்பவன் இதை உணர்ந்து, "அண்ணே, பொண்ணு முழிச்சுக்கிட்டுது" என்றான்.

மெல்லக் கண் திறந்த இன்பவல்லி, தன்னை யாரோ சுமந்து செல்வதையும், தன்னைச் சுற்றி முரடர்கள் சிலர் தொடர்ந்து வருவதையும் கண்டு படக்கென்று கண்களை மூடிக் கொண்டாள்.

"ஆமாம், ஆமாம். கண்ணைத் திறந்தது. மீண்டும் மூடிக் கொண்டது" என்றான் மற்றொருவன். அவர்களுக்குப் பசியெடுக்கவே, இனியும் தூக்கிச் செல்வது சரியன்று என எண்ணினர். சிற்றாறு குறுக்கே குறுக்கிட்டது.

ஆற்றங்கரை மணல் மேட்டில் நிழல் நிறைந்த பகுதியில் இன்பவல்லியைக் கிடத்தினர். ஆற்றிலே இறங்கித் தண்ணீர் குடிக்க முனைந்தவர்கள் செவிகளில் அருகே யாரோ பேசிக் கொண்டிருப்பது கேட்டது. அவர்கள் திடுக்கிட்டனர். தாகம், பசி என்று பாராமல் ஒரே ஓட்டமாக ஓடி மறைந்தனர்.

காவிரியின் கிளை நதியினின்று பிரிந்துவரும் சிறுவாய்க்கால் அது. எனினும் காவிரித் தாயின் பெண் ஆதலால் தாயின் வனப்பு நிறைந்ததாய் இருந்தது. அது.

கரைகளில் அடர்ந்து வளர்ந்திருந்த மரங்கள் வெயிலின் கொடுமையைக் குறைத்தன. கரையை அடுத்து மாமரங்கள் நிறைந்த தோப்பு, தென்னைக்கும் குறைவில்லை. மாமரத்திலே ஒயிலாக அமர்ந்து பறவைகள் கானமிசைத்துக் கொண்டிருந்தன. காற்றிலே சலசலக்கும் தென்னை ஓலைகள், அந்த இசைக்கேற்ப ஆடுவது போல் தோன்றின. பச்சைக்

கொடிகளும், புதர்களும் நிறைந்த அந்தத் தோப்பில், ஒருவர் மட்டும் செல்லக் கூடிய பாதை சென்றது. அந்தப் பாதை அந்த அமைதியான பிரதேசத்தில் ஏகாந்தமாக விளங்கும் குடிசையொன்றை வந்தடைந்தது.

சோழநாட்டில் காணப்படும் மற்ற குடிசைகளைப் போலன்றி, அது சற்று உயர்ந்த மண் மேட்டின்மீது அமைந்திருந்தது. விதவிதமான மலர்கள் நிறைந்த செடிகள் அந்தக் குடிலைச் சுற்றித் தங்கள் இன்முகம் காட்டி நின்றன. சின்னஞ்சிறு செடிகளில் மூக்குத்தியைப் போன்ற மலர்களும், அதிலே பவழம் போன்ற சிறுபழங்களும் நிறைந்து பாத்தி கட்டியதுபோல் விளங்கின.

குடிலுக்கு வெளியே பெரிய மரத்தின் அடிப்பாகம் வெட்டப்பட்டு, ஒரு மேடைபோல் அமைக்கப்பட்டிருந்தது. அதுமிகப் பழையகால மரமாதலால், உறுதி வாய்ந்து பாறையைப் போல் தோற்றமளித்தது. அதன்மேல் மாமல்லபுரத்தில் நாம் கண்டோமே அந்த முதியவர் அமர்ந்திருந்தார். அந்த அமைதியான சூழ்நிலையில் கூட அவர் மனம் ஏதோ எண்ணச் சுழலில் சிக்கி அலைபாய்ந்து கொண்டிருந்தது.

அவர் அந்த இடத்திற்கு அப்போதுதான் வந்தார். காஞ்சியிலிருந்து புறப்பட்டவர், தஞ்சை செல்லும் வழியிலே அங்கே இளைப்பாற விரும்பினார். அந்த இடத்துச் சூழ்நிலை அவரை மிகவும் கவர்ந்தது. சூழ்நிலையோடு ஒட்டி அமைதியாக வாழ்ந்து வந்த இளைஞனின் வாழ்க்கை முறை அவரைக் கவர்ந்துவிட்டது. அவர் அந்த இடத்திற்கு வந்த அன்று, அந்த இளைஞன் ஆற்றில் குளித்துவிட்டு, நெற்றியிலே பளிச்சென்று திருநீறு துலங்க, துவைத்த துணியை முறுக்கிப் பிழிந்து தோளிலே சுமந்து, ஈரத்துணி இடையிலே திகழ, ''பொன்னார் மேனியனே புலித்தோலை அரைக்கசைத்து மின்னார் செஞ்சடை மேல் மிளிர் கொன்றை அணிந்தவனே'' என்ற பாடலை மெல்லப் பண்ணுடன் பாடியவாறு வந்து கொண்டிருந்தான். மற்றொரு கையிலே ஒரு குடத்திலே தண்ணீர்.

முதியவர் கந்தனையனைய கட்டிளங்காளையான அந்த இளைஞனின் எழிலார் தோற்றத்தையே உற்று நோக்கியவாறு எழுந்தார். அவனும் அவரைத் திரும்பிப் பார்த்தான். அவன் தோற்றத்திலே திகழும் கம்பீரம் அவன் இதயத்தைத் தொட்டிருக்க வேண்டும். அவர் வெண் தாடியில் மிளிரும் உயரிய கலை அறிவு, அவன் மனத்தில் மரியாதை உணர்ச்சியை எழுப்பியது அவன் கண்களும் கலந்தன.

தயங்கி நிற்கும் முதியவரை நோக்கி, ‘‘தடையின்றி முடிவுக்கு வரலாம் பெரியவரே! தங்கள் வருகை குறித்து நான் மகிழ்கிறேன்’’ என்று முகத்திலே மகிழ்ச்சி பரவ அவரை வரவேற்றான்.

முதியவர் கரத்தில் கைத்தடியில்லை. முதுமையின் தள்ளாமை சிறிது இருப்பினும், அவர் நிற்பது, நடப்பது பேசுவது அனைத்திலும் இளமை துள்ளி நின்றது. அந்த இளைஞன் அவரை இன்சொல்லால் வரவேற்றது. அவருடைய இதயத்திற்கு இதமாக இருந்தது.

‘‘தம்பி. என்னை யாரென்றே தெரியாமல் அன்புடன் வரவேற்கிறாயே! நல்ல குணமுடையவனாய் இருக்கிறாய் தம்பி!’’ என்றார் முதியவர்.

இளைஞன் மெல்ல நகைத்தான், ‘‘உபசரணைக்குத் தெரிந்தவர், தெரியாதவர் என்ற வித்தியாசம் ஏது? தங்களைக் கண்டவுடன், திருவெண்ணெய் நல்லூரில் சுந்தரரிடம் உறவு கொண்டாடி, வெண்தாடி கொண்டுவந்த ஈசனாரின் நினைவு என் மனத்திரையில் எழுந்தது. ஐயா கையிலே கோலொன்று இருந்தால் அதே உருவம்தான்’’ என்றான்.

இளைஞனின் பேச்சு அவரைக் கவர்ந்தது. கலையுள்ளம் படைத்தவன் என்பதை அது புலப்படுத்தியது. ‘‘ஓவியந் தீட்டியது போல் வருணிக்கிறாயே....சொல்லைப் போல்தான் உள்ளமும் இருக்கிறது...’’ என்று கூறியவாறு, மெல்ல அந்தக் குடிலை நோக்கி நடந்தார். வழிகாட்டியவாறு அவரை அழைத்துச் சென்றான், இளைஞன்.

குடிலின் உட்புறம் சுத்தமாக இருந்தது. கீழே புலித்தோல் ஒன்று விரிக்கப்பட்டிருந்தது. அதன் அருகே பலகை ஒன்று

போடப்பட்டிருந்தது. அதன்மீது ஓலைச் சுவடிகள் அடுக்கப்பட்டிருந்தன. ஒரு மூலையில் வர்ணக் கலவைகள் நிறைந்த பாண்டம் இருந்தது. திரைச் சீலை ஒன்று மரச்சட்டத்தில் வைத்துத் தைக்கப்பட்டிருந்தது. முதியவர் அந்த குடிலை ஒரு முறை சுற்றிப் பார்த்தார். அவருடைய உள்ளத்தில் அவ்வளவு நாள் இல்லாத நினைவு எங்கிருந்தோ வந்து குடி கொண்டது.

முதியவர் இப்படியும் அப்படியும் பார்த்தவாறு, ''தம்பி, உன் பெயர் என்ன? என்னைப் பற்றி அறிந்து கொள்ளாமலும் உன்னைப் பற்றிச் சொல்லிக் கொள்ளாமலும் இருக்கலாமா?'' என்றார்.

இளைஞன் மிகவும் மரியாதையுடன், ''இந்தச் சிறுவனுக்குத் தாயிட்ட பெயர் வாகீசன் என்பது'' என்றான்.

'வாகீசன்...வாகீசன்' என்று முதியவர் இருமுறை கூறிக்கொண்டார். ''வாகீசன் மிக நல்ல பெயர். திருநாவுக்கரசருக்கு வாகீசன் என்ற பெயர் உண்டு என்பது உனக்குத் தெரியுமா?'' என்று முதியவர் கேட்டார்.

''என் தாய் எப்போதும் நல்ல காரியங்களையே இந்த உலகில் செய்து வந்திருக்கிறாள். அந்த முறையில் பெயரையும் நல்லதாக வைப்போம் என எண்ணியிருக்கலாம். பெயருக்கேற்ற நற்செயல் புரிந்து காப்பாற்றிக் கொள்வது என் கடமை'' என்றான் வாகீசன்.

''தாங்கள் நின்றுகொண்டே இருக்கிறீர்களே! இப்படி உட்காருங்கள்...'' என்று கூறி இளைஞன் கை காட்டினான்.

முதியவர் தலையசைத்தார். ''உன்னை பெற்ற மகராசி மிகவும் பாக்கியசாலியாகவே இருக்க வேண்டும். இந்த இளவயதிலேயே இத்தகைய பண்பாட்டுடன் இருப்பது உன் தாய்க்குத்தான் பெருமை.''

''நன்றி ஐயா!''

''இந்த வீட்டிலே வேறு யாரும் இல்லையா? உன்னை பெற்ற அந்த மாதரசியார் எங்கே?'' என்று முதியவர் கேட்டார்.

வாகீசன் சற்று நேரம் மௌனமாயிருந்தான். அவன் கண்களில் நீர் தளும்பியிருக்கவேண்டும். வார்த்தை உடனே வராமல் தொண்டையை அடைத்திருக்க வேண்டும். எனினும் வெளியில் புலப்படுத்திக் கொள்ளாமல், "ஐயா! என்னைப் புகழுடன் பெற்ற மாதரசி இவ்வளவு நாட்கள் என்னுடன் தான் இருந்தார்கள். இந்தக் குடிலை அழகுடன் விளங்கச் செய்தார்கள். இந்த அற்புதமான சூழ்நிலையைத் தேர்ந்தெடுத்தவர்களும் அவர்களே, மனித நடமாட்டமற்ற இந்த இடத்திலே அமைதியாக வாழ்ந்து என்னையும் வாழச் செய்த என் தெய்வத்தாய், சில நாட்களுக்கு முன்னர்தான் என்னை விட்டு பிரிந்தார்" என்றான். இதைக் கூறும்போது அவன் கண்களை மூடிக்கொண்டான். மூடிய கண்களிலிருந்து இரு சொட்டுக் கண்ணீர் வழிந்தது.

பிரிவு என்பது பாசத்தின் எதிரி. எத்தகைய கல் நெஞ்சத்தையும் அது கலங்க அடித்துவிடும். முதியவர் நெஞ்சத்தில் பிரிவினால் ஏற்பட்ட பிளவுகள் எவ்வளவோ நாட்கள் துயரமெனும் தீக்குழம்பைக் கக்கியிருக்கின்றன. நல்ல வேளையாகக் கலையின் மீதுள்ள பற்று, சுட்டெரிக்கும் வெப்பத்தால் இதயம் நெகிழ்ந்து உருகி ஓடிவிடாமல் காப்பாற்றி வந்திருக்கிறது.

நம்பிக்கை எனும் கரையை நோக்கிச் செல்லாமல் அவரை நீந்த வைத்ததும் அந்தக் கலைப் பற்றுத்தான். அவருக்கே அந்த நிலையென்றால் இளைஞன் வாகீசனைப் பிரிவு தாக்காமல் இருக்குமா? அதிலும் ஈன்ற தாயை தெய்வத் தாயைப் பிரிந்த வருத்தம் அவன் உள்ளத்தில் இல்லாமலிருக்குமா?

"வாகீசா! என்னவோ கேட்டுவிட்டேன். உன்னைப் பற்றி அறியவேண்டும் எனும் ஆவலில் அப்படிக் கேட்டேன். துயரத்தை உனக்கு ஊட்டியதற்காக வருந்துகிறேன். வெளியே பறவைகளைப் பார்; அவை எப்போதும் களிப்புடன் கூவிக் கொண்டிருக்கின்றன. அவற்றுக்கு மட்டும் வேதனை இராதா? துன்ப நினைவை மறந்துவிடு. ஆக வேண்டிய அன்றாடப் பணிகளைக் கவனி. நான் சற்று இளைப்பாறுகிறேன். தஞ்சையை நோக்கி நான் சென்று

கொண்டிருக்கிறேன். என் கதையைக் கேட்டாயானால் நீ கோவெனக் கதறிவிடுவாய். எனினும் நான் அவற்றை மறந்துவிட்டு நடமாடுகிறேன். என்றாலும் சில நாட்களாக ஏற்பட்ட ஒருவிதப் பாசம் சற்று என்னைத் தடுமாற வைக்கிறது. அந்தப் பாசம் உந்துவதால் தான் நான் இப்போது தஞ்சையை நோக்கிப் புறப்பட்டேன். எந்த நாட்டை இதுவரை மிதிப்பதில்லை என்று எண்ணியிருந்தேனோ, அந்த நாட்டிற்குள் நுழைந்துவிட்டேன். வெயில் தாழ்ந்ததும் புறப்பட்டு விடுகிறேன்" என்று மெல்லக் கீழே அமர்ந்தார்.

வாகீசன் விரைந்து சென்று ஓலைப் பாயைக் கொண்டு போட்டு, "இப்படி அமருங்கள் ஐயா. தங்களை எவ்வளவு நேரம் நிற்க வைத்துவிட்டேன்? பசியுடன் வந்திருக்கும் தங்களுக்குப் பசி தீர்க்க ஏதும் கொடுக்கக்கூட முடியவில்லை. முதலில் தங்களுடைய தாகம் தீர்க்க ஏதாவது தருகிறேன்" என்று கூறி, வெளியே பறித்துப் போட்டிருந்த இளநீரைச் சீவிக் கொண்டு வந்து கொடுத்தான். பிறகு பாத்திரம் ஒன்றை எடுத்துச் சென்று மரத்தடியில் கட்டியிருந்த பசுவின் கழுத்தைத் தடவிக் கொடுத்துப் பால் கறந்து வந்தான். அடுப்பை மூட்டிப் பால் பாத்திரத்தை அடுப்பில் வைத்து விட்டு, முதியவரிடம், "ஐயா, இரண்டு நாட்கள் இங்கே ஆற அமரத் தங்கியிருந்து பிறகு போகலாம். இதோ இந்தத் துணிகளை உலர்த்திவிட்டு வருகிறேன்" என்றான்.

துவைத்து வைத்திருந்த துணிகளை எடுத்துக் கொண்டு வெளியே சென்றான். அவன் துணிகளை உலர்த்தச் சென்றபோதுதான், மணல்மேட்டில் ஒரு பெண் சோர்ந்து படுத்திருப்பதைக் கண்டான். அவனுக்கு அவளைப்பற்றி எப்படித் தெரியும்? அந்தப் பெண்ணின் முகத்தாமரை வாடியிருந்தாலும், அந்த முகம் வீசும் ஒளியைக் கண்டு ஒரு கணம் திடுக்கிட்டு நின்றான். பிறகு பரபரவென்று ஆற்றிலே இறங்கி, துணியை நனைத்து இன்பவல்லியின் முகத்தில் தெளித்தான்.

இளம்பெண்ணை எப்படித் தொட்டுத் தூக்கிச் செல்வது? அதனால் முதியவரை நோக்கி, "ஐயா, ஐயா" என்று குரல் கொடுத்தான். இன்பவல்லி மெல்லக் கண் விழித்தாள்.

அத்தியாயம் 14
இதோ மணிமகுடம்

பழுவேட்டரையரின் மகள் பஞ்சவன் மாதேவி சிறிய பழுவேட்டரையரிடம் பேசிக் கொண்டிருந்த அதே போதில், அருண்மொழி வர்மர் மதுராந்தக சோழ தேவரைச் சந்திக்கச் சென்றார்.

அருண்மொழியும் மன்னரும் இதுவரை அந்தரங்கமாகச் சந்தித்து உரையாடவில்லை. மனம்விட்டுப் பேசிக் கருத்துரைகளைப் பரிமாறிக் கொள்ளவில்லை. அருண்மொழி வெளி நாடுகளினின்றுத் திரும்பி வந்ததில் மதுராந்தகருக்கும் பெரு மகிழ்ச்சி. வரவேற்பு நடந்த அன்று அனைவரும் புடைசூழ இருக்கும் போது, அருண்மொழியின் நலன்களைக் கேட்டு மகிழ்ந்தார். தழுவும் போது ஏற்பட்ட அழுத்தம், மன்னரின் கண்களில் ததும்பிய கண்ணீர் இரண்டும் மதுராந்தகரின் இதய வாஞ்சையைப் புலப்படுத்தின.

அருண்மொழியின் மீது மதுராந்தகருக்கு இதயத்தில் அன்பு இல்லை என்று சொல்பவர்களும் உண்டு. அவர்கள் மன்னரின் இதயத்தைப் புரிந்து கொள்ளாதவர்கள். காலம், சூழ்நிலையைப் படைக்கிறது. சூழ்நிலை இரும்பு மனத்தைக் கூட மாற்றி விடுகிறது. அந்தச் சூழ்நிலை செய்த சதிதான் அந்தக் காலத்தில் மதுராந்தகருக்கு ராஜ்யம் ஆளும் ஆசையை ஏற்படுத்தியது. சிவபெருமானின் திருவடியை எப்போதும் சிந்தையில் கொள்பவனாகத் தன் மகன் வளரவேண்டும் என்று எண்ணிய செம்பியன் மாதேவியாரின் கருத்துக்கு மாறாக, சோழ நாட்டு அரியணையின் மீது ஆசை கொண்டார் மதுராந்தகர். செம்பியன் மாதேவியாரின் உள்ளம் நொந்தது. எத்தனையோ பேரிடிகளைத் தனக்குள் தாங்கும் வலிமை படைத்த தேவியாரின் இதயத்தால் மகனின் மனமாற்றத்தைத் தாங்க இயலவில்லை. நாட்டிலே பட்டத்திற்காகப் பூசல் புகைந்து கொண்டிருந்தது என்ற செய்தி தேவியாரின் செவிகளை எட்டியது. தன் மகனை ஆதரிக்கவும் நாட்டில் ஒரு கூட்டம் முனைந்து வேலை செய்வதையும் தேவியார்

அறிந்தார். அவரால் அதற்கு தக்க பரிகாரம் தேட முடிய வில்லை. ஆனால், குறைந்த வயதினராயினும் அறிவில் சிறந்த இளையபிராட்டியின் தக்க சமயத்துத் திட்டமும், செயலாற்றும் திறமையும் சேர்ந்து சோழ நாட்டில் பெரும் புரட்சிப் புயல் எழ வழியில்லாது போய்விட்டது. தன் இளவலைக் கடல் கடந்து போகத் திட்டமிட்டுவிட்டு மதுராந்தகருக்கு முடிசூட்ட ஏற்பாடு செய்தாள். செம்பியன் மாதேவி திடுக்கிட்டாள்.

“குழந்தாய்! நீ கூட இப்படி முடிவு செய்துவிட்டாயே! என் கணவரின் சிவத் தொண்டை என் மகன் தொடர்ந்து செய்ய வேண்டும் என்று விரும்பியதற்கு மாறாக, அவனை இந்த அரசியல் சுழலில் சிக்க வைப்பது நியாயமா? அது போகட்டும்! ஆட்சி உரிமை, நியாயமாக அருண்மொழிக்குத் தானே சேர வேண்டும்?” என்று கேட்டாள் செம்பியன் மாதேவியார், கலங்கிய உள்ளத்துடன்.

“அம்மா” என்று தொடங்கினாள் குந்தவை. எப்போதும் தன் பாட்டியான செம்பியன் மாதேவியாரிடமே, சிறு வயதினின்று வளர்ந்த இளையபிராட்டி, “அம்மா” என்றே செம்பியன் மாதேவியாரை அழைத்து வந்தாள். கல்யாணி தேவியைத்தான் பாட்டி என்று கூப்பிடுவாள்.

“அம்மா! தாங்கள் இந்தச் சோழ குலத்துக்கே சுடர் விளக்கு. நீங்கள் கட்டளையிட்டால் இந்த நாட்டில் நடைபெறாதது ஏதும் இல்லை. உங்கள் எண்ணத்துக்கும், சொல்லுக்கும் மாறாக நான் செய்வது குறித்து என்னைப் பொறுத் தருளுங்கள். என் தம்பி பட்டமேறுவது எந்த விதத்திலும் நியாயமில்லை தாயே...”

“என்ன புதிர் போடுகிறாய் குந்தவை?”

“இல்லை தாயே, நான் தங்களுக்குப் பழைய கதையைக் கூறுவது அதிகப் பிரசங்கித்தனமாக இருக்கலாம். என் முப்பாட்டனார் பராந்தக சோழர் மனம் நொந்து தவிக்க அவர் தலைப்பிள்ளை போர்க்களத்தில் மாண்டார்.”

“ஆமாம், குந்தவை! இந்த நாட்டுக்கு ஏற்பட்ட சாபக்கேடோ என்னவோ, அரச குலத்துத் தலைப்பிள்ளைகள்

வாழை சாய்வதுபோல் சாய்கிறார்கள். நம்பியாண்டார் நம்பியைக் கேட்டுத்தான் அத்தீவினைக்குப் பரிகாரம் தேடவேண்டும்.''

''மாண்ட இராசாதித்தருக்குப் பிறகு, பராந்தகர் பட்ட துயரத்துக்கு எல்லையில்லை. அடுத்து நாட்டை ஆள...''

''ஆமாம். அந்தத் துயரக் கதைகளெல்லாம் எதற்காக இப்போது கூறுகிறாய்? மண் ஆசையையே மறந்து சிவனடியில் சிந்தை செலுத்திய என் கணவர் பட்ட மேறியதைத் தானே சொல்ல வருகிறாய்? குழந்தாய். அந்தச் சம்பவத்தை ஏன் இப்போது நினைவுபடுத்துகிறாய்? மண்ணாசை மீது மட்டுமா என் கணவருக்கு வெறுப்பு? உத்தம சோழனைப் பெற்றெடுத்த பிறகு, அவருக்கு இந்த உலக வாழ்க்கையே வெறுத்துவிட்டது. அவர் என்னை அழைத்து, 'உத்தம சோழனை இந்த உலக மாயையான வாழ்வில் ஈடுபடாது சிறந்த மகனாக வளர்க்க வேண்டும்' என்று அறிவுரை கூறிவிட்டு, மேற்குக் கடற்கரையில் சுந்தரர் போன்றோர் தரிசித்த சிவத்தலங்களுக்கு யாத்திரை போய் வருவதாகக் கூறிப் புறப்பட்டுவிட்டார்.''

''ஆமாம். நீங்கள் கூறியிருக்கிறீர்களே, 'மேற்கு எழுந்தருளிய தேவர்' என்ற பெயர் வழங்கத் தொடங்கியதும் அதனால் தானே? உத்தம சோழதேவருக்கு அச்சமயத்தில் உலகமறியாத வயது. அதனால் என் தந்தை (சுந்தரசோழரை) யை அழைத்து ராஜ்ய நிர்வாகத்தை நடத்துமாறு இந்த நாட்டுப் பெரியவர்கள் கேட்டுக் கொண்டனர்.'' குந்தவை மேலே தொடர்ந்தபோது செம்பியன் மாதேவி குறுக்கிட்டாள்.

''இல்லை மகளே! அப்படி இல்லை. என் கணவரைப் பற்றிய தகவலே கிடைக்காது போனபிறகு. இந்த நாட்டை ஆளும் பொறுப்பை என் கொழுந்தரும் உன் பாட்டனாரு மான அரிஞ்சய சோழ தேவரிடம் ஒப்படைத்தனர். உன் பாட்டனார் மகா வீரர். அவரது வீரதீரப் பராக்கிரமங்களை இப்போது சொல்வதென்றால் இன்று முழுமையும் போதா. உனக்குத் தெரியுமோ என்னவோ, பராந்தக சோழருக்குப் பல மனைவிகள். உன் பாட்டனாரும் என் கணவரும் ஒரே தாய் வயிற்றில் பிறந்தவர்கள். இப்போது வலிமை பொருந்திய

குறுநில மன்னராக உள்ளாரே பழுவேட்டரையர், அவர் முன்னோர் சோழ மன்னர்களுடன் மணவினைத் தொடர்பு கொண்டவர்கள். பழுவேட்டரையர் மகள் வயிற்றில் பிறந்தவர் உன் பாட்டனார். நியாயமாக இப்போது பழு வேட்டரையர் தம் வம்சத்துடன் தொடர்புடைய உன் இளவலுக்குப் பட்டம் கிடைக்குமாறு தான் வற்புறுத்த வேண்டும். உம். காலம் எப்படியோ மாறுகிறது. துரதிருஷ்ட வசமாக அவர் பட்டமேறிய மறு ஆண்டே ஏற்பட்ட போரில் இறையடி எய்தினார்'' என்று கூறிச் செம்பியன் மாதேவி பெருமூச்சுவிட்டு மீண்டும் தொடர்ந்தாள். "உன் தந்தை, என் அன்பு நிறைந்த கல்யாணியின் மகன் சுந்தரன், இந்த நாட்டை எவ்வளவு சீரும் சிறப்புடன் ஆண்டான்! நாட்டின் பெருமை உலகெங்கும் அறிய வழி செய்தான். எவ்வளவு அமைதியாக ஆட்சி நடைபெற்றது. நானும் என் திருவயிறு வாய்த்த உத்தம சோழனைப் பக்தி மார்க்கத்தில் ஈடுபடுத்தினேன். அவன் சாதாரணமாய்ப் பிறந்தவனா? பிள்ளைப்பேறு இல்லாததால் தவமிருந்து பெற்றேன். அவனுக்குச் சிவபுராணமும் சைவ நெறியும், அன்பு வழியும் கற்றுக் கொடுத்தேன் என் கணவர் இட்ட கட்டளை நிறைவேறிவிடும் என்று எண்ணினேன். ஆனால், அவன் மனத்தை மாற்றிவிட்டார்களே கொடியவர்கள்...''

"அம்மா நீங்கள் அப்படி நொந்து கூறக்கூடாது. நீங்கள் வருந்தினால், நீங்கள் சபித்தால், அவர்கள் இடர்ப்படுவார்கள். நீங்கள் அடிக்கடி சொல்வீர்களே, 'அவனன்றி ஓர் அணுவும் அசையாது' என்று. என் சிறிய தந்தை உத்தம சோழரின் மனம்மாறி இந்த நாட்டை ஆளவேண்டும் என்பது இறைவன் திருவுளம் போலும். அதனுடன் நியாயமான உரிமையைப் பெற்றுத்தர ஆண்டவன் விரும்பியிருக்கலாம்.''

"என்ன சொல்கிறாய், குழந்தாய்?''

"ஆமாம் தாயே. உத்தம சோழ தேவர் அரியணை ஏற ஆசை கொண்டது. தெய்வ சங்கல்பம் மட்டுமன்று நியாயமுங்கூட...''

"என்ன?''

"என் தந்தை பரம்பரை பரம்பரையாகப் பட்டத்துக்கு உரியவரல்லரே. என் சிறிய தகப்பனார் அறியாப் பருவத்தவராய் இருந்தபடியால் அவருக்கு உதவியாக இந்த நாட்டை ஆள நியமிக்கப்பட்டார். உத்தம சோழருக்குத் தக்க வயது வந்தவுடன், நாட்டை அவரிடம் தருவது தானே முறை?"

"இல்லை இல்லை... சுந்தரசோழனுக்கு நான் வாக்களித் திருக்கிறேன், அவனுக்குப் பிறகு அவன் மூத்த மகன் பட்டமேற வேண்டும் என."

"மூத்தவன்தான் துரதிர்ஷ்டவசமாக இறந்து விட்டானே! நீங்கள் கூறுவதுபோல் சாபக்கேடுதானோ என்னவோ? என் அருமைச் சகோதரனையும் ஆண்டவன் அழைத்துக் கொண்டான். அதனால் இறைவன் திருவுளம், என் சிறிய தந்தையே பட்டமேற வேண்டும் என்பது போலும்! தாயே, தடை சொல்லாதீர்கள். அருண்மொழிக்கு நாட்டை ஆள விருப்பமில்லை."

"என்ன சொல்கிறாய் குழந்தாய்?"

"அருண்மொழி கடல்கடந்த நாடுகளுக்குச் செல்கிறான். அங்கேயுள்ள, மரகத கோமேதகத் தீவுகளைக் காண்பான். அங்கு நம் சைவமதம் சிறந்து வளர்ந்திருக்கிறதாம். பிரம் மாண்டமான கோயில்கள் உள்ளனவாம். மற்றும் தொலைதூர நாடுகளுக்குச் சென்று, நம் நாட்டைவிடப் பலமடங்கு பெரியநாட்டு மன்னர்களைக் கண்டுவருவான். இளம் வயதினன்தானே! அனுபவம் பெற்ற வரட்டும் அம்மா, இங்கும் அதற்குள் பூசலடங்கி விடும். கருணை கூர்ந்து என் சிறிய தந்தையின் விருப்பத்தை, எனக்காக, இந்த நாட்டின் நன்மைக்காக நிறைவேற்றுங்கள்" குந்தவையின் குரலில் குழைவு இருந்தது.

செம்பியன் மாதேவியார் குந்தவையின் முகத்தாமரையை ஒரு கணம் கூர்ந்து கவனித்த பிறகு. "பெண்ணே! ஆண்டவன் உன்னைத்தான் இந்த நாட்டை ஆளும் அதிபதி யாகப் படைத்திருக்க வேண்டும். அல்லது, பெண்ணுக்கு ஆளும் உரிமையாவது அளித்திருக்க வேண்டும். என்னாலே.

உன் வேண்டுகோளை மீற முடியவில்லையே, அருண்மொழி மட்டும் எப்படி மீறப் போகிறான்? எல்லாவற்றையும் நீயே முடித்துவிட்ட பிறகு, என் உத்தரவை எதிர்பார்க்கிறாய். உம்; உன் எண்ணத்தையும் சபதத்தையும் நீ நிறைவேற்றப் பிடிவாதம் பிடிக்கும்போது, என் கோரிக்கையும் வாக் குறுதியும் என்ன ஆவது? சுந்தர சோழனுக்கு நான் கொடுத்த வாக்கு என்ன ஆவது? என்னால் வாக்கு மீற முடியாது. அவருடைய பிள்ளைகளுக்கு வரவேண்டிய பட்டத் துரிமையை மாற்றிவிட முடியாது. வருங்காலத்தில் வாக்கு மீறியவள் என்ற பெயர் எனக்கு ஏற்பட்டு விடுமாறு செய்து விடாதே, குழந்தாய்" என்று கூறினார் மாதேவியார்.

குந்தவை மெல்ல நகைத்தாள். "அம்மா! தங்கள் எதிரே வாதாடுவதற்காக என்னைப் பொறுத்தருளுங்கள். நான்கூட அப்படித்தான் கனவு கண்டு கொண்டிருந்தேன். என் இளவல் இந்தச் சோழநாட்டு அரியணையில் ஏற வேண்டும் என்று தான் ஆசை கொண்டிருந்தேன். நம்முடைய ஆசை, ஆர்வம் இவற்றை விட இந்த நாட்டின் நன்மை முக்கியமாகத் தோன்றுகிறது." இளையபிராட்டி முடிப்பதற்கள், செம்பியன் மாதேவி குறுக்கிட்டு, "இந்த நாட்டு மக்கள் அருண்மொழி பட்டத்திற்கு வருவதை எதிர்க்கிறார்களா?" என்று சற்று அழுத்தம் நிறைந்த குரலில் கேட்டார்.

"மக்களின் உள்ளம் அருண்மொழியை விரும்புகிறது. ஆனால் குழப்பமும், சதியும், போராட்டமும் கலகமும் விளைவிக்கும் சிற்றரசர்களின் சூழ்ச்சியின் தணலில், அன்பு என்ன ஆவது?"

"புடம் போட்ட பொன்போல் ஆகும். அது சரி, மகளே! என்னை என்ன செய்யச் சொல்கிறாய்?" என்று அலுப்பு நிறைந்த குரலில் கேட்டாள் செம்பியன் மாதேவியார்.

இளையபிராட்டி உற்சாகம் நிறைந்த குரலில், "அம்மா! நீங்கள் செய்ய வேண்டியது ஒன்றுமே இல்லை. தங்கள் மகன் பட்டமேறுவதைத் தாங்கள் தடுக்கக் கூடாது. அவ்வளவுதான் கேட்டுக் கொள்கிறேன். அது மட்டுமன்று. தங்கள் வாக்குறுதி நிறைவேறவும், நான் வழி செய்திருக் கிறேன்" என்றாள்.

மூதாட்டியாரின் முகத்தில் மகிழ்ச்சி உதயமாயிற்று. "என்ன? என் வாக்குறுதியும் நிறைவேறிடுமா?"

"ஆமாம், உத்தம சோழரின் ஆட்சிக்குப் பிறகு, என் இளவல் அருண்மொழிதான் பட்டமேற வேண்டும் எனும் வாக்குறுதியும் பெற்றிருக்கிறேன்" என்றாள்.

செம்பியன் மாதேவியார் அரை மனத்துடனே ஒப்புக் கொண்டார். தொடர்ந்து அரசாங்கச் சிக்கலில் மூழ்காது, கோயில் திருப்பணிகளில் பொழுதைக் கழிக்கலானார். அவரது உள்ளதுக்கு நிம்மதியளிக்க, மதுராந்தகனுடைய பட்டத் தரசியின் வயிற்றில் பிறந்த கண்டரன் மதுரன் உதவினான். அவன் பாட்டியாரைவிட்டு அரைக்கணமும் பிரிவதில்லை. சிவனடியாரின் சரித்திரத்தை ஆவலோடு கேட்பான்; ஞான சம்பந்தருடைய கதையைக் கூறும்போது, அவரைப்போன்று இளம் வயதிலே இறைவன் மீது பாடவேண்டும் என்று துடிப்பான். சுந்தரர் வாழ்க்கைச் சரித்திரத்தைக் கேட்கும் போது, அவன் பாட்டியாரை நோக்கி, "பாட்டி! சுந்தரர் ஏன் வாக்குறுதியை மீறிச் சங்கிலியாரை விட்டுப் பிரிந்தார்? அதனாலன்றோ அவரது கண்கள் போயின. ஐயோ! நான் ஒரு நாளும் அப்படிச் செய்ய மாட்டேன்" என்று சொல்வான். செம்பியன் மாதேவியார் புன்முறுவல் புரிவார். "எதைச் செய்யமாட்டாய் குழந்தாய்? திருமணமே செய்து கொள்ள மாட்டாயா?" என்று வேடிக்கையாகக் கேட்பார். இளம் பருவத்தினனான கண்டரன், பாட்டியாரின் கேள்விக்கு உடனே மறுமொழி கூறாமல், சிந்தனை செய்வான். இந்த உலகத்தில் பிறந்தவர் ஒவ்வொருவரும் மணந்து கொண்டுதான் ஆகவேண்டுமா? என்று சிந்திப்பான். ஒரு நாள் அதைக் குறித்துப் பாட்டியாரைக் கேட்டுவிட்டான்.

"அரச குடும்பத்தில் பிறந்த ஒவ்வொருவரும் திருமணம் செய்து கொள்ள வேண்டுமா?" என்றான். செம்பியன் மாதேவியார் உடனே அதற்கு மறுமொழி கூறவில்லை. பிறகு ஏதோ சமாதானம் கூறவேண்டுமென, "தங்களுக்குப் பின்னால், அந்த நாட்டை ஆளச் சந்ததி கிடைக்க வேண்டும் என்பதற்காகத்தான் திருமணம் செய்து கொள்கிறார்கள்" என்றாள், அந்தப் பருவத்தில் கண்டரனுக்குப் புரியாது என்ற எண்ணத்தில்.

ஆனால் கண்டரனோ, "அப்படியா? நான்கூடத் திருமணம் செய்து கொள்ள வேண்டுமா? இந்த நாட்டை நான்தான் ஆளப்போவதில்லையே! நாட்டாசை மிகப் பொல்லாதது என்று தாங்கள் கூறியிருக்கிறீர்களே?" என்றான்.

அடடா! பேரிய தத்துவத்தையன்றோ கண்டரன் பேசுகிறான்? இப்பொழுதே இந்தப் பிள்ளைக்கு இவ்வளவு பெரிய பிரச்சனைகளிளெல்லாம் கவலை வந்து விடக் கூடாது என்பதற்காகப் பேச்சை மாற்றி, "குழந்தாய்! அதைப்பற்றி யெல்லாம் உனக்கு ஏன் கவலை? அந்தந்த வயது வரும் போது, அது அது நடக்கும். ஆனால், எதை விரும்பினாலும் விரும்பாவிட்டாலும் இந்த மண் ஆசையை மட்டும் விரும்பாதே. நம்மையெல்லாம் கயிலையங்கிரியினின்று அன்பே உருவான சிவபெருமான் ஆளுகின்றார். தென்னாடுடைய சிவனைப் போற்றி நிற்பது நம் கடமை. அதை விட்டுவிட்டு, இந்தத் தென்னாட்டை நாம் ஆள முற்படுவது மடமை" என்று கூறுவர். அதன் பிறகு சிறுவன் கண்டரனுக்கு, அந்த நினைவு ஏற்பட்டதேயில்லை. ஆனால் பல ஆண்டுகளுக்குப் பிறகு, இளமையின் வாசலில் வந்து நிற்கும் அவன் மனத்தில் சலனத்தைத் தூவவன்றோ இப்போது செயல்களும் முளைக்கின்றன? அவனை மண்ணாசையிலும் திருமண ஆசையிலும் ஈடுபடுத்தவன்றோ பலர் முனைகிறார்கள்! அருண்மொழியின் செவிகளிலும் இவை விழாமலில்லை.

அருண்மொழி நெடுநாட்களுக்குப் பிறகு மன்னர் மதுராந்தக சோழ தேவரைச் சந்திக்கச் சென்றார். அவர் மனத்தில் சில நாட்களாகத் தோன்றியிருந்த கருத்தொன்று பாரமாக அமர்ந்திருந்தது. அந்தச் சுமையை இறக்கிவிட முயன்றார்.

அருண்மொழியை அன்புடன் வரவேற்றார் மதுராந்தகர். அவர் வந்ததும், லோகமாதேவி அங்கிருந்து சென்றுவிட்டாள். மதுராந்தகரின் உடல் நலனை முதலில் கேட்டறிந்தார் அருண்மொழி.

"அருண்மொழி! நீ வந்தவுடனேயே என் நோயெல்லாம் ஓடி மறைந்து விட்டது. இவ்வளவு காலம் முள்மேல்

அமர்ந்திருப்பது போல் இந்த அரியணையில் இருந்தேன். இனித் துயர்விட்டது.''

மதுராந்தகரின் பேச்சு அருண்மொழிக்கு வியப்பை அளித்தது. சோழநாட்டு அரியணையை வேண்டித் தாய் சொல்லை மீறிய தன் சிறிய தகப்பனாரா இவ்வளவு தூரம் மனம்மாறி விட்டார் என்று எண்ணும்போது, அவருக்கு வியப்பேற்படாமல் இருக்குமா? தஞ்சை நகரத்தில் வந்து அன்று அளிக்கப்பட்ட சிறந்த வரவேற்பின் போதே, அருண்மொழி மதுராந்தகரின் மனமாற்றத்தை அறிந்து கொண்டிருந்தார். எனினும், முள்ளின் மேல் இருப்பதுபோல் அரியணையில் அமர்ந்திருந்தேன் என்கிறார். இவை எல்லாம் அவரது உள்ளக் கருத்தா? புறமொன்று கூறுகிறாரா?

அருண்மொழி புன்சிரிப்புடன், ''முள் போன்ற இந்த அரியணையிலமர்ந்து அமைதியான ஆட்சியை நடத்தி வந்திருக்கிறீர்கள். ஒரு பூசல், ஒரு கலகம், ஒரு படையெடுப்பு உண்டா? இதைவிட மக்கள் அமைதியாக வாழும் காலம் ஏது? உங்கள் ஆட்சியை மக்கள் பாராட்டுகிறார்கள். ஏன் நீங்கள் முள் போன்ற அரியணை என்கிறீர்கள்'' என்றார்.

''அமைதியான ஆட்சியா? அருண்மொழி என்னைப் புகழ்வதற்காகக் கூறுகிறாய்? சிறப்பான இந்தப் பத்து ஆண்டுகளில் சொல்லக்கூடிய ஒரு செயலாவது நடந்திருக் கிறதா? நடந்திருந்தால் அதைக் கற்களில் சொற்களால் தீட்டி யிருப்பார்களே! செப்புப் பட்டயத்தில் செதுக்கியிருப் பார்களே! ஆசை கொண்டேன் அரியணை ஏற. அதை அடைந்தேன், அமர்ந்த மறுநாளே என் மனம் மாறிவிட்டது. நீ எப்போது வருவாய் என எதிர்பார்த்தேன். நான் நோய்வாய்ப்பட்டேன். என்னால் நடக்க முடியவில்லை. எல்லாம் பழுவேட்டரையரே பொறுப்பேற்றார். நீ வந்து விட்டாய் என்ற செய்தி தெரிந்தவுடனேயே, என் உடலில் புதுத் தெம்பு பிறந்தது. கால்கள் நடமாடும் சக்தியைச் சிறிது அடைந்தன. தம்பி! நல்ல நாளைப் பார்த்து ஆட்சிப் பொறுப்பையே உன்னிடம் ஒப்படைக்கிறேன். அதைப் பற்றி ஆலோசிக்கவே எல்லாச் சிற்றரசர்களையும் வரவழைத் தேன். இன்று மந்திராலோசனை சபை கூடுகிறது'' என்றார் மதுராந்தகர்.

அருண்மொழி அடக்கி வைத்திருந்தவை மெல்ல வெளிப்பட்டன. "மன்னவா" என்று தொடங்கினார் அருண்மொழி.

மதுராந்தகர் குறுக்கிட்டு, "என்றும் நான் உன் சிறிய தந்தைதான்; என்னை உறவிட்டு அழைக்கலாமே" என்றார்.

"முறையாகாது, தாயின் மகன் ஆனாலும் தரணியின் வேந்தரன்றோ? அரசே! தாங்கள் இப்போது பேரதிர்ச்சிகரமான செய்தி ஒன்றைச் சொல்லிவிட்டீர்கள். நான் கேட்க வந்ததைச் சொல்லவிடாமல் முந்திக் கொண்டீர்கள். அரசே! நான் என் இளவரசர் பொறுப்பையே தங்களிடம் அளித்துவிட விரும்புகிறேன். ஏதோ இளவயதில் இந்த அரியணையின் மீது ஏற்பட்ட ஆசையால் தங்களிடம் போட்டியிட்டேன்."

"நான் சொன்னதையே திரும்பிச் சொல்கிறாயா?"

"இல்லை... இல்லை பல நாடுகள் சுற்றித் திரும்பிய பிறகு ஏற்பட்ட எண்ணம். அரியணையில் வீற்றிராமலே மக்களுக்குத் தொண்டு செய்ய முடியாதா?"

"புதிர் போடுகிறாயா அருண்மொழி? அல்லது என்னைச் சோதிக்கிறாயா?"

"அப்படியெல்லாம் இல்லை. அரசே! என் மனத்தில் பட்டதைச் சொல்கிறேன். தங்களிடம் கூற வந்ததே அதைப் பற்றித்தான். நான் மீண்டும் கடல் கடந்த நாடுகளுக்குச் சென்றுவிட எண்ணுகிறேன்.."

"ஐயோ, ஏன் அப்படி நினைக்கிறாய்? உன் மனத்திலே ஏதோ ஓர் எண்ணத்தை வைத்துக் கொண்டிருப்பதால் இப்படிப் பேசுகிறாயா? இந்த நாட்டை ஆளும் உரிமையை நான் விட்டுக் கொடுக்கமாட்டேன் என்ற எண்ணத்தில் இப்படிப் பேசுகிறாயா? நான் பழைய மதுராந்தகன் அல்லன். இந்த நாட்டு உரிமை உன்னைச் சேரவேண்டியதுதான்."

"நியாயமாக என்னைச் சேரவேண்டியதன்று அரசே! உங்களைத்தானே அது சேரவேண்டும்? அல்லது என் மூத்த சகோதரர் ஆதித்த கரிகாலனைச் சேர வேண்டும்.

“ஆதித்த கரிகாலனுக்குப் பிறகு உன்னைத்தானே சேர வேண்டும்?”

“இல்லை; அந்த இடத்தில்தான் நான் தவறுசெய்து விட்டேன். தங்கள் திருக்குமாரன் கண்டரன் மதுரன் தான் இளவரசராக வேண்டும். அவன் முழுத் தகுதியும் உடையவன். இன்று கூடும் மந்திராலோசனை சபையில், இளவரசுப் பட்டம் கண்டரனுக்குச் சூட்டுமாறு நான் வற்புறுத்துவேன். ஏன் பொறுப்பை நான் கண்டரனிடம் அளிப்பேன். அதைக் குறித்துத் தங்களிடம் என் கருத்தைக் கூறவே வந்தேன்..”

“அருண்மொழி! என்ன வார்த்தை பேசுகிறாய்? மனம் அறிந்து நீ பேசுகிறாயா? தவறுமேல் தவறு செய்ய என்னை ஆளாக்குகிறாயா? வருங்காலத்தவர் என்னைத் தூற்ற மாட்டார்களா?” மதுராந்தகனின் குரல் தழுதழுத்தது.

அருண்மொழி அதை எதிர்ப்பார்க்கவில்லை. “அரசே! தங்கள் மனம் புண்பட வேண்டுமென்றோ தங்களுக்கு அவப்பெயர் வரவேண்டுமென்றோ நான் பேசவில்லை. சிறிது நாட்களாக என் செவிகளில் வீழ்வதையும், என் மனத்தில் தோன்றுவதையும் தெரிவிக்க விரும்பினேன். நெஞ்சாரச் சொல்கிறேன், எனக்கு அரியணையிலமர்வதி லுள்ள ஆர்வம் குறைந்துதான் வருகிறது. நான் செய்ய வேண்டிய பணிகள் ஏராளமாக இருப்பது என் கண் முன்னே தெரிகிறது. சோழ நாட்டிற்கு ஏதோ அபாயம் உருவாவது போன்ற சாயை தோன்றுகிறது. என் சகோதரன் ஆதித்த கரிகாலனைக் கொன்றவர்களை இன்னும் கண்டு பிடிக்க வில்லை. அவர்கள் பகிரங்கமாகச் சோழநாட்டில் உலவ தொடங்கியிருப்பதாகத் தகவல் கிடைத்திருக்கிறது. இந்த நிலையில் நான் ஆட்சி பீடத்தில் ஏறுவதைப் பற்றிக் கனவு கண்டு கொண்டிருக்கலாமா?”

“ஆம்; அதற்காகத்தான் நீ ஆட்சிப் பொறுப்பை ஏற்க வேண்டும். இளவரசர் அருண்மொழி என்பது மாமன்னர் அருண்மொழி என மாறவேண்டும். ஆதித்த கரிகாலனைக் கொன்றதாக வல்லவரையர் மீது குற்றஞ்சாட்டித் தண்டனை

விதித்தேன். அவர் குற்றவாளியல்லர் என்று பழு வேட்டரையரே விடுதலை செய்துவிட்டார். அப்போது உண்மைக் குற்றவாளியைக் கண்டு பிடிக்கும் பொறுப்பு என்னுடையதாகும். அந்தத் துர்ப்பாக்கியமான சம்பவத்திற்கு நானே காரணம் என்று இன்னும் பேசிக் கொள்பவர்கள் இருக்கிறார்கள். அதுவே நிலைத்து விட்டால்.''

''சிவ சிவ; தங்களைச் சம்பந்தப்படுத்தியா அப்படிப் பேசுகிறார்கள்? வம்புக்கு ஆதாரமே இருக்காதா? நாக்கு எதை வேண்டுமானலும் பேசிவிடுமா?''

''ஆமாம்; அவர்கள் பேசிக் கொள்வதில் நியாயம் இருக்கிறது. எனக்கேற்பட்ட ராஜ்யமாளும் ஆசை என் கண்ணை மறைத்தது. என்னுடன் சேர்த்து யோசனை கூறியவர்கள் பேச்சையெல்லாம் கேட்கும் படியான நிலை. நாட்டை எனக்கு விட்டுக் கொடுப்பதில் தீவிர எதிர்ப்பு ஆதித்தனிடமிருந்து தான் வந்தது. அந்தச் சமயத்தில்தான், அவன் இறந்தான்.''

''அதனால் தங்களைத் தொடர்புபடுத்திவிட முடியுமா?''

''என்னை மட்டுமா? பேரறிவாளர் அநிருத்த பிரம்ம ராயரையும் எனக்குத் துணை நின்றதாகக் கூறி, அபாண்ட மாகப் பேசுகிறார்கள். அந்தச் செய்திகள் செவியில் பட்டோ என்னவோ அநிருத்தர் இந்த நாட்டிலில்லாமல் தல யாத்திரை செய்துவரப் போயிருக்கிறார். அப்படிப்பட்ட அபவாதங் களைப் போக்க வேண்டாமா அருண்மொழி? உண்மைக் குற்றவாளியைக் கண்டு பிடிக்கும் ஆற்றல் உனக்கு உண்டு. அதனால் நீ தான் அதிகாரம் முழுமையையும் ஏற்றுக் கொள்ள வேண்டும். கோட்டை காவல் பொறுப்பை ஏற்க இப்போது யாரும் இல்லை. சோழ நாட்டுப் படைவீரர்கள் தளபதியின்றித் தவிக்கிறார்கள். பழுவேட்டரையரைப் போய்ச் சந்தித்தேன். அவரது உறுதி வாய்ந்த உள்ளங்கூட, இப்போது பாகாய் உருகுகிறது. அவர் வகித்த பொறுப்பை ஏற்று நடத்த உன்னைத் தவிர வேறு யார் இருக்கிறார்கள்? தக்க தருணத்தில் நீ வராது இருந்திருந்தால், இந்த நாட்டின் நிலை இந்தச் சமயம் என்னவாயிருக்கும்? அதனால் நான் கூறு

கிறேன், நீ இந்த நாட்டை ஆளும் பொறுப்பை ஏற்றுத்தானாக வேண்டும்'' என்றார்.

அருண்மொழி மௌனமாயிருந்தார். பிறகு, ''அரசே! தங்கள் அன்பான உள்ளம் எனக்குப் புரிந்து விட்டது. என்ன இருந்தாலும், அற வழி நின்ற சிவநேயச் செல்வர் கண்டராதித்தரின் மகன் அல்லரோ நீங்கள்? உங்கள் பிறவிப் பெருந் தன்மை எங்கு செல்லும்? தாங்கள் கூறிய காரியங்களை நான் நிச்சயம் செய்வேன். கோட்டைக் காவல் பொறுப்பேற்கிறேன். சேனைத் தலைவராக இருக்கிறேன். கொலை செய்த கொடியவரைக் கண்டுபிடித்து உங்கள் முன் நிறுத்துகிறேன். ஆனால் இந்த அரியணை மட்டும் வேண்டாம், அரசே! கருத்து வேற்றுமை நிறைந்துள்ள செயலில் நான் இறங்கி மீண்டும் நாட்டிலே மறைமுகமாக கட்சிகள் ஏற்பட வழி செய்ய மாட்டேன்'' என்றார்.

மதுராந்தகர் உடலில் ஒருவித வேகம் பிறந்தது. ''அருண்மொழி! நீ இந்த நாட்டினின்று சென்ற சில ஆண்டுகள் எனக்கு ராஜ்யமாளும் ஆசை இருந்தது. அப்போதுகூட நான் நமது பரம்பரை முடியை அணியவில்லை. நமது மூதாதையர் கன்றுக்காக தன் மகனைத் தேர்க் காலில் படுக்க வைத்த மனுவும், உயிரையே புறாவுக்காக அளித்த சிபியும், கோச்செங்கணானும், கரிகாலனும் அணிந்த மகுடத்தை நீ பார்த்திருக்கிறாயா? முடிசூட்டு விழா நாளன்று அணிந்த மகுடத்தை நான் அணியவில்லை. எனது சிரசுக்கு ஏற்றதாக இல்லை என்பது மட்டுமன்று. அதை அணிந்தவுடனே என் உடலில் ஏற்பட்ட ஒருவித நடுக்கமே காரணம். அந்த மகுடம் இன்றும் கருவூல அறையில் தான் இருக்கிறது. அதை உனக்குக் காட்டுகிறேன். அந்தப் புனிதமான முடியைப் பார்த்தாலாவது, உனக்குக் இந்த நாட்டைக் காப்பாற்ற அரியணையை ஏற்க வேண்டிய அவசியம் தெரியும்'' என்று கூறினார். மெல்ல எழுந்தார். ''இப்போதே வா போகலாம். நிலவறையைப் பார்த்து எத்தனையோ ஆண்டுகளாகி விட்டன'' என்றார்.

மௌனமாக இருந்த அருண்மொழி, "அரசே! நிலவறைக்குச் சென்று மகுடத்தைப் பார்த்தால் தானா என் மனம் மாறும்? என் மனத்தை மாற்ற வேண்டிய மருந்து அங்கில்லை அரசே!" என்று மெல்லப் பேசினார் அருண்மொழி.

"எனக்குத் தெரியும், மருந்து அங்கில்லை என்று, ஆனால் உன் மனம் எதற்காகச் சஞ்சலப்படுகிறதோ, எதற்காக தயங்குகிறதோ அதை தீர்க்கத் தக்கவழி அங்கே புலனாகும். நமது மூதாதைகளான, மகா புருடர்களின் ஸ்பரிசம் பட்ட ஆபரணங்கள் அங்கிருக்கின்றன. உனக்குத் தெரியுமா? கரிகாலனுடைய வீரவாள் அங்கிருக்கிறதே. அந்த வாளின் கண்ணைப் பறிக்கும் ஒளியை என்னால் பார்க்க முடிய வில்லை. உன்னால் நிச்சயம் அதைக் காண முடியும். என்னால் அதைத் தூக்க முடியவில்லை. உன்னால் நிச்சயம் தூக்க முடியும். ஒளி பொருந்திய உன் கண்கள், அந்த வாளின் ஒளிக்கு ஈடுகொடுக்கும். வஜ்ரம் போன்று உறுதி படைத்த உன் கரங்கள், அந்த வாளை எளிதாக எடுத்துச் சுழற்றும். அதனால் அருண்மொழி! இப்போதே போவோம் வா! கருவூல அறையை நான் எப்போதோ பார்த்தது; அப்போதும் அந்த அறையிலுள்ள மதிப்புமிகு பொருள்கள், என் கண்களின் படவில்லை. அந்த அறையின் அமைப்புக்கூடத் தோன்ற வில்லை. இப்போதுசோழ நாட்டுக் கருவூலத்தைக் காணலாம் வா" என்றார். அவர் திடீரென்று மிக உற்சாகமடைந்து விட்டார். கை தட்டிக் காவலரை அழைத்தார்.

இரண்டு பணியாட்கள் வந்து நின்றனர். மதுராந்தகர் சயனித்திருக்கும் இடத்துக்கருகேயுள்ள நிலவறைக்குச் செல்ல வழி இருந்தது. சாதாரணமாகப் பார்ப்பவர்களின் கண்களில் அவ்வழி புலப்படாது.

அழகிய திரைச்சீலை அசைந்தாடிக் கொண்டிருந்தது. அதன் வழியே காவலன் ஒருவன் தீபபந்தத்தின் உதவியால் வழிகாட்ட அருண்மொழியும், மதுராந்தகரும் படிக்கட்டுகளில் இறங்கிச் சென்றனர்.

அந்த நிலவறை வழியை அமைத்த சிற்பி கெட்டிக்காரனாக இருக்க வேண்டும். பூமியிலே எப்போதும் கொப்புளித்துக் கொண்டிருக்கும் தண்ணீர் சிறிதும் கசிந்து வராத அளவுக்குச் சிற்பி அதை அமைத்திருந்தான்.

அங்கே ஏராளமான ஆபரணங்கள் கொட்டிக் கிடந்தன. பல நாடுகளின் மீது படையெடுத்துச் சென்ற போது சோழ மன்னர்கள் வெற்றிக் காணிக்கையாகக் கொண்டு வந்தவை அவை.

வைர வைடூரியங்களும், கோமேதக, மரகதப் பச்சைக் கற்களும் ஒளி வீசி, அந்த இடத்து இருளைப் போக்க முயன்று கொண்டிருந்தன.

அடேயப்பா, இவ்வளவு செல்வங்களும் இங்கு குவித் திருப்பானேன் என்ற எண்ணம் அருண்மொழிக்கு எழாமல் இல்லை.

இன்னும் கூர்ந்து கவனித்திருப்பார். அவர் சிந்தனை வேறு திசையில் இருந்தது.

மதுராந்தகர் இவ்வளவு அவசரமாக மகுடமேற்பு விழாவைப் பற்றிப் பேசுவது குறித்து, அவர் சிந்தனை சென்றது. தன்னை அழைத்து வந்து இந்தக் கருவூலத்தைக் காட்டுவானேன்?

"அதோ, அதோ" என்று மதுராந்தகர் வியப்புடன் கூறினார். "அதோ பார், ஆயிரம் கோடி மதியொளி போல் ஜ்வலிக்கிறதே அதுதான் இந்த நாட்டைக் காக்க வேண்டியவர் முடியில் திகழ வேண்டிய மகுடம்" என்றார் மதுராந்தகர். அந்த மகுடம் வீசிய ஒளியில் அங்கிருந்த தீவர்த்தி ஒளிமிகச் சாதாரணமாக பிரகாசித்தது. கீழே குவிந்து கிடக்கும் ஆபரணங்களின் ஒளியுடன் போட்டியிட்டது.

"இவ்வளவு செல்வமும் இந்த நிலவறையில் என்றைக்கும் பயனில்லாமல் கிடப்பதால் என்ன பயன்?" அருண்மொழி மதுராந்தகரை நோக்கிக் கேட்டார். மதுராந்தகர் அருண் மொழியைத் திரும்பி பார்த்தார். பிறகு புன்சிரிப்புடன் கூறினார். "அருண்மொழி! நீ கேட்கும் இந்தக் கேள்வியைத்

தான் என் தந்தை கண்டராதித்த சோழ தேவர் கேட்டாராம். அதைப்பற்றி என் தாய் அடிக்கடி கூறுவாள். இவற்றைக் கொண்டு ஊருக்கு ஊர் சிவன் கோயில் ஒன்று கட்டலாம் என்று என் தாய் அபிப்ராயப்படுவாள்.''

''ஆம், கண்டராதித்த சோழ தேவரை அதனால் தான் மகான் என்கிறோம். மூதாட்டியர் செம்பியன் மாதேவியாரைத் தெய்வப் பிறவி என்கிறோம். வறிதே கிடக்கும் செல்வத்தைப் பயன்படுத்த வேண்டும். கண்டராதித்தரைப் போல் சிவபாத சேகரராய்த் திகழ வேண்டும். அவையே என் அவா'' என்றார் அருண்மொழி, உணர்ச்சிப் பெருக்கால்.

''அருண்மொழி! அப்படிச் சொல்லாதே. அந்த எண்ணத்துக்கு இடம் கொடுத்தால், இந்த நாட்டை ஆளும் எண்ணமே இல்லாமல் போய்விடும். வேண்டாம், வேண்டாம், மறந்துவிடு. இதற்காகவா உன்னை நிலவறைக்கு அழைத்து வந்தேன்? என் இதயத்தில் உள்ள ஆர்வத்தை உனக்கு புலப்படுத்தி, உன்னிடம் நாட்டின் பொறுப்பை ஒப்படைக்க அழைத்து வந்தேன். செல்வத்துக்கு அதிபதியாம் குபேரனுக்கு நிகராய் வளம் நிறைந்த இந்தச் சோழநாட்டைச் சீர்பெற ஆளும் கடமையை ஒப்படைக்க வந்தேன். ஆம்; கடமைதான். என்னால் இனி இந்த நாட்டை நிர்வகிக்க முடியாது. தளபதி இழந்த நாட்டை, படுத்த படுக்கையாகிச் செயலாற்ற முடியாத நிலையில் உள்ள தனாதிகாரியைக் கொண்ட நாட்டை, கடற்கொள்ளையரால் எப்போதும் தாக்குண்டு வேதனையடைவதால் அயல்நாட்டு வாணிபம் குன்றிய இந்த நாட்டை, நான் இனி ஆளத் தகுதியற்றவன்.''

அருண்மொழியின் உடல் புல்லரித்தது. ''மன்னவா! இதென்ன வார்த்தை? தாங்கள் இருக்கும் போது நான் அரசர் ஆவதா? தங்களுக்கு உறுதுணையாக இருப்பேன். கவலை வேண்டாம். அரியணையில் ஏறினால் தானா நாட்டைக் காப்பாற்ற முடியும்?''

''அப்படிச் சொல்லாதே. உன் இதயத்தில் ஏதோ ஒரு வேதனை இருப்பது எனக்குத் தெரியும். நான் மனதார ஆட்சிப் பொறுப்பை ஒப்படைக்க விரும்பவில்லை என நீ நினைக்கலாம். மகனே! நான் ஆரூர்த் தியாகேசர் ஆணையாக

கூறுகிறேன். இந்த நாட்டை மீண்டும் உயிர்ப்பித்த பிதாமகர் விஜயாலயர் ஆணையாக கூறுகிறேன். எனக்கு இந்த நாட்டை ஆள விருப்பமில்லை. எனக்குப் பிறகு என் மகனுக்கு இந்த நாட்டை ஆள உரிமையும் இல்லை என்பதை அஷ்டத்திக்குப் பாலகர் சாட்சியாக, சூரிய சந்திரர் சாட்சியாக, முப்பத்து முக்கோடி தேவர்கள் சாட்சியாகச் சொல்கிறேன். இப்போதே திருமந்திர நாயகத்தாரிடம் கூறிச் செப்புப் பட்டயத்திலே பொறிக்க வைக்கிறேன். அருண்மொழி! என் வேண்டு கோளை ஏற்றுக்கொள். இதோ பரம்பரை மகுடத்தைச் சூட்டிக்கொள், வீரவாளை அணிந்துகொள். நமது முன்னோர் வழி வழியாக நிலைநாட்டிய அறத்தன்மையை நிலைநாட்டு. சோழ நாட்டைச் சூழ்ந்திருக்கும் உள் புற அபாயங்களை அழித்துவிடு. நான் கூறுவதை ஏற்காவிடில் இந்த உயிர் நிலைக்காது. நான் இறந்தால் நாட்டில் அல்லோலகல்லோலம் ஏற்படும். மறைந்திருக்கும் விரோதிகள் கிளர்ந்தெழுவர். நாடு சின்னா பின்னமடையும். நான் உயிர்விடும் போது, அதற்கு நீ தான் காரணம் என்று சொல்லிச் சாவேன்.''

அருண்மொழி இரு காதுகளையும் மூடிக் கொண்டார். ''அரசே! அரசே, என்ன வார்த்தை கூறுகிறீர்கள்? ஆணையிட்டும், பயமுறுத்தியும் என்னைச் சம்மதிக்க வைக்க பார்க்கிறீர்கள்?'' என்றார்.

''இல்லை... அப்படியில்லை. ஆணையிடுவது என் இதய சுத்தியை காட்ட, பயமுறுத்தவில்லை, ஆனால் கடமையை நினைவூட்டுகிறேன். இன்று கூடும் மந்திராலோசனை சபையில் இந்தக் கோரிக்கையை வெளியிடுவேன்.''

''சிற்றரசர்கள் முழுமனதாக ஏற்காவிடில்?''

''நிச்சயம் ஏற்பார்கள். அவர்கள் சம்மதித்தால் நீ ஒப்புக் கொள்கிறாயா?''

அருண்மொழி மௌனமாக இருந்தார்.

மதுராந்தக சோழதேவர் அங்கிருந்த மகுடத்தைக் கையிலெடுத்தார். கண நேரத்தில் அருண்மொழியின் சிரசில் அதை அணிவித்தார். அருண்மொழியின் கண்கள் நீரைப் பொழிந்தன.

அத்தியாயம் 15

சுமதியின் நெஞ்சம்

சங்கர தேவனுக்குப் பழையாறையில் இருப்பே கொள்ள வில்லை. பழையாறையில் ஒவ்வொரு பகுதியாகப் போய்ப் பார்த்து அங்கிருப்பவர்களுடன் உரையாடினான். ஒரு காலத்தில் சிறந்த போர் வீரர்களாயிருந்த குடும்பங்கள், இன்று தக்க ஆதரவில்லாமல் வேறு தொழில்களில் ஈடுபட்டிருந்தனர். தண் புலனாய்ச் செழிப்பை அள்ளிவீசும் பொன்னி நதிக் கரையிலுள்ள அந்த ஊரிலுள்ளவர்கள் வறுமையால் வாடினர். பலர் வேற்றூருக்குப் போய் விட்டனர். வாள் வீச்சுப் பயிற்சியும், வேல் எறிதல் பயிற்சியும் நடைபெற்றுக் கொண்டிருந்த பகுதிகள் வெறிச்சோடிக் கிடந்தன. விசாலமான அந்த இடத்து முற்றங்களில் சிறு புல்லும், பூண்டும் முளைத்திருந்தன. அணில்கள் குடுகுடுவென இங்கும் அங்கும் ஓடிக்கொண்டிருந்தன. வேப்பமரத்துக் கிளையொன்றும், அடுத்த தோட்டத்தினின்று தாழ்ந்து கவிழ்ந்திருந்தது. அதன் பழங்களைக் காக்கை விரும்பி உண்டு கொட்டைகளைத் தன் கால்களால் எடுப்பதும், வீசிவிட்டு ஓடுவதுமாக, அந்த இடத்து அமைதியை மாற்றிக் கொண்டிருந்தது. சங்கர தேவனுக்கு அந்த இடங்களைக் காணும்போது வருத்தமாகத் தானிருந்தது. யானையும், குதிரையும் கட்டப்பட்டிருக்கும் அந்த இடங்களில் அவை எவற்றையும் காணோம். எல்லாம் தஞ்சைக்குச் சென்று விட்டதால், நந்திபுரம் எனப்படும் பழையபாறை தன் முதன்மையை இழந்துவிட்டது.

ஓரிரு குடும்பத்தவரைச் சந்தித்துச் சங்கரதேவன் உரை யாடினான். அவர்கள் பேசுவதைக் கேட்க அவனுக்குச் சங்கடமாக இருந்தது. செவிகளையும் மூடிக்கொள்ளத் தோன்றியது. ஆத்திரமும் உருவாகியது. அவர்களுக்குப் பழுவேட்டரையரைக் கண்டால் பிடிக்கவில்லை என்பது அவர்கள் பேச்சிலிருந்தே தெரிந்தது.

சங்கரதேவனின் உற்சாகம் குறைந்தது. வேளக்காரப் படையினரின் தலைவரான பழுவேட்டரையரைப் பற்றிக்

குறைவாக அவர்கள் பேசுவதைக் கேட்ட அவன் கரங்கள் துடித்தன. கூறுபவர்கள் நாவை ஒட்ட நறுக்க வேண்டும் என்ற ஆத்திரம் எழுந்தது. ஆனால் வந்திருக்குமிடத்தில் வீண் வம்பை விலைக்கு வாங்க அவன் விரும்பவில்லை. அவன் கவனமெல்லாம் வல்லவரையரைச் சந்திக்க வேண்டு மென்பதில் திரும்பி இருந்தது. இரண்டு நாட்களாக முயன்றும் வல்லவரையரைச் சந்திக்க இயலவில்லை. வல்லவரையரை மட்டுமா, சுமதியைக்கூட அவனால் காண இயலவில்லை. அன்று கோபமாகச் சென்றவளை மீண்டும் சந்தித்துச் சமாதானப் படுத்த வேண்டும் என்று விரும்பினான். சுமதியை மீண்டும் சந்திக்க வேண்டும் என்ற துடிப்பும் அவனிடம் எழுந்தது. இதற்கு முன்பு அப்படிப்பட்ட ஆர்வம் உள்ளத்தில் எழுந்ததில்லையே! இதற்கு முன்பு அவன் உடலில் அப்படிப்பட்ட பரபரப்பு எழுந்ததில்லையே! இதற்கு முன்பு நன்றாக உறங்கிக் கொண்டிருந்தவனுக்கு இரவில் உறக்கம் சரியாக வருவதில்லையே! ஏன் இப்படி? புரியவில்லைதான்!

அவனுக்கு மட்டுந்தானா அப்படி? சுமதிக்கும் அதே நிலைதான். எங்கிருந்தோ திடீரென வந்தவனிடம், முன்பின் தெரியாதவனிடம், அவள் ஏன் அப்படி உள்ளத்தைப் பறி கொடுத்து விட்டாள்? "இல்லை; இல்லை. அப்படியெல்லாம் ஒன்றுமில்லையே" என்று ஒருமுறை கூறிக் கொண்டாள் சுமதி. தன்னைத்தானே ஏமாற்றிக் கொள்ள ஒரு கணம் முயன்றாள் மனமே மனத்திடம் பொய் சொல்லப் பார்த்தது.

"அடி கள்ளி! நீ கோபமாகப் பேசிவிட்டு வந்தாயேயன்றிப் பிறகு ஏன் நீ அப்படி வேதனைப்பட்டாய்?" என்று மனத்தின் மனம் கேட்டது.

"இல்லையே, எனக்கென்ன வேதனை?" மழுப்ப முயன்றது மேல் மனம்.

"ஹும்; என்னிடமே மறைக்கப் பார்க்கிறாயா, அது முடியுமா?"

"மறைக்கப் பார்க்கிறேனா? இல்லையே! நான் விழித்த விழியில், கடும் பார்வையில் அவர் நடுங்கிவிட்டார்

தெரியுமா? வேறொருவராக இருந்தால் அப்போது நடந்திருப்பதே வேறு.''

“ஆகா, இதிலேயே உன் மழுப்பல் புலப்படுகிறதே! அவர் மட்டும் ஏன் வேறொருவராக உனக்குப் படவில்லை? அவரை முதன் முதலில் சந்தித்தவுடனேயே, உன் விழி எனக்குச் சொல்லி அனுப்பிவிட்டதே செய்தியை! அதுதான் போகட்டும், உன்னை அவர் கேட்டாரே, ‘உன் வாழ்க்கையில் காதல் அனுபவம் ஏதாவது நேர்ந்திருக்கிறதா?’ என்று. அதை நினைத்து நீ இன்ப உணர்வு அடையவில்லையா? ஏன் பேசமாட்டேன் என்கிறாய்? இளைய பிராட்டியுடன் இருக்கவும் அன்று நீ முன்வராமல், தனிமையை நாடினாய். அவரது தோற்றத்தைக் கற்பனை செய்துகொண்டாய். அவரது சொற்களை நீ ஒரு தடவை சொல்லிப் பார்த்துக் கொண்டாய். அப்போதெல்லாம் நான் மிக மிக உதவினேனே! பெருமூச்சு விட்டு, உன் தாபத்தை வெளிப்படுத்த முயன்றாய். மறந்து விட்டாயா? அல்லது மறைக்கப் பார்க்கிறாயா?'' உள் மனம் அழுத்தந்திருத்தமாகக் கேட்டது வெளி மனத்தை.

மேலுக்காக ஒரு செயலை வெறுப்பதாகவோ, ஆதரிப்ப தாகவோ எண்ணினாலும், ஒவ்வொருவருடைய கள்ள மனம் எனும் இதயத்தின் இதயம் மட்டும் பொய் செல்லாது. சுமதிக்குக் காதல் அனுபவம் புதியது. அப்படி ஒன்றும் தனக்கு ஏற்படவில்லை என்று அவள் நினைக்க முயன்றாள். ஆனால், கள்ள மனம் அவளைச் சும்மா விடவில்லை. அன்று தென்றலையும், நிலாக்கதிரையும், எங்கோ எழும் இனிய நாதத்தையும் தாங்கமுடியவில்லை. வீட்டிற்கும் போக வில்லை. மாளிகையிலேயே படுத்திருந்தாள். சாளரங்கள் வழியே நிலாக்கற்றைகள் ஓடி ஓடி வந்து அவள் துயிலைக் கலைத்தன. அதனால் அதிகாலையில் சோர்வுற்ற கண்கள் உறக்கத்தில் ஆழ்ந்து உறக்கத்தில் ஆழ்ந்துவிட்டன. எல்லோரும் விழித்தெழுந்து நடமாடும் ஓசையும் இளைய பிராட்டியார் பேசும் குரலும் கேட்டு, அவள் திடுக்கிட்டு எழுந்தாள். அவ்வளவு நேரம் அவள் உறங்கியதேயில்லை. இளையபிராட்டியை நோக்க அவளுக்கு வெட்கமாகவும் இருந்தது. இளவரசி வானதி தேவியும் அங்கிருந்தார்கள்.

நீராடிப் புத்தாடை அணிந்து எங்கோ புறப்பட ஆயத்தமாகி விட்டார்கள். 'ஆகா, தஞ்சைக்கல்லவா புறப்படுகிறார்கள்! நாம் இன்னும் புறப்பட ஆயத்தம் செய்யவில்லையே' என்று எண்ணிய பொது, இளையபிராட்டி அவளை அழைத்து, "சுமதி! ஏன் உன் கண்கள் கலங்கியிருக்கின்றன? இரவு தூங்கவில்லையா?" என்று கேட்டாள். ஆகா! அந்தக் குரலில் தான் எத்தகைய பரிவு இருந்தது? சுமதிக்கு வெட்கம் சூழ்ந்தது. தூங்காமல் ஏதோ நினைவாக இருந்ததைப் பிராட்டியார் அறிந்திருப்பாரோ? நாணமும் பரபரப்பும் சூழ நின்ற சுமதியை நோக்கி, "சுமதி! நாங்கள் குடந்தைக்குச் செல்கிறோம். திரும்பிவர மாலையாகி விடலாம். நீ இங்கேயே இரு" என்றாள். சுமதியின் நெஞ்சு ஏனோ விம்மித் தணிந்தது. தஞ்சைக்குச் சென்று விட்டால், அவரை எப்படிப் பார்ப்பது என்ற வேதனை அவள் அறியாமலேயே ஏற்பட்டிருந்தது. இன்று வீட்டிற்குப் போகலாம் என களிப்பு ஏற்படவே, ஒரு கணத்தில் நாணம் மறைந்தது. நாணங் கலந்த நகை முகமாகியது.

அந்த நினைவோடு வந்த இடத்திலே, தன் வீட்டு வாயில் திண்ணையில் சங்கரதேவன் உட்கார்ந்திருந்ததைக் கண்ட வுடன் அவள் பரபரப்படைந்தாள். வெட்கம் சூழ்ந்தாலும் அதை வெளிக்குப் புலப்படுத்தாமல், ஆர்வம் எழுந்தாலும் அதை அடக்கி வைத்துக்கொண்டு. முகத்தை 'வெடுக்'கென்று வேறு புறம் திருப்பிக் கொண்டு உள்ளே நுழைய முயன்றாள். திண்ணையிலமர்ந்திருந்த சங்கரதேவன் துள்ளி எழுந்து, அவள் முன் வந்து சட்டென அவள் வளைக்கரத்தைப் பிடித்து, "சுமதி! நான் தவறாகப் பேசியதற்காக் கோபமா?" என்றான்.

சுமதி உண்மையில் திடுக்கிட்டாள். அவன் தன்னை இப்படித் திடீரெனத் தொட்டுவிடுவான் என்று எதிர்பார்க்க வில்லை. அவள் தன் கரங்களைச் சட்டென உதறி இழுத்துக் கொண்டாள். அவன் உடல் சிலிர்த்தது. ஒரு கணம் பாதம் முதல் கேசம் வரை குருதி குதித்துப் பாய்ந்தது போன்று உணர்ந்தாள். கருமை நிற அவள் முகமும் வெட்கத்தால்

சிவந்தது. நாணத்தாலும், ஆடவன் ஒருவனின் மெய் தீண்டிய உணர்வினாலும் அவள் துடித்தாள். துடிப்பும், நாணமும் கோபமும் உருவெடுத்தன. கோபம் கண்ணீரை வரவழைத்தது. விழி நீர் மழைக் கால ஏரிபோல் கண்களில் தளும்ப, அவள் அவனை ஒரு கணம் ஏறிட்டுப் பார்த்தாள். மெய்யான கோபம் வரவில்லை. ஆனால் கோபப்படாமலும் இருக்க இயலவில்லை.

சங்கரன் மீண்டும் திகைத்து நின்றான். சுமதி வீட்டின் உள்ளே நுழைய முற்பட்டதும், அவளது தாய் மாணிக்கம் எதிர்ப்பட்டாள். தன் மகள் மாளிகையில் நலமாக இருப்பாள் என்ற தைரியம் அவளுக்கிருந்தாலும், ஒருநாள் தன் மகளைக் காணவில்லை என்றால் அவளுக்கு வீட்டிலே இருப்புக் கொள்ளாது. தான் பூக்கூடையை எடுத்துக் கொண்டாவது மாளிகைக்குப் போய் வருவாள். இல்லையெனில் தன் கணவரை வற்புறுத்த வேண்டியதே இல்லை. 'மாளிகைக்குப் போய்' என்று வாய் திறக்க வேண்டியதுதான். கார்மேகன் உடனே நிறைவேற்றி விடுவான்.

"சுமதி! நீ தஞ்சைக்குப் போகப்போவதாக உன் அப்பா வந்து சொன்னாரே?" என்று கேட்டாள் மாணிக்கம். தஞ்சைக்கு என்றவுடன் வெளியே நின்றிருந்த சங்கரதேவன் முகத்தில் தெளிவு பிறந்தது. தொண்டையைக் கனைத்துக் கொண்டான். மாணிக்கம் அவனை நோக்கி, "தம்பி! ஏன் வெளியே நிற்கிறாய்? உள்ளே வாயேன்! இவள்தான் என் மகள் சுமதி. நீ பார்த்ததில்லையே இவளை?...." என்றாள் மாணிக்கம், மகளை அணைத்தவாறு.

சங்கரதேவனும், சுமதியும் மௌனமாயினர். இரு வருடைய கண்களும் ஒன்றுக்கொன்று கேலி செய்து நகைத்துக் கொண்டன. சுமதியின் கண்களில் குறும்பு கூத்தாடியது. உதட்டைக் கடித்துக் கொண்டு, "விடும்மா, யாரோ ஆண்பிள்ளை எதிரே என்னைக் குழந்தைபோல் அணைத்துக் கொண்டு. வரவர ஆண் பிள்ளைகளுக்குத்தான் மரியாதை மானமெல்லாம் குறைத்து கொண்டே வருகிற தென்றால், என்னையும் அப்படியே ஆகிவிடச் சொல்

கிறாயா?'' என்று தாயின் பிடியிலிருந்து விடுபடுபவள் போல் நடித்துக் கேட்டாள்.

மாணிக்கம் சிரித்துக் கொண்டே, "இந்தப் பிள்ளை வேற்று மனுஷன் இல்லையடி. நம் சொந்தகாரன்போல். பெரிய வீரனாக்கும்! போர்க்களத்திலிருந்து நேரே நம் வீட்டிற்கு வந்திருக்கிறான். அத்துடன் வேளக்காரப்படையைச் சேர்ந்தவன். திடீரென ஆண்பிள்ளைகளைக் குறை சொல்லுகிறாயே, ஏன்? உன் அப்பா அரண்மனையில் ஒரு மாதிரியாக நடந்து கொண்டாரோ?'' என்றாள்.

அப்பா என்றவுடன், சுமதி தாயை நோக்கி, "ஆமாம்மா, நேற்று இரண்டு மூன்று முறை பூவை எடுத்துக் கொண்டு நேரே அந்தப்புரத்திற்கே வந்துவிட்டார். தானே இளைய பிராட்டியிடம் பூவைக் கொடுப்பேன் என்று பிடிவாதம் பிடித்தார். அப்புறம் அரண்மனைச் சங்கதியெல்லாம் என்னிடம் பன்னிப் பன்னிக் கேட்கிறார். அவரை ஏனம்மா அனுப்பினாய்?'' என்று பொய்க்கோபம் காட்டிக் கொண்டாள். மாணிக்கத்திற்குக் கோபம் பிறந்தது. தன் கணவரின் நடவடிக்கைகள் அவளுக்குப் பிடிக்கவில்லைதான். இப்போது சிறிது காலமாக அவர் போக்கு குறித்து அவளுக்குச் சந்தேகம் இருந்தது. பூவைக் கொடுத்து வருகிறேன் என்று சென்றவர், திரும்பி வராதது அவளுக்குச் சந்தேகத்தை வரவழைத்தது. சங்கரதேவன் இருக்கும்போது தன் கணவரைக் குறைவாக ஏதும் கூறக் கூடாது என்று எண்ணியவாறு, தன் கோபத்தை அவனுக்குப் புலப்படுத்தாமல், சங்கரதேவனை நோக்கி, "தம்பி, நிற்கிறாயே, இப்படி உட்கார். நேற்றெல்லாம் என் மகளைப் பார்க்கவில்லை. இவள் ஒருத்திதான் எனக்கு ஆதரவு. விஷ்ணு சித்தர், 'கோதையைத் திருமகள்போல் வளர்ந்தேன்' என்றாரே, அது போல் வளர்த்து வருகிறேன். இவளைக் கைப்பிடிப்பவனும் கண்ணனைப் போல் காப்பாற்ற வேண்டும்'' என்றாள்.

சங்கரதேவன், சுமதியை நோக்கித் தலையை ஆட்டினான். பிறகு "அம்மா, அம்மா! கோதையைப் போல் வளர்க்காதீர்கள், அவள் மனிதருக்காகப் பிறக்காமல் கண்ணனுக்காகப்

பிறந்தவளாயிற்றே..'' என்று குறும்புச் சிரிப்புடன் கூறினான். சுமதியின் முகம் மீண்டும் சிவந்தது. முகத்தை எட்டுக் கோணலாக்கிக் கொண்டு சங்கரதேவனை நோக்கி முறைத்துப் பார்த்தாள். சங்கரதேவனுடைய குறும்புக்கும் குறைவில்லை. அவனும் சிறுபிள்ளைபோல் அழகு காட்டினான். அவனுக்கும் சிரிப்பு வந்துவிட்டது. சுமதியும் வெண்முத்தினைப் போன்ற பல்லினைக் காட்டினாள். மாணிக்கம் அவற்றைக் கண்டு விட்டாள். மகளின் மனம் தாய்க்குப் புரிந்துகொள்ள எவ்வளவு நேரமாகும்? மாணிக்கம், சுமதியின் உள்ளத்தை அறிந்து கொண்டாள்.

சங்கரதேவனும், சுமதியும் ஒருவரையொருவர் கண்களால் பலமுறை பார்த்துக்கொண்டனர். சுமதியின் உள்ளத்தில் கோபம் ஓரளவு தணித்திருந்தது. சங்கரதேவன் தொட்ட இடத்தை ஒருமுறை தடவிப் பார்த்துக் கொண்டாள். அவன் முரட்டுக் கரம்கூட அவளுக்கு எவ்வளவு மென்மையாகப் பட்டது!

மாணிக்கம் வீட்டு வேலைகளைப் பார்ப்பதற்காகப் போன பிறகு, சுமதியும், சங்கரதேவனும் சற்றுநேரம் அமைதியாக அமர்ந்திருந்தனர். சங்கரதேவன் ஏதாவது பேசக்கூடாதா என்று சுமதிக்குத் தோன்றியது. தான் எது பேசினாலும் அவள் கோபிக்கிறாளே என்ற எண்ணத்தில் சங்கரதேவன் மௌன மாயிருந்தான். பேசாமல் இருந்தானேயன்றி, அவனது விழிகள் அவளது எழிலை அங்கம் அங்கமாகப் பருகிக் கொண்டிருந்தன. உலகில் அழகை அனுபவிக்க இவ்வளவு வாய்ப்பிருந்தும் இவ்வளவு காலத்தைப் பயன்படுத்தாமல் விட்டுவிட்டோமே என்று எண்ணிப் பெருமூச்சு விட்டான். இன்னும் எவ்வளவு நேரம் அவளழகைப் பார்த்துக் கொண்டு நந்திபுரத்தில் இருக்கப் போகிறோமோ என்று எண்ணினான். அவனுக்குப் பரபரப்பு ஏற்பட்டது. சுமதியுடன் பேச வேண்டியது ஏராளம் ஏராளமாக இருப்பதாகத் தோன்றியது. ஏதோ முற்பிறவியில் விட்ட குறையாக அவளிடம் பேச வேண்டியவை பல இருப்பதாகத் தோன்றியது. தொண்டையைக் கனைத்துக் கொண்டான். அவன்தான் முதலில் பேசவேண்டி நேர்ந்தது.

"தஞ்சைக்குப் போகப் போவதாகக் கேள்விப்பட்டேன்" என்றான் சங்கரதேவன்.

"இல்லையே! நான் போவதாக இல்லை. தஞ்சைக்குப் பழுவேட்டரையர் மகளும் மற்றொரு தோழியும் போய் விட்டார்கள். இளைய பிராட்டியும் இளவரசியும் குடந்தைக்குச் சென்றிருக்கிறார்கள்" என்றாள்.

"வல்லவரையரும் போயிருக்கிறாரா?"

"ஏன்? எப்போதும் வல்லவரையர் இளையபிராட்டியைப் பின் தொடர்வார் என்று எண்ணினீர்களோ? அவர் இங்குதான் இருக்கிறார். அவரை இன்னும் சந்திக்காமல் என்ன செய்தீர்கள்?"

சுமதி நல்ல கேள்வியைத்தான் கேட்டாள். சங்கரதேவனால் மறுமொழி ஏதும் பேசவில்லை. 'அடடா! மகா துடுக்குக் காரியாக இருப்பாள் போலிருக்கிறதே' என்று எண்ணினான் சங்கரதேவன்.

இவர்கள் பேசிக் கொண்டிருந்ததை, அப்போது வந்த கார்மேகன் கேட்டுவிட்டு, விரைந்தோடிச் சென்று ரவி தாசனிடம் தெரிவித்ததும், ரவிதாசன் கார்மேகனையே மயங்கச் செய்து கட்டிப் போட்டு விட்டதையும் நான் முன்பே அறிந்தோம்.

அன்று இரவு நடு நிசிக்குமேல் கார்மேகன் தப்பித் தள்ளாடிக் கொண்டு, தப்பினோம் பிழைத்தோம் என்று வந்து சேர்ந்தான். வீட்டுத் திண்ணையில் ஒடுங்கிக் கிடந்துவிட்டு, மறுநாள் காலையில் எழுந்து முக்காடிட்டு உட்கார்ந்து கொண்டான். தான் செய்த செயல்யாவும் தவறு என்று அவனுக்குத் தெரிந்துவிட்டதால், அவனால் முதல் நாள் நிகழ்ச்சிகளை மறைக்க முடியவில்லை. சுமதியிடம் எல்லாவற்றையும் கூறி விட்டான். சுமதி பதைபதைத்தாள். உடனே மாளிகைக்குச் சென்று தெரிவிக்க விரைந்தாள். சங்கரதேவனும் இந்தச் சந்தர்ப்பத்தில் வல்லவரையரைக் கண்டு அறிமுகம் செய்து கொள்ளலாம் என மாளிகைக்குச் சென்றான்.

அத்தியாயம் 16
இசையும் உயிரும்

வாய்க்கால் கரையோரத்தில் அமைந்திருந்த அந்தக் குடிலும், குடிலைச் சுற்றியிருந்த சோலையும், சோலை மரக்கிளைகளிலமர்ந்து ஊஞ்சலாடும் பறவைகளும், அங்கே அமர்ந்திருந்த இன்பவல்லிக்குக் களிப்பையூட்டவில்லை. சிந்தனை அலை வரிசைகள் வந்து வந்து மோதி அவளை மௌனத்திலாழ்த்தின. காண்பவர்களுக்குப் பிரமை பிடித்தவள் போல் தோற்றமளித்தாள், இன்பவல்லி. மணல் மேட்டில் மயங்கிக் கிடந்தவளை வாகீசனும், முதியவரும் குடிலுக்குள் மெல்லக் கொணர்ந்து சேர்த்தனர். இன்ப வல்லியைத் தொட்டுத் தூக்கத் தயங்கினான், வாகீசன். 'ஆபத்து வேளையில் எதையும் கவனிக்கக் கூடாது' என்று முதியவர் கூறவும், வாகீசன் இன்பவல்லியின் காற்புறம் பிடித்தான். துவளும் மேனியுடைய அந்த மங்கை சோர் வினால் மேலும் துவண்டிருந்தாள். அவள் கண் விழிக்க வேண்டும் என்று முதியவருக்கு ஏற்பட்ட பரபரப்பின் காரணத்தை வாகீசன் அறியவில்லை.

தேடியலைந்த இன்பவல்லியைக் கண்டவுடன், அவர் மனம் களிப்பால் கூத்தாடியது. அவர் ஏன் அப்படி முகமலர்ச்சியுடன் இருக்க வேண்டும் என்பது வாகீசனுக்குத் தெரியாது. இன்பவல்லி மயக்கம் தெளிவதற்கான வழிவகை களை முதியவர் கூறிய தோடன்றி, உடனிருந்தும் உதவியது, வாகீசனுக்குத் திருப்தியாக இருந்தது.

"தங்களைத் தெய்வந்தான் அனுப்பியது. இந்தச் சமயம் தாங்கள் இருந்திராவிடில், இந்தப் பெண்ணை நான் தொட்டுக் கூட இருக்கமாட்டேன்" என்றான் வாகீசன்.

முதியவர் மெல்ல நகைத்தார். "ஏன் அப்படி?" என்று கேட்டார்.

"மக்கள் நடமாட்டமற்ற இடத்தில் இருக்குமாறு என் தாய் வேண்டிக் கொண்டிருக்கிறாள். இந்தப் பெண்ணைக் காப்பாற்ற எனக்குத் துணிவிருக்காது."

“அற்புதமான பெண் இவள்!”

“அற்புதமான பெண்ணா? பெண்களே அபூர்வப் பிறவிகள்தாமே!”

“இந்த மங்கையிடம் விசேஷ சக்திகள் இருக்கின்றன.”

“உங்களுக்கு உறவா இவள்?”

“இவளை ஒருமுறை பார்த்தவுடன், ஏதோ ஏழுலக உறவு ஏற்பட்டுவிட்டது.”

“அப்படி என்ன அபூர்வ சக்தி இவளிடம் இருக்கிறது? மாய சக்தி நிறைந்தவளா?”

“மாயமும் சக்தியும் கூட மயங்கிடும் கலை ஆற்றல் மிக்கவள்.”

வாகீசன் இந்தச் சொல்லைக் கேட்டவுடன் நிமிர்ந்து உட்கார்ந்தான். ‘கலை ஆற்றல் மிக்கவள்’ என்ற வார்த்தை அவனைக் கவர்ந்தது.

ஆனால் இன்பவல்லியிடமிருந்து எந்தவித உணர்ச்சிப் பிரதிபலிப்பையும் அவனால் அறிய முடியவில்லை. இன்பவல்லி உணவுண்ண மறுத்தாள். ஏதும் பேசவில்லை. குடிலுக்கு ஓடும் நீரை நோக்கியவாறிருந்தாள். பாடும் பறவையைப் பார்த்தவாறிருந்தாள். கிளைகளில் வந்தமர்ந்து கிளைகளுடன் சேர்ந்து தாமும் ஆடி, ‘ஜிவ்’ வென்று பறந்து செல்லும் கிளிகளைப் பார்த்தவாறிருந்தாள். தவழ்ந்து வரும் காற்றில், தென்னை ஓலைகள் அசைவதைப் பார்த்தவாறிருந்தாள். அசைவதால் ஏற்படும் ஓசையைக் கேட்டவாறிருந்தாள். அவை அவள் மனத்தில் எந்தவிதக் களிப்பையும் ஊட்டவில்லை. அவள் நினைவெல்லாம் பழையாறையிலும், தஞ்சையிலுமாகத்தான் இருந்தது. மீண்டும் அந்த அரண்மனை வாழ்வை விரும்பாத மனத்திண்மையை அவள் வளர்த்துக் கொண்டு விட்டாலும், அங்கிருப்பவர்களைப் பற்றி அவளால் நினைக்காதிருக்க முடியவில்லை.

தன்னைத் தஞ்சைக்கு அனுப்பிவிட்டுத் தான் மட்டும் பழையாறையிலேயே இருக்கத் திடீரென முடிவு செய்த

இளையபிராட்டியின் திடீர் மன மாறுதலுக்கு என்ன காரணம் என்று அவளுக்கே புளியவில்லை 'தஞ்சைக்குச் செல்லாமல் பழையாறையிலேயே இருந்திருந்தால், வழியிலே இத்தகைய ஆபத்து ஏற்பட்டிருக்காதே! ஆபத்து நமக்கு மட்டுமா ஏற்பட்டிருக்கும்? மயக்க மூலிகையை நுகரச் செய்து தூக்கிச் சென்றவர்கள் பழுவேட்டரையர் மகளையுந்தானே தூக்கிச் சென்றிருப்பார்கள். அவளை எங்கே தூக்கிச்சென்று மறைத் திருக்கிறார்களோ? நாமாவது பாதுகாப்பான இடத்திற்கு வந்து விட்டோம். கலைப்பித்து நிறைந்த முதியவரும், கலை யுள்ளம் படைத்த அந்த யௌவன புருஷரும், நிச்சயம் நமக்கு ஊறு செய்ய மாட்டார்கள். முதியவர் முதன் முதல் சந்தித்தவுடனேயே நம்மீது ஏதோ தணியாப் பாசத்தை வைத்து விட்டார். அவர் நம்மைவிட்டு ஒரு நாளும் பிரியமாட்டார் என்பது தெரிகிறது.'

"மாமல்லபுரத்திலிருந்து சொல்லிக் கொள்ளாமல் போய் விட்டாயே, உன்னை எங்கெல்லாம் தேடுவது? உன்னைத் தேடிக்கண்டு பிடிக்காமல் உறங்குவதில்லை என்று உறுதி பூண்டேன் மகளே! இனி எங்கும் போய் விடாதே, இது உன் வீடு, உன்னை இப்படித் தனியான இடத்திலேயே கிடத்தி விட்டுப் போனவர் யார்? சொல்லு மகளே, அந்த தீயவரைத் தேடித் தூளாக்குகிறேன்'' என்று எப்போதும் கேட்டுக் கொண்டேயிருந்தார். இன்பவல்லி மறுமொழி ஏதும் பேசுவ தில்லை. அவள் மௌனமாக இந்த இடத்தை விட்டுப் போய் விடுவாள். ஆனால் உள்ளத்தில் மட்டும் முதியவர் தனக்கு உற்ற துணை என எண்ணினாள். இதயத்தில் முன்பே அழுத்திய வேதனையைக் கேட்டு, மௌனக் கண்ணீர் விடுபவரிடம் தான் வாய்விட்டு அழலாம். குமுறல் வெடித்துச் சிகற விம்மலாம். இதய பேழை அவ்வளவையும் தாங்கும். அதிலே இன்பத்தையும் போடலாம். துன்பத்தையும் சுமத்தலாம். துன்பகரமான சம்பவங்கள், விளைவுகளை ஏராளமாகப் போட்டுத் திணிக்கலாம். இடம் கொடுக்கும். ஆனால் அந்தப் பேழை திடீரென வெடித்துவிடும். தான் தாங்கியிருந்த அனைத்தையும் எரிமலைக் குழம்பு போல் வாரியடிக்கும். மென்மையெல்லாம் பறந்து போகும்.

அப்படிப்பட்ட நிலை வந்துவிடக் கூடாதே. அதனால் அதற்கு முன்பாகக் காற்றிடமும், காற்று மோதும் மரத்திடமும், மரத்தில் ஆடும் பறவையிடமும் சொல்லி ஆற்றலாமா? அப்படிச் சொல்லும் போது அந்த அழகே உருவெடுத்த இளைஞர் கேட்டுவிட்டால்?

அவர் பார்வையில் என்னை அறிந்து கொள்ளும் வேகம் இருக்கிறது. என்னுடன் பேசவேண்டும் என்ற துடிப்பு இருக்கிறது. அந்த வேகத்திற்கும் துடிப்பிற்கும் பின் மறைந்து கிடக்கும் உருவம் எதுவோ? தஞ்சை அரண்மனையில் சில நாழிகைத்தான் இருந்தோம். அப்போது அந்த இனிய குரல் கொண்ட கண்டரன் சலனத்தை ஏற்படுத்த முனைந்தார். இப்போது வாகீசன்.

வாகீசன் நல்ல பெயர்தான். நல்ல பெயர் போன்றே நல்ல குணமும் இருந்தால் அவரும் கலைப்புலமை நிறைந்தவர். எந்தவிதக் கலை? இசையா? நடனமா? ஓவியமா? கவிதை இயற்றுவதா? அவர் ஓவியராகத் தான் இருக்க வேண்டும். அந்தக் குடிலில் வர்ணக் குழம்பு நிறைந்த கிண்ணங்கள் இருக்கின்றன. பச்சையும், மஞ்சளும், சிவப்பும், நீலமும் எப்படி அற்புத உருவமாக மாறிவிடுகின்றன. பிரமன் பிரபஞ்சத்தைப் படைக்கிறான். பிரபஞ்சத்து விசித்திரத்தைச் சமைக்க எந்த தூரிகையை, எந்தச் திரைச் சீலையை, எந்த வண்ணக் குழம்புகளைப் பயன்படுத்தினான்? தெரியாது. இந்தப் பூலோகப் பிரமனின் படைப்புத் தொழிலையாவது நேரிடையே காணலாமல்லவா?

இதே கேள்வியை இளவரசர் அருண்மொழி வர்மரும் கேட்டார். அப்போது அவர் இளவரசர் என்று தெரியாது, இன்பவல்லிக்கு. இளவரசர் என்று தெரிந்திருந்தால், அப்போதே அவள் ஏறிட்டுப் பார்த்திருக்க மாட்டாள். இரத்தின வியாபாரியாக வந்த அருண்மொழி வர்மர், கடற்கரையில் இன்பவல்லி அமர்ந்திருக்கையில் கேட்டார், “இன்பவல்லி! உனக்கு அழகான பெயரை உன் தாயார் சூட்டினார்கள். உன் அற்புத அழகையோ நான்முகன் படைத்தான். அவன் உன் வடிவைத் தீட்டிக் கொண்டிருந்தபோது அருகேயிருந்து

கண்டவர்கள் நான்முகனின் கலைத்திறமையைக் கண்டு வியந்திருப்பார்கள் அன்றோ?''

இன்பவல்லிக்கு அப்போது அந்தச் சொற்களைக் கேட்டு நாணம் வந்து சூழ்ந்து கொண்டது. இயற்கையாகச் சிவந்த மேனி, நாணத்தால் செம்மை கலந்து புதுவண்ணச் சோபையோடு விளங்கியது. அதை அருண்மொழி கண்டு ரசித்தார். அவள் விழிகளையே உற்று நோக்கிக் கொண்டிருந்தார்.

"அப்படி என்னை பார்க்கிறீர்கள்?''

"உன் விழிகளிலே உன் முகத்தைப் பார்க்கிறேன்.''

"என் விழிகளில் என் முகத்தையா? அதெப்படி முடியும்?''

"ஏன் முடியாது! நீ என்னையே உற்று நோக்குகிறாய். என் விழிகளில் உன் முகம் தெரிகிறது. உன் முகத்தோடு கூடிய என் விழி மீண்டும் உன் விழிகளில் பிரதிபலிக்காதா? அதைக் காண ஆசைப்படுகிறேன்.''

இன்பவல்லி சிரித்தாள்; அருண்மொழியும் சேர்ந்து நகைத்தார்.

'அது எப்போதோ நடந்து விட்டது. அந்த இன்ப நிகழ்ச்சிகளை நினைத்துத்தான் இப்போது அமைதியடைய வேண்டியிருக்கிறது. மறக்க முயன்றாலும் முடியவில்லை. அந்தப் பழைய சம்பவங்களை நினைத்து இன்பலோகத்தில் சஞ்சரிப்பது போக, அதை நினைத்து வேதனைப்பட வேண்டியதாகி விட்டது. கண்ணெதிரே இதயவேந்தனை நடமாடவிட்டு, அவரை அணுக முடியாத வேலி ஏற்பட்டு விட்டதே? வேலி ஏற்பட்டதா? நாமே ஏற்படுத்திக் கொண்டோமோ? அருண்மொழியின் அருகே நெருங்கி நம் முகத்தைக் காட்டிக் கொள்வது கஷ்டமா?'

'என்னைத் தெரிந்துகொண்டால் ஏற்காமல் இருக்கமாட்டார் எனும் உறுதி இன்னும் எனக்கிருக்கிறது. ஆனால், அவர் இளவரசர். இந்த நாட்டின் அரசராகக் கூடியவர். இருக்கட்டுமே; நீ செல்ல வேண்டும் என்று வாய்ப்பை ஏற்படுத்தி அனுப்பினாளே இளையபியராட்டி, அப்படி நீ

தஞ்சை சென்றிருந்தால் அருண்மொழியை நிச்சயம் கண்டிருப் பாய். ஆம்; பார்த்திருப்பேன். என்ன தான் சோழ நாட்டு மிகமிகப் பெரிய அதிகாரிகளின் செல்வாக்கு அவர் மனத்தை மாற்ற முயன்றாலும் என்னை மறந்துவிடமாட்டார்.'

இன்பவல்லி இப்படி எண்ணிக் கொண்டிருந்தபோது, அவள் மௌனமாக இல்லாமல் என்ன செய்வாள்? அவள் மனப்பறவை எங்கெல்லாமோ பறந்து கொண்டிருக்கும் போது எதிரே காணப்படும் குயிலின் குரல் கேட்குமா? பாடும் நதியின் கீதம்தான் விழுமா? அதற்கும் மேலாக, குடத்தில் நீர் சுமந்து கொண்டு வாகீசன் பாடலொன்றை முணுமுணுத்து வருவதுதான் விழுமா? எவ்வளவு நாள்தான் இப்படியிருக்க முடியும்? எண்ணங்கூடத் தன் சக்தியை இழந்துவிட்டது போலும்! வழக்கமாக உட்கார்ந்திருந்த இடத்தை விட்டு, இன்பவல்லி எழுந்தாள். பொன்வண்ணத்துக் கதிரோன் மெல்ல அந்தச் சோலையில் நுழைய முயன்று கொண்டிருந்தான்.

ஆகா! அந்தக் காலை வேளையின் அருமையே அருமை! இலேசான குளிர் இதயத்துக்கு இதமளிக்கும் காற்று. புது விழிப்பை ஊட்டும் ஒளி. இரவிலே பொலிவிழந்திருந்த மரங்கள் தங்கள் உறக்கத்தைவிட்டுத் தெம்புடன் இருப்பது போன்ற தோற்றம். எங்கோ பூத்துக் குலுங்கும் தேவதாரு மலர்களின் நறுமணம். அந்த மணத்தை நுகர்ந்து தேனை உண்ண விரையக் குதூகலத்துடன் பாடிப் பறக்கும் வண்டினங்கள். அவற்றில்தான் எவ்வளவு வகை? அதோ ஒரு வண்டு; கருமை நிறந்தான். ஆனால் சூரியனின் தழுவலால் அது மினுமினுக்கிறது. இன்பவல்லியின இமைகள் படபடவென அடித்துக் கொண்டன. ஓர் உறுதி அவள் உள்ளத்தில் பிறந்து விட்டது போன்ற துணிவு. அவள் எழுந்து நடந்தாள். சற்றுத் சோர்வு கலந்த நடையிலும் ஓர் அழகு. அவள் காந்தள் விரல்கள் என்ன தாளம் போடுகின்றன?

'கீசுகீசென்று ஆனைச் சாத்தன்கலந்து
பேசிடும் பேச்சரவம் கேட்டிலையோ.'

யார் பாடுகிறார்கள்? பாட்டுக்கேற்ப அடி எடுத்து வைத்து நடக்கத் தோன்றுகிறதே!

'எங்கள் புழைக்கடைத் தோட்டத்து வாவியுள்
செங்கழுநீர் வாய் நெகிழ்ந்து
ஆம்பல் வாய் கூம்பின்'

ஆகா: இவை என்ன, பாடல்களா? அல்லது கந்தவர்வ கானமா? சொற்கள் தேவ லோகத்தினின்று கோர்த்து வருகின்றனவா? இன்பவல்லி பாட்டின் திசையில் நடந்தாள். அடர்ந்த புதர்களுக்கிடையே இருந்த வழியே அவள் சென்றாள். பாடல் அங்கிருந்துதான் வருகிறது. திறந்த வெளியிலே மரத்தின் வேரிலே அமர்ந்துக்கொண்டு வாகீசன் ஓவியந் தீட்டிக் கொண்டிருந்தான். வண்ணங்களைக் குழைத்துத் தீட்டுவதும், பிறகு சற்றுத் தொலைவில் பின்புறம் நடந்து சென்று அதை நோக்குவதும் பிறகு பலவித நிலைகளில் நின்று தன்னைத்தானே பார்த்துக் கொள்வதுமாய் இருந்தான். இவன்தான் அந்தப் பாடல்களைப் பாடியிருக்க வேண்டும். அவள் இதற்கு முன்பு கேட்டிராத பாடல். அவன் குரலில் அவ்வளவு இனிமையில்லை; எனினும் சொற்களை அழுத்தமாக பரவசத்துடன் கூறும் சக்தி இருந்தது.

இன்பவல்லிக்கு இதய வேதனையை மறக்க அந்த இடம் உதவும்போல் இருந்தது. மெல்ல நடந்து வாகீசன் வரையும் சித்திரச் சீலையருகே சென்றாள். அங்கே அழகிய ஓவியம் ஒன்று உருவாகிக் கொண்டிருந்தது. தடாகம்; எழில் நிறைந்த இளம் பெண்; தடாகத்திலிருந்து பறித்த தாமரையொன்றை எடுத்து நோக்குகிறாள்; அதைத் தலையில் சூடிக்கொள்ளும் நிலையில் அவள் அபிநயித்து நிற்கிறாள். வானத்தே தங்க நிறத்துச் சூரியனின் ஒளிபெற்ற செங்கோடுகள்; குளக் கரையில் செங்கால் நாரைகள் ஒற்றைக்கால்களில் நின்று தவம் செய்கின்றன.

இன்பவல்லி அந்தச் சித்திரத்தையே கண்கொட்டாமல் பார்த்துக் கொண்டு நின்றாள். அவளை வாகீசன் இமைக்காது நோக்கியவாறிருந்தான். இன்பவல்லி திரும்பினாள். ஆனால், வாகீசனால் அவ்வளவு விரைவில் பார்வையைத் திருப்ப முடியவில்லை. ஒரு கணம் இருவர் கண்களும் சந்தித்தன. சிறு

அதிர்ச்சி; சிறு நடுக்கம். இன்பவல்லி கண நேரத்தில் அதை மாற்றி விட்டாள்.

"நீங்கள் வரையும் சித்திரமா?" என்று இன்பவல்லி கேட்டாள். இவ்வளவு நாட்கள் பேசாத மடந்தையான அவள் இன்று வாய் திறந்தும் பேசுகிறாள்; சித்திரத்தில் லயித்துப் பேசுகிறாள். வாகீசன் அந்த வாய்ப்பை நழுவ விட விரும்பவில்லை. இன்பவல்லியுடன் பேசவேண்டும் என்று துடித்துக் கொண்டிருந்த அவனுக்குத் தக்கதருணம் கிடைத்தது. எனினும் உடன் பேச முடியவில்லை. இன்ப வல்லியிடம் அப்படி என்ன காந்த சக்தி இருக்கிறது? அவன் உள்ளத்திலே நீண்ட நாட்களாக உருவகப்படுத்தி வருகிற அந்த இலட்சியப் பெண்தான் இவ்வடிவம் எடுத்து வந்தனளோ? மிகப் பாடுபட்டுச் சொற்களைக் கூட்டி, "ஆம். நான் வரைவதுதான்" என்றான்.

"இப்போது பாடியவர் நீங்களா?"

"ஆம்; நானே தான்."

"பாடுவீர்களா?"

"ஏதோ பாடுவென்.."

"ஆடுவீர்களா?"

"ஆடத் தெரியாது."

"சற்று முன்னர் கையை வளைத்துக் கால்களை மாற்றி வைத்து நின்றீர்களே!"

"ஓ! அதுவா!"

"அதற்குத்தான் அபிநயம் என்று சொல்வார்கள்!"

"அதெல்லாம் எனக்குத் தெரியாது. தாமரையைப் பறித்து அணிந்து கொள்ளும் அழகிய மங்கையை ஓவியந் தீட்ட விரும்பினேன்."

"அதற்குத் தாங்கள் அப்படி நிற்பானேன்?"

"சரியாக இருக்கிறதா என்று பார்ப்பதற்குத்தான்."

"ஓகோ! சரி பார்ப்பதற்கென்று நீங்களே பார்த்துக் கொள்ள வேண்டுமா?"

"எதற்கும் ஒரு மூலம் இருக்கவேண்டாமா?"

"அப்படியென்றால் அந்த இள மங்கையை எப்படி வரைந்தீர்கள்?"

"அவள் என் இதயத்தில் நீண்ட நாட்களாகக் குடியிருப்பவள். இதயத்தினின்று கண்களுக்குள்ளே வரவழைத்து எதிரே நிறுத்திப் பார்த்துக் கொண்டேன்."

"இதயத்தில் நீண்ட நாட்களாக வசிக்கும் அவளை முதன் முதலில் எங்கே பார்த்தீர்கள்?"

"எங்கும் பார்த்ததில்லை. கற்பனையில் கண்டேன். இதுவரையில் அந்தக் கற்பனைக்கேற்ற மெய்யுருவத்தைத் தேடினேன். கிடைக்கவில்லை. ஆனால் இன்று கிடைத்து விட்டது."

"இன்று கிடைத்துவிட்டதா? அதனால்தான் இவ்வளவு மகிழ்ச்சியுடன் இருக்கிறீர்களா?"

"இல்லை; இனிமேல் தான் மகிழ்ச்சி உதயமாக வேண்டும். அதற்கு நீ உதவ வேண்டும்."

இன்பவல்லி திடுக்கிட்டாள். எனினும் அதை வெளியே புலப்படுத்தாமல், "நானா? எவ்வாறு?" என்று கேட்டாள்.

"நான் ஓர் ஓவியப் பித்தன். எப்படியோ ஓவியத் திறமை என்னை வந்தடைந்து விட்டது. என் முன்னோர் மிகச் சிறந்த சைத்ரிகர்கள். முந்நூறு ஆண்டுகளுக்கு முன்னர் அற்புதச் சித்திரங்களைப் படைத்தவர் பரம்பரையிலே நான் வந்தேன். என் கலைத்திறன் வெளிப்பட வாய்ப்பே இல்லை. ஆனால் நான் அதற்காக வருத்தப்படவில்லை. என் திறமையை மேலும் வளர்க்க விரும்புகிறேன். வெகு நுட்பமான முகத் தோற்றங்களையும் வளைவு நெளிவுகளையும் உணர்ச்சி வேற்றுமைகளையும் நான் தூரிகையின் மூலம் படைக்க விரும்புகிறேன். எனக்குப் பெரிய அரண்மனை இல்லை. குடைந்துள்ள குகை மண்டபங்களில்லை. காரைச் சுவர்கூட

இல்லை. இந்தச் சீலையிலே என் திறமையை வடிக்க விரும்புகிறேன். அதற்கு, உன் உதவி தேவை. இன்பவல்லி'' என்றான் வாகீசன்.

இன்பவல்லி மறுமொழி பேசும் முன்பு அங்கு வந்த முதியவர் குறுக்கிட்டார். "கட்டாயம் இன்பவல்லி உதவுவாள். அவளுக்குக் கைவரப் பெற்ற கலைகளைப் பயனுடையதாக்க வேண்டாமா? தெய்வமே அவளை இங்கே கொண்டு சேர்த்து விட்டது, வாகீசா! கவலைப்படாதே! உனது சித்திரக்கலை வளர இன்பவல்லி உதவுவாள். எனக்குத் தெரிந்ததை நானும் உதவுவேன். உனக்குத் தெரியாது, இன்பவல்லி கலாதேவியின் பரம்பரையில் வந்தவள். அவளைச் சாதாரணப் பெண் என எண்ணாதே'' என்றார்.

இன்பவல்லியின் முகம் கோபத்தாலும், நாணத்தாலும் சிவந்தது. வாகீசன் மீண்டும் ஒருமுறை இன்பவல்லியின் எழிலுருவைக் கண்களால் பருகினான். நீண்ட கரிய விழிகளை அவன் தீட்டியிருக்கிறான். இப்படிக் கயல் மீன் கருமை நிறத்தில் முகத்தடாகத்தில் நீந்தும் என்று அவன் எதிர்பார்க்கவில்லை. அழகிய தோள்களை அவன் வரைந்திருக்கிறான். இப்படி மூங்கிலைப் போன்ற தோள்களை அவன் கண்டதில்லை. ஆலிலை போன்ற அடி வயிற்றையும், அதை ஒட்டினாற்போல் இருக்கிறதோ இல்லையோ என்று ஐயுறும்படியான துடி இடையையும், பாதங்களையும் அவன் அணு அணுவாக ரசித்தது பொங்கிவந்த நாண அலைகளில் இன்பவல்லியை மூழ்கச் செய்தது. இன்பவல்லி குதித்துக் கொண்டோடி விட்டாள்.

அதற்குப் பிறகு நாள்தோறும் காலை வேளையில் வாகீசன் ஓவியந் தீட்டும்போது இன்பவல்லியை எதிர் நோக்குவான். இன்பவல்லியும் வாகீசன் வரையும் சித்திரத்தைக் காணச் செல்ல, பொழுது எப்போது விடியும் எனக் காத்திருப்பாள். அவனுடைய புதுவிதக் கற்பனைகளுக்கு அவள் முன் மாதிரியாக நின்று அபூர்வ நடனங்களை ஆடிக் காட்டுவாள். அப்படியொரு நாள் அவன் சித்திரத்தை ரசித்துக் கொண்டிருக் கையில் இருவர் புதர் மறைவிலிருந்து பார்த்துக் கொண்டிருந் தனர். அவர்கள் நந்தி புரத்திலிருந்து வந்திருந்தனர். நந்தி

புரத்திலே உள்ள பம்பைப் படைவீட்டிலே வசிப்பவர்கள். முதுமைப் பருவத்தை அவர்கள் அடைந்து வரும் அறிகுறி அவர்களிடம் காணப்பட்டது. சோழர்படையில் அவர்கள் வீரர்களாகப் பணியாற்றியவர்கள். பல வருடங்களுக்கு முன்னரே விலகி விட்டுப் பயிர்த்தொழிலும் நெசவுத் தொழிலும் கவனித்து வந்தனர்.

கார்மேகன் தன் மனைவி மாணிக்கத்திடம் இன்பவல்லி தூக்கிச் செல்லப்பட்டுவிட்ட செய்தியையும், தான் தப்பினால் போதும் என்று கொடியவர்களிடமிருந்து ஓடி வந்ததையும் தெரிவித்தான். இளைய பிராட்டிக்கும் இந்தச் செய்தி தெரிந்தது. குடந்தை சதுரானன பண்டிதரிடம் வானதியுடன் போய் வந்த பிறகு இளையபிராட்டியாரின் மனமே சரியாயில்லை. வருங்காலத்தை அறியுமுன்னர் இருக்கும் ஆர்வமும் ஆசையும் பிறகு இருப்பதில்லை. அதிலும் சதுரானனரைப் போன்று முக்காலமுணர்ந்து அறிவிக்கும் தவயோகிகள் உள்ளது உள்ளபடி கூறியதைக் கேட்டபிறகு. குந்தவை சற்றுக் கலங்கியிருந்தாள் என்றே கூற வேண்டும். ஆனால் அவளது முகத்தோற்றத்திலிருந்து அதைக் காண முடியவில்லை. ரதத்தில் வரும்போது, வானதியும் இருமுறை இளையபிராட்டியைக் குடந்தை சதுரானன பண்டிதர் வீட்டில் நடந்தவற்றைக் குறித்துக் கேட்டாள்.

“அக்கா! பண்டிதர் என்ன சொன்னார்? என் வருங்காலத்தைப் பற்றிச் சொன்னதென்ன?” என்று வானதி ஆவலுடன் கேட்டாள். பண்டிதர் கூறிய மொழியில் சிறப்புச் செய்தியிருக்கிறது என்று வானதிக்குத் தெரியும்.

வானதியை வெளியே இருக்குமாறு சைகை செய்தாரே சதுரானன பண்டிதர், அப்பொழுதே பண்டிதர் தன்னைப்பற்றி முக்கியமானதொரு செய்தியைக் கூறப்போவதாகத் தெரிந்து கொண்டாள். தன் செவிகளைக் கொண்டே அவற்றைக் கேட்டுத் தெரிந்து கொள்ள வேண்டுமென்று வானதிக்கு ஆசை. பிடிவாதமாக அங்கேயே அமர்ந்திருக்கக் கூடாதா? அந்த நாட்டு இளவரசிக்கு அதற்குக்கூட உரிமை இல்லையா? ஆனால், எல்லாவற்றிற்கும் சூத்திரதாரியான இளையபிராட்டியார் கண்ஜாடை காட்டுவதன் மூலம்

வானதியை வெளியே இருக்குமாறு கேட்டுக் கொண்டாள். அதைக் கட்டளையாகவே மதித்தாள் வானதி. பண்டிதர் கூறியதை இளையபிராட்டி கூறாமலா போய்விடப் போகிறாள்?

வானதி வற்புறுத்திக் கேட்டும்கூட இளையபிராட்டி மறுமொழி கூறாமல் மௌனமாயிருந்தாள். பிறகு வானதியை நோக்கி, "வானதி! ஏன் அப்படித் துடிக்கிறாய்? ஒளிபடைத்த எதிர்காலம் கொண்ட உனக்கு வருங்காலத்தைப்பற்றி என்ன சந்தேகம் இருக்கிறது? என்னைப் போன்றவளன்றோ வருங்காலத்தைப்பற்றி வேதனைப்படவேண்டும்?" என்றாள். இளையபிராட்டியின் குரலில் வலுக்கட்டாயமாக வரவழைக்கப் பட்ட உற்சாகம்தான் இருந்தது. சிந்தனையைப் பலவந்தமாகக் கலைத்துப் பேசிய பேச்சாக இருந்தது. இளையபிராட்டி வாய் திறந்தவுடனேயே வானதி அதைச் சிக்கெனப் பிடித்தாள்.

"அக்கா! வருங்காலமோ, நிகழ்காலமோ அதைப்பற்றி எனக்கு கவலையில்லை. என்னைப்பற்றி அறிய, என் நிலைபற்றி அறியவே நான் துடிக்கிறேன்."

"உன் நிலையா? நீ கொடும்பாளூர் சிற்றரசர் மகள். சோழ நாட்டிற்கு என்றும் உதவி செய்யும் பரம்பரையில் வந்த பெண். தஞ்சை அரண்மனையில் மிகவும் செல்லமாக வளர்ந்தவள். என் அன்புக்கும் பாராட்டுதலுக்கும் உகந்தவள். என் தம்பியின் மனத்தைக் கவர்ந்தவள். அவனுக்கு மாலையிட்டு நெகிழ்ந்தவள். உன் முற்பிறவி நல்வினையால் என் தம்பி இந்த நாட்டின் மன்னனாகப் போகிறான். வானதி! அவன் சாதாரண மன்னனல்லன்!"

"அது சரி அக்கா! அவர் மன்னாதி மன்னர்தான். அவர் புகழ் நாடெங்கும் பரவப் போகிறது. பரவப்போகிறது என்ன? பரவியிருக்கிறது! கடல் கடந்து சென்று மாபெரும் அற்புதங் களையெல்லாம் சாதித்துக் கொண்டு வந்தார். அப்படிச் சாதித்துத் தன்னுடன் கொண்டு வராத அற்புதங்கூட அவரைத் தேடி வந்து விடுகிறது. அதுவன்றோ பெரும் அதிர்ஷ்டம்! அந்த அதிர்ஷ்டசாலியை மணாளனாகப் பெற்ற என் நிலை

என்ன என்று நான் அறிய ஆசைப்பட்டால், நீங்கள் என்னை என்னென்னவோ கூறிக் கேலி செய்கிறீர்கள்."

"உன்னை வேடிக்கையோ கேலியோ செய்ய விரும்பவில்லை வானதி! நீ நிச்சயம் இந்த நாட்டு அரசியாவாய்."

"அதை அவர் சொன்னாரா? வருங்காலம் கூறும் பண்டிதர் கூறினாரா? சோழ நாட்டின் வருங்காலப் பெருமையைப் பற்றிக் கூறவந்த அந்த மகான், என் வாழ்வைப்பற்றிக் கூறினாரா?"

"கூறினார் வானதி! நான் சொல்வதில் உனக்கு நம்பிக்கையில்லையா?"

"நம்புகிறேன் அக்கா!"

"சோழ நாட்டின் பெருமையை அருண்மொழி உயர்த்தப் போவதாகக் கூறினார். அவர் இந்த நாட்டு மன்னராகத்தானே இப்போது இருக்கிறார் என்று கேட்டார். 'இல்லை; அதற்கு வேளை இன்னும் வரவில்லை. சில இடையூறுகள் இன்னும் இருக்கின்றன' என்று கூறினேன். அவர் கண்களை மூடி இருந்து விட்டு, 'முகூர்த்த வேளை வந்துவிட்டதே. அருண் மொழியின் சிரசில் சோழ மகுடம் பதிந்திருக்குமே!' என்றார். நான் ஒன்றும் பேசவில்லை."

"நீங்கள் அப்போது என்னைப்பற்றிக் கேட்கவில்லையா?"

"கேட்டேன்."

"அதைச் சொல்லுங்களேன், அக்கா! என்ன கேட்டீர்கள்? அவர் என்ன சொன்னார்? ஏன் மறைக்கிறீர்கள் அக்கா? நீங்கள் சொல்லா விட்டால் அவர் கூறியதை நான் சொல்கிறேன்:

வானதி தேவிக்குச் சோழ நாட்டு அரசியாகும் பாக்கியம் 'இல்லை' என்று கூறினார் இல்லையா? அப்படித்தான் அவர் கூறியிருக்க வேண்டும். நான் அப்படித்தானே முடிவு செய்திருக்கிறேன், இதை முற்றும் உணர்ந்த முனிவர்தான் கூற வேண்டும் என்பதில்லை. நானே முடிவு செய்திருக்கிறேன். இந்தச் சோழ நாட்டு அரசியாகும் மாபெரும் பாக்கியம்

எனக்குத் தேவையில்லை. நான் எப்போதும் சாதாரண வானதியாக அவர் அன்புக்குப் பாத்திரமாக இருந்தால் போதும். ஏன் அக்கா, பண்டிதர் வேறு ஏதாவது கூறினாரா? என் அன்புக்கு அன்பான இளவரசருக்கு என்மீதுள்ள அன்பு என்றும் குறையாமல் இருக்குமா?"

"இதெல்லாம் என்ன வானதி? நீ இப்படியெல்லாம் பேசக்கூடாது. நீ இப்போது உனக்கு மட்டும் பொறுப்புடைய வளல்லள். உன் வயிற்றில் வளரும் செல்வனுக்கும் பொறுப் பானவள் நீ. அவனைப்பற்றிப் பண்டிதர் கூறியிருக்கிறார். உன் திருவயிற்றில் உதிக்கப்போகும் செல்வன் இந்த உலகையாளப் போகிறான். கடல் கடந்த நாடுகளுக்குச் சென்று வென்று, சோழ நாட்டை விரிவுபடுத்தப் போகிறான். கடலில் கலம் செலுத்தப் போகிறான். இந்த நாவலந்தீவு முழுமையும் சுற்றி வெற்றி வாகை சூடப்போகிறான். மக்களிடையே நன் மதிப்பைப் பெறப் போகிறான். செம்பியர் குலம் விளங்கச் செய்யப்போகிறான். முப்பாட்டன் பராந்தகனின் வீரத்தை நிலை நாட்டப்போகிறான். சுந்தர சோழ சக்கரவர்த்தியைப் போன்று சுந்தரவடிவினனாகத் திகழப் போகிறான்"

"அக்கா! இவற்றைக் கேட்கும்போது என் மெய் சிலிர்க்கிறது அக்கா! இத்தகைய மகத்தான வீரனை நானே பெறப்போகிறேன் எனும்போது எனக்குப் பூரிப்பு மிகுதியாகிறது."

"ஆமாம்! வானதி! நீதான் அந்த அற்புதப் பிள்ளையைப் பெறப் போகிறாய்."

"நான் பெறப்போவது ஆண் குழந்தை என்று கூறிய பண்டிதர், நான் அரசியாவேனா என்பதைப்பற்றியும் கூறியிருக்க வேண்டும். என்மீது தங்கள் இளவலுக்குள்ள அன்பு மாறுமா மாறாதா என்பதைப்பற்றியும் கூறியிருக்க வேண்டுமே! நீங்கள் ஏனோ என்னிடம் கூறாமல் மறைக்கிறீர்கள் அக்கா! இப்படிச் சொல்வதற்கு என்னைப் பொருத்தருளுங்கள். நீங்களே இப்படி ஒதுக்கினால் என் நிலை என்ன ஆவது அக்கா?" வானதி விம்மினாள்.

தைரியமும் அழுத்தமும் நிறைந்த இதயமுடைய குந்தவையின் உள்ளங்கூட நெகிழ்ந்தது. வானதியை அணைத்தவாறு, "அடி, அசடே! நான் எதையும் உன்னிடம் மறைக்கவில்லையடி. உன் வயிற்றுதிக்கப் போகிறவன் உலகப் புகழ் பெற்று இந்த நாட்டு அரசனாகப் போகிறானென்றால், நீ அரசியாகாமல் அது நடக்குமா? இந்தச் சின்ன விஷயத்தைச் சோதிடரைக் கேட்டுத்தான் தெரிந்து கொள்ள வேண்டுமா?"

"என்னை வெளியே சற்று இருக்கச் சொல்லிவிட்டு, நீங்கள் சோதிடருடன் பேசியதிலிருந்து நான் அறிந்து கொண்டது.?"

"ஓ! அதனால்தான் நீ சந்தேகப்படுகிறாயா? முக்கியமான ராஜாங்க விஷயங்களைப் பற்றிச் சதுரானனரின் கருத்தை நான் கேட்க வேண்டியிருந்தது; அதனால் தான்"

"சோழ நாட்டு இளவரசிக்குத் தெரியாத அரசாங்க விஷயங்கூட இருக்கிறதா?"

குந்தவை திடுக்கிட்டாள். சாதுவான பெண் வானதிக்கு இவ்வளவு தைரியம் எங்கிருந்து வந்தது? அதிலும் இந்தச் சாரதி இருக்கும்போது பேசுகிறாளே! சாரதி நல்லவன்; நம்பிக்கைக்குப் பாத்திரமானவன்; அவள் மனத்தில் அப்படி என்ன சந்தேகம் குடி புகுந்து விட்டது?

"அக்கா! இப்படிக் கேட்பதற்கு என்னைப் பொறுத் தருளுங்கள். என் மன வேதனை என்னை இப்படிப் பேச வைக்கிறது. என் உள்ளத்தில் ஏதோ ஒருவிதப் பயம் சூழ்ந்து வருகிறது. என் எதிரே பெரும் இருட்படலம் தோன்றி வருகிறது. என் உடலெல்லாம் வேதனை ஏற்படுகிறது. எனக்கு மிகவும் அன்புக்கு அன்பானவர்களெல்லாம் என்னைக் கைவிட்டுப் போய்விடுவாரோ என்ற பயம் ஏற்படுகிறது. பயம் வேதனையைக் கொடுக்கிறது. வேதனை கோபத்தை ஊட்டுகிறது. எனக்கு யார் இருக்கிறார்கள் அக்கா, இந்த உலகிலே? எனக்குத் துணையாகவும் தாயாகவும் தெய்வமாகவும் இருக்கும் நீங்கள் என்னை மறந்து அலட்சியப்படுத்தி விடுவீர்களா அக்கா?" வானதி விம்மி, குந்தவையின் மார்பிலே முகத்தைப் புதைத்துக் கொண்டாள். அவள் விட்ட கண்ணீர் பிராட்டியின் இதயத்தை நனைத்தது.

குந்தவை அவள் தலையை வருடியவாறு, ''வானதி! இன்னும் நீ குழந்தைதான். இளவரசிக்கு இருக்கவேண்டிய தைரியம் உனக்கிருக்க வேண்டும். நந்திபுர அரண்மனைக்குப் போய்ச் சேர்ந்தவுடன், என் களைப்பைப் போக்கிய பிறகு, குடந்தைச் சதுரானன பண்டிதரிடம் நான் கேட்டறிந்த வற்றைக் கூறுகிறேன். நீ அதைரியப்படும்படியாக ஏதும் அவர் கூறிவிடவில்லை. அவர் கூறியவற்றால் நானன்றோ வேதனையடைய வேண்டும். அமைதியாயிரு!'' என்று தேறுதல் கூறினாள்.

ஆனால், பழையாறை வந்து சேர்ந்து, அரண்மனைக்கும் வந்தாகி விட்டது. வானதி இளையபிராட்டி கூறப்போவதை ஆவலுடன் எதிர்பார்த்திருந்தாள். வல்லவரையர் பெரும் வீரர். இப்படி உடனே இளையபிராட்டியைத் தேடிவந்து விடுவார் என அவள் எதிர்ப்பார்க்கவில்லை. அவளுக்கு வல்லவரையர் மீது சற்று கோபங்கூட வந்தது, 'ஒரு கணம்கூட இளைய பிராட்டியைத் தனியே விடமாட்டாரா? திருமணம் ஆகி விட்டால் பிறகு நாம் பிராட்டியைச் சந்திக்கவே முடியாமல் போய்விடும் போலிருக்கிறதே!' வானதி குந்தவையின் அருகே வந்து நின்றுகொண்டாள். இப்போது என்ன செய்வார் வல்லவரையர்? பார்ப்போமே!

வந்தியத் தேவன் பரபரப்புடன் வந்தான். அவனுக்கு அப்போதுதான் பழையாறையிலிருந்து தஞ்சை செல்லும் வழியில் நேர்ந்த சம்பவம் தெரிந்தது. சோழ நாட்டிலே இப்படியொரு சம்பவமா என எண்ணும்போது அவன் ரத்தம் கொதித்தது. இளைய பிராட்டியிடம் மேற்கொண்டு தகவல் கேட்டு அறிய விரைந்து வந்தான்.

நடந்ததை அறிந்த இளையபிராட்டி திடுக்கிட்டாள். இன்ப வல்லியை யாரோ இடைவழியில் கவர்ந்து சென்று விட்டார்கள். இச்செய்தியைக் கேட்டு முதலில் தன் செவிகளையே அவளால் நம்ப முடியவில்லை. பிறகு கார்மேகனையும், மாணிக்கத்தையும் கூப்பிட்டு விசாரித்த பிறகுதான், நடந்த சம்பத்தின் பயங்கரம் புரிந்தது.

''சோழ நாட்டில், இனி ஒருவரும் வீதியில் நடமாட முடியாது போலிருக்கிறதே. சோழ நாட்டு வீரர்கள் பலமிழந்து

கோழையாகி விட்டனரா? ஒற்றர் படையினர் ஆழ்ந்த உறக்கத்திலிருக்கின்றனரா? இன்பவல்லியையும், பஞ்சவன் மாதேவியையும் மற்றும் அரச குடும்பத்தைச் சேர்ந்தவர் களையும் அபகரிப்பதற்கே ஒரு கூட்டம் வேலை செய்கிறதா?'' என்று கர்ஜித்தாள். வந்தியத்தேவனும், சங்கர தேவனும் கலந்து ஆலோசித்தனர். இன்பவல்லியைத் தேட எட்டுத் திக்கிலும் ஆட்கள் கிளம்பினர். அவர்களுள் நம்பிக்கை மிக்க இருவர், வாகீசன் குடிலில் இன்பவல்லி இருப்பதை அறிந்தனர்.

அத்தியாயம் 17
பழுவேட்டரையர் கோரிக்கை

கருவூரிலிருந்து மிகத்திறமை வாய்ந்த சித்த வைத்தியர்கள் தஞ்சையை வந்தடைந்தனர். அவர்களுடைய குருவும் வந்திருந்தார். அரண்மனையில் அவர்களுக்குத் தங்க இடம் ஏற்பாடு செய்திருந்தனர். தனது முதன்மையான சீடரையும் மற்றொருவரையும் மட்டும் அனுப்பி விட்டுக் கருவூர்த் தேவர் தஞ்சைப் புறப்பாடியிலேயே தங்கியிருந்தார். அவர் அருள் ஞானமிக்கவர். எப்போதும் சிவனடியையே மனத்திலே தொழும்பான்மையினர். கவிதை உள்ளம் படைத்தவர். காடுகளில் பல திங்கள் தங்கியிருந்து தவஞ்செய்யவல்ல சக்திபெற்றவர்.

அவர் தன் சீடர்கள் புடைசூழப் பழுவேட்டரையரை வந்து பார்த்தார். நாடியைப் பிடித்துப் பார்த்த வண்ணம் அவர் பழுவேட்டரையரின் உடல் முழுவதையும் ஒருமுறை நோட்டம் பார்த்தார். பழுவேட்டரையரின் வல்லமைப்பற்றி அவர் கேள்விப்பட்டிருக்கிறார். அவரது அதிகாரத் திறமையைக் குறித்து அறிந்திருக்கிறார். போர்க்களத்தில் மார்பிலே காயம் ஏற்பட்டுப் படுக்கையிலே கிடக்கும் அவர் நிலையைத் தெளிவாகப் புரிந்து கொண்டார். ரண சிகிச்சை

செய்து உடைந்த வேல் முனையை எடுத்துவிட்டால் பழுவேட்டரையர் பிழைத்துக் கொள்ளலாம்.

இதுவரை அந்த இரும்புத் துண்டு அந்த மார்பிலே தங்கியிருக்க அவர் சகித்துக் கொண்டிருந்த நிலைதான் அவரை வியப்புக்குள்ளாக்கியது. அதுவும் ஈசன் செயல்தான் என நினைத்துத் திருநீறெடுத்து அவர் நெற்றியிலே பூசுவதற்கு அருகேயிருந்த பஞ்சவன் மாதேவியிடம் அளித்தார்.

பஞ்சவன் மாதேவியின் கண்கள் கலங்கியிருந்தன. செயற்கை அழகு சேராத அவள் முகம் சோர்வுற்றிரந்தது. கருவூர்த் தேவரின் முகத்தை அவள் நோக்கி, "ஐயா, என் தந்தை பிழைப்பாரா?" என்று தழுதழுத்த குரலில் கேட்டாள். கருவூர்த் தேவர் பஞ்சவன் மாதேவியின் பக்கம் திரும்பி, "குழந்தாய்! நீ மிகச்சோர்வுற்றிருக்கிறாய். உன் உள்ளத்திலே இத்தகைய வேதனைக்கெல்லாம் இடம் கொடாதே. பலநூறு ஆண்டுகளுக்கு முன்னர், சிவனது கழலை நெஞ்சில் பதித்த மகான்கள் பலர், இந்தப் பூமியிலே வாழ்ந்திருக்கிறார்கள். அவர்களுள் திருநாவுக்கரசர் எனும் சிவனடியார் எம பயத்தைப் போக்குவதற்காகப் பாடியிருக்கிறார்.

'நாமார்க்கும் குடியெல்லாம்
நமனையஞ்சோம் நரகத்தி லிடர்ப்படோம்.'

அதை நீ பாடித் துதி குழந்தாய்! நம் கையில் ஏதும் இல்லை. ஆண்டவன் சித்தம் எப்படியோ, அப்படியே நடக்கும். எனினும் நாளைக்கு வாளால் அறுத்துச் சுட ஏற்பாடு செய்திருக்கிறேன். என் சீடர்கள் அருகேயே இருப்பார்கள். கவலைப்படாதே குழந்தாய், ஈசன் இருக்கிறார்!" என்று கூறினார்.

பஞ்சவன் மாதேவிக்கு, அந்தச் சொற்கள் ஆறுதலாகத்தான் இருந்தன. பழுவேட்டரையரும், தேவர் கூறியதைக் கேட்டவாறிருந்தார். தேவர் சென்ற பிறகு, அந்த இடத்தில் ஒருவரும் இல்லையென்பதைத் தெரிந்து கொண்டு பழுவேட்டரையர், பஞ்சவன் மாதேவியை அருகழைத்து, "மகளே! உன் கவலை எனக்கு வேதனையை அளிக்கிறது. உடலில் பட்ட புண்ணை விட, உன் கண்ணீர் என்னைக்

கவலையிலாழ்த்துகிறது. அதைப்பற்றிதான், நான் இரவும் பகலும் சிந்தித்துக் கொண்டே வருகிறேன். நான் பிழைப்பேன் என்ற நம்பிக்கை எனக்கில்லை.." என்றார்.

"ஐயோ, தந்தையே! என்ன கூறுகிறீர்கள்?" என்று விம்மினாள் மாதேவி.

"ஆம் குழந்தாய், உறுதியுடன் இரு. சாவு எனும் பயம் மனிதனைக் கோழையாக்கிவிடும். ஆனால் நான் அதை வரவேற்று முன்னிலும் அதிகமாகப் பலத்துடன் இப்போது இருக்கிறேன். அந்தப் பலம்தான், என் உடலிலே எழும் ஓராயிரம் வேதனைகளையும் தடுத்து நிறுத்துகிறது. உன்னைத் தக்க இடத்தில் அமர்த்தாமல் நான் செல்கிறேனே என்பதால் உண்டாகும் பயம் தான், தன்னைச் சூழ்ந்திருக்கிறது மகளே!"

பஞ்சவன் மாதேவி விம்மினாள். "தாங்களே இப்படிச் சொல்லலாமா? எனக்கு நல்வழி செய்யாமல் போகிறேன் என்று கூறுகிறீர்களே, அப்படியாயின் என்னைவிட்டுப் போய் விடப்போகிறீர்களா அப்பா?"

"சே சே! அசடே! என்னை எமன் அணுகமுடியுமா? என்றாலும் நான் பயப்படுவதைப் பற்றிக் கூறுகிறேன். உன்னை, இந்தச் சோழநாட்டு அரசியாக்கத் திட்டமிட்டேன். என் சகோதரருக்கு நான் செய்யக்கூடிய கைம்மாறு இதைவிட வேறு இருப்பதாக எனக்குத் தோன்றவில்லை. என்னை வளர்த்தவர் உன் தந்தை. என்னை ஆளாக்கியவர் உன் தந்தை. இருந்தபோது உதவியதைவிட இறந்தபிறகு உதவியதுதான் அவரை நான் மறக்கமுடியாத அளவுக்குச் செய்துவிட்டது. கோட்டைக் காவலுக்கு மட்டும் பொறுப் பேற்றிருந்த நான் தனாதிபதியானேன். வேளக்காரப் படைத் தலைவனானேன். அரசருக்கு யுத்தி யோசனை கூறும் அமைச்சரானேன். மகளே! கடல் சூழ்ந்த இந்த நிலவுலகில், நான் வகிக்கும் பதவியைப் போன்று எந்த நாட்டிலும் எவரும் வகிக்கவில்லை; இருந்தென்ன பயன்? பழுவூர் வம்சம் நீடிக்க, நான் ஏதும் செய்தேனில்லையே. சோழ சிம்மாசனத்தில், பழுவூர் மகள் அமர்வதற்கு நான் வழி செய்தேனில்லையே.

என் எண்ணைக் கூடுகள் சிதைந்து மண்ணாகின்றன. இறுதியாக நான் இப்போதொன்று நினைத்திருக்கிறேன். அது எப்படியும் நடந்தாக வேண்டும். மரணமடைந்துவிடுவேன் என்ற எண்ணத்தில், என்னைக்காண இவ்வளவு நாள் வராதவர்கள் எல்லோரும் வருகிறார்கள். இரட்டைக்குடை ராஜாலியார் என்ன, திருக்கோவலூர் மலையமான் என்ன, சம்புவரையர் என்ன, வைதும்பன் என்ன, இப்படியாக வந்துகொண்டே இருக்கிறார்கள். கொடும்பாளூர் வேளார்கூட என்னை வந்து பார்த்து, இன்சொல் பேசிக்கண்ணீர் விட்டுச் சென்றிருக்கிறார். எல்லாருக்கும் நான் செத்துப்போய் விடுவேன் எனும் எண்ணம். மன்னர் மதுராந்தகர் வருவார். அவரிடம் ஓர் உறுதிமொழி கேட்கப்போகிறேன். உயர்ந்த இடத்தில் உன்னை அமர்த்த அவரிடம் வாக்குக் கேட்கப்போகிறேன்.''

''மன்னரிடமா? என்னைப் பற்றியா? என்ன கேட்கப் போகிறீர்கள்?''

''பார்த்துக் கொண்டே இரு. மன்னரின் மகன் கண்டரனுக்கு உன்னை மணம் புரிவிக்க வேண்டும் என்று கேட்கப் போகிறேன். கண்டரன் அடுத்துவரும் அரசன்; நீ அரசி.''

''அப்பா?''

''என்ன குழந்தாய்?''

''தாங்கள் மன்னரை, அப்படியெல்லாம் கேட்டு விடாதீர்கள் அப்பா! என் விருப்பத்தை அன்றே கூறிவிட்டேன்.''

''அப்படிச் சொல்லாதே, குழந்தாய்! இளம் வயதில் விருப்பம் என்று தனியே உண்டா? விருப்பம், எண்ணம், ஆசை, ஆர்வம் எல்லாம் சூழ்நிலைக்குத் தக்கபடி உருவாக்கிக் கொள்ள வேண்டியவைதான்.''

''அப்படித்தான் தந்தையே, என் மனத்தை மாற்றிக் கொண்டேன். தடாகத்தில் சிறு கல்லினால் கண்ணீர் எப்படிச் சலனமடைகிறதோ, அதுபோன்று என் மனம் பேதலித்துக் கொண்டே இருந்தது. மனத்தில் திடமான கருத்து உருவா காமல் நான் வேதனைப்பட்டேன். பழுவூரினின்று என்னைத் தாங்கள் தஞ்சைக்கு அவசரமாக வரவழைத்தீர்கள்.''

பழுவேட்டரையர் பெருமூச்சு விட்டார்.

“தஞ்சை மாளிகையில் இளையபிராட்டி இருப்பார்கள். அவர்களிடம் நல்ல பெயரை வாங்குமளவுக்கு நடந்து கொள், என்று நல்லுரை கூறினீர்கள். இளவரசர் அருண்மொழி வர்மருக்கு என்னை மணம் புரிவிக்க வேண்டும் என்பது அப்போது தங்கள் எண்ணம். இளைய பிராட்டியின் கருணையின்றி அது நடவாது என்று கூறினீர்கள். இளவரசர் முன்பே மணமானவர் என்பது எனக்குத் தெரியாது.”

பழுவேட்டரையர் மெல்ல நகைத்திருக்க வேண்டும். அந்த நிலையில் அவ்வுணர்ச்சியை அறிவது கடினமே என்றாலும், அவர் பஞ்சவன் மாதேவியை நோக்கி, “விவரம் அறியாத வளாக நீ இருக்கிறாய் என்பதை நினைக்கும்போது, எனக்குச் சிரிப்பதா அழுவதா என்று தெரியவில்லை. அரச குடும்பத்தி லுள்ளவர்கள் ஏகப்பத்தினி விரதர்களாக என்றும் இருந்ததில்லையே! உன் சகோதரியையே என் மகளையே எடுத்துக்கொள்ளேன். அவள் மதுராந்தகரின் இரண்டாவது பட்டத்தரசி. அது இருக்கட்டும். அதைப்பற்றி இப்போது என்ன? உன்னை முதல் பட்டத்தரசியாக ஆக்க வேண்டும் என்பதற்காகத்தானே, கண்டரனுக்கு மணம் புரிவிக்க நினைக்கிறேன்” என்றார்.

“தந்தையே! தாங்கள் இந்த நாட்டு ராஜீய விவகார நுட்பம் அறிந்தவர். தங்களுக்கு நான் யோசனை சொல்வதற்குப் பொறுத்தருளுங்கள். அருண்மொழி வர்மருக்கு இளவரசர் பட்டம் சூட்டியபிறகு, இப்போது மாற்றுவதென்பது நடக்கும் செயலா? இந்த நாட்டு மக்கள், இளவரசர் மீது தங்கள் உயிரையே வைத்திருக்கிறார்கள். கண்டரன் மதுரனுக்குப் பட்டத்து ஆசையே இல்லை. அப்படியிருக்க, என்னை அவருக்கு மணம் புரிவிப்பதில் என்ன அப்பா நன்மை? தங்கள் எண்ணம் தான் எப்படி ஈடேறும்?” பஞ்சவன் மாதேவி இப்படிக் கேட்டதற்குப் பழு வேட்டரையர் மறுமொழி கூறவில்லை. அவர் கண்களை மூடிக்கொண்டு சிந்தனையிலாழ்ந்தார். தலையை யாரோ அழுத்துவது போன்ற பிரமை ஏற்பட்டது. இவ்வளவு நாளுமில்லாத உறக்கம் வந்து சூழ்வது போன்ற உணர்ச்சி

ஏற்பட்டது. ரதத்தில் ஏறிப் பூமிக்கு மேலே செல்வதுபோல் தோன்றியது. நெஞ்சை ஏதோ வந்தடைப்பது போல் தோன்றியது.

தந்தை ஏதும் பேசாதிருப்பது கண்டு, அவரைத் தொந்தரவு செய்ய விரும்பாதவளாய் பஞ்சவன் மாதேவி சற்று நகர்ந்து மஞ்சத்தில் அமர்ந்து கொண்டாள். அடுத்த அறையில் வைத்தியர்கள் ஏதோ மூலிகைகளை அரைக்கும் ஓசை கேட்டுக் கொண்டிருந்தது.

பழுவேட்டரையரின் உணர்வு பலமுறை தவறியது. அவர் உடல் இலேசாகி, வானவெளியில் எங்கெல்லாமோ பறப்பது போல் தோன்றியது. அவர் எதிரே விசித்திர விசித்திரமான சம்பவங்கள் தோன்றின. முதலில் இறந்து போன அவரது மனைவி வந்தாள். அவள் இறந்த பிறகு, பழுவேட்டரையர் வேறு திருமணம் செய்துகொள்ளவில்லை. மகளை வளர்த்து, அவளை உயர்பீடத்தில் அமர்த்துவதிலும், செல்வாக்கை மேலும் வளர்த்துத் கொள்வதிலும் அவர் கவனம் செலுத்திய தால், திருமணத்தைப் பற்றி நினைக்கவேயில்லை. அவள் இப்போது, அவர் முன் தோன்றுகிறாள். பாராட்டுகிறாள். அவரை முழு மனத்துடன் பாராட்டுகிறாள்; தன் கணவர் ஒருத்திக்குமேல் மணக்கக்கூடாது என்பதில், எந்தப் பெண்ணும் உறுதியாகவே இருப்பாள். அப்படியிருக்கும் போது நான் மட்டும் பஞ்சவன் மாதேவிக்கு இரண்டாம் திருமணத்தைப் பற்றி ஆலோசனை கூறுவது சரியா? அதோ வருகிறாரே சுந்தர சோழரா? அடடா! என்னால் எழுந்துகூட வரவேற்க முடியவில்லையே. சுந்தர வடிவம், இன்னும் அப்படியே இருக்கிறதே. பொன்னிற மேனி, ஒளி குன்றாதிருக்கிறதே. அதே வீரத்துடிப்பு. விளங்கி நிற்கிறதே. காஞ்சிப் பொன்மாளிகைக்கு, அவர் செல்வதில் எனக்கு விருப்பமே இல்லை. என் வார்த்தையை மீறி, அவர் சென்றார். சென்றும் என்ன பயன்? அந்தப் பொன் மாளிகையின் ஒவ்வோர் பகுதியையும் பார்த்துப் புத்திர சோகத்தினால் அணு அணுவாக அழிந்தார். நான் ஒரு தடவை கூட அவரைப் போய்ப் பார்க்கவில்லை. நான் எதிர்பார்த்த செயல்கள் வெகு வேகமான நிறைவேறி வந்து கொண்டிருந்தன. என் மருமகன்,

மதுராந்தக உத்தம சோழன் அரியணை ஏறும் நாட்களை விரல்விட்டு எண்ணிக் கொண்டிருந்தேன். எல்லாம் எளிதாகவே நடந்தது. சுந்தரசோழர் இறந்து விட்டார். என் செயல் வெற்றிதான். என்னை எதிர்க்கக் கூடியவர்களை யெல்லாம், ஒருவழியாக மடக்கி விட்டேன். உம். என்ன பலன்! வெற்றியின் வழி தோல்வியாகத்தானே முடிந்தது? அதே சுந்தரசோழர், ஏதோ சொல்லுகிறாரே... நான் இப்போதிருக்கும் நிலை குறித்து வருத்தப்படுகிறார். அதோ, அவர் கரங்கள் உடலைத் தடவிக் கொடுக்கின்றன. ஆகா! எவ்வளவு இன்பமாக இருக்கிறது! கண்ணீர் விட்டு, அவர் கரங்களைப் பிடித்துக் கதறத் தோன்றுகிறது. நாடு இப்போது இருக்கும் நிலையை அவர் சுட்டிக் காட்டுகிறார். வேதனையாக இருக்கிறது. சோழநாட்டுப் பெருமை குறைந்து வருகிறது என்றார். உண்மைதான்; ஆனால் கோபம் வருகிறது. அடுத்துப்பட்டமேறுவது அருண்மொழிதான் என்று உறுதி கொடுத்திருக்கும் போது, இப்போது அதற்கு விரோதமாகச் செய்கிறீர்கள் போலிருக்கிறதே, என்று கேட்கிறார். எனக்கு மறுமொழி சொல்ல முடியவில்லையே. 'இனி என் நலன் களுக்காக, அரசாட்சியை மாற்ற நான் முயல வேண்டாம். என்ன ஆண்டு அனுபவிக்கப் போகிறேன்? என் சகோதரர் மகள் நலனுக்காகத்தான் இனி நான் பாடுபடவேண்டும். அதற்காகத் தான் இப்போது திட்டமிடுகிறேன்' என்று சுந்தர சோழரிடம் கூறினேன். அவர் சிரித்தார். அந்தச் சிரிப்பு, என் நடவடிக்கை வெற்றியுறாது என்று கூறுவதுபோல் தோன்றியது. அவர் கடைசியாகக் கூறுகிறாரே; ஆம்; ஆதித்த கரிகாலரைப் பற்றிக் கூறுகிறார். தன் மகன் இருந்திருந்தால், இப்படியெல்லாம் நடந்திருக்குமா என்று கேட்கிறார். அவனைக் கொன்றவர்களை இன்றளவும் கண்டுபிடித்துத் தண்டனை தராததால் சோழரின் நீதி வழுவாமுறை தவறி விட்டதென்று கூறுகிறார். ஆம்; அவர் கூறுவது முற்றிலும் உண்மையே. சோழநாட்டுத் தலைப் பிள்ளையைக் கொன்ற குற்றத்திற்காகத் தக்க பலன் விசாரணை செய்யாமல், நிரபராதியைத் தண்டித்தோம். நல்ல வேளையாக, மரண தண்டனை விதிக்கவில்லை. நிரபராதியை விடுதலை செய்து தவற்றை ஒப்புக் கொண்ட ஒரு மகத்தான செயலைப்

புரிந்தோம். அது போதுமா? உடனே குற்றம் செய்த கொடியவரைக் கண்டுபிடிக்க முயலுவோம். முன்பே ஒருவனைப் பிடித்து வைத்திருக்கிறோம். அவன் மூலம் மற்றவரையும் தேடிப்பிடிப்போம்.

இதென்ன, இப்படி ஒவ்வொருவராகச் சிந்தித்து நமது அமைதியைக் குலைக்கிறார்களே. குழம்பியிருக்கும் உள்ளத்தை மேலும் குழப்புகிறார்களேஅதோ யார் வருகிறார் கள்? நடையிலே ஒரு மிடுக்கு! ஆரவாரம். துள்ளல். கம்பீரமான தோற்றம். 'பாட்டா' என்று என்னையும் அழைக்கிறானே! ஓ! ஆதித்த கரிகாலனா? இந்தக் கம்பீரத் தோற்றத்தை, நான் காணாமலே இருந்து விட்டேன். அப்பா! வீரனென்றால் இவன்தான் வீரன். தோளின் வலிமை என்ன! விரிந்த மார்பின் திண்மை என்ன! வீரபாண்டியன் தலை கொய்தவன், என்ற புகழ்ப் பெயர் பெற்றது நியாயம்தான். இந்தப் பெயரை அடையும்போது, ஆதித்தனுக்கு அதிக வயதில்லைதான். காஞ்சியிலேயே இருந்துவிட்டதால், நாம் அவனைப் பார்க்க முடியவில்லை. அதனுடன் அவன் மேல் இயற்கையிலேயே வெறுப்பு. என் அண்ணாவுக்கும் அவனைக் கண்டால் பிடிப்பதில்லை. இப்போது எதற்கு என்னிடம் வருகிறான்?

"பாட்டா! உங்களைப் பாட்டா என்று அழைப்பதற்குக் கோபிக்காதீர்கள்! ஒருவிதத்தில், அந்த முறைதான் எனக்குத் தாங்கள். என் உயிர் நண்பனைத் தாங்கள் குற்றஞ் சாட்டினீர்கள். போகட்டும்; பிறகாவது விடுதலை செய்தீர்களே. அவனை வாடச்செய்த பாவத்திற்குத்தான், எனது மற்றொரு நண்பனுடன் நடந்த போரில் காயமுற்றீர்கள். பாட்டா! நீங்கள் இருக்கும் உலகம் இருக்கிறதே, அது மிக மிகப் பொல்லாதது. எனக்கு ஏற்பட்ட வெறுப்பினால்தான், நான் உலகைவிட்டே வந்து விட்டேன். எவ்வளவு நிம்மதியாக இருக்கிறது தெரியுமா? நீங்களும் வந்து விடுங்கள். இன்னும் இருந்தால், தங்களுக்குக் கெட்ட பெயர் தான் வரும். ராஜதந்திரம் நிறைந்த தங்கள் மனம் சும்மாயிருக் காது. இப்போது கூடத் தாங்கள் வேறுவித போதனை செய்வதாக இங்கே பேசிக் கொள்கிறார்கள். பாட்டா! நான்

சொல்வது தங்களுக்குக் கோபத்தை வர வழைக்கலாம். சோழ அரியணை இனி, திறமை வாய்ந்தவரைத்தான் ஏற்கும். சோழ சிங்காதனத்தில் மாவீரன் தான் அமர முடியும். அறிவும் ஆற்றலும் நிறைந்தவர்தான் சோழ நாட்டைக் கட்டிக்காத்து வளர்க்க முடியும். தாங்கள் அந்த விஷயத்தில் உங்கள் எண்ணத்தை நிறைவேற்ற முயலாதீர்கள். இங்கே இருக்கும் அமரர்களான, உலக மாபெரும் வீரர்கள் பேசிக்கொள்பவை என் செவிகளில் வீழ்கின்றன. யவன நாட்டு வீரரும், வில்லவ வீரரும், மற்ற மற்றோரும், அருண்மொழியைப் புகழ்வது என் காதில் வீழ்கின்றன. இங்கே எனக்குப் பந்த பாசமில்லை. அதனால், எனக்கு அருண்மொழியை மட்டும் புகழவேண்டிய கட்டாயம் இல்லை. ஆனால், சோழ நாட்டை எதிர் நோக்கியிருக்கும் ஆபத்துகளை எண்ணும் போது அரியணையில் அமர்பவர் ஆற்றல் மிகுந்திருக்க வேண்டும் என்பது உறுதியாகப்படுகிறது.

வடமேற்கே புதிய இனத்தவர் நம் நாட்டுச் செல்வங்கள் மீது கண்ணுங் கருத்துமாய் இருக்கிறார்கள். உயிரிழந்த சாளுக்கியநாடு வலுப்பெற முயலுகிறது. பாண்டிய நாடு, பலத்துடன் படையெடுத்துப் பாய ஆயத்தமாயிருக்கிறது. அதனால் பாட்டா, ஆளத் தகுதியானவருக்கு வழி விடுங்கள்; மதுராந்தகரின் மகனை எனக்குத் தெரியும். மிக நல்ல பிள்ளை. அவனுக்குத் திருமணத்திலேயே விருப்ப மில்லையே. நானும் திருமணம் செய்து கொள்ளாமலேயே இறந்தேன். இப்படிச் சோழ நாட்டில் ஓரொருவர் இறந்து போக வேண்டும் என்பது நியதி போலும்! நான் பூலோகத்தை விட்டு வந்திருக்க வேண்டியதில்லை. என்னைச் சூழ்ச்சி செய்து கொன்று விட்டார்கள் என்று பேசிக் கொள்கிறார்கள். பேசிக்கொள்ளட்டுமே. நீங்கள் எல்லாம் சொல்வது போன்ற துக்ககரமான முடிவு எனக்கு நேர்ந்திராது. இருந்தாலும் கூட நான் மண்ணுலக வாழ்வை விரும்பி இருக்க மாட்டேன். இளவயதுக் கனவாக, என்னென்னவோ கண்டேன். கிழவர்களையும் விடாத மலர்விழியின் மோகனாஸ்திரம், என்னையும் பிடிக்கத் தவறவில்லை. ஊம்; அது போகட்டும்; இந்த உலகில் வந்துக்கூட இன்ப துன்ப எண்ணம் எதற்கு? ஏன் சொல்ல வந்தேன் என்றால், தங்கள் சகோதரர் என்னைக்

கண்டாலே பிடிக்காது இருந்தாரே, அவரும் நானும் இங்கு உற்ற நண்பர்கள். சோழ நாடு மகோன்னத நிலையை அடைய வேண்டும், எனும் பேரார்வம் அவருக்கிருக்கிறது. பாண்டியர்கள் மீண்டும் வலுப்பெற்று வருவதைத்தான், அவர் அடிக்கடி கூறுகிறார். அவர் அந்தப் பக்கமே வட்ட மிட்டவாறிருக்கிறார். அவருக்கு மீண்டும் பூலோக ஆசை நிரம்ப இருக்கிறது..."

பழுவேட்டரையர் அந்த நிலையிலும், ஆதித்த கரிகாலனின் பேச்சைக் கேட்டுக் கோபமுற்றார். அவரால் அந்த நிலையில் ஒன்றும் செய்ய இயலவில்லை. ஆதித்த கரிகாலர் மேலும் கடகடவென்று சிரித்துச் சொன்னார். "சூழ்ச்சியும் சதியும் என்றுமே வெற்றியடையா; தாங்கள் இப்படிக் கிடக்கும் இந்த நிலையிலும், சோழ நாட்டில் மாறுதலை ஏற்படுத்த விரும்பு கிறீர்கள்! வேண்டாம் ஐயா; உங்களுக்கு வேண்டாம் வீண் வம்பு. கண்டரன் மதுரன் மனத்தை மாற்ற உங்களால் முடியவே முடியாது, சோழநாட்டில் கலகத்தை ஏற்படுத்தாதீர் கள். நான் சொல்வதை நீங்கள் கேட்கமாட்டீர்கள். கேட்கா விடில், நான் சும்மாயிருக்க மாட்டேன். நேரே உங்களிடம் வருவேன். உங்களுடன் வாளெடுத்துப் போர் புரிவேன். பார்த்திபேந்திரனுடன் நடந்த போரில் நீங்கள் வென்றாலும், என்னை வெல்ல முடியாது. என்ன, நான் சொல்வது தங்கள் செவிகளில் விழுகிறதா? இன்னும் சற்று அருகே வந்து கூறட்டுமா? உங்கள் மார்பிலே பட்டுள்ள புண்ணின் ஆழம் எத்தகையது என்று அறியட்டுமா? நீங்கள் சுத்த வீரர். ஆகா! போர்க்களத்தில் மார்பிலே வேல் தாங்கிய பெரும்பாக்கியம் எனக்குக்கூடக் கிடைக்கவில்லையே! ஆமாம்; நினைவுக்கு வருகிறது. உடைவாளால் நானே மார்பில் பாய்ச்சிக் கொண்டு மாள எண்ணினேன். யாரோ கோழை என்னைப் பின்புற மிருந்து குத்திவிட்டான். எனக்குக்கூடக் கிடைக்காத பெரும் பேறு பெற்ற உங்கள் உடலை ஒருமுறை தடவித் தழுவ வேண்டும் போலிருக்கிறது..."

பழுவேட்டரையர் கண்களுக்கு ஆதித்த கரிகாலன் நெருங்கி வருவது தெரிந்தது. அச்சம் அறியா அஞ்சா நெஞ்சர் அலறினார். "இளவரசே! என்னருகே வராதீர்கள். என்னுடலைத் தொடாதீர்கள். சோழநாட்டுக்குத் தீங்கு

செய்யவே மாட்டேன்!'' என்று பழுவேட்டரையர் அலறினார்.

பழுவேட்டரையர் அலறல் குரல்கேட்டு, முதலில் பஞ்சவன் மாதேவி ஓடிவந்தாள். பணியாட்கள் பறந்து வந்தனர். வைத்தியர்கள் விரைந்து வந்தனர்.

பழுவேட்டரையர் படுத்திருந்த படுக்கை, வியர்வையால் நனைந்திருந்தது. உடல் வேதனையாலும், உள்ளத்து வேதனையாலும் அவர் துடிப்பது நன்றாகத் தெரிந்தது. கண்களை மிரளமிரள விழித்தார். உதடுகள் மீண்டும் ஏதோ கூறமுயன்றன. பஞ்சவன் மாதேவி ஓடி அருகே வந்து, ''அப்பா அப்பா! எதற்காக இப்படிக் கூவினீர்கள்? உங்கள் அலறல் கேட்டு நான் நடுங்கி விட்டேன்'' என்று பரபரப்புடன் கேட்டாள்.

பழுவேட்டரையர் முணுமுணுத்தார். ''அருண்மொழிவர்மரை நான் காணவேண்டும். அவர்தான் என் உயிரைக் காப்பாற்றக் கூடியவர்.''

பஞ்சவன் மாதேவியின் உடல் சிலிர்த்தது. களிப்பும் அழுகையும் கலந்தன. ''இளவரசரைக் கூப்பிட இதோ நானே போகிறேன'' என்று அவள் விரைந்தாள். அவளுடன் பணிப் பெண்கள், சேடிகள், காவலர்கள் ஓடினர்.

அருண்மொழி வர்மரே அப்போது பழுவேட்டரையரைக் காண வந்து கொண்டிருந்தார். பஞ்சவன் மாதேவியும் மற்றவர்களும் ஓடோடி வருவதைக் காண, அவர் ஒரு கணம் திகைத்து நின்றார். ஏதோ ஆபத்து ஏற்பட்டிருக்கிறது என்று அவர் உள்ளம் எண்ணியது. அவர்கள் வரும்வரை காத்திராமல் அவர்களை நோக்கி ஓடினார்.

குன்றொன்று தரையில் சாய்ந்திருப்பது போன்று, பழுவேட்டரையர் மஞ்சத்தில் கிடப்பது கண்டு அருண்மொழி கலங்கினார். கட்டிலின் அருகே விரைந்தார். அருண்மொழி. ''ஐயா, இதோ நான் வந்திருக்கிறேன்... கண்விழித்துப் பாருங்கள்'' என்றார் அருண்மொழி. பழுவேட்டரையர் மெல்லக் கண் திறந்தார். அருண்மொழியின் வடிவம், முதலில் மங்கலாகத் தெரிந்தது. அவரையே உற்றுப் பார்த்த

வாறிருக்கும் போது உருவம் தெளிவாகத் தென்பட்டது. மெல்லக் கையைத் தூக்கினார் பழுவேட்டரையர். அருண் மொழி அக்கரங்களைப் பிடித்துக் கொண்டு. "நானே தங்களை நாடி வந்து கொண்டிருந்தேன். நீங்களும் அழைத்தீர்களாம்" என்றார். "பிறகு பெரிய வைத்தியரிடம் பேசினேன். நாளைப் பொழுது புலரும்போது நடைபெறும் அறுவைச் சிகிச்சைக்குப் பிறகு தாங்கள் குணமடைந்துவிடுவீர்கள் என்று கூறியுள்ளார். கவலையற்றிருங்கள்" என்றார்.

பழுவேட்டரையர் மெல்லிய குரலில், "வந்து விட்டார்களா? அருண்மொழி! இப்படி உட்காருங்கள்என் கவலையைப் போக்குங்கள்... கவலை தீர்ந்தால் நான் மரண பயத்தினின்று விடுதலையடைவேன்..." என்றார்.

"தங்களுக்கு ஏற்பட்டுள்ள கவலை என்ன? உடனே கூறுங்கள்... இந்த நிலையில் தாங்கள் கவலையே படக்கூடாது..."

"கவலையைப் போக்க மருந்து தங்களிடமிருக்கிறது..."

"என்னிடமா? உடனே கூறுங்கள், செய்யக் காத்திருக்கிறேன்..."

"தங்களால்தான் முடியும்... என் வேண்டுகோளை நிலை நாட்டத் தங்களால் தான் முடியும். என் விருப்பத்தை நிறைவேற்றத் தங்களால் தான் நிச்சயம் இயலும்..."

"காத்திருக்கிறேன், கூறுங்கள். தாங்கள் நெடுங்காலம் வாழ்ந்து இந்த நாடு வளம்பெற வழிகாட்ட வேண்டும். நிச்சயம் செய்கிறேன்... சொல்லுங்கள் உடனே சொல்லுங் கள்... உடனே சொல்லுங்கள்..."

"செய்கிறேன் என்ற வாக்குக் கொடுப்பீர்களா?"

"இதென்ன இப்படிக் கேட்கிறீர்கள்? எப்பேர்ப்பட்ட செயலானாலும் சொல்லுங்கள். ஏழுகடல் தாண்டிச் சென்று, கொண்டு வரச் சொல்வதைக் கொண்டு வருகிறேன். தங்களை அவமதிப்பவர் எவராயினும் கூறுங்கள், அழைத்து வந்து தண்டிக்கிறேன். தங்கள் கருவூலத்தில் பொற்குவியலைக் கொண்டு சேர்க்கச் சொல்கிறீர்களா? சேர்க்கிறேன். தங்களை

இந்தச் சோழ சிம்மாசனத்தில் அமர வைக்க வேண்டுமா? அதையும் உடனே செய்கிறேன்."

பழுவேட்டரையர் கண்ணீர் வீட்டார்.

"செய்வீர்கள் என்ற நம்பிக்கையுண்டு, ஆனால் அதற்கு முன்பாகத் தங்கள் உறுதிபெற விரும்புகிறேன்..."

"உறுதி, முக்காலும் உறுதி" அருண்மொழி உணர்ச்சி வயப்பட்டுக் கூறினார்.

பழுவேட்டரையர் தன் எண்ணத்தைக் கூறினார்; தன் ஆசையைத் தெரியப்படுத்தினார். தன் திட்டத்தைப் புலப்படுத்தினார். அங்கேயிருந்த பஞ்சவன் மாதேவியை அருகே அழைத்தார்.

அருண்மொழியின் செவிகளில் அவரது வேண்டுகோள் விழுந்தது. அவர் கண்ணெதிரே ஏதோ பூகம்பம் ஒன்று நிகழ்வது போன்ற தோற்றம் ஏற்பட்டது.

அத்தியாயம் 18
அவர் கேட்ட வரம்

பழுவேட்டரையர் விரும்பி வேண்டும் எந்தக் கோரிக்கையையும் ஒப்புக் கொண்டு நிறைவேற்ற ஆயத்தமாயிருந்த அருண்மொழி வர்மர், பழுவேட்டரையர் கோரிக்கையைக் கேட்டுத் திடுக்கிட்டார். என்ன பேசுவதென்று அவருக்குத் தெரியவில்லை. சோழநாட்டையே தனக்கு விட்டுக் கொடுத்து விடுங்கள் என்று பழுவேட்டரையர் கேட்டிருந்தாலும் அவர் ஒப்புக் கொண்டிருப்பார். மீண்டும் சோழநாட்டை விட்டு, அயல் நாட்டிற்குச் செல்லுங்கள் என்று கேட்டிருந்தாலும் சம்மதித்திருப்பார். ஆனால், இதயத்தைக் குலுக்கும் சொல்லையன்றோ பழுவேட்டரையர் கூறிவிட்டார்! அவர் கேட்டவரம் அது தானா? அல்லது பிரமை ஏற்படச் செவிகள் நம்மை ஏய்க்கின்றனவா? மனத்திலே இப்படி ஒருவித

மாயத்தோற்றம் உண்டாகிறதா? அருண்மொழி கண்களை மூடித் திறந்தார். பழுவேட்டரையர் இன்னும் பேசிக் கொண்டிருப்பது அருண்மொழியின் காதில் விழுகிறது.

"இளவரசே..." என்று அழைக்கிறார். பழுவேட்டரை யருக்கு அருண்மொழியின் உரிமையைப் பற்றி எந்த வித வேற்றுமையும் மனத்தில் இருக்க நியாயமில்லை எனத் தெரிகிறது.

"இளவரசே! நான் வேண்டும் இந்த வரத்தைத் தாங்கள் நிறைவேற்றுகிறேன் என்று கூறினால் போதும். அந்தச் சொல் ஒன்றே என் செவிகளில் மரண பயத்தை நீக்கும். அப்படியே இந்த உயிர் போவதாயினும், மலர் விமானத்தில் அமர்ந்து செல்வது போன்று களிப்புடன் செல்லும். என் ஆத்மாவின் வேதனையை நீக்கும் மருந்தைக் கொடுங்கள் இளவரசே! என் மகள் பஞ்சவன் மாதேவியின் மீது கருணை வைத்து, அவள் கரங்களைப் பிடித்து, அவள் வாழ்வுக்கு வளம் அளியுங்கள். அருண்மொழி! என் மகளாகத்தான் அவளை வளர்த்தேன். என் சகோதரரிடம் இருந்த பாசத்தைவிட, சிறிய தந்தையான என்னிடமே பஞ்சவன் மாதேவிக்கு அன்பும், ஆசையும் அதிகம். அவள் கெட்டிக்காரி. ஆனால், குழந்தை மனம் படைத்தவள். அழகி; ஆனால் அடக்கம் உள்ளவள். பழுவேட்டரையர் குலம் தொண்டிலும், தொன்மையான பெருமையிலும் புகழ்பெற்றது. இந்த நாட்டின் பெருமை உயர அல்லும் பகலும் பாடுபட்டது என்பதை யாரும் மறுக்க முடியாது. என் முன்னோர் தம் பெண்களை, உங்கள் மூதாதையர் மணந்தனர். என் மகளைத் தங்கள் சிறிய தந்தை மணந்தார். அவள் வயிற்றில் குழந்தை பிறக்காததால், சோழ நாட்டின் வாரிசுரிமை பழுவேட்டரையர் குலத்துப் பெண் வயிற்றில் பிறந்தவனுக்குக் கிடைக்க வாய்ப்பில்லாது போய் விட்டது. அப்படியே பழுவூர்க் குலம் பாழ்பட்டுவிடுவது உங்கள் எண்ணமாக இருக்க முடியாது. நீங்கள் இந்த நாட்டின் பெருமை உயர ஆளப்போகிறீர்கள். நீங்கள் இசைந்தால், பழுவூர்க் குலம் வாழமுடியும். பழுவூர் பரம்பரை நிலைத்து நிற்கும். அருண்மொழி, அதோ என் மகளைப் பாருங்கள். தங்களைக் காணவே அவளைப் பழுவூரிலிருந்து வரவழைத்

தேன். தங்கள் கருணை விழியைப் பெற இவளைத் தஞ்சை மாளிகையில் தங்கச் செய்தேன். தாங்கள் அவளை ஏற்க வேண்டும்; அரியணையில் தங்களுக்குச் சமதையாக அவளை அமர வைக்க வேண்டும். சோழநாட்டு இளவரசி என்று அவளை எட்டுத் திக்கில் உள்ளோரும் கூறவேண்டும். நான் வானிலிருந்து ஆசீர்வதிப்பேன். அவள் மகிழ்ச்சியுடன் இருப்பது கண்டு நான் மனமகிழ்வேன். சோழநாட்டிற்கு எந்தவிதத் தீங்கும் வராது காப்பேன். சரியென்று சொல்லுங் கள் இளவரசே சொல்வதென்ன? என் வேண்டுகோள் எதுவாயினும் நிறைவேற்றுகிறேன் என்று உறுதி கூறியிருக் கிறீர்கள். அதை மீறமாட்டீர்கள் என்று தெரியும். அதோ நிற்கிறாள் என் மகள் மாதேவி. அவள் அடக்கம் மிகுந்தவள். தங்கள் செங்கரம் பிடிக்கத் தகுதி வாய்ந்தவள். ஆயிரமாயிரம் ஆண்டுகள் வாழப்போகும் இந்நாட்டின் வெண்கொற்றக் குடைக்கீழ் அமர்ந்தவள் எனும் பெயர் விளங்கத்தக்க ஆற்றலுள்ளவள். அவளை ஏற்கிறேன் என்று ஒரு வார்த்தை கூறுங்கள் இளவரசே! நான் அமைதியாக உறங்குவேன். வாளால் அறுத்துச் சுட்டு, வேல் முனையை வெளியே எடுத்து மூலிகை பல கொண்டு என் பிணிபோக்கினாலும், போக்காவிட்டாலும், என் மனப்புண் தங்கள் சொல்லால் ஆறிவிடும். சொல்லுங்கள் இளவரசே, சொல்லுங்கள். இந்தப் பழுவேட்டரையர் தன் வாழ்நாளில் எவரையும் இப்படி வரம் கேட்டதில்லை. என் சகோதரருக்கு இருந்ததைவிட எனக்கு உறுதியான இதயம் உண்டு...''

ஆம்; பழுவேட்டரையர் வணங்காமுடி, அவர் கேட்கிறார். உறுதி கேட்கிறார். வரம் கேட்கிறார். ஆகா; வரத்தின் தன்மை இலேசானதன்று. அந்த வரத்தில் இருவர் இதய நலன்களும் பிணைந்து கொண்டிருக்கின்றன. எளிதாகக் கேட்டுவிட்டார் பழுவேட்டரையர். ஆனால், அருண்மொழியின் உள்ளத்தில் ஏற்பட்ட போராட்டம் சொல்லுத் தரமன்று; யோசித்துச் சொல் வதற்கு அங்கு இடமில்லை. இயலாது என்று கூறினால் வாக்கை மீறியதாகும். அதனுடன் பழுவேட்டரையரின் வேதனையால் எழும் சாபம் எப்படியெல்லாம் துன்புறுத்துமோ, தசரதரை நோக்கிக் கைகேயி கேட்ட வரம் போன்றன்றோ, கேட்டு விட்டார் பழுவேட்டரையர்! வரமா

அல்லது என இதயவேதனையை வளர்க்கும் அம்பா? இளைய பிராட்டி அறிந்தால் என்ன நினைப்பாள்? போர்க் களத்திலே, நூறு வீரர்களின் பயங்கர ஈட்டி முனையின் நடுவே நிராயுதபாணியாக நிற்கும் நிலை போலாகிவிட்டதே. ஆயுதமற்றவனைக் கொல்வது, தூய வீரன் கொள்கையன்று. அதே போன்று எதிர்பாராதவிதமாக உறுதிமொழி வாங்கிப் பேரிடி தருகின்ற வேண்டுகோளை இப்படி விடுத்துவிட்டாரே பழுவேட்டரையர்.

அருண்மொழி ஏன் தயங்குகிறார்? உறுதிமொழி கொடுத்தார். ஆனால் எந்தக் காரியத்திற்கு என்று அறியாமல் அன்றோ உறுதி கொடுத்தார். மறுத்துவிடலாமே. அவருடைய இதயத்திலே வேதனையூட்டும் பழுவேட்டரை யரின் அந்த வேண்டுகோளை மறுத்துவிடலாமே. ஆனால், அருண்மொழி அப்படிப்பட்ட குணமுடையவரன்று. புறாவுக்காகத் தனது உடலையே தர முன்வந்த சிபிச் சக்கரவர்த்தி பரம்பரையில் வந்தவர். தாய்ப்பசுவின் கதறல் குரல் கேட்டு, அதன் கண்ணீர் துடைக்கத் தன் மகனையே தேர்க் காலிலிட்ட மநுவின் சந்ததியில் வந்தவர். தெய்வ பக்தி நிறைந்த பராந்தகரின் குலத்தோன்றல். வருங்காலத்தில் மாபெரும் புகழைச் சோழ நாட்டிற்கு அளித்து நாட்டின் பெயரை மேருவென உயர்த்தப்போகும் அண்ணல். அவரால் கொடுத்த வாக்கை மீற முடியவில்லை. ஆனால், வானதி தேவிஉயிருக்கு உயிராய் அவர் இதய பீடத்தில் இருக்கும், அவள் நிலை என்ன ஆவது? பஞ்சவன் மாதேவியை அரியணையிலேற்ற வேண்டுமாமே! 'ஆகா; இந்தப் பழுவேட்டரையர் இத்தகைய கொடுஞ் சொல்லைச் சொல்ல எவ்வளவு நாட்களாகக் காத்திருந்தார்? என் அமைதியை குலைக்க வேண்டும் என்று கடைசிக் காலத்தில் முடிவு செய்தாரா? ஆரூர்த் தியாகேசரேஏன் என்னை ஒரு கணத்தில் இருண்ட பாதையில் செல்பவனாக ஆக்கிவிட்டீர்கள்? இளவரசியாக உறுதி செய்யப்பட்ட வானதிக்குத் துரோகம் செய்தன்றோ நான் பழுவேட்டரையர் கோரிக்கையை ஒப்புக் கொள்ள வேண்டும். நியாயமாகுமா அது? இளைய பிராட்டியின் செவியில் வீழ்ந்தால், அவள் என்ன நினைப்

பாள்? ஆண்டவா! பழுவேட்டரையர் மனத்திலே நீ புகுந்து, ஒரு நாள் அவகாசம் எனக்குக் கிடைக்க வழிசெய்ய மாட்டாயா?"

"இளவரசே! சிந்தனையிலாழ்ந்து விட்டீர்களோ...?'' பழுவேட்டரையர் கேட்கிறார். அருண்மொழி தன் இதயப் போராட்டத்தை மெல்ல மறைத்துக்கொண்டு, "இல்லை இல்லை... ஒன்றுமில்லை. தங்கள் வேண்டுகோள் என்னைத் திகைக்க வைத்துவிட்டது...'' என்று மென்று விழுங்கியவாறு கூறினார்.

"உறுதியளித்திருக்கீறீர்கள்... அதை மீறப் போகிறீர்களா? என் ஆத்மா வேதனையுடன் வாட வழி செய்யப் போகிறீர்களா? என் மகள், கண்ணீருடன் கன்னியாகக் காலங்கழிக்க வழி செய்யப் போகிறீர்களா?''

"இல்லை... இல்லை... அப்படியெல்லாம் இல்லை. உறுதியை மறுத்தவன் என்ற அவப் பெயருக்கு ஆளாக மாட்டேன் ஐயா. தமிழ் நாட்டில் சாதாரண மனிதன் கூட, ஒரு மனைவிக்கு மேல் திருமணம் செய்து கொள்வதில்லையே... நான் மட்டும்... என்ற எண்ணத்தில் ஆழ்ந்தேன்.''

"அரசரின் திருமணங்களைப் பற்றியா பேசுகிறீர்கள்? அப்படியொன்றும் நான் கேள்விப்பட்டதில்லையே. உங்கள் முன்னோர்கள் பரம்பரையையே எடுத்துக் கொள்ளுங் களேன். சோழநாட்டைப் புதுப்பித்த விஜயாலயர், ஒரு தாரமுடையவரல்லரே. சிற்றம்பலத்துக்குப் பொன்வேய்ந்த பராந்தகருக்கு ஏழு மகிஷிகள். ராஜ துறவியாக மாறிய கண்டராதித்தருக்கு இருவர். உங்கள் தந்தை சுந்தர சோழச் சக்கரவர்த்தியைப் பற்றி நான் மரியாதைக் குறைவாகக் கூறுவதாக இருந்தால் என்னைப் பொறுத்தருளுங்கள். அவருக்குப் பட்ட மகிஷிகள் பலர். அதைத்தவிர அவருடைய அந்தரங்கம் நானறிவேன். ஏன் உங்கள் சிறிய தந்தை மதுரந்தகரையே எடுத்துக் கொள்ளுங்களேன், என் மகளை மணந்தார். அவள்தான் அரியணையிலமர்வாள் என எண்ணி னேன். ஆனால், பிள்ளைப் பேறற்ற அந்தத் துர்ப்பாக்கிய

சாலிக்கு, அந்த இடம் கிடைக்கவில்லை. லோகமாதேவி யன்றோ அரசியாகத் திகழ்கிறாள். அந்தப்புரத்தில் உங்களுக்கு சிறிய தாயார் உறவு கொண்டாடுவோர் பலர் இருப்பதை அறியமாட்டீர்களா? அரசர்கள் மணம் புரிந்து கொள்வதில் பல அந்தரங்க நோக்கங்களுண்டு என்பதை நான் தங்களுக்கு எடுத்து சொல்வதில் தவறில்லை. நான் வயது முதிர்ந்தவன். பிராயத்தால் எனக்கு அனுபவம் அதிகமுண்டு. அண்டை நாட்டின் அன்பைப் பெற, அந்த நாட்டு அரச குமாரியை மணப்பதும், சமாதானம் விரும்பி மணப்பதும், வெற்றிவாகை சூடிப் போர்க்களப் பரிசாக மணப்பதும், காதல் கொண்டு மணப்பதும், அரசர்க்குள்ள இலட்சணங்கள் என்பதை நான் கூறவேண்டுமா?''

அருண்மொழி ஒன்றும் பேசவில்லை. அரசர்க்குள்ள இலட்சணங்கள் குறித்துப் பழுவேட்டரையர் கூறியவை, அவருள்ளத்தே பெருங் குழப்பத்தையூட்டின. அந்த இலட்சணங்களை மீற முடியாதா? பல்லவ மன்னர் மகேந்திரரைப் போன்றும், இராமபிரானைப் போன்றும் இருக்க முடியாதா? அருண்மொழிக்கே அதற்கு விடை கூறுவது எளிதாக இல்லை. 'வானதிதேவியை உயிருக்கு உயிராக விரும்பினோம். அவள் தான் சோழநாட்டு அரசி. ஆனால், முல்லைத்தீவில் சந்தித்தோமே இன்பவல்லி, அவளை நம் இதயத்தில் எந்த விதத்தில் அமர வைத்தோம்?'

தன்னைத்தானே கேட்டுக் கொண்டார் அருண்மொழி. அவர் உள்ளம் வேதனையால், குழப்பத்தால் கொந்தளித்தது.

பழுவேட்டரையர் இப்போது வேதனையால் முனகினார். 'ஹாஹா' என்ற குரல் எழுந்தது. அவர் கண்கள் மூடியிருந்தன. வைத்தியர்கள் வரும் ஓசை கேட்டது. பழுவேட்டரையர் மீண்டும் கண் திறந்தார். தன் மகளைச் சைகை செய்து அருகே அழைத்தார். பஞ்சவன் மாதேவி செய்வதறியாது, தந்தைக்கும் அருண்மொழிக்கும் நடக்கும் உரையாடலைக் கேட்டவாறு நின்று கொண்டிருந்தாள். அருண்மொழியின் அங்க லாவண்யத்தை அவள் கண்கள் அமைதியாகப் பருகின. பாதாதி கேசம்வரை, அணுஅணுவாக அவளது சுழல் விழிகள் கண்டு மகிழ்ந்தன. அவள் மெய் சிலிர்த்தது. உடலிலே

ஒருவிதப் படபடப்பு ஏற்பட்டது. உடல் இலேசாக மாறி எங்கோ பறப்பது போன்ற உணர்ச்சி ஏற்பட்டது.

பஞ்சவன் மாதேவி தந்தையின் தலைப்பக்கம் வந்தாள். அருண்மொழிக்கும் அவளுக்குமுள்ள இடைவெளி குறைந்தது. காற்றின் தீண்டுதலால் அலைபாயும் ஒளிபோல், அவளுடல் நடுங்கியது.

‘‘இளவரசே’’ என்ற குரல் மெல்ல எழுந்தது பழு வேட்டரையரிடமிருந்து. அருண்மொழி குனிந்தார். அவர் கண்களில் உணர்ச்சி மிகுதியால் நீர் ததும்பி நின்றது.

‘‘அதோ என் சகோதரர் வந்திருக்கிறார் இளவரசே! அவரை இங்கே அழைக்கட்டுமா? அவர் சொன்னால் கேட்பீர் களன்றோ! உங்கள் சகோதரர் ஆதித்த கரிகாலர் சற்றுமுன்னர் வந்தார். அவரை வேண்டுமானால் அழைக்கட்டுமா? என் இதயத்தில் கொழுந்து விட்டெரியும் வேதனைத் தீயை, அபிலாஷைத் தீயை அணைத்துக் குளிரச் செய்ய ஒரு வார்த்தை கூறக்கூடாதா, இளவரசே? தகுதியற்ற பெண்ணை, உங்களிடம் ஒப்படைக்கவில்லை இளவரசே! தாயற்றவள் அவள். தந்தை போல் இருந்த என் ஆதரவும் இனி அவளுக்கு இராது. அழகுள்ளவளை. ஆற்றல் மிகுந்தவளை, நான் ஏங்கவிட்டுக் கண்ணீருடன் வாடச் செய்து செல்லக்கூடாது. உங்கள் ஆதரவு இருக்கிறது என்று தெரிந்தால் நான் அமைதியடைவேன்...’’

அருண்மொழியால் அதற்குமேலும் மௌனமாக இருக்க இயலவில்லை. அவருள்ளத்தில் எழுந்த போராட்டங் களுக்கும், வேதனைகளுக்கும் செவிசாய்க்காமல் அவர் பழுவேட்டரையர் கரங்களைப் பிடித்துக் கொண்டு ‘‘ஐயா, ஐயா, அமைதியுறுங்கள். வேதனையை விலக்குங்கள். தங்கள் விருப்பத்தை நிறைவேற்றுவேன். வேண்டுகோளைத் தலைமேல் ஏற்று நடத்துவேன். உறுதி ஐயா, உறுதி’’ என்றார் கம்பீரமாக.

பழுவேட்டரையர் பஞ்சவன் மாதேவியின் கரங்களை எடுத்து, அருண்மொழியின் கரங்களோடு பிணைத்தார். பஞ்சவன் மாதேவியின் கண்களிலிருந்து இரு சொட்டுக் கண்ணீர் உதிர்ந்தது.

மருந்துக் கலவைகளை எடுத்துக் கொண்டு வைத்தியர்கள், அப்போது அந்த இடத்திற்குள் நுழைந்து கொண்டிருந்தனர்.

அத்தியாயம் 19

அக்காவும் தம்பியும்

நந்திபுரத்து அரண்மனையில் இளையபிராட்டிக்கு இருப்பு கொள்ளவில்லை. இன்பவல்லி சென்ற சிவிகையை இடை மறித்து யாரோ அவளைத் தூக்கிச் சென்றுவிட்ட செய்தி, அவள் மனத்தில் குழப்பத்தை உண்டாக்கியது. "சோழ நாட்டில், பட்டப் பகலில் இத்தகைய ஆபத்தா? அதிலும் நாம் கண்டெடுத்து வந்த பெண்ணுக்கு ஆபத்தா?" என்று எண்ணும் போது அவள் உள்ளத்தில் சினம் மூண்டது.

சங்கர தேவனும் வந்தியத் தேவனும் தேடுவதற்கு உடனே விரைந்திராவிடில் அவளது சுட்டெரிக்கும் கண்ணெதிரே நிற்கமாட்டாமல் தடுமாறியிருப்பர். உடனே தஞ்சைக்குச் செல்லவேண்டும் எனும் பரபரப்பு இளையபிராட்டியிடம் எழுந்தது.

"அக்கா" என்று கூப்பிட்டுக்கொண்டே வானதி வந்தாள். அங்கு நடந்தவை எவற்றையும் செவிகளில் ஏற்கவில்லை. அவள் நினைவெல்லாம் குடந்தைப் பண்டிதர் கூறியவற்றை அறிவதில் தான் நிலைத்து நின்றது. பண்டிதர் நம்மைச் செல்லுமாறு; கூறிவிட்டு, இளையபிராட்டியிடம் என்ன கூறியிருப்பார்? 'வானதி தேவி அரியணை ஏறமாட்டாள்' என்று தான் கூறியிருப்பார். அப்படித்தான் இருக்கவேண்டும். ஏனெனில் என் மனத்திலிருப்பது அந்த முடிவுதானே? பண்டிதர் ஞான திருஷ்டியால் அறிந்து கூறியிருப்பார். அல்லது கிரகங்கள் அவ்வாறு கூறியிருக்கும். ஏன் அவர் வாக்கைப் பொய்ப்பித்து விடக்கூடாது? எது எப்படிப் போனாலும், எட்டுத்திக்குப் பாலகர்கள் மாறினும், யார் தடுத்தாலும், பட்டத்தரசியாவதினின்று நம்மை எவரும்

தடுத்துவிடமுடியாது. என் ஆருயிர் நாயகரின் இதயத்தில் போட்டியாக அமரவரும் எவரையும் அணுகவிடாமல் செய்யும் சக்தியையும் வரவழைத்து விடுவேன். குடந்தைப் பண்டிதரின் சோதிடத்தைப் பொய்யாக்குவேன்' என்று மனத்தில் எண்ணியவள் வெளியேயும் வாய்விட்டுச் சிறிது கூறிவிட்டாள். "ஆம், பொய்யாக்குவேன் ஆமாம்" என்று.

நல்லவேளை, அருகே யாரும் இல்லை. வானதி இளையபிராட்டி இருக்குமிடம் தேடிச் சென்றாள். அவள் உள்ளத்தே ஏற்பட்ட புதுவிதச் சிந்தனைகளால், எண்ணங் களால், உடலில் ஒருவித நடுக்கம் பரவியிருந்தது. அவள் பேச்சிலும் தெளிவில்லை.

"அக்கா" என்று அவள் கூப்பிட்டதில் ஒரு விதப் பயமும் நடுக்கமும், அதே சமயம், அதட்டிக் கூப்பிட்ட தொனியின் பிரதிபலிப்பும் இருந்தன. வானதி மீண்டும் அங்கு வந்தபோது இளையபிராட்டி தனது குழப்ப மன நிலையை மறைக்க முயன்றாள்.

"வானதி, ஏன் இப்படி இங்கும் அங்கும் நடமாடுகிறாய்? உன்னுடைய இப்போதைய நிலைக்கு, நீ எங்குமே நடமாடக் கூடாது" இளையபிராட்டி கூறி, வானதியை அருகே உட்கார வைக்க முயன்றாள்.

"வேண்டாம் அக்கா! எனக்கு என்ன நோய் வந்துவிட்டது? நான் திடமாகவே இருக்கிறேன். முன் எப்போதையும் விடப் பலசாலியாக இருக்கிறேன். உடலுடன் உள்ளத்திலும் புதுத்தெம்பு பொங்கி நிற்கிறது. மாளிகைக்கு வந்தவுடன் பண்டிதர் கூறியவற்றைக் கூறுகிறேன் என்று சொன்னீர்களே. இங்கு வந்தவுடன் என்னை மறந்துவிட்டீர்களே அக்கா..."

"இல்லை... வானதி... வந்து"

"அக்கா! என்னிடம் ஏதோ ஒன்றைச் சொல்லாமல் மறைக்கப் பார்க்கிறீர்கள்."

இளையபிராட்டி சற்றுத் துணுக்குற்றாள். வானதிக்கு இன்று என்ன வந்துவிட்டது? ஏன் இப்படிப் பேசுகிறாள்? "வானதி... என்ன சொல்கிறாய்?" இளையபிராட்டியின் குரலில் சற்றுக் கடுமை இருக்கத்தான் செய்தது.

வானதிக்கு தான் என்ன சொல்கிறோமென்றே, அந்தச் சமயம் புரியவில்லைதான். அவள் நரம்புகளில் ரத்தம் வெகு வேகமாக ஓடியது. ஒவ்வோர் அங்கமும், படபடவெனத் துடித்தது. தட்டாமாலை சுற்றினால், இருக்கும் நிலை ஏற்பட்டது. சுழலும் விழிகள், ஒரே இடத்தில் நிற்கத் தொடங்கின. அவள் ஏதேதோ பேசிக்கொண்டே போகிறாளே!

“நான் பேசுவதால் தங்களுக்குக் கோபம் ஏற்படும். என்ன செய்வது? நான் பேசித்தான் ஆகவேண்டும். நான் பேசாமல் மௌனமாக இருந்துவிட்டால், என்னை ஊமை என நினைத்து விடுவார்கள். நான் ஊமையும் அல்லள்; செவிடும் எனக்கில்லை. எனக்கு எல்லாம் காதில் விழுகிறது. என்னைப் பட்டமேற முடியாமல் செய்து விட்டு, என்னிடத்தில் மற்றொருத்தி அமரத் திட்டங்கள் உருவாகின்றன. முன்புதான் அசடு என்று எனக்குப்பட்டம். இப்போது நான் அசடு மல்லள்; சாதுவுமல்லள். நான் சோழநாட்டு அரசி. எனக்கு முன்பு இந்த மகத்தான அரியணையில் கம்பீரமான அரசர்களுடன் அமர்ந்து நாடாண்ட லோகமா தேவி, திரைலோக்ய மாதேவி, போன்று, நானும் பட்டமேறத்தான் போகிறேன். மூன்று உலகங்களில் மகத்தான பெயர் பெற்ற உங்கள் இளவலோடு சரிசமமாக நான் விளங்குவேன். அவர் இதயத்தினின்றும் என்னைத் தள்ள முடியாது. அவரோடு உட்காருவதினின்றும் என்னைத் தடுக்க முடியாது. என் தந்தைக்குச் சொல்லி அனுப்புவேன். அவர் படைகளுடன் வந்துவிடுவார். என் உரிமையைப்பற்றிச் சதிசெய்பவர்களை எதிர்த்து அவரின் படைகளை ஏவுவார் எனக்குப் போட்டியாக இளவரசர் அன்பைப் பெறமுயல்பவர்களை, உடனே சிறையிட, நான் கட்டளையிடுவேன். இவ்வளவு நடந்தபிறகு, நான் சதுரானன பண்டிதரைப் போய்ப் பார்ப்பேன். அவரிடம் கூறிவேன். நான் தான் இப்போது ‘சோழநாட்டு அரசி!’ என்று...”

படிப்படியாக வானதியின் குரல் உயர்ந்து கொண்டே போனது. இளையபிராட்டி குறுக்கிட்டாள்; “வானதி! என்ன பேசுகிறாய்? வானதி உனக்கு என்ன வந்து விட்டது! வானதி

இப்போதிருக்கும் நிலையில் உடலைக் கவனித்துக்கொள். உணர்ச்சிக்கு இரையாகாதே.''

வானதி எதையும் காதில் போட்டுக் கொள்ளவில்லை. வானதி பேசிக்கொண்டே போனாள். ''பல காத தூரத்தினின்று இங்கு வந்திருக்கிறாள் ஒரு பெண். அவள் என் இடத்தில் ஒரு பகுதியைப் கொண்டாள் என்பது எனக்குத் தெரியும். அதற் கெல்லாம் நான் அஞ்சிவிடமாட்டேன். அவள் மாயவலையை அறுத்தெறிவேன். அவளுக்கு என்ன துணிவிருக்கும்? என் எதிரிலேயே உலவுகிறாள். இப்போது அவளைப்போல் எனக்குப் போட்டியாக மற்றொருத்தி புறப்பட்டிருக்கிறாள். நான் இளவரசி என்பதை மறந்து விட்டார்கள். ஒரே நொடியில் அவர்களை, இந்த நாட்டை விட்டே வெளியேறு மாறு செய்துவிடுவேன். அறியா வயதில் தெரியாத்தனமாக ஏதோ சபதம் செய்தேன். என் இதயவேந்தருடன் அரியணை யிலமர மாட்டேன் என்று ஏதோ விளையாட்டாகக் கூறினேன். அதை நம்பி இவர்கள் என்னிடத்தைப் பிடிக்க முயல்கிறார்கள். என்னை வளர்த்த தாங்களும், என்னை உயர்த்திய தாங்களும், என்னைத் தாயினும் மேலாக அரவணைத்து வரும் தாங்களும், எனக்கு எப்போதும் ஆறுதல் கூறும் தாங்களும், என் நல்வாழ்வுக்காக என் சபதத்தையே மாற்றிக் கொள்ளுமாறு வற்புறுத்தி வந்த தாங்களும், என் இடத்தைப் பிடித்துக் கொள்ளச் சதி செய்பவர்களின் திட்டம் தெரிந்தும் அமைதியாக இருக்கிறீர் களே அக்கா! சதுரானனர் கூறியவற்றை நான் கேட்கக் கூடாது என்று தாங்களே தடுத்திருக்கிறீர்களே அக்கா! எனக்கு உறுதுணையாக யாருமே இல்லையா? என்னை எல்லோரும் வேண்டாதவளாக நினைக்கிறார்களா? அக்கா, நீங்களும் என்னை வெறுத்து விட்டீர்களா? நான் எங்கே போவேன் அக்கா? போகவே மாட்டேன். என்னைத் தஞ்சை மாளிகைக்கு அழைத்துச் செல்லுங்கள். என் இதயவேந் தரிடம், என்னைக் கொண்டுபோய்ச் சேர்த்து விடுங்கள். அவரருகே இருப்பேன். அவர் கரங்களைக் கெட்டியாகப் பிடித்துக் கொண்டு எப்போதும் இருப்பேன், எப்போதும் இருப்பேன்'' வானதியின் குரல் மிக உயர்ந்தது. கிரீச்சிட்டது. அவள் விழிகள் நிலைகுத்தி நின்றன. இமைகள் தம்

தொழிலைச் செய்யவில்லை. அவள் தலை சுழன்றிருக்க வேண்டும். அவள் எதிரே இருந்த அந்த விசாலமான கூடம் மறைந்தது. சாளரத்தில் அசையும் வண்ணச் சீலைகள் மறைந்தன. எதிரே நின்றிருந்த இளைய பிராட்டியாரும் அவள் பார்வையிலிருந்து மறைந்தாள்.

வானதியின் தோற்றமும், அவள் பேச்சின் போக்கும், ஏமாற்றமும், ஆத்திரமும் பயமும், வெட்கமும் ஒன்று கலந்து, ஓர் உணர்ச்சியையும் தோற்றத்தையும் ஏற்படுத்தினால் எவ்வாறு இருக்குமோ, அத்தகைய நிலையைக் கண்டு திகைத்து நின்ற குந்தவை, உணர்ச்சியின் உச்ச கட்டத்தை அடைந்துவிட்ட மறுகணம், வானதி மயக்கமுற்றுத் தரையில் சாய்வாள் என்பதை எதிர்பார்த்தவள்போல், கீழே விழாமல் கணத்தில் அவளைத் தாங்கிக் கொண்டாள்.

அதிக வெப்பத்தால் துவண்டிருக்கும் கொடிபோல வாடிக்கிடந்தாள் வானதி. பணிப்பெண்கள் உதவியுடன் அவளை மஞ்சத்தில் கிடத்தி, முகத்திலே பனி நீர் தெளித்து, தோகையால் விசிறி, மிகக் கவலையுடன் அவளருகே அமர்ந்தாள் குந்தவை.

"பேதைப் பெண். எதையோ எண்ணி மனத்திலே பிரமையடைந்து விட்டாள். நிறைமாதக் கர்ப்பிணியான இவள் இப்படிக் கவலைப்படலாமா?" என எண்ணினாள்.

"வானதி, வானதி! கண்ணே, கண் விழி. ஒன்றுக்கும் பயப்படாதே. இதோ நான் உன் அருகே இருக்கிறேன்!" என்று குந்தவை, வானதியின் முகத்தை வருடினாள். குழந்தை உள்ளங்கொண்ட வானதிக்கு, எப்படிக் கடுமையான எண்ணங்கள் தோன்றின என்பது வியப்பாகவே இருந்தது. அவளுக்கு ஏற்பட்ட பீதிக்கு நாமே காரணமோ என்றும் ஒரு கணம் எண்ணினாள், சதுரானன பண்டிதர் கூறியவற்றை நாம் மறைத்து விட்டோம் எனும் தவறான கருத்து வானதிக்கு உதித்ததாலன்றோ அவள் பயந்துவிட்டாள்.

சதுரானன பண்டிதர் எல்லாருக்கும் வருங்காலம் உணர்ந்து கூறிவரும் தொழில் கொண்டவரல்லர். ஒரு காலத்தில் சோழ நாட்டின் அரசியல், சமூக நிலையில் முழுமையும் உழன்று,

திடீரென இந்த நாட்டை விட்டுச் சென்று, பல நாடுகளில் பல ஆண்டுகள் சுற்றிவிட்டு, முதுமைப் பிராயத்தில், சோழ நாட்டிற்கே திரும்பி வந்தவர். அவருடைய வயதை மதிப்பிட எவராலும் இயலாது. பழுத்த பழம்போல் காட்சியளிக்கும் அவர், பேசுவது குறைவு. அவருடைய சிஷ்யர்களும், அவரைத் தரிசிப்பவர்களுமாக அவருடைய ஆசிரமம் எப்போதும் கலகலப்பாக இருக்கும். சோழ அரச குடும்பத்தவர் தன்னைத் தரிசிக்க வந்திருக்கிறார்கள் என்றறிந்தவுடன், அவர் வரவேற்றார். சோழநாட்டின் வருங்காலம் மிக ஒளி வீசித் திகழப்போகிற தென்பது அவரது ஞானக்கண்களுக்குத் தெரிந்தது. இளையபிராட்டி, பண்டிதரைச் சந்தித்துப் பல பிரச்சனைகளைக் குறித்துப் பேசி, அவருடைய ஆசியையும், நல்லுரைகளையும் வேண்டினாள். அருண்மொழி வர்மரின் அதிர்ஷ்டத்தைக் குறித்துப் பண்டிதர் மிக நம்பிக்கை தெரிவித்தபோது இளையபிராட்டி தன் வருங்காலத்தையும் வானதியின் வருங்காலத்தையும், கேட்டுத் தெரிந்து கொண்டார்.

சதுரானன பண்டிதர் குறிப்பாகத் தனிப்பட்டவரின் எதிர் காலத்தைக் கூறவில்லை. அவர் அப்படிக் கூறுவதையும் விரும்பவில்லை. சோழநாட்டின் பொதுவான நிலையைத் தான் தெரிவித்தார். துக்ககரமான சம்பவமொன்று நடக்கப் போகிறதென்றும், அதனால் சோழ நாட்டுக்குத் தீங்கு ஏதுமில்லையென்றும் தெரிவித்தார். வானதிக்கு, அரியணை ஏறும் பாக்கியம் இல்லாததையும் தெரிவித்தார். அவள் வயிற்றில் பிறக்கப்போகும் ஆண் சிங்கம், இந்த உலகத்தையே ஆளப் போவதையும் கூறினார். இளைய பிராட்டி இதை முன்னரே அறிவாள். வானதியின் சபதமும் அதையே கூறியது. பண்டிதரும் ஆமோதித்துவிடவே, இளையபிராட்டி சற்று மனங்கலங்கினாள். இதை எப்படி வானதியிடம் தெரிவிப்பாள்? மனிதன் தான் செய்யும் செயலை மாற்றிக் கொள்ளலாம். சாபத்திலிருந்து மீளலாம். ஆனால் ஊழ்வினைப் பயனையும், அன்றெழுதின எழுத்தையும் மாற்றிவிட முடியாதே. சதுரானன பண்டிதர் அறிந்து தான் கூறுகிறார். ஐயோ! இதை எப்படி வானதியிடம்

கூறமுடியும்? அவள் நன்மைக்காகவே கூற முற்படாததை அவள் தவறாக எண்ணிவிட்டாளே.

உறுதியான உள்ளம் படைத்த பிராட்டிகூடச் சற்றுக் கலங்கினாள். நிறைமாத கர்ப்பிணியான வானதிக்கு, இந்த நிலையில் அதிர்ச்சி ஏற்பட்டால் அது, மிக ஆபத்தாயிற்றே என்ற வேதனையும், காணாமற்போன இன்பவல்லி கிடைக்காவிடில் என்ன நேருமோ என்ன பயமும், இவற்றையெல்லாம் அறியும் அருண்மொழியின் நெஞ்சம் என்ன பாடுபடும் என்ற கவலையுமாகச் சேர்த்து பிராட்டியைக் குழப்பத்தில் ஆழ்த்தின. சோழ நாட்டிற்குத் துக்ககரமான செய்தியொன்று கிடைக்கப் போகிறது என்று பண்டிதர் கூறிய சொல் வேறு சேர்ந்து அவளைச் செய்வதறியாது திகைக்கச் செய்தது.

வானதி மெல்லக் கண் விழித்தாள். அவள் விழி நான்கு பக்கமும் சுழன்றது. அதற்குள் மாளிகை வைத்தியர் விரைந்து வந்துவிட்டார். அவர் வானதியின் நாடியைப் பிடித்துப் பார்த்தார். நெற்றியைத் தொட்டுப் பார்த்தார். தன்னிடமிருந்த பட்டுப்பையினின்று வேர் ஒன்றை எடுத்து, வானதியின் மூக்கின் அருகில் கொண்டுபோய் மெல்ல முகரச் செய்தார். பிறகு இளைய பிராட்டியிடம் விடை பெற்றுக் கொண்டு புறப்பட்டார். ஆனால், அவர் போய்விடவில்லை. தனியிடத்தே போய் அவர் நின்றதால், அவர் ஏதோ கூற விரும்புவதைப் பிராட்டி தெரிந்து கொண்டாள். அவளுக்கும் வானதியின் உடல் நிலை குறித்து அறிய ஆவல்.

"தேவி! இளவரசிக்குச் சற்று அதிர்ச்சி ஏற்பட்டிருக்கிறது. நான் கொடுத்தனுப்பும் மருந்தை இரண்டு தடவை குடித்தால் அதிர்ச்சி மறைந்துவிடும். நிறைமாத சூல் கொண்டுள்ள இளவரசியின் உடல் நிலையை, கண்ணை இமை காப்பது போலக் காக்க வேண்டும். அவர்கள் இனி எங்கும் நடமாடக் கூடாது. படபடப்பு ஏற்படும் செய்தியைக் கேட்கவோ, பேசவோ கூடாது" என்றார். இன்னும் பற்பல தற்காப்பு முறைகளையும் கூறினார்.

"நீங்களே இவற்றை இளவரசியிடம் கூறிவிடுவது நல்லது. இந்த நாட்டு மக்களுக்கு நான் விடை கூறி நிற்கவேண்டிய

நிலையை ஏற்படுத்திவிடுவாள் போலிருக்கிறதே'' என்று சற்று நகைத்த வண்ணம் கூறினாள் இளையபிராட்டி.

வானதியை நந்திபுரத்து அரண்மனையிலேயே இருக்கச் செய்துவிட்டு, அன்றே தஞ்சை செல்லவிரும்பினாள் இளைய பிராட்டி சுமதியை அழைத்து வானதிக்கு வேண்டியவற்றைக் கவனிக்கச் சொன்னாள். வல்லவரையர் வந்தால் மட்டும், தான் போயிருக்குமிடம் தெரிவிக்கச் சொல்லிவிட்டு, வானதியிடமும் கூறாமல் தஞ்சைக்குப் புறப்பட்டாள் இளையபிராட்டி.

விரைந்து செல்லும் புரவியைவிட, மிக விரைவாக இளைய பிராட்டியின் மனவேகம் இயங்கியது. அருண்மொழியைக் கண்டு, சோழ நாட்டின் ஆட்சிமுறை இப்படிக் கெட்டு விட்டதே என்று கேட்கவேண்டும் என்ற ஆத்திரம் அடைத்தது. 'இன்பவல்லி காணாமல் போய்விட்டாள்' என்று கூறும்போது, அருண்மொழி திடுக்கிட்டு, 'எப்படி, ஏன்?' என்று கேட்பான். அப்போது 'இன்பவல்லிக்கும் உனக்கு முள்ள தொடர்பென்ன' என்று கேட்டுவிடுவோம். தன்னிடம் எதையும் மறைக்காத இளவல், இதுகேட்டு வெட்கித் தலைகுனிவான் என்றெல்லாம் இளையபிராட்டியின் மனப் பறவை சிறகடித்துப் பிறந்தது. ஆனால் தஞ்சை அரண் மனையில் இளையபிராட்டி அதிர்ச்சி அடையும்படியான செய்தி காத்திருந்தது.

அருண்மொழியைத் தனியே அழைத்துச் சென்று நந்திபுரத்தில் நடந்தவற்றையெல்லாம் தெரிவித்து, இன்ப வல்லியைப் பட்டப்பகலில், எவரோ கவர்ந்து சென்ற செய்தியையும் தெரிவிக்க விரும்பினாள். இன்பவல்லியைப் பற்றிக் கூறும்போது, அருண்மொழி எப்படிப்பட்ட உணர்ச்சியைப் பற்றித் தெரிவிப்பான், என்பதைக் காண வேண்டும் என்ற ஆவலும் அவளுக்கிருந்தது.

ஆனால் அருண்மொழியுடன் தனியே உரையாடத் தொடங்கியவுடன், அந்த அதிர்ச்சி தரும் செய்தி வந்து குதித்தது.

"தம்பி, மிக முக்கிய செய்தி தெரிவிக்கவே, நான் விரைந்து வந்தேன்...'' என்று இளையபிராட்டி தொடங்கினாள்.

"நீங்கள் வராவிடில், நானே வந்திருப்பேன் அக்கா! தங்களைக் கேட்காமல் நான் மாபெரும் செயலொன்றைச் செய்துவிட்டேன்..."

"ஒரு செயலென்ன! பலவற்றைச் செய்யலாம். நீ இந்த நாட்டு இளவரசன். நான் சாதாரண அரசகுலப் பெண்தானே?"

"அப்படியெல்லாம் சொல்லாதீர்கள். தங்களை சாம்ராஜ்ய மொன்றுக்கு அரசியாக்கி விட்டுத்தான் நான் மகுடம் புனைவேன்..."

"அடடா! எங்கும் எல்லாம் சபதமாகவே இருக்கிறதே. பெண் ஒரு நாட்டுக்கு அரசியானாள் என்று நான் கேள்விப் பட்டதில்லையே..."

"ஏன்... வல்லவரையருக்கு மீண்டும் அவரது வாணகப் பாடி நாட்டை அளிக்கப் போகிறேன். அப்போது தாங்கள் அரசிதானே?"

"ஹும்... ஏன் இதெல்லாம்? சுற்றி வளைத்து ஆக முடியாததைப் பற்றிப் பேசுகிறாய்? நாடு இருக்கும் இந்த நிலையில்..."

"ஓஹோ புரிந்தது. உங்கள் திருமணத்திற்கு நாள் குறிக்க அரண்மனைச் சோதிடரை வரவழைக்கிறேன். உங்கள் திருமணத்தை நடத்தப் பெரியவர்கள் இல்லை என்றாலும், இந்தச் சிறுவன் தக்க முறையில் ஏற்பாடு செய்ய வல்லவன்..."

"வல்லவன்தான், ஒரு திருமணமென்ன, பல திருமணங் களுக்கு வழிவகுத்துக்கொள்ளும் திறமை மிக்கவன்."

"அக்கா, என்ன சொல்கிறீர்கள்? இன்று தங்கள் பேச்சிலே, என்னைக் குறைகூறும் பகுதியே அதிகமாக இருக்கிறதே. நான் அறிந்து, எந்த தவறும் செய்யவில்லையே... பழுவேட்டரை யருக்கு, நான் கொடுத்த உறுதியை அதற்குள் எவரேனும் கூறி விட்டார்களா? என்னைப் பொறுத்தருளுங்கள். தங்களைக் கேட்காமல் நான் ஒரு மாபெரும் தவறு செய்துவிட்டேன்" என்று கூறிய அருண்மொழி நடந்தவற்றை ஒன்றுவிடாமல் இளையபிராட்டியிடம் தெரிவித்தார்.

இளையபிராட்டிக்கு அதிர்ச்சி தாங்கவில்லைதான். ஆனால், அதை வெளியில் புலப்படுத்தவில்லை. அவள் இதயக் கடலில் மற்றொரு மாபெரும் அலை. ஒருபுறம் வானதியின் சபதம். அதை உறுதிப்படுத்துவது போன்று பழுவேட்டரை யருக்கு அளித்துள்ள வாக்குறுதி. முல்லைத் தீவில் சந்தித்த இன்பவல்லி, சோழநாடு வந்திருக்கிறாள் என்பதை அறியா மலேயே அருண்மொழி இருப்பது, இன்பவல்லி பட்டப் பகலில் காணாமல் போனது போன்ற சம்பவங்கள், இளைய பிராட்டியின் இதயத்தில் மீண்டும் மீண்டும் எழுந்து குழப்பின. 'இவ்வளவு அலைகளினின்று அருண்மொழியை நான் எப்படி மீட்டு அழைத்துவரப் போகிறேனோ? என் திட்டப்படி தான் சோழநாட்டில் எல்லாம் நடப்பதாகக் கூறுகிறார்கள். மனிதன் ஒன்றை எண்ணுகிறான். ஆனால், தெய்வம் ஒன்றை முடித்து வைக்கிறது. இதில், அரச குடும்பத்தவர்கள் விதி விலக்கல்லரே' என்று எண்ணி குந்தவை மௌனமாக இருந்தாள்.

அருண்மொழியும் ஏதும் பேசவில்லை. அவர் எதையோ எண்ணிய வண்ணம் இருந்தார். பிறகு அவரே அமைதியைக் கலைத்து, ''அக்கா! என்னைப் பொறுத்தருளுங்கள்; நான் செய்த செயலால் ஏற்படும் விளைவுகளுக்கு நான்தானே பொறுப்பு ஏற்றாக வேண்டும்?'' என்றார்.

''தம்பி! நீ தவறு ஏதும் செய்துவிடவில்லையே, அரசர்கள் செய்யும் வழக்கத்தையே நீ கடைப்பிடித்திருக்கிறாய்...''

''இல்லை அக்கா! இல்லை... வானதி இதை அறிந்தால் வேதனைப்படுவாளே.''

''வேதனை என்ன? களிப்படைவாள், அவள் முன்பொரு முறை சபதம் செய்திருக்கிறாளல்லவா? அது எளிதில் நிறைவேறிவிடும்...''

''அது சிறுபிள்ளை விளையாட்டாகச் செய்தது...''

''விளையாட்டோ, வினையோ! அவள் பட்டமேற முடியாதன்றோ?'' என்று இளையபிராட்டி கூறியதும், அருண்மொழி திடுக்கிட்டது தெரிந்து, ஏதும் பேசவில்லை. மீண்டும் பிராட்டி தொடர்ந்தாள்:

"அவசரப்படாமலே, இதுவரை பல செயல்கள் புரிந்து வந்தாய். ஒரு கணத்தில் நீ அமைதியிழந்து விட்டாய். வாக்கை மீறுவது முடியாது. ஆனால் வாக்குறுதி அளிப்பதை மிகமிகத் தேவையானபோது தான் பயன்படுத்தவேண்டும். நீ அதிலே வழுவிவிடுகிறாய்."

"அக்கா... அப்படி நான் வழுவவில்லையே..."

"இந்த நாட்டில் நீ கொடுத்திருப்பது இதுவே முதல் உறுதி, ஆனால் நீ சென்ற வேற்று நாடுகளில்..."

"அப்படி..." என்று அருண்மொழி கூறுவதற்குள், இளையபிராட்டி குறுக்கிட்டு, முல்லைத் தீவு நிகழ்ச்சியை நினைவூட்டினாள்.

"ஆம் அக்கா! ஆனால், அந்த உறுதியிலிருந்தும் நான் வழுவவில்லை. விரைவில் திரும்பி வருவதாகக் கூறி வந்தேன். இரத்தினக்கல் கொடுத்து வந்தேன். ஆனால், திரும்பி வரும் போது, அவளைக் காணவில்லை. அந்தக் கலையரசி எங்கே சென்றாளோ?"

"எங்கும் செல்லவில்லை. இங்குதானிருக்கிறாள். கடல் கடந்து காவதம் வந்தவளை, அச்சமற்ற சோழ நாடு என்று நாம் பெருமைப்படும் இந்த நாட்டில் யாரோ அபகரித்துச் சென்றுவிட்டனர். இந்த நாட்டிற்கு இன்னும் எத்தகைய ஆபத்து வரவிருக்கிறதோ..."

அருண்மொழி துள்ளி எழுந்தார், "இன்பவல்லி இங்கு வந்து விட்டாளா? அவளை அபகரித்துச் சென்றவரெவர்? இதோ இப்போதே அவர்களை அழித்து, அவளை மீட்டு வருகிறேன்... ஒன்றன் பின் ஒன்று அதிர்ச்சி தரும் சேதியாக வருகிறதே..."

"ஆம்; வரும். வந்துகொண்டே இருக்கும். இப்போது நீ துள்ளி எழுவதால் பயனில்லை. அமைதியும் ஆராய்ந்து செயலாற்றும் திறனும் இல்லையேல், எக்காரியத்திலும் வெற்றி காண முடியாது. அவளைத் தேடிக் கண்டுபிடிக்க, முன்பே வீரர்கள் விரைந்துவிட்டனர். அந்தக் காரியத்தை

வீரர்களால் முடிக்க முடியும். இப்போது நீ செய்திருக்கும் காரியத்தை முடிக்க யாரால் முடியும்...?"

"அக்கா, என்னைச் சொல்லால் சுடாதீர்கள். மகத்தான தவறு செய்துவிட்டேன். தசரதர் தான் கொடுத்த உறுதியால், தானே தீவினை தேடிக் கொண்டதுபோல், நான் ஒரு கணத்தில் தவறிழைத்து விட்டேன்."

"தவறு என்று கூறாதே தம்பி! பழுவேட்டையரின் மகளுக்குச் செய்யும் நல்ல காரியம் தவறாகாது, ஆனால் வானதி அறிந்தால் வேதனைப்படுவாள். நிறைமாதச் சூல் கொண்டுள்ள அவளுக்கு, அதிர்ச்சி தரும் எச்செயலும், செய்தியும் காதில் விழக் கூடாது."

அருண்மொழி சிறிது நேரம் மௌனமாக இருந்தார். பிறகு இளையபிராட்டி கூறினார்:

"தம்பி! முடிவு செய்வது, மாற்றுவதெல்லாம் எளிதன்று. அவன் இட்ட கோட்டை அழிக்க எவராலும் முடியாது. நீ என்னதான் உறுதி யாருக்குத்தான் கொடு. இந்த நாட்டின் அரசியாக யார் வேண்டுமானாலும் வரட்டும். ஆனால் இந்த நாட்டைப் பிறகு ஆளும் உரிமை வானதி வயிற்றில் பிறக்கும் பாலகனுக்குதான் ஏற்படவேண்டும். அப்படி இல்லாமல், மாற்றும் எவரையும் எதிர்த்து நான் போராடுவேன். வானதி பாவம், அந்தப் பேதைப் பெண் உடல்நலங் குன்றி இருக்கும் போது, நான் அவளை விட்டு, இவற்றையெல்லாம் கேட்கவா ஓடோடி வந்தேன்! ஹூம்! இனி இந்த அரசியல் காரியமே எனக்கு வேண்டியதில்லை..."

"அக்கா, அக்கா! தங்கள் மனம் வேதனையடையச் செய்து விட்ட எனக்கு, என்ன தண்டனை வேண்டுமானாலும் கொடுங்கள்; எவ்வளவோ முக்கியக் காரியங்கள் இருக்கும் போது, காதல் என்றும் கலியாணம் என்றும் நான் பேசிப் பொழுதைக் கழிப்பது, எனக்கே வெட்கமாயிருக்கிறது. ஆதித்தனைக் கொன்ற உண்மைக் குற்றவாளியைக் கண்டு பிடிக்காது உறங்கேன் என்று, காஞ்சியிலே ஓர் உறுதி செய்தேன். அதில் கவனம் சிறிது குறைந்துதான் விட்டது. இன்பவல்லி காணாமல் போனது போன்ற சம்பவங்கள்,

எதிரியின் ஒற்றர் நிறைந்திருப்பதைக் காட்டுகின்றன. அவர்களை ஒழித்து விட்டுத்தான் மறுவேலை. அதற்கு முன்னர் நான் செய்த முடிவைத் தெரிவிக்கிறேன்:

சோழ அரியணை உரிமைதானே தன் மகளுக்கு வேண்டு மென்று பழுவேட்டரையர் கேட்டார்? அதை அளித்து, அவர் மகளுக்கு அந்த உயரிய இடம் கிடைக்க வழி செய்வேன். நான் அடுத்த பட்டமேறினால்தானே அந்தச் சங்கடம்! என் உரிமையைக் கண்டரன் மதுரனுக்கு விட்டுக் கொடுத்துவிட முடிவு செய்து விட்டேன். எனக்கு எவ்வளவோ பணிகள்! கலையில் கவனஞ் செலுத்தி, என் இதய இலட்சியங்களை நிறைவேற்றி வாழ்நாளைக் கழிப்பேன்...''

''தம்பி'' என்று இளைய பிராட்டி கூறினாள். ''நன்றாயிருக் கிறது உன் முடிவு. சற்று முன்னர்தான் நான் கூறினேன். நீ எதிலும் அவசரப்படுகிறாய் என்று. உன்னால்தான் முடிவு களைச் செய்ய முடியும் என்று நினைக்கிறாயா? இத்தகைய அலங்கோலங்களைக் கண்டு நான் மட்டும் சோழ நாட்டில் இருப்பேன் என்று நினைக்கிறாயா? வடக்கே நடு நாட்டில், சமண முனிவர்கள் அமைதியாகத் தவஞ் செய்து வாழ் கின்றனராம். அவர்களுக்கு என் சொத்து முழுமையும் அளித்துவிட்டு, நானும் துறவியாகக் கண்காணாத நாட்டிற்குப் போய் விடுவேன்...''

''அக்கா!'' அருண்மொழி அலறினார்.

''உனக்கு இப்போது என் சொல்லால் எவ்வளவு வேதனை ஏற்படுகிறது? அப்படித்தானே நீ கூறிய முடிவும். எல்லாம் ஆண்டவன் செயல் தம்பி! பழுவேட்டரையருக்கு நீ கொடுத்த உறுதியும், ஈசனின் கட்டளைதான். சோழ நாட்டின் மகுடத்தை நீதான் அணியவேண்டும்; அதை அணிவ தினின்று நீ பின் வாங்க முடியாது. மகுடம் அணியும் வேளை எப்போதோ வந்துவிட்டது என்று சதுரானனர் கூறியிருக் கிறார். வா போவோம்; இனியும் ஆராயாமல் எதையும் செய்யாதே'' என்று இளையபிராட்டி கூறினாள்.

இளையபிராட்டி வந்திருக்கிறாள் என்றறிந்து அவளைச் சந்திக்க வந்த பஞ்சவன் மாதேவி, அருண் மொழியும் இளைய

பிராட்டியும் உரையாடுவது கண்டு, இடையே வராமல் சற்று மறைந்து நின்றாள். அருண்மொழியின் பேச்சையும் இளையபிராட்டியின் அறிவுரையையும் கேட்கக் கேட்க, அவள் உள்ளம் நெகிழ்ந்தது. அவள் விம்மினாள்.

விம்மல் ஒலி, அருண்மொழியையும், இளைய பிராட்டியையும் திரும்பிப் பார்க்கச் செய்தது.

அத்தியாயம் 20

இளையபிராட்டியின் உள்ளம்

அருண்மொழியும், இளைய பிராட்டியும் பேசிக் கொண்டிருந்த இடத்துக்கருகிலேயிருந்து விம்மல் ஒலி கேட்டவுடன், இருவரும் ஒரு கணம் பேச்சை நிறுத்தி விட்டு, மல்லிகைப் புதருகே சென்றனர். அங்கே பெரிய பழு வேட்டரையர் மகள், பஞ்சவன் மாதேவி நின்று கொண்டிருந் தாள். அவள் கண்ணீர் விட்டு அழுதிருக்க வேண்டும். அதன் பிரதிபலிப்பாக விம்மல் எழவும், அவள் அங்கிருந்து புறப்பட எத்தனித்தாள். தன்னை யாரும் பார்த்துவிடக் கூடாது என்ற பயம் அவள் உள்ளத்தே எழுந்தது.

அருண்மொழியும், குந்தவையும் அங்கு வருவதைக் கண்டவுடன், அவள் உடல் நடுங்கியது. குந்தவையும், அருண் மொழியும் ஒரு கணம், ஒருவரையொருவர் பார்த்துக் கொண்டானர். அருண்மொழியின் விழி, தன் சகோதரியை நோக்கி ஏதோ சமிக்ஞை செய்தது. இளைய பிராட்டியும் விழியாலே ஏதோ பேசியிருக்க வேண்டும்.

அருண்மொழி ஏதும் அறியாதவர் போல், அங்கிருந்து வேகமாக நடந்து சென்றார். ஓரடி எடுத்து வைத்துப் புறப்பட முயன்ற பஞ்சவன் மாதேவியின் கரத்தை, மெல்லப் பிடித்து, ‘‘மாதேவி, எங்கே வந்தாய், ஏன் உடனே திரும்புகிறாய்? உன்னுடன் வந்த தோழியர் எங்கே?’’ என்றாள் பிராட்டி.

பஞ்சவன் மாதேவியின் நாக்கு, மேலண்ணத்தோடு ஒட்டிக் கொண்டது. அவள் இதயம் படபடத்தது. செய்யத் தகாத ஒன்றைச் செய்துவிட்டது போன்ற அச்ச உணர்ச்சி உடலெங்கும் பரவி நடுங்கச் செய்தது.

"பயப்படாதே மாதேவி! உன் உடலுக்கு என்ன? தந்தையின் நிலை எவ்வாறு உள்ளது?" என்று பரிவு கலந்த குரலில் கேட்டாள்.

ஆகா! இளைய பிராட்டியைப்பற்றி எல்லோரும் கூறுவது சரிதான். பெருந்தன்மை வாய்ந்தவர்கள்; அன்பு நிறைந்தவர் கள்; இன்சொல் உடையவர்கள். அவர்களருகே நிற்பதே புத்துணர்வை அளிக்கிறதே. அவர்களுடன் பழகினால், அதைவிடப் பெரும் பேறு வேறுண்டோ?

"நானே நீ தங்கியிருக்கும் மாளிகைக்கு வர வேண்டும் என எண்ணினேன். இப்போதே சந்தித்தது எனக்கு மகிழ்ச்சியை அளித்தது. வழியில் ஏதோ விபத்து ஏற்பட்டதாமே? அதனால் உனக்கு ஒன்றும் நேரவில்லையே" என்று கேட்டாள் குந்தவை. அவள் பார்வை, பஞ்சவன் மாதேவியின் இதயத்தை ஊடுருவலாயிற்று. விபத்து அப்பொழுது தான் பஞ்சவன் மாதேவியின் நினைவுக்கு வந்தது. வழியில் புழுதிப் புயல் ஏற்பட்டதும், அதனால் பயணம் சிறிது தாமதப் பட்டதும் அவள் நினைவுக்கு வந்தன.

"விபத்தா அப்படியொன்றும் பயப்படுமளவுக்கு இல்லையே! சிறிது நேரம் சிவிகையை நிறுத்தினர். காற்றின் 'ஹஹ' என்ற சப்தம் கேட்டது. அவ்வளவுதான். அதைக் கூட நான் மறந்துவிட்டேன். தந்தையைக் கண்டவுடன் எனக்கேற்பட்ட வருத்தம், மலைபோன்ற அவர் கீழே சாய்ந்துவிட்ட வேதனை, மற்ற எவற்றையும் மறந்து போகு மாறு செய்து விட்டன. அதனுடன்கூட, இப்போது ஓர் இன்ப வேதனை" பஞ்சவன் மாதேவி, துணிந்து பேசத் தொடங்கி விட்டாள். இளைய பிராட்டி மிகமிக நல்லவள் என்ற கருத்து அவள் மனத்தில் தோன்றிவிட்டது. சங்கிலித் தொடர் போன்ற பேச்சை அறுந்து போகாமல் செய்யவேண்டும் என்று விரும்பினாள். அப்போதுதான் இளையபிராட்டி தான்

விம்மிய காரணத்தைக் கேட்பாள். மனத்திலிருப்பதைக் கூறிவிடலாம்...

இளையபிராட்டி அவள் கூறியதைக் கேட்டதாகவே புலப் படுத்திக் கொள்ளவில்லை. "நான், உடனே பழுவேட்டரை யரைப் போய்ப் பார்க்கவேண்டும். உனக்கிருக்கும் ஒரே ஆதரவு அவர்தானே மாதேவி" என்றாள் குந்தவை.

'இல்லை; இல்லை... எனக்கு ஆதரவு இனி நீங்கள் தான். உங்களுடைய அரவணைப்பு இல்லையெனில், எனக்கு வாழ்வே இல்லை' என்று கூறத் துடித்தாள், பஞ்சவன் மாதேவி. அவள் கண்களில் நீர் ததும்பியது.

"மாதேவி! உன் உள்ளத்து வேதனை எனக்குத் தெரியும். உன் தந்தை இந்த நாட்டிற்குச் செய்திருக்கும் மகத்தான சேவையும் நானறிவேன். அதற்குக் கைம்மாறாக சோழநாடு ஏதாவது செய்தாக வேண்டும். கைம்மாறு கருதாது உழைத்த வர் தான் அவர். என்றாலும், எங்கள் கடமையைச் செய்தாக வேண்டும். எல்லோரும் பாராட்டும் வகையில், ஏதாவது செய்தாக வேண்டும். அதிலும் பெரிய பழுவேட்டரையர் வாரிசான உனக்குப் பயன் ஏற்படும்படியாக, ஏதாவது செய்தாக வேண்டும்..." என்றாள் இளையபிராட்டி.

'இன்னும் என்ன செய்ய வேண்டும்? தங்கள் இளவல் என்னை ஏற்பதாக வாக்களித்திருக்கிறாரே; கையடித்து உறுதிமொழி கூறியிருக்கிறாரே. அவரது அருகே அமரும் பேறு பெறுவதைவிடவா வேறு பரிசு வேண்டும்?' என்று கூறிவிட முயன்றாள் பஞ்சவன் மாதேவி. இந்த நெஞ்சு இருக்கிறதே, அது பொல்லாத ஒன்று. நினைப்பதை வெளியிட ஏன் அது தயங்குகிறது? அதனால் முடிய வில்லையா? இளையபிராட்டிக்குத் தெரியும். அருண்மொழி அளித்த வாக்குறுதி பற்றி. அதை விடப் பெரிதாக வேறு கைம்மாறு இருக்கமுடியுமா? தெரிந்தும் ஏன் இளையபிராட்டி தெரியாதது போல் பேசுகிறார்? இன்னும் பெரிய பரிசு வேறெதாவது தர முயலுகிறாரா? பரிசின் சிகரமான ஒன்று கிடைக்க வருவதையே, நாம் மறந்து விடப் போகிறோமே. அருண்மொழியின் தர்ம சங்கடமான நிலையையே நாம்

மாற்றப் போகிறோமே. இளைய பிராட்டியார் வேறென்ன தான் பரிசு தரப்போகிறார்?

“மாதேவி! அனாதை எனும் எண்ணம் உனக்கு என்றுமே வேண்டாம். என்னருகிலேயே நீ இருக்கலாம்; உன் இதயத்தில் தோன்றுவதைக் கூறலாம். எப்போதும் சிரித்த முகத்துடனிரு. எத்தனை இடர்வரினும் எதிர்த்து நிற்கும் இதயம் படைத்திரு...”

பழுவேட்டரையருக்கும், இளைய பிராட்டியாருக்கும் எப்போதும் மனத்தாங்கல் உண்டென்றும், ஒருவரை யொருவர் வென்றுவிட நினைக்கும் மனப்பான்மையுடன் இருந்தார்கள் என்றும், நாட்டிலே மக்கள் பேசிக் கொண்டார்கள். அருண்மொழியின் உரிமை குறித்து ஏற்பட்ட பிணக்கால், இளைய பிராட்டிக்கும் பழுவேட்டரையரைக் கண்டால் உள்ளூரப் பிடிக்காது என்று நினைத்துக் கொண்டிருப்பவர்களும் உண்டு. பெரிய பழு வேட்டரையர் இறந்தபிறகு, அதே வாதத்தைச் சிறிய பழு வேட்டரையர் மீது ஏற்றிப் பேசினர். அதற்குச் சாதகமாக, வந்தியத்தேவனுக்குக் கிடைத்த தண்டனை விவகாரம் சேர்ந்து கொண்டதால், சிறிய பழுவேட்டரையருக்கும் இளைய பிராட்டிக்கும் மனத்தாங்கல் என்ற வதந்தி பலமாக உலவியது. அரண்மனையில் வாழ்வோரிலிருந்து, நாட்டின் சாதாரண மக்கள் வரை இதை அறிவர். வந்தியத்தேவனை விடுதலை செய்து, சிறிய பழு வேட்டரையர் தன் நல்லெண்ணத்தைப் புலப்படுத்த முயன்றும்கூட பழைய தவறான எண்ணம் மறையவில்லை.

பஞ்சவன் மாதேவி கூட அதைத்தான் நினைத்துக் கொண்டிருந்தாள். தன்னிடம் இளையபிராட்டி அன்புடன் பழகமாட்டாள் என எண்ணினாள். அருண்மொழியைத் தான் மணக்கும் செயலில், இளைய பிராட்டி குறுக்கிடுவாள் என எண்ணினாள். ஆனால், என்ன பெருந்தன்மை! தேன் இளையபிராட்டியின் சொல்லைவிட இனிமையாக இருக்குமா? தாயின் அன்பு, இளைய பிராட்டியின் பரிவை விட அதிகமாக இருக்குமா? தன்னருகிலேயே இருக்க வேண்டும் என்று இளைய பிராட்டி கூறி, அன்பின் சிகரத்திற்கே சென்று அமர்த்தி விட்டார்களே?

அப்படிப்பட்ட அன்பிதயம் நிறைந்த இளைய பிராட்டியின் எண்ணத்துக்கு நேரெதிராக நாம் செயல்படுத்த முயலலாமா? அருண்மொழியிடம் இளைய பிராட்டி பேசிக் கொண்டிருந்தது இன்னும் காதுகளிலே ஒலிக்கிறது; 'தம்பி! நீ என்னதான் உறுதி யாருக்குத் தான் கொடு; இந்த நாட்டின் அரசியாக யார் வேண்டுமானாலும் வரட்டும். ஆனால், இந்த நாட்டைப் பிறகு ஆளும் உரிமை வானதி வயிற்றில் பிறக்கும் பாலகனுக்குத்தான் ஏற்பட வேண்டும். அப்படி இல்லாது மாற்றும் எவரையும் எதிர்த்து நான் போராடுவேன்...'

இப்போது இன்சொல் பேசி, ஆறுதல் கூறி, அரவணைக்கும் இளையபிராட்டி, சற்று முன்னர்தான் இப்படிப் பேசினார். இளையபிராட்டி நினைத்தால், எதையும் சாதித்துவிடுவார். தன்மீது அன்பு கொண்டிருந்தாலும், வானதி மீது இளைய பிராட்டிக்கு இருக்கும் ஆசையை யாராலும் மாற்றிட முடியாது இந்த நிலையில் நாம் செய்ய வேண்டியது என்ன?

பஞ்சவன் மாதேவிக்கு ஏதும் புரியவில்லை. சிறிது நேரம் மௌனத்தை நிலவவிடுவதும், பிறகு இளைய பிராட்டி பேசுவதைக் கேட்பதுமாக அவள் நின்றிருந்தாள்.

''மாதேவி, உன் இதயத்தில் இருப்பது எனக்குத் தெரியும்...!'' என்று கூறி, இளையபிராட்டி சிந்தனையில் சுழன்ற பஞ்சவன் மாதேவியைத் திடுக்கிட வைத்தாள்.

இளையபிராட்டி கூறினாள்: ''மாதேவி! நேரம் ஆகிக் கொண்டே போகிறது. என்றாலும், உன்னிடம் பேசுவதற்கு இதைவிடத் தனிமையான இடம் கிடைக்குமென்று தோன்றவில்லை. உன்னுடன் நெருங்கிப் பேசிய இந்த ஒரு கணத்திலேயே, உன் குணத்தையும், உன் அந்தரங்கத்தையும் நான் புரிந்து கொண்டுவிட்டேன்...''

'ஆ! என் அந்தரங்கத்தைப் புரிந்து கொண்டு விட்டாரா? அருண்மொழி வர்மரை மணந்து, அவருடன் அரியணையில் அமர வேண்டும் என்ற தனது நேற்றைய அந்தரங்கத்தையா? அக்கா! சற்றுப் பொறுங்கள்...சற்றுப் பொறுங்கள்... என்னைப் பற்றிய உருவத்தை உடனே முடிவு செய்து விடாதீர்கள்' என்று கூறத் துடித்தாள் அவள். ஆனால் இளையபிராட்டி தொடர்ந்து பேசினாள்:

"என் தம்பி... இப்போது போனானே, அவன், தோற்றம் கண்டு மயங்காதவர்களே இந்த உலகில் இருக்க முடியாது. நானே வருணித்தால் கண்ணேறு பட்டு விடலாம். மன்மதன் போன்ற அழகும், பார்த்திபன் போன்ற வீரமும் கொண்ட அவனுக்கு, இப்போது பெரும் அதிர்ஷ்டம் பிறந்திருக்கிறது. அவனுக்குச் சேரவேண்டியதை ஆண்டவன் அவனுக்கே அளிக்க முன்வந்து விட்டார். எதைச் சொல்லுகிறேன் என்று உனக்குத் தெரியும். உன் தந்தையும், உன் தந்தையின் தந்தையும், உன் சிறிய தந்தையும், மற்ற மற்ற சிற்றரசர்களும் கட்டிக் காத்து வளர்த்த சோழநாட்டின் மாமன்னராக, என் இளவல் ஆகப் போகிறான். அவனை இள வயதிலேயே மணந்துவிட்டாள் வானதி. அப்போது அருண்மொழிக்கு இளவரசன் என்ற அந்தஸ்துகூட இல்லை. கொடும்பாளூர் பெண் வானதி, என்னிடமே வளர்ந்தாள். அருண்மொழியின் கைத்தலம் பற்றுவதற்காகவே அவளை வளர்த்தேன். மாதேவி! திடீரென இவற்றையெல்லாம் ஏன் கூறுகிறேன் என்று நீ நினைக்கலாம். உன்னிடம் இவற்றைச் சொல்ல வேண்டும் என்று எனது உள்ளுணர்வு திடீரென உணர்த்தியது."

"நாளைக்கு நான் தஞ்சையில் இருப்பேன் என்று கூற முடியாது. இப்படி அந்தரங்கமாக உரையாடச் சூழ்நிலை அமையும் என்றும் கூறமுடியாது. வானதி குழந்தை உள்ளத்தினள். அருண்மொழிக்கு வானதியின் மீது உயிர் என்றே கூறிவிடலாம். காதல் மலர்ந்தபிறகு, மணமாகி இன்புற்றிருப்பது ஒரு வகை. மணந்தபின், காதல் உதயமாகி இணைபிரியாது இருப்பது ஒரு வகை. மணந்தும், காதலில்லாமல் வாழ்க்கைக் கடமையைத் தவறாது நிறை வேற்றுவது மற்றொரு வகை. வானதியின் கைத்தலம் பற்றும்போது, அருண்மொழிக்குக் காதல் என்பது தெரியாது. ஆனால், பிறகு காதல் சந்திரன் உதயமானான். பிரிவு எனும் மேகம் அதை மறைத்தது. அம்மேகம் விலகியபோது, சந்திரனின் ஒளி பன்மடங்கு அதிகமாயிற்று. அருண் மொழியின் வடிவு மன்மதனையும் தோற்கடிக்கும் தன்மையது என்று கூறினேனா? அவன்மேல் மனத்தைப் பறிகொடுத்த மற்றொரு பெண்ணும் உண்டு. தனியே கடல்

கடந்து அவள் வந்ததற்கே, அதுதானே காரணம்? அவளை உனக்குத் தெரியும் மாதேவி! சிறுவிபத்து செய்த பயங்கரச் செயல் என்ன தெரியுமா? இன்பவல்லியை யாரோ கவர்ந்து சென்றுவிட்டார்கள். அந்தப் பயங்கர விபத்தினின்று நீ தப்பினாய். உன் உள்ளம். 'ஐயோ' என்று அலறுகிற தன்றோ? உன் மனம் வேதனைப் படுகிறதன்றோ? உடனே அவளைக் கண்டுபிடிக்க, தக்கவர்களை அனுப்பிவிட்டேன். உன்னைச் சோழ நாட்டின் அரசியாக்க வேண்டும் என்பது, பழுவேட்டரையர் ஆசை. என் இளவலின் காந்த வடிவு உன்னை மயக்கியிருக்கலாம். அதையும் விட இந்தப் பொன்னித் திருநாட்டு அரியணையில் அமர வேண்டும் எனும் ஆசை உன்னைக் கவர்ந்திருக்கலாம். இந்த முக்கூட்டு நிலையில் என்ன முடிவு ஏற்படப் போகிறதோ என்ற கவலை என் உள்ளத்தே நிறைந்திருக்கிறது. நல்லது நடந்தாலும், கெட்டது நடந்தாலும், என்னைச் சம்பந்தப்படுத்தியே அனைவரும் பேசுகின்றனர். என் தம்பி, நான் இட்ட கோட்டைத் தாண்டுவதில்லை என்று கூறுகிறார்கள். மாதேவி! உனக்கு விவரம் தெரியாத வயதில்லை. உன் சிறிய தந்தையிடம் உறுதி கொடுத்தானே அருண்மொழி, என் விருப்பங் கேட்டுத்தான் செய்தான், என எண்ணுகிறாயா?''

பஞ்சவன் மாதேவி உதட்டைக் கடித்துக் கொண்டாள். அவள் பேச வந்ததும் அதைப்பற்றித் தானே? இளைய பிராட்டியை முந்திக் கொண்டு, தன் விருப்பத்தைச் சொல்லி விட வேண்டும் என்று நினைத்தாளே! இப்போது இளைய பிராட்டி சொல்வது, அவள் மீது பழி சுமத்துவது போலன்றோ இருக்கிறது?

இளவரசரின் மோகன வடிவம், தன்னை மயக்கிவிட்டது என்பது உண்மைதான். அதனால், அரச பீடத்துக்கு உயர முடியும் என எண்ணவில்லை. நெஞ்சக் குளம், காதல் எனும் சஞ்சலத்தில் அமிழ்ந்து கொண்டிருக்கும்போது, இன்பவல்லி வந்தன்றோ கண் திறந்தாள்? அவள் இளவரசர் என்று அறியாமலே மனத்தைப் பறி கொடுத்திருக்கும்போது, நாமும் உறுதியுடன் இளவரசரின் மோகன வடிவை, இதயத்தில் சிக்கெனப் பதித்தால் என்ன? அந்த எண்ணத்தில்தானே

தந்தையிடமும் நம் விருப்பத்தைத் தெரிவித்தோம்? தந்தை அந்தச் சந்தர்ப்பத்தைப் பயன்படுத்தி, ஒன்றோடு ஒன்று பிணைத்தார். தன்னைச் சோழநாட்டின் அரசியாக்க வேண்டும் என்ற மகத்தான ஆசையால் அவர் உறுதி பெற்றார். அது, என்னுடைய பிடிவாதத்தால் எழுந்ததாகும். இளைய பிராட்டியிடம் இதைச் சொல்லிவிட வேண்டாமா?

"மாதேவி! பெரும் பெரும் விஷயங்களைச் சொல்லுவதால் உன் இதயம் வேதனைப் படலாம். எனக்குச் சோழ நாட்டின் நலம் முதன்மையானது. அதற்காக, என் சுகத்தைக் கூடத் தியாகம் செய்ய வேண்டுமென்றால் ஆயத்தமாயிருப்பேன். ஆனால், இந்த நாட்டின் அரியணையை அடைய அருண்மொழி வர்மனுக்கு எந்த விதத் தடையும் வந்துவிடக் கூடாது. நாளும் கோளும் சரியான முறையில் அமைந்து, என் இளவல் பட்டமேறச் சரியான சூழ்நிலை உருவாகியிருக்கும் போது, மனித முயற்சியும், ஆசாபாசமும், உறுதியும் அந்தப் பெரும்பணியைத் தடைப்படுத்திவிடக் கூடாது, மாதேவி!"

இதுவரையில் மௌனமாயிருந்த மாதேவியின் அமைதி குலைந்தது. "ஒரு நாளும் உங்கள் இளவல் அரசராவது தடைப்பட்டு விடாது அக்கா!" விம்மினாள் மாதேவி.

"ஆனால், இன்றைய நிலையில் அருண்மொழி பட்டத் துரிமையை மறுத்துவிட்டு, ஒதுங்கிவிட்டால், ஏதும் செய்ய முடியாது போய்விடுமே மாதேவி! அப்படி நேர்ந்துவிட்டால், சோதிடம் பொய்யாகிவிடும்; நிமித்திகன் சொல் பொய்த்து விடும் என் இதயமும் உடைந்துவிடும்."

"அக்கா அக்கா! தாங்கள் என்ன சொல்கிறீர்கள்? ராஜதந்திரம் பயின்றவளல்லள் நான். சாகசம் இன்னும் இதயத்தில் குடிபுக வில்லை. குழந்தை உள்ளத்து ஆசாபாசங்கள் மட்டுமே, என் இதயத்தில் ததும்பி நிற்கின்றது. எண்ணக் கோட்டைகள் பலபல எழுகின்றன. அந்தக் கோட்டையிலே, நான் ஆசைக் கொடியை ஏற்ற முயல்கிறேன். அந்தக் கொடி ஏற்றத்தால் மற்றவருக்குத் தீங்கென்றால். நான் அந்த முயற்சியில் முனையாமலேயே இருந்துவிடுவேன். சோழ வளநாட்டு நன்மைக்காகத் தங்கள் தியாக உணர்ச்சி எனக்குத்

தெரிந்திருக்கிறது. தங்களைவிட நான் எவ்வளவோ சிறியவள். காதல், மணவாழ்க்கை, பட்டம் என்றெல்லாம் ஆசைக்கொடி பறக்கவிடும் போது, தங்கள் இதயத்தை இரும்பாக்கிக் கடமையை முன் நிறுத்தி வாடுகிறீர்கள், நான் பேதை. தாங்கள் சற்று முன்னர் கூறியதுபோல், நான் தங்களுடனே இருக்க வேண்டியவள். என்னால் இளவரசரின் மனத்தில் வேதனை ஏற்படுமானால் நான் மாற்றிக் கொள்ளச் சித்தமாயிருக் கிறேன்..."

"இங்கே மூன்று உறுதி மொழிகள் குறுக்கிடுகின்றன மாதேவி... சோழநாட்டு அரியணையில் நான் அமர மாட்டேன் என்று வானதி உறுதி கூறியிருக்கிறாள். ஆனால், அருண்மொழிக்கோ வானதியின் மீது உயிர். சிறிய பழுவேட்டரையரோ, உனக்குச் சோழ அரியணை உரிமை கிடைக்க வேண்டுமென உறுதி பெற்றுள்ளார். இந்த நிலையில், என் உணர்ச்சிகள் என்ன ஆவது? தனக்கு இந்த அரியணை உரிமையே வேண்டாம் என்று என் தம்பி கூறிவிட்டான். அப்படியே முடிவெடுத்துச் சபதமும் செய்து விடுவான். அந்த நிலை ஏற்பட விடலாமா? அது கோழைத் தனமன்றோ? பழுவேட்டரையரிடம் வாக்குத் தருவது ஒன்று; அதை நிறைவேற்ற மனத்தெம்பில்லாமல், சோழ நாட்டு அரசப் பதவியே வேண்டாம் என்பதா? என் இளவல் இப்படியெல்லாம் மாறிவிடுவான் என்று நான் எதிர் பார்க்கவேயில்லை."

"அக்கா, அக்கா! அவரை ஒன்றும் சொல்லாதீர்கள். சோழ நாட்டிற்குத் தெய்வம் போன்றவர். இப்போது அவருக்கு ஏதாவது அவப் பெயர் வருகிறதென்றால், அது என்னால் ஏற்பட்ட தாகத்தான் இருக்க வேண்டும். என் சிறிய தந்தைக்கு அந்தக் கருத்தை உருவாக்கியவளே நான்தான். கண்டரன் மதுரனை மணந்து கொள்ளுமாறு தான், அவர் என்னிடம் முதலில் கூறினார். அப்படியே நான் சம்மதித்திருக்கலாம். அப்போது என் சிறிய தந்தை, அவரிடம் எந்த உறுதியையும் வாங்க முடியாது. சோழ நாட்டின் அரசுரிமையை அவரே மறுத்து விடுவார். என்னால் வந்த தொல்லை அக்கா இது, என்னால் வந்த தொல்லை. இளவரசரின் இனிய உருவம் என்

இதயத்தில் புகுந்துவிட்டது. இன்பவல்லி கூறியவை வேறு என் ஆர்வத்தை அதிகமாக்கின. சாதாரணப் பெண்ணுக்குக் கிடைக்கும் அதிர்ஷ்டம், நமக்கு ஏன் கிடைக்கக் கூடாது என்ற பொறாமை என் மனத்திலெழுந்தது. இளவரசர் மீதுள்ள என் விருப்பத்தை என் சிறிய தந்தையிடம் தெரிவித்தேன். அவருக்கு அரசுரிமையின் மீது இலட்சியம், எனக்கு அழகு வடிவத்தின் மீது விருப்பம். இரண்டும் ஒன்று சேர்ந்தன. அதனால் தங்களுக்கு மனவேதனை. தங்கள் விருப்பம்போல், வானதி தேவியை அரியணையில் அமர்த்த, நான் குறுக்கிட மாட்டேன் அக்கா! நான் அனாதை. ராஜீய காரியங்களுக்காக நடக்கும் எந்தப் போட்டியிலும் கலந்து கொண்டு, புத்தி சாதுர்யமான காரியம் ஏதும் செய்யத்தக்க திறமை எனக்கு வந்து விடவில்லை அக்கா! யார் மனத்திலும் வேதனை ஏற்படாமல் இந்தச் சோழ நாட்டிற்கு எந்தவிதத் தீங்கும் நேராமல் இருக்க, நான் என்ன செய்யவேண்டும் என்பதைச் சொல்லுங்கள் அக்கா! என்னைச் சரியான பாதையில் அழைத்துச் செல்லுங்கள் அக்கா...'' பஞ்சவன் மாதேவி விம்மினாள்.

இளையபிராட்டி திடுக்கிடவில்லை. பஞ்சவன் மாதேவியை அணைத்துக் கொண்டு, கண்ணீரைத் துடைத்து, ''மாதேவி! நீ ஏன் வேதனைப்பட்டுக் கண்ணீர் வடிக்கிறாய்? நீ சோழ நாட்டு அரசியாகக் கூடாதா? உனக்குத் தகுதியில்லையா? என் இளவல் வாக்குக் கொடுத்தபடியே நடக்கட்டும். அவன் பொறுப்பு மகத்தானது. இந்த நாட்டின் அரசனாக அவன் ஆகவேண்டும் என்ற என் உள்ளக்கிடக்கையைத் தவிர வேறெந்தவிதமான மாற்று எண்ணமும் நான் எண்ண வில்லை. மாதேவி! கவலையின்றி நீ போ. தந்தையின் அருகிருந்து அவரைக் கவனி...''

இளைய பிராட்டி அங்கிருந்து மெல்ல நடக்கத் தொடங்கி னாள். பஞ்சவன் மாதேவி, தன் மாளிகைக்குச் செல்லும் பக்கமாகத் திரும்பாமல் இளைய பிராட்டியைத் தொடர்ந்து ''அக்கா! என்னால் தங்களுக்கெல்லாம் மிக வேதனை. நான் ஒன்று வேண்டிக் கேட்டுக் கொள்கிறேன்; யாருக்கும் எந்தவிதத் தொல்லையும் நேராதிருக்க, உறுதிபூணச் சித்தமாயிருக்கிறேன்'' என்றாள்.

இளைய பிராட்டி திரும்பிப் பார்த்து கலகலவென நகைத்து, "என்னை நடுவே வைத்து, எல்லோரும் உறுதிபூண்டு சபதம் செய்யுங்கள். கடைசியாக நானும் சபதம் செய்துவிட்டுப் போய்விடுகிறேன் சோழ நாட்டைவிட்டே..." என்றாள் இளையபிராட்டி. நகைமுகத்துடன் கூடிய பேச்சுத்தான் என்றாலும், அதிலே உறுதியும் கடுமையும் கலந்திருப்பது தெரிந்தது.

பிறகு தொடர்ந்து, "வானதி தேவி முன்பே ஒரு சபதம் செய்துவிட்டாள். என் இளவல் பழுவேட்டரையரிடம் உறுதி கொடுத்திருக்கிறான். நீ இப்போது ஏதோ சொல்ல விரும்பு கிறாய் மாதேவி. சொல்லு; சொல்ல வேண்டியதையெல்லாம் சொல்லி விடு. ஆனால் உன் தந்தையிடம் கூறிவிட்டுப் பிறகு எனக்குச் சொல். உன் மனத்தை நான் மாற்றிவிட்டேன் என்ற பழி பின்பு வந்து சேரும். நேரம் கடந்துகொண்டே வருகிறது. அதோ பணிப்பெண்கள் வருகிறார்கள். ஒருவேளை, உன்னைத் தேடி இருக்கலாம். நான் நாளை உன்னைச் சந்திக்கிறேன்" என்று கூறிவிட்டு இளைய பிராட்டி திரும்பிக்கூடப் பார்க்காமல் சென்றாள்.

அத்தியாயம் 21

மலை மறைந்தது

வஜ்ரம் போன்ற உடலிலே பாய்ந்து உடைந்த வேல் முனையைக் கருவூர்ச் சித்தர்கள் மிகக் கவனத்துடன் வாள் கொண்டு அறுத்து மருந்திட்டுக் கட்டினர். அவர்கள் அனைவரும், பழுவேட்டரையர் இவ்வளவு நாட்கள் உபாதையைத் தாங்கியதைக் கண்டு அதிசயித்தனர்.

கவலையுடன் நின்றிருந்த பஞ்சவன் மாதேவியைப் பெரிய மருத்துவர் அழைத்து, "குழந்தாய்! கவலைப் படாதே. உன் தந்தைக்கு இனி எவ்விதத் தீங்குமில்லை. உடலில் பட்டபுண் ஆறவேண்டியது ஒன்றுதான். இன்னும் இரு நாட்களுக்கு மட்டும் அவரருகே இருந்து, இந்த மருந்தில் ஓரிரு

சொட்டுகளைக் கொடுத்துவா. அவருடைய சேவை, மீண்டும் இந்த நாட்டிற்குக் கிடைக்கும் என்பதே எம் நம்பிக்கை'' என்றார்.

மாதேவி கையெடுத்துக் கும்பிட்டாள் மருத்துவரை. தந்தை பிழைத்துவிட்டார் என்பதில் அவளுக்கு ஏற்பட்ட ஆனந்தத்திற்கு எல்லையில்லை. உணவும் உறக்கமும் மறந்தாள் அவள். தந்தை அருகே அமர்ந்திருந்தாள். மறுநாள் பழுவேட்டரையர் கண் விழித்தார். அவருடலில் ஏதோ ஆயிரம் யானை பலம் ஏற்பட்டது போன்ற உணர்ச்சி.

''யார்... மாதேவியா? குழந்தாய்! கண் விழித்து உட்கார்ந் திருக்கிறாயா? சோழநாட்டு அரசி இப்படி உடலை வருத்திக் கொள்ளலாமா!'' என்ற மகளின் கரத்தைப் பிடித்துத் தடவிய வாறு கேட்டார் சிறிய பழுவேட்டரையர்.

பஞ்சவன் மாதேவி ஏதும் பேசவில்லை.

''குழந்தாய், உன் திருமணம் குறித்துப் பேச்சு வார்த்தை நடக்கிறதா? நாள் குறிப்பதற்குச் சோதிடர் வரவழைக்கப் பட்டனரா? இவை குறித்து நீ விரைவில் தெரிந்து கொள்ள வேண்டும்... இல்லாவிடில் அந்தக் கொடும்பாளூரான் மாற்றி விடுவான்...'' பழுவேட்டரையர் பேச முடியாமல் திணறினார்.

''அப்பா...'' மாதேவி தன் மனத்திலுள்ளதைக் கொட்டி விடப் பேச்சைத் தொடங்கினாள்.

''என்ன குழந்தாய்? யாராவது உனக்கேற்பட்ட இந்த அதிர்ஷ்டங்குறித்துப் பேசிக் கொண்டார்களா?''

''அப்பா! இன்னும் யாருக்குமே தெரியாதப்பா. தெரியாத வரையில் நல்லதுதானே?''

''நல்லதா? என்ன நல்லது? அப்படியே மறந்துபோய் விடுவார்கள். உடனே நீ கவனம் செலுத்த வேண்டும். இன்னும் சிறு பெண்ணா...? அரசியாக வேண்டும் என்றால் அதற்குத் தக்க அந்தஸ்தைக் கற்றுக் கொள்ள வேண்டும்.''

பஞ்சவன் மாதேவி தந்தை கூறுவதையே கவனித்து வந்தாள். அவர் முகம் மாறுவதை அவ்வப்போது கண்டாள்.

வழக்கம்போல் இல்லாமல், அவர் பேச்சில் குரூரமும், தான் வாழவேண்டும் என்பதற்காகச் செய்யப் படவேண்டிய சதித்திட்டங்களுமாக நிறைந்திருந்தன. ஒருவிதப் பயங்கரச் சிரிப்பு அவரிடமிருந்து உதிர முயன்று கொண்டிருந்தது. புருவம் உயர்ந்து தாழ்ந்தது. கண்விழிகள் பலமுறை செங்குத்தாக நிலைபெற்றன.

''பஞ்சவன் மாதேவி, நான் எதற்காக அவசரப்படுகிறேன் தெரியுமா?'' என்று கேட்டுச் சற்றுநேரம் நிறுத்தினார்.

பஞ்சவன் மாதேவி பேசவில்லை.

''உனக்குத் தெரியாது. அந்தக் கொடும்பாளூரானின் பெண் இருக்கிறாளேவானதி அவளும் சூல் கொண்டிருக்கிறாளாமே...''

''ஆமாம், ஆமாம் அப்பா! நல்லபடியாகப் பெற்றுப் பிழைக்க வேண்டும் என்று தினமும் நான் தெய்வத்தை வேண்டுகிறேன்.''

''அசட்டுப் பெண்; அனுபவிக்கத் தெரியாதவள். உன் நிலையில் நான் இருந்தால் என்ன செய்வேன் தெரியுமா?''

''ஐயோ ''

''சீ, பைத்தியம். சீக்கிரம் குழந்தைப்பேறு உண்டாக ஆண்டவனை வேண்டிக் கொள்வேன்...''

''அப்பாடி, பிழைத்தேன்...''

''உன் சந்ததி விளங்கவேண்டும். வயிற்றுப் பிள்ளை பட்டமேற வேண்டும்...''

''மூத்தவன் பட்டமேறுவது தானே நியாயம்?''

''ஆம்; நியாயம்...''

''வானதி அக்காவுக்குத்தானே முதலில் குழந்தை பிறக்கப்போகிறது?''

''நல்ல கேள்வி கேட்டாய், புத்திசாலித்தனமான கேள்வி. அவளுடைய குழந்தைக்கும், உன் குழந்தைக்கும் ஒரு வயது வித்தியாசம் இருக்கும்.''

"அப்படியென்றாலும் அவளுடைய குழந்தைதான் மூத்தவன்..."

"ஆண் குழந்தை பிறந்தால் தானே..."

"பெண் குழந்தை பிறந்தால்...?"

"நன்று. நன்று. சரியான பேச்சு. ஆம்; அவளுக்கு ஆண் பிறந்தால்தானே... பெண்ணுக்குப் பட்டத்துரிமை கிடையாதே. நல்லவேளை இல்லை. இருந்தால் இளைய பிராட்டி முதலில் வந்து நிற்பாள்."

"அப்படியெல்லாம் சொல்லாதீர்கள். அவர்கள் நல்லவர்கள்..."

"உன் நன்மைக்குத்தான் சொல்கிறேன். நீ நன்றாக வாழவேண்டும். வானதி தேவிக்குப் பெண் பிறந்தால் மிக நல்லது. உன் மகன் பட்டமேறுவான்..."

"எனக்குப் பெண் பிறந்து விட்டாலோ..."

"பைத்தியம்... உனக்கு ராஜீய விவகாரமே தெரியாது போலிருக்கிறது. பிறந்த குழந்தையை மாற்றிவிடுவதும், பிறந்த குழந்தையை அபகரித்துப் போய்விடுவதும் ராஜதந்திர நடவடிக்கையைச் சேர்ந்தவை..."

"ஐயோ... பாதகம் பாதகம்..."

"பாதகமா? என்ன பாதகம்? எது பாதகம்? நீ உட்காரப் போகும் சிம்மாசனம், எவ்வளவோ பேரின் உயிரைக் கொன்று எழுப்பப்பட்டதுதானே? அதில் அமர்வது பாதகமில்லையா? ஒருவர் சுகப்பட, மற்றவர் பலியாக வேண்டியதுதான்..."

பஞ்சவன் மாதேவியின் உடல் சிலிர்த்தது. தந்தையா இப்படிப் பேசுகிறார்? ஏன் இப்படிப் பேசுகிறார்?

"அப்பா! என்னப்பா, என்னென்னவோ பேசுகிறீர்கள்?"

"எல்லாம் உன் நன்மைக்காகப் பேசுகிறேன், மகனே! உன் நன்மைக்குச் சொல்கிறேன். நாளைக்கு, எனக்கா பாதி ராஜ்யம் கொடுக்கப் போகிறாய்? அல்லது சோழ அரசர் பழுவூர் நாட்டை அபகரிக்கக் கட்டளையிட்டால், நீ தடுத்துவிடப்

போகிறாயா? பெண்ணே, பார்த்துப் பிழை; அடுத்தாண்டு இதே நாளில் உன் மடியில் குழந்தை ஒன்று தவழவேண்டும். தெரிந்ததா?''

''அப்பா...'' பஞ்சவன் மாதேவி ஏதோ கூற வாயெடுத் தாள். அப்போது யாரோ அந்த இடத்தின் வாயிலில் வந்து நிற்பது போல் தோன்றியது.

அருண்மொழி வர்மன் நின்று கொண்டிருப்பது போலும், அவர் தன்னை அழைப்பது போலும் தோன்றியது. பஞ்சவன் மாதேவி உடனே வெளியே வந்தாள். அவள் மனத்தோற்றப் படியே, அருண்மொழி வர்மன்தான் நின்று கொண்டிருந்தார். பஞ்சவன் மாதேவிக்கு ஒருகணம் ஒன்றுமே தோன்ற வில்லை. எவ்வளவு நேரமாக நிற்கிறாரோ? பேசிக் கொண்டிருந்தவற்றையெல்லாம் கேட்டுக் கொண்டிருந் திருப்பாரோ...!

இப்பொழுது தான் அவள் அருண்மொழியை அருகில் நின்று பார்க்கிறாள் என்பதில்லை. அவள் தந்தை அவரிடம் வாக்குப் பெற்ற அன்று, அருகருகே தாம் நின்று கொண்டிருந்தனர்.

அவள் மெல்லிய மூச்சு அவர் பொன்னுடலில் பரவி யிருக்கும். பழுவேட்டரையர் வேண்டிக் கொண்டார் என்பதற் காக மட்டுமா அருண்மொழி வர்மர், பஞ்சவன் மாதேவியை மணந்து கொள்ளச் சம்மதித்தார்? மணந்து கொள்வதுடனன்றி பட்டத்துக்கு உரிமையாக்குவதாகவும் உறுதி கூறினாரே? அது அவசரத்தில் செய்ததா? தரசதன் கைகேயிக்குக் கொடுத்த வரம்போன்று, அவசரத்தில் கொடுத்ததா? அப்படி ஒப்புக் கொண்டபோது, பஞ்சவன் மாதேவியின் குணம் அவருக்குத் தெரியாமல் இருந்திருக்குமா? அவளுடைய அழகை, அவர் அறிந்திராதிருந்திருப்பாரா? அவரது இதயத்தில் இப்போது இருந்ததைப் போன்ற குழப்பம், அக்காலத்திலும் இருந்த தில்லை. இளவயதில் ஈழத்துப் போர்க்களங்களில், மறைந் திருந்து தாக்கும் எதிரிகளுடன் போராடிய காலத்தில்கூட, அவருக்கு இத்தகைய குழப்பம் இருந்ததில்லை.

வானதியுடன், பஞ்சவன் மாதேவியும், இன்பவல்லியுமாக அவருக்கு முதல்நாள் இரவு, மாறி மாறிக் கனவில் தோன்றினர்.

உறக்கம் கெட்ட நிலையில், அவர் காலையில் எழுந்ததும், மற்ற அலுவல்களை முடித்துவிட்டுப் பழுவேட்டரையரைக் காண விரைந்து வந்தார். கருவூர் மருத்துவர்கள், பழு வேட்டரையர் உடலினின்று உடைந்த வேல் முனையை எடுத்துவிட்ட செய்தி அறிந்த பிறகு, அவரைப் பார்க்க வேண்டும் என்று விரும்பினார்.

பஞ்சவன் மாதேவியும், பழுவேட்டரையரும் பேசிக் கொண்டிருந்த போது, அருண்மொழி அங்கு வந்துவிட்டார். பழுவேட்டரையரின் பேச்சைக் கேட்டு, அருண்மொழி திடுக்கிட்டார். அவர், எப்போதும் இந்த விதத்தில் பேசியதே யில்லை. வேற்றுமையை வளர்க்கும் கருத்தும், சதித் திட்டமும், அவரது சொற்களில் வெளிவருகின்றன. பஞ்சவன் மாதேவி நடுங்குவது அவருக்குப் புரிந்தது. தொடர்ந்து அங்கே அவளைப் பேசவிட்டால், அவளுக்கு எழக்கூடிய மனவேதனை குறித்து, அருண்மொழி கணத்தில் உணர்ந்தார். அவளை எப்படி அழைப்பது?

மாதேவி வந்துவிட்டாள். அவள் உடல் நடுங்கியது வெட்கத்தாலா? வேதனையாலா?

“அவரை நன்றாகத் தூங்கவிடு. அவருடன் பேச்சுக் கொடுத்தால் மன அமைதிதான் குறையும்.”

“எனக்கென்னவோ அவருடைய பேச்சைக் கேட்டால் பயமாயிருக்கிறது. அவர் முகத்தைக்கூட என்னால் பார்க்கப் பயமாயிருக்கிறது... இன்னும் அவருடைய நோய் தீர்ந்த பாடில்லை. மனங்குழம்பிய நிலையில் இருக்கிறார்... ஐயோ... அவர் கூறும் சொற்களைக் கேட்டால், எனக்குப் பயமாயிருக் கிறது...”

“அவர் உன் நன்மைக்குத்தானே சொல்லுகிறார்?”

பஞ்சவன் மாதேவி, அருண்மொழியை ஒரு கணம் ஏறிட்டுப் பார்த்தாள். ஆகா! அந்த அழகு முகத்துக் குடையவரா, இப்படிப் பேசுகிறார்? சிவந்த உதடுகளைக் கொண்டவரா, இப்படிக் கூறுகிறார். நீண்ட நாசிகளையுடைய வரா, இப்படி உணர்கிறார்? கரிய விழிகளைக் கொண்டவர்,

அகன்ற நெற்றியைக் கொண்டவர்... அவர் என் தந்தையின் கூற்றை ஒப்புக் கொள்கிறார்.

எனக்கும் ஆசையாகத்தானிருக்கிறது. வீரனும் அழகனு மான அவரை மணந்து, சோழநாட்டின் அரசியாவதில் எனக்குக் கிடைக்கும் வாய்ப்பை, நழுவவிடக் கூடாதுதான். எந்தப் பெண்தான் இத்தகைய நல்லதொரு சந்தர்ப்பத்தை நழுவவிடுவாள்...

''ஆனால், என் சொந்த நலனுக்காக மூன்று பேருக்கு ஏற்படக்கூடிய மனவேதனையை நினைக்கும் போது, இந்திர உலகங்கூட வேண்டாம் என்று தான் கூறத் தோன்றுகிறது.''

''ஏன்... உன் சிறிய தந்தை கூறுவதில் என்ன தவறிருக்கிறது? இந்த நாட்டு அரசியாவதற்கான அந்தஸ் துடன் விளங்கச் சொல்கிறார். குழந்தை போன்ற உள்ளத் தையும், குழையும் குணத்தையும் விட்டுவிடச் சொல்கிறார். அவை சரிதானே!'' அருண்மொழி வர்மர் கேட்டார்.

''அரசியாக வேண்டும் எனும் எண்ணம், என் மனத்தை விட்டு அகலத் துடிக்கிறது... அந்தப் போதில் என் தந்தையின் பேச்சு எனக்கு வேதனையைக் கொடுக்கிறது...''

''ஏன்? சோழநாட்டு அரசபீடம் மதிப்புக் குறைவானதா?''

''இல்லை... இல்லை நான் அதை அடைவதால் அது, பிறர் மன வேதனையை வளர்ப்பது...''

''பிறர் மன வேதனையைக் குறித்து நீ ஆராயத் தொடங்கி விட்டாயா? மற்றவர் மனத்திற்கு ஏற்ற வகையில் நடப்பது என்பது எளிதன்றே...''

''நான் தமிழ் மகள். தமிழ்ப் பண்பாடு என் உடலில் ஊறிவிட்டது. 'மற்றவர்' என்று தாங்கள் கூறும்போது நான் கைப் பிடிக்கப் போகும் மணாளனைத்தான் மனத்தில் நினைக்கிறேன். அவர் மனத்தில் நினைப்பதை நான் நினைக்க வேண்டும். அவர் விரும்பாததை நான் விரும்பக் கூடாது. அவருக்கு எது பிடிக்குமோ அது எனக்குப் பிடிக்க வேண்டும். அவர் கருத்தும் என் கருத்தும் ஒன்றாயிருக்க வேண்டும்...''

''ஓகோ! அதற்கும் அரசியாவதற்கும் என்ன சம்பந்தம்?''

பஞ்சவன் மாதேவி அருண்மொழியின் கண்களை ஏறிட்டு நோக்கினாள். மற்ற வேளையில் அக் கண்களை நேருக்கு நேர் சந்திக்கும் ஆற்றல் அவள் விழிகளுக்கில்லை.

‘‘என்னைச் சோதிக்கிறீர்களா சுவாமி...?’’ பஞ்சவன் மாதேவியின் நா தழுதழுத்தது. ‘சுவாமி’ எனும் சொல் அவள் நெஞ்சிலே ஊறும் துயரத்துக்கு மருந்தாக இருந்தது.

‘‘சோதனையா? நான் ஏன் சோதிக்கிறேன்? எனக்கே இப்போது பெரும் சோதனை வேளையாக இருக்கும்போது மற்றவரைச் சோதிக்க எனக்கு என்ன அதிகாரம்?’’

‘‘தங்கள் சோதனை வேளையில் நானும் அதில் ஒரு கருவியாக இருக்கக் கூடாது என்பதற்காகவே அரசியாக வேண்டும் எனும் எண்ணத்தை விட்டுவிட்டேன்.’’

‘‘ஓகோ! அந்த எண்ணம் உனக்கு நந்தவனத்தில் பிறந்ததோ? நானும் இளையபிராட்டியும் பேசிக் கொண்டிருந்த போது சோழ நாட்டு அரசப் பதவியை விட்டுக் கொடுக்க முடிவு செய்தேன். அதை நீ கேட்டுக் கொண்டிருந் தாய். அதனால் நீயும் அரசியாவதை வெறுக்கிறாய். அப்படித் தானே? ஆனால், என் கருத்தை என் சகோதரி ஒப்புக் கொள்ளவில்லை. சோழ நாட்டின் அரச உரிமையை நான் துறந்தால், தானும் துறவியாக மாறி விடுவதாக இளைய பிராட்டி கூறுகிறாள். அதனால் நான் அந்த எண்ணத்தைக் கைவிட்டு விட்டேன். நீயும் இப்போது உன் எண்ணத்தை மாற்றிக் கொள்வாயன்றோ?’’ அருண்மொழியின் இதழ்க் கடையில் குறும்புச் சிரிப்பு குமிழியிட்டது.

‘‘அரசே! என்னை எந்தவிதத்திலும் சோதனை செய்யலாம். நான் புடமிட்ட பொன். கொடிய எண்ணம், பொறாமை, பிறர் உரிமை கவர்தல் எனும் இடர்களினின்று வென்று தீக்குளித்து வந்துவிட்டவள். நீங்கள் சோழ நாட்டு மன்னரானாலும் மன்னராகாவிட்டாலும் நான் அரசியாக வேண்டும் எனும் விருப்பத்தை மறந்துவிட்டேன்...’’ என்று பஞ்சவன் மாதேவி தொடர்வதற்குள், அருண்மொழி குறிக்கிட்டு, ‘‘உன் தந்தையின் வேண்டுகோள் என்ன ஆவது?’’ என்றார்.

‘‘இல்லை... இல்லை... வாக்குறுதியை மீற நான் வற்புறுத்தவில்லை. அரசியாவது என்பதுதான் தந்தை கேட்ட

வாக்கா? முதலில் தங்கள் இதய அரசி. பிறகு தானே நாட்டுக்கரசி? அதில் எனக்குத் துறவு மனப்பான்மை வந்து விடவில்லையே!... அரசே! மன அறிவைப் பொறுத்த வரையில் நேற்று வரையில் நான் உலகம் அறியாச் சிறுமியாகத் தான் இருந்தேன். முன்பே தெரிந்திருந்தால், தங்களைத்தான் மணக்க வேண்டும் என்று பிடிவாதம் பிடித்திருக்க மாட்டேன். தந்தையின் வற்புறுத்தலுக்குக் காரணமாயிருந்திருக்க மாட்டேன். தங்கள் வடிவம் என் உள்ளத்தே புகுந்துவிட்டது. பொழுது புலர்ந்தபோது என்மீது பட்ட முதல் ஒளிக் கதிர் தாங்கள். என் மனத் தடாகத்தில் பூத்த முதல் தாமரை தாங்கள். எனக்குச் சாம்ராஜ்யப் பதவி வேண்டாம்; என் பரம்பரைதான் இந்த நாட்டை ஆள வேண்டும் எனும் உரிமை வேண்டவே வேண்டாம்; இது உறுதி. உறுதி... ஆனால் என்னை மட்டும் தங்கள் இதயப் பீடத்திலிருந்து தள்ளிவிடாதீர்கள். அந்த ஒன்று நிறைவேறு மானால் என் தந்தையின் கோரிக்கைகூட நிறைவேறிய தாகும்.'' பஞ்சவன் மாதேவியின் கண்களிலிருந்து கண்ணீர் ஆறாய்ப் பெருகியது.

அருண்மொழியின் கரங்கள் நீண்டுபோய் அவள் விழி நீரைத் துடைத்திருக்கலாம். ஆனால் பஞ்சவன் மாதேவி விரும்பியது விழிநீரைத் துடைப்பதை யன்று; இதய வேதனையைப் போக்கு வதைத்தான்.

''சொல்லுங்கள் அரசே! என்னையும் தங்கள் இதயத்தில் ஒருத்தியாக ஏற்றுக் கொள்வதாய்க் கூறுங்கள் அரசே! வானதி தேவியின் எண்ணத்திற்கோ இளையபிராட்டியின் விருப்பத்திற்கோ, அந்தரங்கம் எதுவாயினும் அதற்கோ, நான் குறுக்கே நிற்கமாட்டேன். இது உறுதி உறுதி...'' பஞ்சவன் மாதேவியின் கரம் ஒரு நொடியில் சொல்லின் வேகத்தில் இதயப் பரபரப்பில் அருண்மொழியின் கரத்திலே உறுதியைச் செய்துவிட்டது.

அவள் பழுவேட்டரையர் மகள். பெண்ணானாலும் அவள் உடலிலே வீர ரத்தம் ஓடியது. சொல்லுறுதியை நிலைநாட்ட வேண்டும் எனும் அவசரத்தில், இன்னது சொன்னோமென்று கூட அவள் ஆராயவில்லை.

''மாதேவி, மாதேவி! என்ன இது? நான் உன் சிறிய தந்தைக்குக் கொடுத்த உறுதியை மீறி விடுவதாக எங்காவது கூறினேனா?'' என்று கூறிச் சற்று நகர்ந்து கொண்டார் அருண்மொழி.

பழுவேட்டரையரைச் சந்திக்க வந்து கொண்டிருந்த இளைய பிராட்டி, தூண் மறைவிலே நின்று அவர்கள் உரையாடலைக் கேட்டுக் கொண்டிருந்தவள், கண்களிலும் நீர் ததும்பியது. ஆனால், பஞ்சவன் மாதேவியின் சபதத்தைக் கேட்டவுடன், அவளிடமிருந்து நிம்மதியான பெருமூச்சு எழுந்தது. அதை ஆமோதிப்பது போன்று கண்டரன் மதுரன் அரண்மனை மண்டபத்தில் செய்யும் பூசையின் மணியோசை எழுந்தது.

ஆனால், மணியோசை அடங்கா முன்பே, பழுவேட்டரையரிடமிருந்து, 'ஹோ' என்ற அலறல் கேட்டது. அந்த ஓசை கேட்கப் பயங்கரமாயிருந்தது. சற்று முன்னர் தன் மகளுடன் பேசிக் கொண்டிருந்த பழுவேட்டரையருக்குச் சிறிது நேரத்தில் நினைவு தப்பியது. உறக்கத்திற்கும், விழிப்புக்கும் இடைப்பட்ட நிலையிலே அவருடைய மனக் கட்டளையையும் மீறிப் பலபல எண்ணங்கள் தோன்றின. சில அவரையே பயமுறுத்தின. இதயத்தின் அடித்தளத்தில் கள்ள மனத்தில் இதுவரை மறைந்திருந்தவை அனைத்தும் பயங்கர ரூபமாக எழுந்தன. அவற்றை விரும்பாத இதயங்கூட அவற்றை வெறுத்துப் போராட முற்பட்டது. ஆனால் போர்க் களத்திலே ஏற்பட்ட புண்களாலும், முதல் நாள் மருத்துவர் அறுத்துச் சுட்டுச் சென்றதால் எழுந்த பெரும் வலியாலும், இரும்பு இதயங்கூட அவர் எதிரே தோன்றிய பயங்கரத்துடன் எதிர்த்துப் போராட முடியவில்லை. பஞ்சவன் மாதேவியிடம் அவர் சிறிது நேரத்திற்கு முன் பேசிய பேச்சுகளும், அதன் விளைவில் தோன்றியவையே. அவர் நெஞ்சிலே ஆயிரம் பேச்சுகள் எழுந்தன. ஆனால் வெளியிட முடியாத தடை ஒன்று அப்பேச்சுக் குவியல்களை அலறலாக மாற்றியது.

பழுவேட்டரையர் படுத்திருந்த கட்டிலுக்கு அருண் மொழியும் பஞ்சவன் மாதேவியும் ஓடி வந்தனர். அங்கேற் பட்ட கலக்கம், அரண்மனைத் தூண்களில் மோதி

எதிரொலித்தது. சபை மண்டபங்களிலும், உயர உயரமான விதானங்களிலும், சித்திர வேலைப்பாடு மிகுந்த வளைவுகளிலும், சிங்கார விளக்குக் கொத்துக்களிலும், பலகணிகளிலும், காலதர்களிலும், மேடைகளிலும், படிக்கட்டுகளிலும் எதிரொலித்தது.

பழுவேட்டரையர் விழிகள் ஒரே நிலையில் நின்றிருந்தன. காலன் அஞ்ச விழிக்கும் கொடிய விழிகள் கலக்கத்தை யெல்லாம் வென்றவைபோல் ஆடாது அசையாது நின்றன. எதிரேயுள்ளவர் இதயத்தையும் ஊடுருவி அறியக் கூடிய சக்தி பெற்ற அவர் விழிகள், இந்த உலகத்தின் இதயத்தையே ஊடுருவி அறிவது போல் ஆடாமல் அசையாமல் நின்றன.

"அப்பா... அப்பா..." என்று பஞ்சவன்மாதேவி அவர் மார்பு மீது வீழ்ந்து அழுதாள்.

மகளிடம் கருணை நோக்குடன் பேசும் அவர் விழிகள் பாசத்துக்கும், பந்தத்துக்கும் அப்பாற் பட்டவைபோல் நிலைபெற்று நின்றன.

அருண்மொழியிடம் தன் மகளை ஒப்படைத்துப் பெரும் ராஜதந்திரத்தில் வெற்றி கண்டுவிட்டது போன்று அக மகிழ்ந்த அவ்விழிகள். அருண்மொழி செய்வதை என்றுமே ஆமோதிப்பது போல் அப்படியே நிலைத்து நின்றன.

மருத்துவர்கள் விரைந்து வந்தனர். பழுவேட்டரையருக்கு ஏற்பட்ட அந்த முடிவு அவர்களுக்கும் அதிர்ச்சியைத்தான் அளித்தது.

வீரதீரரான பழுவேட்டரையரின் கதை முடிந்துவிட்டது. சோழ நாட்டின் ஒரு பிடி மண்ணைக்கூட மாற்றார் கவர விட அனுமதியாத பழுவேட்டரையரின் உடலிலிருந்து, உயிரைக் கூற்றுவன் கவர்ந்து விரைந்தோடிவிட்டான்.

காட்டுத் தீ போல் இந்தச் செய்தி நகரெங்கும் பரவியது. என்னதான் பழுவேட்டரையரிடம் கருத்து வேற்றுமை கொண்டிருந்தாலும், அவர் மறைவு குறித்துக் கேட்டதும் திடுக்கிட்டு, மக்கள் அரண்மனை நோக்கி விரைந்து வந்தனர்.

அத்தியாயம் 22
கதையும் கண்ணீரும்

வாகீசன் ஓவியம் வரைவதைக் கண்கொட்டாமல் பார்த்த வாறிருந்தாள் இன்பவல்லி. வெள்ளைத் திரைச் சீலை நொடியிலே வண்ணக் கோலம் பூணுவதைக் கண்டாள். அதே பச்சை, மஞ்சள் சிவப்பு நீலம்.

தாமரையின் நிறம் அங்கே முகமாகிவிடும். கருநீல வானின் வண்ணம் ஆடையாகப் பிரதிபலிக்கும். கருங்குயிலின் நிறம் கூந்தலாகிவிடும். சுற்றிப் படர்ந்திருக்கும் பச்சைச் செடிகளின் பசுமை நிறம் அங்கே கச்சையாகிவிடும்.. அழகிய மங்கை அங்கே அபிநயம் பிடித்து நிற்பாள். அவளுடைய செங் காந்தள் விரல்களில் இதயத்துணர்ச்சி பிரதிபலிக்கும். அவளுடைய வட்டக் கரிய விழிகள் இதயத்தின் ஆழத்தைச் சொல்லும். அந்தச் செவ்விதழ்களுக்குத் தான் எத்தனை திறமை! அவை துடிப்பால் பெரும் காவியத்தின் பொருளை யெல்லாம் கூறிவிடும்.

"எப்படி நீங்கள் இத்தகைய அற்புதத்தைச் சிருஷ்டித்து விடுகிறீர்கள்? உங்கள் கையிலிருக்கும் தூரிகைக்குள் மாய சக்தி மறைந்திருக்கிறதா? அல்லது உங்கள் விரல்களிலே அற்புதம் ஒளிந்து கொண்டிருக்கின்றதா?" இன்பவல்லி ஓவியன் வாகீசனைக் கேட்டாள்.

ஓவியன் தன் படைப்பைச் சற்று நிறுத்திவிட்டுத் திரும்பினான். இன்பவல்லி பேசிவிட்டாள்! இப்படியெல்லாம் புதுமைக் கேள்விகள் கேட்டு அவனுடன் பேச முடியாதவள் அன்று பேசிவிட்டாள். முதியவருடன் நேரம் போவது தெரியாமல் பேசிக்கொண்டிருக்கும் இன்பவல்லி தன்னிடம் பேசமாட்டாளா என்று அவன் ஏங்கியதுண்டு. அவளுடன் நெடுநேரம் பேசவேண்டும் என்பதற்காக ஏதாவது கேள்விகள் கேட்க முயன்றதுண்டு. ஆனால் இன்பவல்லி சுருக்கமாக விடை கூறி விட்டுப் போய்விடுவாள். அதற்கு மேல் அவன் வற்புறுத்துவதும் இல்லை. தன்னைப்பற்றித் தவறாக அவள் எண்ணி அங்கிருந்து போய்விட்டால்? அவன் வரையும்

சித்திரங்களில் ததும்பும் உயிர் போய்விடும். அந்த அமைதி நிறைந்த குடிலின் சூழ்நிலைக்கு ஏற்பட்ட புதுச்சோபை குன்றி விடும். அவளுடைய வருகையால் அவன் அறிந்துகொண்ட ஓவிய நுணுக்கங்கள் மறைந்து விடும். அவள் வந்திராவிடில் பலவித நடனத் தோற்றங்களை அவன் எப்படி அழகிய சித்திரங்களாக வரைந்திருக்க முடியும்?

அவன் கற்பனையிலே கானகம் தோன்றும்; கானம்பாடும் பறவைகள் தோன்றும்; மலை தோன்றும்; மடு தோன்றும்; மங்கையரின் எழில்கூடத் தோன்றிவிடும். ஆனால் அந்த இளமங்கையரின் பலவித முகபாவங்களை அவன் எப்படிக் கற்பனை செய்து கொள்வான்? அவன் இதயத்தில் பலகாலமாக ஊற்றெடுத்துப் பொங்கி நிற்கும் ஆர்வம் நிறைவேறுவதுதான் எப்படி?

கந்தர்வ உலகத்திலிருந்து வந்தவள் போன்று இன்பவல்லி வந்து சேர்ந்தாள். அவள் அழகை அவன் இமைகொட்டாமல் பார்த்திருக்கிறான். வட்ட வடிவமான முகத்தையும், இதயத்தைக் கவரத்தக்க விழிகளையும் மீண்டும் மீண்டும் பார்க்க வேண்டும் போல் அவனுக்குத் தோன்றும். குடமெடுத்து நீர்கொண்டு வரும்போது அவள் ஒயிலாக நடப்பதையும், மான்குட்டிக்குப் புல் கொடுக்கும்போது குனிந்து நிற்பதையும், கொடிகளிலே மலர் பறிக்கும்போது நிமிர்ந்து நிற்பதையும் கண்டு அவன் பரவசமடைந்திருக்கிறான். ஓவியம் எனும் எழிற்கலை இப்படி வடி வெடுத்து வந்து விட்டதோ என்றெண்ணுவான். அந்த ஓவியம் இன்று வாய் திறந்து பேசிவிட்டது. ஓவியம் மிக அருகில் வந்து நின்று பேசுகிறது.

அவன் உடல் சிலிர்த்தது. தேனைக் குழைத்தெடுத்தது போன்ற அவள் பேச்சின் இனிமை செவிகளில் ரீங்காரமிட்ட வண்ணம் இருந்தது. அவள் கேட்கிறாள்; 'எப்படி நீங்கள் இத்தகைய அற்புதத்தைச் சிருஷ்டித்து விடுகிறீர்கள்?'

அவனால் உடனே மறுமொழி கூற முடியவில்லை. தன் தூரிகைகளிலே மாய சக்தி நிறைந்திருப்பதாக எப்படிச் சொல்ல முடியும்? அவனே மிக ரசிக்கும் பொற்சித்திரங்களுக்கும் காரணம் அவளே தானா?

அவன் திரும்பினான். ''இன்பவல்லி! நீ கேட்கும் கேள்விக்கு விடை கூறுமுன்பு நான் கேட்கிறேன்; நீ சொல்...''

''என்னவாம்?''

''அற்புதமாக ஆடுகிறாயே, உன் ஆட்டத்தில் மின்னலின் வேகத்தைக் கொடுத்தது யார்? உனது அழகிய பாதங்களிலே ஏதாவது மாய சக்தி மறைந்திருக்கிறதா? நெளியும் கரங்களிலே அற்புதம் ஒளிந்து கொண்டிருக்கிறதா?''

இன்பவல்லி சிரித்துக்கொண்டாள். ''நான் கேட்ட கேள்வியைத் திருப்பி என்னிடமே கேட்கிறீர்களே... நான் பிறந்த போது என்னுடன் நாட்டியம் பிறந்தது. இங்கே இயற்கைச் சூழ்நிலைக்கு வந்தவுடன் அது வளர்ந்தது. தாங்கள் வரையும் சித்திரங்களைக் கண்டவுடன் அது சிறந்தது...''

''எனக்கு ஏற்பட்ட உணர்ச்சியை நீ திருப்பிச் சொல்கிறாய். நான் சொல்லட்டுமா? என்னுடன் சித்திரம் பிறந்தது. இந்தக் கூடத்திற்கு நான் வந்தவுடன் அது வளர்ந்தது. உன்னைக் கண்டவுடன் அற்புதம் வந்து சேர்ந்து கொண்டது!''

இன்பவல்லி அவன் முகத்தையே ஏறிட்டுப் பார்த்தாள். ''ஆமாம், இப்படியெல்லாம் சித்திரங்கள் எழுதி என்ன செய்யப் போகிறீர்கள்?''

''சோழ நாட்டில் கலையுணர்வே மங்கிவிட்டது. மீண்டும் சிற்பமும், சித்திரமும் சோழ நாட்டின் இரு கண்களாக வேண்டும். அவற்றுடன் இப்போது உன் நாட்டியமும் சேர்த்து விட்டது. இவற்றுடன் தஞ்சைக்குச் செல்வேன். சோழ அரசரிடம் சித்திரங்களைக் காட்டுவேன். அரண் மனையை அலங்கரிக்க வழி செய்வேன். உன் நாட்டியத் திறமையை அங்கு நீ சிறப்பாகப் புலப்படுத்தலாம்.''

தஞ்சை என்றவுடனே இன்பவல்லி திடுக்கிட்டாள். அதைப் புலப்படுத்தாமல், ''என் நாட்டியத்தால் இந்த நாட்டிற்கு என்ன நன்மை? என்னைவிடத் திறமை பெற்றவர்கள் எவ்வளவோ பேர் இருக்கிறார்கள். சோழ நாட்டை விட்டே போய்விட வேண்டும் என்று தானே நான் விரும்பினேன். மீண்டும் அந்த

எண்ணத்தை என் மனத்தில் விதைக்காதீர்கள்'' இன்பவல்லியின் குரலில் முதலிலிருந்த உற்சாகம் இல்லை.

அடுத்து என்ன பேசுவதென்றே ஓவியனுக்குப் புரியவில்லை. இன்பவல்லி அங்கிருந்து எழுந்து விட்டாள். அவள் மெல்ல நடந்து ஆற்றங்கரைக்குச் சென்றாள்.

''இன்பவல்லி, இன்பவல்லி!'' என்று ஓவியன் அழைத்தான். அந்தப் பக்கம் வந்த முதியவர், இன்பவல்லி மெல்ல நடந்து செல்வதையும், ஓவியன் கூப்பிட்டபடி திகைத்து நிற்பதையும் கண்டார்.

முதியவருக்கு அங்கே அவ்விருவரையும் காணும்போது உள்ளத்திலே ஆனந்தம் பொங்கும். கலையுள்ளம் கொண்ட இவர்கள், கருத்தொருமித்து வாழ வழி செய்ய வேண்டும் என்று எண்ணுவார். இன்பவல்லியின் பூர்வ கதை, அவருக்குத் தெரியாது. என்றாலும் அவளுடைய குணம் அவருக்குப் புது உற்சாகத்தையே அளித்துவிட்டது. ஓவியனின் குணமும், அவரைக் கவர்ந்திருந்தது. அவனுடைய இலக்கிய வாழ்க்கையும் அறிவும் ஆற்றலும் அவரைப் பெரிதும் கவர்ந்தன. இன்பவல்லியையும் ஓவியனையும் ஒரு நிலையில் வைத்துக் கற்பனை செய்து கொள்வார். இதுவரை அவர் இதயத்தில் மூடியிருந்த ஒருவிதத் திரைகூட, மெல்ல நகர்ந்ததுபோல் தோன்றியது. வாகீசனும் இன்பவல்லியும் அமர்ந்து பேசிக் கொண்டிருப்பதைக் கவனித்த அவர், புன்சிரிப்புடன் தம் பணிகளைக் கவனிக்கத் தொடங்கினார். சற்று நேரத்திற்கெல்லாம், 'இன்பவல்லி இன்பவல்லி' என்று அவன் கூப்பிடுவது கேட்டுத் திரும்பிப் பார்த்தார். இன்பவல்லி மெல்ல நடந்து கொண்டிருந்தாள்.

இதயத்தில் ஏதோ பெரும் பாரத்தைச் சுமந்து செல்பவள் போல், ஒவ்வோர் அடியாக வைத்துச் சென்றாள்.

''தம்பி! என்ன நேர்ந்தது? ஏன் இன்பவல்லி கோபங் கொண்டவள் போல் செல்கிறாள்? இருவரும், இதமான வார்த்தைகள் பேசிக்கொள்ள வேண்டும். கலைஞர்களுக்குக் கோபமே வரக்கூடாதே. சேருவதற்கு அரிதான ஒற்றுமை இங்கு நேர்ந்திருக்கிறது; நீ, சித்திர நிபுணன்; அவள்

நாட்டியத்தில் சிறந்தவள். உங்கள் இலட்சிய ஒற்றுமையால், இந்தப் பூலோகத்தில் சுவர்க்கத்தையே கொண்டுவந்து விடலாமே..." என்றார் முதியவர்.

அந்த நிலையிலும் அவனுக்குச் சிரிக்கத்தான் தோன்றியது. பிறகு, "இன்பவல்லிக்குக் கோபம் ஏற்பட்டிருக்க முடியாது பெரியவரே!" என்று கூறியவன், சற்று முன்னர் நடந்த வற்றைத் தெரிவித்தான்.

"சோழநாட்டை விட்டுப் போய்விட விரும்புகிறாளா? இதென்ன ஆச்சரியமாயிருக்கிறதே?" என்று கேட்டுக் கொண்டே முதியவர், இன்பவல்லியை நோக்கிச் சென்றார்.

இன்பவல்லியின் அருகே சென்று அமர்ந்த முதியவர், அவள் கண்களில் நீர் தளும்புவதைக் கண்டார்.

"இன்பவல்லி, ஏன் கண் கலங்குகிறாய்? இங்கு வந்த நாள்முதல், நீ குதூகலமாய் இருந்தாயே! நீ களிப்புடன் இருந்தது, என் துயரத்தையெல்லாம் போக்கியது. இப்போது, உனக்கு நேர்ந்த துன்பமென்ன குழந்தாய்?" என்று கேட்டார்.

'குழந்தாய்' என்று அவர் அழைத்தது, அவளைத் தாயின் மடியில் கிடத்திவிட்டது போன்றிருந்தது. மலர்த் தொட்டிலில் இட்டு, ஆட்டுவது போலிருந்தது. சங்குப் பாலாடையில் அமுதத்தை இட்டுப் புகட்டுவது போலிருந்தது.

இன்பவல்லி, கண்களைத் துடைத்துக் கொண்டு, திரும்பிப் பார்த்தாள். முதியவரின் முகத்தில் தோன்றிய பாச உணர்ச்சியை வார்த்தைகளால் வருணிக்க முடியாது. அவரது உள்ளன்பு சாதாரணமானதாகவும் தோன்றவில்லை.

"குழந்தாய், அவன் வேடிக்கையாக ஏதோ கூறியதைக் கேட்டு, நீ கோபித்துக் கொண்டு வந்துவிடலாமா?" என்றார் முதியவர்.

"கோபமா? எனக்கா?" என்று கேட்ட இன்பவல்லி, பிறகு தொடர்ந்து "எனக்குக் கோபமில்லையே" என்று சொல்லிச் சிரிக்க முயன்றாள் அவள்.

"பின் ஏன் அங்கிருந்து திடீரெனப் புறப்பட்டு வந்து விட்டாய்? தனியே அமர்ந்து ஏன் கண் கலங்குகிறாய்?"

"கலக்கம் கோபத்தால் ஏற்பட்டதன்று. என் வாழ்வை எண்ணித்தான் கலங்குகிறேன்."

"குழந்தாய்! உலகம் அறியாப் பருவத்தினள் நீ. அதற்குள் வாழ்வை எண்ணி வருந்துவானேன்? உன்னுடைய முன் நிலை எனக்குத் தெரியாது. நீ பட்ட துயரம் எனக்குத் தெரியாது. ஆனால், இப்போது நீ பாதுகாப்பான இடத்திற்கு வந்து சேர்ந்து விட்டாய். எனக்கும் இந்த இடம் புதிதுதான். சித்திரம் வரையும் தம்பியும் எனக்குப் புதியவன்தான். ஆனால் இங்கு வந்து சேர்ந்தவுடன், ஏதோ நூறாயிரம் ஆண்டு பழகி விட்ட உணர்வு உண்டாகிறது. உனது நாட்டியத் திறமையும், அவனது ஓவியத் திறமையும் சேர்ந்து, கந்தர்வ பூமியை இங்கு உருவாக்குகின்றன. நீ ஏனம்மா நல்ல இடத்தை விட்டுப் போக விரும்புகிறாய்...?"

"எனக்கு எங்கும் போக விருப்பமில்லை. எனக்கு இருக்கவும் விருப்பமில்லை. தஞ்சைக்குச் செல்ல வேண்டும் என்று அவர் கூறினார் தஞ்சை என்றவுடன், எனக்கு மறந்திருந்த நினைவுகள் மீண்டும் உருப்பெற்றன; அவை கண்ணீரை அழைத்து வந்தன... அதனால் தான்..."

"உன்னைப்போல் தான் நானும் குழந்தாய்! எனக்கும் எங்கே போகவும் விருப்பமில்லை; இருக்கவும் விருப்ப மில்லை. ஆனால், தஞ்சைக்கு மட்டும் விரைவில் செல்ல நான் துடிக்கிறேன். தஞ்சையைக் கண்டால் உனக்கு அவ்வளவு அச்சமா குழந்தாய்? பொன்னித் தாயின் புதுக் குழந்தை தஞ்சை, காவிரிப்பூம் பட்டினத்திற்கு இருந்த மகத்தான பெயர் தஞ்சைக்கும் கிடைக்கப் போகிறது. இந்தக் குடிலிலுள்ள ஓவியங்களைத் தஞ்சை அரண்மனைக்கு எடுத்துச் சென்று மாளிகையை அலங்கரிக்கச் செய்ய வேண்டும் என்பது தம்பியின் எண்ணம். அப்படியே உன் தெய்வீக நாட்டியத் தையும், அவர்களுக்கு அறிமுகப்படுத்துவது நல்லதுதானே? உன் நாட்டியங் கண்டு அரசர் மனமகிழ்வார். இப்போது அருண்மொழிவர்மர் என்ற இளவரசர் அரண்மனையில் இருக்கிறாராம். அவருக்குக் கலையின்மீது தணியாக் காதலாம்.

அரண்மனையில் வேறுயாரும் ரசிக்காவிடினும், அவர் ரசித்துப் புகழ்வார்; போற்றுவார். பரிசு வழங்குவார். உன்னை ராஜ நர்த்தகி ஆக்குவார்.''

இதைக் கூறிக்கொண்டிருக்கும்போதே இன்பவல்லி துள்ளி எழுந்தாள். ''ஐயா! போதும், போதும். மேலும் மேலும் பேசி, என்னை வேதனைக்குள்ளாக்காதீர்கள். என் நிலை தங்களுக்குத் தெரியாது. என் கதை தங்களுக்குப் புரியாது சோக நினைவுகளை மறைக்க முயன்றேன். இந்தச் சோலை அவற்றை மாற்றிவிடும் என எண்ணினேன். ஆனால், இங்கு பழைய எண்ணங்கள்தாம் உருவாகின்றன. அதற்காகவாவது கண்காணாத இடத்திற்குப் போய்விடலாம் என எண்ணு கிறேன்...'' என்று கூறிக் கொண்டே எழுந்தாள். மீண்டும் ஓடினாள்... முதியவரைத் திரும்பிப் பார்க்காமல் ஓடினாள்.

பஞ்சணை மெத்தையில்லை; அன்னத்தின் தூவியால் அடைக்கப்பட்ட தலையணையில்லை. வெறும் மண் தரையில், சரக்கொன்றை மரத்தடியில், இன்பவல்லி படுத்து விம்மிக் கண்ணீர் விட்டுக் கொண்டிருந்தாள், அவள் படுத்திருக்கும் இடம், யாரும் எளிதில் காண முடியாதது.

தஞ்சை மாளிகையில் அருண்மொழிவர்மர் எனும் இளவரசர்... அவருக்கும் கலையின் மீது தணியாக் காதலாம்... என்னை ராஜ நர்த்தகியாக்குவாராம்... ஐயோ! இதைக் கேட்கவா நான் இந்த மனித நடமாட்டமற்ற இடத்தில் இருக்க முடிவு செய்தேன்? பறவைகளின் குரலையும் ஓவியப் படைப்பையும் கேட்டும் பார்த்தும் ரசித்த வண்ணம் காலத்தை ஓட்டிவிடலாமென்று நினைத்த எனக்குச் சோழநாட்டு இளவரசரை நினைவுபடுத்துகிறார் பெரியவர். இன்னும் சிலநாட்கள் இருந்தால், எப்படியும் தஞ்சை அரண்மனைக்கு இவர்கள் அழைத்துச் சென்றுவிடுவர்...! இன்பவல்லி அந்தத் துயர நிலையிலும் மெல்லச் சிரித்துக் கொண்டாள். 'அருண்மொழிவர்மர் என்னை ராஜ நர்த்தகி ஆக்குவாராம்!... இப்போது வாய்விட்டே சிரித்தாள். அந்தச் சிரிப்பொலி கேட்டு, அருகே இருந்த புதரில் மறைந்திருந்த முயல் ஒன்று. 'குடுகுடு'வென ஓடியது.

"பாவம்! முதியவர் என்ன செய்வார்? என் மீதுள்ள அன்பினால் அவர் அப்படிச் சொல்லிவிட்டார். அவருக்கு என் கதை தெரியாது. அவருக்கு உண்மையைச் சொல்லிவிட வேண்டும். என்னைப்பற்றி அறிந்தால் அவர் அப்படி யெல்லாம் பேசியிருப்பாரா?"

அவள் எவ்வளவு நேரம் அவ்வாறு படுத்திருந்தாளோ, "இன்பவல்லி, இன்பவல்லி" என்ற குரல் கேட்டது. அவள் மெல்லத் தலையைத் திருப்பிப் பார்த்தாள்.

இன்பவல்லியின் மேல் சரக்கொன்றை மலர்கள் உதிர்ந் திருந்தன. அவளைச் சுற்றிப் பாய் போட்டது போன்ற மலர்கள்...

"இன்பவல்லி! கோபித்துக் கொண்டு வந்து இங்கே படுத்து விட்டாயா? இயற்கைத் தாய், உனக்குப் மலர்ப் போர்வையை அளித்திருக்கிறாள் பார்த்தாயா? உன் அழகுக்கு அழகு செய்ய மலர்கள் காத்திருக்கின்றன" என்றான் வாகீசன்.

இன்பவல்லி மெல்ல எழுந்து உட்கார்ந்தாள். வாகீசனை ஒருகணம் உற்றுப் பார்த்தாள். பிறகு தலையைக் குனிந்து கொண்டாள்; ஏதும் பேசாமல் நடக்கலானாள். அவனும் பின் தொடர்ந்தான்.

"இன்பவல்லி, நீ கோபங்கொண்டதால் எனக்கு ஒரு வேலையும் ஓடவில்லை. இன்றும் முழுமையும் ஒன்றும் செய்யாமல் சுற்றிச் சுற்றி வருகிறேன்..."

"நான் வருவதற்கு முன் உங்களுக்கு இப்படியெல்லாம் சோர்வு ஏற்பட்டதில்லை. உங்கள் மனதில் சலனமேற்படுத்த நான் வந்து சேர்ந்ததற்காக வருத்தப்படுகிறேன் கலைஞரே!"

"கலைஞரே... ஆகா... உன் செவ்விதழ் திறந்து இப்படி அழைக்கும்போது எனக்கு ஏற்படும் புத்துணர்வு, எத்தனை ஆயிரம் பொன் பரிசு கிடைக்கும்போதும் ஏற்படாது... நீ வந்தபிறகு அமைதியிலும் ஓர் இன்பம் ஏற்பட்டது. கலைப் பணியிலும் ஒரு கலகலப்பு ஏற்பட்டது."

"கலக்கமும் ஏற்பட்டது... இல்லையா?"

"கலக்கமில்லை இன்பவல்லி! வாழ்வின் ஒவ்வொரு கணுவிலும் நான் களிப்பினைக் கண்டேன்."

"நானில்லாமலேயே உங்களுக்குக் களிப்பும் குதூகலமும் ஏற்பட்டிருக்கும். அதே நிரந்தரமானதாகவும் இருக்கும்..."

"இல்லை, இன்பவல்லி! இல்லை. நிரந்தரமான இன்பத்தை உன்னிடம்தான் கண்டேன். இதைச் சொல்ல, நான் வேளையை எதிர்பார்த்தேன். இன்றுவரை அடக்கிக் கொண்டு வந்தேன்; நீயே வந்தாய். நீ பேசியவுடன்தான் எனக்குத் துணிவு பிறந்தது..."

"நான் தவறுக்கு மேல் தவறு செய்கிறேன்..."

"தவறன்று இன்பவல்லி! என் தாபம் தணிக்கும் நல்மருந்து உன் சொல்..."

"என்னைக் குழப்பும் வார்த்தைக்ள் ஏதேதோ பேசுகிறீர்கள்..."

"இல்லை... இல்லை உன்னைக் குழப்பவில்லை. குழம்பி இருப்பதும் நான்தான். உன்னை அணு அணுவாக நான் கவனித்து வந்தேன். உண்மையைச் சொல்வதில் தவறில்லை. என் இதயம் கலை என்னும் காவலையும் பலமுறை மீறியது."

"கலைக்குக் காவலில்லை... காவலும் கூடாது என்று சொல்வார்கள் பெரியவர்கள்."

"காவலை விரும்புபவன் நான். நீ காலையில் விழித்துக் கடவுளைத் தொழுதெழும்போது, உன் முகம் கண்டிருக்கிறேன். நீராட ஆற்றங்கரைக்குச் செல்லும் போது உன் நடையைக் கண்டிருக்கிறேன். மலர்பறித்து வரும்போது, தண்ணீர் சுமந்து வரும்போது, உணவு பரிமாறும்போது எல்லாம், உன் அங்க அசைவுகளைக் கண்கொட்டாமல் கண்டிருக்கிறேன். ஒருநாள், நீ மரத்தடியில் அயர்ந்து உறங்கிக் கொண்டிருந்தாய். உன் கூந்தல் அவிழ்த்து தவழ்ந்து படர்ந்திருந்தது. மூடிய கண் இமைகளைக் கண்டேன். தாமரை அரும்பை நினைப்பூட்டின. செவ்வுதடுகளைக் கண்டேன். இரு பவழங்களை நினைவூட்டின. உள் முகத்தின் வட்ட வடிவம் வரைந்த பிரம்மதேவன், மாபெரும் கலைஞனாக

இருக்கவேண்டும். உன் கரம் வளைந்து கிடந்தது; அது பளபளக்கும் இளம் மூங்கிலை நினைவூட்டியது..."

"ஐயோ, போதுமே... இப்படியெல்லாம் வருணித்து என் இதயத்தை வெடிக்கச் செய்யாதீர்கள். என் மனத்தைக் குழப்பிச் சித்தங்கெட்டு அலையச் செய்யாதீர்கள். என்னைத் தனியே விட்டுவிட்டுப் போய்விடுங்கள்... ஐயோ போய்விடுங்கள்..." இன்பவல்லி விம்மினாள்.

ஓவியனின் கரம், நொடி நேரத்தில் நீண்டது. விழி நீரைத் துடைத்தது. "அழாதே இன்பவல்லி! அழாதே. நான் சொல் வதையெல்லாம் சொல்லித் தீர்த்துவிடுகிறேன்... சொன்னால் தான் எனக்கு இதய அமைதி..."

"எனக்கு வேதனை..."

"வேதனை ஏற்படாது, இன்பவல்லி! என் சொல் முழுமையும் கேள்; நீ உறங்கும்போது உன் வடிவு முழுமையும் என் கண்கள் வழியே இதயத்தில் பதித்துக் கொண்டேன். அதனால், என்னுடைய ஒவ்வொரு செயலின் போதும், நீ அருகே இருக்க வேண்டும் எனும் வேகம் வளர்ந்தது. நீ ஆடிக் காட்டுவாய், அப்போது நான் அற்புத ஓவியம் வரைவேன். விழிகளிலே விதவித உணர்ச்சிகளைப் புலப்படுத்துவாய்; நான் அப்படியே வண்ணத்தில் வடித்துக் காட்டுவேன். நீ பேசு இன்பவல்லி, என் ஓவியத்திலுள்ள ஜீவனை யார் கொடுத்தது என்று? நான் சொல்லட்டுமா? நீ கொடுத்தாய். உன் தெய்வீகக் கலை கொடுத்தது. அற்புதம் அளித்த உன்னைப் பிரிய என்னால் எப்படி முடியும் இன்பவல்லி...?"

"ஐயா! உங்களுக்கு மிகவும் புண்ணியம் உண்டு ஐயா! என்னென்னவோ பேசி என்னைக் குழப்பாதீர்கள். ஐயா, நான் முன்பே நொந்துபோனவள். தாய் தந்தை அற்றவள். பிறந்த இடத்தையும் துறந்து விட்டு, ஆதரவு தேடிவந்த அனாதை நான். வந்தது முதல், எனக்கு ஏற்படும் எதிர்பாராத சம்பவங்கள், என் இதயத்தில் பெரும் மாறுதலை உண்டாக்கி வருகின்றன. என் தாய் கற்றுக் கொடுத்த நடனமும், இசையும் மட்டும் எனக்குத் துணையில்லையேல், என்றோ நான் இந்த

மண்ணுலகை விட்டுத் துறந்து போயிருப்பேன். மன வேதனை ஏற்படும்போது, யாழின் ஓசை எங்கோ கேட்கும். துன்ப நினைவு துளிர்க்கும் போது எனது பாதங்கள் தானாக இயங்கும். உடலில் சோர்வு ஏற்படும்போது, கரங்களும், கைவிரல்களும் துள்ளி எழும். அந்தக் கலையுணர்வால்தான், நான் இங்கே தங்கினேன். தாங்கள் வரையும் சித்திரங்கள் என்னைக் கவர்ந்தன. தங்களையும் எனக்குப் பிடித்திருந்தது.''

''என்னைப் பிடித்திருந்ததா இன்பவல்லி? ஆகா! இந்தச் சொல் ஒன்று போதுமே...''

''ஆமாம், தங்களைப் பிடித்திருந்தது, தாங்கள் என்னை ஏறிட்டு நோக்காதவரையில் தங்களைப் பிடித்திருந்தது, தாங்கள் என் மனத்தைக் குழப்பும் வார்த்தைகளைச் சொல்லாதவரையில்! ஐயோ, நீங்கள் இங்கிருந்து போக மாட்டீர்களா? ஹூம்... தாங்கள் ஏன் போக வேண்டும்? உங்கள் இடம் இது. முல்லைத் தீவிலிருந்தே நான் வெளியேறி வந்தபிறகு, எந்த இடம் தான் எனக்கு நிரந்தரம்? அமைதி யாயிருந்த தங்கள் மனத்தை அலைபாய வைத்து விட்டேன்...'' இன்பவல்லி இவற்றைச் சொல்லி முடிக்க வில்லை. முதியவர் இவ்வளவு நேரம் எங்கு நின்றாரோ? அவர் முன்வந்தார். ''என்ன சொன்னாய் குழந்தை? முல்லைத் தீவா? நீ பிறந்த இடம் முல்லைத் தீவா? விளக்கமாகச் சொல் குழந்தாய்...'' என்று பரபரப்புடன் கேட்டார்.

இன்பவல்லியும் ஓவியனும் ஒருகணம் திடுக்கிட்டனர். இன்பவல்லி எழுந்து நின்று, தன் மீதிருந்த மலர்களைத் தட்டிக் கொண்டு, முதியவர் முகத்தைப் பார்த்தாள்.

''ஆம், குழந்தாய்! நீங்கள் இருவரும் பேசிக் கொண்டிருந்ததை, நான் கேட்டுக் கொண்டு தானிருந்தேன். முல்லைத் தீவு என்றதும் என்னால் சும்மாயிருக்க முடிய வில்லை. இன்பவல்லி! நீ இந்த நாட்டைச் சேர்ந்த வளில்லையா...? சொல்லு இன்பவல்லி! சொல்லு...''

இன்பவல்லி சொன்னாள்: ''ஐயா பெரியவரே! நானே தங்களிடம் என் கதையைச் சொல்லிவிட வேண்டும் என்று தான் துடித்துக் கொண்டிருந்தேன். அன்றே சொல்லியிருந்

தால், எவ்வளவோ சங்கடங்களை மனவருத்தத்தைப் போக்கியிருக்கலாம். எனக்கு எவ்வளவோ துணிவைக் கொடுத்த ஆண்டவன், சிறிது அறிவாற்றலையும் கொடுத்திருந்தால், பல ஏமாற்றங்களிலிருந்து மீண்டிருக்கலாம். ஹூம்... போனதைப் பற்றிப் பேசிப் பயன் இல்லை. இன்றே, இப்போதே என்னைப் பற்றி முழு உண்மைகளையும் சொல்லி விடுகிறேன்" என்றாள்.

குடிலுக்கருகே வந்து உட்கார்ந்து கொண்டு இன்பவல்லி தன் கதையைக் கூறத் தொடங்கினாள். ஓவியன், தான் அங்கிருப்பது அவசியமில்லை என்பதுபோல் எழ முயன்ற போது, "நீங்கள் கட்டாயம் என்னைப் பற்றித் தெரிந்து கொள்ளவேண்டும்" என்று கூறி, அவனையும் கேட்க வைத்தாள் இன்பவல்லி.

இன்பவல்லி தன் கதையைச் சொல்லத் தொடங்கினாள்.

முல்லைத் தீவில் தான் பிறந்தது, வளர்ந்தது, எல்லாம் கூறினாள். ஒரு நாள் அயல்நாட்டுக் கலம் ஒன்று வந்ததைப் பற்றிக் கூறினாள். அந்தக் கலத்தினின்று கரை இறங்கிய ரத்தின வியாபாரியைப் பற்றிக் கூறினாள். ரத்தின வியாபாரியுடன், தான் கடற்கரை மணலில் இன்பமாய்ப் பொழுது போக்கியதைப் பற்றி கூறினாள். கடைசியாக, தான் அந்தத் தீவிலிருந்து புறப்பட்டு வந்தது வரை கூறினாள்.

அவள் ஒவ்வொன்றாகக் கூறிவரும்போது, பெரும் பரபரப்புக் கொண்டார் முதியவர். இன்பவல்லி சொல்லி முடித்ததும். "உன் தாயின் பெயர் என்னவென்று சொன்னாய் இன்பவல்லி?" என்று கேட்டார் ஆவலுடன்.

"என் தாயின் பெயர் சித்திரவல்லி."

"உன் தந்தையின் பெயர்?"

இன்பவல்லி பெருமூச்சுவிட்டாள். "என் தந்தையைப் பற்றி விசாரித்து அறிந்து கொள்ளவில்லை. ஏனென்றால், எனக்கு விவரம் தெரிந்தது முதல், அந்தத் தீவின் தலைவரைத் தந்தையாவும் பாட்டனாராகவும் மதித்தேன். அவர்தான் என்னைக் காப்பாற்றினார். அந்த மண்ணிலே பிறந்த அவர்

அந்த மண்ணிலேயே மறைந்த கொடூரத்தை என் கண்ணால் பார்த்தேன்...''

முதியவர் ஏதோ சிந்தனையிலாழ்ந்தார். ஆனால், வாகீசன் தொண்டையைக் கனைத்துக் கொண்டு, ''ரத்தின வியாபாரியைத் தேடிவந்ததாகக் கூறினாயே இன்பவல்லி! அவரைச் சந்திக்கவில்லையா?'' என்று கேட்டான்.

இன்பவல்லி, ஏமாற்றம் நிறைந்த சிரிப்பொன்றை உதிர்த்தாள்.

''ரத்தின வியாபாரியை எப்படியாவது கண்டுவிட முடியும் எனும் நம்பிக்கையில்தான் நான் சோழ நாட்டிற்கு வந்தேன். ஆனால், விதியென்னும் நிழல் என்னைத் தொடர்ந்து வருகிறதே. அவர் என்னைக் கண்டிருந்தாரானால், நான் ஏன் இந்த இடத்திற்கு வருகிறேன்?''

''உன்னை யாரோ கள்வர்கள் கவர்ந்து வந்ததாகவன்றோ கூறினாய்?''

''அவர் என்னைச் சந்தித்திருந்தால், கள்வர்கள் கவர்ந்து செல்லுமாறு விட்டிருப்பாரா?''

''அவரை நீ சந்தித்துவிட்டாயா?''

''சந்திக்கவில்லை... பார்த்தேன்... அவரை அணுக முயன்ற ஒவ்வொரு நொடியிலும் விதி குறுக்கிட்டுவிட்டது.''

மூவரும் மௌனமாயிருந்தனர். முதியவரின் கண்களில் ஏனோ கண்ணீர் தாரை தாரையாக வழிந்தோடியது. இன்ப வல்லி கூறிய கதை, முதியவரின் இதயத்தில் துயரத்தை மட்டு மின்றி, பல்வேறு நினைவுகளையும் எழுப்பிக் கொண்டிருந்தது.

அமைதி நிறைந்த அந்தப் பகுதியில், இன்னும் அதிகமாக அமைதி தாண்டவமாடியது. முதியவர் மரத்தடியில் உட்கார்ந்து எதையோ சிந்தித்த வண்ணம் இருந்தார்.

இன்பவல்லி கூறிய வரலாறு அவர் உள்ளத்தை நெகிழச் செய்திருக்க வேண்டும். இவ்வளவு காலம் பாச பந்தம் இல்லாமல், கல்லிலும் முள்ளிலும் அலைந்து கொண்டிருந்த

அவருக்கு, இப்போது பாச உணர்ச்சி வந்து சூழ்ந்தது. தன்னுடைய இளம் பிராய வாழ்க்கை முதல், நேற்றுவரை நடந்த சம்பவங்களை ஒன்றுவிடாமல் மீண்டும் நினைவுக்குக் கொண்டுவந்தார். அது ஒருவிதத்தில் மோனத்தவம் செய்வது போல் விளங்கியது. அவர் சுற்றுச் சூழ்நிலையை மறந்து விட்டார்.

வாகீசனும் அப்படியே தன்னைப்பற்றித் தானே கேள்விகள் கேட்டு அதற்கு விடையறிய முயன்று கொண்டிருந்தான். சித்திரக் கலையொன்றைத் தவிர, வேறு எதிலும் கருத்தைப் பதியவைக்காத நாம் எப்படி இன்பவல்லியின் புற அழகில் கருத்தைச் செலுத்தினோம் என்பதை அறிய மனத்திலேயே ஆராய முற்பட்டான். குழம்பியிருந்த மனத்தை ஒரு நிலைக்குக் கொண்டு வரும் நோக்கில், வேறு எதிலும் கவனத்தைச் செலுத்தாமலிருக்க முயன்றான்.

இப்படியாக இருவரும் தங்கள் அன்றாடப் பணிகளை மறந்திருக்கையில், இன்பவல்லி மட்டும், வழக்கத்தைவிட இன்னும் சீக்கிரம் கண் விழித்தாள். குடிலைப் பெருக்கினாள். ஒவ்வொரு பொருளையும் அவை இருக்குமிடத்தில் ஒழுங் காக வைத்தாள். வண்ணங்கள் குழைந்திருக்கும் கிண்ணங் களைச் சரிவரத் துடைத்தாள். புதுத் திரைச் சீலையை வெட்டி எடுத்து, மரச் சட்டங்களில் பதித்தாள். கரித்துண்டையும் மஞ்சள் கிழங்கையும் தேர்ந்தெடுத்துக் கூர்மைப்படுத்தி வைத் தாள். நீராடி வந்தாள். துணிகளைத் துவைத்து வந்து உலர்த்தி னாள். அவள் உள்ளம் வழக்கத்தைவிட மகிழ்வுடனிருந்த தால் பல பாடல்களின் அடிகளை முணுமுணுத்தாள். முதல் நாள் தன் கதையைக் கூறியதன் மூலம், தன் இதய பாரத்தைக் குறைத்துவிட்டதாக எண்ணினாள். ஆனால் கதையைக் கேட்டது முதல் ஏன் இப்படிப் பெரியவரும், ஓவியரும் மௌனத்திலாழ்ந்துவிட்டனர் என்பது, அவளுக்கு வியப்பாக இருந்தது. ஓவியரின் அமைதி அவளுக்குப் புரியவில்லை. சுறுசுறுப்புடன் காலை வேளையிலேயே தன் பணியைத் தொடங்கும் ஓவியர், இப்படி ஆகாயத்தைப் பார்த்தவாறு மணலில் படுத்திருப்பது கண்டு திகைத்தாள்.

'குடிலில் யாழ் இருந்தால் எடுத்து இன்னிசை மீட்டலாம். யாழின் ஒளி சோர்வுற்ற உங்களுக்குப் புதுச் சோபையை

எழுப்பாதா? சங்குமுக யாழை நந்திபுரத்து மாளிகையில் அன்றோ வைத்துவிட்டு வந்துவிட்டோம். யாழில்லாவிடின் என்ன? யாழில் மீட்ட வேண்டியதைக் குரலிலே மீட்டுவோம்...' என எண்ணினாள்.

இன்பவல்லி குடிலுக்குள் நுழைந்தாள். ஓவியம் வரையும் ஒவ்வொரு கருவியாக எடுத்து வந்தாள். அவள் நடையிலே நளினமிருந்தது; ஒருவிதத் துள்ளல் இருந்தது. இதுநாள் வரை சோர்வுற்றிருந்த உடலில் புத்துணர்வு பிறந்தது. பூக் கூடையை எடுத்து வந்து, குடிலின் அருகே அமர்ந்து, மாலை தொடுக்கத் தொடங்கினாள். அவள் வாய் முதலிலே பல பாடல்களை முணுமுணுத்தது. இப்போது வாய் திறந்தே பாடத் தொடங்கி விட்டாள்.

'குன்றெறிந்து குலம் காத்த குமரன்
வந்து காவானோ தோழி? காவானோ தோழி?
மன்றமும் பொதியிலும் மகிழ்ந்தே விளங்குவான்
மலையிடைப் பொழியிடை மலர்ந்து வாழ்வான்
இன்றிங்கு வந்தெனக் காணுதல் கூறியே
இடரொழித் தினிமை கூட்டுவனோ தோழி...'

'ஆகா! இந்தப் பாடலைப் பாடி எவ்வளவு காலமாகிறது? இப்போது எனக்கு என்ன இடர்? இடரெல்லாம் விட்டு இருக்கும் எனக்கு இனிமை கூறக் குமரன் வரவேண்டுமா? வேண்டாம் வேண்டாம்... என்னருகே இருந்து அருள்வதற்கு மட்டும் வரட்டுமே' இன்பவல்லி இப்படி எண்ணினாள். தானே சிரித்துக் கொண்டாள். இந்தப் பாடலை ஏன் நினைத்துக் கொண்டோம்? அது முல்லைத் தீவின் நிகழ்ச்சி களை நினைவில் கொண்டு வந்துவிடுமே. இந்தப் பாடல் இன்பத் தோற்றத்தை எதிர்கொண்டு நிறுத்துமே. எதை மறக்க வேண்டுமென்று விரும்புகிறோமோ அதை மீண்டும் நினைப்பதால் என்ன பலன்? பாடித்தானாக வேண்டும் என்றால் வேறு பாடுவோம்...

'மின்னாருருவே வேல் விளங்க
வெண்கொடி மாளிகை சூழப்
பொன்னார் குன்ற மொன்றுவந்து
நின்றது போலு மென்னாத

தென்னாவென்று வண்டு பாடுந்
தென்றில்லை யம்பலத்துள்
என்னாரமுதை யெங்கள் கோவை
என்று கொலெய்துவதே!'

இந்தப் பாடல், 'கணீ' ரென்றெழுந்தது. அந்த இடத்தின் அமைதியைக் கலைத்தது. நிசப்தமாயிருந்த இடத்தில் இசை வெள்ளம் அலை அலையாய்ப் பாய்ந்தது. மரங்கள் அசைந்தன. மரக் கிளைகளில் இருந்த பறவைகள், சிறகு களைப் 'படபட' வென அடித்துக் கொண்டன. மான்குட்டி, நிமிர்ந்து பார்த்தது. மயில் ஒன்று ஒயிலாக நடந்து வந்தது. கண்ணை மூடிக் கொண்டிருந்த முதியவரின் காதில், இந்தப் பாடல் விழுந்தது.

“....தென்னா வென்று பாடுந் தென்றில்லை யம்பலத்துள்' என்ற அடியைக் கேட்டுக் கண்விழித்தார். பாடலின் பொருள் கேட்டு எழுந்தார். 'இந்தப் பாடல் இந்தப் பெண்ணுக்குத் தெரிந்திருப்பதால் நிச்சயம் இவள் சோழ நாட்டைச் சேர்ந்தவள்தான்' என்று முடிவு செய்தார். வாகீசன் எழுந் தான். அந்தப் பாடல் அவனுக்குப் புத்துணர்வை ஊட்டியது. அவன் இன்பவல்லியை நோக்கி நடந்தான்.

இன்பவல்லியின் இனிய கீதம், அங்குள்ளோரின் செவிகளில் மட்டும் விழவில்லை; சற்றுத் தொலைவில் குதிரை மீது வந்து கொண்டிருந்த அருண்மொழியின் செவிகளிலும் வீழ்ந்தது.

அத்தியாயம் 23

பிரிந்தவர் கண்டனர்

அருண்மொழி, குதிரையை இன்னும் வேகமாகத் தட்டி விட்டார். காலை இள வெயில் சுள்ளென்று அடித்துக் கொண்டிருந்தது. மரங்கள் அடர்ந்திருந்த பாதை வழியே வந்து, பிறகு குறுக்கு வழியில் நுழைந்திருந்தபோது, ஒரே

மணல் வெளியாக இருந்ததால், அந்தக் காலை வெயில் மிகக் கடுமையாகத்தான் இருந்தது.

அருண்மொழி, இன்பவல்லியைத் தேடிப் புறப்பட்டு விட்டார். தஞ்சையில் பழுவேட்டரையரின் கடைசிக் காரியங் கள் முடிந்துவிட்டன. இடுகாட்டிற்குப் பழுவேட்டரையரின் உடலைச் சுமந்து சென்ற பெரும் ஊர்வலத்தில், ஏராளமான மக்கள் கலந்து கொண்டனர். பழைய பகையை மறந்தவராய், முன்னாள் குரோதம் மறந்தவராய், தனிப்பட்ட வெறுப்பு மறந்தவராய் மக்கள், ஏழை, பணக்காரர், அதிகாரி, புலவர், ஆடவர், பெண்டிர் என்று பலரும் ஊர்வலத்தில் கலந்து கொண்டனர்.

சோழநாட்டிற்கு சேர்ந்த அந்தப் பெரும் துக்க நிகழ்ச்சி நடந்து, இரு நாட்கள் கழித்து அருண்மொழி ஒருநாள் காலையில் இளையபிராட்டியிடம் வந்தார்.

"அக்கா, வந்தியத்தேவன் எங்கே?" என்று கேட்டார். குந்தவை, அருண்மொழியை ஒருமுறை ஏற இறங்கப் பார்த்து விட்டு, "எனக்கு எப்படித் தெரியும்? பழையாறையிலிருந்து நான் வந்த பிறகு அவரைப் பார்க்கவில்லை. ஒருவேளை, காணாமல் போன இன்பவல்லியைத் தேடிப் போயிருக்கலாம். நீதான் மறந்து விட்டாய் என்றால், வல்லவரையரும் அப்படியிருக்க முடியுமா?" என்றாள்.

அருண்மொழிக்கு இந்தச் சொல் இதயத்தில் தைத்தது, இளையபிராட்டி கேட்பதும் நியாயம்தானே! ஆதித்த கரிகாலரைக் கொன்ற குற்றவாளியை இன்னும் கண்டு பிடிக்கவில்லை. கண்டு பிடித்துத்தான் மறு வேலை என்று உறுதி பூண்டோம். உறுதியின் திசை பல்வேறு வேலை களால் தடைப்பட்டது. இன்பவல்லி சோழ நாட்டிற்கு வந்திருப்பதை அறிந்து கொள்ளவில்லை. அவளையும் யாரோ கவர்ந்து சென்றுவிட்டார்கள். அதையும் கண்டு பிடிக்காது தஞ்சை அரண்மனையில் இருந்துதான் என்ன பயன்? இளையபிராட்டி கேட்பது நியாயம் தான்.

"இன்பவல்லியை இன்னும் கண்டுபிடிக்கப் போகிறார்கள் இந்த நாட்டு மாவீரர்கள்! நமக்கு அதில் என்ன கவலை?

அவசரப்பட்டு உறுதிமொழியளிப்பதில் தானே காலம் கழிகிறது!'' என்றாள் குந்தவை.

அருண்மொழி, இதுபோன்ற சுடுசொல்லை இதுவரை இளைய பிராட்டியிடமிருந்து கேட்டதில்லை. என்ன மறு மொழி கூறுவது என்று தெரியாமல், ''அக்கா! இதோ இப்படியே கிளம்புகிறேன். பட்டமும், மகுடமும், உரிமையும் பிறகு இருக்கட்டும். இன்பவல்லியின் இருப் பிடத்தை அறிந்து, அவளைக் கவர்ந்து சென்ற பாதகர்களைக் கண்டுபிடிக்காமல் நான் தங்கள் முன் வரமாட்டேன்'' என்றார்.

இளையபிராட்டி மெல்ல நகைத்து, ''இன்பவல்லியைக் கண்டுபிடிப்பது உன் சொந்த நன்மைக்காக. முல்லைத் தீவிலேயே மீண்டும் சந்திப்பதாகக் கூறியவளைச் சோழ நாட்டிலாவது சந்திக்க வேண்டாமா? சந்தித்து அவளை அழைத்து வந்தால்தானே இந்த நாட்டு அரியணையிலமர் வதில் மூன்றாவது போட்டியும் ஏற்படும்?'' என்றாள்.

''அக்கா...'' என்று ஏதோ கூற வாயெடுத்த அருண்மொழி, அடக்கிக்கொண்டு, ''இப்படியே பேசிக் கொண்டிருக்க நேரமில்லை; நான் போகிறேன். என்னைத் தேடுபவர்களுக்கு, நான் போகுமிடம் பற்றி இப்போது கூறவேண்டாம்'' என்று சொல்லித் திரும்பிக்கூடப் பார்க்காமல் விரைந்தார்.

சாதாரண வீரனின் உடை அணிந்துகொண்டு, குதிரை மீது ஏறிக்கொண்டு அருண்மொழி புறப்பட்டார், இன்ப வல்லியைத் தேடி.

முதலில் நந்திபுரம் சென்று, அங்கே கார்மேகனையும், சுமதியையும் சந்தித்து, பழையாறையிலிருந்து சென்ற சிவிகையைப் பற்றிக் கேட்டறிந்தார். கார்மேகன் கட்டுண்டு கிடந்த இடத்தைக் காட்டச் சொல்லி, அங்கிருந்து தன் கூர்மையான அறிவைப் பயன்படுத்திப் பாதகர்கள் எப்படிச் சென்றிருப்பார்கள் என்று யூகித்துணர்ந்து செல்லலானார்.

இதற்கு முன்பே வந்தியத்தேவனும், சங்கரதேவனும் ரவிதாசன் வகையினரைத் தேடிச் சென்றிருந்தனர். சங்கர தேவனுக்குப் பெரும் மகிழ்ச்சி! வல்லவரையருடன் சேர்ந்து குதிரை மீதேறிச் செல்வதில் பெருமகிழ்ச்சி, அவ்வப்போது

தன் குதிரையையும், வந்தியத்தேவன் குதிரையையும், மாறி மாறிப் பார்த்துக் கொண்டான். வந்தியத்தேவன் குதிரை மீதமர்ந்திருக்கும் கம்பீரத்தைக் கண்டான். பல ஆண்டுச் சிறைவாசம் வல்லவரையரை அதிகமாகப் பாதிக்கவில்லை என்பது சங்கரதேவன் கருத்து. அவர்களுக்குப் பழு வேட்டரையர் இறந்த செய்தி தெரியாது.

இடையே சங்கரதேவன் பேச்சுக் கொடுத்தான்.

"ஐயா, நல்லவேளையாகப் பழுவேட்டரையருக்கு உங்கள் மீதிருந்த கோபம் மறைந்தது."

"ஏன், எதற்காக அப்படிச் சொல்கிறாய்? கோபம் மறைவதற்கும் நல்ல வேளை வேண்டுமா?"

"இல்லை... அவர் வேளக்காரப் படைத்தலைவர். அவருக்கு ஒருவரைப் பிடிக்கவில்லையென்றால் எங்களுக்கும் பிடிக்காது."

"அப்போது என்னையும் உனக்குப் பிடிக்காதிருந்தது அல்லவா?"

"இல்லை இல்லை மிகவும் பிடித்திருந்தது. தங்களது வீரதீர சாகசங்களைப் பற்றி, நான் சிறு வயதிலிருந்தே கேட்டிருக்கி றேன். தங்களைத்தான் இலட்சியமாகக் கொண்டு இருக்கி றேன்."

"வெளியே இது யாருக்கும் தெரியாதென்று நினைக் கிறேன். தெரிந்திருந்தால் உன் இலட்சியம் நிறை வேறியிருக்கும்."

வந்தியதேவன் கூறியது சங்கரதேவனுக்குப் புரியவில்லை. அவனுக்குப் புரியவில்லை என்பதை முகம் காட்டியது.

"சிறைக்கா?"

"ஆமாம்; என்னை இலட்சியமாகக் கொண்டிருப்பதனால், நான் சிறையிலிருந்தால் நீயும் சிறையில் இருக்க வேண்டாமா?"

வந்தியத் தேவன் இப்படிக் கூறியதன் உள்ளர்த்தம் தெரியாமல், சங்கரதேவன் சிரித்தான்.

"அதுமட்டுமில்லை; என்னை ஆதரிப்பதாகத் தெரிந்திருந் தால், உன்னையும் பாதாளச் சிறையில் தள்ளியிருப்பார்கள்" என்றான் வந்தியத்தேவன்.

"ஆகா! அந்தப் பாக்கியம் கிடைக்காமல் போய்விட்டதே. சிறையில் உங்களோடு இருந்திருந்தால் எவ்வளவோ கற்றுக் கொண்டிருப்பேன்."

"என்னிடம் என்ன அப்படி, 'எவ்வளவோ' இருக்கிறது?"

"ஆமாம்; உங்களிடம் நான் பல கற்கவேண்டும்."

"ஆமாம்; நிறையக் கற்கவேண்டும். உனக்கு முன் கோபம் வருமா?"

"ஹி ஹி ஹி வராதே."

"எனக்கு வரும். அதை நீ கற்றுக்கொள்ள வேண்டும்."

"ஹி... ஹி... ஹி..."

"பத்துப்பேர் சூழ்ந்து தாக்க வரும்போது, சட்டென்று கத்தியை உறையில் போட்டுக் கொள்ளத்தெரிய வேண்டும்."

"ஐயோ, அவர்கள் பிடித்துக் கொள்வார்களே..."

"அங்கேதான் சாமர்த்தியம் இருக்கிறது. சட்டெனத் தாவிக் குதித்து, ஓடிவிடக்கூடிய திறமை ஏற்படும்..."

"ஓகோ! புரிந்தது. மந்திரம் தெரிந்திருக்க வேண்டும். ஆமாம் ஐயா, தங்களுக்கு மந்திர தந்திரம் தெரியுமோ...?"

"ஓ! மந்திரம் தந்திரம் எல்லாம் தெரியும், தந்திரத்தையும் மந்திரமாக்குவேன்."

"வேடிக்கையாகப் பேசுகிறீர்கள்... எனக்கு வேடிக்கை யாகப் பேச வராதே..."

"முன்கோபம் வராது; மந்திரம் தெரியாது; வேடிக்கை யாகப் பேசவராது.. பிறகு என்னை இலட்சியமாகக் கொண்டு என்ன பிரயோசனம்...?"

"தாங்கள் அவற்றைக் கற்றுத் தாருங்கள். பழு வேட்டரையர், இனித் தவறாக நினைக்கமாட்டாரே தாங்கள் தானே, இந்த நாட்டுச் சேனாதிபதியாகப் போகிறீர்கள்."

வந்தியத்தேவன், திரும்பி சங்கரதேவனை ஒரு முறை பார்த்தான். பிறகு "ரொம்பவும் சாமர்த்தியமாகப் பேசு கிறாயே" என்று சொல்லி, "நான் படைத்தலைவராகப் போகி றேன் என்று உனக்கு யார் சொன்னது?" என்றான்.

"நான் தான் சொல்கிறேன்!"

"என்மீது சுமத்தப்பட்டிருக்கும் குற்றத்திலிருந்து முழுமையும் நான் நீங்கும்வரை, அந்தப் பொறுப்புள்ள பதவியை நான் எப்படி ஏற்பது?"

"பழுவேட்டரையரே, உங்களை நிரபராதி என்று கூறி விட்டாரே!"

"ஆனால், தண்டித்தது நீதிமன்றம் என்பது நினைவிருக் கட்டும். மீண்டும் நீதிமன்றத்தார் தான் என் அவப்பெயரை நீக்க முடியும்..."

"நீதிபதியிடம் நான் வாதாடுவேன்..."

"அதற்கு ஏற்றபடி உண்மைக் குற்றவாளியைத் தேடி நிறுத்தினால்தான் முடியும்..."

"நாம் தேடிக் கண்டுபிடிப்போம். சோழநாட்டில் இப்போது விரோதிகளின் நடமாட்டம் அதிகமாகி விட்டது."

"அதை அடக்கவே போகிறோம். இன்பவல்லி எனும் பெண்ணைத் தூக்கிக் கொண்டு போய்விட்டதை மட்டுமா நாம் கண்டுபிடிக்கப் போகிறோம்? இன்னும் பல உண்மைகள் வெளிப்படும் பார்."

சங்கரதேவன் மேலும் உற்சாகமடைந்தான். குற்றவாளி களைக் கண்டுபிடித்து, வல்லவரையரின் மாசு நீக்கித் தானும் அவருடன் நற்பெயர் பெறவேண்டும் எனும் எண்ணம் மனத்தில் எழுந்தது.

அவர்கள் புறப்பட்டுச் சென்று மறுநாள்தான், அருண் மொழியும் கிளம்பினார். வந்தியத்தேவன், வழியில் யார் யாரையோ சந்தித்து விசாரித்தான்; ஒன்றும் தடயம் கிடைக்க வில்லை. கடைசியில் கொள்ளிடக்கரையில் இருபுறமும் அடர்ந்திருக்கும் காட்டின் எல்லைக்கு வந்தியத்தேவனும், சங்கரதேவனும் வந்து சேர்ந்தார்கள். அந்தப் பகல்

வேளையிலும், எங்கோ நரி ஊளையிடும் ஓசை கேட்டது. தொலைவிலே ஏராளமான பறவைகள் திடீரெனப் பறந்து செல்வதும் வந்தியத்தேவனுக்குத் தெரிந்தது.

இரு குதிரைகளையும் மறைவான இடத்தில் கட்டிவிட்டு, அருகேயிருந்த மரத்தின்மீது இருவரும் ஏறி அமர்ந்து கொண்டார்கள்.

"திடீரென, ஏன் இங்கே மரத்தில் ஏறிவிட்டீர்கள்?" என்று கேட்டான் சங்கரதேவன்.

"அதோ கொத்துக் கொத்தாய்ப் பழங்கள் இருக்கின்றனவே. அதைப் பறித்துத் தின்னத்தான், பசிக்கிறதே..."

"சொன்னால் நான் ஏறிப் பறித்திருப்பேன்... உங்களுக்கேன் இவ்வளவு சிரமம்?"

"உன் அன்பையெல்லாம் இன்னும் சிறிது நேரம் கழித்துப் புலப்படுத்து. நாம் இருவரும் அந்த மரத்தடியில்தான் இன்றையப் பொழுதைக் கழிக்க வேண்டும்."

"ஏன்?"

"அப்படியெல்லாம் கேட்கக்கூடாது. நான் சொல்வதைச் செய். செய்வதைப் பார்."

வந்தியத்தேவன் குரலில் சற்று கடுமையிருந்தது. சரியென் பதன் அடையாளமாகச் சங்கரதேவன் தலையாட்டினான்.

"இந்தக் காட்டுப் பாதையில் தங்கியிருப்பதற்குப் பயமாயிருக்கிறதா? பேய், பிசாசு, ரத்தக் காட்டேரி எல்லாம் வரும். நான் எல்லாவற்றையும் பார்த்திருக்கிறேன். ரத்தம் ரத்தம் என்று, ஒரு பிசாசு அலறும்... நீ பயப்படுவாயா?"

"எனக்கு என்ன பயம்? நான் வீரன்."

"வீரனைக்கூடக் கதிகலங்க அடித்துவிடும்."

"உங்களுக்குத்தான் மந்திரம் தெரியுமே."

சங்கரதேவன் துணிவுடன் மறுமொழி கூறுவது வந்தியத் தேவனுக்கும் பிடித்திருந்தது. எனினும் சிறுபிள்ளை; காதல்

அனுபவம் இப்போதுதான் அவனுக்கு ஏற்பட்டிருக்கிறது என்பது வந்தியத்தேவனுக்குத் தெரியும். வரும்போது சுமதியைத் தான் சந்தித்தது பற்றியும், தன் உள்ளத்தில் அவள் எப்படி நிறைந்துவிட்டாள் என்பதையும் சங்கரதேவன் சொல்லிக் கொண்டு வந்தான்.

வந்தியத்தேவனுக்குச் சிரிப்பு வந்தது. "மரத்தின் மேல் உட்கார்ந்து கொண்டிருக்கும்போது, சுமதியைப் பற்றி நினைத்துக் கொண்டே இருந்தால், தூங்காமல் விழித்துக் கொண்டிருக்கலாம்" என்றான். சங்கரதேவனை வெட்கம் சூழ்ந்தது.

வந்தியத்தேவன் மரத்தின் மீது ஏறி அமர்ந்து கொண்ட காரணம், சங்கரதேவனுக்குப் புரியவில்லை. எனினும், அதில் ஏதோ முக்கியத்துவம் இருக்கிறதென்பதை உணர்ந்து கொண்டான். காட்டில் நடுவே ஏற்பட்ட நரியின் ஊளையிடும் குரலும், பறவைகள் திடீரெனக் கூட்டமாகப் பறந்ததும், அங்கே மனித நடமாட்டம் இருப்பதைத் தெரியப்படுத்தின. காத்திருந்தால், அந்தப் பகுதியில் ஏதாவது அதிசயம் நடக்கும் என்பதை வந்தியத்தேவன் உணர்ந்தான். நண்பகல் இருக்கலாம். யாரோ வரும் அரவம் கேட்டது. இவர்கள் மறைந்திருந்த இடத்திற்குச் சற்றுத் தொலைவில் செல்லும் ஒற்றையடிப் பாதை வழியே காளாமுகர் சென்று கொண் டிருப்பது தெரிந்தது. ஆனால் காளாமுகர்கள் சோழநாட்டில் அங்கொருவர் இங்கொருவராக இருந்து, தங்கள் மதப்பற்றை விடாமல் நடத்திவருவதைக் கேள்விப்பட்டிருக்கிறான். "காளாமுகர் காட்டிற்குள்ளிருந்து வருகிறார் என்றால், அவரைச் சேர்ந்தவர்கள் எவரேனும் அங்கே இருக்க வேண்டும்; இல்லாவிடில் ஏதாவது ரகசிய காரியத்திற்காக அந்தக் காளாமுகர் அந்த இடத்தைப் பயன்படுத்துவதாக இருக்கலாம். நரபலி, மனித ரத்தம் தேடுதல், போன்ற ஏதாவது நடவடிக்கையில் அவர் ஈடுபட்டிருக்கலாம்" என்றான் வந்தியத்தேவன்.

வந்தியத்தேவனும் சங்கரதேவனும் கொள்ளிடக் காட்டில் மரத்தில் மறைந்திருந்த அதே நேரத்தில், அருண்மொழி அங்கு

எழுந்த பாடலின் ஒலிகேட்டு, அது வந்த திசை நோக்கி விரைந்தார். பாட்டின் ஓசை அண்மையில் கேட்டது. அதோ அந்த மரங்களின் மறைவிலிருந்து கேட்கிறது, சந்தேகமே இல்லை; அது இன்பவல்லியின் குரல்தான். முல்லைத் தீவில் கேட்ட அதே பாடல் அருண்மொழி குதிரையிலிருந்து இறங்கி, அதை நிழலில் கட்டிவிட்டு மெல்ல இசை வந்த இடம் நோக்கி வந்தார்.

அதோ! இன்பவல்லி! அருண்மொழி உடல் படபடத்தது. முல்லைத் தீவில் மீண்டும் வந்து சந்திப்பதாகக் கூறி வந்த பிறகு, கடைசியில் இங்குதான் அவளைச் சந்திக்குமாறு நேருகிறது. இது எந்த இடமோ? அவளைக் கவர்ந்து சென்றவர்கள் எப்படிப்பட்டவர்களோ? ஆனால், இன்ப வல்லியின் குதூகலமான நிலையைப் பார்த்தால், அவள் பாடுவதைப் பார்த்தால், அவள் மலர் தொடுப்பதைப் பார்த்தால், அந்த இடம் பயங்கரமான இடமாயிருக்க முடியாது என்பது அருண்மொழிக்குத் தோன்றியது.

'இந்த இடத்திற்கு இன்பவல்லி எப்படி வந்தாள்? இவளைக் கவர்ந்து வந்தவர்கள் இங்கு இருக்க முடியாது. அப்படி யானால் மக்கள் நடமாட்டமற்ற பகுதியில், அமைதியாகக் குடில் அமைத்துக் கொண்டிருக்கும் இவர்கள் யார்?' என்பவை அருண்மொழியின் மனத்தில் கேள்விகளாய் எழுந்தன.

அருண்மொழி அங்கிருந்து மெல்ல நடந்து, அருகே உள்ள ஆற்றங்கரைக்குச் சென்றார். நடு ஆற்றில் வரும் தண்ணீரின் சலசலப்பு அவரை அழைத்தது. மணலில், வெயிலின் சூடு மெல்ல மெல்ல ஏறிக்கொண்டிருந்தது. நீரில் ஒரு கை யெடுத்துக் குடித்து, முகத்தைக் கழுவிக்கொண்டு திரும்பினார்.

இன்பவல்லி குடத்துடன் அங்கு வந்து கொண்டிருந்தாள். அருண்மொழி இன்பவல்லியைப் பார்த்துவிட்டார். இவ்வளவு காலமாக யாரை நேரிடையாகச் சந்திக்கவேண்டு மென்று இன்பவல்லி காத்திருந்தாளோ, அவரை அவள் எதிர்பாராத விதமாகச் சந்தித்துவிட்டாள்.

அத்தியாயம் 24

வந்து விட்டாயா, வந்தியத் தேவா!

காளாமுகர் கைத்தடியை ஊன்றிக்கொண்டு, அந்த மரத்தடிக்கு வந்துவிட்டார். வந்தியத்தேவன் சைகை செய்யவே சங்கரதேவன் மரத்தினின்று தொப்பென்று குதித்தான். தொடர்ந்து வந்தியத்தேவனும் இறங்கினான். காளாமுகரைச் சிறிதுநேரம் பின் தொடர்ந்து பிறகு, சட்டென வந்தியத்தேவன், "யாரய்யா அது? நில்லுங்கள்!" என்றான்.

காளாமுகர் திரும்பிப் பார்த்தார். நிற்காமல் விரைந்து சென்றார். அவரது நடையின் வேகத்துக்குத் தகுந்தபடி வந்தியத் தேவனாலும், சங்கரதேவனாலும் நடக்க முடியாமல் இருந்தது. ஒன்றையடிப் பாதையைத்தாண்டி, மீண்டும் அடர்ந்த மரங்கள் நிறைந்த இடத்திற்கு வந்தவுடன், காளாமுகர் நின்று, "இன்னுமா தொடர்ந்து வருகிறீர்கள்? காட்டுப்பாதையில் நடப்பது கஷ்டமாக இருக்குமே?" என்றார்.

வந்தியத்தேவன் நின்றான். அந்தக் குரல், எங்கோ எப்போதோ கேட்பதுபோல் இருந்தது. ஆனால் அதை யோசிப்பதற்கு இப்போது நேரமில்லை. இவர் நாம் 'கேட்ட கேள்விக்கு மறுமொழி கூறாமல், நம்மையே திருப்பிக் கேட்கிறாரே?' என்று எண்ணிய வந்தியத்தேவன், "அது சரி ஐயா! கூப்பிடக் கூப்பிடப் போய்க்கொண்டிருக்கிறீர்களே ஹும்..." எனச் சற்று அதட்டும் குரலில் கேட்டான்.

"கூப்பிட்டுக் கொண்டிருந்தாயா? ஒரு தடவை கூப்பிட்டது தான் காதில் வீழ்ந்தது" என்று சொல்லி, மெல்ல நகைத்தார் காளாமுகர், வந்தியத்தேவனுக்குக் கோபம் வந்தது.

"ஏனய்யா சிரிக்கிறீர்கள்? நாங்கள் யார் என்று தெரியுமா?"

"ஓ! தெரியுமே! நீ வல்லவரையன்தானே? உன்னைப் பார்த்திருக்கிறேன். அந்தப் பிள்ளையைப் படைவீரர்கள் நடுவே பார்த்ததாக நினைவு" என்றார்.

வந்தியத்தேவன் திடுக்கிட்டான். ‘இந்தக் காளாமுகர் பொல்லாதவராக இருப்பார் போலிருக்கிறது. என் பெயரைச் சொல்கிறார். சங்கரதேவனைப் பார்த்திருப்பதாகக் கூறுகிறார். ஹூம்... இவர் பெரிய மர்ம மனிதராக இருப்பார் போலிருக் கிறதே’ என்று ஒரு கணம் எண்ணினான். பிறகு “அது தெரிந்து தான் கூப்பிட்டும் திரும்பிப் பார்க்காமல் நடந்தீரோ?” என்றான்.

“நீ கூப்பிட்ட இடத்தில், அதிக நேரம் நின்று பேச முடியாது தம்பி?” என்றார் காளாமுகர்.

“தம்பி என்றழைக்கிறாரே, மரியாதைகூடக் கொடுக்கத் தெரியவில்லை” என்று சங்கரதேவன் நினைத்தான்.

“ஏன்? அங்கு நின்றால் ஆபத்தோ?” என்று கேட்டான் சங்கர தேவன். காளாமுகர் மெல்ல நகைத்தவாறு சொன்னார்.

“ஆமாம் ஆபத்துதான். நீங்கள் குதிரைமீது வந்ததே ஆபத்து. அதை மரத்தடியில் கட்டியது ஆபத்து, மரத்தின் மீது ஏறிப் பதுங்கிக்கொண்டதும் மிகமிக ஆபத்து... இந்தக் காடு பயங்கரமான இடம். தெரியாதா?”

“தெரியும் ஆபத்தான இடம் என்று தெரிந்துதான் வந்தோம். ஆபத்தானவர்களையெல்லாம் பூண்டோடு ஒழிக்கவே வந்திருக்கிறோம்.”

“வேல், வில் அம்பு ஈட்டி எல்லாம் கொண்டு வந்திருக் கிறீர்களா?”

“அவை எதற்கு? இந்த உடைவாள் ஒன்று போதுமே!”

“வாளால் சிறுத்தையைக் கொல்வீரா? மத யானையை மடக்குவீரா? ஓநாயை ஓட்டுவீரா?”

“நாங்கள் வேட்டையாட வரவில்லை.”

“பூண்டோடு ஒழிக்க வந்திருக்கிறேன் என்கிறீர்களே?”

“ஆமாம்; உங்களைப் போன்ற ஆபத்தானவர்களை யெல்லாம் ஒழிக்க வந்தோமேயல்லாமல், வேட்டையாட வன்று. உங்களை இப்போது குதிரையோடு சேர்த்துக் கட்டப்

போகிறோம். சொல்லிவிடுங்கள்; நடுக் காட்டிலிருந்து வந்தீர்களே, அங்கு யார்யார் இருக்கிறார்கள்?"

வந்தியத்தேவனின் இக் கேள்விக்கு, உடனே மறு மொழி கூறாமல் மௌனமாயிருந்தார் காளாமுகர். பிறகு தன் சடை முடியை ஒரு முறை தடவிக்கொண்டு, "எவ்வளவு குதிரைகள் கொண்டு வந்திருக்கிறீர்கள்?" என்று கேட்டார்.

"அதைப்பற்றி உமக்கென்ன? இரண்டு குதிரைகள்."

"ஒன்றில் என்னைக் கட்டிவிடுவீர்கள் இல்லையா? மற்றொன்றில்?"

"இன்னும் உம்மைப் போன்றிருப்பவர்களைக் கட்டி விடுவோம்."

"அங்கே, ஒரே ஒருவர்தாம் இருப்பதாக உமது எண்ணமோ?"

"சதிகாரர்கள் எவ்வளவு பேர் இருப்பினும் அவர்களைப் பிடித்துவிடுவோம். குதிரையின் ஒவ்வொரு காலுக்கும் ஒவ்வொருவராகக் கட்டிவிடுவோம்."

"ஆகா! ஆகா! வீரம்! மிகப் பெரிய வீரம்! அதுவரையில் அவர்கள் கையைக் கட்டிக் கொண்டிருப்பார்கள் இல்லையா?"

"ஐயா, காளாமுகரே! வம்பு பேசுகிறீர்கள். இப்படியே எமது நேரத்தை வீணாக்கி, இருட்டியதும் நரிபோல் ஊளை யிட்டுக் கொலைகாரர்களை வரச் செய்து எம்மை ரத்த பலி கொள்ளலாமென்பது தானே உமது அந்தரங்கம்?"

"ஆமாம் ஆமாம் எப்படிச் சரியாகக் கண்டு பிடித்து விட்டீர்கள்? நீங்கள் இருவரும் நல்ல பருவம் பூத்து நிற்கும் இளைஞர்கள். உங்கள் இருவருக்கும் திருமணமாகவில்லை. அப்படிப்பட்டவரின் ரத்தத்தைத் தான் மகா பைரவர் கேட்கிறார். உங்கள் தலைகளைப் பலி பீடத்தில் வைத்து வாள் கொண்டு ஒரே போடாகப் போட்டு வெட்டி விடுவோம். உங்கள் தலைகள் தொலைவில் போய் விழுந்து துள்ளும். செங்குருதி அங்கே பொங்கிப் பாயும்; மண்தரை

செந்நிறமாகும். துள்ளி விழுந்த தலை உருண்டு கிடக்காமல், அப்படியே கழுத்தோடு நின்றால், அந்த உயிர் உடனே மலர் விமானத்தில் ஏறிக் கயிலையங்கிரிக்குப் போய்விடும். அவ்வாறின்றி உருண்டு விட்டால் அந்த உயிர் இங்கேயே சுற்றிக் கொண்டிருக்கும். இந்தக் காட்டிலே சுற்றும். காட்டிலே இருக்கிறார்களே எனது நண்பர்கள் ரவிதாசன், பரமேச்வரன், மாறன் நம்பி, மகுடப்பன், தேவபூதன், இன்னும் இரு குள்ளத் தடியர்கள் அவர்களைச் சுற்றும், அங்கே புதைக்கப் பட்ட பொன் நாணயங்களைச் சுற்றி வரும். ஹா ஹா ஹா! வந்தியத்தேவா! நீயும் தான் வாணகப்பாடி நாட்டினின்று சோழநாட்டிற்கு ஏதோ பெரிய வில்லை முறித்து விடுவது போல் வந்து சேர்ந்தாய். வில் முறியவில்லை. உன் மனம்தான் முறிந்து வருகிறது. சிறையிலே வாடினாய். இப்போது பல பசியுடையவர்களிடம் சிக்கி உயிரையே மாய்த்துக் கொள்ளப் போகிறாய். எந்த வேளையில் நீ சோழ எல்லையில் பிரவேசித் தாய் தம்பி? பொன்னும் பொருளும் சேர்க்கக் கற்றுக் கொண்டாயா? என் நண்பன் மகாகெட்டிக்காரன். தஞ்சைப் பொக்கிஷத்திலிருந்து தேவையான அளவுக்குப் பொன் நாணயங்கள் கொண்டு வந்து விட்டான். பாண்டியனுக்கு உதவியதுபோக நிறைய நிலங்களாக வாங்கிச் சேர்த்து விட்டான். பத்துத் தலைமுறைக்குப் போதும் செல்வம். சரி... உனக்கு ஓர் உதவி செய்கிறேன்... நீயோ இளைஞன்; உனக்கு வாழ்நாளில் அடைய வேண்டிய இன்பங்கள் ஏராளமாக உள்ளன. வீணாக உயிரை மாய்த்துக் கொள்ள வேண்டுமா? உன்னை ரவிதாசனிடம் அழைத்துச் செல் கிறேன். நீ மூட்டை கட்டிக் குதிரையில் ஏற்றிச் செல்லும் அளவுக்கு உனக்குப் பொன் நாணயங்கள் தரச் சொல்கிறேன். இப்படியே திரும்பி உன் சொந்த ஊருக்குப் போய்விடு. நானும் உன் ஊருக்கு ஒரு முறை போயிருந்தேன். வயதான ஒரு மூதாட்டியைச் சந்தித்தேன். உன் பாட்டியா அவர்கள்? வந்தியத்தேவா! நான் சொல்வதைக் கேள். தள்ளாத வயதுடைய என்னையும் துன்புறுத்தாதே. நீயும் உயிரைப் போக்கிக் கொள்ளாதே! பொன் வேண்டுமா?..." என்று காளாமுகர் கூறி வரும்போது, வந்தியத் தேவனுக்கும் சங்கர தேவனுக்கும் ரோமாஞ்சலியே ஏற்பட்டது. காளாமுகர் மிகப்

பயங்கரமானவர் என்பதை வந்தியத்தேவன் புரிந்து கொண்டான். ரவிதாசனைப் பற்றிக் காளாமுகர் குறிப்பிடுவதால், இந்தச் சதிக் கூட்டத்தைச் சேர்ந்தவராகவே இவரும் இருக்க வேண்டும் என முடிவு செய்தான். 'ரத்த வெறி பிடித்த காளாமுகரும், பாண்டிய நாட்டு ஆபத்துதவிகள் எனக் கூறிக்கொண்டு பழிவாங்கும் மனப்பான்மையுடன் உலவும் ரவிதாசன் கூட்டத்தாரும், நம்மிடம் சரியான வகையில் சிக்கிக் கொண்டனர்' என ஒரு கணத்தில் மகிழ்ச்சி கொண்டான். சிறையிலிருக்கும் போது, தன்னை அடிக்கடி வந்து சந்தித்து, தப்பி ஓடிவர வற்புறுத்திய பரமேச்வரனும் காட்டின் நடுவே இருக்கிறான் ஆகா என்ன அற்புதமான சந்தர்ப்பம்! வந்தியத்தேவன் உடலில் ஒரு பரபரப்பு ஏற்பட்டது.

காளாமுகரின் ரத்த வெறிப் பேச்சுக்கு அவன் சிறிதும் அஞ்சவில்லை.

"ஓகோ! தலை தரையில் தான் துள்ளிவிழுமா? ஒரே வெட்டில் தலை மூன்று பனை உயரம் போகுமாறு செய்ய உங்கள் கும்பலால் முடியாதா? காளாமுகரே! உமது பயமுறுத்தலுக்கு நான் அஞ்சமாட்டேன். ரத்தவெறி பிடித்த ரவிதாசன் கோஷ்டியினரைத் தேடித்தான் நான் இங்கு வந்தேன். தன்னந்தனியாக நடுக்காட்டிற்குள் செல்லுவேன். நான் கற்ற வாள் வீச்சுத் திறமையால் அவர்களைச் சரணாகதி அடையச் செய்வேன். அதுவரை சங்கரதேவன் உம்மைக் காவல் காத்துக் கொண்டிருப்பான். அப்படி எனக்கு ஏதாவது நேர்ந்து விட்டால், இவன் உமது உயிரையே காலபைரவருக்கு விருந்தாக்கி விட்டுத் தஞ்சைக்கு விரைந்து செல்வான். அதனால் காளாமுகரே! பத்து வருடங்களுக்கு முன்பு ஆடிய நாடகத்தைப் போல் இனியும் ஆடமுடியாது. என் உயிர் நண்பரும், மாவீரருமான ஆதித்த கரிகாலரை இது போன்று நாடகமாடிக் கொன்றதை மறந்து விடவில்லை. பழிக்குப்பழி வாங்கவே நான் இதோ வந்திருக்கிறேன். சங்கரதேவா! இவரை இங்கிருந்து நழுவவிடாமல் நான் பார்த்துக் கொள்கிறேன். நீ போய்க் குதிரையைக் கொண்டு வா. ஒரு குதிரையில் இவரைச் சேர்த்துக் கட்டி விடுவோம்; பிறகு நான் நடுக்காட்டிற்குச் சென்று, அங்குள்ள ஓநாய்களையும், நரிகளையும் பிடித்துக் கொண்டு வருகிறேன்..." என்றான்.

காளாமுகர் கடகடவென நகைத்தார். சங்கரதேவன் சற்றுத் தயங்கினான்.

"ஏன் தயங்கினாய் சங்கரா? ஒருகணம் தாமதித்தாலும் ஆபத்து ஏராளம். உம்! போ!" என்று கூறி அவனை அனுப்பி விட்டுக் காளாமுகரை நோக்கி, "ஏனய்யா சிரிக்கிறீர்கள்?" என்று அதட்டலுடன் கேட்டான்.

"உன் அவசரத்தை எண்ணிச் சிரிக்கிறேன்..."

"இன்னும் சிறிது நேரத்தில் கண்ணீர் விடுவீர்கள்..."

"ஆம்... ஓர் ஒப்புயர்வற்ற வீரர், அனாதையாக, நடுக் காட்டில் ரவிதாசனிடம் சிக்கி மாண்டு போவதற்காகக் கண்ணீர் விடுவேன்..."

"அகம்பாவமான பேச்சு..."

"இல்லை. அன்பான பேச்சு. வந்தியத்தேவா! உன்னை எனக்கு மிகவும் நன்றாகத் தெரியும். துடுக்குத் தனமும், அவசரத் தனமும் நிறைந்த இளம் வாலிபனாக நீ காஞ்சி யினின்று தஞ்சைக்கு வந்த நாளிலேயே தெரியும். இன்னும் உன்னை விட்டு, அவசரப்புத்தி மறையவில்லையே என எண்ணும்போது வேதனைதான் ஏற்படுகிறது..."

"உமக்கு ஏனய்யா வேதனை? பிணங்களுடனும், ரத்தச் சேற்றுடனும் உறவாடும் உமக்கு வேதனைகூட இருக்கிறதா? விரோதி ஒழிந்தான் என்று மகிழ்ச்சியடையாமல் வேதனைப் படுவது கபடநாடகம் என்று சொல்கிறேன். சங்கரதேவா, ஏன் நிற்கிறாய்? போ! உடனே குதிரையைக் கொண்டுவா!"

"வந்தியத் தேவா! ரத்தமும் நிணமும் எனக்கு விளை யாட்டுப் பொருளல்ல! மகாதேவருக்கு அளிக்கும் நைவேத்யப் பொருள். எப்போதும் அந்த நிவேதனம் அளிக்க மாட்டோம்."

வந்தியத்தேவன் மௌனமாக நின்றிருந்தான். காளாமுகர் தொடர்ந்து கூறினார்:

"ஒரு மண்டலத்துக்கு ஒரு முறை தக்க அடையாளங் களுடன் கூடிய இளங் குருத்துத்தான் மகேச்வரருக்குப் பிரீதியாக அளிப்போம். அந்த அங்க அடையாளங்களுடன்

கூடியவன் நீ நடுக்காட்டிற்கு ரவிதாசனைத் தேடிச் சென்ற வுடனேயே அவனுக்கு என் நினைவு வந்துவிடும். ஆண்டவனுக்குப் பிரீதி செய்ய நான் அவனிடம் கேட்டுவந்த பலிப் பொருள் கிடைத்து விட்டதென்று மகிழ்ச்சியில், உடனே உன்னைக் கட்டிப் போட்டு விடுவான். அதை நினைக்கும் போதுதான் என் மனம் வேதனைப்படுகிறது.'' காளாமுகரின் குரலில் பரிவு தென்பட்டது.

"ஆகா! என் மீது உமக்கு என்னய்யா அவ்வளவு பரிவு! உம்மைப்பற்றி நானல்லவா பரிவு காட்ட வேண்டும்? இவ்வளவு நாள் யதேச்சையாக அலைந்து கொண்டிருந்த உம்மை இன்று கண்டுபிடித்து விட்டேன். தஞ்சைக்கு அழைத்துச் சென்று நல்ல மரியாதையெல்லாம் செய்ய வேண்டும். நான் இருந்த பாதாளச் சிறை ஒருவரும் இல்லாமல் சும்மாயிருக்கிறது. அங்கே அமைதியாக இருக்கலாம். அங்கே தாங்கள் படும் அவஸ்தையை நினைக்கும்போது உம்மீது எனக்கு அனுதாபம் உண்டாகிறது'' என்றான்.

அதற்குள் சங்கரத்தேவன் ஒரு குதிரையை அழைத்து வந்தான்.

"என்ன! ஒன்றை மட்டும் கொண்டு வந்திருக்கிறாயே..." என்றுகேட்ட வந்தியத்தேவன், ''சரி இவரைக் கட்டக் கயிறு வேண்டுமே; இங்கு ஏதாவது உறுதியான கொடி, ஆலமர விழுது கிடைக்கிறதா, பார்க்கிறேன் நீ இவரைக் கவனமாகப் பார்த்துக் கொண்டிரு. காளாமுகரே! குதிரைமீது ஏறிக் கொள்ளும். கயிறு வந்தவுடன் கட்டிவிட வசதியாயிருக்கும்'' என்று கூறிவிட்டுக் கயிறு தேடிச் சென்றான்.

காளாமுகர் குதிரையைக் கூர்ந்து பார்த்தார். சங்கரதேவன் அவரைக் கம்பீரமாகப் பார்த்தான்.

"சாமி! உங்களுக்கு ஏன் சாமி இந்த வம்பெல்லாம்? சிவனே என்று கிடக்காமல், காடு மேடுன்னு ஏன் சுத்தறீங்க?'' என்று கேட்டான்.

காளாமுகர் ஒருகணம் திடுக்கிட்டார். "என்னை உனக்குத் தெரியுமா தம்பி?'' என்று கேட்டார்.

''நீங்க யாரா இருந்தா என்ன? பார்த்தா நல்லவர்களாகத் தோணுறீங்க... ஆனா இப்படிக் காட்டு மனிதர்களைப் போல் நரபலி கொடுத்து வாழவேண்டாம்...'' என்றான் சங்கர தேவன்.

''சிவபிரான் காட்டிலே அலையும் தெய்வம்தானே? அவருக்குப் பூஜை செய்ய நான் காட்டு மனிதரானால் நல்லது தானே? நீங்கள் மட்டும் என்ன செய்கிறீர்கள்? போர்வீரர் என்ற பெயர் பூண்டு யுத்த தேவதைக்கு மனிதத் தலைகளைப் போர்க்களங்களில் காணிக்கையாக்குகிறீர்களே...! அரசர் ஒருவருடைய சுக சௌக்கியங்களுக்காக, விருப்பு வெறுப்பு களுக்காக நீங்கள் 'ரத்த ஆறு' ஓட விடுகிறீர்கள். அதைவிடக் காளாமுகர் செய்கை சரிதானே?'' காளாமுகர் புன்முறு வலுடன் கேட்டார். சங்கரதேவன் மறுமொழி ஏதும் கூற வில்லை.

''தம்பி! நான் கேட்டதில் ஏதாவது தவறு இருக்கிறதா!'' காளாமுகர் மீண்டும் கேட்டார். தன்னிடம் வீண் பேச்சு வளர்க்க காளாமுகர் விரும்புகிறார் என்று எண்ணிச் சங்கரதேவன் மௌனமாக இருந்தான். வந்தியத்தேவன் நொடிக்கொருதரம், ''சங்கரதேவா! எச்சரிக்கையாயிரு!'' என்று குரல்கொடுத்துக் கொண்டிருந்தான்.

''தம்பி! நீ ஏதும் பேசமாட்டாய் என்பது எனக்குத் தெரியும். பேசினால் உன் மனம் எங்காவது மாறிவிடப் போகிறது என்று அஞ்சுகிறாய் போலிருக்கிறது. இல்லையா?'' என்று காளாமுகர் மீண்டும் கேட்டார்.

சங்கரதேவன் அலட்சியமாச் சிரித்துவிட்டு, ''நான் ஏன் அஞ்சுகிறேன்? கொள்கையில் என் உறுதியை யாரும் அசைக்க முடியாது. நீங்கள் சிவபிரானுக்குப் பலியிடும் ஒரே நோக்கத்துடன் இருந்தால் பொறுத்துக் கொள்ளலாம். ஆனால் நாட்டு விரோத நடவடிக்கையில் ஈடுபடுகிறீர்கள்...'' என்றான்.

''நானும் கவலைப்படவில்லை. இளையவனே! நானும் கொள்கையில் உறுதியுடையவன். என் உயிர் போனாலும் கொள்கையை விடமாட்டேன். உம்... அது போகட்டும். இது யார் குதிரை? நீ கூப்பிட்டவுடனேயே வந்து விட்டதே?''

"ஏன்? என் குதிரை தான். அழைத்தால் வரும். செல் என்றால் செல்லும். ஓடு என்றால் ஓடிவிடும்." என்றான் சங்கரத்தேவன்.

"ஓகோ! நல்ல குதிரை. பழக்கப்பட்ட குதிரை இல்லையா?" என்று தட்டிக் கொடுத்துவிட்டு, "என்னைக் குதிரையிலே கட்டி விடுவதாக வல்லவரையர் சொல்லிவிட்டுப் போகிறார்... ஹூம் தேர்க் காலில் துருபதனைக் கட்டிக் கொண்டு வந்த கதை கேட்டிருக்கிறேன்... என்னைக் குதிரையோடு சேர்த்துக் கட்டிவிடப் போகிறீர்கள் இல்லையா?"

"ஆமாம் இது என்ன கேள்வி?"

"இல்லை... இப்போதே ஏறி உட்கார்ந்து கொள்ளலாம் என்று நினைக்கிறேன். நிற்க முடியவில்லை" என்று சொல்லியவாறு காளாமுகர் குதிரை மீது லாவகமாக ஏறி அமர்ந்தார். அவர் கையிலிருந்த தண்டம் நழுவி விழுந்தது. சங்கரதேவன் அதை எடுப்பதற்காகக் குனிந்தான். இமைப் பதற்குள் காளாமுகர் தன் இரு கால்களையும் குதிரையின் இடுப்பில் உதைத்து, 'போ!' என்றார். குதிரை துள்ளிக் குதித்துப் பறந்தது.

சங்கரதேவன் திடுக்கிட்டான். சிறிது தூரம் புரியாமல் ஏதோ குரலில் கத்திக்கொண்டு ஓடி நின்றான். அவன் உடல் படபடத்தது. பெரும் தோல்வி நேர்ந்துவிட்டது போன்ற அவமானம் தோன்றியது. பயம் பிறந்தது. வல்லவரையர் வந்தால் என்ன சொல்வது என்று அவன் துடித்தான்.

வந்தியத்தேவன் இங்கும் அங்கும் சுற்றிவிட்டுச் சிறிது நேரம் கழித்துத் திரும்பி வந்தான். கட்டுவதற்கு ஏதும் கிடைக்க வில்லை; தொலைவில் வரும்போதே "சங்கர தேவா, எச்சரிக்கையாயிருக்கிறாயா?" என்று குரல் கொடுத்து வந்தான்.

'எச்சரிக்கை... உம்! எச்சரிக்கையாகத்தான் இருந்தேன். ஒரு நொடியில் ஏமாற்றி விட்டாரே அந்தக் காளாமுகர்! அவர் சாதாரண ஆளாக இருக்க முடியாது. தந்திரம் மிகத் தெரிந்த வராக இருக்க வேண்டும். பயங்கரமானவராக இருக்க வேண்டும். அப்படிப் பட்டவரை நழுவ விட்டுவிட்டோமே!

இதனால் எனக்கு எப்பேர்ப்பட்ட அவப் பெயர் வரப் போகிறதோ... அவப்பெயர் ஏன்? குதிரை மேல் ஏறி ஒரு நொடியில் அந்தக் கொடியவரைப் பின் தொடர்வோம்...' என்று தன் குதிரை கட்டப்பட்டிருக்கும் இடம் நோக்கி ஓடினான்.

எதிரே வந்தியத்தேவன் வந்துவிட்டான். படபடப்பும் அவசரமும் நிறைந்து சங்கரத்தேவன் ஓடுவதைப் பார்த்த வந்தியத்தேவன் வியந்து அவனைத் தடுத்து நிறுத்தினான்.

“ஐயா, அவர் ஓடிவிட்டார்...'' என்று சங்கர தேவன் இரைக்க இரைக்கக் கூவினான்.

காளாமுகர் ஓடிவிடுவார் என்று வந்தியத்தேவன் எதிர் பார்க்கவில்லை. அவரைக் கொண்டு பல உண்மைகள் அறிய எண்ணியிருந்தான்; காளாமுகர் ஓடிவிட்டார். சங்கரதேவன் நொடியில் ஏமாந்துவிட்டதைக் குறித்து ஒரு வார்த்தை கூடப் பேசவில்லை. ஏனெனில் தவறு அவன் மீதும் இருக்கிறது. காளாமுகரைக் கட்டிப் போடக் கயிறு தேடிச் சென்றது அவ்வளவு புத்திசாலித்தனமல்லவே!

“ஓடிவிட்டாரா? வெகுதூரம் சென்றிருக்க முடியாது. ஓடு! ஓடு! அவரைத் தொடர்ந்து ஓடு! அவர் செல்லும் இடம் தெரிந்து ஓடு! அவர் கிடைக்காவிடில், தஞ்சைக்குச் சென்று இளவரசரிடம் தெரிவித்து ஏராளமான வீரர்களுடன் வந்து இந்தக் காளாமுகரைச் சூழ்ந்துகொள்ளச் செய். அதற்குள் நான் சதிகாரர்களைக் கண்டு பிடித்து விடுவேன்'' என்றான்.

சங்கரதேவன் மறுமொழி ஏதும் பேசாமல் நொடியில் குதிரை மேலேறி, காளாமுகர் சென்ற திசை நோக்கி விரைந் தான். காளாமுகர் என்ன மாயவாதியா? அவர் போன அடிச் சுவடே தெரியவில்லையே? எங்கே போயிருப்பார்? சங்கர தேவன் ஓரிடத்தில் இறங்கிக் கூர்ந்து நோக்கினான். வேகமாகப் பதிந்த குதிரைக் குளம்படி தெளிவாகத் தெரிந்தது. அதைக் குறியாக வைத்துக்கொண்டு விரைந்தான். ஆனால் ஓரிடத்தில் புதர்களும், செடிகளும், கொடிகளும் நசுக்கப்பட்டு, இடை வெளி ஏற்பட்டிருப்பதறிந்தான். அந்த இடத்துடன் குளம்படியும் முடிந்தது.

அங்கே பாதையினின்று பிரிந்த குதிரையைக் குறுக்கு வழியாகக் காளாமுகர் செலுத்திச் சென்றிருக்க வேண்டும். சங்கரதேவனும் அந்த வழியாகக் குதிரையைச் செலுத்தினான்.

மரக்கிளைகள் பல குறுக்கிட்டன. அங்கெல்லாம் குனிந்து செல்ல வேண்டியிருந்தது. எப்படியும் காளாமுகரைக் கண்டு பிடித்து விடுவது என்று வேகமும் ஆத்திரமும் மூண்டெழச் சங்கரத்தேவன் விரைந்தான்.

வந்தியத்தேவன் நடுக்காட்டிற்குள் செல்லும் ஒற்றை யடிப்பாதை வழியாகச் செல்லலானான். அவன் உடலில் புதுத் தெம்பு இருந்தது. மிகப்பெரிய காரியமொன்றைச் சாதித்துவிடப் போகிறோமென்ற உணர்வு அவனுள்ளத்தில் நிறைந்திருந்தது. மிகக் கவனமாக அவன் நடக்கலானான். மரத்தின் மீதிருந்து யாராவது வலையை வீசி அவன் கழுத்துக்குச் சுருக்கு மாட்டலாம். கீழே பெரும் பள்ளத்தை இலேசாகப் புதர் மூடியிருந்து, கால் வைத்தவுடன் அது சரிந்து, தான் பள்ளத்தில் வீழ்ந்து விடலாம். அல்லது எந்தக் கணத்திலும் தன்னைச் சுற்றிச் சதிகாரர்கள் சூழ்ந்து விடலாம். வந்தியத்தேவன் எச்சரிக்கையுடன் உடைவாளின் மீது ஒரு கரத்தை வைத்துக்கொண்டே நடந்தான்.

'ஞொய்' என்ற ஒருவித ஒலி எழுந்து, அமைதியான காட்டின் அமைதியை அதிபயங்கரமாக ஆக்கிக் கொண் டிருந்தது. வந்தியத்தேவன் நடக்கும்போது இலைச் சருகுகளில் கால் பதிந்து, 'சரக் சரக்' என்று ஒலியை எழுப்பின. வெயில் நன்றாகக் காய்ந்து கொண்டிருந்ததால், அந்த அடர்ந்த கானகத்தின் உயர்ந்த மரங்களின் கிளைகளில் இடுக்குகள் வழியாகச் சூரியனின் மெல்லிய ரேகைகள் அங்கொன்றும் இங்கொன்றும் வீழ்ந்து வந்தியத்தேவனுக்கு வழி காட்டின.

வந்தியத்தேவனுக்கு இந்த அனுபவங்கள் புதியனவல்ல. ஆனால் இன்னும் சற்று நேரத்தில் யார் யாரை எதிர்ப்படப் போகிறோமோ என்ற பரபரப்பில் நடந்து கொண்டிருந்தான். அந்தக் காடு ஒன்றும் அவ்வளவு பெரிய காடன்று. ஆனால் முட்செடிகள் நிறைந்திருந்தன. மரங்கள் செழித்து வளர்ந்து அடர்ந்திருந்தன. பல இடங்களில் முட்கள் வந்தியத்தேவன் உடலில் சிறு கீறல்களை உண்டாக்கின. பல இடங்களில் குனிந்து வளைந்து செல்ல வேண்டியிருந்தது. 'காளாமுகர்

இந்த வழியாகவா வந்திருப்பார்? இருக்காது, வேறு எளிய வழியிருக்கும். இல்லாவிடில் இந்த வயதான காலத்தில் நம்மைப் போல் அவரால் எப்படி முடியும்? அதனுடன் இவ்வளவு சுற்று வழியில் வருவாரானால், சதிகாரர்கள் ஒவ்வொரு தடவையும் வருவதற்கு எவ்வளவு நேரத்தை எடுத்துக்கொள்வார்கள்?'

வந்தியத்தேவன் சற்று நின்று யோசித்தான். ஓரிடத்தில் மரங்களின்றி அடர்ந்த புதர்களே வெகு தொலைவுக்கு இருந்தன. வந்தியத்தேவன் மளமளவென அருகிலிருந்த உயர்ந்த மரம் ஒன்றின்மீது வேகமாக ஏறினான். ஏறிக் கொண்டே இருந்தான். இனி ஏற முடியாது என்ற நிலையில் உயரக் கிளை மீது ஏறி அமர்ந்து கொண்டான்.

முதலில் அவன் கண்களுக்கு ஏதும் புலப்படவில்லை. பிறகு தன் வாயில் விரலொன்றை அழுத்திக் கொண்டு ஒரு வித ஒலி எழுப்பினான். மீண்டும் அதே வித ஒலி எழுப்பினான். உயரமான மரத்திலிருந்து ஒலி எழுந்ததால் அது நான்கு திசைகளிலும் கேட்டது. அந்த மரத்தில் இருந்த பறவைகள் சடசடவெனப் பறந்து சென்றன.

அவன் எதிர்பார்த்து நடந்துவிட்டது. அவன் எழுப்பிய அதே குரல் எதிரொலித்தது போன்ற குரல் எங்கோ சன்னமாக ஒலித்தது கேட்டது. தொடர்ந்து கேட்டது. வந்தியத்தேவன் காது கொடுத்துக் கேட்டான். ஒலிவந்த திக்கு புரிந்து விட்டது. இனியும் தாமதம் செய்யக்கூடாது என்று வந்தியத்தேவன் மளமளவென்று மரத்திலிருந்து இறங்கினான். ஒலிவந்த திக்கை நோக்கிச் சென்றான். சற்று நேரத்தில் மரங்களற்ற பகுதிக்கு வந்து சேர்ந்தான். ஒன்றும் முளைக்காத கட்டாந் தரைப் பகுதி சிறிது தொலைவுக்கு இருந்தது. புல், பூண்டெதுவும் முளைக்காமல் எப்படி அந்த இடத்தில் இருக்க முடியும்? வந்தியத்தேவன் அந்தப் பகுதியில் மெல்லக் காலடி வைத்துச் சென்றான். பல இடங்களில் பூமி அமுங்கியது; பாதங்கள் புதை மணலில் சிக்குவனபோல் உள்ளே சென்றன. மீண்டும் மரங்கள்; புதர்கள்; செடிகள்.

வந்தியத்தேவன் சற்று நின்று கூர்ந்து கவனித்தான். சில காலடிகள் தென்பட்டன. அவற்றைத் தொடர்ந்து சென்ற

போது ஓரிடத்தில் வந்தியத்தேவன் திடுக்கிட்டு நின்றான். கண்களை நன்றாகத் துடைத்துக் கொண்டு குனிந்து நோக்கினான். பளபளவென மின்னும் இரு நாணயங்கள் தெரிந்தன. வந்தியத்தேவன் அவற்றைக் கையில் எடுத்துக் கொண்டான்.

சோழநாட்டு நாணயம்! தங்க நாணயம்! நடுவே குத்து விளக்கு; இருபுறமும் மீனும் அம்பும்; மறுபுறம் பாயும் புலி. ஆகா! மதுராந்தக சோழ தேவர் புதிதாக உருவாக்கி வெளியிட்ட பொன் நாணயங்கள். மண்ணிலே கிடந்தாலும் பளபளப்புக் குறையாத நாணயங்கள். இங்கே நடுக்காட்டில் கவனிப்பாரற்றுக் கிடப்பானேன்? வந்தியத்தேவன் அந்த நாணயங்களை வைத்துக் கொண்டு திரும்பித் திரும்பிப் பார்த்தான். உள்ளங்கையில் வைத்துக்கொண்டு தேய்த்துப் பார்த்தான். பளபளப்பு இன்னும் அதிகமாகியது.

அந்த நாணயத்திலிருந்து பழைய சம்பவங்கள் மின்னின. நாணயச் சாலைக்கும், பாதாளச் சிறைக்கும் இருந்த கள்ளப் பாதை; அதன் வழியே பரமேச்வரன் அவ்வப்போது வந்து தன்னிடம் பேசியது; அவன் திருட்டுத் தனமாக வெளியே அனுப்பிய நாணயங்கள் பாண்டிய நாட்டிற்குச் சென்றன எல்லாம் கணத்தில் தோன்றி மறைந்தன. தன்னையும் அன்றே தப்பி வந்துவிடுமாறு அவன் சொன்னான். தப்பி யிருந்தால், இதோ இது போன்ற காடுகளில் காலங் கழிக்க வேண்டியிருக்கும். தன்னையும் சதிகாரர்கள் பட்டியலில் சேர்த்து விடுவார்கள். என்றுமே சோழநாட்டு விரோதியாக இருக்க வேண்டியிருக்கும். அல்லது நற்பெயரை நிலை நாட்டப் பாடுபட வேண்டியிருக்கும். நல்லவேளை! அப்படிச் செய்யவில்லை! பரமேச்வரன் பேச்சைக் கேட்கவில்லை. வந்தியத்தேவன் மற்றுமொருமுறை கையிலிருந்த நாணயத்தைப் பார்த்தான். இப்போது சிறைச் சாலைக் காட்சி மறைந்தது; காடு மறைந்தது. இளையபிராட்டியின் புன்முறுவல் பூத்த முகம்...

குந்தவை ஆகா; அந்தப் பெயரை நினைக்கும்போது, வந்தியத்தேவன் உடல் சிலிர்த்தது. மாபெரும் சோழநாட்டின் இளவரசியாக, அந்த மரபிலே ஒரே பெண்ணாக இருக்கும் இளையபிராட்டியின் உள்ளத் திண்மையை நினைத்து

வந்தியத் தேவன் வியந்தான். இளையபிராட்டி நினைத்திருந்தால் வேறு இளவரசனை மணந்திருக்க முடியும். தனக்காகக் காத்திருக்க வேண்டியதில்லை. பூத்துக்குலுங்க வேண்டிய போதிலே, மனப்போராட்டத்தை வெளியில் காட்டிக் கொள்ளாமல் வாழ்ந்து வருவதை நினைக்கும்போது, வந்தியத் தேவன் உள்ளம் நெகிழ்ந்தது. அவன் தன் மனத்தை வாழ்த்திக் கொண்டான். 'வந்தியத்தேவா! நீ சரியான மற்றோர் உள்ளத்துடன் தான் நட்புக் கொண்டாய். உன் காதல் புனிதமானது, என்று உலகில் போற்றப் போகிறார்கள். பிரிவு உங்களிடையே செய்த சதியைப் போல் உலகிலே எந்தக் காதலர் வாழ்விலும் அது செய்திராது. இருவரும் காட்டிய பொறுமைக்கு மகத்தான சின்னம் ஏற்படுத்தலாம். இருவர் உள்ளமும் மாறாதிருந்ததற்கு மாபெரும் சாம்ராஜ்யங்களைப் பரிசாகத் தரலாம். எத்தனையோ வசந்த காலங்கள் வந்துபோயின.

'வந்தியத்தேவா! உன்னைப் பாக்கியசாலியென்று சொல்லாமல் எப்படியிருக்க முடியும்? அதோ உன் கண்களில் தெரியும் குந்தவையின் செம்பவளத் திருவாய்ச் சிரிப்புக்கு இந்த உலகத்தில் எவ்வளவோ பேர் ஏங்கி நிற்கிறார்கள். ஆனால் அந்த முறுவல் பெறும் பாக்கியம் உனக்குத்தானே கிடைத்தது? ஓகோ! அது கிடைத்ததால்தானே, பலரின் பொறாமை உனக்கு ஏற்பட்டது என்கிறாயா? காராக்கிரக வாசம் கிடைத்தது என்கிறாயா? ஹூம். அவையெல்லாம் கதிரொளி கண்ட பனி போல் மறைந்துவிட்டன. அந்தச் சமயத்தில் கூட, இளைய பிராட்டி மனம் மாறாமல் உனக்காகக் காத்திருந்தாள் என்றால், உன்னைப் பாக்கியசாலி என்று ஏன் சொல்லக்கூடாது? ஆம்; நீ சொல்வது சரிதான். அப்படி காத்திருக்காவிடில், அது புனிதமான காதல் இல்லைதான். காத்திராமல் இளையபிராட்டி துறவியாக மாறியிருக்க முடியாதா? தன் உடைமைகள் யாவற்றையும் ஆனைமங்கலம் பௌத்த மடத்திற்கோ, நடுநாட்டுச் சமணப் பள்ளிக்கோ இறையிலியாகத் தந்திருக்கலாமே! இளைய பிராட்டியின் இதயத்தில் நம்பிக்கை நீரோட்டம் வற்றாது ஓடிக்கொண்டேயிருந்தது. அந்த ஜீவ ஓடையிலே பூத்த காதல் மலர் வாடாது இருப்பதில் ஆச்சரிய மேதுமில்லை. அந்த மலரை அடையப்போகும் நீ பாக்கியசாலிதானே?'

வந்தியத்தேவன் கண்களை மூடித் திறந்தான். இளைய பிராட்டியின் முறுவல்முகம் மறைந்தது. இளையபிராட்டியின் கடுகடுத்த முகம் தெரிந்தது. ஆம்; உள்ளத்து ஆத்திரத்தைப் பளிங்கெனக் காட்டும் முகம், அவளுடைய சகோதரனைக் கொன்றவர் இன்றளவும் கண்டுபிடிக்கப்படவில்லை. அதனுடன் கூட, அவள் கண்டெடுத்த மங்கை நல்லாள் இன்பவல்லியைத் துணிவுடன் பட்டப் பகல் வேளையில் யாரோ கவர்ந்து சென்றனர். இது என்ன அநியாயம்? சோழ நாட்டில் வீரம் செத்துவிட்டதா? ஒற்றர்களை மீளா உறக்கம் ஆட்கொண்டு விட்டதா? இளைய பிராட்டியின் முகம் கறுக்காமல் கடுகடுக்காமல் என்ன செய்யும்?

சதிகாரர்களைக் கண்டு பிடிக்காமல் தான் திரும்புவதை இளையபிராட்டி சகிக்கமாட்டாள். காதலைக் கூடத் தியாகம் செய்யத் துணிந்து விடுவாள். வந்தியத்தேவா! பொன் நாணயம் கிடைத்தவுடன், ஏன் அப்படி மிகவும் அயர்ந்து நின்று கொண்டிருக்கிறாய்?

'ஹூம் அயர்ந்து விட்டேனா? ஒருநாளும் இல்லை. பொன் நாணயம் கண்டவுடனேயே எனக்குப் புதுத்தெம்பு வந்து விட்டது. இதுவரை காணக்கிடைக்காத செய்திகளைக் கண்டு பிடித்துவிட்ட பரபரப்பு ஏற்பட்டு விட்டது. நான் திகைக்கவில்லை. நாளைய தினம் சூரியன் உதிப்பதற்குள், சோழநாட்டுப் பகைவர்கள் சோழ மண்ணில் நடமாடுவதைத் தடுத்துவிடுவேன். இதுவரை வெளிவராத பயங்கர உண்மை களைக் கண்டுபிடித்துப் பறை சாற்றுவேன். வந்தியத்தேவன் புது உயிர் பெற்றவன்; புது உரம் பெற்றவன். ஏ, சதிகாரர்களே! மறைந்திருந்தால் உடனே வெளிப்பட்டு விடுங்கள்!'

வந்தியத்தேவன் உள்ளம் கூவியது. ஆனால், அதன் எதிரொலியாகப் பழையபடி உதடுகள் குவிந்து ஒலி எழுப்பின ஒலி மறையவில்லை.

"வந்தியத்தேவா, வந்து விட்டாயா?" என்ற குரல் கேட்டது. கேட்ட குரல்? வந்தியத்தேவன் பரபரப்புடன் திரும்பினான்.

அங்கே நின்று கொண்டிருந்தான் பரமேச்வரன்!

அத்தியாயம் 25
அந்தஸ்து

எதிரே நிற்பது யார்? சோழநாட்டு மணிமகுடத்தைச் சூடிக்கொள்ளப்போகும் இளவரசரா? இந்த நாட்டு மக்களின் மனங் கவர்ந்தவரா? அனைவர் உள்ளத்தையும் கொள்ளை கொண்டவரா? யார் நிற்கிறார்கள்? இருகரங்களிலும் சலசலவென ஓடும் ஆற்று நீரை அள்ளி நிற்கிறாரே, அவர் அந்த ரத்தின வியாபாரிதானா? என் உள்ளத்தைக் குளிர வைக்க நீரெடுத்து நிற்கிறாரா? என் தீராத் துயர் துடைக்க வந்து நிற்கிறாரா?

"என்னைத் தேடித்தான் வந்துவிட்டாரா? இந்த ஏழையை இன்னும் நினைவில் வைத்துக்கொண்டு காண வந்து விட்டாரா? அப்படியிருந்தால் நான் பெரும் பாக்கியசாலிதான். இந்த உலகில் இன்னும் வாழ்ந்து கொண்டு இருப்பதற்குத் தகுதி வாய்ந்தவள் தான். ஆனால், அவர் என்னைத் தேடி வந்திருக்கமாட்டார். அரச காரியம் எவ்வளவோ இருக்கும். அதற்காகப் போகும் போது, இங்கே ஆற்றங்கரையில் இளைப்பாறத் தங்கியிருப்பார். ஊழ்வினை சந்திக்க வைத்திருக்கும்" இன்பவல்லி இப்படித்தான் எண்ணினாள். அவள், விழிகளைத் தாழ்த்திக் கொள்ளவில்லை.

இன்பவல்லியின் இரு விழிகளும், அருண்மொழியின் விழிகளும் நேருக்கு நேர் சந்தித்தன. அருண்மொழியின் உள்ளத்தில் ஏற்பட்ட பரபரப்பை, அவர் விழிகள் வெளிப் படுத்தின. இன்பவல்லிக்கு ஏற்பட்ட திகைப்பை அவள் விழிகள் புலப்படுத்தின. மானின் மருட்சியை அப்பார்வை வென்றது. கன்றின் ஏக்கத்தை அப்பார்வை வென்றது. இன்பவல்லியை நோக்கி அருண்மொழி மெல்ல நடந்து வந்து கொண்டிருந்தார். இன்பவல்லியை அதோ அவர் நெருங்கி விட்டார். அவள் கரங்களைப் பிடித்துக்கொண்டு, அவளைச் சந்தித்த களிப்பை அவர் வெளியிடக்கூடும். அவள் விழிகளில் ததும்பும் நீரை, மெல்லத் துடைக்கவும் முயலலாம்.

இன்பவல்லி திரும்பிவிட்டாள். வந்த வழியே திரும்பி மெல்லச் சென்றாள். அவள் மென்சீரடிகள் மெல்ல மெல்ல மணலில் பதிந்தன. அவள் குடத்தைச் சுமந்திருக்கும் அழகும், அவள் இடையசையும் அழகும், அவள் வலக் கரம் அவள் நடைக்கு ஒப்ப வீசுவதும், அருண்மொழியை ஒரு கணம் வியக்கச் செய்தன.

ஒரு கணம் நின்ற அருண்மொழியும், மெல்ல மெல்ல நடந்து இன்பவல்லியைத் தொடர்ந்தார். 'இன்பவல்லி இன்பவல்லி' என அவர் உதடுகள் மெல்ல அசைந்தன. ஒருவித நாணமும் அச்சமயம் அவ்வரை வந்தடைந்தன. காட்டு மயிலென ஒயிலாய் நடக்கும் ஒய்யாரம் கண்டு, அவரிட மிருந்து பேச்சு எழவில்லையா? எதிர்பாரா விதமாக அவளைச் சந்தித்ததால் வாய் பேசவில்லையா?

இன்பவல்லியின் நடையின் அசைவில், ஒரு பொருள் புதைந்திருந்தது. ஆயிரம் ஆயிரம் வார்த்தைகள் பேச நினைத்த அவள் நெஞ்சம், ஏனோ அமைதியை விரும்பியது. காண வேண்டும், காணவேண்டும் எனத் துடித்த அவரைக் கண்டு விட்டதால், அவள் இதழ்கள் பேசாதிருந்து விட்டனவோ? வருகிறேன் என்று கூறிச் சென்ற அவர், முல்லைத் தீவுக்கு வராது போய் விட்ட கோபம் அவளை ஊமையாக்கியதோ? சோழநாட்டு இளவரசர் என்று சொல்லாமல், வணிகர் போல் நடித்ததால் எழுந்த சினம் இப்போது வந்து மௌனமாக நின்றதோ?

இன்பவல்லி மணல் மேட்டைக் கடந்து கரை ஏறி விட்டாள். அருண்மொழியும் பின் தொடர்ந்தார்.

"இன்பவல்லி" என்று அருண்மொழி அழைத்தார். இன்பவல்லி உடனே மறுமொழி கூறவில்லை. அருண்மொழி மீண்டும் "இன்பவல்லி" என அழைத்தார். இந்த வார்த்தை அவள் செவிகளில் மட்டுமே வீழ்ந்தன. இன்பவல்லி மெல்ல மௌனத்தைக் கலைத்தாள்.

"ஹூம்" என்ற ஒலி அவள் செவ்விதழில் பிரிந்து வந்தது. அவளிடமிருந்து வந்த குரலா? இல்லை இல்லை. எங்கிருந்தோ குயில் அப்படிக் கூவியிருக்க வேண்டும். மணிப்புறா ஒன்று குரல் எழுப்பியிருக்க வேண்டும்.

இன்பவல்லி மெல்ல நடந்தாள். அருண்மொழியும் நடந்தார். சரக்கொன்றை மலர்க்கொத்து எடுத்து, அந்த மலரை அருண்மொழி இன்பவல்லி மீது தூவினார். இன்பவல்லி திரும்பிப் பார்த்தாள். ஆகா? அந்தப் பார்வையில் காவியம் புதைந்திருந்தது. அந்தப் பார்வையிலே கவிஞன் வர்ணிக்க முடியாத பொருள் புதைந்திருந்தது.

அங்கே நெடிந்துயர்ந்த ஒரு மரம், இலைகள் பல நீட்டிக் குளிர் நிழலைத் தந்து கொண்டிருந்தது. இனிய மணம் மரத்தை நெருங்குவதற்கு முன்பே ஏற்பட்டது. கருஞ் சிவப்பும், மஞ்சளும் பச்சையுமாக வர்ண விசித்திரங்களைத் தன்னிடம் கொண்டிருந்த மலர்கள், மரத்துக்கு ஆடை யிட்டாற்போல் விளங்கின, அவற்றுள் ஒரு மலர் மட்டும் அவரது கவனத்தைப் பெரிதும் ஈர்த்தது. வண்ணத்தில் மட்டு மன்றி அமைப்பிலும் அது மற்ற மலர்களிலிருந்து மாறுபட்டு விளங்கியது. அந்த மலரைக் கண்டவுடனேயே மதிப்பும், மரியாதையும் எழுந்தன. நாகம் குடை பிடித்து, அதனடியில் சிவபிரான் லிங்க வடிவில் இருப்பது போன்ற அமைப்பு. அருண்மொழி இரண்டு மலர்களைப் பறித்தார். அவரது நீள் கரங்களில் அம் மலர்கள் திகழ்ந்தன. ஒருமுறை மலரைப் பார்த்தவாறிருந்த அருண்மொழி, மறுகணம் நடந்துகொண்டே இன்பவல்லியின் குழலில் சூட்டினார்.

இன்பவல்லி மீண்டும் திரும்பிப் பார்த்தாள். கூந்தலிலே அருண்மொழியின் கரம் பட்டதால், புதுவித ஒளி உலகெங்கும் பரவியது. குழலிலே அழகாக அமைந்த மலரின் அழகு அருண்மொழியைக் கவர்ந்தது.

“இன்பவல்லி! உன் கூந்தலிலே இந்த மலர் அமர்வதால் இந்த மலர் மேலும் அழகு பெறுகிறது” என்று அருண்மொழி கூறினார்.

இன்பவல்லி தனக்குள்ளே நகைத்துக் கொண்டாள்.

‘இளவரசர் மாவீரர் எனக் கேள்விப்பட்டிருக்கிறோம். அவர் சிறந்த புலமை வாய்ந்தவராகவும் இருக்கிறார். பிரிந்திருந்த வரை மீண்டும் காணும்போது அவர்களின் நலன் கேட்டு அறிய முற்படுவாரா... இதுபோல் வர்ணிக்கத் தொடங்கி

விட்டாரே! இதயத்தில் ததும்பி நிற்கும் உணர்ச்சி கவிதையாக வருகிறதோ!'

இன்பவல்லி ஏதும் பேசாமல் செல்வதையும், திரும்பிப் பார்த்துவிட்டு நடந்து செல்வதையும் கண்ட அருண்மொழி, சற்று விரைந்து சென்று, இன்பவல்லியின் முன் நின்று "இன்பவல்லி, என்மீது உனக்கிருந்த கோபங்காரணமாக மௌனமாக விளங்குகிறாயா இன்பவல்லி? உன்னைத்தேடி இதோ வந்துவிட்டேனே இன்பவல்லி! பேசு, உன் பவழவாய் திறந்து பேசு. உன் இதயத்தில் குமுறி நிற்கும் சொற்களை யெல்லாம் தொடுத்துப் பேசு! உன் இனிய குரல் கேட்டு எவ்வளவு காலமாகின்றது? உன் முக உணர்ச்சிகளைக் கண்டு எவ்வளவு காலமாகின்றது? பேசு, இன்பவல்லி பேசு..." என்று அருண்மொழி உணர்ச்சிவயப்பட்டுக் கூறினார்.

இன்பவல்லி பேசவில்லை; அவள் விழிகள் பேசின. அவர் இதழ் அசைவு எத்தனையோ செய்திகளைக் கூற முயன்றது. தன் நெற்றியிலே வந்து தவழ்ந்த கேசக்கற்றைகளை மெல்ல ஒதுக்கியபோது, அந்தக் காந்தள் விரல்கள் பேசின.

அருண்மொழி இன்பவல்லியை மிக நெருங்கி, அவள் கரங்களைப் பிடித்து, "இன்பவல்லி! உன் உள்ளம் நானறி வேன். உனக்கு இவ்வளவு இடர்கள் தோன்றியும் அதைத் தீர்க்க முடியாது இந்த நாட்டிலே உலவி வந்தேனே, அதற்காக நீ எவ்வளவு வருந்தியிருப்பாய் என்று நானறிவேன்."

இன்பவல்லி அருண்மொழியின் கரங்களிலிருந்து மெல்லத் தன் கரங்களை விடுவித்துக் கொண்டு, அங்கிருந்து சற்று நகர்ந்தாள். அவள் அருகே அவள் மிக விரும்பும் மான்குட்டி வந்து நின்றது. அது அவளை உற்று நோக்கியது. இன்பவல்லி இடுப்பிலிருந்த குடத்தைக் கீழே வைத்துவிட்டு, மான் குட்டியை எடுத்து அணைத்து, "உன்னை இன்று கவனிக்க வில்லையடா என் ராஜா" என்று கொஞ்சிப் பேசி, அருகிலிருந்த இளம் புற்களைக் கிள்ளிக் கொடுத்தாள். அருகேயிருந்த மாமரத்தின் தளிர் இலைகளைப் பறிப்பதற்குக் கையை உயர்த்தினாள். எட்டவில்லை. ராஜா அவளை மீண்டும் ஆவலுடன் பார்த்தது.

“இதோ தருகிறேனடா, ராஜா” என்று மீண்டும் கூறிவிட்டு, இன்பவல்லி தளிரைப் பறிக்கத் தரையிலிருந்து சற்று எழுப்பிக் குதித்தாள். ஹஹெூம். தளிர் அவ்வளவு எளிதில் தளிர் மேனியாளின் கரங்களில் சிக்கவில்லை. அருகேயிருந்த ராஜா ஆவலுடன் அவளைப் பார்த்தது. அவள் திரும்பி அருண் மொழியைப் பார்த்தாள். அவள் பார்வையிலே மானின் பார்வையைவிட இரக்கம் அதிகமாகத் ததும்பி நின்றது.

அருண்மொழியின் முகத்தில், களிப்பால் தனியொளி எழுந்தது.

“பாவம் ராஜா” என்று கூறிய இன்பவல்லியின் முகத்தில் வேண்டுகோளும், கெஞ்சலும் நிறைந்திருந்தன.

அருண்மொழி உடன் தன் கரம் உயர்த்தி, மாந்தளிர்கள் சில பறித்து மான் குட்டியிடம் நீட்டினார். அது இன்பவல்லியை ஒரு முறை பார்த்தது. பிறகு அருண்மொழியை நிமிர்ந்து நோக்கியது.

“பாவம், ராஜா! இளவரசர் கரங்களால் தளிர் ஊட்டக் கொடுத்து வைத்திருக்கவேண்டும் நீ” என்றாள் இன்பவல்லி.

அவள் உதடுகளில் குறுநகை குமிழிட்டது.

“ராஜா! நீ பெரும் பாக்கியசாலி. உனக்கு இளவரசரின் ஆதரவு முதல் சந்திப்பிலேயே கிடைத்து விட்டது. நீ அவரை நழுவவிட்டு விடாதே...” என்றாள் இன்பவல்லி. குனிந்து தரையில் உட்கார்ந்து மான், தளிரைச் சுவைத்துத் தின்பதைப் பார்த்து, அதன் கழுத்தைத் தடவி விட்டவாறு, அருண்மொழி அதற்கு ஏதோ விடைகூற முனைந்தார். ஆனால், இன்ப வல்லியின் விழிகளையே சற்று நேரம் பார்த்திருந்து விட்டுப் பெருமூச்சு விட்டார். பிறகு “இன்பவல்லி” என மெல்ல அழைத்தார்.

இன்பவல்லி மீண்டும் மானின் அழகிய கழுத்தைத் தடவியவாறு, “ராஜா! இன்று நீ விழித்தெழுந்தவுடன் முதலில் யார் முகத்தைச் சந்தித்தாய்? உனக்குப் பேரரசரின் நட்புக் கிடைத்து விட்டதடா சாதாரண இளவரசர் என்று மட்டும் நினைத்துக் கொள்ளாதே. நீ நிற்கிறாயே, ஓடுகிறாயே, குதித்துக் கும்மாளமிடுகிறாயே, இந்த நாட்டின் பேரரசராக

அவர் ஆகப்போகிறார். ராஜாதி ராஜனின் நட்பு உனக்குக் கிடைத்ததால் என்னை மறந்துவிடுவாயா ராஜா?'' என்று இன்பவல்லி கேட்டாள்.

'ராஜா ராஜாதி ராஜா' அருண்மொழி தனக்குள், ஒரு முறை சொல்லிப் பார்த்துக்கொண்டார். ஆகா, இன்பவல்லியின் குரலில் தேன் அருவி இருக்கிறதா? அந்த அருவியிலேயே குளித்து விட்டு, அவள் சொற்கள் வருகின்றனவா? வீணை யின் மெல்லிய நரம்புகளை, நெஞ்சம் கொண்டிருக்கிறதா? அந்த நரம்புகளிலே மோதி அவள் சொற்கள் ஒலித்து எழுகின்றனவா? 'ராஜா... ராஜா' என்று அவள் கூறும்போது தன்னைத்தான் அழைப்பது போன்ற உணர்ச்சி அருண் மொழிக்கு எழுந்தது. ஆனால், அவள் ஏன் அந்த மான் குட்டியிடம் பேசினாள்? தன்னிடம் நேருக்கு நேர் பேச அவள் ஏன் முற்படவில்லை? முல்லைத் தீவிலே நேரம் போவது தெரியாமல் பேசிக் கொண்டிருந்த அவள் இப்போது மறை முகமாகப் பேசுவதேன்? நான் இந்த நாட்டிற்கு அரசராகப் போகிறேன் என்ற செய்தி இன்பவல்லிக்கு எப்படித் தெரிந்தது? தெரிந்தும், என்னை அறிந்தும், இன்பவல்லி இதுவரை என்னைச் சந்திக்காமலிருந்து விட்டாளா?

அருண்மொழி பேசத் தயங்குவது இன்பவல்லிக்கு இன்னும் உற்சாகத்தை ஊட்டியது. தன் மனத்தில் புதைந் திருப்பதை மானிடம் கூறுவதுபோல் கூறினாள்.

"ராஜா! நீ பாக்கியசாலி. உன் எதிரே பெரும் மன்னரே நிற்கிறார். உனக்குத் தெரியாது ராஜா, எனக்குக் கிடைக்காத பெரும் பேறு உனக்குக் கிடைத்து விட்டது" இன்பவல்லி மானை இழுத்து அணைத்துக் கொண்டாள்.

அருண்மொழிக்குச் சற்று வருத்தமாகக்கூட இருந்தது. இன்பவல்லி வேதனையால் அவ்வாறு பேசுகிறாளா, வேடிக்கையாய்ப் பேசுகிறாளா என்று கூட அவருக்குப் புரியாமல் இருந்தது.

"இன்பவல்லி! அந்த மானுக்குக் கிடைத்த பாக்கியம்கூட எனக்குக் கிடைக்கவில்லை" என்றார்.

இன்பவல்லி அவரைத் தனது அகன்ற விழிகளால் ஏறிட்டு நோக்கினாள்.

"ஆம், இன்பவல்லி! உன் ராஜாவுக்குக் கிடைத்த அதிர்ஷ்டம் கூட எனக்குக் கிடைக்கவில்லை. உன்னைத் தேடி ஓடி வந்த எனக்கு, உன் வாய் திறந்து 'வா' என்ற ஒரு சொல் கிடைக்கக்கூடாதா? உன் சுகம் அறிய ஓடி வந்த எனக்கு, நலமாயிருக்கிறேன் என்ற ஒரு சொல்லைச் சொல்லக்கூடாதா? இன்பவல்லி, சொல் இன்பவல்லி! என்மீது உனக்குள்ள கோபத்தைச் சொல். உனக்கு நான் இழைத்த தீங்கு யாது இன்பவல்லி? இப்படி ஏன் வாய்மூடி மௌனியாய் இருந்து, என் இதயம் பிளக்கும் வார்த்தைகளைச் சொல்லுகிறாய்?" அருண்மொழியின் குரலில் வேதனையும், பரிவும், பாசமும் கலந்து நின்றன.

இன்பவல்லி பெருமூச்சு விட்டாள். மெல்ல எழுந்து நின்றாள். "அரசே! தங்கள் இதயம் நோக, ஏதாவது சொல்லியிருந்தால் என்னைப் பொறுத்தருளுங்கள். அரசே! நான் பேதை, அனாதை. தங்களைச் சந்திக்க வேண்டும் எனும் ஆவலில் கடல்கடந்து ஓடோடி வந்தவள். திக்குத் தெரியாத நாட்டில் ரத்தின வியாபாரியாக என் முன் காட்சியளித்த தங்களைச் சந்தித்துவிடலாம் எனும் ஆவலில் தன்னந் தனியாய் வந்தவள். தங்களைச் சந்தித்தேன்; ஆனால் தொலைவிலிருந்துதான். என் ரத்தின வியாபாரி, சோழ நாட்டு இளவரசர் என்பதைத் தெரிந்துகொண்டேன். பலமுறை தங்கள் அருகே வர முயன்றேன்; இயலவில்லை. பேரரசருடன் எளியவள் பேசுவது சரியன்று எனும் முறையில், ஒதுங்கினேன். தாங்களே வந்து விட்டீர்கள். நேருக்கு நேர் தெய்வம்போல் நிற்கிறீர்கள். தவம் செய்து வேண்டிய தெய்வம் நேரே வந்து நின்றால் என்ன வரம் கேட்பது? நான் என்ன பேசுவேன் அரசே! பேச முடியாமல் தத்தளிக்கும் நான், தங்கள் இதயத்தை எப்படி நோகச்செய்ய முடியும் அரசே?" இன்பவல்லி விம்மியவாறு குனிந்து அருண்மொழியின் பாதங்களைத் தொட்டாள். அவள் கண்களிலிருந்து விழுந்த முத்துப் போன்ற விழிநீர் அருண்மொழியின் பாதங்களை நனைத்தது.

அருண்மொழி திடுக்கிட்டார். பரபரப்புடன் குனிந்து, இன்பவல்லியைத் தூக்கி நிறுத்தி, "இன்பவல்லி, என்ன காரியம் செய்தாய் இன்பவல்லி? வேதனைப்படுவதற்காகவே

பிறந்தவள் போல் விம்முகிறாயே'' என்று கூறுவதற்குள், சற்று முன்னர் அருண்மொழி அவள் கரங்களைத் தொட்ட வுடன் அதை மெல்ல விலக்கி விட்டவள், இப்போது அவர் தூக்கி நிறுத்தியவுடன் தலை குனிந்து துவண்டு நின்றாள்.

''இன்பவல்லி! உன்னைத் தொடர்ந்து வந்த துன்பங்கள் எல்லாம் தீர்ந்துவிட்டன. இன்பவல்லி! முல்லைத் தீவிற்கு மீண்டும் நான் திரும்பிவந்து பார்த்தபோது, பாழடைந்த அசோகவனம் போன்று அந்தச் சௌந்தர்யத் தீவு காட்சி யளித்ததைக் கண்டேன், உன்னைத்தேடித் தீவு முழுவதிலும் அலைந்தேன். கடற் கொள்ளையரின் வெறியாட்டத்தால் அந்தத் தீவே பாழ்பட்டிருக்க, வேதனையுடன் உன்னை எங்கு போய்த் தேடுவது என்று துயர நெஞ்சுடன் புறப்பட்டேன். உன்னைக் கண்டு பிடிக்காமல் நாடு திரும்பக் கூடாது என்று உள் உணர்வு உறுத்தினாலும், கட்டுண்ட பந்தத்தால் அப்படிச் செய்ய இயலாது போய்விட்டது...''

''ஆம்? இளவரசர் என்ற அந்தஸ்து குறுக்கிடத்தான் செய்யும்...''

''அந்தஸ்து குறுக்கிட்டது; அதை உதறி விடத்தான் முயன்றேன்.... உன்னை மறக்க முடியாது தவித்துக் கொண்டு தான் வாழ்கிறேன்...''

''உங்கள் தவிப்பு நானறிவேன். தாங்கள் அரச குடும்பத்தில் பிறந்தவர் என்பது எனக்கு முல்லைத் தீவிலேயே தெரியாமல் போய்விட்டது.''

''தெரிந்திருந்தால் என்னைச் சந்தித்திருக்கமாட்டாயா?''

''நடந்ததைப் பற்றி, இப்போது என்னால் ஏதும் நினைக்க முடியவில்லை அரசே!''

''அரசே அரசே அரசேயென்று அழைக்காமல் உன்னால் பேச முடியாதா? உன் வரையில் நான் இன்றும் சாதாரண ரத்தின வியாபாரிதான். உன் வரையில் என் பட்டம், அதிகாரம் எல்லாவற்றையும் தொலைவில் எடுத்துத்தான் வைத்து விடுவேன்...''

''வேண்டாம்... வேண்டாம். அதற்காகத்தான் ஒதுங்கி வாழ முயன்றேன். என் உள் எண்ணம் ஆண்டவனுக்கு

எப்படியோ தெரிந்தது போலும். சில முரடர்கள் வடிவில் வந்து, என்னை இந்த இடத்திலே அமர்ந்த முடிவு செய்தார் போலும்.''

"ஏன் இப்படிப் பேசுகிறாய் இன்பவல்லி? அந்த முரடர்கள் சதிகாரர்கள் உன்னை அபகரித்துத் தூக்கிச் சென்று விட்டனர் என்ற செய்தி செவியில் வீழ்ந்ததும், ஒரு கணம்கூடத் தாமதிக்காமல் தேடப் புறப்பட்டு விட்டேன் இன்பவல்லி! தஞ்சையில் அவசரமாக ஆகவேண்டியவை பல இருந்தும் நான் உன்னைக் கண்டுபிடிக்க ஓடி வந்தேன்.''

"அரசே! என்னைத் தேடுவதற்காகத் தாங்களே புறப் பட்டிருக்க வேண்டுமா? பராக்கிரமம் மிக்க படை வீரர்களுள் யாரையாவது அனுப்பியிருக்கலாம் அது இருக்கட்டும் அரசே! என்னுடன் சிவிகையில் வந்த பஞ்சவன் மாதேவிக்கு ஒன்றும் நேரவில்லையே! அந்தப் பாதகர்கள் தேவிக்கு ஊறு ஏதும் செய்துவிடவில்லையே! நான் எளியவள். சாதாரணப் பிரஜை. மாதேவி இந்த நாட்டு அரசியாகப் போகிறவள். அவர்களுக்கு ஒன்றும் நேர்ந்துவிடக்கூடாது...''

இன்பவல்லி இப்படிக் கூறியவுடன் அருண்மொழி பெரிதும் திகைத்தார்; திடுக்கிட்டார். பஞ்சவன் மாதேவியை இன்பவல்லி நன்றாய் அறிவாளா? இவ்வளவும் அறிந்து கொள்ளும் வரை இன்பவல்லி இந்த நாட்டிலிருந்திருக்கிறாள் நமக்குத் தெரியவில்லை. அரச குடும்பத்தைச் சேர்ந்தவ ரெனின் ஏதும் தெரியாமல் இருந்துவிட வேண்டுமா?

"ஏன் இப்படிச் சிந்தனையில் மூழ்கிவிட்டீர்கள்? மாதேவிக்கு என்ன நேர்ந்தது, சொல்லுங்கள்?'' இன்பவல்லி பரபரப்புடன் கேட்டாள்.

"பஞ்சவன் மாதேவிக்கு ஒன்றும் நேரவில்லை இன்ப வல்லி, பஞ்சவன் மாதேவியை நீ அறிவாயா?''

"பழுவேட்டரையர் மகள் பஞ்சவன் மாதேவியை அறிவேன்; தங்கள் கரம்பிடித்த கொடும்பாளூர் இளவரசி வானதி தேவியை அறிவேன். சோழ நாட்டில் நடந்தவை, நடப்பவை அனைத்தும் அறிவேன்; ஆனால், உங்கள் உள்ளத்தை மட்டும் என்னால் அறிந்துகொள்ள முடிய வில்லை'' இன்பவல்லியின் குரல் தழுதழுத்தது.

அருண்மொழியால் ஒருகணம் ஏதும் பேச முடியவில்லை. பிறகு, "இன்பவல்லி! என் உள்ளம் அப்படியென்ன திரையிடப்பட்டிருக்கிறதா? நான் சொல்லியது ஒன்று, செய்தது ஒன்று என உன்னை ஏமாற்றிவிட்டேனா? முல்லைத் தீவில் ரத்தின வியாபாரியாக வந்தேன். அப்போது என்னைப்பற்றி ஏன் சொல்லிக்கொள்ளவில்லை என்கிறாய். நான் மாறுவேடத்தில் அப்போது அலைந்தேன். திரும்பி வரும்போது உன்னிடம் உண்மையைக் கூறிவிட எண்ணினேன். ஆனால், காலதேவனின் சதி எப்படியோ மாறிவிட்டது. போனது போகட்டும். என்ன மனநிலையில் இருந்தேனோ அதே நிலையில் தான் இருக்கிறேன். உன்னைக் கண்டு பிடித்தவுடன் உடனே தஞ்சைக்கு அழைத்துப் போக வேண்டும் என்ற துடிப்புடன் வந்தேன். உன்னைச் சந்தித்து விட்டேன். புறப்படு; உடனே புறப்படு."

இன்பவல்லி மெல்ல நகைத்தாள். "அரசே! நாம் இங்கே மரநிழலிலே அமர்ந்து பேசுவதா? சோழ நாட்டு இளவரசருக்கு நான் காட்டும் மரியாதை இதுதானா? வாருங்கள். குடிலுக்கு வாருங்கள். அங்கே பெரியவர் ஒருவர் இருக்கிறார். அங்கே நீங்கள் கொடுத்து ரத்தினக்கல் இருக்கிறது. அதை உங்களிடம் திருப்பித் தந்துவிட வேண்டாமா? வாருங்கள்; வாருங்கள்..." என்று அழைத்தாள்; தானும் வழி காட்டிக் கொண்டு முன் சென்றாள்.

அத்தியாயம் 26
இன்பவல்லியின் இதயம்

இன்பவல்லி அழைத்ததும் அருண்மொழி மெல்ல அவளைப் பின்தொடர்ந்தார். இன்பவல்லியின் மன நிலையை அப்போது அவரால் புரிந்துகொள்ள முடியவில்லை. தாம் காண்பது கனவோ என்றுகூட ஒருகணம் எண்ணினார். கனவாயிருந்தால் அந்த அமுதச் சொற்கள் கனவாகிவிடும். அழகிய முகம் கனவாகிவிடும். அவளே கனவுப் பெண்ணாகி

விடுவாள். அந்த ஓடைக் கரை எழிற் பகுதியும் கனவாகி விடுமே? பாடும் குயிலும், மானும் கனவாகி விடுமே!

கனவாக அந்தச் சூழ்நிலை மாறிவிடுவதை அருண்மொழி விரும்பவில்லை. முல்லைத் தீவு மோகினி இன்பவல்லி சோழ நாட்டிற்கு வந்தது கனவில்லை; தன் எதிரேயே இருந்தும் தான் காணாதது கனவில்லை; இன்பவல்லி மாளிகையில் நடந்த வற்றை அறிந்தது கனவில்லை; அவளை யாரோ அபகரித்துத் தூக்கி வந்ததும் கனவில்லை; பிறகு... அவள் பேசியது மட்டும் கனவாக ஏன் இருக்க வேண்டும்?

'ராஜா' 'ராஜா' என்று அவள் அந்த மான்குட்டியை அழைத்தது கனவா? இருக்காது. இருக்கக்கூடாது.

'அரசே, அரசே' என்று என்னை அழைத்தது கனவா? இருக்காது. இருக்கக்கூடாது.

'அரசே! நாம் இங்கே மரநிழலிலேயே அமர்ந்து பேசுவதா? சோழ நாட்டு இளவரசருக்கு நான் காட்டும் மரியாதை இவ்வளவுதானா? வாருங்கள்; குடிலுக்கு வாருங்கள். அங்கே பெரியவர் ஒருவர் இருக்கிறார். அற்புத ஓவியங்களைத் தீட்டும் ஓவியர் இருக்கிறார். நீங்கள் கொடுத்த ரத்தினக்கல் இருக்கிறது. அதை உங்களிடம் திருப்பித் தந்துவிட வேண்டாமா? வாருங்கள் வாருங்கள்' என்று கூப்பிட்டாளே, அதுவும் கனவா?

ஆம்; அது மட்டும் கனவாக இருக்கவேண்டும். ரத்தினக் கல்லைத் திருப்பித் தந்துவிட வேண்டும் என்றாளே... ஏன் அப்படிச் சொன்னாள்? அன்பின் அடையாளத்தைத் திருப்பித் தருவதா? அவளுக்கு என் மேல் ஏற்பட்ட கோபத்தால் அப்படிக் கூறினாளா? நான் கோபம் ஏற்படுத்த, ஏதும் செய்யவில்லையே? அவளைச் சந்திக்க முல்லைத் தீவிற்குத் திரும்பி வந்தேன். பாழடைந்த தீவைத்தான் கண்டேன். சோழ நாட்டிற்குத் திரும்பி வந்தேன்; முல்லைத் தீவினின்று இன்பவல்லி இங்கு வந்திருப்பாள் என்று நான் அறிந்திருந்தால் இவ்வாறெல்லாம் நேர்ந்திருக்க விடமாட்டேன். ஏன்... இன்பவல்லி என் எதிரே தோன்றியிருக்கக் கூடாதா? மறைந்து

மறைந்து வாழ வேண்டுமா? அவளுடைய அந்த நிலைக்கு நானன்றோ கோபப்பட வேண்டும்?

கோபம் இருக்காது. வாழ்க்கையில் ஏதாவது வெறுப்புத் தோன்றியிருக்கலாம். ஏன் வெறுப்பு ஏற்பட வேண்டும்? அவளது ஏமாற்றம், வெறுப்பு, தொல்லை, இடர் யாவற்றை யும் நீக்கத்தான் நான் வந்து விட்டேனே? அப்படியிருக்கும் போது ஏன் அவளுக்குத் தோல்வி மனப்பான்மை இருக்க வேண்டும்? இருக்காது; இருக்காது, அப்படியெல்லாம் இருக்காது. இன்பவல்லி ரத்தினக் கல்லைப் பற்றிக் கூறியிருக்க மாட்டாள். நம் செவியில் வீழ்ந்தது பிரமையாக இருக்க வேண்டும். கனவாக இருக்க வேண்டும்.

'கனவு நனவாவதும் உண்டு. நனவு கனவாக மாறுமா?' அருண்மொழி இதைப் புரிந்தவர் போல் சிரித்துக்கொண்டார்.

மரங்களடர்ந்த குறுகிய பாதையின் வழியே இன்ப வல்லியைத் தொடர்ந்து சென்றார். இடையில் குடந்தாங்கி இன்பவல்லி ஒயிலாக வழி காட்டிச் சென்றாள். நொடிக்கு ஒருதரம் தலையைத் திருப்பிப் புன்முறுவல் பூத்துச் சென்றாள்; வருக வருக என்று தலையசைத்து வரவேற்றுச் சென்றாள்.

இடையில் தவழும் குடம், கணத்தில் அவள் கரங்களிலே மாறும், குடம் முழங்காலைத் தொட்டுக் குதூகலிக்கும். அவள் நடையிலே ஒரு துள்ளல் தோன்றும். முகத்தாமரையிலே உள்ள கருவண்டுகள் போன்ற விழிகள் எழிலாக நடமாடும். நடந்து செல்லும் போதும் அவள் சீரடிகள் தாளத்திற்கு நிகராக நடைபயிலும். அவளைக் காண்பவர் எவரும் அவள் சோகமுற்றிருக்கிறாள் என்று சொல்ல மாட்டார்கள்.

அருண்மொழி இன்பவல்லியைப் பின்தொடர்ந்து குடில் இருக்குமிடம் வந்தடைந்தார். அந்த வெயில் வேளையிலும் குளிர் தரும் மரங்களும், நிழலும் நிறைந்த அந்த இடத்தின் அமைதிச் சூழ்நிலை அருண்மொழியைக் கவர்ந்தது. ஒரு பறவை மோகன ராகம் பாடிக்கொண்டேயிருந்தது.

சிறு சருகு வீழ்ந்தால் கூடக் கேட்குமளவுக்கு அமைதி நிலவிய இடத்தின் அற்புதம் அருண்மொழிக்கு மிகவும் பிடித்திருந்தது.

"முல்லைத் தீவின் மோகன எழிலின் பிரதி பிம்பமாக இந்த இடம் இருப்பதால் இங்கு வந்து தங்கிவிட்டாயா இன்பவல்லி?" என்று மெல்லக் கேட்டார் அருண்மொழி. இன்பவல்லி முறுவலித்தாளேயன்றி ஒன்றும் பேசவில்லை.

"இந்த அமைதியான இடத்தை நீ விரும்பியதிலும் காரணம் தெரிகிறது இன்பவல்லி?" மீண்டும் அருண்மொழி கேட்டார்.

"என்ன காரணம்?..." இன்பவல்லி திரும்பிக் கேட்டாள். அவள் பேசும்போது இரு இதழ்களிலே திகழும் அழகே அழகு!

"தஞ்சையிலிருந்தால் நீ விரும்பும் அமைதி கிடைக்காது என்றுதானே இங்கு வந்து விட்டாய்?"... அருண்மொழி கேட்டார்.

"அமைதி எங்கிருந்தாலும் நம் இதயம் அதை விரும்பு வதைப் பொறுத்தது..."

"இங்கே உன் இதயம் இச்சூழலில் ஆழ்ந்துவிட்டது, அப்படித்தானே?"

"என் இதயம்; ஹூம் அது விசித்திரமானது. அதன் உண்மைக் குணம் எனக்கே புரியவில்லை அரசே! ஒவ்வொருபோது அது படுத்தும்பாடு சொல்லித்தீராது."

"ஏன் அதைத்தான் சொல்லித் தீரேன் இன்பவல்லி! அந்த இதயம் என்னைப்பற்றி என்ன நினைக்கிறது என்பதை நான் தெரிந்து கொள்கிறேன்..." அருண்மொழி இப்படிக் கேட்டதும், இன்பவல்லி மீண்டும் ஒருமுறை திரும்பிப் பார்த்தாள். அவள் ஏதோ கூற வாயெடுக்கும் போது, எதிரே வாகீசன் வந்து கொண்டிருந்தான்.

இன்பவல்லியைத் தொடர்ந்து யாரோ புதியவர் வருவதை ஆவலுடன் பார்த்தவாறிருந்த வாகீசன், கரங்களில் சேகரித்து வைத்திருந்த காய்ந்த சுள்ளிகளைக் கீழே போட்டுவிட்டு வரவேற்க ஆயத்தமானான். வருபவர் யாராயிருக்கும் எனும் கேள்விக்குறி அவனிடம் எழுந்தது. இன்பவல்லி வழிகாட்டி அழைத்து வருவதென்றால் வருபவர் அவள் அறிந்தவராய்த் தான் இருக்க வேண்டும்.

ஒருவேளை அவர்... சோழநாட்டு இளவரசராயிருக்குமோ? அவன் அருண்மொழி வர்மரைக் கண்டதில்லை. அருண் மொழியின் அழகு வடிவத்தைக் குறித்து மக்கள் பேசிக் கொண்டிருந்ததைக் கேட்டிருக்கிறான். அவன் தாய் சுந்தர சோழரைப் பற்றிக் கூறியிருக்கிறாள். வேளை நிகர்த்த வடிவழகு கொண்டதனாலேயே சுந்தர சோழர் எனும் பெயர் அவருக்கு வழங்கப்பட்டது என்று சொல்லியிருக்கிறாள். அவர் திருமகன் அருண்மொழி, தந்தையின் அழகைவிட ஒருபடி அதிக அழகு நிறைந்தவர் என்றும் வாகீசன் கேள்விப் பட்டிருக்கிறான். பெண்களிலே பேரழகுடையவர்களைக் கண்டிருக்கிறான் வாகீசன். அவன் ஒரு சமயம் பல திருத்தலங்களைத் தரிசிக்கும் வண்ணம், கேதாரம் முதல் குமரிமுனை வரை பல ஊர்களுக்குச் சென்றபோது ஒவ்வொரு நாட்டு மடந்தையரின் விதவித வடிவழகுகளைக் கண்டு வியந்திருக்கிறான். அவர்களுடைய தோற்றங்களை இதயத்தில் பதிய வைத்துத் தேவைப்பட்டபோது வரிவடிவ மாக மாற்றியிருக்கிறான்; அவ்வடிவத் தோற்றங்களுக்கு விதவித வண்ணம் தீட்டித் தன் திறமையைப் புலப்படுத்தி யிருக்கிறான். ஆனால் ஆடவருள் அற்புத அழகு நிறைந்த வரை அவன் கண்டதில்லை.

சோழநாட்டு இளவரசர் அழகு மிகுந்தவர் என்பதால் அவரைக் காணவேண்டும் எனும் ஆவல் அவனுக்கு எழுந்த துண்டு. ஆனால் குடிலை விட்டு அவன் வேறெங்குமே செல்வதில்லையே. அவன் தாயும் அப்படித்தானே அவனுக்குக் கட்டளையிட்டிருக்கிறாள். மிகவும் அவசரமான நிலை ஏற்பட்டாலன்றிச் செல்ல வேண்டாம் என்று சொல்லியிருக்கிறாள்.

பௌர்ணமி தோறும், அருகே ஒரு காத தொலைவிலுள்ள கிராமத்தில் கூடும் சந்தைக்கு அவன் சென்று, தேவையான பொருட்களை வாங்கி வருவான். அதுவும் தோளிலோ, தலையிலோ சுமந்து வரும் அளவுக்கே இருக்கும். அவற்றைக் கொண்டு தன் தேவையைப் பூர்த்தி செய்து திருப்தியடைந்து விடுவான். முதியவர் வந்த பிறகு அவை இன்னும் அதிக மாகியது. சோறாக்கும் வேலையை இன்பவல்லி கவனித்துக் கொண்டாள். நீர் கொண்டுவரும் வேலையையும் அவளே

ஏற்றுக்கொண்டாள். வாகீசனுக்கு மொத்தத்தில் வேலையே யில்லாமல் போய்விட்டது. காய்ந்த விறகுச் சுள்ளிகளைச் சேகரித்து வருவதுபோக மீதி நேரத்தில் ஓவியக் கலையில் அதிகக் கவனம் செலுத்தினான். முதியவருடன் சிற்ப, சித்திரக் கலையைப்பற்றி விவாதித்து அறிந்து கொள்வான். முதியவருக்கும், வாகீசனின் கலை அறிவு மகிழ்ச்சியை அளித்தது. சிற்பி சிறந்த சித்திரக்காரனாக இருக்க வேண்டும். சித்திரக்காரனும் சிற்பியாக மாறுவதில் கஷ்டம் இல்லை.

இருவரும் குப்தர்கள் கட்டிடக்கலை முதல், பல்லவர்கள் சிற்ப அமைப்புமுறை வரை, நேரம் போவது தெரியாமல் பேசுவர்.

''நீ மாமல்லபுரம் சென்றிருக்கிறாயா? காஞ்சிக்குப் போயிருக்கிறாயா?'' என்று முதியவர் கேட்பார்.

''போயிருக்கிறேன் ஐயா! அங்கிருந்து வரவே எனக்கு மனமில்லை. காஞ்சிக் கயிலாயநாதர் ஆலயத்துச் சித்திரங் களைக் காணுந்தோறும், எனக்கும் அதுபோன்ற ஓவியக் கூடம் அமைக்கவேண்டும் எனும் அவா ஏற்படும்...'' என்று கண்களை அகல விரித்துக் கூறுவான் வாகீசன்.

''அந்தச் சித்திரங்களிலும் சிற்பங்களிலும் என்ன அற்புதங் கண்டாய் வாகீசா?''

''அவை, இன்னும் நம்முடன் பேசும் உயிர்த்தன்மை கண்டேன்.''

''பிறகு?''

''அவற்றுள் கம்பீரங் கண்டேன், அந்தக் காலத்துச் சூழ்நிலை அறிந்தேன்.''

''சூழ்நிலை அறிந்ததற்கு ஓர் உதாரணம்...''

முதியவர் இப்படிக் கேட்டவுடன், வாகீசன் சிரித்தான்.

''ஏன் சிரிக்கிறாய் வாகீசா? உன்னைப் பரீட்சை செய்கிறே னென்றா?''

''இல்லை இல்லை... அப்படியில்லை, சூழ்நிலையைச் சிற்ப வடிவங்களினின்றே அறிந்துவிட்டேன் கம்பீரமான

தோற்றம், பார்வையிலே ஒளி... இவை நிறைந்தவர்கள் வாழும் பூமி, வளம் நிறைந்திருக்க வேண்டும். வாழ்வு சிறந்திருக்க வேண்டும்; எண்ணம் உயர்ந்திருக்க வேண்டும்... இத்தனையும் நிரம்பப் பெற்ற காலம் பல்லவர்கள் காலம். அவர்கள் படைத்தது போன்ற அற்புதச் சித்திரங்களைத் தீட்ட வேண்டும்..."

"வாகீசா! உண்மையிலே நீ கலையே உருவானவன் தான். உன் வாழ்வையே கலைக்காக நீ அர்ப்பணிக்க வேண்டும். என் எண்ணமும் உன் எண்ணமும் ஒன்றுபட்டிருக்கின்றன. மன அமைதியின்றி இது வரையில் நான் அலைந்து கொண்டிருந் தேன். இந்த இடத்துக்கு வந்தபிறகுதான் மனக் கொந்தளிப்பு குறைந்தது. எனக்கும் நெடுங்கால ஆசை, மாமல்லபுரத்தி லுள்ள சிற்ப மண்டபங்களைப் போன்று, சோழநாட்டில் சிற்பக் கூடங்கள் அமைக்க வேண்டும் என்று..."

முதியவர் சொல்லி முடிப்பதற்கு முன்பு, வாகீசன் குதூகலம் தாங்காமல், "ஐயா ஐயா, நீங்கள் சிற்பக் கூடம் அமையுங்கள். நான் அங்கே சித்திரம் தீட்டுகிறேன்" என்று உற்சாகத்துடன் கூவினான்.

அதைக் கேட்டுக்கொண்டே அங்கு வந்த இன்பவல்லி, "வண்ணச் சித்திரங்கள், விதவித நடனத் தோற்றங்களைக் கொண்டதாக இருக்கட்டும். நான் ஆடுவேன். அவற்றை நீங்கள் அழியா ஓவியமாகப் படையுங்கள்" என்றாள்.

முதியவரும் வாகீசனும் இன்பவல்லியை ஒரு முறை திரும்பிப் பார்த்தார்கள். அவர் கண்களில் ஆர்வம் பளபளத்தது.

வாகீசன் பெருமூச்சு விட்டான். "அழியா ஓவியம், அஜந்தாவிலுள்ளதைப் போன்று அழியா ஓவியங்கள் தீட்ட வேண்டும்... அதற்கு ஏற்ற வண்ணக் கலவைகள், சோழ நாட்டில் கிடைக்கவில்லையே..." என்றான்.

முதியவர் பரபரப்புடன், "நீ அஜந்தாவைக் கண்டிருக் கிறாயா? வாகீசா... விவரமாகச் சொல்லு. அந்தக் கலைப் பூமியைத் தரிசித்திருக்கிறாயா? இவ்வளவு இளம்வயதில் எல்லா இடங்களையும் சுற்றிவிட்டாயா?" என்று கேட்டார்.

"அஜந்தாவைக் கண்டிருக்கிறேன். ஒரு காலத்தில் சீரும் சிறப்புமாகத் திகழ்ந்த அந்த இடத்தை இப்போது கவனிக்க ஆளில்லை. கடும் புலிக்கும், கொடும் பாம்புக்கும் வாழ்விடமாகத் திகழும் அந்தக் குகைப் பகுதியிலே, உயிரைக் கையில் பிடித்துக்கொண்டு சுற்றி அலைந்தேன். இருண்ட அந்தக் குகைக்கே பெரும் ஒளியை, அந்த வண்ணச் சித்திரங் கள் அளித்துக் கொண்டிருக்கின்றன. அவற்றையெல்லாம், கண்குளிரக் கண்டேன். எவ்வளவு முடியுமோ, அவ்வளவுக்கு, அந்தச் சித்திரப் பொக்கிஷங்களை என் இதயப் பேழையில் சுமந்து கொண்டேன்."

"நீ பாக்கியசாலி வாகீசா! பாக்கியசாலி நான் என்றைக்கு அந்தச் சுவர்க்கபுரியைப் பார்க்கப் போகிறேன்?" என்று கூறிய முதியவர் வருத்தப்பட்டார். ஒரே சொல்லானாலும், அதில் ஆர்வமும் ஆவலும் ததும்பி நின்றன.

"ஏன் இப்போது வேண்டுமானாலும் போகலாம். புத்தர் பிரான் வாழ்ந்த பகுதிகளுக்கெல்லாம் செல்லலாம். கயையில், வானளாவக் கோபுரம் ஒன்று கண்டேன். அது என் கண் முன்னே இப்போதும் நிற்கிறது. அதையும் சென்று காணலாம்" என்றான் வாகீசன்.

"நீங்கள் புறப்படும்போது என்னை மறந்துவிடாதீர்கள்; என்னையும் அழைத்துச் செல்லுங்கள். அந்த இடங்களை யெல்லாம் காணவேண்டும் என்று எனக்கும் ஆசையாக இருக்கிறது..." என்றாள் இன்பவல்லி.

வாகீசனும் முதியவரும் ஒருவரையொருவர் பார்த்துப் புன்முறுவல் பூத்தனர்.

"ஏன் நகைக்கிறீர்கள்! ஒரு பெண்ணை அவ்வளவு தொலைவுக்கு அழைத்துச் செல்லலாமா என்றா?" என்று இன்பவல்லி கேட்டாள்.

"இல்லை, இல்லை... காட்டிலும் மேட்டிலும் முள்ளிலும் புதரிலும் உனது மெல்லடி எப்படி நடந்துவரும் என்றுதான் எண்ணிச் சிரித்தேன். மல்லிகை மலர் தூவிய இடத்திலே நடனமாட வேண்டிய உன் செம்பாதம் சுடுமணலில் நடமாடலாமா...?"

"காடெல்லாம் கடந்து வந்தபோது நோகாத பாதங்கள், இனியுமா நொந்து போகும்? உங்களுடன் நான் வருவது உங்களுக்குப் பிடிக்கவில்லையென்றால் சொல்லிவிடுங்கள். அதற்காக வேறு சாக்குப்போக்குகள் வேண்டாம்..." என்றாள் இன்பவல்லி.

"இல்லை குழந்தாய்... நாங்கள் செல்வதென்றால், உன்னை இங்கேவிட்டுச் செல்லமாட்டேன். தஞ்சைக்குச் செல்வோம். மன்னரைக் காண்போம். நமது கலை யாத்திரைக்கு வேண்டிய உதவிகளைக் கேட்போம் சிவிகையொன்றும், குதிரையும், ஏழெட்டுத் துணைவீரர்களும் கேட்டுப் பெறுவோம்" என்றார் முதியவர்.

வாகீசன் நகைத்தான் "பெரியவரே! தஞ்சையினின்று அவ்வளவு எளிதில் பெற்றுவிட முடியுமா? அதுவும் நம்மைப் போன்ற எளியவர்களுக்கு?" என்றார்.

"வாகீசா! என்ன சொன்னாய்? எளியவர்களா? நான் யார் தெரியுமா? இதுவரை யாருக்கும் தெரியாது. நானும் அரச குடும்பத்து வழிவந்தவன்தான். என் கதையை நீ அறிந்தால் இந்த நாட்டில் எனக்கு இரட்டிப்பு மரியாதை ஏற்படும் என்பதைத் தெரிந்து கொள்வாய். மதுராந்தகரை நான் போய்க் கேட்கிறேன். அவரைக் காண முடியாவிடில், அருண்மொழி வர்மரையே கேட்கிறேன். அங்கே சங்கரதேவன் எனும் வீரவாலிபன் எனக்குத் தெரிந்தவன். அவன் உதவி கொண்டு, காரியத்தை முடிப்போம்" என்றார்.

வாகீசனும் இன்பவல்லியும் ஒருகணம் திகைத்து நின்றனர்.

முதியவர் அரச குடும்பத்தைச் சேர்ந்தவரா? பின் ஏன் இப்படி நாடோடிபோல் அலைந்து கொண்டிருக்கிறார்...?

"ஐயா, பெரியவரே! உங்கள் முன்னாள் வாழ்க்கையைப் பற்றி எனக்குச் சொல்லக்கூடாதா?" என்றான் வாகீசன்.

"ஆமாம்... ஆமாம். என்னைப்பற்றிக் கேட்டறிந்தீர்களே! குழந்தை, குழந்தை என்று உரிமை கொண்டாடி அழைக்கிறீர் களே, அந்தக் குழந்தை கேட்கிறது. சொல்லக்கூடாதா?" என்றாள் இன்பவல்லி.

முதியவர் மௌனமானார். சற்றுத் தலை குனிந்திருந்தார். பிறகு தலை நிமிர்ந்து, "கட்டாயம் என் கதையைக் கூறுவேன். அதைச் சொல்வதற்கு, வேளை நெருங்கிக் கொண்டிருக்கிறது. இன்பவல்லி! உன்னிடம் சொல்லாமல் வேறு யாரிடம் சொல்லப் போகிறேன்? உன்னை அழைத்துச் செல்லப் போகிறேன்... அதற்காகத் தான் நான் தஞ்சைக்குச் சென்று சகல வழிகளும் ஏற்படுத்திக்கொண்டு, அஜந்தா யாத்திரை செல்வோம்" என்றார்.

அவர் இப்படிச் சொன்ன மறுநாளே, அருண்மொழியை அவர் சந்தித்துவிடுவார் என எண்ணவில்லை.

அருண்மொழியை, இன்பவல்லி குடிலுக்கு அழைத்து வந்த சமயம், முதியவர் களிமண்ணைப் பிசைந்து கொண் டிருந்தார். வாகீசன் தன் கையில் இருந்த விறகுச் சுமையைக் கீழே போட்டு விட்டு, வரவேற்கவும் வாய்வராமல், வரவேற் காமல் இருக்கவும் முடியாமல், திகைத்து நின்றான்.

அருண்மொழியின் தோற்றம் அவனைக் கவர்ந்தது. அருண் மொழியின் கம்பீரத்தோற்றம், வாகீசனைக் கவர்ந்ததால் அவன் இமைக்காமல் பார்த்தவண்ணம் நின்றான்.

இன்பவல்லி இருவருக்கும் நடுவே நின்றாள். அருண் மொழியை வாகீசனுக்கு அறிமுகப்படுத்தும் நிலையில் இருந்தாள். என்ன சொல்லி அறிமுகப்படுத்துவது? இன்ப வல்லி அருண்மொழியைத் திரும்பிப் பார்த்தாள். வாகீசனை நோக்கினாள்.

வாகீசனே அவர்களை முந்திக் கொண்டான்.

"வாருங்கள், வாருங்கள்" என அழைத்தான். அருண் மொழி புன்னகை புரிந்தவாறு மெல்ல நடந்து வந்தார்.

"இவர் யார் தெரியுமா?" என்று இன்பவல்லி வாகீசனைக் கேட்டாள். வாகீசனுக்கு எப்படித் தெரியும்? முகத்தில் ஒரு விதச் சிரிப்பு மிளிர, தெரியாது என்பதைத் தலையசைத்துத் தெரிவித்தான். அருண்மொழியும் இன்பவல்லியிடம் கண்கள் மூலம் ஏதோ சைகை செய்தார்.

அவரை அருண்மொழி என்று புலப்படுத்தக் கூடாதாம். அது எப்படி முடியும்? இந்த நாட்டின் இளவரசரை எப்படி

வேறு பெயர் கூறி அழைப்பது? இன்பவல்லிக்குக் குதூகலம் பொங்கியது.

“இந்தச் சிறு குடிலுக்கு வருகை தந்திருப்பவர், இந்த நாட்டு இளவரசர்...” இன்பவல்லி முடிக்கவில்லை. வாகீசன் பரபரப் புடன் “யார், யார்? இளவரசரா? அருண்மொழி வர்மரா... ஆஹா.... நான் என்ன பாக்யம் செய்து விட்டேன்? இன்றைய பொழுது மிகவும் நல்ல பொழுதாக விடிந்து விட்டது... என் கண்கள் அதிர்ஷ்டம் செய்துள்ளன. இளவரசரே! வர வேண்டும் வரவேண்டும். முன் அறிவிப்பு இன்றி, எதிர்பாராத விதமாகத் தாங்கள் வந்துவிட்டதால் எப்படி வரவேற்பது என்று தெரியாமல் திகைத்து விட்டேன்” என்று கூறினான்.

அருண்மொழியின் முகத்தில் அமைதி ததும்பியது. வாகீசன் அருகிலிருந்து மரத்தின் கீழிருந்த இருக்கை ஒன்றைச் சுட்டிக் காட்டி, அதில் அமருமாறு கேட்டுக்கொண்டான். அருண் மொழி அமர்ந்தார். அவர் கண்கள் அந்த இடத்தைச் சுற்றிப் பார்த்தன. வெயிலின் கொடுமை அதிகமாகத் தொடங்கிய போதிலும், அந்த இடம் குளுமை நிறைந்திருந்தது. வெளியே உலகம் என்ற ஒன்று இருக்கிறதா? மக்கள் நடமாடு கிறார்களா? வாழ்கிறார்களா? பிழைக்கிறார்களா, எனும் சந்தடியேயில்லாத அந்த இடம் தனி உலகம் போலிருந்தது.

இன்பவல்லி, “அப்பா, அப்பா” என்று அழைத்தவாறு முதியவரைத் தேடி அங்கும் இங்கும் ஓடினாள். அவர் அவரைச் சிறிது நாட்களாக, அப்பா என்றே அழைத்து வந்தாள். முதியவர் களிமண்ணைப் பிசைந்தெடுத்து, அதைக் கொண்டு கோபுரம் போல் அமைத்துக் கொண்டிருந்தார்.

“அப்பா, நம் குடிலுக்கு யார் வந்திருக்கிறார்கள் என்று பாருங்களேன்?” என்றாள் இன்பவல்லி.

“யார் வந்திருக்கிறார் குழந்தாய்?”

“வந்து பாருங்களேன்... மிகவும் அபூர்வமானவர் வந்திருக்கிறார் அப்பா!”

“அப்படி யாரம்மா அபூர்வமானவர்? அரசரா வந்து விட்டார்?”

"ஆமாம் அப்பா... இளவரசர்தான் அப்பா வந்திருக்கிறார்."

முதியவர் திகைத்தார். "ஆமாம். வந்து பாருங்கள்" என்றாள் இன்பவல்லி. முதியவர் கைகளிலே ஈரமண். அதைக் கழுவிக் கொண்டுதானே வரவேண்டும்?

"குழந்தையாய், கை கழுவிச் சற்றுத் தண்ணீர் ஊற்று" என்றார் முதியவர். அப்போதுதான் இன்பவல்லியின் நினைவுக்கு வந்தது. தண்ணீர் எடுக்கச் சென்று வெறும் குடத்துடன் தாம் திரும்பி வந்துவிட்டோம் என்பது.

"இதோ கொண்டுவருகிறேனப்பா" இன்பவல்லி மீண்டும் ஆற்றுக்குச் செல்லத் திரும்பினாள்.

"சற்று முன்புதானே சென்றாய்?"

"'சென்றேன் ஆனால்..." இன்பவல்லி எப்படிச் சொல்லுவாள், இளவரசரைச் சந்தித்த களிப்பில் தண்ணீர் எடுக்க மறந்துவிட்டதை?

இன்பவல்லி முதியவர் ஒருவருடன் பேசிக் கொண்டிருப்பதையும், அவர் ஏதோ செய்து கொண்டிருப்பதையும் கண்ட அருண்மொழியே, அங்கு வந்து விட்டார். வாகீசனும் கண்டு தொடர்ந்து அவருடன் வந்தான்.

மண்ணைக் கொண்டு, விசித்திரமான கோபுரம் அமைத்துக் கொண்டிருந்தார் முதியவர். அருண்மொழி அங்கு வந்தவுடன் முதியவர் எழுந்துவிட்டார். எடுத்த எடுப்பிலேயே அருண்மொழியின் தோற்றம் அவரை மிகவும் கவர்ந்து விட்டது. அரசர்க்கான ஆடம்பர ஆடையுடன் வராவிடினும், இயற்கையாக ஒளி வீசிக் கொண்டிருந்த அவர் தோற்றத்தைக் கண்டவுடனேயே பாச, உணர்ச்சி அவரைச் சூழ்ந்து கொண்டது. தாம் என்ன செய்கிறோமென்று தெரிந்து கொள்ளாமல், அவரைத் தழுவிக்கொண்டு, "தங்களைச் சந்திக்க வேண்டும், சந்திக்க வேண்டும் என்று துடித்துக் கொண்டிருந்தேன். அதற்கு வேளை வந்துவிட்டது இளவரசே! தங்களைத் தேடி நாங்களே தஞ்சை வருவதாக இருந்தோம்... நீங்களே வந்து விட்டீர்கள். நாங்கள் எல்லாம் பல நாட்டுத் திருத்தலங்களுக்கு யாத்திரை செல்வதாக முடிவு செய்துவிட்டோம். எங்களுக்குக் குதிரையொன்றும்,

சிவிகையொன்றும், வழித்துணைக்கு வீரர்கள் சிலரும் கொடுத்து உதவவேண்டும். திடீரென இப்படிக் கேட்பதற் காகப் பொறுத்தருள வேண்டும். இதோ நிற்கிறாரே ஓவியர், இவர் அஜந்தாவைப் பற்றிய ஆசையை என் இதயத்தில் எழுப்பிவிட்டார்..''

“ஆகா! அஜந்தாவைப்பற்றி அவர் வர்ணிப்பதைக் கேட்குந் தோறும், அதைக் காணாத கண்ணிருந்து என்ன பலன் என்று எண்ணத் தோன்றிவிட்டது. அந்த அற்புத ஓவியங்களைக் கண்டுவருவோம். மற்றும், வடநாட்டில் பெரிய பெரிய கோபுரங்கள் கட்டிவருகிறார்களாம். அவற்றின் அமைப் பினைக் கண்டுவரவேண்டும் என்பதும் ஆவல். அவற்றைக் கண்டுவந்து சோழநாட்டிலே அழகிய கலைக்கூடங்கள் அமைப்போம். இவற்றைச் செய்வது, அரசர் கடமை யன்றோ?'' என்றார்.

முதியவர், எடுத்த எடுப்பிலேயே, இளவரசரிடம் இத்தகைய வேண்டுகோள் விடுத்தது குறித்து இன்ப வல்லியும், வாகீசனும் திகைத்தனர். அஜந்தாவைக் காண பதற்கும், சோழநாட்டில் கலைக்கூடங்கள் அமைப்பதற்கும், யாத்திரை செய்ய விரும்புகிறார்கள் என்பதைக் கேட்ட வுடனேயே அருண்மொழியின் மனதில் மகிழ்ச்சி ஏற்பட்டது. இப்படிக் கலையார்வம் கொண்டவர்களும் சோழநாட்டிலிருக் கிறார்களே என்று அறிய மிகுந்த களிப்படைந்தார். அவர் இதயத்தில் துளிர்விட்டுக் கொண்டிருந்த கலையார்வம், அப்போது மளமளவென்று வளர்ந்தது. அரும்புவிட்டது. பூத்துக் குலுங்கியது.

அன்றிரவு அந்தக் குடிலிலே முதியவரும், வாகீசனும் அருண்மொழியுடன் பலபல பேசிக்கொண்டே கண்ணயர்ந்து விட்டனர். அருண்மொழிக்கு உறக்கம் வரவில்லை. அதே போன்று உறக்கம் வராது, குடிலின் நிலைப்படியருகே அமர்ந்து, ஆயிரமாயிரம் எண்ணங் கொண்டிருந்தாள் இன்ப வல்லி. அவள் இதயம் பொங்கி வழிந்தது. அவள் உடல், துடித்தது. அவளாலேயே விவரம் காணமுடியாத பரபரப்பு ஏற்பட்டது.

அருண்மொழியும் மற்றவர்களும் பேசிக் கொண்டிருந்த போது, இன்பவல்லி குடிலிலிருந்து ஆற்றங்கரைக்கு மெல்ல

நடந்து சென்றாள். அவள் நூபுர ஒலி மெல்ல எழுந்தது. அவர்கள் செவியில் விழுந்திருக்க முடியாது. அவளுடைய பெருமூச்சின் ஒலி, அவர்கள் செவியில் வீழ்ந்திருக்க முடியாது. சலசலவென்று ஓடும் ஆற்றங்கரையில், மணல் மேட்டிலே அமர்ந்து, அவள் வானத்தைப் பார்த்துக் கொண்டிருந்தாள். எங்கோ, ஆயிரம் ஆயிரம் காததூரத்திற்கு அப்பாலே கண்சிமிட்டி ஒளிரும் நட்சத்திரங்கள், அவளைப் பார்த்து மெல்ல நகைப்பதைப்போல் தோன்றின. சிரிக்கும் நட்சத்திரங்களுக்கு நடுவே, மதியரசன் தன் கூனற் பிறையுடன் அமர்ந்து கொண்டிருந்தான். அவன் இன்ப வல்லியைப் பார்த்துக் கேட்டான்.

"இன்பவல்லி! உன் கவலை தீர்ந்து விட்டதில்லையா?"

"ஹூம்; கவலை தீர்ந்ததாம், உமக்கு என்ன வேலை? என் வேதனை இனித்தானே தொடங்கப்போகிறது? மனப் போராட்டம், இனித்தானே உதயமாகப் போகிறது? என்னைப் போன்றவர்களின் தாபத்தை வளர்த்து, வேதனையைக் கொடுப்பது தான் உமக்குத் தொழிலா? உமக்கு உடன் பிறந்தவர்கள் இல்லையா? நீங்கள் பெண் களே பிறக்காத ஊரில் பிறந்தவரா? அப்படி இருக்கமுடியாதே. ஒன்றுக்கு மேற்பட்ட இளம் பெண்களை மணந்துவிட்டதால், பெண்களின் மனத்தைத் துச்சமாகக் கருதுகிறீர்களா?" இன்பவல்லி கடுமையாகவே கேட்டாள்.

சந்திரன் சிரித்தான். தன் நிலவுக் கரங்களை இன்பவல்லியின் மீது இன்னும் தெளிவாகப் படுமாறு வீசி, "பேதைப் பெண்ணே! உன் மனங்கவர்ந்தவரை நீ சந்தித்துவிட்டாயே! இனி என்ன மனப் போராட்டம்? மனக்கவலை? உன்னைத் தேடி இளவரசன் ஓடி வந்திருக்கிறார் என்றால், அதைவிடப் பெரும் பேறு உனக்கென்ன வேண்டும்? உனக்கு மன நிறைவு என்பதே இருக்காதா?" என்று கேட்டான்.

இன்பவல்லிக்குக் கோபம் வந்தது. "மதியரசன் என்று தான் உமக்குப் பெயரே தவிர, உமக்கு மதி சற்றுக் குறைவுதான். என்னைத் தேடி இளவரசர் வந்துவிட்டதால், என் கவலைகள் தீர்ந்துபோகும் என்று நீங்கள் உண்மையிலேயே சொல்கிறீர்களா?"

"ஆமாம்; இளவரசர் உன்னை அழைத்துச் செல்ல வந்திருக்கிறார். நீ தஞ்சைக்குச் செல்வாய். அங்கே உனக்கு பெரும் வரவேற்பும், உபசாரமும் நடக்கும். நீ அரசியாவாய். என்னை நீ ஏமாற்ற முடியாது. என் கண்களிலிருந்து நீ தப்ப முடியாது. நான் வான வீதியிலே பவனி வருவேன். நீயும் இளவரசரும் தங்கியிருக்கும் அழகிய மாடத்தின் மேல் வருவேன். பலகணியின் வழியே நுழைவேன். இப்பொழுது சொல்கிறாய், வேதனை கவலை என்றெல்லாம். அப்போது அவையெல்லாம் பறந்துவிடும். இளவரசரின் இன்ப அணைப்பிலே நீ இருப்பாய். வெட்கிக் குனிந்திருக்கும் உன் முகத்தை மெல்ல அவர் திருப்பித் தன் முகத்தெதிரே நிறுத்தி, எனக்குப் போட்டியாக உன் முகம் இருக்கிறது என்று வர்ணிப்பார். நீ பொல்லாதவளாயிற்றே. என்ன சொல்வாய் தெரியுமா? 'நான் வானத்து மதியானால், நீங்கள் வாவியில் பூத்த அல்லி' என்பாய். அவர் சிரிப்பார். சந்திரனைக் கண்டு அல்லி மலர்கிறது என்று உனக்குத் தெரிந்திருக்கிறதே. பிறகு அத்துடன், விடுவாயா? 'நீங்கள் இளம் ஞாயிறு; நான் தடாகத்துத் தாமரை' என்பாய். அவர் மீண்டும் நகைத்து, உன் கன்னத்தை இலேசாகக் கிள்ளி, பேச முடியாமல் போதை கொண்டு, உன் முகத்தைத் தன் முகத்தின் அருகே இழுப்பார். உனது காந்தள் விரல்கள், அவரது பரந்த முதுகிலே வீணை நரம்புகளில் தவழ்வதுபோல் தவழும். உனது மெல்லிய, அன்னத்தூவியைவிட மிருதுவான கரங்களின் ஸ்பரிசத்தால், அவரது மெய் சிலிர்க்கும். துவளும் இடையுடைய நீ வெட்கப்பட்டு, அவர் பிடியிலிருந்து நழுவத் துடிப்பது போல் பாவனை செய்தாலும், என் பார்வையினின்று தப்ப முடியாது..."

'பொல்லாத மதியே! நிறுத்து... நிறுத்து. போதும் போதும் நீ வர்ணிப்பது. எத்தனையோ பெண்களின் சாபத்துக்கு உள்ளான நீ, என் கோபத்துக்கும் ஆளாக வேண்டாம்...' என்று இன்பவல்லி முணுமுணுத்தாளேயன்றி, அவள் உடல் சிலிர்த்தது. மெல்லிய பூங்காற்று அவளுடலில் பட்டுத் தவழும்போது, அவள் மேனி குறுகுறுத்தது. எந்த இளவர சரை மறந்துவிட வேண்டும் என்று நினைத்தாளோ,, அந்த இளவரசரின் இனிய தோற்றமும், முல்லைத் தீவில் அவருடன்

நேரம் போவது தெரியாதிருந்த இன்ப நிகழ்ச்சிகளும் மீண்டும் அவள் எதிரே தோன்றின.

அவளால் அப்போது உட்கார்ந்திருக்க முடியவில்லை. அவள் பாதங்கள் துடித்தன. வளைக்கரங்கள் நெளிந்தன. மின்னல் இடை துள்ளியது. வேய்ந்தோள் வளைந்து வளைந்து ஆடியது. அந்த மணல் வெளியில், இன்பவல்லி ஏதோ பாடலை முணுமுணுத்தாள். அந்தப் பாடலுக்கேற்ப, அவள் பாதங்கள் அசைந்தன. ஒரு சமயம், அவள் பம்பரம் போல் சுழன்றாள். அவள் முகம் மறுபக்கம் திரும்பி விட்டதோ என்று தோற்றமளிக்குமாறு ஒரு சமயம் திகழ்ந்தாள். அவள் கரங்களில் மாயசக்தி இருந்ததோ? அவை சுழன்று நெளி வதற்காகவே பிறந்தனவோ? அவள் இடை, நொந்து போகாதோ! இப்படி அசைவதால் அவள் பாதங்கள், மணலில் அமிழ்ந்து விடாதோ? இப்படி அழுத்துவதால்...

இன்பவல்லியின் கண் எதிரே ஆறு சுழன்றது; ஆற்றங்கரை மரங்கள் சுழன்றன. வானத்து நிலவு சுழன்றது; விண்மீன்கள் சுழன்றன...

"இன்பவல்லி, இன்பவல்லி" என்று அருண்மொழி கூப்பிட்டது காதில் விழுந்தது. அதோ அவர் கரங்களில் இன்ப வல்லி சாய்ந்திருக்கிறாள். அவளைக் கீழே விழாமல், அருண் மொழி தாங்கியிருக்கிறார்.

இன்பவல்லி ஆடி ஆடிச் சுழன்று துவண்ட சமயம், அருண்மொழி இன்பவல்லியைத் தேடி வந்துவிட்டார். அவளைக் கீழே விழாமல் தாங்கி, மெல்லக் கீழே படுக்க வைத்தார். அழகிய தலையலங்காரத்துடன் கூடிய அவளது கூந்தலைக் கீழே படாத வண்ணம் தன் மடியில் கிடத்தினார்.

இன்பவல்லி மெல்லக் கண் விழித்தாள். அருண்மொழியின் மடியில் தான் தலை வைத்துப் படுத்திருப்பது அறிந்து வெட்கினாள்; துள்ளி எழுந்தாள்.

"இளவரசே! நான் எங்கிருக்கிறேன்?" என்று பரபரப்புடன் கேட்டாள்.

"ஏன், நீ தஞ்சையில் இருக்கிறாய்" என்றார் அருண்மொழி, மெல்ல நகைத்தவாறு, தஞ்சை மாளிகை என்றவுடன் இன்பவல்லி திகைத்தாள்.

"ஏன் திகைக்கிறாய் இன்பவல்லி? எப்படியும் நாளை நீ அங்கு இருக்க வேண்டியவள்தானே இன்பவல்லி? மாளிகை மேன்மாடத்து முற்றத்திலே நீ நடனமாடியதாக எண்ணிக் கொள். ஆடி ஆடிக் களைத்தபோது, நான் அங்கே வந்து பார்த்துக் கொண்டா இருப்பேன்? உன்னை அள்ளிச்சென்று பஞ்சணையில் கிடத்துவேன். இதே போன்ற நிலவுதான் வீசிக் கொண்டிருக்கும். இப்போதுபோல, களைத்துப்போய் நீ பெருமூச்சு விடுவாய். அது, என் கன்னங்களை மெல்லத் தடவிச் செல்லும். பருகப் பால் கொடுப்பேன். உண்ணப் பழம் கொடுப்பேன். சிவந்த அதரம், மேலும் சிவக்கத் தின்ன வெற்றிலை தருவேன்..." அருண்மொழியின் முகத்திலே எப்போதுமில்லாத புதுச்சோபை ஒளிர்ந்தது. கண்கள் இன்ப போதையால் தனியழகுடன் நிகழ்ந்தன. இன்பவல்லியை நாணம் சூழ்ந்தது. அவள் எழ முயன்றாள்.

அருண்மொழி தொடர்ந்து பேசினார்; "இன்பவல்லி! மாளிகையிலே இவ்வளவு சுக சௌகரியங்கள் இருக்கின்றன! இங்கே துவண்டு கிடக்கும் உன்னை. எந்தப் பஞ்சணையில் கிடத்துவேன்? பழமும் பாலும் எங்கிருந்து தருவேன்? இங்கே அரச ஆணை செல்லாது. இங்கே நீலவானப் பந்தலின் கீழ் எல்லோரும் சமம். நானும் எளியவனாக, சோழநாட்டுச் சாதாரண மனிதனாகத் திகழ்கிறேன். பாலும் பழமும் எதற்கு? பஞ்சணை எதற்கு? இப்படியே இங்கேயே எப்போதும் இருந்துவிட வேண்டும் எனும் துடிப்பு எனக்கு ஏற்பட்டு விட்டது. இங்கே கலைஞர்கள் வாழ்கிறார்கள். முதியவர் சிறந்த சிற்பி. இளைஞன் வாகீசன், சித்திரக்கலை சிறந்து கைவரப்பெற்றவன். அவனுடைய ஆர்வத்தைக் காணும் போது, சோழநாட்டைக் கலைமணம் கமழும் பூமியாக மாற்றி விடலாம் போல் தோன்றுகிறது. வீரத்தில் நிறைந்த சோழநாடு, கலையில் சிறந்து விளங்கப்போகிறது என்பதை நினைக்கும் போது, எனக்கும் பெருமகிழ்ச்சி ஏற்படுகிறது... நடன ராணி, ஓவியர், சிற்பி மூவரும் கிடைத்துவிட்டால், வேறு என்ன வேண்டும்...?" அருண்மொழி முடிக்கவில்லை; இன்பவல்லி குறுக்கிட்டாள்;

"இளவரசே! வேண்டாம், வேண்டாம்; நீங்கள் இங்கே தங்கிவிடும் எண்ணத்தை விட்டுவிடுங்கள் சோழநாடே

தங்களை எதிர்பார்த்திருக்கிறது. தங்களை இங்கேயே சிறைப்படுத்தி வைத்துவிட்டாள் ஒரு சிறு பெண் எனும் அவப்பெயர், என்னை வந்து சூழ வேண்டாம். தாங்கள் என்னைச் சந்தித்ததாகவே புலப்படுத்திக் கொள்ள வேண்டாம். இன்பவல்லி இன்னும் அகப்படவில்லை என்றே நினைத்துக் கொள்ளுங்கள். முல்லைத் தீவிலேயே அவளை மறந்துவிட்டதாக நினைத்துக் கொள்ளுங்கள். நடனம், சிற்பம், சித்திரம் எப்போது வேண்டுமானாலும், அழைத்தால் வரும்; ஆனால் சோழ நாட்டு அரச பதவி வராது'' என்றாள்.

இன்பவல்லி இப்படிக் கூறும்போது, அருண்மொழி புன்னகை பூத்தபடியே இருந்தார். பிறகு, ''சொல்ல வேண்டியதைச் சொல்லிவிட்டாயா இன்பவல்லி? உனக்குள்ள சொல் திறமை அவ்வளவுதானா, இன்னும் இருக்கிறதா? இங்கேயே இருக்கப் போகிறேன் என்பதால், சோழநாட்டு அரச உரிமையை உதறிவிட்டேன் என்று அர்த்தமா? நான் தஞ்சையில் இருந்து, விரும்பும்போது வருவேன்; அழகிய தேரிலே, உன்னை அருகே அமர வைத்து ஓட்டி வருவேன். கம்பீரமான யானையிலே அம்பாரி மீது உன்னை அமர்த்தி ஆடி அசைந்து வருவேன். நீ விருப்பப் பட்டால், குதிரை மீதும் ஏற்றி உன்னை அமர வைத்துக் காற்றினும் கடிதாய்ப் பறந்து கழிப்போம். மீண்டும் நகரச் சந்தடி நோக்கிச் செல்வோம். இங்கே தங்கும் நாட்களில் ஓவியருடனும், சிற்பியுடனும் கலையைப் பற்றிப் பேசிக் காலங்கழிப்போம். சோழ நாட்டுக் கோயில்களை எனது பெரிய பாட்டியார் கற்றளியாக மாற்றினார். அந்தக் கற்றளிகளிலே சிற்பங்கள் திகழச் செய்வோம். இன்னும் அதற்கு மேலாக அழியாத பெரும் செயலொன்றைச் செய்வோம். அதற்கெல்லாம் நீ உறுதுணையாக இருக்க வேண்டாமா இன்பவல்லி? என்னை ஏன் போகச் சொல்லுகிறாய்?''

''உங்கள் கலை ஆர்வம், என் உடலைச் சிலிர்க்க வைக்கிறது. என் மனங்கவர்ந்த இளவரசர், நாளைக்குப் பேரரசராகி அவர் அழியாத பணிகள் செய்யப் போகிறார் என்றெண்ணும்போது, எனக்கு உள்ளப் பூரிப்பு ஏற்படுகிறது. அவையெல்லாம் நிறைவேற்றுவதற்காகத் தான் தாங்கள்

என்னை மறந்துவிட வேண்டும் என்று கேட்டுக் கொள் கிறேன்...''

‘‘என்ன சொன்னாய் இன்பவல்லி? உன்னை மறப்பதா? என்னைச் சோதனை செய்ய இவ்வார்த்தை கூறுகிறாயா? உன்னை மறப்பதற்காகவா, நான் முல்லைத் தீவில் உன்னைச் சந்தித்தேன்? உன்னை மறப்பதற்காகவா, இதோ தேடிவந்தேன்...''

‘‘என்மீது தங்களுக்கிருக்கும் அளவற்ற அன்பை, நான் சந்தேகிக்கவில்லை. ஆனால், என் இதயத்திற்குள்ள அன்பின் அளவைத்தான், நான் எடைபோட்டுச் சுய சோதனை செய்து கொண்டேன். கருணைகூர்ந்து, பல வருடங்களுக்கு முன்பு நிகழ்ந்த சம்பவத்தை நினைத்துப் பாருங்கள். ஒரு நாள் முல்லைத் தீவிற்கு, அயல்நாட்டுக் கலம் ஒன்று வந்தது. அன்று பௌர்ணமி நாள். அந்தத் தீவில், குன்றக் குரவை ஆடினார்கள். கைகோர்த்து ஆணும் பெண்ணும் ஆடினார்கள். எனக்கு நீங்கள் முதற்கை கொடுத்தீர்கள். நானும் முன்பின் அறியாத தங்களுடன் முதற்கை கொடுத்து ஆடினேன். தெய்வத் திருவருளுக்கு, முன்பின் தெரிந்திருக்கவேண்டிய அவசியம் ஏது? விட்ட குறை, தொட்ட குறை என்பார்களே, அதனாலேயே என்னவோ, தங்களைக் கண்டவுடனே என் மனத்தில் புது மாறுதல் ஏற்பட்டுவிட்டது.

பிறகு இருவரும் சந்தித்தோம். புன்னை மர நிழலிலே சந்தித்தோம். அருவிக் கரையில் சந்தித்தோம் கடற்கரை யோரத்தே சந்தித்தோம். சங்குமுக யாழெடுத்து நான் மீட்டி னேன்; பாடினேன்; ஆடினேன். கொடுகொட்டி ஆடினேன்; பாண்டரங்க மாடினேன். மாயோன் கூத்தாடினேன். குன்றக் குரவை ஆடினேன். குரவைக் கூத்தாடினேன்; நீங்கள் மகிழ்ந் தீர்கள். ஒரு ரத்தின வியாபாரி என்றே தாங்கள் அறிமுகப் படுத்திக் கொண்டீர்கள். அரச குமாரரென்று நான் அப்போது அறியமாட்டேன். என் வளர்ப்புத் தந்தையும் அறியமாட்டார். அறிந்திருந்தால் பழக விட்டிருக்கமாட்டார். காதல் உணர்வு ஏற்படவும் விட்டிருக்கமாட்டார். ஆனால் நான் இப்போது நினைத்துப் பார்க்கிறேன். தங்களுக்கும் எனக்கும் ஏற்பட்ட பிணைப்பின் தன்மையை, என்னால் புரிந்துகொள்ள முடிய

வில்லை. தாங்கள் முல்லைத் தீவினின்று பிரிந்தபோது, கடற் கரையிலேயே நின்று கொண்டிருந்தேன். பல நாட்களுக்கு எனக்கு எந்த வேலையும் செய்ய ஓடவில்லை. தங்கள் வருகையை ஒவ்வொரு நாளும் எதிர்பார்த்திருந்தேன். நாட்களை ஓட்டினேன். முல்லைத் தீவு அழிந்தபிறகு, நான் துணிந்து தங்களைத் தேடிப் புறப்பட்டேனே அது எதனால்? தஞ்சையை வந்தடைந்த கதையே விசித்திரமானதுதான். விதி மிக வேகமாக என்னை இளைய பிராட்டியாரின் கரங்களில் ஒப்படைத்தது. வெகு வேகமாகவும் பிரித்தது...

தஞ்சையிலே அரண்மனையின் மேன்மாடத்தில் நானிருந் தேன். தாங்கள் கோட்டைக்குள் பிரவேசித்த போது, ஏற்பட்ட மகத்தான வரவேற்பின்போது தான், ரத்தின வியாபாரியும், சோழநாட்டு இளவரசரும் ஒருவரேயெனப் புரிந்து கொண்டேன். தங்களை உடனே சந்திக்க வேண்டும் என்று பரபரப்புக் கொண்டேன். ஆனால், ஒவ்வொரு முறையும் தங்களைச் சந்திக்காமல், ஏதோ ஒன்று தடுத்துக்கொண்டே வந்தது. அது எதனால்? விதிக்கே தங்களுடன் என்னைச் சேர்த்து வைப்பதில் ஆசை இல்லை போலும்...

இளவரசே! அவையெல்லாவற்றையும்விடத் தங்கள் கரம்பிடித்த உத்தமி, குணவதி, வானதி தேவியின் இடத்தில் போட்டியாக நான் வருவதற்கு ஆண்டவனுக்கே பிரிய மில்லை போலும்! வானதி தேவி என்னைப் பரிவுடன் நடத்தி னாள். இளையபிராட்டியிடம், தாயின் அன்பைக் கண்டேன். வானதி தேவியிடம் சகோதரியின் அன்பைக் கண்டேன். என்னால் சகோதரிக்குத் துரோகம் செய்ய மனம் வரவில்லை. அவர்கள் எல்லாரையும்விட, தஞ்சையிலே எனக்குப் பழு வேட்டரையர் மகள் பஞ்சவன் மாதேவி அறிமுகமானார்கள். அவர்கள் என்னுடன் நெருங்கிப் பழகினார்கள். தன்னைப் பற்றி ஒளிவு மறைவின்றிக் கூறிக் கொண்டார்கள். அதிலிருந்து தான், அவர்களுக்குத் தங்கள்மீது ஏற்பட்டிருக்கும் காதலை அறிந்தேன்.

பேச்சின் இடையே அவர்கள் தனக்காக நான் தியாகம் செய்து உதவுமாறு என்னை வேண்டிக் கொண்டார்கள். அதற்கு வேளை நெருங்கிவந்தது. இளவரசே! இத்தகைய சூழ்நிலையில் நான் தங்களை மறப்பதைத்தவிர

வேறொன்றுமே தோன்றவில்லை. தோன்றாமலென்ன? எவ்வளவோ எண்ணங்கள் தோன்றுகின்றன. அந்த எண்ணக் குவியல்களைச் சீர்தூக்கிப் பார்த்தால், நான் இந்தச் சோழ நாட்டை விட்டே சென்று விடுவதுதான் சிறந்தது என்று முடிவுக்கு வந்தேன். இளவரசே! முதியவர் தங்களை ஒன்று வேண்டிக் கொண்டாரே, அதை நிறைவேற்றிக் கொடுங்கள். வட இந்திய யாத்திரைக்கு வேண்டிய ஏற்பாடுகளைச் செய்து கொடுங்கள். நாங்கள் திரும்பி வருவதற்கு ஓராண்டோ இரண்டாண்டுகளோ ஆகலாம். அதற்குள் தாங்கள் சோழ நாட்டு அரசராயிருப்பீர்கள். பட்டமகிஷியுடன் சபை மண்டபத்தில் கொலுவிருப்பீர்கள். நான் வருவேன். சபையிலே அற்புத நடனமாடுவேன்... இளவரசே! என்னை மறந்து விடுங்கள்... இதோ நீங்கள் கொடுத்த ரத்தினக் கல்..."

இன்பவல்லியின் குரல் தழுதழுத்தது. அருண்மொழி, இன்பவல்லியின் முகத்தை மெல்ல நிமிர்த்தி, "இன்பவல்லி! நடனவல்லி, கலை அரசி, உனக்கு அற்புதமாக ஆடத்தான் வரும். பாடத்தான் வரும் என்று எண்ணியிருந்தேன். நன்றாகப் பேசுகிறாயே. நாடக நடிகைகள் வேடம் பூண்டு அரங்கில் பேசுவது போல் உரையாடினாய்... உன்னளவுக்கு, என்னால் மறுமொழி கூற முடியுமா என்பது சந்தேகமே... இன்பவல்லி... என்ன பேசினாய்? எப்படிப் பேசினாய்? உன் இதயத்தினின்று வந்த வார்த்தைகள்தாமா அவை? அப்படிப் பேச, உன் இதயம் எப்படிச் சம்மதித்தது? இன்பவல்லி! நம் இருவர் அன்புக்கும், அந்தஸ்து குறிக்கிடக்கூடாது என்பதை நான் எப்போதோ புரிந்து கொண்டுவிட்டேன். உனக்காக நான் இந்த நாட்டையே துறக்க ஆயத்தமாயிருக்கிறேன்... இன்பவல்லி! நாளைக்கே சென்று சிவிகையை அனுப்பு கிறேன். நீ புறப்பட்டு வந்துவிடு. நீ எதற்கும் அஞ்ச வேண்டாம். உனக்குரிய இடம் என்றும் உனக்காக இருக்கும். ஒரு நாட்டிய மகளின் மீது கொண்ட அன்பினால் ஓர் அரச குமாரன் பட்டத்தை வெறுத்தான் என்ற பெயரைச் சூட்டிக் கொள்ளப் போகிறாயா...?" அருண்மொழி மெல்லத்தான் பேசினார். பேசி முடிக்கவில்லை. வானத்தே சந்திரனும் மெல்ல ஒளி இழந்து, மறைந்து கொண்டிருந்தான். அங்கே முதியவர் வந்து கொண்டிருந்தார். அவரைக் கண்டதும், இன்பவல்லி எழுந்து நின்றாள்.

"இன்பவல்லி! இங்கேயா இருக்கின்றாய்? இரவெல்லாம் கண்விழித்துப் பேசிக்கொண்டிருந்தாயா? இப்படிக் கண் விழித்தால், உடம்பின் நிலை என்ன ஆகும்? இளவர சரையும், தூங்காமல் விழிக்கச் செய்துவிட்டாயா? நம் உடல் எப்படியும் மாறலாம். அவர் உடல் இந்த நாட்டு மக்களுக்குச் சொந்தம். இனி அவரது விருப்பப்படி அவர் ஒன்றுமே செய்துவிட முடியாது என்பது அவருக்குத் தெரியும். உனக் காக அவர் இளவரசர் பதவியை உதறித் தள்ள முடியாது. இவற்றையெல்லாம், இப்போது இப் பின்னிரவு வேளையில் விவாதிக்க வேண்டுமா? அருண்மொழி வர்மரின் இதயத்தை, நேற்றே நான் புரிந்து கொண்டேன். எல்லாம் மகத்தானதாக அமையவேண்டும் என்ற பேரார்வம் கொண்டிருக்கிறார். சிற்பமும், சித்திரமும் கோயிலும் உலகிலேயே மிகமிகப் பெரிதாக அமைக்க வேண்டும் என்கிறார்... அவர் அரசரானால் தான் அப்படிச் செய்ய முடியும்... அவர் நலமுடன் வாழ வழிசெய் இன்பவல்லி! வா போவோம். இளவரசே! வந்து குடிலில் படுத்துச் சற்றே கண் துயிலுங்கள். பொழுது விடிந்ததும் தேவையான அளவு பேசிக்கொள்வோம்" என்றார் முதியவர்.

பொழுது விடிந்து அவர்கள் பேசிக்கொள்ளும்வரை, நிலைமை அப்படியே இருக்கவில்லை. சற்று நேரத்தில் அந்த அமைதியான பகுதியில், குதிரையொன்றின் குளம்படி யோசை கேட்டது. மங்கிய வெளிச்சத்தில் குதிரையிலேறிக் காளாமுகர் விரைந்து ஆற்றைக் கடந்து அருண்மொழி வர்மரை நோக்கி வந்துகொண்டிருந்தார்.

அத்தியாயம் 27
நெஞ்சு விம்மியது

தஞ்சை மாளிகையே வெறிச்சோடிக்கிடந்தது. சிங்கம் போல் உலவிவந்த சிறிய பழுவேட்டரையர் காலமாகி விட்டார். அந்த வீரரின் மரணத்திற்குப் பிறகுதான், அவர் இருந்து கம்பீரமாக நடைபோட்ட மண்டபங்களும்,

மாளிகைகளும், கோட்டை வாயிலும், கருவூல அறையும், போர்வீரர்கள் பயிலும் இடங்களும் சாலையும், ஏதோ ஒன்றை இழந்த குறையைச் சுட்டிக்காட்டிக் கொண்டிருந்தன. பஞ்சவன் மாதேவிக்கு ஏற்பட்ட துயரத்தைச் சொல்லி முடியாது. சிறிய பழுவேட்டரையரின் மகளும், மதுராந்தக சோழ தேவரின் மகளுமான பஞ்சவன் மாதேவிக்கு ஏற்பட்ட துக்கத்தை விட, பெரிய பழுவேட்டரையரின் மகளான அரசி பஞ்சவன் மாதேவியின் துயரம்தான் அதிகமாக இருந்தது.

தன் சிறிய தந்தை அமர்ந்த ஆசனம், படுத்த மஞ்சம், அவ்வப்போது முகம் பார்த்துக் கொள்ளும் பெரிய நிலைக் கண்ணாடி ஆகியவற்றைப் பார்த்துப் பார்த்து விம்முவாள். அவருடைய இணையற்ற வாள் ஒரு பீடத்தில் வைக்கப் பட்டிருந்தது. அதற்கு அரளிப் பூமாலை அணிவித்து, மஞ்சள் குங்குமமிட்டு வணங்கிச் சென்று கொண்டிருந்தனர் வேளக்காரப் படையினர். தங்கள் தலைவர் இறந்துவிட்டதால் அவர்கள் பட்ட துயரம், கண்ணீராக மாறி வடிந்தது; வீரன் என்றாவது அழுவானா என்பதற்கு விடை கூறும் வகையில் இருந்தது. ஒவ்வொருவராகக் கட்டுப்பாட்டுடன் வந்து செல்லும்போது, பஞ்சவன் மாதேவி பார்த்துக் கொண்டே யிருப்பாள். வீர வணக்கம் செய்பவர்கள் வருவது சோபை யிழந்த அவள் முகத்தில் தந்தை ஒரு வேளை உயிருடன் இருக்கிறாரோ எனும் பிரமையை ஏற்படுத்தும். வணங்கிச் செல்லும் வீரர்கள் ஒருமுறை பஞ்சவன் மாதேவியையும் வணங்கிவிட்டுச் செல்வர்.

சோகமே உருவெடுத்து அமர்ந்திருக்கும் பஞ்சவன் மாதேவியை, இளையபிராட்டி பலவாறு கூறித் தேற்றினாள். அவள் அழகைப் பார்த்தாள்; உறுதி நிறைந்த உள்ளத்தைப் புகழ்ந்தாள்; வருங்காலத்தில் அவளுக்கு ஏற்படப்போகும் மகத்தான புகழை ஆருடம் கூறுபவள் போல் சொல்லி மகிழ்ச்சி ஏற்படுத்த முயன்றாள். பஞ்சவன் மாதேவி சிலை யென அமர்ந்திருந்தாளேயன்றி, சோகத்தை மாற்றவில்லை.

"இப்படியே இருந்தால், உன் உடலின் நிலை என்ன ஆகும் மாதேவி?" என்று, அவள் தலையை மெல்ல வருடினாள் இளையபிராட்டி.

பஞ்சவன் மாதேவி பேசவில்லை. அவள் என்ன பேசுவாள்; இந்த உடம்பு இருந்து என்ன ஆகவேண்டும் என்று இளைய பிராட்டியைத் திருப்பிக் கேட்கலாம். நெஞ்சிலே உள்ள சொல், வெளியே வர அஞ்சியது. விழி சோர முகத்தை நிமிர்த்தி, இளையபிராட்டியாரைப் பார்த்தாள் பஞ்சவன் மாதேவி.

“மாதேவி! உன் வேதனையை நான் அறிவேன். ஆனால் என்னைப் பார்த்தாவது, நீ துயரம் தீர்த்துக்கொள்ளக் கூடாதா?” என்று கூறிய இளையபிராட்டியாரை, இப்போது பஞ்சவன் மாதேவி பார்த்த பார்வையில் வியப்பிருந்தது.

“ஆமாம், மாதேவி... சற்று நினைத்துப்பார். என்னைவிட வயதில் சிறியவளான உனக்கு, என் வேதனை தெரியுமல்லவா?” பஞ்சவன் மாதேவி கண்களைத் துடைத்துக் கொண்டாள். இளையபிராட்டிக்கு நேர்ந்த சோக சம்பவங்கள், அவளுக்கு ஓரளவு தெரியும்.

“மாதேவி! நான் சொல்வது, சில ஆண்டுகளுக்கு முன்பு நடந்தவை. என் தந்தை சுந்தரசோழர் இந்நாடே போற்றிய மாமன்னர் இறந்து விட்ட துயரம், என் இதயத்தை அழுத்துவதற்கு முன்பே, என் அருமைத் தாயும் அவருடன் உடன் கட்டை ஏற முடிவு செய்தது என்னைத் திடுக்கிடச் செய்தது. தாய்க்கு ஒரே பெண். ஆசையும் அருமையும் நிறைந்தவள் நான். நான் எப்படித் தாயைப் பிரிந்திருப்பேன்? அருமைச் சகோதரன் ஆதித்தன் இறந்த ஓரிரு ஆண்டுகள் கூட ஆகவில்லை. இந்த நிலையில், என் தாயைக் கண்ணெதிரே எப்படி இழக்கத் துணிவேன்! ஆனால், நான் அழுது புரண்டு தாயின் முடிவை மாற்ற முடியுமா? கணவனை இழந்த பெண்மணிக்கு ஏற்ற தர்மமாயிற்றே! பூதப் பாண்டியனுடைய தேவியார், தன் கணவருடன் உடன்கட்டை ஏறச்சென்றபோது, அமைச்சர்களும் அறிஞர்களும், புலவர்களும் மற்றவர்களும் அப்படிச் செய்யாதிருக்கத் தடுத்தனர். ஆனால் தேவியார் அவர்களை நோக்கி, அறிவுரை புகன்று, உடன்கட்டை ஏறினார்; அதை ஒரு பாடலாகவும் கவிஞர் ஒருவர் எழுதினார். பாட்டியார், இந்தப் பாடலை எனக்கு அவ்வப்போது கூறுவார். நான் எப்படித் தாயைத் தடுத்திருக்க முடியும்? தந்தையையும், தாயையும் ஒரே நாளில் இழந்த

எனக்கு, அந்தத் துயரம் மட்டும்தானா? மாதேவி! அவற்றை மீண்டும் நான் உனக்கு எடுத்துக் கூறி, என் உள்ளத்தில் மறுபடியும் சோகத்தை வளர்ப்பானேன்?"

குந்தவை சற்று நிறுத்தியவுடன், பஞ்சவன் மாதேவி வாய் திறந்து, "அக்கா! வேண்டாம்... எனக்குத் தெரியாதா அவையெல்லாம்? தங்கள் உறுதியான உள்ளம், இந்த உலகத்தில் யாருக்குக் கிடைக்கும்? தங்களைப் போன்று நானும் இருக்கப் பார்க்கிறேன்; முடியவில்லை. இந்தப் பெரிய மாளிகையில், நான் சிறுவண்டுபோல் சுற்றிவந்து என்ன செய்வது? தந்தை இருந்த இடம், உலவிய இடம், எல்லாம் என் எதிரே தோன்றித் துயரத்தை ஊட்டுகின்றன" என்றாள்.

இளையபிராட்டி அவளைத் தேற்றி, "இப்போதே என்னுடைய மாளிகைக்குப் புறப்பட்டு வந்துவிடு. அங்கே பொழுது போவதே தெரியாது" என்றாள்.

இளைய பிராட்டியின் பரிவுகண்டு, பஞ்சவன் மாதேவிக்குப் புத்துணர்ச்சி ஏற்பட்டது. என்ன சொல்வ தென்றே அவளுக்குத் தெரியவில்லை. விம்மல் ஒலிதான், இதய அழுத்தத்தைப் புலப்படுத்தியது.

பஞ்சவன் மாதேவி பெரிய மாளிகைக்கு வந்துவிட்டாள். அவள் விழிகள் வந்த அன்றே அருண்மொழி வர்மரைத் தேடின. அவள் யாரைக் கேட்க முடியும், இளவரசரைப் பற்றி?

இரு நாட்களாக மாளிகை பரபரப்பு மிகுந்திருந்தது, பல வருடங்களுக்குப் பிறகு மன்னர் மகாசபையைக் கூட்டி யிருந்தார். அதில் கலந்து கொள்வதற்காகச் சோழநாட்டின் பல கோட்டத் தலைவர்களும், குறுநில மன்னர்களும் தஞ்சைக்கு வந்திருந்தனர். தஞ்சை வீதிகளும், புறப்பாடியிலுள்ள தெருக்களும் கலகலப்புடன் திகழ்ந்தன.

ஒவ்வொரு சிற்றரசரும் தத்தமது பரிவாரங்களுடன் வந்திருந்தனர். பரிவாரத்திலுள்ளவர்கள் தஞ்சைப் பெருநகரை வியப்புடன் நோக்கினர்.

அகன்ற வீதிகளின் இருபுறமுள்ள அழகிய மாளிகை களையும், அவர்கள் திறந்திருந்த வாய் மூடாமல் பார்த்துச் சென்றனர்.

கடைவீதிகளிலே நுழைந்தவுடன், அவர்களுக்கு வியப்புத் தாங்கவில்லை. பொன்னும் மணியும், ஆடையும் ஆபரணங் களும் விற்கும் கடைகளில் பண்டம் வாங்குபவர் மொய்த்து நிற்பதையும், ஏற்படும் இரைச்சலையும், அவர்கள் நின்று பார்க்கத் தொடங்கி முன்பிருந்த கூட்டத்தை இன்னும் அதிகப்படுத்தினர்.

கிராமப்புறங்களையும், அவர்கள் வாழும் சிற்றூர்களையும் விடத் தலைநகரில் பண்டங்களின் விலை அதிகமாக இருப்பதை அறிந்து வியந்தனர். அதைப்பற்றி ஒருவருக்கொருவர் பேசிக் கொள்வது பெரும் நகைச் சுவையாக இருந்தது.

சிலர் அருகிலுள்ள சிற்றூர்களைக் காணச் சென்றனர். அவ்வாறு சென்றவர்கள், திருவையாறு அடைந்தவுடன், அந்த ஊரின் இயற்கை அழகில் மனத்தைப் பறிகொடுத்தனர். வீதிகளில் செல்லும்போது, பல வீடுகளிலிருந்து பாதச் சதங்கைகளின் ஓசை மிதந்து வந்தது. மத்தளங்களின் சப்தம் இடிமுழக்கமோ என ஐயுறுமாறு செய்தது. வீதியின் ஒரு புறத்தே மேடையொன்று அமைக்கப்பட்டிருந்தது. விசாரித்ததில், அழகிய மடந்தையர்களின் நடன விருந்து அங்கு நடைபெறும் எனத் தெரிந்தது.

ஊரின் சிறப்பைக் காண வந்தவர்கள் ஐயாறப்பன் கோயிலின் வெளிச் சுற்றில் நின்று பேசிக் கொண்டனர். அவர்களுள் சிவநேசச் செல்வர் ஒருவர் இருந்தார். அவர் திருநீறு அணிந்து தலையை ஆட்டிய வண்ணம், "உண்மை உண்மை" என்றார்.

எல்லாரும் அவர் பக்கம் திரும்பி, "என்ன ஐயா உண்மை? எங்களுக்கும் சற்று சொல்லுங்களேன். இந்த ஊரில் நடன விருந்து கிடைக்கும் என்பது உண்மையா? அல்லது இப்போதே தஞ்சைக்குத் திரும்பிச் சென்றுவிட வேண்டும் என்பது உண்மையா?" என்றனர்.

"இரண்டும் உண்மைதான்; ஆனால், அவற்றைவிடப் பெரிய உண்மை, அப்பரும் சம்பந்தரும் பாடிய பாடல்களிலிருந்து நான் கண்ட உண்மை" என்றார்.

அப்பர், சுந்தரர், ஞானசம்பந்தர் என்று சொல்வார்கள்; மூவரைப் பற்றிய விபரங்கள் எங்களுக்குத் தெரியவில்லை.

பதிகங்களைப் படிக்க விரும்புகிறோம். சுவடிகள் எங்கும், யாருக்கும் கிடைக்கவில்லையே சிதம்பரத்தில் மறைத்து வைத்திருக்கிறார்களா.

எல்லோரும் அவர் என்ன சொல்லப் போகிறாரோ என்று அவர் வாயை எதிர்நோக்கி நின்றனர்.

கடைசியில் சிவநேசச் செல்வர் பாடலையும் சொல்லி விளக்கியவுடன் 'அப்பாடா' என்று பெருமூச்சு விட்டனர்.

கொடும்பாளூரிலிருந்து வந்த ஒருவர் சொன்னார்; "திருநாவுக்கரசர், ஞானசம்பந்தர் காலத்தில் இப்படி நாட்டிய மாடும் பெண்கள் இருந்திருக்கிறார்கள் போலிருக்கிறது. அந்த நாட்டியத்திலே மயங்குபவர்களும் இருந்திருக்கிறார்கள் போலிருக்கிறது."

"இதிலென்ன ஐயா அதிசயம்! நாட்டியத்தின் மீது மோகம் ஏற்படாவிடில், கலை உணர்ச்சி இல்லை என்று தானே பொருள்? சோழ நாடு கலை உணர்ச்சியில் என்றுமே பின்வாங்கியதில்லை..." என்றார் ஒருவர்.

"நாட்டிய மோகம் சரிதானையா... நாட்டியப் பெண்ணின் மீது... அது என்ன கலை உணர்ச்சி ஐயா? இவர் அப்போது அங்கொரு வீட்டிலிருந்து தலையை ஆட்டிக் கொண்டு வருவதைப் பார்த்தேன்..." என்றார் மற்றொருவர்.

"அதிலென்ன தவறிருக்க முடியும்?" என்று சற்று அழுத்தமாகவே பேசினார் கொடும்பாளூரார். அவர் குரலில் சற்றுக் கோபங்கூடத் தோன்றியது.

பிறகு தொடர்ந்து, "மன்னர் எவ்வழியோ மன்னுயிர் அவ்வழி. இளவரசர் நாட்டியப் பெண்ணைத் தேடி எங்கோ சென்றிருக்கிறார்" என்றார். கொடும்பாளூர்க்காரருக்கு அருண்மொழி செய்வது பிடிக்கவில்லை. இன்பவல்லி எனும் அனாதைப் பெண்ணைத் தேடி எங்கோ சென்றிருப்பது அவருக்கு வருத்தம் அளித்தது. மேலும், கடல் கடந்து சென்றிருந்தபோது, அவளுடன் இளவரசருக்குப் பரிச்சயம் உண்டென்பதை அறிந்து, அவர் காது மூக்குகள் வைத்துப் பெரிதுபடுத்தி வந்தார். கொடும்பாளூர்ச் சிற்றரசரும், வானதி தேவியின் தந்தையும் அங்கு இருந்தார். அவர் செவிகளில்

இந்தச் செய்தி விழுந்தவுடன், அவர் அடங்காச் சினம் கொண்டார். தன் மகளின் உரிமைக்குப் போட்டியாகப் பலர் முளைக்கிறார்களே எனும் ஆத்திரம் அவருக்கு ஏற்பட்டது. சில நாட்களில் மன்னர் சபை கூடும்போது தன் சீற்றத்தைப் புலப்படுத்திக் கொள்ளலாம் என்றிருந்து விட்டார். ஆனால், தஞ்சை மாளிகையில் சபை கூடியபோது நடந்த சம்பவங்களோ வேறாக இருந்தன.

அருண்மொழியும் இன்பவல்லியும் ஆற்றங்கரை மணலில் பேசிக் கொண்டிருந்த போது கிழக்கு வெளுத்து விட்டது. காளாமுகர், குதிரையை ஓரமாக நிறுத்தி விட்டுக் கீழே இறங்கினார். முன்பே, அங்குக் கட்டப்பட்டிருந்த அருண்மொழியின் குதிரை கனைத்தது. அந்தக் குரல் கேட்ட காளாமுகர் ஏறிவந்த குதிரையையும் கனைத்தது, நெருங்கிச் சென்றது. காளாமுகர் அருண்மொழி இருக்குமிடம் நோக்கி மெல்ல நடந்து வந்தார்.

அலைச்சல் மிகுதியாலும், களைப்பாலும் முன்பே வயதான காரணத்தாலும் அவர் நடை சற்றுத் தள்ளாடியது.

காளாமுகரைக் கண்டவுடன் அருண்மொழி பரபரப்புடன் எழுந்துவிட்டார். 'இவருக்கு நாம் இங்கே இருப்பது எப்படித் தெரியும்?' என்று எண்ணினார்.

"இளவரசே" என்று காளாமுகரே பேச்சைத் தொடங்கினார். கீழே மணலில் அமர்ந்திருந்த இன்பவல்லியை ஒரு முறை பார்த்தும் பார்க்காதவர் போலிருந்தார். "இங்கே பருகத் தண்ணீர் கிடைக்குமா? நாக்கு வறண்டு போகிறது" என்றார் குறிப்பறிந்த இன்பவல்லி, உடனே தண்ணீர் கொண்டுவரச் சென்றுவிட்டாள். முதியவரும் அவளைத் தொடர்ந்தார்.

"தொடர்ந்து குதிரையேறிப் பயணம் செய்தால் உடம்பு எதற்காகும்?" என்று கூறித் தன் சோர்வை வெளிப்படுத்தினார் காளாமுகர்.

"இந்த நேரத்தில், இந்த வேளையில், எங்கே எவ்வளவு தொலைவு வந்துவிட்டீர்கள்? அவசரம் அவசரமாக வருகிறீர்கள் போலிருக்கிறதே!" என்று கேட்டார் அருண்மொழி.

"எல்லாக் கேள்விகளையும் ஒரே சமயத்தில் கேட்டால் எப்படி மறுமொழி சொல்வது?" என்று கூறி நகைத்த காளாமுகரின் சிரிப்பிலே பொருள் புதைந்திருந்தது.

அருண்மொழியும் அதற்குச் சளைக்காமல், "நான் இங்கிருக்கிறேன் என்று தெரிந்து வரக்கூடிய திறமை பெற்ற தங்களுக்கு, எல்லாக் கேள்விகளுக்கும் ஒரே சமயத்தில் விடை கூறுவது கடினமா?" என்றார்.

காளாமுகர் மீண்டும் நகைத்தார். "இளவரசே, இல்லை இல்லை அரசே! என்றுதானே கூப்பிட வேண்டும்? எப்போதோ தங்கள் சிரசில் சோழநாட்டு மணிமுடியை மதுராந்தகர் சூட்டி விட்டாரே! அதனால் தான் அரசர் என்றேன். தாங்கள் இங்கிருப்பது எனக்குத் தெரியாது. என்னைத் துரத்திக் கொண்டு சோழநாட்டு வீரனொருவன் வந்தான். அதனால் ஓடி ஓடி வந்தேன். குதிரை ஏறி எனக்குப் பழக்கமா; சும்மா தட்டிக் கொண்டு வந்தேன். அது என்னை இங்கே கொண்டு வந்து சேர்த்துவிட்டது" என்றார்.

"தங்களைத் துரத்தி வருகிறானா? யார் அந்த வீரன்? ஏன் துரத்தி வருகிறான்?" என்று படபடத்தார் அருண்மொழி.

"நியாயமாக இரண்டு வீரர்கள் துரத்தியிருக்க வேண்டும். ஒரு பெரும் வீரன் வந்தியத்தேவன், இவ்வளவு நேரம், ரவிதாசனிடம் சிக்கியிருப்பான்... மற்றொருவன் தான் வழி தெரியாது திண்டாடி எப்படியாவது இங்கு வந்துவிடுவான்..." என்றார் காளாமுகர்.

வந்தியத்தேவன் ரவிதாசனிடம் சிக்கியிருப்பான் என்பது கேட்டுத் துடித்தெழுந்த அருண்மொழி, "தாங்கள் என்ன மிக மெதுவாக எல்லாவற்றையும் கூறுகிறீர்கள்! ரவிதாசனிடம் வந்தியத்தேவன் ஏன் சிக்கினான்? ரவிதாசன் கோஷ்டியினர் எங்கே இருக்கிறார்கள்? அவர்களைத் தேடித்தானே, நான் இங்கு வந்தேன்... ஐயா! எல்லாவற்றையும் சீக்கிரம் சொல்லுங்கள். கரையானைப் போலச் சோழநாட்டையே ரகசியமாக அரித்து விடக்கூடிய, அந்தச் சதிக் கூட்டத்தைப் பூண்டோடு ஒழிக்கப் புறப்பட்டிருக்கிறேன். ஐயா... புறப் பட்டிருக்கிறேன். தாங்கள் இன்னும் இப்படி மாறுவேடத்தி

லிருந்து, துரோகிகளைச் சிக்க வைக்க வழிசெய்யாமல் இருக்கக் கூடாது ஐயா...'' என்று அருண்மொழி பதறினார்.

காளாமுகர் அருண்மொழியைக் கையமர்த்தி உட்கார வைத்து, ''அருண்மொழி! அவசரப்படாதே! காரியம் மிஞ்சிப் போகும்படி விட்டுவிடுவேனா? வந்தியத்தேவன் முன்பே அவசரக்காரன். இப்போதும் சற்று அவசரப் பட்டுவிட்டான். சிங்கம் பதுங்கியுள்ள குகைக்குள் போக, யோசனை வேண்டும். வந்தியத்தேவன் நேரே சென்று அவர்கள் முன் போய் நின்றிருப்பான். ரவிதாசனுக்குள்ள நெடுநாள் ஆத்திரம் கோபமும், வந்தியத்தேவனை என்ன செய்து விடுகின்றனவோ என்று பயமாயிருக்கிறது...''

''ஐயா உடனே அந்தக் கொடியவர்களை ஒழித்துவிட வேண்டாமா? எங்கே அந்தப் பாதகர்கள்...?''

''சொல்கிறேன் அருண்மொழி! நீ இப்போது தஞ்சைக்குச் செல்ல வேண்டும்...''

''தஞ்சைக்கா? ஒருநாளும் முடியாது, ரவிதாசன் வகையினரைச் சிறைப்படுத்தாமல் போகமாட்டேன்...?''

''அருண்மொழி! அந்தக் காரியத்தை நான் பார்த்துக் கொள்கிறேன். நாளைய தினம் பொழுது விடிகையில் சிற்றரசர்கள் கூடும் சபையை மன்னர் ஏற்பாடு செய்திருக்கிறார். அடுத்து உனக்குப் பட்டத்து உரிமையை அளிப்பதுபற்றியும், தனாதிகாரியையும், கோட்டைக் காவல் அதிகாரியையும், சேனாதிபதியையும் நியமிக்கும் விஷயமாகவும், மன்னர் சிற்றசர்களுடனும் அமைச்சர்களுடனும் கலந்தாலோசித்து, ஒரு முடிவுக்கு வரப்போகிறார். அந்தப் போதில் நீ அங்கே இருக்க வேண்டாமா? அத்துடன் மிகப் பெரிய பொறுப்பு இரண்டிருக்கிறது; ஒரே நாளில், சோழநாட்டு அரச வம்சத்தைச் சேர்ந்த பெரும் தலைகளையெல்லாம் சாய்த்துவிட ரவிதாசன் முடிவு செய்திருக்கிறான். அவன் அதைச் செய்தவுடன், சோழநாட்டில் பெரும் குழப்பம் ஏற்படும். அமரபுஜங்கன் மதுரையைத் தாக்குவதோடு, சோழ எல்லையிலும் படைகளுடன் நுழைந்து உறையூரைக்

கைப்பற்றவும் போகிறான். அதனால், உடனே மாளிகையில் பலத்த காவலுக்கு ஏற்பாடு செய்; முக்கியமாக குந்தவை, வானதி, மதுராந்தகர் ஆகியோரை ஜாக்கிரதையாகப் பார்த்துக்கொள். இன்னும் பாதாளச் சிறையிலே ரவிதாசனுடைய தம்பி ஒருவன் இருக்கிறான். அவன் இருக்கும் விஷயம் தெரியுமோ தெரியாதோ, சந்தடியில் அவன் தப்பிவிட்டால், பிறகு எல்லாம் சிக்கலாகிவிடும். இரண்டாவது, தேர்ந்தெடுத்த வீரர்களை உடனே திருப்புறம்பியம் காடுகளுக்கு அனுப்பு. தேவைப்பட்டாலும் படலாம். வந்தியத்தேவன் புத்திசாலிப் பிள்ளையாயிருந்தால் இதற்குள் தப்பியிருப்பான். இல்லாவிடில் பயங்கரவாதிகள் அவனை என்ன பாடுபடுத்துகின்றனரோ?''

"ஏன் சுவாமி... இப்போதே நான் அந்தப் பயங்கரவாதிகள் இருப்பிடத்திற்குச் செல்கிறேனே?''

"ஆகா! நன்றாகச் சொன்னாய் அருண்மொழி! தீர்க்காலோசனையை உணர்ச்சி வசத்தில் இழந்து விடாதே... உன் உயிர் விலை மதிப்பற்றது.''

"என் திறமையின்மீது தங்களுக்குச் சந்தேகமா? வாள் வீசுவதை மறந்து விட்டேனா? ஒரு சமயத்தில் நூற்றுக் கணக்கானவர்கள் சூழ்ந்தபோது அவர்களைச் சுழல அடித்து ஓடச் செய்யவில்லையா? ஏன் ஐயா, தங்களுக்கு என் பலத்தின் மீது சந்தேகம் வந்துவிட்டது? என் அருமைச் சகோதரர் ஆதித்த கரிகாலனைக் கொன்றவர்களை இன்னும் கண்டுபிடிக்காத நான் உயிரை வைத்திருந்துதான் என்ன பலன்?''

"ஆமாம்... ஆமாம்... மறந்து விட்டேனே. ஆதித்த கரிகாலனைக் கொன்ற குற்றத்திற்காகத்தானே வந்தியத்தேவனுக்கு தண்டனை விதித்தது?''

"ஆம்; நல்ல வேளையாக அந்த அபாண்டக் குற்றச் சாட்டைத்தான் பழுவேட்டரையர் மறுத்து, வந்தியத்தேவனை விடுதலை செய்து விட்டாரே.''

"தண்டனை கொடுத்தது யார்?''

"சிற்றரசர்களும், மன்னர்களும், அமைச்சர்களும் நிறைந்த நீதிமன்றம்."

"நீதிமன்றத் தண்டனையைத் தனாதிபதி எப்படி மாற்றலாம்?"

காளாமுகரின் இந்தக் கேள்விக்கு உடனே அருண்மொழி மறுமொழி கூறவில்லை. மேலும் காளாமுகர் தொடர்ந்தார்.

"அந்தக் கேள்வியை நாளைச் சபையில் யாரோ கேட்கப் போகிறார்களாம். குற்றவாளி எனத் தண்டிக்கப்பட்டவனை விடுவித்து விட்டால், உண்மைக் குற்றவாளி யார் என்று தேடிப்பிடித்துத் தண்டிக்க வேண்டாமா? அதை எல்லாச் சிற்றரசர்களும் கேட்பர். கருத்து வேற்றுமை வளரும்."

"நான் அவர்களுக்குச் சமாதானம் சொல்கிறேன் உண்மைக் குற்றவாளியைக் கண்டு பிடித்துத் தண்டிக்கும் பொறுப்பை நான் ஏற்கிறேன். அதனுடன் ஒரு பெண்ணைத் தூக்கிச் சென்ற குற்றத்துக்கான தண்டனையையும் அவர்கள் சேர்த்துப் பெறுவர்."

"அதற்காகத்தான் சொன்னேன் அந்தச் சமயத்தில் அந்தச் சபையில் நீ இருக்க வேண்டும் என்று... நீ என்று இனி சொல்லக் கூடாது. நீங்கள் என்று கூறவேண்டும், மறந்து விட்டேன்."

காளாமுகரின் இந்தச் சொல்லை மறுத்துப்பேச அருண்மொழி விரும்பவில்லை. மீண்டும் காளாமுகரே தொடர்ந்து, "இப்போதே தஞ்சைக்குப் புறப்பட்டு, எவ்வளவு வேகமாகச் செல்ல முடியுமோ அவ்வளவு வேகமாகச் சென்று, நான் கூறியபடி வீரர்களை அனுப்பு. எல்லாம் நன்மையாக முடியும்" என்றார்.

அருண்மொழி இதுவரையில் பேசமுடியாமல் அடக்கிக் கொண்டிருந்ததால், தொண்டையைக் கனைத்துக் கொண்டு, "வந்தியத்தேவனைப் பற்றி எனக்குக் கவலையாக இருக்கிறது. ஐயா, இளைய பிராட்டியாருக்கு என்ன சொல்லுவது?" என்றார்.

"குந்தவையை மணக்க வேண்டும் எனும் ஆவல் வல்லவரையனுக்கு இருந்தால் வெற்றியுடன் வருவான்...

இளவரசே! பொழுது நன்றாகப் புலருமுன்னர் புறப்பட்டு விடுங்கள். இங்கே நாடகம் எல்லாம் பிறகு ஆகட்டுமே...'' என்று மெல்ல நகைத்தார்.

''நீங்கள் எவ்வளவு காலம் இப்படி மாறுவேடத்தில் அலைவீர்கள்? எப்போது வேடம் கலைந்து வெளியே வருவீர்கள்? பிறர் கண்டு பிடிக்கு முன்பாக வந்து விடுவது நல்லதன்றோ?'' என்றார் அருண்மொழி.

''நான் வெளிப்படும் காலம் நெருங்கிவிட்டது. அதற்கு முன்பு, ஒருவராலும் என்னைக் கண்டுபிடிக்க முடியாதபடி நடந்துகொள்வேன். குற்றவாளிகளை நிரூபிக்க இந்த வேடம் மிக முக்கியம்...'' என்றார் காளாமுகர்.

இன்பவல்லி குடத்தில் தண்ணீருடன் வந்து கொண்டிருந்தாள். அவளைத் தொடர்ந்து வாகீசனும், முதியவரும் வந்து கொண்டிருந்தனர். அவர்கள் வருவதைக் கண்ட காளாமுகர், ''அருண்மொழி! அதோ வரும் முதியவருக்கு ஒரு குறையும் ஏற்படாமல் கவனித்துக்கொள். நான் வருகிறேன்...'' என்று கூறி விரைந்து சென்றார். குதிரையும் அவர் வேகம் அறிந்தது போல் பறந்தது.

அருண்மொழிவர்மர் பரபரப்புடன் மற்றவர்களை அணுகி, ''நான் இப்போதே தஞ்சைக்குச் செல்கிறேன். நீங்களும் நாளையே புறப்பட்டு வந்துவிடுங்கள்'' என்றார். இன்பவல்லியையும் அருண்மொழியின் கண்கள் அழைத்தன. அதற்கு இன்பவல்லியின் விழிகளே மறுமொழி கூறின, ''நான் வரமாட்டேன், என்னை வற்புறுத்தாதீர்கள்'' என்று.

அருண்மொழி முதியவரை நோக்கி, ''நீங்கள் ஓவியரையும் இன்பவல்லியையும் தவறாமல் அழைத்துக் கொண்டு தஞ்சைக்கு வாருங்கள். அஜந்தாப் பயணத்துக்கு வேண்டிய வசதிகளைச் செய்துத் தருகிறேன். முடிந்தால், நானும் தங்களுடன் அஜந்தாவுக்கு வருவேன். அதைப்பற்றி பிறகு கூறுகிறேன். வந்துவிடுகிறீர்களா?'' என்றார்.

முதியவருக்கும், வாகீசனுக்கும் ஏற்பட்ட களிப்புக்கு எல்லையில்லை.

அருண்மொழி எல்லாரிடமும் விடைபெற்றுக் கொண்டு புறப்பட்டார். இன்பவல்லியின் விழிகளைக் கண்ணீர்த் திரைமறைக்க, அவள் விடை கொடுத்தாள். அவள் நெஞ்சு விம்மும் ஒலி, அவள் செவிகளுக்கு மட்டும் கேட்டது.

அத்தியாயம் 28

வந்தியத்தேவனும் ரவிதாசனும்

அந்த நடுக்காட்டில், ''வந்தியதேவா, வந்துவிட்டாயா?'' என்ற குரல் எழுந்ததைக் கேட்ட வந்தியத்தேவனுக்குப் பரபரப்பு ஏற்பட்டது. குரல் கேட்ட குரலாக இருந்தது. பரமேச்வரன் மெல்ல நகைத்துக் கொண்டு வந்தியத்தேவன் அருகே வந்தான்.

''நீ வருவாய் என்று எனக்குத் தெரியும், வந்தியத்தேவா! நீ நல்லவன். உனக்குத் துரோகம் செய்த சோழ குலத்தின் மீது உனக்கு வெறுப்பும் இருக்கும் என்பது எனக்கு நன்றாகத் தெரியும்'' என்றான் பரமேச்வரன்.

வந்தியத்தேவன் ஏதும் பேசாமல் பரமேச்வரனையே பார்த்துக் கொண்டிருந்தான். அவன் பேசுவது உண்மைதானா, ஒப்புக்காகப் பேசுகிறானா என்பதை ஆராய்வதில் அவனுள்ளம் ஈடுபட்டிருந்தது.

''நல்லவேளையாக, நீ என்னுடன் தப்பி ஓடிவரவில்லை. அன்று நாணயச் சாலையிலிருந்து தப்பி ஓடத் திட்ட மிட்டிருப்பது எப்படியோ பழுவேட்டரையருக்குத் தெரிந் திருக்கிறது. அவர் ஆற்றின் மறுகரையில், ஒரு வீரனை மறைந்திருக்கும்படி ஏற்பாடு செய்திருந்தார்...'' பரமேச்வரன் சொல்லிக் கொண்டே போனவன் சற்று நிறுத்தி, ''வந்தியத் தேவா, என்ன அப்படிப் பார்க்கிறாய்? பழுவேட்டரையர் பிடியிலிருந்து எப்படித் தப்பினேனென்றா? அதைத்தான் சொல்லப் போகிறேன்... நான் தப்பி வரும்போது என் சகோதரன் அங்கே நின்றிருந்தான். அவன் அகப்பட்டுக் கொண்டான். நான் அந்த வீரனுக்குப் போக்குக் காட்டிவிட்டுத்

தப்பி ஓடிவந்துவிட்டேன். வந்தியத்தேவா, நீ வந்திருந்தால் இரண்டு பேர் தப்பி ஓடுவது மிகவும் கஷ்டமாகியிருக்கும். நீ அகப்பட்டிருப்பாய்; அல்லது நான் அகப்பட்டுக் கொண்டிருப் பேன். இரண்டு பேரில் யார் அகப்பட்டுக் கொண்டாலும் காரியம் கெட்டிருக்கும். நான் ஓடி வந்ததால் எவ்வளவோ காரியங்களை முடித்தேன். இப்போது நீயும் சேர்ந்து கொண்டாய். நீ தேடி வருவாய் என்பது எனக்குத் தெரியும். நான் ரவிதாசனிடம் இதைப்பற்றிச் சொல்லிக் கொண்டிருந் தேன். ரவிதாசன் நம்பவில்லை. அவனுக்கு உன்மீது அவ்வளவு கோபம் ஏனோ? நீ அவன் காரியத்தில் குறுக்கே பலமுறை நுழைந்து கெடுத்துவிட்டிருக்கிறாயாமே... நான் சொன்னேன்; 'அதெல்லாம் ஒன்றுமில்லை... இப்போது வந்தியத்தேவன் நம் பக்கம். அவன் எப்படியும் சோழ குலத்தைப் பூண்டோடு நசுக்கி விடுவான்...' என்று. ரவிதாசனுக்கு அரைச் சம்மதம்தான். ஆனால், இப்போது உன்னை நேராகப் பார்க்கும்போது, அவன் நம்பி விடுவான். திட்டம் வெற்றியடையும் வேளை நெருங்கிக் கொண்டிருக் கிறது. வந்தியத்தேவா... நீ என்ன சொல்கிறாய்...?'' என்றான்.

வந்தியத்தேவன் ஒரு முடிவுக்கு வந்திருந்தான். அவன் எதிர்பார்த்து வந்தது வேறு; இங்கு நடப்பது வேறு. சுமுகமாக வரவேற்கும் பரமேச்வரன், அடுத்துப் பேசியது, அந்தச் சந்தேகத்தை மாற்றியது.

''வந்தியத்தேவா! நீ ரவிதாசனைப் பற்றித்தானே சந்தேகப்படுகிறாய்? அதை நான் போக்குகிறேன். 'எதிரிக்கு எதிரி நம் சிநேகிதன்' என்ற பழமொழிப்படி நீ எங்கள் தோழனாகி விடுவாய். என்ன சொல்கிறாய்?'' என்றான்.

வந்தியத்தேவன் ஒன்றும் பேசாமல் நின்று கொண்டிருந் தான். அவன் கண்கள் நாலாபுறமும் பார்த்தன. பரமேச்வரன் மீண்டும் தொடர்ந்தான். ''வந்தியத் தேவா! நீ இங்கேயே இரு. நான் ரவிதாசனிடம் சென்று வருகிறேன். இந்த இடத்திற்கு ஒருவராலும் வரமுடியாது. நீ வந்து விட்டாய் என்றால், ரவிதாசன் இதில் ஏதோ சூது இருக்கிறது என்றெண்ணிப் பயப்படுவான். உன் மீது நம்பிக்கை ஏற்படாது. நான் அதற்கு

ஏற்றபடி சொல்லிவிட்டு, உன்னை வந்து அழைத்துப் போகிறேன். அது வரையில் இங்கேயே இரு. வேறு யார் வந்தாலும் பயப்படாதே. கழுகு கத்துவது போன்று குரல் கொடு. அதுதான் எங்கள் புது அடையாளம். மீன் செல்லுவது போல், ஆந்தை அலறுவது போல், செய்வனயெல்லாம் சோழ ஒற்றர்களுக்குத் தெரிந்துவிட்டன. ஆமாம் நீ காளாமுகரை வழியில் பார்த்தாயா?'' என்றான் பரமேச்வரன்.

இனியும் வாயை மூடிக்கொண்டிருப்பது சரியன்று என எண்ணிய வந்தியத்தேவன். தன் சாமர்த்தியத்தால் அந்த இடத்தில் வெல்லவேண்டும் என்று எண்ணி, ''பரமேச்வரா... உன்னைக் காண்பேனா என்று கூட எனக்குச் சந்தேகம் வந்துவிட்டது, உன்னை எங்கெல்லாம் தேடுவது...? நான் சிறையினின்று தப்பி வந்தபிறகு, உன்னைத் தேடி அலைந்தேன். கடைசியாக அலைந்துத் திரிந்து இந்தக் காட்டுப் பக்கமாக வந்தேன். வழியே காளாமுகர் வந்துகொண்டிருந்தார். அவர் வருவது முதலில் எனக்குத் தெரியாது. மறைந்திருந்த அவர் என் பின்புறமாக வந்து 'டொக்' கென்று கைத்தடியால் பின் மண்டையில் அடித்தார்'' என்றான்.

''அடாடா... உன்னை அடித்தாரா? ஐயோ...!''

''நான் மயங்கி விழுந்துவிட்டேன். அவர் என்னைச் சோதனை போட்டிருக்கிறார்...!''

''அப்புறம்...''

''நான் மயக்கந் தெளிந்து மெல்லக் கண் விழித்து, 'பரமேச்வரா பரமேச்வரா' என்றேன். நான் உன்னைத் தேடி அப்படிக் கூப்பிட்டேன். அவரோ ஆண்டவனைக் கூப்பிடுவதாக நினைத்து, ''பரமேச்வரனைக் கட்டாயம் பார்த்துத்தான் ஆக வேண்டுமா சொல்?'' என்றார். 'ஆமாம்' என்று தலையை அசைத்தேன். 'அப்போது கண்ணை நன்றாக மூடிக்கொள். இன்னும் ஓர் அடி பலமாகப் போடுகிறேன். நேரே கயிலாயம் போய்விடலாம்' என்றார். நான் பரிதாபமான குரலில், ஐயா... அந்தப் பரமேச்வரன் தான் எனக்குத் துணையில்லையே. பாண்டிய ஆபத்துதவிகளைச் சேர்ந்த பரமேச்வரன்' என்றேன். அவர் ஓங்கிய தடியை நிறுத்திக்கொண்டு ''உனக்கு எப்படிப் பரமேச்வரனைத் தெரியும்?'' என்று

கேட்டார். நான் நடந்த பழைய சம்பவங்களைச் சொல்லி, எப்படியும் பார்த்தாக வேண்டும் என்றேன். அவருக்கு மெல்ல நம்பிக்கை வந்தது. அவர் திடீர் என என் குதிரையைக் கேட்டார். நான் தயங்கினேன். முக்கிய காரியமாக தஞ்சைக்குச் செல்லவேண்டியிருப்பதைக் கூறி, காதருகில் அந்த முக்கிய விஷயத்தைக் கூறினார். நான் உடனே குதிரையைக் கொடுத்து விட்டேன்'' என்றான் வந்தியத்தேவன்.

பரமேச்வரனுக்குக் காளாமுகர் மீது ஏனோ அவநம்பிக்கை இருந்தாலும், ரவிதாசன் காளாமுகரை மிகவும் நம்புவதைப் பார்த்தவுடன், அவனும் தன் மனத்திலிருப்பதை வெளியே சொல்ல முடியாமல் தவித்துக் கொண்டிருந்தான். இப்போது வந்தியத்தேவன் காளாமுகரைப் பற்றிக் கூறியவுடன், தன் மனத்திலிருப்பதைத் தெரிவிக்க விரும்பினான்:

"வந்தியத்தேவா! ரவிதாசன், காளாமுகர் மீது மிக நம்பிக்கை வைத்திருக்கிறான். எனக்கு என்னவோ நம்பிக்கை மிகக் குறைவாகத்தான் இருக்கிறது. ஆனால் அவர்மீது சந்தேகப் படும் படியாக இதுவரை ஒரு சம்பவங்கூட நிகழவில்லை. உன்னை அவருக்குத் தெரியும். ஆனால் உன் மண்டையில் அடித்து, மயக்கமடையச் செய்திருக்கிறார். உன்னிடமிருந்து குதிரையைப் பெற்றுக் கொண்டு தஞ்சைக்கு ஓட்டமாக ஓடியிருக்கிறார். இவற்றையெல்லாம் பார்க்கும்போது, அவரை நம்பாமல் இருக்க முடியவில்லை. உம்... இருக்கட்டும்.... இருக்கட்டும்... நான் உன்னை இன்னும் நிற்கவைத்துக் கொண்டிருக்கிறேன். வெயில் உச்சிக்கு ஏறி வருகிறது. பசியோடு வேறு இருப்பாய். நான் சீக்கிரமாக ரவிதாசனைப் பார்த்து, நீ வந்திருக்கும் செய்தியைத் தெரிவித்து வருகிறேன். இங்கேயே இரு. பசித்தால் அதோ அங்கு பக்கத்தில் மாமரம் இருக்கிறது. அதன் பக்கத்திலேயே பலாமரம். நல்ல பழங்கள். ஒருகை பார்த்துக் கொண்டிரு'' என்று கூறிவிட்டுப் பரமேச்வரன் சென்றான்.

வந்தியத் தேவனுக்குச் சிரிப்பதா, அழுவதா என்று தெரிய வில்லை. மா, பலா என்றவுடன் அவனுக்கு எங்கிருந்தோ பசி வந்து மூண்டது. பரமேச்வரன் வருவதற்குள் மாம்பழத்தை ஒரு கை பார்த்துவிட எண்ணி, மாமரத்தை நோக்கிச் சென்றான்.

பரமேச்வரன் வேகமாக ரவிதாசன் இருக்குமிடத்தை அணுகி னான். அந்த இடத்தை எளிதில் எவரும் அடைய முடியாது. வெளியே இருந்து பார்ப்பதற்கு வழியே இல்லாத பெரும் அடர்ந்த காடாகக் காட்சியளித்த அந்த இடத்தில் பரமேச்வரன் மிகுந்த துணிவுடன் ஒரு புதருக்குள் நுழைந்தான்.

எப்போதோ சீரும் சிறப்புமாக விளங்கிய ஒரு மாளிகை, இப்போது ரவிதாசனும் மற்றும் அவனது சகாக்களும் இருக்குமிடமாக இருந்து வருகிறது. அந்த மாளிகை, இப் போது பாழடைந்து சிதிலமாக இருக்கிறது. தூண்களும் உத்திரங்களும் எந்த நொடியிலும் விழுந்து விடுவனபோல் தொங்கிக் கொண்டிருந்தன. பெரும் அரச மரமொன்று, ஓரிடத்தில் சுவரைப் பிளந்து பிரம்மாண்டமாக வளர்ந்து, அந்தக் கட்டடத்திற்கே குடைபிடித்து நிழல் தருவதுபோல பயங்கரமாக நின்றது. மாளிகையின் முன் வாசல் கதவு கோட்டைக் கதவு போன்று பிரமாண்டமாகக் காட்சியிளித்தது. அதில் செய்யப்பட்டிருந்த சித்திர வேலைப்பாடுகளைக் குளவிக் கூடுகள் மறைத்திருந்தன. மாளிகையின் சாளரக் கற்களில் சிலந்தி தன் வலையை அழகாகப் பின்னி, ஓர் அற்புதச் சாளரத்தை ஏற்படுத்தியிருந்தது. கதவைத் திறந்தால், எங்கே மாளிகை விழுந்து விடுமோ என்று அச்சம் கொள்ளும் வகையில் இருந்தது; இடப் பக்கக் கோடியில், சுவரில் ஓர் ஆள் நுழையுமாறு ஏற்பட்டிருந்த சந்து வழியாகவே செல்ல வேண்டியிருந்தது.

மாளிகைக்குள், ஓரிடத்தில் பொன்னாலும் வெள்ளியாலு மான ஆபரணக் குவியல்கள் கொட்டிக் கிடந்தன, அவை யெல்லாம் தஞ்சைப் பொக்கிஷத்திலிருந்து சிறுகச் சிறுகக் களவாடப்பட்டு வந்தவை. பொன் நாணயங்கள் ஒன்றையும் ரவிதாசன் அங்கே வைக்கவில்லை. ஒரு பகுதி பாண்டிய நாட்டிற்கு அனுப்பப்பட்டது. ஒரு பகுதியைக் காட்டு மன்னார் கோயிலுக்கு அருகிலுள்ள தன் சொந்த ஊருக்கு அனுப்பி யிருந்தான். அதைக் கொண்டு அங்கே விளை நிலங்கள் பல வாங்கப்பட்டன. அதில் சிலவற்றைப் பூமிக்கடியில் புதைத் திருந்தான்.

இவ்வளவும் கொண்டுவரும் வரையில் சோழ நாட்டுப் பொக்கிஷத்தைக் கவனிக்காமல் இருந்திருக்கிறார்கள் என்பது

ரவிதாசனுக்கே வியப்பாக இருந்தது. இதே போக்கில் சென்றால் பாண்டியர்கள் படையெடுக்காமலேயே சோழநாடு சின்னா பின்னமாகிவிடுமே என்று எண்ணினான்.

தானெடுத்த காரியம் நிச்சயம் வெற்றியடைந்து விடும் எனும் நம்பிக்கை ரவிதாசனுக்கு இருந்தது. பாண்டியநாட்டுத் தலைவியிடம் கருத்து வேற்றுமை கொண்டுவந்த பிறகு, எப்படியும் தன் செயலை நிறைவேற்றிட வேண்டும் எனும் ஆவலும் ஆவேசமும் அவனுக்கிருந்தன. அந்த ஆவலும் ஆவேசமும் அவனுள்ளத்தில் பெரும் நம்பிக்கையை வளர்த்தன; பரமேச்வரன் தன்னுடன் வந்து சேர்ந்த பிறகு, அந்த நம்பிக்கை உறுதியடைந்தது; காளாமுகரின் யோசனைகள் அவனுக்குத் தெம்பை ஊட்டின.

இப்போது வந்தியத்தேவன் வந்திருப்பதைப் பற்றிப் பரமேச்வரன் வந்து சொன்னால், அவன் பெருமை இன்னும் அதிகமாகுமல்லவா?

பரமேச்வரன் அந்தப் பாழடைந்த மாளிகைக்குள் நுழைந்தான். அவனுடைய மற்ற சகாக்கள் வேறிடத்தில் இருந்தனர்.

ரவிதாசன் வழக்கமாக இருக்குமிடத்தைத் தேடிப் பரமேச்வரன் சென்றான். ரவிதாசன் நன்றாக உறங்கிக் கொண்டிருந்தான். இரவெல்லாம் விழிப்பதும், அல்லது பயணஞ் செய்வதுமாக இருக்கும் ரவிதாசனுக்குப் பகலில் உறக்கம் தேவையாக இருந்தது. அதனுடன் முன்புபோல், ஓய்வும், உறக்கமுமின்றி அலைய அவனால் இயலுவதில்லை. வயதாகி வருகிறதே! வாழ்நாளில் பாண்டிய குமாரன் அமரபுஜங்கனை மதுரை அரியணையில் ஏற்றிவிட வேண்டும் எனும் இலட்சியம் ஒன்றுக்காகவே அவன் உயிர் வாழ்கிறான் எனலாம்.

"ரவிதாசா... ரவிதாசா" என்று பரமேச்வரன் கூப்பிட்டான். ரவிதாசன் 'உம் உம்' என்று முனகிக் கொண்டு திரும்பிப்படுத்தான். பரமேச்வரன் அவனருகே சென்று, அவனை மெல்லத் தட்டி "ரவிதாசா, ரவிதாசா" என்றான்.

ரவிதாசன் கண்விழித்தான். அவன் கண்கள் கோவைப் பழம்போல் சிவந்திருந்தன. அவன் பார்வை சுட்டெரிப்பது போன்றிருந்தது.

"என்ன?" என்று அதட்டினான் ரவிதாசன். உறக்கத்தில் தன்னைப் பிறர் எழுப்புவதை அவன் விரும்பமாட்டான். ஆனால் பரமேச்வரன் இப்போது வந்து எழுப்புகிறானென்றால், ஏதோ முக்கியம் இருக்கவேண்டும்...

"ரவிதாசா! வந்தியத்தேவன் வந்திருக்கிறான்!" என்று பரமேச்வரன் கூறினான். நடக்காதது ஏதோ நடந்துவிட்டது போன்ற வியப்பு அவன் குரலில் இருந்தது.

"வந்தியத்தேவன்? வந்தியத்தேவன்!" ரவிதாசன் துள்ளி எழுந்தான். தெளியாத தூக்கம் அவனை சுற்றித் தள்ளியது.

"வந்தியத்தேவனா?" ரவிதாசன் பரபரப்புடன் கேட்டான். 'வந்தியத்தேவன் ஏன் இங்கு வந்தான்?' ரவிதாசனுக்குச் சந்தேகம் பிறந்தது.

"ஆமாம், வந்தியத்தேவனேதான்" என்றான் களிப்புடன் பரமேச்வரன்.

"வந்தியத்தேவன் மட்டுமா? இன்னும் யாராவது வந்திருக்கிறார்களா?" என்று அதட்டினான் ரவிதாசன்.

"வந்தியத்தேவன் மட்டும்தான்..."

"அவனுக்கு இந்த இடம் எப்படித் தெரியும்?"

"அவனே தேடிக்கொண்டு வந்திருக்கிறான்?"

"யாரை?"

"என்னைத்தான்; என்னை மட்டுமா? நம்மெல்லாரையும் தான். நான் முன்பே சொல்லவில்லையா, வந்தியத்தேவன் எப்படியும் தேடி வருவான் என்று. அதன்படி வந்திருக்கிறான்..."

"பரமேச்வரா... வந்தியத்தேவனை நீயும் நம்புகிறாயா? அவன் நம் பரம விரோதியன்றோ?"

"விரோதியாக இருந்தான்... ஆனால், இப்போது நம் நண்பன். அவனுக்குச் சோழர்கள் இழைத்த அநீதி அவனை விரோதியாக்கிவிட்டது..."

"அநீதி நமக்கு நன்மையாக இருந்ததே பரமேச்வரா! இப்போது அவனை விடுதலை செய்துவிட்டார்கள். எல்லாம்

தலைகீழாய்விட்டது பரமேச்வரா. நேற்றுக் காளாமுகர் கூறவில்லையா? பார்த்திபேந்திரன் இறந்த பிறகு, வந்தியத்தேவனைச் சமாதானப்படுத்தி, நமக்கு விரோதமாக அவனை இயங்க வைக்கப் போகிறார்கள் என்று. வந்தியத்தேவனை இங்கே அனுப்பியது பழுவேட்டரையரின் சூழ்ச்சியாக, ஏன் இருக்கக் கூடாது?"

"அப்படியிருந்தால் ஏன் காளாமுகர் வந்தியத்தேவனை வழியிலே சந்தித்து, அவன் குதிரையைக் கேட்டு வாங்கிக் கொண்டு போயிருக்கிறார்?"

"காளாமுகர் வந்தியத்தேவனைச் சந்தித்தாரா? பரமேச்வரா, ஏதாவது கனவுகண்டு உளறுகிறாயா?" ரவிதாசன் சீறினான்.

"வேண்டுமானால் வந்தியத்தேவனைக் கேட்டுப்பார், தெரியும். காளாமுகர் சந்திக்கவில்லையென்றே வைத்துக் கொள். அதனால் என்ன? வந்தியத்தேவன் நம்மைத் தேடி வந்திருக்கிறானென்றால், நம் பக்கம் வெற்றி என்று முடிவு செய்துகொள்."

"வந்தியத்தேவனால் நமக்கு நன்மையா? நெருப்புத் துண்டத்தால் மேலாடைகளுக்கு என்றாவது நன்மை உண்டா?"

"காளாமுகரை நம்பும்போது, வந்தியத்தேவனை மட்டும் நம்பக்கூடாதா?"

பரமேச்வரன் இக் கேள்வியைக் கேட்டவுடன், ரவிதாசன் அதற்கு உடனே மறுமொழி கூறவில்லை. பரமேச்வரனுக்குத் திடீரென ஏன் காளாமுகர்மேல் சந்தேகம் ஏற்பட்டது? பரமேச்வரன் சந்தேகத்தை மேலும் வளர்க்க விரும்பாமல், "பரமேச்வரா! நீ சந்தேகப்படுவது தவறில்லை. ஆனால், காளாமுகர் நமக்குத் தீங்கிழைப்பது என்றால் எப்போதோ இழைத்திருக்கலாம். நம்மை நொடியில் சிறைப்படுத்த வழி செய்திருக்கலாம். தஞ்சையில் அவருக்குள்ள செல்வாக்குக்கு, அவர் நம்மைப் பூண்டோடு அழித்திருக்க முடியும். ஆனால் அவர் அப்படிச் செய்யவில்லை. அவருக்குச் சோழ குலத்தின் மீதே வெறுப்பு வந்துவிட்டது. அவரையும் வந்தியத் தேவனையும் போய் ஒன்றுபடுத்துகிறாயே? தொடக்கத்தி

லிருந்தே, அவன் என் வழியில் குறுக்கே நின்று வருகிறான். நிழல் போல் என்னுடன் பின் தொடர்ந்து ஒவ்வொரு செயலையும் குட்டிச்சுவராக்கி வருகிறான். சிறையில் வாடி மடிந்துவிடுவான் என்று எண்ணினேன், இப்போது இங்கேயும் வந்துவிட்டானே" என்றான் ரவிதாசன். இப்படிக் கூறிச் சற்று நிறுத்திவிட்டு, 'ஹோ ஹோ' என்று நகைத்து, "பரமேச்வரா! கடவுளே அவனை இங்குக் கொண்டுவந்து விட்டுவிட்டார். வல்லவரையர் வம்சம் வந்தியத்தேவனோடு அழிவது இந்தக் காட்டில்தான் ஏற்பட வேண்டும் என்பது அவர் திருவுள்ளம் போலிருக்கிறது..." என்றான்.

ரவிதாசன் சிரிப்பு மிகப் பயங்கரமாக இருந்தது. சிவந்த கண்களுக்குப் பயங்கரச் சிரிப்பு, மேலும் குரூரத்தை விளை வித்தது. அப்படிப்பட்ட சிரிப்பைப் பரமேச்வரன் கண்டதே யில்லை. அந்தச் சிரிப்பின் மறைவில், ஏதோ பெரும் அபாயம் இருக்கிறது என்பதைப் பரமேச்வரன் உணர்ந்தான். ரவிதாசன் ஏன் வந்தியத்தேவனை நம்ப மறுக்கிறான் என்று அவனுக்குப் புரியவில்லை. மீண்டும் வாதித்துப் பார்த்து வந்தியத்தேவன் மீதுள்ள தவறான எண்ணத்தை மாற்றுவோம் என்று நினைத் தான் பரமேச்வரன்.

"ரவிதாசா! ஏன் இப்படி எடுத்துக்கொள்ளக் கூடாது? நமது நன்மைக்காக வந்தியத்தேவனை ஆண்டவன் ஏன் அனுப்பியிருக்கக் கூடாது? வந்தியத் தேவனைப் போன்ற புத்திசாலித்தனமுள்ள மாவீரன் பாண்டியர்களுக்குத் தேவை யில்லையா? சோழநாட்டுப் போர்வன்மை அறிந்த வீர இளைஞனால், நமக்கு நன்மை ஏற்படாதா? நம் காரியம் மிக எளிதில் முடிவதற்கு, வந்தியத்தேவன் உதவியும் யோசனை களும் எவ்வளவோ நற்பலன்களை அளிக்குமே! நமக்கு இடையூறு செய்யக் கூடியவனென்றால், நம்மைப் பகை வராகக் கருதக்கூடியவனென்றால், ஏன் நாமிருக்கும் இடத்தைத் தேடி வருகிறான்? தன் உயிருக்கு ஆபத்து இருக்குமென்று அவனுக்குத் தெரியாதா?"

"தான் முன்னால் வந்துவிட்டும் பின்னால் படைவீரர்களை வரச் செய்திருக்கலாம்..."

"வந்தியத்தேவனுக்கு வழி தெரிந்ததுபோல், படை வீரர்களுக்கும் வழி தெரிந்திருந்தால், நம்மால் எளிதில் தப்ப

முடியாதே. அத்தகைய ஆபத்து ஏற்படுவதை ஏன் முன்னதாகவே தடுக்கக் கூடாது? நாம் இப்போதே தப்பி ஏன் ஓடிவிடக் கூடாது?''

பரமேச்வரன் இப்படி மடக்கிமடக்கிக் கேட்டது ரவிதாசனுக்கு எரிச்சலை அளித்தது என்றாலும், பரமேச்வரன் சொல்வதையும் சற்றுக் கேட்போம் என்று மனத்தைச் சமாதானப் படுத்திக்கொண்டு, ''என்னதான் செய்யவேண்டும் என்கிறாய்? சிறையிலிருக்கும் போது, எவ்வளவோ முறை நீ அவனைத் தப்பி வந்துவிடுமாறு வற்புறுத்தியிருக்கிறாய்? அவன் உன் பேச்சைக் கேட்கவில்லை. இப்போது மட்டும் நம்முடன் ஒத்துப் போவான் என்பது என்ன நிச்சயம்?'' என்றான்.

ரவிதாசன் குரல் தணிவது கண்டு பரமேச்வரன், ''உடனே வந்தியத்தேவனை நம்பி, நமது உள் திட்டம் முழுமையும் சொல்லிவிட வேண்டும் என்று நான் கூறவில்லை; முன்பே நான் எச்சரித்திருக்கிறேன், ஆதித்த கரிகாலனுக்கு நேர்ந்த கதியாகும் என்று. அந்தப் பயம் அவனுக்கு மறந்திருக்காது. இப்போது வந்தியத்தேவனை இங்கே வரவழைப்போம்... பிறகு உன்னிஷ்டம்...'' என்றான்.

ரவிதாசன், சற்று நேரம் சிந்தனையிலாழ்ந்தான், பிறகு குறுக்கும் நெடுக்கும் நடமாடிவிட்டு, பாழடைந்த மாளிகையின் வெளியே வந்தான். பரமேச்வரனும் உடன் தொடர்ந்தான். பிறகு அவன் பக்கம் திரும்பி, ''ஹூம், உன் விருப்பப்படி வரச்சொல்... ஆனால், ஒன்று மட்டும் எச்சரித்து வை; சிறு சந்தேகம் ஏற்பட்டால் கூட, அந்தக் கணமே அவன் உயிர் அவனிடமிருக்காது என்று சொல்லி வை...'' என்றான்.

பரமேச்வரன் சென்றவுடன், ரவிதாசன் சீழ்க்கை ஒலி எழுப்பவே நான்கைந்து முரடர்கள் அங்கு விரைந்து வந்தனர். அவர்களிடம் ஏதோ கூறினான். ''சந்தியா வேளையில் நடைபெறும் தாரகேச்வரி பூஜையின்போது ஒரு குடம் மனித ரத்தம் தேவை'' என்ற வார்த்தை மட்டுமே கடைசியில் கேட்டது. ரவிதாசன் குறுக்கும் நெடுக்கும் நடந்து கொண்டிருந்தான்.

வந்தியத்தேவனைப் பரமேச்வரன் அணுகி "வந்தியத் தேவா! ரவிதாசனிடம் உன்னைப் பற்றி நல்லதை எடுத்துச் சொல்லிச் சமாதானப்படுத்துவது பெரும்பாடாகி விட்டது. வா, அங்கு செல்வோம்..." என்றான்.

வந்தியத்தேவனுக்குக் கோபம் கோபமாக வந்தது. 'ரவிதாசனிடம் தன்னைப்பற்றி நல்லது சொன்னானாமே, என்ன சொல்லியிருப்பான்?'

"என்னைப்பற்றி என்ன கூறினீர்கள் ரவிதாசனிடம்?" என்றான் வந்தியத்தேவன்.

"எவ்வளவோ கூறினேன்... அதையெல்லாம் இப்போது சொல்ல முடியுமா? நீ எங்களுக்கு உதவுவதற்காக இங்கு வந்திருக்கிறாய் என்று கூறினேன்... ரவிதாசன் நம்பவே யில்லை... பிறகு காளாமுகரைச் சுட்டிக்காட்டி, அவரை நம்பும்போது ஏன் உன்னை நம்பக்கூடாது என்றேன்... அவன் சம்மதித்து விட்டான்" என்றான் பரமேச்வரன் பெருமையுடன்.

காளாமுகர் அவர் யார் என்றறிய வந்தியத்தேவனுக்கு ஆச்சரியமாக இருந்தது. 'அவரை நம்பும்போது ஏன் என்னை நம்பக்கூடாது' என்ற வார்த்தைகள் அவனுள்ளத்தில் பலமான சந்தேகத்தைத் தோற்றுவித்தன. காளாமுகர் யார்? அவர் உண்மையான காளாமுகரா? போலி வடிவினரா? அவருக்கும் இவர்களுக்கும் என்ன சம்பந்தம்? காளாமுகர் யார்? என்று அறிந்து கொள்ளத் துடித்தான், வந்தியத்தேவன். பரமேச் வரனையே கேட்டுத் தெரிந்து கொள்ள விரும்பி, "ஆமாம், காளாமுகர் யார்? அவர் ஏன் இவ்வளவு அக்கறையுடன் தங்களுக்கு உதவுகிறார்?" என்று கேட்டான்.

பரமேச்வரன் வியப்புடன், "காளாமுகரை உனக்குத் தெரியாதா? ஆமாம், ஆமாம், எப்படி உனக்குத் தெரிய முடியும்? நீதான் சிறையிலே இவ்வளவு ஆண்டுகள் வாடிவிட்டாயே! அவரை உனக்குத் தெரிந்திருக்கும் எனத் தவறாக நினைத்திருந்தேன்... அவர்... அவர்" என்று சொல்லத் தொடங்கிய பரமேச்வரன், வந்தியத்தேவனை அருகழைத்து அவன் செவிக்கு மட்டும் கேட்குமாறு கூறினான்.

“அடடா... யாருக்குமே தெரியக்கூடாது என்ற உறுதி கொடுத்திருக்கிறேனே? வந்தியத்தேவா ஐயோ உன்னிடம் சொல்லிவிட்டேனே... இதனால் என்ன விளையுமோ?” என்று வருத்தப்பட்டுக் கொண்டான்.

வந்தியத்தேன் மெல்ல நகைத்தான். “பரமேச்வரா! பெயரைச் சொல்லிவிட்டதால் மட்டும் ஏதாவது ஆபத்து வந்துவிடப் போகிறதா? எனக்கு அதனால் என்ன பயன்? நான் வந்த வேலை அதனால் வெற்றியடைந்துவிடப் போகிறதா...?” என்றான். அப்படிச் சொன்னானேயன்றிக் காளாமுகர் தோற்றத்திற்குள் மறைந்திருப்பவர் இன்னார் என அறிந்தவுடன், அவனுக்கு வியப்புத் தாங்கவில்லை. ‘அவர் ஏன் ரவிதாசனுக்கு உதவ வேண்டும்? உண்மையிலேயே அவர் ஆதரவு தருகிறாரா அல்லது வெளி வேடமா? தான் இந்தக் காட்டிற்கு வந்துவிட்டது அவருக்குத் தெரியும். தன்னால் ரவிதாசனுக்குத் தொல்லை பல ஏற்படும் என்பதும் தெரியும். அப்படி இருக்கும்போது அவர் தன்னை ஏன் விட்டுச் சென்றார்? ஒருவேளை வேறு ஆபத்து எதை யேனும் ஏற்படுத்த இருக்குமோ?’ வந்தியத்தேவனுக்கு ஒன்றும் புரியாமல் குழம்பினான். அவனுக்குத் திடீரென உடலில் புதுத்தைரியமும் உற்சாகமும் பிறந்தன.

எத்தனையோ ஆண்டுகளுக்குப் பிறகு அவன் ரவி தாசனைச் சந்திக்கப் போகிறான். கொடியவனைக் கண்ட இடத்திலேயே கண்டந் துண்டமாக வெட்டி எறிவதுபோக, அவன் எதிரே அமைதியாகப் பேசி நடிக்கும் நிலை ஏற்பட்டிருக்கிறதே எனும் எண்ணம் அவனை வருத்தியது.

பரமேச்வரன் வளைந்து குனிந்து இடரான பாதை வழியே செல்லும்போது ஓரிடத்தில் மரத்தடியில் அஞ்சி நடுங்கும் சிலை ஒன்று இருப்பதைக் கண்டான். “இதுதான் தாரகேச்வரி தேவியின் சிலை. எங்களுக்கு வழிகாட்டும் தெய்வம். இவளுக்கு இளம் வாலிபனின் ரத்தம்தான் படையல்” என்று கூறிச் சிரித்தான் பரமேச்வரன்.

தொங்கிய நாக்கும், பிதுங்கிய விழிகளும், விரிந்த சடையும், சூலத்தைத் தூக்கிக் குடலைக் கிழிக்கும் நிலையில் தூக்கிய கரங்களுடனும் கூடி, இளம் ரத்தத்தைக் கேட்கும் தேவி, காணப் பயங்கரமாயிருந்தாள்.

''ஆமாம், இளம் ரத்தத்திற்கு எங்கே போவீர்கள்?'' என்று கேட்டான் வந்தியத்தேவன், பரமேச்வரனைக் குறும்பாகப் பார்த்து.

அப்போது 'ஹஹஹஹ' எனும் சிரிப்பொலி எழுந்தது. ''இளம் ரத்தத்திற்கு எங்கே போவது? வெண்ணெயை வைத்துக்கொண்டு யாராவது நெய்க்கு அலைவார்களா?'' என்று சொல்லிக் கொண்டே ரவிதாசன் அங்கு வந்தான். வந்தியத்தேவனுக்குத் திடீரென ஆத்திரம் பொங்கியது.

''நீ என்ன சொல்கிறாய் என்று எனக்குப் புரிகிறது ரவிதாசா! இன்னும் உனக்குப் பழைய குரூரம் போகவில்லையே?'' என்று சீறினான் வந்தியத்தேவன்.

''குரூரமும், கோபமும், கொதிப்பும், கொடூரமும் ஏன் போக வேண்டும்? அவை இன்னும் அதிகம் வளர்ந்து விட்டன வந்தியத்தேவா! என் சபதம் உனக்குத் தெரியாதா? சோழர் குலத்தையே பூண்டோடு நசுக்கி, அமரபுஜங்கனைத் தஞ்சை யிலும் அரியணையேறி அமரச் செய்யும் வரை அயர மாட்டேன். அதற்குத் தாரகேச்வரியின் அருள் வேண்டும். அவள் அருள் பெற இளம் ரத்தம் வேண்டும். வந்தியத்தேவா! என்னுடன் சேர்ந்து சோழர்குல ரத்தத்தைத் தேவிக்கு நிவேதனம் தரப்போகிறாயா? அல்லது உன் ரத்தத்தையே தருகிறாயா?'' ரவிதாசன் மீண்டும் குரூரமாக நகைத்தான்.

நகையொலி கேட்டுப் பறவைகள் அஞ்சிப் பறந்தன. எங்கோ நரி அழுதது. வல்லூறுகள் வானத்தில் கொடூரமாக ஒலி எழுப்பின. சடசடவெனச் சில வெளவால்கள் பறந்து போயின.

வந்தியத்தேவன் ரத்தம் கொதித்தது. இவனிடம் தந்திரமாக நடந்து வெல்ல எண்ணினோமே முட்டாள்தனம். ரவிதாசனின் பயங்கரப் பேச்சுக்கு அவன் நாவை இதற்குள் அறுத்திருக்க வேண்டாமா?

''என் ரத்தத்தைத் தரவா இவ்வளவு தூரம் வந்தேன்? ரவிதாசா! யாரிடம் பேசுகிறாய்? என்ன பேசுகிறாய்? தார கேச்வரி ரத்தமா கேட்கிறாள் ரத்தம்? இதோ நான் தேவிக்குத் தருகிறேன் செங்குருதி. அவளுடைய பரமபக்தனின் குருதி

இதோ!'' என்று சீறி வாளெடுத்துப் பாய்ந்தான் வந்தியத்
தேவன். ரவிதாசன் இதை எதிர்பார்த்தவன்தான். நொடியில்
சற்று விலகிக் கொண்டான். விர்விர் என்று சுழன்ற வாள்,
ரவிதாசனின் தலைப்பாகையைப் பறித்துச் சென்றது. இடத்
தோளின் சதையைச் சற்றுப் பதம்பார்த்துச் சென்றது. குபுகுபு
வென ரத்தம் பொங்கிப் பாய்ந்தது.

ரவிதாசனிடமிருந்து பயங்கர அலறல் பொங்கி வந்தது.
அவன் ரத்தத்திற்கு அஞ்சவில்லை. குருதி சிந்திப் பாண்டிய
நாட்டைக் காக்கத் துணிந்த அவனுக்கு இந்த ரத்தத்துளி
இன்னும் வெறியை ஊட்டியது. வந்தியத்தேவனின்
ஆவேசமும் அதிகமாகியது. அவன் வாளைச் சுழற்றி
ரவிதாசன் தலையைக் குறி வைத்தான். ரவிதாசன் வெகு
லாகவமாக வாளின் தாக்குதலிலிருந்து ஒவ்வொரு முறையும்
தப்பிக் கொண்டவன், மெல்ல மெல்லப் பின் நகர்ந்து
தாரகேச்வரியின் கையிலிருந்த சூலாயுதத்தை எடுத்துக்
கொண்டான்.

வந்தியத்தேவன் வாளும், ரவிதாசன் தாங்கியிருந்த
சூலாயுதமும் 'டண்டண்டண்' என்று மோதிக் கொண்டன.
முறையோடு வாள்வீச்சுப் பழகியிருந்த வந்தியத்தேவன்
எதிரே, ரவிதாசனால் சூலத்தைச் சுழற்ற முடியவில்லை.
மேலும் சூலத்தின் கனத்தையும் அவனால் தாங்க முடிய
வில்லை. ஒரு முரட்டுத் தைரியம் அவனை எதிர்த்து நிற்கச்
செய்தது. சகோதரன் பரமேச்வரன் ஓர் உதவிக்கும் வராமல்
பார்த்து நிற்பது, அவன் சினத்தை அதிகப்படுத்தியது
"முட்டாளே. உன் வஞ்சக எண்ணம் இப்போது தான்
புரிகிறது. ஆபத்தை வாசலுக்கு வரவழைத்து விட்ட உன்
எண்ணத்தால் நீயே அழியப் போகிறாய்" என்று கூறினான்.

"ஆபத்தை வாசலுக்கு யாரும் வரவழைக்கவில்லை
ரவிதாசா! ஆபத்தே தேடிக்கொண்டு வந்துவிட்டது, அழித்து
விட" என்று சீறினான் வந்தியத்தேவன். ரவிதாசன் நெஞ்சுக்கு
எதிரே கத்தியைக் கொண்டு செல்லத் துடித்தவாறு.

பரமேச்வரனுக்கு ஒன்றும் சொல்ல முடியவில்லை. அவன்
துடிதுடித்தான். "வந்தியத்தேவா! வந்தியத்தேவா! நான்
என்ன சொல்லி அழைத்து வந்தேன்? நீ எங்களுக்கு உதவ

வந்தாய்... ஏன் இப்படி விரோதியாக மாறுகிறாய்? கடைசியாக வீணாக உன் உயிரை மாய்த்துக் கொள்ளாதே...'' என்று பரமேச்வரன் பதறினான்.

''உங்களுக்கு உதவக்கூடியவர்கள் இனி யாரும் இருப்பதாகத் தெரியவில்லை. உங்களைச் சிறைப்படுத்த என்னால் முடியாது. ஆனால் உங்களுடைய வாழ்வை முடிக்க என்னால் முடியும்...'' என்று வந்தியத்தேவன் கொக்கரித்தான்.

அப்போது பரமேச்வரன் ஒன்று செய்தான். விரைந்து எங்கோ ஓடினான். அவனுக்கு அப்போது ஏற்பட்ட அச்சமும் நடுக்கமும் சொல்லத்தரமன்று. அவன் திரும்பி வரும்போது ஏழெட்டுப் பேர் ஆயுதங்களுடன் வந்தியத்தேவனைச் சூழ்ந்து கொண்டிருப்பதைக் கண்டான். பரமேச்வரன் கையில் சுருக்கிட்ட கயிறு இருந்தது. மளமளவென்று மரத்தின்மீது ஏறினான். கயிற்றைச் சுழற்றி வந்தியத்தேவனைக் குறிபார்த்து வீசினான்; சுருக்கு வந்தியத் தேவனை இறுக்கியது. வந்தியத் தேவன் கை சோர்ந்தது. சுருக்கு இறுக்கியதால் வந்தியத் தேவன் திணறினான். மறுகணம் கீழே விழுந்தான்.

அவனைச் சுற்றிப் பாண்டிய ஆபத்துதவிப் படை வீரர்கள் நின்றிருந்தனர். மார்புக்கு நேராக ஒருவனது வேல்முனை நீண்டிருந்தது.

அத்தியாயம் 29

வானதியின் நெஞ்சம்

பொழுது புலருவதற்கு முன்பே இளையபிராட்டி குந்தவை தேவி துயிலெழுந்து நந்தவனத் தோட்டத்திற்குச் சென்று விட்டாள். எங்கும் இருள் சூழ்ந்திருந்தது. பறவைகளும் மெல்லக் குரல் கொடுத்து, எங்கும் இசை வெள்ளத்தைப் பரப்பும் வேளை. அங்கொன்றும் இங்கொன்றுமாகக் 'கீச் கீச்' சென்று பறவைக் குஞ்சுகள் மெல்லிய குரல் கொடுப்பது தெளிவாகக் கேட்டது. சில்லென்று இளம் பூங்காற்று

வீசுவதால், குளுமையும் சேர்ந்து உடலுக்குத் தனி இன்பத்தை அளித்தது.

தஞ்சை அரண்மனைக்கு அருகில் இருந்த, தளிக்குளத்து ஈசனார் கோயிலினின்று சிறு மணியோசை ஒலிப்பது கேட்டது. இவ்வொலி கேட்டவுடனேயே, செம்பியன் மாதேவியார் கோயிலுக்குப் புறப்பட ஆயத்தமடைவார். குளிர் என்றும், கோடையென்றும், மழையென்றும், புயலென்றும் பாராது, தஞ்சையில் இருக்கும் பொழுதெல்லாம், அவர்கள் இவ்வோசை கேட்டவுடன் எழுந்து நீராடிக் கோயிலுக்குப் புறப்படுவார்கள். போகும் வழியில் நந்தவனத்தினின்று குடலையில் பூப்பறித்துச் செல்வார்கள். அப்போது, அங்கே இளைய பிராட்டி நின்று கொண்டிருப்பதைக் கண்டவுடன், "இவ்வளவு சீக்கிரம் எழுந்து வந்துவிட்டாயா? இரவெல்லாம் உறங்கவில்லையா?" என்று கேட்கலாம்.

உறங்கினால் அன்றோ சீக்கிரம் விழித்தெழுவதற்கு? இப்போதெல்லாம் இளையபிராட்டி அயர்ந்து உறங்கிப் பல நாட்கள் ஆகிவிட்டன. செம்பியன் மாதேவியின் கண்களில் படாதிருக்க, இளையபிராட்டி, அடுத்துள்ள கொடி வீட்டிற்குள் சென்றமர்ந்தாள். அமைதியாக அமர்ந்து சிந்தித்து முடிவு எடுக்க வேண்டியவை இருந்தபடியால், அவள் அங்கு சென்று, அமர்ந்தாள். சோழநாட்டை அவள் ஆளவில்லையே தவிர, ஆளும் அரசிக்குள்ள கவலைகள், பிரச்சனைகள் யாவும் அவள் மனத்திலே நிறைந்து நின்று உறுத்தின. விழிகளைத் துயில் மெல்லச் சீராட்டும். கண்ணயரும் வேளையிலே, பயங்கரமான எண்ண அலை ஒன்று அவள் இதயத்தில் வந்துமோதும். உடல் குலுங்கத் திடீரென விழித்து எழுவாள். பிறகு உறக்கம் ஏது? பணிப் பெண்களும் தோழிகளும் அயர்ந்து உறங்கிக் கொண்டிருப்பார்கள். அவர்களுடைய நிம்மதி குறித்துப் பெருமூச்சு விடுவாள். தான் ஏன் பெரும் மன்னர் வயிற்றில் பிறந்தோம் என்று நொந்து கொள்வாள். மன்னரின் மகளாய்ப் பிறந்ததில் தவறொன்றும் இல்லையே. காலா காலத்தில், எந்த நாட்டு அரசகுமாரனை யாவது மணம் புரிந்துகொண்டு அந்த நாட்டு அரசியாகச் சென்றிருந்தால், இவ்வளவு பிரச்சனைகளை மனத்தில் போட்டுக் குழம்பிக் கொண்டிருக்க வேண்டாமே!

சுந்தர சோழர் அவளுக்கு மணம் முடிப்பதற்காக யோசித்த காலத்தே, அவள் திருமணமே வேண்டாம் என்று மறுத்து விட்டாள். பொன்னி பாய்ந்து வளங்கொழிக்கும் சோழ நாட்டிலேயே கடைசிவரை வாழ்வது என்று முடிவு எடுத்துக் கொண்டாள். நல்லவேளையாக அவளுடைய திருமண வைராக்யத்தைக் குலைக்க வல்லவரையர் வந்து சேர்ந்தார். மலராத மொட்டு மலர்ந்தது; குந்தவையின் இதயத்திலும் காதல் துளிர்விட்டது. இளமையுடன் சேர்ந்த காதல் மலர் மெல்ல மலரத் தொடங்கியபோது, அந்தச் சூறாவளி வீசியது. கொம்பினைப் பற்றிப் படரத் தொடங்கிய அந்த மாதவிக் கொடி ஆடியது; அசைந்தது; ஆனால் அழியவில்லை.

குந்தவையின் இதயபீடத்தில் அமர்ந்த வல்லவரையருக்கு நேர்ந்த இடர்களால் குந்தவை கலங்கிவிடவில்லை. இதய சோதனையைத் தாங்கி நின்றாள். காலம், அவள் இளமையை விழுங்க முயன்று தோல்வியுற்றது. உறுதி எனும் உரம் படைத்த அவள் மனோசக்தியின் எதிரே, எதனாலும் நிற்க முடியவில்லை.

வல்லவரையர் சிறையினின்று விடுதலையடைந்து விட்ட செய்தியை முதன் முதல் அவள் கேட்டபோது, அவள் மெய் சிலிர்த்தது. கற்பனையே செய்துகொள்ள முடியாத வேகம் உடல் முழுமையும் எழுந்தது. ஆனால் அவள் அதை வெளிக்குப் புலப்படுத்திக் கொள்ளாமல், அமைதியாக இருந்தாள். வந்தியத்தேவனை வலியச் சென்று அவள் சந்திக்க முடியவில்லை. இவ்வளவு நாள் காக்க வைத்த கால தேவனுக்கு இதயம் என்பது இருந்தால் சந்திப்பை ஏற்படுத்திக் கொடுக்கட்டுமே என்று அமைதியாக இருந்துவிட்டாள். வானதிதேவிதான், அவ்வப்போது இளையபிராட்டியைக் கேட்டவண்ணம் இருப்பாள்.

பாவம்! அவளுக்கும் தன் நிலைதான். ஆசைப்படகேறி வெண்மதியிலே கட்டப்பட்ட இன்ப மாளிகையை, அருண் மொழியுடன் சேர்ந்து அடையவேண்டிய பருவத்திலே, பிரிவு எனும் தடை ஏற்பட்டு அவளை வருத்தியது. அந்தப் பிரிவுக்கும் குந்தவையே காரணம். அருண்மொழியைக் கடல் கடந்து செல்லுமாறு பணித்தவள் அவள்தானே? இரு வருக்கும் பிரிவு கொடுத்த துன்பம் ஒன்றே. குந்தவையின்

முகத்திலே சோகச்சாயை தெரியாது. வானதி மிகவும் கஷ்டப்பட்டுத் தாங்கிக் கொண்டாலும், வேதனை அவள் முகத்தில் பிரதிபலிக்கும்.

வல்லவரையனும் கடுஞ்சிறையினின்று விடுதலை யானான். அருண்மொழியும், கடல் கடந்த நாடுகளினின்று திரும்பி வந்துவிட்டார். வானதிக்கு ஏற்பட்ட குதூகலத்திற்கு எல்லையே இல்லை. புது உலகில் மறுபிறவி எடுத்துவிட்ட மகிழ்ச்சி அவளைச் சுற்றிச் சூழ்ந்தது. அதன் நினைவுச் சின்ன மாக அமைந்த கருவில் வளரும் உயிர் அவள் இன்பத்தை இரு மடங்காக்கியது. தன்னைக் குழந்தைபோல் எண்ணிப் பரிவு காட்டி, பாசத்தின் எல்லையில் நிறுத்தும் இளைய பிராட்டியின் நிலையை, ஒரு நாள் எண்ணிப் பார்த்தாள் வானதி. இன்னும் வல்லவரையரும் இளையபிராட்டியும் சந்தித்துக் கொள்ளாத சமயம் அது.

இளையபிராட்டியும் தன்னைப் போன்று பெண் தானே; அவளுக்கும் உணர்ச்சி இருக்காதா; பிரிவுத் துன்பம் அவர் களை வாட்டாதா என்று எண்ணினாள் வானதி. இளைய பிராட்டியாரை இதைப் பற்றிக்கேட்டு விடுவது என்ற முடிவுக்கு வந்த அவள், ஒருநாள் சாமர்த்தியமாகக் கேட்டே விட்டாள்.

குந்தவை சிரித்துக் கொண்டாள். வானதி எப்போதும் குழந்தையாகவே இருப்பாளா என்ன, வாயை மூடிக் கொண்டு இருப்பதற்கு? அவள் இந்த நாட்டு அரசியாகப் போகிறாள். அரசிக்கு உண்டான சாதுர்யங்களும் அவளுக்கு இருக்காதா?

"வானதி! நீ பொல்லாதவள்; என்னைப்பற்றி நீ கவலைப் படாதே; கவலையற்ற உள்ளத்தோடு இருந்தால்தானே, இந்த நாட்டை ஆளும் பலசாலியான மகனைப் பெறலாம். உன் உடம்பு நல்ல முறையில் தேறவேண்டும் என்பதே எனக்குக் கவலை" என்றாள் குந்தவை.

வானதி மெல்ல நகைத்து, "அக்கா! என் உடம்பைப் பற்றிக் கவலைப்படுகிறீர்களே, அந்தக் கவலை தங்களை வாட்டாதா? உங்களுடைய சௌகரியங்களைக் கவனிக்க, யார் இருக் கிறார்கள்? உங்கள் சுக துக்கங்களைக் கேட்க யாரிருக்கிறார்

கள்? வல்லவரையரை நீங்கள் ஒரு நாள் கூடச் சந்திக்க வில்லையே? நான் அவரிடம் சொல்லட்டுமா?'' என்று கேட்டாள்.

''அடி பைத்தியமே! அப்படி ஏதாவது செய்துவிடப் போகிறாய்; என் சுகமும் துக்கமும் என்வரையில் இருக்கட்டும். இந்தச் சோழநாடு சண்டை, பூசல் ஏதுமின்றி திகழ்வது ஒன்றே போதும்... அதைத் தவிர வேறெதிலும் எனக்குப் பிரியமில்லை'' என்றாள் குந்தவை.

''அரண்மனைச் சோதிடரை அழைத்து முகூர்த்த நாளைக் குறிக்கச் சொல்ல வேண்டாமா? அதில்கூடத் தங்களுக்குப் பிரியமில்லையா?'' வானதி துணிவுடன் கேட்டே விட்டாள். அவளுக்கு எப்படித்தான் இவ்வளவு தைரியம் வந்ததோ!

குந்தவை மெல்ல நகைத்துக் கொண்டாள். நேரிடையே அவளுக்கு விடை கூறாமல், பேச்சை வேறுவிதமாக மாற்ற முற்பட்டாள். அதில் வெற்றியும் கண்டாள். ஆம்; வானதி கேட்டாளே அந்தக் கேள்விக்கு விடை அவளாலேயே கூறிக் கொள்ள இயலுமா? அல்லது அவள் திருமணத்தைப் பற்றிக் கேட்பதற்குத்தான் யாராவது இருக்கிறார்களா? அதற்கென்ன அவசரம்? அதற்கு முன்பு தீரவேண்டிய பிரச்சனைகள் ஏராளமாக இருக்கின்றனவே! இப்போது, புதிய முக்கூட்டுப் பிரச்சனைகள். இளையபிராட்டியின் மனத்திலே இப்போது இன்பவல்லி... பஞ்சவன் மாதேவி இருவரும் வந்து நின்றனர். சோழ நாட்டினின்று சிற்றரசர்கள் வந்து கூடியிருக்கின்றனர். அவர்கள் கூடியிருக்கும் சபையிலே பல காரியங்கள் முடிவாகப் போகின்றன. தன் இளவல் அடுத்துப் பட்டமேற உரிமையுடையவன் என்பதைச் சிற்றரசர்கள் ஏற்க வேண்டும். கோட்டைக் காவலரை நியமிக்க வேண்டும். சோழ நாட்டின் பெரும் சேனைக்குத் தலைமைதாங்கத் தளபதியை முடிவு செய்ய வேண்டும். எல்லாவற்றிற்கும் மேலாக, மந்திரி மண்டலத்தாருக்குத் தலைமை தாங்கி நடத்திச் செல்ல முதல் அமைச்சர் வேண்டுமே! முக்கியப் பொறுப்பில் தக்கவர் இல்லாது சோழநாடு தத்தளித்துக் கொண்டிருக்கிறதே, என்ற வேதனை இளையபிராட்டியைச் சூழ்ந்தது. அநிருத்தப் பிரம்மராயர் இருந்திருந்தால், அந்தச் சங்கடங்களையெல்லாம் தீர்த்து வைத்துத் தக்க முடிவு கூறியிருப்பார். தேச யாத்திரை

செல்கிறேன் என்று புறப்பட்டுச் சென்றவர், ஆண்டு பல ஆகியும் திரும்பவில்லை. அவர் இருக்குமிடம் கூடத் தெரிய வில்லை. சோழநாட்டு ஒற்றர் படைகள் சுறுசுறுப்பாய் இயங்கியிருந்தால் கண்டுபிடிக்காமல் இருந்திருக்க முடியுமா? மற்றும், குறுநில மன்னர் சபையிலே, ஆதித்த கரிகாலரைக் கொன்ற உண்மைக் குற்றவாளியைப் பற்றிய பிரச்சனையை மீண்டும் எழுப்பப் போகிறார்களாம்! அதைப் பற்றித் தக்கது கூற யார் இருக்கிறார்கள்? அருண்மொழி இன்பவல்லியைத் தேடிச் சென்றிருக்கிறார். அங்கே என்ன முடிவெடுத்து வருகிறாரோ?... என்ன உறுதி கொடுத்து வருகிறாரோ? இவ்வாறெல்லாம் எண்ணிக் கொண்டிருந்தால் உறக்கம் ஏது?

வெகு நேரம் உறங்காது படுக்கையிலேயே இருந்த குந்தவைக்கு, மேலும் அவ்வாறு இருக்கப் பிடிக்காமல் நந்தவனத்திற்கு வந்தாள். அவள் மனத்தில் என்றும் இல்லாத சஞ்சலம் சூழ்ந்திருந்தது. எதையும் சிந்தித்து ஒரு முடிவுக்குவர அவள் மனம் மறுத்தது.

செம்பியன் மாதேவியாரும், கண்டரன் மதுரனும், அதோ கோயிலுக்குச் சென்று கொண்டிருக்கின்றனர். பொழுது புலரா அந்த வேளையில், கண்டரன் மதுரன் நீராடித் திருநீறு பளிச் சென்று நெற்றியில் துலங்க, மெல்லிய குரலில் பாடிய வண்ணம், பாட்டியாரைத் தொடர்ந்து செல்லும் அவன் சிவபக்தியையும், அடக்கத்தையும் கண்டு, ஒரு கணம் அவள் மனம் வியந்தது. தானும் நந்திபுரத்தில் தங்கியிருந்து, வடதளிக் கோயிலுக்குச் சென்று, மனக் கவலையை விட்டு ஆண்ட வனை வணங்கலாம் என்று எண்ணினாள். நத்திபுரத்து நினைவு வந்தவுடனேயே, வானதி அவள் மனத்தில் தோன்றி விட்டாள், 'விரைவில் பழையாறை வருவதாகச் சொல்லி வந்திருந்தோம்; தன் வரவை எதிர்பார்த்து ஏங்கியிருப் பாளோ?' என்று இளையபிராட்டி எண்ணினாள். தஞ்சையில் பஞ்சவன் மாதேவி, பழையாறையில் வானதி இரு கண் களெனத் திகழும் அவர்களது எதிர்கால வாழ்வைப் பற்றிய கவலைதான், இப்போது இளையபிராட்டியைச் சூழ்ந்தது. 'ஹூம்... மூன்றாவது ஒருத்தியும் இருக்கிறாளே! நீ கண்டெடுத்த காட்டு மலர்' என்று மனம் சுட்டிக்காட்டியது. 'ஆம் ஆம்' என்று சொல்லிக் கொண்டாளேயன்றி, அப்போது

இளைய பிராட்டிக்கு ஏதும் சிந்திக்க முடியவில்லை. அங்கே இருக்கவும் பிடிக்கவில்லை. மீண்டும் அரண்மனைக்கே செல்லத் திரும்பினாள்.

மாளிகையில் சலசலப்பு மிகுதியாயிருந்தது. விழித்தெழுந்த ஒவ்வொருவரும் பேசும் பேச்சு பறவைகள் இடும் ஒலியையும் வென்றது. அந்தக் கலகலப்பு வழக்கத்தினின்றும் சற்று மாறுபட்டதாயிருந்தது. ஒவ்வொருவர் முகத்திலும் ஒருவிதிப் பீதி தென்பட்டது. கலவரம் ஏதோ ஏற்பட்டு விட்டதைப் போன்ற பய உணர்ச்சி நிறைந்திருந்தது.

எங்கோ முரசொலி கேட்டது. படை வீட்டில் படை வீரர்களை அழைக்கும் முரசு அதிர்ந்தது. இளையபிராட்டி விரைந்து தன் இருப்பிடம் சென்றாள். அவளைத் தொடர்ந்து தோழி பைரவியும் சென்றாள்.

“பைரவி! அது என்ன சபதம்? மாளிகையில் என்ன ஒரே பரபரப்பு?” என்று கேட்டாள் இளையபிராட்டி. அதற்குள் பஞ்சவன் மாதேவியும் அவசர அவசரமாக வந்துவிட்டாள்.

தஞ்சைக்குச் சங்கரதேவனால் என்ன முயன்றும் அதிகாலை யில் தான் வரமுடிந்தது. அவனுக்கிருந்த பரபரப்பும், விரைந்து வந்ததால் ஏற்பட்ட படபடப்பும் ஒன்றுசேர, அவசரச் செய்தியை யாரிடம் கூறுவது என்று கூடத் தோன்றாமல், மதுராந்தகரின் மாளிகையின் காவல்காரர் எதிரே வந்து ‘அபாயம் அபாயம்’ என்று கூச்சலிட்டான். சங்கரதேவனின் அலங்கோல நிலையையும் பரபரப்பையும் கண்டவுடனேயே புரிந்து கொண்ட காவலர்கள், சங்கரதேவனை அழைத்துக் கொண்டு மன்னரிடம் விரைந்தனர். சங்கரதேவன் இப்போது தான் முதல் முறையாக மன்னரை நேருக்குநேர் சந்திக்கிறான்.

அமைதி ததும்பும் முகத்தினராய், காலைத்துதி செய்து விட்டு அமர்ந்திருந்த மன்னர் மதுராந்தக சோழதேவரைக் கண்டவுடன், சங்கரனுக்குப் பேச்சு வரவில்லை. அதுபோல் நேரிடையே வந்து பேசுவதே முறையானதுதானா என்று கூட அவன் அஞ்சினான். சங்கர தேவனின் சோர்ந்த முகத்தையும், அருகேயுள்ள காவலர்கள் அவன் இன்னான் என்று கூறியதையும் கேட்டு, மன்னர் அவனைப் பேசும்படி பணித் தார். சங்கர தேவன் நடந்தவற்றைக் கூறினான். அவன் கூறு

வதைக் கேட்கக் கேட்க மன்னர் இருப்புக் கொள்ளாது தவித்தார்.

"அருண்மொழி எங்குச் சென்றார் என்று தெரியாதா? வந்தியத்தேவன் துணிந்து காட்டிற்குள் போய்விட்டானா? யார் அந்தக் காளாமுகர்?" என்று மட்டும் பேசிய மதுராந்தகர், உண்மையிலேயே ஆபத்து சூழ்ந்து வருகிறதென்பதை உணர்ந்தார். வந்தியத்தேவன் உயிரைக் காப்பாற்ற உடனே நடவடிக்கை எடுக்க வேண்டும் என்று முடிவு செய்தார்.

"காளாமுகர் யார் என்றே எனக்குத் தெரியவில்லை. அவர், எதிரியின் உளவாளியாக இருப்பார் என்றே தோன்றுகிறது. அவரைக் கண்டவுடனேயே சிறைப்படுத்துமாறு தாங்கள் உத்தரவு பிறப்பிக்க வேண்டும். தங்களுக்கு நான் எடுத்துச் சொல்லும் சிறுபிள்ளைத் தனத்திற்கு என்னைப் பொறுத் தருளுங்கள்" என்றான் சங்கரன். உண்மையிலேயே பயந்து விட்டான் அவன்.

"தக்க சமயத்தில் எடுத்துச் சொல்கிறாய் வீரனே! உன் சுறுசுறுப்பும் ஆபத்தில் உயிரையும் மதிக்காது ஆற்றும் தொண்டும் அறிந்து பாராட்டுகிறேன். ஒற்றர் தலைவனை உடனே கூப்பிட்டு உத்தரவிடுகிறேன். காளாமுகரைப் பற்றி எனக்கு முன்பே செய்தி வந்திருக்கிறது. அவரைப் பிடித்தால் பல உண்மைகள் வெளிப்படும் என்று கூறுகிறார்கள். உடனே தக்கது செய்கிறேன். நீ உடனே வேண்டிய வீரர் களுடன் புறப்படு" என்றார் மாமன்னர். சங்கரதேவனுக்குக் களைப்பெல்லாம் பறந்தோடிவிட்டது. உடனே அவன் விரைந்தான்.

படை வீரர்களை விரைந்து அழைக்கும் முரசொலி, இளையபிராட்டியின் செவிகளில் வீழ்ந்தது. நடந்த செய்தி களைப் பற்றிப் பஞ்சவன் மாதேவி பரபரப்புடன் கூறிய வார்த்தைகள் செவிகளில் வீழ்ந்தன.

பஞ்சவன் மாதேவிக்குச் சொற்களே வரவில்லை. வந்தியத் தேவன் ஆபத்தில் சிக்கிக் கொண்டிருக்கிறான் எனும் செய்தி, இளைய பிராட்டியின் உள்ளத்தில் எத்தகைய வருத்தத்தை யும் அச்சத்தையும் ஊட்டியிருக்கும் என்று எண்ணும்போது, ஏதாவது கூறி இளையபிராட்டியைத் தேற்ற வேண்டும்போல்

அவளுக்குத் தோன்றியது. என்ன கூறுவாள்? ‘‘தேவி, தேவி’’ என்ற இரு சொற்களே வெளிவந்தன. பஞ்சவன் மாதேவியின் உள்ளத்தை இளையபிராட்டி புரிந்து கொண்டாள்.

‘‘மாதேவி! நீ கவலைப்படாதே. எல்லா இடர்களும் விரைவில் நீங்கிவிடும்’’ என்று தெளிவான சொற்களில் கூறினாளே தவிர, அவள் உள்ள வேதனையைச் சொல்லி முடியாது. அவள் உள்ளுணர்வு எச்சரித்தபடி, ஏதோ பயங்கரம் நிகழ இருக்கிறது என்பதைப் புரிந்து கொண்டாள்.

‘‘தன்னந்தனியவராய் கொடியவர் இருக்குமிடம் சென்று இப்படிச் சிக்கிக் கொள்ளலாமா?’’ என்று அவள் எண்ணும் போது, வந்தியத்தேவன் மாவீரன், எத்தகைய சோதனை களினின்றும் இடையூறுகளினின்றும் மீண்டு வந்துவிடுவான் என்ற நம்பிக்கையைக்கூட மறந்துவிட்டாள். படைவீரர்கள் பலர் சென்று கானகத்தைச் சூழ்ந்து கொள்ள வேண்டும் என்றால், அங்கே எதிர்ப்பு எத்தகையதாக இருக்க வேண்டும் என்று எண்ணும்போது, அவள் உடல் சிலிர்த்தது. இது வரையில் வேதனை வசப்படாத இதயம் இப்போது பயந்தால் நடுங்கியது. வல்லவரையருக்கு என்ன நேர்ந்து விடுமோ என்று எண்ணி அஞ்சினாள். தன் உயிருக்கு உயிரானவருக்கு ஆபத்து என்பதைவிடச் சோழ நாட்டின் நன்மைக்காக அல்லும் பகலும் உழைத்த மாவீரருக்கு ஆபத்து என்று எண்ணும்போது, அவள் நெஞ்சை என்னவோ செய்தது. கண்கள் கலங்கி, மாதேவி அதைப் பார்த்துவிடப் போகிறாளே என்பதற்காக முகத்தைத் திருப்பி, வாயில் பக்கமாக நோக்கினாள். அந்த இடத்தைவிட்டே மெல்ல அகன்று விட வேண்டும் என்று எண்ணினாள். அதற்கு ஏற்றாற்போல் நந்திபுரத்தினின்று செய்தி ஏந்திக்கொண்டு வந்து நின்றான் பணியாள் ஒருவன். அவன் ஓலை ஏதும் கொண்டுவர வில்லை. ஆனால் மிகவும் முக்கியமான செய்தி கொண்டு வந்திருந்தான். இளையபிராட்டிக்கு நம்பிக்கை மிக வாய்ந்த ஆள் அவன்.

அவனைப் பார்த்தவுடனேயே, அவசரச் செய்தி ஏதோ இருக்கிறதென்பதை இளையபிராட்டி புரிந்து கொண்டு விட்டாள். அவன் வருவதற்கு முன்பே இளைய பிராட்டி அங்கு வந்து, என்ன என்று வினவுவதுபோல் நோக்கினாள்.

வந்தவன், பணிவுடன், "நேற்றிலிருந்து இளவரசிக்கு உடல் நிலை சரியில்லை தேவி! தங்களை உடனே அழைத்து வருமாறு ஆதுரசாலைத் தலைவர் கூறினார்" என்றான்.

"என்னையா?"

"ஆம் தேவி! இளவரசியாரை, கொடும்பாளூரிலிருந்து நேற்று யார் யாரோ வந்து பார்த்துப் போயினர். அதற்குப் பிறகு இளவரசியின் உடல்நிலை பாதிக்கப்பட்டது. தங்களை அழைத்தவாறு ஏதேதோ பேசிய வண்ணம் படுத்திருந்தார்."

"சுமதி அருகிலில்லையா? பணிப்பெண்கள் யாரும் அருகிலில்லையா?"

"இருந்தார்கள்... இளவரசி தங்களைப் பார்க்க வேண்டும் என்று வேதனையால் கூச்சலிடுகிறார். எதிரே வருபவர்கள் மீது சீறி விழுகிறார்."

இளையபிராட்டி ஏதும் பேசாமல் சிறிது நேரம் நின்று விட்டாள்.

'சோதனைக்கு மேல் சோதனை. ஆண்டவன் என் இதய பலத்தைச் சோதிக்கிறார் போலும்' என்று எண்ணிய இளைய பிராட்டி, தூதன் பக்கம் திரும்பி, "நீ முன்னாள் விரைந்து செல்; நான் தொடர்ந்து வருகிறேன்" என்றாள். அவன் சற்றுத் தயங்கி நின்றான்.

இளைய பிராட்டியின் பார்வையின் பொருளைக் கண்டவுடனேயே, அவன் வணங்கிவிட்டுத் திரும்பினான்.

இளையபிராட்டி வேகமாகத் தன் இருப்பிடம் சென்றாள். பழையாறைக்கு உடனே புறப்படுவதற்கான ஆயத்தங் களைச் செய்யுமாறு பைரவியிடம் கூறிவிட்டு பஞ்சவன் மாதேவியை அழைத்தாள்.

பஞ்சவன் மாதேவியும், இளையபிராட்டிக்கு வந்த செய்தி என்னவென்றறியும் ஆவலுடன் நின்றவள், தன்னை இளைய பிராட்டி அழைக்கிறாள் என்றவுடன் விரைந்து வந்தாள்.

"தேவி, நான் மிகவும் அவசரப் பணியொன்றுக்காகப் பழையாறை செல்கிறேன். இளவரசர் வந்தால், உடனே

பழையாறைக்கு வருமாறு தெரிவித்துவிடு...'' என்றாள். பஞ்சவன் மாதேவி ஏதோ கூற வாயெடுத்தாள். ''எந்த அவசரக் காரியம் என்றாலும், அதைத் தள்ளிவைத்து விட்டுப் புறப்படுமாறு சொல்லிவிடு'' என்றாள்.

பழையாறை நகரில் இளையபிராட்டியாருக்காகக் கட்டப் பட்டிருந்த மாளிகையின் மேன்மாடத்தின் சாளரத்தின் ஓரமாக இடப்பட்டிருந்த கட்டிலில், கொடும்பாளூரார் மகளும், அருண் மொழித் தேவரைச் சாஸ்த்திர முறைப்படி மணந்தவளுமான இளவரசி வானதிதேவி படுத்துக் கொண்டிருந்தாள். நிறைமாத கர்ப்பிணியான அவளது முகத்தில் தனிப் பொலிவு திகழ்ந்தது. கண்ணுக்குக் கீழே விளங்கிய கருவட்டங்களும் கன்னங்களும் சற்று வாடியிருந்தாலும் அவற்றிலே வெண்ணிறம் படர்ந் திருந்தது இன்னும் அதிக அழகை அளித்துக் கொண்டிருந்தது. வயிற்றிலே மற்றொரு ஜீவன் வளர்வதற்கு அடைக்கல மளிக்கும் அந்தப் பெரும் உயிரின் பொலிவு, முன் எப்பொழுதையும் விடச் சிறந்து திகழ்ந்தது. சிவந்த மேனியள் என்று வானதியைக் கூற முடியாது. மாந்தளிர் நிறங்கொண்ட அவள் முகத்தில் குழந்தைத் தன்மை எப்போதும் குடி கொண்டிருக்கும். அவளுடைய விழிகளில் மானின் மருட்சி கலந்திருக்கும்; இளங்கன்றின் ஆவல் ததும்பி நிற்கும், தாய்ப் பசுவின் பாசம் நிறைந்திருக்கும். முத்துமாலையை அடக்கி வைத்திருக்கும் பேழையைப் போன்ற அதரங்களிலே எப்போதும் துடிப்பொன்று இருந்து கொண்டிருக்கும்.

பெண்ணிடம் தாய்மைத் தத்துவத்தைப் படைத்துவிட்ட ஈசன், முதன்முதலில் அவர்கள் அந்தப் பேற்றை அடையும் போது, கருவிலே வளரும் குழந்தையை எண்ணி அந்தத் தாய் இன்ப நினைவும், அந்தக் குழந்தை நல்லபடியாக வெளிவந்து நீண்ட ஆயுளுடன் வாழவேண்டுமே என்ற கவலையும், அதனால் ஏற்படும் இடர்களுமாகப் பலவித உணர்ச்சிகளை அடைய வைத்துவிடுகிறான். குழந்தை, தாயின் வயிறெனும் சுவர்க்க கமலத்தினின்றும், ஆசாபாசங்கள் நிறைந்த மண்ணிலே விழுந்தவுடன் எழுப்பும் ஒலி கேட்டவுடன், தாய் எல்லா நினைவுகளையுமே விட்டுவிடுகிறாள். இதற்கு அரச குடும்பத்தவர்கள் மட்டும் விலக்கல்லரே! வானதி தேவி கருவுற்றிருக்கும் செய்தியை முதன் முதலில் அறிந்தவள்

இளைய பிராட்டிதான். வானதிக்கு எல்லாச் சௌகரியங்களும் இருக்க வேண்டும்; அமைதியான இடத்தில், அவள் எவ்விதக் கவலையும் அடையக் கூடாது என்பதற்காகவே நந்திபுர மாளிகையை அவள் தேர்ந்தெடுத்தாள். இளையபிராட்டியும் தஞ்சையினின்று பழையாறை எனும் நந்திபுரம் வந்ததே ஒரு நொடிகூட வானதியைவிட்டுப் பிரியக்கூடாது என்ற எண்ணத்துடன் தான். தஞ்சைப் பயணத்துக்கு ஏற்பாடு செய்துவிட்டு கடைசி வினாடியில் அதைமாற்றி வானதியின் எண்ணமான குடந்தைப் பண்டிதரைக் காணுவது என்பதை யும் நிறைவேற்றி, மீண்டும் நந்திபுரம் அடைந்தது எதற்காக? வானதி எந்தவித அதிர்ச்சியையும் அடையக்கூடாது என்பதற்காகத் தானே!

வானதியின் மனத்தில் சஞ்சலம் புகுந்துவிட்டதென்று இளையபிராட்டி அறிவாள். ஆனால், அது வளர்ந்துவிடும் என்று எதிர்பார்க்கவில்லை. சோழ அரியணையில் அருண் மொழியுடன் சமமாக அமருவதில்லை எனும் ஒரே ஓர் உறுதி செய்து, அதையே திரும்பவும் திரும்பவும் சொல்லிக் கொண்டிருப்பதைத் தவிர, வானதியின் மனத்தில் வேறுவிதக் குழப்பம் இல்லை என்றே இளையபிராட்டி நினைத்துக் கொண்டிருந்தாள். ஆனால் வானதியின் மனம் இப்போது முன் எப்போதையும் விடச் சிக்கல் நிறைந்ததாக இருந்தது. இதில் சந்தேகம் சேர்ந்துவிட்டது; பொறாமை குடிகொண்டு விட்டது; வெறுப்பும் வெகுளியும் கலந்துவிட்டன. அதனால், அவள் உடல் சோர்வுற்றது.

முன்பே நலிந்திருந்த அவள் மனத்தில் கவலைகளும் சேரவே, முன்பு அவள் உடலில் மறைந்திருந்த மயக்கம் வந்து சேர்ந்தது, அடிக்கடி தன்னை மறக்கும் நிலை ஏற்பட்டது. சிறிது நேரம் அப்படி நேரிட்டாலும் அருகிலிருக்கக் கூடிய தோற்றம் உண்டாயிற்று.

அன்று வானதியைக் காணக் கொடும்பாளூர் பூதிவிக்கிரம கேசரி வந்திருந்தார். கலகலப்பற்ற பழையாறை நகரில் தன் மகள் இருப்பது கண்டவுடனேயே, அவருக்குச் 'சுறுக்' கென்றது. பெரும் மாளிகைதான்! சுக சௌக்யங்களுக்கும் குறைவில்லை. சேடிகளும், பணிப்பெண்களும் சுற்றி நின்று

இட்ட பணியைத் தட்டாமல் செய்கின்றனர். இளவரசி, இளவரசி என்று மதிப்பும் மரியாதையும் எங்கும் சூழ்ந்திருந்தன. இவை எல்லாவற்றிற்கும் மேலாகத் தன் மகளுக்கு ஏதோ குறைவு இருக்கிறதென்று பூதிவிக்கிரம கேசரி எண்ணினார். தாயில்லாப் பெண்ணான அவளை அரவணைப்பதற்குத் தாயினும் மேலான ஓர் ஆதரவுக்கரம் தேவை என்பதை உணர்ந்தார். இவ்வளவு காலம் அதை அளித்து வந்த இளையபிராட்டியார், அவளைப் பிரிந்து தஞ்சைக்குச் சென்றிருப்பது, அவருக்குப் பெரும் குறையாகப் பட்டது.

''மகளே!'' என்று அழைத்துக்கொண்டு, விக்கிரம கேசரி வானதி படுத்திருக்கும் இடத்தில் நுழைந்தார். அங்கும் இங்கும் சுற்றும் முற்றும் பார்த்தார்.

''ஏன் இருட்டறையில் படுத்திருக்கிறாய் மகளே? உன்னை ஏதாவது சிறைச்சாலையில் அடைக்க வேண்டும் என்பது அவர்கள் எண்ணமா?'' என்று கம்பீரமான குரலில் கேட்டார்.

வானதியால் அப்பொழுது மெல்ல எழுந்து நடமாட முடிந்தது. வானதி மஞ்சத்திலிருந்து எழ முற்பட்டாள். ''வாருங்கள் அப்பா, எப்பொழுது வந்தீர்கள்?'' என்று வரவேற்றாள். பிறகு தொடர்ந்து ''சிறையா? சிறை என்று என்னவோ கூறினீர்களே'' என்று கேட்டாள்.

''ஆம், மகளே! உன்னை இருட்சிறையில் கொண்டு வந்து, யாரும் கவனிக்காத இடத்தில் விட்டு விட்டார்களே என்று கேட்டேன்.''

வானதி வியப்பால் அவரை நோக்கினாள். தந்தைதான் பேசுகிறாரா? ஆம்; அவளுக்கே சந்தேகம் வந்துவிட்டது. கொடும்பாளூரார்கள் சோழநாட்டின் மீது மதிப்பும் மரியாதையும் மிகுந்தவர்கள் என்பது உலகம் அறிந்தது. அதிலும் பெண் கொடுத்ததன் மூலம் சோழநாட்டிற்கும் கொடும்பாளூருக்கும் உள்ள பிணைப்பைப் பலப்படுத்திக் கொண்டனர் அவர்கள்.

தன் மகள் சோழ சாம்ராஜ்யத்துப் பேரரசி ஆகப் போகிறாள் எனும் எண்ணத்தில் பெருமிதமடைந்த விக்கிரம கேசரிக்குச் சில நாட்களாகச் செவியில் வீழ்ந்து கொண்டிருந்தவை

சீற்றத்தை வளர்த்து வந்தன. பழுவேட்டரையர் இருந்தவரை அவரைப் பரம வைரியாகக் கருதியவர், அவர் இறக்கு முன்பு விரோத மனப்பான்மையை விட்டு, அவரை மரணப் படுக்கையில் சென்று கண்டார். மனத்திலே அவரைப் பற்றி இருந்த விரோத மனப்பான்மையை அகற்றிக் கொள்ளவும் முயன்றார். ஆனால், அவர் இறந்த பிறகுதான், அவர் அருண் மொழியிடம் பெற்றுக் கொண்ட வாக்குறுதி கொடும்பாளூ ராருக்குத் தெரிய வந்தது. பழுவூர்க் குலம் விளங்குவதற்காக, அந்த வீரகுலத்துச் சோழ அரியணையில் இடம் கிடைப் பதற்காக, அருண்மொழியிடம் வாக்குறுதி பெறச் சிறிய பழு வேட்டரையருக்கு என்ன துணிவு இருக்கவேண்டும்! அருண்மொழி இவ்வாறு மாறுவார் என்று கொடும்பாளூரார் கனவிலும் நினைக்கவில்லை. தன் மகள் தஞ்சைக்கு இளையபிராட்டி அரவணைப்பில் வாழ வந்த போது, அவளுக்குச் சோழநாட்டு இளவரசியாகும் பாக்கியம் கிடைக்கு மென்று அவர் எண்ணவில்லை. குந்தவையின் அபிமானத் தைப் பெற்றாள் வானதி. இளையபிராட்டியின் அரவணைப் புடன் கூட அருண்மொழியின் அன்பையும் வானதி பெற்ற போது கொடும்பாளூரார் கொண்ட பெருமைக்கு எல்லையே யில்லை.

அருண்மொழிக்குப் பட்டத்துரிமை கிடைக்கக் கூடாதென்று சிலர் சதி செய்ய முயன்றபோது, கொடும்பாளூர் வேளார் கர்ஜனை புரிந்தார்; படைகளைத் திரட்டவும் தொடங்கி விட்டார். ஆனால், இளைய பிராட்டியின் முன்யோசனைப் படி அருண் மொழி கடல் கடந்த நாடுகளுக்குப் புறப்படவும், வேளாரின் கோப பாணத்துக்கு இரை ஏதும் கிடைக்கவில்லை. உறுமிக் கொண்டேயிருந்தார்.

இளைய பிராட்டியைச் சந்தித்த போது தன் குமுறலை வெளியிடவும் தயங்கவில்லை. ஆனால், ராஜதந்திரம் கைவரப் பெற்ற குந்தவையோ மெல்லப் புன்னகை புரிந்த வாறு, கொடும்பாளூரார் மேலே பேச வழியில்லாமல், "ஆற்றுநீரை வெள்ளமா கொண்டு போய்விடும்? தங்கள் மகள் என்று பேரரசியாகப் போகிறாள் எனச் சோழநாடே காத்துக் கொண்டிருக்கிறது; கருணை உள்ளம் படைத்த அவள் சக்கரவர்த்தினியானால் மக்களுக்குப் பெருமகிழ்ச்சி

தானே? நானே தடை செய்தால் கூட மக்கள் சும்மாவிட மாட்டார்கள். தங்கள் மாப்பிள்ளை கடல் கடந்த நாடுகளுக்குப் பொழுது போக்கப் போகவில்லை. சாவகம், புட்பகம், சீனம் முதலிய நாடுகளுக்குச் சென்று, பல துறைகளிலும் அறிவும் அனுபவமும் பெற்று வருவார். அதனால் தங்களுக்குப் பெருமைதானே? ஆனால், தங்கள் மகளிடம் சொல்லி வையுங்கள். பைத்தியக்காரத்தனமாக அவள் ஏதோ சபதம் செய்திருக்கிறாள். அதைப் பிடிவாதமாக வற்புறுத்தப் போகிறாள் அதுதான் பட்டத்துரிமை தனக்கு வேண்டாம் என்பது" என்று கூறினாள்.

கொடும்பாளூரார், சற்று நேரம் மௌனமாயிருந்தார். பிறகு, "தேவி! தங்களுக்கு எது நியாயம் என்று தோன்றுகிறதோ அதைச் செய்யுங்கள். என் மகளைத் தங்களிடம் ஒப் படைத்து விட்டேன்" என்று கூறி விருட்டென்று போய் விட்டார்.

அப்போது போனவர், பிறகு தன் மகளின் எதிர்காலத்தைப் பற்றிக் கவலைப்படவில்லை. அவளுடைய உடல் நிலையைப் பற்றியும் சுகத்தைப்பற்றியும் மட்டும் விசாரித்துக் கொண்டிருந்தார். இப்போது நிலைமை முற்றிலும் மாறி, விசித்திர விசித்திரமாக அவர் கேள்விப்படத் தொடங்கிய பிறகுதான், அவர் தன் மகளைச் சந்திக்க நந்திபுரம் வந்தார். வானதி கருவுற்றிருக்கிறாள் என்று அவருக்குத் தெரியும். பிறந்த வீட்டிற்கு அழைத்துச் சென்று சீராட்ட யார் இருக்கிறார்கள்? பெற்ற தாய்க்குமேல் அன்பைப் பொழியும் இளையபிராட்டி இருக்கும்போது, கொடும்பாளூர்க்கு அழைத்துச் செல்வானேன் என்று சும்மாயிருந்துவிட்டார். ஆனால் இளையபிராட்டி வானதியை விட்டுவிட்டுத் தஞ்சையில் இருப்பதையும், அருண்மொழி வானதியுடன் தங்கியிராமல் எங்கெல்லாமோ அலைவதையும், அவர் பழுவூர் மகளை மணப்பதாகக் கொடுத்த வாக்குறுதியையும் கேள்விப்பட்ட பிறகு, அவரால் அமைதியாயிருக்க முடிய வில்லை.

வானதியைப் பார்த்தவுடன், அவருக்குச் சோழநாட்டின் மீதே ஆத்திரம் ஆத்திரமாக வந்தது.

"சிறையில்லாமல், இது என்னவென்று நினைக்கிறாய் பேதைப் பெண்ணே? உன்னை இங்கே இருக்கவிட்டுவிட்டு அருண்மொழிக்கு அங்கே பழுவூர் மகளைத் திருமணம் முடித்து விடத் திட்டமிடுகிறார்கள் தெரியுமா?" கொடும் பாளூரார் கூவினார்.

வானதி தந்தையை நோக்கினாள். பஞ்சவன் மாதேவி தன் வாழ்வில் குறுக்கே நிற்கப் போகிறாள் என்பது அவள் உணர்ந்ததே. ஆனால் இன்பவல்லியும் பஞ்சன் மாதேவியும் போட்டி போட்டுக் கடைசியில் ஒருவராலும் இளவரசரின் இதயத்தில் அமரமுடியாது சரிந்துவிடுவார்கள் என்று தான் எண்ணினாள். இளையபிராட்டியார் ஒருநாளும் சம்மதிக்க மாட்டார்கள் என்றும் நம்பினாள். 'ஆனால் தந்தை வந்து கூறுவது திடுக்கிட வைக்கிறதே! மெய்யாக என்னைச் சிறையிலிட்டிருக்கிறார்களா?'

"குழந்தாய், உன்னைவிட்டு இன்னும் குழந்தைத் தனம் போகவில்லையே! வெளுத்ததைப் பால் என்று இன்னும் நீ நம்புகிறாயா, மகளே? உன்னைத் தள்ளிவிட்டுப் பழுவூர்ப் பெண்ணை அரியணையில் அமர்த்த வழி செய்கிறார்களடி" கொடும்பாளூரார் பதறினார்.

வானதி அமைதி நிறைந்த குரலில், "செய்யட்டுமே! அரசபீடம் யாருக்கு வேண்டும்?" என்றாள்.

கொடும்பாளூரார் திடுக்கிட்டு, "என்ன சொன்னாய்? அரசபீடம் யாருக்கு வேண்டுமா? எனக்கு வேண்டும்; என் மகளுக்கு வேண்டும்; என் மகள் வயிற்றில் பிறக்கும் சந்ததிக்கு வேண்டும். சோழநாட்டிற்கு எங்கள் குலம் உழைத்ததற்குப் பரிசாக ஏழேழு தலைமுறைக்குச் சோழ அரியணை உரிமை வேண்டும்" என்று முழங்கினார்.

"பழுவூர் மட்டும் சோழநாட்டிற்குத் தொண்டாற்றியதில் சளைக்கவில்லையே?"

"பழுவூராரைப்பற்றிப் பேசாதே. இறந்தவரைப் பற்றித் தவறாக ஏதும் பேசக்கூடாது என்று கூறுவார்கள். ஆனால், பழுவேட்டரையர் இறந்துங்கூட ஆவி ரூபத்தில் வந்து கொடும்பாளூராருக்கு இடையூறு செய்து கொண்டிருப்பார்."

‘‘அவர் நமக்கென்ன இடையூறு செய்யமுடியும்?’’

‘‘இன்னும் என்ன இடையூறு செய்யவேண்டும்? தன் மகளை மணந்துகொள்ள வேண்டும் என்று இளவரசரிடம் சத்தியம் வாங்கியிருக்கிறார்.’’

‘‘வாங்கட்டுமே! பஞ்சவன் மாதேவி மிகவும் நல்லவள்; இளவரசரும் இராமபிரான் அல்லரே, ஏகபத்தினி விரதம் காக்க?’’

‘‘ஓகோ...’’

‘‘அரச குடும்பத்துப் பெண்ணை அவர் மணப்பதில் எனக்குத் தடையில்லை. அரசர்கள் பல தாரங்களை மணப்பது தர்ம சாத்திரத்துக்கு விரோதமில்லையே...’’

‘‘தர்ம சாத்திரம்... எப்போது தர்ம சாத்திரம் கற்றாய் மகளே! அந்தத் தர்ம சாத்திரம் உனக்கு யமனாய் வரும்போது, அதை எதிர்த்துத் தாக்க வேண்டாமா?’’

கொடும்பாளூரார் ஆவேசத்தில் இப்படிப் பேசிவிட்டார். யமன் பஞ்சவன் மாதேவியை அருண்மொழி மணப்பது, வானதிக்கு எப்படி யமனாக வந்து முடியும்? வாக்கிலே ஏதாவது சனியிருக்கிறதா? ஆத்திரத்தில் என்ன பேசுகிறோம் என்பதறியாது பேசிவிட்டோமா? அமங்கலச் சொற்களை ஏன் நா உரைக்கிறது?

தந்தையின் தடுமாற்றத்தை வானதி புரிந்துகொண்டு விட்டாள். உண்மையிலேயே தந்தை கூறுவதில் அவசரமும் ஆபத்தும் நிறைந்திருக்கின்றன என்பதை ஒருவாறு தெரிந்து கொண்டாள். எனினும், தந்தையைச் சாந்தப்படுத்த விரும்பி, ‘‘அப்பா! தர்ம சாத்திரம் யமனை வரவேற்குமானால், மகிழ்வுடன் ஏற்றுக்கொள்வேன். யமன் தர்மதேவதை அல்லவா? எனக்கு மேலுலகில் ஒருவிதக் குறையும் வைக்கமாட்டார்’’ என்றாள்.

அவளும் இதைச் சொல்லிவிட்டு, வயதுக்கு மீறிய சொற்களைப் பேசிவிட்டோமோ என்று வருந்தினாள். அதனால் ஒருவித நடுக்கமும் வந்து சேர்ந்தது. கொடும் பாளூரார் அமங்கலப் பேச்சை மாற்றி, உண்மை நிலையை

மகளுக்கு உணர்த்த விரும்பி, "இல்லை மகளே! பழு வேட்டரையர் தன் மகளை மணம்புரிந்து கொள்ளுமாறு மட்டும் இளவரசரை வேண்டிக் கொள்ளவில்லை அடுத்து அவருடன் சரிசமமாக அரியணையில் அவள் அமர வேண்டும் என்றும் வற்புறுத்திக் கேட்டுக் கொண்டிருக்கிறார்" என்றார்.

வானதிக்குத் தலை மெல்லச் சுழல்வது போலிருந்தது. "என்னப்பா சொல்கிறீர்கள்?"

"ஆம் மகளே! கொடும்பாளூர்ப் பெண்ணுக்கு, அரசியாகும் உரிமை இல்லை பழுவூர்ப் பெண்தான் அரசியாவாள்" என்றார்.

"அதெப்படி முடியும்...?"

"முடியப்போகிறதே, நீ எதிர்ப்பாய் என்றுதான் உன்னை இங்கே தஞ்சையினின்று தொலைவிலே சிறையிலடைத் திருப்பது போல், இந்த மாளிகையில் தன்னந்தனியாய் வைத்திருக்கிறார்கள்."

"அப்படியெல்லாம் ஒன்றும் இல்லையப்பா! இளைய பிராட்டியார் என்னுடனே இருந்தார்கள். அவர்கள் மாளிகை யப்பா இது. அவளுடைய பெற்றோர் வாழ்ந்த மாளிகை யப்பா இது. அவர்கள் என்னை ஒரு போதும் மறக்க மாட்டார்கள்."

"அடி அசட்டுப் பெண்ணே! நீ அரசியாகியும் என்ன செய்யப் போகிறாயோ, இப்படி நம்பிக்கையை அசாதாரண மாக வளர்த்துக் கொண்டு? இளையபிராட்டி உன் மீது இதுவரை அன்பாக இருந்தது என்னவோ உண்மைதான். அன்பாயிருக்கிறவர்கள் கூட ஒரு சமயத்தில் மனம் மாறி விடுவார்கள்; அவர்களுக்கு ஏற்பட்ட வாழ்க்கையின் ஏமாற்றம் பிறரின் மீது தனக்கு வேண்டியவர்கள் மீதுகூடப் பொறாமைப் படுமாறு செய்துவிடும்."

"ஐயோ, என்ன வார்த்தை சொல்கிறீர்கள் அப்பா..."

"ஆம்; நான் இப்போது சொல்வது உனக்குக் கசப்பாகத் தானிருக்கும். உன் எதிரே, உன்னைப் புகழ்ந்து பேரரசி,

இளவரசி என்று பேசிவிட்டால் நீ மனம் மகிழ்ந்து விடுகிறாய்... ஆனால் உனக்கு எதிராகச் செய்யப்பட்டு வரும் சூழ்ச்சிகளை நீ அறிவதில்லை.''

''அப்பா! நீங்கள் என்ன சொல்ல வந்தீர்கள்? அதை எனக்குப் புரியுமாறு சொல்லுங்களேன். என் மனம் குழம்புகிறதே. உடலெல்லாம் என்னவோ செய்கிறதே. குடந்தைச் சதுரானன பண்டிதர் கூறியதுபோல் பெரும் விபத்து எனக்குத் தான் நேர்ந்துவிடும் போலிருக்கிறதே...''

''சதுரானன பாண்டிதரா? அவர் யார்? குடந்தையில் மிக வயதான சாமியார் வந்திருப்பதாகவும், சைவ சாத்திரங்களில் சிறந்தவர் என்றும் சொன்னார்களே, அவரா? அவர் என்ன சொன்னார்? அவரிடம் எப்போது சென்றாய்?''

''இளையபிராட்டியார் அழைத்துச் சென்றார்கள். முக்காலமும் உணர்ந்தவர் குடந்தைப் பண்டிதர். அவர் சொன்னார்...'' வானதியால் பேசமுடியவில்லை.

கொடும்பாளூரார் பரபரப்புடன், ''என்ன சொன்னார், என்ன சொன்னார்? இளையபிராட்டியே அழைத்துச் சென்றார்களா? ஓகோ! குடந்தைப் பண்டிதரிடம் அழைத்துச் சென்று, உனக்கு வருங்காலத்தில் ஏற்படப்போகும் விளைவைப் பற்றி இளையபிராட்டி தானும் அறிந்து கொண்டார்களா?''

''சதுரானன பண்டிதரும் அரச குடும்பத்தைச் சார்ந்தவர் தானாம். அவர் சோழநாட்டின் வருங்காலத்தைப் பற்றிப் பேசினார். பிறகு இளையபிராட்டியிடம் மட்டும் தனியே அழைத்துப் பலபல சொன்னார்.''

''உன்னைப் பற்றிச் சொன்னாரா? என்ன சொன்னார்? உனக்குத் தெரியாதா? உன்னைப்பற்றி உன்னிடம் சொல்லாமல், இளையபிராட்டியிடம் மட்டும் என்ன சொன்னார்?''

''இளையபிராட்டியார் என்னிடம் முழுமையும் சொல்லாவிடினும் நான் ஊகித்தறிந்துகொண்டேன். சோழ நாட்டிற்கு ஏதோ துயரச் சம்பவம் நேரப்போகிறதென்று கூறினாராம். என் வயிற்றில் இந்த உலகையே ஆளப்போகும் வீரத்திருமகன் பிறக்கப்போகிறான் என்றும் கூறினாராம்...''

வானதி கூறியதைக் கேட்டுக் கடகடவென்று நகைத்த கொடும்பாளூரார், "துயரமான சம்பவம் என்னவாக இருக்க முடியும்? பட்டத்துரிமையை உனக்கு வழங்காது தடுத்து விடும் செயல்தான். இதை இளையபிராட்டி அறிந்து கொண்டுதான், பழுவூர் மகளுக்குப் பட்டமேறும் வாய்ப்பை அளித்திருக்கிறாள் போலிருக்கிறது. சதுரானன பண்டிதர் சொன்ன ஆருடம் ஒருநாளும் பலிக்காது. என் உயிர் உள்ள வரை அப்படி நடக்க விடமாட்டேன்..." என்று பொங்கி எழுந்து கர்ஜித்தார்.

"அப்பா! நீங்கள் இன்று ஆத்திரம் ஒன்றையே குறிக்கோளாகக் கொண்டு வந்திருக்கிறீர்கள் போலிருக்கிறது. உங்களுக்குக் கோபம் சுள்ளென்று வரும்; அடங்கிவிடும். இன்று, தாங்கள் வந்ததிலிருந்து கோபத்தைக் குறைத்துக் கொள்ளக் காணோமே! சதுரானன பண்டிதர் கூறியதை நடக்காமல் செய்யப் போகிறீர்கள் என்றால், அவர் சொன்ன மற்றதும் நடக்காமலேதான் போகும்..."

"என்ன?"

"என் வயிற்றில் பிறக்கும் மகன் இந்த நாட்டு அரசனாவான் என்று பண்டிதர் கூறியிருக்கிறாரே, அதுவும் பொய்யாய் விடுமா? உலகம் முழுவதையும், ஒரு குடையின் கீழ் என் மகன் ஆளப்போகிறான் என்பதையும் நடக்காமல் செய்து விடுவீர்களா?"

வானதியின் இந்த வார்த்தைகளைக் கேட்டுக் கொடும் பாளூரார் திடுக்கிட்டார்.

தந்தை ஏதும் மறுமொழி கூறாமல் இருப்பது கண்டு வானதியே பேச்சைத் தொடர்ந்தாள். "அப்பா! சதுரானன பண்டிதர் தன் கடுந்தவ வலிமையால் நடக்கப்போவதை யெல்லாம் உணர்ந்திருக்கிறார். அவர் கூறியபடி நிச்சயம் நடக்கும். சோழ நாட்டுக்கு ஏற்படப்போகும் பெரும் துயர மான சம்பவம் என்பது, பழுவேட்டரையர் இறந்துபோகப் போவதைப் பற்றிச் சொல்லியிருக்கலாம். என்னைப் பற்றியே ஏதாவது கூறியிருக்கலாம். நான் பட்டத்து ராணியாகப் போவதில்லை என்று எப்போதோ சபதம் செய்திருக்கிறேன் அது நிறைவேறக் காலம் வரலாம். அதைப் பற்றி இளைய

பிராட்டி அறிந்து கொண்டால், என்னிடம் சொல்லாமல் இருந்து விட்டார்கள் என்று நினைக்கிறேன். ஏனெனில், அவர் என் சபதத்தை விட்டுக்கொடுக்குமாறு பலமுறை வற்புறுத்தியிருக்கிறார்கள்."

கொடும்பாளூராருக்கு என்ன சொல்வதென்றே புரிய வில்லை. பெருமூச்சு ஒன்று அவரிடமிருந்து எழுந்தது.

"வானதி! எனக்கு எல்லாம் விசித்திரமாகத் தோன்றுகிறது. அங்கே பழுவேட்டரையருக்கு அருண்மொழி அளித்த வாக்குறுதியை இளையபிராட்டி ஒப்புக் கொண்டிருக்கிறாரே, அதன்படி பஞ்சவன் மாதேவி அன்றோ சோழநாட்டு அரசியாக ஆவாள்? அவள் வயிற்றில் பிறக்கும் மகனன்றோ தொடர்ந்து இந்த நாட்டை ஆளுவான்? உன்னையும் ஆதரித்து, பழுவூர் மகளையும் ஆதரிக்க எப்படித்தான் இளையபிராட்டியால் முடிகிறதோ! அதனால் தான் நான் சொல்கிறேன், இளைய பிராட்டி மாறிவிட்டாள் என்று. இவை எல்லாவற்றையும் விட குணக்குன்று என்று நாம் எல்லாரும் நினைத்துக்கொண்டிருந்த அருண்மொழி, தீவாந்தரங்களுக்குச் சென்றிருந்த போது ஒரு நடனமாதின் மீது ஆசை கொண்டாராம். அவள் வேறு இப்போது அருண்மொழியைத் தேடி வந்திருக்கிறாள். இவை எல்லாவற்றையும் எண்ணும் போது, நான் தீவிரமான முயற்சியில் இறங்காவிடில் உன் உரிமை எல்லாவற்றையும் பறித்துவிடுவார்கள் போல்தான் தோன்றுகிறது. அதனால்தான் இந்த மாளிகையில் உன்னைத் தனியே விட்டுச் சென்றிருக்கிறார்கள். உனக்குப் பிறக்கும் குழந்தையை மாற்றிவிடவும் அல்லது கொன்று விடவும் துணியமாட்டார்கள் என்பது என்ன நிச்சயம்? அதனால் ஏன் வீரர்களை அனுப்பி, இந்த மாளிகையில் தக்க காவல் ஏற்பட வழிசெய்கிறேன்..."

"அப்பா..."

"ஆம் மகளே! உனக்குத் தெரியாது, மன்னர் மதுராந்தகர் மந்திராலோசனைச் சபையைக் கூட்டியிருக்கிறார். தான் உயிருடன் இருக்கும்போதே, தனக்குப் பிறகு அரசாளப் போகிறவரை நியமித்து மகுடாபிஷேகம் செய்து வைக்க நாள் குறிக்கப்போகிறார். அருண்மொழிக்குத்தான் அரசுரிமை என்பது நிச்சயமாகிவிட்டது. மகுடாபிஷேகம் நடக்கும்

போது, அவரருகிலேயே சரிசமமாக அமர்வது யார்? பழூவூர் மகளா, கொடும்பாளூர் மகளா என்பது முடிவாக வேண்டும்...''

கொடும்பாளூர் வேளார் சற்று நேரம் மௌனமாயிருந்தார். பிறகு ஏதோ சித்திப்பவர்போல் அந்தக் கூடத்தில் குறுக்கும் நெடுக்குமாக நடந்தார். பிறகு மகளை நோக்கி, ''வானதி! நான் சொல்ல வேண்டியதைச் சொல்லிவிட்டேன். நீ முன்பு என் மகள்; இப்போது இளவரசி. இந்த இடத்தை விட்டு உடனே போய் விடுங்கள் என்று கட்டளையிட்டால், அதன்படி நடக்க வேண்டியவன் நான். ஆனால், என் நிலை அப்படியன்று. உனக்கு ஏற்படும் நன்மை, எனக்கு ஏற்படும் நன்மையாகும். உன் நல்ல குணத்தை, அமைதித் தன்மையைப் பிறர் தனக்குச் சௌகர்யமாகப் பயன்படுத்திக்கொண்டார்களே என்றுதான் எனக்கு வருத்தம். ஒன்று சொல்வேன் உன் உரிமையை மாற்ற முயல்பவர்கள் யாராயினும், நான் தீவிரமாக எதிர்க்கத் தயங்கமாட்டேன். அருண்மொழிவர்மரோ, அல்லது இளைய பிராட்டியோ யாராயிருந்தாலும் எதிர்ப்பேன். எனக்குத் தஞ்சையில் அரசுப்பணி இருக்கிறது; நான் வருகிறேன். போகும்போது வழியில் குடந்தையில் சைவ மடத்திற்குச் சென்று, சதுரானன பண்டிதரைச் சந்திக்கிறேன்... வரு கிறேன்'' என்று கூறி, அங்கிருந்து புறப்பட்டார் கொடும் பாளூர் வேளார் பூதி விக்கிரம கேசரி.

தந்தை சென்ற பிறகுதான், வானதிக்குப் பிரிவின் துன்பம் புரிந்தது. கொஞ்சங் கொஞ்சமாக அவள் பழைய சம்பவங் களை நினைத்து வரலானாள். தந்தை இவ்வளவு சீக்கிரம் தன்னைச் சந்தித்துப் போய் விட்டது, முதலில் அவளுக்கு வருத்தத்தை அளித்தது. ஆனால், அவரது பேச்செல்லாம் குழப்பத்தை வளர்த்து வந்ததால், அவர் அதைத் தவிர வேறு பேசமாட்டாரா எனவும் எண்ணினாள். இளையபிராட்டி யாரைக் குறித்தும், அருண்மொழிவர்மரைக் குறித்தும் குழப்ப மூட்டும் செய்திகளை அவர் சொல்லாமலிருந் திருக்கக்கூடாதா என்றெண்ணினாள்.

வானதியின் தந்தை நந்திபுரத்திலிருந்து போய் விட்டார். அவர் போனாரேயன்றி, அவர் விதைத்த வேதனை விதை வானதியின் மனத்தில் மிக வேகமாக வளரத் தொடங்கியது.

அன்று மாலை, அந்தியின் கரங்கள் அரண்மனையைத் தழுவி இருள் மகளைக் குடியிருக்கவிட்டுச் சென்றபிறகும், வானதி அந்த மஞ்சத்தைவிட்டு எழுந்திருக்கவில்லை. தீபத்தை ஏற்றிச் சென்றனர் பணியாட்கள்; உணவுகொண்டு வந்தாள் சுமதி. மெல்லிய இசை மீட்ட வீணை, குழல் முதலிய கருவிகளுடன் தோழிகள் வந்தனர். வடதளிக் கோயிலில் அந்தி பூசை மணியோசை எழுந்த வண்ணம் இருந்தது. மாளிகை யின் அருகிலுள்ள அடர்ந்த மரங்களில் வந்தடையும் பறவைகள் இடும் கலகலவெனும் ஓசைகூட, வானதிக்கு வெறுப்பை ஊட்டியது.

தன்னை யாரும் வந்து தொந்தரவு செய்ய வேண்டாம் என்று கண்டிப்பாகக் கூறிவிட்டாள். மாலை அலங்காரங் களைச் செய்ய வந்தவர்களைக் கடிந்து அனுப்பிவிட்டாள். இசைக் கருவிகளை ஒலிக்கவிடாமல் தடுத்து விட்டாள்.

தானும் இளவரசரும் இதே நந்திபுரத்திலும், தஞ்சையிலும், நாகப்பட்டினத்திலும், வாவிக்கரையிலும் ஓடைக்கரையிலும் இன்பமாகக் கழித்த நாட்களை மெல்ல நினைவுபடுத்திக் கொண்டாள். இளையபிராட்டியின் அன்புச் சொற்களையும், சிறு வயது முதல், தன்னை நல்ல முறையில் வளர்த்ததையும் நினைவுபடுத்திக் கொண்டாள். இளையபிராட்டி தன் உரிமைக்குக் குறுக்கே நிற்பாள் என்று வானதியால் எண்ணிப் பார்க்கவே முடியவில்லை.

சோழநாட்டு அரசியாகும் உரிமை இருக்கட்டும். அருண்மொழிவர்மரின் இதயத்து ராணியாக இதுவரை இருந்து வந்த உரிமையொன்றையும் நீக்குவதற்கு எல்லாரும் முயல்கிறார்களாமே! உண்மையாக இருக்குமா? தந்தை பொய் சொல்ல மாட்டார். பழுவூர் மகள் பஞ்சவன் மாதேவியும், இன்ப வல்லியும் இதே அரண்மனையில் பேசிக் கொண்டிருந்த வற்றை, நம் காதுகளாலேதான் கேட்டோம். அவை, பொய்யாக இருக்க முடியாதே! இளவரசரின் வடிவழகில் மனத்தைப் பறிகொடுத்த பஞ்சவன்மாதேவி, தன் எண்ணத்தை நிறைவேற்றிக்கொள்ள எப்படியாவது முனைந் திருப்பாள்.

தன் தந்தையை வற்புறுத்தி உறுதி பெற்றிருப்பாள். சிறிய பழுவேட்டரையரும் மகிழ்வுடன் அதை முடித்திருப்பார்.

அவருக்குத்தான் என்னைக் கண்டாலே பிடிக்காதே! நாணயச் சாலைக்கு அழைத்துச் செல்லாமல் விட்டுவிட்டுச் சென்று, பாதாள வழியில் எங்கெங்கோ சுற்றி மயங்கிவிழும் நிலைக்கு வந்தோமே அதை மறக்க முடியாதே. இளையபிராட்டி யன்றோ அப்போது வந்து காப்பாற்றினார்!

இன்பவல்லி எங்கோ தீவிலிருந்து வந்திருக்கும் நாட்டியப் பெண். அவளைத் தேடி இளவரசர் போயிருக்கிறாராமே! உண்மையாக இருக்குமா? என் தந்தை ஏன் பொய் கூறப்போகிறார்? அவர் முகத்தெதிரே அவர் கூறுவது தவறென்று பேசினேன்; என் நன்மைக்காக அவர் எவ்வளவோ கூறியும் அவருடன் வாதிட்டேனே. அவர் சொன்னதெல்லாம் உண்மையாய்த் தான் இருக்கவேண்டும். என்னை எல்லாரும் வெறுக்கத்தான் செய்கிறார்கள்.

வானதி கண்களை மூடித் திறந்தாள். அவள் தலை சுழன்றது. அவள் எதிரே பஞ்சவன் மாதேவி வந்து நகைப்பது போல் தோன்றியது. இன்பவல்லி வந்து கேலிக்கூத்தாடுவது போல் தோன்றியது. இவையாவற்றையும் பஞ்சவன் மாதேவி பார்த்துக் கொண்டிருப்பது போல் தோன்றியது.

"முடியாது முடியாது; நான் அப்படி நடக்க விட மாட்டேன்" என்று வானதி கூவினாள். மறுகணம், மஞ்சத்தில் மயங்கிச் சாய்ந்து விட்டாள். அவள் தலை மஞ்சக் குமிழ்களில் மோதியது.

அவள் அலறியது கேட்டுப் பணிப்பெண்கள் ஓடோடி வந்தனர். வைத்தியர் வந்தார். அன்று, இருமுறை அதைப் போல் ஏற்பட்டது. இளையபிராட்டிக்கு உடனே விரைந்து செய்தி அனுப்பினார்கள்.

இளையபிராட்டி வானதியின் அருகில் வந்தமர்ந்தாள். வானதி மெல்லக் கண்விழித்துப் பார்த்தாள்.

"யார் அக்காவா? வந்தீர்களா? தங்கள் தம்பிக்குத் திரு மணத்திற்கு வேண்டிய ஏற்பாடுகளைச் செய்து விட்டீர்களா?" என்று கேட்டாள்.

வானதியின் சொற்கள் இளையபிராட்டியின் நெஞ்சில் வேல்கொண்டு குத்துவது போலிருந்தன. வானதியின் மனம்

குழம்பியிருக்கிறதென்பது தெளிவாகத் தெரிந்துவிட்டது. மிகவும் கவனத்துடன் அவள் மனத்தில் நம்பிக்கையை மலர வைக்க வேண்டும் என்ற எண்ணத்துடன், வானதியின் தலையைக் கோதிவிட்டு, அவள் கரத்தை மெல்ல எடுத்துத் தன் மடியில் வைத்துக் கொண்டு, ‘‘வானதி! உன் உடம்புக்கு என்ன? ஏன் இப்படி வாடியிருக்கிறாய்?’’ என்று இன்சொல் ததும்பக் கேட்டாள்.

இளைய பிராட்டியின் இன்சொற்கள் கேட்டவுடன், அடங்கியிருந்த துயரம், வானதியின் கண்களின் மூலம் வெளிப்பட்டது. விம்மும் குரலில், ‘‘அக்கா! என் உடம்புக்கு என்ன வந்துவிட்டது? இந்த மாளிகையில் தன்னந்தனியாய் என் காலத்தை எண்ணிப் படுத்திருக்கிறேன்...’’ என்றாள்.

இளையபிராட்டி திடுக்கிட்டாள். அவளுக்கு வானதியின் மனப்போக்கு புரியவில்லை.

‘‘நீங்கள் தஞ்சைக்குச் சென்றதும், அங்குப் பழுவூர் மகளைத் தங்கள் தம்பிக்கு மணம்புரிவிக்க ஏற்பாடு செய்ததும், என் மனத்தில் வேதனையை ஏற்படுத்திவிட்டன. அக்கா! நீங்களும் இப்படிச் செய்வது நியாயமா? என் மேல், எவ்வளவோ அன்பாக இருந்தீர்களே! உங்கள் அன்பும், இளவரசர் அன்பும் எங்கே மறைந்துவிட்டன? அவர், அந்த நாட்டியப் பெண்ணைத் தேடி எங்கோ சென்றிருக் கிறாராமே... அக்கா! என் வருங்காலம் பற்றிக் குடந்தைப் பண்டிதர் கூறித் தெரிந்து கொண்டுதானே, தாங்கள் இப்படியெல்லாம் முடிவு செய்துவிட்டீர்கள்?’’ வானதியின் குரல் படிப்படியாக அதிகமாயிற்று. அவள் விழிகள் நிலைகுத்தி நின்றன. அவள் கரங்கள் நடுங்கின. அவள் சொற்கள் தடுமாறின.

‘‘வானதி வானதி’’ என்று குந்தவை பயத்தால் பதறினாள். அவளைத் தன் மார்பிலே அணைத்துக் கொண்டாள்.

அப்பொழுது வைத்தியர் வரும் நேரம். அவர் வரும் காலடியோசை கேட்டது. வைத்தியர் வந்தார். வானதியின் நாடியைப் பார்த்தார். மிகுந்த பரபரப்புடன், ‘‘தேவி! முன்பு வந்தது போன்று அதே வலிப்பு நோய், இது மிகுந்த ஆபத்தானது. ரத்தக் கொதிப்பு மூளையைத் தாக்கிவிடும்;

உடலில் களைப்பும் சோர்வும் மிகுந்து, பலவீனமான பொழுதில் இது தாக்கும். இளவரசியின் உடல் இனித் தாங்காது. அதிர்ச்சிகரமான எந்தச் செய்தியையும் அவர்களிடம் சொல்லவோ, அவர்கள் காணவோ கூடாது. நல்ல வேளையாகத் தாங்கள் வந்து விட்டீர்கள். அமைதியும் ஓய்வும்தான் இனித்தேவை. பிரசவ காலமும் நெருங்கிக் கொண்டிருக்கிறது'' என்றார்.

இளையபிராட்டிக்கு உடனே என்ன செய்யவேண்டும் என்று தோன்றவில்லை. வானதியின் இந்த நிலை மிகுந்த பயத்தை வரவழைத்தது. வானதியின் துயரைப் போக்க இப்போது உடனே அருண்மொழி வந்தாகவேண்டும் என்று முடிவு செய்தாள். காவலரை அழைத்து, உடனே தஞ்சைக்கு விரைந்து சென்று, அருண்மொழி அங்கு வந்திருந்தால் அழைத்து வருமாறு பணித்தாள்.

காவலன் அங்கிருந்து சென்ற சிறிது நேரத்திற்கெல்லாம், மீண்டும் கொடும்பாளூர் வேளார் பூதிவிக்கிரமகேசரி, வானதி இருக்குமிடத்திற்கு வந்து கொண்டிருந்தார்.

அத்தியாயம் 30
நாள் நெருங்கியது

அருண்மொழி வந்துவிட்டார் என்ற செய்தி தஞ்சையில் புதிய கலகலப்பை ஊட்டியது. பலருக்கு அவர் தஞ்சையை விட்டு எங்கே சென்றிருந்தார் என்று தெரியாது. அருண்மொழி குதிரை மீது போகும்போதும், தஞ்சைத் தளிக் குளத்துக் கோயில் வழியே வரும்போதும் மக்கள் நெருங்கி அடித்துக்கொண்டு அவரது அழகுத் திருவுருவைக் கண்டு களிப்பர். அருண்மொழியின் வடிவில் தனிவிதக் கவர்ச்சி யிருந்தது. கம்பீரமான தோற்றத்திலே கண்கள் அன்பைப் பொழிந்தன. பட்டாடையின் வசீகரத்தைவிட, அவரது மேனியழகு பிறரைக் கவர்ந்திருந்தது.

‘‘அருண்மொழியை அரசராக அடைய நாம் பெரும் பாக்கியம் செய்திருக்க வேண்டும்’’ என்று ஒருவருக்கொருவர் பேசிக்கொண்டனர்.

‘‘மன்னரே மனமுவந்து அருண்மொழியின் உரிமையை ஏற்றுக்கொண்டு விட்டாராமே’’ என்று தஞ்சையில் வாழும் ஒருவர் கேட்டார்.

‘‘மன்னர் மட்டுமென்ன, சிறிய பழுவேட்டரையரே அருண் மொழி வர்மர்தான் பட்டமேற வேண்டும் என்று முடிவு செய்து விட்டாராம்’’ என்றார் மற்றொருவர்.

‘‘இனி எந்தவிதத் தடையுமில்லை. சூரியனைக் கண்ட பனி போல் எல்லாத் தடைகளும் விலகிவிட்டன’’ என்றார் இன்னொருவர்.

‘‘உம்... உம்... நாட்டுப் பரம்பரை வழக்கப்படி சிற்றசரசர்கள் சம்மதிக்கவேண்டும். முதல் அமைச்சர் வேறு இல்லை...’’ என்றார் ஒரு சந்தேகப் பிரகிருதி.

‘‘நீங்கள் யாரைச் சொல்கிறீர்கள்? இவ்வளவு ஆண்டுகளாக முதல் அமைச்சராக யார் இருந்தார்கள்? எனக்குக்கூடத் தெரியவில்லையே...’’ என்று கேட்டான் இளைஞனொருவன்.

‘‘ஆமாம், ஆமாம். தம்பி கேட்பது சரிதான். அன்பில் அநிருத்தப் பிரம்மராயர் சோழநாட்டில் இருக்கப் பிடிக்காமல் எங்கோ தேசாந்தரம் சென்றவர், இன்றளவும் திரும்பிவர வில்லை... அவர் பீடத்தில் வேறு யாரும் அமரவில்லையே’’ என்றார் ஒருவர்.

‘‘ஆமாம்... ஏன் அநிருத்தர் போய்விட்டார்? ஆதித்த கரிகாலரைக் கொல்வதற்குச் சதி செய்தவர்களுள் அவரும் ஒருவர் என்று பேசிக் கொள்கிறார்களே...’’

இதைக்கேட்ட மற்றவர் செவிகளை மூடிக்கொண்டு, ‘‘சிவ சிவ... என்னப்பா இப்படியெல்லாம் கூறுகிறாய்?’’ என்றார்.

‘‘நானா கூறுகிறேன்? இது பழைய சமாசாரமாயிற்றே... இப்போது ஏதோ நினைவுக்கு வந்தது, சொன்னேன்.’’

‘‘ஆதித்த கரிகாலரைக் கொன்றவரைத்தான் சோழநாட்டு நீதிமன்றம் தண்டித்துவிட்டதே.’’

"தண்டித்த குற்றவாளியைத்தான் பழுவேட்டரையர் விடுதலை செய்துவிட்டாரே..."

"அப்போது யார் குற்றவாளி? பன்னிரண்டு வருடங்கள் ஓடி மறையப் போகின்றன. இந்த மாபெரும் காரியத்தைக் கண்டுபிடிக்க இயலாவிடில், வேறு என்ன தான் செய்யப் போகிறார்கள்?"

"அருண்மொழிவர்மர் அதில்தான் தீவிரமாக முனைந் திருக்கிறாராம். சோழநாட்டில், இன்னும் ஏராளமான பாண்டிய நாட்டுச் சதிகாரர்கள் இருக்கிறார்களாம். அவர்களையும் கண்டுபிடித்து விடுவதென்று சபதம் பூண்டிருக்கிறாராம்."

"சபதம் நிறைவேற்றக் கால வரையறை இல்லையா? இன்று, அரண்மனை சபை மண்டபத்தில் சிற்றரசர்களின் மந்திராலோசனை சபை கூடுகிறது.. சிற்றரசர்கள் பலர் வற்புறுத்துவதற்காகவே வந்திருக்கிறார்கள்... பல விஷயங் களைக் குறித்துத் தம் கருத்தைத் தெரிவிக்கப் போகிறார்கள்... அவற்றுள், அருண்மொழிவர்மர் அரியணை ஏறும் விஷயமும் ஒன்று. அவற்றை விவாதிக்கும்போது, மீண்டும் ஆதித்த கரிகாலர் கொலை நிகழ்ச்சியும் வராமற் போகுமா?"

"வரட்டுமே... எந்தச் சிற்றரசராவது அருண்மொழி வர்மரை எதிர்க்கட்டும் சொல்கிறேன்..." என்று முழங்கையை உயர்த்தி னான் இளைஞன்.

இளைஞர்கள் மனத்தைப் பெரிதும் கவர்ந்த அருண் மொழிவர்மர் வந்துவிட்டார் என்ற செய்தி சிற்றரசர்களை மகிழ்ச்சியில் ஆழ்த்தியது. அருண்மொழி நேரே மன்னரிடம் சென்றார். மதுராந்தகர் அன்புடன் வரவேற்று நலன் வினவினார். சதிகாரர்களைப்பற்றிய செய்தி ஏதாவது கிடைத்ததா என்று கேட்டார். அருண்மொழி எந்தச் சதிகாரரைப் போய்ச்சந்தித்தார்? என்னவென்று கூறுவார்?

அருண்மொழி பேசுவதற்குள் மதுராந்தகரே பேசினார்: "நாட்டில் இவ்வளவு வலுவாகப் பாண்டிய ஒற்றர்கள் நட மாடக் கூடும் என்று நான் எண்ணவில்லை. வந்தியத்தேவன் பாண்டிய நாட்டு ஆபத்துதவிகள் குழுவினரிடம் சிக்கிக் கொண்டான் என்றும், அவனை விடுவிக்கப் படைகள்

தேவை என்றும், சங்கரதேவன் வந்து அவசரமாகத் தெரிவித்தான். உடனே படைகளை அனுப்பியுள்ளேன். அந்த வீர இளைஞன் தக்க சமயத்தில் வந்திராவிடில், படு மோசமாயிருக்கும். இவற்றிற்கெல்லாம் காளாமுகர் ஒருவர் தான் காரணம் என்று தெரிவித்தார்கள். எங்கு கண்டாலும் காளாமுகரைச் சிறை செய்யுமாறு கட்டளையிட்டிருக்கிறேன்" என்றார்.

மதுராந்தகரின் கட்டளைப்படிதான் நடந்தது. தஞ்சையை நோக்கி விரைந்து வந்த காளாமுகர், தஞ்சைக்கு மிக அருகே குதிரையை விட்டிறங்கி, அதைத் தட்டிவிட்டார். அது ஒருமுறை நின்று இப்படியும் அப்படியும் திரும்பிப் பார்த்தது. பிறகு, விரைந்து தஞ்சையை நோக்கியே ஓடியது. காளாமுகர், அருகேயிருந்த குளத்தை நோக்கிச் சென்றார். அப்போது எங்கிருந்தோ பாய்ந்து வந்தனர் வீரர்கள். "அதோ போகிறார் காளாமுகர் பிடிபிடி" என்றனர்.

காளாமுகர் திரும்பிப் பார்த்தார். ஒரு கணம் ஓடலாமா என்று நினைத்தார். பிறகு, சற்று நின்று நிதானமாக தன்னை யாரும் கூப்பிடவில்லை என்ற மனப்பான்மையுடன் மெல்ல நடந்தார். மூன்று வீரர்கள் காளாமுகரின் கரங்களைக் கெட்டியாகப் பிடித்துக் கொண்டனர்.

"அகப்பட்டுக் கொண்டாயா? உன்னை எங்கெல்லாம் தேடுவது?" என்றான் வீரனொருவன்.

"எங்கெல்லாம் தேடினாய் தம்பி? நீ தேடுகிறாய் என்று தெரிந்திருந்தால், நானே உன் வீட்டிற்கு வந்திருப்பேனே. என் உயிருக்குயிரான நண்பரான காளாமுகர் ஒருவருக்கு, இளம் வாலிபரின் ரத்தம் தேவையாம். உன்னைச் சிபாரிசு செய்திருப் பேன்" என்று கூறிக் கொண்டே, அவர்கள் இருவரிடமிருந்து வெகு எளிதில் தன்னை விடுவித்துக் கொண்டு, "உங்களுக்கு வேறு வேலை ஒன்றும் இல்லையா? என்னைத் தேடுவானேன்?" என்று கூறி மெல்லச் சிரித்தார்.

வீரர்களுள் ஒருவன் மீண்டும் தாவிப் பிடித்து, "அவ்வளவு எளிதில் எங்களை ஏமாற்ற முடியாது... டேய் பிடித்துக் கட்டு. காளாமுகரைக் கண்டால் உடனே சிறை செய்யுமாறு கட்டளை" என்றான்.

காளாமுகர் மீண்டும் நகைத்து, ‘‘சூரப்புலிகளே! காளாமுகர் என்றால், நான் ஒருவன்தானா? மன்னரை நான் நேற்றுக்கூடச் சந்தித்தேனே! என்னைச் சிறையிலடைக்க விரும்பினால், உடனே அவர் அடைத்திருப்பாரே...’’ என்றார்.

‘‘பொய்... பொய்... சுத்தப்பொய். மன்னரைச் சந்தித்தாராம் மன்னரை... டேய் இழுத்துவந்து குதிரையில் ஏற்றுங்கள்...’’ என்றான் ஒரு வீரன்.

‘‘டேய் வீரமுத்து... சோழநாட்டில் இன்னும் கடமை உணர்ச்சி மறையவில்லை என்பது, உன்னைப் பார்த்தவுடன் தான் தெரிகிறது...’’ என்றார் காளாமுகர்.

வீரமுத்து என்ற வயதான அந்த வீரன் திடுக்கிட்டான். தன் பெயரைத் தெரிந்து வைத்துக் கொண்டிருக்கிறாரேஎன்று வியந்தான்.

‘‘வீரமுத்து... வேறு அவசர வேலைகள் எல்லாம் இருக்கும். சீக்கிரமாய்ப் போய் சிறைச்சாலையை ஒழுங்கு செய்யுங்கள். பலபேருக்கு அங்கே இடம் ஒதுக்கவேண்டும்’’ என்றார் காளாமுகர்.

வீரமுத்து ஒருகணம் திகைத்தான். பிறகு, இதுவும் தப்பிப் போக ஒரு தந்திரம் என்று எண்ணி, ‘‘என் பேரைச் சொல்லி ஏமாற்றிவிடலாம் என்று நினைத்து விட வேண்டாம். பயங்கர ஆசாமியான உங்களை விட்டு விடமாட்டோம்’’ என்று கூறி, மீண்டும் தாவிப்பிடித்துக்கொண்டார்கள்.

காளாமுகர் மீண்டும் மெல்ல நகைத்து, ‘‘கடமை வீரர்கள் நீங்கள். உங்களைப் பாராட்டுகிறேன். வீணாக என்னிடம் நேரத்தைக் கழிப்பதைவிட வேறு பயனுள்ள பணிகளைச் செய்யுங்கள். என்னை விட்டுச் செல்லுங்கள். எனக்குத் தலைக்கு மேல் வேலை இருக்கிறது’’ என்று கூறி அவர்களிட மிருந்து மிக எளிதில் விடுவித்துக்கொண்டு, ‘‘இதோ பாருங்கள், நீங்கள் நினைப்பது போல் நான் பயங்கர வாதியல்லன்’’ என்று கூறித் தன்னிடம் மறைத்து வைக்கப் பட்டிருந்த முத்திரை மோதிரத்தை எடுத்துக் காட்டினார். புலிச்சின்னம் பளபளவென்று மின்னியது.

காவலர்கள் திடுக்கிட்டார்கள். மெல்லப் பின்வாங்கினர். காளாமுகர், மேலும் அதை அவர்கள் முகத்துக்கு நேராகக் கொண்டு வந்தவுடன், அவர்கள் பேசாமல் தலை குனிந்தனர்.

"தெரிகிறதா? இனி உங்கள் வேலையைப் பார்த்துப் போங்கள்" என்றார்.

வீரமுத்து மெல்லிய குரலில், "மன்னரின் உத்தரவு அவ்வாறு இருக்கிறதே" என்றான்.

"இந்த நாட்டிலேயே ஒரு காளாமுகர்தானா? காலஞ் சென்ற பெரிய பழுவேட்டரையர்கூடக் காளாமுகர் வேடம் அணிவார் என்பது உனக்குத் தெரியாதா?" என்று கேட்டார். வீரமுத்து தலையை அசைத்தான். பிறகு தயக்கத்துடனே, மற்றவரை அழைத்துக்கொண்டு திரும்பிச் சென்றுவிட்டான்.

வீரமுத்துவுக்கு மனம் சமாதானமடையவில்லை. மன்னரிடம் விரைந்து சென்றான் தகவலைத் தெரிவிக்க. அப்போது அருண்மொழியும் இருந்தார் வீரமுத்து, நடந்த செய்தியை அரசரிடம் சொல்லவும், மன்னர் வியந்தார்.

"முத்திரை மோதிரத்தைக் காட்டினாரா? காளாமுகரிடம் மோதிரமா? விசித்திரமாயிருக்கிறதே! எப்படியோ அடையாள மோதிரத்தைக் கவர்ந்து வைத்துக்கொண்டு இப்படியெல்லாம் ஆட்டிப் படைக்கிறாரா?" என்று மன்னர் வேதனையுடன் தெரிவித்தார்.

"முக்கியமான ஒருவரிடம்தானே முத்திரை மோதிரம் இருக்கிறது? ஏதாவது காணாமல் போயிருக்கிறதா?" என்று கேட்டார் அருண்மொழி.

"அப்படியொன்றும் தெரியவில்லை. இருந்தாலும் இதில் ஏதோ சூழ்ச்சி இருக்கிறது. சரி... அவரை உடனே நான் பார்க்கவேண்டும் என்று கூறி தக்க காவலுடன் அழைத்து வாருங்கள்" என்றார்.

அருண்மொழி ஏதோ சொல்ல வாயெடுத்தார். நிறுத்திக் கொண்டு காவலர்கள் சென்றவுடன் மெல்லப் புன்னகை புரிந்து, "சோழநாட்டு முத்திரை மோதிரம் தக்கவர்களிடம்தான் இருக்கும்" என்று கூறினார். பிறகு மன்னரிடம் எழுந்து

சென்று அவர் காதருகே காளாமுகர் யார் என்பதைப் பற்றிக் கூறினார்.

மதுராந்தகருக்கு ஏற்பட்ட வியப்புக்கு அளவில்லை. அவர் ஏதோ கேட்க முற்பட்டவுடன், அருண்மொழி, "எல்லாம் தக்க சமயத்தில் வெளியிடப்பட்டுவிடும்" என்றார்.

"ஆமாம்... என் காதில் கூட விழுந்தது. ஆதித்தன் மரணம் சம்பந்தமாக மீண்டும் சிலர் பேச்சை எழுப்பப்போகிறார் களாம். அப்போது காளாமுகர் வருவது மிக அவசியம்" என்றார் அரசர்.

அருண்மொழி மெல்ல நகைத்தார். "யாரும் எழுப்பா விட்டாலும், நான் அதைப்பற்றி வெள்ளிடை மலைபோல் விளக்கிவிடுவேன். உண்மைக் குற்றவாளி தண்டிக்கப் படாவிடில், வருங்காலச் சந்ததிகள் பழி கூறமாட்டார்களா?" என்றார்.

அருண்மொழி, மன்னரிடம் மற்ற முக்கியச் செய்திகளைப் பேசிவிட்டு வரும்போது, பஞ்சவன் மாதேவி எதிரே வந்தாள்.

எதிர்பாராத விதமாகச் சந்தித்தால் அவள் முகம் குங்குமம் போல் சிவந்துவிட்டது. தலையைக் குனிந்து கொண்டு சற்று ஒதுக்குப்புறமாகச் செல்ல முயன்றவளுக்கு, அப்போதுதான் நந்திபுரத்துக்கு அவசரமாக அருண்மொழியை வருமாறு இளையபிராட்டி கூறிச்சென்றது, நினைவுக்கு வந்தது.

அருண்மொழியுடன் என்னென்னவோ பேச வேண்டும் என்று, அவள் உள் இதயம் சொல்லியது. அருண்மொழி மெல்லிய புன்னகையுடன் அவளைக் கடந்து சென்ற பிறகு பஞ்சவன் மாதேவி சற்று நின்றாள். ஏதோ ஒரு விதக் குரல் அவளிடமிருந்து எழுந்தது. அவள் கூப்பிட்டாளா? இளவரசரின் கவனத்தைத் திருப்ப முயன்றாளா?

அருண்மொழி திரும்பிப் பார்த்தார். பஞ்சவன் மாதேவி தயங்கியவாறு நின்றுகொண்டேயிருந்தாள். அவள் இளைய தந்தை இறந்த பிறகு, அவளுடைய சுகதுக்கங்களைக் கேட்க வில்லையல்லவா? அவள் சுகதுக்கங்களைக் கவனிக்க வேண்டிய பெரும் பொறுப்பும் அவரிடம் இருக்கிறதல்லவா?

"தேவி... எனக்காக நிற்கிறாயா?" என்று அருண்மொழி கேட்டார்.

சொல்ல வேண்டியவை ஆயிரம் ஆயிரம் உள்ளன. அவற்றைச் சொல்லத்தான் வரவில்லை. ஆனால், பேசாமல் இருக்க முடியுமா? இதயத் தாமரையின் மகரந்தத் தூளை எடுத்து, அவரது கழலடியில் அர்ச்சிக்க வேண்டும் போலிருந்தது. பூத்துக் குலுங்கும் காதல் மலரைத் தொடுத்து, மாலையாக்கி அணிவிக்க வேண்டும் போலிருந்தது. ஆனால், அவள் சுயநலம் மிக்கவளல்லள். வானதி தேவிக்கு நந்திபுரத்தில் ஏற்பட்டிருக்கும் ஆபத்தான நிலைமையை இளவரசருக்குத் தெரிவிக்காமல் இருந்துவிட்டால், பற்பல எண்ணங்களை நிறைவேற்றிக்கொள்ளலாம்.

அவள் அப்படிப்பட்ட கொடியவளல்லள். தான் மட்டும் வாழவேண்டும் எனும் குறுகிய நோக்குடையவளல்லள். இன்பவல்லியைப் பற்றிய விஷயமாயிருந்தால் அவள் மனநிலை வேறுவிதமாக இருந்திருக்கும். ஆனால் வானதி தனக்கு முன்பே இளவரசரின் இதயத்தில் அமர்ந்தவள். அவளுக்குத் துரோகம் செய்ய அவள் விரும்பவில்லை. இளையபிராட்டி நந்திபுரத்திற்கு விரைந்திருப்பதைச் சொல்லாமல் இருந்து விட்டால், அதைவிடப் பாவம் வேறென்ன இருக்கிறது?

"இளையபிராட்டியார்... இளையபிராட்டியார்..." என்று பஞ்சவன் மாதேவி பேச்சைத் தொடங்க, அருண்மொழி புரிந்து கொண்டு, "என்ன தேவி, என்ன சொல்ல வருகிறாய்? சொல்லு சொல்லு... என்னிடம் பயமா?" என்று நெருங்கினார். பஞ்சவன் மாதேவியின் உடலில் அவள் அறியாமல் ஒருவிதச் சிலிர்ப்பு ஏற்பட்டது. அவள் பாதங்கள் சட்டென பூமியில் பாவாமல் எங்கோ மேலே எழுவதுபோல் தோன்றின. இளவரசரும், அவள் கரங்களைப் பற்றிக் கொண்டு, வான்வெளியில் உலவ அழைத்துப் போவது போன்ற உணர்ச்சி. அவள் உடலில் ஒரு பாதி குளுமையாகவும், மறுபாதி வெப்பமாகவும் இருப்பது போன்ற உணர்வு தோன்றியது.

பஞ்சமவன் மாதேவி உடலைக் குலுக்கிக்கொண்டு தன் சுயநிலையை மறுகணம் உணர்ந்தாள். அவள் உடலைக்

குலுக்கிக் கொண்டபோது, அருண்மொழியின் கரங்கள் அவள் வளைக் கரங்களை விட்டுச் சற்று அகன்றிருக்க வேண்டும்.

பஞ்சவன் மாதேவி சற்று நகர்ந்து நின்றுகொண்டு பேசத் தொடங்கினாள்.

“பிரபோ, இளவரசே, அரசே, அன்பே...” இதில் எதை முதலில் குறிப்பிட்டு அழைக்கத் தொடங்கினாள் என்று அவளுக்கே நினைவில்லை.

“நந்திபுரத்திலிருந்து இளையபிராட்டிக்குச் செய்தி வந்தது. அவசரம் அவசரமாகச் சென்றிருக்கிறார்கள். வானதிதேவி திடீரென மயக்கமடைந்து விட்டாராம். தாங்கள் வந்தவுடன் விரைந்து வருமாறு கூறிச் சென்றார்...” என்றாள்.

இவ்வளவுதான் அவள் சொன்னது. இதைச் சொல்வதற்குக் கல்பகோடி காலம் ஆகிவிட்டது போலும், ஏதோ புது வாழ்வொன்று ஏற்பட்டுவிட்டது போலும், அவள் தன்னுள்ளேயே அனுபவித்துக் கொண்டாள். அந்த இனிய அனுபவமே எப்போதும் இருந்துவிடக் கூடாதா என்றும் நினைத்தாள். இந்தச் சாம்ராஜ்யம் என்ன வேண்டிக்கிடக்கிறது? செங்கல்லாலும் காறையாலும் ஆன மாளிகை; அதிலே ரத்தினத்தாலும், வைர வைடூரியங்களாலும் ஆன அரியணை. அந்த அரியணையிலே அமர்வதற்காகப் போட்டி, பொறாமை, சூழ்ச்சி, சதி வேண்டியவர், வேண்டாதவர் பிரச்சனை இவற்றையெல்லாம் கையாள வேண்டும்; அப்படி அமர்ந்து அடையும் இன்பத்தை இப்படித்தான் பெறுவோமே. இளவரசரின் அழகிய முகத்தைப் பார்த்துக்கொண்டேயிருக்க வேண்டும். அவருடைய ஒளிவீசும் கண்களைப் பார்த்துக் கொண்டேயிருக்க வேண்டும். அவருடைய சொல்லின் பத்தைக் கேட்டுக்கொண்டேயிருக்க வேண்டும். அவர் பேச்சிலே மதுவுண்ட வண்டுபோல் மயங்கியிருக்க வேண்டும். இவ்வளவுதானே அது மட்டுமா? அவரது பரந்த மார்பிலே முகத்தைப் புதைத்துக் கொண்டு, அவருடைய இதய ஒலியைக் கேட்டுக்கொண்டேயிருக்க வேண்டும். இவை போதாவா? அவரது நீள்கரங்கள் நம் கேசம் முதல் தோள்வரை அன்புச் செய்தியைத் தெரிவிக்க, ஒவ்வோர் இடமாக அலையுமே, அப்போது ஏற்படும் இன்பம் ஆஹா...

அதை விடவா அரியணை பெரிது? அரியணையில் அமர்ந்தால் ஆட்சி செலுத்தலாம், செங்கோலோச்சலாம். மக்கள் அன்பைப் பெறலாம். அவை வேண்டாமே ஆட்சி செலுத்த. இளவரசரின் அன்பெனும் சாம்ராஜ்யத்தின் எல்லை போதுமே செங்கோலோச்ச. அவருக்குப் பணிவிடை செய்வது போதுமே. பெறும் மழலைச் செல்வம் செலுத்தும் அன்பை விட 'மக்கள்' அன்பு வேறு வேண்டுமா, மழலைச் செல்வம் வேண்டாம், வேண்டவே வேண்டாம். இப்போதே அதற்கு ஆசைப்பட்டால் வானதி தேவிக்குத் துரோகம் செய்ததாகும். நாம்தான் முன்பே உறுதி பூண்டிருக்கிறோமே. என் வயிற்றுக் குழந்தைக்குச் சோழ அரியணை உரிமை வேண்டாம் என்று. அதையே கடைசி வரையில் கடைப்பிடிப்போம். வானதி தேவி தன்னிடத்தில் ஒரு பகுதியை எனக்காக விட்டுக் கொடுக்கும்போது, நான் ஏன் அவர்களுக்காக உரிமை முழுவதையும் விட்டுக் கொடுக்கக் கூடாதா?

பஞ்சவன் மாதேவி இவற்றையெல்லாம் எண்ணிக் கொண்டிருக்க, ஒரு யுகம் என்ன பல யுகங்கள் போதா. அவள் கண்களை மூடிக்கொண்டு கற்பனையில் சஞ்சரித் திருக்க வேண்டும்.

மூடியிருந்த விழியின் அழகு, அருண்மொழிக்கு கூம்பி யிருந்த தாமரையை நினைவூட்டியதோ? துணிந்து, அவர் அவளது முக எழிலை ரசிக்கத் தொடங்கினாரே! நாசி, தோடணிந்த செவி, துடிக்கும் இதழ்கள், வட்டவடிவமான முகம், பருவத்தின் பளபளப்பால் நிறத்திலும் புதிய மெருகு கொண்ட கன்னங்கள்.

ஆயிரம் திட்டங்களையும் பல யோசனைகளையும் கொண்ட அவருக்கு, அமைதியாக அழகை அனுபவிக்க நேரமும் கிடைத்து விட்டதே! அழகு கண்ட இடத்து அவரால் இப்போதெல்லாம் அமைதியாயிருக்க முடியவில்லை.

இளம் வயதில் பெண்களைக் கண்டால் நாணங்கொண்டு ஒளிந்த அவருக்கு, இப்போது நாணம் அவ்விடமிருந்து ஓடி ஒளிந்து விட்டது. நேற்றுத்தான் இன்பவல்லியின் எழிலில் மனத்தைப் பறிகொடுத்திருந்தார். இப்போது, பஞ்சவன் மாதேவியின் எழிலை வெகு அருகிலிருந்து ரசிக்கிறார். அவர்

இதயத்தின் ஆழத்தில் என்னதான் இருக்கிறது? இன்ப வல்லியின் அழகுக்கும், பஞ்சவன் மாதேவியின் அழகுக்கும் உள்ள ஒற்றுமை, வேற்றுமைகளை எண்ணலானார்.

பஞ்சவன் மாதேவி சிலையா என்ன? அப்படியே அசை யாமல் இருப்பதற்கு? அவள் மனக்கனவு கலைந்தவுடன் விழிகளைத் திறந்து, அருகே அருண்மொழி நெருங்கி நிற்பதைக் கண்டவுடன், மீண்டும் பரபரப்படைந்தாள், நாணத்தால் தலைகுனிந்து.

‘‘தேவி! இப்படியே கண்களை மூடிக்கொண்டு நீ நிற்கவும், நான் உன் விழிக்கதவும் திறக்கக் காத்திருப்பதும், பொழுது போவதுகூடத் தெரியாமல் ஆக்கிவிடுமே... பேசு, தேவி! பேசு...’’ என்றார்.

பஞ்சவன் மாதேவி பரபரப்புடன், ‘‘ஐயோ, நான் பேசிக் கொண்டேயிருக்க இது நேரமில்லை. அரசே! உடனே நீங்கள் நந்திபுரம் செல்லுங்கள். வானதிதேவிக்கு இப்போது எப்படி இருக்கிறதோ?’’ என்று துடிதுடித்தாள்.

வானதிக்கு ஆபத்து என்ற செய்தி, அருண்மொழியின் உள்ளத்தில் வேதனையை அளித்தது. இளையபிராட்டி சென்றிருக்கிறார் என்றவுடன் சற்று அமைதியடைந்து பஞ்சவன் மாதேவியிடம் பேசுவதற்கு ஏற்பட்ட வாய்ப்பைப் பயன்படுத்திக் கொள்ள முனைந்தார்.

‘‘வானதியை நீ சந்தித்திருக்கிறாயா தேவி?’’ என்று அருண் மொழி பஞ்சவன் மாதேவியை நோக்கிக் கேட்டார்.

தொடர்ந்து இளவரசர் பேசிக்கொண்டே நிற்கிறாரே என்று, நாணத்தாலும் அச்சத்தாலும் துடிதுடித்த பஞ்சவன் மாதேவி, ‘‘பார்த்திருக்கிறேன்... அதிகமாகப் பழக்கமில்லை...’’

‘‘வானதியைப் பற்றி உன் அபிப்பிராயம் என்ன?’’ இப்படிக் கேட்டவுடன் பஞ்சவன் மாதேவி இளவரசரை ஏறிட்டுப் பார்த்து, ‘‘என்னையா கேட்கிறீர்கள்?’’ என்பது போல் விழிகளில் கேள்வி துள்ள, ‘என் அபிப்பிராயம்... நான் மிகவும் சிறியவள். என்னைச் சோதிக்க இப்படிக் கேட்கிறீர் களா?’ என்பதைக் கேட்க முடியாமல் திகைத்து நிற்கவும், ‘‘ஆமாம் தேவி, வானதியைப் பற்றி உன் உள்ளத்தில் நீ

என்ன நினைத்துக்கொண்டிருக்கிறாய்?'' என்று மீண்டும் அருண்மொழி கேட்டார்.

"அவர்கள் இந்த நாட்டு இளவரசி. கொடும்பாளூர் நாட்டு சிற்றரசர் மகள். நான் என்ன நினைக்க முடியும்?"

"நீயும் இளவரசி, பார்க்கப்போனால் பேரரசி, உன் சிறிய தந்தை என்னிடம் பெற்ற வாக்குறுதி என்ன என்பதை மறந்து விட்டாயா? அதற்குப் பிறகு உன்னைச் சந்தித்துப் பேச எனக்கு நேரம் கிடைக்கவில்லை. இப்போது கூட மிக முக்கியமான பணிக்காகப் போய்க்கொண்டிருக்கிறேன்."

"நந்திபுரம் போவதைவிட வேறு முக்கியமான பணியோ? உடனே புறப்பட்டுச் செல்லவேண்டும். வானதி அக்காவுக்கு என்ன உடம்போ? நிறைமாத கர்ப்பிணியான அவர்களை உடனே நீங்கள் சென்று காணவேண்டும்... இளைய பிராட்டியார் சென்ற அவசரத்தைப் பார்த்தால், அக்காவின் உடல் கவலைக்கு இடம் தருவதாகத்தான் இருக்கும் போல் தோன்றுகின்றது."

"இளையபிராட்டி சென்று விட்டாரென்றால் நான் செல்ல வேண்டிய அவசியம் இராது. இனி இங்கே மிக மிக முக்கிய மான வேலை இருக்கிறது. உன் சிறிய தந்தை இருந்திருந்தால் எனக்கும் வேலையே இராது... அவருக்குக் கொடுத்த வாக் குறுதியை நிறைவேற்றும் மிக முக்கியமான பிரச்சனைகளை விவாதிக்க வேண்டும். நான் என்ன சொல்லப் போகிறேன் என்று தெரிகிறதா?"

"புரிகிறது... தங்களுக்கு மகுடாபிஷேகத்திற்கு நாள் குறிக்கப் போகிறார்கள்..."

"எனக்கு மகுடாபிஷேகம், உனக்கும் முடிசூட்டு விழாதானே? அந்த விழாவைக் குறித்துப் பேசப்போகும் சிற்றரசர்கள் ஆலோசனையில் நான் கலந்து கொள்ள வேண்டாமா?"

பஞ்சவன் மாதேவியால் உடனே எதுவும் பேச இயல வில்லை. ஆனால் என்ன தோன்றியதோ என்னவோ, "மகுடாபிஷேகம், அரசி என்ற எண்ணமே எனக்கு இப்போது

இல்லை. வானதிதேவியின் உடல் நிலை குறித்து நல்ல சேதி வந்தால்தான் நான் அவற்றை நினைப்பேன்'' என்றாள்.

"தேவி! வானதிக்கு என்ன உடம்பு? எப்போதும் ஏற்படும் மயக்கமாகத்தானிருக்கும். இப்போது நீ கூறினாயே அதே போல் தான் வானதியும் அடிக்கடி கூறுவாள். தனக்குப் பட்டமே வேண்டாமென்று. இப்படியே இருவரும் சொல்லி விட்டால், என்னுடன் அரியணையில் சரிசமமாக அமர, நான் வேறு யாரையாவது அழைத்து வரவேண்டியதுதான்..." அருண்மொழி நகைச்சுவை ததும்பத்தான் கூறினார். பஞ்சவன் மாதேவி திடுக்கிட்டாள். வேறு யாரையாவது ஆகா, இவர் இந்தக் கடல் கடந்து வந்த பெண்ணைப் பற்றித்தான் கூறுகிறார் அவளையா அரியணையில் அமர வைக்கப்போகிறார்; முடியவே முடியாது; கூடவே கூடாது பஞ்சவன்மாதேவி அழுத்தந்திருத்தமாக "இளவரசே! எனக்கும் இந்த நாட்டைவிட உங்கள் மேல்தான் அன்பு அதிகம். வெட்கம் விட்டுச்சொல்லுகிறேன் என் சிறிய தந்தை யிடம் கூறி உறுதிமொழி வாங்குமாறு செய்ததே, உங்கள் உருவம் என் இதயத்தினுள் புகுந்துவிட்டதால்தான். இளைய பிராட்டியாரிடமும் அதைத்தான் உறுதி கூறியிருக்கிறேன், எனக்கோ, எனக்குப் பிறகு சந்ததி ஏற்பட்டால் அவர் களுக்கோ, இந்த சாம்ராஜ்யத்தின் மீது பற்று இல்லை என்று. சுவாமி! இங்கே இந்த விவாதத்தில் இருப்பதைவிட நந்திபுரம் சென்று வானதிதேவிக்கு ஆறுதல் வார்த்தையைக் கூறி வாருங்கள். ஏனோ என் மனத்தில் ஒருவித வேதனை ஏற்படுகிறது'' என்றாள். அவள் குரலில் குழைவும் வேண்டு கோளும் நிறைந்திருந்தன.

பஞ்சவன் மாதேவியின் கண்டிப்பான இந்த வார்த்தைகள் அருண்மொழிக்கே ஆச்சரியத்தை விளைவித்தன. அவர் வியப்பு அதிக நேரம் நீடிக்கவில்லை. நந்திபுரத்திலிருந்து தூதன் விரைந்து வந்து, அருண்மொழியிடம் உடனே புறப்பட்டு வருமாறு, செய்தி கூறினான். இளையபிராட்டி செய்தி அனுப்பியிருந்தாள். அருண்மொழி அங்கிருந்து புறப்பட்டுச் சென்ற பிறகுதான், பஞ்சவன் மாதேவிக்கு நிம்மதி ஏற்பட்டது.

வானதி இருமுறை மயக்கமுற்று விட்டாள். அருண்மொழி நந்திபுரத்தை அடையும்போது, வானதிக்கு நினைவு வரவில்லை. காலையில் அருண்மொழிக்கு இருந்த மனநிலை இப்போது இல்லை. தன் மனத்தின் தன்மை இப்போதெல்லாம் அடிக்கடி மாறிவிடுவது அவருக்கே வியப்பை அளித்தது. வானதியின் உடல் நிலை அவ்வளவு கவலைக்கிடமளிக்கும் என்று முதலில் எண்ணவில்லை. இப்போது வானதி துவண்ட கொடிபோல் பஞ்சணையில் படுத்திருப்பதை நேரிடையே கண்ட அருண்மொழி திடுக்கிட்டார். இளையபிராட்டி, அருண் மொழியைத் தனியே அழைத்துச்சென்று, வானதிக்கு நேர்ந் திருக்கும் மன வேதனையைத் தெரிவித்து, அவள் அதிர்ச்சி யுறும் வண்ணம் ஏதும் பேசக்கூடாது என்றும், அவளுக்கு நம்பிக்கையூட்டும் வகையில் பேச வேண்டும் என்றும் கண்டிப்பாகத் தெரிவித்தாள்.

வானதியின் அருகில் அருண்மொழி கவலையுடன் நின்று கொண்டிருந்தார். கவலைப்பட வேண்டிய அளவுக்கு அபாயம் இல்லை என்று மருத்துவர்கள் கூறிச்சென்றிருந்தனர். என்றாலும், அருண்மொழிக்கு வானதியின் வாடிய முகத்தைப் பார்க்கும்போது துக்கம் பாய்ந்து வந்தது.

"வானதி, வானதி" என்று அருண்மொழி கூவினார். வானதியின் செவியில் எங்கோ அதலபாதாளத்திலிருந்து யாரோ தன்னை அழைப்பது போன்ற குரல் கேட்டது. அந்தக் குரல் வரவரப் பெரிதாகியது. 'என் இதயச் செல்வன் எங்கிருந்தோ அழைக்கிறார், வந்து விட்டாரா? அவர் வந்து விட்டாரா? என் மானசீக பூசனையைக் கேட்டு ஓடிவந்து விட்டாரா? என்னை என்றும் கைவிடாதிருக்க வந்து விட்டாரா?'

அவள் மெல்ல விழித்தாள். தன்னருகே அவர்தான்! "வானதி, வானதி! இதோ பார் நான் வந்திருக்கிறேன்" என்று அருண்மொழி வானதியின் கரங்களை மெல்லப் பிடித்துக் கொண்டார். அந்த ஸ்பரிசம் அவள் உடலைக் குலுக்கியிருக்க வேண்டும். அவள், அவர் கரங்களை அழுத்தமாகப் பிடித்துக் கொண்டு, "வந்துவிட்டீர்களா?" என்றாள்.

அருண்மொழி மெல்ல நகைத்தவாறு, "என்ன வானதி! நான் எங்கே போய்விட்டேன்? உன் அருகில் தான் இருக்கிறேன்..." என்றார்.

"இல்லை... இல்லை... உங்களுக்கு இப்போது என் நினைவு இல்லை... உங்கள் கவனத்தைக் கவரக்கூடியவர்கள் எவ்வளவோ பேர் இருக்கிறார்கள். அவர்களுடனே தான் இருப்பீர்கள். அவர்களுக்கு இந்த நாட்டின் உரிமையை அளிப்பீர்கள். அவர்களை மணப்பீர்கள். இந்த அனாதை வானதியை எல்லாரும் மறந்து விட்டார்கள்" வானதியின் குரலில் வரவர வெறிபோன்ற நிலை பொங்கி வந்தது.

இளையபிராட்டி அருண்மொழிக்குச் சைகை செய்யவே, அவர் குறுக்கிட்டு, "வானதி... வானதி! ஏன் இப்படியெல்லாம் பேசுகிறாய்... உன் இடத்தில் வேறு யாருக்கு உரிமையுண்டு? உன் மனத்தில் யாரோ சந்தேகத்தை விதைத்துவிட்டிருக்கிறார்கள்..." என்றபோது, வானதி குறுக்கிட்டு, "இல்லை... இல்லை... யாரும் சொல்லவில்லை; நான் காதால் கேட்டது. கண்ணால் கண்டது; பழுவூர்ப் பெண்ணை அரசியாக்குவதாக வாக்குறுதி தந்திருக்கிறீர்களாம்... வேறொரு நடனப் பெண்ணுடன் உங்களுக்குப் பழக்கமாம்..." என்று விம்மினாள்.

"இல்லை வானதி... வானதி! உன் இடத்தை வேறு எவராலும் மாற்றமுடியாது உனக்குத்தான் இந்த நாட்டின் அரசியாகும் உரிமை அதை யார் தடுப்பது? உன் வயிற்றில் வளரும் செல்வன்தான் இந்த உலகத்தை ஆள்வான். உன் உடல்நிலை தெளிந்தவுடன் மகுடாபிஷேக நாள் குறிக்கப்பட்டு நீதான் அரியணையில் ஏறுவாய் இதிலென்ன சந்தேகம்?"

"ஆம், நான்தான் அரியணையில் அமருவேன்... நான்தான் அரசி.... ஆனால் என் சபதம் வேண்டாம் இதயப்பீடத்தில் அதுவே போதும் சொல்லுங்கள்வேறு யாருக்கும் இடமில்லை என்பதை உறுதி சொல்லுங்கள்... இதோ இந்தக் கையடித்துச் சொல்லுங்கள்..." வானதி கையை நீட்டினாள்.

அருண்மொழி சற்றுத் தயங்கினார். இளையபிராட்டி, மீண்டும் புருவங்களை உயர்த்திச் சைகை செய்தாள்.

"வானதி இப்படி நீ கேட்டிருக்க வேண்டாம். நீதான் என் இதயராணி. இந்தப் பரந்த சோழ சாம்ராஜ்யத்து ராணி... சூரிய சந்திரர் உள்ள அளவும் நீதான் ராணி... கவலையை விடு. இந்த நிலையில் நீ கவலை கொண்டால், உன் உடல் நிலை என்ன ஆவது?" அருண்மொழி சொல்லிக்கொண்டே போனார். வானதி இமை மூடிக்கொண்டு, அவர் கூறும் மொழிகளால் நிம்மதியடைந்தவள் போல், அவர் கரங்களை மார்பின் மீது வைத்துக்கொண்டு கனவு உலகத்தில் ஆழ்ந்தாள். அவளுக்குச் சுற்றுச் சூழ்நிலை மெல்ல மெல்ல மறந்தது. அவள் முகத்தையே கவனித்து வந்த இளையபிராட்டி, பணிப் பெண்ணை விளித்து உடனே மருத்துவரை அழைத்து வரச்சொன்னாள்.

மருத்துவர் வந்து நாடியைப் பிடித்துப் பார்த்து, "வானதி தாயாகும் நிலை நெருங்கிக் கொண்டிருக்கிறது. இங்கிருந்து எல்லாரையும் போய்விடச் சொல்லுங்கள். அரண்மனைச் சோதிடர், மற்றும் உயர்ந்த அரண்மனை அதிகாரிகளை மாளிகையில் எப்போதும் தங்கியிருக்கச் செய்யுங்கள், ஆதுர சாலையிலிருந்து மருத்துவப் பெண்களையும் வரவழையுங்கள்" என்றார்.

இளைய பிராட்டியும் அருண்மொழியும் அங்கிருந்து மெல்ல வெளியே வந்தனர்.

"நான் தஞ்சை செல்கிறேன். எனக்காக மந்திராலோசனை சபையின் நடவடிக்கைகள் தடைப்பட்டிருக்கும். நீங்கள் இங்கிருந்து, நல்ல செய்தி கிடைத்ததும் சொல்லியனுப்புங்கள். பாவம், வானதி பேதைப் பெண்! ஏதோ சந்தேகத்தால் உடலை வருத்திக்கொண்டு விட்டாள். நான் உறுதி கொடுத்தவுடன் நிம்மதியடைந்தாள்" என்றார்.

இளையபிராட்டி அருண்மொழியை நோக்கி, "வானதி யிடம் கொடுத்த உறுதிப்படி நடப்பாயா?" என்று கேட்டாள்.

அருண்மொழி வேதனை நிறைந்த குரலில், "அக்கா! இதென்ன சோதனை? எல்லாவற்றிற்கும் சரியான மருந்து இன்றைய சபைக் கூட்டத்தில் எனக்கு அரச பதவி வேண்டாம் என்று கூறுவதுதான்!" என்றார்.

குந்தவை கலகலவென்று நகைத்து, "வேண்டாம் என்பதும் வேண்டும் என்பதும் நம் கரத்திலிருப்பது போல் பேசுகிறாயே... நீ இப்போது மக்களின் செல்வன் என்பது நினைவிருக்கட்டும். உம்... கவலைப்படாதே போய்வா... எல்லாம் தியாகேசன் அருள்..." என்றாள்.

அருண்மொழி, தஞ்சைக்குச் செல்லும் பாதையில் விரைந்து சென்று கொண்டிருந்தார். அன்று மார்கழி மாதம். நல்லநாள், ஆதிரை நட்சத்திரம் கூடிய சுபவேளை நெருங்கிக் கொண்டிருந்தது.

அத்தியாயம் 31
வந்தியத்தேவன் ஆவி

வந்தியத்தேவனின் கைகளையும் கால்களையும் கட்டிய பிறகு, அவனை ஒரு கம்பத்தில் சேர்த்துப் பிணைத்து, அவன் எதிரே நின்று ரவிதாசன் பயங்கரமாகச் சிரித்தான். வந்தியத் தேவனால், அந்த நிலையில் ஆத்திரப்பட்டு உறுமுவதைத் தவிர வேறு ஏதும் செய்யமுடியவில்லை.

அவன் சுத்த வீரன். நேருக்கு நேர் போரிட்டுத் தன் திறமையைப் புலப்படுத்தி வெற்றியும் வீரமும் தோன்றும்படி செய்யக்கூடியவன். ஆனால், சற்றுச் சிந்தித்துச் செயலாற்றும் தன்மை இல்லாததால், அந்த இடத்தில் வந்து அகப்பட்டுக் கொண்டான். அவனுக்குத் தெரியாதா? தனியே செல்கிறோமே, திடீரெனப் பலர் சேர்த்து தாக்கினால் ஒரு வாளைக்கொண்டு ஒன்றும் செய்ய முடியாதே; அல்லது இரு கரங்களிலும் இரண்டு ஆயுதங்கள்தாம் கிடைக்கட்டுமே. ரவிதாசனைப் போன்ற கொடிய தந்திரசாலிகள் எதிரே அவை நிற்கமுடியா என்பதை அவன் யோசித்திருக்கக் கூடாதா! அதில் தான் அவன் தவறு செய்துவிட்டான். ரவிதாசன் கூட்டத்தை எளிதில் வென்றுவிட முடியும் என்று எண்ணி விட்டான்.

ரவிதாசன் மந்திரவாதியாக மாறுவான்; தந்திரம் நிறைந்த மதி மந்திரியாவான், மகாமண்டலேச்வரன் பதவியை அளித் தாலும், அதை நிர்வகிக்கும் ஆற்றல் அவனுக்கு வந்து சேர்ந்துவிட்டது. பெரும் படைக்குத் தலைமை பூண்டு நடத்திச் செல்லும் ஆற்றல் சேர்ந்துவிட்டது. தாழ்ந்த பாண்டிய நாட்டைத் தலைநிமிர்ந்து நிற்கவைக்க, எந்தவித மான கடினமான வேலைகளையும் அவன் ஏற்கத் துணிந்து விட்டான். எந்தவிதமான ஆபத்தையும் எதிர்நோக்கும் துணிவு அவனுக்கு வந்துவிட்டது. உயிரா... ஆகா! உடலெனும் கூண்டிற்குள் சிறைப்பட்டிருக்கும் உயிருக்கு விடுதலை கொடுத்துவிடவும், அவன் முன்வருவான். பாண்டியநாட்டுக்கு விடுதலை கிடைக்குமானால், இளவரசர் அமரபுஜங்க பாண்டியன் அரியணை ஏறவேண்டும். அதை நிறைவேற்ற எத்தகைய பயங்கரமான செயலையும் செய் வதற்கு அவன் சித்தமாயிருந்தான். அத்தகைய ஆற்றலை அளித்ததே அதோ கம்பீரமாக நிற்கும் வஜ்ரதாரா அருள்தானே. அவள், சிறிது காலமாக நரபலி கேட்பதாக அவனுடனிருக்கும் ரணதீரன் கூறி வருகிறான்.

''நேற்றுக்கூட என் கனவில் தேவி தோன்றினாளடா ரவிதாசா! பின்னிரவு நேரம். அது சொப்பனமாகவே எனக்குத் தோன்றவில்லை. ஆகா! எத்தனை கரங்கள்... எத்தனை விழிகள்! அத்தனை விழிகளும் என்னையே நோக்கின. அத்தனை கரங்களும் என்னை உலுக்கின. தேவி கர்ஜித்தாள், 'அடே! உன் தோழன் என்னை மறந்துவிட்டான். நான், எவ்வளவு காலம் பசியுடனிருப்பது என்பதை மறந்தானா? இளம் ரத்தம் எங்கே? அவன் வாக்களித்தது எங்கே? நாள்தோறும் அவன் செய்யும் பிரார்த்தனைக்கு மட்டும் குறை வில்லை. இழந்த சாம்ராஜ்யத்தை மீட்டுத்தா என்கிறானே; அதை நான் எப்படிச் செய்வேன்?' ரவிதாசா, இதோ இப்போதுகூட, என் மூச்சே நின்றுவிடும் போலாகிவிட்டது! அடுத்த சொல் கேட்டவுடன், ரவிதாசா! தேவியின் பசியைத் தீர்க்காவிடில் அவள் நம்மையே அழித்து விடுவாள் போலிருக் கிறது'' என்று ரணதீரன் கூறியபோது, எதற்கும் நடுங்காத ரவிதாசன் உடலும் நடுங்கியது. ''செய்கிறேன் தேவி, விரைவில் செய்கிறேன்'' என்று நாக்குழறக் கூறினான்.

அவன் கூறியதை நிறைவேற்றும் வேளை வந்துவிட்டது. வந்தியத்தேவனுக்கு வஜ்ரதாரா வழிகாட்டியிருக்கிறாள். வந்தியத் தேவனைவிட, இளம் ரத்தம் வேறு கிடைக்குமா?

முன்பே, முதல் களபலியாக இளம் ரத்தம் அளித்தோம். தேவிக்கு அது ஏற்கவில்லை போலும்! அவள் திருமுன் அதைச் செய்ய வில்லையே எனக் கோபமிருக்கலாம். உயிர் குடித்த அந்தக் கொடுவாளின் குருதியை என் வாளிலும் தடவி வந்து தாயின் முன் வைத்துப் பணிந்தும், அவள் ஏற்க வில்லை.

எனக்கு அருள் பாலித்துவரும் தேவிக்கு ஒரே ஒருவரின் இளரத்தம் மட்டுமா கொடுக்க நான் எண்ணியிருக்கிறேன்? ஓராயிரம் பேர்! சோழ அரச குடும்பத்தவர் அனைவருடைய ரத்தமும்! அப்போதுதான் மீன் கொடி வானையெட்டப் பறக்கும். பாண்டிய மன்னர் இழந்த பெருமையை அடைவார்.

இதை எப்போதோ செய்திருக்கலாம்... எங்கிருந்து வந்து முளைத்தாள் தலைவி? அமரபுஜங்கரை வளர்த்து ஆளாக்கி, அவருக்கு அறிவுரை புகட்டித் தீரராக்கியவள் அந்தத் தலைவி என்பதற்காக நான் சும்மாயிருந்தேன். என் திட்டத்தைத் தடுத்தாள். அரிய வாய்ப்பு அப்போதிருந்தது. சோழ மாளிகையையே கொளுத்திவிடும் சந்தர்ப்பம். ஒருபுறம் சோழ குடும்பம் நிர்மூலம்; மறுபுறம் மதுரைப் படையெடுப்பு! இன்னொரு புறம் கொள்ளையர் கடல் மூலம் தாக்குதல்.

ஆஹாஹாபுலிக்கொடி புதைந்து போயிருக்குமே! அதற்கு வழியில்லாமல், என் திட்டத்தை ஒப்புக்கொள்ளாது தடுத்தாள். ஹும்! போகட்டும். தலைவி தன் வழியே முயன்று பார்க்கட்டும். அதற்குள் நான் வெற்றி கண்டு விடுவேன். இதோ, சோழர் குலத்துக்கே மிகவும் வேண்டிய மகன்சோழகுலவல்லி குந்தவைக்கு மாலையிட மனப்பால் குடிக்கும் மாவீரன் அருண்மொழியின் இனிய நண்பன், தானே வந்து சிக்கியிருக்கிறான்.

“வல்லவரையரே! தேவி உம் கனவில் தோன்றி, ரவிதாசன் இருக்குமிடம் போகச் சொன்னாளா?” என்று ரவிதாசன் வந்தியத் தேவன் எதிரே சென்று நின்று கொண்டே குரலில் ஏளனம் தொனிக்கக் கேட்டான்.

வந்தியத்தேவனுக்குச் சிரிப்புப் பொங்கியது. அந்த ஆத்திரம் நிறைந்த மனநிலையிலும், 'தேவி, என் கனவில் வந்தாளா இல்லையே! நேரிடையேதானே கட்டளை யிட்டாள்? ரவிதாசன் வகையினரான பாண்டியன் ஆபத் துதவிகளைத் தேடும்படி குந்தவை நேரிடையே தானே கூறினாள்? கனவிலா இளைய பிராட்டியைக் கண்டோம்? இவன் என்ன எல்லாவற்றையும் சொப்பனமாக்கி விடுவான் போலிருக்கிறதே...' வந்தியத்தேவன் நினைப்பதற்கும், ரவிதாசன் மீண்டும் அவன் அருகே நெருங்கி, "வந்தியத் தேவா! பேசமாட்டேன் என்கிறாயே. என் கட்சியில் சேரு வதற்கு வந்ததாக என் சகோதரனிடம் சொன்னாயே. என் கட்சியிலில்லை. அதோ தேவியின் கட்சியில். அவள் அகோரப் பசியில் கோபக்குரல் எழுப்பிக்கொண்டிருக்கிறாள். அவளே உன்னைத் தனக்குப் பலிபெற அனுப்பி வைத்தாளா?" என்று கேட்டான்.

"இல்லையே! என் தேவி என்னெதிரே நேரே வந்து உடனே ரவிதாசன் வகையினரைத் தேடிப்பிடி என்றாள்; அதனால்தான் வந்தேன்" என்று கூறிக் குறும்புத்தனமாகச் சிரித்தான். ரவிதாசன் உடனே புரிந்து கொள்ளாமல், "எப்படியோ வந்து விட்டாய். நீ பெரும் பாக்கியசாலி. வஜ்ரதாராவின் அருள் உனக்குக் கிட்டப் போகிறது. நீ அவள் கழலடிகளை இன்னும் சிறிது நேரத்தில் அடையப்போகிறாய். கடைசியாக நீ ஏதாவது நினைத்துக்கொள்வதானால் நினைத்துக்கொள். போகும் வழியிலே உனக்குப் புண்ணியம் கிடைக்கும்" என்றான்.

அப்போது பரமேச்வரன் குறுக்கிட்டு, "ரவிதாசா! கடைசி முறையாகத்தான் உன்னைக் கேட்கிறேன். நம்முடன் இருக்க வந்தியத்தேவன் சம்மதித்தால், அவனுக்கு இந்த தண்டனை யைக் கொடுக்காதிருந்து விடலாமே. வந்தியத்தேவனால், நமக்கு நிச்சயம் எவ்வளவோ நன்மை உண்டு. ஒருமுறை யோசித்துப் பார் ரவிதாசா! வந்தியத்தேவன் வீரன்; சாமர்த்திய சாலி; அவனைப் போன்றோர் நமக்கு உதவியாக வர வேண்டும் ரவிதாசா!" என்றான்.

ரவிதாசன் சிரித்தான். அதில் ஏளனமும் பயங்கரமும் கலந்திருந்தன. "என்ன கேட்டாய் பரமேச்வரா! வந்தியத் தேவன் நம்முடன்தானே இருக்கவேண்டும் என்கிறாய்?

தாராளமாக இருப்பான். எப்போதும் இருப்பான். அவனால் நமக்கு எவ்வளவோ பலன்கள் ஏற்படப்போகின்றன. அவன் வீரன். சாமர்த்தியசாலி, வாலிபன், வேறென்ன வேண்டும்? அவன் குருதி இதோ தாயின் கழலடியைக் கழுவப் போகின்றது. அவனது துள்ளித் துடிக்கும் உடலினின்று ஆவி பிரிந்து வானமண்டலம் செல்லும். அங்கே நம்மை எப்போதும் வட்டமிடும். பாதுகாக்கும்; உதவும். வெற்றி தேடித்தரும், போதுமா...?'' என்றுகூறி, மீண்டும் நகைத் தான். பரமேச்வரன், மீண்டும் ஏதோ சொல்ல வாயெடுத்தான்.

“இதுவரை என் உடன் பிறந்தவன் என்பதற்காக உன் முட்டாள் தனத்திற்கும், சாமர்த்தியமற்ற செய்கைக்கும் பொறுமையாக இருந்தேன். இனி உன்னை இப்படியே விட்டால், உன் உடலிலுள்ள ஈவு, இரக்கம், பச்சாதாபம் எல்லாம் எனக்கு விரோதமாக வந்து முடியும். யாரங்கே! இவனையும் பிடித்துக் கட்டுங்கள். நாளைப் பகலுக்கு மேல் இவனுக்கு முடிவு சொல்கிறேன். இப்போது வந்தியத் தேவனைக் கவனிப்போம்'' என்றான். அவன் சொல்லி வாய்மூடுமுன், பரமேச்வரனை அவனுடைய தோழர்களே பிடித்து மரத்தில் கட்டினர்.

வந்தியத்தேவனைப் பலியிடுவதற்கு வேண்டிய ஏற்பாடு களை ரவிதாசன் செய்யலானான். அங்கிருந்தவர்களுக்குப் பலவிதக் கட்டளையிட்டான். காட்டு மலர்களைப் பறித்துவரச் சொன்னான். செம்பருத்தி மலர்களையும், எங்காவது வளர்ந் திருக்கும் காட்டு அரளியையும் கொண்டு வரச் சொன்னான். ஒருவன் மாலை தொடுத்துக் கொண்டிருந்தான்.

ஒருவன் ஹோமகுண்டத்திற்கு வேண்டிய ஏற்பாடுகளைச் செய்தான். ஒருவன் விறகு உடைத்துவரச் சென்றான். ஒருவன் கொடுவாளைத் தீட்டிக்கொண்டிருந்தான்.

“இன்று நடுநிசியின்போது தேவிக்கு நைவேத்யம் செய்து விடலாம்'' என்றான் ரணதீரன். அவன் வாய், ஏதோ மந்திரங் களை முணுமுணுத்தவாறிருந்தது. ரவிதாசன் சொன்னான்: “நடுநிசியின் போது வேண்டாம். ஏராளமான தீப்பந்தங்களை ஏற்றும்படி நேரிடும். அது அவ்வளவு சரியென்று தோன்ற வில்லை. விடிகாலையில், சூரியோதயத்திற்கு முன்பு நிறை வேற்றுவோம்.''

ரவிதாசன் கூறிவிட்டால் அதற்கு வேறு பேச்சுண்டா? தன்னைப் பயமுறுத்துவதற்காக ரவிதாசன் இவ்விதமெல்லாம் செய்கிறான் என்று முதலில் வந்தியத்தேவன் எண்ணினான். ஆனால், அங்கு நடக்கும் துரிதமான ஏற்பாடுகளைப் பார்த்தவுடன், அவனுக்கும் சிறிது அச்சம் ஏற்பட்டது. அவன் துளிக்கூட அசைய முடியாதபடி கட்டப்பட்டிருந்தான். இப்போது தான் பசி அவனைச் சூழ்ந்தது. தாகம் நாவை வாட்டியது. 'தாகம், பசி என்று கேட்க முடியுமா? பலி கொடுக்கு முன் ஆட்டிற்கு நிறைய உணவு தருவார்கள் என்பார்களே, நமக்கும் இது சமயம் கொடுத்தால் சரியாக இருக்கும்' என்று நினைத்தான்.

ரணதீரன் மந்திரம் ஜபிக்க ஹோம குண்டத்தில் தீ கொழுந்து விட்டெரிந்தது. அந்தச் செந்தீ நாக்கின் செம்மையும் மஞ்சளும் கலந்த ஒளி வந்தியத் தேவன் முகத்தில் பட்டது. அந்த இருள் வேளையில் ஹோம குண்டத்துத் தீயின் ஒளியில் அங்கு நிற்பவர்கள், அமர்ந்திருப்பவர்களின் நிழல்கள் பயங்கரமாகத் தோன்றின. வந்தியத்தேவனுக்கு, எல்லாம் சொப்பனம் போலத்தான் தோன்றின.

உடுக்கை ஒலியும், பம்பைச் சப்தமும் காட்டின் அமைதியைக் குலைத்துப் பயங்கரத்தை வரவழைத்தன. எங்கிருந்தோ நறுமணம் வீசும் உணவுப் பொருட்களை ஆவி பறக்க சில முரடர்கள் கொண்டு வந்தனர். காட்டு வாழையின் நுனி இலைகள் பல விரிக்கப்பட்டன. வாசனை வீசும் அந்த விதவித உணவுகள் இலைகளில் இடப்பட்டன.

இந்த நடுக்காட்டில், எல்லாவிதமான பொருட்களும் ஆயத்தமாக இருப்பது கண்ட வந்தியத்தேவன் வியந்தான். எவ்வளவு நாட்களாக ரவிதாசன் இந்தக் காட்டில் ஆயத்தங்கள் செய்து வருகிறான் என்பதை எண்ணி ஆச்சரியப்பட்டான்.

"வந்தியத்தேவா! உனக்கு மிகவும் வேண்டியவர்களையும், பிடித்தமான பொருட்களையும் நினைத்துக்கொள்" என்று ரவிதாசன் கூறினான்.

"வேண்டியவர்கள்...ஹூம்;" வந்தியத்தேவன் அலட்சியமாக மறுமொழி கூறினானேயன்றி, அவன் எண்ணம்

முழுமையும் நந்திபுரத்திலே இருந்தது. 'குந்தவையை நாம் நினைக்கிறோம் இளைய பிராட்டிக்கு என் நினைவு எழாமலா போகும்? நான் இங்கே கொடியவர்களைக் கண்டுவிட்டேன் என்பது தெரிவதற்கு ஏதாவது ஒருவழி உண்டா? கடைசி யாகப் போய் வருகிறேன் என்றுகூட விடைபெற்றுக் கொள்ள வில்லையே. வந்தியத்தேவன் கண் எதிரே குந்தவைதான் வந்து நின்றாள்.

வந்தியத் தேவனுக்கு மனத்துக்குள்ளே ஓர் ஆதங்கம் சில நாட்களாக ஏற்பட்டதுண்டு. குந்தவையும் தானும் யாரும் காணாத இடத்தில் சில நாட்கள் தங்கியிருந்து மனம்விட்டுப் பேசிப் பழகவேண்டும் எனும் அந்த எண்ணத்தை எப்படி யாவது வெளியிட முயன்றான். அரசியல் காரியங்களை எடுத்துப் போட்டுக்கொண்டு, அதே சிந்தனையாக இருக்கும் இளையபிராட்டிக்கு, இப்படி ஏதாவது ஓரிடம் சென்றால்தான் ஓய்வு கிடைக்கும் என்று எண்ணினான்.

இனிநானும் இளைய பிராட்டியும் சந்திப்பதற்கு ஏது வாய்ப்பு? இங்கே நடுக்காட்டில் யாரும் அறியாப் பூமியில் உயிரை விடப்போகிறேன். நல்லதற்காகத் தானே என் உயிர்போகப் போகிறது? காளிக்குப் பலி கொடுத்து சாயுஜ்ய பதவி பெறப்போவதாக ரவிதாசனுக்குத் திருப்தி. சோழ நாட்டிற்காக வேறு நாட்டு வீரன் உயிர்த் தியாகம் செய்தான் என்று வருங்காலத்தில் ஒருவர்கூடவா பேசாமல் போகப் போகிறார்கள்?

செய்தியறிந்து இளையபிராட்டி தணியாத் துயர மடைவாள். கண்ணீர்த் திரை எதிரே என் மாய உருவத்தைக் காணுவாள். நான் ஆவி ரூபத்தில் சுற்றுவேன். நான் இளைய பிராட்டியின் அருகேயே இருப்பேன். அவள் பூங்கரங்களை மெல்லப் பிடிப்பேன். அவள் மென்கன்னங்களை வருடு வேன். அவள் உடல் சிலிர்க்கும். யார் என அறியாமல் அவள் தவிப்பாள். நான் பேசுவேன். அவள் செவிகளில் விழாது; யார் என அவள் கேட்பது என் காதுகளில் விழும். நான் என்னைப் பற்றிச் சொல்லாமல் இருக்க முடியுமா? நான் என்ன பேசியும் கூக்குரலிட்டும் அவள் செவிகளில் விழாது. மீண்டும் பழைய நிலைதான், அவள் காலமெல்லாம் தனியே வாடுவாள்.

வந்தியத்தேவன் மெய் சிலிர்த்தது. என்ன பைத்தியக்காரத் தனமான சிந்தனை! இறக்கும்போது எந்தவித மனக்கவலை யுடனும் இருக்கக்கூடாது. ஒன்றே ஒன்று மட்டுமே வேண்டிக் கொள்ள வேண்டும். 'நான் செய்யும் இந்தத் தியாகம் சோழ நாட்டை என்றென்றும் நின்று காக்கவேண்டும். அதன் புகழ் என்றும் மயங்கக் கூடாது' இவ்வளவே நான் வேண்டுவேன். அந்தத் திருப்தியோடு உயிர் விடுவேன். உயிரை நானா விடுவேன்? அஃதல்லவா என் உடலைவிட்டுப் போய் விடும்?

வந்தியத்தேவன் பிறகு எதையும் சிந்திக்கவில்லை. நடுநிசி கழிந்து அங்கிருப்பவர்களுக்கெல்லாம் தேவிக்குப் படைக்கப் பட்ட உணவு பரிமாறப்பட்டது. காணாதது கண்டவர்கள் போல் எல்லாரும் அவசரம் அவசரமாக உண்டனர்.

தாளசப்தம் நின்றிருந்தது. தீவர்த்தியின் ஒளி சற்று மங்கியது. காற்றில் அது அலைபாயும்போது நிழல்கள் ஆடி யாரோ நடமாடும் உணர்வை ஊட்டியது. ரணதீரன் கண் களைத் திறவாமல் ஏதோ மந்திரங்களை முணுமுணுத்த வண்ணம் இருந்தான். ரவிதாசன் சிறிது தொலைவு நடந்து வானவெளியைப் பார்த்து, அப்போது நேரம் என்ன என்பதை அறிந்து வந்தான். வந்தியத்தேவனின் கண்களை அப்போது தான் சோர்வும் களைப்பும் ஆட்கொண்டன. அவன் தலை மெல்லச் சாய்ந்தது.

ரவிதாசன் வஜ்ரதாரையின் பாதத்திலிருந்து ரத்த வண்ண முள்ள குங்குமத்தை எடுத்து வந்தியத்தேவன் நெற்றியில் இட்டான். அப்போது ரணதீரன் சிலிர்த்த முள்ளம்பன்றியின் குரலைப்போல் 'ஹி ஹி ஹி ஹி' என்றலறி, "தேவி உத்தரவு கொடுத்து விட்டாள். கொண்டு வா பலியை" எனக் கூக்குரலிட்டான். வந்தியத்தேவனைச் சுற்றிக் கட்டப் பட்டிருந்த கயிற்றை 'மளமள' வென அவிழ்த்தனர்.

"சீக்கிரமாகச் சென்று நீராட்டிக் கொண்டு வாருங்கள்" என்று ரவிதாசன் உத்தரவிட்டான். தள்ளாடியவாறு நடந்த வந்தியத் தேவனை அருகே இருந்த தேங்கிக் கிடந்த நீர்நிலை யிடம் அழைத்துச் சென்றனர். இருவர் பிடித்துக்கொள்ள அவன் தலையில் தண்ணீரை முகந்து ஊற்றினர்.

அந்த இளங்காலை வேளையில் பச்சைத் தண்ணீர் வந்தியத்தேவன் களைப்பைப் போக்கியது; சோர்வை நீக்கியது; உறக்கம் ஓடியது. முன் இரவில் நடந்தவை யெல்லாம் கனவு போல் தோன்றின. தன்னைப் பிடித்திருப் பவர்களை ஒருமுறை திரும்பிப் பார்த்து ''என்னை என்ன செய்கிறீர்கள்?'' என்று கர்ஜித்தான்.

''குளிப்பாட்டுகிறோம். கடைசி முறையாக நீ இன்று நீராடுகிறாய்'' என்றான் ஒருவன். வந்தியத்தேவன் தன் இரு கரங்களாலும் அவர்களை ஒரு தள்ளு தள்ளிவிட்டு ''யாருக்குக் கடைசி முறை?'' என்று கூறிக்கொண்டே மீண்டும் அவர்கள் மேல் பாய முயன்றான். வந்தியத்தேவன் அவசரப்பட்டு விட்டான். அவசரங்கொள்ளாமல் இருந்தால் அங்கிருந்து தப்பியிருக்கலாம். நீராட்டச் சென்ற இடத்தில் ஏதோ ஒலி ஏற்பட்டதறிந்த ரவிதாசன் மற்றும் பலரை அனுப்பினான்.

மீண்டும் வந்தியத்தேவனைக் கட்டி இழுத்துக்கொண்டு வஜ்ரதாராவின் சிலைமுன் கொண்டு நிறுத்தினர்.

வந்தியத் தேவனுக்கு உயிரை விடுவதில் எள்ளளவும் தயக்கமில்லை. போர்க்களத்திலே வீரமரணம் அடைய வேண்டியிருந்தால் புன்முறுவலுடன் வரவேற்றிருப்பான். நேருக்கு நேர் துவந்தப் போரிலே வாளெடுத்துச் சுழற்றி, ஈட்டியோடு ஈட்டி மோதிச் சண்டையிட்டுப் படுகாய மடைந்து மார்பிலே குருதி சொட்ட வீர சுவர்க்கம் அடைவ தென்றால் அவன் மகிழ்ச்சியுடன் ஏற்கத் துணிந்துவிடுவான். 'இது என்ன செயல்? வஜ்ரதாராவுக்கு நரபலியாம். இளைஞன் ரத்தத்தைச் சர்வலோகத்தின் தாய் கேட்கிறாள். பெற்ற குழந்தையைத் தன் கண்முன் வெட்டிவீழ்த்த எந்தத் தாய் கட்டளையிடுவாள்? ரத்த வெறியர்களின் திட்டமிது. பலி கொடுத்து, கொன்று, சதிசெய்து வழக்கமாகிவிட்ட அவர் களின் கொட்டத்தை ஒடுக்காமல் விட்டால், சோழநாடு முழுமையுமே அவர்களின் களபலியாகிவிடுமே?' என்று எண்ணியவனாக, வந்தியத்தேவன் காளித்தாயின் முன் நின்றான். அவனுக்கு அந்தத் திரு உரு காளி. ஆனால் ரவிதாசனுக்கு காளியின் மீது நம்பிக்கை. அமண் குடியினனான அவனுக்கு வஜ்ரதாரா அருளால் தான் யாவும் கிட்டும் எனும் நம்பிக்கை. அதனால்தான் மறைந்திருந்து

செயல்புரியும் அந்தக்காட்டின் நடுவிலும் வஜ்ரதாரா தேவிக்கு சிலையும் பூசைப் பொருட்களும் வாத்தியகோஷக் கருவி களும் நியமநிஷ்டையுடன் செய்ய ரணதீரனையும் ஏற்பாடாக வைத்திருந்தான். ரவிதாசன் என்பதற்கு மாறாக வஜ்ரதாரா தாசன் என்று பெயர் சூட்டியிருந்தார்களானால் எவ்வளவோ நன்றாக இருந்திருக்கும்.

பொழுது புலர இன்னும் ஒரு நாழிகைதான் இருந்தது. உடுக்கையும் பம்பையும் திடீரென முழங்கின. அந்தப் பயங்கர ஒலிகேட்டுப் பறவைகள் அஞ்சின.

மறைவிடங்களில் பதுங்கியிருந்த விலங்கினங்கள் மேலும் ஒண்டிக்கிடந்தன.

ரவிதாசன் கண்களை மூடிக்கொண்டு மந்திரத்தை முணு முணுத்துவிட்டுத் திடீரென கண்களைத் திறந்து, "உம் சீக்கிரம் சீக்கிரம், அவன் தலையை அந்தக் கல்லிலே வை. தைரிய மில்லாதவர்கள் கண்களை மூடிக்கொள்ளுங்கள்... வந்தியத் தேவா...! இறந்துபோன உங்கள் இளவரசர் ஆதித்த கரிகாலனை நினைத்துக்கொள். அவன் இப்படித்தான் எங்கள் பாண்டிய மன்னரை நிராயுதபாணியாக வெட்டிக்கொன்றான். அப்போது அவன் இளவயதினன். இளம்வயதிலே அவ்வளவு குரூர மனப்பான்மை எப்படிவந்தது என்று தெரியவில்லை. நோயுற்றுப் போர்க்கள விழுப்புண்களுடன் துடித்து மறைந் திருந்த பாண்டியரை உங்கள் சோழமன்னன் கொன்றான். அப்போது எங்கள் மன்னர் எப்படித் துடித்திருப்பார்? அவருடைய பச்சிளம் பாலகன் அமரபுஜங்கன், அந்தச் செய்தி அறிந்து எப்படி விம்மிவிம்மி அழுதான் தெரியுமா? அவன் அழுத கண்ணீர் கூரிய வாளாக வந்தது. கூரியவாள் உங்கள் இளவரசரின் முடிவுக்கு வழிசெய்தது. அந்த வாள் இதோ இன்னும் தேவியின் பாதத்தில் இருக்கிறது" ரவிதாசன் பேசிக் கொண்டே போகும் போது வந்தியத்தேவன் குறுக்கிட்டான். அந்தச் சூழ்நிலையிலும் அவனுக்குப் பேசவேண்டும் என்ற உணர்ச்சி எப்படி வந்ததோ தெரியவில்லை.

"ரவிதாசா, எல்லாம் சரி உங்கள் மன்னரைப் பழிக்குப் பழி வாங்கிய பெருமை உன்னைச் சேரவில்லையே! அமரபுஜங்க பாண்டியரின் கண்ணீரைத் துடைத்த புகழ் உனக்குச் சேர

வில்லையே! ஆபத்துதவிகளாயிருந்து சோழ குலத்தைப் பூண்டோடு நாசமாக்குவதாகச் சபதம் பூண்ட நீங்கள் அந்தக் கடமையைச் செய்யத் தவறி விட்டீர்களே'' என்றான்.

ரவிதாசன், வந்தியத் தேவனைத் திடுக்கிட்டுத் திரும்பிப் பார்த்து, ''என்ன சொன்னாய்... நாங்கள் பழிக்குப்பழி வாங்க வில்லையா? உங்கள் சோழநாடே பல ஆண்டுகளுக்கு முன்பு வருந்தித் துடித்ததே, அதை மறந்துவிட்டாயா? குலத்தின் தலைப்பிள்ளையை இழந்த சுந்தரசோழர் அதே சோகம் தாங்காமல் இறந்தாரே! மறந்துவிட்டாயா? ஆட்சியில் குழப்பம் ஏற்பட்டதே அந்த இளவரசர் இறந்ததால்தான் என்பதை மறந்து விட்டாயா?'' என்று கூறி, மீண்டும் வஜ்ரதாரா சிலையை நோக்கித் திரும்பிக் கொண்டான்.

வந்தியத்தேவன் விடவில்லை... ''ஓகோ! இது வேறு பெருமையா உனக்கு? ஆதித்த கரிகாலரைக் கொன்றதற்காக என்னைச் சிறையிலடைத்தார்களே, மறந்து விட்டாயா? பார்த்திபேந்திர பல்லவன் இறக்காதிருந்தால், எனக்கு விடுதலை இந்த ஜன்மத்தில் இல்லை என்பது உனக்குத் தெரியாதா? ஆதித்த கரிகாலரைக் கொன்றதற்காக எனக்குத் தண்டனை கிடைக்க, அந்தப் பெருமையை நீ அபகரித்துச் சென்றுவிட முடியுமா?'' என்றான்.

ரவிதாசன் பயங்கரமாக நகைத்தான். ''அதற்கு நானென்ன செய்வேன்? பழிக்குப்பழி வாங்கினேன். அது வெளியே தெரியாமலும் பார்த்துக்கொண்டேன். அதனால் உனக்கு அந்தப் பெயர் வந்துவிடுமா? உன்மீது பழிசுமத்தப்பட்டதில் எனக்கு மிகவும் திருப்தி... அப்படியே அந்தப் பெயருடனேயே நீ மாய வேண்டும் என்பதும் என் விருப்பம்'' என்றான்.

வந்தியத்தேவன் கண்கள் ஜ்வலித்தன. ''கொலைகாரா! கொலையைச் செய்துவிட்டுத் தேவியின்முன் நிற்கிறாயே. ஏற்கெனவேயுள்ள கொலைப் பாவத்தோடு இப்போது இன்னொரு கொலையும் செய்யப்போகிறாய். அந்தப் பழி உன்னைச் சும்மா விடாது'' என்று கர்ஜித்தான்.

ரவிதாசன் ஏளனமாகச் சிரித்து, ''பழி! பாவம்! யுத்த களத்தில் எதிரிகளைக் கொல்வதும், துன்பம் இழைத்தவனைத்

தண்டிப்பதும் பாவமன்று. அப்படித் தண்டனை கொடுப்ப தென்றால் ஆவி உருவில் வந்து என்னைப் பயமுறுத்து. சுடுகாடாகக் காட்சியளிக்கப் போகும் தஞ்சை மாநகரில் காளா முகர்கள் மண்டை ஓட்டுடன் நர்த்தனமாட நான் வெற்றிச் சிரிப்புடன் உலவுவேனே, அப்போது வேண்டுமானால் உன் ஆவி வந்து என்னைப் பிடித்து ஆட்டட்டும். வந்தியத்தேவா! ஆவி ரூபத்தில் கூட நீ இந்தத் தலைக்கனத்துடனும் திமிருடனும்தான் இருப்பாயா? வந்தியத்தேவா! ஆவிவடி விலாவது அமைதியாக இரு..." என்றான். பிறகு ஆவேசம் வந்தவனைப் போல் திரும்பி, "உம். எங்கே அந்தக் கொடுவாளைக் கொடுங்கள்" என்று பாய்ந்து, தேவியின் பாதத்தடியிலிருந்து வாளை எடுத்துச் சுழற்றி வந்தியத் தேவனை நோக்கிப் பாய்ந்தான். வந்தியத்தேவன் அமைதியாகக் கண்களை மூடிக்கொண்டான்.

மறுகணம்... அந்த ஒரு கணம்...! எத்தனையோ மாறுதலை ஏற்படுத்திவிட்டது. சங்கரதேவனின் தலைமையில் மிக வேகமாக வந்த சோழநாட்டு வீரர்கள் அந்த இடத்தில் நான்கு புறமும் சூழ்ந்துகொண்டு, மெல்ல மெல்ல வந்து குபீரென அங்கே பாய்ந்தனர்.

அங்கு நின்று கொண்டிருந்த ஒவ்வொருவன் அருகிலும் இரு வீரர்கள் பாய்ந்து கட்டிப் பிடித்தனர். எதிர்பாராத தாக்கு தலைக் கண்டு திகைத்த ரவிதாசன் குழுவினர் திருப்பித்தாக்க முயன்றனர். கிடைத்த ஆயுதங்களை எடுத்துக்கொண்டு தாக்கினர்.

நொடியில் ரவிதாசன் ஆபத்தை உணர்ந்துகொண்டான். ஏராளமான வீரர்கள் வந்திருப்பதையும் ஏதோ விபரீதம் நேரப் போவதையும் உணர்ந்து கொண்ட ரவிதாசன், எதிர்த்துத் தாக்குவதால் ஒரு பலனுமில்லை என்பதை உணர்ந்து கொண்டான்.

உடனே அங்கே எறிந்து கொண்டிருந்த தீயில் அகிலை முழுவதும் கொட்டிவிடவே, குபீரெனக் கொழுந்து விட்டுத் தீ எரிந்து தணிந்ததும், புகை எங்கும் மூண்டது. வஜ்ரதாரா சிலையின் பின்புறமாக ரவிதாசன் தப்பி ஓடினான்.

வந்தியத்தேவன் விடாமல் அவனை நோக்கிப் பாய்ந்து ஓடினான். சிறிது நேரம் சென்றதும், வந்தியத்தேவன் ரவிதாசனை முந்திக்கொண்டு நின்று, அவன் முகத்தில் பலமான குத்தொன்று விடவே ரவிதாசன் திணறிக் கீழே விழுந்தான். அவன் எழுவதற்குள் அங்கு விரைந்து வந்த வீரர்கள் கயிற்றால் அவனைப் பிணைத்தனர். கண் விழித்த ரவிதாசன் "யார் வந்தியத் தேவனா?" என்றான்.

"ஆமாம்! காளிக்குப் பலியான வந்தியத்தேவனின் ஆவி!" என்றான் வந்தியத் தேவன் ஏளனமாக.

அத்தியாயம் 32

சபை கூடியது

தஞ்சை மாளிகையில் சபை மண்டபம் கலகலப்பாக இருந்தது. சோழநாட்டின் குறுநில மன்னர் அனைவரும் கூடியிருந்தனர். சோழநாட்டின் முதுகெலும்பு போன்ற பல மன்னர்கள் கூடியிருந்தனர். கொங்குவேளிரும், தகடூராரும், இரட்டப்பாடியாரும், சேதிநாட்டாரும், சம்புவரையரும், நடுநாட்டாரும், கொடும்பாளூராரும் ஆக, கம்பீரமான தோற்றத்தோடு பளபளப்பான உடைகளும் முறுக்கிவிட்ட மீசையும் ஜ்வலிக்கும் கண்களுமாக அமர்ந்திருந்தார்கள். வெற்றிலைத் தட்டும், மதுக்கிண்ணங்களும், வாசனைப் பொருள்களுமாக எதிரே பரப்பப்பட்டிருந்தன. சிலர் காதுகளில் அசைந்தாடும் குண்டலங்கள் பளபளவென மின்னின. சிலர் அணிந்திருந்த மாலைகளில் இருந்த மரகத, கோமேதகங்கள் ஒளி வீசி மின்னின. வயது முதிர்ந்த குறுநில மன்னர்களுக்கு வயதில் இளைய குறுநில மன்னர்கள் மதிப்பளித்தனர். அன்று பல முக்கியமான விஷயங்களை முடிவு செய்யக் கூடியிருந் தார்களாகையால், ஒவ்வொருவர் முகத்திலும் 'தான்தான்' முடிவு செய்யப்போகிறோம் என்ற பெருமிதம் குடி கொண்டிருந்தது.

மன்னர் மதுராந்தகர் மெல்ல நடந்துவந்து பீடத்தில் அமர்ந்தார். பிராயம் அதிகமாகவில்லை எனினும், வயது முதிர்ந்தவர் போல் அவர் தோற்றமளித்தார். எல்லார் கண்களும் அருண்மொழி வர்மரின் வருகையையே எதிர்பார்த் திருந்தன.

தகடூர் குறுநில மன்னர் வெற்றிலையை மென்று கொண்டே "அருண்மொழிவர்மரை இன்னும் காணோமே; நேர மாகிறதே" என்றார். மதுராந்தகர் புன்முறுவலுடன், "விரைவில் வந்து விடுவார். நாம் ஆக வேண்டியவற்றைக் கவனித்துக் கொண்டிருப்போம்" என்றார்.

முதலில் அடுத்த பட்டத்து உரிமையைப் பற்றிப் பேசினர். சிலர் மதுராந்தகரின் மகனே சோழநாட்டு அரியணையை அடைய வேண்டும் என்று கூறும்போது, மதுராந்தகர் குறுக்கிட்டு, "தங்களுக்கெல்லாம் ஒன்றைக் கூறவேண்டும் என்று முதலிலேயே நினைத்தேன். சோழநாட்டு அரசு உரிமை விஷயம் தீர்ந்துபோன ஒன்று. நான் பட்டமேறும் போது ஏற்பட்ட வாதப்பிரதிவாதங்களும் கட்சிப் பிரதி கட்சிகளும் இனியும் ஏற்படக்கூடாது என்பது என் எண்ணம். அருண்மொழிக்குப் பல ஆண்டுகளுக்கு முன்னர் இளவரசு பட்டம் சூட்டும்போதே, அடுத்து அரசுரிமை அவருக்கே என்பது என்னால் ஒப்புக்கொள்ளப்பட்டது. அதை மாற்றவோ வேறு விதமாக எண்ணவோ முடியாது. நான் இந்த அரியணையில் அமர்ந்ததே, என் தாயார் செம்பியன் மாதேவியாருக்குச் சம்மதம் இல்லை. இந்த நாட்டில் சிவாலயங்களைப் புதுப்பித்துக் கைங்கரியம் செய்துவரும் அவரது விருப்பமும், என் மகன் சாம்ராஜ்ய ஆசையை நினையாமல் சிவநேசச்செல்வனாக விளங்க வேண்டும் என்பதுதான். எல்லாவிதத்திலும் தகுதி வாய்ந்தவனும், என் சகோதரர் திருக்குமாரனுமாகிய அருண்மொழிவர்மருக்கு முடி சூட்டவேண்டும்; அதற்காக நாளைக் குறிப்பிட்டு உடனே தக்கது செய்யவேண்டும் என்று, என் அன்னையார் கட்டளையிட்டிருக்கிறார். நாமெல்லாம் தக்க நாளை முடிவு செய்து கோலாகலமாகக் கொண்டாடத் திட்டம் வகுக்க வேண்டும். அதனுடன் சோழநாட்டுத் தனாதிகாரிப் பதவிக்கும் கோட்டைக் காவல் பொறுப்புக்கும் தக்கவரை நியமிக்க ஏற்பாடு செய்யவேண்டும்" என்றார்.

அப்போது கொடும்பாளூரார் குறுக்கிட்டு, "சோழநாட்டு முதல் அமைச்சர் அநிருத்த பிரம்மராயரைக் குறித்துப் பல ஆண்டுகளாக எந்தவிதச் செய்தியும் வரவில்லையே! ஒற்றர்கள் ஏதாவது செய்தி கொண்டு வந்தனரா?" என்று கேட்டார்.

அநிருத்தப் பிரம்மராயர் என்றவுடன், எல்லாக் குறுநில மன்னர்களும், ஆவலுடன் அவரைப்பற்றிச் செய்தியறியத் துடித்தனர். ஒவ்வொருவர் ஒவ்வொருவிதமாகப் பேசினர்.

"வடதேச யாத்திரை சென்றவர் அங்கேயே தங்கி விட்டாரோ?" என்று ஒருவர் கேட்டார்.

"வட தேசத்தினின்று வந்துவிட்டார். ஈழநாட்டிற்குச் சென்றதாகக் கேள்வி" என்றார் ஒருவர்.

"அதெல்லாம் இல்லை; அவர் ஆதி சங்கரர் ஸ்தாபித்த மடங்களையெல்லாம் தரிசனம் செய்து, கடைசியாகப் பனி படிந்துள்ள மலைச் சிகரத்திலிருக்கும் மடத்திலேயே தங்கி விடும் எண்ணத்துடன் சென்றிருக்கிறார்..." என்றார் ஒருவர்.

மதுராந்தகர் பெருமூச்சு விட்டார். "அவர் இல்லாததன் குறையை நான் நன்றாக உணர்ந்துவிட்டேன். அவருக்கு ஏதோ மனக்குறை, கோபமுங்கூட. சோழநாட்டின் பக்கமே இனி காலடி எடுத்து வைக்கமாட்டேன் என்று சொல்லிவிட்டுச் சென்றதாக என் செவிகளில் வீழ்ந்தது. அவர் மீது யாரோ இளவரசர் ஆதித்த கரிகாலரைக் கொன்றதற்கு உடந்தையாக இருந்ததாகக் குற்றஞ் சாட்டினார்களாம். அதனால் அவருக்கு மனவேதனை ஏற்படாமலிருக்குமா?" என்று மதுராந்தகர் கூறவும், கொடும்பாளூரார் குறுக்கிட்டு, "ஆதித்த கரிகாலரைக் கொன்றதாகக் குற்றஞ் சாட்டப்பட்ட வல்லவரையரையும் சிறையிலிருந்து விடுதலை செய்துவிட்டீர்கள். அப்படி யென்றால் உண்மைக் குற்றவாளி யார் என்று அறிய வேண்டாமா? அதற்கு என்ன நடவடிக்கைகள் எடுத் துள்ளீர்கள்?" என்றார்.

மதுராந்தகர் ஏதும் பேசவில்லை. சம்புவரையர் கூறினார்: "இதே சபையில் வந்தியத்தேவனைக் குற்றவாளி என நிரூபித்தோம். இப்போது அவனுக்கு விடுதலை யென்றால் நமது நீதி மீது நமக்கே சந்தேகம் ஏற்பட்டுவிடுகிறது!"

"அதென்ன 'அவன்' என்று ஒருமையில் பேசுகிறீர்கள்?" என்றார் கொங்குவேளிர். சம்புவரையர் அவரை நோக்கி, "வந்தியத்தேவனும் நானும் உயிர் நண்பர்களாயிருந்தோம். அந்த உரிமையால் நான் அவனை அப்படி அழைத்தேன். ஆனால் தஞ்சைப் பூமியை மிதித்தவுடன் திடீரென அவன் குணம் மாறிவிட்டது. மாறியதற்குப் பல காரணங்கள் இருந்தன. இராட்டிரகூட நாட்டின் வாரிசாக அவன் ஆக முடியாததால் இராஜ்ய ஆசை அவன் உள்ளத்தில் கொழுந்து விட்டது..." என்று சொல்லிக்கொண்டே போகும் போது, மலையமான் குறுக்கிட்டார்.

"சம்புவரையரே! என் தந்தை முன்பு நடந்தவை அனைத்தையும் கூறியிருக்கிறார். தாங்கள் சொல்வது போல் வந்தியத்தேவனுக்கு எந்தவிதத் தவறான எண்ணமும் இருந்ததாகத் தெரியவில்லை. தாங்கள் இப்போது அவ்வெண்ணத்தை ஊட்டுவது வருத்தத்தைத் தான் அளிக்கும். உங்களுக்கு நண்பராயிருந்தது போல் தான், ஆதித்த கரிகாலருக்கும் வல்லவரையர் நண்பராயிருந்ததாக என் தந்தை கூறுவார். நண்பரைக் கொல்ல அவருக்கு என்ன ஆசை? முன்பு நீங்களெல்லாம் அவசர அவசரமாக நீதி வழங்கியிருக்கிறீர்கள் எனத் தெரிகிறது. உங்கள் நீதி தவறானது என்பதைப் பழுவேட்டரையர் உணர்ந்துதான் வல்லவரையரை விடுதலை செய்தார்..." என்று கூறினார்.

அப்போது திருக்கோவலூர் நாட்டை ஆண்ட மலையமான், வயதில் இளைஞராயினும் வெகுவிரைவில் உலக அனுபவத்தைப் பெற்றுவிட்டார். சோழநாட்டில் கடந்த தலை முறையில் நடந்தவற்றையெல்லாம் அவர் தந்தை கூறியிருக் கிறார். வந்தியத்தேவனை அவர் கண்டதில்லை; காண வேண்டும் எனும் துடிப்புடன் கூடியவர்.

சம்புவரையர் மலையமானைக் கோபத்துடன் திரும்பிப் பார்த்து, "இப்போது பழுவேட்டரையர் இல்லை. அவர் எந்தக் காரணத்துக்கு விடுதலை செய்தார் என்பதை எப்படி நாம் ஊகிக்க முடியும்? அவர் வந்து சாட்சி சொல்ல முடியுமா?" என்றார்.

"அவர் வந்து சாட்சி சொல்லாவிட்டால், அவர் விடுதலை செய்த வந்தியத்தேவனை அழைத்து முழுநிலையையும்

விளக்கச் செய்வோம். ஏன் மன்னரிடம் பழுவேட்டரையர் கூறியிருக்க மாட்டாரா? அதை மன்னர் தெரிவிப்பார். அதற்கு உடனே வாய்ப்பு ஏற்படுத்துவோம். இதுபோன்று சிறு பூசல்களுக்கு நம் எவர் மனத்திலும் இடம் தரக்கூடாது" என்றார் மலையமான்.

மதுராந்தகர் தொண்டையைக் கனைத்துக்கொண்டு, "மலையமான் சொல்வதுபோல் நாம் எள்ளளவு சந்தேகத்தையும் போக்கிடவேண்டும். இளவரசரைக் கொன்றவர் யார் என்பதைக் கண்டுபிடிப்பதில் அருண்மொழி வர்மர் முனைந்திருக்கிறார். வந்தியத்தேவனும் அதில் ஈடுபட்டுத்தான் ஆபத்தில் சிக்கிக் கொண்டுள்ளார். அவரை மீட்க நமது படைகள் சென்றிருக்கின்றன" என்று கூறிவிட்டு, சோழ நாட்டில் உலவும் பாண்டிய நாட்டுச் சதிகாரர்களைக் கண்டு பிடிப்பதற்காக வந்தியத்தேவன் சென்றதையும் அங்கு ஆபத்தில் அகப்பட்டுக் கொண்டதையும், சங்கரதேவன் தெரிவித்ததையும் விவரித்து விளக்கினார். அனைவரும் ஆவலுடன் மன்னர் கூறுவதைக் கேட்டுக் கொண்டிருந்தனர்.

அப்போது சபை மண்டப வாயிலில் கலகலப்பு ஏற்பட்டது. "இளவரசர் அருண்மொழி வர்மர் வாழ்க! வாழ்க! வாழ்க!" எனும் வாழ்த்தொலி கேட்டது.

அருண்மொழி வருகிறார் என்று சிற்றரசர்கள் எல்லாரும் பேசிக்கொண்டனர். அந்தப் பெயருக்குத்தான் எத்தனை மகத்துவம்! அந்தப் பெயரில்தான் எத்தனை கம்பீரம்!

நந்திபுரத்துக்கும் தஞ்சைக்கும் ஒரே நாளில் சென்ற உடனே திரும்பிய அலுப்பும், வானதிக்கு என்ன நேருமோ என்ற கவலையும் கலந்து சோர்வுற்றவர் போல் அருண்மொழி காணப்பட்டாலும், சபை மண்டபத்திற்குள் நுழைந்ததும், சிற்றரசர்கள் அனைவரையும் கண்டவுடன் ஏற்பட்ட மகிழ்ச்சியில் அவரது சோர்வு மறைந்தது.

அருண்மொழியை அனைவரும் நீண்ட காலத்திற்குப் பிறகு இப்போதுதான் காணுகின்றனர். யாரும் பேசவில்லை. அனைவரும் அவர் வடிவத்தையே உற்று நோக்கிக் கொண்டிருந்தனர்.

புன்முறுவல் பூத்த முகத்துடன், அருண்மொழிவர்மர் அனைத்துச் சிற்றரசர்களின் சுக சௌக்யங்களையும் கேட்டறிந்தார்.

சம்புவரையரையும், மலையமானையும் அருகே சென்று ஆரத்தழுவி அன்பைத் தெரிவித்தார். தகடூராருக்கும், கொங்கு நாட்டவருக்கும் மரியாதை தெரிவித்தார். கொடும்பாளூராருக்கு வணக்கம் தெரிவித்தார்.

வெளியே யாரோ கோபமான குரலில் விவாதித்துக் கொண்டிருந்தது கேட்டது. காவலருடன் கடும் மொழியில் அவர்கள் பேசியது தெரிந்தது. அவர்களை வரச் சொல்லுமாறு மன்னர் கூறினார். ஏழெட்டுப் பேர் மிகவும் பரபரப்புடன் வந்தனர். அவர்களில் பலர் பெரும் செல்வர்கள், வணிகர்கள், நானாதேசங்களுக்கும், பண்டங்களை ஏற்றுமதி செய்தும், இறக்குமதி செய்தும், கடலிலே புலிக்கொடி கம்பீரமாகப் பறக்க வியாபாரம் செய்பவர்கள். அதன்மூலம் சோழ நாட்டிற்குப் பொருள்கொண்டு சேர்ப்பவர்கள்.

அருண்மொழிவர்மர் அவர்களுள் பலரை அறிவார். அவர்கள் சொன்ன கதை அனைவரையும் திடுக்கிடச் செய்தது.

கடந்த பல திங்களாகக் கடலில் செல்லும் சோழ நாட்டைச் சேர்ந்த பண்டம் ஏற்றிச்செல்லும் கலங்களைக் கடற்கரைக்கு மிக அருகேயே வழிமறித்துக் கொள்ளையர் கவர்ந்து சென்றனர். கொள்ளையரின் கலங்களிலே ஏராளமான புதுவகையான ஆயுதங்களும், வீரர்களும் இருந்தனர். எதிர்த்த பல வியாபாரிகள் உயிரிழந்தனர். காவலுக்குச் சென்ற வீரர்கள் அடங்கிய கலத்திற்கு அவர்கள் மிகுந்த தொல்லை கொடுத்துக் கலத்தையே மூழ்கடித்தனர். விலை மதிப்பற்ற பட்டுத் துணிகளும், பருத்தி ஆடைகளும், மற்றும் வெளிநாடு களுக்குச் செல்லும் ஏற்றுமதிப் பொருட்களும் கொள்ளை யரால் களவாடப்பெற்றன. எல்லாவற்றிற்கும் மேலாக, சீன நாட்டிற்குச் சென்ற தங்கப் பாளங்களும் தங்க ஆபரணங் களும் நிறைந்த கலத்தைக் குறிப்பறிந்து கொள்ளையர் அபகரித்த கொடுமையை வணிகர்கள் கூறும்போது கண் கலங்கினர்.

அடுத்து அவர்கள் கூறியவை கேட்டுச் சபையிலுள்ளோர் திடுக்கிட்டனர். நாகப்பட்டினத்துக்கும் கடல் மல்லைக்கும், காயல்பட்டினத்துக்கும் தொண்டிக்கும் அருகே சேமித்து வைத்திருந்த ஏற்றுமதிப் பண்டங்களை, திடீரென நள்ளிரவில் வந்தவர்கள் கொள்ளையடித்து முன்னேற்பாடாக வைத் திருந்த படகுகளில் ஏற்றிக்கொண்டு எங்கோ சென்று விட்டனர்.

இந்தச் செய்தி கேட்டு முதலில் சீறியவர் அருண் மொழிதான். கடல் கொள்ளையைவிடக் கரைக்கொள்ளை அவரைக் கொதித்தெழச் செய்திருக்க வேண்டும்.

"காவல் வீரர்கள் என்ன செய்து கொண்டிருந்தனர்?" என்று மன்னர் கேட்டார்.

"காவலர்கள் இரவு நேரங்களில் அங்கு வருவதே கிடையாது" என்று வணிகர்கள் ஒருமுகமாகக் கூறினர். பிறகு அவர்களில் ஒருவர், "இதே நிலை இன்னும் நீடிக்குமானால் சோழ நாட்டிலிருந்து ஒரு கலங்கூடப் புறப்படாது. உயிரையும் தியாகம் செய்து பொருளீட்ட எங்களுக்கு விருப்பம் இல்லை..." என்று கூறும் போது, அவரது குரலில் கண்டிப்பு இருந்தது. மற்றொருவர் சொன்னார்: "வாணிபம் குறைந்தால் நாட்டிற்குத் தானே நஷ்டம்? அதனால் நாங்கள் தனிப்படை வைத்துக்கொள்வதற்காவது அனுமதி கொடுங்கள். பயணத்தின் போது நாங்கள் பலமும் திறமையும் உடையவர்களைப் பாதுகாப்புக்குக் கொண்டு செல்கி றோம்..."

வணிகர்கள் மனம் வைத்தால் எதையும் செய்து விடுவார் கள் என்பது சிற்றரசர்களுக்குத் தெரியும். வணிகர்களிடம் தனிப்படை இருக்க அனுமதிப்பது சரியன்று. வாணிபம் அடியோடு குறைந்தாலும் நாட்டின் பொருளாதாரம் சீர் குலைந்துவிடும். சபையிலுள்ளோர் ஏதும் பேசாமல் மௌன மாக இருந்தனர். அருண்மொழிவர்மர் அங்கிருந்த அமைதியை நீக்கி, "இந்தக் கடற்கொள்ளையரைப்பற்றி எனக்குத் தெரியும், அவர்களது இருப்பிடத்தை அறிந்து அங்கேயே சென்று முறியடித்தால் தொல்லை நீங்கும். ஆனால் கரையில் இறங்கியே கொள்ளை யிடத் தொடங்கிவிட்டார்கள் என்றால்,

அதை உடனே கிள்ளி எறிய வேண்டும். அதை முதல் கடமையாக நான் ஏற்றுக் கொள்கிறேன்!'' என்றார்.

மன்னர் மெல்லிய குரலில், ''அது மட்டுமா உன் முதல் கடமை? இந்த நாட்டின் பொறுப்பு யாவும் உனது கடமை தான்... சகல விதத்திலும் உள்ளூறச் செல்லரித்து வரும் இந்த நாட்டைச் சீர்ப்படுத்த உன்னையன்றி வேறு யார் இருக்கிறார்கள்? இன்றைய சபை அதை முடிவு செய்யத்தானே கூடியிருக்கிறது? என் கரங்களால் உன் முடியில் சோழ நாட்டுப் பரம்பரை மகுடத்தைச் சூட்டுவதற்கு நாள் குறிக்கத் தானே இங்குக் கூடினோம்? கொள்ளையர்களை அடக்கு; படையை ஒழுங்குபடுத்து; வாணிபம் பெருக்கு. கரிகால் பெருவளத்தானும், செம்பியனும், கோச்செங்கணானும், விஜயாலயரும் வாழ்ந்த பொன்னித் திருநாட்டின் பெருமை உலகெங்கும் பரவ வழிசெய்; இதோ இப்போதே மனமுவந்து என் உரிமையை உனக்களிக்கிறேன். தமிழ் முது பரம்பரையினரும், இந்நாட்டின் கண்களாய் அமைந்தோருமான சிற்றரசர்கள் முன்னிலையில் இந்த ஆட்சிப் பொறுப்பை உன்னிடம் அளிப்பதில் பெருமையடைகிறேன்...'' மதுராந்தகர் இதைக் கூறி வரும்போது உணர்ச்சிப் பெருக்கால் அவர் கண்களில் நீர் வழிந்தது. நெஞ்சு ஆர்வத்தால் தழுதழுத்தது. அவரது கரங்கள் அருண்மொழியைத் தழுவிக்கொள்ளத் துடித்தன.

''அருண்மொழிவர்மர் வாழ்க! சோழ குலச் சூடாமணி வாழ்க, வாழ்க!'' என்று சிற்றரசர்கள் முழங்கினர்.

''சோழநாட்டின் அரசராக அருண்மொழிவர்மர் அரியணை ஏறுவதில் நாம் பெருமகிழ்ச்சியடைகிறோம்'' என்று அவர்கள் உற்சாகமாக மொழிந்தனர்.

அப்போதே அரண்மனைச் சோதிடரை அழைத்து வருமாறு மதுராந்தகர் பணித்தார்.

அரண்மனைச் சோதிடர் உடனே அழைத்துவரப் பட்டார்.

முடிசூட்டு விழாவிற்கான நாளைக் குறிக்குமாறு மன்னர் கேட்டுக் கொண்டார். எல்லாருக்கும் பரமதிருப்தி. கொடும்பாளூர் வேளார் ஒரு பிரச்சனையை எழுப்பினார். ''இளவரசர்

சிறிய பழுவேட்டரையருக்கு வாக்குறுதியொன்று அளித்த தாகக் கேள்விப்பட்டேன். அது உண்மைதானா? அது உண்மையென்றால் இப்போதே மற்றொரு பிரச்சனை யையும் முடிவு செய்தாக வேண்டும்" என்றார்.

மற்ற குறுநில மன்னர்கள் சீறினார்கள். "நல்ல முடி வொன்றை மனமொத்துச் செய்திருக்கும் போது இவர் மட்டும் ஏதாவது விவாதத்தைக் கிளப்புகிறாரே, எதுவாயிருந்தாலும் இப்போது தேவையில்லை. அருண்மொழி வர்மர் யாருக்காவது வாக்குறுதி கொடுத்திருக்கிறார் என்றால் அதை நிறைவேற்றுவது மிகவும் முக்கியம்தானே? அதில் நாம் தலையிடுவது என்ன நியாயம்? இராமாயணம் போன்ற தர்மசாத்திரங்களைப் படித்திருக்கும் நாம்கூடத் தவறு செய்யலாமா?" என்று மற்றவர்கள் ஒருமனதாகக் கூறினர்.

அருண்மொழி புன்முறுவலுடன், "கொடும்பாளூரார் கேட்பதிலும் நியாயமிருக்கிறது. அதை இந்தச் சபைக்குத் தெரிவிக்கக் கடமைப்பட்டிருக்கிறேன். சோழநாட்டிற்கு அரும்பெரும் தியாகங்கள் செய்து வாழ்நாளை இந்த நாட்டின் முன்னேற்றத்திற்காகவே கழித்த பழுவேட்டரையர், கடைசி கடைசியாகத் தியாக சிகரமாகவே போர்க்களத்தில் வெற்றி வாகைசூடிப் படுகாயமுற்றார். அதன் விளைவாகவே அமரத் துவம் அடைந்தார். மரணப்படுக்கையில் அவர் என்னைச் சில வரங்கள் கேட்டார். அவ்வரங்கள் பெற அவர் தகுதி வாய்ந்தவர். பழுவேட்டரையர் குலம் தழைத்து, இந்தச் சோழநாட்டுக்கு என்றென்றும் தொண்டாற்றி வரவேண்டும் என்பதே அவர் ஆர்வமும் ஆசையும், அதை நிறைவேற்றி, அந்த மாவீரருக்கு நம் நன்றியைத் தெரிவிக்க வேண்டாமா? அவருக்குக் கொடுத்த வாக்குறுதி மூலம் இருவருக்கு மரியாதை செய்தவராகிறோம். சிறிய பழுவேட்டரையர் வேண்டிக் கொண்டது பெரியவரின் மகள் பஞ்சவன் மாதேவியை நான் மணந்து கொள்ளவேண்டும் என்பதே. பெரியவரின் தொண்டு சாதாரணமானதா? அவர் மகளை நான் மணப்பதற்கு முற்பிறவியில் புண்ணியம் செய்திருக்க வேண்டும். மேலும் அரச குலத்தவர்கள், பலரை மணப்பதும் தர்ம நியாயமானதே. போர்க்களத்து உடன்படிக்கை மூலமும், மரியாதை செலுத்து வது காரணமாகவும், அன்பின் காரணமாகவும் பலரை

மணக்கலாம். ஆனால் ஒருவருக்குத்தான் அரியணையில் அமருவதற்கு உரிமையுண்டு என்பது நான் சொல்லாமலே தங்களுக்குத் தெரியும். பஞ்சவன் மாதேவி பட்டமேற வேண்டும் என்று அவர் வேண்டினார். நான் சம்மதித் தேன்..." என்றார்.

அருண்மொழி இதைக்கூறும்போது, சபையில் 'ஆ' என்ற திகைப்புக்குரல் கேட்டது.

"நீங்கள் திகைக்கிறீர்கள்; உங்களுக்கெல்லாம் இதுவரை தெரிந்திராத ஒன்றைச் சொல்ல விரும்புகிறேன். இதுவரை அது சொந்த விஷயமாக இருந்தது. இப்போது அது நாட்டின் சொந்த விஷயமாக ஆகிவிட்டது. கொடும்பாளூரார் மகளும் நற்குணம் நிறைந்தவளுமான வானவன் மாதேவி பல ஆண்டுகளுக்கு முன்பு விளையாட்டாகச் சபதமொன்று செய்தாள்சோழநாட்டின் அரியணை தனக்கு வேண்டாம் என்று. அப்போது எனக்கே இந்த நாட்டை ஆளும் பொறுப்பு கிடைக்குமென்று நிச்சயம் இல்லாதிருந்தது. ஆனால் வானதி தேவியோ அதையே உறுதிப்படுத்திக்கொண்டுவிட்டாள். நான் எவ்வளவோ வற்புறுத்தியும் சம்மதிக்கவில்லை. என் இதயத்தில் வானதியும், அரியணையில் பஞ்சவன் மாதேவியும் அமர்கிறார்கள். இந்தச் சொந்த விஷயங்களைச் சபையில் தெரிவிப்பது சரியிராது என்று முதலில் தயங்கி னேன். ஆனால், பஞ்சவன்மாதேவி ஒரு முடிவு செய்திருக் கிறாள் என்பதையும் சொல்லிவிடுகிறேன். தான் பட்டத்தரசி யானாலும், அடுத்து இந்த நாட்டின் மணி முடி, வானதியின் வயிற்றில் பிறக்கும் பாலகனுக்குத்தான் என்பதை ஒப்புக் கொண்டு, விட்டுக் கொடுத்திருக்கிறாள். அதனால் எந்த விதமான மனவருத்தமும் யாருக்கும் ஏற்பட வழியில்லை. நீங்களும் ஒப்புக்கொள்கிறீர்கள் என நினைக்கிறேன்" என்று அருண்மொழி கூறும்போது, சபையினர் தலையசைத்து 'ஆகா'காரம் செய்தனர். கொடும்பாளூராருக்கும் திருப்தி என்பது அவர் மௌனத்தினின்றும் தெரிந்தது.

எல்லாம் நல்ல முடிவாகப் பேசித் தீர்க்கப்பட்டுக் கொண்டிருந்த அந்தச் சபை மண்டபத்தில்... சோதிடர் நாள் பார்த்துக் கொண்டிருந்த அந்த வேளையில் எல்லார்

மனத்திலும் மகிழ்ச்சி ததும்பிக் கொண்டிருக்கும் போதில், நந்திபுரத்திலிருந்து தூதன் ஒருவன் விரைந்து செய்தி கொண்டு வந்து வணங்கி நின்றான்.

நந்திபுரத்தினின்று இளையபிராட்டியார் அருண்மொழிவர் மருக்குச் செய்தி அனுப்பியிருந்தாள். ஓலை கொண்டு வந்தவன் மலர்ந்த முகத்துடன் இருந்தான். ஓலைச் சுருளைப் பிரித்துப் படிப்பதற்குள் அருண்மொழியின் உடல் ஏனோ நடுங்கியது. நல்ல செய்தியாகக் கிடைக்கவேண்டுமே என்று அவர் உள்ளம் அஞ்சியது. சபையிலுள்ளோரிடையே அமைதி நிலவியது. ஆவல் துள்ளி நின்றது.

ஓலையில் கண்டிருந்த செய்தியைப் படித்த அருண் மொழியின் முகம் ஒரு கணத்தில் மாறியது. களிப்பும் குதூ கலமும் வந்து நடமாடின. உடலிலே இன்பப்பூரிப்பும் பொங் கியது. ஒருவித நாணமும் முகத்தில் கலந்தது. ஓலையை மன்னரிடம் கொடுத்துவிட்ட அருண்மொழி கண்களை மூடிக்கொண்டு ஆண்டவனை வேண்டினார்.

மதுராந்தக சோழதேவரின் உடல்நிலை மட்டும் இடம் கொடுத்திருந்தால், அவர் அந்தப் பீடத்திலிருந்து எழுந்து துள்ளிக் குதித்திருப்பார்.

"மகிழ்ச்சிகரமான செய்தி. மகத்தான செய்தி. இன்று மிக நல்லநாள். நல்ல செயல்களைச் செய்யவும், நல்ல செய்தி களைக் கேட்கவும் தியாகேசர் அருள் கூட்டியிருக்கிறார். அருண்மொழி வர்மருக்கு ஆண் குழந்தை பிறந்திருக்கிறது. இந்தப் புனிதமான மகுடத்தை அருண்மொழிவர்மருக்குப் பிறகு சூடிக்கொள்ள வீர வாலிபன் பிறந்துவிட்டான். வீரவாளை அணிய இந்திரனே அவதரித்து விட்டான். நாடெங்கும் விழாக்கொண்டாடுவோம். செய்தி கொண்டுவந்த தூதுவனுக்கு முத்துமாலை பரிசளிப்போம்" என்று, மன்னர் இதுவரையில் பேசியிராத அளவுக்கு மகிழ்ச்சி நிறைந்த குரலில் பேசினார்.

அருண்மொழி வர்மருக்கு மகன் பிறந்துவிட்ட செய்தி தஞ்சை முழுவதும் பரவியது. செய்தி கேட்டவர்கள் தங்கள் இல்லத்தில் குழந்தை பிறந்ததுபோல் விழாக்கோலம் பூணத்தொடங்கினர். இனிப்புப் பண்டங்களை வழங்கினர்.

வீடுகளை அலங்கரிக்கத் தொடங்கினர். வீதிகளில் தோரணம் கட்டினர். வண்ணக் கோலமிட்டனர். மகிழ்ச்சிச் செய்தியைப் பற்றியே வீதியில் சந்திக்கும் ஒவ்வொருவரும் பேசிக் கொண்டனர். மேற்கொண்டு செய்தி அறிய மாளிகை வாசலில் கூடத் தொடங்கினர்.

அருண்மொழிவர்மருக்கு முடிசூட்ட நாள் பார்க்க அந்தச் சபைக்கு வந்திருந்த சோதிடர், உடனே சுவடிகளைப் பிரித்துக் கணக்கிட்டு, பிறந்த குழந்தையின் வேளை, யோகம் முதலிய வற்றைக் கணிக்கத் தொடங்கிவிட்டார். எல்லாரும் அவர் கூறப் போவதையே எதிர்பார்த்துச் சபையில் இருந்தனர். அருண்மொழி வர்மரின் உள்ளத்தில் ஏற்பட்ட மகிழ்ச்சியை வருணிக்கவே இயலாது. இதுநாள் வரை மனத்திலே ஏதாவ தொரு விதத்தில் ஏற்பட்டு வந்த சலனமும் குழப்பமும் நீங்கி விட்டது போன்ற உணர்ச்சி அவருக்கு ஏற்பட்டது.

சோதிடர் தொண்டையைக் கனைத்துக்கொண்டு சபையை ஒருமுறை பார்த்துவிட்டுக் கூறினார்.

"சபையிலுள்ள பெரியவர்களுக்கு நல்ல செய்தியைக் கணித்துக் கூறுவதற்கு நான் முற்பிறவியில் பெரும் புண்ணியம் செய்திருக்க வேண்டும். இன்று மார்கழித்திங்கள். குழந்தை ஜனித்த நேரக் கணக்குப்படி பார்த்தால் திருவாதிரை நட்சத்திரம் அமைந்திருக்கிறது. திருக் கயிலாயபதிவாசன் சிவபிரானின் திருநாள் அது. அதனால் இந்தக் குழந்தை பேரும் புகழும் பெற்று வாழ்வான். குழந்தை பிறந்தபோது நின்ற கிரகங்களைப் பார்க்கும்போது, குழந்தைக்கு நீண்ட ஆயுளும் உலகத்தையே ஆளக்கூடிய சக்தியும், மகா தைரியமும் உண்டாகும் எனத் தெரிகிறது. சமுத்திரங்களை வெல்லக் கூடிய மகாபலம் இந்த ஜாதகனுக்கு ஏற்படும். எதிரிகள் அஞ்சி ஒளிந்து மறைவர். நிலத் திருவும், இந்தச் செல்வனுக்கு மாலையிட்டு மகிழ்வார்கள்; ஆனால்..." சோதிடர் மேலே சொல்ல நாவெடுத்தவர், உடனே அதை மென்று விழுங்கி விட்டார். அவர் உடல் ஒருகணம் நடுங்கியது. உள்ளம் துணுக் குற்றது. சிற்றரசர்களும், மாமன்னர் மதுராந்தகரும், இளவரசர் அருண்மொழி வர்மரும் தான் சொல்லிவந்த ஜாதகப் பலன்களால் மகிழ்ச்சியின் எல்லைக்கே சென்றிருக்கும் போது, அவர்களுக்குச் சங்கடப்படுத்தக்கூடிய செய்தியைச் சொல்ல

அவர் விரும்பவில்லை. இங்கிதம் தெரிந்த சோதிடர் கொள்ள வேண்டிய சாதுர்ய புத்தியை அங்குக் கையாண்டார் அவர்.

“ஆனால்...” என்று அவர் நிறுத்தியவுடனேயே, ‘என்ன என்ன?’ என்று பல குரல்கள் எழுந்தன. ஒரு கணத்தில் தவறிழைத்த தன் புத்தியை நொந்துகொண்டு முகத்தில் களிப்பை வரவழைத்துக் கொண்டு, “அதெல்லாம் ஒன்றும் இல்லை... இவ்வளவு யோக ஜாதகம் உடைய குழந்தை சோழநாட்டு அரியணையைப் பல ஆண்டுகள் கழித்தே அடைவான்” என்றார்.

சபையே சிரித்தது. “ஆமாம்... ஆமாம். இந்தக் குழந்தை பல ஆண்டுகள் கழித்துத்தான் அரியணையை அடைவான். ஏறுவான், அவ்வளவு நீண்டநாள் அருண்மொழி அரசாள்வார். நல்லதுதானே! இதைச் சொல்வதில் உமக்கு ஏன் தயக்கம் சோதிடரே? பிறந்த இளவரசனால் இந்த நாட்டிற்கு மகத்தான நன்மை என்றால் எங்களுக்கும் நன்மைதானே!” என்று தகடூரார் சொன்னார்.

சோதிடர் மீண்டும் தொண்டையைக் கனைத்துக்கொண்டு, “அதைத்தான் சொல்லவந்தேன். அருண்மொழி வர்மருக்குக் குழந்தையின் ஜாதக பலனால் மகத்தான வெற்றிகள் உண்டாகப் போகின்றன. நாட்டுக் குடிமக்கள் துன்பமின்றி சகல நன்மைகளும் அனுபவிக்கப்போகிறார்கள்” என்றார்.

வெளியே காத்திருந்த மக்கள் இட்ட கோஷம் வானைப் பிளந்தது. “அருண்மொழிவர்மர் வாழ்க!” “அருண்மொழி வர்மர் திருக்குமாரர் நீடுழி வாழ்க!” எனும் வாழ்த்தொலி மக்கள் அன்பின் அழுத்தத்தை உணர்த்தியது.

சோதிடர், “ஆனால்” என்று ஏதோ சொல்ல வாயெடுத்து நிறுத்திவிட்டதை, மற்றவர் கவனிக்காவிடினும், கொடும் பாளூர் சிற்றரசர் கவனித்துவிட்டார். அவர் மனம் வேதனை யுற்றது. ஏதோ நிகழக்கூடாதது நிகழப்போகிறது எனும் உணர்வு அவர் உள்ளத்தே உண்டாகியது.

சபை கலைந்து மறுநாள் கூடுவதென்று முடிவு செய்தது. எல்லாரும் மண்டபத்தினின்று சென்றபோது, தனியே சென்று கொண்டிருந்த சோதிடரைத் தொடர்ந்து கொடும்பாளூரார் சென்று, அவரை நிறுத்தினார்.

அத்தியாயம் 33
நந்திபுரத்தில் திருவிழா

பல ஆண்டுகளுக்குப் பிறகு நந்திபுரம் கோலாகலத்துடன் காட்சியளித்தது. மக்கள் முகத்தில் புதுப்பொலிவு காணப் பட்டது. வீடுகளைச் செப்பனிட்டு சுண்ணமடித்தனர். வீதிகளைத் தூய்மைப் படுத்தியிருந்தார்கள். விதவித விசித்திரக் கோலமிட்டிருந்தார்கள். மாவிலை, குருத்தோலைத் தோரணங்கள் வீதியின் குறுக்கே பல இடங்களில் கட்டப் பட்டன. முச்சந்திகளில் பந்தல்கள் போடப்பட்டிருந்தன. பந்தல்களில் மணிகளாலும் மலர்களாலும் விதவிதமாக அலங்கரித்திருந்தார்கள். நந்திரபுர விண்ணகர தவழும் கண்ணனின் திருவுருவம் கட்டித்தொங்கவிட்டிருந்தனர்.

பழையாறை விண்ணகரத்திலும், வடதளிக் கோயிலிலும் சிறப்புப் பூஜை, ஆராதனைகள் நடந்தன: மணியோசை திக்கெட்டும் பரவியது. இளவரசி வானதி மாளிகையின் வெளியே மக்கள் கூட்டம் திரைகடலைப் போல் பெருகி வந்தது. குழந்தையைக் காணவேண்டுமென்ற ஆவலில் வயோதிகர்கள் முதல் இளஞ் சிறுவர்கள் வரை வந்து குழுமியிருந்தனர். பல்போன தாத்தாவின் தோளிலே அமர்ந்து சின்னஞ் சிறுவர்கள் வந்தனர். பிறந்திருக்கும் இளவரசரைக் காணவேண்டும் எனும் ஆவலில் வெயிலின் கொடுமை யையும் பொருட்படுத்தவில்லை தாத்தாவும் கொள்ளுப் பேரனும்.

மாளிகைக் காவலர்களுக்கு இவ்வளவு நாட்களுமில்லாக் கடும் வேலை சேர்ந்தது. மக்களை ஒழுங்கு படுத்தி நிற்க வைப்பது பெரும் வேலையல்லவா? "இந்த ஊருக்கு எப்போதும் இதே போன்ற குதூகலம் ஏற்படாதா?" என்று அனைவரும் பேசிக் கொண்டனர்.

தஞ்சை அரச குடும்பத்தினர் அனைவரும் அங்குக் குழுமினர். அருண்மொழிக்கு ஏற்பட்ட மகிழ்ச்சி எல்லையைக் கடந்தது. வானதியின் அருகே சென்று அவளைப் பார்ப்பதும் அவள் அருகே இருந்த தொட்டிலில் வளரும் பூர்ணமதியே பிறந்துவிட்டதோ என்று சொல்லுமாறு திகழும் தன்

செல்வனைக் காணுவதுமாக ஆனந்த வெள்ளத்தில் திளைத்த வாறிருந்தார்.

"வானதி! பாலமுருகனைப் பார்த்தாயா? சின்னக் கண்ணனைப் பார்த்தாயா?" என்று அவள் செவிகளில் மட்டும் விழும்படியாகக் கிசுகிசுத்தார் அருண்மொழி.

வானதியின் முகத்திலே மெல்லப் புன்னகை மலர்ந்தது. அவள் கண்கள் பேசின. எப்போதுமே தன்னருகே அமர்ந் திருக்க வேண்டும் என்று கேட்டுக்கொள்ளும் வேண்டுகோள், முகத்தின் தூதான விழிகளிலே நிறைந்திருந்தது. செம்பவள உதடுகள் ஏதோ பேசத் துடித்தன.

"வானதி! இனி உனக்கு ஏதும் பயமில்லை, வீணே ஏதோ நினைத்துப் பயந்துத் துடித்தாயே! உனக்குத் துணையாக ஒரு செல்வன் வந்துவிட்டான்" என்றார் அருண்மொழி.

தன்னருகே மஞ்சத்திலே அமருமாறு சைகை காட்டிய வானதியிடமிருந்து, பெருமூச்சொன்று பொங்கி வந்தது.

அவள் கரங்களை மெல்லத் தன் கரங்களிலே எடுத்து வைத்துக்கொண்ட அருண்மொழி, "வானதி! ஏன் பேச மாட்டேன் என்கிறாய்? என்மேல் இன்னும் கோபமா? இனி என்னுடன் பேச உனக்குப் பொழுதேது? உன் கொஞ்சு மொழிகளை அவன் அடைவான். உன் அமுத மொழிகளை அவன் கேட்பான். என் செவிகள் இதுவரை கேட்காத இனிய பாடல்களை அவன் கேட்பான். உன் அன்பு முத்தங்களால் அவன் கன்னம் கனிந்து விடும். உன் அரவணைப்பில் அவன் அமிழ்ந்து மகிழ்வான். நீயும் மகிழ்வாய்... அப்படித் தானே...?" என்றார்.

வானதி நாணத்தால் தலைகுனிந்தாள்.

அன்று இளங்காலையிலேதான் வானதிக்கு மஞ்சள் நீராட்டினார்கள். மாளிகையில் புதுக்கோலம் இட்டார்கள். மந்திர கோஷத்துடன், நல்லது ஏற்பட மந்திர விதி வழுவாது அந்தணர்கள் புனிதநீர் தெளித்தார்கள். அகில் புகையும் நறுமணப் பொடியும் எங்கும் மணம் வீசின. வைத்தியர்கள் வானதியின் உடல் நிலையை அப்போதுதான் சோதித்து விட்டுச் சென்றிருந்தனர்.

வானதியின் உடல் இன்னும் இலேசாகக் கொதித்துக் கொண்டிருந்தது. வைத்தியர் வருவதற்கு முன்னால் அவளுக்கு முதியவர்கள் நீராட்டிப் புத்துடை அணிவித்து விட்டதால், வைத்தியர்கள் ஏதும் சொல்ல இயலாது. ஒருவரையொருவர் பார்த்துக் கொண்டிருந்தனர். இளைய பிராட்டி அவர்கள் சாடையறிந்து தனியே அழைத்துச் சென்று வினவினாள். "தேவி, இன்னும் இரண்டு நாள் பொறுத்திருந்து நீராட்டியிருக்கக் கூடாதா?" என்று மருத்துவர் கேட்டார்.

"ஏன், இன்று குழந்தையைத் தொட்டிலிலிட்டுப் பெயர் சூட்டும் திருநாள். தஞ்சையினின்று அரசர் வருகிறார். பெரியபிராட்டியார் செம்பியன் மாதேவியார் வரப்போகிறார். வயது முதிர்ந்த நம்பி அடிகளும் தன் சுற்றுப்பயணத்தை முடித்து வந்து சேர்ந்து விடுவதாகச் செய்தி அனுப்பியிருக் கிறார். கருவூரிலிருந்து சித்தர் ஒருவர் குழந்தைக்கு ஆசீர் வதித்து ரட்சை அனுப்பியிருக்கிறார். இந்த நன்னாளில் வானதியும், நீராடி அலங்காரவல்லியாகத் திகழ வேண்டாமா? பெருவீரனைப் பெற்றெடுத்த தாய் பொலிவற்றிருக்கலாமா? சோழநாட்டிற்கே ஒளிவிளக்காய்த் திகழப்போகும் அரசர்க் கெல்லாம் இந்திரன் போன்ற குழந்தையின் தாய், குடத்திலிட்ட விளக்காய் இருக்கலாமா? அதனால்தான் மருத்துவரே, அவளுக்கு மஞ்சள் நீராட்டினோம். ஒரு நொடி கூட அவளை ஈரத்தில் நிற்கவைக்க வில்லையே. அவள் பிழைத்ததே பெரும் புண்ணியமாக இருக்கும்போது, மீண்டும் அவள் உடலுக்கு ஊறு நேர ஏதும் செய்வோமா? அவள் அதிர்ச்சியடையா வண்ணம் செய்திருக்கிறேன். அவள் மனம் எப்பொழுதும் மகிழ்ச்சியுடன் இருக்க இன்னிசையும், இனிய பேச்சும் எங்கும் நிகழச் செய்திருக்கிறேன்... ஆனால் நீங்கள் என்ன சொல்கிறீர்கள்? அவளை நீராட்டியது சரியன்று என்கிறீர்களா?" இளையபிராட்டி கவலை இலேசாக முகத்தில் படரக் கேட்டாள்.

மருத்துவர்கள் இங்கிதம் தெரிந்தவர்கள். இளைய பிராட்டியின் கவலையை அதிகமாக்காமல், "தேவி! இன்று நாட்டிற்கே குதூகலமான திருநாள் என்பது கேட்க நாங்கள் மிக மகிழ்ந்தோம். இளவரசியின் உடல்நிலை இன்னும் சரியாக வில்லை. நாடியில் அதிக சீதளம் பேசுவதால், இன்று

நீராட்டாமல் இருந்திருக்கலாமே என நினைத்தோம். அவ்வளவே. வாடைக் காற்றுப் படாமல், வேதனைச் செய்தி கேட்காமல் செய்யுங்கள் அதுபோதும்'' என்று கூறி விடை பெற்றனர். 'அப்பாடா' என்ற பெருமூச்சு விட்ட இளைய பிராட்டி, செல்பவர்களைத் தடுத்து, ''அடடா! நீங்கள் போய் வருகிறேன் என்கிறீர்கள்; நான் மௌனமாய் இருக்கிறேனே! எங்கே செல்கிறீர்கள்? குழந்தைக்குப் பெயர் சூட்டும் விழாவிற்கு இருந்து விருந்துண்டு செல்ல வேண்டும்'' என்று சொன்னாள்.

பட்டத்து யானை அசைந்தாடிச் சென்றது. அதன் கபடாம் இளங்கதிரின் பொன்னொளியில் மின்னலென ஒளிர்ந்தது. யானை மீது அதன் பாகன் புத்தாடை அணிந்து அமர்ந்திருந் தான். அதைத் தொடர்ந்து மற்றொரு யானையின் மீது முரசிருந்தது. அது அதிர்ந்தது. கொம்பு ஒலித்தது. சங்கம் முழங்கியது. யானை எருத்தத்து மேலிருந்து அறிவித்த மங்கலச் செய்தி கேட்டு மக்கள் மகிழ்ந்தனர். மாளிகையில் நடைபெறவிருக்கும் தொட்டிலிலிடும் திருவிழாவையும், பெயர்சூட்டும் நிகழ்வையும் காணப் புத்தாடை அணிந்து மக்கள் விரைந்தனர்.

விஜயாலய சோழரும், பராந்தக சக்கரவர்த்தியும் வீற்றிருந்து சபை கூட்டிப் பெருமைப்படுத்திய பழைய மாளிகையின் சபை மண்டபத்தில் மக்கள் ஆரவாரத்துடன் கூடினர். எல்லாரும் காணுவதற்காக அந்தப்புரத்திலிருந்து குழந்தையை அங்கே எடுத்து வருவர் என்ற நம்பிக்கை மக்கள் உள்ளத்திலே மகிழ்ச்சியை அளித்தது.

அரச குடும்பத்தவர்களும், மேல்தரத்து அதிகாரிகளும், வானதியையும் குழந்தையையும் காணக் குழுமினர். தொட்டிலிலே காலைக் கதிரவனைப் போல் பிரகாசித்துக் கொண்டு, தன் பொக்கை வாய் காட்டிச் சிரித்துக்கொண்டு, காலையும் கையையும் பஞ்சு மெத்தையிலே உதைத்துக் கொண்டு 'ங்கா'காரம் கொட்டிக் குரல் எழுப்பிக்கொண்டிருந்த அருண்மொழியின் திருக்குமாரன் அழகைக் கண்டு பெருமையுடன் பாராட்டி மகிழ்ந்து கொண்டிருந்தனர். வளர்ந்து பிறந்த குழந்தை! பார்ப்பதற்கு ஒரு வயது நிறைந்த வனைப் போல் காட்சியளித்தது குழந்தை.

"சுந்தர சோழ சக்கரவர்த்தியே மறு பிறவி எடுத்து வந்தாற் போன்று சௌந்தர்ய தேவனாகத் திகழ்கிறான்" என்றார் கொடும்பாளூர் வேளிர். அவருடைய மன மகிழ்ச்சிக்கு எல்லையேயில்லை. அவர் எண்ணம் இடையூறின்றி நிறை வேறி விட்டது.

"பழுவேட்டரையர் இருந்திருந்தால் இப்போது நீங்கள் சொல்வதை மறுத்திருப்பார். 'அரிஞ்சய சக்கரவர்த்தியைப் போன்று அழகுடன் திகழ்கிறான் குழந்தை என்று சொல்லியிருப்பார்" என்று, சம்புவரையர் வேடிக்கையாகப் பேசினார்.

"அதனாலென்ன? நன்றாகச் சொல்லட்டும். சுந்தர சோழரைப் போன்றிருக்கிறானென்று சொல்லட்டும். அவர் தந்தை அரிஞ்சய சோழ சக்கரவர்த்தியைப் போன்றிருக் கிறாரென்று சொல்லட்டும். அவருக்கும் தந்தை பராந்தக சோழ மாமன்னரைப் போன்று இருக்கிறாரென்று சொல்லட்டும். இன்னும் அவருக்கும் தந்தை ஆதித்த சோழரைப் போலும், அவரைப் பெற்றெடுத்த சோழகுல நாயகர் விஜயாலயர் போன்றும் இருக்கிறாரென்றும் சொல்லட்டுமே! அதனாலென்ன? அழகும் வீரமும் ஒன்று சேரப்பெற்ற சோழ மாமன்னர்களுள் எவரும் எதிலும் குறைந்தவரல்லரே. ஆனால் நான் சொல்கிறேன், தொட்டிலிலே தவழும் குழந்தை இளையபிராட்டியைப் போல முகஜாடை கொண்டிருக்கிறது என்று நான் சொல் கிறேன். இதோ முகவாய்க் கட்டையைப் பாருங்கள். நீண்ட நாசியைப் பாருங்கள். வட்டவடிவமான முகத்தைப் பாருங்கள். பிறர் இதயத்திலுள்ளதை எளிதில் கவரவல்ல சக்தியுடைய கண்களைப் பாருங்கள். நிறமும் அப்படியே!" என்று சொன்னவர் யார் என்று எல்லாரும் வியப்புடன் திரும்பிப் பார்த்தபோது, வல்லவரையர் வந்தியத்தேவன், தொட்டிலில் இருந்த குழந்தையைத் தூக்கி வைத்துக் கொண்டு, மகிழ்ச்சி பொங்கக் கூறுவதைக் கண்டனர்.

'வல்லவரையர்' என்று எல்லார் உதடுகளும் முணுமுணுக்க வியப்புடன் வந்தியத்தேவனை நோக்கினர். வந்தியத்தேவன் கூறியவற்றைக் கேட்டு குந்தவையின் முகம் நாணத்தால் சிவந்தது. 'இவர் எவ்வளவு நாட்களாக இப்படிச் சொல்ல

வேண்டும் என்று கங்கணம் பூண்டிருக்கிறார்?' என்று எண்ணினாள். அவர் மீது கோபங்கோபமாக வந்தது. அந்தப் போது ரவிதாசன் கூட்டத்தாரிடமிருந்து உயிருடன் தப்பி வந்தது குறித்து மகிழ்ச்சியும் ஏற்பட்டது. வல்லவரையரை நோக்கி, "இதுவும் என்ன வாள் என்று நினைத்துக் கொண்டீர்களா? பச்சைக்குழந்தை தூக்கத் தெரியாமல் தூக்குகிறீர்களே. இப்படிக்கொடுங்கள்" என்று கூறி வந்தியத் தேவனிடமிருந்து வேகமாகக் குழந்தையை வாங்கிக் கொண்டாள். தோற்றத்தில் தான் வேகம் இருந்ததேயன்றி அவள் கரங்கள் மிக அமைதியாகவே குழந்தையை வல்ல வரையரிடமிருந்து குழந்தை இருந்த பட்டுத்துகிலுடன் வாங்கிக்கொண்டாள். குழந்தை கைமாறும் போது வந்தியத் தேவன் ஸ்பரிசம் குந்தவையின் உடலில் பெரும் சிலிர்ப்பை யளித்தது. அவள் நெஞ்சம் ஒருமுறை விம்மித் தணிந்தது. அவள் விழிகள் வல்லவரையரைப் பார்க்காதது போல் பார்த்தன. ஒருகணம் அவர்கள் நெருங்கி நின்றது ஏதோ பல யுகங்கள் நெருங்கியது போல் தோன்றியது. அதை மற்றவர்கள் பார்த்துவிட்டது போலவும், "வந்தியத் தேவனுடன் என்ன ரகசியம் பேசுகிறாய்?" என்று கேட்பது போலவும், "பெரும் ஆபத்திலிருந்து மீண்ட வல்லவரை யரைக் கண்டு ஆனந்தப்படுகிறாய் போலிருக்கிறதே" என்று வேடிக்கை பேசுவது போலவும் அவளுக்குத் தோன்றியது. சட்டென நகர்ந்து கொண்ட இளையபிராட்டியின் கரங்களில் தவழ்ந்த குழந்தையிடம் பேசுவது போன்று, "அத்தையின் கரங்களில் சிம்மாசனத்தில் அமர்வதுபோல் அமர்ந்துவிட்டுச் சிரிப்பதைப்பார் சிரிப்பதை!" என்று இளைய பிராட்டியை நோக்கினான் வந்தியத்தேவன்.

"என்ன இருந்தாலும் அத்தான் கரங்கள் முரட்டுத்தனம் உடையனவல்லவா? அதனால் தான் அத்தையிடம் சென்று விட்டான்" என்று அருண்மொழி கூறிக்கொண்டே அருகில் வந்தார். பெரும் சிரிப்பொலி எங்கும் எழுந்தது. வந்தியத் தேவனைக் குசலம் விசாரித்துக்கொண்டிருக்கும் போது, மதுராந்தக சோழ தேவர் வருவது குறித்துக்கட்டியங் கூறப்படுவது கேட்டது.

மெல்ல இருபுறமும் இருவர் தாங்கிக்கொள்ள மதுராந்தகர் நடந்து வந்தார். குழந்தையின் முகங்கண்டு ஆனந்தங்

கொண்டார். வானதியின் அருகே சென்று அவள் நலன் விசாரித்தார். எல்லாரும் செம்பியன் மாதேவியாரின் வருகைக் காகக் காத்திருந்தனர். கண்டரன் மதுரன் பின் தொடரச் செம்பியன் மாதேவியார் நெற்றியிலே திருநீறு பளிச்செனத் துலங்க வந்து கொண்டிருந்தார். எல்லாரும் பயபக்தியுடன் ஒதுங்கி நின்று வழிவிட்டனர்.

குந்தவை குழந்தையை வானதியின் அருகில் கொண்டு படுக்கவைத்துவிட்டு நின்றாள். தாய்ப்பால் குடிக்கும் நேரம் செம்பியன் மாதேவியார் மஞ்சத்தின் அருகே சென்று தாயையும், சேயையும் ஆசீர்வதித்துத் திருநீறு எடுத்துக் குழந்தைக்கும், வானதிக்கும் அணிவித்து, அங்கிருந்தவர்க் கெல்லாம் கொடுத்து, "ஆடவல்லார் அருளால் இந்தக் குழந்தை கீர்த்தியுடன் விளங்குவான்" என்று ஆசீர்வதித்தார்.

அருண்மொழி, பாட்டியாரின் திருவடிகள் தொட்டு வணங்கி, "குழந்தைக்குத் தக்க பெயரைச் சூட்டியருள வேண்டும்" என்று வேண்டிக்கொண்டார். செம்பியன் மாதேவியார், சிறிது நேரம் கண்களை மூடிக்கொண்டு நின்று, பிறகு தன் பெயரன் கண்டரனை நோக்கி, "கண்டரா, ஞான சம்பந்தப் பெருமான் திருவாய் மலர்ந்தருளிய பதிகமொன்று பாடுவாயே, அதைப்பாடு" என்றார்.

கண்டரன் பாடி முடித்தவுடன் செம்பியன் மாதேவியார் வலக் கரத்தை ஆசிகூறும் பாவனையில் உயர்த்தி, "சிவ பக்தியில் சோழர் குலம் என்றும் சிறந்து நின்றிருக்கிறது. அன்பையும், அறத்தையும் காத்து வளர்க்கும் முன்னோரின் வழியில் இப்போது பிறந்திருக்கும் இந்தப் பாலகனும் உயர்ந்து விளங்க எல்லாம் வல்ல தியாகேசர் அருள்வார். மதுரமான குணமும், மொழியும், செய்கையும் கொண்டு உலகெலாம் ஆளவேண்டும் இவன். இவனை *மதுராந்தகன் என்று

★ பிறந்தவுடன் சூட்டப்பட்ட பெயர். 'மதுராந்தகன்' எனும் பெயர் கொண்ட அருண்மொழியின் மகன், இராசேந்திரன் என்ற பட்டப்பெயருடன் பிற்காலத்தில் சோழ நாட்டைச் சிறப்புற ஆள்கிறான். அதுவே ஒரு சுவையான வரலாறு. ஆசிரியரின் 'வந்தியத்தேவன் வாள்' 'கங்காபுரிக் காவலன்' வரலாற்றுப் புதினங்களில் காணலாம்.

அழைப்போம். பாட்டனார் பெயரும் அதுதான்'' என்று கூறினார்.

எல்லாரும் "ஆகா" என்று கூறி மகிழ்ந்தார்கள்.

"அருண்மொழித் தேவர் வாழ்க! வாழ்க!"

"இளவரசர் மதுராந்தகர் வாழ்க! வாழ்க!" வாழ்த்தொலி எங்கும் எழுந்தது.

உத்தம சோழர் எனும் பெயரும் மதுராந்தக சோழ தேவர் எனும் பட்டப்பெயரும் கொண்ட மன்னர் மதுராந்தகர் முகத்தில் பெருமிதம் குடிகொண்டிருந்தது.

"என் இதயத்தில் என்றுமே போற்றி மகிழும் என் சிறிய தந்தை மதுராந்தக சோழ தேவரின் திருநாமம் என் மகனுக்கு இடப்பட்டது நான் செய்த பூசா பலனேயாகும்... ஆன்றோரின் ஆசியும், ஆண்டவன் அருளும் இந்தச் சோழ நாட்டிற்கு என்றும் நின்று நிலவட்டும்" என்று உணர்ச்சிப் பெருக்கில் கூறினார்.

வெளியே மக்கள் கோஷம் வானைப் பிளந்தது. சபை மண்டபத்தில் காத்திருப்பவர்களின் ஆர்வம் கட்டுக்கடங்கா திருப்பதைக் காவலன் வந்து தெரிவித்தான். பொதுமக்கள் காண்பதற்காக இளவரசன் மதுராந்தகனை இளைய பிராட்டியார் அணைத்தபடியே எடுத்துச் சென்றாள். அங்கே மலர்கள் நிறைந்த மலர்க்காடோ என்று ஐயுறும் வண்ணம் தொட்டில் அலங்கரிக்கப்பட்டது. தொட்டிலிலே பிள்ளைத் தமிழ்பாடுவதற்கு ஏற்ற மதுராந்தகன் கொள்ளைச் சிரிப்புடன் குதூகலமாக விளங்கினான்.

மாளிகையில் வானதியின் அருகே எவரும் இல்லை. சுற்றுப்புறச் சூழ்நிலையின் மகிழ்ச்சி காரணமாக அவள் உள்ளத்திலும் வேதனை குறைந்திருந்தது. ஆனால் அவள் நெற்றியின் எதிரே யாரோ மெல்ல நடமாடுவது போன்ற ஒரு பிரமை. செவிகளின் அருகே ஏதோ பாடல் ஒலிப்பது போன்றும் பாதச்சலங்கை ஒலி கேட்பது போன்றும் உணர்ச்சி. ஆம்... ஆம்... பிரமையில்லை. அதோ யார்யார் யாரோ வருகிறார்களே... அந்தக் கூடத்தின் வாயிலின்

அசைந்தாடும் திரைச்சீலை மெல்ல அசைந்தது. இன்பவல்லி வந்து கொண்டிருந்தாள்.

அவள் அந்த வாய்ப்பையே எதிர்பார்த்திருந்தாள். மாமல்லபுரத்து முதியவருடனும், ஓவியர் வாகீசனுடனும் அவள் அன்று காலையே நந்திபுரம் வந்துவிட்டாள். வானதிதேவியைச் சந்தித்து மனம் விட்டுப் பேச வேண்டும் என்ற துடிப்புடன் அவள் அங்கு வந்தாள்.

அத்தியாயம் 34

மறந்துவிடு இன்பவல்லி!

வானதி படுத்திருந்த மஞ்சத்தருகே இன்பவல்லி மெல்ல நடந்து வந்தாள். இன்பவல்லியை முன்பே வானதிக்குத் தெரியும். ஆனால், தன் இதயம் கவர்ந்த இளவரசரின் அன்புக்குப் பாத்திரமானவள் என்று அவளுக்கு முன்பு தெரியாது. முல்லைத்தீவின் மோகனாங்கி என்பது இப்போது தெரியும்; முன்பு தெரியாது. இப்போது அவள் அறிந்தது, கடல் கடந்து வந்த அந்தக் குமரியைத் தேடி இளவரசர் சென்றார் என்பதுதான். அவளுக்கும் அவருக்கும் என்ன தொடர்பு? சிறந்து நாட்டியமாடும் அவள் கலைத்திறமையில் இளவரசர் மனத்தைப் பறி கொடுத்தாரா? அல்லது அவள் அழகு வடிவத்தில் இதயத்தை நெகிழவிட்டாரா?

வானதிக்கு ஒன்றும் புரியவில்லை. அவள் தானே மாமல்ல புரத்துக் கடற்கரையிலிருந்து இன்பவல்லியைத் தேடிக் கண்டுபிடித்து அழைத்து வந்தாள்? அவளை அழைத்து வராமல் இருந்திருந்தால், இளவரசரின் கண்களில் அவள் தென்பட்டிருக்க மாட்டாள். தென்படாதிருந்தால் இளவர சருக்கு மீண்டும் பழைய நினைவு வந்திருக்காது. ஹூம்... வானதி பெருமூச்சு விட்டாள்.

பெருமூச்சு அவள் உடலைச் சிலிர்க்கச் செய்தது. அவள் விழிகள் இங்கும் அங்கும் மீன்போல் நீந்தாமல் நாரைபோல்

தவம் செய்தன. இன்பவல்லி வருகிறாள். இங்கு ஏன் வருகிறாள்? ஏன், ஏன், ஏன் என்று உரக்கக் கத்தவேண்டும் போலிருந்தது.

இன்பவல்லி நெருங்கி வந்து கொண்டிருந்தாள். கால் தண்டை ஒலி எழுப்பியது. அந்தக் கூடத்து மேல் விதானத்து அழகை அவள் கவனிக்கவில்லை. பளபளவென்று மின்னும் மரத்தூண்களை அவள் ஏறெடுத்துப் பார்க்கவில்லை. சுற்றுச் சுவர்களிலே வண்ண ஓவியங்கள் தீட்டப்பட்டிருப்பதையும் காணவில்லை. தரையிலே விசித்திரக் கோலங்கள் போடப் பட்டிருப்பதும் அவள் கண்களில் படவில்லை. அவள் இளவரசி வானதியை அறிவாள். சோழநாட்டு இளவரசர் வருங்கால மன்னர் கரம்பிடித்த அந்தப் பாக்கியசாலியை நினைக்கும் போதெல்லாம் இன்பவல்லியின் இதயம் நிறைவு பெறும். வானதிதேவி முற்பிறவியில் பெரும் புண்ணியம் செய்திருப்பாள். அதனால்தான் இளவரசரின் அன்புக்குப் பாத்திரமானாள். அவருக்கு மாலையிட்டாள். இதோ! அழகுக் குழந்தையையும் பெற்றெடுத்து விட்டாள். இதைவிட இந்த உலகில் வேறு உயர்ந்த இன்பம் என்ன தேவையிருக்கிறது? அத்தகைய பாக்கியவதியை ஒருமுறை வானதி தேவியைச் சந்தித்து விட்டுச் செல்லலாம் என இன்பவல்லி வந்தாள். தஞ்சை மாநகர் வந்த பிறகு தான் நந்திபுரத்துக் கோலாகலம் இன்பவல்லிக்குத் தெரியவந்தது.

இன்பவல்லியும், ஓவியர் வாகீசனும், முதியவரும் அஜந்தா யாத்திரைக்கு வேண்டிய ஏற்பாடுகளுடன் தஞ்சை வந்தடைந் தார். அங்கே அருண்மொழி இல்லாததோடு அனைவரும் நந்திபுரம் சென்றிருக்கும் செய்தி அறிந்தவுடன், அங்கே செல்வதா, தஞ்சையிலேயே தங்கியிருப்பதா என்று யோசித்துக்கொண்டிருந்த போது இன்பவல்லி, நந்திபுரம் செல்லவேண்டும் என்று வற்புறுத்தினாள்.

வாகீசனும் முதியவரும் அந்த நகரத்தில் காண வேண்டிய வர்களைக் காண்பதற்காகவும், சிற்ப சித்திரத்தில் ஆலோசனை செய்ய வேண்டியதற்காகவும் தஞ்சையிலே தங்கினர். தஞ்சையினின்று நந்திபுரம் செல்ல, மக்கள் கூட்டத்தோடு கூட்டமாக நந்திபுரம் நோக்கிச் சென்றடைந்தாள் இன்பவல்லி.

இன்பவல்லி வந்தபோது மாளிகையில் வானதி தனியே இருந்தாள்.

'இன்பவல்லி ஏன் வருகிறாள்? இங்கே இளவரசரைச் சந்திக்க வந்துவிட்டாளா?' என்று வானதி எண்ணினாள். இங்கே சந்தித்து இளவரசரின் மனத்தை மாற்றி விடுவாளோ?

''யார்... யார்...'' வானதியின் உதடுகள் முணுமுணுத்தன.

இன்பவல்லி மெல்ல வானதியின் இருப்பிடம் அணுகினாள். ஒருகணம் அவளை இமைக்காமல் பார்த்தவாறு நின்றபிறகு, கைகளைக் கூப்பி, ''தேவி என்னைத் தெரியவில்லையா? நான்தான் அபாக்கியவதி இன்பவல்லி'' என்றாள்.

''அபாக்கியவதி, அபாக்கியவதி'' இன்பவல்லி அபாக்கிய வதியா? ஏன் இப்படிச் சொல்கிறாள்? சகல பாக்யமும் கொண்டு திகழும் அவள் ஏன் இப்படிச் சொல்கிறாள்? வானதி இமைகொட்டாமல் இன்பவல்லியை நோக்கினாள். முகத்தில் பாய்ந்திருந்த ரத்தமெல்லாம் சட்டென்று சுண்டிவிட்டது போன்ற ஓர் உணர்ச்சி ஏற்பட்டது. விழிகள் கொஞ்சங் கொஞ்சமாக வெளியே வருவதுபோல் தோன்றின.

வானதி ஏதும் பேசாமல் தன்னையே விழித்து நோக்கு வதைக் கண்ட இன்பவல்லி, தன்னை அடையாளம் கண்டு கொள்ளாமல் தான் இளவரசி வானதிதேவி அப்படித் திகைக்கிறாள் என்று நினைத்து, ''தேவி! என்னைத் தெரிய வில்லையா? மாமல்லபுரத்துக் கடற்கரையிலே வெண்மதியை நோக்கி மனக்கோட்டைகள் கட்டி, அம்புலியைப் பிடித்து விடுபவள்போல் ஆடிக் கொண்டிருந்தேனே, தாங்களும் இளையபிராட்டியும் வந்தீர்கள். எனக்கும் அன்பு ஆதரவு அப்போது தேவையாக இருந்தது. தங்களுடன் காஞ்சி அரண்மனைக்கு வந்து சேர்ந்தேன். தேவி! இப்போதுகூட என்னைத் தெரியவில்லையா தங்களுக்கு...?'' என்றாள்.

வானதிக்குப் பழைய சம்பவங்கள் மெல்ல நினைவுக்கு வந்தன. காஞ்சி மாளிகை அவள் கண்ணெதிரே தோன்றியது. இளைய பிராட்டியின் மனத்துயர் தீர்ப்பதற்காக அங்கே வந்து தங்கியவளுக்குக் கடல் கடந்து சென்றிருந்த அவள் நாயகன் அருண்மொழியைப்பற்றித் தெரியாதிருந்தது. இளவரசரை

நன்றாக அறிந்த இன்பவல்லி அருகேயே இருந்திருக்கிறாள். அவள் இளவரசருடன் பழகிய செய்தி வானதிக்குத் தெரியாது. என்ன ஆச்சரியம்! இன்பவல்லி அந்த மாளிகையில் இருக்கும் போதே அருண்மொழி மாறு வேடத்தில் வந்துவிட்டார். சீனத்து வணிகர் வேடத்தில் வந்தார். தான் கடல் கடந்து பல நாடுகளுக்குச் சென்று வந்தவற்றைப்பற்றிக் கதை கதையாகக் கூறினார். அந்த மாளிகையில் மூன்று நான்கு நாட்கள் தங்கிய அந்த இரவின் இன்ப நினைவுகள் வானதிக்கு இப்போதும் சுவைத்தன. அந்த நாள் இனி எப்போது வரப்போகிறது? அழகிய மகவைப் பரிசாக அளித்த அந்த இனிய சுபவேளை இனி மீண்டும் திரும்பி வரப்போகிறதா? பிரிந்தவர் கூடினால் இனிப் பேசவும் வேண்டுமா என்று அவருடன் பேசாமலே இருந்து விட்டோமே எவ்வளவோ அவரைக் கேட்டிருக்கலாம்.

'அவர் காஞ்சி மாளிகையிலிருந்து புறப்பட்டார். நாமும் தான் உடனே புறப்பட்டுவிட்டோம். அதற்குப்பிறகு இளவரசரைச் சந்திக்க வாய்ப்பே ஏற்படவில்லை. ஆனால் இன்பவல்லி...? இதோ இந்த நாட்டியப் பெண் அவரைச் சந்திக்கிறாள். அத்தகைய பாக்யம் பெற்ற அவள், ஏன் தன்னை அபாக்கியவதி என்று கூறிக்கொள்கிறாள்? எனக் காகக் கூறப்படும் பாசாங்குச் சொற்களா? இவள் மிகவும் பொல்லாதவளாக இருப்பாள் போலிருக்கிறதே...!'

தன்னையே இமைக்கொட்டாமல் பார்த்துக்கொண்டு ஏதும் பேசாதிருந்த வானதியை நோக்கி, மேலும் பேசினாள் இன்பவல்லி. "நாம் அனைவரும் அப்போது தஞ்சைக்குப் புறப்பட்டு விட்டோம் என்று நினைக்கிறேன். தங்களுக்கும், இளைய பிராட்டியாருக்கும் என் இசையின் மீதும் நாட்டியத்தின் மீதும் மிகவும் ஆசை ஏற்பட்டது என நினைக்கிறேன், அங்கெல்லாம் தங்களைச் சந்தித்துப் பேச என்னால் முடியவில்லை. தஞ்சைக்கு இளவரசர் திரும்பி வருகிறார் எனும் செய்தி காட்டுத் தீ போல் பரவியது. மாளிகையிலும் எதிர்பார்ப்பு. அப்போது எனக்கு ஏதும் தோன்றவில்லை. மாளிகை மேல் மாடத்திலே மற்றவர் களுடன் நின்று கோலாகலமான வரவேற்பைப் பார்த்துக் கொண்டிருக்கும் போது நான் மிகவும் பரபரப்படைந்தேன்...

எதற்காக இவற்றையெல்லாம் தங்களிடம் கூறுகிறேன்? நான் அதற்காகவா இங்கு வந்தேன்? தங்களை நேரே கண்டு விடைபெற்றுப் போக வந்தேன்... என்னைத் தங்களுக்கு நினைவில்லையோ என்றுதான் ஏதோ பழைய கதைகளைச் சொல்லத் தொடங்கினேன்..." என்று கூறி நிறுத்தினாள்.

வானதிக்கு அவள் சொல்வதையெல்லாம் கேட்டுக் கொண்டே இருக்கவேண்டும் போலிருந்தது. இவ்வளவு நேரம் மௌனமாயிருந்தவள், இப்போது இன்பவல்லியை நோக்கி, "சொல் இன்பவல்லி! சொல், ஏன் நிறுத்திவிட்டாய்? தஞ்சையில் நடந்த அந்தக் கோலாகல வரவேற்பைப்பற்றிச் சொல்லு. அன்று நான் பூரணமாக அந்தக் காட்சியைக் கண்டேனா என்று நினைவில்லை. நீ எங்கே இருந்தாய்?" என்று கேட்டாள்.

இன்பவல்லியின் முகம் மலர்ந்தது. இளவரசி வானதிதேவி உண்மையிலேயே வரவேற்பு வைபவத்தைப் பற்றி அறிய விரும்புகிறாள் என்ற உற்சாகத்துடன் கூறத் தொடங்கினாள்.

தாரை, தப்பட்டை ஒலிகளைப் பற்றிக் கூறினாள். மக்கள் மலர்மாரி தூவியதைக் கூறினாள். அருண்மொழியின் மீது மக்களுக்குள்ள ஆர்வம் அவர்கள் முகத்தில் பிரதிபலித்தது என்று உற்சாகத்துடன் கூறினாள். யானை அசைந்து வந்த அழகையும், அதன்மீது முழுமதி உதயமாகியதைப் போல் இளவரசர் அமர்ந்திருந்ததையும் விவரித்தாள். அவள் உற்சாகம் கரைபுரண்டது. அபிநயத்துடன் ஒவ்வொரு சொல்லையும் அவள் கூறும்போது அவள் முகத்தில் பெரும் ஒளி வீசியது.

"பட்டத்து யானையில் அமர்வதற்கு அவர் ஒருவருக்குத் தான் தகுதியுண்டு என்பதைத் தெரிந்து கொண்டேன். ஆனால் அந்தப் போதில் என் உள்ளத்தில் இருந்த உணர்ச்சிகள் பொங்கின. இதயமே ஒரு நொடியில் நின்றுவிட்டதுபோல் தோன்றியது. நான் யாரைத் தேடித் தன்னந்தனியாளாய்க் கடல் கடந்து வந்தேனோ அவரை யானையின் மீது கண்டேன்.

முல்லைத் தீவில் எனக்கு முதல் கைகொடுத்து ஆடியவர், தன்னை ரத்தின வியாபாரி என்று அறிமுகப் படுத்திக்

கொண்டிருந்தார். ரத்தின வியாபாரியா அல்லது அவரைப் போலச் சோழநாட்டு இளவரசர் தோற்ற முடையவராயிருக் கிறாரேயென்று நான் கண்களை நன்றாக மலர விழித்துப் பார்த்தேன். அவரேதான், அவரேதான்.

விரைவில் திரும்பி வருவதாக என்னிடம் வாக்களித்து விட்டு, ரத்தினக்கல் ஒன்றையும் அன்பின் அடையாளமாகக் கொடுத்தார். அவரைத் தேடித்தானே அந்த அடையாளத்தைத் திருப்பிக்கொடுக்க வந்தேன்... அவர் யானையின் மீது இப்போது வந்தார். பட்டாடை அணிந்திருந்தார். பதக்கமும் மாலையும் பாங்காய்ப் பூண்டிருந்தார். கட்டான உடல் வலிமையைத் திரண்ட தோள்கள் எடுத்துக் காட்டின. அவரை என்னால் அதிக நேரம் காணமுடியவில்லை. அதற்குள் பலர் என்னைத்தள்ளிக் கோலாகலமான அந்த வரவேற்பைக் காண முயன்றனர்... பெரிய பழுவேட்டரையர் மகள் பஞ்சவன் மாதேவிக்கு இளவரசரைக் காணுவதில் மிகுந்த ஆர்வம் இருந்தது..." இன்பவல்லி சொல்லிக்கொண்டே போகும் போது, வானதியின் இதயத்தை யாரோ முறுக்குவது போலிருந்தது.

"பட்டாடை அணிந்திருந்தார். உடல் வலிமையைத் திரண்ட தோள்கள் எடுத்துக் காட்டின..." எனும் இன்ப வல்லியின் சொற்கள் அவள் செவியில் ரீங்காரமிட்டன. இளவரசரைப் பற்றி அவள் வர்ணனையின் ஒவ்வொரு சொல்லும் அவள் இதயத்தில் வேதனையை வளர்த்தன. அப்போது வேதனை வானதிக்கு வேண்டியிருந்தது.

"யானை மீது இருக்கும் இளவரசரின் அங்கலாவண்யம் எப்படி அவ்வளவு தெளிவாக உனக்குத் தெரிந்தது?" என்று வானதி கேட்டாள்.

இன்பவல்லிக்கு ஏனோ குதூகலம் பொங்கியது. உடலைக் குலுக்கி உற்சாகம் தெரிவிக்க ஆடவேண்டும் போலிருந்தது. அது அரசியின் மாளிகை. அங்கே ஆடுவதா? என்றாலும் சிறு குழந்தையைப்போல் தட்டாமாலை சுற்றி, "ஆகா! நான் ரத்தின வியாபாரியின் கம்பீரமான தோற்றத்தை அறிவேன். அவரது அகன்ற தோள்களை அறிவேன்; நீள் கரங்களை அறிவேன்; அவர் சொற்களில் உள்ள இனிமை; ஆகா! அதை

என்னென்று சொல்வேன்? என் பாடலைப் பாராட்டினார் அவர். என் ஆடலைப் பாராட்டினார் அவர். ஆனால் திரும்பவும் அவரைப் பாராட்ட எனக்கு வாய் வரவில்லையே! பேதை இப்போது நினைத்து வேதனைப்படுகிறேன்'' என்றாள்.

"என்ன நினைத்துக் கொள்கிறாய்?"

வானதி கேட்டவுடன், இன்பவல்லி பெருமூச்சுவிட்டு, "என்ன நினைத்துக்கொள்கிறேன் என்று எதைச் சொல்வது? எப்படிச் சொல்வது? முழுமதி காய்ந்த நாளிலே கடற்கரை யோரத்தே நானும் அவரும் அமர்ந்திருந்து மௌன மொழியில் காலாகாலத்துச் செய்திகளைப்பேசினோமே அதை நினைத்துக் கொள்வதா…'' என்று கூறுவதற்குள் வானதி இடைமறித்து, "ஆமாம் இன்பவல்லி! நீ மிகவும் நல்ல பெண்; ஆடலரசி; இசைவாணி; நான் ஒன்று கேட்கிறேன்; நீ ஒளிக்காமல் சொல்வாயா? நான் கேட்கிறேன் என்று வருத்தமுற்று இங்கிருந்து போய்விடுவாயா?'' என்று கேட்கவும், இன்பவல்லி குழந்தையைப் போல் நெளிந்து, "தேவி! உங்களைப் பார்க்க வந்தபோதே உங்கள் கேள்விகளுக் கெல்லாம் மறுமொழி கூறவேண்டும் எனும் நோக்கத்துடன் தானே வந்தேன்? நீங்கள் கேட்பவற்றுக்கு விடை கூறினால், நீங்கள் அதை இளவரசரிடம் கூறுவீர்கள். நானே அவரிடம் நேரிடையே கூறமுடியாத வற்றையெல்லாம் உங்களிடம் கூறலாம்… கேளுங்கள் தேவி! கேளுங்கள்!'' என்று கூறினாள்.

வானதி ஒருகணம் மௌனமாயிருந்தாள். பிறகு, "இன்ப வல்லி! முல்லைத் தீவிலே எவ்வளவோ இளம் பெண்கள் இருந்தார்களல்லவா? உன்னைப் பார்த்தவுடன் இளவரசருக்கு ஏன் அன்பு பிறந்தது? உன்னிடம் அவர் எவ்வாறு பழகினார்?'' என்று கேட்டாள். இப்படிக் கேட்டுவிட்டாளே தவிர, பிறகு, ஏன் கேட்டோம் என்று தோன்றியது. இதயம் படபடவென்று அடித்துக்கொண்டது. இளவரசரை நாம் சந்தேகப்படுகிறோமோ? இன்பவல்லி என்ன கூறப் போகிறாளோ என்ற பயத்துடன் வானதி இன்பவல்லியை நோக்கினாள். பார்வையிலே பலி ஆட்டின் பரிதாபமிருந்தது.

இளவரசருக்கும் தனக்கும் காதலில்லை என்று அவள் சொல்லிவிடக்கூடாதா?

இன்பவல்லி அப்படிச் சொல்லவில்லை.

''தேவி! முல்லைத் தீவில் வாழ்ந்த கள்ளங் கபடமறியாத பேதைப் பெண் நான். ஆனால், தலைவணங்கிப் பணியாத குணமுள்ளவள். அந்தத் தீவில் எத்தனையோ இளைஞர்கள் என் விழிகளின் சீற்றத்துக்கு இரையாகிப் பொசுங்கியிருக் கிறார்கள். என்னை நெருங்க எவருக்கும் ஒருவித அச்சம்தான். குரவைக் கூத்திலும் சரி, வேலன் வெறியாட்ட விழாவிலும் சரி, எந்த ஆண்மகனும் என் அருகே வரவே அஞ்சுவர். அன்றொரு நாள், கலம் ஒன்று முல்லைத்தீவை அணுகியது. அந்தக் கலத்தினின்றும் பலர் இறங்கித் தீவிற்குள் வந்தனர். வியாபாரி வேடத்துடன் வந்த இளவரசர், விழியிலே காந்த சக்தியுடன் வந்தாரோ என்னவோ, முதற் பார்வையிலேயே அவரை எனக்குப் பிடித்து விட்டது. அவர் என்னுடன் முதற் கை கொடுத்தபோது என் உடலில் புதுவித உணர்ச்சி தோன்றியது.

அவரும் நானும் தனியே சந்தித்தோம். அருவிக் கரையிலே, கடற்கரையிலே, பூஞ்சோலையிலே, நேரம் செல்வது தெரியாது வீற்றிருந்து பேசினோம். சங்குமுக யாழை நான் மீட்டினேன். அவர் பாடினார். அவர் ஆடினார்; நான் ஆடினேன். பாட்டும் ஆட்டமும் இல்லாத வேளையிலே இருவரும் ஒருவர் முகத்தை ஒருவர் பார்த்துக்கொண்டிருந் தோம். என் அழகை அவர் பாராட்டினார்; நான் வெட்கி னேன். நிலவு உதித்து நடுவானில் வந்து, மேல் திசையில் சாய்ந்து மறைந்து, இருள் மீண்டும் உதயமாகும் வரை நாங்கள் சோலையிலே வீற்றிருந்தோம்...'' இன்பவல்லி கூறிக்கொண்டே போகும்போது வானதிக்கு வேதனை அதிக மாகியது. உடல் முழுவதும் ரத்தம் குதித்தோடுவதுபோல் தோன்றியது. இன்பவல்லி கரங்களைப் பற்றித் தரதரவென்று இழுத்து, மயக்கம் வரும்வரை சுற்றித் கீழே தள்ளிவிட வேண்டும் போன்ற ஆவேசம் எழுந்தது.

''நிலவு மறைந்து இருளில் நீங்கள் என்ன செய்தீர்கள் என நான் கேட்கவில்லை. பிறருடைய பொருள் என்று அறிந்தும்

அபகரித்த உனது கள்ள மனப்பான்மையினால் எழுந்த கபட நாடகத்தைக் கேட்கவில்லை. உன்னுடன் இளவரசர் கொண்ட உறவு எத்தகையது என்பதைச் சொல்லு. நீ அவர் மீது காதல் கொண்டாயா? பெண்ணாகப் பிறந்துவிட்டால் உடனே காதலிக்க வேண்டும் எனும் நியதியா? சொல்லு இன்பவல்லி, சொல்லு'' வானதியால் பேச முடியவில்லை. மூச்சு வாங்கியது. ஆவேசம் வந்தவள்போல் உடல் படபடத்தது. படுக்கையினின்றும் எழுந்திருந்துவிட்டாள். கால்கள் தள்ளாடின.

சபை மண்டபத்திலே குழந்தை மதுராந்தகனை அனைவரும் கொஞ்சி, வாழ்த்தி, களிபொங்கும் வேளையிலே, வானதி கலங்கி, வேதனையுற்று, உளம் நொந்து ஆத்திரமும் ஆவேசமும் பொறாமையும் சீற்றமும் ஏமாற்றமும் சேர இன்பவல்லியை நோக்கிக் கேட்கையில், இன்பவல்லி சற்று மமதை மிக்கவளாய்க் கூறினாள்:

''தேவி! உங்களுக்கு ஏன் இவ்வளவு கோபம் வருகிறது? பிள்ளையைப் பெற்ற பச்சை உடம்புடன் நீங்கள் இப்படி ஆவேசம் கொள்ளலாமா? நான் உண்மையைக் கூறினேன்; கூறுகிறேன். சோழ நாட்டின் இளவரசர் என்று முதலில் நான் அறியேன். காதலுக்கு ஏற்றத்தாழ்வு கிடையாது. மன்னர் என்றும் மன்னுயிர் என்றும் அது பேதம் பார்க்காது. கறுப்பு என்றும் வெளுப்பு என்றும் வித்தியாசம் பாராட்டாது. காதலுக்கு விதை தேவலோகத்தில் விதைக்கப்படுகிறது. ஆறுமுகப் பெருமானின் பன்னிரு கரங்களில் ஒரு கரம் காதலர்க்கு நன்மையளிக்கும் தொழிலைச் செய்கிறது என்று இலக்கியம் கூறுவதை நீங்கள் கேட்டதில்லையா? இளவரசர் என்று அறிந்திருந்தாலும் முல்லைத்தீவிலே அந்தப் போதில் அவரைக் கண்டவுடன் நான் காதல் கொண்டுதானிருப்பேன்.

அவர் என் விழிவழியே இதயத்தில் புகுந்தார். இதயத்தில் புகுந்த அவரைத்தெய்வமாகப் பூசித்தேன். என் தெய்வத்தைத் தேடி உறுதியுடன் சோழநாடு வந்தேன். அவரை எங்காவது தேடிக்கண்டுபிடித்து விடலாமென்று வந்தேன். அவரை யானைமீது முதன் முதலில் கண்டேன். ஆனால் வேறொரு பெண் அவள் மீது உயிராக இருப்பதை அறிந்தேன். அவள்

இதயம் நோகச்செய்ய நான் விரும்பவில்லை. கடவுளருளால் நான் பிரிக்கப்பட்டேன். ஆனால், என் தெய்வம் மீண்டும் என்னைத் தேடி வந்தது..."

இன்பவல்லி பேசிக்கொண்டே போனாள். ஆனால் வானதியின் செவிகளில் பிற்பகுதி விழவில்லை. அவள் செவியில் எங்கோ குமுறும் எரிமலையின் ஓசைகேட்டது. பல கோடி நூறாயிரம் மேகக்கூட்டங்கள் ஒன்றோடொன்று மோதிப் பளிச்சிட்டன. பளிச்சென்ற வெளிச்சத்திற்குப் பிறகு இருட்டு! ஒரே காரிருள்! அவள் தலை சுழன்றது. அவள் ஏதோ பேச முயன்றாள். நெஞ்சிலே இருந்து வார்த்தை வெளியே வரவில்லை. 'போதும் இன்பவல்லி! போதும் இன்பவல்லி! என்று கூவ முற்பட்டாளா? இல்லை 'என் வாழ்வைக் கெடுக்கவந்தவளே இங்கிருந்து போ' என்றாளா? 'என் உயிரைக் காப்பாற்றுவதற்காக அவரை நீ மறந்துவிடு' என்றாளா? அல்லது 'இளையபிராட்டி இளையபிராட்டி' என்று அபயக்குரல் எழுப்பினாளா? அவள் குரல் வெறும் ஓலமாக எழுந்தது. அதற்கு மேல் அவளால் பேசமுடிய வில்லை. நாளங்கள் யாவும் வெடித்து விட்டனபோல் தோன்றவே, அவள் தள்ளாடித் தள்ளாடிச் சிறிது நடந்து மஞ்சத்தருகே சென்றாள். தொப்பென்று பஞ்சணையில் விழுந்தாள்.

ஆனால், அவள் நெஞ்சிலிருந்து புறப்பட்ட ஓலம் எவ்வளவோ பேர் செவிகளில் வீழ்ந்திருக்கவேண்டும். சேடிகள் ஓடிவந்தனர். பாங்கிகள் பறந்து வந்தனர். இவ்வளவு நேரம் அவர்கள் எங்கே சென்றிருந்தனர்? கூடிக் கூடிக் குழந்தை பிறந்த வைபவத்தைப் பற்றிப் பேசப்போய் விட்டார்களோ?

சபை மண்டபத்தில் இருந்த இளையபிராட்டிக்கு ஏதோ சட்டென்று தோன்றியது. அந்த எண்ணம் ஒரு நொடியில் தோன்றியதன்று. இளங்காலையில் வானதியின் இருப்பிடத்திற்கு இளையபிராட்டி வந்து கொண்டிருந்த போது, இன்பவல்லி மாளிகையை எதிர்த்த கொடி மண்டபத்தில் அமர்ந்திருந்ததைக் கண்டுவிட்டாள். அதே மண்டபத்தில்தான் அவளும் வந்தியத் தேவனும் அமர்ந்து

பொழுதுபோவது தெரியாமல் பேசிக்கொண்டிருந்தனர். இன்ப வல்லி அங்கே அமர்ந்திருப்பதைக் கண்டவுடன் இளைய பிராட்டிக்கு ஒருகணம் ஆச்சரியமாயிருந்தது. இன்பவல்லி தானா அவள் என்று சற்று நின்று கவனித்து அவளை நோக்கிச் சென்றாள்.

இளையபிராட்டி எதிர்பாராமல் அங்கு வந்ததைக் கண்டவுடன் இன்பவல்லிக்கு மகிழ்ச்சி தாங்கவில்லை. என்ன பேசுவது என்று கூடத் தோன்றவில்லை. ஆனால் இளைய பிராட்டி அவள் திகைப்பைப் போக்கி, மௌனத்தைக் கலைத்தாள்.

"இன்பவல்லி! எப்போது வந்தாய்?" என்று அவள் நலன்களை விசாரித்துவிட்டு, அவள் காணாது போனது முதல் தான் மிக வருந்தியிருந்ததையும், தீயவர்கள் கரங்களில் சிக்காமல் திரும்பி வந்தது பற்றி மகிழ்ச்சி தெரிவித்து விட்டு, இன்பவல்லி பேசுவதற்கு முன்பே, திடீரென்று, "இன்பவல்லி! என் இளவல் என்னிடம் யாவற்றையும் தெரிவித்தான். முல்லைத்தீவில் என் இளவலைச் சந்தித்ததைப்பற்றி நீ என்னிடம் ஏதும் கூறவில்லையே!" என்று கேட்டாள்.

இன்பவல்லி பெருமூச்சுடன், "நானே பிறகுதானே அறிந்தேன் தேவி? நான் தங்களிடம் கூறுவதால் இன்னும் எல்லாருக்கும் வேதனைதான் வளரும். என்ன இருந்தாலும் அவர் இளவரசர். நான் சாதாரணப் பெண். அவரை முன்பே மணந்திருக்கிறாள் ஒரு மங்கை. மற்றொருத்தியின் மனத்தில் அவர் குடிகொண்டிருக்கிறார். இதனிடையில் எனக்கு இடமேது? அதனால் நான் அமைதியாக விலகிவிட முடிவு செய்தேன். அஜந்தா பயணமாகிறார்கள் இருவர். அவர் களுடன் நானும் செல்ல எண்ணங்கொண்டேன். அதற்கு வேண்டிய வசதிகளைச் செய்து கொடுக்குமாறு இளவரசரைக் கேட்டுக்கொள்ள நான் வந்தேன். அவர்களுடன் செல்ல எனக்கும் அனுமதி கொடுக்குமாறு கேட்க நான் வந்தேன். இளவரசிக்குத் திருக்குமாரன் பிறந்திருக்கிறான் எனும் செய்தி கிடைத்தது. அந்த அழகிய குழந்தையை இளவரசரின் மறு உருவைக் காணலாம் எனும் ஆவலில் வந்தேன்" என்று கூறினாள்.

"என்னிடம் சொல்லிக்கொண்டு போவதற்காக வரவில்லையா? நான் உனக்கு ஓர் இடரும் செய்யவில்லையே இன்பவல்லி!"

"ஐயோ, அப்படியெல்லாம் நினைக்காதீர்கள். தங்களைக் காணாமல் என்னால் இருக்க முடியுமா? ஆனால் எனக்கு நீங்கள் இடர் செய்யவில்லை என்று என்னால் ஒப்புக் கொள்ள முடியாது."

"இன்பவல்லி!"

"ஆமாம், என்னை ஏன் நீங்கள் மாமல்லபுரத்திலிருந்து அழைத்து வந்தீர்கள்? அனாதையாகவே காலங்கழித்திருப்பேன். இளவரசரைச் சந்தித்திருக்கமாட்டேன். எனது கனவுகளைச் சிதற அடித்திருக்க மாட்டேன்."

"அப்படிச் சொல்லாதே இன்பவல்லி! உனக்குக் கைவரப் பெற்றிருந்த அற்புதமான கலையின்மீது எனக்கு மோகம். உன்னைச் சோழநாட்டின் கலையரசியாக்க நான் எண்ணினேன்."

"முடியும். உங்களால் முடியும். நீங்கள் மனது வைத்தால், அரசியாக்குவீர்கள். மனது வைத்தால்..."

"சொல்லு இன்பவல்லி, சொல்லு. நான் மனது வைத்தால் பிரித்துவிடுவேன் என்றுதானே கூற வருகிறாய்? நீயே தைரியமாகச் சொல்லேன். நான் கோபப்பட மாட்டேன். சொல்லு இன்பவல்லி. இளவரசர் உன்மீது காதல் கொண்டிருப்பது உண்மைதானா?"

இளையபிராட்டி இப்படிக் கேட்டதும் இன்பவல்லிக்குத் துக்கம் பொங்கி வந்தது. தன் தாய் கூறிய வார்த்தைகள் அவள் செவிகளில் ஒலித்தன. 'காதலுக்கு அந்தஸ்து வேற்றுமை கிடையாது. ஆனால் அந்தஸ்து காதலைப் பிரித்து விடும். அதுவும் அரச குடும்பத்தவர் மீது காதல் கொண்டால் எதையும் தாங்கும் இதயம் கொண்டிருக்க வேண்டும்?' என்ற சொற்களை அவள் இப்போது மீண்டும் நினைத்தாள். விம்மும் குரலில் அவள் கூறினாள்:

"தேவி! இப்போது நான் ஆயிரம் கூறினாலும் என்ன பயன்? இளவரசரை மறக்க வேண்டிய நிலையில்

நானிருக்கும் போது பழைய சம்பவத்தையும், நிலையையும் உறுதிப் படுத்துவதில் என்ன பலன் இருக்கிறது?''

இளையபிராட்டி வியப்புடன், ''இளவரசரை நீ மறந்து விடப் போகிறாயா? நல்லது இன்பவல்லி! நல்லது. விவேகம் தெரிந்த பெண். நீ கலைக்குத் தொண்டு செய்யப் பிறந்தவள் என்பது உன் முகத்தைப் பார்த்தவுடனே தெரிகிறது. அஜந்தாவுக்குச் செல்லப் போகிறேன் என்றாயே, அது நல்ல முடிவு. நான்கூடக் கேள்விப்பட்டிருக்கிறேன். அஜந்தாவில் அழகிய ஓவியங்கள் தீட்டப்பட்டிருக்கின்றனவாம். அவை அழியாத வண்ணங்களுடன் உயிர்த்துடிப்புடன் விளங்கு கின்றனவாம். நீயும் அவற்றைக் கண்டு வந்தால், பிறகு ஒருபோது தஞ்சையிலே அற்புத ஓவியங்களைப் படைக்க உதவியாக இருக்கும். நான் இப்போதே உங்கள் பயணத்துக்கு வேண்டிய ஏற்பாடுகளைச் செய்யச் சொல்கிறேன். இதற்காக நீ அருண்மொழியைச் சந்தித்துப் பிரமாதப் படுத்த வேண்டுமா! அவனுக்கு இனி ஏராளமான பணிகள் இருக்கின்றன.

சோழநாட்டிற்குத் துரோகம் செய்த பெரும் சதிகாரர்களைச் சிறை செய்து கொண்டு வந்திருக்கிறார்கள். அவர்களை விசாரிக்க நியாயசபை கூடும். இளவரசருக்கும் முடிசூட்டு விழாவிற்கு நாள் குறிப்பிட்டிருக்கிறார்கள். அதற்கான ஏற்பாடு களைச் செய்யும் பணிகள் ஏராளம்; ஏராளம். இந்தச் சமயத்தில் உங்கள் பயணம் தடைப்படக்கூடாது. அங் கெல்லாம் மாரிக்காலம் தொடங்கும் முன்பு நீங்கள் சென்றுவிட வேண்டும். நீ உடனே தஞ்சைக்குத் திரும்பு... உன்னுடன் அதிகாரி ஒருவரை அனுப்புகிறேன். அவர் தஞ்சையில் தங்கியிருந்து வேண்டிய உதவிகளைச் செய்து கொடுப்பார். அஜந்தாவுக்கு உன்னைச் சிவிகையில் அமர்ந்து செல்லச் செய்கிறேன். இரண்டு குதிரைகளைக் கொடுக்கிறேன்; ஏராளமான பொருட்களைக் கொடுக்கிறேன். புறப்படு இன்பவல்லி'' என்று கூறினாள்.

இன்பவல்லி தலையசைத்தாள். அவள் கண்களில் நீர்த்துளிகள் முத்துப்போல் கோர்த்து நின்றன. இளைய பிராட்டி மெல்லப் புறப்பட்டாள். பிறகு திரும்பி வந்து,

"இன்பவல்லி! நான் உன்னை ஒன்று வேண்டிக் கொள்கிறேன். அதை நிச்சயம் நிறைவேற்றுவாயா?" என்று கேட்டாள்.

இன்பவல்லி கண்களைத் துடைத்துக்கொண்டு, "ஆகட்டும் தேவி, அப்படியே செய்கிறேன்" என்றாள்.

"நீ எக்காரணங் கொண்டும் புறப்படுவதற்கு முன்பு இளவரசரைச் சந்திப்பதில்லை என்று உறுதி கொடுப்பாயா?" என்று கேட்டாள். இன்பவல்லியின் இதயத்தை யாரோ வேல் கொண்டு குத்துவதுபோல் இருந்தது. இளையபிராட்டியும் பெண்தானே? அவளுக்கும் இதயம் இல்லாமலா போகும்?

இன்பவல்லி முகத்தில் மகிழ்ச்சியை வரவழைத்துக் கொண்டு, "தேவி! நான் இளவரசரைச் சந்திப்பதில்லை என்று உறுதி பூண்டுவிட்டேன். நீங்கள் நிச்சயமாக நம்பலாம்..." என்று கூறினாள். இளையபிராட்டி திரும்பியும் பாராமல் சென்றுவிட்டாள்.

இன்பவல்லி அதே இடத்தில் சிறிதுநேரம் உட்கார்ந்திருந் தாள். எதிரே மாளிகையில் குதூகலமாக ஒலி எழுந்தது. பெரிய பெரிய மனிதர்கள் வந்தனர். குழந்தையை எடுத்துக் கொண்டு சபை மண்டபத்திற்கு எல்லாரும் சென்றனர்.

இன்பவல்லியின் மனம் சிறிது நேரம் சூன்யமாகத் திகழ்ந்தது. இளையபிராட்டி கூறிய சொற்களில், இளவர சருக்குத் தன் மீது காதல் இருப்பதே சந்தேகம் என்று பொருள் படுமாறு பேசியது மிக வேதனையை அளித்தது. இளவரசருக்கும் தனக்கும் ஏற்பட்ட தெய்வீகக் காதலை யாரிடமாவது முறையிட வேண்டும் என்று தோன்றியது. இதய பாரம் அப்போதுதான் குறையும் என்று தோன்றியது. வானதி தேவியைச் சந்தித்து, தன் இதயக்குமுறலை வெளியிடவேண்டும் என்று விரும்பினாள். வானதியைச் சந்திக்கக்கூடாது என்ற உறுதியை இளையபிராட்டி பெற வில்லையே!

சபை மண்டபத்தில் இருக்கும்போது, இளையபிராட்டிக்கு வானதியின் நினைவு வந்தது. அவளைத் தனியே விட்டுவந்து விட்டோமே என்று எண்ணினாள். வானதிக்கு எந்தவித

அதிர்ச்சியும் கூடாது என்று சற்று முன்னர் தானே மருத்துவர்கள் கூறிச் சென்றனர்? இளையபிராட்டி துடித்தாள். அவளுக்கு இருப்பே கொள்ளவில்லை.

இளையபிராட்டி மாளிகையை அடையும்போது சேடிகள் சூழ்ந்திருந்தனர். வானதியின் முகத்தில் பன்னீர் தெளிக்கப் பட்டது. வானதி மெல்லக் கண் விழித்து, இளைய பிராட்டியைக் கண்டாள். இளையபிராட்டி வரும் முன்பே இன்பவல்லி அங்கிருந்து சென்று தனக்காக ஆயத்தமாக வைக்கப்பட்டிருந்த சிவிகையிலேறிக் கொண்டாள். சிவிகை மாளிகையின் தோட்டவாயிலைத் தாண்டியிருக்கும். அருண்மொழி விரைந்து குதிரைமீது வந்து கொண்டிருந்தார்.

சிவிகையின் திரையை மெல்ல விலக்கி இன்பவல்லி எட்டிப்பார்த்தாள். குதிரைமீது செல்லும் அருண்மொழியின் கம்பீரத்தோற்றம் அவளுக்குத் தெரிந்தது. அவள் கண்ணில் நீர் ததும்பியது.

அத்தியாயம் 35
நீதி விசாரணை

என்றும் காணா அளவுக்குத் தஞ்சை பரபரப்பு அடைந்திருந்தது. சோழ நாட்டிற்கு இளவரசர் பிறந்து விட்டார் என்ற மகிழ்ச்சி கொண்ட மக்கள் இன்னொரு செய்தியைக் குறித்தும் வியப்புற்றிருந்தனர். பெரும் குற்றவாளி அகப்பட்டு விட்டான் என்ற செய்தி நகரெங்கும் பரவிற்று. மக்கள் கூடும் இடங்களிலே அதே பேச்சாயிருந்தது.

"பாண்டிநாட்டு ஒற்றர்களாம்! சோழ குடும்பத்தைக் கூண்டோடு கைலாசமனுப்பத் திட்டமிட்டார்களாம்!"

"கருவூல அறையிலிருந்து ஏராளமான செல்வத்தைக் களவாடிச் சென்றவர்களாம்..."

"இவையெல்லாம் கிடக்கட்டும் ஐயா; அந்தப் பாதகர் கூட்டம்தான் ஆதித்த கரிகாலரையும் கொன்றவர்களாம்"

இப்படியே மக்கள் கூடும் இடங்களிலெல்லாம் பேச்சு அடிபட்டது.

"இதே தஞ்சை நகரில் பாண்டியநாட்டு ஒற்றன் வெகுகாலம் இருந்தானாம்" என்றார் ஒருவர்.

"ஒருவர் என்ன! பலர் இருந்திருக்கலாம். நாம்தான் வெளுத்ததெல்லாம் பால் என்று எல்லாரையும் நம்பியிருக்கிறோம்" என்றார் ஓர் முதியவர்.

"இருந்தாலும், இப்படிப்பட்ட மாபெரும் குற்றவாளியை எந்தக் காலத்திலும் கண்டிருக்க முடியாது. அவர்கள் நடவடிக்கைகளைக் கேட்டிருக்கவும் முடியாது" என்ற ஒருவர், தான் நேரில் கண்டதைப் போன்ற நிகழ்ச்சிகளை இன்று காது மூக்கு வைத்துக் கூறினார்.

ரவிதாசன் பயங்கரக் காட்டில் ஒளிந்து கொண்டிருந்ததையும், அவனைப் பிடிப்பதற்கு வந்தியத்தேவன் சென்றதையும், வந்தியத்தேவனைக் கட்டிப்போட்டுக் கொன்று விடுவதற்கு முயன்ற சமயம், நம் படைகள் சென்று அவனைச் சிறைப்பிடித்ததையும் அவர் கூறும்போது, சுற்றி யிருந்தவர்கள் திறந்த வாய் மூடாமல் கேட்டுக் கொண்டிருந்தனர்.

கூடியிருந்தவர்களுள் ஒருவர் கேட்டார்: "ஆமாம், ஆதித்த கரிகாலனைக் கொன்றது வந்தியத்தேவன் என்று முன்பு சிறைத்தண்டனை கொடுத்தார்களே, இப்போது ரவிதாசன் என்று சொல்கிறீர்களே, உண்மையில் யார் தான் கொன்றார்கள் என்பது எப்போது முடிவாகும்?" என்றார்.

"எல்லாம் பார்த்துக்கொண்டேயிருங்கள். நாளை வழக்கு விசாரணை நடைபெறப் போகிறது. அப்போது எல்லா விவரங்களும் வெளிப்பட்டுவிடும்" என்று உற்சாகமாகச் செய்திகளைத் தெரிவித்தவர் கூறினார்.

ரவிதாசனும் அவன் சகோதரனும் அகப்பட்டுக்கொண்டனர் என்ற செய்தி தஞ்சைச் சிறையில் இருந்த சோமன் சாம்பவனுக்குத் தெரிந்தது. ரவிதாசன் ஒருநாளும் அகப்பட மாட்டான் என்ற தைரியத்தில் அவன் இருந்தான். சிறைச்

சாலைக்குத் தினமும் உணவு கொடுக்க வரும் காவலாளியிடம் பேசிப் பேசிச் செய்திகளை அவன் அறிந்து வந்தான்.

சோமன் சாம்பவனின் நகைச்சுவை நிறைந்த பேச்சு அந்தக் காவலாளியை மிகவும் கவர்ந்தது. தட்டிலே சோற்றைப் போட்டு ஓர் அகப்பைக் குழம்பை ஊற்றி விட்டு, "தின்னு, தின்னு; சீக்கிரம் தின்னு" என்றான்.

"உனக்கு மிருகபாஷை தெரியுமா?" என்று சாம்பவன் கேட்டான்.

"மிருக பாஷையா? தெரியாதே! எனக்குத் தெரியும்னு உனக்கு எப்படித்தெரியும்?" என்று கேட்டான்.

சாம்பவன் சிரித்துக்கொண்டே, "தின்னு தின்னு என்றாயே. நாங்கள் எங்கள் வீட்டில் வளர்க்கும் புலியிடம் தான் இப்படிப் பேசுவோம்" என்றான்.

காவலாளி திடுக்கிட்டு, "புலியா? உங்கள் வீட்டில் புலி வளர்க்கிறீர்களா? புலி கடித்து விடுமே... அதற்குக் கூர்மையான பற்கள் உண்டே..." என்றான்.

"ஆமாம்... கூர்மையான பற்கள், நகம், நாலு கால், ஒரு வால்... மீசை கூட உண்டு. எப்போதும் ஓர் ஆண்புலி ஒரு பெண்புலி எங்கள் அண்ணாத்தை வீட்டில் இருந்து கொண்டே இருக்கும்... இரவில் தூங்குமுன் புலிப்பால் ஓர் அகப்பை குடித்தால்தான் அவருக்குத் தூக்கம் வரும்..."

"புலிப்பாலா! உன் அண்ணனுக்கா? உன் அண்ணன் பெயர் என்னவென்று கூறினாய்...?"

"ரவிதாசன்" என்று அழுத்தம் திருத்தமான குரலில் சாம்பவன் கூறி, "என் அண்ணன் மனது வைத்தால் இந்தச் சிறையை உடைத்து என்னை விடுதலை செய்து அழைத்துப் போய்விடுவார். அவருக்குச் சேர நாட்டு மந்திர தந்திரம் தெரியும்... சமயம் பார்த்திருக்கிறார்..." என்று சாம்பவன் கூறவும், காவலன் சாம்பவனின் அண்ணனைப்பற்றிச் சற்று உயர்வாகவே நினைத்து, புலிப்பாலைப்பற்றி இன்னும் தெரிந்து கொள்ள ஆசைப்பட்டான்.

சாம்பவன் சிரித்துக்கொண்டே சொன்னான்: "உன்னை எப்போதாவது ஒரு சமயம் அழைத்துப் போவேன்; அப்போது உனக்குப் புலிக்குட்டியொன்று தந்துவிடு கிறேன்..."

காவலனும் அதை நம்பி இன்னும் ஒரு தட்டுச்சோறும் ஒரு கரண்டிக் குழம்பும் ஊற்றிவிட்டுச் செல்வான். அதே காவலன் அன்று ஓடிவந்து கேட்டான்: "ஏய்! உன் அண்ணன் பெயர் என்னவென்று சொன்னாய்?"

"ரவிதாசன்... ஏன் அதற்கு என்ன?"

"ரவிதாசன் அகப்பட்டுக் கொண்டானாம்..."

சாம்பவன் திடுக்கிட்டாலும், திடுக்கிடாதவன்போல் நடித்து, "ஏய்! யாரை அவன் இவன் என்று மரியாதை இல்லாமல் பேசுகிறாய்?" என்று கேட்டான்.

"நான் கேள்விப்பட்டதைச் சொன்னேன். ரவிதாசனைச் சிறைப்பிடித்து விட்டார்களாம். இதே சிறைக்கு அழைத்து வரப்போகிறார்களாம்..." என்றான்.

சாம்பவன் சற்று நேரம் யோசித்தவாறிருந்து, "ஓகோ! வரட்டும், வரட்டும். நான் முன்பே சொன்னேனே, என் அண்ணன் மனம் வைத்தால் எந்த நொடியிலும் என்னை விடுதலை செய்துவிட முடியும் என்று... என்னை விடுவிக்க வருகிறார். இங்கே வந்தவுடன் அவர் என்ன செய்வார் தெரியுமா? ஒருநாள் இரண்டு நாட்கள் தியானத்தில் இருப்பார். அடுத்த நாள் சுவரில் கரிக்கோடிட்டு அப்படியே பெயர்த்துச் சென்றுவிடுவார்" என்று மிகவும் சாதாரணமான குரலில் கூறவும், காவலன் உள்ளத்தில் நடுக்கம் ஏற்பட்டது.

ரவிதாசனையும் பரமேச்வரனையும் அதே பாதாளச் சிறையில் கொண்டு அடைந்தார்கள். பாதாளச் சிறைக்கு நுழையும் இடத்தில் பலத்த காவலிட்டிருந்தார்கள். ரவிதாசன் சோர்வுற்றவனாகவே காணப்படவில்லை. அவன் உதடுகள் என்னவோ முணுமுணுத்துக் கொண்டிருந்தன. சாம்பவன் இருப்பதாகவே அவன் நினைக்கவில்லை.

தஞ்சையின் நடுநாயகமாக விளங்கிக்கொண்டிருந்த சோழ மாளிகையில் சபை மண்டபம் மிகப்பெரிதாகத் திகழ்ந்தது.

பிரமாண்டமான தூண்களும், சோழநாட்டு அமைச்சர்களும் அதிகாரிகளும் அமர்வதற்கான இருக்கைகளும், பளபளப்பான தரையும், சிங்க முகங்கொண்டு ஒளி வீசும் அரியணையும், அதன்மேல் வெண் கொற்றக் குடையும், இருபுறமும் புலிக்கொடியும், சாமரன் வீசும் பணியாட்களும், மகர தோரணங்களும், சரவிளக்குகளும், விசித்திரத் திரைச்சீலை களுமாக அந்த மண்டபம் சோழகுலப் பெருமையைப் பறைசாற்றிக் கொண்டிருந்தது.

சோழநாட்டுத் துரோகிகளை விசாரிக்கப் போகும் செய்தி அறிந்து சபை மண்டபத்துக்கு வெளியே ஏராளமான மக்கள் குழுமியிருந்தனர். ஐம்பெருங் குழுவினரும், அமைச்சர் மண்டலத்தாரும், தத்தமது இடத்தில் வந்தமர்ந்தனர். மதுராந்தக சோழதேவரும், வந்தியத்தேவனும், மற்றும் பல குறுநில மன்னர்களும் நந்திபுரத்தினின்று முதல்நாளே வந்து விட்டனர்.

வானதி தேவி மயக்கமுற்று வீழ்ந்ததால் இளையபிராட்டி வரமுடியாமல் அங்கேயே தங்கிவிட்டார்கள். அருண் மொழிவர்மர் நந்திபுரத்தில் பாதி உயிரும் தஞ்சையில் பாதி உயிருமாக இருந்தார். வானதி கண் விழித்த பிறகுதான் அருண் மொழிக்குச் சற்று உயிர் வந்தது. தஞ்சையில் நடைபெறும் வழக்கு விசாரணை தொடங்குவதற்குள் சென்றுவிட வேண்டும் எனும் நோக்கத்துடன், குதிரையை வாயுவேகம் மனோவேகமாகச் செலுத்திக்கொண்டு தஞ்சையை வந்தடைந்தார். நந்திபுரத்தில் வானதியின் உடல் நலமடைந்து விட வேண்டும் என்று சோழர்களின் குலதெய்வம் நடராசனை மனத்திலே துதித்தவாறு வந்தார்.

அவர் வருவதற்காகச் சபை காத்திருந்தது. சபை மண்ட பத்திற்குள் அவர் நுழையும்போது வாழ்த்தொலி எழுந்தது. மன்னர் மதுராந்தகர் தலையசைத்து வரவேற்றார். அடுத்துப் பட்டம் ஏறும் உரிமை பெற்றவரும், இப்போதைய இளவர சருமான அருண்மொழி வர்மர், மன்னரின் அருகே உள்ள இருக்கையில் அமர வேண்டும் என்று பெரியோர்கள் கேட்டுக்கொண்டனர்.

முதல்நாள் ஏற்பட்ட குதூகலத்துடன், அன்று விசாரிக்கபட இருந்த பெரும் வழக்கின் ஆர்வமும் சேரவே, அனைவர்

முகத்திலும் சுறுசுறுப்புக் காணப்பட்டது. சபைக்கு குற்றவாளி களை அழைத்து வருவதை எதிர்பார்த்துச் சபையே ஆவலுடன் காத்திருந்தது. ரவிதாசன் சபைக்கு வரும்முன்னர் மண்டபத்தின் வெளியே குதிரையின் மீதிருந்து வீரனொருவன் இறங்கினான். அவன் வேற்று நாட்டைச் சேர்ந்தவன் என்பதைச் சபைமண்டபத்துக் காவலர்கள் கண்டு கொண்டனர்.

அவன் அருண்மொழிவர்மருக்கு ஓலையொன்று கொண்டு வந்திருந்தான். அது அருணமொழி வர்மர் மட்டும் படிக்க வேண்டிய, தனிப்பட்ட முறையில் குறிப்பிடப்பட்ட ரகசிய ஓலையாகும். அருண்மொழியை நேரிடையே சந்திக்க விரும்பினான்.

காவலர்கள் தங்களிடம் அவனை நிறுத்தி வைத்துக் கொண்டு, ஓலையை மட்டும் எடுத்துக்கொண்டு இளவரசரிடம் சென்றனர். அருண்மொழி அந்த ஓலையைப் பிரித்துப் படித்தார். ஒவ்வொரு வரியாகப் படித்தார். வியப்பும், ஆவலும் அதே போதில் சற்றுக் கோபமும் கலந்து அவர் முகத்தில் தோன்றின. அவர் ஏதும் கூறவில்லை. ஓலையை மீண்டும் குழலில் போட்டுத் தன் அருகே வைத்துக் கொண்டார்.

சோழநாட்டின் ஆளுங்கணத்துப் பெரும் அதிகாரி ஒருவர் எழுந்து, கம்பீரமான குரலில், "பரகேசரி மதுராந்தக சோழ மாமன்னர் வாழ்க! இளவரசர் அருண்மொழிவர்மர் வாழ்க! மற்றும் இங்கு வருகை தந்துள்ள சோழநாட்டின் நன்மையே முதல் எண்ணமாகக் கொண்ட குறுநில மன்னர்கள் வாழ்க! வாழ்க! சபையில் கூடியுள்ள பெருமக்களே! இன்று முக்கிய மான நாளாகும். சோழநாட்டிற்குத் தீங்கு பல இழைத்த குற்றவாளியை உங்கள் முன் கொண்டுவந்து நிறுத்துகிறோம். பஞ்சாயத்தார்களும், மந்திரி மண்டலத்தாரும் அவர்கள் மேல் சுமத்தப்பட்டுள்ள வழக்கு விசாரணையைக் கூர்ந்து நோக்கி, ஆய்ந்து, நீதியின் வழிநின்று கருத்து வழங்குமாறு, மாமன்னரின் சார்பில் கேட்டுக் கொள்கிறேன். உயர்ந்த அறிவாளிகள், அறவழி நிற்பவர்கள் கருத்தின்படி மாமன்னர், தமது முன்னோரான தேவர்கள் புகழும் மனுநீதிச் சோழரும்

சிபிச் சக்கரவர்த்தியும் நீதி வழுவாது அரசு புரிந்த குலப் பெருமை மாறாது காக்கத் தம் தீர்ப்பை வழங்குவார்" என்றார்.

அவர் இப்படி அறிவித்தவுடன் ரவிதாசனும், பரமேச் வரனும் அங்கே அழைத்துவரப்பட்டனர். ரவிதாசனுடனே அவனது கூட்டாளிகளாகச் சிறைப்பிடிக்கப்பட்ட இருவரும் சங்கிலியால் பிணைக்கப்பட்டுக் கொண்டுவரப்பட்டனர். ரவிதாசன் வழக்கம் போல் சிவந்த கண்களுடன், குங்குமப் பொட்டுடன் தலைநிமிர்ந்து நின்றான். பரமேச்வரன் மட்டும் தலைகுனிந்து கூனிக்குறுகிக் காணப்பட்டான்.

ரவிதாசன் வகையினரைக் கண்டுபிடித்த பெருமை வந்தியத் தேவனையும், சங்கரதேவனையுமன்றோ சேரும்? அதனால் குற்றம் சம்பந்தமாக முதலிலே சபைக்கு விளக்கிக் கூறுமாறு வந்தியத்தேவனை அழைத்தார் மன்னர்.

வல்லவரையன் வந்தியத்தேவன் எழுந்து, மன்னருக்கும், சபைக்கும் வணங்கி, "பரகேசரி மதுராந்தகசோழ தேவர் வாழ்க! புகழ் நீடுவாழ்க! சபையிலே கூடியுள்ள பெரியோர் களே, பத்து ஆண்டுகளுக்கு முன்பு என நினைக்கிறேன். இப்போது இதோ நின்று கொண்டிருக்கும் குற்றவாளிகளான ரவிதாசன், பரமேச்வரன் இடத்தில் நான் நின்றுகொண்டிருந் தேன். சோழ இளவரசர் ஆதித்த கரிகாலரைக் கொன்று விட்டதாக என் மீது குற்றஞ்சாட்டியிருந்தார்கள். அப்போது இந்த நாட்டுத் தனாதிகாரியாகச் சிறிய பழுவேட்டரையர் இருந்தார். தளபதியாக, பல்லவகுலத்தோன்றல் பார்த்தி பேந்திரன் திகழ்ந்தார். குற்றஞ்சாட்டப்பெற்று ஆயுள் தண்டனை விதிக்கப்பட்ட குற்றவாளியாகத் திகழ்ந்த நான், இந்நகரத்தின் பாதாளச் சிறையில் வாடினேன். அண்மையில் திடீரென எனக்கு விடுதலை கிடைத்தது. சிறை வாயிலுக்குப் பழுவேட்டரையரே வந்தார். நான் குற்றமற்றவன் என்று கூறி என்னை விடுதலை செய்தார். அப்படிச் செய்ய அவருக்கு உரிமையுண்டா என்று கேள்வி பலருக்கு எழலாம்…" என்றான்.

அப்போது மன்னர் குறுக்கிட்டு, "நான்தான் உத்தர விட்டேன்" என்றார்.

விக்கிரமன்

வந்தியத்தேவன் மன்னருக்குத் தலை தாழ்த்தி வணங்கி, "தங்களுடைய கருணைக்கு எனது வணக்கம். ஆதித்த கரிகாலரைக் கொன்றவன் என்று சந்தர்ப்ப சூழ்நிலையால் குற்றஞ்சாட்டப்பட்டுத் தண்டிக்கப்பட்ட நானே இந்தக் குற்றவாளிகளைப் பற்றிக் கூறுவது முறையாகாது. என்னைப் பற்றி இந்தச் சபையிலுள்ளவர்களுக்குத் தெரியும் என நினைக்கிறேன். என் முன்னோர் வாணகப்பாடி நாட்டை ஆண்டார்கள். முறையாக அந்நாட்டை ஆளவேண்டிய நான், விதி வசத்தால் நாடிழந்து சாதாரணப் போர் வீரன்போல் திகழ்ந்தேன். காலஞ்சென்ற இளவரசர் ஆதித்த கரிகாலரின் உயரிய நட்பு எனக்குக் காஞ்சிமா நகரில் ஏற்பட்டது. அப்போது அவர் பொன் மாளிகையை உருவாக்கிக் கொண்டிருந்தார். மதுரை சென்று வீரபாண்டியனை வென்று போர்க்களத்தில் அவன் தலையைப் பந்தாடியவர் என்று அவர் வீரப்பிரதாபங்களைப் பற்றி நான் கேள்விப்பட்டிருந்தேன். அவருடன் அவருடைய உயிர் நண்பர் பார்த்திபேந்திர பல்லவனும் காஞ்சியிலேயே தங்கியிருந்தார். என்னைக் கண்டவுடனேயே இளவரசர் ஆதித்தனுக்கு மிகவும் பிடித்துவிட்டது. தன் அந்தரங்கம் அனைத்தையும் கூறு மளவிற்கு என்னை உயிர் நண்பனாக அவர் மதித்துவிட்டார். அரச குடும்பத்துக்கு அந்தரங்க ஓலையொன்றைக் கொடுத்து அனுப்புமளவுக்கு என்னை அவர் உண்மை நண்பனாக மதித்தார். காஞ்சியினின்று தஞ்சை வந்தவுடன்தான் என்னைப் பல தொல்லைகள் சூழ்ந்து கொண்டன. தொல்லை கள் என்று கூறக்கூடாது; எனக்குப் பல நன்மைகள் ஒன்றின் பின் ஒன்றாக ஏற்பட்டன. நன்மையும் வெற்றியும் கிடைக்கக் கூடுமானால் தொல்லை ஏற்பட்டாலும் சகித்துக் கொள்ளலாமே! சோழநாடு தவஞ் செய்ததால் பெற்ற அருண்மொழித்தேவரை ஈழத்திற்குச் சென்று, சந்தித்து அவர் அன்புக்குப் பாத்திரமாகும் பெரும் பாக்கியத்தைப் பெற்றேன். ஏன்சோழ அரசக் குடும்பத்தவர் பலரின் அன்புக்குப் பாத்திரமானேன்..."

இப்படி வந்தியத்தேவன் கூறும்போது, மெல்லிய சிரிப்பு சபையில் சிலரிடமிருந்து எழுந்தது.

வந்தியத்தேவன் அதைக் கவனியாதவன்போல், "இப்படிச் சோழ அரச குடும்பத்தாரின் அன்புக்குப் பெரிதும் பாத்திரமான என்மீது பெரும்பழியைச் சுமத்தினார்கள். இராசகேசரி சுந்தர சோழ சக்கரவர்த்தியின் தலைப் பிள்ளையைக் கொன்றுவிட்ட பெரும் பழியை என்மீது சுமத்தினார்கள்... தண்டனையும் கிடைத்தது. அந்த பாக்கியவானான நானே, இப்போது நிற்கும் குற்றவாளியின் மீது குற்றம் சுமத்தி, சபையிலே நிரூபணம் செய்யத் தொடங்குவது முறையாகாது என்று கூறிக்கொண்டு, இந்த வழக்கில் என் இளம் நண்பரும் சோழநாட்டு வீரத்தின் சின்னமாகத் திகழ்பவருமான சங்கரதேவன், தன் ஆதாரங்களை இந்த அவையில் தெரிவிப்பதே முறையாக இருக்கும் என்று அரசரிடம் பணிவுடன் தெரிவித்துக் கொள்கிறேன்..." என்று கூறி அமர்ந்தான்.

வந்தியத்தேவனின் அடக்கம் அனைவரையும் கவர்ந்தது. அவனை அந்தரங்கத்தில் வெறுக்கின்ற சிலரும், அவனது அடக்கத்தைப் பாராட்டினர். மதுராந்தக சோழதேவர் சிறியதொரு முறுவல் பூத்தார்.

சங்கரதேவன் மெல்லத் தன் இருக்கையை விட்டு எழுந்தான். சபையின் முன்பு அவன் பேசுவது அதுவே முதல் தடவை; முதல் அனுபவம். போர்க்களத்தில் அஞ்சாத அவனுக்கு அவைக் களத்தில் சிறிது நடுக்கம் ஏற்பட்டது. மன்னரையும், இளவரசரையும், சபையையும் வணங்கி விட்டு, "எனக்கு இந்த வழக்கின் பூர்வ சம்பவங்கள் செவிவழி கேட்டவையே தெரியும். நான் வேளக்காரப் படையைச் சேர்ந்தவன். திடீரென ஒருநாள் காஞ்சியை நோக்கிச் சிறிய பழுவேட்டரையர் படைகளுடன் புறப்பட்ட போது, நான் அவருக்கு உதவியாகச் சென்றேன். பார்த்தி பேந்திர பல்லவர் சோழ நாட்டுத் தளபதியாக இருந்தார். அவரை எதிர்த்தே போர் என்ற போது எனக்கு ஆச்சரிய மாயிருந்தது. ஆனால், பார்த்திபேந்திர பல்லவர், சுதந்திரப் பல்லவநாட்டை அமைக்கவேண்டும் எனும் ஆசையால், ஏராளமான ஆயுதங்களையும், வீரர்களையும் ரகசியமாகச் சேகரித்துக் கொண்டிருந்தார். காஞ்சிப் பொன்மாளிகையில் சோழர் கொடியை இறக்கி, பல்லவர் கொடியை ஏற்றத்திட்ட மிட்டிருக்கிறார் எனும் செய்தி கிடைத்தது. பழுவேட்டரையர்

ஒருநாளும் சோழநாட்டு விரோதிகள் வாழ்வதை அனுமதிக்க மாட்டார். அதனால், தானே போர்க்களத்துக்கு விரைந்தார்.

பார்த்திபேந்திர பல்லவர் போர்க்களத்திலேயே உயிர் நீத்தார். பாண்டியர்களின் உதவி சமயத்தில் கிடைக்கும் என்று இதோ நிற்கும் ரவிதாசன் அவருக்கு உறுதி கூறியிருந்தது தெரிய வந்தது. அதனால் ரவிதாசன் சோழநாட்டை அழிக்கும் முயற்சியில் கண்ணுங் கருத்துமாக இருந்தான் என்பது தெளிவாகியது. நானும் வல்லவரையர் வந்தியத்தேவன் அவர்களும் ரவிதாசனைத் தேடிச்சென்றபோது, வழியே காட்டில் காளாமுகரொருவரைச் சந்தித்தோம். அவர் நொடியில் எங்களை ஏமாற்றிக் குதிரையைப் பறித்து ஓடிச்சென்று விட்டார். நான் திரும்பி வருவதற்குள், வல்லவரையர், ரவிதாசன் இருக்குமிடம் சென்று, நேரிடையே அவனைச் சந்தித்துப் போர் புரிந்தார். நான் தஞ்சைக்கு விரைந்து படை களுடன் சென்று மீட்டு வந்தேன். இவைதாம் நானறிந்தவை. ரவிதாசன் பாண்டியர்களின் ஒற்றன் என்பதும், மறைவான இடத்தில் ஏராளமான செல்வங்களைப் புதைத்து வைத்திருந் தான் என்பதும் எனக்குத் தெள்ளத் தெளிவாகத் தெரிந்தது" என்று கூறி முடித்தான்.

அவன் அமர்ந்ததும், சம்புவரையர் எழுந்து, "சங்கர தேவன் கூறியதிலிருந்து ஆதித்த கரிகாலரைக் கொன்றவன் ரவிதாசன் என்று நிரூபிக்கப்படவில்லை" என்று கூறவும், அருண்மொழி வர்மரே இப்போது பேசத் தொடங்கினார். சற்று முன்பு வந்த ஓலையைக் கையிலே எடுத்துக்கொண்டு, "இதே நிற்கும் ரவிதாசன் பத்து ஆண்டுகளுக்கு முன்பு இதே நகரத்தில் பகிரங்கமாக உலவிக்கொண்டிருந்தான். இவனுக்கு இந்த மாளிகையின் ஒவ்வொரு சிறு அமைப்பும் தெரியும். பெரிய இடத்து ஆதரவும் அப்போது இருந்தது. அதனால் இவன் தனது எண்ணத்தை நிறைவேற்றும் காலத்தை எதிர் பார்த்திருந்தான். ரவிதாசன் யார்? எதற்காக தஞ்சையிலேயே வட்டமிடவேண்டும் எனும் எண்ணம் உங்களுக்கு ஏற்படும். அதற்கு நான் சில சம்பவங்களைக் கூறித்தான் ஆகவேண்டும். எனது அருமைச் சகோதரரும், இந்த நாட்டை ஆளும் பெரும் பாக்கியம் பெற்றிருக்க வேண்டியவருமான ஆதித்த கரிகாலர்

இதோ இருக்கும் நமது அன்பர் சம்புவரையர் மாளிகையில் தான் துரதிருஷ்டவசமாக மரணமடைந்தார். அந்தத் துர்ப் பாக்கியமான நாளிலே அங்கிருந்தவர்களைப் பற்றியெல்லாம் நான் இப்போது சொல்ல வேண்டாம் என நினைக்கிறேன். ஆனால் அங்கு இல்லாதவர்கள் போல் மறைந்திருந்தவர் களைப் பற்றி நான் சொல்லித்தானாக வேண்டும். இதோ நிற்கும் ரவிதாசன் தனது உள்ளக் கிடக்கையை நிறைவேற்றும் வாய்ப்பை எதிர்பார்த்து, சுரங்க வழியிலே அங்கே மறைந் திருந்தான்! அது உண்மைதானா என்று கேளுங்கள்'' என்று இடிமுழக்கம் போன்ற குரலிலே கேட்டார் அருண்மொழி.

ரவிதாசன் நிமிர்ந்து நின்று கொண்டிருந்தானேயன்றி, வாயைத் திறக்கவில்லை. சபையோரின் கண்கள் அவனையே பார்த்தன.

அருண்மொழி நேரத்தை வீணாக்க விரும்பாமல், மேலும் தொடர்ந்து, "ரவிதாசன் சொல்லமாட்டான். தான் செய்தது குற்றமென்று அவன் ஒப்புக்கொள்ளமாட்டான். தான் புனிதமான காரியமொன்றைச் செய்து விட்டதாகவன்றோ அவன் எண்ணியிருக்கிறான்? பாண்டியமன்னர் வீர பாண்டியனைப் போர்க்களத்திலே வென்று, தலையைக் கொய்து தன் வீரத்தை நிலைநாட்டினார் என் சகோதரர். அந்தச் சம்பவம் பாண்டியநாட்டின் மீது பற்றுக்கொண்டவர்களின் சீற்றத்தை வளர்த்தது. பாண்டிய ஆபத்துதவிப் படையினர் ஒன்று கூடினர். ரவிதாசன் சோழ நாட்டினன்தான்; அவன் எப்படிப் பாண்டியநாட்டு ஆபத்துதவிப்படையில் சேர்ந்தான் என்பது தெரியவில்லை. தமது மன்னரைக் கொன்றதற்காகப் ப்ழிக்குப் பழிவாங்க அவர்கள் சபதம் பூண்டனர். அப்படையினர் சிலர் சோழநாட்டிற்கு வந்தனர். ரவிதாசனின் சகோதரர்களும் இருந்தனர். சமயம் பார்த்திருந்த ரவி தாசனுக்குச் சம்புவரையர் மாளிகை நாடகம் மிக உதவியது. ஆனால் ஆதித்த கரிகாலரைக் கொன்றதை நேரிடையே கண்டவர் எவருமிலர். அப்படி கண்கூடான சாட்சியம் இல்லாதபோது வந்தியத்தேவன் மீது எப்படிக் குற்றம் சாட்டி நிரூபித்தனர் என்பது ஆச்சரியமாயிருந்தது. வீரமரணம் அடைந்த பார்த்திபேந்திர பல்லவரைப் பற்றி இப்போது ஏதும்

கூறக்கூடாது. தன் முன்னேற்றத்திற்கு வந்தியத்தேவன் பெரும் இடையூறாக இருந்ததாக அவருக்குத் தோன்றியது. அரச குடும்பத்துப் பெண்களைப் பற்றி இந்தச் சபையில் கூறாதிருக்க முடியவில்லை. மதிப்புக்குரிய இளைய பிராட்டியார் குந்தவை தேவியைத் தான் மணம் புரிந்து கொண்டு, சோழநாட்டுத் தளபதிப்பதவியை அடைந்து, எல்லா விதமான நலன்களுடன் வாழலாம் என்று மனப்பால் குடித்த பார்த்திபேந்திரனுக்குப் பெரும் ஏமாற்றமே ஏற்பட்டது. வந்தியத் தேவனைத் தன் வழியிலிருந்து அகற்றினால்தான் தன் எண்ணம் நிறைவேறும் என்று திட்டமிட்ட பார்த்திபேந்திரன் நொடியில் வெற்றி கண்டான். ஆதித்த கரிகாலர் கொலையுண்ட இடத்திலிருந்த வாள் வந்தியத்தேவனுடையது எனும் ஒரே காரணத்தைப் பற்றிக்கொண்டான். அந்த வாள் அங்கே எப்படி வந்தது என்பதைப் பிறகு சொல்கிறேன்.

காலஞ்சென்ற இராசகேசரி சுந்தரசோழச் சக்கரவர்த்தி பொன் மாளிகைக்குச் சென்று, தன் தலைப்பிள்ளையின் மறைவினால் அங்கு துயரத்தில் ஆழ்ந்திருந்தார். வந்தியத் தேவனைச் சிறைசெய்யும் உத்தரவை அவர் கையெழுத்திட்டு அளித்ததுபோல் கொண்டு வந்து, உறையூருக்கருகே வந்தியத்தேவனைச் சிறைசெய்தான் பார்த்திபேந்திரன். ஆனால் துரதிருஷ்டவசமாக அவன் கையெழுத்துப் பெற்ற தாகச் சொன்ன நேரத்திற்குப் பத்து நாழிகைக்கு முன்பே சுந்தர சோழச் சக்கரவர்த்தியின் உயிர் பிரிந்துவிட்டது. திருமந்திர ஓலை நாயகத்திடம், மன்னர் கட்டளை பிறப்பித்ததற்கான சான்றேதும் இல்லை. மன்னர் கையெழுத்திட்டதாகப் பார்த்தி பேந்திரன் பொய்ச்சான்று தயாரித்த ஒன்றே வந்தியத்தேவன் குற்றமற்றவன் என்பதை நிரூபிக்கும். வந்தியத்தேவனைச் சிறையில் தள்ளியபிறகு, ரவிதாசன் சுதந்திர மனிதனாகச் சோழநாட்டில் உலாவலானான். சோழ குடும்பத்தவர் ஒவ்வொருவரையும் தீர்த்துவிடத் தீட்டிய தங்கள் புதுத் திட்டப்படி, என்னை நடுக்கடலிலே கொன்றுவிட என்னைப் பின் தொடர்ந்தான்...'' என்றார்.

எள் விழுந்தால் கேட்கும் அமைதி நிறைந்த அந்தச் சபையில் இப்போது கலகலப்பு அதிகமாகியது. திருக்

கோவலூர் மலையமான், தமது கம்பீரமான குரலில், "இளவரசர் கூறியவை யாவும் சரிதான். ரவிதாசன் பயங்கரச் சதியாளன் என்பதை நிரூபித்துவிட்டான். ஆனால் ஆதித்த கரிகாலரைக் கொன்றவன் அவனே என்பதற்கான சான்றுகள் தெளிவாக்கப்பட வில்லையே! வருங்காலத்தில் ஐயம் ஏற்படாத வகையில் இப்போதே அதைத் திட்டவட்டமாக முடிவு கூறுவது நல்லதாகுமே. மற்றொன்று, சோழநாட்டிற்கு அரும்பெரும் தொண்டாற்றி வரும் இந்த நாட்டு முதல் அமைச்சருமான அன்பர் அநிருத்தப் பிரம்மராயர் இந்த நாட்டைவிட்டுச் சென்று பல ஆண்டுகளாகிவிட்டன. அவர் இருப்பிடம் தெரியவில்லை. அவர் ஏன் சோழநாட்டை விட்டுச் சென்றார்? ஆதித்த கரிகாலர் கொலை சம்பந்தமாக அவருக்குப் பல உண்மைகள் தெரிந்திருக்குமே. அவரை ஏன் தேடி அழைத்துவர முற்படவில்லை? இது பெரும் ஐயத்திற்கு இடமாகிறதே! மேலும் நாட்டிலே சிலர் இளவரசரைக் கொலை செய்யச் சதி செய்தவர்கள் அவரது அறிவாற்றலின் உதவி பெற்றுத்தான் செய்தார்கள் என்றும் மறைமுகமாகக் கூறுகிறார்கள். இவற்றையெல்லாம் ஏன் இதுவரை யோசிக்கவில்லை?" என்று கேட்டார்.

சபையில் பெரும் ஆரவாரம் எழுந்தது. அந்த ஆரவாரத்தையும் மீறியது ரவிதாசனின் பயங்கரச் சிரிப்பு. அவனது சிரிப்பொலி கேட்டு, ஒரு கணம் எல்லாரும் நடுங்கினர். தங்கள் பேச்சை நிறுத்தினர்.

சிரித்து முடித்த ரவிதாசன், எள்ளி நகையாடுங் குரலில், "ஆம்... கேளுங்கள் அதோ அவர் கேட்பதற்கு மறுமொழி கூறுங்கள்... அநிருத்தப்பிரம்மராயர் எங்கே? அவர் எங்கே என்று எனக்குத் தெரியும். அவர் வரமாட்டார். அவர் வந்தால் பல உண்மைகள் வெளிப்பட்டுவிடும். அதோ அரியணையில் வீற்றிருக்கும் மன்னருக்கு ஆபத்து, நாளைக்கு இந்த நாட்டை ஆளலாம் என்று மனப்பால் குடிக்கும் அருண்மொழி வர்மருக்கு ஆபத்து, சோழ அரசகுமாரியை மணந்து, இந்த நாட்டையே அபகரிக்கலாம் என்று கனவு காணும் வந்தியத் தேவனுக்கும் பெரும் ஆபத்து, ஆதித்த கரிகாலனைக் கொலை செய்ததில் இவர்கள் ஒவ்வொருவருக்கும் பங்கு உண்டு. ஆதித்த கரிகாலன் அடுத்த பட்டம் ஏறும் உரிமை பெற்றவன்.

விக்கிரமன்

அவனை ஒழித்துவிட்டால், தாம் ஆளலாம் என மதுராந்தகர் நினைத்தார். தமக்கே கிடைக்கும் என அருண்மொழி எண்ணினார். இருவரும் ஒருவருக்கு ஒருவர் அறியாமல் சூழ்ச்சி செய்தனர். ஒருவர் ஏற்படுத்திய ஆள் கொல்வதற்குச் செல்லுமுன் மற்றவருடைய ஆள் பழி தீர்த்துவிட்டார். அந்த விவரம் அநிருத்தருக்குத் தெரியும். அவர் வந்துவிட்டால் இவர்களுக்குச் சங்கடம்தானே! அதனால் அவரைக் கண்டு பிடிக்க இவர்கள் முற்படமாட்டார்கள். நான் பாண்டிநாட்டு ஆபத்துதவிப் படையைச் சேர்ந்தவன்தான். மானமுள்ள எந்த மனிதனும் தன் தாய்நாட்டு விடுதலைக்காக எத்தகைய சூழ்ச்சியும் எதிரியின் நாட்டில் செய்யத் தயங்கமாட்டான். நீங்கள் அபகரித்திருக்கும் பாண்டிநாட்டை இப்போதே அமரபுஜங்கனுக்குக் கொடுத்து முடிசூட்டுங்கள். ஆபத்துதவிகள் தங்கள் பயங்கர நடவடிக்கைகளைக் கைவிட்டுவிடுவர். இதுவரையில் செய்த காரியத்திற்கு எனக்கு என்ன தண்டனை வேண்டுமானாலும் கொடுங்கள். பாண்டிய நாட்டுக்காகப் பாடுபட்டதற்காகத் தண்டனை அடைவேனே தவிர, கொலைக்குற்றம் எனும் பொய்ப் பழியைச் சுமத்தாதீர்கள். பழி சுமத்தும் முன் அநிருத்தப் பிரம்மராயரைத் தேடிப் பிடியுங்கள்'' என்றான்.

அவன் பேசும்போதே வந்தியத்தேவன் சீறினான். மன்னரின் முகம் சுண்டியது. சங்கரதேவன் வாளை உருவினான். அருண்மொழி அனைவரையும் கையமர்த்தி, "ரவிதாசன் காரியத்தில் மட்டும் கெட்டிக்காரனல்லன்; பேச்சிலும் அப்படியே. அவனது குற்றத்தை நிரூபிக்க என்னிடம் மிக முக்கியத் தடயம் இருக்கிறது. இதோ இருக்கிறது. அநிருத்தப் பிரம்மராயர் போன்ற பெருமகனாரையும் கறைப்படுத்தும் ரவிதாசனுக்குத் தண்டனை அளிக்க இந்த ஓர் ஓலை போதும். ஆனால் சபையின் திருப்திக்காக அநிருத்தப் பிரம்மராயரை அழைத்துவர ஏற்பாடு செய்திருக்கிறேன்'' என்று கூறிக்கொண்டிருக்கும் போதே, சபை மண்டபத்துக்கு வெளியே, ஏதோ பரபரப்பு ஏற்பட்டது. எல்லோர் கவனமும் அங்கேயே சென்றது. முன்னால் இருவீரர்களும் பின்னர் இரு வீரர்களும் புடைசூழ காளாமுகர் சபை மண்டபத்திற்குள் நுழைந்து கொண்டிருந்தார்.

அத்தியாயம் 36
காளாமுகர் யார்?

சபை மண்டபத்தில் எழுந்த கலகலப்பு அடங்க வெகுநேரம் பிடித்தது. காளாமுகரைக் காண்பதற்காக அவரவர்கள் தத்தம் இருப்பிடத்தினின்றும் எழுந்தனர்.

"மிகப் பயங்கரமானவர்!"

"இவரைப் பிடிப்பதற்குச் சோழவீரர்கள் பெருமுயற்சி செய்தனர்."

"மாயமந்திரங்கள் இவருக்கு நிறையத் தெரியுமாம். இந்தச் சபையிலிருந்துகூட நொடியில் மறைந்துவிடக் கூடிய சக்தி அவருக்கு இருக்கிறதாம்!"

"அருண்மொழி வர்மருடைய திறமையே திறமை! சரியான சமயத்தில் காளாமுகரைச் சிறைப்பிடித்து வந்து விட்டார்" என்றெல்லாம் ஒருவருக்கொருவர் பேசிக் கொண்டனர். மெல்லத்தான் பேசினர் என்றாலும் அது பெரும் ஆரவாரமான ஒலியாக அந்த மண்டபத்தில் எழுந்தது.

"அமைதி... அமைதி" என்று அதிகாரியொருவர் கூவினார். மதுராந்தகர் ஏதோ சொல்ல முயன்றார்.

அருண்மொழிவர்மர் எழுந்து கையை உயர்த்தி, "சபை மண்டபத்தில் இவ்வாறு அமைதியைக் குலைத்துப் பெருங் குரல் எழுப்புவது முறையன்று. முக்கியமான வழக்கின் விசாரணை நடக்கும் வேளையில் நிசப்தத்தைக் கடைப்பிடிக்க வேண்டும். பல அற்புதமான செய்திகளெல்லாம் வெளிப் படப் போகின்றன..." என்று கூறவும், உடனே பெரும் ஒலி அடங்கியது. ஊசி விழுந்தாலும் கேட்கும் அளவுக்கு அமைதி நிலவியது. என்ன நேரப்போகிறதோ, என்ன நேரப் போகிறதோ எனும் துடிப்பு ஒவ்வொருவர் உள்ளத்திலும் இருந்தது.

இதற்குள் காளாமுகர் சபைமண்டபத்திற்கு வந்துவிட்ட செய்தி நகரத்தில் சிறிது சிறிதாகப் பரவியது. சபைமண்ட

பத்திற்கு எதிரே சிறிது, சிறிதாக மக்கள் கூடலாயினர். சிலர் சபை மண்டபத்திற்குள் நுழையவும் முற்பட்டனர். அவர்களைத் தடுத்து ஒழுங்கு படுத்துவதற்காக சங்கரத்தேவன் வெளியே விரைந்தான். சபை மண்டபத்தின் வெளியே ஏராளமான வீரர்கள் நிறுத்தப்பட்டனர்.

காளாமுகர் அமர்வதற்கு ஓர் இடம் கொடுக்கப்பட்டவுடன் சபையோர் திகைத்தனர். "சோழநாட்டிற்கு விரோதமாகச் சூழ்ச்சி செய்தவர்களுக்குச் சபையில் இடமா?" என்று மற்றவர்கள் அதிசயித்தனர். அவர்கள் அதிசயமும், ஆவலும் அதிக நேரம் நீடிக்கவில்லை. ரவிதாசன் ஏதோ கூற முற்பட்டான்.

"என்னதான் எனக்குச் சோழ நாட்டின்மீது வெறுப்பு இருந்தாலும், அவர்கள் மற்றவர்க்கு அளிக்கும் மதிப்பும் மரியாதையும் மகத்தானவைதாம். நான்தான் குற்றம் சாட்டப் பெற்றவன். என்னுடன் சதி செய்தவர் காளாமுகர். ஆனால் அவர் முற்கால மதிப்புக்கருதி அவருக்கு அமர இடம் அளித் திருப்பதற்குப் பாராட்டுகிறேன். ஆனால் என் பாராட்டுதல் களால் என்ன பலன்? ஆனால் பல உண்மைகளைக் கூறும்போதுதான் என் மதிப்புத் தெரியவரும். இங்கே கூடியுள்ள பொதுமக்களும், சிற்றரசர்களும் தங்கள் மனத்தை அப்போது மாற்றிக்கொள்வார்கள்..." என்று பேசும்போது, அருண்மொழிவர்மர் குறுக்கிட்டு, "நேரம் இருப்பது குறைவு! அந்த நேரத்தில் நாம் பல உண்மைகளை அறிவது மிகவும் பயனுடையதாயிருக்கும். 'காளாமுகர் ஒருவர் சோழநாட்டில் பல காலமாக உலவிவருகிறார். அவர் இந்த நாட்டிற்கு விரோத மான நடவடிக்கைகளில் ஈடுபட்டிருக்கிறார்' என்று எல்லாரும் பேசிக் கொண்டனர். நான் கடல் கடந்த நாட்டிலிருந்து திரும்பியவுடன் என்னை முதன்முதலில் சந்தித்தவர் காளா முகர்தான்!" என்று கூறியவுடனேயே சபையினரின் வியப்பு அதிகமாயிற்று.

காளாமுகரைப்பற்றி அறிந்திருந்தும், அருண்மொழிவர்மர் இவ்வளவு நாள் ஏன் சும்மாயிருந்தார் என்று வியந்தனர்.

அருண்மொழிவர்மர் தம் உரையைத் தொடர்ந்தார்.

‘‘காளாமுக்ரை நான் அறிவேன், அறிந்துமா அவரது நடவடிக்கைகளைத் தடுக்காமல் இருந்து விட்டேன் என்று நீங்கள் வியப்படையலாம். காளாமுகர் ஒருபோதும் தீங்கு செய்யமாட்டார் என்பதை நான் முதலிலேயே உணர்ந்து கொண்டேன். முதிய பிராயத்திலும் அவர் இதுபோல் காடு மலை என்று அலைகிறாரே என்று நான் கவலை கொண்டேன். ஆனால் அவர் ஒருவரால்தான் பல உண்மை களை வெளிப்படுத்த முடியும் என்பதை அறிந்தவுடன் சமாதானமடைந்தேன். தக்க சமயம் எதிர்பார்த்திருந்தேன். அவரையும் அழைத்து வந்தேன்’’ என்றார்.

ரவிதாசன் முகத்தில் ஏளனமான சிரிப்பு மிளிர்ந்தது. இதுவரையில் துயரத்தில் ஆழ்ந்திருந்த பரமேச்வரனுங்கூட, இப்போது நம்பிக்கை ஒளி தோன்றிவிட்ட தெம்பில், கவலையைச் சிறிது நீக்கி நிமிர்ந்து நின்றான். ரவிதாசனை நோக்கிப் பொருள் நிறைந்த புன்னகையொன்றைப் பூத்தான். அதை ஆமோதிப்பது போல ரவிதாசனும் தலையை அசைத் தான். காளாமுகரை நோக்கிப் பெருமிதத்துடன் தலையை ஆட்டினான். ஒருவேளை அது ஏதாவது சங்கேதச் சைகைகளோ என்னவோ! அவனையே பார்த்துக் கொண்டிருந்த சபையோர் மனத்தில் கவலை ஏற்பட்டது. அநிருத்தப்பிரம்மராயரை அழைத்து வருவதாகக் கூறிய அருண்மொழிவர்மர் யாரோ காளாமுகரை அழைத்துவந்து உட்கார வைத்து அவரைத் தனக்கும் தெரியும் என்று கூறுகிறாரே எனக் குழப்பங்கொண்டனர்.

திருக்கோவலூர் மலையமானும், சம்புவரையரும் ஒரே சமயத்தில் எழுந்துப் பேசமுற்பட்டனர். சம்புவரையர் உட்கார்ந்துவிடவே, மலையமான் கேட்டார்: ‘‘ஒன்றும் புரியாமல் குழப்பமாக இருக்கிறதே! அநிருத்தப் பிரம்மராயரை அழைத்துவர ஏற்பாடு செய்திருப்பதாகக் கூறிய இளவரசர், யாரோ காளாமுகரை அழைத்து வந்து உட்கார வைத் திருக்கிறார். அதோ ரவிதாசன் அவரை நோக்கிப் புன்னகை புரிகிறான். ஒன்றும் விளங்கவில்லையே’’ என்று கூறவும், அருண்மொழிவர்மர் மீண்டும் எழுந்து, ‘‘மலையமான் கேட்பது நியாயமானது. அவருக்கு நான் சமாதானம் கூறு

வதைவிடக் காளாமுகரையே கூறச் செய்வது தகுந்ததா யிருக்கும் என நினைக்கிறேன். மன்னர் கட்டளை யிட்டால்...!'' என்று கூறவும் மதுராந்தகர் ஆமோதித்தவர் போல் தலையசைக்க, காளாமுகர் மெல்ல இருக்கையை விட்டெழுந்து பேசத் தொடங்கினார்.

அவர் மெதுவாகப் பேசினார். குரல் மெல்லியதாக இருந்தாலும் வார்த்தைகள் தெளிவாக வந்தன. எல்லாரும் பரபரப்பும் ஆர்வமும் மிக, அவர் உரையைக் கேட்கத் தொடங்கினர். அவர் என்ன சொல்லப் போகிறார் என்று ரவிதாசனும் ஆவலுடன் எதிர்பார்த்திருந்தான். ஒரு கணம் அவர் ஏன் இங்கு வந்தார் என்றுகூட அவனுக்கு ஐயம் ஏற்பட்டது. 'நமக்கு விரோதமாக எந்தச் சம்பவத்தைப் பற்றியோ, செய்தியையோ அவர் கூறினாலும், அவரும் பழியினின்று தப்ப முடியாது' என்றே அவன் எண்ணினான். 'நம் ஒவ்வொரு செயலிலும் அவரும் சம்பந்தப்பட்டிருக் கிறார். ஆனால் அருண்மொழிவர்மரை அவர் சந்தித்திருக் கிறாராமே... ஹும்!' ரவிதாசன் உள்ளத்தில் அப்போது பலவிதச் சலனங்கள் குமுறல்கள் தோன்றினாலும், அவை அவன் முகத்திலே பிரதிபலிக்கவில்லை. அவன் கம்பீரமாக நின்றான். எத்தகைய ஆபத்தையும் எதிர்பார்க்கும் துணிவு அவனுக்கு இன்று, நேற்று ஏற்பட்டதா? பத்துப் பதினைந் தாண்டுகளாக வளர்க்கப் பட்ட கடினமான துணிவு அன்றோ.

காளாமுகர் பேசினார்: "சமயவாதிகளுக்கு, மதத்தொண்டர் களுக்கு, அரசியல் காரியங்களில் தொடர்பு ஏன் என்ற சந்தேகம் உங்களுக்கு எழும். நான் பூண்டிருக்கும் வேடம், என்னுடையதே இல்லை என்று உங்களில் பலருக்குத் தெரிந் திருக்கும். இந்த உலகில் 'நான்' 'நானாக' விளங்குபவர்கள் குறைவே. சமயத்துக்கும் சந்தர்ப்பத்திற்கும் தக்கவாறு குணங் களையும் செயல்களையும் மாற்றிக் கொள்வது போன்றே எனக்கும் நேர்ந்துவிட்டது. நான் யார்?... நீங்கள் அறிந்து கொள்ள வெகுநேரம் ஆகாது'' அதோ நிற்கிறானே ரவிதாசன்... அவனும் நானும் நண்பர்கள்...'

காளாமுகர் இப்படிச் சொல்லும்போது, 'ஹா' எனும் வியப்புணர்ச்சி சபையில் ஏற்பட்டது.

"நண்பர்கள் என்றால் பால்ய நண்பர்கள் என்று சொல்ல முடியாது. ரவிதாசனின் சிறுபிராயம் எனக்குத் தெரியும். எனக்குத் தெரியும் என்பது அவனுக்குத் தெரியாது. எனக்கும் அவனுக்கும் உள்ள வயது வேற்றுமை இருபது ஆண்டு களையும் கடந்துவிட்டது. சோழ நாட்டிலே தான் ரவிதாசன் பிறந்தான். ஆனால் வளர்ந்ததோ பாண்டிய நாட்டில். உழைத்ததோ, பழிக்குப்பழி வெஞ்சினம் கொண்டதோ பாண்டிய நாட்டிற்காகத்தான். அவன் வெஞ்சினம் கொண்டது நியாயம்தான்..."

காளாமுகர் இப்படிக் கூறும்போது, பலர் சீறியது நுணுக்க மான செவி படைத்தோர்க்குக் கேட்டிருக்கும். குறுநில மன்னர் பலர் தமது ஆதிக்கத்தின் நுனியில் வந்து விட்டது கூர்ந்து கவனித்தோருக்குப் புலனாகியிருக்கும். ரவிதாசனோ பெருமிதத்துடன் கம்பீரமாக நின்றான்.

காளாமுகர் மெல்ல நகைத்திருக்க வேண்டும். தாடியும் மீசையும் மறைத்திருந்ததால் தெரியவில்லை. மேலும் அவர் தொடர்ந்தார்: "ரவிதாசன் தன் உள்ளத்தில் யாரை மிகவும் போற்றிப் புகழ்ந்து மன்னரென மதித்து அவருக்குக் காலா காலம் ஊழியம் செய்யப் புகுந்தானோ, அவரைஅந்தத் தலைவரைச் சோழர்ப் படைகள் புறமுதுகிட்டு ஓடச்செய்தன. நிராயுதபாணியாக மாறி தன்னந்தனியனாய்ச் சரணாகதி யடைந்துவிட்ட பாண்டியன் தலையைப் பந்தாடினார் ஆதித்த கரிகாலன். அதனால் சீற்றமடைந்த ஆபத்துதவிகள் பழிக்குப் பழி வாங்க முடிவு செய்தனர். ரவிதாசனும் அப்படையினருள் ஒருவன். ஆனால், வீரபாண்டியன் தலையை ஆதித்த கரிகாலன் கொய்ததற்காக அவன் உயிரை மாய்க்க மற்றவர்க்கு என்ன உரிமை இருக்கிறது? ஒருவர்க்கு கொலைத் தண்டனை கொடுக்க ஆண்டவனுக்குத்தான் உரிமையுண்டு. அல்லது ஆண்டவன் பிரதிநிதியான கோமகனுக்குத்தான் உரிமையுண்டு. தனி மனிதன் எப்படிச் செய்யலாம்? அங்கு தான் ரவிதாசன் பிரச்சனை வருகிறது. ரவிதாசன் நீதியைத் தன் கைக்குள் போட்டுக் கொண்டு சட்டத்தை நிலை நாட்டிவிட்டான்..."

காளாமுகரது இந்தச் சொல் அங்கிருந்த அனைவரையும் திடுக்கிட வைத்தது. காளாமுகர் யார்? அவர் ரவிதாசன் பக்கம் பேசுகிறாரா? அல்லது சோழநாட்டின் பக்கம் பேசுகிறாரா என்று புரியாமல் திகைத்தனர். மீண்டும் சம்புவரையனும், மலையமானும் ஒரே சமயத்தில் எழுந்தனர். சம்புவரைய மலையமானை விழித்து நோக்கினான். 'நீதான் பேசேன்' என்று மலையமான் விழிகளாலேயே கூறி உட்கார்ந்து விட்டான்.

சம்புவரையன் கோபக் குரலில், ''காளாமுகர் யார்? சமயப் போர்வையில் சந்தர்ப்பத்தைப் பயன்படுத்திக் கொண்டு இங்கு வந்துத் தர்ம நியாயத்தை அலசிப் பேச இவருக்கு என்ன உரிமை? காளாமுகரும் குற்றம் சாட்டப்பட்டவரே! ரவி தானுடன் கூடித் திரிந்து அவனுக்கு உடந்தையாக இருந்தவர். தன்மீது சுமத்தப்பட்டுள்ள குற்றங்களுக்கு அவர் சமாதானம் கூறவேண்டும். பிறகு ரவிதாசனுக்குச் சாதகமாகவும், பாதகமாகவும் பேசலாம்'' என்றான்.

அருண்மொழிவர்மருக்கோ இருப்பே கொள்ளவில்லை. சம்புவரையர் அவசரத்தில் அளவுமீறிப் பேசிவிடப் போகிறாரே எனும் துடிப்பு இருந்தது; அவர் உள்ளத்தில் புரியாததொரு வேதனை ஏனோ ஏற்பட்டது. அவர் மனம் ஏனோ சஞ்சலமுற்றது. திடீரென அவரது இடது தோள் துடித்தது. ஒரு கணத்தில் ஓர் இருள் கண் எதிரே தோன்றி மறைவதைப் போல் தோன்றியது. திடீரென இவ்வாறு தோன்றக் காரணம் என்ன? அவர் அதைப் பொருட்படுத்தாத வராய்ச் சம்புவரையரை நோக்கிக் கை அசைத்த போது, காளாமுகர் கடகடவென நகைப்பது எல்லாருக்கும் தெளிவாகக் கேட்டது.

அருண்மொழிவர்மர் இமையைச் சற்று மூடிக்கொண்டார். காளாமுகரின் அந்தச் சிரிப்பின் ஒலி பழக்கப்பட்ட ஒலி என்பதை அறிந்தோர் தெரிந்துகொள்வர். சம்புவரையர் இளைஞர். பழக்கம் போதாவர். மெல்லப் புன்முறுவல் பூத்தார் அருண்மொழி. காளாமுகர் மேலும் கணீரென்ற குரலில் பேச்சைத் தொடர்ந்தார்.

"சம்புவரையர் கேட்டதும் ஒருவிதத்தில் சரிதான். ஆனால் என்னைக் குற்றவாளிக் கூண்டில் யாரும் ஏற்றவில்லையே? என்னைக் குற்றவாளி என்று கூறவும் இதோ ரவிதாசனைத் தவிர மற்ற எவரும் துணியவில்லையே? குற்றவாளிக்குத் தான் சம்பந்தமில்லாதவற்றைப் பேச உரிமையில்லை. ஆனால் குற்றம் நிரூபிக்க வந்தவருக்கு?..." காளாமுகர் இப்படிப் பேசும்போது ரவிதாசன் திடுக்கிட்டான். 'இவரை நான் குற்றவாளி என்று கூறினேனா ஆமாம்... ஆமாம் ஆனால் இவர் யார் என்று இங்குள்ளவர்களுக்குத் தெரியுமா? ஐயோ... இவர் ஏன் இப்படிக் குழப்புகிறார்? இவர் பொல்லாதவராயிருப்பார்போல் இருக்கிறதே... இவர் நம் பக்கம் பேசப்போகிறாரா? அல்லது எதிரிப் பக்கம் பேசப்போகிறாரா? கையில் கத்திகூட இல்லையே... இருந்தால் நொடியில் கழுத்துக்குக் குறி வைத்து விடுவேனே...?' ரவிதாசன் குழம்பினான் மனத்திற்குள்ளேயே!

"சபையோரே! நான் சமயவாதியல்லன். உண்மையில் நான் சமய வாதங்களுக்கு அப்பாற்பட்டவன். கடவுள், ஒருவரே; கடவுளே நாம். நம்முள்ளே கடவுள் உள்ளார் என்னும் திடமான சித்தாந்தம் உடையவன். இந்த வேடமே எனக்குத் தேவையில்லை. வேடத்தால் அனுபவிக்கும் தொல்லை போதாவென்று பழிக்கும் ஆளாக நேரிட்டது. எல்லாம் நன்மைக்கே. பத்து ஆண்டுகளுக்கு முன்பு, உங்கள் கவனத்தைப் பின்னோக்கிச் செலுத்துமாறு கேட்டுக் கொள் கிறேன். சோழநாட்டு வாரிசாக நியமனம் ஆகும் பதவிக்குப் போட்டியும் பூசலும் இந்த நாட்டில் துரதிருஷ்டவசமாக இருந்தன. அதை நான் மீண்டும் நினைவுப்படுத்த விரும்பவில்லை. ஆனால் மதிப்புக்குரிய சம்புவரையர் அப்போது இளைஞர்தான் அரசியலில் ஓரளவுக்கு அவரும் அரியணை விஷயமான கட்சிப் பிரதி கட்சிகளில் சம்பந்தப்பட்டார். அது உள்நாட்டு விவகாரம். ரவிதாசன் வகையினர் சோழநாட்டில் அலைந்தவாறு பெரிய பழு வேட்டரையர் மாளிகைக்கு வந்து கொண்டிருந்தனர் என்பதும் சம்புவரையருக்குத் தெரிந்திருக்கும். ரவிதாசனுக்குச் சோழநாட்டுப் பட்டத்து விவகாரத்தில் அக்கறை இல்லை.

அவன் எண்ணம் எல்லாம் பழிக்குப்பழி வாங்குவதே. அவனுக்கு உதவிக்கொண்டிருந்த பெண்மணி இப்போது காட்டில் வசிக்கும் 'தலைவி' என்று பாண்டிய ஆபத்துதவிகளால் அழைக்கப்படுபவளுக்கும் இந்தநாட்டு விவகாரத்தில் அக்கறை இருந்தது. அதுவும் அரியணை உரிமைக்காக அன்று. இந்த நிலையில் ஆதித்த கரிகாலரைக் கொலை செய்யும் எண்ணம் உள்நாட்டுப் பட்டத்துக்காகப் பூசலிட்டவர்களுக்கா, அல்லது பழிக்குப்பழி வாங்க விரும்பியவர்களுக்கா என்பது ஆராயப்பட வேண்டும். வணங்குவதற்குரிய நமது மாமன்னரும் அப்போது பட்டத்துக்குப் பூசலிட்டவர்கள் குழுவில் இருந்த விஷயத்தை இங்கே சொல்வதில் தவறில்லை என நினைக்கிறேன். அப்படிப் பார்த்தால், ஆதித்த கரிகாலருக்குப் பிறகு, அவர் இளவல் அருண்மொழியன்றோ பட்டமேறவேண்டும்? அவரையும் தீர்த்துவிடும் சதியில் பட்டத்துக் கிளர்ச்சிக்காரர்கள் ஈடு பட்டிருக்க வேண்டுமே, அவர்கள் அப்படிச் செய்யவில்லை.

ஒருவரையும் கொலை செய்யவேண்டும் எனும் நோக்கம் அவர்களுக்கு இல்லாததே காரணம். அது நாடறிந்த உண்மை. இந்த நாட்டின் முதல் அமைச்சராக இருந்த அநிருத்தப் பிரம்மராயர் நிலை அப்போது என்ன? அவர் யாரை ஆதரித்தார்? அருண்மொழிவர்மருக்கும் தெரியும். இளைய பிராட்டி அறிவார் அநிருத்தரின் நிலையை. அவர் அவர்களிருவரையும் பலமுறை சமாதானப் படுத்தியிருக்கிறார். மதுராந்தகருக்குச் சோழநாட்டில் உரிமையுண்டு என்பது அநிருத்தரின் கொள்கை. அதற்காகக் கலகமோ புரட்சியோ செய்ய வேண்டும் என்பது அவர் கருத்துமில்லை. அரசபீடத்தில் அமர்ந்திருக்கும் மதுராந்தக சோழதேவர் அதை ஒப்புக் கொள்வார். சமாதான முறையில் பட்டத்து உரிமையைத் தீர்த்துக்கொள்ளவேண்டும் என்றுதான் அநிருத்தப் பிரம்மராயர் கூறியிருக்கிறார். இந்த நிலையில் ஆதித்த கரிகாலரைக் கொல்வதற்கு அநிருத்தர் உடந்தை என்றால், அவர் ஆதரித்து நின்றவர்களும் உடந்தைதானே... இதை ஒரு வாதத்திற்காக வைத்துக்கொள்ளலாம். மன்னர் மதுராந்தகரை ஆதரித்தவர்களுக்கும், இளவரசர் கொலை செய்யப்

பட்டதற்கும் தொடர்பில்லை என்றால், அநிருத்தருக்கும் அதில் சம்பந்தமே இல்லை என்பது தெளிவாகிறது. இது முன்பே ஒப்புக்கொள்ளப் பட்டது. சபையில் விசாரித்து முடிவானது. ஆனாலும் நான் இங்குக் கூறவேண்டி நேர்ந்தது உங்களில் யாருக்காவது இருக்கும் எள்ளளவு சந்தேகத்தையும் நீக்குவதற்காகத்தான்.

வருங்காலத்தில் யாருக்காவது மனத்தில் துளியாவது சந்தேகம் ஏற்படக் கூடாது என்பதற்காகத்தான். ஆக, ஆதித்தகரிகாலரைக் கொல்வதற்கான எண்ணம் முழுவதும் பாண்டியநாட்டு ஆபத்துதவிகளுக்குத்தான் இருந்திருக்கிறது. பாண்டியநாட்டு ஆபத்துதவிகளுள் இதோ நிற்கும் ரவிதாசன் மிக முக்கியமானவன். ஆதித்த கரிகாலரைக் கொன்ற நாளன்று அவனும் அவன் ஆட்களும் கடம்பூர் மாளிகையில் ஒளிந் திருக்கின்றனர். அவர்கள் ஏன் அங்கு வரவேண்டும்? அதுதான் முதல் காரணமாக அமைவதை நீங்கள் காணலாம். அவன் யாருடைய உதவியால் ஆதித்த கரிகாலரைக் கொன்று விடலாம் என்று உறுதியாக நம்பி இருந்தானோ, அந்தப் பெண்மணி கடைசி நிமிடத்தில் தன் உறுதியைக் கைவிட்டு விட்டாள். அதை ரவிதாசன் முன்பாகவே உணர்ந்திருந்தான். ஆதித்த கரிகாலர் வகையாகச் சிக்கிக் கொண்டிருக்கும் அந்த வாய்ப்பை நழுவவிடாமல் எண்ணத்தைப் பூர்த்தி செய்து கொள்ளவேண்டும் எனும் துடிப்புடன் அந்தத் துர்ப்பாக்கியமான நிகழ்ச்சிக்குக் கருவியாகி விட்டான்.

ஆதித்த கரிகாலர் கொலையுண்டதற்குக் காரணம் வல்ல வரையர் வந்தியத்தேவன் மீது சுமத்தப்பட்டது. அதற்கு முக்கியமான சாட்சியம் அவனுடைய வாளே! பாண்டிய நாட்டுக் கொலைவாளால் ஆதித்த கரிகாலனைக் கொல்ல வேண்டும் என்று கடைசிவரை எண்ணியிருந்தும் அவர் உயிரைக் குடித்தது திருகுவாள்தான். அதனால் வெகு தூரத்தி லிருந்தும் ஒருவரைக் கொல்ல முடியும். அதைத்தான் வந்தியத் தேவன் பயன்படுத்தி விட்டான் என்று அப்போதிருந்த பார்த்திபேந்திரன் வழக்குக்குச் சாதகமாகக் கூறினான். ஆனால் அந்த வாள் பாண்டியநாட்டு ஆபத்துதவிகளுடையது என்பதை இப்போதுகூட ரவிதாசன் மறுக்கமாட்டான்.

வந்தியதேவன் காரணமின்றித் தண்டிக்கப்பட்ட பிறகு, ரவிதாசன் வகையினருக்குத் தைரியம் பிறந்தது. பழிக்குப்பழி வாங்கும் ஆவேசம் அதிகமாகியது. நாட்டினின்று தப்பிச் சென்ற அந்த மோகினிப் பெண் 'தலைவி' என்று பாண்டிய அமர புஜங்களால் போற்றப்படுபவள் பாண்டிய ஆபத்துதவி களின் தலைவியானாள். பாண்டிய குமாரன் அமரபுஜங்கன் காளைப் பருவமடைந்து, இழந்த நாட்டை மீட்கத் திட்டம் தீட்டிக் கொண்டிருந்தான். தலைவியின் கட்டளைப்படி அவன் நடந்தான். சேரமன்னன் பலவிதத்தில் உதவி செய்தான். ரவிதாசன் சகோதரன் பரமேச்வரன் நாணய சாலையில் வேலைக்கமர்ந்து, ஏராளமான பொன் நாணயங் களைப் பாண்டியர்களுக்கு அனுப்பி வந்தான். பொருள் சேர்ந்தது. படை சேர்ந்தது. ரவிதாசனோ, சோழ குலத்த வரையே பூண்டோடு அழிக்கும் திட்டத்துடன் சோழ நாட்டில் உலவி வந்தான். அவ்வப்போது தலைவியைச் சந்தித்தும் வந்தான். பார்த்திபேந்திர பல்லவனைச் சந்தித்து அவனைப் படையெடுக்கத் தூண்டினான். தக்க சமயத்தில் சோழநாட்டின் தென்பகுதியில் பாண்டியப்படைகளைத் தாக்குவதற்கு ஏற்பாடு செய்வதாகக் கூறினான். ஆனால் அது நடைபெறாது போயிற்று. தலைவிக்கும் ரவிதாசனுக்கும் கருத்து வேற்றுமை வலுத்தது. ரவிதாசன் ஆனைமலைக் காட்டிலிருந்து வெளி யேறி விட்டான். இதெல்லாம் எனக்கு எப்படித் தெரியும் என்று கேட்கலாம்... ரவிதாசனை முதன்முதலில் பழுவூர் அருகே சந்தித்தது முதல், அவன் செயல் ஒவ்வொன்றையும் அறிய அவனுடனேயே நட்பு கொண்டேன். தலைவியுடன் அவனுக்குக் கருத்து வேற்றுமை ஏற்படச் செய்திருக்காவிடில், ரவிதாசன் சோழ நாட்டிற்குள்ளேயே நிரந்தரமாகத் தங்கி யிருக்க மாட்டான். இங்கேயே தங்கிப்பெரும் சதியை உருவாக்கத் திட்டம் தீட்டியிருக்கமாட்டான். நான் அவனுடன் காட்டிலே தங்கினேன். சோழநாட்டில் நடைபெறும் செய்திகளை அவ்வப்போது தெரிவித்து வந்தேன். கொண்டு வந்த தங்க நாணயங்களைக் காட்டிலே புதைக்கச் செய்தேன்.

இப்போதும் கூடச் சென்று அவற்றைத் தோண்டி எடுத்துக் கருவூலத்தில் சேர்த்து விடலாம். இதைத் தவிர ரவிதாசன் தன்

பிறந்த நாட்டை மறந்துவிடவில்லை. ஒரு பகுதி பொற்காசுகளைப் பாண்டியநாட்டிற்கு அனுப்பி வந்து, பெரும் பகுதியைத் தன் பிறந்த கிராமத்தில் உறவினருக்கு அனுப்பி வரச் செய்தான். அப்பணத்தைக் கொண்டு பிற்காலத்துக்கு உதவும் என்ற நோக்கில் ஏராளமாக விளைநிலங்கள் வாங்கச் செய்தான். ரவிதாசன் மீது, சோழ நாட்டின் இளவரசரைக் கொன்ற குற்றத்துடன், சோழகுலத் தவர்களைப் பூண்டோடு அழிக்கச் சதி செய்தது, ஏராளமான பொன்நாணயத்தை அபகரித்தது, பாண்டியர்களைச் சோழநாட்டிற்கு எதிராக ஏவியது பார்த்திபேந்திரனை போர்க்கொடி உயர்த்தத் தூண்டியது போன்ற பல குற்றங்கள் சேர்கின்றன. அவற்றிற் கேற்ற தண்டனை அளிப்பது சபையில் நடுநாயகமாயிருந்து செங்கோலோச்சும் நீதிநாயகரான உத்தம சோழ தேவர் என்னும் திருநாமங்கொண்ட பரகேசரி மதுராந்தக சோழ தேவருடைய கடமை. சிவாலயங்கள் புனிதமாகத் திகழத் தொண்டாற்றி வரும் சைவ மூதாட்டியாரின் திருவயிறுதித்த நமது மாமன்னரையும், மாமன்னருக்குப் பிறகு அரசாளப் போகும் செல்வர் அருண்மொழிவர்மரையும் இந்தச்சோழநாடு பெற்றிருப்பது பெரும் பாக்கியமாகும். இந்த நாட்டில் இதுவரை நிலவி வந்த குழப்பச் சூழ்நிலை இன்றோடு மறையட்டும். கலி அழியட்டும். பாதகர் கொட்டம் அடங்கட்டும்... ரவிதாசனுடன் சேர்ந்திராவிடில் மெய்யை நிரூபித்திருக்க முடியாது'' என்று கூறி காளாமுகர் மெல்ல அமர்ந்தார். அவர் பேச்சை அனைவரும் அமைதியாகக் கேட்டுக் கொண்டிருந்தனர். முதலில் குரலை மெல்லத் தொடங்கி, உச்ச கட்டத்திற்கிடையே கொண்டு போய், முடிக்கும்போது குரலைத் தாழ்த்தி உருக்கம் நிறைந்ததாகச் செய்த அவர் பேச்சுத்திறமையைக் கேட்கக்கேட்க அங்குள்ளவர் மயங்கினர். இடையிடையே அவரைக் குறுக்கிட்டுக் கேட்க முயன்றவர்கள் கூட அவர் பேச்சு நயத்தையே கூர்ந்து நோக்கி அமைதியாக இருந்தனர்.

அவர் பேசி முடித்தவுடன், சபை மண்டபத்திற்குள் அவசரம் அவசரமாக தூதுவன் ஒருவன் வந்தான். அவன் அருண்மொழிவர்மரிடம் ஓலை ஒன்றைக் கொடுத்து

வணங்கிச் சென்றான். அருண்மொழிவர்மர் அதைப் படித்தார். அவர் உடல் நடுங்கியது. இவ்வளவு நேரமாகப் புரியமுடியாத ஏதோ ஒரு வேதனையில் ஆழ்ந்திருந்த அவர் மனத்தில் இப்போது பெருநடுக்கம் ஏற்பட்டது. அவர் அதைப்பற்றி அதிகம் பொருட்படுத்த முடியாத நிலை அப்போது ஏற்பட்டது.

காளாமுகர் உட்கார்ந்த உடனேயே, சம்புவரையர் விரைந்து எழுந்து, ''காளாமுகர் யார்? ரவிதாசனுடன் சேர்ந்து அவர் செய்த சதியை மறைப்பதற்காக இப்போது இவ்வளவு அழகாக நயமுடன் பேசுகிறாரே? அவர் பேச்சினின்று பல உண்மைகளை நாங்கள் உணர்ந்து கொண்டால் கூட அவரது சதிக்குற்றத்தை மறந்துவிட முடியாது'' என்றார்.

சங்கரதேவனும் இப்போது அவசரப்பட்டு விட்டான். அவன் துள்ளி எழுந்து, ''அதெல்லாம் சரி, என்னையும், வல்லவரையும் ஆபத்தில் சிக்க வைத்து விட்டுக் குதிரைமீது ஏறி ஓடினாரே, அதற்குக் காளாமுகர் என்ன சமாதானம் கூறுவார்? ஒரு கணம் தப்பியிருந்தால் வல்லவரையர் உயிர் ரவிதாசன் காலடியிலே போயிருக்குமே!'' என்றான்.

ரவிதாசன் ஏளனமாகச் சிரித்தான், சங்கர தேவன் குரல் அவன் காதில் விழவில்லை. ''நன்றாகச் சொன்னான் சம்புவரையன்'' என்று அவன் கூறியது கேட்ட எல்லாரும் திடுக்கிட்டனர். ரவிதாசன் அங்கிருப்பவர்கள் அனைவரையும் இந்த வழக்கில் சம்பந்தப்படுத்திப் பேசி விடுவானோ என்று எல்லோரும் திகைத்தனர்.

''சம்புவரையன் நன்றாகக் கேட்டான், காளாமுகரே! இதற்குத் தக்க மறுமொழி சொல்லுங்கள். உம்மை நம்பி, உம்முடைய யோசனைப்படி நான் நடந்து வந்ததற்கு நல்ல கைம்மாறு செய்துவிட்டீர்கள். தொடக்கத்தில், நான் ஒரு தவறு செய்தேன். அதன் பலனை இப்போது அனுபவிக்கி றேன். என் திறமையையும், சக்தியையும் பலத்தையும், உறுதியையும் நானே அதிகமாக எண்ணி, உம்முடைய தொடர்பு எனக்கு கிடைத்தது பெரிய வரப்பிரசாதமென்று நம்பினேன். தலைவியுடன் கருத்து வேற்றுமை கொண்

டேன். இப்படியெல்லாம் சொல்லி அவர் தப்பிவிட முடியுமா? நான்தான் பகிரங்கமாக ஒப்புக்கொள்கிறேனே. ஆதித்த கரிகாலரைக் கொல்வதற்கு நாங்கள் சூழ்ச்சி செய்யவில்லை. ஆனால் பழிக்குப்பழி வாங்க உறுதி செய்து கொண்டோம். பழுவேட்டரையர் அரண்மனையில் நாங்கள் மட்டும்தானா இருந்தோம்?

இதோ இப்போது கேள்வி கேட்டானே சம்புவரையனும் தான் இருந்தான். அவன் ஏன் திருகுக் கத்தியை எறிந்திருக்கக் கூடாது? எல்லாவற்றையும்விட நான் ஒன்று கேட்கிறேன்... காளாமுகர் வடிவிலே அங்கே ஒருவர் வந்தது உங்களில் பலருக்கு நினைவிருக்கலாம். அந்தக் காளாமுகர் ஏன் இவராகவே இருக்கக் கூடாது? உம்... காளாமுகரே! உமது நயவஞ்சக சக்தியை சற்று முன்வரை நம்பினேன்... காட்டிலே வந்தியத்தேவனுக்கு வழிகாட்டி விட்டு, அவன் குதிரையையே எடுத்துக்கொண்டு போய் என் இருப்பிடத்தை யும் தெரிவித்துவிட்டீர்கள். அவற்றை யார் நம்பப் போகிறார் கள். இந்தச் சபையில் உமது உண்மை உருவம் வெளிப் பட்டவுடன், உம்மீது இவர்கள் சீற்றம் இன்னும் அதிகமாகப் போகிறதே தவிர, குறையாது. சபையிலுள்ளோர் நீதிமான்கள்; சிபிச்சக்கரவர்த்தியின் பரம்பரையில் வந்த சோழ மன்னர்கள் அலங்கரித்த அரியணையில் அமர்ந்துள்ள மன்னரும் தர்மத்தின் நிலை தவறாது நடப்பார் என்று எனக்குத் தெரியும். சற்று முன்பு பேசிய அருண்மொழிவர்மரும், இப்போது பேசிய காளாமுகரும் தங்கள் சொல்வன்மையை நிலை நாட்டினார்களே தவிர, எங்கள் மீது திட்டவட்டமாகக் கொலைக் குற்றத்தைச் சுமத்த முடியவில்லை.

ஆனால் காளாமுகர் பிறகு கூறிய சதித்திட்டமெல்லாம் அவர் கற்பனைதான்... யார் என்ன கூறினாலும், கூற முயன்றாலும், ஒன்று மட்டும் நான் சொல்வது உண்மை. பழிக்குப்பழி வாங்க நான் உறுதி கொண்டது உண்மை. அதிலே நான் வெற்றியடையவில்லை. கடைசி நேரத்தில் தலைவியுடனேயே விரோதித்துக்கொண்டேன். அவளுடன் விரோதித்துக் கொள்ளாமல் இருந்திருக்கலாம். இருந்திருந்தால், இதற்குள் மதுரையில் அமரபுஜங்கரைப் பட்டம் ஏற்றியிருக்க

லாம். இந்தக் காளாமுகர் பேச்சைக் கேட்டேன். சோழ நாட்டிற்கு விரோதமாக மாறிய இவர், எனக்கு ஆதரவாக இருப்பார் என்று எண்ணினேன். உம்; போகட்டும். நான் கலங்கவில்லை. உங்கள் முன் நிற்கிறேன். நீங்கள் கூறும் முடிவைத் தைரியமாக ஏற்க நிற்கிறேன். என்னை நீங்கள் கொலைகாரன் என்று முடிவு செய்யலாம்; ஆனால் அதற்கு ஆதாரம் ஏதுமில்லை. சோழநாட்டிற்கு எதிராகச் சதி செய்தேன் என்று கூறலாம். அது என் நாட்டிற்கு நான் செய்த கடமை. பாண்டியநாட்டு வீரவாள் முன் நான் எடுத்துக் கொண்ட சபதம். என் மீது அடுக்கடுக்காய்ப் பல குற்றஞ் சாட்டிக் கொன்று விடலாம் ஆனால் பாண்டிய நாட்டிற்கு நீங்கள் இழைத்த அநீதி இருக்கிறதே, அது மறைந்து விடாது. அது வளரும். பெரும் பூதம் போல் பேருரு எடுக்கும். தனது பயங்கரக் கரங்களை நீட்டும். நீங்கள் இழைத்த கொடுமைக்கு மாறாக, என்றாவது ஒருநாள் உங்களைப் பாண்டிய அரசரொருவர் பழிக்குப்பழி வாங்கியே தீருவார்.''

ரவிதாசன் இவ்வாறு பேசிக்கொண்டே போகும் போது அருண்மொழி வர்மர் சீறினார். சற்று முன்னர் வந்த ஓலை யொன்றினால் வேதனையுற்று இதயம் படபடப்புடன் துடிதுடித்துக் கொண்டிருந்த அவர் எரிமலையானார். கண்களில் செந்தணல் பறந்தது. அன்பும் அருளும் ததும்பிய அந்த முகத்தில் ஆக்ரோஷமும், ஆத்திரமும் பொங்கி வழிந்தன. அவர் இருக்கையை விட்டுத் துள்ளி எழுந்து, ''ரவிதாசா! போதும் நிறுத்து. செய்கையிலே மட்டுமல்லாமல் சொல்லிலும் நயவஞ்சகம் நிறைந்த நச்சுப் பாம்பே! இவ்வளவு காலம் உன்னை உயிருடன் நடமாட விட்டதே தவறு. சோழ நாட்டிற்குச் சாபம் கொடுக்க நீ யார்? பயங்கர மான உன் குற்றத்தை மறைக்கக் கூக்குரலிடுகிறாயா? செல்லாது. நீயும் உன் குழுவினரும் சேர்ந்து செய்த கொலைச் செயலுக்கு உங்கள் வகைச் சாட்சியமே இருக்கிறது. அதோ குனிந்த தலையுடன் நிற்கிறானே உன் சகோதரன், அவன் வந்தியத்தேவனைப் பாதாளச் சிறையில் சந்தித்து, ஆதித்த கரிகாலரைக் கொன்றது தாங்களே என்று ஒப்புக்கொண்டிருக் கிறான். வேண்டுமானால், சிவநேசச்செல்வன் கண்டரன்

மதுரனை அழைத்து உறுதிப் படுத்துமாறு செய்கிறேன். அதெல்லாவற்றையும் விட இதோ உன் தலைவி சற்று முன்பு எழுதி அனுப்பிய ஓலை! இந்த ஓலையில் கூறப்பட்டிருப் பதைச் சபையின் முன்பு படிக்குமாறு நான் சம்புவரையரையே கேட்டுக்கொள்கிறேன். அந்த ஓலை ஒன்றே கூறிவிடும் உன்னுடைய, உனது குழுவினுடைய பயங்கரச் செய்கையை. மதிப்புக்குரிய காளாமுகர் மட்டும் இல்லாதிருந் தால் நீ அகப்பட்டிருக்கமாட்டாய், அவர் செய்த உதவிக்கு நாங்கள் என்றும் கடமைப்பட்டிருக்கிறோம். அவர் உன்னுடனேயே இருந்து, உன் உளவுகளை அறிந்த தோடன்றி, உன்னை இந்தச் சோழ எல்லைக்குள்ளே வந்து நடமாடுமாறு செய்த அவரது ராஜதந்திரம் மகத்தானது. அதன் மூலம் அவர் உண்மைக் குற்றவாளியைக் கண்டுபிடித்துக் கொடுத்ததோடன்றி, காலா காலத்துக்கும் மன்னர் மீதும், மற்றவர் மீதும் சுமத்தப்பட இருந்த பழியையும் துடைத் திருக்கிறார்.

அவர் தான் நீங்கள் இதுவரை அறிய விரும்பிய இந்த நாட்டின் முதல் அமைச்சர் அநிருத்தப்பிரம்மராயர். நான் கடல் கடந்த நாடுகளுக்குச் சென்றிருந்த போது, இங்கே பெரும் குழப்பம் நிலவியது. கள்ள நாணயம் புழக்கத்தில் வந்தது. நாணயச்சாலையினின்று தங்க நாணயங்கள் களவு போயின.

ஆதித்த கரிகாலரைக் கொன்றதாக வந்தியத்தேவன் தண்டிக்கப் பட்டதில் அவருக்கு எள்ளளவும் சமாதானம் இல்லை. அது மட்டுமல்லாமல், அவ்வழக்கில் அநிருத்த பிரம்மராயருக்கும் தொடர்பிருக்கும் என்று சிலர் பேசிக்கொண்டது அவர் காதில் வீழ்ந்தது. உண்மைக் குற்றவாளியைக் கண்டுபிடிக்கவே அவர் காளாமுகர் வேடம் பூண்டார். அவரது சேவைக்கு நாம் என்றும் கடமைப் பட்டிருக்கிறோம்.

(அநிருத்தப் பிரம்மராயர்தான் காளாமுகர் என்று அறிந்த சபையினர் 'ஆஹா' காரம் செய்தனர். எல்லாரும் அவர் இருந்த இடத்தை நோக்கிப் பார்வையைச் செலுத்தினர். காளாமுகர் வடிவில் இருந்த அநிருத்தப் பிரம்மராயர் அங்கே

இல்லை. தன் பணி முடிந்துவிட்டதென்று அவர் எப்போதோ புறப்பட்டுப் போய்விட்டார்)

மேலும் இந்தச் சபையின் பொன்னான நேரத்தை வீணே கழிக்க எனக்கு ஆசையில்லை. மதிப்பு வாய்ந்த அறிஞர்களும், சிற்றரசர்களும், மந்திரி மண்டலத்தாரும் தங்கள் கருத்தைத் தெரிவித்து, மன்னர் நீதி வழங்க வழி செய்வர் என்று நம்புகிறேன். எனக்குத் தெரிந்தவரையில் பயங்கரமான குற்றங்கள் செய்த இந்தக் கொடிய பாதகர்களுக்கு மரண தண்டனையே விதிக்க வேண்டும் என்று தான் கூறுவேன்...'' என்று கூறி அமர்ந்தார். பிறகு தன் கையிலிருந்த ஓர் ஓலையைச் சம்புவரையரிடம் கொடுத்துப் படிக்குமாறு கூறினார்.

மன்னரருகே அருண்மொழி சென்று அவரிடம் ஏதோ கூறினார். மதுராந்தகர் திடுக்கிட்டுப் பரபரப்புடன் தலையை அசைத்தார். அருண்மொழி சபையின் பின் புறத்தின் வழியாகக் குதிரை இருக்கும் இடம் நோக்கி விரைந்தார். பாண்டியநாட்டுத் தலைவி, அருண்மொழிக்கு எழுதிய ஓலையைச் சபையினருக்குப் படித்துக் காட்டிக் கொண்டிருக்கும் போது, அருண்மொழிவர்மர் குதிரையை வேகமாகச் செலுத்தியவாறு நந்திபுரம் நோக்கிச் சென்று கொண்டிருந்தார். அவரை அதுபோல் விரையச் செய்த ஓலை நந்திபுரத்தினின்று வந்திருந்தது. இளையபிராட்டி எழுதியிருந் தார். இளவரசி வானதி தேவியின் உடல் நிலை திடீரென மோசமாகியதென்றும் உடனே புறப்பட்டு வருமாறும் அதில் கண்டிருந்தது. ஓலையைக் கண்டவுடனேயே அருண் மொழியின் உடல் நடுங்கியது. சபையினருக்குத் தெரிந்தாலும், அதில் என்ன கண்டிருக்கிறதென்று ஒருவரும் அறிய முடிய வில்லை. முக்கியமான விசாரணை நடந்து கொண்டிருக்கும் போது இடையில் தனக்கேற்பட்ட வேதனையைத் தெரி வித்துச் சபையைக் கலங்க அடிக்கக்கூடாது. நிகழ்ச்சியைத் தடை செய்து விடக்கூடாது என்றெண்ணிய அருண்மொழி வர்மர், அமைதியாய் இருந்து ரவிதாசன் குற்றத்தைத் திட்ட வட்டமாக நிரூபிக்கும் ஓலையைப் படிக்கக்கொடுத்தவுடன், தன் பணி முடிந்து விட்டதென்று மன்னர் மதுராந்தகரிடம்

விடைபெற்றுக் கொண்டு புறப்பட்டார். அவரைச் சுமந்த குதிரைக்கு மட்டும் இன்னும் கால்கள் இருந்தால் எதிர்பார்த்த நேரத்திற்குள்ளே அது நந்திபுரம் விரைந்திருக்கும்.

சம்புவரையர் பாண்டியத் தலைவி எழுதிய ஓலையின் ஒவ்வொரு வரியையும் படிக்கும்போது சபையினர் வியப்பில் ஆழ்ந்தனர். ரவிதாசன் முகம் சுண்டியது. நிமிர்ந்து நின்ற தலை மெல்ல மெல்லக் குனிந்தது.

அருண்மொழியை, "அன்புமிக்க சகோதரரே" என்று விளித்துத் தொடங்கியிருந்தது அந்த ஓலை.

அத்தியாயம் 37

மன்னரின் தீர்ப்பு

தலைவி அப்படியென்ன எழுதியிருந்தாள்? ரவிதாசன் முகம் சுண்டும் வண்ணம் என்னதான் எழுதி விட்டாள்?

"... ரவிதாசன் உங்கள் கரங்களில் அகப்பட்டு விடுவான் என்று எனக்கு முன்பே தெரியும். காளாமுகர் வடிவில் வந்தவரைக் குறித்து நான் பெரிதும் எச்சரித்திருந்தேன். அவர் ஒருநாளும் சோழநாட்டிற்குத் துரோகம் செய்யமாட்டார் என்று எச்சரித்திருந்தேன். நான் சொன்னதை ரவிதாசன் கேட்கவில்லை. நான் பாண்டியநாட்டுக்கு விரோதமாக ஏதோ சதி செய்வதாக எண்ணிவிட்டான். சோழநாட்டின் மீது எனக்குப் பாசபந்தம் இருக்கும் என்று அபிப்பிராயப்பட்டான். என் உடன் பிறந்தவர்களோடு எனக்குப் போரிடப் பிடிக்க வில்லைதான். ஆனால் கௌரவரும் பாண்டவரும் சகோதரர் கள்தாம்; குருக்ஷேத்திரப் போர்க்களத்தில் குறுக்கே பாசமும் பந்தமுமா வந்து நின்றன?

அப்படி ஏதோ ஓர் மயக்கத்தால் ரவிதாசன் எங்கள் குழுவிலிருந்து விடுபட்டுப்போய்விட்டான். எனக்குத் தெரியும் அவன் தவறான வலையில் வீழ்ந்து விட்டா

னென்று. உங்கள் எதிரே நிற்கும்போதுகூட அவன் தைரியமாகத்தானிருப்பான். அவன் முன் செயலுக்காக நாங்கள் தலைகுனிய வேண்டுமேயன்றி, அவன் ஏன் தலைகுனியவேண்டும்? சோழகுலத்துத் தலைப்பிள்ளை ஆதித்த கரிகாலரைக் கொன்றுவிடவேண்டும் எனும் அதி தீவிர வேகம் எங்கள் அனைவருக்குமே அந்த நாளில் இருந்தது. நான் கொலை வாளைவீர பாண்டியனது வாளையும் கரத்தில் வைத்திருந்தேன். நான் அந்தச் செயலைச் செய்கிறேனா இல்லையா என்று கண்காணிக்க ரவிதாசன் தன் குழுக்களுடன் அடுத்த மண்டப அறையிலே மறைந்திருந்தான். இப்போது போல் இருக்கிறது; அந்த இரவில் நடைபெற்ற சம்பவம், என் உடலில் புல்லரிக்கிறது. ஆதித்த கரிகாலர் வீராவேசத்துடன் என்னைக் காண வந்தார். அவரைக் கண்டவுடனேயே நான் கோழையானேன். அவரைப் பழிக்குப் பழி வாங்கும் எண்ணம் ஓடோடி விட்டது. நான் என்ன செய்வேன்?

அப்போது எங்கிருந்தோ பாச உணர்ச்சி வந்து சூழ்ந்து கொண்டது. உணர்ச்சி மிகுதியால் செயலிழந்தேன். ஆதித்த கரிகாலருக்கும் எனக்கும் நடைபெற்ற உரையாடல்கள் இப்போதும் என் நெஞ்சில் பசுமையாகத்திகழ்கின்றன. அவற்றைக் கேட்டுக் கொண்டிருந்த வல்லவரையர், இப்போது அங்கே இருக்கலாம்... ஆ! ஆதித்த கரிகாலர் உணர்ச்சி மிகுதியால் பேசிக்கொண்டே வெறிபிடித்த நிலைக்கு வந்துவிட்டார். உச்சநிலையை அடைந்து என்னிடமிருந்த வாளைப் பறித்து தானே குத்திக்கொண்டு இறக்க முற்பட்ட போது... ஐயோ, என்ன சொல்வேன்! திருகுக் கத்தி பாய்ந்து வந்தது. காளாமுகர் வடிவில் பெரிய பழுவேட்டரையர் வந்தார். 'அடப்பாவி, என்ன காரியம் செய்தாய்?' என்று கூவினார். அவர் பின்புறமிருந்து ரவிதாசன் புலித்தோலை விலக்கிக்கொண்டு வந்தான். அந்தத் தோலை வீசி விளக்கை அணைத்து அந்த இடத்தையே காரிருளாக்கி விட்டான். ஆதித்த கரிகாலன் எனும் சோழ குலத்தின் ஒளி அணைந்தது.

அன்புமிக்க சகோதரா! அருண்மொழி! அன்று நடந்த சம்பவத்தை யாரிடமாவது கூறவேண்டும் என்று துடிதுடித்து இருந்தேன். இந்தச் சமயத்திலாவது உன்னிடம் கூறுவதால்

இரண்டுவிதப் பலன் உண்டாகும் என்று எண்ணினேன். என் மனத்தில் இதுவரை அடக்கி வைத்திருந்த சுமை குறையும், அடுத்தது ரவிதாசன் உயிரைக் காப்பாற்றலாம். சபையோர் அவனுக்கு மரணதண்டனைதான் விதிப்பர் என்று நான் அறிவேன். ஆனால் நான் ரவிதாசன் சார்பில் மன்றாடிக் கேட்பது என்னவென்றால், ரவிதாசன் தன் சுயகாரியத்திற்காக ஆதித்த கரிகாலனைக் கொல்லவில்லை. ஒரு மாபெரும் நாட்டின்... நெடுஞ்செழியனும் பொற்கைப் பாண்டியனும் கடுங்கோனும் கட்டிக்காத்து, வளர்த்த பாண்டிய நாட்டின் நலனுக்காகத்தான் அவ்வாறு செய்தான். அவனுக்குக் கொடுக்க வேண்டிய தண்டனை எனக்கும் கொடுக்க வேண்டிய ஒன்றாகும். நான் தப்பி வந்து விட்டேன். என் இதயத்தினின்று இன்னும் வெஞ்சினம் மாறவில்லை. ஆனால் அதில் பழிக்குப்பழி வாங்கும் நோக்கம் இல்லை. தர்ம நியாயமான போர் கொண்டு இழந்த சாம்ராஜ்யத்தை மீண்டும் பெற்றுக்கொள்ளும் நோக்கம்தான். அதற்காகவே இளவரசன் அமரபுஜங்கனை ஆயத்தப்படுத்தி வருகிறேன். என்றாவது ஒருநாள் நீயும்... நானும் போர்க்களத்தில் சந்திப்போம். அப்போது உரிய தண்டனையை எனக்களித்துவிடு. ரவிதாசனுக்கு மரண தண்டனை அளிக்காது காப்பாற்று என்று வேண்டிக்கொண்டே இந்த ஓலையை எழுதினேன். நீங்கள் விரோதியாக எண்ணும் ஒரு பெண்ணிடமிருந்து வந்த கோரிக்கையாகக் கொள்ளாமல், என் உடலிலும் சோழ நாட்டின் குருதி சிறிது ஓடுவதால் உரிமையுடன் கேட்டுக் கொள்ளும் ஒரு வேண்டுகோளாகக் கருதுமாறு கேட்டுக் கொள்கிறேன்...

சோழர்களுக்கும் எனக்குமுள்ள சம்பந்தம் சிலர் அறிவர். சோழநாட்டில் பல பெயர்களுடன் நான் வாழ்ந்திருக்கிறேன். நந்தினி என்று என்னை அழைப்பர். எனக்கு வயதாகி வருகிறது. இளமை எப்போதோ குறைந்து விட்டது. ஆனால் சாம்ராஜ்யத் தலைமைப் பதவி வெறி தணியவில்லை. கடிதத்தில் அவ்வளவுதான் எழுத முடியும். ஆனால் நான் எச்சரிக்க விரும்புகிறேன் பாண்டிய மன்னர் ஒருவர் சோழ நாட்டை அழிக்காமல் விடமாட்டார்.''

சம்புவரையராலேயே மேலே தொடர்ந்து படிக்க இயலவில்லை; உணர்ச்சிவசப்பட்டு விட்டார். சபையில் 'ஆஹா' காரம் எழுந்தது. வந்தியத்தேவன் கண்களில் கடம்பூர் மாளிகை நிகழ்ச்சிகள் தோன்றின. மார்பிலிருந்து ரத்தம் பொங்கிவர, மலைபோல் சாய்ந்து கிடக்கும் ஆதித்த கரிகாலனின் உடல் தோன்றி அவன் உடலைக்குலுங்க வைத்தது.

சபையோர் ஒரு முடிவுக்கு வருமுன்னர் ரவிதாசனிடமிருந்து கடைசியாக கர்ஜனை பொங்கி வந்தது.

''பொய், பொய்! இந்த ஓலையிளுள்ளவை பொய். ஓலையே பொய்... எனக்காக யாரும் பரிந்து பேசி மண்டியிட வேண்டாம். நான் ஆயத்தமாக இருக்கிறேன்... எந்தவிதத் தண்டனையையும் ஏற்றுக்கொள்ள, இதோ நிற்கும் என் உடன் கூட்டத்தார் அவர்களுக்கு வேண்டுமானால் முடிந்தால் கருணை காட்டுங்கள். அவர்கள் கோழைகள். உயிரைப் பெரிதாய் நினைப்பவர்கள்'' என்று கூறிச் சட்டென நிறுத்தினான்.

மன்னர் மதுராந்தக சோழவேந்தர் உள்ளத்தில் எப்போதும் நேராத பெருங்குழப்பம் சூழ்ந்திருந்தது. ரவிதாசன் பேச்சாலோ, அந்த ஓலையின் வாசகத்தாலோ ஏற்பட்டதன்று அது. அவர் நினைவெல்லாம் அருண்மொழி சென்ற திசையிலே இருந்தது.

மதுராந்தக சோழ தேவரால் அந்த நிலையில் தொடர்ந்து வர முடியவில்லை. தன் கருத்தையும் தீர்ப்பையும் மறுநாள் வழங்குவதாகக் கூறிச் சபையை விட்டுச் சென்றுவிட்டார். ரவிதாசன் தண்டிக்கப்பட வேண்டியவனே என்று சபையினர் கருதினர். ரவிதாசனோ தனக்கு வழங்கப்பட இருக்கும் தீர்ப்பு எப்படியிருக்குமோ என்று கலங்காமலேயே இருந்தான்.

மறுநாள் சபை கூடிற்று. மதுராந்தக சோழ தேவரின் அரியணைக்கருகே, அநிருத்த பிரம்மராயர் கம்பீரமாக அமர்ந்திருந்தார். முதல்நாளே அவரைக் காண வேண்டும் என்று துடித்த சபையோருக்கும் குறுநில மன்னர்களுக்கும்

அவர் சபையில் வீற்றிருப்பது பெருமையையும் மகிழ்ச்சியையும் அளித்தன.

அநிருத்தப் பிரம்மராயர் தூய வெள்ளை ஆடை அணிந்து மேலே மஞ்சள் நிறச் சால்வையைப் போர்த்தியிருந்தார். அவர் காதில் குண்டலங்கள் அசைந்தாடின. நெற்றியிலே சந்தனக் கீற்றுத் துலங்கியது. கழுத்தில் கௌஸ்துப மணிமாலை திகழ்ந்தது. பிராயம் காட்டும் முதுமையைத் தவிர, வேறுவித மாறுதல் அவரிடம் காணோம். வெள்ளியிலே நந்தி உருவம் திகழ்ந்த கைத்தடியை அவர் கம்பீரமாகத் தாங்கியிருந்தார். அவர் கண்களில் ஞான ஒளி வீசியது. சாந்தம் ததும்பும் முகத்தில் இலேசான புன்னகை விளங்கியது.

அந்தச் சபையிலேயே மூதிர்ந்த குறுநில மன்னரான கொங்குநாட்டு வேளிர் எழுந்து நின்று, ''பல ஆண்டுகளுக்குப் பிறகு சோழநாட்டு முதல் அமைச்சரைக் காண்பதில் மிக மகிழ்ச்சி அடைகிறோம். இந்த நாட்டின் பெருமைக்கும் புகழுக்கும் பெருங்காரணமான அமைச்சர் அவர்களுக்கும் இந்தச் சபை பெரிதும் கடமைப்பட்டிருக்கிறது. அவரைவிட நான் வயதில் முதிர்ந்தவன் எனும் காரணத்தால், அவர் நீடுழி வாழ நான் ஆசி கூறுகிறேன். இந்தச் சபையோர் தம் வணக்கம் தெரிவிக்கின்றனர்'' என்றார்.

சபையோர் உடனே எழுந்து நின்று வணங்கினர்.

''அன்பில் அநிருத்த பிரம்மராயர் வாழ்க!''

என்று உளம் நிறைந்த சொற்களால் வாழ்த்தொலி எழுப்பி அமர்ந்தனர். அந்தக் கோஷம் சபையின் வெளியேயும் எட்டி எதிரொலித்தது. மக்களும் வான் எட்டக் குரல் எழுப்பி வாழ்த்தினர்.

ரவிதாசனுக்கும் அவனது குழுவினருக்கும் அந்த ஒலி வேதனையை அளித்திருக்கவேண்டும். மன்னர் மெல்ல எழுந்து அநிருத்தரை நோக்கி தன் சிரம் தாழ்த்தி, ''இன்றுபோல் என்றும் இந்த நாட்டின் வழிகாட்டியாய் நல்லாசானாய் விளங்கி அருளவேண்டும்'' என்று கூறினார்.

பிறகு தம் ஆசனத்தில் அமர்ந்து, செங்கோல் கைப்பிடித்து ரவிதாசனுக்கும் அவனது சகாக்களுக்கும் ஆயுள் தண்டனை விதித்துத் தீர்ப்பளித்தார். அவர்களுக்கு மரண தண்டனை அளிக்காததன் காரணத்தை அவர் விளக்கவில்லை.

தீர்ப்பைக் கேட்ட ரவிதாசன் அஞ்சவில்லை. ஆனால் அவன் கூட்டாளிகள் கண்களிலிருந்து நீர் ததும்புவது தெளிவாகத் தெரிந்தது. காவலாளிகள் அவனைச் சிறைக்கு அழைத்துச் செல்லும்போது அவன் கம்பீரமாக நடந்து சென்றான்.

நந்திபுரத்து மாளிகையின் வெளியே மக்கள் சோகமே வடிவாய் நின்றிருந்தனர். வானதி தேவியின் உடல்நிலை குறித்து என்ன செய்தி வருமோ என்ற திகிலுடன் நின்றிருந்தனர். அவர்கள் வீட்டில் அடுப்புப் புகைந்து ஒருநாள் கழிந்து விட்டது. அவர்கள் வாயில் நீர்விட்டுப் பலநாழிகை நேரம் கழிந்து விட்டது. கண்ணீர் ததும்பி நின்றது. ஒருவரோ டொருவர் பேசிக்கொள்ளாமல் வாயடைத்து நின்றனர்.

வானதிதேவி பஞ்சணையின் நடுவே மலர்போல் கண் இமைகளை மூடிக்கிடந்தாள். மெல்லிய மூச்சு வந்து கொண்டிருந்தது. உடல் தணலாய்க் கொதித்தது. மருத்துவர்கள் வந்துபார்த்து இருநாட்கள் கழித்தே ஏதும் கூற இயலும் என்று சொல்லிச்சென்றனர். தீவு தீவாந்தரம் சென்றும் உயர்தர மூலிகையைக் கொண்டுவர அவர்கள் சித்தமாயிருந்தனர். ஆனால் வானதிக்கு வந்திருந்த நோய் பச்சை உடம்பில் பிறந்த மனோ வேதனை சம்பந்தப்பட்ட நோயாயிற்றே? மனத்திற்குள் சென்று நோயைச் சரிப்படுத்தும் மூலிகை இன்னும் பூலோகத்திற்குள்ளே வரவில்லையே!

வானதியைச் சுற்றிப் பலர் கூடி இருந்தனர். பஞ்சவன் மாதேவி மூத்தவள்இளையவள்; சிற்றரசர்கள் வீட்டுப் பட்டத்து ராணிகள், இளவரசிகள், சேடிகள், தோழிகள், பாங்கிகள் அத்தனை பேருடைய நெஞ்சிலும் நிறைந்திருந்த துயரத்தையும் ஓரளவாவது குறைக்கும் வகையில் தன் பொக்கை வாயால் மோகனச் சிரிப்பு உதிர்த்துக் கொண்டு, தளிர் விரல்களால் எல்லார் மேலும் தன் பூங்கொத்து போன்ற

ஸ்பரிசத்தை அளித்துக்கொண்டு இருந்தான், அருண்மொழி யின் திருச்செல்வன்வானதி பெற்றெடுத்த குலக்கொழுந்து.

பஞ்சவன் மாதேவியும், இளையபிராட்டியும் இரவு பகல் என்று கண்ணை இமைக்கவில்லை. அருகேயுள்ள தலமொன்றுக்குச் சென்றிருந்த பெரியபிராட்டியார் செம்பியன் மாதேவியாரும் கண்டரன் மதுரனும் வந்து விட்டனர். செம்பியன் மாதேவியார் உதடுகள் சிவபெருமான் திருவடிகளையே மனத்தில் நினைத்தன.

பிராட்டியார், கண்டரன் மதுரனை அருகே அழைத்து, "குழந்தாய்! மனக்கூண்டில் உள்ள உயிரெனும் பறவைக்குப் பிரார்த்தனை ஒன்றுதான் உதவும். சராசரங்களையும் அணைத்துக் காக்கும் எம்பிரானின் திருப்பெயரின் அறத் துளிகள் அவள் செவியில் புகட்டும். அவை செவி வழியே இதயக்கூண்டிற்குள் உலவட்டும். சலனமடைந்திருக்கும் ஆத்மா அல்லல் நீங்கி அமைதியடையட்டும்... எங்கே, திருப்பதிகம் பாடு..." என்று உள்ளம் கனியக் கட்டளை யிட்டாள்.

கண்டரன் மதுரன் அந்தக் கூட்டத்திலிருந்த ஆடவல்லான் சிலைக்கு வணக்கம் தெரிவித்தான். அவன் நெஞ்சிலே பக்திக் கனல் மூண்டது. அவன் விழிகளை மூடிக்கொண்டான். வானதிதேவி முறைக்கு அவன் சிறிய தாய்தன் தாய் சுகப்பட்டு எழவேண்டுமல்லவா?

'மாடு நகைவாள் நிலா எறிப்ப,
வாய் திறந்து அம்பவளம் துடிப்பப்
பாடுமின் நம்தம்மை ஆண்ட ஆனும்
பணிகொண்ட வண்ணமும் பாடிப்பாடித்
தேடுமின் எம்பெரு மானைத் தேடிச்
சித்தம் களிப்பத் திகைத்துத் தேறி
ஆடுமின் அம்பலத்து ஆடினானுக்கு
ஆடப்பொற் சுண்ணம் இடித்தும் நாமே'

என்று பொற்சுண்ணம் இடித்த பாடலைக் கணீரென்று பாடினான்.

'கலந்து நின் அடியாரோடு அன்று
வாளா களித்திருந்தேன்?
புலர்ந்து போயின காலங்கள்!
புகுந்து நின்றது இடர்பின் நான்;
உலர்ந்து போனேன் உடையானே!
உலவா இன்பச் சுடர் காண்பான்
அலந்து போனேன் அருள்செய்யாய்
ஆர்வம்கூர அடியேற்கே....'

என்று பிரார்த்தனைப் பத்துப் பாடல் பாடினான்.

பாட்டின் சுவைகேட்டு அனைவரும் வணங்கி நின்றனர். பாட்டின் சுவைகேட்டு அனைவரும் கட்டுண்டு நின்றனர். எங்கோ அதலபாதாளத்தில் தண்ணீர் மட்டத்துக்கு மிகமிக அடியில் கிடப்பது போன்ற நிலையில் இருந்த வானதியின் காதிற்குள் பிரார்த்தனைப் பத்தின் ஒவ்வொரு பாடலும் மெல்ல மெல்லச் சென்றது.

வானதியின் கண்ணெதிரே அதோயார் வருகிறார்கள்? கற்றை முடி தெரிகிறது; அதிலே பிறைமதி மிளிர்கிறது. கங்கைப் பெண் காணப்படுகிறாள். பூண் அரவம் புலப் படுகிறது. குனித்த புருவம் காணப்படுகிறது. கொவ்வைச் செவ்வாய் குலுங்கும் மலர்போல் அசைகிறது. ஆகாஅதோ சிவபிரான்! அருகே மானைப் போன்ற பார்வையுடைய நீலமலரின் தன்மையமைந்த கயல் போன்ற கண்களையுடைய உமையம்மை திகழ்கிறாள்.

ஆகா! அந்தக் காட்சியை இவ்வளவுநாள் எவ்வாறு காணாது காலத்தை வீணே போக்கினோம். அந்த அம்மையார் எவ்வாறு ஒயிலாக நிற்கிறாள்! பெருமானுக்கு மட்டுமென்ன? எவ்வாறு கொடி போன்ற நுசுப்பினை அணைத்திருக்கிறார் நமக்கு ஏன் அந்த நிலை ஏற்படவில்லை? அவர் நம்மை அணைத்த ஏதாவது ஓர் இன்ப நாளின் நினைவாவது வரக் கூடாதா? ஆம்; நானும் அப்படித்தான் வலிமை பொருந்திய மூங்கில் போன்ற உருகாமனத்தை உடையவள். இவ்வுலகில் நிலையற்றுப் பயன்படாது வீணே அழிகின்றேன். அருள் கனிய, தாமதம் செய்யாமல் விரைவில் எழுந்தருளி, தளிர்போன்ற உன் பொன்னடிகளை எனக்களிப்பாய்.

இப்போது கண்டரன் மதுரன் இதே பொருளையுடைய,

‘...திணியார் மூங்கிற் சிந்தையேன்
சிவனே! நின்று தேய்கின்றேன்,
அணியார் அடியார் உனக்குள்ள
அன்புந் தாராய்! அருள் அளியத்
தணியாது ஒல்லை வந்தருளித்
தளிர்பொற் பாதந் தாராய்...’

எனும் பதிகத்தைப் பாடிக்கொண்டிருந்தான்.

அருண்மொழிவர்மரும் வந்து சேர்ந்துவிட்டார். அவர் குதிரையைவிட்டு இறங்கியவுடனேயே கூடியிருந்த மக்களிடையே சலசலப்பு ஏற்பட்டது. சிலர் விம்மினர்; சிலர் கண்களை மூடிக்கொண்டதால் இமையின் பளு தாங்காது கண்ணீர் கழன்று வீழ்ந்தது. சிலர் நெஞ்சையடைத்தது.

அருண்மொழித் தேவர் வானதி படுத்திருக்கும் கூடத்தின் வாயிற்படியருகே வந்து நின்றார். பலர் கூடியிருந்த அந்த இடத்தில் அமைதி நிலவியது. கண்டரன் பாடும் இனிய பதிகத்தின் மயக்கத்தில் அனைவரும் நினைவிழந்திருப்பது கண்டார்.

அதோ! இளையபிராட்டி ஏன் வேகமாக எழுந்து வானதியின் அருகே ஓடுகிறாள்? இளையபிராட்டியின் முகம் சற்று மலர்கிறதே ஏன்? வானதி கண்விழித்து விட்டாள். இனிபயம் இல்லை இளையபிராட்டியின் உள்ளம் இப்படித் தான் நம்பியது. அனைவருக்கும் சற்றுத் தெம்பேற்பட்டது; அருண்மொழியின் செல்வன் ‘ங்கா...’ என்று தேவலோக மொழியில் கூறி ஏதோ பேச முயன்றான்.

அதோகண்டரன் மதுரன் பிரார்த்தனைப் பத்தின் கடைசிப் பாடலைப் பாடுகிறானே.

‘கூடிக் கூடி உன்னடியார்
குனிப்பார், சிரிப்பார், களிப்பாராய்
வாடி வாடி வழியற்றேன்
வற்றல் மரம் போல் நிற்பேனோ?

ஊடி ஊடி உடையா யொடு
 கலந்து உள் உருகிப் பெருகி, நெக்கு,
ஆடி ஆடி ஆனந்தம்
 அதுவே ஆக, அருள் கலந்தே!'

என்று பாடி, 'திருச்சிற்றம்பலம்' என்று கூறி முடித்துக் கை கூப்பி வணங்கினான்.

அருண்மொழியின் கண்களிலிருந்து நீர் தாரை, தாரையாகப் பெருகியது. 'ஆம். ஓயாது வாட்டமடைந்து உன்னையடையவும் வழியற்ற நான் உலர்ந்துபோன மரம் போல் பயனற்று நிற்பேனா? அந்தப் பாடலின் பொருள் எனக்கு எத்தகைய முறையில் ஏற்றதாயிருக்கிறது!' என்று எண்ணினார் அருண்மொழி.

வானதி கண் திறந்தாள். பெரியபிராட்டி விபூதியை அவள் நெற்றியில் அணிவித்தார். எதிரே இளையபிராட்டி நிற்பதைக் கண்டாள். அவள் ஏதோ கண்களாலேயே கேட்டது தெரிகிறது.

"இளவரசர் வந்துவிடுவார்..." என்று இளையபிராட்டி கூற முற்படுகிறாள். ஆனால் அதோ அருண்மொழிவர்மரே வந்து விட்டாரே!

"வானதி..." என்று அவர் அழைத்த குரலில் ஆவல், அன்பு, துக்கம், துயரம், பாசம், பரிவு எல்லாம் கலந்து இருக்கின்றன. வானதி கண்களால் அவரை ஒருமுறை பார்க்கிறாள். அதிலே ததும்பி நிற்கும் ஏக்கத்தின் பொருள் என்ன? 'அருண்மொழிவர்மருக்கு என்மீது அன்பு நிறைந்திருக்கிறதா? அவர் என்னைக் கைவிட்டு விட்டாரா?' என்னும் சந்தேகம்தானே இருந்திருக்க முடியும்?

"வானதி இதோ வந்து நிற்கிறேன். என்னைக் கண்திறந்து பார் வானதி! இதயத்தில் உன் நினைவாகவே எப்போதும் இருக்கும் உன் கணவர் வந்து நிற்கிறேன். விழித்து நோக்கு வானதி! உன் உள்ளத்தில் எந்தவித வேதனைச் சுமையும் இல்லை என்ற திடமான நம்பிக்கையோடுதானே நான் தஞ்சைக்கு மீண்டேன்? அதற்குள் உன் விழிகள் சோர்ந்த

தேன்? உடல் வாடியதேன்? உன் பவள உதடுகள் நிறம் மாறியதேன்? கொடிபோன்ற வடிவுடைய நீ அனல் கண்ட செடியாய் மாறியதேன்? அல்லி மலரின் மென்மையைக் கொண்ட உன் கரங்களிலே அனல் வீசுவதேன்? சபை மண்டபத்தில் முக்கிய நிகழ்ச்சி நடைபெற்று வரும்போது உன் நிலைகுறித்த ஓலை வந்தது. இதோ விரைந்து வந்தேன். தூய உள்ளத்தவளே! தூண்டா மணி விளக்கே! துயரற்றுத் தெளிவுடனே எனை நோக்கு!''

அருண்மொழியின் கண்ணீர் தாரையாகப் பெருகியது போன்று அவர் மனத்துணர்ச்சி சொற்களாய்ப் பிரவகித்தது.

வானதி இவற்றைக் கேட்டுக் கொண்டு தானிருக்க வேண்டும். அவள் இதயம் இதனால் அமைதியுற்றிருக்க வேண்டும். தன் இதயக் கமலத்தில் உறைபவரின் இன்சொல் அவள் வேதனையைத் தணித்திருக்க வேண்டும். சந்தேகமெனும் கருமேகம் கவிழ்ந்திருக்க உள்ளமெனும் வானவெளியில் இளவரசரின் இன்சொல் எனும் முழுமதி தண்ணிலவைப் பொழிந்திருக்க வேண்டும்.

அருண்மொழியின் கரங்களை மெல்ல எடுத்து, வானதி தன் மார்பின் மீது அணைத்துக்கொண்டாள். ஆகா! அந்த ஸ்பரிசத்திலேதான் இருவருக்கும் எத்தகைய ஆறுதல்!

அத்தியாயம் 38
காதல் சிகரம்

அன்றைய இரவும் கழிந்தது. மறுநாள் கதிரவன் உதய மாகும் நேரம். கதிரவனுடைய பொற்கதிர்கள் அந்த மாளிகையின் கூடத்தில் பலகணியின் வழியாக உள்ளே நுழைந்து புதுத்தெம்பை அளிக்க முயன்றன.

கண்விழித்ததாலும், கலங்கியதாலும், வேதனையாலும் சோர்வுற்றிருந்த உள்ளத்தினராய், அதைப் பிரதிபலிக்கும் முகத்தினராய்த் திகழ்ந்தவர்கள் உள்ளத்தில் புதுத்தெம்பு

மெல்ல எழ முயன்றது. வானதிதேவி கண் விழித்து எல்லாரையும் நோக்கினாள். அவள் உடலில் ஜுரவேகம் சற்றே தணிந்து விட்டிருந்தது. முகத்திலே வெண்ணிலவில் காணப்படும் அல்லி மலரைப் போன்ற தெளிவு.

வானதி மெல்லிய குரலில் பேசினாள். அருகே இளைய பிராட்டியும், அருண்மொழியும், பஞ்சவன் மாதேவியும் அவள் முகத்தின் மிக அருகே குனிந்து நின்றனர்.

"பஞ்சவன் மாதேவி! பழுவூர் மகளே! அவர் வாழ்விலே எப்பொழுதும் ஒளிவிடும் விளக்கை இன்னும் அதிகப் பிரகாசமாக ஒளிவிடச் செய்யவேண்டும். உனக்குப் போட்டி யாக நான் இருந்தபோது உன்னைப்பற்றி ஏதாவது தவறாக எண்ணியிருந்தால் அதைப்பற்றி மனத்தில் கொள்ளாதே..."

"அக்கா! தெய்வம் போன்றவர்களே! உங்கள் அருகேயே இருந்து இந்தக் கூண்டிலிருந்து விடுதலையடைந்து செல்வதில் எனக்கு மிகவும் நிம்மதி. ஏழேழு பிறப்பிலும் நான் உங்களுடனேயே இருக்க வேண்டும். மீண்டும் சோழ மாளிகையில் சாதாரண சிட்டுக் குருவியாகவாவது பிறந்து உங்களைச் சுற்றி வருவேன். என் அருகிலேயே இருந்து என் நலன்களையே கவனித்திருந்த நீங்கள் உங்கள் திருமண விஷயத்தைப் பற்றிக்கூட நினைக்கவில்லை. வல்லவரை யருக்கும் தங்களுக்கும் நடைபெறும் திருமணத்தை நான் எங்கிருந்து காண்பேன்? உம்; எப்படியும் கண்டுதானாக வேண்டும்!

அக்கா! உங்கள் இளவலுக்குச் சொல்லுங்கள். நான் அவரது நினைவாகவே... எப்போதும் அந்த உயர் புருஷரின் நினைவிலேயே விடுதலையடைகிறேன் என்று சொல்லுங ்கள். அவரை நான் சந்தேகித்ததுண்டு. ஆனால் அவர் எனக் கெனத் தன் இதயத்தில் தனி இடம் வைத்திருந்தார் என்பதை மறக்க முடியாது. அக்கா! ஒரு வேண்டுகோள்... எனக்கு எதிலும் கவலையில்லை... அதோ இருக்கிறானே என் செல்வன், பிஞ்சுக் கைவிரல்களை அழகிய வாயிலிட்டுச் சுவைக்கிறானே அவனை இந்நாட்டு அரியணையில் அமர்த்திப் பார்க்காமல் போகிறேனே என்றுதான் கவலை. அவன்தான் இந்த நாட்டின் அரியணையில் அமரவேண்டும்

எனும் என் உள்ளக்கிடக்கையை நிறைவேற்றுவீர்களா? பட்டத்து ராணியாகத் திகழும் பஞ்சவன் மாதேவி வயிற்றில் பிறக்கும் மகனைத்தான் உரிமையாக்குவீர்களா? அந்த முடிவைப்பற்றி மட்டும் சொல்லுங்கள்; நான் நிம்மதியாகக் கண்களை மூடுகிறேன். சோழநாட்டிற்கு எந்தவித இடரும் வராமல் நான் வானுலகிலிருந்து இமை கொட்டாது காத்துக் கொண்டிருக்கிறேன்..." வானதியால் அதற்குமேல் பேச முடியவில்லை. பெருமூச்சு வாங்கியது. கண்கள் நிரந்தரமாக மூடிக்கொள்ளத் துடித்தன.

பஞ்சவன் மாதேவி விம்மினாள். வானதியின் கரங்களை எடுத்துத் தன் கண்களில் ஒற்றிக்கொண்டு, "உங்கள் திருமகன் எனது திருமகன்; அவனது உரிமையை என் உயிருள்ளளவும் காப்பாற்றுகிறேன். இது உறுதி தேவி..." என்று கூறும்போது உணர்ச்சி மிகுதியால் வார்த்தைகள் தழுதழுத்தன.

அப்போது பாங்கி ஒருத்தி வானதியின் செல்வனை எடுத்து வந்தாள். அங்கே நடப்பது ஏதும் அறியாது அவன் களுக்கென்று சிரித்தான். சிறு கைகொட்டி நகைத்தான். பாங்கி வானதியின் கரங்களில் குழந்தையைக் கொடுத்தாள். வானதியின் முகத்தருகே குழந்தையின் முகத்தை இளைய பிராட்டி கொண்டு சென்றாள். வானதி தன் துடிக்கும் இதழ்களால் அன்பு முத்தம் ஈந்தாள். அவள் கரங்கள் குழந்தையின் தலையை மெல்ல வருடின. அவள் கரங்கள் துவண்டன. இளையபிராட்டி அவள் கரங்களிலிருந்து குழந்தையைப் பெற்று, "வானதி! இவனை வளர்க்கும் பொறுப்பு என்னுடையது. இவனை மாவீரனாக ஆக்கும் கடமை என்னுடையது. இவன் புகழ் திக்கெட்டும் பரவச் செய்யும் ஆற்றல் என்னுடையது. சோழநாட்டின் பரம்பரை பரம்பரையான அரியணையில் இவன் அமர்ந்து உலகையே ஆளப் போவது உறுதி. வானுலக இந்திரனும் வியக்கும் வண்ணம் ஆட்சி நடத்தப் போகும் இராசேந்திரனாவான் இவன். வானதி! அதற்காக என்னையே சர்வதியாகமும் செய்து கொள்ளச் சித்தமாயிருக்கிறேன்..." என்று அவள் கூறிக்கொண்டிருந்த போதே, வானதி இன்பச் சொற்களைக் கேட்டு மகிழ்வதுபோல் புன்முறுவலுடன் அவற்றை ஏற்று

உள்ளத்தே திருப்தி அடைந்தாள். அவள் கண்கள் மெல்ல மூடிக்கொண்டன. உதட்டுப் புன்சிரிப்பு சிறிது சிறிதாகக் குறைந்தது. கை துவண்டது. நடராசர் சிலைக்கருகே எரிந்து கொண்டிருந்த தூண்டா விளக்கு திடீரென பேரொளி வீசி எரிந்தது. 'ஹூ' என்று பெருங்காற்று வந்து வீசியதும் விளக்கு அணைந்தது.

அனைவருடைய இதயத்திலும் அழியா இடம் பெற்றுத் திகழ்ந்த நல் மகள் வானதியின் உயிர் இதயக் கூண்டிலிருந்து மெல்ல விடுபட்டுச் சென்றது.

கொடும்பாளூர்ப் பெண், சோழ நாட்டு இளவரசி, அருண் மொழித் தேவரின் இதயத்தமர்ந்தவளின் மறைவைப் பற்றி எழுதும்போது நம் மனமே துயரம் தாங்காது துடிக்கிறது. அந்த மாளிகையும், மாளிகையிலுள்ளவரும், நகரமும் நகர மக்களும், ஊரும் உலகமும், காற்றும், காற்று சுமந்து வரும் மேகமும், ஏரியும், குளங்களும், கானும் காவும் துயரந் தாங்காமல் என்ன பாடுபட்டிருக்கும்!

அருண்மொழிவர்மரால் அந்தத் துயரத்தைத் தாங்கவே முடியவில்லை. அவரும் சோழநாட்டுச் சாதாரண மக்களுள் ஒருவராக இருந்திருந்தால் எந்தவிதக் காரியத்திலும் ஈடுபடாது துயரக் கடலிலேயே மட்டும் மூழ்கி இருந்து விடுவார். அவருக்குப் பட்டம் சூட்டும் நாள் நெருங்கி வந்து கொண்டிருந்தது. தன் சகோதரி இதுவரை திருமணம் செய்து கொள்ளாமலேயே காலங்கழித்து விட்டது அவருக்கு வேதனையாயிருந்தது. வல்லவரையருக்கும், இளைய பிராட்டிக்கும் திருமணத்தை நடத்தி விடவேண்டும் எனும் வேகம் அவர் இதயத்தில் எழுந்தது.

∎ ∎ ∎

வல்லவரையரும், இளையபிராட்டியும் அருண் மொழியைத் தேடிவந்தனர். இளையபிராட்டியின் தோளிலே அருண்மொழியின் செல்வன் திகழ்ந்தான்.

இளையபிராட்டி பட்டம் சூட்டும் விழா நாளைக்குறித்துப் பேசுவதற்குத் தொடங்கினாள். அருண்மொழி வர்மர்

குறுக்கிட்டு, "அக்கா! எனக்கு ஒரு வரம் கொடுப்பீர்களா?" என்று கேட்டார்.

"உனக்கு வரம் தரும் சக்தி எனக்கிருந்தால் நிச்சயம் தருவேன்..." என்றாள் இளையபிராட்டி.

"தஞ்சையில் கோலாகலமான வைபவத்திற்கு ஏற்பாடு செய்வது குறித்துப் பேசத்தானே இப்போது வந்திருக்கிறீர்கள்?"

"ஆமாம், பட்டம் சூட்டும் வைபவத்திற்கு முன்பு உனக்கும் பஞ்சவன் மாதேவிக்கும் திருமணம் நடைபெற வேண்டும்... வானதி தன் சபதத்தை நிறைவேற்றிவிட்டாள். உன்னோடு அரியணை ஏறமாட்டேன் என்று விளையாட்டாக சபதம் பூண்டவள் நிறைவேற்றிவிட்டாள். பழுவேட்டரையருக்கு நீ கொடுத்த வாக்கை நிறைவேற்ற வேண்டாமா? உன்னை மணந்தாலன்றோ பஞ்சவன் மாதேவி அரசியாவாள்?"

"அது எல்லாம் சரி அக்கா! அவற்றிற்கு முன்பு நீங்கள் எனக்கொரு வரம் தரவேண்டும். என் சொற்படி கேட்கிறேன் என்று கூற வேண்டும்."

இளையபிராட்டி நகைத்தவாறு, "அதனாலென்ன! நிச்சயம் தருகிறேன். என்ன வேண்டுமானாலும் சொல்லு; செய்கிறேன்" என்றாள்.

"பட்டமேற்பு வைபவத்திற்கு முன்பு உங்கள் திருமணத்தை நான் கண்டுகளிக்க வேண்டும். வல்லவரையரை எவ்வளவு நாட்கள் இப்படியே வதைப்பதாக உங்கள் எண்ணம்?" என்றார்.

இளையபிராட்டியின் முகம் நாணத்தால் சிவந்தது. வல்லவரையரால் அங்கே நிற்க முடியவில்லை. வெட்கம் அவரையும் சூழ்ந்தது. நாணத்திற்கு வயது வித்தியாசமில்லை. பதினைந்து வயது குறைந்துவிட்டதுபோல் இளையபிராட்டிக்குத் தோன்றியது.

அவர்கள் இசைவினை அருண்மொழி அறிந்து விட்டார். "சரி, நான் உங்கள் திருமணம் கோலாகலமாக நடைபெற

ஏற்பாடுகள் செய்யப்போகிறேன்'' என்று குதூகலத்துடன் கூறினார்.

இளையபிராட்டி அவரை அழைத்து, ''தம்பி! உன் அன்பிற்கு என் இதயம் எப்போதும் மகிழும். உன்மீது தன் உயிரையே வைத்திருந்த வானதிதேவி நந்திபுரத்து நாயகியாகத் திகழ்கிறாள். அவள் காதலின் சிகரமாக ஏதோ நினைவுச் சின்னம் ஏற்படுத்தத் திட்டமிட்டிருப்பதாகக் கூறினாயே, அதைப்பற்றி முடிவு செய். பிறகு மற்றவை எல்லாம்'' என்றாள்.

அருண்மொழியின் உடல் சிலிர்த்தது. ''ஆமாம். ஆமாம். அதைப்பற்றி நான் யோசித்துவிட்டேன். தஞ்சையிலே தகுந்த இடத்தைத் தேர்ந்தெடுத்து மாபெரும் கோயில் கட்டப் போகிறேன். எல்லாம் மிகப்பெரிதாகத் திகழவேண்டும். காதல் மிகப்பெரியது. மனிதப் பிறவியின் பயன் மிகப் பெரியது; கடமை மிகப் பெரியது. மனிதகுலம் ஆற்ற வேண்டிய தொண்டு மகத்தானது என்பதைத் தெரிவிக்க மாபெரும் கோயில் கட்டத்திட்டமிட்டுள்ளேன். பெரிய விமானம், பெரிய கோயில், பெரிய ஆவுடையார், பெரிய லிங்கம், பெரிய நந்தி, பெரிய நடராசர்! ஆஹா! நம் மனம் எவ்வளவு பெரியதாயும் விசாலமானதாயும் இருக்க ஆண்டவன்... படைத்திருக்கிறார்.''

''அஜந்தா யாத்திரைக்குச் சென்ற மாமல்லபுரத்து முதிய வரும் ஓவியன் வாகீசனும் அஜந்தா போன்ற பல இடத்துச் சிற்ப முறைகளைக் கண்டு வருவார்கள். மாமல்லபுரத்துப் பெரியவர் காஞ்சியிலும், மாமல்லையிலும் உள்ளதைப் போன்ற மாதிரியில் மகத்தான கோயில் அமைக்கத் திட்ட மிடுவார். வாகீசன் அந்தக் கோயில் திருச்சுற்றில் அழியா ஓவியம் தீட்டுவான்...''

''அவர்களுடன் சென்ற இன்பவல்லியை மறந்து விட்டாயா தம்பி?''

அருண்மொழி சற்றுநேரம் மௌனமாயிருந்தார். அவர் செவிகளில் எங்கிருந்தோ ஒரு குரல் ஒலித்தது.

‘‘குமரன்வரக் கூவுவாய் குயிலே...’’ எனும் இனிய பாடலின் ஒலி அது, எங்கோ பாதச் சதங்கை ஜல் ஜல் என்று ஒலிப்பதும் கேட்டது.

‘‘ஆம்; அக்காஇன்பவல்லி அற்புதமான நடனத் தோற்றங் களை ஆடிக்காட்டுவாள். அவை அழியா அமரச் சிற்பங் களாகும்; அழியா ஜீவ ஓவியங்களாகும். அவள் அபிமான வல்லியாகச் சோழநாட்டில் திகழ்வாள்... இவையெல்லாம் உங்கள் திருணத்திற்குப் பிறகு.’’

‘‘ஆம். திருமணம் நடைபெற்று நீ ராஜராஜனாய் இந்த மாபெரும் சோழநாட்டு அரியணையில் அமர்ந்த பிறகு’’ என்றாள் இளையபிராட்டி.

‘‘பட்டமேறி வெண்கொற்றக் குடையின்கீழ் அமர்ந்த பிறகு... இப்போதே சொல்லிவிட்டேன். மேரு மலையைப் போன்ற அந்த மகத்தான சிகரத்தில் உள்ள கலசம் எங்கள் திருப்பணியாக அமைய வேண்டும். அதற்கு ஆகும் பொருளை நாங்களே கொடுப்போம்...’’ என்றான் வந்தியத் தேவன்.

‘‘ஓகோ! உங்கள் காதலின் சிகரமா?’’ என்று கூறி நகைத்தார் அருண்மொழி. அங்கு நடைபெறுவதைத் தான் புரிந்து கொண்டது போல் அருண்மொழியின் செல்வனும் களுக் கென்று சிரித்தான்.

பொன்னி நதியின் நீரிலே தங்கக் கதிரவனின் பொற்கதிர்கள் பிரதிபலித்து, ரசவாதச் செயல்களை நிகழ்த்திக் கொண்டிருந் தன. அழகிய ராஜஹம்சப் படகு காவிரியில் மிதந்து சென்றது. துடுப்புப் போடுபவர்களின் ஒலியைத் தவிர, வேறு பேச்சொலியும் அந்தப் படகிலே திகழ்ந்தது.

வல்லவரையர் வந்தியத்தேவனும், நந்திபுரத்து நாயகி இளையபிராட்டி குந்தவை தேவியாரும் அந்தப் படகிலே அமர்ந்திருந்தனர். அவர்கள் மௌன மொழி பல பல காதல் காவியங்களை இயற்றியது. அவர்கள் வாழ்க்கையின் பிணைப்பு உறையூரில் உள்ள மலை உச்சியிலே அமைந் திருக்கும் ஆண்டவன் சந்நிதியில் நடைபெறப் போகிறது

அமைதியாக. வாழ்க்கைப் பயண ஒப்பந்தத்துக்குத் தான் அவர்கள் பொன்னியின் தண்புனலில் ராஜஹம்சப் படகில் உறையூர் நோக்கிப் பயணம் செய்கிறார்களோ!

அகண்ட காவிரியின் பிரவாகத்தில் எதிர் நீச்சல் இட்டுச் செல்லும் அந்தப் படகிலிருந்து இளையபிராட்டி தொலைவில் தெரியும் மலைக்கோட்டையைச் சுட்டிக்காட்டினாள்.

ஆம்! அங்குதான் ஆடம்பரமற்ற முறையில் நடைபெற விருக்கும் அவர்கள் திருமண வைபவத்தைக் காண சோழர் குலவிளக்கு பெரிய பிராட்டி செம்பியன் மாதேவியாரும், நம்பி அடிகளும், அருண்மொழிவர்மரும், அநிருத்தரும், மதுராந்தகரும், கண்டரன் மதுரனும், பஞ்சவன் மாதேவியும், சங்கர தேவனும், சுமதியும் ஆவலுடன் காத்திருக்கின்றனர். அதோ மங்கல நாதஸ்வர இன்னிசை கேட்கிறதே... எக்காளமும், கொம்பும் ஒலிக்கிறதே! நாமும் விரைந்து செல்வோம். இளையபிராட்டியும் வல்லவரையர் வந்தியத்தேவனும் நீடுழிவாழ வாழ்த்துவோம்!

(இரண்டாம் பாகம் முற்றும்)

நந்திபுரத்து நாயகி
மூன்றாம் பாகம்

அத்தியாயம் 1
காதலும் கடமையும்

உலகம் உவகையடைய கதிரவன் கீழ்த்திசையினின்று உதயமாகிக் கொண்டிருந்தான். அவன் வருகையை எதிர் பார்த்துப் புள்ளினங்கள் பூபாளம் பாடின. மலர் முகங்காட்டி சோலையில் மலர்ந்த பூக்கள் மணஞ் சிந்தி வரவேற்றன. புழக்கடைத் தோட்டத்து வாவியுள் அழகுத் தாமரை மலர்கள் வாய் நெகிழ்ந்து கதிர் வருகைக்குக் காத்து நின்றன.

கீழ்வானம் வெள்ளென்பதற்கு முன்பே சுறுசுறுப்பாகக் கழுத்தில் கட்டப்பட்டிருந்த சிறு மணியோசை எழுப்ப, ஆடி அசைந்து ஆவினங்கள், பனித்துளிகள் நிறைந்த இளம் புற்களை மேய்வதற்குச் செல்லத் தொடங்கிவிட்டன.

நந்திபுரத்து விண்ணகரக் கோயிலில் இளங் காலைப் பூசையை அறிவிக்கும் மணியோசை மெல்ல மிதந்து வந்தது. பொழுது புலர்வதற்கு முன்பே எழுந்து தெருவில் தங்கள் வீடுகளின் முன் நீர் தெளித்துக் கோலமிட்டுக் கோதையர் அழகு படுத்தினர். அவர்கள் உள்ளங்களில் புது மகிழ்ச்சி. அவர்கள் இல்லங்களிலும் கொண்டாட்டம்தான். ஏதாவது திருவிழாவோ, திருநாளோ நடக்கிறதா என்ன?

திருவிழாதிருநாளுக்கும் மேலாகவே அந்நாளை அவர்கள் கருதினார்கள்; இளையபிராட்டி குந்தவை தேவியார் பல நாட்களுக்குப் பிறகு நந்திபுரம் வந்திருந்தார்கள். குந்தவை வந்துவிட்டாள் என்றால் ஊர் மக்களுக்குத் தங்கள் நெருங்கிய உறவினர் வந்ததுபோன்ற மகிழ்ச்சி. வீதியில் குடியிருக்கும்

ஒவ்வொரு குடும்பத்தினரையும் குந்தவைக்குத் தெரியும். அவர்களது சுக துக்கங்களையும் அவ்வப்போது கேட்டறி வதில் குந்தவைக்கு தனி இன்பம். அவர்களுக்கு அதனால் அளவிடமுடியா மகிழ்ச்சி.

தஞ்சையில் இருப்பதை விட நந்திபுரத்தில் வாழ்வதுதான் குந்தவைக்கும் பிடித்திருந்தது. நந்திபுரம் ஒரு காலத்தில் சோழ மன்னர்களின் தலைநகராய் பழையாறை என்ற பெயரில் சீரும் சிறப்பும் மிக்கதாய் இருந்தது. அப்பொழுது கட்டப்பட்ட பெரும் மாளிகைகள் பிறகு புதுப்பிக்கப்படாமல் பழைமை யின் சின்னமாகத் திகழ்ந்தன.

பல ஆண்டுகள் நந்திபுரத்தில் அரச குடும்பத்தினர் தங்காத தால் ஊரின் சிறப்பே குன்றிவிடும் அளவுக்கு மாறிவிட்டது. அங்கு வாழும் பல பழம்பெரும் குடும்பத்தினரின் தலைப் பிள்ளைகள், சோழநாட்டுப் படையில் சேர்ந்து வீரதீரச் செயல்கள் பல புரிந்தவர்கள், சோழ குலத்தைக் காப்பதற்காகத் தங்கள் உயிர், பொருள், உடைமை மூன்றையும் தியாகம் செய்வதாக உறுதி எடுத்த வேளக்காரப்படையைச் சேர்ந்த பலர் நந்திபுரத்தில் வாழ்ந்து வந்தனர். அவர்கள் வசிக்கும் வீதி மதிப்பும், மரியாதையும் மிகுந்ததாய் விளங்கியது.

தலைநகரத்தின் சந்தடியினின்று ஒதுங்கி இருக்க வேண்டும் என்று நினைத்தோ என்னவோ, குந்தவை நந்திபுரத்தில் வசிப்பதையே விரும்பினாள். அவள் வசிக்கும் 'இளைய பிராட்டி மாளிகை' இயற்கைச் சூழலில் அமைந்தது. காவிரி யினின்று பிரிந்துவரும் சிறு வாய்க்கால், மாளிகையைத் தொட்டவண்ணம் ஓடியது. கரையின் இருபுறமும் வளர்ந் திருந்த மரங்களும், மாளிகையையே மறைத்து விடுவது போல் அடர்ந்திருந்த மரங்களும் எப்போதும், புள்ளினங்கள் கீதமிசைத்துத் தங்கும் இடமாக அமைந்தன.

அதிகாலையிலேயே எழுந்து நீராடிவிட்டு, அந்தப்புர நுழைவாசலில் வந்து நிற்கும் இளையபிராட்டிக்குப் பசுமையான காட்சிகள் புதிய தெம்பை ஊட்டும், கதிரவனின் கதிர்கள் அடர்ந்து வளர்ந்திருந்த மரக்கிளைகளின் இலை களினூடே தங்கரேகைகள் போல் நுழைந்துவரும் கோலம், இளையபிராட்டிக்கு உற்சாகத்தை அளிக்கும். எனினும் அவர்

உள்ளத்தில் இன்னும் நிறைந்திருந்த கவலைகளால் அவளையறியாமல் பெருமூச்சு எழும்.

பொன்வண்ணக் கதிர்கள் மாளிகையைத் தழுவ வரும் காட்சியை அந்த இளங் காலை வேளையில் வல்லவரையர் வந்தியத்தேவனுடன் இணைந்து ரசித்தால் நன்றாக இருக்குமே என்ற இனிய எண்ணமும் குந்தவையின் உள்ளத்தெழும். ஒரு காலத்தில் அத்தகைய ஆசைகளுக்கு மற்ற பெண்களைப் போல் இளையபிராட்டியும் அடிமைப்பட்டிருந்தாள். ஓடும் ஆற்றில் ராஜ ஹம்ஸப் படகில் தானும் அவரும் சேர்ந்து செல்லவேண்டுமென்றும், சோழநாட்டுக் கோயில்கள் தோறும் அவருடன் சென்று வணங்க வேண்டும் என்றும் கனவு கண்டதுண்டு.

ஆம்; கனவுதான். காதலும் கல்யாணமும் இனிய மண வாழ்க்கையும் இளம் பருவத்துக் கனவுகள்தாம். அப்படி யொன்றும் இளமை ஓடி மறைந்து விட்ட பருவம் அவளுக்கு இல்லாவிடினும், பத்துப் பதினைந்து ஆண்டு காலத்தில் அவள் அனுபவித்த மனவேதனை. இன்பக் கனவுகளை யெல்லாம் கடற்கரையில் செய்த மண் பாவையைப் போல் கரையச் செய்து விட்டது.

அந்த இன்ப நாள் கழிந்து நான்காண்டுகள் ஓடிவிட்டன. நேற்று நடந்தது போல் தான் தோன்றுகிறது. திருச்சி மலை மீது வீற்றிருக்கும், வேழமுகத்து விநாயகரை வணங்குவதற்கு திருமணம் நடந்த மறுகணமே இளையபிராட்டியும், வந்தியத் தேவனும் சென்றபோது அங்கே கூடியிருந்த சோழ அரச குடும்பத்தவர் ஒவ்வொருவரும் கூறிய வாழ்த்துரைகள் என்ன?

"இன்றுபோல் என்றும் இன்பமுடன் வாழ்க" என்ற வாழ்த்தொலியின் குறுக்கே ஒரு குரல் கேட்டதே!

"நன்மக்களைப் பெற்று நல்லின்பத்துடன் வாழ்க" என்று வாழ்த்துரைக்கு ஒரு பிறசேர்க்கையை எழுப்பியவர் அநிருத்த பிரம்மராயர் என்பதைக் குந்தவை கடைக்கண்களால் அறிந்து கொண்டாள்.

முதியபிராயத்து அநிருத்தரின் இதழ்களில் மெல்லிய புன்னகை அரும்பியதையும் அவள் கவனிக்காமல் இல்லை.

அதன் பொருளைப் பல நாட்கள் கழித்துத்தான் அவள் அறிந்து கொண்டாள்.

நன்மகவொன்றைப் பெற்றால், மழலை இன்பத்தில் தொல்லை இன்பத்தின் இறுதியையும் அன்றோ கண்டுவிட முடியும்? ஹூம்; அந்தப் பாக்கியம் அவள் பெறவில்லை. வல்லவரையர் வந்தியத்தேவன் தஞ்சை மாநகரில் அருண் மொழிவர்மருடன் சேர்ந்துத் திட்டங்கள் தீட்டுவதும், சோழ நாட்டு எல்லைப்பகுதிக்குப் படைகளை அனுப்பி அங் கெல்லாம் பலப் படுத்துவதுமாக இடையறாத கடமையில் ஆழ்ந்துவிட்டார். நந்திபுரத்துக்கு வந்து மகிழ்ச்சியாகக் காலங்கழிக்க அவருக்கு நேரம் ஏது?

"அத்தை" என்று மதுரமான குரல் கேட்டது. நீராடிவிட்டுக் கூந்தலைக் கோதியவாறு நின்று பழைய எண்ண இன்பத்தில் ஆழ்ந்திருந்த குந்தவை அதிலிருந்து விடுபட்டாள்.

சிறு குழந்தைகளற்ற அந்த மாளிகையில் மழலைக் குரல் எங்கிருந்து வந்தது? யாழ் மீட்டி, குழல் ஒலிக்க இன்னும் கலைஞர்கள் வரும் நேரம் ஆகவில்லையே?

குந்தவை பரபரப்புடன் அங்கிருந்து மேல்மாடம் நோக்கி விரைந்தாள். மேல் மாடத்தில் அலங்கரிக்கப்பட்டிருந்த அறையில் பஞ்சணை விரித்த மஞ்சத்தில் உட்கார்ந்திருந்த இளம் பாலகன் தான் அவ்வாறு மெல்லிய குரலில் அழைத் திருக்கிறான். அக்குரல் கேட்டவுடனேயே இளையபிராட்டி பத்து வயது இன்னும் குறைந்தவள் போல் துள்ளி ஓடிவந்து அவனை அள்ளி எடுத்து அணைத்துக்கொண்டாள்.

"அத்தை, அத்தை! நீங்கள் எப்பொழுது எழுந்தீர்கள்?" என்று மழலைச் சொற்களை உதிர்த்தான் அப்பாலகன்.

"சற்று முன்புதான் எழுந்தேன் கண்ணே! நீ இப்போது தான் எழுந்தாயா?" என்று அவன் உச்சியை முகர்ந்து, கன்னத்தைத் தடவித் தன் விரல்களால் அவனுக்குக் கண்ணேறு கழித்து விரல்களைச் சொடுக்கிக் கொண்டாள் குந்தவை.

"இல்லையே! நான் அப்பவே கண் விழிச்சூண்டுட்டேன். திரும்பி உங்கள் படுக்கையைப் பார்த்தேன். உங்களைக்

காணவில்லை. அதனால்தான் கூப்பிட்டேன்'' என்றான் அந்தப் பால்மணம் மாறாப் பாலகன்.

ஆம்; பால்மணம் மாறாப் பாலகன்தான். அருண்மொழி வர்மனை மணந்து அதிக நாள் வாழக் கொடுத்து வைக்காத கொடும்பாளூர்ப் பெண் வானதிதேவி கண்மூடும்போது, இளையபிராட்டியிடம் ஒப்படைத்த இளஞ்சிங்கம். அருண் மொழிவர்மரின் தலைமகன், தாய் முகம் பார்த்தறியாத அவனுக்கு ஈன்றாளுமாய் எந்தையுமாய் உடன் இருந்து காத்து வளர்த்து வருபவள் இளையபிராட்டி.

சிறுவன் என்றும், பாலன் என்றும், குழந்தை என்றும் ஏதோ எளிய வார்த்தைகளில் நாம் சொல்லிவிட்டோமேயன்றி, சோழ சாம்ராஜ்யத்து இளவரசன் அவன். அருண்மொழி வர்மருக்குப் பிறகு சோழ அரியணையை அலங்கரிக்கப் போகும் அரசகுமாரன் அவன்.

இளங்குமரன் அருண்மொழியின் செல்வன் துயிலெழுந்து விட்டது கண்ட இளையபிராட்டி "சுமதி" என்றழைத்தாள்.

சுமதி விரைந்து வரும் ஓசை கேட்டது.

சுமதி அரச குலத்தில் பிறக்கவில்லையே தவிர, அரச குடும்பத்துள் ஒருத்தியாகவே திகழ்ந்தாள்.

இளையபிராட்டியின் மனம் அறிந்து, குணம் தெரிந்து நடந்துகொள்வதில் சுமதியை எவரும் மிஞ்ச முடியாது. வந்தியத்தேவனும் சுமதியை அழைத்து, இளைய பிராட்டியின் அப்போதைய மனநிலை அறிந்துதான் நெருங்கிச் செல்வார் என்று அரண்மனையில் சிலர் பேசிக்கொள்வார் களாம்!

"சுமதி, குழந்தையை விட்டுவிட்டு எங்கே போய் விட்டாய்? நான் நீராடி வருவதற்குள் அவன் கண் விழித் திருக்கிறான். என்னைக் காணாததால் பயந்துவிட்டிருக்கிறான் போலிருக்கிறது. நீ எங்கே போய்விட்டாய்?" என்று பொய்க் கோபத்துடன் கடிந்து பேசுபவள் போல் பேசினாள்.

"நான் பயப்படவில்லை அத்தை! என்னைப் பயமுறுத்த இங்கே வர யாருக்குத் தைரியம் இருக்கிறது?" என்று வீர

உணர்ச்சி முகத்தில் ததும்ப மழலை மொழியில் அப்பிள்ளை பேசும்போது, குந்தவை அவனை இறுக அணைத்து அவன் மூச்சுத்திணறும் வண்ணம் முத்தமழை பொழிந்து, ''என் செல்வமே! புலிக்குப் பிறந்தது என்றுமே பூனையாய்ப் போனதில்லை. அருண்மொழியின் மகன் சுந்தரசோழரின் விஜயாலயசோழரின் வழிவழிவந்த வீர ரத்தம் உன் உடலில் ஓடாமல் இருக்குமா?'' என்று கூறும்போது சுமதி மெல்லிய குரலில் இடைமறித்து, ''அத்தையின் திறமையும் சேர்ந் திருக்கும்போது...'' என்று கூறினாள். அது இளைய பிராட்டிக்குப் பெருமையாக இருந்தாலும் அதைப் புலப் படுத்த வில்லை.

சுமதி அன்று வழக்கத்திற்கு மாறாகக் கலகலப்பாக இருப்பதை இளையபிராட்டி கவனித்தாள். சங்கரத்தேவன் நந்திபுரத்திற்கு வந்திருக்க வேண்டும். அதுதான் காரணம் என்று அவளுக்குத் தெரிந்து விட்டது. சங்கரத்தேவனைத்தான் குந்தவை எதிர் பார்த்திருந்தாள். சுமதியின் வாய்மொழி மூலமாக அவன் வந்திருப்பதை வரவழைக்க விரும்பினாள்.

நந்திபுரத்தில் வேளக்காரப் படைவீரர்கள் வசிக்கும் வீதியிலுள்ளவர்களைப் பற்றி மெல்லப் பேச்சைத் தொடங்கினாள் குந்தவை. அவர்கள் சோழ நாட்டிற்கு ஆற்றிவரும் சேவையைப் பற்றியும் சர்வ தியாகமும் செய்ய உறுதி கொண்டிருக்கும் அவர்கள் கடமை உணர்ச்சியைப் பற்றியும் புகழ்ந்தாள். சுமதியும் உற்சாகமாகப் பேச்சில் கலந்து கொண்டாள்.

சோழநாட்டின் தெற்குக் கிராமங்களில் உள்ள நெற் களஞ்சியங்களை அவ்வப்போது கள்ளர்கள் சூறையாடு வதைப் பற்றிய செய்தியைத் தாம் கேள்விப்பட்டதாக இளையபிராட்டி தெரிவித்தாள். சுமதி பரபரப்புடன், ''ஆமாம் தேவி! திமுதிமுவென்று மீன் சின்னம் பொறிக்கப்பட்ட படைவீரர்கள் கிராமங்களில் நுழைந்து அடாத செயல்கள் புரிந்தனராம்'' என்று கூறினாள்.

குந்தவை பரபரப்பு அடையாமல் உதட்டில் விஷமப் புன்னகை நெளிய, ''இவ்வளவையும் அதற்குள் சங்கரத் தேவன் சொல்லிவிட்டானா? சந்தித்துப்பேசிய சிறிது

நேரத்தில் நீங்கள் பேசிக்கொள்ள விஷயம் இதுதானா கிடைத்தது?'' என்று கேட்டவுடன் சுமதியின் முகத்தில் படர்ந்த நாணம் அவள் எழிலுக்கு மேலும் அழகூட்டியது.

இளையபிராட்டி சொல்லுவது போல் சங்கரத்தேவனை அவள் சந்திப்பதற்கு ஏற்ற வாய்ப்பு கிடைத்திருந்தால் இப்படியா இருந்திருப்பாள்? இறக்கை கட்டிக்கொண்டு வானுலகில் பறப்பது போலாகியிருக்கமாட்டாளா? சங்கரத் தேவன் தன் வயது முதிர்ந்த தாயிடம் சிறிது நேரம் பேசிக்கொண்டிருந்த போது, சுமதி கேட்டுக் கொண்டிருந்தாள்.

‘‘இல்லை, தேவி! அவ்வளவு பாக்கியம் நான் இன்னும் செய்யவில்லை. நான் அவரைச் சந்தித்து மூன்றாண்டுகள் ஓடிவிட்டன என்பது தங்களுக்குத் தெரியாதா?'' என்று சொல்லும்போது, அவள் குரலில் சோகம் கலந்திருப்பது குந்தவைக்குத் தெரியாமலில்லை.

சுமதியின் நிலையை அவளுக்கு ஏற்பட்ட உணர்ச்சியை அவள் அறிவாள். தன் நிலையும் எந்த விதத்திலும் எள்ளளவு அவளுடையதிலிருந்து மாறுபட்டிருக்கவில்லையே! சங்கரத் தேவனும், வல்லவரையர் வந்தியத்தேவனும் ஒரே ராசியில் பிறந்தவர்களாயிருக்க வேண்டும்! சங்கரத்தேவன் தெற்கு நோக்கிச் சென்றான் ஒற்றர் படைத்தலைவனாய்; வந்தியத் தேவன் அருண்மொழியுடன் வடக்கே காஞ்சிக்கோ அதற்கும் அப்பாலோ சென்றிருக்கவேண்டும். ஆனால் தன்னைவிட சுமதி தான் பாவம்; சங்கரத்தேவன் மீது அவள் தன் உயிரையே வைத்திருந்தாள். அவர்கள் காதல் அரும்பு மலராகி மணம் சிந்திக்கொண்டிருந்தது. அதைக் கருகிவிடும் நிலைக்கு விட்டுவிடலாமா?

குந்தவை ஏதோ சிந்தனையில் ஈடுபட்டிருந்தபோது சங்கரத் தேவன் அவள் சமூகங்காணக் காத்திருப்பதாக வந்து பணியாள் தெரிவித்தான். குறிப்பறிந்த சுமதி, அங்கிருந்து அகன்றாள்.

சங்கரதேவன் கொண்டுவந்திருந்த செய்தி மிகவும் அவசர மானது தான். சேர நாட்டுக் கடற் துறையிலிருந்து படை வீரர்களுடன் கூடிய கலங்கள் எங்கோ புறப்பட்டுக் கொண்

டிருக்கின்றனவென்றும், வாணிபஞ் செய்யும் நோக்கத்துடன் அவை புறப்படவில்லையென்றும், கடற்கொள்ளையில் பயிற்சிபெற்ற சோனகர்கள் பலர் அக்கலங்களில் நிறைந் திருப்பதாகவும், சங்கரத்தேவன் தெரிவித்தான்.

தஞ்சையில் அருண்மொழிவர்மர் இல்லை. அந்தச் செய்தியைச் சொல்லி தக்க நடவடிக்கை எடுப்பதற்கு ஏற்ற அதிகாரிகள் இல்லை. படைத்தலைவர் வந்தியத்தேவனும் இளவரசர் அருண்மொழியுடன் சென்றிருப்பதால் அவசரச் செய்தியைத் தெரிவித்து யோசனை கேட்க இளைய பிராட்டியைத் தவிர, தக்கவர்கள் சங்கரத்தேவனுக்குத் தோன்றவில்லை.

"தலைநகரை விட்டு இளவரசரும், படைத்தளபதியும் ஒரே சமயத்தில் சென்றுவிடுவது சரியன்று என்பது என் எண்ணம்" என்றார் குந்தவை.

இளையபிராட்டி அப்படிக் கருத்து தெரிவித்ததற்காக அதை ஆமோதிப்பதோ ஆட்சேபிப்பதோ சரியன்று என சங்கரத்தேவன் மௌனமாயிருந்தான்.

குந்தவை சற்று யோசித்தாள். பிறகு, அவனை நோக்கி, "மற்றோர் அவசரப் பயணத்தை உனக்கு வைப்பது எனக்கே வருத்தமாக இருக்கிறது" என்ற பீடிகையுடன் தொடங் கினாள்.

சங்கரத்தேவன் மிகவும் பணிவுடன், "கட்டளையிடுங்கள் தேவி! என் கடமையைச் செய்ய எப்பொழுதும் தயங்க மாட்டேன்..." என்றான்.

"இளவரசர் ஒருவேளை காஞ்சியில் இருக்கலாம் அல்லது அங்குச் சென்றால் அவர் எங்கே இருக்கிறார் என்பது தெரிய வரலாம். அவரிடம் நான் கொடுக்கும் ஓலையைக் கொண்டு சேர்க்க வேண்டும்" என்றாள் குந்தவை. பிறகு, "இன்று இரவே பயணத்திற்கு வேண்டிய ஆயத்தங்களைச் செய்து கொண்டு இங்கு வந்துவிடு. நான் சில முக்கியச் செய்திகளை எழுதித் தருகிறேன். அதை இளவரசரிடம் எப்படியும் சேர்த்துவிடு" என்றாள்.

சங்கரத்தேவன் கட்டளையை நிறைவேற்றக் காத்திருந் தான்.

"யாருக்கு எழுதுகிறீர்கள் அத்தை?" என்று இளவரசன் குந்தவையின் முதுகின் மேல் சாய்ந்தவாறு கேட்டான். எழுத்தாணி கொண்டு எழுதாமல் செம்பஞ்சுக் குழம்பெடுத்து பதஞ்செய்யப்பட்ட ஒருவித இலையில் குந்தவை எழுதிக் கொண்டிருந்தாள். சுமதி அந்தக் கூடத்தின் கதவுக்கருகே நின்று கொண்டு வெண்கல விளக்குகளைத் துடைத்துக் கொண்டிருந் தாள். மாலை நெருங்கிக்கொண்டிருந்தது. சுமதியைத் திரும்பிப் பார்த்த இளையபிராட்டி, "அதற்குள் வந்து விட்டாயா, சுமதி?" உனக்காகத்தானே சங்கரத்தேவனின் பயணத்தை மாலை வரையில் தள்ளிவைத்தேன்..." என்றாள்.

சுமதி ஏதும் பேசவில்லை. சங்கரத்தேவனைத் தான் சந்திப் பதற்குப் பலமுறை முயன்றும் முடியாமல் போனதை இளையபிராட்டி எவ்வாறு அறிந்திருக்கிறாள் என்பது அவளுக்கு வியப்பாய் இருந்தது. கடமை, கடமை என அவர் எப்போதும் நாலாதிசையும் சென்று கொண்டிருக்கிறாரே, அதற்கு முடிவே கிடையாதோ? என்று சுமதி எண்ணும் போது வேதனையாகத் தான் இருந்தது.

ஓய்வு என்பது அவருக்குக் கிடையாதா? இளையபிராட்டி மனம் வைத்தால் சங்கரத்தேவனுக்குத் தஞ்சைக் கோட்டைப் பாதுகாப்பைக் கொடுத்து ஓரிடத்திலேயே நிலைபெற்றிருக்கச் செய்யமாட்டாரா? அப்படியானால்தான் திருமணம் என்ற பேச்சே ஏற்படுமேோசுமதியால் இவ்வாறு எண்ணாமல் இருக்க முடியவில்லை. இளையபிராட்டியின் அன்பு, அரண்மனை நலன்கள், குமார இளவரசனின் மழலை விளையாட்டுகள் எல்லாம் அவளுடைய அந்தரங்க இயக்கத்தை மறந்துவிடச் செய்து வந்தாலும், இதயத்தின் அடித்தளத்திலே என்றும் உறங்காது விழிப்புடன் அவ்வப்போது நினைவுபடுத்திக் கொண்டிருக்கும் காதல் எண்ணங்களை எப்படி அழித்துவிட முடியும்?

"சுமதி! சங்கரத்தேவன் மிக முக்கியப் பணியின் நிமித்தம் வெளியூர் செல்கிறான்'' என்று கூறிவிட்டு அவளைத் திரும்பிப் பார்த்தாள் குந்தவை.

"ஒரு விதத்தில் பார்க்கப்போனால் நான் அவனை அனுப்புவது முக்கியக் காரியத்திற்காக இல்லைதான்..." என்று தொடர்ந்தாள்.

சுமதி, ஒன்றும் புரியாதவளாய்த் திகைத்தாள். எதற்காக தன்னிடம் இவற்றையெல்லாம் இளையபிராட்டி கூறுகிறாள் என்று அவளுக்குப் புரியவில்லை.

குந்தவை மேலும் தொடர்ந்தாள்: "சங்கரத் தேவன் இதுவரையில் சோழ நாட்டிற்குப் பல ஒப்பற்ற சேவைகள் செய்திருக்கிறான். இப்போது சோழ அரசு குடும்பத்திற்கு ஒரு முக்கிய சேவை செய்யச் செல்கிறான்..." என்று கூறி நிறுத்தினாள்.

சுமதியிடம் எதற்காக அவற்றைக் கூறவேண்டும் என்று இளையபிராட்டி நினைக்கவில்லை. அப்படி நினைத்தாலும் அதற்கு முக்கிய காரணம் ஏதோ இருக்கிறதென்று கொள்ளலாம்.

"இன்பவல்லி என்ற ஒரு நாட்டியப் பெண் இருந்தாளே உனக்கு நினைவிருக்கிறதா?'' என்ற பூர்வ பீடிகையைப் போட்டாள் குந்தவை.

"இருந்தாள் 'நினைவிருக்கிறதா' என்கிறீர்களே? இப்போதும் அவள் வடக்கே எங்கோ ஓர் ஊருக்கு யாத்திரை சென்றிருப்பதாகத் தாங்கள் தானே சொல்கிறீர்கள்? அஜந்தா எனும் அழகுபுரியில் தீட்டப்பட்டிருக்கும் வண்ண ஓவியங் களைக் காண ஓவியருடன் சென்றிருப்பதாகவும் நீங்கள் சொன்னீர்களே'' என்று மலர்ந்த விழிகள் வியப்பைப் புலப் படுத்தக் கேட்டாள் சுமதி.

"ஆகா, நன்றாய் நினைவில் வைத்துக்கொண்டிருக்கிறாயே! இங்கே நந்திபுரத்திலிருந்த சில நாட்களுக்குள் அவள் உன்னுடைய அபிமானத் தோழியாகி விட்டாளல்லவா?''

என்று இளையபிராட்டி கேட்டுக் கூர்மையான பார்வையை வீசினாள்.

ஹூம் என்று பெருமூச்சுடன், "என்னுடன் அவள் பேசிய தெல்லாம் குறைவுதான். அவள் நாட்டியராணி. மேலும் இந்த நாட்டு இளவரசருக்கு மிகவும் வேண்டியவள் என்னைப் போன்ற சாதாரணப் பெண்ணுடன் பழகுவாளா?" என்றாள். அப்படிச் சொன்னதுடன் நில்லாமல், "ஏன் தேவி! என்னைக் கோபிக்காதீர்கள். அஜந்தா சென்றிருக்கும் இன்பவல்லி இங்கே திரும்பி வந்தவுடன் அந்தப்புரத்தில் அரசியைப் போல் வீற்றிருக்கப் போகிறாளாமே, உண்மைதானா? ஆனால், அவள் இந்த மூன்றாண்டுகளில் இளவரசரை மறந்து அந்த ஓவியரின் உள்ளத்தில் இடம் பெற்றிருக்கமாட்டாளா? தேவி, என்னைப் பொறுத்தருளுங்கள் வெளியே பேசிக் கொள் வதைத்தான் சொல்கிறேன்" என்றாள்.

இளையபிராட்டி நகைத்தாள். சுமதியின் முதுகை அன்புடன் வருடி, அவளது கூர்மையான அறிவைப் பாராட்ட வேண்டும் போல் தோன்றியது. ஆனால் ஏனோ அந்தஸ்து குறுக்கிட்டது.

"சுமதி! உன்னுடைய புத்திசாலித்தனத்திற்கு நிச்சயமாக ஒருநாள் நல்ல பலன் ஏற்படத்தான் போகிறது. சுமதி, நீ நினைப்பது போலோ, ஊரிலோ பேசிக்கொள்வது போன்றோ நடக்கவில்லையடி அந்தப்பெண் இன்னும் என் இளவலை இந்த நாட்டு வருங்கால மன்னரை மறந்து விட்டதாகத் தெரிய வில்லை. அஜந்தாக் காடுகளில் அவள் பாடும் 'குமரன் வரக்கூவுவாய் குயிலே!' என்ற கீதம் ஒலித்துக் கொண்டிருக் கிறதாம். அவள் இன்னும் இளவரசரை மறந்து விட்டதாகத் தெரியவில்லை. அது மட்டுமா? என் தம்பி, மாவீரன், அஞ்சா நெஞ்சம் கொண்டவன், அவனும் அந்த நாட்டியப் பெண்ணை இன்னும் மறந்ததாகவும் தெரியவில்லை" என்றாள்.

இளையபிராட்டி, நந்திபுரத்திலிருந்தவாறு எவ்விதம் இவ்வளவு செய்திகளையும் தெரிந்து வைத்திருக்கிறாள் என்பது சுமதிக்கு வியப்பாயிருந்தது.

"நான் சொல்வது உனக்கு ஆச்சரியமாயிருக்கிறதல்லவா? அந்த நாட்டியப் பெண் நீ நினைப்பது போல் தஞ்சை மாளிகையின் அந்தப்புரத்திற்கு வந்து உயர்ந்த பீடத்திலமர்ந் தால் என்னவாகும்?..." என்று கேள்வியை எழுப்பி, சுமதியை மேலும் வியப்பில் ஆழ்த்தி, "எனக்கு அதில் ஆட்சேபணையில்லை தான், ஆனால், இன்பவல்லியின் உயர்தரமான கலை என்ன ஆவது? அவளுடைய கலைத் திறமைகளைக் கொண்டு இந்த நாடு அடையவிருக்கும் மகத்தான இலட்சியம் என்ன ஆவது?" என்று கேட்டாள்.

சுமதியால் என்ன மறுமொழி கூறமுடியும்? சங்கரத் தேவனின் பயணத்துக்கும் இதற்கும் என்ன சம்பந்தம்? இளைய பிராட்டி உள்ளத்துணர்ச்சியை உடனே அறிந்து விடக்கூடிய மாயமந்திரம் அறிந்தவளா?

"அதனால் தான், கடற்கொள்ளைக்காரர்களின் ஆபத்தை விட மிக முக்கியமானதெனக் கருதி இன்பவல்லியிடம் சங்கரத் தேவனைத் தூது அனுப்புகிறேன்" என்றாள் குந்தவை.

சுமதி திடுக்கிட்டாள். இளையபிராட்டி மெல்ல நகைத்து, "இன்பவல்லியைக்கண்டு சங்கரத்தேவன் மனம் ஒரு நாளும் மாறிவிடாது. பயப்படாதே! இன்று பகல் முழுவதும் உன்னைச் சந்திக்க வாய்ப்பிருந்தும் அவன் கடமையிலிருந்து தவறினானா? உன் விழிகளுக்கு உள்ள காந்த சக்தியை விடவா இன்பவல்லியின் கண்களுக்குச் சக்தி அதிகம்? சங்கரத்தேவனிடம் நான் கொடுத்து அனுப்பும் இந்த அழகிய வாசகங்கள் நிறைந்த ஓலை அவள் மனத்தை நிச்சயம் மாற்றும்... அதனால் சங்கரத்தேவனின் இந்தப் பயணத்தை நீ அனுமதிப்பாய் என்று நம்புகிறேன்" என்று கூறினாள்.

"தேவி... தேவி என் அனுமதியா, என்ன இது...?" என்று சுமதி சொல்லும் போது விம்மலும் ஏனோ கலந்தே வந்தது.

விளக்குகள் ஏற்றப்பட்டு விட்டன. அந்தப்புரத்துப் பெண்டிர் நடமாடும் வாசல் அருகே சங்கரத்தேவன் பயணத்துக்கு ஆயத்தமாக வந்து விட்டான். சுமதி பின்தொடர குந்தவை ஓலைச் சுருளுடன் வந்து விட்டாள்.

அவன் செல்ல வேண்டிய இடம், ஓலையைச் சேர்க்க வேண்டிய இடம் குறித்துச் சங்கரத்தேவனிடம் மெல்லிய குரலில் பேசிவிட்டு, சுமதியை அழைத்தாள் குந்தவை.

சங்கரத்தேவனை, சுமதி அந்த இடத்தில் காணும்போது அவள் உடல் புல்லரித்தது. இன்னும் சிறிதுநேரம் அங்கேயே நின்று அவன் உருவ எழிலை இதயத்தில் அமர்த்திக் கொள்ளலாம் போல் அவளுக்குத் தோன்றியது.

ஒரே ஒரு கணம்தான் சங்கரத்தேவன் விழிகள் சுமதியின் விழிகளுடன் சந்தித்தன. கருமேகங்கள் இரண்டு உராய்ந்த போது ஏற்படும் ஆயிரம் கோடி மின்வெட்டுகள் போன்ற உணர்ச்சியை இருவரும் அடைந்தனர்.

"சங்கரத்தேவா! வெற்றியுடன் உன் பயணத்தை முடித்துத் திரும்பி வா. இன்பவல்லியை எங்கிருந்தாலும் சந்தித்து இந்த ஓலையைக்கொடு. மிகவும் கவனமாக நடந்து கொள்ள வேண்டும் என்பதை நான் சொல்லவும் வேண்டுமா?" என்று கூறி அவனிடம் ஓலைச்சுருளை அளித்தாள்.

சுமதியின் விழிகளிலே ஏக்கம் ததும்பி நின்றதைச் சங்கரத்தேவன் அறியாமல் இருப்பானா?

காற்றிலே, சுடர்விளக்கு அலைபாய்ந்து கொண்டிருந்தது. விளக்கின் ஒளிக்கு ஒவ்வொருவர் உள்ளத்து உணர்ச்சி களையும் பிரதிபலிக்கக்கூடிய சக்தி இருந்தால் விசித்திரமாகத் தானிருக்கும். ஏனென்றால் இந்த மாளிகையில் நெடுங் காலமாக விசுவாச ஊழியன் என்று கருதப்படும் ஒருவன் இப்படி மறைந்து மறைந்து அங்கே நடக்கும் செய்திகளையும் அங்கே பேசப்படுவனவற்றையும் அறிய வேண்டியதில்லை. மிகவும் சுறுசுறுப்பாக அங்கு நடப்பனவற்றை அறிந்து உடனுக்குடன் தஞ்சைப் பாதாளச் சிறையில் வாடும் ரவி தாசனுக்கு அவற்றைத் தெரிவிப்பதை முக்கியக் கடமையாகக் கொண்டிருந்தான்.

இன்பவல்லிக்குச் செய்தி எடுத்துச்செல்லும் சங்கரத் தேவனைத் தொடர்ந்து ஒற்றனை அனுப்புவதில்தான் அவன் அன்று இரவு முழுவதும் முனைந்தான்.

அத்தியாயம் 2

சந்திப்பும் சலனமும்

வீரநாராயணபுரத்தை அருண்மொழிவர்மரும், வல்லவரையர் வந்தியத்தேவனும் நெருங்கும்போது பொழுது சாய்ந்து விட்டது. காஞ்சியைவிட்டுப் புறப்பட்டவர்கள் உச்சி வேளைக்கு முன்பே அங்கு வந்தடைந்துவிட வேண்டுமென்று திட்டமிட்டிருந்தார்கள். குறித்தது குறித்தபடிச் செய்துவரும் அவர்கள் அன்றுமட்டும் தாமதமாகச் செயலாற்ற முக்கிய காரணம் இருந்தது. வழியில் திருக்கோவலூரில் தங்க நேரிட்டபோதுகூடத் தாமதம் ஏற்படவில்லை. பிறகு பெண்ணையாற்றங் கரையில் சற்றுத் தாமதிக்க நேர்ந்துவிட்டது. அருண்மொழிவர்மரும் குறித்த நேரத்தில் புறப்பட்டுவிட வேண்டும் என்றுதான் வற்புறுத்தினார். ஆனால் வல்லவரையர்தான் சம்மதிக்கவில்லை.

''வல்லவரையரே! அங்கு நீங்கள் வற்புறுத்தி என்னை இருக்குமாறு செய்துவிட்டீர்கள், இல்லையென்றால் குறித்த நேரத்தில் இங்கு வந்திருக்கலாம். நாம் எதற்காக வீரநாராயண புரம் வந்தோமோ அது தாமதமாகிவிட்டது'' என்றார் அருண்மொழி ஏரியிலிருந்து வழிந்தோடிவரும் வாய்க்கால் கரையருகே குதிரையை விட்டிறங்கியவாறு.

வல்லவரையர் வந்தியத்தேரனும் குதிரைமீதிருந்து கீழே இறங்கிக்குதிரையை மரக்கிளையில் கட்டிவிட்டு, ''இதுவும் முக்கியம்தான், அதுவும் முக்கியம்தான். வீர நாராயண புரத்துக்கு வந்தது நாட்டுக்காரியத்திற்கு பெண்ணையாற்றங் கரையில் தங்கியது வீட்டுக் காரியத்திற்கு...'' என்று சிரித்துக் கொண்டே கூறினார். வல்லவரையருக்கு வழிப்பயணத்தினால் களைப்பு ஏற்பட்டதாகக் தெரியவில்லை. அருண்மொழி வர்மரைவிட, பல ஆண்டு மூத்தவராயிருந்தும் அவருக்கு உள்ள உற்சாகம் இன்னும் அவரை இளைஞர் வல்லவரையராகவே காட்சியளிக்கச் செய்தது.

''வீட்டுக் காரியம் என்று நான் ஒரே இடத்தில் உட்கார்ந்து விட முடியுமா? அப்படிப் பார்த்தால் உம்முடைய விஷயம்

என்ன? என் சகோதரியின் கணவர் என்ற முறையில் நான் உம்மைக் கேட்கிறேன். நந்திபுரத்துக்கு எப்போது விஜயம் செய்வதாக எண்ணியிருக்கிறீர் வல்லவரையரே?'' என்று அருண்மொழி கேட்டார். களைப்பால் இல்லை என்றாலும் ஏதோ ஒரு கவலையினால் அவர் முகத்தில் ஏற்பட்ட மாறுதலை மறைக்க அவர் மெல்ல நகைத்தார்.

இளவரசர் தன் சொந்த விஷயத்தினின்று பேச்சை மாற்றுவதற்காகத்தான் அப்படிக் கேட்கிறார் என்று வந்தியத்தேவன் புரிந்துகொண்டாலும், நந்திபுரத்து நினைவு அவருக்கு மெல்ல எழாமல் இல்லை. குந்தவை தேவி இப்போது என்ன செய்து கொண்டிருப்பாள் என்று ஒரு கணம் எண்ணினார். அந்தச் சிந்தனையால் எழுந்த மௌனத்தை யூகித்து இளவரசர் பயன் படுத்திக்கொண்டு மேலும் அதைப்பற்றியே பேச்சைத் தொடங்கிவிடப் போகிறாரென்று, ''நந்திபுரமா? இப் போதைக்கு அந்த நினைவு இல்லை. இளவரசர் பசி என்றும், இரவு பகல் என்றும் பாராமல் ஊர் ஊராகத் திரியும் போது எனக்கு மட்டும் என்னவாம்?'' என்று கேட்டார்.

ஆம்; இளவரசர் அருண்மொழிவர்மர் சமீபகாலமாக நாடு நகரமெல்லாம் சுற்றி வந்துகொண்டிருந்தார். பரிவாரங்கள் உடன் தொடர்ந்து வராமல், மெய்க்காவல் படையினரையும் அழைத்துக் கொள்ளாமல் சாதாரணப் பிரஜையைப் போல, அல்லது ஒரு படை வீரனைப்போன்ற தோற்றத்தில் அவர் தஞ்சையை விட்டுப் புறப்பட்டார். அவருடன் வல்லவரையர் வந்தியத்தேவனும் சேர்ந்து கொண்டார்.

சோழ நாட்டின் வட எல்லையைக்கண்டு அதைப்பலப் படுத்தும் நோக்கத்துடனும் திருக்கோவலூர் மலைய மானையும் லாடநாட்டுச் சிற்றரசரையும் சந்தித்துப் பேசும் நோக்குடனும் புறப்பட்டார். மேலும் திருவொற்றியூரில் வீர சைவமடம் அமைத்துக் கொண்டிருக்கும் சதுரானன பண்டி தரையும் சந்திக்கும் முக்கியமான காரியமும் அவருக்கு இருந்தது. அவை எல்லாவற்றையும் விட வீர நாராயண புரத்துக்கு அருகிலுள்ள கிராமத்திற்குச் சென்று பாண்டிய ஆபத்துதவிகளான ரவிதாசன் சகோதரர்களைப் பற்றிய மிக முக்கியமான செய்தியொன்றை அறிந்துகொள்ள வேண்டிய அவசியமும் அவருக்கு இருந்தது.

சோமன் சாம்பவனும், பரமேச்வரன் ரவிதாசனும் தஞ்சை பாதாளச் சிறையில் தண்டனையை அனுபவித்துக்கொண்டு அடைபட்டுக் கிடந்தனர். ஆதித்த கரிகாலனைக் கொன்ற குற்றத்திற்காக அவர்களுக்கு ஆயுள் தண்டனையளித்து மதுராந்தக சோழதேவர் அவர்களைப் பாதாளச் சிறையில் அடைக்கக் கட்டளையிட்டார். கொலைக்குற்றம் புரிந்த அவர்களுக்கு மரண தண்டனையளிக்காதது ஏன் என்ற கேள்வி நாட்டில் பரவியிருந்தது. மேலும் கொலைச் சதிசெய்த ரவிதாசனின் மற்றோர் உடன்பிறந்தானான மலையனூரான் எனப்படும் ரேவதாசன் கிராமவித்தன் இன்னும் சிக்கவில்லை. அவனையும் தேடிப்பிடித்து மறுவிசாரணைக்குக் கொண்டு வந்தால்தான் ரவிதாசன் வகையினருக்கு மரணதண்டனை வழங்கலாம்; அதனால் ரவிதாசனது ஊரான வீரநாராயண புரத்தை அடுத்த கிராமத்திற்குச் சென்று விவரம் ஏதாவது சேகரிக்க முடியுமா எனும் எண்ணத்தில் அங்கு செல்வதற்கு அருண்மொழி முடிவு செய்தார்.

நடுப்பகலிலேயே வந்துவிட்டால் பொழுது சாய்வதற்குள் கிராமத்தாரிடமிருந்து ரவிதாசன் சகோதரர்களைப்பற்றி அறிய முடிந்தவற்றை அறிந்துகொண்டு அங்கிருந்து புறப்பட்டுத் தில்லைச் சிற்றம்பலத்திற்குச் சென்று விடலாம் என்பது அருண்மொழியின் எண்ணம். ஆனால் வீரநாராயணபுரம் வந்தடைவதற்குள் பொழுது சாய்ந்து விட்டது. இன்னும் கூட நேரம் அதிகமாயிருக்கும்; இரவும் கழிந்திருக்கலாம். இன்னும் இரண்டு மூன்று நாட்கள் கூடத் தாமதித்து வருமாறு நேர்ந் திருக்கும். ஆனால், அருண்மொழி இதயத்தில் எப்படியோ உறுதியை வரவழைத்துக்கொண்டு அந்த இடத்தினின்று புறப்பட்டு விட்டார்.

உறுதியை வரவழைத்துக்கொள்வதா? இதய உறுதியில் குன்றினைப் போன்ற குன்றா வலிமையுடைய அவர் உறுதியைக் கூட வரவழைத்துக்கொள்ள வேண்டுமா?

அருண்மொழிவர்மர் எதிர்பாராத விதமாக அங்கே இன்ப வல்லியைக் காண்போம் என்று எதிர்பார்க்கவில்லை. பெண்ணையாற்றைக் கடந்து அவர்கள் குதிரையில் வந்து கொண்டிருந்தபோது வல்லவரையர் இன்பவல்லி சென்று

கொண்டிருப்பதைச் சுட்டிக்காட்டினார். வல்லவரையர் இன்பவல்லியை மறக்கவில்லை. ஒரே ஒரு தடவைதான் அவளைக் கண்டிருக்கிறார். ஆனால் பிறகு பல தடவை இன்பவல்லியைக் குறித்த பேச்சு வந்தது. இன்பவல்லியைப் பற்றி முழுக்கதையையும் குந்தவை வந்தியத்தேவனிடம் சொல்லிவிடவில்லை. அவள் சொன்ன வரையில் அஜந்தா யாத்திரையை மேற்கொண்டதற்குக் காரணமே இளைய பிராட்டியின் திட்டம் தான் என்பதை உணர்ந்தார்.

“வடக்கே நெடுந்தொலைவிலிருக்கும் அஜந்தாவுக்கு ஒரு பெண் போய்த்தான் ஆகவேண்டுமா?” என்று வல்லவரையர் வந்தியத்தேவன் குந்தவையை ஒருமுறை கேட்டார். இளம் வயதில் அவர் அந்தப் பகுதிகளில் சுற்றி வந்ததுண்டு; ஆனால் சித்திரக்களஞ்சியமான அந்தக் கருவூலத்தைக் காண வேண்டும் எனும் ஆவல் அவருக்கு ஏற்பட்டதில்லை.

“ஏன், பெண் போகக்கூடாதா? இனிப்பை அடைவதில் இனப் பாகுபாடு ஏது?” என்று இளையபிராட்டி மறுமொழி கூறினாள்.

“ஓகோ! இன்பவல்லிக்குச் சித்திரம்கூட வரையத் தெரியுமா?” என்று திரும்பவும் கேட்டார் வந்தியத்தேவன்.

“சித்திரம் வரைபவருக்கு உதவியாகச் செல்லலா மல்லவா?” என்றாள் குந்தவை.

“ஆமாம், ஆமாம். அங்கே தங்கியிருப்பதற்கு வேண்டிய உணவுப் பண்டங்கள் செல்லும்போது, அறுசுவை உண்டி படைக்க ஆரணங்கும் செல்வது அவசியமே!” என்றார் வல்லவரையர் குறும்புச் சிரிப்புடன்.

“உண்டி படைக்கவும் செய்வாள் அந்த ஆடலணங்கு. தன் ஆட்டத் திறமையால் ஓவியக்கலைக்கு உயிரூட்டுவாள். உடன் சென்றிருக்கும் சிற்பியின் கலைக்கும் ஏற்றம் அளிப்பாள்” என்று கூறினாள் குந்தவை.

“ஆகா! இளவரசர் அருண்மொழிவர்மரின் சாமர்த்தியமே சாமர்த்தியம். ஓவியர், சிற்பி, அவர்களுக்கு உதவ ஒரு கலை மங்கையையும் தேடிப்பிடித்து உடன் அனுப்பிவிட்டார்.

சோழநாட்டுக்கு மகத்தான யோகம்தான்'' என்று வல்ல வரையர் கூறிவிட்டுக் கடைக் கண்ணால் இளைய பிராட்டியின் முகத்தில் ஏற்படும் மாறுதல்களைக் கவனித்தார்.

"இளவரசரா? என் இளவலா இன்பவல்லியை அஜந்தாவுக்கு அனுப்பினான்? ஹூம், அவள் திறமை அறிந்த நானன்றோ அவள் செல்ல வழி செய்தேன்?" என்று உடனே கூறிவிட்டாள்.

இன்பவல்லியை அஜந்தாவுக்கு அனுப்பிய பெருமையை மற்றொருவர் அடைவதை இளையபிராட்டி விரும்பவில்லை. அதனால் இன்பவல்லி அருண்மொழியைச் சந்திப்பதினின்று பிரித்ததற்குக் காரணம் தானே என்பதை வல்லவரையர் அறிந்து கொள்வார் என்ற நினைவே இல்லாமல் பேசினாள்.

வல்லவரையர் எதிர்பார்த்ததும் அதுதான். இன்பவல்லியின் தோற்றத்தை அவர் பலமுறை மனக்கண் முன்பு உருவகப் படுத்திக் கொள்வார். கடல் கடந்த தீவினின்று அனாதையாக வந்த மங்கை சோழ நாட்டிலும் நிம்மதியாக இருக்கமுடியாமல் போய்விட்டதே என்று அவருக்கு வேதனை ஏற்படும். அருண்மொழி இன்பவல்லியை மீண்டும் சந்தித்தாரா என்று வல்லவரையருக்குத் தெரியாது. இளவரசரிடமே அது குறித்துக் கேட்பதும் இங்கிதமாகத் தெரியவில்லை. இருந் தாலும் இப்போது இளவரசர் என்ற தகுதி குறுக்கிட்டது. எப் பொழுதும் மெய்க்காவலர்களும் பரிவாரத்தினரும் அவரைச் சூழ்ந்திருந்தார்கள். அரசாங்க அலுவல்களை அருண்மொழி வர்மரே முன்நின்று கவனிக்க வேண்டியிருந்ததால், அவரை நெருங்கி மனம்விட்டுப் பேசுவதற்கான வாய்ப்பு நேர வில்லை. அதனால் இளையபிராட்டியைக் கேட்டுவிட்டார் வல்லவரையர் வந்தியத்தேவன்.

"இன்பவல்லி முறையாக நாட்டியக்கலை கற்றுணர்ந்த வளா?" என்று பேச்சைத் தொடங்கினார்.

"அப்படித்தான் நான் நினைக்கிறேன். இயற்கையாகவே கைவரப் பெற்ற கலையை முறைப்படியும் கற்றுணர்ந்திருக்க வேண்டும் என்று தோன்றுகிறது'' என்று குந்தவை சொன்னாள். இன்பவல்லியைப் பற்றி வல்லவரையருக்கு ஏன்

இவ்வளவு ஆவல் என்று அவளுக்குத் தோன்றியது. ஆனால் கேட்கவில்லை.

“எங்கோ கடலில் வெகு தொலைவிலுள்ள சிறு தீவிலும் நம்நாட்டுப் பரதம் பரவியிருக்கிறதா?” என்று மேலும் கேட்டார் வந்தியத்தேவன்.

“கடல் கடந்து விளங்கும் பல தீவுகளில் எல்லாம் நம் கலை புகழ் பெற்றிருக்கிறது. பெருமையுடன் போற்றப்படுகிறது. இன்பவல்லியும் அதை அறிந்திருப்பதில் வியப்பில்லை. அருண்மொழி அந்தத் தீவுகளுக்கெல்லாம் சென்றிருந்த போது சோழ நாட்டின் மறுபதிப்பையே அங்கே கண்டாராம். சாவகம், புட்பகம் ஆகிய நாடுகளில் அருண்மொழி கண்டு வந்தவற்றைக் கேட்கும்போது எனக்கும் அந்த நாடுகளுக் கெல்லாம் செல்ல வேண்டும் எனும் ஆவல் ஏற்படுகிறது” என்று உற்சாகமும் ஆவலும் மேலிடக் கூறினாள் குந்தவை.

தமக்கும் ஆசையுண்டு என்பதை வல்லவரையரும் புலப்படுத்த, “ஆகா! நம் இருவருக்கும் ஒரே விஷயத்தில் ஒன்றுபட்ட கருத்திருக்கிறதே! என்னிடமும் இளவரசர் சொன்னார். அங்கேயுள்ள பிரம்மாண்டமான கோயில் களையும், புத்தர் சிலைகளையும், உயர்ந்த ஸ்தூபிகளையும், தங்கக் கோயில்களையும் புராண இதிகாசக் கதைகளையும் தெரிவிக்கும் சிற்பங்களையும் குறித்து அவர் கூறிவரும்போது என் ஆவலைக் கட்டுப்படுத்திக் கொள்ள முடியவில்லை. அவர் சென்ற இடங்களுக்கெல்லாம் நானும் செல்லவேண்டும் எனும் துடிப்பு ஏற்பட்டது. அதற்கான ஒரு சந்தர்ப்பமும் ஏற்படுத்திக்கொள்ளச் சிந்தித்து வருகிறேன் தேவி! நமது அரச குடும்பத்திற்கென்று பெரும் மரக்கலம் ஒன்று கட்டப்பட்டு வருவது தெரியுமா?” என்று கேட்டு குந்தவையின் முகத்தை நோக்கினார்.

இளையபிராட்டிக்கா அந்தச் செய்தி தெரியாது? மரக்கலக் கோறையாற்றில் பெரும் மரக்கலம் போர்வீரர்களையும் ஏற்றிச் செல்லக்கூடிய சக்தி வாய்ந்த மரக்கலம் கட்டப்படுவதை அவள் அறிவாள்.

"அந்த மரக்கலத்தில் படைவீரர்கள், போருக்குத் தேவையான கருவிகள் ஏற்றிச்செல்லலாம். பெண்கள் வரக்கூடாதே" என்று இளையபிராட்டி கூறினாள்.

"ஏன்; தனியே கலமொன்று அமர்த்துவோம். பயணத்துக்கு வேண்டிய ஏற்பாடுகளை இப்போதிலிருந்தே செய். நமக்கென்ன கவலையா, கடமையா, அரசுப் பொறுப்பா, அவற்றிற்கெல்லாம் ஏற்பாடு செய்து விட்டுத் தான் புறப்பட வேண்டும் என்று? மளமளவென்று பயணத்துக்கு ஏற்பாடு செய்து விட்டால், நகரத்தார் கப்பல் நாகைப்பட்டினத்திலிருந்து கிளம்பும்போது நாமும் அவர்களுடன் சேர்ந்து கொள்வோம்" என்று கூறினார்.

இளையபிராட்டி மௌனமாக இருந்தாள். இயல்பாகவே விசாலமான அவள் விழிகள் மேலும் மேலும் விரிந்தன. "ஓ!" என்று வியப்புக் குரல் எழுப்பினாள். "என்ன சொன்னீர்கள், நமக்கென்ன கவலையும் கடமையும் ஏதும் இல்லை யென்றா?" என்று கேட்டாள், மெல்ல நகைத்தவாறு.

"கடமை ஏதும் இல்லையென்று சொல்ல மாட்டேன் தேவி! இளையபிராட்டியை அவ்வப்போது யோசனை கேட்க வருகிறவர்கள், உதவி பெற வருபவர்கள் பாடு திண்டாட்டம் தான். அந்தக் கருத்தில் நான் சொல்லவில்லை" என்று கூறிய வல்லவரையர் குரலைத் தாழ்த்திக்கொண்டு இளையபிராட்டியின் செவி அருகே சென்று, "நம் மழலைச் செல்வத்தை எப்படி அழைத்துச் செல்வது, யாருடைய பாதுகாப்பில் விட்டுச் செல்வது என்ற கவலையா?" என்று கிசுகிசுத்தார். இளையபிராட்டி அதைக்கேட்டு வெட்கத்தால் முகம் சிவக்க, நாணமுற்று அங்கிருந்து ஓடிவிடுவாள் என்று நினைத்தார்.

வல்லவரையருக்குப் பெரும் குறைதான். வருடங்கள் ஓடி அதைக் குறிக்கும் வயதும் ஏறி வருகிறதே, ஒரு மழலையை மடியிலிட்டுக் கொஞ்சவேண்டும் எனும் ஆசை அவருக்கு இருப்பதில் தவறில்லை. அதைப் போலவே இளைய பிராட்டியின் உள்ளத்திலும் ஆவலும் வேதனையும் இருக்கும் என எண்ணினார். அதை வெளிப்படையாகக் கூறும்போது

பெண்மைக்கே உரிய நாண உணர்ச்சி மேலிட்டு ஊடல் கொண்டோடி விடுவாள், அதைக் கண்டு களிப்பதே பெரும் இன்பம் என்று எண்ணினார்.

ஆனால் இளையபிராட்டியின் முகம் அப்படியொன்றும் நாணத்தால் சிவந்துவிடவில்லை. அவள் வெட்கமுற்றுத் தலை குனிந்து விடவில்லை. அதற்கு மாறாக அவள் கண்கள் ஒளிவீசின. தலைநிமிர்ந்து, முகத்தில் கடமை உணர்ச்சி மிளிர்ந்தது. கம்பீரமான குரலில், "ஆம் மழலைச் செல்வத்தை எப்படி அழைத்துச்செல்வது என்ற கவலைதான். பெரும் பொறுப்பை ஏற்றிருக்கும் நான் அதிலிருந்து தவற முடியாது" என்று கூறினாள். வல்லவரையர் புரியாமல் விழித்தார். ஆனால் குந்தவை மேலும் தொடர்ந்து, "அந்தக் கடமையில் தங்களுக்கும் பங்கு உண்டு" என்று கூறிக்கொண்டே விரைந்தோடிச் சென்று அருண்மொழியின் செல்வனை அணைத்தெடுத்து ஓடிவந்து, "இதோ பாருங்கள், நான் பெறாத பிள்ளையை! இந்த வளர்ந்துவரும் செல்வக் களஞ்சியத்தை நான் எங்கு விட்டுச்செல்வேன்? என் கரங்களில் வானதி ஒப்படைத்த செல்வக்குமரனைப் பிறர் பொறுப்பில் விடலாமா? இவனது வருங்காலத்தைப் பற்றி நான் பெரும் கனவு கண்டுகொண்டிருக்கும் போது உலகச் சுற்றுப் பயணத்துக்கு நான் ஆசைப்படலாமா?" என்று கூறியவாறு அந்தப் பாலகனை அணைத்துக்கொண்டாள். அவன் உச்சி முகர்ந்து, "கண்ணே! * மதுரா" என்று கொஞ்சினாள். அந்தச் சம்பவம் இப்பொழுது வல்ல வரையருக்கு நினைவு வந்தது.

இப்பொழுது பல ஆண்டுகளுக்குப் பிறகு, இன்ப வல்லியைத் திடீரென்று கண்டவுடன் ஏற்பட்ட வியப்பால் ஒரு கணம் திகைத்த பிறகு அருண்மொழிவர்மருக்கு, அவள் நடந்து போகும் திசையைச் சுட்டிக்காட்டினார்.

அருண்மொழிக்கே வியப்பாக இருந்தது. அந்த இடத்தில் இன்பவல்லியைக் காண நேர்ந்தது. அஜந்தாவுக்குச் சென்ற

✷ அருண்மொழிவர்மரின் மகன் திருப்பெயரும் மதுராந்தகன் என்பதே, பிற்காலத்தில்தான் இராசேந்திரன் என்ற பெயர் பிறர் சூட்டாமலே தோன்றியது.

ஓவியர் வாகீசன் குழுவினர் அங்கிருந்துப் புறப்பட்டுவிட்ட செய்தி அருண்மொழிக்கு முன்பே எட்டியிருந்தது. அவர்கள் தஞ்சையை வந்தடைவர் என்பதும் தெரியும். தஞ்சையில் இன்பவல்லியைச் சந்திக்கவேண்டிய நிலை ஏற்படும் என்பதையும் அவர் அறிவார். ஆனால், இந்த நேரத்தில் அவசர வேலை நிமித்தம் சென்று கொண்டிருக்கையில் இன்ப வல்லியைக் காணநேரிடும் என்று அவர் நினைக்கவில்லை.

வெண்மணற் பரப்புடன் விரிந்து கிடந்த பெண்ணை யாற்றின் ஓர் ஓரமாகச் சலசலவெனத் தண்ணீர் ஓடிக்கொண் டிருந்தது. அங்கிருந்துதான் தண்ணீரை எடுத்துக்கொண்டு இன்பவல்லி சென்றிருக்க வேண்டும். அவர்கள் தங்கியிருக்கும் இடமும் அருகில்தான் இருக்க வேண்டும்.

அருண்மொழிவர்மர் குதிரையினின்று கீழே இறங்கினார். வந்தியத்தேவனுக்கும் மகிழ்ச்சி தாங்கவில்லை. தன்னுடைய முயற்சியால் இப்போது பிரிந்தவர்கள் கூடப்போகிறார்கள் என்ற குதூகலம் பொங்கியது. குதிரையினின்று அவர் குதித்த போது இருபது வயது இளைஞராகவே மாறிவிட்டார்.

அத்தியாயம் 3
இருவர் இதயம்

இன்பவல்லி நடந்து சென்ற வழியாக அருண்மொழி வர்மரும் வந்தியத்தேவனும் சென்றார்கள். பெண்ணை யாற்றையொட்டி அடர்ந்து வளர்ந்திருந்த மரஞ்செடி, கொடிகளிடையே அவள் ஒரு மான்குட்டியைப்போல் துள்ளிச் சென்றாள். இடையில் வீற்றிருந்த குடத்தை அணைத்திருந்த கரமும், வளைகுலுங்க வளைந்து அசையும் கரமும் அவள் நடைக்கு அழகூட்டின. அவள் செல்லும் நேர்த்தி அருண்மொழியின் மனத்திலே பற்பல இன்பக் கிளர்ச்சிகளைக் கூட்டியது. நடன அரங்கிலே நடப்பதுபோல் அவள் நடந்தாள். முல்லைத்தீவிலே பல அற்புத நடனத்

தோற்றங்களை அவள் ஆடிக்காட்டிய இன்ப நினைவை அவள் நடை அலங்காரம் அருண்மொழியின் மனத்திலே தோற்றுவித்தது.

வந்தியத்தேவன் ஜாடையாக அவருடைய முகத்தை நோக்கியவாறு நடந்தார். இப்பக்கமும் அப்பக்கமும் திரும்பாமல் தொலைவிலே செல்லும் இன்பவல்லியின் தோற்றத்தை மட்டும் பார்த்தவாறு நடப்பது அவருக்கு வியப்பாய் இருந்தது. அவர்கள் இருவரிடையேயும் மறைந்திருக்கும் பாசத்தின் அளவை வல்லவரையர் அறிந்துகொண்டார். அன்புக்கும் ஆசைக்கும், பாசத்துக்கும், பந்தத்திற்கும் அடிமைப்படாத அருண்மொழியின் குணத்தை வல்லவரையர் அறிவார். ஆனால், இங்கு மட்டும் ஏன் அவர் நிலை மாறுகிறது? இன்பவல்லியின் மீதுள்ள காதலை அவர் மறக்க வில்லையா? அருண்மொழியின் அந்தரங்கம் ஒவ்வொன்றையும் அண்மையில் வல்லவரையர் புரிந்து கொண்டு விட்டார். கலை ரசிகரான அருண்மொழியின் கம்பீரத் தோற்றத்தையும், அவர் முகத்தாமரையையும் கண்டு பெண்கள் வண்டுகளாகி மது உண்டு வட்டமிடுவர் என்னும் உறுதியான நம்பிக்கையைக் கொண்டவர் வல்லவரையர். அதைச் சில நாட்களுக்கு முன்பு வடநாட்டு அரசமகள் தலைநகரிலே அருண்மொழியின் வடிவழகிலே போதை கொண்ட வண்டு போலாகி அவருடன் பேசுவதற்கு வாய்ப்பைக் காணச் சுற்றிச் சுற்றி வந்தபோது அறிந்துகொண்டார்.

தான் ஒருவன் குறுக்கே நின்றதால் தனக்குத் தொல்லை ஏற்பட்டு விட்டதை அவள் ஜாடையாகத் தெரிவித்துக் கொண்டதும் வல்லவரையருக்குத் தெரியும்.

ஆனால், அருண்மொழியின் அந்தரங்கத்தின் அந்தரங்கம் வல்லவரையருக்குத் தெரியாது. சோழ நாட்டைப் பலம் பொருந்திய நாடாக ஆக்கிப் புலிக்கொடியைத் திக்கெட்டும் பறக்கவிட வேண்டும் என்பதிலே அவா கொண்டுள்ள மன்னாதி மன்னரான அவர், சாதாரண இன்பத்தில் மனத்தைச் சலனமடையச் செய்யும் மன நிலையை எப்போதோ மாற்றிக் கொண்டார். எட்டுத்திக்கிலும் உள்ள மணிமுடி அரசர்கள் தம் குமாரிகளை அவர் காலடியிலே கொண்டு சேர்ப்பிக்க ஆயத்த

மாக இருந்தாலும் அசைந்து கொடுக்காத மனத் திண்மையுடன் இருந்தார் அருண்மொழி. ஆனால் இப்பொழுது? ஒரு நாட்டியப் பெண்ணின் பெயரைச் சொன்னவுடனே இருபது வயது குறைந்து விட்டவர்போல் துள்ளிக் குதித்தல்லவா செல்கிறார்! அவள் செல்லும் திசையை இமை கொட்டாமல் பார்த்த வண்ணமல்லவா செல்கிறார்! அவளுடைய மருங்கின் அசைவிலே பளிச்சிடும் எழிலையும் காதல் மடப்பிடி நடப்பது போன்ற தோற்றத்தின் பொலிவையும் கண்டு விரைந்தல்லவா செல்கிறார்!

வல்லவரையரும் அருண்மொழியின் நடை வேகத்துக்கு இணையாக நடந்து சென்றார். அவர்கள் செல்லும் கொடி வழி வளைந்து வளைந்துச் சென்றது. ஓரிடம் சென்றவுடன் வழி தடைப்பட்டது. அதுபோல் இன்பவல்லி சென்ற திசையும் புலப்படவில்லை. இப்பொழுது அருண்மொழியின் கவனம் கலைந்து விட்டது.

"வல்லவரையரே! நாம் கண்டது நிஜ இன்பவல்லியைத் தானா அல்லது ஏதாவது வன தேவதையைப் பார்த்துவிட்டுத் தவறாக எண்ணிவிட்டோமா?" என்று அருண்மொழி கேட்டார். வல்லவரையர் கலகலவென்று நகைத்தார். "ஏன் நகைக்கிறீர்கள்?" என்று அருண்மொழி கேட்கும்போது சற்று அழுத்தமும் அவர் சொற்களில் கலந்திருந்தது. "தேவ மகளிரின் பாதம் பூமியில் படுவதில்லை என்று நான் கேள்விப் பட்டிருக்கிறேன். தாங்களோ நடந்து செல்லும் அந்த நாயகியின் பாதம் பூமியில் தாளம் போட்டுச் செல்கிற அழகைப் பார்த்துக் கொண்டிருக்கிறீர்கள். அந்தப் பாதங்களில் சலங்கை கட்டியிருக்கிறதா என்பதையும் தேடிக்கொண்டிருக் கிறீர்கள். ஓடும் கலையறிந்ததும் மங்கையர் எப்போதுமா சதங்கைக் கட்டியிருப்பார்கள்? செங்கமல அடிகள் அழுத்தி அழுத்தி நடக்கும்போது அவை தங்களுக்கு எத்தனையோ கற்பனையை ஊட்டியிருக்குமே! தேவ மகளால் கூட இவ்வளவு ஒயிலாக நடை பயில முடியுமா? என்று எண்ணி னேன். அதனால்தான் சிரித்தேன்" என்றார் வல்லவரையர்.

இளவரசராலும் சிரிக்காமல் இருக்க முடியவில்லை. "அவள் செல்லும் திசையைக் கண்ணிமைக்காமல் நான் பார்த்துக்

கொண்டிருந்தேன். ஆனால் திடீரென்று எப்படி மறைந்து விட முடியும்?" என்று அருண்மொழி கேட்டார்.

"அதைத் தான் நானும் பார்க்கிறேன். இடப்புறம் சென்றிருப்பாளா? அல்லது வலப் புறம் சென்றிருப்பாளா?" என்று வல்லவரையர் திரும்ப அருண்மொழியை நோக்கியே கேள்வி கேட்டார். "வலது அல்லது இடது இருபக்கங்கள் தாமே உண்டு?" அவர்கள் சற்று நேரம் அங்கு திகைத்து நின்று கொண்டிருந்தனர்.

ஒரு மரத்திலிருந்து மற்றொரு மரத்துக்குக் குரங்கு ஒன்று தாவிக் குதித்துச் சென்றது. 'சடபட' என்று இறக்கைகளை அடித்துக்கொண்டு இரண்டு மூன்று பறவைகள் பறந்தன. எங்கிருந்தோ மெல்லிய இசையை ஆனைச் சாத்தம் ஒன்று எழுப்பியது. ஓர் அணில் மளமளவென்று ஏதோ வேலை இருப்பதைப் போல இறங்கி ஓடி வந்து, நின்று அவர்கள் இரு வரையும் பார்த்துவிட்டு எங்கோ சென்று மறைந்தது. தனது நீண்ட தோகை அசைய மஞ்ஞை ஒன்று மெல்ல அந்தப் பக்கம் வந்தது. அந்த இயற்கைத் தூதுவர்களை எல்லாம் கண்டு களிப்பதற்கு அருண்மொழிக்கு நேரமில்லை. அவர் கவனமெல்லாம் கானப் பறவைகளும், வனத்து மலர்களும் ஒன்று சேர்ந்து உருவானது போல் ஒயிலுடன் செல்லும் இன்பவல்லியைக் காண்பதிலேயே இருந்தது.

அருகே ஒரு செடியில் செம்மலர்கள் பூத்துக் குலுங்கி இருந்தன. ஒரு கிளையில் மட்டும் சில மலர்களைக் காணோம்.

அருண்மொழிவர்மர் அந்த மலர்ச்செடியை உற்று நோக்கினார்.

கீழே ஒரு பூ விழுந்து கிடந்தது. இன்னொரு பூ பாதி பறிக்கப்பட்டுச் செடியிலே தொங்கியது. அருண்மொழிவர்மர் ஏதோ பெரும் இரகசியத்தைக் கண்டு விட்டவர் போல் செடியின் அருகே குனிந்து நோக்கினார். அங்கு வளர்ந்திருந்த புற்கள் சற்றே அழுந்தியிருந்தன.

"வல்லவரையரே! நான் கண்டுபிடித்து விட்டேன். இதோ இந்தப்பக்கம் தான் அவள் சென்றிருக்கவேண்டும்" என்று கூறி அந்தச் செடியை விலக்கினார். மீண்டும் ஓர் ஒற்றையடிப்

பாதை அங்குத் தென்பட்டது. அப்பாதை இப்பொழுதுதான் மனித நடமாட்டத்தால் உருவாகி இருந்தது. வல்லவரையர் திகைப்பைக் கண்ட அருண்மொழி, ''மலர்ச்செடியின் சில பூக்கள் பறிக்கப்பட்டு இருப்பதையும் கீழே ஒரு பூ விழுந்து கிடப்பதையும் கண்டேன். அவசரமாகச் செல்லும் வேகத்தில் பறித்ததால், ஒரு பூ பாதியிலே கிள்ளப்பட்டுச் செடியிலிருந்து பிரிய மனமில்லாமல் ஊஞ்சல் ஆடுவதையும் கண்டேன். புற்கோரையும் கால்பட்டுச் சற்று நசுங்கி இருந்தது. அதனால் இந்தப் பக்கம்தான் அவள் சென்றிருக்க வேண்டுமென்று முடிவு செய்தேன். அவள் வெகு தூரம் சென்றிருக்க மாட்டாள். வாருங்கள் சீக்கிரம் போவோம்'' என்று அருண் மொழிவர்மர் விரைந்து நடக்கலானார். அந்த ஒற்றையடிப் பாதை சற்றுத் தூரத்தில் சிறு குடிலுக்கு அருகே அவர்களைக் கொண்டுவிட்டது.

தென்னங்கீற்றால் வேயப்பட்ட கூரையின் மேலிருந்து மெல்லிய புகை படர்ந்து கொண்டிருந்தது. உள்ளே சமையல் நடப்பதை அது தெரிவித்தது. யாரோ பாடும் ஓசையும் கேட்டது. அந்த இசைக்கு ஏற்ற தாள சப்தமா என்று காது கொடுத்துக் கேட்டபொழுது கல்லிலே சிற்றுளி மோதும் ஓசை அது என்பது தெரிந்தது. அருண்மொழிவர்மரின் உடலில் சிறு புல்லரிப்பு. சிற்பி; நடன மாது; இசைக்கலைஞர் மூவரும் தங்குவதற்குத் தேர்ந்தெடுத்திருக்கும் இடம் இயற்கைச் சூழலில் அமைந்திருப்பதை எண்ணி விரைந்தார். குடிலுக் குள்ளே உடனடியாகச் சென்று விடலாமா அல்லது முதலில் வல்லவரையரை அனுப்பி அங்கிருக்கும் சூழ்நிலையை அறிந்துகொண்டு பிறகு செல்லலாமா என்று திகைத்து நின்றார்.

''ஏன் நின்றுவிட்டீர்கள்? இன்னும் சிறிது நேரத்தில் உணவு தயாராகும் என்பதற்கு அறிகுறி தெரிகிறது. தாளிதம் நடக்கும் ஓசையும், மணமும் எழுகின்றன. வேண்டுமானால் இப் பொழுதே அதோ தெரியும் வாழை மரத்திலிருந்து நுனி இலையாக இரண்டை வாள்கொண்டு அரிந்து வருகிறேன். விருந்துக்கு ஆயத்தமாக அங்கே போய் நிற்போம். உங்கள் விருந்து வேறு; நான் எதிர்பார்க்கும் விருந்து வேறு'' என்று சொல்லி வல்லவரையர் சிரிக்காமல் சிரித்தார்.

ஆனால், அருண்மொழி கல்லிலே கனியும் சிற்பமும் அதைத் தாலாட்டி வளர்க்கும் இசையும் அதன் எதிரே ஓர் ஆடல் அணங்கு ஆடினால் எப்படியிருக்கும் என்பதைக் கற்பனை செய்து கொண்டார். அருண்மொழியின் சிந்தையை அறியாத வல்லவரையர், ''நீங்கள் நினைப்பது எனக்குப் புரிகிறது. திடீரென்று நாம் இப்பொழுது அருகே போகலாமா என்று நினைக்கிறீர்கள் அல்லவா? நான் முன்னே செல்கிறேன். கட்டியம் கூறுகிறேன். 'சோழ நாட்டு இளவரசர் வருகிறார்' என்று முதல் குரல் கேட்டவுடனேயே யார் உடனே ஓடி வந்து வரவேற்பார்கள் தெரியுமா? நான் சொல்ல மாட்டேன். பிறகு எனக்கு அங்கு என்ன வேலை? நானே குடிசைக்குள் நுழைந்து இலையை விரித்து உணவை எடுத்துப் போட்டுக்கொண்டு என் வேலையை முடித்துக் கொள்ள வேண்டியதுதான். அதற்குள் உங்கள் விருந்து நடந்து முடிந்திருக்கும். எவ்வாறு தொடங்கலாம்? ராஜாதி ராஜ என்று நான் சொல்லக்கூடாது. ஏனெனில் இங்கே மதுராந்தக சோழ தேவர்தான் வந்து விட்டாரோ என்று நினைத்து விடுவார்கள். அதனால் நான் புதிதாக ஒன்று கற்பனை செய்கிறேன்; சொல்லட்டுமா!'' என்று வந்தியத்தேவன் தொடங்கினார்.

அருண்மொழிக்கு இளம்பிராயம் திரும்பி விட்டதுபோல் வல்லவரையரின் வயதை மறந்து, உறவை மறந்து அவர் காதைச் சட்டென்று பிடித்திழுத்து, ''உம், இப்பொழுது சொல்லுங்கள் கட்டியத்தை'' என்று குறும்பு செய்யவும், வல்லவரையர் அருண்மொழியின் மனத்தை அந்தப் பொழுதில் நன்றாகப் புரிந்து கொண்டு, ''ஓகோ கட்டியம் வேண்டாம், நாம் வந்திருக்கும் அரவமே தெரிய வேண்டாம் என்று நினைக்கிறீர்களா? அதுவும் நியாயம்தான். அப் பொழுது உங்கள் பாடு, அவர்கள் பாடு. நான் வந்த வழியே திரும்பிச் சென்று குதிரை கட்டியிருக்கும் இடத்திலே உட் கார்ந்து கொள்கிறேன். நீங்கள் யுகயுகாந்தரமாக ஒருவருக் கொருவர் அடக்கி வைத்திருக்கும் பேச்சுகளையெல்லாம் பேசித்தீர்த்து விடை பெற்றுக்கொண்டு வந்து சேருங்கள். சரிதானே! நாம் வந்த காரியம் வேறு என்பதையும் ஞாபக மூட்டலாமா?'' என்று கூறித்திரும்ப முனைந்த வல்லவரை

யரின் கரத்தைப் பிடித்து இழுத்து, “வல்லவரையரே! இன்னும் உங்களை விட்டுச் சிறு பிள்ளைத்தனக் குறும்பு போகவில்லை. தங்களை விட்டுவிட்டு நான் மட்டும் அங்கே செல்வேனா?” என்றவுடன் வல்லவரையர் தன் காதை மெல்லத் தடவிக்கொண்டு, “இந்தப் பாதிக்கிழவனுக்கே பிள்ளைக் குறும்பு பிறந்து விட்டதென்றால், இளமையின் நடுப்பகுதியில் சஞ்சரித்துக் கொண்டிருக்கும் தங்களுக்கோ...” என்று நகைத்தவாறு கூறினார். அவர்கள் இருவரும் குடிலை அணுகினார்கள்.

குடில் கதவு திறந்திருந்தது. இருபுறமும் அழகிய திண்ணை. திண்ணை சுத்தமாகச் சேறு கொண்டு மெழுகப் பட்டுச் சாணம் தெளிக்கப்பட்டு இருந்தது. குடிசையின் உள்ளே யாருமில்லை என்பது தெரிந்தது. ஒரு மான்குட்டி அந்நியரைக் கண்டு அஞ்சுவதுபோல் மிரளமிரள விழித்துக்கொண்டு நின்றது. கழுத்திலே கட்டியுள்ள சிறு மணி ஒலிக்க, வள்ளல் பசுக்கள் இரண்டு பசும் புற்களைத் தின்றவாறே தலையை அசைத்துப் பார்த்தன. ஆடு ஒன்றின் மடியை ஆசையுடன் முட்டி அருந்திக் கொண்டிருந்த குட்டி ஆடுகள் இரண்டும் அவர்களைத் திரும்பிப் பார்த்தன. எங்கிருந்தோ, ‘ஜிவ்’ என்று ஒரு கிளி பறந்து, கூரையின் மேல் வந்து அமர்ந்தது. ஏழெட்டுச் சிட்டுக்குருவிகள் அவசரம் அவசரமாகக் கீழே சிதறிக் கிடந்த நெல்மணிகளைத் தங்களுடைய பட்டு மூக்கால் கொத்தின. இவற்றையெல்லாம் பார்ப்பதற்கு இருவருடைய ஜோடிக் கண்களுக்கும் நேரம் இல்லை. அவர்கள் இவற்றை ரசிக்கவா வந்தனர்? தேடுவது வேறு ஒன்றை. வல்லவரையர் தொண்டையைக் கனைத்தார். அவர்கள் வந்திருக்கும் அரவம் தெரிந்து யாராவது வருவார்கள் என்று பார்த்தார். ஆனால், இசை ஒலியும் கல்லிலே எழும் சிற்ப ஒலியும் குடிசைக்கு மேற்புறத்திலிருந்து கேட்டன.

“ஜல் ஜல்”

அருண்மொழியின் உடலிலுள்ள ரோமக் கால்கள் எல்லாம் அஞ்சலி செய்து நின்றன. ஏன் அவருடைய பாதங்கள் பூமியிலிருந்து மேலே எழுவன போலத் தோன்றுகின்றன?

அருண்மொழி வர்மர் ஆவலுடன் ஓசை வந்த இடத்தைப் பார்க்க, வந்தியத்தேவனும் ஆவலுடன் நோக்கினார்.

கலைக் கருவூலங்கள் மூன்று அங்கே ஒன்று சேர்ந் திருந்தன. வயது முதிர்ந்த பெரியவரும் ஓவியரும், நாட்டிய மகளும் குடிலுக்கு அருகே இருந்த புல்வெளியில் அமர்ந் திருந்தனர். ஓவியர் திரைச் சீலையில் வண்ண ஓவியம் தீட்டிக் கொண்டிருந்தார். இன்பவல்லி ஓவியர் அருகே வந்து ஏதோ கூறவும், ஓவியர் நகைத்த வண்ணம் தூரிகையால் வண்ணக் குழம்பு எடுத்துத் திரைச்சீலையில் பூசினார். அவர் ஏதோ கூறியிருக்க வேண்டும். அதனால் இன்பவல்லி மீண்டும் விரைந்து சற்றுத் தள்ளி ஓடி நின்று அபிநயம் பிடித்து நிற்கவும் அந்த நிலையை ஓவியர் வாகீசன் வரைந்தார்.

'போதுமா?' என்று கேட்பது போன்று முகபாவத்தோற்றம் இன்பவல்லியிடமிருந்து எழுந்ததால், 'போதும் போதும்' என்று வாகீசன் கை அசைக்கவும் இன்பவல்லி கால் சலங்கை ஒலிக்க மீண்டும் அவர் அருகே ஓடி வந்தாள்.

முதியவர் இன்பவல்லியை நோக்கி, "மார்கழி மாதத்தில் தமிழகத்திலே இளம் காலையிலே பெண்கள் துயிலிலிருந்து எழுந்து விடுவார்கள் என்று நேற்றுச் சொன்னேன் அல்லவா! அவர்கள் பாடிய பாடல் ஒன்றை நான் முன்பு பாடினேன். அதை மீண்டும் பாடுகிறேன். பொருள் உனக்குப் புரிகிறதா என்று பார். புரிந்தால் அதற்கேற்ப உணர்ச்சி நயங்களை நீ புலப்படுத்தி ஆடமுடியுமா என்றும் முயன்று பார்" என்றார்.

'காது ஆர் குழை ஆட; பைம் பூண் கலன் ஆட,
கோதை குழல் ஆட, வண்டின் குழாம் ஆட,
சீதப்புனல் ஆடி சிற்றம்பலம் பாடி,
வேதப்பொருள் பாடி, அப்பொருள் ஆமா பாடிச்
சோதித் திறம்பாடி சூழ்கொன்றைத் தார் பாடி,
ஆதி திறம்பாடி, அந்தம் ஆமா பாடி,
பேதித்து நம்மை வளர்த்து எடுத்த பெய்வளைதன்
பாதத் திறம்பாடி, ஆடுஏல் ஓர் எம்பாவாய்.'

அவருடைய சொற்கள் சிதையாமல் நடுங்காமல் வெளி வந்தன. வயதுக்கேற்ற முதுமையை உடலிலும் காணோம்.

அவர் பாடும்பொழுது சிறுநடுக்கம் ஒன்றைத்தவிர வார்த்தை களிலே எந்தவிதச் சிதைவையும் காணவில்லை. அவர் பாடினார். பாட்டின் பொருளை முன்பாகவே அறிந்தவள் போல் இன்பவல்லி ஒருகணம் கூடத் தாமதிக்காது அதற்கேற்ப ஆடத்தொடங்கினாள்.

அவள் ஆடிக்கொண்டிருக்கும் பொழுதே திடீரென்று வாகீசன் விரைந்து அவள் அருகே ஓடினான். அவள் கரத்தைப் பிடித்து நிறுத்தி, "இன்பவல்லி! அப்படியே சற்று நில். இந்தத் தோற்றத்தை நான் இதுவரையில் கண்டதில்லை. மனக்கண்களிலே நான் எவ்வளவோ முறை சிவ தாண்டவம் ஒன்றை உருவகப்படுத்திக் கொள்ள நினைத்தும் இயலாமல் போய்விட்டது. அதனால் இப்பொழுது நான் காணும் அந்தத் தோற்றத்தை விட்டுவிட என் மனம் ஒப்பவில்லை. இன்ப வல்லி! சற்று அப்படியே எனக்காக நிற்கிறாயா?" என்று கேட்டுப் புதிய திரைச்சீலை ஒன்றை எடுத்துச் சட்டத்திலே விரைந்து கட்டி, கூர்மையான காவிக்கோட்டால் அவள் நிற்கும் நிலையை சிவநடனத் தோற்றத்தின் வரிவடிவமாக்கத் தொடங்கினான்.

அருண்மொழி அந்தக் காட்சியைக் கண்டார். அவள் சற்று முன்பு ஆடியபொழுது அவள் அங்க அசைவுகளையும் இத்தனை ஆண்டு இடைக்காலத்திலே அவள் அழகு பெரும் பொலிவுடன் பூத்து மலர்ந்திருப்பதையும், அவள் முகம் ஆயிரமாயிரம் அர்த்தங்களை நொடியிலே புலப்படுத்து வதையும் கண்டு உள்ளுக்குள்ளேயே மகிழ்ச்சியுற்றாலும் வெளியே சொல்லிக் கொள்வதற்கு முடியாமல் பெருமூச்சாக வெளியிட்டார். அதே மூச்சு தனக்கும் அவளுக்கும் உள்ள இடைவெளியைப் புலப்படுத்தும் ஏக்க மூச்சாக இருந்ததா? இன்பவல்லியை வாகீசன் நீண்டநாள் பழகியவன் போல் தொட்டுப் பேசுவதால் ஏற்பட்ட பொறாமை மூச்சாக இருந்ததா? அஜந்தாவிலிருந்து திரும்பிய பிறகு, தன்னை வந்துகாண வேண்டுமென்னும் ஆவல் இல்லாமல், இன்ப வல்லி பொழுதைக் கழிக்கிறாள் என்பதால் ஏற்பட்ட ஆத்திர மூச்சாக இருந்ததா? என்பதை யாராலும் அறிய முடியாது.

அருண்மொழியின் பெருமூச்சு வந்தியத்தேவனை அவர் முகத்தை ஏறிட்டுப் பார்க்கச் செய்தது. தன் நிலையை வல்லவரையர் புரிந்துகொண்டு வேறுவிதமான பொருள் கொள்ளப் போகிறாரோ என்று நாணமுற்று, வந்தியத் தேவனின் முகத்தைத் திரும்பிப் பாராது அருண்மொழி தன் முகத்திலே பிரதிபலிக்கும் இதய ஒலியை மாற்ற விரும்பி மெல்லப் புன்முறுவல் பூத்தார்.

"பெருமூச்சு விட்டால் நீங்கள் வந்திருப்பதை அவர்கள் அறிந்துகொண்டு திரும்பிப் பார்க்கமாட்டார்கள். அதற்கு மாறாக நான் கனைக்கட்டுமா? காலைப் பனியால் தொண்டை கட்டிக்கொண்டிருக்கிறது. அந்தக் கிழவரைப் போல் பாட்டுப் பாட முடியுமா?" என்றார்.

அவர் தோளைத் தட்டிய அருண்மொழி 'உஸ்' என்று சைகை செய்து, "அவர்களுடைய வேலையில் நடுவே நாம் புகுந்து தொந்தரவு செய்யவேண்டாம்" என்றார்.

"கருமமே கண்ணாக இருக்கும் அவர்கள் நம் பக்கம் பார்த்து வா என்று அழைக்கும் வரையில் நாம் சும்மா இருக்க முடியுமா? பொழுது ஏறிக்கொண்டே போகிறது..." என்று வந்தியத்தேவன் ஆகாயத்தை நோக்கிக் கதிரவன் செல்லும் கதியைப் பார்க்கவும், அருண்மொழிவர்மர் ஒன்றும் பேசாமல் சிறிது நேரம் மூன்று கலைஞர்களின் சுறுசுறுப்பான அலுவல் களைப் பார்த்தவாறு நின்று கொண்டிருந்து விட்டுச் சட் டென்று திரும்பினார். அவருடைய போக்கு வல்லவரை யருக்குப் புரியவில்லை. ஏன் திரும்புகிறார் என்று கேட்காமல் அவரும் அருண்மொழியைப் பின்தொடர்ந்தார்; சிறிது நேரம் கழித்து வல்லவரையர் கேட்டார், "ஏன் திரும்பி விட்டீர்கள்?" என்று.

"நாம் வந்ததும் தெரிய வேண்டாம். திரும்புவதும் தெரிய வேண்டாம். நாம் கலை நிகழ்ச்சியை ரசிப்பதற்கா இங்கு வந்தோம்?" என்று அருண்மொழி கேட்டார். "இல்லை" என்றார் வல்லவரையர். "அப்படியென்றால் இங்கே தாமதிப்பதன் நோக்கம்?" என்று கேட்டார் அருண்மொழி.

"கலையை ரசிப்பதற்காக மட்டும் தாங்கள் இங்கே தங்கித் தாமதிப்பது என்றால் நேரத்தை வீணடிப்பதுபோல், ஆனால்,

பல ஆண்டுகள் கழித்து, பிரிந்திருந்த இருவரைச் சந்திக்க வைக்கப் போகிறோம் என்று மனப்பால் குடித்துக் கொண்டிருந்தேன். அது ஏனோ நடவாது போல் இருக்கிறதே'' என்று வல்லவரையர் வருத்தப்பட்டார்.

அருண்மொழி மெல்லச் சிரித்தார். ''சில பொருட்களைப் பிரிந்தால் மீண்டும் காண வேண்டும் அடையவேண்டும் என்னும் ஆவலிலே மற்ற வேலைகளைக் கவனிக்காமல் பொழுதைக் கழிப்பவர்கள் உண்டு. பிரிந்த பொருளை மீண்டும் எப்பொழுதாவது சந்திப்போம் எனும் ஓர் ஆசையால் மனத்தின் ஒரு மூலையிலே அந்த நினைப்பு பாதிக்கப்பட்டு மற்றவற்றைக் கவனித்து விட்டுச் செல்லலாம் என்ற குணமுடையவர்களும் உண்டு. இன்பவல்லியைச் சந்திக்க வைக்க வேண்டுமென்று நீங்கள் எண்ணியது நியாயம்தான். ஆனால் அவர்களுடைய அமைதியான கலை வாழ்க்கையில் நாம் இப்பொழுது இடைப்பட்டு அதைக் குலைக்கக் கூடிய சூழ்நிலையை ஏற்படுத்தி விடக்கூடாது. மேலும் இப்பொழுது நாம் ஏற்று வந்துள்ள பணியோ மிகவும் அவசரமானது அவசியமானது. இந்த நிலையில் மனக்குளத்தைச் சலன அலைகளுக்கே உட்படுத்தி வேதனைப் படுத்த விரும்பவில்லை. வல்லவரையரே! விரைந்து வாரும்; நாம் வந்த சுவடு தெரியாமல் திரும்பி விடுவோம். இன்பவல்லியை இப்பொழுது நான் பார்த்ததாகவே மனத்திலே எள்ளளவும் நினைக்கவில்லை. வாரும் வாரும். பொழுது சாய்வதற்குள் திருநாராயணபுரத்தைச் சென்றடைவோம்'' என்று சொல்லி வல்லவரையரை மறுபேச்சுப் பேசவிடாமல் அருண்மொழி விரைந்தார். குதிரையின் மீது செல்லும்போது வல்லவரையர் ஏதும் பேசவில்லை. அருண்மொழியும் எந்தப் பேச்சையும் எடுக்கவில்லை. அந்தச்சாலையில் குதிரையின் குளம்படி ஓசையைத் தவிர, மற்றோர் ஓசை வெளியே கேட்குமானால் அது இருவரின் இதய ஒலியாகத்தான் இருக்க முடியும்.

அவர்கள் இருவரும் திருநாராயணபுரத்தை அடையும் பொழுது நன்றாக இருட்டிவிட்டது. அந்த வேளையில் ஏரிக்கரையருகே இருந்த மண்டபத்தில் தங்கியிருப்பதைத் தவிர வேறெதுவும் அவர்களுக்குத் தோன்றவில்லை.

பனிப்படலம் வானத்துக்கும் பூமிக்கும் மெல்லிய போர்வையைப் போர்த்தினாற் போல் நன்றாகக் கவிழ்ந்து பரவத்தொடங்கிவிட்டது. அவர்களுக்கு முன்பே மண்டபத்தில் சிலர் தங்கியிருந்தனர். பெரும் மாளிகையில் பஞ்சு மெத்தையில் பணியாட்கள் சூழ்ந்திருக்க, குளிர் தெரியா வண்ணம் சாளரத்துக் கண்களை அடர்ந்த திரைகளால் மறைத் திருக்கத் துயிலுற வேண்டிய இளவரசர், பராந்தக மன்னர் காலத்தில் கட்டப்பட்ட அந்த மண்டபத்தில் வெறும் தரையில் கையைத் தலையணையாக்கிப் படுத்துக் கொண்டிருந்தார். வல்லவரையர் மட்டும் அந்த மாதிரியான இடத்தில் படுக்கக் கூடியவரா? அவர் வாழ்நாளிலே இளம் பருவத்தில் வேண்டு மானால் அப்படி இருந்திருக்கலாம். ஆனால் அவருடைய பரம்பரையெல்லாம் அவ்வாறு இடர்ப்படுவதற்குப் பழக்கப் பட்டிருக்கவில்லை. நந்திபுரத்து அரண்மனையில் அவர் பாதங்களை இளையபிராட்டியார் வருடப் பஞ்சணையில் படுத்திருக்க வேண்டியவர் இங்கே மண்டபத்து மேல் விதானத்தைப் பார்த்த வண்ணம் படுத்துக்கொண்டிருக்கிறார்.

அருகே இருந்த வீரநாராயணப் பேரேரி என்று அழைக்கப் படும் கடல் போன்ற ஏரி நீர் தளும்பி நின்று கலங்கல் வழியாக வழிந்து ஓடுவதால் ஏற்படும் ஓசை அந்த அமைதியான இரவில் கேட்டது. எங்கோ ஓரிரு திசை தப்பிய பறவைகள் கூச்சலிடுவது கேட்டது. திருநாராயணபுரத்து விண்ணகரக் கோயிலில் அர்த்த ஜாம பூஜையும் முடிவடைந்து கோயிலைத் தாழிட்டுப் பிரசாதத்தைக் கொண்டு செல்லும் பட்டர்களின் பேச்சரவம் கேட்டது. அருண்மொழி நினைத்திருந்தால் பட்டரைக் கூவி அழைத்து, அவர் கையிலிருக்கும் பிரசாதத்தை வாங்கிப் பசியைப் போக்கியிருக்கலாம். ஆனால், அவர் என்ன சொல்லி அழைப்பார்? அந்தச் சமயத்தில் பட்டரிடம் தன்னை இன்னார் என்று அறிமுகப்படுத்திக் கொள்ள முடியுமா? இளவரசர் வந்திருக்கிறார் என்றால் ஊரே விழித்துக்கொள்ளாதா? அதனால் அருண்மொழி ஏதும் பேசாமல் பற்பல சிந்தனைகளில் மனத்தைச் செலுத்திச் சிந்தனை முடிச்சே மெல்ல உறக்கத்தை வரவழைத்து விடும் எனும் நம்பிக்கையில் ஆழ்ந்தார். அந்த மண்டபத்தில் இன்னும் சிலரும் தலைமுதல் கால் வரையில் போர்த்தியவாறு

படுத்திருந்தனர். அவர்களுள் சற்று முன்புதான் அந்த ஊருக்கு வந்தடைந்து அந்த மண்டபத்தில் அமர்ந்து கையிலிருந்த சொற்ப ஆகாரத்தை முடித்துக் கொண்ட சங்கரத் தேவனும் ஒருவன்.

சங்கரத் தேவன் இளைய பிராட்டியிடமிருந்து ஓலையைப் பெற்றுக்கொண்டவுடன் உடனே தன் பயணத்தைத் தொடங்க வில்லை. அந்த இரவிலே பயணத்தைத் தொடங்காமல், பொழுது புலரும்பொழுது தொடங்குவது நல்லது என்ற எண்ணத்தில் தன் இல்லம் நோக்கி ஓய்வு பெறச் சென்றான். குந்தவை அதை அறிவாள். அதனால் அவள் பணிமகள் சுமதியை அழைத்துச் சீக்கிரமாகவே வீட்டிற்குப் போகுமாறு கூறினாள். இளையபிராட்டியின் எண்ணத்தை அறிந்து கொள்ளாத சுமதி, மாளிகையில் இன்னும் தான் செய்ய வேண்டிய வேலை பல இருப்பதைச் சுட்டிக்காட்டி குமார அரசர் உறங்குவதற்கு முன் காய்ச்சிப் பாலைக்கொண்டு தரும் பொறுப்பான பணியைத் தான் மேற்கொண்டிருப்பதையும் நினைவுபடுத்தி அந்தப் பாலகனுக்குப் பாலைக் கொடுத்து விட்டுச் செல்வதாகக் கூறினாள். இளைய பிராட்டி மெல்லச் சிரித்துக்கொண்டாள். தான் அவளை உடனே வீட்டுக்குச் செல்லுமாறு சொல்லும் காரணமறியாமல், இந்தப்பெண் சுமதி இன்னும் கள்ளங் கபடில்லாதவளாய் இருக்கிறாளே என்பதை நினைக்கும்போதே இளையபிராட்டிக்குச் சிரிப்பு வரத்தான் செய்தது.

சங்கரத்தேவன் நெடுந்தொலைவு வடக்கே பயணமா வதற்குப் புறப்படுகிறான். அவனோடு ஓரிரு வார்த்தை களாவது பேசுவதற்கு ஏற்ற வாய்ப்பை ஏற்படுத்திக் கொள்வோம் என்பதை அறியாது கடமை ஒன்றையே கருத்தில்கொண்டு இருக்கிறாளே என்று எண்ணி, சுருக்கமாகச் சங்கரத்தேவன் தன் இல்லத்திலே இரவு தங்கிவிட்டுத் தான் செல்லப் போகிறான் என்பதை அவளுக்குத் தெரியப்படுத்து வதற்காக, "சுமதி! சங்கரத்தேவனிடம் நான் ஓலையைக் கொடுத்திருக்கும் செய்தியை யாரிடமும் மறந்துகூடச் சொல்லி விடாதே" என்று பேச்சைத் தொடங்கினாள் இளையபிராட்டி. சுமதிக்கு அப்படிப்பட்ட குணமில்லை என்பது அவளுக்குத்

தெரியும். என்றாலும் அவள் அப்படிக் கூறியவுடன், சுமதி நடுங்கிய முகத்துடன் தனக்குள்ள ரகசியத்தைக் காப்பாற்றும் பொறுப்பைத் தெரிவிக்கும் நோக்கத்துடன் உடலை ஒரு முறை குலுக்கிக்கொண்டு முகத்திலே பீதி பொங்க, "என் உயிர் போனாலும் மாளிகை ரகசியங்களை வெளியிட மாட்டேன் தேவி!" என்றாள்.

இளையபிராட்டி அவள் பேச்சை மெச்சுபவள்போல், "எனக்குத் தெரியாதா சுமதி? இருந்தாலும் முக்கியமான ஒரு காரியத்திற்காக நான் உன்னை எச்சரிக்கும்படி நேர்ந்தது. மேலும் சங்கரத்தேவன் இன்றுதான் காலையில் இந்த ஊருக்கு வந்தான். வந்தவுடன் அவனிடம் முக்கிய ஓலையைக் கொடுத்து அனுப்புகிறேன் என்றால் அதிலுள்ள முக்கியத்தை எப்படியாவது பகைவர்கள் தெரிந்து கொள்வார்கள்" என்று கூறியவாறு இளையபிராட்டி மெல்லச் சுமதியை நோக்கினாள். சுமதியின் முகத்தில் வாய்ப்பு ஏற்பட்டது.

அத்தியாயம் 4
சிந்தனையும் சித்திரமும்

அருண்மொழி வர்மர் அங்கு வந்ததையோ, திரும்பிப் போனதையோ இன்பவல்லி அறியமாட்டாள். ஆனால் திடீரென ஏனோ அவள் மனத்தில் ஒருவிதக் குறுகுறுப்பு ஏற்பட்டது. வேதனையும், அதே பொழுதில் புரியமுடியாத இன்பமும் கலந்து அவள் உள்ளத்திலே ஒருவித உணர்ச்சியை ஏற்படுத்தின. அவளால் அதற்குமேல் முதியவர் பாடும் பதிகத்திற்கு ஏற்ப ஆட இயலவில்லை. எப்பொழுதும் இல்லாத களைப்பு திடீரென்று அவளை வந்து சூழ்ந்து கொண்டது. அப்படிப்பட்ட சமயங்களில் அவள் மறுமொழி ஏதும் பேசாமல் குடிலை நோக்கிச் சென்று விடுவாள். அப்பொழுதும் அதே போல் அவள் குடிசையை நோக்கி விரைந்து சென்றாள்.

சற்றுமுன்பு அரைகுறையாக விடப்பட்டு வந்திருந்த சமையல் வேலையைக் கவனிப்பதற்காக அவள் செல்கிறாள் என்று முதியவரும் வாகீசனும் எண்ணினார்கள். ஆனால், சிறிது நேரம் கழித்து அவர் வந்து பார்க்கும்பொழுது திண்ணையில் முகவாயில் கையை வைத்துக்கொண்டு அவள் ஏதோ சிந்தனையில் ஆழ்ந்தவாறு அமர்ந்திருப்பதைக் கண்டனர். பலமுறை அவ்விதம் அவள் இருப்பது முதிய வருக்குத் தெரியும். அவள் யாரோ, தான் யாரோ என்றில்லாமல் அவளுடைய ஒவ்வொரு நாள் வாழ்க்கை யிலும் அவர் பங்கெடுத்துக் கொண்டு அவள் உள்ளத்து வேதனையிலும் சரி, களிப்பிலும் சரி சேர்ந்து கொண்டு, நெருங்கிய உறவினர் போலவே அவளைப் பாவித்து வந்தார். இன்பவல்லியின் கதை அவருக்கு ஓரளவுக்குத் தெரியும். ஓரளவுக்கு என்பதைவிட, இன்பவல்லி தன்னைப்பற்றி அறிந்திருந்ததை விட அவருக்கு இன்னும் ஒருபடி அதிக மாகவே தெரியும் என்று கூடச் சொல்லலாம்.

ஆனால், அவள் மனத்திலே திடீரென ஏற்படும் வேதனையை அவரால் புரிந்து கொண்டு அதைச் சரிசெய்ய முடியவில்லை. சாதாரணக் கவலையா? அவளுடைய கவலையைத் தீர்க்கச் சாதாரண மனிதர்களால் இயலுமா? அரச குடும்பத்துடன் பேசியல்லவா தீர்க்கவேண்டி இருக்கும்? அது அவ்வளவு எளிதாக முடியக்கூடிய காரியமா? அஜந்தாவில் அவர்கள் இருந்தபோது ஓரிரு சமயம் இப்படித் தான் இன்பவல்லி யாரிடமும் பேசாமல் சோர்வடைந்தவள் போல் எங்காவது தனியே சென்று அமர்ந்து விடுவாள். தன் எதிரே நடக்கும் சம்பவங்கள் ஏதும் அவளுக்குத் தெரியாமல் சிறிது நேரம் இருக்கும். அப்படிப்பட்ட போதில் முதியவர் இன்பவல்லியைத் தேற்றியிருக்கிறார்.

"வாழ்க்கையிலே நாம் கொள்ளக்கூடிய இலட்சியங்கள் எளிதில் அடையக்கூடியவையாக இருந்தால்தான் மனத்தில் வேதனை ஏற்படாமல் இருக்கும்'' என்று பொதுவாக உபதேசம் செய்வதுபோல் இன்பவல்லியின் மனக்குறையை அறிந்து அதைச் சரிசெய்துவிடப் பார்ப்பார். இன்பவல்லியால் புரிந்து கொள்ளாமல் இருக்க முடியுமா? தஞ்சை இளவரசர்

மீது தான் கொண்டிருக்கும் காதல் அடையமுடியாத ஒன்று என்பதை முதியவர் எடுத்துக் கூறுகிறார் என்பது அவளுக்குத் தெரிந்து விடும். ஆனால் காதல் எனும் தெய்வீக மலர், உயர்வு தாழ்வை எதிர்பார்த்தோ, தெரிந்து கொண்டோ மலர்வ தில்லை. மின்னல் போல் கணப்பொழுதில் தோன்றும் அதை அந்தஸ்தும் செல்வமும் பிரித்துவிட முடியுமா?

முல்லைத் தீவில் அவள் இளவரசரை ரத்ன வியாபாரியாகத் தான் சந்தித்தாள். ரத்ன வியாபாரி என்பதற்காக அவர்மீது அவள் காதல் கொள்ளவில்லை. பிறகு, அந்தக் காதல் எவ்விதம் தோன்றியது? தெய்வீகக் காதல் என்று சொல்கிறார் களே, அது இப்படித்தான் இருக்குமோ என்று பலமுறை அவள் எண்ணித் தன்னைத்தானே தேற்றிக்கொண்டதுண்டு. சோழ நாட்டிற்கு வந்த பிறகுதான், தன்னுடைய எண்ணம் தன் மனத்தே கட்டியிருக்கும் கோட்டை சாதாரணமானதன்று என்பதைத் தெரிந்து கொண்டாள். அது மிக உயர்தரமான பீடத்தை உடையது. அந்தச் சிம்மாதனத்தின் மீது கலைச் செல்வங்களை அமைக்க வேண்டுமென்றால் அவ்வளவு எளிதில் அது முடிந்து விட முடியாத ஒன்று என்பது புரிந்து விட்டது. ஒருவேளை தஞ்சையிலேயே தங்கி இருந்திருந்தால் நிலைமை வேறாகி இருக்கலாம். தனனை அஜந்தாவிற்குப் பயணம் செல்லுமாறு இளையபிராட்டியார் கேட்டுக் கொண்டவுடன் அவளும் ஒரு பெண்தானே மற்றொரு பெண்ணின் இதயத்தை எளிதில் புரிந்துகொண்டாள். இளையபிராட்டியின் எண்ணத்திற்கு விரோதமாக அவள் நடந்துகொள்ள விரும்பவில்லை. அதனால் அதிகம் அறிமுக மாகாத ஓவியருடனும் முதியவருடனும் வெகு தொலைவில் இருந்த ஓவியக் களஞ்சியமான அஜந்தாவை நோக்கிச் செல்லச் சம்மதித்தாள். அவளுக்கும் சித்திரத்திற்கும் என்ன தொடர்பு? அஜந்தாவில் நடனவகை வண்ணங்களாக வரையப்பட்டுள்ளனவா.

மனத்திற்குப் பிடித்த ஒருவரை விட்டு வெகு தொலைவு பிரிந்து செல்வது ஒன்றினாலேயே அவரை மறந்துவிட முடியும் என்பது சரியான கருத்தாகாது. பிரிவு என்பது மேலும் பிணைப்பை உறுதிப்படுத்தும். அஜந்தா சென்ற இன்ப வல்லிக்கும் அத்தகைய ஒரு நிலைதான் ஏற்பட்டது.

அவள் சித்திரங்களின் அழகிய வண்ணங்களை அந்தக் குகை மண்டபங்களிலெல்லாம் காணும்பொழுது அவள் இதயத்திலும் காதல் ஓவியம் கிளர்ந்து எழுந்து நிற்கும். சாளுக்கிய மன்னர் தம் பரிவாரங்களுடன் வந்து கம்பீரமாக ஒவ்வோர் ஓவியத்தையும் பார்த்த சம்பவங்களை அஜந்தா வின் பழைய வரலாற்றை முதியவர் கூறி வரும்பொழுது, சோழநாட்டு இளவரசரே அங்கு நேரிடையே வந்திருப்பது போலவும், குகைகளிலுள்ள ஓவியங்கள் எல்லாம் மறைந்து, தானே உயிர்ச் சித்திரமாக ஒவ்வோர் இடத்திலும் பலவித உணர்வுகளைக் காட்டித் திகழ்வது போலவும், ஓவியத்தைக் காணவந்த இளவரசர் தன்னை இதயத்தில் சிறைப்பிடித்து அழைத்துச் சென்று விட்டது போலவும் இன்பவல்லி கற்பனை செய்து கொண்டாள். நடனம் ஆடும் குழுவினரின் சித்திரத்தை அவள் பார்த்தபொழுது தானும் அந்தச் சித்திரத்துள் ஒருத்தியாக நின்றிருப்பதுபோல் கற்பனை செய்து கொண்டாள்.

இளவரசர் தன்னுடைய சபையில் தன்னை நடனம் ஆட அழைக்கமாட்டாரா என்று தான் ஏங்குவது போலவும் பிரமை கொண்டாள். 'என்னைத் தாங்கள் மறந்துவிட்டீர்களா' என்று அவள் கேட்கிறாள். இளவரசருக்கு அவளுடைய குரல் செவியில் கேட்டதாகத் தெரியவில்லை. மேலும் இன்பவல்லி உரத்த குரலில் ஆனால் மிகவும் பணிவுடன்தான் கேட்கிறாள். "எனது நடனக் குழுவில் உங்கள் விருப்பத்திற்கேற்றவாறு நடனமாடும் மடந்தையர் இருக்கிறார்கள். நீங்கள் ரசித்து மகிழும் வண்ணம் எல்லாவித நடனத்தோற்றங்களையும் நாங்கள் ஆடிக் காட்டுவோம். அல்லது நான் மட்டும் தனியே உங்களை மகிழ்விப்பதற்காக ஆட வேண்டுமென்று நீங்கள் கட்டளையிட்டால் அப்படியே நான் காத்திருக்கிறேன். என்னுடைய திறமையை எவ்வளவு நாட்கள்தான் அடக்கி வைத்திருப்பதாம்?" என்று கெஞ்சுவது போலவும் கொஞ்சுவது போலவும் பேசினாள்.

தன்னந்தனியே அவள் இவ்வாறு பேசுவதும் சிரிப்பதும் முதியவருக்குக் கவலையைத்தான் அளித்தன. அப்படிப்பட்ட நிலை சாதாரணமாக யாருக்கு ஏற்படும் என்பதை முதியவர்

அறிந்திருக்கிறார். தனக்குத்தானே பேசிக்கொள்வதும் சிரித்துக் கொள்வதும் யாருடனும் பேசாமல் மௌனமாக இருப்பதும் சுற்றுச் சூழ்நிலையைக் கவனியாது ஏதோ கண்ணுக்கெட்டாத தொலைவிலிருக்கும் ஒரு நிலையைப் பார்த்தவாறு இருப்பதும் யாருக்கு ஏற்படும் என்பது முதியவருக்குத் தெரியும். காதல் வயப்பட்ட பிச்சிக்கு அன்றோ அந்த நிலை ஏற்படும். இப்படியிருந்தால் இன்பவல்லியும் ஒருநாள் ஏக்கமுற்றுப் பித்துப் பிடித்தவளாக ஆகிவிடுவாளோ என்று அவர் அஞ்சி னார். மேலும் மனித நடமாட்டமற்ற அமைதி குடி கொண்டிருந்த அஜந்தா மேலும் இன்பவல்லியின் சோர்வை அதிகமாக்கிவிடுமோ என அஞ்சினார். ஆனால், அதிக நாட்கள் அங்கு தங்கியிருக்க முடியவில்லை. பெரும் மழை பிடித்துக் கொண்டது. காட்டு மிருகங்களின் தொந்தரவும் விஷ ஜந்துக்களின் நடமாட்டமும் அவர்களை அங்கே அதிகம் தங்கவிடாமல் விரட்டின. பிறகு சோழ நாட்டை நோக்கிப் பயணப்படத் தொடங்கியபொழுது பல நாட்களுக்கு இன்பவல்லி பழைய நினைவு கொள்ளாமல் எப்பொழுதும் நாட்டியத்தைப் பற்றியும், சிற்பத்தைப் பற்றியும் அறிந்து கொள்வதிலேயே காலத்தைக் கழித்ததனால் பழைய காதல் நினைவு அவளுக்கு ஏற்படவில்லை. இப்பொழுது பெண்ணை யாற்றங்கரையில் தங்கியிருக்கும் பொழுது திடீரென முன்போல் ஒரு பிரமை பிடித்த நிலை ஏற்பட்டதைக் கண்டவுடன் முதியவர் கவலை கொண்டார்.

''இன்பவல்லி'' என்று மெல்ல அழைத்தார். பலமுறை அழைத்தார். திடீரென்று கலைந்த கனவிலிருந்து விழித்துக் கொண்டவள் போல் இன்பவல்லி திடுக்கிட்டு எழுந்தாள். "என்ன குழந்தாய்? ஏதோ சிந்தனையில் ஆழ்ந்து விட்டாயே?" என்று முதியவர் கேட்டார். இன்பவல்லி நொடியில் தன் முக பாவத்தை மாற்றிக்கொண்டு புன்னகையை வரவழைத்துக் கொண்டு, ''ஒன்றுமில்லை. நாம் எப்பொழுது தஞ்சைக்குச் செல்வோம்?'' என்று கேட்டாள் அவள்.

''தஞ்சையிலிருந்து நமக்கு அழைப்பு வந்தால்தானே குழந்தாய் அங்கு செல்லலாம்? அதுவரையில் நாம் அருகே உள்ள சிதம்பரத்திற்குச் சென்று அங்குதான் நம்முடைய

காலத்தைக் கழிக்கவேண்டும். சிதம்பரம் பெரிய கோயிலை நீ கண்டிருக்கிறாயா? வெகு சீக்கிரத்தில் நாம் அங்கே சென்று விடுவோம்'' என்றார் முதியவர். இன்பவல்லி தில்லைச் சிதம்பரத்தைப் பற்றிக் கேள்விப்பட்டிருக்கிறாள். உலகைப் படைத்துக் காத்து அழிக்கும் அலகிலா விளையாட்டுடைய சிவபெருமான் உலகை வாழ்வித்துக்கொண்டிருக்கும் பூலோக கயிலாயமாயிற்றே அந்த ஊர் என்று அவள் எண்ணினாள். இப்படித் தனியே மனித சஞ்சாரமற்ற இடத்தில் வாழ்வதை விட ஆண்டவன் திருக்கோயில் இருக்குமிடத்திற்குச் சென்று அவனது வடிவழகைக் கண்டு களித்தவாறு இருக்கலாமே என்ற எண்ணம் அவளுக்குத் தோன்றியது.

"நாம் ஏன் இன்றே சிதம்பரத்திற்குப் புறப்பட்டு விடக் கூடாது?" என்று கேட்டாள் இன்பவல்லி. முதியவர் சிரித்தார். "அப்படியில்லை குழந்தாய்! இன்னும் சிறிய வேலைகள் சில இங்கே முடிவடையாமல் இருக்கின்றன. அவற்றை முடித்து உரியவரிடம் சேர்ப்பித்து விட்டுத்தான் நாம் புறப்பட வேண்டும். மேலும் இந்த அமைதியான சூழ்நிலையை விட்டுப் புறப்படுவதற்கு மனமே வரவில்லை'' என்றார் முதியவர். அவருடைய சமாதானத்தை இன்பவல்லி ஏற்றாள் என்று சொல்லமுடியாது. அவள் மறுமொழி பேசாமல் மீண்டும் ஏதோ சிந்தனையில் ஆழ்ந்தவாறு உட்கார்ந் திருந்தாள்.

அத்தியாயம் 5
ஈழத்து இளைஞன்

பல ஆண்டுகள் கழித்து நாம் ரவிதாசனைச் சந்திக்கப் போகிறோம். ரவிதாசன் என்று மிகச் சாதாரணமாக அவர் பெயரை உச்சரித்துவிடக்கூடாது. பாண்டியநாட்டு ஆபத் துதவிப் படையைச் சேர்ந்த 'ரவிதாச கிரம வித்தன்' என்று மிகவும் மரியாதைக்குரிய மதிப்புப் பெயருடன் கூறுவதுதான் நல்லது. ரவிதாசனை நாம் இப்பொழுது சந்திக்கும் இடம்

வாசகர்களுக்குப் பிடிக்காத இடம். அசந்தர்ப்பமான இடம்தான். அன்பர்களை இப்படிப்பட்ட இடத்திற்கு அழைத்துச் செல்லக்கூடாதுதான். இருள் நிறைந்த காற்று வசதி அதிகமில்லாத பாதாளச் சிறைக்கு அழைத்துச் சென்று ரவிதாசனைச் சந்திக்க வைப்பது சற்று இடைஞ்சலாக இருந்தாலும் என்ன செய்வது? அப்படிப்பட்ட சூழ்நிலை ஏற்பட்டுவிட்டதே! இப்படி நேருமென்று ரவிதாசனும் அவன் சகோதரனும் பல ஆண்டுகளுக்கு முன்பு எண்ணவில்லை.

தஞ்சைப் பாதாளச் சிறை வந்தியத்தேவன் சிறைப் பட்டிருந்த அதே சிறை முன்புபோல் அவ்வளவு மோசமான நிலையில் இல்லை. அதற்கும் கொஞ்சம் விடிவுகாலம் ஏற்பட்டுவிட்டது போலும்! ஈரம் கசிந்து கொண்டிருந்த தளவரிசைகளைச் சரி செய்தும், பெருச்சாளிகள் கொத்திக் குடைந்து வைத்திருந்த ஓட்டைகளையெல்லாம் அடைத்தும், வெளவால்களின் இருப்பிடமாயிருந்த இருள் நிறைந்த இடங்களைச் சுத்தப்படுத்தி, பாறை இடுக்குகளையெல்லாம் காரை கொண்டு பூசிப் புதுப்பித்தும் இருக்கிறார்கள். பொங்கல் திருநாளின் பொழுது அரண்மனையெங்கும் புதுச்சுண்ணம் அடிக்கும்பொழுது அந்தச் சிறைச்சாலைப் பகுதிக்கும் புது வண்ணம் அடிப்பது என்பதை வழக்கமாகக் கொண்டிருந் தார்கள். பாதாளச்சிறை, பாதாளச்சிறை என்று கூறும் போது பூமி மட்டத்திற்கு மிக ஆழத்தில் அமைந்த சுரங்கம் என்று நினைத்துவிடக்கூடாது. சாதாரணச் சிறைச்சாலையைவிடத் தனி இடத்தில், படிக்கட்டுகள் வழியாக இறங்கிச்சென்று அவ்விடத்தை அடைய வேண்டியிருந்ததால் பாதாளச்சிறை எனப்பெயர் ஏற்பட்டிருந்தது. ரொம்பவும் கீழ்மட்டத்திற்குச் சென்றால் ஊற்றுப்பெருக்கு ஏற்பட்டுவிடுமே!

அந்தச் சிறையில் ரவிதாசனும், சோமன் சாம்பவனும் தனித்தனி அறைக்குள் அடைக்கப்பட்டிருந்தனர். அவர் களுடைய அறையைப் புதுப்பித்துச் சுண்ணம் அடிப்பதற் காகப் பணியாட்கள் வரும் பொழுது அங்கே காவல் வீரர்களும் உடன் இருக்கும் படியாக நேரிட்டது.

சுண்ணம் அடிக்க வந்தவனுக்கு, முதல் நாள் சிறைக் கூடத்தில் வீற்றிருக்கும் 'பெரிய மனிதர்' யார் என்று

தெரியாது. மிகவும் பயங்கரமான குற்றவாளிக்குத்தான் இத்தகைய இடத்தைக் கொடுப்பார்கள் என்றுக் கேள்விப் பட்டிருக்கிறான் அந்தச் சுண்ணாம்பு பூசும் இளைஞன். மேலும் அவன் ஈழத்திலிருந்து பல ஆண்டுகளுக்கு முன்பு சிறைப்பிடித்துக் கொண்டு வரப்பட்டவன். ஆதலால் சோழ நாட்டில் நடக்கும் ஒவ்வொரு சம்பவமும் அவனுக்குப் புதிதாகத்தான் பட்டது. பொதுவாக ரவிதாசனுடைய அடர்ந்த முடியையும் பயங்கமரமான விழிகளையும் கண்டவர்கள் நடுங்குவார்கள். இப்பொழுது சிறையில் அடைபட்டு அதிகம் வளர்ந்த முடியுடனும், உள்ளத்தில் ததும்பி நிற்கும் கோபமும், ஆக்ரோஷமும் பிரதிபலிக்கும் விழிகளுடனும் எடுத்த காரியம் வெற்றி அடையாமல் போய் விட்டதால் ஏற்பட்ட குமுறல் உடலெங்கும் பாயச் சிறைச்சாலையில் வீற்றிருக்கும் ரவிதாசனை அந்தச் சமயத்தில் காண்பவர்கள் நடுங்கித்தான் இருப்பர். புதுச்சுண்ணம் அடிப்பதற்கு அந்த இடத்தில் வெளிச்சம் தெரிவதற்காக ஒருவன் கையில் தீவர்த்தியை வைத்துக்கொண்டிருந்தான். மற்றொரு வீரன் உருவிய வாளுடன் நின்று கொண்டிருந்தான். ஏணியின் மீதேறி மட்டையால் தூசுகளை முதல் நாள் தட்டிக் கொண்டிருக்கும் பொழுதே ரவிதாசன் காவல் வீரனைப் பார்த்து, ''மொட்டைமரம் மாதிரி நிற்கிறாயே! அந்த ஏணியைத்தான் சற்று பிடித்துக் கொண்டால் என்ன? அவன் கீழே விழுந்தால் என்ன ஆகும்?'' என்று கர்ஜித்தான்.

காவல் வீரன் விழிகளை உருட்டி ரவிதாசனைப் பார்த்து, ''ஆஹா என்ன இரக்கம் அப்பா மனித உயிரின் மீது! அவன் ஏணியிலிருந்து கீழே விழுந்து உயிர் விட்டுவிடுவானே என்று கவலைப்படும் ஆளைப்பார்! என்னை ஏணியைப் பிடித்துக் கொள்ளச் செய்து விட்டு நீ ஒரே ஓட்டமாய்த் தப்பிச் சென்றுவிடலாம் என்று பார்க்கிறாயா?'' என்றான்.

ரவிதாசன் உறுமினான். ''தப்பிச் செல்ல இம்மாதிரி உன்னை ஏமாற்றமாட்டேன். சிறையிலிருந்துத் தப்பிச் செல்வதிலும் அறிவு பூர்வமான செயல் இருக்கவேண்டும். அப்படித் தப்பிச் சென்று விடுவதென்றால் எப்பொழுதோ சென்றிருப்பேன். இப்பொழுதும் செல்வேன்; நினைத்தால்

நாளைக்குக் கூடச் சென்று விடமுடியும். மனித உயிரின்மீது உள்ள அபிமானத்தால்தான் சொல்கிறேன். அவன் கீழே விழுந்து காலை உடைத்துக்கொண்டால் உங்கள் சோழ நாட்டில் அவனுக்கு என்ன ஐயா தருவீர்கள்? அவனைப் பெண்டு, பிள்ளைகளிடமிருந்து பிரித்து அடிமையாக்கி இங்கே அழைத்து வந்து வேலை வாங்குகிறீர்களே, காலை உடைத்துக் கொண்டால் பிறகு அவனைக் கழுகுக்குத்தானே உணவாகப் போட்டு விடுவீர்கள்?'' என்று சீற்றமுடன் உறுமினான்.

அதற்குமேல் பேச்சுக் கொடுத்தால் வீண் வம்புதான் வளரும் என்று காவல் வீரன் மறுமொழி பேசவில்லை. மறுமொழி பேசாததோடு பகலுக்கு மேல் அங்கே வரும் பொழுது தான் வராமல் வேறொரு திக்குவாயனைத் தனக்குப் பதிலாக அனுப்பிவிட்டான்.

சுண்ணம் அடிக்க வந்தவனுக்கு ரவிதாசனைக் கண்டவுடன் முதலில் அச்சம் ஏற்பட்டாலும் தனக்குப் பரிந்து பேசியதால் அவன்மீது மிக மரியாதை ஏற்பட்டது. அவனைப் பற்றித் தெரிந்து கொள்ளவேண்டும் என்ற ஆவல் உண்டாகியது. அதனால் அருகே காவல் காத்து நின்றிருப்பவரிடம் ரவிதாசனைப் பற்றி வினவினான். திக்குவாய்க் காவல்காரன் அதிகமாகப் பேசுவதில்லை. மேலும் கொலைகாரனுடன் பேசுவதா என்னும் அலட்சியத்தில் பேசாமடந்தையாக நின்றிருந்தான். ரவிதாசனும் அவன் மௌனத்தைப் பார்த்து யாருடனாவது பேச வேண்டுமென்னும் எண்ணத்தில், "அவன் பேசமாட்டான் ஐயா! நான் சொல்கிறேன். நான் ஒரு பயங்கரமான கொலைக்குற்றம் செய்தவன். என்னை இந்த இடத்தில் அடைத்திருக்கிறார்கள். பயங்கரம் என்று ஏன் சொல்கிறேன் தெரியுமா? பயங்கரமான குணமுடைய இந்த நாட்டு அரச குமாரனைக் கொன்றுவிட்டேனாம். போதுமா?'' தன்னைப் பற்றி இரண்டே வார்த்தைகளில் கூறவும், ஈழத்து இளைஞன் திருப்தி அடையவில்லை. ஈழத்தினின்று தான் வந்தவன் என்பதை அறிந்துத் தன்னைப்பற்றி ஆதரவாகப் பேசிய அவன் கொலை காரனாக இருக்கமுடியாது என்று முடிவு செய்துகொண்டான். அதற்கு மேலும் அவன்

விசாரித்துக் கேட்க விரும்பவில்லை. ஆனால், சிறிது நேரம் கழித்து ரவிதாசன் இளைஞனை நோக்கி "ஈழத்தில் என்ன வேலை செய்து கொண்டிருந்தாய் அப்பா?" என்று கேட்டான்.

அவன் கேட்ட குரலில் இருந்த பரிவு ஈழத்து இளைஞனைப் புத்துணர்வு கொள்ளச் செய்தது. அவன் ஈழத்து அரண்மனையில் சேவகம் செய்து வந்தவன். இது மாதிரியான வேலைகள் ஏதும் செய்தறியாதவன். சுந்தரசோழர் காலத்தே ஈழத்தில் நடந்த போரின்போது அவன் பிடிப்பட்டான். அவனைப் போன்ற ஏராளமானவர்களைக் கப்பலில் ஏற்றிச் சோழ நாட்டிற்குக் கொண்டு வந்தார்கள். தங்கள் மாளிகையில் குற்றேவல் செய்ய வைத்துக்கொண்டார்கள். மற்றும் சிலரைச் சிற்றரசர்கள் பலருடைய அரண்மனைக்கு அனுப்பினார்கள். நாட்களாக ஆக அவர்களுக்குச் சோழநாட்டு அமைதியான வாழ்க்கை பிடித்து விட்டதால் இங்கேயே மனம் ஒப்பித்தங்கி விட்டார்கள். ஆனால், ஈழத்திலிருந்த அவர்களுடைய பெண்டு பிள்ளைகளின் கதி என்ன ஆயிற்று என்பது யாருக்குத் தெரியும்?

அந்த இளைஞனுக்கு மணமாகிச் சில ஆண்டுகளே ஆகியிருந்தன. போரைக் கண்டால் காதவழி ஓடுபவனாதலால் அவனுக்கு எதிர்த்துப் போரிடக்கூடத் தைரியமில்லாமல் போய்விட்டது. தன்னுடைய அருமை மனைவியை இப்பொழுது நினைத்துக் கொண்டால்கூட அவன் கண்களில் கண்ணீர் குளமாகத் தேங்கிவிடும். இப்படி மாளிகைக்குச் சுண்ணாம்பு அடிப்பதும், விறகு உடைப்பதும் மரம் நடுவதும், பாதை செப்பனிடுவதும் துணி துவைப்பதும் அவன் செய்தறியாதவன். அநுராதபுரத்து மாளிகையிலே அலங்காரப் பொம்மை போல்தான் அவன் வாயில் கதவருகில் நிற்பான். அவ்வளவுதான் அவன் அறிந்த பணி. இப்படி ஒரு துன்பம் வரும் என்று அவனுக்குத் தெரியாது. தன்னைச் சிறைப்படுத்திக் கப்பலில் ஏற்றியபொழுதுகூட அவன் கெஞ்சிக் கேட்டுக்கொண்டான். "ஐயா! என் இளம் மனைவியையும் அழைத்து வந்து விடுகிறேன்" என்று. அதற்கு அவன் விலாவில் குத்திய சோழநாட்டு வீரன் சிரித்துக்

கொண்டே, "ஏன் உனது வயதான மாமனார், மாமியார் இன்னும் அண்ணியாரும் இல்லையா? அவர்களையும் அழைத்து வரலாமே!" என்று கேலி செய்ததை அவன் இன்னும் மறக்க முடியவில்லை. இப்பொழுது ரவிதாசனின் அன்புக் குரலைக் கேட்கும் பொழுது அவனுக்கு ரவிதாசன் மீது மேலும் அதிக மரியாதையும் பக்தியும் வளர்ந்தன.

ரவிதாசன் மெல்லிய குரலில் சொன்னான்: "தம்பி! எனக்குத் தெரியும், ஈழத்தில் நீங்கள் எல்லாம் மிகவும் சௌகரியமான குடும்பத்தில் பிறந்தவர்கள் என்று. உங்கள் தலையெழுத்து இப்படிக்குற்றேவல் செய்யும் படியான நிலைமை ஏற்பட்டு விட்டது. உங்கள் தலையெழுத்தை மட்டும் சொல்லப் போகிறேன். இதோ நான் இங்கே அகப்பட்டுக்கொண்டு கிடக்கின்றேனே, அது என் தலையெழுத்து மட்டுமன்று. எங்களுடைய பாண்டிய மன்னரின் தலையெழுத்தும் கூடத்தான்."

பாண்டிய மன்னர் என்று சொன்னவுடன் இளைஞன் திடுக்கிட்டான். "பாண்டிய மன்னரா? எங்கள் அரசருக்குப் பெண் கொடுத்த மன்னரா!" என்று பரபரப்புடன் கேட்ட போது, அங்கே யாரோ வரும் காலடி ஓசை கேட்கவே பேச்சை வேறு பக்கம் திருப்பி, "தம்பி, சரி சரி... பேசிக் கொண்டேயிருந்தால் இன்றைய வேலை முடியாது. வேலையை முடித்துவிட்டுப் போய்ச் சேர். ஏன் பொழுதை வீணாக்குகிறாய்?" என்று அதட்டும் குரலில் பேசினான். இளைஞனுக்கு ரவிதாசன் திடீரென்று மாறி மிரட்டும் குரலில் பேசியது புரியவில்லை.

மறுநாள் அதே நேரத்தில் ஈழத்து இளைஞன் அந்தப் பக்கமாய்ச் சென்றபோது ரவிதாசன் இருக்குமிடத்தை இரும்புக் கம்பிகளின் வழியாக எட்டிப் பார்த்தான். ரவிதாசன் வேகமாக எழுந்து வெளியே வந்து அவனை அழைத்து, "தம்பி! நேற்று நான் சொன்னதில் உனக்குக் கோபமா?" என்று கேட்டான். பிறகு, "நான் அப்படிச் சொல்லியிருக்கா விட்டால் நீ தொடர்ந்து பேசியிருப்பாய். பாண்டிய மன்னர்கள் பேச்சை எடுத்தாலே இங்கே எல்லாருக்கும் கோபம் வரும் தெரியுமா? பாண்டியர் மகளை ஈழத்து நாட்டு இளவரசர்

மணம் புரிந்து கொண்டிருப்பது கண்டு சோழர்களுக்கு மிகவும் பொறாமை. அதையெல்லாம் இந்தத் திக்குவாய் காவல்காரன் கேட்டுக்கொண்டு ஒன்றுக்கு இரண்டாக சிறைச்சாலைத் தலைவரிடம் போய்ச்சொல்லி உனக்குப் பெரும் தீங்கை வரவழைத்திருப்பான். உன்னால் எவ்வளவோ காரியங்கள் எனக்கு ஆகவேண்டியிருக்கும் பொழுது அதைக் கெடுக்கும் காரியத்தை நான் செய்யலாமா?'' என்று ரவிதாசன் தேனொழுகப் பேசினான். ரவிதாசன் அப்படிச் சொல்லிலே குழைவுடன் பேசுவது பல ஆண்டுகளுக்குப் பிறகு இப்பொழுதுதான்.

"என்னால் பல காரியங்கள் ஆகவேண்டுமா ஐயா?'' என்று அந்த இளைஞன் வியப்பு நிறைந்த குரலில் கேட்டான்.

"ஆமாம், தம்பி! நாளைக்கு நீ இங்கே வரும்பொழுது ஓலையும் எழுத்தாணியும் கொண்டு வருகிறாயா?'' என்றான். அதற்கு இளைஞன் சிரித்தான். "ப்பூ! ஓலையும் எழுத்தாணியும் தானே? நாளைக்கு எதற்கு; இன்னும் சிறிது நேரத்தில் நான் கொண்டு வந்து தருகிறேன். உங்கள் சிநேகிதர் யாருக்காவது ஏதாவது எழுத வேண்டுமா?'' என்று ஆவலுடன் கேட்டான் இளைஞன்.

"இந்த இடத்திற்குச் சற்றுத் தொலைவில் மற்றோர் அறையில் சோர்வுற்ற நிலையில் மற்றொருவன் இருக் கிறானே, அவனை நீ பார்த்தாய் அன்றோ?'' என்று கேட்டான் ரவிதாசன். "ஆமாம், பார்த்தேன்'' என்றான் இளைஞன்.

"அவனிடம் நீ ஒரு செய்தி சொல்லவேண்டும். சொல்வாயா?''

"உம், சொல்கிறேன்'' என்றான் இளைஞன்.

அந்த இளைஞன் மளமளவென்று சென்றான். சுற்று முற்றும் பார்த்தான், யாராவது இருக்கிறார்களா என்று. காவல்காரனும் சற்றுத் தொலைவில் இருந்தான். மெல்ல சோமன் சாம்பவனை அழைத்து ரவிதாசன் கூறியவற்றைச் சொன்னான். சோமன் சாம்பவனுக்கு ஆத்திரமாக வந்தது. அவன் கூறினான். "இன்னும் சிறிது காலம் உயிரோடிருப்பது ரவிதாசனுக்குப் பிடிக்கவில்லையா? நாம் வலியச் சென்று

தூக்கில் தொங்குவதற்கு வழி தேடுகிறானே'' என்று கூவினான்.

இளைஞன் நடுங்கிவிட்டான். அவனது கூச்சலும் அது கேட்டு ரவிதாசன் பயங்கரமாகச் சிரித்ததும் அறிந்து, தொலைவில் இருந்த காவற்காரர்கள் ஓடிவந்தார்கள்.

அத்தியாயம் 6
சோதிடர் மகள்

காவலர்கள் ஓடிவந்த பிறகு ரவிதாசனுக்குத் தான் சிரித்ததிலுள்ள சங்கடம் தெரியவந்தது. வெள்ளை அடிப்பதற்கு வந்த இளைஞன் காரணமற்ற முறையில் காவலர்களிடம் சிக்கிச் சித்திரவதைக்கு உள்ளாவானேன் என்ற கவலை அவனைப் பிடித்துக்கொண்டது. அதனால் காவலர்கள் அருகே வந்தவுடன் சிரிப்பை நிறுத்திச் சட்டென்று தன் குரலை மாற்றிக்கொண்டு, ''பாருங்கள் ஐயா! இவன் சுண்ணாம்பை அடித்துவிட்டுப் போக வேண்டியவன்தானே! இந்த இடம் உனக்குச் சௌகரியமாய் இருக்கிறதா? வேளா வேளைக்கு உணவு கிடைக்கிறதா? இங்கே ஒரு புலி இருந்தது என்று சொன்னார்களே!'' என்று என்னையும் கேட்டுவிட்டு என் தம்பியையும் போய்க்கேட்டிருக்கிறான். என் தம்பிதான் பொல்லாதவன் என்று உங்களுக்குத் தெரியுமே. அவன் சொல்லியிருக்கிறான்: ''நீயும் கூட இங்கே இருந்து பார்த்தாயானால் கஷ்டம் தெரியும். நீ உள்ளே இரு. நான் வேண்டுமானாலும் வெள்ளை அடிப்பதற்குச் சுண்ணாம்புக் கலயத்தைத் தூக்கிக்கொண்டு போகிறேன்; என்று அதைக் கேட்டு வந்து என்னிடம் இந்தப் பிள்ளையாண்டான் அப்படியே சொன்னவுடன் எனக்குச் சிரிப்பு வராமல் வேறென்ன செய்யும்? இப்படிச் சிரித்து ரொம்ப நாளாகி விட்டது. சிரிப்பதற்கும் அழுவதற்கும் இங்கு யார் இருக்கிறார்கள்? இங்கே பகல் சோறு கொண்டு வருபவர்கள் கூடக் கதவைத் திறந்து ஏதோ புலி சிங்கத்திற்குப் போடுவது போல்

போட்டுவிட்டு, ஓடிப்போய் விடுகிறார்கள்; நின்று பேசு வதற்குக்கூட அவர்களுக்குப் பயம்!'' என்றான் ரவிதாசன் காவலர்களை விழுங்கி விடுவதுபோலப் பார்த்தபடி.

காவலர்கள் ஒருவர் முகத்தை ஒருவர் பார்த்துக்கொண்ட பிறகு, ''அதற்குத்தானா இப்படிச் சிரித்தான். இந்த ரவிதாசன்'' என்று உதட்டைப் பிதுக்கிக் கொண்டு, மெல்ல அங்கிருந்து நகர்ந்தார்கள். ஆனால் ஈழத்து இளைஞன் உடல் மட்டும் இன்னும் நடுங்கிக்கொண்டிருந்தது. என்ன நேருமோ? எங்கே ரவிதாசன் தன்னைக் காட்டிக்கொடுத்து விடுவானோ என்று பயந்து கொண்டிருந்தான்.

காவலர்கள் மறைந்த பிறகு ரவிதாசன் மெல்லிய குரலில், ''தம்பி! நீ ரொம்பவும் பயந்துவிட்டாயா? என் சகோதரன் இப்படித்தான் சொல்வான். அவன் பிழைக்கத் தெரியாதவன். இந்த உலகத்திலே இப்படியே இருந்து இன்னும் எவ்வளவு நாள் கஷ்டப்படப் போகிறானோ தெரியாது. மதி என்று ஒன்று இருக்கும்பொழுது அதைக்கொண்டு எவ்வளவோ காரியங்களைச் செய்யலாம் என்று ஏன் அவனுக்குத் தோன்றவில்லை?'' என்று கேட்டான் ரவிதாசன்.

ஈழத்து இளைஞன் அதற்கு என்ன மறுமொழி கூறுவது என்று தெரியாமல் திகைத்தான்.

ரவிதாசன் அவனை நோக்கி, ''தம்பி! உன்னைக் கண்டது முதல் உன்மீது பூரண நம்பிக்கை ஏற்பட்டு விட்டது. உன்னை நான் நிச்சயம் நம்பலாம் அல்லவா?'' என்று கேட்டுவிட்டு அவன் உள்ளத்தில் இருப்பதை ஆராய்வது போல் கூர்ந்து நோக்கினான்.

ஈழத்து இளைஞன் கபடம் அறியாதவன். அவன் சொன்னான், ''இதுவரையில் நான் யாருக்கும் எந்தவிதத் தீங்கும் செய்ததேயில்லை. ஒருவருடனும் கூடி வீணே குடியைக் கெடுத்ததுமில்லை. அதனால் என்னை நீங்கள் பூரணமாக நம்பலாம். நான் என்ன செய்ய வேண்டும்? தங்களைப் பற்றி நான் நேற்று நிறையக் கேள்விப்பட்டேன்'' என்று கூறி நிறுத்தினான்.

ரவிதாசன் ஆவலும் அதே சமயத்தில் அலட்சியமும் நிறைந்த குரலில், ''என்ன தம்பி கேள்விப்பட்டாய்? கொலை

காரன் என்று தானே என்னைக் குறித்து வெளியே பேசிக் கொள்கிறார்கள்?'' என்று கேட்டான். ஆனால், ஈழத்து இளைஞன் அமைதியான குரலில், "தாங்கள் செய்தது நல்ல கொலைதானே? பாண்டியர் குலத்து அவமானத்தை நீக்குவதற்காகப் பழிக்குப் பழி வாங்கினீர்கள். அவ்வளவு தானே! அதற்காகத் தங்களைக் கொலைகாரன் என்று சொன்னால் அரசர்கள் எல்லாரையும் கொலைக்காரர்கள் என்றுதான் முடிவு செய்யவேண்டும். படைத் தளபதிகள், போர் வீரர்கள், முதலமைச்சர்கள் எல்லாருமே கொலைகாரர் களாகவும், கொலைக்கு உடந்தையானவர்களாகவும் இருக்கிறார்கள் என்று திண்ணமாகக் கூறலாம்" என்றான்.

இளைஞன் சொல்வதை உற்சாகத்தோடு கேட்டுக் கொண்டிருந்த ரவிதாசன், இப்படிப்பட்ட ஓர் இளைஞன்தான் தன்னுடைய காரியங்களுக்குத் தேவை என்று முடிவு செய்து கொண்டு மேலும் சோழ குலத்தைப் பரம விரோதியாக நினைக்கும் இவனைக் கொண்டே அடிப்படைக் காரியங்களை யெல்லாம் நிறைவேற்றிக் கொள்ளலாம் என்று முடிவு செய்தவனாக, "தம்பி! உன்னுடைய விழிகளில் புலப்படும் உறுதியையும் உற்சாகத்தையும் பார்த்தவுடனேயே இவ்வளவு நாள் நான் சிறையில் வாடியதையெல்லாம் மறந்து விட்டேன். நீ ஒரு சிறு காரியம் எனக்கு முதலில் செய்வாயா?" என்று கேட்டான். ஈழத்து இளைஞன் தலையசைத்தான்.

"தஞ்சைக் கோட்டைக்கு வெளியே புறப்பாடியில் நாகேந்திர தேவர் என்னும் சோதிடர் ஒருவர் இருக்கிறார். அவரிடம் சென்று நான் கொடுத்ததாக ஓலை ஒன்றைத் தரவேண்டும். நீ கொண்டுவந்த பனை நறுக்கு மீதி இருக்கிறது அல்லவா! அதை இப்படிக்கொடு; அதில் நான் எழுதித் தருகிறேன். அதை நீ மிகவும் கவனத்துடன் பிறருக்குத் தெரியாமல் எடுத்துக்கொண்டு சோதிடரிடம் மட்டும் கொடுக்க வேண்டும். சோதிடர் வீட்டில் எப்பொழுதும் கலகலப்பும் சந்தடியும் நிறைந்திருக்கும். எல்லாம் அடங்கிய பிறகு உச்சிவேளை சமயத்தில் அவர் பகல் உணவு அருந்தி விட்டுக் கை கழுவுவதற்குத் தோட்டத்துப் பக்கம் வருவார். அப்பொழுது இந்த ஓலையைக் கொடுத்தால் போதும். அப்பொழுது ஓர் ஆபத்து இருக்கிறது. ஆனால், நீ அதிலிருந்து

மீண்டு விடுவாய். அவர் என்ன சொல்கிறார் என்பதை மட்டும் கேட்டு வந்து என்னிடம் எப்படியாவது தெரிவிக்க வேண்டும். தெரிந்ததா?'' என்று ரவிதாசன் உற்சாகம் பொங்கக் கூறினான்.

ஓலையை வாங்கிக்கொண்ட ஈழத்து இளைஞன் அதைப் படிக்கத் தொடங்கினான். ரவிதாசனுக்குச் சற்று ஆத்திரமாக இருந்தாலும் அவன் சட்டென்று, ''தம்பி! அந்த ஓலையில் ஒன்றும் பரம ரகசியம் இல்லை. பிறருக்கு எழுதப்பட்டதாய் இருந்தாலும் அதைப் படித்துத் தெரிந்துகொண்டு போவது தான் நல்லது. மதுராந்தக சோழ தேவர் நீண்ட நாட்களாக நோய்வாய்ப்பட்டு எழுந்திருக்கவும் சக்தி இல்லாமல் இருப்பது நாடறிந்த ஒன்று. ஆனால், சமீபகாலத்தில் அவருடைய உடல் நிலை மிகவும் மோசமாகி விட்டதாக ஏதோ ஒன்று என் உள்ளத்தே கூறிக்கொண்டே இருக்கிறது. அவருடைய கிரகபலன்கள் எப்படி இருக்கின்றன என்பதை மிகச்சரியாகச் சோதிடரால் கூறமுடியும். அதனால் அதைக்கேட்டுத் தெரிந்து வருமாறு உன்னை அனுப்புகிறேன். தெரிந்ததா?'' என்று ரவிதாசன் உதட்டில் விஷமப்புன்னகை நெளியக் கூறினான். மீண்டும் செய்தியை எப்படிக் கொண்டு வந்து தெரிவிப்பது என்பதையும் ரவிதாசன் சொல்லிக் கொடுத்தான்.

ஈழத்து இளைஞன் தஞ்சைக் கோட்டைக்கு வெளியே சென்று சோதிடர் வீட்டைக் கண்டு பிடிக்கும்பொழுது உச்சிவேளை நெருங்கிக்கொண்டிருந்தது. அவர் வீட்டு வாசலில் இரண்டு மூன்று குதிரைகள் கட்டப்பட்டிருந்தன. சிறு வீடு ஆனதால், வெளியிலும் திண்ணையிலும் மரத்து நிழலிலும் சோதிடரைக் காண்பதற்காகப் பலர் உட்கார்ந் திருந்தனர்.

உள்ளே சோதிடரிடம் பழுவூரின் அப்போதைய சிற்றரசரும் பெருமை மிகுந்த பழுவேட்டரையர் சந்ததியில் வந்தவருமான சிறிய பழுவேட்டரையர் பேசிக்கொண்டிருந் தார். சோழநாட்டிற்குத் தங்களுடைய உடல், பொருள், ஆவி மூன்றையும் அளித்துத் தொண்டாற்றிய இரு பழுவேட்டரை யர்களும் காலமான பிறகு, பெரிய பழுவேட்டரையரின் நெருங்கிய உறவினரில் திறமைமிக்க இளைஞன் வாரிசாக பழுவூரின் அரியணையில் அமர்ந்தான். தன்னுடைய

மூதாதையர் போலவே அவனும் சோழர் குலத்திற்கு இறுதி வரையில் அரும்பெரும் பணியைச் செய்ய உறுதியெடுத்துக் கொண்டிருந்தான்.

ஈழத்து இளைஞன் வந்தவேளை சோதிடர் இன்னும் உணவருந்தவும் எழுந்திருக்க முடியாத அளவில் மிகவும் கவனமாகக் கிரகங்களின் நிலையைக் கணக்கிட்டுக் கொண்டும், பழைய சுவடிகளைத் திருப்பிப் பார்த்துக்கொண்டும் இருந்தார். ஈழத்து இளைஞனுக்கு அவசரம் தாங்கவில்லை. கூடத்தில் சோதிடரைத் தவிர அதிகச் சந்தடி இல்லை என்ற எண்ணத்தில் அவன் கொல்லைப்புற வழியாகப் பார்த்த பொழுது தெளிவாகத் தெரிந்ததால் வேகமாக அவ்வழியே உள்ளே நுழைந்தான். அவன் கொல்லைப்புறக் கதவைத் திறந்து தாண்டியவுடனே, ''யாரது?'' என்று அதட்டும் குரல் ஒன்று அவனைத் தடுத்து நிறுத்தியது.

குரலில் கடுமை இருந்தாலும் அவனைத் தடுத்து நிறுத்திய அந்தச் சொல்லுக்கு உரியவள் அவ்வளவு கடுமையாகக் காட்சியளிக்கவில்லை. விழிகளில் எதிரியை அடக்கி ஆளும் சக்தியும், ஆனால் அதே சமயத்தில் தன் சொற்களால் கவரக் கூடிய சக்தியையும் படைத்திருந்த உறுதியான இளம்பெண் கையிலே வாழை இலை ஒன்றுடன் அங்கு நின்று கொண்டிருந்தாள். ரவிதாசன் கூறிய எதிர்ப்பு இதுதான் போலும் என்று நினைத்த ஈழத்து இளைஞன் முன்னுக்கும் போக முடியாமல், சொல்லாமலும் இருக்க முடியாமல் திண்டாடித் திகைத்து நின்றான்.

ஈழத்து இளைஞன் இவ்வாறு திகைத்து நிற்பதைக் கண்ட சோதிடரின் மகள் அவனுடைய நிலையைக் கண்டு மெல்ல நகைத்து, ''தந்தையைக் காணச் சரியான வழியைக் கண்டு பிடித்து விட்டீர்கள். முன்புறமாக வந்தால் நீண்ட நேரம் காத்திருக்க வேண்டுமென்பதற்காக இந்தப்பக்கம் வருவதற்கு யார் சொல்லிக் கொடுத்தார்கள்?'' என்று கேட்டுவிட்டு ''பொதுவாக கொல்லைப்புறமாக பாண்டியநாட்டு ஆபத் துதவிகள்தாம் இப்படி வருவார்கள்'' என்றாள். ''பாண்டிய நாட்டு ஆபத்துதவிகளுள் முக்கியமான ரவிதாசன் என்னை அனுப்பினார்'' என்று சொல்ல வேண்டுமென்ற துடிப்பு அவனுக்கு இருந்தது. ஆனால் அப்படிச் சொல்லாமல்

அவனும் அசட்டுத்தனமான சிரிப்பு ஒன்றைச் சிரித்துக் கொண்டு நின்றான். சோதிடரின் மகள் இலையைக் கீழே வைத்து விட்டுத் தன் தந்தையிடம் அந்த இளைஞன் வந்திருக்கும் செய்தியைத் தெரிவிப்பதற்காகச் சென்றாள்.

ஆனால், கூடத்தில் சோதிடர் மிகவும் முக்கியமான ஜாதகம் ஒன்றை வைத்துக்கொண்டு மிகவும் கவனமாகப் பார்த்துக் கொண்டிருப்பது தெரிந்தது. அதனால் அவள் உடனே திரும்பி, "அரச குடும்பத்து ஜாதகம் ஒன்றை அவர் பார்த்துக்கொண்டிருக்கிறார் போல் இருக்கிறது. சிறிது நேரம் இங்கேயே இருங்கள்" என்று கூறிவிட்டு தன் காரியங்களைக் கவனிக்கச் சென்றுவிட்டாள்.

கூடத்திலே சோதிடர் பேசிக்கொண்டிருந்தது தெளிவாகக் கேட்டுக்கொண்டிருந்தது. அவர் ஓலைச்சுவடிகளையெல்லாம் புரட்டிப் புரட்டிப் பார்த்து விட்டு வந்திருப்பவரை நோக்கி, "இளவரசருடைய ஜாதகத்தைத் திடீரென்று பார்க்கும் படியான அவசரம் இப்பொழுது என்ன நேர்ந்து விட்டது?" என்று கேட்டார். இளையபிராட்டி குந்தவை தேவியார் தனது அந்தரங்க ஊழியரான வீரநாராயணனைச் சோதிடரிடம் அனுப்பியிருந்தார். அருண்மொழிவர்மரின் அருமை மகன் இளங்குமரன் மதுராந்தகனுடைய வருங்காலத்தைப் பற்றி அறிந்து கொள்வதில் இளையபிராட்டி அதிக அக்கறை காட்டினாள். இளவரசரின் பிறந்தநாள் வருவதற்கு இன்னும் சில நாட்களே இருந்தன. அதற்குள் அவள் தன் மனத்தில் ஊசலாடிக்கொண்டிருந்த சந்தேகம் ஒன்றை எப்படியாவது சோதிடரைக் கொண்டு தெளிவு படுத்திக்கொள்ள வேண்டும் என்று எண்ணி அரண்மனைச் சோதிடரிடம் அவனை அனுப்பிவைத்தாள்.

சோதிடர் மதுரனின் ஜாதகத்தை எப்பொழுதோ கணித்து வைத்துவிட்டார். அவர் பல முறை ஓலைச்சுவடியைப் புரட்டி அந்த ஜாதகத்தைப் பார்த்துத் தன் மனத்திற் குள்ளேயே, 'வியக்கும் வண்ணம் உள்ளது' என்று கூறிக் கொண்டார். நன்நாளில் பிறந்த அருண்மொழியின் செல்வனின் கிரகங்கள் இருக்கும் நிலையை அவர் மிகவும் கவனமாகக் கணக்கிட்டு, அதன் பலன்களையெல்லாம்

சுவடியில் எழுதி, தான் எழுதியதை மற்றுமொரு முறை படித்துப்பார்த்து வியப்படைவார். அவர் மனத்துக்குள்ளே, 'இந்த நாட்டிற்கு ஒரு தேவகுமாரனே பிறந்து விட்டான் என்று நான் நினைக்கிறேன்' என்று சொல்லிக் கொண்டார்.

அவர் மனத்திற்குள்ளே பேசுவதாக நினைத்தாலும் அவர் உதடுகள் முணுமுணுக்கும் குரல் அவருடைய மகள் காதிலும் விழும். "என்னப்பா அப்படிச் சொல்கிறீர்கள்? தேவகுமாரனா வந்து பிறந்திருக்கிறார்? இராமரும், கிருஷ்ணரும் அவதரித்த இந்த நாட்டில் மீண்டும் கடவுளே அவதரித்திருக்கிறார் என்றா சொல்கிறீர்கள்?" என்று கேட்பாள். ஆழ்ந்த சிந்தனையில் இருக்கும் சோதிடர் மீண்டும் கிரகங்களின் பலன்களைத் தமது கணிதத் திறமையால், சோதிட சாஸ்திர அறிவினால் கண்டு தமக்குள்ளேயே முழுத்திருப்தியையும் அடைந்து, "ஆமாம், இப்படிப்பட்ட நல்ல ஜாதகம் சாட்சாத் குமரப்பெருமானைத் தவிர வேறு யாருக்கு இருக்க முடியும்?" என்று தமக்குள்ளேயே சொல்லிக்கொள்வார். பிறகு தன் மகளிடம் திரும்பி, "அம்மா குழந்தாய்! தாயில்லாக் குழந்தையின் ஜாதகம் இது. இந்தக் குழந்தையின் கிரகப் பலன்களினால்தான் குழந்தையின் தந்தைக்கே மிகவும் பெருமையும் புகழும் ஏற்படப் போகின்றன. இந்த நாட்டுக்குப் பெரும் நன்மை ஏற்படப் போகிறது. இந்தக் குழந்தை பெரும் வீரனாவான். அழகிலும் மன்மதன்போல் விளங்குவான். எட்டுத் திக்குகளிலும் இவன் புகழ் பரவும்" என்று கூறுவார்.

அருண்மொழியின் செல்வக் குமரன் மதுரனின் ஜாதகத்தைத் துல்லியமாகவும் சிறப்பாகவும் கணித்து மனப் பாடம் செய்து வைத்திருந்தபடியால் இப்பொழுது வீர நாராயணன் வந்து கேட்கும் பொழுது, "அவர்களுக்கு ஏன் திடீரென்று சந்தேகம் வந்துவிட்டது? இந்த ஜாதகத்திற்கு உரியவன் பலன்களில் ஏதாவது சந்தேகம் வந்தால்தானே மீண்டும் மீண்டும் பார்க்கும்படியான ஓர் எண்ணமும் அவாவும் ஏற்படும்? இந்த நாட்டிற்கே அணையா ஜோதி யாகத் திகழப் போகும் செல்வக்குமரனின் ஜாதகத்திலிருந்து என்னதான் அறியப் போகிறார்களோ?" என்று உற்சாகத் துடன் கூறிய சோதிடரை நோக்கி வீரநாராயணன், "ஐயா சோதிடரே! இளையபிராட்டியின் மனத்தில் ஏதோ சிறு

கலக்கம் ஏற்பட்டதால்தான் தங்களிடம் அனுப்பியிருக் கிறார்கள் என்று நான் நினைக்கிறேன். தங்கள் வாயால் ஒருமுறை செல்வக்குமரனின் வருங்காலப் பெருமையைக் கேட்டால்தான் மனம் திருப்தி அடையும் என்ற எண்ணத்தினாலோ என்னவோ என்னை அனுப்பியிருக் கிறார்கள்'' என்றான்.

சோதிடர் மெல்ல நகைத்து, ''ஐயா வீரநாராயணரே! இளைய பிராட்டிக்கு எவ்விதமான மனக்கலக்கமும் இல்லை என்பது எனக்குத் தெரியும். அவருடைய கலக்கங்கள் மறைந்து போய்ப் பல நாட்களாகிவிட்டன. இனி இந்த நாட்டிற்கு முடிசூடா அரசியைப்போல் திகழப் போகும் அவர், தனது சகோதரனின் மகனது வருங்காலத்தைப் பற்றிக் கேட்பது மேலும் சந்தோஷத்தால் பூரித்துப் போவதற்குத்தான் என்பது எனக்குத் தெரியும். இந்த நாட்டிற்கு இன்னும் சில நாட்களில் ஒரு பெரும் துக்ககரமான சம்பவம் நிகழப் போகிறது என்றாலும் அதனால் இளையபிராட்டியைச் சேர்ந்தவர்கள் அஞ்சுவதற்கோ கவலைப்படுவதற்கோ ஏதும் இடமில்லை. இளையபிராட்டியின் நேரடிப் பொறுப்பில் வளரும் செல்வனுக்கு எந்தவிதக் குறையும் இல்லை என்பதைப் போய்ச் சொல்லுங்கள்'' என்றார்.

ஆனால், வீரநாராயணனோ சோதிடரை நோக்கி, ''தாங்கள் சொல்லும் இந்த வார்த்தையை நானே சொல்லி விட்டேன். அதையே இப்பொழுது நான் கேட்டுக்கொண்டு வந்து இளையபிராட்டியிடம் சொன்னால் அவர்கள் என்னைப்பற்றி என்ன நினைப்பார்கள்? நான் தங்களைச் சந்திக்கவே இல்லை என்று முடிவு கட்டிவிட மாட்டார்களா? இளையபிராட்டி தங்களிடம் என்னை அனுப்பியதற்கு நிச்சயம் ஏதோ முக்கியமான காரணம் இருக்க வேண்டும். அதை நான் எப்படித் தங்களிடம் எடுத்துச்சொல்ல முடியும்?'' என்றான்.

சோதிடர் உடனே, ''குழந்தை மதுரனின் ஜாதகப் பலனை அவர் கேட்பதன் காரணம் என்ன என்று எனக்குப் புரிய வில்லை'' என்று கேட்டார். வீரநாராயணன் சிரித்துக்கொண்டு, ''ஏன், தாங்கள்தான் சோதிடராயிற்றே! சொல்லுங்களேன் பார்க்கலாம் எதற்காக இப்படிக் கேட்கிறார்கள் என்று?'' என்றான்.

சோதிடர் முகத்தில் எந்தவித உணர்ச்சியையும் புலப் படுத்திக் கொள்ளாமல், "இளையபிராட்டியின் மனநிலை எனக்கு நன்றாகத் தெரிந்துவிட்டது. இச்சிறுவனுடைய வருங்காலத்தை வைத்துக் கொண்டுதான் நாட்டின் பலவிதச் சீர்திருத்தங்களுக்கு வழிவகுக்க வேண்டுமென்று இளைய பிராட்டியார் எண்ணிக் கொண்டிருக்கிறார். குறிப்பாக, குழந்தையின் ஆயுள் பாவமும் திறமையும் அறிந்து கொண்டால் இளையபிராட்டிக்குப் பெரும் திருப்தி ஏற்பட்டு விடும். ஆனால், அதை நான் இப்பொழுது இந்த நேரத்தில் சொல்ல முடியாதவனாய் இருக்கிறேன். உச்சி வேளை கடந்து விட்டது. காலையிலிருந்து நானும் கிரகங்களோடு பழகிப்பேசி இதைப் பற்றியே எல்லாரிடமும் கூறிக் களைப்படைந்து விட்டேன். கிரகங்களின் கோபத்துக்கு நான் முன்பு ஆளானது போதும். அதனால் நாளைய தினம் சூரியோதயம் ஆனவுடனேயே நீங்கள் நீராடிவிட்டுப் புது உடை அணிந்து வந்தால் உங்களுக்குப் பலவற்றை என்னால் விவரமாகச் சொல்லமுடியும்" என்றார். பிறகு வீரநாராயணனை நோக்கி, "நான் ஒன்று சொல்வேன். நீங்கள் தவறாக எடுத்துக் கொள்ளக் கூடாது. குழந்தையை விட்டுச் சில நாட்கள் இளையபிராட்டி வேறிடத்திற்கு வந்தால் என்ன? அவர்களே நேரிடையாக இங்கு வந்தால், இன்னும் நான் பல விஷயங்களைச் சொல்ல முடியும். நான் இப்படிக்கூறியதாக நீங்கள் போய் அவர்களிடம் தாராளமாகச் சொல்லலாம்" என்றார். சோதிடரின் பேச்சிலே மறைந்திருந்த உள் அர்த்தத்தைப் புரிந்து கொண்ட வீரநாராயணன் இளைய பிராட்டியிடம் சென்று அவர்களைச் சோதிடரிடம் அழைத்து வரவேண்டிய அவசியத்திற்காக அங்கிருந்து புறப்பட்டான்.

சோதிடர் மெல்ல அங்கிருந்து எழுந்து கிணற்றங் கரைக்குக் கால், கை கழுவுவதற்காக வந்தபொழுது ஈழத்து இளைஞன் அவர் களைப்பாக இருக்கிறார் என்பதைக்கூடப் பாராமல் அவரிடம் மடியிலிருந்த ஓலையை நீட்டி, "ஐயா! ரவிதாசன் அனுப்பினார்" என்று கூறி அதிகம் பேசாமல் நின்றான்.

ரவிதாசன் என்றவுடன் சோதிடரின் உடல் ஒருமுறை குலுங்கியது. அவர் இளைஞனைப் பார்த்து, "ரவிதாசனா?" என்று பரபரப்புடன் கேட்டார். அவருக்குச் சந்தேகம், ஒரு

வேளை ரவிதாசன் தப்பி வெளியேறி எங்கோ மறைவிடத்தி லிருந்து இந்த இளைஞனைத் தன்னிடம் அனுப்பியிருக் கிறானோ என்ற பயம். நாட்டிலுள்ள அனைவரும் ஒரு முகமாகக் குற்றம் சாட்டி ரவிதாசனை வெறுத்திருக்கிற பொழுது தான் மட்டும் அவனுக்குக் கிரகங்களின் நிலைகளை அவ்வப்பொழுது சொல்லி உதவி வருவது சரிதானா என்ற கவலை ஏற்பட்டது. அதனால் அவர் ரவிதாசன் ஒருவேளை சிறையிலிருந்து தப்பிவிட்டானா என்ற கவலையுடன் மீண்டும் இளைஞனைப் பார்த்து, ''நீ எங்கிருந்து வரு கிறாய்?'' என்று கேட்டார். இளைஞன் உற்சாகமான குரலில், ''ரவிதாசனிடமிருந்து'' என்று கூறினான். சோதிடர் விழிகளை அப்படியும் இப்படியும் நகர்த்தி, ''அது தெரிகிறது. எந்த இடத்திலிருந்து வருகிறாய்?'' என்று கேட்டார். ''சிறையி லிருந்து'' என்று அவன் கூறிய பிறகுதான் அவருக்குச் சற்று நிம்மதி வந்தது. அவர் பெருமூச்சு விட்டு, ''நல்லவேளை, சிறைக்கு வெளியிலிருந்து என்று கூறாமல் இருந்தாயே'' என்று கேட்டார். இளைஞனுடைய உற்சாகம் சற்று அதிக மாகியது. ''சிறைக்கு வெளியே வந்து தங்களைச் சந்திக்கும் காலம் இன்னும் அதிக நாளில்லை. அதற்காகத்தான் அவர் தங்களைச் சந்திப்பதற்காக என்னை அனுப்பினார்'' என்று கூறியவுடன் சோதிடர் நடுநடுங்கி விட்டார்.

அவரைவிடத் தூண் மறைவில் நின்று அவற்றைக் கேட்டுக் கொண்டிருந்த சோதிடரின் மகளின் உடலில் ஏனோ நடுக்கம் ஏற்பட்டது.

அத்தியாயம் 7
ஓலையைக் கொண்டோடினான்

வீரநாராயண ஏரியின் அருகே இருந்த மண்டபத்தில் பொழுது புலரும் முன்னர் விழித்தெழுந்த அருண்மொழி வர்மர் வந்தியத்தேவனையும் தட்டி எழுப்பிப் பயணத்திற்கு ஆயத்தம் ஆகும்படிச் சொன்னார். அவர்கள் இருவரும்

புறப்பட்டு வெகுநேரம் கழித்துத்தான் அந்த மண்டபத்தில் வந்து தங்கியிருந்த சங்கரத்தேவன் துயில்நீங்கி எழுந்தான். அவன் எழுந்து உட்கார்ந்து புறப்படுவதற்கு ஆயத்தம் செய்து கொண்டிருந்தபோது அவனை நெருங்கி வந்து நடுத்தர வயதுடைய ஒருவன் பேச்சுக் கொடுத்தான். சுமதி யின் தந்தை ரகசியமாக அனுப்பிய அவன் நந்திபுரத்திலிருந்து சங்கரத்தேவனைத் தொடர்ந்து வந்து கொண்டிருந்தான். எப்படியாவது சங்கரத்தேவனிடம் இருந்து குந்தவை எழுதிக் கொடுத்த ஓலையை அபகரித்துவிட வேண்டும் என்னும் நோக்கத்துடன் வாய்ப்பை எதிர்பார்த்துக் கொண்டிருந்தான் அவன். அந்த மண்டபத்தில் அருண்மொழிவர்மரும் வந்தியத் தேவனும் தங்கியிருப்பதை முதலிலேயே கூர்மையான கண்களால் கவனித்து விட்டான். எளிதில் பிறர் கண்டுபிடிக்க முடியாத தோற்றத்தில் அவர்கள் இருந்தாலும், அவன் அவர்களை எளிதில் புரிந்து கொண்டான். அவர்கள் சங்கரத் தேவன் அங்கிருப்பதை அறிந்து விட்டால் என்ன செய்வது என்ற கவலை அவனைப் பிடித்துக்கொண்டது. நல்ல வேளையாகச் சோர்வு மிகுதியால் சங்கரத்தேவன் விழித்துக் கொள்ளவில்லை. இடைவிடாது நெடுந்தூரம் பயணப் பட்டதால் ஆழ்ந்து உறங்கி விட்டான் போலும்!

சங்கரத்தேவனிடம் பேச்சுக் கொடுக்க வேண்டுமே! அதனால், "உங்கள் பெயர்தானே சங்கரத்தேவன்?" என்று எடுத்த எடுப்பிலே கேட்டுச் சங்கரத்தேவனை வியப்பில் ஆழ்த்தினான். சங்கரத்தேவன் வியப்புடன் அவனைப் பார்த்த பொழுது, "தங்களை எனக்குத் தெரியாது. சற்று முன்தான் இங்கு உட்கார்ந்திருந்த இளவரசரும் வந்தியத்தேவனும் பேசிக்கொண்டிருந்ததிலிருந்து நீங்கள்தான் சங்கரத்தேவன் என்பதை நான் அறிந்துகொண்டேன்" என்று பெரும் பொய்யைச் சொல்லி வைத்தான். சங்கரத் தேவனுக்குத் தூக்கிவாரிப் போட்டது. அருண்மொழிவர்மரும் வந்தியத் தேவனும் இந்த மண்டபத்தில் இருந்தார்களா? தன்னைப் பற்றி விசாரித்தார்களா? நினைக்கும்போது அவனுக்கு அதிர்ச்சியாக இருந்தது. அவர்களைச் சந்திக்காமல் போனதில் அவனுக்குப் பெரும் கவலை ஏற்பட்டது. ஆனால் தான் அங்கு இருப்பதை அறிந்துகொண்டு அவர்கள் இருவரும்

தன்னைக் கவனியாமல், அழைத்து ஒன்றும் வினவாமல் போய்விட்டார்கள் என்பது நம்பக்கூடியதாகவும் இல்லை. ஆனால், புதிய மனிதர் தன்னிடம் என்ன காரணம் கருதி அவர்கள் இருவரும் தன்னைப் பற்றிப் பேசிக் கொண்டிருந்ததைக் கூறவேண்டும்? இவற்றில் ஓரளவு உண்மை இருக்கத்தான் வேண்டும் என்பதை நினைத்த அவன் அவரையே மேற்கொண்டு கேட்டு அறியலாம் எனும் எண்ணத்தில், "ஐயா! நான் அவர்களைத்தான் தேடி வந்தேன். ஏனோ உறங்கிவிட்டேன். அவர்கள் நான் உறங்குவதைப் பார்த்த பிறகும் என்னை எழுப்பாமல் சென்றுவிட்டார்களா?" என்று கேட்டான். அந்தப் புதிய மனிதன் மெல்லச் சிரித்துக் கொண்டு "என்ன ஐயா, அதுதான் எனக்கு வேலையா? நான் எங்கோ போகிறவன். இங்கே சற்று இளைப்பாறுவதற்காக உட்கார்ந்திருந்தேன். உன்னைச் சுட்டிக்காட்டி அவர்கள் பேசிக்கொண்டிருந்ததைக் கேட்டதனால் உன்னிடம் அதைத் தெரிவிப்போம் என்று சொன்னேன். மற்ற விவரங்கள் எனக்குத் தெரியாது. தலைக்கு மேல் வேலை எனக்கு இருக்கிறது. இப்படி நீங்கள் உறங்குவதைப் பார்த்தவுடன் நீங்கள் விழித்து எழுவதற்குள்ளே எப்படியும் திரும்பி விடலாம் என்று பேசிக்கொண்டே அவர்கள் சென்றதிலிருந்து மறுபடியும் வருவார்கள் என்றுதான் எனக்குத் தோன்றுகிறது" என்றான்.

சங்கரத்தேவனுக்கு என்ன செய்வதென்று புரியவில்லை. இளவரசரை இங்கு சந்திப்போம் என்று அவன் எதிர்பார்க்க வில்லை. இளவரசரைச் சந்தித்த பிறகு இன்பவல்லியிடம் சென்று அவளிடம் கொடுக்கச் சொன்ன ஓலை அவனிடம் இருந்தது. அவன் மிகவும் சாமர்த்தியமாகவும் கவனமாகவும் நடந்து கொள்ள வேண்டிய ஒரு பெரும் நிலை. இளைய பிராட்டி அவனிடம் அந்தப் பொறுப்பை ஒப்படைத்திருக் கிறாள் என்றால் அது அவனுடைய திறமையை நம்பித்தான் இருக்கமுடியும். சங்கரத்தேவன் சிறிது நேரம் ஏதும் பேச முடியாமல் உட்கார்ந்திருந்தான். எப்படியும் அருண்மொழி வர்மரும் வந்தியத்தேவனும் திரும்பி வருவார்கள் என்று உறுதியாக நம்பினான். அங்கேயே சிறிது நேரம் இருந்து பார்த்துவிட்டு ஊருக்குள்ளே சென்று ஆகாரத்தை முடித்துக்

கொண்டு மீண்டும் ஏரிக்கரை அருகே காத்திருப்போம் என்ற எண்ணத்தில் அவன் மண்டபத்தில் உட்கார்ந்திருந்தான்.

"என்னய்யா! நான் சொன்னவுடன் சோர்ந்து போய் உட்கார்ந்து விட்டீர்களே! அவர்கள் கட்டாயம் திரும்பி வருவார்கள் என்றுதான் எனக்குத் தோன்றுகிறது. உம்மை மீண்டும் அவர்கள் வந்து சந்திக்க வேண்டுமென்றால் நீர் மிகவும் முக்கியமான புள்ளியாகத்தான் இருக்க வேண்டும். அந்த ஏரிக்கரையிலே குளித்து விட்டு இளைப்பாறும். நான் உங்களுக்கு வேண்டிய ஆகாரவகைகளை ஏற்பாடு செய்து தருகிறேன்" என்று அவன் சொன்னான். "நானும் அதோ அந்தத் துறைக்குக் குளிப்பதற்காகத்தான் செல்கிறேன். நீங்களும் வருவதென்றால் வரலாம்" என்று கூறிவிட்டுப் புறப்படுபவன் போல் பாசாங்கு காட்டினான். சங்கரத் தேவனுக்கு அவன் சொற்களில் சந்தேகம் தோன்றவில்லை. அதனால் அவனுடன் தொடர்ந்து ஏரியின் மதகிலிருந்து குதித்துவரும் தண்ணீரில் குளிப்பதற்குச் சென்றான். இருவரும் இறங்கி அந்தக் குளிர்ந்த நீரில் களைப்புத் தீரும் வரையில் குளித்தார்கள். சங்கரத்தேவன் அமிழ்ந்து குளித்தவாறிருக்கும் பொழுது அந்தப் புதிய மனிதன் வேகமாகக் கரையேறி சங்கரத்தேவன் ஆடைகள் வைக்கப் பட்டிருந்த இடத்திலிருந்து நொடியில் ஓலைச் சுருளை எடுத்துக்கொண்டு ஓடத்தொடங்கினான். சங்கரத்தேவன் அதைப் பார்த்துவிட்டான். தண்ணீர் சொட்டச்சொட்ட, "ஏய், ஏய்! எங்கே ஓடுகிறாய்?" என்று கூவிக்கொண்டே அவனைப் பின்தொடர்ந்து ஓடினான். சிறு சிறு மரங்களும் புதர்களும் நிறைந்திருந்த இடத்தருகே முன்னால் ஓடியவன் எங்கோ மறைந்திருக்க வேண்டும். சங்கரத்தேவனுக்கு அவனைக் கண்டுபிடிக்க முடியவில்லை. ஆத்திரமும் அச்சமும் சேர்ந்து தாக்கியதாலும் 'தண்' என்று நீர் உடலி லிருந்து சொட்டியதாலும் அவனால் ஓட முடியவில்லை. 'முக்கியமான ஓலையை அன்றோ எடுத்துக்கொண்டு ஓடிவிட்டான்? ஒரு கண நேரத்தில் நாம் ஏமாந்து விட்டோமே! இடையிலே வாளும் உள்ளத்திலே உறுதியும் இருந்தும், எவ்வளவோ கவனத்துடனும் கண் காணிப்புடனும் இருந்தும் அவனிடம் ஓலையைப் பறி கொடுத்து

விட்டேனே. அந்த ஓலையில் என்ன எழுதியிருக்கிறது என்பதைக்கூட நான் கவனிக்காமல் விட்டு விட்டேன்' என்று வருத்தமும் வேதனையும் கலந்திருக்க அங்கேயே தலையில் கையை வைத்துக்கொண்டு உட்கார்ந்துவிட்டான். அவன் என்னவென்று சொல்வான்? இன்பவல்லியிடம் போய் எதைக் கூறுவான்? இன்னும் சிறிது நேரத்தில் வரும் இளவரசரிடமும் வந்தியத்தேவனிடமும் என்ன சொல்வான்? அவனுக்கு ஒன்றுமே தோன்றவில்லை. இதுவரை வராத அவப்பழி அன்றோ வந்துவிடும்? அந்த ஓலையை எடுத்துக் கொண்டு ஓடினானே அவனுக்கு அதனால் என்ன பலன்? என்பதெல்லாம் சங்கரத்தேவனுக்குப் புரியவில்லை.

அவனுடைய ஆடைகள் ஏரி வாய்க்கால் அருகே இருந்தன. அவன் ஓடிவந்து உட்கார்ந்து வேதனைப்பட்டுக் கொண்டிருந்த இடம் அங்கிருந்து சற்று தொலைவில் இருந்தது. குளிப்பதற்குக் குறைவாக உடுத்தியிருந்த நிலையில் இருந்த தன்னைப் பார்ப்பவர்கள் என்ன நினைப்பார்கள்?

தப்பி ஓடியவன் இங்கே எங்கோதான் இருக்கவேண்டும். அவனைத் தேடிப்பிடிக்காமல் விடுவதில்லை என்ற உறுதி யோடு மீண்டும் வாய்க்கால் கரைக்குச் சென்று ஆடைகளை எடுத்துப் பரபரப்புடன் அணிந்து கொண்டு, மண்டபத்தின் அருகே கட்டப்பட்டிருந்த தன் குதிரையின் மீதேறி, ஓலையுடன் ஓடி ஒளிந்தவனைத் தேடிக் காட்டின் பக்கம் சோர்வுற்ற உள்ளத்துடன் சென்றான் சங்கரத்தேவன். சற்றுத் தொலைவில் குதிரை வரும் குளம்படி ஓசை கேட்டது. வந்தியத்தேவன் வந்து கொண்டிருப்பது சங்கரத்தேவனுக்குத் தெரிந்துவிட்டது. நடந்தவற்றைச் சொல்வதா வேண்டாமா என்ற மனக் குழப்பத்துடன் உள்ளுக்குள் இருக்கும் வேதனையையும் உணர்ச்சியையும் ஏமாற்ற நிலையையும் மறைத்து முகத்தில் புன்னகையை வரவழைத்துக்கொண்டு சங்கரத்தேவன் நின்று கொண்டிருந்தான். "என்ன சங்கரா? இங்கே காட்டுப் பகுதிக்கருகே நின்றிருக்கிறாய்? வியப்பாயிருக் கிறதே நீ இங்கே எப்போது வந்தாய்?" என்று வந்தியத் தேவன் கேட்டான்.

சங்கரத்தேவன் மிகவும் வலுக் கட்டாயமாக முகத்தில் சிரிப்பை வரவழைத்துக்கொண்டு, "தங்களை எதிர்பார்த்துத்

தான் இருக்கிறேன். இங்கே குளிப்பதற்காக ஏரிக்கரைக்கு வந்தேன். திரும்பி மண்டபத்திற்குப் போகப்போகிறேன். நீங்கள் வருவது தெரிந்து நின்றேன்" என்றான்.

"நீ இங்கே இருப்பதைச் சற்று முன்புதான் உன்னுடைய உதவியாளன் சொல்லிவிட்டு விரைந்து சென்று கொண்டிருக்கிறான். நீ ஏதோ அவசரமான ஒரு வேலையை அவனுக்குக் கொடுத்துச் சிதம்பரம் வரையில் சென்றுவரச் சொன்னாயாம்" என்று வந்தியத்தேவன் கூறினார். சங்கரத்தேவனுக்குத் தூக்கி வாரிப்போட்டது. தன்னிடமிருந்து ஓலையை அபகரித்துக் கொண்டு சென்றவன் இப்படிப் பெரும் பொய்யும் சொல்லியிருக்கிறான் என்பதைச் சங்கரத்தேவன் புரிந்து கொண்டான். இனியும் வல்லவரையரிடம் நடந்ததைச் சொல்லாமலிருந்தால் அல்லது பொய் சொன்னால் காரியம் மிஞ்சிவிடும் என்பதை உணர்ந்த சங்கரத்தேவன் துக்கம் தொண்டையை அடைக்க, "ஐயா! அவன் என்னுடைய உதவி ஆள் இல்லை. என்னை ஒரு நொடியில் ஏமாற்றி விட்டு என்னிடமிருந்த ஓலையைப் பறித்துக்கொண்டு ஓடிச்சென்றவன்" என்று கூறினான். வல்லவரையர் அவன் கூறியதைக்கேட்டு ஒரு கணம் திகைத்தார். மாவீரன் சங்கரத்தேவன் அவ்வளவு எளிதில் ஏமாறக் கூடியவன் அல்லன் என்பது அவருக்குத் தெரியும். அதைச் சொல்லவும் முடியாமல் அச்சத்துடன் திணறுகிறான் என்பதைப் புரிந்து கொண்டு வல்லவரையர், "பயப்படாமல் நடந்ததைச் சொல். அவன் எவ்வளவு தூரம் சென்றிருக்க முடியும்! நாம் விரைந்து சென்று அவனைப் பிடித்து விடலாம்" என்றார்.

சங்கரத்தேவன் காலையில் நடந்தவற்றைச் சொன்னவுடன் வல்லவரையர் முகம் கறுத்தது. "நீ மண்டபத்தில் தங்கி இருந்ததை நாங்கள் கவனிக்கவில்லை. கவனித்திருந்தால் உன்னை விட்டுப்போய் இருப்போமா?" என்று வல்லவரையர் கவலை நிறைந்த குரலில் சொன்னார். பிறகு, "இளவரசரும் நானும் சிறிது தூரம் கூடச் சென்றிருக்க மாட்டோம். இளவரசர் திடீரென்று யோசனை செய்து என்னை ஓர் இடத்திற்குச் செல்லுமாறு அனுப்பினார். அவருக்கு வேறு முக்கியமான வேலை இருந்தபடியால்

என்னைப் போகுமாறு சொன்னார். இளையபிராட்டியும் இன்பவல்லிக்கு ஓலை ஒன்று கொடுத்திருக்கிறார்களா? அதில் என்ன எழுதியிருந்தார்கள் என்று உனக்குத் தெரியுமா?'' என்று வல்லவரையர் கேட்டார்.

சங்கரத்தேவன் நாணத்துடன், தான் அந்த ஓலையைப் படிக்கவில்லை என்று தெரிவித்தான். விரைந்து சென்றால் ஓலையை அபகரித்துச் சென்றவனைப் பிடித்து விட முடியும் என்ற எண்ணத்தில் குதிரைமீது இருவரும் விரைந்தனர்.

அத்தியாயம் 8

அவளுக்கு ஏற்பட்ட பாசம்

ஈழத்து இளைஞன் தன் தந்தையிடம் பேசியதைக் கேட்டு சோதிடரின் மகளுக்கு நடுக்கம் ஏற்பட்டதில் வியப்பில்லை. ஏனெனில் அந்த வேளையில், பசி நிறைந்த நிலையில் தன் தந்தை அவன் மீது கோபம் கொண்டு சினந்து கொள்வார். கோபத்தில் அவர் அவனை நோக்கி ஏதாவது சொல்லிவிட்டால் அது நிச்சயம் பலித்துவிடும். அவளுக்கு ஏனோ அந்த ஈழத்து இளைஞன் எந்த விதமான கோபத்திற்கும் ஆளாகக்கூடாது என்ற எண்ணம். அந்த எண்ணம் அவளுக்கு ஏற்பட ஓரளவு சுயநலம் காரணமாய் இருந்தது. ஈழத்து இளைஞனை அவள் அப்பொழுது தான் முதன் முதலில் சந்திக்கிறாள். அந்த இளைஞன் ரவிதாசன் அனுப்பியவனாக மட்டுமில்லாமல் இருந்திருந்தால் அவளுடைய போக்கும் வேறுவிதமாக இருந்திருக்கும். ரவிதாசன் நடவடிக்கைகள் மீது அவளுக்கு ஒருவித அச்சம் எப்பொழுதும் உண்டு. அதனால் அந்த இளைஞன் ரவிதாசன் அனுப்பியவன் என்று அறிந்தவுடன் அவள் சற்று அஞ்சினாள். அதே சமயம் அந்த இளைஞனின் தோற்றம் அவளை நிலை கொள்ளாமல் செய்தது. அவன் மீது சிறிது இரக்கமும் தோன்றியது. மெல்ல அவனை எச்சரிக்க விரும்பினாள். தந்தை சற்று ஓய்வு எடுத்துக்கொண்ட பிறகு பேசச்சொல்வோம் எனும் எண்ணத்தில் அவன் கவனிக்கும்

வகையில் சைகை காட்டினாள். தந்தை சற்று ஒதுக்குப் புறமாகச் சென்ற பொழுது அவனை எச்சரிக்க விரும்பினாள். ஆனால் அவன் புரிந்து கொள்ளவில்லை. கையிலுள்ள வாழையிலையைச் சுட்டிக்காட்டி இன்னும் தந்தை சாப்பிட வில்லை என்றாள். அவன் புரிந்து கொள்ளவில்லை. தந்தை வருவதற்கு முன்பே அவனை எச்சரிக்க விரும்பினாள். "நீங்கள் சொல்வதை இன்னும் சிறிது நேரம் கழித்துச் சொல்லலாமே" என்றாள். அவன் அவளை விழுங்கி விடுபவன் போல் பார்த்து, "ஏன், இப்பொழுது சொன்னால் என்ன? நான் என் விஷயமாக ஆருடம் கேட்கவா வந்திருக்கிறேன்?" என்றான்.

அவள் அவனுடைய கூர்ந்த நோக்கிற்கு அஞ்சாமல் தன் விழியைச் சுழலவிட்டு, "ஆருடம் கேட்பதற்கில்லாமல் ஆலோசனை கேட்க வந்திருப்பீர்கள். இரண்டும் ஒன்று தானே? எப்படியிருந்தாலும் அவர் இப்பொழுது களைத் திருப்பார். நீங்கள் என்ன கேட்டாலும் அவர் கோபம்தான் கொள்வார்" என்றாள். இளைஞன் சிரித்து, "கோபிக்கட்டுமே! நான் அதற்குப் பயப்படுபவன் அல்லன். யாரைக் கண்டு நான் பயந்து விடுவேன் என்று எண்ணி வந்தேனோ அவர்களே அமைதியாகவும் குளிர்ந்த மொழிகளையும் உதிர்த்துக் கொண்டிருப்பதால் சோதிடர் கோபித்தாலும் எனக்குக் கவலை இல்லை" என்றான் மெல்ல நகைத்து.

"யார் உங்களைப் பயமுறுத்துவார்கள் என்று எண்ணி வந்தீர்கள்?" என்று கேட்டாள் சோதிடர் மகள்.

"சோதிடர் வீட்டில் ஒரு பெரும் ஆபத்து காத்திருக்கும் என்று அவர் சொன்னார்" என்று அவன் சொல்லி முடிப் பதற்குள் சோதிடரின் மகள் முகத்தைச் சுழித்து, "யார் சொன்னார்? என்ன சொன்னார்?" என்றாள்.

"என்னை அனுப்பியவர்தான்."

"ஹே, ஹே! ரவிதாசனா! அவரைவிட இந்த உலகத்தில் ஆபத்தானவர் வேறொருவர் இருக்கிறாரா என்ன? அப்படிப் பட்டவர் ஆபத்து உங்களுக்குக் காத்திருக்கும் என்று சொல்லி யிருந்தால், அந்த இடத்திற்கு நீங்கள் வந்திருக்கவே கூடாது" என்று சற்றுக் கோபத்துடன் கூறினாள்.

இளைஞன் சளைக்கவில்லை. "எந்தவித ஆபத்தையும் அதிர்ச்சியையும் மிஞ்சக்கூடிய சாமர்த்தியம் என்னிடம் இருக்கிறது. அதனால் நான் அஞ்சவில்லை'' என்றான்.

இப்படி அவன் சொன்னவுடன் சோதிடர் மகள் திடுக்கிட்டாள். உடனே மறுமொழியாக ஏதோ சொல்வதற்கு அவள் வாய் எடுத்தாள். இவ்வளவு செறுக்குடன் கூடிய அந்த இளைஞனுக்கு பாடம் ஒன்று கற்றுத்தர வேண்டுமென்றுகூடத் தோன்றியது. ஆனால், மறுகணம் தன் சீற்றத்தை அடக்கிக்கொண்டு புன்முறுவலோடு, "நீங்கள் மறைமுகமாகச் சொன்னது எனக்கும் புரிகிறது. அவர் வயதுக்கும் என் வயதுக்கும் என்ன ஒற்றுமை? ரவிதாசனுக்கு என்னைக் கண்டாலே பிடிப்பதில்லை. அதனால்தான் அவர் அப்படிச்சொல்லியிருக்க வேண்டும். ஒரு சமயம் இங்கேயே இந்தக் குதிருக்குள் அடைக்கலம் புகுந்து கொள்ள அனுமதி கேட்டார். சோதிடர் வீடாயிற்றே. அவரைத் தேடி இங்கே யாரும் வரமாட்டார்கள் என்ற எண்ணம். ஆனால், நான் அதற்குச் சம்மதிக்கவில்லை. அரசு ஆதரவு பெற்ற சோதிடராய் விளங்கும் நாங்கள் எப்பொழுதும் மிகவும் கவனமாக இருக்கவேண்டும். கண்டதைக் காணாதவர்களாகவும், கேட்டதைக் கேட்காதவர்களாகவும், சொல்லக்கூடியதைச் சொல்லக் கூடாதவர்களாகவும் இருக்க வேண்டும். அதனால் ரவிதாசனுடைய கோரிக்கைக்கு முதலில் முட்டுக்கட்டை போட்டவள் நான்தான். அதிலிருந்து அவருக்கு என்மீது கோபம் இருக்கலாம்'' என்று அவள் சொன்னவுடன் இளைஞன் அவள் சொல்வதை மறுக்கும் வகையில் தலையை அசைத்து, "அப்படி ஒன்றுமில்லை. உங்களைப் பற்றிப் புகழ்ந்தார் அவர். ஆனால் என்னை எச்சரித்தது மட்டும் உண்மைதான். நான் மிகவும் ஒழுங்காகவும் கவனத்துடனும் நடந்துகொள்ள வேண்டுமென்று அவர் கூறியதில் தவறில்லை அல்லவா?'' என்று கூறி அவன் விஷமச் சிரிப்பு ஒன்று சிரித்தான். சோதிடரின் மகள் அவனைவிடக் கெட்டிக்காரி. அவனுடைய புகழ்ச்சிக்கு மயங்கிவிடாமல் "நானும் எல்லாரிடத்திலும் என்னுடைய பொல்லாத்தனத்தைக் காட்டிவிட மாட்டேன். ஆளின் தாரதம்யத்தைப் பார்த்துக் கொள்வேன். வேண்டியவர்களுக்கு உதவி செய்யத் தயங்க மாட்டேன்'' என்று சொன்னாள்.

ஈழத்து இளைஞனுக்கு அவள் பேச்சு இனித்தது. அவளை முழுவதும் நம்பிவிடலாம் என்ற எண்ணம் அவனுக்குத் தோன்றியது. அதனால் அவன் மேலும் அவளைப் புகழ விரும்பி, ''நான் அவசரமாக உங்கள் தந்தையிடம் சிலவற்றைப் பேசவேண்டும். தாமதம் செய்தால் அதனுடைய விளைவுகள் வேறு விதமாக மாறலாம். அந்த ஓலையை அவர் படிக்கும்படி செய்து விட்டால் போதுமானது. அதிக நேரம் ஆகாது. அதை அவர் படித்துவிட்டால் உடனடியாக முடிவு சொல்லி விடுவார் என்பதும் எனக்குத் தெரியும். தாங்கள் மனம் வைத்தால் அது நடந்துவிடும்'' என்று அவன் குழைந்த குரலில் கூறினான்.

அதற்குள் சோதிடர் அங்கு வந்துவிட்டார். ஈழத்து இளைஞன் சொற்களைக் காதில் வாங்கிக்கொள்ளாதவள் போலவே அவள் தந்தையை நோக்கி, ''ரவிதாசனுடைய ஓலையை இப்போது படிக்கப்போகிறீர்களா? உங்களுடைய பசிவேளை தவறிவிடப் போகிறதே!'' என்று தன் தந்தையைப் பார்த்துக் கேட்டாள். அவளுக்குத் தெரியும். சில சமயங்களில் பிறர் சொல்லுவதற்கு நேர் விரோதமான முடிவைத் தன் தந்தை எடுக்க வல்லவர் என்பது. அதைப் போலவே நேர்ந்துவிட்டது.

அவர் ஈழத்து இளைஞனை ஏறிட்டு ஒருமுறை பார்த்து விட்டு, ''இல்லை இல்லை, நான் இன்னும் சிறிது நேரம் கழித்து உணவருந்தி வருகிறேன். மிகவும் முக்கியமான ஓலையை அவன் கொண்டு வந்திருக்கிறான். தாமதப் படுத்து வதற்கு நேரம் இல்லை. ஏனோ கடந்த இரண்டு நாட்களாக அரண்மனையில் இருந்து பலர் வந்து சென்ற வண்ணமாக இருக்கிறார்கள். இவனை நான் அதிக நேரம் தங்கவிடக் கூடாது'' என்று கூறி ஈழத்து இளைஞனை அழைத்துச் சென்றுவிட்டார். சோதிடரின் மகள் எண்ணியது நடந்து விட்டது.

நடந்து செல்லும் அவனுடைய கம்பீரத் தோற்றத்தையும் அவனது பேச்சிலே திகழும் குழைவையும் கண்டு வியந்த வண்ணமாய் இருந்த சோதிடரின் மகள், அவர்கள் இருவரும் பேசுவதைக் கேட்பதற்காகத் தூணின் ஓரமாக வந்து நின்று கொண்டாள். சோதிடரிடம் அவன் விடைபெற்றுக்கொண்டு

புறப்பட்டபொழுது வாயிற்புற வழியாகச் செல்லாமல் மீண்டும் அவன் கொல்லைப் புறக்கதவுக்கருகே வந்தபோது மீண்டும் அவனைத் தடுத்து, "ரவிதாசன் மீண்டும் உங்களிடம் ஓலையைக் கொடுத்து என்று அனுப்புவார்?" என்று கேட்டாள். ஒருகணம் திகைத்த ஈழத்து இளைஞன், "ஓலையைச் சிறைச்சாலையிலிருந்து கொடுத்தனுப்புவது என்பது அவ்வளவு எளிதன்று அம்மணி! அது மட்டுமின்றி என்னையும் சிறைச்சாலைக்குள் போகுமாறு செய்வது தான் தங்களுடைய எண்ணமோ?" என்று கேட்டான்.

தான் கேட்டதிலுள்ள உண்மைப் பொருளை அவன் புரிந்து கொள்ளவில்லை என்பதைச் சோதிடர் மகள் தெரிந்து கொண்டாள். மேலும் தன் மனத்தை எப்படி விளக்கிச் சொல்ல முடியும்? அதனால் அவள் மீண்டும் வியப்பதுபோல் கேட்டாள். "நீங்கள் ரவிதாசனின் தூதுவராக மட்டும்தான் இங்கு வருவீர்களா என்பதற்காக அப்படிக் கேட்டேன். ஆபத்தான காரியத்தை நீங்கள் செய்யக்கூடாது என்பதுதான் என்னுடைய ஆசையும். நீங்கள் வந்ததும் உங்களுடைய அழகிய தோற்றத்தைப் பார்த்தவுடனேயே நீங்கள் அப்படிப் பட்டவரல்லர் என்று புரிந்து கொண்டேன்" என்று அவள் சொன்னவுடன், ஈழத்து இளைஞன் திகைத்துத் திரும்பிப் பார்த்தான். அவள் தன் விழியை அகல விரித்து, "ஏன், எனக்கும் ஆருடம் சொல்லத் தெரிகிறது என்று பார்க்கிறீர்களா?" என்றாள்.

அவன் மறுமொழி கூறவில்லை. மீண்டும் வியப்புடன் அவளைப் பார்த்தான். "ஒருவருடைய கிரக அமைப்புகளைப் பார்த்துத்தான் பலன் சொல்லவேண்டும் என்பதில்லை. அவர் வரும் நேரம், வேலை, தோற்றம், முதல் பேச்சு, கேள்வி ஆகியவற்றிலிருந்து அதைப்புரிந்து பலனைச் சொல்லி விடலாம். நீங்கள் வந்த உடனேயே என் மனத்தில் பட்டு விட்டது" என்று கூறி அவள் நிறுத்தினாள்.

ஈழத்து இளைஞனுடைய ஆவல் அதிகமானாலும் அவன் சட்டென்று ஒரு கேள்வி கேட்டான். "சோதிடருடைய மகள் தந்தையின் திறமையில் பாதியையாவது கொண்டிருக்க வேண்டுமென்பது எனக்குத் தெரியும். ஆனால் பலன் பெற

வருபவர்களுக்குப் பலன் சொல்வது சரி. ஆனால், நான் எந்தவிதப் பலனையும் எதிர்பார்த்து வரவில்லையே! அதனால் என்னுடைய தோற்றத்தையும் பேச்சையும் கண்டு நீங்கள் எப்படி முடிவு சொல்லி விட்டீர்கள்?'' என்றான்.

அவள் சிரித்து, "உங்கள் தோற்றத்தைப் பார்த்தவுடனே உங்கள் எஜமானர் உங்கள் மூலமாகப் பல நன்மைகளை அடைய நினைக்கிறார் என்று தெரிகிறது, இல்லையா?'' என்ற கேள்வியைக் கேட்டாள்.

ஈழத்து இளைஞன் திகைத்தான். இவளுக்கு எப்படி அந்த ஓலையில் உள்ள விஷயம் தெரிந்தது என்பதுதான் அவனுடைய திகைப்புக்கு ஒரு காரணம். சோதிடர் இன்னும் எந்தவித முடிவையும் சொல்லவில்லை. ஆனால், அவர் கிரகங்களை ஆராய்ந்து தனக்குள்ளேயே முடிவைச் செய்து கொண்டிருந்ததால் சாதகமான பலன் இல்லை என்பதை ஊகித்துக்கொண்டான் அந்த இளைஞன். அவையெல்லாம் சோதிடர் மகளுக்கு எப்படித் தெரியும்? பார்த்த பார்வை யிலேயே முடிவைச் சொல்லக்கூடிய சக்தி அவளிடம் இருக்கிறதா? என்று வியப்புற்றான்.

அவன் திகைத்து நிற்பதைக் கண்ட சோதிடரின் மகள், "ஆமாம், நீங்கள் நினைப்பது எனக்குப் புரிகிறது. நீங்கள் இப் பொழுது இங்கிருந்து செல்லும் பொழுதுகூட மிகக்கவன மாகத்தான் போக வேண்டும். உங்கள் எதிரே அரண் மனையைச் சேர்ந்தவர் ஒருவர் வருவார். அவர் தங்களைத் தடுத்து நிறுத்துவார். அவரிடம் தாங்கள் அப்பட்டமான உண்மையைச் சொல்லிவிடக்கூடாது. 'ரவிதாசனிடமிருந்து வருகிறேன்' என்று சொல்லிவிட்டீர்களானால், உங்களுக்கு ஏற்படும் முடிவுக்கு யாரும் உதவி செய்ய முடியாது'' என்று அவள் கூறியவுடன் இளைஞன் உடல் ஒருமுறை நடுங்கியது. சோதிடரின் மகள் மீண்டும் அவனை விடவில்லை.

"பிறகு என்ன சொல்வது என்று கேட்கிறீர்களா? நீங்கள் போய் வந்த காரியம் என்ன ஆயிற்று என்று அவர் கேட்பார். 'பலிக்கவில்லை' என்று மட்டும் சொல்லுங்கள்.

"அவர் மேலும் கேட்பதற்கு முன்பாகவே 'நான் எவ்வளவோ முயன்று பார்த்தேன். சோதிடர் மகள் என்னிடம்

பேசவே மாட்டேன் என்கிறாள்' என்று சோர்வுற்றவர் போல் சொல்லுங்கள். அவர் மிகவும் மகிழ்ந்துவிடுவார். மேலும் ஏதும் கேட்காமல் உங்களைப் போகச் சொல்லிவிடுவார். ஏனெனில் அவர் பல நாட்களாக என்னிடம் ஒரு வார்த்தை யாவது பேசுவதற்கு முயன்று பார்க்கிறார். முடியவில்லை. தாங்களும் அதேபோல்தோல்வி அடைந்தீர்கள் என்பதை அறியும் பொழுது அவருக்கு மிகவும் நிம்மதியாக இருக்கும். அதனால் உங்கள் மீது சந்தேகப் படமாட்டார்'' என்றாள்.

‘‘என்னைப் பொய் சொல்லச் சொல்கிறீர்களே'' என்று ஈழத்து இளைஞன் கேட்டான்.

‘‘வேண்டுமானால் சத்தியம் தவறாமல் உண்மையைச் சொல்லுங்கள். ரவிதாசனுக்குத் துணையாகச் சென்று விடலாம்'' என்றாள்.

ஈழத்து இளைஞன் நகைத்தான். ஜோதிடர் மகளை அவன் குறும்புத்தனமாக நோக்கி, ‘‘சோதிடர் மகளுடன் பேசமுடிய வில்லை என்று சொல்லச் சொல்லுகிறீர்களே அந்த வீரனுக்குக் கிடைக்காத பெரும் பாக்கியம் எனக்குக் கிடைத்திருக்கும் பொழுது அவனிடம் பொய் பேசலாமா என்றுதான் சொன்னேன்'' என்றான்.

‘‘அதிலும் நீங்கள் உண்மையைச் சொன்னீர்களானால் காலா காலத்திற்கு அந்த வீரனின் பொறாமைக்காளாகிப் பெருந்தொல்லைக்கு நீங்கள் உட்பட நேரும். உங்கள் நடவடிக்கைகளை அவன் தொடர்ந்து கவனித்துக்கொண்டே இருப்பான். அதனால்தான் நான் அவ்வாறு சொல்லச் சொன்னேன்'' என்றாள்.

சோதிடர் மகளுடைய சொல்திறனையும் அவள் தன்னை ஆபத்தில் சிக்க வைக்காமல் இருக்கச் சொல்லிக்கொடுக்கும் தந்திரங்களையும் எண்ணி வியந்தவனாக அங்கிருந்து புறப்பட முயன்ற இளைஞனுக்கு, அவளுடன் ஏதாவது பேச வேண்டும் போல் தோன்றியது. மீண்டும் தன்னை, ‘எப்பொழுது வருவீர்கள்' என்று அவள் கேட்க வேண்டும், அதற்கு மறுமொழி கூற வேண்டும் என்றும் தோன்றியது. சிறிது தூரம் சென்றவன் அவளைத் திரும்பி நோக்கினான்.

அவளும் உள்ளே சென்று விடவில்லை. வாயிற்படி அருகிலேயே நின்றுகொண்டு அவனையே இமை கொட்டாமல் பார்த்துக்கொண்டு இருப்பதைக் கண்டவுடனே அவன் உடல் சிலிர்த்தது. திடீரென அவன் உடலிலும் உள்ளத்திலும் ஏதோ ஒரு மாறுதல் ஏற்படுவது போன்ற ஓர் உணர்ச்சி தோன்றியது. அந்த உணர்ச்சியின் காரணத்தை அவன் அறிய முற்படுவதற்குள் அவன் தோளின் மீது பலமான இரும்புக் கரம் ஒன்று விழுந்து அழுத்தியது.

அவன் திரும்பிப் பார்த்தான். சற்று முன்பு சோதிடரின் மகள் சொன்னது போல் தஞ்சை அரண்மனை அதிகாரி கோபம் முகத்தில் கொப்புளிக்க நின்று கொண்டிருந்தார்.

அத்தியாயம் 9

பிறந்த நாள் பரிசு

நந்திபுரம் விழாக்கோலம் பூண்டு விளங்கியது. ஒவ்வொரு வீட்டிலும் தங்கள் வீட்டில் கலியாணம் போன்று மகிழ்ச்சியுடனிருந்தார்கள். பெரியவர்களும் குழந்தைகளும், பெண்டிரும், மூதாட்டியரும் இளங்காலையிலேயே எழுந்து நீராடிப் புத்தாடை அணிந்து களிப்புடனிருந்தனர்.

வீட்டு வாசலில் புதுக் கோலமிட்டிருந்தனர். வீட்டினுள்ளே மாக்கோலம் இட்டிருந்தனர். வாயிற்படியை மாவிலைத் தோரணங்கள் அலங்கரித்தன. திண்ணையிலே ஆரத்தி கரைத்த தட்டுடன் வீட்டுத் தலைவி நின்றிருந்தாள்.

வீதியிலே சாரிசாரியாக மக்கள் மலர்ந்த முகத்துடன் சென்று கொண்டிருந்தனர். ‘‘அதோ வந்து விட்டது ஊர்வலம், இதோ வந்துவிட்டது ஊர்வலம்’’ என்று சின்னஞ் சிறுவர்கள் தெருமுனைக்கு ஓடுவதும் திரும்பி வந்து தம் பெற்றோரிடம் தாங்கள் கண்ட காட்சியைக் கூறுவதுமாகத் துள்ளிக் குதித்தனர். ஆனந்தத்துடன் ஆர்ப்பரித்தனர்.

கோயில்களில் ஆண்டவனுக்குச் சிறப்புப் பூஜை செய்யப் பட்டன. பக்தி சிரத்தையுடன் பூமாலை கொண்டு அலங் கரித்துக் கோயில் பட்டரும் அர்ச்சகரும் அர்ச்சனை செய் தனர். கோயில் மணி 'ஓம் ஓம்' என்று ஒலித்துக் கொண்டிருந்தது.

சங்கம் முழங்கியது. தாள ஓசை எழுந்தது. தாரை தப்பட்டை முரசு அதிர்ந்தன.

அன்று சோழநாடு போற்றி மகிழும் செல்வன், இளவரசர் அருண்மொழியின் திருக்குமரன் மதுரனுக்குப் பிறந்த நாள். ஆதிரை நட்சத்திரம் கூடிய அந்த நாள் ஈசனுக்கும் உகந்த நாளாயிருந்தபடியால் ஊரினர் இரட்டிப்பு மகிழ்ச்சியுற்றனர்.

இளைய பிராட்டி குந்தவை தேவியார் வழக்கம்போல் அதிகாலையிலேயே எழுந்து விட்டார். அவர் எழுந்து விட்டால் பணிப்பெண்களும், மற்றவர்களும், உறங்குவரா? மாளிகையே விழித்தெழுந்தது. வெளியே புள்ளினங்களின் கீச்சுக் கீச்சு ஒலி, உள்ளே மாளிகைப் பெண்களின் கலகல வென்ற ஒலி.

நந்திபுரத்துக்கு அன்று எப்படியும் பெரிய பிராட்டியார் செம்பியன் மாதேவியார் வருவார் என எல்லாரும் பேசிக் கொண்டனர். சிவநெறிச் செல்வர் நம்பி அடிகளும் அவருடன் வருவதாக எல்லாரும் சொல்லிக்கொண்டனர்.

குந்தவைக்கு என்றுமில்லா மனமகிழ்ச்சி உள்ளத்தில் கூடியிருந்தது. இதயத்தில் தேங்கி நிற்கும் வேதனையை ஓரளவுக்கு அது மாற்றியது. தன் இளவல் அருண்மொழியும், தன் இல்லத்தரசர் வல்லவரையரும் பழையாறையில் அன்று இல்லையே என்ற ஏக்கம் குந்தவைக்கு நிறைந்திருந்தாலும், தன் வயிற்றில் பிறக்காமலேயே வளர்ப்புச்செல்வனாகத் திகழும் மதுரனின் பிறந்த நாள் எனும் இன்ப நினைவு அவள் துயரத்தை ஓட்டியது.

இளைய பிராட்டி எழுந்து நீராடி வழக்கமாக பூஜை அறையில் செய்யும் பூஜையை எல்லாம் முடித்துக்கொண்டு, யாரோ வரும் காலடி ஓசை கேட்கிறதே என்று திரும்பிப்

பார்த்தபோது, மலர்ந்த முகத்துடன் பாலன் மதுரன் நின்றிருந்தான்.

பால்வடியும் முகம், ஆனால் அதிலே அறிவுக்கனல், இளம் பூங்கொடியைப்போன்ற கரங்கள், ஆனால் அதிலே பரம்பரையாக வரும் வீரத் துடிப்பு.

''அத்தை, இன்று என்ன விசேடம்? பொழுது புலர்வதற்கு முன்பு எல்லாரும் எழுந்து விட்டார்களே, இன்று ஏதாவது திருநாளா?'' என்று இளங்குமரன் கேட்டான். சின்னஞ்சிறு மணிகள் ஒலிப்பது போன்ற இனிய நாதம்.

தட்டிலிருந்த திருநீற்றை அவன் நெற்றியிலிட்டு அவனை இறுகத் தழுவி முத்தமிட்டு, உச்சி முகர்ந்து, ''ஆமாமடா, கண்ணே! இன்று திருநாள்தான். இந்த நாட்டின் ரத்தினத் திற்குத் திருநாள். சாதாரணத் திருநாள் இல்லை, பிறந்த திருநாள்'' என்று குதூகலத்துடன் குந்தவை கூறினாள்.

இளங்குமரன் மதுராந்தகனுக்கு அத்தை குந்தவையிடம் ஏற்பட்டுள்ள அன்புக்கும் ஆசைக்கும் அளவே இல்லை. நாள்தோறும் இரவு கண்ணுறங்கும் முன்னர் அவள் கூறும் கதைகளைக் கேட்கக் கேட்க அவனுக்கு அத்தையிடம் மதிப்பு மிக அதிகமாகும். வில் விஜயனின் கதையையும், இராம, லட்சுமணர்களின் கதையையும் கேட்கக் கேட்க அவனுள்ளத்தில் ஓர் ஒளி ஏற்படும். உடலெங்கும் குறுகுறு வென்று புதிய ரத்தம் ஓடுவது போன்ற உணர்ச்சி உண்டாகும். இடையிடையே அவனுக்குச் சிறு சந்தேகங்கள் ஏற்படும்.

''அத்தை, யாகத்தைக் காப்பாற்றுவதற்கு விசுவாமித்திர மகரிஷி இராம, லட்சுமணர்களை அனுப்புமாறு ஏன் கேட்டார்? வேறு எத்தனையோ வீரர்களும், தளபதிகளும் இருக்கும்போது ஏன் இராமரை அனுப்பச் சொன்னார்?''

குந்தவை புன்னகையுடன் அவன் தலையை வருடிக் கொண்டு, ''கண்ணே! இராம, லட்சுமணர்களின் பராக்கிர மத்துக்கு ஆயிரம் தளபதிகள் சேர்ந்தாலும் இணையாகாது என்பது விசுவாமித்திருக்குத் தெரியும். கடவுளே இராம, லட்சுமணர்களின் வடிவத்திலே வந்திருக்கிறார் என்பதும்

விசுவாமித்திரர் அறிவார். அதனால்தான் இராம, லட்சுமணர் களை அனுப்புமாறு கேட்டார்" என்றாள்.

சிறிது நேரம் அவன் மௌனமாக இருந்தான். அவனது இளம் உள்ளக் கற்பனை மிக வேகமாக வேலை செய்தது. பிறகு திடீரென்று ஏதோ நினைத்துக் கொண்டவன் போல், "தசரத மகாராஜா ஏன் தன் குழந்தைகளை உடனே அனுப்புவதற்குச் சம்மதிக்கவில்லை? ஆயிரக்கணக்கான வீரர்களை அனுப்புவதாக ஏன் சொன்னார்? தானே வருவதாகவும் ஏன் சொன்னார்?" என்று கேட்டான்.

"கண்ணே! தசரதர் தவம் செய்து பெற்ற குழந்தைகள் இராம, லட்சுமணர்கள். கொடிய அசுரர்கள் எதிரே சின்னஞ் சிறுவர்கள், என்ன செய்வார்கள் என்ற அச்சத்தால் தசரதர் அவ்வாறு சொல்லியிருக்கிறார். தன் குழந்தைகள் மீதுள்ள அன்பு அவரை அப்படிச் சொல்லச் செய்து விட்டது" என்றாள்.

மதுரனுக்குத் தந்தையின் நினைவு வந்துவிட்டது. அருண் மொழிவர்மர் பழையாறை மாளிகையிலே தங்கியிருந்து தன் அன்பையும் ஆசையையும் அவன்மீது பொழிந்து அணைத்துச் சீராட்டும் பாக்கியத்தை மதுரன் பெறவில்லை. சில தடவைதாம் அவன் தந்தையுடன் நெருங்கி இருந்திருக் கிறான். தந்தையின் பரந்த தோள்களில் உறங்கியிருக்கிறான்.

அவர் தன்னை என்ன கூறிச் செல்லமாக அழைத்தார் என்பதுகூட அவனுக்கு மறந்து விட்டது. அந்தச் சம்பவங்கள் சிலவற்றை அவன் நினைத்துப் பார்க்க முயன்றான். ஓரிரண்டு மட்டுமே அந்தச் சிறுவனின் நினைவிற்கு வந்தன.

ஒரு நாள், அவனை அருண்மொழிவர்மர் தஞ்சைக்கு அழைத்துச் சென்றார். தஞ்சை நகரைச் சுற்றியுள்ள மாபெரும் மதிற் சுவரும், அகழியும், கோட்டைக்கு வெளியேயுள்ள புற நகரமாகப் புதிதாகக் கட்டப்பட்ட வீடுகளும் அவனைப் பெரிதும் கவர்ந்தன.

கோட்டைக்குள்ளே எப்போதும் கலகலப்பாக இருக்கும் வீதிகளையும், பலவிதப் பண்டங்கள் விற்கும் அங்காடி களையும் செல்வத்தின் செழிப்பைப் பறைசாற்றும் மாட

மாளிகைகளையும் காணக்காண அந்தச் சிறுவனுக்கு வியப்பு எழுந்தது.

தஞ்சை மாளிகையில் அவன் அதிக வித்தியாசத்தைக் காணவில்லை. பழையாறை மாளிகையைவிட அப்படி யொன்றும் தஞ்சை மாளிகை பெரிதாக இல்லை. ஆனால், அண்மையிலே புதுப்பித்திருந்தபடியால் மாளிகையில் கவர்ச்சி தெரிந்தது.

குழந்தை மதுரனை அரசர் மதுராந்தக சோழதேவர் அன்புடன் வரவேற்றார். அவர் படுத்த படுக்கையாக இருந்தார். அடர்ந்து வளர்ந்துவிட்ட தாடியும் மீசையுமாக அவர் காட்சியளித்தார். சிறுவன் மதுரனுடைய பார்வை ஆயிரமாயிரம் கேள்விகளை மனத்தில் விளைவித்தன.

நீண்ட நாட்களாக அவர் நோய்வாய்ப்பட்டிருக்கிறார் என்றும், இப்போது இடத்தை விட்டு நகர முடியவில்லை என்ற செய்தியையும் மதுரன் மிகுந்த கவலையுடன் கேட்டுக்கொண்டிருந்தான்.

அங்கேதான் பழுவேட்டரையருடைய மகளும், அருண் மொழி வர்மருடைய மனைவியுமான பஞ்சவன்மாதேவி அறிமுகமானார். அவளுக்கு அப்போது மகப்பேறு பருவம். எந்த நொடியிலும் குழந்தை பிறக்கலாம். கருவுற்றிருந்ததால் அவள் முன்னிலும் அதிக எழிலுடன் விளங்கினாள்.

வானதி தேவியின் செல்வத் திருக்குமாரனான மதுரனிடம் அவளுக்கு இயற்கையிலேயே அளவற்ற ஆசையிருந்தது. தன் வயிற்றில் பிறந்த குழந்தைக்கு சோழ நாடாளும் உரிமை கிடைக்காது என்று அவள் அறிவாள். இடையில் பலர் அவள் மனத்தைக் கலைக்க முயன்றும் இயலாமல் போய்விட்டது. அருண்மொழி வர்மரைக் கணவராகப்பெற்ற ஒரே ஒரு பாக்கியம் போதுமே! ஆனால், தன்னுடைய அன்பைப் பகிர்ந்து கொள்வதற்கு முயலும் மற்றொரு மங்கையை மட்டும் அவளால் ஏற்க முடியவில்லை.

சிறுவன் மதுரன் வந்திருக்கிறான் என்றவுடன் அவனை அழைத்துக்கொண்டு அந்தப்புரத்தில் எல்லாப்பகுதிகளுக்கும் சென்று வந்தாள். அரசியார் மதுராந்தக சோழ தேவரின்

மனைவியும் தன்னுடைய சகோதரியுமான பெரிய பழு வேட்டரையர் மகளிடம் மதுரனை அழைத்துச் சென்றாள். களிப்புடன் வரவேற்கும் மன நிலையில் அவர் அப்போது இல்லை. அரசருக்கு ஏற்பட்டுள்ள தீராத நோயினால் ஏற்பட்ட பெரும் கவலை அவளை வாட்டியது.

மதுரனுக்குத் தஞ்சைச் சூழ்நிலை பலவித மனநிலையை வளர்த்தது. வியப்பும், களிப்பும், ஆவலும், ஆர்வமும் அந்தப் பிஞ்சு உள்ளத்தில் உதயமாயின. மாலைப் பொழுதில் தஞ்சைத் தளிக்குளத்தார் கோயிலுக்கு அருண்மொழிவர் மருடன் சென்ற போது அவன் கேட்ட ஒரு கேள்வி அருண் மொழிவர்மரைப் பெரும் சிந்தனையிலாழ்த்தியது. பழை யாறையிலும் குடந்தையிலும் உள்ள கோயிலைப் போன்று பெரிய கோயில் தஞ்சையில் ஏனில்லை என்று அவன் கேட்டது அவர் காதுகளில் வட்டமிட்டது.

அவர் நீண்ட நாட்களாக மனக்குளத்தில் ஊறப்போட்டிருந்த ஓர் எண்ணத்தைச் சிறுவனின் கேள்வி துளிர்விட்டு வளரச் செய்தது.

தன் தந்தையுடன் அதுபோல் நெருங்கிப் பழகும் வாய்ப்பு பிறகு மதுரனுக்குக் கிடைக்கவில்லை. ஒரு குறையும் வராமல் இளையபிராட்டியார் வளர்த்து வந்ததாலும், 'தாயும் நீ, தந்தையும் நீ' என்று இளையபிராட்டியிடம் உயிரையே வைத்திருந்தான் மதுரன்.

அன்று தன் பிறந்தநாள் என்று அத்தை கூறியவுடன் மகிழ்ச்சிக் கடலில் அவன் மூழ்கினாலும் தன் தந்தையின் நினைவு அவனுக்கு வந்துவிட்டது.

"அத்தை! அப்பா எப்பொழுது வருவார்? என் பிறந்த நாளன்று என்னைப்பார்க்க வரமாட்டாரா?" என்று மதுரன் கேட்டவுடன், "உடனே வருவாரடா கண்ணே! உன் பிறந்த நாளன்று அவர் எப்படியும் வந்திடுவார். உனக்குப் பல பரிசுகள் கொண்டு வருவார்" என்று முகத்தில் மகிழ்ச்சி ததும்பக் கூறினாள்.

"என்ன பரிசு கொண்டு வருவார், அத்தை? சேரநாடு என்று சொன்னீர்களே, அங்கே போய் யானைத் தந்தம் கொண்டு

வருவாரா? பாண்டிய நாட்டையும் நாம்தான் ஆள்வதாகக் கூறினீர்களே, அங்கிருந்து விலை மதிக்க முடியாத முத்தினைக் கொண்டு வருவாரா?" என்று மதுரன் கேட்டான்.

"சேர நாட்டினின்று தந்தம் என்ன யானையையே கொண்டு வருவார்; பாண்டிய நாட்டினின்று முத்தாரங்களைக் கொண்டு வருவார். அவருடைய எண்ணமே இப்போது அதுதான் மதுரா! நான் சொல்லியிருக்கிறேனே நினை விருக்கிறதா? பாண்டிய நாட்டு அற்புத மகுடத்தையும் வாளையும் பாண்டிய அரசர் ஈழ நாட்டில் ஒளித்து வைத்து விட்டார் என்று. அதை எப்படியும் என் இளவல் முயன்று கொண்டு வந்து விடுவார்!" என்றாள்.

"பாண்டிய மன்னர் ஏன் ஈழத்தில் ஒளித்து வைத்தார்? அவருக்கு நம்மைவிட ஈழத்து மன்னரா வேண்டியவராகி விட்டார்?" என்று மதுரன் கேட்டபோது இளையபிராட்டி யால் உடனே மறுமொழி கூற முடியவில்லை. அவளும்தான் நினைத்துப் பார்த்தாள். தமிழகத்தே ஒரே குடிமரபினரான சோழ, சேர, பாண்டியர்களுக்குள் எப்படி இவ்வளவு வேற்றுமைகள் வந்தன? பாண்டியர்கள் சோழர்களிடம் தோற்றபோது சோழர்களை நம்பாமல் ஈழத்திற்கு ஓடிச் சென்று மகுடத்தையும், வாளையும் அடைக்கலம் செய்வானேன்?

இளைய பிராட்டியின் மனத்திலே விடை பகர்வதற்கு அரிதான அக்கேள்வி எழுந்தது.

அத்தை மௌனமாக இருப்பது கண்ட மதுரன், பூசை வேளையில் அத்தையைத் தொந்தரவு செய்து விட்டோமோ என்று எண்ணியவனாய், அங்கிருந்து செல்ல முற்பட்ட வனை இளையபிராட்டி வாரியணைத்து, "கண்ணே! மதுரா! உன் அறிவின் ஆற்றல் மேன்மேலும் வளரவேண்டுமடா. நீ கேட்ட கேள்வி என் சிந்தையிலும் பெரும் புதிரை ஏற்படுத்தி விட்டது. உன் தந்தை வந்தவுடன் இதே கேள்வியை நாம் கேட்போம். வா, மங்கள நீராடிவிட்டு புத்தாடை அணியலாம்" என்று அவனை அழைத்துச் சென்றாள்.

இயற்கையிலேயே அழகாய் விளங்கும் இளங்குமரன் மதுரனுக்குத் தொண்டை நாட்டுப் பட்டாடை அழகுக்கு

அழகு செய்தது. பிறகு குந்தவை பொக்கிஷ அறைக்குச் சென்று சிறிய பேழை ஒன்றை எடுத்து வந்தாள். அதிலிருந்த வைர, வைடூரியங்களும், நவரத்ன, கோமேதகங்களுமாக வைத்து இழைத்த பதக்கங்களையுடைய ஓர் அழகிய முத்து மாலையை எடுத்தாள். திடீரென அந்தக் கூடம் முழுமையும் சிவப்பு வண்ண ஒளியால் நிறைந்தது.

அந்த மாலையின் அழகில் மயங்குவதா, அந்தக்கூடம் முழுமையும் செவ்வொளியால் ஜ்வலித்து நிற்பதைக் கண்டு அதிசயப்படுவதா என்பது புரியாமல் நின்றிருந்த சோழ நாட்டு வருங்கால அரசரும், இப்போது மதிப்புக்குரிய இளவரசர் அருண்மொழிவர்மரின் திருக்குமாரனுமான மதுரனின் கழுத்தில் அந்த விலை மதிப்பிட முடியாத முத்தாரத்தை அணிவித்தாள்.

மதுரன் அந்த மாலையின் அழகில் மயங்கி ஒளி வீசும் ரத்தினக்கல்லை நோக்கி, ‘‘அத்தை! இந்த அற்புதமான கல்லைப் பாண்டிய நாட்டினின்றா கொண்டு வந்தார்கள்?’’ என்று கேட்டான்.

இளையபிராட்டி மதுரனையே நோக்கியவாறு உதடுகள் வார்த்தையை வெளியிடத் துடிக்க அவனை அன்புடன் அணைத்து, ‘‘இது பாண்டிய நாட்டிலிருந்து கொண்டு வரப் பட்டதில்லை மதுரா! இது உன் தந்தைக்குச் சொந்தமானது’’ என்று கூறினாள். அந்த ரத்தினக் கல்லைப் பற்றிய உண்மையை நினைக்கும்போது அவளிடம் பெருமூச்சு எழுந்தது. இன்பவல்லி அவள் கண்முன் தோன்றினாள்.

அத்தியாயம் 10

இதய ஒலி

இளையபிராட்டி இன்பவல்லியைப் பற்றி நினைத்த போது, இன்பவல்லியும் இளையபிராட்டியின் நினைவோடு தான் இருந்தாள். இளையபிராட்டியின் அன்பு நிறைந்த சொற்கள்

அவள் நினைவுக்கு வந்தன. தன்னை முதன் முதல் இளையபிராட்டி சந்தித்த நிகழ்ச்சியை அவள் நினைவு படுத்திக்கொண்டாள்.

'அன்று இருந்ததுபோலவே இளையபிராட்டி தன்னிடம் வாஞ்சையுடன் ஏன் இருக்கக்கூடாது?' கேள்வியைக் கேட்டுக்கொண்டு அதற்கு விடை காண இன்பவல்லி முனைந் தாள். மனத்தில் பலவித எண்ணங்கள் எழுந்தன. இளவரசர் மீது தனக்கேற்பட்ட காதலின் காரணமாக இளைய பிராட்டிக்குத் தன் மீது வெறுப்பு ஏற்பட்டிருக்கலாம்.

இளையபிராட்டிக்கு ஏன் அந்தவித எண்ணம்? அவளும் பெண்தானே! காதல் மலர் எல்லாருக்கும் ஒரு விதமாகத் தானே பூத்துக் குலுங்கும்? அவர்மட்டும் வல்லவரையரிடம் தன் இதயத்தைக் காணிக்கையாக்கித் தன் எண்ணம் ஈடேற வழிவகுத்துக் கொண்டு மகிழ்ச்சியுடன் வாழலாமோ?

இன்பவல்லியின் இதயக்குரல் பெரிதும் ஒலித்தது. அதன் ஒலி விசித்திரம், அவளிடம் புதுத்தெம்பை ஊட்டியது; அவள் முதியவரிடம் விரைந்து சென்றாள். அவள் வருகை அவருக்கு வியப்பை அளித்தது.

அவள் கேள்வி மேலும் வியப்பை ஊட்டியது.

"அரச குடும்பத்தவர் மட்டும்தான் காதல் புரியலாமா?" என்று இன்பவல்லி திடீரென்று கேட்டாள்.

நரைத்த தாடிக்குள்ளே முதியவர் புன்னகை புரிவது அவளுக்குத் தெரியவில்லை. ஆனால் அவர் தலை யசைப்பது, தான் கேட்டதை ஆமோதிப்பதுபோல் அவளுக்குத் தோன்றியது.

"நீங்களும் அவ்வாறுதான் எண்ணுகிறீர்களா?" என்று சோகம் நிறைந்த குரலில் கேட்டாள்.

அப்போது முதியவர் வாய்விட்டுச் சிரித்தார். "குழந்தாய்! காதல் என்று நீ எதை நினைக்கிறாய் என்று எனக்கு விளக்கிச் சொல்ல முடியுமா?" என்று கேட்டார்.

அவர் சுற்றி வளைத்துப் பேசி தன் கேள்விக்கு நேர் மறுமொழியை அளிக்காமல் இருக்கப் பார்க்கிறார் என்று

இன்பவல்லி எண்ணினாள். அதனால் சோகமும், கோபமும் அவளிடம் தோன்றின.

'காதல் என்றால் என்ன என்று என்னிடமிருந்து விளக்கம் கேட்கிறாரே இது அவருக்கு நியாயமாகப் படுகிறதா? ஏதோ விளையாட்டுக் குழந்தையிடம் கேட்பது போலல்லவா இருக்கிறது?' என்றெண்ணிய இன்பவல்லி, "என்னிட மிருந்து உண்மையிலேயே விளக்கம் எதிர்பார்க்கிறீர்களா?" என்று சற்றுக் கோபமாகவே கேட்டாள்.

முதியவர் சிரித்துக்கொண்டு, "இன்பவல்லி! நீ சொல்லித் தான் உன் நிலை விளங்கவேண்டும் என்பதில்லை. உன் முக உணர்ச்சி உன் உள்ளத்தைப் புலப்படுத்துகிறது. ஆனால் 'காதல்' எனும் புனிதத்தை நீ எப்படி மதிக்கிறாய் என்பதை அறிய விரும்பியே கேட்டேன்" என்றார்.

இன்பவல்லியின் முகம் நாணத்தால் மெல்லச் சிவந்தது. தான் அப்படிக் கேட்டிருக்கக் கூடாதோ என்றும் அவள் ஒரு கணம் நினைத்தாள்.

"இன்பவல்லி! ஒரு பொருள்மீது இதயத்தைப் படரவிட்டு அழியாது நிலைத்திருப்பது தானே காதல்?" என்று அவர் திரும்பவும் இன்பவல்லியை நோக்கிக் கேட்டார்.

இன்பவல்லி மறுமொழி கூறாமல் நிலத்திலே கால்விரலால் கோலமிட்டுக் கொண்டிருந்தாள்.

'இதயத்தைப் படரவிடுவதா? இதயத்தையே எடுத்துச் சென்று ஒப்படைப்பது என்றுகூடச் சொல்லலாமே!' என்று அவள் எண்ணினாள்.

"இன்பவல்லி! ஒரு பொருள், அதன் மதிப்பு எல்லை யற்றது. அளவிட முடியாதது. அதைப் பார்த்தவுடனேயே நாட்டம் ஏற்படுகிறது. அடையத் துடிக்கிறோம். ஈடுபாடு அதிகமாகிறது... அதை அடைவதற்கு ஏற்படும் இன்னல்கள் எதுவாயினும் ஏற்கத் துடிக்கிறோம். அந்த நிலை ஏற்படுவதற்கு இயங்கும் மூலகாரண சக்தியைத்தானே காதல் என்கிறோம்?"

முதியவரின் கேள்வியும் விளக்கமும் இன்பவல்லிக்குச் சுற்றுத் தெம்பை ஊட்டின. அவர் சொல்வது யாவும் தன் மன

நிலையைச் சொல் ஓவியமாக வடிப்பதுபோல் தோன்றியது. ஆனால், தான் ரகசியமாகக் கொண்டிருக்கும் காதலுக்கும் இவர் ஏதோ ஒரு தத்துவத்தைப் பற்றிச் சொல்வதற்கும் சம்பந்தம் உண்டா? அவரிடம் விளக்கிச் சொல்லிவிடுவோமா, என்று இன்பவல்லி துடித்தாள். அவள் இதயக் காதலை எப்படி எடுத்து விளக்கிச் சொல்வாள்? முதியவர் ஓரளவுக்கு அறிந் திருப்பார் என்பது அவள் எண்ணம். குறிப்பால் உணர்த்தி னாலும் அவர் அறியமாட்டாரா? பின் ஏன் அவர் தன்னைச் சோதனை செய்கிறார்?

அஜந்தா யாத்திரைக்கு முன்பே இளவரசர் மீது தனக்கேற் பட்டிருந்த காதலைப்பற்றி முதியவர் அறிந்திருப்பார் என்றே இன்பவல்லி எண்ணினாள். அறிந்திருந்தும் ஏன் அவர் அறிந்திராதது போல் இருக்கிறார் என்பது இன்பவல்லிக்குப் புரியவில்லை.

இன்பவல்லியால் தன் இதய எழுச்சியை அடக்க முடிய வில்லை. ஒருவருக்கொருவர் மறைபொருளாகப் பேசிக் கொண்டே செல்வதில் பயனில்லை என்பதறிந்து இளவர சரிடம் தனக்கு ஏற்பட்டுள்ள காதலை முதியவரிடம் தெரிவித்து அது நிறைவேறுவதற்கான வழியைக் கேட்க வேண்டும் என்று பரபரப்படைந்தாள்.

இன்பவல்லி ஏதோ சொல்ல நினைப்பதையும், பரபரப் படைவதையும் முதியவர் உணர்ந்துவிட்டார்.

“குழந்தாய் இன்பவல்லி! காதல் வசப்பட்டவர்களின் நிலையை நான் அறிவேன். ஆண்டவன் மீது கொள்ளும் காதலும், மற்ற பொருள்கள் மீது கொள்ளும் காதலும் இதய ஒலியைப் பொறுத்தவரை இரண்டும் ஒன்றுதான். காதலில் மிக உன்னத நிலையை ஒரு மங்கை அடையும்போது அவள் பிச்சியாக மாறும் சந்தர்ப்பமும் ஏற்படும்” என்று அவர் சொல்லிக்கொண்டே போகும்போது இன்பவல்லி குறுக்கிட்டு, “நீங்கள் கூறுவதை நான் ஒப்புக்கொள்கிறேன். நான் கேட்க வந்தது அதுவன்று. காதலுக்கு ஏற்றத் தாழ்வு உண்டா என்பது தான்?”

முதியவர், இன்பவல்லியைக் கூர்ந்து நோக்கினார். “காதல் எனும் புனிதத்திற்கு இடம், பொருள், காலம் ஏற்றத்தாழ்வு

ஏதும் கிடையாது குழந்தாய்! காரைக்கால் அம்மையாரும், நந்தனாரும், திருஞான சம்பந்தரும் திருப்பாணரும், திருவாலி மன்னரும், சூடிக்கொடுத்த சுடர்க்கொடியும் ஆண்டவன் மீது காதல் கொண்டபோது ஏற்றத்தாழ்வு ஏதும் தோன்றவில்லை'' என்றார்.

நாம் கேட்பது ஒன்று இவர் கூறுவது மற்றொன்று என எரிச்சலுடன் நோக்கிய இன்பவல்லி, ''என்னைப் போன்ற பேதைகளின் காதலைப் பற்றி நான் கேட்கிறேன். தாங்களோ மிக உயர்ந்த நிலையில் உள்ளவர்களைப் பற்றி, உயர்ந்த தத்துவத்தைக் குறித்துப் பேசுகிறீர்கள். என் கோரிக்கைக்குச் செவிசாயுங்கள். என் மனநிலை தங்களுக்குப் புரிய வில்லையா? என் இலட்சியத்திற்கு ஏற்பட்டிருக்கும் இடை யூறுகளைத் தாங்கள் அறியமாட்டீர்களா? என் வாய் மூலமாக நான் தெரிவிக்க வேண்டும் என்பதற்காக என்னைச் சோதிக் கிறீர்களா?'' என்று இன்பவல்லி உணர்ச்சியின் உச்ச நிலையில் பரபரப்புடன் கேட்டாள்.

அவளுடைய அந்த நிலையை முதியவர் அறிந்து தானிருந்தார். ஆனால், அவளது இதயப் பரபரப்பை மெல்ல மெல்லச் சமனப்படுத்த விரும்பியே உயர்தரமான, தெய்வீக நிலையைப் பேச விரும்பினார்.

இன்பவல்லியின் தலையை மெல்ல வருடியவாறு, ''குழந்தாய்! உன் இதய ஒலி என் செவிகளிலும் வீழ்கிறது. காதல் என்ற சொல்லோ புனிதமானது. அந்த அருள் நிலை எந்த ஒருவரிடமாவது புகுந்துவிட்டால் அது உயர்தரமானது தான். உனக்கு இளவரசர் மீது காதல் ஏற்பட வேண்டும் என்று யாராவது கற்றுத்தந்தார்களா? இயற்கையாக உண்டான அந்த நிலை தெய்வீகமானது என்று உறுதியுடன் கூறலாம்...'' என்றார்.

இன்பவல்லியின் நெஞ்சு தழுதழுத்தது. ''இளவரசர் என்று அறியாதபோதே என் உள்ளத்தில் அவர் வந்து அமர்ந்து கொண்டார். அவர் அந்தஸ்து அறியாமலே நான் அவருக்கு என் எளிய இதய சிம்மாசனத்தை அளித்தேன்.''

இன்பவல்லியின் குரலில் விம்மல் துளிகள் தெறிக்கத் தொடங்கின. அந்தப்போதில் இன்பவல்லியிடம் என்ன

சமாதானம் கூறினும் அது ஏற்காது என்பதை முதியவர் புரிந்து கொண்டார். ஓவியர் வாகீசன் அங்கே இல்லாததால் இன்பவல்லி மனம் விட்டுப் பேசுவாள் என்பதையும் தெரிந்து கொண்டார். ஓவியர் வாகீசன் மீது இன்பவல்லிக்கு அந்தரங்கத்தில் காதல் இருக்குமோ என்று அவர் எண்ணியதுண்டு. வாகீசனுடைய உள்ளக் கிடக்கையை அவர் ஒருவாறு புரிந்து கொண்டிருந்தார். நாட்டியமணி இன்பவல்லியும், ஓவியமணி வாகீசனும் காதலித்து மணந்து கொண்டால் சிறப்பாக இருக்கும் என எண்ணினார். ஆனால் இன்பவல்லியின் இதயத்தில் அவனுக்கு இடமில்லை என்பதை அவர் புரிந்து கொண்டவுடன் மெல்ல மெல்ல. அவள் இதயஒலி முழுமையும் கேட்டறிய விரும்பினார்.

"அவருக்காக முல்லைத் தீவில் காத்திருந்தேன். அவரைத் தேடி சோழ நாட்டிற்கு வந்தேன். ரத்தின வியாபாரி என்று மட்டும் நான் அவரைப் பற்றி அறிந்திருந்தபோது, இந்தப் பரந்த நாட்டில் அவரைக் கண்டு பிடிக்க முடியுமா என்று நான் கவலைப்பட வில்லை. ஆனாலும் என் உள்ளத்தில் என்னை அறியாது எழுந்த வேகம் என்னை ஆட்டிப்படைத்தது. சோழ நாட்டு மாமல்லபுரத்துத் துறையில் இறங்கிய பிறகு நடந்தவை தங்களுக்குத் தெரியுமே" என்று கூறி இன்பவல்லி நிறுத்தினாள். வார்த்தைகளை விட ஆவலின் வேகத்தால் பெருமூச்சு வீசியது. அவள் இதயதாபம் எழுந்து தணிந்தது.

"குழந்தாய், இன்பவல்லி! என்னைப் பற்றி நான் யாரிடமும் சொல்ல முற்படாதது போல், பிறரைப் பற்றியும் நான் அறியவும் வழக்கப்படுத்திக் கொள்ளவில்லை. மாமல்ல புரம் வந்தாய், பிறகு அரச குடும்பத்தவர்களுடன் ஐக்கியமாகி விட்டாய்" என்று முதியவர் மெல்ல நகைத்தவாறு கூறினார்.

"ஆம்; நான் செய்த பெரும் பிழை அதுதான். இளைய பிராட்டியார் குந்தவை தேவியாரின் கண்ணில் நான் பட்டது பெரும் தவறு. அதற்கு ஒரு விதத்தில் நான் பொறுப்பாளியல்லள். என்னுடைய கலைதான் அதற்குக் காரணம். பரதமுனிவர் பெற்றெடுத்த நாட்டியத்தை நான் ஏன் கற்றேன்? அதனால்தானே முல்லைத்தீவில் ரத்தின வியாபாரியுடன் முதல் கைகொடுத்து ஆடினேன். நாட்டியத் திறமை

முழுமையும் காட்டியதால் அவர் நெஞ்சினுள் புகுந்தேன். மாமல்லபுரத்திலும் சங்குமுக யாழெடுத்துப் பாடி ஆடினேன். இளையபிராட்டியாருக்கு என் இசை பிடித்தது. என் நாட்டியம் பிடித்தது. என்னையும் மிகமிகப் பிடித்துவிட்டது. இளவரசி வானதி தேவியார் என்னுடன் அன்பாய்ப் பழகினார்கள். அவ்வளவில் நான் நின்றிருந்தால் என் இதயத்தில் எவ்வித வேதனையும் ஏற்பட்டிருக்காது. என் உள்ளங் கவர்ந்த கள்வரைச் சந்திக்க வில்லையே என்ற ஏக்கம் ஒன்று மட்டுமே என்னை வாட்டியிருக்கும். இப்போது அப்படி இல்லையே! என் மனக் குளத்தில் மாபெரும் அலைகள் அன்றோ எழுந்து தவிக்கின்றன? ரத்தின வியாபாரிதான் இந்த நாட்டு இளவரசர் என்பதை நான் அறிந்துகொண்டேன். அவரைச் சந்திக்கத் துடித்தேன். அங்கும் ஒரு பிழை செய்துவிட்டேன். இளைய பிராட்டி யிடம் ஒன்றுவிடாமல் நடந்தவற்றையெல்லாம் கூறினேன். அதன் பலன்..." என்று கூறி நிறுத்திய இன்பவல்லியின் மூச்சில் உஷ்ணம் நிறைந்திருந்தது.

முதியவர் தன் வெண்தாடியை மெல்லத் தடவி விட்டுக் கொண்டார்.

"இளையபிராட்டி இங்குதான் பெண் குலத்துக்கே விரோதமான முறையில் நடந்து கொண்டிருக்கிறாள். அவரைக் குறை கூற வேண்டும் எனும் எண்ணும் எனக்கில்லை. ஆனால் அந்தஸ்து எனும் நந்தி குறுக்கிட்டதால் நான் இளவரசனை சந்திக்க முடியாமல் செய்துவிட்டாள்."

"அதனால் தான் நான் முதலிலேயே கேட்டேன், 'அரச குடும்பத்தவர் மட்டும் தான் காதல் புரியலாமா?' என்று. நானும் முல்லைத் தீவின் அரச அரசகுமாரியாக இருந்திருந்தால் இளவரசரும் என்னிடம் பாராமுகமாயிருப்பாரா?" என்று கூறும் போது அவள் குரலில் ஆத்திரம் கலந்திருந்தது.

முதியவர் இன்பவல்லியைக் கூர்ந்து நோக்கினார். கலை தேவியே இவ்வடிவத்தில் வந்திருக்கிறாளோ என்று அதிசயிக்கும் படியான தோற்றம். உள்ளத்தில் ஆயிரம் கவலைகளை ஏற்றிருந்தாலும் வெளித்தோற்றத்தில் குன்றாத

அழகு. இயற்கையின் சூழலில் தங்கியிருந்ததால் மேலும் அழகுக்கு அழகு அதிகமாயிருந்தது.

"குழந்தாய்! அப்படியெல்லாம் சொல்லிவிடாதே! இளைய பிராட்டியாருக்கு மட்டும் பெண் உள்ளம் புரியாதா? தன் இளவலுடைய காதலைவிட இந்த நாட்டின் நலன் அவளுக்கு முக்கியமாகப் பட்டிருக்கலாம். அதனால் நீ இளவரசரைச் சந்திக்க இயலாதவாறு செய்திருக்கலாம்" என்று முதியவர் சொல்லிக் கொண்டே வரும்போது, இன்பவல்லி சீற்றத்துடன், "உங்களுக்கும் பெண் உள்ளம் புரியவில்லை. பெண் அடையும் வேதனையை நீங்கள் அறிந்திருந்தால் இதற்குள் பெரும் புரட்சியே செய்திருப்பீர்கள். ஒன்றுமறியாப் பேதைப் பெண்ணை இப்படித் தாங்கள் ஆதரிக்காது இருக்கலாமா?" என்று இன்பவல்லி முதியவரை நோக்கிக் கேட்டாள்.

முதியவர் உடனே ஏதும் மறுமொழி கூறவில்லை. சிறிது நேரம் சிந்தனையிலாழ்ந்திருப்பவர் போல் அமர்ந்திருந்தவர், மெல்லிய குரலில், "குழந்தாய்! என் மீது உனக்குக் கோபம் பொங்கும். ஆனால், உலகம் என்பது நாம் நினைப்பது போன்றதில்லை. அரச குடும்பத்தவரிடம் நாம் எதிர்பார்ப்பது போல் நெருங்கிப் பழகுவது அவ்வளவு எளிதன்று என்பதைத்தான் நான் சொல்ல வந்தேன். பெண் உள்ளம் நான் அறியாததன்று. வயது எனக்குத் தந்துள்ள அனுபவம், எவ்வளவோ பாடங்களை எனக்குக் கற்றுக்கொடுத்து விட்டது..." என்று அவர் கூறிக்கொண்டு போகும்போதே இன்பவல்லி குறுக்கிட்டு, "இருக்கலாம். உங்களுக்கு எவ்வளவோ தெரிந்திருக்கலாம். ஆனால் என்னுடைய மன நிலையைத் தாங்கள் ஒருகாலும் அறிந்திருக்க முடியாது. நீங்கள் என்னதான் சமாதானம் கூறினாலும், இளவரசரைச் சந்திக்காமல் என்னைத் தடுப்பது தவறு என்று உறுதியாகக் கூறுகிறேன். நான் தஞ்சை செல்ல வேண்டும். உடனே செல்ல வேண்டும், என் மீது தங்களுக்கு உண்மையில் பாசம் இருந்தால் உடனே தஞ்சைப் பயணத்துக்கு ஏற்பாடு செய்யுங்கள்" என்று இடைவெளியே இல்லாமல் பேசினாள்.

முதியவர் அமைதி நிறைந்த குரலில், இன்பவல்லியிடம், "இவ்வளவு நாள் பொறுத்திருந்தது போல் இன்னும் சிறிது

காலமாவது நீ காத்திருந்தால் பலனுண்டு. அருண்மொழியின் உள்ளம் எனக்குத்தெரியும். கலை உள்ளம் படைத்தவரவர். நம் கலைக்குப் பெருமை தருவதற்காக அவர் நம்மை அழைப்பார். அதுவரையில் காத்திருக்க வேண்டும் இன்பவல்லி" என்றவுடன் இன்பவல்லி பொறுமை இழந்தவளாய்த் தான் என்ன கூறுகிறோம் என்பதைப் பற்றிய நினைவில்லாமல், "முடியாது, பொறுமையாக இனியும் இருக்க முடியாது. காத்திருக்க முடியாது; கலைக்குப் பெருமை தருவதற்கு அவர் அழைக்கும் வரையில் என்னால் காத்திருக்க முடியாது. நான் அவரைச் சந்தித்துத்தானாக வேண்டும்" என்று கூறினாள். அவள் உடல் நடுங்கியது. கண்களில் நீர்கோர்த்து முத்தாரமாய் மாறிக் கீழே விழ ஆயத்தமாய் நின்றது.

முதியவர் அவளை அன்புடன் அணைத்துக்கொண்டு வாஞ்சையுடன் அவள் முதுகைத் தடவி, "இன்பவல்லி! உன்னைப் பற்றி உயர்வாக நான் நினைத்திருந்தேன். நீயும் உலகத்து மற்ற பெண்களைப் போல்தான் என்பதைப் புலப்படுத்தி விட்டாயே! உனக்குக் கைவரப் பெற்றிருக்கும் கலை, மற்றவர்கள் அடைய முடியாதது. அதனால் கலை உலகத்தில் தனி இடம் வகிக்கப் போகிறாய். சோழ நாடே உன் கலைத்திறமை கண்டு பெருமை கொள்ளப் போகிறது என்று எண்ணினேனே இன்பவல்லி!" என்று கூறினார்.

இன்பவல்லி கணமும் தாமதிக்காது, "அப்படியானால் கலை எனக்கு ஒரு தடையா? நாட்டியக் கலையை நான் அறிந்ததால் எனக்குக் காதல் புரிவதற்கு உரிமை இல்லை என்கிறீர்களா? கலை காதலுக்குத் தடையாயிருக்குமானால் நான் இப்போதே நாட்டியத்தை மறந்து விடுகிறேன். சாதாரண ஒரு குடிமகளாக நான் இருக்கவே பிரியப்படுகிறேன்" என்று அழுத்தத் திருத்தமாகப் பேசினாள்.

"இன்பவல்லி! நீயே யோசித்து எனக்கு மறுமொழி சொல். உன் விருப்பப்படி இளவரசர் மேல் நீ கொண்டுள்ள காதல் நிறைவேறி, அருண்மொழி வர்மரை நீ மணந்து கொண்டு விட்டாய் என்றே வைத்துக்கொள். அப்போது நீ கற்றுள்ள பரதத்தைப் பயன்படுத்த முடியாது போய்விடுமே?"

“ஏன், இளவரசர் கலையன்பர் ஆயிற்றே! என் கலைத் திறமையை மேலும் வளர்க்கத் தகுந்ததைச் செய்ய மாட்டாரா?”

“அவர் கலைக் காவலராக இருக்கலாம். அருண்மொழியை மணந்தவுடனேயே நீ சாதாரண இன்பவல்லியாக மாட்டாய். நாட்டிய ராணி, நாட்டுக்கு ராணியாகி விடுவாய். ராணிக்கு ஆடுவதற்கு எங்கே நேரம்? அப்படி ஆடினாலும் காண்பவர்கள் என்ன நினைப்பார்கள்? அதனால் காதலையாவது, கலையையாவது ஏதாவதொன்றை நீ தியாகம் செய்து தானாக வேண்டும்.”

முதியவர் கூறியதைக் கேட்டு இன்பவல்லி இமை கொட்டாமல் சிறிது நேரம் அவரைப் பார்த்தாள். அவர் கேட்பதற்கு உடனே மறுமொழி கூற அவளால் முடியவில்லை. கலையும், காதலும் இப்படித் தன்னைச் சோதனை செய்யும் என்று அவள் எதிர்பார்க்கவில்லை. ஆனால் தொடர்ந்து வந்த முதியவரின் சொற்கள் அவளுக்குச் சற்று நம்பிக்கையை அளித்தன.

“குழந்தாய்! மேலும் சங்கடப்படும் அளவுக்கு உன்னைக் குழப்பமடையச் செய்ய நான் விரும்பவில்லை. உன் அழியாக்காதல் எனக்குப் புரிந்துவிட்டது. காதல் மாளிகையை அடைந்து அதன் சிகரமென்னும் இலட்சியத்தை அடைவது அவ்வளவு எளிதன்று! அந்தப் பாதையிலே உள்ள இடையூறுகளை நான் விளக்கிச் சொல்வதால் உனக்கு வேதனை தான் அதிகமாகும். அப்படி விளக்கி எடுத்துக் கூறாமல் இருந்தாலோ என் கடமையினின்று நான் தவறியவனாவேன். நான் ஒரு கதை சொல்லப் போகிறேன். அதிலும் துன்பம், துயர், இடர், வேதனை எல்லாம் கலந்து தானிருக்கும். ஆனால் அவை உனக்குச் சிறந்த வழிகாட்டியாக அமையும். இன்பச்சிகரத்தை அடையப் பெரும் துன்பங்களைக் கடக்க வேண்டியிருக்கும். உறுதியைக் காக்க வேண்டும். கடவுளைக் காணும் பேரின்ப நிலைதான் உன்னுடைய காதலும்...” என்று முதியவர் கூறிக்கொண்டே போகும்போது இன்பவல்லியின் உடலில் புல்லரிப்பு ஏற்பட்டது. பெரியவர் தன் காதலுக்கு முட்டுக் கட்டை போடவில்லை என்பதை உணர்ந்து

கொண்டாள். தன் இலட்சிய வெற்றிக்கு அவருடைய பொன் மொழிகள் உதவியாக இருக்கும் என்பதைத் தெரிந்து கொண்டாள். ஆண்டவனை அடையும் பக்தர்கள் நிலையையும் தன் நிலையையும் ஒப்பிட்டு ஒன்றுபடுத்தியதை எண்ணும்போது அவளுடல் சிலிர்த்தது. தன்னுடைய உள்ளக் கிடக்கை வெற்றியுறும் எனும் நம்பிக்கை அவளுக்கு உதயமாயிற்று.

அவள் நம்பிக்கையை உறுதி செய்வது போன்று தொலைவில் இருவர் வருவது அவளுக்குத் தெரிந்தது.

வல்லவரையர் வந்தியத்தேவனையும், சங்கரத் தேவனையும் அவள் இதுவரை பார்த்ததில்லை என்றாலும் அவர்கள் இருவரும் அவள் தொடர்பான செய்திகளுடன் தான் வந்து கொண்டிருந்தனர்.

அத்தியாயம் 11
தில்லைக்கு வாருங்கள்

வந்தவர்கள் யார் என முதியவர் அறிந்து கொண்டவுடன் அவர் அடைந்த மகிழ்ச்சிக்கு அளவே இல்லை. சோழ நாட்டிலே பல ஆண்டுகளாக ஒருவருடைய கண்களிலும் படாமல் தனித்திருந்த முதியவரை ஒருவரும் அறியமாட்டார்கள். ஆனால் அவர் ஒரு சிற்பி என்பது சிலருக்குத் தான் தெரியும். வல்லவரையருக்கு அது கூடத் தெரியாது. இன்ப வல்லியைக் காப்பாற்றி வருபவர் என்பதை அறிந்திருந்தார். ஆனால், இளையபிராட்டி ஒருமுறை எப்போதோ அவரிடம் கூறியிருந்தது நினைவுக்கு வந்தது. இன்பவல்லி கலைஞர்கள் குழுவுடன் அஜந்தாவுக்குச் சென்றிருக்கிறாள் என்றும், அந்தக் கலைஞர்கள் குழுவால் சோழநாட்டில் சிற்பம், சித்திரம், நடனம் முக்கலைகளும் புத்துயிர் பெறப் போகின்றன என்றும் சொன்னதை மீண்டும் நினைவு படுத்திக்கொண்ட போது, தான் காணும் முதியவர் சிற்பியாக இருக்க வேண்டும் என்பதை யூகித்துக்கொண்ட வல்லவரையர் தலைவணங்கி

கம்பீரமும் மரியாதையும் முறுவலும் கலந்துத் திகழ, "வணங்குகிறேன், சிற்பியாரே! தங்கள் நலனை முதன் முதலில் விசாரித்துத் தன் வணக்கத்தையும் கூறச் சொன்னார் இளவரசர் அருண்மொழித் தேவர்" என்று பணிவு கலந்த குரலில் கூறியது கேட்டு முதியவருக்கு மிகவும் மகிழ்ச்சி உண்டாயிற்று.

வந்தியத்தேவன் மீண்டும் பணிவு நிறைந்த குரலில், "என் பெயர் வல்லவரையர் வந்தியத்தேவர், சோழநாட்டிற்கு என்னால் இயன்ற தொண்டினைச் செய்து வருகிறேன்" என்று தன்னையும் அறிமுகப்படுத்திக்கொண்டார்.

ஆசி கூறும் பாவனையில் முதியவர் கரந்தூக்கி முறுவலித்து, "வல்லவரையரே! நீடூழி வாழ வாழ்த்துகிறேன்! சோழ நாட்டின் குலக்கொடியான இளையபிராட்டியை மணம் புரிந்து சோழ நாட்டின் நல்வாழ்வு கருதும் ஒருவராகி விட்ட தங்கள் புகழ் எங்கோ மூலையில் இருந்த எனக்கும் எட்டியிருக்கிறது. தங்களை இங்கே காண்பதில் எனக்கு ஏற்படும் மகிழ்ச்சியைச் சொல்லி முடியாது. அருண்மொழி வர்மரின் நலனை அறிவதில் எனக்குப் பெருமகிழ்ச்சி ஏற்படு கிறது. அவரைச் சந்திக்க வேண்டும் எனும் ஆவல் கடந்த சில நாட்களாக எனக்கு அதிகமாயிருக்கிறது. எனக்கு என்று சொல்வதைவிட எங்களுக்கு என்று தான் கூற வேண்டும்" என்று சொல்லியவாறே இன்பவல்லி இருக்கும் பக்கம் திரும்பினார்.

வல்லவரையர் வந்தவுடனேயே எழுந்து நின்ற இன்ப வல்லி, அவர் பேசத் தொடங்கியவுடன் அருகே மறைவிடம் சென்று விட்டாள். ஆனால், அவர்கள் பேசுவது அவள் செவியில் விழுந்து கொண்டிருந்தது. அருண்மொழியிட மிருந்து வருகிறார் என்பதை அறிந்தவுடன் அவர்கள் பேசு வதை மேலும் கேட்கவேண்டுமெனும் ஆவல் அவளுக்கு ஏற்பட்டது. அந்தக் குணம் எப்படி வந்தது என்பதே அவளுக்கு வியப்பாய் இருந்தது.

"தங்களை எல்லாம் இளவரசர், மிகவும் கேட்டதாய்ச் சொன்னார். பல பொறுப்புகளை வகிக்க வேண்டியிருப்பதால் நாட்டின் பற்பல பகுதிகளுக்குச் சென்று வந்து கொண்டிருப்ப

தால் தங்களைச் சந்திக்க முடியவில்லை என்பதை மிகவும் வருத்தத்துடன் சொல்லச் சொன்னார்.''

''ஆகா! அவருக்கு இப்போது ஏற்பட்டுள்ள பெரும் கடமையில் எங்கள் நினைவு மட்டும் அவர் இதயத்தின் ஒரு பகுதியில் இருந்தாலே அது போதுமானது. எங்கிருந்து எங்கே அவர் எங்களை வந்து சந்திக்க முடியும்? நாங்களன்றோ அவர் இருப்பிடம் தேடிச் செல்ல வேண்டும்?'' என்றார் முதியவர்.

''தங்களுக்கு எந்தவிதச் சௌகரியக் குறைவும் இல்லாதிருக்கிறதா? இயற்கைச் சூழலில் அமர்ந்து கலைத் தொண்டாற்றி வரும் தங்கள் கலைப்பணி எவ்வாறு உள்ளது? தனக்கு மட்டும் அரசு விவகாரங்கள் இவ்வளவு இல்லாவிடில் இங்கேயே வந்து தங்கிவிட வேண்டுமென்று தான் எண்ணம் இளவரசருக்கு'' என்று கூறிய வல்லவரையர் சட்டென்று வார்த்தையை விழுங்கி, ''அடடா, என்ன சொல்லி விட்டோம்'' என்று தன்னையே நொந்து கொண்டார். தாமும் இளவரசரும் சிற்பியின் குடில் வரையில் வந்து விட்டு, வந்த சுவடு தெரியாமல் திரும்பி விட்டதை, வாய் தவறிச் சொல்லிவிட முனைந்து விட்டோமே என்று தவித்தார்.

முதியவர் அதைக் கவனிக்கவில்லை. ''தஞ்சையில் அரசர் மதுராந்தக தேவரின் உடல்நிலை எவ்வாறுள்ளது?'' என்று வல்லவரையரை நோக்கிக் கேட்டார்.

''தஞ்சையினின்று வரும் செய்திகள் அவ்வளவு திருப்தி கரமாக இல்லை. அதனால்தான் இளவரசர் தஞ்சைக்குச் சீக்கிரம் திரும்பவேண்டும் என்று நினைக்கிறார். தஞ்சைக்குச் சென்று விட்டால் இந்தப் பக்கம் வருவதற்கு எப்போது வாய்ப்பு கிடைக்குமோ? தஞ்சைக்குச் செல்லும் முன் தங்களைச் சந்திக்க வேண்டும் எனும் தம் விருப்பத்தைத் தெரிவிக்குமாறு கூறினார்'' என்று கூறிய வந்தியத்தேவன் இன்பவல்லி சென்ற திசையை நோக்கினார்.

மேலும் தொடர்ந்து, ''முப்பெரும் கலைஞர்களாகிய தங்களுடனேயே தங்கிவிட வேண்டும் எனும் ஆவல்

அருண்மொழிவர்மருக்கு அதிகமாயிருக்கிறது. ஆனால், அது எப்படி முடியும் சிற்பி அவர்களே?'' என்று கேட்டார்.

‘‘ஆமாம், ஆமாம்'' என்று தலையசைத்த முதியவர், ‘‘நாட்டை ஆளும் பெரும் பொறுப்பைத் தாங்கியுள்ள அவர் எங்களுடன் தங்கியிருப்பது என்பது எளிதான காரியமா?'' என்று கேட்டார்.

வல்லவரையர் தொண்டையைக் கனைத்துக் கொண்டு, ‘‘அருண்மொழிவர்மரின் உள்ளக் கிடக்கை என்னவோ அதுதான். கலைஞர்களுடனேயே வாழ்நாள் முழுவதும் காலங்கழிக்க வேண்டுமென்று கடல் கடந்த நாடுகளுக்குச் சென்று வந்த பிறகு அவருடைய மனம், சோழ நாட்டைக் கலைக்கருவூலமாக்க வேண்டுமென்பதிலேயே ஈடுபட்டிருக்கிறது. மதுராந்தக சோழ தேவர் சற்றுத் திடகாத்திரமாக இருந்திருந்தால், உறுதியாக இளவரசர் தானும் கையில் சுத்தி, உளியையோ, அல்லது வண்ணக் குழம்புத் தூரிகையையோ ஏந்தியிருப்பார்'' என்று மெல்லச் சிரித்தவாறு கூறினார்.

‘‘ஏன், நடனமாடுவதற்குக் கால்களில் சதங்கையைக் கட்டிக் கொண்டிருக்க மாட்டாரா?'' என்று முதியவர் கேட்ட போது ‘களுக்’ கென்று சிரிப்பு அருகே மறைவிடத்திலிருந்து வந்தது.

சிரிப்பொலி வந்த பக்கத்தை வல்லவரையர் நோக்கினார்.

முதியவரும் தலையைத் திருப்பி, ‘‘இன்பவல்லி, நான் கூறியதை நகைச்சுவையாக எண்ணி நகைத்திருக்கிறாள் போலிருக்கிறது. அவளுக்காக நான் சொன்னேன்; அவளுடைய அபிநயத்திலே இளவரசருக்கு ஈடுபாடுண்டு. அங்க அசைவுகள் புலப்படுத்தும் அர்த்த பாவங்களிலே ஆவலுண்டு. திகிரி போல் சுழன்றாடுவதை விரும்பிக் காண்பார். அவரே, ஒருசிறந்த நடனக்காரர் என்பது உங்களுக்குத் தெரியுமா?'' என்று கூறியவாறு, முதியவர் இன்பவல்லியை அழைத்து, ‘‘குழந்தாய்! முதன் முதலில் முல்லைத் தீவில் அவர் உன்னைச் சந்தித்தது எங்கே என்பது நினைவுக்கு வருகிறதா?'' என்று கேட்டார்.

இன்பவல்லி ஒயிலாக நடந்து வந்து நின்ற அழகும், அவள் முகம் நாணத்தால் சிவந்த அழகும், அவள் உதடுகள் மல்லிகை மொட்டுப்போல் குவிந்த அழகும், அவள் விழிகள் வண்டுச் சிறகுபோல் படபடத்துத் துடித்த அழகும், இதயத்து எண்ணங்களை மூச்சின் மூலம் விடுவதால் நாசி விரிந்து தணியும் அழகும், பெண்மைக்கு ஏற்ற அச்சத்தால் உடல் நெளிந்த அழகும் கண்டு வியந்து வந்தியத்தேவன் இமை கொட்டாது இன்பவல்லியை நோக்கியவாறிருந்தார்.

முதன் முதலில் இளவரசர் தன்னைச் சந்தித்தது கூட்டமாகச் சேர்ந்தாடும் நடன அரங்கில் தானே என்று கண்ணை மூடிக் கொண்டே எண்ணினாள்.

வந்தியத்தேவனோ, அழகே வடிவெடுத்து வந்தது போன்ற தோற்றமுடைய இன்பவல்லியைச் சந்திக்காது உறுதியுடன் இளவரசரால் எப்படித்தான் இருக்க முடிகிறதோ என்று எண்ணினார்.

முதியவரோ, இளவரசரிடமிருந்து வல்லவரையர் என்ன செய்தி கொண்டு வந்திருக்கிறாரோ என்றெண்ணினார்.

அப்போதுதான் நதிக்கரையினின்றும் திரும்பி வந்த ஓவியர் வாகீசன், புதிதாக இருவர் தன் குடிலுக்கு வந்து பேசிக் கொண்டிருப்பது யாராயிருக்கும் என்னவாயிருக்கும் என்றெண்ணலானான்.

வந்தியத்தேவன் தொண்டையைக் கனைத்துக்கொண்டு "இளவரசருக்கு நாட்டியக் கலையில் ஈடுபாடு உண்டென் பதற்குச் சாட்சியாக அவர் திருச்சிற்றம்பலத்துக் கூத்தரசன் முன்னிலையில் மெய்மறந்து நிற்கும் நிலை ஒன்றே போதும். அருண்மொழிவர்மர் இப்போது தில்லைச் சிற்றம்பலத்து மாளிகையில்தான் தங்கியிருக்கிறார். தங்களையெல்லாம் உடனே அழைத்துக் கொண்டு தில்லையம்பதிக்கு வருமாறு தெரிவிக்கச் சொன்னார். என்னை நேரிடையாக அனுப்பித் தன் விருப்பத்தைத் தெரிவிக்கச் சொன்னார். குறிப்பாக..." என்று வல்லவரையர் இன்பவல்லியை நோக்கியபோது முகத்தை இரு கரங்களாலும் பொத்திக் கொண்டு இன்பவல்லி மான்போல் துள்ளி எங்கோ மறைந்தாள்.

இந்தப் பூமியைவிட்டு மேலே எங்கோ பறப்பது போன்ற உணர்ச்சி இன்பவல்லிக்கு ஏற்பட்டது. வல்லவரையரும், முதியவரும், வாகீசனும் அங்கே பேசிக்கொண்டிருப்பது ஏதும் அவள் செவிகளில் விழவில்லை. ஏற்கவும் அவள் சித்தமாக இல்லை. தில்லையம்பதிக்கு உடனே தான் செல்வது போலவும், இளவரசரைச் சந்திப்பதைப் போலவும் அவள் அதற்குள்ளே கனவு காணத்தொடங்கி விட்டாள். இந்தச் செய்தியைக் கொண்டு வந்த வல்லவரையர் வாழ்க என்று அவள் இதயம் வாழ்த்தியது. நல்ல செய்தியை வல்லவரையர் கொண்டு வந்ததனால், இளையபிராட்டியின் மீதிருந்த கோபமும் அவளுக்கு உடனே மறைந்து விட்டது.

பாவம்! வல்லவரையருக்கு நாம் இவ்வளவு தொல்லைகள் கொடுக்கலாமா? நாம் இங்கு இருப்பதால் தானே இளவரசர் சந்திக்கச் சிதம்பரத்துக்கு வருமாறு அழைப்பு விடுத்திருக் கிறார்? இத்தகைய தொல்லையைக் கொடுத்ததற்காக வல்ல வரையரிடம் நாமே நேரில் சென்று மன்னிப்புக்கேட்கலாமா? என்று இன்ப வல்லி எண்ணினாள். இப்படியெல்லாம் எண்ணிக் கொண்டிருப்பது இன்பமாகத்தான் இருந்தது.

யாரோ தொண்டையைக் கனைக்கும் குரல் கேட்டு இன்பவல்லி இன்ப நினைவுகள் எனும் உலகத்திலிருந்து கீழே குதித்தாள்.

சங்கரத்தேவன் நின்றிருந்தான். அவன் தன்னைத் தேடித் தனியே வர என்ன காரணம்?

"நீங்கள் யார், என்ன விஷயம்?" என்று கேட்கும் பாவனையில் இன்பவல்லி அவனை நோக்கினாள்.

மிகவும் பணிவான குரலில், "தங்களுக்கு இளைய பிராட்டியார் ஓர் ஓலையைக் கொடுத்தனுப்பியிருக்கிறார்கள்" என்று கூறினான் சங்கரத்தேவன்.

ஓலையில் என்ன எழுதப்பட்டிருக்குமோ என்று மிகுந்த அச்சத்துடன், நடுங்கும் கரங்களுடன், துடிக்கும் இதயத் துடன் இன்பவல்லி அதைப் படிக்கலானாள்.

அத்தியாயம் 12

பெரிய பிராட்டியார்

தஞ்சை மாளிகையில் பரபரப்பு மிகுந்து காணப்பட்டது. கடந்த இரண்டு நாட்களாக மதுராந்தக சோழதேவர் கண் விழிக்காமல் படுத்துக் கிடந்தார். பல முறை அவருக்கு நினைவு தப்பியது. அவரைச் சுற்றி மந்திரி மண்டலத்தாரும் படைத் தளபதியும் கவலையுடன் அமர்ந்திருந்தனர். பட்டத்து அரசி பஞ்சவன் மாதேவியார், சோகமே உருவெடுத்தாற் போல் அமர்ந்திருந்தாள். பல கோயில்களில் மன்னரது நீடித்த வாழ்வுக்காகப் பூஜை செய்யப்பட்ட பிரசாதங்கள் கொண்டு வரப்பட்டு வைக்கப் பட்டிருந்தன. அரண்மனை வைத்தியரைத் தவிர கரூரிலிருந்து கருவூர்த்தேவர் வருவார் என்று சிலர் பேசிக்கொண்டார்கள். அவர்கள் எல்லாரையும் தவிர மற்றொருவருடைய வருகையை எதிர்பார்த்து அனைவரும் காத்திருந்தனர். சோழர் குலத்துப் பெரும் தேவியாரும் சைவ மூதாட்டியாருமான செம்பியன் மாதேவியாரை எதிர்பார்த்து அனைவரும் காத்திருந்தனர்.

செம்பியன் மாதேவியாரின் திருவயிற்றில் உதித்தவர் தான் மதுராந்தக சோழ தேவர். செம்பியன் மாதேவியார் சோழர் குலத்துக்கே பெருமை தருகிற சிவநேசச் செல்வராய் விளங்கிய கண்டராதித்த சோழ தேவரின் பெரும் தேவியார் ஆவர். அவருடைய வயிற்றில் உதித்தவர்தான் மதுராந்தக சோழ தேவர்.

செம்பியன் மாதேவியார் தன் வாழ்நாளில் பல ஏற்றத் தாழ்வுகளையும் துக்கங்களையும் கண்டவர். *இந்த உலகத்திலே உயர்தரமாக விளங்கும் எதுவும் அவருக்குப் பொருட்டன்று. அதேபோல் தரமற்ற அடித்தளத்தில் விளங்கும் எதுவும் அவருக்கு அலட்சியமானதன்று. எல்லா வற்றையும் அவர் ஒரே சமமாகப் பாவித்துத்தான் சிந்தை

* விக்கிரமன் எழுதிய 'பெரியபிராட்டியார் செம்பியன்மாதேவி' என்றும் நூலில் முழுவிவபரம் படிக்கலாம்.

முழுவதையும் சிவனடியில் வைத்திருந்ததால் கவலைகள் அவர் உடலைக் குலைக்கவில்லை. அதே சமயத்தில் பெரும் அரச போகங்கள் அவருக்கு இறுமாப்பையும் அளித்துவிட வில்லை. பெரியபிராட்டி என்று நாட்டிலே உள்ளவர்கள் மதிப்போடும் மகிழ்ச்சியோடும் அழைத்தார்கள். இப்பொழுது பெரியபிராட்டிக்கு வயது அதிகமாகிவிட்டது. அத்துடன் கூட சில ஆண்டுகளுக்கு முன்பு அருண்மொழி வர்மரின் வாழ்க்கையில் நடந்த ஒரு பெரும் அதிர்ச்சிகரமான சம்பவம் அவரைச் சிறிது பாதித்தது எனலாம்.

தொடர்ந்து சோழ அரச குலத்தில் குறிப்பிடத்தக்க பெரும் இழப்புகள் நேர்ந்தபடியால் அவர் கடவுள் விளையாட்டு இப்படித்தான் இருக்குமோ என்று சிறிது அஞ்சினார். என்றாலும் அவருடைய மனத்தில் சிவபெருமானின் ஐந்தெழுத்து எப்பொழுதுமே ஒலித்துக்கொண்டிருந்தது. எம பயம் அவரைத் துளிகூடப் பீடிப்பதில்லை. சோழ அரச குமரனைப் பிடித்த எமபயத்தைக் கண்டு அஞ்சிவிடவில்லை.

'அஞ்சுவதில்லை அஞ்ச வருவதுமில்லை' என்று சைவ சமயப் புலவர் ஒருவர் பாடியது அவருடைய நினைவுக்கு வந்தது. யார் பாடினார்கள் என்பது அவருக்குத் தெரியும். ஆனால், அந்தப் பாடல்கள் எல்லாம் இப்போது எங்கேயிருக் கின்றன என்பதைக் கண்டறிவதிலேயே அவருடைய மனம் ஈடுபட்டிருந்தது. அந்தக் கவலை முழுவதையும் நம்பி அடிகளின் தோள்மீது ஏற்றி எப்படியாவது சிவபெருமான் மீது புகழ் மாலையாகத் தொடுக்கப் பெற்ற அந்தப் பாடல்களையெல்லாம் கண்டுபிடித்துவிட வேண்டுமென்று அவரிடம் ஒப்படைத்தார். அவ்வப்பொழுது, 'காதலாகிக் கசிந்து உருகக்கூடிய' பாடல்களைத் தன்னுடைய பெயரன் உடனிருந்து பாடக்கேட்கும் பொழுது அவருக்குக் கவலை யெல்லாம் பறந்து போகும். எப்பொழுதாவது பழைய சம்பவங்களை நினைத்துச் சிறிது உள்ளக் கலக்கம் ஏற்படுவது போல் அவருக்குத் தோன்றினாலும் அந்தச் சமயங்களில் கண்டரன் மதுரனை அழைத்துப் பழைய தீந்தமிழ்ப் பாடல்களைப் பாடச்சொல்வார். கற்கண்டு போன்று ஒலிக்கும் குரல். இனிய இசையுடன் கூடிய தீந்தமிழ்ப் பாடல்கள்.

அப்பாடல்கள் பெரியபிராட்டியின் உள்ளம் எல்லாம் உவகை யடையச் செய்துவிடும். இல்லாவிடில் பத்துப் பன்னிரண்டு ஆண்டுகளுக்குள் சோழநாட்டில் ஏற்பட்ட பெரும் விபத்துகள் அம்மூதாட்டியின் உள்ளத்திலே பெரும் கலக்கத்தை ஏற்படுத்தியிருக்காதா?

ஆனால், பெரிய பிராட்டியார் எதற்கும் கலங்கவில்லை. தன்னுடைய கணவர் கண்டராதித்தர் மேற்குத் திசைக் கடற்கரை அருகேயுள்ள கோயிலைத் தரிசித்து வருகிறேன் என்று சென்றவர் திரும்பி வராமல், இருந்த இடம் தெரியாமல் போனதால் ஏற்பட்ட துன்பத்தை விடவா ஓர் இடர்ப்பாட்டை அனுபவிக்கப் போகிறார்? சோழ அரசின் பட்டத்துக்காக ஏற்பட்ட பூசலும் அது ஒருவாறு தணிந்து சுந்தர சோழரின் தலைமகன் படுகொலை செய்யப்பட்டதும் அந்தச் சோகம் தாங்காமல் சுந்தரசோழர் காஞ்சிப் பொன்மாளிகையில் இறந்ததும், இவையனைத்தையும் விட அருண்மொழி வர்மரின் அருமைத் துணைவி வானதி தேவி இளம் வயதிலேயே இறந்து பட்டதும் அவருக்குக் கலக்கத்தைக் கொடுக்காமலில்லை. வானதி தேவி பெற்றெடுத்து விட்டுச் சென்ற இளஞ்சிங்கத்தை நல்ல முறையில் வளர்க்க வேண்டு மென்னும் பொறுப்பு அந்த வயது முதிர்ந்த மூதாட்டியாரிடம் இல்லாமல் இருக்குமா? அப்படிப்பட்ட சங்கடங்கள் நேர்ந்திருக்கும்பொழுது தன்னுடைய அருமைத் திருக்குமரன் மதுராந்தகன் கடும் நோய் வாய்ப்பட்டு, பல ஆண்டுகளாக ஆட்சியை நேரடியாகக் கவனிக்க முடியாத நிலையில் கிடக்கிறான் என்ற செய்தியும் இப்பொழுது மரணப் படுக்கைக்கே வந்துவிட்டான் என்ற செய்தியும் என்னதான் திடசித்தம் உடையவராய் இருந்தாலும் கலக்கத்தைக் கொடுக்காமலா இருக்கும்?

அந்தச் செய்தி வரும்பொழுது செம்பியன் மாதேவியார் திருவக்கரை கோயிலைத் தரிசித்துவிட்டு நேரே மணிமுத்து நதிக்கரையிலுள்ள திருமுதுகுன்றத்தை நோக்கிச் சென்று கொண்டிருந்தார். நம் நாட்டிலே உள்ள பல திருப்பதிகளைக் கற்றளியாக ஆக்கும் பெரும் பணியில் அப்பொழுது பெரிய பிராட்டியார் ஈடுபட்டிருந்தார்கள். முன்பே கற்றளிகளாக

ஆக்கப்பட்ட கோயில்களுக்கு என்ன தேவையோ அவற்றைக் கேட்டறிந்து அளிப்பதிலும் ஈடுபட்டிருந்தார். கோயிலில் அணையா விளக்கு ஏற்றுவதற்காகவும் ஆடும், பசுவும், சில கோயில்களுக்குத் தேவைப்படும். ஆறுகாலப் பூசை நடத்துவதற்கு வேண்டிய பொருளின்றிச் சில கோயில்கள் தத்தளிக்கும். பூசை நடத்துவதற்கு வேண்டிய கலன்களும் மணியும் இல்லாமல் ஒரு கோயிலில் குழம்பி நிற்பார் அர்ச்சகர். மற்றொரு கோயிலோ மிகவும் பழைமை வாய்ந்ததாக இருக்கும்.

அப்பரும், சுந்தரரும், சம்பந்தரும் அக்கோயிலில் இறைவன் மீது தீந்தமிழில் பொழிந்திருப்பார்கள். அக்கோயில் விழுந்து விடும் நிலையில் இருக்கும். அந்த இடங்களுக்கெல்லாம் செம்பியன் மாதேவியார் செல்வார். அங்கே ஓரிரு நாட்கள் தங்குவார். அங்குள்ள வயது முதிர்ந்த ஒருவரை அழைத்து அக்கோயிலைப் பற்றிய வரலாற்றைச் சொல்லச் சொல்லிக் கேட்பார். அக்கோயிலில் பரம்பரை பரம்பரையாக இருக்கும் ஓதுவாரை அழைத்து அக்கோயிலின் மீது சமயக் குரவர்கள் பாடிய பதிகங்கள் ஏதாவது உள்ளனவா என்று கேட்பார். அப்படிக் கேட்பதற்கும் ஒருவர் வந்துவிட்டார் என்றவுடன் அவ்வூரிலுள்ளவர்கள் உவகை அடைவார்கள். பாடல்கள் பாடுவதைக் கேட்டு மெய்சிலிர்ப்பார் தேவியார். அதை உடனே கவனமாகக் குறித்துக் கொள்ளச் சொல்வார் தன் பெயரனிடம். பெயரனையும் பாடுபவருடன் சேர்ந்து பாடும் படியாகப் பணிப்பார். மாதேவியாரின் உள்ளம் பாடல்களைப் பாடுவதைக் கேட்டு உவகைக் கடலில் நினைத்துக் குதித்துக் கும்மாளமிடும். உடனே அந்தக் கோயிலுக்குத் தேவையான பண்டங்களையும் பொருள்களையும் அளிப்பார்.

ஊர்ப் பொது மக்களை அழைத்து வரியின்றி நிலங்களை அளிக்கச் சொல்வார். அந்த வகையில் திருநாவுக்கரசர் பிறந்த திருத்தலமாகிய திருவதிகையைக் கண்டு களித்து விட்டு, அங்கிருந்து திருமுதுகுன்றம் கோயிலிலே நடைபெற்று வரும் திருப்பணியைக் கவனிப்பதற்காகச் சென்று கொண்டிருந்தார் செம்பியன் மாதேவியார்.

மணிமுத்தாறு நதிக்கரையில் ஆலயம் ஒன்று எழுந்து கொண்டிருந்தது. முதுகுன்ற நாதர் அங்கே கம்பீரமாக எழுந்தருளியிருந்தார். உடன் உறையும் விருத்தாம்பாளும் வேண்டுவோருக்கு வேண்டுவன அளிக்கும் தெய்வமாகக் காட்சி அளித்துக்கொண்டிருந்தனர். பெரிய பிராட்டியாரின் உள்ளத்திலே ஒரு சிலிர்ப்பு. தெய்வமே முதுமையடைந்தால் எப்படியிருக்கும் என்னும் ஓர் எண்ணம். சுந்தரமூர்த்தி நாயனார் கதையை நம்பி சொல்லிக் கேட்டிருக்கிறார். ஒரு சமயம் அந்தக் கோயிலைப் பாடுவதற்காக சுந்தரர் வந்ததும் அவருக்குப் பழைமை வடிவத்தில் இருக்கும் இறைவனும் இறைவியும் ஏனோ பிடிக்காமல் போய் விட்டதும், அவரைத் தம் வழிப்படுத்துவதற்காக இறைவன் வேடுவர் வேடத்தில் வந்து அவர் கைப்பொருட்கள் அனைத்தையும் பறித்துக் கொண்டதையும், அதனால் மனம் வருந்தி மீண்டும் விருத்த கிரீஸ்வரரிடமே சரணடைவதற்காக சுந்தரர் வந்ததையும் கேட்டறிந்தபொழுது பிராட்டியாருக்குச் சிரிப்பு தான் வந்தது. சௌந்தர்ய தேவதையாய் இளம் நங்கை வடிவத்தில் காட்சியளிக்கச் செய்த இறை கருணையை எண்ணி ஓர் உருவமும், ஒரு நாமமும் இல்லாத இறைவன் அறியாமை அகன்று தனது செல்வக் குழந்தைகளின் மனத்தைத் திருத்து வதற்காக என்னென்ன விளையாடல்களை விளையாட வேண்டி நேரிடுகிறது என எண்ணும்பொழுது அவர் மெல்லச் சிரித்துக்கொண்டார். அந்தக் கோயில் பழுதடைந்த நிலையில் இருந்ததைக் கண்டு மனம் நொந்து, தேவியார் உடனடியாகப் பெருமளவில் அக்கோயிலையும் புதுப்பித்துக் கட்டத் திட்ட மிட்டார். அப்பணியை நிறைவேற்றுவதற்காக வேண்டிய பொருட்களைத் தன்னுடைய சொந்தச் சொத்திலிருந்தும் அரசாங்கத்தின் உதவியிலிருந்தும் பெற்றுப் பணியை உடனே தொடங்குவதற்கான ஏற்பாடுகளைச் செய்தார். பணி நடந்து கொண்டிருந்தது. முடியும் தறுவாயில்தான் திருவதிகையிலிருந்து தேவியார் சென்று கொண்டிருந்தார். அப்பொழுதுதான் தன் மகனுடைய உடல் நிலை பற்றிய செய்தி கிடைத்தது தேவியாரின் சிந்தையும் தஞ்சையின் பக்கம் திரும்பியது.

மதுராந்தக சோழ தேவர் சில நாள் மயக்க நிலைக்குப் பிறகு கண் விழித்தார். உடன் கூட்ட அதிகாரிகளை அழைத்துத் தாம் பேச வேண்டுமென்று விரும்பினார். தன் தாயையும் திரு மகனையும் காண வேண்டுமென்னும் அவாவும் அவர் உள்ளத்தில் ஏற்பட்டது. அதற்கும் மேலாக உடனடியாக அருண்மொழிவர்மரைக் காண வேண்டுமென்ற துடிப்பும் உண்டாகியது. குறிப்பறிந்து அதன்படி செய்யும் திருமந்திர நாயகம் உடனடியாக அவர்கள் எல்லாரும் வருவதற்கான ஏற்பாடுகளைச் செய்தார்.

செம்பியன் மாதேவியார் அரண்மனைக்கு வந்தடைந்து விட்டார். அவருடைய முதுமைக் கரங்கள் நடுக்கமுற்றவாறு திருநீற்றை எடுத்து மகனின் அகன்ற நெற்றியில் பூசின. பிராட்டியாரின் கண்களில் மெல்ல நீர்த்திரை படர்ந்தது. அந்த நீர்த்திரை மகனுக்கு இறுதி நாள் வந்துவிட்டதே என்ற கவலையால் ஏற்பட்டதன்று. இப்பொழுது சைவக்குழந்தை ஒன்று தோன்றிப் பாண்டியனுடைய சூலை நோயைத் தணித்தது போல, தன் மகனின் கடும் நோயைத் தணிக்கக் கூடாதா என்னும் எண்ணத்தில் இருந்தது. எந்தப் பாடலைச் சொல்லிப் பாண்டியரின் வெப்பு நோயை அக்குழந்தை தணித்தது என்பது அவருக்குச் சட்டென்று நினைவு வரவில்லை.

அருகேயுள்ள தனது பெயரன் கண்டரன் மதுரனை அழைத்து, ''குழந்தாய்! நான்மாடக்கூடலில் பாண்டியரின் நோயைத் தீர்ப்பதற்காக ஞானசம்பந்தப் பெருமான் இறைவனை வேண்டிப் பாடிய பாடல் நினைவிருக்கிறதா? ஆஹா, அதற்காகத்தான் அப்படிப்பட்ட தெய்வீகமான பாடல்களை யெல்லாம் நான் தேடிக்கொண்டிருக்கிறேன். ஏட்டுப் பிரதிகளிலோ, கல்வெட்டுகளிலோ கற்பாறைகளிலோ செதுக்கி வைத்திருந்தால் இப்பொழுது என்னைப் போன்றவர் கள் ஞாபகப்படுத்திக் கொள்ளச் சிரமப்பட வேண்டியதில்லை அல்லவா?'' என்று கூற, கண்டரன் மதுரன் கணீரென்ற குரலில் பதிகத்தைப் பாடத் தொடங்கினான். அந்த மாளிகையில் மதுராந்தக சோழதேவர் படுத்திருந்த கம்பீரமான மண்டபம் பாடலைக் கேட்டு மெய்மறந்து நின்றது. காற்றும் அசைய வில்லை.

கூடியிருந்தோர் பலரும் கண்களை மூடியவாறு பாடலில் லயித்திருந்தினர். சாமரம் வீசும் பணிப்பெண்கள் கூடத் தங்கள் செயல் மறந்து அசையாது நின்றிருந்தனர். வைத்தியர்கள் தங்களுடைய மருந்துக் கலவையைக் கலப்பதைக்கூட மறந்து கண்டரன் மதுரன் பாடும் இசை இன்பத்தில் ஆழ்ந்திருந்தார்கள். செம்பியன் மாதேவியாரின் விழிகள் முத்து முத்தாக அருவி போல் நீரைக் கொட்டின. மதுரன் பாடலைப் பாடி முடித்தான்.

மதுராந்தக சோழதேவர் மெல்லக் கண்களைத் திறந்தார். "தாயே வந்து விட்டீர்களா? இனி எனக்குக் கவலையில்லை. நான் நிம்மதியாக இருப்பேன்" என்று அவர் கூறுவதற்குள் மிகப் பாடுபட்டு விட்டார். அவர் நிம்மதியாக இந்த உலகத்தில் தொடர்ந்திருக்கப் போவதாக நினைத்தார். ஆனால் நிகழ்ந்ததோ வேறு!

அத்தியாயம் 13

மதி மறைந்தது

தஞ்சை மாநகரமே இருள் சூழ்ந்து காணப்பட்டது. இருள் என்றால் மக்களுடைய உள்ளத்தில் இனி என்ன நேருமோ என்னும் கவலை இருள். அரசாங்க அலுவலர்களிடையே ஒருவிதமான இருள். முழுச் சூரிய கிரகணம் ஏற்பட்ட அன்று எப்படி இரவுபோல் இருள் கப்பியிருக்குமோ அப்படித்தான் அரசர் பரகேசரி மதுராந்தக சோழ தேவர் இறையடி எய்தினார் என்னும் செய்தி அரண்மனையைச் சுற்றிலும் முதலில் பரவி அங்கு குழுமியிருந்த ஆயிரக்கணக்கான மக்களின் விம்மும் ஒலியால் கோட்டையைச் சுற்றிய நான்கு வீதிகளிலும் பரவி, அவர்கள் அலறிய வேதனைக் குரலால் நகரம் முழுவதும் பரவி, நகரத்தினின்று காற்று எடுத்துச் செல்லும் சோகம் நிறைந்த அந்தச் செய்தி நாடு முழுவதும் பரவியது. காட்டுத் தீ எவ்வளவு வேகமாகப் பரவுமோ தெரியாது. ஆனால், மதுராந்தக சோழ தேவர் இறந்தார் என்ற செய்தி அவ்வளவு வேகமாகப் பரவியது. அதற்குக் காரணம் இல்லாமல் இல்லை.

நோய்வாய்ப்பட்டுப் பல நாட்களாகக் கிடந்த அவரது முடிவை அனைவரும் எதிர் பார்த்துத்தான் இருந்தார்கள்.

கடந்த சில நாட்களாக நிலைமை மிகவும் மோசமாக மாறியதால் கவலை தோய்ந்த முகத்துடன் அரண்மனை முகப்பில் குழுமியிருந்தவர்கள் நல்ல செய்தியாக வரக்கூடாதா என்று எதிர்பார்த்தாலும் அத்தகையவர்களிடம் ஒரு பீதி நிறைந்துதான் இருந்தது. அதனால் செய்தி கிடைத்தவுடன் அது காற்றிலும் கடிதாய்ப் பரவியது.

பெரிய பிராட்டியார் செம்பியன் மாதேவியார் என்னதான் கடினமான இதயத்துடன் துன்பத்தையும் இன்பத்தையும் ஒரு நிலையில் வைத்து இதயத்தைக் கல்லாக்கிக் கொண்டிருந்தாலும் புத்திரசோகம் அவரைச் சற்று உலுக்கத்தான் செய்தது. முதுமையின் சுருக்கங்கள் நிறைந்த அந்த விழிகளிலிருந்து கண்ணீர் சிறிது சிறிதாக வெளிவந்தது. தன் மகன் நெற்றியிலே இட்ட அந்த வெண் திருநீற்றைப் பெரிய பிராட்டியார் கண் இமைக்காமல் சிறிது நேரம் பார்த்துக்கொண்டிருந்தார். இப்படிப் பட்ட தொல்லைகளையெல்லாம் காணவேண்டும் என்பதற்காகத் தானா இவ்வளவு நாட்கள் இந்த உலகத்தில் வாழ்ந்து வருகிறேன் என்று வேதனைப்பட்டார் அவர். அதிர்ச்சி நிறைந்த எத்தனையோ சம்பவங்கள். அன்று மேற்குத் திசை சென்று வருகிறேன் என்று கூறிச்சென்ற தனது கணவர் கண்டராதித்த தேவர் இறந்துவிட்டார் என்றுகூட நம்பாமல் பின் எதற்காகவோ உயிரைச் சுமந்து வாழ்ந்து கொண்டிருந்த செம்பியன் மாதேவியார் சோழர் குலத்தில் எத்தனையோ ஏற்றத்தாழ்வுகளைப் பார்த்து விட்டார். எல்லாவற்றிற்கும் சிகரம் வைத்ததுபோல் தனது திருவயிறு உதித்த செல்வன் மதுராந்தகன். இத்துன்ப உலகை நீத்துப் போகிறான் என்ற பொழுது அவர் சற்று வேதாந்த நினைவாக இவ்வுலக வாழ்க்கை என்பது மாயை என்ற நினைவில் மகனது மறைவு குறித்து வருத்தப்படாமல் இருக்க முயன்றாலும் அதையும் மீறிய பாச உணர்ச்சி அம்மையைச் சற்று உலுக்கத்தான் செய்தது. அரண்மனையில் துயரத்தி னால் எழுந்த ஓலமும் கடைசி மரியாதை செலுத்துவதற்காக மக்கள் அரண்மனை ஆசார வாசல் அருகே முட்டி மோதிக்

கொண்டு நிற்பதால் எழும் ஓலமும் அப்பெரும் அரண் மனையில் எதிரொலித்தன.

உயர்தர அதிகாரிகள் யார் வரவையோ எதிர்பார்த்திருப்பது போல வினாடிக்கு ஒருமுறை கோட்டை வாயிலிலிருந்து செய்தி வருகிறதா என்று கேட்பதும் பரபரப்புடன் இங்கு மங்கும் நடப்பதுமாக இருந்தார்கள். மூன்று முக்கியமானவர் களை அவர்கள் உடனடியாக எதிர்பார்த்தார்கள். தில்லைச் சிதம்பரத்திற்கு அருகே இருக்கும் அருண்மொழிவர்மர் வருவதை எதிர் பார்ப்பது ஒன்று. பழையாறையிலிருந்து இளையபிராட்டியார் வருவது மற்றொன்று. அநிருந்த பிரம்மராயர் சொந்த ஊரான அன்பிலில் தங்கி உலகத்தில் எதுவுமே தனக்குச் சொந்தமற்றது என்றும், தொடர்பு இல்லாதது என்றும் எண்ணம் கொண்டு வேதாந்தியாகவும் துறவியாகவும் வாழ்நாளைக் கழித்துக்கொண்டு வந்திருந்தார். ஆனாலும் சோழ அரசியல் விவகாரங்கள் அவ்வப்பொழுது அவருக்குத் தெரிவிக்கப்பட்டுத் தான் வந்தன. அவர் முன்னின்று வளர்த்தன்றோ சோழநாடு! தன் குழந்தை போன்ற அந்த நாட்டின் பெருமை குறையாமலிருப்பதற்கு அவர் தனது கவனத்தில் ஒரு பகுதியையாவது செலுத்த வேண்டாமா? மதுராந்தக சோழ தேவர் நினைவு தவறியிருந்த வுடனேயே இந்த மூன்று இடங்களுக்கும் செய்தி கொண்டு காற்றினும் கடுகி விரைந்து சென்றான் குதிரை வீரன்.

பழையாறையிலிருந்து இளையபிராட்டியும் அருண் மொழியின் மகன் மதுரனும் வந்துவிட்டார்கள்.

மதுரனுக்கு அங்கு நடப்பதெல்லாம் சற்று வியப்பாகத்தான் இருந்தது. முன்பொருமுறை தஞ்சை மாளிகைக்கு வந்த பொழுது ஒளியுடன் திகழ்ந்த மாளிகைகுதூகலத்துடன் திகழ்ந்த மாளிகை மலர்ந்த முகத்துடன் கூடிய மக்கள் வாழும் மாளிகைஇன்று ஏனோ வாடிய தாமரையைப்போல் களையிழந்து காணப்படுவது அவனுக்குப் புரியாமல் இருந்தது. அனைவரும் சோர்ந்த முகத்துடன் இருந்தார்கள்.

விம்மும் குரலை அடக்க முடியாமல் துணியை வைத்துப் புதைத்துக்கொண்டிருந்தவர்கள் பலர். அரசரின் பிரதாபங்

களையும் பெருமைகளையும் சொல்லிச் சொல்லித் தீரத்தை வெளிப்படுத்திக் கொண்டிருப்பவர்கள் சிலர். துக்கம் உள் நெஞ்சுவரை அழுத்த, அதைத் தெரிவிக்கமுடியாமல் அதை விடப் பெரிய காரியமாக மேற்கொண்டு நடக்க வேண்டிய வற்றைக் காண்பதற்காக அங்குமிங்கும் விரைந்து சென்று கொண்டிருப்பவர்கள் சிலர். இப்படியாகக் குழந்தை மதுரன் ஒன்றும் புரியாமல் அங்கும் இங்கும் பார்த்துக் கொண்டிருந் தான். சுற்றிலும் இருந்தவர்கள், அதுவும் அந்தப்புரத்தில் பணியாற்றும் பெண்களின் ஓலம் அவனைத் திக்பிரமை அடையச் செய்தது. இளையபிராட்டியாரின் கரங்களை விடாமல் அழுத்தமாகப் பிடித்துக்கொண்டு அவனும் விம்மி அழுது கொண்டிருந்தான்.

சோழர் குலத்தின் ஒளிவிளக்கு ஒன்று அணைந்தது. அதனால் இருள் பரவி விடவில்லை. முழுமதி அஸ்தமன மானவுடன் கதிரவன் உதயமாவது போல் அருண்மொழி வர்மர், முன் ஏற்படுத்திய திட்டப்படி அந்தக் கணத்திலேயே அரச உரிமைப் பொறுப்பை ஏற்றுக்கொள்வதற்காகத் தஞ்சையை நோக்கி விரைந்து வந்து கொண்டிருந்தார்.

அத்தியாயம் 14
தில்லைக்குச் செல்வோம்

இன்பவல்லி திடுக்கிடும் இதயத்துடனும் நடுங்கும் கரங் களுடனும் இளையபிராட்டியார் எழுதியனுப்பியிருந்த ஓலையைப் படித்தாள். அவள் எதிர்பார்த்தது போலத்தான் ஓலையில் எழுதப்பட்டிருந்தது. இளையபிராட்டியார் என்ன சொல்வார் என்பது அவளுக்குத் தெரியாதா? ஆனால் இன்னும், இவ்வளவு ஆண்டுகள் கழித்தும் இளைய பிராட்டியார் தன் போக்கிலிருந்து மாறாமலிருப்பதை நினைக்கும் பொழுது அவளுக்கு வேதனையாக இருந்தது. வேதனையை விட ஆத்திரம் அதிகமாக இருந்தது என்று கூடச்சொல்லலாம். ஆனால் அவள் ஆத்திரப்பட்டு என்ன

செய்ய முடியும்? அவள் ஆத்திரத்தை யாரிடம் காண்பிப் பாள்? அந்தஸ்தில் அவள் தன்னை ஒத்த பெண்ணாக இருந்தால் வீறு கொண்டெழுந்து அப்பெண் எதிரே போய் நின்று, "நீயும் ஒரு பெண்தானே! காதல் விவகாரங்களில் உனக்கு அனுபவம் இல்லை என்றாலும் அனுபவப்படும் ஒரு பெண்ணின் வாழ்க்கையில் குறுக்கே நிற்கலாமா? அவளுடைய இதயத்தைக் கெடுக்கலாமா? அவள் வேதனை அனுபவிப்பதைப் பார்த்து மகிழலாமா?" என்று கண்டிப்பாகக் கேட்டு விடுவாள். இல்லாவிடினும் அப்பெண்ணை நோக்கி, "உனக்குக் காதல் என்றால் என்ன என்பதைச் சொல்லித் தருகிறேன். அது திடீரென ஒரே நாளில் வரவழைத்துக் கொள்ளக் கூடிய ஒரு கலை அன்று. இயற்கையாக தெய்வீக மாகப் பிறக்கும் அந்தக் கலையை காதல் நிலையை அனுபவித்தால்தான் தெரியும். காதல் வாழ்வில் குறுக்கே நிற்பவர்களுக்கு இந்தப் பிறவியில் தண்டனை கொடுப்பதற்கு முடியாவிட்டாலும் மறுபிறவியில் தண்டனை நிச்சயம் உண்டு. எம தர்மராஜன் எதிரே போய் நின்று கொதிக்கும் எண்ணெயில் விழுந்தோ அல்லது பெரும் நெருப்புக் கடலில் தள்ளப்பட்டோ தண்டனையை அனுபவிக்க வேண்டாம். மறுபிறவியில் ஒரு பெண்ணாகப் பிறந்து ஒருவனைக் காதலித்து காதலில் தோல்வி அடைந்து வேதனைப்பட்டு உடல் உருகி, நெஞ்சம் நெகிழ்ந்து சாகும் தண்டனையைத் தான் அடைய நேரிடும்" என்று மிகவும் கண்டிப்பாக அவள் எடுத்துச்சொல்வாள்.

ஆனால் இப்படியெல்லாம் இளையபிராட்டியிடம் அவள் போய்ச் சொல்ல முடியுமா? உரத்த குரலில்தான் போய்ப்பேச முடியுமா? அப்படிச் சம அந்தஸ்து இல்லாத ஒரு பெண்ணிடம் ஏன் இளையபிராட்டியார் இப்படியெல்லாம் வன்மம் கொள்கிறாள் என்று இன்பவல்லி நினைத்தாள். இளையபிராட்டியார் மிகவும் உருக்கமான நடையில், மிகமிக வேண்டும் பாவனையில் நெஞ்சம் நெகிழும்படியான வார்த்தைகளால் அந்த ஓலையை எழுதியிருந்தாள். பொது வாகத் திடீரென்று ஒருவர் அதைப் படித்தால் இளைய பிராட்டியார் கூறுவது நியாயமாகத்தான் தோன்றும்.

அருண்மொழிவர்மர் சாதாரணப் பிரஜை அல்லர். அவர் சோழ நாட்டின் தற்போதைய இளவரசர். வருங்கால மன்னர். மன்னர் என்றால் சாதாரணச் சிற்றரசர்கள் கூட அந்த நாட்டிற்கு மன்னர்தாம். அருண்மொழிவர்மரின் முன்னே பெரும் கடமையே காத்து நிற்கிறது.

கடல் கடந்த நாடுகளுக்கெல்லாம் சென்று சோழ குலத்துப் பெருமையை உயர்த்த வேண்டிய பெரும் பொறுப்பும் அவர் முன்னிலையிலேயே இருக்கிறது. அப்படி மிக முக்கிய மானவருக்கு இடையூறாக ஒரு பெண் நிற்கலாமா? என்ற கேள்வியைத் தான் யாரும் கேட்பார்கள். எவ்வித அந்தஸ்தை யும் பார்க்காமல் காதல் உதயமாகியிருக்கலாம். ஆனால் அந்தக் காதலையும்விடக் கடமை என்பது மிக முக்கியமானதெனத் தோன்ற வேண்டாமா? அதைத்தான் அனைவரும் கேட்பார் கள். சோழ குலத்துச் செம்மலை குலவிளக்கைஒரு சாதாரணப் பெண் ஊர் அறியாதவள், பெற்றோர் அறியாதவள், எந்த நாடு என்பதுகூடத் தெரியாதவள் வந்து வயப்படுத்திக் கொள்வதென்றால் பார்ப்பவர்கள் குறை கூறத்தான் செய்வார்கள்.

ஆனால், அருண்மொழிவர்மரின் இதயம் இளைய பிராட்டிக்குத் தெரியாதா? இத்தகைய காதல் நிலையை இளையபிராட்டியே தான் அடைந்திருக்கிறாள் என்றால் எதையும் தடை செய்யாது, அதனால் நாட்டிற்கும் தீங்கு ஏற்படாமல் செய்யக்கூடிய ஒரு திறமை இளைய பிராட்டிக்குக் கிடையாதா? ஆனால் இப்படி நிதானமாக ஏன் இளையபிராட்டி தன்னை மிக வேண்டிக் கேட்டுக் கொள்கிறாள். என்னுடைய நாட்டியத் திறமையின் மூலமாக நான் அவரைக் கவர்ந்து விட்டேனாம். தன் சகோதரருக்குக் கலை ருசி அதிகம் என்பதைத் தெரிந்து கொண்டு கலையின் மூலமாக மயக்க முயல்கிறேனாம். ஆம்; உண்மைதான். அதிலே ஓர் அபாண்டமான பழியேதும் இல்லை. ஆனால், ஒரு பெரும் பொய் அதிலே மறைந்து கிடக்கிறது. இளவர சருக்குக் கலையின் மீது அவா உண்டு என்பது உண்மைதான். அந்தக் கலையைக்காட்டி நான் அவரை வயப்படுத்திக்கொள்ள முயல்கிறேனா என்பதுதான் கேள்வி. எனது கால்கள் நடனம் ஆடுவதை மறந்து விட்டன என்றே வைத்துக்கொள்வோம்.

பாதச்சலங்கைகள் ஒலிக்காமல் போய்விட்டன என்றே வைத்துக்கொள்வோம். அதனால் என் இதயத்திலிருக்கும் காதல் உணர்ச்சி போய்விட்டது என்று அர்த்தமா? அதற்காக இளவரசரும் என்னை நாளடைவில் மறந்துவிடுவார் என்றுதான் அர்த்தமா? எங்கள் இருவருக்கும் ஏற்பட்டுள்ள காதல் தராதரத்தை மீறி நிற்கவில்லை. ஒருவரையொருவர் புரிந்து கொண்ட நிலையில் அடங்கியே நிற்கிறது.

கலைக்காக மட்டுமல்லாமல் கண்ணுக்குப் புலப்படாத இதயத்திலிருந்து புறப்பட்ட ஒலிகளில் வயப்பட்டு அந்தக் காதல் நிற்கிறது என்றுதான் இன்றுவரையில் நான் எண்ணி யிருக்கிறேன். அதனால் நான் கலையை மட்டும் புலப்படுத்தி அவரை மயக்கி விட்டேன் என்று சொல்வது பெரும் பொய்யாகத்தான் இருக்க வேண்டும். நான் இந்த நாட்டின் அரசியாக ஆவதற்காகக் காதலித்தேனா? அதுவும் இல்லை. எனக்குக் காதலைப்பற்றி விரிவாக எடுத்துச்சொல்லச் சக்தி யிருந்தால் எங்கள் இருவருக்கும் மானசீகமாக எங்களுக்கே புரியாத முறையில் ஏற்பட்டிருக்கும் தொடர்பை எடுத்துச் சொல்லமுடியும். அவர் எனக்குச் சொந்தமில்லையா? இளவரசரைக் கேட்டால் அவர் சொல்வார். அப்படியிருக்கும் பொழுது எங்கள் இருவருடைய காதலால் இந்த நாட்டுக்கு எந்தவித இடையூறு ஏற்படும் என்று இளையபிராட்டியார் கருதுகிறார்? காதல் சிகரமாக அவர் என்னைக் கரம் பிடித்து மணம் புரிந்து கொண்டால் இந்த நாட்டிற்கு எந்தவிதமான தீங்கு ஏற்பட்டு விடும்? ஒரே ஒரு மனைவியைத்தான் மணம் புரிந்து கொள்ள வேண்டுமென்ற பழக்கம் ஏதாவது இருக்கிறதா?

இதற்கு முன் சோழ குலத்தவர் ஏகபத்தினியை உடையவர் களாகத் திகழ்ந்திருக்கிறார்களா? அல்லது அருண்மொழிவர்மர் பட்டத்து மகிஷியாக ஒருவரைத்தான் மணந்து கொண்டிருக் கிறாரா? பழுவேட்டரையர் மகளை மணம் புரிந்து கொண்ட பிறகு, மற்றும் இரு திருமணங்கள் நடந்து விட்டதாகப் பேசிக் கொள்கிறார்களே? குறுகிய ஆண்டுகளில் அவர் இவ்வாறு செய்து கொள்வது அரசகுல சம்பிரதாயமாக இல்லாதிருந்தால் அவருடைய புகழுக்கு ஏதாவது இழுக்கு ஏற்பட்டு விடாதா? அப்படி எந்தவித அவப்பெயரும் ஏற்படாத நிலையில்

என்னை அவர் மணம் புரிந்துகொள்வதால் மட்டும் என்ன தவறு நேர்ந்து விடப் போகிறது? ஏன் இளையபிராட்டியார் இவ்வாறு அஞ்சுகிறார்கள்?

இன்பவல்லி கண்களை மூடியபடி ஓலையைக் கையில் வைத்துக்கொண்டு இவ்வாறு ஆழ்ந்த சிந்தனையில் இருந்தாள். 'சிறிது நேரத்திற்கு முன்பு வல்லவரையர் வந்து இங்கு சொன்னது என்ன? தில்லைச் சிற்றம்பலத்துக்குத் தன்னை வருமாறு இளவரசர் அழைத்த செய்தியை அவர் கூறியது ஏன்? இப்பொழுது இளையபிராட்டியார் தனது கைப்பட எழுதிய ஓலையிலே தெரிவிப்பது என்ன? ஒன்றுக் கொன்று நேர் எதிர் துருவங்களாக அல்லவா இருக்கின்றன? வல்லவரையர் இளவரசருடைய இதய ஒலியாகத்தான் என்னை அழைத்திருக்கிறார். அவருக்கு மிகமிக நல்லெண்ணம் உண்டு. ஏனென்றால் காதலின் உண்மையான பொருளை அறிந்தவர். அதனால் இளவரசர் மனத்தில் பட்டதை அவர் சொன்னதை சொல்லக் கூடியதை உடனடி யாக வந்து என்னிடம் தெரிவித்திருக்கிறார். ஒருகண நேரத்தில் நான் இன்ப விமானத்திலிருந்து கீழே தள்ளப்பட்டவள் போல் ஆகிவிட்டேன்! இளவரசரைச் சந்தித்த பிறகு இளைய பிராட்டியார் கண்டிப்பாக அன்றோ கடைசியில் என்னை எச்சரித்திருக்கிறாள். முதலில் தேனொழுகும் வார்த்தைகளால் ஓலையைத் தொடங்கி அன்பான சொற்களால் நிரப்பி மேலும் வர்ணித்தவள், கடமையை வற்புறுத்துவதற்காகச் சற்று அழுத்தமான சொற்களை எழுதியவள், கடைசியில் ஆபத்தைப் புலப்படுத்தும் வகையில் கடினமான வார்த்தை களை அன்றோ பயன்படுத்தியிருக்கிறாள்? கண்டிப்பும் ஆணையும் சேர்ந்திருக்கின்றன. இந்த ஆணையில் அவளுடைய ஆணவம் புலப்பட்டிருக்கிறது. நான் இளைய பிராட்டியார் சொற்படி நடப்பதா? அல்லது கட்டளையை மீறி இளவரசரைச் சந்திப்பதற்காக உடனடியாகப் புறப்பட்டுச் செல்வதா?

இன்பவல்லி மிகவும் குழம்பினாள். எதிரே வல்லவரையர் நின்று கொண்டிருந்தார். ஆனால் ஓலையில் கண்டிருக்கும் செய்தியை அவர் அறிந்து கொள்ள முயல்வதாகக் காட்டிக் கொள்ளவில்லை. என்ன செய்தி வந்திருக்கும் என்று கூட

அவர் கேட்கத் துணியவில்லை. ஒருவேளை தன் முக உணர்ச்சியிலிருந்து அறிந்து கொண்டு விட்டாரா? சற்றுமுன்பு களிப்பால் மலர்ந்திருந்த கண்களில் துயரத்தின் சாயையால் கார்மேகம் போன்று திரண்டு வரும் கண்ணீரைக் கண்டு அவர் புரிந்துகொண்டு விட்டாரா? இளவரசரைச் சந்திக்கப் போகிறோம் என்னும் ஆவலில் உடல் முழுவதும் சிலிர்த்துத் துடிப்பதைப் பார்த்து மெல்ல மகிழ்ந்து கொண்டிருக்க அவர் ஓலையைப் பார்க்கும் பொழுது ஏற்பட்ட நடுக்கத்திலிருந்தே அதிலிருக்கும் இரகசியத்தைத் தெரிந்து கொண்டு விட்டாரா? இன்பவல்லி சற்றுத் திரும்பி வல்லவரையரை ஒரு கணம் நோக்கினாள். மறுகணம் தன் இதயத்திலிருந்து பொங்கிவரும் தன் உணர்ச்சியை அடக்க முடியாமல் அதை அங்கே தெரிவிக்கவும் முடியாமல், துய்ரத்தைப் புலப்படுத்திக் கொள்ளவும் விரும்பாமல் எழுந்து குடிலுக்குள் ஓடோடி விட்டாள். தரையிலே விழுந்து முகத்தை நிலத்தாயின் மடிமீது புதைத்துத் தன் கண்ணீரைத் தாயின் முகத்திலும் தன் இதய பாரத்தைத் தாயின் செவிகளிலும் அழுத்தித் தாயின் கட்டளை என்ன வருமோ என்று எதிர்பார்த்துக் கிடப்பவள் போல் விம்மி விம்மி அழுது கொண்டிருந்தாள்.

வல்லவரையர் வந்தியத்தேவனுக்கு எல்லாம் புரிந்து விட்டது. இளையபிராட்டியுடன் இன்பவல்லியின் விஷயமாக அவர் முன்பே விவாதித்திருக்கிறார். ஆனால் அவரால் அதிகம் வற்புறுத்திச் சொல்ல முடியாத நிலைமையும் இருந்தது. தன்னைவிட இளையபிராட்டிக்கு அருண்மொழி வர்மர் மீது உரிமை அதிகமில்லையா? அதனால் தான் வந்தியத்தேவன் தன் எண்ணத்தை ஓரளவுக்குத் தெரிவித்துக் கொண்டு நிறுத்திக் கொண்டார். இப்பொழுது அவருக்கு நன்றாகப் புரிந்து விட்டது. இளவரசரைச் சந்திக்கக் கூடாது என்று கண்டிப்பாக எழுதியிருக்கிறாள். ஆனால் இளவரசரோ எப்படியும் இன்ப வல்லியைச் சந்திக்க வேண்டுமென்னும் ஆவல் உடையவராக இருக்கிறார். சங்கரத்தேவனிடமிருந்த ஓலையைப் பறித்துப் போனவன் இளையபிராட்டியார் அனுப்பிய ஓலையை எடுத்துக் கொண்டு சென்றிருக்கக் கூடாதா? ஒரேயடியாக ஓலை தொலைந்து விட்டது என்று சொல்லிச் சாதித்து விடலாமே? வல்லவரையர் சிறிது நேரம்

ஒன்றும் புரியாமல் நின்று கொண்டிருந்தார். பிறகு குறுக்கும் நெடுக்குமாக மணலில் காலை அழுத்தமாகப் பதியும்படி நடந்தார். அந்தக் குடில் அருகே வளரும் மான் ஒன்று அவரைக் கேள்விக் குறியுடன் பார்ப்பதுபோல் அவருக்குத் தோன்றியது. கிளியொன்று சடசட என்று இங்குமங்கும் பறந்து மரக்கிளையின் மீது உட்கார்ந்து கொண்டது. வெயில் ஏறிக்கொண்டிருந்தது. மரத்தடியிலே முதியவரும் வாகீசனும் உட்கார்ந்திருப்பது தெரிந்தது. வல்லவரையர் முதியவரிடம் செல்வதற்காக மெல்ல நடந்தார்.

சிறிது தூரம் சென்றவர் என்ன தோன்றியதோ என்னவோ மீண்டும் திரும்பிக் குடிலுக்கே வந்தார். குடிலிலிருந்து இன்பவல்லி இன்னும் விம்மிக் கொண்டிருக்கும் ஒலி கேட்டது. தரையெல்லாம் கண்ணீரால் நனைந்திருந்தது. அவளுடைய கேசம் கலைந்திருந்தது. அதற்குள் முகத்திலும் சோர்வு நிறைந்து விட்டது. யாரோ வரும் ஓசை கேட்டு இன்பவல்லி மெல்ல நிமிர்ந்து பார்த்தாள். குடிலின் வாயில் கதவுக்கு அருகே வல்லவரையர் நிற்பதைப் பார்த்தவுடன் என்னதான் துக்கத்தால் அழுது புலம்பிப்படுத்திருந்தாலும் மரியாதை செலுத்தும் வகையிலே அவள் எழுந்திருக்க வேண்டுமல்லவா? அதனால் மெல்லத் தன் துயரத்தைத் துடைப்பது போல் கண்களைத் துடைத்துக்கொண்டு எழுந் திருக்க முயன்றாள். வல்லவரையருக்கும் இன்பவல்லியின் துயரத்தைத் துடைப்பதற்கான வார்த்தைகளைச் சொல்வ தற்குத் தைரியமில்லை. அவர் என்ன சொல்லித் தேற்ற முடியும்? மகிழ்ச்சிகரமான செய்தியைத் தருவதற்காகத் தூதுவராக வந்தாரேயன்றி துயரச் செய்தியைக் கொண்டு வரவில்லை. ஆனால் அவர் ஒரே ஒரு நொடியில் உறுதியான முடிவுக்கு வந்து விட்டார். இன்பவல்லி அருண்மொழிவர் மரைச் சந்திப்பதில் தவறு ஒன்றுமில்லை என்ற முடிவு தான் அது. அருண்மொழிவர்மரின் கருத்துப்படி தில்லையம் பதிக்குச் சென்று அவரைச் சந்திக்க ஏற்பாடு செய்வது தனது கடமை என்னும் முடிவுக்கு வந்தார்.

அதனால் அவர் மெல்லிய குரலில், ‘‘எந்த விதமான கவலையாய் இருந்தாலும் அதை மறந்து விட்டு உடனடி

யாகச் சிதம்பரத்திற்குப் புறப்படுவதற்கு ஆயத்தம் செய்யுங் கள். அங்கே அதிக நாள் இளவரசரால் தங்கமுடியாது. தங்கள் வருகையை நான் உடனடியாகச் சென்று தெரிவிக்கிறேன். தாங்கள் வருவது தெரிந்தால் இளவரசர் மிகவும் மகிழ்ச்சி அடைவார். தங்கள் எண்ணம் ஈடேறுவதில் எந்தவிதமான இடையூறும் ஏற்படாது என்பது உறுதி'' என்று மெல்ல வார்த்தைகளைத் தட்டுத் தடுமாறிச் சொல்லி இன்பவல்லியின் வருத்தத்தைச் சற்று மாற்ற முயன்றார். அதற்குள் வாகீசனும் முதியவரும் அங்கே வந்து விட்டனர். ''வந்திருக்கும் விருந்தினரை உபசரிக்காமல் இப்படிச் சோர்ந்து போய் இன்பவல்லி இருக்கிறாளே, பகல் உணவிற்கு ஏற்பாடு செய்ய வேண்டாமா? இவருடைய குதிரைக்கும் வேண்டிய உணவிற்கு வழி செய்ய வேண்டாமா?'' என்று கேள்வியைக் கேட்டுக் கொண்டு முதியவர் உள்ளே நுழைந்து விட்டார். மேலும் வந்தியத்தேவன் தானும் உள்ளே வராமல் வெளியேயும் போக முடியாமல் இரண்டும் கெட்ட நிலையில் நின்று கொண்டிருப்பதைப் பார்த்து, ''அடடா! உங்களை உட்காரச் சொல்வதற்குக் கூட வார்த்தை வராமல் இன்பவல்லி ஏதோ நிலையில் இருக்கிறாள். வாருங்கள், வாருங்கள் இப்படி அமருங்கள். தங்களைத் தக்க முறையில் வரவேற்று உபசரிப்பதற்குக் கூட ஏற்ற இடமில்லை. இதோ இருக்கும் இடத்தில் அமர்ந்து இளைப்பாறுங்கள்'' என்று வாகீசன் தனது சொற்களால் வந்தியத்தேவனை வரவேற்றார்.

வந்தியத்தேவனுக்கு இப்பொழுது சற்றுத் துணிவு பிறந்தது. ''நான் எப்பொழுதோ வந்து விட்டேன். என்னைத் தக்க முறையில் வரவேற்று இன்பவல்லி வேண்டிய உபசாரங்கள் செய்து விட்டாள்'' என்று கூறிக்கொண்டே கடைக் கண்ணால் இன்பவல்லியைப் பார்த்தார். இன்ப வல்லிக்குச் சற்று வெட்கம் வந்துவிட்டது போலும்! அத்தகைய நிலையிலே நாணம் கலக்கும் பொழுது அது பார்ப்பதற்கு விசித்திரமாகத்தான் இருந்தது. ''நான் அதிக நேரம் இங்கே தங்குவதற்கு இயலவில்லை. நாங்கள் விரைந்து செல்லவேண்டும். தங்களையெல்லாம் இளவரசர் சந்திக்க விரும்புகிறார். நீண்ட காலத்திற்குப்பிறகு தங்களைக் காண வேண்டும் என்னும் அவா உடையவராக இருக்கிறார்.

தில்லைச் சிதம்பரத்தில் அவர் தங்கியிருக்கிறார். தங்களை உடனே புறப்பட்டு வருமாறு சொல்வதற்காகத்தான் நான் வந்தேன்'' என்று வந்தியத்தேவன் கூறி மீண்டும் இன்பவல்லியை நோக்கினார்.

முதியவர் மிகவும் உற்சாகமடைந்தவராய், "இளவரசர் எங்களை அழைத்தாரா? சிதம்பரத்தில் தங்கி இருக்கிறாரா? இதோ நாங்கள் புறப்படுகிறோம். இன்பவல்லி! உன் கவலை யெல்லாம் தீர்ந்தது. உனக்கு நல்ல சேதி தேடி வந்திருக்கிறது" என்று அவர் உணர்ச்சி வசத்தால் பேசினார். இன்பவல்லி யிடமிருந்து மெல்லிய விம்மல் ஒலிதான் கிடைத்தது.

அவர்கள் தில்லைக்கு வருகின்றனர் என்பதை உறுதிப் படுத்திக்கொண்டு வல்லவரையரும் சங்கரத்தேவனும் தில்லை நோக்கிப் புறப்பட்டார்கள். அவர்கள் வரும் செய்தியை இளவரசரிடம் முன்பே சென்று தெரிவித்தால் நன்றாக இருக்கும் என்ற எண்ணத்தில் அவர்கள் வேகமாகப் பரியை விரட்டிக் கொண்டு சென்றார்கள். இளவரசர் தங்கியிருக்கும் மாளிகையை அவர்கள் அடைந்த பொழுது அவர்களுக்கு அங்கே பெரும் அதிர்ச்சிகரமான செய்தி காத்திருந்தது. தஞ்சையில் மன்னர் மதுராந்தக சோழதேவர் காலமாகி விட்டார் என்ற செய்தி. அது கேட்டு அருண்மொழிவர்மர் தஞ்சையை நோக்கி விரைந்திருக்கிறார் என்ற செய்தி. வல்லவரையர் ஒரு கணம் மேற்கொண்டு என்ன செய்வ தென்று புரியாமல் திகைத்து நின்றார்.

அத்தியாயம் 15
அடக்கமும் ஆசையும்

ஈழத்து இளைஞன் மீது அரண்மனை அதிகாரி ஒரு கண் வைத்திருந்தார். மலர்க்கண்ணன் என்ற பெயருடையவனா யிருந்தாலும் அவரது விழிகளில் எப்போதும் கோபக்கனல் வீசிக் கொண்டிருக்கும். அவருக்குச் சோழ நாட்டில் கொடுக்கப் பட்டிருந்த அதிகாரத்திற்கு அவர் விழிகள் அவ்வாறு காட்சி

யளிப்பதில் தவறில்லைதான். ஆனால் எப்பொழுதுமே இயற்கையான பார்வை அமைந்து விட்டால் பெயருக்குப் பொருத்தமாக அமைய வேண்டாமா? செங்கண்ணன் என்ற பெயர் அவருக்கு ஏற்பட்டு விட்டது.

அவர் காதுபட அப்பெயரைச் சொல்லிவிட முடியுமா? அவர் கேட்டு விட்டால் வம்புதான். அறிந்தவர்கள்கொங்கு நாட்டில் திருப்புக்கொளி எனும் ஊரிலிருந்து வந்தவரான அவர் சொந்த விஷயத்தை அறிந்து கொண்டவர்கள்இளம்வயதில் அவர் பார்வை அவ்விதமில்லை என்று சொல்வார்கள். பிறகு அவருக்குத் திருமணம் நடந்தது. அவர் மனைவி சிறிது காலம் உள நோயால் வருந்தி இறந்து விட்டாள்.

அதிலிருந்து மலர்க் கண்ணன் செங்கண்ணனாக மாறத் தொடங்கினார். எதிலுமே பற்றுதலற்ற நிலை. கண்டிப்பும், பிறர் குற்றம் செய்வதைக்கண்டு சகிக்காத நிலையும் அவருக்கு நல்லதொரு பதவியை வாங்கிக்கொடுத்தன. அநிருத்தப்பிரம்ம ராயர் அவரைத் தேர்ந்தெடுத்து மன்னரின் நம்பிக்கைக்குப் பாத்திரமான காவலர் பதவியை அளித்தார். மன்னர்கள் மாறலாம். ஆனால் மலர்க்கண்ணன் பதவி மாறாது. அப்படி ஓர் அதிமுக்கியமான பதவி.

சோதிடர் வீட்டிற்கு மலர்க்கண்ணன் அடிக்கடி வரத் தொடங்கினார். தன்னுடைய வருங்காலத்தைப்பற்றி அறிய வேண்டும் என்பதற்காக மட்டுமின்றி சோதிடர் மகள் மேகலையைக் காண்பதற்காகவும் அவர் வரத் தொடங்கினார்.

ஈழத்து இளைஞன் சோதிடர் வீட்டுக்குச் செல்வதையும் அங்கிருந்துத் திரும்பி வருவதையும் கவனித்த மலர்க் கண்ணன் அவன் தோளைத்தட்டி, "தம்பி, எங்கே போய் வருகிறாய்?" என்று கடினமான குரலில் கேட்டார்.

மேகலை சொல்லியிருந்தது போல் ஈழத்து இளைஞன் மறுமொழி சொல்ல முயன்றான். ஆனால் ஏனோ அவன் உடல் நடுங்கியது.

"பலிக்கவில்லை..." என மெல்ல நடுங்கும் குரலில் கூறினான். ஆனால் அவன் எதிர்பார்த்தது போல் மலர்க் கண்ணன் மகிழ்ந்து விடவில்லை.

"என்ன பலிக்கவில்லை?" என்று அதட்டும் குரலில் கேட்டார். என்ன மறுமொழி கூறுவது என்று அவனுக்குப் புரியவில்லை. மலர்க்கண்ணன் மேகலையை நாடி வருவதாகவும் மேகலை அவரைத் திரும்பிக்கூடப் பார்க்காமல் இருப்பதால், தனக்கு அவளிடம் பேசும் பாக்கியம் கிடைத்த தற்குப் பொறாமைப் பட்டுத் தன்னைப் பழிவாங்க நினைக் கிறாரோ என்ற எண்ணத்தில் மேகலை நின்ற இடத்தைச் சுட்டிக்காட்டி, "அவளுடன் எவ்வளவோ பேச முயன்றும் முடியவில்லை" என்றான்.

மலர்க்கண்ணன் குபீரெனச் சிரித்தான். அந்தச் சிரிப்பில் கோபம் கொந்தளித்தது. ஈழத்து இளைஞனுடைய வலக் கரத்தை அழுத்தமாகப் பிடித்துக்கொண்டு, "நீயார்? சோதிடர் மகளுடன் பேசுவதற்கு உனக்கென்ன யோக்கியதை? எதற்காக நீ வந்தாய்? உண்மையைச் சொல்லிவிடு" என்று அதட்டினார். அவருடைய இரும்புக்கரம் எலும்புகள் நொறுங்கிவிடுவது போல் அழுத்தியது. மேகலை கூறியது போல் அவர் போய் விடுவதாகக் காணோம். அதற்குப் பதிலாக மேலும் அவனைக் கேள்விமேல் கேள்வி கேட்டுத் தன் உண்மை நிலையை அறிந்துகொள்ளத் திட்டமிடுகிறார் என்பது அவனுக்குத் தெரிந்துவிட்டது. அவரிடமிருந்து எப்படித் தப்புவது என்று சிந்திக்கலானான்.

மலர்க்கண்ணன் சிறிதளவில், தன் பிடியை மெல்லத் தளர்த்தி, "உன்னை எங்கோ பார்த்திருப்பது போல் தோன்று கிறதே, உனக்கு எந்த ஊர் அப்பா?" என்று கேட்டார். ஈழத்து இளைஞன் துணிந்து, "எனக்கு நாகைப்பட்டினம்" என்று பொய் சொன்னான். மலர்க்கண்ணன் கண்கள் வியப்பால் விரிந்தன. "நாகைப்பட்டினமா? நாகைப்பட்டினத்தில் எந்த இடம் அப்பா? உன் பேச்சு, நடை எல்லாம் பார்த்தால் உனக்கு நாகைப்பட்டினம் போல் தோன்றவில்லையே" என்றார் மலர்க்கண்ணன். ஈழத்து இளைஞன் மேலும் ஏதாவது கற்பனையைக் கூறித்தப்பித்துக் கொள்ளும்படியான நிலைமை ஏற்பட்டது. "நாகைப்பட்டினத்தில் சூடாமணி விஹாரத்தில் என் தந்தை பணிபுரிந்து வருகிறார். நீங்கள் கேட்டதிலும் உண்மை இருக்கத்தான் செய்கிறது. சூடாமணி

விஹாரத்திற்கு வரும் சீன பிட்சுக்களும் ஈழத்திலிருந்து இங்கு வந்து தங்கியுள்ள பிட்சுக்களும் என்னை மிகவும் நேசித்துப் பழகுவார்கள். அதனால் அவர்களுடன் எப்பொழுதுமே இருந்து கலந்து பழகிக் கொண்டிருந்தபடியால் என்னுடைய பேச்சும் அவர்களுடைய பேச்சு வழக்குப்போல் சற்று மாறிவிட்டது" என்றான்.

மலர்க்கண்ணன் இப்பொழுது அவனுடைய பிடியை விட்டுவிட்டார்.

"ஓஹோ! அப்படியா! தங்களுக்குச் சீனத்துப் பிட்சுக்களோ டெல்லாம் பழக்கம் உண்டு போல் இருக்கிறது. அதனால் தான் தங்களுடைய பேச்சில் அந்நிய பாணி அடிபடுகிறது. ஆமாம்; இவ்வளவு பெரிய மகான்களோடு பழகிக்கொண்டு வரும் தங்களுக்குச் சோதிடர் மகள்தானா காதலிப்பதற்குக் கிடைத் தாள்? சோதிடருடைய அந்தஸ்து என்ன? அவர் மகளை இப்படிக் கொல்லைப் புறத்தில் பார்த்துவிட்டால் என்ன ஆவது?" என்று கேட்டார்.

ஈழத்து இளைஞனுக்கு இப்போது தர்மசங்கடமாகப் பட்டது. எனினும் துணிவுடன், "காதல் புரிய வேண்டு மென்ற எண்ணத்துடன் நான் வரவில்லை. ஆனால் தஞ்சைக்கு வந்தபிறகு என்னுடைய மனநிலை சற்று மாறு பட்டுத்தான் இருக்கிறது. பெண்களைக் கண்டால் தலை குனிந்து கொள்ளும் எனக்குத் தஞ்சை நகரத்து மங்கையர் ஏனோ மயக்கத்தை அளிக்கிறார்கள். பிற மாதரை ஏறெடுத்துப் பாராத என் கண்கள் இப்பொழுது இங்குமங்கும் சுற்றி அலை கின்றன. நான் என்ன செய்யட்டும்? ஐயா! மிகவும் சிரமப் பட்டு உள்ளத்தை அடக்கிக்கொள்ள முயல்கிறேன். புலனடக் கத்தைப் பற்றி நான் எவ்வளவோ அறிந்திருக்கிறேன். பெண் வாடையே இல்லாமல் என் வாழ்நாளைக் கழித்துவிடக்கூடிய சக்தியும் எனக்கு இருக்கிறது. அதனால்தான் என்மனம் வெகுவேகமாகச் சோதிடர் மகளை நோக்கித் தாவினாலும் நான் மனக்குரங்கை வெல்லக்கூடிய சக்தியை உடனே வரவழைத்துக்கொண்டு திரும்பி விட்டேன். அவள் பேசுவாளா என்று எதிர்பார்த்தேன். அவள் பேசவில்லை; செல்கிறாள். சென்று விட்டாள் என்று தெரிந்தவுடன் நான்

அங்கேயே நிற்க எத்தனிக்கவில்லையே" என்றான் ஈழத்து இளைஞன்.

அவனுடைய சாமர்த்தியமான சமயோசிதப் பேச்சில் மலர்க் கண்ணனுக்கு நம்பிக்கை பிறந்து விட்டது போலும். மனத்தை அடக்கக்கூடிய சக்தி படைத்த ஓர் இளைஞன் தனக்குக் கிடைத்துவிட்டான் என்கிற மகிழ்ச்சி ஏற்பட்டு விட்டது போலும். அதனால் அவர் மேலும் அந்த இளைஞனுடன் தொடர்ந்து பேச விரும்பி, "இப்படியே வெயிலில் நாம் நின்று பேசுவது சரியில்லை. அப்படி நிழல் இருக்கும் பக்கமாகச் சென்று பேசலாமா?" என்று சோதிடர் வீட்டு வாயிற் புறத்துக்கு அருகே வளர்ந்திருந்த நிழல் தரும் மரங்களுக்கு அருகே அழைத்துச் சென்றான். அங்கே உள்ள மர வேரில் அமர்ந்து நெற்றி வியர்வையைத் துடைத்துக்கொண்டு ஈழத்து இளைஞனை நோக்கி, "நீயும் இப்படி உட்கார்! நாம் சிறிது நேரம் பேசிக்கொண்டிருப்போம். மனத்தை அடக்குவது என்று சொன்னாயே அது எப்படி உனக்குக் கை வந்தது?" என்று கேட்டார் மலர்க்கண்ணன்.

ஈழத்து இளைஞன் உள்ளத்தில் சற்றே வேதனை தாண்டவ மாடியது. ஒரு பொய் சொல்லப் போய் அதைத் தொடர்ந்து பல பொய்களைச் சொல்ல வேண்டிய நிலைமை ஏற்பட்டு விட்டதே என்று வேதனைப்பட்டான். இப்படிச் சங்கிலித் தொடர்போல் ஏதாவது சொல்லிக்கொண்டே போனால் கடைசியாக என்ன நிலை ஆகுமோ என்ற அச்சமும் அவனுக் கிருந்தது. எனினும் தைரியத்தைக் கைவிடாதவனாய் மன அமைதியோடு, "ஒரே நாளில் வந்து விடக்கூடியது இல்லை ஐயா! இப்பொழுது நான் தங்களுடன் பேசிக்கொண்டே யிருக்கிறேன். எனக்கு ஏராளமான வேலைகள் தலைக்குமேல் காத்திருக்கின்றன. மனம் அவ்வேலைகளின் பக்கம் தாவுகிறது என்றாலும் அந்த மனத்தை ஒரு நிலைப்படுத்தி உங்களுடன் பேசுவதிலே செலுத்துகிறேன் அல்லவா! அதுவும் ஒரு வகைப் புலனடக்கம் தான். ஆனால் நீங்கள் என்னுடன் பேசுகிறீர்களே தவிர, என்னைக் கேட்கிறீர்களே தவிர, என்னிடமிருந்து எதையோ அறிந்து கொள்வதற்காகப் பார்க்கிறீர்களே தவிர, உங்கள் மனம் வேறு எங்கோ

அலுவலில் முற்பட்டிருக்கிறது. உங்கள் மனத்தில் சொல்ல முடியாத கவலை ஏதோ ஒன்று ததும்பியிருப்பது போல் இருக்கிறதல்லவா?'' என்று ஒரு கேள்வியைப் போட்டான் ஈழத்து இளைஞன். மலர்க்கண்ணன் அசந்து விட்டார்.

ஈழத்து இளைஞனின் முகத்தையே அமைதியாகச் சற்று நேரம் பார்த்துக் கொண்டிருந்துவிட்டு, ''தம்பி! நீ மிகக் கெட்டிக்காரனாய் இருப்பாய் போல் இருக்கிறதே! உன்னுடைய புத்திக் கூர்மையை நான் எப்படிப் பாராட்டுவதென்றே எனக்குத் தெரியவில்லை. மன அடக்கம் என்பதை வெகு தெளிவாக விளக்கி விட்டாயே. உண்மையில் என் மனம் சஞ்சலத்தில் ஆழ்ந்துதான் இருக்கிறது. இன்னும் சொல்லப் போனால் உன்னைப் போல் என் மனத்தைக் கட்டி நிறுத்தக் கூடிய திறமை எனக்கு வரவில்லை. நான் வகிக்கும் பெரும் பொறுப்பு இருக்கிறதே அதில் மன அடக்கம் ஓரளவுக்குத் தேவை என்பது இப்பொழுதுதான் எனக்குத் தெரிகிறது. தம்பி, எனக்கு மன அடக்கத்தை உன்னால் சொல்லித்தர முடியுமா?'' என்று கேட்டார். ஈழத்து இளைஞன் சற்று யோசித்தான். இதேபோல் அவரிடம் பேச்சுக் கொடுத்து அவர் மனத்தைத் தன் பக்கம் இழுத்து, தன் மீது நம்பிக்கை உண்டாகும்படி செய்து மெல்ல அவரிடமிருந்து கழன்று விட வேண்டுமென்று எண்ணினான்.

ஆனால் எதிர்பாராதவிதமாக, அவனுடைய அதிர்ஷ்டமோ, துரதிர்ஷ்டமோ தொலைவில் அவனுடைய சகாக்கள் சிறைச் சாலையில் சுண்ணம் அடிப்பவர்கள் வந்து கொண்டு இருந் தார்கள். அவர்களுடைய நடையிலிருந்து அவனுடன் வேலை செய்பவர்கள் என்பதை ஒரு நொடியில் தெரிந்து கொண்டு விட்டான். அவர்கள் நெருக்கமாக வந்து விட்டால் நிச்சயம் தன்னை அடையாளம் கண்டு விசாரிக்கத் தொடங்கி விடுவார்கள். நாகைப்பட்டினத்து இளைஞன் என்றும் புத்த பிட்சுக்களோடு பழகியவன் என்றும் சொல்லிக்கொண்டு அவரை ஏமாற்றிய நிலையிலிருந்து தப்ப முடியாது. அதனால் அவன் வெகு விரைவாக இவரிடமிருந்து கழன்று கொள்ள விரும்பி, ''மனத்தை அடக்குவது என்பது ஒரே நாளில் நடைபெறும் காரியமில்லை. படிப்படியாகத் தான் அந்த

நிலையைக் கற்றுக்கொள்ள வேண்டும். முதலில் நீங்கள் கண்ணை மூடிக்கொண்டு சில நிமிஷங்கள் இருப்பதற்குக் கற்றுக் கொள்ள வேண்டும். இப்பொழுது நல்ல வெயில் வேளை. எங்கே முதலில் சற்றுக் கண்ணை மூடிக்கொள்ளுங் கள் பார்க்கலாம். நான் ஒன்று இரண்டு மூன்று என்று மனத்திற் குள்ளேயே முந்நூறு வரையில் எண்ணிக்கொண்ட பிறகு கண்ணைத் திறந்து விடுங்கள் என்பேன். அதுவரையில் நீங்கள் கண்ணைத் திறக்காமல் உட்கார்ந்து இருப்பதற்குப் பழகிக் கொள்ளுங்கள் பார்க்கலாம்'' என்று கூறினான். மலர்க்கண்ணன் சட்டென்று விழிகளை இறுக்கமாக மூடிக்கொண்டார்.

இதுதான் சமயம் என்று ஈழத்து இளைஞன் வெகு வேகமாக அங்கிருந்து ஓடி மறைந்துவிட்டான். மலர்க் கண்ணன் கண்ணைத் திறந்த பொழுது புலனை அடக்கக் கற்றுக்கொடுத்த அந்தக் 'குருநாத'ரைக் காணவில்லை. அதற்குப் பதிலாக சோதிடர் வீட்டு வாயிற்படியில் சோதிடர் மகள் நின்று குலுங்கக் குலுங்கச் சிரித்துக் கொண்டிருப்பது தெரிந்தது.

அத்தியாயம் 16

பாண்டியர் பெருமை

இன்பவல்லியும், முதியவரும் ஓவியர் வாகீசனும் சிதம்பரத்தை அடைந்தபொழுது தஞ்சையில் மதுராந்தக சோழ தேவர் காலமாகி விட்டார் என்ற செய்தி நகரம் முழுவதும் பரவியிருந்தது. தஞ்சை மாளிகையை நோக்கிச் செல்லும் நகரத்துப் பெரும் செல்வந்தர்களும் பெரு நிலக்கிழார்களும் தம் பரிவாரங்களுடன் வீதியிலே சென்ற வண்ணமாய் இருந்தார் கள். பெரும் மனக்கோட்டை கட்டி, இளவரசரைச் சந்தித்த வுடன் என்னென்ன பேசப்போகிறோம் என்பதற்குத் திட்டங் கள் தீட்டியவாறு இருந்த இன்பவல்லிக்குப் பெரும் அதிர்ச்சி ஏற்பட்டது.

மன்னர் இறந்த செய்தியைவிட இளவரசரைச் சந்திக்க முடியாமல் போய்விட்டது சொல்லொணா வேதனையை அளித்தது. தன் எண்ணத்திலே பெரும் இடி வந்து தாக்கி மனக் கோட்டையை இடித்துத் தூள் தூளாக்கி விட்டது போன்ற உணர்ச்சி அவளுக்கு ஏற்பட்டது. வாழ்நாள் முழுவதும் அப்படியே போய்விடுமோ என்ற கவலை ஒரு கணம் அவள் உள்ளத்தில் தோன்றியவுடன் அவள் உடல் சிலிர்த்தது. முதியவர் கேட்ட ஒரு கேள்விக்கு அவள் மறுமொழி சொல்லாமல் ஏதோ ஒரு நினைவில் இருந்தாள்.

"இன்பவல்லி! இதற்கெல்லாம் வருத்தப்பட்டால் முடியுமா? உலகத்திலே பிறப்பவர்கள் யாவரும் ஒருநாள் இறப்பது திண்ணம் என்பதை எப்படி நான் உனக்கு விளக்கி எடுத்துச் சொல்வது? திருமூலர் என்ற பெரும் சித்தர் இருந்தார். இந்த உலக நிலைமையைச் சிறுகதை போல் எடுத்துச் சொல்லியிருக்கிறார். ஓர் இன்பக் கணவனும் மனைவியும் வசித்து வந்தார்களாம். கணவன் வந்தான் வீட்டிற்கு, இன்பமாகப் பேசினான் மனைவியிடம். அவனுக்குப் பிடித்த உணவை மனைவி சமைத்திருந்தாள். இருவரும் உண்டனர். பிறகு மஞ்சத்தில் அமர்ந்துகொண்டு பேசினர். உறக்கம் வந்தது. அவன் மெல்லத் தூங்க முற் பட்டான். அந்தப் பக்கம் திரும்பிப் படுத்தான். திடீரென்று இடப்பக்கம் நோகிறதே என்றான். உயிர் பிரிந்து விட்டது. இதற்கு என்ன சொல்கிறாய்? அவன் வீட்டிற்கு வரும் பொழுதே தன் உயிர் போய்விடும் என்று அவன் நினைத் திருப்பானா? அல்லது கொஞ்சி விளையாடும் பொழுது தன் கணவனுக்கு இப்படி நேர்ந்து விடும் என்றோ அல்லது தனக்குக் கைம்பெண் நிலை ஏற்படும் என்றோ அவள்தான் நினைத்திருப்பாளா? அதனால் உலகம் நிலையற்றது. நான் உனக்கு எடுத்துச் சொல்லித்தான் உன்னுடைய துக்கத்தைத் தீர்க்க வேண்டியிருக்கிறது. நீ இளவரசர் இளவரசர் என்பாயே! நீ இனி இளவரசரைச் சென்று காண வேண்டாமா" என்று முதியவர் சொல்லிக்கொண்டு போகும் பொழுது இன்பவல்லி யிடமிருந்து அடக்க முடியாத துக்கத்தின் எதிரொலியாக விம்மல் ஒலி எழுந்தது.

"அழுகிறாயா இன்பவல்லி! நீ எதற்காக அழவேண்டும்? உனக்கு இனி நல்லதொரு காலம் வருகிறது என்றல்லவா எண்ணி மகிழ வேண்டும்? இளவரசராயிருந்த அருண்மொழி வர்மர் இப்பொழுது அரசராகிவிட்டார். ராஜகேசரி என்ற பட்டப்பெயருடன் அவர் அரியணையிலே அமர்ந்திருப்பார். ஏற்கெனவே சிவந்திருந்த அந்தச் செங்கை செங்கோலைப் பிடித்திருக்கும். கம்பீரமான மகுடத்தின் மீது வெண் கொற்றக் குடை சுழன்று கொண்டிருக்கும். பணிப்பெண்கள் வெண் சாமரம் வீசுவர். அத்தாணி மண்டபத்தே மந்திரிப் பிரதானிகள் எல்லாம் கூடி அவரைப் புகழ்ந்து கொண்டிருப்பார்கள். அரசர் இறந்தவுடன் துக்கம் தெரிவிப்பதும் உடனே அதற்கடுத்தாற் போல அரியணையில் இன்னொருவர் அமர்ந்தவுடன் அவரை வாழ்த்தி அரசர் வாழ்க என்று கூறுவதும் அரச குல வழக்கம்தானே? இளவரசரைத் தான் காண நீ வந்தாய். ஆனால் அரசரைக் காணப்போகிறாய். இன்பவல்லி! இனி நீ அரசருக்கு அபிமானமுள்ளவள். அரண்மனையில் உயர்ந்த இடத்திலே அமரப்போகின்றவள்" என்று முதியவர் சொல்லிக் கொண்டே போகும் பொழுது இன்பவல்லியால் ஏனோ துக்கத்தை அடக்க முடியவில்லை. எனினும் விம்மும் குரலில் அவள் கூறினாள் "முன்புள்ளதைவிட இனிதான் எனக்குத் துயரமும் ஏமாற்றமும் காத்திருக்கின்றன என்று உள்ளுணர்வு கூறுகிறது" என்றாள். "அப்படிச் சொல்லாதே இன்பவல்லி! தஞ்சையிலே மதுராந்தக சோழ தேவருடைய இறுதிச் சடங்குகளெல்லாம் முடிவடைந்து ஒருவாறு அமைதி ஏற்பட்டவுடன் நாம் தஞ்சைக்குச் செல்வோம். நானே உன்னை அரசரிடம் அழைத்துச் செல்வேன். என்னுடைய கலைப் பணிக்குரிய திட்டங்கள் எங்கே? என்று கேட்பேன். இன்னுமா நாம் நமது மேதைத் தன்மையை மறைத்து வைத்திருப்பது? வாகீசனுடைய கரங்கள் தூரிகையை எடுத்துத் தீட்டுவதற்குத் துடித்துக்கொண்டிருக்கின்றன. சிற்றுளியைக் கொண்டு பாறையிலே புதுமையைப் படைக்க இந்தக் கரம் துடித்துக்கொண்டிருக்கிறது. உன்னுடைய பாதங்கள் மட்டுமென்ன? அசைந்தாடுவதற்கு ஆயத்தமாக இல்லையா? கைகள் வளைவதற்குச் சித்தமாக இல்லையா? உன்னுடைய வில் போன்ற புருவம் வலைந்து பற்பல உணர்ச்சிகளைக் காட்டுவதற்குத் துடிதுடிக்க வில்லையா?"

முதியவர் உற்சாகத்துடன் பேசிக்கொண்டே சென்றார். தனது முதிய கரங்களை உயர்த்திப் பேசினார். இன்பவல்லி அவர் சொல்வதற்கு மறுமொழி கூறவில்லை. ‘பெரியவர் எதையெதையோ கற்பனை செய்து கொண்டிருக்கிறார். நம் உள்ளத்தில் உள்ள கற்பனை வேறு; அவர் நினைவு வேறு. ‘கலை கலை’ என்று கலை ஒன்றில் மட்டும் அவர் கவனத்தைச் செலுத்துவார். கலைக்கு மேலாக நான் தெய்வ மாக மதிக்கும் மற்றோர் அம்சம் இருக்கின்றதே, அதை எண்ணி ஏங்குகிறேன். நான் அருண்மொழி வர்மரிடம் விரும்புவது கலையை மட்டும் தானா? அவரிடமிருந்து ஒரு புன்னகை மட்டும்தானா? அந்த அழகிய கரங்களுக்கிடையே சிறைப்பட்டு, சிந்தையை அவருடைய முழு வடிவத்திலே பறி கொடுத்து மெய்மறந்து நிற்க அல்லவா நான் ஆசைப்படு கிறேன். கலையைவிட இந்தக் காதல் நிலைமையைத்தான் என் உள்ளம் அவாவுகிறது என்பதை நான் எப்படி இந்த முதியவரிடம் எடுத்துச் சொல்வேன்? நான் எடுத்துச் சொல்ல வேண்டுமா? அவருக்கு இதுவரையில் தெரிந்திருக்காதா?’ இன்பவல்லி இதை நினைக்கும் பொழுது மீண்டும் அவளிட மிருந்து விம்மல் ஒலிதான் வெளிப்பட்டது.

அப்போது வாகீசன் அவர்கள் இருக்குமிடம் வந்தான். அவன் தில்லைச் சிதம்பரத்துக் கோயிலுக்குள் சென்று ஒரு முறை சுற்றிப் பார்த்துவிட்டுத் திரும்பி வந்தான். காலை இளங் கதிரவன் ஒளியில் பொன்வேய்ந்த விமானம் புத்தொளியுடன் பிரகாசிக்கும் அழகைக் கண்டு வியந்தவாறு வந்திருந்தான். காலைத்திருமஞ்சனத்தின் போது தில்லை நடராசருடைய குமிழ்ச் சிரிப்பை குஞ்சிதபாதத்தை காலைத் தூக்கி நின்றாடும் திருக்கோலத்தைக் கண்டு பரவசமாகித் திரும்பி வந்திருந்தான். அதிகாலையிலே அவன் அங்கிருந்து கோயிலுக்குள் சென்று விட்டான். ஈசனின் திருப்பள்ளி எழுச்சியையும், ஈசனைக் குழந்தைபோல் பக்தர்கள் திருச்சுற்றுலா நடத்தும் மேன்மை யையும், அழகிய பழந்தமிழ்ப் பரசுரங்களை ஓதிக் கேட் போரை மகிழ்விக்கும் நிலையையும் அவன் தன் உள்ளத்தில் பெரும் ஓவியமாகத் தீட்டிக்கொண்டிருந்தான். அந்தக் கற்பனையை அவன் யாரிடமாவது எடுத்துச் செல்லா விட்டால் அவன் இதயமே வெடித்து விடும் போன்ற ஓர்

உணர்வு ஏற்பட்டது. ஓடோடி வந்தான். முதியவரும் இன்ப வல்லியும் தாண்டவ மூர்த்தியின் திருக்கோலத்தைக் காண வராத ஒரு குறையைக் கூறுவதற்காக அவன் வந்தான்.

இன்பவல்லி கண் கலங்கி இருப்பதையும் முதியவர் ஏதோ கூறித் தேற்றிக் கொண்டிருப்பதையும் கண்டபொழுது, "நீங்கள், இங்கே என்ன செய்து கொண்டிருக்கிறீர்கள்? அங்கே பெரும் அற்புதம் குடி கொண்டிருக்கிறதே, காண வரவில்லையா? ஆயிரக்கால் மண்டபத்திலே அழகிய திருக்கோயிலும் ஆடவல்லானின் திருச்சந்நிதியும் அதன்மேல் பொற் கலசங்கள் ஒளிவீசும் நேர்த்தியும் காணாது இங்கு ஏதோ பேசிக்கொண்டிருக்கிறீர்களே. இன்பவல்லி அங்கே வந்திருந்தால் நடராஜரின் திரு உருவத்தின் எதிரே நடனமாடி யிருப்பாள். அன்னை சிவகாமியின் உயர்தரமான தாண்ட வத்திற்கு நிகராக அவள் ஆடியிருப்பாள்" என்று மளமள வென்று உற்சாகத்துடன் பேசிக்கொண்டே சென்றான்.

"ஆடவல்லானின் திருவுருவத்தின் முன்பு நடனமா?" இன்பவல்லியின் மெய் சிலிர்த்தது.

ஆம், இனி அவளுக்குத் துணை யார்? அவளுடைய இதய வேதனையை யாரிடம் எடுத்துச்சொல்ல முடியும்? தன்னைப் போன்றே ஆடும் நடராஜ தெய்வத்திடம் சொன்னாலன்றோ மனம் சந்தோஷமடையும் என்ற நிலையிலே உடனே நடராஜரின் திருச்சபைக்குச் செல்வதற்கு அவள் முதியவரையும் அழைத்தாள்.

கூத்தரசனின் திருச்சபையில் மூவரும் மெய் மறந்து நின்றார்கள். அருள்பொழியும் ஆண்டவனின் தோற்றத்தைக் கண்ட முதியவர் மெய்ம்மறந்து இசைக்கத் தொடங்கினார். இன்பவல்லி சுற்றுச் சூழ்நிலையையெல்லாம் மறந்து ஆடத் தொடங்கினாள். ஆடவல்லானின் திரு உருவின் முன்பு முதியவர் பாட, இன்பவல்லி ஆட, அந்த அற்புதமான காட்சியைத் தன்னை மறந்த நிலையில் வாகீசன் தன் உள்ளத் திரையில் உருவாக்கிக்கொண்டிருந்தான். ஆட்டம் முடிந்ததும் அவரவர்கள் தங்கள் சுய நிலைக்கு வந்த பொழுது தலைப் பாகை அணிந்து காதிலே குண்டலமும், கனமான மீசையும் கூடிய ஒருவன் மெல்ல அங்கு வந்து முதியவரிடம், "இந்தக்

குழந்தை இந்த அற்புதமான நடனத்தை இந்த உலகத்தில் தான் கற்றுக்கொண்டாளா? அல்லது தேவலோகம் சென்று தேவலோக நடன மங்கையரான ஊர்வசி, திலோத்தமை, ரம்பை போன்றவர்களிடம் பயின்றாளா?'' என்று மெல்லக் கேட்டான்.

முதியவர் புன்முறுவலுடன் அவர் பக்கம் திரும்பி, ''ஒரு கலையைக் கற்றுக்கொண்டால் மட்டும் வந்து விடுவதில்லை. முன் பிறவியின் தொடர்பும் இருக்க வேண்டும்'' என்று சொன்னார். முண்டாசுக்காரன் தலையை அசைத்து, ''ஆமாம். அப்படித்தான் இருக்க வேண்டும். இல்லாவிடில் இந்தச் சோழ நாட்டில் இவ்வளவுக்குக் கலை பரிமளிக்க முடியுமா? என்ற சந்தேகத்தில் நான் கேட்டேன்'' என்றான். வாகீசனுக்குச் சற்றுக் கோபம் வந்தது. ''என்ன ஐயா சொன்னீர்கள்? கலையின் பிறப்பிடம் சோழநாடு என்று அனைவரும் கூறுகிறார்கள். நீர் என்னவென்றால் பழித்துப் பேசுகிறீர் களே?'' என்றான். முண்டாசுக்காரன் அமைதியான குரலில், ''எனக்கு யாரையும் பழிக்கும் நோக்கமில்லை. நான் எட்டுத் திக்குகளிலும் சுற்றி அலைந்து வந்தவன். எல்லா நாடு களையும் சுற்றிப்பார்த்து பிறகு பாண்டிய நாட்டிலே உள்ள கலை ரசனைக்குச் சோழ நாடு உறைபோடக் காணாது என்ற முடிவுக்கு வந்துள்ளேன். சங்கம் வளர்த்த நான்மாடக் கூடலிலும் மற்றும் பற்பல பாண்டிய நாட்டு ஊர்களிலும் ஓவியம் வரைந்திருக்கும் அழகையும், சிற்பமும் நடனமும் மக்களுக்கு இயற்கையாகவே கைவரப் பெற்றிருக்கும் மேன்மையையும் கண்ட பிறகு சோழநாடு வெறும் தற் பெருமையைக் கொண்ட நாடாகத் தான் எனக்குத் தோன்று கிறது'' என்றான். வாகீசனும், அத்துடன் விடவில்லை.

''பாண்டிய நாட்டிலே கலை அவ்வளவு மேன்மை பெற்றிருக்கிறதா? பாண்டியர்கள் சோழர்களிடம் அடிமைப் பட்ட பிறகு தானே கலை வளர்ந்திருக்கிறது?'' என்று கேட்டான்.

முண்டாசுக்காரன் சிரித்தவாறு, ''உம்முடைய பேச்சைக் கொண்டே நீர் சோழர்களுக்குக் கலை வராது என்பதைக் காட்டிக் கொண்டீர்கள். ஆனால், நல்ல வேளையாக

பாண்டியநாடு அடிமைப்பட்டாலும் கலை உணர்ச்சி அங்கு அடிமைப்படவில்லை. மதுரையம்பதியில் ஆலவாய் அழகரின் ஆலயத்தினுள் சென்று பார்த்தால் கண்கொள்ளாக் காட்சியாகச் சித்திரங்களைக் காணலாம். இன்னும் தெற்கே சென்று திருக்குற்றாலத்திலும் தென்காசியிலும் பார்த்தீர் களானால், சிற்பமும் சித்திரமும் அங்கே கொஞ்சும். உங்கள் சோழநாட்டில் அப்படிச் சொல்வதற்கு ஏதாவது ஒரு இடம் இருக்கிறதா ஐயா? அல்லது இந்தக் குழந்தையைப் போல் இங்கே நாட்டியம் ஆடும் திறமை பெற்றவர்கள் வேறு யாராவது இருக்கிறார்களா? அல்லது சிவபிரானைப் போற்றும் பாடல்களை அறிந்தவர்கள் தாம் யாராவது இருக்கிறார்களா?'' என்று கேட்டு நிறுத்தியவுடன், வாகீசனுக்கு இந்த மனிதருடன் மேலும் பேச்சு கொடுத்துப் பாண்டிய நாட்டின் மேன்மையை அறிய வேண்டுமென்ற அவா உண்டாயிற்று. ஆனால் அவனோ அந்தத் திருச்சபையில் நின்று எல்லா வற்றையும் பேசாமல் தனியே ஓரிடம் சென்று அமர்ந்து பேசு வோம் என்று அழைத்தான். இன்பவல்லியும் முதியவரும் அவனுடன் போகத்தயங்கினர். ஆனால் வாகீசன் ஆர்வம் உந்த அவனுடன் சென்றான். குளக்கரையில் ஒரு தனியிட மாகப் பார்த்து இருவரும் அமர்ந்தனர். பாண்டிய நாட்டு ஒற்றனான அந்த முண்டாசுக்காரன் வாகீசனின் மனம் மாறும் வகையில் பாண்டிய நாட்டின் பெருமையைச் சொல்லத் தொடங்கினான்.

நான்மாடக் கூடல் நகரத்தின் பெருமையையும், மற்றும் பாண்டிய நாட்டில் ஆங்காங்கேயுள்ள மாளிகையில் தீட்டப் பட்டிருக்கும் சித்திரங்களைப் பற்றியும் அவன் பெருமையாக எடுத்துச் சொன்னான்.

வாகீசனுக்கு ஆவல் அதிகமாகியது. எவ்வளவு நாட்கள் தனது திறமையைப் புலப்படுத்தாமல் சோழ நாட்டில் சும்மா இருக்க முடியும்? முதியவர் ஏதேதோ சமாதானம் சொன்னார். நாட்டின் நிலை சரிவரத் திருந்தியவுடன் அருண்மொழிவர்மர் கட்டாயம் கலை வளர்ச்சியில் கவனம் செலுத்தப்போகிறார் என்றார். எப்போது நிலைமை சரியாகும், எப்போது நம் திறமை வெளிப்படும் என்று வேதனையடைந்திருந்த

வாகீசனுக்கு முண்டாசுக்காரரின் இனிய சொற்கள் ஆவலைத் தூண்டின.

“நீங்கள் சொல்வதைப் பார்த்தால் சோழ நாட்டை விடப் பாண்டிய நாட்டில் தாம் கலை வளர்ச்சி அதிகம் இருக்கிறது என்று சொல்லுங்கள்” பெருமூச்சு விட்டவாறு கேட்டான்.

முண்டாசுக்காரன் தலையை அசைத்து “நிச்சயமாகச் சொல்லலாம். பாண்டியநாட்டில் உள்ள கோயில் அழகுக்கு இணையாக ஏதாவது ஒன்றைச் சோழ நாட்டில் சொல்ல முடியுமா?” என்றான்.

வாகீசன் நகைத்து, “அப்படியெல்லாம் ஒரேயடியாகச் சோழ நாட்டைத் தாழ்த்தி விடாதீர்கள். இதோ இந்தச் சிதம்பரத்தின் கம்பீரமென்ன? கலைச்சிறப்பென்ன?” என்று கேட்டான்.

முண்டாசுக்காரன் அவனைவிடப் பெரிதும் நகைத்து, “ஐயா, ஓவியரே! உங்களுக்கு இன்னும் சோழ நாட்டு மோகம் தீரவில்லை. சிதம்பரம் சோழர்களாலா வளர்ந்தது? அது வேறு கதை. அப்படியே சோழர்கள் இதற்குத் திருப்பணி செய்கிறார்கள் என்றே வைத்துக்கொள்வோம். ஏனய்யா, தாண்டவத்திற்காக கடவுள் அழகிய வடிவம் எடுத்திருக் கிறாரே அவர் கோயிலில் நாட்டியத் தோற்றங்கள் பல வற்றைச் சித்தரிக்க வேண்டாமா? ஹூம்... கலை உணர்ச்சி உடைய ஒரு மன்னராவது இருந்தால் சும்மா விட்டிருப் பார்களா?” என்றான்.

வாகீசன் ஏதும் பேசவில்லை. அமைதியுடனிருந்தான். முண்டாசுக்காரன் சொல்வது உண்மைதான். சோழ நாட்டில் உள்ள கோயில்கள் எல்லாம் பழுதடைந்து கிடக்கின்றன. கலைஞர்களின் திறமையைப் பயன்படுத்தி ஒவ்வொரு கோயிலையும் கலை மணம் திகழும் கோயிலாக்கி விடலாமே.

முண்டாசுக்காரன் அவன் மௌனத்தை மேலும் பயன் படுத்திக் கொண்டான். “ஐயா, ஓவியரே! உம் உள்ளத்து உணர்ச்சி உம் முகத்திலே ததும்பி நிற்பது எனக்குப் புரிகிறது. சிற்ப முன்னேற்றம் இல்லை. சித்திர முன்னேற்றம் இல்லை. நம் முன்னோர் எழுதி வைத்திருக்கும் பாடல்களாவது

கோயிலில் பாடப்படுகின்றனவா? அதுவும் இல்லை. பாண்டிய நாட்டுக்கோயில்களிலே இறைவன் மீது துதிப் பாடல்களை உள்ளம் உருகப் பாடுகிறார்களே இங்கே இப்போதுதான் அதைத் தேடிக் கண்டுபிடிக்க முயற்சிக் கிறார்கள். உங்கள் அரசர் ஒருவர் சிதம்பரம் சபைக்குப் பொன்வேய தங்கம் தேடிச்சென்றவர். என்ன ஆனார் என்று தெரியவில்லை!'' என்று குறைவு உணர்ச்சி வாகீசன் மனத்திலேற்படும்படியாகப் பேசினான்.

''அப்படிச் சொல்லாதீர்கள் ஐயா! தீந்தமிழில் சைவப் பெரியவர்கள் பாடிய பாடல்களைத்தான் தேடுகிறார் எங்கள் மன்னர். தமது முதிர்ந்த வயதில் செம்பியன் மாதேவியார் ஒவ்வொரு கோயிலாக இப்போதுதான் புதுப்பித்து வருகிறார் கள்... என்றாலும்...'' என்று கூறி நிறுத்திய வாகீசன் மனத்தில் குழப்பம் அதிகமாகியது.

இப்படியும் அப்படியும் சுற்றிப் பார்த்துவிட்டு முண்டாசுக் காரன் அடித்தொண்டையில் ஏதோ, வாகீசன் மீது மட்டும் அனுதாபம் ஏற்படும் முறையில் கூறினான்.

''ஐயா, ஓவியரே! கோயிலைப் புதுப்பிப்பது, பாடல் களைத் தேடுவது எல்லாம் இன்னும் சிறிது நாட்களுக்குத்தான். சோழ நாட்டினருக்கு ஏற்படப்போகும் ஆபத்தை எண்ணும் போது எனக்கே கதிகலங்குகிறது.''

அவன் இப்படிக் கூறி நிறுத்தியபோது வாகீசனுக்குக் கூட உடல் சற்று நடுக்கம் கண்டது. இவர் சொல்வது போல சோழ நாட்டுக்கு ஆபத்து ஏற்படப் போகிறதென்பதற்கு அறி குறியாகத் தான் மதுராந்தக சோழ தேவர் இறந்தாரோ...?

வாகீசனின் கலக்கத்தை உணர்ந்துகொண்ட முண்டாசுக் காரன், ''ஐயா! சோழ நாட்டுக்கு இப்போது ஏற்பட்ட துக்கத்தைத் தொடர்ந்து, பெரும் படையெடுப்பு ஒன்று ஏற்படப் போகிறது. முப்புறமும் இந்த நாட்டைத் தாக்கு வதற்கு வேண்டிய ஆயத்தங்கள் நடைபெறுகின்றன. நாள் குறிப்பிடவேண்டியதுதான்'' என்று கூறி நிறுத்தினான்.

''என்ன சோழநாட்டின் மீது படையெடுப்பா? இதுவரை கேள்விப்பட்டிராத செய்தியாக இருக்கிறதே!'' என்று வாகீசன்

வாய் விட்டுக்கேட்டான். அவனுள்ளத்தில் ஒருவித நடுக்கம் ஏற்பட்டது. இவர்கள் பேசுவதைக் குளத்தில் குளித்தவாறே ஒருவர் கேட்டுக்கொண்டிருந்தார்.

அத்தியாயம் 17
பொன் ஊஞ்சல்

சிதம்பரத்தில் குளக்கரையில் முண்டாசுக்காரன் சொல்லி வந்தவற்றையெல்லாம் வாகீசன் ஒன்று விடாமல் கேட்ட வாறு சற்று நேரம் மௌனத்தில் ஆழ்ந்திருந்தான். சோழ நாட்டில் மேலும் தங்கியிருந்தால் எந்தவிதமான பலனும் இருக்காது என்னும் முடிவுக்கு அவன் வந்துவிட்டான் போல் தோன்றியது.

அவனிடம் காணப்பட்ட கலவரத்தைப் பயன்படுத்திக் கொண்ட முண்டாசுக்காரன் மேலும் அவன் மனத்தில் குழப்பம் ஏற்படும் வகையில், "நான் ஏதோ சொல்லி விட்டேன் என்று நீ அப்படியே நம்பி விடவும் வேண்டாம். உன்னைப் போன்ற கலைஞர்கள் இவ்வாறு பலன் இல்லாமல் இங்கே இருப்பதைக் கண்டு என் மனம் வெதும்பியதால் நான் உள்ளதைச் சொன்னேன். உனக்குப் பிரியமிருந்தால் நீ என்னுடன் வரலாம். ஒன்றும் கட்டாயமில்லை. ஆனால் ஒன்று மட்டும் ஏற்படுவது நிச்சயம். சோழநாட்டில் இன்னும் சிறிது நாட்களில் பெரிய பயங்கரக் கலவரம் மூளப் போகிறது. நாலாபுறத்திலிருந்தும் தாக்குதல்கள் ஏற்படப் போகின்றன. பட்டமேற்கப்போகும் உங்கள் சோழ அரசர் இருக்கிறாரே, அவருக்கு ஆட்சி செய்யும் திறமையில்லை. படைகளை இதுவரைப் பயன்படுத்தவில்லை. படைகளுக்குத் தளபதி என்று பலமிக்க ஒருவரையும் போடவில்லை. ஏதோ அவரவர்களுக்கு வேண்டியவர்களாகப் பார்த்துக் காரியங்கள் நடந்து வருகின்றன. தஞ்சையில் அரசரும் இறந்து விட்டார். அவர் இருக்கும் வரையில் ராஜதந்திர நடவடிக்கைகளுடன் மிகவும் புத்திசாலித்தனமாக நாட்டை ஆட்சி புரிந்து வந்தார்.

எப்பொழுது அவர் தலை சாயப்போகிறது என்று எதிர்பார்த்துக் கொண்டிருந்த சோழ நாட்டின் விரோதிகள் இப்போது சுறுசுறுப்பாக இயங்கத் தொடங்கிவிட்டார்கள். இவற்றையெல்லாம் நான் எதற்காக உன்னிடம் சொல்கிறேன் என்றால், சோழ நாட்டில் நீ இருந்தால் சோழநாட்டில் ஏற்படும் குழப்பத்தில் உன்னுடைய கையோ, காலோ வெட்டுண்டு போய் விடலாம். கலைஞர்களுக்குக் கரம் முக்கியம். உன்னைப் போன்ற ஓவியன் கை இழந்த பிறகு என்ன செய்ய முடியும்? அதனால்தான் உன்னைக் காப்பாற்றிக் கொள்வதற்காக நீ இந்த நாட்டை விட்டு வெளியேறலாம். இன்னும் எவ்வளவோ நாடுகள் இருக்கின்றன. கங்க நாட்டிற்குச் செல்லலாம்; சேரநாட்டிற்குச் செல்லலாம். இல்லையென்றால் வடக்கே வேங்கி நாட்டிற்குக் கூட நீ சென்றுவிடலாம்" என்று கூறி நிறுத்தினான் முண்டாசுக்காரன்.

வாகீசன் பரபரப்பான குரலில், "ஐயா! இப்படியெல்லாம் சொர்க்கத்தைக் காட்டிவிட்டு உடனே கதவை மூடி விடாதீர்கள். தங்களைப் பாண்டியநாட்டின் முக்கியமான பேர்வழி என்று நான் புரிந்து கொண்டேன். நீங்கள் எல்லாம் கலைஞர்களை ஆதரிக்காவிட்டால் வேறு யார் ஆதரிப் பார்கள்? நான் உங்களுடனேயே வந்துவிடுகிறேன். என்னை அழைத்துச் சென்று விடுங்கள். நீங்கள் எப்பொழுது புறப்படு கிறீர்கள் என்பதைத் தெரிவித்துவிடுங்கள். நான் வரும் பொழுது என்னுடன் முதியவரையும் அந்த நடன மணியையும் அழைத்து வருகிறேன்" என்றான்.

முண்டாசுக்காரன் பலமாகத் தலையை அசைத்து, "அதெல்லாம் நடக்காது. உங்கள் ஒருவருக்குத்தான் இடமளிக்க முடியும். நீங்கள் உங்களுக்குத் தெரிந்தவர்களை யெல்லாம் அழைத்து வருவதாகச் சொன்னால் காரியம் ஒரேயடியாகப் பாழாக வேண்டியதுதான். நான் ஒருவருக்குத் தான் குதிரை ஏற்பாடு செய்திருக்கிறேன்" என்றான்.

வாகீசன் திடுக்கிட்டு, "நீங்கள் அப்படியெல்லாம் சொல்லக் கூடாது. அவர்கள் இருவரையும் விட்டு விட்டு என்னால் வரமுடியாது. என்னைப் பித்துப் பிடித்தவன்போல் உங்கள்

நாட்டிற்குச் வரச்சொல்கிறீர்களா? கலையையும் இழந்து வெறும் நடமாடும் கூடாக அங்கே வந்து உங்களுக்குப் பெரும் பாரமாக இருந்து என்ன செய்வது? அதனால் எனக்காக அவர்கள் இருவரையும் அழைத்து வருவதற்கு ஏற்பாடு செய்யுங்கள்!'' என்றான். பிறகு சற்று யோசித்து விட்டு, ''ஒருவேளை அவர்களுக்குக் குதிரை மீதேறி வரத்தெரியாது என்று சொல்லி விடுவார்கள். எனக்கு ஒரு யோசனை தோன்றுகிறது. நாங்கள் மூவரும் நடந்து வருகிறோமே! எங்கே வந்து கலந்து கொள்ள வேண்டு மென்பதைச் சொல்லிவிட்டுப் போனால் போதும். உறை யூருக்கு அருகில் வந்து கலந்து கொள்ள வேண்டுமா? அல்லது கரூருக்கு அருகில் வந்து சேர வேண்டுமா? என்பதைச் சொல்லிவிடுங்கள்'' என்றான்.

அவனுடைய முகத்தில் தெரிந்த ஆவலையும் எப்படியும் தன்னுடன் வந்துவிடத் துடிக்கும் ஆர்வத்தையும் கண்ட முண்டாசுக்காரன், ''உமக்கிருக்கும் ஆவல் அவர்களுக்கும் இருக்கிறதா என்பதைத் தெரிந்து கொள்ள வேண்டாமா? அதனால் முதலில் அவர்களிடம் கேட்டுவந்து என்னிடம் சொல்லுங்கள். பிறகு நான் என்னுடைய முடிவைச் சொல்கிறேன்'' என்றான்.

வாகீசன் அந்த இடத்திலிருந்து துள்ளியெழுந்து, ''இங்கேயே இருங்கள். நான் ஒரு நொடியில் அவர்களிடம் சென்று கேட்டு வருகிறேன்'' என்று கூறி உடனே முதியவர் இருக்குமிடம் நோக்கி விரைந்தான். வாகீசன் சென்றபொழுது முதியவரைக் காணவில்லை. இன்பவல்லி மட்டும் தன் கண்களை மூடியவாறு இந்த உலகத்தில் இல்லாமல் வேறொரு புதிய உலகத்தில் சஞ்சரிப்பதுபோல் தியானித்துக் கொண்டிருந் தாள்.

ஆனால், இன்பவல்லி தஞ்சைக்குச் செல்வது போலவும், தஞ்சையிலிருந்து மீண்டும் நந்திபுரத்திற்குச் சென்று தங்குவது போலவும், அங்கே அரிசிலாற்றங்கரையின் ஓரத்தில் அமைந் திருந்த அழகிய மண்டபத்தின் பொன் ஊஞ்சலில் அமர்ந் திருப்பது போலவும், கனவு கண்டாள். மெல்லப் பொன்

ஊஞ்சலில் அமர்ந்து ஆடினாள். மரக்கிளைகளில் அமர்ந்திருந்த பறவைகள் அவளைப் பார்த்துச் சிரித்தன. ஒரு பறவை கேட்டது: ‘‘இன்பவல்லி! தனியே நீ இப்படி ஊஞ்சலில் அமர்ந்து ஆடினால் எங்களுக்கெல்லாம் வருத்தமாக இருக்கிறது. இதோ பார்! என்னுடைய பேடை என் அருகே அமர்ந்து காதல் மொழி பேசுவதை நீ கேட்கவில்லையா? அதோ ஆற்றிலே தனியாகவா அன்னங்கள் செல்கின்றன? தோகை விரித்தாடும் மயில் தனது காதலிக்கு நடனத்தைச் சொல்லிக்கொடுப்பதை நீ பார்க்கவில்லையா? நீ மட்டும் ஏன் இப்படி மாறிவிட்டாய்? உன்னுடைய அந்தப் பாடலை நான் வேண்டுமானாலும் பாடட்டுமா!

‘குமரன் வரக் கூவுவாய் குயிலே’

என்று அந்தப் பாட்டைப் பாடினால் ஒரு வேளை உன் இதயம் கவர்ந்தவர் வந்துவிட்டாலும் வந்துவிடலாம். எவ்வளவு நாளைக்குத் தான் நீ இப்படி தனியே இருப்பது? நீ அரசரிடம் இன்று எப்படியும் கேட்டுவிட வேண்டும். கடிமணம் புரிந்து கொள்ள வேண்டும். பட்டத்து ராணியாகா விட்டாலும் அவரது இதய ராணியாக வேண்டாமா?’’

அதைக்கேட்ட இன்பவல்லியின் உடல் சிலிர்த்தது. அவள் வாய்விட்டு, ‘‘ஆமாம் நான் இதய ராணியாகத்தான் போகிறேன். அவர் வருவார். அவரிடம் நான் இன்றே கேட்டு விடுகிறேன்’’ என்று கூறினாள். அப்பொழுது யாரோ வரும் அரவம் கேட்டது. யார் அது? யார் அவர்? ஆமாம்; அவரே தான்! இளவரசர் இல்லை இல்லை அரசர். சோழ நாட்டின் மாமன்னர். பரம்பரையாகச் சோழர் குலத்தின் அரியணையை அலங்கரிக்கும் வேந்தர். அவர் வந்து விட்டார். அதோ பொன் ஊஞ்சல் கயிற்றினைப் பிடித்துக்கொண்டு நிற்கிறார். ஆட்டம் தடைப்படுகிறது. ஆனால், மீண்டும் அதே ஊஞ்சல் அசைகிறது. ஊஞ்சல் மேலே மேலே எழுகிறது. அதோ! அந்த மரக்கிளையைத் தாண்டி மேலே செல்கிறது. என்னைப் பார்த்துக் கேள்வி கேட்ட குயில் எனக்குக் கீழேதான் இருக்கிறது. அதோ! நகர்ந்து வருகிறதே வெண் பஞ்சுக் கூட்டம்! அந்த மேகத்தையும் தாண்டியல்லவா ஊஞ்சல்

செல்கிறது! இது எனக்கு மட்டும்தானா இங்கெல்லாம் வரக்கூடிய நிலை ஏற்பட்டது! அவர் எங்கே?

'ஊஞ்சல் ஆடிக்கொண்டிருக்கும் பொழுது நிறுத்தினாரே, அப்பொழுதே அவரையும் அழைத்து வந்திருக்கக்கூடாதா? பெண்ணைப் பேதை என்று சொல்லுகிறார்களே, அது எவ்வளவு சரியாகிவிட்டது? நான் மட்டும் இன்ப உலகத்திற்குப் பறந்து செல்ல ஆசைப்பட்டேன். அவரையும் அல்லவா அழைத்து வந்திருக்கவேண்டும்? அவரை அழைக்காமல் வந்து விட்டேனே! ஐயோ! எனக்குப் பயமாக இருக்கிறதே! எனக்கு நட்சத்திர உலகமும் வேண்டாம். சந்திர மண்டலமும் வேண்டாம். பஞ்சுக் கூட்டமும் வேண்டாம், குளிர்ந்த காற்றும் வேண்டாம். என் உடலில் நல்ல நறுமணம் வீசும் மென்காற்றும் பட வேண்டாம். என்னை மறுபடியும் மண்ணுலகத்திற்கே அழைத்துச்செல். அங்கேயே பதியுடன் இருந்து என் காலத்தைக் கழிக்க வேண்டும். அரம்பையர் நடமாடும் தேவலோகம் எனக்கு வேண்டாம். தேவலோக ரம்பை, ஊர்வசி, திலோத்தமை நடனம் எனக்கு வேண்டாம். சாதாரண மயில் ஆடும் இயற்கை நடனம் போதும். வற்றாத ஜீவ நதிகள் ஓடும் தேவலோகத்து நதிகளிலே நான் நீராட விரும்பவில்லை. எனக்கு வழக்கமான அரிசிலாறும் பொன்னி நதியும் போதும். என் அருகே அவர் எப்போதும் இருக்கும் பெரும் பாக்கியம் கிடைத்தாலே போதும்' என்றெல்லாம் எண்ணினாள்.

"ஊஞ்சலே! என்னைக் கீழே கொண்டு சென்றுவிடு. பொன் ஊஞ்சலே! என்னை மீண்டும் என் இடத்திற்கே கொண்டு சென்றுவிடு. நீ கொண்டு சென்றுவிடா விட்டால் குதித்து விடுவேன். தலை கீழாகக் குதித்துக் குட்டிக் கரணம் போட்டு மெல்ல மெல்லக் கீழே போய் விடுவேன். ஆனால், நான் மெல்லக் குட்டிக் கரணம் போட்டு அந்தரத்தில் வருவதைப் பார்த்து அவர் கட்டாயம் தாங்க ஓடோடி வருவார். சாதாரணமானவரா அவர்? அவர் கரங்கள் தாம் எத்தகையவை? பலமான கரங்கள் அன்றோ? எதிரிகளைப் போர்க்களத்திலே தோற்றோடச் செய்த கரங்கள் இல்லையா அவை? அகன்ற மார்பினையுடைய கரங்களுக்கு இந்தப்

பூங்கொடியைத் தாங்குவதற்குப் பலமா இருக்காது? செடிகள் ஆடும் செண்டைப் பிடிப்பதுபோல் அவர் என்னைப் பிடித்து விடமாட்டாரா? அவர் கரங்களிலே தொப்பென்று விழுவதற்கு நான் என்ன பாக்கியம் செய்திருப்பேனோ! அவர் இருகரங்களால் என்னைத் தாங்கி அணைத்துக்கொள்வார். அந்த அன்புக் கரங்கள் என்னைத் தாங்குவதற்காக நான் யுக யுகாந்திரங்களாகக் காத்திருந்தேன். இன்னும் எவ்வளவு நாள் வேண்டுமானாலும் காத்திருப்பேன். இன்னும் மேலே மேலே செல்ல ஆயத்தமாக இருக்கிறேன். நான் தலைகீழாக விழுந்தாலும் கூடப்பரவாயில்லை. காற்று வெகுதூரம் அடித்துக் கொண்டு சென்று திசை மாறிச் சென்று அவர் கரங்களிலே விழுந்தால் போதும். அவர் கரங்களிலே விழாவிட்டாலும் அவர் பாதங்களிலே விழுவதற்கு அடித்துச் சென்றால் போதும். ஊஞ்சலே! என்னை அவர் மலர்க்கரத்திற்கு அழைத்துச் செல்லாவிட்டாலும் அவருடைய பாதாரவிந்தங்களில் நான் விழும்படிச் செய்தால் போதும்'' என்று ஊஞ்சலைப் பார்த்து இன்பவல்லி கூறினாள்.

கம்பீரமான தோற்றமுடையவர், அகன்ற மார்பை உடையவர், விசாலமான கண்களை உடையவர், செம்பவளங்களைப் போன்ற அதரங்களையும் அதிலே முத்துகளால் ஆன பல் வரிசையையும் உடைய அழகிய முகம் உடையவர், அகன்ற மார்பினையும் அதிலே தவழும் முத்தாரத்தினையும் அவை மீது பட்டும் படாமலும் இருக்கும் வெண் முதுகிலினையுடைய அந்த ராஜாதிராஜன் அதோ, கரங்களை விரித்து நீட்டியபடி இருக்கிறார். இதோ வந்துவிட்டேன். நெருங்கி விட்டேன், ஆஹா! ஒரு கணம் மின்னல் போன்ற ஒரு கோடு. இன்பவல்லி அந்தக் கரங்களிலே தொப்பென்று விழவில்லை. ஆனால் அன்னத்தூவி ஒன்றில் அமர்வது போல் அவள் அமர்ந்தாள். அந்த ஓர் இன்பத்திற்கு இந்த உலகத்தையே அவள் கொடுத்துவிட ஆயத்தமாக இருந்தாள். அவளிடம் யார் உதவி கேட்கப்போகிறார்கள்? செய்த உதவிக்கு யார் நன்றி கேட்கப் போகிறார்கள். அப்படி யாராவது கேட்டிருந்தால் கொடுத்துவிடச் சித்தமாயிருந்தாள். யாரும் கேட்கவில்லை. அவளும் கொடுக்கவில்லை.

கொடுக்கவும் மாட்டாள். இனிமேல் அவள் கொடுக்க மாட்டாள்.

இனி யாராவது அவள் அருகே வந்து எனக்கு ஒரு பரிசு தருவாயா என்று கேட்டாலும் கேட்கலாம். அதை அவள் மறுக்க முடியாது. என்ன பரிசு வேண்டுமென்று வாய்தவறிக் கேட்டு விடலாம். அவர்கள் கேட்பார்கள்: 'எனக்கு உன்னுடைய தலைவர் வேண்டும்' என்று. அவரைக் கொடுத்து விடு என்று பேரிடி போல் கேட்டாலும் கேட்டு விடலாம். அப்போது அவள் என்ன செய்வாள்? சொன்ன வார்த்தையை மீறுவாளா? அல்லது மாறாக சொர்க்கத்தைத் தான் அளிப்பாளா? இதனால் இப்பொழுது அவள் யாருக்கும் எதுவும் தருவதாகச் சித்தமாக இல்லை. அவள் பற்றிவிட்ட சிக்கெனப் பற்றிவிட்ட பெரும் பேற்றினை விட்டுவிடத் ஆயத்தமாகயில்லை. அந்த முகத்திலே, பரந்த மார்பிலே முகத்தைப் புதைத்துக்கொண்டு விம்முகிறாள். அவள் கண்களி லிருந்து கண்ணீர் பெருகுகிறது.

பெருகும் அந்தக் கண்ணீர் இரு பாறைகளின் நடுவே விழுந்தோடும் அருவிபோல் தோன்றுகிறது. அவருடைய கரங்கள் ஒரு கரம் அவளுடைய கையைப் பலமாக அழுத்திக் கொண்டிருக்கிறது. மற்றொரு கரம் அவளுடைய விழிகளிலே வழியும் நீரைத் துடைக்கிறது. 'ஏன் அழுகிறாய் இன்ப வல்லி?' என்று கேட்கிறது. அவள் என்ன சொல்வாள்? எதற்காக அழுகிறாள்? அது அழுகையா! அல்லது ஆனந்தக் கண்ணீரா! அழுவதற்காகத்தான் மேலிருந்து தாவித்தாவி அவள் வருகிறாளா? அவள் விழிகள் ஆனந்தக் கண்ணீரை உகுத்து விட்டனவா! காணாத இன்பத்தைக் கண்டுவிட்ட ஒன்றாகவே, அவள் இதயக் கடலின் உணர்ச்சியைத் தான் கண்டுவிட்டனவா? நானா அழுதேன்? அழவில்லையே என்று திரும்பவும் கேட்கிறது. அந்த அழகிய முகத்தை அந்த சுந்தரரூபத்தைக் கண்டு கேட்கிறாள். 'பிறகு உன் விழிகளிலே யிருந்து வந்ததே அது என்னவாம்?' என்று அவர் கேட்கிறார்.

இப்பொழுது இன்பவல்லியின் பவழ வாய் சற்றே முறுவலிக்கிறது. "நீர்த்துளிகளா அவை? வெண் முத்துகள். அவற்றைக் கோர்த்து உங்கள் கழுத்திலே மாலையாகப்

போடப்போகிறேன். தாங்கள் என்றென்றும் என்னை விட்டுப் பிரியாமல் இருப்பதற்காக நான் அளிக்கும் பரிசு'' என்று சொல்கிறாள்.

"உன் கண்ணீரை மாலையாக்கி எனக்குப் போடப் போகிறாயா! இது என்ன வேடிக்கையாக இருக்கிறதே! எவ்வளவு நாட்களாய்க் காத்திருந்தாய்?" என்று அவர் கேட்கிறார். "நாட்கள் என்று கேட்கிறீர்களே அரசே! யுகம் என்று சொல்லுங்கள்; நினைவிருக்கிறதா? சென்ற யுகத்திலே ஒருநாள் முத்துக்குளிக்கும் நீர்ப் பரப்பில் நாம் இருவரும் சந்தித்தோம். கடற்கரையிலே கைகோர்த்து ஆடினோம். நான் அந்த சங்கு முக யாழ் எடுத்துப் பாடினேன். எனது நாட்டியத்தைக் கண்டு நீங்கள் பேரானந்தம் கொண்டீர்கள். நான் என் வசம் இழந்தேன். பிறகு பிரிந்தோம். பிரிந்தோமா? ஊழ்வினை பிரித்தது. மீண்டும் சந்திப்பதற்காக ஒரு யுகம் காத்திருந்தேன். நான் அடைந்து விடுவேன். நான் நெருங்கி நெருங்கி வருவேன். பெரும் காற்றிலே தள்ளிச் செல்லப்படும் பாய்மரம் போல் எங்கேயோ அடித்துச் செல்லப்பட்டேன். விதி நம் இருவரையும் பிரித்துவிட்டது. இப்பொழுது ஒன்று சேர்த்து விட்டது. தங்கள் கரங்களிலே விழுந்து தங்கள் திருவடித் தாமரைகளை அடைவதற்கு நான் சொர்க்க லோகம் வரை சென்றேன். ஆனால், அவை ஏதும் எனக்குப் பிடிக்க வில்லை. தங்களிடமே வந்துவிட்டேன். அதனால் தான் நான் கண்ணீரை மாலையாகத் தங்களுக்கு அளிக்கிறேன். இனிமேல் நாம் இருவரும் பிரியமாட்டோம் அல்லவா?" என்றாள் இன்பவல்லி.

அரசர் சிரிப்பது நன்றாக அவள் காதுகளில் விழுகிறது. அவர் ஆதரவாக அவள் பட்டுப்போன்ற கரங்களை எடுத்துத் தன் கரங்களில் வைத்துக்கொள்கிறார். கரங்களை எதற்காக அணைக்கிறார்? அவர் ஏதாவது உறுதி செய்து கொடுக்கப் போகிறாரா? ஆமாம்; நிச்சயமாக கை அடித்து சத்தியம் செய்துதான் கொடுக்கவேண்டும். இல்லாவிட்டால் தன்னை ஒதுக்கித்தள்ளுவதற்கு எவ்வளவோ பேர் காத்திருக்கிறார்கள். பட்டத்துராணி தன் பழியை என்மீது போட்டுவிட மாட்டாளா? மற்றும் தன்னுடைய செல்வாக்கைப் பெருக்கிக்

கொள்வதற்காகப் பல சிற்றரசர்கள் தங்களுடைய புதல்வியை அரசிடம் சமர்ப்பிப்பதற்கு ஆயத்தமாக இருக்கிறார்கள். எல்லா வற்றிருக்கும் மேலாக இளையபிராட்டியார் இருக்கிறாரே! அவர் என் வாடை கூட அரசர் மீது படுவதற்கு விடவே மாட்டார். ஏனென்றால் நான் எந்த நாட்டின் அரசருடைய குமாரியும் இல்லையாம். நான் ஓர் எளிய ஏழைப்பெண்ணாம். அதற்காக என் காதலைக் கூட மறந்து விடச் சொல்கிறார். இந்த நிலையில் நான் அவருடைய உறுதிமொழியைப் பெற்றுக் கொள்ளாவிடில் இந்த உலகத்திலே வாழ்ந்துதான் என்ன பயன்? நான் யாருக்காக வாழவேண்டும்? அந்த எண்ணத்தில் அவள் அரசரிடம் உறுதிமொழியைக் கேட்கிறாள். ஆமாம், அவள் கரத்தை அழுத்தி, ''எனக்கு உறுதிமொழி கொடுங்கள். என்னைப் பிரிவதில்லை என்று சொல்லுங்கள்'' என்று இன்பவல்லி கேட்கிறாள்.

ஏன் அரசரிடமிருந்து மறுமொழி வரவில்லை? அழுத்திய அந்தக் கரங்கள் எங்கே? நான் எங்கே நிற்கிறேன்? அரசரைக் காணோமே! நம் எதிரே நிற்பது யார்? அரசருடைய கரத்திற்கு பதிலாக யாருடைய கரம் என்னைத்தொட்டு எழுப்புகிறது? இன்பவல்லி சாய்ந்திருந்த தூணிலிருந்து நிமிர்ந்து உட்கார்ந் தாள். ஐயோ! இவ்வளவு நேரம் கண்டதெல்லாம் கனவு தானா? சிதம்பரம் கோயிலில் உட்கார்ந்து கொண்டு கற்றூணில் சாய்ந்து இன்பக் கனவு கண்டுகொண்டா இருந்தேன்? கனவு நினைவாகக் கூடாதா! அந்தக் கனவைக் கலைப்பதற்கு இங்கே வந்தது யார்? இன்பவல்லி கண்களைத் துடைத்துக்கொண்டு பார்த்தாள்.

வாசீசன் நின்றுகொண்டிருந்தான். 'இந்தச் சித்திரக்காரருக்கு எப்பொழுதுமே வேளை நேரம் தெரியாது. என்னைத் தட்டி எழுப்பும் அளவுக்கா அவருக்குத் துணிவு வந்துவிட்டது. அவர் தவறான எண்ணம் கொண்டு என்னுடன் பழக நினைக்கிறாரா?' இன்பவல்லிக்கு ஆத்திரம் வந்தது. அதை அறியாத வாசீசன், ''இன்பவல்லி! நமக்கு மிக நல்லநேரம் வந்துவிட்டது. நம்முடைய கலை பரிமளிப்பதற்கான ஒரு வழி தென்பட்டுவிட்டது. நாம் உடனே அதைப் பயன்படுத்திக் கொள்ளவேண்டும். முதியவர் எங்கே? நாம் எல்லாரும்

இப்பொழுதே புறப்பட்டாக வேண்டும். என்னுடன் வா'' என்று அவள் கரங்களைப் பிடித்தான்.

இன்பவல்லி சீறினாள். கையை உதறி, ''விடுங்கள் கரத்தை. நல்ல கனவைக் கெடுக்க வந்தீரே! கலை பரிமளிப்பதற்கு வழி கண்டு பிடித்துவிட்டாராம்! நான் காணாத வழி உமக்கு மட்டும் தெரிந்து விட்டதோ? என்ன துணிவு என் கரத்தைத் தொடுவதற்கு? இப்பொழுதே இந்த இடத்தை விட்டுப் போய் விடுங்கள். நான் யார் என்று தெரியுமா, உங்களுக்கு? நான் மாபெரும் சோழ நாட்டிற்கு அரசரான மாமன்னரின் இதய ராணி. என்னைத் தொடுவதற்குத் துளிகூட உங்களுக்குத் தகுதியில்லை. போய்விடுங்கள்'' என்று சொன்னாள்.

வாகீசன் நடுநடுங்கிவிட்டான். சற்றுத் தொலையிலே முதியவர் அவளுடைய கட்டளையைக் கேட்டுக்கொண்டு நின்றிருந்தார்.

இன்பவல்லி எப்பொழுதும் இப்படிப் பேசி அறியாதவள். அதேபோல் வாகீசனும் இன்பவல்லியும் நடந்து கொள்வார்கள். வாகீசனுக்கும் இன்பவல்லிக்கும் என்ன நடந்து விட்டது என்று அறிவதற்காக அவர் மெல்ல இன்பவல்லி அருகே வந்தார்.

''குழந்தாய்! ஏன் கோபப்படுகிறாய்!'' என்று கேட்டார். இன்பவல்லி முதியவர் பக்கம் திரும்பவில்லை. ஆனால் அவள் சீற்றம் இன்னும் தணிந்தபாடில்லை.

''நான் குழந்தையில்லை. நான் இன்றுமுதல் அரசிபேரரசி. என்னிடம் நீங்கள் மரியாதையாக நடந்துகொள்ள வேண்டும். நான் இப்பொழுதே நந்திபுரத்திற்குப் போகவேண்டும். நல்ல தொரு சந்தர்ப்பத்தில் நான் என் தலைவரை உறுதி கேட்கும் நிலையில் இதோ இந்த சித்திரக்காரர் வந்து என்னைக் கலைத்து விட்டார். என்னுடைய நெஞ்சத்திலே ஈட்டி கொண்டு பாய்ச்சுவது போல் எங்கள் இருவருக்கும் நடுவே வந்து நின்று விட்டார். இவரை இங்கிருந்து இப்பொழுதே போகச் சொல்லுங்கள். நீங்கள் போகச் சொல்கிறீர்களா? அல்லது நான் போகட்டுமா?'' என்று கூவினாள்.

முதியவருக்கு ஒன்றும் புரியவில்லை. இதுவரை தன்னைத் துளியும் அலட்சியப்படுத்தாத இந்தப் பெண் இப்பொழுது ஏன் இப்படிப் பேசுகிறாள்? இவளுக்கு என்ன நேர்ந்து விட்டது? சுய நிலையில் தான் இவள் இருக்கிறாளா? கனவு ஏதும் கண்டு விட்டாளா? பேய் ஏதும் பிடித்துவிடவில்லையே! ஆனால், இவள் இப்பொழுது என்னவோ இந்த உலகத்திலிருந்து பறந்துவிட்டவள் போல் அல்லவா இருக்கிறாள்? பித்தம் பிடித்தவள் போலல்லவா தோன்றுகிறது!

முதியவர் மெல்ல அவள் அருகே வந்து அவளுடைய தலையை வருடி, "குழந்தாய்! நீ என்ன சொல்கிறாய்? வாகீசன் மீது உனக்கு என்ன கோபம்?" என்று கேட்டார். இன்பவல்லி தன்னுடைய கலங்கிய கண்களுடன், "ஆமாம் எனக்கு அவர் மீது கோபம்தான். சாதாரணக் கோபமில்லை. அழியாக் கோபம். என்னுடைய இன்ப நினைவைக் கலைக்க வந்த அவர் மீது கோபத்தைவிட வேறு இன்னும் ஏதாவது கொடிய கோபம் இருந்தால் அதைக் காட்டி விடுவேன். வேண்டாம். என் புண்பட்ட இதயத்தை மீண்டும் கிளறாதீர்கள்... நான் இதோ போகிறேன். என் கால்கள் இதோ துடிக்கின்றன. எனக்கு நந்திபுரம் செல்வதற்கு வழி தெரியும். அங்கே அரிசிலாற்றங்கரையில் அழகிய மண்டபத்தில் பொன் ஊஞ்சலில் உட்காரப் போகிறேன். என்னுடன் வருகிறீர்களா அல்லது நான் போகட்டுமா?" என்று கூவினாள்.

"இன்பவல்லி! நான் சொல்வதைக் கேள். நந்திபுரமா! அரிசிலாறா! மண்டபமா! பொன் ஊஞ்சலா! நீ என்ன ஏதாவது கனவு கண்டாயா? நாம் இருப்பது சிதம்பரம். நீ நினைப்பதோ நந்திபுரம். தன்னந்தனியாகப் போகிறேன் என்று சொல்கிறாயே, நீ சுய நினைவில் பேசவில்லை என்பதற்கு இதைவிட என்ன சான்று வேண்டியிருக்கிறது? களைப்பு மிகுதியால் நீ இப்படியெல்லாம் பேசுகிறாய் என்று நினைக்கிறேன். ஒருவேளை பசி மயக்கம் உன்னைச் சோர்ந்துவிடச் செய்ததா? வா, நாம் தங்கியிருக்கும் இடத்திற்குப் போகலாம். சற்று இளைப்பாறுவோம்" என்று கூறி இன்பவல்லியின் கரத்தைப் பிடித்து அவளை அழைக்க முனைந்தார்.

ஆனால் இன்பவல்லி பலமாக அவர் கரத்தைத் தள்ளினாள். அங்கே நின்ற வாகீசனை விழுங்கிவிடுபவள் போல் ஒரு கணம் பார்த்தாள். மறுகணம் ''நீங்கள் எல்லாம் என் நல்வாழ்விற்குக் குறுக்கே நிற்கிறீர்கள். உங்களை நான் நம்பமாட்டேன். இதோ போகிறேன்'' என்று கூறியவள், திடீரென்று அங்கிருந்து தறியிலிருந்து அறுபட்ட பசுவைப் போல் குதித்து ஓடினாள்.

அந்த நிலையை எதிர்பார்க்காத முதியவருக்கு ஒருகணம் என்ன செய்வதென்றே தெரியவில்லை. அடுத்த கணம் அவளைத் தொடர்ந்து செல்ல நினைத்தபொழுது அவள் அங்கிருந்து எப்படியோ எங்கோ மறைந்துவிட்டாள்.

முதியவரும் அவளைப் பின்தொடர்ந்தார். இன்பவல்லி தஞ்சைக்குத்தான் சென்றிருப்பாள். அங்கு அவளை எப்படியும் சந்தித்து விடலாம் என்ற எண்ணத்தில் தஞ்சை நோக்கி நடந்தார். அவர் உள்ளத்தில் கவலையில்லாமலில்லை. இன்பவல்லியின் மன நிலையில் பெரும் மாறுதல் ஏற்பட்டிருக்க வேண்டும் என்று அவருக்குத் தோன்றியது. மன நிலை மாறுதலால் அவள் வழி தெரியாது வேறெங்காவது சென்று திண்டாடினால் என்ன செய்வதென்ற கவலையும் அவரைப் பற்றிக்கொண்டது.

அத்தியாயம் 18

கடற் கொள்ளை

மதுராந்தக சோழதேவர் இறந்துபோன அதிர்ச்சி ஓரளவு நாட்டில் அடங்கியது. அருண்மொழி வர்மருக்குக் கோலாகல மாக முடிசூட்டு விழா நடத்துவதற்கான நாளைக் குறிப்பிடு வதற்காக அரசாங்க சோதிடரும் சாஸ்திர விற்பன்னரும் மந்திரி மண்டலத் தாரும் கூடி நாட்களைத் தேர்ந்தெடுப்பதற்காக ஆலோசனை நடத்தினார்கள். இளையபிராட்டி அருண் மொழியைச் சந்திப்பதற்காக தஞ்சை வந்தடைந்தாள். அவள்

வரும்பொழுது அருண்மொழி வர்மரும் நாகைப்பட்டினத்தி லிருந்து வந்திருந்த வணிகர்கள் பலரும் கூடி மிகவும் தீவிர ஆலோசனையில் ஈடுபட்டிருந்தனர்.

சோழ நாட்டிற்குச் சொந்தமான பெரும் மரக்கலம் ஒன்று சாவகத் தீவிலிருந்து வந்து கொண்டிருந்த பொழுது வழியே நான்கைந்து மரக்கலங்கள் சூழ்ந்து வழி மறித்து, அதிலுள்ள பண்டங்களைக் கொள்ளையடித்துச் சென்ற செய்தியை அவர்கள் விளக்கிக் கூறிக்கொண்டிருந்தனர். அருண்மொழி வர்மர் மிகக் கவலையுடன் அவர்கள் சொல்வதைக் கேட்டுக் கொண்டிருந்தார். பலம் பொருந்திய சோழநாட்டுக் கலங் களைத் தாக்குவதற்கேற்ற துணிவு யாருக்கு வரமுடியும் என்பதில் அவருடைய சிந்தனை சென்றது. கடலில் இத்தகைய வலிமைபொருந்திய நடவடிக்கையை யார் செய்திருக்கக்கூடும் என்பதை அவர் மனம் சிந்தித்தது.

"நம் நாட்டில் இருந்துகொண்டே சிலர் இப்படித் திட்ட மிட்டு ஏன் செய்திருக்கக்கூடாது?" என்று அருகே இருந்த வல்லவரையர் கேட்டார்.

அருண்மொழிவர்மர் அவரைத் திரும்பிப் பார்த்தார். "சோழ நாட்டு மக்கள் மீது அவ்வளவு அவநம்பிக்கை வந்து விட்டதா?" என்று கேட்டார். வணிகர்களுள் ஒருவர் தலை யசைத்து "சோழநாட்டு மக்களுள் யாரும் அப்படிச் செய்திருப்பார்கள் என்று என்னால் நினைக்க முடியவில்லை. ஆனால், வல்லவரையர் சந்தேகப் படுவதற்குக் காரணம் இருக்கத்தான் வேண்டும். நாட்டு மக்களிடைய குழப்பத்தை ஏற்படுத்துவதற்காக நாட்டுமக்களைப் போன்று போலி வேடதாரிகள் அப்படிச் செய்திருக்கக் கூடுமோ? என்று வல்லவரையர் நினைக்கிறார் போல் தோன்றுகிறது" என்றார் அந்த வணிகர்.

வல்லவரையர் தன்னுடைய கருத்தை மேலும் ஆமோதிக்கும் வண்ணம், "சமீபகாலத்தில் நான் கேள்விப் பட்டதிலிருந்து ஒரே சமயத்தில் உள்நாட்டிலும் எல்லை யிலும் கடற்கரைப்பகுதியிலும் நமக்குத் தீங்கு விளைவிப் பதற்கான திட்டத்தைச் சிலர் தீட்டுகிறார்கள் என்பதை

ஆராய்ந்தேன். திட்டம் தீட்டுபவர்களும் அதை நிறைவேற்று வதற்குக் கருவியாக இருக்கக்கூடியவர்களும் நம்மவர்களாகத் தான் காட்சியளிக்கிறார்கள். அதனால் தான் வாணிபக் கலங்களைச் சூறையாடியவர்கள் ஏன் நம்மவர்களாக இருக்கக் கூடாது என்று கேட்டேன். மரக்கலத்தின் நடமாட்டத்தை முன்கூட்டியே அறிந்துகொண்டுதான் அப்படி செய்திருக்க வேண்டுமென்பதே என் முடிவு. மேலும் நாகைக் கடற்கரைக்கு அருகேதான் இந்தக் கொள்ளை நடந்திருக்கிறது. இவ்வளவையும் மனத்தில் கொண்டு பார்த்தால் விரோதி வெளியிடத்திலிருந்து வரவில்லை என்றுதான் தோன்றுகிறது" என்றார் வல்லவரையர்.

அருண்மொழிவர்மருக்கு அதிகக் கவலை ஏற்பட்டது. தான் பட்டத்தில் அமரும் சமயத்தில் முதன்முதலில் இத்தகைய பெருந்தொல்லை வணிகர்களுக்கு ஏற்படுவது அவருக்கு வருத்தத்தை அளித்தது. நாகைப்பட்டினத்திற்கு நேரிடையே சென்று கண்டறியலாம் என்ற முடிவிற்கு அவர் வந்தார். சூளாமணி விஹாரத்தையும் பார்த்துப் பலநாட்கள் ஆகின்றன. ஆதலால் உடனே பயணத்தை மேற்கொள்ள முடிவு செய்தார். நாகைப்பட்டினத்திற்குச் செல்லும் போது வல்லவரையருடன் இளையபிராட்டியும் மகன் இளவரசன் மதுரனும் உடன் வந்தார்கள். நீண்ட நாட்களாக பௌத்த பிட்சுக்கள் தங்களுடைய விஹாரத்தையும் வந்து பார்க்கும் படியாக வேண்டிக்கொண்டிருந்தனர்.

அவர்களது தன்னலமற்ற சேவை இளையபிராட்டியை மிகவும் கவர்ந்திருந்தது. அந்த நாகைப்பட்டினச் சுற்று வட்டாரத்தில் ஆதுர சாலைகள் பல ஏற்படுத்தி, நோயுற்றவர் களுக்கு உடனுக்குடன் சிகிச்சை அளிக்கும் பணிவிடையைப் பற்றி இளையபிராட்டி நிறையக் கேள்விப்பட்டிருந்தார். அதனால் அவர்களுக்குத் தக்க உதவி செய்து அவர்களுடைய சேவையை இன்னும் உற்சாகப் படுத்தவேண்டும் என்ற முடிவுக்கு வந்தவுடன் நில்லாமல் தங்களுடன் பட்டயம் எழுதுபவரையும் பரிசுகள் வழங்குபவரையும் தனாதி காரியையும் அழைத்துச்செல்ல அருண்மொழிவர்மரின் அனுமதியையும் பெற்றார். அத்துடன் தனது சொந்த

ஆஸ்தியின் கணக்கு விவரங்களைக் கேட்டறிந்து சரி பார்த்துக்கொண்டார்.

நாகைப்பட்டினத்தில் அரசருக்கு உற்சாகமான வரவேற்பு அளிக்கப்பட்டது. சூளாமணி விஹாரத்தில் பிட்சுக்கள் வாழ்த்தொலியுடன் வரவேற்று உபசரித்தனர். அமைதியான அந்த விஹாரத்தின் சூழ்நிலையில் நகரத்து முக்கிய பிரமுகர்களைக் கூப்பிட்டு ஆலோசனை நடத்துவது என்று முடிவு செய்தார் அருண்மொழிவர்மர். மரக்கலக் கொள்ளையை நேரில் கண்டு, அதுசமயம் துன்பம் அனுபவித்தவர்கள் அருண்மொழிவர்மரிடம் தாங்கள் கண்டவற்றைச் சொல்வதற்காக வந்திருந்தார்கள்.

எல்லோரும் சொல்வதை மிகக் கவனமாகக் கேட்டுவந்தார் அருண்மொழிவர்மர். மரக்கலத்தைச் சுற்றிக் கொள்ளைக் காரர்களுடைய கலங்கள் சூழ்ந்துகொண்டதையும், அதிலிருந்து பயிற்சிபெற்ற வீரர்கள் சோழநாட்டுக் கலத்திற்குள் தாவி எதிர்பாராத வகையில் சூழ்ந்துகொண்டு தாக்கியதையும் விவரித்தனர். சோழநாட்டுக் கலத்தில் இருந்தவர்களோ நூறு பேருக்குமேல் எண்ணிக்கையில் அதிகம் போகமாட்டார்கள். கொள்ளையர் கலத்திலிருந்தவர் இன்னும் இருமடங்கு இருக்குமென்றாலும் அவர்கள் கடற் போரிடுதலில் மிகப் பயிற்சி பெற்றவர்களாக இருக்கவேண்டுமென்று தங்களுக்குத் தோன்றுவதாகக் கூறினார்கள். சூளாமணி விஹாரத்திலிருந்த முதிர்ந்த பிட்சு ஒருவர் கூறினார்: "இவ்வாறு திட்டமிட்டுத் தாக்கக் கூடியவர்கள் சோனகர்களாய் இருக்க வேண்டும். அல்லது சேரநாட்டவராய் இருக்க வேண்டும். சோனகர்கள் சோழநாட்டுக் கலங்களைக் கொள்ளையடிக்க விரும்பமாட்டார்கள்" என்றார். ஏன் என்பது போல் அருண்மொழிவர்மர் புத்த பிட்சு பக்கம் திரும்பினார்.

"சோழநாட்டிலுள்ளோர் சோனகர்களை அன்புடன் வரவேற்று உணவளிப்பதுபோல் வேறெங்குமே நடக்க வில்லை. மேலும் அவர்கள் விற்பனைக்குக் கொண்டுவரும் குதிரைகள் அனைத்தையும் நல்ல விலைகொடுத்து வாங்கக்

கூடிய சக்தி படைத்தவர்கள் சோழ மன்னர்கள்தாம். அதனால் அவர்கள் தங்களுடன் விரோதித்துக்கொள்ள ஒருபொழுதும் சம்மதிக்க மாட்டார்கள் என்பது உண்மை. மற்றொன்று, சோழநாட்டிற்கு வந்துகொண்டிருக்கும் மரக்கலங்களை அவர்கள் தாக்குவதற்கும் துணியமாட்டார்கள். ஏனெனில் இங்கிருந்து செல்லும் மரக்கலங்களில்தான் செல்வம் அதிகமாக இருக்கும் என்பது அவர்களுக்குத் தெரியும். திரும்பி வரும் கலத்தைத்தாக்குவது அவர்களுக்கு எவ்விதப்பயனும் அளிக்கக்கூடியதாய் இருக்காது. ஆக இந்தக் கொள்ளையைச் செய்திருப்பவர்கள் சேரநாட்டவர்களாய்த்தான் இருக்க வேண்டும்'' என்றார்.

முதிர்ந்த பிட்சுவின் ஆராய்ச்சித் திறனை, கண்டறியும் திறனை வியந்து பாராட்டினார் அருண்மொழிவர்மர். அந்தச் சமயம் கூட்டத்திலிருந்த இளைஞன் ஒருவன் கொள்ளையரிடமிருந்து கைப்பற்றிய உடைவாள் ஒன்றை மன்னரின் பாதங்களில் வைத்து வணங்கினான். அந்த வாளை எடுத்துப் பார்த்தவுடன் அருண்மொழிவர்மருடைய முகம் கோபத்தால் சிவந்தது. வாளிலே மீன் இலச்சினை பொறிக்கப்பட்டிருந்தது. ஆனால் பிட்சு சொல்வதைப் பார்த்தால் சேரர்கள் இந்தக் கொள்ளைக்குக் காரணமாய் இருப்பார்கள் என்று தோன்று கிறது. அருகேயிருந்த வல்லவரையரும் அந்த வாளை வாங்கிப் பார்த்தார். வாளின் உறையை ஆராய்ந்தார். மிகவும் கவனமாக ஆராய்ந்தபோது உறையினுள் விற்கொடி பொறிக்கப்பட்டிருப்பதை அவர் கண்கள் கண்டுவிட்டன. ஆக பாண்டியருடைய ஆயுதங்களைக் கொண்டு சேரர்கள் இந்தக் கொள்ளையைச் செய்திருக்க வேண்டும் என்று முடிவாயிற்று.

அந்தக் கோப நிலையிலும் அருண்மொழிவர்மரின் முகத்தில் புன்னகை அரும்பியது. ''சேர நாட்டவருடன் நமக்கு எந்த விதப்பகையும் இல்லையே! ஏன் வீணாக நம்மை வாதுக்கு அழைக்கிறார்கள்?'' என்று அருண்மொழிவர்மர் கூறினார். அவருக்கு அப்பொழுதுதான் சிறிது நேரத்திற்கு முன்பு பாண்டியநாட்டிலிருக்கும் சோழ ஒற்றர்களிடமிருந்து கிடைத்த செய்தி நினைவிற்கு வந்தது. அமரபுஜங்க பாண்டியன் சேர

நாட்டுத் தலைநகருக்கு அவ்வப்பொழுது சென்று வரும் செய்தி அது. அதனால் அமரபுஜங்கனுக்குச் சேர நாட்டு அரசர் பாஸ்கரவர்மர் உதவி செய்ய வாக்களித்திருக்கலாம். அதன் முதல் படியாகத் தங்களுடைய பலத்தைப் புலப்படுத்த கடல் கொள்ளையைக் கொடியேற்றமாகக் கொண்டிருக்கலாம் என்ற முடிவுக்கு வந்தார்.

மேலும், ‘‘தொடக்க நிலையிலேயே இதைப்போன்ற கடல் கொள்ளையைத் தடுக்காவிட்டால் சோழ நாட்டின் கடல் வாணிபமே, அதனால் குறைந்து விடக்கூடிய அபாயம் இருக்கிறது’’ என்று வணிகர்கள் எடுத்துக்கூறினார்கள். உடனடியாகக் கடற்கொள்ளைக் காரர்களைக் கண்டுபிடிக்கும் பொறுப்பை நிறைவேற்றுவதாக அருண்மொழிவர்மர் வாக்களித்தார். அவரே உடனடியாகக் கலங்களைச் சேர்த்துக் கொண்டு புறப்பட்டிருப்பார். ஆனால் மகுடாபிஷேகத்திற் கான நாள் குறிப்பிடப்பட்டு விட்டதால், அவரை அனுப்பு வதற்கு மந்திரி மண்டலத்தார் சம்மதிக்க மாட்டார்கள். யாரை அனுப்புவது என்ற தீவிர யோசனையில் அவர் ஆழ்ந்த பொழுது, வல்லவரையர் வந்தியத் தேவர் எழுந்து, ‘‘சில நூறு வீரர்களையும் மரக்கலங்களையும் சேகரித்துக்கொண்டு நானே புறப்படுகிறேன்’’ என்று கூறினார்.

வல்லவரையர், கடற் பயணம் அதுவும் படைகளுடன் புறப்படப்போகிறார் என்ற செய்தி கேட்ட இளைய பிராட்டி யின் உள்ளத்தில் வேதனை ஏற்பட்டது. அவள் ஏதோ கூறு வதற்காக உள்ளே நுழைந்த பொழுது அருண்மொழிவர்மர் மகிழ்ச்சி நிறைந்த குரலில், ‘‘எனது அன்பார்ந்த வணிகர்களே! சோழ நாட்டிற்குப் பெரும் செல்வம் கொண்டு சேர்க்கும் பெருங்குடி மக்களே! உங்களுடைய கவலைகள் எல்லாம் தீர்ந்துவிட்டன என்ற முடிவுக்கு நீங்கள் வரலாம். நீண்ட நாட்களாகத் தன் தோள் வலிமையைக் காட்டுவதற்கு வல்லவரையர் துடித்துக்கொண்டிருந்தார். அதற்கு வாய்ப்பே இல்லாமல் போய்விடுமோ என்ற கவலையுடன் இருந்தார். இப்பொழுது தக்க வாய்ப்பு ஏற்பட்டிருக்கிறது. இன்னும் சில நாட்களில் கையும் களவுமாக, கொள்ளையர் அனைவரையும் அவர் தப்பாது பிடித்து இதே நாகைப்பட்டினத்து வீதிகளிலே

கொண்டு வரப்போவது உறுதி. அதனால் நீங்கள் உங்கள் கவலைகளை விட்டு விட்டு வழக்கம் போல் சிறந்த நேர்த்தியான வாணிபத்தில் ஈடுபடுங்கள்'' என்று கூறினார். அங்கு எழுந்த ஆரவாரம் வெகு நேரம் ஒலித்தது.

அத்தியாயம் 19
நந்திபுரத்து ஓலை

அருண்மொழிவர்மர் பட்டம் ஏற இருந்த அந்த இடைக்கால நாட்களில் யாரும் எதிர்பாராத ஒன்று நடந்துவிட்டது. பாதாளச் சிறையில் கடுங்காவலிலிருந்த ரவிதாசனைக் காண வில்லை. அங்கிருந்து அவன் எப்படித் தப்பிச் சென்றான் என்பதை ஒருவராலும் முடிவு செய்ய இயலவில்லை. ஆனால் ரவிதாசன் ஈழத்து இளைஞனுடைய உதவியுடன் தான் தப்பிச் சென்றிருப்பான் என்று ஒற்றர்கள் திடமான முடிவுக்கு வந்தனர். அதனால் அவனைத் தக்க காவலில் வைத்தார்கள்.

பட்டமேறுவதற்கு முன்பாக இத்தகையதொரு நிகழ்ச்சி ஏற்பட்டது அருண்மொழிவர்மரின் மனத்தில் மிக்க வேதனையை அளித்தது. அதனால் அவர் நாலா திசைகளிலும் உள்ள சோழ நாட்டு ஒற்றர்களுக்கும் செய்தி அனுப்பி ரவிதாசன் இருக்குமிடத்தைக் கண்டுபிடிக்குமாறு கட்டளை யிட்டார். சிறைக் காவலர்களும் கோட்டைக் காவலரும் ஏதும் சொல்ல முடியாமல் மனம் குன்றிப் போய் இருந்தனர். மற்ற அரசாங்க அலுவல்களில் மூழ்கியதால் அருண்மொழிவர்மர், இதை அதிகமாய்ப் பொருட் படுத்தவில்லையென்றாலும் ரவிதாசன் தப்பிச் சென்றதற்குப் பின்னணியாக ஏதோ ஒரு முக்கியமான சம்பவம் நடக்கப் போகிறது என்ற முடிவுக்கு அவர் வந்தார்.

அமரபுஜங்க பாண்டியன் வலுவான படைகளைச் சேர்த்திருப்பான் என்று அவருக்குத் தோன்றியது. அடுத்த

தாக்குதல் பாண்டியர்களிடமிருந்து வரும் என்று எதிர்பார்த் திருந்தார்.

ஒருநாள் இளையபிராட்டி அருண்மொழிவர்மரைச் சந்தித் தாள். மகுடாபிஷேகம் நடைபெற்ற பிறகு செல்வன் மதுரனை அழைத்துக்கொண்டு பல திருத்தலங்களுக்குச் சென்று சுற்றிப் பார்க்கப் போவதாக அவள் அறிவித்தாள். குறிப்பாகத் தெற்கே இராமேச்வரத்திற்கும் கன்னியாகுமரிக்கும் சென்று புண்ணிய நீரில் நீராட வேண்டுமென்று தாம் எண்ணியிருப்பதாக அவள் கூறினாள்.

அருண்மொழிவர்மர் மெல்லப்புன்னகை புரிந்தார். "தாங்களும் மதுரனும் மட்டுமே செல்லப் போகிறீர்களா? மற்றும் யாரும் உங்களுடன் வரப்போவதில்லையா?" என்று கேட்டார்.

"பெரிய பிராட்டியாரின் உடல் நிலை இடமளித்தால் அவரும் கட்டாயம் வருவார்" என்று குந்தவை கூறினாள்.

"இராமேச்வரம் போன்ற புண்ணியத் தலத்திற்குத் தனியாகச் செல்லக்கூடாது என்பது தாங்கள் அறியாத தன்றோ?" என்றார் அருண்மொழிவர்மர்.

இளையபிராட்டியார் புரிந்து கொண்டுவிட்டார். வந்தியத் தேவனை உடன் அழைத்துச் செல்வதைப்பற்றி அருண் மொழி வர்மர் குறிப்பிடுகிறார் என்பது புரிந்துவிட்டது. "அவர் கடல் கொள்ளையரைக் கண்டுபிடிக்கும் பணியில் ஈடுபடப் போகிறார்."

"ஓஹோ" என்று கூறி வாய்விட்டுச் சிரித்த அருண்மொழி வர்மர், "வல்லவரையரை நீங்கள் அழைத்துக்கொண்டு போக வேண்டுமா? கடல் கொள்ளைக்காரர்களைப் பிடிக்க வல்லவரையர் செல்ல வேண்டாம் தான். அவர் ஏனோ முன் நிற்கிறார். நான் அவரிடம் சொல்கிறேன், வேறு யாரையாவது அனுப்புவதாக. அவரிடம் நீண்ட நாட்களாக தீர்த்தயாத்திரை செல்லுமாறு நான் சொல்லிக் கொண்டுதான் இருக்கிறேன். உண்மையில் இப்பொழுது அதற்கேற்ற வேளை வந்து விட்டதா என்பதுதான் எனக்குத் தெரியவில்லை" என்று கூறிச் சற்று நிறுத்தினார் அருண்மொழி வர்மர்.

எனும் நம்பிக்கை அவனுக்கிருந்தது. வெகுதூரம் நடந்து கால்கள் துவண்டு சோர்வடையும் நிலை ஏற்பட்டபொழுது தன் பின்னால் குதிரை ஒன்று வரும் குளம்படி ஓசை கேட்கவே திரும்பி நோக்கினான். "என்னய்யா வாகீசரே! சொல்லாமல் கொள்ளாமல் கிளம்பி விட்டீர்களே!" என்று சிரித்துக்கொண்டே கேட்டான் வந்தவன். பிறகு, "எங்கே உங்களுடைய நண்பர்கள்? அவர்களைத் தஞ்சைக்கு அனுப்பிவிட்டு, நீர் மட்டும் புறப்பட்டு விட்டீரே!" என்று கேட்டபொழுது, வாகீசனுக்கு என்ன சொல்வதென்றே தெரியவில்லை. இன்பவல்லி பிரமை பிடித்தவள்போல் ஓடியதும் அவளைத் தொடர்ந்து முதியவர் சிறு குழந்தை போல் பின் தொடர்ந்து சென்றதும், தான் அவர்களுடன் செல்வதா வேண்டாமா என்று யோசித்து முடிவதற்குள் அவர்கள் போன திசையே தெரியாது போய்விட்டதையும் எண்ணும்பொழுது வாகீசனுக்கு முதியவர் மீது கோபம் கூட வந்தது. அதனால் முண்டாசுக்காரன் கேட்டதும் துணிவுடன், "அவர்கள் போனால் போகட்டும் ஐயா! நான் இருக்கிறேன். உங்களுக்கு என்ன செய்ய வேண்டுமோ அவற்றைச் செய்வதற்கு உண்டான தகுதி என்னிடம் இருக்கிறது" என்றான்.

முண்டாசுக்காரன் குதிரையின் மேலிருந்து கீழிறங்கித் தெரு ஓரமாக மறைவிடத்துக்குச் சென்று, "உங்கள் தகுதியைப் பற்றி எனக்குச் சந்தேகமில்லை ஐயா! ஆனால் சோழநாட்டில் ஒரு கலைஞர்கூட இருக்கக்கூடாது என்று நான் திடமாக முடிவு செய்திருக்கும் பொழுது, சிற்பியையும் நடன ராணியையும் கோட்டை விட்டால் என்னை அல்லவா கேட்பார்கள்?" என்று குரலில் சற்று வேதனை கலந்தவாறு கூறினான். வாகீசன் "உங்களை யார் கேட்பார்கள்? குறிப்பாக எங்களை அழைத்து வருமாறு யாரும் கட்டளையிட்டிருந்தார்களா?" என்று ஆவல் நிறைந்த குரலில் கேட்டான். "ஆமாம். குறிப்பாக நாட்டிய ராணியைக் கட்டாயம் அழைத்து வர வேண்டுமென்று சொல்லியிருக்கிறார்கள்" என்றான் முண்டாசுக்காரன். "அப்படி குறிப்பாகக் கூறியவர் யார் என்று நான் தெரிந்து கொள்ளலாமா?" என்று வாகீசன் கேட்டான்.

"கட்டாயம் சொல்லத்தான் போகிறேன். என்னுடன் வருவதற்கு நீர் நிச்சயப்படுத்திக் கொண்டு விட்டீரா? அதைச் சொல்லும்!" என்று கேட்டான் முண்டாசுக்காரன்.

சற்றுக் கோபம் நிறைந்த குரலில், "உங்களுடன் வருவதற் காகவே இந்தப்பாதையில் நான் நடந்து கொண்டிருக்கிறேன். இல்லாவிடில் நான் தஞ்சையை நோக்கிச் சென்று கொண்டிருக்கமாட்டேனோ?" என்றான் வாகீசன்.

முண்டாசுக்காரன் சற்று உற்சாகம் நிறைந்த குரலில், "உங்களுக்கு இந்த நாட்டில் இருப்பதற்குப் பிடிக்கவில்லை என்பது எனக்குத் தெரியும். என்னுடன் எப்படியும் வந்து விடுவீர்கள் என்பதையும் நான் அறிவேன். என்றாலும் உறுதிப்படுத்திக் கொள்வதற்காகக் கேட்டேன். சரி, பொழுது சாய்வதற்குள் நாம் திருநாராயணபுரம் போய்ச் சேர்ந்து விடுவோம். இன்றிரவு நான் ஒருவரை எதிர்பார்க்கிறேன். அவர் வந்து விட்டார் என்றால் சோழ நாட்டிற்கு ஆபத்துக் காலம் நெருங்கிவிட்டது என்பது பொருள். அவரையும் உனக்கு அறிமுகப்படுத்தி வைக்கிறேன்" என்றான். அவன் சொல்வது வாகீசனுக்குப் புரியவில்லை என்றாலும் அடிக்கடி அவரைக் கேள்விகள் கேட்டுத் தொந்தரவு செய்யாமல் பின் தொடர்ந்தான்.

அவர்கள் திருநாராயணபுரம் அருகேயுள்ள ஒரு சிறு கிராமத்திற்குப் போய்ச் சேர்ந்த பொழுது நன்றாக இருட்டி விட்டது. வாகீசன் களைப்பு மிகுதியால் அந்த வீட்டின் திண்ணையில் போய்ப் படுத்துவிட்டான். பசியைத் தீர்த்துக் கொள்ள ஆகாரம் கொண்டு வருவதற்கு முண்டாசுக்காரன் செல்ல முற்பட்ட பொழுது வாகீசன் ஒன்றும் வேண்டா மென்று மறுத்து விட்டான். பிறகு மிகவும் வற்புறுத்தியதன் பேரில் பாலும் பழமும் சற்றுச் சாப்பிட்டவுடன் அவனை நித்திராதேவி ஆட்கொண்டுவிட்டாள்.

நள்ளிரவு கடந்திருக்கும். அப்பொழுது உள்ளே யாரோ பேசுவது போல் கேட்டது. இருவர், மூவர் ஒரே சமயத்தில் பேசுவதும், பிறகு ஒருவர் மட்டும் சற்று மெல்லிய குரலில் பேசுவதுமாக வாகீசன் செவிகளில் விழுந்தது. உள்ளே

விளக்கில்லை. அவர்கள் பேசிக்கொண்டிருப்பதன் தொடர்பும் அவனுக்குப் புரியவில்லை. என்றாலும் முண்டாசுக்காரன் குரல் இடையிடையே கேட்டதிலிருந்து அவன் எதிர்பார்த்த அந்த முக்கிய நபர் வந்து விட்டார் என்பது வாகீசனுக்குப் புலப்பட்டது. அத்துடன் அவனுடைய தூக்கமும் நன்றாகக் கலைந்து விட்டது. தனக்கு அந்த முக்கிய நபரை அறிமுகம் செய்து வைக்கிறேன் என்று கூறிய முண்டாசுக்காரனை அழைத்து வந்து, தான் விழித்துக்கொண்டதாகக்கூறி, உடனே அவரைத் தனக்கு அறிமுகம் செய்து வைத்தால் நல்லது என்று கேட்பதற்காகத் திண்ணையை விட்டு இறங்க எத்தனித்தான். அப்பொழுது உள்ளேயிருந்து கேட்ட ஒரு குரல் அவனைத் திடுக்கிட வைத்தது.

"சித்திரக்காரன் என்றும், சிற்பியென்றும் கூறி யாரையாவது தவறானவர்களை அழைத்து வந்து காரியத்தைக் கெடுத்து விடப் போகிறாய் தம்பி! உனக்கு அனுபவமே போதாது. நன்றாக அவன் தூங்குகிறான் என்று என்னிடம் வந்து தெரிவித்தாய். நானும் உன் பேச்சைக்கேட்டு ஏதேதோ பேசிக்கொண்டிருந்து விட்டேன். சோமன் சாம்பவா! நீ போய்ப் பார். திண்ணையில் படுத்திருந்தவன் விழித்துக் கொண்டு விட்டான் போல் தோன்றுகிறது" என்றது அந்தக் குரல். அந்தக்குரலுக்கு உரியவர் வேறு யாரும் அல்லர். தஞ்சைப் பாதாளச் சிறையில் சிறைப்பட்டிருந்த ரவிதாசன் தான்.

வாகீசனுக்கு ரவிதாசனைத் தெரியாது என்றாலும் ஏதோ அரைகுறையாகக் கேள்விப்பட்டிருக்கிறான். பார்த்ததுமில்லை. மேலும் அரசியல் விவகாரங்களில் வாகீசன் இது வரையில் கவனம் செலுத்தியதுமில்லை. ஆதலால் தஞ்சையில் பாதாளச் சிறையில் வாடியவன் என்பதையும், பாண்டியநாட்டு ஆபத்து உதவிப் படைகளில் மிக முக்கியமானவன் என்பதையும் அவன் அறியமாட்டான். ஆனால் தான் விழித்துக் கொண்டுவிட்ட இந்த நிலை எப்படி உள்ளே இருப்பவர்களுக்குத் தெரிந்தது என்பதுதான் அவனுக்கு ஆச்சரியத்தை அதிகமாக்கியது. தான் விழித்துக்கொண்டு விட்டது புலப்படுமானால் அதனால் ஏதாவது ஆபத்து

நேருமோ என்பதற்காக வாகீசன் சட்டென்று திரும்பிப் படுத்து ஆழ்ந்த உறக்கத்திலிருப்பவன் போல் குறட்டை விடலானான். தன் அருகே ஒருவர் வந்து நிற்பதையும் தன் முகத்தருகே குனிந்து பார்ப்பதையும் அவன் உணர்ந்தான். என்றாலும் அவன் விட்ட குறட்டை அவரை மறுநிமிடமே உள்ளே விரட்டியது என்பதையும் தெரிந்துகொண்டான். இப்பொழுது மீண்டும் உள்ளேயிருந்து குரல் கேட்டது. ''நன்றாகத் தூங்குகிறான் போல் இருக்கிறது. குறட்டையொலி இந்தக் கூரையையே இடித்துத் தள்ளிவிடும் போல் இருக்கிறது!'' என்றான் சோமன் சாம்பவன்.

''குறட்டை விடுவதனால் தூங்குகிறான் என்று முடிவு செய்து விட்டாயா? நான் இப்பொழுது நன்றாகக் குறட்டை ஒலி எழுப்பிக்காட்டடுமா? யார் அந்த இளைஞன் என்று சொன்னாய்?'' என்று கேட்டான்.

இப்பொழுது முண்டாசுக்காரன் மெல்லிய குரலில், ''சோழ நாட்டில் பெரிய கலைக்கூடம் ஒன்றை அமைப்பதற்கு இளவரசருக்கு யோசனை கூறிச் சிற்பி ஒருவரும், நாட்டிய ராணி ஒருத்தியும், ஓவியர் ஒருவரும் தஞ்சைக்குப் புறப்பட்டுச் செல்லவிருந்தார்கள். அவர்கள் சிறந்த கலை மேதைகள் என்பது தனக்குத் தெரியும் என்று தலைவி கூறினார்கள். சோழநாட்டிலுள்ள கலைஞர்களையெல்லாம் அங்கிருந்து எப்படி யாவது வெளியேற்றி வந்து விடு என்றார்கள். அதனால் அவர்களைச் சோழ நாட்டிலிருந்து வெளியேற்றி மதுரைக்கு அழைத்துச் செல்ல ஏற்பாடு செய்தேன். சிற்பியும் நடன ராணியும் எனது திட்டம் தெரிந்தோ தெரியாமலோ ஓடிவிட்டார்கள். ஆனால் இந்த ஓவியர் மட்டும் சோழநாட்டில் இருக்க விருப்பப்படாமல் என்னுடனே வந்து விடுவதாக வாக்களித்தார், வந்துவிட்டார்'' என்றான்.

சிறிது நேரம் மௌனம் நிலவியது. ''நாட்டிய ராணி என்று நீ யாரைச் சொல்கிறாய்? அருண்மொழிவர்மருடைய அபிமானப் பெண், அயல் நாட்டிலிருந்து வந்தவள் இங்கு எங்கோ இருக்கிறாள் என்று கேள்விப்பட்டேன். திட்ட

வட்டமாக எந்தக் காரியத்தையும் நிறைவேற்றாவிட்டாலும், கெட்டிக்காரியான குந்தவை அவளை அருண்மொழிவர்மரிட மிருந்து பிரிப்பதற்குச் சூழ்ச்சி செய்து அதில் வெற்றி கண்டு விட்டாள் என்றும் கேள்விப்பட்டேன். அந்தப் பெண்ணைத் தானே குறிப்பிடுகிறாய்?'' என்று கேட்டான் ரவிதாசன். மூண்டாசுக்காரன், ''ஆமாம்'' என்று தலையசைத்திருக்க வேண்டும். ஆமாம் என்று தான் சொல்லியிருக்க வேண்டும். அவன் என்ன சொன்னான் என்பது வெளியே வாகீசன் செவிகளில் விழவில்லை.

அப்பொழுது யாரோ அலட்சியமாகச் சிரிக்கும் ஒலி கேட்டது. அதைத் தொடர்ந்து ''பைத்தியக்காரா! உங்கள் தலைவிக்குப் பைத்தியம்தான் பிடித்திருக்க வேண்டும். இன்னும் இழந்த பாண்டிய நாட்டின் ஒரு கையகல நிலத்தைக்கூட மீட்கவில்லை. அதற்குள் கைப்பற்றப்பட்ட நாட்டிலே கலைவளர்ச்சி அடைவதற்காகக் கலைஞர்களைச் சேர்க்கிறார்களா? அவ்வளவுதான். எல்லாத் திட்டங்களும் குட்டிச் சுவராக வேண்டியதுதான். சிற்பியும் நாட்டிய ராணியும் உன் திட்டத்தை அறிந்து தப்பி விட்டார்கள் என்று வேறு பெருமையாகக் கூறுகிறாய். அவர்கள் தப்பியதும் ஒன்றுதான். இதோ இந்தத் திண்ணையில் தூங்கி நம்முடன் வரப்போவதாகச் சொல்கிறாயே அவனும் ஒன்றுதான். கலைஞர்களும் வேண்டாம் கற்பாறைகளும் வேண்டாம். முதலிலே திண்ணையில் தூங்குபவனுடைய கால்களையும் கைகளையும் கட்டி வீர நாராயண ஏரியில் கொண்டு போட்டுவிட்டு வா. நாம் பொழுது விடிவதற்குள் இங்கிருந்து புறப்பட்டு வெகு தூரம் சென்றுவிட வேண்டுமென்று முடிவு செய்திருக்கிறேன். தொல்லை கொடுப்பதற்கு ஓவியரை வேறு அழைத்து வந்திருக்கிறாய். நான் சிறையிலிருந்து தப்பி விட்டேன் என்ற செய்தி இதற்குள் எட்டுத்திக்கிலும் பரவி யிருக்கும். எந்த நொடியும் என்னைக் கண்டு பிடிப்பதற்கு ஆட்கள் காற்றிலும் கடிதாகப் பறந்து வருவார்கள். போ, இப்பொழுதே சீக்கிரம் காரியத்தை முடி'' என்று கர்ஜித்தது அந்தக் குரல். இவ்வளவு தூரம் கடுமையாகவும் திட்டவட்ட மாகவும் சொல்லக்கூடிய அந்த நபர் வேறு யாரும் அல்லர்; ரவிதாசன் தான்.

தஞ்சைப் பாதாளச் சிறையிலிருந்து அவன் எப்படி தப்பினான் என்று நாம் ஆச்சரியப்படுவதுபோல் தஞ்சை நகரமே வியப்பில் ஆழ்ந்திருந்தது. ஒன்றுமறியாத அப்பாவி களான சிறைக் காவலர்கள் தங்களுக்கு என்ன நேருமோ, என்ன ஆகுமோ என்று அதிர்ச்சியுடனிருந்தார்கள். ரவிதாசன் தன்னுடன் சோமன் சாம்பவனையும் சேர்த்துக்கொண்டு பாதாளச் சிறையிலிருந்து தப்பி ஓடி வந்துவிட்டான்.

இனி அவனுடைய நோக்கம், ஆனைமலைக் காட்டுக்கு விரைந்து சென்று அமரபுஜங்க பாண்டியனுடன் சேர்ந்து கொள்ள வேண்டியது என்பதாகும். தன்னை அவர் காணும் பொழுது அளவிட முடியா ஆனந்தத்திற்கு உள்ளாவார் என்று ரவிதாசன் எண்ணினான். இனிமேல் மீளவே முடியாத சிறையிலிருந்து, தான் தப்பி வந்தது எப்படி என்று அவர்கள் கேட்கும்பொழுது அவர்களுக்கு உற்சாகமூட்டும் வாயிலாகச் சோழ நாட்டை நிர்மூலப்படுத்தக் கூடிய சக்தி தன்னிட மிருக்கிறது என்பதைப் புலப்படுத்திக்கொள்ளலாம் என்றெண்ணினான்.

ரவிதாசன் கூறியதிலுள்ள உண்மையை உணர்ந்து முண்டாசுக்காரன் விரைந்து வெளியே வந்து பார்த்த பொழுது வாகீசனைக் காணவில்லை. தன் கால்களையும் கைகளையும் கட்டி ஏரியிலே போட்டு விடப் போகிறார்கள் என்பதைக் கேட்டுக் கொண்டிருந்த வாகீசன் உடனே அங்கிருந்து தப்பிவிட வேண்டுமென உணர்ந்து மெல்ல அங்கிருந்து நழுவினான். எங்காவது மறைந்து கொள்வதற்காக ஓட்டமும் நடையுமாக மறைவிடத்தை நோக்கி ஓடினான். தொலைவிலே அவன் சென்று கொண்டிருப்பது பின் நிலவு வெளிச்சத்தில் நன்றாகத் தெரிந்ததால், முண்டாசுக்காரன் அவனைத் துரத்திக்கொண்டு சென்றான். கடைசியாக அவனைப்பிடித்தும் விட்டான். இருவருக்கும் துவந்த யுத்தம் நடந்தது. தூரிகையைப் பிடிக்கும் கை ஆனாலும் தன் உயிரைக் காப்பாற்றிக் கொள்ளும் நிலை வந்த பொழுது வாகீசனுக்கு எங்கிருந்துதான் அசுர பலம் வந்ததோ தெரிய வில்லை. முண்டாசுக்காரனை ஒரே குத்தில் கீழே விழச்செய்து விட்டுத் தான் போகும் திசை தெரியாமல் ஓடலானன்.

அத்தியாயம் 21
அடைந்தே தீருவேன்

நந்திபுரத்து வீதிகளில் இன்பவல்லி சுற்றியலைந்தாள். ஒரு சமயம் பிச்சி போல் சிரித்தாள். ஒரு சமயம், மிகவும் வேண்டியவரைத் தேடுபவள் போல் இங்குமங்கும் உற்றுக் கவனித்துப் பார்த்தாள். வருவோர் போவோரை நிறுத்திப் பேசினாள்.

"நீதான் சுமதி, இல்லையா?" என்று ஒரு பெண்ணைப் பார்த்துக் கேட்டாள். திருதிருவென விழித்த அந்த மாது இன்பவல்லியைப் பார்த்து, "நீ யார்?" என்று கேட்டு விட்டு பதிலுக்காகக் காத்திராமல் விடுவிடுவென்று ஓடினாள்.

"நான் என்ன கேட்டு விட்டேன்? இந்தப் பெண் இப்படிப் பயந்து ஓடுகிறாளே?" என்று இன்பவல்லி வேதனை யடைந்தாள்.

சுமதியைப் பார்த்தால் நந்திபுரத்துச் செய்திகளை அறிந்து கொள்ளலாம் என்ற எண்ணத்தில் தான் அவள் சுமதியின் பெயரைக் கூறி அழைத்தது. சுமதியின் பெயர் நினைவில் இருந்ததே தவிர, அவளுடைய தோற்றத்தை மறந்து விட்டாளா?

"சுமதி, சுமதி..." இன்பவல்லி அழைத்துக்கொண்டே சென்றாள்.

சுமதியே நிஜமாக எதிர்ப்பட்டு விட்டாள். அவள் இன்ப வல்லியை அடையாளம் கண்டுவிட்டாள்.

"இன்பவல்லி! நீங்கள் எப்போது வந்தீர்கள்? எங்கிருந்து வருகிறீர்கள்?" என்று அன்புடன் வரவேற்றாள். ஆர்வத்துடன் அழைத்தாள்.

தன் பெயரை அன்புடன் கூப்பிடும் குரலுக்கு உடையவள் யார் என்று இன்பவல்லி உற்றுக் கவனித்தாள். அவள் கண்கள் பஞ்சடைந்திருந்தன. சரிவர உணவில்லாததால் களைப்பும் மிகுதியாக இருந்தது.

நீராடாததாலும், நடந்து வந்ததாலும் சாலைப் புழுதி படிந்திருந்ததாலும் அவள் தோற்றம் தெளிவற்றுக் காணப்பட்டது.

"இன்பவல்லி! நான்தான் சுமதி. என்னை அடையாளம் தெரியவில்லையா?" என்று, சுமதி மீண்டும் அவள் தோளைத் தொட்டு அழைத்துக் கேட்டாள்.

ஆம்! சுமதியேதான். சுமதியுடன் சென்றால் இளைய பிராட்டியின் மாளிகையை அடையலாம். இளைய பிராட்டியின் மாளிகையை அடைந்தால் அருண்மொழி வர்மரைச் சந்திப்பதற்கு அதிக நேரம் பிடிக்காது.

சுமதி, இன்பவல்லியை அழைத்துக்கொண்டு இளைய பிராட்டியின் மாளிகைக்குச் சென்றாள். இளையபிராட்டி குந்தவை தேவியார் தஞ்சைக்குச் சென்றிருந்தாள்.

இளையபிராட்டி தஞ்சைக்குச் சென்றிருப்பதாகவும் அருண்மொழிவர்மருக்குப் பட்டாபிஷேக நாள் குறிக்கப் பட்டிருப்பதாகவும் அதற்கு வேண்டிய ஏற்பாடுகளைச் செய்வதற்காகச் சென்றிருப்பதாகவும் சுமதி கூறினாள்.

"அருண்மொழிவர்மருக்குப் பட்டாபிஷேகமா?" என்று பரபரப்புடன் கேட்டாள் இன்பவல்லி.

"சோழநாட்டிற்கு அவர் அரசர், நான் சோழநாட்டின் ராணி. ஆகா; நான் செய்த பாக்கியமே பாக்யம்!" என்று ஆனந்த மிகுதியாலும் உணர்ச்சி மிகுதியாலும் கூத்தாடிக்கொண்டே பேசினாள்.

இங்குதான் சுமதி தெரிந்ததோ தெரியாமலோ ஒரு தவறு செய்து விட்டாள். இன்பவல்லி மனத்திலே எழுந்துள்ள ஆசை, நிறைவேற முடியாத ஆசை என்பதை அவளுக்கு எடுத்துச் சொல்ல வேண்டும் என்று எண்ணினாள். நல்ல முறையில் அவ்வாறு கூறினால் திடீரென்று அவள் அடையப் போகும் பெரும் ஏமாற்றத்திலிருந்தும் அதனால் உண்டாகக் கூடிய அதிர்ச்சியினின்றும் மீண்டு விடலாம் என்று எண்ணினாள். இன்பவல்லி அருண்மொழிவர்மர் மீது காதல் கொண்டிருப்பதையும் அருண்மொழிவர்மரும் இன்பவல்லி

மீது மிகுந்த அபிமானத்துடன் இருப்பதையும் இளைய பிராட்டி அறிந்து கொண்டு அந்தக் காதல் வளர்ந்து இன்ப வல்லி அருண்மொழியை மணந்து கொள்ளும் நிலை ஏற்பட்டால் அரசகுடும்பத்தின் கௌரவத்திற்குக் குறைவேற் படும் என்பதால் இருவரையும் சந்திக்காமல் இருப்பதற்கு வேண்டிய சூழ்நிலையை ஏற்படுத்தி வருவதைச் சுமதி தெரிந்து கொண்டு தான் இருந்தாள். சங்கரத்தேவனிடம் கொடுத்தனுப்பிய ஓலையின் முக்யத்துவமே இன்ப வல்லியும், அருண்மொழியும் சந்திக்காமல் இருப்பதற்காகத் தான் என்பதையும் சுமதி அறிந்திருந்தாள்.

இன்பவல்லி, இந்தச் செய்தியை அறிந்து வேதனைப்படப் போகிறாளே; பேதைப் பெண் ஒருத்திக்கு இத்தகைய தொல்லை வரவேண்டாம் என்று சுமதி வேதனையடைந் தாள். காதலின் வலிமையைச் சுமதிக்குச் சொல்லிக் கொடுக்க வேண்டுமா? சங்கரத்தேவனிடம் அவள் கொண்டிருக்கும் காதலின் சக்தியை இதுவரை யார் அறிந்திருக்கிறார்கள்?

அவளுடன் பேசுவதற்குக் கூட சங்கரத்தேவனுக்கு நேரமில்லையே! நாட்டிற்காக உயிரையே கொடுக்கச் சித்தமாயிருக்கும் வேளக்காரப் படையைச் சேர்ந்தவனை அவள் காதலிக்கலாமா? ஏன் கூடாது? காதலுக்கு எப்போதுமே உயர்வு தாழ்வும், கை கூடாத இடம் என்ற பாகு பாடும் தெரியாது. அது வேளக்காரப் படையை அறியுமா, இளவரசரை அறியுமா ஏன் நாட்டு மன்னன் என்ற வித்தியாசத்தைத்தான் புரிந்து கொள்ளுமா?

தமக்கு ஏற்பட்டது போல்தான் இன்பவல்லிக்கும். இன்ப வல்லியிடம் தோன்றிய காதல் 'அரசர்' என்றும் 'ஆண்டி' என்றும் தெரிந்து ஒதுங்கிவிடுமா?

இருவர் நிலையும் ஒன்றுதான். இருவருடைய காதலும் நிறைவேறுவதற்குப் பல சங்கடங்களை அனுபவித்துத்தான் ஆகவேண்டும். ஆனால், சுமதி இன்பவல்லியின் நிலையைக் குறித்துப் பரிதாபப்படுகிறாளே! இவளுடைய காதல் நிறைவேறாது போய்விடுமோ என்று வேதனைப்படுகிறாளே!

இன்பவல்லியின் காதலுக்கு எப்படியும் இடையூறு வரும் என்பது சுமதிக்குத் தெரியும். அதை முன்பாகவே எச்சரித்து விட்டால் இன்பவல்லியை அதிர்ச்சி அடைவதிலிருந்து தடுக்கலாம் என்று முடிவு செய்தாள்.

"இன்பவல்லி! சோழ நாட்டின் அரசியாக நீ ஆகப் போவதில் எனக்கு மிகவும் மகிழ்ச்சி, ஆனால்..." என்று சுமதி இன்பவல்லியிடம் பேச்சுக் கொடுத்தாள்.

இன்பவல்லியின் முக பாவம் ஏன் என்று கேட்பது போல் இருந்தது.

"சோழ நாட்டின் அரசியாக ஆகக்கூடிய பாக்கியம் ஒருவருக்கே உண்டு என்று உனக்குத் தெரியாதா?" என்று சுமதி கேட்டாள்.

சுமதி ஏன் இவ்வாறு கேட்கிறாள் என்று இன்பவல்லிக்குத் தோன்றவில்லை. அவள் உள்ளத்தில் திடீரென்று பெரும் மகிழ்ச்சி ஏற்பட்டது. "ஆம், நான் தான் அரசியாகப் போகிறேன். என்னிடம் தான் அவருக்கு அன்பதிகம். எங்களிருவருடைய உள்ளங்களும் பேசிக்கொண்ட ரகசியப் பாஷை வேறு யாருக்கும் தெரியாது. என்னை அவர் எப்படியும் சில நாட்களில் சந்திப்பார். சந்தித்தவுடன்..." இன்பவல்லி இப்படிக் கூறும்போது அவளுக்குச் சற்று நாணம் ஏற்பட்டது. என்னதான் உணர்ச்சி வசப்பட்டவளானாலும் அவள் பெண். பெண்மைக்கு உரிய நாணம் அவளைக் கௌவிக்கொண்டது.

"அதைச் சொல்வதற்கே எனக்கு வெட்கமாக இருக்கிறது! இருந்தாலும் ஒரு நிலையைக் கடந்தவளுக்கு நாணம் என்ன? என்னை அவர் சந்தித்தவுடன் நான் அவரது பரந்த மார்பிலே முகத்தைப் புதைத்து விம்முவேன். துக்கத்தால் எழுந்த விம்மல் ஒலியாக அது இராது. பேரானந்தத்தால் பொங்கிய விம்மலாகும் அது. பிரிந்தவர் கூடியதால் பிறந்த ஆனந்த மாகும் அது. என் கருங்கூந்தலை அவர் மெல்லத் தடவுவார். அவர் கரங்கள் கூந்தலோடு நிற்குமா? என் தோள்களின் அழகை முன்னொரு காலத்தில் வர்ணித்திருக்கிறார். அந்தத்

தோள்களின் அழகு முன்னைவிட இப்போது அதிகமாயிருக் கிறதா என்று அவரது கரங்கள் ஆராயும். உனக்குத் தெரியுமோ சுமதி? அவருக்கு இசையில் மோகம் அதிகம். நடனத்தில் ஆசை அதிகம். அவர் ஒருமுறை சொன்னார்: இசையும் நடனமும் ஓர் உருப்பெற்று வந்ததுபோல் நான் விளங்குவதால் தான் அவருக்கு என்மீது அபிமானம் ஏற்பட்டதாம். நடனத்தின் மீது அவருக்குள்ள அபார ஆசை யால் நடனத் தோற்றங்களை ஓவியமாகத் தீட்ட வேண்டும் என்று முடிவு செய்தார். அருமையான நடனத்தோற்றங்களை மின்வெட்டு நேரத்தில் தோன்றி மறைந்து விடக்கூடிய பாவ முத்திரைகளை என்றும் அழியாமல் இருக்கக் கல்லிலே சிலையாக வடிக்க விரும்பினார். அதனால்தான் ஓவியரையும், சிற்பியையும் அஜந்தாவுக்கு அனுப்பினார். அவர்களுக்குத் துணையாக, கலைக்கு உதவியாக என்னை அனுப்பினார். அஜந்தாவினின்று திரும்பி வந்தோம். உடனே இளவரசர் இல்லை, இல்லை அரசர், எங்களை வந்து சந்திப்பார் என்றெண்ணினேன், அவர் வரவில்லை. அவரைத் தேடி நான் வந்துவிட்டேன்; நான் வந்ததை அறிந்து அவர் ஓடோடி வருவார்...." இன்பவல்லி இவ்வாறு சொல்லிக்கொண்டே சென்றபோது, சுமதி குறுக்கிட்டு, "பேதைப் பெண் என்றால் உனக்குத்தான் தகும். அரசர் உன்னை வந்து சந்திப்பார் என்று இன்னும் நினைக்கிறாயா? அவர் அதுபோல் திடீரென்று இங்கெல்லாம் வரலாமா? பட்டமகிஷியாக லோகமாதேவி இருக்கும் போது உன்னையும் அந்தப்புரத்தில் சேர்ப்பார் களா? விவரம் தெரியாமல் நீ இன்னும் நம்புகிறாயே. கிடைக்காத ஒரு பொருளை எதிர்பார்த்து ஏமாறுவதைவிட அதை மறந்து விடுவது தான் நல்லது" என்றாள்.

இன்பவல்லி திடுக்கிட்டாள் ஆத்திரமடைந்தாள் என்று சொல்ல முடியாது. "உனக்கெப்படித் தெரியும் சுமதி?" என்று கூவினாள்.

சுமதி அமைதியான குரலில், "இன்பவல்லி! என்னைத் தவறாக நினைக்காதே. உன்னுடைய நன்மைக்காகத்தான் கூறுகிறேன். திடீரென உனக்கு அதிர்ச்சி ஏற்படக்கூடாது என்பதற்காகத்தான் கூறுகிறேன். சோழநாட்டின் மாமன்ன

ராகத் திகழப் போகிறவருடன் சமமாக நீ ஒருநாளும் அரியணையில் அமர முடியாது. இளைய பிராட்டியாருக்கு விருப்பமில்லாத ஒன்றை அரசர் மீறமாட்டார் என்பது உனக்குத் தெரியாதா? இளையபிராட்டி உன் காதலைப் புரிந்து கொண்டவுடன் எப்படியாவது அதற்குத் தடை போட விரும்பினார். உன்னைத் தன் இளவலுடன் சந்திக்காமல் இருக்கத் திட்டங்கள் வகுத்தார். அஜந்தா யாத்திரைக்கு ஏற்பாடு செய்தவரும் அவரே. அதனால் தான் உறுதியாகச் சொல்கிறேன். உன் காதல் ஈடேறாது என்று. இந்தச் சொல்லை ஒரு பெண் மற்றொரு பெண்ணுக்குச் சொல்லக் கூடாதுதான். ஆனால் ஏற்படப்போகும் திடீர் அதிர்ச்சியினின்று உன்னைக் காப்பாற்றவே உண்மைகளை எடுத்துக் கூறினேன்'' என்றாள்.

இன்பவல்லி மௌனமாக அவள் கூறுவதைக் கேட்டுக் கொண்டிருந்தாள். பிறகு, ''சுமதி! உன்னுடைய யோசனைக்கு நன்றி. ஆனால், எனக்கு நம்பிக்கை இருக்கிறது. ரத்தின வியாபாரியாக முதன் முதலில் நான் சந்தித்த சோழ இளவரசர் ரத்தினம் போன்றவர். அவர் என்னைக் கைவிடமாட்டார். இந்த விஷயத்தில் யாரும் அவரைத் தடை சொல்ல முடியாது. நான் வேண்டுமா, இந்தச் சோழ அரியணை வேண்டுமா என்றால் அவர் என்னைத் தான் விரும்புவார். இப்போதே அவரைச் சந்திக்கச் செல்கிறேன். அவரது மகுடாபிஷேகத்திற்கு முன்பு அவரை நான் சந்தித்தாக வேண்டும்'' என்று கூறிய இன்பவல்லி தஞ்சையை நோக்கிப் புறப்பட்டாள்.

அத்தியாயம் 22

அவருக்கில்லாதது வேறு யாருக்கு?

இன்பவல்லி தஞ்சையை அடையும்போது நன்றாக இருட்டி விட்டது. பூர்ணிமைக்கு முதல் நாளாதலால் வானம் சந்திரோதயத்தை எதிர்நோக்கி இருந்தது. இன்பவல்லிக்கும் அந்த நிலைதான். அவள் இதயக் கடலின் அலைகள் சந்திரோத

யத்தை எதிர்நோக்கி இருந்தன. முழுமதி தோன்றிவிடும். அலைகள் குதூகலத்துடன் பொங்கி எழும். கரையைத் தழுவும்; கரையினின்று மீளும்.

இன்பவல்லி ஏனோ 'களுக்'கென்று சிரித்தாள். 'அடி பேதைப் பெண்ணே! என்னதான் குதூகலமாகத் துள்ளி எழுந்து ஆரவாரம் செய்தாலும் அலைக்கரம் வான்மதியைத் தொடமுடியுமோ?' என்று உள்ளக்குரல் எழுந்தது.

"ஆம், முடியாதுதான். தொடுவது போன்ற களிப்பில் அவை பொங்குகின்றன. கண்டுவிட்ட இன்பம் ஒன்று போதுமே..." என்று அதற்கு மறுமொழி கொடுத்தது மற்றொரு குரல்.

இப்பொழுது அவளிடமிருந்து சிரிப்பொலி மறைந்தது. அவளால் அரசரை அடையமுடியாதா? அவரைக் காணும் பாக்கியம் ஒன்றை மட்டும் பெற்றுவிட்டால் போதுமா? அப்படித்தான் நேர்ந்துவிடுமா? அதற்குத் தக்கபடி இதயத்தைப் பக்குவப்படுத்திக் கொள்ளவேண்டும். சுமதி கூறுவது போல் ஏமாற்றம் காத்திருக்கலாம். அதற்காக அயர்ந்துவிடக்கூடாது.

அவள் சோதிடர் வீட்டுத் திண்ணையில் தங்கியிருந்தாள். சோதிடரும் அவர் மகளும் வெளியூர் சென்றிருந்ததால் வீடு பூட்டப்பட்டிருந்தது. நடந்து வந்த களைப்பு இன்ப வல்லியைச் சூழ்ந்துகொண்டது. வீட்டிற்குள்ளே இருப்பவரை அழைத்துக் குடிக்கத்தண்ணீர் கேட்கலாம் என்று அவள், "அம்மா, அம்மா" என்றழைத்தாள். "ஐயா, ஐயா" என்று குரல் கொடுத்தாள். பிறகுதான் வீட்டில் யாரும் இல்லை என்பது அவளுக்குத் தெரிந்தது. தாழிட்ட கதவும் சேர்ந்து அவளுக்கு மிகுந்த சோர்வை அளித்தது. அவருடைய மனக் கதவும் இப்படித்தான் மூடிக்கிடக்குமோ? அவளால் கற்பனை செய்து கூடப் பார்க்க முடியவில்லை. அப்படி நேர்ந்து விட்டால் அவள் தாங்க மாட்டாள். பிறகு அவள் யாருக்காக இந்த உலகில் வாழ வேண்டும்!

இன்பவல்லி திண்ணையை விட்டு மெல்ல எழுந்தாள். அருகே ஏதாவது நீர்நிலை இருந்தால் களைப்புத்தீரத் தண்ணீர் பருகலாம் என்று நடந்தாள்.

திடீரென்று வாத்திய கோஷம் முழங்குவது கேட்டது. தீவர்த்தியின் ஒளி சாலையின் கோடியில் தெரிந்தது. முரசு முழங்கும் ஓசை கேட்டது.

கரி பரியுடன், படை வீரர்கள் அணிவகுத்து வருவது தெரிந்தது. பட்டத்து யானை முகபடாத்துடன் அசைந்து வருவது தெரிந்தது. சிவிகைகளை 'ஹோஹோ' என்ற ஒலியுடன் சுமந்து வருவது தெரிந்தது. புலிக்கொடி பறக்க, மற்றும் அரச சின்னங்களைப் பலர் சுமந்து வந்தார்கள்.

இன்பவல்லி சாலையின் ஓரமாக மரத்தின் அடியில் நின்று கொண்டாள். ஊர்வலம் நெருங்கிக் கொண்டிருந்தது. ஊர் வலம் என்றால் சாதாரண ஊர்வலம் அன்று அது. தொலைவில் பார்த்த போது சிறு ஊர்வலம் போல் தோன்றியது. அப்பப்பா! அது நெருங்கி விட்டது.

நூற்றுக்கணக்கான தீவர்த்திகள் இரவைப் பகலாக்கின. வாழத்தொலி வானமண்டலத்துத் தேவர்களைப் பூமிக்கு இறங்கி வருமாறு செய்தது.

சோழநாட்டுக் குறுநில மன்னர்கள் அந்த ஊர்வலத்தில் பரியின் மீது ஊர்ந்து வருவது அவர்களது சின்னங்களைத் தாங்கிய வீரர்கள் எழுப்பும் ஒலியிலிருந்து தெரிந்தது. அவர்களைத் தொடர்ந்து அவர்களுடன் வந்த மங்கையர் சுமந்து வந்த பரிசுப் பொருள்கள் விலை மதிப்பற்றனவாகத் திகழ்ந்தன.

சிலம்பம் சுழற்றுபவர்கள் திறமையைப் புலப்படுத்திக் கொண்டு வந்தனர். மல்யுத்தத்தில் சிறந்த மல்லர்கள் கம்பீர நடைபோட்டு வந்தனர்.

வடக்கே காளத்தி நகரிலிருந்து வந்த நடனமாதர் நாட்டிய மாடியவாறே நடந்து சென்றனர்.

சீனத்திலிருந்து வந்திருந்தவர்கள் தங்கள் கரங்களில் தூக்கியிருந்த தீவர்த்தியில் ஏதோ பொடியைத் தூவுவதையும் அவை பலவித வண்ண விசித்திரங்களுடன் எரிவதையும் காட்டி அனைவரையும் வியப்பில் ஆழ்த்திவந்தனர். அவை

திடீரென்று பல மின்னல்களைப் போன்ற ஒளியை ஏற்படுத்தின.

அப்பப்பா; எவ்வளவு நீண்ட ஊர்வலம்! இன்பவல்லி வியப்புடன் நோக்கினாள். பசி பறந்தது. களைப்பு கரைந்தது. ஒவ்வொரு குதிரையாக அவள் நோக்கினாள். சிவிகையில் அரச குடும்பத்து மகளிர் சென்றனர். உயர்தரக் குதிரைகளில் வீராதிவீரர்கள் சென்றனர்.

அதோ; வல்லவரையர் வந்தியத்தேவர் செல்கிறார். இன்பவல்லியின் இதயப் படபடப்பு அதிகமாகியது. கண் இமைகள் ஏனோ இன்னும் அதிகம் படபடத்தன. வல்லவரையர் வருகிறார் என்றால் அவரும் வருவார்.

இவ்வளவு பெரிய ஊர்வலம், கோலாகலமான ஊர்வலம், அவருக்கில்லாது வேறு யாருக்கு இருக்க முடியும்?

அவள் நினைத்தது சரிதான். அருண்மொழிவர்மர் கம்பீரமாக யானை மீது அமர்ந்திருந்தார். அவர் பின்புறம் ஒரு பணியாளர் அமர்ந்து சாமரம் வீசிக்கொண்டிருந்தார். அவர் அணிந்திருந்த ஆடை அணிகள் இருளைப் பகலாக்கும் வகையில் ஜ்வலித்தன. அவர் விழிகளில் தெரிந்த ஒளி அவள் உள்ளத்தை ஊடுருவியது.

இன்பவல்லியின் உடல் முழுவதும் ஒரு கணம் வியர்த்தது. ஏனோ படபடவென நடுங்கியது. அவர் என்னைப் பார்க்கா மல் இருக்கமாட்டார். பார்த்து விட்டால் என்ன அதிசயம் நடக்கும்?

யானை மீதிருந்து கீழே இறங்கி விடுவாரா? என்னருகே விரைந்து வருவாரா? காவல் வீரர்களும் மற்றும் ஊர்வலத்தி லிருப்பவர்களும் திகைத்து ஓடோடி என்னருகே அவருடன் வந்து விடுவார்களா?

நான் ஒரு நொடியில் உயர்ந்து விடுவேன். நான் எல்லார் எதிரேயும் மிகமிகப் பெரியவளாகி விடுவேன். "தேவி, இன்பவல்லி" என்று என்னை அழைப்பார்கள்.

ஊர்வலம் நகர்ந்து கொண்டிருந்தது. இரைச்சலும் ஒலியும் ஆரவாரமும் இசையும் அவள் செவிகளில் விழவில்லை.

அவள் பார்வை அசைந்து அசைந்து வரும் யானை மீது இருந்தது.

அதோ அவள் இருக்குமிடத்துக்கு அருகே யானை வருகிறது. இன்பவல்லி, கூட்டத்தை விலக்கிக் கொண்டு யானை அருகே செல்ல முயன்றாள்.

"நான்நான் இன்பவல்லிஇதோ இருக்கிறேன்" என்று வாய்விட்டுக் கூவுகிறாள். அவள் கூறியது அருண் மொழிவர்மர் செவிகளில் விழவில்லையா? ஊர்வலம் சென்று கொண்டே இருக்கிறதே!

❏   ❏   ❏

இன்பவல்லி தன் மயக்க நிலை தெளிந்து விழித்தபோது தனக்கு அறிமுகமானவரின் மடியின் மீது சாய்ந்து கொண்டிருப்பது தெரிகிறது.

"குழந்தாய், இன்பவல்லி" என்று முதியவர் சிற்பி அவளை அழைக்கிறார்.

இன்பவல்லி அவரை உற்றுப்பார்த்து, "நான் எங்கிருக் கிறேன்? இது என்ன அரண்மனையா?" என்று கேட்கிறாள்.

"ஆமாம். குழந்தாய், அரண்மனையில்தான் நமக்கென்று தனியே விசாலமான இடத்தை ஒதுக்கிக் கொடுத்திருக் கிறார்கள். இப்போது எப்படி இருக்கிறது? மயக்கமுற்றவளாய் சாலை ஓரத்தில் கிடந்தாய் எப்படி அங்கு வந்தாய்? என்ன நேர்ந்தது என்பதை எனக்கு விளக்கிச் சொல் குழந்தாய்" என்று முதியவர் பரிவுடன் அவள் தலையைக் கோதியவாறு கேட்டார். இன்பவல்லி கண் விழித்துச் சுற்று முற்றும் பார்த்தாள். ஓவியர் வாகீசன் நின்று கொண்டிருந்தது அவளுக்குத் தெரிந்தது.

"குழந்தாய், இதோ இந்தச் சூடான பாலைக் கொஞ்சம் பருகு" என்றார் முதியவர்.

இன்பவல்லிக்குச் சற்று நாணமாகவும் இருந்தது. முதிய வருடைய மடியிலிருந்து எழுந்து, ஓவியரைப் பார்த்தபடி,

"என்னை இன்னும் குழந்தாய், குழந்தாய் என்று அழைக்கிறீர்களே, நான் என்ன சிறுமியா?" என்றாள்.

"ஆமாம்! நீ குழந்தைதான். பருவச் செழிப்புடன் நீ வளர்ந்து விட்டாலும் இன்னும் நீ உள்ளத்தால் குழந்தைதான். விஷ்ணு சித்தர் கோதையை வளர்த்து அரங்கனிடம் ஒப்படைக்க வில்லையா? அதுபோல் நான் விஷ்ணுசித்தர், நீதான் கோதை."

"என்னை யாரிடம் ஒப்படைக்கப் போகிறீர்கள்? இந்தப் பூவுலகத்து மானிடருக்கு நான் ஏற்றவளில்லையா? யாராவது தேவன் வருவானா? அல்லது நான் தேவலோகம் சென்ற பிறகுதான் எனக்கு வாழ்வா? நீங்கள் என்ன சொல்கிறீர்கள்?"

"குழந்தாய்! இரவெல்லாம் நீ உன்வசம் இல்லை. வாய் மூடாமல் பேசிக்கொண்டே இருந்தாய். கவி பாடினாய். கனிவுச் சொற்கள் பேசினாய்..."

"அப்படியென்றால் என்னை நீங்கள் எங்கே கண்டு அழைத்து வந்தீர்கள்?"

"சாலையின் ஓரத்திலே மரத்தடியில் மயங்கிக் கிடந்தாய். அருண்மொழிவர்மர் காவிரியில் நீராடி மாளிகைக்கு ஊர் வலமாக அழைத்து வரப்பட்டார். அந்த ஊர்வலத்தில் நாங்களும் இருந்தோம். உன்னைக் கண்டோம். இங்கே தூக்கி வந்தோம்."

"அருண்மொழிவர்மர் என்னைப் பார்த்தாரா?"

"இன்பவல்லி! அவர் உன்னைப் பார்த்திராவிடில் இவ்வளவு பெரிய மாளிகையில் உன்னைத் தங்கச் செய்வதற்கு வசதி செய்திருப்பாரா? உன் உடல் நிலையைக் காண்பதற்கு நடுச்சாமத்திற்குப் பிறகு ஒரு முறை வந்தார்."

"ஐயா, அவர் வந்தாரா? இங்கு வந்தாரா? என்னைக் கண்டாரா? என் மயக்க நிலையின் போது என்னைப் பார்த்தாரா? நான் துரதிர்ஷ்டசாலி, சுயநினைவுடன் இருக்கும் போது அவரைச் சந்திக்க முடியாது போய் விட்டதே!"

"ஏன் அப்படிச் சொல்கிறாய்? இப்பொழுது உனக்குச் சுயநினைவு வரவில்லையா? இனியும் அவர் உன்னைச்

சந்திக்காதிருந்து விடப்போகிறாரா? அவருக்கு இருக்கும் முக்கியமான வேலைகளிடையே உன்னை வந்து பார்த்தாரே?''

''அவருடைய வேலைகளுக்கிடையே என்னைக் காண்பதும் தலையாய கடமையல்லவா?''

''ஆமாம், ஆமாம்! இன்னும் சிறிது நேரத்திற்குள் அவர் சோழநாட்டுச் சக்கரவர்த்தியாகி விடுவார். தஞ்சை கோலா கலமாக விளங்குகிறதே உனக்குத் தெரியாதா? இரவெல்லாம் நகரமக்கள் உறங்கவில்லை. தெரியுமா? வைகறைப் பொழுதில் நீராடிவிட்டு மக்கள் எல்லாரும் சபை மண்டபம் நோக்கிச் செல்கிறார்கள். எட்டுத்திக்குகளினின்று சாத்திர விற்பன்னர்கள் கூடியிருக்கிறார்கள். தில்லைச் சிதம்பரத் தினின்று தீட்சிதர்கள் வந்திருக்கிறார்கள். ஆடல் கலைவல்ல மகளிரும், பாடகரும், விறலியரும், பாணரும் குழுமியிருக் கிறார்கள். அருண்மொழி வர்மரின் சிரசிலே சிபிச் சக்ரவர்த்தி சூடிய மணிமகுடம் கம்பீரமாக விளங்கப் போகிறது. கரிகாற் பெருவளத்தானும், விஜயாலயரும், பராந்தகரும், சுந்தர சோழரும் சூடிப் பெருமையடைந்த சிவனருள் பெற்ற மகுடம் அமரப் போகிறது. அதை அணிய வேண்டிய அருண்மொழிவர்மருக்குத் தலையாய கடமை வேறு இருக்கிறதா?'' முதியவர் வர்ணித்துக் கொண்டே போகும் போது இன்பவல்லி இருப்புக் கொள்ளாமல் தவித்தாள்.

''நான் மகுடாபிஷேக நிகழ்ச்சியைக் காணவேண்டாமா? சபை மண்டபத்திற்கு எனக்கு அனுமதியில்லையா?'' என்று பரபரப்புடன் கேட்டாள்.

''ஆகா! உனக்கில்லாத அனுமதியா? நீயன்றோ இனி எங்களையெல்லாம் அனுமதிக்க வேண்டும்? உனக்கு உடல்நிலை சரியாயிருந்தால் உனக்குச் சபையிலில்லாத இடமா? இரவெல்லாம் நீ ஏதோ பேசிக்கொண்டிருந்தாய், பாடினாய், சிரித்தாய், விம்மினாய். எங்களுக்கெல்லாம் பயமாய்ப் போய் விட்டது. அரண்மனை வைத்தியர் வந்தார். அவருக்குப் புரியவில்லை. மற்றவர்கள் உன்னை ஏதோ ஒரு காற்று சூழ்ந்திருக்கிறது என்கிறார்கள். அருண்மொழி வர்மர்

வந்தார். அவர்கள் கூற்றை மறுத்து அனுப்பிவிட்டு, 'நன்றாய் ஓய்வு எடுத்துக் கொள்ள விடுங்கள். நாளை நான் வந்து சந்தித்த பிறகு அவள் உடல்நிலை சரியாகிவிடும்' என்றும் சொன்னார். ஓய்வு எடுத்துக்கொள்ள வேண்டிய நிலையில் நீ அங்கு வரமுடியுமா?'' என்று கனிவுடன் கூறினார்.

கனிவான சொற்களாகத்தான் அவை அவளுக்குத் தோன்றின. அமுதம் பாய்ந்தது போலிருந்தது.

"நான் வரத்தான் போகிறேன். மகுடாபிஷேகம் பார்ப்பதற்கு மட்டுமா? கோலாகலமான இந்த நாளில் நடனமாதர் வேறு எங்கிருந்தெல்லாமோ வந்திருக்கும்போது அவரை மகிழ்விக்க இல்லாத இந்தக் கலை வேறு யாருக்கு? சபையிலே நான் திறமை காட்டி ஆடப்போகிறேன். கொடிகட்டி ஆடுவேன், பாவைக் கூத்துப் பயில்வேன். பாண்டரங்கம் நடிப்பேன், பரதக்கலையில் நான் கற்ற திறமை தெரிவிப்பேன். ஆனால், ஆனால் இந்த அழுக்கு ஆடையுடனா செல்வது! எனக்கு ஓர் உதவி செய்வீர்களா?'' என்று அவள் வாய் திறக்கும் முன்பே, முதியவர், "இந்த மாளிகையில் வாய் அசைக்கும் முன்பே வேண்டியவை செய்ய ஏராளமான பணியாட்கள் உள்ளனர். இதோ நீ குளித்து, புத்தாடை அணிய வழி செய்கிறேன்'' என்றார்.

இன்பவல்லி மனம் மகிழ நீராடினாள். ஆபரணங்களைத் தன் மனத்திற்கு ஏற்றபடி அணிந்தாள். நடனம் ஆடுவதற்கு வசதியாக ஆடையைத் தேர்ந்தெடுத்தாள்.

இன்பவல்லி நடன ராணியாகத் திகழ்ந்தாள். அவள் கால்கள் பூமியில் பாவாவது போல் தோன்றின. மேக மண்டலத்திற்கு அப்போதே போய் விடவேண்டும் என்ற பரபரப்பு ஏற்பட்டது.

பணிப்பெண்கள் இன்பவல்லியைச் சபை மண்டபத்திற்கு அழைத்துச் செல்லச் சித்தமாயிருந்தனர்.

அப்போது அங்கே ஏதோ ஒரு பரபரப்பு ஏற்பட்டது. பணிப்பெண்கள் பயபக்தியுடன் ஒதுங்கி நின்றனர். தரையிலே சிதறிக்கிடந்த ஆடைகளை ஒருத்தி வேகமாகச்

சேகரித்தாள். ஒருத்தி பலகணியின் திரைச் சீலையைச் சரிப்படுத்த விரைந்தாள்.

மூடியிருந்த சாளரத்தின் திரைச் சீலையைத் தள்ளிவிட்டுச் சூரிய வெளிச்சம் உள்ளே நுழைவதற்கு வழி செய்தனர் சிலர்.

இளையபிராட்டி குந்தவை தேவியார் எதிர்பாராத விதமாக அங்கே வந்து கொண்டிருந்தாள். முடி சூட்டுவிழா நடைபெறுவதற்கு இன்னும் சிறிது நேரமே இருந்த பொழுது இளையபிராட்டி ‘‘இன்பவல்லி, இன்பவல்லி’’ என்று அழைத்துக் கொண்டு வரக் காரணம் என்ன?

அத்தியாயம் 23

எனக்கு அங்கே இடம் கிடையாதா?

இன்பவல்லியை நடனமாதர் உடையில் கண்ட குந்தவை ஒருமுறை அவளைப் பாதாதிகேசம் உற்று நோக்கினாள். இளைய பிராட்டியின் பார்வை வேகம் இன்பவல்லிக்குத் தாங்க முடியவில்லை. விழியைச் சற்று மூடித் தலையைச் சற்றுத் தாழ்த்திக்கொண்டாள். கால் விரல்கள் தரையில் ஏதோ செய்தி எழுத முயன்றன.

‘‘இன்பவல்லி! இந்த அலங்காரத்தில் நீ மேலும் அழகாக விளங்குகிறாய்! ஆனால், சபை மண்டபத்திற்கு இந்த ஆடையுடன் நீ ஏன் வருகிறாய்? இங்கே வேறு உடைகள் இல்லையா?’’ என்று குந்தவை அன்பு நெளியக் கேட்டாள்.

இன்பவல்லிக்கு உடனே பேசுவதற்கு வார்த்தை வர வில்லை. தன்னைக் கண்டாலே வெறுப்புடன் நோக்கக்கூடிய இளைய பிராட்டியார் தேன் குரலில் பேசுவது நிஜம்தானா? அல்லது பிரமையா?

‘‘இன்னும் நீ புறப்படாமல் இருக்கிறாயே? நேரமாக ஆக இடமே கிடைக்காமல் போய் விட்டால் என்ன செய்வது?’’ என்று குந்தவை கேட்டாள்.

"இடம் கிடைக்காதா? சோழ நாட்டுச் சபா மண்டபம் அவ்வளவு சிறியதா? முப்புறமும் நீண்டு ஓடும் தாழ்வாரம் இல்லையா? சிங்காதனத்தின் எதிரே விசாலமான இடமில்லையா? நடன மாதர் தம் திறமையைக் காட்டப் பளிங்கு போன்ற தளவரிசை இல்லையா? எனக்கு அங்கே இடம் கிடைக்காதா?"

இன்பவல்லி மெல்லப் புன்னகை புரிந்தாள். அவள் மெல்ல மறுபுறம் திரும்பினாள். கால் சலங்கை ஒலித்தது.

"மகுடாபிஷேகத்தைக் கண்டு களிப்பதற்காகவா நான் சபை மண்டபத்திற்கு வருகிறேன்?"

"பிறகு?"

"எட்டுத் திசையிலிருந்தும் வந்திருக்கும் அரசர்கள் மகிழ, கலை நிகழ்ச்சிகள் நடைபெறப் போகின்றன இல்லையா?"

"ஆமாம், நீயும் உன் நடனத்திறமையைப் புலப்படுத்த வருகிறாயா?"

"இல்லை, இல்லை! என் நடனத்திறமையை இப்போது தான் நான் தெரிவிக்க வேண்டும் என்பதில்லை. அவர் எப்போதோ அறிவார். மற்றவர்கள் என் திறமையை மெச்சு வதற்காகவும் வரவில்லை. அவரை இந்த நல்ல நாளில் மகிழ்விக்க வருகிறேன். அவருக்காக மட்டும் பலவித நடனங் களை ஆடிக்காட்ட வருகிறேன். அவர் மனத்தை மகிழ்விக்காமல் நான் இருந்து என்ன பயன்?"

இன்பவல்லி இப்படிச் சொன்னதும் குந்தவை மௌனமாக இருந்தாள். இன்பவல்லியின் உள்ளத்தில் இருப்பதை ஊடுருவி அறிய முயன்றாள்.

"இன்பவல்லி! சில ஆண்டுகளுக்கு முன்பு உன்னை நான் சந்தித்தது நினைவிருக்கிறதா?" என்று கேட்டாள்.

"நன்றாக நினைவிருக்கிறது தேவி."

"என்னைப் பற்றி அப்போது என்ன முடிவு செய்து கொண்டாய்?"

“தங்களைப் பற்றி முடிவு செய்து கொள்ள நான் யார்? எளியவள், பேதை, நீங்கள் அரசரின் சகோதரி, வல்ல வரையரின் தேவி. இந்த நாட்டின் மேன்மைக்கு நீங்கள் காரணமானவர். உங்களைப் பற்றி நினைக்கவே எனக்குத் தகுதியில்லை.”

“அப்படிச் சொல்லாதே இன்பவல்லி! உன் மனம் கவர்ந்த அருண்மொழிவர்மரை நான் சேர்த்து வைக்க உதவக் கூடியவளா இல்லையா என்று நீ என்னைப்பற்றி முடிவு செய்து கொள்ளவில்லையா? என்னதான் எண்ணியிருக் கிறாய்? இன்பவல்லி! இந்தத் தோற்றத்துடன் நீ சபையில் ஆடுவதற்குச் செல்கிறாயா?” என்று கேட்டாள் குந்தவை.

“ஆம், தேவி! அவரது சபையில் ஆடிய முதல் நடன மங்கையாக இருக்க வேண்டும் என்பது தான் என் ஆசை.”

“நடன மங்கையாகவே வாழ்நாளைக் கழித்து விட வேண்டும் என்பது தான் உன் இலட்சியமா?”

“அரசர், அரசராக மட்டும் வாழ்க்கையை ஓட்டி விட நினைப்பதில்லையே. படைத்தலைவர் படைத்தலைவராகவே வாழ்நாளைக் கழிக்க நினைப்பதில்லையே. மேலும் ஓர் இசைவாணர் கூட இசை ஒன்று மட்டுமே தன் இலட்சியமென நினைப்பதில்லையே?”

“அப்படி நினைத்தால் தான் உண்மைக் கலைஞர். இல்லாவிடில்...”

“இல்லாவிடில்...?”

“கலைப் போர்வையில் வேறு எதையோ சாதிக்க விரும்புவதாகத்தான் அர்த்தம்.”

இளையபிராட்டி அவ்வாறு கூறியவுடன் தன்னைப் பற்றித் தான் இளையபிராட்டி மறைமுகமாகச் சுட்டிக்காட்டுகிறாள் என்பதைப் புரிந்து கொண்டு விட்டாள் இன்பவல்லி. நடனக் கலை என்னும் போர்வையில், தான் அரசரைக் காதலிக்கும் பெருங்குற்றம் புரிவதாக இளையபிராட்டி கருதுகிறாள். கருதட்டும், அவ்வாறே நினைக்கட்டும்; என் உள்ளத்தைப்

புரிந்து கொள்ளாத இளையபிராட்டி வேறெவ்விதமாவது நினைத்து விட்டுப் போகட்டும்; நான் இளவரசரைச் சந்திப்பதிலிருந்து என்னை யாராலும் தடுக்க முடியாது. ஏன்? இளவரசரால் கூடத் தடுத்து விட முடியாது. நேற்று அவர் என்னை வந்து பார்த்திருக்கிறார். மயக்கநிலையில் நான் இருந்தபோது வந்து பார்த்திருக்கிறார்.

இளையபிராட்டிக்கு அவர் வந்து சென்றது தெரிந்திருக்காது. நாம் இப்போது சொல்லி விடுவோம்.

''தேவி! நான் சபைக்கு வருவதை அரசர் விரும்பமாட்டார் என்று நினைக்கிறீர்களா?'' என்று இன்பவல்லி கேட்டாள்.

இளையபிராட்டி மிகவும் கவனத்துடன், ''ஆகா; உன் வருகை அரசருக்கு இன்பத்தைத் தான் அளிக்கும். ஆனால், அவர் இன்று முதல் நம் இருவருக்கு மட்டும் சொந்தமில்லை. நான் இனி அருண்மொழியைத் தம்பி என்று நினைக்க முடியாது. சபை மண்டபத்தில் அவருக்கு வணக்கம் தெரிவிக்க வேண்டும். நீ கூட அவரை அவ்வளவு எளிதில் சந்திக்க முடியாது இன்று சபை மண்டபத்தில் பார்ப்பது தான் கடைசிப் பார்வையாக இருக்கலாம் பிறகு அவரைச் சந்திப்பது எளிதன்று அதனால் நீ சபை மண்டபத்தில் நடனமாடுவதை விட, மேல் மாடத்தில் வசதியான இடத்தில் அமர்ந்து இமை கொட்டாமல் பார்த்துக் கொண்டிரு. உன்னுடைய இதயக் கனல் அடங்கும் வரை பார்த்துக் கொண்டே...''

இளையபிராட்டி என்ன சொல்கிறார்? நான் அவரை இனிச் சந்திக்கவே முடியாதா? நான் சந்திக்க முடியாமல் போகலாம். ஆனால் அவர் என்னை வந்து சந்திக்கலாம் அல்லவா?

''தேவி! அரசரைச் சந்திக்கக் கட்டுப்பாடுகள் உண்டு. ஆனால், அரசர் சந்திக்கக் கட்டுப்பாடுகள் இருக்க முடியாதல்லவா?'' என்று இன்பவல்லி கேட்கும்போது அவள் விழிகள் ஜ்வலிப்பது தெரிந்தது.

இந்தப் பெண்ணை நடனமாடுவதிலிருந்து தன்னால் தடுக்க முடியாது என்பது குந்தவைக்குத் தெரிந்துவிட்டது.

புனிதமான மகுடாபிஷேக நாளில், அருண்மொழியின் கவனத்தைக் கவர்ந்து நிம்மதியைக் குலைக்கும் அளவுக்கு இன்பவல்லியை அனுமதிக்கக்கூடாது என்றெண்ணினாள்.

இன்பவல்லியிடம் இளையபிராட்டி விடைபெற்றுக் கொண்டு சென்றாள்.

சபை மண்டபத்தில் நடன மங்கையின் உடையில் இன்பவல்லி நுழையும்போது அவளுக்கு அங்கே பேரதிர்ச்சி காத்திருந்தது.

அவளுக்கு அங்கே அனுமதி கிடைக்கவில்லை. மிகவும் கௌரவமான முறையில் அவளுக்கென்று ஒதுக்கப்பட்ட இடத்தைச் சுட்டிக்காட்டி மிகவும் உபசாரம் செய்து அழைத்துச் சென்றனர் பணிப்பெண்கள். சபை மண்டபத்தின் மேல் மாடத்தில் பலநாட்டுப் பெண்களுக்கென ஏற்படுத்தப்பட்ட இடத்தில் இன்பவல்லிக்கும் ஓரிடம்!

இன்பவல்லி அங்கிருந்து சபை மண்டபத்தைப் பார்த்தாள். அரியணை கோடியில் இருப்பது தெரிந்தது. அதில் அமரப் போகும் அரசரின் உருவம் கூட அவள் பார்வைக்குச் சரிவரத் தெரியாது.

"வேண்டாம் இந்த இடம்; நான் உட்கார மாட்டேன்" என்று கூவினாள் இன்பவல்லி. அவளுக்கு ஆத்திரம் வந்தது. அத்துடன் அழுகையும் சேர்ந்தது. ஏமாற்றமும் கலந்தது. அவளை மெல்ல நெருங்கி ஒரு பணிப்பெண், "அம்மா! நல்லதொரு மங்கல விழா சமயத்தில் அபசகுனம் போல் ஏதாவது சொல்லாதீர்கள்; பிறகு எங்களுக்கு ஆபத்து; பிழைப்பே போய்விடும்" என்றாள்.

இன்பவல்லி அவளை விழித்து நோக்கினாள்: "நானா அபசகுனம்? மங்கல விழாவை மேலும் மகிழ்ச்சியாக்க வந்த நானா அபசகுனம்? எனக்குச் சபை மண்டபத்துக்குச்செல்ல வழிகாட்டு. நான் போகிறேன். நான் போய்த்தான் ஆக வேண்டும்" என்று கூவினாள்.

அவளுடைய பரபரப்பான பேச்சையும், அவளுடைய ஒரு விதமான பார்வையையும் கண்டு பணிப்பெண்கள் ஒரு கணம் நடுங்கினர். பிறகு நகைத்தனர்.

இன்பவல்லிக்கு ஆத்திரம் அதிகமாகியது. "நீங்கள் வழி காட்ட மாட்டீர்களா?" என்று கூவினாள்.

மீண்டும் அங்கே பெருத்த சிரிப்பொலி. சிறிது பரபரப்பு. கீழே சபை மண்டபத்தில் அனைவரும் எழுந்து நிற்கின்றனர். வாழ்த்தொலி கேட்கிறது. மக்கள் ஆரவாரம் வெளியே எழுகிறது.

"என்னை விடுங்கள்! என்னை விடுங்கள்" என்று கூவிய வாறு இன்பவல்லி அங்கிருந்து ஓடினாள். கீழே நடக்கும் நிகழ்ச்சிகளைக் காண்பதில் கவனம் செலுத்தியவர்களுக்கு அவள் ஓடுவது தெரியவில்லை.

கீழே இறங்கிச்செல்லும் படிக்கட்டுகள் இறங்குமிடம் தெரியாமல் இன்பவல்லி வேறொரு வழியில் இறங்கினாள். அது வெளிப்புறத் தோட்டத்திற்குக் கொண்டு விட்டது. அங்கிருந்து சபை மண்டபத்தை நோக்கி ஓடிவந்தாள்.

அவள் மட்டுமா ஓடினாள்? தஞ்சை மாநகரத்து மக்கள், முடிசூட்டு விழாவைக் காணவிரும்பிய கட்டுக் கடங்காத மக்கள் அனைவரும் ஓடினார்கள். அவர்கள் வேகத்துக்கு இன்பவல்லியின் வேகம் எம்மாத்திரம்? அவளைத் தள்ளிக் கொண்டு ஓடினார்கள். 'வாழ்க அருண்மொழி! வாழ்க அருண் மொழி! என்று வாழ்த்திக் கொண்டே ஓடினார்கள். அவள் உதடுகளும் 'வாழ்க, வாழ்க' என்று வாழ்த்தி முணு முணுத்தன. ஆனால், அவளால் சபை மண்டபத்திற்குள் நுழைய முடியவில்லை.

அத்தியாயம் 24
காதல் சிகரம்

இரண்டாவது முறையாக இன்பவல்லி மயக்கமடைய வில்லை. ஆனால், மனம் வெறுத்த நிலையில், சபை மண்டபத்திற்குச் சென்று நடனமாட முடியவில்லையே என்ற வேதனையில் தன் இருப்பிடத்தை நோக்கித் தள்ளாடியவாறு

சென்றாள். மாளிகையில் ஓரிருவரைத் தவிர வேறு யாரு மில்லை. பெரிய விசாலமான கூடங்கள் 'ஹோ' என்றிருந்தன. அழகிய தூண்களும், பளபளக்கும் தரையும், மேல் விதானத்துச் சித்திரவேலைப்பாடும், அவள் வேதனையை மேலும் மேலும் அதிகப்படுத்தின. அதைப் பார்த்துப் பார்த்துப் பெருமூச்சு விட்டாள். அவள் நினைவுகள் கொஞ்சம் கொஞ்சமாகப் பின்னோக்கி நகர்ந்தன. கடைசியில் முல்லைத் தீவிற்கு வந்து சேர்ந்தது நினைவு எனும் அருவி. அந்த வாழ்க்கையையே மீண்டும் அனுபவித்தால் போதும் எனத் தோன்றியது அவளுக்கு. மீண்டும் முல்லைத் தீவிற்கே சென்று விட்டால் என்ன? சிறிது நேரம் கழித்து இன்பவல்லியால் ஏதும் கற்பனை செய்து நினைக்கக் கூட முடியவில்லை. திடீரென்று அவள் எழுந்தாள். தாம் அணிந்திருந்த ஆபரணங்களை ஒவ் வொன்றாகக் கழற்றினாள். புதிய ஆடைகளை அவிழ்த் தெறிந்தாள். பழைய ஆடையை அணிந்தாள்.

முதியவரும் வாகீசனும் முடிசூட்டு விழா காட்சியைக் கண்டு வீடு திரும்பினர். கோலாகலமான அந்த விழா இனி வாழ்நாளில் எப்போதுமே காண முடியாத அளவுக்குச் சிறந்ததாக இருந்தது. எல்லாவற்றிற்கும் மேலாக அருண் மொழிவர்மருக்கு 'இராஜ ராஜன்' என்று சூட்டப்பட்ட புகழ்ப் பெயர்தான் சிகரம் வைத்தது போல் அவ்விழாவில் திகழ்ந்தது.

தகுதியுடைய பெயர். அரசர்களுக்கெல்லாம் அவர் அரசராகத்தான் திகழப் போகிறார். கடவுள் பக்தியும், கலை மோகமும், ஆட்சித் திறமையும், வீரமும் நிறைந்த அவர் இராஜாதிராஜராய் விளங்கினாலும் ஆச்சரியப்படுவதற்கில்லை என்று புகழ்ந்து பேசிக்கொண்டனர் முதியவரும், வாகீசனும்.

வாகீசனுக்கு அன்று சபையில் தனிப்பட்ட மதிப்பு. ரவிதாசன் வகையினர் தப்பி ஓடும்போது அவர்கள் சிக்குவதற்கு உதவியதால், இராஜராஜன் தான் பட்டமேறிய உடனேயே அளித்த மான்யத்தில் அவருக்குச் சில கிராமங்கள் பரிசாகக் கிடைத்தன. சோழநாட்டிற்குத் தொண்டாற்றிய பலர் கௌரவிக்கப்பட்டனர். எல்லாவற்றிற்கும் மேலாக அன்று இராஜராஜன் அறிவித்த ஒன்று அன்றைய நிகழ்ச்சிகளுக் கெல்லாம் சிகரமாக அமைந்தது.

சோழநாட்டுத் தலைநகரமான தஞ்சையில் கோயிலொன்று எழுப்பப் போவதாகவும், அதற்கு நாலு திசைகளிலிருந்தும் பணியாட்களை வரவழைக்கப் போவதாகவும், என்றும் அழியாத பெரும் சின்னமாக அந்தக் கோயில் திகழும் அளவுக்கு அதைக் கட்டுவதற்கான திட்டம் தன் கற்பனையி லிருப்பதாகவும், உடனே அதற்கான பணிகளைத் தொடங்கப் போவதாகவும், வாகீசனிடமும், முதியவிரிடமும் கோயில் அமைப்புக்கு வரிவடிவம் வரைந்து கொடுக்கும் பொறுப்பை அளித்திருப்பதாகவும் அவர் அறிவித்தார்.

தங்கள் வாழ்நாளிலேயே கிடைத்தற்கரிய பெரும் பாக்கியம் என்றே முதியவரும் வாகீசனும் கருதினார்கள். இவ்வளவு காலம் தாங்கள் காத்திருந்தது வீண்போகவில்லை என்று குதூகலித்தனர்.

இன்பவல்லியும் இவற்றைக் கேட்டுக் கொண்டிருந்தாள்; 'ஹூம், இதனால் என்ன பலன்? பெரிய கோயில் கட்டப் போகிறார் அரசர், என் உள்ளக் கோயிலைப் பூட்டி விட்டு!'

'நானும் தான் இதயத்தில் கோயில் கட்டியிருந்தேன். அதில் தெய்வத்தைக் குடியேற்ற முயன்று வருகிறேன். நடக்க வில்லையே. தெய்வத்தைக் காணவும் கூடாது என்றல்லவா தடுத்து வருகிறார்கள்.' இன்பவல்லி உற்சாகம் இழந்த நிலையில் ஒருவருடனும் பேசாமல் உட்கார்ந்திருந்தபோது அந்த மாளிகையில் பெரும் கலகலப்பு ஏற்பட்டது.

இராஜராஜன் வந்திருக்கிறார். சிற்பியுடனும், வாகீ சனுடனும் பேசிக் கொண்டிருக்கிறார் என்ற செய்தி அவள் செவியிலும் வீழ்ந்தது.

வாகீசன் தன் மனத்தில் கற்பனை செய்திருந்த கோயிலின் வரிவடிவத்தைக் காவிக் கோட்டினால் சுவரில் வரைந்திருந்தார். இராஜராஜன் சொன்னார்; "நாம் அமைக்க வேண்டிய கோயில் மகத்தானது, அனைவர் மனத்திலும் என்றுமே அழியாமல் இருக்க வேண்டியது. கருங்கல்லால் கட்ட வேண்டும். பல காத தூரம் சென்றாவது கருங்கல் கொண்டு வர வேண்டும். அதில் பல நூறு பேருக்கு வேலை கிடைக்கும். கடல் கடந்த நாடுகளில் நான் சுற்றுப் பயணம் செய்த

பொழுது ஒரு தீவில் பெரிய சிவன் கோயிலைக் கண்டேன்; கண்காணாத தீவுகளில் பெரும் கோயில் இருக்கும்போது நாம் அதற்குச் சளைத்தவர்களாகலாமா? புத்தபிரானுக்கு மிக உயர்ந்த சிலைகள், பெரும் சிலைகள், இருப்பதைக் கண்டேன்.

திருவரங்கத்தில் பள்ளி கொண்டிருக்கும் திருமாலின் பிரம்மாண்டமான சிலைபோன்று சிவபிரானுக்கும் சிலை அமைக்க வேண்டும். சிலை பெரியது என்றால் அதற்கேற்ற கோயில் அமைய வேண்டும். பெரிய கோயில் அமைந்தால் அதற்குத் தக்க விமானம் அமைக்க வேண்டாமா? நந்தி பகவான் மட்டும் சிறியவராக இருப்பாரா? பெரிய நந்தி, பெரிய கோயில், பெரிய லிங்கம், பெரிய நாயகி, பெரிய விமானம், பெரிய நடராசர் என்று எல்லாம் பெரிது பெரிதாக அமைய வேண்டும். அதை உருவாக்குவது பெரியவரே தங்கள் பொறுப்பு.

ஓவியர், வாகீசரே! நீங்கள் உங்கள் திறமையையெல்லாம் புலப்படுத்தி ஓவியக் கலைக்கூடத்தை அமையுங்கள். நமது நாயன்மார்களின் வாழ்க்கையில் நடந்த முக்கிய சம்பவங்களை ஓவியங்களாகத் தீட்டுங்கள். ஆவுடையாரைச் சுற்றியுள்ள இடம் மிகவும் சிறந்த இடம். ஈசனைச் சுற்றி வரும்போது மனம் தூய்மை அடையத் தக்க பல சித்திரங்களைக் காண்பது நல்லதல்லவா?

என் இதயத்தில் துள்ளும் ஒவ்வோர் ஆசையையும் சொல்லிவிடுகிறேன். ஓவியர் தனது திறமையைக் காட்டப் போகிறார். சிற்பியின் திறமைதான் இந்தக் கோயிலுக்கே காரணமாய் அமையப் போகிறது. நடனமணி இன்பவல்லிக்கு இக்கோயிலில் இடம் வேண்டாமா?'' என்று கூறியவர் சுற்றுமுற்றும் பார்த்தார்.

''இன்பவல்லி எங்கே, இன்பவல்லி எங்கே?'' என்று கேட்டார். அவர் கண்கள் நான்கு புறமும் தேடின.

இன்பவல்லி சோர்வாய் அமர்ந்திருந்த இடத்திற்கு அருண் மொழிவர்மர் விரைந்தார்.

இன்பவல்லியும், அருண்மொழியும் நேருக்கு நேர் சந்தித்துக் கொண்டனர். இவ்வளவு நேரமாக வேதனையுற்றிருந்த இன்பவல்லியின் முகத்தில் திடீரெனப் புதிய ஒளி எழுந்தது. ஊடலோ, பொய்க்கோபமோ அவள் உள்ளத்தில் எழவில்லை. அவளுடைய உள்ளம் குழந்தை உள்ளமா அல்லது முற்றும் அறிந்த ஞானியின் உள்ளமா என்று அறிய முடியவில்லை.

பிரிந்தவர் கூடிய அந்த நிலையில் பேச்சு எழுவதற்கு இடமேது?

“இன்பவல்லி! இன்று நடந்த முடிசூட்டு விழாவிற்கு வந்திருந்தாயா? அந்தக் கோலாகலமான விழாவில் நான் உன்னைத் தேடிப் பார்த்தேன்; உன் முகம் தெரியவில்லை. அப்பாடா எவ்வளவு கூட்டம்! சபை மண்டபம் போதவில்லையே. மக்களுக்கு உண்டான அன்பைச் சொல்ல முடியவில்லை. என்னைப் புகழ்ந்தும் வாழ்த்தியும் எழுந்த சொற்கள் இன்னும் எதிரொலித்துக் கொண்டிருக்கின்றன என்றாலும், உன்னுடைய அன்பு கனிந்த வார்த்தையைக் கேட்க வந்தேன்.

முதல் முதலாக என் சிரசில் சோழநாட்டு மகுடம் அமர்ந்தவுடனேயே நான் வெளியிட்ட முதல் கருத்து என்ன தெரியுமா? பெரும் கோயில் கட்ட வேண்டும் என்பது. அடுத்ததாக வாகீசனுக்குச் சோழ நாட்டு மக்களின் பரிசாக கிராமதானம். பெரும் குற்றவாளியான ரவிதாசனைத் தப்பி ஓடாது காத்த பெருமை அவருடையது. சங்கரத்தேவன் இல்லாவிடில் ரவிதாசன் வகையினர் அகப்பட்டிருக்க மாட்டார்கள். சங்கரத்தேவனுக்குப் பதவி உயர்வு.

ரவிதாசனை மீண்டும் விசாரித்து மரண தண்டனை வழங்க வேண்டும். இந்த நாளில் அந்தக் காரியத்தைச் செய்ய வேண்டாம் என்று நாளைய தினம் அந்த விசாரணையை வைத்துக் கொண்டிருக்கிறேன். பிறகு எனக்கு ஓய்வு இருக்குமோ இருக்காதோ. அதனால் உன்னைக் காண ஓடோடி வந்தேன்.”

அருண்மொழிவர்மர் இவ்வாறு பேசிக்கொண்டிருக்கும் போதே இருவரும் தாங்கள் அறியாமல் ஒருவரையொருவர் நெருங்கினர். இன்பவல்லி அருண்மொழிவர்மரின் பரந்த மார்பிடையே தனது முகத் தாமரையைப் புதைத்துக் கொண்டாள். சூரியனைக் கண்டவுடன் பனிநீர் முத்தெனத் திரண்டு உருள்வது போல் அவள் விழி நீர் மெல்ல மெல்ல நகர்ந்து உருண்டு அவரது மார்பிலே அபிஷேகம் செய்தது.

''இன்பவல்லி! ஏன் அழுகிறாய்?''

''நான் ஏன் அழவேண்டும்? ஆனந்தக்கண்ணீர் விட்டேன். தங்களைச் சந்திக்க முடியுமா, இந்தப் பிறவியில் தங்களைக் காண முடியுமா என்று ஏங்கிக் கொண்டிருந்த எனக்கு அந்தப் பாக்கியம் கிடைத்து விட்டது. நான் இனி இந்திர லோகம் வேண்டேன், சுக சௌக்கியங்கள் ஒன்றும் வேண்டேன். எல்லோரும் கவலைப்படுவது போல் நான் இந்த நாட்டு அரசிப் பதவிக்குப் போட்டியிடவும் மாட்டேன். பிரபோ! என் உள்ளத்திலுள்ளதை இதுவரையில் அனைவரும் தவறாகப் புரிந்து கொண்டிருந்தார்கள். முல்லைத் தீவில் தங்களை முதன் முதலில் சந்தித்தபோது ஏற்பட்ட காதல் அந்தப் போதில் சாதாரண மானுடக் காதலாக இருந்தது. சோழ நாட்டிற்கு வந்து நான் அடைந்த அனுபவங்களுக்குப் பிறகு மானுடக் காதல் தெய்வீகக் காதலாகி விட்டது. விஷ்ணுசித்தர் கண்டெடுத்த மகள் கோதை அரங்கன்பால் கொண்ட காதலாகவும், நப்பின்னை கண்ணனிடம் கொண்ட காதலாகவும், மாணிக்க வாசகப் பெருமான் அம்பலவாணரிடம் கொண்ட காதலாகவும் மாறிவிட்டது. அத்தகைய காதல் நிறைவேறுமா என்றே எனக்குப் பயம் வந்துவிட்டது. கலைக் காதல் எனும் நோயில் நான் சிக்குண்டேன். கோயில் கட்டித் தங்களை அதில் அமர்த்திப் பூஜை செய்ய விரும்பினேன்.

முதலில் தங்களைச் சந்தித்தபோது தாங்கள் ரத்தின வியாபாரி. பிறகு தாங்கள் சோழநாட்டு இளவரசர் என்பதை உணர்ந்தேன். இப்பொழுதோ நீங்கள் பேரரசர் இராஜராஜர். கதிரவனைத் தாமரை நெருங்க முடியுமா? ஆனால் கதிர வனைக் காணாமல் அது மலராது. நீங்கள் எனக்குக்

கதிரவனாய் இருங்கள். கண்ணனாய் இருங்கள், அம்பல வாணராய் விளங்குங்கள். அரங்கநாதராகத் திகழுங்கள். தாங்கள் சிற்பியிடமும், சித்திரக்காரரிடமும் சொல்லிக் கொண்டிருந்தவற்றைக் கேட்டுக் கொண்டிருந்தேன். நடனக் கலையின் இலட்சணங்களைக் கல்லிலே வடிப்பதற்கு நான் உதவச் சித்தமாயிருக்கிறேன். அதற்கு முன்பாக ஒரு கோரிக்கை; அதைச் சொல்லத் தாங்கள் என்னை அனுமதிப்பீர்களா?"

"என்ன, தயங்காமல் சொல் இன்பவல்லி!" என்று கூறி அருண்மொழிவர்மர் இன்பவல்லியை மெல்ல அணைத்து அவள் கூந்தலைக் கோதினார்.

"தங்களுடைய சபையில் நான் நடனமாட இன்று முயன்றேன். என் திறமையை எல்லாம் முழுவதும் புலப் படுத்தி உங்களை நடன மலரால் அர்ச்சிக்க முயன்றேன். கவலையும், ஏமாற்றமும் நேருமோ என்ற அச்சம் அப்போது இருந்தது. ஆனால் இப்போது என் உள்ளம் தெளிவடைந்து விட்டது. நான் இப்போதே இந்த இடத்திலேயே இவ்வளவு காலம் அடக்கி வைத்திருந்த என் திறமையைப் புலப்படுத்த வேண்டும். என்னை அனுமதிப்பீர்களா? தங்களுக்கு எவ்வளவோ முக்கியமான கடமைகள் இருக்கும்; எனினும் சிறிது நேரம் எனக்காக இங்கே தங்கியிருப்பீர்களா?"

அருண்மொழி மெல்ல நகைத்தார். "இன்பவல்லி! நடன சபையில் உன்னை நடனமாட அனுமதிக்காதவன் நான் தான். அதை இளையபிராட்டியார் மூலம் சொல்லி அனுப்பினேன். என்னுடைய சுயநலம் காரணம் என்று வைத்துக் கொள்ளேன். சிற்பத்தில்தான் உன் உருவம் பதியவேண்டும்; நீ பொது நடனப் பெண் இல்லையே! உன் நடனத்தை நான் அவ்வப்போது கண்டு கொண்டுதான் இருக்கப் போகிறேன். என்றாலும் உன்னுடைய ஆசையை இப்போது தடை செய்ய விரும்பவில்லை" என்றார்.

இன்பவல்லி மெய் மறந்து ஆடினாள். மடை திறந்த வெள்ளம் போல் கலைத் திறமை பாய்ந்தோடியது. தான் இன்பவல்லியாகவும், எதிரே இருப்பவர் அரசர் என்றும்

அவள் ஒரு சமயம் மறந்தாள். ஏதோ புதுவித உலகில் தன் உயிர் எல்லாம் ஓர் உருப் பெற்று அமர்ந்திருப்பதாகவும், உயிரின் மறு ஒளி மகிழ்விக்க மின்னுவதாகவும் எண்ணினாள்.

முதியவரும் வாகீசனும் அங்கு வந்து விட்டனர். குந்தவை பிராட்டியும், வந்தியத்தேவனும் அங்கு வந்தனர். அவள் கண்ணெதிரே ஒருவரும் தெரியவில்லை. தன் உயிர் மட்டும் எதிரே அமர்ந்திருப்பது போன்ற உணர்ச்சி.

தென்றலாகவும், புயலாகவும், கனலாகவும், கன்னலாகவும் அவள் ஆடினாள். ஆடி ஆடி அகங் கரைந்து நடனத்தின் எல்லைக்கே அவள் வந்து சோர்வுற்று விழப் போகும் தருணத்தில் இளையபிராட்டி விரைந்து வந்து அவளைத் தாங்கிக் கொண்டாள்.

களைப்பு நீங்கிய இன்பவல்லி கண் விழித்துப் பார்த்து இளையபிராட்டியின் மடியில் தான் படுத்திருப்பதை அறிந்தாள். இளையபிராட்டி தன்னை ஆதரவுடன் நோக்கு வதையும் தன் முகத்தையும், விழிகளையும் தடவிக் கொடுப்பதையும் அறிந்த இன்பவல்லி, இளையபிராட்டியின் அந்த அரவணைப்பில் மேலும் சுகம் பெற விரும்பி அப்படியே படுத்திருந்தாள்.

"கண்ணே, இன்பவல்லி! கலையரசி நீ! கண் விழி. இந்த நாட்டுக்கே பெருமை தர வந்த பெண்மயிலே! வாய் திறந்து பேசு. என் மீது உனக்குக் கோபம் இருக்கும். அருண் மொழியுடன் உன்னைச் சேர்த்து வைக்கத் தடையாயிருக் கிறேன் என்று எல்லாரும் பேசிக் கொள்வார்கள். நாட்டின் நன்மைக்காக சிவபெருமான் நஞ்சை ஏற்கவில்லையா?"

"அருண்மொழி இந்த நாட்டின் உயிர். அவரால்தான் சோழநாடு புத்தொளி பெற்று விளங்கப் போகிறது. அவரது நலன் இந்த நாட்டின் நலன். என் இளவல் கடமையிலிருந்து தவறினால் நாட்டுக்கே தீங்கு. இளவலைக் காப்பது என் பொறுப்பு. எந்தெந்தக் காலத்தே எதை எதைச் செய்ய வேண்டும் என்பதுதான் அரசருக்குள்ள முக்கிய கடமை.

சோழ நாட்டு அரியணையில் ஏறி அமரும் பருவத்தில் அருண்மொழி இருக்கும்போது, காதலும், கலையும் சேர்ந்து அவர் கவனத்தைச் சிதற அடித்துவிடக் கூடாது என்பதற்காகத்தான் நீ அருண்மொழியைச் சந்திக்காமல் இருக்கச் செய்தேன். மேலும் அஜந்தா போன்ற இடங்களுக்குச் சென்று பல கலை நுணுக்கங்களை அறிந்து வந்தால் பிற்காலத்தில் பயன்படும் என்றும் எண்ணினேன். எல்லாவற்றுக்கும் மேலாக மற்றொரு முக்கியமான காரியம். சோழநாட்டில் எந்தக் காலத்திலும் வாரிசுரிமைக்காகச் சண்டை வரக்கூடாது. வானதி இறக்கும் போது தன் மகன் பட்டமேற வேண்டும் என்று வேண்டிக் கொண்டாள். அவளுக்கு உறுதி கொடுத்துள்ளேன், அருண்மொழியின் அபிமானம் பெற்று அவர் மனத்தை மாற்றி எந்தப் பெண்ணும் தம் குழந்தையைப் பட்டத்துக் குரியவராக மாற்றிவிடக் கூடாது என்ற நாட்டு நன்மைக்கான எண்ணம் உன்னைத் தடை செய்ய என்னைத் தூண்டியது. நாட்டுக்காக நான் உன் கண்ணெதிரே கொடியவள் ஆனேன். என்னைப் பொறுத்தருள் இன்பவல்லி! விழித்தெழு, உன் நாட்டியக் கலை மேன்மேலும் வளர ஆண்டவன் அருளட்டும்.''

இளையபிராட்டி இவ்வாறு கூறியவுடன் இன்பவல்லி துள்ளி எழுந்தாள். இளைய பிராட்டியின் பாதங்களைத் தொட்டு வணங்கி, ''தேவி, தேவி! தாங்கள் அவ்வாறு கூறக்கூடாது. தனிப்பட்டவர்கள் நன்மையைவிட நாட்டு நன்மை தான் முக்கியம் என்பதை உணர்ந்தேன். மேலும் உலகத்தவர் எதிர்பார்ப்பது போல் நான் இந்த அரசர் மேல் கொண்ட காதல் உடலுக்காக அன்று. என்னுடைய மறுபதிப்பை இந்த நாட்டிலே குழந்தை வடிவில் விட்டுச் செல்வதற்காகக் கிளர்ந்தெழுந்த காதலும் இல்லை. நான் கலையரசிக்குப் பிறந்தேன். கலையரசியாக வாழ்ந்து, கலையரசியாக மாள்வேன். நாட்டரசியாக நான் விரும்பியதே இல்லை. கலைக் காதல் என்னைத் தங்கள் இளவலுடன் பிணைத்தது. நான் கலையின் பிரதிபலிப்பைத் தான் இந்த நாட்டுக்கு அளிக்க விரும்புகிறேனேயன்றி, எந்தவித வாரிசையும் அன்று. அதனால் தங்கள் செய்கை ஒவ்வொன்றும் மிக முக்கியமானது. பிறரால் பழி கூற

முடியாதது. நாட்டின் நன்மைக்காகத் தாங்கள் வந்தியத் தேவரை மணக்கும் நாளைத் தள்ளிப் போட்டுக் காத்திருந் ததை நான் மறக்கவில்லை. உங்கள் ஆசியும் ஆதவரவும் என்றும் எனக்கு வேண்டும்...'' என்று கூறினாள். அவள் கண் களிலிருந்து ஆனந்தக் கண்ணீர் பெருகி ஓடிற்று. இன்ப வல்லியின் சொற்களைக் கேட்டு அனைவரும் வியந்தனர்.

அருண்மொழிவர்மர் கம்பீரமாக நின்றார். இன்பவல்லி சொல்வதை ஆமோதிப்பதுபோல் அவர் விழிகள் ஒளிவீசின. அவர் உணர்ச்சி மிகுதியால் பேசமுடியாமல் பேசினார். ‘‘இன்பவல்லி கூறியதை ஒன்றுவிடாமல் அமோதிக்கிறேன். முல்லைத்தீவில் அவளைச் சந்தித்தவுடனேயே நான் அவளிடம் கொண்டது கலைக்காதல். உடலின்பக் காதல் உள்ளவர்கள் தாம் பொறுமையை இழப்பார்கள். நான் காத்திருந்தது கலைக் கோயில் பிறப்பதற்கு. அதற்குச் சிகரம் வைத்ததுபோல் இன்பவல்லியின் இதய ஒலி அமைந்து விட்டது. இதோ வாகீசன் வரைந்திருக்கும் பெரியகோயிலின் விமானமே கலைச் சிகரம். அதன் சிகரத்தை இன்னும் எப்படிச் சிறப்பாக அமைக்கலாம் என நான் சிந்தித்தேன். இன்ப வல்லியின் உயர்தரமான காதல் நெஞ்சம் என்னைக் கவர்ந்து விட்டது. அவள் என் அபிமான வல்லியாக என்றும் திகழ்வாள். ஒரே கல்லால் செய்யப்பட்ட பிரம்மாண்டமான கலசம் ஒன்றை அவள் தூய காதலின் பிரதிபலிப்பாக, சிகரமாக அமைப்போம்'' என்று கூறிச் சிற்பியையும், வாகீசனையும் நோக்கினார். இவ்வளவு நேரம் அமைதியாக நின்றிருந்த வல்லவரையர் வந்தியத்தேவன், தொண்டையைக் கனைத்துக் கொண்டு, ‘‘பெரிய கோயிலின் விமானத்தின் மேல் அமையப் போகும் கலசம் காதல் சிகரமாக தெய்வீகக் காதல் சிகரமாக அமைவது மிகப் பொருத்தமே. ஒரே கல்லால் அடித்தளம் அமைத்துத் தங்கத்தால் கலசம் செய்து அங்கே பிரதிஷ்டை செய்யும் பணியை நானும், குந்தவையும் ஏற்கிறோம்'' என்று கூறி இளையபிராட்டியின் பக்கம் திரும்பி, ‘‘சரிதானே தேவி?'' என்று கேட்டார்.

இளையபிராட்டிக்கு அப்பொழுது ஏற்பட்ட நாணம் புதுமணப் பெண் நாணத்தையும் வென்றது. வாகீசன்

செங்கோடுகளால் அற்புதமான கலசம் ஒன்றை விமானத்தின் சிகரத்தில் வரைந்து சில ஆண்டுகளில் எழும்பப் போகும் பெரிய கோயிலின் தட்சிணமேரு எனப்படும் உயர்ந்த விமானத்தின் சிகரம் எவ்வாறு அமையும் என்பதைப் புலப்படுத்தினார்.

காதல் சிகர ஓவியத்தைக் கண்டு அனைவரும் மகிழ்ந்தனர்.

கலைக் கோயில் சில ஆண்டுகளில் எழுந்ததா? இன்பவல்லி இராசராசன் தொடர்பு பிணைப்பு எவ்வாறு இருந்தது. அவை, மற்றொரு காரியம், விரைவில் காண்போம்!

(மூன்றாம் பாகம் முற்றும்)